ஒரு பண்பாட்டின் பயணம்

சிந்து முதல் வைகை வரை

ஆர். பாலகிருஷ்ணன்

தமிழ்நாடு பாடநூல் மற்றும் கல்வியியல் பணிகள் கழகம்

ஒரு பண்பாட்டின் பயணம்:
சிந்து முதல் வைகை வரை
ஆர்.பாலகிருஷ்ணன்

வெளியீடு: தமிழ்நாடு பாடநூல் மற்றும் கல்வியியல் பணிகள் கழகம், ஈ.வெ.கி. சம்பத் மாளிகை, 68, பேராசிரியர் அன்பழகன் கல்வியியல் வளாகம், கல்லூரிச்சாலை, சென்னை 600 006,
முதல் இரண்டு பதிப்புகள் ரோஜா முத்தையா ஆராய்ச்சி நூலகம் - 2023
தமிழ்நாடு பாடநூல் மற்றும் கல்வியியல் பணிகள் கழகம் முதல் பதிப்பு – 2024

ISBN 978-81-9784-113-2
Rs.

மாண்புமிகு பள்ளிக் கல்வித்துறை அமைச்சர் திரு. அன்பில் மகேஸ் பொய்யாமொழி அவர்கள் 2021 -22 மானியக் கோரிக்கையின் போது வெளியிட்ட அறிவிப்பின்படி, கல்வி பயிலும் மாணவர்கள் நலன் கருதி ஆங்கிலத்தில் வெளியாகும் நூல்களைத் தமிழாக்கம் செய்து வெளியிடும் 'திசைதோறும் திராவிடம் திட்டத்தின்' கீழ் தமிழ்நாடு பாடநூல் மற்றும் கல்வியியல் பணிகள் கழக வெளியீடாக உயர்கல்வி நூல்கள் தமிழாக்க வரிசையில் இந்நூல் வெளியிடப்படுகிறது.

பாலகிருஷ்ணன், ஆர். 1958-
ஒரு பண்பாட்டின் பயணம் : சிந்து முதல் வைகை வரை / ஆர். பாலகிருஷ்ணன் சென்னை: ரோஜா முத்தையா ஆராய்ச்சி நூலகம், 2023
xliv,646 pages: color illustrations, 59 maps, 28 cm.
Bibliography p. 624 634 and index

நூல் உருவாக்கக் குழு –
ரோஜா முத்தையா ஆராய்ச்சி நூலகம்
தலைமை: சுந்தர் கணேசன்,வடிவமைப்பு : மோசஸ் கிளாட்ஸன்
ஓவியம்: நிவேதிதா சிவபிரகாஷ்,உருவாக்கம்: சத்யா கணபதி, ரஞ்சித் ரூஸோ, மா. மணிகண்ட சுப்பு
அச்சு: மணி ஆப்செட், சென்னை - 600 077

தமிழ்நாடு பாடநூல் மற்றும் கல்வியியல் பணிகள் கழக வெளியீட்டு ஆலோசனைக் குழு
1) டாக்டர். R. பாலகிருஷ்ணன், ஐ.ஏ.எஸ்., ஆராய்ச்சியாளர் மற்றும் எழுத்தாளர்
2) திரு. S. ராமகிருஷ்ணன், எழுத்தாளர்
3) திரு. S. மாடசாமி, கல்வியாளர்

தமிழ்நாடு பாடநூல் மற்றும் கல்வியியல் பணிகள் கழகத் திட்ட செயலாக்கக் குழு
1) திண்டுக்கல் லியோனி, தலைவர்
2) முனைவர். பொ. சங்கர்,இ.ஆ.ப.,மேலாண்மை இயக்குநர்
3) முனைவர். பெ. குப்புசாமி,உறுப்பினர் செயலர்
4) பெ.ராஜகுமார்,நிதி ஆலோசகர்
5) டாக்டர் தே. சங்கர சரவணன்,இணை இயக்குநர்
6) முனைவர். ப. சரவணன்,உதவி இயக்குநர் (வெ)
7) மூ. அப்பணசாமி,ஆலோசகர்
8) முனைவர்.வே. செந்தில் செல்வன்,ஒருங்கிணைப்பாளர்

நான் நினைத்துப் போற்றும்
என் ஆசிரியர்

ஐராவதம் மகாதேவன்

அவர்களுக்கு...

"நிகழ்காலம் அல்லது எதிர்காலம் என்று எதுவுமில்லை - கடந்த காலமே மீண்டும் மீண்டும் கடந்து செல்கிறது எப்போதும்"

- யூஜின் ஓ நீல்

முதல் பதிப்பின் பதிப்புரை

கல்வெட்டியல், சிந்துவெளி ஆய்வாளரான ஐராவதம் மகாதேவன் அவர்களின் வழிகாட்டுதலின்படி ரோஜா முத்தையா ஆராய்ச்சி நூலகத்தில் 2007ஆம் ஆண்டு சிந்துவெளி ஆய்வு மையம் உருவாக்கப்பட்டது. இம்மையத்தின் முதல் மதிப்புறு ஆலோசகராகப் பொறுப்பேற்ற மகாதேவன் 2011ஆம் ஆண்டுவரை அப்பொறுப்பில் செயல்பட்டார். 2012ஆம் ஆண்டு முதல் இம்மையத்தின் மதிப்புறு ஆலோசகராக திரு. ஆர். பாலகிருஷ்ணன் அவர்கள் செயல்பட்டு வருகிறார். இவர் இடப்பெயராய்வு, சிந்துவெளி, தமிழியல் முதலிய ஆய்வுப்புலங்களில் நன்கு அறியப்பட்டவர். முக்கியமான ஆய்விதழ்களில் பல ஆய்வுக்கட்டுரைகளை வெளியிட்டுள்ளார். 2012ஆம் ஆண்டு சிந்துவெளி ஆய்வு மைய ஆய்விதழில் இவர் வெளியிட்ட கட்டுரை பரவலான கவனத்தைப் பெற்றது. இக்கட்டுரையை இவர் தமிழில் மொழிபெயர்த்து 'சிந்துவெளிப் பண்பாட்டின் திராவிட அடித்தளம்' என்ற பெயரில் 2016ஆம் ஆண்டு நூலாக வெளியிட்டார். இந்நூல் பல மறுஅச்சுகளைக் கண்டுள்ளது.

ஆர். பாலகிருஷ்ணன் சிந்துவெளி குறித்த தனது முப்பது ஆண்டு கால ஆய்வுகளைத் தொகுத்து ஆங்கிலத்தில் நூலாக வெளியிட முடிவுசெய்தபோது, ரோஜா முத்தையா ஆராய்ச்சி நூலகத்தின்வழி அதனை வெளியிட வேண்டும் என்ற எங்கள் விருப்பத்தைத் தெரிவித்தோம். அவரும் அதனை உடனடியாக ஏற்றுக்கொண்டார். 2019ஆம் ஆண்டு டிசம்பரில் *"Journey of a Civilization: Indus to Vaigai"* எனும் தலைப்பில் வெளியிடப்பட்ட இந்நூல் சிந்துவெளி மற்றும் தமிழ் ஆய்வுப்பரப்பில் பெரும் வரவேற்பைப் பெற்றது. ரோஜா முத்தையா ஆராய்ச்சி நூலகம் சில வெளியீடுகளைத் தனித்தும், சிலருடன் சேர்ந்தும் வெளியிட்டிருந்தாலும் இந்நூலகம் வெளியிட்ட முழுமுதல் ஆய்வு நூல் இதுவே.

சிந்துவெளி ஆய்வு முன்னோடிகளில் ஒருவரான அஸ்கோ பர்போலா உள்ளிட்ட பல ஆய்வாளர்கள் இந்நூலைக் குறித்து நல்ல கருத்துகளைத் தெரிவித்துள்ளனர். *The Hindu, Outlook, Frontline* முதலிய இதழ்களிலும் *Harappa.com* உள்ளிட்ட சில இணையத்தளங்களிலும் இந்நூலின் மதிப்புரைகள் வெளிவந்துள்ளன. *Royal Asiatic Society*யின் ஆய்விதழ் இந்நூலைக் குறித்து விரிவான மதிப்புரையை வழங்கியது. கோவிட் தொற்று காலத்திலும்கூட அடுத்தடுத்து இந்நூலின் மூன்று மறுஅச்சுகள் வெளிவந்தன. நான்காம் மறுஅச்சு விரைவில் வெளிவர உள்ளது.

இந்நூல் தமிழ்ச் சமூகத்தில் மட்டுமின்றி உலகளவில் முக்கியமான உரையாடலை உருவாக்கியுள்ளது. இந்நூலைப் பல வாசிப்புக்குழுக்கள் மூலம் வாசித்தல், உரையாடலை மேற்கொள்ளுதல் என்பவை ஓர் இயக்கமாகவும் பயிற்சியாகவும் செயல்படுகிறது. இந்நூல் குறித்த பயிலரங்குகள் தமிழ்நாட்டிலும் அமெரிக்காவிலும் நியூசிலாந்திலும் நடைபெற்று வருகின்றன. 2022ஆம் ஆண்டு கோவாவில் நிகழ்ந்த செரின்டிபிடி *(Serendipity)* கலை விழாவில் *India by Book in the 21st Century* என்ற கண்காட்சியில் இந்நூல் காட்சிப்படுத்தப்பட்டது.

ஆங்கிலத்தில் வெளிவந்த இந்நூலின் கருத்துகள் தமிழ்ச் சமூகம் முழுவதையும் சென்றடைய வேண்டும் என்பதற்காக இந்நூலைத் தாமே தமிழில் மொழிபெயர்க்க பாலகிருஷ்ணன் முடிவெடுத்தார். இத்தமிழ் நூலையும் ரோஜா முத்தையா ஆராய்ச்சி நூலகமே வெளியிட வேண்டும் என்ற எங்கள் எண்ணத்திற்கு அவர் இசைவு தெரிவித்தது எங்களுக்கு மிக்க மகிழ்ச்சி. அதன்படி, ஆங்கில நூலைப் போலவே சிறந்த வடிவமைப்புடன் இந்நூல் உருவாக்கப்பட்டுள்ளது.

சிந்துவெளி ஆய்வுகள் உச்சத்தைத் தொட்டிருக்கின்ற இன்றைய சூழலில் சிந்துவெளிப் பண்பாடு குறித்த பல புதிய கண்டுபிடிப்புகள் வெளிவந்துகொண்டே இருக்கின்றன. இத்துடன் மரபணுவியல் மானுடவியல்

ஆய்வுகள் அவற்றிற்கு ஒரு புதிய பரிமாணத்தை வழங்கியுள்ளன. இத்தகையச் சூழலில், ஆர். பாலகிருஷ்ணனின் இந்நூல் உலகம் முழுவதும் மேற்கொண்டுவரும் தற்கால நவீன ஆய்வுமுறையில் எழுதப்பட்டிருப்பதோடு மட்டுமல்லாது, ஆய்வாளர்கள் மத்தியில் தொடர்ந்து நீடிக்கும் பல கேள்விகளுக்குப் பதில்களையும் அளிக்கிறது; புதிய கேள்விகளையும் தூண்டுகிறது; உரையாடல்களை உருவாக்கியுள்ளது.

சிந்துவெளிப் பண்பாடு உலகிற்கு அறிவிக்கப்பட்டு 100 ஆண்டுகளாகப்போகிறது. பல அறிஞர்கள் அவர்களது கோட்பாடுகளையும் கருத்தாக்கங்களையும் சிந்துவெளி ஆய்வுக்களத்தில் முன்வைத்துள்ளனர். நீண்ட காலமாகத் திராவிடக் கருதுகோள் குறித்த கேள்வியானது சிந்துவெளி ஆய்வாளர்களைத் தொடர்ந்து ஆட்கொண்டிருக்கிறது. இந்தியத் துணைக்கண்ட நிலவியலின் இடப்பெயர்கள், பண்டைய தமிழ் - சமஸ்கிருத இலக்கியங்களில் காணப்படும் இடப்பெயர்கள் ஆகியவற்றின் பல கூறுகளை ஒருங்கிணைத்து, பல்துறைச்சார்ந்த ஆய்வுமுறைமைகளைப் பயன்படுத்தித் திராவிடக் கருதுகோளுக்கு வலுசேர்த்துள்ளார் ஆர். பாலகிருஷ்ணன். ஐராவதம் மகாதேவன், "இன்னும் இதை ஏன் 'கருதுகோள்' என்று குறிப்பிட வேண்டும், சிந்துவெளிப் பண்பாடு உண்மையில் திராவிடப் பண்பாடுதான்" என்று கூறினார். இத்துடன் மகாதேவன் எழுதிய இறுதியான கட்டுரையில்கூட, ஆர். பாலகிருஷ்ணன் எழுதிய 'சிந்துவெளிப் பண்பாட்டின் திராவிட அடித்தளம்' நூலின் தரவுகளை மேற்கோள்காட்டி, திராவிடப் பண்பாட்டிற்கான புதிய தரவுகளையும் முன்வைத்தார். தற்போது அகழாய்வுகளும் மரபணுவியல் ஆய்வுகளும் ஆய்வாளர்களைத் திராவிடக் கருதுகோள் நோக்கியே நகர்த்துகிறது எனலாம்.

சிந்துவெளிக்குப் பிந்தைய மரபுகளையும் தமிழ்ச் சமூகத்தின் தொல்வரலாற்றையும் சரியாகப் புரிந்துகொள்வதற்குச் சங்க இலக்கியத்தின் மறுவாசிப்புக்கான தேவையை இந்நூலில் பாலகிருஷ்ணன் வலியுறுத்துகிறார். கால, நில இடைவெளிகளை நிரப்பும் முறையும் சிந்துவெளிப் புதிர்கள், சவால்கள் ஆகியவற்றிற்கு விடையளிக்கும் அவரின் முயற்சிகளும் இந்த முழு ஆய்விற்கு மெருகூட்டுகிறது.

ரோஜா முத்தையா ஆராய்ச்சி நூலகம் இந்நூல் வெளியிடும் திட்டத்திற்காக நிதி உதவியினைப் பெற பொதுக்கோரிக்கை விடுத்தது, அதற்கு நன்முறையில் ஆதரவும் கிடைத்தது. இம்முயற்சிக்கு ஆதரவளித்த அனைத்து நன்கொடையாளர்களுக்கும் எனது நன்றியைத் தெரிவித்துக் கொள்கிறேன். இந்நூலின் உருவாக்கத்தில் என்னுடன் பயணித்து, ஆதரவாக இருந்த வடிவமைப்பாளர் மோசஸ் கிளாட்ஸனுக்கும் என் சக பயணிகளான இரா. பிரகாஷ், மா. மணிகண்ட சுப்பு, ரஞ்சித் ரூஸோ, சே. தனபால், சு. முத்துமாலதி ஆகியோருக்கும் நன்றி.

சுந்தர் கணேசன், இயக்குநர்
ரோஜா முத்தையா ஆராய்ச்சி நூலகம்

நன்றியுரை

முப்பதாண்டுகளுக்கு அதிகமான எனது பகுதிநேர தொடர் ஆய்வுகளின் பயன் இந்த நூல். எனது 'தமிழ் நெடுஞ்சாலை' பயணத்தின் ஊடாக நான் கால்வைத்த ஊர்கள், சந்தித்த எண்ணற்ற மனிதர்களுடனான உரையாடல்கள், புரிதல்களை உள்ளடக்கியுள்ளது இந்த நூல். அனைவருக்கும் இவ்விடத்தில் நன்றிகூற விரும்புகிறேன். இந்நூல் ஒரு கூட்டு முயற்சி. எனது ஆய்வுகளுக்கு உந்துவிசையாக விளங்கிய அறிஞர் ஐராவதம் மகாதேவனுக்கு இந்நூலைக் காணிக்கையாக்குகிறேன். அவர்தான் என்னைச் சிந்துவெளிப் பண்பாட்டை நோக்கி முதன்முதலில் ஆற்றுப்படுத்தியவர். எனது கட்டுரைகளை ஆய்வு இதழ்களில் வெளியிட வேண்டுமென்று ஊக்கப்படுத்தி வழிநடத்திய மொழியியல் அறிஞர் வ. ஐ. சுப்ரமணியம் அவர்களை அன்புடன் இந்நேரத்தில் நினைவுகூர்கிறேன்.

தென்னிந்திய வரலாற்றியலில் சங்க இலக்கியத்தின் இன்றியமையாமையை உணர்ந்து உள்வாங்கிய தொல்லியல் கள ஆய்வாளர் ஒருவர் இந்த நூலுக்கு அணிந்துரை எழுதினால் பொருத்தமாக இருக்கும் என்று நினைத்தேன். கேரளத்தில் பட்டணம் என்ற இடத்தில் அகழாய்வு செய்துவரும் பேராசிரியர் பி. ஜெ. செரியனை அணுகினேன். அவருடைய திறந்த மனதும் அறிவுப்புலமையும் என்னை வியக்க வைத்தது. அவர் இந்நூலின் ஆங்கிலப் பதிப்பிற்கு அணிந்துரையை எழுதினார். அவருக்கு எனது மனமார்ந்த நன்றியைத் தெரிவித்துக் கொள்கிறேன்.

இந்திய ஆட்சிப்பணியைச் சேர்ந்த எனது நண்பர் உதயச்சந்திரன், கீழடி தொல்லியல் அகழாய்வுத் தடயங்கள் வெளிச்சம் பெறுவதற்கு அரும்பணி ஆற்றியவர். இந்நூல் ஆங்கிலத்தில் வெளியிடப்பட்ட விழா மேடையிலேயே "இது தமிழில் வரவேண்டும்" என்று விருப்பம் தெரிவித்தார். அவர் தனது 'மாபெரும் சபைதனில்' நூலிலும் *Frontline* இதழிலும் ஆங்கில நூல் குறித்து எழுதியுள்ளார். இந்நூலின் தமிழ்ப்பதிப்பிற்கு அவர் தனியொரு அணிந்துரை எழுதவேண்டும் என்பது எனது விருப்பம். பணிச்சுமைகளுக்கிடையே சிறப்பான அணிந்துரை எழுதிய அவரது அன்பிற்கு எனது நெஞ்சார்ந்த நன்றி.

பழங்குடி மக்களே இந்தியாவின் பன்மியப்பண்பாட்டின் ஆணிவேர்கள். ஒடிசா மாநிலத்தில் வாழும் பல்வேறு பழங்குடிகளும் எனது சிந்தனை, புரிதல்கள், செயல்பாடுகளின் மீது தொடர்ந்து தாக்கத்தைச் செலுத்தி வருகின்றனர். நான் அவர்களின் வாழ்க்கையையும் பண்பாட்டையும் கூர்ந்து கவனித்ததன்மூலமே பன்முகத்தன்மை, அனைவரையும் உள்ளடக்கிய நிலை, இருத்தலின் அழகு ஆகியவை குறித்த எனது கற்றலை, புரிதலை படிப்படியாக வளர்த்துக்கொண்டேன். இந்த நேரடியான பாடங்களும், பட்டறிவும்தான் எனக்கு நங்கூரமாகவும் வழிகாட்டியாகவும் உள்ளன. ஒடிசா, சத்தீஸ்கர் பகுதிகளின் பழங்குடிகளுக்கு எனது அன்பும் நன்றியும். வேர்களுக்கான வணக்கம் இது.

புவியியல் தகவல் அமைப்பு சார்ந்த தொழில்நுட்பமும் எனது ஆய்வுமுடிவுகள் சார்ந்த வரைபடங்களைத் தயாரித்தலும் பண்பாட்டு புவியியல் மற்றும் புலப்பெயர்வுகளின் திசைகள் குறித்த தெளிவை எனக்கு அளித்தன. இதற்கு முக்கியக்காரணம் புவனேஸ்வரத்தைச் சேர்ந்த எனது நண்பர் சுபதர்ஷி மிஸ்ரா. அவருக்கும் தொழில்நுட்ப உதவிகளை எனக்களித்த அவரது

சக ஊழியர்கள் அசோக் டாக்குவா, லட்சுமிகாந்த் திரிபாதி, ராஜா அசுதோஷ், பாக்யஸ்ரீ ஆகியோருக்கும் சென்னையைச் சேர்ந்த லாசர் ஆரோக்கியசாமி, அசோக்குமார் ஆகியோருக்கும் நன்றியைத் தெரிவித்துக் கொள்கிறேன்.

இந்த நூலின் ஆக்கத்தின் போது தத்தம் துறைசார்ந்து எனக்கு உதவிய வல்லுநர்கள், சக ஆய்வாளர்கள் ஆர். பிச்சப்பன், சுனில் பட்நாயக், ஜே. ஜெயராமன், எஸ். ராஜவேலு, எஸ். தியடோர் பாஸ்கரன், திவ்யபானுசிங் ஆகியோருக்கு நன்றி. கொங்கு மண்டலம் குறித்த முக்கியமான தகவல்களை வழங்கிய கார்த்திகேய சிவசேனாபதிக்கு நன்றி. சிந்துவெளி ஆய்வு மையத்தில் எனது சக ஆய்வாளராக இருந்த சி. சுப்பிரமணியன், எனது கையெழுத்துப் பிரதியைப் படித்து தனது பரிந்துரைகளை வழங்கினார், அவருக்கு நன்றி.

2016ஆம் ஆண்டு அகழாய்வாளர் அமர்நாத் ராமகிருஷ்ணாவை கீழடியில் சந்தித்து உரையாடியது எனது கோட்பாடுகள் சிலவற்றைக் கூர்மையாக்கியது, பானைத்தடம் பற்றிய எனது ஆய்வுகளுக்கும் உதவியாக இருந்தது. அவருக்கும் மிக்க நன்றி.

ஒடிசாவில் பணிபுரிந்த காலத்திலும் அதன்பிறகும் அகழாய்வாளர் தி. சத்தியமூர்த்தியுடன் தொடர்பில் இருந்தேன். ஆதிச்சநல்லூர் அகழாய்வு குறித்து அவருடனான உரையாடல் எனக்கு மிகவும் பயனுள்ளதாய் இருந்தது. இத்துடன் தமிழ்நாடு அரசு தொல்லியல் துறையைச் சார்ந்த சிவானந்தம், ஆசைத்தம்பி ஆகியோருக்கும் நன்றி.

இந்நூலின் பொருளடைவினையும் துணைநூற் பட்டியலையும் ரோஜா முத்தையா ஆராய்ச்சி நூலக இணை இயக்குநர் இரா. பிரகாஷ் உருவாக்கினார். அவரின் பங்களிப்பிற்கும் நுணுக்கமான வடிவமைப்புச் செயல்பாட்டிற்கும் நன்றி. என் ஆய்விற்கான பல ஆய்வுக்கட்டுரைகளையும் இந்தியாவில் கிடைக்காத நூல்களையும் வழங்கிய சிகாகோ பல்கலைக்கழகத்தின் தெற்காசிய டிஜிட்டல் திட்ட நிபுணர் ஜேம்ஸ் நைக்கு நன்றி. இத்துடன் *Internet archives (archive.org)* தளத்திற்கும் இவ்விடத்தில் நன்றியைத் தெரிவித்துக் கொள்கிறேன். மேலும் சில குடிமைப்பணியாளர்கள் குஜராத்தி, கோண்டு மொழிகளின் மொழிபெயர்ப்புக்கு உதவினர் அவர்களுக்கும் நன்றி. *'learnsangamtamil.com'* என்ற இணையத்தளத்தின் மூலம் சங்க பாடல்களின் மொழிபெயர்ப்பைப் பதிவேற்றம் செய்தவர் ஹவாயைச் சேர்ந்த வைதேகி ஹெர்பர்ட். அவர் தனது மொழிபெயர்ப்பைப் பயன்படுத்திக் கொள்ள அனுமதி அளித்தார், அவருக்கு நன்றி. சங்க இலக்கியத்தை இணையப் பொருளடைவாகப் பதிவேற்றியுள்ள துரைப்பாண்டிக்கு நன்றி. அது எனது ஆய்விற்கு மிகவும் பயனுள்ளதாய் அமைந்திருந்தது. முனைவர். ப. பாண்டியராஜாவின் தமிழ் இலக்கியத் தொடரடைவும் *(Concordance for Tamil Literature)* மிகவும் உதவியாக இருந்தது. அவருக்கும் எனது நெஞ்சார்ந்த நன்றி.

இந்தியத் தேர்தல் ஆணையத்தின் துணைத் தேர்தல் ஆணையராக இரண்டு முறை, புது தில்லியில் பல ஆண்டுகள் பணியாற்றியது இந்தியாவின் பல்வேறு பகுதிகளுக்கும் பயணம் செய்யும் வாய்ப்பை எனக்களித்தது. இத்தகைய பயணங்கள் ஒருவகையில் எனது ஆய்வுகளுக்கும் உதவின.

புவனேஸ்வர் ஹரேகிருஷ்ணா மஹதாப் மாநில நூலகம், மாநில ஆவணக் காப்பகம், ஒடிசா மாநில அருங்காட்சியகம், கொல்கத்தா தேசிய நூலகம், தேசிய ஆவணக் காப்பகம், தேசிய அருங்காட்சியகம், புது தில்லி இந்திரா காந்தி தேசிய கலைகளுக்கான மையம், சிம்லா மேம்பட்ட ஆய்வுகளுக்கான இந்திய நிறுவனம் ஆகிய நிறுவனங்களுக்கு நன்றி.

இந்நூல் மோசஸ் கிளாட்ஸனின் அற்புதமான படைப்பாற்றல் மூலம் வடிவம் பெற்றது, இந்நூலிற்கான சிறந்த ஓவியங்களை நிவேதிதா சிவபிரகாஷ் உருவாக்கினார், *Harappa.com* உமர் கான் இந்நூலில் பயன்படுத்த உயர்தரப் படங்களை வழங்கினார். இவர்கள் அனைவருக்கும் நன்றி. இத்துடன் *The Hindu*, ஷர்னி ஜெயவர்த்தனா, அமர்நாத் ராமகிருஷ்ணா, தமிழ்நாடு அரசு தொல்லியல் துறை அளித்த படங்கள் பயன்படுத்தப்பட்டுள்ளன. சிதம்பரம் சிவதாணு, தேனப்பன், அஸ்திரி, கார்த்திக் ராஜகுமார்தேவ் ஆகியோர் அற்புதமான 'ஜல்லிக்கட்டு' படங்களை வழங்கினர். அவர்கள் அனைவருக்கும் நன்றி. இந்திய தபால்துறை காங்கயம் காளையின் முத்திரை படத்தை வெளியிடப் பயன்படுத்திய புகைப்படத்தை தியடோர் பாஸ்கரன் வழங்கினார், அவருக்கும் நன்றி. இத்துடன் எனது ஆராய்ச்சிக்காக (2012-2013 ஆண்டுகளின் போது) விடுப்பு வழங்கிய ஒடிசா மாநில அரசுக்கு நன்றி.

இந்நூல் உருவாக்கத்தில் சுபஸ்ரீ கிருஷ்ணசாமி, கார்த்திக் ஜி. சண்முகசுந்தரம் ஆகியோரின் பங்களிப்புக் குறிப்பிடத்தக்கது. மேலும் அனிதா பொட்டம்குளம், ஏ. எஸ். பன்னீர்செல்வன், ஆதவன் ஆகியோர் கையெழுத்துப் பிரதியை உன்னிப்பாகப் படித்து மதிப்புமிக்கப் பரிந்துரைகளை வழங்கினர் அவர்கள் அனைவருக்கும் எனது நன்றி.

இந்நூல் உருவாக்க மையக் குழுவில் முக்கியமானவர் மா. மணிகண்ட சுப்பு, அவரது அர்ப்பணிப்பு இணையற்றது. அவரது பங்களிப்பிற்கு நன்றி. இந்நூலின் தொடக்கத்தில் பங்களிப்புச் செய்த ஜி. சி. சுரேஷ் பாபுவுக்கும் நன்றி.

இந்நூலில் ரோஜா முத்தையா ஆராய்ச்சி நூலக இயக்குநர் சுந்தர் கணேசனின் பங்களிப்பு மிகமிக முக்கியமானது. இந்த நூலின் சிறப்பான கட்டமைப்பிற்கான முழுப்பெருமையும் அவரைச் சாரும். சுந்தருக்கு எனது நெஞ்சார்ந்த நன்றி. இந்நூலை வெளியிடுவதற்கு ஒப்புக்கொண்ட ரோஜா முத்தையா ஆராய்ச்சி நூலக அறங்காவலர்களுக்கும் நன்றி. நூலகப் பணியாளர்கள் பல்வேறு வழிகளில் உதவி செய்துள்ளனர் அவர்களுக்கும் நன்றி.

பெருந்தொற்றுக் காலத்தில் எனது பணிச்சூழல் கருதி ஆங்கில நூலை வேறு யார்மூலமாகவேணும் தமிழாக்கம் செய்யலாமா என்று யோசித்தோம். ஆனால் இறுதியில் நானே தமிழாக்கம் செய்யவேண்டிய தேவை ஏற்பட்டது. இந்தப் பணியில் என்னுடன் தொடக்கம் முதல் தொடர்ந்து பயணித்தவர் ரஞ்சித் ரூஸோ. அப்போது அரசுப்பணி தொடர்பான கூட்டங்களையே 'ஜூம்' காணொளி மூலம் நடத்திய கொரோனா காலகட்டம். ரஞ்சித் புவனேஸ்வர் வந்து சிலமாதங்கள் தங்கியும் பின்னர் சென்னையிலிருந்து 'ஜூம்' இணைப்பின் மூலமும் என்னுடன் இணைந்து பணியாற்றினார். அது ஒரு புது அனுபவம். தமிழ்ப் பதிப்பில் அவரின் அர்ப்பணிப்பு முக்கியமானது. அவருக்கு நன்றி. இத்துடன் தமிழ்ப் பதிப்பில் பணியாற்றிய ரோஜா முத்தையா ஆராய்ச்சி நூலகத்தைச் சேர்ந்த சு. முத்துமாலதி, சே. தனபால், சீ. சுவேதா, சத்யஸ்ரீ உள்ளிட்டோருக்கும் நன்றி. இந்நூல் பிழையின்றி வருவதற்கு உறுதுணையாக இருந்த எஸ். வெங்கடேசனுக்கும், ஷங்கர்ராமசுப்ரமணியத்திற்கும் நன்றி.

எனது நண்பர்களே எனது வலிமையின் தூண்கள். எனது நண்பர்கள் தரும் ஊக்கம் என் நம்பிக்கையை வலுப்படுத்தும் உரம். 'ஜெம்' ஆர். வீரமணி, பன்முக ஆளுமை நடிகர் சிவக்குமார், தமன் பிரகாஷ், க. துளசிதாசன், ஆர். கணேசன், ஆர். ரவி, தா. கார்த்திகேயன், ஜி. மதிவதனன், வி. கார்த்திகேய பாண்டியன், சங்கர சரவணன், ஆர். ராஜேந்திரன், எஸ். ராஜன், விஸ்வேஷ் ஜி. காஷ்யப் ஆகியோரை இங்கு நினைவுகூர்கிறேன்.

இந்தியவியலில், கள ஆய்வுகளில் எனக்கு இருக்கும் ஆர்வத்தை முழுமனதோடு ஆதரித்து ஒத்துழைப்பவர் என் மனைவி சுஜாதா. குடிமைப்பணியை விட்டுவிலகி நீங்கள் முழுநேர ஆய்வாளராக மாறலாம் என்று முப்பது ஆண்டுகளுக்கு முன்பே பரிந்துரைத்தார். நான்தான் ஒப்புக்கொள்ளவில்லை. அவரது முழுமனதான ஒத்துழைப்பில்லாமல் இந்த நூல் உருவாகி இருக்காது என்பதை நான் மட்டுமல்ல; என்னை அறிந்த எல்லோரும் அறிவார்கள். என் மகள்கள் ஓவியா என்ற ரூபவர்த்தினி, ஸ்மிருதி ஆகியோரும் எனது ஆராய்ச்சிப் பணிகளை மகிழ்ச்சியுடன் ஊக்கப்படுத்தினர். இப்போது என்னுடைய பேத்தி நியா தாமரா என்னை அன்புடன் ஆதரிக்கும் அணியில் சேர்ந்துகொண்டாள். அனைவருக்கும் நன்றி.

அணிந்துரை

ஆட்சியாளராகக் குடிமைப் பணியைச் சிறப்புற செய்துகொண்டே ஆராய்ச்சிகள் பல மேற்கொண்டு ஆய்வுப் பணியிலும் பெரும் மாற்றங்களை, புதிய திசைவழிகளை உருவாக்கியவர்களின் மரபு நீண்டது. இந்தியாவில் ஆட்சிப் பணி உருவான காலனிய காலத்திலிருந்தே இம்மரபு தொடர்கிறது. குறிப்பாகத் தமிழ்ச் சமூகம், தமிழ் மொழி என்று நோக்கினால், இத்தகைய மரபில் எல்லீஸ், ஐராவதம் மகாதேவன் போன்றோரின் வரிசையில் இடம்பெறக் கூடியவர் திரு. ஆர். பாலகிருஷ்ணன். தனது வாழ்வின் பெரும்பகுதியைத் தமிழின் வேர்களைத் தேடி அலைந்த இவர், முப்பதாண்டுகளுக்கு மேலாகச் செய்த ஆய்வின் பயனாக 'ஒரு பண்பாட்டின் பயணம்: சிந்து முதல் வைகை வரை' என்ற நூலை எழுதியுள்ளார்.

இந்தியத் துணைக்கண்டத்தின் வடமேற்கில் செழித்திருந்த 5,000 ஆண்டு பழமையான 'சிந்துவெளிப் பண்பாடு' குறித்து 1924ஆம் ஆண்டு உலகம் அறிந்துகொண்டது. அன்றிலிருந்து இன்றுவரை சிந்துவெளிப் பண்பாட்டின்மீதான ஆர்வம் குறையவே இல்லை. ஆய்வாளர்களையும் மக்களையும் தொடர்ந்து சிந்துவெளிப் பண்பாடு கவர்ந்திழுக்கக் காரணம் அதன் நகரமைப்பு, கட்டட நேர்த்தி, நீர்மேலாண்மை, கழிவு நீர்க்குழாய்கள், பெருங்குளியலிடம், துறைமுகம், அழகிய அணிகலன்கள், சுடுமண் உருவங்கள், முத்திரைகள் உள்ளிட்ட தொல்லியல் பொருட்களைச் சுட்டலாம்.

சிந்துவெளி ஆய்வுப்பரப்பில் பல கருதுகோள்கள் இருந்தாலும், திராவிடக் கருதுகோளே முதன்மையானது. அதனை சுனிதி குமார் சாட்டர்ஜி, ஹென்றி ஹீராஸ், அஸ்கோ பர்போலா, ஐராவதம் மகாதேவன் ஆகியோர் முன்னெடுத்துப் பல ஆய்வுகளைச் செய்தனர். படித்தறிய முடியாத சிந்துவெளிப் பொறிப்புகளைப் படிக்க, தொல்-திராவிட மொழியிலும் தமிழ்த் தொன்மத்திலும் உட்கூறுகள் உள்ளதை இவ்வாய்வாளர்கள் சுட்டிக்காட்டினர். அவர்களின் ஆய்வுகளைக் கடந்து, இன்னும் ஒரு படி மேலே சென்றுள்ளது ஆர். பாலகிருஷ்ணன் எழுதிய இந்நூல். இந்த ஆய்வு, 'சிந்துவெளிப் பண்பாட்டின் மொழி என்ன? திராவிட மொழி பேசும் மக்களின், குறிப்பாக சங்ககாலத் தமிழர்களின் தோற்றம் எது?' என்ற கேள்விகளுக்கு விடையளிக்க முற்படுகிறது. இக்கேள்விகள் ஒன்றோடு ஒன்று தொடர்புடையவை மட்டுமல்ல, இரண்டும் ஒரே நாணயத்தின் இரண்டு பக்கங்கள் என்கிறார் ஆர். பாலகிருஷ்ணன்.

நவீன ஆய்வுமுறைகளில் ஒன்றான இடப்பெயராய்வு இந்நூலில் மையமாகப் பயன்படுத்தப்பட்டுள்ளது. ஊர்ப்பெயர்களை வைத்து அதன் தோற்றம், வரலாறு என்பனவற்றை ஆய்வு செய்யும் முறை இடப்பெயராய்வு ஆகும். கொற்கை, வஞ்சி, தொண்டி ஆகிய பெயர்கள் பாகிஸ்தானிலும் ஆப்கானிஸ்தானிலும் இன்றும் இருக்கின்றன. ஊர், பட்டி, பள்ளி என்று முடியும் இடப்பெயர்கள் ஆப்கானிஸ்தானில் அதிகம். தொல்காப்பியம் குறிப்பிடும் தமிழின் வட்டார வழக்குகளில் புழங்கும் தென்பாண்டி, குட்டநாடு, மலை நாடு, அருவ நாடு போன்ற பெயர்களை நினைவுறுத்தும் பெயர்கள் இன்றும் ஆப்கானிஸ்தான், பாகிஸ்தான் பகுதிகளில் இருக்கின்றன. பாரி, பேகன் போன்ற சங்ககால வேளிரின் பெயர்கள், மூவேந்தர்களைக் குறிக்கும் கரிகாலன், சோழன், சேரல், உதியன், மாறன், செழியனெல்லாம் இடப்பெயர்களாக அங்கே நிலைத்திருக்கின்றன. காவேரி வாலா, பாண்டியன்

வாலா, முர்கன், தணிகே, குமரன் வாலி, பொதினே, மத்ரை, வன்னி முதலிய ஊர்பெயர்கள் தமிழுக்கு மிகநெருக்கமானவை.

பலூசிஸ்தானின் ‘பிராகூய்’ எனும் திராவிட மொழியில் ‘கல்’ என்னும் சொல் அதே பொருள் தாங்கிவருகிறது. அந்தப் பகுதிகளில் காணப்படும் மலை, வரை, கோடு என்ற பின்னொட்டுகளோடு முடியும் பெரும்பான்மையான இடங்கள் கடல் மட்டத்தில் இருந்து பல ஆயிரம் அடிகள் உயரமான பகுதிகளாகவே இருக்கின்றன. இத்தகைய இடப்பெயராய்வுகள் சிந்துவெளியோடு தமிழின் தொன்மங்களை இணைக்கின்றன, திராவிடக் கருதுகோளுக்கு வலுச்சேர்க்கின்றன.

பழந்தமிழ் இலக்கியங்களில் அடிக்கடி இடம்பெறும் மூதூர் எங்கே இருந்திருக்கும்? தொல்புகழ், பெரும்பெயர் எதைக் குறிக்கிறது? அகநானூற்றில், சிறுபாணாற்றுப்படையில் ஒட்டகமும், இமயமலை பின்னணியில் வலம்வரும் கவரிமாவும் எப்படி இடம்பெற்றன? நன்னன் சேய் நன்னனின் கொண்கானம் எங்கே? புறநானூற்றுப் பாடல் உரைக்கும் நாற்பத்து ஒன்பது வழிமுறைக்குமுன் வேளிர் ஆண்ட ‘துவரை’ எது? முதலிய முக்கியமான கேள்விகளைக் கேட்டு அதற்குப் பதிலுரைக்கும் முறையில் சங்க இலக்கியத்தை இந்தியத்துணைக்கண்டத்திற்கான இலக்கியமாகக் காட்டுகிறார். தமிழின் தொன்மை என்பது இந்தியத்துணைக்கண்டம் முழுவதும் பரவியிருப்பதாகவும் குறிப்பிடுகிறார்.

சங்ககாலப் புலவர்களின் நுணுக்கமான விவரிப்புகளின் துணைகொண்டு புதிய விளக்கங்களுக்குள் அழைத்துச் செல்கிறார் நூலாசிரியர். ‘சங்க இலக்கியம் குறிப்பிடும் கழுதையும் உப்பங்கழிப் பகுதியில் வாழக்கூடிய சுறா மீனும் இருக்கக்கூடிய பகுதி இந்தியாவிலேயே குஜராத்தின் கட்ச் வளைகுடாதான்’ என்று ஆதாரத்துடன் நிறுவுகிறார். வறண்ட பகுதியில் பெரும் பசியோடு அலையும் ஒட்டகம் எலும்பைத் தின்னும் அரிய காட்சி சங்க இலக்கியத்தில் பதிவு செய்யப்பட்டுள்ளது. இதுவும் குஜராத் நிலப்பகுதிக்கே உரியது என்கிறார். ‘Windrose Graphical Tool’ வழியே சங்க இலக்கியம் குறிப்பிடும் காற்று திசைகளை ஆராய்ந்துள்ளது முக்கியமானதாகும். இது பண்டைய இலக்கியத்தில் நவீன கருவிகளைக் கொண்டு புதிய தரவுகளை வெளிக்கொணரும் முறையாகும். இத்துடன் இந்நூல் தொல்லியல், வரலாறு ஆகிய புலங்களில் மையமாக இயங்கினாலும் மரபணுவியல் ஆய்வுகள், மானுடவியல் ஆய்வுகள் உள்ளிட்ட நவீன ஆய்வுகளும் புவியியல் தகவல் அமைப்பு, அட்சரேகை, தீர்க்கரேகை உள்ளிட்ட நவீன ஆய்வுக் கருவிகளும் இதில் பயன்படுத்தப்பட்டுள்ளன. நகரத்தார், கொங்கு வேளாளர் ஆகிய இரண்டு சமூகங்களின் சொந்த வரலாற்று ஆவணங்களைச் சிறப்பான முறையில் பயன்படுத்தியுள்ளார் நூலாசிரியர்.

சங்க இலக்கியம் குறிப்பிடும் நன்னன் அரசாண்ட பொன்படு கொண்கானம், ஏழில் குன்றம் என்பவை மராட்டியத்தில் உள்ள ‘சப்தசிருங்கி’ எனும் ஏழுமலைகள் என்கிறார். இன்றும் மகாராஷ்டிரப் பகுதிகளில் 22 இடங்கள் ‘வை’ என்ற முன்னொட்டோடு வழங்கப்படுகிறது. அத்தனை இடங்களும் ஏதாவது ஒரு நதி, குளம், கால்வாய் போன்ற நீர்நிலைகளின் கரைகளிலேயே அமைந்துள்ளன. மகாராஷ்டிரப் பகுதியில் 1800 ஆண்டுகளுக்கு முன்பு தொகுக்கப்பட்ட ‘காஹா சத்தசஈ’ நூல் சங்க இலக்கியத்தின் தாக்கத்தைக் கொண்டதெனப் பல சான்றுகளின்வழி நிறுவியுள்ளார்.

இத்தகைய பல்வேறு வழிகளில் சிந்துவெளிப் பண்பாட்டு மக்கள் சங்ககாலத் தமிழரின் மூதாதையர் என நிரூபிக்கும்வகையில் வலுவான ஆதாரங்களை முன்வைக்கிறார் பாலகிருஷ்ணன். சிந்துவெளி நலிவுக்குப்பின் குஜராத், மராட்டியம் வழியாக தெற்கு நோக்கிப் பயணம் நிகழ்ந்திருக்க வேண்டும். அலை அலையாய் நிகழ்ந்த இடப்பெயர்வுகள், ஏற்கெனவே பழந்தமிழ்ப் பரப்பில் வசித்த மக்களுடன் இரண்டறக் கலந்திருக்க வேண்டும். சங்க இலக்கியப் பாடல்கள் ஒரு சில ஆண்டுகளில் இயற்றப்பட்டு ஒரே நாளில் தொகுக்கப்பட்டவை அல்ல. இடப்பெயர்ந்து வந்த மக்களின் மீள்நினைவுகளே சங்க இலக்கியம் முழுவதும் விரவி கிடக்கின்றன என்கிறார் பாலகிருஷ்ணன்.

சிந்துவெளி நாகரிகத்தில் பெரும்பான்மையாகக் காணப்படும் தாய்த்தெய்வ வழிபாடு ஆதிச்சநல்லூரில் தொடர்கிறது; வன்னி மரத்தின் முக்கியத்துவம் சிந்துவெளி தொடங்கி நாடெங்கும் பரவி நிறைந்திருக்கிறது; தூத்துக்குடி அருகே கொற்கையில் இன்றும் தொன்மையின் குறியீடாய் நிற்கிறது. சிந்துவெளி முத்திரைகளில் காணப்படும் சேவற்சண்டை, இந்தளூர் கல்வெட்டிலும் காணப்படுகிறது; மொகஞ்சோதாரோவின் திமில்கொண்ட காளை இன்றும் அலங்காநல்லூரில் வலம் வருகிறது; கீழடியில் கிடைத்த குறியீடுகள் சிந்துவெளிக் குறியீடுகளுடன் ஒத்துப்போகின்றன; திராவிடச் சிவப்பின் குறியீடுகள் சிந்துவெளியிலும் சேயோன், செம்மை எனச் சங்க இலக்கியத்திலும் மிளிர்கின்றன; சிந்துவெளி தொடங்கி தமிழகம் வரை கருப்பு-சிவப்புப் பானைத்தடம் தெளிவாகத் தெரிகிறது...

இப்படி அடுக்கடுக்காக சான்றுகள் அணிவகுக்கும்போது ‘சிந்துவெளி விட்ட இடமும் சங்க இலக்கியம் தொட்ட இடமும்’ என்று பாலகிருஷ்ணன் அடிக்கடி பொதுவெளியில் முன்னிறுத்தும் சொற்றொடரின் பொருள் புலனாகிறது. இத்துடன் சிந்துவெளிப் பண்பாட்டிற்கு உரிமை கொண்டாடும் தகுதி தமிழுக்கே அதிகம் என்பதை உரக்கச் சொல்கிறது இந்நூல்.

இந்நூலின் முடிவுரை பகுதி இந்நூலின் கருத்தியல் தளத்தினை நமக்குச் சுட்டிக்காட்டுகிறது. இந்தியாவின் பன்மைத்துவத்தையும் இந்தியத் துணைக்கண்டம் பற்றிய சரியான புரிதலுக்கும் சங்க இலக்கியத்தின் தேவையையும் வலியுறுத்துகிறது. இத்துடன் தெற்கிலிருந்து வரலாற்றினை நோக்கும் தேவையையும் எடுத்துரைத்துள்ளது. தொல்லியல் ஆய்வுகளின்மீதான கவனம் அதிகரித்துள்ள இச்சூழலில் புதிய உரையாடல்களை இந்நூல் முன்னெடுக்கும். அதில் இதுவரை நம்பப்பட்டிருந்த வழக்கொழிந்த செய்திகள் மறைந்து, புதிய போக்குகளையும் எழுச்சிகளையும் இந்நூல் உண்டாக்கும்.

இதுவரை முன்னெடுக்கப்பட்ட சிந்துவெளி ஆய்வுகளில் இந்நூல் முக்கியமானது. இது முன்வைக்கும் ஆதாரங்கள் ஏற்கெனவே நிலவிய கேள்விகளுக்கு விடைகளையும் புதிய ஆய்வுக்கான கேள்விகளையும் நம்முன் வைக்கின்றன. சிந்துவெளி மட்டுமல்லாது தமிழ் இலக்கியத்திற்குள்ளும் பல ஆய்வுத் தடங்களைச் சுட்டிக்காட்டுகிறது இந்நூல். ஆய்வாளர்களுக்கு மட்டுமல்லாது வரலாற்று ஆர்வலர்களும் பொதுமக்களும் பயன்பெறும் வகையில் அமைந்துள்ளது.

இத்தகைய பெரும் ஆய்வு நூலினை மிகச்சிறந்த முறையில் தயாரித்து வெளியிட்டுள்ளது ரோஜா முத்தையா ஆராய்ச்சி நூலகம். இந்நூலில் பயன்படுத்தப்பட்டுள்ள நிலவரைபடங்கள், விளக்கப்படங்கள், ஓவியங்கள் முதலியவை ஆய்வுக்களத்தில் புதிய அணுகுமுறைகளை வழங்குவதோடு கலைநேர்த்தியுடன் அமைந்துள்ளது. பல்துறைச் சான்றுகளின்வழி பல்வேறு புதிய செய்திகளை எடுத்துரைக்கும் இந்நூல், ஆய்வு முறையில் பலருக்கு வழிகாட்டியாக இருக்கும், புதிய ஆய்வுகளுக்குத் திறப்பாகவும் இருக்கும்.

த. உதயச்சந்திரன், இ.ஆ.ப.,
சென்னை, பிப்ரவரி, 2023

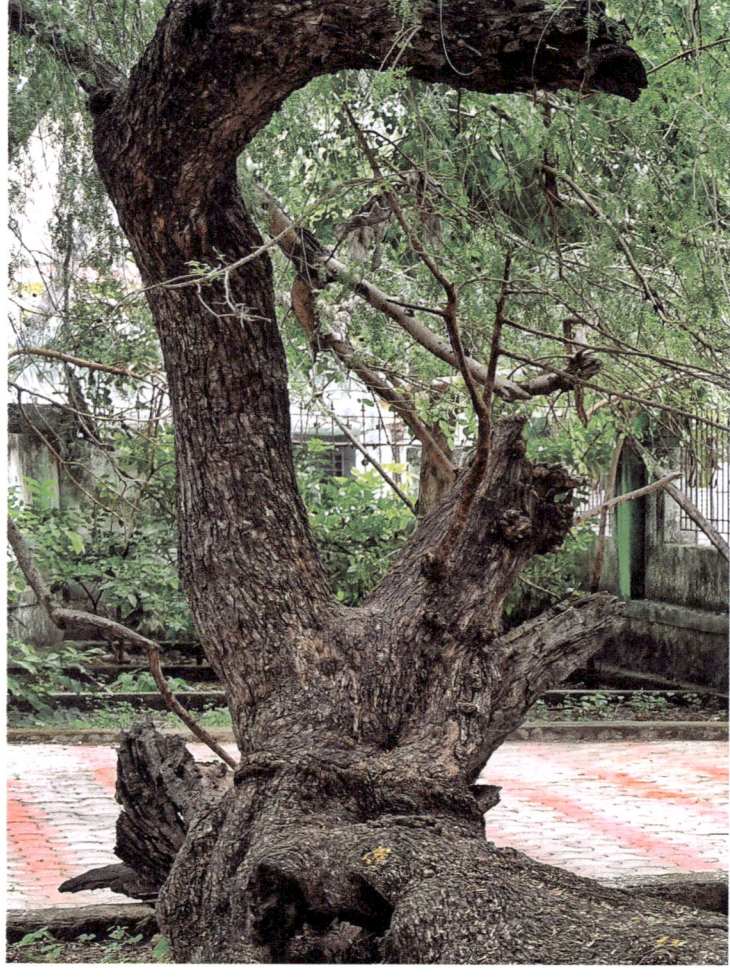

படம் 0.1 - கொற்கை வன்னி மரம்

என்னுரை

தூத்துக்குடி மாவட்டத்திலுள்ள கொற்கையில் நான். 2000 ஆண்டுகளுக்கும் மேல் பழமையானது என்று கொற்கை மக்கள் பெருமையுடன் குறிப்பிடும் அந்த வன்னி மரத்தின் அருகே நிற்கிறேன். சங்ககால கொற்கையில் வாழ்ந்த மக்களை 'கொற்கையோர்' என்று மதுரைக்காஞ்சி குறிப்பிடுவது நினைவுக்கு வருகிறது. பல ஆண்டுகளுக்கு முன்பு, இதே போல ஒருமுறை நான் கொற்கைக்கு வந்திருந்தேன். அப்போது, வன்னியின் பண்பாட்டு வேர்கள் பற்றிய புரிதல் இவ்வளவு ஆழமாக எனக்குள் பதிந்திருக்கவில்லை. அப்போது எடுத்த புகைப்படம் என்னிடம் இருந்தாலும் இப்போது எனக்குள் உள்ள புரிதலோடு மீண்டும் ஒருமுறை இந்த வன்னி மரத்தை உற்றுக்கவனிக்கவும் புகைப்படங்கள் எடுப்பதற்காகவும் வந்திருக்கிறேன்.

சிந்துவெளி விட்ட இடமும் சங்க இலக்கியம் தொட்ட இடமும் ஒன்றே என்ற கருத்தியலை, 'கொற்கை வஞ்சி தொண்டி வளாகம்', 'வன்னியின் வேர்கள்' உள்ளிட்ட பல்வேறு புத்தொளித் தரவுகள் மூலம் வலியுறுத்தும் இந்த நூலின் என்னுரையின் முதல்வரியை எனது அலைபேசிக் குறிப்பேட்டில் பதிவிட்டு மகிழ இதைவிடச் சிறந்த இடம் வேறெதுவும் இருக்கிறதா? குறியீடுகள் தானே வாழ்க்கையை கூடுதல் அழகாக்குகின்றன.

சிந்து முதல் வைகை வரையிலான பண்பாட்டுத் தொடர்ச்சிக்கு பொருநை மண்ணில் நிற்கும் இந்தப் பொருள் பொதிந்த வன்னிமரம் இன்னொரு சாட்சி. சிந்துவெளிப் பானைகளில் தீட்டப்பட்ட வன்னிமரமும், அப்பண்பாட்டின் பொறிப்புகளில் ஏதோ ஒரு கதைமரபின் சித்தரிப்பாகத் தோன்றும் வன்னி மரப் பொறிப்புகளும் மனக்கண்ணில் தோன்றி மறைகின்றன. "மன்னர் மறைத்த தாழி வன்னி மன்றத்து விளங்கிய காடே" என்ற சங்க இலக்கிய வரிகளை நினைத்துக்கொள்கிறேன்.

இன்று தேதி 22.11.2022. தூத்துக்குடி மாவட்ட புத்தகத் திருவிழாவில் 'பேர் இசை கொற்கை' பற்றி பேசவந்திருக்கிறேன். மாவட்ட ஆட்சித்தலைவருடன் கொற்கை, சிவகளை, ஆதிச்சநல்லூர் அகழாய்வுத் தலங்களுக்குச் சென்று அகழாய்வாளர்களுடன் கலந்துரையாடினேன். அகழாய்வு ஆர்வலர்களும் உள்ளூர் மக்களில் சிலரையும் சந்தித்தேன். மாலை உரைநிகழ்த்தி முடிந்ததும் மதுரைக்கு மகிழுந்தில் சென்று, பாண்டியன் எக்ஸ்பிரசில் சென்னை சென்று, அங்கிருந்து காலை விமானத்தில் புவனேஸ்வரம் திரும்பி நேராக அலுவலகம் சென்றேன். அவசரகதியில் இயங்கினாலும் அழகாகவும், நிறைவாகவும் இருக்கிறது வாழ்க்கை. ஒருவகையில், திசைகளையும் தீவிரத்தையும் தேடல்கள் தீர்மானிப்பதால்.

2019ஆம் ஆண்டு டிசம்பர் 16ஆம் நாள் சென்னையில் அண்ணா நூற்றாண்டு நூலக அரங்கில் *Journey of a Civilization: Indus to Vaigai* ஆங்கில நூல் வெளியானது. 524 பக்கங்கள் கொண்டது. நூல் வெளியான சிலமாதங்களில் கொரோனா பெருந்தொற்று அபாயம் தொடங்கி உலகம் முடங்கியது. இந்த மூன்று ஆண்டுகளில் இந்த நூல் ஏற்கெனவே மூன்றுமுறை மறுஅச்சு செய்யப்பட்டுள்ளது உலகின் பல்வேறு பகுதிகளையும், முக்கியமான நூலகங்களையும் சென்றடைந்துவிட்டது என்பது மகிழ்ச்சி அளிக்கிறது.

எதிர்கால ஆய்வுகளுக்கு இந்த நூல் தூண்டுதலாக இருக்கக்கூடும் என்ற எதிர்பார்ப்பு எனக்குள் இருந்ததே தவிர பரவலான வாசிப்பு, உடனடியான வரவேற்பு, மறுபதிப்பு என்றெல்லாம் நினைத்துக்கூடப் பார்க்கவில்லை.

ஆங்கில நூல் வெளியான அரங்கிலேயே என்னிடம் கேட்கப்பட்ட கேள்வி, "இந்த நூல் தமிழில் எப்போது வெளிவரும்?" எனது முகநூல் சுவரிலும், உள்பெட்டியிலும் இந்தக் கேள்வி தொடர்ந்தது. அதைத்தான் நானும் எனக்குள் கேட்டுக் கொண்டிருந்தேன்.

இந்திய ஆட்சிப் பணியிலிருந்து 2018 இறுதியில் ஓய்வு பெற்ற பிறகும் ஒடிசா மாநில முதல்வரின் தலைமை ஆலோசகராக முழுநேரப் பொறுப்பு வகிப்பதால் ஓய்வுக்கு முன், ஓய்வுக்கு பின் என்ற வேறுபாடு அதிகம் இல்லாமல் எப்போதும் போலவே தொடர்கின்றன அலுவல்சார்ந்த பணிகள். பெருந்தொற்றுக் காலத்து பொது முடக்கத்தால் ஒடிசாவிலிருந்து சென்னை வருவது கூட இடையில் அரிதாகி விட்டது.

ஆனாலும் ஒவ்வொரு புதிய சிக்கலும் ஒரு புதிய சாத்தியத்தை, புதிய சாளரத்தைத் திறந்து வைக்கிறது. வாட்ஸ்அப் போன்ற செயலிகளை, காணொளி கலந்துரையாடல்களை அலுவலகப்பணிகளுக்குப் பயன்படுத்தும் தேவை நேர்ந்தது. முகக்கவசங்களும், நேரடி சந்திப்புகளின் தவிர்ப்பும் புதிய இயல்பானது. உலகத்தமிழர்களுடன் காணொளி மூலம் முப்பது 'சங்கச் சுரங்கம்' உரைகளை நிகழ்த்தும்போதுதான் JoC ஆங்கில நூலைக் காணொளி மூலமாகத் தமிழில் மொழிபெயர்க்கலாம் என்று தோன்றியது. இரவு நேரங்களிலும் விடுமுறை நாட்களிலும் நான் ஒவ்வொரு இயலாக, ஒவ்வொரு பக்கமாகக் காணொளியில் மொழிபெயர்த்துச் சொல்லச் சொல்ல அது சென்னையில் பதிவாகி தட்டச்சு செய்யப்பட்டது. ஒரேநேரத்தில் ஒரே ஆவணத்தை இரண்டு வெவ்வேறு இடங்களில் இருந்தபடி பார்க்கமுடியும்; படிக்கமுடியும்; திருத்தமுடியும் என்பது எவ்வளவு பெரிய தொழில்நுட்ப வளர்ச்சி. இப்படித்தான் 'ஒரு பண்பாட்டின் பயணம்: சிந்து முதல் வைகை வரை' என்ற இந்த நூல் வடிவம் பெற்றது.

பெருந்தொற்றுக் காலத்தில் சங்கச் சுரங்கம் என்ற பொதுத்தலைப்பில் காணொளி உரைகளை நிகழ்த்தும்போக்கில் சங்க இலக்கியங்களை மறுவாசிப்பு செய்தபோது சிந்துவெளி மீள்நினைவுகள் சங்க இலக்கியங்களில் ஆவணப்பதிவாகியுள்ளன என்ற எனது நிலைப்பாடு மேலும் மேலும் உறுதியானது. அணிநடை எருமையும் கானமர் செல்வியும் அடுத்தகட்ட ஆய்வுகளுக்கு என்னை வழிநடத்தும் வரிகள்.

2022 செப்டம்பர் 20ஆம் நாள் சிந்துவெளிப் பண்பாடு பற்றிய சர் ஜான் மார்ஷல் அறிவித்த வரலாற்றுச் சிறப்புமிக்க நிகழ்வின் 98ஆம் ஆண்டுவிழா. சென்னை ரோஜா முத்தையா ஆராய்ச்சி நூலகத்தில் *Āy lands of South Asia* என்ற தலைப்பில் ஒரு சொற்பொழிவு நிகழ்த்தினேன். இந்தியத் துணைக்கண்டத்தின் வடமேற்குப் பகுதிகளிலும், அதற்கு அப்பால் சில மொழிபெயர் தேயங்களிலும், இந்திய மாநிலங்களான ராஜஸ்தான், குஜராத், மகாராஷ்டிரம் போன்ற நிலப்பகுதிகளிலும் பல இனப்பிரிவினர் தாய், தாயின் தாய், மதிப்பிற்குரிய மூதாட்டி போன்ற உறவுகளை 'ஆய்' மற்றும் அதைப்போன்ற உறவுப்பெயர்களில் அழைப்பது பற்றியும் அந்த இனப்பிரிவுகளில் மாமன்-அத்தை பிள்ளை மணமுறை (*cross-cousin marriage*) என்ற திராவிட மணமுறை, உறவுச் சொல்முறை வழக்கில் இருப்பது பற்றியும் குறிப்பிட்டேன். ஒடிசா, வங்காளம், அசாம் போன்ற பகுதிகளிலும் இதுதான் களநிலவரம். சிந்து முதல் வைகை வரையிலான பண்பாட்டின் பயணம் குறித்து இந்த நூல் முன்வைக்கும் சான்றுகளை, முன்மொழிவுகளை வலுப்படுத்தும் புதிய சான்றுகள் கிடைத்தவண்ணம் இருப்பது புத்துணர்ச்சி அளிக்கிறது. ஓர் ஆய்வாளனுக்கு வேறென்ன வேண்டும்?

சிந்துவெளி மக்களின் எழுத்துகளை வாசித்தறிய முடியாத சூழலில், அம்மக்கள் பேசிய மொழி எது, அம்மக்கள் என்ன ஆனார்கள், எங்கே போனார்கள், சிந்துவெளி மக்களின் வாழ்வியல் அனுபவத்தின் மீள்நினைவுகளை இந்தியத் துணைக்கண்டத்தின் எந்தமொழியின் பண்டைய இலக்கியத்தில் கண்டறியமுடியும் ஆகிய வினாக்களுடன் திராவிட மொழிக்குடும்பத்தின் தோற்றம் பற்றிய கருதுகோள்கள் மற்றும் தொல்தமிழ்த் தொன்மங்கள் பற்றிய மீள்நினைவுகள் ஆகியவற்றிற்கும் சிந்துவெளிப்பண்பாட்டிற்கும் தொடர்பு இருக்கிறதா என்ற வினாவையும் ஒருகோட்டில் நிறுத்தி ஆய்வுக்குட்படுத்தும் இந்த நூலின் மைய நோக்கத்தை வலுப்படுத்தும் தேடல்கள் மேலும் தொடரும். தொடரவேண்டும்.

இந்தியத் துணைகண்டத்தின் பன்மியப்பண்பாடு ஓர் உருக்குப்பானையும் அல்ல; சாலட் கிண்ணமும் அல்ல; அது ஒரு மழைக்காடு என்பதைப் பல்வேறு கோணங்களில் வலியுறுத்தி சங்க இலக்கியம் என்ற இணைப்புப் பாலத்தின் ஊடாகச் சிந்துவெளி மீள்நினைவுகளைச் சங்க இலக்கியங்களில் கண்டு அவற்றை அண்மையில் நடைபெற்றுள்ள அகழாய்வுகள் வெளிக்கொணர்ந்துள்ள புதிய தரவுகளோடு இந்நூல் ஒப்பிடுகிறது.

பெருந்தொற்றுக்கு எதிரான போர்க்கால நடவடிக்கைகள், ஏராளமான காணொளி கலந்துரையாடல்கள், சங்கச் சுரங்கம் உரைகள், விகடனில் 'தமிழ் நெடுஞ்சாலை' தொடருக்கான 40 கட்டுரைகள், இத்தனைக்கும் இடையே இரவுகளிலும் அதிகாலைகளிலும் காணொளி இணைப்பின் மூலம் இந்நூலின் குரல்வழி மொழிபெயர்ப்பு, கொரோனா பெருந்தொற்றிற்கிடையே குரல்வளை குருதிக்கட்டியை அகற்ற அறுவைசிகிச்சை என கழிந்த இரண்டு ஆண்டுகளின் ஊடாக எனது ஆங்கில நூலிற்குத் தமிழ் வடிவம் தரும் இந்த முயற்சி ஈடேறியது எனது வாழ்வை பொருளுடையதாக்கும் நிறைவுகளில் ஒன்றாகும். மிக்க மகிழ்ச்சி.

இந்த நூலின் ஒவ்வொரு பக்கத்தையும் அர்ப்பணிப்புடன் உருவாக்கி வடிவமைத்த ரோஜா முத்தையா ஆராய்ச்சி நூலகப் போராளிகளுக்கு எனது வணக்கமும் நன்றியும். காணொளி மொழிபெயர்ப்புகளின் போது இடையிடையே மடியில் வந்தமர்ந்து என்னை உற்சாகப்படுத்திய என் அன்புப் பேத்தி நியா தாமராவுக்கு எனது ஆசை முத்தங்கள்.

ஆர். பாலகிருஷ்ணன்
புவனேஸ்வரம்
பிப்ரவரி *2023*

ஆங்கிலப் பதிப்பின் அணிந்துரை

காலம் என்பது புரியாத புதிர். மனிதர்களின் நீண்டநெடிய வரலாற்றை ஒரே சுருட்டாகச் சுருட்டி இருந்த இடம் தெரியாத துயில் நிலைக்குள் ஆழ்த்தும் வல்லமை பொருந்தியது காலம். கண்ணுக்குப் புலப்படும் பொருட்புலத் தடயங்கள் கைகளுக்குக் கிடைக்காத குறைபாடு; எழுதப்பட்ட ஆவணங்களின்மை, செவிவழியாக கடத்தப்பட்ட வாய்மொழி மரபுகள், காலப்போக்கில் மங்கலாகப்போனது என பல்வேறு காரணங்களால் மனிதர்களின் கடந்தகாலங்களின் சில காலகட்டங்கள் 'இருண்டகாலம்' ஆகி விடுகின்றன. அல்லது ஆங்காங்கே 'இடைவெளிகள்' தோன்றுகின்றன. ஆட்சி அதிகார கட்டமைப்புகளோடு உடன்பட்டும், முரண்பட்டும் பல்வேறு தலைமுறைகளின் கணக்கற்ற அனுபவங்களின் ஊடான கதைமரபுகளால் தொன்மங்களும் கட்டுக்கதைகளும் கட்டமைக்கப்படுகின்றன. அத்தகைய சித்தரிப்புகள் ஏற்கெனவே துயில்நிலையில் இருக்கும் கடந்தகாலத்தை இன்னும் அகலபாதாளத்திற்குள் தள்ளி, இருக்கும் கொஞ்சநஞ்ச தடயங்களையும் நீர்த்துப்போகச்செய்து மூச்சுத்திணறவைக்கும். இதற்கிடையில் இங்கும் அங்குமாய் நிகழும் ஆய்வுகளின் வெளிச்சம். ஆயினும் ஒன்றோடொன்று தொடர்பற்ற தனித்தீவுகளாய் நிற்கும் இந்தப் பூமியின் ஏழு கண்டங்களிலும் வாழ்க்கை ஒரு தொடர்நிகழ்வாய் தொடர்ந்து நிகழ்ந்திருக்கிறது என்ற எளிமையான உண்மையைக்கூட இந்தப் பேராய்வுகள் புரிந்துமுன்வைக்கத் தவறிவிட்டன.

'*Journey of a Civilization: Indus to Vaigai*' என்ற இந்நூல் சிந்துவெளிப் பண்பாட்டுக்கும் தொல்தமிழ் பண்பாட்டுக்கும் இடையிலான பயணத்தைச் சித்தரிக்க முயற்சி செய்கிறது. ஒருவகையில் இந்த முயற்சி இதுவரை போனபாதைகளில் போகாமல் புதுப்பாதை போடும் புத்துணர்வு ஆய்வாகும். தெற்காசியாவின் வரலாற்றுப்பரப்பில் காணப்படும் புறக்கணிக்கமுடியாத இடைவெளிகளை இந்த நூல் இணைக்க முற்படுகிறது. இந்த நூலின் ஆசிரியர் ஆர். பாலகிருஷ்ணன் பல்வேறு ஆய்வுத் துறைகளிலிருந்து புதிய சான்றாதாரங்களை வெளிக்கொணர்ந்து சிந்துவெளிப் பண்பாட்டிற்கும் தொல்தமிழகப் பண்பாட்டிற்கும் இடையிலான, இயல்பான வேர்நிலைத் தொடர்புகளை விளக்குகிறார்.

சிந்துவெளி பற்றிய ஆய்வுகளில் ஏற்கெனவே பல புரிதல்களும், புரிதலின்மையும் நிலவுகின்றன. இதைக் கருத்தில்கொண்டு இந்நூலாசிரியர் ஓர் ஒருங்கிணைந்த ஆய்வியல் அணுகுமுறையைப் பின்பற்றி சிந்துவெளிப் பண்பாட்டின் திராவிடக் கருதுகோளை வலுப்படுத்துகிறார்.

வட்டார மரபுகள், தொன்மக்கதைகளில் தொடங்கி இலக்கிய ஆவணங்கள், தொல்பொருள் சான்றுகள், கல்வெட்டு ஆதாரங்கள் என்று பல்வேறு சான்றுகளும் அலசி ஆராயப்பட்டுள்ளன. சிந்துவெளிப் பண்பாட்டோடு தொடர்பு கொண்டிருக்கும் சாத்தியங்களை உள்ளடக்கிய தமிழ்த் தொன்மங்களின் வரலாற்றுக்கு முற்பட்ட காலக்கட்டங்களைச் சரிவர புரிந்துகொள்ள உதவக்கூடிய ஆகச்சிறந்த தொல்ஆவணமாக சங்க இலக்கியங்களை இவர் முன்நிறுத்துவது ஆர்வத்தைத் தூண்டுவதாகவும், கவனத்தை ஈர்ப்பதாகவும் உள்ளது. சிந்துவெளிப் பண்பாட்டின் பல்வேறு சிறப்பியல்புகள், சங்கத் தமிழ்ச் செவ்வியல் இலக்கியத் தரவுகள் இந்த இரண்டு புள்ளிகளுக்கும் இடையிலான மீள்நினைவுப்

புவியியல் ஆகிய மூன்று பரிமாணங்களை இந்த நூல் ஆராய்கிறது கடந்தகாலப் புலப்பெயர்வுகளின் தடங்களை, சுவடுகளை மீட்டுருவாக்கம் செய்ய இடப்பெயர்கள் நம்பத்தகுந்த சான்றாதாரங்களாக உதவுக்கூடும் என்பது இந்நூலாசிரியரின் நிலைப்பாடு. இதற்காக புவியியல் தகவல் அமைப்பு (*GIS*) என்ற நவீனத் தொழில்நுட்பத்தைப் பயன்படுத்தி 'ஒரு பண்பாட்டின் பயணம்' என்ற தனது கருத்தியலைச் சான்றுகளுடன் முன்வைக்கிறார். இந்தத் தரவுகள் இவ்விரு பண்பாடுகளுக்கு இடையிலான தொடர்புகளை விளக்குவதோடு மட்டுமின்றி இப்பண்பாட்டுப் பயணத்தின் திசைகளையும் வரையறுக்கின்றன.

ஆர். பாலகிருஷ்ணன் ஏற்கெனவே எழுதிவெளியிட்ட சிந்துவெளிப் பண்பாட்டின் திராவிட அடித்தளம் என்ற நூல் கவனத்தை ஈர்த்தது. அந்த நூலுக்கு அணிந்துரை எழுதிய ஐராவதம் மகாதேவன், "சிந்துவெளி நாகரிகத்தைப் பற்றி இன்றுவரை வெளியாகியுள்ள தமிழ் நூல்களிலேயே தனிச்சிறப்பு வாய்ந்தது, சற்றே வித்தியாசமானதும் கூட," என்று பாராட்டியுள்ளார் என்பது குறிப்பிடத்தக்கது. இந்த நூல் மகாதேவனின் ஆய்வுமுடிவுகளை மேலும் முன்நகர்த்தி, இந்த புதிய சான்றாதாரங்களை ஆங்கிலத்தில் வெளிக்கொணர வேண்டும் என்ற அவரது விருப்பத்தையும் நிறைவேற்றுகிறது. ஆனால், ஐராவதம் மகாதேவன் இன்று நம்மிடையே இல்லை. இந்த நூலை மனதார வாழ்த்தி வரவேற்று மகிழ்ந்துகொண்டாடியிருப்பார் அவர்.

இடப்பெயர் ஆய்வாளராக நன்கு அறியப்பட்டவர் பாலகிருஷ்ணன். இந்த ஆய்வுக்களத்தைத் திறம்பட பயன்படுத்தி சிந்துவெளிப் பண்பாட்டு நிலப்பகுதிகளில் திராவிட இடப்பெயர்கள் கால இடைவெளியைக் கடந்து இன்றுவரை புழக்கத்தில் உள்ளன என்பதை நிறுவியுள்ளார். மேலும், இந்தப்பெயர்கள் தென்தமிழக நிலப்பகுதிகளில் பரவி இன்றுவரை வழக்கில் இருப்பதையும் நிறுவியுள்ளார். சிந்துவெளிப் பகுதிகளில் கொற்கை-வஞ்சி-தொண்டி போன்ற இடப்பெயர்கள் எப்படி இடம்பெறுகின்றன என்ற புதிரை பாலகிருஷ்ணன் விளக்கி வெளிச்சம் பாய்ச்சுகிறார்.

புலம்பெயரும் மக்கள் தாங்கள் ஏற்கெனவே பயன்படுத்திவரும் இடப்பெயர்களைத் தங்களது புதிய தாயகங்களுக்கு எடுத்துச்சென்று அதே பெயர்களை மீண்டும் பயன்படுத்துகிறார்கள் என்பதை பாலகிருஷ்ணன் விளக்குகிறார். உலகம் முழுவதும் பல்வேறு பண்பாடுகளில் நிகழ்த்தப்பட்டுள்ள மானுடவியல் ஆய்வுகளும் இத்தகைய இடப்பெயர்களின் புலப்பெயர்வை நிறுவியுள்ளன. தென்னகம் நோக்கிப் புலம்பெயர்ந்த சிந்துவெளி மக்கள் தங்களுக்கு நெருக்கமான, தங்களது அடையாளங்களோடு தொடர்புடைய இடப்பெயர்களை மீண்டும் பயன்படுத்துகிறார்கள். இந்தப் பெயர்களின் புலப்பெயர்வு எவ்வாறு தொல்தமிழ்ச் சங்க இலக்கியங்களிலும் தொல்தமிழ்க் கல்வெட்டுகளிலும் ஆவணப்பதிவு பெறுகின்றன என்பதையும் பாலகிருஷ்ணன் மிகத்தெளிவாக விளக்குகிறார்.

இந்த நூலின் தனித்துவமான சிறப்பியல்பாக நான் கருதுவது இதன் சுதந்திரமான, சுயேச்சையான அணுகுமுறையும், புதுமையான ஆய்வு முறைகளும் ஆகும். இந்நூலில் தரப்பட்டுள்ள தரவுகளைச் சீர்தூக்கி மதிப்பிட நிலவரைபடங்களும் சித்திரங்களும் உதவுகின்றன. சிந்துவெளிப் பண்பாட்டின் வழித்தோன்றல் என்ற தகுதிக்குப் போட்டியிடும் திராவிட மற்றும் இந்தோ-ஆரியக் கருதுகோள்கள் இரண்டையும் கையில் எடுத்துக்கொண்டு அக்கருதுகோள்களுக்கு உடன்பாடான மற்றும் முரண்பாடான சான்றுகளை சிந்துவெளிப் பண்பாட்டின் இயல்புகளோடு ஒப்பிட்டு முன்வைக்கிறார்.

சிந்துவெளிப் பண்பாடு தொடர்பான அகழாய்வுகளின்போது கிடைத்த பொருட்புலத் தடயங்களால் உய்த்து உணரத்தக்க சிறப்பியல்புகளை வகைப்படுத்தி, சிந்துவெளிப் பண்பாட்டின் கருத்தியல் பல்வேறு வகைகளிலும் திராவிட, வாழ்வியல் சித்தாந்தங்களுடன்தான் ஒத்துப்போகின்றன என்ற முடிவுக்கு வருகிறார். பாலகிருஷ்ணன் முன்வைக்கும் இக்கருத்துகள் என்னை ஈர்க்கின்றன. அதிலும் குறிப்பாக சிந்துவெளிப் பண்பாட்டு நகரமைப்பில் வெளிப்படும் மேல்-மேற்கு, கீழ்-கிழக்கு என்ற இருமைத்தன்மை ஒரு திராவிடக் கருத்தியல் என்று வாதிடுவதை நான் சுட்டிக்காட்ட விரும்புகிறேன். கிழக்கு, மேற்கு போன்ற அடிப்படைத் திசைப்பெயர்களின் சொல்லாக்க மரபுகள் திராவிட மொழிக்குடும்பம், திராவிட மற்றும் இந்தோ-ஆரிய மொழிக்குடும்பங்களில் அமைப்பியல் மற்றும் கருத்தியல் அடிப்படையில் எவ்வாறு உருப்பெறுகின்றன என்பதை பாலகிருஷ்ணன் ஒப்பிடுகிறார். அதன்மூலம் மேல்-மேற்கு, கீழ்-கிழக்கு என்ற இருமைக் கருத்தியலை ஒரு திராவிடச் சிந்தனை மரபாக அவர் நிறுவுகிறார். சிந்துக்கும், வைகைக்குமான தொடர்பை வலியுறுத்த அவர் 'பானைத்தடம்' (*Pot Route*) என்ற புதிய கருத்தியலை அறிமுகம் செய்வது துணிச்சலானதும், புதுமையானதும் ஆகும்.

ஐராவதம் மகாதேவன் சிந்துவெளிப் பற்றிய தனது ஆய்வுகளில் தமிழ் மொழிக்கும், சமஸ்கிருத மொழிக்கும் இடையிலான ஒப்பிடத்தக்க இணைகளைத் தனது ஆய்வுகளில் முன்நிறுத்தினார் என்றால் பாலகிருஷ்ணன் இந்த மொழிகளைப் பேசும் பண்பாடுகளின் அடிப்படையாகத் திகழும் தனித்துவக் கூறுகளைத் தனது ஆய்வுகளில் முன்நிறுத்துகிறார். இந்த இரண்டு அணுகுமுறைகளுமே ஒன்றிற்கு ஒன்று மதிப்புக்கூட்டுகின்றன. அதுமட்டுமின்றி

இந்த இரண்டு அணுகுமுறைகளுமே அசலானவை. இந்த அணுகுமுறைகளையும் பல்துறை ஆய்வுகள் சார்ந்து தொடர்ந்து முன்னெடுத்துச் செல்வதற்கான தகுதியுடையவை.

விரிவான, தெளிவான முன்னுரைக்கும் முடிவுரைக்கும் இடையே 17 இயல்களாக விரிகிறது இந்த நூல். மரபணுவியலில் தொடங்கி தொல்பழங்காலப் புலப்பெயர்வுகள், செம்புக்கால நாகரிகங்கள், என்று பயணித்து தர்க்கரீதியாக நிறுவத்தக்க, சாத்தியக்கூறுகள் மிகுந்த இடப்பெயர் கோட்பாட்டை விளக்குகிறார். திராவிடக் கருதுகோள் என்ற ஊடகத்தின் ஊடாகப் பார்க்கும்போது பாலகிருஷ்ணனின் தரவுகளும், விளக்கங்களும் பிரமாண்டமாகத் தோன்றுகின்றன. சிந்துவெளிப் பண்பாடு, பழந்தமிழக புவியியல் அல்லது சங்க இலக்கியப் பரப்பு ஆகியவற்றிற்கு இடையிலான இணக்கமான நெருங்கியத் தொடர்புகளை அவர் பல்வேறு வகைகளிலும் தரவுகளுடன் நிறுவமுற்படுகிறார். சிந்துவெளிப் பகுதியில் ஒரு காலத்தில் திராவிட மொழிகள் பேசப்பட்டிருக்கக்கூடும் என்ற கருத்தாக்கத்தின் அடிப்படையில் முன்வைக்கப்படும் திராவிடக் கருதுகோளை வலுப்படுத்தும் சான்றுகளை மிக கவனமாகத் தேர்ந்தெடுத்து முன்வைக்கிறார். சிந்துவெளிப் பண்பாட்டிற்கும், பழந்தமிழ்த் தொன்மங்களுக்கும் இடையிலான நேரடி மற்றும் நெருங்கிய தொடர்புகளை நிறுவத்தக்க புதிய சான்றாதாரங்கள் கிடைப்பதால் 'லெமூரியா', 'கண்டங்களின் நகர்வு' போன்ற கருத்தியல்களை மறுபரிசீலனை செய்யவேண்டியதன் தேவையை வலியுறுத்துகிறார்.

ஹரப்பா பண்பாட்டின் தெற்கு எல்லையாக அறியப்படும் இடத்திற்கும், சங்க கால தமிழகத்தின் அரசியல் எல்லைகளின் வரையறைகளுக்கும் இடையிலான கால, நில இடைவெளிகள் திராவிடக் கருதுகோளை வலியுறுத்துவதற்குத் தடைக்கற்களாக இருக்கமுடியாது என்று பாலகிருஷ்ணன் வாதிடுகிறார். சங்க இலக்கியம் சித்தரிக்கும் வாழ்வியல் சங்க இலக்கியம் தொகுக்கப்பட்ட காலகட்டத்தின் நேரடி வர்ணனை போன்றதல்ல; சங்ககாலத்திற்கு முற்பட்ட நீண்ட நெடுங்காலத்தின் மீள்நினைவுகளும் அனுபவங்களும் காலம்காலமாக மீள்நினைவுகளாக சங்க இலக்கியத்தில் ஆவணப்பதிவாகியுள்ளன என்று பாலகிருஷ்ணன் விளக்குகிறார். இந்தப் பின்னணியில் திராவிட குஜராத் மற்றும் திராவிட மகாராஷ்டிரா என்ற இரண்டு இயல்களின் மூலமாக புதியத் தரவுகளையும் முன்மொழிவுகளையும் அவர் அளிக்கிறார்.

சென்னையில் நடைபெற்ற கருத்தரங்கொன்றில் பாலகிருஷ்ணனைச் சந்திக்கும் வாய்ப்பு எனக்கு சில மாதங்களுக்கு முன்புதான் கிடைத்தது. கேரளத்தில் பட்டணம் என்ற இடத்தில் (பண்டைய முசிறி பட்டிணம்) நடக்கிற அகழாய்வு பற்றியும் பண்டையத் தமிழகத்தை மீட்டுருவாக்கும் *PAMA* நிறுவனத்தின் செயல்பாடுகள் குறித்தும் அவர் அக்கறை காட்டினார். இந்த அகழாய்வுகள் குறித்தும் எங்கள் இருவருக்கும் பொதுவான ஈடுபாடுகள் குறித்தும் அவருடனான எனது உரையாடல் பயனுள்ளதாக இருந்தது. பட்டணத்தில் கிடைத்துள்ள அகழாய்வுத் தரவுகள் மற்றும் தற்போது தமிழ்நாட்டில் பல்வேறு இடங்களில் கிடைத்து வரும் அகழாய்வுத் தடயங்களும் சங்க காலத்தில் நிலவிய நகர்மய வாழ்வியல், தொழில்நுட்ப முன்னேற்றம் மற்றும் கடல் கடந்த வணிகத்தொடர்புகள் குறித்துச் சான்றளிக்கின்றன.

சிந்துவெளி மக்களின் கடல் கடந்த தொடர்புகளுக்கு மேற்கிந்திய கடலோரப் பகுதிகளிலும் அரேபிய தீபகற்பத்தின் உள்ளடங்கிய பகுதிகளிலும் சான்றுகள் கிடைக்கின்றன. அவ்வாறாயின் சிந்துவெளி மக்கள் தீபகற்ப இந்தியாவுடன் அதாவது தென்னிந்தியாவுடன் தொடர்பு கொண்டிருந்தார்கள் என்பதை எந்த வகையில் மறுக்கமுடியும்? வரலாற்றின் தொடக்கக்காலத்தில் (பொ.யு.மு. ஐந்தாம் நூற்றாண்டு முதல் பொ.யு. ஐந்தாம் நூற்றாண்டு வரை) கடல் வணிகத்தில் இந்தியத் துணைக்கண்டத்தின் முன் அனுபவங்களை ஆழமாக அலசிஆராய வேண்டிய தேவை ஏற்பட்டுள்ளது. முதிர்ச்சிபெற்ற ஹரப்பா பண்பாட்டுக்காலம் பொ.யு.மு. 2600 வாக்கில் தொடங்குவதற்கு முன்பே தென்னிந்தியாவுக்குள் திராவிட மொழிகள் பரவிவிட்டன என்பதற்கான அண்மையத் தரவுகள் ஆர்வமூட்டுகின்றன. *(Tony Joseph 2018)*

தமிழக வரலாற்றின் தொடக்ககாலம் மற்றும் இரும்புக்காலம் தொடர்பான தொல்பொருள் தரவுகளில் சமயம் ஒரு மையப்பொருள் இல்லை என்பது எதைக்காட்டுகிறது? ஒருவேளை அந்தக் காலகட்டத்தில் சமய நம்பிக்கை, இறைநம்பிக்கை என்பது மனச்சார்பு கருத்தியலாக இருந்திருக்கிறது, அவற்றில் சடங்குகள் குறைவு என்று கூறலாமா? அவ்வாறாயின் அந்தக் காலகட்டம் சிந்துவெளிப் பண்பாட்டோடு ஒப்பிடத்தக்க ஓர் அறிவியல் சார்ந்த பண்பாட்டிற்கு *(Scientific Culture)* அடையாளமாகக் கொள்ளலாமா? பிறப்பு சார்ந்த படிநிலைகளைக் கொண்ட சாதியக் கட்டமைப்பிற்கான பெருஞ்சான்றுகள் எதுவும் சங்க இலக்கியத்தில் ஏன் இல்லை?

அறிவியல் பண்பாடு என்றால் என்ன? இதை ரோமிலா தாபர் பின்வருமாறு விளக்குகிறார்:

"அறிவியல் பண்பாட்டில் உள்ளீடான இயங்கியல் சார்ந்த மாற்றங்களும் தொடர்ந்து வெளிஉறவுகளால் கற்றறிருந்த கடன்பெறப்பட்டுத் தனதாக்கித் தகவமைத்துக் கொள்கிற மாற்றங்களை உள்ளடக்கியது. இந்த மனப்பாங்கால் கருத்தியல்கள் தொடர்ந்து புதுப்பிக்கப்படுகின்றன." *(Thapar 2018)*

தொல்லியல் ஆய்வுகளை நாம் ஒன்றோடொன்று தொடர்பற்ற தனித்தனி தீவுகளைப் போன்று அணுகியிருக்கிறோம். அதனால், பண்பாடுகளுக்கு இடையிலான கொடுக்கல்வாங்கல்களை தனதாக்கித் தகவமைக்கும் போக்கு, பிற பண்பாடுகளுடனான உறவு ஆகியவை குறித்து அகழாய்வுத் தடங்களின் பொருட்புலங்களில் கிடைக்கும் ஏராளமான தடயங்களை நாம் கவனிக்கத் தவறிவிட்டோம். தமிழகப்பகுதியில் அண்மைக்காலங்களில் கிடைத்துள்ள ஏராளமான தொல்லியல் தரவுகள்கூட தமிழகத்தின் தொல்பண்பாடு மற்றும் புவியியல் குறித்த அடிப்படையான அதேநேரத்தில் பொதுப்படையான கேள்விகளைத் தூண்டத்தவறிவிட்டன. பாலகிருஷ்ணனின் ஒரு பண்பாட்டின் பயணம்: சிந்து முதல் வைகை வரை என்ற இந்த நூல் பட்டணம், கீழடி, கொடுமணல், பொருந்தல், ஆலங்குளம், பூம்புகார், வீராம்பட்டினம், ஆதிச்சநல்லூர், கொற்கை மற்றும் தமிழகத்தின் பிற இடங்களில் கிடைத்துள்ள அகழாய்வுகளை ஒருமுகப்படுத்தி, ஒருசேர மதிப்பிட்டு பண்டைத் தமிழகத்தின் பொருட்பண்பாடு மற்றும் வாழ்வியல் குறித்த சில முக்கியமான வினாக்களை எழுப்ப முற்படுகிறது. சங்க இலக்கியம் போன்ற ஒரு மகத்தான இலக்கியத்தை இலக்கியம் பிறப்பதற்கு எத்தகைய பொருளியல் பண்பாடு தூண்டுகோலாக இருந்திருக்கமுடியும் என்ற ஒரு கடினமான கேள்வியைச் சங்க இலக்கியம் அதன் செவ்வியல் தன்மை குறித்து ராமானுஜன் கூறியதை மேற்கோளாகக் காட்டி முன்வைக்கலாம்.

"அமைதியோடும் நாடகப்பாங்கோடும் அமைந்த தமிழ்க் கவிதைகள் அளவிற்கு, தொன்மைக்கும் சமகாலத்திற்கும் பொருந்திப்போகும் இந்திய இலக்கியம் பெரிதாக இல்லை. அவை முதிர்ந்த செவ்வியல் கவிதையைத் தனது விழுமியங்கள், வரிகள்மூலம் வெளிப்படுத்துகிறது. உணர்ச்சிப் பிரவாகம் அதன் நற்பண்புகளால், வெளிப்படைத்தன்மை அதன் வடிவ முரண்கள் மற்றும் நுணுக்கங்களால், பொதுவான அணுகுமுறை அதன் துல்லியச் சித்தரிப்பால், வார்த்தைச் சிக்கனம் அதன் வளமான உள்ளடங்களால் சமன் செய்யப்படுகின்றன." *(Ramanujan 1985)*

புறநானூற்றின் **192**வது பாடல் பண்டைத் தமிழகத்தின் செழிப்பு, முதிர்ச்சி, நகர வாழ்வியலின் சிந்தனைத்தெளிவு ஆகியவற்றிற்குச் சான்றாக இருக்கிறது.

யாதும் ஊரே, யாவரும் கேளிர்,
தீதும் நன்றும் பிறர் தர வாரா,
நோதலும் தணிதலும் அவற்றோரன்ன,
சாதலும் புதுவது அன்றே, வாழ்தல்
இனிது என மகிழ்ந்தன்றும் இலமே, முனிவின்
இன்னாது என்றலும் இலமே, மின்னொடு
வானம் தண் துளி தலைஇ ஆனாது

> கல் பொருது இரங்கும் மல்லற் பேர் யாற்று
> நீர் வழிப்படூஉம் புணை போல, ஆருயிர்
> முறை வழிப்படூஉம் என்பது திறவோர்
> காட்சியின் தெளிந்தனம் ஆகலின், மாட்சியின்
> பெரியோரை வியத்தலும் இலமே,
> சிறியோரை இகழ்தல் அதனினும் இலமே.
> (புறம். 192)

பாலகிருஷ்ணன் ஒரு மூத்த ஆட்சிப்பணியாளர். அவரது பணி அழுத்தங்களுக்கிடையே இப்படிப்பட்ட ஒரு மகத்தான நூலைச்செதுக்குவதற்கு எப்படி நேரம் ஒதுக்கினார் என்று வியக்கிறேன். இவர் ஒரு முழுநேரக் கல்வியாளர் அல்ல; ஆட்சியாளர் என்ற பின்னணியைக் கருத்தில்கொண்டு மதிப்பிடும்போது இந்த நூல் கல்விப்புலம் சார்ந்த ஆய்வாளர்களுக்குக் கூடுதலான பிரமிப்பை அளிக்கத்தக்க நினைவுறுத்தலும் ஆகும்.

சிந்துவெளிக்கும் வைகைக்கும் இடையிலான ஒரு பண்பாட்டின் பயணம் குறித்த இந்த மாபெரும் பல்துறை சார்ந்த ஆய்வுக்குரிய அணுகுமுறைகளில் எவ்வித சமரசமும் செய்துகொள்ளாமல் அர்ப்பணிப்பு உணர்வோடு இந்த ஆராய்ச்சியைச் செய்துள்ள பாலகிருஷ்ணனை உலகம் முழுவதிலும் உள்ள கல்வியாளர்களுடன் சேர்ந்து நானும் வாழ்த்தி வணங்குகிறேன். பெரும் விளைவுகளை ஏற்படுத்தக்கூடிய எதிர்கால ஆய்வுகளுக்கான ஒரு முன்வரைவை வழிகாட்டுதலை பாலகிருஷ்ணன் அளித்துள்ளார். மானுடப் புவியியல் குறித்த அவரது கருத்தாக்கங்கள் உண்மை குறித்த தேடல்களில் புதிய சாளரங்களைத் திறந்துவிட்டிருக்கிறது. ஒரு வாழ்நாள் அர்ப்பணிப்பு, ஒருங்கிணைந்த அணுகுமுறை ஆகியவற்றால் கட்டமைக்கப்பட்ட இந்த நூலை ஆய்வாளர்களும், மாணவர்களும், வாசிப்பில் அக்கறையுள்ள பொதுமக்களும் வரவேற்று, விவாதத்திற்கு உள்ளாக்கி முன்னெடுத்துச் செல்லவேண்டும் என்று விழைகிறேன்.

பி. ஜெ. செரியன், இயக்குநர்,
PAMA - Institute for the Advancement of
Trans-disciplinary Archaeological Sciences

படம் 0.2 - சிம்லா கோர்டன் கோட்டையின் கோட்டோவியம்

ஒரு பண்பாட்டின் பயணம்

ஆங்கிலப் பதிப்பின் என்னுரை

இமாச்சலப் பிரதேசத்தின் தலைநகர் சிம்லா. இந்திய உயராய்வு நிறுவன நூலகத்தின் வாசிப்பறை. குளிர் காலத்தின் கூடுதல் அமைதி நிரம்பிய அழகுச்சூழல். காலையில் தொடங்கிய இப்பருவத்தின் முதல் பனி மழை. பிரிட்டிஷ் இந்தியாவின் கோடைக்காலத் தலைநகராக (1846-1939) விளங்கிய மலைநகரம். சிந்துவெளிப் பண்பாட்டைக் கண்டறிந்து உலகுக்கு அறிவித்த வரலாற்று நிகழ்வில் (1924) சிம்லா ஆற்றிய பங்களிப்பை நான் அறிவேன்.

இந்த நூலின் முகப்புரையைச் சிம்லாவில் எழுதத் தொடங்குகிறேன் என்பது கவித்துவம் கலந்த வினோதம். தற்போது இமாச்சலப் பிரதேச முதன்மை கணக்கு மற்றும் தணிக்கை அதிகாரியின் அலுவலகம் செயல்படும் கோர்டன் காஸ்டல் எஸ்டேட் வளாகக் கட்டடம் பிரிட்டிஷ் ஆட்சிக் காலத்தில் அரசுச் செயலகமாக இயங்கியது. ஹரப்பாவிலும், மொகஞ்சோதாரோவிலும் அகழாய்வுகள் நடைபெற்றபோது இந்தியத் தொல்லியல் கழகத்தின் தலைமை அலுவலகம் இந்த வளாகத்தில்தான் இயங்கியது. ஹரப்பாவிலும், மொகஞ்சோதாரோவிலும் அகழாய்வு செய்த தொல்லியலாளர்களைச் சர் ஜான் மார்ஷல் அழைத்துக் கலந்தாய்வு செய்தது இங்குதான்.

தொல்லியல் கழகத்தின் தலைமை அலுவலகத்தில் காட்சிக்கு வைக்கப்பட்ட அகழாய்வுத் தடயங்களை நேரில் பார்த்துக் கலந்தாய்வு செய்தபோதுதான் ஹரப்பா, மொகஞ்சோதாரோ தடயங்கள் ஒரு பரந்த பண்பாட்டின் எச்சங்கள் என்ற புரிதல் ஜான் மார்ஷலுக்குக் கிடைத்தது. அன்று ஜான் மார்ஷலின் முன்பு மேஜைகளில் பரப்பி வைக்கப்பட்டிருந்த தடயங்கள் ஒரே உந்துதலில் இந்தியாவின் தேதியிடப்படாத வரலாற்றுக்கு முற்பட்ட பண்பாட்டின் காலகட்டத்தை மிகவும் பின்னோக்கிக் கொண்டு சென்றன.

சர் ஜான் மார்ஷல் ஷெர்லாக் ஹோம்ஸ் போன்ற ஒரு துப்பறிவாளரின் மனநிலையைக் கொண்டவர் என்று பேராசிரியர் நயன்ஜோத் லஹரி குறிப்பிடுவது காரணம் கருதித்தான். தன் முன் காட்சிக்கு வைக்கப்பட்ட தடயங்கள் அதுவரை கண்டறியப்படாத ஓர் பண்பாட்டின் சான்றாதாரங்கள் என்ற உள்ளுணர்வைச் சர் ஜான் மார்ஷலின் மனம் உடனே கண்டறிந்தது. அதன் பின் நிகழ்ந்த வரலாற்றுச் சிறப்புமிக்க அறிவிப்பும் அதன் பின்விளைவுகளும் நாம் அறிந்ததே. இத்தகைய நகரில் சிந்துவெளிப் பண்பாடு பற்றிய எனது நூலிற்கான முகப்புரையை நான் எழுதத் தொடங்குகிறேன் என்ற உணர்வு எனக்குள் இனம் புரியாத பதட்டத்தை, கிளர்ச்சியை ஏற்படுத்துகின்றன. நூலகத்திலிருந்து வெளியேறி அங்குள்ள உணவகத்துக்குச் சென்று ஒரு கோப்பை காபி அருந்துகிறேன். அங்கிருந்தபடியே சிம்லாவில் உள்ள தொல்லியல் கழகக் கிளை அலுவலகத்தை அலைபேசியில் அழைக்கிறேன். என்னுடன் பேசிய அலுவலருக்கு 1924இல் சிம்லாவில் நடைபெற்ற கருத்தரங்கம் பற்றி எந்தத் தகவலும் தெரியவில்லை. இந்தியத் தொல்லியல் கழகத்தின் தலைமை அலுவலகம் சிம்லாவில் இயங்கியது என்ற தகவலையும் அவர் அறிந்திருக்கவில்லை. சிந்துவெளிப் பண்பாட்டின் அறிவிப்பில் சிம்லா ஆற்றிய பங்களிப்பும் அவருக்குத் தெரியவில்லை. அது எனக்கு வியப்பாகவும் இல்லை.

உணவகத்திலிருந்து திரும்ப நடக்கிறேன். ஒரு காலத்தில் பிரிட்டிஷ் வைஸ்ராயின் இல்லமாகவும், பின்னர் இந்தியக் குடியரசுத் தலைவரின் கோடை மாளிகையாக ராஷ்டிரபதி பவன் என்று அழைக்கப்பட்ட அந்தப் பிரமாண்டமான கட்டடத்தின் அகன்ற புல்வெளி என் கண் முன்னே விரிகிறது. அருகில் உள்ள தோட்டத்திற்கு நடந்து செல்கிறேன். முன்பொரு முறை இங்கே வந்திருந்தபோது இந்தத் தோட்டத்தில் சுபோத் கெர்கரின் நடனப்பெண் நினைவுச் சின்னத்தைப் பார்த்து வியந்தது நினைவுக்கு வருகிறது. 'இருப்பின்மையின் இருப்பு' *(The presence of the absence)* என்ற உருவகத் தலைப்பிட்டு சுபோத் கெர்கர் உருவாக்கிய கலைப் படைப்பு. கனமான இரும்புத் தகட்டில் நடனப்பெண்ணின் நிழல் உருவத்தை *(Silhouette)* வெட்டி வடிவமைத்து இரண்டு ரயில் தண்டவாளங்களுக்கு இடையே அதைப் பொருத்தி நிலைநாட்டி இருக்கிறார்கள்.

ஹரப்பா நகரச் சிதைவுகளை முதன்முதலில் கண்டுபிடித்தவர்கள் பிரிட்டிஷ் ரயில்வேயின் பொறியாளர்கள், ஒப்பந்தக்காரர்கள் என்பதை நினைவுபடுத்தும் வகையில் இந்தத் தண்டவாளங்களைப் படைப்பாளர் பயன்படுத்தியிருக்கிறார். இக்கலைப் படைப்பின் அருகே வைக்கப்பட்டிருக்கும் அறிவிப்புப் பலகையில் இப்படி எழுதியிருந்தது. "தனது கால்களாலும், பாதங்களாலும் இசையின் ஊடாகக் காலத்தை வென்று நிற்கிறாள் இவள்."

இப்போது என் சிந்தனை முழுவதையும் நடனப்பெண் ஆக்கிரமித்துக் கொண்டாள். "உலகத்தில் இவளைப் போன்ற இன்னொருத்தி இல்லையென்று நினைக்கிறேன்" என்று மார்டிமர் வீலர் எழுதியது நினைவுக்கு வந்தது. இந்தக் கலைப்படைப்பு சிம்லாவில், இந்த வளாகத் தோட்டத்தில் நிறுவப்பட்டிருப்பதன் வரலாற்றுச் சிறப்புமிக்க, கலைநயம் மிக்க கண்ணோட்டம் துல்லியமாகத் துலங்குகிறது. நடனப்பெண்ணின் அருகில் பனிமழையில் நனைந்தபடி சிந்துவெளிப் பண்பாட்டின் பரப்பை, படைப்பாற்றலை, உன்னதத்தை நினைத்து உள்வாங்கி ஒரு நீண்ட பெருமூச்சு விடுகிறேன்.

நூலகத்தை நோக்கி மீண்டும் நடந்து செல்கிறேன். பாதையில் பனித்துகள்கள் வெள்ளைப் படிமமாய் விழுந்து கிடக்கின்றன. அந்த ஈரக்காற்றில் வரலாற்றின் வாசம். நான் வாசிப்பறைக்குச் சென்று எனது மடிக்கணினியில் எழுதத் தொடங்குகிறேன்.

இந்த நூல் ஒரு நீண்ட பயணம். பல தடைகளைக் கடந்து நடந்த பாதை. நான் ஒரு தமிழ் இலக்கிய மாணவன். மற்ற எல்லா தமிழர்களையும் போலவே லெமூரியா எனப்படும் குமரிக்கண்டம்தான் தமிழர்களின் ஆதித் தொட்டில் என்ற எண்ணத்தோடும், நம்பிக்கையோடும் வளர்க்கப்பட்டவன். லெமூரியா கண்டம் தமிழ் மக்களின் கூட்டுச் சிந்தனையில் குடியேறிய ஒரு கருத்தியல். அதேநேரத்தில் எனக்குள் பல தெளிவற்ற கேள்விகள் விடையற்ற புதிர்களாய் மண்டிக்கிடந்தன. இது மிகவும் சிக்கலான ஆய்வுக் களம், இதைக் கவனமாகக் கையாள வேண்டும் என்ற உணர்வு எனக்கிருந்தது.

படம் 0.3 - சுபோத் கெர்கர் வடிவமைத்த 'நடனப்பெண்' நினைவுச் சின்னம், சிம்லா

சங்க இலக்கியத்தில் நான் படித்தறிந்த இடங்கள், ஆறுகள், மலைகள், குடிகள், குடிநிலத் தலைவர்கள், மன்னர்கள் ஆகியோர்களின் பெயர்களைப் பற்றிய சிந்தனை எனக்குள் தொடர்ந்து இயங்கிக் கொண்டே இருந்தது. தமிழ்த் தொன்மங்கள் குறித்த பல மர்ம முடிச்சுகளுக்கான விடைகள் இந்தப் பெயர்களுக்குள் முடிந்து வைக்கப்பட்டிருப்பது போன்ற உள்ளுணர்வு எனக்குள் இருந்தது. இந்தப்

பெயர்கள் என்னைத் துரத்தின. சேர, சோழ, பாண்டியர் ஆகிய மூன்று பேரரசர்களைவிட கடையெழு வள்ளல்கள் என்று போற்றப்படும் மலைநிலத் தலைவர்கள் ஏன் தமிழர்களால், தமிழ் இலக்கிய மரபுகளால் உச்சியில் வைத்துக் கொண்டாடப்படுகிறார்கள் என்ற கேள்வி இருந்தது.

கடல்கோளால் தமிழ் நிலப்பகுதிகள் பேரழிவிற்கு உள்ளாகித் தலைநகரங்கள் இடம்பெயர்ந்தன; தமிழ்ச் சங்கம் புலம்பெயர்ந்தது என்ற எல்லா நிகழ்வுகளும் பாண்டியர் தொடர்பாகவே இருக்கின்றன. ஏன் அந்தக் கடற்கோள் சேரர், சோழர் நிலப்பகுதிகளைப் பாதிக்கவில்லை? கடலின் சீற்றத்தால் தன் நிலப்பகுதியை இழந்த ஒரு பாண்டிய மன்னன் சேரர்களின், சோழர்களின் நிலத்தைத் தன் நிலப்பகுதியோடு இணைத்து இழப்பை ஈடுசெய்தான் என்று சங்க இலக்கியம் குறிப்பிடுவது என்னை மேலும் சிந்திக்க வைத்தது. ஒரு கண்டமே மூழ்கும் என்றால் அந்தப் பேரழிவு, பாண்டியர் நிலத்தை மட்டும் எப்படிப் பாதிக்கும் என்பதே என் கேள்வி.

தமிழ்க் கடவுள் முருகன் என்பதும், கடையெழு வள்ளல்கள் மலைக்குடித் தலைவர்கள் என்பதும் எனது ஆய்வுக் கண்ணோட்டத்தை மீண்டும் மீண்டும் மலைகளின் பக்கம் திருப்பியது. வணிகச் சுமை தூக்கிச் செல்லும் ஓர் ஒட்டகம் பசி தாங்க முடியாமல் சிதறிக்கிடந்த எலும்புகளைத் தின்று பசியாற்றியது என்று நான் படித்த சங்கப் பாடல் என்னை வியப்பில் உறைய வைத்தது. இதற்கான விளக்கத்தை யாரிடம் கேட்டாலும் எனக்குப் பதில் கிடைக்கவில்லை. இளங்கலை, முதுகலைப் படிப்பில் பல்கலைக்கழகத்தின் முதன்மை பெற்றும் நான் முனைவர் பட்ட ஆராய்ச்சிக்குப் பதிவு செய்யவில்லை. ஏனென்றால் என்னிடம் எனது கேள்விகளை உள்ளடக்கிய ஒரு தெளிவான ஆய்வுத் தலைப்பு கைவசம் இல்லை. நான் ஒரு பத்திரிகையாளன் ஆனேன். அதைத் தொடர்ந்து 1984இல் குடிமைப்பணித் தேர்வு எழுதி இந்திய ஆட்சிப் பணியில் சேர்ந்தேன். திரும்பிப் பார்த்துச் சிறு சிறு புள்ளிகளை இணைத்து மீள்நினைவில் கோடு இழுக்கிறேன். 1984 அக்டோபரில் ஐராவதம் மகாதேவன் மசூரி ஐ.ஏ.எஸ். அகாடமிக்கு வருகை தந்த நாள் எனக்கு நினைவிருக்கிறது. அப்போது மசூரியில் நான் ஐ.ஏ.எஸ். பயிற்சியில் இருந்தேன்.

அன்று மகாதேவன் ஆற்றிய ஆய்வுச் சொற்பொழிவு அதற்கு முன் எப்போதும் கேட்டிராதது. அவரது உரை சிந்துவெளி வரிவடிவம் பற்றியது. இந்திய ஆட்சிப்பணி அதிகாரியான அவர் விருப்ப ஓய்வு பெற்று இந்தியன் எக்ஸ்பிரஸ் குழுமத்தில் உயர் பொறுப்பில் இருந்தார். அதே குழுமத்தின் தமிழ் நாளிதழான தினமணியின் உதவி ஆசிரியர் பொறுப்பில் இருந்த நான் அதிலிருந்து விலகிக் குடிமைப்பணிக்கு வந்திருந்தேன். விருந்தினர் விடுதியில் மகாதேவனைச் சந்தித்துப் பேசினேன். அன்று மசூரியின் கடைத்தெருவிற்கு நடந்து செல்லும் மலைப் பாதையில் என்னை நானே கேட்டுக் கொண்டேன்; எதிர்காலத்தில் ஏதோ ஒரு நாளில் இவரைப் போல ஓர் ஆய்வுத் தலைப்பில் உரையாற்ற நான் இங்கு வருவேனா? 23 ஆண்டுகளுக்குப் பின் 2007ஆம் ஆண்டு, அதே அகாடமி, அதே அரங்கம். *Journey of a Civilization* என்ற தலைப்பில் இடப்பெயர் ஆய்வின்மூலம் சிந்துவெளி மரபின் தடங்களைக் கண்டறிவது பற்றி நான் உரையாற்றினேன்.

1988ஆம் ஆண்டு, தெற்கு ஒடிசாவில் கோராபுட் என்ற சிறு நகரில் நான் பணியாற்றி வந்த காலம். கோராபுட்டில் இருந்து ராயகடா செல்லும் வழியில் ஒருநாள் தமிளி என்று ஒடியாவிலும், ஆங்கிலத்திலும் பெயர் எழுதிய மைல்கல்லைப் பார்த்தேன். அந்தக் கிராமத்திற்குச் சென்று மக்களிடம் பேசிய போதுதான் அவர்கள் குவி என்கிற திராவிட மொழி பேசுவதை அறிந்தேன். தமிளி என்ற அந்த ஊர்ப்பெயர் தமிழ் என்ற மொழியின் பெயர் அல்லது அந்தப் பெயரின் உருவாக்கத்தோடு தொடர்புடைய ஒரு சொல்லா? இல்லையா என்பதைவிட முக்கியமானது தமிளி என்ற மைல்கல் என் கண்ணில் பட்ட அந்த மணித்துளி. என் வாழ்க்கைப் பாதையைத் திசை திருப்பிய மைல்கல். ஒரு புதிய பயணத்தின் தொடக்கம். தமிளிக்குச் சென்று திரும்பிய பின்னால் நான் இடப்பெயர்களைத் தோண்டித்துருவத் தொடங்கினேன். பழங்குடி மக்களின் வாழ்வியலைக் கூர்ந்து கவனித்தேன். கோயா என்ற திராவிடப் பழங்குடி மொழியைக் கற்கத் தொடங்கினேன்.

கோராபுட் மலைப்பகுதியில் வாழும் திராவிடப் பழங்குடியினர் வாழ்வியல் ஒரு தமிழ் மாணவனான எனக்கு சங்க இலக்கியத்தின் குறிஞ்சித் திணை அகப்பாடல்களை அப்படியே கண்முன் நிறுத்தியது. ஒடிசாவின் எல்லைப் பகுதிகளும், சத்தீஸ்கரின் பஸ்தர் பகுதியும் சங்க இலக்கியக் காதல் பாடல்களின் நிகழ்கால ஆய்வுக்கூடம் போல எனக்குத் தோன்றின. கணிப்பொறி உதவியுடன் இந்திய இடப்பெயர்களை ஆவணப்படுத்தத் தொடங்கினேன். மத்தியப் பிரதேச மாநிலத்தில் திராவிட மொழிகள் பேசப்படும் பகுதிகளில் இப்போதும் புழக்கத்தில் உள்ள சில இடப்பெயர்கள் தமிழ்நாடு (தேனி), கேரளா (இடுக்கி) எல்லைப் பகுதியில் உள்ள பெயர்களோடு அச்சு அசலாகப் பொருந்துவதைப் பார்த்து வியப்படைந்தேன். இதற்குச் சிந்துவாரா நிலவரம் (*Chhindwara Syndrome*) என்று பெயரிட்டு 1997இல் ஓர் ஆய்வுக் கட்டுரை வெளியிட்டேன்.

இந்தச் சூழலில் சென்னை சென்றிருந்தபோது ஐராவதம் மகாதேவனைப் பல ஆண்டுகளுக்குப் பிறகு மீண்டும் சந்தித்து எனது இடப்பெயர் ஆய்வுகள் பற்றி குறிப்பிட்டபோது அவர்

எனக்குள் ஒரு புதிய சிந்தனையை விதைத்தார். சிந்துவாரா நிலவரத்தின் அடுத்த நகர்வு சிந்துவெளிப் பண்பாட்டை நோக்கியதாக இருக்க வேண்டும் என்றார். சிந்துவெளிப் பண்பாட்டை மேலும் புரிந்துகொள்ள இடப்பெயர்கள் உதவும் என்று என்னிடம் கூறினார். அவரது ஆலோசனையின்படி நான் சிந்துவெளிப் பண்பாட்டிலும் அந்த நிலப்பகுதியில் உள்ள இடப்பெயர்களிலும் கவனம் செலுத்தத் தொடங்கினேன்.

பாகிஸ்தான், ஆப்கானிஸ்தான், ஈரான் ஆகிய நாடுகளின் இடப்பெயர் பட்டியலைக் கணிப்பொறியில் பதிவிறக்கி ஒப்பீட்டு ஆய்வுகள் செய்யத் தொடங்கியது முற்றிலும் ஒரு புதிய அனுபவம். உலகம் முழுவதும் பல்வேறு காலகட்டங்களில் பல்வேறு பண்பாட்டுக் குழுவினர் செய்த புலப்பெயர்வுகள் அப்போது அவர்களோடு சேர்ந்து புலம்பெயர்ந்த இடங்களின் பெயர்களைத் தொகுத்தபோது பண்டைய புலப்பெயர்வுகளுக்கு இடப்பெயர்கள் சான்றளிக்கும் என்ற நம்பிக்கை வலுவானது. சிந்துவெளிப் பண்பாட்டின் திராவிடக் கருதுகோள் உண்மை என்றால் தொல்தமிழ்ச் சங்க இலக்கியங்கள் ஆவணப்படுத்திய முக்கியமான இடப்பெயர்கள் சிந்துவெளிப் பண்பாடு நிலவிய வடமேற்கு நிலப்பகுதிகளில் இன்றும் பிழைத்திருக்க வேண்டும். ஏனெனில் இடப்பெயர்கள் சாகா வரம் பெற்றவை. நாகரிகங்களின் தோற்றத்திற்கும், வளர்ச்சிக்கும், நலிவிற்கும் மௌனச் சாட்சியாய் உறைந்து கிடப்பவை.

சங்க இலக்கியத்தில் குறிப்பிடப்பட்டுள்ள ஊர்கள், மலைகள், ஆறுகள், குடிகள் ஆகியவற்றின் பெயர்களைக் கணிப்பொறியில் ஆவணப்படுத்தி இந்தியத் துணைக்கண்டத்தின் வடமேற்குப் பகுதியில் உள்ள தற்கால இடப்பெயர்களோடு ஒப்பீடு செய்து கொண்டிருந்தேன். தில்லியில் ஒரு நள்ளிரவில் எனக்கு அந்த ‘யுரேகா நொடி’ வாய்த்தது.

வடமேற்கு நிலப்பகுதிகளில் கொற்கை-வஞ்சி-தொண்டி போன்ற சங்ககால இடப்பெயர்கள் அடுத்தடுத்துத் தென்பட்டபோது மகிழ்ச்சியில் துள்ளினேன். ஆனால், அப்போதும் ஒரு கேள்வி தோன்றியது. இந்தப் பெயர் ஒற்றுமை எதேச்சையாக நிகழ்ந்திருக்குமோ?

இந்த ஐயம் எனக்கு இருந்ததால் கொற்கை-வஞ்சி-தொண்டி உள்ளிட்ட சங்க இலக்கியப் பெயர்களை வடமேற்கில் கண்டறிந்தது பற்றி நான் உடனடியாக அறிவிக்கவும் இல்லை, எழுதவும் இல்லை. அதன் பிறகு பல்வேறு நேர்வு ஆய்வுகளின் மூலம் யூதர்கள், பார்சி மக்களின் புலப்பெயர்வுகள், ஐரோப்பிய மக்களின் புலப்பெயர்வுகள் ஆகியவற்றை இடப்பெயர்கள் உறுதி செய்கின்றன என்று தெரிந்துகொண்டபோது எனக்கு நம்பிக்கை பிறந்தது. அப்போது நான் தில்லியில் தேர்தல் ஆணையத்தில் பணிபுரிந்து வந்தேன். எனது பணிச்சுமையால் பல நேர்வு ஆய்வுகளின் மூலம் இடப்பெயர் சான்றுகளின் நம்பகத்தன்மை பற்றி எனக்கு நானே உறுதி செய்துகொள்ள பல ஆண்டுகள் தேவைப்பட்டன.

சிந்துவெளி நிலப்பகுதிகளிலிருந்து சங்கத் தமிழ் தொன்மங்களோடு தொடர்புடைய மக்கள் பெரும் அளவில் புலம்பெயர்ந்திருக்கக்கூடும் என்று நினைத்துப் பார்ப்பதே என்னைப் பொறுத்தவரையில் ஒரு பெரிய மாற்றம்தான். அதுவரை நான் கொண்டிருந்த புரிதல்களை அது புரட்டிப்போட்டது. மனிதர்களின் வரலாறு என்பது புலப்பெயர்வுகளின் கூட்டுத்தொகை என்ற புரிதல் எனக்குள் துலங்கியது. திசைகள் என்பவை நேற்று வந்தவை, தேடல்கள் மனிதனின் உடன் பிறந்தவை. கடந்தகாலப் பயணங்களை அங்கீகரிக்காத ஆய்வு அணுகுமுறை ஆயிரக்கணக்கான ஆண்டுகளுக்கு முன் நமது முன்னோர்கள் பல்வேறு இன்னல்களுக்கிடையே செய்த புலப்பெயர்வுகளின் காயங்களையும் வலிகளையும் புறக்கணித்துக் கடந்து செல்வதுபோலத் தோன்றியது. பாதைகளைவிட பயணம் முக்கியம். பயணங்களைவிட பயணிகள் முக்கியம். கடந்த காலத்தில் நமது மூதாதையர்கள் பிழைப்பிற்காகவும், சிறந்த வாழ்விற்காகவும் தொடர்ந்து செய்த பயணங்களின் படிப்பினைகள்தான் நம்மை நம் எதிர்காலத்தை நோக்கி வழிநடத்தும் என்பது எனது நம்பிக்கை.

ஆனால், இனம்புரியாத இடப்பெயர்களின் வேர்ச்சொல்லைக் கண்டுபிடிக்கும் முயற்சியில் இறங்கி வேர்ச்சொல் வலையில் விழுந்துவிடக்கூடாது என்ற முன்னெச்சரிக்கையுடன் முன் நகர்ந்தேன். மலை, குன்று, குடி, ஊர், நாடு போன்ற பொதுப்பெயர்கள், இடப்பெயர் விகுதிகள் ஒரு மொழிக்குள் ஓரளவிற்குப் பொருள் பொதிந்ததாக இருக்கக்கூடும். அதேநேரத்தில் எல்லா இடப்பெயர்களுக்கும் அத்தகைய வேர்ச்சொல் முயற்சி பலனளிக்காது. ஏனெனில் இடப்பெயர்கள் ஒரு நிலப்பகுதியில் ஏற்படும் மொழி மாற்றங்களையும் கடந்து பிழைத்திருக்கும் வல்லமை பெற்றவை. எனவே, எனது கவனத்தைப் பெயர்களின் பொருளைக் கண்டறிவதில் செலுத்தாமல் ஒப்பீட்டு அளவிலான இடப்பெயர் தொகுதிகளின்மீது செலுத்தினேன். அதுமட்டுமின்றி இந்த இடப்பெயர் ஒப்புமை குறித்த வாதம் தமிழ்த் தொன்மங்களுக்கு மட்டுமே உரித்தான பெயர்களை முன்னிறுத்துவதாக இருக்கும் வகையில் பார்த்துக்கொண்டேன்.

எடுத்துக்காட்டாகக் கொற்கை-வஞ்சி-தொண்டி போன்ற இடப்பெயர்கள் தமிழ்த் தொன்மங்களுக்கு மட்டுமே உரித்தானவை. இந்த இடப்பெயர்களின் இருப்பே வடமொழிகள் அறியாதவை. எனவே தமிழ்த் தொன்மங்களோடு தொடர்புடைய இடப்பெயர்களில் இந்த ஆய்வு கவனக்குவிப்பு

செய்கிறது. இறுதியாக 2010ஆம் ஆண்டு கோவையில் நடைபெற்ற உலகத் தமிழ்ச் செம்மொழி மாநாட்டில் அஸ்கோ பர்போலா தலைமை ஏற்ற ஆய்வரங்கில், இராவதம் மகாதேவன் முன்னிலையில் கொற்கை-வஞ்சி-தொண்டி வளாகம் (*KVT Complex*) என்ற எனது புத்தொளிச் சான்றை முன்வைத்தேன். சிந்துவெளிப் பண்பாட்டின் திராவிட அடித்தளத்தை வலியுறுத்தும் தரவுகளாக இப்பெயர்களை அறிவித்தேன்.

2012ஆம் ஆண்டு சென்னையில் உள்ள ரோஜா முத்தையா ஆராய்ச்சி நூலகத்தில் இயங்கும் சிந்துவெளி ஆய்வு மையத்தின் மதிப்புறு ஆலோசகராகப் பொறுப்பேற்கும்படி இராவதம் மகாதேவன் வலியுறுத்தினார். அதை ஏற்று ஒடிசா மாநில அரசிலிருந்து ஓராண்டு கல்வி விடுப்பு பெற்றுச் சென்னையில் தங்கி ரோஜா முத்தையா ஆராய்ச்சி நூலகத்தில் ஆய்வு செய்தேன். அதன் விளைவாகச் சிந்துவெளி நகரங்களின் மேல்-மேற்கு, கீழ்-கிழக்கு என்ற இருமை ஒரு திராவிடக் கருத்தியல் என்பதை வலியுறுத்தும் நீண்ட ஆய்வுக் கட்டுரை சிந்துவெளி ஆய்வு மையத்தின் ஆய்விதழில் வெளியிடப்பட்டது. இந்த ஆய்வுக் கட்டுரை மேல்-மேற்கு, கீழ்-கிழக்காக அமைந்த சிந்துவெளி நகரமைப்பைத் திராவிட மொழிக்குடும்ப மொழிகள் மற்றும் இந்தோ-ஆரிய மொழிகளில் கிழக்கு, மேற்கு போன்ற திசைகளுக்குப் பெயர் உருவாக்கும் முறைகளோடு ஒப்பிடுகிறது. சிந்துவெளி நகரங்களின் வடிவமைப்பு அப்பண்பாட்டின் ஊடாகக் காலம் காலமாக நிலைபெற்ற ஒரு நெடுவீச்சுச் சிந்தனையின் நேர் விளைவு. அந்த நெடுவீச்சு சிந்தனையே திராவிட மொழிகளில் திசைகளுக்கான பெயர் உருவாக்கத்தில் பங்களித்திருக்கிறது என்பதைச் சுட்டிக்காட்டி சிந்துவெளி நிலப்பகுதியில் உள்ள இடப்பெயர்களைத் துணை நிலைச் சான்றுகளாக முன்வைத்தேன்.

‘யாதும் ஊரே, யாவரும் கேளிர்’ என்ற சங்க இலக்கியக் கருத்தியலில் பயணங்களால் பட்டைத் தீட்டப்பட்ட ஒரு பண்பட்ட நாகரிகத்தின் முதிர்ந்த தெளிவு தென்படுகிறது. பல்வேறு மொழிகளைப் பேசும், பல்வேறு இடங்களிலிருந்து புலம்பெயர்ந்து வந்த மக்கள் ஒன்றாகக் கலந்து இணக்கமாக இனிது வாழும் ஒரு பெருநகர வாழ்க்கையைச் சங்க இலக்கியம் துல்லியமாகச் சித்தரிக்கிறது. இத்தகைய வாழ்வியலும் அது குறித்த தெளிவான சிந்தனையும் திடீரென்று ஏற்பட்டுவிட முடியாது. சங்க இலக்கியங்களில் திணை சார்ந்த வழிபாட்டு முறைகள் காணப்பட்டாலும் அது பெருமளவு ஒரு சமயச் சார்பற்ற வாழ்வியல் இலக்கியமாகவே இருக்கிறது. இதற்கு இணையான ஒரு தொல்லியல் எடுத்துக்காட்டு இந்தியத் துணைக்கண்டத்தைப் பொறுத்தவரையில் சிந்துவெளி அகழாய்வுத் தடயங்கள் மட்டுமே. சிந்துவெளிப் பண்பாட்டிலும் சமயம் ஒரு மையக் கருத்தாக இல்லை. நிலமும், பொழுதும் ஆகிய திணை சார்ந்து இயங்கும் இலக்கிய மரபுகள்; மலை, காடு, மேய்ச்சல் நிலம், வயல்வெளிகளில் வேரூன்றிய வாழ்வியல்; அதேநேரத்தில் இந்தியத் துணைக்கண்ட இலக்கிய மரபில் முன் எப்போதும் கண்டிராத பெருநகர வாழ்வியல் சார்ந்த அணுகுமுறை. வெளிநாட்டு வணிகம் மற்றும் அறம் சார்ந்த கருத்தியல் அனைத்தும் ஒரு தனித்துவமான இலக்கியமாக முன்னிறுத்துகின்றன. இத்தகைய தொல் சிறப்புடைய தமிழ் மரபுகளின் தோற்றப்புள்ளி எது என்ற புதிர் முடிச்சுக்கு இணையான இன்னொரு புதிர்தான் சிந்துவெளிப் பண்பாடு எப்படி மறைந்தது என்ற கேள்வியும்.

சிந்துவெளி நிலப்பகுதிகளில் அகழ்ந்தெடுக்கப்பட்ட அகழாய்வுத் தடயங்களுக்குச் சான்றளிக்கக் கூடிய நகர் வாழ்வியலையும், கடல் கடந்த வணிகத்தையும் கொண்டாடுகிற இலக்கியங்கள் வடஇந்திய, வடமேற்கு நிலப்பகுதிகளில் கிடைக்கவில்லை. அதேபோல், இணையற்ற நகர இலக்கியமாகத் தோற்றம் தரும் சங்க இலக்கியத்தின் துல்லியமான சித்தரிப்புகளுக்கு இணையான அகழாய்வுத் தடயங்கள் தமிழ் மண்ணில் கிடைக்கவில்லை. ஆதிச்சநல்லூர், கீழடி, கொந்தகை போன்ற இடங்களில் தற்போது நடைபெற்று வரும் அகழாய்வுகள் நம்பிக்கை அளிக்கின்றன. இந்த நூல் இரண்டு புதிர்களைப் புலன் விசாரிக்கிறது. சிந்துவெளிப் பண்பாட்டைக் கட்டமைத்து உருவாக்கியவர்கள் யார் என்பது முதல் புதிர். தமிழ்த் தொன்மங்களின் தோற்றப்புள்ளி எது என்பது இரண்டாவது புதிர்.

சிந்துவெளிப் பண்பாட்டு நிலப்பகுதிக்கும், தென்கோடித் தமிழகத்திற்கும் நீண்ட நில இடைவெளியும், சிந்துவெளிப் பண்பாட்டு காலகட்டத்திற்கும் சங்க காலம் என்று கருதப்படும் காலகட்டத்திற்கும் நீண்ட கால இடைவெளியும் இருப்பது உண்மைதான். இந்தக் கால-நில இடைவெளிகளையும் கடந்து சங்க இலக்கியத்தின் மீள்நினைவுகளின் ஊடாகச் சிந்துவெளியுடன் அது கொண்டிருக்கும் தொடர்பை இந்த நூல் ஆய்வுக்கு உட்படுத்துகிறது. சிந்துவெளி விட்ட இடமும், சங்க இலக்கியம் தொட்ட இடமும் ஒன்றே என்பது இந்த நூல் முன்வைக்க விரும்பும் கருத்தாக்கம். இந்த நூலில் விவாதிக்கப்படும் இரண்டு புதிர்களும் ஒரே நாணயத்தின் இரண்டு பக்கங்களே என்பதைப் புரிந்துகொள்ளாமல் இன்னும் தேதியிடப்படாத இந்தியாவின் வரலாற்றுக்கு முற்பட்ட காலங்களைப் புரிந்துகொள்ள முடியாது.

தமிழ் மக்களிடையே அண்மைக்காலங்களில் சிந்துவெளிப் பண்பாடு பற்றிய கவனம் மிகுந்து வருகிறது. கீழடி போன்ற

இடங்களில் நடைபெறும் அகழாய்வுத் தடயங்கள் கடந்த காலம் பற்றிய அக்கறையை, ஆர்வத்தை அதிகரித்துள்ளன. 2016ஆம் ஆண்டு வெளியான சிந்துவெளிப் பண்பாட்டின் திராவிட அடித்தளம் என்ற எனது நூலுக்குத் தமிழ் கூறும் நல்லுலகம் அளித்த வரவேற்பு எதிர்பார்ப்பைவிட மிக அதிகமானது. மிகுந்த ஊக்கத்தை அளித்தது.

சர் ஜான் மார்ஷல் சிந்துவெளிப் பண்பாடு பற்றிய கண்டுபிடிப்பை அறிவித்ததன் 94ஆம் ஆண்டு விழாவை ரோஜா முத்தையா ஆராய்ச்சி நூலகத்தில் செப்டம்பர் 20, 2018 அன்று கொண்டாடினோம். சிந்துவெளிப் பண்பாட்டை அறிவித்த தருணம் எவ்வளவு முக்கியமானது! சிந்துவெளி நகரங்களின் சுட்ட செங்கற்களும் நளினமான நடனப்பெண்ணின் செப்புச் சிலையும், ஏனைய தடயங்களும் இல்லாத இந்தியாவின் வரலாறு மற்றும் வரலாற்றுக்கு முந்தைய காலகட்டம் பற்றிய சித்தரிப்பை இப்போது நினைத்துக்கூட பார்க்க முடியவில்லை.

அந்த நிகழ்வில் பானைத் தடம் *(Pot Route)* என்ற தலைப்பில் ஓர் ஆய்வுச் சொற்பொழிவாற்றினேன். உடல்நலம் சரியில்லாமல் இருந்த இராவதம் மகாதேவன் அந்தச் சொற்பொழிவிற்கு வருவார் என்று நாங்கள் எதிர்பார்க்கவில்லை. திடீரென்று வந்துவிட்டார். சுந்தர் கணேசன், நான், இன்னும் பலர் இராவதம் மகாதேவனை வரவேற்று அரங்கிற்கு அழைத்துச் சென்றோம். சிந்துவெளிப் பண்பாட்டின் திராவிடக் கருதுகோள் பற்றிய ஒரு சிறிய கண்காட்சியை அப்போது ஏற்பாடு செய்திருந்தோம். கண்காட்சியின் காட்சிப் பலகைகளைப் பார்த்துக்கொண்டிருந்த மகாதேவன் திடீரென்று சுந்தரிடமும், என்னிடமும் "எனக்கொரு ஆட்சேபனை இருக்கிறது. நாம் ஏன் இதை இன்னும் திராவிடக் 'கருதுகோள்' என்று சொல்லிக் கொண்டிருக்கிறோம். இது இனியும் கருதுகோள் அல்ல. சிந்துவெளிப் பண்பாடு உண்மையில் ஒரு திராவிடப் பண்பாடு" என்று சொன்னார். அதுதான் இராவதம் மகாதேவனுடனான எங்களது கடைசி உரையாடல். இந்த முகப்புரையைத் தட்டச்சு செய்கிற இந்த நொடியில் எனது நினைவலைகள் மசூரிக்கு செல்கின்றன. 1984ஆம் ஆண்டு அங்கு அவரிடம் உரையாடியது, 2018 செப்டம்பர் 20 அன்று ரோஜா முத்தையா ஆராய்ச்சி நூலகத்தில் அவர் எங்கள் கரங்களைப் பிடித்தபடி சொல்லிய வார்த்தைகள் மீண்டும் நினைவில்.

சிந்துவெளிப் பண்பாட்டின் திராவிடத் தொடர்பு பற்றிய புதிய சான்றுகளை முன்வைப்பதுதான் இந்த நூலின் நோக்கம். இந்த நூலில் பயன்படுத்தப்பட்டுள்ள திராவிடர், ஆரியர் ஆகிய சொல்லாடல்கள் இனங்களைப் பற்றியவை அல்ல. இரண்டு வெவ்வேறு மொழிக் குடும்பங்களைப் பற்றியவை.

இராவதம் மகாதேவன், சிந்துவெளி மற்றும் திராவிடவியல் ஆய்வுகளுக்கும் தொல்தமிழ்க் கல்வெட்டு ஆய்வுகளுக்கும் ஆற்றியுள்ள பங்களிப்பிற்காகவும் அவர் என் மீது காட்டிய அன்பிற்காகவும் வழிகாட்டுதலுக்காகவும் ஓர் எளிய காணிக்கையாக அவருக்கு இந்த நூலைச் சமர்ப்பிக்கிறேன்.

ஆர். பாலகிருஷ்ணன்
நவம்பர் 2019

நெறிகளும் விளக்கமுறைகளும்

இந்நூலில் காணப்படும் ஆங்கிலத் தனிநபர்-நிறுவனப் பெயர்களும், தமிழில் மொழிபெயர்க்கப்பட்ட ஆங்கிலக் கலைச்சொற்களும் முதன்முதலில் பயன்படுத்தப்பட்ட இடத்தில் அடைப்புக்குறியில் அவற்றின் ஆங்கிலச் சொற்கள் இணைத்தே கொடுக்கப்பட்டுள்ளன.

இடப்பெயர்களுக்கான ஒற்றுமையில் ஒலிப்பு முறைக்கே அதிக முக்கியத்துவம் கொடுக்கப்பட்டுள்ளது. எழுத்து முறைகளைக் கணக்கில் கொள்ளவில்லை. எடுத்துக்காட்டாக, கானம் என்பதற்கு காணம் என்பதும் நள்ளி என்பதற்கும் நல்லி என்பதும் கொற்கை என்பதற்கு கொர்கை என்பதும் எடுத்துக்கொள்ளப்படுகிறது.

இலக்கண, இலக்கிய நூல்களுக்கான சுருக்கக் குறியீட்டு விளக்கங்கள்

அகத்திணையியல்	அகத்.	சொல்லதிகாரம்	சொல்.	புறப்பொருள் வெண்பாமாலை	புறப்பொருள்.
அகநானூறு	அகம்.	திருக்குறள்	குறள்.	புறத்திணையியல்	புறத்.
ஐங்குறுநூறு	ஐங்குறு.	திருமுருகாற்றுப்படை	திருமுருகு.	பெரும்பாணாற்றுப்படை	பெரும்பா.
எழுத்ததிகாரம்	எழுத்து.	தொல்காப்பியம்	தொல்.	பொருளதிகாரம்	பொருள்.
கலித்தொகை	கலி.	நற்றிணை	நற்.	மணிமேகலை	மேகலை.
காஹா சத்தசஈ	சத்தசஈ.	நெடுநல்வாடை	நெடுநல்.	மதுரைக்காஞ்சி	மதுரைக்.
குறிஞ்சிப்பாட்டு	குறிஞ்சி.	பட்டினப்பாலை	பட்டின.	முல்லைப்பாட்டு	முல்லை.
குறுந்தொகை	குறு.	பதிற்றுப்பத்து	பதிற்று.	மலைபடுகடாம்	மலைபடு.
சிலப்பதிகாரம்	சிலம்பு.	பரிபாடல்	பரி.		
சிறுபாணாற்றுப்படை	சிறுபா.	புறநானூறு	புறம்.		

மற்ற சுருக்கக் குறியீட்டு விளக்கங்கள்

ஆப்கானிஸ்தான்	ஆப்.	*A comparative dictionary of Indo-Aryan languages*	CDIAL	*Epigraphia Carnatica*	EC
தென்பாண்டியச் செப்பேடுகள்	PNDCP	*A Concordance of the Names in the Cōḻa Inscriptions*	CI	*Epigraphia Indica*	EI
பக்கம்	ப.	*A Dravidian etymological dictionary*	DEDR	*Glossary of Tamil Inscriptions*	GTI
பக்கங்கள்	பக்.	*Monier-Williams Sanskrit-English Dictionary, 1899*	MW	*South Indian Inscriptions*	SII
பாகிஸ்தான்	பாக்.	*Transactions of Archaeological Society of South India*	TASSI	*Tamil Lexicon*	TL
பொதுயுகம்	பொ.யு.	*Early Tamil Epigraphy from the Earliest Times to the 6th Century A.D.*	ETE	*Encyclopaedia of Dravidian Tribes*	EDT
பொதுயுகத்திற்கு முன்	பொ.யு.மு.			*Travancore Archaeological Series*	TAS

இந்நூலில் பயன்படுத்தப்பட்டுள்ள சில முக்கியமான ஆங்கிலக் கலைச்சொற்களுக்கு நிகரான தமிழ்க் கலைச்சொற்கள் பின்வருமாறு:

Ancient Ancestral South Indians	தொல்தென்னிந்திய மூதாதையர்
Ancestral North Indians	வட இந்திய மூதாதையர்
Ancestral South Indians	தென்னிந்திய மூதாதையர்
Black and Red Ware	கருப்பு-சிவப்புப் பாண்டம்
Black Slipped Ware	கரு விளிம்புப் பாண்டம்
Mono Word Place-name	ஒருசொல் இடப்பெயர்
Northern Black Polished Ware	மெருகூட்டப்பட்ட வடக்கு கரும்பாண்டம்
Painted Grey Ware	சாம்பல் வண்ணம் தீட்டியபாண்டம்

தனிநபர் மற்றும் இடப்பெயர்கள் பற்றிய குறிப்பு

இந்நூலில் பயன்படுத்தப்பட்டுள்ள சில தனிநபர் பெயர்கள் இந்தியத் தேர்தல் ஆணையம் மற்றும் இணையத்தள வாக்காளர் பட்டியல் ஆகியவற்றிலிருந்து எடுக்கப்பட்டுள்ளன.

இந்நூலில் குறிப்பிடப்பட்டுள்ள இந்திய இடப்பெயர்கள் இந்திய மக்கள்தொகைக் கணக்கெடுப்பு மற்றும் பல்வேறு மாநில அரசுகளின் இணையப்பக்கங்களிலிருந்து பெறப்பட்டுள்ளன. பாகிஸ்தான், ஆப்கானிஸ்தான் போன்ற மற்ற நாடுகளின் இடப்பெயர்கள் *http://geonames.nga.mil/gns/html/namefiles.html* என்ற இணையத்தளத்திலிருந்து எடுக்கப்பட்டுள்ளன. இந்தத் தளத்தில் காணப்படும் இடப்பெயர்களும் அவற்றிற்கான அட்சரேகை, தீர்க்கரேகை தரவுகளும் எந்தவித மாற்றமும் செய்யாமல் அப்படியே இந்நூலில் பயன்படுத்தப்பட்டுள்ளன. மாநில நிலவரைபடங்கள் மற்றும் நாடுகளின் வரைபடங்கள் ஆகியவற்றிற்கான அடிப்படை நிலவரைப்படம் திறந்தவெளி மூலாதார தரவில் (*Open source data*) இருந்து பயன்படுத்தப்பட்டுள்ளது. அட்சரேகை, தீர்க்கரேகைகளின் அடிப்படையில் நிலவரைபடங்களில் இடப்பெயர்கள் பொருத்தப்பட்டுள்ளன. சில இடங்களுக்கு இந்திய நிர்வாகப் பதிவேட்டைக் கொண்டு உருவாக்கப்படும் கிராம எல்லை நிலவரைபடங்களிலிருந்து அட்சரேகை, தீர்க்கரேகை எடுக்கப்பட்டுள்ளன. இத்தகைய இடப்பெயர்களை உள்ளிடுவதற்கு GIS மென்பொருள் (*Open source*) பயன்படுத்தப்பட்டுள்ளது.

நிலவரைபடங்களின் அளவு

சிந்துவெளி: 1 அங்குலம் 222.2 கிலோமீட்டருக்குச் சமம்.
தமிழ்நாடு: 1 அங்குலம் 109.22 கிலோமீட்டருக்குச் சமம்.
குஜராத்: 1 அங்குலம் 93.28 கிலோமீட்டருக்குச் சமம்.
மகாராஷ்டிரா: 1 அங்குலம் 133.25 கிலோமீட்டருக்குச் சமம்.

பயணம்

		பக்கம்
	அறிமுகம்	1
1	வந்த தடம்: மனிதப் பயணத்தின் தொடக்கம்	21
2	வெண்கலக் காலம்: உலகின் பண்டைய பண்பாடுகள்	39
3	விடுகதைகள் தொடர்கின்றன: இந்தியாவின் தேதியற்ற கடந்தகாலங்கள்	57
4	சிந்துவெளிப் பண்பாட்டின் திராவிட அடித்தளம்	69
5	இடம்பெயரும் இடப்பெயர்கள்: பெயர்களின் பாதச்சுவடுகள்	97
6	பண்டைய தமிழகமும் பழந்தமிழ் இலக்கியங்களும்	113
7	திராவிடக் கருதுகோளுக்குச் சான்றளிக்கும் சிந்துவெளி இடப்பெயர்கள்	159
8	சிந்துவெளி நகரங்களின் மேல்-மேற்கு, கீழ்-கிழக்கு இருமைத்தன்மை	233
9	திராவிடச் சிவப்பு: சிந்துவெளிப் பண்பாட்டின் நிறக்குறியீடு	285
10	திராவிட குஜராத்: வேளிரின் நெடுவாயில்	375
11	திராவிட மகாராஷ்டிரா: நன்னனின் பொன்நிலம்	397
12	கொங்கு மற்றும் நகரத்தார் மரபுகளில் சிந்துவெளிச் சுவடுகள்	419
13	சிலம்பு: திராவிடப் பெருவெளியில் தாய்த் தெய்வங்கள்	457
14	வன்னியின் வேர்கள்: வாழ்வின் மரம்	475
15	ஆடுகளம்: விளையாட்டு எனும் வாழ்வியல்	493
16	உருளும் பகடைகள்: கடந்தகாலமும் பொழுதுபோக்கும்	513
17	ஆதிச்சநல்லூரும் கீழடியும்: தொப்புள்கொடி	535
	முடிவுரையும் முன்நகர்வும்	579
	துணைநூற் பட்டியல், பொருளடைவு, பின்னிணைப்பு	623

ஒரு பண்பாட்டின் பயணம்

நிலவரைபடங்கள் மற்றும் படங்களின் பட்டியல்

நிலவரைபடங்கள்

நிலவரைபடம் 1.1 - தொடக்கக்காலப் புலப்பெயர்வுகள்
The Genome Formation of South and Central Asia (2018) by Narasimhan, Vagheesh M., et al. என்ற ஆய்வுக் கட்டுரையையும் *Map of Human Migration by National Geographic (https://genographic.nationalgeographic.com/human-journey/)* என்ற இணையத் தகவலையும் தழுவியது.

நிலவரைபடம் 2.1 - சிந்துவெளிப் பண்பாட்டின் புவியியல்

நிலவரைபடம் 4.1 - திராவிட மொழிகளின் பரவல்
A Bayesian Phylogenetic Study of the Dravidian Language Family by Vishnupriya Kolipakam et al. (21 March 2018) என்ற கட்டுரையில் இடம்பெற்ற படத்தின் அடிப்படையில் மறுஉருவாக்கம் செய்யப்பட்டது.

நிலவரைபடம் 5.1 - அமெரிக்காவில் உள்ள ஐரோப்பா, ஆப்பிரிக்கா இடப்பெயர்கள்

நிலவரைபடம் 5.2 - ஈரானில் இடப்பெயர்களாக பார்சி குடும்பப் பெயர்களும் தனிமனிதப் பெயர்களும்

நிலவரைபடம் 6.1 - தமிழ்நாட்டின் தற்போதைய வரைபடத்தில் பண்டைய வணிகப் பாதைகள்
The Routes of Early Historic Tamil Nadu, South India by V. Selvakumar என்ற ஆய்வுக்கட்டுரை தரவிலிருந்து உருவாக்கப்பட்டது

நிலவரைபடம் 6.2 - சங்க காலத் தமிழ்நாடு
கே. கே. பிள்ளையின் 'தமிழக வரலாறு மக்களும் பண்பாடும்' என்ற நூலைத் தழுவி உருவாக்கப்பட்டது

நிலவரைபடம் 7.1 - சிந்துவெளியில் இடப்பெயர்களாக விளங்கும் திராவிட மொழிகளின் பெயர்கள்

நிலவரைபடம் 7.2 - சிந்துவெளியில் தமிழ் இடப்பெயர் பின்னொட்டுகள்

நிலவரைபடம் 7.3 - தமிழ்நாட்டில் சிந்துவெளி இடப்பெயர் பின்னொட்டுகள்

நிலவரைபடம் 7.4 - கள்ளூர்/கல்லூர் தடம்

நிலவரைபடம் 7.5 - சிந்துவெளியில் எஞ்சியுள்ள சங்க இலக்கியப் பொதுப்பெயர்கள்

நிலவரைபடம் 7.6 - செந்தமிழ் சேர்ந்த பன்னிரு நிலம்

நிலவரைபடம் 7.7 - ஒப்புமை இடப்பெயர்கள் (சிந்துவெளி/தமிழ்நாடு)

நிலவரைபடம் 7.8 - ஒப்புமை இடப்பெயர்கள் (சிந்துவெளி/தமிழ்நாடு)

ஒரு பண்பாட்டின் பயணம்

நிலவரைபடம் 7.9 - சிந்துவெளிக்கும் சங்க இலக்கியத்திற்கும்
தமிழ்நாட்டிற்கும் உள்ள இடப்பெயர் இணைகள்

நிலவரைபடம் 7.10 - சிந்துவெளிக்கும் சங்க இலக்கியத்திற்கும்
தமிழ்நாட்டிற்கும் உள்ள இடப்பெயர் இணைகள்

நிலவரைபடம் 7.11 - சிந்துவெளியில் இருக்கும் தமிழ் நிலக்குடித் தலைவர்களின் பெயர்கள்

நிலவரைபடம் 7.12 - தமிழ்நாட்டில் இடப்பெயர்களாக
தமிழ் நிலக்குடித் தலைவர்களின் பெயர்கள்

நிலவரைபடம் 7.13 - சங்கத் தமிழ் அரசியல் எல்லைகளுக்கும்
சிந்துவெளிக்கும் பொதுவான இடப்பெயர்கள்

நிலவரைபடம் 7.14 - தமிழ்நாட்டு இடப்பெயர்களில் தொடரும் சங்கத் தமிழ் அரசியல்

நிலவரைபடம் 7.15 - சிந்துவெளிக்கும் சங்கத் தமிழ்
அரசமரபுகளுக்கும் பொதுவான இடப்பெயர்கள்

நிலவரைபடம் 7.16 - தமிழ்நாட்டு இடப்பெயர்களில் சங்கத் தமிழ் அரசமரபு பெயர்கள்

நிலவரைபடம் 7.17 - சிந்துவெளியில் இடப்பெயர்களாக இருக்கும் தமிழ் அரசர்களின் பெயர்கள்

நிலவரைபடம் 7.18 - சிந்துவெளியில் முருகன் தடம்

நிலவரைபடம் 7.19 - சிந்துவெளியில் இடப்பெயர்களாக இருக்கும்
தொல்தமிழ்க் கல்வெட்டுகளில் இடம்பெறும் தனிமனிதப் பெயர்கள்

நிலவரைபடம் 7.20 - தமிழ்நாட்டில் இடப்பெயர்களாக இருக்கும்
தொல்தமிழ்க் கல்வெட்டுகளில் இடம்பெறும் தனிமனிதப் பெயர்கள்

நிலவரைபடம் 7.21 - சிந்துவெளியில் காணப்படும் தொல்தமிழ்க்
கல்வெட்டுகளில் உள்ள இடப்பெயர்கள்

நிலவரைபடம் 7.22 - தமிழ்நாட்டில் தொல்தமிழ்க் கல்வெட்டுகளில்
உள்ள இடப்பெயர்களின் தொடர்ச்சி

நிலவரைபடம் 7.23 - சிந்துவெளிக்கும் தொல்தமிழ்க்
கல்வெட்டுகளுக்கும் பொதுவான ஒருசொல் இடப்பெயர்கள்

நிலவரைபடம் 7.24 - சங்கத் தமிழ் புலவர்கள் பெயரிலுள்ள இடப்பெயர்கள் சிந்துவெளியில்

நிலவரைபடம் 8.1 - மேல்-மேற்கு, கீழ்-கிழக்கு இயற்கை நிலப்பரப்பு

நிலவரைபடம் 8.2 - சிந்துவெளி நிலப்பரப்பில் மலைகளுக்கான திராவிட மொழிப் பெயர்கள்

நிலவரைபடம் 8.3 - சிந்துவெளியில் இடப்பெயர்களாக 'கோட்' (கோட்டை)

நிலவரைபடம் 8.4 - தமிழ்நாட்டில் கோட்டை என்ற
பின்னொட்டோடு கூடிய இடப்பெயர்களின் அமைவிடம்

நிலவரைபடம் 9.1 - கருப்பு-சிவப்புப் பாண்டம்:
பல்வேறு காலகட்டங்களின் நாடு தழுவிய பாண்டம்

நிலவரைபடம் 9.2 - சிந்து முதல் வைகை வரை: குயவர் சமூகத்தின் வழித்தடம்

நிலவரைபடம் 9.3 - சிந்து முதல் வைகை வரை: குயவர் சமூகத்தின் வழித்தடம் (பெரிதாக்கப்பட்ட மதுரை நிலவரைபடம்)

நிலவரைபடம் 10.1 - திராவிட குஜராத்

நிலவரைபடம் 10.2 - குஜராத்திலும் தமிழ்நாட்டிலும் ஒற்றுமையான இடப்பெயர்கள்

நிலவரைபடம் 10.3 - குஜராத்தில் 'வேல்' என்ற முன்னொட்டுடன் கூடிய இடப்பெயர்கள்

நிலவரைபடம் 11.1 - திராவிட மகாராஷ்டிரா

நிலவரைபடம் 11.2 - மகாராஷ்டிராவிற்கும் தமிழ்நாட்டிற்கும் உள்ள இடப்பெயர் இணைகள்

நிலவரைபடம் 12.1 - கொங்குப் புலப்பெயர்வின் வழித்தடம்

நிலவரைபடம் 12.2 - கொங்கு மகாராஷ்டிரா

நிலவரைபடம் 12.3 - சிந்துவெளியில் எஞ்சியுள்ள கொங்கு மண்டல இடப்பெயர்கள்

நிலவரைபடம் 12.4 - கொங்கு மண்டல இடப்பெயர்களின் பரவல்

நிலவரைபடம் 12.5 - சிந்துவெளியில் இடப்பெயர்களாக எஞ்சியிருக்கும் கொங்குக் கூட்டப்பெயர்கள்

நிலவரைபடம் 12.6 - இடப்பெயர்களாக கொங்குக் கூட்டப்பெயர்களின் பரவல்

நிலவரைபடம் 12.7 - நகரத்தார் புலப்பெயர்வின் வழித்தடம்

நிலவரைபடம் 12.8 - சிந்துவெளியில் எஞ்சியுள்ள நகரத்தார் தடயங்கள்

நிலவரைபடம் 13.1 - கண்ணகி தொன்மத்தின் தரவுகள்

நிலவரைபடம் 13.2 - தமிழ்நாட்டில் கண்ணகி என்ற பெயர்களின் அடர்த்தியைக் காட்டும் படம்

நிலவரைபடம் 14.1 - வன்னி மரத்தின் இடப்பெயர் தடயங்கள்

நிலவரைபடம் 17.1 - கீழடிக்கு மேற்காக திருப்பரங்குன்றம்

நிலவரைபடம் 17.2 - வைகை நதிக்கரையில் அகழாய்வுக்குச் சாத்தியமுள்ளதாகக் கருதப்படும் இடங்கள்

நிலவரைபடம் 17.3 - வைகை பகுதியில் மேல்-கீழ் இடப்பெயர்கள்

நிலவரைபடம் 17.4 - சிந்துவெளி-வைகை தொடர்புக்கான இடப்பெயர்கள்

நிலவரைபடம் 17.5 - சிந்துவெளி-வைகை தொடர்புக்கான இடப்பெயர்கள்

படங்கள்

படம் **0.1** - கொற்கை வன்னி மரம்
நன்றி: ரா. தினேஷ் கௌஷிக், வள்ளியூர்

படம் **0.2** - சிம்லா கோர்டன் கோட்டையின் கோட்டோவியம்
நன்றி: கணக்காய்வுத் தலைவர் அலுவலகம், இமாச்சலப் பிரதேசம்

படம் **0.3** - சுபோத் கெர்கர் வடிவமைத்த 'நடனப்பெண்' நினைவுச் சின்னம், சிம்லா
நன்றி: ஆர். பாலகிருஷ்ணன்

படம் **1.1** - லினேயன் பரிணாம மரம்
தரவு: *https://www.recruiter.com/recruiting/biological-interview-questioning-the-uses-and-limitations-of-tree-formats/*

படம் **1.2** - தெற்காசிய மக்கள்தொகையின் உருவாக்கம்
தரவு: *The Genome Formation of South & Central Asia (2018) by Narasimhan, Vagheesh M., et al.*

படம் **2.1** - பண்டைய கால நாகரிகங்கள்

படம் **2.2** - கீசா பிரமிட், எகிப்து
Ricardo Liberato (https://commons.wikimedia.org/wiki/File:All_Gizah_Pyramids.jpg),
"All Gizah Pyramids", https://creativecommons.org/licenses/by-sa/2.0/legalcode

படம் **2.3** - ஊரின் பெரும் சிகூரட், ஈராக்
*Hardnfast (https://commons.wikimedia.org/wiki/File:Ancient_ziggurat_at_Ali_Air_Base_*
Iraq_2005.jpg), "Ancient Ziggurat at Ali Air Base Iraq 2005", https://creativecommons.org/licenses/by/3.0/legalcode

படம் **2.4** - மொகஞ்சோதாரோ பெருங்குளியலிடமும், கோட்டைப் பகுதியும்
Saqib Qayyum (https://commons.wikimedia.org/wiki/File:Panoramic_view_of_the_stupa_mound_and_great_bath_in_Mohenjodaro.
JPG), "Panoramic view of the Stupa Mound and Great Bath in Mohenjo-daro", https://creativecommons.org/licenses/by-sa/3.0/legalcode

படம் **2.5** - *The Illustrated London News* வார இதழில்
வெளியான சிந்துவெளி கண்டுபிடிப்பின் அறிவிப்பு
நன்றி: *The Illustrated London News*

படம் **2.6** - சர் ஜான் மார்ஷல்
நன்றி: இந்தியத் தொல்லியல் கழகம்

படம் **2.7** - ரக்கல் தாஸ் பானர்ஜி

படம் **2.8** - சிந்துவெளிப் பண்பாட்டின் காலநிரல்

படம் **2.9** - சிந்துவெளியில் பயன்படுத்தப்பட்ட எடைக்கற்கள்
காப்புரிமை: *J.M. Kenoyer/Harappa.com/Courtesy Dept. of Archaeology and Museums, Govt. of Pakistan*

படம் **2.10** - முத்திரைகளின் வகைகள்
காப்புரிமை: *J.M. Kenoyer/Harappa.com/Courtesy Dept. of Archaeology and Museums, Govt. of Pakistan*

படம் **2.11** - சுடுமண் உருவங்கள்
காப்புரிமை: *J.M. Kenoyer/Harappa.com/Courtesy Dept. of Archaeology and Museums, Govt. of Pakistan*

படம் **2.12** - வெண்கலத்தால் செய்யப்பட்ட நடனப்பெண் சிலை
Gary Todd (https://commons.wikimedia.org/wiki/File:Dancing_girl_of_Mohenjo-daro.jpg),
"Dancing girl of Mohenjo-daro", https://creativecommons.org/publicdomain/zero/1.0/legalcode

ஒரு பண்பாட்டின் பயணம்

படம் 2.13 - மட்பாண்டங்கள்
காப்புரிமை: *J.M. Kenoyer/Harappa.com/Courtesy Dept. of Archaeology and Museums, Govt. of Pakistan*

படம் 3.1 - ஐராவதம் மகாதேவனின் *The Indus Script: Texts, Concordance and Tables* நூலின் பக்கம்

படம் 4.1 - ராபர்ட் கால்டுவெல்

படம் 4.2 - கமில் சுவலபில்

படம் 4.3 - திராவிட மொழிக்குடும்பம்
தரவு: *The Dravidian Languages (2003) by Bh. Krishnamurthy, published by Cambridge University Press*

படம் 4.4 - சுனிதி குமார் சாட்டர்ஜி

படம் 4.5 - ஹென்றி ஹீராஸ்
நன்றி: *St. Xavier's Institute, Mumbai*

படம் 4.6 - அஸ்கோ பர்போலா

படம் 4.7 - சிந்துவெளி ஜாடிக் குறியீடும், மீன் குறியீடும்

படம் 4.8 - ஐராவதம் மகாதேவன்
நன்றி: *The Hindu*

படம் 4.9 - மகாதேவனால் அடையாளம் காணப்பட்ட குறியீடுகள்: (அ) நான்மாடக்கூடல், (ஆ) அரண்மனை

படம் 4.10 - மகாதேவன் அடையாளம் காட்டிய ஹரப்பா குறியீடுகள்
Toponyms, Directions and Tribal Names in the Indus Script written by Iravatham Mahadevan and M. V. Bhaskar. Published in the book Walking with the Unicorn: Social Organization and Material Culture in Ancient South Asia (2017)

படம் 6.1 - திணை வகைப்பாடு

படம் 6.2 - திணை அடிப்படையில் பகுக்கப்பட்ட சங்க இலக்கியப் பாடல்கள்

படம் 6.3 - அசோகரின் கிர்னார் பாறைக் கல்வெட்டு II

படம் 6.4 - சங்க கால நாணயங்கள்
(அ) சோழர் நாணயம் (ஆ) சேரர் நாணயம் (இ) பாண்டியர் நாணயம்
நன்றி: *Arumuga Seetharaman*

படம் 6.5 - சங்க இலக்கியத்தில் திசைசார்ந்த காற்றுகள் (இடம்பெறும் எண்ணிக்கை)

படம் 6.6 - அகமதாபாத் காற்று ரோஜா
தரவு: இந்திய வானிலை ஆய்வு மையம்

படம் 6.7 - இமயச் செவ்வரை
நன்றி: *RNMitra/iStock*

படம் 6.8 - இமயமலையில் கவரி
Dennis Jarvis (https://commons.wikimedia.org/wiki/File:Bos_grunniens_at_Yundrok_Yumtso_Lake.jpg), "Bos grunniens at Yundrok Yumtso Lake", https://creativecommons.org/licenses/by-sa/3.0/legalcode

படம் 8.1 - மொகஞ்சொதாரோ, ஹரப்பா நகரங்களின் அமைப்பு *(Parpola 2000:8)*

படம் 8.2 - காலிபங்கன் நகரமைப்பு *(Lal 1997)*

படம் 8.3 - தோலாவிரா நகரமைப்பு *(Lal 1997)*

படம் 8.4 - லோத்தல் நகரமைப்பு *(Rao 1973)*

படம் 8.5 - சுர்கோட்டடா நகரமைப்பு *(Joshi 1990)*

படம் 8.6 - *DEMS Matrix* : திசை-உயர-பொருட்புல-சமூக அட்டவணை

படம் 8.7 - 'சேவல் நகரம்' என்பதைக் குறிக்கும் முத்திரை எண். *338 (Mahadevan 2011: 86)*

படம் 8.8 - சோழர் நாணயம் (பொ.யு.மு. முதலாம் நூற்றாண்டு), சேவல் நகரம் உறையூர் *(Mahadevan 2011: 86)*

படம் 8.9 - மேற்சேரி சண்டைச் சேவல் உருவப்பொறிப்பு *No. 112, ETE (Mahadevan 2003: 530)*

படம் 8.10 - கீழ்ச்சேரி சண்டைச் சேவல் உருவப்பொறிப்பு *No. 113, ETE (Mahadevan 2003: 530)*

படம் 9.1 - சிவப்பு மனித உடல் உருவச்சிலை
நன்றி: *National Museum, New Delhi*

படம் 9.2 - மொகஞ்சோதாரோ சுடுமண் வளையல்கள்
காப்புரிமை: *J.M. Kenoyer/Harappa.com/Courtesy Dept. of Archaeology and Museums, Govt. of Pakistan*

படம் 9.3 - மொகஞ்சோதாரோ கழுத்தணி அல்லது இடைநாண்
காப்புரிமை: *J.M. Kenoyer/Harappa.com/Courtesy Dept. of Archaeology and Museums, Govt. of Pakistan*

படம் 9.4 - சுடுமண் உருவங்கள்
காப்புரிமை: *J.M. Kenoyer/Harappa.com/Courtesy Dept. of Archaeology and Museums, Govt. of Pakistan*

படம் 9.5 - தூத்துக்குடி தேரிக்காட்டு அடர் சிவப்பு மண்

படம் 9.6 - மொகஞ்சோதாரோ செங்கல் கட்டமைப்புகள்
காப்புரிமை: *J.M. Kenoyer/Harappa.com/Courtesy Dept. of Archaeology and Museums, Govt. of Pakistan*

படம் 9.7 - மொகஞ்சோதாரோ செங்கல் கிணறு
காப்புரிமை: *J.M. Kenoyer/Harappa.com/Courtesy Dept. of Archaeology and Museums, Govt. of Pakistan*

படம் 9.8 - அக்னிசயனா சடங்கு
Arayilpdas at Malayalam Wikipedia (https://commons.wikimedia.org/wiki/File:śyēnaciti-nirm'māṇaṁ.jpg), "śyēna-citi -nirm'māṇaṁ", https://creativecommons.org/licenses/by-sa/3.0/legalcode

படம் 9.9 - ஹரப்பா மட்பாண்டங்கள் *(Kenoyer 2000)*

படம் 9.10 - ஹரப்பா மட்பாண்டங்கள்
காப்புரிமை: *Harappa Archaeological Research Project (HARP)/Harappa.com/ Courtesy Dept. of Archaeology and Museums, Govt. of Pakistan*

படம் 9.11 - நௌஷாரோ சமையல் மட்பாண்டங்கள்
காப்புரிமை: *J.M. Kenoyer/Harappa.com/Courtesy Dept. of Archaeology and Museums, Govt. of Pakistan*

படம் 9.12 - வடஇந்திய மட்பாண்ட நிரல்
மூலம்: *Akinori Useugi's study on The Re-evaluation of the Pottery Sequence in North India, 2002*

படம் 9.13 - மெருகூட்டப்பட்ட வடக்கு கரும்பாண்டம்
நன்றி: *Biswarup Ganguly*

படம் 9.14 - சாம்பல் வண்ணம் தீட்டிய பாண்டம்
Biswarup Ganguly (https://commons.wikimedia.org/wiki/File:Painted_Grey_Ware_-_Sonkh_-_1000-600_BCE_-_Showcase_6-15_-_Prehistory_and_Terracotta_Gallery_-_Government_Museum_-_Mathura_2013-02-24_6461. JPG), "Painted Grey Ware - Sonkh - 1000-600 BCE - Showcase6-15 - Prehistory and Terracotta Gallery - Government Museum - Mathura 2013-02-24 6461", https://creativecommons.org/licenses/by/3.0/legalcode

படம் 9.15 - கருப்பு-சிவப்புப் பாண்டங்களின் பரவல்
நன்றி: *Archaeological Survey of India, A. Mohammed, Calicut (Season 2013), Youth Art and Culture Dept., Govt. of Bihar, Department of Archaeology, University of Calcutta, Dept. of Heritage, Govt. of Telangana, Pondicherry museum, Art and Culture Department, Govt. of Pondicherry and Dept. of Archaeology, Govt. of Tamilnadu*

படம் 9.16 - பத்தொன்பதாம் நூற்றாண்டைச் சேர்ந்த குஜராத் குயவர்கள்
நன்றி: *British Library, Potters of Ahmadabad (4923)*

படம் 9.17 - ஆதிச்சநல்லூர் தாழி
நன்றி: *Govt. Museum, Dept. of Museums, Govt. of Tamilnadu*

படம் 9.18 - சுடுமண் உருவச்சிலைகள், பள்ளத்தூர்
நன்றி: சுந்தர் கணேசன்

படம் 9.19 - மொகஞ்சோதாரோ செம்பு வளையல்கள்
காப்புரிமை: *J.M. Kenoyer/Harappa.com/Courtesy Dept. of Archaeology and Museums, Govt. of Pakistan*

படம் 9.20 - வெண்கலப் பாத்திரம்
காப்புரிமை: *J.M. Kenoyer/Harappa.com/Courtesy Dept. of Archaeology and Museums, Govt. of Pakistan*

படம் 9.21 - சிந்துவெளிச் செம்புக் கருவிகள் *(Kenoyer 2000)*

படம் 9.22 - ஆதிச்சநல்லூர் தாய்த் தெய்வம்
நன்றி: *Govt. Museum, Dept. of Museums, Govt. of Tamilnadu*

படம் 10.1 - லோத்தல் கப்பல்துறை
நன்றி: *C. Subramanian*

படம் 10.2 - தோலாவிரா சந்தைப்பகுதி
நன்றி: *C. Subramanian*

படம் 10.3 - கோலதோரா சங்கு வளையல் பட்டறை
காப்புரிமை: *Kuldeep Bhan/Harappa.com/*

படம் 10.4 - கொடுமணல் அகழாய்வுத் தளத்தில் கண்டெடுக்கப்பட்ட சங்குகள் *(Rajan 2015: 46)*

படம் 10.5 - சங்கு வளையல் போன்று நெகிழியாலான வெள்ளை வளையல்கள் அணிந்த குஜராத் பெண்கள்
நன்றி: *paulprescott72/istockphoto*

படம் 10.6 - ஓங்குநிலை ஒட்டகம் துயில் மடிந்தன்ன
வீங்கு திரை கொணர்ந்த விரை மர விறகின் (சிறுபா. 154-155)

படம் 10.7 - குறும்பொறை உணங்கும் ததர் வெள் என்பு
கடுங்கால் ஒட்டகத்து அல்கு பசி தீர்க்கும் (அகம். 245).

படம் 10.8 - கலித்தொகை 103ஆம் பாடலில் இடம்பெறும் நிலச்சூழலின் சித்தரிப்பு

படம் 10.9 - குஜராத் காட்டுக்கழுதை
Sballal (https://commons.wikimedia.org/wiki/File:Wild_ass_india.jpg), https:// creativecommons.org/licenses/by-sa/4.0/legalcode

படம் 10.10 - காட்டுக்கழுதையைக் குறிக்கும் சிந்துவெளி முத்திரை M-290 (Parpola 1987: 70)

படம் 11.1 - ஏழு கோடுகள் கொண்ட சிந்துவெளி முத்திரைகள் (Parpola 1987)

படம் 11.2 - வட்டெழுத்தில் ஏழூர் என்ற பெயர் இடம்பெறும் ஆறாம் நூற்றாண்டைச் சேர்ந்த சித்திரதுர்கா கல்வெட்டு, கர்நாடகம் (Mahadevan 2003: 480)

படம் 11.3 - சப்தஷ்ரிங்கி, மகாராஷ்டிரா
Dharmadhyaksha (https://commons.wikimedia.org/wiki/File:Vani_from_Saptashrungi_gad_02.JPG), "Vani from Saptashrungi gad 02", https://creativecommons.org/licenses/by-sa/3.0/legalcode

படம் 11.4 - சப்தஷ்ரிங்கியின் செயற்கைக்கோள் காட்சி
நன்றி: Google Earth

படம் 11.5 - சாதவாகனர் நாணயம்
http://coinindia.com/fifty-coins2.html

படம் 11.6 - சங்க இலக்கியப் பாடலில் வளையல் நழுவுவதையும்,
சுவற்றில் கோடுகள் இழுப்பதையும் சித்தரிக்கும் படம்

படம் 11.7 - ஆண் மான் தனது இணையுடன், நீர் அருந்துவதைப் போலச்செய்வதன் சித்தரிப்பு

படம் 11.8 - தைமாபாத்தில் கண்டெடுக்கப்பட்ட பிந்தைய
ஹரப்பா காலகட்டத்து வெண்கலச் சிலை
நன்றி: இந்தியத் தொல்லியல் கழகம்

படம் 12.1 - கொடுமணலில் கிடைத்துள்ள பானைகளில்
உள்ள எழுத்துப்பொறிப்புகள் (Rajan 2015)

படம் 12.2 - 'அந்துவன் கொடுப்பித்தவன்' என்று குறிப்பிடப்பட்டுள்ள
திருப்பரங்குன்றம் தமிழ் பிராமி கல்வெட்டு (Mahadevan 2003: 390)

படம் 12.3 - காங்கயம் காளையைக் கொண்டாடும் அஞ்சல்தலை
நன்றி: Dept. of Posts, Govt. of India

படம் 12.4 - சிந்துவெளி முத்திரையில் காணப்படும் திமில்
காளையை ஒத்த இளம் காங்கயம் காளை
நன்றி: தியடோர் பாஸ்கரன்

படம் 12.5 - கொடுமணலில் கண்டுபிடிக்கப்பட்ட சூதுபவளம்,
நீலநிற மணிக்கல் உட்பொதிந்த புலி உருவம்
நன்றி: கா. ராஜன்

படம் 12.6 - கொடுமணலில் கண்டெடுக்கப்பட்ட சூதுபவள மணிகள் *(Rajan 2015: 39)*

படம் 12.7 - கரூர் மஞ்சநாயக்கன்பட்டி நடுகல்
நன்றி: எஸ். ரவிகுமார்

படம் 12.8 - இரண்டு புலிகளுடன் ஒரு வீரர் சண்டையிடுதல், முத்திரை M308 *(Parpola 1987)*

படம் 12.9 - பள்ளத்தூர் நகரத்தின் கம்பிச்சட்டக வடிவமைப்பைக் காட்டும் வான்வழிப் படம்
நன்றி: எஸ். சிதம்பரம்

படம் 12.10 - காரைக்கால் அம்மையார் உருவம், கங்கை கொண்ட சோழபுரம்
நன்றி: ராஜ்குமார்

படம் 12.11 - காரைக்கால் அம்மையார் உருவம், அங்கோர் வாட்

படம் 13.1 - ஒடிசா திராவிடப் பழங்குடிகளின் சிலம்பு
நன்றி: *Museum of Tribal Arts and Artifacts, Bhubaneswar, Odisha*

படம் 13.2 - காவிரிப்பூம்பட்டினத்தில் உள்ள கண்ணகி சிலை
P. Jeganathan (https://commons.wikimedia.org/wiki/File:Kannagi_statue_in_Poompuhar_1_JEG6142.jpg), https://creativecommons.org/licenses/by-sa/4.0/legalcode

படம் 13.3 - மங்களாதேவி கோயில், இடுக்கி
Vishnubonam (https://commons.wikimedia.org/wiki/File:Mangaladevi_temple_Kumily.jpg), https://creativecommons.org/licenses/by-sa/4.0/legalcode

படம் 13.4 - பலியிடும் நிகழ்வைக் குறிப்பிடும் சிந்துவெளி முத்திரை M1186
காப்புரிமை: *J.M. Kenoyer/Harappa.com/Courtesy Dept. of Archaeology and Museums, Govt. of Pakistan*

படம் 13.5 - பூம்புகார் கண்ணகி அருங்காட்சியகம்

படம் 13.6 - சென்னை மெரினா கடற்கரையில் உள்ள கண்ணகி சிலை
Balamurugan Srinivasan (https://commons.wikimedia.org/wiki/File:Statue_of_Kannagi.jpg), "Statue of Kannagi", https://creativecommons.org/licenses/by/2.0/legalcode

படம் 13.7 - நங்கேலி ஓவியம்
நன்றி: *T. Murali*

படம் 13.8 - யாழ்ப்பாணம் காரைதீவு கண்ணகி அம்மன் கோயில் புடைப்புச்சிற்பம்
நன்றி: *Sharni Jayawardena*

படம் 13.9 - மட்டக்களப்பு திருக்குளித்தி விழா ஊர்வலம்

படம் 13.10 - யாழ்ப்பாணம் காரைதீவு கண்ணகி அம்மன் சிலை
நன்றி: *Sharni Jayawardena*

படம் 14.1 - வன்னி மரம் *(Prosopis cineraria)*
Biodiversity Heritage Library (https://commons.wikimedia.org/wiki/File:18th_century_illustration_flora_of_the_coast_of_Cormandel_Coast_India_Plants_Fruits_Flowers_(26).jpg), "18thcentury illustration flora of the coast of Coromandel Coast India Plants Fruits Flowers (26)", https://creativecommons.org/licenses/by/2.0/legalcode

படம் 14.2 - வன்னி மரம்
J.M.Garg (https://commons.wikimedia.org/wiki/File:Jhand_(Prosopis_cineraria)_at_Hodal_W_IMG_1191.jpg), "Jhand (Prosopis cineraria) at Hodal W IMG 1191", https://creativecommons.org/licenses/by-sa/3.0/legalcode

படம் 14.3 - கேஜ்ரி (Khejri) மரத்தைக் கொண்டாடும் அஞ்சல்தலை
நன்றி: Dept. of Posts, Govt. of India

படம் 14.4 - மூன்று திமில் (zebu) காளைகள் மூன்று வெவ்வேறு மரங்களில் கட்டப்பட்டிருப்பதைச் சித்தரிக்கும் நௌஷாரோ பானை ஓவியம் (Parpola 1994: 21)

படம் 14.5 - ஹரப்பாவில் கண்டெடுக்கப்பட்ட வன்னி மர உருவம் கொண்ட சுடுமண் வில்லை (Kenoyer 2000)

படம் 14.6 - வன்னி மரத்தின் கிளையில் ஒரு பெண் அமர்ந்திருப்பதைக் காட்டும் மொகஞ்சோதாரோ முத்திரை (Parpola 1987)

படம் 15.1 - ஜல்லிக்கட்டு போட்டியில் வீரர் ஒருவர் காளையின் திமிலைப் பிடித்துக்கொண்டிருக்கிறார்
நன்றி: எஸ். சிதம்பரம்

படம் 15.2 - திமில் காளை (zebu) முத்திரை
காப்புரிமை: J.M. Kenoyer/Harappa.com/Courtesy Dept. of Archaeology and Museums, Govt. of Pakistan

படம் 15.3 - வன்னி மரத்தின் முன் இரண்டு காளைகள் மோதிக்கொள்ளும் காட்சி
நன்றி: www.harappa.com

படம் 15.4 - நீர் எருமை ஒன்றை ஈட்டியால் குத்துவது போன்று சித்தரிக்கப்பட்டுள்ள சிந்துவெளிப் பலகை H95-2468
காப்புரிமை: J.M. Kenoyer/Harappa.com/Courtesy Dept. of Archaeology and Museums, Govt. of Pakistan

படம் 15.5 - ஏறு தழுவுதல் போட்டியில் ஆண் எருமை ஒன்று வீரர்களைத் தூக்கி எறிவது போன்ற சிந்துவெளி முத்திரை (Parpola 1987)

படம் 15.6 - பல்வேறு ஜல்லிக்கட்டு போட்டிகளில் வீரர்களைக் காளைகள் முட்டி எறியும் காட்சி
நன்றி: எஸ். சிதம்பரம், அஸ்த்ரி

படம் 15.7 - பாலமேடு ஜல்லிக்கட்டு மைதானத்தின் வான்வழிப் படம்
நன்றி: கார்த்திக் ராஜ்குமார்

படம் 16.1 - சிந்துவெளியின் பொம்மை வண்டி
காப்புரிமை: J.M. Kenoyer/Harappa.com/Courtesy Dept. of Archaeology and Museums, Govt. of Pakistan

படம் 16.2 - ஹரப்பா காளை பொம்மை
காப்புரிமை: J.M. Kenoyer/Harappa.com/Courtesy Dept. of Archaeology and Museums, Govt. of Pakistan

படம் 16.3 - ஹரப்பா களிமண் பொம்மை
காப்புரிமை: J.M. Kenoyer/Harappa.com/Courtesy Dept. of Archaeology and Museums, Govt. of Pakistan

படம் 16.4 - மொகஞ்சோதாரோ களிமண் பந்து
நன்றி: Indian Museum, Kolkata

படம் 16.5 - மரப்பாச்சி பொம்மை

படம் 16.6 - மொகஞ்சோதாரோ பெருங்குளியிடம்

படம் 16.7 - லோத்தலில் கண்டெடுக்கப்பட்ட சுடுமண் பகடை மற்றும் விளையாட்டுப் பலகை *(Rao 1973)*

படம் 16.8 - கீழடியில் கண்டெடுக்கப்பட்ட சுடுமண் கனசதுரப் பகடையின் ஆறு பக்கங்கள்
நன்றி: இந்தியத் தொல்லியல் கழகம்

படம் 16.9 - சுடுமண் கனசதுரப் பகடையின் வெவ்வேறு பக்கங்களைக் காட்டும் வரைபடம்

படம் 16.10 - கீழடியில் கண்டெடுக்கப்பட்ட தந்தத்தாலான கனசதுரப் பகடையின் ஆறு பக்கங்கள்
நன்றி: *Department of Archaeology, Govt. of Tamilnadu*

படம் 16.11 - தந்தத்தாலான கனசதுரப் பகடையின் பக்கங்களை விவரிக்கும் வரைபடம்

படம் 16.12 - கீழடியில் கண்டெடுக்கப்பட்ட தந்தத்தாலான நீள்வட்டப் பகடையின் வெவ்வேறு பக்கங்கள்
நன்றி: இந்தியத் தொல்லியல் கழகம்

படம் 16.13 - பொருந்தலில் கண்டெடுக்கப்பட்ட தந்தத்தாலான நீள்வட்டப் பகடையின் வெவ்வேறு பக்கங்கள்
நன்றி: கா. ராஜன்

படம் 17.1 - ஆதிச்சநல்லூரில் தாமிரபரணி ஆற்றின் வான்வழிப் படம்
நன்றி: *Mani Srinivasan, Studio One*

படம் 17.2 - ஆதிச்சநல்லூரில் கண்டெடுக்கப்பட்ட கருப்பு-சிவப்புப் பானை
நன்றி: *T. Satyamurthy, ASI*

படம் 17.3 - ஆதிச்சநல்லூர் செங்கற்சூளை
நன்றி: *T. Satyamurthy, ASI*

படம் 17.4 - மட்பாண்ட மூடி மீது உள்ள அலங்கார வடிவமைப்பு

படம் 17.5 - கீழடி அகழாய்வுத் தளத்தின் வான்வழிப் படம்
நன்றி: பிரதீப்

படம் 17.6 - கீழடி உறைகிணறு
நன்றி: *Department of Archaeology, Govt. of Tamilnadu*

படம் 17.7 - கீழடி அகழாய்வில் கிடைத்த பொருட்கள்
நன்றி: *Department of Archaeology, Govt. of Tamilnadu*

படம் 17.8 - கிறல் குறிகளும் தமிழ் பிராமி எழுத்துகளும் கொண்ட பானைச் சில்லுகள்
நன்றி: *Department of Archaeology, Govt. of Tamilnadu*

படம் 17.9 - சானூர்க் கல்வெட்டு (மேல்), சிந்துவெளி வரிவடிவம் (கீழ்) *(Mahadevan 2009)*

படம் 17.10 - சிந்துவெளி வரிவடிவத்தை ஒத்த குறியீடுகள் கொண்ட செம்பியன் கண்டியூர் கற்கோடாரி *(Mahadevan 2009)*

படம் 17.11 - சிந்துவெளி வரிவடிவத்தை ஒத்த குறியீடுகள் கொண்ட சூலூர் கிண்ணம் (Mahadevan 2009)

படம் 17.12 - சிந்துவெளிக் குறியீடுகளுக்கும் கீழடி, கொடுமணல், துலுக்கர்பட்டி பானைக் கீறல்களுக்கும் இடையிலான ஒற்றுமை

படம் 17.13 - கீழடி சுடுமண் குழாய்
நன்றி: *Department of Archaeology, Govt. of Tamilnadu*

படம் 17.14 - கீழடி பானை
நன்றி: *Department of Archaeology, Govt. of Tamilnadu*

படம் 17.15 - கீழடி அகழாய்வில் கிடைத்த துளையிடப்பட்ட சுடுமண் மூடி
நன்றி: *Department of Archaeology, Govt. of Tamilnadu*

படம் 17.16 - குவிரன் ஆதன், ஆதன்
நன்றி: *Department of Archaeology, Govt. of Tamilnadu*

படம் 17.17 - பல்வேறு வகையான மணிகள்
நன்றி: *Department of Archaeology, Govt. of Tamilnadu*

படம் 17.18 - கொந்தகையில் கிடைத்த சூதுபவள மணிகள்
நன்றி: *Department of Archaeology, Govt. of Tamilnadu*

படம் 17.19 - கீழடியில் கிடைத்த செப்பு தொங்கட்டான்
நன்றி: *Department of Archaeology, Govt. of Tamilnadu*

படம் 17.20 - வைகை நதியின் வான்வழிப் படம்
நன்றி: *M. Thatchana Moorthy*

படம் 17.21 - கே. என். தீட்சித்
நன்றி: இந்தியத் தொல்லியல் கழகம்

படம் 18.1 - தலையில் கொம்பு அணிந்த கோயா பழங்குடி
நன்றி: *Rabi Shankar Rath*

படம் 18.2 - டோங்கிரியா கோண்டு பழங்குடி
நன்றி: *Rabi Shankar Rath*

படம் 18.3 - தமிளி மைல்கல்
நன்றி: *Rabi Shankar Rath*

அறிமுகம்

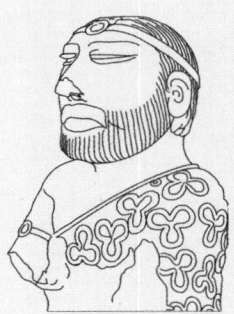

"மனிதன் ஒரு மரமல்ல, மரத்தைப் போல அவனுக்கு
வேர்கள் இல்லை; கால்கள் உள்ளன, அவன் நடக்கிறான்"

- யுவான் கொய்ட்டிசோலோ

அறிமுகம்

கண்டுபிடிப்பு

இந்திய வரலாற்றில் மறக்க முடியாத நாள் செப்டம்பர் 20, 1924. சிந்துவெளிப் பண்பாடு பற்றிய கண்டுபிடிப்பு அன்றுதான் உலகிற்கு அறிவிக்கப்பட்டது. அது வழக்கமான இன்னொரு அறிவிப்பு அல்ல; ஆகச்சிறந்த திருப்புமுனை. இந்தியப் பண்பாட்டின் தோற்றுவாய்கள் மற்றும் தொடர்ச்சிகள் பற்றி அதுவரை நிலவிய கற்பிதங்களைக் கட்டுடைத்த அதிரடி அறிவிப்பு அது. சிந்துவெளியில் இத்தகைய ஒரு நகர்மயப் பண்பாடு செழித்திருந்தது என்ற உண்மை வெளிவருவதற்கு முன்னால் இந்தியப் பண்பாட்டின் தொடக்கப்புள்ளி வேத இலக்கியங்கள் மற்றும் தொல் சமஸ்கிருத இலக்கியங்களின் ஊடாகவே புரிந்துகொள்ளப்பட்டது. அத்தகைய சித்தரிப்பில் ‘ஆரியர் வசிக்காத நிலப்பகுதிகள்’ ‘சமயமற்ற’ (*Irreligious*) நிலப்பகுதியாகக் கருதப்பட்டது. அத்தகைய விளிம்பு மக்கள் ஆரியர்களால் இழிவாகப் பார்க்கப்பட்டனர், பேசப்பட்டனர். இப்பின்னணியில், தற்போது பீகாரிலுள்ள ராஜ்கீர் என்ற பண்டைய நகரத்தின் சிதைவிடத்தில் அகழ்ந்தெடுக்கப்பட்ட கோட்டைச் சுவரும், செங்கற்களும்தான் இந்திய வரலாற்றுக் காலத்தின் முதல் கட்டுமானத் தடயம் என்ற கருத்து நிலவியது.

ஹரப்பாவில், மொகஞ்சோதாரோவில் அகழாய்வு செய்த தொல்லியல் ஆய்வாளர்கள் பிரமிப்பூட்டும் புதிய தடயங்களைத் திடீரென்று உலகின் பார்வைக்குக் கொண்டு வந்தார்கள். இந்தியத் துணைக்கண்டத்தில் பொதுயுகத்திற்கு முன் 2500-2000 என்ற காலகட்டத்தில் செழித்தோங்கிய ஓர் உன்னதமான நகரப் பண்பாட்டின் உச்சநிலை குறித்த தடயங்கள் அவை. இதனால் இந்தியாவின் வரலாற்றுக்கு முற்பட்ட காலகட்டங்கள் மட்டுமின்றி வரலாற்றின் தொடக்ககாலம் குறித்த புரிதல்களும், கேள்விக்கு உள்ளாகின.

சிந்துவெளிப் பண்பாடு பற்றிய அறிவிப்பு வெளியானவுடன் எழுந்த முதல் கேள்வி அந்தப் பண்பாட்டைக் கட்டமைத்த மக்கள் யார்? அம்மக்கள் பேசிய மொழி எது என்பதுதான். இக்கேள்விகள் குறித்த வெவ்வேறு கருதுகோள்கள் அடுத்தடுத்து முன்வைக்கப்பட்டன. சிந்துவெளி மொழியைத் தொல் சுமேரியன், தொல் எலமைட், ஹிட்டைட், திராவிடம் மற்றும் இந்தோ-ஆரிய மொழிக் குடும்பங்களுடன் தொடர்புபடுத்தி ஆய்வுக் கட்டுரைகள், நூல்கள் எழுதப்பட்டன. பசுபிக் பெருங்கடலின் தென்பகுதியில் உள்ள ஈஸ்டர் தீவுகளில் ரொங்கோரங்கோ வரிவடிவத்துடன்கூட சிந்துவெளிப் பொறிப்புகள் ஒப்பிடப்பட்டுள்ளன. கிட்டத்தட்ட நூற்றாண்டு கால விவாதங்களுக்குப்பின், சில ஆய்வாளர்கள் சிந்துவெளிப் பொறிப்புகள் உண்மையிலேயே ஒரு மொழியை உணர்த்துகிறதா என்ற ஐயத்தைக்கூட எழுப்பிவிட்டார்கள். பண்டைய எகிப்திய சித்திர எழுத்துகளை வாசித்தறிய துணைபுரிந்த ‘ரொஸட்டா ஸ்டோன்’ (*Rosetta Stone*) போன்ற இருமொழிப் பொறிப்புகள் எதுவும் கிடைக்காததால் சிந்துவெளி மொழி பற்றி எதையும் முடிந்த முடிவாகச் சொல்ல முடியாத நிச்சயமற்ற நிலை நீடிக்கிறது. இதனால் சிந்துவெளிப் பண்பாட்டைக் கட்டமைத்தவர்களின் மொழி பற்றிய கேள்வி இதுவரை விடை காணப்படாத விடுகதையாய் தொடர்கிறது.

இந்தியவியலின் இருபெரும் புதிர்கள்

சிந்துவெளியின் புதிர் முடிச்சை அவிழ்க்கும் 'சாவி' அடியோடு காணாமல் போய்விடவில்லை; அது இந்தியத் துணைக்கண்டத்தில்தான் இன்னும் இருக்கிறது. அந்தச் சாவி இந்தியவியல் குறித்த இன்னொரு புதிர் முடிச்சுக்குள் புதைந்து கிடக்கிறது. அது என்ன இன்னொரு புதிர் முடிச்சு? அது வேறொன்றுமில்லை. பொதுவாகத் திராவிட மொழிகளின் தோற்றம் பற்றிய பல்வேறு கருதுகோள்களும், அதிலும் குறிப்பாகத் தொல்தமிழ்த் தொன்மங்கள் குறித்த வினாக்கள்தான் அந்த இரண்டாவது புதிராகும். சிந்துவெளிப் புதிருக்கு எந்தவகையிலும் சளைத்ததில்லை இந்தத் தமிழ்ப்புதிர்! ஆனால் இந்த இரு புதிர்களும் இந்திய ஆய்வுக் களத்தில் தலைதூக்கிய சூழல்கள் வெவ்வேறானவை. தொல்பொருள் அகழாய்வாளர்கள் அறிவிக்கும் வரை சிந்துவெளிப் பண்பாடு என்ற ஒரு பண்பாடு இருந்ததே யாருக்கும் தெரியாது. அது பூமிக்குள் உறங்கிக் கிடந்தது. சிந்துவெளி பற்றிய அறிவிப்பு யாரும் எதிர்பாராத பெரும்வெடிப்பாய் உலகின் கவனத்தை உடனடியாக ஈர்த்தது. சிந்துவெளி எழுத்துக்களைப் படிக்க முடியாவிட்டாலும் அப்பண்பாட்டின் உடல் மொழியைப் புரிந்துகொள்ள உதவும் தடயங்கள் பல இருக்கத்தான் செய்கின்றன. இரண்டாவது புதிரான தமிழ்ப்புதிர் அப்படிப்பட்டதல்ல. சிந்துவெளி பற்றிய அறிவிப்பு வெளிவருவதற்கு முன்பே தமிழ்த் தொன்மங்கள் குறித்த மரபு சார்ந்த கருத்தியல்கள் விவாதத்தில் இருந்தன. திராவிட மொழிக் குடும்பத்தின் மிகப் பழமையான இலக்கியம் சங்கத் தமிழ் இலக்கியம்தான். நடைமுறை வாழ்வியல் சார்ந்த, நிறுவனமயமான சமய நம்பிக்கைகளை வாழ்வின் மையப்பொருளாக முன்னிறுத்தாத, திணை சார்ந்த ஓர் எதார்த்தமான வாழ்வியலைச் சங்க இலக்கியம் கண் முன் நிறுத்துகிறது.

அகம்-புறம் என்று இயங்கும் சங்க இலக்கிய வாழ்வியல் கண்ணோட்டம் வடமொழி இலக்கியங்களின் சமயச் சார்பிலிருந்து பெருமளவு மாறுபட்டது. சங்க இலக்கியங்கள் கொண்டாடும், தமிழ்த் தொன்மங்களோடு தொடர்புடைய இடங்களின் பெயர்கள், அரசர்கள் மற்றும் குறுநிலத் தலைவர்களின் பெயர்கள் வடமொழி மரபுகள் அறியாதவை. தென்கோடித் தமிழகம் பற்றி வடமொழிக் கல்வெட்டுகளும், இலக்கியங்களும் தெரிவிக்கும் செய்திகள் மிகக்குறைவே, துல்லியமானவை அல்ல. சங்க இலக்கியங்களில் தொலைதூர நிலப்பகுதிகள், தொன்மகால மீள்நினைவுகள் உள்ளடங்கியுள்ளன. நகர்மய வாழ்வியல் பற்றிய ஆகச்சிறந்த புரிதல் சங்க இலக்கியங்களில் வெளிப்படுகிறது. இவ்விலக்கியங்கள் நகரங்களைத் தலையில் தூக்கிவைத்துக் கொண்டாடுகின்றன. பல்வேறு மொழிகள் பேசும் மக்கள் இணக்கமுடன் ஒன்றுகூடி வாழும் பெருநகர வாழ்வியல் பற்றிய சங்க இலக்கியச் சொற்சித்திரம் தனித்துவம் மிக்கது. பண்டைய இந்தியாவின் ஆகச்சிறந்த நகர்மய இலக்கியம் சங்க இலக்கியம்தான் என்று சொல்லத் தோன்றுகிறது. ஆனால் சங்க இலக்கியம் கண்முன் நிறுத்தும் நகர்மய வாழ்க்கைக்கு ஈடான சான்றளிக்கும் அளவிற்குத் தொல்பொருள் தரவுகள் தமிழ்நாட்டில் கிடைக்கவில்லை என்ற குறை பொதுவாக நிலவுகிறது. ஆனால், அத்தகைய தடயங்களைத் தேடி, தோண்டியெடுக்கும் முனைப்பான முயற்சிகள் மேற்கொள்ளப்படவில்லை என்பதுதான் இதற்கு முக்கியக் காரணம். அண்மையில் தமிழ்நாட்டில் கிடைத்துள்ள அகழாய்வுத் தரவுகள் நம்பிக்கை அளிக்கின்றன.

சிந்துவெளி நகர்மயப் பண்பாட்டின் நேரடி மீள்நினைவு என்று சொல்லத்தக்க எந்தத் தெளிவான சான்றுகளும் வேத இலக்கியங்களில், வடமொழி தொல் இலக்கியங்களில் இல்லை. இதை ஒரு 'பற்றாக்குறை' அல்லது 'வெற்றிடம்' என்றுகூடச் சொல்லலாம். அதனால்தான் பெருநகர வாழ்வியல், கடல்கடந்த வணிகம், தாய்த்தெய்வ வழிபாடு என்ற உடல்மொழிகளால் தன்னை உணர்த்தும் சிந்துவெளிப் பண்பாட்டோடு, வேத இலக்கிய வாழ்வியலை இயல்பாக இணைத்துப் பார்க்க இயலவில்லை. இதற்கு நேர்மாறாகத் தென்னிந்திய நகர்மய இலக்கியம் காட்டும் வாழ்வியலுக்கும், அங்கே கண்டுபிடிக்கப்பட்ட தொல்பொருள் தடயங்களின் கால நிரல் மற்றும் எண்ணிக்கைக்கும் இடையே பெரிய இடைவெளி உள்ளது. சிந்துவெளி அகழாய்வுத் தடயங்களை, தொல் வடமொழி இலக்கியத் தரவுகளோடும் சங்க இலக்கியத்தின் நகர் வாழ்வு பெருஞ்சித்திரத்தைத் தமிழக

தொல்பொருள் தடயங்களோடும் ஒப்பிட்டுப் பார்க்கும்போது வெளிப்படையாகத் தோன்றும் முரண்பாடுகளை விரிவாக விவாதிக்காமல் கடந்து செல்ல இயலாது.

சங்க இலக்கியங்கள் தமிழர் அல்லாதோரின் பொதுக் கவனத்தைப் பெரிதாக ஈர்க்கவில்லை; இந்திய வரலாற்றுக் கட்டமைப்பில் சங்க இலக்கியங்களுக்கு உரிய இடம் தரப்படவில்லை என்பதுதான் உண்மை.

தென்னிந்திய நிலப்பரப்புகள் மற்றும் தென்னிந்திய வாழ்வியல் பற்றிய தெளிவான புரிதல் எதையும் வடமொழித் தொல் இலக்கியங்கள் முன் வைக்கவில்லை. ஆனால், இதற்கு நேர்மாறாக, வடபுலங்கள் பற்றிய, அப்பகுதிகளின் தனித்துவமான விலங்குகள், புவியியல் கூறுகள் பற்றிய மிகச் சிறந்த புரிதலைச் சங்க இலக்கியம் ஆவணப்படுத்துகிறது. இந்தச் சித்தரிப்பைப் பிற்கால வடமொழி இலக்கியங்களின் தாக்கம் என்றெல்லாம் சொல்லி எளிதில் கடந்து செல்ல முடியாது. ஏனெனில் அச்சித்தரிப்புகளின் நம்பகத்தன்மையும், துல்லியமும், தாக்கமும், அவ்வளவு ஆழமாக இருக்கின்றன. நிலம், பொழுது (*Space and Time*) ஆகிய இரண்டையும் முதற்பொருளாகக் கொண்டு கட்டமைக்கப்பட்ட திணைக் கோட்பாட்டின் தனித்துவத்தில் வேரூன்றியவை சங்க இலக்கியத் தமிழ் மரபுகள். இங்கே 'ஆகாசக் கோட்டைகளுக்கு' இடமில்லை. எனவே சங்க இலக்கியத்தில் துல்லியமாகப் புலனாகும் மேற்கு மற்றும் வடமேற்குப் புலங்கள் பற்றிய பதிவுகளைச் செவிவழிச் செய்தி என்று சொல்ல முடியாது. இந்தியத் துணைக்கண்டத்தின் மேற்கு மற்றும் வடமேற்கு நிலப்பகுதிகள் சார்ந்த, தமிழர்களின் தொல்பழங்கால அனுபவங்களைச் சங்க இலக்கியம் தனது மீள்நினைவுகளால் மீட்டெடுக்கிறது என்றே தோன்றுகிறது. இதன் விளைவாகச் 'சங்க இலக்கியத்தின் நிலப்பரப்பு' நாம் வழக்கமாக அறிந்து வைத்திருக்கும், தொடர்ந்து கூறிவரும் வடவேங்கடம் தென்குமரி என்ற தமிழ்கூறும் நல்லுலக எல்லைகளைவிட இன்னும் மிக விரிவானது என்பது புலனாகிறது.

எதிர்பாராமல் கிடைத்த புதிய அகழாய்வுத் தடயங்களின் பெருக்கமும், அதேநேரத்தில் தொல் வடமொழி இலக்கியங்களில் காணப்படும் நகர்மய இலக்கியத் தரவுகளின் வெற்றிடமும் சிந்துவெளிப் புதிரைச் சிக்கலாக்குகிறது என்றால் நெடுந்தூர மீள்நினைவுகளுடன் கூடிய துல்லியமான இலக்கியச் சித்தரிப்பும் அதேநேரத்தில் நகர்மயப் பண்பாட்டுக்கான அகழாய்வுத் தடயங்கள் அதிகம் இல்லாத குறைபாடும் தமிழ்ப்புதிரை மேலும் ஆழமாக்குகிறது. இதுவே, சிந்துவெளிப்புதிர், தமிழ்ப்புதிர் என்ற இந்தியவியலின் இரு புதிர்களுக்கும் இடையிலான வியத்தகு முரணாகும். சர் ஜான் மார்ஷல் போன்றோர் 'வட்டாரப் பண்பாடு' என்ற வலையில் விழாமல் ஹரப்பா மொகஞ்சோதாரோ தடயங்களை ஒரு செம்புக்கால நகர்மய நாகரிகத்திற்கான அடையாளமாக முன்னிறுத்தியது மிகச்சரியான முன்னெடுப்பு. அதேநேரத்தில் சிந்துவெளிப் பண்பாட்டின் கண்டுபிடிப்புக்கு முன்பே ஆதிச்சநல்லூர் போன்ற இடங்களில் கிடைத்த தடயங்களைத் தீவிரமாக மேலும் ஆய்வுக்கு உட்படுத்தாதது பெரும் குறையே.

இந்தியவியல் ஆராய்ச்சியாளர்கள் மேற்சொன்ன இந்த இரண்டு புதிர்களையும் ஒன்றோடொன்று தொடர்பற்ற இரண்டு தனித்தனிக் களங்களாக, துண்டுதுண்டாக அணுகினார்களே தவிர ஒட்டுமொத்தமாகப் பார்க்க முனைப்புக்காட்டவே இல்லை. சிந்துவெளிப் பண்பாட்டிற்கும் தென்கோடித் தொன்மப் பண்பாடுகளுக்கும் இடையில் உள்ள கால-நில இடைவெளியே இதற்குக் காரணம்.

ஒரே நாணயத்தின் இரண்டு பக்கங்கள்

சிந்துவெளிப் பண்பாட்டின் மொழி தொடர்பான ஊகங்களில் திராவிடக் கருதுகோளின் சாத்தியக்கூறுகளே அதிகம் உள்ளன என்பது அஸ்கோ பர்போலா போன்ற அறிஞர்களின் கருத்தாக உள்ளன. அவ்வாறாயின் சிந்துவெளிப் பண்பாட்டின் திராவிட கருதுகோளுக்கான சான்றாதாரங்களை சங்க இலக்கியங்களின் துணையின்றி விளக்க, மதிப்பிட முடியாது. 1400 கிலோ மீட்டர் நில இடைவெளியும், சுமார் 1300 ஆண்டுகள் கால இடைவெளியும் சிந்துவெளிப் பண்பாடு பற்றிய புரிதல்களுக்குச் சங்க இலக்கியம் ஆற்றக்கூடிய பங்களிப்பைக் குறைத்து மதிப்பிட முடியாது. அதைப் போலவே, சங்க இலக்கியம் சித்தரிக்கும் நகர்மய வாழ்வியலின் ஆழ அகலங்களை, இந்தியத் துணைக்கண்டத்தில் இதுவரை கண்டறியப்பட்டுள்ள நகர்மய வாழ்வின் ஆகச்சிறந்த உன்னதமான சிந்துவெளித் தடயங்களின் கண்கூடான புரிதலின் துணையின்றி உணர்ந்து உள்வாங்கவும் முடியாது. மேலோட்டமாகப் பார்க்கும்போது இப்படிப்பட்ட ஒரு முன்மொழிவு வியப்பையும், திகைப்பையும் ஏற்படுத்தலாம். ஆனால், இந்த நூல் முன்வைக்கும் தடயங்களை ஒருதலைச் சார்பின்றி மதிப்பிடும் எவரும் அந்த வியப்பில் இருந்தும் திகைப்பில் இருந்தும் விடுபட்டுவிடுவார்கள்.

இன்றைய தேதியில் சிந்துவெளி, ஹரப்பா நகர்மயப் பண்பாட்டின் தெற்கு எல்லை மகாராஷ்டிராவின் தைமாபாத்தில் முடங்கிக் கிடக்கிறது. எதிர்கால அகழ்வாராய்ச்சிகள் இந்த எல்லையை மேலும் தெற்கு நோக்கி நகர்த்தக் கூடும். தமிழ்நாட்டில் அண்மையில் கிடைத்துள்ள அகழாய்வுத் தடயங்கள் இந்தச் சாத்தியத்தை அடிக்கோடிடுகின்றன. தைமாபாத்திற்கும், கீழடிக்கும் இடையே மகாராஷ்டிரத்தில் மேலும் தென்னிந்தியாவில் தோண்டிப்பார்க்க வேண்டிய தொல்லியல் தலங்கள் எத்தனையோ இருக்கின்றன.

ஒருவகையில் சிந்துவெளிப் புதிரும் தமிழ்த் தொன்மப் புதிரும் ஒரே நாணயத்தின் இரண்டு பக்கங்களே என்பது புரியும். சிந்துவெளிக்கும் தென்கோடித் தமிழ்ப் பண்பாட்டிற்கும் இடையிலான கால நில இடைவெளிகள் தேவைக்கும் அதிகமாக மிகை மதிப்பு செய்யப்பட்டுள்ளன. அதைப்போலவே பழங்கால மக்களின் புலம்பெயரும் முனைப்பும், தொடர்ந்து பயணிக்கும் ஆற்றலும், தொலைதூரப் பண்பாடுகளுடன் தொடர்பு வைத்திருக்கும் திறனும் முற்றிலுமாகக் குறை மதிப்பு செய்யப்பட்டுள்ளன. விடுதலைக்கு முற்பட்ட இந்தியா இரு நாடுகளாக இந்தியா, பாகிஸ்தான் என்று பிரிக்கப்பட்டு விடுதலை பெற்ற பின்னர், சுதந்திர இந்தியாவின் அகழாய்வு முயற்சிகள் பெரும்பாலும் மேற்கிலிருந்து கிழக்காக நகர்ந்த அளவிற்குத் தெற்கு நோக்கி நகரவில்லை என்பதுதான் உண்மை. சிந்துவெளிக் குறியீடுகளுடன் பெரிதும் ஒத்தமைந்துள்ள கீறல்களுடன் கூடிய பானை ஓடுகள் தென்னிந்தியாவில் அதிலும் குறிப்பாகத் தமிழ்நாட்டில்தான் மிகுதியாகக் கிடைத்துள்ளன என்ற உண்மையைத் தொல்லியல் ஆய்வாளர்கள் இன்னும் தீவிரமாக உள்வாங்கிக் களத்தில் இறங்கியிருக்க வேண்டும்.

திராவிடக் கருதுகோளின் நிலைமை

சிந்துவெளிப் பண்பாட்டிற்கும் திராவிட மொழிக் குடும்பத்திற்கும் மொழி, பண்பாடு மற்றும் கருத்தியல் சார்ந்த தொடர்பு இருக்கிறது என்பதுதான் திராவிடக் கருதுகோளின் சாரம். சிந்துவெளி கண்டுபிடிப்பு பற்றி 1924ஆம் ஆண்டு செப்டம்பர் 20ஆம் நாள் சர் ஜான் மார்ஷல் அறிவித்து சில மாதங்களுக்குள் 'மாடர்ன் ரிவ்யூ' என்ற இதழில் மொழியியல் அறிஞர் சுனிதி குமார் சட்டர்ஜி "திராவிடர்களின் தோற்றமும் இந்தியப் பண்பாட்டின் தொடக்கமும்" என்ற தலைப்பில் ஒரு கட்டுரை எழுதினார். இந்தவகையில் சிந்துவெளிப் பண்பாட்டின் கண்டுபிடிப்பும் அது ஒரு திராவிடப் பண்பாடாக இருந்திருக்கக்கூடும் என்ற ஊகமும் தொடர் நிகழ்வுகளே. அதற்குப் பின்னர் கடந்த 98 ஆண்டுகளில் உலகின் பல்வேறு நாடுகளைச் சேர்ந்த அறிஞர்களின் ஆய்வுப் பணியில் திராவிடக் கருதுகோள் மேலும் வலுவடைந்துள்ளது. சிந்துவெளி மக்களின் மொழி பற்றி ஆய்வாளர்களிடையே கருத்தொற்றுமை இல்லை என்பது உண்மை. ஆயினும் சிந்துவெளிப் பண்பாட்டின் மொழி அடையாளம் பற்றிய கருதுகோள்களில் சாத்தியக்கூறுகள் அதிகம் உள்ளதாகக் கருதப்படுவது திராவிடக் கருதுகோள்தான்.

இருமொழிப் பொறிப்புகள் ஏதேனும் கிடைத்திருந்தால் இந்த ஊகங்களுக்கு இடமிருந்திருக்காது. இதுநாள் வரையில் அனைவரும் ஒப்புக்கொள்ளத்தக்க வாசிப்பு (*acceptable decipherment*); சிந்துவெளியின் மொழியை அடையாளம் காட்டக்கூடிய நேரடி ஆவணங்கள் எதுவும் இல்லையென்று ஆனபின்னர் அடுத்து ஆகக்கூடிய செயல்முறை என்னவென்று பார்க்க வேண்டும். இந்த இடத்தில்தான் துணைநிலைச் சான்றுகள் கவனம் பெறுகின்றன. பல்வேறு துறைகள் சார்ந்த துணைநிலைச் சான்றுகளின் உதவியுடன் சிந்துவெளிப் பண்பாட்டின் மொழி எது என்ற கேள்விக்கான விடையை நோக்கி நகர முடியுமா என்று பார்க்க வேண்டும். திராவிடக் கருதுகோளின் பார்வையில் இந்தச் சிக்கலை அணுகும் போது ஓர் அடிப்படையான தேவை பற்றிய புரிதல் இன்றியமையாதது. சிந்துவெளிப் பண்பாட்டின் தனித்துவமான சில கூறுகளைத் தற்காலத் திராவிட/தொல்தமிழ்ப் பண்பாட்டுச் சூழலிலும்; அதைப்போலவே அப்பண்பாட்டின் தனி அடையாளம் என்று கருதத்தக்க சில கூறுகளைச் சிந்துவெளி நிலப்பரப்பிலும், பண்பாட்டுப் பரப்பிலும் கண்டறியும் இருவழிச் சோதனை ஒன்று நமக்குத் தேவைப்படுகிறது. அந்தச் சோதனையில் நாம் எந்த அளவிற்கு வெற்றி காண்கிறோமோ அந்த அளவுக்குச் சிந்துவெளிப் பண்பாட்டின் திராவிட மொழிக்குடும்பத் தொடர்பு பற்றிய கருத்தாக்கம் மேலும் தெளிவாகும்.

சிந்துவெளிப் பண்பாடு 'திடீர் மரணம்' அடையவில்லை; மாறாக அது படிப்படியாகவே நலிவடைந்தது என்பதற்கான புதிய சான்றுகள் கிடைத்து வருகின்றன. எனவே, சிந்துவெளிப் பண்பாட்டு மக்கள் இரவோடு இரவாகக் கூண்டோடு அழிந்தனர் என்றோ, அல்லது தங்களது பண்பாடு பற்றி எந்தவிதமான மீள்நினைவும் எஞ்சாத அளவிற்கு ஒரு 'கூட்டு நினைவிழப்பிற்கு' உள்ளானார்கள் என்றோ முடிவுக்குவர எந்தத் தர்க்க நியாயமும் இல்லை. சிந்துவெளிப் பண்பாட்டின் மறைவுக்குக் காரணம் என்ன என்ற கேள்வியைவிட, அப்பண்பாட்டு மக்களுக்கு என்ன நேர்ந்தது? அம்மக்கள் எங்கே போனார்கள்? அம்மக்களின் அடையாளங்களை, பண்பாட்டுக் கூறுகளை இன்றைய நிகழ்கால இந்தியப் பண்பாடுகளில் மீட்டுருவாக்கம் செய்ய முடியுமா? என்ற கேள்விகள் முக்கியமானவை. இந்தியத் துணைக்கண்ட பண்பாடு பற்றிய சரியான புரிதலை நோக்கிய நகர்வில் இந்தக் கேள்விகளைத் தவிர்க்க முடியாது.

சிந்துவெளிப் பெருநகரங்களுக்கான தடயம் வேத இலக்கியங்களில் இல்லை என்பதால் ஏனைய இந்தியச் செவ்விலக்கிய மற்றும் வாழ்வியல் மரபுகளில் சிந்துவெளிப் பண்பாட்டின் எச்சங்களை கண்டறிய முடியாது என்பது பொருளல்ல. இறுதிக்கட்ட ஹரப்பா காலம்; ஹரப்பா பண்பாட்டிற்குப் பிந்தைய காலம்; வரலாற்றின் தொடக்க கால இந்தியப் பண்பாடுகள் என்ற தொடரோட்டம் பற்றிய தேடலை வேதங்களிலும், பழமையான வடமொழி இலக்கியங்களிலும் சிந்துவெளிப் பண்பாட்டின் ஒத்திசைவுக் கூறுகள் வெகுவாக இல்லை என்ற ஒற்றைக் காரணம் கட்டுப்படுத்த இயலாது; கட்டுப்படுத்தவும் கூடாது.

இந்தியாவின் வரலாற்றுக்கு முற்பட்ட காலங்கள் குறித்த கற்பிதங்களையும், புரிதல்களையும் மரபணுவியல், தொல்லியல், சமூகவியல், தொல் இலக்கிய ஆவணப்பதிவுகள் உள்ளிட்ட பல்வேறு தரவுகளின் துணையோடு மீள்மதிப்பீடு செய்ய வேண்டியது காலத்தின் கட்டாயம் ஆகும்.

சிந்துவெளிப் பண்பாடு எத்தகைய சூழலில் நலிவடைந்து முடிவுக்கு வந்திருக்கக்கூடும் என்பது குறித்துப் பல்வேறு கருத்துக்கள் நிலவுகின்றன. ஆரியர் படையெடுப்பு, ஆரியப் புலப்பெயர்வு என்று தொடங்கிய தட்ப-வெப்ப மாற்றங்கள், சிந்துவெளிப் பண்பாட்டின் சமூகப் பொருளாதாரக் கருத்தியல்கள் நடைமுறைக்கு ஒவ்வாமல், கட்டுபடியாகாமல் போனது என்பது வரை பல்வேறு காரணங்களின் சாத்தியக்கூறுகளை ஆய்வாளர்கள் அலசி ஆராய்ந்துவிட்டார்கள். சிந்துவெளிப் பண்பாடு நலிவடைந்ததற்கு ஓர் ஒற்றைக் காரணத்தைக் கண்டுபிடித்துத் தீரவேண்டும் என்பது கட்டாயம் அல்ல. பல்வேறு காரணங்களின் கூட்டு விளைவாகக்கூட அந்த நகர்மயப் பண்பாடு நலிந்திருக்க வாய்ப்பு இருக்கிறது. மேலும், அந்தக் காரணத்தைக் கண்டுபிடிப்பதோ அல்லது ஊகிப்பதோ இந்த நூலின் மைய நோக்கமும் இல்லை. சிந்துவெளி மக்களின் மொழி பல்வேறு அறிஞர்களும் ஏற்கெனவே கூறியுள்ளதைப் போலத் திராவிடக் குடும்பத்தைச் சேர்ந்தது; தொல்தமிழ் இலக்கிய மற்றும் வாழ்வியல் மரபுகள் இந்தக் கருதுகோளை வலுப்படுத்த உதவும் என்ற கருத்தியலின் அடிப்படையில் புதிய சான்றாதாரங்களை முன்வைத்துத் திராவிடக் கருதுகோளை மேலும் வலுப்படுத்துவதே இந்த நூலின் நோக்கமாகும்.

சிந்துவெளிப் பண்பாடு நலிவடைந்ததற்குக் காரணம் எதுவாக இருந்தாலும் அத்தகைய நலிவை அப்பண்பாட்டு மக்கள் இரண்டு விதமாக எதிர் கொண்டிருக்கக்கூடும்.

1. அம்மக்கள் இந்தியத் துணைக்கண்டத்தின் பிற பகுதிகளுக்குப் புலம்பெயர்ந்து புதிய வாழிடங்களை ஏற்படுத்திக் கொண்டார்கள். இது உண்மையெனில், சிந்துவெளிப் பண்பாட்டின் அடிப்படையான பண்பியல்புகளின் தொடர்ச்சியை அப்புதிய வாழிடங்களில் மீண்டும் செழித்த வாழ்வியலில், பண்பாடுகளில் அடையாளம் காண முடியுமா என்ற கேள்வி எழுகிறது. இது எந்த அளவிற்குச் சாத்தியம் என்பது அம்மக்களின் வாழ்வியலில் அடுத்தடுத்த காலகட்டங்களில் நேரிட்ட மொழிக்கலப்புகளின் தீவிரம்; சமூகவியல் மாற்றங்கள் மற்றும் தாக்கத்தின் வீரியம்; அல்லது அந்தத் தாக்கங்களிலிருந்து அம்மக்கள் எந்த அளவிற்கு விலகியிருந்து தங்களது தனித் தன்மையைத் தக்கவைத்துக் கொண்டார்கள் என்பதைப் பொறுத்ததாகும்.

2. சிந்துவெளிப் பண்பாட்டு மக்கள் அனைவரும் மேற்சொன்னவாறு புலம்பெயர்ந்திருக்க வேண்டும் என்பது அவசியமில்லை. எனவே, புலம்பெயராமல் சிந்துவெளிப் பண்பாட்டின் நிலப்பகுதிகளில் தங்கிவிட்டவர்கள் புதிதாக நேர்ந்த பாதகமான சூழலில் வாழப் பழகி, புதிய சமூகவியல் சூழல்களின் தாக்கங்களுக்கு ஆளாகி, புதிதாக வந்த மக்களுடன் கலந்து, தங்களது பழைய மொழி அல்லது மொழிகளை மெல்ல மெல்ல இழந்து, புதிய மொழிச்சூழலுக்கு மாறியிருக்க வேண்டும்.

சிந்துவெளி மக்கள் மேற்சொன்ன இரண்டு வகைகளிலும் புதிய சூழலை எதிர்கொண்டார்கள் என்று தோன்றுகிறது. இந்த இரண்டு சூழலிலும் புதிதாக வந்த பண்பாடுகளின், பண்பாடுகளுடன் மொழி மற்றும் சமயம் சார்ந்த, நம்பிக்கை மரபுகள் சார்ந்த கொடுக்கல் வாங்கல்கள் வெவ்வேறு காலகட்டங்களில் நேர்ந்தன என்பது வெளிப்படை. அந்தத் தாக்கங்கள் நேர்ந்த காலகட்டம், தாக்கத்தின் தீவிரம், தனித்துவத்தை விட்டுக்கொடுக்காமல் தங்களது வாழ்வியலைத் தகவமைத்துக்கொண்ட பிடிவாதம் ஆகியவற்றில் வேண்டுமென்றால் வேறுபாடு இருக்கலாம். ஏற்கெனவே சுட்டிக்காட்டியபடி, சிந்துவெளியின் திராவிடக் கருதுகோளின் சாத்தியக்கூறுகள் வலுவாக உள்ளன. இந்த நூல் திராவிடக் கருதுகோளின் பார்வையில் இப்பிரச்சினையை அணுகுகிறது. புதிய தரவுகளை முன்வைக்கிறது. சிந்துவெளி எழுத்துக்களை படிக்க முயன்று

களைத்துப் போயிருக்கிறது ஆய்வுலகம். ஒருவரின் வாசிப்பை இன்னொருவர் ஒப்புக்கொள்வதில்லை என்பதான முட்டுச்சந்தில் நிற்கின்றன வாசிப்பு முயற்சிகள். எனவே இன்னும் 'வாசிக்கப்படாத எழுத்தை' உடனடியாக வாசிக்க முயலாமல் வேறொரு வழியில் பயணிக்கிறது இந்த நூல். சிந்துவெளிப் பண்பாட்டை நெருக்கமாக அணுகி அதன் உடல் மொழியை 'வாசிக்க முயலும்' இந்த அணுகுமுறை பல்வேறு துறைகள் சார்ந்த சான்றுகளை ஒருங்கிணைக்கிறது. அகழ்வாராய்ச்சித் தடயங்கள், மொழியியல், பெயராய்வு, பண்டைய இலக்கியச் சான்றுகள், தொல்கல்வெட்டுகள், சமூக மரபுகள், ஆவணப்படுத்தப்பட்ட மீள்நினைவுகள் ஆகிய களங்கள் இதில் அடங்கும். அதுமட்டுமின்றி 4000 ஆண்டுகள் கால இடைவெளியையும் தாண்டி நமது சமகாலச் சமூகங்களில் சிந்துவெளிப் பண்பாட்டின் எச்சம் மிச்சமாக இன்றும் பிழைத்திருக்கும் சில பண்பாட்டுத் தடயங்களைத் தயக்கமின்றிக் கணக்கில் எடுத்துக்கொள்ளலாம். இத்தகைய தடயங்களை மேலும் மேலும் ஒருங்கிணைத்து ஆராய்ந்தால், இதுவரை வாசிக்க முடியாத சிந்துவெளி எழுத்துகளிலும் முத்திரைப் பொறிப்புகளிலும் எத்தகைய 'செய்தியை' அல்லது 'வாசிப்பை' எதிர்பார்க்கலாம் என்ற கணிப்பு உறுதியாகக் கூர்மையடையும். என்ன எழுதியிருக்கிறது என்று உறுதியாக வாசிக்க முடியாவிட்டாலும் என்ன மொழியில், எத்தகைய பண்பாட்டுச் சூழலில் எழுதப்பட்டிருக்க கூடும் என்பதையாவது உறுதி செய்ய முடியும்.

இந்தியத் துணைக்கண்டத்தின் வடமேற்குப் பகுதிகளில் பிராகுயி என்ற திராவிட மொழி பேசும் மக்கள் இப்போதும் வசிப்பது, சிந்துவெளியின் திராவிடக் கருதுகோளுக்கு ஒரு சான்றாதாரமாக முன்வைக்கப்படுகிறது. ஆனால், இது பற்றி மாறுபட்ட கருத்துகள் உண்டு. சிந்துவெளிப் பண்பாட்டிற்கும் தென்கோடித் தமிழ்ப் பண்பாட்டிற்கும் நேரடியான தொடர்பு இருந்திருக்க முடியாது என்று வாதிடுபவர்கள் முக்கியமாகச் சுட்டிக்காட்டுவது இவ்விரு பகுதிகளுக்கும் இடையிலான சுமார் 1400 கி.மீ. (தைமாபாத்திலிருந்து) நில இடைவெளி, சிந்துவெளிப் பண்பாட்டின் இறுதிக்கட்டத்திற்கும் சங்ககாலத் தமிழ்ப் பண்பாட்டிற்கும் (தமிழ் தொன்மங்கள் பற்றிய காலக்கணிப்புடன் கூடிய அகழாய்வுத் தடயங்களுக்கும்) இடையிலான 1300 ஆண்டுகால இடைவெளியையும்தான்.

சிந்துவெளி அகழாய்வில் கிடைத்துள்ள பல தடயங்கள் மூலம் அப்பண்பாட்டு மக்களின் சமூகப் பொருளாதார வாழ்வியல் பற்றி நம்மால் சில செய்திகளை ஊகிக்க முடியும். சிந்துவெளி மக்கள் நீலநிற மணிக்கல்லுக்காக (*Lapis Lazuli*) எங்கோ வெகு தொலைவில் ஆப்கனிஸ்தானின் வடக்கு பகுதியில் உள்ள சார்த்துகை என்ற இடத்திற்குச் சென்று குடியேறியவர்கள்; எங்கேயோ உள்ள மெசபொடேமியா சென்று வணிகர் குடியிருப்பை ஏற்படுத்தி வெளிநாட்டு வணிகம் செய்தவர்கள். எனவே தொலைதூரப் பயணம் என்பது சிந்துவெளி மக்களின் குருதியில் ஊறியது. அவ்வாறாயின், குஜராத்திலுள்ள லோத்தலில் துறைமுகம் அமைத்த சிந்துவெளிப் பண்பாட்டு வணிகர்கள் முத்து, சங்கு, தேக்கு மரப்பலகை போன்ற ஏற்றுமதி சார்ந்த பொருட்களுக்காக இந்திய துணைக்கண்டத்தின் தென்பகுதிகளோடு நிச்சயம் தொடர்பு வைத்திருப்பார்கள் என்று எதிர்பார்ப்பதில் தவறு என்ன இருக்க முடியும்? ஏனெனில் முத்து, சங்கு, தேக்கு மரம் ஆகியவை தீபகற்ப இந்தியத் தொடர்புடையவை. சிந்துவெளித் துறைமுக நகரங்களில் வேறுபுலத்தவர்களும் வசித்திருக்கக்கூடிய சாத்தியக்கூறு உள்ளது. சுமேரிய "கில்கமெஷ்-சிங்கம்" போன்ற பொறிப்பைச் சிந்துவெளி மக்கள் தங்களுக்குரியதாகத் தகவமைக்கும்போது இரண்டு சிங்கங்களுக்குப் பதிலாக இரண்டு புலிகளோடு சமரிடும் 'புலிக்குத்தி வீரன்' பொறிப்பாக மாற்றம் பெறுகிறது. இந்த உடல்மொழி முக்கியமானது. வெளிக்கருத்துகளை, காட்சிப்படிமங்களைத் தங்களது சூழலுக்குத் தக்கபடி மாற்றித் தகவமைத்துக்கொள்ளும் "திறந்த மனக் கோட்பாடு" உடையவர்கள் என்பது புலனாகிறது. அப்படிப்பட்ட ஆற்றல் மிக்க சிந்துவெளி மக்கள் அனைவரும் தங்களது அடையாளங்களில் எதுவும் மிஞ்சாத வகையில் கூண்டோடு ஒழிந்திருப்பார்கள் என்பது சாத்தியமில்லை.

சிந்துவெளிப் பண்பாடு என்ற ஒரு பண்பாடு இருந்தது நமக்கு இன்றுவரை தெரியாமல் போயிருந்தால் இந்த விவாதத்திற்கு இடமில்லை. இந்த உன்னதமான பண்பாடு குறித்து வேதங்களில், தொல் வடமொழி இலக்கியங்களில் பேச்சு மூச்சு எதுவும் இல்லை. சிந்துவெளிப் பண்பாட்டில் வெளிப்பட்ட தடயங்களின் உடல்மொழி, பார்த்ததும் தோன்றும் முதல் உணர்வு ஆகிய அனைத்தும் புதுமையானதாக நாம் அதுவரை அறிந்திருந்த கடந்த காலத்திலிருந்து மாறுபட்டதாக இருந்ததால் அதன் முக்கியமான பண்பியல்புகளை வேதப் பண்பாட்டின் பின்புலத்தில் எப்படி ஒப்பிடுவது என்பதுகூடப் புலப்படவில்லை. ஏனெனில் அது ஒரு தனி உலகம் போலவே தோன்றுகிறது.

காலந்தோறும் பல்வேறு புதிய புதிய தாக்கங்களுக்கு உள்ளான வடமேற்கு இந்தியாவில் மற்றும் கங்கைச் சமவெளியில் எழுதப்பட்ட வடமொழி இலக்கியங்களில் சிந்துவெளிப் பண்பாட்டின் மீள்நினைவுகள் எதுவும் சொல்லத்தக்க அளவில் தென்படவில்லை என்பதில் வியப்பில்லை. அதை எதிர்பார்க்கவும் முடியாது. அதேநேரத்தில் அப்பகுதியில் தொடர்ந்து வாழ்ந்த மக்களின் வாழ்வியலில் சிந்துவெளிப் பண்பாட்டின் எச்சமிச்சங்களின் தொடர்ச்சி, புதிதாக வந்த பண்பாட்டினருடன் நேர்ந்த முரண் மற்றும் கலந்துறவுகளின்

தாக்கத்தைக் காண முடியும் என்பது சாத்தியமே. பெருநகரங்களை மையமாகக் கொண்டு செழித்த நகர்மய நாகரிகம் நலிந்து நாட்டுப்புறச் சமூகங்களாக மாறிய வரலாற்றுக்கு முற்பட்ட நிகழ்வு *(De-urbanisation process)* இந்தியத் துணைக்கண்டத்தில் எல்லா திசைகளையும் நோக்கி நிகழ்ந்திருக்க வேண்டும். அவ்வாறு மாறுபட்ட சமூகப் பொருளாதார வாழ்வியல் லோத்தல், தோலாவிரா போன்ற குடியிருப்புகளுக்குத் தெற்காகவும், யமுனை, கங்கை, நர்மதை போன்ற நதிகளின் கரை தொட்டு கிழக்கு நோக்கியும் பரவியிருக்க வேண்டும்.

கிழக்கு நோக்கி நகர்ந்தவர்கள், பின்வந்தவர்களால் மேலும் மேலும் கிழக்கு நோக்கித் தள்ளப்பட்டார்கள். அங்கம், மகதம், வங்கம், கலிங்கம் போன்ற பகுதிகளில் இம்மக்கள் அதிகம் வாழ்ந்திருக்கக்கூடும். பின்னர் அம்மக்கள் இந்தோ-ஆரிய மொழி, பண்பாட்டுத் தாக்கங்களுக்கு உள்ளாகியிருக்கக்கூடும். இன்னொரு பிரிவினர் லோத்தல், தோலாவிரா போன்ற ஹரப்பா பண்பாட்டுப் பகுதிகளிலிருந்து தெற்கு, தென்கிழக்குத் திசைகளில் பரவியிருக்கக்கூடும். மத்திய இந்திய மலைப்பகுதிகளைக் கடந்து தென்னிந்தியத் தீபகற்பப் பகுதிகளை அடைந்ததும் அம்மக்களின் வடக்கு, வடமேற்குத் தொடர்புகள் குறைந்து தங்களது பண்பாட்டு மரபுகளைக் கலப்படம் ஆகாமல் பாதுகாத்துப் பேணி வளர்த்திருக்கக்கூடும். வடமேற்குப் பகுதியிலிருந்து கிழக்கு நோக்கி நகர்ந்தவர்களின் வாழ்வியல் அனுபவங்கள் வேறு வகையாக இருந்திருக்கலாம். அதனால்தான் சிந்துவெளிப் பண்பாட்டின் தெளிவான தொடர்ச்சி தொல்தமிழ் இலக்கியங்களிலும், பானைகளில் காணப்படும் சிந்துவெளி வரிவடிவம் போன்ற கீறல்களிலும் தனித்துவமாகப் புலப்படுகின்றன.

இந்தச் சாத்தியக் கூறுகளை எந்தெந்த வழிகளில் நிறுவ முடியும் என்பதுதான் இந்த நூல் தனக்குத் தானே கேட்டு விடை காண முயலும் கேள்வியாகும். இந்த முயற்சியில், பின்வரும் அணுகுமுறை உதவக்கூடும்.

1. சிந்துவெளி அகழாய்வுத் தடயங்கள், பொறிப்புகள், முத்திரைகள் மூலம் புலனாகும் 'காட்சிப் படிமங்கள்', உடல் மொழிகள் மற்றும் உய்த்துணரத்தக்க கருத்தாக்கங்கள் மூலம் சிந்துவெளிப் பண்பாட்டின் அடிப்படையான கூறுகளைக் கண்டறிவது. இந்தப் பணியை ஏற்கெனவே பல்வேறு ஆய்வறிஞர்கள் தங்களது ஆய்வுகளின் மூலம் செய்திருக்கிறார்கள். அந்த வகையில் இந்த முயற்சி அதன் தொடர்ச்சி.

2. வரலாற்றுக்கு முற்பட்ட காலகட்டங்கள் குறித்த ஆய்வில் புலப்பெயர்வு தொடர்பான தேடல்களுக்குப் பெரும் பங்கு உண்டு. அந்த வகையில் இந்தியத் துணைக்கண்டத்தில் நிகழ்ந்த பழங்காலப் புலப்பெயர்வுகள் பற்றிய புரிதல் சிந்துவெளிக்குப் பிற்பட்ட காலகட்டங்களை மீட்டுருவாக்கம் செய்ய உதவும்.

3. சிந்துவெளிப் பண்பாட்டிற்குப் பிந்தைய பண்பாடுகள், பண்டைய இந்தியச் செவ்வியல் இலக்கியச் செய்திகளைச் சிந்துவெளிப் பண்பாட்டின் அடிப்படைப் பண்புகள், அடையாளங்களோடு ஒப்பிட்டும், வேறுபடுத்தியும் விவாதிப்பதன் மூலம் சிந்துவெளிப் பண்பாட்டின் எச்சங்களைத் திராவிடப் பண்பியல் மற்றும் கருத்தாக்கங்களில் கண்டறியும் சாத்தியமே அதிகம் என்பதை நிறுவ முடியும்.

4. சிந்துவெளிப் பண்பாடு/அதன் நிலப்பகுதி, தொல்தமிழ்ப் பண்பாடு/அதன் நிலப்பகுதி ஆகிய இரண்டும் ஏதோ இருவேறு துருவங்கள் என்பது போன்ற மனத் தோற்றத்தை உருவாக்கும் நில-கால இடைவெளிகள் இந்தத் தேடலில் அப்படியொன்றும் கடக்கமுடியாத பெரும் தடைகள் அல்ல என்பதை உறுதி செய்யும் புதிய தடயங்களைத் தேடிக் கொணர்ந்து விவாதப்பொருளாக முன்வைக்க வேண்டும். கவனக்குவிப்புடன் கூடிய தொல்பொருள் ஆய்வு முயற்சிகள்; தொல்தமிழ் இலக்கியங்கள் பற்றிய விரிவான

ஆய்வுகள், தொல்கல்வெட்டுகள் போன்ற பல்துறைத் தடயங்கள் இந்த இடைவெளியை இட்டு நிரப்பவல்லன.

5. சங்க இலக்கியங்கள் சுட்டிக்காட்டும் குறிப்பிட்ட நிலப்பகுதிகளையும் இடங்களையும் சங்க இலக்கியங்கள் தரும் தகவல்களின் அடிப்படையில் வரைபடம் ஆக்கி, அதன்மூலம் சங்க இலக்கியம் பேசும் நிலப்பகுதிகள், இடங்கள் அனைத்தையும் சங்க இலக்கியக் கால அரசியல் எல்லை என்று நாம் கருதி வரும் நில வரையறைகளுக்குள் அடக்கிவிட முடியாது என்பதை நிறுவ வேண்டும். அத்துடன் சங்க இலக்கியங்களில் மீள்நினைவாகக் குறிப்பிடப்படும் நிகழ்வுகளைக் காலம் என்ற அளவுகோளின் அடிப்படையிலும் மீள்நினைவுகளின் ஊடாகப் புலனாகும் நிலப்பகுதிகளைப் புவியியல் அடிப்படையிலும் மீள் கட்டமைப்பு செய்து அவற்றைச் சிந்துவெளிப் பண்பாட்டிற்குப் பிற்பட்ட புலப்பெயர்வுகளோடும் நினைவுகூரப்பட்ட கடந்த காலங்களோடும் பொருத்திப் பார்க்கலாம். இது ஒரு நிலம்-காலம் என்ற இரு பரிமாணத்தில் காட்சிப்படுத்த முயலும் மீள் பயணம்.

6. சிந்துவெளியில் தொடங்கி, வைகை-தாமிரபரணி நதிக்கரைகளைத் தொடும் இந்தப் பண்பாட்டுப் பயணத்தின் பாதச்சுவடுகளை நிறுவும் முயற்சியில் இடப்பெயராய்வு என்ற ஆய்வுக்களத்தை முக்கியமான சான்றாதாரமாக முன்னிறுத்தி அச்சான்றுகளைச் சிந்துவெளி-தொல்தமிழ்த் தொடர் மரபுகளின் ஊடாகவும் அண்மைக்காலங்களில் வெளிச்சத்திற்கு வந்துள்ள அகழாய்வுத் தடயங்களின் துணை கொண்டும் மதிப்பிடுவது.

7. பல்வேறு சமூகங்களின் ‘பொது நினைவாகக்’ கூட்டு சிந்தனையில் குடியேறியுள்ள கடந்த காலம் பற்றிய மீள்நினைவுகளை, ஞாபக பிம்பங்களைப் ஆய்வுக்கு உட்படுத்தி, அச்சமூகங்களின் கூட்டுச் சிந்தனையில் சேமிக்கப்பட்டுள்ள பழங்காலப் புலப்பெயர்வு நினைவுகளை ‘இடப்பெயர்’ வழித்தடங்களின் மூலம் தகவமைப்பது.

8. ஏறு தழுவுதல், வீரச் சேவல் சண்டை மரபு போன்ற பண்பாட்டு நடைமுறைகளின் தோற்றத்தையும் தொடர்ச்சியையும் சிந்துவெளி முதற்கொண்டு, வரலாற்றுக் கால மற்றும் நிகழ்காலச் சமூகங்கள் வரை பொருத்திப் பார்ப்பது.

9. சிந்துவெளியின் பண்பாட்டு மரபுகளில் காத்திரமாகத் தென்படும் சிவப்பு நிறத்தின் மேன்மை; பானை, செம்பு ஆகியவற்றின் முக்கியத்துவம், கிழக்கு-மேற்கு போன்ற திசைகளுக்கான பெயராக்க முறைகள், திராவிட மொழிகளிலும் இந்தோ-ஆரிய மொழிகளிலும் எவ்வாறு நேர்ந்துள்ளன, மதிப்பிடப்படுகின்றன என்பதை ஆராய்ந்து அதன்மூலம் சிந்துவெளிப் பண்பாட்டின் மொழி அடையாளத்தை அறிய முற்படுவது.

ஆயினும் இந்த மேற்சொன்ன அணுகுமுறைகளின் மூலம் திராவிடக் கருதுகோளுக்கு வலுசேர்க்கும் நோக்கத்துடன் இந்த நூல் முன்னெடுக்கும் அணுகுமுறைகளின் நம்பகத்தன்மையை எப்படி பரிசோதிப்பது? இதற்கான மிக முக்கியமான, தவிர்க்கமுடியாத உரைகல் என்று ஒன்று இருக்குமென்றால், அது திராவிட மொழி பேசிய மக்கள் ஒருகாலத்தில் இந்தியாவின் வடமேற்குப் பகுதிகளில் மிக குறிப்பாகச் சிந்துவெளிப் பண்பாட்டு நிலப் பகுதிகளில் பரவலாக வசித்தார்கள் என்பதை உறுதியாக நிறுவுவதுதான். வடமேற்குப் பகுதிகளில் பிராகுயி என்ற திராவிட மொழியைப் பேசும் மக்கள் இப்போதும் வசிக்கிறார்கள் என்பது மட்டும் இதற்குப் போதுமான சான்று அல்ல. இப்போதைக்குத் திராவிட மொழிக் குடும்பத்தின் மிக முக்கியமான மொழிகளைப் பேசும் மக்கள் பரவலாக வசிப்பது தென்னிந்தியாவில்தான். திராவிட மொழிக் குடும்பத்தின் மிகத்தொன்மையான இலக்கிய ஆவணமான சங்க இலக்கியத்துடன் பொதுவாக தொடர்புபடுத்தப்படும் நிலப்பகுதியும் தென்கோடி நிலப்பகுதியே. எனவே சிந்துவெளிப் பண்பாட்டிற்கும் தென்னிந்தியத் தொல்தமிழ்ப் பண்பாட்டிற்கும் இடையிலான தொடர்பை

நிறுவும் புது சான்றுகள் தேவை. வாழ்வியல் மரபு சார்ந்த அத்தகைய சான்றுகள் சிந்துவெளிக்கும், தொல்தமிழகம்/தென்னிந்தியாவிற்கும் பொதுவாக இருக்க வேண்டுமே தவிர அச்சான்றுகளுக்கும் இந்தோ-ஆரிய மரபுகளுக்கும் அதற்கு ஈடான ஒற்றுமையைக் காட்டக்கூடிய தொடர்பு இருக்கக்கூடாது. அதாவது அச்சான்றுகள் சிந்துவெளிப் பண்பாட்டின் உடல்மொழிக்கும், தொல்தமிழ் வாழ்க்கை முறைக்கும் ஒரு பொதுப்புள்ளியை முன்னிறுத்தும் வகையில் இருக்க வேண்டும். அத்தகைய அகச்சான்றுகள் எவ்வளவு தொன்மையாக அமையமுடியுமோ அந்த அளவிற்கு அவற்றின் நம்பகத்தன்மை அதிகமாகும். அதாவது தமிழ்த் தொன்மங்களுக்கும் தமிழ் மொழி பேசுவோரின் வரலாற்றுக்கு முந்தைய காலகட்டங்களுக்கும் சிந்துவெளி நிலப்பகுதிகளோடு ஏதோ ஒரு தொடர்பு இருந்திருக்கிறது என்பதற்கான அகச்சான்றுகள் தமிழ்மொழியின் ஆகத் தொன்மையான பழந்தமிழ் இலக்கண, இலக்கியங்களில் கிடைக்க வேண்டும். இது ஒருவகையில் ஒரே கருத்தாக்கத்தை இரண்டு வெவ்வேறு திசைகளிலிருந்து அணுகி மெய்ப்பிக்க முயலும் ஓர் இருவழிச் சோதனையாகும். அப்படிப்பட்ட ஓர் உரைகல்லை இந்த நூல் தனக்குத் தானே முன்நிபந்தனையாக விதித்துக் கொள்கிறது.

சிந்துவெளி அடிப்படைகள்

சிந்துவெளிப் பண்பாட்டின் அடிப்படைப் பண்பியல் கூறுகள் என்ன? ஆகச்சிறந்த வடிவமைப்புடன் கூடிய நகரங்களை மையமாகக் கொண்டு இயங்கிய வாழ்வியல்; வடிகால்கள், நேர்த்தியான தெருக்கள், பொதுகுளிப்பிடங்கள், தானியக் களஞ்சியம் போன்ற பொது வசதிகளுக்கு முன்னுரிமை; கடல்கடந்த வணிகத்தில் மேலோங்கிய திறன்; செம்பு, செங்கல் மற்றும் விதவிதமான மட்பாண்டங்கள், சுடுமண் பொம்மைகள் மற்றும் விளையாட்டுப் பொருட்களின் பயன்பாட்டுப் பெருக்கம்; தாய்த்தெய்வ வழிபாடு, மர வழிபாடு; பெரும் கட்டுமானங்கள் கொண்ட வழிபாட்டு இடங்களுக்கான தடயங்களின்மை; சிவப்பு வண்ணத்தின் காத்திரமான குறியீட்டு முன்னுரிமை ஆகியவை இவற்றில் அடங்கும்.

புலப்பெயர்வுகள்

"இங்கிருக்கும் ஒவ்வொரு மனிதரும் புலம்பெயர்ந்தவர்; ஒவ்வொருவரும் வேறெங்கிருந்தோ வந்தவர்தான்" என்கிறார் கவிஞர் எலிசா கிரிஷ்வோல்ட் *(Eliza Griswold)*. ஆனால், நம்மைப் பற்றிய நமது அனுமானங்கள் முற்றிலும் வேறுபட்ட ஒரு கற்பிதம்தான். உண்மையில் இது ஒரு முரண்பாடு. நமக்கு நாமே இறுக்கி, ஆணி அடித்து மாட்டிக்கொண்ட நிரந்தர அடையாளங்கள்; இப்போது நாம் இருக்கும் இடத்தில்தான் யுகம் யுகமாய் முளைத்து வளர்ந்து நகராமல் நிற்கிறோம் என்பது போன்ற மண் சார்ந்த பேரினவாதங்களால் நமது மொழி, இன அடையாளங்களைக் கட்டமைக்க முயல்கிறோம். இந்த விதமான கற்பிதங்களுக்குக் காரணம் எதுவாக இருக்க முடியும் என்று கவிஞர், புதின ஆசிரியர் யுவான் கொய்ட்டிஸோலோ விளக்குகிறார். மனிதனும் மரம், செடி போன்ற தாவரங்களைப்போல மண்ணில் முளைத்தவன் என்றும் கால வரையறையற்ற நிலை எல்லைகளுக்குள் அடங்கிய குறிப்பிட்ட நிலம்தான் அவனது மன இயல்புகளை, செயல்பாடுகளைத் தீர்மானிக்கிறது என்ற நம்பிக்கைதான் இத்தகைய நிலைப்பாட்டின் அடிப்படை என்பது அவரது கருத்தாகும்.

மிக ஆழமாக வேரூன்றிய நமது தொன்மங்கள் காலம் தோன்றிய காலத்திலிருந்தே ஒரு குறிப்பிட்ட நிலப்பரப்பில், அதுவும் குறிப்பிட்ட எல்லைகளுக்குள் முளைவிட்டு முளைத்து வேரூன்றிக் கிளைவிட்டு இன்றும் அதே இடத்தில் செங்குத்தாய் நின்று செழித்திருப்பதாக நாம் நம்புகிறோம் அல்லது நம்ப விரும்புகிறோம். பரந்து விரிந்த பால்வீதியில் அகன்று பரந்த எல்லையற்ற பிரபஞ்சத்தில் சின்னச் சில்லாய் சிதறிச் சுற்றும் ஒரு சுண்டைக்காய் பூகோளத்தின் ஒரு குறிப்பிட்ட நில எல்லைக்குள்தான் பல்லாயிரம் ஆண்டுகளாக அவரவரின் இன மொழி மற்றும் பண்பாட்டு அடையாளங்கள் முளைத்துச் செழித்ததாக நம்புகிறோம். ஆனால் கள நிலவரம் வேறுவிதமானது. மனிதன் உண்மையில் ஒரு கால்நடை. அவன் ஒரு பாதசாரி. காலில் சக்கரத்தைக் கட்டிக்கொண்டு எப்போதும் அலைபவன். இதை மனதில் வைத்துதான், யுவான் கொய்ட்டிஸோலோ (*Juan Goytisolo*) தெளிவாகச் சொல்கிறார்: "மனிதன் என்பவன் மரம் அல்ல; அவனுக்கு வேர்கள் இல்லை; மாறாக அவனுக்குக் கால்கள் இருக்கின்றன. அவன் நடந்துகொண்டே இருக்கிறான்". இது தத்துவம் அல்ல, மனித குலத்தின் வரலாறு.

மனிதனின் கதை என்பது ஒருவகையில் புலப்பெயர்வுகளின் கூட்டுத்தொகைதான். குத்தவைத்து உட்கார்ந்து குளிர்காய்ந்தவர்கள் இன்னும் குகைகளில்தான் இருக்கிறார்கள். நகர்ந்து வந்தவர்களே நாகரிகம் படைத்தார்கள். மரபணுவியல் மற்றும் புதைபடிமவியல் சான்றுகளின் அடிப்படையில் பார்த்தால் நவீன மனிதனின் புலப்பெயர்வுக்கான வயது ஏறத்தாழ 60,000 ஆண்டுகள். பண்டைய மனிதர்கள் எல்லா இடர்ப்பாடுகளையும் மீறி தொடர்ந்து புலம்பெயரும் ஆற்றல் கொண்டிருந்தார்கள்; புதிய நிலப்பரப்புகளுக்கும் புதிய சூழல்களுக்கும் தக்கவகையில் தங்கள் வாழ்வியலைத் தகவமைத்துக்கொள்ளும் திறன் அவர்களுக்கு இருந்தது. பண்டைய புலப்பெயர்வுகளுக்கான சான்றுகளும் அப்புலப்பெயர்வுகள் பற்றிய தெளிவற்ற, மங்கலான மீள்நினைவுகளும் இதைத்தான் நமக்கு நினைவுறுத்துகின்றன.

"ஒரு பண்பாட்டின் பயணம்" என்ற இந்த நூலின் தலைப்பு ஓர் உருவகம். சிந்துவெளிக்கும் வைகைக் கரைக்கும் இடைப்பட்ட இந்தப் பயணத்தின் கதையைச் சொல்வதற்கு ஓர் உருவகத் தலைப்பைத் தேர்ந்தெடுத்தது எதேச்சையானது அல்ல; யோசித்து எடுத்த முடிவுதான். கெல்லி ஹேய்ஸ் கில்பின் *(Kelley Hays-Gilpin)* சொல்வதைப்போல உருவகங்கள் வெறும் சொல்லாடல்கள் இல்லை; உருவகங்களுக்கு என்று ஒரு காட்சிப் பண்பு இருக்கிறது; அவற்றை தொல்பொருளாய்வு என்ற வழித்துணை கொண்டு விவாதிக்க முடியும். காலம், இடம் என்ற வரையறைகளைக் கடந்து புலப்பெயர்வுகளைப் புலனாய்வு செய்ய இந்த உருவகங்கள் சார்ந்த சொல்லாடல்கள், காட்சிப் படிமங்கள் கைகொடுக்கின்றன.

மிக எளிமையாகச் சொல்வதெனில் பயணம் என்பது ஓரிடத்திலிருந்து இன்னொரு இடத்திற்குச் செல்வது. தனி மனிதர்கள் பயணிக்கிறார்கள். குழுக்கள் கூட்டமாகப் பயணிக்கக்கூடும். ஆனால் ஒரு பண்பாடு ஓரிடத்திலிருந்து இன்னொரு இடத்திற்குப் பயணிக்குமா? பயணித்துத் தன்னை இன்னொரு இடத்தில் மீள் நிறுவிக் கொள்வது சாத்தியமா? சாத்தியம் என்றே தோன்றுகிறது.

பல்வேறு நிலக்குடிகளால், குழுக்களால் கட்டமைக்கப்பட்ட அதேநேரத்தில் மொழி சார்ந்த ஒருமைப்பாடு கொண்ட ஒரு மக்கள் தொகை, பல்வேறு காரணங்கள் விளைவாகத் தொடர்ந்து புலம்பெயர்ந்து பல்வேறு இடச்சூழல்களைக் கடந்து பயணித்து நிலையான வாழ்க்கைக்கு ஏதுவான புதிய ஒரு புவிச்சூழலில் நிலைகொண்டு குடியமர்ந்து, தனது பண்பாட்டின் அடிப்படைப் பண்புகள் முழுவதுமாக மாறிவிடாதபடி பேணிக்காத்திருக்குமெனில் அத்தகைய பயணத்தை ஒரு பண்பாட்டின் பயணம் என்று அழைத்தால் அது மிகைக் கூற்றாக இருக்க முடியாது. அத்தகைய பண்பாட்டுப் பயணத்தின்போது தலைமுறைத் தலைமுறையாக உடன் சேர்ந்து பயணம் செய்வது அம்மக்களின் பெண், ஆண் தெய்வங்களும்; அவர்களின் நம்பிக்கைகளும் அம்மக்களின் பழைய இடப்பெயர்களும்தான். பண்பாட்டின் பயணம் என்பது தனி மனிதர்களின் பயணம் அல்ல; ஒட்டுமொத்த அடையாளத்தின் வேர்களும் விழுதுகளும் தன்னை மறு பதியமிட்டுக் காத்து வளர்க்கும் தொடர் நிகழ்வாகும்.

இந்தப் 'பண்பாட்டின் பயணம்' ஒருவகையில் ஒரு வாசிப்பு முயற்சிதான்; ஆனால் நாம் இங்கே வாசிக்க முயல்வது சிந்துவெளியின் எழுத்துப் பொறிப்புகளை அல்ல; அப்பண்பாட்டின் காத்திரமான கூறுகளையும் அவற்றின் பின்னணிகளையும்தான். அத்தகைய கூறுகளைப் பண்டைய வரலாற்றுக் காலச் சமூகங்களில், இலக்கியப் படைப்புகளில் எப்படி அடையாளம் காணமுடியும்; அப்பண்பாட்டுக் கூறுகளில் சில நிகழ்காலச் சமூகங்களில் இன்று வரை தொடர்வதை எப்படி இனம்காணமுடியும் என்பதுதான் இந்தப் புதிய வாசிப்பின் நோக்கமும் பயனுமான அணுகுமுறை ஆகும்.

"சிந்துவெளிப் புதிர்" என்ற கருத்தாக்கம் அல்லது வெளிப்பாடு இந்தியாவின் வாசித்தறியப்படாத கடந்த காலத்தைக் குறிக்கும் உருவகம் என்றால், "தமிழ்ப் புதிர்" என்ற சொற்சித்திரம், "கல்தோன்றி மண் தோன்றா காலத்தே முன் தோன்றிய மூத்தகுடி" என்ற தமிழர்கள் தங்கள் தோற்றம் பற்றிப் பொத்தாம் பொதுவாக ஆனால் மிக உறுதியாகக் கொண்டிருக்கும் கூட்டு உளவியலைக் குறிக்கும் குறியீடாகக் கொள்ளலாம். "மூத்தகுடி" என்ற உரிமைகோரல், அது தொடர்பான கருத்தாக்கமே தமிழர்கள் தங்களது கடந்த காலம் தொடர்பாகத் தங்களுக்குள் கட்டமைத்திருக்கும் பொதுவான சித்திரம் ஆகும். நான் அறிந்தவரையில் இந்தியத் துணைக்கண்டத்தில் தமிழ் மொழி பேசும் மக்களைப்போல வேறு எந்த மொழியினரும் தங்களது மொழி பற்றியும் தங்களது தொல்பழங்காலம் பற்றியும் தொடர்ந்து உரையாடவில்லை. இத்தகைய பொதுச் சிந்தனையை எப்படிப் புரிந்து கொள்வது? அதற்கான கூட்டு உளவியல் மற்றும் வரலாற்றுக் காரணங்கள் பற்றிய புலனாய்வு ஒருபுறம் இருக்க இத்தகைய சமூகப் பண்பாட்டுச் சூழல், பொது சிந்தனையைப் பற்றி யோசிக்கும்போது "பொதுமக்கள் தங்கள் தலைகளில் எப்போதும் சுமக்கும் ஒருவகையான வரலாறு" என்று கார்ல் பெக்கர் *(Carl Becker)* குறிப்பிடும் சொல்லாடல்தான் நினைவுக்கு வருகிறது.

பொதுவாகத் தமிழகத்திற்கு வெளியே வசிப்பவர்கள் தமிழர்களின் இந்த மொழி சார்ந்த கூட்டுச் சிந்தனையை 20ஆம் நூற்றாண்டின் தொடக்கத்தில் உருப்பெற்ற திராவிட இயக்கத்தின் பின்விளைவாக மட்டும் பார்க்கிறார்கள். ஒருவகையில், தென்னிந்தியாவில் வசிக்கும் மக்கள் அனைவரையும், பல மொழியினரையும் வட இந்தியர்கள் 'மதராஸி' என்று பொத்தாம் பொதுவாகக் குறிப்பிடுவது போன்ற மேம்போக்கான பார்வை இது. ஆனால், உண்மை வேறுவிதமானது. இந்த மொழி சார்ந்த கருத்தியலின் தொடக்க வேர்கள் தொன்மையானவை. வடக்கு-தெற்கு; தமிழ்-ஆரியம் என்ற இருமைகள் *(binaries)* சங்க இலக்கியத்திலும், தமிழ் மொழியின் முதல் காப்பியமான சிலப்பதிகாரத்திலும் தெளிவாக முன்னிறுத்தப்படுகின்றன. இன்னும் சொல்லப்போனால், சங்க இலக்கியம் குறிப்பிடும் "ஆரியப்படை கடந்த" என்ற அடைமொழியுடன் கூடிய நெடுஞ்செழியன் என்ற பாண்டிய மன்னனின் பெயர் இந்த இருமையின் தொன்மையையும், இந்த இரண்டு கருத்தியல்களுக்கும் இடையிலான முரண்பாட்டையும் தெளிவாக அடிக்கோடிடுகிறது.

தமிழ்க் கடவுளாகிய முருகனைப் போற்றும் பரிபாடல், காதல் (அகம்) குறித்த தமிழ் அணுகுமுறைக்கும் வடமொழி வேத மரபுகளுக்கும் இடையிலான அடிப்படையான வேறுபாட்டைத் தெளிவாகச் சுட்டிக்காட்டுவதோடு தமிழர்களின் அகக்கோட்பாடுதான் சிறந்தது என்றும் வாதிடுகிறது (பரி. 9: 11-25). சிலப்பதிகாரம், காப்பியத் தலைவி கண்ணகி கதையைத் தமிழ் மூவேந்தர்களின் மூன்று நாடுகள், மூன்று தலைநகரங்களின் ஊடாகக் கட்டமைக்கிறது. தமிழ் என்ற மொழி அடையாளத்தின் பெருமிதத்தைக் கொண்டாடும் சிலப்பதிகாரம், தமிழ் மூவேந்தர்கள் பற்றி இழிவாகப் பேசிய வடதிசை மன்னர்களைச் சேர மன்னன் செங்குட்டுவன் பழிவாங்கிப் பாடம் புகட்டியதாகக் கூறுகிறது.

இமயமலையில் தமிழ் மூவேந்தர்கள் தங்களது வில், புலி, மீன் ஆகிய சின்னங்களைப் பொறித்தார்கள் என்று பழந்தமிழ் இலக்கியங்கள் கூறுகின்றன. இந்தக் குறிப்புகளுக்கு வரலாற்று அடிப்படை இருக்கிறதா இல்லையா என்பதல்ல கேள்வி. இரண்டாயிரம் ஆண்டுகளுக்கு முன்பே இத்தகைய இலக்கியப் பதிவுகள் தொல்தமிழ்ப் பரப்பில் ஏன் நேர்ந்தன என்பதுதான் முக்கியம். தமிழ்-ஆரியம் என்ற இருமை, கருத்தியலின் அடிப்படையிலான அடையாள வேறுபாடுகளாக எப்படி உருவானது? அதற்கான தூண்டுகோல் பின்னணி என்ன?

திராவிடர்கள் பற்றி மகாபாரதம் குறிப்பிடுகிறது. வரலாற்றுக் காலத்தில் அசோகர் கல்வெட்டுகளில் தமிழ் மன்னர்கள் குறிப்பிடப்படுகிறார்கள். காரவேலரின் ஹாத்திகும்பா கல்வெட்டில் தமிழ் மன்னர்களின் நட்பரசுகள் பற்றிய செய்தி இடம்பெறுகிறது. இதைத் தவிர வட இந்திய மன்னர்களுக்கும் தமிழ் மன்னர்களுக்கும் தென்னிந்திய நிலப்பரப்பில் எங்கும் நேரடியாகப் போரோ மோதலோ நிகழ்ந்ததாக வரலாற்றுச் சான்றுகள் எதுவுமில்லை. மற்றபடி சங்க இலக்கியங்களில் மீள்நினைவுகளாக இடம்பெறும் நிகழ்வுகளில் ‘வம்ப மோரியர்’, ‘நந்தர்’ மற்றும் கோசர்கள் பற்றிய குறிப்புகள் இடம் பெறுகின்றன. சங்க இலக்கியங்கள் நினைவுகூரும் இத்தகைய மீள்நினவுகளின் நிலப்பின்னணி கொண்கானம் என்று புலப்படுகிறது.

பழந்தமிழ் இலக்கியங்கள் மிகத் தெளிவாகச் சித்தரிக்கும் சில தாவரங்கள், விலங்குகள் மற்றும் நில அமைப்புச் சூழல்கள் இந்தியத் துணைக்கண்டத்தின் வடக்கு மற்றும் வடமேற்குப் பகுதிகளுக்கே சிறப்பாக உரித்தானவை. சங்க இலக்கியங்கள் இந்தியாவின் வடக்கு மற்றும் வடமேற்குப் பகுதிகள் பற்றி இவ்வளவு துல்லியமாகப் பேசுவதற்கு நேர்மாறாக இருக்கிறது வடமொழி இலக்கியங்கள் தென்னிந்தியப் புவியியல் பண்புகள் மற்றும் விலங்குகள் தாவரங்கள் பற்றித் தெரிவிக்கும் துல்லியமற்ற அனுமானங்கள். இந்தியத் துணைக்கண்டத்தின் கடந்த காலங்கள் தொடர்பான இந்த இரண்டு புதிர்களுக்கும், பிரச்சினைகளுக்குமான விடை ‘புலப்பெயர்வு’ என்ற உருவகத்தின் உள்ளீடாகத்தான் உறைந்து கிடக்கிறது.

தமிழ் மொழியின் தொல் இலக்கண நூலான தொல்காப்பியத்தில் அதற்கு முந்தைய இலக்கண இலக்கிய மரபுகள் பற்றிய ஏராளமான குறிப்புகள் உள்ளன. தொல்காப்பியம் போன்ற தனித்துவம் மிக்க வளமான இலக்கணமோ அல்லது சங்க இலக்கியம் போன்ற ஆவணங்களோ திடீரென்று வானிலிருந்து குதிப்பதில்லை; அல்லது குறுகிய காலத்திற்குள் தோன்றி முதிர்ந்து பண்பட்டு மிளிர்வதும் நடைமுறை சாத்தியம் இல்லை. சங்க இலக்கியத்தில் தொல்தமிழர்கள் தங்கள் நெஞ்சில் தூக்கிச் சுமந்த மீள்நினைவுகளும், பாணர்களின் வாய்மொழி மரபு மூலம் தலைமுறையாகப் பாதுகாக்கப்பட்டுப் பின்னர் இலக்கிய வடிவம் பெற்ற தொன்மங்களின் சுவடுகளும் ஏராளமாக உள்ளன. அதுமட்டுமின்றி, சங்க இலக்கியங்கள் தெள்ளத்தெளிவாகக் குறிப்பிடுகிற சில நிலப்பகுதிகள் சங்க காலத் தமிழ்நாட்டு அரசியல் மொழி எல்லை என்று வரையறுக்கப்பட்ட நிலப்பகுதிகளுக்கு வெளியே குறிப்பாக வடமேற்குப் பகுதிகளில் அமைந்துள்ளன. இது எப்படி சாத்தியம் என்ற கேள்வி நமது மனதில் எழுவது நியாயமானதே ஆகும்.

சங்க காலம் என்று நாம் குறிப்பிடும் காலகட்டத்திற்கு முந்தைய ஒரு நெடிய வரலாறு மேலோட்டமாகப் புலப்படாமல் தொன்மங்களின் ஆழத்தில் புதைந்திருக்கிறது. அது புலப்பெயர்வுகளால் கட்டமைக்கப்பட்டது. தமிழர்களின் தோற்றம் குறித்துப் பல்வேறு கருதுகோள்கள் உள்ளன. லெமூரியா கண்டம், நடுக்கடல் பகுதிகளில் தோற்றம் ஆகிய இரண்டு கருதுகோள்கள் அதிகம் பேசப்படுபவை. எதுவாயினும், தொல்தமிழ் இலக்கியங்களின் மூலம் நம் கண்முன் விரிகிற பண்பாட்டின் ஆழமும் அழகும்; ஆவணங்களும் அகழ்வாராய்ச்சிகளும் புலப்படுத்தும் தொலைதூரக் கடல் வணிக மரபு; நகர்மய வாழ்க்கையின் உன்னத வளர்ச்சியைத் தலையில் தூக்கிவைத்துக் கொண்டாடும் இலக்கிய இயல்பு ஆகியவை ஒருபுறமிருக்க, சங்க இலக்கியங்கள் காட்டும் வாழ்வியல் மரபுகள் பொதுவாக வடபுல வேத மரபுகள் என்று அறியப்படும் வாழ்வியலிலிருந்து பல்வேறு வகைகளில் வேறுபட்டு நிற்பதும் தமிழ்த் தொன்மங்களை ஒரு தனித்துவமான மரபாக நிலைநிறுத்துகிறது.

1856ஆம் ஆண்டில் திராவிட மொழிகளின் ஒப்பிலக்கணம் என்ற நூலை ராபர்ட் கால்டுவெல் எழுதும்வரை தமிழ், தெலுங்கு, கன்னடம், மலையாளம் மட்டுமின்றி இந்தியத் துணைக்கண்டத்தின் பல்வேறு பகுதிகளில் பேசப்படும் பல்வேறு பழங்குடி மொழிகளை உள்ளடக்கிய "திராவிட மொழிக்

குடும்பம்" பற்றிய தனித்துவ அடையாளம் முன்னிறுத்தப் படவில்லை. இதைப்போலவே சங்கத்தமிழ் இலக்கியங்கள் அச்சேறிப் பரவலாக மக்களிடம் சென்று சேரும்வரை தமிழ் மொழியின் இலக்கண இலக்கியத் தொல்மரபுகள், பழந்தமிழ்ச் சமுதாயத்தின் சமூகப் பொருளாதாரக் கருத்தாக்கங்களின் ஆழ அகலங்கள், தமிழின் தனித்துவம் மிக்கக் கருத்தியல்களின் தோற்றம் மற்றும் தொடர்ச்சி பற்றி கோர்வையான செய்திகள் வெளியுலகத்திற்குத் தெரிந்திருக்கவில்லை. ஆனால் தமிழ்ச் சமூகத்தின் சிந்தனைக்குள் வடக்கு-தெற்கு, வடமொழி-தமிழ் மொழி என்ற இருமைகள் தொடக்கத்திலிருந்தே மிக ஆணித்தரமாக வேரூன்றி இருந்தது.

அந்தவகையில், சிந்துவெளிப் பண்பாடு பற்றிய அறிவிப்பு தமிழ் அறிவுலகத்தில் பூகம்பம் போன்ற அதிர்வலைகளை ஏற்படுத்தவில்லை. இந்தியத் துணைக்கண்டத்தின் வடமேற்குப் பகுதியில் பிராகுயி என்ற திராவிட மொழி பேசப்படுவது பற்றி தமிழ் அறிவுப்புலம் ஏற்கெனவே அறிந்திருந்தது. சிந்துவெளிப் பண்பாடு பற்றிய அறிவிப்பு வெளியானதைத் தொடர்ந்து எம். எஸ். பூர்ணலிங்கம் பிள்ளை எழுதிய "தமிழ் இந்தியா" *(Tamil India 1927)*; டி. ஆர். சேஷ ஐயங்கார் எழுதிய "திராவிட இந்தியா" *(Dravidian India 1933)* ஆகிய நூல்களின் தலைப்பிலிருந்தே இதைப் புரிந்துகொள்ளலாம்.

தமிழ் மக்களின் கூட்டுச் சிந்தனையில் அவர்களின் தொல்பழங்காலம் பற்றிய ஒரு சித்தரிப்பு உண்டு. அது மிகப்பெரிய இயற்கைப் பேரிடர்கள், அப்பேரிடர்களால் நேர்ந்த புலப்பெயர்வுகள்; பாண்டியர்களின் தலைநகரங்களின் இடமாற்றம்; அதன் விளைவாக முதல் மற்றும் இடைச் சங்கங்களின் தலைமையிடம் மாறியது என்பது போன்ற மீள்நினைவுகளால் கட்டமைக்கப்பட்டது. தமிழர்கள் தங்களது தொன்மங்கள் தொடர்பாகத் 'தலையில் தூக்கி சுமக்கும்' நினைவலைகளில் மிக முக்கியமான இரண்டு சொற்கள் 'பேரிடர்' மற்றும் 'புலப்பெயர்வு'.

தமிழர்களின் தோற்றம் பற்றிய கருதுகோள்களில் பரவலாக அறியப்படுவது குமரிக்கண்டம் என்ற கோட்பாடு. பஃறுளி ஆறும், பன்மலை அடுக்குமான குமரிக்கோடு என்ற மலைத்தொடரும் கடலின் சீற்றத்திற்கு இரையானது பற்றி சிலப்பதிகாரம் குறிப்பிடும் இயற்கைப் பேரிடர் பற்றிய மீள்நினைவே இதற்கு அடிப்படையாகும். இறையனார் அகப்பொருள் உரையிலும் இயற்கைப் பேரிடரின் விளைவான இடப்பெயர்வுகள் பற்றி நினைவுகூரப்படுகிறது.

*1864*இல் பிலிப் ஸ்லேட்டரும் *(Philip Sclater)*, *1870*இல் எர்ன்ஸ்ட் ஹெக்கலும் *(Ernst Haeckel)* முன்வைத்த கண்டங்களின் நகர்வு *(Continental drift)* கடலில் மூழ்கிய லெமூரியா கண்டம் போன்ற கருத்தாக்கங்கள் தமிழ் ஆய்வுப் புலத்தின் கவனத்தை வெகுவாகக் கவர்ந்தன. ஏற்கெனவே குமரிக்கோடு என்ற குமரிமலை, கடலில் மூழ்கியது பற்றிய மீள்நினைவுகளை அறிந்திருந்த ஆய்வாளர்கள் விவாதங்களின் விளைவாக நாளடைவில் குமரிக்கோடு என்ற சொல்லாடலை, லெமூரியா கண்டத்தின் இணையாகச் சித்தரித்துக் கடலில் மூழ்கிய குமரிக்கண்டம் என்று விரிவுபடுத்தினார்கள். இது தமிழ் மக்களின் பொதுச் சிந்தனைக்குள் பெரும் தாக்கத்தை ஏற்படுத்தியது. "டைலர்-வெக்னர் கருதுகோள்" என்று அறியப்படும் 'கண்டங்கள் நகர்வு' கோட்பாடு புதிய கண்டுபிடிப்புகள் மற்றும் புரிதல்களின் விளைவாக இப்போது அவ்வளவு கருத்தார்ந்த கோட்பாடாக அறிவுப் புலத்தில் கருதப்படுவதில்லை. ஆயினும், தமிழ்ச் சிந்தனையைப் பொறுத்தவரையில் முன்பு இருந்த அளவில் இல்லாவிட்டாலும் குமரிக்கோடு-குமரிக்கண்டம் என்ற கருத்தாக்கங்களோடு தொடர்புபடுத்தப்பட்ட 'லெமூரியா கண்டம்' பற்றிய சொல்லாடல் இன்னும் புழக்கத்தில் இருக்கத்தான் செய்கிறது. குமரிக்கோடு குமரிக்கண்டம் ஆனதற்கு லெமூரியா இன்னும் புழக்கத்தில் இருப்பதற்குக் குமரிக்கோடுதான் காரணம் என்றால் மிகையாகாது.

சிந்துவெளிப் பண்பாடு பற்றிய அறிவிப்பைத் தொடர்ந்து நிகழ்ந்த விவாதங்களால் "மூத்தகுடி தமிழர்கள்" என்ற தமிழ் உள்ளுணர்வு மேலும் வலுவானது. ஆனால் "தமிழ் லெமூரியா" என்ற கருத்தாக்கத்திற்கும் "தமிழ் சிந்துவெளி" என்ற கருத்தாக்கத்திற்கும் இடையே உள்ளார்ந்த ஒரு முரண்பாடு இருக்கிறது என்பதை இங்கே சுட்டிக்காட்ட வேண்டும். தமிழர்களின் வரலாற்றுக்கு முந்தைய தொன்மையைச் சிந்துவெளி நகர்மய பண்பாட்டுடன் தொடர்புபடுத்தினால் அது லெமூரியா கோட்பாட்டுக்கு இணக்கமாக இருக்காது. அதைப்போலவே, தமிழர் தொன்மங்களை இந்தியப் பெருங்கடலில் தொலைந்த கண்டத்தில் தேடும் லெமூரியா கோட்பாட்டுடன் தொடர்புபடுத்தினால் அது சிந்துவெளித் தமிழ்த் தொடர்புக்கு இணக்கமாக இருக்காது. இந்த உள்ளார்ந்த முரண்பாடு பற்றியும் அதை நேர் செய்யும் முறை பற்றியும் இந்நூலில் பிறிதொரு இடத்தில் விரிவாகப் பேசப்படும்.

மௌரிஸ் ஹாப்வாச்ஸ் *(Maurice Halbwachs)* கூறுவதைப்போல ஒவ்வொரு இனக்குழுவும் தனக்கான ஒரு கடந்த காலத்தைத் தானே கட்டமைத்துக் கொள்கிறது. மற்ற குழுவினரிடம் இருந்து தாம் எந்தெந்த வகைகளில் வேறுபடுகிறோம், தனித்துவமாக விளங்குகிறோம் என்பதை முன்னிறுத்துவது அதன் நோக்கமாக இருக்கிறது. இதை வலியுறுத்தும் வகையில் பல்வேறு தொன்மக் கதைகளாலும் காட்சிப் படிமங்களாலும் தத்தமது கடந்தகாலங்களை ஒவ்வொரு குழுவும் தகவமைக்கிறது. அக்குழுவின்

தோற்றத்தையும் வளர்ச்சியையும் அக்குழுவின் பார்வையிலிருந்து விளக்குவதாக அது அமைகிறது. உலகளாவிய இந்தப் பொதுவான மனப்போக்கிற்குத் தமிழர்கள் விதிவிலக்கு அல்ல. வரலாறும், கூட்டு சிந்தனையில் குடியிருக்கும் பொது நினைவுகளும் ஒன்றோடு ஒன்று தொடர்பற்ற விதத்தில் எதிர் எதிர் திசையில் பயணிப்பவை அல்ல. இவ்வாறு காத்திரமாக நினைவுகூரப்பட்ட தொன்மங்களால் கட்டமைக்கப்பட்ட கடந்த காலத்தை 'வரலாற்றின் அழுத்தம்' (*The pressure of history*) என்று விளக்குகிறார் க்ளாட் லெவி ஸ்ட்ராஸ் (*Claude Levi Strauss*). தமிழ்ச் சமூகத்தை பொறுத்தவரையில் இலக்கியச் சான்றுகள் மற்றும் மரபுக்கதைகளின் அடிப்படையில் இப்படிப்பட்ட 'வரலாற்றின் அழுத்தத்தைத்' தரக்கூடிய மிக முக்கியமான மீள்நினைவு ஒன்றை அடையாளப்படுத்த வேண்டும் என்றால் எதைச் சொல்வது? இந்தக் கேள்வியை எதிர்கொண்டதும் கடல்கோள்கள் என்று அறியப்பட்ட சுனாமி போன்ற பேரிடர்கள்; தலைநகரங்களின் இடமாற்றம், முதல், இடை தமிழ்ச் சங்கங்களின் தலைமையிடம் புலம்பெயர்ந்தது போன்ற மரபுக் கதைகள்தான் நமது நினைவுக்கு வரும். ஏற்கெனவே குறிப்பிட்டபடி வரலாறும், பொது நினைவுகளும் ஒன்றோடு ஒன்று தொடர்பற்ற முறையில் எதிர் எதிர் திசையில் பயணிப்பவை அல்ல. அவ்வாறாயின் தமிழர்களின் கடந்த காலத்தைக் கட்டமைக்கும் ஆழமான பொது நினைவுகளைப் புலன் விசாரிக்காமல் புறம்தள்ளிவிட முடியாது.

சிந்துவெளிப் புதிர், தமிழ்த் தொன்மங்களின் தோற்றப்புள்ளி ஆகிய இரண்டு புதிர்களையும் இணைக்கும் ஒரு பொதுப்புள்ளி இருக்கிறது; அதன் பெயர் 'புலம்பெயர்தல்'. சிந்துவெளி மக்கள் அப்பண்பாட்டு நிலப்பகுதிகளிலிருந்து கிழக்கு நோக்கியும், தெற்கு திசை நோக்கியும் புலம்பெயர்ந்ததற்கான தொல்பொருள் தடயங்கள் உள்ளன. இது சிந்துவெளிப் பண்பாட்டுக் காலத்தின் அல்லது அதற்குச் சற்று பிந்தைய காலகட்டங்களின் புலப்பெயர்வுகளுக்கான சுவடுகள். இது ஒருபுறம் இருக்க தமிழர்களின் கடந்த காலம் பற்றிய பொது நினைவுகள் அனைத்தும் வேறு ஓர் இடத்திலிருந்து புலம்பெயர்ந்து இப்போது இருக்கும் நிலப்பகுதிக்கு வந்து சேர்ந்ததை நினைவுகூர்பவையாய் உள்ளன. இந்தப் பொது நினைவுகள் தெள்ளத்தெளிவாகத் தேதியிடப்படாதவைதான். அதனால் என்ன. பேரிடர்கள் அதன் விளைவான புலப்பெயர்வுகள் போன்ற நிகழ்வுகளால் கட்டமைக்கப்பட்ட அந்தக் கடந்தகாலம் குறியீடாகச் சொல்கிற ஒரு பேருண்மையைக் கற்பனை என்று அடியோடு மறுத்துவிட முடியாது. வேளிர் மரபினரின் மூதாதையர்கள் துவரை என்ற இடத்திலிருந்து புலம்பெயர்ந்து வந்த நிகழ்வு பற்றியும், முன்னொரு காலத்தில் தமிழ் மூதாதையர்கள் வசித்த கோட்டை மதில் சுவர்களால் சூழப்பட்ட நகரங்கள், கைவிடப்பட்ட குடியிருப்புகள் என்று சங்க இலக்கியங்களில் ஏராளமான குறிப்புகள் உள்ளன. இவற்றால் உய்த்துணரப்படுவது பண்டைய பயணங்களின் பாதச்சுவடுகள்தான்.

சிந்துவெளிப் பண்பாட்டின் திராவிட அடித்தளத்தை நிறுவும் நோக்கத்தோடு பழந்தமிழ் இலக்கியச் சான்றுகள் பல இனி வரும் இயல்களில் முன்வைக்கப்படும். பொது நினைவுகள், வாய்வழி மரபுச் செய்திகள், பழங்கால இலக்கிய ஆவணங்கள், நமது மூதாதையர்களின் புலம்பெயரும் ஆற்றல், கூட்டம் கூட்டமாகப் புலம்பெயர்ந்ததைப் பற்றிய மீள்நினைவுகள், அப்புலப்பெயர்வுகளை மீட்டுருவாக்கம் செய்ய உதவும் தடயங்கள், அவற்றைத் தற்கால ஆவணங்களிலும், தரவுகளிலும், இனம் காணக்கூடிய சாத்தியம் என்று பல்வேறு விஷயங்களைப் பற்றிய புரிதல்களை நாம் இங்கே குறிப்பெடுத்துக் கொள்வது உதவியாக இருக்கும்.

கூட்டுச் சிந்தனையில் படிந்த பொது நினைவுகள், எழுதப்பட்ட வரலாறு, வாய்மொழி வரலாறு ஆகிய மூன்றும் ஒன்றுடன் ஒன்று ஓரளவு ஒட்டி உரையாடி சில பொதுக்கூறுகளை அடையாளப்படுத்துவது புதிதல்ல. மௌரிஸ் ஹாப்வாச்ஸ் சொல்வதைப்போலப் பொது நினைவு என்பது தொடர்ந்து இயங்கும் பண்பியல் கொண்டது என்றாலும் அது முழுக்க முழுக்க குத்துமதிப்பான ஓர் அறிவு அல்ல; வரலாற்றில் இருந்து முற்றிலும் விட்டு விலகி இயங்கும் தனித்தடம் அல்ல. இவை இரண்டும் ஒன்றோடு ஒன்று தொடர்புடையவை. யேல் ஜெருபவேல்

(Yael Zerubavel) என்ற ஆய்வாளர் இஸ்ரேலிய தேசிய மரபின் கட்டமைப்பில் பொது நினைவுகள் ஆற்றிய பங்களிப்பு தொடர்பாக நூல் ஒன்றை எழுதியுள்ளார். இந்நூலின் தலைப்பு *Recovered Roots: Collective Memory and the Making of Israeli National Tradition*. இந்நூலில் அவர் பொது நினைவின் ஆற்றல் பற்றி குறிப்பிடுகிறார். மக்கள் சமூகத்தின் பொது நினைவின் ஆற்றல் அதன் துல்லியத்திலோ அல்லது அதன் முறைசார்ந்த முனைப்பிலோ அல்லது கடந்த காலத்தை மீட்டுருவாக்கம் செய்வதில் அது காட்டும் தொழில்நுட்பத்திலோ அல்லது அதன் நளினத்திலோ இல்லை என்று கூறுகிறார். இத்தகைய பொது நினைவுகளின் ஆற்றல் கடந்த காலங்கள் பற்றிய அடிப்படையான காட்சிப் படிமங்களை வலுவாகச் செதுக்குவதிலும், ஒரு குறிப்பிட்ட சித்தாந்த நிலைப்பாட்டை அடிக்கோடிடுவதிலும் அடங்கியுள்ளதாக அவர் கூறுகிறார். பொது நினைவுகளின் இந்த இயல்பே வரலாற்றின் கட்டமைப்பில் பொது நினைவுகள் எந்த வகையில், எந்த அளவிற்கு உதவ முடியும், எந்த வகையில் உதவ முடியாது என்ற எல்லைக்கோடுகளை புரிந்து கொள்ள உதவுகிறது என்கிறார் அவர்.

ஒவ்வொரு சமூகமும் தனது கடந்த காலம் பற்றி ஒரே மாதிரியான நினைவலைகளை மட்டும் கொண்டிருக்க வேண்டும் என்பது கட்டாயம் இல்லை. ஒன்றுக்கும் மேற்பட்ட நினைவலைகளும் புழக்கத்தில் இருக்கலாம். கடந்த காலம் பற்றி நாம் அறிந்து வைத்திருக்கும், எழுதி வைத்திருக்கும் அல்லது நமக்குச் சொல்லித்தரப்பட்ட வரலாறு எந்த அளவிற்கு நமது பொது நினைவுகளை முற்றுகையிட்டுச் சுற்றிவளைக்க முடியுமோ அந்த அளவுக்குப் பொது நினைவுகளும் வரலாற்றைச் சுற்றிவளைத்துத் தாக்கம் புரியும் ஆற்றல் மிக்கவை என்பது யேல் ஜெருபவேல் தனது ஆய்வுகளின் அடிப்படையில் கண்டறிந்த முடிவாகும்.

சங்க இலக்கியங்களும், தமிழர்களின் கடந்த காலம் பற்றிய மரபுவழிச் செய்திகளும், தமிழர்களின் தோற்றம் மற்றும் தொன்மங்கள் பற்றிய ஒரு மனச் சித்திரத்தைக் கட்டமைத்துக்கொள்ள உதவுகின்றன. இந்த மீள்நினைவுகள் தமிழர்களின் கூட்டுச் சிந்தனையில் இன்றுவரை தொடர்கிறது. எனவே, சங்க இலக்கியங்களையும், மரபு வழிச் செய்திகளையும் தமிழ்த் தொன்மங்களின் தோற்றம் குறித்த புலனாய்வில் கருத்தில்கொள்வது ஒரு நியாயமான அணுகுமுறையே ஆகும்.

பொதுவாக எழுதப்பட்டதுதான் வரலாறு என்று கருதப்படுகிறது. ஆனால், எழுதப்பட்ட வரலாறு அப்பழுக்கற்ற உண்மை என்ற உறுதி எதுவுமில்லை. எழுதப்பட்ட வரலாற்றில் உள்ளீடாகத் தடைக்கற்கள், சிக்கல்கள் சில உள்ளன என்பதை நாம் பெரும்பாலும் மறந்துவிடுகிறோம். பழங்காலப் பேரரசர்களும், மன்னர்களும், ஆட்சியாளர்களும் தங்களைப் பற்றி மிகையாகப் புனைந்துரைக்கும் வகையில் தங்களது கல்வெட்டுகளை, செப்பேடுகளை, உருவாக்கிவிட்டுச் சென்றார்கள் என்பதற்கான சாத்தியத்தை முற்றிலுமாக மறுக்க முடியாது. தன்னைப்பற்றி குறைவான மதிப்பீட்டைத் தரும் செய்தியை எந்தப் பேரரசராவது விட்டுச் சென்றிருக்கிறாரா? தொல்பொருள் தடயங்கள் உண்மையில் நம்பகத்தன்மை மிக்க கடந்த காலத்தைக் கட்டமைக்க உதவுகின்றன. ஆனாலும், பல தொல்பொருள் ஆய்வுகள் எதேச்சையான கண்டுபிடிப்புகளின் தொடர்ச்சியாக நிகழ்கின்றன. மேலும் தொல்பொருள் ஆய்வாளரின் முனைப்பு, அரசியல் சூழல்கள், ஆட்சியாளர்களின் ஆதரவு அல்லது சுணக்கம் போன்ற புறக்காரணிகளாலும் அகழாய்வுகள் தாக்கம் பெருகின்றன. தோண்டப்பட வேண்டிய தொல்பொருள் தடயங்கள் தோண்டாமல் கிடந்தால் அது காத்துக் கிடக்கும் வரலாறுதானே. அந்த வரலாறு தோண்டப்படும்வரை அதற்குப் பெயர்தான் என்ன? பேரி ஸ்க்வாட்ஸ் *(Barry Schwartz)* வாதிடுவது போல "கடந்தகாலம் என்பதை வார்த்தைக்கு வார்த்தை, அடிக்கு அடி என்று துல்லியமாகக் கட்டமைக்க முடியாது. வேண்டுமென்றால் வரலாறு என்பது தேவைக்கேற்றபடி சுரண்டப்படும்." இதற்கான பல சான்றுகளை நம் கண்முன்னே நாமே கண்டிருக்கிறோம்; கண்டுகொண்டிருக்கிறோம்.

இந்தவகையில் நம் முன்னே கடந்த காலத்தின் கட்டமைப்புக்காக இரண்டு வகையான தரவு வழிகள் உள்ளன. ஒன்று 'பொறிக்கப்பட்ட புகழுரைகள்' இன்னொன்று 'எழுதப்படாத வாய்மொழி வரலாற்றிலும், இலக்கியங்களிலும் இடம்பெறும் கடந்தகாலம் பற்றிய செய்திகள்'. இந்த இரண்டிலும் நேர்மறை, எதிர்மறை என்ற இரண்டு வகையான வரையறைகளும் உண்டு. இவற்றை இயன்றவரை தற்சார்பின்றி, நியாயமான முறையில் புலனாய்வு செய்ய ஒரு பல்துறை சார்ந்த அணுகுமுறைத் தேவைப்படுகிறது. அத்தகைய அணுகுமுறையே எழுதப்பட்ட ஆவணங்கள், பொது நினைவுகள் ஆகிய இரண்டையும் எந்த அளவுக்கு நம்பலாம், நம்ப கூடாது என்பதற்கான ஒரு சூழலை நமக்கு அமைத்துக் கொடுக்கும். ஒருவகையில் அப்படிப்பட்ட சமநிலையான தேடலே இந்த நூலின் அணுகுமுறையை இயன்றவரை வரையறுக்கிறது. வரலாறு என்பது உறைந்த பனி அல்ல; ஓடும் நதி.

புலப்பெயர்வு என்ற உருவகம் ஒரேநேரத்தில் கடந்தகாலத்தோடும், எதிர்காலத்தோடும் உரையாடுகிறது என்கிறார் பிரையன் லேம்ப்கின் *(Brian Lambkin)*. நமது முன்னோர்களின் புலம்பெயரும் ஆற்றல் பற்றி நாம் மிகக் குறைவாகவே மதிப்பிடுகிறோம். நாம் எதிர்பார்ப்பதைவிட

மிக அதிகமாகவும், வேகமாகவும் நமது முன்னோர்கள் தொடர்ந்து பயணித்துக் கொண்டே புலம்பெயர்ந்து கொண்டே இருந்திருக்கிறார்கள். விமானங்கள், புகைவண்டிகள், மகிழுந்துகள், பேருந்துகள், நெடுஞ்சாலைகள் என்ற வரையறைக்குள் பழகிப்போன சமகால மனிதர்களாகிய நாம், நமது முன்னோர்களின் பயண ஆற்றலை, இடம்பெயரும் திறனை நமது பலவீனமான பாதங்களைக் கொண்டே எடை போட முயற்சிக்கிறோம். விமானங்கள் இல்லாமல், பேருந்துகள் இல்லாமல் ஆயிரக்கணக்கான மைல்கள் பயணம் செய்ய முடியும் என்று நினைத்துப் பார்க்கவே கடினமாக இருக்கிறது. ஆனால் கடந்த காலத்தின் எதார்த்தங்கள் நமது முன்னோர்கள் நெடுஞ்சாலைகளின்றி, திசை காட்டும் கருவிகளின்றித் தங்களது வெறும் கால்களால் தங்களது வாழ்வாதாரத்திற்காகவும், இன்னபிற காரணங்களுக்காகவும் தொடர்ந்து நடந்து கொண்டே இருந்தார்கள். உண்பதற்கு உணவு, இருப்பதற்கு இடம் என்ற அடிப்படை தேவைகளுக்கு அப்பாலும் பேரிடர்கள், ஒவ்வாப் பிணி, எதிரிகளின் படையெடுப்பு, கொடுங்கோல் மன்னர்களின் கொடுமைகள் அல்லது புதிய இனக்குழுவினரின் வருகையும் ஒவ்வாமையும்கூட சில காரணங்களாக இருந்திருக்கக்கூடும்.

கடல்கோளிலிருந்து மீண்ட பாண்டிய மன்னன் இப்போதுள்ள மதுரைக்குப் புலம்பெயர்ந்த போது தன்னுடன் புலவர்களை அழைத்துக்கொண்டு சென்றதாகத் தமிழ்த் தொன்மங்கள் கூறுகின்றன. இதை ஒரு துல்லியமான வரலாறு என்று எடுத்துக்கொள்ளத் தேவையில்லை. ஆனால், ஒரு பேரிடரில் இருந்து தப்பிச் செல்லும் ஓர் அரசர் தனது மொழியின் மீது, இலக்கியங்களின் மீது கொண்ட அக்கறையால் புலவர்களையும், அதன்மூலம் தமிழ் மொழியின் இலக்கிய வளத்தையும் புதிய இடத்திற்கு நகர்த்தி, மீண்டும் ஒரு தமிழ்ச்சங்கத்தை உருவாக்கினார் என்ற தகவல் நமக்கு ஒரு புரிதலைத் தருகிறது. அது ஓர் ஒட்டுமொத்தப் புலப்பெயர்வு. அது ஒரு பண்பாட்டின் பயணம். என்னதான் பேரிடர் காரணம் என்றாலும் அந்தப் புலப்பெயர்வுகளின்போது தங்களின் முன்னுரிமைகளைத் தீர்மானிக்கும் சூழல் இருந்திருக்கிறது. இது பேரிடரின் தன்மையை உணர்த்துவது மட்டுமின்றி இடப்பெயர்வுகளின் தாக்கங்களை மக்கள் உள்வாங்கிக்கொள்ளுவதையும் சுட்டுகிறது.

திடீர் நிலநடுக்கம், சுனாமி போன்ற ஆழிப்பேரலைகள் முன்னெச்சரிக்கையுடன் வருவதில்லை. ஆனால் கடல் மட்டம் உயர்ந்து கடலோர நிலப்பகுதிகள் கடலில் மூழ்குதல், அடிக்கடி நேரும் வெள்ளங்களால் ஒரு சமூகம் பாதிக்கப்படுதல் ஆகியவை ஒருவகையில் நீண்ட காலத் தொடர் இடர்களாகும். சங்க இலக்கியத்தில் கலித்தொகைப் பாடல் (104) ஒன்றில்கூட கடல் அலைகள் ஊர்ந்து வந்து பாண்டிய நிலப்பகுதிகளை மூழ்கச் செய்தது பற்றிய ஒரு குறிப்பு இருக்கிறது. எனவே, தொல்தமிழர் புலப்பெயர்வுகள் பற்றிய மீள்நினைவுகளைப் பல்துறை சார்ந்த தரவுகளின் ஊடாகப் ஆய்வுக்கு உட்படுத்தத் தடை எதுவும் இல்லை.

புலம்பெயரும் மக்களுடன் புலம்பெயர்வன எவை?

மனிதர்கள் கூட்டம் கூட்டமாகப் புலம்பெயரும்போது என்ன நேர்கிறது? அவர்கள் எதை எடுத்துச் செல்கிறார்கள், எதை விட்டுச் செல்கிறார்கள்? அவர்களுடன் சேர்ந்து பயணிப்பது யார், எவை? அவர்களின் பயணச் சுமைகளில் என்னவெல்லாம் இருக்கக்கூடும்? அம்மக்களின் தெய்வங்கள் என்ன ஆகிறார்கள்? அவர்களின் நம்பிக்கை மரபுகளுக்கு என்ன நேர்கிறது? கடவுள்கள் பழைய இடங்களில் தங்கி விடுகிறார்களா அல்லது புலம்பெயரும் மக்களோடு சேர்ந்து நடக்கிறார்களா?

மக்கள் கூட்டமாகப் புலம்பெயரும்போது அவர்களின் எண்ணங்களால், அவர்களுக்கான சொந்த சொற்களால் கட்டமைக்கப்பட்ட ஓர் உலகமும் அவர்களுடன் சேர்ந்து நடக்கிறது. தலைமுறைத் தலைமுறையாக மூதாதையர்களால் கையளிக்கப்பட்ட வாய்மொழி மரபுச் செய்திகளும் அம்மக்களின் கூட்டு நினைவுகளோடு சேர்ந்து பயணிக்கிறது. குலதெய்வங்களும் கூட நடக்கிறார்கள். இவ்வகையில் கடவுள்கூட புலம்பெயர்கிறார். கிறிஸ்தவர்களின் புனித

நூலான பைபிளில் கடவுள் புலம்பெயர்வதாகக் காட்டப்படுகிறார். விவிலிய நூலில் புலம்பெயரும் மக்களோடு பகல் நேரத்தில் மேகமாகச் சேர்ந்து நகரும் கடவுள், இரவு நேரத்தில் ஒளித்தூணாக மனிதர்களோடு பயணிக்கிறார். *(Exodus 13: 20-22)*

டேனியல் குரூடியும் *(Daniel Groody)*, வேல்ட்டர் புரூகிமேனும் *(Walter Brueggemann)* கடவுளை ஓர் அகதியாகக் குறிப்பிடுகிறார்கள். மக்கள் புலம்பெயரும்போது கடவுளின் புகழ் கோயிலைவிட்டு வெளியேறுகிறது. கோயிலைவிட்டு வெளியேறும் கடவுள் அகதிகளாக நடக்கும் தனது மக்களோடு சேர்ந்துகொள்கிறார். இது முற்றிலும் உண்மை. இல்லையென்றால் இந்தோ-ஈரானிய கடவுள்களுக்கும், வேதகாலக் கடவுள்களுக்கும் ஒரே பெயர்கள் எப்படி இருக்க முடியும். இது மட்டும் உண்மை இல்லை என்றால் மதுரை நகரை எரித்துவிட்டு மேற்கு நோக்கிச் சேர நாட்டுக்குச் சென்றதாகச் சிலப்பதிகாரத்தில் கூறப்படும் கண்ணகி இலங்கையின் மரபுக் கதைகள் கூறுவதுபோல இலங்கைக்குச் சென்றடைந்து இலங்கையின் கிழக்கு, வடக்குப் பகுதிகளில் எப்படி தெய்வமானாள். தமிழர்கள் பயணித்த இடத்திற்குக் கண்ணகி மரபும் பயணித்தது என்பதுதான் உண்மை. இன்று உலகம் முழுவதும் புலம்பெயர்ந்த தமிழர்கள் வசிக்கிறார்கள். அதைப்போலவே அவர்கள் வாழும் பகுதிகளில் புலம்பெயர்ந்த கடவுள்களும் கொண்டுள்ளார்கள். அதனால்தான் மலேசியாவில் பத்து மலையில் *(Batu caves)* அவ்வளவு பெரிய முருகன் சிலை.

நிலைத்து 'நிலைபேறு' பெற்ற பெரும் கடவுள்கள்தான் பெரிய குடியிருப்புகளின் நடுவில் கோயில்கொண்டு குடியிருக்கிறார்கள். மற்றபடி மலைகளில், காடுகளில் வாழும் மனிதர்களின் கடவுள்களும், தெய்வங்களும், ஆவிகளும் மரங்களிலும், அருவிகளிலும், சுனைகளிலும்தான் வசிக்கிறார்கள். பயணிப்பவர்களின் கடவுள்கள் பாதைகளில்தான் இருக்கிறார்கள். சங்க இலக்கியங்கள் அப்படிப்பட்ட வழித்தடக் கடவுள்கள், மரத்தில் உறைந்த அணங்குகள் பற்றி பேசுகிறது. மனிதனின் புலம்பெயரும் தன்மை பற்றி யுவான் கொய்ட்டிசோலோ பின்வருமாறு கூறுகிறார், "பெண்களும், ஆண்களும் தாங்கள் வசிக்க ஏதுவானது என்று நினைக்கும் எந்த நிலத்திலும், வேர்கொண்டுவிடுவார்கள், அதைத் தமதாக்கிக் கொள்வார்கள். ஆனால், அதேநேரத்தில் அக்கரைப்பச்சை தேடி, சிறந்த எதிர்காலத்திற்காக, செல்வத்துக்காக அல்லது வேறு ஏதோ தேவைகளுக்காகத் தாங்கள் இருக்கும் இடத்தை கைவிட்டு இன்னொரு இடத்திற்கு நகர்வதற்கும் தயங்கமாட்டார்கள்." இப்படிப்பட்ட தொல்மனிதர்கள் தங்கள் கால்களில் கட்டியிருந்த கண்ணுக்குப் புலப்படாத சக்கரங்களும் புலப்பெயர்வுக்குத் தயங்காத அவர்களின் மனநிலையும்தான் மனித நாகரிகத்தை இந்த அளவுக்குக் கொண்டு வந்திருக்கிறது. நாம் பயணிகள்.

இயல் ஒன்று

வந்த தடம்
மனிதப் பயணத்தின் தொடக்கம்

" சுமார் 70,000 ஆண்டுகளுக்கு முன், ஹோமோ சேப்பியன்ஸ் என்ற உயிரினத்தைச் சேர்ந்தவர்கள் பண்பாடு எனும் விரிவான கட்டமைப்பை உருவாக்கத் தொடங்கினார்கள். இத்தகைய மனிதப்பண்பாடுகளில் நேர்ந்த தொடர்நிகழ்வுகள் வரலாறு என்றழைக்கப்படுகிறது."

- யுவால் நோவா ஹராரி

வந்த தடம்: மனிதப் பயணத்தின் தொடக்கம்

பல்வேறு உயிர் வகைகளில் ஏற்படுகிற இயற்கை மாற்றங்கள், சுற்றுச்சூழலுக்கு ஏற்றபடி தகவமைத்துக்கொள்ளும் பண்பு, பின்னர் ஒரு நிலையில் புவிப்பரப்பில் இருந்து அழிந்து போகும் தொடர் நிகழ்வு பரிணாமம் என்றழைக்கப்படுகிறது. உலகில் உள்ள எல்லா உயிரினங்களும், இந்தப் பரிணாமத்தின் ஊடாகத் தோன்றி வளர்ந்திருக்கின்றன. உயிரினம் (*Species*) என்பது, மனிதர்கள் உட்பட பாலுறவின்மூலம் இனப்பெருக்கம் செய்யும் எல்லா உயிர்களையும் உள்ளடக்கியது. அவை ஒன்றோடு ஒன்று பாலுறவு கொண்டு அதன்மூலம் உலகுக்குக் கொண்டுவருகிற சந்ததி மேலும் இனப்பெருக்கம் செய்யும் தன்மை கொண்டதாக இருக்கிறது. விஞ்ஞானிகள் உயிரினங்களை, இருபாகம் கொண்ட தனித்துவ அறிவியல் பெயரால் (*two-part scientific name*) குறிப்பிடுகிறார்கள். அதன் அடிப்படையில் இன்றைய நவீன மனிதர்கள் ஹோமோ சேப்பியன்ஸ் (*Homo sapiens*) என்று அறியப்படுகிறார்கள். ஹோமோ சேப்பியன்ஸ் பல லட்சம் ஆண்டுகளுக்கு முன்னர் முதனிகளில் (*Primates*) இருந்து உருவானவர்கள். சுமார் 80 லட்சம் ஆண்டுகளுக்கு முன் ஆப்பிரிக்காவில் முதனிகளிலிருந்து பிரிந்து கொரில்லாக்களும், சிம்பன்சிகளும் உருவாகிப் பின்னர் பரிணாம வளர்ச்சியில் ஹோமோ எனப்படுகிற இனவரிசைக்குள் வந்தார்கள்.

நிமிர்ந்து நடக்கக்கூடிய திறன்படைத்த ஹோமோ ஆஸ்ட்ரலோபித்தகஸ் (*Homo australopithecus*) சுமார் 30 லட்சம் ஆண்டுகளுக்கு முன் ஆப்பிரிக்காவில் உள்ள எத்தியோப்பியாவில் தோன்றினார்கள். ஆப்பிரிக்காவிற்கு வெளியே கிடைக்கும் ஹோமோ தொடர்பான தொல்படிமங்களின் வயது 18 லட்சம் ஆண்டுகள் என்று கூறலாம். மனிதர்களைப் போன்ற தோற்றமுடைய ஹோமோ எரக்டஸ் (*Homo erectus*) முதன் முதலில் நெருப்பு மற்றும் கற்களாலான ஆயுதங்களைத் தயாரித்துப் பயன்படுத்தினார்கள். இவர்களின் காலகட்டம் பழங்கற்காலம் (*Paleolithic*) என்று அழைக்கப்படுகிறது.

எட்டு லட்சம் ஆண்டுகளுக்கு முன், ஹோமோ எரக்டஸிலிருந்து ஹோமோ ஹெய்டல்பர்கென்சிஸ் (*Homo heidelbergensis*) உருவானார்கள். இந்தக் காலகட்டத்தில், சிறப்புக் கற்கருவிகளும் வேட்டைத்திறனும் உருவானதற்கான தொல்லியல் சான்றுகள் கிடைக்கின்றன. நான்கு லட்சம் ஆண்டுகளுக்கு முன் இன்றைய நவீன மனிதர்களுடன் உடல் ரீதியாக நெருங்கிய தொடர்புடைய நியாண்டர்தல் (*Homo neanderthalensis*) மற்றும் டெனிசோவன்ஸ் (*Denisova hominins*) உருவானார்கள். நியாண்டர்தல் பெரும்பாலும் இன்றைய ஐரோப்பியப் பகுதிகளில் பரவியிருந்தார்கள்; டெனிசோவன்ஸ் இப்போதுள்ள சைபீரியா மற்றும் கிழக்கு ஆசியப் பகுதிகளில் பரவியிருந்தார்கள்.

உடற்கூறின் அடிப்படையில் நவீன மனிதனுடன் தொடர்புடையவர்கள் தொடக்கத்தில் ஆப்பிரிக்காவில்தான் இருந்தார்கள். சுமார் 85,000 ஆண்டுகளுக்கு முன் இவர்கள் ஆப்பிரிக்காவை விட்டுப் புறப்பட்டு ஆசியா, ஐரோப்பியா, ஆஸ்திரேலியா, அமெரிக்கா வரை சென்றார்கள். அப்போது கடல்மட்டம் பலநூறு மீட்டர்கள் குறைவாகவே இருந்ததால் இப்போது தென்படும் பல தீவுகளுக்கு இடையே நிலப்பாலங்கள் இருந்தன. பின்னர் ஏதோ ஒரு சூழலில் நவீன

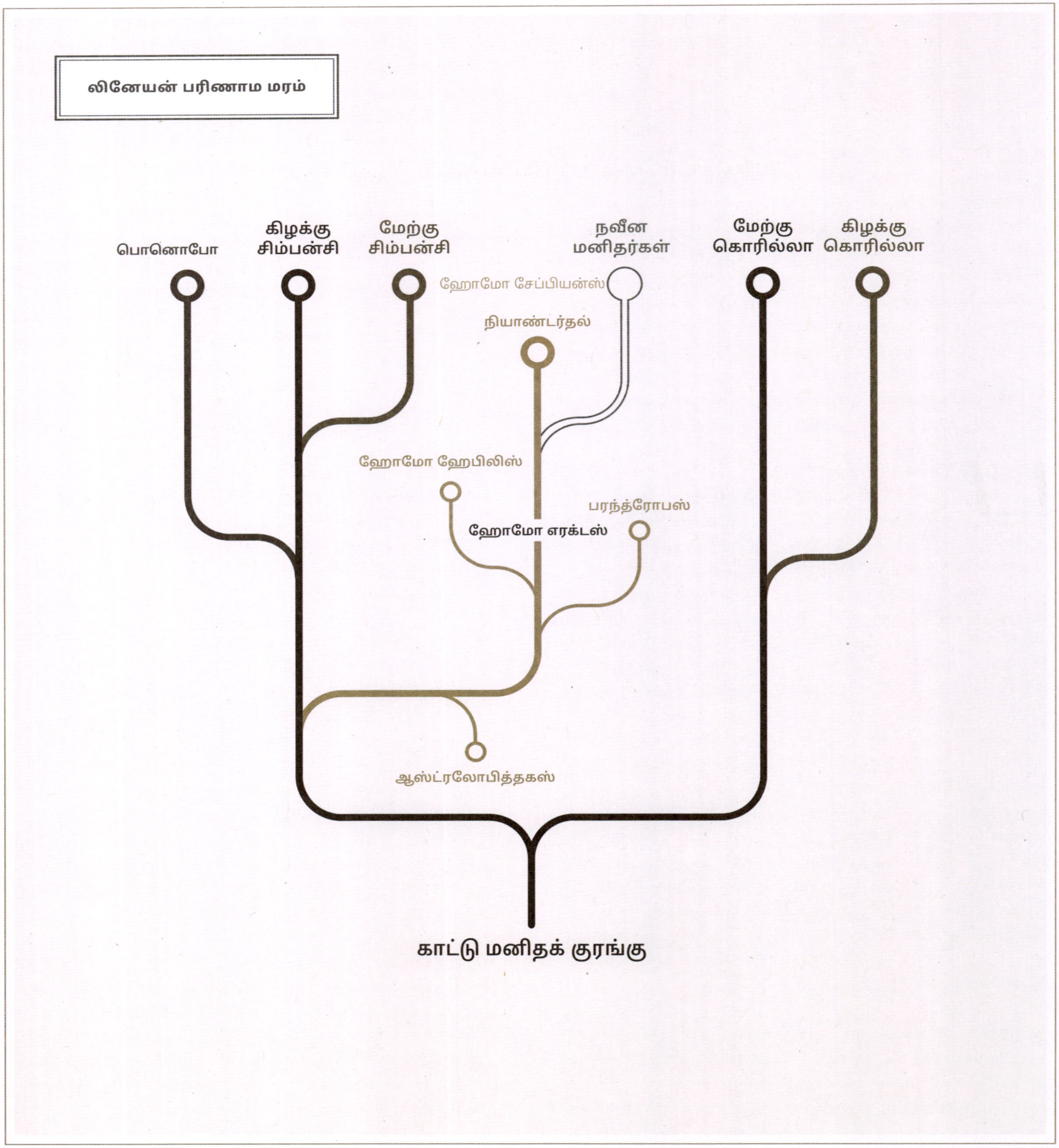

லினேயன் பரிணாம மரம்

பொனொபோ | கிழக்கு சிம்பன்சி | மேற்கு சிம்பன்சி | நவீன மனிதர்கள் | மேற்கு கொரில்லா | கிழக்கு கொரில்லா

ஹோமோ சேப்பியன்ஸ்

நியாண்டர்தல்

ஹோமோ ஹேபிலிஸ்

பரந்த்ரோபஸ்

ஹோமோ எரக்டஸ்

ஆஸ்ட்ரலோபித்தகஸ்

காட்டு மனிதக் குரங்கு

படம் 1.1

ஒரு பண்பாட்டின் பயணம்

மனிதர்கள் நியாண்டர்தல் மற்றும் டெனிசோவன்ஸ் உடன் பாலுறவு கொண்டிருக்கக்கூடும். இதைத் தொடர்ந்து சுமார் 30,000 ஆண்டுகளுக்கு முன் நியாண்டர்தல் முற்றிலுமாக அழிந்துவிட்டார்கள். டெனிசோவன்ஸ் அதைத்தொடர்ந்தும் சிலகாலம் வாழ்ந்திருக்கக்கூடும் என்று நம்பப்படுகிறது.

நல்வாழ்வைத் தேடி: ஆற்றல்மிக்க மனிதர்கள்

ஒவ்வொரு விலங்கிற்கும், தனது வாழ்விடம் பற்றிய விருப்பு வெறுப்புகள் உண்டு. இந்த விருப்பு வெறுப்புகள், அங்கிருக்கும் மரங்கள், செடிகள், காய்கள், கனிகள், புல்வெளிகள், காடுகள், மலைகள், தட்பவெப்பநிலை போன்ற காரணங்களால் கட்டமைக்கப்படுகின்றன. ஒரு விலங்கினத்தின் மிகப்பிடித்தமான வசிப்பிடத்தில் மாற்றம் நிகழும்போது அவ்விலங்கினம் இன்னொரு பிடித்தமான இடத்திற்கு நகர்கிறது அல்லது புதிய வசிப்பிடத்தின் சூழலுக்கு உகந்ததாகத் தன்னை மாற்றிக்கொள்கிறது. இந்த மாற்றம் கொஞ்சம் கொஞ்சமாகக் காலப்போக்கில் அதன் மரபணுவில் படிந்துவிடுகிறது. இவ்வாறு தனக்கு உகந்த இடத்தைத் தேடிக்கொள்ளாத அல்லது இருக்கும் இடத்திற்கு ஏற்றபடி தன்னை மாற்றிக்கொள்ளாத உயிரினம் தொடர்ந்து உயிர்வாழ முடியாது.

புதிதாக ஏற்படுகிற சூழலியல் மாற்றத்திற்குத் தகுந்தபடி வெவ்வேறு வசிப்பிடங்கள், வெவ்வேறு இயற்கை மற்றும் தட்பவெப்பச் சூழல்களுக்காகத் தன்னை மாற்றியமைத்துக்கொள்கிற தன்மைதான் தொடர்ந்து உயிர்வாழ உதவுகிறது. இதுவே மனித இனத்தின் முக்கியமான கூறாகும். 'ஆப்பிரிக்காவின் கொம்பு' (*Horn of Africa*) என்றழைக்கப்படும் பகுதியின் ஊடாக மனித இனம் கடலோரப் பகுதிகளை ஒட்டியே புலம்பெயர்ந்ததாக மக்கள்தொகை மரபணுவியல் ஆய்வாளர் லூய்கி லுகா கவாலி-ஃபோர்ஸா (*Luigi Luca Cavalli-Sforza*) குறிப்பிடுகிறார். கிழக்கு ஆப்பிரிக்காவிலிருந்து கிளம்பிய மனிதர்கள் கடலில் ஏராளமாகக் கிடைத்த மீன்களை உண்டும், காடுகளிலும், குகைகளிலும் வசித்துக்கொண்டும் மெல்ல மெல்ல ஆசியாவிற்கு முன்னேறினார்கள். இவ்வாறு நகர்ந்த மனிதர்கள் ஓர் ஆண்டிற்குச் சராசரி 16 கிலோமீட்டர் தூரத்தைக் கடந்ததாகக் கருதப்படுகிறது. (Pitchappan 2018: 1)

இந்த இயலில் நமது கவனம் ஆதி மனிதர்களின் அடிச்சுவடுகளைத் தேடிக் கண்டுபிடிப்பதே. மனிதர்களின் சிறப்பியல்பு, கருவிகளை உருவாக்கும் திறன் பற்றியது மட்டுமல்ல, புதிய இடங்களைக் கண்டறிந்து புலம்பெயர்வதிலும், புதிய பண்பாடுகளை உருவாக்குவதிலும் மனிதர்களிடம் இருந்த நாட்டம் அவர்களை மற்ற இனங்களிலிருந்து வேறுபடுத்திக்காட்டுகிறது. உடற்கூறு அடிப்படையில் நவீன மனிதர்களாகக் கருதப்படும் ஆதிமனிதர்கள் ஆப்பிரிக்காவைவிட்டுப் பயணப்பட்டபோது தாங்கள் கடந்து வந்த தடங்களில் எல்லாம் தங்களது மரபணு மற்றும் தொல்லுயிர்ப் பதிவுகளை (*paleontological records*) ஆங்காங்கே விட்டுவந்திருக்கிறர்கள். அந்த மரபணுச் சுவடுகளை இப்போதும்கூட நம்மால் அடையாளம் கண்டு ஆராயமுடிகிறது என்பதுதான் நவீன அறிவியலின் வெற்றி.

ஆப்பிரிக்காவின் கொம்பிற்கும் அரேபிய தீபகற்பத்திற்கும் இடையில் உள்ள சிறிய நிலப்பகுதி, செங்கடலில் உள்ள பாபுல் மந்தபு (*Bab-el-Mandeb*) ஆகிய இடங்கள்தான் ஆதிமனிதர்கள் தங்களது நீண்டநெடிய பயணத்தைத் தொடங்கிய புள்ளிகளாகக் கருதப்படுகின்றன.

தொடக்கத்தில் பூமி முழுவதும் மனித இனம் பரவியதற்கு உணவு மற்றும் பருவநிலை மட்டுமே காரணங்களாக இருந்தன. 50-60 பேரைக்கொண்ட நாடோடிக் குழுக்கள், கூட்டம் கூட்டமாகப் புலம்பெயர்கிற காட்டு விலங்குகளை வேட்டையாடிப் பின்தொடர்ந்தார்கள். புவியின் வெப்பநிலை மாற்றங்கள் வேட்டைக்கான புதிய வாய்ப்புகளை உருவாக்கின. நெருப்பின் பயன்களைக் கண்டறிந்தது, மாமிசத்தைப் பதப்படுத்தியது என்ற இரண்டு திறமைகள்தான் மனிதனின் வாழிடத் தேவைகளில் மாற்றங்களை ஏற்படுத்தின. சூழ்நிலைக்குத் தக்கபடி தனது தேவைகளைக் கொஞ்சம் மாற்றிக்கொண்டு புதிய சூழலோடு ஒத்துப்போகும் திறமை ஹோமோ எரக்டஸில் இருந்து ஆதிமனிதனை வேறுபடுத்தியது. இவர்கள் பூமி எங்கும் பரவிச்செல்வதற்கு அதுவே உறுதுணையாகவும் இருந்தது.

புதுமையில் நாட்டம்: ஆதிமனிதர்களின் தொழில்நுட்பங்கள்

தொல்பழங்காலத்திலிருந்தே வேட்டையாடுதல், உணவு சேகரித்தல் ஆகியவை மனிதர்களின் மிக முக்கியமான வாழ்வாதாரமாக இருந்தன. தொடக்கத்தில் கற்கருவிகளையும் எலும்புக்கருவிகளையும் வைத்துதான் மிருகங்களையும் பறவைகளையும் வேட்டையாடினார்கள். இடைக்கற்காலத்தில் (*Mesolithic*) வில்-அம்பு கண்டுபிடிக்கப்பட்டது. இக்காலகட்டத்தில்தான் விரைந்து ஓடக்கூடிய பல விலங்குகளை மனிதர்கள் கண்டார்கள். அதனால், அவர்கள் பயன்படுத்திய வேட்டைக்கருவிகளின் தன்மை மாறவேண்டிய தேவையும் சூழலும் ஏற்பட்டன.

பெரிய கற்கருவிகளைவிட சிறிய, கையாளுவதற்கு எளிமையான, கூர்மையான நுண்கற்கருவிகளை (*Microliths*) உருவாக்குவதன் தேவையை உணர்ந்தார்கள். பூமிக்கு அடியில் புதைந்துள்ள கிழங்குகளைத் தோண்டி எடுப்பதற்கும், தாவர உணவுகளைக் குடைந்து, நசுக்கி தயார் செய்வதற்கும் இந்த

நுண் கற்கருவிகள் உதவின. உணவுப் பொருள்கள் உடனடித் தேவையைவிட அதிகமாக உபரியாகக் கிடைத்த சூழலில் கொஞ்சம் கொஞ்சமாகச் சிறிய சமூக இனக்குழுக்கள் உருவாகின. அப்போதுதான் குடிகளும் சிற்றூர்களும் தோன்றின.

வேளாண்மையும் கால்நடை வளர்ப்பும்: நிலைத்த வாழ்வுக்கான நேரம்

18,000 ஆண்டுகளுக்கு முன்னர் பனிக்காலம் (*Ice Age*) முடிவுக்கு வந்தது. புவிவெப்பம் கூடியதால் தொடர்ந்து பெருமழை பெய்தது. இதனால், புதிய பருவநிலை தோன்றியது. குறிப்பாக மத்தியக் கிழக்குப் பகுதிகளில் நேர்ந்த இந்த மாற்றம் வேளாண்மையின் தொடக்கப்புள்ளியானது. பொ.யு.மு. 10,000 முதல் 8000 ஆண்டுகள் வரையிலான காலகட்டத்தில் வேட்டையாடித் திரிந்த மனிதர்கள், காட்டுவிலங்குகளை வளர்ப்புப் பிராணிகளாக வளர்க்கும் ஆற்றலை வளர்த்துக்கொண்டார்கள். அதைப்போலவே சில காட்டுப்பயிர்களையும் தோட்டப்பயிர் ஆக்கினார்கள். இப்படியாக, மனிதர்கள் ஒரு நிலையான வாழ்க்கைக்குத் தங்களைத் தயார்படுத்திக்கொண்டார்கள். அவர்களின் சிறு வாழிடங்களே மெல்ல வளர்ந்து ஊராகி, ஊர்களின் தொகுப்பாகி, நாடாகி, பெரும் பண்பாடாகவும் வளர்ந்தன.

இப்போதுள்ள தென்துருக்கி, மேற்கு ஈரான், லெவண்ட் ஆகிய பகுதிகளில்தான் முறையான வேளாண்மை தோன்றியதாகக் கருதப்படுகிறது. இப்போது நமது வளர்ப்புப் பிராணிகளாக இருக்கும் பல கால்நடைகளை வசப்படுத்தி, பழக்கியதும், காட்டுப்பயிர்களைக் கட்டுப்படுத்திப் பயிரிடத் தொடங்கியதும் கிட்டத்தட்ட பொ.யு.மு. 3500 ஆண்டுகளுக்கு முன்னரே நடந்து முடிந்துவிட்டது. அதற்குப் பிறகு பெரிதாக எந்தப் புதிய பயிர்களும், விலங்குகளும் வசப்படுத்தி வளர்க்கப்படவில்லை.

மேலே குறிப்பிட்ட நிலப்பகுதிகளை ஜேம்ஸ் ஹெச். பிரஸ்டட் (*James H. Breasted*) என்ற தொல்லியல் அறிஞர் 'வளமைப்பிறை' (*Fertile Crescent*) என்று அழைத்தார். 'சேப்பியன்ஸ்: மனிதகுலத்தின் ஒரு சுருக்கமான வரலாறு' என்ற புத்தகத்தில் யுவால் நோவா ஹராரி ஒரு கேள்வியை எழுப்புகிறார்: கோதுமை, அரிசி, உருளைக்கிழங்கு போன்ற முக்கியமான உணவுப் பொருள்களை ஹோமோ சேப்பியன்ஸ் எனப்படும் மனிதர்கள் வளர்ப்புப் பயிர்களாக்கினார்களா அல்லது இந்த வளர்ப்புப் பயிர்கள் மனிதர்களை வளர்ப்பு மனிதர்கள் ஆக்கியதா?

கடந்த 2000 ஆண்டுகளில் மனிதர்கள் எந்தப் புதிய விலங்குகளையும் அல்லது பயிர்களையும் வேளாண்மைக்கு வசப்படுத்தவில்லை என்பதைக் கருத்தில்கொள்ள வேண்டியிருக்கிறது. ஆனால், மனிதர்கள் ஓர் இடத்தில் வாழத்தொடங்குவதற்கு முன் அவர்கள் கடந்து வந்த மலைகள், முகடுகள், காடுகள், பாலைவனங்கள் மற்றும் காட்டாறுகள் ஏராளம். மனிதர்கள் பயணிக்கும்போது வளர்ப்புப் பிராணிகளையும் தங்களுடன் அழைத்துச் சென்றார்கள். தொடக்கத்தில் இந்த விலங்குகள் ஆப்பிரிக்கா, ஆசியா பகுதிகளில் மட்டும்தான் காணப்பட்டன. இப்போது உலகம் முழுவதும் பரவிவிட்டன.

காலில் சக்கரம் கட்டிய மனிதன்: வரலாறு என்பது பயணங்களின் கூட்டுத்தொகை

மனிதன் நிலையாக வாழத்தொடங்கிய பல பகுதிகளில் ஒரேநேரத்தில் வேளாண்மையும், கால்நடை வளர்ப்பும் பரவின. ஆனால் அந்த வேளாண்மைப் பரவலாக்கமும் கால்நடை வளர்ப்பும் மனிதனுடைய 'காலில் கட்டியிருந்த சக்கரத்தைக்' கழற்றிவிடவில்லை. உபரியாக உணவுப் பொருட்கள் உற்பத்தி செய்யப்பட்ட காலகட்டத்தில் மக்கள்தொகையும் அதிகமானது. இதனால் தேவை அதிகரித்து மனிதன் அக்கரைப்பச்சை நிலங்களை நோக்கித் தொடர்ந்து நடந்துகொண்டே இருந்தான்.

அடிப்படையில் இயல்பாகவே மனிதர்கள் சாகசக்காரர்கள். பயணத்திற்காக அவர்களது கால்கள் எப்போதும் துடித்துக்கொண்டிருக்கும். இந்தத் தேடல் நாம் நினைப்பதைப் போல உயிர்வாழ்வதற்கான உணவுத் தேடல் மட்டுமில்லை, மனிதனின் ஆழ்மனதில் நாடுதல், தேடுதல், வியத்தல், கண்டுபிடித்தல் என்ற தொடர் இயக்கம் நடந்துகொண்டே இருக்கிறது. இத்தகைய தேடல்கள் அளித்த புதிய சாத்தியங்கள் வேட்டையாடித் திரிந்த மனிதர்கள் சற்று நிலையான வாழ்வைத் தொடங்க வாய்ப்பளித்தன. ஆனாலும் இயற்கையின் மீதும் மற்ற உயிரினங்களின் மீதும் தனது ஆதிக்கத்தைச் செலுத்துவதற்காக மனிதர்கள் தொடர்ந்து செயல்பட்டே வந்திருக்கிறார்கள். ஒருகட்டத்தில், தனிப்பட்ட தேவைகள் என்ற வரையறைகளைக் கடந்து பொதுநன்மை, குழுப் பாதுகாப்பு, சமூகக்கோட்பாடு என்ற கருத்தாக்கங்கள் தோன்றின. பிறகு அடிப்படைத் தேவைகளுக்கு அப்பாற்பட்ட அழகியல், உளவியல், சமூகவியல் தேவைகளை நிறைவேற்றி நிலைபெறச் செய்யும் பெரும் பண்பாடுகளாக மனிதர்கள் ஆங்காங்கே உருவெடுத்தார்கள். இந்தப் பண்பாட்டின் தொடர்பயணத்தின் பதிவுகளை வரலாறு என்று அழைக்கிறோம்.

அடையாளம், சார்பு, புவியியல்

மனிதச்சமூகங்கள் புதிய சூழல்களுக்குத் தங்களைத் தயார்படுத்திக்கொள்ள கையாள்கிற முறைமைகளிலேயே

அவர்களின் நெடுந்தூர-நெடுங்காலப் புலப்பெயர்வுகளுக்கான தடயங்கள் புதைந்துள்ளன. நெடுந்தூரம் புலம்பெயர்வோர் பொதுவாக நகரங்களைத் தேர்ந்தெடுக்கிறார்கள். இவ்வாறு புலம்பெயர்வோர் வழிநெடுகிலும் விட்டுச்சென்ற பாதச்சுவடுகள்தான் வரலாற்றை உருவாக்குவதற்கு உதவியிருக்கின்றன. ஒருவகையில், மனித வரலாற்றைப் பயணங்களின் கூட்டுத்தொகை என்றும் சொல்லலாம். இந்தப் பயணங்கள் மானுடப் புவியியலின் இயல்பான எல்லைகளையும், வரையறைகளையும் தாண்டிச் சென்று, வாழ்வின் பொருண்மைகளைக் கண்டறிந்து சாதனைபுரியும் உந்துவிசையால் இயக்கப்படுவதாகும். ஒருவகையில் நிலம் நகராமல் உறைந்துகிடந்தாலும் மனிதப்பண்பாட்டின் வரலாறு பல்வேறு நிலவியல்களுக்கு ஊடாகப் பயணித்துப் புதிய அனுபவங்களை, அதாவது புதிய வரலாறுகளை உருவாக்கிக்கொண்டே இருக்கின்றன.

ஓர் இடத்திலிருந்து இன்னொரு இடத்திற்குப் பயணிக்கும் மனிதர்கள், தங்களது கதைகளையும், பண்பாட்டுத் தொன்மங்களையும் தங்களோடு சுமந்துகொண்டே செல்கிறார்கள். அதனால், பயணப்படும் மனிதர்களோடு சேர்ந்து பழங்கதைகளும் பண்பாடுகளும் பயணிக்கின்றன. அதனால்தான் மனிதர்களின் எழுதப்பட்ட கதைகளையும், எழுதப்படாத கதைகளையும் நாம் தொல்லியல் தடயங்களாகவும், மொழியியல் கூறுகளாகவும், வரலாற்று ஆவணங்களாகவும் கண்டறிய முடிகிறது.

மனிதர்கள் தங்களது தோற்றப்புள்ளி என்று அடையாளப்படுத்திக் கொள்கிற இடத்தோடு உடமை உணர்வை, உரிமை உணர்வை ஏற்படுத்திக்கொள்வதால் அவர்கள் பயணப்பட்டாலும் அவர்களது பழைய பாதச்சுவடுகள் தொடர்ந்துகொண்டே இருக்கின்றன. அந்தவகையில் புவியியலில் மட்டுமல்ல வரலாற்றுக்கும் அட்சரேகைகளும், தீர்க்கரேகைகளும் உள்ளன. ஒரு குறிப்பிட்ட நிலப்பகுதியைச் சேர்ந்தவர்கள், மொழியைப் பேசுபவர்கள், பண்பாட்டைச் சேர்ந்தவர்கள் என்ற அடையாளத்தை ஒவ்வொரு சமூகமும் தனக்குரியதாகக் கட்டமைத்துக்கொள்கிறது. இந்த அடையாளம் நிலம் மற்றும் பொழுது எனும் இயற்கைக் கட்டமைப்பின் ஊடாக அவர்கள் செய்யும் பயணத்திலும், மற்றவர்களோடு நேர்கிற இணக்கமான, இணக்கமற்ற உறவுகளிலும் தங்களைத் தாங்களே தக்கவைத்துக்கொள்ள உதவுகிறது.

புலப்பெயர்வின் உடல்மொழி

விலங்குகள், பறவைகள், மனிதர்கள் ஆகியோர் புலப்பெயர்வுகளுக்கு உரிய பண்பியல்புகளைத் தொடர்ந்து வெளிப்படுத்தி வந்திருக்கின்றனர். ஒவ்வொரு உயிரினமும் குறிப்பிட்ட புலப்பெயர்வுத் தன்மையை கொண்டிருக்கிறது. எடுத்துக்காட்டாக உகந்த ஓரிடத்தில் தங்கி, உணவு உண்டு, முட்டையிட்டு, குஞ்சு பொரிக்கும் நோக்கத்துடன் பறவைகள் நெடுந்தூரம் வான்வெளியில் புலம்பெயர்கின்றன. பறவைகளின் புலப்பெயர்வுக்கு ஒரு குறிப்பிட்ட ஒழுங்குமுறை உண்டு. இந்த ஒழுங்குமுறையின் காரணமாகப் பறவைகளின் புலப்பெயர்வு நேரம், திசை, இடையில் தங்கும் இடங்கள், இறுதியில் சேரும் இடங்கள் என எல்லாவற்றையும் துல்லியமாக முன்கூட்டியே கணிக்கமுடிகிறது. விலங்குகள், உணவுக்காகவும் நீர்நிலைகளுக்காகவும் புலம்பெயர்கின்றன. ஆனால், இப்புலப்பெயர்வுகளின் எல்லைகள் வரையறைக்கு உட்பட்டவையாக அமைகின்றன. காடுகள் சுருங்கிவருவதும் இதற்கு ஒரு காரணமாகும். தொழில்புரட்சியாலும், மக்கள் பெருக்கத்தாலும், ‘காடு கொன்று நாடாக்கும்’ மனிதர்களின் செயல்பாடுகள் தொடர்ந்துகொண்டே இருக்கின்றன. ஆனால், ஒருகாலத்தில் காடுகள் ஒன்றோடு ஒன்று தொடர்புடையனவாய், மக்கள்தொகை குறைவாக இருந்தபோது இந்த விலங்குகள் பூமியின் பல பகுதிகளில் பயணித்துப் பல்வேறு சூழல்களுக்குத் தங்களை இயல்பாக்கி வாழ்ந்தன.

மனிதர்கள் தங்களது புலப்பெயர்வுகளுக்கு வேறுவகையான அணுகுமுறையைக் கையாண்டுள்ளார்கள். ஏனெனில் மனிதர்களின் புலப்பெயர்வு என்பது உணவு, குடிநீர், உயிர்வாழ்தல் என்பதை மட்டும் கருத்தில் கொண்டதில்லை. பறவைகளைப் போல அவர்கள் ஓர் இடத்திலிருந்து கிளம்பி இன்னொரு இடத்திற்குச் சென்று மீண்டும் புறப்பட்ட இடத்திற்கே ஒவ்வொரு ஆண்டும் திரும்பிவருபவர்களல்ல. ஆனாலும், மனிதர்களுக்குள் எந்த இடத்திலும் நிலையாக வாழாமல் தொடர்ந்து பயணித்துக்கொண்டே இருக்கும் சிறு சிறு குழுவினரும் இருக்கத்தான் செய்கிறார்கள். இப்போது

> “நமக்குத் தேவையான தகவலைத் தருவது குறிப்பிட்ட மரபணுவின் குறியீடு அல்ல, மாறாக இரண்டு அல்லது அதற்கு மேற்பட்ட தனிநபர்களின் DNAவை ஒப்பிடும்போது நாம் காண்கிற வேறுபாடுகள்தான்.”
>
> - ஸ்பென்சர் வெல்ஸ் 2002: xiii

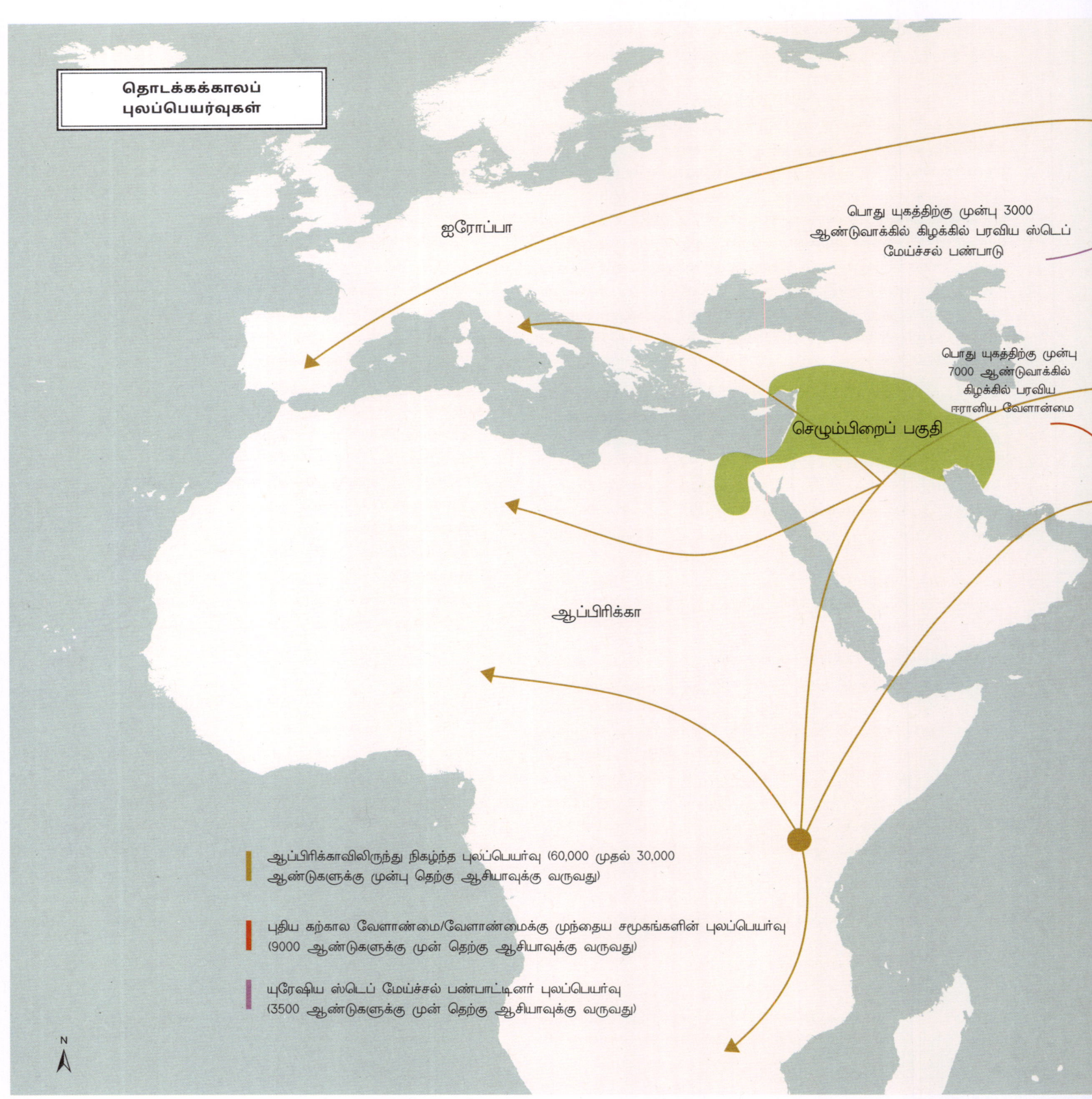

நிலவரைபடம் 1.1

ஒரு பண்பாட்டின் பயணம்

ஒரு பண்பாட்டின் பயணம்

உலகம் சுருங்கிப்போய்விட்டது, தொழில்நுட்பங்கள் பெருகிவிட்டன. தொலைதூரப் பயணங்கள் மிக எளிதாகிவிட்டன. ஒரு நாட்டிலிருந்து இன்னொரு நாட்டிற்குக் குடியேற்றம் செய்வது ஒரு தொடர்நிகழ்வாகிவிட்டது. இவை அனைத்தும் பசி தீர்க்கும் முயற்சிகள் மட்டுமல்ல; இதற்குப் பல்வேறு காரணங்கள் உள்ளன. இந்தப் புதிய வாய்ப்புகளால் புதிய சிக்கல்களும் நேர்ந்துள்ளன.

மனிதர்களின் புலப்பெயர்வுச் சுவடுகளைக் கண்டறிய கற்கருவிகள், மட்பாண்டங்கள் போன்ற தொல்லியல் தடயங்கள் உதவுகின்றன. புலப்பெயர்வுகளின் ஊடாகப் புதிய இடத்திற்கு இடம்பெயர்ந்ததைக் கண்டறிவதற்கு இடப்பெயர் ஆய்வுமுறைகள் உதவுகின்றன. பூமி முழுவதும் மனிதர்கள் பரந்து பரவியதை, அப்பரவலின் காலநிரலைக் கண்டறிவதற்கு மரபணுத் தொழில்நுட்பம் மிகவும் உதவுகிறது.

தோற்றம், புலப்பெயர்வுத் தடங்கள் மற்றும் மரபணுவியல்

மனிதர்கள் எங்குத் தோன்றினார்கள் என்பதைப் பற்றி பல்வேறு கருத்துகள் நிலவுகின்றன. மரபணு (DNA-Deoxyribonucleic acid) ஆய்வின் மூலமாக மரபியல் ஆய்வாளர்கள் உலகில் உள்ள பல்வேறு இனக்குழுக்களின் மரபணு மாதிரிகளைச் சோதனை செய்துள்ளனர். இந்த மரபணு மாதிரிகள் உலகின் பல்வேறு இடங்களில் தொல்பொருள் ஆய்வாளர்களால் கண்டறியப்பட்ட மனிதர்களின் எலும்புக்கூடுகள் போன்ற சான்றாதாரங்களோடு ஒத்துப்போவதையும் கண்டுபிடித்துள்ளனர். எனவே மனிதர்களின் புலப்பெயர்வு எங்கே தோன்றியது, எந்தெந்தத் திசையில் எல்லாம் பயணித்தார்கள், எப்போது பயணித்தார்கள் என்பதை அறிந்துகொள்வதற்கு மரபணுவியலின் உதவி தேவைப்படுகிறது.

DNA எனப்படும் மரபணுவுக்குள் புதைந்திருக்கும் நான்கு எழுத்துக் குறியீடுகளில் நவீன மனிதனின் தோற்றத்தைப் பற்றி மட்டுமல்ல அதற்கு முந்தைய மரபணுச் சுவடுகள் பற்றிய தகவல்களும் புதைந்துள்ளன என்பதுதான் உண்மை. மனிதர்கள் எங்குப் பயணித்தாலும் எங்கே வாழ்ந்தாலும் அவர்களின் மரபணுக்கள் அவர்களுடன் சேர்ந்தே பயணித்துள்ளன. தொல்பொருள் ஆய்வாளர்கள் எங்கெல்லாம் மனித உடலின் எச்ச மிச்சங்களைத் தோண்டிக் கண்டுபிடித்தார்களோ அங்கெல்லாம் அந்த எச்சங்களில் இன்னும் தப்பிப் பிழைத்துள்ள மரபணுச் செய்திகள் மனிதச்சமூகம் புலம்பெயர்ந்த திசைகள் பற்றிய செய்திகளையும், புரிதல்களையும் நமக்கு அளிக்கின்றன. (Wells 2002).

மனித மரபணுத்தொகை (Genome) மற்றும் மரபணுச்சங்கிலியின் கட்டமைப்பு

மரபியலாளர்களைப் பொறுத்தவரை மரபணுத்தொகை (Genome) என்பது ஓர் உயிரியின் மரபணுத் தொடர்பான எல்லாத் தகவல்களையும் உள்ளடக்கியது. ஓர் உயிரியில் உள்ள செல்கள் அனைத்தும் மரபணுத் தகவல்களைக் கொண்டுதான் கட்டமைக்கப்படுகின்றன. ஒவ்வொரு செல்லுக்குள்ளும் மரபணுத்தொகையின் முழுத் தகவல்களும் உள்ளடங்கிய DNA மூலக்கூறுகள் உள்ளன. இந்த மரபணுத்தகவல்கள் பெற்றோரிடமிருந்து குழந்தைகளுக்குக் கடத்தப்படுகின்றன. ஒவ்வொரு மரபணுத்தொகையும் பல குரோமோசோம்களால் ஆனவை. ஒவ்வொரு குரோமோசோமிலும் அந்த உயிரியின் மரபணுத் தொடர்பான எல்லாத் தகவல்களையும் உள்ளடக்கிய DNA நிரல்வரிசை (Sequence) உள்ளது. மரபணுக் குறியீட்டில் அடங்கியுள்ள குரோமோசோம்களின் எண்ணிக்கை மற்றும் அமைப்பால் ஒவ்வொரு உயிரினமும் ஒன்றிலிருந்து ஒன்று வேறுபடுகிறது.

குரோமோசோமில் ஒரு குறிப்பிட்ட இடத்தில் அமைகிற DNA நிரல்வரிசை ஒரு தனித்துவமான மரபணு அடையாளமாகும். இந்தத் தனித்துவமான மரபணு அடையாளம் தனிநபர்களையும், குழுக்களையும், உயிரினத்தையும் இனம்காண உதவுகிறது. மேலும், ஒவ்வொரு உயிரியின் (Organism) பண்பியல்பில் தாக்கம் ஏற்படுத்தக்கூடிய, அதேநேரத்தில் பெற்றோரிடமிருந்து வாரிசுகளுக்குச் செல்லக்கூடிய மரபணு வகைமைகளை அது அடையாளம் காட்டவும் செய்கிறது. இப்படிப்பட்ட வகைமைகள் மரபணுக் குறியீட்டின் ஒரு குறிப்பிட்ட இடத்தில் அமைந்துள்ள வகைமைப்பாடுகளைத் துல்லியமாக ஒப்பிட்டு அறிய உதவுகின்றன.

மனிதர்களின் ஒவ்வொரு செல்லிலும் DNA பொருண்மையானது கருவுக்கு (Nucleus) உள்ளிலும், வெளியிலும் அமைந்துள்ளது. இவை இரண்டும் மரபணுச் சங்கிலிக்குத் தொடர்புடையவை. கருவில் இருக்கும் DNA, குரோமோசோமல் DNA (Chromosomal DNA) எனப்படும். அதாவது 23 குரோமோசோம் இணைகள் உள்ளன. இதில் ஆட்டோசோமல் DNA 22 இணைகளாகவும், பால்வகையைத் தீர்மானிக்கும் X மற்றும் Y குரோமோசோம் DNA ஒன்றாகவும் மொத்தம் 23 ஆகிறது. அதாவது, மனிதர்களின் செல்லில் 23 இணை குரோமோசோம்கள் உள்ளன. அதில் ஓர் இணை மட்டுமே ஒரு மனிதன் ஆணா, பெண்ணா என்பதைத் தீர்மானிக்கிறது. உயிரினத்தின் பெண்பால் மரபணுவில் XX குரோமோசோம் இணையையும், ஆண்பால் என்றால் XY குரோமோசோம் இணையையும் காணமுடியும்.

ஆட்டோசோமல் *DNA* தாய்-தந்தை இருவரிடமிருந்தும் பெறப்படுகிறது. ஆனால், *Y*-குரோமோசோம் *DNA* ஒரு மகனால் அவனது தந்தையிடமிருந்து மட்டும் பெறப்படுகிறது. இதன்மூலமாகத் தந்தைவழி மரபியல் தடம் தீர்மானிக்கப்படுகிறது. அதேநேரத்தில் தாய்வழி மரபின் தொடர்ச்சி மைட்டோகாண்ட்ரியல் *DNA* (*mtDNA*) மூலம் நிகழ்கிறது. இந்த *DNA* கருவின் வெளியே உள்ளது. மனிதர்களின் கடந்தகாலப் புலப்பெயர்வுகளை ஆராய்ந்து அறிய *Y* மற்றும் *mtDNA* குறியீடுகள் அதாவது அடையாளங்கள் பயன்படுத்தப்படுகின்றன. மரபணுக்கள் இடையிலான மரபியல் சார்ந்த ஒற்றுமை வேற்றுமை பற்றி பேசும்போது 'ஸ்பென்சர் வெல்ஸ்' பின்வருமாறு கூறுகிறார்,

"நமக்குத் தேவையான தகவலைத் தருவது குறிப்பிட்ட மரபணுவின் குறியீடு அல்ல, மாறாக இரண்டு அல்லது அதற்கு மேற்பட்ட தனிநபர்களின் *DNA*வை ஒப்பிடும்போது நாம் காண்கிற வேறுபாடுகள்தான்." *(Wells 2002: xiii)*

மைட்டோகாண்ட்ரியல் ஏவாளும், *Y*-குரோமோசோம் ஆதாமும்

மைட்டோகாண்ட்ரியல் *DNA* ஒவ்வொரு தலைமுறையிடமிருந்தும் இன்னொரு தலைமுறைக்கு எந்தவித மாறுதலும் இல்லாமல் கடத்தப்படுகிறது. மைட்டோகாண்ட்ரியல் *DNA*வில் இயற்கையான மாற்றம் நிகழ்வதற்கு நெடுங்காலம்—சுமார் 8000 முதல் 20,000 ஆண்டுகள் தேவைப்படுகின்றன. இந்த நிலைத்த தன்மையினால், ஆய்வாளர்கள் மைட்டோகாண்ட்ரியல் *DNA*வில் நிகழும் இயற்கையான மாறுதல்களையும் பல்வேறு மக்கள்தொகை மாதிரிகளை வைத்துப் புலனாய்வு செய்து எல்லா மனிதர்களின் தாய்வழி மூலத்தைச் சுமார் 1,50,000 ஆண்டுகளுக்கு முன் வாழ்ந்த ஓர் ஆதித்தாயின் தொப்புள் கொடியில், கருப்பையில் மீட்டுருவாக்கமாய் கண்டறியலாம் என்று கூறுகிறார்கள். மரபணுக் கருத்தியல் சார்ந்த அந்த ஆதித்தாய் மைட்டோகாண்ட்ரியல் ஏவாள் என்று நயம் கருதி அறியப்படுகிறாள். இந்தப் புலனாய்வின்மூலம் புலப்பெயர்வின் காலத்தையும் திசைகளையும் தீர்மானிக்கமுடிகிறது. இந்த ஆதித்தாயின் மரபணுவிலிருந்து நிகழ்கிற, ஒவ்வொரு இயற்கையான மாற்றத்தைக் (*Mutation*) கண்டறிவதன்மூலம் ஆதிமனிதனின் புலப்பெயர்வில் நேர்ந்த ஒவ்வொரு கிளைப்பிரிவையும் கண்டறியலாம்.

இதைப்போலவே, ஏற்கெனவே குறிப்பிட்டபடி *Y-DNA* என்பது தந்தையிடமிருந்து மகனுக்குத் தனிப்பட்டமுறையில் கடத்தப்படுவது. மேற்சொன்ன மரபணு மீட்டுருவாக்க முறையைப் பயன்படுத்தி ஆய்வாளர்கள் ஒரு லட்சம் ஆண்டுகளுக்கு முன் வாழ்ந்த ஓர் ஆதித்தந்தையை இனம்கண்டுள்ளார்கள். இந்த ஆதித்தந்தையை ஆய்வாளர்கள் நயம் கருதி '*Y*-குரோமோசோம் ஆதாம்' என்று அழைக்கிறார்கள். இதன் அடிப்படையில் மனிதர்களின் புலப்பெயர்வுகள் புலனாய்வு செய்யப்பட்டுள்ளன. *Y*-குரோமோசோம் *DNA*வில் அடிக்கடி உருமாற்றங்கள் நிகழ்வதால் இந்த *DNA*வைப் பயன்படுத்திச் செய்யப்படுகிற மனித வம்சாவளி ஆய்வுகளும், மரபணு ஆய்வுகளும், புலப்பெயர்வு பற்றிய ஆய்வுகளும் கூடுதல் துல்லியமானவை. ஆனால் அது மக்கள்தொகையில் உள்ள ஆண்களைப் பற்றிய தகவல்களை மட்டுமே தரும். *Y*-குரோமோசோமில் 20 முதல் 100 தலைமுறைக்கு ஒருமுறை (சுமார் 500 முதல் 2500 ஆண்டுகளுக்கு ஒருமுறை) இயல்பான உருமாற்றம் ஏற்படும் என்று கருதப்படுகிறது. இவையும் மரபணு அடையாளங்களாக (*Genetic Marker*) ஆகின்றன.

ஆப்பிரிக்காவிலிருந்து நிகழ்ந்த புலப்பெயர்வுகளும், 'ஹேப்லோ குழுக்களும்' *(Haplogroups)*

மரபணு ஆய்வின்மூலம் மனிதப் புலப்பெயர்வுகள் மற்றும் அவற்றின் புவியியல் பரப்புகளை அறிந்துகொள்ள 'ஹேப்லோ குழு' என்ற கருத்தாக்கம் பயன்படுகிறது. ஒரு பொது மூதாதையரோடு தொடர்புபடுத்தக்கூடிய மற்றும் அடையாளம் காணத்தக்க மரபணுக் குறியீடுகளைக் கொண்ட தனிநபர்கள் 'ஹேப்லோ குழு' என்ற கூட்டு அடையாளத்தின் மூலமாக அறியப்படுகிறார்கள். இன்னும் எளிய நடையில் சொல்வதென்றால், ஒரு குறிப்பிட்ட ஹேப்லோ குழுவைச் சேர்ந்த ஒவ்வொரு தனிநபரும் ஒரு பொது ஆண்-பெண் மூதாதையர் வழிவந்தவர்கள் எனலாம். புதிய *DNA* தடயங்களின் அடிப்படையில் இந்த ஹேப்லோ குழுக்கள் மேலும் சிறிய துணைக் குழுக்களாகப் பகுக்கப்படுகின்றன.

மைட்டோகாண்ட்ரியல் *DNA*வைச் சேர்ந்த ஹேப்லோ குழுக்கள் *L*, *M*, *N* என்று மூன்று வகைப்படும். இவற்றில் *L* ஹேப்லோ குழு மைட்டோகாண்ட்ரியல் ஏவாளின் மரபணுச்சுவடு போன்ற தடயமாகும். இதை ஒரு பொது தொப்புள்கொடி என்றுகூட சொல்லலாம். அந்த வகையில் இன்று உயிரோடு இருக்கிற எல்லா மனிதர்களும் *L* ஹேப்லோ குழுவைச் சேர்ந்தவர்கள். இந்தக் குழு *L0*-வில் இருந்து *L6* வரை ஏழு துணைக் குழுக்களாகப் பிரிக்கப்படுகிறது. இதில் *L3* தவிர மீதி ஆறு துணைக் குழுக்களும் ஆப்பிரிக்கக் கண்டத்தில் மட்டுமே காணப்படுகின்றன. இன்று பூமியில் வாழும் எல்லா மனிதர்களின் மூதாதையர்களும் ஒருவகையில் ஆப்பிரிக்காவிலிருந்து புறப்பட்டவர்கள்தான் என்று சொல்வதற்கான அடிப்படைக் காரணம் இதுதான். இந்தக் கருத்தியல் பொதுவாக "ஆப்பிரிக்காவில் இருந்து வெளியே" (*Out of Africa*) என்று அறியப்படுகிறது. *L3* துணைக் குழு ஆப்பிரிக்காவிலிருந்து தொடங்கிய புலப்பெயர்வின்

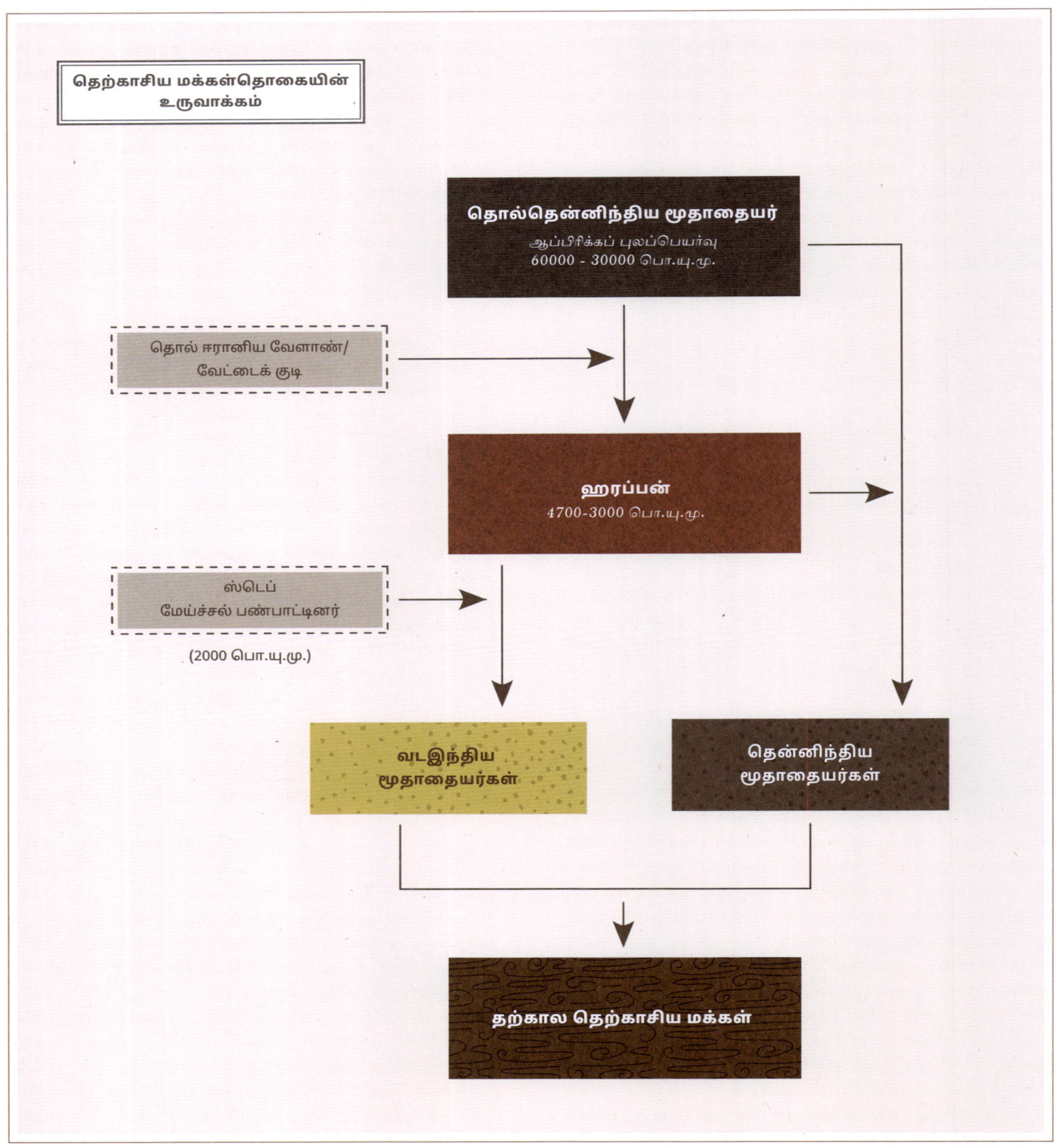

படம் 1.2

ஒரு பண்பாட்டின் பயணம்

அடையாளமாகும். *M* மற்றும் *N* ஆகிய இரண்டு ஹேப்லோ குழுக்களும் *L3* குழுவிலிருந்து தோன்றிய வம்சாவளியினர் ஆவர். இவை தவிர *A* முதல் *Z* வரையிலான அடையாளக் குறியீடுகளால் அறியப்படும் அனைத்து மைட்டோகாண்ட்ரியல் *DNA* ஹேப்லோ குழுக்களும் *M* மற்றும் *N* ஆகிய இரண்டு குழுக்களிலிருந்து தோன்றியவை.

இதைப்போலவே நவீன மனிதர்களில் ஆண்கள் அனைவரும் ஹேப்லோ குழு *A* வகையைச் சேர்ந்தவர்கள். அந்த *A* வகைதான் ஆப்பிரிக்காவைச் சேர்ந்த *Y-DNA* ஆதாமை அடையாளம் காட்டுகிறது. இந்த *A* ஹேப்லோ குழு *B* என்றும் *CT* என்றும் இரண்டாகப் பிரிகிறது. இவ்விரண்டில் *CT* குழு கிட்டத்தட்ட *A* குழுவைப் போன்றே தொன்மையானதாகக் கருதப்படுகிறது. இந்த இரு குழுக்களிலிருந்து *D* மற்றும் *F* ஆகிய ஹேப்லோ குழுக்கள் தோன்றுகின்றன.

மேலும், *mtDNA* அல்லது *Y-DNA*வின் ஒவ்வொரு துணைக்குழுவும், *M8, M9, M10* போன்ற எழுத்தெண் அடையாளக் குறியீடுகளோடு *(Alphanumeric labels)* தொடர்புடையதாக இருக்கிறது. இந்த ஒவ்வொரு முத்திரையும் மானுடத்தின் கிளைப்பிரிவுகளின் அடையாளமாக நிற்கும் மரபணு மாற்றத்திற்குச் சான்றளிக்கிறது. தொல்லியல், மானுடவியல், தட்பவெப்பவியல் ஆகிய துறைகளிலிருந்து கிடைக்கும் சான்றுகளோடு மரபணுச் சார்ந்த மீட்டுருவாக்கங்கள் கடந்தகால மானுடப் புலப்பெயர்வுகளை ஆராய்வதற்கும் அந்தத் தொல்மானுடர்கள் உலகின் பல்வேறு புவியியல் சூழல்களிலும் பரவி தங்களது மரபணு எச்சங்களையும், பண்பாட்டு எச்சங்களையும் விட்டுச்சென்றுள்ளார்கள் என்பதை அறிந்துகொள்ளவும் உதவுகின்றன *(Thiagarajah 2015).*

மத்திய மற்றும் தெற்காசிய புலப்பெயர்வுகள்

Y-DNA ஹேப்லோ குழு *F* குழு மத்திய கிழக்கு மக்கள்தொகையோடு தொடர்புடையதாகக் கருதப்படுகிறது. அதிலும் குறிப்பாக இந்த மக்கள்தொகை *CT-M168 > F-M89* என்று அறியப்படும் வம்சாவளி தடங்களோடு கூடிய *M89* *Y*-குரோமோசோம் *DNA* குறியீட்டோடு தொடர்புடையது. இந்த மரபணு அடையாளம் *(Genetic marker)* ஆப்பிரிக்காவிலிருந்து வெளியேறிய ஆதிமனிதர்களிடம் *(CT-168)* இருந்து தோன்றியது. இந்தக் குழுவில் சிலர் மத்திய கிழக்கிலேயே தங்கிவிட்டார்கள். மேலும் பலர் உலகின் பல்வேறு பகுதிகளுக்கும் புலம்பெயர்ந்து பரவினார்கள். ஆதிமனிதர்களின் புலப்பெயர்வுகளைப் பொறுத்தவரையில் இது இரண்டாவது பாரிய குடிப்பெயர்வு *(Exodus)* ஆகும் என்பது ஸ்பென்சர் வெல்ஸின் கருத்து. இதைத் தொடர்ந்து சுமார் *35,000* ஆண்டுகளுக்கு முன் இந்தியத் துணைக்கண்ட பரப்பில் மேலும் ஒரு மரபணு மாற்றம் நிகழ்ந்தது. *M69* என்று அறியப்படும் இந்தக் குறியீடு இந்தியக் குறியீடு என்றும் அழைக்கப்படுகிறது. *H* ஹேப்லோ குழுவின் கீழ்வரும் இந்தப் பரிணாமக் கிளை *CT-M168 > F-M89* என்ற கிளைக் குறியீட்டின் மூலமாக அறியப்படுகிறது.

ஹேப்லோ குழு *C-M130*

ஆதிமனிதர்களின் முதல் குழுவிலிருந்து கிளைபிரிந்து வந்த *Y-DNA* குறியீடு *M130,* கிட்டத்தட்ட *55,000* ஆண்டுகளுக்கு முன்பு தென்னிந்தியாவை வந்தடைந்தது. இந்தக் கிளையின் வாரிசுகள் தென்னிந்தியா மட்டுமின்றி ஆஸ்திரேலியா, சீனா, அந்தமான், தென்கிழக்கு ஆசியா மற்றும் இலங்கையிலும் இன்றுவரை காணப்படுகிறார்கள். இந்தியத் துணைக் கண்டத்தில் இந்த *M130* குழுவினர் வடமேற்கு இந்தியா, வங்கதேசம், ஆந்திரப் பிரதேசம், கடலோரத் தமிழகம் மற்றும் இலங்கையில் பரவினார்கள். இந்த நூலைப் பொறுத்தவரையில் மரபணுவியல் அறிஞர்களின் மேற்சொன்ன கண்டுபிடிப்பு மிகவும் முக்கியமானது. இந்த நூல் சொல்ல வருகிற மையக்கருத்தோடு இது தொடர்புடையது. இந்த *M130* அடையாளத்தைச் சேர்ந்த தொல்வாரிசுகள் அனைவரும் தற்போது மற்ற ஹேப்லோ குழுவினருடன் குருதிக்கலப்பிற்கு உள்ளாகிவிட்டார்கள். இருப்பினும், தென்னிந்திய மக்கள்தொகையில் சுமார் 5 விழுக்காடு ஆண்களிடம் இந்த *M130* அடையாளம் இன்னும் எஞ்சியிருக்கிறது. தமிழ்நாட்டில் மதுரை அருகே உசிலம்பட்டியில் கண்டறியப்பட்ட விருமாண்டி ஆண்டித்தேவரின் மரபணுவோடு *M130* அடையாளம் காணப்பட்டது. இது "விருமாண்டி மரபணு" என்றே அறியப்படுகிறது. மரபணு ஆய்வியல் மொழியில் *CT-MT168 > C-M130* என்பதே இந்த மரபணுவின் பரிணாம வழித்தடம். *(Pitchappan 2016).*

இந்திய மக்களின் மரபணு மற்றும் புலப்பெயர்வு வரலாறு

மேற்சொன்னபடி இரண்டாம் பாரிய குடிப்பெயர்வின் *(exodus)* மரபணு எச்சங்களாக ஹேப்லோ குழு *F* என்ற அடையாளம் தாங்கியிருக்கும் தொன்மையான மக்கள் குழுவினர் மேற்குத்தொடர்ச்சி மலைகள், தமிழ்நாடு மற்றும் தக்காணப் பகுதிகளில் இன்றுவரை வசிப்பதாக மரபணுவியல் ஆய்வாளர் பிச்சப்பன் தெரிவிக்கிறார். இந்த இரண்டாம் அலை பெரும்புலப்பெயர்வின் மூலமாக இந்தியாவிற்குள் வந்த மக்கள் மேற்குத்தொடர்ச்சி மலைகள், மத்திய இந்தியா மற்றும் வடகிழக்கு இந்தியப் பகுதிகளைத் தங்களது வாழ்வாதாரத்துக்கும், வளர்ச்சிக்கும் உகந்ததாகக் கருதினார்கள். அங்கிருந்து அவர்கள் பல கிளைகளாகப் பிரிந்து பல்வேறு பகுதிகளுக்குப் பரவினார்கள். இவ்வாறாகச் சுமார் *48,000* ஆண்டுகளுக்கு முன்பு தெற்கு ஆசியாவில் *NRYH* என்ற

கிளை உருவானது. இந்தியாவில் அது H1 மற்றும் அதன் பிரிவுகளால் அறியப்படுகிறது. இக்கிளையைத் தொடர்ந்து வந்த வாரிசுக் கிளைகளான NRYHG-L1, J2, O2a, R2 மற்றும் R1a1 இந்தியாவின் பல பகுதிகளில் பரவலாகக் காணப்படும் பிரிவுகளாகும்.

இந்தியாவில் தற்போது வாழும் மக்கள்தொகையின் மரபணுத் தரவுகளை வைத்து ஊகித்து உணரக்கூடிய முடிவுகள் சில ஆய்வாளர்களால் முன்வைக்கப்பட்டுள்ளன. மரபணுவின்படி வேறுபாடு காணக்கூடிய தனித்துவமான இரண்டு தொல்மக்கள் பெருக்கம் அடையாளம் காணப்பட்டுள்ளன. அவற்றை ஆய்வாளர்கள் தென்னிந்திய மூதாதையர்கள் (ASI) என்றும், வடஇந்திய மூதாதையர்கள் (ANI) என்றும் இரண்டாகப் பிரித்துள்ளனர். இந்த இரண்டு தொன்மையான மூதாதையர் பிரிவுகளும் உறவாடியதன் விளைவாகவே இப்போதுள்ள இந்திய மக்கள்தொகை உருவாகியுள்ளது என்ற கருத்தை அவர்கள் முன்வைக்கிறார்கள். இந்த இருபிரிவினரின் மரபணுக்களை ஆய்வாளர்கள் சோதித்தனர். இப்பிரிவினரில் தென்னிந்திய மூதாதையர் பிரிவில் சில தனித்துவமான குறியீடுகள் கண்டறியப்பட்டன. இந்தத் தனித்துவக் குறியீடுகள் அந்தமான் தீவுகளில் வசிக்கும் சில பழங்குடியினரோடு தொடர்புடையதாக இருப்பதை ஆய்வாளர்கள் கண்டறிந்துள்ளனர். மாறாக, வடஇந்திய மூதாதையர் பிரிவினரின் மரபணுக் கூறுகள் மத்திய ஆசியா, மத்திய கிழக்கு மற்றும் ஐரோப்பிய மக்கள்தொகையோடு மரபணு அடிப்படையில் தொடர்புடையவர்களாக இருப்பதையும் ஆய்வாளர்கள் கண்டறிந்துள்ளனர். *(Moorjani et al. 2013).*

இந்தியாவில் தற்போது வசிக்கும் மக்களின் மரபணு வரலாறு இப்போதுள்ள இனக்குழுக்களின் புவியியல் மற்றும் மொழியியல் பிரிவுகளைத் துல்லியமாக வரையறுத்து விளக்குவதாக இல்லை. இந்தியத் துணைக்கண்டத்தைப் பொறுத்தவரையில் புலப்பெயர்வுகளும் குருதிக்கலப்பும் ஒரு தொடர் நிகழ்வாகும். இது வரலாற்றுக்கு முற்பட்ட காலங்களிலும் நிகழ்ந்துள்ளது. இதனால்தான் இந்தியாவின் மரபணு வரலாற்றைத் தற்கால மொழியியல், புவியியல் மற்றும் இனக்குழு அடையாளங்களின் ஊடாக வரையறுத்துப் பேசுவது சாத்தியம் இல்லை. மரபணு ஆய்வாளர் மூர்ஜானியும், அவரது குழுவினரும் *Genetic evidence for recent population mixture in India* என்ற தலைப்பில் ஓர் ஆய்வினைச் செய்தனர்.

இந்தியாவில் தற்போது திராவிட மொழிகளைப் பேசும் தென்னிந்திய மக்கள் மரபணு அடிப்படையில் பெரும்பாலும் தென்னிந்திய மூதாதையர் மற்றும் வடஇந்திய மூதாதையர் என்று அறியப்படுகிற பிரிவுகளின் கலப்பினம் என்று கருதப்படுகிறது. இவ்வாறு இவ்விரு பிரிவினரும் கூடிக்கலந்த காலகட்டத்திற்குப் பின்னரே இப்போது வடஇந்தியப் பகுதிகளில் இந்தோ-ஐரோப்பிய மொழிகளைப் பேசுகின்ற மக்கள் கூடிக்கலந்தனர் என்ற கருத்தாக்கத்தை இந்த ஆய்வின்மூலம் மரபணு ஆய்வாளர்கள் தெரிவிக்கிறார்கள். இந்தக் கண்டுபிடிப்பு இந்தியாவில் மொழிகளின் பரவலுக்கும் மரபணுக்களின் கலப்பிற்கும் இடையிலான ஓர் உறவைக் கோடிட்டுக் காட்டுகிறது.

மூர்ஜானி மற்றும் அவரது குழுவினர் நடத்திய இந்த ஆய்வு மேற்கு யுரேஷியாவிலிருந்து (Western Eurasia) இந்தியத் துணைக் கண்டத்துக்குள் நிகழ்ந்த புலப்பெயர்வுகளுக்கான தெளிவான ஆதாரங்களை முன்வைக்கவில்லை என்றாலும் வேறொரு சாத்தியத்தை அது வலுப்படுத்துகிறது. தென்னிந்திய மூதாதையர், வடஇந்திய மூதாதையர் ஆகிய இருபிரிவினரும் தெற்காசியாவில் நீண்ட நெடுங்காலம் தனித்தனியே வாழ்ந்த பிறகுதான் இந்த இரு குழுக்களுக்கிடையே ஒட்டுறவும் அதன் விளைவான குருதிக்கலப்பும் ஏற்பட்டது என்ற கருத்தை இந்த ஆய்வு மேலும் வலுப்படுத்துகிறது.

குலங்கள், குடிகள், சொந்தபந்தங்கள் என்று ஏதோ ஒருவகையில் குறிப்பிட்ட வரையறைக்குள் மட்டும் திருமண உறவுகளை வைத்துக்கொள்வது என்ற பழக்கவழக்கம் இந்தியாவில் நெடுங்காலமாக இருந்துவந்ததாகப் பொதுவாகக் கருதப்படுகிறது. ஆனால், மரபணு ஆய்வுகளின்

அடிப்படையில் தென்னிந்திய மூதாதையர் பிரிவினருக்கும், வடஇந்திய மூதாதையர் பிரிவினருக்கும் இடையே இந்தியா முழுவதும் குருதிக்கலப்பு நேர்ந்திருக்கிறது. இவ்வாறு குருதிக்கலப்பு ஏற்படுவதற்கு முன் இந்த இரண்டு பிரிவினரும் இந்தியாவில் எந்தெந்தப் பகுதிகளில் வாழ்ந்தார்கள் என்று கண்டுபிடிப்பதற்குத் தொல்மரபணு ஆய்வுகளின் *(Ancient DNA Studies)* துணை தேவைப்படும் எனும் கருத்தை மூர்ஜானியின் ஆய்வுகள் வலியுறுத்தின. இந்த எதிர்பார்ப்புக்கு அண்மையில்தான் விடை கிடைத்தது.

உலகின் பல்வேறு பகுதிகளைச் சேர்ந்த 95 விஞ்ஞானிகள் (மூர்ஜானி உட்பட) கூட்டாகச் சேர்ந்து *The Genomic Formation of South and Central Asia* என்ற தலைப்பில் ஓர் ஆய்வை மேற்கொண்டார்கள். இந்தியத் துணைக்கண்டத்தில் தொல்மரபணு கிடைக்கவில்லை என்ற நிலையில் தெற்கு ஆசியாவின் பல பகுதிகளில் இருந்தும், கிழக்கு ஈரான், துரான், கஜகஸ்தான் (செம்புக்காலத் தடயம்) போன்ற இடங்களிலிருந்து பெறப்பட்ட 362 பழங்காலத் தனிமனிதர்களின் மரபணுக்களை ஆராய்ச்சி செய்து சில முடிவுக்கு வந்தார்கள். தெற்கு மற்றும் மத்திய ஆசியாவின் பண்டைய புலப்பெயர்வுகள் பற்றிய தெளிவை இந்த ஆய்வு வெளிப்படுத்தியது. இந்த ஆய்வின் செய்திகள் இந்த நூலின் மையக்கருத்திற்கு முக்கியமானது.

சிந்துவெளியின் விளிம்புப் பகுதிகள்: தெற்காசிய, மத்திய ஆசிய மக்கள்

சிந்துவெளி என்ற பெருநிலப் பகுதியை உள்ளடக்கிய மற்றும் அதன் விளிம்பான எல்லைப் பகுதிகளில் வாழ்ந்த தொல்மக்கள் மரபணு அடிப்படையில் எந்த வகையைச் சார்ந்தவர்கள் என்ற கேள்விக்கு இந்த ஆய்வு விடையளிக்கிறது. இம்மக்கள் தொல்தென்னிந்திய மூதாதையர் *(AASI)* மற்றும் ஈரானில் உள்ள ஜாக்ரோஸ் *(Zagros)* பகுதியைச் சார்ந்த தொல் ஈரானிய வேளாண் மக்களின் மரபணுக்களின் கூட்டுக் கலவையானவர்கள் என்று இந்த ஆய்வு முன்மொழிகிறது. இந்தக் கலப்பு, பொதுயுகத்திற்குச் சுமார் 8000 ஆண்டுகளுக்கு முன் நிகழ்ந்ததாகக் கருதப்படுகிறது. இவர்களுடைய மரபணுக்கள் சிந்துவெளிப் பண்பாட்டோடு தொடர்புடைய இடங்களிலிருந்து பெறப்பட்டவை மட்டுமின்றி சிந்துவெளிப் பண்பாட்டு காலத்துக்குப்பின் இன்றைய பாகிஸ்தானில் வாழும் மக்களுடைய மரபணுக்களோடும் தொடர்புடையவை. எனவே இந்தக் குழுவினரைச் 'சிந்து விளிம்பு மக்கள்' *(Indus Periphery)* என்று ஆய்வாளர்கள் அழைக்கிறார்கள். சிந்து விளிம்பு மக்களின் பழங்கால மரபணுவை ஆராய்ச்சி செய்ததன்மூலம் தென்னிந்திய மக்களின் மரபணு பற்றிய முக்கியமான தரவு கிடைத்திருக்கிறது. தெற்காசிய மக்களின் மூதாதையர்களுக்கான முக்கியமான மரபணுவின் மூலக்கூறு இந்தச் சிந்து விளிம்பு மக்களிடம் இருந்தே பெறப்பட்டிருக்கிறது என்ற கருத்தை இந்த ஆராய்ச்சி வெளிக்கொண்டுவந்துள்ளது. இதன்மூலம், சிந்துவெளி மக்களின் மூதாதையர்கள் பற்றிய புதிய மரபணுச் சாளரத்தை இது திறந்துவிட்டிருக்கிறது. இந்த மரபணுத்தொகையின் தரவின் அடிப்படையில் சிந்து விளிம்புப் பகுதி மக்கள் பொ.யு.மு. 3000 ஆண்டு காலத்திற்கு முன்பே தோன்றியிருக்க வேண்டும் என்பதையும், தொல்தென்னிந்திய மூதாதையர் மற்றும் பண்டைய ஈரானிய வேளாண் மக்களுக்கு இடையிலான இந்தக் குருதிக்கலப்பு பொ.யு.மு. 4700-3000 ஆண்டுகள் எனும் காலகட்டத்தில் அல்லது அதற்கும் முன்னதாகவே நடந்திருக்கக்கூடும் என்று இந்த ஆய்வு தெரிவிக்கிறது.

மேலும், யம்னையா ஸ்டெப் *(Yamnaya steppe)* புல்வெளிப் பகுதியிலிருந்து வந்த சமூகங்கள் எவ்வாறு, எப்போது சிந்து விளிம்பு மக்களோடு உறவுகொண்டார்கள். அதன் மூலமாகத் தற்போதைய தென்னிந்திய மக்கள்தொகை (தென்னிந்திய மூதாதையர்கள்-வடஇந்திய மூதாதையர்களுடைய கலப்பு) எவ்வாறு உருவானது என்பதையும் இந்த ஆய்வு தெரிவிக்கிறது. யுரேஷிய பகுதிகளில் செம்புக் காலத்தின் இடைப்பகுதியில் இந்தோ-ஐரோப்பிய மொழிகள் பரவுவதற்கு இந்த யுரேஷிய ஸ்டெப் புல்வெளிச் சமூகங்களே காரணமாக இருந்தன என்பதை இந்த ஆய்வு சுட்டிக்காட்டுகிறது. அந்த ஸ்டெப் குழுவினர் பொதுயுகத்திற்கு 2000 ஆண்டுகள் முன்பிருந்தே தெற்குநோக்கித் தொடர்ந்து நகர்ந்துகொண்டே இருந்தார்கள் என்றும் அச்சமூகங்கள் இறுதியில் சிந்து விளிம்பு மக்களுடன் (அதாவது, தெற்காசிய வேட்டைக்குடி மக்கள் மற்றும் ஈரானிய வேளாண்குடி மக்கள்) கலந்து அப்பகுதிகளில் இந்தோ-ஐரோப்பிய மொழிகள் பல்கிப்பெருகக் காரணமாய் இருந்தனர் என்றும் அந்த ஆய்வு கூறுகிறது.

இந்தச் சிந்து விளிம்பு மக்கள்-தெற்கு ஆசியர்கள் மற்றும் மத்திய ஆசிய மக்களின் குருதிக்கலப்பே பல்வேறு சமூகங்கள் ஒன்றோடு ஒன்றாகி இறுதியில் இந்தோ-ஐரோப்பிய மொழிகள் இப்பகுதிகளில் பல்கிப்பெருகக் காரணமாய் அமைந்தது. பொ.யு.மு. 1000 முதல் 2000 என்ற காலகட்டத்தில் சிந்து விளிம்பு மக்கள் மேலும், தெற்கு நோக்கியும், கிழக்கு நோக்கியும் புலம்பெயர்ந்து சென்று அப்பகுதிகளிலும் குறிப்பாகத் தீபகற்ப இந்தியாவிலும் வாழ்ந்த தொல்தென்னிந்திய மக்களுடன் கலந்து தென்னிந்திய மூதாதையர்கள் என்ற அடையாளத்தை உருவாக்கினார்கள். இதைப்போலவே யுரேஷிய ஸ்டெப் புல்வெளி மக்கள் தெற்குநோக்கிப் புலம்பெயர்ந்து சிந்து விளிம்பு மக்களோடு கலந்து வடஇந்திய மூதாதையர் குழுவை ஏற்படுத்தினார்கள். இந்தக் காலகட்டத்தைச் சிந்துவெளிப் பண்பாட்டின் இறுதிக் கட்டத்தோடு மரபணு ஆய்வுகள் தொடர்புபடுத்துகின்றன.

"திராவிட மொழிகளின் பரவலாக்கத்திற்குச் சிந்துவெளிப் பண்பாட்டின் பரவலாக்கம் காரணமாக இருந்தது என்ற கருத்தோடு இந்த முடிவுகள் பெரும்பாலும் ஒத்துப்போகின்றன. ஆயினும், திராவிட மொழிகள் சிந்துவெளி காலத்திற்கு முன்பே தீபகற்ப இந்தியாவில் பேசப்பட்ட மொழிகளோடு தொடர்புடையவை என்ற கருத்திற்கும் சாத்தியக்கூறுகள் உள்ளன. ஏனெனில் பெரும்பாலும் தென்னிந்திய மூதாதையர் மரபணு, தொல்தென்னிந்திய மூதாதையர் மரபணுவில் இருந்தே பெறப்பட்டுள்ளது." *(Narasimhan, Vagheesh M., et al. 2018: 15)*

வடஇந்திய மூதாதையர்கள் எனப்படும் மரபணுப் பிரிவினர் அடிப்படையில் ஸ்டெப் மூதாதையர்கள் மற்றும் இந்தோ-ஐரோப்பிய பண்பாட்டோடு தொடர்புடையவர்கள் என்பதை வலுப்படுத்துவதுதான் இந்த ஆய்வின் மற்றொரு முக்கியமான புதிய வெளிச்சம். ஸ்டெப் மூதாதையர்களுக்கே உரித்தான சில மரபணுக் குறியீடுகள் தென்னிந்திய மூதாதையர் மரபணுத் தரவுகளில் காணப்படவில்லை. இதன்மூலமாக வடஇந்திய மூதாதையர் மற்றும் சமய நம்பிக்கை சார்ந்த இனக்குழுவின் பரவலை வேதப் பண்பாட்டோடும், இந்தோ-ஐரோப்பிய மொழிப் பண்பாட்டோடும் தொடர்புபடுத்தும் கருதுகோளை இது மேலும் வலுப்படுத்துகிறது. அதுமட்டுமின்றி தென்னிந்திய மூதாதையர்-வடஇந்திய மூதாதையர் ஆகிய இருபிரிவினருக்கும் இடையிலான தனித்துவமான அடையாளங்கள் இன்னும் சில பகுதிகளில் தக்கவைக்கப்பட்டிருப்பதற்குச் சொந்த பந்தங்கள் மற்றும் உறவுமுறைகளுக்குள் திருமணம் செய்யும் தெற்காசிய முறை ஒரு காரணமாய் அமைந்திருக்கிறது என்பதைச் சிந்து விளிம்பு மக்கள் பற்றிய இந்த ஆய்வு மேலும் உறுதிசெய்கிறது.

செப்டம்பர் 10, 2018 நாளிட்ட 'இந்தியா டுடே' இதழில் *The Explosive Truth* என்று தலைப்பிடப்பட்ட கட்டுரை ஹரியானாவில் உள்ள ராக்கிகரி என்ற இடத்தில் அகழாய்வு செய்யப்பட்ட ஒரு பழங்காலத்துப் பெண்ணின் எலும்புக்கூட்டின் மரபணுத் தரவுகள் பற்றியதாகும். ராக்கிகரியில் வாழ்ந்த மக்கள் தென்னிந்திய மூதாதையர் மக்களோடு தொடர்புடையவர்கள் என்பதை இந்தக் கட்டுரை வலியுறுத்துகிறது. இதை இன்னொரு வகையில் சொல்வதென்றால் சிந்துவெளி மக்களும் அவர்களது பண்பாடும் பொதுயுகத்திற்கு 2000 ஆண்டுகளுக்கு முன் மத்திய ஆசியாவில் உள்ள ஸ்டெப் பகுதியில் இருந்து இந்தியாவுக்குள் வந்த வேதப் பண்பாட்டு மக்களிடமிருந்து வேறுபட்டவர்கள் என்பதை இந்த ஆய்வு வேறு ஒரு கோணத்தில் உறுதி செய்கிறது. ராக்கிகரியில் கிடைத்த மரபணு தென்னிந்தியப் பழங்குடி மக்களின் மரபணுவோடு ஒத்துப்போவதை வைத்து சிந்துவெளி மக்கள் பேசியது ஒரு தொல்திராவிட மொழியே என்ற திராவிடக் கருதுகோளிற்கும் இது வலுசேர்க்கிறது. ஆயினும், வசந்த் ஷிண்டே, வாகீஸ் நரசிம்மன் குழுவினர் 2019-இல் 'செல்' (Cell) இதழில் எழுதிய கட்டுரையில் ஒரு சிறிய வேறுபாடு உள்ளது. இந்த வேறுபாடு தொல்தென்னிந்திய மூதாதையர் குழுவோடு குருதிக்கலப்பு கொண்ட ஈரானிய வேளாண் மக்கள் பற்றியதாகும். இந்தக் குருதிக்கலப்பு, ஈரானிய மக்கள் வேளாண் மக்களாக உருவெடுக்கும் முன்பே நிகழ்ந்ததென்று கூறுகிறது. இவர்களின் கருத்துப்படி இந்த ஈரானிய மக்கள் தொல்தென்னிந்திய மூதாதையர் பிரிவினரோடு உறவுகொண்ட பின்னர்தான் வேளாண்மை வாழ்க்கையில் நிலைபெற்றனர்.

டேவிட் ரீச் *Who We Are and How We Got Here* என்ற நூலில் குறிப்பிட்டதைப் போல இந்தியாவின் பண்டைய மக்கள்தொகை பற்றிய கோட்பாடுகளும் கருத்தாக்கங்களும் அவற்றின் அரசியல் பின்விளைவுகளிலிருந்து தப்பிக்க இயலாது. வசந்த் ஷிண்டே 'செல்' (Cell) இதழில் எழுதிய ஆய்வுக் கட்டுரைக்கும், வாகீஸ் நரசிம்மன் தலைமையிலான ஆய்வுக் குழு (இந்தக் குழுவிலும் வசந்த் ஷிண்டே இடம்பெற்றிருந்தார்) *Science* இதழில் வெளியிட்ட ஆய்வுக் கட்டுரைக்கும் இடையிலான வேறுபாடு கவனிக்கத்தக்கது.

வசந்த் ஷிண்டேவை உறுப்பினராகக் கொண்ட ஆய்வுக்குழு எழுதிய கட்டுரையில் வெளியான தரவுகளுக்கும், அவர் செய்தியாளர் கூட்டத்தைக் கூட்டி முன்வைத்த கருத்துகளுக்கும் இடையிலான முரண்பாட்டைச் சில ஊடகங்கள் சுட்டிக்காட்டின. எதுவாயினும் பண்பாட்டு அரசியலின் பன்முகத் தாக்கங்களைத் தொடர்ந்து உள்வாங்கிப் பழக்கப்பட்ட இந்தியவியல், தற்போது மரபணு அரசியலையும் உள்வாங்கப் பழகிக்கொண்டிருக்கிறது என்பதுதான் உண்மை.

"ஒரு பண்பாட்டின் பயணம்: சிந்து முதல் வைகை வரை" என்று தலைப்பிடப்பட்ட இந்த நூல் சிந்துவெளிப் பண்பாட்டின் தெற்கு நோக்கிய பயணம் பற்றியது. சிந்துவெளி மக்களுக்கும் தென்னிந்தியாவில் திராவிட மொழிகளைப் பேசும் மக்களுக்கும் அதிலும் மிகக்குறிப்பாகத் தென்கோடித் தமிழ்த் தொன்மங்களுக்கும் இடையிலான உறவுகளை, மரபின் தொடர்ச்சியை அடையாளம் கண்டு ஆவணப்படுத்துவதாகும். எனவே சிந்து விளிம்பு பகுதி மக்களின் மரபணு அடையாளங்கள் பற்றிப் பேசும் மேற்சொன்ன கட்டுரைகள் எல்லாம் இந்த நூலின் மையக்கருத்திற்கு மிகவும் தொடர்புடையவை. அதேநேரத்தில் சிந்து விளிம்பு மக்கள் கலப்பு உருவானபோது ஈரானியப் பகுதிகளிலிருந்து வந்த மக்கள் வேளாண்குடி மக்களா அல்லது வேட்டைக்குழு மக்களா என்பது குறித்த மரபணுச் சார்ந்த விவாதங்கள் இந்த நூலின் மையக்கருத்தை எந்த வகையிலும் பாதிப்பவை அல்ல.

சிந்துவெளிப் பண்பாட்டின் தோற்றம், முதிர்ச்சி, பின்னர் அப்பண்பாடு நலிவடைந்ததைத் தொடர்ந்து உருவான பண்பாடுகள் ஆகிய பல்வேறு நிலைகளிலும் திராவிட மொழிகளைப் பேசிய மக்கள் ஆற்றிய வேர்நிலை பங்களிப்பு பற்றிய புரிதல்கள் இந்தியப் பண்பாட்டின் ஆழ-அகலங்கள் பற்றிய புரிதலுக்கு மிகமுக்கியமான தேவையாகும். இனிவரும் காலங்களில் மரபணு, தொல்பொருள் மற்றும் மொழியியல் உள்ளிட்ட பல்வேறு துறைசார்ந்த தரவுகளால் கூடுதல் வெளிச்சம்பெறும் என்ற நம்பிக்கை இருக்கிறது.

இயல் இரண்டு

வெண்கலக் காலம்
உலகின் பண்டைய பண்பாடுகள்

"துர்கிஸ்தான் பாலைவனங்களில் ஸ்டைனுக்குக் கிடைத்ததுபோல, டிரன்ஸிலும், மைசீனிலும் ஸ்க்லீமானுக்குக் கிடைத்ததுபோல, தடம் தெரியாமல் மறக்கப்பட்ட ஒரு நாகரிகத்தைப் புதிதாகக் கண்டுபிடிக்கும் வாய்ப்பு தொல்பொருள் ஆராய்ச்சியாளர்களுக்கு அடிக்கடி வாய்ப்பதில்லை. இத்தருணத்தில் தோன்றுவது என்னவென்றால், சிந்துநதி சமவெளிகளில் அப்படிப்பட்ட ஒரு கண்டுபிடிப்பின் விளிம்பில் நாம் நின்று கொண்டிருக்கிறோம்."

- சர் ஜான் மார்ஷல்

வெண்கலக் காலம்: உலகின் பண்டைய பண்பாடுகள்

பண்டைய நாகரிகங்கள் பற்றிய தேடல், வரலாற்றாளர்கள், அகழாய்வாளர்கள், மானுடவியலாளர்கள் மற்றும் இன்னபிற துறைகளைச் சார்ந்த ஆய்வாளர்கள் அனைவரின் கவனத்தையும், எப்போதும் ஈர்த்துவந்திருக்கிறது. பண்டைய பண்பாடுகளின் நிகழ்வுகளுக்கும், அப்பண்பாடுகள் தொடர்பான அகழாய்வுப் பொருட்களுக்கும் ஒரு காலநிரலை நிர்ணயம் செய்யவும் வரலாற்றுக்கு முற்பட்ட காலகட்டங்களை முறைப்படி ஆராய்வதற்கும் தொல்பொருள் ஆய்வாளர்கள் மூன்று கட்ட கால முறைமையைக் கடைப்பிடித்து வந்துள்ளனர். கற்காலம், வெண்கலக்காலம், இரும்புக்காலம் என்ற மூன்று அடையாளங்களால் இந்தக் காலகட்டங்கள் அறியப்படுகின்றன. வெண்கலம் என்பது ஒரு கலவை உலோகம். செம்பில் வெள்ளீயம் (Tin) மற்றும் இதர உலோகங்களைக் கலந்து உருக்கிப் பெறும் கலவைதான் வெண்கலம். இதனுடைய நீடித்த-நிலைத்த தன்மை மனித நாகரிகங்களுக்குக் தொழில்நுட்பத்தின் மேன்மையை அளித்தது. இதனால், வெண்கலம் மிகப் பரவலாகப் புழக்கத்திற்கு வந்த இந்தக் காலகட்டம் வெண்கலக்காலம் என்று அறியப்படுகிறது.

வெண்கலப் பண்பாட்டுக் காலகட்டத்தில் மனிதர்கள் அறிமுகம் செய்த கட்டுமானங்கள், சிற்பம், ஓவியம் போன்ற பண்பாட்டின் பல்வேறு வெளிப்பாடுகள், மிகத்தொன்மையான எழுத்து வரிவடிவங்கள் என்று பல தடயங்களைத் தொல்பொருள் ஆய்வுகளின்மூலம் இப்போதும் நம்மால் மீட்டெடுக்க முடிகிறது. இருந்தாலும், வெண்கலக்கால வரிவடிவங்கள் சிலவற்றை இன்றுவரை வாசித்து அறிய முடியவில்லை. வெண்கலக்காலப் பண்பாடுகளில் சுமேரியா, எலமைட், எகிப்து மற்றும் சிந்துவெளிப் பண்பாடுகள் குறிப்பிடத்தக்கவை. இந்தப் பண்பாடுகள் பொதுயுகத்திற்கு 3500 ஆண்டுகள் முதல் 1700 ஆண்டுகள் வரையிலான காலகட்டத்தில் செழித்தோங்கி வளர்ந்து நலிந்தன. எழுத்து வரிவடிவ உருவாக்கம், நகர்மயமாக்கல், கடல் கடந்த வெளிநாட்டு வணிகம் ஆகியவை இக்காலகட்ட மக்களின் மிக முக்கியமான முன்னெடுப்புகள்.

டைக்ரிஸ் மற்றும் யூப்ரடிஸ் நதிகளுக்கு இடையிலான வளம்செறிந்த வண்டல் சமவெளியில் அமைந்தது மெசபொடேமியா. அங்குச் செழித்த நாகரிகம் பொதுவாகச் சுமேரிய நாகரிகம் என்று அழைக்கப்படுகிறது. மனிதகுல வரலாற்றின் நாகரிகங்களிலேயே மிகத் தொன்மையானதாகக் கருதப்படும் இந்நாகரிகம் பொதுயுகத்திற்கு 3500 ஆண்டுகளுக்கு முன் செழித்தோங்கியது. கணிதவியல், வானியல், வண்டிச் சக்கரத்தின் கண்டுபிடிப்பு, காலக்கணிப்பு முறை மற்றும் எழுத்து வரிவடிவங்கள் ஆகியவை சுமேரியர்கள் உலகிற்கு அளித்த கொடைகள். பொதுயுகத்திற்குச் சுமார் 2000 ஆண்டுகளுக்கு முன் சுமேரிய பண்பாடு சிதைந்தொழிந்தது. இப்பகுதியின் வளமான மண் உவர்நிலமாகி வேளாண்மைக்குப் பொருத்தமற்றதாய் ஆனதே இந்தப் பண்பாட்டின் நலிவிற்குக் காரணம் என்று கருதப்படுகிறது.

எகிப்திய நாகரிகம் பொ.யு.மு. சுமார் 3100 ஆண்டுகள் என்ற காலகட்டத்தில் உருவாகிச் செழித்தது. அந்த வகையில், இப்பண்பாடு சுமேரிய பண்பாட்டிற்குக் காலத்தால் மிகவும் நெருக்கமானது. எகிப்தியப் பண்பாட்டின் செழிப்பிற்குக்

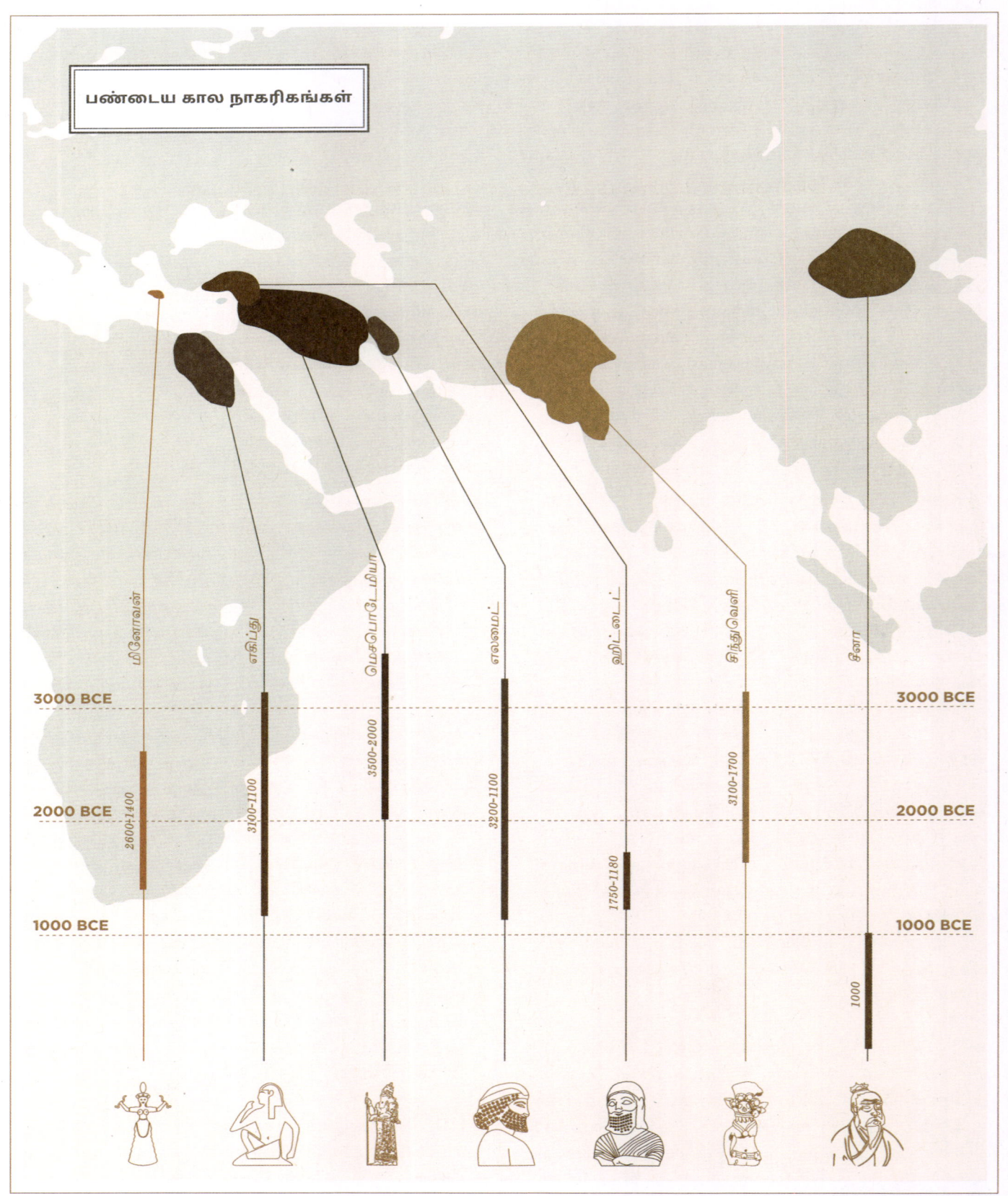

*BCE - பொதுயுகத்திற்கு முன்

படம் 2.1

ஒரு பண்பாட்டின் பயணம்

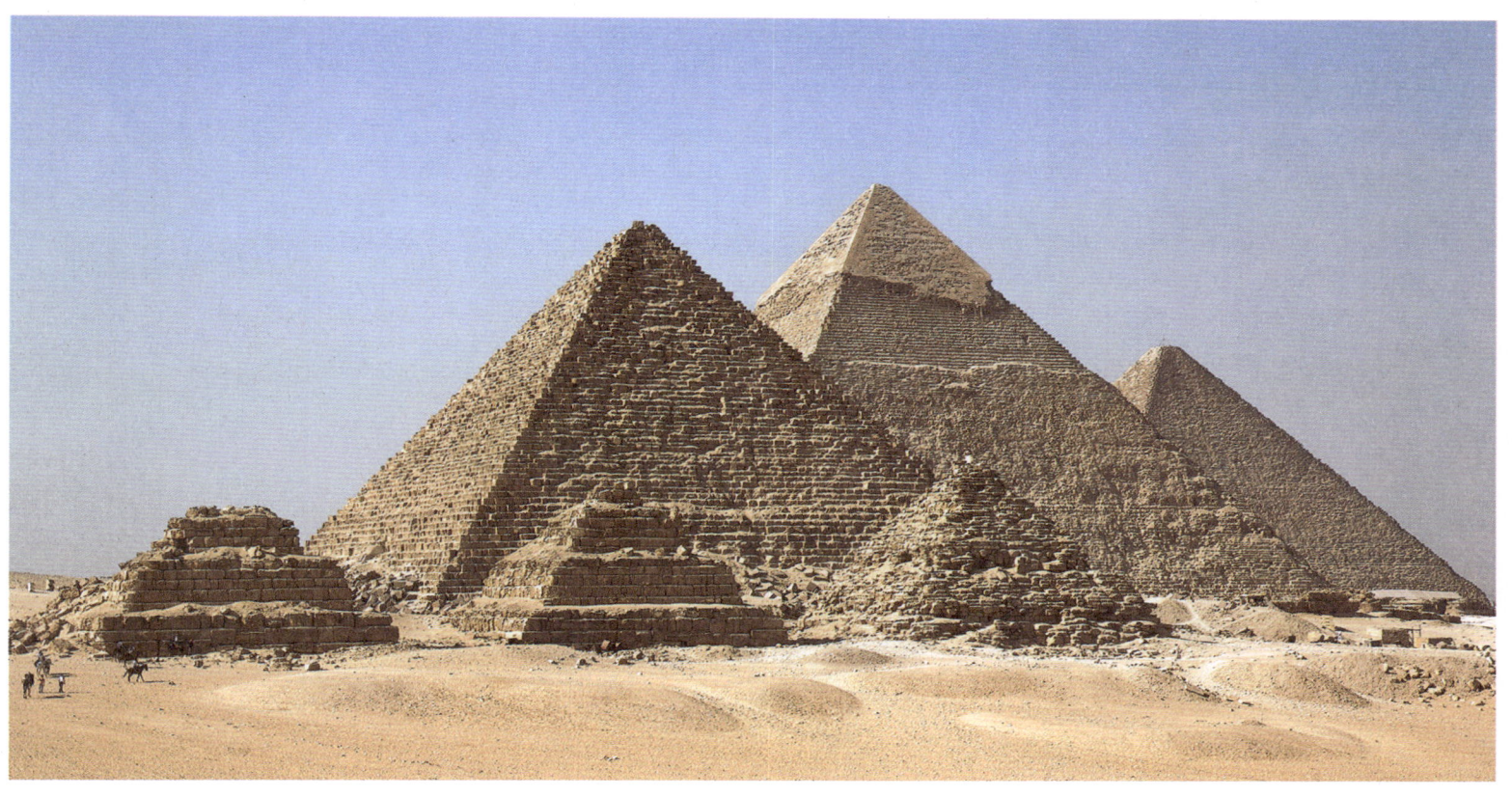

படம் 2.2 - கீசா பிரமிட், எகிப்து

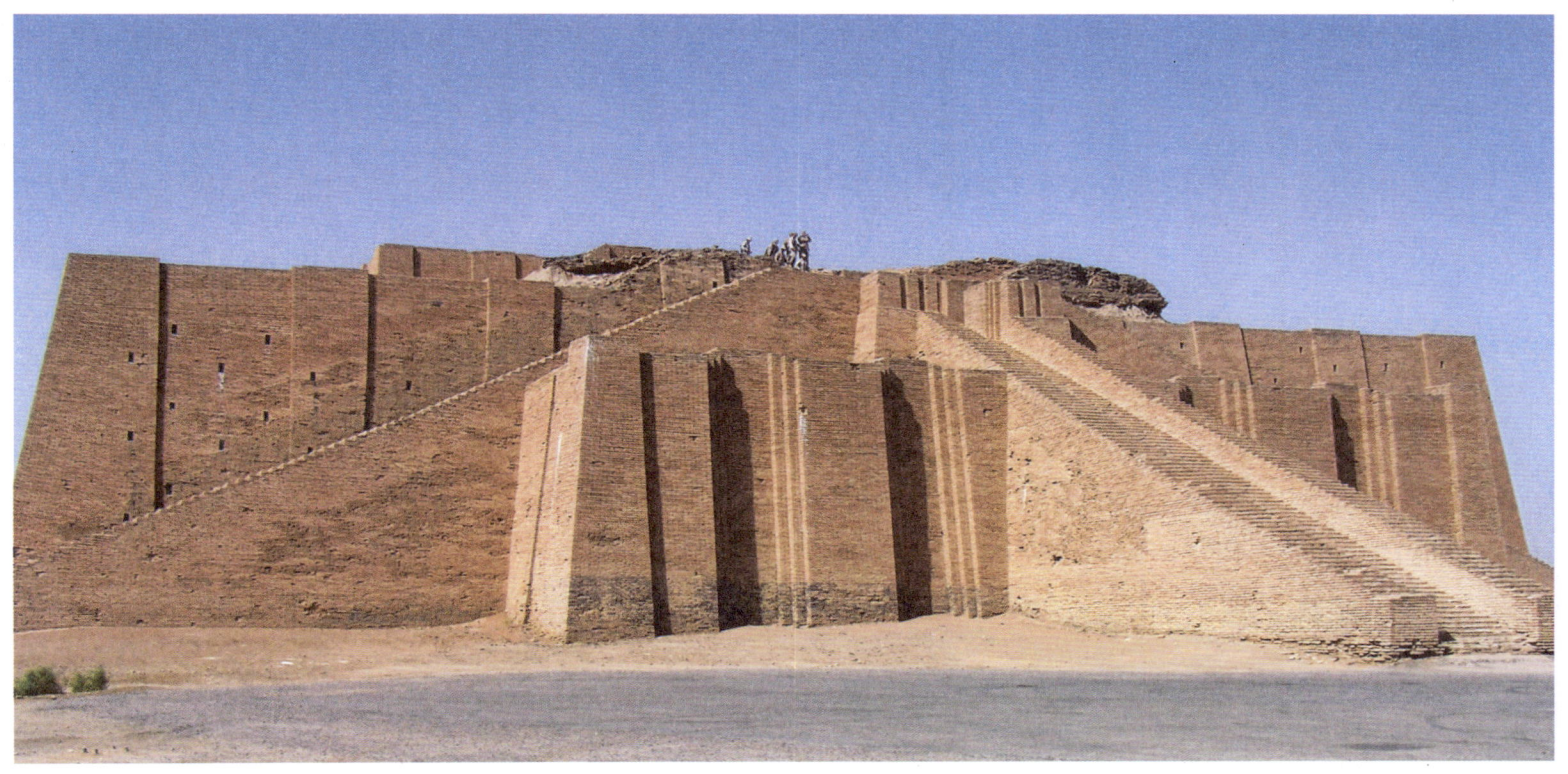

படம் 2.3 - ஊரின் பெரும் சிகூரட், ஈராக்

படம் 2.4 - மொகஞ்சோதாரோ பெருங்குளியலிடமும், கோட்டைப் பகுதியும்

காரணம் நைல் நதி என்றால் சுற்றியிருந்த பாலைவனமும், செங்கடலும் அதன் பாதுகாப்பிற்கு உறுதியளித்தது. அதனால், எகிப்திய நாகரிகம் தங்குதடையின்றி வளர்ந்தது. பண்டைய எகிப்து ஒரு வேளாண்மைச் சமூகமாகும். வற்றாத நைல் நதியின் நீர்ப்பெருக்கு அப்பகுதியில் பல்வேறு வகையான பயிர்களை வளர்ப்பதற்கு வழிசெய்தது. பொ.யு.மு. 2000 ஆண்டு வாக்கிலேயே எகிப்தியர்கள் பெரும் வணிகங்களில் ஈடுபட்டு வந்தார்கள். வானியலும், கணிதவியலும், நோய் தீர்க்கும் மருந்துகள் பற்றிய அறிவும் எகிப்தியர்களின் முத்திரைச் சாதனைகள் ஆகும். கலையும், கட்டுமானங்களும் ஓங்கிச்செழித்தன, எகிப்தியர்களின் பிரமாண்ட கோயில்களும், குறிப்பாகப் பிரமிடுகளும் இதற்குச் சாட்சியம். சுமேரியர்கள் களிமண் பலகையை *(Clay Tablet)* எழுதுவதற்குப் பயன்படுத்தினார்கள் என்றால் எகிப்தியர்கள் மிக நுட்பமாக பபைரஸ் *(Papyrus)* எனப்படும் இழை காகிதத்தைப் பயன்படுத்தினார்கள். இது ஓர் இடத்திலிருந்து இன்னொரு இடத்திற்கு எடுத்துச்செல்வதற்கு எளிதாகவும் வசதியாகவும் இருந்தது. பண்டைய எகிப்தின் இலக்கியம் செழிக்கவும் இதுவே ஏதுவாக இருந்தது.

சிந்துவெளிப் பண்பாடு

சிந்துவெளிப் பண்பாடு உலகின் பழமையான பன்முகத்தன்மை கொண்ட பண்பாடாகும். இந்தியத் துணைக்கண்டத்தின் வடமேற்குப் பகுதியில் பொ.யு.மு. சுமார் 2500 ஆண்டுகள் என்ற காலகட்டத்தில் உச்சத்தை அடைந்த பண்பாடு இது. சிந்துவெளிப் பண்பாடு திட்டமிட்டுக் கட்டமைக்கப்பட்ட நகர்மய வாழ்வியலை மையமாகக் கொண்டது. இந்த நகர்மய வாழ்வியலின் ஆழ-அகல நுட்பங்களே இப்பண்பாட்டை எகிப்திய, சுமேரிய நாகரிகங்களில் இருந்து வேறுபட்ட தனித்துவப் பண்பாடாகக் காட்டுகிறது. ஹரப்பா மக்கள் மற்ற நாகரிகங்களோடு தொடர்பு வைத்திருந்தாலும் தங்களது நகர்மயப் பண்பாட்டின் தனித்துவத்தைப் பரந்து விரிந்த சிந்துவெளிப் பண்பாட்டு நிலப்பகுதி முழுவதும் ஒரே சீராகத் தக்கவைத்துக் கொண்டனர். இப்பண்பாட்டு நிலப்பகுதி முழுவதும் ஒரே சீராக இருந்த சில வரைமுறைகள் சிறந்த ஆட்சிமுறையும், தரக்கட்டுப்பாட்டு விதிகளும் இருந்ததைக் காட்டுகிறது. இதை கிரெகரி எல். போசல் *(Gregory L. Possehl)* 'ஹரப்பா பண்பாட்டின் கருத்தாக்கங்கள்' *(Ideology of the Harappan Civilization)* என்று அழைக்கிறார். மனிதர்களின் அன்றாட வாழ்வு மற்றும் பண்பாடு குறித்த ஆகச்சிறந்த கருத்தாக்கங்கள் நிறைந்த இந்த நேர்த்தியான, ஒரு சீரான விதிமுறைகளே இதை மற்ற பண்டைய நாகரிகங்களிலிருந்து வேறுபடுத்திக்காட்டுகிறது. தொடக்கத்திலிருந்து இறுதி வரை சிந்துவெளிப் பண்பாடு சில தெளிவான படிநிலைகளைக் கொண்டதாக வளர்ந்திருக்கிறது. இந்த முதிர்ச்சி பெற்ற ஹரப்பா காலகட்டத்தில் நகர்மயப் பண்பாடு உன்னதமான உச்சநிலையில் இருந்தது. இந்த

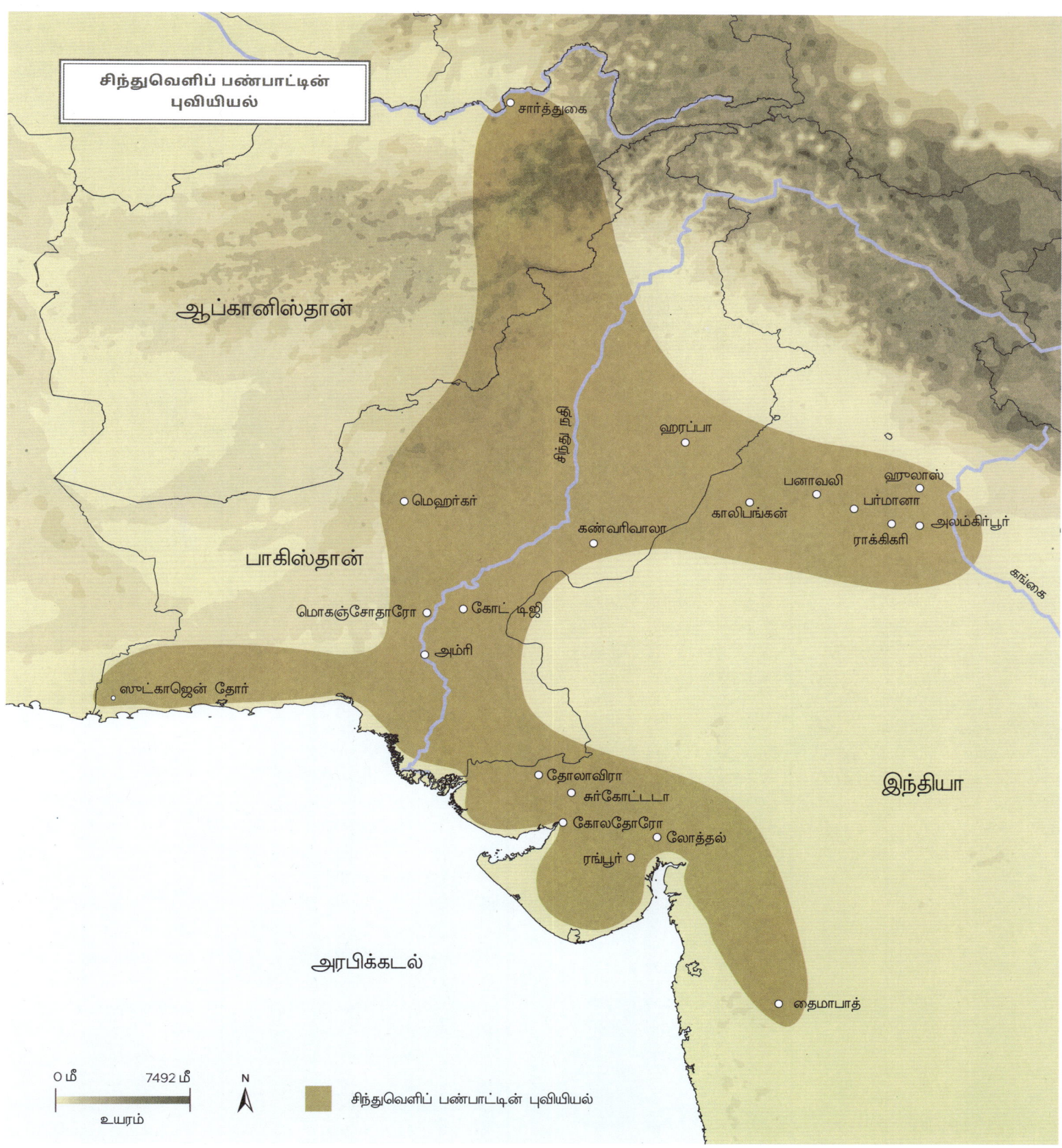

நிலவரைபடம் 2.1

ஒரு பண்பாட்டின் பயணம்

நகர்மயக் கூறுகள் இந்தியத் துணைக்கண்டத்தின் பல பகுதிகளில் பரவியிருந்தன என்பதுதான் வியப்பிற்குரியது.

மேலே குறிப்பிட்ட ஹரப்பா பண்பாட்டின் முக்கியமான கோட்பாடுகளும், நெடுவீச்சுச் சிந்தனைகளும் (*overreaching set of ideas*), விழுமியங்களும், சிந்துவெளிப் பண்பாட்டின் கட்டுமானங்களிலும் ஏனைய பொருட்புலங்களிலும் தாக்கம் புரிவதைப் பற்றி எடுத்துரைப்பது இந்த நூலின் நோக்கங்களில் ஒன்றாகும். மேலும் இந்நூல் இந்த அடையாளங்களின் தொடர்ச்சியையும், எச்சமிச்சங்களையும் இந்தியத் துணைக்கண்டத்தின் வரலாற்றுக் காலங்களிலும், நிகழ்காலச் சமூகங்களிலும் மீட்டுருவாக்கம் செய்து அடையாளம் காண்பதைப் பற்றியதும் ஆகும். எனவே, சிந்துவெளிப் பண்பாடு பற்றிய சுருக்கமான சில பின்புலச் செய்திகளை இங்கே பதிவிடுவது தேவையாகிறது. இந்நூலில் பின்வரும் இயல்களில் பேசப்படும் செய்திகள் மற்றும் தரவுகளை உள்வாங்கிப் புரிந்துகொள்ள இந்தப் பின்புலச் செய்திகள் உதவும்.

சிந்துவெளிப் பண்பாட்டின் கண்டுபிடிப்பு

ஹரப்பா நகரின் சிதைவுகள் பற்றிய முதல் குறிப்பை அளித்தவர் சார்லஸ் மேசன். இவர் கிழக்கிந்திய கம்பெனியின் படையிலிருந்து விலகிச்சென்றவர். 1842ஆம் ஆண்டில் பலூசிஸ்தான், ஆப்கானிஸ்தான் மற்றும் பஞ்சாப் பகுதிகளில் சுற்றித்திரிந்து தனது பயண அனுபவங்களை ஒரு நூல் வடிவில் வெளியிட்டார் (*Narrative of Various Journeys in Balochistan, Afghanistan and the Panjab*). 1856இல் கிழக்கிந்திய ரயில் போக்குவரத்து நிறுவனம் லாகூரிலிருந்து கராச்சிக்கு 150 கி.மீ. தூர இருப்புப் பாதையை அமைக்கும் பணியைத் தொடங்கியது. இந்தக் கட்டுமானப் பணியில் ஈடுபட்ட ஒப்பந்தக்காரர்கள் தண்டவாளம் போடும் பாதையை வலுப்படுத்துவதற்காகப் பண்டைய ஹரப்பாவின் சிதைவுகளில் கிடைத்த ஏராளமான செங்கல் கற்களைப் பயன்படுத்தினார்கள். இப்படித்தான் ஹரப்பாவில் கிட்டத்தட்ட 4500 ஆண்டுகளுக்கு முன் பயன்படுத்தப்பட்ட சுட்ட செங்கற்கள் மீண்டும் ரயில் பாதைக்கு வந்து சேர்ந்தன. இதனால் பண்டைய ஹரப்பாவின் செங்கற்கள் ஆங்கிலேயர்களின் கவனத்தை ஈர்த்தன.

ஆங்கிலேய அரசு இந்தியத் தொல்லியல் கழகத்தை (*Archeological Survey of India*) 1861ஆம் ஆண்டு நிறுவியது. இதன் முதல் தலைவராக அலெக்ஸாண்டர் கன்னிங்காம் நியமிக்கப்பட்டார். இவர் பிரிட்டிஷ் ராணுவத்தின் பொறியாளர் மற்றும் நில அளவையாளராகப் பணிபுரிந்தவர். இதைத் தொடர்ந்து 1872இல் மேஜர் கிளார்க் என்பவர் ஒரு ஹரப்பா முத்திரையைக் கண்டுபிடித்தார். ஆனால், அது இந்தியத் துணைக்கண்டத்தோடு தொடர்பற்றது என்ற தவறான முடிவிற்கு அலெக்ஸாண்டர் கன்னிங்காம் வந்தார். இந்த முத்திரை காட்டிய அடையாளத்தை அப்போதே 'நூல்பிடித்து' புலனாய்வு செய்திருந்தால் அந்த முத்திரையே வரலாற்றுக்கு முற்பட்ட காலகட்டத்தில் இந்தியாவின் மேற்குப் பகுதியில் செழித்த ஓர் ஆகச்சிறந்த பண்பாட்டின் முதல் வெளிச்சக்கீற்றாக உலகிற்கு அடையாளம் காணப்பட்டிருக்கும். ஆனால், அவ்வாறு நிகழவில்லை. அப்படிப்பட்ட ஒரு கண்டுபிடிப்பிற்காக மேலும் 50 ஆண்டு காலம் காத்திருக்க வேண்டியதாயிற்று.

ஜான் மார்ஷல் இந்தியத் தொல்லியல் கழகத்தின் தலைவராக இருந்த காலகட்டம் (1902-1928), இந்தியத் தொல்லியலின் பொற்காலம் என்று கருதப்படுகிறது. அப்போதுதான் சிந்துவெளிப் பண்பாடு பற்றிய கண்டுபிடிப்பு உலகுக்கு அறிவிக்கப்பட்டது. 1921-22ஆம் ஆண்டு பஞ்சாப் பகுதியில் (இப்போது பாகிஸ்தானில்) உள்ள மாண்ட்கோமரி (*Montgomery*) மாவட்டத்தில் உள்ள ஹரப்பாவில் தயாராம் சாஹ்னி அகழாய்வு செய்தார். அதே ஆண்டு சிந்து மாகாணத்தில் லர்க்கானா (*Larkhana*) மாவட்டத்தில் மொகஞ்சோதாரோ என்ற இடத்தில் ரக்கல் தாஸ் பானர்ஜி அகழாய்வு செய்தார். பானர்ஜியின் பணியைப் பின்னர் மாதவ் ஸ்வரூப் வட்ஸ் தொடர்ந்தார். இந்த அகழாய்வுகளில் கிடைத்த முத்திரைகள் அப்போதைய பிரிட்டிஷ் இந்தியாவின் கோடைத் தலைநகரமாக இருந்த சிம்லாவுக்கு எடுத்துச் செல்லப்பட்டன. இந்தியத் தொல்லியல் கழகத்தின் தலைமையகமும் சிம்லாவில்தான் இருந்தது. ஹரப்பா, மொகஞ்சோதாரோ ஆகிய இரு இடங்களுக்கும் இடையிலான தூரம் 700 கி.மீ. ஆனால் இந்த இரு இடங்களிலும் கிடைத்த முத்திரைகளையும், ஏனைய அகழாய்வுப் பொருட்களையும் ஒப்பிட்டுப் பார்த்தபோது அவற்றில் தென்பட்ட மிகத்துல்லியமான ஒற்றுமைகள் ஆய்வாளர்களை வியக்க வைத்தன. வண்ணம் தீட்டப்பட்ட பானைகள், செதுக்குக் கருவிகள் (*Flakes*), குத்துவாள் (*Chest knife*); மேலும் குறிப்பாக ஒரே மாதிரியான முத்திரைகள், சித்திரக் குறியீடுகள் ஆகியவை அச்சு அசலாக ஒரே மாதிரியாக இருந்தன.

சிந்துவெளிப் பண்பாடு கண்டுபிடிக்கப்படுவதற்கு முன்பு இந்தியத் துணைக்கண்டத்தைப் பொறுத்தவரையில் பண்பாடு, நாகரிகம் போன்ற சொற்களோடு தொடர்புடைய எந்த விஷயத்தையும் வேத காலத்துடனும், அதன் அறிவுப் புலத்தோடும் இணைத்துப் பேசுவதே வழக்கமாக இருந்தது. ஹரப்பாவிலும், மொகஞ்சோதாரோவிலும் வெளிப்பட்ட பண்பாட்டுச் சிதைவுகள் அத்தகைய கருத்தாக்கங்களைக் கேள்விக்குறியாக்கும் வல்லமையோடு திடீரென்று வெளிப்பட்டன. சிந்துவெளிப் பண்பாட்டின் கண்டுபிடிப்பு

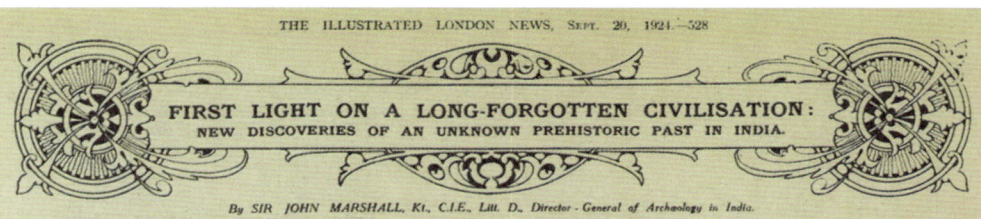

THE ILLUSTRATED LONDON NEWS, Sept. 20, 1924.—528

FIRST LIGHT ON A LONG-FORGOTTEN CIVILISATION:
NEW DISCOVERIES OF AN UNKNOWN PREHISTORIC PAST IN INDIA.

By SIR JOHN MARSHALL, Kt., C.I.E., Litt. D., Director-General of Archæology in India.

NOT often has it been given to archæologists, as it was given to Schliemann at Tiryns and Mycenæ, or to Stein in the deserts of Turkestan, to light upon the remains of a long-forgotten civilisation. It looks, however, at this moment, as if we were on the threshold of such a discovery in the plains of the Indus.

Up to the present our knowledge of Indian antiquities has carried us back hardly further than the third century before Christ. Of the long ages before the coming of the Greeks and the rise of the Maurya dynasty; of the birth and growth of civilisation in the great river basins; of the cultural development of the races who one after another poured into the peninsula from the north and west—of these and other problems relating to that dim and remote past, archæology has given us but the faintest glimmerings; for almost the only remains of those early times that have come down to us have been rough implements of the Stone and Copper Ages, groups of prehistoric graves in the south of the peninsula, and some rude cyclopean walls at Rajagriha in Bihar. On the other hand, from the third century B.C. onwards, we have, on the whole, a fairly clear idea of man's handiwork in general: of his religious and domestic architecture, of his formative arts, of his weapons and utensils, of his personal ornaments and his jewellery, his coins and gems, and of the scripts which he used in his writing. And whenever it happens that new antiquities come to light—no matter to what race or religion they may belong—it is invariably possible to assign them with confidence and within relatively narrow limits to their respective age or class.

Now, however, there has unexpectedly been unearthed, in the south of the Panjab ...

... inscribed in Brahmi and Kharoshthi characters, new types of coins and other novel objects—there can be no doubt that their further exploration will result in welcome light being thrown on this very obscure period of Indian history.

Valuable, however, as these remains are likely to prove, it is not in them that the real interest of Mohenjo-Daro centres at the moment. Deep down below the Buddhist monuments described above, or at other parts of the site appearing close to the surface itself, there are at least two other strata of buildings belonging to much earlier epochs, and containing a variety of brick structures—the character and antiquity of which can at present only be surmised. Among these older structures one group is especially worthy of mention. Besides various halls and passages and chambers, it includes a massive structure—apparently a shrine—with walls seven or eight feet thick, pierced by several conduits which, in the opinion of the excavator, served for carrying ...

... cottas; toys; bangles of blue glass, paste and shell; new types of coins or tokens; knives and cores of chert; dice and chessmen; a remarkable series of stone rings; and, most important of all, a number of engraved and inscribed seals. Iron does not occur at all, except in the latest deposits, and metal objects of any kind are scarce, particularly at Harappa.

Of all these antiquities the most valuable are the stone seals, not only because they are inscribed with legends in an unknown pictographic script, but because the figures engraved on them, and the style of the engraving, are different from anything of the kind hitherto met with in Indian art. Some of them are of steatite, others of ivory, and others of stone and paste. In shape most are square, and provided at the back with a boss pierced with a small hole for suspension. The animals engraved on them are in some instances bulls; in others, unicorns; but it is to be observed that neither the Indian humped bull nor the water-buffalo occurs among them.

As to the strange pictographs which do duty for letters, three points are worthy of remark: first, that the marks (apparently vowel signs) attached to many of the pictographs indicate a relatively high stage of development; secondly, that some of the inscriptions from Mohenjo-Daro betray a later stage in the evolution of this script than those from Harappa; thirdly, that they bear no resemblance whatever to any ancient Indian alphabet known to us; but, on the other hand, they do bear a certain general affinity to pictographs of the Mycenæan age in the Mediterranean area, thou... not possible to poi...

படம் 2.5 - *The Illustrated London News* வார இதழில்
வெளியான சிந்துவெளி கண்டுபிடிப்பின் அறிவிப்பு

பண்டைய இந்திய நாகரிகத்தின் தோற்றுவாயை அதுவரை வேதகாலம் என்று அறியப்பட்ட காலகட்டத்தைவிட (பொ.யு.மு. 1500 ஆண்டுகள்) பின்நோக்கி எடுத்துச் சென்றது.

The Illustrated London News என்ற வார இதழில் 1924 செப்டம்பர் மாதம் சிந்துவெளிப் பண்பாட்டின் கண்டுபிடிப்பை உலகுக்கு அறிவித்த மார்ஷல் பின்வருமாறு கூறினார்,

"பழங்கற்கால, புதிய கற்கால மற்றும் வெண்கலக்காலக் கருவிகளை ஒதுக்கிவிட்டுப் பார்த்தால் இந்தியாவின் மிகத் தொன்மையான தொல்பொருள் தடயங்களாக அறியப்படுகிற ராஜ்கீர் சுவர் மற்றும் சில தொல்பொருள் சின்னங்களால் வரையறை செய்யப்படுகிற இந்தியத் தொன்மை நம்மை 2500 ஆண்டுகள் பின்னோக்கி மட்டுமே எடுத்துச்சென்றன. ஆனால் இப்போது ஒரே மூச்சில் இந்தியாவின் தொன்மை இருமடங்காகி 5000 ஆண்டுகள் என்ற இலக்கைத் தொட்டுவிட்டது. சிந்து மற்றும் பஞ்சாப் பகுதிகளில் வாழ்ந்தவர்கள் முதிர்ந்த பண்பாட்டோடு, அருமையாகக் கட்டியெழுப்பப்பட்ட நகரங்களில் உயர்தரமான கலை மற்றும் கைவினைத் திறன்களோடும், வளமான எழுத்தறிவோடும் வாழ்ந்துள்ளனர்." *(Marshal 1924: 528).*

படம் 2.6 - சர் ஜான் மார்ஷல்

இந்தக் கண்டுபிடிப்பு சிந்துவெளிப் பண்பாட்டின் ஆழத்தையும், அகலத்தையும் மதிப்பிடும்படியான தடயங்கள் பலவற்றை உலகின் பார்வைக்குக் கொண்டுவந்தது. திட்டமிட்டு வடிவமைக்கப்பட்ட நகரங்கள், அந்தப் பண்பாட்டின் பரந்த பகுதி முழுவதும் ஒரே நீள-அகல-பருமன் விகிதத்தில் இருந்த மிகத்துல்லியமான செங்கற்கள், விரிவான வடிகால் வசதிகள், பெரும்குளியல் இடம், தானியக்களஞ்சியம், ஒரே சீரான எடைக்கற்கள், வியக்கவைக்கும் கடல்வணிக ஆற்றல், வெளிநாட்டு வணிகத்திற்கான தளவாட வசதிகள், துறைமுகம், நங்கூரம் பாய்ச்சும் படகுத் துறைகள், மிக நுட்பமான கைவினைத்திறன், நெசவுத் தொழில்நுட்பம், மென்கற்களாலான முத்திரைகள், செதுக்கப்பட்ட உருவங்கள், குறியீடுகள், மிகச்சிறப்பாக ஒழுங்கமைப்புப் பெற்ற வரி வடிவங்கள் என்று வெவ்வேறு அகழாய்வுப் பொருட்களின் மூலமாக வெளிப்பட்ட சிந்துவெளிப் பண்பாடு பண்டைய காலத்தின் புதிய உலகம்.

இதுபோன்ற தடயங்களை எகிப்து, சுமேரிய தொல்பொருள் தடயங்களோடு ஒப்பிடுவதைத் தவிர்க்க முடியாது. ஏனைய பண்பாடுகளோடு ஒப்பிடும்போது, சிந்துவெளிப் பண்பாட்டின் தனித்துவமான முத்திரைகள் மற்றும் நுட்பமான கூறுகளை அடையாளம் காண்பது அவ்வளவு கடினமான காரியம் அல்ல. பல்வேறு ஆய்வறிஞர்களும் இதை விரிவாக எழுதிவிட்டார்கள். எனினும் சிந்துவெளிப் பண்பாடு பற்றிய மிக முக்கியமான தனித்துவக் கூறுகள், அடிப்படை அடையாளங்கள் இங்குச் சுருக்கமாகத் தரப்படுகின்றன. மேலும் விவரங்களுக்கு இந்நூலின் இறுதியில் உள்ள துணைநூற் பட்டியலில் உள்ள நூல்களை வாசிக்கலாம்.

சிந்துவெளிப் பண்பாட்டின் அடித்தளங்கள்

சிந்துவெளிப் பண்பாட்டின் நகர்மயமாக்கல் இந்தியத் துணைக்கண்டத்திலேயே வேரூன்றி வளர்ந்தது. இந்த நகர நாகரிகம் திடீரென்று முளைத்துவிடவில்லை. அதற்கு முந்தைய வேளாண் குடியிருப்புகளிலிருந்தும், மேய்ச்சல் நிலங்களின் பாடி வீடுகளிலிருந்தும் படிப்படியாக வளர்ந்து உச்சம் தொட்ட உன்னதம். இதன் தொடக்க வேர்களைத் தொல்பொருள் ஆராய்ச்சியாளர்கள் மெஹர்கர் என்ற இடத்திலுள்ள பண்டைய குடியிருப்பில் கண்டறிந்துள்ளனர். பாகிஸ்தானில், பலூசிஸ்தான் பகுதியில் போலன் நதிக்கரையில் உள்ளது மெஹர்கர். இங்கே பொதுயுகத்திற்கு 7000 ஆண்டுகளுக்கு முன்பிருந்தே மனிதர்கள் வாழ்ந்துள்ளார்கள் என்பதற்கான தடயங்கள் கிடைத்துள்ளன. போலன் கணவாய் என்று அறியப்படும் இந்தப் பகுதிதான் இந்தியாவுக்குள் நுழைந்த பல்வேறு வணிகத் தொடர்புகளுக்கும், படையெடுப்புகளுக்கும் வாசலாக இருந்திருக்கிறது என்பது பொதுவாக அறியப்பட்ட

படம் 2.7 - ரக்கல் தாஸ் பானர்ஜி

உண்மையாகும். மெஹர்கர் குடியிருப்புகளின் பல்வேறு படிநிலைகள் அங்கு நிலவிய வேட்டையாடுதல், காய்கனிகளைப் பறித்து உண்ணுதல் என்று மெல்ல மெல்ல நிலைத்த வேளாண்மைக்கு மாறிய காலகட்டம் ஆகியவற்றின் தொடர் நிகழ்வுகளுக்குச் சாட்சியமாகும்.

மெஹர்கர் குடியிருப்பின் தொடக்கக் காலத்தில் வீடுகள், சுடப்படாத பச்சை செங்கற்களால் எந்தவிதமான தொழில்நுட்ப உதவியுமின்றி எளிமையாகக் கட்டமைக்கப்பட்டவை. இன்னும் குறிப்பாக, அந்தப் படிநிலையில் மட்பாண்டங்களைக்கூட காணமுடியவில்லை. மெஹர்கர் குடியிருப்பின் இரண்டாம் கட்டத்தில் செவ்வக வடிவமான பல்வேறு அறைகளைக் கொண்ட வீடுகளுக்கான தடயங்கள் கண்டறியப்பட்டுள்ளன. இந்தநிலையில்தான் சில பானை ஓடுகளுக்கான சான்றுகள் கிடைத்திருக்கின்றன. அதைத்தொடர்ந்த காலகட்டத்தில் குடியிருப்புகளின் அளவு பெரிதாகிறது. அப்போதுதான் மக்கள் மேட்டுப் பகுதிகளிலிருந்து சமவெளிகளை நோக்கி நகர்கிறார்கள். இதுதான் 'காடுகொன்று நாடாக்கி' வேளாண்மையைப் பெருக்கும் முன்னெடுப்பிற்கான அடையாளம் ஆகும். இதுமட்டுமின்றி கோட் டிஜி, சோதி-சிஸ்வால், அம்ரி-நல் போன்ற பகுதிகளில் சிந்துவெளிப் பண்பாட்டுக்கு முந்தைய கல்-செம்பு (*Chalcolithic*) பண்பாட்டுப் படிநிலைகளுக்கான தடயங்கள் கிடைத்துள்ளன. இந்தப் பண்பாடுகள், அடிப்படையில் வேளாண்மை சார்ந்தவை. நகர்மயத்துக்கான தடயங்கள் எதுவும் இங்கே கிடைக்கவில்லை. தனித்துவமான பானைகள், களிமண்ணால் செய்யப்பட்ட கலப்பை, எருது வண்டிகள், சக்கரங்கள், பொம்மைகள் ஆகியவை இக்காலகட்டத்தின் பண்பாட்டுக் கூறுகள். காலப்போக்கில் இத்தகைய பண்பாடுகளே சிந்துவெளி எனும் முதிர்ச்சியடைந்த ஒரு மாபெரும் பண்பாட்டுக்கு வழிவகுத்தன.

சிந்துவெளிப் பண்பாடு இன்றைய இந்தியா, பாகிஸ்தான், ஆப்கானிஸ்தான், ஈரான் ஆகிய நாடுகளை உள்ளடக்கிய சுமார் 15 லட்சம் சதுரக் கிலோமீட்டர்கள் வரை பரவிய மாபெரும் பண்பாடு ஆகும். இப்பண்பாட்டுப் பெருவெளியில் ஏராளமான குடியிருப்புகள் கண்டறியப்பட்டுள்ளன. பாகிஸ்தானிலுள்ள மொகஞ்சோதாரோ, ஹரப்பா, ஸுட்காஜென் தோர்; இந்தியாவிலுள்ள தோலாவிரா, காலிபங்கன், சுர்கோட்டடா, லோத்தல், பனாவலி, பாலாகோட், மற்றும் ராக்கிகரி போன்ற குடியிருப்புகள் முக்கியமானவை. ஐராவதம் மகாதேவன், சிந்துவெளி வரிவடிவம் மற்றும் முத்திரைகள் பற்றிய தனது மாபெரும் படைப்பான,"*The Indus Script: Texts, Concordance and Tables*" எனும் நூலில் 18 சிந்துவெளிப் பண்பாட்டு இடங்களில் கிடைத்த முத்திரைகளையும் குறியீடுகளையும் கணக்கில் எடுத்துக்கொள்கிறார். ஐராவதம் மகாதேவனின் அட்டவணையில் இடம்பெறாத பல்வேறு புதிய இடங்கள் அதற்குப் பின் கண்டுபிடிக்கப்பட்டுள்ளன. இன்றைய நிலையில் சிந்துவெளிப் பண்பாட்டோடு தொடர்புடைய குடியிருப்பு எனப்படுகிற அடையாள எல்லையாக மகாராஷ்டிராவில் உள்ள தைமாபாத் விளங்குகிறது. ஹரப்பா பண்பாட்டின் இன்னும் சில முக்கியக் கூறுகளை இந்த இயலில் தொடர்ந்து காண்போம்.

நகரக்குடியிருப்பும் அமைப்புமுறையும்

சிந்துவெளிப் பண்பாட்டின் நகர் வாழ்வியலின் செம்மைக்கு அந்நகரங்களின் வடிவமைப்பு முறையே சான்று. நகரங்களின் தெருக்கள் கிழக்கிலிருந்து மேற்காகவும், வடக்கிலிருந்து தெற்காகவும் மிக நேர்த்தியான, ஒழுங்கான கட்டமைப்போடு காணப்படுகின்றன. இத்தெருக்கள் கொஞ்சம்கூட கோணல் மாணலாக இல்லை. மொகஞ்சோதாரோவில் பெரும்பாலான வீடுகள் சுட்ட செங்கற்களால் கட்டப்பட்டவை. இந்தச் செங்கற்களின் பருமன், அகலம் மற்றும் நீளம் முறையே 7x14x28 செ.மீ. என்ற அளவில் அமைந்துள்ளன. இதன் அளவு தோராயமாக 1:2:4 என்ற விகிதாச்சாரத்தில் உள்ளது. கிணறுகள், வடிகால்கள் போன்ற சிறப்புக் கட்டுமானங்களுக்காக வெவ்வேறு அளவுடைய செங்கற்களும் பயன்படுத்தப்பட்டுள்ளன. மொகஞ்சோதாரோவிலும், ஹரப்பாவிலும் மாபெரும் தானியக் களஞ்சியங்கள் கட்டப்பட்டுள்ளன. மொகஞ்சோதாரோவில் உள்ள தானியக்கிடங்கு 45.71 மீட்டர் நீளமும், 15.23 மீட்டர் அகலமும் கொண்டது. ஹரப்பாவின் தானியக் கிடங்குகள் 15.24x6.1 மீட்டர் என்ற அளவில் இரண்டு வரிசையாக அமைந்துள்ளன. ஒவ்வொரு வரிசையிலும் 6 கிட்டங்கிகள் உள்ளன. ஒரு வரிசைக்கும் இன்னொரு வரிசைக்கும் 7 மீட்டர் இடைவெளியில் ஒரு நடைபாதை இருக்கிறது. மொகஞ்சோதாரோவில் உள்ள மாபெரும் பெரும்குளியல் இடம் அருமையான வடிகால் வசதியோடு கூடியது. இது சிந்துவெளிப் பண்பாட்டின் உன்னதத்திற்கு ஆகச்சிறந்த எடுத்துக்காட்டாகும். அந்தக் காலகட்டத்தில் உலகின் வேறு எந்த இடத்திலும் இப்படிப்பட்ட ஒரு நகர்மய வாழ்க்கையை யாரும் வாழ்ந்ததில்லை.

சிந்துவெளி நகரங்கள் கோட்டைப் பகுதி எனும் மேல்நகரம் *(Citadel)*, குடியிருப்புப் பகுதி எனும் கீழ்நகரம் *(Lower Town)* எனப் பிரிவுகளாக வடிவமைக்கப்பட்டுள்ளன. இதுவே சிந்துவெளி நகர்மயப் பண்பாட்டின் அடிப்படைத் தன்மை எனலாம். மேல் நகரத்தை உயரமான இடத்தில் அல்லது மேடையில், மேற்குப் பகுதியில் அமைப்பதையும்; கீழ்நகரம் எனப்படும் குடியிருப்பை மேல் நகரத்தைவிட சற்று உயரம் குறைவான இடத்தில் அல்லது மேடையில், கிழக்குப் பகுதியில் அமைப்பதையும் சிந்துவெளி மக்கள் வழக்கமாகக் கொண்டிருந்தனர். சிந்துவெளி நகர அமைப்பின் காத்திரமான பண்பியல்புகள் எதேச்சையாக நிகழ்ந்தவை

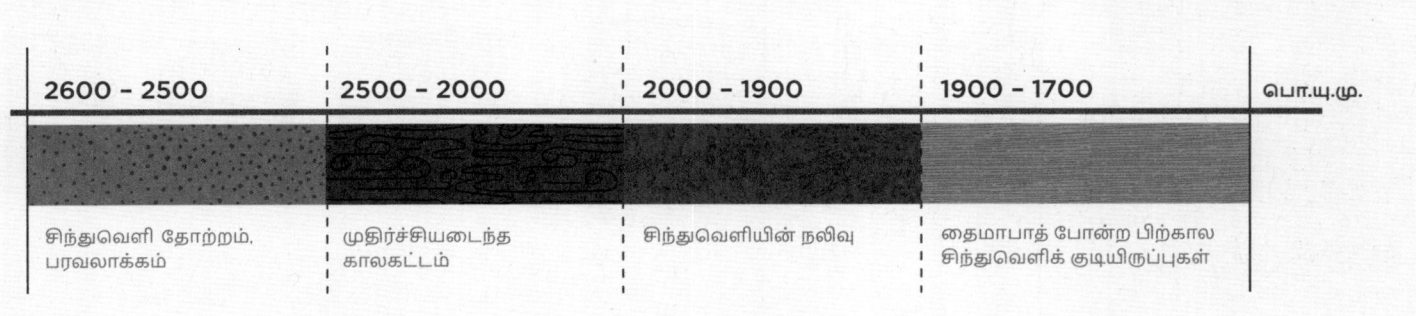

படம் 2.8 - சிந்துவெளிப் பண்பாட்டின் காலநிரல்

அல்ல; மாறாக, திட்டமிட்டுச் செயல்படுத்தப்பட்ட ஒரு நெடுவீச்சுக் கோட்பாட்டின் நேர்விளைவுகள் ஆகும். இந்த நகரங்களின் வடிவமைப்பில் பண்டைய உலகம் முன்பின் அறியாத ஒழுங்கும், நேர்த்தியும் இருக்கிறது. இதில் வாழ்வியல் நடைமுறை சார்ந்த புரிதல் இருக்கிறது. திசைகள் பற்றிய தெளிவோடு வடிவமைக்கப்பட்ட வீடுகள்; ஒழுங்கான, நேர்த்தியான ஆக்கிரமிப்பற்ற தெருக்கள்; பிரமாண்டமான செங்கல் மேடைகள், பிரமிக்கவைக்கும் மதிற்சுவர்கள்; ஒன்றிலிருந்து மற்றொன்றிற்குச் சற்று இடைவெளி விட்டு கட்டப்பட்ட குடியிருப்புப் பகுதிகள்; உலகின் வேறு எந்தப் பகுதியிலும் முன்பு எப்போதும் காணப்படாத பொதுத் தூய்மை பேணும் கட்டமைப்புகள் என்று இந்தச் சாதனைப் பட்டியல் நீண்டுகொண்டே போகிறது. இந்த நகரங்களின் வடிவமைப்பிலும், அந்த வடிவமைப்பைச் செயல்படுத்திய செயல்திறனிலும் பல்வேறு வகையான கருத்தியல் குறியீடுகள் பொதிந்திருப்பதைக் காணமுடிகிறது. லோத்தலில் கிடைத்திருக்கிற படகுத்துறை, தோலாவிராவில் கிடைத்த நீர் சேமிப்பு முறைகள் சில குறிப்பிடத்தக்க சிறப்புக் கூறுகள் ஆகும். *(Balakrishnan 2012)*

வணிகம்

ஹரப்பாவிலும், மொகஞ்சோதாரோவிலும் கிடைத்துள்ள ஏராளமான எடைக்கற்களும், அளவைகளும் சிந்துவெளி மக்களின் பொருளாதாரச் செழிப்புக்குச் சாட்சியம் கூறுகின்றன. உள்நாட்டு மற்றும் வெளிநாட்டு வணிகங்கள் செழித்த வணிகப் பொருளாதாரம் சிந்துவெளியின் நகர்மயச் செழிப்பிற்கு முக்கியமான காரணம் என்று தோன்றுகிறது. உள்நாட்டு வணிகத்திற்காகப் பல்வேறு தரைவழிப் பாதைகளையும்,

சிந்துவெளியின் அடையாளக் கூறுகள்

- 1:2:4 என்ற விகிதத்தில் ஒரே சீராக வடிவமைக்கப்பட்ட சுட்ட செங்கற்கள் சிந்துவெளி நகர வடிவமைப்பில் முதன்மையானவை
- சூளையில் சுடப்பட்ட சுடுமண் பானைகள், புழங்குபொருட்கள்; கருப்பு வண்ணம் தீட்டப்பட்டுள்ள பானைகள்
- செம்பும், வெண்கலமும் அத்தியாவசிய புழங்குபொருட்களாகவும், கலைப்பொருட்களாகவும் கிடைப்பது
- பெருமளவிலான தாய்த் தெய்வ உருவங்கள்
- முத்திரைகளில் ஒரே சீரான எழுத்துப்பொறிப்புகள்
- கால்நடைகளால் இழுக்கப்படும் திடமான சக்கர வண்டிகள்
- கோட்டைப் பகுதி உயரமான இடத்திலும் எப்போதும் மேற்கு திசையிலும், குடியிருப்புப் பகுதியைத் தாழ்வான இடத்திலும் எப்போதும் கிழக்கு திசையிலும் அமைத்திருப்பது
- தரக்கட்டுப்பாடு கொண்ட ஒரே சீரான எடைக்கற்களும் அளவைகளும்
- சாலைகள், வடிகால்களின் தன்மை
- கிணறுகள், குளங்களின் கட்டுமானம்
- பொம்மைகளும் கைவினைப் பொருட்களும்

படம் 2.9 - சிந்துவெளியில் பயன்படுத்தப்பட்ட எடைக்கற்கள்

வெண்கலக் காலம்

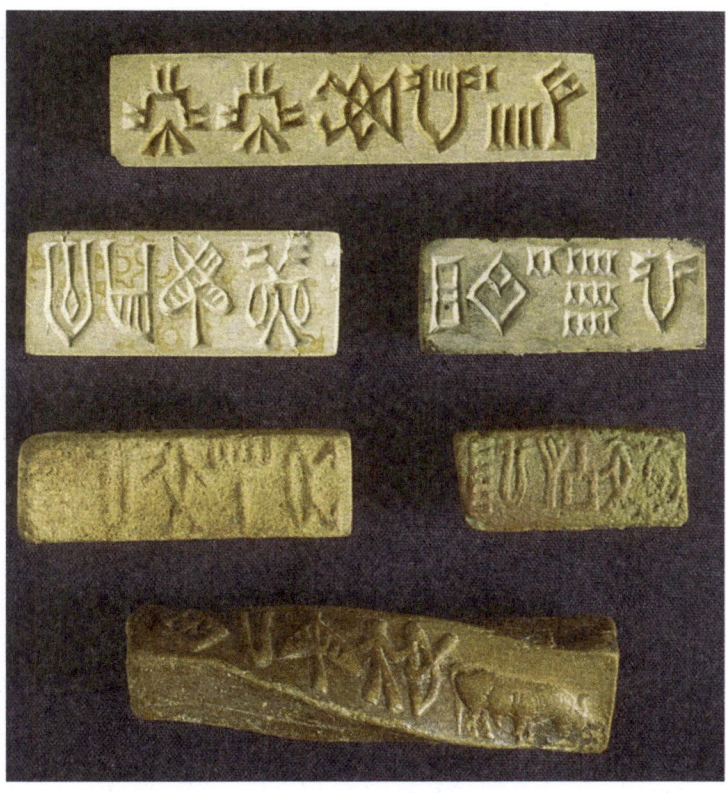

படம் 2.10 - முத்திரைகளின் வகைகள்

மாட்டு வண்டிகளையும், வெளிநாட்டு மற்றும் கடலோர வணிகத்திற்கு நாவாய்களையும், படகுகளையும் சிந்துவெளி மக்கள் பயன்படுத்தியதாகத் தெரிகிறது. சிந்துவெளி மக்கள் எகிப்து, மெசபொடேமியா, வளைகுடா நாடுகள் மற்றும் ஈரான் ஆகிய பகுதிகளோடு வணிக உறவு வைத்திருந்ததற்கான ஆவணத் தரவுகள் கிடைத்துள்ளன. குஜராத்தில் கிடைத்துள்ள ஹரப்பா குடியிருப்புகள், மேற்கு ஆசிய நாடுகளுடனான கடல்வணிகப் போக்குவரத்தைச் சார்ந்து இயங்கின. அதுமட்டுமின்றி மிக நீளமான-அகலமான சிந்து நதி, நீர்வழிப் போக்குவரத்துக்கும், உள்நாட்டு வணிகத்திற்கும் உதவியாக இருந்தது. நெசவு செய்யப்பட்ட துணிகள், உணவுப் பொருட்கள், வெண்கலம், செம்பு, தகரம், தேக்கு, தேவதாரு, புளியமரம், மூங்கில், நிறமி வகைகள், பொன், தந்தம், சங்கு, முத்து, சூதுபவளம் என்று பல்வேறு பொருட்கள் வணிகம் செய்யப்பட்டன.

முத்திரைகள்

சிந்துவெளியின் பல்வேறு இடங்களில் செய்யப்பட்ட அகழாய்வுகளில் ஏராளமான முத்திரைகள் கிடைத்துள்ளன. இவை களிமண், கல் அல்லது பல்வேறு வண்ணம் கொண்ட மாக்கல் *(Steatite)* ஆகியவற்றால் செய்யப்பட்டவை. இந்த முத்திரைகளில் பெரும்பாலும் காளை, யானை, கலைமான், எருது, காண்டாமிருகம், புலி மற்றும் ஒற்றைக் கொம்பு விலங்கு *(Unicorn)* போன்ற விலங்குகளின் பொறிப்புகள் காணப்படுகின்றன. குதிரைகளும், சிங்கங்களும், பசுமாடுகளும் இந்த முத்திரைகளில் காணப்படவில்லை என்பதை இங்கே அடிக்கோடிட வேண்டும். சிந்துவெளி முத்திரைகளில் உள்ள எழுத்துகளும் வரிவடிவங்களும் இன்னும் வாசித்து அறியப்படவில்லை.

வேளாண்மை

சிந்துவெளி மக்கள் வேளாண்மையில் ஆழங்கால் பதித்தவர்கள். கோதுமை, பார்லி, அரிசி, பட்டாணி, எள், கடுகு, பருத்தி, ஈச்சம் பழங்கள், பேரீச்சை மற்றும் பனை வளர்ப்பு ஆகியவற்றில் கைதேர்ந்தவர்கள். திமில்கொண்ட காளை, எருமை, ஆடு, பன்றி, நாய் ஆகியவற்றை வளர்ப்புப் பிராணிகளாக வளர்த்தார்கள். உள்நாட்டு-வெளிநாட்டு வணிகம், விலையுயர்ந்த ஆபரணக் கற்கள் என்று செழித்தோங்கி இருந்தாலும் பரந்துவிரிந்த சிந்துவெளி நிலப்பரப்பின் ஊரகப் பொருளாதாரம் வேளாண்மை மற்றும் கால்நடை வளர்ப்பு என்ற அடித்தளத்தில்தான் இயங்கியது என்பதில் ஐயமில்லை.

உலோகவியல்

சிந்துவெளி மக்கள் உலோகவியலில் சிறப்பாற்றல் பெற்றவர்கள். வெண்கலம், செம்பு, ஈயம், வெள்ளீயம் போன்ற உலோகங்களைத் தயாரிக்கும் புதிய தொழில்நுட்பங்களை அவர்கள் அறிமுகம் செய்தார்கள். இதன்மூலம் இந்தியத் துணைக்கண்டத்தின் வெண்கலக்காலத்திற்கு அடிக்கல் நாட்டியவர்கள் சிந்துவெளி மக்கள் என்பது புலனாகிறது. ஹரப்பா பண்பாட்டின் பிற்காலம் என்று கருதப்படுகிற (பொ.யு.மு. 1900-1400) காலகட்டத்தில் இந்தியத் துணைக்கண்டம் வெண்கலக்காலத்திலிருந்து இரும்புக்காலத்துக்கு மாறியது. இந்தக் காலகட்டம்தான் இந்தியாவில் வேதகாலம் என்று சொல்லப்படுகிற காலத்துக்கு சமகாலமானதாகக் கருதப்படுகிறது. சிந்துவெளி மக்கள் உலோகத் தொழில்நுட்பங்களைப் பயன்படுத்திப் பல்வேறு பண்டபாத்திரங்களையும் கருவிகளையும் வடிவமைத்தார்கள். சிந்துவெளி மக்கள் செம்பையும் வெண்கலத்தையும் பயன்படுத்திய விதம் மற்றும் ஆற்றல் பற்றி இந்நூலின் ஒன்பதாவது இயலில் விரிவாகப் பேசப்படுகிறது.

கலையும் கைவினையும்

சிந்துவெளி மக்களின் கைவினைத் திறன் மிகச்சிறப்பானது. இப்பண்பாட்டின் சிதைவிடங்களில் ஏராளமான சுடுமண் பொம்மைகள், செம்புச் சிற்பங்கள், மட்பாண்டங்கள், ஓவியங்கள், வெண்கலம் மற்றும் செம்பினாலான

படம் 2.11 - சுடுமண் உருவங்கள்

ஒரு பண்பாட்டின் பயணம்

படம் 2.12 - வெண்கலத்தால் செய்யப்பட்ட நடனப்பெண் சிலை

பண்டபாத்திரங்கள் ஆகியவை கிடைத்துள்ளன. உலோகக் கலையில் சிந்துவெளி மக்களின் நுட்பமான திறனை அறிய மொகஞ்சோதாரோவில் கிடைத்த ஓர் இளம் பெண்ணின் வெண்கலச்சிலையே போதுமானது. இந்தச் சிலை 5.5 அங்குலம் உயரமுள்ளது. 'மெழுகு படிவ வார்ப்பு' (*Lost wax process*) எனும் முறையைப் பயன்படுத்தி இந்தச் சிலை செய்யப்பட்டுள்ளது. இந்த இளம்பெண் உருவத்தை மார்ட்டிமர் வீலர் "நடனப்பெண்" (*Dancing girl*) என்று அழைக்கிறார். ஆனால், இந்த இளம்பெண் நிற்கும் தோரணையை வைத்து இவள் நடனப்பெண்ணாக இருக்கமுடியாது; ஒருவேளை ஒரு பண்டைய வீராங்கனையின் சித்தரிப்பாக இருக்கலாம் என்று ஆய்வாளர் நமன் ஆஹுஜா குறிப்பிடுகிறார். இந்த உருவச்சிலை நடனப்பெண்ணோ அல்லது வீராங்கனையோ, ஒன்று மட்டும் நிச்சயம்; சுமார் 4500 ஆண்டுகளுக்கு முன் பண்டைய உலகில் படைக்கப்பட்ட ஆகச்சிறந்த உலோகக் கலைப் படைப்பு இதுவென்பதில் ஐயமே இல்லை. இதுமட்டுமின்றி சிந்துவெளி மக்கள், மாக்கல் (*Steatite*) எனப்படும் நிறம் கொண்ட மிருதுவான மென்கற்களிலும், அலபாஸ்டர் எனும் பளிங்குக்கற்களிலும் சிற்பங்களைச் செய்தனர். சிந்துவெளிச் சிறுவர்களும், சிறுமிகளும் களிமண்ணால் செய்யப்பட்ட பறவைகள், மிருகங்கள், ஊதல்கள் (*Whistles*), கிலுகிலுப்பைகள், ஆண் மற்றும் பெண் உருவ பொம்மைகளை வைத்து விளையாடினார்கள் என்று தெரிகிறது.

மட்பாண்டங்களும் ஏனைய பண்டபாத்திரங்களும்

சிந்துவெளி மக்கள் மண்பானை வனைதலிலும், அப்பானைகள் மீது ஓவியங்களைத் தீட்டுவதிலும் ஆற்றல்மிக்கவர்களாய் விளங்கினார்கள். மட்பாண்டங்கள் மட்டுமின்றி வெண்கலம், செம்பு ஆகிய உலோகங்களால் செய்யப்பட்ட பல பண்டபாத்திரங்களையும் புழங்குபொருட்களையும் பயன்படுத்தினார்கள். மட்பாண்டங்களைச் செய்தல் ஒரு பயன்சார்ந்த தொழிலாக விளங்கியது. சமையல் செய்வது, தானியங்களைச் சேமித்து வைப்பது, பொருட்களை எடுத்துச்செல்வது போன்ற பல்வேறு தேவைகளுக்கு மட்பாண்டங்கள் பயன்பட்டன. இதுமட்டுமின்றி குவளைகள் (*Beakers*), கிண்ணங்கள் (*Bowls*), கோப்பைகள் (*Goblets*), உண்கலங்கள் (*Dishes*), குழிக் கிண்ணங்கள் (*Basins*), தட்டுகள் (*Pans*), பள்ளமான தட்டுகள் (*Saucers*), பிப்கின் எனப்படும் நீள்மூக்கு பாண்டங்கள் (*Pipkins*), சாடிகளை நிறுத்தும் களிமண் பிரிமனைகள் (*Jar-Stands*), அடுமனைகள் (*Heaters*), சேமிப்புத் தாழிகள் (*Store Jars*) என்று விதவிதமான புழங்கு பொருட்கள் சிந்துவெளியில் கண்டுபிடிக்கப்பட்டுள்ளன. பெரும்பாலான மட்பாண்டங்கள் பானைச் சக்கரத்தைப் பயன்படுத்தி வனையப்பட்டு, சூளையில் சுடப்பட்டவை. தானியங்களைச் சேமித்து வைக்கவும், எடுத்துச்செல்லவும் பயன்பட்ட பெரிய தானியக் குலுமைகள் அடுக்கடுக்காகச் செய்யப்பட்டு ஒன்றின் மீது ஒன்றை வைத்து ஒரே கலயமாக வடிவமைக்கப்பட்டுள்ளன. இப்படிச் செய்வதற்குச் சிறப்பான தொழில்நுட்ப அறிவும் பயிற்சியும் தேவை.

சிந்துவெளிச் சிதைவுகளில் பல மட்பாண்டச் சூளைகள் கண்டுபிடிக்கப்பட்டுள்ளன. மட்பாண்டங்களின் எண்ணிக்கையைப் பொறுத்து சிறியதாகவும், பெரியதாகவும் சூளைகள் அமைந்துள்ளன. பானைகளின் மீது வெவ்வேறு வண்ண ஓவியங்களையும், உருவங்களையும் தீட்டினர். பானைகளின் மீது கருப்பு வண்ணத்தால் வடிவியல் உருவங்களையும் (*Geometrical patterns*), ஒன்றோடு ஒன்று பிணைந்த வட்டங்களையும் வரைந்துள்ளார்கள். இதைத் தவிர பல்வண்ணப் பாண்டங்களும் (*Polychrome*)

மற்றும் பளபளப்பான மெருகூட்டப்பட்ட மட்பாண்டங்களும் கிடைத்துள்ளன. மேலும், மட்பாண்டங்களைச் செய்வது ஒரு குடும்பத் தொழிலாக இருந்திருக்கக்கூடும். அன்றாடத் தேவைகளுக்கு மட்டுமின்றி நம்பிக்கைகள் மற்றும் சடங்குகள் தொடர்பான பயன்பாட்டிற்கும் மட்பாண்டங்கள் தேவைப்பட்டன. இதற்கு உதாரணமாகச் சிந்துவெளியின் பல்வேறு இடங்களில் கிடைத்துள்ள ஈமத்தாழிகளைக் குறிப்பிடலாம். இது ஒரு முக்கியமான பண்பாட்டு அடையாளமாகும். அகழாய்வாளர்கள் அகழ்ந்தெடுத்த பல ஈமத்தாழிகளில் கால்நடைகள், பறவைகள் மற்றும் மீன்களின் எலும்புகள்; உருவபொம்மைகள், மணிகள் மற்றும் வளையல்லும் கிடைத்துள்ளன என்பது குறிப்பிடத்தக்கது.

வழிபாடுகளும் சமய நம்பிக்கைகளும்

சிந்துவெளியில் கிடைத்துள்ள பல்வேறு அகழாய்வுத் தடயங்கள் அம்மக்களின் சடங்குகள் மற்றும் நம்பிக்கை மரபுகளை வெளிப்படுத்துகின்றன. ஆயினும், பரந்து விரிந்த சிந்துவெளிப் பண்பாட்டுப் பகுதியில் வழிபாட்டுத் தலங்களுக்கான குறிப்பிடத்தக்க அகழாய்வுத் தடயங்கள் எங்குமே கிடைக்கவில்லை. அரசமரம் மற்றும் ஆலமரம் புனிதத்தன்மை வாய்ந்தவையாகக் கருதப்பட்டுள்ளன. இதய வடிவம் கொண்ட அரசமரத்து இலை பல ஆபரணங்களில், சுடுமண் பொருட்களில் சங்குகளின் உட்பகுதியில் (*Inlays*) காணப்படுகிறது. கலயங்களைக் கையில் ஏந்திய மனித உருவங்கள் மரத்தின் முன், மரியாதையோடு நிற்பதைப் போன்ற காட்சிகள் பொறித்த முத்திரைகளும், சுடுமண் வில்லைகளும் ஏராளமாகக் கிடைத்துள்ளன. கொம்புடன் கூடிய தலைப்பாகை அணிந்த தெய்வ உருவங்கள் கிட்டியுள்ளன. இவற்றில் இதய வடிவிலான மூன்று அரச இலைகளின் பொறிப்புகளும் உள்ளன. மரத்தடிகளில் லிங்கம் போன்ற குறியீடுகளும் காணப்படுகின்றன. இன்னொரு முத்திரையில் ஒரு தெய்வம் கொம்புடன் கூடிய தலைப்பாகை, நீண்ட சடைப்பின்னல் மற்றும் வளையல் அணிந்த கரங்களுடன் இருக்கும் உருவப்பொறிப்பு கிடைத்துள்ளது. இந்தத் தெய்வத்தின் முன்னே ஒரு வழிபாட்டாளர் முழங்காலிட்டு வணங்கி பலியிடப்பட்ட ஒரு மனிதத்தலையைக் கையில் ஏந்திப் படையல் செய்வதுபோல ஒரு பொறிப்பு இருக்கிறது. அத்துடன் ஒரு பெரும் ஆட்டுக்கிடாயும் அதன் கீழுள்ள வரிசையில் நீண்ட சடையும் கையில் வளையல்களும் அணிந்த ஏழு பெண் உருவங்களும் இருக்கின்றன. இது ஒரு தெய்வத்தின் உருவம் என்பதும் இது ஒரு வழிபாட்டு முறை மற்றும் பலியிடுதல் என்பது இந்த வழிபாட்டின் மிக முக்கியமான கூறு என்றும் ஊகிக்க இடமிருக்கிறது.

சிந்துவெளிப் பண்பாட்டுப் பகுதியில் ஏராளமான சுடுமண் பெண் உருவங்கள் கிடைத்துள்ளன. இவை தாய்த் தெய்வ வழிபாட்டின் அடையாளங்களாக இருக்கலாம். வளமையின் (*Fertility*) குறியீடாகவும், மகப்பேற்றின்போது பாதுகாப்பளிக்கும் காவல்தெய்வக் குறியீடுகளாகவும் இந்தத் தாய்த் தெய்வ வழிபாடுகள் விளங்கியிருக்கக்கூடும். ஒரு தாய் கைக்குழந்தையைத் தூக்கி வைத்திருப்பது போன்ற பெண் உருவங்கள் இந்த வளமை மற்றும் இனப்பெருக்கக் கோட்பாட்டோடு தொடர்புடையவை. அனைத்துச் சான்றுகளையும் ஒருங்கிணைத்துப் பார்க்கும்போது சிந்துவெளி மக்களின் முதன்மையான தெய்வம் தாய்த் தெய்வம்தான் என்பது புலனாகிறது. ஹரப்பாவில் கிடைத்த நீளமான முத்திரை ஒன்றில் தாய்த் தெய்வ உருவத்தோடு குத்துவாளைக் கையில் வைத்திருக்கும் ஓர் ஆணின் உருவமும், கையை உயர்த்தியபடி இருக்கும் பெண்களின் உருவமும் பொறிக்கப்பட்டுள்ளன. தாய்த் தெய்வத்தின் உருவங்கள் பானைகளிலும், முத்திரைகளிலும் தாயத்துகளிலும் கண்டுபிடிக்கப்பட்டுள்ளன. இதிலிருந்து தாய்த் தெய்வ வழிபாட்டின் பரவலும், அதன் ஆழமான தொன்மமும் புலப்படுகிறது. இந்தியத் துணைக்கண்டம் முழுவதும் இன்றும்கூட கிராமங்கள்தோறும் காணப்படும் தாய்த் தெய்வ உருவங்கள் சிந்துவெளிப் பண்பாட்டின் எச்சங்களே என்பதில் ஐயமில்லை. சிந்துவெளிப் பண்பாடு தொடர்பான வேறு சில பண்பியல்புகளும் இந்த நூலின் பிற இயல்களில் தேவைப்படும் இடங்களில் பேசப்படும்.

படம் 2.13 - மட்பாண்டங்கள்

சிந்துவெளிப் பண்பாட்டின் கண்டுபிடிப்பு இந்தியப் பண்பாடு பற்றிய பழைய புரிதல்களைப் புரட்டிப்போட்டது. இருந்தாலும், சிந்துவெளியின் பல புதிர்கள் இன்னும் தொடர்கின்றன. இந்தப் புதிர்முடிச்சுகளைப் புரிந்துகொள்ளத் தேவையான பின்புலத் தகவல்களை நாம் பார்த்தோம். பொ.யு.மு. 2600-2000 என்ற காலகட்டத்தில் உச்சகட்டத்தை அடைந்திருந்த சிந்துவெளி நகர்மயப் பண்பாடு அடுத்த சில நூற்றாண்டுகளில், அதாவது பொ.யு.மு. 1900 வாக்கில் தனது நகர்மயப் பண்பை இழந்து எப்படி முற்றிலுமாக நலிவடைந்தது என்பது சிந்துவெளி பற்றிய புதிர்முடிச்சுகளிலேயே முக்கியமானது. சிந்துவெளி எப்படி, எதனால் நலிவடைந்தது என்பது பற்றி தொடர் விவாதங்கள் நடந்துகொண்டே இருக்கின்றன. சிந்துவெளி குறித்த மற்ற புதிர்களோடு சேர்ந்து இந்த முக்கியமான கேள்வியும் இனி வரும் இயல்களில் விவாதிக்கப்படும்.

இயல் மூன்று

விடுகதைகள் தொடர்கின்றன

இந்தியாவின் தேதியற்ற கடந்தகாலம்

"இந்தியப் பண்பாடு என்ற மைய நீரோட்டத்தின் தொடக்கத்திற்கு மௌன சாட்சியாய் நின்று, பின்னர் அதன் ஓட்டத்தில் மங்கிப்போனது சிந்துவெளிப் பண்பாடு. நம்பிக்கைகள், வழிபாட்டு மரபுகள், சமூக ஒழுங்கு, தொழில்நுட்பம் போன்ற பல்வேறு தனித்துவப் பண்புகள் மட்டுமின்றி இடைக்கால இந்தியாவின் மாபெரும் சாதனையாகக் கருதப்படும் வானவியல்கூட சிந்துவெளிப் பண்பாடு அளித்த கொடைதான் எனத் தோன்றுகிறது."

- வால்டர் ஃபேர்சர்விஸ்

விடுகதைகள் தொடர்கின்றன: இந்தியாவின் தேதியற்ற கடந்தகாலம்

சிந்துவெளிப் பண்பாட்டின் தொடக்கப்புள்ளி பற்றி மாறுபட்ட கருதுகோள்கள் நிலவுகின்றன. பல்வேறு துறைகளில் கொடிகட்டிப் பறந்த சிந்துவெளிப் பண்பாட்டை வரவுவைத்தது இந்தியத் துணைக்கண்டத்தின் வடமேற்கு வண்டல் மணல் பெருவெளியா? அல்லது கடல்வழியே வந்திறங்கிய புலம்பெயர்ந்த புத்திசாலித்தனமா? என்ற கேள்வி சிந்துவெளி நாகரிகம் கண்டுபிடிக்கப்பட்ட நாளில் இருந்தே கேட்கப்பட்டது. சிந்துவெளி உன்னதம் கடல் வழியே வந்திறங்கியிருக்கக் கூடும் என்ற கருத்தை அர்னால்டு ஜோசப் டாயின்பீ முன்மொழிந்தார். இந்தக் கருதுகோளின் அடிப்படையில், சிந்துவெளிப் பண்பாட்டிற்கும், பண்டைய மெசபொடேமிய பண்பாட்டிற்கும் உள்ள ஒற்றுமைகளைத் தொடக்கால ஆய்வுகள் முன்வைத்தன. அதுமட்டுமின்றி சிந்துவெளி வரிவடிவத்திற்கும், தொல் எலமைட் வரிவடிவத்திற்கும் இடையிலான ஒப்புமைகளும் பேசப்பட்டன. இந்தக் கருதுகோளின் அடிப்படையில் சுமேரியா மற்றும் எலம் பகுதிகளைச் சேர்ந்த கடலோடிகள் அங்கிருந்து பயணம் செய்து சிந்துவெளிப் பகுதியில் குடியேறினர் என்றும், அவர்கள் கொண்டுவந்த புத்தறிவே சிந்துவெளிப் பண்பாட்டின் நகர்மய வாழ்வியலுக்கு அடித்தளமாக அமைந்தது என்றும் சில ஆய்வாளர்கள் கருத்து தெரிவித்தனர்.

ஆனால், இதற்கு மாறான ஒரு கருத்தாக்கத்தை ஜான் மார்ஷல் முன்வைத்தார். சிந்துவெளிப் பண்பாடு இந்தியத் துணைகண்டத்திலேயே பன்னெடுங்காலம் வேரூன்றிப் படிப்படியாக வளர்ந்து செழித்தது என்றார். சிந்துவெளிப் பண்பாட்டின் படுவிரைவான வளர்ச்சிக்கு அம்மக்களின் படைப்பாற்றலே உந்துவிசையாக இருந்தது என்று மார்ட்டிமர் வீலர் கருதுகிறார். சிந்துவெளிப் பகுதியிலேயே வாழ்ந்து வந்த பண்பாட்டுக் குழுக்களிலிருந்து சிந்துவெளி உன்னதம் படிப்படியாக வளர்ந்தது என்ற கருத்தாக்கத்தை ஜான் மார்ஷல் போலவே பல ஆய்வாளர்களும் வலியுறுத்தியுள்ளனர். அண்மைக்காலத்தில் நிகழ்ந்த ஆய்வுகளும் இந்தக் கருத்தை மேலும் வலுப்படுத்துகின்றன.

சிந்துவெளி வரிவடிவம் இன்னும் வாசிக்கப்படாத புதிராக இருப்பதால் சிந்துவெளி மக்கள் பேசிய மொழி எது என்பது தெரியவில்லை. ரொசெட்டா கல்வெட்டு (Rosetta Stone) போன்ற இருமொழிப் பொறிப்பு சிந்துவெளியிலும் கிடைத்திருந்தால் அதன் வரிவடிவத்தைப் புரிந்துகொள்வதற்கு உதவியிருக்கக்கூடும். ஆனால், அப்படி எதுவும் கிடைக்காததால் அந்த மாபெரும் பண்பாட்டைக் கட்டியெழுப்பிய அறிவாற்றல் மற்றும் செயல்திறன்மிக்க மக்கள் யார் என்ற கேள்விக்கு இன்னும் விடைதெரியாமலேயே இருக்கிறது. சிந்துவெளி பற்றிய இத்தகைய பல்வேறு விடுகதைகளும் இன்னும் தொடர்கதையாகவே தொடர்கின்றன. இதன் விளைவாக, இந்தியாவின் வரலாற்றுக்கு முற்பட்ட காலகட்டத்தின் பெரும்பகுதி இன்னும் தேதியின்றித் தொடர்கிறது.

வரலாற்றுக்கு முற்பட்ட காலகட்டங்கள் பற்றிய பல்வேறு ஆய்வுகளைச் செய்துள்ள கிளைன் டேனியலுக்கு ஒரு வருத்தம் உண்டு, "வரலாற்றுக்கு முற்பட்ட காலகட்டங்களை ஆராய்ச்சி செய்பவரின் சோகம் என்னவென்றால் அக்காலகட்ட மக்களின் வாழ்வியல் கோட்பாடுகள் என்னவென்று தெரியாமல், கண்ணுக்குப் புலப்படாமல் அழிந்து போனதுதான். ஆனால்

அவர்கள் பயன்படுத்திய பண்டபாத்திரங்களும் கிண்ணங்களும் புழங்குபொருட்களும்தான் அழியாமல் மீதம் இருக்கின்றன என்ற உண்மைக்கு அவன் கண்கூடான சாட்சியமாக நிற்கிறான்" (*Daniel 1964: 132*). அவர் இப்படிப்பட்ட ஒரு வருத்தத்தைத் தெரிவித்ததற்குச் சிந்துவெளியில் கிடைத்த அகழாய்வுப் பொருள்களும் ஒரு தூண்டுகோலாக இருந்திருக்கவேண்டும் என்று தோன்றுகிறது. இதை அவரது கூற்றின் மூலமாகவே அறிந்துகொள்ளாம்.

"மொகஞ்சோதாரோவிலும் ஹரப்பாவிலும் வரலாற்றுக்கு முற்பட்ட காலத்தில் வாழ்ந்த நகர மக்களின் அறக்கோட்பாடுகள், அவர்களது சமய நம்பிக்கைகள் பற்றியெல்லாம் தெளிவாகத் தெரிந்துகொள்ள நமக்கு வாய்ப்பில்லை. ஆனால் அவர்கள் கட்டிய வடிகால்களும், செங்கல் குப்பைத்தொட்டிகளும், சுடுமண் பொம்மைகளும் மிச்சம் இருக்கின்றன" (*Daniel 11964: 132*). கிளைன் டேனியல் சுட்டிக்காட்டுகிற இத்தகைய சிக்கல்களை இந்த நூல் கையாளப்போகிறது.

சிந்துவெளிப் பண்பாடு பற்றி மேலும் அறிந்துகொள்ள தற்போதைய இந்தியா மற்றும் பாகிஸ்தான் நிலப்பகுதிகளில் தொடர்ந்து அகழாய்வுகள் நிகழ்ந்து வருகின்றன. பல்துறை சார்ந்த ஆய்வாளர்கள் சிந்துவெளிப் பண்பாட்டின் பல்வேறு பண்பியல்புகள் பற்றி தங்களது துறைசார்ந்த கருத்துகளை வெளியிட்டு இத்துறையை வளப்படுத்தி வருகிறார்கள். இதனால், சிந்துவெளிப் பண்பாட்டின் தோற்றம், வளர்ச்சி மற்றும் நலிவு பற்றிய புரிதல்களுக்குப் புதிய வெளிச்சங்கள் கிடைத்துவருகின்றன. அப்படிப்பட்ட ஆய்வாளர்களில் ரீட்டா ரைட்டும் ஒருவர். சிந்துவெளிப் பண்பாட்டின் தொல்லியல் தரவுகளை வைத்து அவர் சில முடிவுகளுக்கு வருகிறார். சிந்துவெளி நகரங்களின் கட்டமைப்பு மிகத்துல்லியமாகத் திட்டமிடப்பட்டவை என்பதோடு அந்த வடிவமைப்பின் பின்னணியாகச் சில நெடுவீச்சுக் கோட்பாடுகளும் நிலவியுள்ளன என்றும் அவர் கருதுகிறார். "சிந்துவெளிப் பண்பாட்டின் மக்கள் சுற்றுச்சூழல் மற்றும் சமூக ஒழுங்கு பற்றி தங்களுக்குள் நெடுங்காலமாக வளர்த்து வந்த புரிதல்களோடு இந்த நகர் கட்டமைப்பு முற்றிலும் ஒத்துப்போகிறது." (*Wright 2010: 242*)

ஹரப்பா பண்பாட்டுக்கு முன்பே அப்பகுதியில் சில வட்டாரப் பண்பாடுகள் நிலவின என்பது இப்போது பரவலாக அனைவரும் அறிந்ததே. பலூசிஸ்தானில் உள்ள மெஹர்கர் (*Mehrgarh*), கச்சி சமவெளியில் உள்ள நௌஷாரோ (*Nausharo*) ஆகிய இடங்களில் அண்மைக்காலங்களில் நிகழ்ந்த அகழாய்வுகள் சிந்துவெளிப் பண்பாட்டிற்கும் அதற்கு முந்தைய பண்பாடுகளுக்கும் இடையே அறுபடாத சங்கிலித்தொடர் போன்ற தொடர்ச்சி இருப்பதைக் காட்டுகின்றன. இந்தத் தொடர்ச்சி பொதுயுகத்திற்கு 8000 ஆண்டுகளுக்கு முன்பே தொடங்கி 6000 ஆண்டுகள் அறுபடாமல் தொடர்கிறது. இதனால், ஆய்வாளர்கள் ஒரு புதிய கேள்வியை எழுப்புகிறார்கள்: இப்படியொரு அறுபடாத தொடர்ச்சி சிந்துவெளிக்கு இருக்குமென்றால் சிந்துவெளிப் பண்பாட்டின் உன்னதத்துக்குக் காரணமானவர்கள் என்ற புகழ்மகுடத்தை வரலாற்றுக்கு முற்பட்ட பண்பாடுகளில் எந்தப் பண்பாட்டிற்குக் கொடுப்பது என்பதுதான். சிந்துவெளிப் பண்பாடு பற்றிய எவ்வித நேரடி ஆவணமும் பண்டைய வரலாற்றுச் சான்றுகளில் கிடைக்கவில்லை. வேத இலக்கியங்களிலும் சிந்துவெளி நகரங்கள் பற்றிய குறிப்பு எதுவும் இல்லை என்பதும், சிந்துவெளிப் புதிர்முடிச்சை மேலும் ஆழமாக்குகிறது.

சிந்துவெளிப் பண்பாடு பற்றிய கண்டுபிடிப்பு உலகுக்கு அறிவிக்கப்பட்டதிலிருந்தே அது ஒரு திராவிட நாகரிகமா, ஆரிய நாகரிகமா என்ற விவாதமும் தலைதூக்கிவிட்டது. 1924ஆம் ஆண்டு இப்பண்பாடு பற்றி அறிவித்த ஜான் மார்ஷல், மொகஞ்சோதாரோ பற்றிய விரிவான அறிக்கையை 1931இல் வெளியிட்டார். இந்த இடைப்பட்ட ஏழு ஆண்டுகளில் சிந்துவெளி பற்றிய உரிமைகோரல்கள் திராவிட மற்றும் இந்தோ-ஆரிய மொழிக் குடும்பங்களைச் சார்ந்து வடிவம் பெற்றிருந்தன. இந்தத் திராவிட-ஆரிய விவாதம் இன்றும்கூட சிந்துவெளிப் பண்பாடு பற்றிய ஆய்வுகளில் ஒரு முக்கியமான புள்ளியாகத் தொடர்கிறது.

சிந்துவெளிப் பண்பாட்டின் படைப்பாளிகள் யார் என்பது குறித்து ஒரு வலுவான கருத்தை முதன்முதலில் முன்வைத்தவர் சுனிதி குமார் சாட்டர்ஜி என்ற மொழியியல் அறிஞர். இவர் 1924ஆம் ஆண்டின் இறுதியில் '*Dravidian Origin and the Beginnings of Indian Civilization*' என்ற தலைப்பில் ஒரு கட்டுரை எழுதினார். அதில் சிந்துவெளிப் பண்பாடு, ஒரு திராவிடப் பண்பாடே என்ற வாதத்தை அவர் முன்வைத்தார். சிந்துவெளிப் பகுதியில் பிராகுயி என்ற மொழி பேசப்படுவதையும், அப்பண்பாட்டில் தாய்த்தெய்வ வழிபாடு மிக முக்கிய இடம்பெற்றதையும் அவர் சான்றாகக் காட்டினார். அப்போது, தமிழ்நாட்டில் ஆதிச்சநல்லூரில் நடந்த அகழாய்வுகள் குறித்த தகவல்களும் வெளியாகியிருந்தன. இத்தரவுகளையும் தனது கட்டுரையில் சுட்டிக்காட்டிய சுனிதி குமார் சாட்டர்ஜி சிந்துவெளிப் பண்பாட்டின் உருவாக்கத்தில் ஆரியர்களின் பங்களிப்பு எதுவும் இல்லை என்றும் வாதாடினார். எனினும் சாட்டர்ஜியின் இந்தக் கருத்தைப் பி.என். தத்தா (*B. N. Dutta*), பி.வி காேனே (*P. V. Khane*) ஆகிய ஆய்வாளர்கள் மறுத்தார்கள்.

மொகஞ்சோதாரோவிலும், ஹரப்பாவிலும் கிடைத்த தொல்லியல் தரவுகளால் உந்தப்பட்ட பலரும் இப்பண்பாடு வேதப் பண்பாட்டைவிட பழமையானது; வேதப் பண்பாட்டிலிருந்து வேறுபட்டது என்பது போன்ற கருத்துகளை முன்வைத்தார்கள். ஆயினும் இதற்கு மாற்றுக் கருத்துகளும், மறுப்புரைகளும் உடனடியாக வரத்தொடங்கிவிட்டன. இவ்வாறு சிந்துவெளி குறித்த திராவிட-ஆரிய அடையாளச் சொல்லாடல்கள் தொடர்ந்து நிகழ்கின்றன. எனினும் அதன்பின் வந்த பல்துறை ஆராய்ச்சிகள் பலவும் சிந்துவெளி பற்றிய அறிவையும் புரிதலையும் வளர்த்துள்ளன என்பதில் ஐயமில்லை.

இருப்பினும் சிந்துவெளிப் பண்பாட்டின் மொழி அடையாளம் என்னவென்ற முக்கியமான கேள்விக்கு முடிவான விடை இன்னும் கூறப்படவில்லை. சிந்துவெளி வரிவடிவம் இன்னும் முழுமையாக வாசிக்கப்படாததால் அப்பண்பாட்டின் தோற்றம், மொழி ஆகியவை பற்றிய வினாக்களோடு அவர்களின் வரிவடிவம் பற்றியும் அப்பண்பாடு எப்படி நலிவடைந்தது என்பது பற்றியும் பல்வேறு ஊகங்களும், கருதுகோள்களும் நிலவுகின்றன. தற்போதைய சமூக வலைத்தளக் காலங்களில் இத்தகைய முரண்பட்ட சொல்லாடல்கள் மிக எளிதாக முன்வைத்து பரப்பப்படுகின்றன.

வரிவடிவமா இல்லையா?

சிந்துவெளி எழுத்துகளைப் பல்வேறு அறிஞர்களும் வாசிக்க முயன்று தங்களது கருத்தைத் தெரிவித்திருக்கும் சூழலில் சிந்துவெளிப் பொறிப்புகள் ஒரு வரிவடிவமே இல்லை என்ற கருத்தை ஃபார்மர் *(Farmer)*, விட்செல் *(Witzel)* மற்றும் ஸ்ப்ரோட் *(Sproat)* ஆகியோர் முன்வைத்தார்கள். சிந்துவெளி முத்திரைகளில் உள்ள பொறிப்புகள் மிகச்சுருக்கமானவை என்பதைக் காரணம் காட்டும் இந்த ஆய்வாளர்கள் சிந்துவெளி எழுத்துகள் ஒரு மொழி சார்ந்தவை அல்ல என்றும் கருதுகிறார்கள். இந்தக் கருத்திற்கு ஐராவதம் மகாதேவன் தக்கபதிலை அளித்துள்ளார்.

"சிந்துவெளிப் பொறிப்புகள் ஓர் எழுத்துமுறை என்பதற்கும் அந்த எழுத்துமுறை அப்பகுதியில் பேசப்பட்ட ஒரு மொழியின் வெளிப்பாடு (அனேகமாக திராவிட மொழி) என்பதற்கும் வலுவான தொல்லியல் மற்றும் மொழியியல் சான்றுகள் உள்ளன. எனவே அது ஓர் எழுத்துமுறையே இல்லை என்று வாதிடுவது அடுத்த கட்ட ஆய்வுகளுக்கு வழிகாட்டுவது அல்ல." *(Mahadevan 2009)*

பொதுவாக முத்திரைகளில் இடம்பெறும் பொறிப்புகள் நீளமாக இருக்காது. சுருக்கமாகவே இருக்கும் என்ற பரவலான பொது உண்மையை மகாதேவன் சுட்டிக்காட்டினார். அதுமட்டுமின்றி சித்திர அசை எழுத்து *(Logo Syllabic)* இயல்பில் அமைந்த சிந்துவெளி வரிவடிவப் பொறிப்புகளில் காணப்படும் சொற்களின் சராசரி எண்ணிக்கையைப் பிற்கால இந்திய முத்திரைகள் மற்றும் குகைப் பொறிப்புகளில் காணப்பட்ட சொற்களின் சராசரி எண்ணிக்கையோடு ஒப்பிட்டு அவை பொருந்திப்போவதாக மகாதேவன் சுட்டிக்காட்டினார். சிந்துவெளிப் பொறிப்புகள் ஒரு மொழி சார்ந்தவை அல்ல என்று யோசிப்பதற்கு எந்த அடிப்படைக் காரணமும் இல்லை என்று மகாதேவன் அழுத்தமாக வாதிட்டார். சிந்துவெளிப் பொறிப்புகளை, ஒரு மொழியை உணர்த்தும் வரிவடிவமாகவே அஸ்கோ பர்போலா, ஐராவதம் மகாதேவன் உள்ளிட்ட ஆய்வாளர்கள் பலரும் கருதியுள்ளனர். சிந்துவெளி மக்களின் மொழி அனேகமாக ஒரு திராவிட மொழியாக இருந்திருக்கவேண்டும் என்பதில் அஸ்கோ பர்போலாவும், ஐராவதம் மகாதேவனும் ஒருமித்த கருத்தை உடையவர்கள்.

சிந்துவெளிப் பண்பாட்டின் ஆகப்பரவலான தன்மை, அதன் உன்னதமான நகர்மய வாழ்வு, சிந்துவெளிப் பண்பாட்டுப் பகுதி முழுவதும் நிலவிய ஒருமித்த தரக்கோட்பாடுகள், பொறிப்புகளின் வடிவ ஒற்றுமை, அதே காலகட்டத்தில் எழுத்தறிவோடு விளங்கிய அயல்நாட்டுப் பெருநகரங்களோடு அம்மக்கள் கொண்டிருந்த வணிக மற்றும் பண்பாட்டுத் தொடர்புகள் ஆகியவற்றைக் கருத்தில் கொண்டால் சிந்துவெளி மக்களுக்கு ஒரு வரிவடிவத்திற்கான நடைமுறை சார்ந்த தேவை கட்டாயம் இருந்திருக்கவேண்டும் என்று மகாதேவன் வாதிடுகிறார்.

இதைப்போலவே ஃபார்மர் மற்றும் அவரது குழுவினரின் வாதங்களை அஸ்கோ பர்போலாவும் மறுக்கிறார். சிந்துவெளிப் பகுதியிலும் அதற்கு வெளியிலும் கிடைத்த தொல்பொருள் தரவுகள் மற்றும் சிந்துவெளி காலகட்டத்தில் அயல்நாடுகளில் புழக்கத்தில் இருந்த வரிவடிவங்கள் ஆகியவற்றின் துணையோடு பர்போலா தனது வாதத்தை முன்வைக்கிறார். சிந்துவெளி மக்கள் தங்களது நீளமான எழுத்துகளை மரப்பட்டைகள், பனை ஓலைகள், பருத்தித்துணிகள் போன்றவற்றில் எழுதியிருக்கக்கூடும்; அவை காலத்தால் அழிந்திருக்கக்கூடும் என்ற கருத்தையும் அவர் தெரிவிக்கிறார். வரலாற்றுக் காலகட்டத்தில் இந்தியாவின் வடமேற்குப் பகுதிகளில் பொதுயுகத்திற்கு 400 ஆண்டுகளுக்கு முன்பே பருத்தித் துணிகள் பயன்படுத்தப்பட்டதற்கான ஐயத்திற்கு இடமற்ற தடயங்கள் கிடைப்பதையும் பர்போலா குறிப்பிடுகிறார்.

சிந்துவெளிப் பகுதியில் பொ.யு.மு. 325 வாக்கில் அடர்த்தியாக நெசவு செய்யப்பட்ட துணியில் கடிதம் எழுதும் முறை இருந்ததை அலெக்ஸாண்டரின் தளபதி நியார்க்கஸ்

MOHENJODARO

1257	100101	
1260	100109	
1261	100101	
1262	100101	
1263	100101	
1265	103501	
1266	100101	
1267	100101	
1268	100101	
1269	100101	
1270	100101	
1271	100101	
1272	100101	
1273	100101	
1274	100101	
1275	103501	
1276	100101	
1277	100101	
1278	100111	
	21	
1279	100101	
1281	103501	
1282	100101	
1283	100101	
1285	100101	
1286	100101	
1287	100101	
1288	100101	
1289	100101	
1290	100109	
1291	100101	
1292	100103	
1293	100101	

படம் 3.1 - ஐராவதம் மகாதேவனின் *The Indus Script: Texts, Concordance and Tables* நூலின் பக்கம்

(Nearchus) குறிப்பிடுகிறார் என்பதையும் பொதுயுகத்தின் தொடக்க காலத்திலேயே பருத்தித் துணிகளில் எழுதும் முறை இருந்ததை யக்ஞவல்கியா ஸ்மிருதி போன்ற வடமொழி இலக்கியங்கள் குறிப்பிடுவதையும் பர்போலா சுட்டிக்காட்டுகிறார். *(Parpola 2008: 117)*

எனவே சிந்துவெளிப் பொறிப்புகள் ஒரு வரிவடிவமா இல்லையா என்ற வாதமே பொருளற்றது என்று சொல்வதற்குப் போதுமான தடயங்கள் இருக்கின்றன என்ற புரிதலோடு நாம் மேற்கொண்டு பயணிக்கலாம்.

சிந்துவெளிப் பண்பாடு உண்மையில் அழிந்ததா?

சிந்துவெளிப் பண்பாடு நலிவடைந்த, பின்னர் இறுதியாக வீழ்ச்சியடைந்த சூழல்கள் பற்றி பல்வேறு கருதுகோள்கள் நிலவுகின்றன. சிந்துவெளிப் பண்பாடு 'யாரால்', 'எப்படி', 'எதனால்', 'எப்பொழுது' அழிந்தது என்ற கேள்விகளைப் போலவே முக்கியமான இன்னொரு அடிப்படைக் கேள்வி மிச்சமிருக்கிறது. சிந்துவெளிப் பண்பாடு உண்மையிலேயே முற்றிலும் அழிந்ததா?

சிந்துவெளிப் பண்பாடு பல்வேறு காரணங்களால் நலிவடைந்து காலப்போக்கில் தன்னை உருமாற்றிக்கொண்டு கிழக்கை நோக்கி நகர்ந்தது என்ற கருத்தை ஃபேர்சர்விஸ் உட்பட சில ஆய்வாளர்கள் முன்வைக்கிறார்கள். "இந்தியப் பண்பாடு என்ற மைய நீரோட்டத்தின் தொடக்கத்திற்கு மௌன சாட்சியாய் நின்று, பின்னர் அதன் ஓட்டத்தில் மங்கிப்போனது சிந்துவெளிப் பண்பாடு. நம்பிக்கைகள், வழிபாட்டு மரபுகள், சமூக ஒழுங்கு, தொழில்நுட்பம் போன்ற பல்வேறு தனித்துவப் பண்புகள் மட்டுமின்றி இடைக்கால இந்தியாவின் மாபெரும் சாதனையாகக் கருதப்படும் வானவியல்கூட சிந்துவெளிப் பண்பாடு அளித்த கொடைதான் எனத் தோன்றுகிறது." *(Fairservis 1971: 302)*

சிந்துவெளிப் பண்பாட்டைப் பற்றிப் பேசும்போது 'அழிந்தது', 'ஒழிந்தது', 'முடிவடைந்தது' போன்ற நாடகத்தனமான சொல்லாடல்களைப் பயன்படுத்தக்கூடாது என்றும் அந்தப் பண்பாட்டின் மரபுகள் இந்திய நிலப்பரப்புக்குள் தொடர்ந்து நிலவியிருக்கவேண்டும் என்ற புரிதல்களையும் நாம் உள்வாங்கிக்கொள்ள வேண்டும் என்பது கிரெகரி எல். போசல் அவர்களின் கருத்தாகும்.

'சிந்து அலமாரியின்' எலும்புக் கூடுகள்

சிந்துவெளிப் பண்பாட்டின் வீழ்ச்சியில் ஆரியர்களுக்குத் தொடர்பு உண்டா, அவ்வாறாயின் அத்தொடர்பு எத்தகையது என்பது சிந்துவெளி பற்றிய சொல்லாடல்களில் தொடர்ந்து இடம்பெறும் முக்கியமான விவாதமாகும். 'ஆரியர் படையெடுப்பு' என்ற கருத்தாக்கத்தை மார்ட்டிமர் வீலர் மிக வலுவாக முன்வைத்தார். பருவநிலை மாற்றங்கள், பொருளாதார மற்றும் அரசியல் சார்ந்த நலிவுகளோடு சிந்துவெளிப் பண்பாட்டின் வீழ்ச்சிக்கு வேதகால ஆரியர்களும் காரணம் என்று மார்ட்டிமர் வீலர் கூறியுள்ளார். இதற்கான ஆதாரம், ரிக் வேதத்திலேயே இருப்பதாக வீலர் நம்புகிறார். மொகஞ்சோதாரோவில் கண்டெடுக்கப்பட்ட 37 எலும்புக்கூடுகளைப் பற்றி குறிப்பிடும் மார்ட்டிமர் வீலர் "சந்தர்ப்ப சூழல் என்ற சாட்சியத்தின் அடிப்படையில் இந்திரன் மீது கொலைக்குற்றம் சாற்றவேண்டியருக்கிறது" என்று கூறினார். 'சிந்துவெளி அலமாரியில்' *(Indus cupboard)* கிடைத்த எலும்புக்கூடுகளைத் தனது வாதத்திற்கான ஆதாரமாக மார்டிமர் வீலர் கருதினார். இதற்கும் ஒரு படி மேலே சென்று டி.ஹெச். கோர்டன் கிட்டத்தட்ட ஒரு நேர்முக வர்ணனை போல பின்வருமாறு எழுதினார்:

"தாக்கியவர்கள் அவர்களை அங்கேயே விட்டுச் சென்றுவிட்டார்கள். அந்த இடத்தைத் தாக்குதலில் இருந்து காப்பாற்ற போராடியவர்கள் இறந்துபோனார்கள், அங்கிருந்து ஓடிவிட்டார்கள் அல்லது தாக்கியவர்களால் சிறைபிடிக்கப்பட்டு அடிமையானார்கள். இங்கே இறந்து கிடந்தவர்களை எடுத்து புதைப்பதற்கு நாதியில்லை, அந்த நகரமே மடிந்துப்போனது." *(Gordon 1958: 59)*

நகரங்களை அழித்து ஒழித்ததற்கான தடயங்கள் ரிக் வேத இலக்கியத்தில் இருப்பதாகத் தெரிகிறது. *On the significance of the term arma-, armaka- in early Sanskrit literature* எனும் தலைப்பில் டி. பர்ரோ ஒரு கட்டுரை எழுதினார். இது பல அறிஞர்களாலும் மேற்கோள் காட்டப்பட்டுள்ளது. ரிக் வேத இலக்கியத்தில் ஆர்மா, ஆர்மகா என்ற விகுதிகளோடு முடியும் இடப்பெயர்களைக் கண்டறிய முயலும் பர்ரோ அவற்றைச் சிந்துவெளிப் பண்பாட்டின் நகரச் சிதைவுகளோடு ஒப்பிட்டுப் பார்க்கிறார். பின்வரும் வேத இலக்கியச் சான்று ஓர் ஒப்புதல் வாக்குமூலமாகவே கருதப்படுகிறது.

"யூபங்கள் அற்ற இந்த இடங்களில் முன்பு வாழ்ந்தவர்களின் குடியிருப்புகள் பல இடங்களில் பரவிக்கிடந்தன. 'ஓ வைஸ்வானர,' இந்த மக்கள் உன்னால் விரட்டியடிக்கப்பட்டார்கள், அவர்கள் இப்போது வேறு எந்த நிலத்துக்கோ புலம்பெயர்ந்து போய்விட்டார்கள்." *(Burrow 1963: 163)*

ஆரியர்களின் வன்முறையான படையெடுப்பால்தான் சிந்துவெளிப் பண்பாடு அழிந்தொழிந்தது என்ற வாதத்தை முன்வைத்த மார்ட்டிமர் வீலரின் காலத்திலிருந்து சிந்துவெளி ஆய்வு நெடுந்தூரம் நகர்ந்து வந்திருக்கிறது. சிந்துவெளிப்

"யூபங்கள் அற்ற இந்த இடங்களில் முன்பு வாழ்ந்தவர்களின் குடியிருப்புகள் பல இடங்களில் பரவிக்கிடந்தன. 'ஓ வைஸ்வானர,' இந்த மக்கள் உன்னால் விரட்டியடிக்கப்பட்டார்கள், அவர்கள் இப்போது வேறு எந்த நிலத்துக்கோ புலம்பெயர்ந்து போய்விட்டார்கள்." (தைத்ரிய பிராமணா *II, 4, 6, 8*)

- பர்ரோ (1963: 163)

பண்பாட்டின் அழிவிற்குச் சுற்றுச்சூழல் பாதிப்பு, இயற்கைப் பேரிடர்கள் மற்றும் சமூகப் பொருளாதாரக் காரணிகள் காரணமாக இருந்திருக்கக்கூடும் என்ற கருத்து இப்போது வலுப்பெற்றிருக்கிறது.

ஜார்ஜ் எஃப். டேல்ஸ் (*George F. Dales*), ஜெ. எம். கெனோயர் (*J. M. Kenoyer*) மற்றும் ரொமிலா தாப்பர் (*Romila Thapar*) ஆகிய ஆய்வாளர்கள் வடமேற்கு இந்தியாவிற்கு வெளியே இருந்து வந்த ஆக்கிரமிப்பாளர்களின் படையெடுப்பால்தான் சிந்துவெளிப் பண்பாடு அழிந்தது என்ற முடிவுக்குவர போதுமான சான்றுகள் இல்லை என்று கருதுகிறார்கள். பெரும்பாலான சிந்துவெளிக் குடியிருப்புகள் மெதுவாகக் காலந்தோறும் மாறுதல்களுக்கு உள்ளாகிப் புதிய பண்பாட்டுக்கூறுகளை வரவுவைத்துக் கொண்டதைத் தொல்பொருள் ஆய்வுகள் நிறுவுவதாக அவர்கள் கருதுகிறார்கள். சிந்துவெளிச் சிதைவிடங்களில் நாசவேலைகளுக்கும், தீவைத்து எரித்ததற்கும் சான்றுகள் கிடைத்தாலும் அது ஓர் உள்ளூர் நிகழ்வாக இருந்திருக்கக்கூடும்; அதைவைத்து ஒரு பெரிய படையெடுப்பை ஊகிக்க முடியாது என்பது சில ஆய்வாளர்களின் கருத்தாகும்.

சிந்துவெளிப் பண்பாட்டின் நலிவிற்கு ஆரியர்களின் வருகைதான் முழுமுதல் காரணம் என்று சொல்லுவதற்குச் சான்றுகள் இல்லையெனினும் அது ஒரு துணைக் காரணமாக இருந்திருக்கக்கூடும் என்ற விவாதம் தொடர்ந்து முன்வைக்கப்படுகிறது. ஆரியர் படையெடுப்புக் கோட்பாட்டை வெகுவாக வலியுறுத்தி வந்த தொல்லியலாளர் ஷெரீன் ரத்னாகர் (*Shereen Ratnagar*) ஆரியரின் வருகைக்கும், ஹரப்பா பண்பாடு முடிவுக்கு வந்ததற்கும் இடையேயுள்ள தொடர்பை ஆணித்தரமாக நிறுவுவதற்குப் போதிய தடயம் இல்லை என்பதைத் தற்போது ஒப்புக்கொள்கிறார்.

இயற்கைப் பேரிடர்களும் சுற்றுச்சூழல் காரணங்களும்

சிந்துவெளிப் பண்பாட்டின் சீரழிவிற்கு இயற்கைப் பேரிடர்கள் காரணமாக இருந்திருக்கக்கூடும் என்ற கருத்தை ஆய்வாளர்கள் பலரும் முன்வைத்திருக்கிறார்கள். நிலவளத்தின் மேலதிகச் சுரண்டல், அடர்ந்த காடுகளை அழித்தொழித்து நாடாக்கியது, வளமான நிலங்களின் வளம் அழிந்தது, சிந்துநதியின் நீர்ப்பெருக்கில் ஏற்பட்ட அதீத மாற்றங்கள், சிந்துநதி நீரை இயற்கை அணையால் தேக்கிவைத்தது; அதனால் மொகஞ்சோதாரோ நகரில் ஏற்பட்ட பெருவெள்ளமும் நீர்ப்பிடிப்பும் புவியியல் காரணங்களால் கடல்மட்டத்தில், கடற்கரை விளிம்பு நிலங்களில் ஏற்பட்ட மாற்றங்கள், புவிவெப்ப மாற்றங்கள், பருவமழை தவறியதால் தொடர் வறட்சி, நதிகளின் போக்கில் ஏற்பட்ட மாற்றத்தால் வளம் குன்றிப் பாலை நிலமாகிய வண்டல் நிலங்கள் என்று அடுக்கடுக்கான காரணங்களை ஆய்வாளர்கள் ஊகிக்கின்றார்கள். ஆயினும் மேற்சொன்ன காரணங்களில் ஒன்றுகூட முடிந்தமுடிவாக ஏற்றுக்கொள்ளப்படவில்லை. தட்பவெப்பங்களில் ஏற்பட்ட மாற்றங்கள் சிந்துவெளிப் பண்பாட்டின் சமூகப் பொருளாதார அடித்தளங்களைப் பாதித்திருக்கலாம் என்ற கருத்து அண்மைக்காலங்களில் வலுப்பெற்றிருக்கிறது. இது மார்ட்டிமர் வீலரின் காலத்திலிருந்து நிகழ்ந்துள்ள ஆய்வுகளின் புரிதல்களில் முக்கியமானதாகும்.

வரலாற்றுக்கு முற்பட்ட காலங்களிலிருந்தே தட்பவெப்ப நிலையில் ஏற்பட்ட மாற்றங்களால் பருவமழை மிகவும் குறைந்ததற்கான சான்றுகள் உள்ளதாக 1931இல் ஆரல் ஸ்டெயின் (*Aurel Stein*) தனது கருத்தைப் பதிவுசெய்திருந்தார். ஹரப்பாவின் தொல்லியல் தடயங்களைப் பற்றி விவாதிக்கும்போது மேற்சொன்ன கருத்தையும் ஜான் மார்ஷல் உள்வாங்கியிருந்தார் (*John Marshal 1931*). ஆரியர் படையெடுப்பு பற்றி அழுத்தமாகக் கருத்து தெரிவித்த மார்ட்டிமர் வீலர் கூட "தட்பவெப்ப நிலையில் ஏற்பட்ட குறிப்பிட்ட அளவு மாற்றம் பற்றி எந்தவித சந்தேகமும் இல்லை" என்று கூறியிருக்கிறார் (*Wheeler 1960: 7*).

சிந்துவெளிப் பண்பாட்டின் நலிவிற்குச் சூழலியல் காரணங்கள் மிக முக்கியமாக இருக்கவேண்டும் என்ற கருத்தை அண்மைக் கால ஆராய்ச்சிகள் மேலும் அடிக்கோடிடுகின்றன. இப்பண்பாட்டின் ஏற்றத்தையும், வீழ்ச்சியையும் நிர்ணயிப்பதில் சிந்துநதியின் பங்கு என்ன என்பதைப் பற்றி

முடிவுக்கு வரமுடியாத விவாதங்கள் நிகழும் சூழ்நிலையில் இன்னொரு பண்டைய நதி பற்றிய விவாதம் சிந்துவெளி பற்றிய உரையாடல்களில் இடம்பெறத் தொடங்கியது. அந்த நதியின் பெயர் சரஸ்வதி.

சிந்துவெளிப் பண்பாட்டை சரஸ்வதி நதியோடு இணைத்துப் பேசியவர்களில் முக்கியமானவர் ஆய்வாளர் பி. பி. லால். எஸ். பி. குப்தா ஒரு படி மேலே சென்று சிந்துவெளிப் பண்பாடு சிந்து-சரஸ்வதி நாகரிகம் என்று பெயர் மாற்றம் செய்யப்பட வேண்டும் என்று குறிப்பிட்டார். வி.என். மிஸ்ரா என்பவர் இப்போதுள்ள கக்ஹர்-ஹக்ரா (*Ghaggar-Hakra*) நதிதான் வேதகால சரஸ்வதி நதி என்றும் அது சிந்துவெளிப் பண்பாட்டுக் காலகட்டத்தில் இருந்தது என்றும், அதனால் சிந்துவெளிப் பண்பாட்டை சரஸ்வதிவெளிப் பண்பாடு என்று அறிவிக்க வேண்டும் என்றும் கூறியுள்ளார். மிஸ்ராவின் இந்தக் கருத்தை ஆர். சி. தக்ரான் மறுத்துள்ளார். ஹரப்பா பண்பாடு தொடர்பான தொல்பொருள் ஆய்வுகளில் கக்ஹர்-ஹக்ரா நதிப்பகுதியில் சொல்லிக்கொள்ளும் அளவுக்கு முக்கியமான சிந்துவெளிப் பண்பாட்டுத் தடயம் எதுவும் கிடைக்கவில்லை என்று அவர் கூறுகிறார். சிந்துவெளிப் பண்பாட்டை சரஸ்வதி பண்பாடு என்று கூறுவது பற்றிய விவாதம் அண்மைக்காலங்களில் பாராளுமன்றம் வரை போய்விட்டது.

பொருளாதார வீழ்ச்சி

சிந்துவெளிப் பண்பாட்டின் பொருளாதார வளத்தில் மெசபொடேமியாவுடனான கடல்வணிகத்தின் பெரும் பங்களிப்பு இருந்தது. இந்த வணிகத் தொடர்பு படிப்படியாகக் குறைந்து இறுதியில் முற்றிலும் அற்றுப்போனது ஒருவகையில் சிந்துவெளிப் பண்பாட்டின் நகர்மைய சமூகப் பொருளாதார வீழ்ச்சிக்கு முக்கிய காரணமாய் இருந்திருக்கக்கூடும். இந்தப் பொருளாதார நலிவுகூட, சிந்துவெளி மக்கள் தங்களது நகர வாழ்க்கை கட்டுப்படியாகாத நிலையில் பெருநகரங்களைக் கைவிட்டு நகர்ந்து சென்றதற்குக் காரணமாக இருந்திருக்கக்கூடும்.

சமூகப் பண்பாட்டு விரிசல்

சிந்துவெளிப் பண்பாட்டின் நலிவுக்கும், அழிவுக்குமான காரணத்தை அதன் சமூகப் பண்பாட்டுக் கட்டமைப்புக்குள் நேர்ந்த குறைபாடுகளில் கண்டறிய முயல்கிறார் ஜி. எல். போசல். நகரங்களை மையமாகக் கொண்டு இயங்கிய இப்பண்பாட்டின் கோட்பாடுகளில் சில காலப்போக்கில் தனது நடைமுறை எதார்த்தத்தை இழந்திருக்கக்கூடும். அத்தகைய சமூகப் பண்பாட்டு விரிசல் சிந்துவெளிப் பண்பாட்டின் நலிவுக்கு வழிகோலியிருக்கும் என்பதும் ஜி. எல். போசலின் கருத்தாகும்.

"இயற்கைப் பேரிடர்களில் இதற்கான காரணங்களை அநேகமாகக் கண்டுபிடிக்க இயலாது. ஆனால், சிந்துவெளிப் பண்பாட்டின் சமூகக் கட்டமைப்பில் இதன் காரணத்தை நாம் கண்டறியக்கூடும். சிந்துவெளிப் பண்பாட்டின் நலிவிற்கு மிக முக்கியமான காரணம் சமூகப் பண்பாடு சார்ந்தது. வெள்ளப்பெருக்கு, நதிப்போக்கில் மாற்றம், தொடர் வறட்சி, வணிகச் சரிவு, பெருந்தொற்று நோய்கள், வெட்டுக்கிளி படையெடுப்பு போன்ற காரணங்கள்; மற்றும் வேறு எந்த வெளிக் காரணங்களைவிடவும் சமூகப் பண்பாட்டுக்காரணமே முக்கியமாக இருந்திருக்கவேண்டும்." *(Possehl 2002: 244)*

சிந்துவெளிப் பண்பாடு குறிப்பிட்ட காலகட்டத்தில் பல இடங்களில் மெல்ல மெல்ல நலிவடைந்து சிதைந்தது என்றும் சில பகுதிகளில் வேறொரு பண்பாடாக உருமாறியது என்றும் ஆய்வாளர்களிடையே கருத்து உள்ளது. எப்படிப் பார்த்தாலும், பண்டைய உலகில் மிகமுக்கியமான அங்கமாகச் சிந்துவெளிப் பண்பாடு திகழ்ந்தது. இதன் முக்கியத்துவம் மெசபொடேமியாவின் முக்கியத்துவத்தைவிட எந்த வகையிலும் குறைந்தது அல்ல.

சிந்துவெளி மக்கள் இந்தியத் துணைக்கண்டத்தின் பல்வேறு பகுதிகளுக்குப் புலம்பெயர்ந்திருக்க பெரும் வாய்ப்பு இருக்கிறது. அதைப்போலவே அப்பண்பாட்டின் மக்கள்தொகையில் ஒரு பகுதியினர் அந்நிலப்பகுதிகளிலேயே தொடர்ந்து வசித்திருக்கவும் கூடும். எனவே சிந்துவெளிப் பண்பாட்டின் அடிப்படை மரபுகளின் தொடர்ச்சியை இந்தியாவின் நிகழ்காலச் சமூகங்களில் குறிப்பாக அச்சமூகங்களின் மொழிகளில் கண்டறிய முயல்வது இயல்பானதே ஆகும்.

இன்றைய நிகழ்காலப் பண்பாடுகளில், மொழிகளில், சிந்துவெளிப் பண்பாட்டின் எச்சமிச்சங்கள் கட்டாயம் இருக்கக்கூடும். அதை நாம் அடையாளம் கண்டுபிடித்துவிட்டோம் என்றால் சிந்துவெளிப் புதிர்முடிச்சைப் பற்றிய புரிதல்கள் மேலும் தெளிவாகும். சில விடுகதைகள் விடுபடத் தொடங்கலாம். சிந்துவெளி பற்றி ஆய்வு செய்த அறிஞர்கள் பலரும் சிந்துவெளி மக்கள் பேசிய மொழி ஒரு திராவிட மொழியாக இருந்திருக்கக்கூடிய சாத்தியக்கூறுகள் அதிகமாக உள்ளன என்று கருத்துத் தெரிவித்துள்ளார்கள். இந்தக் கருத்து உண்மையானால் அந்த ஊகத்திலிருந்தே இன்னொரு கேள்வியும் வெளிப்படுகிறது. அது இந்திய வரலாற்றின் இரண்டாவது புதிர்முடிச்சு. திராவிட மொழிகள் என்று சொல்லப்படுகிற மொழிக் குடும்ப மக்கள் எங்கே தோன்றினார்கள், எவ்வாறு பரவினார்கள்?

திராவிட மொழி பேசும் மக்களின் தோற்றம் பற்றியும், சிந்துவெளிப் பண்பாட்டின் திராவிடக் கருதுகோள் பற்றியும் இனிவரும் இயல்களில் பேசுவோம்.

இயல் நான்கு

சிந்துவெளிப் பண்பாட்டின் திராவிட அடித்தளம்

திராவிட மக்களின் தோற்றமும் திராவிடக் கருதுகோளும்

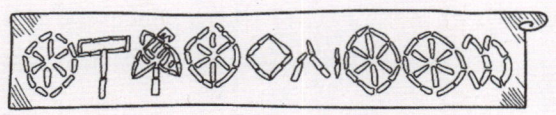

"திராவிடர்கள் அடிப்படையில் மலைமக்கள். அம்மக்கள் பொ.யு.மு. 4000 வாக்கில் வடகிழக்கு ஈரானிலுள்ள மலைப்பகுதிகளில் வசித்தார்கள். அதன்பிறகு ஒரு காலகட்டத்தில் திராவிட மொழிகளைப் பேசும் பல்வேறு குடிகளாய் தங்களது இனக்குழுவிலிருந்து பிரிந்தனர். அவர்களில் முதலில் வந்தவர்கள் வடமேற்கு திராவிட மொழி பேசுபவர்களானார்கள். அம்மக்களே சிந்துவெளிப் பண்பாட்டு மக்களின் இனம்-மொழி-அடையாள உருவாக்கத்தில் பெரும்பங்கு ஆற்றியிருக்கக்கூடும்."

- கமில் சுவலபில்

சிந்துவெளிப் பண்பாட்டின் திராவிட அடித்தளம்:
திராவிட மக்களின் தோற்றமும் திராவிடக் கருதுகோளும்

மனிதர்களின் மொழிகள் எவ்வாறு, எங்கே தோன்றி வளர்ந்து, உலகம் முழுவதும் பரவின என்பதைப் புரிந்துகொள்ள வரலாற்று மொழியியலாளர்கள் பின்பற்றும் 'மொழி மர மாதிரி' (Language Tree Model) உதவுகிறது. பல்வேறு மொழிகளுக்கிடையே காணப்படும் பொதுக்கூறுகளை இனம்கண்டறிய ஒப்பீட்டு மொழியியல் (Comparative Linguistics) பயன்படுகிறது. ஒருவகையில் பல்வேறு உயிரினங்கள் மற்றும் அவற்றின் துணை இன வகைகள் பரிணாமம் பெற்றுத் தோன்றி வளர்வதைப் போல ஒரு தொல்மொழியில் இருந்து ஒன்றோடு ஒன்று நெருக்கமுள்ள பல மொழிகள் உருவாகின்றன. இதுபற்றி 'பீட்டர் பெல்வுட்' பின்வருமாறு கூறுகிறார்,

"பழங்காலப் புலப்பெயர்வுகளைப் பற்றி ஆராய்வதற்கான அடிப்படையான மூலத்தரவுகளாக மொழிக்குடும்பங்கள் விளங்குகின்றன. வரலாற்று ஆவணங்களின் அடிப்படையில் ஆராய்ந்தால் இத்தகைய மொழிகள் நெடுந்தூரம் பயணித்துப் பெருமளவில் பரவி, நிலைபெற்று, ஒரு குறிப்பிட்ட மக்கள்தொகையின் நெடுங்காலப் பேச்சு மொழியாக வளர்வதற்கு காரணம் அம்மொழி பேசும் மக்களின் புலப்பெயர்வுகளே. இத்தகைய மொழிப் பரவல் சில மேல்தட்டு அறிவு ஜீவிகளின் தாக்கத்தால் மட்டும் நிகழ்வது அல்ல." (Bellwood 2014: 2)

'திராவிட மொழிக்குடும்பம்' என்ற கருத்தாக்கத்தை 1856இல் ராபர்ட் கால்டுவெல் முன்வைத்தார். இந்தக் கருத்தாக்கம் யுரேஷிய நிலப்பரப்புகளில் வரலாற்றுக்கு முற்பட்ட காலகட்டத்தின் பிற்பகுதியில் நிகழ்ந்த புலப்பெயர்வுகளுக்கு மட்டுமின்றி, இந்தோ-ஐரோப்பிய மற்றும் ஆஸ்ட்ரோ-ஆசியாட்டிக் போன்ற மொழிக்குடும்பங்களைச் சார்ந்த மொழிகளைப் பேசும் மக்களிடையே வரலாற்றுக்கு முற்பட்ட காலகட்டங்களில் நிகழ்ந்த ஒட்டுறவுகளை அறியவும் பெருமளவில் உதவியிருக்கிறது. தற்போது, இந்தியத் துணைக்கண்டத்தில் திராவிட மொழி பேசுபவர்களின் எண்ணிக்கை பெரும்பான்மையாக இல்லை என்பது உண்மைதான். ஆனால், வரலாற்றுக்கு முற்பட்ட காலகட்டங்களில் இந்தியத் துணைக்கண்டத்தின் பல்வேறு பகுதிகளிலும் திராவிட மொழிகள் பெரும்பங்களிப்புச் செய்துள்ளன. இன்றைய சூழலில் திராவிட மொழிகள் பெரும்பாலும் தென்னிந்திய மற்றும் மத்திய, கிழக்கு இந்தியப் பகுதிகளிலும், வடஇந்தியாவின் சில பகுதிகளிலும், பாகிஸ்தானின் சில பகுதிகளிலும் (பிராகுயி) பேசப்படுகின்றன.

படம் 4.1 - ராபர்ட் கால்டுவெல்   படம் 4.2 - கமில் சுவலபில்

திராவிட மொழிக்குடும்பத்தைப் பொறுத்தவரையில் காலத்தால் பொதுயுகத்திற்கு முற்பட்ட கல்வெட்டுகள் சில முக்கியமான மொழிகளில் மட்டுமே கிடைக்கின்றன இருப்பினும் இம்மொழிக்குடும்பம் தொன்மையானது. வேத சமஸ்கிருத மொழியிலேயே இம்மொழிக் குடும்பத்தின் தாக்கத்தைக் காணமுடிகிறது. இத்தகைய மொழியியல் சான்றுகளால் இந்தியாவில் தற்போது திராவிட மொழிகள் பேசப்படும் பகுதிகளைவிட ஒரு காலத்தில் பரவலாகப் பேசப்பட்டன என்ற உண்மை புலனாகிறது. திராவிட மொழிக்குடும்பம் 4500 ஆண்டுகாலம் தொன்மைமிக்கவை என்று மொழியியல் ஆய்வுகள் (Computational Linguistic Studies) கணக்கிட்டுக் கூறுகின்றன (*Vishnupriya Kolipakam, et al.* 2018).

இப்போது தென்னிந்தியாவில் பேசப்படும் திராவிட மொழிகள் இந்தியத் துணைக்கண்டத்தின் வடமேற்குப் பகுதிகளில் பேசப்படும் திராவிட மொழிகளோடு தொடர்புள்ளவையாகக் கருதப்படுகின்றன. மொழியியல் அறிஞர் பர்ரோ, ரிக் வேதத்தில் காணப்படும் சில திராவிட மொழிக்குடும்பச் சொற்களை மேற்கோள் காட்டி அதன் அடிப்படையில் பஞ்சாப் மற்றும் அதை ஒட்டிய பகுதிகளில் ஒரு காலகட்டத்தில் திராவிடமக்கள் பெருமளவில் வாழ்ந்தார்கள் என்று கூறுகிறார். திராவிட மக்களை 'மலை மக்கள்' என்று அழைக்கும் கமில் சுவலபில் அம்மக்கள் பொதுயுகத்திற்கு 4000 ஆண்டுகளுக்கு முன்பு வடகிழக்கு ஈரானிய மலைப்பகுதிகளில் வாழ்ந்திருக்கக்கூடும் என்றும் அவர்கள் சிந்துவெளிப் பண்பாட்டின் இனமொழி அடையாளத்தில் பெரும் பங்காற்றி இருக்கக்கூடும் என்றும் குறிப்பிடுகிறார். இந்தவகையில் திராவிட மக்களின் வடமேற்குத் தொடர்பையும் சிந்துவெளிப் பண்பாட்டில் அவர்கள் ஆற்றியிருக்கும் பங்கையும் ஒருங்கிணைத்துப் பார்த்து கமில் சுவலபில் ஒரு முக்கியமான புதிய புரிதலை முன்வைக்கிறார் என்றால் அது மிகையாகாது.

சிந்துவெளிப் பண்பாட்டை உருவாக்கியவர்கள் திராவிடர்களே என்று குறிப்பிடும் திராவிடக் கருதுகோளும்; திராவிட மக்களின் தோற்றத்தை இந்தியத் துணைக்கண்டத்தின் வடமேற்குப் பகுதிகளிலும் அதையும் தாண்டிய மத்தியத் தரைக்கடல் பகுதிகளிலும் கொண்டு இணைக்கும் கோட்பாடுகளும் ஒன்றோடு ஒன்று தொடர்புடையவை. எனவே சிந்துவெளிப் பண்பாட்டின் திராவிடக் கருதுகோள் பற்றிய தரவுகளை விவாதிக்கும்முன் திராவிட மொழிகளைப் பேசும் மக்களின் தோற்றம் பற்றிய பல்வேறு கருதுகோள்களையும் கருத்தாக்கங்களையும் தொட்டுச் செல்வது பொருத்தமாக இருக்கும்.

திராவிடமும் யூராலியமும்

திராவிட மொழிகள் இந்தியத் துணைக்கண்டத்தில் தற்போது பேசப்படும் பகுதிகளிலேயே தோற்றம் பெற்றதாகத் தொடக்கத்தில் கருதப்பட்டன. ஆனால், முன்னொரு காலத்தில் பல்வேறு பகுதிகளில், குறிப்பாக இந்தியத் துணைக்கண்டத்தின் வடமேற்குப் பகுதிகளில் திராவிட மொழிகள் நெடுங்காலமாகப் பேசப்பட்டிருக்கக்கூடிய வாய்ப்பு பற்றி டைலர் (*Tyler*) முன்மொழிந்தார். திராவிட மொழிகள் எலமைட் அல்லது யூராலிக் மொழிக்குடும்பத்தோடு தொடர்புடையவை என்பது அவரது கருத்து. மத்திய, கிழக்கு மற்றும் வடக்கு ஐரோப்பாவிலும், வடக்கு ஆசியாவிலும் பேசப்பட்ட சில மொழிகள் யூராலிக் மொழிகள் என்று அழைக்கப்பட்டன. ஃபின்னிஷ், எஸ்டோனியன், ஹங்கேரியன், சமி போன்ற முக்கியமான மொழிகள் இந்த மொழிக்குடும்பத்தைச் சேர்ந்தவை. இந்தக் கருதுகோளை முடிவாக நிறுவக்கூடிய சான்றுகள் இல்லையென்றாலும், இதை முற்றிலுமாகப் புறக்கணித்து விடவும் முடியாது என்பது சவுத்வொர்த்தின் (*Southworth*) கருத்தாகும்.

யூரல்-ஆல்ட்டிக் மொழிகளுக்கும், திராவிட மொழிகளுக்கும் இடையிலான வேர்நிலைத் தொடர்புகள் பற்றி 1913-லிருந்து பல்வேறு சான்றுகள் முன்வைக்கப்பட்டுள்ளன. இதுபற்றி மேலும் அறிய விரும்புவோர் ஸ்டீஃபன் டைலரின் *Dravidian and Uralian: The Lexical Evidence* என்ற நூலைப் படித்தறியலாம்.

திராவிட மற்றும் யூரல்-ஆல்ட்டிக் மொழிக்குடும்பங்களுக்கு இடையிலான தொடர்புகள் மற்றும் இதுவரை செய்யப்பட்டுள்ள ஆய்வுகள் பற்றி பத்ரிராஜு கிருஷ்ணமூர்த்தி *The Dravidian Languages* என்ற நூலில் விரிவாகக் குறிப்பிடுகிறார். கமில் சுவலபிலின் ஆய்வு பற்றியும் அவர் தொட்டுச் செல்கிறார். இதுவரை கிடைத்திருக்கக்கூடிய சான்றாதாரங்கள் போதுமானவை அல்ல என்ற கருத்து நிலவினாலும் யூரல்-ஆல்ட்டிக் திராவிட மொழித் தொடர்பு பற்றிய கருதுகோள் ஊக்கம் அளிப்பதாக இருக்கிறது என்று கமில் சுவலபில் கூறுகிறார்.

ஆப்பிரிக்க-திராவிடக் கோட்பாடு

திராவிட மொழிகளுக்கும் ஆப்பிரிக்காவில் பேசப்படும் நிகர்-காங்கோ மொழிக் கூட்டத்திற்கும் ஒரு தொப்புள்கொடி உறவு இருப்பதாக சி.ஏ. வின்டர்ஸ் கருதுகிறார். தொல்திராவிட மக்கள் அரேபியாவின் வழியாகப் புலம்பெயர்ந்து இந்தியாவை அடைந்தார்கள் என்பது இவரது கருத்து. இந்தியாவில் குடியமர்ந்த ஆதிமக்கள் நெக்ரிடோஸ் *(Negritos)* இனத்தைச் சேர்ந்தவர்கள் என்ற கருத்தும் நெடுங்காலமாகவே நிலவுகிறது. பொதுயுகத்திற்கு 3000-2000 ஆண்டுகளுக்கு முன்பு ஆப்பிரிக்காவிலுள்ள நூபியா குஷ் பகுதிகளில் வாழ்ந்த *'C'* குழு பண்பாடு எனப்படும் மேய்ச்சல் நிலப் பண்பாட்டைச் சேர்ந்தவர்களும் தொல்திராவிடர்கள்தான் என்கிறார் வின்டர்ஸ்.

மானுடவியல் மற்றும் மொழியியல் சான்றுகளின் அடிப்படையில் புதிய கற்காலம் எனும் காலகட்டத்தில் (அதாவது பொதுயுகத்திற்கு 3000 ஆண்டுகளுக்கு முன்பு) திராவிட மற்றும் மாண்டே மொழிகளைப் பேசிய மக்கள் ஆப்பிரிக்காவிலிருந்து புலம்பெயர்ந்தார்கள்; அவர்கள் *'C'* குழுவைச் சேர்ந்தவர்கள். அம்மக்கள் முதலில் ஈரானில் குடியேறி அங்கிருந்து மத்திய ஆசியாவிற்கும், சிந்துவெளிப் பகுதிக்கும் புலம்பெயர்ந்தார்கள் என்பது அவரது கருத்தாகும்.

திராவிட மொழி பேசும் மக்கள் இந்தியாவில் தோன்றியவர்கள் அல்ல; அவர்கள் ஆப்பிரிக்காவிலிருந்து வந்தவர்கள் என்ற கருத்தைப் பெர்னாட் சர்ஜென்ட் என்ற அறிஞரும் முன்வைக்கிறார். இக்கருத்தை வலியுறுத்தும் வகையில் பல்வேறு தொல்லியல் சான்றுகளும் முன்வைக்கப்படுகின்றன. கருப்பு-சிவப்புப் பாண்டங்கள், செங்குத்துப்பாறைகளால் வேலிபோல் சூழப்பட்ட பொதுப் புதைகுழிகள் ஆகியவை திராவிட மற்றும் ஆப்பிரிக்காவின் நூபியன் பண்பாடுகளுக்கு இடையிலான பொதுக்கூறுகள். கருப்பு-சிவப்புப் பாண்டங்கள் நூபியாவிலிருந்து தெற்குமுகமாக மெசபொடேமியா மற்றும் ஈரான் வழியாக இந்தியாவுக்குள் நுழைந்ததாகக் கருதப்படுகிறது. குஜராத்திலுள்ள சிந்துவெளி அகழாய்வு இடமான லோத்தலில் கிடைத்திருக்கும் கருப்பு-சிவப்புப் பாண்டம் அதே சமகாலத்தைச் சேர்ந்த எகிப்திய மற்றும் மேற்கு ஆசிய மட்பாண்ட மரபோடு தொடர்புடையது என்று கருதப்படுகிறது. ஹரப்பா பண்பாட்டின் இறுதிக்கட்டத்தில் அதாவது பொ.யு.மு. 1700 என்ற காலகட்டத்தையொட்டி கருப்பு-சிவப்புப் பாண்டம் மத்திய இந்தியா, வடக்கு தக்காணம் மற்றும் கங்கைச் சமவெளியின் சில பகுதிகளில் பரவியதாகக் கருதப்படுகிறது. இப்பகுதிகளில் எல்லாம் கருப்பு-சிவப்புப் பாண்டங்கள் அகழாய்வுகளில் கண்டெடுக்கப்பட்டுள்ளன என்பது குறிப்பிடத்தக்கது.

தென்னிந்தியாவில் பல இடங்களில் கிடைத்துள்ள (எடுத்துக்காட்டாக ஆதிச்சநல்லூர்) கருப்பு-சிவப்புப் பாண்டங்கள் லோத்தல் பாண்டங்களோடு ஒப்பிடத்தக்கவை. இதைப் போன்ற பாண்டங்கள் மதுரைக்கு அருகே கீழடியில் தற்போது நடைபெறும் அகழாய்வுகளில் கீழ் அடுக்குகளில் கிடைத்துள்ளன. கரூர் அருகேயுள்ள திருக்காம்புலியூரிலும் இத்தகைய கருப்பு-சிவப்புப் பாண்டங்கள் கிடைத்துள்ளன என்பதும் குறிப்பிடத்தக்கது. கருப்பு-சிவப்புப் பாண்டங்கள் ஒருவகையில் தென்னிந்தியாவின் முத்திரைப் பாண்டங்கள் என்று கருதத்தக்க வகையில் பரவலாகக் கிடைத்துள்ளன. இந்த மட்பாண்டங்கள் இன்றிலிருந்து 5500 ஆண்டுகளுக்கு முன்பு எகிப்தில் கெர்மா வம்சாவளி ஆட்சியின்போது புழக்கத்திலிருந்த நூபியன் மட்பாண்டங்களோடு தொடர்புடையவை என்ற கருத்தை அகழாய்வாளர் லால் முன்வைத்தார். தென்னிந்திய மட்பாண்டங்களில் காணப்படும் பானைக் கீறல்கள் சிந்துவெளிக் குறியீடுகளோடு ஒப்பிடத்தக்கவை என்ற கருத்தைக் குருமூர்த்தி மற்றும் லால் ஆகிய ஆய்வாளர்கள் வலியுறுத்தியுள்ளார்கள். தொல்தமிழ்நாட்டுப் பானைகளில் காணப்படும் பானைக் கீறல்களைப் பிராமி வரிவடிவத்தோடு ஒப்பிடும் குருமூர்த்தி, இக்கீறல்களில் ஹரப்பா பண்பாட்டுக் காலகட்டத்தின் வரிவடிவத்தின் தொடர்ச்சி தென்படுவதாகக் குறிப்பிடுகிறார்.

உடற்கூறுகளின் அடிப்படையில் திராவிடர்களுக்கும் ஆப்பிரிக்கர்களுக்கும் இடையே காணப்படும் பல்வேறு ஒற்றுமைகளை க. ப. அறவாணன் குறிப்பிடுகிறார். தலை மண்டையோட்டு அளவு, மூக்கெலும்பு அளவு, உடல் தோற்றம் மற்றும் குருதி வகை அடிப்படையில் இந்த ஒப்பீடு நிலவுவதாக அறவாணன் கூறுகிறார். மேலும் ஆப்பிரிக்க மக்கள் மற்றும் திராவிட மக்கள் இடையே நிலவும் நாக வழிபாடு, அமுன்/அம்மா கோட்பாடுகளின் தொடர்பு, முருகன் வழிபாடு போன்ற பல்வேறு பின்னணிகளில் இத்தொடர்புகளை அறவாணன் விவரிக்கிறார். திராவிட மொழிகளுக்கும் நிகர்-காங்கோ மொழிகளுக்கும் இடையிலான பத்து பொதுக்கூறுகள் பற்றி இவர் குறிப்பிடுவது மேலும்

ஆராயப்படவேண்டும். எனினும் இந்த நூலின் மையநோக்கம் இதுவல்ல என்பதால் இந்த விவரங்களே போதுமானவை.

மத்தியத் தரைக்கடல் கோட்பாடு

திராவிட அல்லது தென்னிந்தியக் குடும்ப மொழிகளின் ஒப்பிலக்கணம் (*A Comparative Grammar of the Dravidian or South-Indian Family of Languages, 1856*) என்ற ஒப்பற்ற நூலை எழுதிய ராபர்ட் கால்டுவெல், திராவிட மொழிகளுக்கும் சமஸ்கிருதத்துக்கும் கட்டமைப்பு சார்ந்த ஒட்டுறவு எதுவும் இல்லை என்று குறிப்பிட்டதோடு திராவிட மொழிகளுக்கும் சிதிக்-துராணியம் (*Scythic-Turanian*) மற்றும் செமிடிக் (*Semitic*) மொழிகளுக்கும் இடையே இருந்திருக்கக்கூடிய தொடர்பு பற்றியும் கூறினார். இவரின் இந்தக் கருத்துக்கு டென்மார்க்கைச் சேர்ந்த மொழியியல் அறிஞர் ராஸ்க் (*Rask*) தெரிவித்திருந்த முன்மொழிவுகள் ஓர் உந்துவிசையாகும். கால்டுவெல்லைத் தொடர்ந்து ஹென்றி ஹீராஸ் இதே போன்ற ஒரு கருத்தியலை முன்வைத்தார். லஹோவரி மேலும் ஆராய்ந்து இக்கருத்தாக்கத்தை விரிவாக்கினார்.

ஆசியா மைனரில், ஹெலினிய (*Hellenistic*) காலகட்டத்திற்கு முன்பு வாழ்ந்த லிசியன் (*Lycians*) எனப்படும் மக்கள் தங்களைத் த்ரிம்மிளி (*Trimmili*) என்று அழைத்துக்கொண்டார்கள். இவர்கள் மத்தியத் தரைக்கடல் மக்கள் என்று பொதுவாகக் கருதப்படுபவர்கள். இப்பழங்குடியின் இன்னொரு பிரிவினர் கிரேட் (*Crete*) தீவுகளில் வாழ்ந்தார்கள். அவர்கள் த்ரமில் (*Dramil*) அல்லது த்ரமிஸ் (*Dramiz*) என்று அறியப்பட்டார்கள். தென்னிந்தியாவிலுள்ள திராவிட மொழிகள், மத்தியத் தரைக்கடல் மற்றும் அண்மைக்கிழக்கு நாடுகளில் பேசப்பட்ட கூட்டொலி மொழிகளோடு தொடர்புடையவை என்றும் இவை இந்தோ-ஐரோப்பிய மொழிகளின் காலகட்டத்துக்கு முற்பட்டவை என்றும் 1963இல் லஹோவரி ஒரு கருதுகோளை வெளியிட்டார். அவர் குறிப்பிட்ட அண்மைக்கிழக்கு நாடுகள் என்பன அனடோலியா, பாலஸ்தீனம், சிரியா, மெசபொடேமியா போன்ற நிலப்பகுதிகளை உள்ளடக்கியவை. இங்கிருந்த மக்களின் புலப்பெயர்வு கிழக்காக இந்தியாவை நோக்கித் தொடங்கியதாகக் கருதப்படுகிறது. திராவிட மொழிக்குடும்பம், ஒரு தனி மொழிக்குடும்பம் இல்லை அது தொல்பழங்காலத்தில் மத்தியத் தரைக்கடல் பண்பாட்டிற்கும், தொல்ஹாமிடோ-செமிடிக் மொழிகளுக்கும் உட்பட்ட ஒரு காலகட்டத்தைச் சேர்ந்த கூட்டு மொழிக்குடும்பம் என்றும், அது 6000 ஆண்டுகாலம் பழமையானது என்றும் லஹோவரி கருதுகிறார்.

ஐரோப்பாவில் பாஸ்கு எனும் மொழியைப் பேசுபவர்களும் (*Basques*), காக்கசியர்களும் (*Caucasians*), திராவிடர்களும், உயர்ந்த மலைப் பகுதிகளில் தஞ்சம் புகுந்ததால்தான் தங்களுடைய மொழிகளைப் பாதுகாத்துத் தக்கவைத்துகொள்ள முடிந்தது என்பது லஹோவரியின் கோட்பாடாகும். இவ்வாறு மலைகளில் தஞ்சம் புகாத மொழிகள் எல்லாம் அழிந்து காணாமல் போய்விட்டன.

இந்தியாவின் தாய்த் தெய்வ வழிபாட்டுக்கும், இத்தாலி, ஸ்பெயின், ஃபிரான்ஸ் போன்ற நாடுகளில் நிலவிய கருப்புக் கன்னிகள் வழிபாட்டுக்கும், ஹெலினிய, மத்தியத் தரைக்கடல் காலகட்டத்துக்கு முற்பட்ட நாக வழிபாட்டுக்கும், தென்னிந்தியாவிலுள்ள நாக வழிபாட்டுக்கும் உள்ள ஒற்றுமைகளை அவர் சுட்டிக்காட்டுகிறார். அதற்குச் சில தொல்லியல் மற்றும் மொழியியல் சான்றுகளையும் முன்வைக்கிறார்.

திராவிட மொழிகளையும், மத்தியத் தரைக்கடல் பகுதிகளையும் ஒருங்கிணைத்துப் பேசும் லஹோவரியின் கோட்பாடுகளைக் "கால, நில எல்லையில் பெரும் சாகசம்" என்று பத்ரிராஜு கிருஷ்ணமூர்த்தி திறனாய்வு செய்கிறார். (*Krishnamurti 2003: 43*). இத்தகைய ஒப்பீடுகள் ஒரு மொழிக்குடும்பத்தைச் சேர்ந்த சில மொழிகளையும் இன்னொரு மொழிக்குடும்பத்தைச் சேர்ந்த சில மொழிகளையும் ஒப்பிடுகின்றனவே அன்றி அவற்றின் தொல்மொழி வடிவங்களைப் பற்றிய ஆய்வு அல்ல என்பது கிருஷ்ணமூர்த்தியின் மதிப்பீடாகும்.

குமரிக்கண்டம் மற்றும் லெமூரியா கோட்பாடு

லெமூரியா கோட்பாடு என்றும் குமரிக்கண்டக் கோட்பாடு என்றும் அழைக்கப்படும் ஒரு கருதுகோள் சமகாலத் தமிழர்களின் மனதில் அவர்களது தோற்றம் பற்றி ஆழமாகப் பதிந்த ஒரு கருத்தியல். இந்தக் கருதுகோளின் தோற்றத்துக்கான பின்னணியும் காரணங்களும் இரண்டு வெவ்வேறு மூலங்களிலிருந்து வருகின்றன. ஒன்று தமிழ்த்தொன்மங்கள் குறித்த மரபுவழி மற்றும் இலக்கியச் செய்திகள்; இரண்டாவது 19ஆம் நூற்றாண்டில் ஐரோப்பியாவில் தோற்றம் பெற்ற ஒரு முன்மொழிவு.

தமிழ்மொழியின் முதல் காப்பியமான சிலப்பதிகாரம் ஆழிப்பேரலை போன்ற ஒரு பேரிடரைப் பற்றி பேசுகிறது. கடல்கோள் எனப்படும் இந்தப் பேரிடரில் தமிழர்களின் நிலப்பகுதிகளோடு சேர்ந்து குமரி என்ற மலையும், பஃறுளி என்ற ஆறும் கடலில் மூழ்கி அழிந்ததாகக் கூறப்படுகிறது. கடல்மட்டம் உயர்ந்து கடலின் பரப்பு நிலத்தை மூழ்கச்செய்ததால் பாண்டிய அரசனின் நிலப்பகுதிகளும் ஒரு பகுதி கடலுக்கு இரையானதாகக் கலித்தொகை குறிப்பிடுகிறது. நக்கீரரின் இறையனார் அகப்பொருள் உரையில் தமிழ்ச் சங்கங்கள் பேசப்படுகின்றன. இது சங்க இலக்கியங்களுக்குப் பின்வந்த ஒரு படைப்பாகும். இந்நூலில், பாண்டிய

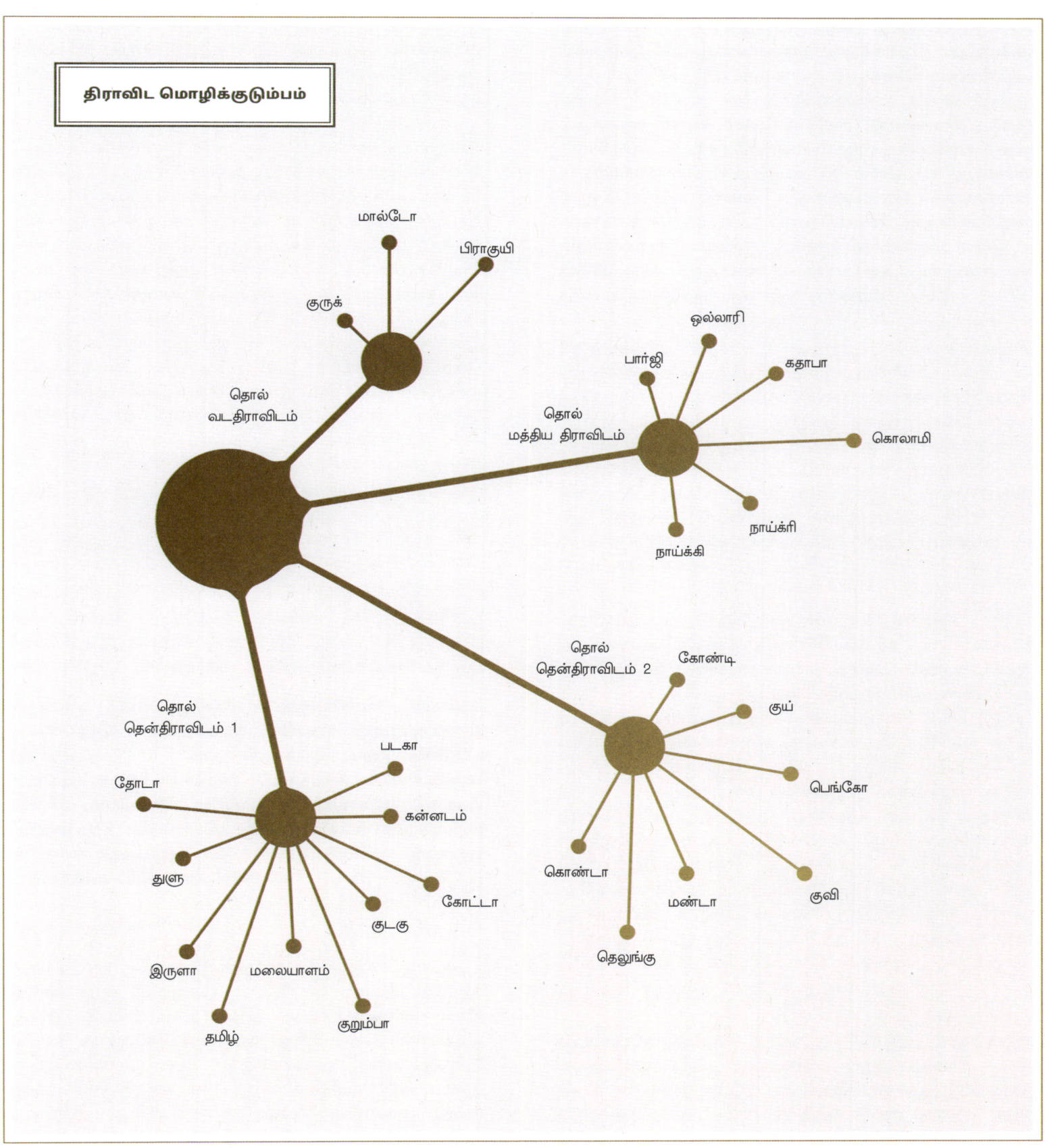

திராவிட மொழிக்குடும்பம்
மால்டோ
பிராகுயி
குருக்
தொல்
வடதிராவிடம்
ஒல்லாரி
பார்ஜி
கதாபா
தொல்
மத்திய திராவிடம்
கொலாமி
நாய்க்ரி
நாய்க்கி
தொல்
தென்திராவிடம் 2
கோண்டி
குய்
பெங்கோ
கொண்டா
மண்டா
குவி
தெலுங்கு
தொல்
தென்திராவிடம் 1
படகா
தோடா
கன்னடம்
துளு
கோட்டா
குடகு
இருளா
மலையாளம்
குறும்பா
தமிழ்

படம் 4.3

மன்னர்களின் தமிழ்ச் சங்கங்கள் இயற்கைப் பேரிடரால் வெவ்வேறு இடங்களுக்கு மாற்றப்பட்ட மீள்நினைவுகள் குறிப்பிடப்படுகின்றன.

இந்தப் பின்னணியில் **1864**இல் ஃபிலிப் லட்லி ஸ்லேட்டர் என்ற விலங்கியல், உயிர்-நிலவியல் ஆய்வாளர் *The Quarterly Journal of Science* என்ற ஆய்விதழில் *The Mammals of Madagascar* என்ற கட்டுரையை வெளியிட்டார். 'லெமூர்' என்று அழைக்கப்பட்ட மனிதக் குரங்குகளின் தொல் எச்சங்கள் *(fossils)* மடகாஸ்கர் தீவிலும், இந்தியாவிலும் கிடைப்பதையும், அதுபோன்ற எச்சங்கள் ஆப்பிரிக்கா மற்றும் மத்தியக் கிழக்குப் பகுதிகளில் கிடைக்காததையும் ஸ்லேட்டர் கவனித்தார். இதனால், இந்தியாவும், மடகாஸ்கரும் முன்னொரு காலத்தில் ஒரு பெரும் கண்டத்தின் பகுதிகளாக இருந்ததாக ஒரு கருதுகோளை வெளியிட்டார். இதிலிருந்துதான் லெமூரியா எனும் கோட்பாடு பிறந்தது.

இக்கோட்பாட்டைக் கவனித்த சில தமிழ் அறிஞர்கள் லெமூரியா கண்டம் என்பதையும் கடல்கோளால் அழிந்த குமரிக்கோடு என்பதையும் இணைத்துப் பேசத்தொடங்கினார்கள். ஏற்கெனவே கடல்கோள் போன்ற மீள்நினைவுகளால் கட்டமைக்கப்பட்ட தமிழ்ச் சிந்தனைக்குள் லெமூரியாகண்டக் கோட்பாடு ஊடுருவியதில் வியப்பில்லை. இது ஓர் இயல்பான நிகழ்வே ஆகும். காலப்போக்கில் குமரிக்கோடு என்று சிலப்பதிகாரம் குறிப்பிட்ட குமரிமலையும், பஃறுளி ஆறும் கருத்தளவில் குமரிக்கண்டமாக விரிவடைந்தது.

தமிழ்த்தொன்ம மரபுகள், முதல் தமிழ்ச் சங்கம் தென்மதுரை என்ற இடத்திலும் இரண்டாவது தமிழ்ச் சங்கம் கபாடபுரம் என்ற இடத்திலும், மூன்றாவதான கடைச்சங்கம் மதுரையிலும் அமைந்ததாகக் கூறுகின்றன. தற்கால மதுரை நகரம்தான் கடைச்சங்கத்தின் தலைமையிடமாகக் குறிப்பிடப்படும் மதுரை என்ற கருத்து பொதுவாக ஏற்றுக்கொள்ளப்பட்டது.

தமிழ் மரபுகள் முதல் சங்கத்தைத் தென்மதுரையிலும், மூன்றாம் சங்கத்தை இப்போதுள்ள மதுரையிலும் அடையாளம் கண்டதால் இப்போதுள்ள மதுரை தென்மதுரைக்கு வடக்காக இருந்தது என்ற கருத்தின் அடிப்படையில் கண்டங்களின் நகர்வால் கடலில் மூழ்கியதாகக் கருதப்படுகிற லெமூரியா கண்டமும் தமிழ் மரபுகள் சொல்லும் குமரிக்கோடும் ஒன்றே என்று சிலர் கருதினார்கள். இந்தக் கருத்து பரவலாக மக்களைச் சென்றடைந்ததால் இதற்கு அரசாங்க அளவில் அங்கீகாரம் கிடைத்தது என்றுகூட சொல்லலாம். **1981**இல் மதுரையில் நடைபெற்ற உலகத் தமிழ் மாநாட்டையொட்டி தமிழ்நாடு அரசின் சார்பில் தயாரிக்கப்பட்ட ஆவணப்படம் ஒன்றில் குமரிக்கண்டம் ஓர் அறிவியல் பூர்வமான உண்மைபோலச் சித்தரிக்கப்பட்டது. இந்த லெமூரியா கோட்பாட்டின் தாக்கத்தால் தங்களை லெமூரியன் என்று பெயரிட்டு அழைத்துக்கொள்பவர்களும் இருக்கிறார்கள். அந்த அளவிற்கு இந்தக் கருதுகோள் ஆழமாகப் பதிந்திருக்கிறது.

1924இல் சிந்துவெளிப் பண்பாடு கண்டுபிடிக்கப்பட்ட பின்னால் 'ஆரியர் அல்லாத', 'ஆரியருக்கு முற்பட்ட' போன்ற சொல்லாடல்களால் சிந்துவெளிப் பண்பாடு சித்தரிக்கப்பட்டது. இது திராவிட-தமிழ் மக்களின் வரலாற்றுக்கு முற்பட்ட காலகட்டங்களோடு தொடர்புடையதாக இருக்கலாம் என்ற முன்மொழிவுகளும் வெளியாகின. சிந்துவெளி தொடர்பான இந்த முன்மொழிவுகள் அறிஞர்களின் கவனத்தைக் கவர்ந்தன. சிந்துவெளிப் பண்பாடு போன்ற அகழ்வாராய்ச்சிகளால் நிறுவப்பட்ட உன்னதமான நகரப்பண்பாட்டிற்கு நாம் சொந்தக்காரரர்கள் என்ற சாத்தியமே தமிழர்களைப் பொறுத்தவரையில் ஈர்ப்புடையதாக மகிழ்விக்கத்தக்க ஒன்றாக இருந்தது. ஆனால், இந்தக் கருத்தாக்கம் ஒருவகையில் லெமூரியா/குமரிக்கண்டம் கோட்பாட்டுக்கு முரணானதாகவும் இருந்தது. ஏனெனில் குமரிக்கண்டக் கோட்பாட்டின்படி தமிழர்களின் தோற்றம் இந்தியப் பெருங்கடலில் மூழ்கி அழிந்த கண்டத்தோடு இணைக்கப்பட்டது. சிந்துவெளிப் பண்பாட்டில் திராவிடர்களின் பங்களிப்பு சாத்தியமானது என்றால் தமிழ்த்தொன்மங்களை இந்தியத் துணைக்கண்டத்தின் வடமேற்குப் பகுதிகளில் படிப்படியாக நிகழ்ந்த நிகழ்வுகளோடும், சிந்துவெளிப் பண்பாட்டின் வீழ்ச்சிக்குப் பின் அங்கிருந்து தெற்கு நோக்கி நிகழ்ந்த புலப்பெயர்வுகளோடு தொடர்புபடுத்துவதும் தவிர்க்க முடியாததாகிவிடும்.

இந்தியாவின் வடமேற்குப் பகுதிகளிலுள்ள கைபர், போலன் போன்ற கணவாய்களை ஆரியர்களின் வருகையோடு மட்டுமே தொடர்புப்படுத்தி பழகிவிட்ட மரபு சார்ந்த மனப்போக்கிற்கு, இந்தியத் துணைக்கண்டத்தின் வடமேற்கு நிலப்பகுதிகளோடு தமிழர்களின் தொன்மங்களையும் இணைத்துப் பார்ப்பது ஒரு தயக்கத்தைத் தரும். இந்த முரண்பாட்டை உணர்ந்த சில ஆய்வாளர்கள் இதை நேர்செய்வது போல சில கருத்துக்களையும் அவ்வப்போது வெளியிட்டுள்ளார்கள். லெமூரியாவிலிருந்து இப்போதுள்ள தமிழகத்துக்கு வந்த தொல்தமிழர்கள் இங்கிருந்து மத்தியத் தரைக்கடல் பகுதிகளுக்குச் சென்று மீண்டும் சிந்துவெளி வழியாகத் தென்னிந்தியாவுக்குத் திரும்பி வந்ததைப் போன்ற ஒரு சித்தரிப்பை அவர்கள் கொண்டிருக்கிறார்கள்.

இந்தியப் பெருங்கடலில் மூழ்கி அழிந்ததாகச் சொல்லப்படுகிற லெமூரியா கண்டத்தைத் தமிழர்களின் தோற்றப்புள்ளியாக மதிப்பீடு செய்யும்போது நாம் ஒரு முக்கியமான கருத்தை மனதில்கொள்ளவேண்டும். சங்க இலக்கியங்களிலும்,

பழந்தமிழ்த் தொன்மங்களிலும் குறிப்பிடப்படுகிற கடல்சார்ந்த பேரழிவோடு பாண்டியர்களின் நிலப்பகுதி மட்டுமே தொடர்புடையதாகக் காட்டப்படுகிறது. இந்தப் பேரழிவில் தமிழ் மூவேந்தர்களில் பாண்டியர்கள் தவிர ஏனைய இருவேந்தர்களான சேரர்கள், சோழர்களின் பகுதிகள் குறிப்பிடப்படவில்லை. இன்னும் சொல்லப்போனால் கடல் அலைகள் ஊர்ந்து வந்து பாண்டியனின் நிலப்பகுதியை அபகரித்துக்கொண்டதால் ஏற்பட்ட இழப்பை ஈடுசெய்ய அதற்குச் சமமான நிலப்பகுதிகளைச் சேரர்களிடமிருந்தும், சோழர்களிடமிருந்தும் பாண்டிய மன்னன் தனதாக்கிக்கொண்டு இழப்பை ஈடுசெய்தான் என்று சங்க இலக்கியம் கூறுகிறது (கலி. *104*). இந்த அகச்சான்றை நாம் புறக்கணித்துவிட முடியாது. தமிழ்த் தொன்மங்கள் அனைத்திலும் சேரர், சோழர், பாண்டியர் ஆகிய மூவேந்தர்கள் தமிழ் மொழியால் ஒருங்கிணைக்கப்பட்ட ஒரு நிலப்பகுதியை ஆண்ட மூன்று முடியரசர்களாகவே காட்டப்படுகிறார்கள்.

சங்க இலக்கியமும் தமிழ்த் தொன்மங்களும் குறிப்பிடும் இயற்கை நிகழ்வு ஒரு கண்டத்தையே மூழ்கடிக்கும் அளவுக்கு ஒரு பெரிய பேரிடர் என்றால் அது பாண்டியனின் நிலத்தை மட்டும் மூழ்கடித்துவிட்டுச் சேர சோழர்களின் நிலத்தை விட்டுவைத்திருக்காது. ஆகவே சங்க இலக்கியங்களும் தமிழ்த் தொன்மங்களும் குறிப்பிடும் பேரிடர் சுனாமி போன்ற ஓர் ஆழிப் பேரலையே தவிர இது ஒரு கண்டம் சம்மந்தப்பட்டது அல்ல என்பதை நாம் புரிந்துகொள்ளவேண்டும்.

மத்திய இந்தியாவுக்கும், மடகாஸ்கருக்கும் இடையிலான நிலவியல் மற்றும் விலங்கியல் சார்ந்த ஒற்றுமைகளைச் சுட்டிக்காட்டவே லெமூரியா கோட்பாடு ஃபிலிப் லட்லி ஸ்லேட்டரால் முன்வைக்கப்பட்டது. இதை முன்வைத்து ஒரு முக்கியமான மொழியின், மொழி பேசிய மக்களின் தொன்மங்கள் குறித்த சொல்லாடல்கள் கட்டமைக்கப்படும் என்று ஸ்லேட்டரே எதிர்பார்த்திருக்கமாட்டார்.

கண்டங்கள் மூழ்குவது பற்றிய கோட்பாடு இப்போது நிலவியல் அறிஞர்களிடையே செல்வாக்கு இழந்துவிட்டது. நிலவியல் சார்ந்த பெரும் மாற்றங்களை நில அடுக்குகள் *(Plate tectonics)* தொடர்பான நிலவியல் நிகழ்வுகளோடு தொடர்புபடுத்தித்தான் ஆய்வறிஞர்கள் பேசுகிறார்கள். கண்டங்கள் மூழ்கியதைப் பற்றி இப்போது ஆய்வுலகில் தீவிரமான பேச்சு எதுவும் கிடையாது.

'குமரி நில நீட்சி' என்ற பெயரில் நிலவியல் ஆய்வாளர் சு. கி. ஜெயகரன் எழுதியிருக்கும் தமிழ் நூலில் குமரிக்கண்டம் அல்லது லெமூரியா என்ற மூழ்கிய கண்டம் பற்றிய கோட்பாட்டில் உள்ள குறைபாடுகளைச் சுட்டிக்காட்டுகிறார். கடலில் இழந்த நிலங்களைப் பற்றி 19ஆம் நூற்றாண்டில் ஐரோப்பியர்களுக்கு இடையே நிலவிய ஒரு கருதுகோளைத் தமிழ்த் தொன்மங்கள் சொல்கிற செய்தியோடு இணைத்துப் பேசுவது அறிவியல் சார்ந்ததல்ல என்று அவர் குறிப்பிடுகிறார். மனிதர்களின் தோற்றம், கண்டங்களின் தோற்றம், நில அடுக்குகளின் நகர்வு, கண்டங்களின் நகர்வு மற்றும் பூமியின் நிலவியல் தொடர்பான அடிப்படைப் புரிதல் இல்லாத சூழலில்தான் இத்தகைய உரையாடல்கள் நேர்ந்ததாக அவர் வாதிடுகிறார். இதே போன்ற ஒரு கருத்தைச் சுமதி ராமசாமியும், *The Lost Land of Lemuria: Fabulous Geographies, Catastrophic Histories* நூலில் தெரிவிக்கிறார். இழந்த கண்டம் போன்ற கோட்பாடுகள் கற்பனையே என்பதைச் சுமதி ராமசாமி பின்வருமாறு விளக்குகிறார்.

"இழந்த கண்டம் என்ற கருத்தாக்கம் அளந்தறியப்படாத ஒரு புதிர்வெளியாகும். அந்தப் புதிர்வெளி தனது அடியாழத்தில் லெமூரியா போன்ற இழந்த நிலக் கோட்பாடுகள் செழித்து வளர ஏதுவாய் அமைந்தது." *(Ramaswamy 2005: 231)*

சிந்துவெளிப் பண்பாட்டின் திராவிடக் கருதுகோள் நம்பகமானதா இல்லையா என்பதையும், இதில் பழந்தமிழ் இலக்கியப் பதிவுகளுக்கும் தமிழ்த் தொன்மங்களுக்கும் தொடர்பு இருக்கிறதா என்பதையும் மதிப்பிடும்போது சிந்துவெளிப் பண்பாடு பற்றிய மீள்நினைவுகள் வேறு எந்த வரலாற்று ஆவணங்களிலும் இருப்பதாகத் தெரியவில்லை.

வேத இலக்கியங்களில் நாம் அறிவது இந்தியாவின் வடமேற்குப் பகுதிகளில் நெடுங்காலத்துக்கு முன்பே கைவிடப்பட்டிருந்த குடியிருப்புகளின் சிதைவுகள் பற்றிய செய்திதான். மற்றபடி சிந்துவெளியின் அடையாளமான தனிக்கூறுகளைச் சித்தரிக்கும் தரவுகள் இல்லை. அவ்வாறாயின், வேதகால ஆரியர்களின் வருகைக்கு முன்பாகவே சிந்துவெளியிலிருந்து ஏதோ காரணங்களுக்காக பெருமளவில் புலப்பெயர்வுகள் நிகழ்ந்துள்ளன என்பது புலனாகும். ஹரப்பா பண்பாட்டின் பிந்தைய காலகட்ட பண்பாடுகள் தெற்கு நோக்கிப் பரவியதற்கு மகாராஷ்டிரத்திலுள்ள தைமாபாத் *(Daimabad)* என்கிற அகழாய்வுத் தலம் சான்றாக இருக்கிறது. தைமாபாத்தில் ஹரப்பா பண்பாட்டின் இறுதிக்கட்ட குடியிருப்புக்கான தடயம் கிடைத்துள்ளன. அதுமட்டுமின்றி தென்னிந்தியாவிலுள்ள அகழாய்வு இடங்களில் சிந்துவெளிக் குறியீடுகளை ஒத்த பானைக் கீறல்கள் கிடைத்துள்ளன என்பதும் இந்த ஊகத்தை நடைமுறை சாத்தியமுள்ளதாக மேலும் வலுப்படுத்துகிறது.

இது ஒருபுறம் இருக்க, ஏற்கெனவே குறிப்பிட்டபடி பேரிடர்களின் மீள்நினைவுகளால் கட்டமைக்கப்பட்ட

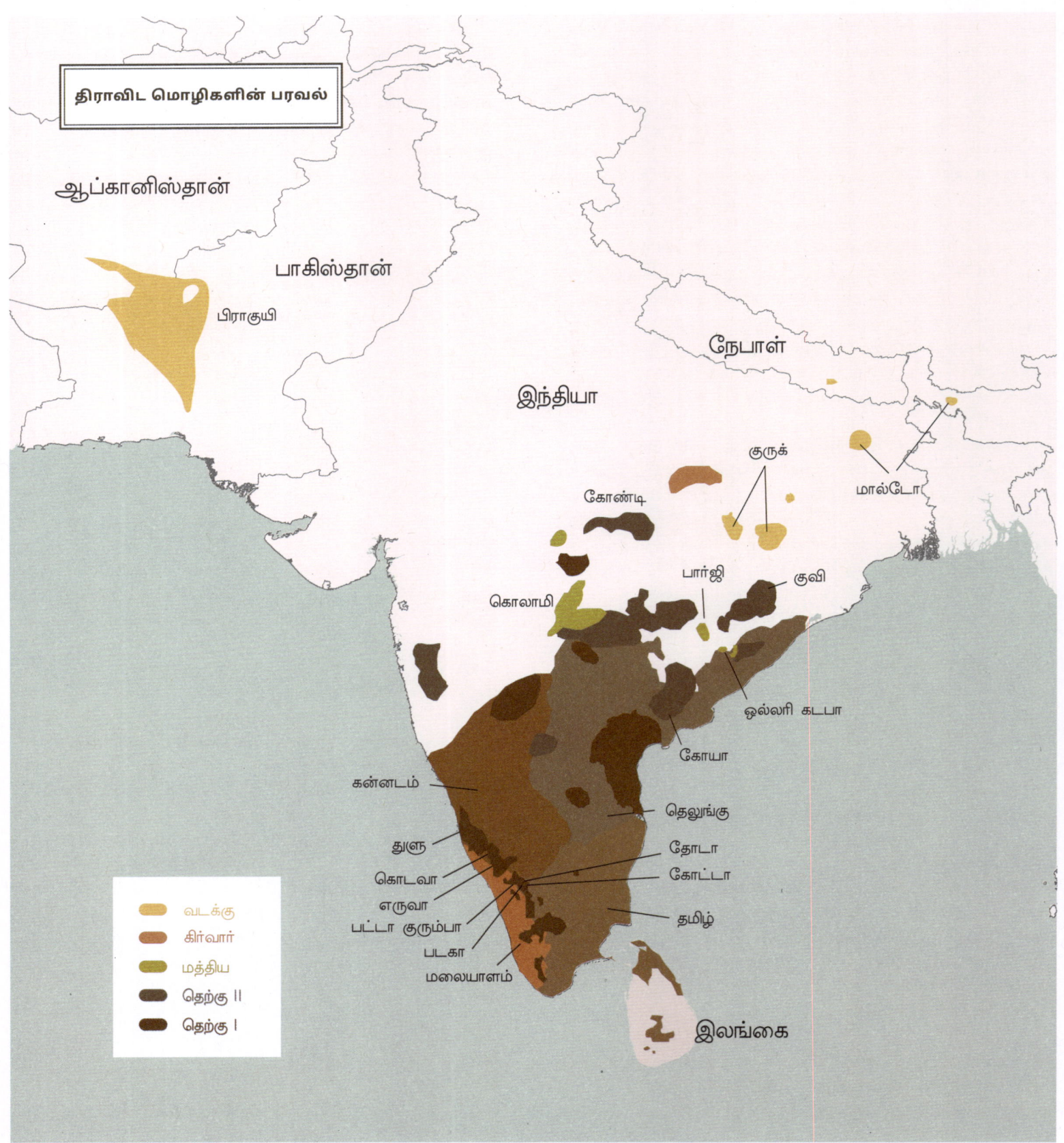

திராவிட மொழிகளின் பரவல்
ஆப்கானிஸ்தான்
பாகிஸ்தான்
பிராகுயி
நேபாள்
இந்தியா
குருக்
மால்டோ
கோண்டி
பார்ஜி
குவி
கொலாமி
ஒல்லரி கடபா
கோயா
கன்னடம்
தெலுங்கு
துளு
தோடா
கொடவா
கோட்டா
எருவா
பட்டா குரும்பா
தமிழ்
படகா
மலையாளம்
இலங்கை
வடக்கு
கிர்வார்
மத்திய
தெற்கு II
தெற்கு I

நிலவரைபடம் 4.1

தமிழ்த் தொன்மங்களின் புலப்பெயர்வுத் தருணங்கள் பற்றி உய்த்துணரக்கூடிய சமூகப் பண்பாட்டுச் சூழல் ஒரு புதிய புரிதலை நமக்கு அளிக்கிறது.

கடல்கோள் பேரிடரைத் தொடர்ந்து தலைநகரை இடம் மாற்றும் பாண்டிய அரசன் புலவர்களோடும், ஏட்டுச் சுவடிகளோடும் புலம்பெயர்ந்தான் என்ற தொன்ம மரபுகள் அப்புலப்பெயர்வுகள் நடக்கும்போதே தமிழ்ச் சமூகம் கல்வியிலும் பண்பாட்டிலும் வளர்ந்திருந்தது என்பதைச் சுட்டுகிறது. பேரிடரிலிருந்து தப்பிச்செல்லும்போது மொழியையும், பண்பாட்டையும் இலக்கிய வளத்தையும் மீள்நினைவாகவும், ஆவணங்களாகவும் எடுத்துச்சென்றார்கள் என்பதை நாம் ஒரு குறியீடாகப் புரிந்துகொள்ளவேண்டும். வேளாண்மைப் பெருக்கமும், பேரரசு உருவாக்கமும், ஏற்கெனவே நிகழ்ந்திருந்த சமூகப் பொருளாதாரச் சூழலில் மட்டுமே இது சாத்தியம். எனவே இந்த மரபுவழி செய்திகளைத் துல்லியமாகக் காலத்தைக் கணிக்கத்தக்க ஒரு வரலாற்று நிகழ்வாக எடுத்துக்கொள்ள முடியாவிட்டாலும் தமிழ்த் தொன்மங்களின் வரலாற்றுக்கு முற்பட்ட காலகட்டங்கள் பற்றிய நியாயமான ஒரு சொற்சித்திரமாகக் கருத வாய்ப்புள்ளது.

திராவிட மொழிக்குடும்ப மொழிகளைப் பேசும் மக்களின் தோற்றங்கள் குறித்து நாம் மேலே கண்ட பல்வேறு கருதுகோள்களும், சிந்துவெளிப் பண்பாடு தொடர்பான திராவிடக் கருதுகோளை மேலும் வலுவாகக் கட்டமைக்க உதவக்கூடியவை. தக்காண நிலப்பகுதிகளின் புதிய கற்கால அகழாய்வுத் தலங்களில் சிந்துவெளிப் பண்பாட்டின் இறுதிக்கட்டத்தின் சாயல்கள் இருப்பதாக மலோனி (*Maloney*) குறிப்பிடுகிறார். இது சிந்துவெளிப் பண்பாட்டிற்குச் சமகாலத்தைச் சேர்ந்தது என்பது அவரது கருத்தாகும். தொல்பொருள் தரவுகளின் அடிப்படையில் சிந்துவெளிப் பண்பாட்டின் நகர்மய வாழ்வியல் நலிவடைந்த பின்னர் அப்பண்பாட்டு மக்கள் இந்தியத் துணைக் கண்டத்தின் தென் பகுதிகளுக்குப் புலம்பெயர்ந்தார்கள் என்று சொல்வதற்கு வாய்ப்பிருக்கிறது.

அகழாய்வுச் சான்றுகளின் அடிப்படையில் சிந்துவெளிப் பெருநகரங்களின் வீழ்ச்சிக்குப் பின்னர் சிந்துவெளியினர் தென்பகுதிகளில் குடியேறியதாகக் கருதப்படுகிறது. சிந்துவெளிக்கும் தமிழ் நாகரிகத்திற்கும் உள்ள ஒற்றுமைகளுக்கான அகழாய்வுத் தடயங்களைச் எஸ். குருமூர்த்தி சுட்டிக்காட்டினார். ஐராவதம் மகாதேவன் சிந்து எழுத்துகளை இருமொழி இணைகளைக் கொண்டு விளக்கினார். சங்க காலத் தமிழ் மன்னர்களின் பெயர்களையும் அவர்களின் பட்டங்களையும் சிந்து எழுத்துகளில் அவர் தேட முயற்சிசெய்தார்.

சிந்துவெளிப் பண்பாட்டின் திராவிடக் கருதுகோள்

சிந்துவெளிப் பண்பாட்டின் கண்டுபிடிப்பு உலகுக்கு அறிவிக்கப்பட்டுக் கிட்டத்தட்ட ஒரு நூற்றாண்டாகிவிட்டது. ஆனாலும், அப்பண்பாட்டை உருவாக்கியவர்கள் யார், அவர்கள் பேசிய மொழி என்ன என்ற கேள்விகளுக்கு இன்னும் முடிவான விடை தெரியவில்லை. சிந்துவெளி எழுத்துகளை வாசிக்க பல்வேறு அறிஞர்கள் ஏற்கெனவே முயன்றுள்ளனர் எனினும் அனைவரும் ஒப்புக்கொள்ளத்தக்க வாசிப்பு இன்னும் கைகூடவில்லை என்பதால் சிந்துவெளிப் புதிர்முடிச்சு ஒரு தொடர்கதையாய் தொடர்கிறது. பல்வேறு கருதுகோள்கள் முன்வைக்கப்பட்டுள்ளன. தொடக்கத்தில் பரவலாகப் பேசப்பட்ட இந்தோ-சுமேரியன் பண்பாடு என்ற கருத்தாக்கம் இப்போது புழக்கத்தில் இல்லையென்றாலும் பல்வேறு விதமான கருதுகோள்களுக்குப் பஞ்சமில்லை. சிந்துவெளி எழுத்துகளை எத்தனை மொழிக்குடும்பங்களோடு இணைத்துப்பார்க்க முடியுமோ அப்படி இணைத்துப் பார்த்தாகிவிட்டது. ஆஸ்ட்ரோ-ஆசியாட்டிக், திராவிடம், இந்தோ-ஆரியம் என்ற மொழிக்குடும்பங்களுடன் சிந்துவெளி மொழியை இணைத்துப் பேசுவது போக அந்த எழுத்துக்களைத் தென்பசிபிக் பெருங்கடலில் உள்ள ஈஸ்டர் தீவுகளின் வரிவடிவத்தோடும்கூட இணைத்துப் பேசியாயிற்று. எனினும், சிந்துவெளியின் மொழிபற்றி முன்வைக்கப்படுகிற கருதுகோள்களில், சாத்தியக்கூறுகள் அதிகமுள்ள கருதுகோளாக மதிப்பிடப்படுவது திராவிடக் கருதுகோள்தான்.

சிந்துவெளிப் பண்பாடு முதன்முதலாக அறிவிக்கப்பட்ட போதே திராவிடக் கருதுகோளுக்கான விதையும் ஊன்றப்பட்டுவிட்டது. ஜான் மார்ஷல் காலத்திலிருந்து ஆய்வறிஞர்கள் பலரும் (சுனிதி குமார் சாட்டர்ஜி, பியெரோ மெரிஜி, ஹென்றி ஹீராஸ், யூரி கொநொரொசோவ், கமில் சுவலபில், அஸ்கோ பர்போலா, ஐராவதம் மகாதேவன், ஃபிரான்க் சவுத்வொர்த், டேவிட் மெக்கால்பின், வால்ட்டர் ஃபேர்சர்விஸ்) இந்தக் கருதுகோளுக்கு வலுச்சேர்த்துள்ளார்கள். இவ்வறிஞர்கள் தங்களது கருத்துக்கு ஆதரவாக மொழியியல், தொல்லியல் மற்றும் இடப்பெயர் ஆய்வியல் துறைகளிலிருந்து பல்வேறு சான்றுகளை முன்வைத்துள்ளார்கள். இருந்தாலும் இருமொழிப் பொறிப்பு ஒன்றின் உதவி இல்லாமல் வழக்கொழிந்துபோன ஒரு வரிவடிவத்தை வாசிப்பது ஒருவகையில் இயலாத காரியமே. ஒருவர் ஒரு பொறிப்பை இது என்று வாசித்துச் சொன்னால் அது அதுவல்ல என்று சொல்லி மறுப்பதற்கு இன்னும் இரண்டுபேர் காத்திருப்பார்கள். இதனால் திராவிடக் கருதுகோளில் நம்பிக்கையுள்ள ஆய்வாளர்கள் பலரும்

பல்வேறு துணைநிலை ஆதாரங்களைக் கொண்டு தங்களது வாதத்துக்கு வலுச்சேர்க்க முயன்றுள்ளார்கள்.

சிந்துவெளிப் பண்பாட்டின் பண்பியல்புகளில் 'ஆரியர் அல்லாத', 'ஆரியருக்கு முற்பட்ட' என்று உறுதியாகச் சொல்லத்தக்க இயல்புகளைக் கண்டறிந்து அவற்றை விளக்குவதன்மூலம் திராவிடக் கருதுகோள்தான் உண்மையில் நம்பகத்தன்மையானது என்று நிறுவுவது அவர்களின் அணுகுமுறை. இது சரியான அணுகுமுறையே ஆகும். இந்த வகையில் ஹரப்பா நிலப்பகுதிகளுக்கு அருகே இந்தியத் துணைக்கண்டத்தின் வடமேற்குப் பகுதியில் பிராகுயி என்ற திராவிட மொழி பேசப்படுவது; சிந்துவெளிப் பண்பாட்டில் ஆரியர்களின் முத்திரை அடையாளங்களான குதிரையும், ஆரக்கால் சக்கரங்களும் இல்லை என்பது போன்ற ஆதாரங்களை இவ்வறிஞர்கள் அடிக்கோடிட்டுள்ளார்கள். ஏற்கெனவே குறிப்பிட்டுள்ளபடி பல்வேறு நாடுகளைச் சேர்ந்த தொல்லியல் மற்றும் மொழியியல் அறிஞர்கள் திராவிடக் கருதுகோளுக்குச் சான்று அளித்துள்ளார்கள். அவர்களில் சிலரது கருத்துகள் சுருக்கமாக இங்கே தரப்படுகின்றன.

சுனிதி குமார் சாட்டர்ஜி

இருபதாம் நூற்றாண்டின் இந்திய மொழியியல் அறிஞர்களில் முக்கியமானவர் சுனிதி குமார் சாட்டர்ஜி. இவரது ஆய்வுப் பணி பெரும்பாலும் இவரது தாய்மொழியான வங்காள மொழி மற்றும் இதர இந்தோ-ஆரிய மொழிகளைப் பற்றியதாகும். எனினும் இவர் பிற மொழிக் குடும்பங்கள் பற்றியும் சில ஆய்வுக் கட்டுரைகளை எழுதியுள்ளார். இதில் தமிழ்மொழி பற்றிய இவரது கண்ணோட்டங்களும் அடங்கும். சிந்துவெளிப் பண்பாட்டின் திராவிட அடித்தளம் பற்றிய ஆணித்தரமான முதல் குரல் இவருடையதுதான் என்றால் மிகையல்ல. செப்டம்பர் 1924, சிந்துவெளி பற்றிய அறிவிப்பு வெளியான சில மாதங்களிலேயே சுனிதி குமார் சாட்டர்ஜி *The Modern Review* என்ற இதழில் *Dravidian Origin and the Beginnings of Indian Civilization* என்ற தலைப்பில் ஒரு கட்டுரை எழுதினார். இந்தக் கட்டுரையில் திராவிடர்களின் தோற்றம் பற்றிய வினாக்களை எழுப்பி விடைகளைத் தரவும் முற்பட்டார்.

ஆரியர்கள் வருவதற்கு முன் இந்தியாவில் கோலர்களும் (*Kols*) திராவிடர்களும் (*Dravidians*) மட்டுமே வாழ்ந்தார்கள் என்று குறிப்பிடும் சாட்டர்ஜி, திராவிடர்களின் தோற்றம் பற்றிய புதிர் முடிச்சையும் தொட்டுச் செல்கிறார். திராவிடர்கள் வெளித்தொடர்பு அதிகமின்றி வாழ்ந்ததால்தான் தங்களது மொழியைத் தக்கவைத்துக்கொண்டார்கள் என்றும் கருத்துத் தெரிவிக்கிறார். அதேநேரத்தில் திராவிடர்களின் தோற்றம் குறித்த இதர சொல்லாடல்களையும் அவர் மறுக்கவில்லை. திராவிடர்கள் ஆஸ்திரேலியப் பழங்குடிகள், தென்கிழக்கு ஹாமிட்ஸ் மற்றும் துரானியன் மக்களோடு தொடர்புடையவர்களாக இருக்கலாம். அல்லது இந்தியத் துணைக்கண்டத்திலேயே அவர்கள் தோன்றியிருக்கலாம் என்ற எல்லா வகையான சாத்தியங்களையும் அவர் தனது கட்டுரையில் குறிப்பிடுகிறார். இந்தியாவின் தென்பகுதிகளில் தொல்திராவிட மொழிகள் பேசப்படுவதை வியந்து, விதந்து முன்னிறுத்துவதுதான் அவரது கட்டுரையின் சிறப்பான அம்சமாகும்.

இந்தோ-ஐரோப்பிய மக்கள் ஏஜியான் (*Aegean*), ஆசியா மைனர் மற்றும் மெசபொடேமியா மக்களுடன் தொடர்புகொண்டபோது ஒரு பின்தங்கிய குடியினராகவே இருந்தார்கள் என்றும் அதேபோல அவர்கள் ஆரியர்கள் என்ற அடையாளத்தோடு இந்தியாவில் நுழைந்தாலும் அங்கு ஏற்கெனவே இருந்தவர்களோடு ஒப்பிடும்போது பின்தங்கியவர்களாக இருந்ததாகவும் சாட்டர்ஜி குறிப்பிடுகிறார் (*Chatterji 1924: 667*). அப்போது இந்தியாவில் வசித்த திராவிட மக்கள் தங்களுக்கென்று தனித்துவமான பண்பாட்டையும், மொழியையும் கொண்டிருந்தார்கள் என்பது அவரது கருத்து.

சிந்துவெளிப் பண்பாட்டுக்கும் ஆரியப் பண்பாட்டுக்கும் எவ்விதமான ஒட்டுறவும் இல்லை என்பது சாட்டர்ஜியின் வாதம். இந்தியாவில் கிடைத்த பழங்கற்கால மற்றும் புதியகற்காலத் தொல்லியல் தடயங்களிலிருந்து இந்தோ-ஆரியப் பண்பாடு தொடர்பான தொல்லியல் தடயங்கள் முற்றிலும் மாறுபட்டவை என்றும் அவை கோலர்கள் மற்றும் திராவிடர்கள் தொடர்பானவை என்றும் அவர் குறிப்பிடுகிறார். இந்தப் பின்னணியில் தமிழ்நாட்டின் ஆதிச்சநல்லூரில் அலெக்ஸாண்டர் ரீ (*Alexander Rea*) நடத்தியிருந்த அகழாய்வுகள் பற்றியும் சாட்டர்ஜி குறிப்பிடுகிறார். வடஇந்திய ஆரியர்களுடைய கோட்பாடுகள் மற்றும் சமயக் கொள்கைகளின் தொடர்பு நேரிடும் முன்னரே தென்னிந்தியப் பகுதியில் திராவிட நாகரிகம் தனித்துவமாகச் செழித்திருந்தது என்பது சாட்டர்ஜியின் வாதம்.

ஆதிச்சநல்லூரில் கிடைத்த தொல்லியல் தரவுகளையும், ஹரப்பா பண்பாட்டின் தொல்லியல் தரவுகளையும் அவர் ஒப்பிட்டது வியப்புக்குரியது. ஆதிச்சநல்லூரில் கிடைத்திருக்கிற தடயங்களை ஒரு குறுகிய கண்ணோட்டத்தில் பார்க்கக்கூடாது; அது ஒரு தனித்துவமான நாகரிகத்துக்கான அடையாளம் என்ற நெடுநோக்குப் பார்வையையும் அவர் முன்வைத்தார். சிந்துவெளி மக்களின் தோற்றம் சுமேரியப் பண்பாட்டு மக்களுடன் தொடர்புடையது என்ற கருத்தாக்கத்தைச் சாட்டர்ஜி மறுத்தார். மேலும்,

படம் 4.4 - சுனிதி குமார் சாட்டர்ஜி

தெளிவான அகழாய்வுத் தடயங்கள் கிடைத்தால் தவிர அப்படிப்பட்ட கருத்தை ஏற்றுக்கொள்ள முடியாது என்றும் அவர் சொன்னார்.

மொகஞ்சோதாரோவில் அகழ்வாராய்ச்சி செய்த ரக்கல் தாஸ் பானர்ஜி சிந்துவெளி மக்களைத் திராவிடர்களோடு தொடர்புபடுத்தியதாக சாட்டர்ஜி தனது கட்டுரையில் குறிப்பிடுகிறார். தன் கருத்தின் முடிவுரையாகச் அவர் கூறுவது:

"இதுவரை கிடைத்துள்ள சான்றுகளின்படி திராவிட மக்கள் மத்தியத் தரைக்கடல் பகுதியைச் சேர்ந்தவர்களாகத் தோன்றுகிறார்கள். அவர்கள் க்ரீட் பகுதிகளிலிருந்து வெளிப்பட்டு ஆசியா மைனர், மெசபொடேமியா வழியாகச் சுமேரிய மக்களோடும், எலமைட் மக்களோடும் தொடர்பு கொண்டிருந்து பின்னர் தெற்கு மூலமாக ஈரானிய பீடபூமி வழியாகச் சிந்துப்பகுதியில் நுழைந்து இந்தியா முழுவதும் பரவினார்கள்." *(Chatterji 1924: 679)*

ஹென்றி ஹீராஸ்

அருட்தந்தை ஹென்றி ஹீராஸ் ஸ்பெயின் நாட்டைச் சேர்ந்த ஒரு கிறித்துவப் பாதிரியார். அவர் 1922ஆம் ஆண்டு இந்தியாவுக்கு வந்து மும்பையிலுள்ள புனித சேவியர் கல்லூரியில் வரலாற்று ஆசிரியராகப் பணியாற்றத் தொடங்கினார். அவர் இந்தியாவிற்கு வந்த இரண்டு ஆண்டுகளில் சிந்துவெளி பற்றிய அறிவிப்பு வெளியானது. வரலாற்று ஆசிரியரான ஹென்றி ஹீராஸை இந்தக் கண்டுபிடிப்பு மிகவும் ஈர்த்திருக்க வேண்டும். அதனால்தான், மொகஞ்சோதாரோ, ஹரப்பா போன்ற அகழ்வாராய்ச்சிகளில் கிடைத்த தரவுகளை ஆராய்வதோடு மட்டுமின்றி சிந்துவெளி எழுத்துக்களை வாசித்தறியும் முயற்சியிலும் அவர் இறங்கினார். தனது புரிதல்களைத் தொல் இந்தோ-மத்திய தரைக்கடல் பண்பாடு பற்றிய ஆய்வுகளாக 1953இல் வெளியிட்டார். சிந்துவெளிப் பொறிப்புகள் பற்றிய இவரது கருத்துகளை அறிவியல் பூர்வமான வாசிப்பாக ஆய்வுலகம் ஏற்றுக்கொள்ளவில்லை. இருந்தாலும், சிந்துவெளிப் பண்பாட்டின் திராவிடக் கருதுகோளின் முன்னோடிகளில் ஒருவர் என்ற முறையிலும் இக்கருதுகோள் தொடர்பான பல முக்கியமான கருத்துகளை முன்வைத்தவர் என்ற முறையிலும் ஹீராஸ் பாதிரியார் கவனத்துக்குரியவர்.

சிந்துவெளிப் பண்பாடு பற்றிய ஜான் மார்ஷலின் அறிக்கையைப் படித்த ஹீராஸ் பாதிரியார் ஆரியர்கள் வருவதற்கு முன் காட்டுமிராண்டிகளாகத் திரிந்ததாகக் கற்பிதம் செய்யப்பட்ட இந்தியத் துணைக்கண்ட மக்கள் இப்படிப்பட்ட ஓர் உன்னதமான பண்பாட்டைக் கட்டியெழுப்பியிருக்க முடியுமென்றால் அம்மக்கள் யார் என்ற கேள்வியை முன்வைத்து தனது ஆராய்ச்சிகளைத் தொடர்ந்தார். சிந்துவெளி கண்டுபிடிக்கப்படும் வரை வேத இலக்கியக் கருத்தாக்கங்களே இந்தியப் பண்பாட்டின் தொடக்கமாகக் கருதப்பட்டன.

ஆரியர்கள் படையெடுத்து வந்தபோது சிந்துவெளிப் பகுதியில் ஏற்கெனவே மிகவும் வளர்ச்சியடைந்த ஒரு பண்பாடு நிலவியதைக் கண்டதாகவும், அந்தப் பண்பாட்டுக்குக் காரணமான வழித்தோன்றல்கள் இன்னும் தென்னிந்தியாவில் திராவிடர்களாக வாழ்ந்துகொண்டிருப்பதாகவும் சிந்துவெளிப் பண்பாட்டுத் தடயங்களின் அடிப்படையில் ஹீராஸ் கருத்து தெரிவித்தார். வடஇந்தியாவில் பல பகுதிகளிலும் பல்வேறு திராவிடப் பழங்குடிகள் வரலாற்றுக் காலத்திலும் மற்றும் தற்போதும்கூட வாழ்ந்து வருவதை ஹீராஸ் கணக்கில் எடுத்துக்கொண்டார். இத்தகைய பழங்குடிகளில் சிலர் பொ.யு.மு. நான்காம் நூற்றாண்டில் கிரேக்கத்திலிருந்து அலெக்ஸாண்டர் படையெடுத்து வந்தபோது சிந்து நதிக்கரையில் வாழ்ந்ததாக அவர் குறிப்பிடுகிறார். மத்ஸியா *(Matsyas)* என்று குறிப்பிடப்படுகிற சில பழங்குடிகள் மீனா *(Minas)* என்ற திராவிடப் பெயரோடு இன்னும் ராஜஸ்தானில் வாழ்ந்து வருவதை அவர் சுட்டிக்காட்டினார்.

மொகஞ்சோதாரோ, ஹரப்பா போன்ற நகரங்களைக் கட்டியெழுப்பிய பண்பாடு சிந்துசமவெளி என்ற நிலப்பரப்புக்குள் மட்டும் அடங்கவில்லை அது இந்தியாவின் பிற பகுதிகளிலும் பரவியிருந்தன என்று கருதிய அவர், மொகஞ்சோதாரோவில் கிடைத்துள்ளதைப்போல சிந்துவெளிப்

படம் 4.5 - ஹென்றி ஹீராஸ்

பண்பாட்டின் தடயங்கள் ஒரு நாள் இந்தியத் துணைக்கண்டம் முழுவதும் கிடைக்கும் என்ற கருத்தையும் நெடுநோக்குப் பார்வையோடு முன்வைத்தார். ஹீராஸ் பாதிரியாரின் இந்தக் கணிப்பு பின்வந்த காலங்களில் அடுத்தடுத்து உறுதியானது. 1942ஆம் ஆண்டு, சர் ஆரல் ஸ்டைன் (*Sir Aurel Stein*) ராஜஸ்தானில் 'காணாமல் போனதாகக்' கருதப்படும் 'சரஸ்வதி' நதிப்படுகையில் அகழாய்வுகளை நடத்தினார். பாகிஸ்தானிலுள்ள பஞ்சாப் பகுதியில் சந்தன்வாலா (*Sandhanwala*) என்ற இடத்தில் கிடைத்த மட்பாண்டங்களில் காணப்பட்ட பொறிப்பு எழுத்துக் கீறல்கள் மொகஞ்சோதாரோ ஹரப்பாவில் கிடைத்த கீறல்களைப் போல இருந்தன. இதைப்போன்ற மட்பாண்டக் கீறல்களை குஜராத்திலுள்ள சௌராஷ்டிர பகுதியில் வாலா (வல்லபி கிராமம்) என்ற இடத்தில் ஏற்கெனவே கிடைத்திருப்பதையும் ஹீராஸ் சுட்டிக்காட்டினார். மொகஞ்சோதாரோவில் கிடைத்தது போன்ற சான்றுகள் இந்தியா முழுவதும் கிடைக்கும் என்ற தனது எதிர்பார்ப்பை இச்சான்றுகளெல்லாம் உறுதிப்படுத்துவதாக அவர் குறிப்பிட்டார்.

மெசபொடேமியாவுடன் கோலாரிய மற்றும் திராவிட மக்கள் கொண்டிருந்த வணிகத் தொடர்பு பற்றியும் அவர் பேசுகிறார். அப்போது இந்தியாவிலிருந்து மெசபொடேமியாவுக்கு ஏற்றுமதி செய்யப்பட்ட பல பொருட்களின் திராவிடப் பெயர்களை அவர் சுட்டிக்காட்டினார். அதனால் இந்தப் பொருட்களை ஏற்றுமதி செய்தவர்கள் திராவிடமொழி பேசிய வணிகர்களே என்ற முடிவுக்கும் வருகிறார். வரலாற்றுக் காலங்களிலிருந்து இன்றுவரை இந்திய கிராமங்களிலுள்ள ஊராட்சி நிர்வாக முறை 'சமஸ்கிருத மனுதர்மச் சட்டங்களிலிருந்து' வேறுபட்டவை என்பதை அவர் சுட்டிக்காட்டுகிறார். இந்த அமைப்புமுறை வேதகாலத்துக்கு முன்பே இந்தியாவில் நிலவியது என்று சொல்லும் அவர் தொல்லியலாளர் மற்றும் வரலாற்றாளர் ஏ. எஸ். அல்டேக்கர் (*A. S. Altekar*) மற்றும் ஜெ. எஃப். ஹியுவிட் (*J. F. Hewitt*) ஆகியோரின் கருத்துக்களையும் மேற்கோள் காட்டுகிறார். இந்தியாவுக்குள் வந்த ஆரியர்கள் தாங்கள் கொண்டுவந்த பண்பாட்டை ஏற்கெனவே இங்கு வசித்த திராவிடர்களின் பண்பாட்டோடு ஒருங்கிணைத்து வலுவாக்கி, ஒப்பீட்டு அளவில் வெளித்தொடர்புகள் அதிகமற்ற, தனித்துவமான புவியியல் கொண்ட இந்தியத் துணைக்கண்டத்தில் தொடர்ந்து வாழ முற்பட்டனர் என்கிறார் ஹென்றி ஹீராஸ்.

சிந்துவெளிப் பண்பாட்டின் மொழி பற்றி ஹீராஸின் கருத்து

பலுசிஸ்தானில் பிராகுயி என்ற திராவிட மொழியைப் பேசும் மக்களைப் பற்றிய ஹீராஸின் கருத்து வேறு விதமாக இருந்தது. அம்மக்கள் திராவிட மொழியைப் பேசுபவர்களாக இருந்தாலும் அவர்கள் 'திராவிட இனத்தவர்கள்' என்பதில் அவருக்கு உடன்பாடு இல்லை. பிராகுயி பேசும் மக்கள் ஆப்கான், குர்த், ஜத்கால், பலூச் போன்ற பழங்குடிகளைச் சேர்ந்தவர்கள்; அவர்கள் பிராகுயி நிலப்பகுதிக்கு வந்தது பிற்காலத்தில்தான் என்பது அவரது கருத்தாகும்.

திராவிடர்களின் தோற்றம் பற்றிய சமகாலத்து மானுடவியல் அறிஞர்களின் பல கருத்துகளை ஹீராஸ் தொகுத்தளித்தார். அதனடிப்படையில், மொகஞ்சோதாரோவில் வாழ்ந்த திராவிடர்கள் மத்தியத் தரைக்கடல் இனத்தின் ஒரு பிரிவினர் என்று கருதினார். ஐபிரியர்கள் (*Iberians*), எட்ரூஸ்கர்கள் (*Etruscans*), மினோயர்கள் (*Minoans*), சிப்ரியர்கள் (*Cyprians*), எகிப்தியர்கள் (*Egyptians*), சுமேரியர்கள் (*Sumerians*) மற்றும் ஹிட்டைடியர்கள் (*Hittites*) ஆகிய பிற பிரிவினரும் மத்தியத் தரைக்கடல் இனத்தைச் சேர்ந்தவர்கள். மற்றபடி இம்மக்கள் பிரிவினர் அனைவரும் திராவிடர்களைப் போலவே அடிப்படையில் ஆப்பிரிக்காவைச் சேர்ந்தவர்கள்; சிந்துவெளி நிலப்பகுதிகளில் ஒரு காலத்தில் திராவிட மொழிகளைப் பேசிய மக்கள் காலப்போக்கில் மொழி மாற்றத்துக்கு ஆளாகி இப்போது இந்தோ-ஆரிய மொழிகளைப் பேசுகிறார்கள் என்று சுட்டிக்காட்டுகிறார். இருந்தாலும், மொகஞ்சோதாரோவில் வசித்த மக்கள்

பேசிய திராவிட மொழி தற்போது சமகாலத் திராவிடர்கள் பேசும் மொழியைப் போன்றதல்ல என்ற கருத்தையும் அவர் வெளியிட்டார்.

திராவிட மொழிகளின் இலக்கணத்தையும், சொல் உருபன்களையும் ஒப்பிட்டு ஆராய்ந்து ஒரு தொல்திராவிட மொழிவடிவத்தை மீட்டுருவாக்கம் செய்யமுயன்ற அவர் அந்தத் தொல்திராவிட மொழி முற்றிலும் வளர்ச்சிபெறாத 'பிள்ளைப் பருவத்தில்' *(State of Infancy)* இருந்ததாக கருதினார்.

திராவிட மொழிகள் ஒட்டுநிலைத் தன்மை கொண்டவை. எனவே, தொல்திராவிட மொழியின் உருபன்களை அச்சொற்களின் அடிப்படையான பொருள்தரும் வேர்களின் மூலமாகவோ அல்லது அந்த மூலச்சொற்களிலிருந்து உடனடிப் பொருளாக்கம் பெற்ற புதுச்சொற்களின் வேர்களைத் தீர்மானிப்பதன் மூலமாகவோ அடையாளம் காணமுடியும் என்ற கருத்தை அவர் முன்வைத்தார்.

சிந்துவெளிப் பொறிப்புகளையும் குறியீடுகளையும் ஆராய்ந்த ஹீராஸ் அவை சித்திர எழுத்து மற்றும் வரிவடிவ எழுத்து ஆகிய இரண்டின் கூட்டுக்கலவை என்றும் அவை எந்தக் கருத்தையும் தெரிவிப்பதில்லை என்றும் கருதினார். அவரைப் பொறுத்தவரையில், சிந்துவெளி வரிவடிவம் ஒரு சித்திர ஒலிவடிவம் *(Picto-Phonography)* ஆகும். சிந்துவெளிக் குறியீடுகள் ஒரு முழுச் சொல்லையும் வெளிப்படுத்துகின்றன; அவை வெறும் மெய் ஒலிகளோ அசைச்சொற்களோ அல்ல என்றும் அவர் குறிப்பிட்டார். சிந்துவெளிப் பொறிப்புகள் இலக்கண அடிப்படையிலானவை. அவை வெறும் பெயர்ச்சொற்கள் மட்டுமல்ல; அவற்றில் வர்ணனைகளும், கருத்துகளும் மொழியின் வடிவாக இடம்பெற்றன என்று ஹீராஸ் கருதினார்.

அஸ்கோ பர்போலா

ஃபின்லாந்து நாட்டைச் சேர்ந்த மூன்று இளம் மாணவர்கள் 1964ஆம் ஆண்டு ஹெல்ஸிங்கி பல்கலைக்கழகத்தில் சிந்துவெளி வரிவடிவம் பற்றி ஆராயத் தொடங்கினார்கள். சிந்துவெளி வரிவடிவத்தை வாசிப்பதற்காக அதற்கு முன் நிகழ்ந்த வாசிப்பு முயற்சிகளின் அணுகுமுறை பற்றி அந்த இளைஞர்களுக்கு ஐயப்பாடு இருந்தது. அந்த மூன்று மாணவர்களில் ஒருவர்தான் அஸ்கோ பர்போலா. சிந்துவெளி வரிவடிவம் பற்றி இதுவரை செய்யப்பட்டுள்ள ஆய்வுகளிலேயே அஸ்கோ பர்போலாவின் ஆய்வுதான் தெளிவான அணுகுமுறையும் செயல்முறை ஒழுங்கும் கொண்டது என்பது பரவலாக ஒப்புக்கொள்ளப்பட்ட ஒரு கருத்தாகும். இவர் ஒரு தலைசிறந்த இந்தியவியலாளராகவும், திராவிடவியல் ஆய்வாளராகவும் கருதப்படுகிறார். அஸ்கோ பர்போலாவும் அவரது குழுவினரும், சிந்துவெளி எழுத்துப் பொறிப்புகளை முறைப்படி வகைப்படுத்தி, நிரல்முறையோடு ஒரு மகத்தான ஆவணமாக வெளிக்கொண்டுவந்தனர். *Corpus of Indus Seals and Inscriptions* என்பது அந்நூலின் பெயர். 1960களில்தான் கணிப்பொறி தொழில்நுட்பம் பல்வேறு துறைகளிலும் செயல்வடிவம் பெற்றது. இந்தத் தொழில்நுட்பத்தைப் பர்போலா குழுவினர் சிறப்பாகப் பயன்படுத்திக்கொண்டனர்.

சிந்துவெளிப் பண்பாட்டின் மொழிபற்றி பர்போலா

சிந்துவெளிப் பண்பாட்டு மக்கள்தொகை மிகப் பரவலானது. எனவே அதன் முக்கியத்துவத்தைக் கருத்தில் கொண்டு, அதில் பேசப்பட்ட மொழியோடு தொடர்புடைய வழித்தோன்றல் மொழிகள் அப்பகுதிகளில் தப்பிப் பிழைத்திருக்கும் என்று பர்போலா கருதினார். அந்த ஹரப்பா மொழியின் அடையாளங்களைப் பின்வந்த காலங்களில் அந்த நிலப்பகுதியிலேயே எழுதப்பட்ட வரிவடிவக் குறிகளிலிருந்து அடையாளம் காணமுடியும் என்றும் அவர் நம்பினார். அவரது எதிர்பார்ப்பு நியாயமானதே. ஏனெனில் சிந்துவெளிப் பண்பாடு நலிவடைந்தபின் ஓராயிரம் ஆண்டுக்கும் குறைவான இடைவெளியில் அதே நிலப்பகுதியில் எழுதப்பட்டவைதான் வேத இலக்கியங்கள். ஆகவே, அப்பகுதியில் ஹரப்பா

படம் 4.6 - அஸ்கோ பர்போலா

மொழியின் கூறுகள் தொடர்ந்திருக்கும் என்பதும் அதன் தாக்கத்தை வேத இலக்கியங்களில் கண்டறியலாம் என்று எதிர்பார்ப்பதும் இயல்பானதே.

சிந்துவெளிக் குறியீடுகளின் நிரல்வரிசை தெற்காசியா முழுவதும் ஒரே மாதிரியாக உள்ளன. அதுமட்டுமின்றி அண்மைக்கிழக்குப் பகுதிகளில் கிடைத்துள்ள சிந்துவெளி முத்திரைகளிலும் அதே நிரல்வரிசை காணப்படுகிறது. இதனடிப்படையில் ஹரப்பா மக்கள் பல வட்டார வழக்குகளையும் மொழிகளையும் பேசியிருந்தாலும்கூட எழுத்து வடிவம் கொடுத்துப் பயன்படுத்தியது ஒரே ஒரு மொழியைத்தான் என்பது பர்போலாவின் கருத்தாகும். மெசபொடேமியாவின் ஆப்புவடிவப் பொறிப்புகளில் காணப்படும் மெலூகா (*Meluhha*) என்ற இடப்பெயர் சிந்துவெளி நிலப்பகுதியைக் குறிப்பதாகச் சுட்டிக்காட்டி தமிழ் மொழியிலுள்ள 'மேலகம்' என்ற சொல்லாட்சியுடன் இதைப் பர்போலா ஒப்பிடுகிறார். மெசபொடேமியா ஆப்புவடிவப் பொறிப்புகளில் குறிப்பிடப்படும் மெலூகாவின் மொழி பண்டைய அண்மைக்கிழக்குப் பகுதியில் பேசப்பட்ட சுமேரியன் (*Sumerian*), அக்காடியன் (*Akkadian*) அல்லது எலமைட் (*Elamite*) ஆகிய மொழிகளிலிருந்து வேறுபட்டது என்றும் பர்போலா கருதுகிறார். வரலாற்று ரீதியாகப் பார்த்தால் சிந்துவெளிப் பகுதியில் தெற்காசிய மொழிகளின் பயன்பாட்டிற்குத்தான் வாய்ப்பு அதிகம்; அண்மைக்கிழக்கு மொழிகளின் பயன்பாட்டிற்கு வாய்ப்பு குறைவு என்பது பர்போலாவின் கருத்தாக இருந்தது.

பர்போலாவின் அணுகுமுறையில் ஹரப்பா மக்களின் மொழி என்ற மகுடத்திற்கு உரிமை கொண்டாடக்கூடிய மொழிக்குடும்பங்கள் இரண்டே இரண்டுதான். ஒன்று வடமேற்கு மற்றும் வடஇந்தியப் பகுதிகளில் இப்போது பேசப்படுகிற இந்தோ-ஐரோப்பிய (அதாவது இந்தோ-ஆரிய மொழிக்குடும்பம்). இரண்டாவது, பெரும்பாலும் தென்னிந்தியாவிலும் மத்திய இந்தியப் பழங்குடிமக்களாலும் பேசப்படுகிற திராவிட மொழிக்குடும்பம். எனவே ஹரப்பாவின் மொழிக்கான தேடலில் இவ்விரு மொழிக்குடும்பங்கள்தான் கவனம் பெறவேண்டும் என்பது அவரது நிலைப்பாடு. இப்பின்னணியில், சக்கரம் பொருத்திய வண்டிகளைக் குறிப்பிட தொல் இந்தோ-ஐரோப்பிய மொழிகளில் (*Proto Indo-European*) பத்து, பன்னிரண்டு சொல்லாக்கங்கள் ஒன்றோடு ஒன்று ஒப்பிடத்தக்கதாக அமைந்திருப்பதைப் பர்போலா கணக்கில் எடுத்துக்கொள்கிறார். பொதுயுகத்திற்குச் சுமார் *3000* ஆண்டுகளுக்கு முன்பு யுரேஷிய பரந்த புல்வெளி நிலங்களில்தான் குதிரை பூட்டிய தேர் (*chariot*) பயன்பாட்டுக்கு வந்ததாகக் கருதப்படுகிறது. அக்காலக்கட்டத்தில் இந்தப் பகுதிகளில்தான் தொல் இந்தோ-ஐரோப்பிய மொழிகள், அதிலும் குறிப்பாகத் தொல் இந்தோ-ஈரானிய மொழிகள் பேசப்பட்டன.

குதிரைகள் மற்றும் ஆரக்கால் சக்கரங்களுக்கான சொற்களையெல்லாம் ஆராய்ந்த அஸ்கோ பர்போலா ரிக் வேத கால ஆரியர்கள் இதற்கான சொல்லை மத்திய ஆசியாவில் இருந்துதான் கடன்பெற்றார்கள் என்று குறிப்பிடுகிறார்.

"அஸ்கோ பர்போலாவின் மாபெரும் சாதனைகளில் ஒன்று அவர் வெளியிட்டிருக்கிற சிந்துவெளிக் குறியீடுகளின் நிரல்வரிசைப் பட்டியல்தான். அதற்குமுன் வந்த எல்லா குறியீட்டுப் பட்டியல்களையும்விட விரிவானது இந்தப் பட்டியல். 20 ஆண்டுகளுக்கு முன் நான் வெளியிட்ட குறியீட்டுப் பட்டியலும் இதில் அடங்கும். ஒவ்வொரு குறியீட்டின் மிக நுணுக்கமான மாற்று வடிவங்களைக்கூட அவர் ஆவணப்படுத்தியிருக்கிறார். இந்த மாற்று வடிவங்களே ஆயிரக்கணக்கில் உள்ளன. இவரது நூலில் சிந்துவெளிப் பண்பாட்டின் திராவிடக் கருதுகோளைப் பற்றி பேசும்போது பல முக்கியமான கருத்துகளை முன்நிறுத்துகிறார். சிந்துவெளிக் குறியீடுகள் பற்றிய முறை சார்ந்த விவாதம்; அக்குறியீடுகளின் நடைமுறை இயல்பு; ஒவ்வொரு குறியீடும் எத்தனை முறை, எந்த நிரல்வரிசையில் இடம் பெறுகிறது என்ற புள்ளிவிவர ஆய்வு; சிந்துவெளி வரிவடிவத் தொடர்களை எப்படி பகுத்து ஆராயலாம் என்பது போன்றச் சிறப்பு அம்சங்கள் இதில் அடங்கும். சிந்துவெளி வரிவடிவத்தை வாசித்து அறிய அஸ்கோ பர்போலா செய்திருக்கும் அண்மைய முயற்சி முழுவதும் வெற்றிகரமான ஒன்று அல்ல என்ற எனது கருத்து இன்னும் தொடர்கிறது. ஆனாலும், அவரது வாசிப்பு முயற்சியின்மூலம் அவர் முன்வைத்திருக்கும் தரவுகளிலும், புரிதல்களிலும் எதிர்கால வாசிப்பு முயற்சிகளுக்கான வலுவான விதைகள் ஊன்றப்பட்டிருப்பதாகத் தோன்றுகிறது. பர்போலா சொல்கிற பல்வேறு கருத்துகளும் சிந்தனைக்குரியவை. சிந்துவெளி மக்கள் அண்மைக் கிழக்குப் பகுதிகளோடு கொண்டிருந்த தொடர்பு, சிந்துவெளிப் பண்பாட்டின் திராவிட மொழித்தொடர்பு பற்றி அவர் தெரிவிக்கும் கருத்துகள் இதில் அடங்கும். திராவிடக் கருதுகோளுக்கு வலுச்சேர்க்கும் வகையில் பர்போலா அடுக்கிச்செல்லும் தரவுகள் ஒப்புக்கொள்ளத்தக்கவை."

- அஸ்கோ பர்போலா பற்றி ஐராவதம் மகாதேவன் (மகாதேவனின் நேர்காணல், www.harappa.com)

ஹரப்பா பண்பாட்டு நிலப்பகுதிகளில் இந்தோ-ஆரிய மொழி எதுவும் அக்காலகட்டத்தில் பேசப்படவில்லை என்பது பர்போலாவின் வாதமாகும். அவ்வாறு பேசப்பட்டிருந்தால் அந்த ஹரப்பா மொழியிலிருந்துதான் குதிரை மற்றும் ஆரக்கால் சக்கரத்திற்கான சொற்கள் பெறப்பட்டிருக்கும் என்பது அவரது ஊகம். அதுமட்டுமின்றி, குதிரைகளும், ஆரத்துடன் கூடிய சக்கரங்களும் ஹரப்பா மொழியைப் பேசிய மக்கள் அறியாதவை. இந்தியாவிற்குள் குதிரையும், ஆரக்கால் சக்கரமும் வந்தது இந்தோ-ஆரிய புலப்பெயர்வுக்குப் பின்னர்தான் என்கிறார் பர்போலா.

பொதுயுகத்திற்கு 2000 ஆண்டுகளுக்கு முன்புதான் தெற்கு ஆசியாவிற்குக் குதிரை வந்ததாக ஆய்வாளர்கள் கருதுகிறார்கள். பல்வேறு விலங்குகளின் உருவப்பொறிப்புகளைத் தெள்ளத்தெளிவாக ஆவணப்படுத்திய ஹரப்பா ஓவியங்கள், சிற்பங்கள் மற்றும் முத்திரைகள் எதிலும் குதிரை காணப்படவில்லை. இதிலிருந்து பொதுயுகத்திற்கு 3000 ஆண்டுகளுக்கு முன் வாழ்ந்த ஹரப்பா மக்கள் இந்தோ-ஈரானிய மொழிகளைப் பேசவில்லை என்று தெரிகிறது. இதனடிப்படையில் சிந்துவெளிப் பண்பாட்டின் வரிவடிவத்தை வாசிக்க இந்தோ-ஐரோப்பிய மொழிகள் துணைபுரியாது என்ற முடிவுக்குப் பர்போலா வந்தார். தெற்காசியாவில் பேசப்படும் சீனோ-திபெத்தியன் (*Sino-Tibetan*) மற்றும் ஆஸ்ட்ரோ-ஆசியாட்டிக் (*Austro-Asiatic*) மொழிக்குடும்ப மொழிகளை ஹரப்பா மக்கள் பேசியிருக்கக்கூடிய வாய்ப்புகள் இல்லை என்றும் பர்போலா கருதுகிறார்.

இந்தவகையில் சிந்துவெளி மக்களின் மொழியாக இருந்திருக்கக்கூடிய வாய்ப்புடன் மீதம் இருக்கும் ஒரே ஒரு மொழிக்குடும்பம் திராவிட மொழிக்குடும்பம் மட்டும்தான். ரிக் வேதத்தில் பல திராவிட மொழிச் சொற்கள் கடன்பெறப்பட்டுள்ளன. இதைச் சமஸ்கிருத மற்றும் திராவிட மொழியியல் அறிஞர்கள் பலரும் ஒப்புக்கொண்டுள்ளனர். பொ.யு.மு. 1500 ஆண்டுவாக்கில் ரிக் வேதம் எழுதப்பட்ட வடமேற்கு நிலப்பகுதிகளில் திராவிட மொழிகளே பேசப்பட்டு வந்தன என்பதற்கான அதிக வாய்ப்புகள் இருப்பதாக மேற்சொன்ன வாதங்களின் அடிப்படையில் பர்போலா கருதுகிறார். பலூசிஸ்தான் பகுதியில் பிராகுயி என்ற திராவிட மொழி இதுவரை தப்பிப் பிழைத்திருப்பதையும் பர்போலா சுட்டிக்காட்டுகிறார்.

அதுமட்டுமின்றி, வளைநா ஒலிகள் (*Retroflex Consonants*) என்ற அடிப்படையான மொழியியல் கூற்றை இந்தோ-ஆரிய மொழிகள் திராவிட மொழிகளிலிருந்து கடன் பெற்றிருப்பதையும் பர்போலா முன்வைக்கிறார். இந்த வளைநா ஒலிகள் தெற்காசிய மொழிகளின் தனித்துவமான கூறாகும். இவ்வொலிகள் இந்தோ-ஈரானிய மொழிகளில் இல்லை. அதிலும் ஒரு குறிப்பிட்ட வகையான வளைநா மெய்யொலிகள் சிந்துசமவெளிப் பகுதிக்கும் திராவிட மொழிகள் பேசப்படும் பகுதிகளுக்கும் மட்டுமே உரித்தானவை என்பதையும் பர்போலா சிறப்பாகச் சுட்டிக்காட்டுகிறார்.

மேலும், திராவிட மொழிக்குடும்பத்திலிருந்து இந்தோ-ஆரிய மொழிகள் கடன் வாங்கிய சில அடிப்படையான மொழியியல் கூறுகள் வேத இலக்கியங்களின் தொன்மையான படிநிலையில் காணப்படுவதால் அந்தத் தாக்கத்திற்குக் காரணமான ஹரப்பா மக்களின் மொழி ஒரு தொல்திராவிட மொழியாக இருந்திருக்க வேண்டும் என்ற முடிவுக்கு வருகிறார் பர்போலா.

சிந்துவெளி எழுத்துமுறை பற்றி பர்போலா

புழக்கத்தில் இல்லாத, என்ன மொழியில் எழுதப்பட்டது என்பது தெரியாத ஓர் எழுத்து முறையை இருமொழிப் பொறிப்புகளின் உதவியில்லாமல் வாசித்தறிவது மிகமிகக் கடினமானது. இந்தச் சிக்கலை முடிந்த அளவிற்கு எளிதாக்க பர்போலா முயன்றார். சிந்துவெளி வரிவடிவத்தைப் பண்டைய சுமேரியா, எலம், மெசபொடேமியா, எகிப்து மற்றும் சிரியா ஆகிய பகுதிகளில் புழக்கத்திலிருந்த வரிவடிவ முறைகளோடு ஒப்பிட்டுச் சிந்துவெளி வரிவடிவம் ஒரு குறிஅசை வரிவடிவம் (*Logo-syllabic*) என்ற முடிவுக்குப் பர்போலா வந்தார்.

"பல்வேறு கூறுகளையும் கணக்கில் எடுத்துக்கொள்ளும்போது சிந்துவெளி வரிவடிவத்தைப் பரிணாம முறையில் எப்படி வகைப்படுத்துவது என்பது நமக்குப் புரிகிறது. சிந்துவெளிப் பொறிப்புகளில் வெவ்வேறு குறியீடுகள் சுமார் 450 உள்ளன. இந்த எண்ணிக்கையை பண்டைக் காலத்து ஏனைய வரிவடிவங்களிலுள்ள சித்திரக்குறிகளோடு (*Graphemes*) ஒப்பிட்டுப் பார்ப்பதுடன், சிந்துவெளி வரிவடித்தினுடைய காலத்தையும் கணக்கில் எடுத்துக்கொண்டால் இவ்வரிவடிவம் ஒரு குறி அசை வரிவடிவம் (*Logo-syllabic*) என்ற முடிவுக்கு வருவதைத் தவிர்க்க இயலாது. பெரும்பாலான சிந்துவெளிக் குறியீடுகள் மூலச்சொற்களை (*nuclear word*), அதாவது சொல்லாக்க வேர்களைக் குறிப்பதாக அமைந்துள்ளன. ஒரே ஒரு குறியீட்டை மட்டும் கொண்டு விளங்கும் பொறிப்புகள் ஐயத்திற்கே இடமில்லாமல் இக்கருத்தை நியாயப்படுத்துகின்றன. முக்கியமான இலக்கண ஒட்டுகளும் கவனத்தில் கொள்ளப்பட்டுள்ளன." (*Parpola 1988*)

பர்போலாவின் வாசிப்பு

அசை சார்ந்த வரிவடிவம் (*Syllabic*), ஒலிப்பு சார்ந்த எழுத்து வரிவடிவம் (*Alphabetic script*) ஆகியவற்றில் ஒரு வசதி உண்டு. ஒரு மொழியின் எல்லா ஒலியன்களையும்

அசை மற்றும் ஒலி சார்ந்த எழுத்துகளின் மூலமாக வரிவடிவத்திற்குக் கொண்டுவந்துவிட முடியும். ஆனால், குறி அசை வரிவடிவ (*Logo-Syllabic*) முறையில் அமைந்த சிந்துவெளி வரிவடிவத்தை அதைப்போல முழுமையாகப் பொருள்கொள்ளும் ஓர் ஒழுங்கமைப்புடன் வாசித்துவிட முடியாது என்பது பர்போலாவின் கருத்து.

சிந்துவெளிப் பொறிப்புகளில் உள்ள சித்திரக் குறியீடுகள் குறுந்தொடர்கள் ஆகும். அவை நீளமான சொற்றொடர்கள் இல்லை. அப்பொறிப்புகளின் எண்ணிக்கையும் அதிகமில்லை. எனவே, சிந்துவெளியின் இந்தக் குறி அசை வடிவத்தை முழுவதுமாக வாசிப்பது நடைமுறையில் சாத்தியமாகாது என்பது பர்போலாவின் கருத்து. எனவே, சிந்துவெளிப் பொறிப்புகளை முடிந்த அளவிற்கு வாசித்தறிவதற்காக "ரீபஸ்" முறையை (*Rebus Interpretations*) அவர் பயன்படுத்துகிறார். ஒரு சித்திர எழுத்து சொல்ல வரும் பொருளை ஊகித்து அதன் பொருளை அதே போல் ஒலிக்கும் சொற்களுக்கு எடுத்துக்கொண்டு அதன் மூலமாக அச்சித்திர எழுத்தின் பொருளை ஓரளவு வாசித்து புரிந்துகொள்ளும் முயற்சியே "ரீபஸ்" என்றழைக்கப்படுகிறது. எடுத்துக்காட்டாக, *Eye-I, Sea-see* என்ற ஆங்கில சொற்களைக் குறிப்பிடலாம்.

கீழ்க்கண்ட நான்கு நிபந்தனைகள் ஒரேநேரத்தில் நிறைவு செய்யப்படும் எனில் குறி அசை வரிவடிவங்களில் உள்ள எழுத்துக் குறிகளையும், சித்திர எழுத்துக்களையும் வாசித்தறிவது சாத்தியமாகக்கூடும் என்று பர்போலா கருதுகிறார்.

1. சித்திர எழுத்தில் சித்தரிக்கப்பட்டுள்ள பொருள் நம்மால் என்னவென்று அறியக்கூடியதாக இருக்க வேண்டும்;
2. அந்தச் சித்திர வடிவம் 'ரீபஸ்' முறையில் பயன்பட்டிருக்க வேண்டும்;
3. அந்தச் சித்திர எழுத்தின் சூழலிலிருந்து அதன் உட்பொருள் புரிந்துகொள்ளத்தக்கதாக இருக்க வேண்டும்;
4. சித்திரப் பொறிப்பு மற்றும் 'ரீபஸ்' பொருள் விரிவாக்கத்தில் பெறப்படுகிற ஒருபான் ஒலிச்சொற்கள் (*Homophonous*) வரலாற்று அடிப்படையில் நமக்குத் தெரிந்த ஒரு மொழியில் பயன்படுத்தப்படுகிறச் சொல்லோடு பொருந்தி செல்லவேண்டும்.

இதனடிப்படையில், ரீபஸ் முறையில் வாசித்து அறிவதற்குப் பொருத்தமான பொறிப்புக் குறிகள் மற்றும் சித்திர வடிவங்களைத் தேர்ந்தெடுக்கும்போது அவற்றின் ஊகித்தறியக்கூடிய சூழலோடு பொருந்தத்தக்க சிந்துவெளி அகழாய்வுத் தடயங்கள், அவற்றின் இயல்பு மற்றும் நடைமுறைப் பயன்பாடு ஆகியவற்றை பர்போலா கணக்கில் எடுத்துக்கொள்கிறார். பின்னர், அத்தகைய தடயங்களை மேற்கு மற்றும் தெற்கு ஆசியாவில் நிகழ்ந்த அகழாய்வுகளின் போது கிடைத்த பொருட்களோடு ஒப்பிடுகிறார். சிந்துவெளி முத்திரைகளில் உள்ள பொறிப்புகள் பெரும்பாலும் தனிமனிதர்களின் இயற்பெயர்கள், கடவுள்களின் பெயர்கள், பூசாரிகளின் பட்டங்கள் மற்றும் தொழில்சார்ந்த பெயர்கள் ஆகியவற்றைக் குறிப்பிடுவதாக இருக்கவேண்டும் என்று அவர் கருதுகிறார். மெசபொடேமியா பொறிப்புகளிலும் இப்படிப்பட்ட பெயர்சார்ந்த தன்மை மேலதிகமாக இருப்பதைக் கருத்தில் கொண்டும்; அதேநேரத்தில் ஹரப்பா மக்களுக்கும் மெசபொடேமியா மக்களுக்கும் நெருக்கமான வணிகத் தொடர்பு இருந்தது என்பதையும் கருத்தில்கொண்டு பர்போலா இந்த முடிவுக்கு வருகிறார்.

சிந்துவெளிப் பொறிப்புகளில் மீன்

சிந்துவெளி முத்திரைகளில் மீன் குறியீடுதான் அதிகமாகப் பயன்படுத்தப்பட்டுள்ளது. சிறுசிறு வேறுபாடுகளோடு பயன்படுத்தப்பட்டுள்ள பல்வேறு மீன் வடிவப் பொறிப்புகளைக் கணக்கில் எடுத்துக்கொண்டால் சிந்துவெளியின் மொத்தக் குறியீடுகளில் பத்தில் ஒரு பங்கு மீன் குறியீடுகள்தான். இந்த மேலதிகப் பயன்பாடு சிந்துவெளி வரிவடிவத்தை வாசித்தறியும் முயற்சியில் 'ரீபஸ்' முறையைப் பயன்படுத்துவதை நியாயப்படுத்துகிறது. 'மீன்' என்ற சொல் 'மீன்' (*Fish*) என்ற பொருளைக் கிட்டத்தட்ட எல்லா திராவிட மொழிகளிலும் வழங்குகிறது. இச்சொல்லின் ஒருபான் ஒலி (*Homophone*) விண்மீன் (நட்சத்திரம்) என்ற பொருளிலும் வழங்கப்படுகிறது. 'விண்மீன்கள் நீல வானத்தில் நீச்சல் அடிக்கின்றன' என்பது போன்ற காட்சிப் படிமங்களும் உருவகங்களும் தமிழ் மொழி பேசுவோருக்குப் பழகிப்போன ஒரு வர்ணனைதான்.

மேற்சொன்ன இந்தக்கருத்தின் அடிப்படையிலும் சிந்துவெளிப் பொறிப்புகளில் 'அகவய' மற்றும் 'புறவயச்' சூழல் சார்ந்த கருத்துகளையும் மனதில் கொண்டும் மீன் குறியுடன் கூடிய சிந்துவெளிப் பொறிப்புகளை அஸ்கோ பர்போலா 'ரீபஸ்' முறையில் அணுகினார். இந்த அணுகுமுறையின்மூலம் விண்மீன் என்ற பொருள் பெறப்பட்ட மீன் குறியீடுகள் கடவுள்களின் இயற்பெயர்களைச் சுட்டுவதற்காகப் பயன்படுத்தப்பட்டிருக்கின்றன என்ற முடிவுக்கு பர்போலா வந்தார். இந்தப் பின்னணியில், சிந்துவெளிப் பொறிப்புகளை வாசித்தறியும் முயற்சியில் பழந்தமிழ் இலக்கியங்கள் எப்படி உதவக்கூடும் என்பதையும் பர்போலா சுட்டிக் காட்டுகிறார். இந்தோ-ஆரிய மொழிகளின் கலப்படத்திற்குப் பெருமளவு ஆளாகாத தொன்மையான ஒரே திராவிடமொழி ஆவணம்

பழந்தமிழ் இலக்கியங்கள் மட்டுமே என்பது பர்போலாவின் கருத்து. இதனடிப்படையில் ஹரப்பாவில் கிடைத்துள்ள முத்திரை எண்.9 *(H9)*, 'அர்சா மேஜர்' *(ursa major)* என்ற விண்மீன் தொகுப்பை அதாவது நட்சத்திர மண்டலத்தைக் குறிப்பதற்குப் பயன்படுத்தப்பட்ட பழந்தமிழ்ப் பெயரான 'எழுமீன்' என்பதை 'ரீபஸ்' முறையில் குறிப்பிடுவதாகக் கருதினார். (எழுமீன் = ஏழு+மீன் அல்லது விண்மீன்).

பர்போலாவின் பிற ஆய்வுகளும், இந்தியத் தொன்மங்களுக்கும் பழந்தமிழ் இலக்கியங்களுக்கும் இடையிலான உறவை நிறுவுகின்றன. மீன் குறியைப் புனித மரங்களான ஆல், அத்தி *(Banyan, Fig)* என்ற கோட்பாட்டுடன் மீன் குறியீட்டை ஒருங்கிணைத்துப் புதிய ரீபஸ் விளக்கம் தர முற்படும் அஸ்கோ பர்போலா அதன்மூலம் இக்குறியீடுகளில் திராவிட மொழித் தொடர்பு உறுதியாகிறது என்றும் இந்த ஒட்டுறவு இந்தோ-ஆரிய மொழிக் குடும்பத்தோடு காணப்படவில்லை என்றும் அவர் கூறுகிறார். இதைப்போலவே ஒன்றோடு ஒன்று கச்சிதமாகப் பொருந்தும் ரீபஸ் பொருள் விரிவாக்கங்கள் பலவற்றையும் பர்போலா சுட்டிக் காட்டுகிறார். எதேச்சையாக நிகழ்ந்திருக்கக்கூடிய சில ஒற்றுமை கூறுகளைப் பொருளளவில் தொடர்புடையவை என்று தவறாக விளக்கம் அளித்துவிடக்கூடாது என்ற முன்னெச்சரிக்கையுடன் மொழியியல் மற்றும் பண்பாட்டுத் தரவுகளையும் பர்போலா துணைக்கு அழைத்துக்கொள்கிறார். இந்த முயற்சியில் தனக்குத் தானே கட்டுப்பாடான சில வழிமுறைகளை வகுத்துக்கொண்டு செயல்பட்டதாகப் பர்போலா கூறுகிறார். இந்த வழிமுறைகள், எழுத்துமுறை உருவாக்கத்தின் வரலாறு, தொல்லெழுத்துக்களை வாசிக்கும் முறைமைகள், வரலாற்று ரீதியிலான மொழியியல் கோட்பாடுகள் ஆகியவற்றுடன் திராவிட மொழிகளின் ஒப்பீட்டு ஆய்வையும் கணக்கில் எடுத்துக்கொண்டு செயல்பட்டதால்தான் இந்தப் புரிதல் சாத்தியமானது என்று அவர் குறிப்பிடுகிறார்.

இராவதம் மகாதேவன்

சிந்துவெளிப் பண்பாட்டின் திராவிடக் கருதுகோளை மெய்யென்று நிறுவ, புதிய தரவுகளைத் தேடித் தொடர்ந்து ஆராய்ச்சிகளைச் செய்த மற்றொரு ஆய்வறிஞர் இராவதம் மகாதேவன். இந்திய ஆட்சிப்பணியில் சேர்ந்து பணிபுரிந்த இவர் வரலாற்றாளர் கே. ஏ. நீலகண்ட சாஸ்திரி மற்றும் கல்வெட்டு ஆய்வாளர் கே. வி. சுப்பிரமணிய ஐயர் ஆகியோரது ஆய்வுப் பணிகளால் ஈர்க்கப்பட்டுப் பழந்தமிழ்க் கல்வெட்டு ஆய்வில் தன்னை ஈடுபடுத்திக்கொண்டார். 2003ஆம் ஆண்டில் வெளியான இவரது தமிழ் பிராமி கல்வெட்டுகளின் தொகுப்பு ஆவணம் தமிழ்க் கல்வெட்டியல் வரலாற்றில் ஒரு மைல்கல். பல்வேறு அரசு நிறுவனங்களும், ஏனைய ஆய்வாளர்களும் பல்வேறு இடங்களில் தமிழ் பிராமி கல்வெட்டுகள் பலவற்றைக் கண்டுபிடிப்பதற்கு இந்தத் தொகுப்பாவணம் தூண்டுகோலாக அமைந்தது. தனது அயராத, நேர்த்தியான ஆய்வுகளின்மூலம் இக்கல்வெட்டுகள் தமிழ் மொழியில் எழுதப்பட்டிருக்கின்றன என்பதை மகாதேவன் நிறுவினார். இவ்வரிவடிவத்தை இராவதம் மகாதேவன் தமிழ் பிராமி என்று அழைத்தார். அதுமட்டுமின்றி, தமிழ் பிராமி கல்வெட்டுகளில் எழுதப்பட்டுள்ள சேர, பாண்டிய மன்னர்களின் இயற்பெயர்களையும் சிறப்புப் பெயர்களையும் வாசித்து உலகுக்கு அறிவித்தார்.

தமிழ் பிராமி கல்வெட்டுகள் தொடர்பாகத் தனிப்பட்ட முறையிலும், நிறுவனம் சார்ந்தும் ஐம்பது ஆண்டுகள் அவர் செய்த ஆய்வுகள் அனைத்தும் 2012இல் வெளியிடப்பட்ட *Early Tamil Epigraphy from the Earliest Times to the Sixth Century A.D.* என்ற மகத்தான படைப்பாக வடிவம்பெற்றது. பழந்தமிழ்க் கல்வெட்டுகளில் தனது ஆய்வுப் பயணத்தைத் தொடங்கிய இராவதம் மகாதேவன் சிந்துவெளி வரிவடிவத்தில் கவனம் செலுத்தத் தொடங்கி நெடுங்காலமாக அத்துறையில் மகத்தான பங்களிப்பைச் செய்து வந்தார். அதன்பின்னர் சென்னையில் ரோஜா முத்தையா ஆராய்ச்சி நூலகத்தின் ஒரு பகுதியாகச் சிந்துவெளி ஆய்வு மையத்தை நிறுவி அதன் மதிப்புறு ஆலோசகராகவும் விளங்கினார். சிந்துவெளிப் பொறிப்புகளில் அவர் வாசித்து அறிந்த/ஊகித்துச் சொன்ன பொறிப்புகளை இந்தியாவின் பண்டைய இலக்கியங்களான வேத இலக்கியங்கள், சங்கத்தமிழ் இலக்கியங்கள் மற்றும் தொன்ம மரபுகளின் ஊடாக அவர் விவரித்தார். சிந்துவெளி வரிவடிவ வாசிப்பு என்பது சிக்கல்கள் நிரம்பிய ஒரு களமாகும். இக்களத்தில் இவர் வடமொழி மற்றும் பழந்தமிழ் மொழிகளில் உள்ள பல்வேறு செய்திகளையும் தொன்ம மரபுகளையும் சிந்துவெளி வரிவடிவக் குறிப்புகளோடு ஒப்பிட்டு இருமொழி இணை நெறியாக *(Bilingual Parallels)* வாசிக்க முற்பட்டது ஒரு புதிய அணுகுமுறையாகும். இதை இராவதம் மகாதேவனின் சிறந்த பங்களிப்பு என்றும் கூறலாம்.

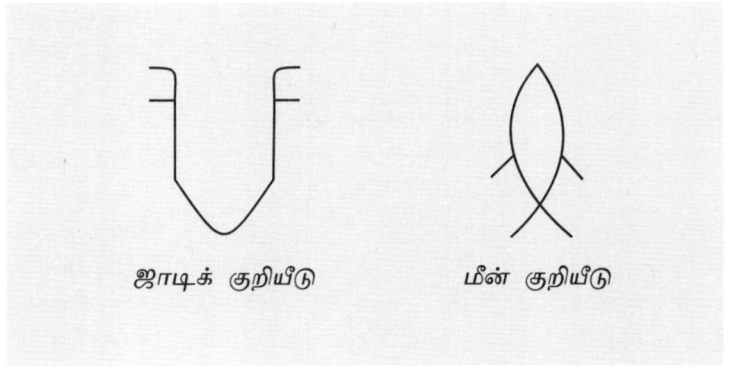

படம் 4.7 - சிந்துவெளி ஜாடிக் குறியீடும், மீன் குறியீடும்

படம் 4.8 - ஐராவதம் மகாதேவன்

ஐராவதம் மகாதேவனின் சிந்துவெளி பற்றிய நீண்ட நெடும் ஆய்வு சிந்துவெளி வரிவடிவம் திராவிட மொழியின் ஒரு தொல்வடிவம் என்பதை நிறுவும் விதமாக அமைந்தது. இருமொழிப் பொறிப்புகளின் துணையின்றி இனம் புரியாத ஒரு வரிவடிவத்தை எல்லோரும் ஒப்புக்கொள்ளும் வகையில் முழுமையாக வாசித்துக்காட்ட முடியாது என்ற நடைமுறை எதார்த்தத்தை அவர் முழுவதும் உள்வாங்கியிருந்தார். இருப்பினும் சிந்துவெளிப் பொறிப்புகளில் அடிக்கடி பயன்படுத்தப்படும் குறியீடுகளை *(signs)*, அவை பொறிக்கப்பட்டுள்ள நிரல்முறையின் அடிப்படையில் அவற்றின் உள்ளீடாக அமைந்துள்ள பல்வேறு தடயங்களை அவர் அடையாளம் காட்டினார். சிந்துவெளி வரிவடிவம் ஒரு திராவிட மொழியே என்று கருதிய மகாதேவன், சிந்துவெளிப் பண்பாட்டு மரபுகளை அப்பண்பாட்டுக் காலத்திற்குப் பின்பு இந்தியாவில் தொடர்ந்து நீடித்த திராவிட மரபிலும் அதைப்போலவே இந்தோ-ஆரிய மரபிலும் எஞ்சியிருப்பதைக் கண்டறிய முடியும் என்றும் அவர் உறுதியாக நம்பினார். அவர் தனது ஆய்வுகளில் இந்தோ-ஆரிய வடமொழி மரபுகளை மேற்கோள் காட்டினாரே தவிர அதையும் சிந்துவெளிப் பண்பாட்டின் திராவிட அடித்தளத்தை நிறுவுவதற்கான ஓர் உத்தியாகத்தான் அவர் கையாண்டார். இந்தோ-ஆரிய மரபுகளில் காணப்படும் சிந்துவெளி எச்சங்கள் இந்தோ-ஆரிய மொழிகளின் மீது திராவிட மொழிகள் செலுத்திய தாக்கத்தின் விளைவாகவே நேர்ந்தன என்பது அவரது கருத்து. அதேநேரத்தில் திராவிடர்கள், இந்தோ-ஆரியர்கள் போன்ற சொல்லாடல்களால் நேரக்கூடிய இனக்குழு அடையாளங்கள் பற்றிய சிக்கலுக்குரிய விவாதங்களை அவர் கவனமாகத் தவிர்த்தே பயணித்தார். அதேநேரத்தில் சிந்துவெளிப் பண்பாடு ஆரியப் பண்பாட்டுக்கு முற்பட்டது என்பதையும் அதன் மேலதிகமான நகர்மய வாழ்வியல், ரிக் வேதப் பண்பாட்டின் மேலதிகமான ஊரக மற்றும் மேய்ச்சல் நிலப் பண்பிலிருந்து வேறுபட்டது என்பதையும் அவர் சுட்டிக்காட்டினார். ரிக் வேதப் பண்பாட்டின் தொடக்க நிலையில் நகர வாழ்வியல் இல்லை என்பதையும் அவர் அடிக்கோடிட்டார்.

திராவிடக் கருத்தியலுக்கு வலுச்சேர்க்கும் வகையில் மகாதேவனின் ஆய்வுகளில் வெளிப்படும் மேலும் சில முக்கியச் சான்றுகள் வருமாறு,

- சிந்துவெளிப் பொறிப்புகளில் மற்ற எல்லா விலங்குகளும் பொறிக்கப்பட்டிருக்கும்போது குதிரை பற்றிய தடயம் எதுவுமில்லை;

- சிந்துவெளிப் பண்பாட்டின் தெற்கு எல்லையாகக் கருதப்படும் தைமாபாத்தில் (மகாராஷ்டிரா) கிடைத்த செம்புச் சிறுதேரில் காணப்படும் சக்கரம் ஆரங்களைக் கொண்டவை அல்ல; மாறாக ஆரமற்ற சக்கரம் *(solid wheel)*; அத்தேரை இழுத்துச் செல்வது திமில் உள்ள காளைகள். இந்தோ-ஆரியச் சமூகங்களில் குதிரையும், ஆரங்களுடைய சக்கரங்களைக் கொண்ட தேர்களும்தான் முக்கியமான அடையாளங்கள்.

சிந்துவெளிப் பண்பாட்டின் திராவிடத் தொடர்பு பற்றி மகாதேவன்

சிந்துவெளிப் பண்பாட்டு மக்கள் பேசியது திராவிட மொழியே என்று நிறுவுவதற்குப் பல மொழியியல் சான்றுகளை மகாதேவன் முன்வைத்தார். அவற்றுள் சில வருமாறு:

- ரிக் வேதத்தில் காணப்படும் திராவிட மொழிக் கடன் சொற்களும், மொழிபெயர்ப்புகளும்.

- இந்தோ-ஆரிய மொழிகளின் அடிப்படைக் கூறுகளில் காணப்படும் திராவிட மொழித் தாக்கம்.

- வளைநா ஒலிகள் *(Retroflex sounds)* இந்தோ-ஆரிய மொழிகளில் இடம்பெறத் தொடங்கியதன் பின்னணி.

- சொல், ஒட்டு இயல்நிலை விகுதியில் *(inflexion)* இருந்து பின்னொட்டாக *(post-fixation)* மாறிய தன்மை.

- இதுமட்டுமின்றி, கணிப்பொறித் தொழில்நுட்பத்தைப் பயன்படுத்திச் சிந்துவெளிப் பொறிப்புகளில் திராவிட மொழிகளில் உள்ளது போலப் பின்னொட்டுகளே பயன்படுத்தப்பட்டுள்ளன என்றும் இந்தோ-ஆரிய மொழிகளைப் போல அவை முன்னொட்டுகள் இல்லை என்றும் அவர் நிறுவினார். இது, சிந்துவெளி பற்றிய புதிய ஆய்வுகளுக்குத் தூண்டுவிசையாக விளங்கும் புத்தொளிச் சான்றாகும்.

மேலும், சிந்துவெளிப் பொறிப்புகளில் காணப்படும் சமய வழிபாட்டு நம்பிக்கைகள் குறித்து ஆராய்ந்த மகாதேவன், அவற்றில் ஆரியர்களுக்கு முற்பட்ட இந்தியப் பழங்குடி வழிபாட்டு மரபுகளின், நம்பிக்கைகளின் தாக்கம் இருப்பதைச் சுட்டிக்காட்டினார்.

அகத்தியர் தொன்மத்தின் வரலாற்றுத்தன்மை: சிந்துவெளி மக்களின் தென்திசைப் புலப்பெயர்வு

அகத்திய முனிவர் பற்றிய தொன்மங்களுக்கு மறுவிளக்கம் அளிப்பதைத் திராவிடக் கருதுகோளை வலுப்படுத்தும் ஓர் உத்தியாக மகாதேவன் கையாண்டார். முன்னெடுங்காலத்தில் வடக்கிலிருந்து ஆரியர்கள் தென்னிந்தியாவிற்கு வந்து குடியமர்ந்ததன் குறியீடு என்றும், அகத்தியர் மூலமாக வேத சமயம் தென்னிந்தியாவில் புகுந்தது என்றும் நிலவுகிற மரபு சார்ந்த கண்ணோட்டத்தை மகாதேவன் மறுதலித்தார்.

"தமிழர்கள் தங்களுக்கென்ற ஒரு தொன்மையான பண்பாட்டிற்குச் சொந்தக்காரர்கள். அதிலும் குறிப்பாகத் தங்களது மொழியின் மீது தொன்றுதொட்டே ஆழமான காதல் கொண்டவர்கள். அகத்தியர் ஓர் ஆரியப் புலப்பெயர்வாளர் என்பது உண்மை என்றால் அவரைத் தெற்கில் நுழைந்த வைதீக சமயப் பண்பாட்டைத் தோற்றுவித்தவர் என்று கருதாமல் தங்களது மொழிக்கு, இலக்கியத்துக்கு, இலக்கணத்துக்கு விதையூன்றிய தந்தை என்று எப்படி கருதுவார்கள்?" *(Mahadevan 2009: 36)* என்பதுதான் மகாதேவன் எழுப்பிய ஆணித்தரமான கேள்வி. சிந்துவெளியின் திராவிடக் கருதுகோள் பற்றிய திறனாய்வில் இதைப்போன்ற ஒரு நேரடியான கேள்வியைக் கவனிக்காமல், பதில் சொல்லாமல் கடந்து செல்ல முடியாது.

அதுமட்டுமின்றி, வரலாற்றுக்கு முற்பட்ட காலங்களில் தமிழ் நிலம் இந்தோ-ஆரிய மொழிகளைப் பேசியவர்களால் கைப்பற்றப்பட்டது அல்லது அவர்களின் குடியேற்றம் பெருமளவில் நிகழ்ந்தது என்பதற்கான மொழியியல் சான்று எதுவும் இல்லை என்பதையும் மகாதேவன் சுட்டிக்காட்டினார். இதனடிப்படையில் அகத்தியர் தொடர்பான தொன்மத்தைத் தெற்கின் பார்வையிலிருந்து மறுவாசிப்பு செய்ய முற்பட்டார். இந்த மறுவாசிப்பில் வேளிர் புலப்பெயர்வு குறித்த மு. இராகவையங்காரின் கருத்தை மகாதேவன் நினைவில் கொள்கிறார். இந்தோ-ஆரிய மற்றும் திராவிட மரபுகள் இரண்டிலும் குறிப்பிடப்பட்டுள்ள அகத்தியர் தொன்மம் சிந்துவெளிப் பண்பாட்டின் தென் திராவிடத் தொடர்புக்கான முக்கியமான சான்று என்று மகாதேவன் குறிப்பிட்டார்.

வரலாற்றுக்கு முற்பட்ட காலங்களில் வேளிர், யாதவ இனக்குழுக்களின் பொது மூதாதையர்கள் குஜராத்திலுள்ள துவாரகையிலிருந்து அகத்தியர் தலைமையில் தென்னிந்தியாவிற்குப் புலம்பெயர்ந்ததாக மு.இராகவையங்கார் தனது 'வேளிர் வரலாறு' என்ற நூலில் பதிவு செய்கிறார். அகத்தியர் தலைமையில் தென்திசை நோக்கிய புலப்பெயர்வு நிகழ்ந்ததை நச்சினார்க்கினியர் தனது தொல்காப்பிய உரையில் இருமுறை குறிப்பிடுகிறார் (தொல்காப்பியப் பாயிரம்: பொருள். 34). அகத்தியர், வேளிர் குடியைச் சேர்ந்த *18* வேளிர் தலைவர்கள் மற்றும் *18* குடும்பங்களுடன் தெற்கு நோக்கிப் புலம்பெயர்ந்ததாகவும், அங்கு அவர்கள் காடுகளை அழித்து வேளாண்மை நிலங்களை ஏற்படுத்தியதாகவும், பின்பு அகத்தியர் தமிழ்நாட்டின் தென்பகுதியில் உள்ள பொதிகை மலையில் குடியமர்ந்ததாகவும் நச்சினார்க்கினியரின் தொல்காப்பிய உரை தெரிவிக்கிறது.

பழந்தமிழில் வேளிர் என்ற பெயர் சில குறிப்பிட்ட குறுநிலத் தலைவர்களைக் குறிப்பதாக வழங்கப்பட்டது. வேள் என்ற சொல்லிற்கு, 'வழிபடுதல்', 'பூசாரி' என்ற பொருள்களும் உண்டு. வேளிர் என்ற சொல் வேள் என்பதிலிருந்து ஆக்கம்பெற்றதாகச் சொல்லப்படுகிறது. இது உண்மையெனில், தென் திசையின் வேளிர் என்ற இந்தச் சொல்லாடல் சிந்துவெளிப் பண்பாட்டின் இறைத்தலைவர்களாகவும், இறையாண்மைத் தலைவர்களாகவும் விளங்கிய ஆட்சியாளர்களைக் குறிப்பிடுகிறது என்று எடுத்துக்கொள்ள வாய்ப்பு இருக்கிறது. இப்படிப்பட்ட அணுகுமுறையோடு அகத்தியர் தொன்மத்தை மகாதேவன் மீள்வாசிப்பு செய்து புதிய விளக்கத்தை அளித்தார். சிந்துவெளிப் பண்பாடு நலிவடைந்து வீழ்ச்சியடைந்ததற்குப் பின் திராவிட மொழிபேசும் சிந்துவெளி மக்கள் தெற்கு நோக்கிப் புலம்பெயர்ந்த நிகழ்வைத்தான் அகத்தியர் தொன்மம் மீள்நினைவாகப் பதிவு செய்கிறது என்பது மகாதேவனின் கருத்தாகும். *(Mahadevan 2009: 38)*

அதுமட்டுமின்றி, புறநானூற்றின் 201ஆம் பாடலில் வேளிர் புலப்பெயர்வின் பின்னணியில் கையாளப்படும் வடபால் முனிவன் மற்றும் தடவு (ஜாடி) ஆகிய சொல்லாடல்கள் அகத்தியரையும் அவர் கையில் உள்ள கலயத்தையும் குறிப்பிடுவதாக மகாதேவன் விளக்கம் அளித்தார்.

ஆங்கிலேயே ஆட்சிக்கு முற்பட்ட தென்னிந்தியா பற்றிய வரலாற்று ஆய்வுகளைச் செய்துள்ள புகழ்பெற்ற வரலாற்றாளர் ஆர். சம்பகலட்சுமி, சிந்துவெளி எழுத்துகளை வாசித்தறியும் முயற்சியில் ஐராவதம் மகாதேவன் ஆற்றியுள்ள பங்களிப்பு பற்றி பின்வருமாறு கூறுகிறார்:

"என்ன மொழி என்று யாருக்கும் தெரியாத, இன்னும் வாசித்தறியப்படாத சிந்துவெளி வரிவடிவம் பற்றிய ஆய்வில் மகாதேவனின் பங்களிப்பும் முயற்சியும் அறிவியல்பூர்வமானவை. அவரது அணுகுமுறை மிகவும் நிதானமானது. ஒப்பீட்டளவில் அவரது ஆய்வுப் பணிகள் மிக முக்கியமானவை. மகாதேவனின் சிந்துவெளித் தொடர்பு ஒருவகையில் அவரது பள்ளி நாட்களோடு தொடர்புடையது. சிந்துவெளி பற்றிய ஒரு பேச்சுப்போட்டிக்காகக் குறிப்பெடுக்கும்போதுதான் அவர் முதல் முறையாக இப்பண்பாட்டைப் பற்றி அறிகிறார். ஓர் இந்திய ஆட்சிப்பணி அலுவலராக அவர் தில்லியில் பணியாற்றிய சூழலில் தமிழ் பிராமி கல்வெட்டுகள் பற்றிய தனது களப்பணிகளை அவரால் தொடர முடியவில்லை. எனவே, வேறு ஏதாவது துறையில் ஆய்வு செய்யலாம் என்று அவர் முனைந்தபோதுதான் ஹன்டர்ஸ் (WW Hunters) தனது கைப்பட வரைந்து ஆவணப்படுத்தியிருந்த சிந்துவெளி எழுத்துகள் பற்றிய நூலை அவர் படிக்க நேர்ந்தது. அதிலிருந்துதான் சிந்துவெளி பற்றிய அவரது ஆய்வுப் பணி தொடங்கியது. பல்வேறு ஆய்வு நிறுவனங்களின் துணைகொண்டு, கணிப்பொறி தொழில்நுட்ப உதவியோடு சிந்துவெளி குறியீடுகளையும், பொறிப்புகளையும் அவர் முறையாக வகைப்படுத்தித் தொகுத்து அவர் வெளியிட்ட தொகுப்பு அட்டவணை ஒரு மகத்தான பங்களிப்பு. அந்தக் காலகட்டத்தில் கணிப்பொறி என்பது இந்தியாவில் அரிதான ஒன்றே. 1977ஆம் ஆண்டு மகாதேவனின் The Indus Script: Texts, Concordance and Tables என்ற நூலை இந்தியத் தொல்லியல் கழகம் வெளியிட்டது."

- ஆர். சம்பகலட்சுமி 2003

பழந்தமிழில் சிந்துவெளிப் பண்பாட்டின் எச்சங்கள்: தொல்லியல் சான்றுகள்

தமிழ்நாட்டில் கண்டுபிடிக்கப்பட்டுள்ள பல்வேறு அகழாய்வுத் தடயங்கள் சிந்துவெளித் தொடர்பை நினைவுபடுத்துகின்றன. 2006ஆம் ஆண்டு காவிரி பாசனப் பகுதியில் செம்பியன் கண்டியூர் என்ற இடத்தில் ஒரு கற்கோடாரி எதேச்சையாகக் கண்டுபிடிக்கப்பட்டது. அதில் சிந்துவெளிக் குறியீடுகளை ஒத்த மூன்று குறியீடுகள் பொறிக்கப்பட்டிருந்தது ஆய்வாளர்களின் ஒட்டுமொத்த கவனத்தையும் கவர்ந்தது. இந்தக் கற்கோடாரி புதிய கற்காலத்தைச் சேர்ந்ததாகக் கருதப்படுகிறது. இதைப்போலவே சூலூர் என்ற இடத்தில் கிடைத்த சுடுமண் பாண்டத்திலும், சிந்துவெளியை ஒத்த குறியீடுகள் காணப்படுகின்றன. பொ.யு.மு. முதலாம் நூற்றாண்டைச் சேர்ந்த இந்தச் சுடுமண் பாண்டம் பிரிட்டிஷ் அருங்காட்சியகத்தில் காட்சிக்கு வைக்கப்பட்டுள்ளது. திண்டிவனம் அருகில் சானூர் என்ற இடத்தில் கிடைத்த பெருங்கற்கால ஈமத்தாழிகளில் கிடைத்த மட்பாண்ட சில்லுகளில் சிந்துவெளிப் பொறிப்புகள் போன்ற கீறல்கள் காணப்படுகின்றன. இவை அனைத்திற்கும் மகாதேவன் தனது விளக்கத்தை அளித்திருக்கிறார். தாய்லாந்து நாட்டில புக்காவ் தாங் என்ற இடத்தில் கிடைத்த பெருங்கற்கால மட்பாண்டத்திலும் இதைப்போன்ற இரண்டு குறியீடுகள் கிட்டியுள்ளன. ஒரு தெய்வ உருவம் அமர்ந்திருப்பது போன்ற ஒரு குறியீடும் இதில் அடங்கும். இந்தக் குறியீட்டின் நிரல்வரிசை சிந்துவெளி முத்திரைகளில் உள்ளது போலவே இருக்கிறது என்பதை மகாதேவன் சுட்டிக்காட்டியுள்ளார். இச்சான்றுகளின் அடிப்படையில் தமிழ்நாட்டில் கிடைத்த மட்பாண்டத் துண்டுகளில் காணப்படும் கீறல்களுக்கும், சிந்துவெளி எழுத்துப்பொறிப்புகளுக்கும் ஒரு 'தொப்புள் கொடி' தொடர்பு இருக்கிறது என்று மகாதேவன் உறுதியாகக் கருதினார்.

பழந்தமிழில் சிந்துவெளியின் எச்சங்கள்: மகாதேவனின் வாசிப்பு

ஒரு சித்திர எழுத்து (*Pictogram*) நேரடியாகப் பொருள் தருகிறதா அல்லது அது 'ரீபஸ்' முறைப்படி வாசிக்க வேண்டிய ஓர் ஒலிக்குறியீடா என்பதை எப்படி முடிவுசெய்வது என்ற கேள்வியுடன் சிந்துவெளிப் பொறிப்புகளை அணுகிய ஐராவதம் மகாதேவன் அவற்றை வாசித்து அறியும் தனது முயற்சியில், தொன்ம மரபுகள் மற்றும் மொழியியல் சார்ந்த ஒரு தனித்துவமான வழிமுறையைப் பயன்படுத்தினார்.

சிந்துவெளி எழுத்துக்களின் வாசிப்பு முயற்சியில் மகாதேவன் ஈடுபடுவதற்கு முன் சிந்துவெளிப் பொறிப்புகளில் உள்ள அம்பு, ஜாடி போன்ற குறியீடுகள் வேற்றுமை உருபுகளாகக் கருதப்பட்டன. இவை இரண்டும் சிந்துவெளிப் பொறிப்புகளில் அடிக்கடி வருகிற குறியீடுகள் ஆகும். ஆனால், அவை மொழியியல் அடிப்படையில் இலக்கணச் சொல் உருபன்களாக இருக்கலாம் என்றும் அக்குறியீடுகள் குறிப்பாகத் தன்மை மற்றும் பாலறி விகுதிகளாக இருக்கலாம் என்றும் மகாதேவன்தான்

முதல் முதலாகச் சுட்டிக்காட்டினார். 'ரீபஸ்' முறையைப் பயன்படுத்தி அம்புக்குறி என்பது பழந்தெலுங்கில் உள்ள 'அம்பு' (தொல்திராவிட அம்பு/தமிழ்-அம்) என்பது ஆண்பால் இல்லாத ஒருமை விகுதியைக் குறிப்பதாக அவர் விளக்கம் அளித்தார். இந்த ஒரு சான்றே சிந்துவெளிப் பொறிப்புகளை ஒரு திராவிட மொழி என்ற அணுகுமுறையில் வாசிப்பதற்குப் போதுமானது என்று கருதிய மகாதேவன், இத்தகைய இலக்கணக் கூறு திராவிட மொழிகளுக்கு மட்டுமே உரியது; இந்தோ-ஆரிய மொழிகளுக்கு இது பொருந்தாது என்றும் ஆணித்தரமாகக் குறிப்பிட்டார். மேலும் சிந்துவெளிப் பொறிப்புகளில் அடிக்கடி இடம்பெறும் கலயம் அல்லது ஜாடிக் குறியீட்டை ஆண்பால் ஒருமை என்றும் அதனுடன் நான்கு கோடுகள் சேர்ந்த குறியீட்டைப் பன்மை விகுதி என்றும் மகாதேவன் கருதினார். பழந்தமிழில் இருந்த திராவிட மொழியியல் கூறுகளைக் கொண்டு இந்த முடிவுக்கு அவர் வந்தார்.

இராவதம் மகாதேவனின் நீண்ட நெடும் ஆய்வுப்பணி சிந்துவெளி வரிவடிவம் மற்றும் தமிழ் பிராமி கல்வெட்டுகள் பற்றிய புரிதலுக்கு எவ்வாறு உதவியது என்பது மேற்சொன்ன எடுத்துக்காட்டுகளின்மூலம் புலனாகும். தொல்லியலிலும், கல்வெட்டியலிலும் மகாதேவனுக்கு இருந்த ஈடுபாடு சிந்துவெளிப் பண்பாட்டின் திராவிட இயல்பை நிலைநாட்டுவதற்குப் பல வழிகளில் உதவியது. சிந்துவெளிப் பண்பாட்டின் எச்சங்களைப் பழந்தமிழில் மறுவாசிப்புக்கு உட்படுத்தலாம்; அதன்மூலம் சிந்துவெளிப் பண்பாட்டிற்கும், பழந்தமிழ் அரசியலுக்கும் (வம்சாவளி பெயர்கள் மற்றும் நாகரிகப் பண்பியல்புகள்) இடையிலான தொடர்பை விளக்கமுடியும் என்று அவர் நம்பினார். சில சிந்துவெளிப் பண்பியல்புகளை ரிக் வேதத்தில் கண்டறிய முடியும் என்றாலும் அவை அந்நிலப்பகுதிகளில் ஏற்கெனவே வாழ்ந்துகொண்டிருந்த திராவிடர்களிடமிருந்து அறிந்து மொழிபெயர்க்கப்பட்டதேயன்றி இந்தோ-ஆரிய மொழியியல் மற்றும் பண்பாட்டுத் தொடர்ச்சியில் இயல்பாக நிகழவில்லை என்று மகாதேவன் வலியுறுத்தினார். பழந்தமிழ் ஆவணங்களில் உள்ள சில செய்திகள் சிந்துவெளிப் பண்பாட்டின் மொழி மற்றும் பண்பாடு பற்றிய புரிதலுக்கு மிகவும் உதவும் என்ற தனது நிலைப்பாட்டில் அவர் உறுதியாக இருந்தார்.

திராவிடக் கருதுகோளும் இடப்பெயர்ச் சான்றுகளும்

சிந்துவெளிப் பண்பாட்டின் மொழி ஒரு திராவிட மொழியாகவே இருந்திருக்க அதிகம் வாய்ப்புள்ளது என்று பொதுவாகக் கருதப்பட்டாலும் அஸ்கோ பர்போலா, இராவதம் மகாதேவன் போன்ற அறிஞர்கள் பல வலுவான தரவுகளை முன்வைத்தாலும் சிந்துவெளிப் பொறிப்புகளை முழுவதுமாக வாசித்து அறிவது இன்னும் தொலைதூரக் கனவாகவே இருக்கிறது. ஒருவரின் வாசிப்பை இன்னொருவர் ஒப்புக்கொள்வதில்லை. இருமொழிப் பொறிப்புகள் இல்லாத சூழலில் ஒரு குறிப்பிட்ட வாசிப்பை மற்ற அனைவரும் ஒப்புக்கொள்ள வேண்டும் என்று எதிர்பார்ப்பதுகூட நியாயமில்லைதான். இதனால், ஆகச்சிறந்த சாத்தியக்கூறுகள் கொண்டதாக இருந்தாலும் திராவிடக் கருதுகோள் என்பது இன்னும் முழுமையாகத் தீர்வு காணப்படாத ஆய்வுக் களமாக இருக்கிறது.

சிந்துவெளிப் பொறிப்புகள் பற்றி கிட்டத்தட்ட அரை நூற்றாண்டு ஆராய்ச்சி செய்துவிட்டுப் பல்வேறு தரவுகளை முன்வைத்து அம்மொழி ஒரு திராவிட மொழியாக இருந்திருக்கும் வாய்ப்புகளே அதிகம் என்று அறிவித்த அஸ்கோ பர்போலாகூட இறுதியில் 'முற்றிலும் வித்தியாசமான ஒரு தீவிர ஆதாரம்' கிடைத்தால் தவிர சிந்துவெளி எழுத்துகளை முழுவதுமாக வாசித்தறிவது அனேகமாக முடிவுபெறாத நோக்கமாகத்தான் இருக்கும் என்று கூறுகிறார். அதேநேரத்தில், *Deciphering the Indus script* என்ற தனது நூலின் முடிவுரையில், "இப்போது சிந்துவெளிப் பொறிப்புகளை முழுவதுமாக வாசிக்க முடியவில்லை என்பது அதற்கான எதிர்கால முயற்சிகளை மட்டுப்படுத்தும் தடைக்கல்லாக இருக்கமுடியாது" என்ற நம்பிக்கையை பர்போலா விதைக்கிறார். ஒருவகையில் அந்த நம்பிக்கை விதைதான் நீங்கள் வாசித்துக்கொண்டிருக்கும் இந்த நூலுக்கான உந்துவிசையும்கூட. இதன் அடிப்படையில்தான் சங்க இலக்கியம் மற்றும் தொல்தமிழ்ச் சான்றுகளால் அறியலாகும் இடப்பெயர்கள், தனிமனிதர்களின் பெயர்கள் ஆகியவற்றைச் சிந்துவெளி நிலப்பகுதிகளில் இன்றும் நிலவும் இடப்பெயர்களில் கண்டறியும் முயற்சியை இந்த நூல் முன்னெடுக்கிறது.

திராவிடக் கருதுகோளின் நம்பகத்தன்மை பல்வேறு புதிய சான்றுகளால் நிறுவப்பட வேண்டும் என்ற தேவையை நோக்கிய முன்நகர்வுதான் இந்த நூல். இந்தச் சான்றாதாரங்களைப் பற்றிப் பேசுவதற்கு முன்பு, திராவிடக் கருதுகோளை வலுப்படுத்தும் வகையில் இடப்பெயர்ச் சான்றுகள் முந்தைய ஆய்வாளர்களால் எவ்வாறு பயன்படுத்தப்பட்டுள்ளன என்ற தரவுகளை ஒன்றுதிரட்டி முன்வைப்பது பொருத்தமாகும். இந்நூலின் பின்வரும் இயல்களுக்கான சரியான பின்புலமாக அது அமையும்.

பாகிஸ்தானிலுள்ள சிந்து மாகாணம், இந்தியாவிலுள்ள குஜராத் மற்றும் மகாராஷ்டிரா போன்ற பகுதிகளில் தற்போதும் பயன்படும் இடப்பெயர்களில் திராவிடப் பெயர்க்கூறுகள் உள்ளன என்பது பெரும்பாலும் ஆய்வாளர்கள் அறிந்த உண்மையே. திராவிட மொழி/மொழிகளைப் பேசிய மக்கள் முன்னொரு காலத்தில் இப்பகுதிகளில் எங்கெல்லாம் வாழ்ந்தார்கள் என்பதற்கான தேடலின் ஒரு பகுதியாக இந்த இடப்பெயர்கள் ஆய்வாளர்களால் ஆராயப்பட்டுள்ளன.

குஜராத்தில் புழக்கத்தில் உள்ள பல இடப்பெயர்கள், தெய்வங்களின் பெயர்கள் மற்றும் ஏனைய பெயர்களின் திராவிடத் தொடர்பு பற்றி வரலாற்று ஆய்வாளர் ஹெச். டி. சங்காலியா தெளிவாகக் குறிப்பிட்டிருக்கிறார். 'மாலக்கத்தரை' *(Maalakatarai)* என்ற இடப்பெயரில் உள்ள 'மால்' என்ற முன்னொட்டு விஷ்ணு என்ற கடவுளின் தமிழ்ப்பெயரான 'மால்' என்பதைக் குறிக்கும் என்றும், அப்பெயர் 'குன்று/ மலை' என்ற பொருளில் வரும் 'மலை' என்ற திராவிடச் சொல்லிலிருந்து உருவாக்கம் பெற்றது என்றும் அவர் கூறுகிறார். குஜராத், ராஜஸ்தான் மற்றும் ஏனைய பகுதிகளில் இன்றும் புழக்கத்தில் உள்ள பல பெயர்களைச் சங்காலியா இந்தோ-ஆரிய மொழிகளின் வருகைக்கு முற்பட்டதாகக் கருதுகிறார்.

'பில்லமலா' *(Billamala)* என்ற இடப்பெயரில் உள்ள 'மலா' என்ற பின்னொட்டு ஒரு திராவிடச் சொல் என்றும் அது மேட்டு நிலம் அல்லது பீடபூமியைக் குறிப்பது என்றும் அவர் கூறுகிறார். குஜராத்தி மொழியில் 'மலா' என்ற சொல் வீட்டின் மேல்தளத்தைக் குறிப்பதாக இன்றும் வழங்குகிறது. மேலும் ஜோலா, பிட்டி (வீடு); கட்டா, குடி, போலா, மற்றும் வோலா (வயல்); குய்த்தா (மலை/குன்று) ஆகிய இடப்பெயர் விகுதிகள் தமிழ், தெலுங்கு மற்றும் கன்னடம் போன்ற மொழிகளில் வழங்கும் சொற்களோடு தொடர்புடையவை. குஜராத்தில் பேசப்படுகிற குஜராத்தி மொழி ஓர் இந்தோ-ஆரிய மொழியாகும். அதனால், அது வட-ஆரியப் பண்பாட்டோடு நெருங்கியத் தொடர்புடையது. இந்தோ-ஆரியப் பண்பாட்டு மரபுகள் குஜராத்தி மொழியில் மேலதிகமாக இருக்கிறது என்பதில் வியப்பொன்றும் இல்லை. ஆயினும், குஜராத்தில் ஆரியருக்கு முற்பட்ட/திராவிட தொல்பழங்காலத்திற்கான போதுமான மொழியியல், இடப்பெயரியல் மற்றும் பண்பாட்டுச் சான்றுகள் இன்னும் எச்சமிச்சமாய் உள்ளன என்பதுதான் வியப்பிற்குரியது; முக்கியமானது.

இதைக் கருத்தில்கொண்டு இந்நூலின் பின்வரும் இயல்களில் குஜராத், மகாராஷ்டிரா ஆகிய மாநிலங்களின் தொல்திராவிட அடித்தள அடையாளங்கள் பற்றி விரிவாகப் பேசப்படும்.

சிந்துவெளி பற்றிய ஆய்வுகளில் இடப்பெயர் தரவுகளின் முக்கியத்துவத்தைப் புரிந்துகொள்வதற்கு ஃபிராங்க் சவுத்வொர்த் என்ற அறிஞரின் ஆய்வுகள் துணைபுரிகின்றன. மகாராஷ்டிராவில் டோம்பிவலி, பொரிவலி ஆகிய இடப்பெயர்களில் இடம்பெறும் 'வலி' (ஊர், சிற்றூர்) என்ற விகுதியானது திராவிடத் தொடர்புடையது என்று சவுத்வொர்த் கருதுகிறார். மகாராஷ்டிராவின் மத்திய மற்றும் கிழக்குப் பகுதிகளில் இந்தோ-ஆரிய விகுதியான 'காவ்' *(gav)* என்ற சொல் குடியிருப்புகள்/ஊர்களைக் குறிப்பதற்கு அதிகமாகப் பயன்படுவதைச் சுட்டிக்காட்டி கடற்கரை சார்ந்த மகாராஷ்டிரா பகுதிகளில் ஒரு காலத்தில் திராவிடர்கள் வாழ்ந்திருக்கிறார்கள் என்ற கருத்தைச் சவுத்வொர்த் முன்வைக்கிறார். அதுமட்டுமின்றி குஜராத், பாகிஸ்தானிலுள்ள மேற்கு பஞ்சாப், மற்றும் சிந்து மாகாணங்களில் 'வலியா' என்ற இடப்பெயர் விகுதி அதிகம் காணப்படுவதையும் சவுத்வொர்த் சுட்டிக்காட்டுகிறார்.

ஹரப்பா மக்கள் பேசும் மொழி எதுவென்பதை அறியும் நோக்கத்துடன் ஹரப்பா பண்பாட்டுப் பகுதியிலுள்ள இடப்பெயர்களை ஆராய்ந்த முன்னோடி ஆய்வாளர்களில் அஸ்கோ பர்போலாவும் ஒருவர். இப்பகுதிகளிலுள்ள சில ஊர்ப்பெயர்களின் தொன்மை ஹரப்பா பண்பாட்டுக் காலத்தின் தொடக்கக்காலம் வரை பின்னோக்கிச் செல்லக்கூடியவை என்று அவர் கருதுகிறார்.

ஹரப்பா பகுதிகளில் 'ஊர்' அல்லது 'நகரம்' என்ற பொருளில் வழங்கும் பல்வேறு பெயர்களும் திராவிட மொழியிலிருந்து தோன்றியவை என்றும் அப்பெயர்கள் தென்னிந்திய இடப்பெயர்களில் அதிகம் காணப்படுவதாகவும் அவர் குறிப்பிடுகிறார். இவற்றில் சில பெயர்கள் தாலமியின் *(Ptolemy)* ஆவணங்களிலும், சிந்தி ஆவணங்களிலும் இடம்பெறுகின்றன. 'நகரா, பள்ளி, பட்டணா மற்றும் கோட்டா' போன்ற இடப்பெயர் விகுதிகளில் அடிப்படையாக இருப்பது திராவிட மொழிகள்தான் என்று அவர் கருதுகிறார். எடுத்துக்காட்டாக, குஜராத்தில் ஊர் என்ற பொருளில் வழங்கும் 'பள்ளி' தென்திராவிட மொழிகளில் வழங்கும் 'பள்ளி' என்ற இடப்பெயர் விகுதியோடு தொடர்புடையது என்பது அஸ்கோ பர்போலாவின் கருத்து.

இதைப் போலவே திராவிட இடப்பெயர் விகுதிகளான 'பட்டி' என்பதை குஜராத்தில் தற்போதும் பயன்படும் 'வாடா, வட்' ஆகிய விகுதிகளோடும், 'பட்டணா' என்ற விகுதியை குஜராத்தியின் 'பட்டன்' என்ற விகுதியோடும் அவர் தொடர்புபடுத்துகிறார். இவ்விகுதிகள் அனைத்தும் மேய்ச்சல்நில கிராமம் என்ற பொருளில் வழங்குவதாகவும், இது திராவிட வேர்ச்சொல்லான 'படு' (படுத்தல், உறங்குதல்) என்ற பொருண்மையில் இருந்து தோன்றியதாகவும் பர்போலா குறிப்பிடுகிறார். மேலும், 'கோட்டை' *(Fort)* என்ற திராவிட இடப்பெயர் வடமாநிலங்களில், குறிப்பாக ஹரப்பா பண்பாட்டுப் பகுதிகளிலும், வடமேற்குப் பகுதிகளிலும் இன்றுவரை அதிகமாகப் பயன்படுத்தப்படுவதை அஸ்கோ பர்போலா சுட்டிக்காட்டுகிறார். ஹரப்பா பண்பாட்டுப் பகுதிகளில் பெரும்பாலும் கோட்டை போல அரண் அமைக்கப்பட்டன என்பது குறிப்பிடத்தக்கது.

சிந்துவெளிப் பொறிப்புகளில் இடங்களுக்கான குறியீடுகள்

சிந்துவெளிப் பொறிப்புகளில் இடங்களை இனம் காண்பதற்கான சில குறிப்புகளைத் தேடிப்பார்த்தார் மகாதேவன். சிந்துவெளி முத்திரைகளில் அநேகமாக அந்த முத்திரையின் உரிமையாளர் பெயர் பொறிக்கப்பட்டிருக்கலாம் என்பது அவரது ஊகம். பின்வந்த திராவிட மொழியில் வரலாற்றுக் காலங்களில் நிறுவப்பட்ட கல்வெட்டுகளிலும் இவ்வாறு தனிமனிதர்களின் பெயர்களுக்கு முன் இடப்பெயர்கள் இடம்பெறுவதைக் காண முடிகிறது. சிந்துவெளிப் பொறிப்புகளில் இடம்பெறும் 'தொடக்கச் சொற்றொடர்' (*opening phrases*) பெரும்பாலும் தனிமனிதர்களின் பெயர்களுக்கு முன் குறிப்பிடப்படும் இடப்பெயர்களாக இருந்திருக்க வேண்டும் என்பது அவரது கருத்தாகும். சிந்துவெளிப் பொறிப்புகளில் இடக்குறிகளோடு வருகிற சிறிய மேல்ஒட்டு விகுதிகள் (*small superscript suffixes*) இந்த ஊகத்தை உறுதி செய்வதாக உள்ளன. இந்தச் சிறிய மேல்ஒட்டு விகுதிகள், உள்ளொட்டு (*inflexion*) அல்லது வேற்றுமை விகுதி போன்ற இலக்கணக் கூறுகளாகப் பயன்படுகின்றன. இவை, இடக்குறிகளைத் தொடர்ந்துவரும் தனிநபர் பெயரோடு கூடிய சொற்றொடரை இடக்குறியோடு இணைக்கும் பணியைச் செய்கின்றன. அவ்வாறாயின், இப்பொறிப்புகளில் இடம்பெறும் இடங்கள் பற்றிய குறிப்புகள் முக்கியமான இடங்கள் அல்லது ஹரப்பா நகரம் போன்ற நகரங்களில் அமைந்த முக்கியமான அமைப்பு சார்ந்த நிறுவனங்களைக் குறிப்பதாக இருக்கவேண்டும் என்பது மகாதேவனின் முன்மொழிவு. 'கோட்டைப் பகுதி' (*Citadel*) எனப்படும் மேல் குடியிருப்பு, கீழ நகரம் (*Lower-city*) எனப்படும் குடியிருப்புப் பகுதி, அரண்மனை, தானியக்கிடங்கு போன்ற பொதுப்பெயர்களை மனதில் வைத்துதான் மகாதேவன் இவ்வாறு கூறுகிறார்.

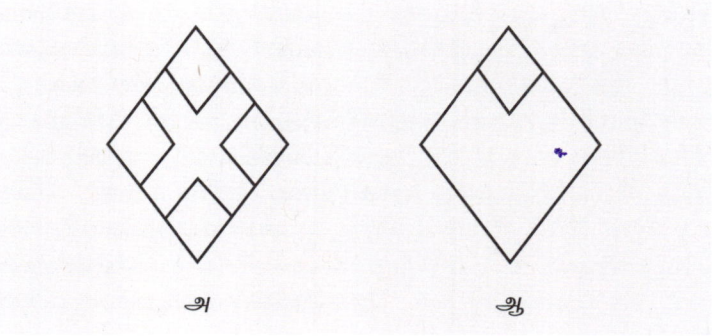

படம் 4.9 - மகாதேவனால் அடையாளம் காணப்பட்ட குறியீடுகள் (அ) நான்மாடக்கூடல், (ஆ) அரண்மனை

இத்தகைய சில இடக்குறியீடுகளை எகிப்திய கருத்துருவங்கள் (*Egyptian Idiographic*) மற்றும் பழந்தமிழ் இலக்கியங்களில் இடம்பெறும் சில மீள்நினைவுகள் ஆகியவற்றுடன் ஒப்பிட்டு விளக்கம் அளிக்கிறார். இந்த விளக்கம் உண்மை என்றால் இந்த இடக்குறிகள் சிந்துவெளி மக்களுக்கு முக்கியமான இடப்பெயர்களைச் சுட்டும் பொதுப்பெயர்கள் எனக்கொள்ளலாம். அவ்வாறாயின் சிந்துவெளி மக்கள் பேசிய மொழி ஒரு திராவிட மொழி என்று ஐயமின்றி நிறுவப்படும்.

எகிப்திய சித்திர எழுத்துகளில் (*Egyptian Hieroglyph*) நான்கு கால்வட்டங்களாகப் பிரிக்கப்பட்ட ஒரு வட்டம், நகரம் அல்லது ஊர் என்ற பொருளில் பயன்படுத்தப்பட்டுள்ளது. இந்த உருவப்பொறிப்பு, நான்கு கால்பகுதிகளாகப் பிரிக்கப்பட்ட நகரம் அதாவது திட்டமிட்டு அமைக்கப்பட்ட நகரம் ஆகிய பொருண்மைகளுடன் அடையாளம் காணத்தக்கது என்று மகாதேவன் கருதுகிறார். சிந்துவெளிப் பொறிப்புகளில் நகரம்

எல்லோரும் ஒப்புக்கொள்ளும் வகையில் சிந்துவெளி எழுத்துகள் /பொறிப்புகள் வாசிக்கப்படும் வரை சிந்துவெளிப் பண்பாட்டின் திராவிடக் கருதுகோளை நிறுவுவதற்கும், வலுப்படுத்துவதற்கும் புதிய தடயங்களையும், துணை நிலைச் சான்றுகளையும் நாம் கண்டறிந்து முன்வைக்க வேண்டிய தேவை இருக்கிறது. சிந்துவெளிப் பண்பாட்டை உருவாக்கியவர்கள் திராவிடர்கள் என்பது உண்மையென்றால் அந்நிலப் பகுதிகளிலும், அதன் சுற்றியுள்ள பகுதிகளிலும் வரலாற்றுக்கு முற்பட்ட காலகட்டங்களில் திராவிட மக்கள் உண்மையில் வாழ்ந்தார்கள் என்பதை நிறுவ வேண்டிய தேவை இருக்கிறது. ஒருவகையில் திராவிடக் கருதுகோளின் நம்பகத்தன்மைக்கான முதற்படி அதுதான். அத்தகையத் தடயங்கள், சிந்து-ஹரப்பா மற்றும் அதைச் சுற்றியுள்ள நிலப்பகுதிகளில் கண்டறியப்பட வேண்டும். மேலும், அத்தடயங்களில் ஒப்புக்கொள்ளத்தக்கத் தனித்துவமான திராவிடக் கூறுகள் தென்பட வேண்டும். அதேநேரத்தில் இன்னொருபுறத்தில் சிந்து ஹரப்பா நிலப்பகுதிகளுக்கே உரித்தான சில கூறுகள் தென்திராவிடப் பண்பாட்டுச் சூழலில் அல்லது தொல் ஆவணங்களில் எச்சமிச்சமாக இருப்பதை நிறுவ வேண்டும். இவ்வாறு இருபுறமும், ஒப்பிடத்தக்க வகையில் சான்றாதாரங்களை முன்வைத்தால்தான் திராவிட மக்கள் ஒரு காலத்தில் சிந்துவெளிப் பகுதிகளில் வாழ்ந்தார்கள் என்பதையும் அம்மக்கள் தெற்கு நோக்கிப் புலம்பெயர்ந்து வந்தாலும் அப்பண்பாட்டின் எச்சங்களை மீள்நினைவுகளாக இன்னும் தங்கள் வாழ்வியலில் தக்க வைத்துக் கொண்டிருக்கிறார்கள் என்பதையும் நிறுவமுடியும். இது ஓர் இருவழிப் பரிசோதனை.

அல்லது ஊர் என்ற பொருண்மையானது மூன்று வகையாகச் சித்தரிக்கப்பட்டுள்ளது. செவ்வகம், எதிர் எதிர் பக்கங்களும் கோணங்களும் ஒன்றாக இருக்கும் இணைவகம், மற்றும் முட்டை வடிவமான குறியீடுகளால் சித்தரிக்கப்பட்டுள்ளதாக மகாதேவன் கருதுகிறார். பழந்தமிழில் நகரம், பேரூர் என்ற பொருளில் வழங்கும் 'பாழி' என்ற சொல்லையும், அதே சொல் பழங்கன்னடத்தில் 'வரிசை, நிரல், ஒழுங்கு, ஒழுங்கமைவு ஆகிய பொருள்களில் வருவதையும் சுட்டிக்காட்டி 'திட்டமிட்ட நகர்' என்பதற்கான திராவிடக் கோட்பாடு நான்கு பிரிவுகளைக் கொண்ட நகரம் என்பதற்கான சிந்துவெளிக் கருத்துருவத்துடன் (Indus Idiogram) ஒத்துப்போவதாக மகாதேவன் கருதுகிறார். பாண்டியர் தலைநகரமான மதுரை நகரம், நான்மாடக்கூடல் (நான்கு மாடங்கள் கூடும் சந்திப்பு) என்றும்; மதிரை (மதில் சுவர்களாலான நகரம்) என்றும் அறியப்படுவதைச் சிந்துவெளியின் நான்காகப் பிரிக்கப்பட்ட நகரம் என்ற கருத்துருவத்தோடு மகாதேவன் ஒப்பிடுகிறார். வேர்ச்சொல் சார்ந்த விளக்கம் அளிப்பது மட்டுமின்றி சங்க இலக்கியப் பாடல்களில் 'பாழி' என்ற இடம் வேளிர் மரபினரின் தொன்மையான வளம்மிக்க ஒரு நகரத்தின் பெயராகக் குறிக்கப்படுவதையும் சுட்டிக்காட்டுகிறார். குஜராத்திலுள்ள துவாரகையிலிருந்து வேளிர் மரபினர் தெற்குநோக்கிப் புலம்பெயர்ந்தது குறித்த தொன்மங்களைச் சிந்துவெளியின் நலிவிற்குப் பின்னர் ஏற்பட்ட நிகழ்வுகளோடு மகாதேவன் தொடர்புபடுத்திக் காட்டியிருக்கிறார் என்பதை நாம் ஏற்கெனவே பார்த்தோம். இதுமட்டுமின்றி சிந்துவெளிப் பண்பாட்டு நகர அமைப்பின் முக்கியமான கூறுகளான உள்நகரம்/கோட்டைப்பகுதி (Inner City/Citadel) என்பதைப் பழந்தமிழில் பயன்படுத்தப்படும் 'அகம்' என்ற சொல்லின் பொருண்மையோடும் 'புறநகர்' (Outer City) என்பதைப் 'புறம்' என்ற சொல்லின் பொருண்மையோடும் இணைத்துப் பார்க்கிறார்.

சிந்துவெளியின் 'தாங்கிக்' குறியீடும் (Bearer Sign) சேரர்களின் 'பொறை' என்ற சிறப்புப் பெயரும்

சங்க காலத்துச் சேர மன்னர்கள் 'பொறை' என்ற சிறப்புப் பெயரைத் தங்களது இயற்பெயரோடு சேர்த்து வழங்குவதை மரபாகக் கொண்டிருந்தனர். எடுத்துக்காட்டாகச் சேர மன்னன் இரும்பொறையின் பெயரைக் குறிப்பிடலாம். இந்தச் சிறப்புப் பெயரைச் சிந்துவெளி எழுத்துப்பொறிப்பில் காவடியைத் தூக்கிச்செல்வது போன்ற மனித உருவத்துடன் மகாதேவன் ஒப்பிடுகிறார். சிந்துவெளிப் பொறிப்புகளில் இடம்பெறும் தாங்கி, கலயம் போன்ற சுமைதாங்கி, அம்பு தாங்கி ஆகிய மூன்று வகையான குறியீடுகளை இந்த வகைமையின் கீழ் சுட்டிக்காட்டும் மகாதேவன் அவற்றைப் பழந்தமிழ் இலக்கியத்தில் இடம்பெறும் இயற்பெயர்கள் மற்றும் சிறப்புப் பெயர்களோடு ஒப்பிடுகிறார். திராவிட வேர்சொல்லான 'பொறு' என்பது (DEDR 4565) 'தாங்குதல்' என்ற பொருளிலும் அதனுடைய தன்மைப் பெயர் பொறையன் ('சுமையைத் தாங்கிச்செல்பவன்' மற்றும் 'மக்களுடைய பொறுப்பாளர்') என்றும் வழங்குவதை அவர் சுட்டிக்காட்டுகிறார். மேலும், 'பொறை' என்ற சொல் அமைதிகாத்தல் என்ற பொருளிலும், பொறுப்பு என்ற சொல் பொறுப்பேற்றல் என்ற பொருளிலும் தமிழில் வழங்கப்படுகிறது. இந்த வேர்ச்சொல் உருவாக்கத்தைச் சுட்டிக்காட்டி சேரர்களின் சிறப்புப் பெயரான 'பொறை' என்பது 'பொறுப்பவன்/தாங்குவோன்' என்பதைக் குறிப்பதாகவும், இரும்பொறை என்பதை மேன்மை அல்லது இருமடங்கு என்ற பொருளில் வழங்குவதாகவும் மகாதேவன் கருதுகிறார். சங்க காலத்தில் கரூர் நகரிலிருந்து சேரர்களின் ஒரு கிளையினர் ஆட்சிப் புரிந்ததை அவர் நினைவுகூர்கிறார். சிந்துவெளியின் 'கலயம் தாங்கிக்' குறியீட்டைப் பழந்தமிழில் 'ஆதன் பொறையன்/சாதப்பொறை' (உணவு தாங்கி) என்றும்; அம்பு தாங்கி என்ற குறியீட்டை வேளிர் குடியைச் சேர்ந்த எவ்வி என்ற வேளிர் மன்னனின் பெயரோடும் மகாதேவன் தொடர்புபடுத்துகிறார். சிந்துவெளியின் இந்தச் சுமைதாங்கிக் குறியீட்டின் எச்சம் வேத மரபுகளிலும், ஆந்திர நிலப்பகுதிகளில் வழங்கும் மரபுகளிலும் மீட்டுருவாக்கம் செய்யமுடியும் என்று குறிப்பிடும் அவர், தமிழ்ச் சமயமரபில் இன்றுவரை வழக்கத்தில் இருக்கும் காவடி என்ற சடங்கையும் இங்கே நினைவுகூர்கிறார்.

தென்திராவிட மொழிகளில் இவ்வாறு புலப்படும் எச்சங்களைச் சிந்துவெளிப் பகுதியிலிருந்து திராவிட மக்கள் தெற்கு நோக்கிப் புலம்பெயர்ந்ததற்கான சான்றளிக்கும் அறிகுறிகளாக மகாதேவன் கருதுகிறார். இத்தடயங்களில் தொன்மையான ஆவணப்பதிவு பழந்தமிழ் இலக்கியங்களே என்பது அவரது கருத்தாகும். தமிழ் பிராமி கல்வெட்டுகள் பற்றி தனது தொகுப்பு ஆவணத்தில் அக்கல்வெட்டுகளில் இடம்பெறும் இடப்பெயர்களையும், தனி மனிதர்களின் பெயர்களையும் மகாதேவன் பின்னிணைப்புப் பட்டியல்களாகக் கொடுத்திருக்கிறார். பழந்தமிழில் இந்த இடப்பெயர்களும், தனி மனிதர்களின் பெயர்களும் எவ்வளவு முக்கியமானவை என்பதை இப்பட்டியல் உணர்த்துகிறது. இப்பெயர்கள் இன்றுவரை சிந்துவெளி நிலப்பகுதிகளில் இடப்பெயர்களாக எஞ்சியிருப்பதை இந்த நூலின் பின்வரும் இயல்களில் பேசுவோம்.

பல்வேறு சிந்துவெளி ஆய்வாளர்களும், சிந்துவெளிப் பொறிப்புகளை வாசித்தறியும், அம்மக்களின் மொழியை அடையாளம் காணும் முயற்சியில் இடப்பெயர்கள் மற்றும் தனிமனிதர்களின் பெயர்களைச் சான்றாதாரமாக முன்வைத்துள்ளார்கள் என்பது புலனாகும். இதைக் கருத்தில் கொண்டுள்ள இந்த நூல் ஒரு வித்தியாசமான, வேறுபட்ட அணுகுமுறையைக் கையாள்கிறது. இந்நூலில் பெயர்ச்சொற்களின் வேர்ச்சொல் அல்லது அவை குறித்த பொருள் விளக்கங்களில் கவனக்குவிப்பு செய்யப்படவில்லை. அதற்கு மாறாகச் சங்க இலக்கியங்களிலும் பழந்தமிழ்க் கல்வெட்டுகளிலும் இடம்பெறும் இடப்பெயர்கள், குடிப்பெயர்கள் மற்றும் தனிமனிதர்களின் பெயர்கள் இன்றுவரை சிந்துவெளி நிலப்பகுதியில் இடப்பெயர்களாக எஞ்சியிருப்பதைச் சான்றாதாரங்களோடு விளக்குகிறது. இடப்பெயர்கள் கடந்தகாலத்தின் உறைந்துபோன எச்சங்களாக *(fossilized representation)* ஒருவகையில் 'சாகாவரம் பெற்ற' மொழியியல் தரவுகளாக நிலைபெற்றுத் திகழ்பவை. ஆய்வுலகம் நன்கறிந்த இந்த உண்மையின்பாற்பட்ட இடப்பெயர்ச் சான்றுகளின் மூலமாகச் சிந்துவெளிப் பண்பாட்டின் திராவிட அடித்தளத்துக்கு வலுச்சேர்க்க முயல்கிறது இந்த நூல்.

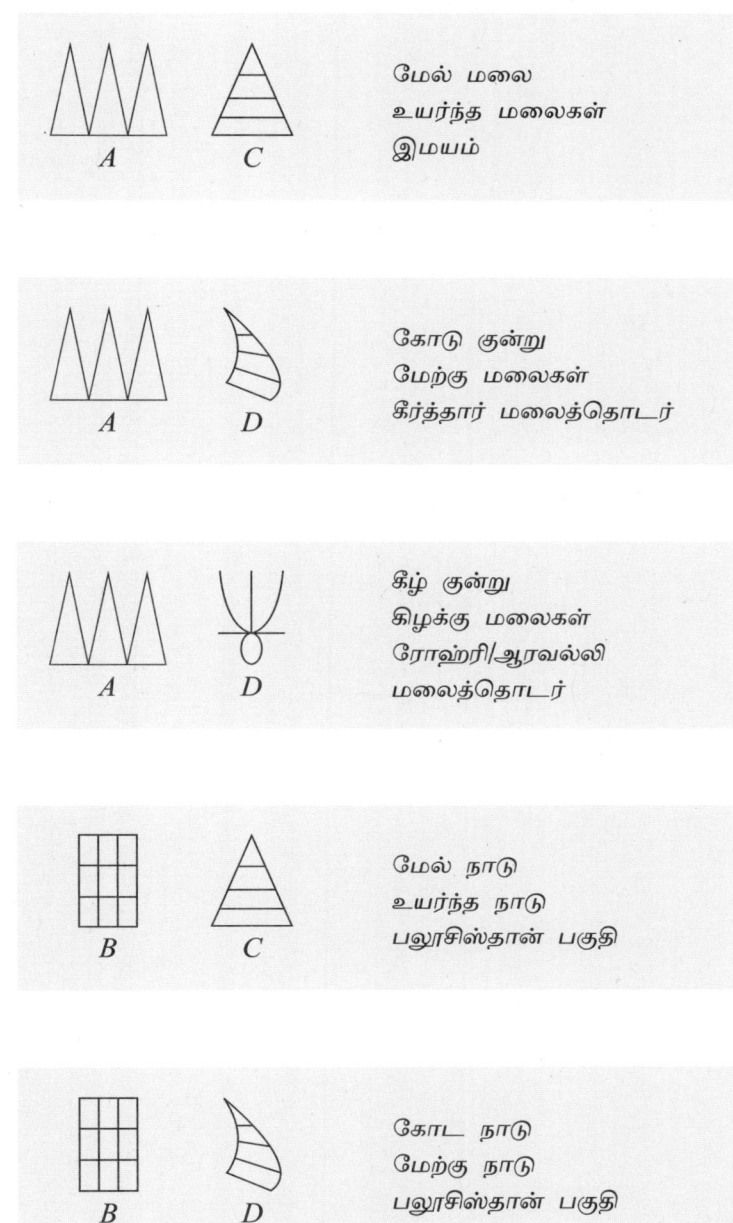

படம் 4.10 - மகாதேவன் அடையாளம் காட்டிய ஹரப்பா குறியீடுகள்

இயல் ஐந்து

இடம்பெயரும் இடப்பெயர்கள்
பெயர்களின் பாதச்சுவடுகள்

"எங்களது மூதாதையர்கள் எங்கள் ஊருக்கு வைத்த பெயரை நாங்கள் எப்படி மாற்றமுடியும்? எங்கள் ஊர்ப்பெயரை மாற்றி வைத்துவிட்டால், எங்களைப் பார்க்கவரும் மூதாதையர்களின் ஆவிகளுக்குக் குழப்பமாகிவிடுமே"

- ஒடிசாவைச் சேர்ந்த ஒரு பழங்குடி மனிதர்

இடம்பெயரும் இடப்பெயர்கள்: பெயர்களின் பாதச்சுவடுகள்

இடப்பெயர்கள் சாகாவரம் பெற்றவை. தங்களது இடப்பெயர்களை ஒவ்வொரு தலைமுறையும் தனது கருத்தில் சுமந்து கைகளில் ஏந்தி அடுத்த தலைமுறையிடம் கவனமாக ஒப்படைத்துவிடுகிறது. இப்படி ஒரு தொடர் ஓட்டமாக ஒப்படைக்கப்படும் இடப்பெயர்கள் ஆயிரக்கணக்கான ஆண்டுகள் கழிந்தாலும் இங்கும் அங்குமாக அப்படியே உறைந்து கிடக்கின்றன. அந்த வகையில் மனிதகுல வரலாற்றின் மிகத்தொன்மையான, துடிப்புள்ள தொடர் மரபுச்சங்கிலி இடப்பெயர்களே. சில இடப்பெயர்கள் தொன்மையான நாகரிகங்களைவிட மிகத் தொன்மையானவை. பண்பாடுகள் முளைவிட்டு வளர்ந்து, செழித்து, பின்னர் நலிந்து காணாமல் போனாலும் அவை அனைத்திற்கும் சாட்சியமாய் இடப்பெயர்கள் நிற்கின்றன. இடையில், எத்தனையோ புதிய மொழிகள் வந்துபோனாலும் ஒரு பகுதியில் பேசப்படுகிற மொழிகளில் மாற்றங்கள் நிகழ்ந்தாலும், தேதி தரமுடியாத ஆழமான நெடுங்காலத் தொன்மையின் அடி எச்சமாய் இடப்பெயர்கள் தத்தம் இருப்பை உச்சரித்துக்கொண்டே இருக்கின்றன.

கடந்த காலத்தில் நிகழ்ந்த புலப்பெயர்வுகளுக்கு இடப்பெயர்களே கண்கூடான சாட்சியங்களாகும். புலம்பெயர்ந்து செல்பவர்கள் தங்களோடு எடுத்துச்செல்லும் பழைய நினைவுகளில் முக்கியமானவை அவர்களின் பழைய இடப்பெயர்களாகும். அப்பெயர்களைப் புதிய இடங்களில் அவர்கள் மீண்டும் மறுபதியம் செய்யும்போது புதிய நிலப்பரப்பில் உருவாகிறது பழைய பெயர்ப்பரப்பு. இத்தகைய பெயர்களின் தொடர்ச்சிதான் புலம்பெயர்ந்த மக்களுக்கும் அவர்களின் பண்டையக் கருப்பைகளுக்கும் இடையிலான தொப்புள்கொடி உறவு. இந்தப் பழைய பெயர்கள் கடந்த காலத்திற்கும் நிகழ்கால எதார்த்தத்திற்கும் இடையிலான உறவின் குறியீடு என்பதால் ஒருவகையில் இந்தப் பெயர்களின் புலப்பெயர்வு ஒரு சமூக உளவியலின் வெளிப்பாடு.

இடப்பெயர் என்பது என்ன? இந்தக் கேள்விக்கு ரிச்சர்ட் ராண்டல் *(Richard Randall)* அளிக்கும் விளக்கம் இதுதான்: "பூமியின் பரப்பில், கடலின் அடித்தரையில், விண்ணில் மிதக்கும் கோள்களில், கண்டறியப்படும் இடங்களை அடையாளம் காட்டும் வகையில் பயன்படுத்தப்படுகிற ஒரு சொல்லோ அல்லது பல சொற்களின் தொடர்ச்சியோ இடப்பெயர் எனப்படும்." இடப்பெயர்களைப் பொதுவாக, இயற்கைக் கூறுகளின் பெயர்கள் என்றும் குடியிருப்புப் பெயர்கள் என்றும் பிரிப்பது உண்டு. மொழியின் ஊடாகச் சுருக்கமான முறையில் தகவல் பரிமாறிக்கொள்ளும் ஓர் உத்தியாகத்தான் இடப்பெயர்கள், மனிதர்களின் பெயர்கள், பொருள்களின் பெயர்கள் ஆகியவை தோன்றியதாக ராண்டல் கருதுகிறார். இடப்பெயர்கள் ஒருவகையில் மனிதர்களின் பண்பாட்டின் பிரதிபலிப்பாகும். ஏனெனில் அவை அப்பெயர்களைச் சூட்டிய மனிதர்களின் மனங்களைப் பிரதிபலிக்கின்றன.

இடப்பெயர்களின் தோற்றம் மற்றும் அவற்றின் வரலாறு பற்றிய ஆய்வுக்களம் இடப்பெயரியல் *(toponyms)* என்று அழைக்கப்படுகிறது. இடப்பெயர்கள் *'topos'* (இடம்) மற்றும் *'onoma'* (பெயர்) ஆகிய இரண்டு கிரேக்க மொழிச் சொற்களின் கூட்டுவடிவமாகும். இடப்பெயர்கள் அடிப்படையில் ஒரு மொழியியல் கூறு. ஏனெனில், ஒரு குறிப்பிட்ட பகுதியில், ஒரு குறிப்பிட்ட காலகட்டத்தில்

வசித்த மனிதர்களின் இனப்பின்னணி, குலம், குடிப்பின்னணி, மொழி அடையாளங்கள், குடியிருப்புகளின் தன்மை, குடியேறி வசித்தவர்களின் வாழ்வாதாரமான தொழில்கள், பண்பாட்டு இயல்புகள், அப்பகுதிகளில் நிகழ்ந்த படையெடுப்புகள் மற்றும் குடியேற்றங்கள் என்று பல்வேறு தகவல்களை அளிக்கும் திறன் இடப்பெயர்களுக்கு உண்டு.

மனிதர்கள் ஒரு பகுதியிலிருந்து இன்னொரு பகுதிக்குப் புலம்பெயர்ந்து சென்றபோது தங்களது இடப்பெயர்களையும் எடுத்துச்சென்றார்கள். சில நேரங்களில் முந்தைய இடப்பெயர்களே புதிய இடத்தில் ஒரு மனிதனைக் குறிக்கும், அடையாளம் காட்டும் மனிதப்பெயராகவும் பயன்பட்டு விடுகிறது. ஏனெனில் அந்த மனிதன் யார், எங்கிருந்து வருகிறான், அவன் பின்னணி என்ன என்ற விவரங்கள் ஊர்ப் பெயரால் அறியப்படுகிறது. அதனால்தான் 'ஊர்-பேர் தெரியாதவன்' என்ற சொல்லாடல் தமிழில் வழங்கப்படுகிறது.

தமிழ் மொழியில் 'பெயர்தல்' என்ற சொல் ஓர் இடத்திலிருந்து இன்னொரு இடத்திற்கு மாறும் பெயர்வை அதாவது புலப்பெயர்வைக் குறிப்பதற்குப் பயன்படுகிறது. அதனால்தான் 'புலம்பெயர் மாக்கள்' என்ற பண்டைய தமிழ்ச்சொல்லாட்சி புலம்பெயர் தமிழர் என்ற சொல்லாட்சியாக இன்றுவரை தொடர்கிறது. அதேநேரத்தில் பெயர் என்ற சொல் ஒன்றை/ ஒருவரை அடையாளப்படுத்திக் குறிப்பதற்கும் பயன்படுகிறது. அதனால்தான், பெயரன், பெயர்த்தி என்ற உறவுப் பெயர்கள் வழங்குகின்றன. ஏனெனில் பெயரன்களும், பெயர்த்திகளும் தங்களுடைய பாட்டன் பாட்டிகளுடைய பெயரைத் தாங்கி நிற்பவர்கள். ஒருவகையில் பெயரன் பெயர்த்திகளாகிய வாரிசுகள் தங்களது பாட்டன் பாட்டிகளின் நற்பெயர் அவப்பெயர் ஆகிய அடையாளங்களையும் சுமந்தே செல்கிறார்கள். பொதுவாக மனிதர்களின் பெயர்கள் பற்றிய ஆய்வு மானிடப்பெயரியல் *(Anthroponyms)* என்று அழைக்கப்படுகிறது. குடிகள், குலங்கள் ஆகிய அடையாளங்களைச் சுட்டும் பெயர்கள் குடிப்பெயர்கள் *(Ethnonyms)* என்று அழைக்கப்படுகின்றன.

இந்த இயலில் இடப்பெயர்கள் பற்றிய ஒரு பொதுவான அறிமுகம் தரப்படுகிறது. இடங்களுக்குப் பெயரிடும் முறை, அதன் முக்கியத்துவம், எவ்வாறு அந்த இடப்பெயர்கள் அங்கு வாழ்ந்த, வாழும் மக்களோடு தொடர்புடையனவாய் இருக்கின்றன என்பதும் விளக்கப்படுகின்றன. இந்த நூலில் பெயர் ஆராய்ச்சி ஒரு முக்கியமான தரவுத்தளம். சிந்துவெளிப் பண்பாட்டின் திராவிடக் கருதுகோளை நிறுவுவதற்காகப் பல்வேறு பெயரியல் சான்றுகள் இந்நூலில் முன்வைக்கப்படுகின்றன. எனவே, பெயர்கள் பற்றிய பொதுவான புரிதல் இங்கே தேவைப்படுகிறது.

மனிதனும் பெயர் சூட்டும் இயல்பும்

மனிதர்கள் தாங்கள் காணும் இடங்களுக்கும் பொருள்களுக்கும் ஏன் பெயர் சூட்டுகிறார்கள் என்ற கேள்விக்கான விளக்கத்தை ஜார்ஜ் ஸ்டுவர்ட் அளிக்கிறார். பொதுவாக ஓர் இடத்திலிருந்து இன்னொரு இடத்தை வேறுபடுத்திக் காட்டவேண்டும் என்பதே இடங்களுக்குப் பெயரிடுவதன் நோக்கமாக இருக்கிறது. எனவே இடங்களுக்குப் பெயரிடுவது என்பது மனிதனின் அடிப்படையான உளவியல் சார்ந்த ஒரு நடத்தையாகத் தோன்றுகிறது. மனிதனின் புவியியல் அறிவு, அவனது உணர்வு, அந்த இடத்தோடு அவனது மனம் தொடர்புபடுத்தும் தகவல்கள் என்று பெயர் சூட்டும் செயலின் மூலமாக மனிதன் தன்னிடம் உள்ள ஓர் இடம்சார்ந்த தகவலை மற்றவர்களுக்குக் கடத்துகிறான். மானுடம் எவ்வளவு தொன்மையானதோ அந்த அளவுக்குத் தொன்மையானது பெயரிடுதல் என்ற மரபு. பெயர்கள் இல்லாத மானுடப் புவியியலைக் கட்டமைக்க இயலாது. "உலகின் எந்த மூலையில் சல்லடை போட்டுத் தேடினாலும், தங்களைச் சுற்றியுள்ள இயற்கைக் கூறுகளுக்கும் மனிதர்களுக்கும் இன்னும் பெயர்வைக்காத தொல்பழங்குடி என்று எந்தப் பழங்குடியையும் கண்டுபிடிக்க முடியாது." *(Stewart 1975: 4).*

மனிதனைக் 'கருவி செய்பவன்' *(Man, the tool maker)* என்றும் 'சிந்தனையாளன்' *(Man, the thinker)* என்றும் சித்தரிப்பதைப்போல 'பெயரிடுபவன்' *(Man, the namer)* என்றும் சித்தரிக்கலாம் என்பது ஸ்டுவர்ட்டின் கருத்து. தொல்பழங்காலத்தில் மானுடச் சுற்றுச்சூழலின் தொடக்கங்களில் மனிதனின் வெள்ளந்தியான மனதிலிருந்து மனதின் அடி ஆழங்களில் தங்கிய வழிவழி நினைவுகளின் ஊடாக, பொருள்கள் மற்றும் இயற்கைக் கூறுகளுக்கான பெயர்கள் 'தான்தோன்றியாக' மனிதனின் மனதிற்குள் உதித்து வெளிப்பட்டிருக்கவேண்டும். இந்தப் பெயர்கள் பெரும்பாலும் திட்டமிடப்படாதவை. ஒரு படைப்பு மனநிலையிலிருந்து தனக்குத் தோன்றிய வகையில் அந்தந்தப் பகுதியில் வாழ்ந்த தொல்மனிதர்கள் தத்தம் மொழிகளில் இந்தப் பெயர்களைப் படைத்திருக்கிறார்கள். ஓர் இயற்கைக்கூறு, இடம் அல்லது ஒரு பொருளுக்கான பெயரைக் காரண காரியங்களோடு சிந்தித்துப் பெயர் சூட்டிய தருணம்கூட ஆதிமனிதனின் தொடக்க காலத்திலேயே நிகழ்ந்துவிட்டது என்பதை மானுடவியல் கண்ணோட்டத்தில் ஆய்வு செய்யப்பட்ட நாட்டுப்புற மரபுகளும், வரலாற்று ஆவணங்களும் மெய்ப்பிக்கின்றன. அதேநேரத்தில் இயற்கைக்கூறுக்கு அல்லது இடத்திற்குப் பெயர் சூட்டும் ஒருவன் அதைக் காரண காரியம் கருதி சிந்தித்துத் திட்டமிட்டுச் செய்திருப்பதுபோல் தோன்றினால் அத்தகைய பெயர்கள் 'சூட்டப்பட்ட பெயர்கள்' *(bestowed names)* என்று அழைக்கப்படுகின்றன.

உலகம் முழுவதும் இடப்பெயர்கள் உருவாகிய விதம் பற்றி ஒரு பொதுவான வகைமுறை இருக்கிறது. மலை, ஆறு, காடு, ஊர், தெரு போன்ற இடப்பெயர் விகுதிகள்/பொதுப்பெயர்கள் காலத்தால் மிகத்தொன்மையானவை. இந்த மலை, அந்த மலை, இந்த ஆறு, அந்த ஆறு என்பது அச்சூழலில் முக்கியமில்லை. மலை என்பது மலைதான், ஆறு என்பது ஆறுதான். ஆனால், ஒரு சூழலில் ஒரு மலையிலிருந்து இன்னொரு மலையையும், ஓர் ஆற்றிலிருந்து இன்னொரு ஆற்றையும், ஓர் ஊரிலிருந்து இன்னொரு ஊரையும் சிறப்பாக வேறுபடுத்திக் காட்டும் தேவை ஏற்படும்போது பெயர்கள் முன்னொட்டு பெறுகின்றன. இது பொதுப்பெயருக்கு முன்வரும் சிறப்புப் பெயராகும். இது ஓரிடத்தின் சிறப்பு இயல்பை, பண்பை விளக்குவதாக அமையும். பெரிய ஆறு, பஃறுளி ஆறு, குமரிக்கோடு, அகில் மரம், ஐந்தாவது தெரு போன்றவற்றை இத்தகையை பெயர்களுக்கு உதாரணமாகக் கூறலாம்.

உலக மொழிகளில் பொதுவாகப் பெயரிடும் முறைகள் எப்படி தோன்றி வளர்ந்தன என்பது பற்றி விரிவாக ஆராய்ச்சி செய்த ஸ்டுவர்ட், பெயரிடுவதில் காணப்படும் அணுகுமுறை, அதில் தென்படும் பெயரிடுபவரின் கண்ணோட்டம் உள்ளடங்கிய உளவியல் சார்ந்த கட்டமைப்பு ஆகியவை பற்றி விவரிக்கிறார். இந்நூலுக்குத் தேவையான சில விளக்கங்கள் மட்டும் கீழே தரப்படுகின்றன.

பெயரிடுபவரின் மனம்

விளக்கப் பெயர்கள் (*Descriptive names*)

பெயரிடுபவரின் மனம் ஓர் இடத்தின் நிரந்தரமான, நிலையான அல்லது ஓரளவு நிலையான பண்பியல்பில் கவனம் கொள்கிறது. அதனடிப்படையில், மஞ்சளாறு, செம்மேடு, கரிசல் காடு, புதுதில்லி போன்ற பெயர்கள் தோன்றுகின்றன.

தொடர்புப் பெயர்கள் (*Associative names*)

இவ்வகையில் பெயரிடும் மனிதனின் மனம் ஓர் இடத்திற்கும் அந்த இடத்தோடு தொடர்புடைய ஒரு நிகழ்வுக்கும் இடையில் ஒரு தொடர்பை உருவாக்கி அதன் மூலமாகப் பெயர் சூட்டுகிறது. நரிமேடு (ஒரு காலத்தில் நரிகள் சுற்றித்திரிந்த இடமாக இருந்திருக்கலாம்), செம்பாறு (செம்பு கனிமம் நிறைந்த பகுதியின் வழியாக ஓடிவரும் ஆறு), அணுபுரம் (அணுமின்சார நிறுவனம் அமைந்த ஓர் இடம்), குரோம்பேட்டை (குரோம் தோல் தொழிற்சாலை அமைந்த இடம்) என்பவற்றை எடுத்துக்காட்டாகக் காணலாம். இப்படிப்பட்ட சில பெயர்கள் அதற்கான காரணம் மறைந்த பின்பும் அப்படியே நிலைத்துவிடுகின்றன. எடுத்துக்காட்டாகக் குரோம்பேட்டையில் இப்போது குரோம் தோல் தொழிற்சாலை இல்லையென்றாலும் குரோம்பேட்டை என்ற பெயர் நிலைத்துவிட்டது.

நிகழ்வுப் பெயர்கள் (*Incident names*)

ஓர் இடத்தில் நிகழ்ந்த, அல்லது நிகழ்ந்ததாகக் கருதப்படும் நிகழ்வை அடிப்படையாகக் கொண்டு சூட்டப்படுவது நிகழ்வுப் பெயர்கள். கொடைக்கானல் மலைப்பகுதியில் இப்போதும்கூட குணா குகைகள் என்ற குகையை அடையாளம் காட்டுகிறார்கள். இது 1991இல் வெளிவந்த குணா திரைப்படத்தின் படப்பிடிப்பு நடந்த குகை. அதனால், குணா குகையாகிவிட்டது.

உடைமைப் பெயர்கள் (*Possessive names*)

குறிப்பிட்ட ஒருவருக்கு அல்லது குழுவினருக்குச் சொந்தமானது; குறிப்பிட்ட குழுவினர் வசிப்பது என்ற பொருண்மையைத் தருபவை உடைமைப் பெயர்கள். தமிழ்நாடு, குயவர்பாளையம், கொல்லன்குடி போன்ற பெயர்களின் தோற்றம் இத்தகைய பின்னணிகளில் உருவானவை.

நினைவைப் போற்றும் பெயர்கள்
(Commemorative names)

ஒரு நிகழ்வின் நினைவைக் கொண்டாடுவதற்காகவும், ஒரு மனிதனைப் போற்றி மரியாதை செலுத்தவும் வைக்கப்படுகிற பெயர்கள் இவை. உதாரணமாக எவரெஸ்ட் சிகரம், காந்தி மண்டபம், அண்ணா மேம்பாலம், அம்பேத்கர் நகர், காமராஜர் சாலை, பெரியார் திடல், பொலிவியா போன்ற பெயர்களைக் குறிப்பிடலாம்.

போற்றுதல் பெயர்கள் *(Commendatory names)*

ஒரு நல்விளைவை அல்லது மகிழ்வை, தெய்வங்களின் பெயர்களைக் குறிப்பிட்டுச் சொல்வதற்காக வைக்கப்படும் பெயர்கள் இதில் அடங்கும். நன்னம்பிக்கை முனை *(Cape of Good Hope)*, சிவன் மலை, தென்றல் நகர், நல்லூர், முத்தமிழ் நகர் போன்ற பெயர்களைக் குறிப்பிடலாம்.

'வெள்ளந்தி' வேர்ச்சொற்கள் *(Folk etymologies)*

சாகாவரம் பெற்று இன்றுவரை நிலைத்திருக்கும் பழங்காலப் பெயர்களுக்குக்கூட ஏதோ ஒருவகையில் 'புதுப்புது அர்த்தங்களைக்' கொடுக்க முயலும் மனிதனின் ஆர்வக்கோளாறுதான் இந்த 'வெள்ளந்தி' வேர்ச்சொற்களுக்குக் காரணம். இது ஒருவகையான உளவியல் உந்துதலும்கூட. தன் கண்முன் புழங்கும் ஒரு பெயருக்குத் தனக்குத் தெரிந்த மொழியின் ஊடாக ஒரு பொருளை எப்படியாவது கண்டுபிடித்துவிட வேண்டும் என்று பெயர்களுக்குக் காரணம் கற்பிக்கும் இந்த இயல்பு உலகம் முழுவதும் காணப்படுகிறது. இதில் தவறான உள்நோக்கம் எதுவுமில்லை. ஆனால் இது தவறான புரிதல்களுக்கு வழியமைத்து விடுகிறது. அமெரிக்காவில் மஸ்க்கிட்டோ கோஸ்ட் *(Mosquito Coast)* என்ற ஒரு கடற்கரைப் பகுதி இருக்கிறது. இதைப் போகிற போக்கில் 'கொசுக்கள் நிறைந்த கடற்கரை' என்று பொருள் சொன்னால் அது ஒரு வெள்ளந்தி வேர்ச்சொல் விளைவாகும். ஏனெனில், மிஸ்க்கிட்டோ *(Miskito)* என்ற ஒரு செவ்விந்திய பழங்குடி முன்னொரு காலத்தில் அங்கு வசித்ததால்தான் அது மஸ்க்கிட்டோ கோஸ்ட் என்று பெயர் பெற்றது.

அடியக்கமங்கலம் என்ற பெயர் 'அடி, அக்கா, மங்கலம் என்று மங்கலம் என்ற பெண்ணை அவள் சகோதரி அழைத்த கதையோடு' கோர்த்துவிடப்பட்டது இப்படித்தான். உத்திரப் பிரதேசத்திலுள்ள கனோஜ் என்ற ஊரின் பழைய பெயரை கன்ய குப்ஜ் என்று சொன்னதோடு மட்டுமின்றி கன்ய என்றால் இளம்பெண், குப்ஜ் என்றால் கூன் விழுந்த முதுகு என்று பொருள் கூறி; இதை விளக்கும் வகையில் கூன் முதுகு கொண்ட ஓர் இளவரசியின் கதையை விலாவாரியாகச் சொன்னதும் இந்த வகையைச் சார்ந்ததுதான். இரும்புக் காலத்தோடு தொடர்புடைய தொன்மையான தொல்லியல் இடமான கொந்தகையைக் குந்திதேவி சதுர்வேதி மங்கலம் என்ற இடைக்காலப் பெயரோடு தொடர்புபடுத்தி இப்பெயர்தான் கொந்தகையாக மருவிவிட்டது என்று சொல்வதைக் 'நோக்கம் கருதிய' வெள்ளந்தி முறை என்று புதிதாக வகைப்படுத்தலாம்.

தயாரிக்கப்பட்ட, தவறாகப் புரிந்துகொள்ளப்பட்ட, மாற்றப்பட்ட பெயர்கள்

மேற்சொன்ன பெயர்களில் விளக்கப் பெயர்கள், தொடர்புப் பெயர்கள், நிகழ்வுப் பெயர்கள் போன்றவை மனிதப் பண்பாட்டின் வளர்ச்சியின் தொடக்கக் காலத்திலேயே நிகழ்ந்திருக்கக்கூடும். ஏனென்றால் மலை என்பதை 'மலை' என்றும் குன்று என்பதைக் 'குன்று' என்றும் தொல்மனிதர்களே விளக்கிவிட்டுப் போயிருப்பார்கள். அதைப்போலவே உடமைப் பெயர்கள் ஒரு நிலத்தின் மீது மனிதர்களுக்கு ஒருவகையான உரிமையை ஏற்படுத்துகிறது. நினைவைப் போற்றும் பெயர்கள், அடையாளப்படுத்தும் மற்றும் வரலாற்று முயற்சியின் விளைவாகும். போற்றுதல் பெயர்கள் ஒருவகையான பாராட்டு அல்லது நற்பெயர் அணுகுமுறை கொண்டவை. இத்தகைய பெயர்கள் எதிர்காலம் குறித்த யோசனையோடு வைக்கப்பட்ட பெயர்கள் என்று ஸ்டுவர்ட் கருதுகிறார்.

மனிதர்களின் பண்பாட்டுப் புவியியல் *(Cultural Geography)* ஓர் அங்கம்தான் இடப்பெயர்கள். இது ஒரு சமூகக்குழுவிற்குக் கூட்டு அடையாளத்தையும் அவர்களுக்கான வரலாற்றுப் பிடிப்பையும் ஏற்படுத்திக் கொடுக்கிறது. ஆறுகள், குளங்கள், வளமான காடுகள், ஓங்கிய மலைகள், கனிம வளம்கொண்ட பகுதிகள் என்று வாழ்வாதாரம் தொடர்பான பல பெயர்களும், வரும் சந்ததிகளின் நலம் குறித்து ஒரு தலைமுறையிலிருந்து இன்னொரு தலைமுறைக்குக் கடத்தப்படுகின்றன. தனக்கென்று ஓர் அடையாளத்தைத் தேடுதல், எதிரிகளின் இடத்தை அடையாளம் கண்டறிதல் என்பது, குடிநீர் எங்கே கிடைக்கிறது என்று அடையாளம் கண்டுகொள்வதைப் போல ஒரு தற்காப்புச் செயலே ஆகும். ஒரு பெயரின் மொழி என்ன, அதன் பொருள் என்ன என்பதைவிட முக்கியமானது ஒரு பெயருக்கும் அந்தப் பெயர் சூட்டப்பட்ட இடத்திற்குமான தொடர்பு. ஒருவகையில் இடங்கள் பெயர்களைச் செதுக்குகின்றன. இன்னொரு கோணத்தில் பெயர்கள் ஓர் இடத்தை வடிவமைக்கவும் செய்கின்றன. இது ஒருவகையான கொடுக்கல் வாங்கல்தான். எனவே, பெயர்களின் வேர்ச்சொல்லில் மூழ்கி முத்தெடுக்க முயல்வது தேவைக்கும் அதிகமான உழைப்பே ஆகும். அதனால்தான் இந்த நூல் இடப்பெயர்களுக்கு வேர்ச்சொல் விளக்கம் கொடுக்கும் முயற்சியிலிருந்து இயன்றவரை விலகியே நடக்கிறது.

இடப்பெயர்கள், அப்பெயர்களைச் சூட்டியவர்களின் சமூகப் பண்பாட்டு எதார்த்தங்களைப் பிரதிபலிக்கின்றன. ஒரு சமூகக்குழு தனது சுற்றுச்சூழலோடு ஒட்டி உறவாடியதின் பக்கவிளைவுதான் இடப்பெயர்கள். ஒருவகையில் இப்பெயர்கள் புவியியலிலிருந்து வரலாற்றை உருவாக்குகின்றன. அவை அந்நிலப்பகுதிகளின் மொழியியல் அட்சரேகைகளாகவும், தீர்க்கரேகைகளாகவும் பரிமாணம் பெறுகின்றன.

மனிதர்களின் சமூகக்குழுக்கள் பெரும் பண்பாடாகவும், அரசுகளாகவும், பேரரசுகளாகவும் வளர்ச்சி பெற்றபோது நிலத்தலைவர்களும், மன்னர்களும் தங்களுக்கென்று சிறப்புப்பெயர்கள், பட்டப்பெயர்கள் போன்ற பெருமிதத்துக்குரிய பெயர் அடையாளங்கள், சின்னங்கள் ஆகிய குறியீடுகளை விட்டுவிடாமல் தக்கவைத்துக்கொள்ள முயன்றார்கள். ஏனெனில் தொல்குடி, ஆண்ட பரம்பரை, ஆளும் இனம் போன்ற அடையாளங்களிலிருந்து அவர்கள் தங்களது அதிகாரத்துக்கான மூலங்களை அடையாளம் காட்ட முயன்றார்கள். ஒரு பெருங்குடியில் பிறந்தவன் என்று சொல்லிக்கொள்கிற பெருமிதம் ஆளும் வர்க்கத்தில் எல்லோருக்கும் இருந்தது. தேவைப்பட்டால் அத்தகைய அடையாளங்களை உற்பத்தி செய்யவும் 'வாடகைக்கு' வாங்கவும்கூட அவர்கள் தயங்கியதில்லை.

பெயர்ப்புலங்களைத் தூக்கிச் சுமக்கும் மனிதன்

மனிதர்கள் ஒரு குறிப்பிட்ட பெயர்களை இடங்களுக்குச் சூட்டுவதும்; அந்தப் பெயர்களைத் தொடர்ந்து தங்களது பண்பாட்டு மரபில் தக்கவைத்துக்கொள்வதும்; பின்பு, புலப்பெயர்வுகளின் ஊடாக ஒரு நிலப்பகுதியிலிருந்து இன்னொரு நிலப்பகுதிகளுக்கு அப்பெயர்களைத் தங்களது நினைவுகளில் சுமந்து சென்று மீண்டும் பயன்படுத்துவதும் ஒரு தொடர்நிகழ்வு. ஒருவகையில் இது, அந்தக் குறிப்பிட்ட சமூகக்குழு தனது தொன்மை மற்றும் மரபுகள் குறித்தும் தனக்கான வரலாறு குறித்தும் செய்கிற உரிமைகோரல் ஆகும். அடையாளத் தொடர்ச்சிக்கான இந்த முயற்சி ஓர் அனிச்சை செயல்போலத் தோன்றினாலும் உண்மையில் அது குடிகளின், குழுக்களின் கூட்டு உளவியலில் குடியேறிவிட்ட ஓர் இயல்பு. உலகம் முழுவதும் இப்படித்தான் நடந்திருக்கிறது.

புலம்பெயர்ந்து செல்பவர்கள் எதை எடுத்துச்செல்கிறார்கள்?, எதை விட்டுச்செல்கிறார்கள்? மலைகளையும், மரங்களையும், வயல்களையும் காடுகளையும், வீடுகளையும் தங்களது தலையில் தூக்கிச்செல்ல முடியாது. உடமைகள்கூட ஓரளவு அப்படித்தான். ஆனால், அவர்கள் கட்டாயம் தங்களது மரபுகளை, தொன்மங்களை, நம்பிக்கைகளைத் தங்களது கூட்டுணர்வில் சுமந்து செல்வார்கள். அவ்வாறு அவர்கள் விட்டுச்சென்றது மலை என்றால் எடுத்துச்சென்றது மலையின் பெயர். விட்டுச்சென்றது காடு என்றால் எடுத்துச்சென்றது காட்டின் பெயர். விட்டுச்சென்றது கோயில் என்றால் எடுத்துச்சென்றது கடவுளின் பெயர். இவ்வாறு இடப்பெயர்களும், கடவுள்களின் பெயர்களும், நம்பிக்கை மரபுகளும், கதைமரபுகளும், கதைப்பாடல்களும் புலம்பெயரும் மக்களோடு சேர்ந்தே புலம்பெயர்கின்றன. உண்மையில், புலம்பெயரும் மக்களின் கைகளைப் பிடித்துக்கொண்டு கூடவே செல்கின்றன அவர்களின் தெய்வங்கள்.

புலம்பெயரும் மக்களுக்கு அவர்களின் வேர்களைப் பற்றிய மீள்நினைவு ஓர் உளவியல் சார்ந்த தொடர்ச்சியையும், பாதுகாப்பு உணர்வையும் அளிக்கிறது. இந்த நினைவுகளின், இடப்பெயர்களின் ஊடாகத்தான் அவர்கள் தங்களது தொல்மூதாதையர்களோடும், நீத்தார் நினைவுகளோடும், தொலைதூரக் கடந்த காலங்களோடும், மொத்தத்தில் தங்களது தொன்மங்களோடும் உறவை நீட்டித்துப் புதுப்பித்துக்கொள்கிறார்கள். ஒருவகையில் இடப்பெயர்கள் ஒரு மொழிக்குடும்பத்தின் தொப்புள்கொடி போல தொடர்கிறது. இவ்வாறு இடங்கள் நகராவிட்டாலும் இடப்பெயர்கள் நகர்கின்றன. அது 'இடங்கள்' 'நகர்ந்ததைப்' போன்ற ஒரு தோற்றத்தைக்கூடத் தருகின்றன.

பெயர்களின் இந்தப் புலப்பெயர்வை இருவகையாகப் பார்க்கலாம். புலம்பெயர்ந்த மக்கள் தங்களது தாயகங்களின் இடப்பெயர்களைத் தாங்கள் புலம்பெயர்ந்த புதிய இடங்களுக்கு எடுத்துச்சென்று அதே பெயர்களைச் சூட்டுகிறார்கள், இது முதல் வகை. இன்னொரு வகையில் புலம்பெயரும் மக்கள் தங்களது தாயக இடப்பெயர்களைத் தங்களது தனிமனித இயற்பெயர்களின் அல்லது குடி/குலம் போன்றவற்றைக் குறிப்பிடும் கூட்டுப்பெயர்களின் ஒரு பகுதியாக எடுத்துச்சென்று அப்பெயர்களோடு சேர்த்து தங்களைப் புதிய இடத்தில் அடையாளப்படுத்துகிறார்கள், இது இரண்டாவது வகை.

இந்த இரண்டாம் வகையில், தனிமனிதப் பெயராக மாறிய தொல் இடப்பெயர்கள் காலப்போக்கில் பெயர்களின் பின்னொட்டாகப் பயன்படும் குடிப்பெயர்களாகவும், குலப்பெயர்களாகவும் மாறிவிடுகின்றன. அப்பெயர்களை அந்தக் குடும்பத்தில் அல்லது குலத்தில் பிறக்கிற ஒவ்வொருவரும் தனக்கானதாக, ஒரு பொது உரிமையாக வைத்துக்கொள்கிறார்கள். இந்தவகையில் ஒரு காலத்தில் இடப்பெயராக இருந்த ஒரு பெயர் இன்னொரு இடத்தில் தனிமனிதன் பெயராகி, குடும்பத்தின் பெயராகி, ஒரு குடியின், குலத்தின் பெயராகவே மாறிவிடுகிறது. இத்தகைய பெயர்கள் ஓர் இடத்தின் பெயராக இருந்தன என்ற உண்மைகூட காலப்போக்கில் மறந்துவிடும். இவ்வாறு புலம்பெயரும்

மக்களோடு சேர்ந்து இடப்பெயர்களும் புலம்பெயர்வதற்கு உலகம் முழுவதும் எடுத்துக்காட்டுகள் உள்ளன.

பொதுவாக இடப்பெயர்கள் மாறாமல் நிலைத்திருக்க வேண்டும் என்ற உளவியல் எதிர்பார்ப்பு மனிதர்களிடம் இருக்கிறது. அதனால்தான் ஆயிரக்கணக்கான ஆண்டுகளானாலும் இடப்பெயர்கள் மாறாமல் சிதையாமல் உறைந்துபோகின்றன. ஸ்டுவர்ட்டின் பின்வரும் கருத்தை இங்கே நினைவுகூர்வது பொருத்தம், "மக்கள் தங்களது அடையாளங்களை விட்டுவிடாமல் கெட்டியாகப் பிடித்துக்கொள்கிறார்கள். அதனால், அந்த அடையாளப் பெயர்கள் இடையில் வரும் மொழி மாற்றங்கள் மற்றும் புலப்பெயர்வுகள் எல்லாவற்றையும் தாண்டித் தொடர்கிறது." *(Stewart 1975: 68)*

இடப்பெயர்களின் முக்கிய நோக்கம் ஓர் இடத்தை அடையாளப்படுத்துவதே. இங்கே அவ்விடப்பெயரின் பொருள் எதுவென்பது அந்த அளவிற்கு முக்கியம் அல்ல. ஓர் இடத்திற்கு முதன்முதலாகப் பெயர் சூட்டியவர்கள் மறைந்துபோவார்கள். அந்தப் பெயரின் உண்மையான பொருள் என்ன என்பது சில தலைமுறைகளுக்குப் பின் வருபவர்களுக்குத் தெரியாமல் போய்விடும். ஓர் இடம் எந்த மொழியில் பெயரிடப்பட்டதோ அந்த மொழிகூட அப்பகுதியில் பின்னொரு காலத்தில் பேசப்படாமல் வழக்கொழிந்து போய்விடலாம். அந்நிலப்பகுதிக்குப் புதிய மொழிபேசுவோர் வந்து குடியேறலாம். இருந்தாலும் அங்குப் பேசப்பட்ட பழைய மொழியின் நீட்சியாய் தொடர்ந்து நீடிப்பது அநேகமாக இடப்பெயர்களாகத்தான் இருக்கும். அந்தவகையில் பெயரிட்டவரின் ஆயுளுக்கும், இடப்பெயர்களின் ஆயுளுக்கும் எந்தத் தொடர்பும் இல்லை.

இடப்பெயரின் உச்சரிப்பில் சில நேரங்களில் மாற்றங்கள் ஏற்படலாம். அல்லது புதிதாக வந்தவர்கள், புதிய தலைமுறையினர் அந்தப் பழைய இடப்பெயர்களுக்குத் தங்களுக்குத் தெரிந்த வகையில், புரிந்த வகையில் ஏதோ ஒரு பொருள் கற்பிக்கலாம். அந்த இடப்பெயர் ஒரு குறிப்பிட்ட வேர்ச்சொல்லிலிருந்து ஒரு குறிப்பிட்ட பொருளைத் தரும் வகையில் உருவானது என்றுகூடச் சிலர் வாதிடலாம். இடப்பெயர்களில் இடம்பெறும் ஒலியன்களின் ஒலிப்புமுறை மாறும்போது இடப்பெயரின் பழைய மொழியின் பண்டைய வடிவம்கூடக் கொஞ்சம் சிதைந்து போகலாம்.

நீர்நிலைகளின் பெயர்கள் *(Hydronyms)* பொதுவாகத் தொன்மையானவை. எடுத்துக்காட்டாக, கிரேக்க மொழியில் கடல் என்பதைக் குறிப்பதற்குத் தலோஸஸ் *(Thalassos)* என்ற சொல் பயன்படுகிறது. இச்சொல் இந்தோ-ஐரோப்பிய மொழியினரின் புலப்பெயர்வுக்கு முன்பாகவே (பொ.யு.மு. *4000-3000* ஆண்டுகளுக்கு இடைப்பட்ட காலகட்டத்தில்) தோன்றிவிட்டதாகக் கருதப்படுகிறது. ஆயினும் தலோஸஸ் என்பது இன்றுவரை ஒருசொல் இடப்பெயராக *(Monoword place name)* நீடிக்கிறது.

ஏற்கெனவே சுட்டிக்காட்டியபடி அடிப்படையான இயற்கைக் கூறுகளுக்கும் மனிதர்களின் குடியிருப்புகளுக்குமான பொதுப்பெயர்கள் இடையில் நேரிடும் மொழி மாற்றங்களையும் தாண்டி நீடிக்கும் வல்லமை பெற்றவை. எடுத்துக்காட்டாக, ஆங்கிலத்திலுள்ள ஃபோர்டு *(Ford)* என்ற சொல்லின் தோற்றம் 'நீர்வழி' என்று பொருள்படும் லத்தீன் சொல்லான ஃபூர்டி *(Furdi)* என்ற சொல்லுடன் தொடர்புபடுத்தப்படுகிறது. ஆயினும், போர்டு என்பது பிரிட்டனிலும், அமெரிக்காவிலும் ஒருசொல் இடப்பெயராக வழங்குவதோடு பல ஐரோப்பிய நாடுகளிலும் இடப்பெயர்களின் ஒரு பகுதியாக இடம்பெறுகிறது. இதற்கு இன்னொரு பெயரையும் எடுத்துக்காட்டாகக் கூறலாம். 'ஊர்' என்ற ஒருசொல் இடப்பெயர் மெசபொடேமிய நாகரிகம் செழித்திருந்த ஈராக்கில் மட்டுமின்றி ஈரானிலும் ஆப்கானிஸ்தானிலும் இன்றுவரை புழக்கத்தில் இருக்கிறது. ஆனால், இதே ஊர் என்ற பெயர் தென்னிந்தியாவில் நூற்றுக்கணக்கான இடங்களில் இடப்பெயர் விகுதியாக வழங்கப்படுகிறது. அந்த வகையில் ஒருசொல் இடப்பெயர்கள் தொல்பழங்காலப் புலப்பெயர்வுகளின் தடங்களை மீட்டுருவாக்கம் செய்ய மொழியியல் மைல்கற்கள் போல உதவுகின்றன. இதுபற்றி விரிவாகப் பின்வரும் இயல்களில் பார்ப்போம். சிந்துவெளிப் பண்பாட்டையும், தென்னிந்திய திராவிட இடப்பெயர்களையும் ஒப்பிட்டு விளக்கும்போது இந்த ஒருசொல் இடப்பெயர்கள் விரிவாகப் பேசப்படும்.

நிகழ்காலத்தில் புழக்கத்திலுள்ள பல இடப்பெயர்கள் பழைய ஆவணங்களில் அல்லது இலக்கியங்களில் குறிப்பிடப்படவில்லை என்ற ஒரே காரணத்தை வைத்து அந்தப் பெயர்கள் அண்மையில் தோன்றியவை அல்லது நவீனமானவை என்ற முடிவுக்கு வந்துவிட முடியாது. இன்னும் சொல்லப்போனால் ஓர் இடப்பெயர் ஒரு பகுதியில் பேசப்படும் மொழியில் நேரடியான, தெளிவான பொருளைப் புலப்படுத்தவில்லை என்றாலே அந்தப் பெயர் பழமையானது என்ற முடிவுக்கு வரலாம். இது இந்த நூலாசிரியர் களப்பணிகளில் கண்டறிந்த புரிதல்களில் முக்கியமானது. மனிதர்கள் தங்களது தொல்குடிகளையும், சிற்றூர்களையும் பல்வேறு இடங்களில் உருவாக்கி அவற்றுக்குப் பெயர் சூட்டிய தருணங்கள் எப்போதோ நிகழ்ந்து முடிந்துவிட்டன. அதனால், அடிப்படையான குடியிருப்புகளின் பெயர்கள் உண்மையில் பழமையானவை. அவை காலத்தை வென்று நிற்பவை. இன்னும் சொல்லப்போனால் ஓர் இடம் கைமாறும்போது அந்த இடத்தின் பெயரும் சேர்ந்துதான்

கைமாறுகிறது. இந்தக் கொடுக்கல் வாங்கலைப் பெரும்பாலும், கொடுப்பவரோ, வாங்குபவரோ பொருட்படுத்துவதில்லை. உண்மையில், விதிவிலக்காகச் சில நேரங்களில் சமூக அரசியல் மற்றும் சமயம் சார்ந்த காரணங்களுக்காகச் சில இடங்களின் பெயர்கள் திட்டமிட்டு வலுக்கட்டாயமாக மாற்றப்படுவதும் உண்டு. அத்தகைய பெயர்கள் பெரும்பாலும் அரசியல் மற்றும் வரலாற்று முக்கியத்துவம் வாய்ந்த இடங்களின் பெயர்களேயன்றி சாதாரணக் குடியிருப்புகளின் பெயர்கள் அல்ல.

இடப்பெயர்கள் இடம்மாறும் முறைகள்

இடப்பெயர்கள் ஒரு பகுதியிலிருந்து மற்றொரு பகுதிக்கு, ஒரு நாட்டிலிருந்து இன்னொரு நாட்டிற்கு இன்னும் சொல்லப்போனால் ஒரு கண்டத்திலிருந்து இன்னொரு கண்டத்துக்கு இடம்பெயர்வது இன்னும்கூடத் தொடர்நிகழ்வாக நிகழ்ந்துகொண்டுதான் இருக்கிறது.

பெயர்களின் பெயர்வு : 1

இடப்பெயர் - பழைய இடம் > இடப்பெயர் - புதிய இடம்

அமெரிக்க நாட்டின் கலிஃபோர்னியா மாகாணத்தில் வெஸ்ட்மினிஸ்டர், கென்சிங்டன்; ஆர்க்கன்ஸா மாகாணத்தில் உள்ள இங்கிலாந்து; அலபாமாவில் உள்ள ப்ரிமிங்காம் மற்றும் ஷெஃபீல்டு ஆகிய இடப்பெயர்கள் பிரிட்டனிலிருந்து அமெரிக்காவுக்கு நிகழ்ந்த புலப்பெயர்வுகள் மற்றும் காலனியாதிக்கத்தின் மூலமாக இடம்பெயர்ந்தவை. ஓஹையோவில் மட்டும் இரண்டு லண்டன்கள். அமெரிக்காவில் மொத்தம் 23 பாரிஸ்கள். சில இடப்பெயர்கள் முன்னொட்டு சேர்த்து வேறு பெயர்களாகவும் வழங்குவது உண்டு. யார்க் என்ற பிரிட்டிஷ் இடப்பெயரோடு நியூ (புதிய என்று பொருள்படும்) என்ற சொல் சேர்க்கப்பட்டு அது நியூயார்க் ஆகிவிடுகிறது.

இதைப்போலவே ஆப்பிரிக்கர்கள் வலுக்கட்டாயமாக அமெரிக்காவுக்குக் கொண்டுசெல்லப்பட்டபோது அவர்கள் தங்களது தாய்மண்ணின் நினைவாக ஆப்பிரிக்க பெயர்களையும் எடுத்துவந்தார்கள். இதன் விளைவாக லாஸ் ஏஞ்சல்ஸ் பகுதியில் லிட்டில் எத்தியோப்பியா என்ற இடமும், கலிஃபோர்னியாவில் லிட்டில் ஆடிஸ் என்ற இடப்பெயரும் உள்ளன. கெய்ரோ என்ற இடப்பெயர் அமெரிக்காவில் இருபதுக்கும் மேல். லக்ஸ்ர், சூயஸ், கார்ட்டூம் போன்ற பல ஆப்பரிக்க நகரங்களின் பெயர்கள் உள்ளன. கலிஃபோர்னியாவில் எத்தியோப்பிய நாட்டைப் பூர்விகமாகக் கொண்ட மக்கள்தொகை குறிப்பிடத்தக்க அளவில் இருக்கிறது என்பதையும், லிட்டில் ஆடிஸ் என்பது எத்தியோப்பியாவின் தலைநகரான ஆடிஸ் அபாபாவை மனதில் வைத்துச் சூட்டப்பட்ட பெயர் என்பதையும் நினைவில் கொள்ளவேண்டும்.

ஸ்பானிய குடியேற்றத்திற்குச் சாட்சியாக லாஸ் ஏஞ்சல்ஸ், லாஸ் வேகாஸ், மாட்ரிட், பாலோ ஆல்ட்டோ, மெர்சிடஸ் ஆகிய இடப்பெயர்கள் உள்ளன. தென் அமெரிக்க நாடான சுரிநாம் டச்சுக்காரர்களின் (நெதர்லாந்து) காலனியாதிக்கத்தில் இருந்தது. அதன் விளைவாகச் சுரிநாமில் நியூ ஆம்ஸ்டர்டாம் என்ற ஓர் இடப்பெயர் இருக்கிறது. ஆம்ஸ்டர்டாம் நெதர்லாந்தின் தலைநகரமாகும். இதைப்போலவே ஆப்பிரிக்க மக்களின் புலப்பெயர்வால் தென் அமெரிக்காவில் ஆப்பிரிக்கா, கயானா போன்ற பெயர்களில் ஊர்கள் உள்ளன. இங்கே, ஒரு கண்டத்தின் பெயரே ஓர் ஊரின் பெயராக ஆகிவிடுகிறது. இதைப்போலவே கரீபியன் தீவுகளில் ஒன்றான ட்ரினிடாட் பகுதியில் சாண்டர்நாகோர் என்ற ஓர் இடப்பெயர் இருக்கிறது. இவ்விடப்பெயரின் காரணம் இந்தியாவின் ஒரு குறிப்பிட்ட பகுதியிலிருந்து மக்கள் புலம்பெயர்ந்து அங்குச் செல்ல நேர்ந்தது என்ற வரலாற்று உண்மைதான். இதைப்போலவே இலங்கை யாழ்ப்பாணம் பகுதியில் உள்ள திருநெல்வேலியைத் தமிழ்நாட்டில் உள்ள திருநெல்வேலியுடன் ஒப்பிடலாம்.

காலனியாதிக்கத்தின் போது தமிழர்கள் மலேசியா, சிங்கப்பூர், இந்தோனேசியா, மேற்கிந்தியத் தீவுகள், தென் ஆப்பிரிக்கா போன்ற பல்வேறு நாடுகளுக்குக் கூலித் தொழிலாளர்களாகக் கொண்டு

செல்லப்பட்டனர். 80களில் இலங்கையில் இனப்பிரச்சனை காரணமாக அங்கிருந்து தமிழர்கள் பல்வேறு நாடுகளுக்குப் புலம்பெயர்ந்தனர். உலகமயமாக்கல் காரணமாகத் தமிழர்கள் பல நாடுகளுக்குச் சென்று அங்கே ஐக்கியமாகிவிட்டனர். புலம்பெயர் தமிழர்களின் எண்ணிக்கை உலகளவில் வளர்ந்துள்ளது.

பெயர்களின் பெயர்வு: 2
இடப்பெயர் > தனிமனித இயற்பெயர்/குடும்பப் பெயர்
உலகின் பல்வேறு பகுதிகளிலும் வழங்கப்படும் குடும்பப் பெயர்கள் அல்லது பரம்பரைப் பெயர்களில் ஒரு பொதுத்தன்மை உண்டு. அவை ஒரு மனிதர் அல்லது அவரது குடும்பம் அல்லது அவரது சமூகக்குழுவினர் எந்தப் பகுதியைச் சேர்ந்தவர்கள் அல்லது எங்கிருந்து புலம்பெயர்ந்தவர்கள் என்பதைக் குறிப்பதாக அமையும். இவ்வாறு இடப்பெயரோடு குடும்பப்பெயர் வழங்கப்படும்போது சிலநேரங்களில் இடப்பெயருடன் சேர்ந்து, 'இங்கிருந்து' என்று பொருள்படும் சொல்லுடன் கூடி வருகிறது. எடுத்துக்காட்டாக ஆங்கிலத்தில் ஆப் *(of)*, ஃபிரஞ்சு அல்லது ஸ்பானிஷ் மொழியில் டி*(De)*, அரேபிய மொழியில் அல் *(Al)* போன்ற பெயர் விகுதிகளைக் குறிப்பிடலாம். எடுத்துக்காட்டாக டி குஸ்மன் *(de Guzman)* என்ற குடும்பப்பெயர் குஸ்மனைச் சேர்ந்தவர் என்ற பொருள் கொண்டது. சில நேரங்களில் இத்தகைய விகுதிகள் இல்லாமலே குடும்பப் பெயர்கள் அல்லது பரம்பரைப் பெயர்கள் அமைவது உண்டு.

மேலும், ஒருவரின் பூர்விக இடத்தின் பெயர் (அல்லது முந்தைய ஊரின் பெயர்) அவர் மற்றொரு இடத்துக்குப் புலம்பெயரும்போது நேரடியாக அவரது பெயராக அல்லது குடும்பத்தின் பெயராகக் கொண்டுசெல்லப்படுவதும் நிகழ்கிறது. அங்க, கலிங்க, வங்க, கயா போன்ற பழங்கால இடப்பெயர்கள் தனிமனிதப் பெயர்களாகவும் வழங்கப்படுகின்றன. தமிழ்நாட்டில் புழக்கத்திலுள்ள பழனி, சிதம்பரம், ஏழுமலை போன்ற பெயர்கள் இடப்பெயராகவும், தனிமனிதர்களின் பெயராகவும் பயன்படுத்தப்படுகிறது.

இவ்வாறு முந்தைய நிலப்பகுதியின் இடப்பெயர்கள் புதிய இடங்களில் புலம்பெயர்ந்து வந்த மனிதர்களின் பெயர்களாக அல்லது குடும்பப் பெயர்களாக மாறிவிடுவதற்குப் பாரசீகத்திலிருந்து இந்தியாவிற்குப் புலம்பெயர்ந்து வந்த பார்சி மக்களின் பெயர்கள் சிறந்த எடுத்துக்காட்டு. மேற்கு இந்தியாவில் பெரும்பாலும் மும்பையிலும், குஜராத்திலும் வசிக்கக்கூடிய பார்சி இன மக்கள் பாரசீகத்திலிருந்து கடல்வழியே குஜராத்தில் உள்ள நௌருசி *(Nauruzi)* என்ற இடத்திற்குக் கப்பல்களில் வந்து குடியேறியதாக இம்மக்களிடையே ஒரு மீள்நினைவு உண்டு. பார்சி மக்கள் பாரசீகத்தைச் சேர்ந்தவர்கள் என்பதில் யாருக்கும் எந்தவித ஐயமும் இருக்கமுடியாது. ஆனால், இந்தியத் துணைக் கண்டத்தில் தற்போது வசிக்கும் மிக முக்கியமான பார்சி இன ஆளுமைகளின் இயற்பெயர்கள் மற்றும் குடும்பப் பெயர்கள் ஈரான் நாட்டில் (பண்டைய பாரசீகம்) இன்னும் ஊர்பெயர்களாகப் புழக்கத்தில் உள்ளன என்பது இந்த நூல் முன்வைக்கும் இடப்பெயர் சான்றுகளின் நம்பகத்தன்மையை உறுதிசெய்வன. உதாரணமாக டாடா, நாரிமன், ஃபிர்தோஸி, நௌரோஜி, ரஸ்டம்ஜி, போர்ஜி, பேராம்ஜி, தனேஷ்வர், டெலாவர் மற்றும் பலொஞ்சி ஆகிய பார்சி பெயர்கள் ஈரானிலுள்ள இடப்பெயர்களான டாடா *(Tata)*, நாரிமன் *(Nariman)*, ஃபிர்தாசி *(Firdausi)*, நௌருசி *(Nauruzi)*, ரஸ்டம் *(Rustam)*, போர்ஜ் *(Borj)*, பேராம் *(Beram)*, டானெஸ்ஃபேன் *(Danesfan)*, டேலாவரி *(Delavari)*, பலாஞ் *(Palanj)* போன்ற பெயர்களோடு ஒப்பிடத்தக்கவை.

பெயர்களின் பெயர்வு: 3
மொழியின் பெயர் > மக்கள், குடி மற்றும் நிலப் பெயர்கள்
ஒரு மொழியின் பெயர், அம்மொழியைப் பேசும் மக்கள், அம்மக்களின் குடி அடையாளம், அம்மக்கள் வசிக்கும் நிலப்பகுதி ஆகிய முப்பரிமாணத்தையும் குறிப்பதற்குப் பயன்படுவது உலகெங்கும் வழங்கும் நடைமுறையாகும். இதற்கான சில எடுத்துக்காட்டுகள்

மொழி > மக்கள் > இடம்
ரஷியன் > ரஷியன் > ரஷியா
தமிழ் > தமிழர் > தமிழ்நாடு
இங்கிலீஷ் > இங்கிலீஷ் > இங்கிலாந்து
பிராகுயி > பிராகுயி > பிராகுயி

இடப்பெயர் தரவுகள் அளிக்கும் புத்தொளி

ஒரு நிலப்பகுதியின் கடந்தகால வரலாறு மற்றும் பண்பாட்டுக் கூறுகள், அப்பகுதிகளில் நிகழ்ந்திருக்கக்கூடிய புலப்பெயர்வுகளின் தன்மைகள் ஆகியவை பற்றிய புரிதலுக்கு இடப்பெயர் தரவுகள் உதவும் என்பது ஆய்வாளர்களிடையே பரவலாக ஒப்புக்கொள்ளப்பட்ட ஒன்றாகும். மானுடவியல் மற்றும் பண்பாட்டியல் ஆய்வுகளில் வரலாறு மற்றும் தொல்லியல் உதவுவது போல இடப்பெயரியலும் ஒரு கருவியாக உதவும் என்பது புரிந்துகொள்ளப்பட்டிருக்கிறது. ஒரு குறிப்பிட்ட பண்பாட்டைப் பற்றி நம்பத்தகுந்த வரலாற்று ஆவணங்கள் கிடைக்கவில்லை என்ற சூழலில் அப்பண்பாடு பற்றிய புரிதலுக்குத் தொல்லியலை மட்டுமே நம்பவேண்டியிருக்கிறது. இந்நிலையில் இலக்கிய மற்றும் ஆவணப்பதிவு பெறாத பண்பாடுகள் பற்றிகூட அறிந்துகொள்வதற்கு இடப்பெயர் ஆய்வுகள் உதவுகின்றன.

ஒரு குடியிருப்பின் தன்மை பற்றிய முக்கியத் தரவுகளை இடப்பெயர்களின் முன்னொட்டுகளும், பின்னொட்டுகளும் அளிக்கின்றன. இடப்பெயர்களை முறைப்படித் தெளிவான அணுகுமுறையோடு ஆய்வு செய்தால் தொல்லியல் தடயங்கள் கிடைக்க வாய்ப்பிருக்கும் பகுதிகள் பற்றி ஊகித்து அறியவும் முடியும். அதிலும் குறிப்பாக வரலாற்றுக்கு முற்பட்ட காலகட்டங்கள் தொடர்பான தொல்லியல் ஆய்வுகளில் இடப்பெயர்கள் பெரிதும் துணைபுரியக்கூடும். இது பற்றி எஃப். டி. வெயின்ரைட் *(F. T. Wainwright)* பின்வருமாறு கூறுகிறார்,

"தொல்லியலில் காணக்கிடைக்காத தகவல்களையும், வரலாற்று ஆவணங்களில் பொதுவாகப் புறக்கணிக்கப்பட்ட அல்லது இருட்டடிப்பு செய்யப்பட்ட செய்திகளையும் இடப்பெயர்கள் ஒருவகையில் தெரிவிக்கின்றன. குடியிருப்புகளின் அடர்த்தி, ஒரு குறிப்பிட்ட மொழி பேசப்பட்ட பகுதிகளின் எல்லைகள், தோற்றம் மற்றும் தொடர்புகள் பற்றிய தகவல்கள், ஒரு சமூகத்தின் சமூகவியல் மற்றும் பொருளாதாரச் சூழ்நிலைகள் பற்றியும் துல்லியமான தகவல்களை இடப்பெயர்கள் அளிக்கின்றன. இடப்பெயர் சான்று அடிப்படையில் ஒரு மொழியியல் சான்றாகும். ஆயினும் அவை அளிக்கும் செய்திகளின் ஊடாக உணரத்தக்க அரசியல் மற்றும் சமூகவியல் தாக்கங்கள் சிலநேரங்களில் தொல்லியல் தடயங்கள் தரும் புரிதல்களைவிடக் கூர்மையானவையாக உள்ளன." *(Wainwright 1962: 4)*

ஒரு குறிப்பிட்ட பகுதியில் வாழ்ந்த மற்றும் வாழும் மக்களின் மொழி மற்றும் வட்டார வழக்குகள் பற்றிய நேரடியான தகவல்களை இடப்பெயர்களின்மூலம் அறியமுடியும் என்பதை வெயின்ரைட் வலியுறுத்துகிறார். இடப்பெயர்களின்மூலம் உய்த்துணரக்கூடிய மொழியியல் சாராத செய்திகளும் வரலாற்றுத் தகவல்களும் ஊகத்தில் பெறப்படுமே அன்றி நேரடியாக அல்ல என்பதையும் அவர் குறிப்பிடுகிறார். இங்கிலாந்து நாட்டின் பல்வேறு பகுதிகளிலும் இன்றும்கூடப் புழக்கத்தில் உள்ள ஆங்கிலோ-சாக்ஸன், டானிஷ் மற்றும் செல்டிக் இடப்பெயர்கள் மிக விரிவாக ஆராயப்பட்டுள்ளன. இந்த இடப்பெயர்கள் இங்கிலாந்து நிலப்பகுதியில் கடந்த காலங்களில் நிகழ்ந்த பல்வேறு படையெடுப்புகள் மற்றும் பண்பாட்டு அசைவுகள் நவீன ஆங்கில மொழியின் உருவாக்கத்தில் எத்தகைய தாக்கங்களை விளைவித்தன என்பதை அறிய உதவுகின்றன.

இங்கிலாந்து நாட்டின் வடக்கு மற்றும் கிழக்குப் பகுதிகளில் வழங்கும் இடப்பெயர்களில் டானிஷ், ஆங்கிலோ-சாக்ஸன் தாக்கங்கள் வலுவாக உள்ளன. அதேநேரத்தில் தென்கிழக்கில் பிரித்தோனிக் *(Celtic)* தாக்கம் இன்றுவரை எஞ்சியுள்ளது. இந்தத் தரவுகளை எவ்வாறு புரிந்துகொண்டு பயன்படுத்துவது என்பது தேடலில் அக்கறை உள்ள வரலாற்றாளரின் பொறுப்பாகும். ஏற்கெனவே கிடைத்துள்ள வரலாற்று மற்றும் தொல்லியல் தரவுகளின் ஊடாக இந்த இடப்பெயர்கள் தரும் கூடுதல் புரிதலை உள்வாங்கி விளக்கவேண்டியது வரலாற்றியலின் கடமையாகும்.

இந்த நூலைப் பொறுத்தவரையில் இடப்பெயர் சான்றுகள் ஆற்றல்மிக்க, புதிய புரிதல்களுக்கு வாய்ப்பளிக்கிற அதேநேரத்தில் சவால்களும் நிரம்பிய தரவுக்களம். சிந்துவெளிப் பண்பாட்டின் திராவிடக் கருதுகோள் என்பது அடிப்படையில் ஒரு மொழியியல் கருதுகோள். சிந்துவெளி எழுத்துப் பொறிப்புகளை வாசித்து அறிய முடியாத சூழலில், சிந்துவெளி பற்றிய நேரடியான இலக்கிய ஆவணங்கள் கிடைக்காத நிலையில், பொதுவாகப் பெயராய்வுத் தடயங்களை *(Onomastic evidences)*, குறிப்பாக இடப்பெயர் தரவுகளை *(Toponymic evidences)* கருவியாகக் கொண்டு சிந்துவெளி மக்கள் பேசிய மொழி ஒரு திராவிட மொழி என்பதையும் அந்த மொழி சிந்துவெளியின் நிகழ்கால நிலப்பகுதிக்குள் தனது தொல்தடயங்களை விட்டுச் சென்றிருக்கிறது என்பதையும் ஒரேநேரத்தில் நிறுவ முற்படுவதை இந்த ஆய்வுக்கு ஒருவகையில் சவாலாகவும், மற்றொரு வகையில் மிகப்பெரிய வாய்ப்பாகவும் எடுத்துக்கொள்ளலாம். மேலும், இந்தியத் துணைக்கண்டத்தில் சிந்துவெளிப் பண்பாடு பற்றிய மீள்நினைவு அல்லது எச்சங்கள் எதுவும் மீதமிருக்கும் என்றால் அவற்றைப் பெரும்பாலும் சங்கத்தமிழ் இலக்கியங்களின் மொழியிலும் பண்பாட்டிலும்தான் எதிர்நோக்க முடியும் என்ற கருத்தாக்கத்தையும் அந்த மீள்நினைவுகளின் தாக்கம் நிகழ்காலத் தமிழ்ப் பண்பாட்டில் இன்றும்கூடத் தொடர்கிறது என்பதையும் இந்த நூல் நிறுவ முற்படுகிறது.

இடப்பெயர்கள் வெவ்வேறு நிலப்பகுதிகளில் மீண்டும் மீண்டும் மறுபதிவு செய்யப்படுவதை மனிதர்களின் புலப்பெயர்வுகள் பற்றிய ஆய்வுகள் வரலாற்றுப்பூர்வமாக நிறுவுகின்றன. பெயர்களின் இந்த மறுபதிவு அல்லது மீள் பயன்பாடு புலப்பெயர்வின் தொடக்கப்புள்ளியில் இருந்து இடையில் நின்று-நிமிர்ந்த புள்ளிகளை எல்லாம் தொட்டு, தொடர்ந்து இறுதியில் அந்தப் புலப்பெயர்வு எங்கு முடிந்ததோ அந்தப் புள்ளிவரை தொடர்ந்து பயணிக்கிறது. புலப்பெயர்வுகளும், பெயர்ப் பெயர்வுகளும் ஒரு தொடர்கதைதான்.

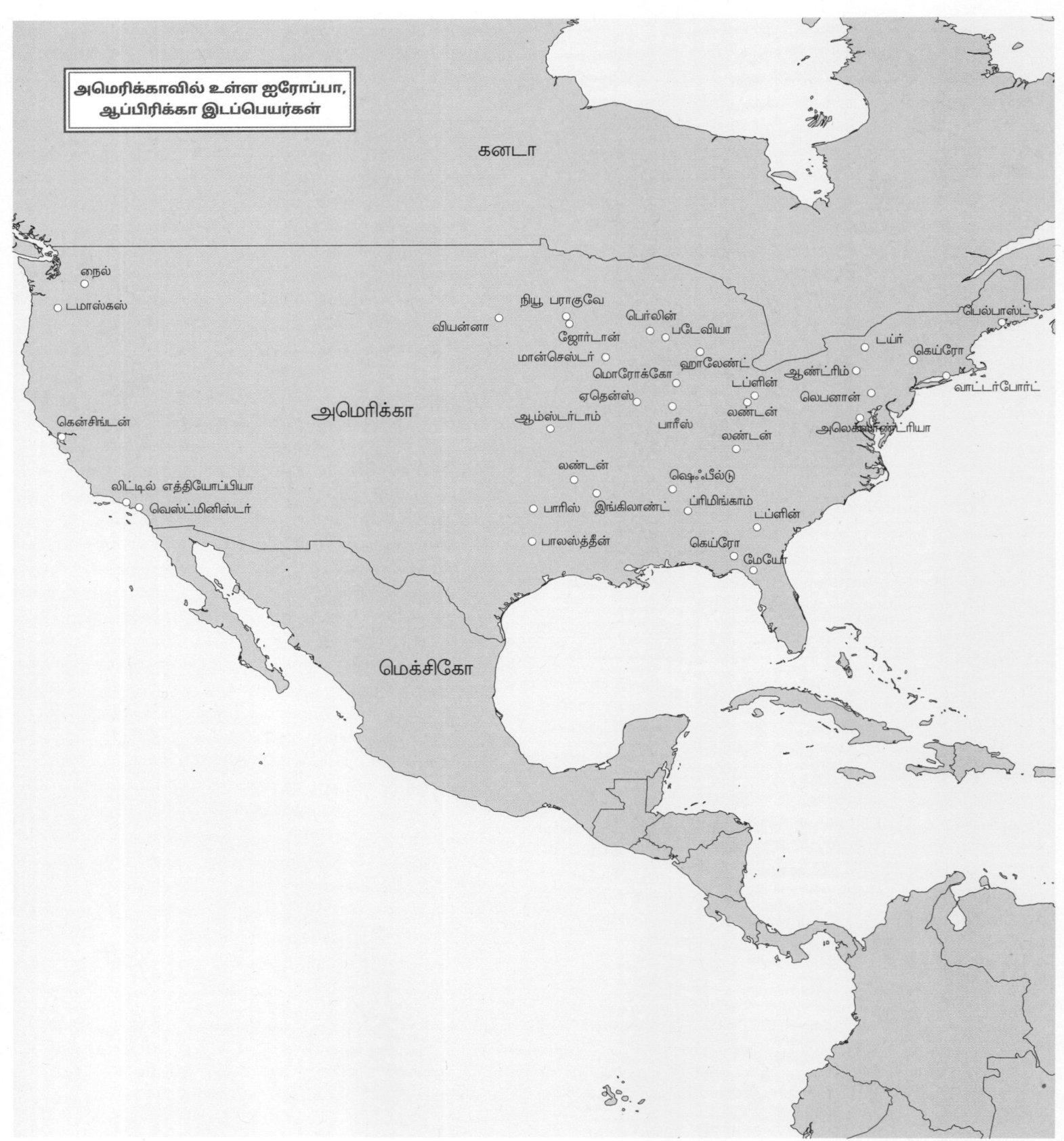

நிலவரைபடம் 5.1

ஒரு பண்பாட்டின் பயணம்

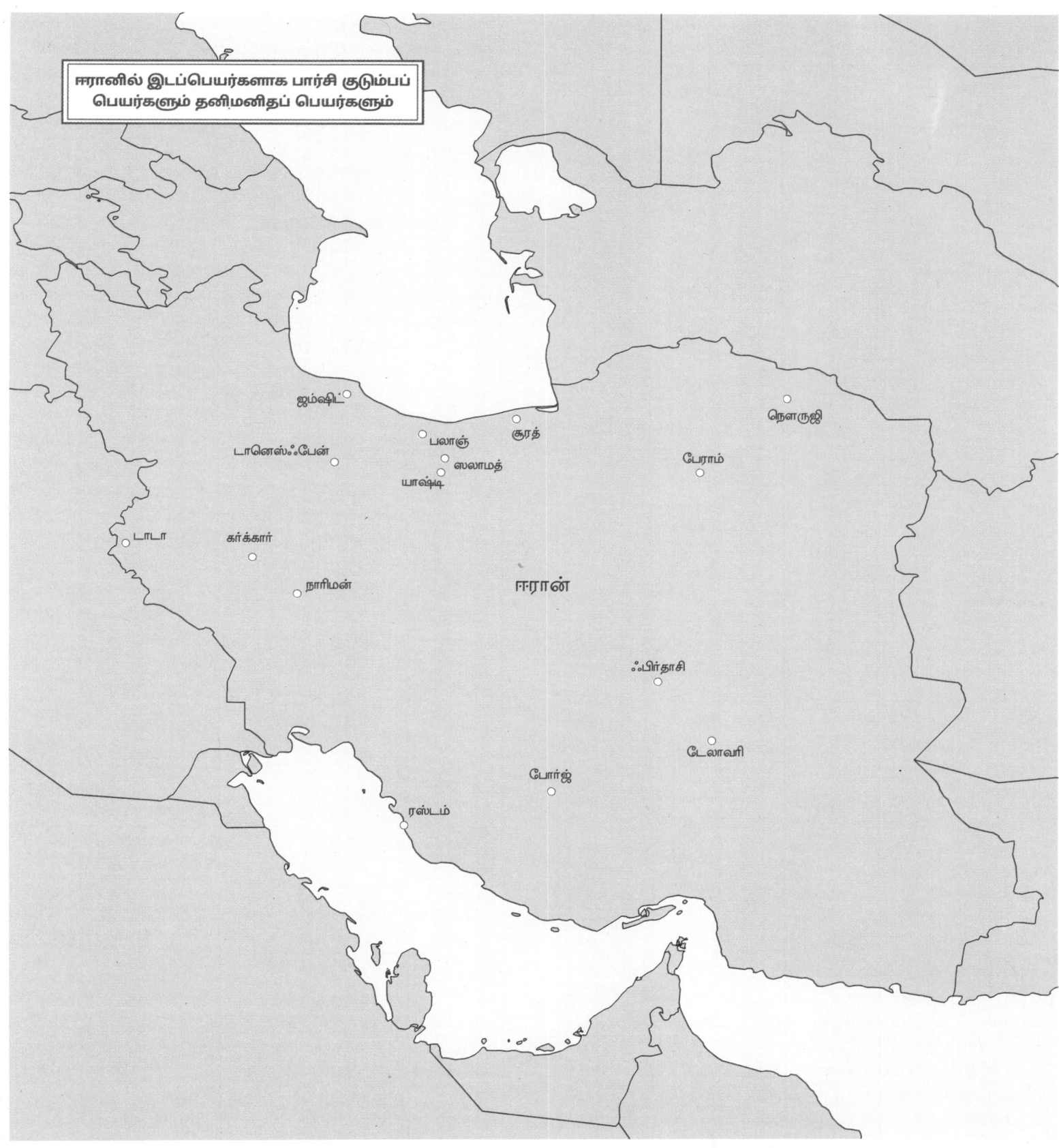

ஈரானில் இடப்பெயர்களாக பார்சி குடும்பப் பெயர்களும் தனிமனிதப் பெயர்களும்
ஜம்ஷிட்
பலாஞ்
சூரத்
நௌருஜி
டானெஸ்ஃபேன்
ஸலாமத்
யாஷ்டி
பேராம்
டாடா
கர்க்கார்
நாரிமன்
ஈரான்
ஃபிர்தாசி
டேலாவரி
போர்ஜ்
ரஸ்டம்

நிலவரைபடம் 5.2

ஒப்பீட்டு இடப்பெயர்கள்: இடப்பெயர் 'கொத்துகளும்' (Clusters), 'இடப்பெயர் வளாகமும்' (Complex)

இடப்பெயர்களைப் பற்றிய ஆய்வில் ஒப்பீட்டு ஆய்வு ஒரு முக்கியமான அணுகுமுறை. இரண்டு வெவ்வேறு நிலப்பகுதிகளின் இடப்பெயர்களை ஒப்பிடும்போது மக்கள்தொகையில் நேர்ந்த மாற்றங்களும் பண்பாடுகளின் புலப்பெயர்வும் வெளிச்சம் பெறுகின்றன. அவ்விடப்பெயர்களை மொழியியல் அடிப்படையிலும் இடப்பெயர்களுக்கு என்றே உரித்தான இயல்புகளின் அடிப்படையிலும் முறைப்படி தரவு சார்ந்து ஆராயும்போது அச்சான்றுகளின் நம்பகத்தன்மை அதிகரிக்கிறது. இவ்வாறு ஆய்வு செய்யும்போது ஒப்பீட்டு இடப்பெயர்களை ஒரு தொகுப்பாக, கொத்துகொத்தாக ஒப்பிடத்தக்க இடப்பெயர்கள் உள்ளடங்கிய 'பெயர் வளாகங்களாக' உருவகப்படுத்தி ஒப்பிட்டு ஆராய்வது முக்கியமானது. இதன்மூலம் இடப்பெயர்கள் புலம்பெயரும் தன்மையை இலக்கிய ஆவணங்களின் ஊடாகவும், பல்வேறு நிலப்பரப்புகளின் (Landscapes), பெயர்ப்பரப்புகளின் (Namescapes) ஊடாகவும் ஆராய்ந்து நம்பகத்தன்மையுடன் கூடிய ஒரு முன்மொழிவை அளிக்க ஏதுவாகிறது. அதேநேரத்தில் இரண்டு வெவ்வேறு நிலப்பகுதிகளில் சில இடப்பெயர்கள் எதேச்சையாக ஒரேமாதிரியாக அமைந்திருக்க, அந்த ஒற்றுமையை ஆய்வாளர்கள் மக்களின் புலப்பெயர்வுக்கான தடயமாகத் தவறாகப் புரிந்துகொள்ளும் தடுமாற்றத்திலிருந்து தப்பிக்கவும் இந்த அணுகுமுறை உதவுகிறது.

எதேச்சையாக ஒன்றுபோல 'ஒலிக்கும்' இடப்பெயர்களை வைத்துப் புலப்பெயர்வுகளைத் தீர்மானமாகக் கணித்துவிட முடியாது என்ற எச்சரிக்கை இங்கே தேவையாக இருக்கிறது. இந்த நூலைப் பொறுத்தவரையில் இடப்பெயர்கள் பற்றிய ஒப்பீட்டு ஆய்வு களப்பணிகள் மூலமாகவும், அறிவியல் தொழில்நுட்ப உதவியோடும் கட்டமைக்கப்பட்டிருக்கிறது. இதில் ஒரு தொகுப்புமுறை கையாளப்படுவதோடு, புவியியல் தகவல் அமைப்பு (Geographical Information System - GIS) எனப்படும் தொழில்நுட்பம் மிக விரிவாகப் பயன்படுத்தப்பட்டுள்ளது. இதன்மூலம் அட்சரேகை, தீர்க்கரேகை போன்ற துல்லியமான தரவுகளுடன் இடப்பெயர்கள் வரைபடமாக்கப்பட்டுள்ளன. இன்னும் ஒருபடி மேலே சென்று சொல்வதெனில், எதிர்காலத்தில் தொல்லியல் தடயங்களைத் தேடித் தோண்ட வேண்டிய இடங்களைப் பற்றிய ஊகங்களை அளிப்பதற்கும் இந்தத் தொழில்நுட்பம் சார்ந்த இடப்பெயராய்வு உதவக்கூடும்.

இடங்களின் பெயர்கள், பழங்குடிகளின் பெயர்கள், பல்வேறு குடிகளின் தலைவர்களின் பெயர்கள், குறுநிலத் தலைவர்களின் பெயர்கள், மன்னர்களின் பெயர்கள் ஆகியவை மக்களோடும் மக்களின் வாழ்வியலோடும் அவர்கள் வாழ்ந்த இடங்களோடும் நெருங்கியத் தொடர்புடையவை. இப்பெயர்கள் புலப்பெயர்வின் தன்மைகளையும், திசைகளையும் அறிந்துகொள்ள உதவுகிறது. இத்தகைய இடப்பெயர்க் கொத்துகள், மானிடப்பெயர்களையும் மொழிகளின் பெயர்களையும் இலக்கிய ஆவணச்சான்றுகள் மற்றும் பண்பாட்டுத் தொன்ம மரபுகளின் ஊடாக அடையாளம் காணப்படும்போது அப்பெயர்த் தொகுதியைப் பெயர்-மரபு வளாகம் (Name-Heritage Complex) என்று உருவகப்படுத்தலாம்.

ஓர் இடப்பெயர் தொகுப்பை, ஒரு பண்பாட்டின் குறிப்பிட்ட மொழி பேசும் மக்களின் இடப்பெயர் வளாகம் என்று முன்னிறுத்த வேண்டுமெனில் அந்த இடப்பெயர் வளாகம் இரண்டு முன்நிபந்தனைகளை நிறைவு செய்யவேண்டும்.

1. ஒப்பிடப்படும் இரு நிலப்பகுதிகளில் வளாகமாக அடையாளம் காட்டப்படும் பெயர்த் தொகுதியில் இடம்பெறும் இடப்பெயர்கள் மிகவும் முக்கியத்துவம் வாய்ந்தவையாக இருக்கவேண்டும். இதை இன்னொரு வகையில் சொல்வதென்றால் அந்தப் பெயர்களின் துணை இல்லாமல் ஒரு குறிப்பிட்ட பகுதியின் அடையாளத்தையோ, அப்பகுதியின் தொன்மங்கள் குறித்த மரபுகளை விளக்கவோ நிலைநாட்டவோ முடியாது என்று கூறுமளவிற்கு அந்தப் பெயர்கள் முக்கியமானவையாக இருக்கவேண்டும்.

2. அப்படிப்பட்ட பெயர்கள் ஒரு குறிப்பிட்ட மொழிபேசும் மக்களுக்கு மட்டுமே உரித்தானதாக இருக்கவேண்டும். அப்பெயர்களை எங்களுக்கும் உரியது என்று வேறு எந்த இன-மொழிப்பிரிவினரும் உரிமைகோர முடியாத அளவுக்கு அப்பெயர்கள் தனித்துவம் வாய்ந்தவையாக இருக்கவேண்டும்.

இந்த நூலின் ஏழாவது இயலில் சிந்துவெளிப் பண்பாட்டு நிலப்பகுதியில் ஓர் இடப்பெயர் தொகுதி அடையாளம் காணப்பட்டு விளக்கமாகப் பேசப்படுகிறது. இந்த இடப்பெயர் தொகுதியைக் கொற்கை-வஞ்சி-தொண்டி வளாகம் (KVT complex) என்று பெயரிட்டு அழைக்கும் இந்நூலாசிரியர், ஏற்கெனவே எழுதியுள்ள ஆய்வுக்கட்டுரைகளிலும் இதுபற்றி குறிப்பிட்டிருக்கிறார். இதன்மூலம் சிந்துவெளிப் பண்பாட்டுப் பகுதிகளிலிருந்து அப்பண்பாட்டு மக்கள் தெற்குநோக்கிப் புலம்பெயர்ந்தபோது அப்பெயர்களை மீள்நினைவாகக் கொண்டுவந்து தென்னிந்தியப் பகுதிகளில் மீண்டும் பதியம் செய்தனர். இதற்குத் தேவையான தமிழ்ப் பண்பாடு மற்றும் பழந்தமிழ் இலக்கியங்கள் தொடர்பான பின்புலச்செய்திகளை அடுத்த இயலில் காணலாம்.

இயல் ஆறு

பண்டைய தமிழகமும் பழந்தமிழ் இலக்கியங்களும்
தென்கோடியில் உறைந்துகிடக்கும் மீள்நினைவுகள்

"இலக்கியம், ஏனைய கலைகளைப் போலவே தன்னை உருவாக்கிய நிலத்தின் தன்மைகளைச் சித்தரிக்கும் காட்சிப்படிமமாகவே இருக்கிறது."

- கென்னெத் மிஷல்

பண்டைய தமிழகமும் பழந்தமிழ் இலக்கியங்களும்:
தென்கோடியில் உறைந்துகிடக்கும் மீள்நினைவுகள்

சிந்துவெளிப் பண்பாடு, திராவிட மொழிக்குடும்பத்தின் தோற்றம், பரவல் என்ற இரண்டு புதிர்முடிச்சுகளுமே நமது வரலாற்றுக்கு முற்பட்ட தொன்மங்களோடு தொடர்புடையவை. வரலாற்றுக்கு முற்பட்ட காலத்தின் ஆய்வு என்பது அடிப்படையில் மானுடம் பற்றிய ஆய்வே ஆகும். இதுபற்றி விவரிக்கும் ராபர்ட் எச். லோயி (*Robert H. Lowie*) என்ற அமெரிக்க மானுடவியலாளர் "எழுதப்பட்ட வரலாறு என்பது நீண்ட நெடிய ஒரு நாடகத்தின் கடைசி அங்கம். எனவே மனித வரலாற்றின் முழு நாடகத்தையும் எழுதப்பட்ட வரலாற்றை மட்டுமே படித்துப் புரிந்துகொள்ள முடியாது," என்கிறார். வரலாற்றுக்கு முற்பட்ட காலம் பற்றிய நம்பத்தகுந்த சான்றுகளை அகழாய்வுகள் நமக்கு அளிக்கின்றன. ஆயினும் இத்தடயங்களுக்கென்று சில வரம்புகள் உள்ளன,

கிளைன் டேனியல் *The Idea of Prehistory* என்ற தனது நூலில் வரலாற்றுக்கு முற்பட்ட காலத்தை ஆராய்வதில் உள்ள சிக்கல்களைத் தொட்டுச்செல்கிறார். வரலாற்றுக்கு முற்பட்ட காலங்களில் வாழ்ந்த சமூகங்களின் சித்தாந்தங்கள் நம் கண்ணுக்குப் புலப்படாமல் சிதைந்து கிடக்கின்றன. ஆனால், அவர்கள் பயன்படுத்திய 'பாத்திரங்களும்', 'தட்டுமுட்டுச் சாமான்களும்' சிதைவடையாமல் அப்படியே கிடைக்கின்றன என்ற முரண்பாடான உண்மைக்கு ஓர் ஆய்வாளன் சாட்சியமாய் நிற்கிறான். வரலாற்றுக்கு முற்பட்ட காலங்களில், மொகஞ்சோதாரோ மற்றும் ஹரப்பா போன்ற மாபெரும் நகரங்களில் வாழ்ந்த மக்களின் சமூக ஒழுங்குக் கோட்பாடுகளையும் அவர்களின் வழிபாட்டுச் சிந்தனைகளையும் நம்மால் தெளிவாகப் புரிந்துகொள்ள முடியவில்லை. ஆனால், அம்மக்கள் பயன்படுத்திய சுடுமண் பொம்மைகளும் சாக்கடைகளும் குப்பைத்தொட்டிகளும் சிதைவடையாமல் அப்படியே கிடைக்கின்றன என்பதைச் சுட்டிக்காட்டுகிறார் அவர்.

கிளைன் டேனியலின் பார்வையில் அகழாய்வு என்பது கடந்த காலத்தைக் கண்டுபிடிப்பது மட்டுமல்ல; 'அதைக் கட்டுடைப்பதும்' ஆகும். இதைக் கருத்தில்கொண்டு அகழ்வாராய்ச்சி செய்பவர்களுக்கு அவர் ஓர் எச்சரிக்கை விடுக்கிறார். அகழாய்வுத் தடயங்களைக் 'கூராய்வு செய்து' தோண்டிப் பார்க்கும் அகழாய்வாளர்கள் அடுத்துவரும் தலைமுறைகளுக்குப் பதில்சொல்லக் கடமைப்பட்டவர்கள். வரலாற்றுக்கு முற்பட்ட காலகட்டங்கள் பற்றிய அகழ்வாராய்ச்சிகள் தொல்பழங்கால மனிதனின் தொடக்க கால வாழ்க்கை பற்றி நாம் அறிந்துகொள்ள விரும்பும் தகவல்களையெல்லாம் துல்லியமாக அளிப்பதில்லை.

> "குறிப்பிட்ட அந்த மக்கள் சமூகத்தின் அடிப்படை முன்னுரிமைகள் என்ன, அவர்கள் எப்படி வாழ்ந்தார்கள், அவர்களின் எண்ணங்களும், கோட்பாடுகளும், குறிக்கோள்களும், குழப்பங்களும் எத்தகையன என்பதை நாம் தெரிந்துகொள்ள ஆசைப்படுகிறோம்." *(Glyn 1964: 132)*

Prehistory: The Making of the Human Mind என்ற நூலில் காலின் ரென்ஃபிரு, மொழி, அழகியல், சமூக விழுமியங்கள், அண்டவியல் ஆகியவை வரலாற்றுக்கு முற்பட்ட காலகட்டங்களின் தொட்டறிய முடியாத தொன்மங்கள் என்று கருதுகிறார். கிளைன் டேனியல், காலின் ரென்ஃபிரு

போன்ற ஆய்வாளர்கள் பலர் தெரிவித்துள்ள கருத்துகளும், உணர்வுகளும் இந்த நூலுக்கான அணுகுமுறையைக் கட்டமைப்பதில் உதவியுள்ளன. இந்தியத் துணைக்கண்டத்தின் வரலாற்றுக்கு முற்பட்ட காலகட்டங்களோடு தொடர்புடைய இரண்டு புதிர்களுக்கும் விடைசொல்லும் வகையில் புதிய இடப்பெயர் தரவுகளையும், சங்க இலக்கியத்தில் ஆவணப்படுத்தப்பட்டுள்ள சில மீள்நினைவுகளையும் புதிய தரவுகளாக இந்நூல் முன்வைக்கிறது.

சங்க இலக்கியத்தில் மீள்நினைவாகக் கிடைக்கும் சில சான்றாதாரங்கள் சிந்துவெளிப் பண்பாடு மற்றும் அதற்குப் பிந்தைய காலகட்டங்களோடு தொடர்புடைய மீள்நினைவுகள் என்று இந்நூல் கருதுகிறது. இருப்பினும் திராவிடக் கருதுகோளை வலியுறுத்தும் நோக்கில் தொல்காப்பியம் மற்றும் சங்க இலக்கிய ஆவணங்களைச் சான்றாகப் பயன்படுத்துவது எப்படி தர்க்கரீதியில் நியாயமானது என்று விளக்கவேண்டிய கடமையும் உண்டு. இவ்விடத்தில் இந்தோ-ஆரிய மொழிகளின் கலப்படம் இல்லாமல் நம் கைக்குக் கிடைக்கும் மிகப் பழமையான திராவிடச்சான்று சங்க இலக்கியங்கள் மட்டுமே என்று அஸ்கோ பர்போலா குறிப்பிடுவது நினைவுக்கு வருகிறது. இந்தியாவில் பேசப்படும் திராவிட மொழிகளில் எழுதப்பட்ட எந்த இலக்கண இலக்கியங்களைவிடவும் மிகத்தொன்மையான தொல்காப்பியம் மற்றும் சங்க இலக்கியத்தை இந்த இயல் அறிமுகம் செய்துவைக்கிறது. சங்க இலக்கியங்கள் பற்றி மிக விரிவாகத் தெரிந்துகொள்ள விரும்புவோர் இந்நூலின் துணைநூற் பட்டியலில் *(Bibliography)* குறிப்பிடப்பட்டுள்ள நூல்களை மேலும் படித்தறியலாம்.

சங்கம் வளர்த்த தமிழ்

பத்துப்பாட்டும் எட்டுத்தொகையுமாகத் தொகுக்கப்பட்ட சங்க இலக்கியங்கள் பண்டைய தமிழர்களின், பண்பாடு மற்றும் வாழ்வியல் பற்றி நாம் தெரிந்துகொள்ள உதவும் ஒப்பற்ற செவ்வியல் இலக்கியங்களாகும். இவை இரண்டாயிரம் ஆண்டுகளுக்கும் மேலான காலத்தொன்மை மிக்கவை. இந்த இலக்கியங்கள் தமிழ் மொழியின் இலக்கண இலக்கியங்களை ஆவணப்படுத்திக் கொண்டாடும் நோக்கத்துடன் அமைக்கப்பட்ட தமிழ்ச்சங்கம் என்ற 'அறிவார்ந்த நிறுவனக் கட்டமைப்பின்' மூலமாகத் தொகுக்கப்பட்டதாகக் கருதப்படுகிறது. தலை, இடை மற்றும் கடைச் சங்கங்களான மூன்று தமிழ்ச்சங்கங்களுக்கும் பாண்டிய மன்னர்கள் புரவலர்களாக இருந்தனர்.

கடைச்சங்கம் என்று அழைக்கப்படுகிற மூன்றாம் தமிழ்ச்சங்கத்தின் காலம் பொ.யு.மு. 300 முதல் பொ.யு. 300 வரை என்று பொதுவாகக் கணிக்கப்படுகிறது. சங்க இலக்கியங்கள் தொகுக்கப்பட்ட காலகட்டம் பற்றிய துல்லியமான மதிப்பீடு குறித்துச் சற்று மாறுபட்ட கருத்துகளும் உண்டு. அதுமட்டுமின்றி சங்க இலக்கியக் காலம் என்று சொல்வது ஒரு பொதுவான காலவரையறையே தவிர சங்க இலக்கியத்தில் குறிப்பிடப்படும் நிகழ்வுகள், இடங்கள் பற்றிய காலவரையறை அல்ல. ஏனெனில், சங்க இலக்கிய, இலக்கண மரபுகளின் ஆவண முயற்சி என்பது ஒருவகையில் அதற்கு முந்தைய காலகட்டங்களின் அனுபவங்களை, எத்தனையோ நூற்றாண்டுகளின் வாய்மொழி இலக்கிய மரபுகளைத் தொகுத்து வகைப்படுத்தி எதிர்காலத்தின் கையில் ஒப்படைக்கும் ஓர் இலக்கியப் பண்பாட்டு முன்னெடுப்பே ஆகும். இந்த வாய்மொழி மரபுகள் ஒரு தலைமுறையிலிருந்து இன்னொரு தலைமுறைக்கு வந்துசேர்ந்து இறுதியில் செவ்வியல் இலக்கியமாக மலர்ந்திருக்க வேண்டும். இந்தப் பாடல் மரபைப் புரவலர்களாக இருந்து கட்டிக்காத்த குறுநிலத் தலைவர்களும், தமிழ் மன்னர்களும் ஏராளம். இத்தகைய ஒரு நீண்ட நெடிய மரபின் பயனாகக் கிடைத்த பட்டறிவுக் களஞ்சியம்தான் சங்க இலக்கியம். தோற்றத் தொன்மையும், தொடர்ச் சங்கிலியாய் தொடரும் மரபும் சங்க இலக்கியத்திற்கு உருவத்தையும், உள்ளடக்கத்தையும் கொடுத்திருக்கிறது.

சங்க இலக்கியத் தொகுப்பில் பத்துப்பாட்டும், எட்டுத்தொகையும் ஆகிய பதினெட்டு நூல்கள் உள்ளன. மொத்தப் பாடல்கள் 2381; இவற்றின் மொத்த வரிகள் 26,350. இப்பாடல்களை 30 பெண் புலவர்கள் உட்பட 473 புலவர்கள் எழுதியுள்ளார்கள். பத்துப்பாட்டு, எட்டுத்தொகை தவிர தமிழ்மொழியில் இப்போது கிடைக்கிற இலக்கண நூல்களில் மிகத்தொன்மையான தொல்காப்பியமும் சங்க இலக்கியத்தின் ஒரு பகுதியாகவே கருதப்படுகிறது. தொல்காப்பிய நூலாசிரியரே தனக்கு முற்பட்ட பல்வேறு இலக்கண மரபுகள் பற்றி அடிக்கடி சுட்டிக்காட்டுகிறார். இதிலிருந்து தொல்காப்பியத்துக்கு முற்பட்ட காலகட்டங்களில் தமிழ் மொழியிலிருந்த இலக்கண மரபுகள் பற்றிய புரிந்துணர்வு நமக்குக் கிடைக்கிறது. இலக்கியம் இல்லாமல் இலக்கணம் எழுத முடியாது. தொல்காப்பியம், சங்க இலக்கியம் என்று வடிவம் பெற்றிருக்கிற தொகுப்புகளுக்கு முன்னோடியாக இருந்திருக்கக்கூடிய பல இலக்கிய, இலக்கண ஆவணங்கள் நம் கைகளுக்குக் கிடைக்கவில்லை என்ற அவலம் நம்மை வருத்துகிறது.

சங்க இலக்கியம் அடிப்படையில் ஒரு வாழ்வியல் இலக்கியம். அதில் மக்களின் வழிபாட்டு மரபுகளும், நம்பிக்கைகளும், நிலத் திணைகளுக்கு உரிய கடவுளர்களும் தாய்த் தெய்வங்களும் பேசப்பட்டிருந்தாலும் சமய நம்பிக்கை என்பது சங்ககால வாழ்வியலின் அடிப்படையாக, ஆணிவேராகத் திகழவில்லை என்பதுதான் உண்மை. சங்க இலக்கியம் மக்களின் அன்றாட

வாழ்வியலை, மனித உணர்ச்சியின் பல்வேறு தன்மைகளை, அகவாழ்க்கை, புறவாழ்க்கை என்ற இரு பரிமாணங்களில் அணுகிய பட்டறிவு இலக்கியம். சங்க இலக்கியம் ஒரு சூழலியல் சார்ந்த இலக்கியமுமாகும். இயற்கை குறித்த இதன் கூர்ந்த கவனிப்பு ஒப்பற்றது. சங்க இலக்கியத்தில் இயற்கை பற்றிய அவதானிப்பு, "காதல், வீரம், துயர், பெருமகிழ்ச்சி, பரிவு, போர், கொடுமை, கருணை, நட்பு" என மனித இயல்பின் பல்வேறு கூறுகளின் ஊடாகச் சித்தரிக்கப்படுகிறது என்று வைதேகி ஹெர்பெட் கூறுகிறார். "சங்க இலக்கியம் தன்னைச் சுற்றியிருக்கும் கருப்பொருளான உலகத்தைப் பற்றிய கவனிப்பை ஒருபோதும் கைவிட்டதில்லை. சங்க இலக்கியத்தின் ஒவ்வொரு பாடலிலும் அதன் பின்புலமாக விளங்கும் இயற்கையும், தாவரங்களும், உயிரினங்களும் உயிர் பெறுகின்றன" என்றும் குறிப்பிடுகிறார். இயற்கையினுள்ளும் சூழலுக்குள்ளும் மூழ்கி, நனைந்து, முகிழ்த்து வெளிப்படும் சங்க இலக்கியத்துக்கு நிகரான இலக்கிய நுட்பம் இந்தியத் துணைக்கண்டத்தில் வேறு எதிலும் காணக்கிடைக்காதது.

சங்க இலக்கியம் முறைப்படி ஆவணப்படுத்தப்பட்ட பழந்தமிழரின் இலக்கிய மரபுக்கான சிகரச்சான்றாகச் சிலிர்த்து நிற்கிறது. இந்திய இலக்கியங்களைப் பற்றி மிக நுட்பமாக அறிந்தவரும், கவிஞருமான ஏ. கே. ராமானுஜன் பின்வருமாறு கூறுகிறார்.

"அமைதியோடும் நாடகப்பாங்கோடும் அமைந்த தமிழ்க் கவிதைகள் அளவிற்கு, தொன்மைக்கும் சமகாலத்திற்கும் பொருந்திப்போகும் இந்திய இலக்கியம் பெரிதாக இல்லை. அவை முதிர்ந்த செவ்வியல் கவிதையைத் தனது விழுமியங்கள், வரிகள்மூலம் வெளிப்படுத்துகிறது. உணர்ச்சிப் பிரவாகம் அதன் நற்பண்புகளால், வெளிப்படைத்தன்மை அதன் வடிவ முரண்கள் மற்றும் நுணுக்கங்களால், பொதுவான அணுகுமுறை அதன் துல்லியச் சித்தரிப்பால், வார்த்தைச் சிக்கனம் அதன் வளமான உள்ளடங்களால் சமன் செய்யப்படுகின்றன." *(Ramanujan 1996: 115)*

சங்க இலக்கியத்தின் தனித்துவமான இயல்புகள் பற்றி உள்நாட்டு, வெளிநாட்டு அறிஞர்கள் பலரும் மிகச் சிறப்பான கருத்துகளை முன்வைத்துள்ளார்கள். ஆயினும் சிந்துவெளிப் பண்பாட்டின் திராவிடக் கருதுகோளுக்கும், இடப்பெயர் சான்றுகளை இந்நூலில் சான்றாதாரமாகப் பயன்படுத்துவதற்கும் சங்க இலக்கியங்கள் எந்தெந்த வகையில் பொருத்தமானவை என்பதை விளக்கிச்சொல்வதே இந்த இயலின் நோக்கமாகும்.

தொல்காப்பியம்: மொழிக்கும் வாழ்க்கைக்குமான இலக்கணம்

தமிழ்மொழியின் தொல் இலக்கணமான தொல்காப்பியம் இந்நூலின் மையக்கருத்திற்குப் பல வகைகளிலும் முக்கியமானதும், பொருத்தப்பாடு உள்ளதும் ஆகும். தொல்காப்பியம் காலத்தால் பொ.யு.மு. மூன்றாம் நூற்றாண்டைச் சார்ந்தது என்ற கருத்து நிலவுகிறது. இதன் காலத்தைச் சில நூற்றாண்டுகள் முன்னும் பின்னுமாக வெவ்வேறு அறிஞர்கள் மதிப்பிட்டாலும் அம்மதிப்பீடுகள் இந்நூலின் மையப்பொருளை எந்த அளவும் பாதிக்கவில்லை.

நமக்குக் கிடைத்துள்ள தமிழ் இலக்கண நூல்களில் தொல்காப்பியம்தான் மிகத் தொன்மையானது என்றாலும் அதுவே தமிழ் இலக்கண மரபின் முதல் நூலாக இருந்திருக்கவேண்டிய கட்டாயமில்லை. இதைத் தொல்காப்பிய அகச்சான்றுகளே நிறுவுகின்றன. தொல்காப்பியம் தனது காலத்துக்கு முற்பட்ட பல்வேறு இலக்கண இலக்கிய மரபுகளைச் சுட்டிக்காட்டி அங்கீகரிக்கிறது. ஆனால், அத்தகைய இலக்கண - இலக்கிய நூல்கள் இப்போது நம் கைகளில் இல்லை. தொல்காப்பியர் ‘அறிந்திசினோரே’, ‘தெரிந்திசினோரே’, ‘நூலறி புலவர்’, ‘என்மனார் புலவர்’ என்ற பல்வேறு தொடர்களைப் பயன்படுத்துகிறார். தொல்காப்பியத்தை ஆங்கிலத்தில் மொழிபெயர்த்த எஸ். வி. சுப்பிரமணியம் தொல்காப்பியத்திலுள்ள 1610 நூற்பாக்களில் 343 நூற்பாக்களில் முந்தைய நூல்கள் பற்றிய குறிப்புகள் உள்ளன என்று சுட்டிக்காட்டுகிறார். அதாவது 21.3 விழுக்காடு நூற்பாக்களில் தொல்காப்பியத்திற்கு முந்தைய நூல்கள் நினைவுகூரப்படுகின்றன. தமிழ் இலக்கண

மரபுகளின் தொன்மையைக் கணக்கிடும்போது இந்தப் புள்ளிவிவரத்தைப் புறக்கணித்துக் கடந்து செல்ல முடியாது. சங்ககால இலக்கண - இலக்கிய மரபுகள் அதற்கு முந்தைய நீண்ட நெடுங்காலக் கூட்டுச்சிந்தனையின், அறிவுப்புலத்தின், பட்டறிவுப் புரிதலின் கொடையாகும்.

தொல்காப்பியம் ஒரு தனித்துவமான இலக்கண நூல். இது மொழியியல், சொற்புணர்ச்சி, உருபனியல், நடையியல், சொற்பொருளியல் என்று எழுத்துக்கும் சொல்லுக்கும் மட்டும் இலக்கணம் சொல்லி நகர்ந்துபோகும் படைப்பு அல்ல. மக்களின் அக, புற வாழ்க்கைமுறை சார்ந்த இலக்கிய மரபுகளுக்கும், இலக்கணம் வகுத்த நூல். ஆகச்சிறந்த இலக்கிய மரபுகளை ஆவணப்படுத்துவதுடன் அக்கால மக்களின் காதல் வாழ்க்கை, சமூக வாழ்க்கை, மரபுகள், வாழ்வியல் விழுமியங்கள் ஆகிய அனைத்தையும் திணைக் கோட்பாடு என்ற திறவுகோலால் திறந்துகாட்டும் ஆவணம். இலக்கண நூலுக்குள் எண்ணற்ற சமூகவியல், மானுடவியல் சிந்தனைகள் புதைந்திருக்கின்றன என்பதே பெரும் வியப்பாக இருக்கிறது. தமிழ் மக்களின் வரலாற்றுக்கு முற்பட்ட காலகட்டங்கள் பற்றிய புரிதலுக்கான முதற் பெருஞ்சாளரம் தொல்காப்பியம்.

தொல்காப்பியம் எழுத்ததிகாரம், சொல்லதிகாரம், பொருளதிகாரம் என்ற மூன்று பகுதிகளைக் கொண்டது. அவற்றில் முதல் இரண்டும் ஒலியியல், சொல்லியல் மற்றும் தொடரியல் பற்றிப்பேசுகிறது. இந்த ஆய்வைப் பொறுத்தவரையில் பொருளதிகாரமே முக்கியமானது. தொல்காப்பியத்திற்கென ஒரு தனித்துவமான விரிந்த கண்ணோட்டம் இருக்கிறது. உலகத்தைப் படைத்தவன், படைக்கப்பட்டது என்ற கண்ணோட்டத்தில் பார்க்காமல் நிலம், தீ, நீர், காற்று, வான் ஆகிய இயற்கைக்கூறுகளின் ஊடாகக் கட்டமைக்கிறது. உயர்திணை, அஃறிணை அனுபவங்களின் ஊடாக உலகம் பற்றிய புரிதல் அதில் விரிவடைகிறது. 'மரபு' என்பதன் மாற்ற முடியாத நிலையான தன்மை பற்றி தொல்காப்பியம் பேசுகிறது. தனிப்பட்ட வாழ்க்கை, சமூக வாழ்க்கை ஆகிய இரு நிலைப்பாடுகளிலிருந்து வாழ்வின் பல்வேறு கூறுகளை அணுகினாலும் மாற்றுவதற்கு அரிதான மரபுகள் குறித்த சிந்தனைகளிலும் அது வேரூன்றி இருக்கிறது. பொருள் (Matter) என்பதைக் காலம்-இடம் என்ற இரு தளங்களில் தொல்காப்பியம் வகைப்படுத்துகிறது.

முதற்பொருள்: முதற்பொருள் என்பது நிலமும் பொழுதும் ஆகும். முதல், கரு, உரி ஆகிய மூன்று பொருள்களின் அடிப்படையாகவும், நிகழ்விடமான நிலைக்களனாகவும் முதற்பொருள் இயங்குகிறது. குறிஞ்சி, முல்லை, மருதம், நெய்தல், பாலை என்ற ஐந்து வகை நிலங்களாகப் புவிச்சூழல் கட்டமைக்கப்படுகிறது. இப்புவிச்சூழல்களே மனிதர்களின் உணர்வுகளின் ஊடாக நிகழ்வுகள் நிகழும் நிலைக்களனாகும். பொழுது என்பது பருவகாலங்களைக் குறிக்கும் பெரும்பொழுதாகவும், ஒருநாளின் பல்வேறு நேரங்களைக் குறிக்கும் சிறுபொழுதாகவும் குறிக்கப்படுகிறது. இவ்வாறு நிலம், பொழுது என்ற இருபரிமாணங்களில் நோக்கப்படும் முதற்பொருள்தான் தமிழ் இலக்கிய மரபின், திணைக்கோட்பாட்டின் அடித்தளமாகும்.

கருப்பொருள்: ஒரு குறிப்பிட்ட நிலத்திற்குரிய கடவுள், மனிதர்கள், தலைவர்கள், குடிகள், தாவரங்கள், விலங்குகள், உணவுப்பொருட்கள், இசைக்கருவிகள் என்று அப்புவிச்சூழலுக்கு உரிய பல்வேறு கூறுகளை உள்ளடக்கியது கருப்பொருள். கடவுள் இவ்வுலகைப் படைத்தவராக இல்லாமல் ஒரு நிலத்திற்குரிய, புவிச்சூழலுக்குரிய அங்கமாகவே கருதப்படுகிறார்.

தெய்வங்களுக்கும், மனிதர்களுக்கும் இடையிலான உறவை நிலம்-பொழுது என்ற முதற்பொருளின் ஊடாக ஒரு கருப்பொருளாகக் கற்பிக்கும் இந்த அணுகுமுறையே பழந்தமிழ் இலக்கியங்களை நடைமுறை மற்றும் உளவியல் சார்ந்த எதார்த்த இலக்கியமாகத் தனித்துவப்படுத்துகிறது. பண்டைய தமிழ் இலக்கியங்களில் நம்பிக்கை மரபுகள் மற்றும் கடவுள் கோட்பாடுகள் இருந்தாலும் சமய நம்பிக்கை என்பது சங்க இலக்கியம் காட்டும் வாழ்வியலின் மையப்பொருள் இல்லை.

உரிப்பொருள்: உரிப்பொருள் என்பது ஒரு நிலத்தில் வசிக்கும் மனிதர்களின் உணர்வு மற்றும் செயல்கள் குறித்தது. தனிமனிதர்களின் அகவாழ்க்கை, அது சார்ந்த அக-புறச் சூழல்கள், உளவியல் போராட்டங்கள் ஆகியவற்றைத் தலைவன், தலைவி, தோழி, நற்றாய், செவிலித்தாய் போன்ற பாத்திரங்களின் மூலமாக நாடகத்தன்மையோடு, அதேநேரத்தில் மிக எதார்த்தமாகக் காட்சிப்படுத்துவது சங்க இலக்கியங்களின் சிறப்பியல்பு. உரிப்பொருள் என்பது மனிதர்களின் அகவாழ்க்கையின் உயிர்ப்பொருளாகும். முதல், கரு, உரி என்ற மூன்று பொருள்கள் சேர்ந்து காட்சிப்படுத்தும் வாழ்வியல்தான் தொல்காப்பியமும், சங்க இலக்கியமும் கட்டமைக்கும் வாழ்வியல் கோட்பாடு.

அகம்-புறம்: கவிதையின் பொருள் அகப்பொருள் என்றும் புறப்பொருள் என்றும் இரண்டாகப் பிரிக்கப்படுகிறது. அகப்பொருள் என்பது காதல் கவிதைகள். இவற்றில் தலைவன்-தலைவி அதாவது கதாநாயகன்-கதாநாயகி ஆகியோரின் பெயர்கள் குறிப்பிடப்படுவதில்லை. ஏனெனில் காதல் உணர்ச்சி என்பது பொதுவானது. இந்தப் பொதுவான உணர்வே ஓர் ஆண்-பெண் இடையே தோன்றும்போது அது அவ்விரு தனிமனிதர்களின் அந்தரங்க வாழ்க்கையாகிவிடுகிறது.

அதேநேரத்தில் மனிதர்களின் புறவாழ்க்கை அதாவது வீரம், கொடைப்பண்பு, கல்விச்சிறப்பு, சாகசங்கள், சாதனைகள் போன்றவற்றைப் பேசும்போது குறிப்பிட்ட தலைவர்கள், மன்னர்கள், புலவர்கள் மற்றும் மனிதர்களின் பெயர்கள் அடையாளப்படுத்தப்படுகின்றன. அகப்பாடல்களில்கூட மீள்நினைவாகவும், உவமையாகவும் நினைவுகூரப்படும் நிகழ்வுகளின் பின்னணியில் தனிமனிதர்களின் பெயர்களைக் குறிப்பிடத் தடையில்லை. ஆனால், அம்மனிதர்களின் பெயர்களுக்கும், அந்த அகப்பாடலின் தலைவனுக்கும், தலைவிக்கும் யாதொரு நேரடித்தொடர்பும் இல்லையென்பது கவனிக்கத்தக்கது. ஒரு கவிதையின் அகத்திணை, புறத்திணை வகைமையை அக்கவிதையில் இடம்பெறும் மனிதர்களின் பெயர்கள் பயன்படுத்தப்பட்டிருக்கும் தன்மையை வைத்தே உணரலாம். இதற்குத் தொல்காப்பிய இலக்கண மரபும், சங்க இலக்கிய மரபும் வாய்ப்பளிக்கின்றன.

மக்கள் நுதலிய அகன்ஐந் திணையும்
சுட்டி ஒருவர்ப் பெயர்கொளப் பெறாஅர்

புறத்திணை மருங்கின் பொருந்தின் அல்லது
அகத்திணை மருங்கின் அளவுதல் இலவே
(தொல். பொருள். அகத். 57, 58)

இலக்கிய மரபுகளில் ஐவகை நிலப்பாகுபாடு அகத்திணை சார்ந்ததாகும். எனவே அவை 'அன்பின் ஐந்திணை' என்று அழைக்கப்படுகின்றன.

சங்க இலக்கிய மரபுகள் இயற்பெயர், சிறப்புப்பெயர், திணைப்பெயர், திணைநிலைப்பெயர் என்ற பல்வேறு வடிவங்களில் தனிமனிதர்களின் இயற்பெயர்களையும், பொதுப்பெயர்களையும் பயன்படுத்த வாய்ப்பளிக்கின்றன. புறத்திணைப் பாடல்களில் நேரடியாகவும், அகத்திணைப் பாடல்களில் உவமைகளின் ஊடாகவும் இடங்களின், மலைகளின், ஆறுகளின் பெயர்களைக் குறிப்பிடுவதற்கு இதன்மூலம் இயல்பான வாய்ப்பு அமைகிறது.

சங்க இலக்கியங்களில் நகர்மய வாழ்வின் சித்தரிப்பு

சங்க இலக்கியம் நகர்மய வாழ்வியலின் மேன்மையை விளக்கி விவரித்து வியந்து கொண்டாடுகிறது. அந்தவகையில் சங்க இலக்கியம் இந்தியாவின் முதல் நகர்மய இலக்கியம் என்ற தகுதிக்குரியது.

பண்டைய தமிழர்கள் பேரூர்களையும், நகரங்களையும், பெரிதும் நேசித்தார்கள். மதுரைக்காஞ்சி, பட்டினப்பாலை, பெரும்பாணாற்றுப்படை போன்ற சங்க இலக்கியங்களும், சிலப்பதிகாரம், மணிமேகலை போன்ற தமிழ்க் காப்பியங்களும் நகர்மய வாழ்வியலைக் கொண்டாடுவதோடு மட்டுமின்றி பேரூர்களும், நகரங்களும் பண்டைத் தமிழர்களின் கூட்டுச்சிந்தனையில் கொண்டிருந்த தாக்கத்தையும் காட்சிப்படுத்துகின்றன. சிலப்பதிகாரத்தின் மங்கலவாழ்த்துப் பாடலில் நிலவு, ஞாயிறு, மழை ஆகிய இயற்கைக் கூறுகளை வாழ்த்தித் துதிக்கும் நூலாசிரியர் அதற்கடுத்து சோழர்களின் துறைமுக நகரமான பூம்புகாரையும் வாழ்த்துகிறார். ஒரு நூலைத் தொடங்கும்போது ஒரு குறிப்பிட்ட கடவுளையோ அல்லது கடவுள்களையோ வாழ்த்தி வணங்கும் இடைக்கால மரபுகளோடு இதை ஒப்பிட்டுப் பார்த்தால் இயற்கை வழிபாட்டிற்கு அடுத்து ஒரு பெருநகரமே வழிபடும் பொருளாகும் அளவிற்கு 'நகரம் என்ற கோட்பாடு' பண்டைத்தமிழ் கருத்தியலில் சிறப்பிடம் பெற்றிருந்தது புலப்படுத்தும்.

அந்தவகையில் பூம்புகார் என்பது வெறும் மனிதர்கள் வசிக்கும் குடியிருப்பல்ல. அது, செழிப்பான நகர்மய வாழ்வின் ஆக்கப்பூர்வமான குறியீடு. சிலப்பதிகாரத்தின் கதை சோழர், பாண்டியர், சேரர் என்ற தமிழ் மூவேந்தர்களின் தலைநகரங்களாகிய பூம்புகார், மதுரை, வஞ்சி நகரங்களின் ஊடாகப்

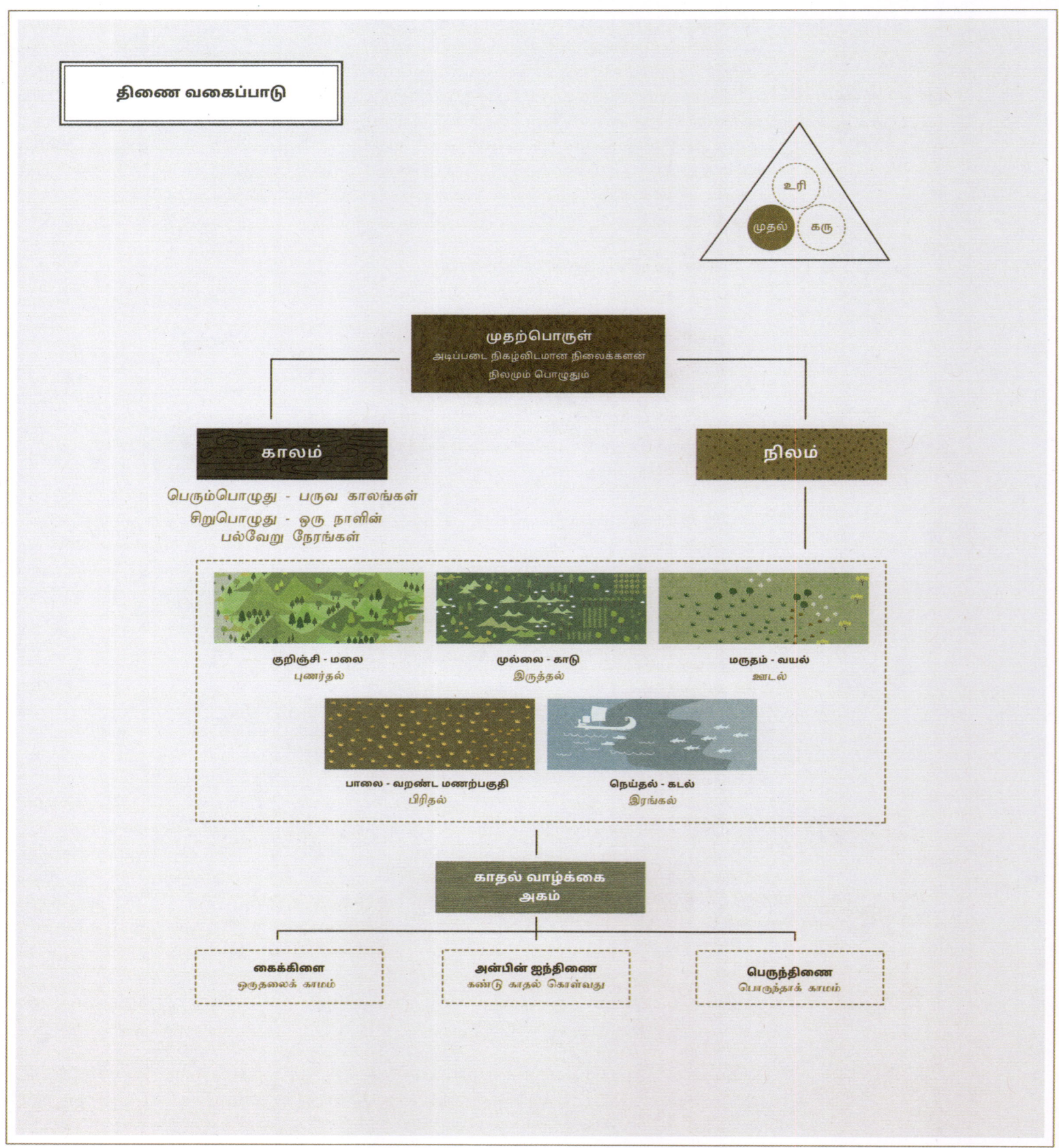

திணை வகைப்பாடு
உரி
முதல்
கரு
முதற்பொருள்
அடிப்படை நிகழ்விடமான நிலைக்களன்
நிலமும் பொழுதும்
காலம்
நிலம்
பெரும்பொழுது - பருவ காலங்கள்
சிறுபொழுது - ஒரு நாளின் பல்வேறு நேரங்கள்
குறிஞ்சி - மலை
புணர்தல்
முல்லை - காடு
இருத்தல்
மருதம் - வயல்
ஊடல்
பாலை - வறண்ட மணற்பகுதி
பிரிதல்
நெய்தல் - கடல்
இரங்கல்
காதல் வாழ்க்கை
அகம்
கைக்கிளை
ஒருதலைக் காமம்
அன்பின் ஐந்திணை
கண்டு காதல் கொள்வது
பெருந்திணை
பொருந்தாக் காமம்

படம் 6.1

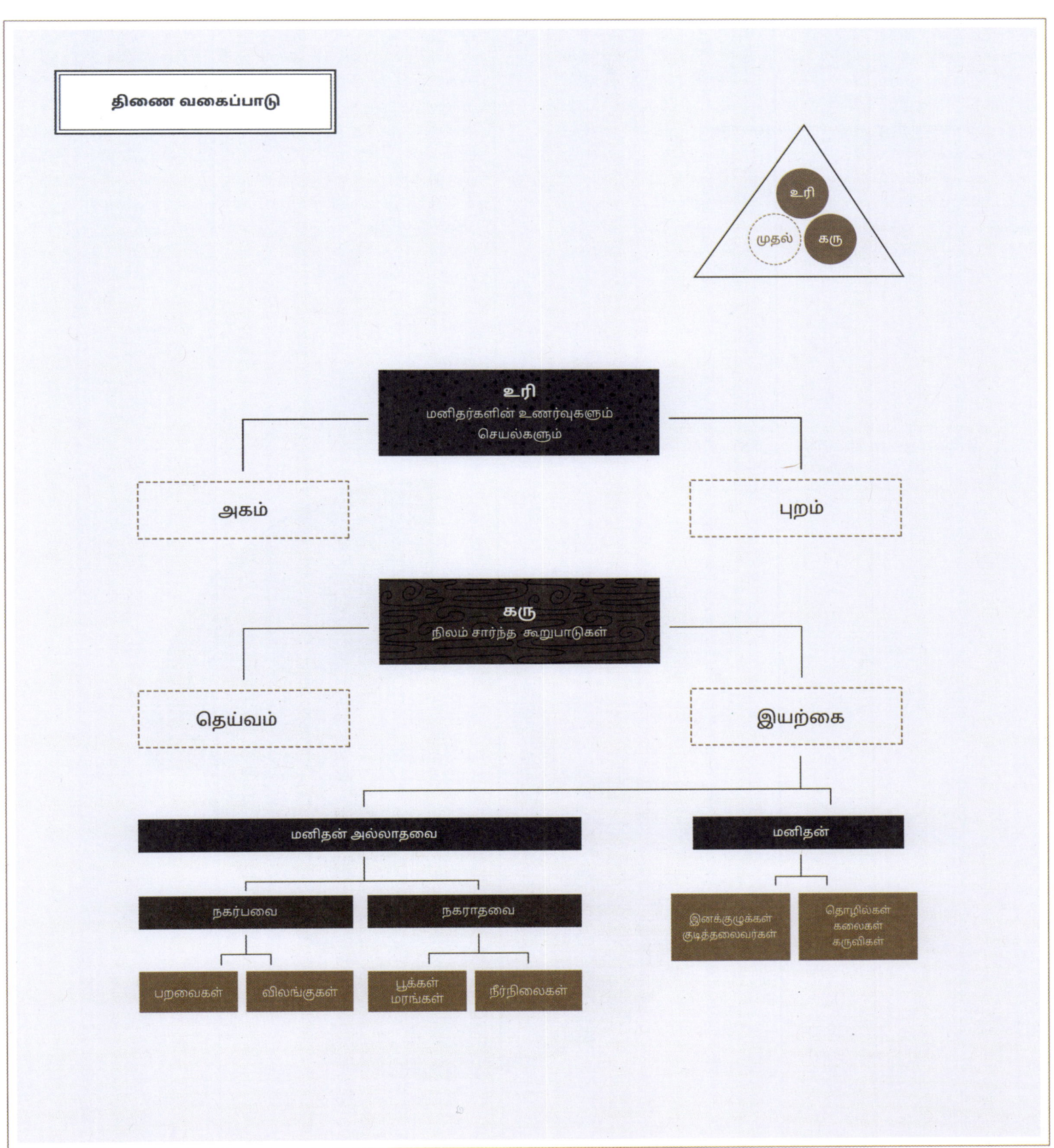

திணை வகைப்பாடு

உரி
முதல்
கரு

உரி
மனிதர்களின் உணர்வுகளும்
செயல்களும்
அகம்
புறம்
கரு
நிலம் சார்ந்த கூறுபாடுகள்
தெய்வம்
இயற்கை
மனிதன் அல்லாதவை
மனிதன்
நகர்பவை
நகராதவை
பறவைகள்
விலங்குகள்
பூக்கள்
மரங்கள்
நீர்நிலைகள்
இனக்குழுக்கள்
குடித்தலைவர்கள்
தொழில்கள்
கலைகள்
கருவிகள்

பயணிக்கிறது. சங்க இலக்கியமான மதுரைக்காஞ்சியில் கொற்கை நகரத்து மக்கள் 'நற்கொற்கையோர்' (கொற்கை நகரில் வாழும் நன்மக்கள்) என்று குறிப்பிடப்படுகிறார்கள். ஒரு நகரில் வாழும் மக்களை இன, மொழி மற்றும் சமய அடையாளங்களுக்கு அப்பாற்பட்டு 'இந்நகரத்தின் மக்கள்' என்று அடையாளப்படுத்தும் பெயரியல் முறை *Demonym* என்று அழைக்கப்படுகிறது. லண்டன்வாசிகள் (*Londoner*), நியூயார்க்காரர்கள் (*New Yorker*) என்றெல்லாம் பெருமை கொண்டாடும் இன்றைய நிகழ்கால எதார்த்தம் தமிழ்ப் பண்பாட்டைப் பொறுத்தவரையில் இரண்டாயிரம் ஆண்டுகள் பழமையானது என்பது கவனிக்கத்தக்கது.

சங்க இலக்கியப் பாடல்களில் பல இடங்களில் பெண்களின் அழகை வர்ணிக்க நகரங்கள், பேரூர்கள், துறைமுக நகரங்களின் எழிலும், வனப்பும் நேர்த்தியும் உவமையாகக் கூறப்பட்டுள்ளன. ஒரு பெண்ணின் அழகைப் பற்றி பேசும்போது ஒரு புலவனுக்குத் துறைமுக நகரங்களும், நகரங்களின் தெருக்களின் அழகும், ஊர்களின் வனப்பும் நினைவுக்கு வருகிறதென்றால் அந்தச் சமூகத்தின் கூட்டுச்சிந்தனையில் நகர்மய வாழ்க்கை எவ்வளவு ஆழமாக வேரூன்றி இருக்கவேண்டும்? சங்க இலக்கியத்தை இந்தியாவின் முதல் நகர்மய இலக்கியம் என்று சொல்வதற்கு வேறு என்ன சான்று வேண்டும்?

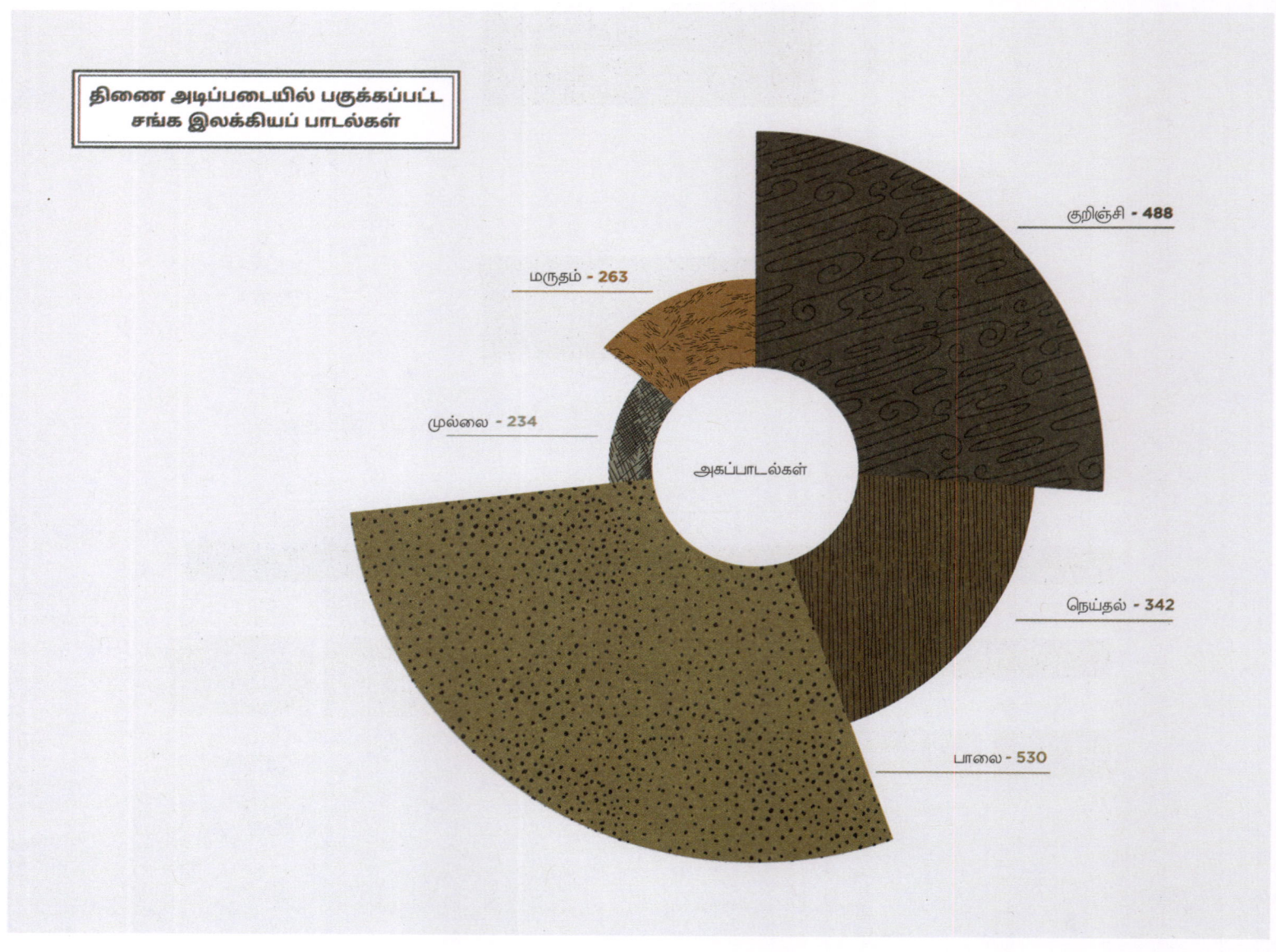

படம் 6.2

சங்க இலக்கிய ஆய்வறிஞர் தனிநாயகம், "ஒரு பெண்ணுக்கு உவமையாக ஒரு நகரம் ஒப்பிடப்படுவது வேறு எந்த இலக்கியத்திலாவது இருக்கிறதா" (Thani Nayagam 1997: 169-70) என்று வியப்படைகிறார். இந்த வியப்பில் வெளிச்சத்திற்கு வருவது பண்டைய தமிழ் மக்களின் நகர்மய வாழ்வியல் சார்ந்த சிந்தனைகளும் அது சார்ந்த பெருமிதங்களுமே ஆகும்.

சங்க இலக்கியங்களில் காணப்படும் துறைமுக நகரங்களும், உள்நாட்டுத் தலைநகரங்களும், வடிவமைப்பு நேர்த்தி, விரிவான பரப்பளவு, அகன்ற தெருக்கள், பல்வேறு குடியிருப்புகளாகப் பிரிக்கப்பட்ட ஒழுங்கமைவு, நகர்மய வாழ்வியல் சார்ந்த கட்டுமானத் திறன் மற்றும் அழகியல் என்று பல்வேறு சித்தரிப்புகளை உள்ளடக்கியிருக்கின்றன. எடுத்துக்காட்டாக, சோழ மன்னன் கரிகாலனின் துறைமுகத் தலைநகரமான காவிரிப்பூம்பட்டினத்தின் சிறப்பியல்புகளைப் பட்டினப்பாலை விரிவாகக் கூறுகிறது.

> ...புலிப் பொறி போர் கதவின்,
> திருத்துஞ்சும் திண் காப்பின்,
> புகழ் நிலைஇய, மொழி வளர,
> அறம் நிலைஇய, அகன் அட்டில்
> சோறு வாக்கிய கொழுங் கஞ்சி,
> யாறு போலப் பரந்து ஒழுகி,
> ஏறு பொரச் சேறு ஆகி... (பட்டின. 40-46)

காவிரிப்பூம்பட்டினத்தில், உப்புக்கு நிகராகப் பண்டமாற்ற முறையில் பெறப்பட்ட நெற்குவியல்கள் நிறைந்த வலுவான படகுகள் கடற்கரையின் தூண்களில் கட்டப்பட்டிருக்கும் காட்சி துல்லியமாக விவரிக்கப்படுகிறது. பூம்புகார் நகரத்திலிருந்த பொதுச் சமையல் கூடங்களையும், உயர்ந்த மாட மாளிகைகளையும் மிகத்துல்லியமாகப் பட்டினப்பாலை வர்ணிக்கிறது. பட்டினப்பாலையின் இன்னொரு சித்தரிப்பு வருமாறு:

> குறுந்தொடை நெடும் படிக்கால்
> கொடும் திண்ணைப் பல் தகைப்பின்
> புழை வாயில் போகு இடை கழி
> மழை தோயும் உயர் மாடத்து (பட்டின. 142-145)

இப்பாடலடிகளில் காவிரிப்பூம்பட்டினத்தின் கட்டுமானச் சிறப்புகள் விளக்கப்படுகின்றன. பட்டினப்பாலை பேசும் காவிரிப்பூம்பட்டினம் உன்னதமான நகர வாழ்வியலின் உச்சகட்டம். பல்வேறு மொழிகளைப் பேசும் மக்கள் இணக்கமுடன் வாழும் வாழ்க்கையை நாம் இப்போது பெருநகர வாழ்க்கை (metropolitan way of life) என்றும் பன்முக நகர வாழ்க்கை (cosmopolitan) என்றும் கூறுகிறோம். ஆனால், பண்டைய காலத்தில் புலம்பெயர்ந்து வந்த பல்வேறு மக்கள் இனிமையாகக் கலந்து, வாழும் சிறந்த வாழ்வியலைப் பட்டினப்பாலை பின்வருமாறு சித்தரிக்கிறது.

> பல் ஆயமொடு பதி பழகி
> வேறு வேறு உயர்ந்த முதுவாய் ஒக்கல்
> சாறு அயர் மூதூர் சென்று தொக்காங்கு
> மொழி பல பெருகிய பழி தீர் தேஎத்துப்
> புலம்பெயர் மாக்கள் கலந்து இனிது உறையும்
> முட்டாச் சிறப்பின் பட்டினம் (பட்டின. 213-218)

இதைப்போலவே பண்டைய மதுரை நகரம் பற்றிய துல்லியமான சித்தரிப்பையும், நகர்மய வாழ்வின் ஆகச்சிறந்த படப்பிடிப்பையும் மதுரைக்காஞ்சி நமக்கு வழங்குகிறது. பண்டைய மதுரை நகரில் பல்வேறு சமயங்களை, நம்பிக்கை மரபுகளைச் சார்ந்த, பல்வேறு தொழில் செய்யும் மக்கள், குழுக்களாகக் கூடி வாழ்ந்த குடியிருப்புகள் பன்மியத்திற்கான பண்டைய எடுத்துக்காட்டாகக் கண்முன் விரிகின்றன. சங்க இலக்கியங்கள் பெருநகர வாழ்வியல் பற்றியும், நகர்மய சமூகப் பொருளாதார அரசியல் சூழல் பற்றியும் நமக்களிக்கும் துல்லியமான சித்தரிப்பு தொல்தமிழ் நகர்வாழ்வியலுக்குச் சிறந்த எடுத்துக்காட்டாகும்.

பழந்தமிழில் வளமான, மருத நிலத்தின் கடவுள் ‘வேந்தன்’. தமிழில் வேந்தன் என்றால் அரசன் என்றும் பொருள் உள்ளது. வேந்து எனப்படுவது அறிவும், தெளிவும் உடைய தனது குடிமக்களைப் பேணிக்காக்கக் கூடிய முதிர்ச்சியான அரசியல் தலைமை என்பதைத் திருக்குறளின் 569ஆம் குறள் விளக்குவதை இங்கே நினைவுகூரலாம்.

வேந்தன், வேந்து என்ற இந்த இரண்டு சொற்களும் நிலையான வேளாண்மை சார்ந்த சமூகப் பொருளாதாரச் சூழல் எவ்வாறு உபரிப்பெருக்கத்தால் மேலும் செழித்து அரசுரிமைகளுக்கு வழிகோலி ஒரு நகர்மய வாழ்வின் தோற்றத்திற்குக் காரணமாகிறது என்ற தொடர்பை விளக்குகின்றன.

சிந்துவெளித் தொல்லியல், சங்க இலக்கியங்கள், பண்டைய தமிழ் நகரங்கள்

கோட்டை என்ற பொருளில் வழங்கும் ‘அருப்பு’ (*DEDR 221*) என்ற தமிழ்ச் சொல்லின் அடிப்படையில் பழந்தமிழ் இலக்கியங்கள் குறிப்பிடும் அரையம் என்ற நகரத்தைச் சிந்துவெளிப் பண்பாட்டின் ஹரப்பா நகரத்தோடு ஒப்பிடுகிறார் பி.எல்.சாமி (*P.L. Samy*). சிந்துவெளிப் பண்பாட்டின் நகர்மய வாழ்க்கை தொடர்பான தொல்லியல் தரவுகளைச் சங்க இலக்கியங்கள் சித்தரிக்கும் நகரங்கள் மற்றும் நகர்மய வாழ்வின் கூறுகளுடன் ஐராவதம் மகாதேவன் ஒப்பிட்டு ஆராய்ந்திருக்கிறார். பழந்தமிழ் நகரங்களான பாழி, கூடல், நான்மாடக்கூடல், மதிரை மற்றும் ஏழில் ஆகிய பெயர்களைச் சிந்துவெளிப் பொறிப்புகளோடு மகாதேவன் ஒப்பிடுகிறார்.

> வென்றி நிலைஇய விழுப் புகழ் ஒன்றி,
> இரு பால் பெயரிய உருகெழு மூதூர்க்
> கோடி பல அடுக்கிய பொருள் நுமக்கு உதவிய
> நீடு நிலை அரையத்துக் கேடும்
> கேள் இனி (புறம். 202: 5-8)

இந்தப் புறநானூறு பாடலுக்கு எழுதப்பட்ட பழைய உரையில் அழிந்துபட்ட அரையம் என்ற தொல்நகரம் பேரரையம் (பெரியது), சிற்றரையம் (சிறியது) என்று இரண்டு பகுதிகளாகப் பிரிக்கப்பட்டிருந்ததாகக் கூறப்பட்டுள்ளது. இந்த உரைக்குறிப்பு சிந்துவெளி நகரங்களின் மேல் நகரம், கீழ் நகரம் என்று இருபகுதியான அமைப்பு முறையை நினைவுபடுத்துவதாக மகாதேவன் குறிப்பிடுகிறார். பாழி என்ற இடப்பெயரைத் திட்டமிட்டு வடிவமைக்கப்பட்ட நகரம் என்று பொருள் கொள்ளலாம் என்பதைப் பழந்தமிழ் மற்றும் பழங்கன்னடச் சொற்பொருள் ஆக்கங்களின் அடிப்படையில் மகாதேவன் விளக்குகிறார். சங்க இலக்கியங்களில் பல இடங்களில் பாழி என்ற நகரம் சிறப்பாகக் கட்டமைக்கப்பட்ட பாதுகாப்புடன் கூடிய நகரமாகவும், இன்றைய தமிழகத்தின் வடமேற்குப் பகுதியில் உள்ள கொண்கானம், துளு போன்ற பகுதிகளில் நடைபெற்ற புலப்பெயர்வுகளோடு இந்த நகரம் தொடர்புபடுத்தப்பட்டதையும் மகாதேவன் சுட்டிக்காட்டுகிறார். பாழி என்ற பழைய நகரம் பற்றிய குறிப்பு, சிந்துவெளிப் பகுதியிலிருந்து திராவிடர்கள் தெற்கு நோக்கிப் புலம்பெயர்ந்த நிகழ்வுகள் தொடர்பாகச் சங்கப்பாடல்களின் தொன்மையான கீழடுக்குகளில் பாதுகாத்து வைக்கப்பட்ட மீள்நினைவு என்று அவர் கருதுகிறார். இந்தப் பெயர் வாய்மொழி மரபுகளின்மூலம் தலைமுறை தலைமுறையாகக் கடத்தப்பட்டுச் சங்க இலக்கியங்களில் ஆவண வடிவம் பெற்றிருக்கும் என்பது அவரது கருத்தாகும்.

சங்க இலக்கியங்களில் நகரங்கள் பற்றியும், நகர வாழ்வியல் மற்றும் கட்டுமானங்கள் பற்றியும் மிகத் துல்லியமான குறிப்புகள் இருந்தாலும் இன்றைய தமிழ்நாட்டு நிலப்பகுதிகளில் இத்தகைய நகர் வாழ்வியலை அவை சார்ந்த காலத் தொன்மங்களின் பின்னணியில் நிறுவும் அகழாய்வுத் தடயங்கள் கிடைக்கவில்லை என்பது ஒரு பெரிய குறையாகக் கருதப்பட்டது; கருதப்படுகிறது. இதன் விளைவாகச் சங்க இலக்கியங்களில் இடம்பெறும் நகர வாழ்வியல் தொடர்பான சித்தரிப்புகளை அவற்றிற்குரிய மதிப்போடு அணுகாத ஒரு மனநிலை ஆய்வாளர்களிடையே உள்ளது. இத்தனைக்கும் சங்க இலக்கியம் பிற்கால காப்பிய இலக்கியங்கள் போல மிகைப்புனைவு இலக்கியம் அல்ல. இயற்கைப் புலத்தின் நுட்பமான இயல்புகளை மிகத்துல்லியமாகக் கவனித்துச் சொல்வயப்படுத்தியிருக்கும் சங்க இலக்கியம், நகரங்களின் கட்டமைப்பு, மதில்சுவர்கள், ஆறுபோல அகன்ற தெருக்கள், வணிகச்சந்தைகள், நகர வாழ்வியல் நிகழ்வுகள் போன்ற சித்தரிப்பில் மட்டும் எவ்வாறு தனது துல்லியத்தை விட்டுக்கொடுத்திருக்கமுடியும். சங்க இலக்கியம் நம் கண்முன் நிறுத்தும் மரங்களும், செடிகளும், மலர்களும், கொடிகளும், விலங்குகளும் பறவைகளும் இன்றும் நம்முடன் இருப்பதால்

சங்க இலக்கியத்தின் துல்லிய அவதானிப்பைப் பாராட்ட முடிகிறது. அதேநேரத்தில் சங்க இலக்கியம் குறிப்பிடும் நகர வாழ்வியலுக்கான பெரும் அகழாய்வுத் தடயங்கள் கிடைக்காததால் வரலாற்றாசிரியர்கள் சங்க இலக்கியத்திற்கு உரிய மதிப்பை அளிக்கவில்லை என்று தோன்றுகிறது.

இச்சூழலைக் கருத்தில் கொண்டே சிந்துவெளிப் பண்பாட்டின் திராவிடக் கருதுகோளை வலுப்படுத்தும் தொல்லியல் சான்றுகளை வகைப்படுத்தும் அதேநேரத்தில், தொல்லியலுக்கு வெளியே வேறுவகையான சான்றாதாரங்களையும் தேடி முன்வைக்க வேண்டிய தேவை ஏற்பட்டிருக்கிறது. ஒருவகையில் அறிந்ததிலிருந்து அறியாததைப் புரிந்துகொள்ளும் ஒரு முயற்சி என்றுகூட இதை எடுத்துக்கொள்ளலாம்.

சிந்துவெளியும் கடல்வணிகப் பண்பாடும்

சிந்துவெளிப் பண்பாட்டின் மிகக் காத்திரமான அம்சங்களில் முதன்மையானது அதன் தன்னிகரற்ற நகர்மயம் சார்ந்த சமூகப் பொருளாதார வாழ்வியல்; அதற்கடுத்து சிந்துவெளிப் பண்பாட்டின் ஆற்றல்மிக்க, தொலைதூரக் கடல்வணிக மரபு.

இந்தியத் துணைக்கண்டத்திற்கு ஒரு கடல்வணிக வரலாறு இருக்கிறதென்றால், இதுவரை கிடைக்கும் தடயங்களின் அடிப்படையில் அம்மரபின் தொடக்கப்புள்ளியாகச் சிந்துவெளிப் பண்பாட்டைக் கூறுவதில் தயக்கம் இருக்கமுடியாது.

சிந்துவெளி வணிகர்கள் தாமிரம், செம்பு, அரியவகை மரக்கட்டைகள், தந்தம், முத்து, விலை உயர்ந்த ஆபரணக் கற்கள், பொன் ஆகியவற்றை மெசபொடேமியாவுக்கு எடுத்துச்சென்று வணிகம் புரிந்தனர். மெசபொடேமியாவில் கிடைத்த பொறிப்புகளே இதைத் தெரிவிக்கின்றன. சிந்துவெளி வணிகர்களும், அணிமணி கைவினைஞர்களும் சுமேரியாவிலுள்ள யூப்ரடிஸ் நதிக்கரையில் ஊர் (*Ur*) என்ற நகரில் தனிக் குடியிருப்பு அமைத்து வாழ்ந்தார்கள். சிந்துவெளிப் பகுதி சுமேரியர்களால் ‘மெலூகா’ என்று அறியப்பட்டது.

சிந்துவெளிப் பொருளாதாரத்தில் கடல்வழி வணிகம் முக்கியமான பங்கு வகித்தது. சிந்துவெளிப் பண்பாடு ஏதோ ஒரு காரணத்தால் அல்லது பல காரணங்களால் நலிவுற்று அழிந்தது என்று வைத்துக்கொண்டால் ஒரு கேள்வி நம் மனதில் எழுகிறது. சிந்துவெளியின் கடல்வணிகர்களும், நாவாய்களைச் செலுத்தும் ஆற்றல்மிக்க மாலுமிகளும், கப்பல் கட்டுதல், துறைமுகங்களைச் செயல்படுத்துதல் போன்ற சிறப்புத் தொழில்நுட்பங்களில் ஆற்றல்பெற்ற திறனாளிகளும் எங்கே சென்றார்கள்? கடலை அறிந்தவர்கள் கடல்சார்ந்தே நகர்வார்கள். சிந்துவெளிப் பண்பாட்டுக்காலத் துறைமுகமான லோத்தலிலிருந்து அத்தகையோர் மேலும் தெற்குத் திசையில் கடலோரமாக நகர்ந்திருப்பார்களே தவிர வேறுதிசையில் பயணித்து மலைகளில் ஏறி வேட்டையாடத் தொடங்கியிருப்பார்கள் என்று நினைப்பதற்கு எந்தவித சாத்தியமுமில்லை.

இந்தியத் துணைக்கண்டத்தைப் பொறுத்தவரையில் சங்க இலக்கியங்கள் கொடுக்கும் அகச்சான்றுகள் மட்டுமின்றி கிரேக்க, ரோமானிய ஆவணங்களும், இந்தியாவுக்கு வெளியே வளைகுடாவில் கிடைத்துள்ள தொல்லியல் சான்றுகளும் தென்கடல் வணிகர்களின் கடல்மரபு சார்ந்த ஆற்றலை உறுதி செய்கின்றன. தமிழ்நாட்டில் கிடைத்துள்ள அகழாய்வுத் தடயங்களும், கேரளத்தில் பட்டணம் என்ற இடத்தில் அண்மையில் கிடைத்துள்ள அகழாய்வுத் தரவுகளும் இதையே எடுத்துரைக்கின்றன. சிந்துவெளிப் பண்பாட்டின் கடல்வணிக மரபு மற்றும் கடலறிதிறன் ஆகிய இரண்டுக்குமான தொடர்ச்சியைத் தென்னிந்தியாவிலும், தென்னிந்தியாவின் இலக்கியப்பதிவான சங்க இலக்கியத்திலும் தேடுவதுதான் பொருத்தமாகும்.

சங்க இலக்கியத்தில் கடல்வணிகப் பண்பாடு

தமிழ் மொழியின் முழுமுதற் காப்பியமான சிலப்பதிகாரத்தின் தலைவியும், தலைவனும் பூம்புகார் துறைமுக நகரில் செல்வச்செழிப்போடு வாழ்ந்த வணிகர் குடும்பத்தைச் சேர்ந்தவர்கள். சிலப்பதிகாரத்தின் இந்தத் தலைவி, தலைவன் தேர்வு தமிழ்த் தொன்ம மரபுகளில் வணிகத்திற்கும், வணிகம் சார்ந்த பொருளாதாரத்திற்கும் தரப்பட்ட முக்கியத்துவத்தை உணர்த்துகிறது. சங்க இலக்கியங்களின் மூலமாகவும், தமிழ்த்தொன்ம மரபுக்கதைகளின் மூலமாகவும் அறியலாகும் பாண்டியர்களின் தொல்பழங்காலத் தொன்மங்கள் அனைத்தும் கடல் சார்ந்தவை; கடல்கோள்கள் பற்றியவை, கடல்சார்ந்த பேரிடர்களால் நிகழ்ந்த புலப்பெயர்வுகளால் கட்டமைக்கப்பட்டவை. கடல்கோள் எனப்படும் ஆழிப்பேரலைக்குப் பாண்டியர்கள் தங்களது நிலப்பகுதிகளை இழந்தது பற்றியும், குமரிக்கோடு எனப்படும் மலை அடுக்கத்தையும், பஃறுளி எனப்படும் ஆற்றையும் பறிகொடுத்தவர்கள் தொல்தமிழர்கள் என்றும் தமிழ்த் தொன்மங்கள் கூறுகின்றன. பாண்டியர்களின் அரசு சின்னம் மீன் என்பது அனைவரும் அறிந்ததே.

இதுவரையில் கிடைத்துள்ள தடயங்களின் அடிப்படையில் பாண்டியர்களின் வரலாற்றுக்கு முற்பட்ட தொன்மங்களை எவ்வாறு ஊகிக்கலாம் என்பதைக் கமில் சுவலபில் பின்வருமாறு விளக்குகிறார்,

"தென்தமிழ் அரசமரபினரான பாண்டியர்களின் பழைய தலைநகரங்கள் அடுத்தடுத்து வெள்ளத்தால் அழிகின்றன. இறுதியில் பாண்டியர்களின் தலைநகரம் வரலாற்றுக் காலம்தொட்டு அறியப்படும் தற்போதைய மதுரையில் அமைகிறது. தமிழர்களின் முழுமுதற் கடவுளான முருகனின் முக்கியமான படைவீடுகளில் ஒன்றாகக் கடற்கரையோரத்தில் திருச்செந்தூர் அமைகிறது. தமிழ் மொழி தொடர்பான தொன்மங்களில் கடவுள்களான சிவன், முருகன் மற்றும் மீனாட்சி அம்மன் ஆகிய மூவரும் பாண்டியர்களோடு சிறப்புத் தொடர்புடையவர்களாகக் காட்டப்படுகிறார்கள். பாண்டிய மரபின் முதல் அரசர்கள் சிவன், முருகன் ஆகியோரின் அவதாரமாகக் கருதப்பட்டார்கள்; பாண்டியர்கள் தலைநகரமான மதுரையைத்தான் தமிழ்ச்சங்கங்களின் தலைமையிடமாகத் தமிழ் மரபுகள் குறிப்பிடுகின்றன. இந்திய - இலங்கை வளைகுடா பகுதியில் வணிகம் முக்கிய இடம்பெற்றது; தாமிரபரணி நதிக்கரையும் வரலாற்றுக்கு முற்பட்ட காலகட்டங்களில் மிக முக்கியமான இடமாக இருந்திருக்கிறது. மேற்சொன்ன அனைத்துச் செய்திகளையும் ஒருங்கிணைத்துப் பார்த்தால் இந்தியத் துணைக்கண்டத்தில் முகிழ்த்தெழுந்த முதல் திராவிட நாகரிகம், அதாவது தொல்தமிழர்களின் நாகரிகம், இந்திய இலங்கை நீர்ச்சந்திப்புப் பகுதியொட்டி மன்னார் வளைகுடாப் பகுதிகளையும் உள்ளடக்கிய நிலப்பகுதியில் தோன்றியது என்பதை உணர முடியும். இந்த இந்தோ-திராவிடப் பண்பாட்டின் தொடக்கத்தைத் தோராயமாக பொ.யு.மு 600-300 என்ற காலகட்டத்தில் பொருத்த வாய்ப்பு இருக்கிறது. அந்த முதல் இந்தோ-திராவிடப் பண்பாட்டோடு தொடர்புடையவர்கள் என்று பாண்டிய அரசமரபினரைக் கூறலாம்." *(Zvelebil 1992: 23)*

அசோகர் தனது ஆட்சியின் எல்லைப் பகுதிகளைக் கடந்து சோழர், சேரர், பாண்டியர் ஆகியோரது ஆளுகைக்கு உட்பட்ட நிலப்பகுதிகளிலும் மருத்துவ வசதிகள் செய்ததாகக் கிர்னார் பாறைக் கல்வெட்டு *II* குறிப்பிடுகிறது. இக்கல்வெட்டு பொ.யு.மு. மூன்றாம் நூற்றாண்டைச் சேர்ந்தது. இந்திய-இலங்கை பகுதிகளைச் சேர்ந்த பாண்டிய துறைமுகங்களிலிருந்துதான் கடல் முத்துக்கள் பெறப்பட்டதாக அர்த்தசாஸ்திரத்தை மேற்கோள் காட்டி கிளாரன்ஸ் மலோனி *(Clarence Maloney)* குறிப்பிடுகிறார். அர்த்தசாஸ்திரத்தின் காலம் பொ.யு.மு. 300 என்று கணிக்கப்படுகிறது. பாண்டிய கவாட (பாண்டியர்களின் நகரமான கபாடபுரத்தைக் குறிக்கக்கூடும்), தாமிரபரணி (தமிழ்நாட்டில் உள்ள ஒரு நதியின் பெயர் இலங்கையில் இது ஓர் இடத்தின் பெயர்), கோடி (வைகை பகுதியிலிருக்கும் ராமேஸ்வரத்தை ஒட்டிய தனுஷ்கோடி), சுர்னி (வட இலங்கையில் மன்னார் பகுதியாகக் கருதப்படுகிறது) ஆகிய சில இடங்களை அர்த்தசாஸ்திரம் குறிப்பிடுகிறது. இத்தகைய துறைமுகப் பகுதிகளின் பழமைக்குப் புறச்சான்றுகளையும் மலோனி முன்வைக்கிறார்.

"அலெக்ஸாண்டரின் படையைச் சேர்ந்த ஒன்செக்ரிடஸ், பொ.யு.மு. 325இல் சிந்து பகுதியில் இருந்தபோது சிலோன் தீவுகளைப் பற்றி கேள்விப்பட்டுள்ளார். பாண்டிய நாட்டில் முத்துக்குளிப்பதைப் பற்றி பொ.யு.மு. 300ஆம் ஆண்டில் மெகஸ்தனிஸ் கேள்விப்பட்டுள்ளார்."
(Maloney 1970: 606)

பாண்டியன் தலையாலங்கானத்துச் செருவென்ற நெடுஞ்செழியன் புகழ்பாடும் மதுரைக்காஞ்சி, கொற்கை என்ற பாண்டியர் துறைமுக நகரம் பற்றிப் பேசுகிறது (தாலமி குறிப்பிடும் 'கொல்கோய்', பெரிப்ளஸ் குறிப்பிடும் 'கொல்சிஸ்'). முத்துக்குளிக்கும் தொழிலும், முத்துக்களை ரோமானியர்களுக்கு ஏற்றுமதி செய்வதும் கொற்கை துறைமுகத்தில் நடைபெற்றது. கொற்கையைப் பாண்டியர்களின் பழைய தலைநகரான தென்மதுரையோடு தொடர்புபடுத்துவோரும் உண்டு. பொதுயுகத்திற்கு முந்தைய நூற்றாண்டுகளிலேயே கொற்கை, தமிழ்நாட்டின் பழம்பெரும் துறைமுகமாக அறியப்பட்டாலும் பொ.யு.மு. நான்காம் நூற்றாண்டு வாக்கில்தான் அத்துறைமுகத்தின் முக்கியத்துவம் உணரப்பட்டிருக்கவேண்டும்.

...சீருடைய விழுச் சிறப்பின்
விளைந்து முதிர்ந்த விழுமுத்தின்
இலங்கு வளை இருஞ்சேரி
கட் கொண்டிக் குடிப்பாக்கத்து
நற்கொற்கையோர் நசைப் பொருந...
(மதுரைக். 134-138)

இதே பாடலில் பாண்டிய மன்னனின் வணிகக் கப்பல்கள், நங்கூரம் பாய்ச்சி நிற்கும் சாலியூர் என்ற துறைமுக நகரை வென்று கைப்பற்றிய குறிப்புகள் உள்ளன.

...வான் இயைந்த இருமுந்நீர்ப்
பேஉம் நிலைஇய இரும் பௌவத்து
கொடும் புணரி விலங்கு போழ
கடுங்காலொடு கரை சேர
நெடுங் கொடி மிசை இதை எடுத்து
இன் இசைய முரசம் முழங்க
பொன் மலிந்த விழுப் பண்டம்
நாடு ஆர நன்கு இழிதரும்
ஆடு இயற் பெரு நாவாய்
மழை முற்றிய மலை புரையத்
துறை முற்றிய துளங்கு இருக்கைத்
தெண் கடல் குண்டு அகழி

சீர் சான்ற உயர் நெல்லின்
ஊர் கொண்ட உயர் கொற்றவ...
(மதுரைக். 75-88)

பாண்டியர்கள் வரலாற்றுக்கு முற்பட்ட காலங்களில் கொண்டிருந்த அளப்பரிய கடல்வணிக மற்றும் கடலோடித் திறன் மதுரைக்காஞ்சியில் பல்வேறு இடங்களில் குறிப்பிடப்படுகிறது. மேலும், சங்க இலக்கியமான முல்லைப்பாட்டில் பாண்டிய மன்னனின் மெய்க்காவலர்களாகக் கிரேக்க/ரோமானியர்கள் பணிபுரிந்ததற்கான குறிப்பும் இருக்கிறது. இதிலிருந்து மேற்கத்திய உலகோடு பாண்டியர்கள் கொண்டிருந்த தொடர்பும், மேற்கத்திய மெய்க்காப்பாளர்களைப் பணிக்கு அமர்த்தும் அளவிற்கான அவர்களது பொருள்வளமும் புலனாகின்றன.

தற்போதைய கேரள மாநிலம் தமிழ் மூவேந்தர்களில் ஒருவராகிய சேரர்கள் ஆண்ட சேரநாடு என்று முன்பு அறியப்பட்டது. பொதுயுகத்திற்கு முந்தைய நூற்றாண்டுகளில் சேர மன்னர்கள் மிகவும் பலம்வாய்ந்தவர்களாகத் திகழ்ந்தார்கள். எட்டுத்தொகையில் ஒன்றான பதிற்றுப்பத்து என்ற இலக்கியம் முழுவதுமே சேர அரசமரபினரின் வரலாற்றுச் செய்திகளையும், அவர்களின் வெற்றிகளையும் பாடுவதற்கே அர்ப்பணிக்கப்பட்டிருக்கிறது. சேரர்களின் செல்வாக்கு உச்சகட்டத்தில் இருந்தபோது சோழ மன்னர்களின் சில பகுதிகளையும் அவர்கள் தங்களது ஆட்சிப்பகுதியோடு

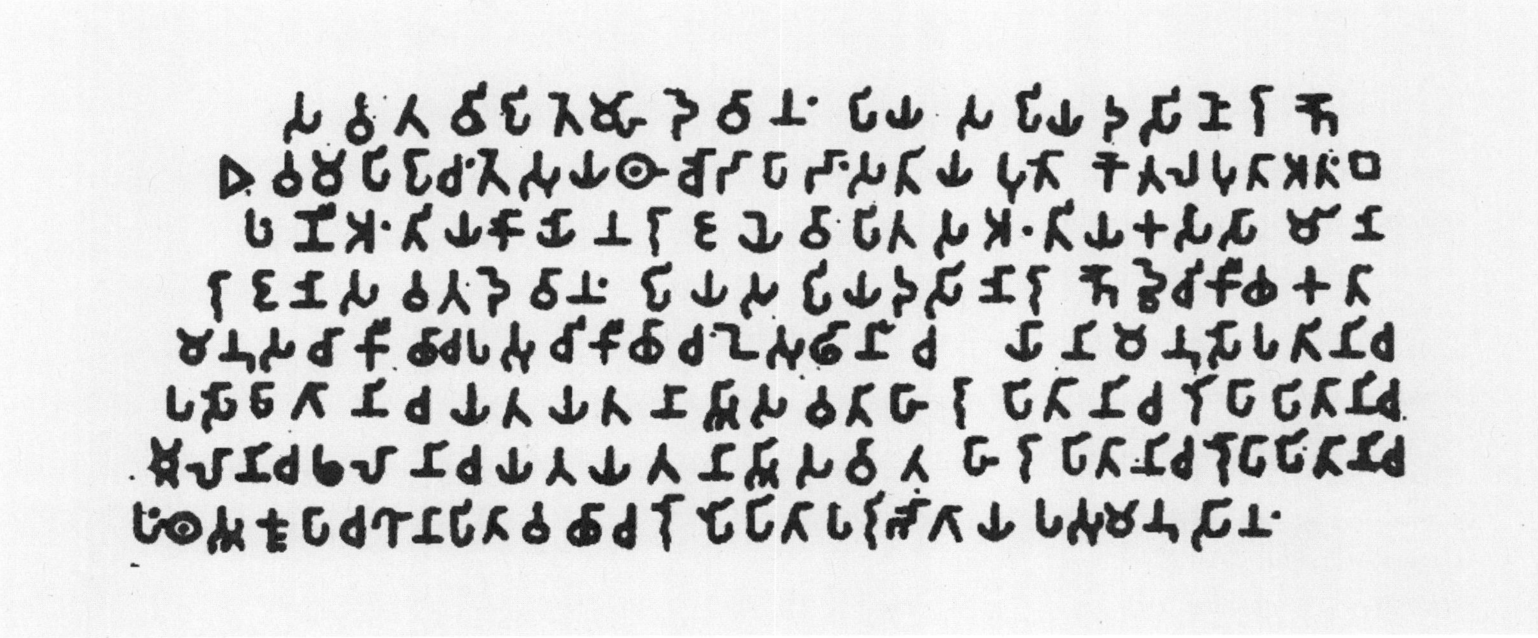

படம் 6.3 - அசோகரின் கிர்னார் பாறைக் கல்வெட்டு *II*

சேர்த்துக் கொண்டார்கள். இப்போது தமிழ்நாட்டில் உள்ள கரூர் பகுதியும், கேரளாவின் எல்லைக்கு வடக்காக உள்ள கொண்கானப்பகுதியும் இவ்வாறு இணைக்கப்பட்டதாக கருதப்படுகிறது. மேற்குக் கடற்கரையில் பல துறைமுகங்கள் இருந்தன. யவனர்களோடு (கிரேக்கர்கள், ரோமானியர்கள்) சேரர்கள் நெருங்கிய வணிகத்தொடர்பு வைத்திருந்தார்கள். இதற்கான சான்றாதாரங்கள் சங்க இலக்கியத்தில் ஏராளமாகக் கிடைக்கின்றன. ப்ளினி *(Pliny)*, பெரிப்ளஸ் *(Periplus)* ஆகியோரது குறிப்புகளும் இதை உறுதிசெய்கின்றன.

பொதுயுகத்திற்கு முந்தைய நூற்றாண்டுகளில் மேற்குக் கரையில் முசிறிஸ் என்ற துறைமுகம் இருந்தது. காப்ரோபொத்ராஸ் *(Kaprobothras)* என்று அறியப்பட்ட சேரர்களின் ஆளுகைப் பகுதியில் முசிறிஸ் (முசிறி) என்ற நகரம் இருந்ததாக பெரிப்ளஸ் குறிப்பிடுகிறது. "அரியகே (குஜராத்) பகுதிகளுடன் கொண்ட கடல்வணிகத்தொடர்பாலும், கிரேக்க நாட்டு கடல்வணிகத்தொடர்பாலும் அந்நகரம் வளம்மிக்கதாக விளங்கியது. அது ஒரு நதியின் கரையில் அமைந்திருந்தது. அங்கிருந்து விலை உயர்ந்த ஆபரணக் கற்கள், வைரங்கள், வைடூரியங்கள் *(Sapphire)* ஏற்றுமதி செய்யப்பட்டன." *(Francis 2002: 119)*

ரோமானியர்களுடன் சேரர்கள் கொண்ட வணிகத்தொடர்பைச் சங்க இலக்கியங்களும் உறுதிசெய்கின்றன.

...சேரலர்
சுள்ளிஅம் பேரியாற்று வெண் நுரை கலங்க,
யவனர் தந்த வினை மாண் நன் கலம்
பொன்னொடு வந்து கறியொடு பெயரும்
வளம் கெழு முசிறி ஆர்ப்பு எழ
வளைஇ...
(அகம். 149: 7 -11)

மீன் நொடுத்து நெற் குவைஇ
மிசையம்பியின் மனைமறுக் குந்து;
மனைக்குவைஇய கறிமூடையால்
கலிச் சும்மைய கரைகலக்குறுந்து;
கலந்தந்த பொற்பரிசம்
கழித்தோணியாற் கரைசேர்க் குந்து;
மலைத் தாரமும் கடல் தாரமும்
தலைப்பெய்து வருநர்க்கீயும்
புனலங் கள்ளின் பொலந்தார்க் குட்டுவன்
முழங்கு கடல் முழவின்
முசிறி யன்ன
(புறம். 343: 1-10)

வியன்னாவின் ஆஸ்ட்ரிய தேசிய நூலகத்தில் முசிறிஸ் தொடர்பான முசிறிஸ் பபைரஸ் *(Muziris Papyrus)* என்ற கிரேக்க மொழி ஆவணம் உள்ளது. இந்த ஆவணம் பொ.யு. இரண்டாம் நூற்றாண்டில் இந்தியாவிற்கும் மத்தியத் தரைக்கடல் பகுதிகளுக்கும் இடையில் இருந்த வணிகத்தொடர்பு பற்றிய சான்றுகளைத் தருகிறது. இது ஒரு கடன் பத்திரம். முசிறிஸில் உள்ள வணிக நிறுவனத்திற்கு எகிப்தில் உள்ள அலெக்ஸாண்ட்ரியாவைச் சேர்ந்த நிதியாளர் ஒருவர் கடன் தருவதாக வணிகர் ஒருவர் கையெழுத்திட்டுப் பதிவுசெய்துள்ளார். மேலும் இதில் முசிறிஸிலிருந்து திரும்பிச்செல்லும் ஹெர்மபொலன் என்ற கப்பலின் சரக்கு பற்றியும் பதிவு செய்யப்பட்டுள்ளது. சங்க இலக்கியம், கேரளாவில் தற்போது நடைபெறும் பட்டணம் அகழாய்வுத் தடயங்கள் மற்றும் பண்டைய கிரேக்க ஆவணங்களை ஒப்பிட்டு ஆய்வு செய்தால் இந்தியப் பெருங்கடல்வணிகம் குறித்து மேலும் விரிவான கண்ணோட்டம் கிடைக்கும்.

சோழப் பேரரசின் கடல்வணிகத்தொடர்பு

பண்டைய தமிழகத்தின் கடல்சார் பண்பாடு சோழர்களின் துறைமுக நகரமான காவிரிப்பூம்பட்டினத்தைப் பற்றி பட்டினப்பாலை அளிக்கும் துல்லியமான செய்திகளை விவாதிக்காமல் முற்றுப்பெறாது. பெரிப்ளஸ் நூலில் சமாரா என்ற பட்டினம் குறிப்பிடப்படுகிறது.

வான் முகந்த நீர் மலைப் பொழியவும்
மலைப் பொழிந்த நீர் கடல் பரப்பவும்
மாரி பெய்யும் பருவம் போல
நீரினின்றும் நிலத்து ஏற்றவும்
நிலத்தினின்று நீர்ப் பரப்பவும்
அளந்து அறியாப் பல பண்டம்
வரம்பு அறியாமை வந்து ஈண்டி
அருங்கடிப் பெருங்காப்பின்
வலிவுடை வல் அணங்கினோன்
புலி பொறித்து புறம் போக்கி
மதி நிறைந்த மலி பண்டம்
பொதி மூடைப் போர் ஏறி...
(பட்டின. 126-137)

சோழ மன்னன் கரிகாலனின் தந்தையின் கடல் அறிவு மற்றும் ஆற்றல் குறித்து வெண்ணிக் குயத்தியார் எழுதிய புறநானூற்றுப் பாடல் பின்வருமாறு கூறுகிறது.

நளி இரு முந்நீர் நாவாய் ஓட்டி,
வளி தொழில் ஆண்ட உரவோன் மருக!
களி இயல் யானைக் கரிகால் வளவ (புறம். 66: 1-3)

பூம்புகார் துறைமுக நகரைப் பற்றி சிலப்பதிகாரம் மிக அழகாக விளக்குகிறது. அங்கே வணிகம் மற்றும் பொருளாதார நிகழ்வுகள் நடைபெறும் பகுதி மருவூர்ப்பாக்கம் என்றழைக்கப்பட்டது. தற்கால நவீன நகரங்கள் குடியிருப்புப் பகுதி, தொழில் வணிகப்பகுதி என்று பிரிக்கப்படுவதைப் போல அக்காலத்திலேயே இத்தகைய நகரமைப்பு முறை இருந்திருக்கிறது. பூம்புகாரின் மருவூர்ப்பாக்கத்தில் கிரேக்கர்கள், ரோமானியர்கள் போன்ற புலம்பெயர்ந்த யவன வணிகர்களின் குடியிருப்பு அமைந்திருந்தது. "கலந்தரு திருவிற் புலம்பெயர் மாக்கள்" என்ற இலக்கியச் சொல்லாடல் கப்பல்களைப் பயன்படுத்தி வணிகம் செய்து ஈட்டிய செல்வம் என்பதைக் குறிப்பிடுகிறது.

இந்தியாவின் புராண, இதிகாச இலக்கியங்களுக்கு வெளியே, கடல்வணிக மரபையும், கடலோர நிலம் சார்ந்த வாழ்வியலையும் துறைமுக நகரங்களின் அமைப்பையும் இயங்கு இயல்புகளையும் துல்லியமாகக் காட்சிப்படுத்தி விளக்கும் வகையில் சங்க இலக்கியம் மற்றும் சிலப்பதிகாரம் தனித்துவமானவை. தொல்தமிழர்களின் கடல்வணிக மரபு பற்றிய பத்மநாபனின் ஆய்வுக் கட்டுரை *(Maritime Trade of the Early Tamils)* சங்க இலக்கியங்கள் குறிப்பிடும் கடல்வணிக மரபு சார்ந்த பண்பாட்டை வெறும் கற்பனை என்றும் புனைந்துரை என்றும் ஒதுக்கிவிட முடியாது என்பதை உறுதி செய்கிறது. சங்க இலக்கியங்கள் காட்சிப்படுத்துவதை ப்ளினி, தாலமி மற்றும் பெரிப்ளஸ் போன்ற மேற்கத்திய ஆவணங்களும், அண்மையில் தமிழ்நாட்டிலும், கேரளத்திலும் கிடைத்துள்ள அகழாய்வுச் சான்றுகளும் உறுதிசெய்கின்றன. சோழர்களின் அரசுரிமைச் சின்னமான புலிச் சின்னம் சிந்துவெளிப் பொறிப்புகளில் முக்கியமான இடம்பெற்றுள்ளது. மெசபொடேமியாவில் இரு கைகளிலும் இரு ஈட்டிகளைக் கொண்டு இரண்டு சிங்கங்களை வீழ்த்தும் கில்கமெஷின் உருவப்பொறிப்பைப் போலவே சிந்துவெளியில் ஓர் உருவப்பொறிப்பு கிடைத்துள்ளது. ஆனால், இங்கே சிங்கத்திற்குப் பதிலாகப் புலி சித்தரிக்கப்பட்டிருப்பது கவனிக்கப்பட வேண்டியது.

சங்ககாலக் கடல்வணிகப் பண்பாடு: தொல்லியல் சான்றுகள்

வரலாற்றுக்கு முற்பட்ட காலங்களிலேயே தமிழர்களின் கடல்வணிக ஆற்றல் சிறப்பாகச் செழித்தோங்கி இருந்தது என்பதற்கான தொல்லியல் சான்றுகள் தமிழ்நாட்டில் மட்டுமின்றி எகிப்திலும், மேற்கு ஆசியப் பகுதிகளிலும் கிடைக்கின்றன. மேற்கத்திய (கிரேக்க) ஆவணங்கள் குறிப்பிடும் செய்திகளோடு இந்த அகழாய்வுச் சான்றுகளை ஒப்பிட்டுத் தகவமைக்கலாம். இலக்கியங்களுக்கு வெளியே, தமிழக அகழாய்வுத் தரவுகளைக் குறிப்பிட்ட அரசமரபினரோடு இணைத்துப் பேசுவதற்குச் சங்ககால நாணயங்கள் உதவுகின்றன.

பாண்டியர் மரபைச் சார்ந்த பெருவழுதி வெளியிட்ட செப்புக்காசுகள் (பொ.யு.மு. இரண்டாம் நூற்றாண்டைச் சேர்ந்தது), கரூரை ஆண்ட சேரல் இரும்பொறையின் நாணயங்கள் (பொ.யு. முதலாம் நூற்றாண்டு), சேர மரபினரின் உருவப்பொறிப்போடு கூடிய வெள்ளிக்காசுகள் (பொ.யு. மூன்றாம் நூற்றாண்டு) ஆகியவற்றை எடுத்துக்காட்டாகக் கூறலாம். இதுவரை கிடைத்துள்ள நாணயங்களில் முக்கியமான பெருவழுதி நாணயம் பொ.யு.மு. இரண்டாம் நூற்றாண்டைச் சேர்ந்தது என்பதை வைத்துப் பாண்டியர்களுடைய தொல்மரபும் சங்க இலக்கியத்தின் தொன்மவேர்களும் குறைந்தபட்சம் எவ்வளவு பழமையானவையாக இருந்திருக்க வேண்டும் என்பதை நாம் உணரவேண்டும். பெருவழுதி நாணயமோ, சங்க இலக்கியங்களோ தமிழ்த் தொன்மங்களின் வேர்கள் அல்ல; பண்பட்டு வளர்ந்த பண்பாட்டுப் பெருவெளியின் விழுதுகள் என்ற தெளிவு நமக்கு வேண்டும்.

புதுச்சேரிக்கு அருகே உள்ள அரிக்கமேட்டில் நிகழ்ந்த அகழாய்வில் கிடைத்த தடயங்கள், கிரேக்கர்கள், ரோமானியர்கள் போன்ற யவனர்களுடன் பண்டைய தமிழகம் கொண்டிருந்த வணிகத்தொடர்பை உறுதி செய்கின்றன. இத்தொல்லியல் பொருட்கள் பொ.யு. இரண்டாம் நூற்றாண்டைச் சேர்ந்தவை என்று கருதப்படுகின்றன. பெரிப்ளஸ் என்ற மேற்கத்திய நூலும், தாலமியின் குறிப்புகளும் ‘பெதுகே’ என்று குறிப்பிடுவது புதுச்சேரிக்கு அருகே உள்ள அரிக்கமேட்டைதான்

படம் 6.4 - சங்க கால நாணயங்கள்
(அ) சோழர் நாணயம் (ஆ) சேரர் நாணயம்
(இ) பாண்டியர் நாணயம்

என்ற கருத்து நிலவுகிறது. அதேநேரத்தில் "உடம்பின் உரைக்கும் உரையா நாவின் படம் புகு மிலேச்சர்" (முல்லை. 65, 66); "யவனர் இயற்றிய வினைமாண் பாவை" (நெடுநல். 101), "யவனர் இருக்கை" (சிலம்பு. 9-10) என்ற பண்டைய தமிழ் இலக்கியக் குறிப்புகள் நம் நினைவுக்கு வருவதையும் தவிர்க்க இயலவில்லை. தொல்பொருள் தரவுகள் பண்டைய செவ்வியல் இலக்கியப் பாடலடிகளோடு ஒத்துப்போகின்றன.

இலங்கையில் திசம்மஹரமா என்ற இடத்தில் நடந்த அகழாய்வில் கிடைத்த மண்பானை ஒன்றில் 'திரளி முறி' என்று எழுதப்பட்டுள்ளது. ஒரு வணிகக் குழுவின் எழுத்து மூலமான ஒப்பந்தம் பற்றிய இந்தக் குறிப்பு பொ.யு.மு. இரண்டாம் நூற்றாண்டைச் சேர்ந்தது என்று கருதப்படுகிறது. அந்தக் காலகட்டத்திலேயே தமிழ் வணிகர்கள் உள்நாட்டு, வெளிநாட்டு வணிகத்தொடர்புகளைக் குழுமுறையில் ஏற்படுத்தி இயங்கியதற்கு இது சான்றாகும். இந்தியாவில் கிடைத்துள்ள பெரும்பாலான ரோமானிய நாணயங்கள் தமிழ்நாட்டின் பல பகுதிகளிலும், அண்டை மாநிலமான கேரளாவிலும் (பழைய சேர நாடு) மட்டுமே கிடைத்துள்ளன என்பது குறிப்பிடத்தக்கது. இந்த நாணயங்கள் ரோமானிய அரசரான அகஸ்டஸின் காலத்திலிருந்து நீரோவின் காலம் வரை இருக்கின்றன (பொ.யு.மு. முதலாம் நூற்றாண்டு முதல் பொ.யு. முதல் நூற்றாண்டு வரை).

படகு கட்டும் தொழிலின் தொன்மை

தமிழ்நாட்டில் படகு கட்டும் தொழிலின் தொன்மையை விளக்கும் தொல்லியல் சான்றுகள் பல இடங்களில் கிடைத்துள்ளன. கீழ்வாளை என்ற இடத்தில் சிந்துவெளிக் குறியீடுகள் போன்ற கீறல்களுடன் படகுகளையும், படகோட்டிகளையும் சித்தரிக்கும் குகை ஓவியங்கள் உள்ளன. காமய கவுண்டன்பட்டி கற்காலப் பாறை ஓவியத்தில் படகின் ஓவியம் தீட்டப்பட்டுள்ளது. திருநெல்வேலி மாவட்டத்திலுள்ள மாங்குடியில் படகு போன்ற உருவங்கள் கொண்ட பானைக்கீறல்கள் கிடைத்துள்ளன. இதே மாங்குடியில் ஐராவதம் மகாதேவன் 'முருகு' என்று அடையாளப்படுத்தும் சிந்துவெளிக் குறியீட்டைப் போன்ற பொறிப்புகளுடன் கூடிய பானைக் கீறல்களும் கிடைத்துள்ளன என்பதைக் கவனிக்கவேண்டும். சங்க இலக்கியங்கள் வெவ்வேறு வடிவங்கள், அளவுகளைக் கொண்ட நாவாய்கள், கலங்கள், கப்பல்கள் பற்றியும், அவற்றின் பல்வேறு பெயர்களையும் குறிப்பிடுகின்றன. துறைமுகங்களில் நங்கூரம் பாய்ச்சி நிறுத்தப்பட்டுள்ள வணிகக்கப்பல்களின் தோற்றப்பொலிவும், அக்கப்பல்கள் கடலில் செல்வது போன்ற காட்சிகளும் மிகத்துல்லியமாக வர்ணிக்கப்பட்டுள்ளன. மீன்பிடி படகுகளிலிருந்து வேறுபட்டவை வணிகநாவாய்கள். பழங்காலத் தமிழர்கள் பல்வேறு வகையான படகுகள், நாவாய் கட்டுமானங்கள் மற்றும் அவற்றைச் செலுத்தும்

ஆற்றல் ஆகியவற்றில் திறன்பெற்றுத் திகழ்ந்தார்கள் என்பதைச் சங்க இலக்கியம் உறுதி செய்கிறது. இத்தகைய கடல்வணிக மரபு திடீரென்று தோன்றியிருக்க முடியாது. நீண்ட நெடும் பட்டறிவின் ஊடாகவே இது சாத்தியமாக முடியும். இது நம்மை வரலாற்றுக்கு முற்பட்ட காலகட்டங்களுக்கு இழுத்துச் செல்கிறது.

சிந்துவெளி வணிகம்

ஏற்கெனவே சுட்டிக்காட்டியபடி சிந்துவெளி வணிகர்களின் வணிக ஏற்றுமதிப் பொருள்களில் தேக்கு மரம், முத்து, தந்தம் போன்றவையும் அடங்கும். சுமேரியாவில், பொ.யு.மு. 3000 ஆண்டுவாக்கில் கட்டப்பட்ட நிலவுக்கோயிலில் இந்தியத் தேக்கு மரம் பயன்படுத்தப்பட்டுள்ளது. இந்தியாவைப் பொறுத்தவரை தேக்கு மரங்கள் இயற்கையாக வளர்வது தீபகற்ப பகுதிகளில் மட்டுமே. கங்கைச் சமவெளி மற்றும் வடமேற்கு இந்தியாவில் தேக்கு மரம் வளர்வதில்லை. இந்தியச் செவ்வியல் இலக்கியங்களில் தேக்கு மரக்காடுகள், தேக்கு மரத்தின் பல்வேறு கூறுகள் மற்றும் பயன்பாடுகளை வாழ்வியலின் பின்னணியில் பேசும் இலக்கியம் சங்க இலக்கியம்தான். தேக்கு மரங்கள் நிறைந்த மலைகளிலும் காடுகளிலும் வாழ்ந்த மக்கள் தங்களது ஊன் உணவைத் தேக்கு இலைகளில் வைத்து உண்டதாகச் சங்க இலக்கியம் குறிப்பிடுகிறது. சிந்துவெளி மக்கள் மலபார் பகுதிகளிலிருந்து (பண்டைய சேர நாடு, தற்போதைய கேரளப் பகுதி) தேக்கு மரங்களை குஜராத் கடற்கரைக்குக் கொண்டு சென்றதாகக் கருதப்படுகிறது.

முத்துக்குளித்தல் என்ற தொழில் பண்டைய இந்தியாவைப் பொறுத்தவரை பொதுவாகப் பாண்டிய மன்னர்களின் ஆளுகைக்கு உட்பட்ட கொற்கைப் பகுதியோடு தொடர்புபடுத்தப்படுகிறது. சங்க இலக்கியங்கள் கொற்கைத் துறைமுகப்பகுதியில் முத்துக் குளித்தல் நிகழ்ந்ததற்கான செய்தியைச் சிறப்பாகக் கூறுகிறது. ரோமானிய புவியியல் ஆவணங்களும், கௌடில்யரின் அர்த்தசாஸ்திரமும் இதை உறுதி செய்கின்றன. சிந்துவெளி வணிகர்கள் தங்களுக்குத் தேவையான முத்துகளில் பெரும் பகுதியைப் பண்டைய தமிழகத்திலிருந்தே தருவித்திருக்கக்கூடும். சிந்துவெளி வணிகர்கள் சிறந்த தொழில்முனைவோர். தங்களது வணிகப்பொருட்களுக்கான நுகர்வோர் சந்தையை தொலைதூரத்திலுள்ள மெசபொடேமியாவில் கண்டறிந்தார்கள்; சிந்துவெளியிலிருந்து வெகு தொலைவிலுள்ள சார்த்துகை என்ற இடம் வரை சென்று நீல மாணிக்கம் என்ற ஒருவகை மணிக்கல்லைத் தோண்டி எடுத்து அணிகலன்களாக மதிப்புக் கூட்டினார்கள். இத்தகைய தொழில் முனைப்புள்ள சிந்துவெளி மக்கள் பயணம் செய்வதற்கு ஒப்பீட்டு அளவில் மிகவும் எளிதாகக் கடற்கரையை ஒட்டி அமைந்த தென்னிந்தியாவை நோக்கித் தங்களது கவனத்தைத் திருப்பாமல் விட்டிருப்பார்களா என்ற கேள்வி எழுகிறது. இதற்கான விடை, சிந்துவெளி மக்கள் தேக்குமரம், தந்தம், சங்கு வளையல், முத்து போன்ற பொருள்களைப் பயன்படுத்தினார்கள் என்பதற்கான சான்றுகளில் அடங்கியுள்ளது.

இத்தொடர்புகள் எல்லாம் ஊகங்களே; சிந்துவெளிப் பண்பாட்டில் தொல்தமிழர் தொடர்பு பற்றி நேரடியான குறிப்பு உள்ளதா என்ற கேள்வி எழக்கூடும். அதுவும் நியாயமானதே. சிந்துவெளிப் பண்பாடு பொ.யு.மு. 1900 வாக்கில் நலிவடைந்து முடிவுக்கு வந்தது. சங்ககாலம் என்று அறியப்படுவது பொ.யு.மு. ஆறாம் நூற்றாண்டை ஒட்டிய காலகட்டம். புவியியல் அடிப்படையிலும் இந்தியாவின் தென்கோடித் தமிழகத்துக்கும், வடமேற்கு சிந்துவெளிக்கும் இடையே நீண்டதூரம் உள்ளது. இந்தக் கால-நில இடைவெளிக்குள் என்ன நடந்தது என்பதுதான் இந்தியத் துணைக்கண்டப் பண்பாட்டின் வரலாற்றைச் சரியாகக் கட்டமைப்பதற்கு உதவும்.

வெறும் இலக்கியச் சான்றுகளை மட்டும் வைத்து வரலாற்றுக்கு முற்பட்ட நிகழ்வுகளைச் சரியாக வகைப்படுத்த முடியாது. இதில் நம் அணுகுமுறை மிக எச்சரிக்கையாகவும், பொறுப்புணர்வு கொண்டதாகவும் இருக்கவேண்டும். இதைக் கருத்தில்கொண்டு இந்த நூல் சில புதிய ஆய்வியல் அணுகுமுறைகளையும், தகவல்களையும், ஆவணச் சான்றுகளையும் முன்வைக்கிறது. இவற்றில் முக்கியமான ஒரு தரவுத்தளம் பெயர் ஆய்வுகள் ஆகும். இந்த ஆய்விற்கு சங்க இலக்கியமே நிலைக்களமாக இருக்கிறது. ஏனெனில், சங்க இலக்கியம் ஒரு மாபெரும் பெயர்க் களஞ்சியம்.

சங்க இலக்கியத்தின் மிகத் தனித்துவமான சில பண்பியல்புகள் கீழே பட்டியலிடப்படுகின்றன. இந்நூலின்மூலம் நாம் முன்னெடுக்கும் கேள்விகளுக்கு விடைதேடும் முயற்சியில் இப்பண்பியல்புகள் நம்மை வழிநடத்தும்.

சங்க இலக்கிய நிலப்பரப்பின் விரிவான எல்லைகள்

தொல்காப்பியப் பாயிரத்தில் பண்டைத் தமிழ் நிலத்தின் எல்லைகள், அரசியல் ஆட்சிப்பரப்பு என்ற கண்ணோட்டத்தில் தெளிவாக வரையறுக்கப்பட்டுள்ளது. இதில் தென்குமரி தென்கோடி எல்லையாகவும், வேங்கட மலை (தற்போது ஆந்திராவிலுள்ள திருமலை என்று பொதுவாக அடையாளப்படுத்தப்படுகிறது) வடக்கு எல்லையாகவும் குறிப்பிடப்பட்டுள்ளது. மேலைக்கடலும் கீழைக்கடலும் (தற்போதைய அரபிக்கடல் மற்றும் வங்காள விரிகுடா) மேற்கு, கிழக்கு எல்லைகளாக வரையறுக்கப்பட்டுள்ளன.

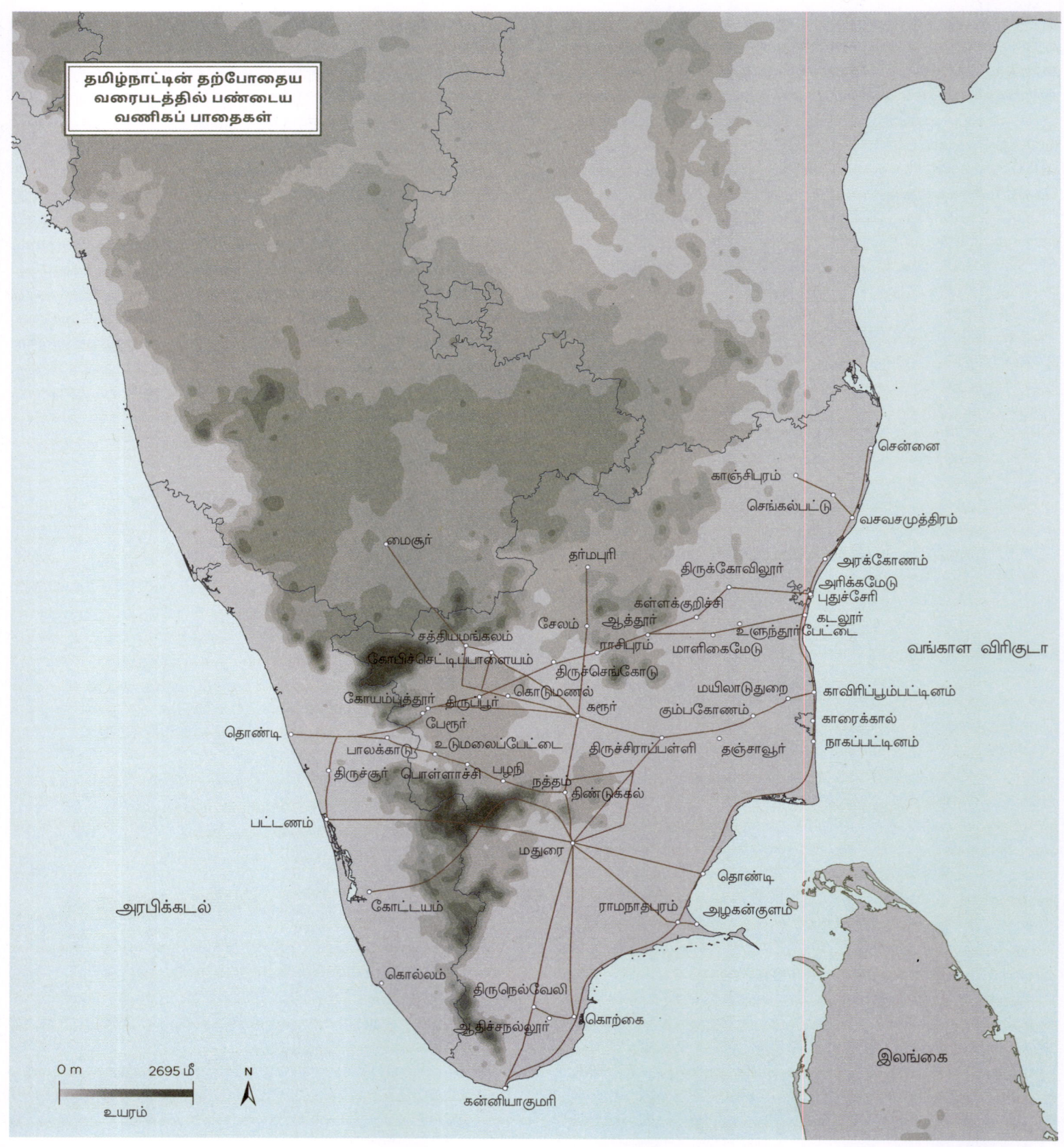

நிலவரைபடம் 6.1

ஒரு பண்பாட்டின் பயணம்

இவ்வகையில் தொல்காப்பியப் பாயிரம் குறிப்பிடும் தமிழ் கூறும் நல்லுலகின் எல்லையானது கிட்டத்தட்ட தற்காலத் தமிழ்நாடு, தற்காலக் கேரளம் ஆகிய இரு மாநிலங்களையும் உள்ளடக்கியதாக உணரப்படுகிறது.

சங்க இலக்கியப் பாடல்களை மிக நுட்பமாகக் கவனித்தால் அப்பாடல்கள் தமிழர்களின் தொன்மங்களோடு தொடர்புடைய இடங்கள், நிகழ்வுகள் என்று மீள்நினைவு செய்கிற பலவும், வடவேங்கடம் தென்குமரி என்ற எல்லைகளுக்கு அப்பால் விரிந்து காணப்படுகின்றன. இந்த இடங்கள் சங்க இலக்கியப் புலவர்கள் ஏதோ கேள்விப்பட்டு எழுதிய நிகழ்வுகள் பற்றிய குறிப்புகள் போல இல்லை. தமிழ்த் தொன்மங்களோடு நேரடியான தொடர்புள்ள குறுநிலத் தலைவர்கள், மன்னர்கள், அவர்களின் ஆட்சிப்பகுதிகள், போர்க்களங்கள் எனப் பலவகையிலும் தமிழ் வாழ்வியலோடு தொடர்புடையதாக இவை உள்ளன. இதிலிருந்து சங்ககாலத் தமிழ் அரசியல் எல்லை என்பதும் சங்க இலக்கியம் பேசும் நிலப்பரப்பு என்பதும் ஒன்றோடு ஒன்று முற்றிலும் பொருந்தும் நிலப்பரப்புகள் இல்லை என்பது புலனாகும்.

தமிழ் நிலப்பகுதிகள் மூவேந்தர் என்று அறியப்படும் சேர, சோழ, பாண்டிய மன்னர்களைத் தவிர பல்வேறு குறுநில மன்னர்கள் மற்றும் நிலக்குடித் தலைவர்களால் ஆளப்பட்டன. இத்தகைய நிலக்குடித் தலைவர்கள் வேள் என்றும் வேளிர் என்றும் சங்க இலக்கியங்களில் போற்றப்படுகிறார்கள். அசோகரின் கிர்னார் பாறைக் கல்வெட்டு *II* குறிப்பிடும் 'சதியப்புத்திர' என்பது அதியமான் நெடுமான் அஞ்சியோடு தொடர்புடைய அதியர் மரபைக் குறிப்பது என்றும் கருதப்படுகிறது. தகடூர் பகுதியை ஆட்சி செய்த இக்குறுநில மன்னரைப் பற்றி பரணர், ஔவையார் ஆகியோர் சிறப்பாகப் பாடியுள்ளனர். இந்த அதியன் மரபைப் பற்றிய குறிப்பு ஜம்பை கல்வெட்டிலும் கிடைக்கிறது. இதிலிருந்து தமிழர்களின் பண்டைய வரலாற்றில் குறுநிலத் தலைவர்கள் கொண்டிருந்த முக்கியத்துவம் புலப்படும்.

- சங்க இலக்கியம் கையாளும் நிலப்பரப்பு, பண்டைய தமிழகத்தின் அரசியல் எல்லைகள் என்று நாம் அறிந்த வரையறைக்கும் அப்பாற்பட்ட நிலப்பகுதிகளையும் உள்ளடக்கியுள்ளது. சங்க இலக்கியக் காலத்தின் தமிழ் மொழி மற்றும் தமிழ் அரசியல் எல்லைகள் என்று சங்க இலக்கியமே வரையறுக்கிற நிலப்பரப்பளவும், இவற்றில் வருகிற இடங்கள், நிலப்பகுதிகள், நிகழ்வுகள் மற்றும் நிகழ்ந்த இடங்கள் ஆகியவற்றின் பரப்பும் ஒன்றின் மீது ஒன்று அப்படியே பொருந்துவன அல்ல.

- சங்க இலக்கியப் புலவர்கள் இந்தியத் துணைக் கண்டத்தின் தாவர வகைகள் மற்றும் விலங்கினங்களைப் பற்றிய மிகத் துல்லியமான கவனிப்புடன் கூடிய கவிதைகளைப் படைத்திருக்கிறார்கள். இதில், இந்தியாவின் மத்திய, வடக்கு மற்றும் வடமேற்கு நிலப்பகுதிகளும் அடங்கும். இயற்கை குறித்த இத்தகைய துல்லியமான பார்வையும், ஆவணப்பதிவும் இந்தியச் செவ்வியல் இலக்கிய மரபுகளில் வேறு எவற்றிலும் காணப்படாத தனித்துவ இயல்பு.

- சங்க இலக்கியம் முன்வைக்கும் வாழ்வியல் மரபு, தமிழ்ப் பண்பாட்டின் சிறப்பியல்புகள், திராவிட மொழிக்குடும்பத்தைச் சேர்ந்த பல்வேறு குடியினருக்குப் பொதுவான சில பண்பாட்டுக் கூறுகள் ஆகியவற்றை முன் நிறுத்திப் பேசினாலும், சங்க இலக்கியம் நிகழ்த்துகிற சொல்லாடல், நிகழ்வுகள், கவனிப்புகள் தென்னிந்தியாவுக்கு அப்பாற்பட்ட பகுதிகளையும் உள்ளடக்கிய போக்கைக் கையாள்வதாகத் தோன்றுகிறது.

- சங்க இலக்கியம் ஒருவகையில் புலப்பெயர்வுகள் பற்றிய ஆகச்சிறந்த ஆவணப்பதிவு. இதில் பேரிடர்கள், அவற்றால் சிதைவடைந்த வாழ்க்கை, புலப்பெயர்வு நினைவுகள், மற்றும் ஏனைய மீள்நினைவுகள் பரவிக்கிடக்கின்றன. இவ்வாறு நமது முன்னோடிகளால் சுமந்து வரப்பட்ட மீள்நினைவுகள் வரலாற்றுக்கு முற்பட்ட காலகட்டங்களில் முன்னும் பின்னுமாகப் பயணித்து, நிலம்-காலம் என்ற எல்லைகளுக்குள் சிக்காமல் அதேநேரத்தில் பழந்தமிழ்ப் பண்பாட்டின் தொன்மைக்கும் தொடர்ச்சிக்கும் சாட்சியமாகவும் நிற்கின்றன.

- சங்க இலக்கியம் ஒரு பெயர்ப் புதையல். இதில் மலைகள், ஆறுகள், காடுகள், ஊர்கள், குடிகள், தலைவர்கள், மன்னர்கள், புலவர்கள் என்று பெயர்கள் நிரம்பியுள்ளன. அறிந்தவர்கள், அறியாதவர்கள் என்று பலரைப் பற்றிய குறிப்புகளும் சங்க இலக்கியங்களில் கிடைக்கின்றன.

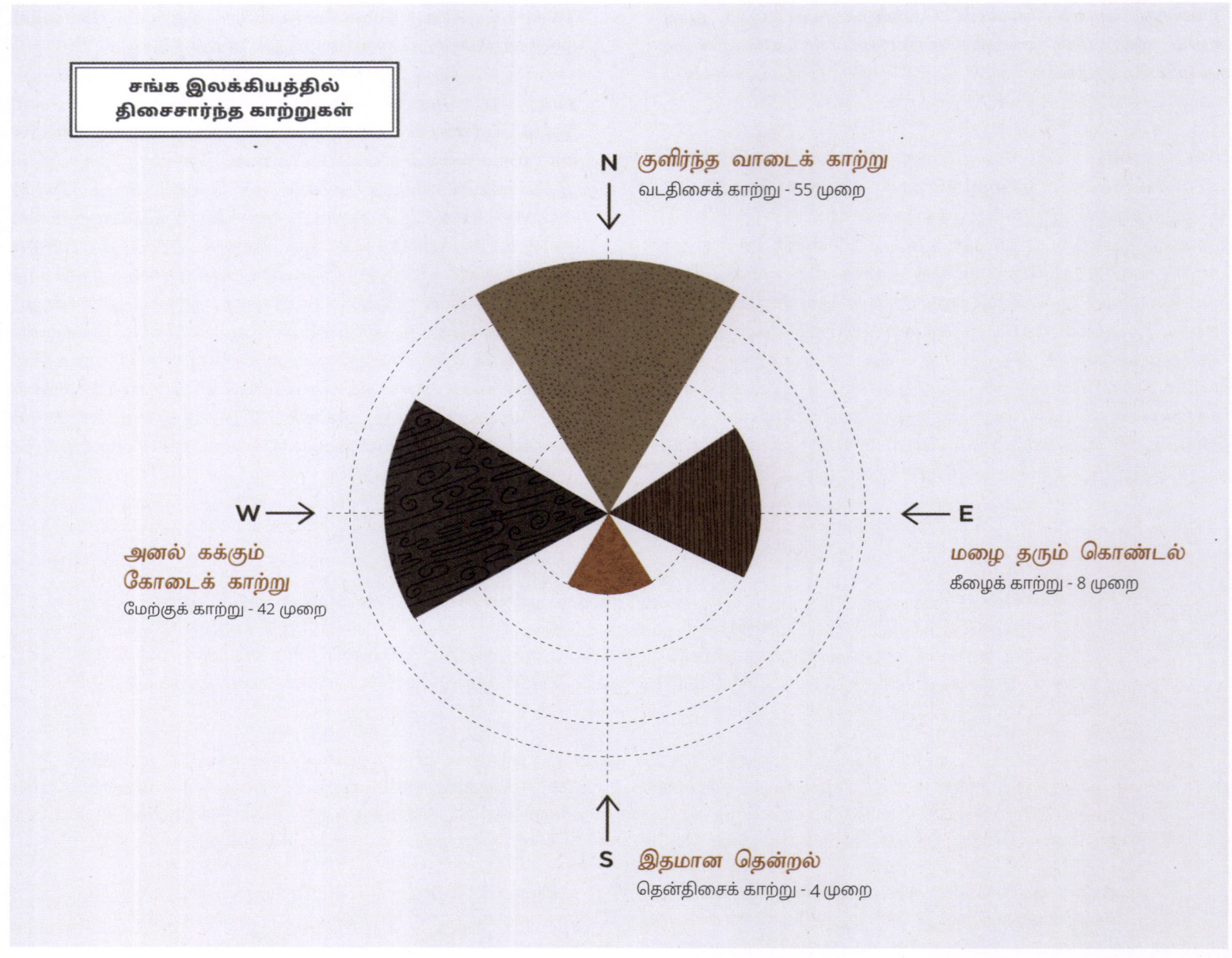

படம் 6.5

அதியன் நெடுமான் அஞ்சியின் ஆட்சிப்பகுதி பற்றிய தெளிவான குறிப்புகள் இருப்பதைப் போல அனைத்து வேளிர்கள் பற்றிய துல்லியமான செய்திகள் இல்லை. எடுத்துக்காட்டாக, வேளிர் மரபைச் சேர்ந்த நன்னன் என்ற குறுநில மன்னனின் பெயர் சங்க இலக்கியத்தில் அடிக்கடி பேசப்படுகிறது. சங்க இலக்கியச் சான்றுகளை வைத்துப் பார்த்தால் இவரது ஆட்சிப்பகுதியைக் கேரளா, தமிழ்நாடு ஆகிய தற்கால மாநிலங்கள் தொடர்புடைய மேற்குத் தொடர்ச்சி பகுதிகளுக்குள் உள்ளடக்கி வரையறுக்க முடியவில்லை. கொண்கானம் என்ற பகுதியை நன்னன் ஆண்டதாக நற்றிணை குறிப்பிடுகிறது. கொண்கானம் என்பது தற்கால கோவா, தென்மகாராஷ்டிரத்தை ஒட்டிய நிலப்பகுதியாகும். இதுவரை கிடைத்துள்ள அகழாய்வுத் தரவுகளின்படி ஹரப்பா பண்பாட்டின் தெற்கு எல்லையாக மகாராஷ்டிரா கருதப்படுகிறது.

"பொன்படு கொண்கான நன்னன் நல் நாட்டு ஏழிற்குன்றம்"(நற். *391: 6-7*) என்று சங்க இலக்கியம் அடையாளப்படுத்துகிறது. நன்னனோடு சேர்த்து, கோசர் என்ற குழுவினர் குறிப்பிடப்படுகிறார்கள். கோசர்களைச் சங்க இலக்கியம், துளு நாட்டோடு (தென்கர்நாடகம் மற்றும் வடக்கு கேரளாவை ஒட்டிய கடற்கரைப் பகுதி) தொடர்புபடுத்திப்

பேசுகிறது. ஆனால், நன்னன், கொண்கானம், கோசர், துளு பற்றிய குறிப்புகள் தமிழ்த் தொன்மங்களின் அங்கமாகவே குறிப்பிடப்படுகின்றன.

மழை ஒழுக்கு அறாஅப் பிழையா விளையுள்
பழையன் மோகூர் அவையகம் விளங்க
நான்மொழிக் கோசர் தோன்றி யன்ன
தாம் மேஎந் தோன்றிய நாற்பெருங்
குழுவும் (மதுரைக். 507-510)

தோகைக் காவின் துளுநாட்டு அன்ன
வறுங்கை வம்பலர்த் தாங்கும் பண்பின்
செறிந்த சேரிச் செம்மல் மூதூர்
அறிந்த மாக்கட்டு ஆகுக, தில்ல,
தோழிமாரும் யானும் புலம்பச்
சூழி யானைச் சுடர்ப் பூண்
நன்னன் (அகம். 15: 5-10)

இந்தப் பாடல்களில் குறிப்பிடப்பட்டுள்ள நன்னனும், கோசர்களும் இந்த நூலின் மையக்கருத்துக்கு முக்கியமானவர்கள். இதுபற்றி பின்வரும் இயல்களில் விரிவாகப் பார்ப்போம்.

சங்க இலக்கியம் நந்தர், மோரியர் என்ற இரண்டு வேற்றுக்குடிகள் பற்றியும் பேசுகிறது.

பல் புகழ் நிறைந்த வெல் போர் நந்தர்
சீர் மிகு பாடலிக் குழீஇ, கங்கை
நீர்முதல் கரந்த நிதியம் (அகம். 265: 4-6)

...வெல் கொடித்
துனை கால் அன்ன புனை தேர்க் கோசர்
தொல் மூதாலத்து அரும் பணைப் பொதியில்,
இன் இசை முரசம் கடிப்பு இகுத்து இரங்க,
தெம் முனை சிதைத்த ஞான்றை, மோகூர்
பணியாமையின், பகை தலைவந்த
மா கெழு தானை வம்ப மோரியர்
புனை தேர் நேமி உருளிய குறைத்த
இலங்கு வெள் அருவிய அறை வாய்
உம்பர்... (அகம். 251: 6-14)

என்ற பாடல் வரிகள் சில செய்திகளை நமக்குத் தெளிவுபடுத்துகின்றன. நந்தர்கள் கங்கைச் சமவெளி மற்றும் பாடலி போன்ற நகரங்களோடு தொடர்புடையவர்கள்; புதிதாக வந்த மௌரியர்களின் தெற்கு நோக்கிய முன்நகர்விற்கும், கோசர்கள் என்ற குடியினருக்கும், மோகூர் என்ற இடத்திற்கும் ஏதோ ஒரு தொடர்பு இருந்திருக்கிறது. மௌரியப் பேரரசு அதன் உச்சகட்ட செல்வாக்கில் இருந்தபோதும் கூட அதனுடைய தெற்கு எல்லை தமிழக அரசியல் எல்லைக்கு வடக்காகத்தான் இருந்தது. நந்தர்களும், மத்திய இந்தியாவிற்குத் தெற்காக ஒரு போதும் ஆட்சிபுரிந்தது இல்லை. ஆனால், மேற்கண்ட சங்க இலக்கியப் பாடல்களில் இடம்பெறும் நந்தர், மௌரியர் பற்றிய குறிப்புகள் தமிழ்த் தொன்மங்களோடு நெருங்கிய தொடர்புடைய கோசர் மற்றும் மோகூர் மன்னருடன் சேர்ந்து குறிப்பிடப்படுகிறது. இச்செய்திகளைக் கற்பனையானவை என்று அவ்வளவு எளிதாகப் புறக்கணிக்க முடியாது. அதேநேரத்தில், நந்தர்கள் மற்றும் தமிழர்களுக்கு இடையிலான வரலாற்றுக்காலத் தொடர்பு பற்றி எந்த ஆவணக் குறிப்பும் இல்லை. எனவே, சங்க இலக்கியம் குறிப்பிடும் நந்தர்கள், மௌரியர்களுக்கு முன் பாடலிபுத்திரத்தை ஆண்ட நந்தர்களைத்தான் குறிக்கிறதா என்பதை உறுதியாகச் சொல்லமுடியாது.

சங்கப் புலவர்கள் அவர்கள் காலகட்டத்தில் நிகழ்ந்த சமகால நிகழ்வுகள் பற்றித்தான் பேசுகிறார்கள் என்பதையும் உறுதியாகச் சொல்லமுடியாது. இதில், மோரியர்கள் வம்ப மோரியர், அதாவது புதிதாக வந்த மோரியர்கள் என்று அழைக்கப்படுகிறார்கள். சங்க இலக்கியம் குறிப்பிடும் இந்த நிகழ்வுகள் தமிழர் தொன்மங்களின் மீள்நினைவாகக் கூறப்படும் ஒரு கடந்த காலத்தின் தொலைதூர நிகழ்வா என்பதையும் ஆணித்தரமாகக் கூறமுடியாது. இந்த மோரியர்கள் வரலாற்றுக்கால மௌரிய பேரரசர்களா அல்லது மோரியர் என்ற பெயரில் அறியப்பட்ட பேரரசு காலத்திற்கு முற்பட்ட குடியினரா என்ற கேள்வியும் எழுகிறது.

அகநானூறு 51ஆம் பாடலில் ஒரு தலைவன் பொருள் ஈட்டுவதற்காக நந்தர்கள் ஆண்ட நிலப்பகுதிக்குச் செல்கிறான். இந்தப் பாடல் ஒரு காதல் நிகழ்வின் பின்னணியில் போகிறபோக்கில் நந்தர்கள் ஆண்ட பகுதியை அன்றாட நிகழ்வின் ஊடாகப் பேசுவதால் அந்நிலப்பகுதி ஏதோ சங்ககாலத் தமிழ் நிலப்பகுதியில் அனைவருக்கும் தெரிந்த 'பக்கத்து வீடு' போன்றதோ என்ற தோற்றத்தை நமக்கு அளிக்கிறது. ஆனால், வரலாற்றுச் சான்றுகளின் கண்ணோட்டத்தில் பார்த்தால் நந்தர்கள், சங்ககால அரசியல் எல்லைக்கு உட்பட்ட பகுதிகளுக்கு அருகே ஒருபோதும் ஆட்சிசெய்யவில்லை. எனவே, இப்பாடலில் வரும் நிலப்பகுதி வடக்கு நோக்கி நகர்த்தப்படவேண்டும். இந்த நந்தர், வம்ப மோரியர் போன்ற சொல்லாடல்கள் மீள்நினைவாக வாய்மொழி மரபின் ஊடாகச் சங்க இலக்கியத்துக்குள் வந்தடைந்ததாக இருக்கலாம். அவ்வாறாயின் அந்த

நிலவரைபடம் 6.2

ஒரு பண்பாட்டின் பயணம்

மீள்நினைவின் வயது என்ன? அல்லது, தமிழ் நிலத்தில் வாழ்ந்த ஒரு சாமானியக் காதலன்/குடும்பத் தலைவன், வடக்கே தொலைதூரத்தில் உள்ள நந்தர்களின் நிலப்பகுதிக்குப் பொருள் ஈட்டச் செல்லும் அளவுக்கு முனைப்போடு இருந்தான் என்று ஊகிக்க வேண்டும். இந்த இடத்தில் இதை ஓர் ஊகமாக எடுத்துக்கொண்டாலும், சங்க இலக்கியத்தின் நிலப்பகுதியை இந்தியத் துணைக்கண்டத்தின் பிற பகுதிகளோடு ஒரு விரிவான பார்வையில் மீள் வாசிப்பு செய்யவேண்டிய தேவை இருக்கிறது என்பதை அடிக்கோடிடுகிறது. சிந்துவெளி விட்ட இடமும் சங்க இலக்கியம் தொட்ட இடமும் ஒன்றோடு ஒன்று தொடர்புடையவை என்ற கருத்தியலை முன்வைக்கும் இந்த நூலின் மையக்கருத்துக்கு இத்தகைய பரந்த மீள்வாசிப்பு உதவும்.

சங்க இலக்கியத்தில் வீசிய காற்றுகளும் அவற்றின் புவியியலும்

நிலப்பாகுபாட்டின் அடிப்படையில் வகுக்கப்பட்ட சங்க இலக்கியத் திணைக்கோட்பாட்டில் குறிப்பிட்ட நிலத்தில் நிகழும் வாழ்வியல் அனுபவங்களுக்கு அந்நிலத்தின் புவிச்சூழலும் மேலதிகமாக உணரப்படும் பருவநிலையும் பின்புலமாக அமைகின்றன. மனிதர்கள் வாழ்க்கை நிகழ்வுகளை எதிர்கொள்ளும் விதத்திற்கும், அதன் ஊடான அகவய உணர்ச்சிக்கும் நிலம் மேடை போலவும், பொழுது பின்னணி இசை போலவும் அமைகின்றன. தொல்காப்பியம் நிலத்தையும், பொழுதையும் முதற்பொருள் என்று அழைக்கிறது (அகத். 4). பொழுது என்பது பருவகாலங்களாகவும் (பெரும்பொழுது), ஒரு நாளின் பல்வேறு நேரங்களாகவும் (சிறுபொழுது) பிரிக்கப்படுகிறது. இவ்வகையில் சங்க இலக்கியச் சித்தரிப்பில் பருவநிலையின் பங்கு முக்கியமானது. சங்கப்புலவர்கள் பல்வேறு வகையான காற்றுகள், அவற்றின் திசை, வேகம், விளைவு ஆகியவற்றை நுட்பமாகக் கவனித்து, அவற்றைக் கவிதையின் மையப்பொருளாக இருக்கும் உளவியலைச் சித்தரிப்பதற்குக் கருவியாகப் பயன்படுத்துகிறார்கள்.

பருவநிலை என்றால் என்ன? நவீன அறிவியலின் தட்பவெப்பவியல் பருவநிலையைப் பின்வருமாறு விளக்குகிறது. ஒரு நிலப்பகுதியில் 30 ஆண்டுகள் என்ற காலச்சாளரத்தில் குறிப்பிட்ட ஒவ்வொரு நாளிலும், சராசரி வானிலை எப்படி இருந்தது என்பதை வைத்துத் தீர்மானிக்கப்படுவதே ஒரு குறிப்பிட்ட நிலப்பகுதியின் பருவநிலையாகும். இடங்களுக்குப் பெயரிடுவதைப் போல ஒவ்வொரு வகையான காற்றுக்கும் பெயரிடும் மரபு உள்ளது. காற்று வீசும் திசையை அடிப்படையாகக் கொண்டு காற்றின் பெயர் சொல்லாக்கம் பெறுகிறது. எடுத்துக்காட்டாக, ஆங்கிலத்தில் 'வடதிசைக்காற்றை' *Northerly* என்றும் 'மேற்குக்காற்றை' *Westerly* என்றும் அழைக்கிறார்கள். இத்தகைய பெயரிடும் மரபு, பண்டைய காலத்திலிருந்தே தமிழ் மொழியில் உண்டு. சங்க இலக்கியம், காற்றுக்கும் திசைக்கும் இடையிலான அடிப்படையான தொடர்பைப் புரிந்துவைத்துள்ளது என்பதற்குக் கீழ்க்கண்ட எடுத்துக்காட்டுகள் சான்றாகும்.

வளி வழங்கு திசையும் (புறம். 20: 3)

வளி திரிதரு திசையும் (புறம். 30: 4)

சங்க இலக்கியத்தில் இயற்கையின் சித்தரிப்பு பற்றிய *The Treatment of Nature in Sangam Literature* என்ற ஆங்கில நூலில் சங்க இலக்கியத்தில் குறிப்பிடப்படும் வெவ்வேறு வகையான காற்று பற்றி மு. வரதராசன் விளக்குகிறார். சங்க இலக்கியத்தில் இடம்பெறும் காற்று வகை தொடர்பான வேர்ச்சொற்கள் காற்று வீசும் நான்கு திசைகளின் அடிப்படையில் சொல்லாக்கம் பெற்றுள்ளன. தென்திசையிலிருந்து வீசும் காற்று தென்றல் (தென்/தெற்கு) என்றும், வடக்கு திசையிலிருந்து வீசும் காற்று வாடை (வட/வடக்கு) என்றும், கிழக்கிலிருந்து வீசும் காற்று கொண்டல் (குண/குணக்கு) என்றும் மேற்கிலிருந்து வீசும் காற்று கோடைக்காற்று (குட/குடக்கு) என்றும் அழைக்கப்படுகின்றன.

சங்க இலக்கியம் பதிவு செய்யும் வெவ்வேறு வகையான காற்று பற்றி மு. வரதராசன் தெரிவிக்கும் முக்கியமான சில கருத்துகள் வருமாறு:

- பிற்கால இலக்கியங்களில் அதிகம் பேசப்படுகிற மிகவும் இதமான தென்றல் காற்று சங்க இலக்கியத்தில் அரிதாகவே குறிப்பிடப்படுகிறது.
- வாடைக்காற்று அனைவராலும் வெறுக்கப்படும் காற்று. ஆனால், இந்த வாடைக்காற்றுதான் சங்க இலக்கியத்தில் அதிகம் பேசப்படுகிறது.
- கீழைக்காற்று பெரும்பாலும் கடற்கரை பற்றிய வர்ணனைகளிலேயே இடம்பெறுகிறது.
- மேற்குத் திசையிலிருந்து வீசும் கோடைக்காற்று, சங்க இலக்கியங்களில் கீழைக்காற்றையும், தென்றலையும்விட அதிகமாகக் குறிப்பிடப்படுகிறது; வாடைக்கு அடுத்தபடியாகக் கோடைக்காற்றே சங்க இலக்கியத்தில் முக்கிய இடம்பெறுகிறது.
- வாடைக்காற்றும், கோடைக்காற்றும், பலமாக வீசும் தன்மையுடையன. வாடைக்காற்று, மிகவும் குளிர்ச்சியான பனிக்காற்றாகும். கோடைக்காற்று, தாங்க முடியாத வெப்பக்காற்றாகும். தென்றல் காற்று மெல்லென வீசும், கீழைக்காற்று பொதுவாகப் பலமான காற்று இல்லை. (Varadarajan 1969: 235-236).

வரதராசனின் மேற்கண்ட கருத்துகள் சில கேள்விகளைத் தூண்டுகின்றன. கொடுமையான பனிக்காற்றான வாடைக் காற்றை யாரும் விரும்புவதில்லை. இருந்தாலும், சங்க இலக்கியம் அந்த காற்றைப் பற்றி ஏன் அதிகம் பேசுகிறது? மெல்லென வீசும் இனிமையான தென்றல் காற்றைப் பின்வந்த இலக்கியங்கள் எல்லாம் கொண்டாடும்போது சங்க இலக்கியத்தில் தென்றல் காற்று ஏன் அதிகம் பேசப்படவில்லை? கிழக்கிலிருந்து வீசும் கொண்டல் காற்று கடற்கரைப் பின்னணியில் வர்ணிக்கப்படுவதை நம்மால் புரிந்துகொள்ள முடிகிறது. ஆனால், வடக்குக்காற்றுக்கு அடுத்தபடியான முக்கியத்துவத்தோடு அனல் வீசும் மேற்குக்காற்று பேசப்படுவதற்கான காரணம் என்ன? சங்க இலக்கியங்கள் விரிவாகப் பேசும் கோடைக்காற்றின் உண்மையான தன்மைதான் என்ன?

சங்க இலக்கியங்களில் வாடைக்காற்று 55 முறையும், கோடைக்காற்று 42 முறையும், கொண்டல் காற்று 8 முறையும், தென்றல் காற்று 4 முறையும் குறிப்பிடப்படுகின்றன.

வாடை: வாட்டி எடுக்கும் வடக்குக்காற்று

சங்க இலக்கியத்தில் மிகக் குளிர்ச்சியான பனிக்காற்று பேசப்படும்போது 49 முறை வாடை என்ற சொற்பதமே பயன்படுத்தப்படுகிறது. மேலும், வடந்தை என்ற சொல் மூன்று முறையும், ஊதை என்ற சொல் மூன்று முறையும் பயன்படுத்தப்பட்டுள்ளன. இவற்றில் வாடை, வடந்தை என்ற இரு சொற்பதங்களும் இக்காற்று வாட்டும் பனிக்காற்று என்பதையும், வடக்கிலிருந்து வீசுவது என்பதையும் தெரிவிக்கின்றன. சங்ககாலம் முதல் தற்காலம் வரை வாடைக்காற்று என்ற சொல்வழக்கு தமிழ் மொழியில் பயன்படுத்தப்படுகிறது. "வடக்கிலிருந்து வீசும் வாடைக்காற்று" என்ற தொடர் தமிழ் மொழியில் மிகச் சாதாரணமாகப் பயன்படுத்தப்படும் ஒரு தொடர் வழக்கம். பள்ளிக்குழந்தைகள்கூட இன்றுவரை இப்படித்தான் பாடம் படிக்கின்றனர். தமிழ்ப் பேரகராதி (ப. 3534), வாடைக்காற்று என்பது வாட்டும் பனிக்காற்று; வடக்கிலிருந்து வீசும் காற்று என்ற இரண்டு பொருண்மைகளையும் தருகிறது. நற்றிணை 366, குறுந்தொகை 317 ஆகிய பாடல்களில் வடக்கிலிருந்து வீசும் வாடைக்காற்று என்ற பொருண்மை மிகத்தெளிவாக 'வடபுல வாடை' என்று சித்தரிக்கப்படுகிறது. மேலும், வாடைக்காற்றை 'வேறு புல வாடை' அதாவது வடக்கில் இருந்து வீசும் அயல் நிலத்து வாட்டும் பனிக்காற்று என்று நற்றிணை 341வது பாடல் அடையாளம் காட்டுகிறது. இத்தகைய வர்ணனைகள் சங்க இலக்கியத்தின் வாடைக்காற்றை ஐயமின்றி வடக்குத் திசையில் அதிலும் குறிப்பாக அயல்நிலத்தின் வடக்குத் திசையில் பொருத்திக்காட்டுகின்றன.

வடக்கிலிருந்து வீசும் கடும் பனிக்காற்று சீழ்க்கையடிப்பது போல மெல்லிய ஒலியுடன் வீசுவதாக நற்றிணை 109வது பாடலில் வரும் 'இம்மென இரைக்கும் வாடை' என்ற சித்தரிப்பு விளக்குகிறது. வாடைக்காற்று பின்குளிர் காலத்தோடும், முன்பனிக்காலத்தோடும் தொடர்புடையது (அகம். 125). தாங்கமுடியாத கடும் பனிக்காற்று இரவு நேரத்தில் மிகக் கடுமையாக வீசுவதால் அந்தக் குளிரின் தாக்கத்தைப் பொறுக்கமுடியாமல் நாரைகள் அவலக்குரல் எழுப்புகின்றன; நண்டுகளும் குளிரைத் தாங்கமுடியாமல் பொந்துக்குள் புகுந்துகொள்கின்றன. நக்கீரர் எழுதிய நெடுநல்வாடை என்ற சங்க இலக்கியத்தின் பெயரே வாடைக்காற்றின் முக்கியத்துவத்தை உணர்த்துகிறது. இந்நூலின் தலைப்பில் வரும் நெடு (நீண்ட), நல் (நல்ல) ஆகிய சொற்கள் வீட்டில் காத்திருக்கும் தலைவி, போர்ப் பாசறையில் வெற்றியைக் கொண்டாடும் தலைவன் ஆகிய இருவர் மீதும் வாடைக்காற்று ஏற்படுத்தும் வெவ்வேறு வகையான தாக்கங்களை விளக்குகின்றன. வாடைக்காற்று பற்றிய சித்தரிப்புகள் அதன் இரக்கமற்ற வாட்டும் தன்மையையும், அது பிரிவுச் சூழலில் தலைவிக்கு ஏற்படுத்தும் துன்பத்தையும் விளக்குகிறது.

அகநானூறு 58 மற்றும் 235ஆம் பாடல்களில் வாடைக்காற்று 'பண்பு இல் வாடை' அதாவது, எப்படி நடந்துகொள்வது என்று தெரியாத இரக்கமற்ற, பண்பில்லாத வாடைக்காற்று என்று வர்ணிக்கப்படுகிறது. அகநானூறு 243ஆம் பாடலும் சிறிதும் பரிவின்றி வருத்தும் வாடைக்காற்றைக் 'கண் இல் வாடை' என்று அழைக்கிறது. அகநானூறு 255, 'அறன் இன்று அலைக்கும் ஆனா வாடை' என வாடைக்காற்றை 'அறமற்ற காற்று' என்று அழைக்கிறது. நற்றிணை 193ஆம் பாடலில் துன்புறுத்தும் வாடைக்காற்றிடம் நேரடியாக உரையாடி, தன்னை வாட்டி வருத்தவேண்டாம் என்று கேட்டுக்கொள்ளும் ஒரு தலைவியை நாம் சந்திக்கிறோம்.

வாடைக்காற்று பற்றிய 'ஊதை' என்ற சொல்லாடல் நற்றிணை 183, அகநானூறு 183, குறுந்தொகை 55 ஆகிய மூன்று பாடல்களிலும் இடம்பெறுகிறது. வருத்தும் கடுமையான குளிர்காற்றைக் குறிப்பதற்குப் பயன்படும் ஊதை என்ற சொல்லாடல் அக்காற்று வடக்கிலிருந்து வீசும் என்ற திசைப்பொருண்மையை நேரடியாகத் தரவில்லை. வாடைக்காற்று பற்றி சங்க இலக்கியம் தருகிற 55 குறிப்புகளில் இந்த மூன்றையும் விட்டுவிட்டால் மீதமுள்ள 52 குறிப்புகளிலும் வாடைக்காற்று வடக்கிலிருந்து வீசுவது, மிகவும் கடுமையானது என்ற இரண்டு தன்மைகளும் ஒரேநேரத்தில் வெளியாகின்றன. மேலும், சங்க இலக்கியம் குறிப்பிடும் நான்கு வகையான காற்றுகளில் ஐந்திணைகளிலும்

குறிப்பிடப்பட்டுள்ள ஒரே காற்று வாடைக்காற்று மட்டுமே (பாலை எனும் பாலைவனப் பகுதி - 22; குறிஞ்சி எனும் மலைப்பகுதி - 12; முல்லை எனும் மேய்ச்சல்நிலக் காட்டுப்பகுதி - 8; நெய்தல் எனும் கடற்கரைப்பகுதி - 4; மருதம் எனும் வயல் பகுதி - 2). இவற்றில் வாடைக்காற்றின் தன்மை அதிகம் பயன்படுத்தப்படுவது பாலைத்திணையின் பின்னணியில்தான்.

பேகன் எனும் தமிழ்த் தொன்ம வள்ளலும் பனிக்காற்றும்

தமிழ்த் தொன்மங்கள் போற்றிப் புகழும் கடையெழு வள்ளல்களில் ஒருவர் பேகன். ஆவியர் குலத்தில் பிறந்த பேகன், பெருங்கல் நாடு என்று அழைக்கப்படும் மலைப் பகுதியை ஆட்சிசெய்தார். இவரது நாட்டில் உள்ள பொதினி மலை, தற்காலத்தில் ஆவினங்குடி என்று அழைக்கப்படும் திருஆவினன்குடி என்ற பெயர் கொண்ட பழனிமலையோடு ஒப்பிடப்படுகிறது. முல்லைக்குத் தேர் அளித்த பாரியைப் போல, மயிலுக்குப் போர்வை அளித்த பேகன் என்று இவரது கொடைத்தன்மை போற்றப்படுகிறது. மயிலொன்று தாங்கமுடியாத பனியில் வாடி நடுங்கிக் கொண்டிருந்தபோது அந்தவழியே சென்ற பேகன், தன் போர்வையைக் கழற்றி மயிலுக்குப் போர்த்திவிட்டதாகத் தமிழ்த் தொன்மங்கள் கூறுகின்றன. சங்க இலக்கியங்கள் இதுபற்றி பல இடங்களில் பதிவுசெய்துள்ளன.

> வானம் வாய்த்த வளமலைக் கவாஅன்,
> கான மஞ்ஞைக்குக் கலிங்கம் நல்கிய
> அருந்திறல் அணங்கின் ஆவியர் பெருமகன்
> பெருங்கல் நாடன் பேகனும்... (சிறுபா. 84-85)

> மடத்தகை மாமயில் பனிக்கும் என்று அருளிப்
> படாஅம் ஈத்த கெடாஅ நல்லிசைக்
> கடாஅ யானைக் கலிமான் பேக (புறம். 145: 1-3)

பேகனின் இந்தக் கொடைமடம் தமிழ்த் தொன்மங்களில் ஆழமாக வேரூன்றிய மீள்நினைவு. கடையெழு வள்ளல்கள் என்ற பெருமிதப் பட்டியலில் மூவேந்தர்களான சேரர், சோழர், பாண்டியர்களில் ஒருவர்கூட இடம் பெறவில்லை; கடையெழு வள்ளல்கள் எழுவரும் மலைநிலத் தலைவர்கள் என்பது குறிப்பிடத்தக்கது. கடையெழு வள்ளல்கள் என்ற தொன்மத்தின் மிக நீளமான, ஆழமான மலை வாழ்வியல் தொடர்பை இது அடையாளப்படுத்துகிறது. பேகன் என்ற வள்ளல் உண்மையிலேயே மயிலுக்குப் போர்வையைப் போர்த்தினாரா அல்லது இது ஒரு மிகைக்கூற்றா என்ற ஆராய்ச்சி இங்கே முக்கியம் அல்ல. இந்தத் தொன்ம மரபு சொல்ல விரும்பும் செய்திதான் முக்கியம். இப்படிப்பட்ட ஒரு கொடைச்செயல் நடந்தது என்றால், நீண்ட தோகையுடன் கூடிய மயிலுக்கே குளிரடிக்கக்கூடிய பனிக்குளிர் வீசும் புவிச்சூழலில்தான் நடந்திருக்கக்கூடும். தற்காலப் பழனி போன்ற வெப்பப் பகுதிகளில் இதை ஒரு மீள்நினைவின் மீள்களமாகப் பார்க்கலாமே தவிர அந்தத் தொன்மத்தின் உண்மையான தொடக்கப் புள்ளியாகப் பார்ப்பதில் நடைமுறை சார்ந்த சிக்கல்கள் உள்ளன.

கடையெழு வள்ளல்கள் அனைவரும் குறிஞ்சிநிலப் பின்னணியைச் சார்ந்தவர்கள். அவர்கள் வயல்களால் சூழப்பட்ட மருதநிலங்களோடும், பெருநகரங்களோடும், துறைமுகங்களோடும் தொடர்புடையவர்கள் அல்ல. நம் கைகளில் கிடைத்துள்ள சங்க இலக்கியங்கள், பாண்டிய அரசமரபினர் வெவ்வேறு காலங்களில் நிறுவனப்படுத்தி நடத்திய தமிழ்ச்சங்கம் என்ற அமைப்பின் மூலமாகத் தொகுக்கப்பட்டவை. சங்க இலக்கியத்துக்கும், தொல்காப்பியத்துக்கும் முற்பட்ட இலக்கிய இலக்கணங்கள் நமக்குக் கிடைக்கவில்லை. எனவே, மிக நீண்ட தொன்மப் பின்னணி கொண்ட தமிழ் மொழியின் வரலாற்றுக்கு முற்பட்ட காலகட்டங்களைத் தமிழ் மக்களின் காலங்காலமான பட்டறிவின் முழு நீள, அகலங்களைத் தற்காலத் தமிழ்நாட்டின் அரசியல் எல்லைகளுக்குள் வலுக்கட்டாயமாகப் பொருத்திப் பார்க்கவேண்டும் என்ற தேவை எதுவும் இல்லை. அவ்வாறு செய்வது செயற்கையானதும், தமிழ்த் தொன்மங்கள் பற்றிய புலனாய்வை இதுவரை நாம் பேசிவந்த, வருகிற சில கருத்தாக்கங்களின் கட்டமைப்புக்குள் கட்டாயப்படுத்தி வரையறுப்பதும் ஆகும். இது உண்மையில் மிகப்பொறுப்போடு கையாள வேண்டிய முக்கியமான களமாகும்.

கோடை: அனல்கக்கும் மேற்குக்காற்று

சங்க இலக்கியத்தில் கோடைக்காற்று பற்றிய வர்ணனைகள் பெரும்பாலும் வறண்ட நிலங்களின் பின்னணியிலேயே இடம்பெறுவதில் வியப்பில்லை. மேற்குக்காற்று, மிகக் கடுமையானதும், வெப்பமானதும் ஆகும். 'எரிவாய்க் கோடை' (அகம். 353), 'அழல் எறி கோடை' (அகம். 219) ஆகிய சித்தரிப்புகள் நெருப்பை உமிழும் கோடைக்காற்றின் வெம்மையை விளக்குகின்றன. 'தணிவு இல் வெம் கோடை' (கலி. 20), 'கோடை வெவ் வளிக்கு' (அகம். 397) ஆகிய சித்தரிப்புகள் கோடைக்காற்றுக்கும், அனல் பறக்கும் கோடைக் காலத்திற்கும் இடையிலுள்ள தொடர்பைத் தெளிவாக்குகிறது. சங்க இலக்கியத்திலிருந்து நாம் பெறக்கூடிய கோடை பற்றிய புரிதலுக்கு ஒரு புதிய பரிமாணத்தைக் கொடுக்கிறது அகநானூற்றின் 353வது பாடல்.

> ...செந் நிலை
> அமை ஆடு அம் கழை தீண்டி, கல்லென
> ஞெமை இலை உதிர்த்த எரி வாய்க் கோடை

நெடு வெண் களரி நீறு முகந்து சுழல,
கடு வெயில் திருகிய வேனில் வெங் காட்டு,
உயங்கு நடை மடப் பிணை தழீஇய, வயங்கு பொறி,
அறு கோட்டு, எழிற் கலை அறுகயம் நோக்கி,
தெண் நீர் வேட்ட சிறுமையின், தழை மறந்து,
உண்நீர் இன்மையின், ஒல்குவன தளர,
மரம் நிழல் அற்ற இயவின் சுரன் இறந்து... (அகம். 353 : 6-15)

மேற்கிலிருந்து வீசும் கோடைக்காற்று வெண்மணல் நிறைந்த பரப்பில் சுழன்றடித்து பெரும் மணல் தூசுகளைக் கிளப்பிய காட்சியை இந்தப் பாலைத்திணைப் பாடல் கண்முன் விரிக்கிறது.

தமிழ்ப் பேரகராதி (ப. 3355) மேல்காற்று என்ற சொற்பதத்தை மேற்கிலிருந்து வீசும் காற்று என்றும், கோடைக்காற்று என்றும் அடையாளப்படுத்துகிறது. எனவே, கோடைக்காற்று மேற்குத் திசையோடும், வெப்பக்காற்றோடும் தொடர்புபடுத்தும் மரபு தெளிவுபெறும். திவாகர நிகண்டும் (1:40) இதை உறுதி செய்கிறது. கோடை என்ற சொல் பற்றி விளக்கமளிக்கும் தமிழ்ப் பேரகராதி (ப. 1180), கோடை என்ற சொல் மேற்கிலிருந்து வீசும் காற்று என்பதைக் குடக்கு (மேற்கு) என்ற சொல்லின்மூலம் விளக்குவதோடு அது கோடைக்காலத்தையும் குறிப்பதாகச் சொல்கிறது. சங்க இலக்கியத்துக்கு உரை எழுதிய பலரும், அவற்றை மொழிபெயர்த்தவர்களும் கோடை என்பதை மேற்குக் காற்று என்றும் கோடைக்காலம் என்றும் தொடர்புபடுத்தி விளக்குகிறார்கள்.

'சூரலங் கடுவளி' (அகம். 1), 'சுழன்றுவரு கோடை' (அகம். 101) என்று சங்க இலக்கியம் மேற்குக் காற்றின் வலுவான, சுழன்று வீசும் தன்மையை முன்னிலைப்படுத்துகிறது. இப்பாடல்கள் பாலைத்திணையைச் சேர்ந்தவை. மூங்கில் மரங்களை அசைத்துப் புரட்டும் கோடைக்காற்று பற்றி அகநானூறு 27ஆம் பாடல் பேசுகிறது. கோடைக்காற்று கொண்டு வந்து குவித்த, மணலால் உயரம் குறைந்து பாதியான ஒரு பனைமரம் பற்றிய வர்ணனை, கோடைக்காற்றின் மணல் குவிக்கும் தன்மை பற்றிய ஆகச்சிறந்த காட்சிப்படிமம். இதைச் சித்தரிக்கும் குறுந்தொகையின் 248வது பாடல் வரிகள் வருமாறு,

...கானல்
ஆடு அரை புதையக் கோடை இட்ட
அடும்பு இவர் மணல் கோடு ஊர நெடும் பனைக்
குறிய ஆகும் (குறு. 248: 3-6)

ஆலமரத்தின் விழுதுகளைப் பலமாக வீசும் கோடைக்காற்று ஊஞ்சலாட வைக்கும் காட்சியை அகநானூறு 287ஆம் பாடல் அழகாக வர்ணிக்கிறது.

புரிசை மூழ்கிய பொரி அரை ஆலத்து
ஒரு தனி நெடு வீழ் உதைத்த கோடை (அகம். 287)

கோடைக் காலத்தையும் அதன் வெப்பச் சூழலையும் சித்தரிக்க வேனில், வெயில் போன்ற சொற்களைச் சங்க இலக்கியம் கையாள்கிறது. கோடையின் தொடக்ககாலம் 'இளவேனில்' என்றும் 'முற்றா வேனில்' என்றும், கோடை மாதம் 'வேனில் திங்கள்' என்றும், உச்சகட்ட கோடைக்காலம் 'கடும் திரள் வேனில்' என்றும், 'இன்னா வேனில்' என்றும் வர்ணிக்கப்படுகிறது. 'கோடை வெவ்வளி' (அகம். 397) என்ற சொல்லாடல் கோடைக்காற்றின் வெப்பத்தன்மையைத் தெளிவாக விளக்குகிறது.

கோடையின் வெப்பத்தையும் வறட்சியான சூழ்நிலையையும் தாங்கமுடியாமல் தங்களின் நிலபுலன்களை விட்டு மக்கள் வேறு இடங்களுக்குப் புலம்பெயர்ந்தார்கள் என்று அகநானூறு தெரிவிக்கிறது.

> ...வேனில் வெற்பின் கானம் காய,
> முனை எழுந்து ஓடிய கெடு நாட்டு
> ஆர் இடை.... (அகம். 187: 16-17)

இதைப்போலவே, அகநானூறு **249**இல் கோடை வெப்பத்தின் தாக்கம் விரிவாக பேசப்படுகிறது. இப்பின்னணியில், முசுண்டை என்ற பகுதியைச் சேர்ந்த வெம்பி என்ற நகரம் குறிப்பிடப்படுகிறது.

சங்க இலக்கியத்தில் மேற்கிலிருந்து வீசும் கோடைக்காற்று **25** முறை பாலை நிலப் பின்னணியிலும், **3** முறை நெய்தல் நிலப் பின்னணியிலும் குறிப்பிடப்படுகிறது.

கொண்டல்: மழை தரும் கீழைக்காற்று

கொண்டல் என்ற சொல்லுக்குத் தமிழ்ப் பேரகராதி (ப. 1143), கிழக்கு திசை, கிழக்கிலிருந்து வீசும் காற்று, மழை என்று மூன்று பொருள்களைத் தருகிறது. கொண்டல் காற்று என்பதைக் கிழக்கிலிருந்து வீசும், மழையைக் கொண்டுவரும் காற்று என்று சங்க இலக்கியம் தெளிவாகக் குறிப்பிடுகிறது. கிழக்குத் திசையிலுள்ள கீழைக்கடலிலிருந்து இடது நோக்கி உள்ள கிழக்கு கரை நோக்கி வீசுவதால் இக்காற்று கொண்டல் காற்று எனப்படுகிறது. இக்காற்று கிழக்கில் தோன்றி மழை சுமக்கும் மேகங்களுடன் மேற்கு நோக்கி உயர்ந்தெழுவதைக் "கொண்டல் மா மழை குடக்கு ஏர்பு குழைத்த" என்ற நற்றிணை **140**ஆம் பாடலடி தெரிவிக்கிறது. அகநானூற்றின் **178**ஆம் பாடலும் "கொண்டல் வான் மழை பொழிந்த" என்கிறது. அகநானூற்றின் **235**ஆம் பாடல் "பயன் நிலம் குழைய வீசிப் பெயல் முனிந்து, விண்டு முன்னிய கொண்டல் மா மழை" என்கிறது. இப்பாடல்கள் கிழக்கிலிருந்து வீசும் கொண்டல் காற்றுக்கும் மழைக்கும் உள்ள தொடர்பை வெளிப்படுத்துகின்றன. இக்காற்றால் கடலோரப் பகுதிகளில் உள்ள மணல்படுகைகளில் நேரிடும் தாக்கத்தை அகநானூறு விளக்குகிறது. கொண்டல் காற்று மெல்ல வீசி, கடற்கரையில் நண்டுகள் ஊர்ந்து உண்டாக்கிய சுவடுகளை மறைக்கிறது என்ற கவித்துவ வர்ணனையுடன் காற்றின் தன்மை பேசப்படுகிறது.

இந்தியத் துணைக்கண்டத்தில் பருவக்காற்றுகள் தோன்றும் விதத்தையும் அவை மழையாகப் பொழிகிற இயக்கத்தையும் மிக நுட்பமாகக் கவனித்து சிறப்பாக ஆவணப்படுத்தியுள்ளது சங்க இலக்கியம். கிழக்குக் கடலில் (தற்போதைய வங்காள விரிகுடா) ஈரப்பதத்தை உறிஞ்சி, பருவமழை மேகமாகத் திரண்டு விரைந்து நகர்ந்து மேற்கு நோக்கி மேலெழுந்து மழையாகப் பொழிகிறது. இந்தச் சித்தரிப்பு தெளிவாக வடகிழக்குப் பருவக்காற்றை விளக்குகிறது என்பதில் ஐயமில்லை.

இந்தியத் துணைக்கண்டத்தில் அதிகமான நிலப்பகுதிகளுக்கு மழை தரும் பருவக்காற்று தென்மேற்குப் பருவக்காற்றுதான். இப்பருவக்காற்று கோடைக்காலத்தின் இறுதிப்பகுதியில் வீசத்தொடங்கி இந்தியாவின் பல்வேறு பகுதிகளிலும் மழையாகப் பொழிகிறது. இதே பருவக்காற்று அப்படியே திசைமாறித் திரும்பி, கிட்டத்தட்ட வந்த திசையை நோக்கித் திரும்பிவரும் வழியில் இந்தியாவின் சில பகுதிகளுக்கு, குறிப்பாகத் தமிழ்நாட்டிற்கு மழை தருகிறது. இவ்வாறு திரும்பிவரும் பருவக்காற்று *(Retreating Monsoon)* வடகிழக்குப் பருவக்காற்று என்று அழைக்கப்படுகிறது. இப்பருவக்காற்றின் ஒருபகுதி, கிழக்குக் கடல் வழியாக வீசி, ஈரப்பதத்தைச் சேகரித்துக்கொண்டு சோழ மண்டல கடற்கரையிலும், தமிழ்நாட்டின் ஏனைய பகுதிகளிலும் மழையாகப் பொழிகிறது. இந்த வானிலை நிகழ்வே கிழக்கிலிருந்து மழையை முகந்து கொண்டு வரும் கொண்டல் காற்று என்று சங்க இலக்கியங்களில் வர்ணிக்கப்படுகிறது.

> குண கடல் முகந்து, குடக்கு ஏர்பு, இருளி
> மண் திணி ஞாலம் விளங்க கம்மியர்
> செம்பு சொரி பானையின் மின்னி, எவ்வாயும்
> தன் தொழில் வாய்த்த இன் குரல் எழிலி
> தென்புல மருங்கில் சென்று அற்றாங்கு (நற். 153)

இதற்கான எளிய விளக்கம், "கிழக்குக் கடலில் நீரை முகந்து, மேற்குத் திசையில் எழுந்து, இருண்டு மண் திணிந்த இந்த உலகம் ஒளிர்ந்துவிளங்க, கொல்லர் கடையும்போது செம்புப் பொறிகளைச் சொரியும் பானையைப் போல மின்னலிட்டு, எல்லாப் பக்கங்களிலும் தம் பெய்தல் தொழிலை வாய்க்கச்செய்யும் இனிய ஓசையையுடைய மேகங்கள் தென்புலப் பக்கமாகச் சென்று தேய்ந்துபோவதைப் போல்" என்பதாகும்.

தென்மேற்குப் பருவக்காற்றால் இந்தியத் துணைக்கண்டத்தின் பெரும்பாலான பகுதிகள் மழை பெற்றாலும், அப்பருவக்காற்றை மேற்குத் தொடர்ச்சி மலை தடுத்துவிடுவதால் தமிழ்நாட்டின் சமவெளிப் பகுதிகள் மழை மறைவுப் பகுதிகளாகி *(Rain shadow areas)* அதன் காரணமாக மழையைப் பெறுவதில்லை. மாறாக, வடகிழக்குப் பருவக்காற்றே தமிழ்நாட்டுக்கு அதிக மழை தருகிறது. பெரும் மழையைக் கொடுக்கும் மேகம், தெற்கு நோக்கி வீசி மழை பொழிவதை நற்றிணையின்

5ஆம் பாடல் விளக்குகிறது. நற்றிணையின் 89ஆம் பாடல், கிழக்கிலிருந்து வீசும் பருவமழைக் காற்றின் இறுதி நாளை மிக அருமையாகப் படம்பிடிக்கிறது.

அகநானூற்றின் 235ஆம் பாடலில் இந்தியத் துணைக்கண்டத்தின் பருவமழைகளின் இயக்கம் பற்றிய, அவற்றின் நிகழ்விடம் பற்றிய குறிப்பு வருகிறது. இப்பாடல் மழை பொழியும், கீழைக்காற்றையும் இரவு நேரத்தில் குளிராக வீசும் வாடைக்காற்றையும் ஒரே நிலத்தில் ஒருங்கிணைத்துப் பேசுகிறது.

தென்மேற்குப் பருவமழை பெய்யும் காலம் முடிந்ததைத் தொடர்ந்தே, வடகிழக்குப் பருவக்காற்று மழை வீசத் தொடங்குகிறது. கோடைக்காலம் முற்றிலும் முடிந்து, மழைக்காலமும் முடிந்தபின் ஈரப்பதம் கொண்ட குளிர்காற்று இந்தியாவின் சில பகுதிகளில் மட்டுமே வீசத் தொடங்கியிருக்கும். இந்தியாவின் தட்பவெப்பச் சூழலியல் மற்றும் பருவக்காற்றின் செயல்பாடுகள் குறித்த ஆகச்சிறந்த புரிதலைச் சங்க இலக்கியம் நமக்குத் தருகிறது. இந்தப் புரிதலின் ஊடாகப் புலனாகும் புவிச்சூழல் நாமறிந்த சங்க இலக்கிய அரசியல் நில எல்லை என்ற வரையறைக்கும் அப்பால் நம்மை அழைத்துச் செல்கிறது என்பதுதான் உண்மை. இதுபற்றி மேலும் ஆராயப்பட வேண்டும்.

தென்றல்: இதமான தென்திசைக் காற்று

இளவேனிற் காலத்தில் தெற்கிலிருந்து வீசும் இதமான காற்று தென்றல் காற்று. நெடுநல்வாடையில் பயன்படுத்தப்படும் ‘தென்வளி’ என்ற சொல்லாடல் இந்த இதமான காற்றுக்கும் தென்திசைக்கும் உள்ள தொடர்பை நேரடியாகத் தெரிவிக்கிறது. தமிழர்களின் உளவியலில் தென்றலுக்கென்று ஒரு சிறப்பிடம் உள்ளது. தென்திசைக் காற்று தமிழ்த் தொன்மங்களோடு நெருங்கிய தொடர்புடைய பொதிகை மலையில் தோன்றுவதாகக் கருதப்படுகிறது. இந்தத் தென்றல் காற்றைப் பொதிகை மலையோடு தொடர்புபடுத்தும் தொன்மத்தின் தொடர்ச்சி நிகழ்காலத் திரைப்படங்கள் வரை தொடர்ந்து பயணிக்கிறது. ‘பொதிகை மலை உச்சியிலே புறப்படும் தென்றல்’ (திருவிளையாடல் 1965) என்ற திரைப்பாடல் வரிகள் இதற்குச் சான்றளிக்கும்.

அரசுக்கும், தனிநபர்களுக்கும் சொந்தமான பல கட்டடங்களுக்கும், வீடுகளுக்கும் தென்றல் என்று பெயர் சூட்டப்படுவதைத் தமிழகத்தின் பல பகுதிகளில் பார்க்கலாம். பெண் குழந்தைகளுக்குத் தென்றல் என்று பெயரிடுவது வழக்கத்தில் உள்ளது. ஆனால், தற்காலத்தில் இவ்வளவு சிறப்புமிக்க தென்றல் காற்று சங்க இலக்கியத்தில் மிக அரிதாகவே பேசப்படுவது வியப்பை அளிக்கிறது. இதுகுறித்து நமது கவனத்தை முதலில் கவர்ந்தவர் மு. வரதராசன். சங்க இலக்கியத்தில் தான் கண்டறிந்த புள்ளிவிவரத்தால் வியப்படைந்த வரதராசன் தனக்குத்தானே பின்வருமாறு ஆறுதல் சொல்லிக்கொள்கிறார். "இதுவரல் அசைவளி (மெல்ல நளினமாக அசைந்து வரும் காற்று) என்றும் மணவாய்த் தென்றல் (தெற்கிலிருந்து வீசும் மணம் கமழும் காற்று) என்றும் சங்கப் புலவர்கள் தென்றல் காற்றைப் போற்றிப் புகழ்வதே இதன் மதிப்பிற்குப் போதுமானது." (Varadarajan 1969: 235). மு. வரதராசனின் வியப்பிற்கும், ஆறுதலுக்கும் பின்னணியான உளவியலை நம்மால் புரிந்துகொள்ள முடிகிறது. ஆனாலும், இதை வேறொரு கோணத்தில் புலனாய்வு செய்யவேண்டிய தேவையும் இருக்கிறது. காற்றின் திசைகள் பற்றிய சங்க இலக்கியத்தின் ஆகச்சிறந்த துல்லிய கவனிப்பை ஓர் அகன்ற நிலவெளியில் நின்று மீள்வாசிப்பு செய்யவேண்டிய தேவை தவிர்க்க இயலாததாகும். இதுபற்றி இந்த இயலில் மேலும் பார்ப்போம்.

சங்ககாலத் தமிழ் மொழி, அரசியல் எல்லை என்ற வரையறைகளைத் தாண்டி, வடக்கு, மேற்கு மற்றும் வடமேற்கு நிலங்களின் தட்பவெப்பச் சூழல்களையும் நுட்பமாகக் கவனிக்கும் வாய்ப்பு ஏதோ ஒருவகையில் சங்க இலக்கியத்துக்குக் கிடைத்திருக்கிறது. இதைப் போகிறபோக்கில் கேள்விப்பட்ட செய்தி போல இல்லாமல் இயற்கை குறித்த ஒரு துல்லியமான படப்பிடிப்பாகப் பதியவைப்பது கவனிக்கத்தக்கது. குறுந்தொகை 158ஆம் பாடலில், தலைவி தனது பிரிவுத் துயரை மேலும் அதிகமாக்கும் மழைக்காலத்தைப் பற்றி மழையிடமே நேரடியாக உரையாடுகிறாள். அப்போது அவள் பேசுவது கேட்கும்படியான காதில்விழும் தூரத்தில்தான் தலைவனும் நிற்கிறான் என்பது இந்தப் பாடல் அமைத்துக்கொள்கிற ஒரு நாடகப் பின்புலம். இந்தப் பாடல் வானத்தைப் பிய்த்துக்கொண்டு கொட்டித்தீர்க்கும் பேய் மழை, இமயமலை போன்ற பெரும் மலையிலும் ஏற்படுத்தும் தாக்கத்தைப் பற்றியது. இந்தப் பாடலை எழுதியவர் சங்க இலக்கிய புலவர்களில் மிக முக்கியமான பெண் புலவரான ஔவையார்.

> நெடுவரை மருங்கின் பாம்பு பட இடிக்கும்
> கடு விசை உருமின் கழறு குரல் அளைஇக்
> காலொடு வந்த கமஞ்சூல் மா மழை
> ஆர் அளி இலையோ, நீயே பேர் இசை
> இமயமும் துளக்கும் பண்பினை,
> துணை இலர் அளியர் பெண்டிர்
> இஃது எவனோ (குறு. 158)

திரண்ட மழை கொண்டுவரும் கருத்த மேகங்களைக் காற்று விரைந்து இழுத்துச்செல்கிறது. மேகம் சூழ்ந்த வானிலிருந்து கிளம்பும் இடி முழக்கத்தில் மலைகளில் உள்ள பாம்புகளே நடுங்குகின்றன என்று தொடங்கும் இந்த வர்ணனையின் புவியியல் பின்னணி இமயமலை ஆகும். இதில் மிகவும் கவனிக்கவேண்டியது, இமயமலையே பிளந்து போகும்படியாகக் கொட்டித் தீர்க்கும் மாமழைதான்.

இமயமலைப் பகுதியில் ஓர் ஆண்டில் இரண்டு மழைக்காலங்கள் உண்டு. இதில், பலத்த மழை பெய்வது தென்மேற்குப் பருவக்காற்று வீசும் மழைக்காலத்தில்தான். ஓங்கி உயர்ந்த இமயமலையின் உச்சி முகடுகள் இந்தியத் துணைக்கண்டத்தின் தென்மேற்குப் பகுதியிலிருந்து வீசுகின்ற மழைக் காற்றைத் தொடர்ந்து வடக்கே செல்லமுடியாதபடி தடுத்து இமயமலைப் பகுதியில் மழைபெய்யச் செய்கிறது. இதனால், இடி முழக்கத்துடன் கூடிய பெருத்த மழை இமயமலையில் ஆண்டுதோறும் நேர்கிறது.

இதற்கு உதாரணமாக உத்தராகாண்டில் 2013ஆம் ஆண்டு ஜூன் மாதத்தில் நேர்ந்த பெரும் மழையைக் குறிப்பிடலாம். பல நாட்கள் தொடர்ந்து நீடித்த இந்த மழையால் பல பகுதிகளில் மலைச்சரிவுகள் ஏற்பட்டு மலையின் பகுதிகளே வெள்ளக்காட்டில் மிதந்து செல்வதைத் தொலைக்காட்சிகளில் பார்த்தோம். வழியிலிருந்த வீடுகளும், கோயில்களும், கடவுள்களின் பெரும் சிலைகளும் மலையோடு சேர்ந்து மழைவெள்ளத்தில் போகும் அந்தக் காட்சி இமயமலை பிளக்கும் வண்ணம் பெய்யும் பெரும் மழை என்ற ஔவையாரின் பாடல் வரிகளைக் கண்முன் நிறுத்தியது. 2013இல் நாம் தொலைக்காட்சியில் பார்த்த இமயமலை மழைக்காட்சிக்கு 2000 ஆண்டுகளுக்கு முன் எழுதிய நேர்முக வர்ணனை போல இருக்கிறது இந்தப் பாடல். இமயமலை தமிழ் நாட்டிலிருந்து எவ்வளவு தூரத்தில் இருக்கிறது. அதே இமயமலை சங்க இலக்கியத்திற்கு எவ்வளவு நெருக்கமாக இருக்கிறது!

இந்தியத் துணைக்கண்டத்தின் தட்பவெப்பமும் காற்று வகைகளும்

இந்தியாவின் பருவநிலை என்பது பல்வேறு வகையான தட்பவெப்பங்களும் வானிலைகளும் கொண்ட மிகப்பெரிய புவிச்சூழல்களில் இயங்குவதாகும். இந்தப் பல்வேறு விதமான புவி வெப்பத்தன்மைகளே இந்தியாவின் பண்பாட்டுப் பன்மியத்தையும் வடிவமைக்கிறது. ஏனெனில், பண்பாடு என்பது வாழ்விடங்களின், புவிச்சூழல்களின், தட்பவெப்ப பருவ காலங்களின் ஒரு வெளிப்பாடே ஆகும். இந்தப் புவிச்சூழல் பன்மியமே இந்தியாவுக்கு ஒரு துணைக்கண்டம் என்ற தோற்றத்தைக் கொடுக்கிறது. தட்பவெப்பச் சூழல்களை வகைப்படுத்துவதற்குக் ‘கொப்பன் வகைமை’ (*Köppen system*) என்ற ஒரு வழிமுறை உண்டு. இதனடிப்படையில் இந்தியா ஆறுவகையான தட்பவெப்பச் சூழல்களைக் கொண்டது. மேற்குப் பகுதியில் உள்ள வறண்ட பாலைவனம், வடக்குப் பகுதியிலுள்ள மரங்களற்ற பனிச்சிகரங்கள் (*Alphine Tundra*) பனிப்பாறைகள் (*Glaciers*), தென்மேற்குப் பகுதியிலுள்ள மழைக்காடுகளைச் சாத்தியமாக்கும் ஈரப்பதம் மிக்க வெப்ப மண்டலப் பகுதிகள், தீவுகள் என்று இந்தியா பல்வேறு புவிச்சூழல்களைக் கொண்டிருக்கிறது. இந்தியாவின் சில நிலப்பகுதிகளில் முற்றிலும் முரணான நுண் தட்பவெப்பப் பகுதிகளும் உண்டு (*Microclimates*).

பூமியின் மேற்பரப்பில் இயங்கும் வளிமண்டலங்கள் நான்கு வகையாகப் பிரிக்கப்படுகின்றன. பூகோளக்காற்று (*Planetary Winds*), பருவக்காற்று (*Monsoon Winds*), புயல் மற்றும் எதிர்ப்புயல் காற்றுகள் (*Cyclones and Anticyclones*), வட்டாரக் காற்று (*Local Winds*). இந்த இயலின் நோக்கத்திற்குப் பொருத்தமாகப் பருவக்காற்று மற்றும் வட்டாரக் காற்றுகள் மட்டும் இங்கே விவாதிக்கப்படுகின்றன.

இந்தியாவில், தென்மேற்குப் பருவக்காற்று கோடைக்காலத்தில் வீசுகிறது. இந்தப் பருவத்தில் கடல் மேல் இருக்கும் காற்றின் ஈரப்பதம் மிகுந்து இருப்பதால் பலத்த மழை பெய்கிறது. முன்பனிக்காலத்தின் தொடக்கத்திலும், குளிர்காலத்திலும் துணைக்கண்டத்தின் உட்பகுதிகளைவிட சுற்றியுள்ள கடல்களில் நிலவும் தட்பவெப்பம் குளிர்ச்சியாவதால் பருவக்காற்றின் திசை மாறுகிறது. அப்போது துணைக் கண்ட நிலப்பகுதிகளின் உயரமுத்தப் பகுதிகளிலிருந்து கடல்களிலுள்ள தாழ்வமுத்தப் பகுதியை நோக்கிக் காற்று வீசுகிறது. இதனால், வட கிழக்குப் பருவமழை தொடங்குகிறது. இந்தப் பருவக்காற்று பொதுவாகக் குளிர்ச்சியான தன்மை கொண்டது.

கோடைக்காலத்தில் வீசும் தென்மேற்குப் பருவக்காற்றை இந்தியத் தீபகற்பம் இரண்டாகப் பிரிக்கிறது. இவை அரபிக்கடல் கிளை என்றும் வங்காள விரிகுடா கிளை என்றும் அழைக்கப்படுகின்றன. அரபிக்கடலின்மேல் உருவாகும் பருவக்காற்று மேலும் மூன்று உட்கிளைகளாகப் பிரிகிறது. தமிழ்நாட்டுப் புவியியலைப் பொறுத்தவரையில் ஓர் உட்கிளை மட்டுமே தொடர்புடையது. இக்கிளை மேற்குத்தொடர்ச்சி மலையால் தடுக்கப்பட்டு மேல் எழும்பி மேலும் குளிர்ச்சியாகிறது. இதனால், மேற்குத்தொடர்ச்சி மலைகளின் சுற்றுப்புறப் பகுதியிலும், மலைக்கு மேல்புறமாக உள்ள சமவெளிப் பகுதியிலும் மழை பொழிகிறது. இதனால் கேரளா போன்ற பகுதிகள் மற்றும் தமிழ்நாட்டின் மேற்குத்தொடர்ச்சி மலையை ஒட்டிய சில பகுதிகளில் மழை பெய்கிறது. இப்பருவக்காற்று மேற்குத் தொடர்ச்சி மலையைத் தாண்டியதும் கீழ் நோக்கி இறங்கி வெப்பம் அடைவதால் பருவக்காற்று-மேகங்களின் ஈரப்பதம் குறைகிறது. இதன் விளைவாக மேற்குத் தொடர்ச்சி மலையின் கிழக்குப் பக்கத்தில் மிகக் குறைவான மழையே பெய்கிறது. இங்கே சில பகுதிகள் (மகாராஷ்டிராவிலும், கர்நாடகாவிலும், தமிழ்நாட்டிலும்) மழைமறைவுப் பகுதிகளாகின்றன. இதைப்போலவே தென்மேற்குப் பருவக்காற்றின் வங்காள விரிகுடா கிளையினால் தமிழ்நாட்டுக்குப் பயனில்லை. தமிழ்நாட்டுக் கடற்கரை வங்காள விரிகுடாவுக்கு இணைகரமாக இருப்பதால் இக்கிளை தமிழ்நாட்டைத் தொடாமலே போய்விடுகிறது. இதனால், தென்மேற்குப் பருவக்காற்றால் இந்தியாவின் பெரும் பகுதிகள் மழை பெறும்போது தமிழ்நாடு மழைமறைவுப் பிரதேசமாக இருக்கிறது. ஆயினும், அப்பருவக்காற்று திசைமாறி வடகிழக்குப் பருவக்காற்றாக வீசும்போது தமிழ்நாட்டுக்கு மழை கிடைக்கிறது.

இந்தியாவின் வட்டாரக் காற்று

பூகோளக் காற்றுகள் போலன்றி வட்டாரக் காற்றுகள் குறிப்பிட்ட சில வட்டாரச் சூழலியல் காரணங்களால் ஏற்படுபவை. இவற்றின் தாக்கம் குறுகிய நிலப்பகுதிகளுக்கு உட்பட்டது. கடற்கரைப் பகுதிகளில் பொதுவாக வீசும் இதமான காற்றை இதற்கு உதாரணமாகச் சொல்லலாம். இதில் குளிர்ச்சியான, அடர்த்தியான நிலக்காற்று இரவு நேரத்தில் கடலை நோக்கி வீசுகிறது. இதனால், இதமான நிலக்காற்று *(Land Breeze)* ஏற்படுகிறது. இதமான கடல்காற்று *(Sea Breeze)* என்பது இன்னொரு வட்டாரக் காற்றாகும். இதமான நிலக்காற்றைப் போலன்றி இது எதிர்மாறாகக் கடலிலிருந்து நிலத்தை நோக்கிப் பகல் நேரத்தில் வீசுவது. இதனால்தான் பகல் நேரத்தில் கடல்காற்று இதமாக இருக்கிறது. இக்காற்றால்தான் கடல்பகுதியில் உள்ள உயரமுத்தக் காற்று நிலத்தை நோக்கி வீசுகிறது.

இந்தியாவில் இன்னொரு வகையான வட்டாரக்காற்று உண்டு. இதற்கு, 'லூ' *(Loo)* என்று பெயர். இது கோடைக்காலங்களில் பிற்பகலில் வீசும் வலுவான, வெப்பமான, வறட்சியான அனல் காற்றாகும். இக்காற்று வட இந்தியாவிலும், பாகிஸ்தானிலும் மேற்குதிசையிலிருந்து மேற்கு, இந்திய-கங்கைச் சமவெளி ஆகிய பகுதிகளை நோக்கி வீசுவது.

இந்த வெப்பக்காற்று, தெற்கு பலூசிஸ்தானிலும், இந்தியாவிலுள்ள தார் பாலைவனங்களிலும் ஏற்படுகின்ற வெப்பநிலையால் உருவாகிறது. இதனால் வட இந்தியச் சமவெளிப் பகுதிகளில் பிற்பகல் நேரத்தில் குறைந்த அழுத்தக் காற்று மண்டலம் உருவாகிறது. இந்தக் குறைந்த அழுத்தக் காற்று மண்டலம் அரபிக்கடலின் வடபகுதிகளில் ஈரப்பதம் உள்ள காற்றை உறிஞ்சி ஈர்க்கிறது. இந்தக் காற்றுத்திரள் குஜராத்தின் கடற்பகுதியிலிருந்து குஜராத்தின் நிலப்பகுதிக்குள் நுழையும்போது தனது ஈரத்தன்மையை இழந்து முற்றிலும் வறண்ட காற்றாகி கடுமையான வெப்பத்துடன் மிகவும் குறைந்த ஈரப்பதத்துடன் வீசுகிறது. இந்தக் காற்று ராஜஸ்தான் மற்றும் குஜராத்திலுள்ள பாலைவனப் பகுதிகளைத் தொட்டுச்செல்லும்போது பாலைவனக் குறுமணல் துகள்களை அள்ளி எடுத்து அனல் பறக்கும் புழுதிப்புயலாக மாற்றி வடஇந்தியப் பகுதிகளில் வீசுகிறது. இந்த வெப்பமான புழுதிப்புயலின் பெயர்தான் 'லூ'. இந்த 'லூ காற்று' பெரும்பாலும் மே, ஜூன் மாதங்களில் ஏற்படும். ஜூன் மாதத் தொடக்கத்தில் கேரளப் பகுதிகளில் தலைகாட்டும் தென்மேற்குப் பருவக்காற்று மேலும் முன்னேறி மேற்கு இந்தியா மற்றும் வட இந்தியப் பகுதிகளை எட்டும்போது இந்த 'லூ' காற்று முடிவுக்கு வருகிறது.

வாடையும், கோடையும் சொல்வது என்ன?

இதுவரை இந்தியத் துணைக்கண்டத்தின் தட்பவெப்பப் பகுதியில் பருவக்காற்று உள்ளிட்ட காற்றின் வகைகள்,

மற்றும் வட்டாரக் காற்றைப் பற்றி தெரிந்துகொண்டோம். நாம் ஏற்கெனவே இவ்வியலில் பேசிய சங்க இலக்கியம் சுட்டிக்காட்டும் காற்று பற்றியும் அவற்றை இன்றைய தமிழ்நாடு மற்றும் இந்தியத் துணைக்கண்டத்தின் பொதுச்சூழலியல் பின்னணியில் கூர்ந்து கவனிப்போம்.

தமிழக நிலப்பகுதியில் (இன்றைய அரசியல் மற்றும் சங்ககால நில எல்லைகள்) இந்த இருவகைக் காற்றின் நடைமுறை எதார்த்தம் என்ன? 'வாட்டும், துன்புறுத்தும், இரக்கமற்ற, அறமற்ற, பண்பற்ற' என்ற அடைமொழிகளால் சங்க இலக்கியத்தில் சித்தரிக்கப்பட்ட வாடைக்காற்று உண்மையில் தற்காலத் தமிழ்ப் புவியியலைப் பொறுத்தவரையில் வடக்கில் இருந்துதான் வீசுகிறதா? இன்றைய தேதியில் தமிழ்நாட்டுக்கு வடக்கே இருக்கும் மாநிலம் ஆந்திரப் பிரதேசம். ஆந்திரப் பிரதேசத்தின் தட்பவெப்பம் பொதுவாக வெப்பம் மற்றும் புழுக்கமானது. ஆந்திராவின் பல இடங்களில் கோடைக்காலத்தில் பகல்நேர வெப்பம் 45 டிகிரி செல்சியஸைத் தொடுவதாகப் புள்ளிவிவரங்கள் கூறுகின்றன. இந்தியாவின் மிக வெப்பமான இடங்கள் சில ஆந்திராவில் உள்ளன. குண்டூர் மாவட்டத்தில் உள்ள ரென்டசின்டலா என்ற இடத்தில் 2012ஆம் ஆண்டு மே மாதத்தில் வெப்பநிலை 52 டிகிரி செல்சியஸ் வரை சென்றதாகச் செய்திகள் தெரிவிக்கின்றன. குளிர்காலத்திலும் ஆந்திராவின் தட்பவெப்ப நிலை 13 டிகிரியிலிருந்து 30 டிகிரி செல்சியஸ் வரை உள்ளது.

தமிழ்நாட்டின் இன்னொரு அண்டை மாநிலமான கர்நாடகாவில் குளிர்காலம் இதமாகவும், கோடைக்காலம் வெப்பமானதாகவும், வறண்டதாகவும் உள்ளது. இங்கே அதிகபட்சமாக ராய்ச்சூரில் 45.6 டிகிரி வெப்பமும் (மே 23, 1928) குறைந்தபட்சமாகப் பிதார் என்ற இடத்தில் 2.8 டிகிரி வெப்பமும் (டிசம்பர் 16, 1918) பதிவுசெய்யப்பட்டுள்ளது. தமிழ்நாட்டின் தற்போதைய அண்டை மாநிலங்களான ஆந்திரப் பிரதேசம் மற்றும் கர்நாடகா நிலப்பகுதிகளில் இருந்து சங்க இலக்கியம் சித்தரிக்கும் வகையில் வாடைக்காற்று வீசியிருக்க முடியாது. இந்த இரு பகுதிகளிலிருந்து ஏதாவது ஒரு காற்று தீவிரமாக வீசியிருக்க முடியும் என்றால் அது கோடைக்காலத்தில் வீசும் அனல் காற்றுதான். ஆனால், இதற்கு நேர்மாறாக அனல் போன்ற எரியும் கோடைக்காற்றையும், சூடான வெப்பக் காற்றையும் மேற்குத் திசையிலிருந்து வீசும் கோடைக்காற்றாகவே சங்க இலக்கியம் பதிவுசெய்கிறது.

நடைமுறை எதார்த்தத்தில் தமிழ்நாட்டின் மேற்குப் பகுதியில் இருப்பது பண்டைய தமிழகத்தின் ஒரு பகுதியான சேரநாடு எனும் தற்காலக் கேரளா ஆகும். இந்தியாவின் ஓராண்டிற்கான சராசரி மழை 1197 மி.மீ. ஆக இருக்கும்போது, கேரளா மாநிலத்தின் சராசரி ஆண்டு மழை அளவு 3107 மி.மீ. ஒவ்வொரு ஆண்டும் கேரளாவில் சராசரியாக 120 முதல் 140 மழை நாட்கள் உண்டு. அம்மாநிலத்தின் அதிகபட்ச சராசரி வெப்பம் 37 டிகிரியாகவும், குறைந்தபட்ச சராசரி வெப்பம் 19.8 டிகிரியாகவும் இருக்கிறது. தமிழ்நாட்டையும், கேரளாவையும், புவியியல் அடிப்படையில் பிரிக்கும் இயற்கைத் தடுப்பாக மேற்குத் தொடர்ச்சி மலைகள் அமைந்துள்ளன. மேற்குத் தொடர்ச்சி மலை 1,40,000 சதுர கி.மீ. பரப்பில் பரந்த இயற்கை அற்புதமாகும். மேற்குக் கடற்கரைக்கு இணையாகத் தீபகற்ப இந்தியாவில் கேரளா, தமிழ்நாடு, கர்நாடகா, கோவா, மகாராஷ்டிரா, குஜராத் என்று 1200 கி.மீ. நீண்ட மலைத்தொடர் இது. இம்மலையே தக்காண பீட பூமியிலிருந்து அரபிக் கடலை ஒட்டிய கொண்கன் எனப்படும் குறுகிய சமவெளிப் பரப்பைப் பிரிக்கிறது. இந்த வகையான புவியியல் மற்றும் தட்பவெப்பச் சூழல் சங்க இலக்கியம் குறிப்பிடும் மேற்கிலிருந்து அனல்போல் வீசும் கோடைக்காற்றின் தொடக்கபுள்ளியாக இருக்கவே முடியாது.

வடக்கிலிருந்து இரக்கமின்றி வீசும் வாடைக்காற்று, மேற்கிலிருந்து வீசும் நெருப்பை உமிழும் கோடைக்காற்று ஆகிய இரண்டும் தற்போதுள்ள தமிழ்நாட்டுப் புவியியலுக்குப் பொருந்தாது. சங்க இலக்கியத்தில் குறிப்பிடப்பட்டுள்ள வடவேங்கடம், தென்குமரி என்ற எல்லைகளுக்கு உட்பட்ட தமிழ் கூறும் நல்லுலகின் அரசியல் எல்லை இப்போதுள்ள தமிழ்நாட்டின் எல்லையோடு கிட்டத்தட்ட பொருந்திப்போகும் என்பதால் நமக்குள் ஒரு கேள்வி எழுகிறது. நடைமுறை எதார்த்தம் இப்படியிருக்க வடக்கிலிருந்து வீசும் வாடைக்காற்றையும், மேற்கிலிருந்து வீசும் கோடைக்காற்றையும் பற்றி சங்க இலக்கியங்கள் மேலதிகமாகக் குறிப்பிடுவது எதைக் காட்டுகிறது?

நாம் ஏற்கெனவே பார்த்தபடி நற்றிணை 366, குறுந்தொகை 317 ஆகிய பாடல்கள் வாடைக்காற்றை வடபுலத்திலிருந்து வீசும் காற்று என்றும், நற்றிணையில் 341ஆம் பாடல் வடக்கிலிருந்து வீசும் வேறு புலத்தைச் சேர்ந்த வாட்டும் காற்று என்றும் திசை, தன்மை அடிப்படையில் ஒரு வேற்றுப்புலக் காற்றாக அடையாளம் காட்டுகிறது. இந்த வாடைக்காற்று வடக்கிலிருந்து வீசியது என்பதில் நமக்கு ஐயம் எதுவும் இல்லை. ஆனால், வடக்கிலிருந்து என்பதோடு எவ்வளவு தூரத்திலிருந்து என்ற கேள்வியும் எழுகிறது. ஆந்திரப் பிரதேசம் மற்றும் கர்நாடகத்தின் மிக வெப்பமான கோடையும், மிக அதிகமான வெப்பமும் சங்க இலக்கியத்தின் வாடை, கோடை காற்றுகளை நியாயப்படுத்துவன அல்ல. அவ்வாறெனில் வாடைக்காற்றும், கோடைக்காற்றும் சங்க இலக்கியப் பரப்புக்குள் எப்படி வீசின?

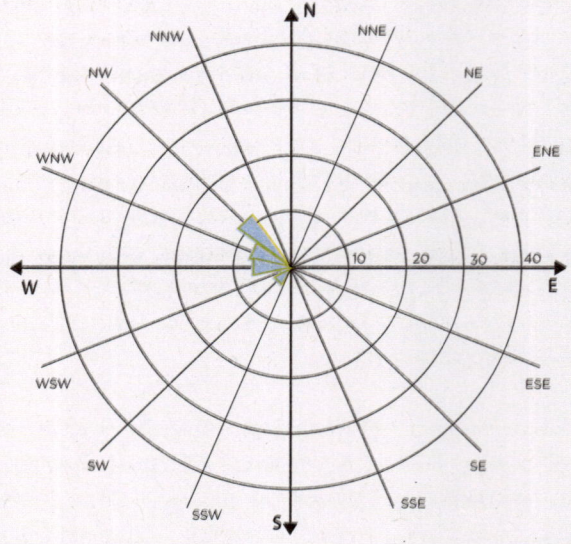

அகமதாபாத் காற்று ரோஜா
N
NNE
NE
ENE
E
ESE
SE
SSE
S
SSW
SW
WSW
W
WNW
NW
NNW
10
20
30
40
பருவக்காற்றுக்கு முன்
பருவக்காற்று
பருவக்காற்றுக்குப் பின்
குளிர்காலம்

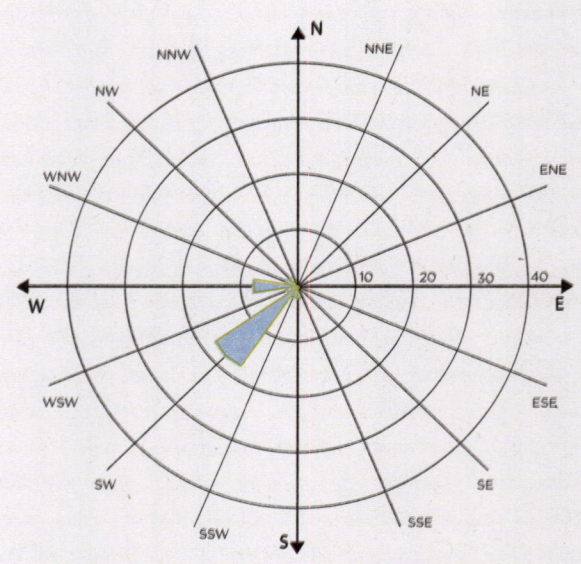

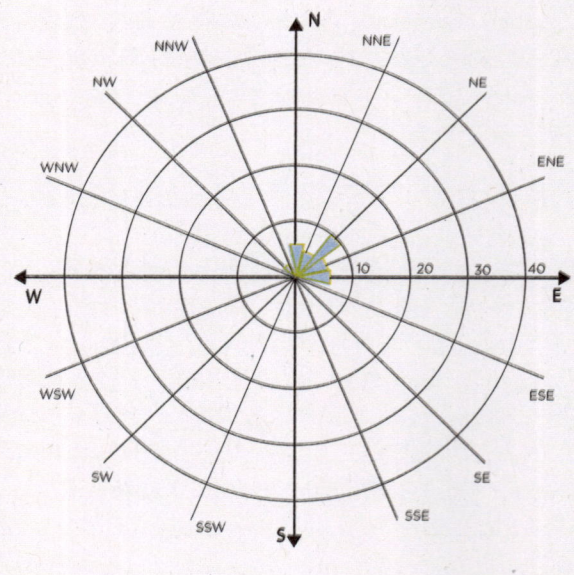

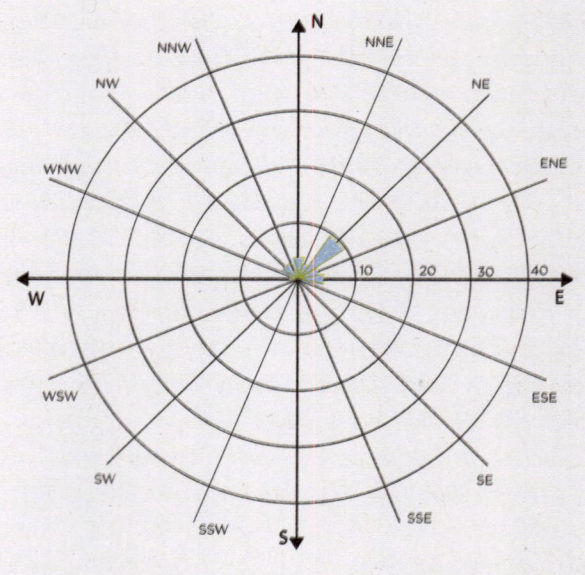

படம் 6.6

காற்று ரோஜாவும் சங்க இலக்கியமும்

ஒரு குறிப்பிட்ட இடத்தில் வீசும் காற்றின் வேகமும் திசையும் எப்படி இருக்கிறது என்பதைக் காட்சி வரைபடமாக விளக்கும் ஒரு முறையை வானிலை ஆராய்ச்சியாளர்கள் காற்று ரோஜா *(Wind rose)* என்று அழைக்கிறார்கள். இது ஒரு காற்றளவு வரைபடமாகும். வட்ட வடிவமான வரைபடத்தில் நான்கு திசைகளையும், அதன் இடைப்பட்ட உட்திசைகளையும் 16 ஆரங்களாகப் பிரிக்கிறார்கள். இந்த வட்டத்தில் இருக்கக்கூடிய ஒவ்வொரு ஆரத்தின் நீளமும் ஒரு குறிப்பிட்ட திசையிலிருந்து காற்று எத்தனை முறை வீசுகிறது என்பதோடு தொடர்புடையதாகும். இந்த வட்ட வரைபடத்துக்குள் இருக்கும் ஒவ்வொரு செறிவு வட்டமும் மையப்புள்ளியில் இருந்து (0) தொடங்கி, செறிவு வட்டங்களின் ஒவ்வொரு வெளிவட்டங்களிலும் அதிகமாகும் நிகழ்வு எண்ணிக்கையாகச் சித்தரிக்கப்படுகிறது. 'காற்று ரோஜா' எனப்படும் இந்தக் காற்றளவு வரைபடம் பற்றி *www.nrcs.usda.gov* என்ற இணைய இணைப்பில் படித்தறியலாம்.

இந்த இயலைப் பொறுத்தவரையில் நமது நோக்கம் ஒரு குறிப்பிட்ட வரையறைக்கு உட்பட்டது. இந்தியாவின் வடமேற்கு, மேற்கு மற்றும் தெற்குப் பகுதிகளில் குறிப்பிட்ட சில இடங்களில் காற்று எங்கு எப்படி வீசுகிறது என்பது மட்டுமே நமது அக்கறை. இது ஒரு வானிலை அறிவியல் சார்ந்த தொழில்நுட்ப முறை என்றாலும் நம்மைப் பொறுத்தவரையில் இது காற்று வீசும் திசை பற்றிய ஒரு தோராயமான காட்சி விளக்கமும் அதன் விளைவான புரிதலும்தான். சங்க இலக்கியத்தில் ஒவ்வொரு காற்றும் குறிப்பிடப்படுகிற எண்ணிக்கை, அக்காற்றின் தன்மை குறித்த அடைமொழிகள் ஆகிய இரண்டு கூறுகளும் வெவ்வேறு விதமான காற்று பற்றிய சங்க இலக்கியப் புரிதலையும் அது சார்ந்த புவியியலையும் நமக்கு விளக்குகின்றன. இந்தப் புரிதலை, சென்னை நகரத்திற்குரிய 'காற்று ரோஜா' காற்றளவு வரைபடத்தோடு ஒப்பிட்டுப் பார்த்தபோது வியப்பாக இருந்தது. சங்க இலக்கியம் சொல்லும் காற்றின் திசை சென்னையின் 'காற்று ரோஜா' காற்றளவு வரைபடத்துடன் ஒத்துப்போகவில்லை. அதேநேரத்தில் குஜராத்திலுள்ள அகமதாபாத் நகரத்திற்குரிய 'காற்று ரோஜா' வரைபடத்தோடு ஒத்துப்போகிறது.

சென்னை நகரின் காற்று ரோஜா வரைபடம் சங்க இலக்கியக் கருத்தாக்கத்துடன் ஒத்துப்போகவில்லை என்பதை எப்படிப் பார்ப்பது? அகமதாபாத் காற்றின் திசையைச் சங்க இலக்கியங்கள் உறுதிசெய்வது எப்படி? சங்க இலக்கியக் காலத்திற்கும், தற்காலத்திற்கும் இடைப்பட்ட ஆண்டுகளில் பூகோளம் தலைகீழாக மாறிவிடவில்லை. மேற்குத் தொடர்ச்சி மலை அப்போது எந்த இடத்தில் இருந்ததோ அங்கேதான் இப்போதும் இருக்கிறது. சொல்லப்போனால் தமிழ் கூறும் நல்லுலகின் அரசியல் எல்லைகள் என்று சங்க இலக்கியத்தின் மூலமும் அதற்கான உரை விளக்கங்கள் மூலமும் நாம் புரிந்துவைத்திருக்கிற பூகோளமும் அப்படியேதான் இருக்கின்றன. அவ்வாறாயின் இந்தக் காற்று ரோஜா முரண்பாட்டை நேர்செய்வது எப்படி? வெவ்வேறு காலகட்டங்களின் ஊடாகத் தமிழ்த் தொன்மங்களின் மையங்களையும், விளிம்புகளையும் புலனாய்வு செய்வதில் இந்தக் 'காற்று ரோஜா' ஒரு மைல்கல் என்பதில் ஐயமில்லை.

காற்றைப் பற்றி மட்டுமல்ல, சங்க இலக்கியங்கள் இந்தியத் துணைக்கண்டத்தின் வடக்கு, மேற்கு மற்றும் வடமேற்கு நிலப்பகுதிகளின் புவியியல் கூறுகளையும், அப்பகுதிகளுக்கே உரித்தான தாவரங்கள் மற்றும் விலங்குகள் பற்றிய நுட்பமான தகவல்களையும் அளிக்கின்றன.

இமயம் என்ற செவ்வரை

இமயமலைத்தொடர், அதை ஒட்டிய நிலப்பகுதிகள் பற்றிய தகவல்களைச் சங்க இலக்கியம் விரிவாக அளிக்கிறது. இந்தத் தகவல்கள் தரும் புரிதல்களைத் திறந்த மனப்பான்மையோடு மதிப்பிடும் அவசியம் நமக்கு இருக்கிறது. சங்க இலக்கியங்களில் இமயம் என்று தமிழில் அழைக்கப்படும் இமயமலையைப் பற்றி 20க்கும் மேற்பட்ட குறிப்புகள் உள்ளன. வேறு எந்த மலையும் சங்க இலக்கியத்தில் இந்த அளவிற்குப் பேசப்படவில்லை. இமயமலைத்தொடரின் கம்பீரமான தோற்றம், மற்றும் பனி மூடிய சிகரங்கள் பற்றி அகநானூற்றின் 265ஆம் பாடல் பின்வருமாறு கூறுகிறது.

> புகையின் பொங்கி வியல் விசும்பு உகந்து,
> பனி ஊர் அழல் கொடி கடுப்பத் தோன்றும்
> இமயச் செவ்வரை மானும் கொல்லோ (1-3)

வேறு எந்த மலையையும்விட இமயமலையைப் பற்றி சங்க இலக்கியம் அதிகம் பேசுவது ஏன் என்ற கேள்வி எழுவதில் வியப்பில்லை. இமயமலை தமிழ் மன்னர்களின் பகைவர்களோடு தொடர்புடைய நிலப்பகுதி என்றும் அப்பகுதியைச் சேர மரபில் வந்த தமிழ் மன்னர் ஒருவர் வென்றெடுத்து தனது அரசு மரபுச்சின்னமான வில் சின்னத்தை இமயமலையில் பொறித்ததாகச் சிறுபாணாற்றுப்படை கூறுகிறது.

> குட புலம் காவலர் மருமான் ஒன்னார்,
> வட புல இமயத்து வாங்கு வில் பொறித்த
> எழு உறழ் திணி தோள் இயல்
> தேர்க் குட்டுவன் (47-49)

படம் 6.7 - இமயச் செவ்வரை

இதுமட்டுமின்றி "ஆரியர் துவன்றிய பேரிசை இமயம்" (பதிற்று. 11) என்று இமயமலையை ஆரியர்களோடு சங்க இலக்கியம் நேரடியாகத் தொடர்புபடுத்துகிறது. கங்கையாறு இமயமலையின் உச்சியில் தோன்றி வெள்ளப்பெருக்காகச் சமவெளியில் பாய்வதை நற்றிணை 369ஆம் பாடல் விளக்குகிறது. இப்பாடலில் இமயமலையின் உயரமான பகுதிகளில் காணப்படும் மரங்களைப் பற்றிய குறிப்புகூட உள்ளது.

> ஞெமை ஓங்கு உயர் வரை இமையத்து உச்சி,
> வாஅன் இழிதரும் வயங்கு வெள் அருவிக்
> கங்கை அம் பேர் யாற்றுக் கரை இறந்து இழிதரும்
> சிறை அடு கடும் புனல் (7-10)

சங்க இலக்கியங்களில் காணப்படும் இயற்கை வர்ணனைகள் மேம்போக்கானவை அல்ல. அவற்றில் நுட்பமான, நெருக்கமான கவனிப்பு இருக்கிறது என்பதை டேவிட் சுல்மான் (*David Shulman*), மு. வரதராசன், தனிநாயகம் போன்ற அறிஞர்கள் குறிப்பிட்டிருக்கிறார்கள். எனவே, வடபுல இயற்கைச்சூழல் பற்றி சங்க இலக்கியம் தெரிவிக்கும் நுட்பமான தகவல்களை நாம் புறக்கணித்துவிட முடியாது.

நெடுங்காலமாகத் தமிழ் மரபுக்குள் வேரூன்றியிருந்த வாய்மொழிப் பாடல்கள் மற்றும் மரபுவழிச் செய்திகள் பின்வந்த காலங்களில் சங்க இலக்கியங்களாக ஆவணப்படுத்தப்பட்டன என்பது குறிப்பிடத்தக்கது. குமட்டூர்க் கண்ணனார் எழுதிய பதிற்றுப்பத்து (11-20) பாடல்களில் சேர மன்னன் நெடுஞ்சேரலாதன் இமயமலையில் வில் சின்னத்தைப் பொறித்த சேர மன்னனாக முன்னிறுத்தப்படுகிறார். இதன்மூலம், சேரலாதன் தனது முன்னோர்கள் செய்த படையெடுப்பு மற்றும் வெற்றியை மீண்டும் நிகழ்த்திக்காட்டியதாகப் பதிற்றுப்பத்து கூறுகிறது. இவை வெறும் புனைவுகளா, அல்லது முன்னொரு காலத்தில் சேர மரபைச் சேர்ந்தவர்களுக்கும் இமயமலைப் பகுதியில் இருந்த ஆரியர்களுக்கும் இடையே நேர்ந்த உரசல்கள் அல்லது போர்கள் ஆகியவற்றின் மீள்நினைவுகளா? நெடுஞ்சேரலாதன், பதிற்றுப்பத்தில் போற்றப்பட்ட சங்ககாலச் சேர மன்னன் என்றால் முன்னொரு காலத்தில் இமயமலையில் வில் சின்னத்தைப் பொறித்த அவனது முன்னோர் யார், அந்த முன்னோர்களின் காலகட்டம் என்ன, அவர்கள் ஆண்ட நிலப்பகுதி எது என்ற கேள்விகளை இந்த நூலில் முன்வைக்கப்படுகிற மற்ற சான்றுகளின் வெளிச்சத்தில் மதிப்பிடலாம்.

நரந்தை என்ற நறுமணப் புல் மேயும் கவரிமா

'யாக்' என்று அறியப்படும் கவரி (*Bos grunniens and Bos mutus*) இமயமலைப் பகுதியில் வாழும் மாட்டினம். இது மிக நீளமான உரோமம் (உடல் முடி) கொண்டதாகும். கவரிமா இமயமலையின் உயரமான (தோராயமாகக் கடல் மட்டத்துக்கு 14,000 அடி மற்றும் அதற்கும் மேல் உயரமான) பகுதிகளில் வசிக்கும் விலங்காகும். தாவரங்களை உண்ணும் இந்த விலங்கின் பெயரைச் சங்க இலக்கியம் இருமுறை குறிப்பிடுகிறது. இந்த இரண்டு குறிப்புகளிலும் இமயமலையின் உச்சிப் பகுதியில் வாழும் விலங்கு என்ற அதன் புவியியல் அடையாளம் தெளிவாகப் புலப்படுகிறது.

தமிழ் இலக்கிய உரை மரபில் கவரி என்பது ஒரு மான் என்று தவறாகப் புரிந்து கொள்ளப்பட்டுள்ளது. திருக்குறள் 969இல் கவரிமா எனும் விலங்கு தனது உடல் மீது உள்ள முடியை இழந்தால் உயிர் வாழாது என்று குறிப்பிட்டு அதைப்போல தன்மானம் உள்ளவர்கள் தங்களது மானம் பறிபோனால் உயிர்வாழ மாட்டார்கள் என்று உவமையாகக் கூறப்படுகிறது. இக்குறளில் கவரியைக் கவரிமா என்கிறார் வள்ளுவர். உரையாசிரியர் பரிமேலழகரும் இதைக் கவரிமா என்றே குறிப்பிடுகிறார். ஆனால், பின்வந்த உரைகள் சிலவற்றில் இது கவரிமான் என்று குறிப்பிடப்படுகிறது. தமிழ் மொழியில் 'மா' என்பது 'மான்' என்பதையும் குறிப்பிடுவதால் கவரிமா என்ற சொல்லாடல் கவரிமான் என்று புரிந்துகொள்ளப்பட்டுள்ளது. உண்மையில், 'மயிர் நீப்பின் உயிர் வாழாக் கவரிமா' என்று திருவள்ளுவர் குறிப்பிடுவது இமயமலையில் வாழும் மாட்டினத்தையே ஆகும்.

நரந்தை எனப்படும் நறுமணமிக்க புல்லைத் தின்றபின் கவரி விலங்குகள் தகரம் என்ற மரத்தின் நிழலில் இளைப்பாறுவதைப் புறநானூறு 132ஆம் பாடல் காட்சிப்படுத்துகிறது.

> நரந்தை நறும் புல் மேய்ந்த கவரி
> குவளைப் பைஞ்சுனை பருகி, அயல
> தகரத் தண் நிழல் பிணையொடு வதியும்
> வட திசையதுவே வான் தோய்
> இமையம் (புறம். 132: 4-7)

இதைப்போலவே பதிற்றுப்பத்து 11ஆம் பாடலில், நரந்தை எனும் நறும்புல்லை மேய்ந்துவிட்டு கவரி தூங்குவதாகக் குறிப்பு வருகிறது. இதில் இமயமலை, அம்மலையோடு ஆரியருக்கு உள்ள தொடர்பு, அம்மலையின் உச்சிப்பகுதியில் வசிக்கும் கவரி என்ற விலங்கு, அது விரும்பி உண்ணும் நரந்தை என்ற நறும்புல் என்ற பல தகவல்கள் உள்ளன.

> கவிர் ததை சிலம்பில் துஞ்சும் கவரி
> பரந்து இலங்கு அருவியொடு நரந்தம் கனவும்,
> ஆரியர் துவன்றிய பேரிசை இமயம் (21-23)

பல்வேறு உரையாளர்களும், மொழிபெயர்ப்பாளர்களும் கவரிமா என்பதை ஒரு மான் வகையாகக் குறிப்பிடும்போது அது யாக் எனப்படும் கவரியைதான் குறிக்கிறது (பி. எல். சாமி 1970: 460) என்பதற்கான காரணங்களைத் தெளிவுபடுத்தும் தேவை உள்ளது. மேற்கண்ட இரண்டு பாடல்களிலும் இமயமலை, இமயமலைக்கும் கவரி என்ற விலங்குக்கும் நரந்தை என்ற புல் வகைக்கும் உள்ள தொடர்பு தெளிவாகின்றன. இப்பாடலை எழுதிய குமட்டூர்க் கண்ணனார் கவரி என்று குறிப்பிட்ட விலங்கும், நரந்தை என்ற குறிப்பிட்ட புல்வகையும் இமயமலையில் காணப்படுவதால் இவ்வாறு குறிப்பிட்டிருக்க வேண்டும். இந்த இரண்டு பாடல்களுமே வடக்கில் உள்ள இமயத்திற்கும், தெற்குப் பகுதியில் ஆண்ட மன்னர்களுக்கும் இடையே நிலவிய முரண்பாட்டை நினைவுபடுத்துகின்றன. புறநானூறு 132இல் உறையூர் ஏணிச்சேரி முடமோசியார் என்ற புலவர், ஆய் அண்டிரன் என்ற குறுநிலத் தலைவரின் புகழ்பாடுகிறார். இந்தப் பாடலில் தென்திசையில் ஆண்ட ஆய்குடி மரபினருக்கும், வடதிசையில் உள்ள இமயமலைக்கும் ஓர் ஒப்பீட்டைப் புலவர் உருவாக்குகிறார். வடதிசையின் சுமையை எப்படி இமயமலை தாங்குகிறதோ அதைப்போலவே தென்திசையை ஆய்குடி மரபினர் தாங்குகின்றார்கள் என்று ஒப்பிடுகிறார். இங்கே ஒரு குடியின் பெருமை ஒரு மாபெரும் மலையின் பெருமிதத்தோடு ஒப்பிடப்படுகிறது.

கவரி முச்சிக் கார் விரி கூந்தல்,
ஊசல் மேவல், சேய் இழை மகளிர்
உரல் போல் பெருங்கால், இலங்கு வாள் மருப்பின்,
பெருங்கை மத மாப் புகுதரின், அவற்றுள்
விருந்தின் வீழ் பிடி எண்ணு முறை
பெறாஅ (பதிற்று. 43: 1-5)

பெண்கள் தங்களது இயற்கையான கூந்தலோடு கவரியின் முடியால் செய்த செயற்கை கூந்தலையும், சேர்த்து முடிந்து சிகையலங்காரம் செய்துகொண்டார்கள் என்பதை இந்தப் பாடல் தெரிவிக்கிறது.

கவரி என்ற சொல்லுக்குத் தமிழ்ப் பேரகராதி 'ஓர் எருமைமாட்டு வகை' என்று பொருள் கூறுகிறது. மேலும், தெய்வச் சிலைகளுக்கும் மன்னர்களுக்கும் கவரியின் வால் முடியால் செய்த விசிறியைக் கொண்டு வீசுவதைப் பேரகராதி விளக்குகிறது. இதற்குக் கவரி வீசுதல் என்று பெயர். கவரிமான் என்ற சொல்லுக்குத் தமிழ்ப் பேரகராதி யாக் *(Bos grunniens)* என்று தெளிவாக விளக்கம் அளிக்கிறது. இப்போதும்கூட தமிழ்நாட்டில் கோயில்களில் காணிக்கையாகச் செலுத்தப்பட்ட தலைமுடி அல்லது தலையிலிருந்து உதிர்ந்த முடியைக் கொண்டு சவுரி முடி செய்து விற்கும் வழக்கம் உள்ளது. இது கவரி முச்சி என்ற சங்க இலக்கிய மரபின் தொடர்பே ஆகும்.

இமயமலைக்கே உரித்தான ஒரு விலங்கின் மேய்ச்சல் இயல்பு, அது என்ன வகையான புல்லை விரும்பி மேயும், எந்த மரத்தின் அடியில் தூங்கும் போன்ற செய்திகள் தென்கோடி எல்லையில் தொகுக்கப்பட்ட சங்க இலக்கியத்துக்கு எப்படி கிடைத்தது?

சங்க இலக்கியப் புலவர்கள் இயற்கையைக் கவனித்த விதம் மிக நுட்பமானது. அதனால் சங்க இலக்கியத்தில் அதீத கற்பனைகளுக்கும், புனைவுகளுக்கும் அவ்வளவாக இடம் இல்லை. எனவே, சங்ககாலத் தமிழ் அரசியல் எல்லைகளைவிட சங்க இலக்கியத்தின் பட்டறிவு நிலப்பரப்பு மிக மிக விரிவானது என்ற இந்த நூலாசிரியரின் நிலைப்பாட்டை உறுதிசெய்யும் இன்னொரு சான்றாகத்தான் இதை எடுத்துக்கொள்ள வேண்டும். தொல்தமிழர்களின் வரலாற்றுக்கு முற்பட்ட காலகட்டங்களுக்கும் இந்தியத் துணைக்கண்டத்தின் வடமேற்குப் பகுதிகளுக்கும் இடையிலிருந்த தொடர்பைத்தான் இது காட்டுகிறது. அதுமட்டுமின்றி இமயமலையை ஆரியர்களோடு அடையாளப்படுத்துவதோடு இமயமலையை வடக்கின் குறியீடாகவும், ஆய்குடியைத் தெற்கின் குறியீடாகவும் சங்க இலக்கியம் முன்வைப்பதும் தெற்கு-வடக்கு, தமிழர்-ஆரியர் என்ற இருமைகள் இன்று நேற்று ஏற்பட்டவை அல்ல; அவை தொன்மையானவை என்பதைத்தான் காட்டுகிறது.

சங்க இலக்கியங்கள் மட்டுமல்ல தமிழ் மொழியில் இப்போது கிடைக்கிற இலக்கணங்களில் மிகத் தொன்மையான தொல்காப்பியத்தில்கூட கவரி குறிப்பிடப்படுகிறது. கவரியின் ஆண், பெண் மற்றும் இளம் கன்றுகளை எப்படி அழைப்பது என்பதற்கான மரபைத் தொல்காப்பியத்தின் மரபியல் விளக்குகிறது. தொல்காப்பிய மரபியலின் முதல்வரியே இந்த மரபுகள் அவ்வளவு எளிதாக மாற்றம் பெறுவதில்லை என்று தெளிவுபடுத்துகிறது. அவ்வாறாயின், எளிதாக மாற்ற முடியாத மரபுகளைப் பற்றி பேசும் மரபியலில் ஆண் கவரி, பெண் கவரி மற்றும் கவரிக் கன்று ஆகியவற்றை எத்தகைய பொதுப்பெயர் சொல்லி அழைப்பது என்ற மரபை வலியுறுத்தும் தேவை எப்படி நேர்ந்தது என்ற கேள்வியைக் கேட்காமல் கடந்துசெல்ல இயலாது. நீண்ட இலக்கிய மரபிற்குப் பின்புதான் இலக்கண மரபு தோன்றும். அவ்வாறாயின் தொல்காப்பிய காலத்துக்கு முன்பே கவரி பற்றிய சொல்லாடல் தமிழ் இலக்கிய மரபில் இருந்திருந்தால் மட்டுமே கவரியின் பொதுப்பெயர் மரபு பற்றி குறிப்பிடும் தேவை தொல்காப்பியத்திற்கு ஏற்பட்டிருக்க வேண்டும். யாக் என்ற விலங்கு விந்திய மலையிலோ, மேற்குத்தொடர்ச்சி மலைத்தொடரிலோ மேய்ந்து திரியும் விலங்கல்ல. அவ்வாறாயின் தமிழ்த் தொன்மங்களுக்கும், கவரிமா வசிக்கும் ஆரியர்களின் நிலப்பகுதியான இமயமலைக்கும் என்ன தொடர்பு, அத்தொடர்பின் காலகட்டம் எது, ஆரியர் துவன்றிய பேரிசை இமயத்திற்கும் தென்திசையைத் தாங்கும் குறியீடான ஆய்குடிக்கும் இடையிலான முரண்பாட்டின் தன்மை எத்தகையது?

சங்க இலக்கியத்தில் தாவரங்களும் விலங்குகளும்

சங்க இலக்கியத்தில் இடம்பெறும் விலங்குகள் மற்றும் பறவைகள் பற்றிய துல்லியமான சித்தரிப்புகள் கூர்ந்த கவனிப்பின் நேரடி விளைவாகும். இதற்குச் சங்க இலக்கியத்தின் திணைக் கோட்பாட்டு மரபு ஒரு தூண்டுகோலாக இருந்துள்ளது. சங்க இலக்கியம் இயற்கை வர்ணனையில் மிகைக்கூற்றுகளுக்கு இடம் அளிப்பதில்லை என்பதை மு. வரதராசனின் பின்வரும் வரிகள் விளக்கும்.

"மதுரைத் தமிழ்க் கூத்தனார் என்ற புலவர் ஒரு முயலின் தோற்றத்தைத் துல்லியமாக விளக்குவதை எடுத்துக்காட்டலாம். நான்கு அடைச்சொற்களாலும், நான்கு சிறிய பெயர்ச்சொற்களாலும் ஒற்றை வரியில் 'தூமயிர்க் குறுந்தாள் நெடுஞ்செவிக் குறுமுயல்' (மெத்தென்ற மெல்லிய தூய்மையான உரோமங்களையும் குறுங்கால்களையும் நெடிய செவிகளையும் கொண்ட சிறு முயல்) என முயலின்

படம் 6.8 - இமயமலையில் கவரி

முழுச்சித்திரமும், எழிலுடன் தீட்டப்பட்டுள்ளது. இத்தகைய நேரடியான எளிய சொற்களுக்குள் அற்புதம் மறைந்திருக்கிறது. இப்படிப்பட்ட சித்தரிப்பு மேலதிகப் புனைவாக இல்லாமல் புலவனின் அனுபவம் சார்ந்த கற்பிதமாகவே இருக்கிறது. சங்க இலக்கிய வரிகளில் தொனிக்கும் உள்ளீடான உணர்வுகள் இயல்பான கற்பனைகளின் ஊடாகப் பொதிந்துள்ளன. அவை ஒருபோதும் மிகைபடு கூற்றாக நீர்த்துப்போவதில்லை." *(Varadarajan 1969: 417)*

திராவிட மேற்கின் தாவரங்களும் விலங்குகளும்

சங்க இலக்கியங்களில் காணப்படும் விலங்குகள் பற்றிய வர்ணனைகள் எதிலும் மிகைப்படக்கூறல் இல்லை; கூர்ந்த கவனிப்பின் விளைவே அவ்வர்ணனைகள் என்பதை மேலே கண்டோம். அகநானூறு 245ஆம் பாடலில் எலும்பு தின்னும் ஓர் ஒட்டகம் பற்றிய குறிப்பு வருகிறது. பெருமணல் பாலைவெளியில் வணிகப் பொருட்களைச் சுமந்து செல்லும் ஒட்டகம் பசியைச் தாங்கமுடியாமல் மணல் வெளியில் சிதறிக்கிடந்த, எப்போதோ இறந்து சிதிலமான விலங்குகளின் வெண்ணிற எலும்புகளை மென்று அசைபோட்டுத் தின்றதாக அந்தப் பாடல் சித்தரிக்கிறது.

அலைகளால் கரைசேர்ந்து கடற்கரையில் ஒதுங்கிக் கிடக்கும் அகில் மரக்கட்டையைப் பார்க்கும்போது படுத்துக் கிடக்கும் ஒட்டகத்தைப் பார்ப்பது போல இருக்கிறது என்று சிறுபாணாற்றுப்படை (154) கூறுகிறது. இதைப்போலவே யானைகளும், சிங்கங்களும், இதர விலங்குகளும், ஒரு மழைக்காலத்தில் குகைக்குள் மழைக்காக ஒதுங்கும் காட்சி (கலி. 103); யானை சிங்கத்தை விரட்டுவது (அகம். 01); ஒரு சிங்கம் யானையைக் கொல்வது (நற். 112); ஒரு கோவேறு கழுதையின் காலை சுறா கடித்து காயப்படுத்துவது (அகம். 120) என்று பல்வேறு இயற்கைச் சூழல்களைச் சங்க இலக்கியம் பதிவு செய்துள்ளது. இதைப்பற்றி இந்நூலின் 'திராவிட குஜராத்' என்ற இயலில் விரிவாகக் காணலாம். தற்போது சுருக்கமாகச் சொல்வதெனில் சங்க இலக்கியம் அதன் காலகட்டத்தின் அரசியல் எல்லைக்கு அப்பாற்பட்ட மிக நீண்ட, பரந்த ஒரு பண்பாட்டுப் புலத்தைத் தனதென்றாக்கி இந்தியத் துணைக்கண்டத்தின் பட்டறிவுக் குரலாய் பேசுகிறது.

இந்தியத் துணைக்கண்டத்தின் வடமேற்கு மற்றும் வடக்குப் பகுதிகளில் மட்டுமே காணப்படும் எலும்பு தின்னும் ஒட்டகம், புல் மேயும் கவரி, குஜராத்தின் கிர் காடுகளில் மட்டும் வாழும் சிங்கம் பற்றிய குறிப்புகள் தமிழர்களின் வரலாற்றுக்கு முற்பட்ட காலகட்டங்கள் மற்றும் அவர்களின் புலப்பெயர்வுப் பாதைகளை மீட்டுருவாக்கம் செய்ய உதவும். சங்க இலக்கியங்களில் இத்தகைய நுட்பமான தகவல்கள் கிடைக்கும்போது இதற்கு நேர்மாறாகப் பிற வடமொழி இலக்கியங்களின் உள்ளடக்கம் இருக்கிறது. தென்னிந்தியாவுக்கு மட்டுமே உரித்தான தாவர வகைகள், விலங்குகள் பற்றிய நுட்பமான தகவல்கள் எதுவும் வடமொழி இலக்கியங்களில் இல்லை. குறிப்பாகச் சொல்வதெனில் சிந்துவெளி வணிகம், சங்க இலக்கியம் மற்றும் இன்றுவரை தென்னிந்திய இயற்கைச் சூழலின் மிக முக்கியமான தொடர்பு சங்கிலியான தேக்கு

மரம் பற்றி வேத இலக்கியங்களில் ஒரு குறிப்புகூட இல்லை. ஏனெனில், தேக்கு மரம் வேதகால ஆரியர்கள் பார்த்திராத ஒரு மரம். எனவே, இந்தியத் துணைக்கண்ட பண்பாட்டின் வேர்கள், விழுதுகள் எவை என்ற புரிதலுக்கு மிகத்தொன்மையான தமிழ் இலக்கியங்களையும், வடமொழி இலக்கியங்களையும் அருகருகே வைத்து ஒப்பிட்டு ஆராய வேண்டியதன் தேவை இருக்கிறது.

சுமந்துவந்த மீள்நினைவுகளின் இலக்கியம்

சங்ககாலம் என்று நாம் தொல்லியல் அல்லது வரலாற்று நோக்கில் அடையாளப்படுத்தும் காலகட்டத்தின் அன்றாட நிகழ்வுகள் பற்றிய நாட்குறிப்பு அல்ல சங்க இலக்கியம். கடந்த காலங்களின் மீள்நினைவுகள், தமிழ் மூதாதையர்கள் தலைமுறை தலைமுறையாகத் தங்கள் தலைக்குள் சுமந்த கூட்டுச்சிந்தனைகள் ஆகியவற்றை உள்ளடக்கியதே இவ்விலக்கியம். அந்தக் கடந்தகாலம் சங்ககாலத்திற்குச் சற்று முந்தைய காலமாகவும் இருக்கலாம்; அல்லது அதற்கும் முந்தைய நீண்ட நெடிய கடந்த காலமாகவும் இருக்கலாம். இந்த வகையில் சங்க இலக்கியங்களையும், அவை மீள்நினைவாகச் சொல்லும் நிகழ்வுகளையும் 'கடந்த காலம்' என்ற ஒற்றைச் சித்தரிப்பில் பொதிந்து வைக்கப்பட்ட காலகட்டங்களின் பலஅடுக்கு பரிமாணமாகக் காணமுடியும். *Tamil Heroic Poetry* நூலின் ஆசிரியர் க. கைலாசபதி, ஹோமரின் காப்பியங்களையும் சங்க இலக்கியங்களையும் ஒப்பாய்வு செய்து தெரிவித்த சில கருத்துகள் முக்கியமானவை.

"தமிழ் வீரயுகப் பாடல்கள் போன்ற செவ்வியல் மரபுகள் தொன்மங்களில் வேரூன்றியவை. அப்பாடல்களில் தொன்மையான சொற்களையும், சொற்பயன்பாடுகளையும், சொற்றொடர்களையும் மட்டுமின்றி பல்வேறு பழக்க வழக்கங்களையும் நம்பிக்கைகளையும் காணமுடியும். சங்க இலக்கியங்களில் பாணர் மரபின் மூலமாகக் காலங்காலமாகக் கொண்டாடப்பட்ட மீள்நினைவுகளின் எச்சத்தைக் காணமுடியும். சங்கப்பாடல்களின் பெரும்பகுதி பழைய நினைவுகள் தொடர்பானவை; அவற்றின் கலைச்சொற்கள்கூட மாற்றம் பெறவில்லை."

"...சங்க இலக்கியத்தில் பல இடங்களில் வீரர்கள் தங்களது கேடயமாகப் பயன்படுத்திய மழை மேகம் போன்ற 'கருப்புத் தோல்கள்' பற்றி குறிப்பிடப்படுகிறது. தோல் என்ற சொல் இன்றும்கூட தோல் (*skin or hide*) என்ற பொருளில் வழங்கப்படுகிறது. இதே சங்க இலக்கியத்தில் கேடயமாகப் பயன்படுத்தப்பட்ட மரம் மற்றும் உலோகக் கேடயங்கள் பற்றிய குறிப்புகள் வருகின்றன. எனவே, தோல் கேடயம் என்பது மிகப்பழங்காலத்தின் மீள்நினைவாக இருக்க வேண்டும். கேடயம் செய்வதற்குப் பிற பொருட்கள் பயன்படுத்தப்பட்டபோது அப்போதுள்ள பாணர்கள் இச்சொற்களைப் பயன்படுத்தியிருக்க வேண்டும்." *(Kailasapathy 1968: 210-212)*

சங்க இலக்கியத்தில் பல இடங்களில் தொன்மைச் சிறப்பு மிக்க புகழ்பெற்ற பழங்கால வாழிடங்கள் மீள்நினைவாகக் குறிப்பிடப்படுகின்றன. அவ்வாறு குறிப்பிடும்போது தொல்புகழ், மூதூர் (பழைய இடம்), பெரும்பெயர் (புகழ்பெற்ற) ஆகிய அடைமொழிகள் பயன்படுத்தப்படுகின்றன.

> இரு பால் பெயரிய உருகெழு மூதூர் (புறம். 202)

> தொல் புகழ் நிறைந்த பல் பூங்கழனிக்
> கரும்பு அமல் படப்பைப் பெரும் பெயர்க் கள்ளூர் (அகம். 256)

இதைப்போலவே, சங்க இலக்கியம் குறிப்பிடும் பல ஆளுமைகளின் இயற்பெயர்கள் மற்றும் குடிப்பெயர்கள் சங்க இலக்கியம் ஆவணப்படுத்தப்பட்ட காலத்திலேயே மிகத்தொன்மையான பழமை வாய்ந்த பெயர்களாகத் திகழ்ந்திருக்க வேண்டும்.

> தொல் இசை நட்ட குடியொடு தோன்றிய (கலி. 104)

> தொன்னிலக் கிழமை சுட்டின் நன் மதி (புறம். 32)

தொல் நிலை மரபின் நின் முன்னோர் போல (புறம். 99)

தொல் ஆணை நல் ஆசிரியர் (மதுரைக். 761)

தொல் புகழ் மூதூர் செல்குவை ஆயின் (பதிற்று. 53)

தோற்றம் பிழையா தொல் புகழ் பெற்ற (அகம். 392)

இவ்வாறு தங்களது முன்னோர்களின் போற்றத்தக்கத் தன்மையை நினைவுகூர்வது ஒருவகையில் அந்தத் தொன்மங்களின் தொடர்ச்சியை வலியுறுத்துவதே. மேலும், நாடாளும் மன்னர்களுக்கும், நிலக்குடித் தலைவர்களுக்கும் அவர்களது புகழ்மிக்க மூதாதையர்கள் பற்றி சுட்டிக்காட்டுவது அவர்களை நல்வழிப்படுத்தும் ஒரு முறையே ஆகும். சங்க இலக்கியங்களில் வருகிற சில பெயர்கள் அவை ஆவணப்படுத்தப்பட்ட காலத்தில் புழக்கத்தில் இல்லாமல் *(Archaic)* போயிருக்க வேண்டும். ஆகையால் அத்தகைய பெயர்களுக்குப் புலவர்கள் விளக்கம் சொல்லி புரிய வைக்கவேண்டிய தேவை இருந்தது. இதற்கு எடுத்துக்காட்டாக நெடியோன் (மதுரைக்காஞ்சியில் பாடப்படும் பாண்டிய மன்னன் நெடுஞ்செழியனின் மூதாதையர்) பற்றி கைலாசபதி சுட்டிக்காட்டுகிறார். சங்க இலக்கியத்தில், இவரைப்பற்றிய குறிப்பிடத்தக்க விவரங்கள் பெரிதாக இல்லை. புறநானூற்றின் 9ஆம் பாடலில், நெடியோன் என்ற பெயர் குறிப்பிடப்படும்போது 'முந்நீர் விழவின் நெடியோன்' அதாவது மூன்று கடல்களுக்கும் விழா எடுத்த நெடியோன் என்று சொல்லப்படுகிறது. இவ்வாறு நெடியோனைப் பற்றிப் பேச அவனது வாழ்க்கையோடு தொடர்புடைய தொல்நினைவுகளைக் குறிப்பிடவேண்டிய தேவை இருந்ததாகக் கைலாசபதி கருதுகிறார்.

கடல்பிறக்கு ஓட்டிய செங்குட்டுவன் (பதிற்றுப்பத்து ஐந்தாம் பத்து), கடலுள் மாய்ந்த இளம்பெரும்வழுதி (புறம். 182), கூடகாரத்துத் துஞ்சிய மாறன் வழுதி (புறம். 51), தலையாலங்கானத்துச் செருவென்ற நெடுஞ்செழியன் (மதுரைக்காஞ்சி, முல்லைப்பாட்டு, நெடுநல்வாடை), குராப்பள்ளித் துஞ்சிய பெருந்திருமாவளவன் (புறம். 58) ஆகிய மன்னர்களை இங்கே நினைவில் கொள்ளலாம். சங்க இலக்கியத்தில் மீள்நினைவாக நினைவுகூரப்படும் தொல்நினைவுகள் முந்தைய காலத்து வீரத்தலைவர்களைக் கொண்டாடுவது மட்டுமின்றி கடந்தகாலம் பற்றிய நினைவுகளையும், கூட்டுச் சிந்தனைகளையும், புலப்பெயர்வு நினைவுகளையும் மீள்பதிவு செய்கின்றன.

பேரிடர்கள் மற்றும் புலப்பெயர்வுகள் பற்றிய மீள்நினைவுகள்

சங்க இலக்கியத்தில் பழங்காலத்தில் நிகழ்ந்த பல்வேறு இயற்கைப் பேரிடர்கள், அவற்றின் விளைவாக வேறு இடங்களுக்குப் புலம்பெயரும்படி நேரிட்ட சூழல்கள் மற்றும் மக்களின் புலப்பெயர்வுகள் பற்றிய மீள்நினைவுகள் பேசப்படுகின்றன. தனது அழகையும் வனப்பையும் நுகர்ந்த அன்பிற்குரியவரால் கைவிடப்பட்ட பெண்ணின் நிலையை, மக்கள் கைவிட்டு புலம்பெயர்ந்ததால் பாழடைந்து கிடக்கும் நகரங்களோடு ஒப்பிடுவதை (கலி. 23) வெறும் கவித்துவச் சொல்லாடல் என்று கடந்துசெல்ல முடியாது.

இந்நூலின் நான்காம் இயலில் புறநானூறு 201ஆம் பாடலின் அடிப்படையில் அகத்தியர் பற்றிய தொன்மத்தை ஐராவதம் மகாதேவன் திறனாய்வு செய்வதைப் பற்றி குறிப்பிட்டிருந்தோம். இந்தப் பாடல் வேளிர் மரபில் வந்த இருங்கோவேள் என்ற வேளிர் தலைவனைப் பாடுகிறது.

...நீயே வடபால் முனிவன் தடவினுள் தோன்றிச்
செம்பு புனைந்து இயற்றிய சேண் நெடும் புரிசை
உவரா ஈகைத் துவரை யாண்டு
நாற்பத்தொன்பது வழிமுறை வந்த
வேளிருள் வேளே... (புறம். 201: 8-12)

"நீ வடதிசை முனிவனின் தடவினிலிருந்து தோன்றிய, செம்பால் அலங்கரிக்கப்பட்ட நெடிய உயர்ந்த மதில் சுவர்களைக் கொண்ட கோட்டைகளால் சூழப்பட்ட துவரை என்ற இடத்தை 49 தலைமுறைகளுக்கு முன்பு ஆண்ட வேளிர் மரபில் தோன்றியவன்" என்பது இதன் பொருளாகும்.

இதில் துவரை என்று குறிப்பிடப்படுகிற நகரம் குஜராத்தில் இப்போது துவாரகை என்று அறியப்படுகிற நகரம் என்றும், இதில் வடபால் முனிவன் என்ற குறிப்பு அகத்திய முனிவரைக் குறிப்பதாகவும் ஐராவதம் மகாதேவன் கருதுகிறார். இதில் வேளிர் மரபினரின் 49 தலைமுறை குறித்த மீள்நினைவு மற்றும் அவர்களுடைய புலப்பெயர்வுகள் பற்றி நாம் நான்காவது இயலில் ஏற்கெனவே குறிப்பிட்டிருக்கிறோம். சங்க இலக்கியங்கள் வேளிருள் சிலரைக் கொண்கானப் பகுதியைச் சேர்ந்தவர்களாகவும் கோசர்களைத் துளு நாட்டைச் சேர்ந்தவர்களாகவும் குறிப்பிடுவதைப் பற்றியும் பேசியுள்ளோம். சங்க இலக்கியங்கள் சமகால நில மற்றும் கால எல்லைகளைத் தாண்டி இந்தியத் துணைக்கண்டத்தின் வேறுசில பகுதிகளைத் தனது மீள்நினைவுகளால் தொடுகிறது என்பதற்கு இது ஓர் எடுத்துக்காட்டாகும். பழங்கால மக்களின் வரலாற்றுக்கு முற்பட்ட தொன்மங்கள் ஒரு புதிய நிலப்பகுதியில் மீண்டும் தழைத்து, செழித்து தனது தொன்மத்தின் நீட்சியாய் தொடர்கின்றன.

பழந்தமிழ்த் தொன்மங்களின் மீள்நினைவாகப் பாண்டியர்கள் பஃறுளி ஆறு, குமரிக்கோடு போன்ற இடங்களை இயற்கைப்

பேரிடரில் இழந்ததையும் அதனால் பாண்டியர்களின் தலைநகரம் தென்மதுரையிலிருந்து கபாடபுரத்திற்கும் பிறகு அங்கிருந்து மதுரைக்கும் இடம் மாறியதைத் தமிழ்த் தொன்மங்கள் நினைவு கூறுகின்றன. கடல்சார்ந்த பேரிடரில் பாண்டியர்கள் தங்களின் நிலப்பகுதிகளை இழந்ததையும் அந்த இழப்பை ஈடுசெய்யும் வகையில் சேரர், சோழர் நிலப்பகுதிகளைப் போரிட்டுக் கையகப்படுத்தியதையும் கலித்தொகை 104ஆம் பாடல் குறிப்பிடுகிறது. தமிழ்த் தொன்மங்கள் பேசும் கடல்கோள் சம்பவத்தின் இன்னொரு மீள்நினைவே இது என்று தோன்றுகிறது.

மலி திரை ஊர்ந்து தன் மண் கடல் வௌவலின்
மெலிவு இன்றி மேல் சென்று மேவார் நாடு இடம்படப்
புலியொடு வில் நீக்கிப் புகழ் பொறித்த கிளர் கெண்டை
வலியினான் வணக்கிய வாடாச் சீர் தென்னவன் (1-4)

இதைப்போலவே தமிழ்த் தொன்மங்களும், உரையாசிரியர் குறிப்புகளும் சோழர்களின் தலைநகரான உறையூர், மண்மாரியில் (*Sandstorm*) அழிந்ததையும், சேரர்களின் அரையம் என்ற நகரம் அழிந்தது பற்றியும் குறிப்பிடுகின்றன.

சங்க இலக்கியம் என்ற பெயர்க் களஞ்சியம்

சங்க இலக்கியம் பெயர்களைக் கொண்டாடும் ஓர் இலக்கியம்; தொல்தமிழ்ப் பெயர்க் களஞ்சியம் அது. சங்க இலக்கியப் பாடல்களில் இடங்களின், நகரங்களின், மலைகளின், ஆறுகளின் பெயர்களும்; குடிகளின், குறுநிலத் தலைவர்களின், மன்னர்களின், புலவர்களின் பெயர்களும் என்று எங்குப் பார்த்தாலும் பெயர்கள்தான். பெயர்கள் மொழியின் அடிப்படையான, மிகத்தொன்மையான கூறாகும். இப்பெயர்கள் வாய்மொழியாக ஒரு தலைமுறையிலிருந்து இன்னொரு தலைமுறைக்குக் கடத்தப்பட்டு பொதுநினைவில் குடியேறி, பாணர் மரபில் பாதுகாக்கப்பட்டு இறுதியில் சங்க இலக்கியங்களில் ஆவணமாகி ஏட்டுச்சுவடிகளின், அச்சடித்த நூல்களின் ஊடாக நம்மை வந்தடைந்திருக்கின்றன. இப்போது இணையம் எங்கும் தமிழ்; அலைபேசித் திரையில் ஆவணங்கள்; இவை வெறும் பெயர்கள் அல்ல; அடையாளங்கள். தொல்பழங்காலம் பற்றிய பல காட்சிப்படிமங்களை நம் கண்முன் நிறுத்துகின்றன. வீரம், அன்பு, வெற்றி, செல்வம், நன்னடத்தை, கொடை, அறம் என்று பல்வேறு பண்பியல்புகளுக்குப் பண்டைய பெயர்களே குறியீடுகளாக நிலைத்துள்ளன.

நற்பெயர், நற்பெயருக்கான விருப்பம் என்பது தனிமனித, கூட்டு உளவியலின் பிரிக்கமுடியாத தன்மை. அதைப்போலவே நற்பெயரை இழப்பது பற்றிய அச்சமும் அதன் உள்ளீடான ஓர் அங்கம். நிலையில்லாத உலகில் நிலைத்து வாழ விரும்புபவர்கள் தங்கள் புகழை, அதாவது பெயரை நிறுவிவிட்டு மாய்ந்தார்கள் என்பதுதான் சங்க இலக்கியம் காட்டும் வீரயுக மரபின் மையப்புள்ளியாகும். எனவே பெயரை நிலைநிறுத்துதல் என்பது சங்க இலக்கிய வாழ்வியலின் முக்கியக் குறிக்கோளாகத் திகழ்கிறது.

நீத்தார் வழிபாடு, பீடும் பெருமையும் எழுதிய நடுகல் வழிபாடு, பாடல்களால் நிலைநிறுத்தப்பட்ட நற்பெயர்கள் என்று ஒரு மனிதன் இறந்ததற்குப் பின்னும் தனது வழித்தோன்றல்களின் நினைவுகளில் நிலைபெறுகிறான். அரசர்கள் வென்றாலும், தோற்று மடிந்தாலும் அவர்களைப் பற்றிய நினைவுகள் பெயர்களின் மூலமாகப் பொதுவெளியில் நிலைபெறுகின்றன. இதுவே சங்க இலக்கியங்கள் பெயர்களால் நிரம்பிச்செழித்த இலக்கியமாகத் திகழ்வதற்குக் காரணமாகவும் அமைகிறது.

மனிதர்களின் பெயர்களைப் போலவே இடங்களின் பெயர்களும் தொல்நினைவுகளின் சாட்சியமாய் நிலைபெறுகின்றன. இயற்கை நிகழ்வுகள், மனிதர்களின் முன்னேற்றம் மற்றும் பின்னடைவு, போர்க்களங்கள், வெற்றி-தோல்விகள் என்று பல்வேறு நிகழ்வுகளுக்கும் இந்த இடப்பெயர்கள் நிலைக்களமாய் விளங்குகின்றன. வரலாற்றுக்கு முற்பட்ட தொன்மங்கள் துலங்கும் சாளரங்கள் அவை. அவ்வகையில் சங்க இலக்கியப் பெயர்க் களஞ்சியம் தோண்டத் தோண்ட குறையாத பெரும் புதையலாகும்.

மற்ற மனிதக்குடிகளைப் போலவே, தொல்தமிழர்களும் தாங்கள் புலம்பெயர்ந்த இடங்களுக்கெல்லாம் தங்களது இடப்பெயர்களை எடுத்துச்சென்றார்கள். பழங்கால மக்கள் வெவ்வேறு மொழிச்சூழல்கள் மற்றும் புவிச்சூழல்களிலிருந்து புதிய மொழிச்சூழல்களுக்கும், புவிச்சூழல்களுக்கும் புலம்பெயர்கிற நடைமுறையை பட்டினப்பாலையின் வரிகள் தெளிவுபடுத்துகின்றன.

மொழி பல பெருகிய பழி தீர் தேஎத்துப்
புலம்பெயர் மாக்கள் கலந்து
இனிது உறையும் (216-17)

பெயர் என்ற தமிழ்மொழிச் சொல்லே ஒரு வியப்புக்குரிய புரிதலை அளிக்கிறது.

பெயரன் (பெயர்ச்சொல்) > பெயரன்
(மூதாதையரின் பெயரை உரிமையுடன் சூடி
அப்பெயரைத் தொடர்ந்து முன்னெடுப்பவன்)
பெயர் (வினைச்சொல்) > பெயர்த்தல்,
இடம்பெயரச் செய்தல், வெளிப்படுதல்.
பெயர்தல் (வினைச்சொல்) > நகர்வது,
இடம்பெயர்வது, புலம்பெயர்வது.

இடம்பெயர்தல் அல்லது புலம்பெயர்தல் என்பது ஓர் இடத்திலிருந்து இன்னொரு இடத்திற்குப் பெயர்ந்து செல்லும் மக்களின் நகர்வை மட்டும் குறிப்பது அல்ல; பெயர்கள் புலம்பெயர்ந்து செல்வதையும் சேர்த்துக் குறிப்பதுதான். ஏனெனில் புலம்பெயர்வது மக்கள் மட்டுமல்ல மக்களின் பெயர்களும், இடங்களின் பெயர்களும்தான். எடுத்துக்காட்டாகத் தமிழகத்திற்கும் இலங்கையின் வடக்கு, வடமேற்கு மற்றும் வடகிழக்குப் பகுதிகளுக்கும் இடையிலான நெடிய புலப்பெயர்வுகளின் வரலாற்றை நாம் அறிவோம். இதற்குச் சான்றாக இருக்கும் மொழி, பண்பாட்டு ஒருமைகளுக்கு அப்பால் ஆகச்சிறந்த தடயங்களாக இருப்பது இவ்விரு பகுதிகளுக்கும் பொதுவான இடப்பெயர்கள்தான். அரளி, அரசன்குளம், இலுப்பைக்குளம், கல்லடி, கண்ணகிபுரம், கரடிமலை, கரிசல், கோவளம், கோவில்காடு, குசவன்குலம், மன்னார், முள்ளி, நல்லூர், பாதிரி, பண்ணைக்குளம், புளியங்குளம், தோப்பூர், உவரி, வெட்டுக்காடு போன்ற இலங்கைக்கும் தமிழகத்திற்கும் பொதுவாக உள்ள எத்தனையோ பொதுப்பெயர்களைக் கூறலாம். தாமிரபரணி என்ற பெயரையும் நினைவுகொள்ளலாம். தொல்தமிழ் மீள்நினைவுகளைப் பொறுத்தவரையில் பாண்டியர்கள் கடற்கோள் பேரிடரால் தங்களது தலைநகரை மாற்ற நேரிட்டபோது மதுரை என்ற பெயரையே மீண்டும் பயன்படுத்தினார்கள் என்ற தொன்மமும் இதைத்தான் உறுதிசெய்கிறது.

சோழர்களின் ஒரு நிலப்பகுதியைச் சேரர்கள் வென்று தங்களது தலைநகரைக் காவிரிப் பகுதியில் இப்போதுள்ள கரூருக்கு மாற்றியபோது கருவூர் நகரம் வஞ்சி என்றழைக்கப்பட்டதாக மயிலை சீனி. வேங்கடசாமி, ‘கொங்கு நாட்டு வரலாறு’ (1974) என்ற நூலில் குறிப்பிடுகிறார்.

பொதுவாக இப்படிப்பட்ட பெயர் ஒருமைகள் வெகுவாகத் தென்பட்டால் அதைக் குறிப்பிட்ட இரு இடங்களுக்கு இடையிலான புலப்பெயர்வுகள்/ படையெடுப்புகள்/ மக்கள்தொகை நகர்வு போன்ற நிகழ்வுகளோடு தொடர்புபடுத்தலாம். இதைப் பெயரியலுக்கு வெளியே கிடைக்கும் மற்ற தரவுகளாலும் நிறுவும்போது இக்கருத்தியலின் நம்பகத்தன்மை அதிகரிக்கும்.

சங்ககாலச் செய்யுள் மரபுகளும் பெயர்களும்

பெயர்கள், பெயர்களின் வகைகள், பெயர்களைப் பயன்படுத்துதல் தொடர்பான மிக ஆழமான சமூக இலக்கிய மரபுகளைத் தொல்காப்பியம் ஆவணப்படுத்தியுள்ளது. தொல்காப்பியத்தின் பெயரியல் பல்வேறு கூட்டு அடையாளப் பெயர்கள் பற்றியும், அவற்றின் அடிப்படை பற்றியும் பேசுகிறது.

நிலப்பெயர், குடிப்பெயர், குழுவின் பெயர், திணைநிலைப்பெயர், இயற்பெயர், வினைப்பெயர், பண்புப்பெயர் ஆகியவை தொல்காப்பியத்தில் வரும் பல்வேறு வகையான பெயர் அடிப்படைகள் ஆகும் (தொல். பொருள். 652). இதில் நிலப்பெயர் எனப்படுவது இடத்தினால் பெற்ற பெயராகும். சோழ நாட்டார், மதுரையான் என்ற பெயர் வழக்கை உரையாசிரியர் எடுத்துக்காட்டாகக் கூறுகிறார். சேரர், சோழர், பாண்டியர் போன்றவை குடிப்பெயர்களாகும்; குட்டுவன், பூழியன் போன்ற பெயர்கள் உடைமையால் பெற்ற பெயர்கள்; வெப்பன், நாடன் போன்ற பொது அடையாளப் பெயர்கள் திணைநிலைப் பெயர் என்று விளக்கப்படுகிறது.

அகப்பாடல்களில் தலைவன் தலைவியின் பெயர்கள் குறிப்பிடப்படுவதில்லை. இருப்பினும் உவமைகளாகவும், பண்டைய மீள்நினைவுகளின் ஊடாகவும் பல்வேறு இடங்களின், மலைகளின், நிலக்குடித் தலைவர்கள் மற்றும் மன்னர்களின் பெயர்களும் அகப்பாடல்களில் இடம்பெறுகின்றன. புறப்பாடல்களின் கட்டமைப்பு இயல்பாகவே இடப்பெயர்கள், குடிப்பெயர்கள் என்று அனைத்து வகையான பெயர்களையும் குறிப்பிட்டுக் கொண்டாட வாய்ப்பளிக்கிறது. அதுமட்டுமின்றி சங்க இலக்கியப் புலவர்களின் பெயர்களில் பெரும்பாலானவை அவர்களின் ஊர்ப் பெயரை வெளிப்படுத்துவதாகவும் உள்ளன.

அகஇலக்கியத் திணைக் கோட்பாடுகளின் உரிப்பொருள் நிகழ்வுகள் நிலத்தையும், பொழுதையும் பின்னணியாகக் கொண்டு கருப்பொருள்களின் துணையோடு விளக்கப்படுவதால் பல்வேறு திணைப்பெயர்கள், கருப்பொருள்கள் சிலவற்றின் பொதுப்பெயர்கள் மற்றும் ஊர் அடையாளங்களைத் தெரிந்துகொள்ளத் திணைக்கோட்பாடு உதவிசெய்கிறது. பெயர் என்பது ஒரு சமூகத்தின் வழிவழியான மரபுரிமை என்றால் சங்க இலக்கியங்கள் தொல்தமிழர்களின் பெயர் மரபுகளைப் புரிந்துகொள்ள பேருதவி செய்யும் பெயர்ப் புதையல்.

சங்ககாலத்தில் பெயர்களின் பண்பாட்டு முக்கியத்துவம்

சங்ககாலத் தமிழர்கள் பெயர்கள் சார்ந்த கோட்பாட்டில் முழுமையான ஈடுபாடு கொண்டவர்கள். இடப்பெயர்களையும், குடிப்பெயர்களையும் போற்றுதற்குரிய தனிமனிதர்களின் பெயர்களையும் மிகவும் மதித்தார்கள். இடப்பெயர்களும், தனிமனிதர்களின் இயற்பெயர்களும் தகுதியுள்ள மக்களின் இரு முக்கியமான அடையாளங்கள் என்று (புறத். 25) கூறுகிறது. கொடைப்பண்பு, வீரச்செயல்கள், நடுவுநிலைமை போன்ற தலைமைப் பண்புகளால் ஒரு மனிதன் தனது பெயரை நிலைநாட்ட விரும்புவது வீரயுகக் காலத்தின் முக்கியமான பண்பியல்பாகும். நிலையில்லாத உலகத்தில் தமது புகழை நிலைநாட்டிச் செல்ல விரும்புவோர் தனது பெயரையும் புகழையும்தான் இம்மண்ணில் விட்டுச்செல்வார்கள் என்பதைப் புறநானூறு கூறுகிறது.

> மன்னா உலகத்து மன்னுதல் குறித்தோர்
> தம் புகழ் நிறீஇத்தா மாய்ந்தனரே... (165)

> உயர்ந்த கட்டில் உரும்பு இல் சுற்றத்து
> அகன்ற தாயத்து அஃகிய நுட்பத்து,
> இலம் என மலர்ந்த கையர் ஆகி
> தம் பெயர் தம்மொடு கொண்டனர் மாய்ந்தோர்,
> நெடு வரை இழிதரு நீத்தம் சால் அருவிக்
> கடுவரல் கலுழிக் கட்கு இன் சேயாற்று (மலைபடு. 550-555)

உயர்ந்த இடத்தையும், குறையற்ற அமைச்சர்களையும் கொண்டு பரந்த நாடுகளை ஆட்சிசெய்த பல மன்னர்கள் உள்ளனர். அவர்கள் இறக்கும்போது தன்னுடைய பெயரைத் தன்னுடன் சேர்த்து எடுத்துச்சென்றுவிட்டார்கள். அவர்களிடம் கொடுக்க ஒன்றுமே இல்லை. அவர்களின் எண்ணிக்கை சேயாற்றில் அடித்து வரப்படும் மணலின் எண்ணிக்கையைவிட அதிகம் என்று இந்த மலைபடுகடாம் பாடலடிகள் கூறுகின்றன. ஈகையின் இன்பத்தை அறியாதவர்களைச் சங்க இலக்கியம் எள்ளி நகையாடுகிறது. தன்னுடைய பெயரை இந்த உலகில் விட்டுச்செல்வது முக்கியம் என்ற கருத்தியல் கொண்ட ஒரு சமூகத்தை இந்தப் பாடலடிகள் எடுத்துக்காட்டுகின்றன.

பெரும்பெயர்: பெயரும் புகழும்

கடவுள்கள், நிலத்தலைவர்கள், மன்னர்கள் மற்றும் இடங்களின் புகழைக் கொண்டாடுவதற்குப் ‘பெரும்பெயர்’ என்ற சொல்லாடலைச் சங்க இலக்கியம் பல இடங்களில் பயன்படுத்துகிறது. இதற்கு ‘பெரிய பெயர்’ என்பது நேரடிப் பொருள். இதன் உள்ளீடான பொருள் நீளமான பெயர் என்பதல்ல, புகழ் பெற்ற பெயர் என்பதே. பெயர் இல்லாமல் ஒருவரைப் புகழ முடியாது; புகழ் இல்லாத ஒருவருக்குப் பெயர் இருந்தும் பயன் இல்லை என்பதுதான் சங்க இலக்கியம் முன்வைக்கும் கோட்பாடு. ஓர் இடத்தின் பெயர் அல்லது ஒரு தலைவனின் பெயர் பரவலாகப் பலருக்கும் தெரிந்திருக்கிறது; பலரும் பாராட்டுகிறார்கள் என்றால் அந்த இடமோ, அத்தலைவனோ ‘பெரும்பெயர்’ பெற்றதாகப் பொருள்.

சங்க இலக்கியத்தில் மதுரை, காவிரிப்பூம்பட்டினம், கள்ளூர், கூடல் (மதுரை), பாண்டில், பறம்பு மற்றும் மூதூர் ஆகிய இடப்பெயர்கள் சங்க இலக்கியப் புலவர்களால் 'பெரும்பெயர்' என்ற அடைமொழியோடு போற்றப்பட்டுள்ளன. தோட்டி என்ற மலை 'பெரும்பெயர்த் தோட்டி' என்று புகழ்ந்துரைக்கப்படுகிறது (புறம். 150: 25). இதைப்போலவே கரிகாலன், தழும்பன், மிளி, ஆதி, சாத்தன், சிறுகுடிகிழான், மாறன், வழுதி போன்ற அரசர்கள் மற்றும் குடிநிலத் தலைவர்கள் பெரும்பெயர் என்ற அடைமொழியோடு போற்றப்படுகிறார்கள். கருங்கை ஒள்வாள் பெரும்பெயர் வழுதி என்ற பாண்டிய மன்னனுக்குப் பெரும்பெயர் என்பது அடைமொழியாக அவனது பெயரின் ஒரு பகுதியாகவே மாறிவிட்டது. தமிழர்களின் குறிஞ்சி நிலக்கடவுளான முருகனை, 'பெரும்பெயர் முருக' என்று அழைக்கிறது சங்க இலக்கியம். (திருமுருகு. 269)

'நல்லபெயர் வாங்கவேண்டும்', 'வாங்கிய பெயரைக் களங்கமில்லாமல் காப்பாற்றிக்கொள்ள வேண்டும்' என்ற ஆர்வமும், முனைப்பும் சங்க இலக்கியத் தலைமை மாந்தர்களிடையே நிலவியது. ஒருவருக்கு நல்வாழ்த்து சொல்லும்போதுகூட 'உன் பெயர் சிறக்கட்டும்' என்று சொல்லி வாழ்த்தும் முறையைப் "பொலிக நும் பெயரே" (நற். 198) என்ற சொல்லாடலும் "நின் பெயர் வாழியரோ" (பதிற்று. 48) என்ற சொல்லாடலும் விளக்குகின்றன. தனது குடியைக் காப்பதற்காகப் போரிட்டு உயிரை ஈந்த வீரர்களுக்கு நடுகல் எழுப்பி அதில் அவர்களின் வீரச்செயல் பற்றியும், அவர்களது பெயரையும் எழுதிவைத்து வழிபடும் முறையை சங்க இலக்கியம் (அகம். 67, புறம். 264, மலைபடு. 394) பதிவு செய்கிறது. "பெயரும் பீடும் எழுதி அதர்தொறும்" (அகம். 67) என்பதை எடுத்துக்காட்டாகக் குறிப்பிடலாம். புகழ்பெற்ற நிலக்குடித் தலைவர்களின் பிறந்தநாளைப் "பெரும்பெயர் நன்னாள்" என்று கொண்டாடிய மரபைச் சங்க இலக்கியம் (மதுரைக். 618-619) தெரிவிக்கிறது. ஒரு தலைவனின் பிறந்தநாளைக் கொண்டாடுவதற்குப் பெரும்பெயர் நன்னாள் என்று பெயர் சூட்டியது ஒரு மனிதனின் வாழ்க்கையில் அவனுக்குப் பெயர்சூட்டப்பட்ட நாளின் முக்கியத்துவத்தைத் தெரிவிக்கிறது. பெயர் சூட்டப்பட்ட நாளில்தான் ஒரு மனிதனின் அடையாளம் பிறக்கிறது.

ஆண் குழந்தைக்குத் தந்தையின் தந்தை (பாட்டனின்) பெயரை வழங்கும் மரபு தென்னிந்தியாவில் தற்போது வரை நிலவி வருகிறது. இந்த மரபு சங்ககாலத்தில் நடைமுறையில் வழங்கியது என்பதற்குக் கலித்தொகை (75: 23-25) சான்றாக நிற்கிறது. அகநானூறு (162), புறநானூறு (174) பாடல்களிலும் இதற்கான சான்றுகள் உள்ளன. மலைபடுகடாம் என்ற இலக்கியத்தின் பாடுபொருள் தலைவன் 'நன்னன் சேய் நன்னன்' என்பவனின் பெயர் நன்னனின் மகனாகிய நன்னன் என்று பொருள் தருகிறது. இதிலிருந்து நன்னன் என்ற பெயர் தலைமுறை தலைமுறையாகத் தொடர்ந்து வந்த பெயர் என்பதை அறியலாம்.

இறந்த முன்னோர்கள் மீண்டும் பிறக்கிறார்கள் என்ற நம்பிக்கை கொண்ட பழங்குடி மக்கள் பிறந்த குழந்தைக்கு முன்னோர்களின் பெயர்களில் ஒன்றைச் சூட்டுகிறார்கள். இறந்துபோன முன்னோர்களில் யார் தற்போது மீண்டும் பிறந்திருக்கிறார் என்பதைப் பல்வேறு குறி-அறி முறைகளின்மூலம் புலனறிந்து பெயர் சூட்டும் முறையை இந்நூலின் ஆசிரியர் ஒடிசாவில் வாழும் திராவிடப் பழங்குடிகளின் மலைநில ஊர்களில் கண்கூடாகப் பார்த்துப் பதிவுசெய்திருக்கிறார். அந்தவகையில் ஒரு மனிதனின் பெயர் என்பது தன்னைத்தானே வெளிப்படுத்திக் குழந்தைக்குச் சூட்டப்படுவதாக அமைவதால் பெயர் என்பது ஏற்கெனவே சுட்டிக்காட்டியபடி தொல்பண்பாட்டு மரபின் பெயர் என்ற பெயராகவும், பெயர்தல் என்ற வினையாகவும் இருக்கிறது. இந்தவகையில் பெயர் என்பது வெறும் பெயர் அல்ல; தொடரும் தொன்மங்களின் தொப்புள்கொடி போன்ற அடையாளம்.

பெயர் என்பது மொழியின் மிக முக்கியமான கூறு. பண்டைய மக்கள் இடப்பெயர்களுக்கும், மனிதர்களின் பெயர்களுக்கும் முக்கியத்துவம் கொடுத்து அதைப் போற்றிப் பாதுகாத்துப் பின்வரும் தலைமுறைக்குக் கடத்தியிருக்கிறார்கள். அந்தவகையில் பெயர் ஒரு மரபுரிமையாகிவிடுகிறது. அதுவே பெயர்கள் சாகாவரம் பெற்று நிலைத்திருப்பதற்கும் காரணமாக அமைகிறது.

சங்க இலக்கியத்தில் இடம்பெறும் குறிப்பிட்ட இடப்பெயர்கள், இடப்பெயர் விகுதிகள்; ஆறு, மலை போன்ற இயற்கைக் கூறுகளின் பெயர்கள்; குடிகளின் பெயர்கள், பரம்பரைப் பெயர்கள், அரசர்கள் மற்றும் நிலக்குடித் தலைவர்களின் பெயர்கள் என அனைத்தையும் தொகுத்து சங்க இலக்கியத்திற்கான ஒரு பெயர் அட்டவணையைத் தயாரித்து, இந்தியத் துணைக்கண்டத்தின் வடமேற்குப் புலங்களில் உள்ள இடப்பெயர்களோடு ஒப்பாய்வு செய்யலாம். அத்தகைய ஒப்பாய்வின்மூலம் சிந்துவெளிப் பண்பாட்டின் திராவிடக் கருதுகோளை நிறுவமுடியும் என்பதுதான் இந்நூலின் அணுகுமுறையும் உறுதியான நம்பிக்கையும் ஆகும். அத்தகைய இடப்பெயர் தரவுகள் சிந்துவெளிப் பண்பாட்டின் திராவிட அடித்தளத்திற்கு உரைகல்லாக இருக்கும் என்ற நம்பிக்கையுடன் இனிவரும் இயல்களில் சில புத்தொளிச் சான்றுகளை முன்வைப்போம்.

இயல் ஏழு

திராவிடக் கருதுகோளுக்குச் சான்றளிக்கும் சிந்துவெளி இடப்பெயர்கள்

கொற்கை-வஞ்சி-தொண்டி வளாகம்

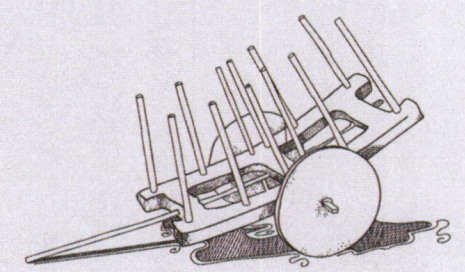

"சிந்துவெளி எழுத்துகளின் தொடக்கச் சொற்றொடர்களில் இடப்பெயர்களே இடம்பெற்றிருக்கக்கூடும்."

- ஐராவதம் மகாதேவன்

திராவிடக் கருதுகோளுக்குச் சான்றளிக்கும் சிந்துவெளி இடப்பெயர்கள்:
கொற்கை-வஞ்சி-தொண்டி வளாகம்

பகுதி - 1

இருமொழிப் பொறிப்புகளுடைய கல்வெட்டுகள் (Bilingual inscriptions) கண்டுபிடிக்கப்படும்வரை சிந்துவெளி எழுத்துக்களை அனைவரும் ஒப்புக்கொள்ளும் வகையில் வாசித்தறிவது இயலாதெனத் தோன்றுகிறது. இந்நிலையில் தற்போது சிந்துவெளி ஆய்வுகளை அடுத்த கட்டத்துக்கு நகர்த்த என்ன செய்யவேண்டும்; சிந்துவெளிப் பண்பாடு ஒரு திராவிடப் பண்பாடுதான் என்ற வாதத்தை நம்பகத்தன்மையோடு நிலைநிறுத்துவதற்குத் தேவையான உத்தரவாதமும் முன்நிபந்தனைகளும் எவை? திராவிட மொழிகளைப் பேசிய மக்கள் சிந்துவெளி நிலப்பகுதிகளில் கடந்தகாலங்களில் வாழ்ந்தார்கள் என்பதைச் சோதித்தறியத்தக்கத் தடயங்களால் முதலில் நிறுவவேண்டும் என்பதுதான் இதற்கான விடை. ஒரு பண்பாட்டு நிலப்பகுதிக்குள், ஒரு குறிப்பிட்ட மொழிக்குடும்ப மொழிகளைப் பேசும் மக்கள் வாழ்ந்திருக்காவிட்டால் அந்நிலப்பகுதியில் மிக உன்னதமான நகர நாகரிகத்தை அம்மக்கள் கட்டியெழுப்பியிருக்க முடியுமா? அப்படி வாழ்ந்தவர்கள் தடயமில்லாமல் அங்கிருந்து எப்படி மறைந்திருக்க முடியும்?

திராவிடர்கள் சிந்துவெளிப் பகுதிகளில் வாழ்ந்தார்கள்; அம்மக்களின் பண்பாடு சுமார் 3900 ஆண்டுகளுக்கு முன் நலிவடைந்தது என்றால், அப்பகுதியில் புழக்கத்தில் உள்ள சில இடப்பெயர்கள் அதற்குச் சாட்சியம் அளிக்கக்கூடும். ஏனெனில், இடப்பெயர்கள் நிலைத்த தன்மை உடையவை. சுமேரியப் பண்பாட்டுக்கால இடப்பெயர்கள் அந்நிலப்பகுதிகளில் இன்றுவரை பயன்படுத்தப்படுவதை ஆய்வாளர்கள் கண்டறிந்து நிறுவியுள்ளார்கள். சுமேரியப் பண்பாட்டு இடப்பெயர்களுக்கு இது சாத்தியமென்றால், சிந்துவெளிப் பண்பாட்டு இடப்பெயர்களுக்கு ஏன் சாத்தியமாகக் கூடாது. இடப்பெயர்கள், மொழியியலின் எச்சங்கள். நிலத்துக்கு அடியில் புதைந்து கிடக்கும் பழங்காலத் தட்டுமுட்டுச் சாமான்களும், சுடுமண் பொம்மைகளும், செங்கல் வடிகால்களும் ஓர் அகழாய்வாளர் ஒருநாள் எதேச்சையாகக் கண்டுபிடிப்பதற்காகக் காத்திருக்கலாம். ஆனால் இடப்பெயர்கள் அப்படியல்ல, அவை மொழியியலின் எச்சங்களாக நிலைத்திருப்பவை. நிலத்துக்கு வெளியே அன்றாடம் புழங்கும் சொற்களாக இடப்பெயர்கள் தொடர்ந்து பயன்படுகின்றன. ஆனால், அவை சொல்லும் செய்திகளும், அவற்றுக்குள் ஒளிந்திருக்கும் வரலாற்றுக்கு முற்பட்ட தொன்மங்களும் நம் கண்களுக்கு எளிதாகப் புலப்படுவதில்லை. அப்படிப்பட்ட தொன்மையான இடப்பெயர்களில் சில, காலப்போக்கில் பண்டைய இலக்கியங்களிலும், வரலாற்று ஆவணங்களிலும், பொது ஆவணங்களிலும் இடம்பெறுகின்றன. பல பெயர்கள் ஆவணப்பதிவு பெறாவிட்டாலும் தொடர்ந்து புழக்கத்தில் இருக்கின்றன.

சிந்துவெளிப் பண்பாட்டு மக்கள் இந்தியத் துணைக்கண்டத்தின் வேறு பகுதிகளுக்கு இடம்பெயர்ந்ததாக வைத்துக்கொள்வோம். அவ்வாறு புலம்பெயர்ந்த மக்கள் தங்களது சிந்துவெளி இடப்பெயர்களைக் கடந்தகாலத்தின் நினைவாகத் தாங்கள் புதிதாகக் குடியேறிய பகுதிகளில் மறுபதியம் செய்திருக்க வேண்டும். இடப்பெயர் ஒரு கூட்டு உளவியல். அது தொடர் ஓட்டமாக இயங்கும் மக்களின் வாழ்வியலில் புலப்பெயர்வுகளின் ஊடாக பாதுகாப்பு உணர்வையும், புதிய நிலப்பகுதிகளின் மீது ஒருவகையான உரிமையையும்

கட்டமைக்கிறது. பழைய இடங்களுக்கும் புதிய இடங்களுக்கும் இடையிலான தொடர்புக்கு இந்த இரண்டு இடங்களுக்கும் பொதுவான இடப்பெயர்கள் சாட்சியமாக இருக்குமென்றால் அந்தப் புலப்பெயர்வின் பாதைகளை இடப்பெயர்கள் எனும் சுவடுகளின் மூலமாகக் கண்டுபிடித்துவிடலாம் என்பதும் சாத்தியம்தான்.

ஆயினும் இடப்பெயர்களை நம்பத்தகுந்த சான்றாதாரமாகப் பயன்படுத்துவதில் சில நடைமுறைச் சிக்கல்கள் உள்ளன. அகழாய்வுத் தடயங்கள் சிலவற்றின் காலக்கணிப்பிற்கு அறிவியல் சார்ந்த வழிமுறைகள் உள்ளன. இடப்பெயர்கள் 'கரிமப்பொருட்கள்' அல்ல, எனவே அவற்றின் காலக்கணிப்புக்கு வேறுசில உத்திகளைக் கையாள வேண்டியுள்ளது. ஓர் இடப்பெயர் பண்டைய இலக்கியங்கள் அல்லது தொல்கல்வெட்டுகளில் ஆவணப்பதிவாகியிருந்தால் அந்த இடப்பெயரின் 'குறைந்தபட்ச வயதை' நம்மால் கணக்கிட முடியும். ஓர் இடப்பெயர் ஒரு மொழியில் தோற்றம் பெற்றதற்கும் அது ஆவணப்பதிவு பெறுவதற்கும் நீண்டகால இடைவெளி இருக்கக்கூடும். எவ்வளவு இடைவெளி என்பதை ஒருபோதும் துல்லியமாக ஊகிக்கமுடியாது. அதனால் ஓர் இடப்பெயரின் முதல் ஆவணப்பதிவு என்பது அதன் குறைந்தபட்ச வயதாகிறது.

சில சமூகங்களில் கடந்தகாலப் புலப்பெயர்வுகள் பற்றிய மங்கலான தொன்ம மீள்நினைவுகள் உண்டு. அந்நினைவுகளிலும் சில நேரங்களில் முக்கியமான இடப்பெயர்கள் இடம்பெறக்கூடும். எடுத்துக்காட்டாகப் புலப்பெயர்வு குறித்த தமிழ்த்தொன்மங்களின் சொல்லாடல்களில் இடம்பெறும் பஃறுளி ஆறு, குமரிக்கோடு, தென்மதுரை, கபாடபுரம், மதுரை போன்ற இடப்பெயர்களைக் குறிப்பிடலாம். இத்தகைய மீள்நினைவு இடப்பெயர்களின் துணையோடும் இடப்பெயர் சான்றாதரங்களை மதிப்பிடமுடியும். அதேநேரத்தில் இரண்டு நிலப்பகுதிகளில் பயன்படுத்தப்படும் ஓரிரு இடப்பெயர்கள் 'பார்ப்பதற்கும், கேட்பதற்கும்' ஒரேமாதிரியாக இருக்கிறது என்பதை வைத்து ஒரு தீர்மானமான முடிவிற்கும் வந்துவிட முடியாது. எதேச்சையாக, ஒரேமாதிரியான ஒலிப்புடைய இடப்பெயர்களைக் கண்டு ஏமாறும் சாத்தியமும் இருக்கிறது. எனவே, ஒப்பிடப்படும் இடப்பெயர்களைக் குறிப்பிட்ட தொகுதிகளாக அணுகுவது மேலானது. மேலும், தொன்மையான இடப்பெயர்களைப் பற்றிய ஆராய்ச்சியில் 'வேர்ச்சொல் விளக்கம்' என்ற ஆராய்ச்சி வலைக்குள் *(Etymological Trap)* முடிந்தவரை விழுந்துவிடாமல் இருப்பது நல்லது. வேர்ச்சொல் குறித்த வேட்கை ஒரு தவிர்க்கமுடியாத ஈர்ப்புதான். ஆனாலும், அதை இந்த நூல் இயன்ற அளவு தவிர்க்கிறது.

சிந்துவெளி மக்களின் மொழி திராவிடமொழி என்ற கருதுகோளை ஆதரிக்கும் அஸ்கோ பர்போலா, ஐராவதம் மகாதேவன், சங்காலியா, சவுத்வொர்த் போன்ற இந்தியவியல் ஆய்வாளர்களும் தங்களது ஆய்வுகளில் இடப்பெயர்ச் சான்றுகளை முன்னிலைப்படுத்தியுள்ளனர்.

கொற்கை-வஞ்சி-தொண்டி வளாகம்

கொற்கை-வஞ்சி-தொண்டி வளாகம் என்ற பெயர் திட்டமிட்டுத் தரப்பட்ட ஓர் அடையாளம். இந்த அடையாளத்தரவின் அடிப்படையில் பட்டியலிடப்படுகிற இடப்பெயர்கள் இந்தியத் துணைக்கண்டத்தின் வடமேற்குப் பகுதியில் புழக்கத்தில் இருக்கும் இடப்பெயர்களாகும். இவை திராவிட மொழிக்குடும்ப மொழிகளில் மிகத்தொன்மையான சங்கத் தமிழ் இலக்கியங்களில் குறிப்பிடப்படுகிற நூற்றுக்கணக்கான இடப்பெயர்களை அப்படியே நினைவுபடுத்துகின்றன. சிந்துவெளிப் பண்பாட்டின் நலிவிற்குப்பின் அம்மக்கள் புலம்பெயர்ந்த நிகழ்விற்கான எஞ்சியிருக்கும் சான்றுகளில் ஒன்றாக இத்தகைய ஒப்புமை இடப்பெயர்களைக் கருதலாம்.

சுமேரிய ஆவணங்களில் குறிப்பிடப்படும் மெலூகா என்ற இடப்பெயர் சிந்துவெளிப் பண்பாட்டு நிலப்பகுதியைக் குறிக்கிறது என்று கருதும் அஸ்கோ பர்போலா இந்த இடப்பெயர்தான் "சிந்துவெளிப் பண்பாடு தொடர்பாகக் கிடைத்திருக்கக்கூடிய மிக முக்கியமான ஒரே மொழியியல் சான்று" என்று வியப்புடனும், மகிழ்ச்சியுடனும் குறிப்பிடுகிறார். அதாவது, சுமேரிய ஆவணங்களில் இடம்பெறும் ஓர் இடப்பெயரை சிந்துவெளியின் திராவிடக் கருதுகோளுக்கான முக்கியமான மொழியியல் சான்றாகப் பர்போலா கருதுகிறார். அதே தர்க்க நியாயத்தின் அடிப்படையில் பழந்தமிழர்களின் மலைகள், ஆறுகள், நகரங்களின் பெயர்கள் என்ற தனித்துவ அடையாளங்கள் சிந்துவெளி நிலப்பகுதிகளில் இன்றுவரை எஞ்சியிருப்பதைச் சிந்துவெளிப் பண்பாட்டுக்கும், சங்க இலக்கியத்துக்குமான தொடர்பை விளக்கும் 'பிறப்பு அடையாளங்கள்' *(Birth-markers)* என்று குறிப்பிடலாம்.

தற்போதைய தமிழ்நாட்டு நிலப்பகுதியில் தொல்பழங்காலம், பழைய கற்காலம், புதிய கற்காலம் என்று பல்வேறு காலகட்டங்களில் மக்கள் வாழ்ந்ததற்கான தெளிவான அகழாய்வுச் சான்றுகள் கிடைத்துள்ளன. எனவே சிந்துவெளிப் பண்பாட்டைத் தொல்தமிழ்ப் பண்பாட்டோடு ஒப்பிட்டுப் பேசுவது பழைய கற்கால, புதிய கற்காலப் பண்பாடுகள் பற்றிய அகழாய்வுத் தடயங்களின் முக்கியத்துவத்தை எந்த வகையிலும் குறைப்பது அல்ல. சிந்துவெளி நிலப்பகுதிகளையும், தென்கோடித் தமிழகத்தையும் இணைக்கும் பெயர்ப்பாலம் *(Name bridge)* கொற்கை-வஞ்சி-தொண்டி வளாகம்.

ஆனால், சிந்துவெளிப் பண்பாட்டின் தெற்கு எல்லையாகக் கருதப்படும் தைமாபாத்திலிருந்து தமிழ்நாட்டின் வடக்கு எல்லைவரை சுமார் 1400 கி.மீ. நில இடைவெளி உள்ளது. சிந்துவெளிப் பண்பாடு நலிவடைந்த காலத்திற்கும், சங்க இலக்கியங்கள் தொகுக்கப்பட்ட காலத்திற்கும் சுமார் 1300 ஆண்டுகள் கால இடைவெளியும் உள்ளது. தமிழ்நாட்டில் நடைபெறும் புதிய அகழாய்வுகள் இக்கால இடைவெளியை மேலும் சுருக்கக்கூடும்.

சிந்துவெளி நிலப்பகுதிகளில் வழங்கும் இடப்பெயர்களுக்கும், தென்கோடி இடப்பெயர்களுக்கும் ஒப்புமை இருக்கலாம். ஆனால், இவ்விடப்பெயர்கள் புலம்பெயர்ந்த காலத்தை எப்படி கணிப்பது? இக்கேள்விக்கான பதில், சங்க இலக்கியமும் தொல்தமிழ்க் கல்வெட்டுகளும் குறிப்பிடும் பெயர்கள் சிந்துவெளி இடப்பெயர்களோடு ஒத்துப்போகின்றன என்றால் அதன் புலப்பெயர்வுக்கான குறைந்தபட்ச வயது சங்க இலக்கியம் மற்றும் தொல்தமிழ்க் கல்வெட்டுகளின் காலம் அல்லது அதைவிடத் தொன்மையானதாக இருக்கும் என்பதுதான். சங்க இலக்கியங்களில் இடம்பெறும் பல்வேறு பெயர்கள் அவை ஆவணப்படுத்தப்பட்ட காலத்திற்கு முன்பாக நிகழ்ந்த மீள்நினைவுகளாகக் குறிப்பிடப்படுவதால், இந்தக் காலக்கணிப்பு முறையில் எழுத்து வழியான இலக்கியத்தையும், பாணர் மரபு மற்றும் பொது நினைவிலிருக்கும் தொன்மங்களின் வயதையும் தோராயமாகக் கணக்கில் கொள்ளவேண்டும்.

கொற்கை-வஞ்சி-தொண்டி வளாகத்தில் இடப்பெயராக எஞ்சியுள்ள சங்க இலக்கியப் பெயர்கள் வடமொழி இலக்கியங்களில் இல்லை. இந்த வளாகத்தில் இடம்பெறும் பெயர்கள் கிரேக்கம், லத்தீன், சமஸ்கிருதம் ஆகிய இந்தோ-ஐரோப்பிய/இந்தோ-ஆரிய மொழிக்குடும்பத்துப் பெயர்கள் இல்லை. இப்பெயர்கள் தமிழ்ச் செம்மொழி மரபோடு, பண்பாட்டோடு தொடர்புடையவை. வடக்கு, வடமேற்கு நிலப்பகுதிகளைப் பற்றிய சங்க இலக்கியத்தின் கூர்மையான அறிதலும், தென்கோடி நிலப்பகுதிகளைப் பற்றிய வடமொழி இலக்கியங்களின் தெளிவற்ற பார்வையும் வரலாற்றுக் காலத்தில் மட்டுமல்ல இன்றும்கூட தொடர்கதைதான்.

கொற்கை-வஞ்சி-தொண்டி: சங்க இலக்கியத்தின் தனியுரிமை

கொற்கை-வஞ்சி-தொண்டி வளாகம் என்ற பெயர் சிந்துவெளி நிலப்பகுதிகளில் இந்நூலாசிரியர் கண்டெடுத்த மொத்த சங்க இலக்கியப் பெயர்ப் பரப்பையும் (இடப்பெயர்கள், ஆறுகளின்-மலைகளின் பெயர்கள், குடிப்பெயர்கள், இயற்பெயர்கள்) உள்ளடக்கிய ஓர் உருவகம். தமிழர்களைப் பொறுத்தவரை இவை ஏதோ கடந்தகாலப் பெயர்கள் மட்டுமில்லை, இவை இன்றும் நினைவுகூரப்படுபவை. இவற்றில் பல பெயர்கள் தமிழ்நாட்டில் இப்போதும் புழக்கத்தில் உள்ளன. தமிழின் தனித்துவமான பண்பாட்டு அடையாளங்களை இப்பெயர்களின்றிக் கட்டமைக்க இயலாது. வேத இலக்கியங்களுக்கோ அதன் பின்வந்த சமஸ்கிருத இலக்கியங்களுக்கோ இந்தப் பெயர்கள் அறிமுகமானவை அல்ல.

கொற்கை-வஞ்சி-தொண்டி போன்ற பண்டைய நகரங்களின் பெயர்கள் சங்க இலக்கியப் பண்பாட்டுக்கே முற்றிலும் உரித்தானவை. சங்க இலக்கிய மரபுகளை அறிந்த தமிழர்களுக்குச் சிந்துவெளிப் பகுதியில் கண்டறியப்பட்டுள்ள இப்பெயர்த்தொகுதி தங்களுடைய மூதாதையர்களுக்கும் வடமேற்கு நிலப்பகுதிகளுக்கும் இருந்த உறவைப் பற்றிய வெளிச்சத்தைத் தருகிறது.

- கொற்கை (அகம். 27, 130, 296. நற். 23) புகழ் பெற்ற பாண்டியர்களின் கடல்வணிக மற்றும் கடற்படைத் துறைமுகமாகும். இத்துறைமுகம் முத்துக் குளித்தலுக்கு மிகவும் புகழ்பெற்றது.
- கருவூர் என்றறியப்படும் வஞ்சி (அகம். 263). சேரர்கள் கொங்கு பகுதியின் மீது படையெடுத்தபோது சேரர்களின் தலைநகரமாக இருந்தது.
- சங்க இலக்கியத்தில் தொண்டி (அகம். 60) என்ற சேரர் தொடர்புடைய துறைமுகம், கீழைக்கடல், மேலைக்கடல் என்ற இரு கடற்கரைகளோடும் தொடர்புடையதாகப் பேசப்படுகிறது.

இவற்றில் கொற்கை, தொண்டி ஆகிய இடப்பெயர்கள் தமிழ்நாட்டில் தற்போதும் பயன்பாட்டில் உள்ளன.

தமிழ் மூவேந்தர்களின் ஆட்சியமைப்பில் இரு தலைநகரங்கள் என்ற கோட்பாடு உள்ளீடானது. பாண்டியர்களுக்கு மதுரை அரசியல் தலைநகராகவும், கொற்கை துறைமுக/வணிகத் தலைநகராகவும் விளங்கின. சேரர்களைப் பொறுத்தவரையில் வஞ்சி அரசியல் தலைநகரமாகவும், மேற்குக் கடற்கரையில் அமைந்த தொண்டி துறைமுக/வணிகத் தலைநகரமாகவும் விளங்கின. இதைப்போலவே சோழர்களுக்கு உறையூரும், பூம்புகாரும். சிந்துவெளிப் பண்பாட்டுக் காலத்திலும் ஹரப்பா, மொகஞ்சோதாரோ போன்ற உள்நாட்டுப் பெருநகரங்களும், லோத்தல் போன்ற துறைமுக நகரமும் இருந்ததைக் காணமுடிகிறது.

சங்க இலக்கியத்தில் உள்ள இடப்பெயர்கள் இந்தியத் துணைக்கண்டத்தின் குறிப்பிட்ட நிலப்பகுதியில் சில ஆயிரம் ஆண்டுகளுக்கு முன் செழித்தோங்கிய ஒரு பண்பாட்டின் அடித்தளமாக, அப்பண்பாட்டின் மொழி, மரபு, அடையாளம், நம்பிக்கைகள் போன்ற பரிமாணங்களை நினைவுறுத்தும்

சான்றுகளாக உள்ளன. இப்பெயர்கள் தமிழ்த்தொன்மங்களோடு தொடர்புடைய நகரங்களை நம் கண்முன்னே கட்டியெழுப்பி அக்கட்டமைப்பிற்குத் தலைமைதாங்கிய நிலக்குடித் தலைவர்கள், மன்னர்கள் மற்றும் மக்களின் கடல்வணிக ஆற்றலை, வெளிப்பண்பாட்டுத் தொடர்பை நமக்கு நினைவுபடுத்துகின்றன. இப்பெயர்கள் தமிழ்த்தொன்மங்களோடு தொடர்புடைய பல போர்க்களங்களையும் அவற்றில் வென்ற, தோற்ற மன்னர்களையும் அவர்களின் வீரத்தைப் புகழ்ந்து பாடிய புலவர்களின் பாடல்களையும் நினைவுபடுத்துகின்றன.

இந்த நகரங்களோடு மக்கள் தங்களை அடையாளப்படுத்திக் கொண்ட பெருமிதத்திற்குக் கொற்கையோர், வஞ்சியோர், தொண்டியோர் என்ற சங்க இலக்கியச் சொல்லாடல்கள் எடுத்துக்காட்டாகும். சிந்துவெளிப் பகுதியில் இடம்பெற்றுள்ள மதிரை என்ற இடப்பெயரைத் தற்கால மதுரையோடு தொடர்புபடுத்துவதைப் போலவே, உத்திரப் பிரதேசத்தில் உள்ள மதுரா நகரத்தோடும் தொடர்புபடுத்த முடியும். காஞ்சி என்ற இடப்பெயரை 'நகரேஷு காஞ்சி' என்ற சமஸ்கிருத சொற்றொடரோடு தொடர்புபடுத்த முடியும். அதனால் மதிரை, காஞ்சி போன்ற பெயர்களைத் தவிர்த்துவிட்டுக் கொற்கை, வஞ்சி, தொண்டி வளாகம் என்று பெயர் சூட்டப்பட்டுள்ளது. இடப்பெயர்கள் வடமேற்குப் பகுதிகளிலிருந்து வரலாற்றுக் காலங்களில் நிகழ்ந்த புலப்பெயர்வுகளால் நகர்ந்திருந்தால் அத்தகைய நிகழ்வு அல்லது இடப்பெயர்கள் இந்தோ-ஆரிய இலக்கியங்களிலும் பழந்தமிழ் ஆவணங்களிலும் தெளிவாகக் குறிப்பிடப்பட்டிருக்கும். அவ்வாறு இல்லாததால் இந்த இடப்பெயர்களின் நகர்வுக்குக் காரணமான புலப்பெயர்வுகள் சங்க இலக்கியங்கள் தொகுக்கப்பட்ட காலத்திற்கும் முன்பு அதாவது தமிழர்களின் வரலாற்றுக்கு முற்பட்ட காலகட்டங்களில் நிகழ்ந்திருக்கும் வாய்ப்புகளே உள்ளன.

சிந்துவெளிப் பண்பாட்டின் படைப்பாளர்கள் திராவிட மொழிக்குடும்பத்தைச் சேர்ந்தவர்கள் என்று பொதுவாக ஊகிக்கப்படுவதைத் தாண்டி அம்மக்களின் வழித்தோன்றல்களே தமிழ்ச் சங்க இலக்கியங்களோடு தொடர்புடைய மக்கள் என்ற கண்ணோட்டத்தைக் கொற்கை-வஞ்சி-தொண்டி வளாகம் நமக்களிக்கிறது. இப்பெயர் தொகுதி எதேச்சையாய் நிகழ்ந்த மொழியியல் விபத்தல்ல. இப்பெயர்களின் புலப்பெயர்வின் ஊடாக ஒரு நிலவியல் மற்றும் பண்பாட்டுத் தொடர்ச்சியை நம்மால் மீள்கட்டமைப்பு செய்ய முடிகிறது. பண்டைய புலப்பெயர்வுகளின் பாதைகளையும் இன்னும் நாம் முழுவதுமாகக் கண்டறியாத தொல்லியல் புதிர்களையும் விளக்கும் வல்லமை கொண்டவை இவை. இன்னும் சொல்லப்போனால் கொற்கை-வஞ்சி-தொண்டி வளாகத்தில் இடம்பெறும் பெயர்கள் இந்தியத் துணைக்கண்டத்தின் அகழாய்வுக்கு வாய்ப்புள்ள இடங்கள் பலவற்றை அடையாளம் காட்டக்கூடிய முதல்நிலை வழிகாட்டியாகப் பயன்படக்கூடும்.

கொற்கை-வஞ்சி-தொண்டி வளாகத்தின் தரவுத்தளம் உருவான முறை

கொற்கை-வஞ்சி-தொண்டி வளாகத்தைக் கண்டறிய உதவிய இடப்பெயர் தகவல்தளத்தைக் கட்டமைப்பதில் கையாளப்பட்ட அணுகுமுறையும் செயல்முறையும் சுருக்கமாக இங்கே விளக்கப்படுகிறது.

சிந்துவெளிப் பண்பாட்டு நிலப்பகுதி என அறியப்படும் இடங்கள் தற்போதைய பாகிஸ்தான், ஆப்கானிஸ்தான், இந்தியா ஆகிய நாடுகளில் பரவியுள்ளன. இவற்றில் பாகிஸ்தான், ஆப்கானிஸ்தான் ஆகிய இரு நாடுகளின் இடப்பெயர்கள் மட்டுமே இங்கே கருத்தில் கொள்ளப்படுகின்றன.

இந்த ஆராய்ச்சியில் பாகிஸ்தான், ஆப்கானிஸ்தான் நாடுகளில் உள்ள தற்கால இடப்பெயர்களையும் இந்தியாவில் ஹரப்பா பண்பாட்டோடு தொடர்புடைய மாநிலங்களில் புழக்கத்தில் உள்ள இடப்பெயர்களையும் சேர்த்து மொத்தம் **12,66,706** இடப்பெயர்கள் ஒருங்கிணைக்கப்பட்டன. இதைப்போலவே சங்க இலக்கியங்களில் இடம்பெறும் இடப்பெயர்கள், புவியியல் கூறுகளின் பெயர்கள், இனம்-குடி சார்ந்த பெயர்கள், குலப்பெயர்கள், அரசர்கள் மற்றும் நிலக்குடித்

தலைவர்களின் இயற்பெயர்கள், சிறப்புப்பெயர்கள், புலவர்களின் பெயர்கள் ஆகியவை அடங்கிய ஒரு பெயர் அட்டவணை தயாரிக்கப்பட்டது. பாகிஸ்தான் மற்றும் ஆப்கானிஸ்தான் இடப்பெயர் தகவல்தளத்தைப் பயன்படுத்தி அப்பெயர்களைத் தமிழகத்தின் தற்போதைய இடப்பெயர்களோடு ஒப்பிட்டுப் பொதுவான பெயர்களும் பெயர்க்கூறுகளும் கண்டறியப்பட்டன. இதன்மூலமாகச் சிந்துவெளிப் பண்பாட்டில் ஒருகாலத்தில் பயன்படுத்தப்பட்ட இடப்பெயர்கள் புலப்பெயர்வுகளின் ஊடாக இடம்பெயர்ந்து தென்னகத்தில் நிலைத்துள்ளன என்ற நிலைப்பாட்டை விவாதிப்பதற்கான அடிப்படைத் தரவுகளைக் கண்டறிந்தோம். இந்த இடப்பெயர் தகவல்தளத்தைச் சங்க இலக்கியம் மற்றும் பழந்தமிழ்க் கல்வெட்டுகளில் இடம்பெறும் பெயர்களுடன் ஒப்பிட்டு ஆராயப்பட்டுள்ளன. மேலும், இந்த ஒப்புமைப் பெயர்கள் தமிழர்களின் பண்பாட்டு மரபோடும் வரலாற்றோடும் எந்தவகையில் தொடர்புடையன என்பதும் இந்த இயலில் விவாதிக்கபடும்.

சிந்துவெளிப் பகுதியில் இடப்பெயர்களாக விளங்கும் திராவிட மொழிகளின் பெயர்கள்

மொழியின் பெயர் (Glossonym) என்பது அந்த மொழி சார்ந்த இனத்தின் அடிப்படை அடையாளமாகும். மொழியின் பெயர், அம்மொழி பேசப்படும் நிலப்பகுதி, அம்மொழி பேசும் மக்கள் ஆகிய மூன்றும் ஒன்றோடொன்று நெருங்கிய தொடர்புடையவை. மொழி, குடி, நிலம் என்று பின்னிப்பிணைந்த இந்த முப்பரிமாண அடையாளத்தில் எதிலிருந்து எது வந்தது என்று பிரித்துப் பார்ப்பது கடினம். ஒரு மொழியின் பெயரே அம்மொழியைப் பேசும் மக்களையும், அவர்கள் வாழும் இடத்தையும் அடையாளப்படுத்துவதாகப் பல நேரங்களில் அமைகிறது. பெயரியலில் இதை 'டெமோனிம்' (Demonym) அல்லது 'ஜென்ட்லிக்' (Gentilic) என்று குறிப்பிடுவார்கள்.

சிந்துவெளிப் பண்பாட்டின் மொழி திராவிட மொழிக்குடும்பத்தைச் சேர்ந்தது என்ற முன்மொழிவின் அடிப்படையில் திராவிடக் கருதுகோள் கட்டமைக்கப்பட்டாலும் அம்மக்கள் பேசியது தொல்திராவிட மொழியா, அல்லது ஒன்றுக்கும் மேற்பட்ட திராவிட மொழிகளா என்று தெளிவாகக் கூறமுடியாது. ஆயினும், இந்தியத் துணைக்கண்டத்தின் வடமேற்குப் பகுதிகள், பாகிஸ்தான் மற்றம் ஆப்கானிஸ்தான் ஆகிய இடங்களின் இடப்பெயர்களைக் கணிப்பொறித் தரவுகளில் ஆய்வு செய்தபோது இன்று திராவிட மொழிக்குடும்பத்தின் மொழிப்பெயர்களாக விளங்கும் பல்வேறு பெயர்கள் இந்நிலப்பகுதிகளில் ஊர்களின் பெயராக இன்றுவரை உறைந்திருப்பது வியப்பை அளிக்கிறது.

திராவிட மொழிப்பெயர்	சிந்துவெளி இடப்பெயர்	இடம்பெறும் நாடு
தமிழ்	தமுலா (Tamulah, Damiri)	பாக்
கன்னடம்	கர்ணடா (Karnada)	பாக்
தோடா	தோடா (Todah, Thoda)	பாக்
படகா	படகாஹ் (Badagh)	ஆப்
கோடா	கோடா (Kota)	ஆப், பாக்
துளு	துல் (Thul)	பாக்
குடகு	கொடகி (Kodagi), குடக் (Kudak)	பாக், ஆப்
குய்	குய் (Kui)	ஆப், பாக்
கோண்டி	கோண்டி (Gondi)	பாக்
கோண்ட்	கோண்டி (Kondi)	பாக்
பெங்கோ	பெங்கா (Penga)	பாக்
மண்டா	மண்டா (Manda)	ஆப், பாக்
கோலாமி	கோலாம் (Gholam)	ஆப்
நாய்கி	நாய்க் (Naik)	பாக்
பார்ஜி	பார்ஜினா (Parjina)	ஆப்
குறும்ப	குறும்ப் (Kurumb)	பாக்
குருக்	குருக் (Kuruk)	ஆப்
மலேர் (மால்ட்டோ)	மலர் (Malar)	பாக்
கிசான்	கிசாண் (Kisan)	பாக்
பிராகுயி	பிராகுயி (Brahui), பிராகுயிகோட் (Brahuikot)	பாக், பாக்

இந்த இடப்பெயர்களுக்கும், அந்தந்தத் திராவிட மொழிகளுக்கும் நேரடித் தொடர்பு இருக்கிறதா, இத்தகைய மொழிகள் அங்கு உண்மையில் பேசப்பட்டனவா என்ற கேள்விகளுக்கு விடை சொல்ல இயலாது. ஏனெனில் பிராகுயி தவிர அப்பகுதிகளில் இந்த மொழிகள் இப்போது பேசப்படவில்லை. மேலும், சிந்துவெளிப் பண்பாட்டுக் காலத்தில் இந்த இடப்பெயர்கள் மொழியின் பெயர்களோடு தொடர்பு கொண்டிருந்தனவா என்பதும் தெரியாது. ஆயினும், திராவிட மொழிகளின் பெயர்களைப் போலவே ஒலிக்கும் இந்த இடப்பெயர்களின் இருப்பையும் அவை நமக்குள் தூண்டும் ஆர்வத்தையும் எளிதாகக் கடந்துசெல்லவும் முடியாது.

சிந்துவெளியில்
இடப்பெயர்களாக விளங்கும்
திராவிட மொழிகளின் பெயர்கள்
குருக்
குயி
கொரகி
கோட்டா
கொரகா
கோட்டா
தமுலா
கோட்டா
பரிஞ்சா
படக்
நாய்க்
மண்டா
படகல்
கொடகி
குயி
மரியா
கர்ண்டா
மாண்டா
தோடா
தங்கர்
பெங்கா
ஆப்கானிஸ்தான்
குடா
குடக்
மண்டா
கோட்டா
குயி
தோடா
பொர்தமில்
தமுல்
மண்டா
நாய்க்
பிராகுயிகோட்
பிராகுயி
பாகிஸ்தான்
கோண்டி
மண்டா
கோண்டி
பேலார்
மலார்
குரும்ப்
பேலார்
கோண்டி
மலார்
தங்கர்
இந்தியா
அரபிக்கடல்
0 மீ
7492 மீ
உயரம்
N

நிலவரைபடம் 7.1

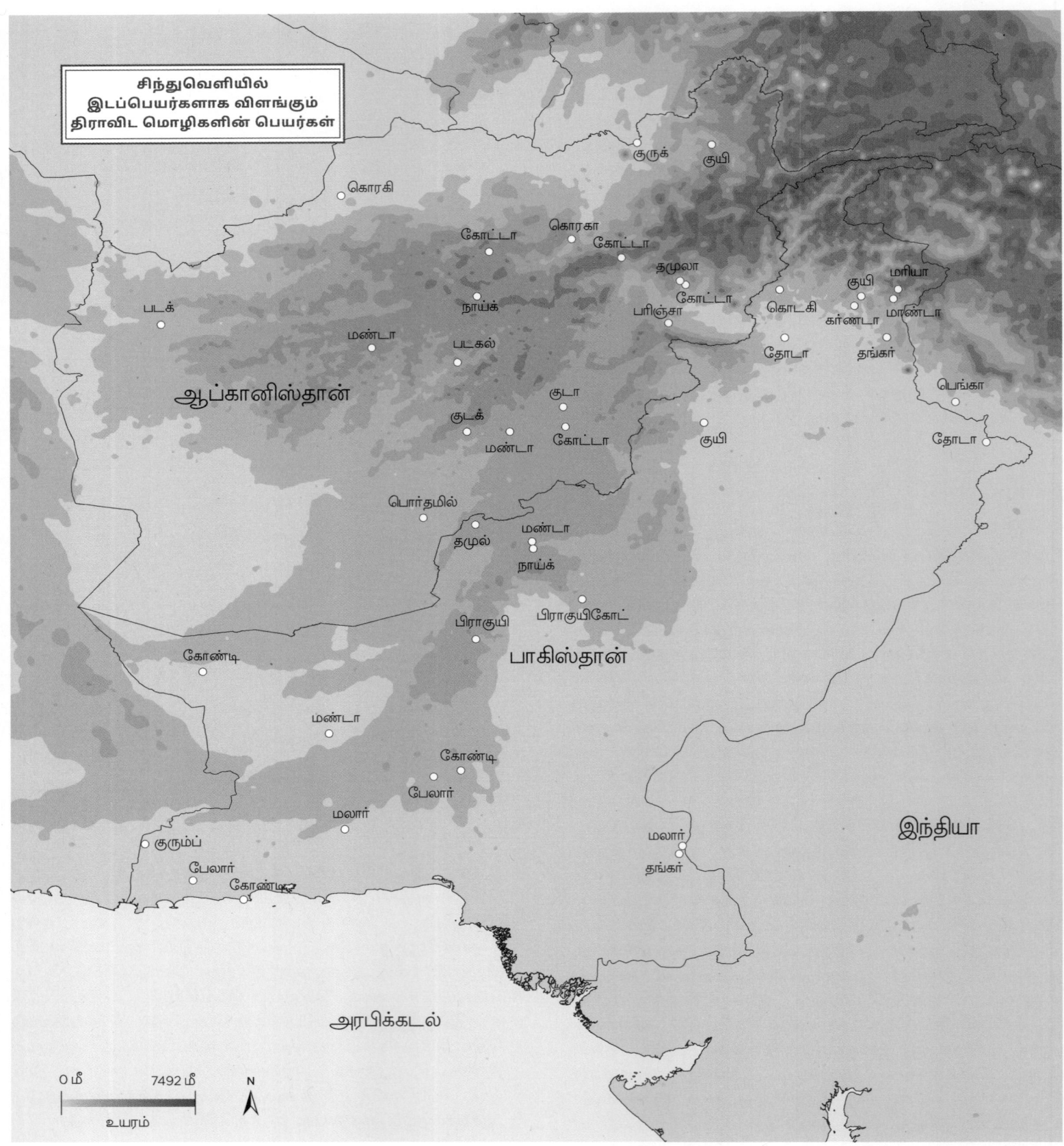

ஒரு மொழியின் பெயருக்கும் (Glossonyms), இடத்தின் பெயருக்கும் (Toponyms), அம்மக்களின் பெயருக்கும் (Demonyms) தொடர்பு இருக்கிறது என்பதற்கு உலகம் முழுவதும் சான்றுகள் இருந்தாலும் வடமேற்கு நிலப்பகுதியில் அதிலும் குறிப்பாகப் பிராகுயி என்ற திராவிட மொழியின் பெயரின் ஊடாக உறுதிசெய்துகொள்வது இடப்பெயர் ஆய்வுகளின் நம்பகத்தன்மையை அதிகரிக்கிறது. பலூசிஸ்தானின் மையப்பகுதியில் பேசப்படும் மொழி பிராகுயி; வசிப்பவர்கள் பிராகுயி மக்கள். பாகிஸ்தானில் பிராகுயி என்ற ஒருசொல் இடப்பெயர் எந்தவித முன்னொட்டும், பின்னொட்டும் இல்லாமல் அப்படியே வழக்கத்தில் உள்ளது. பாகிஸ்தானில் ஆறு இடங்களில் பிராகுயி என்ற இடப்பெயர் உள்ளது. மேலும் ஓர் இடத்தில் பிராகுயிகோட் என்று கோட் (அதாவது கோட்டை) என்ற விகுதியோடு விளங்குகிறது. இந்தப் பிராகுயி என்ற இடப்பெயர் பிராகுயி மொழி பேசப்படும் அந்தக் குறிப்பிட்ட பகுதியைத் தவிர வேறு எங்கும் இடப்பெயராகப் பயன்படுத்தப்படவில்லை. இதனடிப்படையில் பார்த்தால் சிந்துவெளிப் பண்பாட்டு நிலப்பகுதிகளில் பண்டைய காலகட்டங்களில் திராவிடமொழி பேசும் மக்கள் வாழ்ந்தார்கள் என்பதற்கும், திராவிடக் கருதுகோளின் புலனாய்வில் இடப்பெயர்கள் உறுதுணையாக இருக்கக்கூடும் என்ற உணர்வை வலுப்படுத்துவதற்கும் இந்தப் பிராகுயி நேர்வு ஆய்வு (Brahui case study) சான்றளிக்கிறது.

இடப்பெயர்களின் ஒப்பீடு: தென்னிந்திய மாநிலங்கள் - சிந்துவெளி நிலப்பகுதி

முற்றிலும் பொருந்தும் பெயர் இணைகள்

இந்தியாவில் முக்கியமான திராவிட மொழிகள் பேசப்படும் 4 மாநிலங்களில் உள்ள 1,98,252 இடப்பெயர்கள் அடங்கிய தகவல்தளத்தை உருவாக்கினோம் (தமிழ்நாடு - 87,112, ஆந்திரா - 46,818, கர்நாடகா - 58,803, கேரளா - 5,519). அதைப் பாகிஸ்தான், ஆப்கானிஸ்தான் பகுதிகளில் உள்ள 2,33,242 இடப்பெயர்களோடு ஒப்பிட்டோம் (பாகிஸ்தான் - 1,31,296, ஆப்கானிஸ்தான் - 1,01,946). அதில் 889 பெயர்கள் இரண்டிற்கும் பொதுவாக இருக்கின்றன. இதில் பலமுறை இடம்பெறும் பெயர்களை ஒரு பெயராக மட்டும் கணக்கிட்டதில் 889 தனித்துவமான இடப்பெயர்கள் நான்கு தென்னிந்திய மாநிலங்களில் 1543 முறையும் பாகிஸ்தான் மற்றும் ஆப்கானிஸ்தானில் 2037 முறையும் இடப்பெயர்களாகத் தற்போது பயன்படுத்தப்படுகின்றன. ஒப்பீடு அட்டவணை பின்வருமாறு:

தென்னிந்திய பெயர்கள்	தனித்துவமான ஒப்புமை பெயர்கள்	மாநிலத்துக்குள் எத்தனை முறை இடம்பெறுகின்றன	ஆப், பாக் பகுதியில் எத்தனை முறை இடம்பெறுகின்றன
ஆந்திரப் பிரதேசம்	159	213	426
தமிழ்நாடு	131	236	213
கர்நாடகா	558	1045	1316
கேரளா	41	49	82

தமிழ்நாடு, சிந்துவெளிப் பகுதிகளுக்குப் பொதுவான இடப்பெயர் பின்னொட்டுகள்

இடப்பெயர்களில் பின்னொட்டாகக் காணப்படும் பொதுக்கூறுகளை இடப்பெயர் விகுதி என்று சொல்கிறோம். எடுத்துக்காட்டாகத் திருப்பரங்குன்றம், ஊராளிபட்டி போன்ற பெயர்களில் 'குன்றம்', 'பட்டி' என்பவை விகுதிகளாகும். இப்படிப்பட்ட விகுதிகள் இயற்கைக் கூறுகள், குடியிருப்பின் தன்மைகள் ஆகியவற்றோடு தொடர்புடையவை. இடப்பெயர் முன்னொட்டுகள் மற்றும் அடைச்சொற்களைவிடப் பொதுப்பெயர்களால் அமைந்த விகுதிகள் தொன்மையானவை. உதாரணமாக, திருச்செங்கோடு என்ற பெயரில் மலை என்று பொருள்படும் கோடு என்ற

சிந்துவெளியில் தமிழ்
இடப்பெயர் பின்னொட்டுகள்
சாப்பல்லி
குல்திகை
மாணூர்
ராஜ்பட்டி
சங்கர்சேரி
சிலைப்பட்டி
சாணண்சேரி
பதண்சேரி
படூர்
ஆசூர்
கொர்கை
கண்டிகை
சேரி
கலப்பட்டி
சார்க்கை
ஆப்கானிஸ்தான்
கொர்கை
கரகை
கல்லூர்
தாணூர்
பட்டி
வால்க்கை
கொர்கை
உசமங்கை
பாகிஸ்தான்
சாத்தாண்பட்டி
தோகிபட்டி
கொர்கை
சேரி
கோராட்வாரிபட்டி
ஆமூர்
இந்தியா
சோண்பட்டி
அரபிக்கடல்
0 மீ
7492 மீ
உயரம்
N

நிலவரைபடம் 7.2

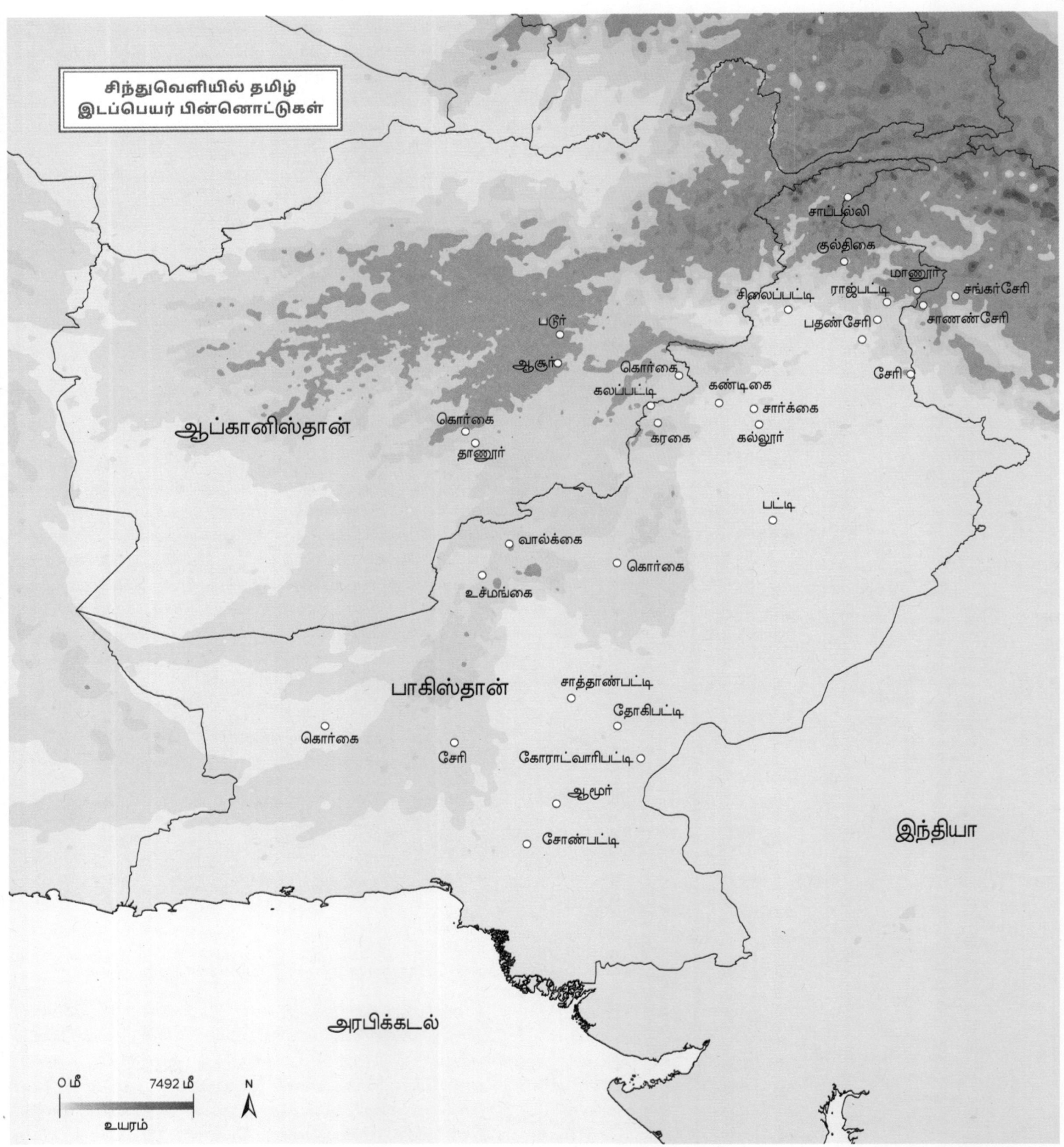

தமிழ்நாட்டில் சிந்துவெளி
இடப்பெயர் பின்னொட்டுகள்
கள்ளூர்
சிறுசேரி
கண்டிகை
ஓரிக்கை
குளிதிகை
ஆலூர்
மேலச்சேரி
படூர்
பொன்பட்டி
ஆமூர்
மானூர்
ஆலூர்
கொங்குபட்டி
ஆலூர்
கருக்கை
கல்லூர்
ஆசூர்
கொருக்கை
கல்லூர்
ஆசூர்
வங்காள விரிகுடா
சருக்கை
திருச்சிராப்பள்ளி
அய்யம்பட்டி
வாழ்க்கை
வடசேரி
ஆசூர்
பண்ணஞ்சேரி
ஊராளிபட்டி
அரபிக்கடல்
இடையப்பட்டி
செல்லம்பட்டி
சிலார்பட்டி
காளாம்பட்டி
மானூர்
கொற்கை
இலங்கை
0 மீ
2695 மீ
உயரம்
N
பறக்கை
இந்தியப் பெருங்கடல்

நிலவரைபடம் 7.3

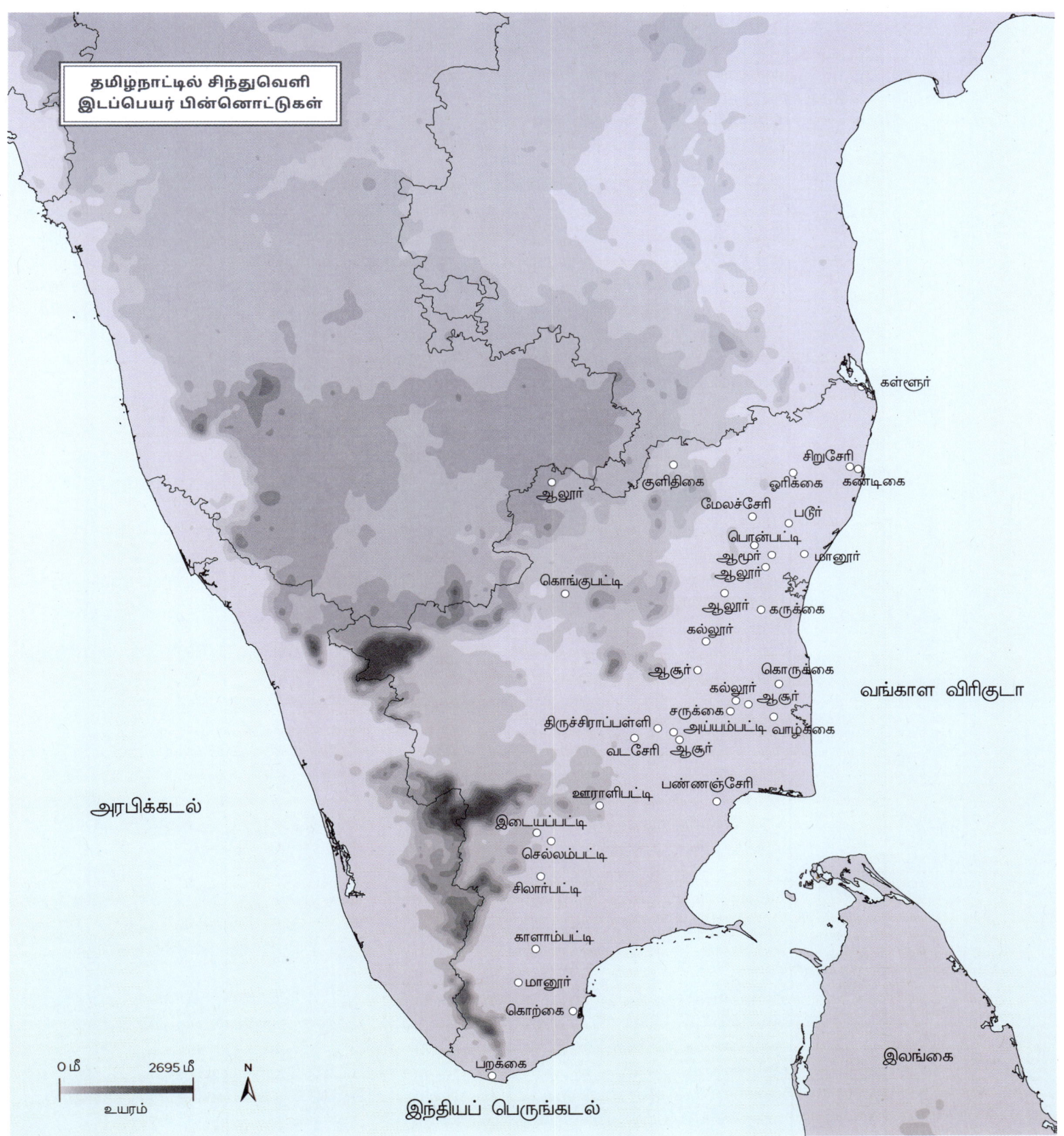

சொல் மிகத் தொன்மையானது. கோடு என்பதுதான் இவ்விடப்பெயரின் தொடக்கச்சொல். இது பல்வேறு முன்னொட்டுகளுடன் பரவலாகப் பயன்படுத்தப்படும். எடுத்துக்காட்டாக, தமிழ்நாட்டில் கோடு என்று முடியும் பூங்கோடு, அப்புக்கோடு, பாலக்கோடு, ஓலவக்கோடு, திருச்செங்கோடு போன்ற 20 இடப்பெயர்கள் உள்ளன. பொதுப்பெயரோ, சிறப்புப் பெயரோ இல்லாமல் வழங்கப்படுபவை ஒருசொல் இடப்பெயர்கள் (Mono Word Place Names - MWPN). இத்தகைய பெயர்கள் காலத்தால் தொன்மையானவை.

மொழி தொடர்பியலில் (Language contact studies) இடப்பெயர்களின் முக்கியத்துவம் பரவலாக அறியப்படுகிறது. மொழியியலில் லெக்ஸீம் (Lexeme) எனப்படுவது தனித்துப் பொருள்தரக்கூடிய தனிச்சொல் அதாவது சொற்பொருளன் ஆகும். இது ஒரே பொருளைக் குறிக்கும் பல சொற்களின் அடிப்படை வடிவமாகும். (உதாரணமாக ஊர், ஊரு, ஊரே, வூரு, லூரு, சூரு ஆகியவற்றில் ஊர் என்பதே லெக்ஸீம். ஊரான், ஊரில் என்பது வேறு சொற்கள்). இடப்பெயர்களில் காணப்படும் குறிப்பிட்ட சில லெக்ஸீம் ஒரு மொழியிலிருந்து இன்னொரு மொழிக்கு வேர்நிலை தொடர்பாகவோ அல்லது கடன் சொல்லாகவோ சென்றடைவதைப் பல்வேறு ஆய்வுகள் உறுதிசெய்கின்றன. இத்தகைய மொழிகளுக்கு இடையிலான தாக்கம், புவியியல்கூறுகளைக் குறிப்பிடும் பெயர்களில் அதிகமாகக் காணப்படுகின்றன.

தென்னிந்திய இடப்பெயர்களுக்கும் சிந்துவெளிப் பண்பாட்டு நிலப்பகுதிகளில் வழங்கப்படும் இடப்பெயர்களுக்குமான பொதுவான இடப்பெயர் விகுதிகளாக ஊர், பட்டி, பள்ளி, கை, சேரி ஆகிய சில விகுதிகள் உள்ளன. இவை பல்வேறு முன்னொட்டுகளோடு சேர்ந்து வழங்கப்படுகின்றன.

ஊர்: தமிழ்நாடு மற்றும் சிந்துவெளிப் பகுதிகளுக்கும் பொதுவான ஊர் விகுதியோடு கூடிய இடப்பெயர்கள் சில: ஆலூர், ஆளூர், ஆமூர், அசூர், அய்யூர், ஆவூர், அரசூர், படூர், பாரூர், ஓசூர், கல்லூர், கள்ளூர், காந்தூர், கஞ்சூர், கோளூர், கொண்டூர், கொடூர், மானூர், மோகூர், பழூர், பசூர், சாலூர், சேளூர், தானூர்.

ஊர் என்பது ஆப்கானிஸ்தானில் மட்டுமே ஒருசொல் இடப்பெயராக (MWPN) வழங்கப்படுகிறது. மேற்சொன்னவற்றில் சில இடப்பெயர்கள் பழந்தமிழ் ஆவணங்களிலேயே இடம் பெற்றிருக்கின்றன. உதாரணமாக ஐயூர் (புறம். 21), மோகூர் (மதுரைக். 508), கள்ளூர் (அகம். 256).

கள்ளூர்/கல்லூர் பாகிஸ்தானில் மட்டுமல்ல இடைநிலமான மகாராஷ்டிராவிலும், நான்கு தென்னிந்திய மாநிலங்களிலும் (ஆந்திரா, கர்நாடகா, தமிழ்நாடு, கேரளா) இடம்பெறுகிறது. இப்பெயர் இடம்பெறும் விதம் புலப்பெயர்வுத் தடங்களுக்கான சான்றாக அமைகிறது. சிந்துவெளியையும் தென்னிந்தியாவையும் இணைக்கும் இந்த 'கள்ளூர் தடம்' மிக முக்கியமான சான்று.

பட்டி: பட்டி என்ற இடப்பெயர் பாகிஸ்தானில் ஒருசொல் இடப்பெயராக நான்கு முறை பயன்படுத்தப்படுகிறது. பஞ்சாப், இமாச்சலப் பிரதேசம், உத்திரப் பிரதேசம், மத்தியப் பிரதேசம், ஆந்திரப் பிரதேசம் ஆகிய மாநிலங்களில் ஒருசொல் இடப்பெயராகக் காணப்படுகிறது.

தமிழ்நாட்டில் பட்டி என்ற விகுதியோடு 7332 இடப்பெயர்கள் உள்ளன. அக்கர்பட்டி, கியாராபட்டி ஆகிய பெயர்கள் மகாராஷ்டிராவில் உள்ளன. தமிழ்நாட்டிலுள்ள அக்கரப்பட்டி, அக்கரைப்பட்டி போன்ற இடப்பெயர்களோடு இவை ஒப்பிடத்தக்கது. ராஜ்பட்டி, சிலைபட்டி, சோண்பட்டி, பேடிபட்டி, பிராண்பட்டி, சாத்தண்பட்டி, தோகிபட்டி, தூத்பட்டி, கலபட்டி, குசைப்பட்டி, கொரட்வாரிபட்டி, லம்பிபட்டி, லிரோபட்டி ஆகியவை பாகிஸ்தானில் பட்டி என்ற விகுதியோடு கூடிய இடப்பெயர்கள்.

கள்ளூர்/கல்லூர் தடம்
ஆப்கானிஸ்தான்
கல்லூர்
பாகிஸ்தான்
இந்தியா
கல்லூர்
கல்லூர்
கல்லூர்
கல்லூர்
கல்லூர்
கல்லூர்
கல்லூர்
கல்லூர்
கல்லூர்
கல்லூர்
கல்லூர்
கல்லூர்
கல்லூர்
கல்லூர்
கல்லூர்
கல்லூர்
கல்லூர்
கல்லூர்
கல்லூர்
கள்ளூர்
கல்லூர்
கல்லூர்
கள்ளூர்
கல்லூர்
கல்லூர்
கல்லூர்
கள்ளூர்
கல்லூர்
அரபிக்கடல்
வங்காள விரிகுடா
இந்தியப் பெருங்கடல்
N

நிலவரைபடம் 7.4

பள்ளி: தமிழ்நாட்டில் பள்ளி என்ற விகுதியோடு 626 இடப்பெயர்கள் உள்ளன. ஒருசொல் இடப்பெயராக தமிழ்நாடு (இருமுறை வழங்கப்படுகிறது), ஜம்மு-காஷ்மீர், பஞ்சாப், குஜராத், மகாராஷ்டிரா ஆகிய மாநிலங்களில் வழங்குவதையும், பாகிஸ்தானில் சாப்பல்லி என்ற இடப்பெயர் இருப்பதையும் சுட்டிக்காட்டலாம்.

சேரி: தமிழ்நாட்டில்சேரிஎன்றவிகுதியோடு 519 இடப்பெயர்கள் உள்ளன. இவற்றுடன் பத்தண்சேரி, சண்கர்சேரி, சாணண்சேரி, சேரி ஆகிய பாகிஸ்தான் இடப்பெயர்கள் ஒப்பிடத்தக்கவை. சேரி என்பது பாகிஸ்தானில் பின்னொட்டாகவும் ஒருசொல் இடப்பெயராகவும் பயன்படுத்தப்படுகிறது.

கை: தமிழ்நாட்டில் கை என்ற விகுதியோடு முடியும் 52 இடப்பெயர்கள் உள்ளன. கொற்கை, கொருக்கை, எருக்கை, ஓரிக்கை, செங்கை, கொந்தகை, பொய்கை, வாகை போன்ற இடப்பெயர்களைக் குறிப்பிடலாம். பாகிஸ்தானில் கை (*Kai*) என்ற ஒருசொல் இடப்பெயர்கள் ஆறு உள்ளன. சிந்துவெளிப் பகுதிகளில் வழங்கப்படும் கை விகுதிகொண்ட பெயர்களுக்கும் தமிழ்நாட்டு இடப்பெயர்களுக்குமான சில ஒப்புமை:

தமிழ்நாடு: கொற்கை, கொருக்கை, சாருக்கை, கண்டிகை, வாகை, பறக்கை, செலுகை, பெரியசொர்க்கை, சின்னசொர்க்கை.

பாகிஸ்தான்: *Gorkai, Gorkhai* (கொர்கை); *Sarkai, Sharkai* (சார்க்கை); *Kandikai* (கண்டிகை); *Vakai* (வாகை); *Parangai* (பரங்கை); *Panakai* (பணக்கை); *Mankai* (மண்கை); *Shelagai* (செலகை); *Walgai* (வால்கை), *Saragai, Sargai, Sharogai* (சாரகை, சார்கை, சாரோகை).

ஆப்கானிஸ்தான்: *Korkay, Gorkay,* (கொர்கை).

தமிழ்நாட்டில் உள்ள கொற்கை முக்கியமான அகழாய்வுத் தலம். சங்க இலக்கியத்தில் ஆவணப்பதிவு பெற்ற இடமும் ஆகும்.

சங்ககால இடப்பெயர்களும் சிந்துவெளி நிலப்பகுதியில் தற்போது வழங்கும் இடப்பெயர்களும்

சங்ககாலப் புவியியலில் பொதுப்பெயர்கள்
புவியியல் சூழலை அடிப்படையாகக் கொண்ட குறிஞ்சி (மலையும் மலை சார்ந்த பகுதிகளும்), முல்லை (காடும் காடு சார்ந்த பகுதிகளும்), மருதம் (வயலும் வயல் சார்ந்த பகுதிகளும்), நெய்தல் (கடலும் கடல் சார்ந்த பகுதிகளும்), பாலை (வறண்ட பாலை நிலங்கள்) ஆகிய நிலப்பாகுபாடுகள் சங்க இலக்கியத்திற்குத் தனித்துவமானவை. இவை நிலம் சார்ந்த பொதுப்பெயர்கள்; இலக்கிய ஆவணம் பெறுவதற்குக் காரணமாக அமைகின்றன.

வெவ்வேறு புவிச்சூழலுக்கான பொதுப்பெயர்கள்

மலை சார்ந்த பகுதி (குறிஞ்சி)
திராவிடர்களை மலை மக்கள் (*Highlander folk*) என்று அழைக்கிறார் கமில் சுவலபில். பல்வேறு திராவிட மொழிகளைப் பேசும் பழங்குடிகளின் பெயர்களே அம்மக்களின் மலை சார்ந்த வாழ்வியலை உணர்த்துவதாக உள்ளன. மல அரயன், மல குறவன், மல மூத்தன், மல பண்டாரம், மல புலயான், மல உள்ளாடா, மல வேடா, மல வேட்டுவன், மலசர், மலையாளர், மலையாளி, மலையன் மற்றும் மலேர் ஆகிய திராவிடப் பழங்குடிகளின் பெயர்களை எடுத்துக்காட்டாகக் கூறலாம்.

மலையாளம் என்ற மொழியின் பெயரே மலை என்ற சொல்லிலிருந்து பெறப்பட்டது. இதைப்போலவே மால்டோவின் (பீகாரில் மலேர் மற்றும் மால் பஹாரியா பழங்குடியினரின் மொழி) வேர்ச்சொல்லும் மலை என்ற சொல்லோடு தொடர்புடையது. இத்துடன் குய், குயி, குவிங்க, கோண்டா, கோண்டி, கொய்தூர், கோயா போன்ற திராவிடப் பழங்குடி மொழிகள் பலவற்றிற்கும் அடிப்படையாக இருப்பது தொல்திராவிட வேர்ச்சொல் வடிவமாகிய 'கோ' என்பதாகும். கோ என்பதற்கு மலை என்ற பொருளும் உண்டு (*TL 1169*). எடுத்துக்காட்டாகக் கோண்டு என்று மலை மக்களின் மொழி, குடிப்பெயரில் கோ என்பதற்கு மலை என்று பொருள்.

சிந்துவெளி நிலப்பகுதிகளில் இன்றுவரை புழக்கத்தில் உள்ள பல இடப்பெயர்கள் தமிழ்ச்சங்க இலக்கியங்களில் இடம்பெறும் மலை தொடர்பான சொற்களை அப்படியே நினைவுபடுத்துவதாக உள்ளன.

ஆப்கானிஸ்தானிலும், பாகிஸ்தானிலும் காணப்படும் மலசர் என்ற இடப்பெயர் கேரள மலைப்பகுதிகளில் வாழும் மலசர் என்ற பழங்குடி இனப்பெயரை நினைவுபடுத்துகிறது. மலை என்ற ஒருசொல் இடப்பெயர் இன்றைய தமிழ்நாட்டில் எங்குமே இல்லை. எனினும் மலை என்ற சொல்லைப் பின்னொட்டாகக் கொண்டு அழகுமலை, ஆனைமலை, அரசமலை, சென்னிமலை, கபிலமலை போன்ற 165 இடப்பெயர்கள் உள்ளன. ஆனால், மலை என்பது 'ஒருசொல் இடப்பெயராக' ஆப்கானிஸ்தானிலும், பாகிஸ்தானிலும் இன்றும் வழங்கப்படுகிறது. மலை என்ற 'ஒருசொல் இடப்பெயர்' உத்தராகாண்ட், ஹரியானா, பீகார், குஜராத் மற்றும் மகாராஷ்டிரா ஆகிய மாநிலங்களிலும் காணப்படுகிறது. உத்தராகாண்டில் இமயமலைப் பகுதியில் அமைந்துள்ள கட்வால், சமோலி போன்ற மாவட்டங்களில் மலை 'ஒருசொல் இடப்பெயராக' விளங்குவதின் முக்கியத்துவத்தைப் புறக்கணித்துக் கடக்கமுடியாது.

இடப்பெயர்	நாடு	கடல் மட்டத்தில் இருந்து உயரம்
மலை	பாக்.	*4777*
மலை	பாக்.	*6386*
மலை	பாக்.	*7902*
மலை	ஆப்.	*3908*
குண்ரு	பாக்.	*73*
கோடே	ஆப்.	*8810*
கோடே	ஆப்.	*7951*
கோடே	ஆப்.	*6934*
வரை	பாக்.	*2493*
வரை	பாக்.	*3687*
வரை	பாக்.	*1033*
வரை	பாக்.	*8837*

இடப்பெயர்	நாடு	கடல் மட்டத்தில் இருந்து உயரம்
வரை	பாக்.	*10*
வரை	பாக்.	*4253*
பொரை	பாக்.	*4068*
மோடு	ஆப்.	*7502*
மோடு	ஆப்.	*3964*
குட்டு	பாக்.	*263*
கல்	ஆப்.	*3969*
கல்	ஆப்.	*8356*
கல்	பாக்.	*6430*
கல்	பாக்.	*1624*
கல்	பாக்.	*5643*

தமிழ்நாட்டில் குன்று என்ற 'ஒருசொல் இடப்பெயர்' எங்கும் காணப்படவில்லை. குன்று என்ற சொல் 'அம்' ஈற்று விகுதியோடு குன்றம் என்ற வடிவில் தாழங்குன்றம், திருக்கழுக்குன்றம், திருப்பரங்குன்றம், அருங்குன்றம், செங்குன்றம், நெடுங்குன்றம் போன்ற இடப்பெயர்களில் உள்ளது. பாகிஸ்தானில் குண்ரு *(Kunru)* என்பதே ஓர் இடப்பெயர்தான். பரிபாடலில் *(8:11)* திருப்பரங்குன்றம் என்று அறியப்படும் முருகனின் படைவீட்டின் பெயரைப் பரங்குன்று என்று அழைப்பதை நாம் பார்க்கலாம். 'பரங்குன்று இமயக் குன்றம் நிகர்க்கும்' என்று இமயமலையோடு ஒப்பிட்டுப் பெருமிதத்துடன் இப்பாடல் குறிப்பிடுகிறது. இப்பாடலடியில் பரங்குன்று, இமயக்குன்றம் ஆகிய இரு மலைகளுக்குமே சங்கப்புலவர் குன்று மற்றும் குன்றம் ஆகிய சொற்களைப் பயன்படுத்துவதைக் காண்கிறோம். இது தமிழ் இலக்கியத்தில் குன்று என்ற சொற்பயன்பாட்டின் தொன்மையைக் குறிப்பதாகவே தோன்றுகிறது.

ஆப்கானிஸ்தான் மற்றும் பாகிஸ்தான் எல்லைப் பகுதிகளில் பேசப்படும் பிராகுயி என்ற திராவிட மொழியில் கல் *(xal) (DEDR 1298)* என்ற சொல் கல், பாறை என்ற பொருளில் வழங்குகிறது. எனவே, கல் *(kal)* என்ற 'ஒருசொல் இடப்பெயர்' பாகிஸ்தானில் மூன்று இடங்களில் பயன்படுத்தப்படுவதை இந்தப் பின்னணியில் பார்க்கவேண்டியுள்ளது. தமிழ்நாட்டில் கல் என்பது ஒருசொல் இடப்பெயராக வழங்கவில்லை என்றாலும் நாமக்கல், புளிக்கல், சூலக்கல், வரிக்கல், வீரக்கல், திண்டுக்கல் போன்ற இடப்பெயர்களில் விகுதியாகப் பயன்படுகிறது.

காடு சார்ந்த பகுதிகள் (முல்லை)

தமிழில் காடு என்ற சொல் பழங்காலம் முதல் இன்றுவரை இலக்கியத்திலும், பேச்சுவழக்கிலும் பயன்படுத்தப்படுகிறது. சங்க காலத்தில் காடு என்பது இடப்பெயர் விகுதியாக வழக்கத்தில் இருந்துள்ளது.

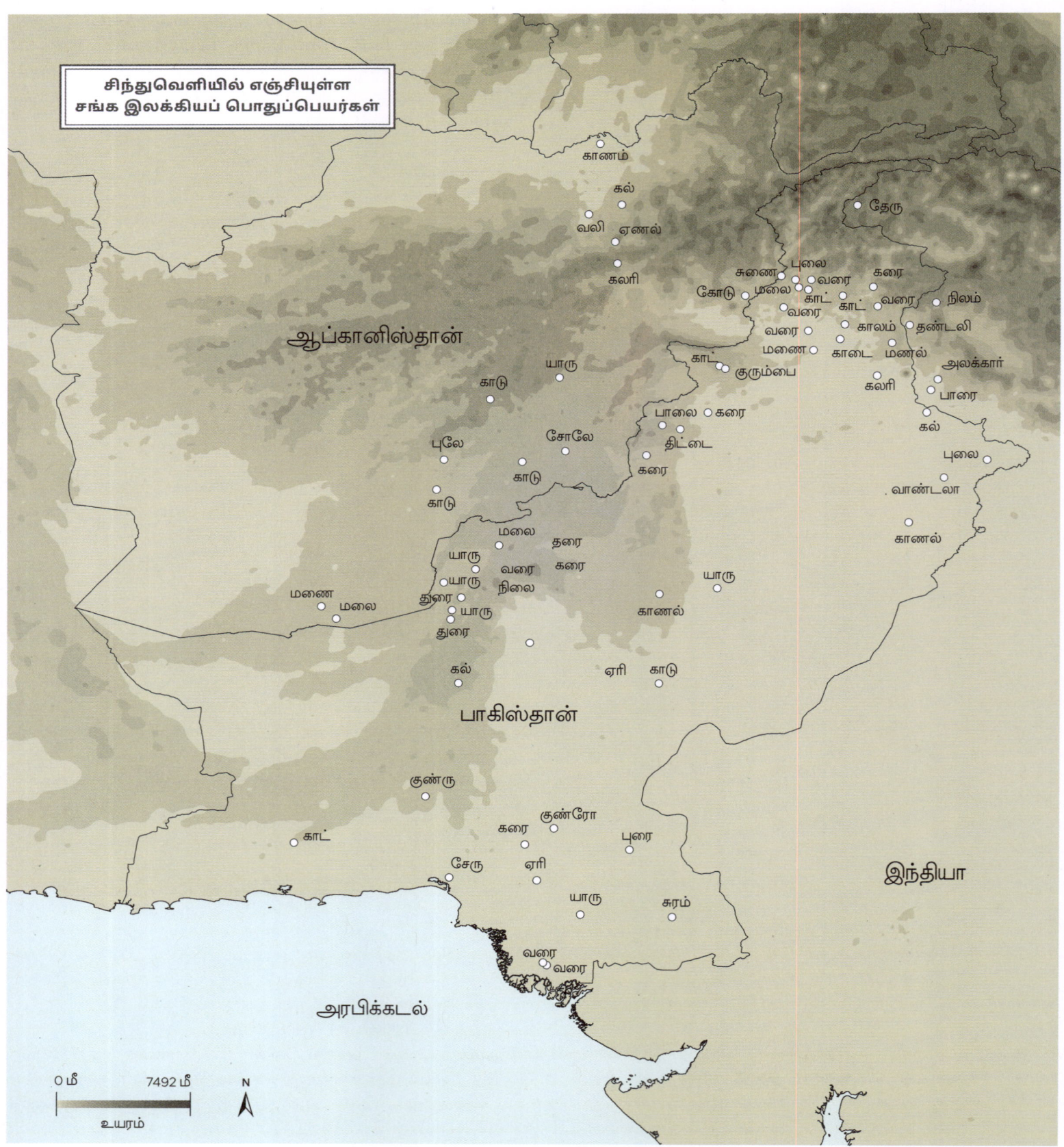

சிந்துவெளியில் எஞ்சியுள்ள
சங்க இலக்கியப் பொதுப்பெயர்கள்
காணம்
கல்
வலி
ஏணல்
கலரி
தேரு
சுணை
புலை
மலை
வரை
கோடு
காட்
வரை
கரை
காட்
வரை
நிலம்
வரை
காலம்
தண்டலி
மணை
காடை
மணல்
காட்
குரும்பை
அலக்கார்
கலரி
பாரை
ஆப்கானிஸ்தான்
யாரு
காடு
பாலை
கரை
கல்
திட்டை
சோலே
புலே
காடு
கரை
புலை
காடு
வாண்டலா
காணல்
மலை
தரை
யாரு
வரை
கரை
யாரு
நிலை
யாரு
மணை
மலை
துரை
யாரு
துரை
காணல்
கல்
ஏரி
காடு
பாகிஸ்தான்
குன்று
குன்ரோ
கரை
புரை
காட்
சேரு
ஏரி
இந்தியா
யாரு
சுரம்
வரை
வரை
அரபிக்கடல்
0 மீ
7492 மீ
உயரம்
N

நிலவரைபடம் 7.5

காடு என்பதைக் குறிக்கும் சங்க இலக்கியச் சொற்கள்: காடு, கா, கான், கானம், தண்டலை, சோலை, படப்பை, புழை, புரை, அடவி, கானல்.

சிந்துவெளி இடப்பெயர்கள்: *Kadu* (காடு - ஆப், பாக்), *Kad* (காட் - பாக்), *Kakad, Kasankad, Shorkad, Kalkukad, Kanam* (கக்காடு, கசண்காட், சோர்காட், கால்க்குகாட், காணம் - ஆப்), *Tandal, Tandali* (தண்டல், தண்டலி - பாக்), *Colay* (சோலை - ஆப்), *Pulay* (புலே - பாக்), *Purai* (புரை - பாக்) மற்றும் *Kanal* (காணல்- பாக்).

பாகிஸ்தானில் உள்ள *Kakad* என்ற பெயர் கேரளாவில் உள்ள *Kakad* என்ற பெயரோடு அச்சு அசலாகப் பொருந்திப்போகிறது.

வயல் சார்ந்த பகுதிகள் (மருத நிலம்)
சங்க இலக்கியச் சொற்கள்: ஆறு, துறை, ஏரி, கரை, கழனி, மணல், வண்டல், வயல், புனம்.

சிந்துவெளி இடப்பெயர்கள் : *Yaru* (யாரு - பாக், ஆப்), *Turai* (துரை - பாக்), *Eri* (ஏரி - பாக்), *Karai* (கரை - பாக்), *Balkarai, Kamalakarai, Kikarai, Madkarai, Tandakarai, Uchkarai, Wuchakarai* (பால்கரை, கமலக்கரை, கிகரை, மாடக்கரை, தண்டக்கரை, உச்சக்கரை - பாக்), *Kalani Linj* (கலணி லின்ஜ் - ஆப்), *Manal* (மணல் - பாக்), *Wandala* (வண்டலா - பாக்).

இடம் என்ற பொருளைக் குறிப்பதற்கு ஒவ்வொரு மொழியிலும் சில குறிப்பிட்ட சொற்கள் உள்ளன. நிலம், பூமி, தரை, களம், வயல் போன்ற சொற்கள் இடம் என்ற உணர்வை அளிக்கும். இத்தகைய பெயர்களை மருத நிலம் பற்றி பேசும் இந்த இடத்தில் பேசுவது பொருத்தமாகும். ஏனெனில் மருத நிலம்தான் நிலையான வாழ்க்கை, நிறுவன அமைப்புகள், பண்பாட்டு மரபுகள் போன்ற நாகரிகக் கூறுகள் நிலைகொள்ளும் நிலமாகும்.

சங்கச் சொற்கள்: நிலம், நிலை, திட்டை, தரை, களம், செறு, தெரு, மனை, கடை.

சிந்துவெளி இடப்பெயர்கள்: பாகிஸ்தான்: *Nilam* (நிலம்), *Nilai* (நிலை), *Kalam* (கலம்), *Titai* (திடை), *Tarai* (தரை), *Teru* (தெரு), *Manai* (மணை), *Cheru* (செரு), *Kitak* (கிடக்), *Kadai* (கடை); ஆப்கானிஸ்தான்: *Manai* (மணை).

கடல் சார்ந்த பகுதிகள் (நெய்தல்)
சங்கச் சொற்கள்: கடல், அளக்கர், திரை, கானல், கழி, களரி, பரவை, அலை, அழுவம்.

சிந்துவெளி இடப்பெயர்கள்: பாகிஸ்தான்: *Kadal* (கடல்), *Alakar* (அலக்கர்), *Tirai Manda* (திரை மாண்டா), *Kanal* (காணல்), *Kali* (கலி), *Kalari* (கலரி), *Alai* (அலை); ஆப்கானிஸ்தான்: *Kadal* (கடல்), *Kali* (கலி), *Kalari* (கலரி), *Alai* (அலை).

பாலை நிலம்
சங்க இலக்கியங்களைப் பொறுத்தவரை பாலை என்பது தனி நிலப்பகுதி அல்ல. மலைப்பகுதிகளும், காட்டுப்பகுதிகளும் தத்தம் இயல்பிலிருந்து மாறி சீர்கெட்டு பாலை நிலமாகும் என்பதைப் பின்வரும் பாடலடியில் சிலப்பதிகாரம் விளக்குகிறது.

> ...முல்லையும் குறிஞ்சியும் முறைமையின் திரிந்து
> நல்லியல்பு இழந்து நடுங்கு துயர்உறுத்துப்
> பாலை என்பதோர் படிவம் கொள்ளும்
> (காடுகாண் காதை, 64-66)

சங்கச் சொற்கள்: பாலை, சுரம், படுக்கை, குறும்பு

சிந்துவெளி இடப்பெயர்கள்: பாகிஸ்தான்: *Palai* (பாலை), *Suram* (சுரம்), *Kurumb* (குரும்ப்), *Kurumbai* (குரும்பை).

புறத்திணைப் பெயர் அடையாளங்கள்
மேற்சொன்ன ஐந்திணைப் பெயர்கள் அகவாழ்க்கை அடிப்படையிலான இலக்கிய மரபில் வருபவை. இவற்றைப் போலவே, புறப்பொருள் சார்ந்த திணைப்பெயர்களும் உண்டு.

சங்க இலக்கியச் சொற்கள்: வெட்சி, வஞ்சி, வாகை, காஞ்சி, நொச்சி, கரந்தை.

சிந்துவெளி இடப்பெயர்கள்: ஆப்கானிஸ்தான்: *Wechi Tangisar* (வெட்சி டான்கிசார்); பாகிஸ்தான்: *Vanji* (வஞ்சி), *Wakai* (வாகை), *Kanchhi* (காஞ்சி), *Nochi* (நொச்சி), *Karandi* (கரந்தி).

பூக்களின் பெயர்களை அடிப்படையாகக் கொண்ட இத்தகைய புறத்திணைப் பெயர்கள் சங்க காலத்திலேயே இடப்பெயர்களாகப் பயன்படுத்தப்பட்டன என்பதற்கு வஞ்சி, நொச்சி நியமம் மற்றும் வாகைப் பறந்தலை போன்ற பெயர்களை எடுத்துக்காட்டாகக் கூறலாம்.

சங்க இலக்கிய நிலப்பகுதிகளும் இடப்பெயர்களும், சிந்துவெளி இடப்பெயர்களும்

தமிழகம்-தமிழ்கூறும் நல்லுலகம்
தமிழ் என்ற சொல் ஒரு மொழியைக் குறிக்கிறது. இச்சொல்லுக்குள் தமிழ் பேசும் மக்களின் பண்பாட்டு அரசியலும், புவியியல் அடையாளங்களும் பின்னிக் கிடக்கின்றன. சங்க இலக்கியச் சொல்லாடல்களான தமிழகம்,

தமிழ் கூறும் நல்லுலகம், செந்தமிழ் நிலம், செந்தமிழ் சேர்ந்த பன்னிரு நிலம் ஆகியவற்றில் தமிழ் மொழி வழங்கிய நிலப்பகுதி குறிப்பாகப் பேசப்படுகிறது. தற்காலத் தமிழ்நாட்டின் ஊர்பெயர்ப் பட்டியலில் (வருவாய் கிராமங்கள் மற்றும் மக்கள்தொகைக் கணக்கெடுப்பு கிராமங்களின் பெயர்ப் பட்டியல்) தமிழ் என்ற முன்னொட்டோடு கூடிய எந்தப் பெயரும் இல்லை. இந்நிலையை மனதில் வைத்துச் சில ஆண்டுகளுக்கு முன்பு தமிழறிஞர் ச. வே. சுப்பிரமணியன் தென்காசி அருகே தமிழூர் என்ற சிறு குடியிருப்பை நிறுவியுள்ளார். அண்மைக்காலங்களில் மொழி அடையாளம் பற்றிய புதிய விழிப்புணர்வு வளர்ந்தபின் தற்போது பல்வேறு நகர்ப்புறங்களில் புதிதாகத் தோன்றுகிற குடியிருப்புகளுக்கு முத்தமிழ் நகர், செந்தமிழ் நகர், நற்றமிழ் நகர் என்றெல்லாம் பெயர் சூட்டுகின்றனர். இது ஒருபுறமிருக்க வடக்கு, மேற்கு மற்றும் கிழக்கு இந்தியாவில், தமில்கோடா, தமிலியா (பீகார்); தமிளி, தமிளிகுடி (ஒடிசா); தமிலா (மேற்கு வங்காளம்) ஆகிய இடப்பெயர்கள் இருப்பது குறிப்பிடத்தக்கது. இந்தப் பின்னணியில் ஆப்கானிஸ்தானில் உள்ள *Por Tamil* (போர்தமில்), *Ksattamil* (சத்தமில்), *Panjtamili* (பைஞ்தமிலி), *Tamulah* (தமுலா); பாகிஸ்தானில் *Tamul* (தமுல்) ஆகிய இடப்பெயர்களும் குறிப்பிடத்தக்கன. இதுபற்றி *Term Tamil: A Toponymic Probe* என்று 1997இல் இந்நூலாசிரியரின் தனி ஆராய்ச்சிக் கட்டுரை வெளியாகியுள்ளது.

பஃறுளி ஆறு, குமரிக்கோடு: தமிழர்களின் இழந்த தாயகங்கள்

புறநானூற்றின் ஒன்பதாவது பாடலில் பஃறுளி என்ற ஆறு பேசப்படுகிறது. சிலப்பதிகாரம் (11: 17-22) பஃறுளி ஆறு பற்றியும், குமரி என்ற மலை பற்றியும் குறிப்பிடுகிறது. சிலப்பதிகாரக் குறிப்பில் கடல்கோள் என்ற பேரிடரில் தமிழர்களின் நிலப்பகுதிகள் கடலில் மூழ்கியதைக் குறிப்பிடும் பின்னணியில் இவை பேசப்படுகின்றன. இதைத்தொடர்ந்து இறையனார் களவியல் உரை தமிழ்த்தொன்மங்களோடு தொடர்புடைய பாண்டியர்களின் தலைநகரங்களான தென்மதுரை, கபாடபுரம் போன்ற இடங்களைப் பற்றி குறிப்பிடுகிறது. பேரிடர்களால் பாண்டிய மன்னர்கள் தென்மதுரையிலிருந்து கபாடபுரத்திற்கும், பிறகு அங்கிருந்து இப்போதுள்ள மதுரைக்கும் இடம்பெயர்ந்ததாகக் கூறப்படுகிறது. ஆனால், தமிழ்நாட்டில் இன்றைய தேதியில் பஃறுளி, கபாடபுரம் ஆகிய பெயர்களோடு தொடர்புபடுத்தக்கூடிய எந்த ஒரு இடப்பெயரும் இல்லை.

பாகிஸ்தானின் ஜீலம் நதியின் ஒரு கிளை நதியின் பெயர் *Pohru* (போஹ்ரு). இந்த நதியின் பெயரோடு இடப்பெயர்களான *Pakhral* (பக்ரல்), *Pakhrud* (பக்ஹ்ருத்), *Pakhro* (பக்ஹ்ரோ), *Pakur* (பகுர்) போன்ற பாகிஸ்தான் இடப்பெயர்கள் கவனிக்கத்தக்கன. இதன் தொடர்ச்சியாக உத்தராகாண்ட் மலைப்பகுதியில் கர்வால் மாவட்டத்தில் *Bakroli* (பக்ரொலி), இமாச்சலப் பிரதேசத்தில் உள்ள *Bakruri* (பக்ருரி) மற்றும் குஜராத் மாநிலத்தின் *Bakrol* (பக்ரோல்) என்ற இடப்பெயர்கள் முக்கியமானது.

ஆப்கானிஸ்தானிலும், பாகிஸ்தானிலும் உள்ள *Khumari* (குமரி) என்ற இடப்பெயர் பஃறுளியோடு குறிப்பிடப்படும் குமரியை நினைவுபடுத்துகிறது. உத்தராகாண்டில் பக்ரொலி என்ற இடப்பெயர் இடம்பெறும் கர்வால் என்ற மாவட்டத்தில் *Kumari* (குமரி) என்ற இடப்பெயர் உள்ளது. கர்வாலின் அண்டை மாவட்டமான உத்திரகாசியில் *Kumarkot* (குமர்கோட்) என்ற பெயரில் இரண்டு இடங்கள் உள்ளன. இவை இரண்டுமே மலைப் பகுதிகள். இந்தியாவில் இப்போது குமரி என்ற பெயரில் 18 இடங்கள் உள்ளன. இவற்றில், தெலுங்கானா மாநிலத்தில் கோண்டு என்ற திராவிடப் பழங்குடிகள் வசிக்கும் அதிலாபாத் மாவட்டத்தில் உள்ள ஓர் இடப்பெயரைத் தவிர மீதமுள்ள 17 இடப்பெயர்களும் வடக்கு, மேற்கு மற்றும் கிழக்கிந்தியப் பகுதிகளில் மட்டுமே நிலவுகின்றன. சிந்துவெளிப் பண்பாட்டுப் பகுதிகளோடு நேரடி நிலத்தொடர்புடைய ராஜஸ்தானில் உள்ள குமரி என்ற இரண்டு இடப்பெயர்களும், மகாராஷ்டிராவில் உள்ள ஓர் இடப்பெயரும் முக்கியமானது.

தமிழ்மொழி நிலவிய பகுதிகளின் எல்லைகளைக் குறிப்பிடும் 12ஆம் நூற்றாண்டைச் சேர்ந்த சிலப்பதிகார உரையாசிரியர் அடியார்க்கு நல்லார் பஃறுளி ஆற்றுக்கும் குமரி ஆற்றுக்கும் இடையில் அமைந்து, பின் அழிந்த 49 தமிழ் நிலங்களைப் பற்றி குறிப்பிடுகிறார். மர்ம முடிச்சுகளாக விளங்கும் இந்த நிலப்பகுதிகளை அவர் ஏழு என்ற பெயர் கொண்ட ஏழு நாடுகளின் தொகுதி (ஒவ்வொரு நாட்டிலும் ஏழு ஊர்கள்) என 49 நிலங்களாகப் பட்டியலிடுகிறார். ஏழ் தெங்கம், ஏழ் மதுரை, ஏழ் முன்பாலை, ஏழ் பின்பாலை, ஏழ் குன்றம், ஏழ் குணக்கரை, ஏழ் குறும்பனை ஆகியன இத்தொகுதிகள்.

இதில் ஏழ் மதுரை, ஏழ் குன்றம் போன்ற பெயர்களே மதுரை, குன்றம் போன்ற இடப்பெயர்களாக தமிழ்த்தொன்மங்களில் மீண்டும் மீண்டும் பயன்படுத்தப்பட்டவை. இந்தப் பின்னணியில் பாகிஸ்தானில் தற்போது பயன்பாட்டில் உள்ள *Panai* (பணை), *Palai* (பாலை), *Kunru* (குண்ரு), *Kunrak* (குண்ரக்), *Kunrai* (குண்ரை) போன்ற இடப்பெயர்களும் கவனிக்கத்தக்கன.

இந்த இடப்பெயர் தரவுகளை ஒன்றுதிரட்டி நம் கேள்விகளைச் சான்றுகளின் ஊடாக அணுகினால், ‘அழிந்துபோன தமிழ்நிலங்கள்’ என்று தமிழ்த்தொன்மங்களும்

உரையாசிரியர்களும் சொல்லும் பல இடங்களின் பெயர்களுக்கான எச்சங்கள் இந்தியத் துணைக்கண்டத்தின் வடமேற்கு, மேற்கு மற்றும் வடக்குப் பகுதிகளில் எஞ்சியிருக்கின்றன என்ற உண்மை குறித்த புரிதல் தொடங்கும். உண்மை பல நேரங்களில் வினாக்குறிகளில் தொடங்கி வியப்புக்குறிகளில்தான் முடிகின்றன.

தமிழ் வட்டார வழக்குகளும் பன்னிரு நிலங்களும்:

தமிழின் பல்வேறு வட்டார வழக்குகள் பேசப்பட்ட பன்னிரண்டு நிலங்கள் பற்றி தொல்காப்பியத்தின் சொல்லதிகாரத்தின் 400ஆவது நூற்பா குறிப்பிடுகிறது. 11ஆம் நூற்றாண்டில் தொல்காப்பியத்துக்கு உரை எழுதிய இளம்பூரணர் பன்னிரு நிலங்களின் பட்டியலைக் குறிப்பிடுகிறார். 13ஆம் நூற்றாண்டைச் சேர்ந்த மற்றொரு உரையாசிரியர் இதில் பொதுங்கர் என்ற பெயருக்குப் பதிலாகப் பொங்கர் என்ற பெயரைக் குறிப்பிடுகிறார். இப்பெயர்களில் பல, தற்போதைய தமிழ்நாட்டு இடப்பெயர் அட்டவணையில் இல்லை. ஆனால், சிந்துவெளி நிலப்பகுதிகளில் இப்போதும் தரையில் ஆணியடித்து அறைந்தது போல நிலைத்திருப்பது வியப்பை அளிக்கிறது.

தமிழ் நிலங்கள்	சிந்துவெளி இடப்பெயர்கள்	நாடு	தமிழ் நிலங்கள்	சிந்துவெளி இடப்பெயர்கள்	நாடு
பொதுங்கர் / பொங்கர்	பொங்கர்வாலி (Pongar wali), பொங் (Pong)	பாக்	பூழி	பூலி (Puli)	ஆப்
	பொங்கன் (Pongan)	பாக்	பன்றி	பண்ரியோ வா (Pandrio wah), பண்ர் (Panr)	பாக்
ஒளி	ஒலி பங்கி (Oli Bangi)	ஆப்	மலா	மலை (Malai)	பாக்
	ஒலியனி (Oliani)	பாக்		மலை (Malai)	ஆப்
தென்பாண்டி	பாண்டி (Pandi)	ஆப்		மலபார் (Malabar)	பாக்
குட்ட	குட்ட (Kutta)	பாக்	அருவா	அர்வாலே (Arwale)	பாக்
குட	குட (Kudah)	ஆப்		அர்வா தாரஹி (Arwa Darrahi)	ஆப்
	குடம் (Kudam)	பாக்	தலை	தலை (Talai)	பாக்
கற்கா	கர்கா (Karka)	பாக்		தலை (Talai)	ஆப்
	கர்க் (Karkh)	ஆப்	சீத	சித்த (Sidha)	பாக்
வேண்	வெண் (Wen)	பாக்		சித்தலம் (Sidalam)	ஆப்
			புன	புணா (Puna)	பாக்

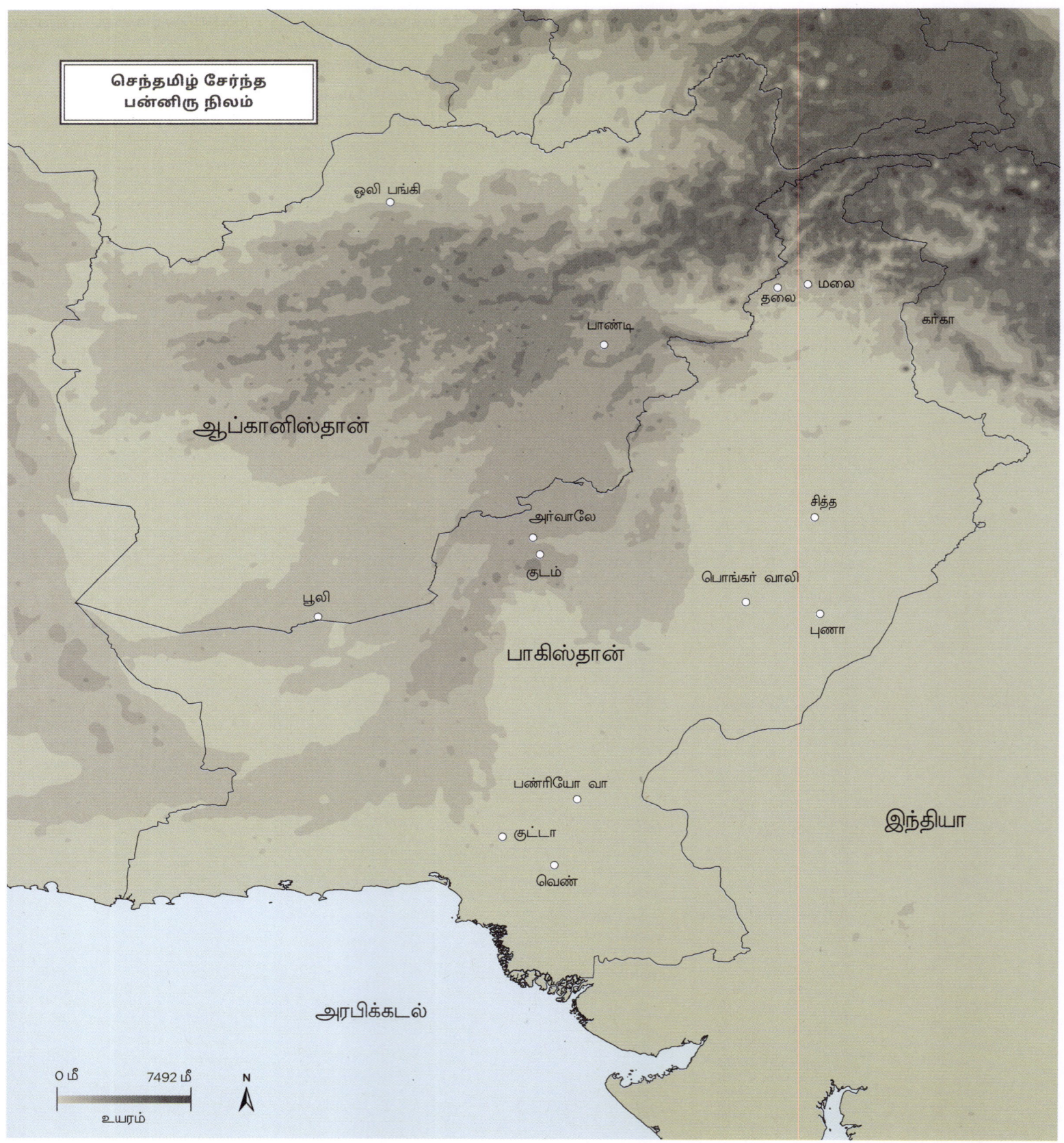

செந்தமிழ் சேர்ந்த
பன்னிரு நிலம்
ஒலி பங்கி
மலை
தலை
பாண்டி
கர்கா
ஆப்கானிஸ்தான்
சித்த
அர்வாலே
குடம்
பொங்கர் வாலி
பூலி
புணா
பாகிஸ்தான்
பண்ரியோ வா
இந்தியா
குட்டா
வெண்
அரபிக்கடல்
0 மீ
7492 மீ
உயரம்
N

நிலவரைபடம் 7.6

இந்த இடப்பெயர்களின் தொடர்ச்சி இந்தியத் துணைக்கண்டப் பரப்பில் நிகழ்வதைப் பின்வரும் எடுத்துக்காட்டுகள்மூலம் நிறுவலாம்.

மத்தியப்பிரதேசம்: *Pongar* (பொங்கர்), *Pandi* (பாண்டி), *Karka* (கர்கா); மகாராஷ்டிரா: *Kuda* (குட), *Malai* (மலை), *Malad* (மலத்); குஜராத்: *Oliya* (ஒலியா), *Malai* (மலை), *Puna* (புணா); ஒடிசா: *Pandi* (பாண்டி); கர்நாடகம்: *Kutta* (குட்டா); ஆந்திரப் பிரதேசம்: *Kuttam* (குட்டம்), *Talai* (தலை); ராஜஸ்தான்: *Panri* (பண்ரி) *Arwa* (அர்வா), *Sita* (சீத); இமாசலப்பிரதேசம்: *Puna* (புணா), *Punal* (புணல்).

இத்தகைய இடப்பெயர்கள் தற்காலத் தமிழ்நாட்டில் ஒருசொல் இடப்பெயராக எங்குமே இடம்பெறவில்லை என்பதைக் கவனிக்க வேண்டும். மேற்கண்ட பெயர்களில் சில பெயர்கள் வெவ்வேறு விகுதிகளோடு சேர்ந்து சிறப்புப்பெயர்களாக விளங்குவதைப் புனவாசல், தலைவாசல், குடவாசல், பன்றிமலை போன்ற பெயர்களில் காணலாம்.

தமிழ்த்தொன்மங்கள் குறிப்பிடும் பன்னிரு நிலங்களின் பட்டியலில் உள்ள இடப்பெயர்கள் அனைத்தும் சிந்துவெளிப் பண்பாட்டுப் பகுதிகளை ஒட்டிய பிற பகுதிகளிலும் பயணித்து நிலைபெறுகின்றன. இது சிந்துவெளிப் பண்பாட்டு மக்களின் மொழிச்சார்பை அடையாளம் காட்டுவதோடு அம்மக்களின் புலப்பெயர்வுகளின் சுவடுகளையும் கண்டுகொள்ள உதவுகிறது.

சங்க இலக்கியங்களில் ஒருசொல் இடப்பெயர்கள்:

சங்க இலக்கியங்களில் சில இடப்பெயர்கள் தனியாகப் பிரித்தறியக்கூடிய பொதுப்பெயர் விகுதிகள் இல்லாமல் ஒருசொல் இடப்பெயர்களாக வழங்குகின்றன. இடப்பெயர் ஆய்வுகளில், பொதுப்பெயர் விகுதிகளையும், முன்னொட்டு, பின்னொட்டுகளைக் கொண்ட பெயர்களைவிடவும் ஒருசொல் இடப்பெயர்கள் தொன்மையானவை என்று கருதப்படுகின்றன.

தமிழ்நாட்டில் இன்று வழக்கத்தில் உள்ள இடப்பெயர்களின் பட்டியலில் சங்க இலக்கியம் குறிப்பிடும் ஒருசொல் இடப்பெயர்கள் இல்லை. தொடர்புடைய பல பெயர்கள் பெரும்பாலும் இடப்பெயர் விகுதியாக அல்லது முன்னொட்டோடு சேர்ந்து வழங்குகின்றன.

இதற்கு மாறாகச் சிந்துவெளிப் பகுதிகளில் சங்க இலக்கிய ஒருசொல் இடப்பெயர்கள் பல, அப்படியே இடம்பெறுகின்றன. எடுத்துக்காட்டாகப் ‘பாலை’ என்ற இடப்பெயர். இதைப்போலவே சிந்துவெளிப் பகுதிகளில் இடம்பெறும் ஒருசொல் இடப்பெயர்கள் சில சங்க இலக்கிய இடப்பெயர்களோடு மிக நெருக்கம் கொண்டவையாக உள்ளன. எடுத்துக்காட்டாக நியம் என்ற சிந்துவெளி இடப்பெயர் ‘அம்’ விகுதிசேர்ந்து நியமம் என்ற பெயராகச் சங்க இலக்கியத்தில் குறிப்பிடப்படுகிறது.

சிந்துவெளிப் பகுதியில் சங்க இலக்கிய ஒருசொல் இடப்பெயர்கள்:

சங்க இலக்கியத்தில் ஒருசொல் இடப்பெயர்களாக வரும் பல பெயர்கள் சிந்துவெளிப் பகுதியில் துளிகூட மாற்றமின்றி அப்படியே எஞ்சியுள்ளன.

சங்க இலக்கிய ஒருசொல் இடப்பெயர்	சிந்துவெளி இடப்பெயர்	நாடு
தோன்றி	*Tonri* (தோண்ரி)	பாக்
தோட்டி	*Toti, Totee* (தோட்டி)	பாக்
ஈழம்	*Ilam* (ஈலம்)	பாக்
கச்சி	*Kachi* (கச்சி)	ஆப், பாக்
காக்கை	*Kakai* (காக்கை)	பாக்
கானம்	*Kanam* (காணம்)	ஆப்
கழார்	*Kalar* (கலார்)	ஆப், பாக்
கொங்கு	*Kong* (கொங்)	பாக்
கோட்டை	*Koday* (கோடை)	ஆப்
கோட்டி	*Kodi* (கோடி)	ஆப், பாக்
கோழி	*Koli* (கோலி)	பாக்
செல்லி	*Selle* (செல்லி)	ஆப்
நாலை	*Nalai* (நாலை)	பாக்
நேரி	*Neri* (நேரி)	பாக்

சங்க இலக்கிய ஒருசொல் இடப்பெயர்	சிந்துவெளி இடப்பெயர்	நாடு
பாழி	*Pali* (பாலி)	பாக்
பூழி	*Puli* (பூலி)	ஆப்
பொத்தி	*Pothi. Potey* (பொத்தி, பொதே)	பாக், ஆப்
போர்	*Por* (போர்)	பாக்
மல்லி	*Malli* (மல்லி)	பாக்
மாந்தை	*Mantoi* (மாண்தோய்)	பாக்
மோசி	*Moshi, Moshe* (மோஷி)	பாக்
பாலை	*Palai* (பாலை)	பாக்
வஞ்சி	*Vanji* (வஞ்சி)	பாக்
வல்லார்	*Wallar* (வல்லார்)	பாக்
வாகை	*Wakai* (வாகை)	பாக்
காரி	*Kari* (காரி)	ஆப், பாக்
துளு	*Tulu* (துலு)	ஆப்
மிளை	*Milai* (மிலை)	பாக்

சங்க இலக்கியங்களில் இப்பெயர்கள் இடம்பெறும் பின்னணியின் புரிதலோடு இந்த இடப்பெயர்களையும் அவை வழங்கும் இடங்களையும் மீள்வாசித்தால் வரலாற்றுக்கு முற்பட்ட காலங்களைப் பற்றியும் இத்தொடர்ச்சியைப் பற்றியும் பல புதிய புரிதல்கள் புலப்படும்.

சங்க இலக்கியத்தில் தோட்டி மலைநிலத் தலைவனாகக் 'கண்டீரக்கோ பெருநள்ளி' குறிப்பிடப்படுகிறார். தோட்டி மலையில் அவரது நிலப்பகுதியான கண்டீரம் அமைந்ததாகக் கருதப்படுகிறது. தற்போது தோட்டி என்ற இடப்பெயர் வழங்கும் பாகிஸ்தானில் கண்டீர் என்ற இடப்பெயரும் இருக்கிறது. இதைப்போலவே பாகிஸ்தானில் நள்ளி என்ற பெயரில் எட்டு இடங்கள் இருக்கின்றன. இந்தவகையில் 'தோட்டி' மலையின் 'கண்டீரக்கோ பெருநள்ளி'என்ற முழுப் பெயர்ப் பொருண்மையும் சிந்துவெளி நிலப்பகுதியில் முழுமையாக இடம்பெறுகிறது. இவை நெடுந்தூரம் மீள்நினைவுகளால் பயணித்து சங்க இலக்கியங்களில் ஆவணப்படுத்தப்பட்டு இன்றுவரை தமிழ்நாட்டில் தொடர்வதை நள்ளி (விருதுநகர் மாவட்டம்), கண்டீரமாணிக்கம் (சிவகங்கை) மற்றும் தொட்டிக்காடு (நாமக்கல்) என்ற இடங்கள் நினைவுபடுத்துகின்றன.

கொற்கை என்ற இடப்பெயரின் வேர்ச்சொல் என்ன என்பது பற்றி ராபர்ட் கால்டுவெல் முதலாகப் பல்வேறு அறிஞர்களும் கருத்து தெரிவித்துள்ளனர். கொற்கை என்பது 'கொல்லும் கை' என்று கால்டுவெல் கருதினார். இதைப்போலவே கொற்கை என்ற சொல்லைக் கொல் என்று பிரித்து கொல்லுத் தச்சர், கொல்லன் தொழில், கொற்கு மரம் என்று பலவகைகளிலும் பொருள் சொல்லப்பட்டது. வேர்ச்சொல்லைவிட இங்கே முக்கியமானது தாமிரபரணி பாசனப் பகுதியில் கடற்கரைப் பகுதியில் அமைந்துள்ள கொற்கை என்ற இடத்தில் நடந்த அகழாய்வில் கிடைத்த பொருட்கள் பொ.யு.மு. 785ஆம் ஆண்டைச் சேர்ந்தவை (8ஆம் நூற்றாண்டு) எனக் காலக்கணிப்பு செய்யப்பட்டுள்ளது என்பதுதான். கொற்கைக்கு அருகே அண்மையில் சிவகளைப் பறம்பில் மேற்கொள்ளப்பட்ட அகழாய்வில் ஈமத்தாழி ஒன்றில் சேகரிக்கப்பட்ட நெல்லினைக் காலக்கணக்கீடு செய்ததில் இதன் காலம் பொ.யு.மு 1155 என்று கண்டறியப்பட்டுள்ளது. (பொருநை ஆற்றங்கரை நாகரிகம் 2022).

ஆதிச்சநல்லூர் அகழாய்வுகளில் கிடைத்த தொல்லியல் தடயங்களின் உலோகவியல் தொழில்நுட்பக்கூறுகள் சிந்துவெளிப் பண்பாட்டுக்கால உலோகவியல் தொழில்நுட்பத்தோடு ஒத்துப்போவதாக ஆராய்ச்சியாளர்கள் கூறுகிறார்கள். இத்தகைய சான்றுகளை பன்முகத் தரவுகளின் துணைகொண்டு அணுகவேண்டுமே தவிர வேர்ச்சொல்லின்மூலம் அல்ல. வேர்ச்சொல் விளக்கம் தருவது ஓர் ஆர்வத்தூண்டுதல்தான். பலநேரங்களில் அது ஆய்வின் மையக்கருத்தை நகர்த்தி வேறெங்கோ கொண்டுசென்றுவிடும்.

**சங்க இலக்கிய ஒருசொல் இடப்பெயர்களின்
சாயல் கொண்ட சிந்துவெளி இடப்பெயர்கள்:**

சங்க இலக்கிய ஒருசொல் இடப்பெயர்களோடு துல்லியமாகப் பொருந்தும் இடப்பெயர்களின் பட்டியலைப் பார்த்தோம். அதேபோல இந்த ஒருசொல் இடப்பெயர்களோடு ஒப்பிடத்தக்க ஒலிப்புச் சாயல் கொண்ட பெயர்களும் ஏராளமாக உள்ளன. எடுத்துக்காட்டாகச் சங்க இலக்கியத்தில் நியம மூதூர் (நியம எனும் பழமையான ஊர்) என்ற ஊர் பற்றி குறிப்பு உள்ளது. இன்னொரு இடத்தில் நொச்சி நியமம் என்ற குறிப்பும் இருக்கிறது. இவ்விரண்டிலும் இடப்பெயர் அடிச்சொல் (*Base word*) நியம் என்பதே. நியம் என்ற அடிச்சொல்லோடு 'அம்' ஈற்று விகுதி சேரும்போது அது நியமம் ஆகிறது. பாகிஸ்தானில் நியம் (*Niyam*) என்ற பெயரில் மூன்று இடங்கள் உள்ளன. இந்த இடப்பெயர் சங்க இலக்கியம் குறிப்பிடும் 'நியம, நியமம்' ஆகிய பெயர்களைப் போன்றதே என்றாலும் இதைத் துல்லியமான ஒற்றுமை என்று கருதாமல் ஒலிப்புச் சாயல் கொண்ட பெயராகவே எடுத்துக்கொள்கிறோம். இவ்வாறு ஒற்றுமை காட்டும் இடப்பெயர்களை இனி காண்போம்.

இடப்பெயரின் அடிச்சொல் + 'அம்' விகுதி:

சங்க இலக்கியப் பெயர்கள்: அரங்கம், கண்டீரம், கவிரம், குராலம், மாறோக்கம், சையம், நவிரம், மாந்தரம் மற்றும் தொண்டகம்.

சிந்துவெளி இடப்பெயர்கள்: *Arang* (அரங் - பாக்), *Kandir* (கண்டிர் - பாக்), *Kavira* (கவிர - பாக்), *Kural* (குரால் - பாக்), *Kurala* (குரால - பாக், ஆப்), *Marokh* (மாரோக் - ஆப்), *Chai* (சாய் - பாக்), *Mantar* (மாந்தர் - பாக்) மற்றும் *Tondak* (தொண்டக் - ஆப்) என்ற பெயர்களோடு ஒப்பிடலாம்.

இடப்பெயர் அடிச்சொல் + 'ஐ' விகுதி:

சங்க இலக்கியப் பெயர்: குறுக்கை

சிந்துவெளி இடப்பெயர்: *Kuruk* (குருக் - பாக், ஆப்.)

இதைப்போலவே, சங்க இலக்கியப் பெயர்களோடு ஒலிப்பு முறையில் ஒப்பிடத்தக்க சிந்துவெளிப் பகுதி இடப்பெயர்களின் பட்டியல் பின்வருமாறு:

சங்க இலக்கியப் பெயர்கள்: அரையம், எயில், ஏறை, கழுமலம், குடுமி, கூடல், கோவல், நறவு, நன்றா, நீழல், பறம்பு, பிசிர், பொருநை, போந்தை, மிழலை, மையல், மையூர், வல்லார், வெண்ணி, முசிறி, பொதினி.

சிந்துவெளி இடப்பெயர்கள்: *Araiyan* (அரையண் - பாக்), *Ailgah* (எயில்கா - ஆப்), *Aerai* (ஏரை - பாக்) *Kalumalhan* (கலுமலாண் - பாக்), *Kudum* (குடும் - பாக்), *Kudal Garh* (கூடல் கார் - பாக்), *Gowalagi* (கோவல்கி - ஆப்), *Naraw* (நரவ் - ஆப்), *Narawah* (நரவா - பாக்), *Nandrai* (நண்ராய் - பாக்), *Nilawl* (நிலாவல் - பாக்), *Parambu Darrahe* (பரம்பு தாரே - ஆப்), *Pisi* (பிசி - பாக்), *Poruns* (பொருண்ஸ் - ஆப்), *Pontia* (போந்தியா - பாக்), *Milaw* (மிலா - ஆப்), *Maial Pind* (மையல் பிண்ட் - பாக்), *Mai* (மை - பாக்), *Walar Ghar* (வலார் கார் - பாக்), *Wen* (வெண் - பாக்), *Mushi* (முசி - ஆப்), *Podin, Podini, Ghar, Podina, Podineh* (பொதிண், பொதிணி கர், பொதிணா, பொதிணே - ஆப்).

இருகூறு *(Double Component)* இடப்பெயர்கள்

ஓர் இடப்பெயர் முன்னொட்டு இடப்பெயர் விகுதியோடு சேர்ந்து வருவதை இருகூறு இடப்பெயர் என்று அழைக்கலாம். ஆமூர், ஆனூர், கள்ளூர், செல்லூர், காமூர் ஆகிய சங்க இலக்கிய இடப்பெயர்களை எடுத்துக்காட்டாகக் குறிப்பிடலாம். ஊர் என்ற பொதுப்பெயரோடு செல், கள், காம், ஆம், ஆன் போன்ற முன்னொட்டுகள் சேர்ந்து இருகூறு இடப்பெயர்கள் ஆக்கம் பெறுவதைக் கவனிக்கலாம். இந்த இடப்பெயர்களை பாகிஸ்தானில் இன்றும் காணலாம். பாகிஸ்தானில் காரியார், கரூரோ, செங்கமா ஆகிய இடங்களும் ஆப்கானிஸ்தானில் உள்ள செங்கமார் என்ற இடமும் சங்க இலக்கியங்கள் குறிப்பிடும் காரியாறு, கருவூர், செங்கண்மா போன்ற பெயர்களை நினைவுபடுத்துகின்றன.

சங்க இலக்கியத்தில் மோகூர் என்ற இடப்பெயர் பழையன் என்ற தலைவனோடு தொடர்புடைய இடம். புதிதாக அப்பகுதிக்கு வந்த மோரியர் என்ற மக்கள், மோகூரைத் தாக்கியபோது அப்பகுதியிலிருந்த கோசர் என்ற பழங்குடியினர் அந்த நகரைக் காத்தனர் என்று சங்க இலக்கியத்தில் ஒரு நிகழ்வு குறிப்பிடப்படுகிறது. இந்நிகழ்வில் இடம்பெறும் அனைத்துப் பெயர்களையும் மோகூர், கோசர், மோரி என்ற சிந்துவெளி இடப்பெயர்கள் நினைவுபடுத்துகின்றன.

முந்தைய இயலில் கூறியபடி மோகூர், கோசர், மோரியர் என்ற நிகழ்வில் வரும் 'பழையனின் மோகூர்', சங்க இலக்கியம் குறிப்பிடுவதைப் போல பொதிகை மலையின் அருகாமையில் உள்ளது என்று எடுத்துக்கொண்டால் மோரியர்கள் தற்போதைய தமிழ்நாடு வரை வந்து போரிட்டதாகப் பொருள்படும். இதில் வரும் மோரியர்களை வரலாற்றுக்கால மௌரியர்கள் என்றால் அத்தகைய போருக்கான வரலாற்றுச் சான்றுகள் எதுவும் இல்லை. சங்க இலக்கியம் இந்த மோரியரை வம்ப மோரியர், அதாவது புதிதாக வந்த மோரியர் என்று அடையாளப்படுத்துகிறது. இது வரலாற்றுக் காலத்தில் மகதத்தை ஆண்ட மௌரியரைக் குறிப்பிடுகிறதா அல்லது வடமேற்கு நிலப்பகுதியில் மோரியர் என்ற பெயரில் வாழ்ந்திருக்கக்கூடிய சிறிய இனக்குழு எதையாவது குறிப்பிடுகிறதா என்பதற்கான விடை நம்மிடம் இல்லை.

கோசர், பொதிகே, பொதியன் ஆகிய இடங்கள் பாகிஸ்தானிலும், மோகு என்ற இடம் ஆப்கானிஸ்தானிலும் உள்ளது. சங்ககாலப் பாண்டியர்களின் நிலப்பகுதியிலிருந்த ஒரு மலையாகப் பொதிகை மற்றும் பொதியில் அடையாளப்படுத்தப்படுகிறது. இதனால் பாண்டிய மன்னர்கள் பொதிகை வெற்பன் என்றும் அழைக்கப்பட்டனர் (சூடாமணி 2:20). மோகூர், மோஹூர் என்ற இடப்பெயர்கள் இன்றைய இந்திய வரைபடத்தில் எங்குமே இடம்பெறவில்லை. பொதிகை மற்றும் பொதியில் என்று நிகழ்கால இடப்பெயர் இந்தியாவில் எங்குமே இல்லை.

திராவிடக் கருதுகோளுக்குச் சான்றளிக்கும் சிந்துவெளி இடப்பெயர்கள்

சங்க இலக்கிய இடப்பெயர் பின்னொட்டுகள் சிந்துவெளியில் பின்னொட்டுகளாக

சங்க இலக்கிய இடப்பெயர்களில் காணப்படும் பின்னொட்டுகள், பாகிஸ்தான் மற்றும் ஆப்கானிஸ்தான் ஆகிய நாடுகளின் இடப்பெயர்களில் பின்னொட்டுகளாகவே வருவதைக் காணலாம்.

சங்க இலக்கிய இடப்பெயர் பின்னொட்டுகள்	சிந்துவெளி இடப்பெயர்
ஊர்	*Ur* (ஊர்-ஆப்), *Amur, Kallur* (ஆமூர், கல்லூர்-பாக்)
நாடு	*Menadu, Minadu* (மேணாடு, மீணாடு-ஆப்); *Dhoknadu, Karunad, Kilnad, Marainad, Angainad* (தோக்நாடு, கருநாட், கீல்நாட், மரைநாட்-பாக்)
இல்	*Wail, Koil, Madil* (வாயில், கோயில், மாடில் - பாக்)
ஆறு	*Kambaru* (கம்பாரு-ஆப்); *Balaru, Kotharu, Yaru* (பாலாரு, கோத்தாரு, யாரு - பாக்)
வாயில்	*Wail* (வாயில் - பாக்)
காடு	*Kadu* (காடு-ஆப்), *Kadu* (காடு-பாக்), *Wekadu* (வேக்காடு-ஆப்)
சேரி	*Cheri, Pathanseri, Sangarseri, Chananseri, Seri* (சேரி, பதான்சேரி, சாங்கார்சேரி, சாண்ணசேரி, சேரி - பாக்)
துறை	*Turai* (துரை-பாக்)
குன்று	*Kunru* (குண்ரு-பாக்)
தலை	*Talai, Anitalai, Morantalai* (தலை, அணிதலை, மோராண்தலை - பாக்)
பள்ளி	*Chapalli* (சாப்பல்லி-பாக்)
பாக்கம்	*Seripakka* (சேரிபாக்க-பாக்)
காணம்	*Kanam* (காணம்-பாக்)

சங்க இலக்கிய இடப்பெயர் பின்னொட்டுகள்	சிந்துவெளி இடப்பெயர்
கோழி	*Koli* (கோலி-பாக்), *Karasu Koli* (கரசுகோலி-ஆப்)
பொறை	*Porai* (பொரை-பாக்)
சிறை	*Sirai, Asirai, Butsirai* (சிரை, அசிரை, புதுசிரை-பாக்)
நகர்	*Nagar, Elamnagar, Kalunagar, Gurunagar* (நகர், ஏலம்நகர், கலுநகர்-பாக்)
குறம்	*Kurram* (குர்ரம்-பாக், ஆப்)
பேரி	*Mairaberi, Beri* (மைராபேரி, பேரி-பாக்)
பேர்	*Alagper* (அலகபேர்-பாக்)
பாரம்	*Ataparam* (அதபாரம்-ஆப்), *Kiruparam* (கிருபாரம்-பாக்)
மணி	*Mani* (மணி-பாக், ஆப்), *Karimani* (கரிமணி-பாக்), *Nandamani* (நந்தமணி-பாக்)
வரை	*Warai, Palwarai Pakavarai, Porewarai, Nizawarai, Kanwarai* (வரை, பால்வரை, பாகவரை, போரிவரை, நிலவரை, காண்வரை-பாக்)
மலை	*Malai, Obamalai, Sasanmalai* (மலை, ஒபாமலை, சாசண்மலை-பாக்); *Karmalay* (கார்மலை-பாக், ஆப்)
மா	*Chenkama, Kurma* (செங்கமா, குர்மா-பாக்)

சங்க இலக்கிய இடப்பெயர் முன்னொட்டுகள் சிந்துவெளியில் முன்னொட்டாக

சிந்துவெளிப் பண்பாட்டுப் பகுதியில் காணப்படும் இடப்பெயர்களின் முன்னொட்டுகள் பலவும் சங்க இலக்கிய இடப்பெயர்களில் பயன்படுத்தப்பட்ட முன்னொட்டுகளோடு முற்றிலும் பொருந்துவதாகவும் அல்லது மிக நெருக்கமான ஒப்புமை கொண்டதாகவும் இருப்பதைக் காணமுடிகிறது. அத்தகைய சங்க இலக்கிய முன்னொட்டுகளும், அவை இடம்பெறும் விதமும் அவற்றை நினைவுபடுத்தும் பாகிஸ்தான், ஆப்கானிஸ்தான் இடப்பெயர்களும் கீழ்வரும் பட்டியலில் தரப்படுகிறது.

முன்னொட்டு	சங்க இலக்கிய இடப்பெயர்	சிந்துவெளி இடப்பெயர் மற்றும் நாடு
ஆறலை	ஆறலை காடு	ஆரல்காட்-பாக்
ஆற்/ஆர்	ஆர்க்காடு	ஆர்காட்-பாக்
ஆல்	ஆலங்கானம்	ஆலங்காட்-ஆப்
சிக்கர்	சிக்கரப்பள்ளி	சிக்கார், சிகார்-பாக்
கரும்பு	கரும்பனூர்	கரும்பர்-பாக்
குறா	குறாப்பள்ளி	குர, குரடி-பாக், குராச்சி-ஆப்
சாய்	சாய்கானம்	சாய்-பாக்
வாகை	வாகை பறந்தலை	வாகை-பாக்
உகாய்	உகாய்குடி	உகா-ஆப், உகாபாய்-பாக்
கோழி	கோழியூர்	கோலி-பாக்
நொச்சி	நொச்சி நியமம்	நொச்சி-பாக், நொச்சா-பாக்
முல்லை	முல்லையூர்	முல்லிகாடோ-ஆப், முல்லியணோக்கில்லி-பாக்
சிலம்பு	சிலம்பாறு	சிலம்பார்-பாக்
கடியல்	கடியலூர்	கடியலா-பாக்
எருமை	எருமை நன்னாடு	எருமா-ஆப், எருமைகுல்கோ-ஆப்
குறுக்கை	குறுக்கை பறந்தலை	குருக்-ஆப்
தகடு	தகடூர்	தகட்டி-ஆப், பாக்; தகட்டு குகே-ஆப், தகாட்-பாக்
அலை	அலைவாய்	அலை-ஆப், பாக்
குமரி	குமரியம்	குமரி-ஆப், பாக்
குள	குளமுற்றம்	குல-ஆப், பாக்
கூடல்	கூடல் பறந்தலை	கூடல்கார்-பாக், குடாலி-ஆப்
நீர்	நீர்ப்பெயற்றுப்பெண்ணை	நிர்மலி - பாக்
முனை	முனையூர்	முணை - ஆப்
மூதூர்	மூதூர் கூற்றம்	மூதூகர்-ஆப், மூதூ-பாக்
அள்ளூர்	அள்ளூர்	அல்லு-பாக், அலு-பாக்
அட்ட	அட்டவாயில்	அட்டை - பாக்

ஒரேமாதிரியான இடப்பெயர்களின் முக்கியத்துவமும் பயன்பாடும்

மிகத் தொன்மையான இலக்கிய ஆவணங்களில் பதிவுபெற்ற எராளமான இடப்பெயர்கள் இரண்டு வெவ்வேறு நிலப்பகுதிகளில் காணப்படுவது பெரும்பாலும் புலப்பெயர்வுகளின் ஊடாக நிகழ்வதே ஆகும். புலப்பெயர்வுகள் நிகழாமல் கருத்தியல் செல்வாக்கு, மதங்களின் பரவல், புகழ்பெற்ற பெயர்களின் நினைவைப் போற்றுதல் போன்ற காரணங்களாலும் இடப்பெயர்கள் இடம்பெயர்வது உண்டு. ஆனால், அத்தகைய பெயர்கள் எண்ணிக்கையில் சிறிதாகவே இருக்கும். இடப்பெயர் வளாகங்களாக அவை உருவாக முடியாது. அவற்றை எளிதில் அடையாளம் கண்டுகொள்ள முடியும். சிந்துவெளி நிலப்பகுதிகளில் உள்ள ஏராளமான இடப்பெயர்கள் சங்க இலக்கியம் குறிப்பிடும் பெயர்களோடு பொருந்திப்போவதை மதிப்பிடும்போது பின்வரும் கருத்துக்களை மனதில்கொள்ள வேண்டிய தேவை இருக்கிறது.

- சங்க இலக்கியங்களில் பல்வேறு புலப்பெயர்வுகள் மற்றும் கைவிடப்பட்ட குடியிருப்புகள் பற்றிய மீள்நினைவுகள் உள்ளன. தொல்தமிழ் இலக்கியங்களிலும், மீள்நினைவுகளிலும் தமிழர்களின் இழந்த நிலங்கள், மலைகள், ஆறுகள், பேரிடரில் மூழ்கிய தென்மதுரை, கபாடபுரம்; அதன் விளைவாகத் தற்போதைய மதுரைக்கு இடம்பெயர்ந்த பாண்டியர்களின் தலைநகரம் போன்ற செய்திகள் நமக்குக் கிடைக்கின்றன. இவற்றின்மூலம் அத்தகைய பேரிடர்களில் பலர் தப்பிப்பிழைத்து, புதிய இடங்களுக்குப் புலம்பெயர்ந்தார்கள். இந்நிலையில் இடப்பெயர்களின் உதவியுடன் அத்தகைய புலப்பெயர்வின் திசைகளையும், தடங்களையும் மீட்டுருவாக்கம் செய்ய முடியும்.
- வேளிர் மரபைச் சேர்ந்த நிலக்குடித் தலைவர்களின் புலப்பெயர்வுகள் தற்காலத் தமிழ்நாட்டின் எல்லைகளுக்கு வெளியே சில இடங்களை அடையாளம் காட்டுகின்றன. அத்தகைய இடங்கள் இந்தியத் துணைக்கண்டத்தின் வடக்கு மற்றும் வடமேற்குத் திசைகளில் உள்ளன.
- சங்க இலக்கியத்தில் ஒருசொல் இடப்பெயர்களாக இடம்பெறும் பல்வேறு பெயர்கள் சிந்துவெளி நிலப்பகுதிகளில் இன்றுவரை அப்படியே நிலைத்துள்ளன. ஆனால், இவற்றில் சிலவற்றைத் தற்கால தமிழ்நாட்டில் காணமுடியவில்லை. சில பெயர்கள் தொன்மையான ஒருசொல் இடப்பெயர்களாக வழங்காமல் முன்னொட்டு, பின்னொட்டு பெற்று வழங்குகின்றன.
- சங்க இலக்கியங்கள் குறிப்பிடும் மிகத்தொன்மையான சில இடப்பெயர்கள் சங்க இலக்கியங்கள் ஆவணப்படுத்தப்பட்ட காலகட்டத்திலேயே வழக்கொழிந்து போய்விட்டதாகத் தோன்றுகிறது. அதனால்தான் அத்தகைய பெயர்களைப் புலவர்களும், உரையாசிரியர்களும் ஓர் இடப்பெயர் என்று தனியாகச்சொல்லி விளக்கவேண்டிய தேவை நேர்ந்திருக்கிறது. இத்தகைய இடங்களின் பெயர்களும், நிகழ்வுகளும் சங்க இலக்கியங்களில் எப்போதோ நடந்த நிகழ்வுகளின் பழைய நினைவுகள் *(Flashback)* மற்றும் செய்திகளாகவே இடம்பெறுகின்றன.
- சங்க இலக்கியங்கள் குறிப்பிடும் பல இடப்பெயர்கள் இன்றுவரை தமிழகத்தில் புழக்கத்தில் இருப்பதே இப்பெயர்கள் தொடர்ச்சியாகக் குறைந்தபட்சம் இரண்டாயிரம் ஆண்டுகளுக்கு மேலாக நிலைத்துள்ளன என்பதற்குச் சான்றாகின்றன.

இதன் அடிப்படையில் பார்த்தால் சங்க இலக்கியப் பெயர்களோடு ஒத்துப்போகும் இடங்கள் இன்றும் நிலைத்திருப்பதைச் சிந்துவெளிப் பண்பாட்டுக் காலகட்டத்தின் எச்சமாக இருக்கக்கூடும் என்ற கருத்தில் அடிப்படைச் சிக்கல் எதுவும் இருக்கமுடியாது. இந்த இடப்பெயர்களைச் சமஸ்கிருத இலக்கியங்கள் அறிந்திருக்கவில்லை என்பதே இப்பெயர்கள் சிந்துவெளிப் பண்பாட்டின் திராவிடக் கருதுகோளுக்கான வலுவான சான்று. இத்தகைய மீட்டுருவாக்கத்தில் பழந்தமிழ் இலக்கியங்களின் பங்களிப்பு மிகவும் முக்கியமானது என்ற கருத்தையும் அடிக்கோடிட வேண்டும். அண்மைக்கால அகழாய்வுகளும் அதைத்தான் சொல்கின்றன.

ஒப்புமை இடப்பெயர்கள்
(சிந்துவெளி/தமிழ்நாடு)
ஆலூர்
தலி
குண்டா
செஞ்சி
மாணூர்
தாணூர்
தாணூர்
தாணூர்
படூர்
குண்டா
கல்லூர்
மையிலம்
நாகல்
அசூர்
கொர்கே
கஞ்ஜிர்
கொர்கை
தாணூர்
கல்லூர்
பசூர்
தொண்டி
ஆப்கானிஸ்தான்
இஞ்ஜர்
கல்லூர்
ஆரணி
நல்லி
பாகிஸ்தான்
நல்லி
நல்லி
நல்லி
நல்லி
நல்லி
நல்லி
நல்லி
கொர்கை
ஊரல்
ஆமூர்
இந்தியா
அரபிக்கடல்
0 m
7492 m
N
உயரம்

நிலவரைபடம் 7.7

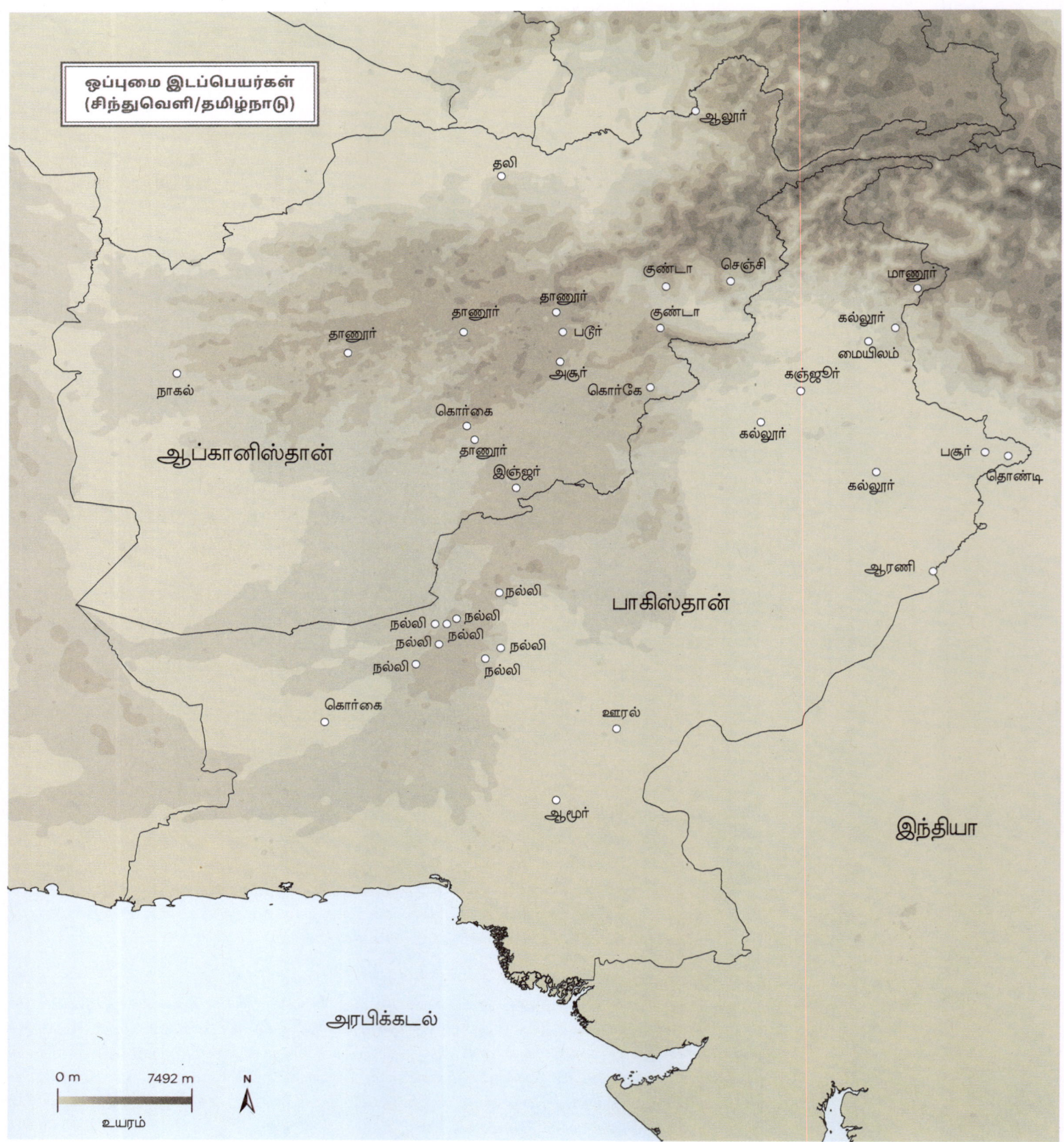

ஒப்புமை இடப்பெயர்கள்
(சிந்துவெளி/தமிழ்நாடு)
ஆரணி
கள்ளூர்
ஆமூர்
செஞ்சி
நாகல்
ஆசூர்
ஆமூர்
ஆரணி
காலூர்
ஆலூர்
தளி
காலூர்
ஊரல்
படூர்
ஆசூர்
கல்லூர்
கல்லூர்
கஞ்சூர்
ஆமூர்
மானூர்
மயிலம்
ஆலூர்
ஆசூர்
கல்லூர்
ஆமூர்
கல்லூர்
கல்லூர்
வங்காள விரிகுடா
தனூர்
குந்தா
ஆசூர்
பாசூர்
மானூர்
பாசூர்
மானூர்
கல்லூர்
ஆமூர்
கல்லூர்
கள்ளூர்
ஆசூர்
ஆசூர்
ஆமூர்
மானூர்
அரபிக்கடல்
கல்லூர்
மானூர்
ஆமூர்
கல்லூர்
தொண்டி
மானூர்
ஈஞ்சார்
நள்ளி
ஆசூர்
ஆசூர்
மானூர்
கொற்கை
ஆலூர்
இலங்கை
0 மீ
2695 மீ
உயரம்
N
இந்தியப் பெருங்கடல்

நிலவரைபடம் 7.8

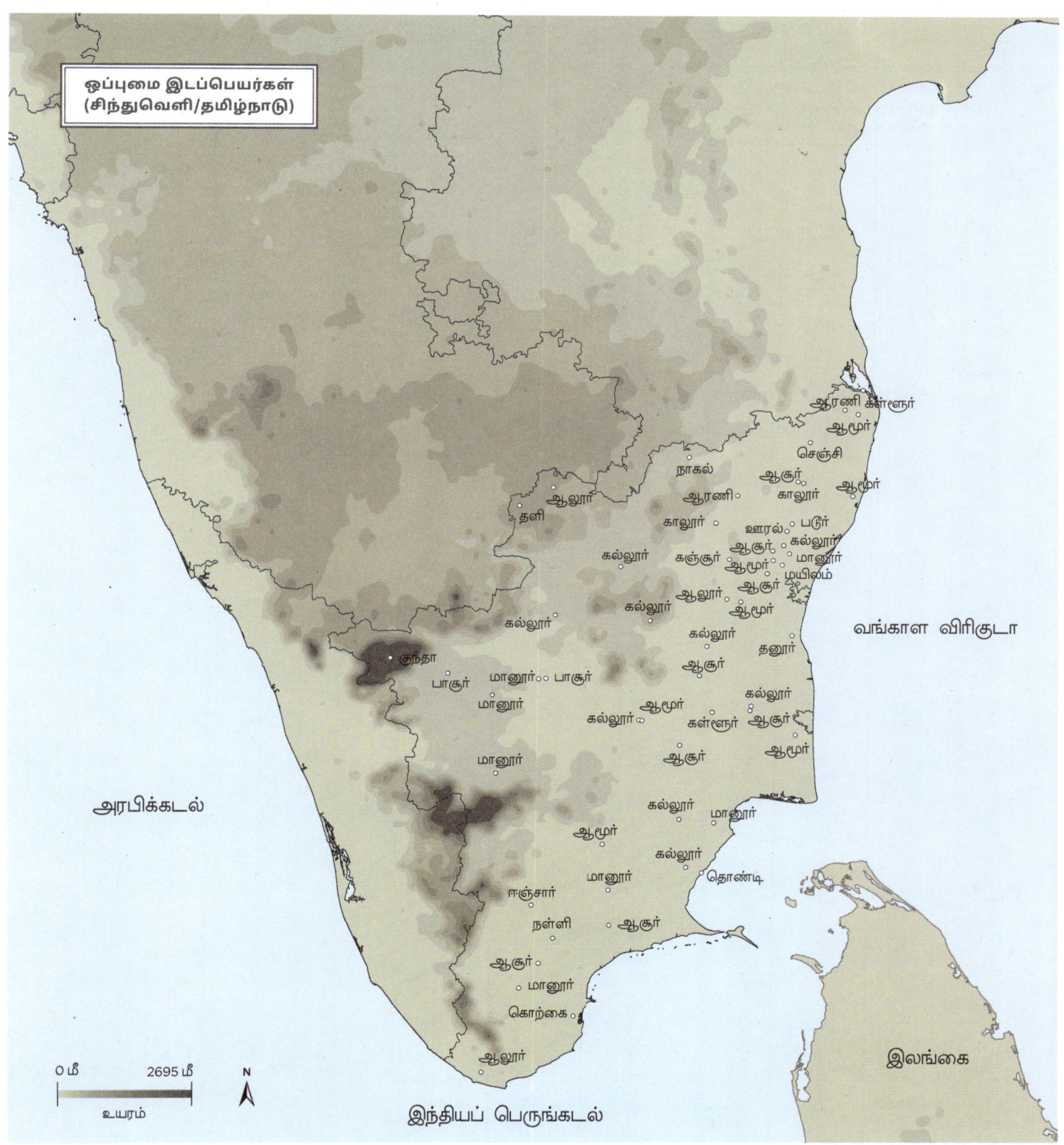

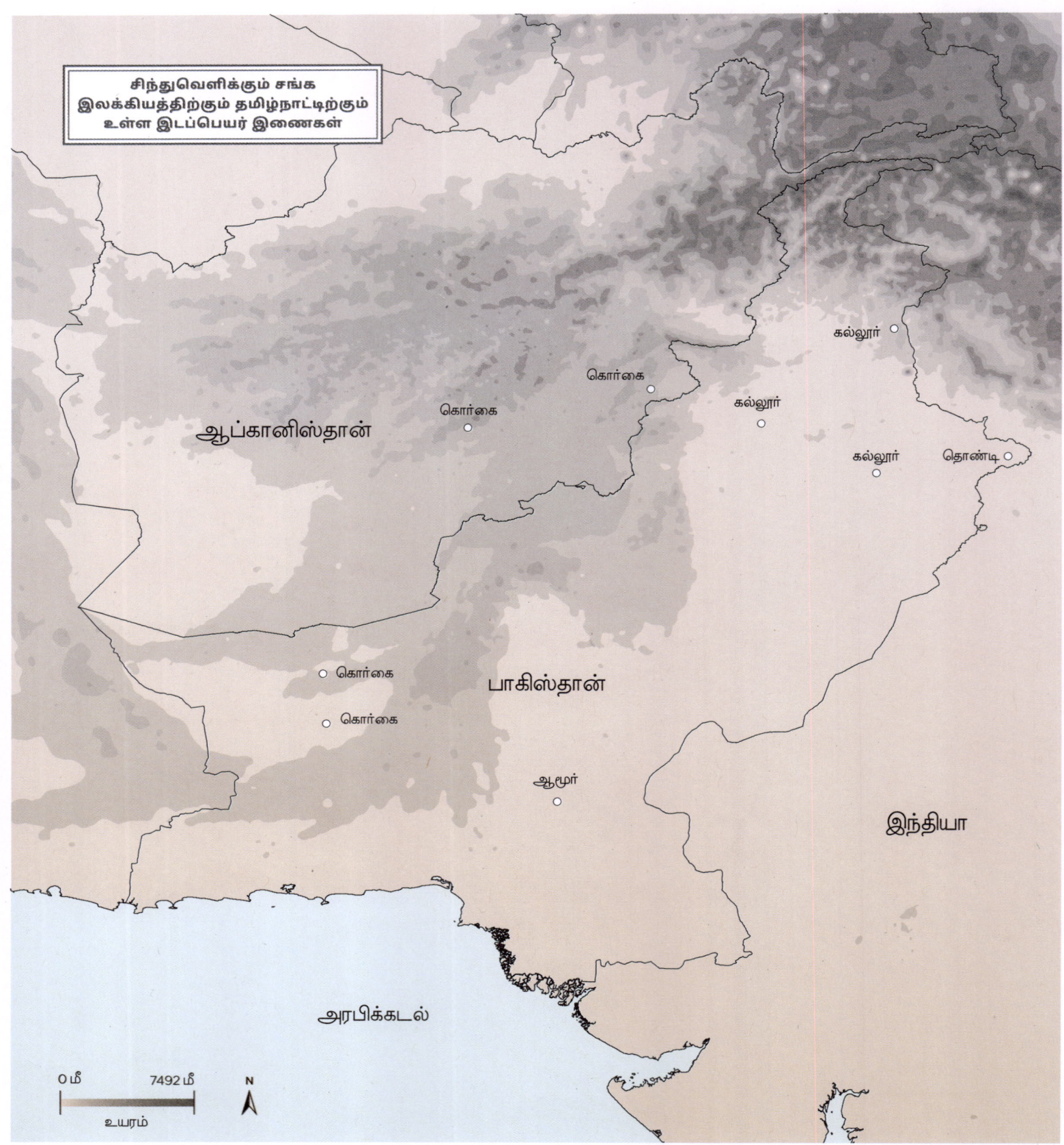

சிந்துவெளிக்கும் சங்க
இலக்கியத்திற்கும் தமிழ்நாட்டிற்கும்
உள்ள இடப்பெயர் இணைகள்
கல்லூர்
கொர்கை
கல்லூர்
கொர்கை
ஆப்கானிஸ்தான்
கல்லூர்
தொண்டி
கொர்கை
பாகிஸ்தான்
கொர்கை
ஆமூர்
இந்தியா
அரபிக்கடல்
0 மீ
7492 மீ
உயரம்
N

நிலவரைபடம் 7.9

சிந்துவெளிக்கும் சங்க
இலக்கியத்திற்கும் தமிழ்நாட்டிற்கும்
உள்ள இடப்பெயர் இணைகள்
கள்ளூர்
ஆமூர்
ஆமூர்
கல்லூர்
ஆமூர்
ஆமூர்
கல்லூர்
கல்லூர்
கல்லூர்
வங்காள விரிகுடா
கல்லூர்
ஆமூர்
கல்லூர்
கள்ளூர்
ஆமூர்
அரபிக்கடல்
கல்லூர்
ஆமூர்
கல்லூர்
தொண்டி
கொற்கை
இலங்கை
0 மீ
2695 மீ
உயரம்
N
இந்தியப் பெருங்கடல்

நிலவரைபடம் 7.10

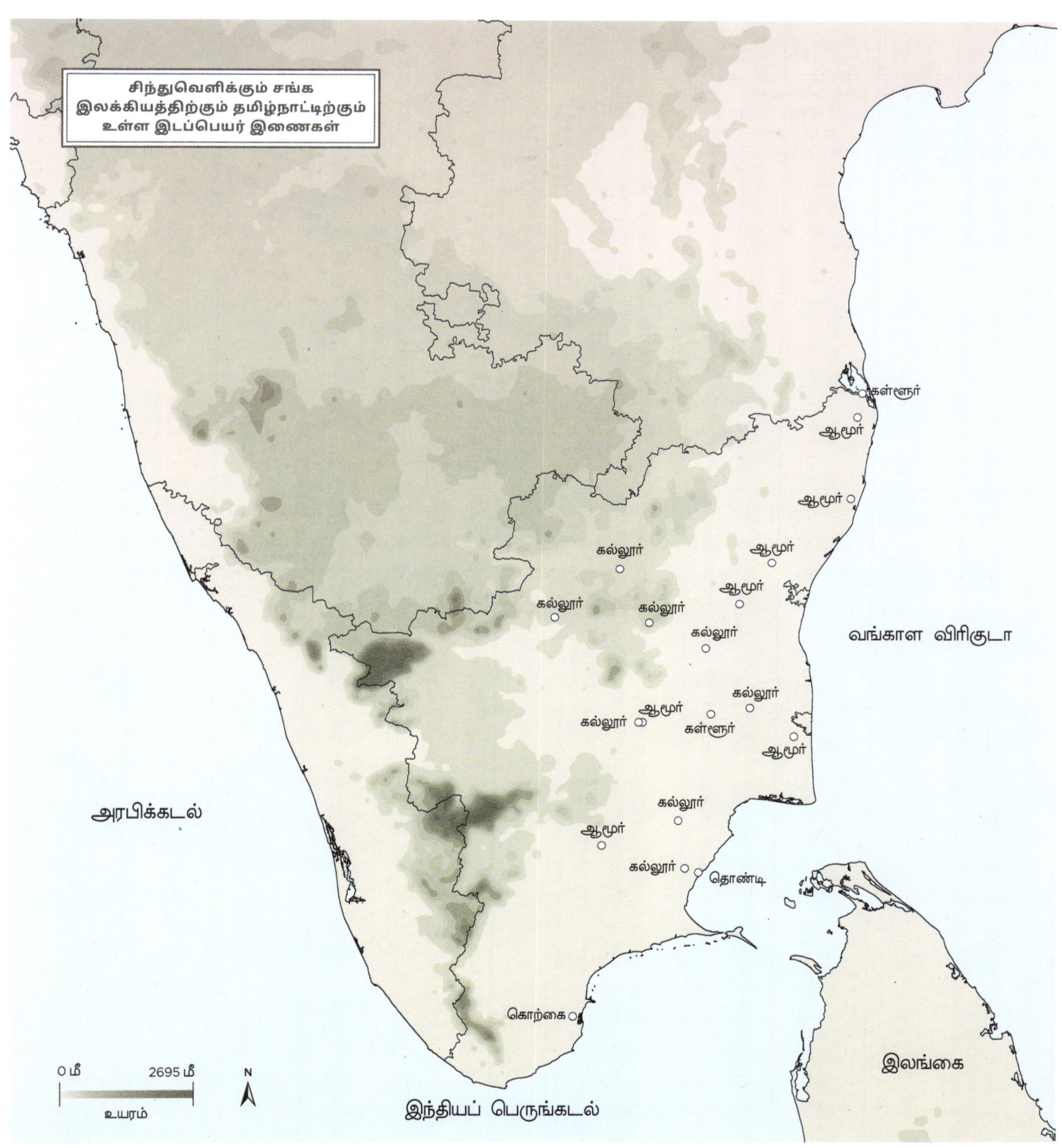

"ஓர் இனக்குழுவின் பெயருக்கும், அந்த இனக்குழுவினர் வசிக்கும் நிலப்பகுதியின் பெயருக்கும் இடையிலான ஒற்றுமை கிட்டத்தட்ட 100 விழுக்காடு நெருக்கமானது எனலாம். இதில் எது முன்னர் தோன்றியது, எது பின்னர் வந்தது என்ற கேள்வி ஒருவகையில் பொருளற்றதே."

- ஜார்ஜ் ஆர். ஸ்டூவர்ட்

பகுதி - 2

சங்க இலக்கிய மானுடப்பெயர்களில் சிந்துவெளிப் பண்பாட்டின் சுவடுகள்

இடப்பெயர்களுக்கும், இனக்குழுக்களின் பெயர்களுக்கும், மனிதர்களின் பெயர்களுக்கும் இடையே உள்ள நெருக்கமான தொடர்பை இப்பகுதியில் புலனாய்வு செய்வோம்.

பல பழங்குடிகள் தங்களது இனக்குழுவின் பெயரைத் தங்களின் மூதாதையரிடமிருந்து மரபு வழியாகப் பெறப்பட்ட அடையாளம் என்று கருதுகிறார்கள். இதைத் தந்தைவழி வம்சாவளிப் பெயர் (*Patronyms*) எனலாம். இந்த மூதாதையர்கள் உண்மையில் ரத்தமும் சதையுமாக வாழ்ந்தவர்களா அல்லது இம்மக்களின் தொன்மங்களில் வரும் கதை மாந்தர்களா என்பது நமக்கு முக்கியம் அல்ல. ஒரு பெயர் தந்தைவழிப் பரம்பரை பெயராக வந்ததோ அல்லது இடப்பெயரிலிருந்து பெற்றதோ எதுவானாலும் அது ஓர் இனக்குடியின், குழுவின் அல்லது குடும்பத்தின் அடையாளமாகிவிட்டால் அந்தப் பெயர் அடையாளம் அப்படியே ஒட்டிக்கொண்டு காலங்காலமாகத் தொடரும். இனக்குழு மக்கள், தங்கள் அடையாளத்தை வெளிப்படுத்தும் குறியீடுகளை விடாப்பிடியாகப் பிடித்துக் கொள்கிறார்கள் என்கிறார் ஸ்டூவர்ட் (1975: 68). இதன் விளைவாக ஓர் இனக்குடி அல்லது குழுவின் பெயரோடு ஒட்டிக்கொண்ட பெயர் அடையாளங்கள் நிலமாற்றங்கள், புலப்பெயர்வுகள், மொழிமாற்றங்கள் போன்ற நிகழ்வுகள் அனைத்தின் ஊடாகவும் தொடர்ந்து பயணிக்கிறது.

ஓர் இனக்குடியின் பெயரிலிருந்து ஓர் இடத்தின் பெயர் அடையாளம் பெறப்பட்டது எனில் அந்த நிலப்பகுதி அந்த இனக்குழுவோடு தொடர்புடையது அல்லது அந்தப்பகுதியில் அந்த இனக்குழுவின் ஆதிக்கம் அதிகம் என்பதே பொருள். அதேநேரத்தில் இனக்குழுக்களின் பெயர்களைப் புலனாய்வு செய்யும்போது அப்பெயர்களின் தோற்றத்தைக் கண்டுபிடிப்பதாகச் சொல்லி வேர்ச்சொல்லைத் தோண்டிப்பார்க்கத் தேவையில்லை என்பது ஸ்டூவர்ட்டின் கருத்தாகும். நமது ஆய்வின் நோக்கம் இனக்குடிப் பெயர்களுக்கும், இடப்பெயர்களுக்கும் தொடர்பு உண்டு என்பதை நிறுவுவதுதான். எதிலிருந்து எது வந்தது என்பதெல்லாம் நம்மைப் பொறுத்தவரையில் முக்கியமில்லை. ஆனால், பொதுவாக இனக்குழுக்களின் பெயரில் இருந்து ஓர் இடத்தின் பெயர் பெறப்படுவதே பரவலாக நடைபெற்றிருக்கிறது என்று தனது பரந்த ஆய்வுகளின் முடிவாக ஸ்டூவர்ட் கவனத்துக்குக் கொண்டுவருகிறார்.

சங்க இலக்கியத்தில் மானுடப்பெயர்கள்

சங்ககால மானுடப்பெயர்களைப் பின்வரும் மூன்று வகையாக ஆய்வு செய்யலாம்.

1. இனக்குழுப் பெயர்கள் (*Tribe Names*), குடிப்பெயர்கள் (*Ethnonyms*), கூட்டங்களின் மற்றும் குடும்பங்களின் பெயர்கள் (*Clan and Family Names*).
2. தனிமனிதர்களின் இயற்பெயரின் ஒரு பகுதியாக மாறிவிட்ட பொதுவான அடையாளப் பெயர்கள் அல்லது பரம்பரைப் பெயர்கள் (*Surnames*).
3. அடைச்சொல் அல்லது அடையாளப் பெயர்கள் இல்லாமல் வழங்கப்படும் தனிமனிதப் பெயர்கள் (*Personal Names of Individuals*).

சங்க இலக்கியங்களில் இடம்பெறும் தனிமனிதர்களின் பெயர்கள் பெரும்பாலும் மன்னர்களின், நிலக்குடித்தலைவர்களின் மற்றும் புலவர்களின் பெயர்களே ஆகும். காதல் வாழ்க்கையைச் சித்தரிக்கும் அகப்பாடல்களில் தனிமனிதர்களின் பெயர்களைக் குறிப்பிடக்கூடாது என்ற அகத்திணைக் கோட்பாடு மனிதர்களின் அன்றாட அகவாழ்வின் பின்னணியில் சாமானிய மக்களின் பெயர்களைக் குறிப்பிடுவதற்கு ஒரு தடையாக இருக்கிறது. ஆயினும், அகப்பாடல்களில் இடம்பெறும் கதை மாந்தர்கள் வெற்பன் (மலை நில மனிதன்), ஊரன் (வயல்கள் சூழ்ந்த ஊரைச் சேர்ந்தவன்), குறமகள் (குறவர் குலப் பெண்), பரதவர் மகள் (மீனவர் குலப் பெண்) என்று பொதுவாகவே அழைக்கப்படுகிறார்கள்.

காதல் வயப்பட்ட ஆண்கள் மற்றும் பெண்களின் தனிப்பட்ட பெயர்களைப் பொதுவெளியில் சொல்லாத ஒரு பண்பு தமிழ் இலக்கிய மரபுகளில் பின்பற்றப்பட்டுள்ளது. ஏனெனில், காதல் உணர்வுகள் அனைவருக்கும் பொதுவானவை; காதல் சார்ந்த உளவியல் புவிச்சூழலின் தாக்கம் பெறுகிறது. நிலமும் பொழுதும் மனிதர்களின் பழக்கவழக்கங்களையும், நடத்தையையும் பெருமளவு தீர்மானிக்கின்றன. மானிடப் புவியியலின் (*Human Geography*) அடிப்படையில் அகப்பாடல்கள் கட்டமைக்கப்பட்டுள்ளன. இது ஒருவகையில் இப்பண்பாட்டின் உன்னதமான உச்சம். இதற்கு நேர்மாறாகப் புறத்திணைப் பாடல்களில் தலைவர்கள் மற்றும் மன்னர்களின் வீரம், கொடை மற்றும் அறப்பண்புகள் போற்றிப் புகழப்படுகின்றன. புறப்பாடல்களின் கட்டமைப்பே புரவலர்களைப் போற்றிப் புகழ்ந்து பாடும் பாணர் மரபின் ஊடாக வேர்விட்டு வளர்ந்திருக்கிறது. ஆகவே, இங்கே தனிமனிதர்களின் பெயர்கள் தூக்கிநிறுத்தப்படுவது நடைமுறை சார்ந்த தேவையாகவே இருக்கிறது. இதனால், புறப்பாடல்கள் முழுவதும் பெயர்கள் நிறைந்துள்ளன. இதுமட்டுமின்றி அகப்பாடல்களில்கூட மீள்நினைவாகவோ அல்லது உவமையாகவோ சுட்டப்படும் பழைய நிகழ்வுகளோடு தொடர்புடைய தலைவர்களின், மன்னர்களின் பெயர்கள் பயன்படுத்தப்படுகின்றன.

தனது இனக்குழுவைக் காப்பதற்காகப் போரிட்டு மடிந்த வீரர்களின் நினைவாக எழுப்பப்பட்ட நடுகல்லில் அவர்களது பீடும், பெருமையும் எழுதி அத்துடன் அவர்களின் பெயரையும் பொறிக்கும் வழக்கம் இருந்தது என்பதை சங்க இலக்கியங்கள் காட்டுகின்றன. தமிழர் தொன்மங்களில் வரிவடிவங்கள் தோன்றி வளர்ந்தது குறித்த ஆய்வுகளில் இத்தகைய பெயர் பொறிக்கப்பட்ட நடுகற்களும், சுடுமண் பாண்டங்களும் முக்கியமானத் தடயங்கள் ஆகும்.

தொல்காப்பிய, சங்க இலக்கிய மரபுகளில் பெயர் சூட்டுதல் அல்லது பெயர் வழங்குதல் குறித்த தெளிவான கோட்பாடு இருந்ததால் சங்க இலக்கியம் எனும் பெயர்க் களஞ்சியம் நம்பகத்தன்மை கொண்டதாக உள்ளது. ஒருவர் தனது வாழ்நாளில் தனக்கென்று நிலையான பெயரை ஈட்டவேண்டும் என்பதே அவர் வாழ்வை வழிநடத்தும் முக்கிய உந்துவிசையாகக் காணப்படுகிறது. சேவல் சண்டையில் போரிட்டு மடிந்த கீழச்சேரி, மேலச்சேரி வீரச்சேவல்களுக்காகப் பொ.யு. ஐந்தாம் - ஆறாம் நூற்றாண்டில் அரசலாபுரத்திலும், இந்தளூரிலும் உருவப்பொறிப்போடு நிறுவப்பட்ட நடுகற்கள் இந்த மரபிற்கான தடயத்தை இன்றுவரை நமக்காகச் சேமித்துவைத்துள்ளன. இதில், சண்டையிட்டு மாண்ட கீழச்சேரி சேவலின் செல்லப்பெயர் பொற்கொற்றி என்பதைக்கூட நாம் அறிகிறோம். ஒருவகையில் தமிழ்மரபு, பெயர்மரபுகளின் ஆடுகளம்.

மானுடப்பெயர்களுக்கும், இடப்பெயர்களுக்கும் இடையிலான நெருங்கிய தொடர்பைச் சங்க இலக்கியப் பெயர் மரபுகளும், சங்க இலக்கியங்களில் காணப்படும் இனக்குழு, குலக்குடிகள், மன்னர்கள் மற்றும் நிலக்குடித்தலைவர்களின் பெயர்களும் உறுதிசெய்கின்றன. இப்பெயர்களில் மிக ஆழமான நிலப்பின்னணி இருப்பதை உணரலாம். ஏராளமான சங்கப்புலவர்கள் அவர்களது சொந்த ஊர்ப் பெயர்களோடு சேர்த்து அறியப்படுகிறார்கள். இவ்வியலில் பழங்காலங்கள் பற்றிய பல அறியாத பக்கங்களை ஆராய தற்காலப் பெயர்களைச் சான்றாகப் பயன்படுத்த போகிறோம். எனவே இந்த அணுகுமுறை சரியானதுதான் என்பதை நிறுவும் வகையில் பெயர்கள் காலங்காலமாகத் தொடர்பவை என்ற கருத்தைப் பல்வேறு எடுத்துக்காட்டுகளுடன் நிலைநாட்டும் தேவையும் இருக்கிறது.

தனிமனிதர்கள், குடும்பம், குலம், இனக்குடி, நாடு ஆகிய பல்வேறு நிலைகளிலும் ஓர் இடத்தின் தொடர்பு வலியுறுத்தப்படும்போது 'இன்னாருக்கு உரிய இடம்', 'இந்தக் குடிக்குச் சொந்தமான இடம்' என்பது போன்ற உடைமைப் பெயர்கள் உருவாகின்றன. இதில் 'தனக்குரிய', 'தமக்குரிய', 'எங்களுக்குரிய', 'நமக்குரிய' போன்ற உரிமை அடையாளங்கள் உளவியல் அடிப்படையில் ஒரு குழுவிற்குள் ஊடுருவும்போது அந்தப் பெயர்கள் பொருள் தெரிந்தாலும் தெரியாவிட்டாலும் ஒரு குறியீடுபோலத் தொடர்ந்து கையகப்படுத்தப்பட்டுக் காப்பாற்றப்படுகின்றன. இதனால்தான் இத்தகைய உடைமைப்பெயர்கள் காலம்காலமாக நிலைத்து நிற்கின்றன என்று ஸ்டூவர்ட் கருதுகிறார்.

ஒரு நிகழ்வை அல்லது செல்வாக்குமிக்க ஒரு மனிதரின் நினைவைப் போற்றும் வகையில் சூட்டப்படும் பெயர்கள் பழங்குடியினரின் மத்தியில் அதிகமாகக் காணப்படுவதில்லை. இத்தகைய நினைவைப் போற்றும் பெயர்கள் பெரும்பாலும் நிலைத்த வாழ்வு, புகழ், ஆட்சி உரிமை, ஆதிக்கம், வரலாற்று நிகழ்வுகள் போன்றவற்றுடன் தொடர்புடையவை. இந்தப் பின்னணியில் சங்க இலக்கியத்தில் காணப்படும் இனக்குழு, மன்னர்கள், நிலக்குடித்தலைவர்களின் பெயர்களைச் சிந்துவெளிப்

பண்பாடு நிலவிய வடமேற்குப் பகுதிகளில் வழக்கத்தில் உள்ள பெயர்களோடு இந்த இயல் ஒப்பிடுகிறது.

மொ. அ. துரை அரங்கசாமி, தனது ஆராய்ச்சியின் மூலமாக (*The Surnames of the Sangam Age Literary and Tribal* (1968)) சங்க இலக்கியங்களில் காணப்படும் இனக்குடிப் பெயர்கள், குழுப்பெயர்கள், பட்டப்பெயர்கள் போன்றவற்றைப் பின்வருமாறு வகைப்படுத்தியுள்ளார்.

1. தமிழர் (தமிழ் மொழியைப் பேசுவோர்)
2. பாண்டியர், சேரர், சோழர் போன்ற மன்னர்களின் கூட்டு அடையாளம் - தமிழ் மூவர்.
3. பாண்டியர் என்ற பேரரசு அடையாளம், பஞ்சவர், கௌரியர் என்ற கிளைப் பிரிவு அடையாளம்.
4. சோழர்கள் என்ற பேரரசு அடையாளம்.
5. சேரர்கள் என்ற பேரரசு அடையாளம்
6. சேர நாட்டைச் சேர்ந்த குடவர், குட்டுவர், அதியர், உதியர், மலையர், மழவர், மறவர், இளையர், பூழியர், வில்லோர், கொங்கர் மற்றும் குறவர் போன்ற இனக்குழு அடையாளங்கள்.
7. பாண்டியர் மற்றும் சோழ நிலப்பகுதியைச் சார்ந்த கோசர் மற்றும் பரதவர் என்ற அடையாளங்கள்.
8. மூவேந்தர் கட்டமைப்புக்குள் வராத ஆவியர், ஓவியர், வேளிர், அருவர், அண்டர் போன்ற குழுத்தலைவர்கள்.
9. தொண்டையர், திரையர் மற்றும் யவனர் போன்ற எல்லை வாழ் அல்லது வேற்றுப்புலக் குடிகள்.

புறநானூற்றின் 335ஆம் பாடல் சுவையான தொன்மச் சாளரம் ஒன்றை நமக்குத் திறந்து காட்டுகிறது. இப்பாடலில் நான்கு வகையான பூக்கள், உணவு தானியங்கள், பருப்பு வகைகளை பட்டியலிடும்போது நான்கு வகையான பழங்குடியினர்களின் பெயர்கள் மட்டும் குறிப்பிடப்படுகிறது. பாணன், பறையன், துடியன், கடம்பன் என்ற நான்குமே மண்ணின் ஆதிக்குடிகளாக, வேர்நிலைக் குடிகளாக அடையாளப்படுத்தப்படுகின்றன. இந்த நான்கையும் தவிர வேறு குடிகளே இல்லை என்று இந்தப் புறநானூற்றுப் பாடல் அழுத்தமாகச் சொல்கிறது. இந்தப் பின்னணியில், சங்க இலக்கியத்தில் வரும் பல்வேறு பெயர்களையும் அப்பெயர்களுக்கும் புவிச்சூழல்களுக்கும் இடையிலான நெருங்கிய தொடர்பு பற்றியும் மேலும் பார்க்கலாம்.

சங்க இலக்கிய இனக்குழுப் பெயர்களும் சிந்துவெளிப் பெயர்களும்

திணைப்பெயர், திணைநிலைப்பெயர், நிலப்பெயர் போன்ற பெயர் வகைகள் குறித்துத் தொல்காப்பியம் (சொல். 162) குறிப்பிடுகிறது. திணைப்பெயர் என்பதைக் குடிப்பெயர் என்றும் ஒரு குறிப்பிட்ட நிலம்சார்ந்த இனக்குழுவின் பெயர் என்றும் எடுத்துக்கொள்ளலாம். ஏனெனில் திணை என்பதில் ஒரு நிலம், அங்கே வாழும் மக்கள் ஆகிய இரண்டு பொருண்மைகளும் அடங்கியுள்ளன. திணைப்பெயர் என்பதும், திணைநிலைப்பெயர் என்பதும் ஒன்றே என்ற கருத்தும் உண்டு. ஆயினும் இந்த இரண்டிற்கும் இடையே நுட்பமான வேறுபாடு இருக்கிறது. திணைநிலைப்பெயர் என்பது பழங்குடிப்பெயர், நிலக்குடித்தலைவர்கள் மற்றும் அவர்களின் பொது அடையாளங்களையும் உள்ளடக்கிய ஒரு விரிவான பெயர்க்களமாகும். அதாவது ஒரு குறிப்பிட்ட திணையில் வாழும் ஆளுமைகள், மனிதர்கள் குறித்த பெயரைப் பொதுவாகத் திணைநிலைப்பெயர் என்று அழைக்கலாம். இவை பெரும்பாலும் மக்களின் முக்கியமான வாழ்வாதாரம் சார்ந்தவை.

தொல்காப்பியர் ஆயர், வேட்டுவர் போன்ற பெயர்களைத் திணைப்பெயராகக் குறிப்பிடுகிறார். தொல்காப்பியத்துக்கு உரை எழுதிய நச்சினார்க்கினியர் திணைநிலைப்பெயர் என்ற கோட்பாட்டை விளக்க பல்வேறு எடுத்துக்காட்டுகளை வழங்குகிறார். அப்போது கானவர், வேட்டுவர், இறவுளர், குன்றவர், ஆகிய பெயர்களைக் குறிஞ்சி நிலத்துக்குரிய திணைநிலைப்பெயர்களாகக் குறிப்பிடுகிறார்.

மற்ற நிலப்பகுதிகளுக்கான திணைநிலைப்பெயர்கள் வருமாறு:
முல்லை: கோவலர், இடையர், ஆயர், பொதுவர்
நெய்தல்: நுளையர், திமிலர், பரதவர்
மருதம்: களமர், உழவர், கடையர்
பாலை: எயினர், மறவர், மீளி, விடலை, காளை

மேற்சொன்ன குடிப்பெயர்கள், குழுப்பெயர்கள் போக அகப்பாடல்களில் வெவ்வேறு திணைகளிலுள்ள தலைமாந்தர்களுக்கான பொதுப்பெயர்களையும், சில பொதுக்குறியீட்டுப் பெயர்களையும் உரையாசிரியர் விளக்குகிறார்.

குறிஞ்சி: வெற்பன், சிலம்பன், பொருப்பன்
முல்லை: அண்ணல், தோன்றல், குறும்பொறை நாடன்
நெய்தல்: கொங்கண், துறைவன், சேர்ப்பன் மற்றும் மெல்லம்புலம்பன்

இவையின்றிச் சங்க இலக்கியங்களில் பல்வேறு நிலப்பகுதிகளின் ஆட்சித்தலைவர்கள், சங்ககாலத் தமிழ்நிலத்தின் எல்லைகளில் வாழ்ந்தவர்களாகக் கருதப்படும் சில இனக்குழுக்களின் பெயர்கள். தொலைதூர வேற்றுப்புல இனக்குழுக்களின் பெயர்கள் என்று பல்வேறு வகையான பெயர்களும் கையாளப்பட்டுள்ளன. இந்தப் பெயர்களில் பலவும் சிந்துவெளி நிலப்பகுதிகளில் இன்றளவும் இடப்பெயர்களாகத் தொடர்கின்றன. இனக்குழுக்கள் மற்றும் குடிகளின் பெயர்கள், அவற்றோடு ஒப்பிடக்கூடிய இடப்பெயர்கள் கொண்ட பட்டியல் வருமாறு:

இனக்குழுப் பெயர்கள்

சங்க இலக்கியப் பெயர்கள்	சிந்துவெளி இடப்பெயர்கள்	நாடு
ஆயர்	ஆயர் (Ayar)	பாக்
களமர்	கலமர் (Kalamar)	பாக்
மறவர்	மரவர் (Marawar),	பாக்
	மரவர (Marawara)	ஆப்
எயின்	எயிண் (Ain)	ஆப், பாக்
காளை	காலை (Kalai)	பாக்
விடளை	விடலா (Widala)	பாக்
மீளி	மீலிகாட் (Miligad)	ஆப்
இடையர்	இடை (Iday)	ஆப்
காடையர்	காடை (Kadai)	பாக்

நிலப்பகுதி சார்ந்த குடிப்பெயர்கள்

சங்க இலக்கியப் பெயர்கள்	சிந்துவெளி இடப்பெயர்கள்	நாடு
அதியர்	அதியண்	பாக்
மலையர்	மலை	ஆப், பாக்
மலவர்	மலவ்	ஆப்
கொங்கர்	கொங்கர்	பாக்
கோசர்	கோசர்	பாக்
பூழியர்	பூலி	ஆப்
அண்டர்	அண்டர்	ஆப், பாக்
குறவர்	குரவே	ஆப்
குன்றவர்	குண்ர, குண்ராய்	பாக்
வேளிர்	பேல்	ஆப், பாக்
	வேலண்	பாக்
	வேலோ	ஆப்
அருவாளர்	அரிவாலா	பாக்
	அர்வால்	ஆப்
ஆவியர்	ஆவி	ஆப்

இன்றைய தமிழ்நாட்டிலும் ஆயர், இடையர், மறவர், குறவர், கொங்கர் போன்ற இனக்குழு மற்றும் குடிகளின் பெயர்கள் பல்வேறு சாதிகளின் பெயர்களாக வழக்கத்தில் உள்ளன. ஆயினும் சங்க இலக்கியத்தில் குறிப்பிடப்பட்டுள்ள களமர், எயினர், விடலை, மீளி, அண்டர், ஆவியர் போன்ற குடிப்பெயர்கள் இப்போது வெகுவாகப் புழக்கத்தில் இருப்பதாகத் தெரியவில்லை.

குறுநிலத் தலைவர்கள்

சேரர், சோழர், பாண்டியர் ஆகிய மூவேந்தர் என்ற வரையறைக்குள் அடங்காத நிலக்குடித்தலைவர்களைப் பற்றிப் பேசும்போது ஆவியர், ஓவியர், வேளிர், அருவர் மற்றும் அண்டர் ஆகிய பெயர்களைத் துரை அரங்கசாமி குறிப்பிடுகிறார். சில இனக்குழுக்கள் மற்றும் குறுநில மரபினர் பற்றி இவ்வியலில் பிறகு விரிவாகப் பேசலாம். தற்போது பட்டியலிட்டுள்ள பழங்குடி, இனக்குழு மற்றும் இடப்பெயர் ஒப்புமை கவனிக்கத்தக்கது.

ஆவியர் - Awi (ஆவி - ஆப்); ஓவியர் - Owimast (ஓவிமஸ்த் - ஆப்), Owiran (ஓவிரண் - பாக்); வேளிர்: Bel (பேல் - பாக், ஆப்); அருவாளர் - Arwal (அர்வால் - ஆப்); அண்டர் - Andar (அண்டர் - ஆப், பாக்.)

சங்க இலக்கியம் காட்டும் குறுநிலத் தலைவர்கள்

சங்கத் தமிழர்களின் சமகால அரசியல் மற்றும் சமூகப் பண்பாட்டு உருவாக்கத்தில் குறுநிலத் தலைவர்களின் பங்களிப்பு சிறப்பானது. சங்க இலக்கியம் மிகப் பெருமிதத்துடன் கொண்டாடும் கடையெழு வள்ளல்கள் அனைவருமே மலைநிலத் தலைவர்கள்தான். பேரரசர்கள் இல்லை.

"குறுநிலத் தலைவர்களின் வரலாறு, பண்டையத் தமிழர்களின் வரலாறு மற்றும் பண்பாட்டுச் சங்கிலி இணைப்புகளாகப் பயன்படும்" என்று க.த. திருநாவுக்கரசு கூறுகிறார். இத்தகைய குறுநிலத் தலைவர்களில் வேளிர் மரபைச் சார்ந்த பாரி, ஆய், பேகன், ஆவி, எவ்வி மற்றும் நன்னன் போன்றவர்கள் முக்கிய இடம் பெறுகிறார்கள். வேளிர் தலைவர்கள் தங்களது நிலப்பகுதிகளில் மேலதிகமான தன்னாட்சி உரிமையோடு ஆட்சிபுரிந்து வந்தார்கள் என்பதும், தங்களை நாடி வரும் பாணர்கள், கூத்தர்கள், புலவர்களுக்குப் பெரும் ஆதரவளித்த கொடையாளர்களாக வாழ்ந்தார்கள் என்பதும் புலனாகின்றன. இவர்கள் வெவ்வேறு முடியரசர்களோடு சேர்ந்து போர்களில் ஈடுபட்டார்கள் என்பதும் தெரிகிறது. வேளிர்களுக்கும், பேரரசர்களுக்கும் இடையிலான உரசல்களும், உறவுகளும் திணைநில வாழ்க்கையிலிருந்து அரசு உருவாக்கக் காலகட்டத்திற்கு நகர்ந்த சமூகப்பொருளாதாரப் பண்பாட்டுச் சூழலைப் புரிந்துகொள்ள உதவுகின்றன. இன்னொரு வகையில் இத்தகைய ஆட்சிமுறை பண்டைய ஈரானில் வழக்கத்தில் இருந்த வேளாண் படையினர் (Peasant-militia) மரபை நினைவுபடுத்துவதாகவும் இருக்கிறது.

பண்டைய தமிழகத்தின் வேளிர் மரபினர் மேற்கு இந்தியாவிலிருந்து புலம்பெயர்ந்தவர்கள் என்று மு. இராகவையங்கார் கருதுகிறார். தொல்காப்பியத்திற்கு

நச்சினார்க்கினியர் எழுதியுள்ள உரையின் அடிப்படையிலும், புறநானூற்றிலுள்ள ஒரு பாடலின் அடிப்படையிலும் மு. இராகவையங்கார் இக்கருத்தை முன்வைக்கிறார். பண்டைய தமிழகத்தின் வேளிர் தொன்மங்களை வட கர்நாடகத்தில் ஆட்சிபுரிந்த சாளுக்கியர்களின் தொன்மங்களோடு ஒப்பிட்டு வேளிர் மரபினரைத் தென்பகுதிகளில் ஆண்ட ஹோய்சல பேளாள யாதவர்கள் என்ற முடிவுக்கு அவர் வருகிறார். அதுமட்டுமின்றி மகாராஷ்டிரா பகுதியில் கிடைக்கும் சில இடப்பெயர் சான்றுகளையும், துணைக்கு அழைக்கும் அவர் வேளிர் மரபினர் பொதுயுகத்திற்குச் சுமார் ஆயிரம் ஆண்டுகளுக்கு முன்னாள் தமிழ்நாட்டிற்குப் புலம்பெயர்ந்து வந்தார்கள் என்ற கருத்தைத் தெரிவிக்கிறார். இக்கருத்து உண்மையெனில் அது சிந்துவெளிப் பண்பாட்டுப் பகுதிகளை நோக்கித் தமிழ்த் தொன்மங்களை நகர்த்தி இவ்விரண்டிற்கும் இடையிலான கால-நில இடைவெளிகளைச் சுருக்கும்.

சங்ககாலக் குறுநிலத் தலைவர்களின் பெயர்களுக்கும், வடமேற்குப் புலங்களின் இடப்பெயர்களுக்கும் உள்ள தொடர்பை இப்போது காணலாம். இத்தொடர்பை ஐந்து வகைகளில் அணுகலாம்.

1. குறுநிலத் தலைவர்களின் பெயர்களுக்கும் சிந்துவெளிப் பகுதியின் இடப்பெயர்களுக்கும் உள்ள ஒற்றுமை: பாகிஸ்தான், ஆப்கானிஸ்தான் போன்ற நாடுகளில் இன்றும் வழங்கும் சில இடப்பெயர்களுடன் சங்க இலக்கியம் குறிப்பிடும் குறுநிலத் தலைவர்களின் பெயர்கள் மிகத்துல்லியமாகப் பொருந்துவதை இந்த அட்டவணையில் காணலாம்.

சங்க இலக்கிய குறுநிலத்தலைவர்களின் பெயர்கள்	சிந்துவெளி இடப்பெயர்கள்	நாடு
அதியன்	*Adhian, Atian* (அதியண்)	பாக்
அஞ்சி	*Anji* (அஞ்சி)	ஆப்
தித்தன்	*Titan* (திதண்)	ஆப்
பண்ணி	*Panni* (பண்ணி)	பாக்
நள்ளி	*Nalli* (நல்லி)	பாக்
கிள்ளி	*Killi* (கில்லி)	பாக்
பேகன்	*Began* (பேகண்)	ஆப்
கோடன்	*Kodan* (கோடண்)	பாக்
பாரி	*Pari* (பாரி)	ஆப், பாக்
பிட்டன்	*Pittan* (பிட்டண்)	பாக்
கொற்றன்	*Korran* (கொர்ரண்)	பாக்
பிண்டன்	*Pindan* (பிண்டண்)	பாக்
மத்தி	*Matti* (மட்டி)	பாக்
மூவன்	*Muwan* (மூவண்)	பாக்
கீரன்	*Kiran* (கீரண்)	பாக்
அந்துவன்	*Andwam* (அந்துவம்)	பாக்
சாத்தன்	*Chatan, Sathan* (சாத்தண்)	ஆப், பாக்
அழிசி	*Alise* (அலிசி)	ஆப்
கட்டி	*Kati* (கட்டி)	பாக்
உதியன்	*Udian* (உதியண்)	பாக்
ஆதன்	*Atan* (ஆதண்)	ஆப்

2. குறுநிலத் தலைவர்களின் பெயர்கள் சிறு வேறுபாடுகளுடன்: சிந்துவெளிப் பகுதியில் இடப்பெயர்களாகத் தரப்படுகின்றன. இந்த வேறுபாடு, வடமேற்குப் பகுதிகளிலோ அல்லது தென்புலங்களிலோ ஒலிப்பு முறையில் நேர்ந்த மாற்றங்களால் ஏற்பட்டிருக்கக்கூடும்.

சங்க இலக்கிய குறுநிலத்தலைவர்களின் பெயர்கள்	சிந்துவெளி இடப்பெயர்கள்	நாடு
அகுதை	*Akuto* (அகுதோ)	பாக்
பொகுட்டு எழினி	*Pokhoto Darrah* (பொகோதோ தாரா)	ஆப்
அருமன் அட்டி	*Armanbad* (அர்மண்பாத்)	ஆப்
அந்திரன் ஆய்	*Andera* (அந்தேர)	பாக்
கலுவுல்	*Kaluwal* (கலுவால்)	பாக்
சேந்தன்	*Chenday* (சேந்தே)	ஆப்
தூங்கல்	*Tungli* (துங்கிலி)	ஆப்
உதியன்	*Udhiar* (உதியர்)	பாக்
மிஞிலி	*Minzilikaur* (மிஞ்லிகவுர்)	பாக்
குறவர்	*Kuraveh* (குரவே)	ஆப்
தொண்டையர்	*Tonddarrch* (தொண்டார்ச்)	ஆப்
மழவர்	*Malawar Wala* (மலவார் வாலா)	பாக்
எருமையூரார்	*Ermaigulkoh* (எர்மைகுலோ)	ஆப்

3. சங்க இலக்கியங்களில் பல்வேறு குறுநிலத் தலைவர்களின் பெயர்கள், அவர்கள் ஆட்சிபுரிந்த பகுதியின் இடப்பெயர்களை முன்னொட்டாகக் கொண்டு 'இந்த இடத்தின் தலைவன்' என்று பொருள்படும் சொல்லாக்க விகுதியோடு வழங்குகின்றன.

- நள்ளி எனப்படும் குறுநிலத் தலைவன், கண்டீரக்கோ பெருநள்ளி அதாவது கண்டீர்/ கண்டீரம் என்ற இடத்தின் தலைவனாகிய நள்ளி.
- காரியாதி என்ற குறுநிலத் தலைவன் மல்லிக் கிழான் காரியாதி. அதாவது மல்லி என்ற இடத்தின் நிலவுடைமைத் தலைவனாகிய காரியாதி.

இந்த வகைமையில் சிந்துவெளி நிலப்பகுதியின் இடப்பெயர்களோடு கோ, கோன், கோமான், கிழான், கிழவன் போன்ற விகுதிகளைச் சேர்ப்பதன்மூலம் சங்க இலக்கியம் குறிப்பிடும் குறுநிலத் தலைவர்கள் பலரது பெயர்களையும் பெறமுடிகின்றன. எடுத்துக்காட்டாக:

இடப்பெயர்+கோ:
தோன்றிக்கோ = *Tonri* (தோண்ரி - பாக்)+கோ;
கண்டீரக்கோ = *Kandir* (கண்டீர் - பாக்)+கோ

இடப்பெயர்+கோன்:
ஏறைக்கோன் = *Erai* (ஏரை - பாக்)+கோன்

இடப்பெயர்+மான்:
அதியமான் = *Adia* (அதிய - ஆப்)+மான்;
மலையமான் = *Malai* (மலை - பாக், ஆப்)+மான்

இடப்பெயர்+கிழான் அல்லது கிழார் அல்லது கிழவன்:
அம்பர் கிழான் = *Ambar* (அம்பர் - பாக்)+கிழான்
மல்லி கிழான் = *Malli* (மல்லி - பாக்)+கிழான்

கரும்பானூர் கிழார் = *Karumbar* (கரும்பார் - பாக்)+கிழார்
கொண்கானங் கிழான் = *Kong* (கொங் - பாக்)+கிழான்
மையூர் கிழான் = *Mai* (மை - பாக்)+*Ur* (ஊர் - இடப்பெயர் விகுதி) + கிழான்
நாலை கிழவன் = *Nalai* (நாலை - பாக்)+கிழவன்

மேற்கண்ட பட்டியலில் இடம்பெறும் கோ, மான், கிழான், கிழவன் போன்ற சொற்கள் அனைத்தும் ஒரு தலைவனின் தலைமைப் பொறுப்பு மற்றும் முதன்மை நிலையை வெளிப்படுத்துவதாகும். இதை இடப்பெயரோடு இணைத்துப் பார்க்கும்போது 'இந்த இடத்தின் தலைவன்' என்ற பொருள் வெளிப்படும்.

4. ஓர் இடத்தின் பெயரோடு சொல்லாக்க விகுதியை இணைத்து ஒரு தலைவனின் பெயரைப் பெறுவது இவ்வகைமையில் அடங்கும். 'இந்த இடத்தைச் சேர்ந்தவன்' என்ற பொருளே இப்பெயர்களின் உள்ளீடாகும்.

'அன்' விகுதி கொண்ட பெயர்கள்: தமிழ்மொழியில் 'அன்' என்பது ஆண்பால் ஒருமைப் பெயர் விகுதியாகும். பாகிஸ்தான், ஆப்கானிஸ்தான் ஆகிய நாடுகளில் கிடைக்கும் சில இடப்பெயர்களோடு 'அன்' ஈற்றைச் சேர்க்கும்போது சங்க இலக்கியம் குறிப்பிடுகிற தலைவர்களின் பெயர்கள் கிடைக்கின்றன. உதாரணமாக:

Ain (எயிண் - பாக்)+அன் = எயினன்
Kanay (கணை - ஆப்)+அன் = கணையன்
Toi (தோய் - பாக்)+அன் = தோயன்
Muti (முடி - ஆப்)+அன் = முடியன்
Khadaw (கடாவ் - ஆப்)+அன் = கடாவன்

இத்தகைய பெயராக்க முறை சங்க இலக்கியத்திலேயே பல இடங்களில் காணப்படுகின்றன. ஊரைச் சேர்ந்தவன் ஊரன் என்றும் மலையைச் சேர்ந்தவன் மலையன், வெற்பன், சிலம்பன் என்றும் அழைக்கப்படுகிறார்கள். இவை குறிஞ்சிப் பகுதியிலுள்ள மலைகளைக் குறிக்கும் சொற்களான மலை, வெற்பு, சிலம்பு ஆகியவற்றோடு 'அன்' ஈற்று விகுதியைச் சேர்த்துப்பெறப்படுகின்றன. இதைத் தமிழ்மொழியில் காணப்படும் ஒரு சொல்லாக்க முறையாக எடுத்துக்கொண்டால் எயின் என்ற இடப்பெயரிலிருந்து எயினன் என்ற பெயரைப் பெறுவதிலோ தோய் என்ற இடப்பெயரிலிருந்து தோயன் என்பதைப் பெறுவதிலோ முரண்பாடு இருக்கமுடியாது.

அர் விகுதி: தமிழ் மொழியில் 'அர்' என்பது பன்மைப் பொருளைக் குறிக்கும். தமிழன் என்பது ஆண்பால் ஒருமை என்றால் தமிழர் என்பது பன்மை. இதைப்போலவே பல்வேறு இனக்குழுப் பெயர்கள், பழங்குடிப் பெயர்கள் 'அர்' ஈற்று சேர்ந்து வழங்கப்படுவதைப் பார்க்கலாம்.

எயினர் = *Ain* (எயிண் - ஆப்)+அர்
குறவர் = *Kurab* (குரப் - ஆப்)+அர்
மழவர் = *Malaw* (மலவ் - ஆப்)+அர்
பூழியர் = *Puli* (பூலி - ஆப்)+அர்
வாணர் = *Wan* (வாண் - பாக்)+அர்

'ஐ' விகுதி:
ஏறை= *Air* (ஏர் - பாக்)+ஐ
எருமை= *Erma* (எர்ம - ஆப்)+ஐ

5. சங்க இலக்கியத்தில் காணப்படும் பல்வேறு குறுநிலத் தலைவர்களின் பெயர்கள், ஒன்றுக்கும் மேற்பட்ட இடப்பெயர்களின் இணைப்பாகத் தெரிகின்றன. எடுத்துக்காட்டாகப் பிட்டன்

கொற்றன் என்ற குறுநிலத் தலைவனின் பெயரைக் குறிப்பிடலாம். *Pittan* (பிட்டண்) மற்றும் *Korran* (கொர்ரண்) என்பது பாகிஸ்தானிலுள்ள வெவ்வேறு இடங்களின் பெயர்கள். இந்தவகையில் இரண்டு இடப்பெயர்கள் இணைந்து ஒரு தலைவனின் பெயராகிறது. இதைப்போலவே, *Talai* (தலை - பாக்), *Catan* (சாத்தண் - ஆப்), *Sathan* (சாத்தண் - பாக்), *Daman* (தாமண் - பாக், ஆப்), *Tonri* (தோண்றி-பாக்) போன்ற இடப்பெயர்கள் பெருந்தலைச் சாத்தனார், தாமன் தோன்றி போன்ற குறுநிலத் தலைவர்கள் பெயர்களின் ஆக்கத்துக்குத் தொடர்புடைய மூலங்களாகத் தெரிகின்றன.

இந்த நடைமுறை இப்போதும் வழக்கத்தில் இருக்கிறது. இந்தியாவில், பல மனிதர்களின் பெயர்கள் ஒன்றுக்கும் மேற்பட்ட இடப்பெயர்களின் இணைப்பாக இருக்கிறது. தனிமனிதர்களின் பெயர்களும் அவர்களின் குடும்பப் பெயர்களும் கடந்தகாலப் புலப்பெயர்வுகளுக்குச் சான்றாக நிற்கிறது என்பதை ஆப்ரகாம் ஸ்டால் தனது ஆய்வுகளின் மூலமாக நிறுவியிருக்கிறார். புலம்பெயர்ந்து வந்தவர்களுக்கு, அவர்களது பழைய இடங்களைக் குறிக்கும் வகையில் இடப்பட்ட பெயர்கள் காலப்போக்கில் குடும்பப் பெயர் ஆகிவிடுகின்றன என்று கூறும் ஆபிரகாம் ஸ்டால் இதற்குச் சான்றாக யூதர்களின் குடும்பப் பெயர்கள் பலவற்றைச் சுட்டிக்காட்டுகிறார். இதுமட்டுமின்றிச் சங்க இலக்கியங்கள் குறிப்பிடுகின்ற குறுநிலத் தலைவர்கள் சிலர் தனித்துவமான இன்றைய தமிழர்களுக்கு வினோதமாகத் தோன்றக்கூடிய பெயர்களைக் கொண்டிருந்தார்கள். ஏனெனில் அந்தப் பெயர்களில் சில இப்போது வழக்கத்தில் இல்லவே இல்லை. அத்தகைய வியப்பூட்டும் பெயர்களுக்குக்கூட சிந்துவெளியின் இடப்பெயர்கள் சான்றளிக்கின்றன. இத்தகைய வழக்கொழிந்த பெயர்கள் சிந்துவெளி நிலப்பகுதியிலுள்ள சில இடப்பெயர்களோடு நெருக்கம் காட்டுகின்றன.

சங்க இலக்கியங்களில் இடம்பெறும் அகுதை, பொகுட்டு (பொகுட்டு எழினி), அருமன், கழுவுள் போன்ற பெயர்கள் சங்க இலக்கியத் தமிழிலேயே வழக்கொழிந்த பெயர்களாகத் தொன்மையின் எச்சங்களாக (*Archaic Names*) ஒலிக்கின்றன. பின்வந்த தமிழ் இலக்கியங்கள் எவற்றிலும் இந்தப் பெயர்கள் பயன்படுத்தப்படவில்லை. ஆனால், இத்தகைய பெயர்கள் *Akuto* (அகுட்டோ - பாக்), *Pokhoto Darrah* (பொகட்டோ தாரா - ஆப்), *Armah* (அர்மா - ஆப்), *Kaluwal* (கலுவல் - பாக்) ஆகிய இடப்பெயர்களோடு ஓரளவு நெருக்கம் காட்டுகின்றன.

சங்ககால நிலக்குடித்தலைவர்களின் குடிப்பெயர்கள், இயற்பெயர்கள் மற்றும் சிறப்புப் பெயர்கள் ஆகியவற்றை ஒரே கருத்து சார்ந்த தொகுப்பாகப் பார்க்கும்போது இவற்றை எதேச்சையாக நிகழ்ந்த பெயர்கள் என்று சொல்வது கடினமாக உள்ளது.

குறுநிலத் தலைவர்களின் பெயர்களின் சங்கிலித்தொடர் போன்ற இணைப்புகள்

வேளிர் தலைவர்கள் வேள் ஆவி மற்றும் பேகன்: வேளிர் நிலக்குடித்தலைவர்களுள் தொன்மையானவராகக் கருதப்படுபவர் ஆவி. இவர் பொதினி என்ற நகரை ஆட்சிசெய்ததாக அகநானூறு (61) குறிப்பிடுகிறது. அகநானூற்றின் உரையாசிரியர்கள் சிலர் இந்த இடம் ஆவி மலையில் அமைந்திருப்பதாகக் குறிப்பிட்டுள்ளார்கள். தற்கால உரையாசிரியர்கள் சிலர் இந்த ஆவி மலையைத் தமிழ்க் கடவுள் முருகனின் அறுபடை வீடுகளில் ஒன்றான பழனி மலையோடு தொடர்புபடுத்துகிறார்கள். பழனி மலை திருஆவினன்குடி என்றும் அறியப்பட்டது. பொதினி என்ற பெயரே காலப்போக்கில் பழனி என்று மருவியதாகக் கூறுவோர் உண்டு. ஆவிக்குடியைச் சேர்ந்த வேளிர் தலைவர்கள் ஆவியர் என்று அழைக்கப்பட்டனர்.

கடையெழு வள்ளல்களில் ஒருவராகிய பேகன் ஆவிக்குடியைச் சேர்ந்தவராகக் கருதப்படுகிறார். பேகன் வையாவி என்ற இடத்தை ஆட்சிசெய்தார். அப்பகுதியை ஆண்ட மரபினர் வையாவியார் என்று அறியப்பட்டனர். ஆவியர் என்ற இனக்குழுவின் ஓர் உட்பிரிவாக வையாவிக்குழு இருந்திருக்கக்கூடும் என்ற கருத்தும் உண்டு. வையாவி என்ற பெயர் வையாவூர் அல்லது

வைகாவூர் என்றும் அழைக்கப்பட்டது. 'பதுமன்' என்று அழைக்கப்பட்ட வேளாவிக்கோமான் பற்றி பதிற்றுப்பத்து குறிப்பிடுகிறது.

வடமேற்கு இடப்பெயர்கள்

- பாகிஸ்தான்: ஆவி (Avi, Awi), ஆவி தார்யா (Awi Darya)
- ஆப்கானிஸ்தான்: பேகண் (Began), பேக் (Pek), பொதிண் (Podin), பொதிணிகர் (Podini Ghar), பொதிணா (Podina), பொதிணே (Podineh), பதுமிஜரே (Patumi Jare).
- பாகிஸ்தானிலுள்ள பலணி (Palani) என்ற இடப்பெயர் வியப்பை அளிக்கிறது. அந்நாட்டில் பலணி என்பது ஒரு காட்டின் பெயரும் (Palani Forest) ஆகும்.

நன்னன் வேண்மான்:

சங்க இலக்கியத்தில் நன்னன் என்ற பெயர் கொண்ட இரண்டு குடிநிலத் தலைவர்கள் பற்றி நாம் அறிகிறோம். பத்துப்பாட்டில் ஒன்றான மலைபடுகடாம் நூலில் நன்னன் என்ற தலைவன் புகழ்ந்து பாடப்படுகிறான். இவன் நன்னன் சேய் நன்னன் (நன்னனின் மகனாகிய நன்னன்) என்று அழைக்கப்படுகிறான். நன்னன் என்ற தனது தந்தை/மூதாதையரின் பெயரையே இத்தலைவன் கொண்டிருந்தான் என்பது தெளிவாகத் தெரிகிறது. நன்னன் ஒரு வேளிர்குடித்தலைவன் என்பதை வேள் மற்றும் வேண்மான் போன்ற சிறப்புப் பெயர்கள் உணர்த்துகின்றன. நன்னனின் நிலப்பகுதி பல்குன்றக்கோட்டம் என்றும் அவனது தலைமையிடம் செங்கண்மா என்றும் தெரிகிறது. நன்னனின் நிலப்பகுதி ஏழில்குன்றம் என்றும் அறியப்பட்டது. மலைகளால் சூழப்பட்ட இப்பகுதியில் நவிரம், பாழிச்சிலம்பு போன்ற மலைகளும் இருந்தன. நன்னனின் ஆட்சிக்குட்பட்ட பகுதிகளில் பாரம், பறம்பு மற்றும் வியலூர் ஆகிய ஊர்களும் இருந்தன. இந்நிலப்பகுதியில் ஓடிய நதி சேயாறு (மலைபடு. 476) என்றும் அழைக்கப்பட்டது. இந்த நன்னனின் புகழ் போற்றப்படும் அதேவேளையில் இவனின் தந்தை அல்லது பாட்டனாகிய நன்னன் பெண்கொலை புரிந்த நன்னன் என்று சங்க இலக்கியத்தில் பல இடங்களில் தூற்றப்படுகிறான்.

பெண்கொலைபுரிந்த நன்னன் என்று எதிர்மறையாக நினைவுகூரப்படுகிற மூத்த நன்னன், களங்காய்ச்சென்னி நார்முடிச்சேரல் என்ற சேர மன்னனின் ஆட்சிக்கு உட்பட்ட பூழி நாட்டைக் கைப்பற்றுகிறார். இந்நாடு மேற்குக் கடற்கரைப் பகுதியிலுள்ள கொண்கானம் என்ற பகுதியோடு அடையாளப்படுத்தப்படுகிறது. பிண்டன் என்ற ஒரு தலைவனையும் நன்னன் வெற்றிகொள்கிறான். இதைத் தொடர்ந்து சேர மன்னன், நன்னனைத் தோற்கடித்து பூழியை மீட்பதற்காக ஆய்குடியைச் சேர்ந்த ஆய் எயினன் என்ற தளபதியை அனுப்பிவைக்கிறான். அப்போது நன்னனின் போர்த் தளபதியான மிஞிலி, பாழி என்ற இடத்தில் ஆய் எயினனை எதிர்கொண்டு அவனைக் கொல்கிறான். இதைக் கேள்விப்பட்ட நார்முடிச்சேரல், தானே போர்க்களம் சென்று நன்னனின் காவல் மரமான வாகை மரத்தை வாகைப் பெருந்துறை என்ற இடத்தில் வெட்டிச் சாய்த்து நன்னனுடன் போரிடுகிறான். இப்போரில் நன்னன் உயிர் இழக்கிறான். பூழியை, சேரமன்னன் மீட்கிறான்.

சங்க இலக்கியங்களில் நன்னன் குடியோடு கடம்ப மரத்திற்கு இருந்த தொடர்பு சுட்டிக்காட்டப்படுகிறது. கடம்ப மரம் நன்னன் குடியினரின் புனித மரமாக இருந்திருக்கக்கூடும் என்று மு. இராகவையங்கார் கருதுகிறார். இதை அடிப்படையாகக் கொண்டு நன்னன் என்பவன் வேளிர் குழுவின் ஒரு கிளைக்குழுவான கடம்பர்கள் குடியாக இருந்திருக்ககூடும் என்ற முடிவுக்கும் வருகிறார். நன்னனின் மூதாதையர்கள் வடதிசையிலிருந்து புலம்பெயர்ந்தவர்கள் என்பது மு. இராகவையங்காரின் கருத்து.

நன்னனுக்குப்பின் ஆட்சிசெய்த அவனது வாரிசுகளில் ஒருவன் இளவச்சிரக்கோ. வச்சிரநாட்டின் தலைவன் என்பதால் வச்சிரக்கோ என்று அழைக்கப்பட்டான். ஆனால், சங்க இலக்கியத்தின் அரசியல் நில எல்லைகளுக்குள் 'வச்சிர' என்ற நாடு இருந்ததற்கான குறிப்புகள் இல்லை. இதனால்,

நன்னன் என்ற குடியின் மூதாதையரோடு தொடர்புடைய பகுதிகள் வடவேங்கடம், தென்குமரி என்ற எல்லைக்குள் உட்பட்ட நிலப்பகுதிகளுக்கு அப்பால் இருந்திருக்கக்கூடும்.

இப்போது சில இடப்பெயர் தரவுகளைப் பார்க்கலாம்

- ஆப்கானிஸ்தான்: செங்கமா *(Cenkama)*, செங்கமார் *(Chenkamar)*. இங்குள்ள நவிர் *(Nawer)* என்ற பெயருடன் 'அம்' என்ற பின்னொட்டைச் சேர்த்தால் நன்னன் நிலப்பகுதி என்று கூறப்படும் நவிரம் என்ற இடப்பெயர் ஆக்கம் பெறுகிறது. மேலும், தமிழ்நாட்டில் நவிர் அல்லது நவிரம் என்று தொடங்கும் எந்த இடப்பெயரும் இப்போது இல்லை.
- பாகிஸ்தானில் உள்ள பார் *(Par)* என்ற ஒருசொல் இடப்பெயர் 'அம்' என்ற பின்னொட்டுடன் சேர்ந்த பாரம் என்ற இடப்பெயராகும்.
- வியகோட் *(Viahkot)* என்று பாகிஸ்தானில் உள்ள இடப்பெயர் வியலூரை நினைவுறுத்தும்.
- மூத்த நன்னனால் கைப்பற்றப்பட்ட பூழி என்ற இடத்தின் பெயரோடு தொடர்புபடுத்தக்கூடிய வகையில் பூலி *(Puli)* என்று ஆப்கானிஸ்தானில் இடப்பெயர் உள்ளது. சங்க இலக்கியத்தில் சொல்லப்படும் பூழி என்ற இடம் கொண்கானம் என்ற பகுதியில் உள்ளது. மூத்த நன்னன், பொன்படு கொண்கான நன்னன் அதாவது பொன் மிகுந்த கொண்கானத்து நன்னன் என்றே குறிப்பிடப்படுகிறான்.
- சங்க இலக்கியத்தில் பிண்டன் என்பவனை நன்னன் தோற்கடித்தது குறிப்பிடப்படுகிறது. பாகிஸ்தானில் பிண்டன் என்ற இடப்பெயர் உண்டு. ஆனால், இந்தியாவிலோ, தமிழ்நாட்டிலோ பிண்டன் என்ற பெயர் இல்லை.
- அரண்மனை மாந்தோட்டத்து மாங்கனியைத் தின்ற குற்றத்திற்காக ஓர் இளம்பெண்ணிற்கு நன்னன் மரண தண்டனை வழங்கினான் என்ற கொடுமையான நிகழ்வின் நினைவலைகள் தமிழ்ச்சமூகத்தில் இன்றுவரை தொடர்கின்றன. பெண்கொலை புரிந்த நன்னன் என்று சங்க இலக்கியம் நன்னன் மீது குற்றஞ்சாட்டுகிறது.

தற்காலத் தமிழ்நாட்டில் பொள்ளாச்சிக்கு அருகே உள்ள மாசாணி அம்மன் கோயிலின் தல வரலாற்றில் இந்த நன்னனின் கதை இன்றும்கூட நினைவுகூரப்படுகிறது. இதுதான் பொது நினைவுகளின் ஆற்றல். தேதியிடப்படாத தொன்மங்களின் மீள்நினைவாகப் பொதுச் சிந்தனைக்குள் புகுந்துவிடும் கதைமரபுகள் காலத்தால் அழிவதே இல்லை. இரண்டாயிரம் ஆண்டுகள் கடந்தாலும், தொன்மநினைவுகள் ஒரு பண்பாட்டிற்குள் பயணிக்கிறது என்பதற்கு நன்னன் கதை ஓர் எடுத்துக்காட்டு. இந்தக் கதை நடந்து வந்த பாதைக்கு நன்னன் தொடர்பான இடப்பெயர்கள் வழிநெடுகிலும் மைல்கற்களைப் போல இருக்கின்றன. பொதுவாகத் தெய்வங்களின் பெயர்களும் இடப்பெயர்களிலிருந்து பெறப்படுபவைதான். இன்று பொள்ளாச்சிக்கு அருகே நன்னன் கதையோடு தொடர்புபடுத்தப்படும் மாசாணி என்ற பெயர் ஆப்கானிஸ்தான், பஞ்சாப், குஜராத், மகாராஷ்டிரா போன்ற இடங்களில் இடப்பெயர்களாக இருக்கின்றன.

நன்னன் வரலாற்றோடு தொடர்புடைய இந்த இடப்பெயர் தடயங்கள் இன்னும் நீள்கின்றன.

- பாகிஸ்தானில் மிஞிலி கவுர் *(Minzilikaur)* என்ற இடப்பெயர் இருக்கிறது. ஆய் எயினனோடு போரிட்டு அவனைக் கொன்ற நன்னனின் படைத்தளபதியின் பெயர் மிஞிலி. இந்தப் போர் பாழி என்ற இடத்தில் நிகழ்ந்தது. பாகிஸ்தானில் பாலி என்ற பெயரிலும் ஓர் இடம் இருக்கிறது.
- சேர மன்னன் நார்முடிச்சேரலும் நன்னனும் மோதிக் கொண்ட இடம் வாகைப் பெருந்தலை. அங்குதான் காவல் மரமான வாகை மரத்தைச் சேரன் வெட்டிச்சாய்க்கிறான். வாகை *(Wakai)* என்ற ஒருசொல் இடப்பெயரே பாகிஸ்தானில் இருப்பது வியப்பு.
- நன்னன் என்ற வேளிர்குடித்தலைவனின் வாரிசாகக் குறிப்பிடப்படுவது வச்சிரக்கோ. இந்தப் பெயருக்கு வச்சிரத்தின் தலைவன் என்பது பொருள். வச்சிரம் என்ற இடப்பெயரின் அடையாளம் தென்னிந்தியாவில் எங்கும் புலப்படாதபோது பாகிஸ்தானில் வச்சிரோ *(Vachhero)* என்ற இடப்பெயர் இருக்கிறது.

தமிழ்க் கதைமரபுகளில் இன்றும் பயணிக்கிற நன்னன் என்ற வேளிர்குடித்தலைவன் தொடர்பான இடங்களும், பெயர்களும் சிந்துவெளியையும், சங்க இலக்கியத்தையும் அதன் மூலமாகத் தென்தமிழ்நாட்டையும் இணைக்கும் கண்ணிகள். இந்த நன்னன் பற்றிய கூடுதல் தரவுகளை இந்நூலின் திராவிட மகாராஷ்டிரா என்ற இயலில் விரிவாகப் பார்ப்போம்.

வேள்பாரி:

சங்க இலக்கியம் முதல் இன்றுவரை தமிழ்ச் சமூகத்தின் கூட்டுச்சிந்தனையில் பெருமதிப்புடன் கொண்டாடப்படுகிற வேளிர்குடித்தலைவன் வேள்பாரி. பறம்பு மலையிலுள்ள பறம்பு நாடு எனும் நிலப்பகுதியின் தலைவன். பற நாடு என்றும் இப்பகுதியைக் கூறுவது உண்டு. தமிழ் இலக்கிய மரபு, பேரரசர்களைவிடவும் கடையெழு வள்ளல்களில் ஒருவரான பாரியையே பெரும் உணர்ச்சியோடு கொண்டாடுகிறது. இடைக்கழிநாட்டு நல்லூர் நத்தத்தனார், ஔவையார், கபிலர், நக்கீரர், நன்னாகனார், பெருஞ்சித்திரனார், மதுரை அறுவை வாணிகன் இளவேட்டனார் மற்றும் மிளைக் கந்தன் ஆகிய புலவர்களின் போற்றுதல்களில் பாரியின் சிறப்புகள் புலப்படும்.

பாரியின் மகளிரும் சங்க இலக்கியத்தில் ஒரு பாடலைப் பாடியுள்ளனர். சங்கப்புலவர் கபிலருக்கும், பாரிக்குமான உறவு தனித்துவமானது. பாரியின் புகழ் கொடைத்தன்மையால் மட்டுமல்ல, மூவேந்தர்களுடனான முரண்பாட்டினாலும் நினைவுகூரப்படுகிறது. தற்காலத்திலும்கூட ஒருவரின் கொடைத்தன்மையைப் பாராட்டவேண்டும் என்றால் பாரி வள்ளல் என்றே அழைக்கிறார்கள். அண்மையில் சு. வெங்கடேசன் பாரியின் வரலாற்று நிகழ்வுகளின் பின்னணியில் புனையப்பட்ட 'வேள்பாரி' என்ற புதினத்தை எழுதியுள்ளார். தமிழ் மக்களின் மனதில் பாரிக்கு இன்றும்கூட ஒரு பெரிய இடம் இருக்கிறது என்பதற்குத் தமிழ்நாட்டின் வாக்காளர் பட்டியலில் (2018) இடம்பெறும் பாரி என்ற 3446 பெயர்கள் சான்றளிக்கின்றன. திருவள்ளூர் மாவட்டத்தில் பாரிவாக்கம் என்ற ஊர் இருக்கிறது.

பாரி (*Pari*) என்ற பெயர் பாகிஸ்தானில் எட்டு முறையும், ஆப்கானிஸ்தானில் ஒரு முறையும் இடப்பெயராக இருக்கிறது. ஆப்கானிஸ்தானில் பரம்பு (*Parambu*) என்ற இடப்பெயர் இருப்பது அதைவிட வியப்பு. அதே நாட்டில் பரம்பு தராகே (*Parambu Darrahe*) என்ற இடப்பெயரும் இருக்கிறது. ஆப்கானிஸ்தான் மற்றும் பாகிஸ்தானில் உள்ள பர (*Para*) என்ற இடப்பெயர் பறம்பு நாட்டின் இன்னொரு பெயரான பற நாடு என்பதை நினைவுறுத்துகிறது. பாரி என்ற பெயரும், பறம்பின் நினைவும் தமிழ்த் தொன்மங்களின் நெடிய வேர்களுக்கும் நீண்ட விழுதுகளுக்கும் சாட்சியமாய் நிற்பவை.

ஏனைய வேளிர்கள்: பரவலாக அறியப்பட்ட மேற்கண்ட வேளிர் மரபினரைத் தவிர ஏனைய வேளிர்களைப் பற்றி காணலாம். சோழ அரசன் உருவப்பஃறேர் இளஞ்சேட்சென்னிக்குத் தன் மகளை மணமுடித்துக் கொடுத்த நாங்கூர்வேள் என்ற வேளிர் தலைவனைச் சங்க இலக்கியம் குறிப்பிடுகிறது. மையூர் என்ற இடத்தைத் தலைமையிடமாகக் கொண்ட மையூர் கிழான் என்ற வேண்மானைப் பற்றிய குறிப்பும் உள்ளது. இவர் தனது பேரனும் (மகளின் மகன்) மன்னனுமாகிய சேரன் ஒருவனுக்கு அமைச்சராகச் செயலாற்றினார் என்பதும் தெரிய வருகிறது.

- காமூர் என்ற இடத்தை ஆட்சி செய்த மேய்ச்சல் குடித்தலைவன் கழுவுள் என்பவனுடன் 14 வேளிர்கள் கூட்டணி அமைத்துப் போரிட்ட நிகழ்வைச் சங்க இலக்கியம் மீள்நினைவாகக் குறிப்பிடுகிறது. அதுமட்டுமின்றி வேளிர்களுக்கும், திதியன் என்ற நிலக்குடித்தலைவனுக்கும் நிகழ்ந்த போர் பற்றி அகநானூறு (45, 145) தெரிவிக்கிறது.
- சங்க இலக்கியங்களில் வெளியன் வேண்மான், பிடவூர் வேண்மான், இளவிச்சிக்கோ, இருங்கோவேள் மற்றும் ஆலஞ்சேரி மைந்தன் ஆகிய வேளிர்களின் பெயர்கள் தெரியவருகின்றன. ஆயினும் இவ்வேளிர்கள் பற்றிய விரிவான தகவல் சங்க இலக்கியங்களில் இல்லை.

இந்தப் பின்னணியில் பாகிஸ்தானில் இன்றும் வழக்கில் உள்ள *Nangur* (நாங்கூர்), *Mai* (மை), *Maiun* (மையூண்), *Kaluwal* (கலுவல்), *Kamur* (காமூர்), *Titian* (திதியண்), *Tititan Koh* (திதியன் கோ) போன்ற இடப்பெயர்களைக் குறிப்பிடலாம்.

சிந்துவெளி இடப்பெயர்களில் நாம் மீட்டுருவாக்கம் செய்ய முடிகிற வேளிர்களின் பெயர்கள் அவர்களின் இயற்பெயர், குடிப்பெயர் ஆகியவற்றை நினைவுபடுத்துவதோடு அவர்கள் போரிட்ட எதிரிகள் மற்றும் போர்க்களங்களையும் நினைவுபடுத்துகின்றன.

அதியர் மரபு: சங்க இலக்கியங்களில் வேளிர் மரபைப் போன்று அதியர் மரபில் வந்த சில நிலக்குடித்தலைவர்கள் குறிப்பிடப்படுகின்றனர். அதியர்கள் ஒருவகையில் வேளிர்களே என்கிற கருத்தும் உண்டு. ஆனால், சங்க இலக்கியங்களில் அதியர்கள் தனித்துவமான அடையாளம் கொண்ட தனிமரபைச் சார்ந்தவர்கள் என்பதற்குத் தடயங்கள் உள்ளன. 'தமிழக வரலாற்றில் அதியர் மரபு' என்று 1998ஆம் ஆண்டு நா. மார்க்சிய காந்தி செய்த முனைவர் பட்ட ஆய்வு சங்க இலக்கியம் முதல் 13ஆம் நூற்றாண்டு வரை காணப்படும் அதியர் மரபு தொடர்பான அனைத்து இலக்கிய மற்றும் வரலாற்றுத் தரவுகளைத் தொகுத்தளிக்கிறது. சங்க இலக்கியம் குறிப்பிடும் அதியர் மரபினரும், அசோகரின் கல்வெட்டுகள் குறிப்பிடும் சதியபுத்தோ என்பவர்களும் ஒன்றே என்ற கருத்தைக் கே. ஜி. சேஷ அய்யரும், டி. பர்ரோவும் முன்வைக்கிறார்கள். அதியர் மரபைச் சேர்ந்த குடித்தலைவர்கள் அஞ்சி, எழினி போன்ற பெயர்களாலும் அறியப்பட்டார்கள்.

சங்க இலக்கியச் செய்திகளின் அடிப்படையில் நாம் அறியும் அதியர் மரபு தொடர்பான புவியியல் மற்றும் அரசியல் பெயர்கள் பின்வருமாறு:

- தகடூர் (அதியரின் தலைநகரம்)
- குதிரை (அதியரின் மலை)
- வாகை, கோவலூர், கொல்லி, வெண்மணி (அதியர் தொடர்பான போர்க்களங்கள்)
- கழாஅர் (அதியரின் எதிரியான மத்தியின் இடம்)
- அதியர் (அதியர் மரபு)
- அதியமான் (அதியர் மரபில் வந்த அரசன்)
- அஞ்சி (அதியர் சிறப்பு அல்லது குடும்பப் பெயர்)
- நெடுமான் (அதியமான் நெடுமான் அஞ்சியின் முதற்பெயர்)
- மழவர் (அதியமானோடு தொடர்புடைய குடி)
- மத்தி, மிஞிலி, அள்ளன் (அதியர்களின் எதிரிகளின் பெயர்கள்)

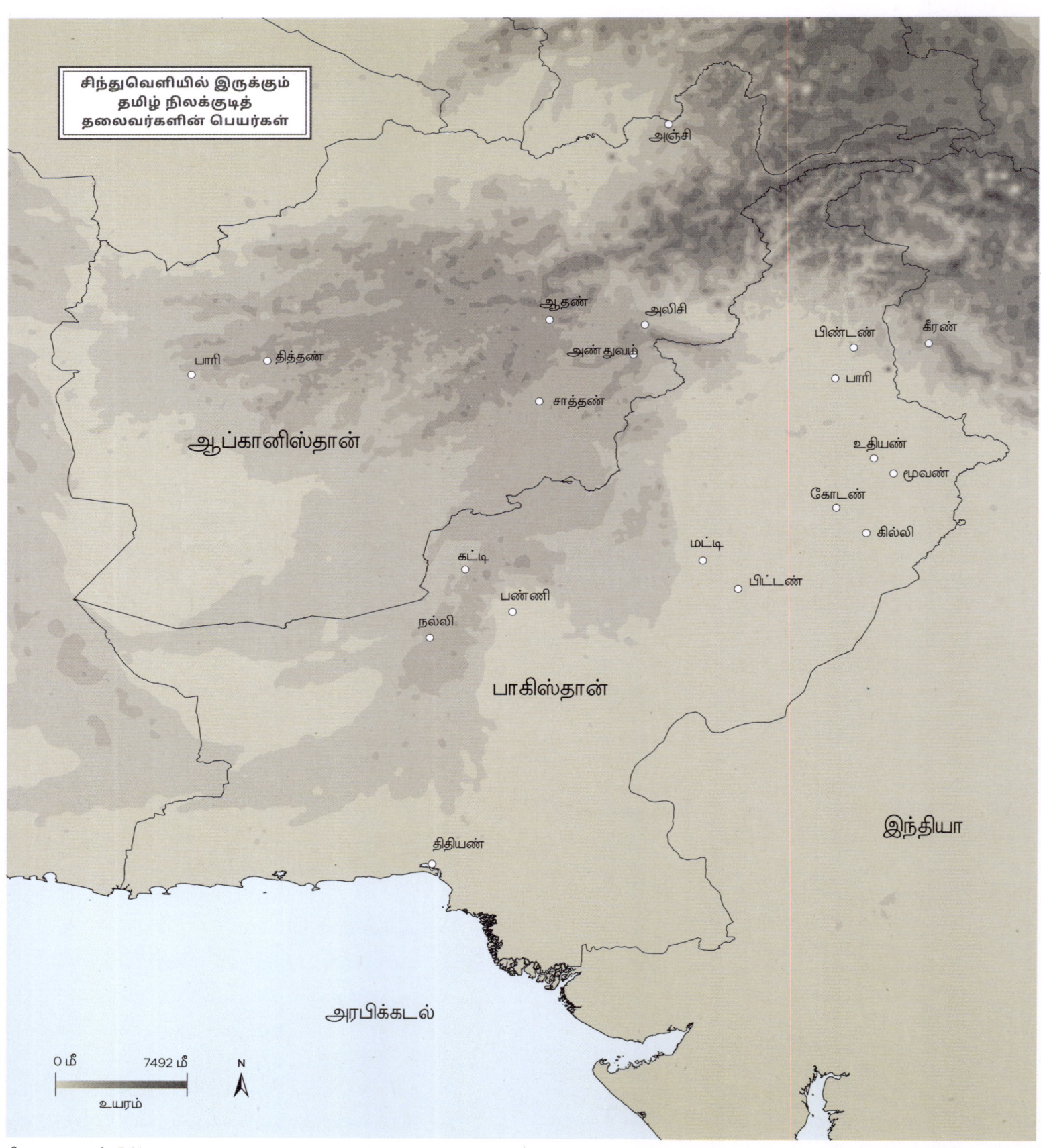

நிலவரைபடம் 7.11

ஒரு பண்பாட்டின் பயணம்

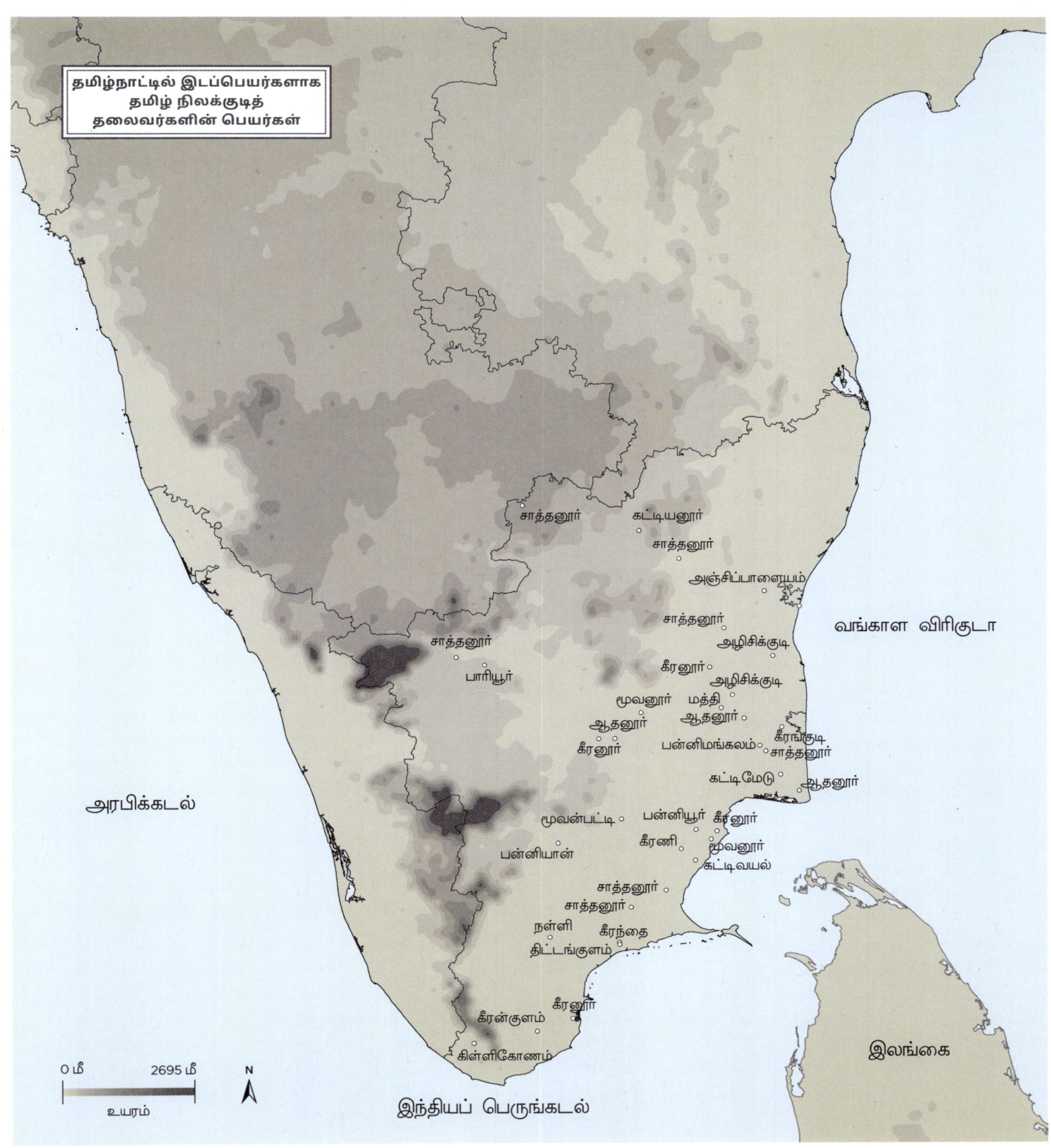

நிலவரைபடம் 7.12

ஒரு பண்பாட்டின் பயணம்

- திதியன், பொருநன் (பாண்டிய மன்னனைத் தோற்கடிக்க அதியர் மரபினருடன் கூட்டணி அமைத்த வேளிர்கள்).
- மேற்கண்ட பெயர்களோடு ஒப்பிடத்தக்க பல இடப்பெயர்களைச் சிந்துவெளிப் பகுதியில் பார்க்கலாம்.
- தகட் (*Taghad*) என்பது பாகிஸ்தானில் உள்ள ஓர் இடம். ஊர் என்று திராவிட மொழிகளில் பரவலாகப் பயன்படுத்தப்படும் இடப்பெயர் விகுதியோடு பார்த்தால் தகடூர் என்ற அதியர் தலைநகரத்தின் பெயர் நினைவுக்கு வரும். தகடு (*Takatu*) என்ற இடப்பெயரும் ஆப்கானிஸ்தான் மற்றும் பாகிஸ்தானில் உள்ளது.
- பாகிஸ்தானின் குதிர் (*Kudir*) மற்றும் குத்ரா (*Kudra*) என்ற இடப்பெயர்கள் அதியனின் நிலப்பகுதியில் உள்ள குதிரை மலையை நினைவுபடுத்துகின்றன. தென்னிந்தியாவில் கர்நாடகத்தில் உள்ள குதிரேமுக் என்ற மலைகூட இந்தப் பெயர் மரபின் தொடர்ச்சியாக இருக்கலாம்.
- வாகை (*Wakai*) எனும் பாகிஸ்தான் இடப்பெயரை அதியர் தலைவனின் வாகை என்ற போர்க்களத்தின் பெயரை நினைவுறுத்தும்.
- அதியன் (*Atian*) என்பதே ஒருசொல் இடப்பெயராகப் பாகிஸ்தானில் உள்ளது. அஞ்சி (*Anji*) என்ற ஆப்கானிஸ்தான் இடப்பெயரில் நேரடியாக அதியர் தலைவன் அஞ்சியின் பெயரைக் காணலாம்.
- மத்தி (*Mathi, Mati*), மிஞிலி கவுர் (*Minzilikaur*), அள்ளன் (*Allan*) ஆகிய பாகிஸ்தான் இடப்பெயர்கள் அதியர்களின் எதிரிகளின் பட்டியலில் வரும் பெயர்களோடு ஒப்பிடத்தக்கன. மத்தி பகுதிக்குள் அடங்கிய கழாஅர் எனும் இடத்தைப் பாகிஸ்தான் மற்றும் ஆப்கானிஸ்தானில் உள்ள ஒருசொல் இடப்பெயரான கலார் (*Kalar*) என்பதோடு ஒப்பிடலாம்.

தென்னிந்தியப் பின்னணியில் அதியமானின் தகடூர் தற்கால தர்மபுரி மாவட்டத்துடன் அடையாளம் காட்டப்படுகிறது. இம்மாவட்டத்தில் உள்ள அதியமான் கோட்டை என்ற இடம் அதியர் மரபை நினைவுபடுத்துவதாக உள்ளது. அதியமான் (*Adiaman*) என்ற ஓர் இடப்பெயர் ஈரானில் இருக்கிறது. இதுபோலவே தென்துருக்கியிலும் ஓர் இடப்பெயர் (*Adiyaman*) உள்ளது. ஆனாலும், இந்த நூல் சிந்துவெளி நிலப்பகுதி, தென்கோடித் தமிழகம் ஆகிய இரு நிலங்களுக்கு இடையிலான நிலவெளிச் சாளரத்தைப் பற்றி மட்டுமே பேசுவதால் அதியமான் தொன்மங்களின் வேர்கள் குறித்த விசாரணையை இத்துடன் நிறுத்திக்கொள்ளலாம்.

கண்டீரத்தை ஆண்ட நள்ளி: கடையெழு வள்ளல்களில் ஒருவர் நள்ளி. இவரைப்பற்றி சங்க இலக்கியங்களில் பல குறிப்புகள் உள்ளன. கண்டீரம் என்ற பகுதியை ஆட்சி செய்ததால் இவர் கண்டீரக்கோ என்று அழைக்கப்பட்டார். இவர் நிலப்பகுதியில் தோட்டி என்ற மலை இருந்தது.

- பாகிஸ்தானில் நல்லி ஒருசொல் இடப்பெயராக எட்டு இடங்களில் பயன்படுத்தப்படுகிறது.
- தோட்டி என்ற இடப்பெயர் பாகிஸ்தான் மற்றும் ஆப்கானிஸ்தானில் புழக்கத்தில் உள்ளது.
- கண்டீரம், கண்டீரக்கோ ஆகியவற்றின் அடிப்படைச் சொல்லான கண்டீர் (*Kandir*) பாகிஸ்தானில் இரண்டு இடங்களில் இடப்பெயராக உள்ளது.

தோட்டி என்ற மலைப்பகுதியை உள்ளடக்கிய கண்டீரத்தை ஆண்ட நள்ளி என்ற முழுச்சித்திரத்தையும் சிந்துவெளி இடப்பெயர்கள் மூலமாக மீட்டுருவாக்கம் செய்ய முடியும். இந்த மரபின் தொடர்ச்சியைத் தமிழ்நாட்டில் இன்றும் வழக்கிலுள்ள நள்ளி, தோட்டி, கண்டிர மாணிக்கம் போன்ற இடப்பெயர்களில் காணலாம்.

மலைநாட்டின் காரி: மலைநாடு என்ற பகுதியை ஆண்ட மலையமான் என்ற தலைவர்கள் காரி என்ற குடிப்பெயரைக் கொண்டிருந்தனர். அவர்களுள் மலையமான் திருமுடிக்காரி முக்கியமானவர். காரி என்ற இத்தலைவன் முள்ளூர் மன்னன் என்றும் அழைக்கப்பட்டான். முள்ளூர் என்பது இவரது ஆட்சிக்கு உட்பட்ட முக்கியமான நிலப்பகுதி. இவர் நிலப்பகுதியில் கோவல் என்ற இடம் இருந்ததால் கோவல் கோமான் என்றும் அழைக்கப்பட்டார். பெண்ணையாறு இந்நிலப்பகுதியில் ஓடியதாகக் கூறப்படுகிறது. ஆய்வாளர்கள் திருக்கோவிலூர் மலைப்பகுதியை மலையமான் தலைவர்கள் ஆண்ட பகுதியாகக் குறிப்பிடுகிறார்கள். சங்ககால முள்ளூரைத் தற்காலச் செஞ்சிப் பகுதியோடு தொடர்புபடுத்திக் கூறுகிறார்கள்.

- பாகிஸ்தான், ஆப்கானிஸ்தான் பகுதியில் காரி என்பது பல இடங்களில் பயன்படுத்தப்படும் ஒருசொல் இடப்பெயர்.
- பாகிஸ்தானிலுள்ள முல் என்ற இடப்பெயர் ஊர் என்ற விகுதிசேர்ந்தால் முள்ளூரை நினைவுபடுத்தும். அதுமட்டுமின்றிப் பாகிஸ்தானில் முல் என்ற பெயரில் ஒரு நதியும், கழிமுகப் பகுதியும் இருக்கிறது.

தமிழ் மூவேந்தர்கள்

பண்டைய தமிழகத்தின் மூன்று முடியரசர்களாகச் சேரர், சோழர், பாண்டியர் விளங்கினர். ஆட்சி அரசியல் அதிகாரத்திற்காக அம்மூவரும் ஒருவருடன் ஒருவர் போரிட்டுக் கொண்டாலும் தமிழ் மொழி அந்த மூவரையும் இணைக்கும் பொதுமையாக இருந்ததால் இம்மூவரும் தமிழ் மூவர் என்றே அழைக்கப்பட்டனர். சங்க இலக்கியங்களை ஆவணப்படுத்திய தமிழ்ச் சங்கம், பாண்டிய அரசமரபு சார்ந்த நிறுவனக் கட்டமைப்பு என்றாலும் சங்க இலக்கியங்கள் தமிழ்த் தொன்மங்களை ஒரு பொது அடையாளமாக வைத்துத் தொடர்புடைய அனைவரையும் பாடுகின்றன. இந்த மூன்று பேரரசர்களையும் 'தமிழ்கெழு மூவர்' என்று அகநானூற்றின் 31ஆம் பாடலும், 'முரசு முழங்கு தானை மூவர்' என்று புறநானூற்றின் 35ஆம் பாடலும் குறிப்பிடுகின்றன. தொல்காப்பியத்தின் புறத்திணையியல் 63ஆம் நூற்பாவில் 'போந்தை வேம்பே ஆரென வரூஉம்' என மூவேந்தர்களின் அரசமரபுகளோடு தொடர்புடைய பூக்களைப் பற்றி கூறப்படுகிறது.

பொதுயுகத்திற்கு நான்கு நூற்றாண்டுகளுக்கு முன் வாழ்ந்த கிரேக்கத் தூதுவர் மெகஸ்தனிஸ் தமிழ்ப் பேரரசுகளில் ஒன்றான பாண்டியர் அரசமரபு பற்றி குறிப்பிடுகிறார். அசோகரின் கல்வெட்டில் சோழர், பாண்டியர் மற்றும் கேரள புத்திரர்கள் (சேரர்கள்) குறிப்பிடப்படுகிறார்கள். ஒடிசா மாநிலத் தலைநகர் புவனேஸ்வரிலுள்ள காரவேலர் காலத்து ஹதிகும்பா கல்வெட்டில் (பொ.யு.மு. இரண்டாம் அல்லது முதலாம் நூற்றாண்டு) தமிழ் நட்பரசுகள் (த்ரமிர தேக சங்காத்தம்) பற்றிய குறிப்பு இருக்கிறது. இந்த நட்பரசுகளில் மக்கள் தொகை அதிகமான ஊர்கள் இருந்ததாகவும் அந்த அரசுகள் காரவேலரின் காலத்துக்கு 1300 ஆண்டுகளுக்கு முன்பிருந்தே நிலவியதாகவும் குறிப்பிடப்பட்டுள்ளது (இதை 130 ஆண்டுகள் என்று பொருள் கொள்வோரும் உண்டு).

வில், புலி, மீன் ஆகியவை சேர, சோழ, பாண்டியர் ஆகிய தமிழ் மூவரின் அரசுரிமை அடையாளச் சின்னங்களாக முதன்மை பெறுவதால் இவ்வரசு மரபுகள் குலக்குறி (Totem) சார்ந்த தொன்மங்களில் தோற்றம் பெற்றிருக்க வேண்டும். பாட்டும், தொகையுமாகத் தொகுக்கப்பட்ட சங்க இலக்கியங்களில் தமிழ் மூவேந்தர்கள் பற்றிய செய்திகள் அங்கும் இங்குமாய் சிதறிக்கிடந்தாலும் அவை பொ.யு.மு. தமிழ் அரசியல் குறித்த ஒரு கோர்வையான சித்திரத்தை வழங்குகின்றன. கிரேக்க நிலவியலாளர் தாலமி மற்றும் 'பெரிப்ளஸ்' (*The Periplus of the Erythraean sea*) நூலின் ஆசிரியர் ஆகியோர், மேற்கு உலகின் பார்வையில் அதே காலகட்டத்தில் அளிக்கும் குறிப்புகள் சங்க இலக்கியம் பேசுகிற கடல்வணிகம், குறிப்பாக ரோமானியப் பேரரசுடன் செய்த கடல்வணிகம் கற்பனையல்ல என்பதைத் தெளிவாக்குகின்றன. கோவை, மதுரை உள்ளிட்ட தமிழ்நாட்டின் பல்வேறு பகுதிகளில் கிடைத்துள்ள ரோமானிய நாணயங்கள் இதை மேலும் உறுதி செய்கின்றன. வட இந்தியாவின் பார்வையில் ராமாயணம், மகாபாரதம் போன்ற சமஸ்கிருத இலக்கியங்களில் பாண்டியர்கள் குறிப்பிடப்படுகிறார்கள். இதிலிருந்து சங்ககாலத்தின் தொடக்கத்திலிருந்தே தமிழ் மூவர் என்ற அடையாளத்துடன் சேர, சோழ, பாண்டியர்களால் கட்டியெழுப்பட்ட தமிழ் அரசியல் வெகு ஆழமாக வேரூன்றியிருந்தது தெளிவாகிறது.

சேரர்கள்

சங்க இலக்கியங்களில் சோழர், பாண்டியர் பற்றி கிடைக்கும் செய்திகளைவிட சேரர் பற்றிய செய்திகளே அதிகம். இதற்குக் காரணம், மானிடவியல் மற்றும் பண்பாட்டு நோக்கில் தமிழர்கள் அடிப்படையில் மலைமக்களே. சமவெளிகளும், துறைமுகங்களும் பின்னர் நேர்ந்த வளர்ச்சியாகத்தான் இருக்கமுடியும். அதனால்தான் தமிழர்களின் நீண்ட நெடிய வரலாற்றுக்கு முற்பட்ட தொன்மங்களை ஆவணப்படுத்தும்போது மலை நிலக்குடித் தலைவர்களும், மலைகளை ஆண்ட மன்னர்களும் முன்னுரிமை பெறுகிறார்கள். இது ஓர் ஊகம்தான். சேரர்களைப் பற்றிய மிகச்சிறந்த தகவல்களைச் சங்க இலக்கியத்தின் பதிற்றுப்பத்தும், தமிழ் மொழியின் முழுமுதற் காப்பியமான சிலப்பதிகாரமும் அளிக்கின்றன. புறநானூறு தரும் சில செய்திகளைச் சிலப்பதிகாரம் மேலும் விரிவாகப் பேசுகிறது.

கல்வெட்டுச் சான்றுகள் என்று எடுத்துக்கொண்டால் அசோகரின் கிர்னார் கல்வெட்டு II, சேரர்களைக் கேரளபுத்திரர்கள் என்று குறிப்பிடுகிறது. இது சேரல் மகன், சேரல் மான் அல்லது சேரமான் ஆகிய தமிழ்ப் பெயர்களின் நேரடியான சமஸ்கிருத மொழியாக்கமே. ஆனால், 'சேரர்' என்ற சொல் கேரம் என்பதிலிருந்து கா ஒலி குன்றி சா ஒலியாக மாறி பெறப்பட்டதாக கூறுகிறார் கால்டுவெல். கேரளம், சேரளம், சேரம், கேரம் என்ற சொற்கள் மலையாளத்திலும் தமிழிலும் வழங்குவதை எடுத்துக்காட்டாக அவர் குறிப்பிடுகிறார்.

சேர மன்னர்கள் சேரன், சேரர், சேரல், சேரலர், சேரமான் என்ற பொது அடையாளங்களால் குறிப்பிடப்பட்டார்கள். மேலும், சங்க இலக்கியங்களில் வானவன், குட்டுவன், குடக்கோ, பொறையன், இரும்பொறை, கடுங்கோ, கோதை ஆகிய சிறப்புப் பெயர்களாலும் அறியப்பட்டார்கள். உதியன், மலையமான், வில்லவன் ஆகிய சிறப்புப் பட்டப்பெயர்களும் அவர்களுக்கு உண்டு. சேரர்களுக்கு 'வில்' அரசுரிமைச் சின்னமாகவும், 'பனந்தோடு' குலமரபுப் பூவாகவும் இருந்தன. சேரர்கள் வஞ்சி, தொண்டி என இரு தலைநகரங்களைக் கொண்டிருந்தார்கள்.

சேரர் இடப்பெயர்கள்

சேரர்களின் பொது அடையாளங்களும், சிறப்புப் பெயர்களும் இடப்பெயர்களாக:

சேரண் *(Ceran)*, சேரக் *(Cheragh)*, சேரமாண் தே *(Ceraman Deh)*, சேரா *(Sera)*, சேரா *(Serah)* ஆகிய இடப்பெயர்கள் ஆப்கானிஸ்தானில் வழங்கப்படுகின்றன. சேரா *(Chera)*, சேரை *(Cherai, Cheray, Serai)*, சேரல் *(Seral)*, சேரல் கண்டோ *(Cheral Kandao)* ஆகியவை பாகிஸ்தானில் உள்ளன.

கேரளம்: சேரளம், கேரம்: சேரம் ஆகிய ககர, சகர மாற்றங்கள் பற்றி கால்டுவெல் முதலாகப் பல மொழியியல் அறிஞர்கள் குறிப்பிட்டுள்ளனர். இந்நிலையில், பாகிஸ்தானின் கேரல் *(Keral)*, கேரண் *(Keran)*, கேரர் *(Kerar)*, ஆப்கானிஸ்தானின் கேரமாண் *(Keraman)* ஆகிய இடப்பெயர்கள் கவனம் பெறுகின்றன.

மொழியியல் அறிஞர்கள் குறிப்பிடும் இந்தக் ககர, சகர மாற்றங்களின் தோற்றம், தொன்மை குறித்த புதிய புரிதல்களுக்கான தேவையை இந்த இணை இடப்பெயர்கள் வலியுறுத்துவதாகத் தோன்றுகிறது. சேரல்-கேரல், சேரன்-கேரன், சேரர்-கேரர், சேரமான்-கேரமான் போன்ற இணை இடப்பெயர்களுக்கான விதைகள் திராவிடப் புலப்பெயர்வுகளின் தொன்மையான காலகட்டங்களிலேயே நிகழ்ந்து முடிந்துவிட்டது என்றும் கருதலாம். இது ஓர் ஊகம்தான். எதிர்கால ஆய்வுகள் இதைக் கணக்கில்கொள்ள வேண்டும். இந்தக் ககர-சகர ஒலி மாற்றங்கள் திராவிட மொழிகளில் இன்றுவரை காணப்படுகின்றன. உதாரணமாகத் தமிழில் உள்ள செவி கன்னடத்தில் கெவி என்றும் சேரி, கேரி என்றும் சொல்லப்படுகிறது. சேரர் பொது அடையாளங்களை நினைவுபடுத்தும் மேலும் சில இடப்பெயர்கள் வருமாறு:

பாகிஸ்தான்: பொரை *(Porai)*, குட்டுவண்ணலா *(Kutwannala)*, கோதை *(Kotai)*, உதியா *(Udia)*, உதியண் *(Udian)*. ஆப்கானிஸ்தான்: கோதை *(Koday)*.

சேர மன்னர்களின் பெயர்கள் இடப்பெயர்களாக:

பெருஞ்சோற்று உதியன் சேரலாதன்: பெருஞ்சோற்று உதியன் சேரலாதன் தொடர்பான கதைமரபுகள் பல உண்டு. இந்தச் சேரமானைப் பற்றி புறநானூற்றில் (2) குறிப்பு உண்டு. கீழே கொடுக்கப்பட்டுள்ள இடப்பெயர்களை ஒன்றாகக் கவனிப்போம். பாகிஸ்தான்: சோரு *(Soru)*, உதியண் *(Udian)*, உதியணோ *(Udiano)*, உதிய *(Udia)* சேரல் கண்டோ *(Cheral Kandao)*, ஆதண் *(Adan)*.

ஆப்கானிஸ்தான்: சோருக் *(Choruq)*, ஆதண் *(Adan)*

இந்த இடப்பெயர்களைக் கோர்வையாகத் தொகுத்துப் பார்த்தால் பெருஞ்சோற்று உதியன் சேரலாதனின் பெயர்த்தடம் புலப்படும். இதில் பெரும் என்பது பெரிய என்று பொருள்படும் ஓர் அடைச்சொல். பெரும்பெயர் கள்ளூர் போல முக்கியமான இடங்களை அதேபோன்ற பெயர்களில் இருந்து வேறுபடுத்திக் காட்டுவதற்குப் பெரும் என்ற அடைமொழியைக் கையாள்வது இடப்பெயர் உருவாக்கத்தில் இயல்பான நடைமுறைதான். ஊரில் இருந்து பேரூர், குளத்தில் இருந்து பெரியகுளம் வேறுபடுவதைப் போன்றுதான் பெருஞ்சோறும். ஒன்றுக்கும் மேற்பட்ட இடப்பெயர்கள் ஒரு தனிமனிதனின் நீண்ட பெயரின் கூறுகளாக விளங்குவதைப் பல்வேறு எடுத்துக்காட்டுகள் மூலமாக நம்மால் நிறுவ முடியும். இத்தகைய பெயர்கள் கடந்தகாலப் புலப்பெயர்வுத் தடங்களைப் புலனாய்வதில் நமக்கு உதவக்கூடிய மொழியியல் மரபணுக்கள். பெருஞ்சோற்று உதியன் சேரலாதனின் பெயரை நியாயப்படுத்த மகாபாரதப் போரில் இரு படையினருக்கும் சேர மன்னன் பெருஞ்சோறு ஆக்கிப்போட்டதாக வந்த கதைமரபு ஒரு வேர்ச்சொல் விபரீதம் என்றே தோன்றுகிறது. இந்தக் கதைமரபு சங்ககாலத்திலேயே இடம்பெற்றுவிட்டதாகத் தெரிகிறது.

இமயவரம்பன் நெடுஞ்சேரலாதன்: உதியன் சேரலின் முதல்மகன் இமயவரம்பன் நெடுஞ்சேரலாதன். இமய *(Imaya)*, இமயா *(Imayah)* போன்ற இடப்பெயர்கள் ஆப்கானிஸ்தானில் இடம்பெற்றுள்ளன. இமய என்பது சமஸ்கிருத மொழியில் ஹிமாலயா என்று சொல்லப்படுகிற மலைத்தொடரின் தமிழ்ச் சொல்வடிவம் என்று கருதப்படுகிறது. ஆனால், ஹிமாலயா மலையின் தமிழ் வடிவமாகிய இமய என்பது இந்தியாவில் எந்த இடத்திலும் இடப்பெயராகப் பயன்படுத்தப்படவில்லை. இமய என்பது ஆப்கானிஸ்தானில் மட்டும் இடப்பெயராக வழங்குவது சில பொருத்தமான கேள்விகளை நமக்குள் எழுப்புகிறது. ஹிமாலயா மலைத்தொடரோடு எந்த ஒரு தொடர்பும் அற்ற ஆப்கானிஸ்தானில் இமய என்ற இடப்பெயர் எவ்வாறு வழங்குகிறது?

இமயவரம்பன் பெயர்த் தொகுதி: இமயவரம்பன் நெடுஞ்சேரலாதனின் தலைநகரம் வஞ்சி. பாகிஸ்தானில் வஞ்சி என்ற இடப்பெயர் வழங்குவதை நாம் ஏற்கெனவே பார்த்திருக்கிறோம். நெடுஞ்சேரலாதனின் தாயார் வேளிர் குடும்பத்தில் பிறந்தவர். இவர் வெளியன் வேண்மாள் நல்லினி என்று அழைக்கப்படுகிறார். அதாவது வெளியன் என்ற வேளிரின் மகளாகிய நல்லினி. வடமேற்கு நிலப்பகுதிகளில் உள்ள வலியண் *(Walian)* என்பது ஆப்கானிஸ்தானில் உள்ள இடப்பெயர். நல்லினி என்ற இயற்பெயருடன் ஒப்பான நல்லி *(Nalli)*, நல்லணி கோ *(Nallani Koh)* நலிணா *(Nalina)* ஆகிய இடப்பெயர்கள் பாகிஸ்தானில் வழங்கப்படுவதை இங்கு நினைவுகூரலாம்.

இமயவரம்பன் நெடுஞ்சேரலாதனின் தம்பியின் பெயர் பல்யானை செல்கெழு குட்டுவன். குட்டுவன் என்பது சேர மன்னர்களின் சிறப்புப்பெயர். செங்குட்டுவன் என்பதில் சிறப்புப்பெயரான குட்டுவன் என்பதை நீக்கிவிட்டால் செம் என்பது முதற்பெயர் அல்லது இயற்பெயர். அதைப்போல செல்கெழு குட்டுவனில் 'செல்கெழு' என்பதுதான் முதற்பெயர். இந்த இரண்டு பெயர்களையுமே செண் *(Shen)*, செங் *(Seng)*, செல்கல *(Selkhaza)* போன்ற ஆப்கானிஸ்தான் இடப்பெயர்களோடு ஒப்பிடலாம்.

செல்கெழு குட்டுவன், அகப்பா என்ற கோட்டையைக் கைப்பற்றியவன். இன்றைய தமிழ்நாட்டில் அகப்பா என்ற இடப்பெயரை நினைவுபடுத்தும் எந்த இடப்பெயரும் இல்லை. ஆனால், அகப்பூர் *(Aghapur)* என்ற இடப்பெயர் பாகிஸ்தானிலும், மகாராஷ்டிராவிலும் இருக்கிறது. செல்கெழு குட்டுவன் தாய்த் தெய்வத்தை வழிபட்டவன். அவன் அயிரை என்ற மலையில் தாய்த் தெய்வத்துக்காக ஒரு கோயிலைக் கட்டுகிறான். இந்தப் பின்னணியில் அயிர் *(Air)*, அயிரண் *(Airan)* போன்ற இடப்பெயர்கள் நினைவுக்கு வருகின்றன.

இமயவரம்பனுக்கு அவனது இரண்டாவது மனைவியின் மூலமாக இரண்டு மகன்கள் உண்டு. அவர்களின் பெயர் களங்காய்க்கண்ணி நார்முடிச்சேரல் மற்றும் ஆடுகோட்பாட்டுச் சேரலாதன். இதில் களங்காய்க்கண்ணி என்ற அடைச்சொல்லே கலங்காய் *(Kalangai)* கலங் *(Kalang)*, கண்ணி *(Kanne)* கண்ணிமண்டா *(Kanni Manda)* என்ற பாகிஸ்தான் இடப்பெயர்களோடு ஒப்பிடத்தக்கவை. களங்காய் மற்றும் கண்ணி என்ற இரண்டு இடப்பெயர்கள் சேர்ந்த கூட்டுச்சொல் களங்காய்க்கண்ணி என்று கருதுவதற்கு இயற்பெயர்களை இடப்பெயர் சார்ந்து கட்டமைத்துக் கொள்ளும் மரபுகள் சான்றாய் இருக்கின்றன.

சங்ககாலத்து மன்னர்களும், தலைவர்களும் தங்களது நிலப்பகுதிகளின் பெயரைத் தங்களின் சொந்தப் பெயரின் முன்னொட்டாக அடைமொழியாக அமைத்துக் கொள்வதற்கு மேலும் சில சங்ககால எடுத்துக்காட்டுகளைப் பார்க்கலாம். சங்க இலக்கியத்தில் ஓய்மான் நாட்டு நல்லியக்கோடன், ஓய்மான் நல்லியாதன் மற்றும் ஓய்மான் வில்லியாதன் என்ற மூன்று நிலக்குடித்தலைவர்கள் குறிப்பிடப்படுகிறார்கள். இதில் ஓய்மான் நாட்டு என்று தெளிவாகச் சூட்டப்படுவதால் ஓய்மான் என்பது ஒரு நிலப்பகுதியின் பெயர் என்பது புலப்படுகிறது. ஆனால், நல்லியாதன், வில்லியாதன் ஆகிய இரண்டு பெயர்களிலும் ஓய்மான் போன்ற ஒரு நிலப்பகுதியின் தொடர்பு வெளிப்படையாக வரவில்லை. ஓய்மான் என்பது ஒரு நாடு என்ற குறிப்பு நமக்குக் கிடைக்காமல் போயிருந்தால் அந்த இடத்தின் பெயர் ஒரு புனைவு வழக்காக உருவாகியிருக்கும், பெருஞ்சோறு போல. சங்ககால அரசர்களும், தலைவர்களும் தங்களது இயற்பெயரோடு சேர்ந்து நிலப்பகுதியின் பெயரை முன்னொட்டாக வைத்திருந்தார்கள் என்பதில் வியப்பில்லை. தமிழ்நாட்டில் ஓய்மா என்ற சொல்லை நினைவுபடுத்தும் எந்த இடப்பெயரும் இல்லை. ஆனால், ஒய்மத் *(Oymad)*, ஒய்மதண் *(Oimatan)*, ஒய்மோத் *(Oimout)* ஆகிய இடப்பெயர்கள் நம் ஆய்விற்கு உட்பட்ட ஆப்கானிஸ்தான் பகுதியில் இருக்கின்றன.

ஆடுகோட்பாட்டுச் சேரலாதன்: ஆடுகோட்பாட்டுச் சேரலாதன் என்ற இயற்பெயரைப் பாகிஸ்தானில் உள்ள ஆடு *(Adu)*, கோட்படா *(Kotpadah)* போன்ற இடப்பெயர்களின் துணைகொண்டு அணுகமுடியும். சேரர்கள் தொடர்பான பல்வேறு இடப்பெயர்கள் தொகுதியாக இடம்பெறுவதால் இவர்களின் இயற்பெயர்கள் மற்றும் மரபுரிமை பெயர்களின் வேர்ச்சொல்லை இடப்பெயர்களில் கண்டெடுக்க முடிகிறது. இப்பெயர்கள் குடும்பப் பெயராகவும் மரபுரிமைப் பெயராகவும் மாறும்போது உண்மையில் அது ஒரு நிலப்பகுதியின் பெயர் என்பதுகூட நம் நினைவில் இருப்பதில்லை.

செங்குட்டுவன்: இமயவரம்பனின் மகனாகிய செங்குட்டுவனின் சாதனைகளில் முக்கியமானது கண்ணகி என்ற பத்தினிக் கடவுளுக்குக் கோயில் எழுப்பியது. கண்ணகியின் சிலை செய்ய இமயமலையிலிருந்து கல் கொண்டு வந்ததாகத் தொன்மக்கதை இருக்கிறது. சிலப்பதிகாரத்தின் ஆசிரியரான இளங்கோவடிகள் செங்குட்டுவனின் இளவல் என்று கூறப்படுகிறது. இந்தக் கண்ணகி கதை சேரர், சோழர், பாண்டியர் ஆகிய தமிழ் மூவேந்தர்களின் நிலப்பகுதிகளையும் தொட்டுச்செல்கிறது. இதில் சேரர்கள் கண்ணகியைக் கடவுள் நிலைக்கு உயர்த்தியது இக்கதையில் முக்கியத்துவம் பெறுகிறது.

செங்குட்டுவன், பழையனின் கொடுக்கூர் என்ற இடத்தைக் கைப்பற்றி காவல் மரமான வேம்பு மரத்தை வெட்டினான். இங்கே கொடுக்கூரில், ஊர் என்பது பொதுவிகுதி. கொடுக் *(Koduk)* என்பது ஆப்கானிஸ்தானில் இரண்டு இடங்களில் பயன்படுத்தப்படும் ஒருசொல் இடப்பெயர். இதே செங்குட்டுவன் நேரிவாயில் போர்க்களத்தில் ஒன்பது சோழ இளவரசர்களை முறியடிக்கிறான். நேரி *(Neri)* என்பது ஒருசொல் இடப்பெயராகப் பாகிஸ்தானில் இரண்டு முறையும், மகாராஷ்டிராவில் ஒன்பது முறையும் இடம்பெற்றுள்ளது. வாயில் *(Wail)* என்பதும் பாகிஸ்தானில் உள்ள ஒருசொல் இடப்பெயர். எனவே செங்குட்டுவனின் சங்ககாலப் போர்க்களத்தின் பெயருக்கு வடமேற்குப் பகுதியின் ஒருசொல் இடப்பெயர்களான நேரி மற்றும் வாயில் ஆகியவற்றின் கூட்டுப்பெயராக இருக்கக்கூடும் என்ற குறிப்பு கிடைக்கிறது. நாம் இங்கே பேசுவது சங்ககாலப் போர்க்களங்களின் அட்சரேகை தீர்க்கரேகைகளை அல்ல. ஆனால், அப்பெயரின் மூலமாக உய்த்துணரக்கூடிய தொன்மத்தின் தடங்களைத்தான்.

செல்வக்கடுங்கோ வாழியாதன்

சேரர்களின் ஒரு பிரிவினராகிய இரும்பொறை குடியைச் சேர்ந்த மன்னன் அந்துவன் சேரல் இரும்பொறை. அந்துவன் என்ற இடப்பெயரை ஆப்கானிஸ்தானிலுள்ள அந்துவம் (*Andwam*) என்ற இடப்பெயரோடு தொடர்புபடுத்தலாம். அந்துவனின் மகன் செல்வக்கடுங்கோ வாழியாதன் என்ற பெயரை வடமேற்கு நிலப்பகுதிகளில் தொகுப்பாக மீட்டுருவாக்கம் செய்ய முடிகிறது. வாலி (*Vali*), ஆதண் (*Atan*) - ஆப்கானிஸ்தான், ஆதண் (*Adan*) - ஆப்கானிஸ்தான் மற்றும் பாகிஸ்தான்.

சேர மன்னன் செல்வக்கடுங்கோ, சிக்கற்பள்ளி என்ற இடத்தில் இறந்ததாகக் குறிப்பிடப்படுகிறது. இந்தப் பெயரில் பள்ளி என்பது இருப்பிடத்தைக் குறிக்கும் பொதுப்பெயர். பாகிஸ்தானில் உள்ள சிக்கர் (*Chikar, Chikkar*) என்ற இடப்பெயர்கள் சிக்கற்பள்ளியை நினைவுபடுத்துபவை. இந்த இடப்பெயர் வேறு சில பெயர்விகுதிகளோடு சேர்ந்து பாகிஸ்தானில் சிக்கர்கோட் (*Chikarkot*), சிக்கர்காஸ் (*Chikarkhas*), சிக்கர்பந்தா (*Chikkarbanda*) ஆகிய இடப்பெயர்களாக வழங்குவது நம் வாதத்துக்கு வலுச்சேர்ப்பவை.

பெருஞ்சேரல் இரும்பொறை செல்வக் கடுங்கோவின் மகன். இவன் அதியமான் நெடுமான் அஞ்சியின் தலைநகரமான தகடூரைத் தாக்கிக் கைப்பற்றுகிறான். சிந்துவெளி நிலப்பகுதியில் உள்ள பாகிஸ்தான் போன்ற நாடுகளில் தகடூரை நினைவுபடுத்தும் இடப்பெயர்கள் உள்ளன என்பதை நாம் ஏற்கெனவே விவாதித்திருக்கிறோம். தகட் (*Taghad*) என்ற பாகிஸ்தான் இடப்பெயர் ஊர் என்ற விகுதியோடு தகடூரை நேரடியாகக் குறிக்கிறது. இதைத்தவிர தகடு (*Takatu*) என்ற பெயர் பாகிஸ்தானில் 2 இடங்களுக்கும், ஆப்கானிஸ்தானில் 6 இடங்களுக்கும் பயன்படுத்தப்பட்டுள்ளன.

மேலும் சில சேரர் பெயர்கள்:

- மாந்தரஞ்சேரல் இரும்பொறை: மாண்தர் (*Mandar*), மாண்தரண் வாலா (*Mandaran Wala*), மாண்தர்ரா (*Mandarra*) - பாகிஸ்தான்.
- கணைக்கால் இரும்பொறை: கணை (*Kanay*), கணைக்வா (*Kanaykhwa*) - ஆப்கானிஸ்தான்.
- குட்டுவன் கோதை: குட் (*Kut*), கோதை (*Kotai*), குட்டுவணாலா (*Kutwannala*) - பாகிஸ்தான்.
- கோக்கோதை மார்பன்: கோக்கோதல் (*Kokkotal*) - ஆப்கானிஸ்தான், மார்பண் (*Marbun*) - பாகிஸ்தான்.
- மாரிவெண்கோ: மாரி (*Mari*) - பாகிஸ்தான்.

சோழர்கள்

சங்க இலக்கியங்களிலும், சிலப்பதிகாரம், மணிமேகலை போன்ற இலக்கியங்களிலும் சோழர்கள் பற்றிய செய்திகள் நமக்குக் கிடைக்கின்றன. அசோகரின் கல்வெட்டுகளில் சோழர்கள் பற்றிய முதல் கல்வெட்டுச் சான்று கிடைக்கிறது. சோழர்கள் வளவர், செம்பியர் என்றும் அழைக்கப்பட்டனர். சிபி என்ற மன்னரோடு சோழர் தொன்மங்கள் இணைத்துப் பேசப்படுகின்றன. செம்பியன் என்ற சொல் சிபி என்பதிலிருந்து உருவானதாகக் கருத்து நிலவுகிறது. சிபி என்ற மன்னனின் பெயர் சமஸ்கிருத புராணங்களில் பயன்படுத்தப்படுகிறது. பருந்துக்கு அஞ்சி தனது மடியில் அடைக்கலம் புகுந்த ஒரு புறாவைக் காப்பாற்ற தன் தசையை அறுத்துக் கொடுத்த சிபி சக்கரவர்த்தி பற்றிய கதை சிலப்பதிகாரம், கலிங்கத்துப்பரணி, பெரிய புராணம் போன்ற தமிழ் நூல்களிலும் குறிப்பிடப்படுகிறது. சோழர்களைச் சிபி மன்னருடன் தொடர்புபடுத்தும் தொன்மம் பரவலானது. தசகுமாரசரிதம் என்ற சமஸ்கிருத நூலின் ஆசிரியர் தண்டின், காவிரி நிலப்பகுதியைச் சிபியின் தேசம் என்று அழைக்கிறார்.

சோழர் என்ற சொல்லின் தோற்றம்

பண்டைய சோழர்களின் தலைநகரம் உறையூர் (உறந்தை, கோழியூர் என்றும் அறியப்பட்டது). துறைமுக நகரமான புகார் என்ற காவிரிப்பூம்பட்டினத்திலிருந்தும் இவர்கள் ஆட்சிபுரிந்தார்கள். வல்லம், குடந்தை, பருவூர், பெருந்துறை ஆகிய இடங்கள் சங்ககாலச் சோழர்களோடு தொடர்புடையவை. ‘உறையூர்’, ‘கோழி’ என்றும் அழைக்கப்பட்டது. இதனால் அங்கு வாழ்ந்தவர்கள் கோழியர் என்று அழைக்கப்பட்டனர். மன்னர்களே சில நேரங்களில் கோழி என்று குறிக்கப்படுகின்றனர். மொழியியல் அடிப்படையில் கோழி என்ற சொல்லே அண்ணமயமாதல் என்ற ஒலிப்பு விதியின்படி மென்மையாக ஒலித்து சோழி > சோழியர் > சோழா என்று திரிபடைந்தது என்பர். கோழி என்றதும் தமிழறிந்த அனைவருக்கும் கோழி என்ற வீட்டுப்பறவைதான் நினைவுக்கு வரும். சோழர்களைக் கோழி பெயரோடு தொடர்புபடுத்துவதற்கான மரபுக் கதையைச் சிலப்பதிகாரத்தில் காண்கிறோம். ஓர் அரசனின் யானையை ஒரு சேவற்கோழி வீரமாகத் தாக்கியதாகவும் அதனால் அந்த வீரத்தை மெச்சி அந்த இடத்தில் சோழர் தலைநகரம் நிறுவப்பட்டதாகவும் அதன்மூலமாகவே கோழியூர், கோழியர், கோழி என்ற பெயர் உருவானதாகவும் இந்தக் கதைமரபு புலப்படுத்துகிறது. ஆயினும், சோழர் என்ற சொல்லின் தோற்றம் குறித்துத் தெளிவில்லை என்பது கால்டுவெல்லின் கருத்தாகும்.

சோழர் இடப்பெயர்கள்

தற்காலத் தமிழ்நாட்டில் உள்ள தஞ்சாவூர், திருச்சி போன்ற மாவட்டங்களை உள்ளடக்கிய பகுதிகளைச் சோழர்கள் ஆண்டார்கள் என்று கருதப்படுகிறது. சோழர்கள் தொடர்பான பல்வேறு வகையான பெயர்களைச் சிந்துவெளி நிலப்பகுதியின் இடப்பெயர்களோடு ஒப்பிட்டுப் பார்ப்போம்.

'சோழா' என்ற பொதுப்பெயர் இடப்பெயராக

சோலா என்ற இடப்பெயர் பாகிஸ்தானில் இடம்பெறுகிறது. இதுமட்டுமின்றிச் சோலந்தோகரேஸ் (*Cholantokarez*) என்ற இடப்பெயரும் அதே இடத்தில் உண்டு. பாகிஸ்தானில் கரேஸ் (*Karez*) என்பது பரவலாகப் பயன்படுத்தப்படும் ஒருசொல் இடப்பெயர் மற்றும் இடப்பெயர் விகுதி. எனவே, இப்பெயரில் சோலந்தோ என்பதே சிறப்புப் பெயராகும். சோலரலந்தி (*Cholaralandi*) என்பது பாகிஸ்தானிலிருக்கும் இன்னொரு இடப்பெயராகும்.

ஆப்கானிஸ்தானில் சோலவா (*Cholawa*) மற்றும் சோல பந்தே (*Chola Bande*) ஆகிய இடங்கள் உள்ளன.

இதுமட்டுமின்றிச் சோலா (*Sola*), சோலன் (*solan*) ஆகிய பெயர்கள் ஆப்கானிஸ்தான் மற்றும் பாகிஸ்தானிலும்; சோலன் பாலா (*Solan Bala*), சோலன் தார்லி (*Solan Tarli*) ஆகியவை பாகிஸ்தானிலும் இடம்பெறுகின்றன. கோலி (*Koli*) என்று பாகிஸ்தானில் வழங்கப்படும் ஒருசொல் இடப்பெயர் சிந்துவெளியுடன் தொடர்புடைய இந்திய மாநிலங்களான ராஜஸ்தான், குஜராத், மகாராஷ்டிரா ஆகிய இடங்களிலும் உள்ளது. நாம் எற்கெனவே குறிப்பிட்ட கோழியூரை இது நினைவுபடுத்துகிறது.

சோழர்களின் பட்டப்பெயர்கள் இடப்பெயர்களாக

வளவன், செம்பியன் என்ற சிறப்புப் பெயர்களோடு சென்னி, கிள்ளி போன்ற அடையாளப் பெயர்களையும் சோழர்கள் பயன்படுத்தினார்கள். கிள்ளி என்ற வம்சாவளி அடையாளப்பெயர் நலங்கிள்ளி, நெடுங்கிள்ளி, பெருநற்கிள்ளி போன்ற பெயர்களில் காணப்படுகிறது. கிள்ளிவளவன் என்ற சங்ககாலப் பெயரில் கிள்ளி, வளவன் ஆகிய இரு அடையாளங்களும் சேர்ந்து இடம்பெறுகிறது. இரு தனித்தனி அடையாளப் பெயர்கள் சேர்ந்து ஓர் அடையாளப் பெயராக மாறும் சாத்தியத்திற்கு இது ஒரு சான்றாகும்.

சோழர்களின் அடையாளப் பெயர்ப் பட்டியலில் நேரியன், பொன்னித் துறைவன், ஆறின்மலையன், கோழி வேந்தன், புன நாடான் ஆகியவற்றையும் இணைக்கிறது சூடாமணி நிகண்டு. இப்பெயர்கள் எல்லாம் விளக்க அடைமொழிகள் போல உள்ளதேயன்றிக் கிள்ளி மற்றும் வளவன் போன்ற பட்டப்பெயர்கள் போல் தோன்றவில்லை.

பாகிஸ்தானில் கில்லி என்ற இடப்பெயர் மூன்று முறை இடம்பெறுகிறது. அதுமட்டுமின்றிக் கில்லி என்பது ஓர் இடப்பெயர் முன்னொட்டாகவும் கில்லிசோகல் (*Killisokal*), கில்லிசாபோ (*Killishabo*), கில்லிஷாஹு (*Killishahu*) ஆகிய பெயர்களில் வழங்குகிறது. சேனிவாலா (*Cheniwala*) என்பதும் பாகிஸ்தானில் ஓர் இடப்பெயர். வலவின் (*Walawin*), வலவில் (*Walawil*) ஆகிய இடங்கள் ஆப்கானிஸ்தானில் உள்ளன.

சோழர்களின் இயற்பெயர்கள் இடப்பெயர்களாக

சிபி: சில ஆய்வாளர்கள் சிபி என்ற பெயரைச் செம்பியன் என்பதோடு தொடர்புபடுத்துகிறார்கள். தமிழ்நாட்டில் சிபி என்ற பெயரோடு தொடர்பான ஓர் இடப்பெயர்கூட இல்லை. ஆனால், பாகிஸ்தானில் சிபி என்பது ஒருசொல் இடப்பெயர். அதுமட்டுமின்றி அங்குள்ள ஒரு மாவட்டத்திற்கும் ஒரு பழங்குடி பகுதிக்கும் சிபி (*Sibi*) என்பது பெயர். ஆப்கானிஸ்தானிலும் சிபி என்ற இடப்பெயர் உள்ளது.

கரிகாலன்: சோழர் மரபின் மிக முக்கியமான ஆளுமைகளில் ஒருவன் கரிகாலன். கரிகாலன் என்ற பெயரில் இரண்டு மன்னர்கள் வாழ்ந்ததாகச் சில ஆய்வாளர்கள் குறிப்பிடுகின்றனர். ஆனால், சங்க இலக்கியத்தில் கிடைக்கும் தகவல்களை வைத்து கரிகாலன் என்ற இருவேறு மன்னர்களைக் கண்டறிவது சிரமம். முதலாம் கரிகாலன் சோழர்களின் சென்னி என்ற பிரிவைச் சேர்ந்தவர்; இவர் ஆலந்தூர் என்ற இடத்திலிருந்து ஆட்சி செய்தார். பின்னர் குடவாயில் என்ற இடத்தில் தனது தலைநகரை அமைத்துக்கொண்டார் என்று கருதப்படுகிறது. பிற்காலத்தில் வந்த சோழர்களும் கரிகாலன் என்ற சங்ககாலச் சோழ மன்னரைத் தங்களது முன்னோடியாக உரிமை கொண்டாடினர். இது புரிந்துகொள்ளத்தக்கதே. சங்ககாலக் கரிகாலன் வட இந்தியப் பகுதிகளின் மீது படையெடுத்து இமயமலையில் சோழர்களின் புலிச்சின்னத்தைப் பொறித்ததாகத் தமிழ் இலக்கியக் குறிப்புகள் உள்ளன. கரிகாலனின் பெயர் சிந்துவெளிப் பண்பாடு நிலவிய வடமேற்கு நிலப்பகுதிகளில் இடப்பெயராக இன்றும் எஞ்சியுள்ளது சிலிர்ப்பூட்டுவதாக உள்ளது.

பாகிஸ்தானில் கரிகாலண் (*Karikalan*) என்ற இடப்பெயரும், ஆப்கானிஸ்தானில் கரிகாலா (*Karikala*) என்ற இடப்பெயரும் காணப்படுகின்றன. இதைப்போலவே பாகிஸ்தானில் உள்ள கரிகால் (*garigal*) என்ற இடப்பெயரையும் இதில் சேர்க்கலாம். கரிகாலன் என்ற பெயர் வடமேற்குப் பகுதியில் ஓர் இடப்பெயராக வழங்குவதை நாம் ஒரு தனித்த நிகழ்வாகப் பார்க்க முடியாது. சோழர் மரபோடு தொடர்புடைய பல்வேறு ஆளுமைகளின் பெயர்களும், குடிமரபுகளின் பெயர்களும் சேர்ந்த மக்கள்

பெயரியல் தொகுப்பின் ஓர் அங்கமாகவே பார்க்கவேண்டும். இடப்பெயர் ஆய்வுகள் கொடுக்கும் புத்தொளி வெளிச்சங்கள் சங்க இலக்கியப் பெயர்களுக்குப் பிற்காலத்தில் எழுதப்பட்ட மரபுக்கதைகளைக் கேள்விக்கு உள்ளாக்குகின்றன.

கரிகாலன் என்ற பெயரை, சொல்லுக்குச் சொல் நேர்பொருள் என்ற அணுகுமுறையில் கருகிப்போன கால் உடையவன் என்று விளக்கியிருக்கிறார்கள். இதை நியாயப்படுத்த கரிகாலனின் குழந்தைப்பருவத்தில் நடந்ததாகக் கூறப்படும் ஒரு நிகழ்வை மேற்கோள் காட்டியுள்ளார்கள். கரிகாலன் சிறுவனாக இருக்கும்போது அவனது குலமரபைச் சேர்ந்த சிலர் அவனைச் சிறையிலிட்டு தீவைத்ததாகவும் அதிலிருந்து கரிகாலன் கருகிய காலுடன் மீண்டதாகவும் கதை சொல்கிறது. இக்கதைமரபு பற்றி நமக்குக் கருத்து எதுவுமில்லை. ஆனால், கரிகாலன் என்ற பெயர் சிந்துவெளிப் பெயர் தொன்மங்களோடு தொடர்புடைய கொற்கை -வஞ்சி-தொண்டி வளாகத்தின் ஓர் அங்கம் என்ற உண்மை நம்மை உறைய வைக்கிறது.

காவேரன் மற்றும் காவிரி: காவிரி ஆறு சோழர்களின் பண்பாட்டு அரசியல் அடையாளங்களில் மிக ஆழமாக வேரூன்றியது. சோழ மன்னர்கள் காவிரி நாடன் என்று அழைக்கப்பட்டனர். காவேரன் என்ற சோழ மன்னர் சோழ நாட்டில் காவிரி நதி பாய்வதற்குக் காரணமானவர் என்று பழமரபுக் கதை கூறுகிறது. ஆயினும் நமது இடப்பெயர் ஆய்வுகளில் கண்டறிந்த பாகிஸ்தானின் காவேரா *(Kavera)*, கவிரா *(Kavira)*, காவேரி வாலா *(Kaweri Wala)* மற்றும் ஆப்கானிஸ்தானில் உள்ள காவ்ரி *(Kawri)* போன்ற பெயர்களை இங்கே ஒப்பிடலாம்.

தொடிதோட் செம்பியன்: பண்டைய சோழ மன்னர்களில் ஒருவரான தொடிதோட் செம்பியனின் பெயர் வியப்பூட்டுவதாக இருக்கிறது. தொடிதோட் என்பது எதைக் குறிக்கக்கூடும்? பாகிஸ்தானிலுள்ள இடப்பெயர்களான தொடி *(Todi)* மற்றும் தோட் *(Tot)* என்ற பெயர்களின் கோர்வைதான் தொடிதோட். இரண்டு ஊர்களின் பெயர்கள் இயற்பெயரின் பகுதியாக அமைவதற்குச் சங்க இலக்கியங்களில் கிள்ளிவளவன் உட்பட பல சான்றுகள் உள்ளன. உறையூர், ஏணிச்சேரி, முடமோசியார், இடைக்கழி நாட்டு நல்லூர் நத்தத்தனார், இரணிய முட்டத்துப் பெருங்குன்றூரப் பெருங்கௌசிகனார் போன்ற பெயர்கள் இடப்பெயர்களின் கோர்வைதான். எனவே தொடிதோட் என்பது இரண்டு இடப்பெயர்கள் இணைந்து உருவான பெயராக இருக்க வாய்ப்பு உண்டு.

ஏனைய சோழ மன்னர்கள்

கரிகாலனின் மகன்களில் ஒருவன் மணக்கிள்ளி. கிள்ளி என்பது பாகிஸ்தான் இடப்பெயர் என்று ஏற்கெனவே குறிப்பிட்டுள்ளோம். அதே நிலப்பகுதியில் ‘மணக்’ என்ற சொல் ஐந்து இடங்களுக்குப் பெயராகப் பயன்படுத்தப்பட்டுள்ளது. மணக்கேல் *(Manakheyl)* மற்றும் மணக்கியலா *(Manakiala)* போன்ற ஆப்கானிஸ்தான் மற்றும் பாகிஸ்தான் பெயர்களும் கவனத்துக்குரியவை.

இதைப்போலவே பாகிஸ்தானிலுள்ள புட் *(Put)* மற்றும் பகை *(Pakai)* ஆகிய இடப்பெயர்கள் சோழ மன்னன் புட்பகையின் பெயரை நினைவுறுத்துகின்றன. புட்பகை என்ற பெயருக்கு வேறு எந்தப் புதுப்பொருளையும் கொடுப்பது நமது நோக்கமல்ல. பழம்பெயர்களின் பொருள் என்ன என்று தேடுவதைவிட அவற்றின் தடங்களைத் தேடுவது பயனுள்ளதாக இருக்கும்.

சோழர் மரபோடு தொடர்புடைய குறுநிலத் தலைவர் தித்தனின் பெயரை ஆப்கானிஸ்தானில் உள்ள திதன் *(Titan)* என்ற இடப்பெயரில் கண்டறியும்போது இந்த அணுகுமுறை சரியானதே என்ற உணர்வு மேலிடுகிறது.

சோழர் மரபின் இறுதிக்காலத்தில் ஆட்சி செய்த ஒரு மன்னரின் பெயர் செங்கணான். செங்கமா *(Cenkama)*, செங்கண் *(Sengan)*, செங்கமார் *(Chenkamar)* ஆகிய ஆப்கானிஸ்தான் இடப்பெயர்கள் கவனத்திற்குரியவை.

சோழர் நிலப்பகுதிகளும் சிந்துவெளி இடப்பெயர்களும்

சோழர் வரலாற்றுடன் தொடர்புடைய இடப்பெயர்களையும் அந்தப் பெயர்களின் புலப்பெயர்வுகளையும் ஆய்வு செய்வதன்மூலம் பெயர்த்தொகுதிகளை நாம் கட்டமைக்க முடியும்.

சோழர்களின் தலைநகரமான உறையூர், பாகிஸ்தானில் இரண்டு இடங்களில் காணப்படும் ஒருசொல் இடப்பெயரான உரை *(Urai)* என்பதில் புலப்படும். உறையூரில் உறை என்பதே தனிப்பெயர். ஊர் என்பது பொதுவிகுதி. அதைப்போலவே உறையூரின் இன்னொரு பெயரான கோழியூரை நினைவுறுத்தும் கோலி *(Koli)* என்ற இடப்பெயரும் பாகிஸ்தானில் ஒருசொல் இடப்பெயராக இருப்பதை எதேச்சையானதாகக் கடந்துசெல்ல முடியாது.

ஆப்கானிஸ்தானில் உள்ள புகார் *(Bukhar)* மற்றும் பூம்பகார் *(Pumbakar)* ஆகிய இடப்பெயர்கள் சோழர்களின் மற்றொரு தலைநகரமான பூம்புகார் என்னும் காவிரிப்பூம்பட்டினத்தை நினைவுபடுத்துகின்றன.

சோழர்கள் வரலாற்றில் மிக முக்கியமான இடம் வாகை பறந்தலை. பாகிஸ்தானில் பயன்படுத்தப்படும் வாகை *(Wakai)* என்ற இடப்பெயர் தொல்பழங்காலத் தொடர்பின் எச்சமாகும்.

கரிகாலனின் பேரன்களான நெடுங்கிள்ளியும், நலங்கிள்ளியும் மோதிக்கொண்ட இடம் காரியாறு. தற்போதைய தமிழ்நாட்டில்

காரியாறு என்று எந்த இடமும் இல்லை. காரியாரோ (*Kariyaro*) என்பது பாகிஸ்தானில் உள்ள இடப்பெயர். அதே நிலப்பகுதியில் உள்ள ஒருசொல் இடப்பெயரான காரி என்ற ஒருசொல் இடப்பெயரும், காரியர் (*Kariar*) என்ற இடப்பெயரும் கவனம்பெறுகின்றன.

சோழ மன்னன் செங்கணான், சேர அரசன் கணைக்கால் இரும்பொறையுடன் மோதி அவனை வென்ற இடம் கழுமலம். இன்றைய தமிழ்நாட்டின் தென்ஆற்காடு மாவட்டத்தில் கழுமலம் என்ற ஊர் இருக்கிறது. பாகிஸ்தானில் உள்ள கலுமலாண் (*Kalumalhan*), கலுமேரா (*Kalumera*) போன்ற இடப்பெயர்களை இங்கே ஒப்பிடலாம்.

சோழ இளவரசன் போர்வைக்கோப் பெருநற்கிள்ளி ஆமூர் என்ற இடத்தில் மல்லன் என்பவனை மற்போரில் வென்றதாகச் சங்க இலக்கியம் (புறம். 80-84) குறிப்பிடுகிறது. தமிழ்நாட்டில் கழுமலம் என்ற இடப்பெயர் வழங்கும் அதே தென் ஆற்காடு மாவட்டத்தில் ஆமூர் என்ற இடப்பெயரும் உள்ளது. அதே போல கழுமலான் என்ற இடப்பெயர் வழங்கும் பாகிஸ்தானில் சிந்து மாகாணத்தில் ஆமுர் (*Amur*) என்ற இடப்பெயர் இருக்கிறது. எனவே ஆமூர், கழுமலம் போன்ற இடப்பெயர்கள் தமிழ்த் தொன்மங்களின், சிந்துவெளித் தொடர்பின் எச்சங்களாகத் தோன்றுகின்றன.

இவ்வாறு, தமிழ் முடியரசுகளில் ஒன்றான சோழ அரசு சார்ந்த இடப்பெயர்கள், போர்களங்களின் பெயர்கள், அரசர்களின் பெயர்கள், குடிமரபுப் பெயர்கள், சிறப்புப் பெயர்கள், பொருள் புலப்படாமல் இருக்கும் பல்வேறு தொன்மப்பெயர்கள் எனப் பலவகையான பெயர்களும் சிந்துவெளிப் பண்பாட்டு நிலப்பகுதிகளில் இடப்பெயர்களாக இருப்பதை எதேச்சை நிகழ்வாகக் கருதமுடியாது. துரை அரங்கசாமி சொல்வதை இங்கே நினைவில் கொள்ளலாம்.

> "வரலாற்றுக்கு முற்பட்ட காலகட்டத்தைப் புரிந்துகொள்ள எடுக்கும் முயற்சிகள் ஒவ்வொரு திருப்பத்திலும் நமது அறியாமையை வெளிப்படுத்துவதை ஒப்புக்கொள்ள வேண்டும். சங்க இலக்கியங்களில் வரும் கடந்தகாலம், தொல்குடிகளின் தோற்றம், வளர்ச்சி மற்றும் சமூக அமைப்புகள் அனைத்தும் சங்ககாலத்தைச் சேர்ந்தவை அல்ல. இவை தொல்மரபுகளின் மீள்நினைவுகளாகப் பெயர்களில் சேமித்து வைக்கப்பட்டுள்ளன. இந்தப் பெயர்கள் தனித்துவமாகவும் சங்க இலக்கிய சமகாலத்திலிருந்து வேறுபட்டதாகவும் இருப்பதால் இத்தகைய பெயர்களைத் தொல்பழங்குடிச் சமூக அமைப்புகளின் மங்கலான நினைவுகளின் அடையாளங்கள் என்று எடுத்துக்கொள்ளலாம்." (அரங்கசாமி 1948: 109)

பாண்டியர்கள்

தமிழ்ச் சங்கங்களின் நிறுவனர்கள் என்பதே மூவேந்தர்களில் பாண்டியர்களை முன்நிறுத்தும் தனித்துவப் பெருமிதம். ஆயினும் சங்க இலக்கியங்கள் ஆட்சிப்பரப்பு, செல்வப் பெருக்கம் என்ற வரையறைகளைத் தாண்டி தமிழ் மொழி மற்றும் பண்பாட்டு அசைவுகள் சார்ந்து இயங்கிய தொன்ம அடையாளம் ஆகும்.

"பாண்டியர் என்பது தொடக்கத்தில் ஓர் ஆளும் குடிமரபின் பெயராக இருந்திருக்கவேண்டும். உலகின் ஏனைய பகுதிகளில் நிகழ்ந்ததைப் போலவே பாண்டியர் என்ற அடையாளம் அந்நிலப்பகுதியில் வாழ்ந்த மக்களுக்கான பொது அடையாளமாக, காலப்போக்கில் விரிவாகி இருக்க வேண்டும்" என்கிறார் கால்டுவெல்.

பொ.யு.மு. ஐந்தாம் நூற்றாண்டிலிருந்து பொ.யு. 17ஆம் நூற்றாண்டு வரை தொடர்ந்து மிக நீண்ட காலம் ஆட்சி செய்த வம்சாவளியாகப் பாண்டிய மரபினைச் சில ஆய்வாளர்கள் கருதுகின்றனர். இதில், இடையிடையே சில இடைவெளிகள் இருந்திருக்கலாம். இருந்தும் பாண்டியர் மரபு என்ற கருத்தியல் தொடர்ந்து இயங்கிக்கொண்டே இருக்கிறது. பாண்டியர்கள் பற்றிய தொன்ம மரபுகளை இறையனார் களவியல் உரை பேசுகிறது. பாண்டியர்களின் நிலப்பகுதி கடற்கோளில் இழந்த நிலப்பகுதிகளோடு தொடர்புபடுத்தப்படுவதால் பாண்டியர் தொன்மம் 'இழந்த கண்டம்' (*Lost Continent*) என்ற நவீனகாலக் கருதுகோளுடனும் தொடர்புபடுத்திப் பேசப்பட்டது. பாண்டியர்களின் தொல்வரலாறு பற்றி தொல்காப்பிய உரைகளில் சில குறிப்புகள் கிடைக்கின்றன. பாண்டியர்களே தங்களது தலைநகரங்களில் வெவ்வேறு காலகட்டங்களில் இயங்கிய மூன்று தமிழ்ச் சங்கங்களுக்கும் பொறுப்பானவர்கள். தென்மதுரை, கபாடபுரம் மற்றும் வைகைக் கரையில் அமைந்த மதுரை ஆகியவையே தமிழ்ச் சங்கங்கள் இயங்கிய நகரங்கள்.

கபாடபுரத்தில் இயங்கிய இடைச்சங்கம் கடல்கோள் காரணமாக மதுரைக்கு மாற்றப்பட்டது. தொல்காப்பியத்தைத் தவிர மற்ற அனைத்து சங்க இலக்கியங்களும் மதுரையில் செயல்பட்டதாகக் கூறப்படும் கடைச்சங்கத்தைச் சேர்ந்தவை என்ற கருத்தும் உண்டு. பாண்டியர்களின் அரசுரிமைச் சின்னம் மீன், அரசுரிமைப் பூ வேம்பு.

பாண்டியர் இடப்பெயர்கள்

பாண்டியர் தொடர்பான பெயர்த் தொகுதியில் பாண்டியர்களின் இடப்பெயர்கள், தனிமனிதர்களின் பெயர்கள், அரசுரிமை அடையாளங்கள் மற்றும் சிறப்புப் பெயர்கள் அடங்கும்.

ஆரியப்படை கடந்த நெடுஞ்செழியன் என்ற பாண்டிய மன்னரின் பெயர் ஆரியர்களுடனான முரண் தொடர்புடைய நிகழ்வை நினைவுறுத்தும் பெயராகும். இந்த நிகழ்வுக்கான இடப்பெயர்த் தடயங்கள் சிந்துவெளிப் பகுதியில் எஞ்சியிருக்க வேண்டும் என்ற எதிர்பார்ப்பு நியாயமானதே.

பாண்டியர் பொதுப்பெயர்களும் அடையாளப் பெயர்களும் சிந்துவெளிப் பகுதியில் இடப்பெயர்களாக: பாண்டியர் (*Pandiar*), பாண்டியண்வாலா (*Pandianwala*), பாண்டியண்வாலி (*Pandianwali*), பாண்டிமகணா (*Pandimahana*), பாண்டிக்கேல் (*Pandikhel*), பாண்டிகோலி (*Pandikoli*), பாண்டிவா (*Pandiwah*), பாண்டிவாஹி (*Pandiwahi*), பாண்டிகோசோ (*Pandikhoso*), பாண்டியப்ரா (*Pandiabra*) ஆகியவை பாகிஸ்தானில் காணப்படும் இடப்பெயர்கள். ஆப்கானிஸ்தானில் பாண்டி (*Pandi*), பாண்டிபாலா (*Pandibala*), பாண்டிகலோ (*Pandigalo*), பாண்டிப்பைண் (*Pandipain*) ஆகிய இடப்பெயர்கள் உள்ளன.

சங்ககாலப் பாண்டியர்கள் பயன்படுத்திய சிறப்புப் பெயர்கள் வருமாறு,
வழுதி (பெருவழுதி, இளம்பெருவழுதி, குறுவழுதி); மாறன் (நன்மாறன், மாறன் வழுதி); செழியன் (நெடுஞ்செழியன், நம்பி நெடுஞ்செழியன்). மாறன் வழுதி மற்றும் நம்பி நெடுஞ்செழியன் ஆகிய பெயர்களை மாறன்+வழுதி, நம்பி+செழியன் என்ற பெயர்களின் கூட்டாகக் காண்கிறோம்.

வழுதி, மாறன், செழியன் போன்ற பெயர்கள் பாண்டிய மன்னர்களின் இயற்பெயர்களா அல்லது குடும்பப் பெயர்களா என்ற ஐயம் சில நேரங்களில் தோன்றுகிறது. அதுமட்டுமின்றி மீனவர், கௌரியர், தென்னவர், பஞ்சவர் ஆகிய அடையாளங்களும் பாண்டியர்களோடு தொடர்புபடுத்தப்படுகிறது. பஞ்சவர் மற்றும் கௌரியர் என்பவை வெறும் பட்டப்பெயர்கள் அல்ல அவை பாண்டியர்களின் பழங்குடி மரபுப் பெயர்கள் என்பது துரை அரங்கசாமியின் கருத்து.

ஈரான் பகுதியில் வலுதி (*Valuthi*) என்ற இடப்பெயர் வழங்கப்படுகிறது. இப்பெயர் ஆசியக் கண்டத்தில் வேறெங்கும் காணப்படவில்லை. ஆனால், ஈரான் நிலப்பகுதி இந்த நூலின் ஆராய்ச்சிக் களத்திற்கு வெளியே அமைந்த நிலப்பகுதி என்பதால் சிந்துவெளி நிலப்பகுதிகளின் மீது மட்டும் கவனத்தைக் குவிப்போம்.

இயற்கைப் பேரிடர்களால் புலம்பெயர்ந்தது குறித்த மீள்நினைவு மூவேந்தர்களில் பாண்டியர் தொடர்பானதாகவே கூறப்படுகிறது. இந்தப் புலப்பெயர்வின் ஊடாக இடம்மாறும் தமிழ்ச் சங்கத்தின் தலைமையிடம் தமிழ்ப் பண்பாட்டின் தொடர்ச்சிக்கு அடையாளமாகவும், தலைநகரங்களின் இடமாற்றம் தமிழ் அரசியல் தொடர்ச்சிக்கு அடையாளமாகவும் உள்ளன. இந்தப் புலப்பெயர்வுகளின் தடங்களைப் புலனாய்வு செய்ய இடப்பெயராய்வு துணைபுரியும். பாண்டியர்கள் மதிரை என்ற இடப்பெயரை மீண்டும் மீண்டும் பயன்படுத்தினார்கள் என்பதிலிருந்து இது புலனாகிறது.

பாகிஸ்தானிலுள்ள செலியண்வாலா (*Chelianwala*), மாரன் (*Maran*) போன்ற இடப்பெயர்கள் பாண்டிய மரபினரின் அடையாளப் பெயர்களான செழியன், மாறன் போன்ற பெயர்களுடன் ஒப்பிடத்தக்கவை.

பாண்டிய மன்னர்களின் இயற்பெயர்கள் இடப்பெயர்களாக: முதல் தமிழ்ச் சங்கத்தைக் காய்சின வழுதி என்ற பாண்டிய மன்னர் நிறுவியதாகக் கருதப்படுகிறது. 'காய்சின' என்ற பெயரை நினைவுறுத்தும் குவாய்சிண (*Kuaichina*) என்ற இடப்பெயர் பாகிஸ்தானில் மூன்று இடங்களில் பயன்படுத்தப்படுகிறது. காய்சின வழுதி என்ற பெயருக்கு வேர்ச்சொல் விளக்கம் தரும் கதைகளைத் தேடுவதைவிட அது பாண்டிய மன்னர்களின் மூதாதையரோடு தொடர்புடைய மீள்நினைவின் எச்சம் என்று கருதுவது நம்பத்தகுந்தது.

தொல் பழங்காலப் பாண்டிய மன்னர்களில் ஒருவர் மாகீர்த்தி. இவர் நிலந்தரு திருவிற் பாண்டியன் அல்லது வடிம்பலம்ப நின்ற பாண்டியன் என்ற பெயர்களாலும் அறியப்படுகிறார். தொல்காப்பியம் இவரது அவையில் அரங்கேற்றப்பட்டது என்ற கருத்து உண்டு. இடைக்காலத்தில் எழுதப்பட்ட சின்னமனூர் செப்பேடுகளில் கடலை அடக்கிய ஒரு பாண்டிய மன்னர் பற்றிய குறிப்பு வருகிறது. இதைப்போலவே வேள்விக்குடிச் செப்பேடுகளில் ஆழிப்பேரலையில் உயிர்பிழைத்த ஒரே பாண்டிய மன்னர் பற்றி கூறப்படுகிறது. இந்தக் குறிப்புகள் நிலந்தரு திருவிற் பாண்டியன்/மாகீர்த்தி பற்றியதே என்று சதாசிவ பண்டாரத்தார் கருதுகிறார். இப்பின்னணியில் கீர்த்தே (*Kirteh*), கிர்த்தி ருத் (*Kirti Rud*) ஆகிய ஆப்கானிஸ்தான் இடப்பெயர்களையும், கிர்த்தோ (*Kirto*) என்ற பாகிஸ்தான் இடப்பெயரையும் நினைவிற்கொள்ளலாம்.

கை என்ற இடப்பெயர் விகுதி-கருங்கை, கொற்கை மற்றும் பொற்கை: கருங்கை ஒள்வாள் பெரும்பெயர் வழுதி என்ற பாண்டிய மன்னரின் பெயரில் உள்ள கருங்கை என்பது கருப்பான கையைக் குறிப்பதாக விளக்கப்பட்டுள்ளது. ஒருவகையில் இது கரிகாலனின் 'கருப்பான கால்' போன்றதுதான். இதைப்போலவே பொற்கை பாண்டியனின் பெயருக்குப் பொன்கை அதாவது 'தங்கத்தால் செய்யப்பட்ட கை' என்று விளக்கப்படுகிறது. பொற்கை கதையை நியாயப்படுத்தும் தொன்மக்கதை சிலப்பதிகாரத்திலேயே இடம்பெற்றுவிட்டது.

ஆனால், சிந்துவெளி நிலப்பகுதிகளில் நாம் கண்டறிந்துள்ள கொற்கை-வஞ்சி-தொண்டி வளாகம் என்ற ஒப்புமை இடப்பெயர் தொகுதியைக் கருத்தில்கொண்டு பாகிஸ்தானின் பொர்க்கை (*Borkai*), ஆப்கானிஸ்தானின் பொர்க்கா (*Porkah*), கருட்ச்ஸ்கை (*Karutskay*) ஆகிய இடப்பெயர்களின் ஊடாகப் பொற்கை, கருங்கை ஆகிய இயற்பெயர்களை மதிப்பிடலாம்.

கொற்கை என்ற இடப்பெயர் சங்க இலக்கியத்தில் ஆவணப்படுத்தப்பட்டுள்ளது (அகம். 201). கொற்கை மக்களைக் கொற்கையோர் என்றழைக்கிறது மதுரைக்காஞ்சி. இப்போதும் தமிழ்நாட்டில் 'கை' என்ற விகுதியில் முடியும் 52 இடப்பெயர்கள் உள்ளன. இதில் கொற்கை என்ற பெயரில் தமிழ்நாட்டில் இரண்டு இடங்களும், கொருக்கை என்று மூன்று இடங்களும் உள்ளன. கொருக்கை என்பது இடப்பெயராக மட்டுமில்லாமல் கீழக்கொருக்கை, மேலக்கொருக்கை என்று பின்னொட்டாகவும் வழங்கப்படுகிறது. மேலும், தூத்துக்குடி மாவட்டத்தில் ஆதிச்சநல்லூர் பகுதியிலிருக்கும் கொற்கை, தமிழ்நாட்டின் முக்கியமான தொல்லியல் தளம்.

தூத்துக்குடி மாவட்டத்திலேயே கொற்கை பயன்படுத்தப்படுவது, சங்க இலக்கியத்தில் பாண்டியர்களின் ஆட்சிப்பகுதிக்குள் கொற்கை இருந்தது என்பதோடு ஒத்திசைகிறது. 'கை' என்ற பின்னொட்டோடு முடிகிற இடப்பெயர்களின் பரிணாம வளர்ச்சி பற்றிய புரிதலுக்குச் சிந்துவெளி நிலப்பகுதிகளின் இடப்பெயர் அட்டவணை உதவுகிறது. பாகிஸ்தானில் கை என்பது ஒருசொல் இடப்பெயராகப் பயன்படுகிறது. இந்தியாவில் மத்தியப்பிரதேசத்தில் ஒரேயொரு இடத்தில் மட்டுமே 'கை' என்பது ஒருசொல் இடப்பெயராக வழங்கப்படுகிறது. ரோமன் வரி வடிவத்தில் எழுதும்போது கை என்ற பெயர் *Kai, Kay* என்ற இரு முறைகளில் எழுதப்படுகிறது.

வடிம்பலம்ப நின்ற பாண்டியன் என்ற பாண்டிய மன்னரின் பெயரிலுள்ள 'நின்ற' என்ற சொல்லைச் சொற்பொருள் விளக்கத்தின் ஊடாக 'நின்றவன்' என்ற பொருளில் எடுத்துக்கொள்ளத் தேவையில்லை. மாறாக நிண்ட் (*Nind*), நிண்ரோ (*Nindero*), நிந்ரோ (*Nindhro*), நிண்டோ (*Nindo*) மற்றும் நிண்ட்ரா மைனர் (*Nindra Minor*) போன்ற இடப்பெயர்களின் துணைகொண்டு மதிப்பிடலாம். மேலும், வடியண் (*Vadian*), பலம (*Palama*) போன்ற ஆப்கானிஸ்தான் பாகிஸ்தான் இடப்பெயர்களும், அதே நிலப்பரப்பில் வழங்கப்படும் பாண்டி (*Pandi*), பாண்டியர் (*Pandiar*), பாண்டியண் வாலா (*Pandian Wala*) போன்ற பெயர்களையும் பாண்டியர் தொன்மத்தை விளக்கும் மைல்கற்களாக எடுத்துக்கொள்ளலாம்.

இந்த முன்மொழிவின் நம்பகத்தன்மையைத் தனித்தனியே மதிப்பிடாமல் ஒட்டுமொத்தமாகக் கிடைக்கும் பல்வேறு துணைச்சான்றுகளின் பின்னணியில் எடைபோட வேண்டும். பாண்டிய மன்னர்களின் பெயர்களில் அடைமொழியாகக் குறிப்பிடப்படும் சொற்கள் ஏதோ ஒரு பழைய நிகழ்வை நினைவுகூறும் பெயர்களாகவே இருக்கின்றன. எடுத்துக்காட்டாக:

- ஆரியப்படை கடந்த (ஆரியப் படைகளை எதிர்கொண்டு வென்ற நெடுஞ்செழியன்)
- தலையாலங்கானத்து செருவென்ற (தலையாலங்கானம் என்ற இடத்தில் நடைபெற்ற போரில் வெற்றி பெற்ற நெடுஞ்செழியன்).
- கூடகாரத்துத் துஞ்சிய (கூடகாரம் என்ற இடத்தில் இறந்த மாறன் வழுதி)
- இலவந்திகைப் பள்ளித் துஞ்சிய (இலவந்திகை பள்ளி என்ற இடத்தில் இறந்த நன்மாறன்)
- வெள்ளியம்பலத்துத் துஞ்சிய (வெள்ளியம்பலம் என்ற இடத்தில் இறந்த பெருவழுதி)
- கடலுள் மாய்ந்த (கடலில் மூழ்கிய இளம்பெருவழுதி)

இவை அனைத்திலும் பாண்டிய மன்னர்களுக்கு அடைமொழியாக போர்க்களம் அல்லது இறந்த இடம் பயன்படுத்தப்படுகின்றன. எனவே, பாண்டிய மன்னர்களின் பெயர் மீட்டுருவாக்கத்தில் இடப்பெயர்கள் மிக முக்கியமானவை என்பது புலனாகிறது.

பாண்டியர் நிலப்பகுதிகள்

பாண்டிய மன்னர்களில் மிக முக்கியமானவர் தலையாலங்கானத்து செருவென்ற நெடுஞ்செழியன். இவர் தலையாலங்கானம் என்ற போர்க்களத்தில் சேரர் மற்றும் சோழ மன்னர்களையும், ஐந்து வேளிர்குடித்தலைவர்களையும் தோற்கடித்தவர். மிழலை மற்றும் முத்தூர் கூற்றம் ஆகிய சோழ நிலப்பகுதிகளைக் கைப்பற்றியவர் நெடுஞ்செழியன். பழந்தமிழ் இலக்கியங்கள் மட்டுமின்றி இடைக்காலத்தில் எழுதப்பட்ட பாண்டிய செப்பேடுகளிலும் இம்மன்னரின் புகழ் பாடப்படுகிறது. மாங்குடி மருதனார் என்ற புலவர் நெடுஞ்செழியனின் போர் வெற்றிகளைப் பாடியுள்ளார்.

தலை என்பது சிந்துவெளி நிலப்பகுதிகளில் முக்கியமான இடப்பெயர். பாகிஸ்தானில் மட்டும் தலை என்பது ஒருசொல் இடப்பெயராக ஆறுமுறை பயன்படுத்தப்படுகிறது என்பது இப்பெயர் அந்நிலப்பகுதிகளில் வேரூன்றிய தொன்மைக்குச் சான்றாகும். பாகிஸ்தானில் தலை வாலா (*Talai Wala*) என்ற இடப்பெயரில் இது முன்னொட்டாகவும் அணித்தலை (*Anitalai*), பகுத்தலை (*Baghutalai*), மோரண்தலை (*Morantalai*), சிமல்தலை (*Chimaltalai*) ஆகிய இடப்பெயர்களில் பின்னொட்டாகவும் இடம்பெறுகிறது. மேலும், பாகிஸ்தானில் ஆலங்காண் (*Alankhan*), ஆலங்

(Alang) ஆகிய இடங்களும், ஆப்கானிஸ்தானில் ஆலங்காட் *(Alangat)* என்ற இடமும் உண்டு.

காணம் என்பதும் ஒருசொல் இடப்பெயராக ஆப்கானிஸ்தானில் பயன்படுத்தப்படுகிறது. தலையாலங்கானம் என்ற பெயர் இரண்டு இடப்பெயர்களின் கூட்டுநினைவாக இருக்கலாம் அல்லது தலை என்ற பகுதியில் உள்ள ஆலங்கானம் என்ற இடமாகவும் இருக்கலாம். எப்படியிருந்தாலும் தலையாலங்கானத்தின் அடையாளம் சிந்துவெளி இடப்பெயர் தொகுப்பில் நமக்குக் கிடைக்கிறது.

மிழலைக்கூற்றமும் முத்தூர்க்கூற்றமும்: சங்க இலக்கியப் பாண்டியர், சோழர் தொன்மங்களோடு தொடர்புடைய மிழலை என்ற பெயர் தற்காலத் தமிழ்நாட்டில் இல்லை. தஞ்சாவூர் மாவட்டத்தில் உள்ள மிலட்டூர் என்ற இடப்பெயர் மிழலை என்பதுடன் பொருந்தக்கூடும். பாகிஸ்தானில் மிலை *(Milai)* என்பது ஒருசொல் இடப்பெயராகவே விளங்குவது மட்டுமின்றி மில் *(Mil)* என்ற அடிச்சொல் ஆப்கானிஸ்தானில் பின்னொட்டாகவும் வழங்கப்படுகிறது. மில் பண்தே *(Mil Bande)*, மிலாவ் *(Milaw)*, மிலேனை *(Milenay)* ஆகியவை ஆப்கானிஸ்தானிலும், மில்லா *(Milla)*, முத் *(Mut, Muth)*, முத்ரி *(Muthri)* போன்ற இடப்பெயர்கள் கவனம்பெறுகின்றன.

பெரிய ஆட்சிப்பகுதியின் ஒரு பகுதியைக் குறிக்கும் தமிழ்ச் சொல்லான கூற்றம் 13 முறை ஒருசொல் இடப்பெயராகப் பாகிஸ்தானிலும், ஒருமுறை ஆப்கானிஸ்தானிலும் இருப்பது வியப்பு. பாகிஸ்தானில் கூற்றம் என்பது ஒரு மாவட்டம், ஒரு பழங்குடி நிலப்பகுதி மற்றும் ஒரு நதியின் பெயராகவும் இருப்பது இப்பெயரின் தொன்மையையும், பரவலையும் நிறுவுகிறது. இன்றைய தமிழ்நாட்டில் கூற்றம் என்ற சொல் அடங்கிய ஓர் இடப்பெயர்கூட இல்லை என்பது நேர் முரணான செய்தி.

இத்தகைய இடப்பெயர்களை சிந்துவெளி இடப்பெயர்களோடு ஒப்பிடுவதால் தலையாலங்கானப் போர் பழந்தமிழகத்தில் நடைபெறவில்லை என்றோ, அதன் நிகழ்களத்தை இந்தியத் துணைக்கண்டத்தின் வடமேற்குப் பகுதிக்கு நகர்த்தவோ இல்லை. ஆனால், தீபகற்ப இந்தியாவில் செழித்தோங்கிய தமிழ்ப் பண்பாட்டுக்கும், சிந்துவெளிப் பண்பாட்டுக்கும் வேர்நிலைத் தொடர்பு இருக்கிறது என்ற இந்த நூலின் மையக்கருத்தை வலியுறுத்த இடப்பெயர்கள் முக்கியமான சான்று என்பதுதான் இங்குச் சுட்டிக்காட்டப்படுகிறது.

கடவுள்களின் புலப்பெயர்வு

புலம்பெயரும் மக்களோடு அம்மக்களின் கடவுள்களும் சேர்ந்து நடக்கின்றனர். அதனால் கடவுள்களின் பெயர்களும், நம்பிக்கை மரபுகளின் குறியீடுகளும் சேர்ந்தே புலம்பெயர்கின்றன. மொழிகள், இனக்குழுக்கள் மற்றும் பண்பாடுகளைச் சார்ந்த இடப்பெயர் தொகுப்பில் நம்பிக்கை சார்ந்த கடவுள்களின் பெயர்கள் *(Theonyms / Theophoric Names)* முக்கிய இடம் பெறுகின்றன. வழிபடும் தெய்வங்களின் பெயர்கள் மக்களின் பெயர்களிலும் இடங்களின் பெயர்களிலும் இடம்பெற்று புதிய இடங்களில் புழங்கத் தொடங்குகின்றன. ஒரு நிலப்பகுதியில் புதிய மக்கள் குடியேறினாலும், புதிய சமயங்கள் எழுச்சி பெற்றாலும் அந்நிலப்பகுதியில் ஏற்கெனவே புழக்கத்திலிருந்த இடப்பெயர்களின் ஊடாகத் தெய்வப் பெயர்களில் பல தொன்மையின் எச்சமாக எஞ்சுகின்றன. இங்கிலாந்து நாட்டில் இன்னும் புழக்கத்தில் உள்ள பல பெயர்களில் ஆங்கிலோ-சாக்ஸன் மற்றும் ஹீத்தன் மரபின் தொடர்ச்சி காணப்படுகின்றன. நார்டிக் பகுதிகளில் கிறிஸ்துவ மதத்திற்கு முந்தைய தெய்வங்கள் சார்ந்த இடப்பெயர்களின் எச்சங்களை இப்போதும் காணமுடிகிறது. எனவே சிந்துவெளிப் பண்பாட்டின் தொல்தமிழ்த் தொடர்புகளை நிறுவத் தமிழ் மரபிற்கே உரித்தான சில தெய்வங்களின் பெயர்கள் அல்லது கூறுகள் சிந்துவெளி இடப்பெயர்களில் எஞ்சியிருக்கிறதா என்பதைப் ஆய்வுக்கு உட்படுத்தவேண்டும்.

தமிழில் வழங்கும் கடவுள் என்ற சொல் தெய்வத்தன்மை என்ற கருத்தாக்கம் பற்றிய தோராயமான உணர்வை அளிக்கிறது. திராவிட வேர்ச்சொல் அகராதி *(DEDR 1109)* கடவுள் என்ற வேர்ச்சொல்லை, கடந்துசெல்லுதல் என்ற பொருண்மையோடு தொடர்புபடுத்துகிறது. இந்தச் சொல் தொல்காப்பியத்திலும், பல முறை சங்க இலக்கியங்களிலும் இடம்பெறுகிறது. இது தவிர தெய்வம் என்ற சொல்லும் தொல்காப்பியத்தின் அகத்திணைக் கோட்பாட்டில் கருப்பொருள்களில் ஒன்றாகக் கருதப்படுகிறது. தொல்காப்பியம், சங்க இலக்கியம் ஆகிய இரண்டையும் ஒருசேர வாசிக்கும்போது பழந்தமிழர்களின் கடவுள் பற்றிய கருத்தாக்கத்தில் கடவுள் பூமியையோ, உலகத்தையோ, இயற்கை சூழல்களையோ படைத்தவராகக் கற்பிக்கப்படவில்லை. மாறாகக் கடவுள் நிலத்தின் ஒரு கருப்பொருளாகவே இருக்கிறார். சங்க இலக்கியக் கடவுள்கள் மக்களோடு சேர்ந்து உண்ணுகின்றன, உறங்குகின்றன. புவிச்சூழல் சார்ந்த திணைக்கோட்பாட்டின் அங்கமாகக் கடவுள்கள் திகழ்கின்றன.

தமிழர்களுக்கு முருகன் மற்றும் அதன் தொடர்ச்சியான வேலன், செந்தில் ஆகிய பெயர்கள் முக்கியமானவை. தமிழ்க் கடவுள் என்ற பெருமிதம் முருகனுக்குரியது. சிந்துவெளிப் பண்பாட்டு நிலப்பகுதிகளில் உள்ள முருகண் *(Murughan)*, முருகண் வாலா *(Murugan Wala)*, வேலண் *(Welan)*, காமவேல் *(Kamawel)* ஆகிய இடப்பெயர்கள் கவனிக்கத்தக்கவை. இடப்பெயர்களின் ஊடாகத் தமிழ்த் தொன்மங்களின் எச்சங்களைத் தோண்டித் துருவிப் பார்க்க முருகன் என்ற சொல் குறித்த தேடுதல் ஓர் உந்துவிசையாக இருக்கிறது.

முருகனின் படை வீடுகள்

தமிழ் மரபில் முருகனின் உறைவிடங்கள் அறுபடை வீடு என்று அழைக்கப்படுகின்றன. திருப்பரங்குன்றம், திருச்சீரலைவாய் (திருச்செந்தூர்), திருஆவினன்குடி (பழனி), ஏரகம் (சுவாமிமலை), குன்றுதோறாடல் (திருத்தணி), பழமுதிர்ச்சோலை ஆகியன இந்த அறுபடை வீடுகள். ஆறு படைவீடுகளில் திருச்செந்தூர் தவிர ஏனைய ஐந்தும் மலைத்தலங்கள். சங்க இலக்கியங்களில் ஒன்றான திருமுருகாற்றுப்படையில் இந்தப் படைவீடுகள் பற்றிய குறிப்புகள் காணப்படுகின்றன.

நூற்றுக்கணக்கான முருகன் கோயில்கள் உலகின் பல்வேறு இடங்களில் பரவிக்கிடக்கின்றன. இவை அனைத்துமே தமிழர் புலப்பெயர்வுகளின், தொலைதூரப் பயணங்களின் சுவடுகள்தான். இவற்றில் பல மலைகளில் அமைந்தவை. உதாரணமாகப் புதுதில்லியில் உள்ள மலை மந்திர் (மலைக்கோயில்), மலேசியாவில் உள்ள பத்து குகை மற்றும் தண்ணீர் மலைக்கோயில்கள் குறிப்பிடத்தக்கவை.

திண்டுக்கல் அருகே உள்ள பழனி மலை, முருகனின் படைவீடுகளில் முக்கியமானது. இது திருஆவினன்குடி என்றும் அழைக்கப்படுகிறது. இப்பெயரில் திரு என்பது மரியாதையைக் குறிக்கும் அடைமொழிச் சொல்லாகும். அதைப்போலவே நன் என்பது குடி என்பதின் அடைமொழி. ஆகவே, திருஆவினன்குடி என்ற பெயரில் மூலச்சொல்லாக எஞ்சி நிற்பது ஆவி. இது சங்க இலக்கியக் காலத்தில் இருந்த ஒரு குடியைக் குறிப்பிடுகிறது. இன்றும்கூட மதுரைக்கு அருகே ஆவியூர் என்ற ஊர் இருக்கிறது. இந்தப் பின்னணியில் ஆப்கானிஸ்தானிலும் பாகிஸ்தானிலும் ஆவி (*Awi*) என்ற சொல் இடப்பெயராக வழங்குவதன் முக்கியத்துவத்தைக் கவனிக்கவேண்டியிருக்கிறது. ஆப்கானிஸ்தானில் ஆவிதார்யா (*Avi Darya*) என்ற இடப்பெயரில் ஆவி என்பது சிறப்புப்பெயராகப் பயன்படுகிறது.

பலணி (*Palani*) என்ற இடப்பெயர் பாகிஸ்தானில் ஒருசொல் இடப்பெயராக வழங்குவதை நாம் குறிப்பிட்டிருக்கிறோம். இப்பெயர் பலணிதோக் (*Palani Dhok*), பலணி கவுர் (*Palanikaur*) ஆகிய பாகிஸ்தான் இடப்பெயர்களில் முன்னொட்டாக இருக்கிறது. தமிழ்நாட்டின் தற்காலப் பழனி மலை, சங்க இலக்கியம் குறிப்பிடும் பொதினி மலைதான் என்ற கருத்து உண்டு. ஆப்கானிஸ்தானில் பொதிணி கர் (*Podini Ghar*), பொதிணா (*Podineh*), பொதிணா (*Podina*) மற்றும் பொதிண் (*Podin*) ஆகிய பெயர்களும், பலணி (*Palani*) என்ற இடப்பெயரும் விகுதியாகப் பயன்படுவதை ஒருசேர கவனிக்க வேண்டும். பழனி, பொதினி, ஆவி என்ற பெயர்களை எந்தக் கோணத்தில் பார்த்தாலும் சிந்துவெளி நிலப்பகுதிகளில் இம்மூன்று பெயர்களும் இருக்கின்றன. திருமுருகாற்றுப்படையில் நக்கீரர் ஏரகம் என்ற முருகனின் படைவீடு பற்றி பாடுகிறார். ஆப்கானிஸ்தான் மலைப்பகுதியில் உள்ள ஏரக (*Eraka*) என்ற பெயர் சங்க இலக்கியத்தின் ஏரகத்தை நினைவுபடுத்துகிறது. ஏரகம் என்ற இடப்பெயரில் ஏரக் என்பதே அடிச்சொல். அம் என்பது விகுதி. ஆகவே, ஏரகம் என்ற சங்க இலக்கிய முருகன் உறைவிடத்தை ஆப்கானிஸ்தானின் ஏரக்க (*Eraka*) மற்றும் பாகிஸ்தானின் ஏரக்சர் (*Eraksar*) ஆகிய இடங்களோடும் ஒப்பிடலாம்.

செந்தல் (*Sental*) என்ற பாகிஸ்தான் இடப்பெயரும், செந்தலோ குகே (*Sentaleh Kuhe*), செந்தி (*Chendi*), செண்தி (*Cendi*) ஆகிய ஆப்கானிஸ்தான் பெயர்கள் செந்தி மற்றும் செந்தில் ஆகிய சங்க இலக்கியப் பெயர்களை நினைவுபடுத்துகின்றன.

பரங்குன்று என்ற முருகனின் உறைவிடம் சங்க இலக்கியத்தில் குறிப்பிடப்படுகிறது. இதில் குன்று என்பது மலையைக் குறிக்கும் பொதுச்சொல். இப்பெயரின் அடிச்சொல் பரம் அல்லது பரங் என்பதே. பாகிஸ்தானில் வழங்கும் பரங் (*Parang*), பரன் (*Paran*), குன்ரு (*Kunru*), குன்ரோ (*Kunro*) ஆகிய பெயர்கள் பரங்குன்று என்ற சங்க இலக்கியச் சொல்லாடலை நேரடியாக நினைவுபடுத்துகின்றன. அதுமட்டுமின்றி சோலை (*Colay*), தணிகே (*Tanike*), தணி (*Tani*) ஆகிய வடமேற்குப் பகுதியின் பெயர்கள் பழமுதிர்ச்சோலை மற்றும் தணிகை (திருத்தணி) என்று

அறியப்படும் முருகன் வழிபாட்டுத் தலங்களின் பெயர்களை நினைவுபடுத்துகின்றன. திருத்தணி என்ற பெயரில் திரு என்ற முன்னொட்டை நீக்கிவிட்டால் வேர்ச்சொல் தணி என்பது மட்டுமே. ஆப்கானிஸ்தானில் தணி என்பது ஒருசொல் இடப்பெயராக மூன்று முறை வழங்கப்படுகிறது. ஆனால், தமிழ்நாட்டில் தணி என்பது ஒரு தனி இடப்பெயர் அல்ல.

முருகன் வழிபாட்டின் தோற்றம் குறித்து ஏற்கெனவே பல்வேறு ஆய்வுக் கருத்துகள் நிலவுகின்றன. குறிப்பாக முருகன் வழிபாடு இந்தியத் துணைக்கண்டத்தின் வடமேற்கிலிருந்து வந்ததாக ஒரு கருத்தாக்கம் உண்டு. ஆதிச்சநல்லூரில் அகழாய்வு செய்யப்பட்ட முதுமக்கள் தாழிகளுடன் கண்டுபிடிக்கப்பட்ட வேல், அலகு, சேவல் போன்றவற்றின் செப்பு வடிவங்களை முருகன் வழிபாட்டோடு ஆய்வாளர்கள் தொடர்புபடுத்துகிறார்கள். "ஆதிச்சநல்லூரில் கிடைத்துள்ள அலகு, சேவல் மற்றும் வேல் போன்றவை அங்கு வாழ்ந்த பண்டைய மக்கள் முருகன் வழிபாட்டில் ஈடுபட்டிருந்தனர் என்பதைத் தெளிவாக்குகிறது" என்கிறார் கமில் சுவலபில். (Zvelebil 1992: 22).

பழனிக்குக் காவடி எடுத்துச்செல்லும் பக்தர்கள் தங்களது கன்னங்களிலும், நாக்கிலும் அலகு குத்திச் செல்லும் வழிபாட்டு முறை வழக்கத்தில் இருக்கிறது. இந்த வழிபாட்டு முறை சிங்கப்பூர், மலேசியா, மொரிசியஸ் போன்ற தமிழர் புலம்பெயர்ந்த இடங்களிலும் காணப்படுகின்றன. இதிலிருந்து தமிழர் செல்லும் இடங்களுக்கெல்லாம் தமிழர் கடவுளான முருகன் உடன் செல்கிறார். அந்த வழிபாட்டின் முக்கியக் குறியீடுகளான வேல், அலகு, காவடி போன்ற குறியீடுகளும் சேர்ந்தே பயணிக்கின்றன. அவ்வாறாயின் இந்தப் பண்பாட்டின் தொடர்ச்சியை வரலாற்றுக்கு முந்தைய காலகட்டங்களில் தமிழர்கள் கடந்து வந்த தடங்களோடு தொடர்புபடுத்துவதில் தயக்கம் என்ன இருக்கமுடியும். சிந்துவெளியின் பொறிப்புகளிலும், குறியீடுகளிலும்கூட காவடி சிறப்பிடம் பெறுகிறது.

மேலும், ஆய்வாளர்கள் அஸ்கோ பர்போலாவும், ஐராவதம் மகாதேவனும் சிந்துவெளிப் பொறிப்புகளில் முருகன் பற்றிய குறிப்புகளை ஆய்வு செய்துள்ளார்கள். இவ்விருவரும் முருகு/முருகன் என்பதைக் குறிக்கும் சிந்துவெளி முத்திரைகளாகச் சிலவற்றை அடையாளம் காட்டுகிறார்கள்.

இந்தப் பின்னணியிலும், ஆதிச்சநல்லூரில் கிடைத்துள்ள தொல்பொருள் தடயங்களின்மூலம் முருகன் வழிபாடு வடமேற்கிலிருந்து வந்திருக்கும் என்று ஆய்வாளர்கள் முன்வைத்திருக்கும் கருத்தின் பின்னணியிலும் முருகன் தொடர்பான இடப்பெயர்கள் ஆப்கானிஸ்தான், பாகிஸ்தான் பகுதிகளில் எஞ்சியிருப்பதை உறைந்துபோன மொழியியல் எச்சமாகக் கருதலாம். இந்தத் தடயங்கள் இந்தப் பெயர்களின் புலப்பெயர்வுப் பாதையை நமக்குச் சுட்டிக்காட்டும்.

சங்கப்புலவர்களின் பெயர்கள் சிந்துவெளியில் இடப்பெயர்களாக

கல்விப் பரவலாக்கம் சங்ககால வாழ்வியலின் மிக முக்கியமான கூறு ஆகும். சங்ககாலத் தமிழ்நிலத்தின் அறிவுப்புலம் இனம், குடி, பாலினம், தொழில், ஏழை - பணக்காரன் என்ற எந்த எல்லைக்குள்ளும் அடங்கவில்லை. சங்ககாலப் புலவர்களின் அடையாளம் அவர்களின் பூர்வீகமான ஊரின் அடையாளத்தோடு பிணைக்கப்பட்டிருந்தது. ஊரால் பெயர் பெற்ற புலவர்களின் பட்டியலே நீளமானது. சில பெயர்களில் புலவர்களின் ஊர், எந்த நிலப்பகுதியை/ ஆட்சி பகுதியைச் சேர்ந்தது என்ற தகவல்கூட கிடைக்கிறது. சங்க இலக்கியம் காட்டும் சமுதாயம் 'இடப்பெயர்' என்ற அடையாளத்திற்குச் சிறப்பிடம் கொடுக்கிறது. புகழ்பெற்ற இடங்களின் பெயர்களையும், கடவுளர் மற்றும் தனிமனிதர்களின் பெயர்களையும் 'பெரும்பெயர்' (Big Name) என்று கொண்டாடும் வழக்கம் சங்கத் தமிழர்களின் கூட்டுச்சிந்தனையில் குடியிருந்தது.

சிந்துவெளி நிலப்பகுதிகளில் காணப்படும் பின்வரும் இடப்பெயர்கள் சங்கப் புலவர்களின் பெயர்களை அல்லது அவர்களின் பெயர்களின் ஒரு பகுதியாக இடம்பெற்றுள்ள ஊர்களின் பெயர்களை நினைவுபடுத்தும் வகையில் அமைந்துள்ளன. பட்டியல் பின்வருமாறு,

சங்க இலக்கியப் புலவர்களின் பெயர்கள்	சிந்துவெளி இடப்பெயர்கள்
மதுரை அளக்கர் ஞாழலார் மகனார் மள்ளனார்	அலகர் *(Alakar)*
அரிசில் கிழார்	அரிசில் *(Arzil)*
ஐயூர் முடவனார்	அய்யூர் *(Ayyur)*
சாத்தனார்	சாத்தண் *(Chatan)*
கபிலர்	கபில் *(Kapil)*
கடியலூர் உருத்திரங்கண்ணனார்	கடியல *(Kadiala)*
காக்கை பாடினியார் நச்செள்ளையார்	காக்கை *(Kakai)*
கழார்க்கீரன்	கலார் *(Kalar)*
கழாத்தலையார்	கலாத்தலி *(Kalatali)*
கல்வியார்	கல்வி *(Kalvi)*
காப்பியாற்றுக் காப்பியனார்	காப்பி *(Kapi)*
காவட்டனார்	காவட் *(Kavat)*
கோழிக் கொற்றனார்	கோலியன் *(Kolian)*
கீரனார்	கீரண் *(Kiran)*
கொல்லிக் கண்ணனார்	கொல்லி *(Kolli)*
கொற்றனார்	கொர்ரன் *(Korran)*
மாசாத்தனார்	மாசாத் *(Machat, Machchat, Machchath)*
மாங்குடி மருதனார்	மாங்குலி *(Manguli)*, மாங்கூர் *(Mangur)*
மாறோக்கத்து நப்பசலையார்	மாரோகண் *(Marokhan)*
மிளைக் கந்தனார்	மிலை *(Milai)*
மோசி கீரனார்	மோஷி *(Moshe)*
மாமூலனார்	மூலண், மாமூல், மாமூலண் *(Mulan, Mamul, Mamulun)*
நாகையார்	நாகை *(Nakai)*
நக்கீரர்	நக்கீர *(Nakira)*
பாலைக் கௌதமனார்	பாலை *(Palai)*
இளம்பொத்தியார்	போதி *(Pothi, Potey)*
தத்தங்கண்ணனார்	தத்தங் *(Tatang)*
துறையூர் ஓடை கிழார்	துரை *(Turai)*
விற்றூற்று வண்ணக்கன் தத்தனார்	விர்ரு *(Wiruru)*

சங்கத் தமிழ் அரசியல்
எல்லைகளுக்கும் சிந்துவெளிக்கும்
பொதுவான இடப்பெயர்கள்
கலார்
பாலி
ஏரை
போர்
ஈலம்
கச்சி
அரங்
பூம்பகார்
மிலை
நேரி
கச்சி
குரால
வண்ணி
கொர்கை
மை
பொதி
நரவ்
தோட்டி
கொர்கை
மாண்தோய்
அம்பர்
ஆப்கானிஸ்தான்
கொங்
அம்பர்
பொத்தி
அய்யா
குராலா
குவிரா
நாலை
மோஷி
கொர்கை
காக்கை
அரையண்
கோலி
மத்ரை
வல்லார்
பிசி
பாகிஸ்தான்
கலுமலண்
கொர்கை
கலார்
தோண்ரி
நரவா
வாகை
வெண்
இந்தியா
உரை
மல்லி
சாய்
மாண்தர்
கண்டீர்
வஞ்சி
குரால்
அரபிக்கடல்
0 மீ
7492 மீ
உயரம்
N
நிலவரைபடம் 7.13

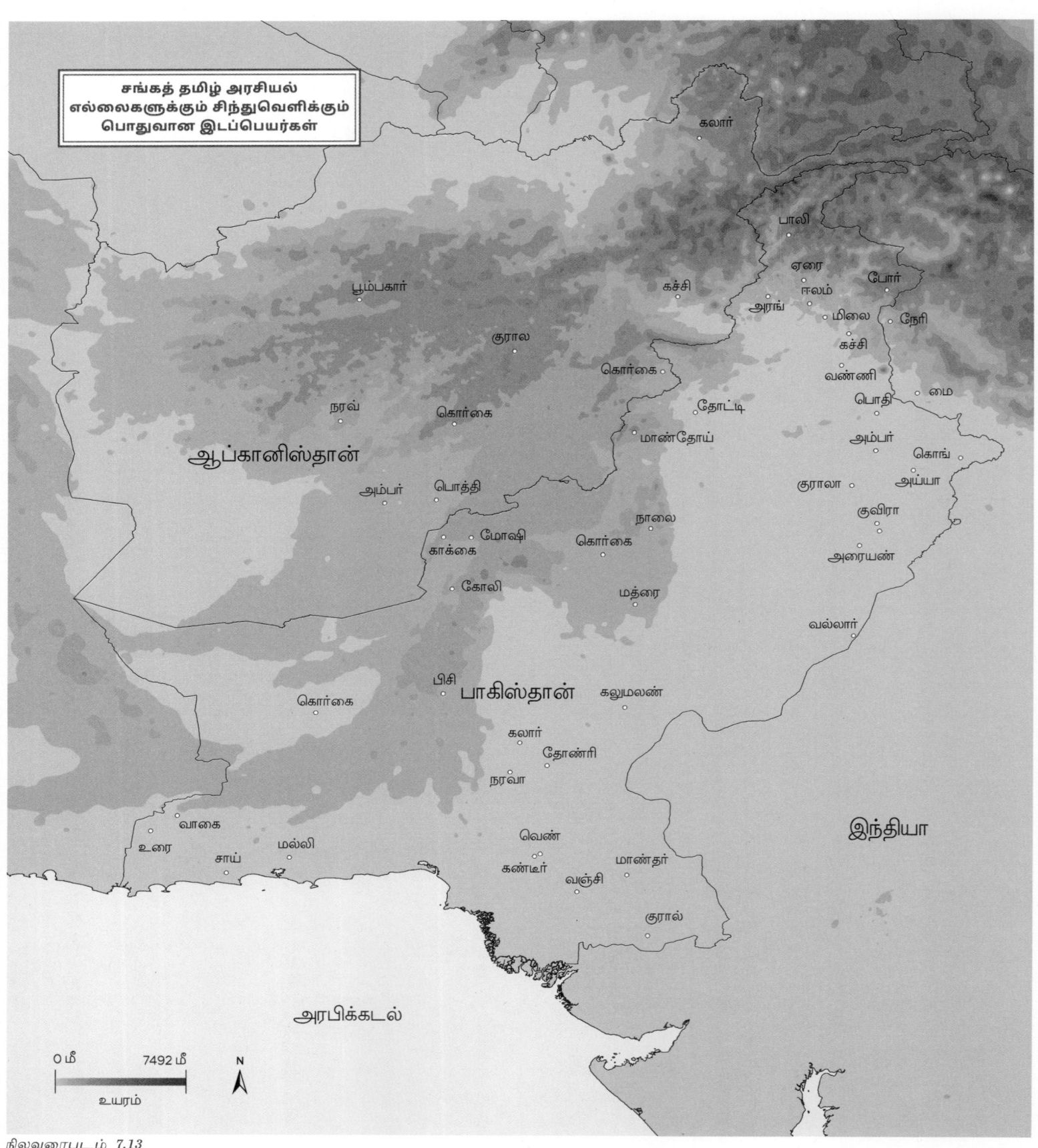

தமிழ்நாட்டு இடப்பெயர்களில்
தொடரும் சங்கத் தமிழ் அரசியல்
அரங்கம்
களர்
மோசூர்
பாழி
கோழிபுலியூர்
அரையாளம்
மதுரை
மதுரை
களர்
வன்னிப்பேர்
போரூர்
வஞ்சி
தோட்டி
கச்சிக்குப்பம்
அரங்கம்
கூடலூர்
காக்காயனூர்
கொங்கஹல்லி
கூடலூர்
தொண்டிப்பாளையம்
குரால்
பாழி
தோட்டி
வங்காள விரிகுடா
பொன்னேரி
கூடலூர்
கோழிக்கரை
தொண்டிப்பட்டி
கோழியூர்
சாயவனம்
நரவலூர்
வன்னிக்குடி
பூம்புகார்
கூடலூர்
வஞ்சிபுரம்
வஞ்சிவாழி
அய்யனூர்
கூடலூர்
அய்யநேரி
கூடலூர்
உறையூர்
கூடலூர்
காக்கையாடி
வஞ்சியூர்
கொங்கூர்
அய்யலூர்
கொருக்கை
கொங்குப்பட்டி
அய்யவயல்
அரபிக்கடல்
அய்யம்பட்டி
வெண்ணிவயல்
பாகனேரி
போர்குடி
மதுரை
அரையானி
கோழிக்குடி
வன்னிக்குடி
வெண்ணியூர்
கூடலூர்
தொண்டி
பிசிண்டி
தொண்டியூர்
வாகைக்குடி
மோசுக்குடி
மல்லி
அரையனூர்
வன்னிவயல்
வெண்ணியூர்
சாயல்குடி
காக்கைகுளம்
காக்காய்குளம்
கொற்கை
இலங்கை
வன்னியூர்
வல்லார்குளம்
0 மீ
2695 மீ
N
கோழிப்போர்விளை
அழகநேரி
உயரம்
இந்திய பெருங்கடல்

நிலவரைபடம் 7.14

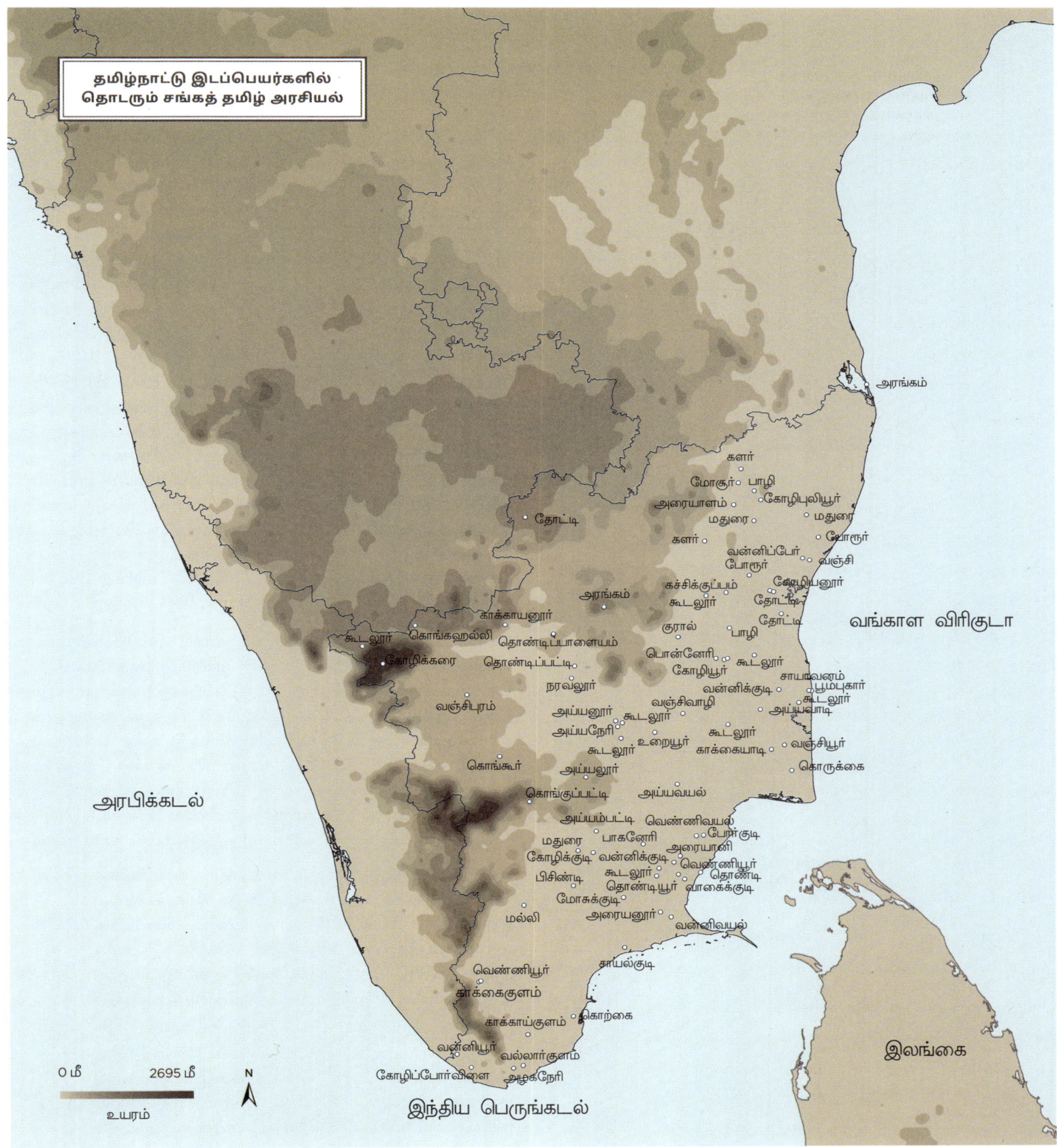

சிந்துவெளிக்கும் சங்கத்
தமிழ் அரசமரபுகளுக்கும்
பொதுவான இடப்பெயர்கள்
பாண்டிகலோ
பாண்டியர்
சேரல்
பொரை
உதியர்
கோதை
பாண்டி
சேரல் கண்டோ
ஆப்கானிஸ்தான்
சோலண்
குட்வண் நலா
சோலவா
சேரண்
உதியண்
பாண்டியண் வாலா
சோலா
செலியண் வாலா
கில்லி
ஆதண்
கோதை
சேரண் வாலி
பாகிஸ்தான்
மாரண்
பாண்டிக்கோலி
பாண்டிக்கோசோ
இந்தியா
பாண்டிவாஹி
ஆதண்
சோலண்
சோலரா லண்டி
அரபிக்கடல்
0 மீ
7492 மீ
உயரம்
N

நிலவரைபடம் 7.15

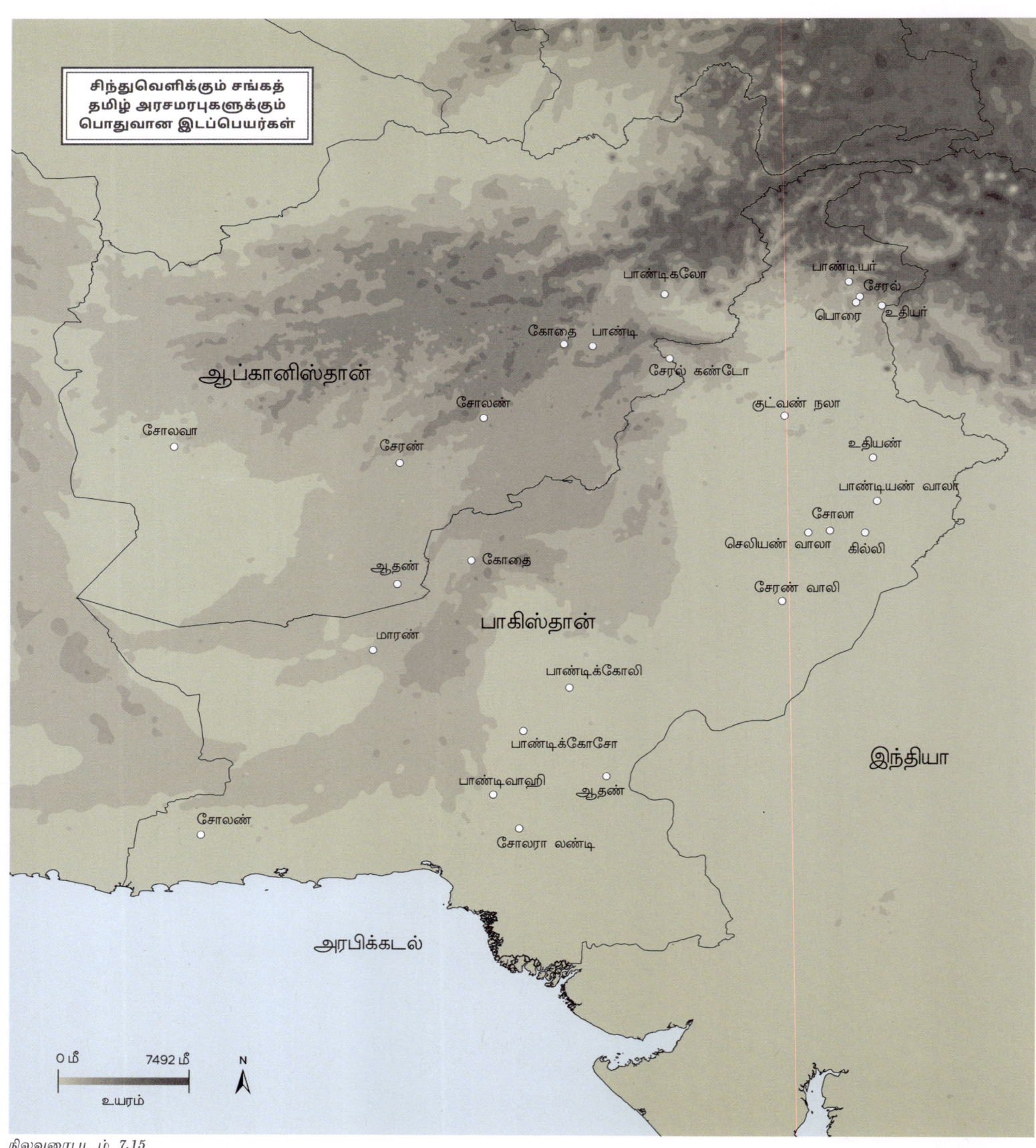

தமிழ்நாட்டு இடப்பெயர்களில்
சங்கத் தமிழ் அரசமரபு பெயர்கள்
பாண்டிக்குப்பம்
சோழவரம்
பாண்டியநல்லூர்
ஆதனூர்
மாறன்கோட்டை
சோழன்தாங்கல்
சோழக்கோட்டை
பொறையூர்
சேரன்தாங்கல்
சேரன்தனூர்
பொறையூர்
வங்காள விரிகுடா
சேரங்கோட
மாறனூர்
சோழன்குறிச்சி
கிள்ளியூர்
ஆதனூர்
கிள்ளியூர்
ஆதனூர்
பாண்டியநல்லூர்
சோழமாதேவி
சேரன்குளம்
மாறங்குடி
சோழபுரம்
பாண்டி
பாண்டியனூர்
சேரனூர்
பாண்டிக்குடி
அரபிக்கடல்
ஆதனூர்
சோழவந்தான்
பாண்டியன்கோட்டை
சோழன்குளம்
பாண்டியூர்
மாரனேரி
செழியநல்லூர்
சேரன்மகாதேவி
கோதையாறு
குட்டுவன்குளம்
கிள்ளிக்கோணம்
பாண்டிச்சேரி
கிள்ளியூர்
மாறன்குளம்
0 மீ
2695 மீ
உயரம்
N
இந்தியப் பெருங்கடல்
இலங்கை

நிலவரைபடம் 7.16

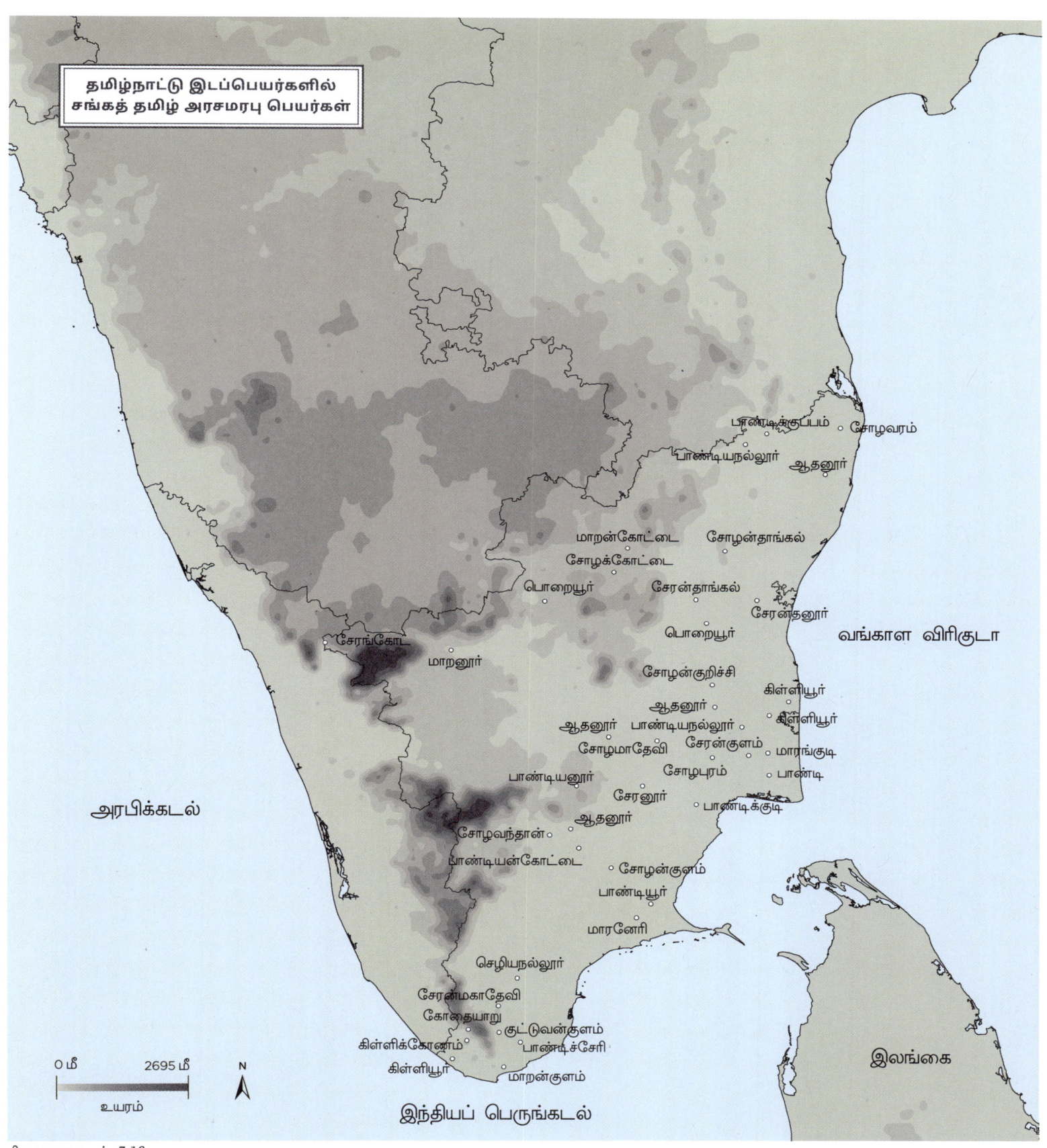

சிந்துவெளியில்
இடப்பெயர்களாக இருக்கும்
தமிழ் அரசர்களின் பெயர்கள்
கோக்கதல்
கரிகால்
கலங்காய்
காய்ச்சினா
ஆப்கானிஸ்தான்
கரிகாலா
கணலைகலை
மாண்தர்
மாண்தரண் வாலா
மணக்
காவேரா
கரிகாலண்
மார்பண்
ஆதண்
சிபி
பாகிஸ்தான்
ஆதண்
இந்தியா
அரபிக்கடல்
0 மீ
7492 மீ
உயரம்
N

நிலவரைபடம் 7.17

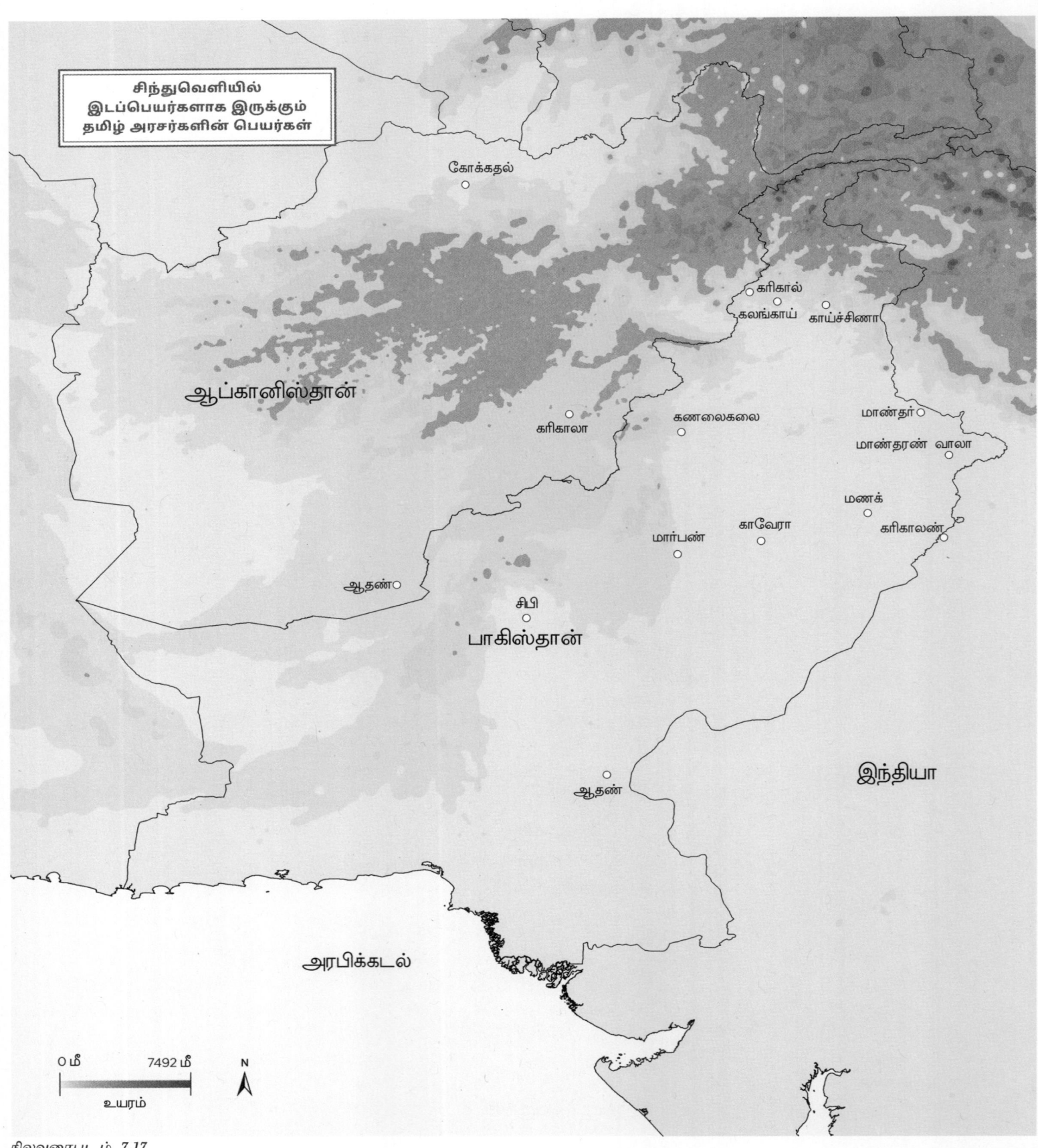

ஒரு தனிமனிதரின் பெயரோடு அவரது பிறந்த இடம் அல்லது மூதாதையர்களின் இடத்தைச் சேர்த்துக் குறிப்பிடுவது தமிழ்நாட்டில் இப்போதும் வழக்கத்தில் இருக்கிறது. திருவாரூர் விருத்தாசலம் கலியாணசுந்தரனார், சீர்காழி கோவிந்தராஜன், காருகுறிச்சி அருணாசலம், மதுரை சோமு போன்ற பெயர்களை எடுத்துக்காட்டாகக் குறிப்பிடலாம். இதுமட்டுமின்றி, முக்கியமான ஆளுமைகளை அவர்களின் இயற்பெயரைச் சொல்லாமல் பிறந்த ஊர், வளர்ந்த ஊரின் பெயரால் அடையாளப்படுத்தும் வழக்கமும் இருக்கிறது. உதாரணமாக நாஞ்சிலார், ஆற்காட்டார்.

கல்வெட்டுப் பெயர்களும், சிந்துவெளி இடப்பெயர் தொகுதியும்

தமிழ்நாட்டின் வரலாற்றுக்கு முற்பட்ட தொன்மங்களைப் பற்றி அறிந்துகொள்ள அரிக்கமேடு, ஆதிச்சநல்லூர், கொடுமணல், பழனி, கீழடி, அழகன்குளம், சிவகளை, கொந்தகை போன்ற அகழாய்வுத் தளங்களில் கிடைத்துள்ள தரவுகள் உதவுகின்றன. இவ்விடங்களில் கிடைத்துள்ள தொல்பொருள் தடயங்கள், நகர் வாழ்வியலுக்கான சில கட்டுமான அடையாளங்கள், பானைக்கீறல் பொறிப்புகள் ஆகியவை தமிழக வாழ்வியலின் தொன்மைக்கும், அதன் தன்மைக்கும் சான்றளிக்கின்றன. சில அகழாய்விடங்களில் சிந்துவெளிக் குறியீடுகள் போன்ற பொறிப்புகளுடன் கூடிய மட்பாண்டங்கள் கிடைத்துள்ளன. இந்தப் பானைக்கீறல்களுக்கும் சிந்துவெளிப் பொறிப்புகளுக்கும் இடையிலான உருவ ஒற்றுமை வடமேற்கு நிலப்பகுதிகளுக்கும் தொல்தமிழகத்திற்கும் இடையிலான தொடர்பிற்கு அசைக்கமுடியாத சான்றாதாரங்களாய் உள்ளன.

சூலூர், சாணூர் ஆகிய இடங்களில் கிடைத்த பாண்டங்களிலும், செம்பியன் கண்டியூரில் கிடைத்த புதிய கற்காலக் கோடரியிலும் கிடைத்த சிந்துவெளி வரிவடிவங்கள் போன்ற பொறிப்புகள் இதை மேலும் உறுதிசெய்கின்றன. இந்தக் குறியீடுகளைச் சிந்துவெளிப் பொறிப்புகளோடு ஐராவதம் மகாதேவன் ஒப்பிடுகிறார். சிந்துவெளிப் பகுதிக்கும் தமிழ்நிலத்துக்கும் இருந்த வணிகத்தொடர்புகளால் இது நேர்ந்திருக்கக்கூடும் என்ற கருத்தையும் அவர் முன்வைக்கிறார். ஆதிச்சநல்லூர் இதுவரை இரும்புக்கால புதைவிடமாகவே அறியப்பட்டுள்ளது. ஆதிச்சநல்லூரில் செம்பு உலோகத்தை உருக்கும் தொழில் நடைபெற்றதற்கும், செம்பு உலோகத்தின் பயன்பாடுகள் இருந்தது பற்றிய அறிகுறிகள் கிடைத்தும் அது பற்றிய தீவிர ஆய்வுகள் முன்னெடுக்கப்படவில்லை. ஆதிச்சநல்லூர் அகழாய்வுத் தடயங்களுக்கும், வடமேற்குப் பகுதிகளில் கிடைத்த தடயங்களுக்கும் இடையிலான ஒற்றுமைகள் குறித்த அறிவியல் பூர்வமான ஆய்வுகள் இந்தியத் துணைக்கண்டத்தின் தொன்மங்கள் குறித்த விரிவான புரிதலுக்கு வழிவகுக்கும். கீழடி, சிவகளை போன்ற இடங்களில் இதுவரை கிடைத்துள்ள தகவல்கள் தமிழ்ப் பண்பாட்டின் தொன்மத்தைக் கவனத்திற்குரியதாக மாற்றியுள்ளன. தற்போது ஆதிச்சநல்லூரில் அகழாய்வுகள் மீண்டும் தொடங்கியுள்ளது வரவேற்கத்தக்கது. இது மேலும் தொடரவேண்டும் ஆய்வறிக்கைகள் உடனுக்குடன் பொதுவெளியில் பகிரப்படவேண்டும்.

தமிழ்நாட்டில் 19ஆம் நூற்றாண்டின் பிற்பகுதியிலும், 20ஆம் நூற்றாண்டின் தொடக்கத்திலும் பல இடங்களில் பாறைகள் மற்றும் குகைகளில் பொறிக்கப்பட்ட தொல்தமிழ் வரிவடிவங்கள் கண்டுபிடிக்கப்பட்டன. இவை தமிழ் பிராமி (தமிழி) என்றும் பண்டைய வட்டெழுத்துகள் என்றும் ஆய்வாளர்களால் அறியப்படுகின்றன. இந்தக் காலகட்டத்தில்தான் தென்னிந்தியத் தொல் எழுத்துக்களைப் பற்றிய ஆய்வுகள் தொடங்கின. தமிழ் பிராமி வரிவடிவத்தை ஏ. சி. பர்னெல் (*A. C. Burnell*) முதல்முறையாக வாசித்தறிந்தார். இவரைத் தொடர்ந்து கே. வி. சுப்பிரமணிய ஐயர், டி. என். சுப்பிரமணியன், டி. ஏ. கோபிநாத் ராவ் போன்றோர் இத்துறையின் முன்னோடிகளாகத் திகழ்ந்தனர். இந்தத் தொல்வரிவடிவத்தைத் தமிழ் பிராமி என்று ஐராவதம் மகாதேவன் அழைத்தார். அதுமட்டுமின்றித் தொல்தமிழ்க் கல்வெட்டுகளைச் சேகரித்து அவற்றை முறைப்படி தொகுத்து விளக்கம் அளித்து *Early Tamil Epigraphy* என்ற நூலாக வெளியிட்டார். இந்த நூலின் இறுதியில் தொல்தமிழ்க் கல்வெட்டுகளில் இடம்பெறும் இடப்பெயர்கள் மற்றும் தனிமனிதர்களின் பெயர்களைப் பின்னிணைப்பாகத் தொகுத்திருக்கிறார். இந்தப் பட்டியலில்

தொண்டி, முசிறி, வேப்பறை போன்ற முக்கியமான இடப்பெயர்களும் அடங்கியுள்ளன. அகரம், எயில், சேரி, நாடு, தொண்டி, பொய்கை மற்றும் பள்ளி போன்ற இடப்பெயர் விகுதிகளையும் அப்பின்னிணைப்பின்மூலம் அறியலாம்.

ஐராவதம் மகாதேவன் பட்டியலிட்டுள்ள தொல்தமிழ்க் கல்வெட்டுகளில் உள்ள இடப்பெயர்களில் 65 விழுக்காடு பெயர்கள் வடமேற்கு நிலப்பகுதிகளில் இன்றுவரை இடப்பெயர்களாக உள்ளன. தொல்தமிழ்க் கல்வெட்டுகளில் இடம்பெறும் பல இடப்பெயர் சொற்களுக்குத் தமிழ் உள்ளிட்ட ஏனைய திராவிட மொழிகளின் ஊடாகப் பொருள் கண்டறிய முடிகிறது. எடுத்துக்காட்டாக அகழ் - அகழி, ஏரி; இல் - இடம்; ஊர் - கிராமம், நகரம்; எயில் - கோட்டை, பெரு நகரம்; காடு - காடு; துறை - நீர்த்துறை; நாடு - நாடு, ஆட்சிப்பகுதி; பொசில் - நுழைவாயில்; மேல் - மேற்கு; வெளி - வெளிப்படையான, திறந்தவெளி, நிலம் ஆகியவற்றைக் குறிப்பிடலாம்.

இச்சொற்கள் அனைத்தும் வடமேற்குப் பகுதிகளில் இடப்பெயர் விகுதிகளாக இடம்பெறுகின்றன. இந்த விகுதிகளுக்கு முன்னும், பின்னும் அடிச்சொல்லாக வரும் இடப்பெயர்களுக்கான பொருள் என்னவென்று தற்போது வரையறுத்துக் கூற இயலாது. தொல்தமிழ்க் கல்வெட்டுகளில் உள்ள இடப்பெயர்கள் வடமேற்கு நிலப்பகுதியில் இருக்கும் இடப்பெயர்களுடன் பொருந்திப் போவதை அடுத்துள்ள வரைபடங்களில் காணலாம்.

தொல்தமிழ்க் கல்வெட்டுகளில் இடம்பெறும் இடப்பெயர்கள் மட்டுமின்றித் தனிமனிதர்களின் பெயர்களையும் வடமேற்கு இடப்பெயர்களோடு ஒப்பிட்டுப் பார்த்தபோது 50 விழுக்காடு ஒத்துப்போவதைக் காணமுடிந்தது. இது ஒருவகையான இருவழிச் சோதனையாகும் *(Two-way litmus)*. பண்டைய மனிதர்கள், புலப்பெயர்வுகளின்போது தங்களது தனிமனிதப் பெயர்களையும், இடப்பெயர்களையும் தங்களுடன எடுத்துச்சென்றார்கள் என்பதற்கு இந்தத் தகவல்கள் சான்றளிக்கின்றன. இந்த ஒப்பீடுகளை வரைபடம் எண் 7.19 மற்றும் 7.21 ஆகியவற்றில் காணலாம்.

இந்த இயலில் சங்ககாலக் குடிநிலத் தலைவர்களின் பெயர்கள், மன்னர்களின் பெயர்கள் மற்றும் முக்கியமான தொன்ம நிகழ்வுகளோடு தொடர்புடைய இடப்பெயர்களை ஒப்பிட்டோம். இதன் நோக்கம் இந்த மனிதர்கள் சங்ககாலத்தில் இப்போதுள்ள தமிழ் மண்ணில் வாழவில்லை என்றோ அல்லது சங்க இலக்கியம் குறிப்பிடும் நிகழ்வுகள் வடமேற்கு நிலப்பகுதிகளில்தான் நிகழ்ந்தன என்றோ கூறுவது அல்ல. இடப்பெயர்த் தரவுகளை மட்டும் வைத்துத் தொன்ம நிகழ்வுகளின் காலநிரல் வரிசையை நாம் துல்லியமாகக் கணித்திட முடியாது. அதேநேரத்தில் இந்த இடப்பெயர் ஒற்றுமை சிந்துவெளிப் பகுதிகளுக்கும், தமிழ்த் தொன்மங்களுக்கும் இடையிலான உறவை நினைவுபடுத்துகின்றன என்று கருதுவதில் தயக்கம் தேவையில்லை.

சங்க இலக்கியம் மீள்நினைவாகக் குறிப்பிடும் மலைநிலத் தலைவர்கள் பலரும் சங்ககாலம் என்று நாம் கருதும் காலகட்டத்தைச் சேர்ந்தவர்களாக இல்லாமல் அதற்கும் முந்தைய ஆழமான தொன்மங்களை, காலகட்டங்களைச் சேர்ந்தவர்களாக இருந்திருக்கும் வாய்ப்பு இருக்கிறது. அந்தத் தொன்மங்கள் சிந்துவெளிப் பகுதிகளை ஒட்டியுள்ள உயர் மலைகளையும் உயர் குன்றுகளையும் சார்ந்ததாக இருக்கக்கூடும். அதன் தொடர்ச்சி தக்காண பீடபூமியிலும், மேற்குதொடர்ச்சி மலைகளிலும், இந்தியத் துணைக்கண்டத்தின் தென்கோடிப் பகுதிகளிலும் தொடர்கதையாய் தொடர்ந்திருக்கக்கூடும். அதனால்தான் வேள்பாரியின் வாழ்க்கையைத் தற்போது தமிழ்நாட்டிலுள்ள மலைகளுக்குள்ளும், மாவட்டங்களுக்குள்ளும் அவ்வளவு துல்லியமாகப் பொருத்திவிடமுடியாது. வேள்பாரி ஆண்ட குன்று எது என்பதைவிட முக்கியமானது அவர் தமிழ் மக்களின் கூட்டுச் சிந்தனையில் தொடர்ந்து குடியிருக்கிறார் என்பதுதான்.

சிந்துவெளியில் முருகன் தடம்
சென்தலே குஹே
சேயண்
தணி
சென்தி
ஏரக
ஆப்கானிஸ்தான்
தணி
முர்கண்
பொதிண்
தணி
பலணி
குமரண் வாலி
சென்தல்
முர்கண்
சோலை
பொதிணி கர்
பொதிணே
தணிகே
காமவேல்
பரங்
வேலண்
முர்கண் வாலா
பாகிஸ்தான்
குண்ரு
இந்தியா
அரபிக்கடல்
0 மீ
7492 மீ
உயரம்
N

நிலவரைபடம் *7.18*

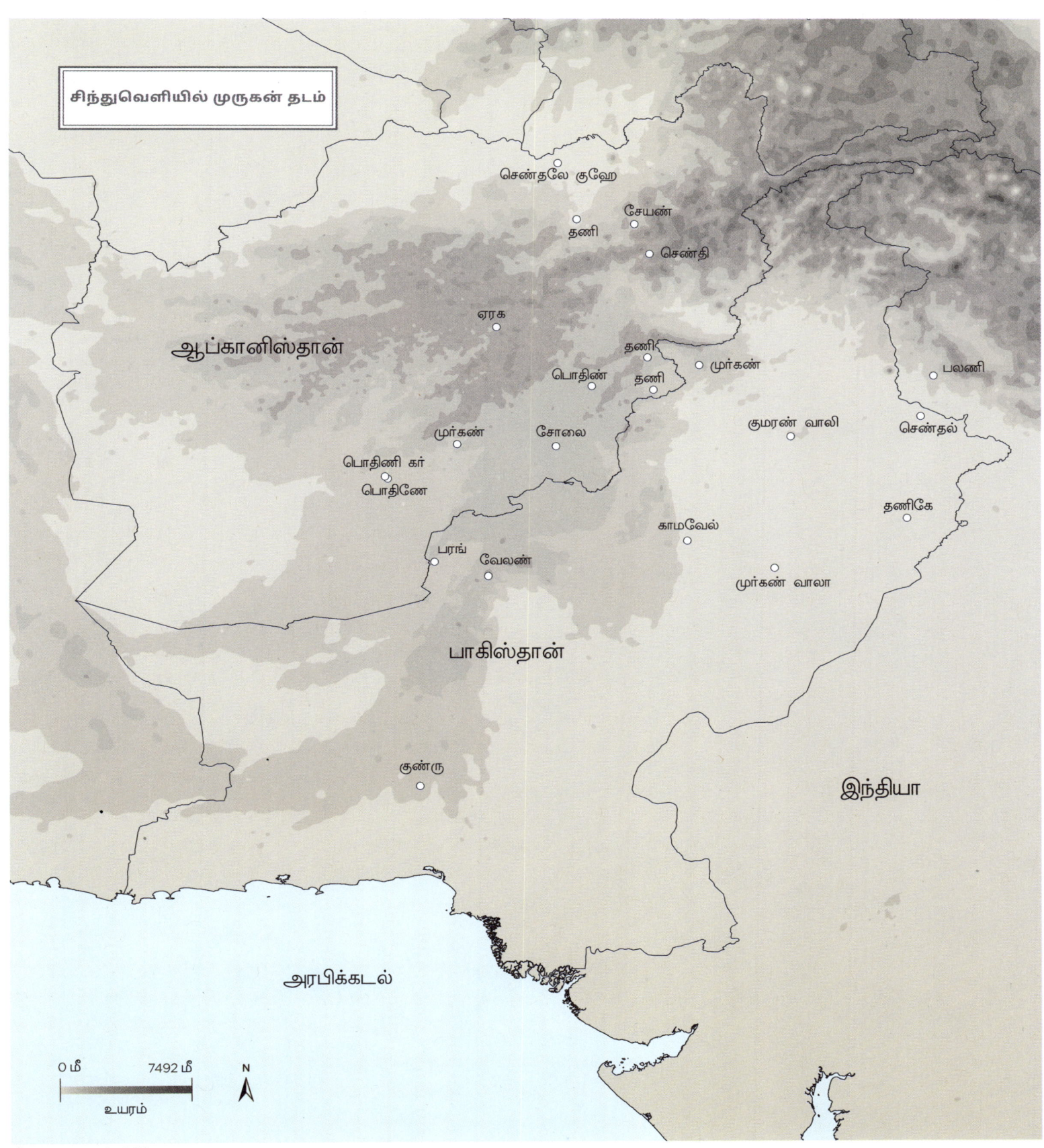

சிந்துவெளியில் இடப்பெயர்களாக
இருக்கும் தொல்தமிழ்க் கல்வெட்டுகளில்
இடம்பெறும் தனிமனிதப் பெயர்கள்
அஞ்சி
கசவர்
சிலிஹண்
வெஸ்
பேகண்
காடண்
சட்டி
நாகண்
சாத்தன்
கசாபா
பொரை
அதிர்
காத்தண்
நாக்க
சேரா
செல்
கீரண்
கலுமேரா
செலியண்
கொர்ரி
அதியண்
நாதே
நாக்க
கசப்
தோடா
கோபண்
கோடண்
மல்லண்
ஆதண்
தண்டண்
கொர்ரி
கைவண்
அண்த்வம்
ஆப்கானிஸ்தான்
சாதண்
குசல்
தட்டா
சாலியண்
மோஷி
அண்டே
ஆதண்
குச்சல்
பிட்டண்
சாலியண்
ததகர்
பாகிஸ்தான்
சாந்தன்
காத்தண்
பரச்சோ
கீரண்
நாகண்
ஆதண்
புரை
இந்தியா
பிட்டண்
வெண்
மல்லண்
சட்டி
தட்டா
அரபிக்கடல்
0 மீ
7492 மீ
உயரம்
N

நிலவரைபடம் 7.19

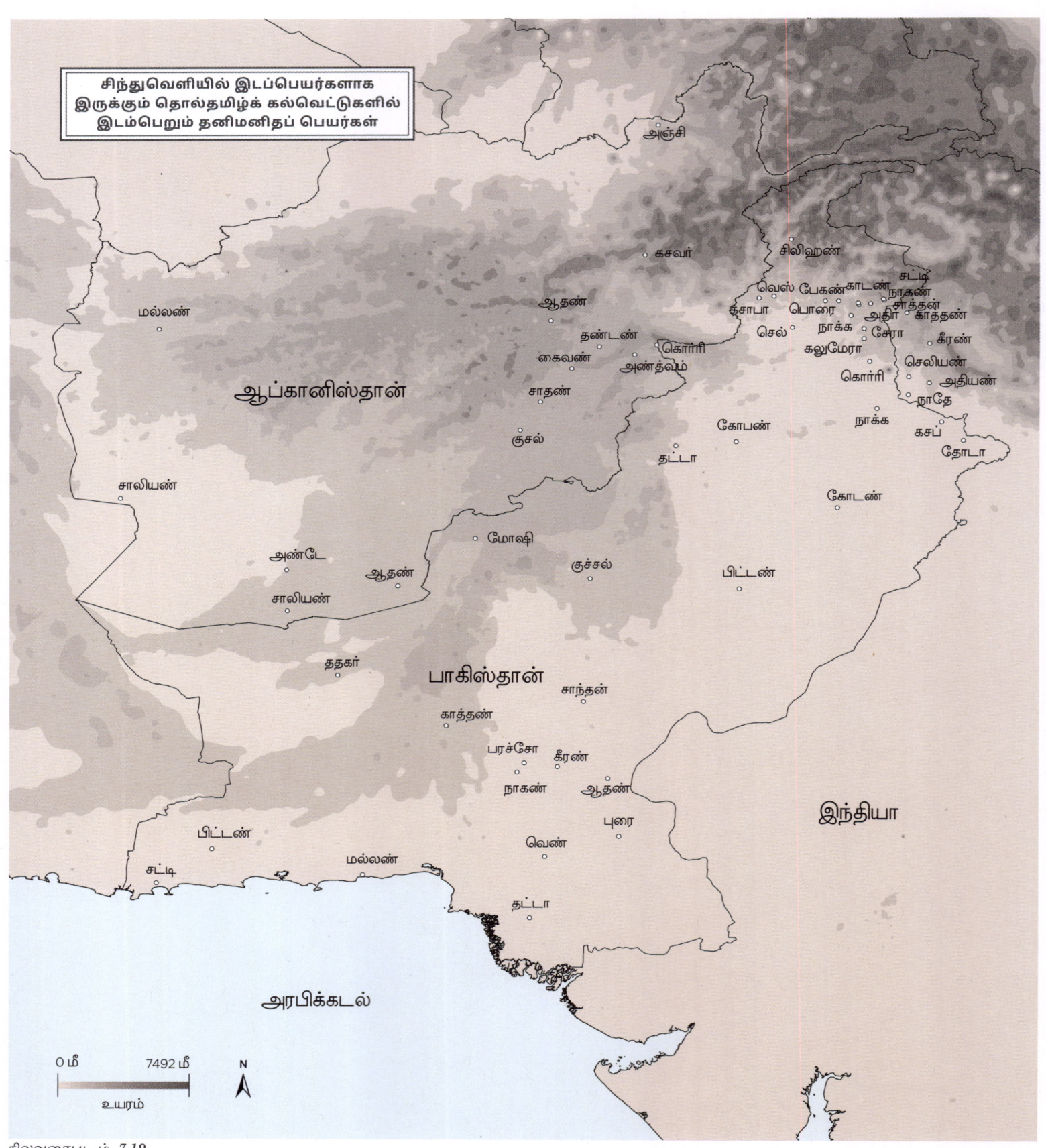

தமிழ்நாட்டில் இடப்பெயர்களாக
இருக்கும் தொல்தமிழ்க் கல்வெட்டுகளில்
இடம்பெறும் தனிமனிதப் பெயர்கள்
மோசூர்
பாராசூர்
மோசிவாக்கம்
சிலிபிலிமங்களம்
குசால்பேட்டை
பரசநல்லூர்
தட்டக்கல்
நாகந்தூர்
சந்தனகொடிக்கல்
கழுமலம்
கச்சராயனூர்
செல்லஞ்சேரி
தண்டனூர்
வங்காள விரிகுடா
சேரங்கோடு
செல்லிபாளையம்
மலங்காடு
கோடங்குடி
சீலியூர்
சேரையம்பாளையம்
கீரனூர்
கீரநல்லூர்
ஆதனூர்
நாகனூர்
ஆதங்குடி
நாதேக்வுண்டனூர்
ஆதனக்கோட்டை
நாகன்பட்டி
கீரங்குடி
செல்லம்பட்டி
அதிரம்பட்டினம்
அரபிக்கடல்
சத்திரம்
தட்டாங்குடி
தோடனேரி
காத்தான்வயல்
கீரன்குளம்
கோடனூர்
நாகனேந்தல்
காச்சான்
சாலியன்திடல்
சத்திரக்குடி
கீரந்தை
கொடங்கல்
சேரன்மாதேவி
புறையூர்
சாத்தான்கொள்விளை
இலங்கை
நக்கநேரி
0 மீ
2695 மீ
உயரம்
N
இந்தியப் பெருங்கடல்

நிலவரைபடம் 7.20

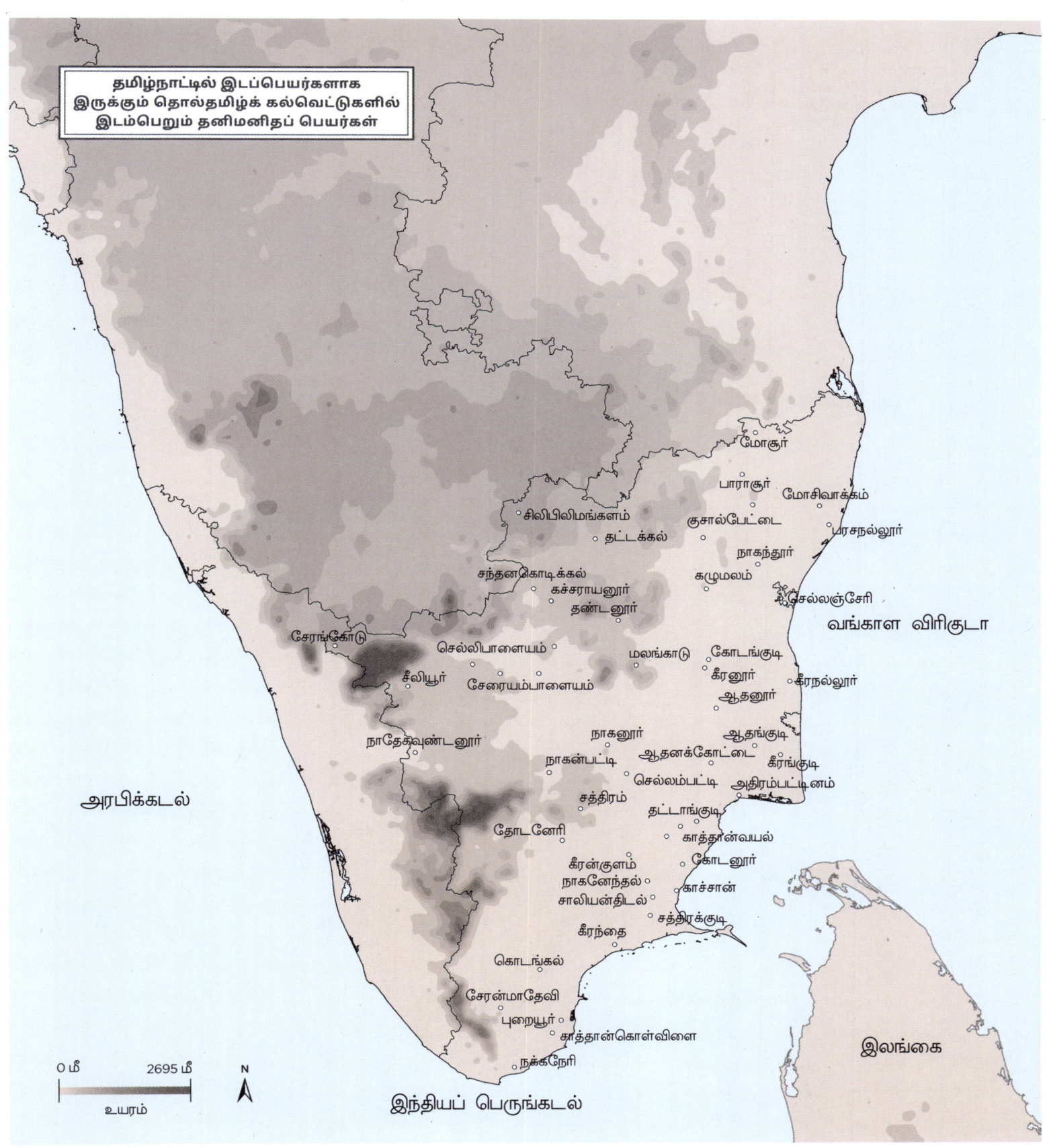

சிந்துவெளியில் காணப்படும்
தொல்தமிழ்க் கல்வெட்டுகளில்
உள்ள இடப்பெயர்கள்
கும்லி
பணை
பொகல்
ஏலுகர்
நலி
நலி
மாசாகோல்
தலை
அஹல்
இலை
குணா
கரு
மாசாக்
அகர்
நாகா
பாகண்
மாசாக்
யாரு
கோக்
தித்
தலை
கண்டிகை
நாகா
ஆப்கானிஸ்தான்
நாகா
தெண்
நலி
புல்புலி
நலி
நலி
நலி
நலி
தொண்டி
நலி
பொசே
தலை
காபி
பாகன்
பணை
மொகையரா
அகர்
யாரு
துரை
நலி
யாரு
யாரு
நல்லி
பண்
நலி
துரை
மத்ரை
மத்ரே
நல்லி
நல்லி
ஏரி
சேரி
நலி
சேரி
நல்லி
நலி
நல்லி
விண்த்வா
கரு
பாகிஸ்தான்
சேரி
கரு
நலி
நலி
இந்தியா
நாகா
வெண்
விந்தர்
ஏரி
விந்தர் ரிவர்
கரு
கரூரோ
யாரு
அரபிக்கடல்
0 மீ
7492 மீ
உயரம்
N

நிலவரைபடம் 7.21

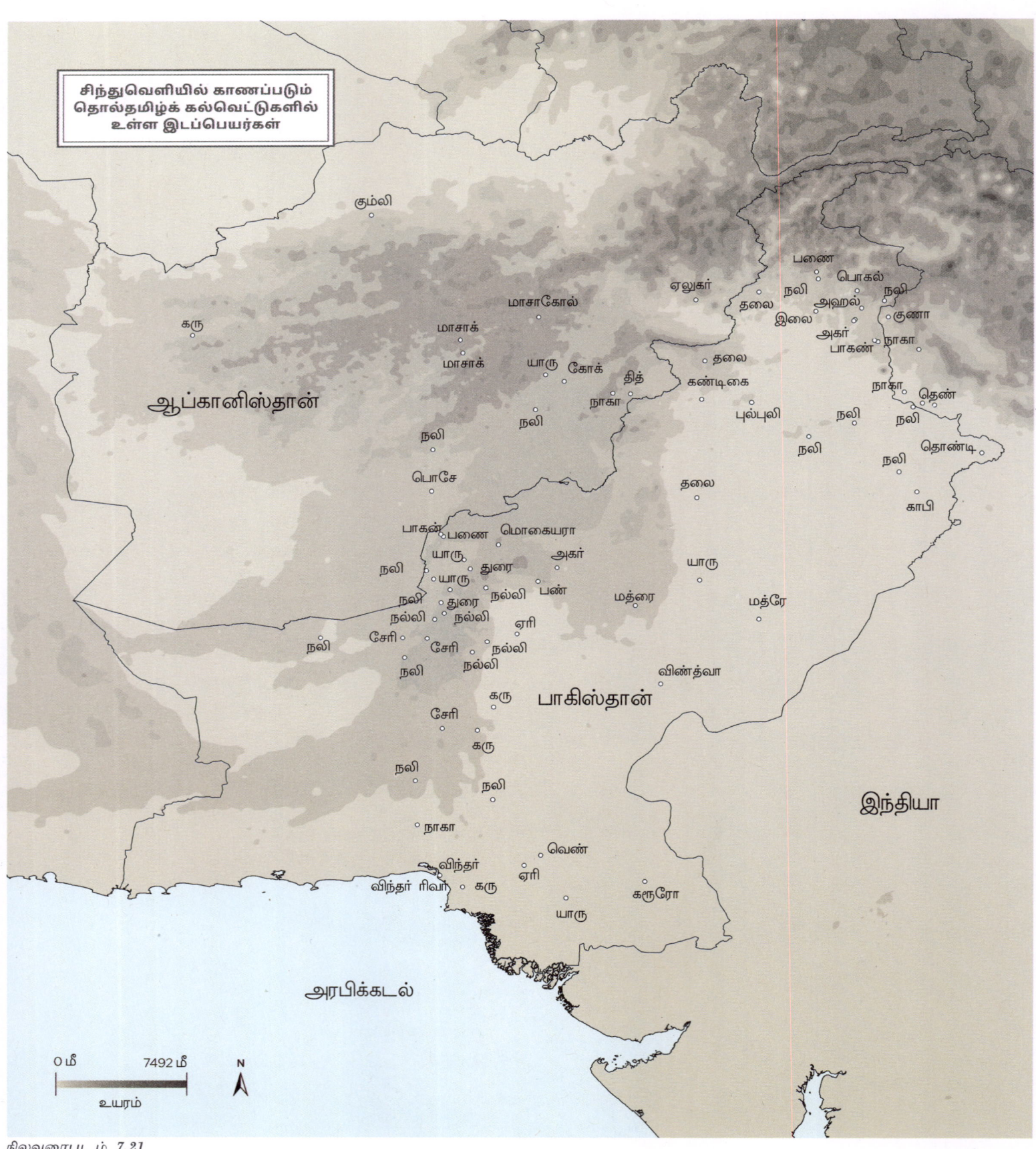

தமிழ்நாட்டில் தொல்தமிழ்க் கல்வெட்டுகளில் உள்ள இடப்பெயர்களின் தொடர்ச்சி
சேரிகாரன்பட்டி
துறையூர்
மேலச்சேரி
இலுலத்தாம்பூர்
மதுரை
வெங்கோடு
பனை
குனாம்பட்டி
ஏரிமலை
குமிழி
பனைகுளம்
எரிகோடி
கப்பிவாக்கம்
இளையாண்டிபட்டு
அரூர்பட்டி
காப்பூர்
வங்காள விரிகுடா
திட்டகுடி
தேனூர்
முகையூர்
தொண்டியாளம்
குமிளம்பரப்பு
தொண்டிப்பட்டி
ஏரிக்காடு
அரூர்
திட்டை
இளையும்பாளையம்
நல்லிசெட்டிப்பாளையம்
அரூர் புதூர்
அகரம்
கொக்கூர்
சேரியம்பாளையம்
பனங்காடு
ஏலூர்பட்டி
ஏரிக்குளம்
ஏரி
ஏரிச்சத்திரம்
நல்லிகவுண்டா
பொசியம்பட்டி
சேரி
அகலன்கன்
பாகனூர்
குனாம்பட்டி
முசிறி
பனைமரத்தூர்
ஏரிக்கரை
அரபிக்கடல்
ஏரியூர்
பனைவயல்
தேனூர்
மதுரை
பாகநேரி
நல்லிக்குடி
பொக்கலாப்பட்டி
தொண்டியூர்
ஏலூர்
பனைக்குடி
குமிழன்குளம்
தொண்டி
குமிழியேந்தல்
கண்டிகைபேரி
நல்லி
இலை
அகரக்கட்டு
துறையூர்
விந்தன்கோட்டை
பனையூர்
சேரி
இலங்கை
0 மீ
2695 மீ
உயரம்
N
மேலச்சேரி
பனைவிளை
இந்தியப் பெருங்கடல்

நிலவரைபடம் 7.22

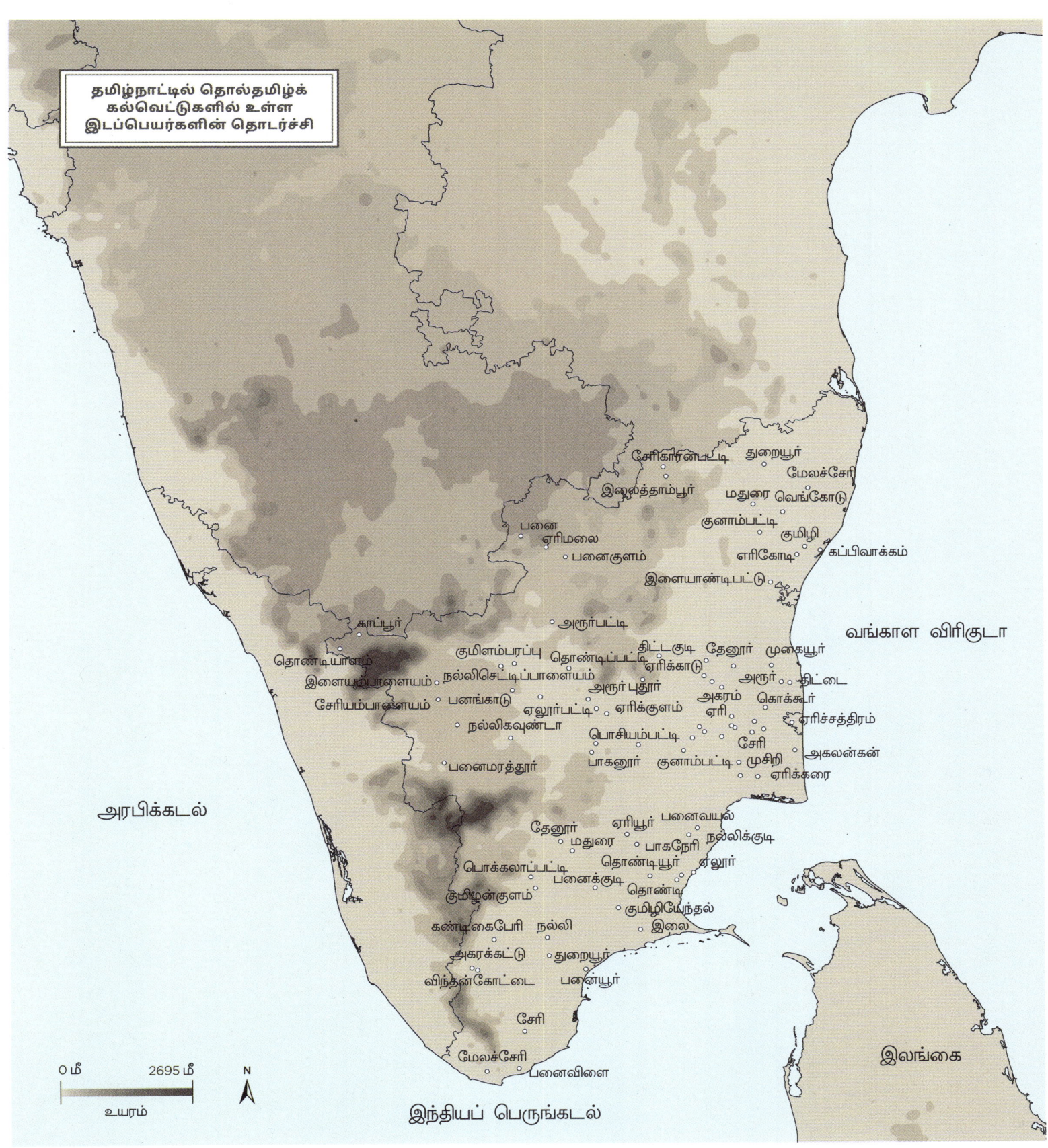

சிந்துவெளிக்கும் தொல்தமிழ்க்
கல்வெட்டுகளுக்கும் பொதுவான
ஒருசொல் இடப்பெயர்கள்
பாலி
ஊர்
பேட்
தலை
பொகல்
கீல்
தலை
பெட்
ஆப்கானிஸ்தான்
காடு
யாரு
தித்
வேலே
காடு
தொண்டி
காடு
தலை
யாரு
மலை
யாரு
துரை
யாரு
மலை
யாரு
துரை
ஏரி
சேரி
பாகிஸ்தான்
காடு
கீல்
அரை
சேரி
பேட்
குண்ரு
இந்தியா
கீல்
பாலி
ஏரி
மேல்
யாரு
அரபிக்கடல்
0 மீ
7492 மீ
உயரம்
N
நிலவரைபடம் 7.23

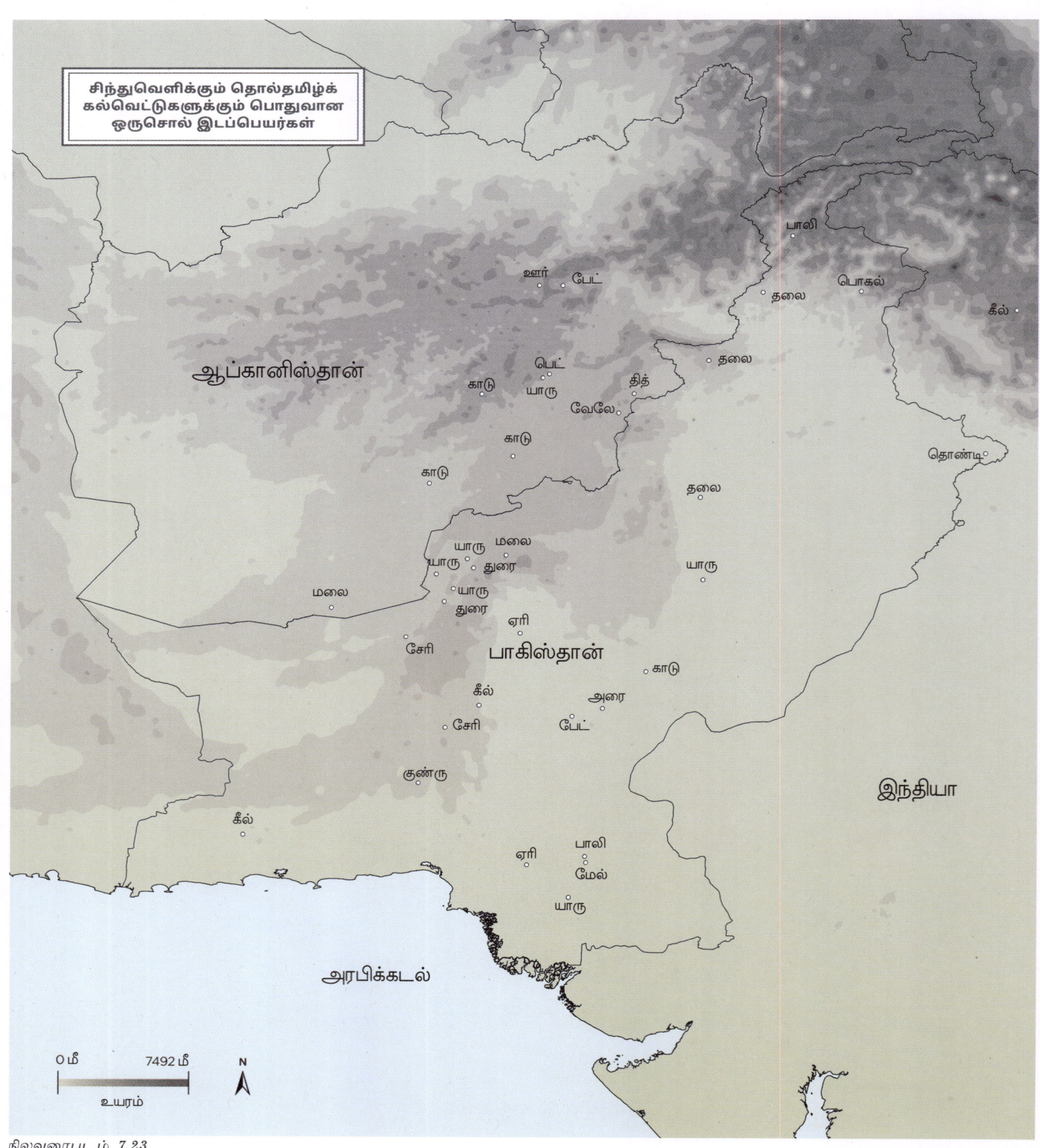

சங்கத் தமிழ் புலவர்கள்
பெயரிலுள்ள இடப்பெயர்கள்
சிந்துவெளியில்
கலார்
பாலை
கலார்
கலாதலை
நகை
காக்கை
மாங்குலி
மிலை
பாலை
கலார்
ததங்
பொத்தி
கீரண்
பதி
பாத்தி
நாகை
நாகை
ததங்
கலர்
அலகர்
கோலியன்
பொத்தி
மாமூல்
நகை
கடியாலா
சாத்தண்
கபில்
கோலியண்
ஆப்கானிஸ்தான்
பாலை
கலார்
கோலியண்
மாரோகாண்
கலார்
கீரன்
கலார்
பொத்தே
காபி
கண்யகி
காக்கை
மோஷி
துரை
துரை
துரை
கலார்
பாகிஸ்தான்
கலார்
கீரண்
இந்தியா
மாசாத்
விரூரி
மூலண்
அரபிக்கடல்
0 மீ
7492 மீ
உயரம்
N

நிலவரைபடம் 7.24

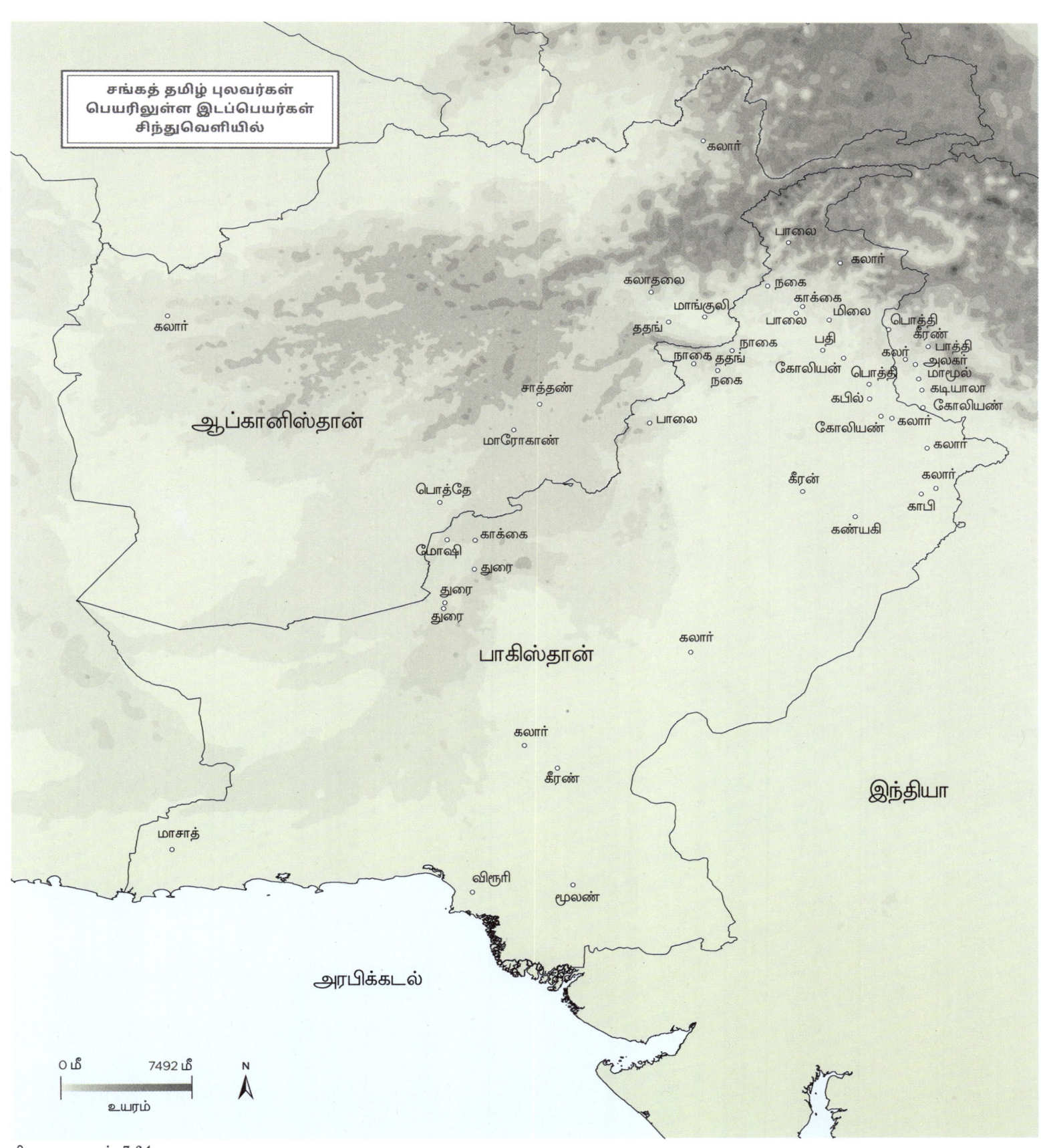

இயல் எட்டு

சிந்துவெளி நகரங்களின் மேல்-மேற்கு, கீழ்-கிழக்கு இருமைத்தன்மை

ஒரு திராவிடக் கருத்தியல்

"சிந்துவெளிக் கைவினைஞர்களும், கட்டுமானக் கலைஞர்களும் இயற்கையான நிலச்சூழலில் கவனித்து உள்வாங்கிய உணர்வுகளைத் தாங்கள் கட்டியெழுப்பிய நகரங்களின் வடிவமைப்பில் செயல்படுத்தினார்கள். இயற்கைச் சூழலில் கண்ட நெறிமுறைகளைப் பொருட்புலத்தில் எதிரொலித்தார்கள். இயற்கைச் சூழல் சமூகச்சூழலாய் பிரமிக்கத்தக்க வளர்சிதை மாற்றத்தைப்பெறும் வகையில் தங்களது நிலப்பரப்பை மறு கட்டுமானம் செய்தார்கள். இதன்மூலம் இயற்கை மற்றும் சமூகச்சூழல் குறித்த நெடுவீச்சு சிந்தனைகளுக்கு முற்றிலும் இணக்கமான ஒரு நகர்மயக் கட்டமைப்பு உருவானது."

- ரீட்டா ரைட்

சிந்துவெளி நகரங்களின் மேல்-மேற்கு, கீழ்-கிழக்கு இருமைத்தன்மை:
ஒரு திராவிடக் கருத்தியல்

இடப்பெயர்களுக்கு அப்பால்: சிந்துவெளியின் மனம் குறித்த புலனாய்வு

இந்தியத் துணைக்கண்டத்தின் வரலாறு மற்றும் வரலாற்றுக்கு முற்பட்ட காலத்தின் போக்குகளைப் புலப்பெயர்வுகளே தீர்மானித்து இருக்கின்றன. சிந்துவெளிப் பண்பாடு நலிவடைந்த பின்னர் அந்தப் பண்பாட்டின் எச்சங்கள் கிழக்கு, தெற்கு, தென்மேற்கு நோக்கி நகர்ந்ததற்கு அறிகுறிகளும் அடையாளங்களும் அகழாய்வுகள்மூலம் நிறுவப்பட்டுள்ளன. சிந்துவெளிப் பண்பாடு ஒரு நள்ளிரவில் திடீரென்று அழிந்து மாயமாக மறைந்துபோகவில்லை. இதுவே அந்த எச்சங்களை, அவற்றின் தொடர்ச்சியைச் சிந்துவெளிப் பண்பாட்டின் மையமான நிலப்பகுதிகளுக்கு அப்பாலும் மீட்டுருவாக்கம் செய்யலாம் என்ற நம்பிக்கையைத் தருகிறது.

சிந்துவெளிப் பண்பாட்டின் தொடர்ச்சி பற்றிய ஆய்வில் சிந்துவெளி அகழாய்வு இடங்களில் கண்டெடுக்கப்பட்ட, கண்டெடுக்கப்படும் 'தட்டுமுட்டுப்' பொருட்களை மட்டும் நம்பி இருக்கத் தேவையில்லை. அதற்கும் அப்பால் தொன்மத்தின் சுவடுகளைத் தேடும் கட்டாயம் இருக்கிறது.

சிந்துவெளிப் பண்பாட்டின் நில எல்லைகளை வரைபடம் ஆக்குவதுதான் நோக்கம் என்றால் அகழாய்வுகளில் கிடைக்கும் ஒவ்வொரு பொருளின் ஒற்றுமைப் பண்புகளில் கவனக்குவிப்புச் செய்யலாம். ஆனால், இந்த நூலின் நோக்கம் அதுவல்ல. சிந்துவெளிப் பண்பாட்டு மக்கள் என்ன மொழி பேசினார்கள், அவர்கள் யார் என்ற புதிரை ஆராய்வதுதான் நோக்கம். எனவே சிந்துவெளிப் பண்பாட்டுப் பகுதிகள் என்று இதுவரை 'அதிகாரப்பூர்வமாக' அறிவிக்கப்பட்ட இடங்களை மட்டும் தோண்டித் துருவிக் கொண்டிருப்பதில் பயனில்லை. சிந்துவெளி மக்கள் யார், அவர்களின் மொழி என்ன என்ற கேள்விக்கான விடை சிந்துவெளி நிலப்பகுதிகளுக்கு அப்பாலும் இருக்கக்கூடும். இந்தச் சாத்தியத்தை மறுக்க முடியாது. புலப்பெயர்வுகள் உண்மை என்றால் புலப்பெயர்வு திசையில்தான் தடயங்கள் மீதம் இருக்கும். இவ்வாறு, புதிய சான்றாதாரங்களைக் கணக்கில் எடுத்துக்கொள்ளும் போது தட்டுமுட்டுப் பொருட்களுக்கு அப்பாற்பட்டுப் புறப்புலனுக்குப் புலப்படாத (*intangibles*) கருத்தாக்கங்கள், பண்பாட்டு நடைமுறைகள் போன்ற தரவுகளையும் இனம்கண்டு புரிந்துகொள்ள வேண்டிய கடமை இருக்கிறது. இத்தகைய ஆய்வு பல்துறை சார்ந்து செயல்பட்டால் தவறான முன்மொழிவுகளைத் தவிர்ப்பதற்கும், சிந்துவெளிப் புதிரின் முடிச்சுகளை முடிந்தவரை விடுவிப்பதற்கும் உதவியாக இருக்கும்.

மொழிக்கும் பண்பாட்டுக்கும் இடையிலான தொடர்பு

புவிச்சூழலின் தாக்கத்தால் கட்டமைக்கப்படும் பண்பாட்டிற்கும் மொழிக்குமான தொடர்பை ஆராய்வது ஒரு முக்கியமான ஆய்வுக்களம் ஆகும். மெய் உலகம் (*Real world*) என்று நாம் கருதுவது பெரும்பாலும் சமூகக்குடிகளாக வாழும் மக்களின் மொழி வழக்கங்களால் தன்னையும் அறியாமல் கட்டமைக்கப்படுவது என்கிறார் எட்வர்ட் ஸஃபிர் (*Sapir 1968: 69*). தாய்மொழியில் வரையறுக்கப்பட்ட நெறிமுறைகளின், கருத்தாக்கங்களின்

ஊடாகத்தான் இயற்கையின் பண்பியல்புகளை நாம் பகுத்து மதிப்பிடுகிறோம் என்கிறார் பெஞ்சமின் லீ உர்ஃப் (*Benjamin Lee Whorf*). உலகமும் பண்பாடும் மொழியால்தான் வரையறுக்கப்படுகிறது என்ற தீவிரமான கருத்தும், பண்பாடு என்பது மொழியோடு தொடர்புடையது என்ற மிதநிலைக் கருத்தும் கலந்த ஒரு கோட்பாடு சஃபிர்-உர்ஃப் கருதுகோள் (*Sapir-Whorf Hypothesis*) என்று கருதப்படுகிறது. உளவியல் சார்ந்த மொழியியல் பற்றிய எல்லா ஆய்வுகளிலும் சஃபிர்-உர்ஃப் கருதுகோள் தொடர்ந்து தாக்கம் புரிகிறது. இதற்கு வெளியே, பண்பாட்டு முன்மாதிரிகள் (*Cultural prototypes*) என்று அழைக்கப்படும் இன்னொரு கோட்பாடு ஒரு மாறுபட்ட கண்ணோட்டத்தை அளிக்கிறது.

மொழி என்பது பண்பாட்டின் மீது ஆதிக்கம் செலுத்துகிறது என்பதைவிட, ஒரு பண்பாட்டின் ஊடாக உருவாகும் சில காத்திரமான முன்மாதிரிகள் மொழியின் மீது செல்வாக்கு செலுத்துகின்றன என்பது இந்தக் கண்ணோட்டமாகும். ஆனால், இந்த இயலைப் பொறுத்தவரையில் இந்த இரண்டு அணுகுமுறைகளில் எது துல்லியமானது, எது சரி என்பதைவிட பண்பாட்டிற்கும் மொழிக்கும் நெருங்கிய தொடர்பு உள்ளது என்ற புரிதலே போதுமானது. இவற்றில் பண்பாடு, மொழி ஆகிய இரண்டில் எது, எதன்மீது அதிக ஆதிக்கம் செலுத்துகிறது என்பதைவிட முக்கியமானது இரண்டுக்கும் இடையிலான தொடர்பு.

சிந்துவெளி பற்றிய புரிதலுக்கான DEMS அணிவு

திசை, உயரம், பொருட்புலம் மற்றும் சமூக அணிவு (*Direction - Elevation - Material and Social Matrix - DEMS Matrix*) சிந்துவெளிப் பண்பாடு பற்றிய புரிதலை நோக்கிய ஒரு முயற்சியாகும். இதுபற்றி விரிவாகப் பேசுவோம்.

சிந்துவெளி நகரங்களின் வடிவமைப்பில், கட்டுமானங்களில் சில நெடுவீச்சுக் கோட்பாடுகளின் தாக்கம் உள்ளது என்று ரீட்டா ரைட் கூறுவதை இந்த இயலின் தொடக்கத்தில் மேற்கோளாகக் காட்டியிருக்கிறோம். சிந்துவெளி மக்கள் தங்களைச் சுற்றியுள்ள இயற்கைக் கூறுகளின் ஊடாக உள்வாங்கிக்கொண்ட சில சமூக சிந்தனைகளைத் தங்களது நகரங்களின் வடிவமைப்பில், கட்டியெழுப்பிய கட்டடங்களில் ஒரு முன்மாதிரியாகப் பயன்படுத்திக் கொண்டார்கள் என்பது ரீட்டா ரைட் முன்வைக்கும் கருத்தின் சாரமாகும்.

பண்பாட்டின் சமூகப் படிநிலைகளைக் குறிப்பால் உணர்த்தும் வகையில் நகர்மய வாழ்வின் இடங்களையும் பொருட்களையும் சிந்துவெளி மக்கள் தங்களைச் சுற்றிக் கட்டமைத்துக் கொண்டார்கள் என்ற ரீட்டா ரைட்டின் (*Wright 2010: 234*) கருத்தை மனதில் வைத்து சிந்துவெளிப் பண்பாட்டின் அகழாய்வுத் தடயங்கள், உருவப்பொறிப்புகள் மற்றும் உய்த்து உணரத்தக்க உடல்மொழி ஆகியவற்றின் அடிப்படையில் ஒரு முன்மொழிவு என்ற அடிப்படையில், திசை, உயரம், பொருட்புலம் மற்றும் சமூக அணிவு ஒன்று தயாரிக்கப்பட்டுள்ளது. சிந்துவெளிப் பண்பாட்டுச் சூழல் பற்றிய ஒரு முற்றுமுடிவான கருத்தாக இது இருக்கவேண்டும் என்று தேவையில்லை. ஆனால், இந்த அணிவின்மூலம் சிந்துவெளி மக்களின் முக்கியமான சமூக முன்னுரிமைகள் மற்றும் சித்தாந்தங்களின் குறியீடானகூறுகளை அடையாளம் காணமுடியும். அந்தக் கூறுகளைப் பயன்படுத்திச் சிந்துவெளிப் பண்பாட்டின் மொழிச்சார்பை உய்த்து உணர முடியுமா என்பதுதான் கேள்வி. சிந்துவெளி நகர வடிவமைப்பின் முக்கியமான கிழக்கு, மேற்கு என்ற இருமையும் (*East-West Dichotomy*), சிந்துவெளி நகரங்கள், தெரு அமைப்பு, அரண்கள், திறந்தவெளி இடங்கள் ஆகியவற்றின் நோக்கமும், தன்மையும், பயன்பாடும் அதன்மூலம் புலனாகும் புரிதல்கள் என்று சிலவற்றை இந்தப் பட்டியலில் அறியலாம்.

நான்கு திசைகளும், இடப்பெயர்களும்

கிழக்கு, மேற்கு, வடக்கு, தெற்கு என்ற நான்கு திசைகள் பற்றிய கருத்தாக்கம், அணுகுமுறை ஆகியவற்றில் பண்பாடுகள் இடையே வேறுபாடுகள் உள்ளன. ஆயினும், திட்டமிட்ட நகரமைப்பு, வளைவு நெளிவற்ற தெருக்கள், கட்டுமானங்கள், மதில்சுவர்கள் போன்ற சிறப்பியல்புகளைக் கொண்ட நகர வாழ்வியலின் ஊடாக வளர்ந்திருக்கும் எந்த மொழியிலும் இந்த நான்கு திசைகள் பற்றிய தெளிவும், புரிதலும் முக்கியமானது என்பதை உலகளாவிய அளவில் வரலாற்றுப் பூர்வமாக மெய்ப்பிக்க முடியும். திசைகள் பற்றிய தெளிவிற்கும், புவிச்சூழலின் நடைமுறை சார்ந்த சிக்கல்களை எதிர்கொண்டு விடை காண்பதற்கும் திசைகள் எவை என்ற வரையறை தேவைப்படுகிறது என்ற கருத்தைச் செசில் ஹெச். பிரவுன் (*Cecil H. Brown*) முன்வைக்கிறார்.

புவியியல் பண்புகளான மலைகள், பள்ளத்தாக்குகள், நதிகள் போன்ற இயற்கைக் கூறுகளைப் பயன்படுத்தி மொழிகள் தத்தம் திசை அறிவை மேம்படுத்திக்கொண்டன. அடிப்படையான நான்கு திசைகளின் பெயர்கள் வெவ்வேறு மொழிகளில் எவ்வாறு தோன்றின என்பது பற்றி செசில் ஹெச். பிரவுன் உலகளாவிய ஆய்வு ஒன்றை (*Where do Cardinal Direction Terms come from?*) மேற்கொண்டார். இந்த ஆய்வு உலகின் பல்வேறு பகுதிகளில் பேசப்படும் 127 மொழிகளை உள்ளடக்கியது. நான்கு திசைகளின் பெயர்கள் எந்தெந்த வகையில் சொல்லாக்கம் பெற்றன, குறிப்பிட்ட பண்பாடுகளிலும் மொழிகளிலும் இச்சொல்லாக்கங்கள் எதன் அடிப்படையில் உருவாகின, இத்திசைகளில் எந்தத் திசையின் பெயர் முதலில் சொல்லாக்கம் பெற்றது, எது

கடைசியில் சொல்லாக்கம் பெற்றது என்பவற்றைப் பற்றிய நிரல்முறையையும் இவரது ஆய்வுகள் தொட்டுச் செல்கின்றன.

திசைகளின் பெயர்களுக்கான சொல்லாக்க முறையில் பெரும் மலைகள், நதிகள் போன்ற இயற்கைக் கூறுகள் (conspicuous geographic feature) ஆதிக்கம் செலுத்தி உள்ளன என்பதைப் பிரவுன் குறிப்பிடுகிறார். ஒரு மொழியில் எந்தத் திசை மேலதிகமான செல்வாக்குப் பெறுகிறது என்பதை அம்மொழி பேசும் மக்களின் இயற்கைச்சூழல் தீர்மானிக்கிறது. இதற்கு எடுத்துக்காட்டாக நைல்நதிப் பண்பாட்டைப் பிரவுன் சுட்டிக்காட்டுகிறார். இந்த நதி தெற்கிலிருந்து வடக்காகப் பாய்கிறது. இதன் விளைவாக மேல் எகிப்தில் (Upper Egypt) தெற்கு என்ற திசைக்கான சொல் மேலதிக முன்னுரிமை பெறுகிறது. அதன் அடிப்படையில் அப்பகுதியில் கிழக்கு, மேற்கு திசைகள் இடமும் வலமுமாக அடையாளம் பெற்றன. அதாவது நைல்நதி பண்பாட்டில் மனிதன் தெற்கு நோக்கி நிற்கும்போதே கிழக்கு எது, மேற்கு எது என்று தீர்மானித்தான் என்பது பிரவுனின் கண்டுபிடிப்பாகும். அதேநேரத்தில் கீழ் எகிப்தில் நைல்நதியின் போக்கு திசை மாறுகிறது. அப்போது சூரிய உதயத்தின் அடிப்படையில் கிழக்கு என்ற திசையின் சொல்லாக்கம் பொருண்மை பெறுகிறது என்பதையும் பிரவுன் சுட்டிக்காட்டுகிறார்.

கிழக்கு - மேற்கு, வடக்கு - தெற்கு என்ற திசைகளின் அடிப்படையில் சூட்டப்பட்ட இருமை இடப்பெயர்கள் (Dichotomous place names) உலகம் முழுவதும் காணப்படுகின்றன. எனவே, திசைகளின் பெயர்களை அடிப்படையாக அதாவது முன்னொட்டாகக் கொண்ட இடப்பெயர்களை முறைப்படி ஆவணப்படுத்தி ஆராய்ச்சி செய்தால் ஒரு குறிப்பிட்ட நிலப்பகுதியில், ஒரு குறிப்பிட்ட மொழி பேசப்படும் பகுதியில் எந்தத் திசை, மேலதிகமான முன்னுரிமை பெறுகிறது, அதற்கான காரணம் என்ன என்பது பற்றிய புரிதல் கிடைக்கும். இது குறிப்பிட்ட பண்பாட்டு மக்களின் மானிடப் புவியியல் பற்றிய (Human Geography) புதிய வெளிச்சங்களைத் தரக்கூடும். அதுமட்டுமின்றி ஒரு நிலப்பகுதியில் வெவ்வேறு காலகட்டங்களில் நேர்ந்திருக்கக் கூடிய மொழி மாற்றங்களை மீட்டுருவாக்கம் செய்வதற்கும் இத்தகைய திசை சார்ந்த இடப்பெயர்கள் உதவக்கூடும். இதன் அடிப்படையில் சிந்துவெளிப் பண்பாட்டின் மக்கள் பேசிய மொழி எதுவாக இருந்திருக்கக்கூடும் என்பதைக் கண்டறியும் முயற்சியில் திசை சார்ந்த இடப்பெயர்கள் உதவக்கூடும்.

தற்கால பாகிஸ்தான், ஆப்கானிஸ்தான் மற்றும் இந்தியா போன்ற நாடுகளில் பயன்படுத்தப்படும் இடப்பெயர்களில் திசைகள் எந்தவகையில் பயன்படுத்தப்பட்டுள்ளன என்பது வெவ்வேறு நிலப்பகுதிகளில், வெவ்வேறு மொழிகள் பேசப்படும் பகுதிகளில் திசைகளின் ஒப்பீட்டு அளவிலான முன்னுரிமைகள் எதிரொலிக்கும் என்பது எதிர்பார்ப்பு. இந்த இடப்பெயர்களின் நிலச்சூழலைத் தெளிவாகப் புரிந்துகொள்ளும் வகையில் புவியியல் தகவல் அமைப்பு (GIS) என்ற தொழில்நுட்பம் இந்த நூலில் பயன்படுத்தப்பட்டுள்ளது. இதன்மூலம் திசைசார்ந்த இடப்பெயர்கள், கடல்மட்டத்திற்கு மேல் எவ்வளவு உயரத்தில் அமைந்துள்ளன; இப்பெயர்களுக்கும் மேடு-பள்ளம், உயரம்-தாழ்வு போன்ற கூறுகளுக்கும் தொடர்பு இருக்கிறதா என்பதை அறிந்துகொள்ள இந்தத் தொழில்நுட்பம் உதவுகிறது.

சிந்துவெளிப் பண்பாட்டின் தொடர்ச்சியைச் சமகாலத்து இந்தியச் சமூகங்களில் மீட்டுருவாக்கம் செய்யமுடியுமானால் அந்தச் சாத்தியத்திற்குச் செயல்வடிவம் கொடுத்து சிந்துவெளியின் புதிர் முடிச்சுகளை விடுவிப்பதற்கு இத்தகைய தொழில்நுட்பம் சார்ந்த இடப்பெயர் ஆய்வுகள் நிச்சயமாக உதவும்.

பகுதி - 1

சிந்துவெளி நகரங்களின் இருமை வடிவமைப்பு

இடப்பெயர்களுக்கு அப்பால்: சிந்துவெளியின் மனம் குறித்த புலனாய்வு

சிந்துவெளி நகரங்களின் அமைப்பு பற்றி பேசும்போது அந்த நகரங்கள் மேல் நகரம் எனப்படும் கோட்டைப் பகுதி, கீழ் நகரம் எனப்படும் குடியிருப்புப் பகுதி என்று இரண்டு வகையாக வடிவமைக்கப்பட்டிருப்பதைக் கவனிக்காமல் இருக்கமுடியாது. நகரத்தை உருவாக்குவதற்காகத் தேர்ந்தெடுக்கப்பட்ட நிலத்தில் சற்று மேடாக உள்ள பகுதியில் அதிலும் குறிப்பாக மேற்கு அல்லது கூடியவரை மேற்குப் பகுதியில் கோட்டைப் பகுதியை அமைப்பதையும் அதைவிடச் சற்று தாழ்வான கிழக்குப் பகுதியில் குடியிருப்புப் பகுதியை அமைப்பதையும் சிந்துவெளி நகர வடிவமைப்பாளர்கள் வாடிக்கையாகக் கொண்டிருந்தனர். சிந்துவெளிப் பண்பாட்டின் நிலப்பகுதி பரவலானது. அப்படியிருந்தும் சிந்துவெளி நகரங்கள் அனைத்திலும் காணப்படும் சில பொதுவான கூறுகள் வியப்பளிக்கின்றன. பயன்பாடு கருதிய, நடைமுறைக்கு ஏதுவான வடிவமைப்பு; திசைகள் பற்றிய தெளிவான புரிதலுடன் கட்டப்பட்ட வீடுகள்; ஆக்கிரமிப்புகள் ஏதுமற்ற ஒழுங்கான நேர்த்தியான தெருக்கள்; பிரமாண்டமான செங்கல் மேடைகள்; பிரமிக்கத்தக்க மதில்சுவர்கள்; பகுதி பகுதியாக வரையறுக்கப்பட்ட வாழிடங்கள்; அதுவரை வேறு எந்த நாகரிகத்திலும் காணப்படாத வடிகால்கள் போன்ற பொதுவசதிகள் சிந்துவெளிப் பண்பாட்டின் பல்வேறு நகரங்களிலும் கிட்டத்தட்ட ஒரேமாதிரியாக அமைந்திருப்பதுதான் அதை ஒரு முதிர்ச்சிபெற்ற நகர நாகரிகமாக அடையாளம் காட்டுகிறது. எனவே, மேல் நகரம், கீழ் நகரம் என்று இருபிரிவாக அமைந்த நகர அமைப்பு முறையை ஆங்காங்கே எதேச்சையாக உருவானதாகக் கருதுவதற்கு வாய்ப்புகள் இல்லை. இது ஒரு நெடுவீச்சு சிந்தனையில் உருவான செயல்திட்டம்.

பாகிஸ்தானில் சிந்து மாகாணத்தில் கைர்பூர் அருகே கோட் டிஜி என்ற இடத்தில் பொ.யு.மு. 3000 என்ற காலகட்டத்தைச் சேர்ந்த ஒரு குடியிருப்பை அகழாய்வாளர்கள் கண்டுபிடித்துள்ளனர். இங்கு, உயரமான இடத்தில் அமைந்த கோட்டைப் பகுதி மற்றும் புறநகர் பகுதி என்று கருதத்தக்க அகழாய்வுத் தடயங்கள் கிடைத்துள்ளன. இதைப்போலவே கீர்த்தார் மலைத்தொடரின் அடிவாரப்பகுதியில் உள்ள அம்ரி என்ற இடத்திலும் இதுபோன்ற தடயங்கள் கிடைத்துள்ளன. இவ்வாறு மேல் நகரம், கீழ் குடியிருப்பு என்று இரண்டு வகையாகத் தோற்றம்தரும் கோட் டிஜி, அம்ரி தடயங்களை, அதைத் தொடர்ந்த காலகட்டத்தில் கீழ் சிந்து சமவெளிப் பகுதியில் உருவான நகர் வாழ்வியலின் தோற்றத்திற்கு முன்மாதிரியாகக் கருத இடமுண்டு. பாகிஸ்தானில் மெஹர்கர் என்ற இடத்தில் கிடைத்துள்ள புதிய அகழாய்வுத் தடயங்கள் சிந்துவெளிப் பண்பாட்டின் நகர்மய வாழ்வியல் மற்றும் நகரமைப்பு முறை படிப்படியாக வளர்ந்து முதிர்ச்சி பெற்றதைப் புரிந்துகொள்ள கூடுதல் வாய்ப்பளிக்கின்றன.

சிந்துவெளிப் பண்பாட்டு நகரங்களைப் பொறுத்தவரையில் மேல்-மேற்கு, கீழ்-கிழக்கு என்று அமைந்த இருபால் வடிவமைப்பிற்கான தடயங்கள், மொகஞ்சோதாரோ,

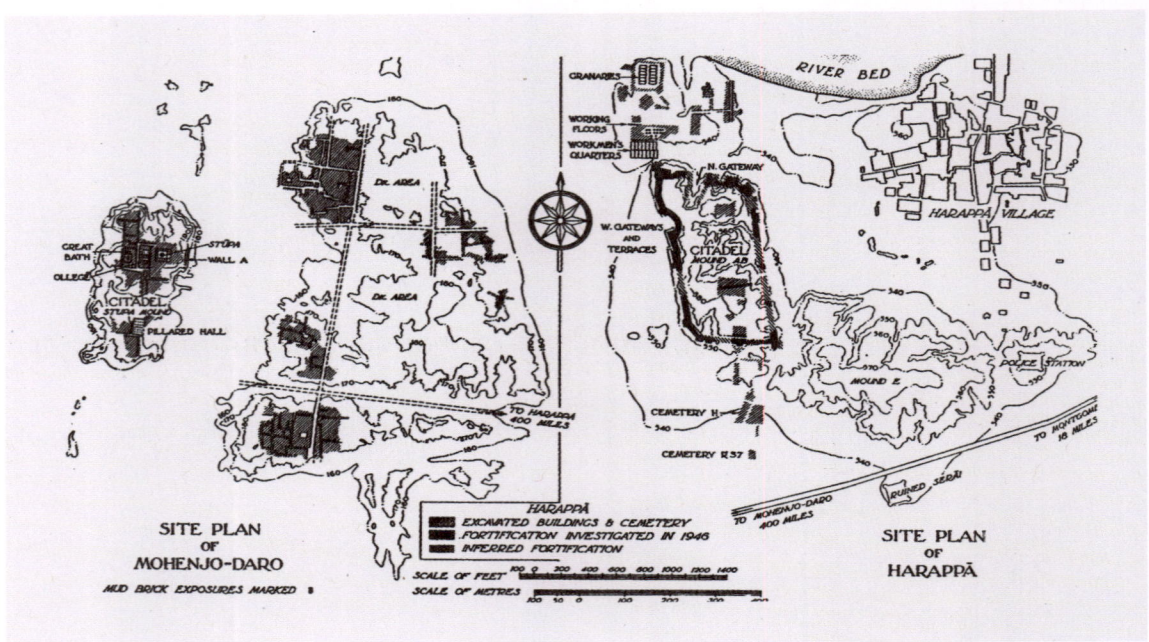

படம் 8.1 - மொகஞ்சோதாரோ, ஹரப்பா நகரங்களின் அமைப்பு

காலிபங்கன், தோலாவிரா மற்றும் சில இடங்களில் தெளிவாகக் காணக்கிடைக்கின்றன. ஹரப்பாவைப் பொறுத்தவரையில் இதுபற்றி கொஞ்சம் விவாதம் தேவைப்படும்.

மொகஞ்சோதாரோ

மொகஞ்சோதாரோ நகரத்தின் சிதைவிடத்தில் இரண்டு முக்கியமான பகுதிகள் உள்ளன. நகரத்தின் மேற்கில், உயரமான இடத்தில் கோட்டைப் பகுதியும் (*Citadel*), கிழக்கில் தாழ்வான இடத்தில் ஒரு விரிவான குடியிருப்புப் பகுதியும் (*Lower Town*) அமைந்துள்ளன. இந்த இரண்டு பகுதிகளுக்கும் இடையே அகன்ற திறந்தவெளி உள்ளது. சமவெளியின் தரைமட்டத்தில் இருந்து கோட்டைப் பகுதி கிட்டத்தட்ட 18 மீட்டர் உயரத்தில் அமைந்துள்ளது. இன்னும் துல்லியமாகச் சொல்வதெனில் கோட்டைப் பகுதி நகரத்தின் வடமேற்குப் பகுதியில், எடுப்பாக அமைந்துள்ளது. நகரின் வெவ்வேறு பகுதிகளுக்கிடையே வசிப்பிடங்கள் எதுவுமற்ற தெளிவான திறந்த இடைவெளி உள்ளது. அகழாய்வாளர்கள் பொதுவாக இந்தக் கோட்டைப் பகுதியை வடமேற்கு மேடு (*"the high western mound"*) என்றே குறிப்பிடுகிறார்கள். இந்த ஒரு சித்தரிப்பிலேயே கோட்டைப் பகுதி நகரின் மேற்குப் பகுதியில் அமைந்துள்ளது; குடியிருப்புப் பகுதி அதன் கிழக்காக, தாழ்வான இடத்தில் அமைந்திருக்கிறது என்ற இரண்டு தகவல்களும் கிடைத்துவிடுகின்றன. கோட்டைப் பகுதி மேடான இடத்தில் அமைந்திருக்கிறது என்பது மட்டுமல்லாமல் தானியக்குளுமை, பெரும் குளியலிடம், கல்லூரி எனப்படும் கட்டடம் என்பது போன்ற பொதுக் கட்டுமானங்கள் (*Non-residential public structures*) கோட்டைப் பகுதியிலேயே அமைந்துள்ளன என்பது பயன்பாட்டு அடிப்படையில் இப்பகுதியைக் கிழக்கில் உள்ள கீழ் குடியிருப்புப் பகுதியிலிருந்து வேறுபடுத்திக் காட்டுகிறது.

ஹரப்பா

ஹரப்பாவில், *1921-22*ஆம் ஆண்டுகளிலும் அதன்பிறகு *1933-34*ஆம் ஆண்டுகளிலும் மாதவ் ஸ்வரூப் வட்ஸ் (*M. S. Vats*) அகழாய்வு செய்தார். அவரது அறிக்கையில் ஹரப்பா நகரச் சிதைவுகளின்

முழு எல்லைகளும் புலப்படவில்லை என்றாலும் கோட்டைப் பகுதி மேற்கிலும், கீழ் நகரம் எனப்படும் குடியிருப்புப் பகுதி கிழக்கு-தென்கிழக்கு முகமாகவும் அமைந்துள்ளது என்பதைக் குறிப்பிடுகிறார். இவர் கோட்டைப் பகுதியை *AB* மேடு *(AB Mound)* என்றும், கீழ் நகரக் குடியிருப்பை *E* மேடு என்றும் *(Mound E)* அழைக்கிறார். நகர்ப்பரப்பின் உயரமான பகுதி வடமேற்குத் திசையில், தரைமட்டத்திலிருந்து 60 அடி உயரத்தில் அமைந்துள்ளது என்று வட்ஸ் தெரிவிக்கிறார்.

வட்ஸ் தனது அகழாய்வைச் செய்வதற்கு 80 ஆண்டுகளுக்கு முன்பு அலெக்ஸாண்டர் கன்னிங்காம் சில முறை ஹரப்பாவுக்குச் சென்றார் (1853 மற்றும் 1856). அப்போதே ஹரப்பா சிதைவிடங்களை ரயில்வே ஒப்பந்ததாரர்கள் லட்சக்கணக்கான செங்கற்களுக்காக சூறையாடி இருந்தார்கள். பல இடங்களில் சுவர்களை இடித்து ரயில்வே பணிகளுக்காகச் செங்கற்களை எடுத்துச் சென்றுவிட்டதால் ஹரப்பா தொல்நகரம் கடும் சேதத்திற்கு உள்ளாகியிருந்தது. அதனால், ஹரப்பாவில் பாதுகாத்துப் பராமரிக்க ஒன்றும் மிஞ்சவில்லை என்ற முடிவுக்கு ஒருவகையில் அவசரமான முடிவுக்கு கன்னிங்காம் வந்துவிட்டார். இருப்பினும் ஹரப்பா சிதைவிடத்தில் தான் கண்ட சில தடயங்களை அவர் தெளிவாகக் குறிப்பிடுகிறார். சிதைந்த நகரின் வடக்கு, மேற்கு மற்றும் தெற்குப் பகுதிகளில் ஒரு தொடர்கோடு போல மேடுகள் காணப்படுகின்றன; ஒவ்வொரு திசையிலும் இம்மேடுகளின் நீளம் சுமார் 3500 அடி என்றும் அதேநேரத்தில் கிழக்குப் பகுதியில் உள்ள மேடு 2000 அடிதான் உள்ளது என்றும் அவர் குறிப்பிடுகிறார்.

அதுமட்டுமின்றிக் கிழக்குப் பகுதியில் மேட்டின் இடையே முற்றாக 800 மீட்டர் இடைவெளி காணப்பட்டதாகவும் அவர் குறிப்பிடுகிறார். இந்த இடைவெளி ஏன் என்பதை அனுமானிக்க முடியவில்லை. அதேநேரத்தில் வடகிழக்குப் பகுதியில் உள்ள மேட்டில் கிழக்கு முகமாகவும், மேற்கு முகமாகவும் 60 அடி உயரத்திற்குப் படிக்கட்டுகள் இருந்ததற்கான தடயங்களை அவர் கண்டறிந்தார். ஆனால், 1920-21இல் வட்ஸ் ஹரப்பாவிற்குச் சென்றபோது இந்தப் படிக்கட்டு போன்ற கட்டுமானங்கள் காணப்படவில்லை. கோட்டைப் பகுதிக்கு நேர்கிழக்காகத் தொடர் மேடு எதற்குமான தடயம் இல்லை என்று கூறும் பி. பி. லால், கோட்டைப் பகுதிக்குத் தென்கிழக்காக அத்தகைய மேட்டு தொடர்ச்சி காணப்படுகிறது என்று கூறுகிறார். ஒருவேளை கோட்டைப் பகுதிக்கு நேர் கிழக்காக மேட்டு கட்டுமானம் இருந்திருக்கக்கூடும்; பின்னர் முற்றிலுமாக அழிந்தொழிந்திருக்க வேண்டும் என்று ஊகித்தால் ஒழிய சிந்துவெளிப் பண்பாட்டிற்குப் பொதுவான மேல்-மேற்கு, கீழ்-கிழக்கு வடிவமைப்பை உறுதிசெய்ய இயலாது என்பது அவரது கருத்து.

இவ்வாறு மேல் மேற்கு, கீழ் கிழக்கு என்ற இருமை வடிவமைப்பு பற்றிய ஒரு முழுமை பெறாத கண்ணோட்டத்தை ஹரப்பா தருகிறது. இருப்பினும், வடமேற்குப் பகுதியில் உறுதியாகத் தென்படும் கோட்டைப் பகுதி, கிழக்கு முகமான மேட்டில் திடீரென்று காணப்படும் 800 அடி இடைவெளி என்ற இரண்டு தடயங்களையும் கணக்கில் எடுத்துக்கொண்டு அதேநேரத்தில் ரயில்வே ஒப்பந்ததாரர்கள் ஹரப்பா சிதைவிடங்களைச் செங்கற்களுக்காகச் சூறையாடிவிட்டார்கள் என்பதையும் கருத்தில்கொண்டால் ஹரப்பா நகரமைப்பு மொகஞ்சோதாரோவைப் போலவே மேல்-மேற்கு, கீழ்-கிழக்காக அமைந்திருந்தது என்று கருத இடம் உண்டு. அதுமட்டுமின்றி, ஹரப்பாவின் கோட்டைப் பகுதியைப் பிற பகுதிகளிலிருந்து வேறுபடுத்திக் காட்டும், வசிப்பிடங்கள் அல்லாத பொதுக் கட்டடங்கள் மேற்கு - வடமேற்குப் பகுதிகளிலேயே அமைந்திருந்தன என்பது மொகஞ்சோதாரோ போன்ற இருபால் வடிவமைப்பை நினைவுபடுத்துகிறது.

மொகஞ்சோதாரோ, ஹரப்பா ஆகிய இரு நகரங்களின் வடிவமைப்பு முறையை ஒப்பிட்ட மார்டிமர் வீலர், ஹரப்பா வடிவமைப்பில் எந்த வேறுபாட்டையும், குறைபாட்டையும் சுட்டிக்காட்டவில்லை. மொகஞ்சோதாரோ, ஹரப்பா ஆகிய இரண்டு நகரங்களுமே இருபகுதிகளாக வடிவமைக்கப்பட்டுள்ளன. உயரமான மேட்டுப்பகுதி மேற்கிலும், விரிவான குடியிருப்புப் பகுதி உயரம் குறைவாகக் கிழக்கிலும் அமைந்துள்ளன என்று அவர் குறிப்பிடுகிறார். *(Wheeler 1968: 26)*. அநேகமாக ஹரப்பாவின் கிழக்கு மேட்டில் திடீரென்று காணப்படும் 800 அடி இடைவெளிக்குச் செங்கல் திருட்டே காரணம் என்று அவர் கருதியதாகத் தோன்றுகிறது. ஏனெனில் சிந்துவெளிப் பண்பாட்டு நகரங்கள் என்றாலே மேல்-மேற்கு, கீழ்-கிழக்கு என்ற வடிவமைப்பில்தான் இருக்கும் என்ற கருத்தாக்கம் அகழாய்வாளர்கள் மனதில் ஆழமாக வேரூன்றியிருந்தது. அதுமட்டுமின்றிச் சிந்துவெளி நகரங்களின் மேல்-மேற்கு, கீழ்-கிழக்கு கருத்தாக்கத்தின் மீதான நம்பகத்தன்மை ஹரப்பாவில் காணாமல் போன 800 அடி மேட்டால் எந்த வகையிலும் பாதிக்கப்படவில்லை என்றே தோன்றுகிறது. இந்தக் கருத்தாக்கத்திற்கான தடயங்கள் வேறு பல சிதைவிடங்களிலும் கிடைத்துள்ளன.

காலிபங்கன்

காலிபங்கனில் கண்டுபிடிக்கப்பட்ட சிதைவுகள் மேல்-மேற்கு, கீழ்-கிழக்கு இருமையை ஐயத்திற்கு இடமின்றி உறுதிசெய்கின்றன. மொகஞ்சோதாரோவைப் போலவே இரண்டு மேடுகள் உள்ளன. இவற்றில் மேற்கில் உள்ள சிறிய மேட்டை *KLB-1* என்றும், கிழக்கில் அமைந்த பெரிய மேட்டை *KLB-2* என்று அழைக்கிறார்கள்.

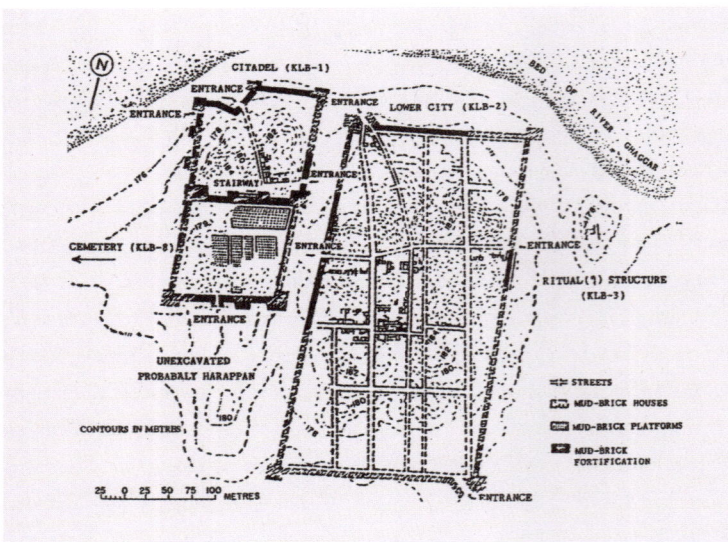

படம் 8.2 - காலிபங்கன் நகரமைப்பு

காலிபங்கனைப் பொறுத்தவரையில் இன்னொரு சிறப்பம்சம் உண்டு. இங்கே முதிர்ச்சியடைந்த ஹரப்பா பண்பாட்டு வளர்ச்சிக்கு முந்தைய காலகட்டத்தைச் சேர்ந்த ஒரு குடியிருப்புக்கான (*Pre-Harappan Settlement*) தடயமும் கிடைத்துள்ளது. அதாவது இந்த இடத்தில் முதிர்ச்சியடைந்த ஹரப்பா பண்பாட்டுக் காலத்திற்கு முன்பிருந்தே மக்கள் தொடர்ந்து வசித்து வந்திருக்கிறார்கள்.

முதிர்ந்த ஹரப்பா பண்பாட்டுக் காலத்திய குடியிருப்பை உருவாக்கிய வடிவமைப்பாளர்கள் அக்காலகட்டத்திற்கே உரிய மேல்-மேற்கு, கீழ்-கிழக்கு நகரமைப்பு கருத்தாக்கத்தைச் செயல்படுத்தியிருக்கிறார்கள். இம்முயற்சியில் ஏற்கெனவே இருந்த குடியிருப்பின் சிதைவுகளால் கிடைத்த மேட்டுப்பகுதியை முழுவதுமாகக் கோட்டைப் பகுதியை வடிவமைக்க பயன்படுத்திக் கொண்டிருக்கிறார்கள். அங்கிருந்து 40 மீட்டர் தூரத்தில் கிழக்குப் பகுதியில் புதிய நிலத்தில் விரிவான கீழ் நகரத்தை வடிவமைத்திருக்கிறார்கள். இதன்மூலம் சிந்துவெளிப் பண்பாட்டு நகர வடிவமைப்பாளர்களின் மனதில் மேல்-மேற்கு, கீழ்-கிழக்கு என்ற இருபால் வடிவமைப்பு ஒரு சமூகப் பொருளாதாரம் சார்ந்த கருத்தியலாக வேரூன்றி இருந்தது என்பதை உணர முடிகிறது. இவ்வாறு பழைய குடியிருப்பைக் கோட்டைப் பகுதியாகப் பயன்படுத்தும்போது, மேற்கு மற்றும் வடக்கு முகமாக அமைந்த சுற்றுச்சுவர்களைத் தேவையான மாற்றங்களுடன் அப்படியே பயன்படுத்திக் கொண்டார்கள். ஆனால், கிழக்குப் பகுதிக்கு வரும்போது முந்தைய குடியிருப்பின் ஒழுங்கமைவை (*alignment*) முற்றிலும் தரைமட்டமாக்கிப் புதிய ஒழுங்கமைவை ஏற்படுத்தியிருக்கிறார்கள். இது ஒரு திட்டமிட்ட செயல் என்கிறார் பி. பி. லால். கோட்டைப் பகுதியின் ஒட்டுமொத்தமான வரைபடம் (*outline*) ஓர் இணைகரமாக (*Parallelogram*) இருக்க வேண்டும்; வடக்கு, தெற்குப் புயங்கள் ஒவ்வொன்றும் 240 மீட்டர் அளவிலும், கிழக்கு, மேற்குப் புயங்கள் ஒவ்வொன்றும் 120 கி.மீ அளவுமாக இருக்க வேண்டும் என்ற ஏற்பாடு இருந்திருக்கவேண்டும். ஹரப்பா மக்களின் விருப்பத்திற்கு உகந்த விகிதாச்சாரமான இரண்டுக்கு ஒன்று (2:1) என்ற வடிவமைப்புக் கணக்குடன் பொருந்துவதற்காகத்தான் இவ்வாறு செய்திருக்கிறார்கள் என்று கூறுகிறார் லால். (*Lal 1997: 119*)

தோலாவிரா

தோலாவிராவில் கோட்டையும் (*Castle*) இடைவெளி முற்றமும் (*Bailey*) ஒருங்கமைந்த கோட்டைப் பகுதி நகரின் வடமேற்கில் அமைந்துள்ளது. கோட்டைப் பகுதி மற்றும் கீழ் நகரம் போக மேலும் ஒரு புதிய அங்கமாக நடுநகரம் (*Middletown*) அமைந்துள்ளது. இது தோலாவிராவின் தனித்தன்மை ஆகும். காப்பரண், இடைமுற்றம் ஆகிய இரண்டுமே சுற்றுமதில்சுவர்களைக் கொண்டுள்ளன. அதுமட்டுமின்றி நகரின் உயர் பகுதியிலும், கீழ் நகரம் மதில்சுவர்களால் பிரிக்கப்பட்டுள்ளன. சுற்றுவட்டத்திலிருந்து கிட்டத்தட்ட 15 முதல் 18 மீட்டர் உயரத்தில் காப்பரண் அமைந்துள்ளது. நகரத்தின் குடியிருப்புப் பகுதிகளை மட்டுமின்றிச் சுற்றுப்பகுதிகளையும் கண்காணிக்க வசதியாக அமைக்கப்பட்டது போல உயரமாக எடுப்பாக உள்ளது. காப்பு அரணைவிட இடைமுற்றம் உயரம் குறைவாக உள்ளது; இடைமுற்றத்தைவிட நடுநகரின் உயரம் குறைவாக உள்ளது; அதைவிட தாழ்வாக இருக்கிறது கீழ் நகர். இந்த முழு வடிவமைப்பையும் ஒரு வரைபடமாகப் பார்க்கும்போது காப்பரண், இடைமுற்றம் ஆகிய இரண்டும் உள்ளடங்கிய

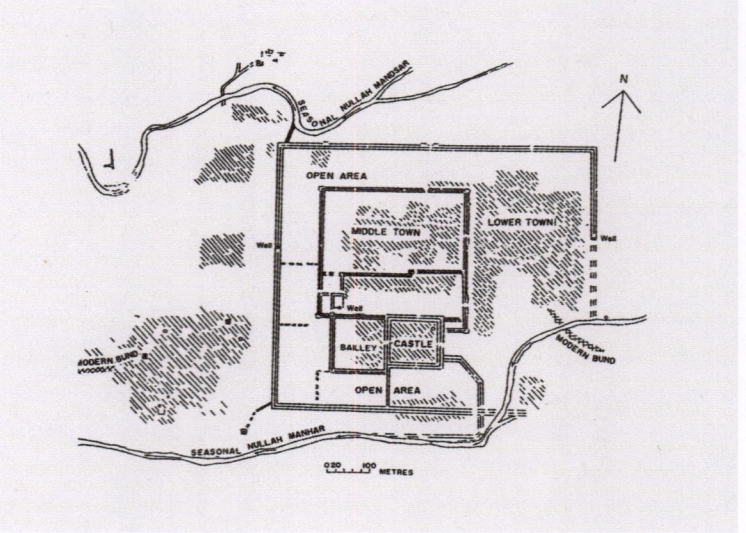

படம் 8.3 - தோலாவிரா நகரமைப்பு

கோட்டைப் பகுதி நகர்ப்பரப்பில் கூடுமான அளவிற்கு மேற்கே அமைந்துள்ளது. குடியிருப்புப் பகுதியான கீழ் நகர் தெளிவாக கிழக்குப் பகுதியில் அமைந்துள்ளது. *(Lal 1997: 139).* இது மேல்-மேற்கு, கீழ்-கிழக்கு என்ற நகரமைப்பு கருத்தாக்கத்தை ஐயத்துக்கு இடமின்றி உறுதி செய்கிறது.

பனாவலி

பனாவலியில், ஆர். எஸ். பிஷ்ட் *(R. S. Bisht)* மற்றும் அவரது குழுவினர் அகழாய்வு செய்தனர். 1C எனக் குறிப்பிடப்படும் காலகட்டத்தில் *(Period 1C)*, பனாவலிக் குடியிருப்பின் அமைப்பிலும் கட்டுமானத்திலும் பெரிய மாற்றங்கள் நிகழ்ந்தன. முழுக் குடியிருப்பும் புதிதாகத் திட்டமிட்டு வடிவமைக்கப்பட்டது. சிந்துவெளிப் பண்பாட்டு நகரமைப்பின் முத்திரை அடையாளமான இருமைப்பாகுபாடு அறிமுகம் செய்யப்பட்டது. முந்தைய காலகட்டக் குடியிருப்பின் மதில்சுவர்களை மேல்வாக்கில் வெட்டிச் செதுக்கிவிட்டு, அதன் அகலத்தை இருமடங்காக்கி அதற்குள் கோட்டைப் பகுதியை அமைத்தனர். அதையொட்டி, கிழக்கு மற்றும் வடக்குப் பகுதியில் கீழ் நகரம் உருவானது. மேற்குப்பகுதியில் மாற்றம் எதுவும் செய்யப்படவில்லை.

கோட்டை, கீழ் நகரம் ஆகிய இரண்டு பகுதிகளுமே குடியிருப்பின் புறமதில் அரணுக்குள்தான் அமைந்திருந்தன; இருப்பினும் கோட்டைப் பகுதிக்கென்று தனியான தடுப்பு மதில்சுவர்கள் இருந்தன; தென்பகுதியில் இருந்த பொதுச்சுவர் கீழ் நகரிலிருந்து துண்டிக்கப்படவில்லை. ஆயினும் கோட்டைப் பகுதி கீழ் நகரைவிட உயரமாக, கீழ் நகரை மேற்பார்வை செய்ய ஏதுவாக இருக்கும்படி வடிவமைக்கப்பட்டது. *(Lal 1997: 125).* இவ்வாறு, சிந்துவெளி நகரமைப்பின் முத்திரையைப் பனாவலியிலும் காணமுடிகிறது.

லோத்தல்

குஜராத்திலுள்ள லோத்தலில், ஹரப்பா நாகரிகத்தின் தடயங்கள் கண்டறியப்பட்டுள்ள "பண்டைய மேடு சுற்று மட்டத்திலிருந்து படிப்படியாக 18 அடி வரை மேல் எழுந்துள்ளது. பழங்காலத்தில் இந்த மேடு இன்னும் பெரிதாக இருந்திருக்க வேண்டும்; கடந்த 3000 ஆண்டுகளில் மண்ணரிப்பின் விளைவாக மேட்டின் அளவு குறைந்திருக்கும்" என்றும் அகழாய்வாளர் எஸ். ஆர். ராவ் கருதுகிறார். *(Rao 1979: 20)*

லோத்தலில் கோட்டைப் பகுதி என்று கூறத்தக்க பகுதியை எஸ். ஆர். ராவ் 'அக்ரோபொலிஸ்' *(Acropolis)* அதாவது நகரின் உள்அரண் என்று அழைக்கிறார். கோட்டைப் பகுதிக்கென்று தனியிடம் ஒதுக்கி அமைக்கவில்லை என்றாலும், அப்பகுதி தனக்கென்று ஒரு தனி அடையாளத்தைக் கொண்டிருக்கிறது.

"நகர்வாழ் மக்களின் ஒத்துழைப்பைப் பெற்று, ஏராளமான தொழிலாளர்களைப் பயன்படுத்தி வேலைவாங்கும் திறன் கொண்ட ஓர் அறிவார்ந்த தலைவனைத் *(Leader genius)* தவிர வேறு யாரும் இத்தகைய விரிவான பொதுப்பணிக் கட்டுமானங்களுக்குச் செயல்வடிவம் கொடுத்திருக்க முடியாது. அத்தலைவனை, அங்கு வாழ்ந்த அனைவரும் மதிப்புடன் நடத்தியிருக்க வேண்டும். அதனால்தான் அத்தலைவன் உயரமான மேடெழுப்பி அதன்மீது அனைத்து வசதிகளுடன் கட்டப்பட்ட மாளிகையில் வசித்திருக்கிறான். அதிகார மையத்தின் கம்பீரம் கொண்ட இந்த வசிப்பிடம் எல்லாவகையான இடர்ப்பாடுகளிலிருந்தும் பாதுகாக்கப்பட்டிருந்தது."

"இந்த வசிப்பிடம் நகரின் தென்மேற்குப் பகுதியில் படகுத் துறையை எதிர்நோக்கிய வண்ணம் அமைந்திருந்தது. வணிகர்களும், கைவினைஞர்களும் மற்றவர்களும் வசித்த கீழ் நகரிலும் பொது வசதிகள் செய்யப்பட்டிருந்தன." *(Rao, 1979: 25)*

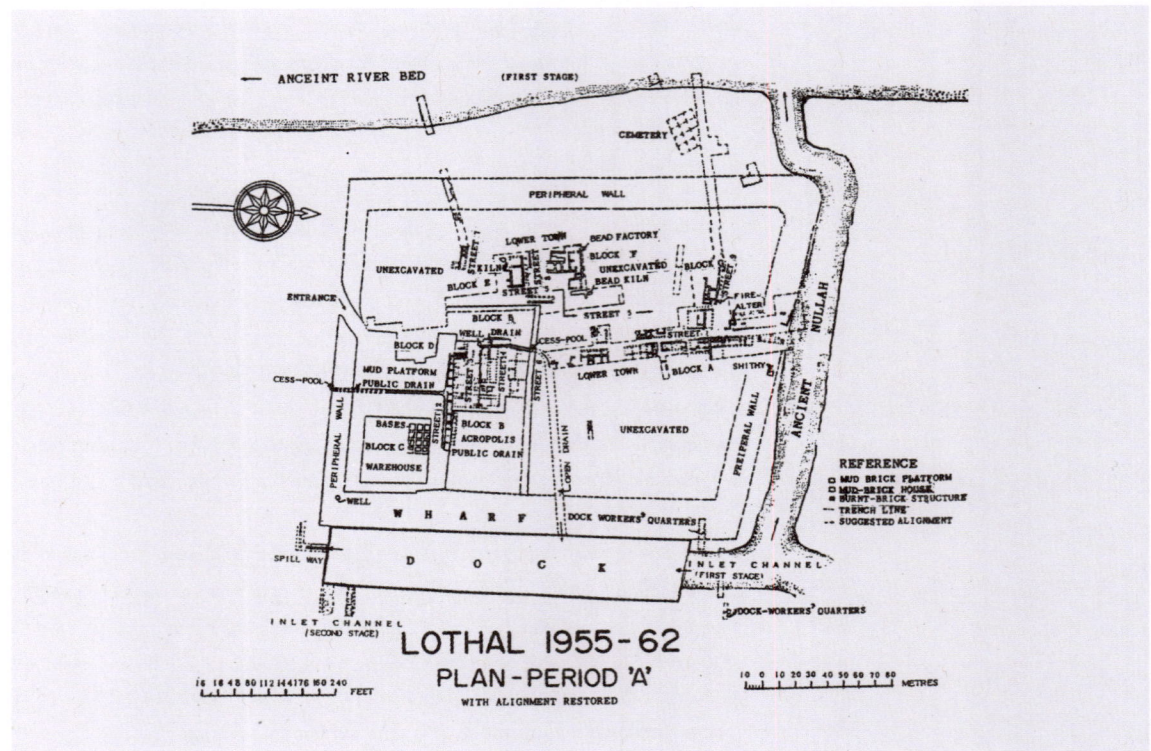

படம் 8.4 - லோத்தல் நகரமைப்பு

மேற்கண்ட சித்தரிப்பு, சிந்துவெளிப் பண்பாட்டில் எவ்வாறு ‘உயரமான மேடைகள்’ (*High Platforms*) சமூகநிலை வேறுபாட்டின், தனித்துவ அடையாளங்களின் குறியீடாகப் பயன்பட்டன; ‘மேற்கு’ மற்றும் ‘மேல்’ (உயரம்) என்ற இரு கூறுகளும் எவ்வாறு ஒருசேர முக்கியத்துவம் பெற்றன; ‘அறிவார்ந்த தலைவன்’ வசிக்கும் ‘அதிகார மாளிகை’, வணிகர்களும் கைவினைஞர்களும், மற்றவர்களும் வாழும் ‘கீழ் நகரம்’ என்று சமூகவியல் கோணத்தில் வாழ்விடங்கள் எவ்வாறு திசை - உயர பரிமாணங்களின்மூலம் வடிவமைக்கப்பட்டுள்ளன என்பதைத் தெள்ளத்தெளிவாக அடிக்கோடிட்டு விளக்குகிறது.

மேலும், லோத்தல் நீர்நிலையிலிருந்து தென்கிழக்கில் 200 மீட்டர் தொலைவில் ஹரப்பா பண்பாட்டுக்கால மட்பாண்ட ஓடுகள், செங்கற்கள் கிடைத்துள்ளன; படகுத்துறையிலிருந்து கிழக்கில் சுமார் 200 மீட்டர் தொலைவில் செங்கல் சுவருடன் கூடிய பழங்கிணறு ஒன்று கண்டுபிடிக்கப்பட்டுள்ளது. எனவே லோத்தல் குடியிருப்புத் துறைமுகப்பகுதியிலிருந்து கிழக்காகவும், தென்கிழக்காகவும் விரிவடைந்திருக்கலாம் என்று அகழாய்வாளர் ராவ் ஊகிக்கிறார்.

சுர்கோட்டடா

சுர்கோட்டடாவில் ஒரு சிறு குடியிருப்பு வளாகத்தின் சிதைவுதான் ஹரப்பா பண்பாட்டின் அடையாளமாக இருக்கிறது. இவ்வளவு சிறியதொரு வளாகத்தை மற்ற நகர்களின் வரிசையில் வைத்துக் கணக்கிட வேண்டுமா என்று தனது வியப்பைத் தெரிவிக்கிறார் அகழாய்வாளர் பி. பி. லால். ஆனாலும் இந்த நூலைப் பொறுத்தவரையில் குடியிருப்பைவிட அதன் வடிவமைப்பு முக்கியமானது. சுர்கோட்டடா மேல்-மேற்கு, கீழ்-கிழக்கு இருமைப் பாகுபாட்டை அழுத்தமாக உறுதிசெய்கிறது. தோராயமாக ஐந்து முதல் எட்டு மீட்டர் (கிழக்கு மேற்காக) உயரமுள்ள மேடு ஒன்றை சுர்கோட்டடாவில் கண்டுபிடித்த அகழாய்வாளர் ஜெ. பி. ஜோஷி (*J .P. Joshi*),

அந்த மேடு மேற்குப்பகுதியில் உயரமாகவும் கிழக்குப்பகுதியில் தாழ்வாகவும் உள்ளது என்று தெளிவாகக் கூறியுள்ளார் (Joshi 1990: 14-16). கோட்டைப் பகுதிக்குப் பொருத்தமான இடத்தை ஹரப்பா பண்பாட்டினர் தேர்ந்தெடுத்த விதம் பற்றி அவர் பின்வருமாறு கூறுகிறார்.

"சுர்கோட்டடாவை வந்தடைந்த ஹரப்பா மக்கள், அங்குள்ள மேட்டில், மேற்குப் பகுதி கிழக்குப் பகுதியைவிட உயரமாக இருப்பதையும் இருபகுதிகளுக்கும் இடையிலான ஏற்றத்தாழ்வு சராசரியாக 1.5 மீட்டர் இருப்பதையும் கண்டறிந்தனர் என்பது குடியிருப்பு மேட்டில் ஆங்காங்கே ஆழமாகத் தோண்டி செய்யப்பட்ட ஆய்வுகளால் புலனாகின்றன. அநேகமாக, உயரப்பகுதியில் கோட்டைப் பகுதியையும், தாழ்வான பகுதியில் குடியிருப்புப் பகுதியையும் அமைக்க இந்த இடம் மிகப்பொருத்தமானது என்று அவர்கள் கருதியிருக்கக்கூடும். மேலும், ஹரப்பா பண்பாட்டினர் குடியிருப்பு அமைக்க இப்படியொரு இடம் கிடைக்குமா என்றுதான் தேடியிருக்க வேண்டும்; அத்தகைய ஏற்ற, இறக்கமான இடம் இயற்கையாகவே அமைந்ததால் அதைத் தங்களுக்குச் சாதகமாகப் பயன்படுத்திக்கொண்டனர் என்றும் கருத இடம் உண்டு." (Joshi 1990: 42)

ஹரப்பா மக்கள் 'மேடையிலேயே மிகவும் குறியாக இருந்தவர்கள்' (very much platform minded) என்றும் வர்ணிக்கிறார் அகழாய்வாளர் ஜோஷி. குண்டும் குழியுமாக இருக்கும் இடத்திலுள்ள பிரச்சனைகளை அறிந்திருந்த அம்மக்கள், அந்தப்பகுதி முழுவதையும் ஒரு சீராக்கி, பின்னர், கோட்டைப் பகுதியைச் சராசரியாக 1.5 மீட்டர் அளவுக்கு மேடாக உயர்த்தினர் (Joshi 1990: 42) என்றும் அவர் குறிப்பிடுகிறார்.

மண் நிரப்பி உருவாக்கிய மேடான நிலத்தில் கோட்டை வளாகம் கட்டப்பட்டது, அப்பகுதியிலுள்ள கட்டடங்கள் குடியிருப்புப் பகுதியிலுள்ள வீடுகளைவிடப் பெரிதானவை என்பதும், குடியிருப்புப் பகுதிகளில் உள்ள வீடுகளில் அத்தகைய அடித்தள மேடை எதுவும் அமைக்கப்படவில்லை என்பதே இவ்விரு பகுதிகளுக்கும் இடையிலான தர அடிப்படையிலான முக்கியமான வேறுபாடு

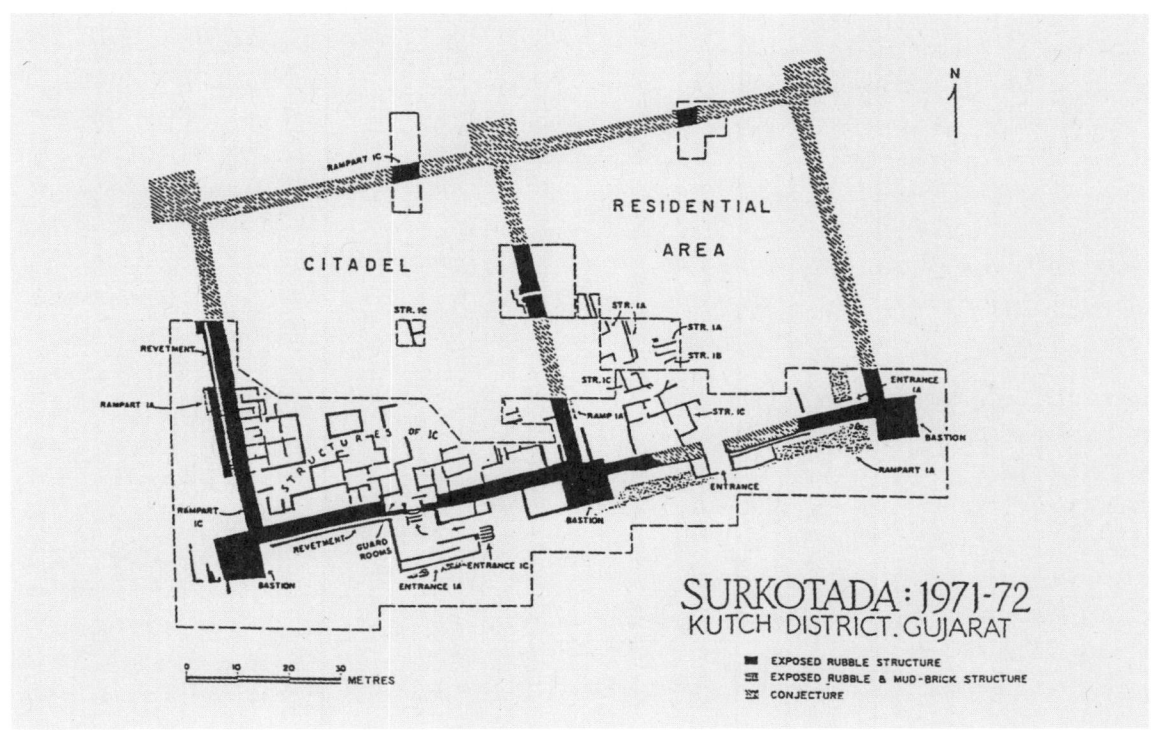

படம் 8.5 - சுர்கோட்டடா நகரமைப்பு

என்ற கருத்தும் இங்கு நினைவுகூரத்தக்கது (*Lal 1997: 135*). இது, அடித்தள மேடை என்ற உத்தியைப் பயன்படுத்தி, மேல்-மேற்கு, கீழ்-கிழக்கு என்ற அமைப்பு முறையைக் குறியீட்டு அளவிலேனும் நிலைநிறுத்த வேண்டும் என்ற ஹரப்பா பொறியாளர்களின் நோக்கத்தையும் ஆர்வத்தையும் தெளிவாக்குகிறது. அந்தவகையில் மேல்-மேற்கு, கீழ்-கிழக்கு என்ற அமைப்புமுறை சிந்துவெளி நகர்மயப் பண்பாட்டின் நடைமுறைத் தேவையாக இருந்திருக்கக்கூடும். அத்தகைய திட்டமிடலுக்குப் பின்னணியாக ஆழமான பண்பாட்டுக் கருத்தியலும் சமூக உளவியலும் செயல்பட்டு இருக்கக்கூடும்.

ஸுட்காஜென் தோர்

ஸுட்காஜென் தோரில், குடியிருப்பின் முக்கியப் பகுதியில் கோட்டை அமைந்துள்ளது. ஆனால், மற்ற நகரங்களைப்போலக் கீழ் நகரம் இருந்ததற்கான போதிய சான்றுகள் இல்லை. டேல்ஸின் (*Dales*) தலைமையில் நடந்த அகழாய்விலும் பெரிதாகத் தடயம் எதுவும் கிட்டவில்லை. மாக்ளர் (*Mockler*) செய்த ஆய்வில் சில தடயங்கள் கிட்டின. இருப்பினும், கோட்டைப் பகுதி சுற்றுப்பகுதிகளை மேல் பார்ப்பதுபோல எடுப்பாக, திசைகளைக் கருத்தில்கொண்டு அமைந்த செவ்வக வடிவில் உள்ளது என்று லால் வெளியிடும் கருத்து கவனிக்கத்தக்கது (*Lal 1997: 143*).

பாலாகோட்

பாலாகோட்டில் மேற்கில் உள்ள மேடு, கிழக்கில் உள்ள மேட்டைவிட உயரமானது. இருந்தாலும், கோட்டை, கீழ் நகரம் என்ற இருவகையான அமைப்பு முறை இருந்ததற்கு தெளிவான சான்று இல்லை. வடக்கு, மேற்கு மற்றும் தெற்கு மேல் விளிம்புகளில் நடைபெற்ற அகழாய்வுகளில் எந்தச் சான்றும் கிட்டவில்லை. ஆயினும், மேடுகளின் அமைப்பை வைத்து, உயரம் அதிகமான மேற்கு மேட்டைச் சுற்றிக்கட்டிய சுவர்கள் இருந்திருக்கலாம் என்று கருதுகிறார் அகழாய்வாளர் ஜார்ஜ் ஃப்ராங்க்ளின் டேல்ஸ் (*George Franklin Dales*). இதை கவனித்து ஆய்வாளர் லால் பின்வருமாறு கூறுகிறார்:

"மேற்குப் பகுதியில் உள்ள மேடு, கிழக்கு மேட்டைவிட மிகவும் உயரமாக உள்ளது என்பது உண்மைதான். இதற்கு, கிழக்குப் பகுதியில் காலப்போக்கில் அதிகமாக மண்ணரிப்பு ஏற்பட்டது என்பதுகூட காரணமாக இருக்கலாம். ஆனால், ஹரப்பா குடியிருப்பென்றாலே மேற்கே கோட்டைப்பகுதி; கிழக்கே கீழ் நகரம் என்று இரு பிரிவுகள் இருக்கும் என்ற கோட்பாடு பாலாகோட்டில் அகழாய்வு நடைபெறுவதற்கு வெகுகாலம் முன்பாகவே வேரூன்றிவிட்டது. இதனால் அகழாய்வாளர் பாலாகோட்டிலும் இப்படித்தான் இருக்கவேண்டும் என்று இயல்பாகவே அதற்கான தடயத்தைத் தேடியிருக்கிறார்." (*Lal 1997: 143*)

இவ்வாறு, சிந்துவெளிப் பண்பாட்டு நகரங்கள் பெரிதாயினும், சிறிதாயினும், ஆங்காங்கே சில வேறுபாடுகள் தென்பட்டாலும், மேல்-மேற்கு, கீழ்-கிழக்கு என்ற இருபால் நகரமைப்பு ஒரு பொதுத்தன்மையாகக் காணப்படுகிறது. இயற்கையாக அமைந்த நில அமைப்பையும், சில நேரங்களில் செயற்கையாக எழுப்பிய மேடைகள், கோட்டை மதில்சுவர்கள் போன்ற திட்டமிட்ட தலையீடுகள் மூலமாகவும் சிந்துவெளிப் பொறியாளர்கள் இந்த வடிவமைப்பு கருத்தாக்கத்திற்குச் செயல்வடிவம் கொடுத்திருக்கிறார்கள். இதற்குப் பின்புலக் காரணமாக ஒரு பொது நோக்கமும், அதன் அடித்தளமான வாழ்வியல் கோட்பாடும் ஓர் இணைப்புச் சங்கிலிபோலச் சிந்துவெளிப் பண்பாட்டு நிலப்பரப்பு முழுவதும் பரவியிருக்க வேண்டும். அவ்வாறாயின், இது பற்றிய மிகப் பொருத்தமான கேள்வி ஒன்றை நாம் இங்கே எழுப்பியாக வேண்டும். சிந்துவெளி மக்கள் ஏன் இப்படி செய்தார்கள்?

சிந்துவெளி நகரமைப்பின் சமூகவியல் பின்னணி

சிந்துவெளி நகரமைப்பாளர்கள் தங்களது சமூக அமைப்பில் நிலவிய படிநிலைகளைத் தாங்கள் வடிவமைத்த நகரங்களின் திட்டமிடலில் கட்டமைப்புகளில் வெளிப்படுத்தப் பல்வேறு உத்திகளைக் கையாண்டுள்ளனர். மொகஞ்சோதாரோவில் உயர் நிலப்பகுதிகளை நகரின் மற்ற பகுதிகளிலிருந்தும் வேறுபடுத்திக்காட்டும் வகையில் இடையே வெற்றிடங்கள் விடப்பட்டுள்ளன. மேலும், 'மாபெரும் குளியலிடம்' 'தானியக்கிடங்கு', 'கல்லூரி' போன்ற பெரும் கட்டமைப்புகள் மேற்கிலுள்ள கோட்டைப் பகுதியில் கட்டப்பட்டுள்ளன. ஹரப்பாவில் வெற்றிடங்கள் மூலமும், தடுப்புச்சுவர்கள் மூலமும் இந்த வேறுபாடுகள் கட்டமைக்கப்பட்டுள்ளன. பொதுக்கட்டடங்களுக்கான நுழைவு உரிமை கட்டுப்பாடுகளுக்கு உட்பட்டு இருந்தது என்று தோன்றுகிறது. தோலாவிராவிலும் வெற்றிடங்களுடன் கூடிய கட்டமைப்பு, 'காப்பரண்' 'இடைமுற்றம்' போன்ற பெரும் கட்டடங்களைக் கோட்டைப் பகுதியில் மட்டுமே கட்டுதல் ஆகிய இரண்டு உத்திகளும் கையாளப்பட்டுள்ளன.

வாழும் இடம் என்பது வெறும் நிலம் அல்ல. அது, வாழ்வியல் மற்றும் சமூக உளவியல் சார்ந்த பல அக, புறப் பரிமாணங்களையும் உள்ளடக்கிய பன்முகத் தளம் என்பது உண்மைதானே. இந்த இடத்தில் இடம், அதிகாரம் மற்றும் அடையாளம் ஆகியவற்றுக்கு இடையிலான உறவின் ஊடாக நின்று சில குறியீடுகள் செயல்படுவதாக ஜெரோம் மோனெட் சுட்டிக்காட்டுவதை நினைவுகூரலாம். "அதிகார மையம் என்பது ஒரு குறியீடான உருவகமாய் வரையறுக்கப்படுகிறது; அதுவே இடநிரலில் அதிகார ஆளுமைக்கும் அதிகார நிரலில் இடத்தின் அடையாளத்திற்கும் உந்துவிசை ஆகிறது." (*Jerome Monnet 2001: 1*)

சிந்துவெளி நகரங்களின் வடிவமைப்பிற்குப் பின்னணியாக ஒரு நெடுவீச்சு சிந்தனை உள்ளது என்ற ரீட்டா ரைட்டின் கருத்தை நாம் ஏற்கெனவே சுட்டிக்காட்டியிருக்கிறோம். சிந்துவெளி நகரங்கள் பலவற்றிலும் சில குறிப்பிட்ட கட்டடங்களின் மட்டத்தை உயர்த்துவதற்காக மாபெரும் அடித்தள மேடைகள் கட்டப்பட்டன. இத்தகைய கட்டமைப்புகளை, குறியீடுகளைச் 'சமூக, பண்பாட்டு அடையாளங்களின் உருவகச் சின்னங்கள்' என்று கருதும் ரைட், "இவையெல்லாம், சிந்துவெளி மக்கள் திட்டமிட்டு உருவாக்கியவை என்றும் இவை சமூக இடைவெளியை (*Social distance*) அன்றாட வாழ்வில் நடைமுறைப்படுத்துவதற்கு அம்மக்கள் வடிவமைத்துக் கொண்ட இடங்கள்" என்றும் அவர் வருணிக்கிறார்.

மொகஞ்சோதாரோவில் வி.எஸ். (*VS*) மற்றும் டிகே-ஜி (*DK-G*) என்று அறியப்படும் பகுதிகளிலுள்ள இரு மாபெரும் மேடைகள் பற்றி ரைட்டும் யான்ஸெனும் சிறப்பாகப் பேசுகிறார்கள். யான்ஸென் இவற்றை "அடித்தள மேடைகள்" (*Founding platforms*) என்று அழைக்கிறார். இம்மேடைகளைக் கட்ட 40 லட்சம் கனஅடி களிமண்ணும், வண்டலும், மேலும் பல லட்சக்கணக்கில் செங்கற்களும் தேவைப்பட்டிருக்கும் என்றும் அவர் கணக்கிடுகிறார். இம்மேடைகள் சிந்துநதி வெள்ளப்பெருக்கிலிருந்து நகரைப் பாதுகாப்பதற்குப் பயன்பட்டிருக்கலாம் என்று கருதும் அவர், அதேநேரத்தில், வெள்ள அபாயம் இல்லாத இடங்களிலும் இம்மேடைகள் கட்டப்பட்டிருப்பதை வைத்து, இம்மேடைகள் குறிப்பிட்ட சில இடங்களை, கட்டடங்களை உயர்த்திக் காட்டும் உருவ விளக்க நோக்கம் (*Iconographic elements*) கொண்டிருக்கலாம் என்று கருதுகிறார். யான்ஸெனின் மேற்சொன்ன கருத்துக்களை மேற்கோள் காட்டும் ரைட் (*Wright 2010: 237*) இக்கருத்தை மேலும் முன்னெடுத்துச் செல்கிறார். மொகஞ்சோதாரோவின் அடித்தள மேடைகளுக்கும் கீர்த்தார் மலைக்கும் ஒருவகையான குறியீட்டு உறவு இருக்கலாம் என்பது அவர் கருத்து.

"சிந்துவெளிக் கைவினைஞர்களும், கட்டுமானக் கலைஞர்களும் இயற்கையான நிலப்பரப்பில் கவனித்து உள்வாங்கிய உணர்வுகளைத் தாங்கள் கட்டியெழுப்பிய நகரங்களின் வடிவமைப்பில் செயல்படுத்தினார்கள். இயற்கைச்சூழலில் கண்ட நெறிமுறைகளைப் பொருட்புலத்தில் எதிரொலித்தார்கள். இயற்கைச்சூழல் சமூகச்சூழலாய் பிரமிக்கத்தக்க வளர்சிதை மாற்றம் பெறும் வகையில் தங்களது நிலப்பரப்பை மறுகட்டுமானம் செய்தார்கள். இதன்மூலம் இயற்கை மற்றும் சமூகச்சூழல் குறித்த நெடுவீச்சு சிந்தனைகளுக்கு முற்றிலும் இணக்கமான ஒரு நகர்மயக் கட்டமைப்பு உருவானது." (*Wright 2010: 242*)

சிந்துவெளி நகரமைப்பின் திசை - உயரம் - பொருட்புலம் - சமூக அணிவு (DEMS Matrix)

சிந்துவெளி மக்களின் மொழி எதுவாயினும் மேற்சொன்ன சான்றுகளின், கருத்துக்களின் அடிப்படையில் சிந்துவெளி நகரங்களை வடிவமைத்தவர்களையும், அங்கு வசித்தவர்களையும் மேல்-மேற்கு, கீழ்-கிழக்கு கோட்பாட்டு மக்கள் என்று வரையறுக்கலாம். ஏனெனில் சிந்துவெளி மக்களைப் பொறுத்தவரையில் நிலப்பரப்பின் மேடு பள்ளமான ஏற்ற, இறக்கமும் அவற்றின் திசைஅமைவும் கண்கூடான பரும மெய்ம்மை மட்டுமல்ல; காத்திரமான ஒரு கருத்தியலின் கருவில் உருவான குறியீடுகளும் ஆகும்.

சிந்துவெளி நகரமைப்பின் திசை, உயரம், பொருட்புலம் மற்றும் சமூகக் கூறுகளின் அணிவைப் (*Matrix*) பட்டியலிடுவதற்கு முன், இந்தியத் துணைக்கண்டத்தின் வடமேற்கில் பலூசிஸ்தான், சிந்துப் பகுதிகளிலுள்ள கீர்த்தார் மலைத்தொடர் மீது நமது கவனத்தைச் செலுத்துவது பொருத்தமாக இருக்கும்.

இம்மலைத்தொடர், கிழக்கில் கீழ்ச்சிந்து சமவெளியையும் (*Lower Indus Plain*), மேற்கில் பலூசிஸ்தானின் தென்பகுதியையும் பிரிக்கும் எல்லையாக அமைந்துள்ளது. வடக்கிலும் மேற்கிலும் கூராக உயரும் இந்த மலைத்தொடர், தெற்கு நோக்கிச் சரிகிறது; சிந்து பள்ளத்தாக்கு கிழக்கில் விரிகிறது. தெற்காசிய வரலாற்றின் 'முதல் நகர்வாழ்வின் உச்சகட்டம்' (*First Urban Climax*) என்று போற்றப்படும் சிந்துவெளிப் பண்பாடு வேரூன்றி, தோன்றி வளர்வதற்குப் பின்னணியாக, மேல்-மேற்கு, கீழ்-கிழக்கு என்ற ஏற்ற, இறக்கத்தில் அமைந்த கீர்த்தார் மலைத்தொடர் ஒரு புறப்பொருள் பரும மெய்மையாகக் கம்பீரமாக நிற்கிறது.

உலகமொழிகளில் திசைகளுக்கான சொல்லாக்கம் உருவான முறைகள் பற்றிய செசில் ஹெச். பிரவுனின் முடிவுகளைப் பரிசீலிக்கும் முன்பு, மொழியியல் சார்ந்த சில கலைச்சொற்களை இந்த இயலில் விவாதிக்கும் தேவை இருக்கிறது. மேல்-மேற்கு, கீழ்-கிழக்கு என்ற கட்டமைப்பைத் திராவிட மற்றும் இந்தோ-ஆரிய மொழிக் குடும்பங்களின் ஊடாக ஒப்பிடுவதற்கு அது உதவியாக இருக்கும். மேல்-மேற்கு, கீழ்-கிழக்கு என்ற புரிதலில் அமைந்த இடப்பெயர்கள் பயன்படுத்தப்படும் இடங்களின் புவிச்சூழல் பொருத்தப்பாடு பற்றி பேசுவோம். அதுமட்டுமின்றி மலை, கோட்டை போன்ற கூறுகளில் சிறப்பிடத்தை முன்நிறுத்தும் இடப்பெயர்களின் பயன்பாட்டுமுறை ஆகிய துணைநிலைச் சான்றுகளையும் இந்த இடத்தில் பதிவுசெய்வது பொருத்தம் என்று தோன்றுகிறது.

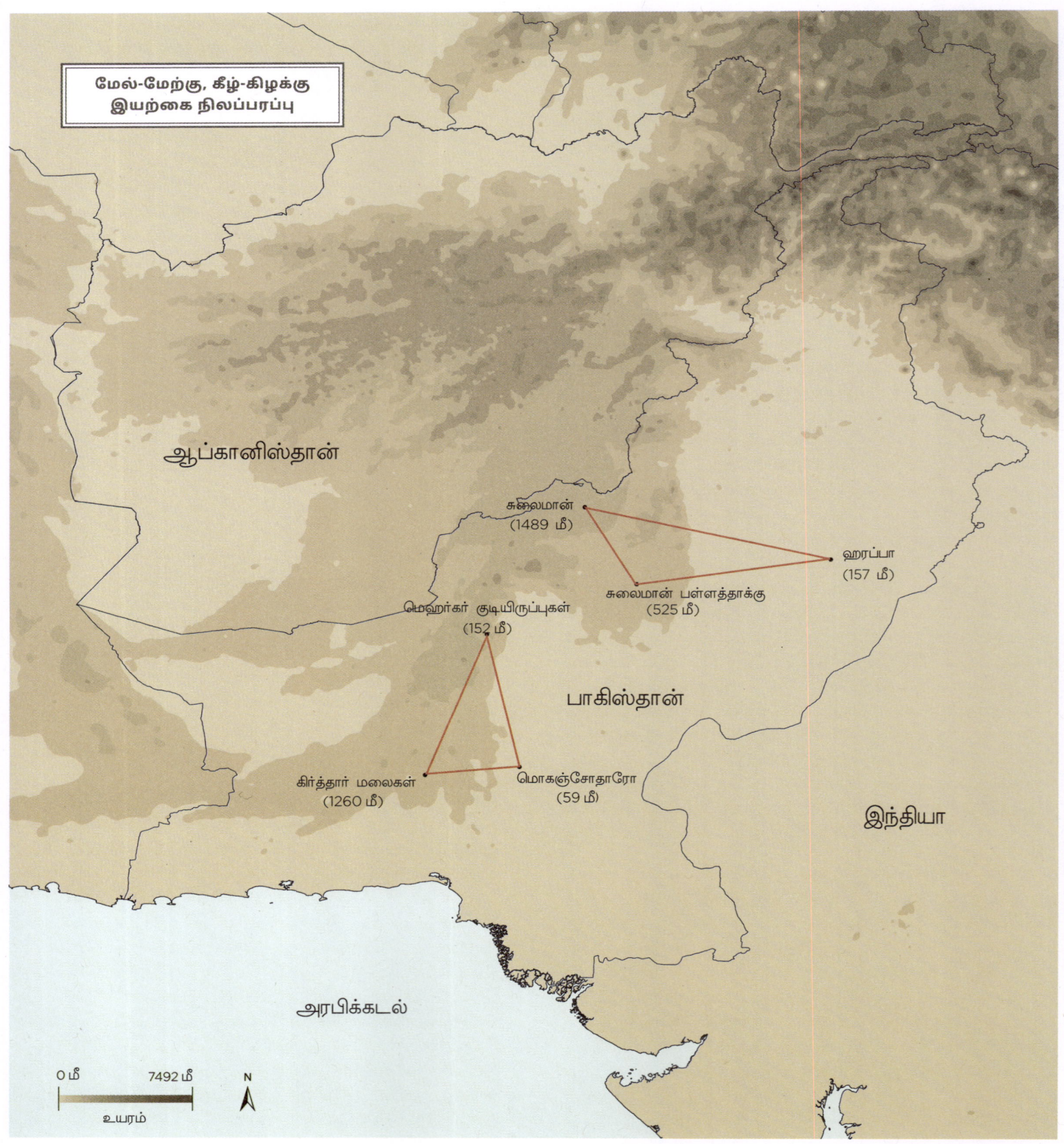

மேல்-மேற்கு, கீழ்-கிழக்கு
இயற்கை நிலப்பரப்பு
ஆப்கானிஸ்தான்
சுலைமான்
(1489 மீ)
ஹரப்பா
(157 மீ)
சுலைமான் பள்ளத்தாக்கு
(525 மீ)
மெஹர்கர் குடியிருப்புகள்
(152 மீ)
பாகிஸ்தான்
கிர்த்தார் மலைகள்
(1260 மீ)
மொகஞ்சோதாரோ
(59 மீ)
இந்தியா
அரபிக்கடல்
0 மீ
7492 மீ
உயரம்
N

நிலவரைபடம் 8.1

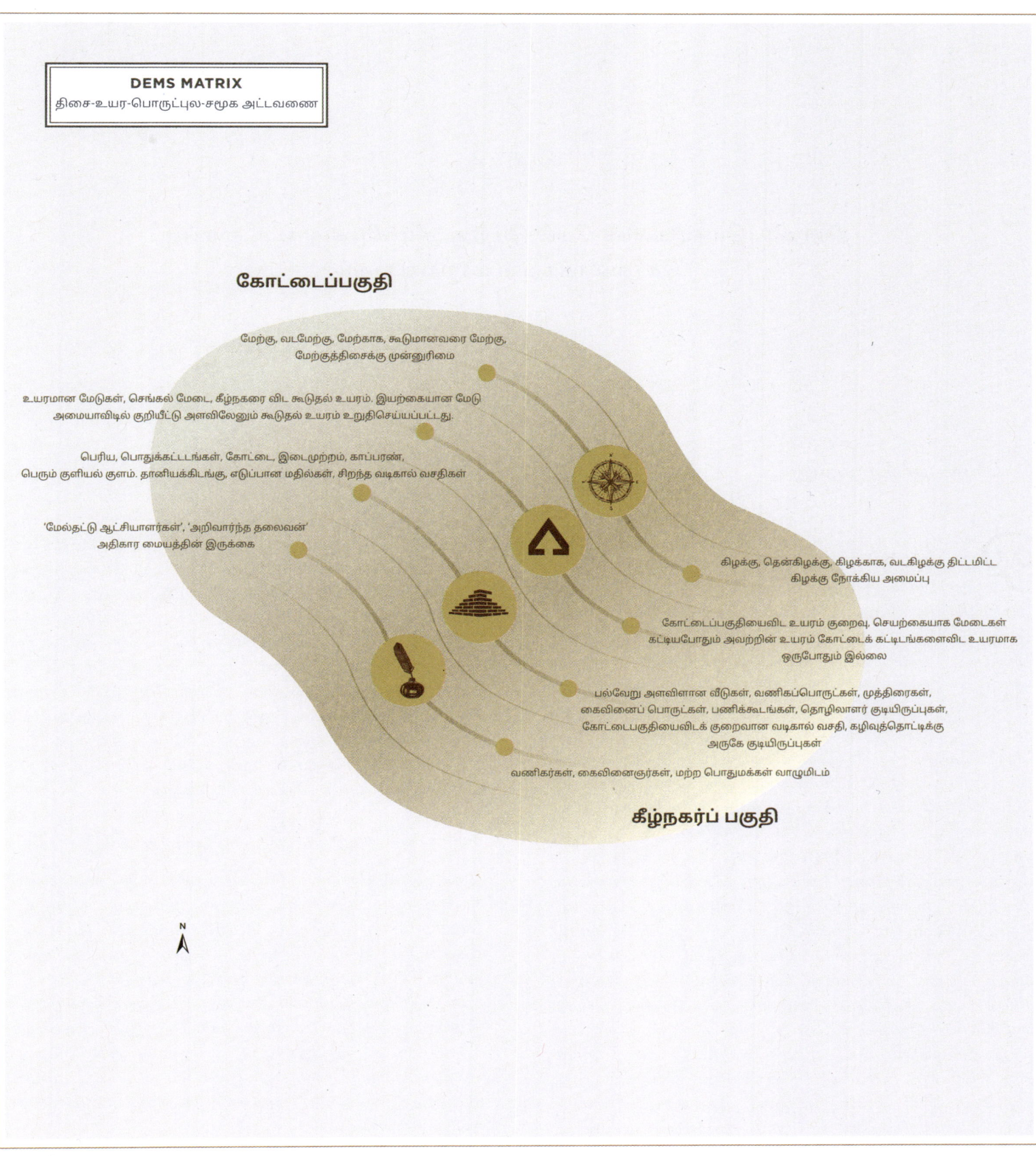

DEMS MATRIX
திசை-உயர-பொருட்புல-சமூக அட்டவணை
கோட்டைப்பகுதி
மேற்கு, வடமேற்கு, மேற்காக, கூடுமானவரை மேற்கு, மேற்குத்திசைக்கு முன்னுரிமை
உயரமான மேடுகள், செங்கல் மேடை, கீழ்நகரை விட கூடுதல் உயரம். இயற்கையான மேடு அமையாவிடில் குறியீட்டு அளவிலேனும் கூடுதல் உயரம் உறுதிசெய்யப்பட்டது.
பெரிய, பொதுக்கட்டடங்கள், கோட்டை, இடைமுற்றம், காப்பரண், பெரும் குளியல் குளம். தானியக்கிடங்கு, எடுப்பான மதில்கள், சிறந்த வடிகால் வசதிகள்
'மேல்தட்டு ஆட்சியாளர்கள்', 'அறிவார்ந்த தலைவன்' அதிகார மையத்தின் இருக்கை
கிழக்கு, தென்கிழக்கு, கிழக்காக, வடகிழக்கு திட்டமிட்ட கிழக்கு நோக்கிய அமைப்பு
கோட்டைப்பகுதியைவிட உயரம் குறைவு, செயற்கையாக மேடைகள் கட்டியபோதும் அவற்றின் உயரம் கோட்டைக் கட்டிடங்களைவிட உயரமாக ஒருபோதும் இல்லை
பல்வேறு அளவிளான வீடுகள், வணிகப்பொருட்கள், முத்திரைகள், கைவினைப் பொருட்கள், பணிக்கூடங்கள், தொழிலாளர் குடியிருப்புகள், கோட்டைபகுதியைவிடக் குறைவான வடிகால் வசதி, கழிவுத்தொட்டிக்கு அருகே குடியிருப்புகள்
வணிகர்கள், கைவினைஞர்கள், மற்ற பொதுமக்கள் வாழுமிடம்
கீழ்நகர்ப் பகுதி
N

படம் 8.6

பகுதி - 2

திராவிட மொழிகளின் மேல்-மேற்கு, கீழ்-கிழக்கு கட்டமைப்பு சொல்லாக்கமும் மாற்றங்களும்

சொல்லாக்கமும் மாற்றங்களும்

ஒரு மொழி புதிய கருத்தாக்கங்களை, புதிய அறிவுப் புலங்களைச் சந்திக்க, கண்ணுற, பட்டறிய நேரிடும்போது அந்த மொழி சில மாற்றங்களைப் பெற்று விரிவடைகிறது. அத்தகைய அனுபவம் நேரும்போது புதிய கருத்துகளையும், புலங்களையும் உள்வாங்கி வெளிப்படுத்துவதற்காக அம்மொழியில் புதிய சொற்கள் தோன்றுகின்றன அல்லது சொற்களின் பொருள்கள் விரிவடைகின்றன. இதுவே சொல்லாக்க மாற்றம் எனப்படுகிறது.

சொல், வேர்ச்சொல், உருபன் போன்ற சொல்லின் கூறுகள் பல சொற்கள் சேர்ந்த நீட்சி போன்ற, ஒரு பொருள் குறிக்கும் சொல் சார்ந்த உருப்படிகள் (Lexical items) மொழியின் அலகுகளாகும். ஒரு சொல்லால் உணர்த்தப்படும் பொருள், குறிபடு பொருளாகும் (Referent). ஒரு குறிப்பிட்ட சொல் காலப்போக்கில் பல்வேறு குறிபடு பொருள்களை உணர்த்தும் வகையில் பொருள் விரிவாக்கம் பெறலாம். இது, பலபொருள் குறிக்கும் ஒரு சொல் (Polysemy) ஆகும். இந்த முறையைப் பின்பற்றியே பெரும்பாலும் சொற்பொருள் மாற்றங்கள் நேர்கின்றன. உதாரணமாக *Mouse* என்ற சொல்லுக்கு எலி என்பது பொருள். ஆனால் கணிப்பொறி தொழில்நுட்பச் சூழலில் யாரும் அதை எலி என்று நினைப்பதில்லை. ஏனெனில் *Mouse* என்ற சொல் அந்த கருவியைக் குறிப்பதற்கும் விரிவாக்கம் பெற்றுவிட்டது. ஒரு மொழியில் உள்ள சொற்கள் அனைத்தும் சேர்ந்து சொற்பொருள் தொகுதி (Lexicon) என்றழைக்கப்படுகிறது.

ஒரு மொழிக்குள் புதிய அறிவுப்புலங்கள் நுழையும்போது அம்மொழியின் சொற்பொருள் தொகுதி விரிவடைகிறது. இதற்காக அம்மொழியில் ஏற்கெனவே உள்ள சொற்கள் சிலவற்றின் பொருள்கள் புதிய அறிவுப் புலத்தையும் உள்ளடக்குவதற்காக விரிவடையவேண்டிய தேவை உள்ளது. சொல்லுக்குச் சொல்லான மொழிபெயர்ப்பு (Literal translation), வெளிப்படை குறி (Overt marking) போன்ற உத்திகளைப் பயன்படுத்தி சொற்பொருள் விரிவாக்கம், மாற்றங்கள் நிகழ்கின்றன. ஒரு மொழி பேசுவோரின் மொழி உளவியல் தளத்தில் (Psycholinguistic domain) நேரிடும் விரிவாக்கம் மற்றும் மாற்றங்களை எதிரொலிக்கும் வகையில் சொற்பொருள் மாற்றங்கள் நிகழ்கின்றன. இந்தச் சொற்பொருள் விரிவாக்க முறை நிகழும் நிரல்முறை பற்றி பல்வேறு ஆய்வுகள் செய்யப்பட்டுள்ளன.

சபீர்-உர்ஃப் கருதுகோளும் மாற்றுக் கருத்தும்

இந்த இயலின் தொடக்கத்தில் ஏற்கெனவே சுட்டிக்காட்டியவண்ணம் மொழிநியதி வாதம் (Linguistic Determinism) மற்றும் மொழிச்சார்பியல் (Linguistic Relativity) ஆகிய இரண்டும் கலந்த, இடைநிலையான சஃபிர்-உர்ஃப் கருதுகோள், அதற்கு மாறான 'பண்பாட்டு முன்மாதிரிகள்' (Cultural Prototypes) எனும் கருத்து ஆகிய இரண்டும் ஒன்றோடொன்று வேறுபட்டாலும் அவ்விரண்டு கருத்துகளும் ஒருநோக்கில் ஒற்றுமை காட்டுகின்றன. பண்பாட்டிற்கும் மொழிக்கும் இடையே ஊடும் பாவுமாய் ஓர் ஒட்டுறவு இருக்கிறது என்பதை இவ்விரு நிலைப்பாடுகளும் ஒப்புக்கொள்கின்றன.

திசைகளுக்கான பெயர்ச்சொல் உருவாக்கம்

ஏற்கெனவே குறிப்பிட்டபடி, செசில் ஹெச். பிரவுன் 1983இல் *Where Do Cardinal Direction Terms Come From?* என்ற தலைப்பில் ஆய்வுக் கட்டுரையொன்றை *(Anthropological Linguistics, Vol.25, No. 2, Summer, 1983: 121-161)* எழுதினார். உலகின் பல்வேறு பகுதிகளில் பேசப்படும் 127 மொழிகளைச் சுற்றாய்வு செய்து கிழக்கு, மேற்கு, வடக்கு, தெற்கு எனப்படும் நான்கு திசைகளுக்குரிய பெயர்ச்சொல்லுருவாக்கத்தில் உலகளாவிய பொதுக்கூறுகள் நிலவுவதைக் கண்டறிந்த அவர், தனது ஆய்வுமுடிவுகளை மேற்சொன்ன கட்டுரையின் வாயிலாக அறிவித்தார். அவரது ஆய்வுமுடிவுகளில் முக்கியமானவை வருமாறு:

1. உலகமொழிகள் திசைகளுக்கான சொல்லுருவாக்கத்திற்கான தோற்றுவாயாக விண்ணுலக அங்கங்கள் மற்றும் விண்நிகழ்வுகள் *(celestial bodies and events)*, வளிமண்டலக் கூறுகள் *(atmospheric features)*, மேல், கீழ், இடது, வலது போன்ற பொதுவான திசைப்பண்புகள் *(other general directional terms)*, சுற்றுச்சூழல் சார்ந்த குறிப்பிட்ட சிறப்பியல்புகள் *(environment specific features)* ஆகிய நான்கு சொல்லாக்க வளமூலங்களை *(Lexical source areas)* மட்டுமே பயன்படுத்தியுள்ளன.

2. சொல்லுக்குச் சொல்லான மொழிபெயர்ப்பு *(Literal translation)*, பலபொருள் ஒருசொல் *(Polysemy)*, வெளிப்படைக்குறி *(Overt Marking)* ஆகிய மூன்றுமே சொல்லாக்க வரலாற்றின் மீட்டுருவாக்கத்தில் உதவும் குறிகாட்டிகள்.

3. சொல்லாட்சிக் குறியாக்கத்தில் புறமுனைப்பு *(Salience)* முக்கியமான பங்களிப்புச் செய்கிறது. இயற்கை, பண்பாடு எனும் இரு சூழல்களிலுமே, புறமுனைப்பின் அளவைப் பொறுத்தே குறியாக்க முன்னுரிமை தீர்மானிக்கப்படுகிறது. குறியாக்கத்தில், அதிகமான புறமுனைப்புடைய குறிபடு பொருள் *(Referent)* குறைந்த புறமுனைப்புடைய குறிபடு பொருளைக் காட்டிலும் முன்னதாகக் குறியாக்கம் செய்யப்படுகிறது.

4. தொல்பழங்காலத்தில் மொழிகளில் பொதுவாகத் திசைகளைக் குறிக்கும் சொற்கள் இடம் பெறவில்லை. திசைப்பரப்பு எனும் கருத்தியல் பண்பாட்டுப் புறமுனைப்பு, மற்றும் முக்கியத்துவம் அதிகரித்த பின்னர் திசைகளுக்கான சிறப்புச் சொற்கள் உருவாக்கம் பெற்றன. அதிலும் பொதுவாக, உலக மொழிகளில் வடக்கு, தெற்கு ஆகிய திசைகளுக்குச் சொற்கள் உருவாகும் முன்பு கிழக்கு, மேற்கு ஆகிய இரு திசைகளுக்கும் தனிச்சொற்கள் தோன்றிவிட்டன.

சிந்துவெளிப் பண்பாட்டில் திசைகள் பற்றிய புரிதல்

திசைகள் பற்றிய தெளிவான புரிதல் இல்லாமல் சிந்துவெளிப் பண்பாட்டின் விரிவான, நேர்த்தியான நகரமைப்பு, தெருக்கள், கட்டுமானங்கள் மற்றும் தொலைதூரக் கடல்வணிகம் சாத்தியம் இல்லை. சிந்துவெளி முத்திரைகளிலும், உருவப் பொறிப்புகளிலும் உள்ள மீன் குறியீடு விண்மீன்களையும், பல்வேறு விண்மீன் கூட்டங்களையும் குறிப்பதாக ஆய்வாளர்கள் கருதுகின்றனர். குறிப்பாக முத்திரை எண். 9 (H9), 'அர்சா மேஜர்' *(Ursa Major)* என்ற விண்மீன் தொகுப்பை அதாவது நட்சத்திர மண்டலத்தைக் குறிப்பதற்குப் பயன்படுத்தப்பட்ட பழந்தமிழ்ப் பெயரான 'எழுமீன்' என்பதை 'ரீபஸ்' முறையில் குறிப்பிடுவதாக அஸ்கோ பர்போலா கருதுகிறார். ஞாயிறு மற்றும் குறிப்பிட்ட சில விண்மீன்களின் நிலை பற்றிய வானவியல் அறிவையும், கீர்த்தார் மலை போன்ற இயற்கைச் சூழல்களின் நோக்கு நிலையையும் கருத்தில்கொண்டு சிந்துவெளி மக்கள் தங்களது நகரங்களை வடிவமைத்தார்கள் என்று கருதப்படுகிறது.

எனவே, அடிப்படை திசைகள் *(Cardinal Directions)* என்ற கருத்தாக்கம் சிந்துவெளிப் பண்பாட்டில் முக்கியமான இடம்பெற்றிருந்தது என்று கருதலாம். அவ்வாறாயின் இன்னும் வாசித்து அறியப்படாத, இதுவென்று இதுவரை புலப்படாத சிந்துவெளி மக்களின் மொழியில் திசைகளின் பெயர்கள் சொல்லாக்கம் பெற்ற முறையில் வெவ்வேறு திசைகள் பற்றிய முன்னுரிமைகள் தாக்கம் புரிந்திருக்கக்கூடும் என்று அனுமானிக்கலாம்.

சிந்துவெளிப் பண்பாட்டிற்கு உரிமை கொண்டாடும் திராவிட மொழிக்குடும்பம், இந்தோ-ஆரிய மொழிக்குடும்பம் ஆகியவற்றில் திசைகளுக்கான பெயர் சொல்லாக்கத்தில் பயன்படுத்தப்பட்ட அணுகுமுறை மற்றும் முன்னுரிமைகளைச் செசில் ஹெச். பிரவுன் கண்டறிந்த உலகளாவிய நடைமுறை என்ற கட்டமைப்புடன் ஒப்பிட்டுப் பார்த்தால் சில முக்கியமான புரிதல்கள் நமக்கு கிடைக்கும்.

திராவிட மொழிகளில் திசைப்பெயர் சொல்லாக்க முறை

திராவிட மொழிகளைப் பொறுத்தவரையில் கிழக்கு மற்றும் மேற்குத் திசைக்கான சொல்லாக்கங்கள் 'பொதுவான திசைப்பண்புகள்', 'விண்ணுலக அங்கங்கள் மற்றும் விண்நிகழ்வுகள்' ஆகிய இரண்டு அணுகுமுறைகளின் அடிப்படையிலேயே நிகழ்ந்துள்ளன. பலபொருள் ஒருசொல், சொல்லுக்குச் சொல்லான மொழிபெயர்ப்பு ஆகிய இரு உத்திகளின்மூலம் இச்சொல்லாக்க வரலாறு நிகழ்ந்துள்ளது.

பலபொருள் ஒருசொல் என்றால் தொடர்புடைய, வெவ்வேறான குறிப்புப் பொருட்களை ஒரே சொல்லின்மூலம் குறிப்பதாகும். முதலில் ஒரு குறிபடு பொருளை உணர்த்த பயன்படும் ஒரு சொல்லை இன்னொரு குறிபடு பொருளிற்காகவும் விரிவாக்கம் செய்வது பலபொருள் ஒருசொல் உருவாகும் முறையாகும். பொதுவான திசைப் பண்புச்சொற்களான இடது, வலது, மேல், கீழ், முன்புறம், பின்புறம் போன்றவை கிழக்கு, மேற்கு, வடக்கு, தெற்கு எனும் திசைப்பெயர்ச் சொற்களுடன் பலபொருள் ஒருசொல் உறவைப் பகிர்ந்து கொள்கின்றன. திராவிட மொழிகளைப் பொறுத்தவரை இந்த ஒட்டுறவு, மேல்-மேற்கு, கீழ்-கிழக்கு என்ற புவிமைய (Topo-centric) கட்டமைப்பில் உருவானது. இக்கருத்தைப் பின்வரும் சான்றுகள்மூலம் நிறுவலாம்.

திராவிட மொழிகளில் 'மேல்-மேற்கு, கீழ்-கிழக்கு' பலபொருள் ஒருசொல்

திராவிட மொழிகளில் மேல்-மேற்கு என்ற பலபொருள் ஒருசொல் ஆக்கம் எவ்வாறு வழங்கப்படுகிறது என்பதைத் திராவிட வேர்ச்சொல் அகராதியில் (DEDR) உள்ள பதிவு எண்கள் 5086, 5128, 2178, 4567 ஆகியவற்றில் காணலாம். மேல், உயரம், மேல் நோக்கி, மேல் பகுதி ஆகிய பொருண்மைகளோடு மேற்கு என்ற பொருண்மையும் பலபொருள் ஒருசொல்லாகப் புலனாகிறது.

திராவிட மொழிகளில் கீழ்-கிழக்கு என்ற பலபொருள் ஒருசொல்லின் தோற்றம் கீ/கீழ் என்ற வேர்ச்சொல் நிலையில் காணப்படுகிறது. பல்லாம் (*pallām*) என்ற கோலாமி சொல், எர்க் (*erk*) என்ற தோடா மொழிச்சொல், சிராயின் (*siṛāyiṅ*) என்ற கோண்டி மொழிச் சொல் இந்தக் கீழ்-கிழக்கு தொடர்பைக் குறிப்பிட்ட புவியியல் நோக்கில் நிறுவுவதாக அமைந்துள்ளன. திராவிட மொழிக்குடும்பப் பரப்பில் மேல்-மேற்கு, கீழ்-கிழக்கு என்ற கருத்தாக்கமும் அதன் பலபொருள் ஒருசொல்லான சொல்லாக்க வரலாறும் பரவலாக வெளிப்படுகின்றன. தமிழ், மலையாளம், கோட்டா, குடகு, கோண்டி ஆகிய மொழிகளில் கீ/கீழ் என்ற வேர்ச்சொல் அடிப்படையில் பலபொருள் ஒருசொல் உருவாக்கம் தெளிவாக நிகழ்கிறது. பலபொருள் ஒருசொல்லின் மொழியியல் இயல்பும் அதுதான். ஆயினும், கொலாமி மொழியில் பல்லம் என்ற சொல் கிழக்கைக் குறிக்கப் பயன்படுகிறது. அதேநேரத்தில் தமிழ், கன்னடம், தெலுங்கு, துளு ஆகிய திராவிட மொழிகளில் பள்ளம் என்பது தாழ்வான நிலத்தைக் குறிக்கிறது. இதன்மூலம் தாழ்வான/சரிவான நிலத்தைக் கிழக்கு என்று குறிப்பிடும் புவியியல் சார்ந்த அணுகுமுறை திராவிட மொழிக்குடும்பத்தின் பல்வேறு பிரிவுகளையும் உள்ளடக்கிய ஒரு பொதுக்கூறு போலத் தோன்றுகிறது. தொல்திராவிட மொழிகளைப் பேசியவர்களின் தொல்மானுடப் புவியியல் மேல்-மேற்கு, கீழ்-கிழக்கு என்ற வாட்டத்தில் அமைந்திருக்கும் என்று கருதவும் இது இடமளிக்கிறது.

"மேல்-மேற்கு, கீழ்-கிழக்கு" திராவிடக் கட்டமைப்பு-புவிமைய அணுகுமுறை

திராவிட மொழி	DEDR	சொல்	பொருள்
தமிழ்	5086	மே	மேன்மை
		மேக்கு	மேற்கு, உயரம், உயரமான, இடம், மேலான
		மேல்	மேற்கு, மேலே இருப்பது, மேலே, வானம், மேன்மை
		மேலை	மேற்கு, மேற்கத்திய, மேலே
		மேற்கு	மேற்குத்திசை
மலையாளம்	5086	மே	மேலே
		மேன்	மேலே இருப்பது, மேன்மை பொருந்திய, மேன்மை
		மேல்	மேலே இருப்பது, மேற்குப்பகுதி
		மேலே	மேல் நோக்கி
		மேற்கு	மேற்குப்பக்கம்
கோட்டா	5086	மே மூல்	மேற்குப்பக்கம்
		மே சீம்	
தோடா	5128	மேல்	மேலே, உயரமாக
		மேதிண்	வீட்டின் வலதுபுறமுள்ள மேடை
		மேல் பாவ்	மேலோடை
குயி	2178	குய்	மேல், மேலே, மேற்கு, கோண்டு பழங்குடி
		குய்கி	மேலுள்ள இடத்திற்கு
		குய்ட்டி	மேலுள்ள இடத்திலிருந்து
கோலாமி	4567	பொடெ	உயரமான, மேல், உச்சி
		போடேலான்	மேற்கு
தமிழ்	1619	கீழ்	கீழேயுள்ள பகுதி அல்லது இடம். அடிப்பகுதி, கிழக்குத் திசை
		கீழ்வு	கீழேயுள்ள இடம்
		கிழக்கு	கிழக்குத்திசை, தாழ்வான இடம்
மலையாளம்	1619	கிழக்கு	கிழக்குத்திசை
கோலாமி	1619	கி	தாழ்வான, கிழக்கு
கொடகு	1619	கீ	தாழ்வான, கீழே
		கீட	கீழுள்ள இடம், கீழே
		கீப்புனி கே, கியே	வயலின் தாழ்வான பகுதி, கிழக்கு
தோடா	516	கி	தாழ்வான
		எர்க்	கீழ், கிழக்கு
கோண்டி	2584	சிர்	கீழே
		இட்	இறக்கமான, தாழ்வான
		ஸிடாயின்	கிழக்கு
கோலாமி	4016	பல்லாம்	கிழக்கு

விண்கோள்கள் மற்றும் விண்நிகழ்வுகள்

மேற்கு, கிழக்கு என்ற திசைகளுக்கான சொல்லாக்கத்தில், பிரவுன் குறிப்பிடும் 'விண்கோள்கள் மற்றும் விண்நிகழ்வுகள்' என்ற குறியாக்க உத்தியையும் சில திராவிட மொழிகள் பயன்படுத்தி உள்ளன என்பது உண்மை. மேலும் சொல்லுக்குச் சொல்லான மொழிபெயர்ப்பு உத்தியும் பயன்படுத்தப்பட்டுள்ளது. மலையாளம், கன்னடம், குடகு, துளு, தெலுங்கு மற்றும் கோண்டி போன்ற மொழிகளில் சூரியன் மறைதல் *(the setting sun)* என்ற விண்நிகழ்வின் அடிப்படையில் 'படு' என்ற திராவிட வேர்ச்சொல்லின்மூலம் மேற்குத் திசைக்கான சொல்லாக்கம் நேர்ந்துள்ளது.

திசைகளுக்கான சொற்களின் சொல்லாக்க வரலாறு: பழந்தமிழ்ச் சான்றுகள்

திசைகள் குறித்த சொற்கள் மற்றும் மேல்-கீழ், முன்-பின், வலது-இடது, உட்புறம்-வெளிப்புறம்-உள்ளாக, அருகே-தொலைவில் போன்ற பொதுவான திசைப்பண்புச் சொற்களின் பயன்பாட்டிற்குப் பழந்தமிழ் இலக்கண, இலக்கியங்கள் விரிவான சான்றளிக்கின்றன. பழந்தமிழ் இலக்கண நூலான தொல்காப்பியம் ஏழாம் வேற்றுமை எனப்படுகிற இடப்பொருள் வேற்றுமை உருபின் பின்னடைச் சொற்களை *(Post-positions of locative case markers)* பட்டியலிடுகையில் இத்தகைய சொற்களைக் குறிப்பிடுகிறது (தொல். சொல். 77).

திசைப்பெயர்களான மேற்கும் கிழக்கும், பொதுத் திசைப்பண்புச் சொற்களான 'மேல்' 'கீழ்' ஆகியவற்றிலிருந்து ஆக்கம்பெற்றன என்பதைத் தொல்காப்பியம் மற்றும் சங்க இலக்கியச் சான்றுகள் ஐயத்திற்கு இடமின்றி நிறுவுகின்றன. அதுமட்டுமின்றி, பொதுவான திசைப்பண்புச் சொற்களே தொடக்கத்தில் மிகுதியான புறமுனைப்பும், முக்கியத்துவமும் பெற்றுத் திகழ்ந்தன; அச்சொற்களே பின்னர், அவற்றைவிட குறைவான சிறப்பிடம் பெற்றிருந்த திசைப்பெயர்களையும் குறிக்கும் வகையில் பலபொருள் ஒருசொல்லாக ஆக்கம் பெற்றன என்பதும் இச்சான்றுகளால் புலனாகும்.

ஒரு பண்பு, இயல்பு அல்லது கூறு பற்றிய உவமை கூறுகையில் உவமையாகக் கூறப்படுபவை விளக்கப்படும் பொருளைவிட உயர்வானதாக, அதாவது கூடுதல் மதிப்புமிக்கதாக இருக்கவேண்டும் என்று தொல்காப்பியம் கூறுகிறது. ஆயினும், சில இடங்களில், செய்யுளின் சிறப்புத் தேவையை முன்னிட்டு, மதிப்புக் குறைந்த, கீழான, தாழ்வான பொருள்களையும், கூறுகளையும்கூட உவமையாகக் கூறலாம் என்ற விதிவிலக்கையும் தொல்காப்பியம் குறிப்பிடுகிறது. இப்பின்னணியில், கீழான, தாழ்வான பொருள் என்பதை விளக்குவதற்காகக் 'கிழக்கிடும் பொருள்' என்ற சொல்வழக்கைத் தொல்காப்பியர் பயன்படுத்துகிறார் (தொல். பொருள். 276). இதைச் சொல்லுக்குச் சொல் என்ற அடிப்படையில், இன்றைய புரிதலில் விளக்கினால் 'கிழக்கில் (அதாவது கிழக்குத்திசையில்) இடப்படும் பொருள்' *(Matter of east)* என்றுதான் விளக்கமுடியும். ஆனால், தொல்காப்பியர் இந்தச் சொல்வழக்கைக் 'குறைந்த மதிப்புடைய, கீழான' என்ற பொருளில் வழங்கியிருக்கிறாரே தவிர 'கிழக்கு' என்ற திசையின் அடிப்படையில் அல்ல. மேற்சொன்ன உவமையியல் கோட்பாட்டை விளக்க முற்பட்ட தொல்காப்பிய உரையாசிரியர் குறுந்தொகைப் பாடலை (குறு. 337:2) இதற்கு மேற்கோளாகக் காட்டுகிறார். இப்பாடலில், "ஒரு பெண்ணின் கூந்தல் கீழாகச் சரிந்து விழுந்தது" என்பதைக் கவிஞர், 'கிளைஇய குரலே கிழக்கு வீழ்ந்தனவே' என்று வருணிக்கிறார். இதிலிருந்து, 'கிழக்கு' என்ற சொல்லுக்கும் 'கீழ்' என்ற பொருளுக்குமான தொடர்பு புலப்படும். இதை மேலும் உறுதிசெய்யும் சங்க இலக்கியப் பதிவுகள் நற்றிணை (297:1), பதிற்றுப்பத்து (36:10) ஆகியவற்றிலும் காணப்படுகின்றன. இப்பாடல்களில் கிழக்கு என்ற சொல்லாட்சி முறையே 'தாழ்வான பகுதி', 'கீழான', 'சரிவான பக்கம்' என்ற பொருள்களில் வழங்கப்படுகின்றன. இவ்வாறு தொல்காப்பியமும் சங்க இலக்கியமும் 'கீழ்' என்ற சொல்லிலிருந்து 'கிழக்கு' தோன்றியிருக்க வேண்டும் என்ற சொல்லாக்க வரலாற்றுக்குச் சான்றளிக்கின்றன.

சிலப்பதிகாரத்தில், பாண்டியர் தலைநகர் மதுரையின் கீழ்த்திசை வாயில், மேற்றிசை வாயில் என்ற இரு நுழைவாயில்கள் பற்றிய குறிப்புகள் உள்ளன (சிலம்பு. 23: 182-3). சோழநாட்டுப்

புகார் நகரத்திலிருந்து மதுரைக்கு வரும் கண்ணகி, கிழக்கு வாயில் (கீழ்த்திசை வாயில்) வழியே நுழைகிறாள். அந்நகரை விட்டு வெளியேறும்போது மேற்குவாயில் (மேற்றிசை வாயில்) வழியாக வெளியேறிச் சேர நாட்டிற்குச் செல்வதாகக் கதைநிகழ்வில் வருகிறது. பாண்டியர் நிலப்பகுதியான கிழக்குச் சமநிலங்கள் மற்றும் கிழக்குக் கடற்கரைப் பகுதிகளோடு ஒப்பிடுகையில், சேரர்களின் மலை நிலப்பகுதிகள் மேட்டு நிலமாகவும் மேற்கிலும் அமைந்திருந்தன என்பது இங்கு நினைவுகூரத்தக்கது. எனவே, கீழ்த்திசை வாயில், மேற்றிசை வாயில் என்ற சொல்லாட்சிகளின் உள்ளீடாகக் கிழக்கு, மேற்கு என்ற திசைப்பொருண்மையோடு கீழ், மேல் என்ற நில அமைப்பு சார்ந்த புரிதலும் கவனத்திற்கு உள்ளாகிறது.

சங்க இலக்கியத்தில் 'மேக்கு' என்ற சொல்லாட்சி 'உயர்நிலப் பகுதி' (மதுரைக். 486); 'மேல்நோக்கி வளர்தல்' (நற். 91: 6; அகம். 205: 21; குறு. 26: 2); 'மேல்நோக்கிப் பரவுதல்' (அகம். 143-5); 'மேல்நோக்கி எழுதல்' (புறம். 143: 2) ஆகிய பொருள்களில் கையாளப்பட்டுள்ளன. தமிழின் முதற்காப்பியம் பாண்டியர் தலைநகரின் மேற்குவாயில் பற்றி குறிப்பிடுகிறது. இரண்டாவது காப்பியமான மணிமேகலை 'தென்மேற்கு' என்ற திசைப்பெயரை இரண்டுமுறை குறிப்பிடுகிறது (மேகலை. 25, 154: 5; 28, 175: 6). இதில் 'மேற்கு' என்று 'கு' இறுதியுடன் கூடிய திசைப்பெயர் சொல்மரபு பயன்படுத்தப்படுகிறது. 'கு' இறுதியுடன் கூடிய கிழக்கு, மேக்கு (மேற்கு) எனும் சொற்கள் சங்க இலக்கியங்களில் 'கீழ்', 'மேல்' எனும் பொருளில்தான் வழங்கியுள்ளன என்பதால் கீழ், மேல் என்ற பொருளே மேற்குத்திசை, கிழக்குத்திசை என்ற திசைச்சொற்களைவிட தொன்மையானது, முதன்மையானது.

குடக்கு (மேற்குத்திசை), குணக்கு (கீழ்த்திசை) என்ற சொல்லாட்சி

தமிழ் மொழியில் 'குடக்கு' என்ற சொல்லிற்கு 'மேற்கு' என்பது பொருள். மேற்குத்தொடர்ச்சி மலைப் பகுதியில் உள்ள கூர்க் என்ற இடம் குடக்கம், குடகு என்ற பெயரில் அழைக்கப்படுகிறது (*DEDR 1649*) பழந்தமிழ் இலக்கியங்களில் மேற்கு, கிழக்கு என்ற திசைப்பெயர்களைக் குறிக்க முறையே குடக்கு, குணக்கு என்ற இரு சொற்கள் வெகுவாகப் பயன்படுத்தப்பட்டன. அவற்றில் குடக்கு பற்றி முதலில் காணலாம். எடுத்துக்காட்டுகளாக,

குட புலம் காவலர் (மேற்கு பகுதிகளின் அரசர் - சிறுபா. 47),
குடக்காற்று (மேற்குத் திசைக் காற்று - பெரும்பா. 240),
குடமலை (மேற்கிலுள்ள குடகு மலை - பட்டின. 188; மலைபடு. 527),
குடகடல் (மேற்கு கடல் - புறம். 17:2, 31:13, மதுரைக். 71),
குடவர் (மேற்கு பகுதி அரசர்கள் - புறம். 17),
குடக்கேர்பு (மேற்காக மேல் நோக்கி நகரும் - நற். 140: 1, 153: 1)

குடகு என்பது மேற்குத் தொடர்ச்சி மலையில் அமைந்துள்ள ஒரு பகுதியாகும். இப்பகுதி சேர மன்னர்களின் ஆட்சிக்கு உட்பட்டதால் சேர மன்னர்கள் குடவர் என்றழைக்கப்பட்டனர். தற்காலத்து மலையாள மொழியில் கூர்க் பகுதியில் வாழும் கொடகு மொழிபேசும் மக்கள் கொடவா என்றழைக்கப்படுகிறார்கள். தமிழில் குடக்கம் என்றால் கூர்க் பகுதி; குடக்கு என்றால் 'மேற்கு'.

செசில் ஹெச். பிரவுன் கண்டறிந்த திசைப்பெயர்களின் உருவாக்கத்திற்கான நால்வகை வளமூலங்களில் (*lexical sources*) குறிப்பிட்ட சுற்றுச்சூழல் சார்ந்த சிறப்பியல்பும் ஒன்றாகும். குடகு என்ற நிலப்பகுதியின் பெயர், குடகு என்ற திசைப்பெயர் உருவாக்கத்திற்குக் காரணமாக இருந்திருக்கலாம். அவ்வாறாயின் அது பிரவுன் கண்டறிந்த திசைப்பெயர்ச் சொல் உருவாக்க மரபின் கட்டமைப்பிற்குள் இயங்குவதாகும்.

மேல் என்ற சொல் எவ்வாறு மேல் (உயரம்), மேற்கு (திசை) என்ற இரு பொருள்களையும் உள்ளடக்கியதாக இருக்கிறதோ அவ்வண்ணமே குடக்கு என்ற சொல்வழக்கு இவ்விரு பொருண்மைகளையும் குறிக்கிறது என்பதைப் பின்வரும் சங்க இலக்கியச் சான்றுகள்மூலம் அறியலாம்.

'குடக்கு வாங்கு பெருஞ்சினை' (மேலோங்கி வளர்ந்த (மரத்தின்) பெருங்கிளை - நற். 167: 1). 'ஞாயிறு குடக்கு வாங்கும்' (சூரியன் மேற்கு நோக்கி நகர்ந்தது - நற். 398: 2) இதைப்போலவே சங்க இலக்கியங்களில் கிழக்கு திசையைக் குறிக்க 'குணக்கு' என்ற சொல் மிகுதியும் கையாளப்பட்டுள்ளது. 'குணபுலம் காவலர்' (கிழக்கு நிலப்பகுதிகளின் அரசர் - சிறுபா. 79). குணக்கடல் (கிழக்குக் கடல் - மதுரைக். 238).

குணக்கு என்ற சொல் எப்படித் தோன்றியது, அதன் வேர்ச்சொல் அடிப்படை என்ன என்பது பற்றிய தெளிவில்லை. ஆயினும், திராவிட மொழிகளில் கிழக்கு, மேற்கு எனும் திசைகளைக் குறிப்பிடும் சொற்கள் கீழ், மேல் எனும் பொதுவான திசைப்பண்புச் சொற்களைக் கொண்டு உருவாக்கம் பெற்றுள்ளது என்பதை ஏற்கெனவே விரிவாகப் பார்த்தோம். மேற்கு எனும் திசையைக் குறிக்கும் பிறிதொரு சொல்லாகவும், மேற்கிலுள்ள மலைப்பகுதியான குடகு என்ற இடப்பெயரோடு தொடர்புடையதாய் தோன்றுவதும் குடக்கு என்ற சொல்வழக்கு மேல்-மேற்கு

என்ற பலபொருள் ஒருசொல் போலவே, மேல் (உயரமான) மற்றும் மேற்கு (திசை) ஆகிய இரு பொருள்களையும் குறிக்கிறது. இதனையும் கருத்தில் கொண்டு பார்க்கையில், கிழக்கு என்ற திசையைச் சுட்டும் குணக்கு என்ற சொல்லுக்கும் கீழ் (தாழ்வான) என்ற பொருளுக்கும் தொடர்பு இருக்கக்கூடும் என்று எதிர்பார்ப்பது நியாயமானதே. குணக்கு என்ற சொல் குண்டு *(DEDR 1669)* என்ற திராவிட மொழிச் சொல்லோடு தொடர்புடையதாக இருக்கலாம்; அதன்மூலம் குணக்கு என்ற சொல்லின் உருவாக்க வரலாற்றை மீட்டுருவாக்கம் செய்ய முயற்சிக்கலாம் என்று தோன்றுகிறது.

மேற்சொன்ன திராவிட மொழிக்குடும்பச் சொற்களைப் பின்னணியாக வைத்துப் பார்க்கும்போது, பழந்தமிழ் இலக்கியங்களில் வரும், "மேகங்கள் கிழக்குக் கடலில் நீரை முகந்து எடுத்து, மேற்கு மலைகளை நோக்கி மேலெழும்பி சென்று அங்கு மழைநீரைப் பொழிகின்றன" (மதுரைக். *238; நற். 153)* என்ற சித்தரிப்பு மேலும் தெளிவு பெறும். மேற்சுட்டிய திராவிட மொழிக்குடும்பச் சொற்கள் குழி, பள்ளம், ஆழம், பாதாளம், உட்குழிவு போன்ற பொருள்களில் வழங்குவதைப் பார்க்கும்போது, கிழக்கு என்ற பொருளில் வழங்கப்படும் குணக்கு என்ற சொல்லுக்கும் பள்ளம், தாழ்வு என்னும் பொருளுக்கும் வேர்நிலைத்தொடர்பு இருந்திருக்க வேண்டும் என்று தோன்றுகிறது. மேலோங்கிய மேற்கு உயர்நிலம், தாழ்வான கிழக்குக் கரைப்பகுதி என அமைந்த திராவிட மானிடப் புவியியலின் தாக்கத்தையும் இச்சொல்லாக்க வரலாற்றின் பின்புலமாக நம்மால் உய்த்தறிய முடிகிறது.

ஆழம், பள்ளம், குழி என்ற புவிக்கூற்றை உணர்த்தும் குண்டு, குட்டை, குளம், குழி ஆகிய சொற்களின் உருவாக்கத்திற்கு அடிப்படையான குண், குட், குள், குழ் ஆகிய வேர்வடிவங்களுக்கு இடையேயுள்ள தொடர்பை மேலும் ஆராய்வது பொருத்தமாக இருக்கும். இதுமட்டுமின்றி குவி மொழியில் 'குண' என்ற சொல் வேர், கிழங்கு என்ற பொருளில் வழங்குகிறது *(Israel 1979: 114)*. இதிலிருந்து 'குண' என்ற சொல்லுக்கும் 'கீழே', 'அடியில்' என்ற புலனுணர்வுக்கும் இடையிலான ஆழமான தொடர்பு விளங்குகிறது. பூமியின் அடியில் விளைகிற சேனை, உருளை போன்றவற்றைக் குறிக்கும் பொதுச்சொல் கிழங்கு என்ற தமிழ்ச் சொல்லை *(DEDR 1578)* 'அடியில்', 'கீழே' எனும் பொருள்படும் 'கீழ்' என்ற சொல்லிலிருந்து மீட்டுருவாக்கம் செய்யலாம் என்பதை இங்கு ஒருசேர நினைத்தால் குணக்கு என்ற சொல்லுக்கும் 'கீழ்' மற்றும் 'அடியில்' எனும் பொருளுக்கும் உள்ள தொடர்பு மேலும் தெளிவாகும். குணக்கு, குடக்கு என்ற சொற்களின் ஆக்க வரலாறு பற்றி முடிந்த முடிவான கருத்தொற்றுமை ஏற்படவில்லை என்றாலும்கூட, மேல்-கீழ் என்ற சொற்களின் வடிவில் திராவிட மொழிகளில் கிட்டும் சான்றுகள் 'மேல்-மேற்கு, கீழ்-கிழக்கு' என்ற பாகுபாட்டின் சொற்பொருள் பின்புலத்தை தெளிவாக நிறுவப் போதுமானவை.

குடக்கு (மேற்கு), குணக்கு (கிழக்கு) என்ற திசைப்பெயர்கள் பண்டைய தமிழிலக்கியங்களிலும் கல்வெட்டுக்களிலும் வழங்கப்பட்டுள்ளன என்றாலும், நடைமுறைப் பேச்சு வழக்கில் தமிழில் பேசுவோர் எவரும் பயன்படுத்தவில்லை என்பதைக் கருத்தில் கொள்ள வேண்டும். 'மேல்-மேற்கு, கீழ்-கிழக்கு' என்பதைத் தெளிவாகத் தெரிவிக்கும் மேல்-கீழ் பலபொருள் ஒருசொல் உருவாகி நிலைபெற்றுவிட்டது என்பதால் 'குடக்கும்-குணக்கும்' காலப்போக்கில் முக்கியத்துவத்தை இழந்திருக்கக்கூடும்.

மேற்குத் திசையைக் குறிக்கும்
படிஞாயிறு என்ற சொல்வழக்கு

தமிழ் மொழிக்கும் மலையாள மொழிக்கும் இடையிலான உறவு பற்றி தனது வாதத்தை முன்வைக்கும் போக்கில் கிழக்கு, மேற்கு எனும் இரு திசைகளைக் குறிக்க இவ்விரு மொழிகளில் பயன்படுத்தும் சொற்களைக் குண்டர்ட் *(Gundert)* முன்வைக்கிறார் *(Caldwell 1974: 20)*. கிழக்கு, மேற்குத் திசைகளுக்கான மலையாளச் சொற்களைக் கணக்கில் கொண்டால் மலையாள மொழி பேசுவோர் கிழக்கிலிருந்து மேற்கு நோக்கிப் புலம்பெயர்ந்தார்கள் என்று சொல்ல முடியாது என்றும் ஆரியர்கள் தெற்குநோக்கிப் புலம்பெயர்ந்தோடு இதை ஒப்புமை நிகழ்வாகக் கருதினாலும், திராவிட மொழி பேசுவோர் முதலில் மேற்குக் கடற்கரைப் பகுதிகளில் குடியிருப்புகளை அமைத்து அதன்பின்னர் கிழக்கு நோக்கிப் பரவினர் என்று கருதத் தோன்றும் என்று குறிப்பிடுகிறார் குண்டர்ட்.

மலையாள மொழியில் மேற்குத் திசையைக் குறிப்பிட 'படிஞ்ஞாறு' (படிஞ்ஞாயிறு) என்ற சொல் பயன்படுத்தப்பட்டாலும், 'மேல்கு' என்ற சொல்லும் பயன்படுத்தப்படுவதையும் குண்டர்ட் சுட்டிக்காட்டுகிறார். குண்டர்ட்டின் கருத்துகளை மேற்கோள் காட்டும் கால்டுவெல் அவரது கருத்திலிருந்து வேறுபடுகிறார். 'மேல்கு', 'கிழக்கு' என்ற இரண்டு சொற்களும் தமிழ்நாட்டிலேயே தோற்றம் பெற்றிருக்க வேண்டும் என்பது கால்டுவெல்லின் கருத்து *(Caldwell 1974: 20)*. கிழக்கு-மேற்கு சொற்களின் ஊடான தமிழ்-மலையாள உறவு பற்றிய புரிதல் எவ்வாறாயினும், மலையாள மொழியின் 'படிஞ்ஞாறு' என்ற சொல்வழக்குத் திசைப்பெயர்களின் சொல் உருவாக்கத்திற்கான வளக்கூறுகளில் *(lexical sources)* ஒன்றாகப் பிரவுன் குறிப்பிடும் 'விண்கோள்கள் மற்றும் விண்நிகழ்வுகள்' என்பதன் அடிப்படையில் உருவாக்கப்பட்டுள்ளது என்பது தெளிவாகப் புலப்படுகிறது.

இந்த இயலின் மையக்கருத்தைப் பொறுத்தவரையில் இந்தப் புரிதலே போதுமானது.

‘மேல்-மேற்கு, கீழ்-கிழக்கு’ பலபொருள் ஒருசொல்லின் விரிவாக்கம்

ஒரு முக்கியமான சொல்லின் சாரமான மையப்பொருளை உருவக நோக்கில் பொருள் விரிவாக்கம் செய்வதற்கான படைப்பியல் சாத்தியங்களுக்குப் பலபொருள் ஒருசொல் எனும் கருவி, அதாவது வழிமுறை வாய்ப்பளிக்கிறது. திராவிட மொழிகள் பலவற்றிலும் மேல்-மேற்கு, கீழ்-கிழக்கு முன்மாதிரிகள் பலபொருள் ஒருசொல் எல்லைகள் காலப்போக்கில் சில சமூகப்பொருளாதாரக் கண்ணோட்டங்களை, நடைமுறைகளை முன்னிறுத்தும் குறியீடுகளாகப் பொருள் விரிவாக்கம் பெற்றுள்ளன. சங்க இலக்கியத்திலேயே இதற்கான சான்றுகளைக் காணமுடிகின்றன. எடுத்துக்காட்டாக ‘மேற்பால்’, ‘கீழ்ப்பால்’ என்ற புறநானூற்று (183) சொல்வழக்கைக் குறிப்பிடலாம். மேற்பால், கீழ்ப்பால் என்பது அக்காலகட்டத்தில் ஒரு சமூகப் பொருளாதாரக் குறியீட்டுச் சொல்லாகப் பயன்பட்டதை உணரமுடிகிறது. பரிபாடலில் (17-40) ‘கீழோர்’ என்ற சொல் ‘பள்ளமான வயல்களில் உழுதுண்போர்’ என்ற பொருளிலும்; புறநானூற்றில் (42-13) ‘கீழ்மடை’ என்பது வாய்க்கால் பாசனநீர் பெறும் கடைமடைப் பகுதி, அதாவது கீழ்ப்பகுதி என்ற பொருளிலும் பயன்படுத்தப்பட்டுள்ளன. வீரமரணம் எய்தியோரின் உலகம் உயர்மக்களின் உலகம் என்ற பொருளில், ‘மேலோர் உலகம்’ என்றழைக்கப்பட்டது (புறம். *229: 22; 240: 5-6;* பரி. *17-8*). இத்தகைய கீழ் - மேல் பொருள் விரிவாக்கங்கள் தமிழ் மொழிப் பரப்பில் எங்ஙனம் நிகழ்ந்தன என்பதைத் தமிழ்க் கல்வெட்டு, இலக்கிய மற்றும் சொற்களஞ்சியத் தரவுகளின்மூலம் அறிவது பொருத்தமாக இருக்கும்.

மேல்-மேற்கு, கீழ்-கிழக்கு கருத்தாக்க முன்மாதிரிகள் தொல் பழங்காலத்திலிருந்தே தமிழ்ப்பண்பாட்டில் ஆழமாக வேரூன்றி, முக்கியத்துவம் பெற்று காலந்தோறும் தமிழ் மொழியின் சொல்லாக்க வரலாற்றில் தாக்கம் புரிந்துள்ளன என்பதை இத்தரவுகள் காட்டுகின்றன. இவ்விரிவாக்கங்களில் புலப்படும் முன்மாதிரிகள் *(Prototypes)* தோற்றத்தில், வளர்ச்சியில் மானுடப் புவியியலின் செல்வாக்கு, தாக்கம் எந்த அளவிற்கு இருந்திருக்கிறது என்பதை “மீ>மீயாட்சி>மீநீர்; மேல்>மேனீர்>மேல்வாரம்>மேல் பாதி; கீழ்>கீழ்நீர்>கீழ்வாரம்>கீழ் பாதி” என்ற சொல் வழக்குகளின் நடைமுறை நோக்கம் மற்றும் பயன்பாட்டின்மூலம் அறியலாம்.

தமிழ்நாட்டில் காவிரி ஆற்றுப் பாசனப் பகுதியில் உள்ள விவசாயிகள் மேல்நீர்-கீழ்நீர், மேல்வாரம்-கீழ்வாரம், மேல்பாதி-கீழ்பாதி போன்ற சொல் வழக்குகளை நன்றாக அறிவார்கள். தனது நிலத்தைத் தானே உழுது, பயிரிட்டு அறுவடை செய்யாமல், பிற விவசாயிகளுக்கு வாரக்குத்தகைக்கு அளித்து அதற்கு ஈடாக விளைச்சலில் ஒரு பகுதியைப் பெற்றுக் கொள்கிற நில உடமையாளர்கள் இப்பகுதிகளில் உள்ளனர். அத்தகைய வாரக்குத்தகை ஏற்பாட்டில், நில உடமையின் மேற்பகுதிகள் நில உடமையாளர் பங்கு என்றும் (மேல்பாதி) கீழ்ப் பகுதிகள் (கீழ்ப்பாதி) உழுது பயிர் செய்பவரின் பங்கு என்றும் பொதுவாக அடையாளப்படுத்தப்படுகிறது. மேற்பகுதியிலிருந்து கிடைக்கும் விளைச்சல் நிலத்துக்காரர் பங்கு ‘மேல்வாரம்’ என்றும் மேல் பகுதியில் இருந்து கிடைக்கும் உழவரின் (குத்தகைதாரர்) பங்கு ‘கீழ்வாரம்’ என்றும் குறிப்பிடப்படுகின்றன.

புவி அமைப்பின் அடிப்படையில் பாசனப் பகுதிகளில் காவிரி ஆற்றுத் தண்ணீர்/கால்வாய் தண்ணீர் பொதுவாக வடமேற்கிலிருந்து தென் கிழக்கு நோக்கிப் பாய்கிறது. தமிழ்நாட்டின் மேற்குப் பகுதி உயரமாகவும் கிழக்குப் பகுதி தாழ்வாகவும் இருப்பதுமான நில அமைப்பு இதற்குக் காரணமாகும். இதன் விளைவாக, இயற்கையாகவே விவசாய நிலங்களின் மேல் பகுதிகளில் (பொதுவாக மேற்கில் அமையும்) முதலிலும் தாழ்வான கடைமடைப் பகுதிகளுக்கு (பொதுவாக கிழக்கில் அமையும்) அதன் பிறகும் பாசனநீர் பாயும். இதனால், தண்ணீர் பற்றாக்குறை காலங்களில் பாயும் தண்ணீரில் மேல்நிலங்கள் முன்னுரிமைபெறும். அதைப் போலவே, வெள்ளக்காலங்களில் மேல் நிலங்களிலிருந்து முதலில் நீர் வடிந்துவிடும்; கீழ் நிலங்களில் நீர் கூடுதலாகத் தேங்கும். ஏற்றத்தாழ்வான படிநிலைகளாலான சமூகக் கட்டமைப்பு மரபுகளில் நில உடைமையும் அது சார்ந்த உரிமைகளும்தான் சமூகப்பொருளாதார உறவுகளின் அடிப்படையாக விளங்குகின்றன. எனவே, மேல்வாரம்: கீழ்வாரம் என்ற கட்டமைப்பு வெறும் மேல்-மேற்கு, கீழ்-கிழக்கு என்ற நிலஅமைப்பின் விளைவு அல்ல; அவற்றிற்கும் மேலே சமூகப்பொருளாதார, சமூக உளவியல் கூறுகளை உள்ளடக்கிய நடைமுறை எதார்த்தம் என்பதையும் நாம் புரிந்துகொள்ள வேண்டும். இதன் பின்னணியில்தான் ‘மேல்-கீழ்’ என்னும் சொற்கள் சமூகப் பொருளாதார ஏற்றத்தாழ்வுகளைப் படம் பிடிக்கும் முறையில் சொற்பொருள் விரிவாக்கம் பெற்றுள்ளன என்பது தெளிவாகிறது.

இத்தகைய சொற்பொருள் விரிவாக்கங்கள், விரிவான சமூகக் கட்டமைப்பு கொண்ட சமூகங்களில் பேசப்படும் தமிழ், கன்னடம், தெலுங்கு, மலையாளம் போன்ற மொழிகளில் மட்டுமின்றி, திராவிடப் பழங்குடி மொழிகள் சிலவற்றிலும் நேர்ந்துள்ளன. குரூக் மொழியில், கிய்யந்தா, கீதாந்த (*DEDR 1619*) என்ற சொல் வழக்குகள் முறையே ‘கீழ்நிலை’, ‘கீழ்சாதி’ என்ற பொருளிலும், துளு மொழியில் கீழ்மேலு (*DEDR 1619*) என்ற சொல்வழக்கு ‘கீழ்மேல்’ என்பதும் ‘கீழ்மட்டத்தினர்-மேல்மட்டத்தினர்’ என்ற பொருளிலும் வழங்குகின்றன.

மேல்-மேற்கு, கீழ்-கிழக்கு பலபொருள் ஒருசொல் உருவக விரிவாக்கங்கள்: தொல்தமிழ் கல்வெட்டு சான்றாதாரங்கள்

மேல்-மேற்கு

அடிப்படைச் சொல்	குறிபடு பொருள்	விரிவாக்கச் சொல்	பொருள்	பின்புலம்	தரவு/காலம்	மேற்கோள் மூலம்
மே	உயரமான	மேதகு	மேன்மையான	சமூகம்	*TASSI*, 1962-65, p.1-31; *PNDCP*, p.95-115; பொ.யு. 905	*GIT-II*: 517
மேல்	உயரமான	மேல்	உன்னதம்	சமூகம்		*TL-VI*.3354
		மேலோர்	மேலுள்ளோர், உயர்வானவர்கள், உயர், தரவரிசையிலிருப்பவர்கள், உயர்சாதியினர்	சமூகம், ஏற்றத்தாழ்வான சமூகப்படி நிலை, அரசியல்	பழந்தமிழ்ச் சங்ககாலம்	தொல். பொருள்.144
		மேல்	தலைமை	ஆட்சி		*TL-VI*.3355
		மேல்சாந்தி	தலைமைப் பூசாரி	ஆன்மிகம்	*TAS*, ii, p.173-207 பொ.யு. 1000	*GIT-II*: 518
		மேநீர்	மேல்நீரோடை, தலை (கால்வாய் நீர்)	பாசனம், வேளாண்மை	*SII*, iii, 54 பொ.யு. 1016	*GIT-II*: 517
		மேல்வாரம்	விளைச்சலில் நிலத்துக்காரரின் பங்கு	வேளாண்மை	*SII*, xix, 27 பொ.யு. 969	*GIT-II*: 518
		மேற்பாதி	விளைச்சலில் நிலத்துக்காரரின் பங்கு	வேளாண்மை	*TAS*, iii, p. 159-69	*GIT-II*: 519
		மேற்குடி கிழான்	மேற்குடித் தலைவன்	சமூகம், அரசியல்	சோழர் கல்வெட்டு பொ.யு. 961	*CI.-vol.I*: 291
மேல்	மேற்கு	மேல்கை	உயர்தரவரிசை, உயர்வம்சாவளி	சமூகம்		*TL-VI*.3355
மேன்	மேலுள்ளது	மேனவன்	மேல் நிலையாளர்	சமூகம்		
		மேங்கை	அதிகாரமுள்ளவர்	ஆளுகை		
		மேனடை	முன்புள்ள வழக்கப்படி	சமூகம்	*EI*, xxii, 34 பொ.யு. 1008	*GIT-II*: 520
		மேம்பட்ட	சிறப்பான	அரசியல்	*TASSI*, 1962-65, p.1-31; *PNDCP*, p.95-115; பொ.யு. 950	*GIT-II*: 517
மேடு	மேடான இடம்	மேட்டு நாயக்கன்	தொட்டிய இனத்தைச் சேர்ந்த தலைவன்	சமூகம்		*TL-VI*. 3350
மேற்கு	மேற்கு	மேற்கெழுந்தருளின	மாண்டவன், மேற்கே போனவன் அதாவது இறந்துபோனவன்	சமூகம்		
மீ	மேலே மேற்கு	மீசிறகு	மேற்குப் பக்கம்	கட்டுமான அமைப்பியல்	*SII*, xix, 183 பொ.யு. 914	*GIT-II*: 500
		மீயாட்சி	நிலவுடமையில் முதலுரிமை	வேளாண்மை, ஆளுகை	*EI*, xvii, 16 பொ.யு. 771	*GIT-II*: 500
		மீய்நீர்	முதல் தண்ணீர் (தலைவாய்க்கால் நீர்)	வேளாண்மை	*SII*, vii, 889 பொ.யு. 1018	*GIT-II*: 500
		மீளி	தலைவன்	அரசியல், சமூகம்	*SII*, iv,167 பொ.யு. 1000	*GIT-II*: 501

கீழ் கிழக்கு

அடிப்படைச் சொல்	குறிபடு பொருள்	விரிவாக்கச் சொல்	பொருள்	பின்புலம்	தரவு/காலம்	மேற்கோள் மூலம்
கீழ்	கீழே, அடியில்	கீழ்	தாழ்மையயான, மட்டமான, தாழ்வு	சமூகம்		
		கீழ்க் கலனைகள்	தாழ்நிலையான கைவினைஞர் குடியினர்	சமூகம், ஏற்றத்தாழ்வான சமூகப்படி நிலை	*SII, iv,* **223** பொ.யு. **1036**	*GIT- I:* **182**
		கீழ்ப்பட்டவர்	தாழ்மையானவர்கள்	சமூகம்		
		கீழ்ப்பால்	கீழ்ச்சாதி	சமூகம், ஏற்றத்தாழ்வான சமூகப்படி நிலை		
		கீழான்	தாழ்குடியினன்	சமூகம்	சோழர் கல்வெட்டு பொ.யு. **1014**	*CI-II:* **646**
		கீழ்ச்சாந்தி	துணைப்பூசாரி		*TAS, ii, p.* **173-207;** பொ.யு. **1000**	*GIT-I:* **182**
		கீழாள்	கீழ்ப்பணியாளர்	சமூகம்	*SII, xix,***254** பொ.யு. **980**	*GIT-I:* **183**
		கீழ்மடை	குளத்தின் கடைக்கோடி மதகு	நீர்ப்பாசனம், வேளாண்மை	பழந்தமிழ்ச் சங்ககாலம்	புறம் **42**
		கீழ்நீர்	கடைமடைப் பாசன நீர்	நீர்ப்பாசனம், வேளாண்மை	*SII, vii,* **886** பொ.யு. **1058**	*GIT-I:* **182**
		கீனீர்	கடைமடைப் பாசன நீர்	நீர்ப்பாசனம், வேளாண்மை	*SII, vii,* **889** பொ.யு. **1018**	*GIT-I:* **182**
		கீழோர்	உழுவோன், விவசாயி	சமூகம்		
		கீழ்ப்பாதி	விளைச்சலில் குத்தகைக்காரரின் பங்கு	வேளாண்மை		
		கீழ்வாரம்	விளைச்சலில் உழவனின் பங்கு	வேளாண்மை	*EC, ix, Dv.* **76** பொ.யு. **1051**	*GIT-I:* **182**
		கீழீடு	கீழ்க்குத்தகை	வேளாண்மை	*EI, ix,* **32;** *TAS, iv, p.* **1-11** பொ.யு. **973**	*GIT-I:* **183**

பகுதி - 3

இந்தோ-ஐரோப்பிய மொழிகளில் திசைகளுக்கான பெயர்களின் உருவாக்க வரலாறு

பகலில் வானத்தில் சூரியன் எங்கே இருக்கிறது என்ற நோக்கில் ஒருவர் சூரியனைப் பார்த்து நிற்கையில் அவருக்கு முன், பின், இடது, வலதாக இருக்கும் திசை எது என்ற அடிப்படையில் இந்தோ -ஐரோப்பிய மொழிகளில் திசைகளைக் குறிக்கும் சொற்கள் உருவாகியுள்ளதாகக் கார்ல் டி. பக் (*Carl D. Buck 1949: 870*) தெரிவிக்கிறார். பொதுவாகச் சூரியன் உதயமாகும் திசையே இந்தோ-ஐரோப்பிய மொழிபேசும் மக்களின் நோக்குதிசையாக (*Orientation*) இருந்திருக்கிறது.

இந்தோ-ஐரோப்பிய மொழிகளில் திசைகளுக்கான சொற்கள் உருவான முறையில் தெளிவான வெளிப்படைத்தன்மை உள்ளது என்றும் அவை 'பலபொருள் ஒருசொல்' அல்லது 'சொல்லுக்குச்சொல் நேரடி மொழிபெயர்ப்பு' என்ற வழிமுறைகளைப் பின்பற்றுகின்றன என்றும் கூறுகிறார் செசில் ஹெச். பிரவுன் (*Brown 1983: 122*). உலகின் பல்வேறு பகுதிகளிலும் பேசப்படுகிற இந்தோ-ஐரோப்பிய மொழிகளில் 'கிழக்கு' என்பது முன்னுள்ளது மேற்கு என்பது பின்னுள்ளது என்பதான ஒரு வாடிக்கையான பொது அணுகுமுறை காணப்படுவதாக இவர் கண்டறிந்துள்ளார். பல்வேறு இந்தோ-ஐரோப்பிய மொழிகளின் சொல்லாக்க முறைகளை ஆய்வுசெய்த பிரவுன் கிழக்குத் திசை என்பது 'முன்னால்' (முன்புறம், முன்பகுதி, முன்பாக) என்று நான்கு மொழிகளிலும், ஒரேயொரு மொழியில் மட்டும் 'பின்னால்' என்று எதிர்மறையாக இருப்பதைப் பிரவுன் கண்டறிகிறார். மேற்குத் திசை என்பது எப்போதும் 'பின்னால்' (பின்புறம், பின்பகுதி, பின்னாக) என்பதுடன் மட்டுமே தொடர்புடையதாக இருக்கிறது. அது 'முன்னால்' என்பதோடு எந்த மொழியிலும் தொடர்புபடுத்தப்படவில்லை.

இந்தோ-ஆரிய மொழிகளின் 'முன்-கிழக்கு, பின்-மேற்கு' கட்டமைப்பு: மனிதமைய (*Anthropo-Centric*) அணுகுமுறை

இந்தோ-ஐரோப்பிய மொழிக்குடும்பத்தின் உட்பிரிவுகளில் இந்தோ-ஈரானிய மொழிக்குடும்பமும் ஒன்றாகும். இந்தோ-ஈரானிய உட்பிரிவு இந்தோ-ஆரியன், ஈரானியன், நூரிஸ்தானி என்று மூன்று பிரிவுகளாகப் பிரிந்தன. இவற்றில் சமஸ்கிருதம் இந்தோ-ஆரியப் பிரிவைச் சார்ந்தது. இதைப்போலவே பேச்சுவழக்கில் உள்ள காஷ்மீரி, பஞ்சாபி, வங்காளம், ஒடியா போன்ற பல இந்திய மொழிகளும் இந்தோ-ஆரிய உட்பிரிவு குடும்பத்தைச் சார்ந்தவை.

சமஸ்கிருதம் உள்ளிட்ட இந்தோ-ஆரிய மொழிகள் திசைகளுக்கான சொல்லுருவாக்கத்தில் இந்தோ-ஐரோப்பிய மொழிகளுக்கே உரித்தான 'முன்-கிழக்கு, பின்-மேற்கு' கட்டமைப்பைப் பயன்படுத்துகின்றன. இவற்றைப் பின்வரும் இந்தோ-ஆரிய மொழிகளின் ஒப்பீட்டு அகராதி (*CDIAL 8343, 8346, 8920, 8922, 8925, 8006, 8007, 9655, 973, 975*) மற்றும் மோனியர் வில்லியம்ஸ் சமஸ்கிருத-ஆங்கில அகராதியின் பதிவுகளின் (*MW 1999: 102, MW 1999: 50, MW 1991: 565*) வழி அறியலாம்.

மேற்சுட்டிய எடுத்துக்காட்டுகள் மட்டுமின்றி இந்தோ-ஆரிய மொழிகளின் சமுதாயப் படிநிலைகளை (*Social differentiation*) உணர்த்தும் சொற்கள் மனிதமைய அணுகுமுறையில் அமைந்துள்ளது என்பதை நிறுவக்கூடிய சொல் வழக்குகள் சமஸ்கிருதத்தில் உள்ளன. எடுத்துக்காட்டாக 'வர்ண' (நிறம் என்ற பொருளைக் குறிக்கும் 'வர்ண்' என்ற

பலபொருள் ஒருசொல்	தரவு / CDIAL / MW	குறிபடு பொருள் 1	குறிபடு பொருள் 2	சொற்பொருள் விரிவாக்கங்கள்
பூர்வா	*CDIAL 8343, 8346*	முன், முன்னால் அமைந்த	கிழக்கு, புராதான, பழைய, மூதாதயர், முன்னோர்	
ப்ராச், ப்ராசீன, ப்ராச்ய	*CDIAL 8920, 8922, 8925*	முன்னிருத்தல், முன்னோக்குதல், முன்னோக்கித் திரும்புதல்	கிழக்காக,கிழக்கில், முந்தைய, புராதான, முன்னேறு, முன்னேற்று	
பௌராஸ்த்ய		முன்னால் அமைந்திருக்கிற கிழக்கு, கிழக்குத் திசையில் வாழும் மனிதர்கள்		
பூர்வஜ		முந்தைய, பண்டைய, ஆதிகாலத்து, மூதாதையர்	கிழக்கத்திய, கிழக்கில் பிறந்த	மனிதர்களின் போற்றுதற்குரிய மூதாதையர்கள்
பூர்வதிக் அதிபதி			கிழக்குத் திசையின் ஆட்சியாளர்	ஆரியக் கடவுள் இந்திரனின் சிறப்புப் பெயர்
ஆபர	*MW 1999: 50*	பின்புறம், பின்னது	மேற்கு, மேற்கத்திய	தாழ்வான, கீழான
ஆபராந்த்			மேற்குத் திசையில் வாழ்பவர்	மரணம்
ஆவர	*MW 1999:102*	பின்புறம், கீழே	மேற்கு	மட்டமான, தாழ்மையான, கீழ், கீழ்தரம், முக்கியமற்ற, மிகக்குறைவான, அடிமட்டமான
பஸ்ச பஸ்ச்சிமா	*CDIAL 8007*	பின்புறம், பிறகு	மேல்	
ப்ரதீச்ய	*MW 675*		மேற்கு, மேற்கு நாடு	மிக நெடுந்தொலைவிலுள்ள தொடர்பற்ற, மறைத்து வைக்கப்பட்ட எதற்குமான பெயர்
பாடி பட			மேற்குப் பகுதி, மேற்கு	நீரோடையன் கடைப்பகுதி, மூழ்கிய, இறக்கம்
நீச்ய	*MW 1991: 565*	கீழே வாழ்பவர்	மேற்கிலுள்ள சில நாடுகளின் பெயர்	மேற்கிலுள்ள சில நாடுகளின் பெயர்

வேர்ச்சொல்லிலிருந்து தோன்றியது) என்ற சொல்லை ஆய்வு செய்யலாம். ‘வர்ண’ என்ற சொல்லுக்குப் புறத்தோற்றம், வெளிப்பக்கம், முகத்தின் நிறம், சமுதாயப்பிரிவு, குடி, ஒழுங்கு, வகை, சாதி போன்ற பொருள்கள் உண்டு. ‘வர்ணத்வ’ என்ற சொல் நிறத்தின் நிலைமை, சாதியின் நிலை என்ற இரு பொருள்களில் வழங்குகிறது (*MW: 924*). மேலும், ‘சதுர்வர்ண’ என்ற சொல்வழக்கு நான்கு சாதிப்பிரிவுகள், நான்கு அடிப்படை நிறங்கள் என்ற இரு பொருண்மைகளில் வழங்குகிறது (*MW: 385*). இதைப்போலவே குடிகள், குலங்கள், சாதிகள் எனும் அடிப்படையில் அமைந்த சமுதாயப்பிரிவுகள் முன், பின் என்ற அணுகுமுறையைப் பின்பற்றுகின்றன. ‘அந்த்யஜ’ என்ற சமஸ்கிருதச் சொல் இதைப் புலப்படுத்தும். கடைசியில் உள்ளது என்று பொருள்படும் ‘அந்த்ய’ என்ற சொல்லிலிருந்து ‘அந்த்யஜ’ என்ற சொல்வழக்கு ஆக்கம்பெற்றது. இதற்குக் கடைக்கோடிச் சாதியைச் சேர்ந்தவர், ஏழு கடைநிலைக் குடிகளில் ஏதேனும் ஒன்றைச் சேர்ந்தவர் என்று பொருள் விளக்கம் தரப்படுகிறது. இந்தக் கடைநிலைக் குடிகளின் பட்டியலில் மலைவாழ் மக்களும் அடங்குவர் என்பது குறிப்பிடத்தக்கது (*MW: 44*). அதேநேரத்தில், முன்பே சுட்டிக்காட்டியபடி சமஸ்கிருதத்தில் ‘பூர்வஜ’ என்ற சொல்,

கிழக்குத் திசையில் பிறந்தவன், கிழக்கத்தியான், முன்னவன், முன்னோர், போற்றுதற்குரிய மூதாதையர்கள் என்ற பொருள்களில் வழங்குகிறது (MW 643). எனவே, 'அந்த்யஜ', 'பூர்வஜ' என்ற இரண்டு சொல் வழக்குகளையும், 'வர்ண', 'வர்ணத்வ', 'ச்துர்வர்ண' ஆகிய சொல்லாட்சிகளையும் ஒருசேர ஒப்பிட்டு ஆராய்ந்தால் இந்தோ-ஆரிய சமூகப்படிநிலைக் கட்டமைப்பில் முன், பின் என்ற அணுகுமுறையைக் காணமுடிகிறது. இச்சொற்களின் ஆக்கமுறையில் திராவிட மொழிகளைப் போன்ற புவிமையக் கோட்பாட்டின் சாயல் எதுவுமில்லை என்பதையும் மாறாக, அவை மனிதமையக் கோட்பாட்டைப் பின்பற்றுகின்றன என்பதையும் அறியலாம்.

இறுதியாக 'ஆவர' என்ற சொல் பற்றி பார்ப்போம். ஆவர என்ற சொல் மேற்கு, மட்டமான, முக்கியமற்ற, சிறுமதிப்புடைய என்ற பொருள்களில் வழங்குகிறது. இச்சொல்லிலிருந்து சொல்லாக்கம் பெற்ற 'ஆவரவர்ண' என்ற சமூகவியல் சொல் தாழ்ந்த சாதியைச் சேர்ந்தவர் என்ற பொருளில் வழங்குவதைக் காண்கிறோம் (MW: 102). மேற்கு என்ற திசை இந்தோ-ஆரிய கட்டமைப்பில், பார்வையில் பெற்றிருந்த குறைவான புறமுனைப்பையும், அல்லது குறைவான முக்கியத்துவத்தையும் இதன்மூலம் அறியலாம்.

இவ்வகையில், இந்தோ-ஆரிய மொழிகளில் முன்-கிழக்கு, பின்-மேற்கு என்ற கட்டமைப்பே கிழக்கு, மேற்கு எனும் திசைகளுக்கான பெயர் உருவாக்கத்தில் மட்டுமின்றி, குடிகள், சாதிகள் எனும் சமுதாயப் பிரிவுகள் குறித்த கருத்தாக்கத்திலும் காத்திரமான பங்களிப்பையும், தாக்கத்தையும் புரிந்திருக்கிறது. இந்தோ-ஆரிய மொழிகளில் கிழக்கு என்பது முன்னுரிமை பெறுகிறது; உயர்ந்த நிலை மற்றும் மேலானதாகக் கருதப்படுகிற விஷயங்களோடு கிழக்கு மட்டும்தான் தொடர்புபடுத்தப்படுகிறது. மாறாக மேற்கு என்பது பின்னுரிமை பெறுவதோடு கீழான, தாழ்வானதாகக் கருதப்படுகிற விஷயங்களோடு தொடர்புபடுத்தப்படுகிறது என்பதில் எந்தவித ஐயமும் இல்லை. இந்தோ-ஆரிய மொழிகளின் இந்த அணுகுமுறை திராவிட மொழிகளின் புவிமையக் கோட்பாட்டுக்கு முரணானது என்பது கவனிக்கத்தக்கது.

பகுதி - 4

மானிடப் புவிச்சூழலும் மேல்-மேற்கு, கீழ்-கிழக்கு கருத்தாக்கமும்

இந்த இயலின் முற்பகுதியில் திராவிட மொழிகள் மற்றும் இந்தோ-ஆரிய மொழிகள் திசைப்பெயர் உருவாக்கத்தில் வெவ்வேறு அணுகுமுறைகளை கையாள்வதையும் அவற்றின் சமூகப் பண்பாட்டுப் பொருள் விரிவாக்கங்களையும் சான்றுகளோடு கண்டறிந்தோம். சிந்துவெளி நாகரிகத்தின் நிலவியல் பின்னணியே, அந்த நாகரிகத்தின் மானிடப் புவியியலை, சிந்துவெளி நகரமைப்பின் சமூகவியல் அடிப்படைகளை வரையறுத்திருக்க வேண்டும். சிந்துவெளி மக்களின் மொழியில் திசைகளுக்கான சொற்களின் ஆக்கமுறையில் தாக்கம் புரிந்திருக்கக்கூடிய காரணியும் அதுவே. புவிமையக் கோட்பாட்டைப் பின்பற்றும் திராவிட மொழிகளின் திசைப்பெயர் ஆக்கமுறையில் மானிடப் புவியியலின் தாக்கத்தை வெகுவாக இனம்காண முடிகிறது.

திராவிட மொழிகளின் மேல்-மேற்கு, கீழ்-கிழக்கு கட்டமைப்புக்கும் சிந்துவெளி நகரங்களின் மேல்-மேற்கு, கீழ்-கிழக்கு கட்டமைப்புக்கும் இடையிலான அடிப்படைப் பொதுமையை மனதில்கொண்டு சிந்துவெளி மானிடப் புவியியலின், சிந்துவெளி நகரமைப்பின் சில காத்திரமான கூறுகளைத் திராவிட மொழி பேசும் மக்களின் பழைய மற்றும் தற்கால இடப்பெயர்களிலும், திராவிட மொழிபேசும் மக்களின் தற்காலப் புவிஅமைப்பிலும் இனம் காணமுடியும் என்பதையும் சான்றுகளுடன் நிறுவலாம்.

திராவிடப் பெயர்ப்புலம் *(Dravidian Namescape)*

தமிழ்நாட்டில் தற்போது ***52191*** குடியிருப்புப் பெயர்கள் *(Habitat Toponyms)* உள்ளன. இவற்றில் 'மேல்' (மேல், மேல, மேலை) எனும் முன்னொட்டோடு கூடிய இடப்பெயர்கள் ***821***. இதைப்போலவே, 'கீழ்' (கீழ், கீழ, கீழை) எனும் முன்னொட்டோடு கூடிய இடப்பெயர்கள் ***731*** உள்ளன.

இவற்றில் பெயரளவில் 'மேல்' 'கீழ்' என்ற இருமைப்பாகுபாட்டின் அடிப்படையில் ***333*** இணைகள் *(Dichotomous Pairs)* அமைந்துள்ளன. அதாவது மேல்கரணை-கீழ்க்கரணை; மேல்மணவூர்-கீழ்மணவூர் போன்று கரணை, மணவூர் என்ற பெயர்கள் மேல், கீழ் என்ற முன்னொட்டுகள் மூலம் பகுத்து அடையாளம் காணப்படுவது இணைகள் ஆகும்.

திராவிட மொழிகளில் 'மேல்' என்பது மேற்கு மட்டும் அல்ல, உயரமும் (மேல், மேடான) ஆகும். அதைப்போலவே 'கீழ்' என்பது கிழக்கு மட்டுமல்ல கீழும் (தாழ்வான, பள்ளம்) ஆகும். இத்தகைய பலபொருள் ஒருசொல் உறவுமுறை நடைமுறையில் எப்படி இயங்குகிறது என்பதும் முக்கியம்.

வேறொருவகையில் சொல்வதெனில் 'மேல்' என்ற அடைமொழியுடன் கூடிய பெயர் கொண்ட ஊர்கள் உண்மையில் அதற்கு இணையான கிழக்கு ஊரின் மேற்கு திசையில் அமைந்திருக்கிறதா; அத்துடன் 'மேல்' என்ற பெயர் தாங்கிய இடங்கள் 'கீழ்' என்ற அடைமொழியுடன் கூடிய இடங்களைவிட உயர்மட்டத்தில் இருக்கிறதா என்பது கேள்வி. இதற்காகப் புவியியல் தகவல் அமைப்பு சார்ந்த மென்பொருள் மற்றும் கூகுள் எர்த் *(Google Earth)* ஆகியவற்றின் துணைகொண்டு செய்த ஆய்வின் முடிவுகளைப் பின்வரும் அட்டவணையில் காணலாம்.

கீழ் ஊர்களோடு ஒப்பிடுகையில் அவற்றிற்கு இணையான மேல் ஊர்கள் எங்கு, எவ்விதம் அமைந்துள்ள என்ற விவரம்	எத்தனை முறை நிகழ்கின்றன?
தமிழ்நாட்டில் புவியியல் அடிப்படையில் மேல்கீழ் என்ற பாகுபாட்டடிப்படையில் அமைந்த இணை ஊர்கள்	333
மேல் என்ற அடைமொழி கொண்ட ஊர்கள் அவற்றிற்கு இணையான கீழ் ஊர்களின் மேற்காகவும் ஒப்பீட்டு நிலையில் உயரமான (மேடான) நிலத்தில் அமைவது. (அதாவது திசை, உயரம், என்ற இரண்டு கூறுகளிலும் பெயருக்குப் பொருந்துவது).	204
மேல் என்ற அடைமொழி கொண்ட ஊர்கள் அவற்றிற்கு இணையான கீழ் ஊர்களின் மேற்காகவும் ஆனால், தாழ்வான இடத்தில் இருப்பது. (அதாவது திசை என்ற ஒரு கூறுபாட்டில் மட்டும் பெயருக்குப் பொருந்துவது)	101
மேல் என்ற அடைமொழி கொண்ட ஊர்கள் அவற்றிற்கு இணையான கீழ் ஊர்களின் கிழக்காகவும் ஆனால், உயரமான இடத்தில் இருப்பது (அதாவது உயரம் என்ற ஒரு கூறுபாட்டில் மட்டும் பெயருக்குப் பொருந்துவது)	11
மேல் என்ற அடைமொழி கொண்ட ஊர்கள் அவற்றிற்கு இணையான கீழ் ஊர்களின் கிழக்காகவும் அதேநேரத்தில், தாழ்வான இடத்தில் இருப்பது. (அதாவது திசை, உயரம் என்ற இரு கூறுகளில் ஒன்றில் கூடப் பெயருக்குப் பொருந்தாது)	17

புள்ளிவிவர அடிப்படையில் பெருவாரியான மேல்-கீழ் இடப்பெயர்கள் பெயருக்குத் ஏற்றவாறு மேல்-மேற்கு, கீழ்-கிழக்கு என்ற கட்டமைப்பிற்கு இணங்கி அமைந்துள்ளமை கவனிக்கத்தக்கது. இதற்கான காரணம் வெளிப்படையானது. கேரள மாநிலத்துடனான தமிழகத்தின் மேற்கு எல்லை முழுவதும் மேற்குத்தொடர்ச்சி மலை ஓங்கி உயர்ந்துள்ளது. தமிழகத்தின் கிழக்குப்பகுதிகள் கடலும் கடல் சார்ந்த நெய்தல் நிலங்களாகும். இதன் விளைவாகத் தமிழகத்தின் நில அமைப்பில் வடமேற்கிலிருந்து தென்கிழக்கு முகமாக ஓர் இயற்கையான சரிவு வாட்டம் (Natural Gradient) அமைந்துள்ளது. அதனால் மேற்குப்பகுதி உயரமாக, கிழக்குப்பகுதி தாழ்வாக இருப்பது இந்த நிலப்பகுதியின் பொதுவான அமைப்பியல் கூறாகும்.

மேலும், எண்ணிக்கை அடிப்படையில் மேல், கீழ் பாகுபாடான இடப்பெயர்கள் கிழக்குச் சமவெளிப் பகுதியில் அதிகமாகவும், மேற்கு மலைப் பகுதியில் குறைவாகவும் இருப்பது மக்கள் குடியிருப்புகளின் பரவலில் காணப்படும் பொதுப்போக்கையும் அப்பரவலின் திசையமைவையும் குறிப்பாக உணர்த்தும். மேற்கு மலையுச்சியிலிருந்து கிழக்குக் கடற்கரையின் விளிம்பு வரையில் மேல்-மேற்கு, கீழ்-கிழக்கு என்ற கட்டமைப்பு ஒரு நடைமுறை உண்மையாய் விளங்குவது வியப்பளிக்கிறது. ஒரு சமுதாயத்தின் வாழுமிடம், நிலஅமைப்பு, மக்கள் குடியிருப்புகளின் அமைப்பு முறையில் குடியிருப்புகளுக்குப் பெயரிடும் முறை ஆகியவை எந்த அளவு தாக்கம் புரிகிறது என்பதை இந்த ஆய்வு நிலைநாட்டுகிறது.

தமிழ்நாட்டில் மேல், கீழ் என்ற பலபொருள் ஒருசொல் முன்னொட்டை இடங்களுக்கு இணையாய் பெயரிடுவதில் மேற்கு-கிழக்கு என்ற திசைப்பெயர் வடிவங்கள் (அதாவது 'கு' என்ற சொல்லாக்க விகுதியோடு) எங்கும் பயன்படுத்தப்படவில்லை. தமிழ்நாட்டில் 'மேற்கு' என்ற திசைப்பெயர் முன்னொட்டு ஒரேயொரு இடத்தில் 'மேற்குப்பாதி' என்ற ஊர்ப்பெயரில் பயன்படுத்தப்பட்டுள்ளது. ஆனால், அதற்கு இணையாகக் 'கிழக்குப்பாதி' என்ற பெயர் பயன்படுத்தப்படவில்லை. இதைப்போலவே கிழக்கு மருதூர், கிழக்குசெட்டிபட்டி என்ற இரு ஊர்ப் பெயர்கள் அவற்றிற்கு இணையான மேற்கு முன்னொட்டு ஊர்ப்பெயர்களின்றி வழங்குகின்றன. ஆனால் இதற்கு மாறாக,

மேற்கு-கிழக்கு எனும் பொருளில் வழங்கும் இணையான இடப்பெயர்கள் அனைத்திலுமே மேல்-கீழ் என்ற பலபொருள் ஒருசொல் வழக்குகளே பயன்படுத்தப்பட்டுள்ளன. இடப்பெயர்களில் மேற்கு-கிழக்கு என்ற திசைப்பெயர்களைப் பயன்படுத்தினால் வெறும் திசை அடையாளம் மட்டும்தான் முன்னிலை பெறும். மேல்-மேற்கு, கீழ்-கிழக்கு என்ற பலபொருள் ஒருசொல் பயன்பாடு செயல்வடிவம் பெறாது. அதனால்தான் எல்லா இடங்களிலும் மேல்-கீழ், மேல-கீழ, மேலை-கீழை போன்ற முன்னொட்டு வடிவங்கள் மட்டுமே பயன்படுத்தப்பட்டிருக்கின்றன.

திசைகளுக்கான பெயர் உருவாக்கத்தில் திராவிட மொழிகள் சுற்றுச்சூழல் சார்ந்த புவிமையக் கோட்பாட்டைப் பின்பற்றுகின்றன என்று மொழியியல் அடிப்படையிலும் பழந்தமிழ் இலக்கியங்கள் மற்றும் கல்வெட்டுச் சான்றுகளோடும் கண்டறியும் உண்மையைத்தான் தமிழகத்திலுள்ள மேல்-கீழ் என்ற அடைமொழியோடு (அதாவது முன்னொட்டோடு) கூடிய பெயர்களைக் கொண்ட இடங்கள், இன்னொரு வகையில் ஒரு செயல்முறை விளக்கம் போல உறுதிசெய்கின்றன. இதன்மூலம் மேல்-கீழ் என்ற இடப்பெயர் பாகுபாடு எதேச்சையான இடுகுறி அல்ல; காரணம் கருதிய நடைமுறை உண்மை என்பது தெளிவாகிறது.

திராவிடச் சூழலில் 'மேற்கு' பெறும் மேன்மை

திராவிடப் பண்பாட்டுச் சூழலில் 'மேற்கு' திசை முக்கியத்துவம் பெறுகிறது. மேற்குத்தொடர்ச்சி மலைப் பகுதியை ஆண்ட சேர மன்னர்கள் 'குடவர் கோ' அதாவது 'மேற்குப்பகுதி மக்களின் அரசர்' என்று அழைக்கப்பட்டனர் (பதிற்று. 55). ஒடிசாவில் பேசப்படும் குயி எனும் திராவிட மொழியில் அப்பழங்குடி மக்களின் பெயர், அவர்கள் பேசும் மொழியின் பெயர் ஆகிய இரண்டுமே குயி' என்ற சொல்லிலிருந்து பெறப்பட்டுள்ளன. குயி என்றால் மலை, மேற்கு என்ற இரண்டு பொருளுண்டு (DEDR 2178). இந்த அளவிற்கு ஒரே சொல், ஒரு மொழியின் பெயராகவும், அம்மொழி பேசும் பழங்குடியினர் பெயராகவும், அம்மக்களின் வாழிடம், 'மலை' என்பதைக் குறிக்கும் பொதுப்பெயராகவும் அதேநேரத்தில் 'மேற்கு' என்ற குறிப்பிட்ட திசையையும் குறிக்கும் பெயர்ச்சொல்லாகவும் விளங்குகிறது. புவி மொழியியலுக்கான (Geolinguistics) அற்புதமான நடைமுறைச் சான்று இது.

தமிழர்களின் முழுமுதற் கடவுளான முருகன், மலையும் மலை சார்ந்த நிலமுமான குறிஞ்சி நிலக் கடவுள். முருகனின் கோயில்கள் பெரும்பாலும் குன்றின் மேல் அமைந்தவை. முருகனின் அறுபடை வீடுகளில் மிக முக்கியமான பழனி மலையில் முருகனின் திருவுருவச்சிலை மேற்கு நோக்கியே உள்ளது. கொடைக்கானலில் உள்ள முருகனின் பெயர் குறிஞ்சி ஆண்டவர்.

இந்தியாவின் பிறபகுதிகளில் 'கிழக்கு-மேற்கு' இடப்பெயர்களின் நிலவரம்

தமிழ்நாட்டில் வழங்கும் மேல்-கீழ் இடப்பெயர்கள் மட்டுமின்றி இந்தியாவின் பிற பகுதிகளில் கிழக்கு-மேற்கு என்ற திசைகளின் அடிப்படையில் இடப்பெயர்கள் எங்கெல்லாம் பயன்படுத்தப்பட்டுள்ளன என்பது குறித்த தரவு ஆர்வத்தைத் தூண்டவல்லது. இந்தியாவில் 'பூர்ப்' (கிழக்கு) என்ற முன்னொட்டுடன் கூடிய 205 இடப்பெயர்களும் 'பூர்வ' என்ற முன்னொட்டுப் பெற்ற 4 இடப்பெயர்களும் (மக்கள்தொகைக் கணக்கெடுப்பு இடங்கள்) உள்ளன. இப்பெயர்களில் பெரும்பாலானவை மேற்குவங்காளம், அஸ்ஸாம், ஒடிசா போன்ற மாநிலங்களில் இடம்பெற்றுள்ளன (மேற்குவங்காளம் 169, அசாம் 20, பீகார் 6, ஒடிசா 5, உத்திரப் பிரதேசம் 3, பஞ்சாப் 1). இதைப்போன்று, 'பஸ்சிம்' (மேற்கு) என்ற முன்னொட்டுடன் கூடிய இடப்பெயர்களின் பயன்பாடும் உள்ளது. இத்தகைய 317 இடப்பெயர்களில், மேற்குவங்காளத்தில் மட்டுமே 277 இடப்பெயர்கள் வழங்குகின்றன. அசாமில் 19, உத்திரப் பிரதேசத்தில் 12, ஒடிசாவில் 7, சத்தீஸ்கர் மற்றும் அந்தமான் நிகோபாரில் தலா ஒன்று என்ற எண்ணிக்கையில் வழங்குகின்றன.

பகுதி - 5

மலைசார்ந்த குடியிருப்புகளின் இடப்பெயர்கள்

திராவிடர்களின் மலைப்பெருமிதம்

திராவிடர்களின் தொன்மத் தொட்டில் மலைகள்தான். திராவிடர்களை 'மலைநில மனிதர்கள்' என்றழைக்கிறார் கமில் சுவலபில். திராவிடர்கள் சற்றேறக்குறைய பொ.யு.மு. 4000 வாக்கில் வடகிழக்கு ஈரானிலுள்ள கரடுமுரடான மலைப்பகுதிகளில் வாழ்ந்தார்கள் என்றும், சிந்துவெளிப் பண்பாட்டின் இனமொழிக் கட்டமைப்பில் திராவிடர்கள் தலையாய பங்களிப்புகள் செய்திருக்கக்கூடும் என்றும் சுவலபில் மதிப்பிடுகிறார். *(Zvelebil 1972: 57)*

இந்தியாவில் தற்போது வாழும் பல்வேறு திராவிடப் பழங்குடிகளின் இனக்குழு பெயர்கள் அப்பழங்குடியினரின் மலைசார்ந்த மானிடப் புவிச்சூழலை வெளிப்படுத்துகின்றன. மால் பஹாடியா (ராஜ்மகால் மலைகள், ஜார்கண்ட்), மல அரயன் (மேற்குத் தொடர்ச்சி மலை, கேரளம்), மல குறவன் (நெடுமங்காடு, கேரளம்), மல மூத்தன் (எர்நாட், கேரளம்), மல பண்டாரம் (கொல்லம், கேரளம்), மல பணிக்கர் (வட கேரளம்), மல புலய, மல உள்ளாட, மல வேடா (இடுக்கி, கேரளம்), மலயன் (பாலக்காடு, கேரளம்), மலேரு (தட்சிண கன்னடம், கர்நாடகம்) போன்ற இனக்குழுப் பெயர்கள் 'மலை' என்ற சொல்லை அடிப்படையாகக் கொண்டு உருவாகியுள்ளன.

இதைப்போலவே கோட்டா (நீலகிரி, தமிழ்நாடு), கொண்டா தோரா, கொண்டா ரெட்டி (ஆந்திரப் பிரதேசம்), கோண்டு, குய்த்தர் (ஒடிசா) ஆகிய திராவிடப் பழங்குடி இனக்குழுப் பெயர்களும் 'மலை', 'குன்று' என்ற பொருள் தரும் சொற்களையே அடிப்படையாகக் கொண்டு ஆக்கம் பெற்றுள்ளன.

திராவிடப் பழங்குடிகள்	வசிக்கும் இடம்
மால் பஹாடியா	ராஜ்மகால் மலைகள், ஜார்கண்ட்
மல அரயன்	மேற்குத் தொடர்ச்சி மலை, கேரளா
மல குறவன்	நெடுமங்காடு, கேரளா
மல மூத்தன்	ஏரநாடு, கேரளா
மல பண்டாரம்	கொல்லம், கேரளா
மல பணிக்கர்	வடக்குக் கேரளா
மல புலயா, மல உள்ளாடா, மல வேடா	இடுக்கி, கேரளா
மலசர்	மேற்குத் தொடர்ச்சி மலை, கேரளா, தமிழ்நாடு
மலயர்	கண்ணூர், கேரளா
மலயன்	பாலக்காடு, கேரளா
மலேரு	தட்சிண கன்னடா கர்நாடகா

இதுமட்டுமின்றி திராவிடப் பழங்குடிகள் சிலவற்றின் இனக்குழுப் பெயர்களில் தொல்மரபுக் கதைகளில் ஒருவிதமான 'மலை சார்ந்த பெருமை' *(Hill Pride)* புலப்படுகிறது. மல அரையன், கொண்டா தோரா போன்ற இனக்குழுப் பெயர்கள்

'மலையை ஆளும் அரசர், மலைத்தலைவர்' என்ற பொருள் தருகின்றன. மல மலஸர் (மலையில் வாழும் மலஸர்) தங்களை மகா மலஸர் (அதாவது மேலான மலஸர்) என்று அழைத்துக் கொள்வதுடன், தங்களது இனத்தைச் சார்ந்த 'நாட்டு மலஸர்' போன்ற உட்பிரிவினரோடு திருமண உறவு வைத்துக் கொள்வதில்லை. மல மூத்தன் இனத்தைச் சேர்ந்தவர்கள் தங்களை உயர்வாகக் கருதிக்கொண்டு மற்ற இனக்குடிகளுடன் அதிகம் தொடர்பின்றித் தனித்து வாழ்கின்றனர். நம்பூதிரிகள், நாயர்கள் போன்ற சமூகப்பிரிவினரை மலமூத்தன், வீட்டிற்குள் நுழைய அனுமதிப்பதில்லை. *(EDT Vol. II: 207)*. தொட்டியா என்ற இனத்தவரின் தலைவர் 'மேட்டு நாயக்கன்' என்று அழைக்கப்படுகிறார் *(Thurston 1975: 185)*.

சங்க இலக்கியங்கள் குறிப்பிடும் கடையெழு வள்ளல்கள் எழுவரும் மலைநிலப் பகுதிகளின் தலைவர்கள். ஏற்கெனவே சுட்டிக்காட்டியபடி தமிழர்களின் கடவுளான முருகன் ஒரு மலைக் கடவுள். 'குன்றிருக்கும் இடமெல்லாம் குமரன் இருக்கும் இடம்' என்பது தமிழ் மக்கள் நன்கறிந்த சொல்வழக்கு.

"சேயோன் மேய மைவரை உலகமும்" என்கிறது தொல்காப்பியம் (அகத். 5). "குன்று அமர்ந்து உறைதலும் உரியன்" (77), "குன்றுதொறு ஆடலும் நின்ற தன் பண்பே" (217), "விண் பொரு நெடு வரை குறிஞ்சி கிழவ" (267) ஆகிய நக்கீரரின் திருமுருகாற்றுப்படை வரிகள் முருகக்கடவுளின் மலைநிலத் தொடர்பு குறித்த பண்டைய பதிவுகளாகும். இந்த மலைமரபு இன்றுவரை பேணப்படுகிறது.

இந்தியாவின் தலைநகரமான புதுதில்லியில்கூட குன்றின் மீது வீற்றிருக்கும் குமரக்கடவுளின் கோயில் 'மலை மந்திர்' என்றே அனைவராலும் அழைக்கப்படுகிறது. கடல் கடந்து அயல்நாடு சென்ற தமிழர்கள்கூட தமிழ்க்கடவுள் முருகனின் மலையுடனான தொடர்பை மறந்துவிடவில்லை என்பதற்கு மலேசியாவில் பத்துமலையில் *(Batu caves)* அமைந்துள்ள முருகன் கோயிலும், ஆஸ்திரேலியாவில் சிட்னி நகரில் மாபெரும் மேற்கு நெடுஞ்சாலையில் *(Great Western Highways)* 'மேஸ் ஹில்' *(Mays Hill)* எனப்படும் இடத்தில் அமைந்துள்ள முருகன் கோயிலும் சான்றுகளாகும். தோற்றத்தில் துளிர்விட்ட தமிழ் மலைநிலப் பெருமை தொடர்ந்து வளர்கிறது இன்றும்.

மலைக் குடியிருப்புகள்

வெவ்வேறு திராவிட மலைவாழ் பழங்குடியினரின் குடியிருப்பு அமைப்பு முறைகள் அப்பழங்குடி மக்களின் மலைசார்ந்த வாழ்வியலின் சமூக, சமயக் கூறுகள் குறித்த புரிதலைத் தருகின்றன. இப்பழங்குடியினர் பொதுவாக மலைச்சரிவுகளிலும், மலைப் பகுதிகளில் ஆங்காங்கே அமைந்த படிக்கட்டுப் போன்ற அடுக்கடுக்கான திட்டுகளிலும், நீரோடைகளின் அருகிலும், நீரோடை வெள்ளம் எந்த நிலையிலும் பாதிக்காத வகையிலும் தங்களது குடியிருப்புகளை அமைத்துக் கொண்டார்கள் என்ற செய்தியைத் திராவிடப் பழங்குடிக் கலைக்களஞ்சியம் தெரிவிக்கிறது *(EDT Vol. I: 104)*. ஓடும் நீரையே குடிநீராகப் பயன்படுத்தும் பழங்குடியினர் குடியிருப்புப் பகுதியைவிட உயரமான இடத்தில் ஓடும் சிற்றாறுகள், ஓடைகளிலிருந்தே நீரெடுத்துப் பருகுகிறார்கள். ஓடையின் அதிகபட்ச வெள்ளப்பெருக்கின் மட்டத்தைவிட உயரமான இடத்தில் குடியிருப்பை அமைப்பதென்பது ஒரு பாதுகாப்பு ஏற்பாடு என்பது வெளிப்படை. ஆனால், மேல் நீரோடையிலிருந்து மட்டுமே நீரெடுத்துப் பருகுவதென்பது வசதியானது என்பதோடு, 'வேறு யாரும் புழங்காத நீரை மட்டுமே குடிப்பதென்ற' குறியீட்டுப் பொருண்மையையும் உள்ளடக்கியதாக இருக்கிறது.

திராவிடப் பழங்குடிகளின் குடியிருப்பு அமைப்பு முறையில் உயர் மலைகளின், ஓங்கிய சிகரங்களின் தாக்கத்தைக் காணமுடிகிறது. கேரள மாநிலம் வயநாட்டில் உள்ள அட்டப்பாடி பழங்குடி மக்களின் குடியிருப்புகள் அனைத்தும் அப்பகுதியிலுள்ள 'ஊசிமுனை' போன்ற மல்லேஸ்வரம் சிகரத்தை எதிர்நோக்கும் வகையில் வடிவமைக்கப்பட்டுள்ளன. நீலகிரியிலுள்ள தோடர் வாழிடங்கள் அவர்களின் புனிதப் புவிச்சூழல் *(Sacred Geography)* மற்றும் தொல்மரபுகளோடு தொடர்புடையன. தோடர்கள் தங்களின் புனித இடமாக மதிக்கும் பால் எருமைக் கொட்டில்கள் உயர்ந்த மதிற்சுவர்களால் சூழப்பட்டுள்ளன. இத்தொழுவங்களில் யாரும் புழங்காத தண்ணீர் மட்டுமே பயன்படுத்தப்படுகிறது. தோடர்களின் வீடுகளின் அமைப்பில் திண்டுகள் (மேடைகள்) முக்கிய இடம் பெறுகின்றன. குரும்பர் மொழியில் தாழ்வாரத்தைக் (ஒட்டுத்திண்ணை) குறிக்கும் 'மெட்டு' என்ற சொல் அதன் உயரமான அதாவது மேடான அமைப்பை விளக்கும். அட்டப்பாடியில் பழங்குடித் தலைவனின் வீடு மற்ற வீடுகளைவிட உயரமான வரிசையில் அமைந்துள்ளது *(EDT Vol. I: 106)*. ஆந்திராவிலும் ஒடிசாவிலும் உள்ள ஜதாப்பு எனப்படும் திராவிடப் பழங்குடியினர் குடியிருப்புகள் பெரும்பாலும் மலையடிவாரங்களிலும் மலைகளிலும் காணப்படுகின்றன. அவற்றில் மூன்றில் ஒரு பங்கு வாழிடங்கள் மலையுச்சியில் அமைந்துள்ளன. இருளர் வீடுகளில் பின்சுவரை ஒட்டியபடி அமைக்கப்பட்ட மேடையில் வீட்டுத் தெய்வங்களுக்கு விளக்கேற்றப்படுகின்றன.

இவ்வாறாக மலைகள், மலையுச்சிகள், சிகரங்கள், மற்றும் மலைசார்ந்த சுற்றுச்சூழல்கள் திராவிடப் பழங்குடியினர் வாழ்விட வடிவமைப்பிலும், வாழ்வியலிலும் செலுத்தும்

ஆதிக்கத்தையும் தாக்கத்தையும் காணலாம். அதுமட்டுமின்றி 'உயர்வான மேடைகள்', 'திண்ணைகள்', 'சுற்றுச்சுவர்கள்', 'மேலோடை நீர்', 'உயரத்தில் இருக்கும் பழங்குடித் தலைவன் வீடு' போன்ற கூறுகள் மற்றும் மலைகள், குன்றுகள் எனும் உயர்நிலைப் படிமங்கள் சமூகப் படிநிலையை உணர்த்தும் குறியீடுகளாய் எவ்வாறு விரிவாக்கம் பெற்றன என்பதையும் விளக்கும் நடைமுறைச் சான்றுகளாகும்.

> வேம்பின் பைங்காய் என் தோழி தரினே
> தேம்பூங்கட்டி என்றனிர், இனியே
> பாரி பறம்பின் பனிச் சுனைத் தெண்ணீர்
> தைஇத் திங்கள் தண்ணிய தரினும்,
> 'வெய்ய உவர்க்கும்' என்றனிர்
> ஐய, அற்றால் அன்பின் பாலே. (குறு. 196)

> திணி நெடுங்குன்றம் தேன் சொரியும்மே
> வான் கண் அற்று அதன் மலையே வானத்து
> மீன் கண் அற்று அதன் சுனையே ஆங்கு (புறம். 109)

வடமேற்கு நிலப்பரப்பில் திராவிட மலைகள்

சிந்துவெளி நகரங்களின் மேல்-மேற்கு, கீழ்-கிழக்கு எனும் பாகுபாட்டின் பின்னணி, தோற்றுவாய் எதுவாக இருக்க முடியும் என்ற தேடலில், திராவிடப் பழங்குடிகளின் 'மலைப்பெருமிதம்' குறித்த மேற்சொன்ன தகவல்கள் பயனுள்ள ஒப்புமை அளிக்கின்றன. இந்த இடத்தில் கீர்த்தார் மலைகளுக்கும் மொகஞ்சோதாரோவின் அடிக்கல் மேடைகளுக்கும் இடையில் இருந்திருக்கக்கூடிய குறியீடான தொடர்பு பற்றியும், சிந்துவெளி நகரங்களின் அமைப்பு முறையில் கீர்த்தார் மலையின் இயற்கைக்கூறுகளின் தாக்கம் குறித்தும் ரைட் கூறியுள்ள கருத்துகளையும் நினைவுகூர்தல் பொருத்தமாக அமையும். சிந்துவெளி நகரங்களுக்கு முன்மாதிரியாகக் கீர்த்தார் மலையடிவாரத்தில் அம்ரியில் அமைந்த குடியிருப்பின் அமைப்பும் நினைவுக்கு வருகிறது. புவியியல் அமைப்பால் தாக்கம் பெறுகிற இந்தப் பண்பாட்டு மொழியியல், வாழ்வியலின் தொடர்ச்சி இந்தியத் துணைக்கண்ட திராவிடப் பழங்குடி மக்களின் வாழ்வியலில் இன்றும் மீட்டெடுக்க முடிகிறது என்பதுதான் இந்தச் சான்றுகளின் சாரம்.

திராவிடர்களையும் அம்மக்களின் மலைப் பெருமிதத்தையும் பாகிஸ்தான் மற்றும் ஆப்கானிஸ்தானின் ஓங்கிய நெடு மலைகளின் உயரத்தில் பொருத்திக்காட்டும் இடப்பெயர்ச் சான்றுகள் இன்றும் உள்ளன. சமஸ்கிருத மொழியிலுள்ள 'மலய' என்ற சொல் திராவிடச் சொல்லான 'மலை' என்ற சொல்லுடன் ஒப்பிடப்படுகிறது (DEDR 4742). சமஸ்கிருத மொழியோடு திராவிட மொழிகள் கொண்டிருக்கக்கூடிய அடித்தள, கீழடுக்குச் செல்வாக்கை (Substratum) இது உணர்த்துகிறது. மேலும், சமஸ்கிருத மொழியில் 'மலய' என்ற சொல் மலபாருக்கு மேற்காக உள்ள மலைப்பகுதிகளை, மேற்குத்தொடர்ச்சி மலைகளைக் குறித்ததென்பதும்; பாண்டிய மன்னன் ஒருவன் 'மலயத்துவஜ' என்றழைக்கப்பட்டான் (MW 792) என்பதும் 'மலய' என்ற சொல்லின் திராவிடத் தொடர்பிற்கு அரண்சேர்க்கும்.

தமிழில் மலைசார்ந்த குறிஞ்சி நிலம் தொடர்பான சொற்களில் 'மலை' என்பது உயரமான மலை (Mountain) என்பதையும் 'குன்று' என்பது உயரம் குறைவான சிறு குன்றுகளையும் (Hillocks) குறிக்கும். மலை, குன்று எனும் இரு சொல்லாட்சிகளும் வெளிப்படுத்தும் உயர வேறுபாடு (Differential Elevations) வடமேற்குப் பகுதியில் மலைசார்ந்த இடப்பெயர்களில் உறுதியாவது வியப்பளிக்கிறது. 'மலை' என்ற சொல் கடல் மட்டத்திலிருந்து மிக உயரத்திலுள்ள ஓங்கிய

மலைப்பகுதிகளும் குன்று என்ற சொல் அதைவிட உயரம் மிகவும் குறைவான பகுதியையும் குறிப்பதற்குப் பயன்படுத்தப்பட்டுள்ளன.

இதைப்போலவே, தமிழ் மொழியில் 'வரை' என்ற சொல் 'கோடு', 'மலை', 'சிகரம்', 'விளிம்பு', 'கரை', 'எல்லை', 'நுனி' போன்ற பொருளில் பயன்படுத்தப்படுகிறது. 'நுனிமுதல் அடிவரை' மற்றும் 'அடிமுதல் நுனிவரை' என்ற சொற்றொடர்களில் 'வரை' என்ற சொல் நுனி, அடி ஆகிய இரு முனைகளிலும் 'விளிம்பு' என்ற பொருளில் பயன்படுத்தப்பட்டுள்ளது. பாகிஸ்தானில் 'வரை' என்ற இடப்பெயர் மூன்று முறை உயர்ந்த மலைப் பகுதியையும் (கடல் மட்டத்திற்கு மேல் 8837, 4253 மேலும் 3647 அடி உயரத்தில்) ஒருமுறை கடற்கரைக்கு மிக அருகில், கடல் மட்டத்திலிருந்து வெறும் 10 அடி உயரத்தில் அமைந்துள்ள இடத்தையும் குறிக்கப் பயன்படுத்தப்பட்டுள்ளது. இவ்வகையில் 'வரை' என்ற இடப்பெயர் இந்தியத் துணைக்கண்டத்தின் வடமேற்குப் பகுதியின் இரு நேரெதிர் முனைகளைக் குறிப்பிட மிகப் பொருத்தமான வகையில் அமைந்து அச்சொல்லின் திராவிடப் பொருண்மைக்கு ஏற்புடையதாகத் திகழ்கிறது.

இதற்கு மாறாக மலை என்ற திராவிடச் சொல்லின் சமஸ்கிருத இணைச்சொல்லான 'கிரி' (Giri) என்ற ஒருசொல் இடப்பெயர் வடமேற்கு நிலப்பகுதிகளில் (ராஜஸ்தானில் உள்ள பாலி மாவட்டத்தில்) ஒரே ஒருமுறைதான் பயன்படுத்தப்படுகிறது. வேறு எங்கும் இல்லை. இதைப்போலவே மலையைக் குறிக்கும் பர்வத் என்ற பெயர் பாகிஸ்தானில் ஒரு முறையும், குஜராத்தில் இரண்டு முறையும் பயன்படுத்தப்படுகிறது. ஆனால், வடமேற்கின் மலைகளில் மலை, கோடு, வரை போன்ற பெயர்கள் பயன்படுத்தப்படுவதை வரைபடம் சுட்டிக்காட்டும்.

தென்னிந்தியாவில் 'மலை' என்ற இடப்பெயரின் சிறப்பிடம்

தமிழ்நாட்டில் மட்டும் 'மலை' என்ற சொல் 165 இடப்பெயர்களில் பின்னொட்டாகவும் 126 இடப்பெயர்களில் முன்னொட்டாகவும் இடம்பெறுகிறது. ஆந்திர மாநிலத்தில் 'மல்' என்ற வேர்ச்சொல் 'ஐ'கார ஈறு பெற்று மலை என மாறாமல் 'ஆ' ஈறு பெற்று 'மலா' என்று குறிக்கப்படுகிறது (தமிழில் திருமலை என்று சொல்வதைத் தெலுங்கு பேசுவோர் திருமலா என்று சொல்வது போல). மலா என்ற சொல் 65 இடங்களில் பின்னொட்டாக இருக்கிறது. கர்நாடகத்தில் 'மலை' என்ற வடிவம் தோணிமலை என்ற இடப்பெயரில் ஒரே ஒருமுறை பயன்படுத்தப்படுகிறது. ஆயினும் மலை என்பதன் மாற்று வடிவமான 'மலே' 15 இடப்பெயர்களில் இடம்பெறுகிறது. கேரள மாநிலத்தில் 'மலை' விகுதி இடப்பெயர்கள் 10 உள்ளன. மேற்சொன்ன மலை, மலா, மலே எனப்படும் எந்த வடிவமும் தென்னிந்தியாவின் எந்தவொரு மாநிலத்திலும் முன்னொட்டாகவோ, பின்னொட்டாகவோ வருகின்றனவேயன்றி, தனிச்சொல்லாக வரும் இடப்பெயராக வழங்கவில்லை என்ற உண்மை சிந்திக்கத்தக்கது.

திராவிட மொழிகளின் மலைச்சொற்கள் பலவும் இந்தியத் துணைக்கண்டத்தின் வடமேற்குப் பகுதியில், இந்தியாவின் வடக்கு மற்றும் மேற்கு மாநிலங்களில் பொருத்தமான புவிச்சூழல்களில் தனிச்சொல் இடப்பெயர்களாக வழங்கும்போது, அத்தகைய மலைச்சொற்கள் தற்போது திராவிடர்கள் வசிக்கும் தென்னிந்தியப் பகுதிகளில் தனிச்சொல் இடப்பெயர்களாக வழங்கவில்லை. இது வடமேற்கு, வடக்கு மற்றும் மேற்குப் பகுதிகளில் இத்தகைய 'மலைச்சொற்களின் பயன்பாடு தொன்மை வாய்ந்தது என்பதை உணர்த்துவதுடன், அதன் விளைவாக, நெடுங்காலத்திற்கு முன்பு அந்நிலப் பகுதிகளில் திராவிடர்கள் வாழ்ந்திருக்கக்கூடும், பின்னர் அம்மொழியைப் பேசும் மக்கள் தென்னிந்தியாவிற்குப் புலம்பெயர்ந்திருக்கக்கூடும் என்ற சாத்தியங்களுக்குச் சான்றாக நிற்கிறது. அதுவே சிந்துவெளிப் பண்பாட்டின் திராவிட அடித்தளத்தின் சாத்தியத்திற்கு மொழியியல் எச்சமாகவும் திகழ்கிறது.

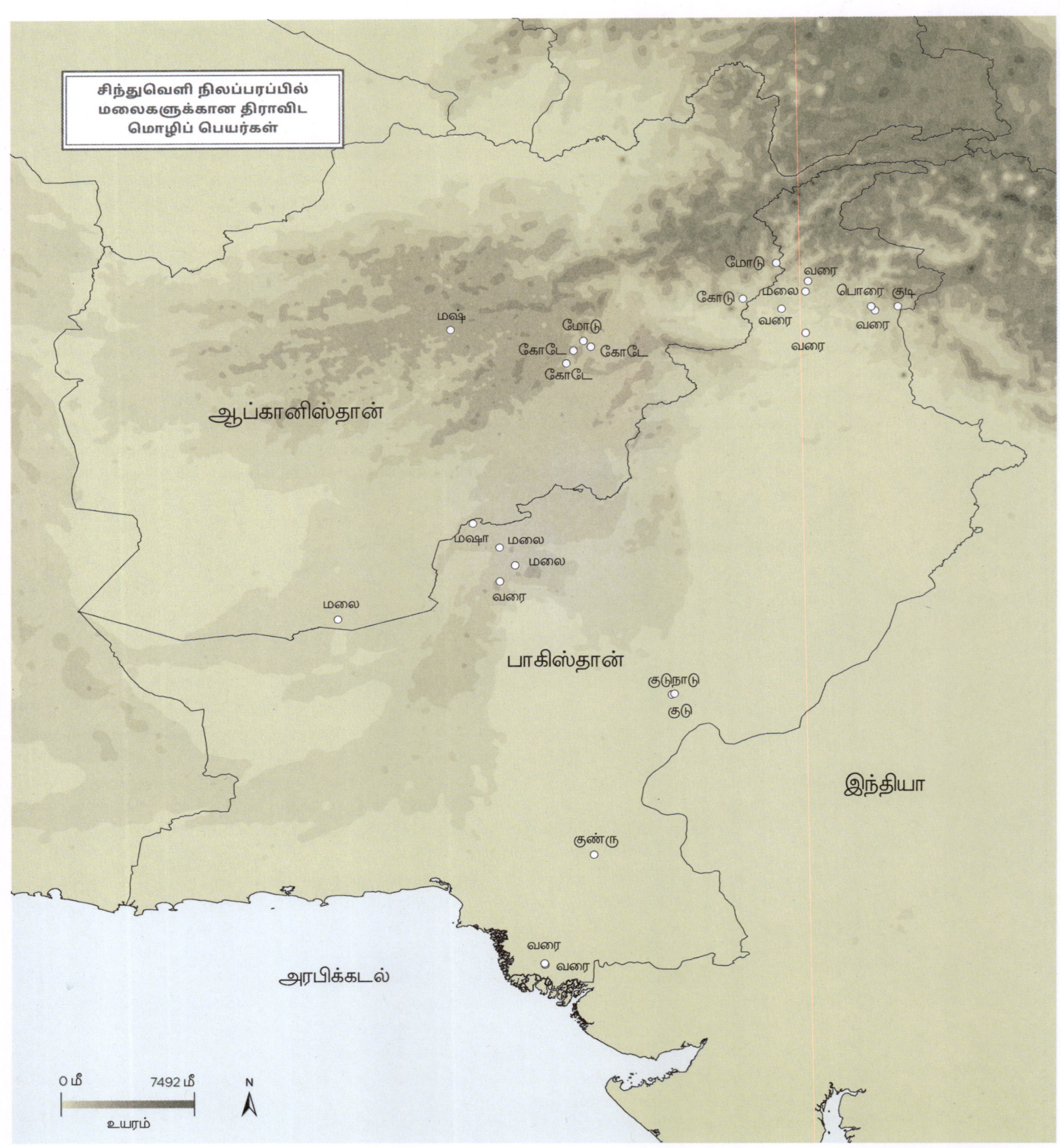

சிந்துவெளி நிலப்பரப்பில்
மலைகளுக்கான திராவிட
மொழிப் பெயர்கள்
மோடு
வரை
கோடு
மலை
பொரை
குடி
வரை
வரை
வரை
மஷ்
மோடு
கோடே
கோடே
கோடே
ஆப்கானிஸ்தான்
மஷா
மலை
மலை
வரை
மலை
பாகிஸ்தான்
குடுநாடு
குடு
இந்தியா
குண்ரு
வரை
வரை
அரபிக்கடல்
0 மீ
7492 மீ
உயரம்
N

நிலவரைபடம் 8.2

பகுதி - 6

'கோட்டை' இடப்பெயர்கள்

சிந்துவெளி நகரங்களின் முக்கியமான அடையாளங்களில் ஒன்று சுற்று மதில்சுவர்கள். பலூசிஸ்தானில் உள்ள மெஹர்கர் குடியிருப்பிலேயே இத்தகைய மதில்சுவர்களுக்கான தடயம் கிடைத்திருக்கிறது. ஹரப்பா பண்பாட்டுப் பகுதியில் அரண், கோட்டை என்ற பொருளில் பயன்படுத்தப்படும் இடப்பெயர்கள் பற்றி குறிப்பிடும் அஸ்கோ பர்போலா கோட்டா என்ற இடப்பெயரின் மீது கவனம் செலுத்துகிறார். பொதுவாகத் திராவிட மொழிக் குடும்பத்தைச் சேர்ந்தது என்று கருதப்படும் இந்தப் பெயர் பெரும்பாலும் ஹரப்பா பண்பாட்டுப் பகுதியில் அதாவது இந்தியாவின் வடமேற்குப் பகுதிகளில் மட்டுமே காணப்படுவதாகவும் பர்போலா சுட்டிக்காட்டுகிறார். (Parpola 2000: 170)

இந்தியத் துணைக்கண்டத்தின் வடமேற்குப் பகுதிகளில் (தற்கால பாகிஸ்தான், ஆப்கானிஸ்தான், கிழக்கு ஈரானிய எல்லைப் பகுதிகள் உள்ளிட்ட) மற்றும் இந்தியாவின் பல்வேறு மாநிலங்களிலும் கோட்டை (Fort) என்ற பொருளில் பயன்படுத்தப்படும் கோட், கோட்டா, கோட்டை, துர்கா ஆகிய இடப்பெயர்களைக் காணமுடிகின்றன. கோட் என்ற விகுதியுடன் கூடிய 611 இடப்பெயர்களும், கோட் என்பதை ஒருசொல் இடப்பெயர்களாகக் கொண்ட 45 இடங்களும் பாகிஸ்தானில் உள்ளன.

இந்தியாவில் கோட் என்ற ஒருசொல் இடப்பெயரின் பயன்பாடு மற்றும் கோட் என்ற இடப்பெயர் விகுதியின் பயன்பாடு உத்தராகாண்ட், பஞ்சாப், உத்திரப் பிரதேசம் போன்ற மாநிலங்களில் அதிகம் காணப்படுகிறது. இதைவிட்டால் தென்னிந்திய மாநிலங்களில் கோட்/கோட்டா/கோட்டை போன்ற விகுதிகள் கொண்ட இடப்பெயர்களைக் காணமுடிகிறது. அதிலும் குறிப்பாகக் கோட்டை என்று முடிவடையும் 750 இடப்பெயர்கள் தமிழ்நாட்டில் பயன்படுத்தப்படுகின்றன. அந்தவகையில் பார்த்தால் பாகிஸ்தான் போன்ற சிந்துவெளிப் பகுதிகளுக்கு வெளியே கோட்டை என்ற இடப்பெயர் அதிகம் பயன்படுத்தப்படுவது தமிழ்நாட்டில்தான்.

கோட்டை என்ற திராவிடச் சொல்லுக்கு இணையான சமஸ்கிருத மொழிச்சொல் துர்கா (Durga). பாதுகாப்புமிக்க கோட்டை, அரண் என்பது இதன் பொருள். ஆனாலும் துர்கா என்ற சமஸ்கிருதச் சொல்லுடன் கூடிய இடப்பெயர் பயன்பாடுகூட தென்னிந்தியாவில்தான் அதிகமாக உள்ளது என்பது சிந்திக்கத்தக்கது. துர்கா என்று முடியும் 59 இடப்பெயர்களில் 35 கர்நாடகாவில் உள்ளன.

'கோட்டை' என்ற கருத்தியல்

தமிழ் மொழியில் கோட்டை என்ற சொல் காவல் மிகுந்த, காப்பரண் கொண்ட, மதில் சுவர்கள் சூழ்ந்த கட்டமைப்பைக் குறிக்கிறது. கோட்டை என்ற சொல்லோடு தொடர்புடைய பல்வேறு திராவிட மொழிச்சொற்களை DEDR (2207) பட்டியலிடுகிறது.

சங்க இலக்கியம் குறிப்பிடும் கோட்டை, அரண், எயில், அரண்மனை, புரிசை, வாயில், மாடம், காப்புடை புரிசை, அருப்பம், ஞாயில், மதில் போன்ற பாதுகாப்புடன் கூடிய கோட்டைகள், கட்டுமானங்கள் குறித்த சொல்வளப் பெருக்கம் கோட்டை என்ற கருத்தியலின் தொன்மத்தை உணர்த்துகிறது.

புறநானூற்றின் 174ஆம் பாடலில் சங்ககாலச் சோழ மன்னனின் புகழ்பெற்ற முன்னோர்களின் கோட்டையில் புலிச்சின்னம் பொறிக்கப்பட்டிருந்ததைத் தெரிவிக்கிறது. காவலுடன் கூடிய அரண்கள் பற்றி சங்க இலக்கியத்தில் பல குறிப்புகள் உள்ளன. கடி மதில் அரண் (புறம். 92), ஓம்பு அரண் (நற். 39, அகம். 181), விண் உயர் அரண் (ஐங்குறு. 443) போன்றவற்றைக் குறிப்பிடலாம்.

இதைப்போலவே பாதுகாப்புடன் கூடிய கோட்டை மதில்சுவர்கள் பற்றி குறிப்பிடும் புரிசை என்ற சொல் சங்க இலக்கியத்தில் பல இடங்களில் பயன்படுத்தப்படுகிறது. 'காப்பு உடை புரிசை புக்கு மாறு அழித்தலின்' (புறம். 272), 'செம்பு புனைந்து இயற்றிய சேண் நெடும் புரிசை' (புறம். 201), 'வான் தோய்வு அன்ன புரிசை விசும்பின்' (புறம். 21), 'விசும்பு உறழ் புரிசை வெம்ப முற்றி (நற். 287)' போன்ற குறிப்புகள் உயரமான, பாதுகாப்புடன் கூடிய, கொடிகள் கட்டப்பட்ட, உறுதியான கோட்டைகள் பற்றிய தெளிவான சித்திரத்தை அளிக்கின்றன.

கோட்டை தொடர்பான பல்வேறு கலைச்சொற்களைக் கொண்ட சங்க இலக்கியத்தில் கோட்டையைக் குறிக்கும் வடமொழிச் சொல்லான துர்கா ஒரு முறைகூட இடம் பெறவில்லை என்பது சிந்துவெளி முதல் சங்க இலக்கியத்தின் ஊடாகத் தொடரும் கோட்டை என்ற கருத்தியலின் தொடர்ச்சிக்குச் சான்றளிக்கிறது.

இதைப்போலவே, கோட்டை, மலை, அரண், காட்டரண் போன்ற பொருளில் வழங்கும் அருப்பம் என்ற சொல்லும் சங்க இலக்கியத்தில் பயன்படுத்தப்படுகிறது. அருப்புக்கோட்டை என்ற இடப்பெயர் பயன்பாடு இன்றுவரை தமிழ்நாட்டில் தொடர்கிறது.

கோட்டை என்பதை குறிக்கும் இடப்பெயர்கள்	எங்கே, எத்தனை முறை
கோட் என்ற ஒருசொல் இடப்பெயர்	பாகிஸ்தான் - 45, ஆப்கானிஸ்தான் - 4, ஈரான் - 1, இந்தியா - 64 (உத்திரப் பிரதேசம் - 18, உத்திராஞ்சல் - 15, சத்தீஸ்கர் - 7, ராஜஸ்தான் - 6, மத்தியப் பிரதேசம் - 5, பஞ்சாப் -3, ஜம்மு & காஷ்மீர் - 3, குஜராத் - 2, மகாராஷ்டிரா - 2, ஒடிசா - 1, கர்நாடகா - 1, மேற்கு வங்கம் - 1)
கோட் இடப்பெயர் பின்னொட்டாக	பாகிஸ்தான் - 611, ஆப்கானிஸ்தான் - 132, ஈரான் - 2, இந்தியா - 842 (உத்திரப் பிரதேசம் - 100, உத்திராஞ்சல் - 316, சத்தீஸ்கர் - 48, ராஜஸ்தான் - 25, மத்தியப் பிரதேசம் - 31, பஞ்சாப் - 87, குஜராத் - 31, மகாராஷ்டிரா - 34, ஒடிசா - 44, கர்நாடகா - 6, மேற்கு வங்கம் - 9, மணிப்பூர் - 40, ஜார்கண்ட் - 6, ஆந்திரப் பிரதேசம் - 1, அசாம் - 2, நாகாலாந்து - 2, பீகார் - 1)
கோட்டா என்ற ஒருசொல் இடப்பெயர்	பாகிஸ்தான் - 3, ஆப்கானிஸ்தான் - 5, இந்தியா - 91 (உத்திரப் பிரதேசம் - 24, உத்திராஞ்சல் - 16, சத்தீஸ்கர் - 50, ராஜஸ்தான் - 5, மத்தியப் பிரதேசம் - 17, குஜராத் - 2, ஒடிசா - 2, கர்நாடகா - 1, மேற்கு வங்கம் - 3, ஆந்திரப் பிரதேசம் - 6, ஜார்கண்ட் - 5, பீகார் - 4)
கோட்டா பின்னொட்டாக	பாகிஸ்தான் - 6, ஆப்கானிஸ்தான் - 14, இந்தியா - 345 (உத்திரப் பிரதேசம் - 34, உத்திராஞ்சல் - 11, சத்தீஸ்கர் - 3, ராஜஸ்தான் - 7, மத்தியப் பிரதேசம் - 31, குஜராத் - 9, ஒடிசா - 43, கர்நாடகா - 7, மேற்கு வங்கம் - 12, ஆந்திரப் பிரதேசம் - 174, ஜார்கண்ட் - 7, பீகார் - 3, அசாம் - 2, அருணாச்சலப் பிரதேசம் - 2)
கோட்டை பின்னொட்டாக	இந்தியா - 248 (தமிழ்நாடு - 248)
துர்கா பின்னொட்டாக	இந்தியா - 59 (உத்திரப் பிரதேசம் - 10, ராஜஸ்தான் - 2, ஒடிசா - 3, கர்நாடகா - 35, மேற்கு வங்கம் - 4, மகாராஷ்டிரா - 4, ஜம்மு & காஷ்மீர் - 1)

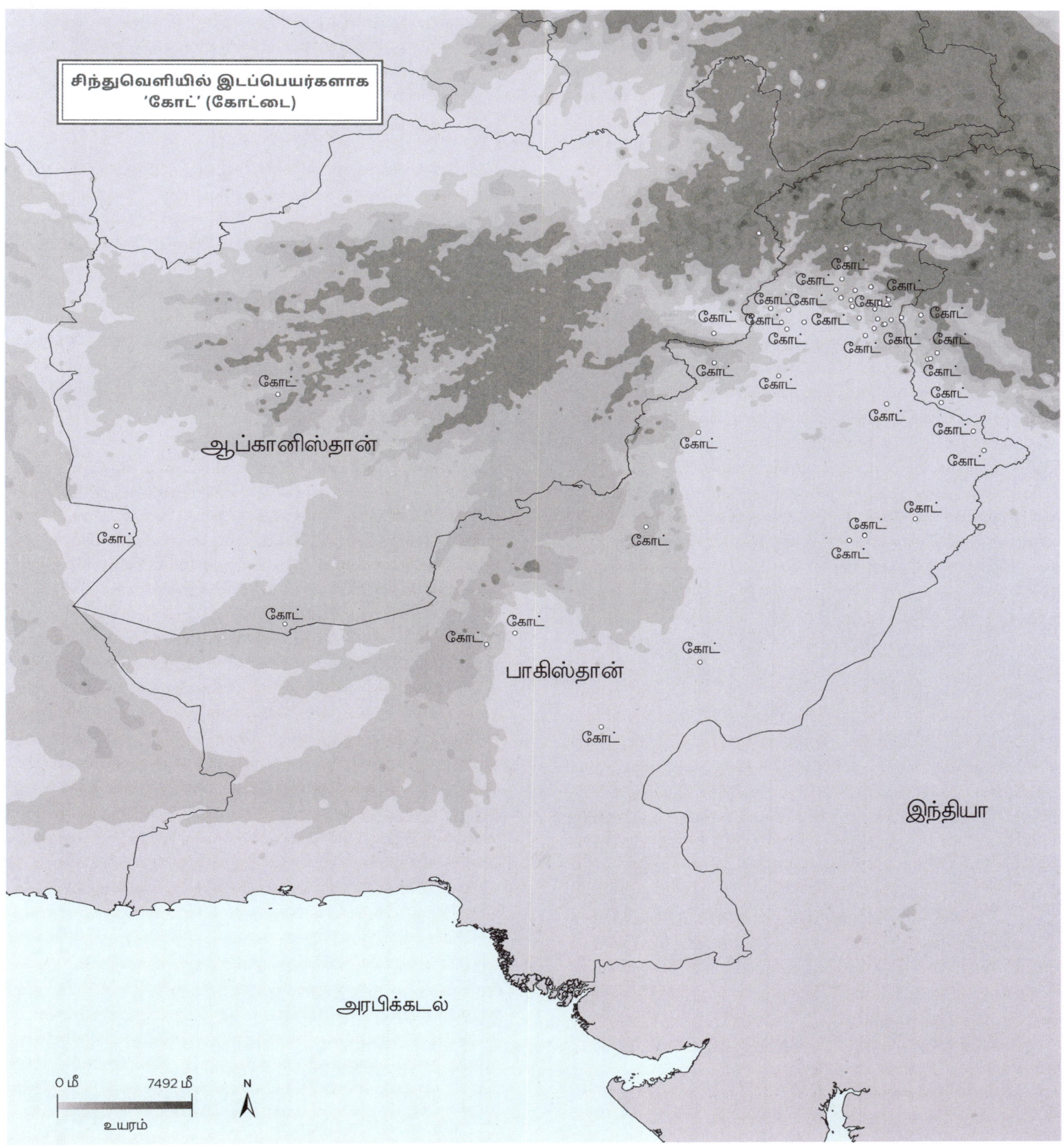

சிந்துவெளியில் இடப்பெயர்களாக
'கோட்' (கோட்டை)
ஆப்கானிஸ்தான்
பாகிஸ்தான்
இந்தியா
அரபிக்கடல்
கோட்
0 மீ
7492 மீ
உயரம்
N

நிலவரைபடம் 8.3

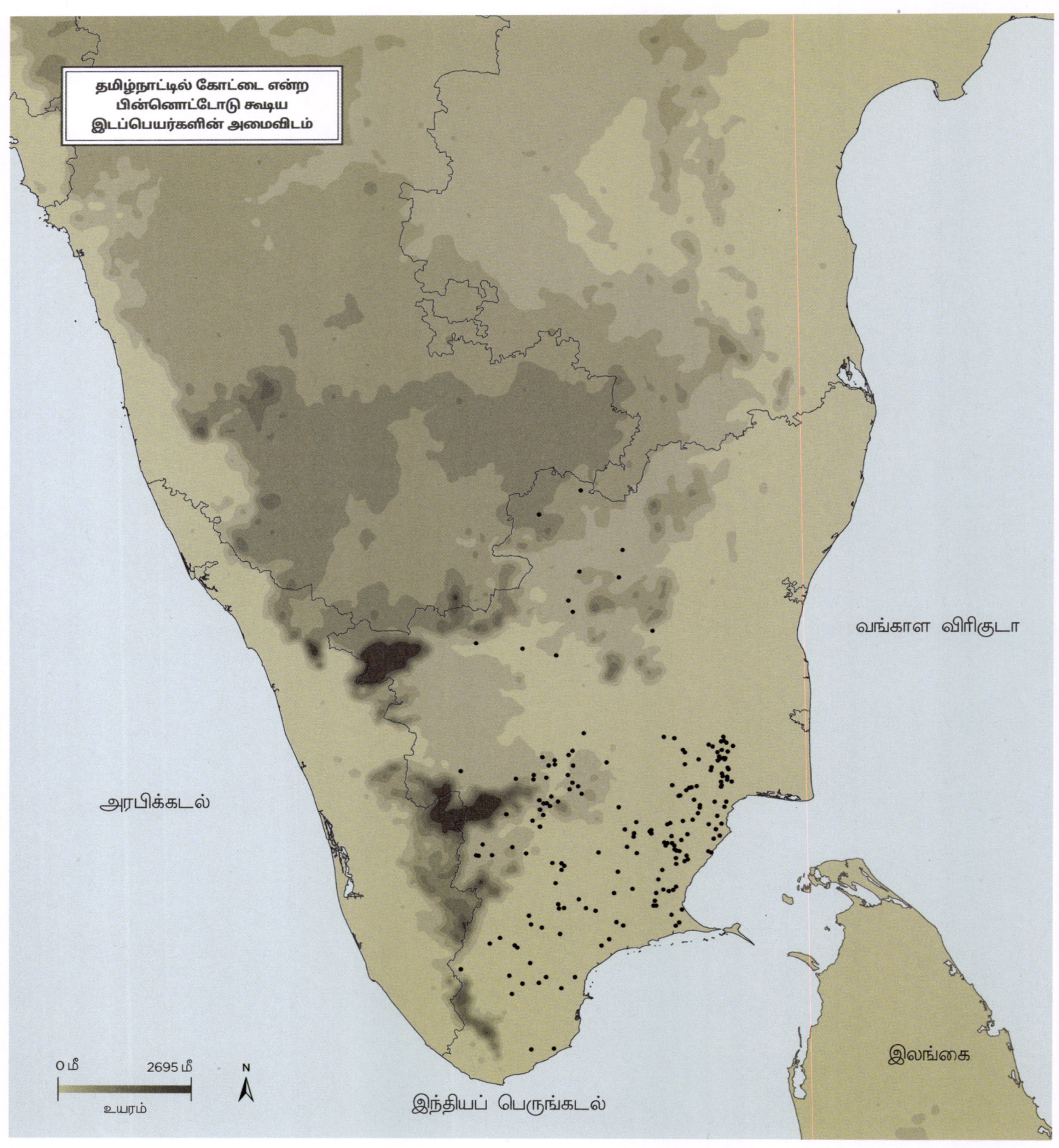

தமிழ்நாட்டில் கோட்டை என்ற
பின்னொட்டோடு கூடிய
இடப்பெயர்களின் அமைவிடம்
வங்காள விரிகுடா
அரபிக்கடல்
இலங்கை
0 மீ
2695 மீ
உயரம்
N
இந்தியப் பெருங்கடல்

நிலவரைபடம் 8.4

பகுதி - 7

சிந்துவெளி, திராவிட மற்றும் இந்தோ-ஆரிய கட்டமைப்புகளின் ஒப்பீடு

சிந்துவெளி நகர்களின் திசை, உயரம், பொருட்புலம் மற்றும் சமூக அணிவின் (Direction - Elevation - Material - Social Matrix) கூறுகளை ஏற்கெனவே இந்த இயலின் முற்பகுதியில் திராவிட மற்றும் இந்தோ-ஆரிய திசைசொல்லாக்கக் கட்டமைப்புகளுடன் ஒப்பிட்டிருந்தோம். இதன்பயனாகச் சிந்துவெளி நகர்ப்புறப் பண்பாட்டின் முக்கியக் கூறான மேல்-மேற்கு, கீழ்-கிழக்கு நகர வடிவமைப்பு; கோட்டை மற்றும் கீழ் நகரப் பகுதிகளைப் பயன்படுத்திய விதம்; தனித்தனியே பிரித்தமைக்கப்பட்ட வாழிடங்கள், வெளிச்சுற்றுச் சுவர்கள், காப்பரண்கள், மேடான நிலத்திற்கும் மேடைகளுக்கும் அளிக்கப்பட்ட முக்கியத்துவம் போன்ற நெடிய சிந்தனைமரபு திராவிடச் சமூகப் பண்பாடு மற்றும் மொழிக் கட்டமைப்புடன்தான் பெரிதும் ஒத்துப்போகின்றன.

திசை-உயர-பொருட்புல-சமூக அணிவு: திசை

அளவுகோல்

- ஒப்பீட்டு அளவில் கிழக்கு, மேற்கு திசைகளின் முக்கியத்துவம்
- மேற்குத் திசையின் மேன்மை, கூடுதலான முக்கியத்துவம்.

சிந்துவெளி	திராவிட மொழிகள்	இந்தோ-ஆரிய மொழிகள்
"கோட்டைப்பகுதி, மேற்குத் திசையில் அல்லது மேற்கு நோக்கி அமைந்துள்ளது. கீழ் நகரம், கிழக்கு அல்லது கிழக்கு நோக்கி அமைந்துள்ளது மேற்குத் திசைக்கு முன்னுரிமை"	மேக்கு, மேற்கு, மேல், மேலான, மேன்மையான கீழ், கிழக்கு, கீழான, தாழ்வான மேற்தலை, மேற்குப்பக்கம் (அதாவது மேற்குத்தலை அல்லது மேல்தலை) கீழ்க்கடை, கிழக்குப்பக்கம் (அதாவது கீழ் இறுதி) கிழக்கிடும் பொருள் அதாவது கீழ் மதிப்புள்ள பொருள்	ஆபர, ஆவர, மேற்கு, தாழ்மையான, முக்கியமற்ற, மட்டமான, ஆகக்குறைவான ப்ராச், ப்ராசீன, 'முன்னால் இருப்பது', 'கிழக்கு', 'முன்னேற', 'முன்னேற்ற' முந்தைய, பண்டைய, ஆதிகாலத்து, மூதாதையர்

திசை-உயர-பொருட்புல-சமூக அணிவு: உயரம்

அளவுகோல்

- மலை, உயரமான இடம், மேடான நிலம் ஆகியவற்றிற்கான முன்னுரிமை
- உயரத்திற்கும் மேற்குத் திசைக்குமான தொடர்பு

சிந்துவெளி	திராவிட மொழிகள்	இந்தோ-ஆரிய மொழிகள்
"கோட்டைப்பகுதி, மேல் நகரம் ஆகியவை எப்போதும் உயரமான மேடுகளின் அல்லது களிமண் செங்கற்களாலான மேடைகள் மீது அமைக்கப்பட்டன மேற்கே இருந்த உயரமான மலைகள் மேற்கில் இருந்து கிழக்கான சரிவமைப்பிற்கான இயற்கைச் சூழலைப் பின்னணியாகத் தந்தன"	திராவிடர்கள் அடிப்படையில் மலை மக்கள். வரலாற்றுக்கு முற்பட்ட காலத்து குறுநிலத்தலைவர்கள் மற்றும் தமிழ்த் தொன்மங்கள் கொண்டாடும் கடையெழு வள்ளல்களின் மலைநிலப் பின்னணி. குறிஞ்சி நிலப் பெருமிதம்	மலை மக்கள் பற்றிய தாழ்வான மதிப்பீடு 'அந்த்யஜா' என்று சமஸ்கிருதத்தில் சொல்லப்படும் மலைமக்களுள் ஒருவர் ஏழு கீழ்க்குடிகளில் கடைநிலையைச் சேர்ந்தவர்களில் மலைக்குடிகளும் அடங்குவர் நீச்ய என்றால் கீழ் வாழ்பவர் என்பது பொருள். அத்தோடு மேற்கில் உள்ள நாட்டின் பெயரும் கூட.
மானுடப் புவியியலின் தாக்கத்திற்கான சாத்தியம் கீர்த்தார், சுலைமான் மலைகளின் பின்புலம் மேற்கு கிழக்கான மலைவாழிடங்கள் பற்றிய கடந்தகால மீள்நினைவுகளுக்கான சாத்தியம்.	தற்காலத்திலும் திராவிடப் புவிச்சூழல்களில் மலைசார்ந்த இடப்பெயர்களின் பெருக்கம் திராவிட மலைச்சொற்கள் வடமேற்கு நிலப்பகுதிகளின் உயர்மலை உச்சங்களில் இன்னும் இடப்பெயர்களான உள்ளன மேற்குத்தொடர்ச்சி மலைகளில் இன்றும் பழங்குடியினரின் குடியிருப்புகள் மலைச்சிகரங்களை நோக்கியுள்ளன. பழங்குடித்தலைவரின் வீடு மிக உயரத்தில் உள்ளது. திராவிடப் பழங்குடியினரின் வீடுகளில் உறங்கும் இடம், விளக்கேற்றி வணங்கும் இடம் தொடர்பான மேடை; திண்ணை போன்ற அமைப்புகளில் புலனாகும் உயரம் குறித்த உள்நோக்கம்.	'பாட்டி' என்ற அசாமி சொல்லிற்கு மேற்குப்பக்கம், நீரோடையின் கீழ்ப்பகுதி என்று இருபொருள் உண்டு. இதனால், மேற்குக்கும், 'கீழ்' என்பதற்குமான தொடர்பு விளங்கும். மேற்கு என்று பொருள்தரும் 'ப்ராட்சிய' என்ற சமஸ்கிருதச் சொல் மிகத் தொலைவானது, ஒளித்துவைக்கப்பட்டது என்றும் பொருள்படும்

திசை-உயர-பொருட்புல-சமூக அணிவு: பொருட்புலம்

அளவுகோல்

- பொருட்புலத்தில் மேல்மேற்கு, கீழ்கிழக்கு என்ற கட்டமைப்பின் அடிப்படையிலான முன்னுரிமைகளின் சாயல்கள்

சிந்துவெளி	திராவிட மொழிகள்	இந்தோ-ஆரிய மொழிகள்
பெரிய பெரிய பொதுக்கட்டடங்கள், கோட்டை, காப்பரண், இடைமுற்றம், பெருங்குளியலிடம், தானியக்களஞ்சியம், மதில்சுவர்கள், சிறப்பான கழிவுநீர் வடிகால் வசதிகள் போன்ற கட்டுமானங்கள் யாவும் மேற்கில், உயரமான பகுதிகளில் அமைந்துள்ளது.	தமிழ்நாட்டில் வேளாண் சாகுபடியில் நிலவுடமையாளருக்குரிய பங்கு மற்றும் அவரது பங்கான வயல் பகுதிகள் முறையே மேல்வாரம், மேற்பாதி (அதாவது மேல்பகுதி, மேற்குப்பகுதி) என்றழைக்கப்படுகின்றன. வறட்சிக் காலத்தில் மேற்பாதியே முதலில் பாசனநீர் பெறும்; வெள்ளக் காலத்தில் முதலில் நீர் வடியும். சமூகப் பொருளியல் சார்ந்த முன்னுரிமை இதில் விளங்கும்.	தமிழ்நாட்டில் வேளாண் சாகுபடியில் நிலவுடமையாளருக்குரிய பங்கு மற்றும் அவரது பங்கான வயல் பகுதிகள் முறையே மேல்வாரம், மேற்பாதி (அதாவது மேல்பகுதி, மேற்குப்பகுதி) என்றழைக்கப்படுகின்றன. வறட்சிக் காலத்தில் மேற்பாதியே முதலில் பாசனநீர் பெறும்; வெள்ளக் காலத்தில் முதலில் நீர் வடியும். சமூகப் பொருளியல் சார்ந்த முன்னுரிமை, வேறுபாடு இதில் விளங்கும்.

சிந்துவெளி நகரங்களின் மேல்-மேற்கு, கீழ்-கிழக்கு இருமைத்தன்மை 277

திசை-உயர-பொருட்புல-சமூக அணிவு: சமூகம்

அளவுகோல்

- பருமநிலையிலும், கருத்தியல் நிலையிலும் மேல்மேற்கு, கீழ்கிழக்கு என்ற பாகுபாட்டின் அடிப்படையில் புலனாகும் சமூகப் படிநிலைகள், ஏற்றத்தாழ்வுகள்.
- மேல்மேற்கு, கீழ்கிழக்கு பலபொருள் ஒருசொல் உறவின் உருவக விரிவாக்கம்.

சிந்துவெளி	திராவிட மொழிகள்	இந்தோ-ஆரிய மொழிகள்
மேட்டுக்குடி ஆட்சியாளர்கள்; அறிவார்ந்த தலைவன் ஆகியோரின் வசிப்பிடம் மற்றும் அதிகார மையம் என்று சிந்துவெளி அகழாய்வாளர்கள் குறிப்பிடும் பகுதிகள் மேற்கிலுள்ள மேல்நகர் பகுதியில்தான் அமைந்துள்ளன.	மேல், கீழ் எனும் புவிமையச் சொற்களின் சமூக விரிவாக்கம் திராவிட மொழிகளில், பழந்தமிழ் இலக்கியங்களில் மற்றும் கல்வெட்டுகளில் புலனாகிறது. மேற்குடிக்கிழான் - மேட்டுக்குடித்தலைவன் கீழ்க்கலனைகள் - கைவினைஞர்கள் ஆகிய கீழ்க்குடிகள் மேலோர் - மேன்மைமிக்கவர்கள், உயர்நிலையினர், மேல்சாதியினர் மேட்டுக்குடியினர் பார்வையில் தாழ்வான பகுதிகளில் வசிப்பவர்கள் பற்றிய தாழ்வான எண்ணம் கீழோர் என்ற சொல் உழவரை குறிப்பதாகவும் பன்படுத்தப்பட்டுள்ளது கொலாமி மொழியில் பள்ளம் என்றால் கிழக்கும் பழனிமலையில் மேற்கு நோக்கியிருக்கும் திராவிடக் கடவுள் முருகன் ஒரு மலைக்கடவுள் இறந்தவர்களை மேற்கெழுந்தருளினார் எனச் சொல்லும் வழக்கு உள்ளது கல்வெட்டுச் செய்தியான கிழக்கடைநின்றாள் (கீழ் குடியிருப்பைச் சேர்ந்த நடனப் பெண்) என்பதன் உள்ளீடான சமூகப் படிநிலை	சமூகப் படிநிலைப் பாகுபாடுகள் புவிமையமானவை அல்ல; மனிதமையமானவை. வர்ணக் கோட்பாடு சார்ந்த சமூகப் பாகுபாடுகள் புறத்தோற்றம், பொலிவு, நிறம், சாதிப்பிரிவு, குடிப்பிரிவு என்ற அடிப்படையில் தோன்றியவை. 'வர்ணத்வ' என்பது நிறத்தின் நிலைமை மட்டுமின்றி சாதியின் நிலைமையும் ஆகும். சதுர்வர்ண என்பது நான்கு முக்கிய நிறங்களையும், நால்வகை சாதிப்பிரிவுகளையும் குறிக்கிறது. கீழான குடிகள் என்ற பொருளில் வழங்கும் 'அந்த்யஜ' எனும் சொல் முன்-பின், முதல்-இறுதி என்ற அணுகுமுறையிலேயே ஆக்கம் பெற்றுள்ளது. உயரமான மலைகளில் வசிப்பவர்கள் கீழானவர்கள் என்றே கருதப்பட்டனர். 'பூர்வஜ', கிழக்கில் பிறந்தவன். மனித குலத்தின் முன்னோடி. ஆரியக் கடவுளான இந்திரனுக்கு 'பூர்வதிக்பதி' அதாவது கிழக்கு திசையை ஆள்பவன் என்ற பெயருண்டு. 'ஆவர' என்ற சொல்லிற்கு மேற்கு, மிகவும் கீழான நிலை என்பது பொருள். கீழ்ச் சாதியைச் சேர்ந்தவர் 'ஆவரவர்ண' என்றழைக்கப்பட்டனர். இதிலிருந்து மேற்கு என்பதற்கும், கீழான நிலமை என்பதற்கும் தொடர்பு தெளிவாகும்.

பகுதி - 8

தொடரும் மரபுகள்: ஹரப்பா முதல் 'ஆடுகளம்' வரை

சிந்துவெளியில் கோழிச்சண்டை

மொகஞ்சோதாரோவில் கிடைத்த கம்பீரமான திமில் காளை உருவம் பொறித்த முத்திரை ஒன்றின் (மொகஞ்சோதாரோ, முத்திரை எண். *338*) மேற்பகுதியில் இரண்டு சேவற் கோழிகளின் உருவப்பொறிப்பு காணப்படுகிறது. இந்த இரண்டு சேவல்களை அடுத்து பொதுவாக நகரைக் குறிப்பதாகக் கருதப்படும் ஒரு குறியீடும் இடம்பெற்றுள்ளது. இந்த முத்திரையின் குறியீட்டு நிரல்முறை 'சேவல் நகரம்' என்ற அந்த நகரின் பெயரைக் குறிப்பதாக ஐராவதம் மகாதேவன் விளக்கம் அளித்துள்ளார் (*Mahadevan 2011: 86*). சேவல் நகரம் என்ற தனது வாசிப்பிற்கு வலுச்சேர்க்கும் வகையில் குக்குடார்மா

படம் *8.7* - 'சேவல் நகரம்' என்பதைக் குறிக்கும் முத்திரை எண். *338*

(*Kukkutarma*) என்று பர்ரோ குறிப்பிடும் பழைய நகரின் பெயரைச் சான்றாக முன்வைக்கிறார். பாணினியின் இலக்கண நூலில் (காஷிகாவின் உரை) குறிப்பிடப்படும் ஆர்மா என்ற விகுதியுடன் முடியும் இடப்பெயர்களின் பட்டியலிலிருந்து குக்குடார்மா என்ற பெயரை அவர் கண்டறிகிறார். ஆர்மா என்ற விகுதிக்குச் சிதைவடைந்த நகரம் என்பது பொருள். அந்தவகையில் குக்குடார்மா என்ற நகரின் பெயருக்கான பொருள் 'கோழி நகரச் சிதைவிடம்' (*The Ruined City of Cock*) என்று வாதிடும் மகாதேவன் குக்குடார்மா என்பது அதே பொருளுடன் கூடிய திராவிட இடப்பெயரின் மொழிபெயர்ப்பாக இருக்கக்கூடும் என்கிறார்.

இந்த முத்திரையில் காணப்படும் பெயரின் பட எழுத்து விகுதியாக (*Ideographic suffix*) இடம்பெறும் குறியீடு நகரத்தைக் குறிப்பது என்ற பொது கருத்து ஆய்வாளர்களிடையே நிலவுகிறது. இதன் அடிப்படையில் நகரத்தைக் குறிக்கும் குறியீட்டின் முன்னதாக இரண்டு சேவற்கோழிகளின் உருவம் பொறிக்கப்பட்டுள்ளதால் அது சேவல் நகரம் என்ற முடிவுக்கு மகாதேவன் வருகிறார். இது ஒப்புக்கொள்ளத்தக்கதாகவே இருக்கிறது.

சேவல் நகரம் என்ற இடப்பெயரைக் குறிப்பிடுவதுதான் நோக்கம் என்றால் நகரின் குறியீட்டோடு ஒரு சேவலின் உருவத்தைப் பொறித்தாலே போதுமானது. சிந்துவெளி முத்திரைகளில் இட சிக்கனத்திற்கான தேவை அனைவரும் அறிந்த ஒன்றே. ஓர் உருவத்தின் மூலம் வெளிப்படுத்தக்கூடிய செய்தியைத் தெரிவிக்க கூடுதல் உருவம் பொறிக்கும் 'ஆடம்பரத்திற்குச்' சிந்துவெளி முத்திரைகளில் வாய்ப்பில்லை.

அதுமட்டுமின்றி வளர்ப்புப் பறவையான சேவற்கோழி ஓர் அபூர்வமானப் பறவை அல்ல. எல்லா ஊர்களிலும் சேவற் கோழிகளும், பெட்டைக்கோழிகளும் இருந்திருக்கக்கூடிய சூழலில் ஒரு முக்கியமான நகரத்திற்குச் சேவலின் பெயரைச் சூட்ட வேண்டும் என்றால் அதற்கு ஒரு சிறப்புக் காரணம் இருக்க வேண்டும்.

ஒருவேளை இம்முத்திரையின் நோக்கம் 'ஏராளமான சேவல்கள் நிறைந்த நகரம்' என்பதைத் தெரிவிப்பது என்றால் நகரத்திற்கான குறியீட்டுடன் பல சேவல்களின் சின்னங்களைப் பொறித்திருக்க வேண்டும். ஏனெனில், இரண்டு என்பது ஒன்றுக்கும் மேற்பட்ட, இணை *(Pair)*, பாகுபாடான *(Divided, Divisive)* இருமையான *(Dichotomous, Binary)*, ஒன்றுக்கொன்று முரணான *(Conflictive, Competitive)* போன்ற பொருளைத் தெரிவிக்குமே தவிர 'ஏராளமான' என்ற பொருளைத் தெரிவிக்காது. அவ்வாறாயின் நகரின் குறியீட்டுடன் சேர்ந்த இரண்டு சேவல்களின் உருவச்சின்னம் எதைக் குறிக்கக்கூடும்? அதிலும் குறிப்பாக இவ்விரண்டு உருவச்சின்னங்களும் சேவல்களின் உருவச்சின்னமாக (ஒரு சேவல், ஒரு கோழி என்று வேறுபடுத்திக்காட்டாமல்) இருப்பதன் நோக்கம் என்னவாக இருக்கமுடியும்?

இப்போது இந்த முத்திரையில் உள்ள சேவல் உருவங்களைக் கூர்ந்து கவனிப்போம்.

- இரண்டு சேவல்களின் கழுத்தும் நிமிர்ந்து புடைத்திருக்கிறது.
- வால் இறக்கை மேல்நோக்கி விரைப்பாக இருக்கிறது.
- கால்கள் தரையில் படாமல் மேலெழுந்து உள்ளன.

இந்த இரண்டு சேவல்களின் உடல்மொழியும், தோரணையும் சண்டையிடுவது போலத் தோன்றுகிறது. அந்த நகரத்திற்குக் கோழியூர் அல்லது சேவல் நகரம் என்று பெயரிடுவதற்குப் பின்னணியாக ஒரு வீரச்சேவல் மரபு இருந்திருக்க வேண்டும். இரண்டு சேவல்களின் உருவச்சின்னத்தைப் பார்க்கும்போது, அவை கோழிச்சண்டைக்குப் பெயர்பெற்ற ஒரு நகரத்தின் இரண்டு பகுதிகளைச் சேர்ந்த சேவல்கள். அதனால்தான் அந்த நகரம் 'சேவல் நகரம்' என்று பெயர்பெற்றிருக்க வேண்டும் எனக் கருத வாய்ப்பிருக்கிறது.

வீரச்சேவல் மரபும் அதன் தொடர்ச்சியும்

கோழிச்சண்டை என்பது குறியீட்டு அளவில் மேல்-மேற்கு, கீழ்-கிழக்கான சிந்துவெளி நகரமைப்பு சிந்தனைக் கோட்பாட்டின் உருவக விரிவாக்கமாக *(Metaphoric Extension)* ஒரு பண்பாட்டு மரபை முன்னிறுத்துவதாகத் தோன்றுகிறது. இந்த ஊகத்திற்கு நம்பகத்தன்மை அளிக்கும் சான்றாதாரங்கள் பழந்தமிழ் இலக்கிய ஆவணங்களிலும் பழந்தமிழ்க் கல்வெட்டுகளிலும் காணப்படுகின்றன. சிந்துவெளிப் பண்பாடு நிலவிய வடமேற்குப் பகுதிகளில் இப்போதும்கூட சேவல் சண்டை மரபு தொடர்கிறது. பாகிஸ்தானில் உள்ள சிந்து மாகாணத்தில், அதாவது சிந்துவெளிப் பண்பாட்டின் மையமான பகுதியில் ஆண்டுதோறும் பிரமாண்டமான சேவல் சண்டைகள் நடத்தப்படுகின்றன. இந்தியாவைப் பொறுத்தவரையில் தமிழ்நாடு, கர்நாடகத்தின் குடகுப் பகுதி, தெலுங்கானா மற்றும் ஆந்திரப் பிரதேசத்தின் கடலோர மாவட்டங்கள் கோழிச்சண்டைக்குப் பெயர்பெற்றவை. **2011**ஆம் ஆண்டு ஆடுகளம் என்ற தமிழ்த் திரைப்படம் வெளியாகி மிகுந்த வரவேற்பு பெற்றது. இந்தத் திரைப்படத்தின் மையக் கருவே சேவல் சண்டைதான். சேவல்களைச் சண்டைபோடப் பழக்கி விடுதல்; கோழிச்சண்டை தொடர்பான பெருமிதங்கள்; உளவியல் போராட்டங்கள் என்று இந்தத் திரைப்படத்தின் கதை நகர்கிறது. உண்மையில் இந்த நவநாகரீகக் காலத்தில் கோழிச்சண்டை சார்ந்த பண்பாட்டுமரபை மையமாகக் கொண்டு ஒரு திரைப்படத்தைத் தயாரித்து வெளியிடுவது என்பது தமிழ்ச்சமூகப் பண்பாட்டுச் சூழலில் மட்டுமே சாத்தியமானது என்பதில் ஐயமில்லை. இந்தப் படத்தை வடஇந்தியாவில் திரையிட்டால் இதன் முக்கியத்துவம் புரியாது என்பதுதான் உண்மை.

கோழியூர்: பண்பாட்டு மீள்நினைவும் நாணயவியல் சான்றும்

வீரச்சேவல் மரபிற்கும் வீரச்சேவல்களை மெச்சும் வகையில் தலைநகரத்திற்குப் பெயரிடும் மரபிற்கும் பழந்தமிழ் இலக்கியங்களில் சான்று உள்ளது. பண்டைய சோழர்களின் தலைநகரமான உறையூர், 'கோழி' என்றும் அழைக்கப்பட்டது.

கோழியோனே கோப்பெருஞ்சோழன் (புறம். 212)

படம் 8.8 - சோழர் நாணயம் (பொ.யு.மு. முதலாம் நூற்றாண்டு), சேவல் நகரம் உறையூர்

வாழிய வஞ்சியும் கோழியும் போல
(பரி. புறத்திரட்டு. 7: 10)

சோழ நன் நாட்டு படினே கோழி
உயர் நிலை மாடத்து குறும் பறை
அசைஇ (புறம். 67)

என்பதைப் போன்ற சங்க இலக்கியக் குறிப்புகளால் இதை அறியலாம். கோழி என்பது சோழர்களின் தலைநகரம் என்பது மட்டுமல்ல அந்நகரம் உயர்நிலை மாடங்களுடன் கூடியது என்ற சித்தரிப்பும் கவனிக்கத்தக்கது. இந்நகரில் சேவலொன்று ஒரு யானையை எதிர்த்து வீரத்துடன் சண்டையிட்டதாகவும் அந்த வீரத்தைக் கொண்டாடும் வகையில் 'கோழி' என்று அந்நகருக்குப் பெயரிடப்பட்டதாகவும் பழந்தமிழ் மரபுகள் கூறுகின்றன.

யானையை எதிர்த்த வீரச்சேவல் பற்றிய மரபின் தொடர்ச்சியைக் காலம்தோறும் காணமுடிகிறது. முறஞ்செவி வாரணம் முன்சமம் முருக்கிய புறஞ்செவி வாரணம் என்ற சிலப்பதிகார வரிகளிலும் (முறஞ்செவி வாரணம் என்பது யானையையும் புறஞ்செவி வாரணம் என்பது கோழியையும் குறிக்கும்), இவ்வரிகளுக்கான அடியார்க்கு நல்லார் உரை விளக்கத்திலும் இவ்வீரக்கோழி மரபு பற்றிய சொல்லாடலும், சோழர்கள் தலைநகரம் 'கோழி' என்றழைக்கப்பட்டதற்குக் காரணமான கதைமரபுப் பின்புலமும் மீள்பதிவு செய்யப்பட்டுள்ளன.

வாய்மொழி மரபிலிருந்து இலக்கியப்பதிவு பெற்ற இந்தத் தொன்மமரபைச் சங்ககாலச் சோழர் நாணயம் காட்சிப்படுத்துகிறது. சேவலொன்று ஒரு யானையின் நேர்நின்று சரிக்குச் சரியாகச் சண்டையிடுவது போன்ற காட்சி பொறிக்கப்பட்ட நாணயத்தைச் சோழர்கள் வெளியிட்டனர். வீரச்சேவல் பற்றிய மரபு நீண்ட நெடுங்காலம் பழந்தமிழ்ப் பண்பாட்டு மரபில் வேரூன்றி இருந்தால் மட்டுமே, தலைநகருக்குக் 'கோழி' என்று பெயர் வைப்பதும், யானையுடன் சேவல் மோதுவதைச் சித்தரித்து நாணயம் வெளியிடுவதும் சாத்தியமாக முடியும்.

கோழிச்சண்டைக்கான பழந்தமிழ்ச் சான்றுகள்

முறைப்படி ஏற்பாடு செய்து நிகழ்த்தப்பெறும் கோழிச்சண்டைகள் தமிழ் இலக்கியப் பரப்பில் புதியவை அல்ல. கோழிச்சண்டை பற்றி நேரடியாக மற்றும் குறிப்பால் உணர்த்தும் செய்திகள் சங்க இலக்கியங்களில் கிடைக்கின்றன

உய்த்தனர் விடாஅர் பிரித்து இடை களையார்
குப்பைக் கோழித் தனிப்போர் போல
(குறு. 305: 5-6)

என்ற பாடலில் குப்பையில் மேயும் கோழிகள் தமக்குள்ளே இயல்பாக ஒன்றோடொன்று சண்டை செய்வதற்கும், மனிதர்கள் தங்கள் பொழுதுபோக்கிற்காகச் சண்டைகோழிகளை வளர்த்து முறைப்படிச் சண்டைக்கு விடுவதற்கும் இடையிலான வேறுபாடு புலப்படுகிறது. இதன்மூலம் கோழிச்சண்டை ஒரு பந்தயமாக வளர்ந்த பண்பாட்டுப் பின்னணி இலக்கியப் பதிவுபெறுகிறது.

அழல் அகைந்தன்ன காமர் துதை மயிர்
மனை உறை கோழி மறனுடைச் சேவல்
போர்புரி எருத்தம் போலக் கஞலிய
(அகம். 277: 13-16)

பாய்ந்தும் எரிந்தும் படிந்தும் பலகாலும்
காய்ந்தும் வாய்க்கொண்டும் கடுஞ்சேவல்
(புறப்பொருள். 348)

போன்ற பதிவுகளை முறைப்படி, திட்டமிட்டு நிகழ்த்தப்படுகிற கோழிச்சண்டை பந்தயங்களுக்கான இலக்கிய, இலக்கணப் பதிவுகளாகக் கொள்ளலாம்.

ஒருகாலத்தில் தமிழ் மொழியில் சண்டைக்கோழிகள் பற்றிய 'கோழிநூல்' இருந்தது என்ற செய்தியைத் தரும் பழைய உரைநூல் பற்றி ஐராவதம் மகாதேவன் குறிப்பிடுகிறார் (Mahadevan 2003: 627). தொல்காப்பியத்திற்கு உரை எழுதிய இளம்பூரணர் (சொல். 62), நன்னூலுக்கு உரை எழுதிய சங்கரநமச்சிவாயர் (நன்னூல் 402) ஆகியோர் மேலச்சேரி, கீழச்சேரி எனப்படும் இரு குடியிருப்புகளைச் சேர்ந்த சண்டைக் கோழிகளுக்கு இடையே நிகழ்ந்த சண்டை பற்றி குறிப்பிடுகின்றனர். "மேற்கில் அமைந்த மேலச்சேரி, கிழக்கில் அமைந்த கீழச்சேரி என்ற இரு குடியிருப்புப் பகுதிகளைக் கொண்ட ஊர்கள், தங்களது குடியிருப்புக்கெனத் தனித்தனிச் சண்டைக் கோழிகளை வைத்திருந்தார்கள் என்று தெரிகிறது" என்கிறார் ஐராவதம் மகாதேவன் (Mahadevan 2003: 627). இத்தகைய மரபின் தொடர்ச்சி இந்தியாவில் குறிப்பாகத் தமிழ்ப் பண்பாட்டிற்கும் அதற்கு வெளியே திராவிட மொழிகளைப் பேசும் மக்கள், வாழும் நிலப்பகுதிகளுக்கும் மட்டும் உரித்தானதாகத் தெரிகிறது.

வீரச்சேவல் நடுகற்கள்

இலக்கிய, இலக்கணச் சான்றுகள் ஒருபுறமிருக்க, கோழிச்சண்டை மரபிற்கும் 'கிழக்கு, மேற்கு' குடியிருப்புக் கோட்பாட்டிற்கும் இடையிலான வேர்நிலைத் தொடர்பிற்கும் ஆகத்தெளிவான சான்றாதாரம் பழந்தமிழ்க் கல்வெட்டுக்களில் கிடைக்கின்றன.

தமிழ்நாட்டில் உள்ள அரசலாபுரம் எனும் ஊரில் பொ.யு. ஐந்தாம் நூற்றாண்டைச் சேர்ந்த நடுகல் ஒன்றில் ஓர் அரிய உருவப்பொறிப்பும் எழுத்துகளும் கிடைத்துள்ளன. ஒரு சண்டைக்கோழிக்காக எழுப்பப்பட்ட இந்த நடுகல் முகையூர்

என்ற ஓர் ஊரின் மேலச்சேரி எனப்படும் மேற்குக் குடியிருப்பின் சார்பில் சண்டை போட்டு மாண்ட ஒரு வீரச்சேவலின் நினைவாக எழுப்பப்பட்டுள்ளது (Mahadevan 2003: 467, 530). சண்டைக்கோழியின் உருவப் பொறிப்புடன் மேற்சேரி என்ற குடியிருப்புப் பெயரும் இந்த நடுகல்லில் ஆவணப்பதிவு பெறுகிறது.

இதைப்போலவே, இந்தளூரில் கீழ்ச்சேரி என்ற இடத்தைச் சேர்ந்த சண்டைக்கோழிக்கு எழுப்பப்பட்ட வீரக்கல் கிடைத்துள்ளது (Mahadevan 2003: 488, 530). கீழ்ச்சேரி என்ற இடப்பெயர் பொறிக்கப்பட்டிருக்கிறதே தவிர, அது எந்த முக்கிய ஊரின் கீழ்ச்சேரி (கிழக்கு குடியிருப்பு) என்ற விவரம் இல்லை. அதேநேரத்தில், இந்தளூர் நடுகல்லிற்கு இன்னொரு சிறப்பும் உண்டு. இறந்துபட்ட கீழ்ச்சேரிச் சண்டைக் கோழியின் உருவத்தோடு சேர்த்து, பொற்கொற்றி என்ற அதன் செல்லப்பெயரும் பொறிக்கப்பட்டிருக்கிறது.

வீரமரணம் எய்திய சண்டைக் கோழியின் நினைவாக நடுகல் எழுப்பும் தொல்வழக்கம் தமிழ்நாட்டைத் தவிர இந்தியாவின் வேறெந்தப் பகுதியிலும் கண்டுபிடிக்கப்பட்டுள்ளதாகத் தெரியவில்லை. சண்டைக்கோழிக்குச் செல்லப்பெயர் வைத்து, மனிதர்களுக்கு நினைவஞ்சலி செலுத்துவது போல நடுகல் எழுப்பியது, கோழிச்சண்டை மரபு, பழந்தமிழ்ப் பண்பாட்டுப் பரப்பில் கொண்டிருந்த சிறப்பிடத்தைப் புலப்படுத்துகிறது. அரசலாபுரம் மற்றும் இந்தளூரில் கிட்டியுள்ள உருவப்பொறிப்பு மற்றும் எழுத்துப் பொறிப்புகள் கொண்ட இந்த நடுகற்கள் இப்பண்பாட்டு மரபுக்கு ஆவணச் சான்றளிப்பதோடு, முதன்முறையாகக் கோழிச்சண்டை மரபிற்கும் கிழக்கு-மேற்கு என்ற பாகுபாட்டில் அமைந்த குடியிருப்புக் கோட்பாட்டிற்கும் இடையிலான தொடர்பையும் புலப்படுத்துகின்றன.

தமிழ்ப் பண்பாட்டுத் தளத்தில் கோழிச்சண்டை மரபு அதற்கான குறியீட்டு நோக்கம் மற்றும் செயல்முறைகள் ஊடும் பாவுமாய் ஒருங்கிணைந்து இருந்தால் மட்டுமே, இலக்கண - இலக்கிய மரபு, கல்வெட்டுக்கள் ஆகிய வெவ்வேறு ஆவணத் தளங்களில் பதிவாகி இருக்கமுடியும். யானையை எதிர்த்த கோழியை மெச்சும் சங்ககாலச் சோழர் நாணயத்திலிருந்து, அண்மையில் வெளியான ஆடுகளம் திரைப்படம் வரை இந்தத் தனித்துவமான பண்பாட்டுத் தொடர்ச்சி வெவ்வேறு வடிவங்களில் தொடர்ந்து ஆவணப்படுத்தப்படுகிறது.

சங்க காலச் சோழர் நாணயம்தான் இந்த மரபின் தொடக்கம் என்று கூறிவிட முடியாது. ஒரு தொல்மரபு நீண்ட நெடுங்காலமாக ஒரு பண்பாட்டு மக்களின் மீள்நினைவில், கூட்டுச்சிந்தனையில் குடியேறியிருந்தால் மட்டுமே அது வாய்மொழி மரபாகத் தலைமுறை தலைமுறையாகக் கடத்தப்பட்டு, ஒருகட்டத்தில் இலக்கியமாகவும், நாணயமாகவும் ஆவணமாகும். மொகஞ்சோதாரோவில் கிடைத்த முத்திரையில் 'நகர்' என்பதற்கான குறியீட்டுடன் இரண்டு சண்டைச் சேவல்களின் உருவம் பொறிக்கப்பட்டிருக்கிறது என்பதையும், பழங்கால நடுகற்களில் மேற்சேரி, கீழ்ச்சேரி அடையாளங்களுடன் சண்டைக்கோழிகள் குறிப்பிடப்பட்டுள்ளன என்பதையும் ஒருசேரப் பார்க்கும்போது 'கிழக்கு, மேற்கு' என்ற நகரமைப்பிற்கும் கோழிச்சண்டை மரபிற்கும் ஒரு வேர்நிலைத் தொடர்பு இருந்திருக்கக்கூடும் என்று தோன்றுகிறது.

படம் 8.9 - மேற்சேரி சண்டைச் சேவல் உருவப்பொறிப்பு No. 112, ETE

படம் 8.10 - கீழ்ச்சேரி சண்டைச் சேவல் உருவப்பொறிப்பு No. 113, ETE

மேலச்சேரி, கீழச்சேரி: இடப்பெயர்ச் சுவடுகள்

ஆர்ஸ்னி ஸபாரோ (*Arseny Saparov*) கூறுவது போல ஒரு நாகரிகத்தின் கண்கூடான பொருட்கூறுகள் காலப்போக்கில் அழிந்துபோகலாம், அந்த நாகரிகத்தை உருவாக்கிய மக்கள்கூட காணாமல் போகலாம். ஆனால் அதற்குப் பின்னரும் அந்நாகரிகத்தின் இடப்பெயர்கள் அநேகமாகப் பிழைத்திருக்க கூடும். (*Saparov 2003: 179*).

நாம் முன்னர் குறிப்பிட்ட 333 மேல் (மேற்கு), கீழ் (கிழக்கு) இடப்பெயர் இணைகளில் மேலச்சேரி என்ற பெயரும், கீழ்ச்சேரி என்ற பெயரும் கவனிக்கத்தக்கன. மேலச்சேரி, கீழ்ச்சேரி என்ற இடப்பெயர்கள்தான் முதன்முதலாகப் பழங்கல்வெட்டுகளில் பதிவுசெய்யப்பட்ட கீழ் - மேல் என்ற இணைப்பெயர்கள். அத்துடன் இலக்கண, இலக்கிய உரை மரபுகளிலும், கல்வெட்டுக்களிலும் கோழிச்சண்டை என்ற பின்னணியிலேயே இவ்விரு இடப்பெயர்களும் பயன்படுத்தப்பட்டிருப்பது, இந்த இடப்பெயர்களை இவ்வியலின் மையப்பொருளோடு இணைக்கின்றன.

மேலச்சேரி என்பது வெறும் இடப்பெயர் மட்டும் அல்ல. லட்சத்தீவுகளில் மேலச்சேரி என்பது மலையாள மொழி பேசும் ஒரு குறிப்பிட்ட சமூகத்தினரின் பெயர். மேலச்சேரி சமூகத்தினர் மலபார் கடற்கரைப் பகுதியிலிருந்து லட்சத்தீவுகளில் குடியேறிய பூர்வகுடிகளான தியர்களின் வழித்தோன்றல்கள் என்று நம்பப்படுகிறது (*EDT Vol II: 264-65*). கர்நாடக மாநிலம் குடகு பகுதியில் மேக்கேரி (மேற்சேரி என்ற பெயருடன் ஒப்பிடத்தக்கது) என்ற பெயரில் ஓர் ஊர் உள்ளது. அப்பகுதி கோழிச்சண்டைகளுக்குப் பெயர்பெற்றது என்பது குறிப்பிடத்தக்கது.

நமது இடப்பெயர் தேடல் நம்மைப் பாகிஸ்தானுக்கு அழைத்துச்செல்கிறது. அங்கே ‘மேல’ (*Mela*), சேரி (*Cheri*) என்ற இரண்டு ஒருசொல் இடப்பெயர்கள் உள்ளன. அதையும் தாண்டி ஈரானில் ‘மேலே’ (*Meleh*) என்பது மட்டுமின்றி மேலச்சேரி (*Melacceri*) என்ற இடப்பெயரும் இருக்கிறது என்பது வியப்பை அளிக்கிறது. மெசபொடேமியா மக்கள் சிந்துவெளிப் பகுதியை மெலூகா (*Meluha*) என்று அறிந்திருந்தனர் என்பது நினைவுக்கு வருகிறது. சிந்துவெளி நகரமைப்பின் மேல்-கீழ் பாகுபாட்டின் உருவகக் குறியீடான, கோழிச்சண்டை மரபின் தோற்றப்புள்ளியைத் தொடவும் அதன்மூலம் சிறந்த நகரப் பண்பாட்டைக் கட்டமைத்த ‘அறிவார்ந்த தலைவன்’ (*Leader Genius*), 4000 ஆண்டுகளுக்கு முன்பு பண்டைய உலகின் ஆகச்சிறந்த நகரமைப்பைத் திட்டமிட்டு அதற்குச் செயல்வடிவம் கொடுத்த சிந்துவெளிக் கட்டடக்கலை வல்லுநர்கள், ஆற்றல்மிக்க வீரச்சேவல்களுக்குச் சண்டை பழக்கிவிட்ட பயிற்சியாளர்கள், கோழிச்சண்டையில் வெற்றி, தோல்விகளை முடிவு செய்த நடுவர்கள், கோழிச்சண்டைகளைக் கண்டுகளித்து ஆர்ப்பரித்த சிந்துவெளி நகரங்களின் குடிமக்கள் கண்முன் வந்து போகிறார்கள். அவர்களின் மொழி மற்றும் பண்பாட்டு அடையாளங்களை மீட்டுருவாக்கம் செய்ய ‘மேலச்சேரி’, ‘கீழச்சேரி’ போன்ற இருமைத்தன்மைக் கொண்ட இடப்பெயர்கள் உதவுகின்றன.

முடிவாக, சிந்துவெளி நகரங்களின் ‘மேல்-மேற்கு, கீழ்-கிழக்கு’ என்ற கட்டமைப்பு, திசைகளுக்கான சொல்லாக்க வரலாறு, அதன் ஊடாகப் புலப்படும் நெடுவீச்சுச் சிந்தனையின் பின்புலம் ஒரு திராவிட மொழிக்குடும்பப் பண்பாட்டு அனுபவம் என்றே தோன்றுகிறது. கோட்டைப்பகுதி என்றும் கீழ் நகரம் குடியிருப்புப்பகுதி என்றும் வடிவமைக்கப்பட்டு, திறந்தவெளிகளால் வரையறுக்கப்பட்ட பொது இடத்தில் சிந்துவெளி நகர்மய வாழ்வியலின் கூட்டு எழுச்சிக்கும், போட்டி உணர்வுகளுக்கும் மெய்யான, உருவகமான குறியீடு போல நடைபெற்ற கோழிச்சண்டை பந்தய மைதானத்தில் கூடியிருந்த அந்த மக்கள் உற்சாகத்துடன் ஆர்ப்பரித்த மொழி, பழந்தமிழ்த் தொன்மங்களோடு தொடர்புடைய தொல்தமிழ் மொழியாக இருந்திருக்கும் வாய்ப்பு மிகுதி.

இயல் ஒன்பது

திராவிடச் சிவப்பு
சிந்துவெளிப் பண்பாட்டின் நிறக்குறியீடு

"குறப்பெண் வள்ளியைக் கூடி மகிழ்ந்தவனே, நாங்கள் வாழ்த்திப் பாடுவதைச் செவிமடுத்துக் கேள். உன் உடையும் மாலையும் சிவப்பு; உன் வேல்படையும் சேவற்கொடியும் பவளச் சிவப்பு; உன் மேனி நிறமும் தீச்சுடர் போலச் சிவந்திருக்கும் சிவப்பு; உன் அழகு முகம் எழுஞாயிற்றின் இளஞ்சிவப்பு"

- பரிபாடல் 19: 95-100

திராவிடச் சிவப்பு: சிந்துவெளிப் பண்பாட்டின் நிறக்குறியீடு

தமிழ்க் கடவுளாகிய முருகனைப் பற்றிய வர்ணனை இந்த இயலின் முகப்புப் பக்கத்தில் இடம்பெறும் பரிபாடலின் பொழிப்புரை, முருகனைச் சேயோன் என்றும், செவ்வேள் என்றும் பேசுகிறது. 'சிவந்த கடவுள்' என்பது இதன் பொருள். முருகனின் உடையும் மாலையும், செம்பில் செய்த வேலும், கொடிச்சேவலும், மேனிநிறமும், மிளிரும் முகமும் சிவப்பு என்று பரிபாடல் முருகன் என்ற சேயோனாகிய சிவந்த கடவுளைப் போற்றுகிறது. உண்மையில் செவ்வேள் என்ற முருகன் சிவந்தது எப்படி?

நிறம் என்ற குறியீடு

மனிதர்களின் உளவியலில் வண்ணங்களின் முக்கியத்துவமும் குறியீட்டுத் தன்மையும் வெளிப்படையானது. சித்திரக் குறிகளும் எழுத்துக்குறிகளும் தோன்றுவதற்கு முன்னரே நிறங்களைக் குறியீடாகப் பயன்படுத்தும் வழக்கம் தோன்றிவிட்டது. உலகத்தின் ஒவ்வொரு பண்பாட்டிலும் நிறங்களைக் குறியீடாகவும், உள்ளீடான பொருள் பொதிந்த உருவகங்களாகவும், அழகுணர்ச்சியின் வெளிப்பாடாகவும் பயன்படுத்தும் இயல்பு காணப்படுகிறது. பழங்காலச் சமூகங்களில் தொன்மையான நம்பிக்கை மரபுகளை நுட்பமாக வடிவமைக்கும், வெளிப்படுத்தும் கருவியாக நிறங்கள் பயன்பட்டிருக்கின்றன. ஆனால் அந்தக் குறியீடுகளின் நோக்கத்தையும், பயனையும் புரிந்துகொள்ள தெளிவான அணுகுமுறை தேவைப்படுகிறது. நிறங்களின் பயன்பாட்டைச் "சமூகமரபினால் கட்டமைக்கப்பட்ட பண்பாடு சார்ந்த கூறாகவும், வரலாறு மற்றும் சமூகப் பழக்கவழக்கங்களோடு இணைந்து இயங்கும் குறியீடாகவும் பார்க்க வேண்டும்" என்று கீட்ஸ் வலியுறுத்துகிறார் *(Keats 2002: 115).*

ட்ரூவால் மற்றும் மேசனின் *(Drewal and Mason)* பார்வையில்: "பொருட்கள், மனிதர்கள் மற்றும் தெய்வங்களின் இயல்பு, பண்பு மற்றும் ஆளுமையை வண்ணங்கள் வரையறுத்து வெளிப்படுத்துகின்றன" *(Drewal 1998: 18).* பண்பாடுகளில் உட்பொதிந்திருக்கும் நிறக்குறியீடுகளைப் புரிந்துகொள்ள உலகின் பல்வேறு நிலப்பகுதிகள் மற்றும் பண்பாடுகளில் வழிபடப்படும் தெய்வங்கள் தொடர்பான நிறங்களின் பட்டியலை மெக்கன்ஸி தயாரித்தார். சமய நூல்களிலும், நாட்டுப்புறக் கதைமரபுகளிலும் வெவ்வேறு தெய்வங்கள் பற்றி குறிப்பிடப்பட்டுள்ள நிறத் தொடர்புகளைப் பிரித்தெடுத்தார். சமயங்கள் மற்றும் கடவுள்கள் பற்றிய அடிப்படைக் கேள்விகளுக்கு வெவ்வேறு பண்பாடுகளில் இடம்பெறும் நிறக்குறியீடுகள் விடை தரக்கூடும் என்பது அவரது நம்பிக்கை.

நிறம் என்பது ஒருவகையில் நம் கண்முன் புலப்படும் பொருள்களின் மொழி. அந்தவகையில் மொழியின் ஊடாக இயங்கும் நிலப்பெயர்களிலும், நிறங்களின் சாயல் இடம்பெறுவது இயல்பே. ஒவ்வொரு மொழியிலும் வெவ்வேறு நிறங்கள் சார்ந்து பெயரிடுதல், சொற்பொருளை விரிவாக்குதல் ஆகிய மொழியியல் கூறுகள் காணப்படுகின்றன. பண்பாடுகள் நிறங்களை உணர்ந்து உள்வாங்குவதில் அம்மக்கள் வசிக்கும் மானுடப் புவியியல் குறிப்பாகப் பாறைகள், மண், கனிமப்பொருட்கள் ஆகியவற்றின் நிறங்கள்

முக்கியத்துவம் பெறுகின்றன. ஒவ்வொரு பண்பாட்டிலும் ஏதோ ஒருவகையில் சில நிறங்கள் முன்னுரிமை பெறுகின்றன. இந்த முன்னுரிமையின் வெளிப்பாட்டை வழிபாட்டு மரபுகளிலும், சடங்குகளிலும் காணமுடிவதைப் பல்வேறு ஆய்வாளர்கள் விரிவாக அணுகியிருக்கிறார்கள். மானுடப் பண்பாட்டில் நிறங்களின் தாக்கம் பற்றி மேலும் அறிந்துகொள்ள *Anthropology of Color: Interdisciplinary Multilevel Modeling* (2007) என்ற நூலைப் படிக்கலாம்.

சிந்துவெளிப் பண்பாட்டின் நிறக்குறியீடுகள்

சிந்துவெளிப் பண்பாட்டின் படைப்பாளர்கள் யார், தொல்தமிழர்களின் வரலாற்றுக்கு முற்பட்ட காலகட்டம் எத்தகையது? என்ற இரண்டு கேள்விகள்தான் இந்த நூலின் மையப்புள்ளிகள். 'நிறக்குறியீடுகள்' இந்த இரண்டு கேள்விகளுக்கான விடைகளை நோக்கி நம்மை வழி நடத்துமா?

சிந்துவெளிச் சிதைவிடங்களுக்குச் செல்பவர்களின் கண்களையும், சிந்தனைகளையும் கவரும் முக்கியமான பொருட்கள் அல்லது மேலதிகமான பயன்பாடு கொண்ட பொருட்கள் எவை? சுட்டசெங்கற்கள், தாமிரம்/செம்பு உலோகக் கருவிகள், பாண்டங்கள், எங்கும் சிதறிக்கிடக்கும் மட்பாண்டங்கள். இவைதான் மேற்கண்ட கேள்விகளுக்கான விடை.

சிந்துவெளிப் பண்பாட்டின் முத்திரை அடையாளங்களான சுட்டசெங்கற்கள், செம்பு மற்றும் மட்பாண்டங்கள் ஆகிய மூன்றிற்கும் பொதுவாக இருப்பது என்ன? இவை மூன்றின் நிறமும் சிவப்பு அல்லது இளஞ்சிவப்பான செந்நிறம். நிறங்களை ஒரு கூட்டு உளவியலின் குறியீடு என்று எடுத்துக்கொண்டால் சிந்துவெளி மக்களின் விருப்பத்திற்குரிய, மதிப்பிற்குரிய வண்ணமாகச் சிவப்பு இருந்திருக்கலாம் என்று தோன்றுகிறது. சிந்துவெளி எழுத்துகளை இன்னும் வாசித்து அறிய இயலவில்லை. அதனால் அவற்றில் இருந்திருக்கக்கூடிய நிறங்கள் குறித்த சொற்களைப் பற்றியும் நமக்கு எதுவும் தெரியாது. ஆனால் சிந்துவெளி மக்களின் சிந்தனைக்கும், அழகுணர்ச்சிக்கும் நெருக்கமானது சிவப்பு நிறம் என்பதற்கான அகழாய்வுத் தடயங்கள் இருக்கின்றன.

நிறம் என்ற குறியீடு புவிச்சூழல் மற்றும் பொருட்புலத்தில் உருவகமாக வெளிப்படுவதற்கும் மொழிப் புலத்தில் உருவகமாக வெளிப்படுவதற்கும் இடையிலுள்ள நுட்பமான வேறுபாட்டை டில்லே (*Tilley*) என்ற ஆய்வறிஞர் சுட்டிக்காட்டுகிறார். மொழியில் வெளிப்படும் நிறத்தின் முன்னுரிமைகள்கூட முன்பின் இருக்கலாம். ஆனால் பொருட்புலத்தில் வெளிப்படும் நிறக்குறியீடு ஒரு திட்டமிட்ட செயல்பாடு.

பண்டைய பண்பாடுகளை மட்பாண்டங்களின் நிறத்தை வைத்து வகைமைப்படுத்துவது அகழாய்வுத் துறையில் ஏற்கெனவே நடைமுறையில் உள்ளதுதான். அந்தவகையில் இதில் புதுமை ஒன்றுமில்லை. ஈரான் நாட்டின் பண்டைய பண்பாடுகள் குறித்த நிரல் வரிசைக்கு மட்பாண்டங்களின் தன்மை மற்றும் நிறங்களை ஒரு கருவியாக, அணுகுமுறையாகப் பயன்படுத்தலாம் என்பதை மெக்கௌன் (*McCown, The Comparative Stratigraphy of Early Iran*) விளக்குகிறார்.

எங்கெங்கு காணினும் சிவப்பு

ஹரப்பாவிலும், ஏனைய அகழாய்வுத் தலங்களிலும் கிடைத்த தொல்லியல் பொருட்களைக் கொஞ்சம் உற்றுப் பார்ப்போம். அப்பொருட்களின் உருவமும் நிறமும் ஏதோ ஒன்றை உரத்துப் பேசுகின்றன. அவற்றின் 'நிறமொழி' தெளிவாகத் தெரிகிறது. எங்கெங்குக் காணினும் சிவப்பு.

ஹரப்பாவின் சிவப்புக் கல் வளையல், வண்ணம் தீட்டப்பட்ட யானைத்தலை உருவம், சிவப்பு ஜாஸ்பர் மனித உடல் உருவம், ஹரப்பா பண்பாட்டின் தொடக்க காலத்தில் செய்யப்பட்ட காளையின் உருவபொம்மை, கோட் டிஜி காலகட்டத்துச் சூளை மற்றும் அதில் செய்யப்பட்ட சுடுமண் வளையல்கள், வண்ணம் தீட்டப்பட்ட ஈமச்சடங்குப் பானைகள்; மொகஞ்சோதாரோவில் கிடைத்த செதுக்கப்பட்ட சூதுபவள மணிகள், பூசாரித் தலைவன் (*Priest King*) உருவச்சிலையின் மேலாடை அலங்காரங்களில் பயன்படுத்தப்பட்ட சிவப்புச்சாயம், சுவருக்குள் உள்ளீடாகக் கட்டப்பட்ட சுடுமண் வடிகுழாய்கள்; சாங்குதாரோவில் கிடைத்துள்ள சித்திரம் தீட்டப்பட்ட ஜாடி, மிக மெல்லிய சூதுபவள மணிகள், சிவப்புச்சாயம் பூசப்பட்ட சிறு துணியின்

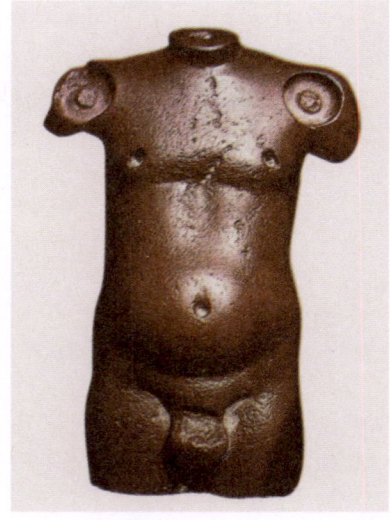

படம் 9.1 - சிவப்பு மனித உடல் உருவச்சிலை

படம் 9.2 - மொகஞ்சோதாரோ சுடுமண் வளையல்கள்

எச்சம், விளையாடும் பந்துகள் என்று சிவப்பு வண்ணம் தொடர்புடைய அகழாய்வுத் தடயங்களின் பட்டியல் நீள்கிறது. ஹரப்பாவின் *AB* மேட்டில் குவியல் குவியலாகக் குவிந்துகிடக்கும் செங்கற்களின் பானைச் சிதறல்களின் பொதுநிறம் சிவப்பு.

சிந்துவெளி மக்களின் பயன்சார்ந்த மற்றும் குறியீடு சார்ந்த பொருட்களில் காத்திரமாகச் சிவப்பு நிறம் புலப்படுகிறது; சிவப்பு நிறத்தைப் பயன்படுத்தும் சிந்துவெளி மக்களின் விருப்பமும் புரிகிறது.

ஹரப்பாவில் எம். எஸ். வட்ஸ் கண்டுபிடித்த செக்கச்சிவந்த மனிதஉடல் உருவச்சிலை (*Red Jasper Tarso*) குறித்து ஜான் மார்ஷல் மிகவும் வியக்கிறார். அந்தத் தலையற்ற உருவத்தில் பயன்படுத்தப்பட்டுள்ள சிவப்புக்கல்லைச் சிந்துவெளி மக்கள் முனைப்போடு தேர்ந்தெடுத்து வெகு தூரத்திலிருந்து வரவழைத்திருக்க வேண்டும். இதில் பயன்படுத்தப்பட்டுள்ள தொழில்நுட்பமும் மிக நேர்த்தியானது என்று மார்ஷல் விளக்குகிறார். சிந்துவெளிக் கைவினைக் கலைஞர்களின் சிவப்புச் சார்பை இது தெளிவாக்குகிறது.

சாங்குதரோவில் கிடைத்துள்ள சிவப்பு வண்ணக் கோடுகளோடு கூடிய சுடுமண் கிலுகிலுப்பைகள் பற்றிக் குறிப்பிடும் எர்னெஸ்ட் ஜே. ஹெச். மக்காய், அதில் சிந்துவெளிக் கைவினைஞர்களின் சிவப்பு நிறத்திற்கான விருப்பம் புலப்படுவதாகவும் அந்த விளையாட்டுச் சாமான்களை அழகுபடுத்துவதில் மிகுந்த கவனம் செலுத்தப்பட்டுள்ளது என்றும் குறிப்பிடுகிறார். சில நேரங்களில் மெருகேற்றப்படாமல் நேரடியாகவே பானைகளின் மீது வண்ணம் பூசப்பட்டிருப்பதையும் அவர் கவனப்படுத்துகிறார்.

ஹரப்பா மக்கள் மட்பாண்டங்களைச் செய்வதில் பயன்படுத்திய சில தொழில்நுட்பங்களைப் பற்றி ஸ்டார் (*Starr*) விளக்குகிறார். ஹரப்பா பானைகள் மற்றும் மட்பாண்டங்களில் வண்ணம்பூசி அழகுபடுத்த வேண்டிய பகுதிகளில் மட்டுமே பெரும்பாலும் மெருகேற்றப்படுகிறது. அந்த மெருகேற்றுதல் பால் நிறம், வெந்தய நிறம், இளஞ்சிவப்பு மற்றும் அடர்சிவப்பு நிறங்களில் உள்ளன. இந்நிறங்களில் இளஞ்சிவப்பு மற்றும் அடர்சிவப்பு அதிகமாக உள்ளன.

சிந்துவெளி அகழாய்வில் கிடைத்த பொருட்களிலிருந்து அந்த மக்களின் பொருட்புலத்தின் நிறமும், அதன் 'குறியீட்டு மொழி'யும் சிவப்பு என்று சொல்வதற்குப் போதுமான தரவுகள் உள்ளன. சிந்துவெளிப் பகுதி மண் மற்றும் கனிமப் பொருட்களின் நிறம் மட்டுமே இந்த நிறத்தெரிவுக்கான காரணம் அல்ல. சிந்துவெளிப் பண்பாட்டில் நெடுங்காலமாக வேரூன்றி இருந்த தாய்த் தெய்வ வழிபாடு, வளமை வழிபாட்டு மரபு (*Fertility Cult*) ஆகியவற்றின் தாக்கமும் இதில் இருந்திருக்கக்கூடும்.

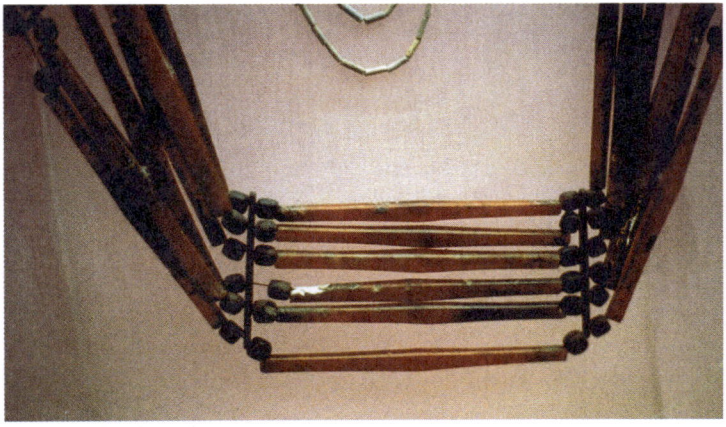

படம் 9.3 - மொகஞ்சோதாரோ கழுத்தணி அல்லது இடைநாண்

படம் 9.4 - சுடுமண் உருவங்கள்

சிந்துவெளி மக்களின் நிறத்தெரிவை வடிவமைத்த துல்லியமான காரணம் இதுவென்று உறுதியாகச் சொல்ல முடியாது. ஆயினும் சிந்துவெளிப் பண்பாட்டின் மொழிக்கான உரிமையுடைய மொழிக்குடும்பங்களாக ஆய்வாளர்களால் முன்வைக்கப்படும் திராவிட மொழிக் குடும்பம், இந்தோ-ஆரிய மொழிக் குடும்பம் ஆகிய இரண்டின் மிகத் தொன்மையான இலக்கியங்கள், மொழியியல் மற்றும் பண்பாட்டுக்கூறுகளை ஒப்பீட்டு முறையில் ஆராய்வதில் நமது கேள்விகளுக்கான விடை கிடைக்க வாய்ப்பு இருக்கிறது.

தொல்தமிழ் நிறக்கோட்பாடு

நிறங்கள் பற்றிய தெளிவான கோட்பாட்டைத் தொல்காப்பியத்தில் காணமுடிகிறது. சங்க இலக்கியங்களில் துல்லியமாக இடம்பெறும் தாவரங்கள், விலங்குகள், நிலவியல் கூறுகள், இயற்கைக் காட்சிப்படிமங்கள், மனிதர்களால் உருவாக்கப்பட்ட பொருள்கள், கட்டுமானங்கள் ஆகியவற்றின் துல்லியமான வர்ணனை சங்க இலக்கியங்களின் தனித்துவமான படைப்பாற்றல். இத்தகைய சித்தரிப்பில் நிறங்கள் பற்றிய கூர்மையான கவனிப்பு புலப்படுகிறது.

சங்க இலக்கியங்களில் சிவப்பு நிறம் சிறப்பிடம் பெறுகிறது. சிவப்பு என்ற நிறச் சொல்லின் வேர்ச்சொல், சொல்லாக்கம், உருவகப் பொருள் விரிவாக்கங்கள் பற்றி காணலாம்.

சே, செம், செவ் ஆகிய வேர்ச்சொற்களின் விரிவாக்கம்

சிவப்பு மற்றும் சிவந்த தன்மை தொடர்பான பல்வேறு சொல்லாக்கங்கள் பற்றிய விரிவான குறிப்புகளைத் திராவிட வேர்ச்சொல் அகராதி (*DEDR 1931*) தருகிறது. எடுத்துக்காட்டாகச் சிவத்தல் என்பது கோபத்தின் குறியீடாகிறது. கோபத்தில் கண் சிவப்பது என்பது இதன் உட்பொருள். அதனால், சினமுற்ற/கோபமுற்ற கண்கள் சிவந்த கண்கள். சிவப்பு என்பதற்குக் குருதி என்ற பொருள் உண்டு. அதனால் போர்க்களத்தைச் செங்களம் என்று அழைக்கிறது சங்க இலக்கியம்.

‘சே’ என்ற ஓரசைச் சொல்லுக்குச் சிவப்பு என்பது பொருள். குழந்தை கருப்பையில் இருந்து பிறக்கும்போதே உடல் முழுவதும் குருதிபூசி வெளிவருவதால் பிறந்த குழந்தை சேய் என்றழைக்கப்படுகிறது.

குறிஞ்சித் திணையின் கடவுள் சேயோன். இக்கடவுள் முருகன் என்றும் பின்வந்த மரபுகளில் சிவனின் மகன் என்றும் குறிப்பிடப்படுகிறார். சேயோனின் கொடியில் சிவந்த கொண்டையுள்ள சேவல் இடம்பெற்றுள்ளது. சேயோனும், சிவனும் இந்தியக் கடவுள் புலத்துக்குத் தொல்தமிழர் அளித்த கொடைகள். செவ்வாய் என்பது சிவந்த வாய் மட்டுமல்ல; அது சூரியக் குடும்பத்தின் (*Solar System*) கோள் ஒன்றையும் (*Mars*) குறிக்கிறது. கண்களுக்குச் சிவப்பாகத் தெரிவதால் இந்தக் கோளுக்குச் செந்நிறத்தைத் தெளிவாக்கும் பெயர் சூட்டியுள்ளனர். செவ்வரை என்பது சிவந்த மலை, செவ்வானம் என்பது சிவந்த வானம். இந்த மொழியியல் நீட்சியைப் புரிந்துகொள்ள *DEDR 2747* அளிக்கும் ஒருசொல் பலபொருள் சொல்வளத்தைக் கூர்ந்து கவனிப்பது பொருத்தமாகும்.

சே, செம் (செம்மை, ஒழுங்கு எனும் பொருள் விரிவாக்கம்)

செம் எனும் வேர்ச்சொல் ஒரு பொருளின் அல்லது ஒரு நிலையின் தரச்சான்றுக்கான வேர்ச்சொல்லாக இருக்கிறது. எந்த ஒரு பொருளையும் துல்லியமாக இரண்டாகப் பிரிக்கும்போது அது செம்பாதி எனப்படுகிறது. அதைப்போலவே அரசன் கையில் இருக்கும் கோல் செங்கோல் ஆகிறது. செங்கோல் என்பது ஆட்சியின் தரத்துக்கும், அறத்துக்கும், நடுநிலை பிறழாத, ஒருபால் கோடாத தன்மைக்கும் உருவகக் குறியீடாக இருக்கிறது.

சங்க இலக்கியங்களில் செங்கோல் பற்றிப் பல இடங்களில் பேசப்படுகிறது. செப்பு என்ற தமிழ்ச்சொல்லுக்குச் சொல்லுதல் என்று பொருள். செப்பு மொழி என்பது பேசும் மொழி, செம்மொழி என்பது செம்மையான தகுதிசார் மொழி.

பிராகுயி மொழி பற்றி விரிவாக ஆய்வுசெய்த டெனிஸ் பிரே (*Denys Bray*), பிராகுயி மொழியில் கிசுன் (*xīsun*), கிசு என்ற சொல் சிவப்பு வண்ணத்தைக் குறிப்பதையும் சிவந்த மலர், சிவப்பான உலோகம், செங்குருதி, சிவந்த கண் போன்ற பொருண்மையில் பயன்படுத்தப்படுவதையும் சுட்டிக்காட்டுகிறார்.

இதைப்போலவே சே என்ற ஓரசைச் சொல் தமிழ் மொழியில் சிவப்பைக் குறிக்கிறது. தெலுங்கானா, சத்தீஸ்கர் மற்றும் ஒடிசாவின் சில பகுதிகளில் பேசப்படும் பார்ஜி மொழியில் கேய் என்பது அடர் சிவப்பு. திராவிட மொழிகளில் ககர, சகர ஒலிகளிடையே நிகழும் மாற்றம் இயல்பானதே. எடுத்துக்காட்டாகத் தமிழ் மற்றும் மலையாள மொழிகளில் ஒலிக்கப்படும் சே, செம்; கன்னட மொழியில் கே, கெம் என்று ஒலிக்கிறது. இதைப்போலவே சே மற்றும் கே ஒலிப்பு மாற்றம் குருக் மொழியில் கேஸோ (*Xeso*); மால்ட்டோ மொழியில் கேஷோ (*Qeso*); பிராகுயி மொழியில் கிசுன் (*Xisun*) என்றும் ஒலிக்கிறது. அந்தவகையில் ககர, சகர மாற்றம் என்பது இந்தியத் துணைக்கண்டம் முழுவதும்

பேசப்படும் திராவிட மொழிகளின் வேர்நிலையிலேயே அதன் ஆழ அகலங்களுக்குள் விரிந்து கிடக்கிறது. இந்த வேர்நிலைத் தொடர்பே இந்த இயலுக்குத் திராவிடச் சிவப்பு என்று பெயரிடுவதற்கும் அதனடிப்படையில் சிவப்பு என்ற நிறத்தை அடைமொழியாகக் கொண்ட இடப்பெயர்கள் பற்றிய ஆய்வுக்கும் காரணமாகிறது.

திராவிட வேர்ச்சொல் அகராதி (*DEDR 817, 2747*) சிவப்பு என்ற நிறம் தொடர்பான சொற்கள் உருவானதன் அடிப்படைகள் பற்றி நம்மால் புரிந்துகொள்ள முடிகின்றன. செம்மண், சிவப்பான உலோகம், செந்நீராகிய குருதி ஆகியவையே சிவப்பு தொடர்பான சொல்லாக்க மாற்றங்களுக்கும், விரிவாக்கங்களுக்கும் காரணமாய் அமைகின்றன. குருதியின் சிவப்பு நிறமே சிவப்பு என்ற சொல்லின் அடித்தளம். இவ்வாறு நிறம் சார்ந்த சொல் உருவாக்கப்பட்ட பின் அது பண்பு அடைச் சொல்லாகத் தாவரங்கள், விலங்குகள் (முக்கியமாக காளைகள் மற்றும் நாய்கள்) குறிக்கும் சொற்களுக்கு அடிப்படையாகின்றன.

கன்னட மொழியில் குருதி என்ற சொல், சிவப்பு வண்ண நீரையும், துளு மொழியில் வழிபாட்டுச் சடங்குகளில் பயன்படுத்தப்படும் சிவப்பு வண்ணம் கலந்த நீரையும் குறிப்பதற்காகப் பயன்படுத்தப்படுவது குறிப்பிடத்தக்கது. குருதி என்ற சொல் தமிழிலும், மலையாளத்திலும் ரத்தம் என்ற பொருளில் வழங்கும்போது அதுவே கன்னடத்தில், துளுவில் சடங்கு முறையோடு தொடர்புடைய செந்நீரைக் குறிப்பதால், பண்பாட்டு அளவில் தொடக்க காலத்திலிருந்த குருதிப் பலியையும் அது பிற்காலத்தில் சிவப்பு வண்ண நீராகக் குறியீட்டு அளவில் மாற்றம் பெற்றதற்கும் சான்றாக இருக்கிறது.

சிவப்பு என்ற நிறத்தைக் குறிக்கும் வேர்ச்சொல் நேரடியாக நிறத் தொடர்பற்ற ஒழுங்கு, சிறப்பு, துல்லியம், உன்னதம், நீதி, நேர்மை போன்ற பொருண்மைகளைக் குறிப்பதாகவும் பண்டைய தமிழிலிருந்து இன்றைய தமிழ்வரை வழங்குகிறது. இது சிவப்பு என்ற நிறத்தின் சொற்பொருள் பரிமாணம் தமிழ் எனும் பண்பட்ட மொழியின் பட்டறிவின் ஊடாக எப்படிப் பயணித்திருக்கிறது என்பதைக் காட்டுகிறது. சிவப்பு என்பது சிவப்பு நிறம், குருதி, செந்நிற விலங்கு, செம்மலர், சிவந்த மனிதன், சிவந்த பெண், சிவப்பன், சிவப்பி, சிவந்த கடவுள், வீரம், தியாகம், போர்க்களம், நன்றியுடமை, செந்தண்மை போன்ற பல்வேறு பொருண்மைகளைக் குறிப்பதாக விரிவடைகிறது. இந்தவகையில் தமிழ் மொழியும், சங்க இலக்கியங்களும், தொல்பொருள் சான்றுகளும் சொல்லும் ‘பொருட்களின் மொழி’ (*Language of Materials*) ஆகிய சிவப்பு இன்னும் வாசித்தறியப்படாத சிந்துவெளிப் பண்பாட்டின் சிவப்புடன் ஒப்பிடத்தக்கது.

சங்க இலக்கியத்தில் சிவப்பு

ஒரு பண்பாட்டில் உருப்பெறும் ஒரு குறிப்பிட்ட கருத்தியலைச் சுற்றி எங்ஙனம் பல்வேறு சொற்கள் உருவாகின்றன என்பது சிந்தனைக்குரிய ஆய்வுக்களம். நிறம் என்ற கோட்பாட்டைக் குறிப்பதற்கு தொல்காப்பியம் உரு, குரு, கெழு, பண்பு, பசப்பு மற்றும் வண்ணம் ஆகிய பல சொற்களைக் கையாள்கிறது. குரு மற்றும் கெழு ஆகிய சொற்கள் மிக அரிதாகவே பயன்படுத்தப்பட்டுள்ளன. எஞ்சியவற்றில் உரு, பண்பு, வண்ணம் ஆகிய சொற்கள் படிவம், பண்பியல்பு மற்றும் அளவைக் குறிக்கும் வகையில் பயன்படுத்தப்பட்டுள்ளன. பழந்தமிழில் பயன்படுத்தப்படும் வண்ணம் என்ற சொல்லின் அழகியல் மிகவும் ஆழமானது. வண்ணம் என்ற சொல் இன்னிசை, நடத்தை, முறை, இசைவு, நிறம் மற்றும் வடிவம் ஆகிய பல்வேறு பொருண்மைகளில் பயன்படுகிறது.

தொல்காப்பியத்தின் செய்யுளியலில் கவிதைக்கான *34* உறுப்புகளில் ஒன்று வண்ணம். வடிவம், பண்பியல்பு மற்றும் அளவு குறித்த பல்வேறு சொற்கள் அப்பொருட்களின் நிறங்களின் அடிப்படையில் உருவாகியுள்ளன. இது தமிழுக்கும் நிறத்துக்குமான நெருங்கிய தொடர்பை வெளிப்படுத்துகிறது.

தமிழ் மொழியில் கருப்பும் சிவப்பும்

தொல்காப்பியம் கருப்பு, சிவப்பு ஆகிய இரண்டு நிறங்களை மட்டும் விளக்குவது கவனத்துக்குரியது. தமிழில் மற்ற நிறங்களைக் குறிக்கும் வெண்மை, நீலம், பச்சை (பசுமை) போன்ற சொற்கள் அப்போது வழக்கத்தில் இருந்தபோதும் கருப்பு, சிவப்பு என்று இரண்டு நிறங்களை மட்டும் தொல்காப்பியம் காத்திரமாகக் குறிப்பிடுவதற்கு அவை

படம் 9.5 - தூத்துக்குடி தேரிக்காட்டு அடர் சிவப்பு மண்

நிறமாகவும், நிறத்தின் பொருளாகவும் (தன்மை) தமிழ்ப் பண்பாட்டில் திகழ்ந்தது காரணமாக இருக்கலாம்.

கருப்பு, சிவப்பு வண்ணங்களைக் கோபம், உணர்ச்சி, அதன் வெளிப்பாடு ஆகியவற்றுக்கு நெருங்கிய நிறமாகத் தொல்காப்பியம் கருதுகிறது.

கறுப்பும் சிவப்பும் வெகுளிப் பொருள
(தொல். உரியியல் 74)

இந்த நூற்பாவைப் புரிந்துகொள்ள பதிற்றுப்பத்து பாடல் 13இல் வரும் நிகழ்வு உதவும். ஒரு சேர அரசன் சினமுற்று தனது எதிரியின் நகரத்தை அழிக்கிறான்.

நீ சிவந்து இறுத்த நீர் அழி பாக்கம் (பதிற்று. 13)

என்று புலவர் அரசனிடம் சொல்கிறார். அதாவது "நீ சிவந்து அந்த நகரத்தை அழித்தாய்". இதில் 'நீ சிவந்து' என்பது 'நீ சினமுற்று' என்ற பொருளில் பயன்படுகிறது. பதிற்றுப்பத்தின் இன்னொரு பாடல் சினமுற்ற முருகன் சினத்தின் உச்சத்தில் கறுத்து அந்நகரை அழித்ததாகச் சொல்கிறது.

முருகு உடன்று கறுத்த கலி அழி மூதூர் (பதிற்று. 26)

எரியும் தீ சிவப்பாக இருக்கிறது. ஆனால் அளவுக்கு மீறி எரிந்த பொருள் கருகிப்போகிறது. இந்தப் பாடலில் சேயோன் என்றும், செவ்வேள் (சிவந்த கடவுள்) என்றும் அறியப்படும் முருகன் எல்லையற்ற கோபத்தால் கறுத்ததாகக் காட்சிப்படுத்தப்படுகிறான். இந்த இரண்டு பாடல்களும் தொல்காப்பியர் சொல்கின்ற 'கறுப்பும், சிவப்பும் சினத்தை உருவகப்படுத்தும்' என்ற நிறம்சார்ந்த கருத்தியலைத் தெளிவாக்குகின்றன.

சிவப்பு, கருப்பு ஆகிய நிறங்கள் பாடல்களில் பொருள்களுக்கு உருவகங்களாக மட்டுமின்றி அப்பொருட்கள் கொண்டிருக்கும் நிறத்தையும் உணர்த்துவதாகத் தொல்காப்பியர் தெளிவுபடுத்துகிறார்.

நிறத்து உரு உணர்த்தற்கும் உரிய என்ப
(தொல். சொல். 373)

சங்க இலக்கியத்தில் இடம்பெறும் சிவந்த காந்தள் (பதிற்று. 15), சிவந்த நிறமுடைய காந்தள் மலர்கள், கருங்கண் காக்கை (பதிற்று. 30), கருப்பான கண்களைக் கொண்ட காகம் ஆகிய இரு சித்தரிப்புகளையும் தொல்காப்பியர் குறிப்பிடும் நிறத்துரு (நிறத்தின் வடிவம்) என்ற கோட்பாட்டுக்கு எடுத்துக்காட்டாகச் சொல்லலாம். கருப்பு, சிவப்பு ஆகிய இருநிறங்களும் சங்க இலக்கியத்தில் சிறப்பிடம் பெறுகின்றன. இந்த இரண்டு நிறங்களும் அடிப்படை நிறங்கள் (*Basic Colors*) என்பது மட்டுமின்றி இந்த இருநிறங்களுக்கும் இடையிலான மிக நுட்பமான அழகியல் மற்றும் குறியீடு சார்ந்த தொடர்பு திராவிட மக்களின் தனித்துவ மட்பாண்டமான கருப்பு-சிவப்புப் பாண்டத்தை நமக்கு நினைவுபடுத்துகிறது.

கருப்பு, சிவப்பு என்ற இந்த இரண்டு நிறங்களும் குருதி, வளமை, வீரம், சினம், வெற்றி, உன்னதம், ஒழுங்கு ஆகிய பொருண்மைகள் மற்றும் பொருள் விரிவாக்கங்களின் ஊடாகத் தமிழ் தனது பண்பாட்டுப் புரிதலின் உச்சத்தைத் தொடுகிறது. கருப்பும், சிவப்பும் முரண்பட்ட நிறங்களாயினும் அவை இரண்டும் தொடர்புடைய நிறங்களாகச் சேர்ந்து இயங்கும் தன்மையே ஒரு குறியீடுதான். இந்தக் குறியீட்டு மொழியில் சிவந்த முருகன் செம்மையின், ஒழுங்கின், அழகின், ஆற்றலின், அறத்தின் குறியீடாகத் தமிழ்க் கடவுளாகத் தகுதி பெறுகிறான்.

சிவப்பு நிறத்தின் பொருள் விரிவாக்கங்கள்

செம் என்ற அடிச்சொல் நீதி, நியாயம், மேலதிகமான சிறப்பு, உன்னதம் போன்ற பொருண்மைகளை உள்ளடக்கியது. ஏற்கெனவே சுட்டிக்காட்டியபடி செங்கோல் என்ற சொல் இறையாண்மையின் குறியீடாக இடம்பெறுவது இந்தப் பின்னணியில்தான். 'செங்கோன்மை-சரியான ஆட்சி முறை; செந்தமிழ்-பண்பட்ட தமிழ்; செங்குத்து-வளையாத, நேரான கோணம்; செம்பாதி-சரிபாதி; செங்குணக்கு-துல்லியமான கிழக்கு' போன்ற சொல்லாடல்கள் செம் என்ற அடிச்சொல்லின் பொருள் விரிவாக்கத்தையும், தன்மையையும் தெளிவுபடுத்தும்.

செம் என்ற அடிச்சொல் பொருள் விரிவாக்கம் பெறுவதைத் தமிழ் மானுடவியல் மற்றும் பண்பாடு சார்ந்த குடிப்பெயர்கள், இடப்பெயர்கள் மற்றும் மானுடப்பெயர்களில் காண முடிகிறது. தமிழ்ச்சமூகத்தில் செங்குந்தர் (கைக்கோளர்) என்று அழைக்கப்படும் நெசவுத்தொழில் செய்யும் சமூகத்தினர் பண்டைக்காலத்தில் படை வீரர்களாக இருந்ததாகவும், அவர்களின் வேல் குருதியால் சிவந்து இருந்ததால் அவர்கள் செங்குந்தர் என்று பெயர் பெற்றதாகவும் கதைமரபு உள்ளது. இது கதையாக இருக்கலாம். ஆனால், அதன் பின்னணியான சொற்பொருள் கவனிக்கத்தக்கது. இதைப்போலவே சேர மன்னன் செங்குட்டுவன், செங்கோட்டை போன்ற பெயர்களும் சான்றாகும்.

சங்க இலக்கியங்களிலும், பின் வந்த இடைக்கால இலக்கியங்களிலும் செந்நிறம் தொடர்பான சே, செம், சென் போன்ற அடிச்சொல் கொண்ட பல்வேறு சொற்களைக் காணமுடிகின்றன. சே, செம் என்பதன் அடிப்படையில்

உருவான 1589 சொற்கள் தமிழ் இலக்கியத்தில் இடம்பெறுகின்றன. இப்பட்டியல் மன்னர்கள், நிலத்தலைவர்கள், புலவர்கள், விலங்குகள், பறவைகள், செடிகள், மரங்கள், கொடிகள், ஆறுகள், ஏரிகள், மலைகள் என எல்லாத் தளங்களையும் தொட்டுச்செல்கிறது. ஒரு சொல்லின் பொருள் அம்மொழி சார்ந்த மரபுகளின் ஊடாக விரிவடைந்து அப்பண்பாட்டின் கூட்டுச் சிந்தனைக்குள் குடியேறிப் பட்டறிவாக மாறுவதற்கு இது ஒரு சிறந்த உதாரணம்.

சிவப்பு என்பதன் சொல்லாக்கம் ஒரு நிறத்துக்குப் பெயர் சூட்டும் நோக்கில் தொடங்கி அந்நிறம் கொண்ட பொருள்கள்; அந்நிறத்தின் தன்மையைப் பகிர்ந்துகொள்ளும் பொருள்கள்; அந்தநிறம் அம்மொழியைப் பேசுபவர்களின் மனதில் ஏற்படுத்தும் நெடுவீச்சுச் சிந்தனைகள் என்று பல்வேறு பரிமாணங்களைத் தொடுகிறது. முடிவாக அந்த நிறம் அடைமொழியாகவும், உருவகமாகவும் மாறுகிறது. ஒரு சொல் இந்நிலையை எட்டும்போது அதன் மொழியியல் வேர்கள் நூற்றுக்கணக்கான சொல்லாக்கங்களை உருவாக்கி அந்தமொழியின் பண்பாட்டின் உச்சத்துக்கு ஒரு குறியீடாக உருப்பெறுகிறது.

இந்தோ-ஆரிய சிவப்பு

இந்தோ-ஆரிய மொழிகளில் சிவப்பு என்ற நிறம் குறித்த அணுகுமுறையும், மதிப்பீடும் தமிழ் மற்றும் ஏனைய திராவிட மொழிகளின் சொல்லாடல்கள், சொற்பொருள் பண்புகளிலிருந்து முரண்பட்டதாக இருக்கிறது.

சிவப்பு என்ற நிறத்தைக் குறிக்கும் இந்தோ-ஆரிய சொற்களின் வேர்களான அடிச்சொற்களை வடமொழி இலக்கியங்களில், குறிப்பாக வேத இலக்கியங்களில் தேடியபோது சில புரிதல்கள் வசப்பட்டன. ரிக் வேதத்தில் அருண என்ற சொல் சிவப்பு நிறத்தைக் குறிக்கிறது. குறிப்பாக விடியற்காலை நேரத்தில் வானில் தென்படும் உதயச்சிவப்பை இச்சொல் உணர்த்துகிறது. இதுதவிர, ரோஹிணா மற்றும் ரோஹிணி ஆகிய சொற்கள் ரிக் வேதத்தில் செந்நிற (செவலை) பசு மாடுகளைக் குறிப்பதற்குப் பயன்படுகிறது. ரோஹிதா என்ற சொல்லுக்குச் சிவப்பு, செந்நிறமானது என்பது பொருள். ஆயினும், ரோஹித மற்றும் அருண ஆகிய சொற்கள் மிக அரிதாகவே பயன்படுகின்றன. ரோஹித என்பது உலோகம் என்ற சொல்லைக் குறிக்கும் லோஹித என்ற சொல்லின் இன்னொரு வடிவமாக இருக்கக்கூடும். லோஹித மற்றும் அயஸ் என்ற சொற்கள் லோகம் என்ற பொருளைத் தரும் வகையில் வேத இலக்கியங்களில் பயன்படுத்தப்பட்டுள்ளன. அருண என்ற சொல் சூரியனின் பல்வேறு பெயர்களில் ஒன்றாகக் குறிப்பிடப்படுகிறது. எனினும் சிவப்பு என்ற சொல்லோடு தொடர்புடையதாக வர்ணிக்கப்படவில்லை.

சிவப்புநிறக்கோள் என்று கருதப்படும் செவ்வாய் (*Mars*) வடமொழி இலக்கியங்களில் அங்கார் என்று சொல்லப்படுகிறது. பின்வந்த இலக்கியங்களில் செம்பு என்ற உலோகத்தையும், சிவப்பு நிறத்தையும் குறிக்க 'தாம்ரா' என்ற சொல் பயன்படுகிறது. ரக்த என்ற சொல் குருதியையும், செந்நிறத்தையும் குறிக்கிறது. செம்பு, குருதி ஆகிய இரண்டும் செந்நிறமானவை என்பதால் இச்சொல்லாக்கம் நேர்ந்திருக்கக்கூடும். இவற்றை கவனிக்கும் போது செம்பு (தாமிரம்) என்ற உலோகத்துக்குப் பயன்படுத்தும் சொல்லே நிறம், உருவம் என்ற இரண்டும் கலந்த பொருண்மையை விளக்கும் சொல்லாக இருக்கிறது. ஆயினும் வேத இலக்கியங்களில் தொடங்கி ஸூத்ரா இலக்கியக் காலகட்டம் வரை தாமிரம் அல்லது செம்பு குறித்த சொல்லாடல்கள் சமய நம்பிக்கை சார்ந்த சடங்குகளின் பின்னணியிலேயே பயன்படுகின்றன. வடமாநிலங்களின் தற்காலப் பயன்பாட்டைப் பொறுத்தவரையில் லால் என்ற சொல்லே ஹிந்தியில் சிவப்பு நிறத்தைக் குறிக்கப் பயன்படுகிறது. இச்சொல் பாரசீகம், அரபி மற்றும் உருது மொழிகளின் பின்னணியில் பெறப்பட்டிருக்கலாம். இதைப்போலவே செந்நிற மாணிக்கக் கல்லை (ரூபி) குறிக்கவும் லால் என்ற சொல் பயன்படுகிறது. அதுமட்டுமின்றிச் சிவப்பு என்ற சொல்லை அடைச்சொல்லாக, முன்னொட்டாகக் கொண்ட

இடப்பெயர்களை நாம் வடமாநிலங்களில் காணமுடிகிறது. லால் கிலா என்று அழைக்கப்படும் செங்கோட்டையை எடுத்துக்காட்டாகக் குறிப்பிடலாம். மேலும் லால் என்பது வட இந்தியாவில் பயன்படுத்தப்படும் குழு அடையாளம்/ குடும்பப் பெயராகும் (*Surname*).

திராவிடச் சிவப்பின் சிந்துவெளித் தொடர்புகள்

குருதியைக் குறிக்க சிவப்பையும், விந்தணுவைக் (*Semen*) குறிக்க வெள்ளையையும் குறியீடாகப் பயன்படுத்தும் நடைமுறை சில பழைய பண்பாடுகளில் காணப்படுகிறது. ஒரு பொருளின் நிறத்தை மட்டுமின்றி அப்பொருள் எந்த வகையான சூழலில் பயன்படுத்தப்படுகிறது என்பதையும் கவனிக்கவேண்டும் என்பது ஆண்ட்ரூ ஜோன்ஸ் மற்றும் கவின் மெக்கிரகர் கருத்து.

"சமூகக் குறியீடுகளுக்கும் மதிப்பீடுகளுக்கும் ஒரு பொருளின் ஊடாகப் புறச்சான்றளிக்க நிறம் ஒரு கருவியாகப் பயன்படுகிறது. உணவு மற்றும் கட்டுமானங்களில் புலப்படும் தனித்துவ மற்றும் வேற்றுமைத் தன்மைகளை வெளிப்படுத்துவதற்கு நிறம் மிக வலுவான ஊடகமாக விளங்குகிறது." (*Andrew 2002: 12*)

இதுமட்டுமின்றி இந்தியக் கிராமங்களில் தற்காலச் சூழலில் வெவ்வேறு சடங்கு முறைகளின் பின்னணியை உணர்த்தும் ஊடகங்களாகச் சிவப்பு மற்றும் கருப்பு மட்பாண்டங்கள் பயன்படுத்தப்படுவதாக மில்லர் (*Miller* **1985**) குறிப்பிடுவதை ஆண்ட்ரூ ஜோன்ஸ் மற்றும் கவின் மெக்கிரகர் சுட்டிக்காட்டுகிறார்கள்.

இதுபோன்ற ஒரு கருத்தை டி. டி. கோசம்பி, களிமண் மற்றும் சுடுமண்ணில் செய்யப்படும் பெண் கடவுளர்களின் உருவ பொம்மைகளுக்குச் சிவப்பு அல்லது காவிக்கல் வண்ணம் பூசப்படுவதை முன்வைத்துக் குறிப்பிடுகிறார். இந்தச் சுடுமண் உருவ பொம்மைகள் தாய் தெய்வத்தைக் குறிப்பிடுவதாகவும், சிவப்பு வண்ணம் குருதி பலிக்கு மாற்றாகப் பயன்படுத்தப்படுவதாகவும் கோசம்பி கருதுகிறார்.

தொடக்கக்காலத்திலிருந்தே தாய்மை (*Motherhood*) மற்றும் வளமை (*Fertility*) சார்ந்தே தொல்பழங்குடி மக்களின் சமய நம்பிக்கை, வழிபாட்டு மரபுகளின் வெளிப்பாடாக இருந்தது என்பது சிக்கா சர்க்காரின் (*Sikha Sarkar*) கருத்து.

குருதி என்பது வளமையோடு, செழிப்போடு தொடர்புடையது. அதனால் குருதியின் நிறமான செந்நிறம் வளமை மற்றும் தாய்த் தெய்வ மரபின் குறியீடாக மாறுகிறது. தாய்த் தெய்வ வழிபாட்டின் பல்வேறு வடிவங்கள் உலகம் முழுவதும் காணப்படுகின்றன. சிந்துவெளிப் பண்பாட்டிலும் தாய்த் தெய்வ சுடுமண் உருவபொம்மைகள் கிடைத்துள்ளன. சிந்துவெளித் தாய்த் தெய்வ உருவத்தை நினைவுறுத்தும் செம்பு உருவம் ஆதிச்சநல்லூர் அகழாய்வுகளில் கிடைத்துள்ளது.

இடப்பெயர்களில் சிவப்பு

தமிழில் சிவப்பு என்ற நிறப்பண்பைக் குறிக்கும் சொற்கள் (சே, சென், செம், செங், செஞ்) தற்காலத் தமிழ்நாட்டிலும் சிந்துவெளி நிலப்பகுதிகளிலும் இடப்பெயர் முன்னொட்டாக வழங்கப்படுகிறது. செம் (*sem, cem*) என்பது ஒருசொல் இடப்பெயராகப் பாகிஸ்தான் மற்றும் ஆப்கானிஸ்தானில் உள்ளது. இச்சொற்களை முன்னொட்டாகக் கொண்ட செம்கல் (*Semkhal*), செம்தல் (*Cemtal*), செமோல் (*Semol*), செம்களா (*Cemqala*) போன்ற இடப்பெயர்களும் சிந்துவெளிப் பகுதியில் உள்ளன. இதன் தொடர்ச்சியாக குஜராத், மகாராஷ்டிரா மாநிலங்களிலும் செமோர் (*Semor*), செமாலய (*Semalya*), செம்பல் (*Sembal*), செமதோ (*Semadoh*) போன்ற இடப்பெயர்களைக் காண்கிறோம். பிராகுயி பகுதிகளில் சிவப்பு எவ்வாறு இடப்பெயர்களில் இடம்பெறுகின்றன என்பதைக் கிசுன் (*Khisun*), கிசுன்ஜல் (*Kishun Jhal*), கிசுன் டூன் (*Kishun Dun*) அதாவது சிவப்பு, செவ்வோடை, செவ்வெளி ஆகிய இடப்பெயர்களின்மூலம் அறியலாம்.

இந்தியாவில் இந்தோ-ஆரிய மொழிகள் பேசப்படும் பல்வேறு இடங்களில் இடப்பெயர்களில் முன்னொட்டாக லால் (சிவப்பு) என்ற சொல் பயன்படுத்தப்படுவது இம்மரபின் தொடர்ச்சியைக் காட்டுகிறது. இவை பிற்காலத்தில் நேர்ந்த நேரடி மொழிபெயர்ப்பாகக்கூட இருக்கலாம் என்ற சாத்தியத்தைப் புறக்கணிக்க முடியாது. இருப்பினும் சிந்துவெளிப் பகுதியில் லால் என்ற முன்னொட்டு கொண்ட இடப்பெயர்கள் கணக்கில் எடுத்துக்கொள்ளப்பட்டுள்ளன. செம் என்ற சொல்லைப் போலவே லால் என்பதும் சிந்துவெளி நிலப்பகுதிகளில் ஒருசொல் இடப்பெயராகப் பாகிஸ்தான் மற்றும் ஆப்கானிஸ்தான் பகுதிகளில் இருக்கிறது. மேலும், லால் என்பது இடப்பெயரின் முன்னொட்டாக இதே பகுதிகளில் வழங்கப்படுகிறது. ஹரப்பா பண்பாட்டோடு தொடர்புடைய இந்திய நிலப்பகுதிகளில் வழங்கும் லால்பூர் (*Lalpur*), லால்கார் (*Lalgarh*), லால்புரா (*Lalpura*), லால்பாடி (*Lalpadi*) ஆகிய இடப்பெயர்களையும் இதற்கு எடுத்துக்காட்டாகக் குறிப்பிடலாம். அதுமட்டுமின்றிச் சிவப்பு என்ற நிறத்தைக் குறிக்கும் சமஸ்கிருதச் சொற்கள் அடங்கிய இடப்பெயர்களையும் இந்தியாவில் நம்மால் காணமுடிகின்றன. ரோஹித் (*Rohit*-ராஜஸ்தான்), ரோஹிதால் (*Rohithal*-மகாராஷ்டிரா), ரோஹிணி (*Rohini*-ராஜஸ்தான், கிழக்கு வங்காளம், மகாராஷ்டிரா, ஜார்கண்ட்), ரோஹிணா (*Rohina*-ராஜஸ்தான், சத்தீஸ்கர், குஜராத், மகாராஷ்டிரா) மற்றும் அருணா (உத்திரப் பிரதேசம்) ஆகிய இடப்பெயர்களை இதற்கு எடுத்துக்காட்டாகக் கூறலாம்.

தமிழ்நாட்டைப் பொறுத்தவரையில் சிவப்பு என்று பொருள்தரும் செம், செந் ஆகிய முன்னொட்டுகளுடன் கூடிய இடப்பெயர்கள் ஏராளம். செங்கரை, செம்பட்டி, செம்புலம், செங்குன்றம் ஆகியவை சில எடுத்துக்காட்டுகள். தமிழ்நாட்டிலுள்ள இடப்பெயர்கள் சிலவற்றில் முன்னொட்டும் அல்லாமல், பின்னொட்டும் அல்லாமல் பெயருக்கு இடையில் வருகிறது. உதாரணமாக இளஞ்செம்பூர், ஐயன்செங்கல்பாடி, பெரியசேமூர் மற்றும் திருச்செங்கோடு போன்ற பெயர்களைக் கூறலாம். எனவே செம், செந் போன்ற சொற்கள் இடப்பெயரில் எந்த இடத்தில் இடம்பெற்றாலும் அவை கணக்கில் எடுத்துக் கொள்ளப்பட்டு ஆராயப்பட்டதில் பின்வரும் முடிவுகள் கிடைத்தன.

அடிச்சொல்	முன்னொட்டாக	பெயரின் மற்ற ஏதேனும் பகுதியில்
சென் *(Sen)*	*185*	*201*
சென் *(Chen)*	*273*	*344*
செம் *(Sem)*	*103*	*128*
செம் *(Chem)*	*1*	*4*
செவ் *(Chev)*	*65*	*77*

இடப்பெயர்கள் மட்டுமின்றி ஆறுகள் மற்றும் நீர்நிலைகளின் பெயர்களும் சிவப்பு நிறத்தின் இயல்புப்பெயர்களோடு அழைக்கப்படுவதைக் காணலாம். செய்யாறு என்ற ஆற்றின் பெயரில் உள்ள அடிச்சொல் செய், செம்மை எனப்படும் சிவப்பு நிறத்தைக் குறிக்கும். தற்காலத் தமிழ்நாட்டில் செய்யாறு என்ற நதி திருவண்ணாமலை மாவட்டத்தில் உள்ள ஜவ்வாது மலையில் தொடங்கி, பாலாறுடன் இணைந்து வங்காள விரிகுடாவில் கலக்கிறது. தென் தமிழ்நாட்டில் உள்ள தாமிரபரணி நதியின் பெயர் சேயாறு; அதாவது சிவந்த ஆறு என்பதன் மொழிபெயர்ப்பு ஆகும். இந்த நதி பொதிகை மலையில் தோன்றித் தூத்துக்குடி அருகே கடலில் கலக்கிறது. இதில் தாமிரா என்பது தாமிரம்/செம்பு என்ற சிவப்பு உலோகத்தின் பெயரைக் குறிப்பதால் அது சிவப்பு என்ற நிறத்தோடு தொடர்புடையதாகும்.

தமிழில் நிறக்குறியீடுகள்

தமிழ்ப் பண்பாட்டில் இளஞ்சிவப்பு, காவி மற்றும் மஞ்சள் நிறங்கள் தமிழ் நிறக்கோட்பாட்டில் ஒன்றோடு ஒன்று நெருங்கிய தொடர்புடையவை. நிறக்குறியீடுகள் பற்றி ஆய்வு செய்த மில்லர், இந்தியக் கிராமங்களில் நிறங்கள் என்பவை ஒரு பண்பாட்டுத் தொடர்ச்சியின் குறியீடு என்கிறார். நிறங்கள் இல்லாமல் எந்த வழிபாட்டுச் சடங்கும் நிறைவு பெறுவதில்லை. மஞ்சளின் பயன்பாடு அதன் நிறம் தொடர்புடையதா அல்லது மருத்துவக் குணம் தொடர்புடையதா என்பது பற்றி நமக்குத் தெளிவாகத் தெரியாது. ஆனாலும் அவை ஒன்றோடொன்று தொடர்புடையதாக உள்ளன. சமகாலத்தில் இயற்கையான மஞ்சளைப் பயன்படுத்துவதைவிட வேதியியல் பொருட்களால் செய்யப்பட்ட மஞ்சள் பொடியைப் பயன்படுத்துவது அதிகமாகிவிட்டது. இது இன்னொரு வகையில் சடங்கு முறையில் பொருளைவிட நிறம்தான் முக்கியம் என்பதையும் அடிக்கோடிடுகிறது. இதைப்போலவே புனிதமானதாகக் கருதப்படும் சிவப்பான குங்குமத்திற்குப் பதில் சிவப்பு வேதியியல் பொடிகள் பயன்படுத்தப்படுவது இங்கும் நிறம் முக்கிய இடம்பெறுவதை உணர்த்துகிறது. தர்ஷன் போரிக் *(Dursan Boric)* சொல்வதைப் போல ஒவ்வொரு பண்பாட்டிலும் நிறத்தின் பொருள் வேறுபட்டாலும் அந்த நிறங்களின் பயன்பாடு உலகம் முழுவதும் உள்ள மனிதர்களிடையே பொதுப்பண்பாக விளங்குகிறது.

நிறங்களின் உள்ளுணர்வு ஒரு நிலப்பகுதியில் கிடைக்கும் முக்கியமான குறியீட்டுப் பொருட்களின் ஊடாக விளக்கப்பட்டாலும், சொற்பொருள் நிலையில் அவை வேறுபடுகின்றன. சிவப்பு நிறத்துக்கான சொல் பல்வேறு மொழிகளிலும் குருதி, செந்நிற உலோகங்கள், தீப்பொறிகள் மற்றும் சாயங்கள் ஆகிய பொருட்களோடு பொதுவான தொடர்புடையதாக இருப்பதை ஜான் சாப்மேன் தனது நூலில் *(Coloring the Past)* குறிப்பிடுகிறார். உதாரணமாக மஞ்சள் என்பது தரைக்குக் கீழே வளரும் கிழங்கின் பெயர். மஞ்சள் நிறத்தைக் குறிக்க இச்சொல்லே பயன்படுகிறது. இங்கே பொருளும் நிறமும் ஒன்றாகிவிடுகின்றன. சிவப்பு என்ற வண்ணக் குறியீடு பண்பாட்டின் ஊடாக வளர்வதைத் தமிழ்ப் பெயர்ப் பெருவெளியில் பரவலாகக் காணமுடிகிறது.

விலங்கு மற்றும் பறவைப் பெயர்கள்
சேக்கை, செம்முக மந்தி, செம்புகம், செங்கால் நாரை, செங்காரணி, செங்காரி, செங்கிளுவை, செந்நாய், செம்பகம், செந்தார்க்கிளி, செம்பூத்து, சேவல், செவலை, செவ்வரி நாரை

தாவரங்கள்
சேகரம், சேகு, சே மரம், செம்மரம், செம்பகோங்கல், செங்காலி, செங்கோடு, செங்குங்குமம், சேந்து, சேதல், செயலை, சேயிலம், செம்பஞ்சு, செங்கழுநீர், செவ்வரளி, செங்காந்தள், செங்குன்றை, செங்குவளை, செந்தழல் கொடி, செந்தாமரை, செந்தணல் கொடி, செவ்வள்ளி, செவ்வன், செவ்வியம்

அரசர்கள் மற்றும் நிலக்குடித் தலைவர்கள்
செம்பியன், செங்கணான், செங்குட்டுவன்.

புலவர்களின் பெயர்கள்
செம்பியனார், செம்புலப்பெயல்நீரார், செங்கண்ணனார்.

தனிப்பெயர்கள்
செந்தாழை, செந்தாமரை, செந்திறல், செங்கமலம், செங்கம்மால், சிவப்பாயி, சிவந்த மணி

இப்பகுதியில் கண்ட பல்வேறு எடுத்துக்காட்டுகள் திராவிட மொழிகளைப் பேசுவோருக்கு நிறங்கள் முக்கியமாக இருப்பதையும், குறிப்பாகத் தத்துவக் கோட்பாடுகளிலும், அன்றாட வாழ்வியலிலும் சிவப்பு நிறம் ஒரு மையப்புள்ளியாக இருப்பதையும் காண்கிறோம். பொருளின் பெயர் முதலில் தோன்றியதா அல்லது நிறத்தின் பெயர் முதலில் உருவானதா என்பதை உறுதியாகச் சொல்லமுடியாது. ஆயினும் குருதி, சுடப்பட்ட களிமண் பொருட்கள், செங்கற்கள், தாமிரம், செம்பு போன்ற உலோகங்கள் மிக முற்பட்ட காலத்திலேயே திராவிடப் பண்பாடுகளில் பெற்றிருந்த முக்கியத்துவத்தால் பின்னாட்களில் இயற்கைக் கூறுகளுக்கும், சூழல்களுக்கும், மனிதர்களுக்கும் பெயரிடும் வகையில் விரிவாக்கம் பெற்றிருக்கலாம்.

சுற்றுச்சூழல், கால-இட கூறுகளில் ஒன்றாக நிறம் உருமாறி அதன்மூலமாகச் சொல்லாக்கத்தின் எல்லைகள் விரிவடைந்து கொண்டே செல்கின்றன. இத்தகைய விரிவாக்கங்களுக்கு இடமளிக்கும் மொழிகளின் பொருள் பரிமாணத்தை, அம்மொழியின் தொடர்ச்சி மற்றும் அதை வளர்த்த மக்களின் பட்டறிவில் புலனாய்ந்து அறிய முடியும். திராவிட மொழிகளும் அதைப்பேசிய மக்களும் இந்தப் பின்னணியில் அணுகப்பட வேண்டும்.

இதுவரையில் சிவப்பு என்ற நிறத்தைக் குறிக்கும் செம்/செங்/செப் ஆகிய பழந்தமிழில் சொற்களை இலக்கியங்கள் மற்றும் தற்காலத் தமிழ் நிலப்பகுதிகளின் பெயர்களின் ஊடாக அணுகியது மட்டுமல்லாமல் இவற்றைச் சிந்துவெளி அகழாய்வுகளில் கிடைத்த சுடுமண் பாண்டங்கள், செங்கற்கள், கருப்பு-சிவப்புப் பாண்டங்கள் மற்றும் இடப்பெயர்களில் எப்படி ஒப்பிட்டுப் பார்ப்பது என்பதையும் நாம் விவாதித்தோம்.

பெஞ்சமின் உர்ஃப்பியின் *(Benjamin Whorf)* மொழிச்சார்பியல் கருதுகோளின்படி ஒரு மனிதனின் அனுபவத்தை அவனது மொழி முடிவுசெய்கிறது. எல்லா நிறக்கோட்பாடுகளும் எல்லா மொழிகளிலும் துல்லியமாக விளக்கம் பெறுவதில்லை. இவ்வாறு மொழிகளுக்குள் நேரும் எல்லைகள் அந்த மொழி பேசுவோரின் நிறம் பற்றிய புரிதலிலும் தாக்கத்தை ஏற்படுத்துகிறது.

இதைப்போலவே “நிற முன்னுரிமைகளின் முறைமை தனிமனிதர்களுக்குள் சமூகக்குழுக்களுக்குள் மட்டும் வேறுபடுவதில்லை; அந்த நிற முன்னுரிமைகளைத் தீர்மானிக்கும் பரிமாணங்களிலும் காரணிகளிலும் வேறுபடுகின்றன” என்று டைலர் மற்றும் ஃபிராங்ளின் விளக்குகிறார்கள் *(Taylor 2013: 2-24)*.

சிவப்பு என்று ஒரு பண்பாட்டில் கொண்டாடப்படுவது இன்னொரு பண்பாட்டில் வேறுவகையாகப் புரிந்து கொள்ளப்படலாம். சிந்துவெளிப் பண்பாட்டைப் பொறுத்தவரையில் செங்கல், செம்பு, சுடுமண் பொருட்கள், சிவப்பு, கருப்பு-சிவப்புப் பாண்டங்கள் ஆகியவையே அப்பண்பாடு கட்டியெழுப்பிய பொருட்புலங்கள். சிந்துவெளி வரிவடிவம் ஓர் இருமொழிப் பொறிப்பின் துணையோடு அல்லது வேறொரு வகையில் வாசிக்கப்பட்டால், அதில் செங்கல், செம்பு அல்லது சிவப்பு நிறத்தோடு தொடர்புடைய பெயர்கள் வாசித்து அறியப்பட்டாலும் வியப்பில்லை.

பின்வரும் பகுதிகளில் சிவப்பு நிறத்தின் மையத்தன்மையை வலியுறுத்தும் செங்கல், மட்பாண்டங்கள் மற்றும் செம்பு பற்றிய நேர்வு ஆய்வுகளைக் காணலாம்.

திராவிடச் சிவப்பு: செங்கல், மட்பாண்டங்கள், செம்பு உணர்த்தும் நிற மொழி

சிவப்பு

ஆய்வுப்பொருள்	குறியீடு	சிந்துவெளி	திராவிடம்	இந்தோ-ஆரியம்
நிறத்தின் சமூகப் பரிமாணம்; பண்பாட்டில் பொதிந்துள்ள குறியீடுகளை உருவாக்கும் வண்ணங்களின் உருவகப் பயன்பாடு	வண்ணங்களின் முன்னுரிமை மட்பாண்டங்கள், படங்கள், அணிகலன்கள், உலோகம், உடை போன்றவற்றில் தெளிவாகத் தெரியும்	சிந்துவெளியின் பொருட்புலத்தில் ஆதிக்கம் செலுத்தும் சிவப்பு வண்ண மட்பாண்டங்கள், செங்கற்கள், செம்பு மற்றும் தாமிரம், விளையாட்டுச் சாமான்கள், சிற்பங்கள்.	சிவப்பு நிறத்தின் வேர்கள் திராவிட மொழிகளில் தெளிவாக உள்ளன. சங்க இலக்கியங்களில் அதிகமாகப் பயன்படுத்தப்பட்டுள்ள நிறம் சிவப்பு. இந்த வண்ணம் பல்வேறு சூழல்களில் கவனிக்கப்பட்டும், புகழப்பட்டும் உள்ளது. சிவப்பு நிறத்தின் முக்கியத்துவத்திற்குத் தொல்லியல் ரீதியான சான்றுகள் உள்ளன.	வேதப் பண்பாட்டு மக்களிடையே சிவப்பு நிறம் நேரடி விருப்பமான தேர்வாக இல்லை.
நிறங்களின் இறையியல்	சிவப்பு நிறத்தோடு தொடர்புடைய தெய்வங்கள் ஏற்கெனவே உள்ள தெய்வங்களுடனான சிவப்பு நிறத்தின் புனிதத்தன்மை	சிவப்புநிறச் செம்மண் உருவங்களைத் தவிர்த்து இந்தக் கோணத்தில் பார்க்க எதுவுமில்லை	தமிழ்க் கடவுள் முருகன் சேயோன் (சிவப்பு தோல் உடையவன்) என்று அழைக்கப்படுகிறான். இவனுடைய தந்தை சிவனும் சிவப்பு நிறத்தோடு தொடர்புபடுத்தப்படுகிறார். நீத்தார் வழிபாடு என்பது தமிழ் மக்களின் மரபு மற்றும் நம்பிக்கை சார்ந்த அமைப்புக்கு முக்கியமானது. தொன்மையான தமிழர்கள் தங்களது மூத்தோர்களைப் புதைக்கப் பயன்படுத்தும் முதுமக்கள் தாழி செந்தாழி என்றே தெளிவாக அடையாளப்படுத்தப்படுகிறது.	சிவப்பு என்பது அருணா, ரோஹிதா ஆகியவையாகக் குறிப்பிடப்படுகிறது.
சிவப்பு என்ற குறியீட்டின் உருவக நீட்சி	சிவப்பு என்ற குறியீடு பண்பாட்டின் பல்வேறு தளங்களில் உருவகமாகப் பயன்படுத்தப்பட்டு நீட்சியடைந்துள்ளது	சிவப்பு வண்ணக் கைவினைப்பொருட்களும், செங்கல் மற்றும் பாண்ட வகைகளைத் தாண்டி சிவப்பு என்பதன் உருவக நீட்சி பண்பாட்டிலும், இலக்கியத்திலும் இருந்துள்ளது என்பதை உறுதிபடுத்த முடியாது.	சிவப்பு வண்ணத்தின் உருவக நீட்சி தமிழில் விரிவாக காணப்படுகிறது. உதாரணமாக சிவப்பு = குருதி, போர்க்களம், வீரம், பலியிடுதல் போன்றவை பொதுவானது. செம்' என்ற வார்த்தையின் ஒருசொல் பலபொருள் (*Polysemous*) பயன்பாடு தமிழில் தனித்துவமானது. செம் என்பது ஒரு நாகரிகத்தின் சொல். செம், செப், செ, செங் ஆகிய சொற்களின் உருவகப் பயன்பாட்டு நீட்சி சரியானது, நியாயமானது, மேன்மையானது என்ற பொருளில் பல சொற்களில் விரிவாக காணப்படுகிறது. செம்மொழி (சரியான மொழி), செந்தமிழ் (பண்பட்ட தமிழ்), செங்கோல் (நியாயமான ஆட்சி முறை) ஆகியவை பண்பாடு, பழமை, அரசியல் மற்றும் நிர்வாகம் சார்ந்த சில எடுத்துக்காட்டுகள்.	சமஸ்கிருத இலக்கியங்களிலும் அதன் பழக்கவழக்கங்களிலும் சிவப்பு வண்ணத்துக்கெனத் தனித்துவமான இடமில்லை. மாறாகச் சிவப்பு என்பது காட்டுமிராண்டிகள், வெளியாட்கள், ஆரியர் அல்லாதோர் என்ற கோணத்திலேயே தொடர்புபடுத்தப்படுகிறது.

ஆய்வுப்பொருள்	குறியீடு	சிந்துவெளி	திராவிடம்	இந்தோ-ஆரியம்
இடப்பெயரில் நிறங்கள்	இடப்பெயர்களில் சிவப்பு நிறத்தின் பயன்பாடு வட்டாரப் பெயர்களில் சிவப்பு நிறத்தின் பரவல்	தற்போது உள்ள இடப்பெயர்களான ஆப்கானிஸ்தானின் செம், செம்கல்; குஜராத்தில் செம், செம்பார், செம்புவா, செம்ப்லா, செமர் ஆகியவை குறிப்பிடத்தக்கன. பிராகுயி மொழியில் கிசன் என்றால் சிவப்பு என்று பொருள். ஒருசொல் இடப்பெயரான கிசன் பாகிஸ்தானில் மத்திய பிராகுயி பகுதியில் உள்ள இடம். கிசன் ஜல் என்ற நதியும் அப்பகுதியிலேயே ஓடுகிறது. சிவப்பு என்பதைக் குறிக்கும் 'லால்' என்ற இந்தோ-ஆரியச் சொல், ஒருசொல் இடப்பெயராக இந்தியத் துணைக்கண்டத்தின் பல்வேறு பகுதிகளில் வழங்கப்படுகிறது. பாகிஸ்தானிலும், ஆப்கானிஸ்தானிலும் உள்ள சிந்துவெளி நிலப்பகுதிகளிலும் கூட உண்டு.	சங்க இலக்கியக் குடிநிலத் தலைவன் நன்னன் செங்கண்மா மற்றும் சேயாறு என்ற இடங்களில் இருந்து ஆட்சிபுரிந்தான். தமிழில் சிவப்பை முன்னொட்டாகக் கொண்ட பல்வேறு இடப்பெயர்கள்: சென்-185, சென்-273, செம்-103, செவ்-65. இதைப்போலவே கெம்பா என்பதை முன்னொட்டாகக் கொண்ட பல இடப்பெயர்கள் கர்நாடகாவில் உள்ளன. பிராகுயி மொழியில் கிசன் என்பது சென், செம், லால் ஆகிய இடப்பெயர்களுக்கு நேரடியான மொழிப்பெயர்ப்பு. கிசன் ஜல் என்பது சேயாறு என்ற பொருளையே தருகிறது.	ரிக் வேதத்தில் 10 புனித நதிகள் வருகின்றன. ஆனால், அதில் சிவப்பு நதி (Red River) இல்லை. சிவப்பு என்பது இடப்பெயர்களில் பயன்படுத்தப்படுவது வட இந்தியாவில் காணப்படுகிறது. சிவப்பு ஆறு, சிவப்பு கோட்டை போன்றவற்றுக்கான பழங்கால இலக்கியச் சான்றுகள் எதுவுமில்லை.
மட்பாண்டங்கள், செங்கல், செம்பு ஆகியவற்றுடன் சிவப்பு நிறத்தின் தொடர்பு	மட்பாண்டங்கள், செங்கல், செம்பு ஆகியவற்றுடன் சிவப்பு நிறத்தின் தொடர்பு மற்றும் சிறப்புப் பண்புகள்	சிந்துவெளிப் பண்பாட்டின் பொருட்புலத்தில் பெரும் பங்காக இருக்கும் மட்பாண்டங்கள், செங்கல், செம்பு இவையனைத்திற்கும் பொதுவாக இருப்பது சிவப்பு நிறம். இதனால் சிந்துவெளி மக்களின் விருப்பமான நிறமும் அவர்களின் நிறக்குறியீடும் சிவப்பு என்று எடுத்துக்கொள்ளலாம்.	மட்பாண்டங்கள், செங்கல் மற்றும் செம்பு ஆகியவற்றின் சொல்லாக்கங்கள் சிவப்பு நிறத்தைச் சார்ந்திருக்கின்றன. மேலும் இப்பொருட்கள் தமிழ்ப் பண்பாட்டில் முக்கியத்துவம் பெறுவதைப் பண்டைய தமிழ் இலக்கியங்கள் மற்றும் மரபுகளின் ஊடாக அறியலாம்.	சமஸ்கிருத இலக்கியங்களில் மட்பாண்டங்கள், செங்கல், செம்பு ஆகியவற்றின் பயன்பாடும் அதன் ஊடான சிவப்பு நிறமும் முக்கியத்துவம் பெறவில்லை. மேலும் சமஸ்கிருதம், மட்பாண்டங்கள், செங்கல், செம்பு ஆகியவற்றின் மீதும் அது சார்ந்த சிவப்பு நிறத்தின் மீதும் எதிர்மறையான பார்வையை வைத்திருந்தது என்பதற்கான சில சான்றாதாரங்களும் உள்ளன.

"சிந்துவெளிப் பண்பாட்டின் சுட்ட செங்கற்களை விஞ்சும் அளவிற்கு இந்தியாவில் வேறொரு செங்கல் இல்லை. பண்டைய சுமேரிய, எகிப்திய அல்லது வேறு எந்த நாட்டின் செங்கல்லும் அதற்கு இணையில்லை. இந்த உலகம் அப்படிப்பட்ட செங்கற்களை மீண்டும் காண ரோமப் பேரரசின் காலம் வரை காத்திருக்க வேண்டியதாயிற்று."

- கே. என். தீட்சித்

செங்கல்

சிந்துவெளிப் பண்பாட்டைக் கண்டறிந்து 100 ஆண்டுகள் ஆகப்போகின்றன. சிந்துவெளிக் கட்டுமானங்கள் பற்றி எத்தனையோ நூல்களும், ஆய்வுக்கட்டுரைகளும் வெளிவந்துவிட்டன. சிந்துவெளிச் செங்கற்கள் தரக்கட்டுப்பாடு பேணப்பட்டவை, தனித்துவமான சிறப்பு உடையவை என்பதை நிறுவுவதற்கு புதிய சான்று எதுவும் தற்போது தேவையில்லை. இது ஆய்வுலகம் அறிந்த உண்மை. பண்டைய உலகின் ஆகச்சிறந்த செங்கல் வடிவமைப்பாளர்கள் என்ற தகுதி சிந்துவெளி மக்களுக்கே உரியது. துல்லியமாக, ஒரே அளவில் தயாரிக்கப்பட்ட செங்கற்களே சிந்துவெளிப் பண்பாட்டின் பொருட்புலத்தின் தரச்சான்று. சிந்துவெளிப் பண்பாட்டின் உன்னதத்தின் உச்சத்தைக் கொண்டாட ஒரு முத்திரைச் சின்னம் வேண்டுமென்றால் அது செங்கல்லால் ஆனதாக, செந்நிறமாக இருக்கும். சிந்துவெளியின் செங்கற்களுடன் தொடர்புடைய மனிதர்கள் பற்றிய சில அடிப்படைத் தகவல்களையும், அம்மக்களின் செங்கல் தரத்தையும் விவாதிப்போம்.

சிந்துவெளிப் பண்பாட்டில் செங்கல் பயன்பாடு

சிந்துவெளிப் பண்பாட்டின் அடித்தள வேர்கள் களிமண்ணில் காலூன்றியவை. அப்பண்பாட்டின் நகரங்கள் எண்ணிலடங்காத சுட்ட செங்கற்களால் கட்டியெழுப்பப்பட்டவை. ஒருசில இடங்களில் சுடாத செங்கற்களும் கண்டுபிடிக்கப்பட்டுள்ளன. ஜான் மார்ஷலுடன், எர்னெஸ்ட் மக்காய் சேர்ந்தளித்த அறிக்கையில் மொகஞ்சோதாரோவில் கிட்டிய சுட்ட செங்கற்களின் தரச்சிறப்பு பற்றிக் குறிப்பிடப்படுகிறது. எளிதில் உடைக்கமுடியாத அளவுக்கு அவை உறுதியானவை என்பதால் அதன்பின் வந்த வெவ்வேறு காலகட்டங்களில் அந்தச் செங்கற்கள் மீண்டும், மீண்டும் கட்டுமானங்களில் பயன்படுத்தப்பட்டிருக்க வேண்டும் என்றும் அவர் குறிப்பிடுகிறார். கிட்டத்தட்ட எல்லா வீடுகளிலும், கட்டடங்களிலும் சுட்ட செங்கற்களே பயன்படுத்தப்பட்டிருந்தன. வசதிகுறைந்த மக்கள் வாழ்ந்த வீடுகளில்கூட சுடாத செங்கற்களைக் கண்டுபிடிப்பது கடினமாக இருந்தது என்று அகழாய்வாளர்கள் கூறுகிறார்கள்.

செங்கற்களை வடிவமைப்பதில் ஹரப்பா மக்களுக்கு ஒரு தீவிர ஈடுபாடு இருந்தது. இச்செங்கற்கள் செவ்வக வடிவில் அமைந்தவை, 1:2:4 என்ற விகிதத்தில் பருமன், அகலம் மற்றும் நீளம் உள்ளவை. வடிகால்களை மூடுவதற்கும், கிணற்றுச் சுவர்களின் ஓரங்களில் பயன்படுத்துவதற்கும் ஆப்புவடிவ *(Wedge-shaped)* செங்கற்கள் பயன்படுத்தப்பட்டுள்ளன.

சிந்துவெளியின் சுட்ட செங்கற்களின் பரிமாணத்தை அதாவது 11 அங்குலம் நீளம், 5¼ அங்குலம் அல்லது 5½ அங்குலம் பருமன் மற்றும் 2¼ அங்குலம் முதல் 2½ அங்குலம் பருமன் என்ற அளவீட்டைத் 'தொழில்நுட்ப உணர்வுடன் கூடிய கச்சிதமான அளவு' *(the most business like size)* என்று வர்ணிக்கிறார் தீட்சித். இந்த அளவுகள் கட்டடங்களுக்குச் சிறந்த பிடிமானத்தைத் தருகிறது என்பது அவர் கருத்து. ஆற்றங்கரைகளில் கிடைத்த சாதாரண வண்டல்மண் மற்றும் களிமண் இதில் பயன்படுத்தப்பட்டுள்ளன. செங்கல் சூளைகளில் எரிக்க விறகுக்கட்டைகளைப் பயன்படுத்தியிருக்க வேண்டும். வைக்கோல் போன்ற பிணைப்புப் பொருட்கள் எதுவும் செங்கற்களின் தயாரிப்பில் பயன்படுத்தப்படவில்லை.

சிந்துவெளி நகரங்களில் செயற்கையான செங்கல் மேடைகள் மீது கட்டடங்களை எழுப்புவது நடைமுறையாக இருந்தது. வெள்ளப்பெருக்கு ஏற்படும் போது கட்டடங்களுக்குள் வெள்ளநீர் புகுந்துவிடக்கூடாது என்ற முன்னெச்சரிக்கையே இதற்குக் காரணமாக இருந்திருக்கக்கூடும். வடிகால் வசதிகள் சிந்துவெளி நகரங்களின் தனித்துவமான பண்பியல்பு. வடிகால்களில் நீர் ஒழுக்கு ஏற்படாத வகையில் செங்கற்கள் கச்சிதமாகப் பொருத்தப்பட்டுள்ளன. லோத்தலில் பாதாளச் சாக்கடையில்கூட இவை கண்டுபிடிக்கப்பட்டுள்ளன. குளியல் அறைகளின் தரைகளை அமைக்க பயன்படுத்தப்பட்ட செங்கற்கள் தேவைக்கு ஏற்றபடி அறுத்தும், சுரண்டியும் பயன்படுத்தப்பட்டுள்ளன. பெரும்பாலான முக்கியமான கட்டடங்களில் சுட்ட செங்கற்களில் தரை அமைக்கப்பட்டுள்ளது. சில இடங்களில் கிணறுகளின் வடிவமைப்பில் ஆப்புவடிவச் செங்கற்கள் பயன்படுத்தப்பட்டுள்ளன.

மொகஞ்சோதாரோவின் பெருங்குளியலிடம் (*The Great Bath*), 12 மீட்டம் நீளம் 17 மீட்டர் அகலத்துடன் 2.4 மீட்டர் ஆழம் கொண்டது. தரையில் நீர் கசியாமலிருக்க செங்கற்கள் மிக நெருக்கமாகப் பொருத்தப்பட்டதோடு, ஜிப்சம் பூச்சு மற்றும் தார் போன்ற பூச்சுப் பொருட்களும் பயன்படுத்தப்பட்டுள்ளன. ஹரப்பா பண்பாட்டின் பல்வேறு நகரங்களிலும் தானியக் களஞ்சியங்கள் (*Granaries*) கட்டப்பட்டிருந்தன. இவை பிரமாண்டமான செங்கல் மேடையின் மீது 45 மீட்டர் நீளம், 45 மீட்டர் அகலம் என்ற அளவில் கட்டப்பட்டவை. இந்தத் தானியக் களஞ்சியங்களில் வட்ட வடிவச் செங்கற்களும் காணப்படுகின்றன. அநேகமாக இவை தானியங்களைக் கதிரடிக்கப் பயன்பட்டிருக்கக்கூடும்.

தெருக்களின் மதில்களும் செங்கற்களால் கட்டப்பட்டவை. செங்கற்களை நேர்த்தியாக அடுக்கிப் பூசுவதன்மூலம் இந்த நெடுஞ்சுவர்கள் எவ்வளவு உயரமானாலும் உறுதியாக நிற்கும்படி அமைந்தன. சில தெருக்களின் சுவர்கள் தோராயமாக 8 மீட்டர் (26 அடி) உயரமானவை. இத்தகைய கட்டுமானங்களின் தேவைகளே செங்கற்களின் துல்லியமான தரக்கோட்பாட்டிற்கு உந்துவிசையாக இருந்திருக்க வேண்டும். தரக்கட்டளைகளின்படி உருவாக்கப்பட்ட இந்தத் தனித்துவமான செங்கற்களே சிந்துவெளி மக்களின் அளப்பரிய தொழில்நுட்பத்திற்கும், அழகியல் ஈடுபாட்டிற்குமான உரைகல்லாகத் திகழ்கிறது.

வரலாற்றுக் காலத்தில் சுட்ட செங்கற்கள்

பொதுயுகத்திற்கு 2500 ஆண்டுகளுக்கு முன் சிந்துவெளி மக்கள் சாதித்துக் காட்டிய இந்தச் செங்கல் கட்டுமானத்தைப் பன்னெடுங்காலம் யாரும் விஞ்சவில்லை. "வரலாற்றுக் காலத்தில் அசோகரின் ஆட்சியில் மீண்டும் செங்கல் தலைதூக்குகிறது. ஆனால், அந்தச் செங்கற்கள் சிந்துவெளிச் செங்கலைவிட இரண்டு மடங்கு அதிகமான நீள-அகல பரிமாணத்தில் இருந்தன. இந்த அளவானது குஷானர், குப்தர் காலத்திலும் தொடர்ந்து இடைக்காலங்களில் கொஞ்சம் கொஞ்சமாகக் குறைந்து வந்தாலும் சிந்துவெளியின்

படம் 9.6 - மொகஞ்சோதாரோ செங்கல் கட்டமைப்புகள்

படம் 9.7 - மொகஞ்சோதாரோ செங்கல் கிணறு

கனக்கச்சிதமான பரிமாணமாகிய ஒன்று:அரை:கால் என்ற விகிதத்தை ஒருபோதும் எட்டவில்லை" என்கிறார் அகழாய்வாளர் தீட்சித் (Dikshit 1939: 16-15).

சிந்துவெளி நகரப் பண்பாட்டின் முக்கியமான கட்டுமானப் பொருள் செங்கல் என்பது தெளிவு. எனவே, சிந்துவெளிப் பண்பாட்டின் படைப்பாளர் என்ற விவாதத்தில் இடம்பெறும் திராவிட மற்றும் இந்தோ-ஆரிய மொழிக்குடும்பங்களின் மொழிகளிலும், பண்பாடுகளிலும் அதற்கான தடயங்களைத் தேடுவது பொருத்தம்.

இந்தோ-ஆரிய மொழிகளில் செங்கல்

வேத இலக்கியங்களில் இஷ்டகா என்ற சொல் செங்கல்லைக் குறிக்கிறது. வழிபாட்டுச் சடங்குகளில் படையலிடுவது என்ற பின்னணியில் பயன்படுத்தப்படும் 'இஷ்டி' என்ற அடிச்சொல்லே இஷ்டகா என்ற சொல்லாக்கத்திற்குக் காரணமாக அமைந்துள்ளது. இந்தோ-ஆரிய மொழிகளின் ஒப்பீட்டு அகராதியில் செங்கல்லைக் குறிக்கப் பயன்படும் பல்வேறு சொற்களை டர்னர் (CDIAL 1600) பட்டியலிடுகிறார்.

மேலும் இஷ்டா என்ற சொல்லில் உள்ள சகர ஒலி, இட்டா என்ற வடிவம் பெறும்போது ஏற்படும் ஒலியியல் மாற்றம் ஏன் என்பது விளக்கப்படவில்லை என்பதையும் டர்னர் குறிப்பிடுகிறார்.

இஷ்டகா என்ற சொல் சுட்டகல் என்ற திராவிடச் சொல்லில் இருந்து கடனாகப் பெறப்பட்டிருக்கலாம் என்று எச். எஸ். கன்வர்ஸ் கூறுகிறார். இஷ்டகா என்பதற்கும், சுட்டகல் என்பதற்கும் இடையில் ஒலியியல் அடிப்படையிலான விளக்கத்தைத் தரமுடியும் என்றாலும் சுட்ட கல்லில் இருந்தே இச்சொல் வந்தது என்று கன்வர்ஸ் கூறுவது முழுமையாக ஏற்புடையது அல்ல.

இதற்கு நேர்மாறாகத் திராவிட மொழிகளில் செங்கல் என்பது கல் என்பதை மட்டுமின்றி நேரான, நேர்த்தியான, சிவப்பான என்ற பண்பியல்புகளையும் உள்ளடக்கியது என்பதை இந்த இயலின் பின் பகுதியில் விவாதிக்கலாம்.

சுட்ட செங்கல்லும் வேதங்களும் தொட்டுக்கொண்ட காலகட்டம்

"சூளைகளில் சுடப்பட்ட லட்சக்கணக்கான செங்கற்களையும், வெயிலில் உலர்த்திய எண்ணற்ற செங்கற்களையும் ஹரப்பா மக்கள் தங்களது கட்டுமானங்களில் பயன்படுத்தினார்கள். பொ.யு.மு. 1700 முதல் 1500 என்ற காலகட்டத்தில் கத்தியவார் தீபகற்பப் பகுதியில் ஏற்பட்ட பெரும் வெள்ளத்திற்குப் பிறகு அப்பகுதியில் வாழ்ந்த மக்கள் மீண்டும் தங்களது நகரங்களைக் கட்டியெழுப்பித் தங்களின் செங்கல், மட்பாண்ட மரபுகளையும் தொடர்ந்தார்கள்." (Converse 1974: 3)

ஏற்கெனவே குறிப்பிட்டபடி சூளைகளில் செங்கற்களைச் சுட்டெடுப்பதுதான் ஹரப்பா பண்பாட்டின் மிக முக்கியமான தொழில்நுட்ப அடையாளம். ஆனால், ரிக் வேத மக்கள் இதற்கு நேர்மாறாகத் தங்களது வீடுகளை மரம், வேய்கூரை, தட்டி போன்ற அழியக்கூடிய பொருட்களால் அமைத்தார்கள். ரிக் வேதப் பண்பாட்டுக் காலத்தில் செங்கற்கள் பயன்படுத்தப்பட்டதற்குத் தொல்பொருள் தடயங்களோ அல்லது மொழியியல் தடயங்களோ இல்லை என்று எச். எஸ். கன்வர்ஸ் அழுத்தமாக வாதிடுகிறார். வழிபாட்டுச் சடங்கு முறைகளில் கூட யஜுர் வேதகாலத்தின் பிற்பகுதி வரை

படம் 9.8 - அக்னிசயனா சடங்கு

வெறும் களிமண்ணை மட்டும்தான் பயன்படுத்தினார்கள் என்றும், அக்னிசயனா என்ற வழிபாட்டுச் சடங்கில்தான் முதல்முதலாகச் செங்கற்கள் அறிமுகம் செய்யப்பட்டன என்பதையும் கன்வர்ஸ் சுட்டிக்காட்டுகிறார். *The Agnicayana Rite: Indigenous Origin?* என்ற விரிவான ஆய்வுக்கட்டுரையைக் கன்வர்ஸ் எழுதியுள்ளார். வேதச் சடங்கு முறைகளில் சுட்ட செங்கற்களைப் பயன்படுத்தும் ஒரே சடங்கு அக்னிசயனா மட்டுமே என்றும் இந்தச் சடங்கு சதபத பிராமணத்தில் முழுமையாக வளர்ச்சியடைகிறது என்றும் அவர் சுட்டிக்காட்டுகிறார்.

இந்தச் சடங்கில் 'பருந்தானது' அக்னி எனப்படும் தெய்வீகத் தூதுவராக அடையாளம் காட்டப்படுகிறது. பூமிக்குப் புத்துயிரூட்ட வானத்தில் உள்ள 'சோமா' என்ற அமரத்துவம் அளிக்கும் பானத்தைக் கொண்டுவரும் பொருட்டு வான்நோக்கி எழும்பிச் செல்வது அக்னியின் கடமையாக இந்தச் சடங்கில் குறிப்பிடப்படுகிறது. இச்சடங்கிற்கான ஆயத்தப் பணிகள் ஓர் ஆண்டுகாலம் நடைபெறும். இதற்காகப் பொருத்தமான இடம் அடையாளம் காணப்பட்டு, குறைந்தபட்சம் 10,800 செங்கற்கள் ஐந்து அடுக்குகளாக அடுக்கப்படும். இச்சடங்கில் பயன்படுத்தப்படும் செங்கல் ஓர் அடி நீளம், ஓர் அடி அகலம் என்ற அளவில் அமைந்திருக்கும். இதில் பாதியளவு உள்ள செங்கற்களும் பயன்படுத்தப்பட்டுள்ளன. இச்சடங்கில் பயன்படுத்தப்படும் சில செங்கற்களின் அளவு ஹரப்பா பண்பாட்டுச் செங்கற்களின் அளவோடு ஒப்பிடத்தக்கது.

வேதகால ஆரியர்களுக்குச் செங்கல் செய்யும் தொழில்நுட்பம் தெரியாது. இந்தத் தொழில்நுட்பத்தை அவர்கள் அந்தக் காலகட்டத்தில் தங்களுக்கு அருகாமையில் வசித்த கருப்பு-சிவப்புப் பாண்டப் பண்பாட்டு மக்களிடம் இருந்துதான் கற்றிருக்க வேண்டும் என்பது கன்வர்ஸின் கருத்து. அந்தக் கருப்பு-சிவப்புப் பாண்ட மக்கள் அப்பகுதியிலேயே நெடுங்காலம் வாழ்ந்தவர்கள்; அவர்கள் இந்தச் சடங்குக்குத் தேவையான சிவப்புச் செங்கற்களைச் செய்யும் தொழில்நுட்பத்தை அறிந்தவர்கள்; அக்னிசயனா பண்பாட்டு மக்களுக்கும் அறிமுகமானவர்கள். இப்படியாகவே வேதகாலப் பிராமணர்கள் சிவப்பு செங்கற்களை அக்னிசயனா சடங்கில் பயன்படுத்தத் தொடங்கினார்கள் என்று கன்வர்ஸ் கருதுகிறார்.

அக்னிசயனா சடங்கு பற்றி ஃபிரிட்ஸ் ஸ்டால் என்ற ஆய்வாளரும் விரிவாக ஆய்வு செய்து *The Ignorant Brahmin of Agnicayana* என்ற நூலை எழுதியுள்ளார். பிரஜாபதி, விஸ்வகர்மா மற்றும் பரமேஸ்தின் போன்ற கடவுள்கள் பிற்கால வேதங்களில் மட்டுமே குறிப்பிடப்படுகிறார்கள் என்பதைச் சுட்டிக்காட்டும் ஃபிரிட்ஸ் ஸ்டால் இக்கடவுள்கள் ஏற்கெனவே அந்தப் பகுதியில் குடியேறியிருந்த மக்களோடு தொடர்புடைய கடவுள்களாக இருந்திருக்க வேண்டும் என்றும் வேதகாலப் பிராமணர்கள் காலப்போக்கில் இக்கடவுள்களைத் தங்களது பண்பாட்டுக்குள் இணைத்திருக்க வேண்டும் என்றும் அவர் குறிப்பிடுகிறார். இந்தச் செங்கல் தொழில்நுட்பத்தை "நாடோடிகளாக வந்த ஆரியர்கள்" தங்களுடன் கொண்டு வந்திருக்க முடியாது என்ற கன்வர்ஸின் கருத்தோடு ஸ்டால் உடன்படுகிறார். வேதச் சடங்குகளில் பயன்படும் அனைத்து பொருள்களும் ஒருவகையான நாடோடித் தன்மையை *(Nomadic Nature)* சித்தரிக்கின்றன. எனவே செங்கல் தொழில்நுட்பத்தை ஏற்கெனவே அப்பகுதியில் வசித்த மக்களிடம் இருந்துதான் அவர்கள் பெற்றிருப்பார்கள் என்றும், அந்தத் தொழில்நுட்பம் சிந்துவெளிப் பண்பாட்டின் எச்சம்தான் என்றும் இந்த ஆய்வாளர்கள் கருதுகிறார்கள்.

மட்பாண்டங்களின் கதையும் ஒருவகையில் சூளையில் சுடப்பட்ட செங்கற்களின் கதையைப் போன்றதுதான். இந்நூலின் அடுத்த பகுதியில் பானைத்தடம் என்ற இயலில் கன்வர்ஸ் மற்றும் ஸ்டால் ஆகியோர் அக்னிசயனா சடங்கு பற்றி சொல்லும் கருத்துகள், கருப்பு-சிவப்புப் பாண்டப் பண்பாட்டு மக்களோடு எப்படி தொடர்பு பெறுகிறது என்பதையும் விரிவாகப் பேசலாம்.

இந்தோ-ஆரியப் பண்பாடுகளில் கோட்டைச் சுவர்களுக்கான தடயம் வரலாற்றுக் காலத்தில்தான் கிடைக்கிறது. சிந்துவெளி நலிவடைந்த காலத்துக்கும், ராஜ்கீர் சிதைவுகளின் (அப்போதைய மகதப் பேரரசுப் பகுதி, தற்போதைய பீகார்) காலத்துக்கும் இடையே நீண்ட இடைவெளி உள்ளது. வேத இலக்கியங்களிலோ அல்லது வேறு தொன்மையான சமஸ்கிருத இலக்கியங்களிலோ செங்கல் கட்டுமானங்களால் நிரம்பிய சிந்துவெளிப் பண்பாட்டின் நகர்மய வாழ்வை நினைவுபடுத்தும் எந்தச் சான்றுகளும் இல்லை. ஏற்கெனவே சுட்டிக்காட்டியபடி செங்கல் என்பதற்குரிய சமஸ்கிருதச் சொல் வழிபாட்டுச் சடங்குகள், படையல் போன்ற பொருண்மைகளோடு தொடர்பு கொண்டிருக்கிறதே தவிர நகர்மய வாழ்வியலுக்கும் அந்தச் சொல்லுக்கும் அடிப்படையான தொடர்பு ஏதுமில்லை. எனவே இந்தச் செங்கல் கோட்பாட்டின் தொடர்ச்சி திராவிட மொழிக் குடும்ப ஆவணங்களிலேயே மிகத்தொன்மையான தொல்தமிழ்ச் சங்க இலக்கியங்களில் எப்படி இடம்பெறுகிறது; சிந்துவெளி நகர வாழ்வின் தொடர்ச்சி தொல்தமிழ்ப் பண்பாட்டில் புலப்படுகிறதா என்பதை விசாரிக்க வேண்டிய தேவை நமக்கு இருக்கிறது. சிந்துவெளிக்கும், தென்னிந்தியாவுக்கும் இடையில் இருக்கும் தூரம் இந்தத் தேடலுக்கு எந்தவகையிலும் தடையாக இருக்க முடியாது. 'தூரமும்', 'இடைவெளியும்' ஒன்றுபோல் தோன்றினாலும் ஒன்றல்ல என்பதை இந்த நூல் விளக்கும்.

தமிழ் மொழியிலும் பழந்தமிழ் இலக்கியங்களிலும் செங்கல்

தமிழில் செங்கல் என்ற சொல்லாக்கத்தில் கல் என்ற அடிச்சொல்லோடு செம் என்ற முன்னொட்டு சேர்ந்து செங்கல் ஆகிறது. பொருளாக்க அடிப்படையில் செங்கல் என்பது இரண்டு பொருண்மைகளைத் தருகிறது. ஒன்று, செந்நிறமான கல் *(Red stone)*. இரண்டு, நேர்த்தியான கல் *(Perfect stone)*. அவ்வகையில் செங்கல் என்பது செந்நிறமான நேர்த்தியான கல்.

செங்கல் என்ற சொல்லுக்குச் சுடுமண் கல் *(Burnt brick, as red)* என்று விளக்கம் அளிக்கிறது தமிழ்ப் பேரகராதி (1579). மண்ணைச் சிவக்கும்படி சுட்டு கல்லாக்குவது என்ற நேரடிப் பொருளை இது தருகிறது. செங்கல், மலையாள மொழியில் 'செங்கல்லு' என்றழைக்கப்படுகிறது. இச்சொல்லுக்குக் காவிக்கல் *(Red ochre in lumps)* என்ற பொருளும் உண்டு. இந்த இரண்டு சொற்பதங்களிலும் பண்பு அடையாகச் சிவப்பு என்ற வண்ணம் இருக்கிறது. இதைப் 'பச்சைக்கல்' என்ற சொல் மூலமாக மேலும் புரிந்துகொள்ளலாம். சுடப்படாத செங்கல் பச்சைக்கல் என்று கூறப்படுகிறது *(TL 2392)*.

தமிழ்ப் பேரகராதியில் சுட்ட செங்கல் என்பது 'சூளையிற் சுடப்பட்ட செங்கல்' என்று விளக்கப்படுகிறது *(TL 1501)*. பச்சைக்கல் என்ற சொல்லாக்கத்தில் பச்சை என்பதற்குப் பச்சை நிறம் என்று பொருள். ஆனால், சொற்பொருள் ஆக்க விரிவாக்கத்தில் பச்சை என்பது பழுக்காத, இளங்கொழுந்தான, சமைக்கப்படாத என்ற பொருள்களையும் தரும். அதனால்தான் பிறந்த குழந்தையைப் பச்சைக் குழந்தை என்றும் சமைக்காத இறைச்சியைப் பச்சை மாமிசம் என்றும் அழைக்கிறார்கள்.

இதன்மூலம் மண்ணைச் சூளையில் சுடுவதும் அது சிவப்பாக மாறுவதும் தொடர்புபடுத்தப்படுகிறது. அதேநேரத்தில் சுடப்படாத, சிவப்பாக இல்லாத கல்'கூட செங்கல் என்றே அழைக்கப்படுகிறது. சிவப்பு நிறம் மட்டுமே செங்கற்களுக்கான ஒரே அளவீடு என்றால் சுடப்படாத கல்லையும் செங்கல் என்று ஏன் அழைக்கிறார்கள்; அதற்கான வேறு காரணங்கள் என்ன?

செம் என்ற சொல் ஒருசொல் பலபொருளாக *(Polysemy)* பொருள் விரிவாக்கம் பெறுவதற்கான சான்றுகள் பழந்தமிழ் இலக்கியங்களில் கிடைக்கின்றன. செம் என்ற சொல் சிவப்பு நிறத்தை மட்டுமின்றி ஒழுங்கான, முறையான, தரமான, நேரான, உன்னதமான, உயர்வான போன்ற பொருள்களையும் தருகிறது. செங்குணக்கு = நேரான கிழக்கு; செங்குத்துக்கோடு = நேரான கோடு; செங்கை = வள்ளல்தன்மை கொண்ட கை; செங்கோல் = நடுவுநிலைமை தவறாது முறைசெய்யும் அரசனின் கையில் இருக்கும் கோல்; செந்தமிழ் = வழக்கு மொழியான கொடுந்தமிழிலிருந்து வேறுபட்ட உயர்மொழி; செம்மொழி = பண்பட்ட உயர்தனிமொழி. இத்தகைய சொல்லாடல்கள்மூலம் நாம் இதை உணரலாம். எனவே, செங்கல் என்ற சொல் பொதுவாகச் சுடப்பட்ட சிவப்பு நிறமுடைய ஒரே அளவான நேரான, செம்மையான, முன்முடிவு செய்யப்பட்ட தரத்துடனும், ஒழுங்குடனும் அமைந்த செங்கல் என்பது புரியும். செங்கல் என்பது ஒருவகையில் செம்மையின் குறியீடு.

செங்கல் கட்டளைகளும் செங்கல் சூளைகளும்

திராவிட வேர்ச்சொல் அகராதி *(DEDR 1147)*, கட்டளை என்ற தமிழ்ச் சொல்லை முறை, ஆணை, நெறிமுறை, ஒழுங்குமுறை *('Code, Rule, Regulation')* என்று விளக்குகிறது. தமிழ் மொழியில் செங்கற்களை ஒரே அளவாக அறுத்துச் செய்யும்

அச்சு (Mould) கட்டளை என்று அழைக்கப்படுகிறது (TL 647). கட்டளை என்ற சொல் கட்டு என்ற வேர்ச்சொல்லிலிருந்து பிறந்தது. கட்டு என்ற சொல்லுக்குக் கட்டுதல், பிணைத்தல், இணைத்தல் என்ற பொருள் உண்டு.

கட்டு என்ற அடிச்சொல்லிலிருந்து பிறந்த பல்வேறு சொற்களைத் திராவிட மொழிகளில் காணமுடிகின்றன. இதில் கட்டுதல், இணைத்தல், பிணைத்தல், பழக்கவழக்கங்கள், நெறிமுறை, திருமணம் செய்தல், கடைப்பிடித்தல் என்பனவற்றைக் குறிப்பிடலாம். கட்டுதல் என்ற வினையில் தொடங்கிக் கட்டடம், கட்டி வைத்தல், இணைத்தல், திருமணம் செய்து வைத்தல், கட்டுப்படுதல் என்று பல்வேறு நிலையில் இயங்கும் இச்சொல்லே செங்கற்களை ஒரு வரைமுறைக்குள் ஒரே அளவாகத் தயாரிக்கும் செயல்முறையை விளக்கும் சொல்லாகப் பயன்பட்டிருக்கிறது.

சங்க இலக்கியங்கள் கட்டளை என்பதைத் தரத்தை ஒப்பிட்டு உறுதிசெய்யும் உரைகல் என்ற பொருளில் பயன்படுத்துகின்றன. தரச்சான்று, தகுதிச்சான்று ஆகிய பொருண்மைகளும் இதற்கு உண்டு. எனவே கட்டளை என்ற தமிழ்ச்சொல் பொருள், உய்த்துணர்தல் என்ற இரண்டு நிலையிலும் பொருள் விரிவாக்கம் பெறுகிறது. தற்காலத் தமிழிலும் செங்கல் கட்டளை என்பது செங்கற்களை உருவாக்கும் அச்சு என்றே பயன்படுகிறது. இதில் முன்பே உறுதிசெய்யப்பட்ட வரைமுறைக்குள் கல்லின் அளவு கட்டுப்படுத்தப்படுகிறது. ஏற்கெனவே நாம் பார்த்தபடி இப்படிப்பட்ட ஒரு முறையே சிந்துவெளிப் பண்பாட்டின் 1:2:4 என்ற தரக்கோட்பாடு கொண்ட செங்கற்களின் தயாரிப்பில் பயன்பட்டிருக்கலாம்.

தமிழில் கட்டடம் (Building) என்ற சொல் கட்டு என்ற சொல்லிலிருந்து உருவாகிறது. எனவே, இச்சொல்லாக்கத்தில் செங்கல்லை உருவாக்குதல் என்ற சொல்லே கட்டடம் என்ற கட்டுமானத்தோடு தொடர்புடையதாக இருக்கிறது.

சுட்ட செங்கல்லைக் குறிக்க சூளைக்கல் என்ற சொல்லையும் தமிழ்ப் பேரகராதி பயன்படுத்துகிறது. சூளை என்ற சொல் சங்க இலக்கியத்தில் பானைகளை எரிக்கப் பயன்படும் இடத்தைச் சுட்டுகிறது (புறம். 228). திராவிட வேர்ச்சொல் அகராதி 2709 'சூளை' என்ற தமிழ்ச் சொல்லுக்குப் பானை செய்யும் குயவர்களின் சூளை, ஊதுலை, இறந்தவர்களை எரிக்கும் சிதை என்ற பொருள்களைத் தருகிறது. மலையாள மொழியிலும் செங்கற்சூளை 'சூளா' என்று அழைக்கப்படுகிறது. டர்னர் இதைச் சமஸ்கிருதத்திலும் பிராகிருதத்திலும் வழங்கும் சுள்ளி, சுல்லி ஆகியவற்றோடு ஒப்பிடுகிறார் (CDIAL 4879). பொதுவாகப் பானைகளைச் சுடும் சூளைகளில் சிறு குச்சிகளும், காய்ந்த முட்செடிகளும் விறகுபோல் திணிக்கப்பட்டு எரிக்கப்படும். தற்காலத் தமிழிலும் அடுப்பு எரிக்கப் பயன்படும் சிறு குச்சிகளைச் சுள்ளி என்று அழைக்கும் வழக்கம் இருக்கிறது. மலையாளம், கோட்டா போன்ற மொழிகளிலும் இச்சொல் வழக்கு உள்ளது. கலம் சுடும் சூளை என்று அழைப்பதற்குச் சுள்ளி என்ற சிறு குச்சிகளின் பயன்பாடு காரணமாய் இருந்திருக்கக்கூடும். சமஸ்கிருதச் சொல்லான சுள்ளி (எரிக்கும் இடம்) என்பதிலிருந்து உருவானதாகக் கருதப்படும் சூளா போன்ற இந்திச்சொற்கள் மிக நெடுங்காலத்துக்கு முன்பு திராவிட மொழிகளிலிருந்து சமஸ்கிருத, பிராகிருத மொழிகளில் கடன்பெறப்பட்ட சொற்களாக இருக்கலாம்.

பச்சைக் களிமண்ணால் செய்யப்பட்ட மட்பாண்டங்களையும், சுடுமண் உருவங்களையும் ஒரே அளவிலான செங்கற்களையும், சுட்டெடுப்பதில் சூளை பயன்படுத்தப்படுகிறது. பானை சுடும் சூளைகளைப் பற்றவைப்பதில் சுள்ளி, முட்செடிகள், வைக்கோல் ஆகியவற்றின் பயன்பாடு நெடுங்காலமாக உள்ளது. இவ்வாறு பானை மற்றும் செங்கல் செய்யும் முறை, தொழில்நுட்பம், உற்பத்திப்பொருள் ஆகிய மூன்று நிலைகளிலும் சுள்ளி, சூளை, சுடுமண், செங்கல் போன்ற சொற்கள் முறையாக உள்ளடங்கிப் பொருள் உணர்த்துவது வியப்பளிக்கிறது.

சுடுமண் கற்களால் கட்டப்பட்ட பண்டைய நகரங்கள் பற்றிய சங்க இலக்கியப் பதிவுகள்

சிந்துவெளிப் பண்பாட்டு நகரங்களின் சிதைவுகளில் இலட்சக்கணக்கான சுட்ட செங்கற்களும், வெயிலில் உலர்த்திய செங்கற்களும் குவிந்து காணப்படுகின்றன. அதைப்போலவே சங்க இலக்கியங்களில் சுடுமண் கற்களால் கட்டப்பட்ட ஓங்கி உயர்ந்த மதில்கள் ஏராளமாகக் காணப்படுகின்றன. பழைய நகரங்களின் மதில்கள், செங்கல் சுவர்கள், சுடுமண் கற்கள், புறச்சுவர்கள், பெரிய வீடுகளின் மதில்சுவர்கள், உயர்ந்த சுவர்களைக் கொண்ட அழகிய வீடுகள், மதில்களால் சூழப்பட்ட நகரங்கள், செம்பு போன்ற மதில்களைக் கொண்ட கோட்டைகள் என்று சுவர்கள் பற்றிய வெவ்வேறு சித்தரிப்புகள் சங்க இலக்கியங்களில் காணப்படுகின்றன. சங்க இலக்கியங்களின் நகர்மயக் கட்டுமானத்தில் 'உயர் மதில்சுவர்' என்பது ஒரு முக்கியமான இடத்தைப் பெற்றுள்ளது.

> பல்மரம் நீள் இடைப் போகி, நல்நகர்
> விண் தோய் மாடத்து விளங்கு சுவர்
> உடுத்த.. (பெரும்பா. 368-369).

சுட்ட செங்கற்களும், செம்பு போன்ற சுவர்களும்

சங்க இலக்கியங்களில் நகரங்களின் சுற்றுச்சுவர்கள் மற்றும் வீடுகளின் உயர்நிலை மாடங்கள் காட்சிப் படிமமாய்

சித்தரிக்கப்படும்போது சுவர்களின் தோற்றப் பொலிவையும் தன்மையையும் செம்பு என்ற உலோகத்துடன் ஒப்பிடப்படுவதைக் காணலாம்.

...செம்பு இயன்றன்ன செய்வுறு நெடுஞ்சுவர்...(நெடுநல். 112)

...செம்பு புனைந்து இயற்றிய சேண் நெடும் புரிசை... (புறம். 201)

...செம்பு உறழ் புரிசைச் செம்மல் மூதூர்... (புறம். 37)

...கயம் கண்டன்ன வயங்குடை நகரத்து
செம்பு இயன்றன்ன செஞ்சுவர் புனைந்து... (மதுரைக். 484-485)

...செம்பு உறழ் புரிசைப் பாழி நூறி... (அகம். 375)

தாமிரம்/செம்பு போன்ற உலோகங்கள் எளிதாகக் கிடைப்பதல்ல. முழுச்சுவரையும் இந்த உலோகத்தால் கட்டுவது நடைமுறை சாத்தியமுமில்லை. நகர்களின் நுழைவாயில் கதவுகள் மற்றும் வீடுகளின் கதவுகளை அழகுபடுத்தவும், கைப்பிடி போன்றவற்றிற்கும் செம்பு போன்ற உலோகங்கள் பயன்படுத்தப்பட்டன என்பது புரிந்துகொள்ளத்தக்கது. செம்பில் செய்தாற்போல் என்று சொல்வதிலிருந்து இதன் பின்னணியைப் புரிந்து கொள்ளலாம். 'சுடுமண் ஓங்கிய நெடுநகர் வரைப்பின்' (பெரும்பா. 405) என்ற வரியில் சுடுமண் என்ற சொல் நேரடியாக வருவதால் இந்தச் சுற்றுச்சுவர்கள் சுட்ட செங்கற்களால் ஆனவை என்பது தெளிவாகிறது.

சுவர்களைச் செம்பால் செய்தது போல என்று சித்தரிப்பதின் காரணங்களை ஊகிக்க முடிகிறது.

1. சுடுமண் செங்கற்களின் உறுதி, நெடுங்காலம் அழியாமல் நிலைத்திருக்கக்கூடிய தன்மை ஆகியவற்றை வலியுறுத்த செம்போடு ஒப்பிடப்பட்டிருக்கலாம்.

2. செங்கற்களின் சிவப்பு நிறம் செங்கற்களால் கட்டப்பட்ட சுவர்கள் செம்புச் சுவர்களைப் போன்ற வண்ணத்தையும், வனப்பையும் நினைவுபடுத்தியிருக்கலாம்.

3. செம்பு மிகவும் மதிப்புமிக்க உலோகம் (Prestigious Material). எனவே, உறுதியான, செம்மையான நெடுஞ்சுவரின் பெருமிதத்தை வலியுறுத்த செம்பு என்ற உருவகம் பயன்பட்டிருக்கக்கூடும்.

பாண்டியர்களின் தலைநகரமான மதுரை மாநகரம் பற்றி மதுரைக்காஞ்சி சித்தரிக்கும் காட்சி வருமாறு:

மண் உற ஆழ்ந்த மணி நீர்க் கிடங்கின்
விண் உற ஓங்கிய பல் படைப் புரிசை,
தொல் வலி நிலைஇய அணங்குடை நெடுநிலை,
நெய்படக் கரிந்த திண்போர்க் கதவின்
மழை ஆடும் மலையின் நிவந்த மாடமொடு,

வையை அன்ன வழக்குடை வாயில்
வகை பெற எழுந்து வானம் மூழ்கி,
சில் காற்று இசைக்கும் பல் புழை நல் இல்
யாறு கிடந்தன்ன அகல் நெடுந் தெருவில் (மதுரைக். 351-359).

தமிழ் கூறும் நல்லுலகின் மிகத் தொன்மையான நகரம் மதிரை (பிற்காலத்தில் மதுரை என்று அழைக்கப்படுகிறது). மதிரை என்ற சொல் தொல்தமிழ் பிராமி (தமிழி) கல்வெட்டுகளிலும்,

பிற்காலக் கல்வெட்டுகளிலும் பொறிக்கப்பட்டுள்ளன. சுற்றுச்சுவரைக் குறிப்பிடும் மதிர்/மதில் என்ற சொல்லிலிருந்து மதிரை என்ற இடப்பெயர் உருவாகியிருக்கலாம் என்று ஆய்வாளர்கள் கருதுகிறார்கள். ஐராவதம் மகாதேவன் மதிரை என்ற சொல் மதில்சுவர் நகரம் (The Walled City) என்ற பொருளைக் குறிப்பதாகக் கருதுகிறார். மதுரைக்காஞ்சியில் வரும் மதுரை நகர் பற்றிய சித்தரிப்புகளை வெறும் சொல்லாடல் என்றோ கற்பனையான புனைகதை என்றோ சொல்லிவிட முடியாது. இதற்குச் சங்க இலக்கியத்தின் இயல்பான, துல்லியமான சித்தரிப்புகள் மட்டும் காரணமல்ல. வைகைக்கரைப் பகுதியில் காணப்படும் பழந்தமிழ்க் கல்வெட்டுகளும், நகரப் பண்பாடு சார்ந்து கிடைத்துள்ள, கிடைத்துவரும் அசைக்கமுடியாத தொல்லியல் தரவுகளும் இதை உறுதிசெய்கின்றன (இதுபற்றி விரிவாக ஆதிச்சநல்லூர் மற்றும் கீழடி என்ற இயல்களில் பேசுவோம்).

சிந்துவெளியின் பிரமாண்ட சிதைவிடங்களைச் செவ்வியல் இலக்கியமாகக் காட்சிப்படுத்தும் பண்டைய இலக்கியப் பதிவு சங்க இலக்கியங்கள் மட்டுமே. 'செம்பில் செய்தது போன்ற சுவர்கள்' என்ற சித்தரிப்பு அதன் உச்சகட்டமான காட்சிப்படிமம். அதுமட்டுமின்றி நகர்மய வாழ்வியல் தொடர்பான சில தெளிவான விவரங்களும் சங்க இலக்கியங்களில் கிடைக்கின்றன. ஒருவகையில் ஆகச்சிறந்த நகர்மயப் பண்பாட்டின் ஆவணப்பதிவாக விளங்கும் சங்க இலக்கியம் தமிழ்ப் பண்பாட்டின் தனித்துவத்திற்கும் சான்றாக இருக்கிறது. வடிகால் வசதிகள், பொதுத்தூய்மை சார்ந்த ஏற்பாடுகள், சுடுமண் குழாய்கள் போன்றவை சிந்துவெளிப் பண்பாட்டின் முத்திரை அடையாளங்கள் என்றால் அவற்றை ஓரளவு நினைவுபடுத்தும் ஆவணப்பதிவு சங்க இலக்கியத்தில்தான் கிடைக்கிறது. உயர்ந்த மதிலுக்குள் உள்ளீடாக நீண்ட குழாய்கள் பதிக்கப்பட்டு அக்குழாய்களின் வழியாக வெள்ளநீர் வெளியேற்றப்பட்டதைப் பரிபாடல் குறிப்பிடுகிறது.

> சினை விரிந்து உதிர்ந்த வீ, புதல் விரி போதொடும்,
> அருவி சொரிந்த திரையின் துரந்து;
> நெடு மால் சுருங்கை நடுவழிப் போந்து
> கடு மா களிறு அணத்துக் கை விடு நீர் போலும்
> நெடு நீர் மலி புனல், நீள் மாடக் கூடல்
> கடி மதில் பெய்யும் பொழுது. (பரி. 20: 102-107)

தமிழ்நாட்டில் தொல்லியல் சான்றுகள்

இந்தியத் தொல்லியல் கழகத்தின் தலைமைப் பொறுப்பிலிருந்த தொல்லியல் அறிஞர் கே. என். தீட்சித், 1939இல் சிந்துவெளியின் முக்கியத்துவத்தை மையப்படுத்தி ஒரு கருத்தை வெளியிட்டிருந்தார்.

"அறிந்ததிலிருந்து அறியாததை நோக்கித் தொடர்ந்து பயணிப்பதே அறிவுப்புலம். 20ஆம் நூற்றாண்டின் தொடக்கம்வரை இந்தியாவைப் பற்றிய தொல்பொருள் சான்றுகள் நம்மிடம் இல்லை. எனவே வரலாற்று ஆசிரியர்கள் அலெக்ஸாண்டர் படையெடுப்பின்மூலம் கிடைத்த சில புவியியல் தடயங்கள், ஃபா-ஹேயின் போன்ற சீனப்பயணிகளின் பயணக்குறிப்புகள் ஆகியவற்றைத்தான் நம்பி இருந்தார்கள். இதற்கு வெளியே ரிக் வேதம் மற்றும் பண்டைய சமஸ்கிருத இலக்கியங்கள் பண்டைய இந்தியாவின் வாழ்வியல் பற்றிய சில தகவல்களை அளிக்கின்றன. ஆனால், அக்குறிப்புகளை இந்தியாவிற்கு வெளியே எந்த ஆய்வாளரும் நம்பத்தகுந்த சான்றாதாரமாக எடுத்துக்கொள்ளவில்லை. இச்சூழலில்தான் சர் ஜான் மார்ஷல், ஆர். டி. பானர்ஜி, ஏனைய தொல்பொருள் ஆய்வாளர்களும் வந்தார்கள். அதன் விளைவாக 1924இல் இல்லஸ்டிரேட்டட் லண்டன் நியூஸ் இதழில் இந்திய வரலாற்றைத் திசைத் திருப்பிய மகத்தான அறிவிப்பு வந்தது." (Dikshit 1939: 12)

இந்தக் கருத்தை அவர் வெளியிட்ட அதேநேரத்தில் சிந்துவெளிப் பண்பாடு பற்றிய சில புரியாத புதிர்களுக்குத் தென்னிந்தியத் தொல்பொருள் ஆராய்ச்சியில் விடை கிடைக்கக்கூடும் என்ற தொலைநோக்குப் பார்வையும் கே. என். தீட்சித்திற்குத் தெளிவாக இருந்துள்ளது.

"இப்போது, புதிதாக அகழ்வாராய்ச்சியில் கண்டுபிடிக்கப்பட்டுள்ள இடங்களிலிருந்து வெகு தூரத்தில் இல்லை காம்பே வளைகுடா *(Gulf of Cambay)*. காம்பே மற்றும் ப்ரோச் *(Broach)* துறைமுகப் பகுதிகளில்தான் பண்டைய இந்தியாவின் சூதுபவளத் தொழிற்சாலைகள் தீவிரமாக இயங்கியுள்ளன. சூதுபவள அணிகலன்கள் சிந்துவெளி நகரங்களில் வெகுவாகப் பயன்படுத்தப்பட்டன. எனவே, நர்மதா பள்ளத்தாக்குப் பகுதியில் மேலும் அகழ்வாராய்ச்சிகள் செய்தால் சிந்துவெளிப் பண்பாட்டுத் தொடர்புடைய குடியிருப்புகள், நகரங்கள் மேலும் கிடைக்கக்கூடும். இதைப்போலவே சிந்துவெளி நகரங்களில் வெகுவாகப் பயன்படுத்தப்பட்ட சங்கு வளையல் மெட்ராஸ் மாகாணத்தின் தென்கிழக்குப் பகுதியிலிருந்து பெறப்பட்டு இருக்க வேண்டும். எனவே, திருநெல்வேலி மாவட்டம் மற்றும் அதைச் சுற்றியுள்ள கொற்கை போன்ற பண்டைய துறைமுகப் பகுதிகளில் தீவிரமான அகழாய்வுகள் செய்தால் ஒருநாள் சிந்துவெளிப் பண்பாட்டுக் காலத்துக்குச் சமகாலப் பண்பாடு அல்லது அதற்குச் சற்று காலத்தால் பிற்பட்ட பண்பாட்டுக்கான தொல்பொருள் சான்றுகள் கிடைக்கக்கூடும் என்று எதிர்பார்ப்பது மிகை அல்ல." *(Dikshit 1939: 13)*

தீட்சித் *80* ஆண்டுகளுக்கு முன் சொன்னதுதான் இப்போது மதுரைக்கு அருகே கீழடியில் நடந்திருக்கிறது. கீழடியில் சுட்ட செங்கற்களின் பயன்பாடு உறுதியாகத் தெரிகிறது; அங்கே கிடைத்துள்ள பானைகள் ஒரு தெளிவான செய்தியைத் தெரிவிக்கின்றன. அங்குள்ள வீடுகளின் சிதைவுகளில் கண்டறியப்பட்டுள்ள வடிகால்கள், வடிகுழாய்கள் சிந்துவெளிப் பண்பாட்டை நினைவுபடுத்துகின்றன. இதுவரை கிடைத்த தரவுகளின் அடிப்படையில் கீழடிப் பண்பாட்டின் மையப்புள்ளி சமயம் சார்ந்தது இல்லை; அங்கே விளையாட்டுப் பொருள்களும், பகடைக்காய்களும் மேலதிகமாகக் கிடைத்துள்ளன என்பது அக்காலச் சமூகவியல் பற்றிய ஒரு மதிப்பீட்டைத் தருகிறது. கீழடிச் செங்கற்கள் மற்றும் அவற்றின் கட்டுமானச் சிறப்புகள் வரலாற்றுக்கு முற்பட்ட காலகட்டம் பற்றிய புதிய புரிதலை நமக்கு அளிக்கத் தொடங்கியுள்ளன. ஆதிச்சநல்லூர் மற்றும் கீழடியில் நடைபெற்று வரும் அகழாய்வுகளின் தாக்கம் பற்றி தனியாக ஓர் இயலில் விரிவாகப் பேசுவோம்.

திராவிடச் சிவப்பு: செங்கல், மட்பாண்டங்கள், செம்பு உணர்த்தும் நிற மொழி

செங்கல்

ஆய்வுப்பொருள்	குறியீடு	சிந்துவெளி	திராவிடம்	இந்தோ-ஆரியம்
செங்கற்களின் சிறப்புப் பண்பு	பொருட்பண்பாட்டில் செங்கற்களின் மேலதிகப் பயன்பாடு	எண்ணிலடங்காத சுட்டசெங்கற்கள் கிடைப்பதன்மூலம் செங்கற்களை வடிவமைப்பதில் ஹரப்பா மக்களுக்கு இருந்த அதீத ஈடுபாடு புலப்படுகிறது	சங்க இலக்கியங்கள் பழமையான தமிழ் நகரங்களைப் பற்றிய தெளிவான குறிப்பை வழங்குகின்றன. ‘சுடுமண் ஓங்கிய’ என்று செங்கற்களில் செய்யப்பட்ட சுவர் என்றே குறிப்பிடுகிறது.	ரிக் வேத ஆரியர்களுக்குச் சுடுமண் கற்களைப் பற்றிய புரிதல் இல்லை. அவர்களின் சடங்குகளுக்குச் சிறிய களிமண் பலிபீடங்களே போதுமானதாக இருந்திருக்கின்றன (*Doniger 2009*)
செங்கற்களின் நடைமுறைத் தேவை	செங்கற்களின் பயன்பாட்டின் பெருக்கம் மற்றும் சூழல்கள்	செங்கற்களின் மேலதிகப் பயன்பாடு, செங்கல் மேடை அமைத்துக் கட்டடங்களை எழுப்புவது ஆகியவை சிந்துவெளியின் தனித்துவம். செங்கற்கள் பயன்பட்டுள்ள வெவ்வேறு சூழல்கள் பின்வருமாறு: வலுவான சுற்றுச்சுவர்கள், வீடுகள், பொதுஇடங்கள், குளியலறை, வடிகால்களை மூடுவதற்கு, கிணறுகள்; சிறப்பான கட்டடங்களில் சுட்டசெங்கல் தரை; கிணறுகளின் ஓரத்தை அமைக்க ஆப்பு வடிவச் செங்கற்கள்; செங்கல், ஜிப்ஸம், பிளாஸ்டர் மற்றும் தார்க் கலவையால் நீர் வெளியேறாதபடி நெருக்கி கட்டிய பெரும் குளியலிடம். தானியக் கிடங்குகளுக்கான வட்ட வடிவச் செங்கற்கள், வடிகால்களுக்கான வழுவழுப்பாக்கப்பட்ட செங்கற்கள், வலுவாக அடுக்கப்பட்டு, பூசப்பட்ட உயர்ந்த தெருச் சுவர்கள் (சில 25 அடி உயரம் வரை). செங்கற்கள் சிந்துவெளி நகரங்களின் முத்திரை அடையாளங்களில் ஒன்று.	சுட்ட செங்கற்களால் செய்யப்பட்ட சுவர்கள்-சுடுமண் ஓங்கிய நெடுநகர் வரைப்பின் (பெரும்பா. 405) ‘செம்பு போன்ற சுவர்கள்’-சுவர்களின் ‘உறுதி’, ‘நிலைத்திருக்கும் தன்மை’ மற்றும் ‘சிவப்பு நிறம்’ ‘மதிரை’-மதில்களால் சூழப்பட்ட நகரம் என்று தமிழ்-பிராமி (தமிழி) கல்வெட்டுகளில் காணப்படும் குறிப்பு ‘வலுவான உயர்ந்த சுவர்கள்’ இருந்ததைக் குறிப்பிடுகிறது.	வேதகால ஆரியர்கள் செங்கல் செய்யும் தொழில்நுட்பத்தை அறியாதவர்கள்; கருப்பு-சிவப்புப் பாண்ட பண்பாட்டினரே இவர்களுக்குச் செங்கல் பற்றி புரிதலைக் கொடுத்ததாக ஹைலா ஸ்டன்ட்ஸ், கன்வர்ஸ், ஃப்ரிட்ஸ் ஸ்டால் மற்றும் ரொமிலா தாப்பர் ஆகியோர் குறிப்பிடுகிறார்கள்.
செங்கற்களின் தரம்	உறுதி, நிலைத்த தன்மை மற்றும் சீரான வடிவமைப்பு	சிந்துவெளி மக்கள் செங்கல்லின் அளவை துல்லியமாக கணக்கிட்டு வடிவமைக்கும் கலையில் தலைசிறந்தவர்கள். (*Doniger 2009*) *1:1/2:1/4* எனும் அளவு சிந்துவெளிச் செங்கற்களின் ‘உரைகல் தரம்’ (*touch stone standard*).	செங்கல்-‘செங்கல்’, ஒரு ‘சிவப்புக் கல்’, ‘சீரான, சிறப்பான, தரமான’ கல். ‘செம்’-‘சிறப்பான’, ‘தரமான’, செங்கோல், செந்தமிழ், செங்கொடி, செந்தாமரை ஆகியவற்றில் இருப்பது போன்று. செங்கலில் இருக்கும் கல் என்பது பாறை, கரடு, மலை போன்ற பொருண்மை கொண்டது. கல் என்பது உறுதியானதாக, நிலைத்த தன்மை கொண்டதாக உள்ளது. ஆகையால் சுடுமண்கல் செங்கல் என்று குறிப்பிடப்படுகிறது. திராவிட வேர்ச்சொல் அகராதி (1147), கட்டளை என்ற தமிழ்ச் சொல்லை ‘*code, rule, regulation*’ (முறை, ஆணை, நெறிமுறை, ஒழுங்குமுறை) என்று விளக்குகிறது. பழந்தமிழ் இலக்கியங்கள் கட்டளை என்பதை ‘உரைகல்’ என்ற பொருளில் பயன்படுத்துகின்றன.	அசோகர் காலச் செங்கற்கள் நீளத்திலும், அகலத்திலும் சிந்துவெளிச் செங்கற்களை விட இரண்டுமடங்கானது. குப்தர், குஷானர்களின் காலகட்டத்தில் இவை அளவில் குறுகியதாக இருந்திருக்கலாம் ஆனால் ஒருபோதும் சிந்துவெளி அளவை எட்டியதில்லை. சூளையில் சுடப்பட்டவை (ஹரப்பா) *vs* சூரிய வெளிச்சத்தில் உலர்த்தப்பட்டவை (வேதகாலம்). சூளையில் சுடுவது ரிக் வேதத்திற்கு

ஆய்வுப்பொருள்	குறியீடு	சிந்துவெளி	திராவிடம்	இந்தோ-ஆரியம்
		அசாதாரணமான சிந்துவெளியின் சுட்டசெங்கற்களை, "தொழில் ரீதியான கச்சிதமான அளவு" என்கிறார் கே. என். தீட்சித்.	தமிழ் மொழியில் செங்கற்களை ஒரே அளவாக அறுத்துச் செய்யும் அச்சு (*Mould*) கட்டளை என்று அழைக்கப்படுகிறது (*TL 647*) தமிழில் கட்டடம் 'கட்டு' என்ற சொல்லில் இருந்து உருவாகிறது.	பல நூற்றாண்டுகள் கழித்தே வந்தது. (*Doniger 2009*). சிந்துவெளிக்கு அருகே செங்கல் மரபில் பெருத்த இடைவெளி.
செங்கல் தயாரிப்பின் பொருளாதாரம் மற்றும் சமூகவியல்	செங்கல் செய்பவர்கள், சூளை தொழிலாளர்கள், கொத்தனார், மேற்பார்வையாளர் என்று தொடர்புடைய திறனாளர்கள்	மேல்-மேற்கு மற்றும் கீழ்-கிழக்கில் உள்ள மேலதிகமான மற்றும் பரவலான சுட்ட செங்கற்களின் பயன்பாடு செங்கல் செய்யும் கலை, அதிக தேவை மற்றும் மதிப்பு மிக்கதாக இருப்பதை எடுத்துக்காட்டுகிறது.	அரசனின் அரண்மனை கட்டப்படுவது நெடுநல்வாடையில் (72-78) விவரிக்கப்படுகிறது. கட்டுமானத்தில் சிறந்த அறிவு; செழிப்பான, ஆழமான மரபு, ஆற்றல்; கட்டுமான நிபுணர்களுக்குக் கொடுக்கப்படும் மரியாதை; கட்டுமானத்தில் என்னென்ன முறைகள் பயன்படுத்தப்பட்டன; திசைகளுக்கான குறிப்பு மற்றும் திசையைத் துல்லியமாகக் குறிக்கும் முறை ஆகியவை இதில் குறிப்பிடப்படுகின்றன. இவை அனைத்தும் ஹரப்பா பண்பாட்டின் கோட்டைகளையும், அகழாய்வாளர்கள் குறிப்பிடும் குஜராத்தின் லோத்தல் நகரின் 'அறிவார்ந்தத் தலைவன்' (*Leader Genius*) என்பதையும் நினைவுபடுத்துகின்றன.	செங்கற்கள் சார்ந்த எந்தப் பொருளாதாரமும் வேதகாலத்தில் அல்லது தொல்சமஸ்கிருத இலக்கியங்களில் இருப்பதற்கானச் சான்றுகள் இல்லை.
சமய நம்பிக்கையில் செங்கற்களின் முக்கியத்துவம்	சமயம் மற்றும் சடங்கு சார்ந்த சூழல்களில் செங்கல்லின் முக்கியத்துவம்	வழிபாட்டிற்கு மட்டுமான தலங்கள் எதுவும் கிடைக்கவில்லை. அரண் சூழ்ந்த கோட்டை, தானியக்கிடங்கு, பெரும் குளியலிடம், வடிகால் மற்றும் குளியலறை போன்றவை பொதுமக்களுக்கான வசதிகள். செங்கல் என்பது பாதுகாப்பு மற்றும் வாழ்க்கைக்கு துணை செய்யும் கருப்பொருளாகத் திகழ்வதாகவே உள்ளது.	சங்க இலக்கியங்களில் குறிப்பிடப்படும் செங்கல் கட்டடங்கள், சுவர்கள், கோட்டைச்சுவர்கள் மற்றும் அரண்மனை ஆகியவை மதச்சார்பற்ற நோக்கிலேயே குறிப்பிடப்படுகிறது.	செங்கல் புனிதமானதாகவும், ஒருவரின் விருப்பத்தை நிறைவேற்றக்கூடியதாகவும் கருதப்படுகிறது. விஸ்வகர்மா மரபில் செங்கல் ஒரு குடும்பத்தில் உள்ள மகள்களுக்கு இணையாகக் கருதப்பட்டு செங்கற்களுக்கு 350 பெண் தெய்வங்களின் பெயர்கள் வழங்கப்படுகின்றன.
செங்கல் என்ற சொல் உருவாக்கம்	தரம், சீரான நிறம் மற்றும் வலிமை செங்கற்களைக் குறிக்கும் சொற்கள்	சிந்துவெளியில் செங்கற்களுக்குப் பயன்படுத்தப்பட்ட சொல் அதன் அடிப்படைத் தன்மையான வலிமை, நிறம் மற்றும் காத்திரமான தரம் ஆகியவற்றை நிச்சயம் குறிப்பிடுவதாக இருக்கும் என்பது நியாயமான அனுமானம். ஆனால், தற்போது அந்த சொல்லை வாசித்தறிய இயலவில்லை.	ஒருசொல் பலபொருள் அடங்கிய சொல்லான செங்கல் என்பது சிந்துவெளிச் சுடுமண் கற்களின் அனைத்து பண்புகளையும் விளக்கும் சொல்லாக உள்ளது.	வேதம் மற்றும் சமஸ்கிருதத்தில் இஷ்டிகா என்றால் செங்கல். இது இரண்டு வேர்ச்சொற்களில் இருந்து பிறக்கிறது. யஹா என்றால் பலியிடுதல், இச்சா என்றால் ஆசை. இவை சமயம்/சடங்கு நோக்கிலேயே உள்ளன. தரம், தன்மை, வலிமை, நிறம் ஆகிய எதற்கும் சிறப்பு முக்கியத்துவம் கொடுப்பதாக இல்லை. செங்கல் வீடுகள் கட்டப்பட்டதற்கான குறிப்பும் கிடையாது.

"இந்தியாவின் கடந்தகாலம் எப்படிப்பட்டது என்பதைப் புரிந்துகொள்வது எளிதல்ல. அது சிக்கலான பல முடிச்சுகளைக் கொண்டது. பண்டைய இந்தியாவின் பண்பியல்புகளை அறிந்துகொள்ள மட்பாண்டங்களைவிட சிறந்த தடயங்கள் வேறு எதுவுமில்லை."

- ஹெச். டி. சங்காலியா

பானைத்தடம்

இயற்கைச்சூழலைப் பண்பாடாக மாற்றுபவர்கள் மனிதர்கள். மனிதகுலத்தின் பண்பாட்டுக் குழுக்கள் அனைத்தையும் 'சமைக்கத் தெரிந்த' மற்றும் 'சமைத்து சாப்பிடாத' என்ற இருகோணச் சித்தரிப்பில் விளக்க முயல்கிறார் கிலாட் லெவி ஸ்டிராஸ் (*Claude Levi Strauss*). அதாவது சமைக்காத பச்சைக் காய்கறி, பச்சை மாமிசம் ஆகியவற்றைச் சமைத்த உணவாக மாற்றுவது என்பது ஒருவகையில் இயற்கையைப் பண்பாடாக மாற்றுவதற்கு நிகரானது. பண்பாட்டின் பரிணாமத்தை இந்தக் கோணத்தில் அணுகினால், மட்பாண்டங்கள், பானை செய்யும் சக்கரம் மற்றும் அப்பானைகளை வனைந்த குயவர்களின் பங்களிப்பு மனிதகுல வரலாற்றின் வளர்ச்சியில் எவ்வளவு முக்கியமானது என்பது புரியும். நாம் போகிறபோக்கில் பார்த்துவிட்டுப் புறக்கணித்துப் போகிற பழம்பானைக்குள் பதுங்கிக் கிடக்கும், நம் கண்களுக்குப் புலப்படாத தொன்மையின் சுவடுகள் ஏராளம்.

ஹரப்பா பண்பாட்டு மட்பாண்டங்களின் செய்முறை மரபு இந்தியாவின் மற்ற பகுதிகளுக்குப் பரவித் தொடர்ந்ததையும், அப்பானைகள் ஒப்பீட்டு அளவில் சிந்துவெளிப் பண்பாட்டின் மரபின் நீட்சியின் போக்கு, திசைகள் குறித்த புரிதல்களுக்கு எவ்வாறு உதவக்கூடும் என்பதையும் பானைத்தடம் என்ற இந்தப்பிரிவில் விவாதிப்போம். மேலும் பானை தொடர்பான சொற்கள் இந்தோ-ஆரிய மொழிகளிலும், திராவிட மொழிகளிலும் எவ்வாறு சொல்லாக்கம் பெற்று சொற்பொருள் மாற்றங்களையும் உள்வாங்கி வளர்ந்துள்ளன என்பதையும் விவாதிப்போம்.

மட்பாண்டம் செய்தல் நெடுங்காலமாக, தலைமுறை தலைமுறையாகக் குடும்பத்தொழிலாக வளர்ந்து வந்திருப்பதால் குயவர் சமூகவியலைப் பிற சமூகங்களுடனான உறவுப் படிநிலைகளின் ஊடாகப் புரிந்துகொள்வது இந்த நூலின் மையக்கருத்துக்கு உதவும். இந்தவகையில், தொல்தமிழ் இலக்கியங்கள், சமஸ்கிருத இலக்கியங்கள் மூலம் புலனாகும் குயவர்கள் சமூகம் பற்றிய மதிப்பீடுகளை ஒப்பிடலாம். அதுமட்டுமின்றி சமகால இந்தியாவில் பல்வேறு பகுதிகளில் குயவர் சமூகவியல் அந்தந்த வட்டாரச் சமூகவியலோடு எப்படி ஒத்து இயங்குகிறது, உறவாடுகிறது என்பதையும் இந்தப் பகுதி ஆராயும். இவ்வாறு திரட்டப்படுகிற தகவல்களின் அடிப்படையில் மட்பாண்டங்களின் வகைகள், பானை செய்யும் முறைகள், குயவர் சமூகவியல் ஆகியவற்றை உள்ளடக்கி அதைத் திராவிட, இந்தோ-ஆரியப் பின்னணிகளோடு ஒப்பிட்டு ஒரு பட்டியலைத் தயாரித்து, அது ஹரப்பா பண்பாட்டுக் கருத்தியலோடு எப்படி ஒத்துப்போகிறது அல்லது வேறுபடுகிறது என்பதைப் புரிந்துகொள்ள முயற்சிப்போம்.

I. தொல்லியல் ஆய்வுகளில் மட்பாண்டங்கள்: மூலத்தரவுகளும் அணுகுமுறைகளும்

பானைகளும் மனிதர்களும்

மனித சமூகத்தின் கடந்தகாலத்தை மீட்டுருவாக்கம் செய்வதில் மட்பாண்ட ஆய்வுகளின் பயன்பாடு மற்றும் வரம்புகள் பற்றிப் பல்வேறு ஆய்வாளர்கள் கருத்துத் தெரிவித்துள்ளனர். க்ரேமர் (*Kramer*), ஹாலேண்ட் (*Haaland*), மில்லர் (*Miller*),

சினோபோலி (*Sinopoli*), சோக்ஸி (*Choksi*), ஜோன்ஸ் (*Jones*), ஹேஸ் (*Hays*) மற்றும் க்ரூஸ் (*Cruz*) ஆகியோர் குறிப்பிடத்தக்கவர்கள். அகழாய்விடங்களில் மட்பாண்டங்கள் ஏராளமாகக் கிடைக்கின்றன. எத்தனைக் காலமானாலும் அவை அழிவதில்லை. மேலும், இவற்றைக் கையாள்வதும் எளிதாக இருக்கிறது. இத்தகைய ஒருங்கிணைந்த பண்புகளால்தான் ஓர் அகழாய்விடத்தின் முக்கியமான 'தரவுக்குவியல்' மட்பாண்டங்களும், மட்பாண்டத் துண்டுகளும்தான் என்ற உணர்வு ஏற்படுகிறது. (*Orton 1993: 29*)

பழங்கால மக்களின் சமூகப் பொருளாதார அடையாளத்திற்கும் அம்மக்களின் மட்பாண்டச் சான்றுகளுக்கும் இடையே உள்ள உறவுபற்றி பலரும் விரிவாக ஆராய்ந்துள்ளனர். இந்த விவாதங்களின் ஊடாக நமது கவனத்தை வெகுவாக ஈர்க்கிற, அதேநேரத்தில் இன்னும் முழுமையாக விடை கூறப்படாமல் நிற்கும் கேள்வி ஒன்று இருக்கிறது. "பானையும், மனிதர்களும் ஒன்றா?" (*Do pots equal people?*) என்பதுதான் அந்தக் கேள்வி. இதனோடு தொடர்புடைய இன்னொரு துணைக் கேள்வியும் உண்டு. ஒரு குறிப்பிட்ட சமூகக்குழுவினர் ஒரு நிலப்பகுதியிலிருந்து இன்னொரு நிலப்பகுதிக்குப் புலம்பெயர்ந்தார்கள் என்பதை அனுமானிக்க அல்லது தீர்மானிக்க மட்பாண்டங்கள் பற்றிய ஆய்வுகள் எந்த வகையில் உதவக்கூடும்?

இன்னும் வெளிப்படையாகச் சொல்வதெனில் வெவ்வேறு நிலப்பகுதிகளில் அகழாய்வுகளின்மூலம் ஒரு குறிப்பிட்ட வகையான மட்பாண்டங்கள் அந்த இரண்டு நிலப்பகுதிகளுக்கும் இடையிலான புலப்பெயர்வுகள் குறிப்பாக மட்பாண்டங்கள் செய்யும் சமூகத்தினர், அதைப் பயன்படுத்திய மக்கள் ஆகியோரின் புலப்பெயர்வுகளுக்குச் சான்றாக இருக்கமுடியுமா?

நியூ கினியா தீவில் கிடைக்கும் மட்பாண்டங்களில் 3000 ஆண்டுகளுக்கு முன்பான ஆஸ்ட்ரோனேஷிய மேட்டுப்பகுதி மட்பாண்டச் செய்முறைகளின் தாக்கம் தெரிவதை டிலன் காஃப்னியும் அவரது குழுவினரும் (*Gaffney, et al. 2015*) கண்டறிந்துள்ளனர். இருப்பினும் பானைகள் மக்களை நேரடியாக அடையாளப்படுத்தும் தடயம் அதாவது 'பானைகளும், மனிதர்களும் ஒன்றே' (*Pot equals people*) என்ற கருத்தாக்கம் பற்றி க்ரேமர் சில கேள்விகளை எழுப்புகிறார். பானைகள் பற்றிய இந்தப் பகுதியில் இக்கருத்துகளை மனதில் கொள்வோம். பானைகள் குறிப்பிட்ட ஒரு பண்பாட்டோடு தொடர்புடைய மனிதர்களை நேரடியாக அடையாளம் காட்டலாம், அல்லது காட்டாமலும் போகலாம். ஆனால் அந்தப் பானைகள் குறிப்பிட்ட பண்பாட்டு மனிதர்களின் அடையாளம் பற்றி ஓரளவுக்குத் துப்புக்கொடுக்கத்தான் செய்கின்றன. குறிப்பாகப் பழங்காலத்தில் நடந்த புலப்பெயர்வுகள் மற்றும் பல்வேறு மக்களுக்கு இடையிலான கொடுக்கல் வாங்கல்கள் மற்றும் தொடர்புகள் குறித்த சான்றுகளைப் பானைகள் நமக்கு அளிக்கக்கூடும்.

மட்பாண்டங்கள்: தொல்லியலும் இலக்கியமும்

மட்பாண்டங்கள் அகழாய்வாளர்கள் மனதில் சில அதீத உணர்ச்சிகளை ஏற்படுத்துகின்றன. ஒன்று அவர்கள் மட்பாண்டங்களை நேசிக்கிறார்கள்; இல்லை வெறுக்கிறார்கள். மட்பாண்டத் தரவுகளுக்கு மிகவும் முக்கியத்துவம் அளிக்கும் அகழாய்வாளர்கள் தொல்லியல் அகழாய்வுத் தலங்களில் கிடைக்கும் பானைகள் அனைத்திலும் பண்டைக்காலம் குறித்த தகவல்கள் நிரம்பி வழிவது போன்ற ஓர் எதிர்பார்ப்பிற்கு உள்ளாகின்றனர். இதற்கு மாறாகத் தோண்டத் தோண்ட வெளிப்பட்டுக் குவியல் குவியலாக இடத்தை அடைக்கிற; தடயங்களைப் பிரித்தெடுக்கும்போது 'பொன்னான' நேரத்தை வீணாக்குகிற பொருட்குவியலாகப் பானைகளையும், பானைத்துண்டுகளையும் பார்க்கும் அகழாய்வாளர்களும் உண்டு. இவ்வளவு பெரிய குவியல்களை எந்தக் கிட்டங்கியில் எப்படிப் பாதுகாப்பது என்ற நடைமுறை சிக்கலும் இருக்கிறது. அகழாய்வாளர்கள் எதிர்கொள்ளும் இந்த இரண்டு வகையான மனநிலைகள் பற்றியும் ஆய்வாளர்கள் சுட்டிக்காட்டியிருக்கிறார்கள்.

ஆனால் இந்தப் பகுதியைப் பொறுத்தவரையில் நாம் நடுவாந்திரமான அணுகுமுறையைக் கையாள விரும்புகிறோம். பானைகள் பற்றிய கவனிப்பு தொல்லியல் துறையில் பொதுவாகப் புறக்கணிக்கப்படுவதால் இந்தச் சமநிலையான, நியாயமான அணுகுமுறைகூட ஒரு தீவிரமான அணுகுமுறையாகத் தோன்றக்கூடும். இந்த அணுகுமுறை மட்பாண்டத் தரவுகளை இந்தியத் துணைக்கண்டப் பார்வையில், குறிப்பாகத் தென்னிந்தியத் தொல்லியல் பின்னணியில் ஆராய்வதற்கும், அதிலும் குறிப்பாகச் சங்க இலக்கியங்களைக் கடந்தகாலத்தை கட்டமைக்க உதவும் நம்பத்தகுந்த சான்றாக எவ்வாறு பயன்படுத்தலாம் என்பது குறித்த புரிதலை மேம்படுத்தவும் பானைத்தடம் என்ற இந்த நேர்வு ஆய்வு உதவும். இந்திய மட்பாண்டங்கள் பற்றிய தேசியக் கருத்தரங்கம் பாட்னாவில் நடைபெற்றது. இந்தக் கருத்தரங்க ஆய்வுரைகள் '*Potteries in Ancient India*' என்ற பெயரில் 1969ஆம் ஆண்டு நூலாகவும் வெளிவந்துள்ளது. இதில் பங்கேற்றுப் பேசிய இந்தியத் தொல்லியல் கழகத்தின் தலைவர் பி. பி. லால் இவ்வாறு கூறினார்:

"கிறிஸ்து யுகத்தின் முதல் சில நூற்றாண்டுகளில் எழுதப்பட்ட தமிழ் இலக்கியங்கள், ரோம நாட்டிலிருந்து இந்தியாவுக்குத் திராட்சை மதுபானங்கள் இறக்குமதி செய்யப்பட்ட செய்திகளை நமக்கு தெரிவிக்கின்றன. இந்த இலக்கியச்செய்தி ஒரு சிறிய குறிப்புதான். இதை நம்பலாம், நம்பாமலும் விட்டிருக்கலாம்.

ஆனால் இப்போது அகழாய்வில் கண்டெடுக்கப்பட்டுள்ள மட்பாண்டத் தடயங்கள் இந்த இலக்கியச்செய்தியை உறுதிசெய்கின்றன. எப்போது, எப்படி எந்த வகையான திராட்சை மதுவகைகள் இறக்குமதி செய்யப்பட்டன என்று முழுத் தகவலையும் தொல்பொருள் தடயங்கள் கொடுக்கின்றன. அரிக்கமேட்டில் கனமான இரு கைப்பிடிகளுடன் கூடிய அம்போரா (*Amphorae*) எனப்படும் கூம்பு வடிவ மது ஜாடிகள் கிடைத்துள்ளன. இந்த ஜாடிகள் இத்தாலி நாட்டில் திராட்சை மது வகைகளைச் சேமித்து வைக்கவும், ஓர் இடத்திலிருந்து இன்னொரு இடத்திற்குத் திராட்சை மதுவைக் கொண்டு செல்லவும் பயன்படுத்தப்பட்டன. இந்தியாவிற்குக் கொண்டுவரப்பட்ட ஜாடிகளில் மது வகைகள்தான் இறக்குமதி செய்யப்பட்டனவா என்ற ஐயம் தோன்றலாம். இந்த ஜாடிகளின் உட்புறத்தில் ஒட்டியிருந்த உதிர் துகள்களை வேதியியல் பரிசோதனை செய்து பார்த்தபோது அவற்றில் திராட்சை மதுக்களின் எச்சமான பிசின் போன்ற பொருட்கள் காணப்பட்டன. அந்த எச்சங்களை வேதியியல் ஆய்வு செய்துபார்த்தபோது அவை பொதுயுகத்தின் முதல் சில நூற்றாண்டுகளில் ரோம் நாட்டில் தயாரிக்கப்பட்ட மது வகைகளை அடையாளப்படுத்திக் காட்டியது." (*Lal 1969: 4*)

நக்கீரர் குறிப்பிடும் (புறம். 56) 'யவனர் நன்கலம் தந்த தண் கமழ் தேறல்' அதாவது யவனர்கள் கொண்டு வந்த குளிர்ந்த நறுமணம் மிக்க திராட்சை மது என்பதை வேதியியல் பரிசோதனை செய்யப்பட்ட அரிக்கமேடு ஜாடிகள் உறுதிசெய்கின்றன. இதுதான் சங்க இலக்கியம் போன்ற வாழ்வியல் சார்ந்த துல்லியமான சித்தரிப்புகள் கொண்ட செவ்வியல் இலக்கியத்தின் சிறப்பாகும். இன்னும் சொல்லப்போனால் அகழாய்வுகளின் திசைகளுக்கும் தீவிரத்தின் தேவைகளுக்கும் ஓரளவு வழிகாட்டக்கூடிய நம்பகத்தன்மை சங்க இலக்கியங்களுக்கு இருக்கின்றன. தற்போது இதையே கீழடி நிறுவியுள்ளது.

மட்பாண்டத் தொழிலின் சமூகவியல்

"மனித குலத்தின் பண்பாட்டு வரலாறு என்பது ஒருவகையில் பானை செய்யும் பண்பாடுகளின் வரலாறுதான்" (*Saraswati 1979: ix*) என்று பைத்யநாத் சரஸ்வதி என்ற ஆய்வாளர் கூறுகிறார். நாகரிகங்களின் உருவாக்கத்தில் மட்பாண்டங்களின் முக்கியத்துவத்தை இக்கருத்து உணர்த்துகிறது. ஆனால் நடைமுறையில் மட்பாண்டத் தொழிலின் சமூகப் பொருளாதாரக் காரணிகள், பரிமாணங்கள், குறிப்பாகப் பானை செய்யும் குயவர்களின் சமூகவியல் பற்றிய ஆய்வுகள் மிக அரிதாகவே உள்ளன. இது ஒரு முரண்பாடாகும். மட்பாண்டம் என்பது அதன் வனப்பும், வடிவமைப்பும் மட்டும் அல்ல. 'பானைகளை அணிசெய்து அலங்கரிக்கும் வகைமைகள் முக்கியமானவை' (*Longacre 1970*) என்றாலும், மட்பாண்டங்களின் வடிவமைப்பைப் பற்றிய கவனிப்பு அப்பானைகள் உருவான, விநியோகிக்கப்பட்ட, அன்றாட வாழ்வில் பயன்படுத்தப்பட்ட சூழல்களின் சமூகப் பண்பாடு மற்றும் பொருளாதாரப் பின்னணிகளைப் புரிந்துகொள்ளவும் உதவும் (*Hardin 1984*).

அர்ச்சனா சோக்ஸி (*Archana Choksi*) தனது *Ethnography of Harappan Painted Motif* என்ற நூலில் ஹரப்பா பண்பாட்டுக் காலத்தில் பானைகளுக்கு அணியூட்டுதல் என்பது சில விதிமுறைகளின் கீழ் இயங்கிய தெளிவான செயல்பாடு என்கிறார். இதற்கான வரைமுறைகள் பல்வேறு காரணங்களால் தீர்மானிக்கப்பட்டன. பானையை விலைகொடுத்து வாங்கிப் பயன்படுத்தும் நுகர்வோர், அந்த மட்பாண்டம் எதற்காகப் பயன்படுத்தப்படுகிறது என்ற கேள்விக்கான விடை, அந்தப் பானையின் மீது ஓவியம் தீட்டுகிற மட்பாண்ட கலைஞர் தனது நுகர்வோரின் சமூகப் பொருளியலைப் புரிந்துகொண்ட விதம் என்ற பல்வேறு கலவையான காரணங்கள் இதை வழிநடத்துகின்றன. நடைமுறை வாழ்க்கையில் பானை செய்பவர்களின் பண்பாடு, பானைகளைப் பயன்படுத்துபவர்களின் பண்பாடு ஆகிய இரண்டும் ஒரு பொது உற்பத்தி முறையில் பிணைக்கப்பட்டுள்ளன. இந்த உறவு, மரபு சார்ந்திருப்பதால் சமூக அமைப்பிலிருந்து இதைப் பிரிக்க இயலாது என்பதையும் அவர் விளக்குகிறார்.

சரஸ்வதியின் ஆய்வுப்பணி வட இந்தியாவில் வாழும் குயவர் சமூகத்தினருக்குள் உள்ள பல்வேறு உட்பிரிவுகள், அவர்கள் தங்களது சமூகத்தைச் சேராத பிற சாதி மக்களுடன் கொண்டிருக்கும் தொடர்புகள் பற்றி விரிவாக விளக்குகிறது. எஸ். ஆர். இங்கிலிஸின் முனைவர் பட்ட ஆய்வு தென்தமிழ்நாட்டில் வைகைக்கரைப் பகுதியில் வாழும் பாண்டி நாட்டு வேளார் எனப்படும் குயவர் சமூகத்தினரின் சமூகப் பொருளாதார மற்றும் கூட்டு உளவியல் கூறுகளை மிகத்தெளிவாகப் படம்பிடித்துக் காட்டுகிறது.

ஹரப்பா மட்பாண்டங்கள்

ஏற்கெனவே சுட்டிக்காட்டியபடி, சிந்துவெளிப் பண்பாட்டின் நகர்மய வாழ்க்கை சுடுமண்ணால் கட்டமைக்கப்பட்டது. சிந்துவெளி நகரங்கள் எழுச்சி பெறுவதற்கு ஆயிரம் ஆண்டுகளுக்கு முன்பே குயவர்களின் பானை வனையும் சக்கரம் பயன்பாட்டில் இருந்துள்ளது. ஆயினும் பெரும் உற்பத்தி என்பது நகர்மயக் காலகட்டத்தில்தான் சாத்தியமானது என்று ஜே. எம். கெனோயர் (*J. M. Kenoyer*) குறிப்பிடுகிறார்.

ஆர். ஹெச். மெடோ (*R. H. Meadow*) பல்வேறு ஹரப்பா காலத்து மட்பாண்டங்கள் மற்றும் ஒப்பற்ற கைவினைப் பொருட்களைப் பட்டியலிடுகிறார். இவற்றில்

பானைகள், கலயங்கள், கிண்ணங்கள், சுடுமண் உருவங்கள், கலைப்பொருட்கள், மென்கற்களால் செய்யப்பட்ட வளையல்கள் ஆகியவை அடங்கும். ஹரப்பா பண்பாடு பற்றிய புதிய தரவுகள் மட்பாண்டத் தொழிலின் மிகச் செழிப்பான வளர்ச்சி மற்றும் தொழில்நுட்ப ஆற்றல் ஆகியவற்றைப் பறைசாற்றுவதாக உள்ளன என்று டேல்ஸ் குறிப்பிடுகிறார் (*Dales 1991: 61*). ஹரப்பா பண்பாட்டுச் சிதைவிடங்களில் யாராலும் புறக்கணிக்க முடியாத அளவிற்குக் குவிந்துகிடப்பவை மட்பாண்டங்கள்தான். பல மட்பாண்டங்கள் சக்கரத்தில் சுற்றப்பட்டுக் கையால் வனையப்பட்டவை. சில மட்பாண்டங்கள் பெருமிதப்பொருள்களாகக் கருதப்பட்டுக் குறைந்த எண்ணிக்கையில்தான் செய்யப்பட்டிருக்க வேண்டும். பொதுவாக மட்பாண்ட கலயங்கள், பானைகள் நன்றாகச் சூளையில் சுடப்பட்டவை. அவற்றில் இளஞ்சிவப்பு நிறமும், காவிக்கல் வண்ணமும் பூசப்பட்டு மெருகேற்றப்பட்டுள்ளன.

இதற்கான காவிக்கற்கள் ஹார்மஸ் (*Hormuz*) தீவுகளிலிருந்து வரவழைக்கப்பட்டுள்ளன. இது இன்றுவரை தொடர்கிறது. சிந்துவெளி மட்பாண்டங்களின் முக்கியப் பண்பியல்பு அவை அன்றாடப் பயன்பாடு சார்ந்தவை. இவற்றில் அலங்காரத்தைவிடவும் பயன்பாடு முக்கியமாகத் தோன்றுகிறது. சில மட்பாண்டங்கள், வழிபாட்டுச் சடங்குகள், ஈமச்சடங்குகள் போன்ற ஏனைய சடங்குகளில் பயன்படுத்தப்பட்டிருக்க வேண்டும்.

படம் 9.9 - ஹரப்பா மட்பாண்டங்கள்

படம் 9.10 - ஹரப்பா மட்பாண்டங்கள்

ஓவியம் வரையப்பட்ட பானைகள் சிந்துவெளியில் மிகக்குறைவே. குறிப்பாக அவற்றில் மனித உருவங்கள் வரையப்படவில்லை. ஹரப்பாவில் கிடைத்துள்ள குமிழ் பாண்டங்கள் ஈராக்கின் மேற்பகுதிகளில் (டெல் அஸ்மர்) கிடைத்த பாண்டங்களோடு ஒப்பிடத்தக்கவை. இந்தக் குமிழ் பாண்ட வடிவமைப்பில் பாண்டங்களின் நடுப்பகுதியில் வண்ணப்பூச்சு மற்றும் ஓவியங்கள் வரைவதற்கு ஏதுவாகக் குமிழ்கள் பானையின் மேல்புறத்தில் அமைக்கப்பட்டுள்ளன. சிந்துவெளியின் காலத்தை ஒப்பிட்டு இதைச் சிந்துவெளிக்கும், டெல் அஸ்மர் பகுதிக்கும் இடையில் தொடர்பு இருந்ததற்கான சான்றாக தீட்சித் கருதுகிறார்.

சிந்துவெளியைப் பொறுத்தவரையில் மட்பாண்டக் கலையின் தொழில்நுட்பம் மற்றும் அணியூட்டுதலில் ஓர் ஒருமைத் தன்மை இருந்ததைத் தீட்சித் சுட்டிக்காட்டுகிறார். மொகஞ்சோதாரோ மற்றும் ஹரப்பா மட்பாண்டங்களுக்கு இடையில் பெரிதாக வேறுபாடு தெரியவில்லை என்றும், மட்பாண்டத்தின் வடிவமைப்பு மற்றும் அலங்காரங்களை வைத்து இது இந்த நகரத்தில் செய்யப்பட்டது என்று சொல்லிவிட முடியாது என்றும் அவர் குறிப்பிடுகிறார். ஹரப்பாவுக்கும் மொகஞ்சோதாரோவுக்கும் இடையில் உள்ள புவியியல் இடைவெளியைக் கணக்கில் கொண்டால் செங்கற்களைப் போலவே மட்பாண்டங்கள் செய்வதிலும் சிந்துவெளிப் பகுதியில் பொதுவான ஒரு தரக்கோட்பாடு இருந்திருக்க வேண்டும் என்று தோன்றுகிறது. ரங்பூர், லோத்தல், தேஸல்பூர் ஆகிய இடங்களில் கிடைத்துள்ள கருப்பு-சிவப்புப் பாண்டங்கள் பிந்தைய ஹரப்பா பண்பாடு (பொ.யு.மு. 2000-1750) காலத்தைச் சேர்ந்த பாண்டங்கள் என்று வகைப்படுத்தப்பட்டுள்ளன. ஆனால், தனித்துவமான கருப்பு-சிவப்புப் பாண்டங்கள் பொ.யு.மு. முதலாம் நூற்றாண்டைச் சேர்ந்த பெருங்கற்காலப் பண்பாட்டோடு பொதுவாக தொடர்புபடுத்தப்படுகிறது.

சிந்துவெளிப் பண்பாட்டின் பல்வேறு சமூகச் சூழல்களோடு தொடர்புடைய பொருள் அடையாளமாக மட்பாண்டங்கள் கருதப்படுகின்றன. அன்றாட வாழ்வில் வீடுகளில் புழங்கும் பண்டங்கள், ஈமச்சடங்கு பாண்டங்கள், குழந்தைகள் விளையாடும் பொம்மைகள், சுடுமண் உருவங்கள் மற்றும் நகர வாழ்வு தொடர்பான பொது வசதிகள் என்று மட்பாண்டத் தொழிலின் தொடர்பு சிந்துவெளி வாழ்வியலின் பல நிலைகளிலும் பரவியிருந்தன. ஆயினும் மட்பாண்டத் தொழிலைச் செய்த குயவர்களின் வாழ்க்கை நிலை, சமூகப் படிநிலை மற்றும் அச்சமூகத்தினரின் தனித்துவமான பழக்கவழக்கங்கள், நம்பிக்கைகள் குறித்த தெளிவான செய்திகள் எதுவும் கிடைக்கவில்லை. சிந்துவெளி பற்றிய இச்செய்திகளை அதன் தொல்லியல் பொருட்கள் மற்றும் தற்போதைய இந்தியச் சமூகங்களில் உள்ள ஹரப்பா பண்பாட்டின் தொடர்ச்சி ஆகியவற்றைக் கருத்தில்கொண்டு ஓரளவு ஊகிக்கலாம்.

சிந்துவெளிப் பொறிப்புகளில்
கைவினைஞர்களுக்கான தடயம்

சிந்துவெளிக் குறியீடு எண். *347* (விரித்திருக்கும் இரு கைகள்), எண். *358* (மூடியிருக்கும் இரு கைகள்) ஆகிய இரண்டு குறியீடுகளையும் முறையே தலைமைப் பூசாரி மற்றும் தலைமைக் கைவினைஞன் என்று ஐராவதம் மகாதேவன் அடையாளப்படுத்துகிறார் (*Mahadevan, et. al. 2018*). பூசாரி மற்றும் கைவினைஞர்களின் தரவரிசையையும், அவர்களது பரிவாரக் குழுக்களையும் சிந்துவெளிக் குறியீடுகளில் கண்டறிகிறார். *347* முதல் *361* வரையிலான சிந்துவெளிக் குறியீடுகளும் *370, 371, 372* ஆகிய குறியீடுகளும் சிந்துவெளியின் பிரபலமான ஜாடிக் குறியீட்டுடன் பலமுறை சேர்ந்து வருவது குறிப்பிடத்தக்கது. இந்தக் குறியீடுகளின் முக்கியத்துவம் என்ன என்பதை நம்மால் அறிய முடியவில்லை. இருந்தாலும் அவர் குறிப்பிடும் தலைமைப் பூசாரி, தலைமைக் கைவினைஞர் என்ற விளக்கமும் புரிதலும் மிகவும் முக்கியமானவை. இந்த விளக்கத்தைக் குயவர் சமூகப் பண்பாட்டுச் சூழலுடன் வாசிக்கும்போது இந்தியாவின் பண்டைய இலக்கியங்களும், நமது சமகால வாழ்வியலில் குயவர் சமூகம் கட்டமைக்கப்பட்டிருக்கும் விதமும் பல புதிய புரிதல்களைத் தருவதாக உள்ளன.

இதுதவிர மட்பாண்டங்கள், சுடுமண் பொம்மைகள், விளையாட்டுச் சாமான்கள், செங்கல் தயாரிப்பின் முக்கியத்துவம், செங்கல் சூளைகள், நகரமைப்பில் முக்கிய இடம்பெறும் வடிகால், பொதுக்கட்டுமானங்கள், மேல்-மேற்கு, கீழ்-கிழக்கு என்ற இருமை வடிவமைப்பு ஆகியவற்றின் ஊடான சமூகப்பொருளியல் சூழல்களைப் பின்புலமாக வைத்துச் சிந்தித்தால், சிந்துவெளியின் சமூகப் பொருளாதார வாழ்வியலில் பானை மற்றும் செங்கல் செய்யும் தொழில்நுட்ப அறிவு உயர்ந்த மதிப்புமிக்கதாக இருந்திருக்க வேண்டும் என்பது புலனாகும். அவ்வாறாயின் அக்காலப் பொருளியலில் பானை செய்பவர்களின் தேவையும் அதன் விளைவான சமூகப்பண்பாடும் உயர்நிலையும் ஊகிக்கத்தக்கவை.

ஹரப்பா மட்பாண்ட மரபின் தொடர்ச்சி

தற்கால இந்தியாவின் சிலபகுதிகளில் வாழும் குயவர் சமூகத்தினரிடையே ஹரப்பா மட்பாண்ட மரபின் தொடர்ச்சியைக் காணமுடிகிறது. தற்கால இந்தியாவில் இன்னும் தொடர்கிற சில சமூகப் பண்பாட்டு மரபுகளை நேரடியான சில தொல்லியல் தரவுகளின் அடிப்படையில் ஹரப்பா பண்பாட்டின் தொடர்ச்சியாக மாலிக் அடையாளப்படுத்துகிறார். குயவர்களின் பானை செய்யும் சக்கரம், தண்ணீர் ஜாடிகளின்

படம் 9.11 - நௌஷாரோ சமையல் மட்பாண்டங்கள்

பயன்பாடு, சுடுமண் கோப்பைகளைத் தேநீர் அருந்தியதும் தூக்கி எறியும் வழக்கம் ஆகியவை இத்தகைய மரபின் தொடர்ச்சிகளில் முக்கியமானவை.

ஹரப்பா பண்பாட்டின் வண்ணம் பூசப்பட்ட மட்பாண்டங்களின் செய்முறைகள் மற்றும் பண்புகள் குஜராத்திலும் ராஜஸ்தானிலும் இன்றுவரை தொடர்வதாக சரஸ்வதி குறிப்பிடுகிறார். அதுமட்டுமின்றி ஹரப்பா பண்பாட்டின் மிக நுட்பமான வடிவமைப்பு, அழகுணர்ச்சியைத் தூண்டும் அணியூட்டுதல், தூரிகை உதவியால் வரையப்பட்ட வடிவங்கள் வடமேற்கு இந்தியாவின் மட்பாண்டங்களில் இன்று வரை தொடர்வதை அவர் சுட்டிக்காட்டுகிறார். இதற்கு நேர்மாறாக வட இந்தியாவின் முக்கியமான பண்பாட்டு நிலப்பகுதியாகக் கருதப்படும் கங்கைச் சமவெளியின் மிதிலா பகுதி மட்பாண்டங்களில் அலட்சியப்போக்கும், அவசரகதியான நுட்பம் இல்லாத துரித அலங்காரமும (careless and hurried decorations) காணப்படுவதை சரஸ்வதி கவனித்து அடிக்கோடிடுகிறார்.

"மட்பாண்டத் தொழில் ஒரு வம்சாவளி தொழிலாகத் தலைமுறை தலைமுறையாகப் பின்பற்றப்படாமல் இருந்திருந்தால் ஹரப்பா மட்பாண்ட மரபுகள் தொடர்ந்து நீடிப்பது சாத்தியமாகியிருக்காது" என்று கூறுகிறார் சரஸ்வதி (Saraswati 1979: 117). தற்கால இந்தியாவிலும்கூட பல பகுதிகளில் மட்பாண்டத் தொழில் பெரும்பாலும் பரம்பரைத் தொழிலாகத் தொடர்கிறது என்ற சான்றுகளை வைத்து சரஸ்வதி இப்படிக் கூறுகிறார். அதேநேரத்தில் ஹரப்பா மட்பாண்ட மரபு இந்தியத் துணைக்கண்டத்தின் அனைத்து பகுதிகளிலும் ஒரே சீராக பரவலாக இல்லை என்பது ஒரு கேள்விக்கு வழிவகுக்கிறது. புவியியல் அடிப்படையில் ராஜஸ்தானும் குஜராத்தும் சிந்துவெளிப் பண்பாட்டைச் சேர்ந்த பகுதிகளாக இருந்தன என்ற நிலத்தொடர்ச்சி மட்டும்தான் இதற்குக் காரணமா?

இதையும் தாண்டி கூடுதலாகச் சில காரணங்கள் இருக்க வாய்ப்பிருக்கிறது. இந்தியாவின் பல பகுதிகளிலும் உள்ள மட்பாண்ட மரபுகளை நுட்பமாக ஆராய்வதன்மூலம் இந்தியச் சமூகத்தின் மற்றும் பண்பாட்டின் அடித்தளமான கட்டமைப்பை ஓரளவுக்குப் புரிந்துகொள்ளமுடியும் என்பது சரஸ்வதியின் நம்பிக்கை. இதன் அடிப்படையிலேயே அவர் '*Pottery Making Cultures and Indian Civilization*' என்று தனது நூலுக்கு பெயர் வைத்திருக்கிறார். இதற்காக இந்தியாவின் வடக்கு, மேற்கு மற்றும் கிழக்குப் பகுதிகளில் உள்ள 12 மாநிலங்களில் வசிக்கும் பானை செய்யும் சமூகங்களை அவர் ஆராய்ச்சி செய்து அதன்மூலம் இந்திய நாகரிகம் பற்றிய சில முடிவுகளுக்கு வருகிறார். இந்த ஆய்வில் தென்னிந்தியா முழுவதும் கணக்கில் எடுத்துக்கொள்ளப்படவில்லை என்பது வியப்பளிக்கிறது. அதுமட்டுமின்றி அசாம், வங்காளம், ஒடிசா ஆகிய மாநிலங்களையும் இந்த ஆய்வு, கணக்கில் எடுத்துக்கொள்ளவில்லை என்பது இந்த வியப்பைப் பன்மடங்காக்குகிறது. இந்த மூன்று மாநிலங்களின் பொருள்சார் பண்பாடு இந்தியாவின் பிற பகுதிகளுடன் காட்டும் நெருக்கத்தைவிட தென்னிந்தியாவின் பொருட்பண்பாட்டுடன் கூடுதல் நெருக்கத்தைக் காட்டுகிறது என்று சரஸ்வதி குறிப்பிடுவது ஒருவகையில் ஒப்புதல் வாக்குமூலம்.

மட்பாண்டப் பண்பாடுகளின் ஊடாக இந்திய நாகரிகத்தின் அடித்தளங்களைக் கணிக்க முயற்சி செய்யும் ஓர் ஆய்வாளர் ஒட்டுமொத்த தென்னிந்தியாவையும், குறிப்பிட்ட சில கிழக்கிந்திய மாநிலங்களையும் கணக்கில் எடுத்துக்கொள்ளாமல் இந்தியா முழுமைக்குமான சில முடிவுகளுக்கு வருகிறார் என்பது முரண்பாடானது. இந்திய மட்பாண்டங்கள் மற்றும் குயவர் சமூகங்களைப் பற்றிய எந்த ஆராய்ச்சியும் தென்னிந்திய மாநிலங்களைக் கருத்தில் கொள்ளாமல் முற்றுப்பெறாது. அதிலும் குறிப்பாகப் பானை செய்யும் குயவர்களை 'முதுவாய் குயவ' அதாவது தொன்மையான அறிவுநுட்பம் கொண்டவர்கள் என்று கொண்டாடும் தொல் ஆவணமான சங்க இலக்கியத்தை ஓரிடத்திலும் மேற்கோள் காட்டாமல் கடந்து சென்றது பெரும் குறை. அதனால், சரஸ்வதியின் ஆய்வுப் பணி அவரது நூலின் தலைப்பு குறிப்பிடுவது போல இந்திய நாகரிகம் முழுமைக்குமானது அல்ல என்று கூறுவதில் இந்நூலாசிரியருக்கு தயக்கம் எதுவுமில்லை.

தெற்கு மற்றும் சில கிழக்கிந்தியப் பகுதிகளை ஆய்வுக்கு உட்படுத்தவில்லை என்ற குறையிருந்தாலும் சரஸ்வதியின் ஆய்வு நூல் வடஇந்திய மட்பாண்டச் சமூக மரபுகள் பற்றிய மிக முக்கியமான தகவல்களை நமக்கு அளிக்கிறது. குறிப்பாக

குஜராத், மகாராஷ்டிரா மாநிலங்களின் மட்பாண்ட மரபுகளும் குயவர் சமுதாயங்களும் வடஇந்தியப் பண்பாடுகளிலிருந்து எவ்வாறு வேறுபடுகின்றன, அவை தென்னிந்திய மரபுகளோடு எவ்வாறு இணக்கம் காட்டுகின்றன என்பதை சரஸ்வதி சுட்டிக்காட்டுகிறார்.

II. இந்திய மட்பாண்டங்களின் சிக்கல்

வடஇந்திய மட்பாண்டங்களின் பயன்பாட்டுத் தொடர் வரிசை

வடஇந்தியாவில் மட்பாண்ட மரபுகளின் பண்பாட்டு நிரல்வரிசை குறித்து அகிநோரி உசேயுகி ஓர் ஆய்வைச் செய்திருக்கிறார். அதில் கடந்தகாலச் சமுதாயத்தை மீட்டுருவாக்கம் செய்து மதிப்பிட பல்வேறு வகையான மட்பாண்டங்களின் பயன்பாட்டு தொடர்வரிசை உதவும் என்பதை வெளிப்படுத்தியுள்ளார். பொதுயுகத்திற்கு 1000 ஆண்டுகளுக்கு முன்பிலிருந்து மட்பாண்டங்களின் பயன்பாட்டு நிரல்வரிசையை வெவ்வேறு நிலப்பகுதிகளுக்கு இடையிலான பண்பாட்டுத் தொடர்புகளோடு எவ்வாறு பொருத்திப் பார்க்கலாம் என்ற கண்ணோட்டத்தில் அகிநோரி இதை அணுகுகிறார். வெவ்வேறு பண்பாட்டு குழுவினர்களுக்கு இடையிலான தொடர்புகள், பரிமாற்றங்கள் அந்த நிலப்பகுதிகளின் மட்பாண்டங்களில் புலப்படும் என்பது அவரது கருத்து. பல்வேறு பண்பாட்டு நிலப்பகுதிகளுக்கு ஊடான புலப்பெயர்வுகள், போக்குவரத்துகள், பரிமாற்றங்கள் ஆகியவற்றை மட்பாண்டங்களின் நிரல்வரிசை மூலமாக அறிய முடியும் என்பது அவரது எதிர்பார்ப்பு. இந்த பரிமாற்றமே வடஇந்தியாவில் அக்காலக்கட்டத்தில் நேர்ந்த சமூக மாற்றம் மற்றும் நகரமயமாதலின் ஒரு கூறாக இருந்திருக்கும் என்றும் அவர் கருதுகிறார்.

வடஇந்திய மட்பாண்ட மரபுகளை நிலப்பகுதிகள் வாரியாக மேல்கங்கைச் சமவெளி, மேல்-இடை கங்கை சமவெளி, இடைச் சமவெளி, கீழ்-இடை கங்கைச் சமவெளி மற்றும் தெற்கு இமாலய அடிவாரப்பகுதி என்று அகிநோரி பிரித்துக்கொள்கிறார். இந்தப் பகுப்பு ஆய்வின் மூலமாகச் சில புதிய புரிதல்கள் கிடைத்தன.

மேல்-கங்கைச் சமவெளிப் பகுதியில் பிற்கால ஹரப்பா மட்பாண்டம், அதைத்தொடர்ந்து தொடக்ககால சாம்பல் வண்ணம் தீட்டிய பாண்டம், பிறகு மெருகூட்டப்பட்ட வடக்கு கரும்பாண்டம் என்ற நிரல்வரிசையில் கிடைக்கிறது. மேல்-இடை கங்கைச் சமவெளியைப் பொறுத்தவரையில், அடி ஆழத்தில் கிடைப்பது காவிக்கல் சிவப்பு செந்நிறப் பாண்டம். இதற்கு அடுத்ததாக வடக்கு மெருகு கரும்பாண்டம், கருப்பு-சிவப்புப் பாண்டமும் ஒரே மட்டத்தில் கிடைக்கின்றன. இங்கே கிடைக்கும் கருப்பு-சிவப்புப் பாண்டம், கல்-செம்பு காலகட்டத்தையும் இரும்புக்காலத்தையும் சேர்ந்தது. இடை-கங்கைச் சமவெளிப் பகுதியில் மிக ஆழத்தில் முதலில் கிடைப்பது கருப்பு-சிவப்புப் பாண்டம்தான். அதற்கு சற்று மேலே முற்கால மெருகூட்டப்பட்ட வடக்கு கரும்பாண்டம் மற்றும் பிற்கால மெருகூட்டப்பட்ட வடக்கு கரும்பாண்டம் கிடைக்கிறது. கீழ் இடைகங்கைச் சமவெளியிலும், இமயமலையின் தெற்கு அடிவாரப்பகுதிகளிலும் காணப்படும் மட்பாண்ட பயன்பாட்டுத் தொடர்வரிசை நடுகங்கைச் சமவெளியில் காணப்படும் தொடர்வரிசையை ஒத்துள்ளது.

மேலும், நடுகங்கைச் சமவெளி தொடங்கி அதற்குக் கிழக்காக உள்ள பகுதிகள் அனைத்திலும் சாம்பல் வண்ணம்தீட்டிய பாண்டம் பயன்படுத்தப்படவில்லை என்பதும் அங்கு அடியடுக்கில் கருப்பு-சிவப்புப் பாண்டமே கிடைத்தது என்பதும் பின்னர் அது நேரடியாக மெருகூட்டப்பட்ட வடக்கு கரும்பாண்டம் நோக்கி நகர்கிறது என்பதும் கவனிக்கத்தக்கது. பின்னர் இவை அனைத்தும் கங்கைச் சமவெளி முழுவதும் சிவப்புப் பாண்டத் தொழிற்சாலைகளாக மாறின.

பானைகள் கலந்த காலகட்டம்

அக்னிசயனா சடங்கு பற்றி மிகவிரிவாக ஆராய்ச்சி செய்த ஹைலா ஸ்டன்ட்ஸ் கன்வர்ஸ் இது இந்திய நிலப்பகுதிகளிலேயே தோன்றிய ஒரு சடங்குமுறை எனக் கருதுகிறார். யஜுர் வேதத்தில் தொடக்கம்பெறும் இந்தச் சடங்கு முறை சதபத பிராமணத்தில் முழுவடிவம் பெற்றது என்பது கன்வர்ஸின் கருத்து. பொ.யு.மு. 1100 முதல் 500 வரையிலான, கிட்டத்தட்ட ஆறு நூற்றாண்டு காலம் வடஇந்தியாவில் இரண்டு வெவ்வேறு பண்பாடுகள் நிலவின. இந்த இரண்டு பண்பாடுகளை மட்பாண்ட வகைகளின் அடிப்படையில் சாம்பல் நிற மட்பாண்டப் பண்பாடு (பஞ்சாப், ஆற்றிடைப்பகுதிகள் (*doab*) மற்றும் கீழ் சம்பல் பள்ளத்தாக்கு); கருப்பு-சிவப்புப் பாண்ட பண்பாடு (குஜராத்தில் உள்ள கத்தியவார் பகுதிகளிலிருந்து கிழக்குமுகமாக நர்மதைநதி ஓட்டத்தை ஒட்டிப்பரவி மீண்டும் கிழக்குக் கங்கைச் சமவெளியில் மேல்நோக்கி பரவியது) என்று அவர் அடையாளப்படுத்துகிறார். பொ.யு.மு. 800-750 ஆண்டுவாக்கில் உஜ்ஜயினி, காசி, ஷ்ரவஸ்தி மற்றும் அயோத்தியா பகுதிகள் கருப்பு-சிவப்புப் பாண்ட நிலப்பகுதிகளாக இருந்தன அதேநேரத்தில் இப்பகுதிகள் சாம்பல் நிறப் பாண்டப் பகுதிகளுக்கு மிகவும் நெருக்கமாக இருந்ததாகவும் கன்வர்ஸ் குறிப்பிடுகிறார்.

இத்தகைய முறையில் கருப்பு-சிவப்புப் பாண்டப் பண்பாடும், சாம்பல் வண்ணம் தீட்டிய பாண்டப் பண்பாடும் ஒரு காலகட்டத்தில் அருகருகே வாழ்ந்தன. ஆயினும் அவை ஒன்றோடு ஒன்று தொடர்பின்றி இருந்தன. அதனால் பானை

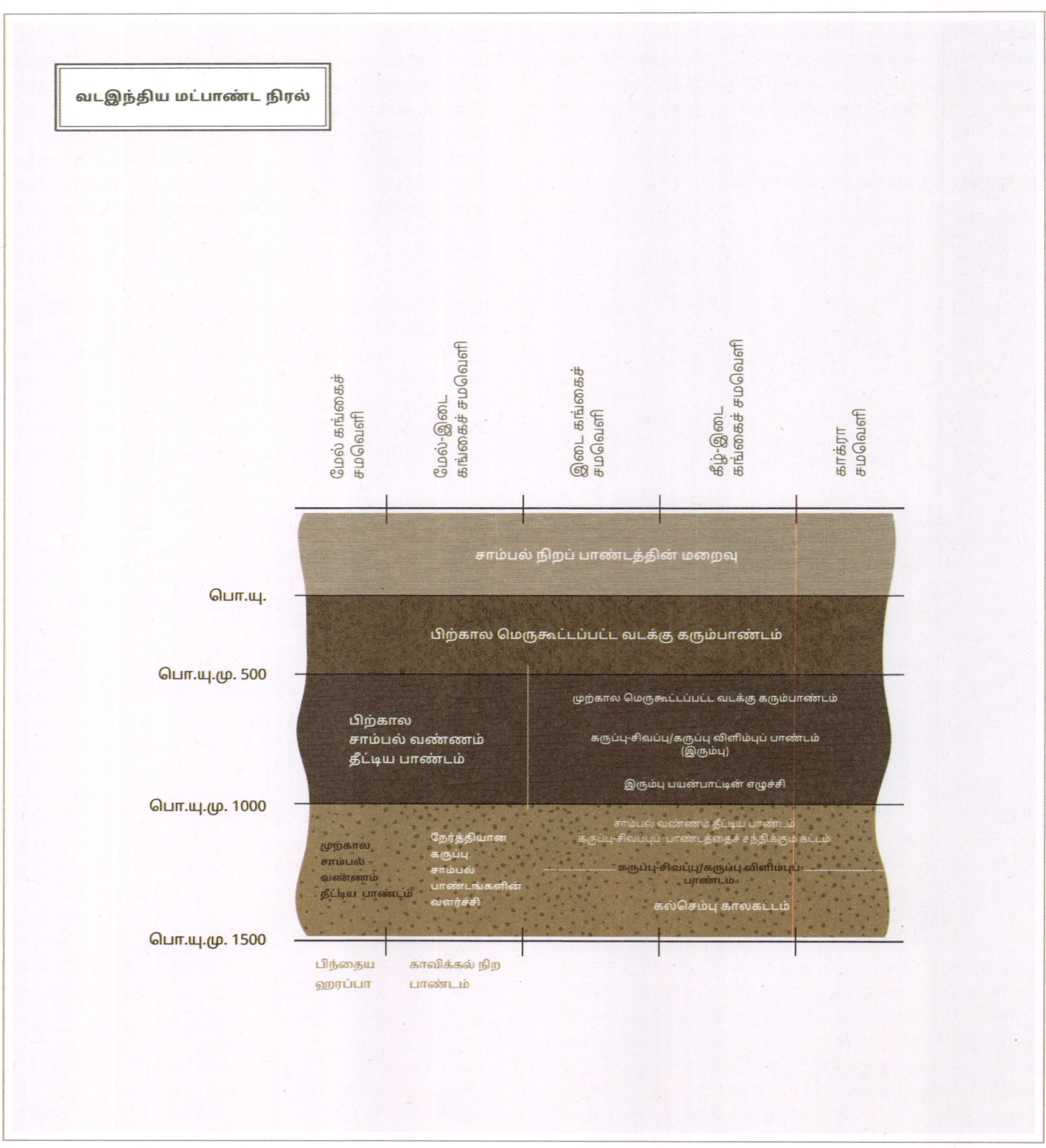

வடஇந்திய மட்பாண்ட நிரல்

படம் 9.12

செய்யும் தொழில்நுட்பமும், வடிவமைக்கும் மரபுகளும் பொ.யு.மு. 500-600 காலகட்டம் வரை ஒரு பண்பாட்டிலிருந்து இன்னொரு பண்பாட்டுக்குப் பரிமாற்றம் செய்யப்படவில்லை என்று கன்வர்ஸ் கூறுகிறார். அதற்குப் பின்பு மெருகூட்டப்பட்ட வடக்கு கரும்பாண்டம், மேற்குறிப்பிட்ட இருவேறு பண்பாடுகளின் முக்கியமான இடங்களில் புதிதாக அறிமுகமாகிறது.

அக்னிசயனா சடங்கில் ஏராளமான செங்கற்கள் பயன்படுத்தப்பட்டன. இதில் பயன்படுத்தப்படும் தீச்சட்டி தலைகீழாக எரியூட்டப்படுவதைக் கவனித்த கன்வர்ஸ் இதைக் கருப்பு-சிவப்புப் பாண்டம் செய்வதற்கான எரியூட்டும் முறையோடு ஒப்பிடுகிறார். இத்தகைய சூளை எரியூட்டும் முறை வேதப் பண்பாட்டோடு தொடர்பற்ற நிலம்சார்ந்த இனக்குடிகளின் மரபு என்று அவர் கருதுகிறார். குறிப்பாக இந்த எரியூட்டும் முறை சாம்பல் வண்ணம் தீட்டிய பாண்டங்களில் பயன்படுத்தப்படவில்லை என்பதையும், இந்த முறை பிந்தைய காலகட்டத்தில் அரிதாகப் பயன்பட்டது என்பதையும் அவர் சுட்டிக்காட்டுகிறார்.

பானைகளைத் தலைகீழாகச் சுடும்போது ஆக்ஸிஜனேற்றம் (*Oxidation*) பானையின் உட்பகுதிகளில் மட்டுப்படுகிறது. இதனால் உட்புறம் கருப்பு நிறமாக மாறுகிறது. வெளியே ஆக்ஸிஜனேற்றம் மட்டுப்படாமல் முழுமையாவதால் சிவப்பாகிறது. இதுதான் கருப்பு-சிவப்புப் பாண்டத்தின் தொழில்நுட்ப ரகசியம்.

மகாவீரா கலம்: பானை செய்தல், அசுரனின் கைவினை

பானையைத் தலைகீழாகச் சுடும் முறையையும், கருப்பு-சிவப்புப் பானையையும் கன்வர்ஸ் தொடர்புபடுத்திச் சுட்டிக்காட்டுவதைப் பார்த்தோம். அந்தப் பானைதான் ‘மகாவீரா கலம்’ (*Mahavira Vessel*) என்று அழைக்கப்படுகிறது. சதபத பிராமணத்தில் (*xiv, 1,2,21*) பிரவர்க்யா அல்லது கஹர்மா என்ற சடங்கின் பின்னணியாக இந்த மகாவீரா கலம் குறிப்பிடப்படுகிறது. அக்னிசயனா சடங்குமுறையில் பயன்படும் அதே எரியூட்டும் முறைதான் மகாவீரா கலத்திலும் பயன்பட்டதாகத் தெரிகிறது.

இந்த எரியூட்டும் முறைக்குச் சிறப்பு முக்கியத்துவம் கொடுக்கப்படுவதாலும், இதை அக்னிசயனா சடங்கோடு குறிப்பாகத் தொடர்புபடுத்திக் காட்டுவதாலும் இந்த எரியூட்டும் முறை அந்நிலப்பகுதியில் பொதுவாகப் பானைகளைச் சுடுவதற்குப் பயன்படுத்தப்பட்ட முறையிலிருந்து வேறுபட்டது என்பதும் புலப்படுகிறது. இதுபற்றி வேறு எந்தக் குறிப்பும் இல்லாததால் சதபத பிராமணம் குறிப்பிடும் இந்தப் பானை கருப்பு-சிவப்புப் பானை வகையைச் சேர்ந்ததுதான் என்று வாதிடுகிறார் கன்வர்ஸ். பிரவர்க்கியா சடங்கு முறை பற்றி மிக நீண்ட விளக்கம் கொடுக்கப்படுவதால் இச்சடங்கு முறை அப்பகுதியில் ஏற்கெனவே வசித்த இனக்குடிகள் தொடர்பானது என்பது புலனாகிறது என்றும் கன்வர்ஸ் கூறுகிறார்.

இந்தச் சடங்கின்போது இந்தப் பானையை நோக்கி இப்படிக் கூறுகிறார்கள்: “நீயே ஓர் அசுரனின் கைவரிசை, அவனின் வழக்கத்தில் செய்யப்பட்டாய்” (*An Asura contrivance thou art made in the wonted manner*). இதில், ஆரியர்களின் எதிரிகளாகக் கருதப்பட்ட இனக்குடிமக்களின் தெய்வங்களாக அசுரர்கள் சித்தரிக்கப்படுகிறார்கள். எனவே இந்தப் பானையை ‘அசுரரின் கைவரிசை’ என்று அழைப்பதும், குப்புறக் கவிழ்த்து பானையை எரியூட்டும் முறையை ‘அவர்களின் வழக்கம்’ என்று சொல்வதாலும் இந்த எரியூட்டும் முறை ஆரியர்களின் எதிரிகளான இனக்குடிமக்களிடமிருந்து பெறப்பட்ட செய்முறை என்பது தெளிவாகிறது.

ரொமிலா தாப்பர் இந்தக் கருத்தாக்கத்தை ஏற்றுக்கொள்கிறார். “சாம்பல் வண்ணம் தீட்டிய பாண்டப் பண்பாடும், கருப்பு-சிவப்புப் பாண்ட பண்பாடும் சந்தித்துக் கொண்டபோது மிகவும் பயனுள்ள பரிமாற்றங்கள் நிகழ்ந்துள்ளன” (*Thapar 1983: 13*). இவ்வாறு கருப்பு-சிவப்புப் பாண்டப் பண்பாட்டு மக்களும், சாம்பல் வண்ணம் தீட்டிய பாண்டப் பண்பாட்டு மக்களும் சந்தித்துக் கொண்டது இந்தியப் பண்பாட்டு வரலாற்றின் மிக முக்கியமான திருப்புமுனை.

பொ.யு.மு. 500 முதல் 300 வரையிலான காலகட்டத்தில் ஏராளமான திராவிட மொழிக் குடும்பச் சொற்கள் சமஸ்கிருத மொழிக்குள் கடன் வாங்கப்பட்டதாகப் பர்ரோ தனது ஆய்வுகளில் சுட்டிக்காட்டுகிறார். தனது வாதங்களுக்கு வலுச்சேர்க்க பர்ரோவை மேற்கோள் காட்டும் கன்வர்ஸ், கருப்பு-சிவப்புப் பாண்டம் மற்றும் சாம்பல் வண்ணம் தீட்டிய பாண்ட மக்களின் சந்திப்பு என்பது வடஇந்தியப் பகுதிகளில் ஏற்கெனவே வாழ்ந்த திராவிட மக்களுக்கும், சமஸ்கிருதம் பேசிய வேதப் பண்பாட்டு மக்களுக்கும் இடையிலான சந்திப்பாகவும், பரிமாற்றங்களாகவும் இருக்கலாம் என்கிறார். “விதிவிலக்கே இல்லாமல் அனைத்து சமண, பௌத்த மதங்கள் சார்ந்த புனிதத்தலங்கள் கருப்பு-சிவப்புப் பாண்டப் பண்பாட்டுப் பகுதிகளிலேயே இடம்பெற்றுள்ளன. இவற்றில் எதுவுமே சாம்பல் வண்ணம் தீட்டிய பாண்ட பகுதிகளில் இல்லை” என்பது கன்வர்ஸ் முன்வைக்கும் மற்றொரு அழுத்தமான வாதம். (*Converse 1974: 6*)

கருப்பு-சிவப்புப் பாண்டங்கள்

கடந்தகாலத்தை மீள்கட்டமைப்பு செய்ய முற்படும் இந்தியவியல் ஆய்வாளர்கள் தெளிவற்ற, சிக்கல்கள் மிகுந்த

சில ஆய்வுக்களங்களைப் 'பிரச்சினை' என்ற முத்திரைக் குத்தி அணுகுவதுண்டு. 'பிராகுயி பிரச்சினை', 'ஆரியர் பிரச்சினை' போன்ற சொல்லாடல்களை எடுத்துக்காட்டாகக் கூறலாம். இந்தப் பட்டியலில் அகழாய்வாளர்கள் சேர்க்கும் ஒன்றுதான் 'கருப்பு-சிவப்புப் பாண்டப் பிரச்சினை'.

கருப்பு-சிவப்புப் பாண்டப்பிரச்சினை முதல்முதலாக 1954ஆம் ஆண்டு இந்தியத் தொல்லியல் ஆய்வுக்கழகத்தின் கருத்தரங்கு ஒன்றில் பேசப்பட்டது. அதன்பிறகு சங்காலியா, சுப்பாராவ், வீலர் போன்ற ஆய்வாளர்கள் இப்பிரச்சினையின் பல்வேறு கூறுகளை ஆராய்ந்துள்ளார்கள். கருப்பு-சிவப்புப் பாண்டத்தை ஒரு பிரச்சினையாக ஏன் கருதவேண்டும்? இந்தியாவின் பல்வேறு பகுதிகளிலும், காலகட்டங்களிலும் பரவலாகக் கண்டுபிடிக்கப்படுகிற அகழாய்வுத் தடயம் கருப்பு-சிவப்புப் பாண்டங்கள். இதன் பரவலாக்கமும், காலகட்டங்களும் ஓர் 'அழகிய முரண்'. இந்தியாவின் தொன்மங்கள் குறித்த புதிர்களுக்கு விடையளிக்கக்கூடிய கருப்பு-சிவப்புப் பாண்டங்களின் பண்பியல்புகள், தாக்கங்கள் குறித்து இதுவரை மிகக்குறைவான ஆய்வுகளே நிகழ்ந்துள்ளன. அதுமட்டுமின்றி விடைதெரியாத பல வினாக்களுக்குக் கருப்பு-சிவப்புப் பாண்டங்கள் காரணமாய் இருப்பதால் இதை ஒரு பிரச்சினை என்று சித்தரிக்கிறார்கள்.

காலம்	பண்பாடு	இடங்கள்
பொ.யு.மு. 2000-1750	பிந்தைய ஹரப்பா பண்பாடு	ரங்பூர், லோத்தல் மற்றும் தேசல்பூர்
பொ.யு.மு. 1800-1000	ஹரப்பா பண்பாட்டிற்குப் பிறகான கல்-செம்பு இடைக்காலப் பண்பாடுகள்	அகர், கிலுண்ட், நவ்டாடோலி, சிராண்ட், ராஜர்-திபி
பொ.யு.மு. 1000 ஆண்டுகளுக்கு முந்தைய காலகட்டம்	சாம்பல் வண்ணம் தீட்டிய பாண்டம்	அத்ரஞ்சிகேஹரா மற்றும் நோஹ்
பொ.யு.மு. 1000 ஆண்டுகளுக்கு பிறகு	சாம்பல் வண்ணம் தீட்டிய பாண்டம் மற்றும் வரலாற்றுகாலப் பாண்டம்	அஸ்தினாபுரம், ருபர் மற்றும் காலாவ்

மேற்கண்ட பட்டியலிலுள்ள முதல் இரண்டு காலகட்டத்தின் கருப்பு-சிவப்புப் பாண்டங்களில் வெள்ளை நிறமிகளைக் கொண்டு கோடுகளும், வடிவங்களும் தீட்டப்பட்டுள்ளன. இவை

படம் 9.13 - மெருகூட்டப்பட்ட வடக்கு கரும்பாண்டம்

படம் 9.14 - சாம்பல் வண்ணம் தீட்டிய பாண்டம்

முதன்முதலாக ராஜஸ்தானின் தென்கிழக்குப் பகுதியில் உள்ள ஆற்றுப் பள்ளத்தாக்குப் பகுதிகளில்தான் கிடைத்தன. இதைத்தொடர்ந்து குஜராத்தில் பிந்தைய ஹரப்பா பண்பாடு நிலவிய ரங்பூர், தேசல்பூர் போன்ற இடங்களிலும் கிடைத்தன. இப்பாண்ட வகைகளின் தொடர்ச்சி மத்திய இந்தியாவிலும், வடக்குத் தக்காணப் பகுதிகளிலும், தென்கோடி தமிழ்நாடு வரை பரவியுள்ளது.

மேற்சொன்ன இந்தக் காலநிரல் கருப்பு-சிவப்புப் பாண்டத்தின் ஆழமான தொன்மையையும், நீண்டு அகன்ற தொடர்ச்சியையும் புலப்படுத்துகிறது. இந்தியாவின் வடமேற்குப் பகுதிகளில் கருப்பு-சிவப்புப் பாண்டங்கள் புதிய கல்செம்புக் காலகட்டத்திலும் (Neo-Chalcolithic) தென்னிந்தியப் பகுதிகளில் பெருங்கற்காலப் (Megalithic) பண்பாட்டுப் பின்னணியிலும் பயன்படுத்தப்பட்டதைக் கவனித்த ஆய்வாளர் ஸ்ருதி கோனா தேய் (Sruti Kona Dey), இவ்விரண்டு பண்பாடுகளிலும் காணப்படும் கருப்பு-சிவப்புப் பாண்டங்களின் தன்மை, அளவு மற்றும் இதரப் புள்ளிவிவரங்களைத் திரட்டி ஒரு நுட்பமான ஆய்வைச் செய்தார். செம்பு-கல் பண்பாட்டைச் சேர்ந்த ராஜஸ்தானின் அகர் மற்றும் இரும்புக் காலத்தைச் சேர்ந்த வடக்கு கர்நாடகாவின் பிரம்மகிரி ஆகிய இரண்டு இடங்களில் கிடைத்த கருப்பு-சிவப்புப் பாண்டங்களை இவர் ஒப்பிட்டார். இந்த இரண்டு பண்பாடுகளுக்கும் இடையே பண்பாட்டு ரீதியில் குறிப்பிடத்தக்க வேறுபாடு உள்ளது என்பதை இந்த ஆய்வு சுட்டிக்காட்டியது. அதேநேரத்தில் மற்றொரு கேள்வியை இது தோற்றுவிக்கிறது. வடமேற்கில் உள்ள அகர் பண்பாட்டுக்கும், தென்னிந்தியாவில் உள்ள பிரம்மகிரி பண்பாட்டுக்கும் இடையில் உள்ள கால-நில இடைவெளியைக் கடந்து கருப்பு-சிவப்புப் பாண்டத்தின் அடிப்படை தயாரிப்பு ஒற்றுமை எப்படித் தொடர்ந்தது; இந்தத் தூரத்தை எப்படி நேர் செய்வது?

இதற்கான விடையை சரஸ்வதி (1979), நகர் (1969), டோஸி (1986) ஆகியோரது ஆய்வுகளின் துணைகொண்டு ஸ்ருதி கோனா தேய் அணுகுகிறார். இந்த ஆய்வாளர்கள் இந்தியாவின் பல பகுதிகளில் நிலவும் மட்பாண்டத் தொழில்நுட்பங்களில் வரலாற்றுக்கு முற்பட்ட காலகட்டம் முதல் இன்றுவரை ஒரு தொடர்ச்சி நிலவுவதைச் சுட்டிக்காட்டுகின்றனர்.

இக்கருத்துகளை மேற்கோள் காட்டி, எகிப்தில் காணப்படும் கருப்பு-சிவப்புப் பாண்டத்தை ஹரப்பன் பண்பாட்டுக்கு முந்தைய காலம், ஹரப்பா காலகட்டம், ஹரப்பாவுக்குப் பிந்தைய காலம் மற்றும் தொடர்ச்சியாக இணைக்கமுடியும் என்கிறார் தேய். ஹரப்பாவுக்குப் பிறகு அகர் பண்பாட்டில் தொடர்ந்து, மால்வா மற்றும் வடக்கு மகாராஷ்டிரத்தின் வழியாகத் தென்னிந்தியாவின் பெருங்கற்காலப் பண்பாட்டுப் பகுதிகளுக்கு கருப்பு-சிவப்புப் பாண்டம் வந்தடைகிறது. அப்போது தென்னிந்தியாவில் இரும்புப் பண்பாடு வேரூன்றி வளர்ந்திருந்தது.

மேற்கண்ட ஆய்வின் மூலமாகத் தேய், இரண்டு முடிவுகளை முன்வைக்கிறார்:

• கருப்பு-சிவப்புப் பாண்டம் அனைத்து முக்கியமான தொல்லியல் தொகுதிகளிலும் காணப்படுகிறது. அதாவது குஜராத்தின் ஹரப்பா பண்பாடு, அகர் பகுதியின் செம்புப் பண்பாடு, மத்திய இந்தியாவின் கல்-செம்புப் பண்பாடு, கிழக்கு இந்தியா, தக்காணம் என்று பல்வேறு இடங்களில் கிடைத்தாலும் இப்பகுதிகளையும் பண்பாடுகளையும் காலநிரல் அடிப்படையில் இணைக்கும் தடயங்கள் எதுவுமில்லை. எனவே, கருப்பு-சிவப்புப் பாண்டத்தை ஒரு நிறுவத்தக்கப் பண்பாட்டு மாதிரி என்று கூறமுடியாது.

• மானுடவியல் அடிப்படையில், ஒரு தொழில்நுட்பம் பரவலாகச் சிதறியிருப்பதை வெளிப்படுத்தும் தனித்துவமான நிகழ்வுகளில் ஒன்றாக இந்த கருப்பு-சிவப்புப் பாண்டத்தை ஒப்புக்கொள்ள வேண்டும். ஆகையால் இதை ஒரு கருத்தாக்கம் என்ற அளவில் அணுகலாம்.

இருப்பினும், நமது தற்போதைய ஆய்வுக்குப் பொருத்தமான உண்மை என்னவென்றால், கருப்பு-சிவப்புப் பாண்டம் அதன் தன்மையிலும், செய்முறையில் பயன்படுத்தப்பட்ட தொழில்நுட்பத்தின் அடிப்படையிலும் ஒற்றுமையான தொடர்ச்சி கொண்டு இந்தியாவின் பல்வேறு பகுதிகளிலும் பரவிய ஒரு மட்பாண்ட வகையாக இருக்கிறது என்பதுதான்; பல்வேறு நிலம், காலம் மற்றும் பண்பாட்டு எல்லைகளைத் தாண்டியுள்ள இந்தத் தொடர்ச்சி வெறும் தொழில்நுட்ப அறிவின் பரவல்தானா அல்லது அதைவிட ஆழமான நாம் இன்னும் முழுவதாக அறிந்துகொள்ளாத, புரிந்துகொள்ளாத பின்னணி எதுவும் இதற்கு இருக்கிறதா?

இந்தியாவின் மட்பாண்டங்கள் பரவிய முறையிலும், அவற்றின் தொடர்வரிசையிலும் நமக்குச் சில தடயங்கள் கிடைக்கின்றன. ஹரப்பா பண்பாட்டில் மேலதிகமானவை செந்நிறப் பாண்டங்கள் என்றால் அதன் தொடர்ச்சி கருப்பு-சிவப்புப் பாண்டங்கள். பிற்கால ஹரப்பா பண்பாட்டிலும், அதன் முடிவிற்குப் பின் குஜராத், மகாராஷ்டிரா போன்ற பகுதிகளில் நிலவிய பண்பாடுகளிலும் இத்தொடர்ச்சியைக் காணமுடிகிறது. கத்தியவாரில் தொடங்கி நர்மதை நதிக்கரையை ஒட்டிப்

பயணித்த இந்தப் பரவல் கிழக்குக் கங்கைச் சமவெளி வரை மிகத்தெளிவாகப் புலப்படுகிறது. கருப்பு-சிவப்புப் பாண்டம் ஒடிசா, மேற்கு வங்காளம் போன்ற பகுதிகளிலும் பரவியுள்ளது. இப்பகுதிகளில் சாம்பல் வண்ணம் தீட்டிய பாண்டம் பயன்படுத்தப்படவில்லை என்பது கவனிக்கத்தக்கது. கருப்பு-சிவப்பு/கருப்பு விளிம்பு பாண்டத்திலிருந்து இப்பகுதிகள் நேரடியாக மெருகூட்டப்பட்ட வடக்கு கரும்பாண்ட வகைக்கு நகர்ந்துவிடுகின்றன. இதற்குப்பின் தென்னிந்தியப் பகுதிகளில் பெருங்கற்கால அல்லது இரும்புக் காலப் பாண்ட வகைகள் வருகின்றன. அதுவும் கருப்பு-சிவப்புப் பாண்டம்தான்.

கருப்பு-சிவப்புப் பாண்டம் பெருமளவில் தென்னிந்தியப் பின்னணியில் அகழாய்வு செய்யப்பட்டதால் இப்பாண்ட வகைக்குத் தென் பெருங்கற்கால மட்பாண்டம் (Southern Megalithic Pottery) என்று முத்திரை குத்தப்பட்டதே தவிர இது கருப்பு-சிவப்புப் பாண்டம் என்பதையும், தென்னிந்தியாவில் சாம்பல் வண்ணம் தீட்டிய பாண்டம் ஒருபோதும் கிடைக்கவில்லை என்பதையும் அகழாய்வாளர்கள் யாரும் தீவிரமாகக் கருத்தில் கொள்ளவில்லை என்பது வியப்பை அளிக்கிறது. இந்தியாவில் கிடைத்துள்ள 80 விழுக்காடு பானைக்கீறல்கள், சிந்துவெளி வரிவடிவங்களோடு ஒப்பிடக்கூடிய கீறல் கொண்ட பானைச் சில்லுகள் மற்றும் தமிழ்-பிராமி எழுத்துகளுடன் கூடிய மட்பாண்டங்கள் ஆகியன தமிழ்நாட்டில் கிடைத்திருப்பதும் தீவிரமாக ஆய்வுக்கு உட்படுத்தப்படவில்லை.

எப்படியிருந்தாலும், கருப்பு-சிவப்புப் பானையின் தொல்லியல் பரவலும், காலநிரல்வரிசையும் நாடுதழுவிய மட்பாண்டம் இதுவே என்பதைத் தெளிவாக உணர்த்துகிறது. இரும்புக்காலத்திற்கு முன்பு, இரும்புக்காலம் மற்றும் பெருங்கற்காலப் பின்னணியில் கருப்பு-சிவப்புப் பாண்டத்தின் முழுமையான ஆதிக்கம்; தெற்கிலும், கிழக்கு இந்தியாவிலும் சாம்பல் வண்ணம் தீட்டிய பாண்டம் இல்லாதது ஆகிய தகவல்கள் மேற்சொன்ன கருத்திற்கு மேலும் வலுசேர்க்கின்றன.

பெருங்கற்காலப் மட்பாண்டங்கள்

கருப்பு-சிவப்புப் பாண்டங்கள் பற்றிய எந்த விவாதமும் அதன் பெருங்கற்காலத் தொடர்பைக் குறிப்பிடாமல் நிறைவு பெறாது. பெருங்கற்காலப் புதைவிடங்கள் தமிழ்நாடு, ஆந்திரப் பிரதேசம், தெலங்கானா, கேரளா, கர்நாடகா, மகாராஷ்டிராவின் விதர்பா மற்றும் மேற்குப் பகுதிகள், அசாம், பீகார், ஒடிசாவின் சில பகுதிகள், ராஜஸ்தான், குஜராத்தின் சில பகுதிகள், மத்திய இந்தியா மற்றும் காஷ்மீர் என்று இந்தியா முழுவதும் பரவியுள்ளன. இந்தப் பகுதிகளில் சில இடங்களில் பெருங்கற்காலச் சின்னங்களை இப்போதும்கூட வழிபடுகின்றனர்.

இந்தியாவில் 1823-1996ஆம் ஆண்டுகளுக்கு இடையே (173 ஆண்டுகள்) நடைபெற்ற களஆய்வுகளில் 1400 பெருங்கற்கால இடங்கள் கண்டுபிடிக்கப்பட்டன. இவற்றில் 1116 இடங்கள் தீபகற்ப இந்தியாவில்தான் உள்ளன. (Deo 1985).

மதுரை மற்றும் திருநெல்வேலிப் பெருங்கற்காலச் செந்நிற மட்பாண்டங்களின் மீது வெந்நிறம் பூசப்பட்டுள்ளது. இதில் பொறிக்கப்பட்டுள்ள கீறல் சின்னங்கள் தனித்துவமானவை. பெருங்கற்காலக் கர்நாடகாவின் கொன்னூர்-சவுண்டெட்டி மற்றும் தேர்டல் ஆகிய இடங்களில் கிடைத்துள்ள கற்பதுக்கைகள் பெருங்கற்காலப் பண்பாட்டின் தொடக்க நிலை (பொ.யு.மு. 1200-900 என்ற காலகட்டம்) என்று கருதப்படுகின்றன. இரும்புக் காலத்திற்கு இணையாகப் பெருங்கற்காலப் பண்பாடு உருவாகும் முன் இரும்புக் காலத்தோடு தொடர்பற்ற ஒரு பெருங்கற்காலகட்டம் இருந்தது என ஏ. சுந்தரா முன்மொழிகிறார். ஆந்திரப் பிரதேசத்தின் கர்னூல் மாவட்டத்தில் ராமாபுரம் என்ற இடத்திலும், மெஹபூப் நகர் மாவட்டத்தில் பெத்த மாரூர், சின்ன மாரூர் ஆகிய இடங்களிலும் இரும்புப் பயன்பாடு காணப்படாத சூழலில் பெருங்கற்காலக் கற்பதுக்கைகள் கிடைத்துள்ளன. ஏ. சுந்தராவின் கருத்துக்கு இதுவே காரணம்.

மகாராஷ்டிராவில் 90 பெருங்கற்கால அகழாய்வுத் தலங்கள் உள்ளன. இவற்றில் மேற்கு மற்றும் வடக்கு மகாராஷ்டிரப் பகுதிகளில் பிற்காலச் கல்செம்பு-ஜோர்வே பண்பாட்டுக் கூறுகள் (நாசிக், ஜோர்வே, பஹல், டெக்வாடா ஆகிய இடங்களில்) கிடைத்துள்ளன. இந்த இடங்களில் ஓவியம் தீட்டப்பட்ட சிவப்புப் பாண்டங்களும், அவ்வாறு தீட்டப்படாத கருப்பு-சிவப்புப் பாண்டங்களும் கிடைத்துள்ளன. விதர்பா பகுதியில் (கர்பா, ஜூனாபானி, தக்கல்காட், சந்திரபூர், ராய்பூர்) 68 பெருங்கற்காலப் புதைவிடங்கள் கிடைத்துள்ளன. மகாராஷ்டிராவில் மட்பாண்ட தொழிலுக்குரிய பெருங்கற்காலப் புதைவிடங்கள் மற்றும் அவற்றோடு தொடர்புடைய குடியிருப்புப் பகுதிகள் பாண்ட வகைகளின் அடிப்படையில் நான்கு வகைப்படும்: 1. கருப்பு-சிவப்புப் பாண்டம், 2. எரியூட்டப்பட்ட கருப்புப் பாண்டம், 3. காக்கைப்பொன் சிவப்புப் பாண்டம், 4. ஓவியம் தீட்டப்பட்ட கருப்பு-சிவப்புப் பாண்டம்.

விந்தியமலைப் பகுதிகளில் கோட்டியா, கக்கோரியா, ஜங்கல் மகால், ககர் நதியின் இடதுகரையில் அமைந்த நர்கான் ஆகிய இடங்களில் மேற்பகுதியில் வெள்ளைநிறம் பூசப்பட்ட ஏராளமான கருப்பு-சிவப்புப் பாண்டங்கள் கிடைத்துள்ளன. இது ராஜஸ்தானில் கிடைத்துள்ள செம்பழுப்புப் பூச்சு பாண்டங்கள் அல்லது அதைப் போன்ற வெந்நிற ஓவியத்துடன் கூடிய கருப்பு-சிவப்புப் பாண்டங்களை நினைவுபடுத்துகின்றன.

இந்திய வரலாற்றுக் காலத்தின் தொடக்ககட்டத்தோடு தொடர்புபடுத்தப்படும் வனப்புமிக்க கருப்பு-சிவப்புப் பாண்டங்கள் உத்திரப் பிரதேசப் பகுதியில் மெருகூட்டப்பட்ட வடக்குக் கரும்பாண்டம் மற்றும் சாம்பல் வண்ணம் தீட்டிய பாண்டப் பண்பாடுகளில் கண்டறியப்பட்டுள்ளன.

உத்திரப் பிரதேசத்தில் உள்ள அத்தரஞ்சிகேரா, ஐகேரா; ராஜஸ்தானில் உள்ள நோக், ஜோத்பூர் ஆகிய இடங்களில் இரும்புப் பயன்பாட்டோடு சேர்ந்து கருப்பு-சிவப்புப் பாண்டங்கள் கிடைக்கின்றன. நோக் மற்றும் ஜோத்பூர் சாம்பல் வண்ணம் தீட்டிய பாண்டங்களுக்கு முந்தைய காலகட்டப் பண்பாடு என்பது இங்கே கவனிக்கத்தக்க நிகழ்வு.

அலகாபாத், மிர்ஜாபூர் மற்றும் வாரணாசி ஆகிய இடங்களில் உள்ள சில பெருங்கற்காலப் புதைவிடங்களில் இரும்புத் தடயங்கள் கிடைக்கவில்லை. எனவே, இப்புதைவிடங்கள் கல்செம்பு பெருங்கற்காலப் பண்பாட்டைச் சேர்ந்தவை என்று அழைக்கப்படுகிறது.

காஷ்மீர் புர்சுஹோம் பெருங்கற்காலம், புதிய கற்காலத்தைத் தொடர்ந்து தோன்றிய பண்பாடாகும். இதில் கருப்பு-சிவப்புப் பாண்டங்கள் இல்லை. தப்தி நதியின் தாழ்நிலங்களில் உள்ள பஹல் மற்றும் டெக்வாடா ஆகிய இடங்களில் கல்-செம்பு பண்பாட்டுப் பின்னணியில் கருப்பு-சிவப்புப் பாண்டங்கள் கிடைத்துள்ளதையும், அவற்றிலும் கீறல் குறியீடுகள் காணப்படுவதையும் கருத்தில்கொண்டு இந்தக் கருப்பு-சிவப்புப் பாண்டங்கள் பெருங்கற்கால கருப்பு-சிவப்புப் பாண்டங்களோடு தொடர்புடையவை என்று பி. பி. லால் கருதுகிறார்.

பெருங்கற்கால பண்பாடு குறித்த இந்தத் தகவல்களை நிறைவுசெய்ய ஐ. கே. ஷர்மாவின் கருத்து பொருத்தமானது. "இந்தியாவின் பெருங்கற்காலம் மிகவும் சிக்கலானது. இதில் பல்வேறு பண்பாட்டுத் தாக்கங்கள் வெவ்வேறு காலகட்டங்களில் உள்வாங்கி வெளிப்படுத்தப்பட்டுள்ளன. பெருங்கற்காலப் பண்பாட்டின் ஒவ்வொரு பண்புகளையும் இரும்புப் பயன்பாடு, கருப்பு-சிவப்புப் பாண்டங்களின் மிகுதி, பெருங்கற்கால நினைவுச் சின்னங்களின் வடிவமைப்பு ஆகியவற்றின் ஊடாக தீவிரமாக மதிப்பிடும் தேவை இருக்கிறது" *(Pant 1997: 120)*.

இந்திய மட்பாண்டங்களின் பரவல் மற்றும் காலகட்டங்கள் பற்றிய புரிதல்

புதிய கற்காலத்திலிருந்து செம்புக் காலம், அதைத் தொடர்ந்த வரலாற்றுக் காலத்தின் தொடக்கம் ஆகியவற்றோடு தொடர்புடைய அகழாய்வுத் தலங்களைப் பட்டியலிட்டு அதன் அடிப்படையில் ஒரு கால-இட நிரல் வரைபடத்தைத் தயாரிப்பது முக்கியம். அவ்வாறு செய்யும்போது இந்தியாவின் மட்பாண்ட வகைகள் தொடர்பான பிரச்சினைகளைப் பற்றிய பல்வேறு முன்னோக்குப் பார்வைகள் சாத்தியமாகும்.

பொ.யு.மு. முதல் இரண்டாயிரம் ஆண்டுகளில் வடஇந்தியாவில் மட்பாண்ட வகைகள் எதன் பிறகு எது பயன்பாட்டுக்கு வந்தது என்ற நிரல்வரிசை பல்வேறு ஆய்வாளர்களால் விவாதிக்கப்பட்டுள்ளது. இந்த நிரல்வரிசை வடஇந்திய நிலப்பகுதிகளில் பல்வேறு மட்பாண்டப் பண்பாடுகள் எழுச்சி பெற்றதையும், வீழ்ச்சி அடைந்ததையும் சுட்டிக்காட்டுகிறது. ஹரப்பா மட்பாண்டங்கள், கருப்பு-சிவப்புப் பாண்டங்கள், சாம்பல் வண்ணம் தீட்டிய பாண்டம், கருப்புப் பாண்டங்கள், கருவிளிம்புப் பாண்டம் மற்றும் மெருகூட்டப்பட்ட வடக்குக் கரும்பாண்டம் என்ற காலகட்ட நிரல்வரிசை பல்வேறு ஆய்வாளர்களால் தெளிவாக நிறுவப்பட்டுள்ளது. ஆனால் இந்த ஆய்வுகளில் பெரும்பாலானவை வெவ்வேறு அகழாய்வு இடங்களில் பல்வேறு அடுக்குகளில் கிடைக்கும் ஒவ்வொரு பாண்டங்களின் தொன்மையையும் தனித்தனியாக ஆராய்வதாகவே உள்ளன.

தென்னிந்திய மட்பாண்ட வகைகள், முக்கியமாக அதிகம் கிடைக்கக்கூடிய கருப்பு-சிவப்புப் பாண்டங்கள் அனைத்தையும் புதிய கற்கால/பெருங்கற்காலப் பாண்டங்கள் என்று கூறும் அணுகுமுறை உண்டு. இது இந்தியாவில் ஏனைய இடங்களில் கிடைத்துள்ள கருப்பு-சிவப்புப் பாண்டங்களும் தென்னிந்தியாவில் கிடைத்துள்ள கருப்பு-சிவப்புப் பாண்டங்களும் ஒன்றோடு ஒன்று தொடர்பற்றவை என்ற தோற்றத்தை உருவாக்குகிறது. இதை இன்னொரு வகையில் சொல்வதெனில் ஹரப்பா பண்பாட்டின் பிந்தைய காலகட்டத் தொடர்ச்சிக்கும் தென்னிந்தியக் கருப்பு-சிவப்புப் பாண்டங்களுக்கும் பண்பாட்டு உறவு இல்லை என்பது போன்ற ஒரு தோற்றத்தை இது உண்டாக்குகிறது. ஒரு காலகட்டத்தின் மக்கள்தொகை மாற்றங்களைப் புரிந்துகொள்ள, வெவ்வேறு காலங்களின் வெவ்வேறு இடங்களில் கிடைக்கப்பெறும் தொல்பொருள் தரவுகளைப் பகுத்தும், தொகுத்தும் ஆய்வு செய்யவேண்டிய தேவை உள்ளது.

இந்த நூலிற்காக இந்தியாவில் கருப்பு-சிவப்புப் பாண்டத்தின் பரவலைத் தரவுகளின் அடிப்படையில் வரைபடமாகத் தயாரித்திருக்கிறோம். கருப்பு-சிவப்புப் பாண்டங்களின் பரவல் மற்றும் திசைகள் பற்றிய மேலோட்டமான சித்திரத்தை இந்த வரைபடம் அளிக்கும்.

குஜராத்தில் கத்தியவார் பகுதியில் கண்டறியப்பட்ட கருப்பு-சிவப்புப் பாண்டம் நர்மதா நதிக்கரையை ஒட்டி

கிழக்குமுகமாகப் பயணித்துக் கிழக்குக் கங்கைச் சமவெளியை அடைகிறது. அதுமட்டுமின்றி அங்கிருந்து தற்கால இந்தியாவின் ஒடிசா, மேற்கு வங்காளம், அசாம் ஆகிய மாநிலங்களை உள்ளடக்கிய நிலப்பகுதிகள் அனைத்திலும் இந்தப் பாண்ட வகை பரவுகிறது. இந்த நிலவரைபடத்தை (9.1) மீண்டும் ஒருமுறை கூர்ந்து கவனித்தால், சாம்பல் வண்ணம் தீட்டிய பாண்டங்களின் பகுதி ஒரு தீவைப்போல தோற்றமளிக்கிறது. அதைச்சுற்றி தென்மேற்கு, தெற்கு, கிழக்கு என்று மூன்று திசைகளிலும் கருப்பு-சிவப்புப் பாண்டப் பகுதிகளே காணப்படுகின்றன. கருப்பு-சிவப்புப் பாண்டம் பெருங்கற்காலப் பண்பாட்டோடு சேர்ந்து வருகிறதா, சேராமல் வருகிறதா என்ற அணுகுமுறையைக் கொஞ்சம் விலக்கி வைத்துவிட்டு இந்தப் பாண்டங்கள் பரவிய பகுதிகளைக் கவனிக்கும்போது இந்த வரைபடம் வேறு ஒரு புதிய புரிதலைத் தருகிறது.

வடஇந்தியாவில் ஏற்கெனவே சுட்டிக்காட்டியபடி ஒரு தீவைப் போல் தோற்றம் அளிக்கும் வரையறைக்கு உட்பட்ட நிலப்பகுதியில் பயன்படுத்தப்பட்ட சாம்பல் வண்ணம் தீட்டிய பாண்டங்கள் தென்னிந்தியாவில் எங்குமே கண்டுபிடிக்கப்படவில்லை என்பது மிக முக்கியமானதாகும். இது சாம்பல் வண்ணம் தீட்டிய மட்பாண்ட பண்பாட்டின் தீவு போன்ற வரையறையை இன்னும் வெளிப்படையாகக் காட்டுகிறது. இருப்பினும் மெருகூட்டப்பட்ட வடக்கு கரும்பாண்ட பண்பாடு, வேதகால ஆரியப் பண்பாட்டோடு தொடர்புபடுத்தப்படும் சாம்பல் வண்ணம் தீட்டிய பாண்ட பண்பாடு, அதேநேரத்தில் கிழக்குப் பகுதிகளில் ஏற்கெனவே நிலவிய கருப்பு-சிவப்புப் பாண்ட பண்பாடு ஆகிய மூன்றுக்கும் ஏற்பட்ட உறவு ஒரே காலத்தில் நிகழ்ந்ததாகக் கருதப்படுகிறது. இந்தப் புதிய கலப்புப் பண்பாடும் அதன் அடையாளமாகத் திகழும் மெருகூட்டப்பட்ட கருப்புப் பாண்டமும் இந்தியாவின் வெவ்வேறு பகுதிகளுக்கும் பரவத் தொடங்குகிறது. பண்டைய மகதப் பகுதிதான் "மெருகூட்டப்பட்ட வடக்கு கரும்பாண்டங்களின் தொட்டில்" என்கிறார் அகழாய்வாளர் பி. பி. சின்ஹா.

ஆதிச்சநல்லூர் அருகே உள்ள சங்க கால அகழாய்விடமான கொற்கையில் மெருகூட்டப்பட்ட வடக்கு கரும்பாண்டம் கிடைத்தது என்பதும் தென்கோடி இந்தியாவில் சாம்பல் பாண்டம் பயன்படுத்தப்படவில்லை என்பதும் மெருகூட்டப்பட்ட வடக்கு கரும்பாண்டம் தென்னிந்தியாவில் நுழைந்த காலகட்டம் பற்றிய புரிதலைக் கொடுக்கிறது. இதை வடஇந்தியச் சிந்தனைமரபுகள் மற்றும் அவற்றோடு தொடர்புடைய பண்பாட்டுக்கூறுகள் தென்னிந்தியாவில் முக்கியமாகத் தமிழ்நாட்டில் பரவத் தொடங்கிய காலகட்டம் என்று நாம் எடுத்துக்கொள்ளலாம்.

ஆரம்ப காலகட்டங்களில் சாம்பல் வண்ணம் தீட்டிய மட்பாண்ட மக்களுக்கும், கருப்பு-சிவப்புப் பாண்ட மக்களுக்கும் இடையில் இணக்கமான உறவு இல்லை என்பதைக் கலிங்க நாடு (ஒட்ர தேசம் என்றும் அழைக்கப்பட்டது), அங்க நாடு ஆகிய இரண்டு முக்கியமான பண்டைய கிழக்கு ஆட்சிப் பகுதிகளின் மீது ஆரியர்கள் கொண்டிருந்த பார்வை மற்றும் மதிப்பீடு தொடர்பான நேர்வு ஆய்வு மூலமாகப் புரிந்து கொள்ளலாம்.

கலிங்கம் மற்றும் ஒட்ர நிலப்பகுதிகள் பற்றிய ஆரியர்களின் கண்ணோட்டம் பரிவற்றது. வரலாற்று ஆய்வாளர் மஹதாப் (*Mahtab*) ஒடிசாவின் வரலாறு பற்றிய தனது நூலில் 'பவுதாயனாவின் தர்ம சூத்திரத்தை' மேற்கோள் காட்டுகிறார். ஆரிய நிலப்பகுதிகளைச் சேர்ந்தவர்கள் கலிங்க நிலப்பகுதிக்குச் செல்வது ஒரு பாவச்செயல் என்றும் அப்படிச் செய்தால் அங்கிருந்து திரும்பி வரும்போது அதற்கான பரிகாரம் செய்ய வேண்டும் என்றும் இந்த நூல் குறிப்பிடுகிறது. இதைப்போலவே, மானவ தர்ம சாஸ்திரம் பழங்கால ஒட்ரா மக்களை ஆரியர் என்ற அடையாளத்துக்குப் புறம்பான அந்நியமானவர்களாய்ப் பட்டியலிடுகிறது. ஒட்ரா மக்களோடு சேர்ந்து பவுந்த்ரகர்கள், திராவிடர்கள், காம்போஜர்கள், யவனர்கள், சாகர்கள், பரதர்கள், பஹ்லவர்கள், சீனர்கள், கிராதர்கள், தாத்தார்கள், காசர்கள் ஆகியோர் இந்தப் பட்டியலில் இடம்பெறுகின்றனர். கலிங்கா என்ற இன அடையாளம் அங்கம், வங்கம் ஆகிய அடையாளங்களோடு சேர்ந்த பொது மூதாதையர் என்பதன் அடிப்படையில் இணைக்கப்படுகிறது.

அங்க தேசத்தைச் சேர்ந்த அங்கர்கள் கிழக்குப் பகுதியைச் சேர்ந்தவர்கள் என்றும் இவர்கள் காந்தாரி, முஜாவத், மகதர்களுடன் தொடர்புடையவர்கள் என்றும் அதர்வண வேதம் குறிப்பிடுகிறது. கோபாத பிராமணம், ஐத்ரேய பிராமணம், பாணினியின் நூல் ஆகியவற்றிலும் இவர்கள் குறிப்பிடப்படுகிறார்கள். அங்கர்களை கலப்பு மக்கள் என்று தர்மசூத்ரா குறிப்பிடுகிறது. மகாபாரதம் அங்கநாட்டு மக்களை மிலேச்சர்கள் (*Mlecchas*) என்றும், அந்நியநிலத்து காட்டுமிராண்டிகள் (*Outlandish barbarians*) என்றும் கூறுகிறது. மத்ஸ்ய புராணம் இவர்களை அரக்கர் குலத்தைச் சேர்ந்தவர்கள் என்று சித்தரிக்கிறது. மகாபாரதம் கலிங்க மக்களைச் சத்திரியர்கள் என்று கூறினாலும் அவர்கள் தங்களது சத்திரிய அறத்திலிருந்து விலகி நலிவடைந்து சூத்திரர்கள் ஆகிவிட்டார்கள் என்று குறிப்பிடுவதுடன், கலிங்கர்கள் மதமற்றவர்கள் (*Dhurdharmas*) என்றும் சாடுகிறது.

வாயுபுராணம் கலிங்க மக்களை நிசாதர்களுடன் தொடர்புபடுத்துகிறது. எனவே, பிந்தைய வேதகாலம்,

வேதகாலத்திற்குப் பிந்தைய இலக்கியங்கள், காப்பியப் புராண மரபுகள் அனைத்திலும் அங்கம், கலிங்கம் ஆகிய இரு நிலப்பகுதிகளில் வாழ்ந்த மக்களும் ஒரு தனி இனமக்களாகக் கருதப்பட்டார்கள் என்பதும் அங்க மக்களும், கலிங்க மக்களும் பொது மூதாதையரைக் கொண்டவர்கள் என்று புராண மரபுகள் குறிப்பிடுவதும் புலனாகும்.

வராகமிகிரர் எழுதிய பிரகத் சம்ஹிதா என்ற நூல் உட்ரா (ஒட்ரா) மற்றும் கலிங்கா ஆகிய நாடுகள் சூரியக்கடவுளின் நேரடி ஆளுகையில் இருப்பதாகக் கூறுகிறது. வேத இலக்கியங்களில் சூரியன் நோய்களைக் குணப்படுத்தும், உயிர்வாழ்வைச் செறிவுள்ளதாக்கும் விசையின் ஊற்றுக்கண்ணாகக் கருதப்பட்டாலும், சூரியனை முழுமுதற் கடவுளாக வழிபடும் பண்பாட்டு மரபை வேதக் கோட்பாடுகள் ஒப்புக்கொள்ளவில்லை. எனவே கலிங்கா, ஒட்ரா பற்றிய ஆரிய மதிப்பீடுகள் பரிவுடையதாக, நேர்மறையானதாக இல்லை, மாறாக அது அவமதிப்பாகவே இருக்கிறது. அம்மக்கள் ஆரியர் அல்லாதவர்கள் என்று கருதப்பட்டதுடன் திராவிடர்கள், கிராதர்கள், தர்தா போன்ற மக்களோடு சேர்த்துப் பட்டியலிடப்படுகிறார்கள்.

இப்போது நாம் கவனிக்கவேண்டியது மேலே விவாதித்த கிழக்கு இந்திய நிலப்பகுதிகளில் தொன்மையானதாக, பொதுவானதாக விளங்கிய மட்பாண்டம் எது? இதற்கான விடை கருப்பு-சிவப்புப் பாண்டம் என்பதுதான். அடுத்த கேள்வி, இந்திய மட்பாண்ட நிரல்வரிசையில் இந்த நிலப்பகுதிகள் ஒருபோதும் அறியாத மட்பாண்டம் எது? இதற்கான விடை, சாம்பல் வண்ணம் தீட்டிய மட்பாண்டம் என்பதுதான். அதாவது ஆரியர்களின் முத்திரைப் பாண்டமான சாம்பல் வண்ணம் தீட்டிய மட்பாண்டத்தைச் சந்திக்காமலேயே இந்தக் கிழக்கு இந்தியப் பகுதிகள் கருப்பு-சிவப்புப் பாண்டங்களின் காலகட்டத்திலிருந்து மெருகூட்டப்பட்ட வடக்குக் கரும்பாண்ட காலகட்டத்துக்கு நேரடியாக நகர்கிறது. இந்த இடத்தில் அக்னிசயனா வழிபாட்டுச் சடங்கின் பின்னணியில் கன்வர்ஸ் குறிப்பிடும் கருத்தை நினைவுகூரவேண்டும். கருப்பு-சிவப்புப் பாண்ட பண்பாடும், சாம்பல் பாண்டப் பண்பாடும் அருகருகே வாழ்ந்தாலும் இவ்விரு பண்பாடுகளும் ஒன்றோடு ஒன்று தொடர்பில்லாமல் நெடுங்காலம் வாழ்ந்தன என்ற அவரது கருத்தை நாம் ஏற்கெனவே பார்த்தோம். கிழக்கு இந்திய மட்பாண்டங்களின் தொல்லியலால் நிறுவப்படும் நிரல்வரிசையும் இதைத்தான் சொல்கிறது.

கிழக்கிந்திய மாநிலங்கள் மொழியியல் அடிப்படையில் இப்போது பிஹாரி, ஒடியா, வங்காளம் போன்ற இந்தோ-ஆரிய மொழிகளைப் பேசும் நிலப்பகுதிக்குள் வருகின்றன. இருந்தாலும், இப்பகுதிகளில் திராவிட மொழிக்குடும்ப மொழிகளையும், ஆஸ்ட்ரோ-ஆசியாட்டிக் மொழிக் குடும்ப மொழிகளையும் பேசும் பழங்குடி மக்கள் ஏராளமாக வசிக்கிறார்கள். அவ்வாறாயின், சமஸ்கிருத இலக்கியங்கள் கலிங்க மக்களைத் திராவிடர் மற்றும் இதர மக்களோடு இணைத்துப் பேசியதையும், தென்னிந்தியா முழுவதற்கும், கிழக்கு இந்தியாவுக்கும் கருப்பு-சிவப்புப் பாண்டம் பொது என்பதையும் இப்பகுதிகளில் சாம்பல் வண்ணம் தீட்டிய பாண்டம் இடம்பெறவில்லை என்பதையும் ஒருசேரக் கருத்தில் கொண்டு மேலும் ஆராய வேண்டிய தேவை இருக்கிறது என்பதில் ஐயமில்லை.

மட்பாண்டப் பண்பாடுகளின் ஊடாக இந்திய நாகரிகத்தை வரையறை செய்யும் சரஸ்வதியின் ஆய்வில் கணக்கில் எடுத்துக்கொள்ளப்படாத தென்னிந்தியா மற்றும் கிழக்கு இந்திய மாநிலங்களுக்கு இரு பொதுத் தொடர்புகள் உண்டு.

1. அப்பகுதிகளில் சாம்பல் வண்ணம் தீட்டிய பாண்டம் ஒருபோதும் பயன்படுத்தப்படவில்லை.
2. அப்பகுதிகளில் கருப்பு-சிவப்புப் பாண்டங்கள் பயன்படுத்தப்பட்டன.

இதை மேலும் தெளிவாகப் புரிந்துகொள்ள இந்தியாவின் பல்வேறு பகுதிகளின் குயவர் சமூகவியல், மட்பாண்டத் தொழில் மற்றும் மட்பாண்டச் சமூகவியல் தொடர்பான மொழியியல் செய்திகள், இலக்கியக் குறிப்புகள், சடங்கு முறைகள், பழக்கவழக்கங்கள், தற்கால மட்பாண்ட சமூகங்களின் மரபுகள் ஆகியவற்றை ஒப்பீட்டு அளவில் ஆராய வேண்டும். அதன்மூலம் புலனாகும் சில புரிதல்களைத் தொல்லியல் சான்றுகளால் உறுதிசெய்யப்பட்ட சிந்துவெளித் தரவுகளோடு ஒப்பிட்டுப் பார்ப்பது பயனுள்ளதாக இருக்கும்.

III. இந்தோ-ஆரிய மொழிகளில், மரபுகளில் மட்பாண்டத் தொழில்

‘குயவன்’ என்பதற்கான இந்தோ-ஆரியச் சொற்கள்

சமஸ்கிருதத்தில் ‘கும்பகாரா’ என்பது குயவர்களைக் குறிக்கும் சொல். இந்தோ-ஆரிய மொழிக் குடும்பத்தின் பல்வேறு மொழிகளிலும் இச்சொல்லே பரவலாகப் பயன்படுத்தப்படுவதை *CDIAL 3310* காட்டுகிறது. இச்சொல்லின் மிகத் தொன்மையான இலக்கியக் குறிப்பு ‘யக்ஞவல்க்யா’ என்ற நூலில் இடம்பெறுகிறது.

இந்தோ-ஆரிய ‘குலாலா’, திராவிட மொழிக் குயவனா?

இந்தியாவின் சில பகுதிகளில் குயவர்களைக் குறிக்க ‘குலாலா’ என்ற மற்றொரு சொல் பயன்படுகிறது. *CDIAL 3341* இச்சொல் சமஸ்கிருத இலக்கியத்திலும் ஏனைய இந்தோ-

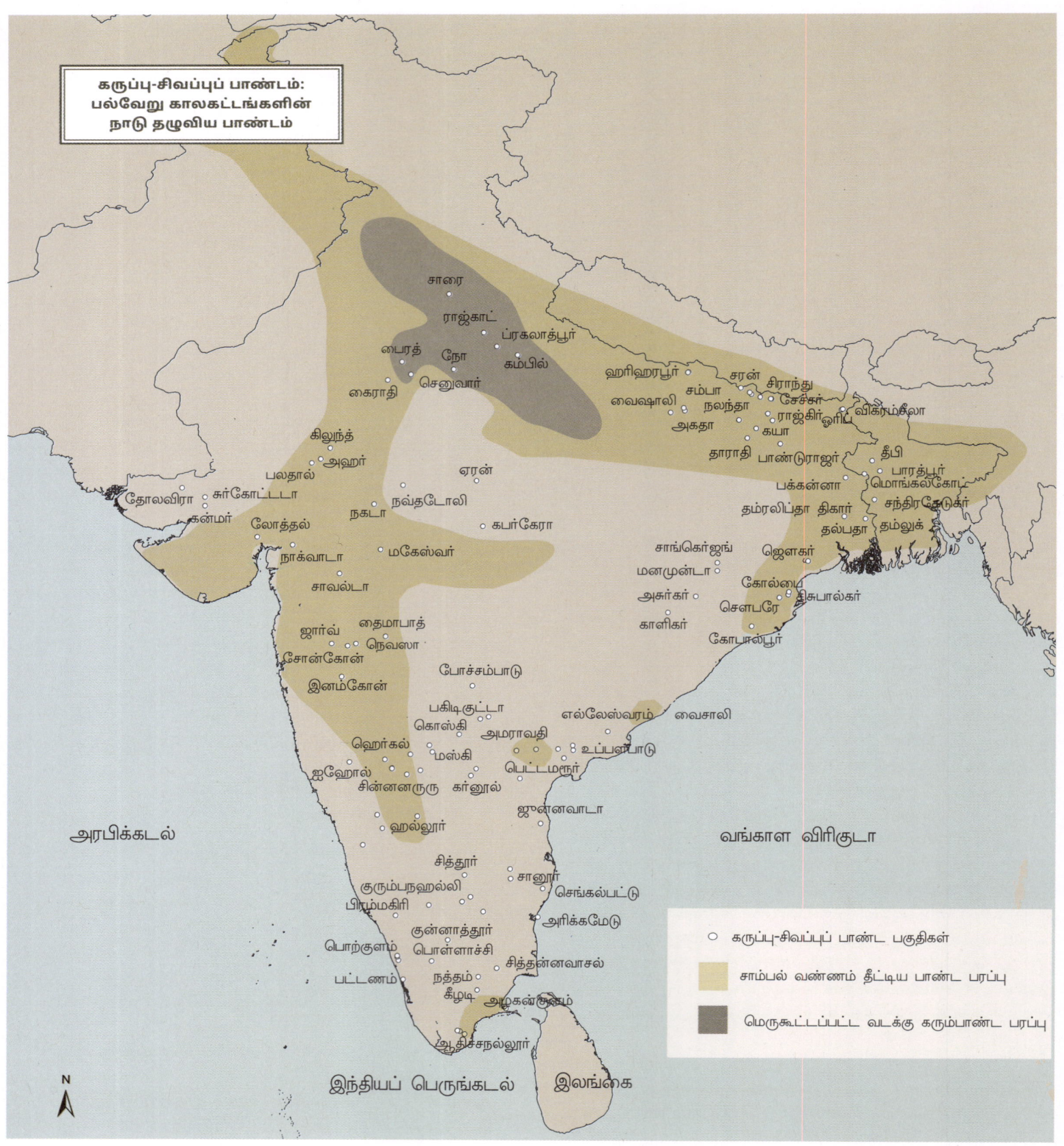

கருப்பு-சிவப்புப் பாண்டம்:
பல்வேறு காலகட்டங்களின்
நாடு தழுவிய பாண்டம்
சாரை
ராஜ்காட்
ப்ரகலாத்பூர்
பைரத்
நோ
கம்பில்
செனுவார்
கைராதி
ஹரிஹரபூர்
சரன்
சிராந்து
சம்பா
வைஷாலி
நலந்தா
சேச்சர்
ராஜ்கிர்
விக்ரம்சீலா
அகதா
கயா
தாராதி
பாண்டுராஜர்
தீபி
பாரத்பூர்
மொங்கல்கோட்
பக்கன்னா
சந்திரகேதுகர்
தம்ரலிப்தா
திகார்
தம்லுக்
தல்பதா
கிலுந்த்
அஹர்
பலதால்
ஏரன்
தோலவிரா
சுர்கோட்டடா
கன்மர்
நவ்தடோலி
நகடா
லோத்தல்
கபர்கேரா
நாக்வாடா
மகேஸ்வர்
சாங்கொர்ஜங்
ஜௌகர்
மனமுன்டா
கோல்பை
அசுர்கர்
சிசுபால்கர்
சௌபரே
காளிகர்
கோபால்பூர்
சாவல்டா
ஜார்வ்
தைமாபாத்
நெவஸா
சோன்கோன்
இனம்கோன்
போச்சம்பாடு
பகிடிகுட்டா
கொஸ்கி
எல்லேஸ்வரம்
வைசாலி
அமராவதி
ஹெர்கல்
மஸ்கி
உப்பளபாடு
ஐஹோல்
பெட்டமபூர்
சின்னனருரு
கர்னூல்
ஜூனனவாடா
ஹல்லூர்
அரபிக்கடல்
வங்காள விரிகுடா
சித்தூர்
சானூர்
குரும்பநஹல்லி
செங்கல்பட்டு
பிரம்மகிரி
அரிக்கமேடு
குன்னாத்தூர்
பொற்குளம்
பொள்ளாச்சி
சித்தன்னவாசல்
பட்டணம்
நத்தம்
கீழடி
அழகன்குளம்
ஆதிச்சநல்லூர்
இந்தியப் பெருங்கடல்
இலங்கை
N
கருப்பு-சிவப்புப் பாண்ட பகுதிகள்
சாம்பல் வண்ணம் தீட்டிய பாண்ட பரப்பு
மெருகூட்டப்பட்ட வடக்கு கரும்பாண்ட பரப்பு

நிலவரைபடம் 9.1

ஆரிய மொழிகளிலும் பயன்படுவதை விளக்குகிறது. குலாலா (வாஜஸநேயி-சம்ஹித), கௌலாலா (ஸதபத பிராமண); குலாலலி-குலாலா சொல்லின் பெண்பால் (ராஜதரங்கினி); இதே சொல்லை மட்பாண்டக் கலங்களுக்கான பால் வேறுபாடற்ற சொல்லாக அஸ்வலாயன கிரஹ்யசூத்ரா பயன்படுத்துகிறது. மட்பாண்ட கலங்களைக் குலலாகா என்று பாணினி குறிப்பிடுகிறார். யஜூர் வேதத்திலும் முதன்முதலாகக் குலால் என்ற சொல் பயன்படுகிறது. ஏனைய இந்தோ-ஆரிய மொழிகளில் இச்சொல்லின் பயன்பாடு வருமாறு.

1. பாலி: குலால சக்க-குயவர்களின் சக்கரம்; பிராக்ரித்: குலால-குயவன்; காஷ்மிரி: க்ரால் (ஆ) கரௌஜு (பெ) 'அவன் மனைவி'; ஒடியா: குலாலா; குஜராத்தி: கராலியே (மட்பொருட்களை விற்பவன்).
2. பாஷை: கோலால; டார்டிக்: குலாலா.

குலாலா என்ற இந்தோ-ஆரியச் சொல், திராவிட மொழிகளில் பானையைக் குறிப்பிடும் 'குட' என்ற சொல்லிலிருந்து பெறப்பட்டிருக்கலாம் என்று டர்னர் கருதுகிறார்.

இந்தப் பின்னணியில் சமஸ்கிருதச் சொல்லான குலாயா *(CDIAL 3340)*, 'பின்னப்பட்ட', 'வலை', 'கூடு' என்ற பொருள்களில் அதர்வ வேதத்தில் பயன்படுத்தப்படுகிறது. இச்சொல் திராவிட மொழிகளிலிருந்து கடன் பெற்ற சொல் என்பது டர்னரின் கருத்து. (தமிழ்: குடை, மலையாளம்: குட, கன்னடம், துளு: குடே, தெலுங்கு: கூட, தமிழ்: கூடு, மலையாளம்: கூடு, கன்னடம், தெலுங்கு, துளு: கூடு). இந்தோ-ஆரிய மொழிகளைப் பொறுத்தவரையில் பாலி மொழியில் குலாவக என்றால் கூடு என்று பொருள். சிங்கள மொழியில் கூடே (கூடை), கூடுவ (கூடு, கூண்டு) ஆகிய சொற்கள் தமிழ் மொழியிலிருந்து கடன் பெறப்பட்டவை என்று கருதப்படுகிறது.

தமிழ்ப் பேரகராதி குலாலன் என்றால் குயவர் என்று விளக்குகிறது. பொ.யு. 6ஆம் நூற்றாண்டில் கொங்குவேளிர் எழுதிய பெருங்கதை என்ற நூலில் "குலாலர் கேற்பாப் பெருங்குய மருளி" என்று இச்சொல் இடம்பெறுகிறது. இடைக்காலத் தமிழ்க் கல்வெட்டுகளிலும் குயவர்களை 'குலால' என்று கூறுவதற்கான சான்றுகள் உள்ளன. குலாலர் திருக்கை கடமை-அதாவது குயவர்களின் சக்கரத்திற்கு வரி விதிக்கப்படுகிறது *(TAS ix: 16-18)*; குலால விருத்தி -குயவர்களின் வாழ்வாதாரத்திற்காக ஒதுக்கப்பட்ட இடம் *(TAS viii: 3-5)*.

சரஸ்வதியின் கள ஆய்வில் ராவல்பிண்டியில் (பாகிஸ்தானில்) இருந்து புலம்பெயர்ந்து வந்த சில பஞ்சாப் குயவர்கள் (அமிர்தசரஸ் பகுதி) தங்களது சொந்த ஊரில் அதாவது ராவல்பிண்டியில் குலால்/கலால் என்று அழைக்கப்பட்டதாகக் குறிப்பிட்டுள்ளார்கள். பாகிஸ்தானில் உள்ள குயவர்கள் பற்றி *Traditional pottery techniques of Pakistan: Field and Laboratory studies* என்ற ஆய்வு எழுதப்பட்டுள்ளது.

காஷ்மீர் பள்ளத்தாக்கின் குயவர்கள் க்ரால், குலால் என்றும் அழைக்கப்படுகின்றனர். இதுவே வடமேற்கு நிலப்பகுதிகளைச் சேர்ந்த குயவர்களின் உண்மையான பெயர். இந்தச் சான்றுகளின் ஊடாகப் புலப்படும் இணைப்புப் புள்ளிகளைப் புறக்கணித்துக் கடந்துசெல்ல முடியாது. இதுபற்றி தனியே விரிவான ஆய்வு தேவைப்படுகிறது.

வடஇந்தியாவின் குயவர் சமூகவியல்

வடஇந்தியாவில் வாழும் குயவர்களின் சமூகவியல் பற்றி உரையாடும் சரஸ்வதி, வர்ணாசிரமம் என்ற வர்ணப் பாகுபாடுதான் பிராமண 'புரோகிதத்துவத்தின்' அச்சாணி என்று குறிப்பிடுகிறார். வர்ணக் கட்டமைப்பே ஒரு சமூகத்தின் செயல்பாடுகள் குறித்து 'கடவுள்' வகுத்த வரையறைகளை ஒழுங்குபடுத்துகிறது என்று சரஸ்வதி குறிப்பிடுகிறார். இதற்காக அவர் ரிக் வேதத்தின் 'புருஷ சூக்தா' பிரிவில் படைப்புக் கடவுளின் புனித நிரல் முறை வெளிப்பட்டது பற்றிய தொன்ம மரபைச் சுட்டிக்காட்டுகிறார்.

குயவர்கள் பற்றிய *Creators and Consecrators* என்ற தனது ஆய்வில் பல்வேறு அறிஞர்களை மேற்கோள் காட்டும் எஸ். ஆர். இங்லிஸ் *(S. R. Inglis)*, கலைஞர்கள் மற்றும் கைவினைஞர்களின் சமூகநிலை வர்ணப் பாகுபாட்டுக் கட்டமைப்பில் எப்படி இயங்குகிறது என்பதை விளக்குகிறார். அர்த்தசாஸ்திரம், விஷ்ணுஸ்மிருதி (3ஆம் நூற்றாண்டு நூல்) ஆகியவற்றில் எல்லாவகையான கலைத்தொழில்களில் ஈடுபடும் கைவினைஞர்களும் நால்வகை வர்ணக் கட்டமைப்பில் கடைசி இடமான சூத்திரர் என்ற இடத்தில் இருப்பவர்கள் என்று சொல்கிறது. கலைஞர்களும், கைவினைஞர்களும் படைப்புக் கடவுளாகிய பிரம்மாவுடன் ஒப்பிடப்பட்ட காலம் மாறி அவர்கள் சூத்திரர் என்ற கட்டமைப்புக்குள் கட்டம் கட்டப்பட்டது, பண்டைய இந்தியாவின் பொற்காலம் என்று கருதப்படுகிற குப்தர்களின் காலத்தில் (நான்கு முதல் ஆறாம் நூற்றாண்டு வரை) நிகழ்ந்தது என்ற எஃப். மடுரோ *(F. Maduro)* கருத்தையும் மேற்கோள் காட்டுகிறார் எஸ். ஆர். இங்லிஸ்.

வேதகாலத்துக்குப் பிந்தைய சமஸ்கிருத இலக்கியங்கள் கைவினைக் கலைஞர்களைப் பிரம்மாவின் அம்சமாகிய விஸ்வகர்மாவின் வழித்தோன்றல்கள் என்று முன் நிறுத்தினாலும் நடைமுறை வாழ்க்கையில் அவர்களின்

சூத்திரர் என்ற அடையாளம் அவர்களுக்கு நன்மை செய்வதாக இல்லை. கைவினைக் கலைஞர்கள் விஸ்வகர்மாவோடு ஒப்பிடப்படுவதெல்லாம் ஒப்புக்குத்தான். நடைமுறை வாழ்க்கைக்கும் இதற்கும் இடையிலான இடைவெளி மிக வெளிப்படையானது. பிரம்மனின் வீழ்ச்சியே ஒருவகையில் இதற்கான உருவகம். ஒரு காலத்தில் படைப்புக் கடவுளாகக் கொண்டாடப்பட்ட பிரம்மனின் செல்வாக்குக் காலப்போக்கில் மிகவும் நலிவடைந்தது. இந்தியத் துணைக்கண்டத்தில் பிரம்மனுக்கு மிகச்சில கோயில்களே உள்ளன. அதுமட்டுமின்றி அக்கோயில்களுடன் தொடர்புடைய உள்ளூர் தலபுராணங்களும் அவ்வளவு 'உற்சாகம் ஊட்டுவதாய்' இல்லை.

இந்து மதத்தைச் சேர்ந்த குயவர்கள் (கும்பாராஸ்) தங்களைப் பிரஜாபத் அல்லது ப்ரஜாபதி என்று அடையாளப்படுத்துகின்றனர். இது வேத இறை மரபில் இடம்பெறும் படைப்புக் கடவுளான ப்ரஜாபதியை அடிப்படையாகக் கொண்டது. ஆனால் நால்வகை வர்ணக் கட்டமைப்பில் குயவர்களின் நிலைமை வேறு விதமானது. இதை சரஸ்வதியும் தனது ஆய்வில் ஆணித்தரமாக உறுதிசெய்கிறார். "கலை மற்றும் கைவினைச் சாதிகள் சூத்திர வர்ணத்தில் உள்ளடங்கி இருப்பது மறுக்க முடியாதது... அதுமட்டுமின்றி இந்தியா முழுவதும் உள்ள வேளாண்மை, ஆயர் சாதிகளோடு ஒப்பிடுகையில் கைவினைச் சாதிகள் கீழ் நிலையிலேயே வைக்கப்பட்டுள்ளனர்... மனு சம்ஹிதா நிகழ்த்துக்கலை, நடைமுறைக்கலை மற்றும் கைவினைக் கலைகளை, கலை சார்ந்த தொழில்களைச் சூத்திரர்கள் கைக்கொள்ள வேண்டும் என்று கட்டளையிடுகிறது. இதில் மட்பாண்டத் தொழிலும் அடங்கும். எல்லா குயவர்களும் சூத்திரப்பிரிவைச் சேர்ந்த கைவினைக் கலைஞர்களே; வர்ணக்கட்டமைப்பில் கடைநிலையில் இருப்பவர்கள்." *(Saraswati 1979: 78)*.

ஆனால், இதற்கு நேர்மாறாகத் தொன்மையான ஒரு காலகட்டத்தில் தாங்கள் சமூகத்தில் மிக உயர்ந்த நிலையில் இருந்ததாகக் குயவர்கள் கூறுகிறார்கள். அவ்வாறாயின் பின் வந்த நால்வகை வர்ணக் கோட்பாட்டில் குயவர்கள் கடை நிலைக்குத் தள்ளப்பட்டது ஏன், எப்படி என்ற கேள்வி எழுகிறது.

இதற்குப் பிரம்ம வைவர்த்த புராணம் என்ற நூல் ஒரு விளக்கம் அளிக்கிறது. அப்சரஸ் எனப்படும் தேவகணங்கள் விஸ்வகர்மாவைச் சபித்ததால் அவர் வீழ்ந்ததாக இந்தப் புராணம் கூறுகிறது. ஒரு பிராமணருக்குப் பிறந்த விஸ்வகர்மா ஒரு சூத்திரப்பெண்ணுடன் உறவுகொண்டு முறையற்ற வகையில் ஒன்பது மகன்களைப் பெற்றெடுத்ததாகவும், அந்த ஒவ்வொரு முறையற்ற மகனும் ஒவ்வொரு கலையின் 'முன்னோடிக் கலைஞனாக' *(Archetypal Craftsman)* உருவெடுத்ததாகவும் இந்தப் புராணத்தில் விளக்கம் கொடுக்கப்படுகிறது. இவ்வகையில் வர்ணப் பாகுபாட்டை நியாயப்படுத்தும் புராணக் கதைமரபுகள் இந்தியாவின் 'முன்னோடிக் கைவினைஞர்களின்' தோற்றத்தை ஒரு 'முறையற்ற பிறப்புக்குள்' கோர்த்துவிடுகிறது.

வடஇந்தியக் குயவர்களின் சமூகப் படிநிலைகள்

நால்வகை வர்ணப் பாகுபாட்டில் கடைநிலைக்குத் தள்ளப்பட்ட குயவர்கள் வடஇந்தியாவில் சுத்தமானவர்கள் (Clean), அசுத்தமானவர்கள் (Unclean) என்று மேலும் இரண்டு உட்பிரிவுகளாகப் பிரிக்கப்படுவதாக சரஸ்வதி தெரிவிக்கிறார். இதன் அடிப்படையில் பிரிக்கப்பட்ட வடஇந்தியாவின் பல்வேறு மாநிலங்களின் சுத்த மற்றும் அசுத்த குயவர் சாதியினரின் பட்டியல் கொடுக்கப்பட்டுள்ளது. இந்தச் சுத்த, அசுத்த வகைகளுக்குள்ளும் மேலும் உட்பிரிவாக *A* மற்றும் *B* என்ற அதாவது கொஞ்சம் சுத்தம், நிறைய சுத்தம், கொஞ்சம் அசுத்தம், நிறைய அசுத்தம் என்பதைப்போல பல படிநிலைகளில் பிரிக்கப்பட்டுள்ளதை சரஸ்வதி சுட்டிக்காட்டுகிறார்.

பஞ்சாப்:
சுத்தம்-குமிஹார்

உத்திரப் பிரதேசம்:
சுத்தம் *A*-கும்பர் (கன்னொஜியா, சக்வைஸா);
சுத்தம் *B*-கும்பர் (கோலே, மஹர்)
அசுத்தம்-கும்பஹர் (சங்கரியா)

பீகார்:
சுத்தம் *A*-கும்பஹர் (கன்னொஜியா)
சுத்தம் *B*-கும்பஹர் (மகாஹயா)
அசுத்தம்-கும்பஹர் (துர்கஹா)

மத்தியப் பிரதேசம், ராஜஸ்தான்:
சுத்தம்-கும்ஹர் (கன்னொஜியா)
அசுத்தம் *A*-கும்ஹர் (கோலே ராஜஸ்தான் குயவர் குழு)
அசுத்தம் *B*-கும்ஹர் (சங்கரியா)

குஜராத் மற்றும் மகாராஷ்டிரா:
சுத்தம் *A*-கும்ஹர்
அசுத்தமான குயவர்கள் குஜராத் மற்றும் மகாராஷ்டிராவில் கிடையாது.

இமாச்சலப் பிரதேசம்:
மத்தியம்-கும்ஹர் (இரண்டாம் தர கும்பஹர் கங்ரா பள்ளத்தாக்கு)

பஞ்சாப் குயவர் சமூகத்தில் சில உட்பிரிவினர் தங்களை ஆண்ட பரம்பரை (ராஜபுத்திரர்) மரபில் வந்ததாகக் கூறிக்கொண்டு வீர்ராஜ்புத், மகரா, கோலா என்ற பெயர்களையும், உத்திரப் பிரதேசத்தில் செட்டி ராஜ்புத், கோலா, மஹரா, ராஜ்புர், சொங்கர் ஹரேரே என்று பல உட்பிரிவுகளில் அழைத்துக் கொள்கிறார்கள். இதே மாதிரியான போக்கு குஜராத்தில் கன்சர கும்பா என்ற உட்பிரிவிலும், மகாராஷ்டிராவில் சக்வைஸா என்ற உட்பிரிவிலும் காணப்படுகிறது.

இந்த இடத்தில் குஜராத், மகாராஷ்டிரா ஆகிய இருமாநிலங்களில் அசுத்தமான குயவர்கள் என்ற ஓர் உட்பிரிவு இல்லை என்பது கவனிக்கத்தக்கது.

கழுதையின் கையில் சாவி

உத்திரப் பிரதேச மாநிலத்தில் சில குயவர் உட்பிரிவுகளை அசுத்தமான பிரிவுகளாக வகைப்படுத்துவதற்கு கழுதை காரணமாக இருக்கிறது. இந்தக் குயவர்கள் தங்களது தொழிலுக்குத் தேவையான களிமண் மற்றும் தயாரிக்கப்பட்ட பானைகள் ஆகியவற்றைச் சுமந்து செல்ல கழுதையைப் பயன்படுத்துவதால் இவ்வாறு ஓரம்கட்டப்படுகிறார்கள். அதுமட்டுமின்றி குயவர்களின் 'ஆண்ட பரம்பரை' பெருமிதத்தை மற்ற சாதிக்காரர்கள் ஒப்புக்கொள்ளாமல் கேலிக்கு உள்ளாக்குவதையும் சரஸ்வதியின் ஆய்வு முன்வைக்கிறது. இந்த ஆய்வு மேலும் கூறுவது: "குயவர்களைக் கடைநிலையில் வைப்பதற்கு இன்னொரு காரணமாகச் சொல்லப்படுவது அவர்கள் தலையை வெட்டும் 'கசாப்புக் கடைக்காரர்' போன்றவர்கள். அதாவது குயவர்கள் பானையைச் சக்கரத்தில் இருந்து எடுக்கும்போது ஒரு நூலால் அதன் கழுத்தை அறுப்பார்கள் என்பதைக் கருத்தில் வைத்து இந்தப் பகடி பேசப்படுகிறது. இது ஒரு நகைப்பிற்குரிய காரணம் என்றாலும் புந்தேல்கண்ட் பகுதியில் இக்கருத்து மிக ஆழமாக வேரூன்றியுள்ளது. இதனால், அப்பகுதியில் உள்ள மற்ற சாதிக்காரர்கள் குயவர்களைத் 'தலையை வெட்டித் தலையை ஒட்டும்' ராஜபுத்திரர்கள் (*Mudkatta Mudjora Rajput*) என்று அழைக்கின்றனர். தங்களை ராஜபுத்திரர் என்று சொல்லிக்கொள்ளும் குயவர்களை 'வேறுவிதமான ராஜபுத்திரர்கள்' என்று சித்தரித்துக் காட்டும் இந்தச் சொற்றொடர்களில் இருக்கும் கிண்டலும் கேலியுமான தொனியைக் கவனிக்கவேண்டும்."

வடஇந்தியக் குயவர் சமுதாயம்-ஹரப்பா பண்பாட்டு மரபின் தொடர்ச்சி எதிர்மறை விகிதம்

ஹரப்பா மட்பாண்ட மரபுகளின் மிக முக்கியமான கூறுகளின் தொடர்ச்சியை குஜராத் மட்பாண்ட மரபுகளில் இப்போதும் காணமுடிகிறது என்று சரஸ்வதி சுட்டிக்காட்டுகிறார். அதேநேரத்தில் இதற்கு முரணாக மிதிலைப் பகுதியில் இருக்கும் குயவர்கள் செய்யும் பானை "கவனக்குறைவாக அல்லது அவசரகதியில் அலங்கரிக்கப்பட்டது" என்கிறார் சரஸ்வதி. அவர் மேலும் இத்தகைய கவனக்குறைவான, அவசரகதியான பானை வனையும் மரபு ஹரப்பா பண்பாட்டின் வனப்பும், அழகுணர்ச்சியும் கவனத்தோடு தொடரும் வடமேற்கு இந்தியாவின் பானை மரபிலிருந்து மாறுபட்டது என்கிறார் (*Saraswati 1979*). சரஸ்வதியின் இந்தக்கருத்து உண்மையெனில் வடஇந்தியப் பகுதிகளில் ஒரு குறிப்பிட்ட குயவர் சமூகத்தின் பானை வனையும் ஆற்றலும் அவர்களுக்குக் கொடுக்கப்படும் சமூகமதிப்பும் எதிர்மறை விகிதத்தில் செயல்படுவது புரியும். மிதிலை போன்ற இடங்களில் இந்தியாவின் சமய இதிகாச மரபுகள் பெற்ற முக்கியத்துவம் ஹரப்பா பண்பாட்டு மரபின் தொடர்ச்சிக்கான முக்கியத்துவத்தைவிட கூடுதலாக வைக்கப்படுவதை இது காட்டுகிறது. இது ஒரு முரண்பாடே ஆகும்.

முகவரி முக்கியம்

பானை செய்யும் குயவர் சமுதாயத்தினர் எந்த நிலப்பகுதியில் வாழ்கிறார்கள் என்பதுகூட சமூகப்படிநிலையில் அவர்களுக்கான இடத்தைத் தீர்மானிக்கிறது. இதை சரஸ்வதி சுட்டிக்காட்டும் ஓர் எடுத்துக்காட்டின்மூலம் அறியலாம். கங்கை நதிக்கரைப் பகுதியில் வாழும் மகாஹயா என்ற குயவர் உட்பிரிவினர் கனோஜியா என்ற குயவர் உட்பிரிவைவிட தாழ்ந்தவர்களாகக் கருதப்படுகிறார்கள். இதற்கான காரணம் மகதப்பேரரசு செழித்திருந்த நிலப்பகுதிகளை வைதீகப் பிராமணர்கள் ஒரு வெறுப்புணர்வுடன் நோக்கியது என்று கருதுகிறார் சரஸ்வதி. வேத இலக்கியங்களுக்குப் பின்வந்த சமஸ்கிருத இலக்கியங்களில் இந்தக் கண்ணோட்டம் புலப்படுகிறது. மகதப் பேரரசுக்கு உட்பட்ட நிலப்பகுதியில் எந்த நல்ல பிராமணனும் வசிக்க மாட்டான் என்று சம்க்யான ஆரண்யகா குறிப்பிடுவதை சரஸ்வதி சுட்டிக்காட்டுகிறார். மகதப் பகுதி பற்றிய தாழ்வான கண்ணோட்டம் இன்றளவும் வடக்கு பீகாரில் வாழும் மிதிலா பிராமணர்களிடையே நிலவுகிறது.

கங்கை நதியின் மகதக் கரையோரப் பகுதிகளில் மிதிலா பிராமணர்கள் நீராட மாட்டார்கள். இத்தகைய விளக்கம்' இன்றும்கூட தொடர்கிற சூழலில் ஹரப்பா மட்பாண்ட மரபு மற்றும் தொழில்நுட்பத் திறனின் தொடர்ச்சி வடஇந்தியக் குயவர் சமூகப்படிநிலையில் ஒரு கூடுதல் தகுதியாகக் கருதப்படவில்லை என்பதில் வியப்பிருக்க முடியாது.

இந்த இடத்தில் மகதப் பேரரசின் நிலப்பகுதிகள்தான் மெருகூட்டப்பட்ட வடக்கு கரும்பாண்டம் தோற்றம் பெற்ற தொட்டில் என்று அகழாய்வாளர் பி. பி. சின்ஹா குறிப்பிட்டதை நாம் நினைவில்கொள்ள வேண்டும். இது மிகைக்கூற்று அல்ல. தற்போதைய பீகார் மாநிலத்தில்

படம் 9.15 - கருப்பு-சிவப்புப் பாண்டங்களின் பரவல்

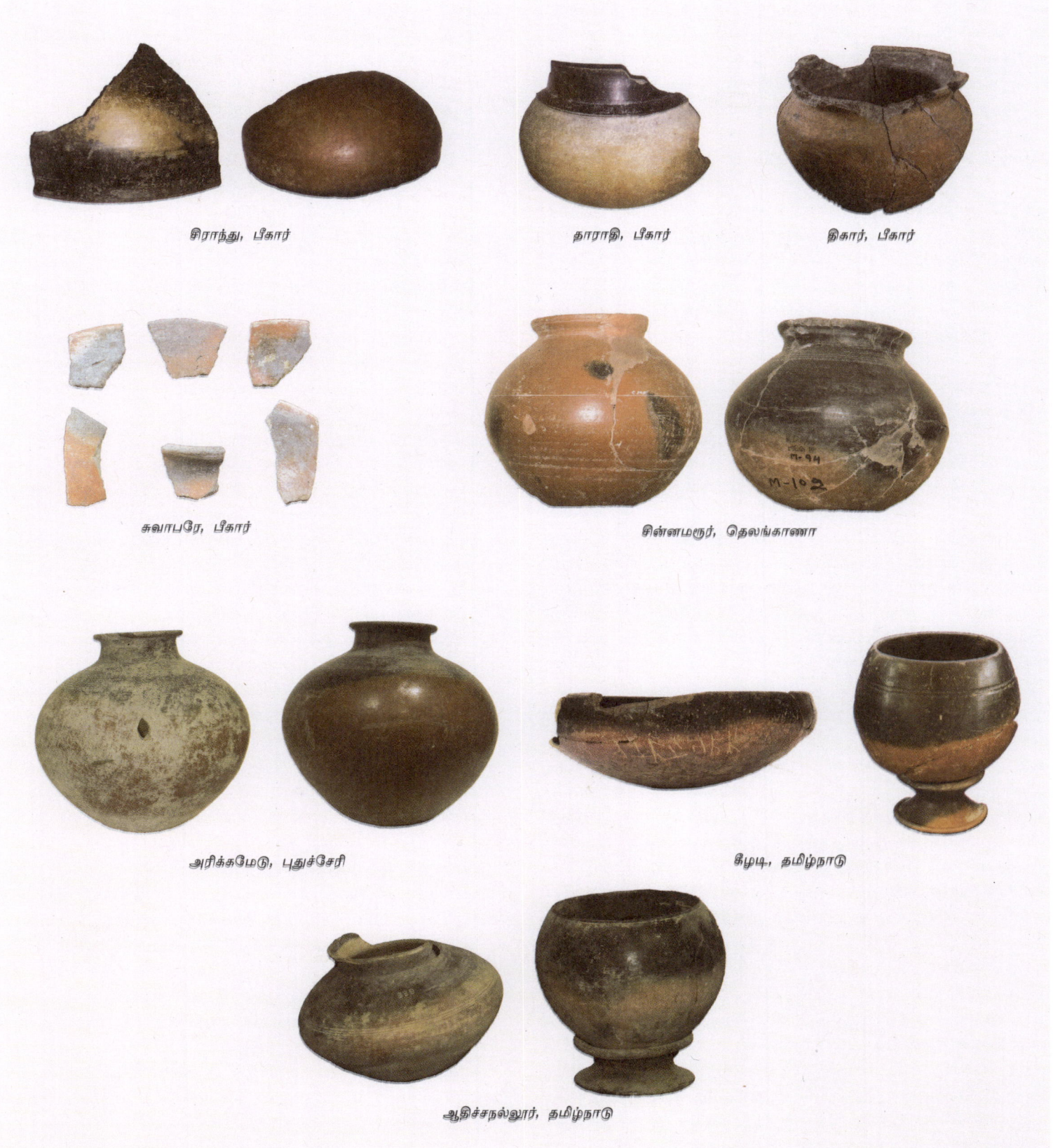

ஒரு **பண்பாட்டின்** பயணம்

கண்டறியப்பட்டுள்ள ஏராளமான அகழாய்வு இடங்களில் வடக்கு மெருகூட்டப்பட்ட கரும்பாண்டங்களே மிகுதியாக உள்ளன. அப்பகுதியில் உள்ள வரலாற்று முக்கியத்துவம் வாய்ந்த பல இடங்களிலும் இந்தப் பானைவகையே புழக்கத்தில் இருந்தது. அவற்றில் சில மட்பாண்டத் தரவுகள் பொ.யு. 7ஆம் நூற்றாண்டு வரை பழமையானதாக இருப்பதையும் கருத்தில்வைத்துதான் சின்ஹா இப்படி குறிப்பிட்டுள்ளார்.

பீகாரில் நாளந்தா மாவட்டத்தில் உள்ள ராஜ்கீர், வரலாற்றுக் கண்ணோட்டத்தில் மிக முக்கியமான இடம். மகாபாரதம் குறிப்பிடும் ஜராசந்தன் என்ற மன்னனின் தலைநகரமாக ராஜ்கீர் கருதப்படுகிறது. இந்த இடத்தில் மக்கள் நிரந்தரமாகத் தங்கித் தொழில் செய்யத் தொடங்கியது வட இந்திய மெருகூட்டப்பட்ட கருப்புப் பாண்ட காலத்தில் தொடங்குவதாக ஆய்வாளர் கோஷ் *(Ghosh)* கருதுகிறார். இங்கே சுடாத தாழிகளில் மனித எலும்புகள் கண்டுபிடிக்கப்பட்டுள்ளதால் இப்பகுதியில் மறுஈமப் புதையல் *(Post cremation burials)* மரபு இருந்திருக்கலாம் என்று கருதப்படுகிறது. இந்தப் பகுதியில் குடியிருப்புகள் தொடங்கிய காலம் பொ.யு.மு. ஐந்தாம் நூற்றாண்டாக இருக்கலாம்.

பி. பி. சின்ஹா மற்றும் எஸ். ஆர். ராவ் நேர்த்தியான, நிறைவான மெருகூட்டப்பட்ட வடக்கு கரும்பாண்டம் கிடைக்கும் பீகாரின் வைசாலி என்ற இடத்தை ஆவணப்படுத்தியுள்ளனர். வைசாலி அகழாய்வுத் தலத்தில் தொல்கீழடுக்கில் (அதாவது முதல் கட்டத்தில்) ஒருவகையான சொரசொரப்பான கருப்பு-சிவப்புப் பாண்டம், சாம்பல் பாண்டம் மற்றும் மென்மையான வெளிர்ச் சிவப்புப் பாண்டம் ஆகியவை காணப்படுகின்றன. இதில் முக்கியமான கூறு வடஇந்திய மெருகூட்டப்பட்ட கருப்புப் பாண்டமும், சாம்பல் நிறப் பாண்டமும் ஒரே அடுக்கில் கண்டுபிடிக்கப்பட்டுள்ளன. இந்தச் சாம்பல் பாண்டத்தில் தீட்டப்பட்டுள்ள வடிவங்கள் அவ்வளவு தரமானவை அல்ல. இதன் காலகட்டமும் பொதுயுகத்திற்கு 600 ஆண்டுகளுக்கு முந்தையது அல்ல. இதன் அடிப்படையில் வைசாலியைப் பொறுத்தவரையில் மெருகூட்டப்பட்ட வடக்குக் கரும்பாண்டம்தான் மேட்டுக்குடியினர் பயன்படுத்திய பாண்டம் என்று பி. பி. சின்ஹா கருதுகிறார்.

சிந்துவெளிப் பண்பாட்டின் கோட்டை மற்றும் மதில்சுவர்களால் ஆன நகரங்களின் சிதைவுக்கு அடுத்தாக வரலாற்றுக் காலத்தில் இந்தியாவில் கிடைக்கும் கோட்டைச் சுவருக்கான முதல் தொல்பொருள் சான்று ராஜ்கீர் என்ற மகதப் பகுதியில்தான் கிடைக்கிறது. வடஇந்திய மெருகூட்டப்பட்ட கருப்புப் பாண்டம் தோற்றம் பெறுவதற்கு முன்னர் இங்குக் கருப்பு-சிவப்புப் பாண்டம்தான் புழக்கத்தில் இருந்துள்ளது. அதுமட்டுமின்றி இங்குதான் இந்தியாவின் முக்கியமான சமயங்களும், பேரரசுகளும் தோன்றிச் செழித்தன. ஆனால் இந்த நிலப்பகுதிதான் ஆரியர் கண்ணோட்டத்தில் தரம் தாழ்ந்ததாகக் கேலிக்கு உள்ளாக்கப்படுகிறது.

கிழக்கு இந்தியாவின் வேளாண் குயவர்கள்

ஒடிசாவில் மட்பாண்டத் தொழிலில் ஈடுபட்டுள்ள சமூகத்தினரின் பல்வேறு உட்பிரிவுகள் பற்றி என்.கே. பெஹுரா *(N. K. Behura)* விரிவாக ஆராய்ச்சி செய்துள்ளார். இம்மாநிலத்தில் வசிக்கும் ஒடியா, பாத்துலி மற்றும் தெலுங்கு குயவர்கள் கூம்பு முனை மீது சுழலும் சக்கரத்தைப் *(Pivoted wheel)* பயன்படுத்திப் பானை வனைகிறார்கள். மற்ற பிரிவினர் குழியில் சுழலும் சக்கரத்தைப் *(Socketed Wheel)* பயன்படுத்துகிறார்கள். ஒடியா மற்றும் தெலுங்கு குயவர்கள் ஆக்ஸிஜனேற்றம் அல்லது இறக்க *(oxidation or reduction)* முறையில் பானையைச் சுடுகிறார்கள் ஆனால் மற்ற குயவர்கள் பானைகளில் ஆக்ஸிஜனேற்ற முறையை மட்டும் பயன்படுத்துகிறார்கள்.

தமிழ்நாடு மற்றும் கேரளாவில் சில இடங்களைத் தவிர தென்னிந்தியா முழுவதும் கூம்பு முனையில் சுழலும் சக்கரம் என்ற முறையே பின்பற்றப்படுகிறது. இந்தவகையில் பானை செய்யும் சக்கரவகையைப் பொறுத்தவரையில் தென்னிந்தியா முழுவதற்கும், ஒடிசாவுக்கும் ஒரு பொதுத்தன்மை காணப்படுகிறது. இந்தப் பொதுத்தன்மையின் தொடர்ச்சி மேற்கு வங்கத்திலும் அசாமிலும் காணப்படுகிறது. மட்பாண்ட மரபுகளின்மூலம் இந்திய நாகரிகத்தை மதிப்பிட முயலும் சரஸ்வதி தனது ஆய்வில் ஒடிசா, மேற்கு வங்காளம் மற்றும் அசாம் மட்பாண்ட மரபுகளையும், சமூகங்களையும் கணக்கில் எடுத்துக்கொள்ளாமல் விட்டதையும், அதற்கு இப்பகுதிகளின் மட்பாண்ட மரபுகள் தென்னிந்திய மட்பாண்ட மரபுகளோடு ஒப்பீட்டு அளவில் நெருக்கமாக இருப்பதாகக் குறிப்பிட்டதையும் இங்கே நினைவில் கொள்ளலாம். சரஸ்வதியின் இந்த மதிப்பீட்டைத்தான் பானை செய்யும் தொழில்நுட்பத்தை விளக்குவதன்மூலம் பெஹுராவின் ஆய்வும் உறுதிசெய்கிறது.

குஜராத், மகாராஷ்டிரா குயவர்கள்

குஜராத், ராஜஸ்தான் போன்ற மாநிலங்களில் இப்போதும் ஹரப்பா மட்பாண்ட மரபின் வடிவமும், வனப்பும், செய்முறைத் தொடர்ச்சியும் காணப்படுகின்றன. மேலும் குஜராத், மகாராஷ்டிர மட்பாண்டத் தொழில் முறைகளும், குயவர் சமூகவியலும் வடஇந்தியாவைவிடத் தென்னிந்திய மரபுகளோடு இணக்கம் கொண்டுள்ளது என்பதை சரஸ்வதி சுட்டிக்காட்டுகிறார். குஜராத்தில் குயவர்களின் சமுதாய நிலையை அவர்கள் கழுதை வைத்திருக்கிறார்களா இல்லையா என்பதைக் கொண்டு தீர்மானிப்பதில்லை. குஜராத்தில் குயவர் சமூகத்தினர் மரியாதையோடு நடத்தப்படுகிறார்கள். அதுமட்டுமின்றி சமுதாயச் சடங்குகளில்

ஓஜா என்ற மதிப்பிற்குரிய பட்டப்பெயருடன் அவர்கள் அழைக்கப்படுகிறார்கள். மட்பாண்டம் செய்யும் மக்களின் சாதிக்குழுத் தலைவர்கள் குஜராத்தில் சேத்தியா என்று அழைக்கப்படுகிறார்கள். பல்வேறு தொழில்களைச் செய்யும் குழுவினரை ஓர் அமைப்பின் கீழ் ஒருங்கிணைத்து மகாசேத்தி என்று அழைப்பது பண்டைய மரபு.

மேற்கிந்தியக் குயவர்கள் மற்ற சாதியினருடன் சேர்ந்து ஓர் ஒருங்கிணைப்பான கட்டமைப்பில் இயங்குகிறார்கள். உணவு, நீர் கொடுக்கல் வாங்கலில் எந்தவிதத் தீட்டோ, தயக்கமோ அங்கு நிலவவில்லை என்பதையும் சரஸ்வதி சுட்டிக்காட்டுகிறார் (Saraswati 1979: 117). குஜராத்தில் காணப்படும் இத்தகைய மட்பாண்ட சமூகவியலோடு ஒப்பிடத்தக்க சில கட்டமைப்புகளைத் தென்னிந்தியாவில் காணமுடிகிறது. அதுபற்றி தொடர்ந்து இந்நூலில் பேசுவோம்.

குஜராத்தைப் போலவே மகாராஷ்டிரா குயவர்களும் வட இந்திய மட்பாண்ட சமூகத்தினரிடமிருந்து சில வகைகளில் வேறுபட்டு நிற்கிறார்கள்; அவர்களது சமூக மரபுகளும் தென்னிந்தியச் சமூக மரபுகளும் நெருக்கமானவை. மகாராஷ்டிராவிலும் 'கழுதை வைத்திருப்பது' குயவர்களின் சமூகமதிப்பைப் பாதிக்கவில்லை. நால்வகை வர்ணப் பாகுபாட்டில் அவர்கள் சூத்திரராகக் கருதப்பட்டாலும் சூத்திரர்களில் உயர்வானவர்கள் என்று கருதப்படுகிறார்கள். பிராமணர்களும் ஏனைய மராத்திய சாதியினரும் குயவர்களின் கையில் நீர் அருந்துவதற்குத் தயங்குவதில்லை என்று சரஸ்வதி குறிப்பிடுகிறார். மகாராஷ்டிரா மற்றும் கோவா பகுதிகளில் வாழும் குயவர்கள் பேசும் மொழிகள் வட இந்தியக் குயவர்கள் பேசும் மொழிகளைப் போலவே இந்தோ-ஆரிய மொழிக் குடும்பத்தைச் சேர்ந்தவையே. ஆயினும், இக்குயவர்களின் மரபுகள் தனித்துவமாக உள்ளன. அத்துடன் இந்தக் குயவர்களின் சமூக மற்றும் சடங்கு முறைகளில் தென்இந்தியாவின் தாக்கம் அதிகமாக இருக்கிறது என்பதையும் சரஸ்வதி சுட்டிக்காட்டுகிறார்.

IV. திராவிட மொழிகளிலும், பழந்தமிழ் இலக்கியங்கள் மற்றும் மரபுகளிலும் மட்பாண்டங்கள்

திராவிட மொழிகளில் பானை தொடர்பான சொற்கள்

திராவிட மொழிகளில் மட்பாண்டங்கள், பானைகள், தட்டுகள், கிண்ணங்கள் போன்ற புழங்கு பொருட்களைக் குறிக்க பல்வேறு வகையான சொற்கள் பயன்படுத்தப்படுகின்றன. இவற்றில் மிகுதியாகப் பயன்படுத்தப்படுவது கலம் என்ற சொல். சங்க இலக்கியங்களில் பயன்படுத்தப்பட்டுள்ள இச்சொல் வடமேற்குப் பகுதியிலுள்ள பிராகுயி உட்பட பல திராவிட மொழிகளில் பயன்பாட்டில் உள்ளது. (DEDR 1305)

திராவிட மொழிக்குடும்ப மொழிகளில் பல்வேறு வகையான பாண்டங்களைக் குறிக்கும் கலம் என்ற சொல்லின் தோற்றமும், தொடர்ச்சியும் சிந்தைக்குரியது. கலம் என்ற சொல் கல் என்ற வேரின் அடியாகப் பிறந்திருக்கலாம். கல் என்ற சொல் கல் (Stone), பாறை (Boulder) என்ற பொருளில் கோண்டி (kal), கோண்டு (kal), பெங்கோ (kal), பிராகுயி (Xal) ஆகிய பல்வேறு மொழிகளில் வழங்கப்படுகிறது (DEDR 1298).

கலம் என்ற சொல் தமிழில் விரிவான பொருண்மையைக் கொண்டிருக்கிறது (TL 778). இது மண், கல், உலோகம், தோல் ஆகியவற்றைப் பயன்படுத்திச் செய்யப்பட்ட புழங்குபொருட்கள்; அணிகலன்கள், ஆயுதங்கள், படகு, நாவாய், கப்பல், கலப்பை, முகத்தல் அளவைக் குறியீடு ஆகியவற்றோடு பனை ஓலையில் எழுதப்பட்ட ஆவணத்தையும் குறிக்கிறது. இவ்வாறு, ஆதிமனிதனின் அடிப்படைத் தேவைகளில் தோற்றம் பெற்று, அவனது கூட்டு அனுபவத்தின் ஊடாகப் பனை ஓலையில் எழுதப்பட்ட ஆவணம் வரை தொட்டுத் தொடரும் தொடர்ச்சியாக இந்தச் சொல் விளங்குகிறது.

தமிழ் மற்றும் பிற திராவிட மொழிகளில் பானை என்று பொருள்படும் சொற்களின் தோற்றம் பலவிதமான சூழல்களில், அணுகுமுறைகளில் வெளிப்படுகிறது. எடுத்துக்காட்டாக அகல் (DEDR 9) என்ற சொல் மட்பாண்டங்களின் வடிவமைப்பின் அடிப்படையிலானது. இதைப்போலவே DEDR 75, 76, 1651 ஆகிய பதிவுகளில் இடம்பெறும் அடு, குடம் போன்ற சொற்களும் குறிப்பிடத்தக்கவை.

தண்ணீரைத் தேக்கி வைக்க பயன்படும் பானைக்கு இயற்கை முன்மாதிரியாக எது இருந்திருக்கும்? அனேகமாகச் சுரைக்காய் குடுவையாக இருந்திருக்கலாம். இப்போதும்கூட பல பழங்குடிச் சமூகங்கள் சுரைக்குடுக்கையில் தண்ணீர், கள், மூலிகை மருந்துகள் போன்றவற்றை சேமித்து வைக்கின்றன. இளநீரும், முற்றிய தேங்காயும்கூட பானைக்கான முன்மாதிரியாக இருந்திருக்கக்கூடும். எனினும் முதல் பானை சுரைக்குடுக்கையைப் பார்த்துதான் வடிவமைக்கப்பட்டிருக்க வேண்டும். இந்த ஊகம் சரியெனில் தமிழில் பயன்படும் குடை (குடைந்தெடுத்தல், துளையிடுதல்), குடுக்கை (சுரைக்குடுக்கை, தேங்காய் சிரட்டை, நீர் சேமித்து வைக்கும் குடுக்கை), குடுவை (குறுகிய வாயோடு கூடிய பாத்திரம், மருந்து குடுவை, மை குடுவை), குடம் (தண்ணீர் பானை) ஆகிய சொல்லாக்கங்கள் இந்தப் புழங்குபொருட்களின் பொருள் அமைவு மற்றும் புரிதலை நமக்குப் புலப்படுத்துகின்றன. இவ்வாறு, இயற்கையில் கிடைக்கும் பொருள்களுக்கும் அதை முன்மாதிரியாகக் கொண்டு மனிதன் செய்த பொருள்களுக்கும்

இடையிலான தொடர்பிற்கு இன்னொரு எடுத்துக்காட்டு கொப்பரை என்ற தமிழ் மற்றும் மலையாளச் சொல். இது காய்ந்த தேங்காயைக் (Dry coconut kernel) குறிக்க பயன்படுத்தப்படுகிறது (DEDR 105). பித்தளை, செம்பு, வெண்கலம் போன்ற பொருட்களாலான கைப்பிடியுடன் கூடிய பாத்திரத்தைக் கொப்பரை என்று கூறுவது உண்டு. எடுத்துக்காட்டாக இட்லிக் கொப்பரை.

தாழி என்ற சொல் சமஸ்கிருத மொழியின் ஸ்தாலீ என்ற சொல்லிலிருந்து பெறப்பட்டிருக்கக்கூடும் என்ற DEDR 3182 பதிவில் இந்நூல் ஆசிரியருக்கு ஒப்புதல் இல்லை. தென் திராவிட மொழிகளிலும், இந்தோ-ஆரிய மொழிகளிலும் தாழி, ஸ்தாலீ என்ற சொற்கள் பயன்படும் பின்னணியைப் புரிந்துகொள்ள வேண்டும். இந்தோ-ஆரிய மொழிகளில் ஸ்தாலீ என்ற சொல் தட்டு, கிண்ணம், இரும்புத் தாம்பாளம் ஆகிய தட்டையான பாத்திரங்கள் என்ற பொருளில் பயன்படுகிறது. இச்சொல்லுக்கு மட்பாண்டம் என்ற பொருளை ஸ்ராவுத்த சூத்ரா (śrauta-sūtra) வழங்குகிறது. இந்தோ-ஆரிய மொழிகளில் ஒன்றான சிங்கள மொழியில் இது சமைக்கும் பானை என்ற பொருளில் பயன்படுகிறது. ஆனால் தமிழில் தாழி என்ற சொல் வெவ்வேறு பின்னணியில் வழங்கப்படுகிறது. இச்சித்தரிப்புகளில் தாழியின் அளவு, வண்ணம், வடிவமைப்பு அவற்றின் வெவ்வேறு பயன்பாடுகள் குறிப்பிடப்படுகின்றன.

தாழி என்ற சொல் இறந்தவர்களின் உடலை வைத்துப் புதைக்கும் முதுமக்கள் தாழி என்ற பொருளில் சங்க இலக்கியத்தில் (நற். 271, பதிற்று. 44, புறம். 228, 238) இடம்பெறுகிறது. ஒரு சிதைந்த வீட்டில் கிடக்கும் பெரிய பானையைத் தாழி என்று அகநானூறு 129ஆம் பாடல் குறிப்பிடுகிறது. வீடுகளில் மண்பானைகளில் பூ வளர்க்கும் வழக்கத்தை அகநானூறு 165ஆம் பாடல் காட்டுகிறது. நீரைச் சேமித்து

படம் 9.16 - பத்தொன்பதாம் நூற்றாண்டைச் சேர்ந்த குஜராத் குயவர்கள்

வைக்க பயன்படுத்தப்படும் பெரிய உயரமான பானையை அகநானூறு 275ஆம் பாடல் தாழி என்று குறிப்பிடுகிறது. எனவே, பழந்தமிழில் தாழி என்ற சொல் இறந்தவர்களைப் புதைக்கும் முதுமக்கள் தாழி முதல் அன்றாட வாழ்க்கையில் பயன்படுத்தும் வெவ்வேறு பானை வகைகள், பூந்தொட்டிகள் வரை ஏராளமான புழங்குபொருட்களைக் குறிப்பிடும்போது இந்தோ-ஆரிய மொழிகளில் பயன்படும் ஸ்தாலீ என்பது உணவுத்தட்டு என்ற பொருளில் மட்டுமே பயன்படுகிறது.

அதுவும் பெரும்பாலும் உலோகத்தால் செய்யப்பட்ட தட்டு என்றாலும், மண்பானை என்றாலும் அதன் பயன்பாடு ஒன்றுதான். ஆனால் மண்தட்டில் உணவு உண்பதைச் சமஸ்கிருத மரபுகள் ஊக்கப்படுத்தவில்லை. இதுதவிர உலோகப் பயன்பாடு என்பது பிற்கால வளர்ச்சி. மண், கல் போன்ற இயற்கைப் பொருட்கள்தான் பண்டபாத்திரங்களின் தொடக்கப்புள்ளி. இந்தோ-ஆரிய மொழிகளில் ஸ்தாலீ என்ற சொல்லுக்கு ஈமச்சடங்கு தொடர்பான பயன்பாடு எதுவும் இல்லை. எனவே, இந்தோ-ஆரியச் சொல்லான ஸ்தாலீயிலிருந்து தாழி என்ற தொல்தமிழ்ச்சொல் தோன்றியிருக்கக்கூடும் என்ற கருத்து எந்த வகையிலும் ஒப்புக்கொள்ளத்தக்கது அல்ல.

பானை (DEDR 4124) என்ற சொல்லின் வேர்ச்சொல் வனை (DEDR 5237) என்ற அடிச்சொல்லிலிருந்து பெறப்படுகிறது. வனை என்ற சொல்லுக்கு வடிவமைத்தல், வடிவம் கொடுத்தல், உருவாக்குதல், அலங்கரித்தல், வரைதல், பூசுதல் போன்ற பல்வேறு பொருள்கள் உண்டு. பானை என்ற சொல்லின் சொற்பொருள் விரிவாக்கத்திற்கு இந்தத் தொடர்பு முக்கியமானக் கூறாக இருக்கிறது. ஏனெனில் பானையின் உருவாக்க முறையான வனைதல், வடிவம் கொடுத்தல், வரைந்து அழகுபடுத்துதல் என்ற முழுமையான செய்முறையிலிருந்து இச்சொல் ஆக்கம்பெறுகிறது.

செய்தல் என்ற பொருளில் வழங்கப்படும் பனானா என்ற இந்தோ-ஆரிய சொல்லைத் தமிழ்ச் சொல்லான 'வனை' என்பதுடன் டர்னர் தொடர்புபடுத்துவது கவனிக்கத்தக்கது. இது மிகச்சரியான கருத்தாகும்.

சங்க இலக்கியத்தில் குயவர் சமூகவியல்

பண்டைய இந்தியா பற்றிய ஆய்வுகளுக்குச் சங்க இலக்கியம் மிக முக்கியமான ஆவணம் என்பது ஆய்வாளர் ஜார்ஜ் எல் ஹார்ட் முன்வைக்கும் கருத்தாகும். சங்க இலக்கியங்கள் பண்டைய சமஸ்கிருத இலக்கியங்களைப் போலன்றி சாமானிய மக்களின் அன்றாட வாழ்க்கை பற்றிய நுட்பமான கவனிப்புகள் அடங்கிய இலக்கியமாகத் திகழ்கின்றன என்பதைக் கருத்தில்கொண்டே ஹார்ட் இவ்வாறு கூறுகிறார்.

எனவே, நடைமுறை சார்ந்த, சமயச் சார்பற்ற சங்க இலக்கியங்களில் சாமானிய மக்களான குயவர்களின் வாழ்வியல் மற்றும் அவர்கள் தயாரிக்கும் மட்பாண்டங்களைப் பயன்படுத்தும் பல்வேறு மக்களின் வாழ்வியல் சூழல் பற்றிய சித்தரிப்புகள் இடம்பெற்றிருப்பது வியப்பு அல்ல.

சங்க இலக்கியங்கள் மட்பாண்டங்களைச் செய்வோர், அவற்றைப் பயன்படுத்துவோர் மற்றும் மட்பாண்டங்களின் சமூக, சடங்கு சார்ந்த பயன்பாடு பற்றிய தகவல்களை மட்டும் தரவில்லை. அக்கால நகர மக்களின் பன்முகச் சமூக-பொருளாதார வாழ்க்கை முறை பற்றிய நம்பத்தகுந்த சித்திரத்தையும் அது அளிக்கிறது.

குயவன் என்ற பண்டைய திறனாளி

சங்க இலக்கியம் பானை செய்யும் குயவர்களை 'முதுவாய்க் குயவ' என்று அழைக்கிறது. இதற்குத் 'தொன்மைச் சிறப்புமிக்க அறிவு பொருந்தியவன்' என்று பொருள். இத்தகைய சித்தரிப்பு குயவர்களை நால்வகை வர்ணப் பாகுபாட்டின் கடைசிநிலையில் நிறுத்திய சமஸ்கிருத மரபுகளுக்கு முற்றிலும் முரணானது.

சங்க காலத்தில் குயவர்கள் பானை செய்பவர்கள் மட்டும் அல்ல. அக்கால நகர வாழ்வியலில் வேறுசில சடங்குகள் சார்ந்த பொறுப்புகளையும் வகித்தார்கள். நற்றிணை 200 பாடலில் குயவன் நொச்சி மலரால் செய்யப்பட்ட மாலையை அணிந்திருக்கிறான். அந்த நகரின் அகன்ற நெடுந்தெருவில் நின்றுகொண்டு அந்நகரில் நடக்கப்போகும் விழா ஒன்றைப் பற்றி பொதுஅறிவிப்பை வெளியிடுகிறான். விழா தொடங்குவதை ஊருக்கு அறிவிப்பது ஒரு சடங்கு. அதன்படி இங்கே குயவன் அந்நகரின் செய்தியாளனாக, பிரகடனம் செய்பவனாக இருக்கிறான். இங்கே குயவர்களின் சமூகப் பங்களிப்பு ஒரு முக்கியமான பரிமாணமாக உள்ளது.

> கண்ணி கட்டிய கதிர அன்ன
> ஒண் குரல் நொச்சித் தெரியல் சூடி
> யாறு கிடந்தன்ன அகல் நெடுந்தெருவில்
> 'சாறு' என நுவலும் முது வாய்க் குயவ
> (நற். 200)

குயவன் எனும் 'பூசாரி'

பானை செய்யும் குயவர்களுக்குச் சங்ககாலத்தில் வழிபாட்டுச் சடங்குகள் சார்ந்த 'பூசாரி' போன்ற சமூகப் பொறுப்பு இருந்ததற்கான சான்றுகள் உள்ளன. நற்றிணை 200ஆம் பாடலில் நாம் அறிந்த செய்தியை மேலும் உறுதிசெய்து வலுப்படுத்துவது போல நற்றிணையின் 293ஆம் பாடல் அமைந்திருக்கிறது.

> மணிக் குரல் நொச்சித் தெரியல் சூடி,
> பலிக் கள் ஆர் கைப் பார் முது குயவன்

இடு பலி நுவலும் அகன்தலை மன்றத்து,
விழவுத் தலைக்கொண்ட பழ விறல் மூதூர்ப்
பூங்கண் ஆயம் காண்தொறும், எம் போல்
பெரு விதுப்புறுக மாதோ, எம் இல்
பொம்மல் ஓதியைத் தன் மொழிக் கொளீஇக்,
கொண்டு உடன் போக வலித்த
வன்கண் காளையை ஈன்ற தாயே (நற். 293)

இப்பாடலில் குயவன் 'முது குயவன்' என்று அழைக்கப்படுகிறான்; நொச்சிப்பூ மாலை சூடியிருக்கிறான். இதிலிருந்து நொச்சிப்பூ மாலை சூடிக்கொண்டு சடங்கு செய்வது குயவர்களின் மரபு என்பது புலனாகிறது. இப்பாடலில் கடவுளுக்குப் பலியிட்டுப் படையல் செய்யும் பூசாரி பொறுப்பைக் குயவன் வகிக்கிறான். வழிபடும் கடவுளுக்குப் படையல் வழங்கப்படும் 'பலிக் கள்ளு' (*Ceremonial Liquor*) அருந்திய அக்குயவன் படையலிடப்பட்ட பலிப்பொருட்களை ஏற்றுக்கொள்ளுமாறு தெய்வங்களை அழைக்கிறான்.

இந்த இரண்டு பாடல்களிலும் குயவர்கள் தொல்பெருமை மிக்க நகரங்களின் வாழ்வியலோடு தொடர்பு கொண்டவர்களாக இருக்கிறார்கள். இப்பாடல்களில் நகர்மய வாழ்வியல் பின்னணி மிகத்தெளிவாகச் சித்தரிக்கப்பட்டுள்ளது. நொச்சி மாலையைச் சூடி நகர விழா மற்றும் கடவுள் வழிபாடு தொடர்பான சடங்குகளில் ஈடுபடுவதால் அக்கால மக்களின் நம்பிக்கைகள் சார்ந்த, விழாக்கள் சார்ந்த வாழ்வியலில் ஒரு பூசாரி போன்ற பங்களிப்பைக் குயவர்கள் செய்திருக்கிறார்கள் என்பதில் ஐயமில்லை.

கலம் செய்யும் கோவே

தமிழ் மொழியில் 'கோ' என்ற சொல்லிற்கு அரசன், தலைவன், பெருமையில் சிறந்தோன் போன்ற பொருள்கள் உண்டு (*TL 1169*). புறநானூற்றின் 228ஆம் பாடலில் கோ என்ற சொல் இறந்துபோன மன்னனைப் புதைக்க தாழி செய்யும் ஒரு குயவனை அழைக்கும் சொல்லாகப் பயன்படுகிறது.

கலம் செய்கோவே! கலம் செய்கோவே!
இருள் திணிந்தன்ன குரூஉத்திரள் பருஉப் புகை
அகல் இரு விசும்பின் ஊன்றுஞ் சூளை,
நனந்தலை மூதூர்க் கலம் செய்கோவே!
அளியை நீயே! யாங்கு ஆகுவை கொல்?
நில வரை சூட்டிய நீள் நெடுந்தானைப்
புலவர் புகழ்ந்த பொய்யா நல்லிசை,
விரி கதிர் ஞாயிறு விசும்பு இவர்ந்தன்ன
சேண் விளங்கு சிறப்பின் செம்பியர் மருகன்,
கொடி நுடங்கு யானை நெடுமாவளவன்
தேவர் உலகம் எய்தினன் ஆதலின்,
அன்னோர் கவிக்கும் கண் அகன் தாழி
வனைதல் வேட்டனை ஆயின், எனையதூஉம்,
இரு நிலம் திகிரியாப் பெரு மலை
மண்ணா, வனைதல் ஒல்லுமோ
நினக்கே (புறம். 228)

இச்சொல் அரசர்கள் மற்றும் தலைவர்களுக்காக ஈமச்சடங்கு பானைகளைச் செய்ய நியமிக்கப்பட்டுள்ள குயவர்களுக்கு மட்டும் உரித்தான பட்டமா என்ற கேள்விக்கு இன்னொரு புறநானூற்றுப் பாடல் (256) விடையளிக்கிறது.

கலம் செய்கோவே! கலம் செய்கோவே!
அச்சுடைச் சாகாட்டு ஆரம் பொருந்திய
சிறு வெண்பல்லி போலத் தன்னொடு
சுரம் பல வந்த எமக்கும் அருளி,
வியன் மலர் அகன் பொழில் ஈமத் தாழி
அகலிது ஆக வனைமோ
நனந்தலை மூதூர்க் கலம் செய்கோவே (புறம். 256)

புறநானூறு 256ஆம் பாடலில் இறந்துபோனதாகக் குறிப்பிடப்படுபவன் ஒரு சாமானிய மனிதன். பொருள் தேடுவதற்காகத் தனது சொந்த ஊரிலிருந்து வெகு தூரத்துக்கு மனைவியுடன் செல்கிறான். சென்ற இடத்தில் அவன் இறந்துவிடுகிறான். அவனைப் பிரிந்து வாழமுடியாது என்று நினைத்த மனைவி அவனுடன் சேர்த்துத் தன்னையும் புதைக்கும்படியாக ஒரு பெரிய தாழியைச் செய்யச்சொல்லி குயவனிடன் கேட்கிறாள். இங்கே ஒரு சாமானியனின் உடலைப் புதைப்பதற்குத் தாழி செய்யும் குயவனையும் 'கோ' என்று குறிப்பிடுவது இது அவர்களுக்கு மன்னர்களோடு இருக்கும் தொடர்பினால் வழங்கப்படும் பட்டம் அல்ல என்பதைத் தெளிவாக்குகிறது. தமிழ்ச்சமூகத்தில் குயவர்களுக்கு இருந்த சடங்கு சார்ந்த தலைமைப் பொறுப்பை உள்ளடக்கிய ஆழமான சமூகவியல் இங்கே புலனாகிறது.

வேட்கோ: குயவர் தலைவன்

தமிழில் குயவர்கள் கோவேள் என்றும் வேட்கோ என்றும் அழைக்கப்படுகிறார்கள் (*TL 1199*). இச்சொற்பயன்பாட்டின் தொன்மையைப் புறநானூற்றின் 32ஆம் பாடல் மூலமாக நாம் அறியலாம்.

கடும்பின் அடு கலம் நிறையாக நெடுங்கொடிப்
பூவா வஞ்சியும் தருகுவன் ஒன்றோ,
"வண்ணம் நீவிய வணங்கு இறைப் பணைத்தோள்
ஒண்ணுதல் விறலியர் பூ விலை பெறுக" என,
மாட மதுரையும் தருகுவன், எல்லாம்
பாடுகம் வம்மினோ, பரிசில் மாக்கள்!
தொன்னிலக் கிழமை சுட்டின் நன் மதி
வேட்கோச் சிறாஅர் தேர்க்கால் வைத்த

*பசு மண் குரூஉத்திரள் போல, அவன்
கொண்ட குடுமித்தும் இத் தண்
பணை நாடே (புறம். 32)*

இப்பாடலில் உணவு சமையல் செய்யும் மட்பாண்டம், அப்பாண்டம் செய்யப் பயன்படும் சக்கரம் பற்றிய குறிப்புடன், அப்பானை செய்யும் தொழில் குயவர் குடும்பங்களில் தலைமுறை தலைமுறையாகத் தொடர்கிறது என்ற செய்தியும் நமக்குக் கிடைக்கிறது. பானை செய்யும் செய்முறை மற்றும் வடிவமைவு ஆகியவை தொன்றுதொட்டு வரும் மரபின் தொடர்ச்சியாக இருப்பதற்கு இப்படிப்பட்ட குடும்பத் தொழில் முறையே காரணமாக இருப்பதும் புலனாகிறது.

மணிமேகலையில் குயவர்கள் இருங்கோவேட்கள் என்று அழைக்கப்படுகிறார்கள். தென்னிந்தியாவின் மற்றொரு முக்கியமான திராவிட மொழியான கன்னடத்தில் குயவர்கள் கோவன் என்று அழைக்கப்படுகிறார்கள்.

பானை செய்யும் தொழில் சிந்துவெளிப் பண்பாட்டிலும் ஒரு குடும்பத் தொழிலாகவே இருந்தது என்பதற்கான சான்றுகள் உள்ளன. இதுபற்றி கெனோயர் இவ்வாறு கூறுகிறார்,

"மட்பாண்டம் செய்யும் தொழில் மரபுரிமையாக, பரம்பரைப் பரம்பரையாகத் தொடரும் சிறப்புத் தொழில்நுட்பமாகத் தோன்றுகிறது. அவர்கள் தங்களது முன்னோர்கள் வசித்த இடத்திலேயே தொடர்ந்து வசித்து இக்கலையைக் காப்பாற்றியிருக்கக்கூடும்; பானை செய்வது ஒரு குடிசைத் தொழிலாக ஆண்களும், பெண்களும் சேர்ந்து உதவிக்குக் குழந்தைகளை வைத்துக்கொண்டு செய்த தொழிலாக இருந்திருக்க வாய்ப்பு இருக்கிறது." *(Kenoyer, 1998: 152)*

ஹரப்பா பண்பாட்டு மட்பாண்ட மரபுகள் வடமேற்குப் பகுதிகளில் இன்றுவரை தொடர்வதற்கு இது ஒரு குடும்பத் தொழிலாக இருந்தது காரணமாக இருக்கலாம் என்ற சரஸ்வதியின் கருத்தை இங்கே நினைவுகூரலாம்.

பானைப் பயனாளர்கள்

மட்பாண்டத் தொழில் வெவ்வேறு வகையான மட்பாண்டங்களை அன்றாட வாழ்க்கையில் பயன்படுத்தும் மக்களின் தேவைகள், ரசனைகள் மற்றும் நம்பிக்கை மரபுகள் சார்ந்தே இயங்கமுடியும். பழைய பாண்டங்களைக் கழித்துவிட்டுப் புதிய பாண்டங்களை வாங்கிப் பயன்படுத்தும் வகையில் சடங்கு முறைகளும் பண்டிகைகளும் அமைவது மட்பாண்டங்களைத் தொடர்ந்து தயாரிப்பதற்கும், அப்பானைகளைச் செய்யும் குயவர்களின் வாழ்வாதாரத்துக்கும் தேவைப்படுகின்றன.

சங்க இலக்கியத்தில் மட்பாண்டங்களின் பல்வேறு பயன்பாடுகள் குறித்த தெளிவான சித்தரிப்புகள் கிடைக்கின்றன. அப்பயன்பாடுகளில் சில வருமாறு: அடுப்பில் வைத்து சோறு சமைக்க (பெரும்பா. 99); உணவை வைத்து உண்பதற்கு (புறம். 325, அகம். 262); நீர் ஊற்றிவைக்க (கலி. 133); கள் ஊற்றிவைக்க (புறம். 178, 316, 366) பால் கறக்க (கலி. 111), தயிர், மோர் கடைய, மோரை விற்பனைக்கு எடுத்துச்செல்ல (புறம். 33). சடங்குகளில் பயன்படுத்த, இறந்தவர்களை புதைக்கும் முதுமக்கள் தாழி (புறம். 228, 256) உணவுப்பொருள்களை சேமிக்க, செம்பு போன்ற உலோகம் உருக்கும் தொழிலில் பயன்படுத்த, பொருட்களை வைத்து பரிசளிக்க (புறம். 14) ஆகியன குறிப்பிடத்தக்கவை.

பானை செய்யும் சூளைகள்

மட்கலங்களைச் சுடும் இடத்தைச் சூளை என்று தெளிவாகக் குறிப்பிடப்படுகிறார் ஐயூர் முடவனார் (புறம். 228). கலம் சுடும்போது சூளையிலிருந்து வெளிப்படும் புகையைக் 'கலம்சுடு புகை' என்று புலவர் பிசிராந்தையார் கூறுகிறார் (அகம். 308). பசுங்கலத்தைச் சுட்ட கலமாக மாற்றும் செய்முறைக்கான சூளை என்ற சொற்பயன்பாடு தமிழில் தற்போதும் புழக்கத்தில் இருப்பது இச்சொல்லின் பண்பாட்டுத் தொடர்ச்சியைக் காட்டுகிறது.

பண்டைய தமிழகத்தில் முதுமக்கள் தாழிகள்

பெருங்கற்கால பண்பாட்டில் தமிழ்நாட்டில் தாழியில் வைத்து புதைக்கும் நடைமுறை பரவலாகப் பின்பற்றப்பட்டதை அகழாய்வுத் தரவுகள் உறுதிசெய்கின்றன. இதற்கான இலக்கியத் தரவுகளை நற்றிணை, புறநானூறு, அகநானூறு, பதிற்றுப்பத்து ஆகிய சங்க இலக்கியங்களில் காணமுடிகின்றன. அகழாய்வாளர் கா. ராஜன், தொல்லியல் நோக்கில் சங்ககாலம் (2004) என்ற தனது நூலில் முதுமக்கள் தாழி மரபு பற்றிய சங்க இலக்கியக் குறிப்புகள் அனைத்தையும் தொகுத்து அளித்துள்ளார்.

முதுமக்கள் தாழி என்பது இறந்தவர்களைப் புதைப்பதற்கான பெரியமட்கலம். அகன்ற, அலங்கரிக்கப்பட்ட தாழியின் வாய்ப்பகுதி சுடுமண்ணால் செய்யப்பட்ட ஒரு மூடியால் மூடப்படும். பொதுவாக முதுமக்கள் தாழிகள் பெருங்கற்கால நடைமுறையிலிருந்து கற்பதுக்கை, கற்குவை, கற்கிடை, நெடுங்கல் போன்ற புதைவிடங்களில் பயன்படுத்தப்பட்டன. ஆயினும் தமிழ்நாட்டின் தென்கிழக்குப் பகுதியில் ஏராளமான முதுமக்கள் தாழிகள் இத்தகைய பெருங்கற்கால அடையாளங்களின்றி கண்டறியப்பட்டுள்ளன. இத்தகைய தன்மை தென்கிழக்குத் தமிழகத்தின் தனித்துவமான ஈமப் பண்பாடாகக் கருதப்படுகிறது. தமிழகத்தின் பல்வேறு பகுதிகளில் அகழ்ந்தெடுக்கப்பட்ட முதுமக்கள் தாழிகள்

படம் 9.17 - ஆதிச்சநல்லூர் தாழி

இப்பண்பாட்டுக்கும், புதிய கற்கால வாழ்வியலுக்கும், சிவப்பு நிறத்திற்கும் இடையிலிருக்கும் தொடர்பைப் புலப்படுத்துகிறது. ஆதிச்சநல்லூரில் கிடைத்த தாழிகளில் 80 விழுக்காடுக்கு மேல் சிவப்பு நிறமானவை. ஆதிச்சநல்லூரில் கருப்பு-சிவப்புப் பாண்டங்களும் கிடைத்துள்ளன. தமிழ்நாட்டில் அகழாய்வு செய்யப்பட்ட பெருங்கற்காலப் புதைவிடங்கள் அனைத்திலும் ஈமச்சடங்குகளில் பயன்படுத்தப்பட்ட பொருட்களில் மட்பாண்டம் முக்கிய இடம்பெறுவதைக் காணமுடிகிறது. இதிலிருந்து மட்பாண்டங்களின் சடங்கு சார்ந்த முக்கியத்துவம் தெளிவாகிறது.

புதியகற்காலத்தின் தொடக்ககாலகட்டத்தைச் சேர்ந்த மட்பாண்டங்கள் செந்நிறத்தை அடிப்படையாகக் கொண்ட வெவ்வேறு நிறச்சாயல் (வெளிர் சிவப்பு, இளஞ்சிவப்பு, சிவப்பு, கருஞ்சிவப்பு) கொண்டதாகக் காணப்படுகிறது. இது ஆக்ஸிஜனேற்றம் என்ற செயல்முறைப்படி செய்யப்பட்டதாகும். சிலநேரங்களில் பானையின் வெளிப்புறங்களில் வண்ணம் தீட்டப்பட்டும் உள்ளது. இத்தகைய அகழாய்வுத் தலங்கள் சிலவற்றில் தரை அடர்சிவப்பு வண்ணத்தால் பூசப்பட்டுள்ளது குறிப்பிடத்தக்கது.

மாண்டோரைப் புதைக்கும் மரபுகள்: பண்டைய தமிழ் இலக்கியச் சான்றுகள்

மட்பாண்டங்களுக்கும், ஈமச்சடங்கிற்குமான தொடர்பு தொன்மையான காலகட்டங்களில் வேரூன்றியவை. பல்வேறு வகையான ஈமச்சடங்கு முறைகள் பற்றி சங்க இலக்கியங்களில் குறிப்புகள் உள்ளன. அகநானூறு (*157, 35, 91, 215, 365, 387, 343, 53*) மற்றும் புறநானூறு (*3, 264*) பதுக்கை, நடுகல் பற்றிய துல்லியமான சித்திரத்தை தருகின்றன.

நடுகல் பற்றிய குறிப்புகள் அதிலும் முக்கியமான பெயர் பொறிக்கப்பட்ட நடுகற்கள் அதன் நோக்கம் மற்றும் பண்பாட்டு மரபு பற்றிய தெளிவை நமக்கு அளிக்கின்றன. துறைமுக நகரமான காவிரிப்பூம்பட்டினத்தில் ஐந்து வகையான ஈமச்சடங்கு முறைகள் பின்பற்றபட்டதை மணிமேகலை சக்கரவாளக்கோட்டம் உரைத்த காதை குறிப்பிடுகிறது.

> ...
> சுடுவோர் இடுவோர் தொடு குழிப் படுப்போர்
> தாழ் வயின் அடைப்போர் தாழியில்
> கவிப்போர்
> (மேகலை. *06: 66-67*)

இறந்தவர்களைப் புதைப்பது மட்டுமின்றி எரிக்கும் வழக்கம் இருந்ததையும் சங்க இலக்கியம் குறிப்பிடுகிறது. இருப்பினும் எரிப்பதைவிட புதைப்பதே அதிகமாக வழக்கத்தில் இருந்ததாகத் தெரிகிறது. இவ்வழக்கம் சங்க காலத்திற்கு முற்பட்ட பெருங்கற்காலத்திலும் நிலவியது இதன் தொன்மையைக் காட்டுகிறது.

புறநானூறு 238ஆம் பாடலில் முதுமக்கள் தாழியின் நிறம் சிவப்பு என்பது தெளிவாகச் சொல்லப்படுகிறது. புறநானூறு 256ஆம் பாடலில் ஈமத்தாழி என்ற சொல்லாடல் பயன்படுத்தப்பட்டுள்ளது. ஔவையார், தாயங்கண்ணனார், சேரமான் பூதபாண்டியன் தேவி ஆகியோரின் புறநானூற்றுப் பாடல்களிலும் ஈமம் என்ற சொல் கையாளப்பட்டுள்ளது. ஆனால், இது எரித்தல் என்ற பொருண்மையில் வருகிறது.

குயவர்கள் பற்றி சங்க இலக்கியம் சொல்வது என்ன?

பானை செய்தல், சுட்ட செங்கற்களைத் தயாரித்தல், சுடுமண் உருவ பொம்மைகள் செய்தல் போன்ற தொழில்நுட்பத் திறன்கள் தனித்துவம் மிக்கவை. சில குறிப்பிட்ட சமூகக் குழுவினரே இந்தத் திறமையை வளர்த்துக்கொண்டு, அத்திறனைக் குடும்பத் தொழிலாக ஒரு தலைமுறையில் இருந்து இன்னொரு தலைமுறையிடம் ஒப்படைத்து வந்துள்ளனர். மட்பாண்டம் என்பது அன்றாட வாழ்வின் புழங்குபொருளாக மட்டுமின்றி மக்களின் நம்பிக்கை சார்ந்த சடங்கு முறையிலும் இடம்பெறுகிறது. முதுமக்கள் தாழி மற்றும் புதைவிடங்களில் பயன்படுத்தப்பட்ட மட்கலப் பொருட்களுக்கு நீத்தார் வழிபாடு என்ற தொல்தமிழர் மரபு சார்ந்த பண்பாட்டுப் பரிமாணம் உள்ளது. இது மட்பாண்டங்களுக்குரிய மதிப்பை வேறொரு தளத்துக்கு எடுத்துச்செல்கிறது. குயவர் சமூகவியல் நாட்டுப்புறப் பின்னணியில் மட்டுமின்றி நகர்மய வாழ்வியல் பின்னணியிலும் சித்தரிக்கப்படுவது கவனிக்கத்தக்கது. ஊரக வாழ்க்கை மெல்ல மெல்ல நகர்மயப் பண்பாட்டை நோக்கி நகரும் மாற்றத்தில் குயவர்கள், சூளைக்காரர்கள் ஆகியோரின் பங்களிப்பையும் இது அடிக்கோடிடுகிறது.

நகர்மயமாக்கல் என்பது பொது வசதிகள், பொது இடங்கள், குடியிருப்புப் பகுதிகள் ஆகிய கட்டுமானங்களால் உருவாக்கப்படுகிறது. இதற்கு ஏராளமான சுட்ட செங்கற்கள் தேவைப்பட்டிருக்கும். இதில் குயவர்கள், செங்கல் செய்வோர், சூளைக்காரர்கள் ஆகியோரின் சமூகப் பொருளாதார முக்கியத்துவத்தை எளிதாக உணரலாம். இன்றும்கூட தென்னிந்திய கிராமங்களின் வழிபாட்டுச் சடங்கு முறைகளில் குயவர்களின் பங்களிப்பு முக்கியமானதாக இருக்கிறது. தென்னிந்தியாவில் முக்கியமான சமூக விழாக்களில் குயவர்கள் பூசாரிகளாய் பங்கேற்பதை ரிச்சர்ட் எல். ப்ரூபெக்கர் (*Richard L. Brubaker*) குறிப்பிடுகிறார். அதுபற்றி இந்தப் பிரிவின் இறுதி பக்கங்களில் பேசலாம்.

சங்க இலக்கியத்தில் குயவர்களைக் 'கலம்செய் கோவே', 'முதுவாய் குயவ' போன்ற மரியாதைக்குரிய சொற்களால்

குறிப்பிடுவதை இப்பின்னணியில் மதிப்பிடவேண்டும். வெண்ணிக் குயத்தியார், சங்க இலக்கியப் பெண் புலவர்களில் ஒருவர். கிழவன்-கிழத்தி; மறவன்-மறத்தி; குறவன்-குறத்தி என்ற சொற்பயன்பாடுகளில் ‘அன்’ ஈற்று விகுதியும், ‘இகர’ விகுதியும் ஆண்-பெண் என்ற பால் உணர்த்தும் விகுதியாய் வருகிறது. இதன் அடிப்படையில் வெண்ணிக் குயத்தியார் என்ற பெயரில் உள்ள குயத்தி என்ற சொல் அப்புலவர் குயவர் குடும்பத்தைச் சேர்ந்த ஒரு பெண்பால் புலவர் என்பதை விளக்குகிறது. தற்காலத் தமிழ்நாட்டில் வாழும் குலாலர் சமூகத்தினர் (குயவர் சமூகத்தினர்) வெண்ணிக் குயத்தியார் குயவர் குடும்பத்தைச் சேர்ந்தவர் என்பதைத் தங்களின் சமூகப் பெருமிதமாக இன்றும் குறிப்பிடுகின்றனர்.

சங்ககாலத்துக்குப் பின் தமிழ்நாட்டில் குயவர்களின் நிலை

குயவர் சமூகத்திற்குக் கொடுப்பட்ட சில முன்னுரிமைகள் சங்ககாலத்திற்குப் பிற்பட்ட இடைக்காலத்திலும், தற்காலத்திலும் தொடர்கின்றன. ஆயினும் குயவர் சமுதாயத்தின் முக்கியத்துவம், பொதுச்சடங்குகள் மற்றும் விழாக்களில் அவர்களின் பங்களிப்பு போன்றவை புதிய வழிபாட்டுச் சமூகங்களின் வருகை; குயவர்களுக்கும் மற்ற வேளாண் சமூகத்தினருக்குமான உறவுகள், உரசல்கள் ஆகியவற்றால் இறுக்கம் அடைந்து வருவது தெளிவாகத் தெரிகிறது. 64 நாயன்மார்களில் ஒருவரான திருநீலகண்ட நாயனார் குயவர் சமுதாயத்தைச் சேர்ந்தவர். இவர் பற்றிய குறிப்பு எட்டாம் நூற்றாண்டைச் சேர்ந்த நூலான சுந்தரமூர்த்தி நாயனாரின் திருத்தொண்டத்தொகையில் இடம்பெறுகிறது.

பெரியபுராண ஆசிரியர் சேக்கிழார் திருநீலகண்டரைப் போற்றிப் புகழ்கிறார். திருநீலகண்ட நாயனாரை இவர் குயவனார் (மரியாதைக்குரிய குயவர்) என்று சொல்கிறார். அதுமட்டுமின்றி இவரை ‘வேட்கோ’ என்றும் ஏழு இடங்களில் குறிப்பிடுவது திருநீலகண்டரின் மேம்பட்ட சமூகநிலையைக் குறிக்கிறது. குயவர்களை வேட்கோ என்று அழைப்பது சங்க இலக்கியக் காலத்திலிருந்து தொடரும் மரபு. வேட்கோ என்பது வேள்+கோ என்ற இருசொற்களின் கலப்புச்சொல் என்பதும் சங்க இலக்கியங்களில் வேள் என்பது வேளிர்குலத் தலைவர்களைக் குறிக்கும் என்பதும் குறிப்பிடத்தக்கது. இந்தவகையில் வேள்+கோ என்ற இருசொற்களுமே தலைமைத் தன்மையோடு தொடர்புடையதாகும். வேட்கோ, வேட்கோவன், வேட்கோவர் போன்ற சொல்லாடல்கள் தமிழ்ச் சமுதாய வெளியில் குயவர்களுக்கான மரியாதைக்குரிய இடத்தை எடுத்துக்காட்டுகின்றன. ஏற்கெனவே குறிப்பிட்டதைப் போல கன்னடத்தில் குயவர்களைக் கோவன் என்று அழைப்பது தமிழின் வேட்கோவன் என்ற சொல்லை நினைவுபடுத்துகிறது. இந்தக் குயவர் மரியாதை மரபை ஒரு தென்னிந்திய அணுகுமுறையாகவும் நாம் பார்க்கமுடியும்.

தமிழ்நாட்டில் வாழும் தற்காலக் குயவர் சமூகத்தினர் தங்களைக் குலாலர் என்று அழைத்துக்கொள்கிறார்கள். அவர்களிடையே ஒன்பது உட்பிரிவுகள் உள்ளன.

1. வேளார்
2. குயவர்
3. மண் உடையார்
4. உடையார்
5. கொசவர்
6. பூசாரி
7. குலாலர்
8. குசவன்
9. கைவினைஞர்

இவற்றில் உடையார் என்ற சொல்லின் பொருள் தெளிவாக இல்லை. மற்றபடி வேளார் என்ற அடையாளம் வேளாண் குயவர் என்ற வேளாண்மை சார்ந்த பொருளைத் தருகிறது. கொசவர், குசவன் போன்ற அடையாளங்கள் குயவர் என்ற அடையாளத்தின் திரிபுகளே ஆகும். மண் உடையார் என்பது மண்ணிற்கு உரித்தானவர்கள் என்ற பொருளைத் தருகிறது. எனவே உடையார் என்ற சொல்லும் ‘உரித்தானவர், உரிமையானவர்’ என்ற பொருளையே தரக்கூடும். பூசாரி என்பது குயவர் சமூகத்தினருக்குச் சடங்குமுறைகளில் உள்ள தொடர்பை அடிக்கோடிடுகிறது. கைவினைஞர் என்பது பாண்டம் செய்யும் கைவினைத் திறனை அடிப்படையாகக் கொண்டது. குலாலர் என்ற அடையாளம் பற்றி அச்சொல்லின் உருவாக்கம் பற்றி ஏற்கெனவே இந்த இயலில் குறிப்பிடப்பட்டுள்ளது. தமிழ்நாட்டில் உள்ள குலால மரபினர் தங்களது கடந்தகாலத்தைச் சாலிவாகனன் என்ற மன்னனோடு தொடர்புபடுத்துகிறார்கள். அத்துடன் கம்பராமாயணத்தை எழுதிய கம்பருடனும், மைசூர் அரசமரபினரான உடையாரோடும் இச்சமூகத்தினர் தங்களைத் தொடர்புபடுத்திக்கொள்கின்றனர்.

தமிழ்நாட்டில் நிகழ்காலச் சமூகவியலில் குயவர்களின் நிலை என்ன என்பதைப் பற்றி கொங்குப்பகுதியில் பிரெண்டா பெக் *(Brenda Beck)* என்ற ஆய்வாளரின் ஆய்வுகளின்மூலம் அறியலாம். கொங்குப்பகுதி என்பது கோவை, சேலம், ஈரோடு மற்றும் சுற்றியுள்ள பகுதிகளை உள்ளடக்கியது. கொங்கு மண்டலத்தைச் சார்ந்த குயவர்கள் உடையார் என்று அழைக்கப்படுகிறார்கள். இந்த உடையாளர்களின் சமூகத்தலைவர் பெரிய தனக்காரர் என்றழைக்கப்படுவதைப் பிரெண்டா பெக் சுட்டிக்காட்டுகிறார். அதுமட்டுமின்றி பெரிய தனக்காரர் என்ற இந்த அடையாளத்திற்கும் நிலவுடமைக்கும் நேரடியான தொடர்பில்லை. அவர் சமூகத்தில் ‘பெரியமனிதர்’, ‘மிக முக்கியமான உறவினர்’ என்ற பொருண்மையையே இது தருவதாகப் பிரெண்டா பெக் விளக்குகிறார். ஹரப்பா

பண்பாட்டுப் பானை மரபுகள் தொடரும் குஜராத்தில் இன்றுவரை மகாசேத்தி என்ற குழு அடையாளம் தொடர்வதை நாம் ஏற்கெனவே சுட்டிக்காட்டியுள்ளதை இங்கே பொருத்திப் பார்க்கலாம். மகாசேத்தி என்பதும், பெரும்தனக்காரர் என்பதும் கருத்தளவில் ஒத்துப்போகிறது. குஜராத் மற்றும் மகாராஷ்டிரா மட்பாண்ட சமூகவியல் மரபுகள் தென்னிந்தியாவுடன் ஒற்றுமை காட்டுவதைப் பற்றி இந்த இயலில் நாம் ஏற்கெனவே விவாதித்துள்ளோம்.

கொங்குப்பகுதியில் வாழும் வெவ்வேறு பிரிவுகளில் கவுண்டர்களைத் தவிர்த்து உடையார், நாடார் ஆகிய இருபிரிவினரே வலங்கை சாதிப்பிரிவைச் சேர்ந்தவர்கள். அவர்களிடையே தனியான வம்சாவளி மரபு அமைப்புகள் உள்ளதாகவும் உள்ளூர் கோயில்களில் அவர்களுக்கென்று தனியான வழிபாட்டு முன்னுரிமைகள் இருப்பதாகவும் பிரெண்டா பெக் சுட்டிக்காட்டுகிறார். இவர்களில் உடையார் குழுவினர் ஏனைய பிரிவினர்களோடு வாழ்வியல் சார்ந்த நடைமுறை தொடர்பு கொண்டிருப்பதாகவும், அவ்வகையில் இச்சமூகம் மற்ற எந்தச் சாதியையும் சார்ந்தில்லை என்றும் அவர் குறிப்பிடுகிறார். உடையார் சமூக வம்சாவளி மரபுகள் கவுண்டர் பிரிவினரின் உட்பிரிவுகளிலிருந்து வேறுபட்டிருந்தாலும் ஒப்பிடத்தக்கதாக இருக்கிறது.

இவ்வாறு கலம்செய் கோவே, வேட்கோ என்று தொடங்கி பெரிய தனக்காரர் வரையில் குயவர்களின் நிலை தமிழ்நாட்டைப் பொறுத்தவரையில் வடஇந்தியக் குயவர் சமூகவியலிலிருந்து மாறுபட்டதாக இருப்பதைக் காணமுடிகிறது. பின்னர் வந்த நால்வகை வர்ணப் பிரிவுகள் தமிழ்ச்சமூகத்தின் மீது திணிக்கப்பட்டாலும் அது ஆழமான நடைமுறை விளைவுகளை உளவியல் அடிப்படையில் ஏற்படுத்தவில்லை என்றுதான் அனுமானிக்கவேண்டும். குலாலர் என்று தங்களை அழைத்துக்கொள்ளும் தமிழ்நாட்டுக் குயவர்கள் சங்ககால நிலக்குடி தலைவர்களான வேளிர்களுடன் தங்களைத் தொடர்புபடுத்தி முன்நிறுத்தும் அளவுக்கு அவர்களின் தன்னம்பிக்கை பழுதடையாமல் இருக்கிறது. இந்த மதிப்பீடு பல்வேறு சாதியினருக்கு இடையிலான கூடுதல், குறைவு என்ற சமூகமதிப்பீடுகளை ஒப்பீட்டு அளவில் எடைபோடுவதல்ல. தமிழ்ச்சமூகத்தில் குயவர்களின் சுயமுனைப்பு மற்றும் சுயமதிப்பீட்டை முக்கியமானதாகக் குறிப்பிட வேண்டும். ஒரு சமூகம் தனது சொந்தத் தராசில் தன்னை எப்படி நிறுத்திக்கொள்கிறது என்பதும் சமூகவியலின் முக்கியமான கூறு. இதை விஸ்வகர்மா, சாலிவாகனன் போன்ற கதைமரபுகளின் அடிப்படையில் மேல்நிலையாக்கத்தின் பக்கவிளைவு என்று கடந்துபோக இயலாது. ஏனெனில் வேட்கோ போன்ற சொல்லாடல்கள் சங்க இலக்கியக் காலத்திலிருந்து பக்தி இலக்கிய காலத்தின் ஊடாக இன்றுவரை தமிழ்ச்சமூகத்தில் நிலைபெற்றுள்ளது என்பதை மறந்துவிட இயலாது.

பெருஞ்சுவர்கள், வீடுகள், செங்கல் கட்டுமானங்கள், தாழிகள் என்று மட்கலங்கள் சார்ந்த பண்பாட்டு மரபில் குயவர்கள் மதிக்கப்பட்டார்கள் என்பதும், பண்டைய தொழில்நுட்ப அறிவைப் பாதுகாப்பவர்கள், தலைமை பொறுப்பாளர்கள் என்று போற்றப்பட்டதிலும் வியப்பில்லை. இந்த மரபின் தொடர்ச்சி தற்போது வீரியம் உள்ளதாக இல்லாவிட்டாலும் முற்றிலுமாக அழிந்துவிடவில்லை என்பதையும் கருத்தில்கொள்ள வேண்டும்.

வைகை நதிக்கரைப் பகுதியின் குயவர் சமூகவியல்

மதுரையிலும், அதன் சுற்றுவட்டாரத்திலும் வசிக்கும் குயவர் சமுதாயத்தினர் பற்றி விரிவாக ஆராய்ச்சி செய்துள்ளார் ஸ்டீவன் ராபர்ட் இங்லிஸ். *Creators and Consecrators: A Potter Community of Imdia* என்ற இந்த ஆய்வில் பானை செய்வோரின் சமூகவியல் தொடர்பான பல செய்திகளையும் அச்சமூகத்தின் பொதுச்சிந்தனையில் இடம்பெற்றுள்ள மீள்நினைவுகள் பற்றியும், மற்ற சமூகத்தினருடனான அவர்களது உறவுமுறைகள் மற்றும் படிநிலைத்தகுதி போன்றவையும் மிகவிரிவாகப் பேசப்படுகிறது.

மதுரை

தென்தமிழ்நாட்டில் உள்ள மதுரை மாநகரம் சங்க காலப் பாண்டியர் தலைநகரம் என்று அடையாளப்படுத்தப்பட்டுத் தமிழ்நாட்டின் பண்பாட்டுத் தலைநகரமாகக் கருதப்படுகிறது. பாண்டிய மன்னர்கள் தோற்றுவித்து நடத்திய தலை, இடை, கடை ஆகிய மூன்று தமிழ்ச் சங்கங்களில் கடைச்சங்கம் இந்நகரத்தில் இயங்கியதாகக் கருதப்படுகிறது. மதுரையைச் சுற்றி கிடைத்துள்ள அகழாய்வுப் பொருட்கள் மற்றும் தொல்தமிழ்க் கல்வெட்டுச் சான்றுகள் இந்நகரின் இரண்டாயிரம் ஆண்டுகாலத் தொன்மையையும், தொடர்ச்சியையும் சான்றுகளுடன் உறுதிசெய்கின்றன. தமிழ் மக்களின் கூட்டுச்சிந்தனையில் பாண்டியர்களின் தமிழ்ச் சங்கங்கள்; கடல்சார்ந்த பேரிடரில் பாதிக்கப்பட்ட தலைநகரங்கள் மற்றும் தலைநகரின் மாற்றம் (இந்த மூன்று சங்கங்களில் முதல் சங்கத்தின் பெயர் தென்மதுரை) என்ற நினைவலைகள் தொடர்ந்து இடம்பெறுகின்றன. இதனால், மதுரையை மையமாகக் கொண்ட குயவர் சமூகம் பற்றிய ஆய்வு இந்த இயலுக்குப் பொருத்தமாக அமைகிறது.

மதுரை அருகே கண்டுபிடிக்கப்பட்டுள்ள ஆறு முதுமக்கள் தாழிகள் பொ.யு.மு. 500 ஆண்டுகள் என்ற காலகட்டத்தைச் சேர்ந்ததாகக் கருதப்படுகிறது. இந்த அகழாய்வுகள் நடப்பதற்கு முன்பே மதுரைப் பகுதியைச் சேர்ந்த குயவர்களின் மனதில்

முதுமக்கள் தாழி மரபு எவ்வளவு ஆழமாகப் பதிந்திருக்கிறது என்பதை எஸ். ஆர். இங்கிலிஸின் ஆய்வு உணர்த்துகிறது. மதுரையைச் சுற்றிலும் பல இடங்களில் சிந்துவெளி வரிவடிவத்தை ஒத்த குறியீடுகள், தொல்தமிழ்க் கல்வெட்டுகள், தமிழ் பிராமி எனப்படும் தமிழி எழுத்துகளுடன் கூடிய பானைச் சிதறல்கள் கண்டுபிடிக்கப்பட்டுள்ளன. தற்போது நடைபெற்று வரும் கீழடி அகழாய்வு கவனத்தை ஈர்த்துள்ளது. சமீபத்தில் கீழடியில் கண்டுபிடிக்கப்பட்ட பொருட்கள் கரிம காலக்கணிப்பு முறைப்படி பொ.யு.மு. ஆறாம் நூற்றாண்டைச் சேர்ந்ததாகக் கண்டுபிடிக்கப்பட்டுள்ளது. இவை அனைத்தும் மதுரை நகரின் தொன்மையையும், சங்ககால வாழ்வியலோடு உள்ள தொடர்பையும் விளக்குகின்றன. இது பற்றி விரிவாகப் பின்வரும் கீழடி என்ற இயலில் பேசப்படும்.

மதுரை நகரைத் 'தமிழ்க் கவிதையின் அகம்' (*home of Tamil poetry*) என்று குறிப்பிடும் டேவிட் ஷூல்மான் (*David Shulman*) இந்நகரைத் 'தமிழ்ப் பண்பாட்டின் முதல் மலர்ச்சி' (*first flowering of Tamil culture*) என்றும் வர்ணிக்கிறார். இது ஒரு மிகைக்கூற்று அல்ல. தற்போதுவரை மதுரை 'தமிழ்நாட்டின் பண்பாட்டுத் தலைநகரம்' என்றே அறியப்படுகிறது.

பாண்டிய வேளார்

தென் தமிழ்நாட்டின் மட்பாண்டம் செய்யும் குயவர் சமுதாயத்தினர் தங்களைப் பாண்டிய வேளார் என்று அழைத்துக்கொள்கிறார்கள். பாண்டிய வேளார் பயன்படுத்தும் பானை வனையும் சக்கரம் சிறிய தட்டுபோன்றதாகும் (*small disc-type*). ஆனால், மற்ற குயவர்கள் வண்டிச்சக்கரம் போன்ற ஆரக்கால் சக்கரத்தைப் பயன்படுத்துகிறார்கள். அந்தவகையில் பாண்டிய வேளார் பயன்படுத்தும் முறை அவர்களை அப்பகுதியில் வாழும் மற்ற குயவர் சமூகத்தினரிடமிருந்து வேறுபடுத்திக் காட்டுவதாக இங்கிலிஸ் குறிப்பிடுகிறார். மதுரைப் பகுதியில் உள்ள சில வட்டார வழிபாட்டு மரபில் உள்ளூர் தெய்வங்களின் பூசாரிகளாகப் பாண்டிய

படம் 9.18 - சுடுமண் உருவச்சிலைகள், பள்ளத்தூர்

வேளார் செயல்படுகின்றனர். மதுரை நகரின் பூர்வகுடிகள் தாங்கள்தான் என்ற உணர்வு இவர்களிடம் காணப்படுகிறது. மதுரை என்ற நகருடனான இவர்களின் அடையாளம் மிக ஆழமானது. பாண்டிய வேளார் சமூகத்தில் மதுரை நாடு, வைகைக்கரை நாடு என்ற இரு உட்பிரிவுகள் உள்ளன. இப்பிரிவினரின் நிலப்பகுதி மதுரையின் வடமேற்குப் பகுதியில் தொடங்கித் தென்கிழக்காக வைகை நதியை ஒட்டிப் பரவி மானாமதுரைப் பகுதி வரை பரவியுள்ளது. இம்மக்கள் வாழும் குடியிருப்புகள் வைகை நதியின் இருகரைகளிலிருந்து சிலமைல் தூரம்கூட விலகிச்செல்லவில்லை.

இந்தவகையில் பாண்டிய வேளார் நிலப்பகுதி வைகை நதி, மதுரை நகரம் என்ற இரண்டு புள்ளிகளைச் சுற்றியே இயங்குவது புலனாகும். குறிப்பாக அண்மையில் அகழாய்வுகள் நடைபெறும் கீழடி, அகரம், கொந்தகை போன்ற இடங்கள் பாண்டிய வேளார் பரவியுள்ள நிலப்பகுதிகளிலேயே அமைந்துள்ளன என்பது இந்த ஆய்வின் பொருத்தப்பாட்டை மேலும் அதிகரிக்கிறது.

பாண்டிய வேளார்: கைமாறிய பூசாரிப் பொறுப்பு

பாண்டிய நாட்டைச் சேர்ந்த பல பெரும் கோயில்களில் தாங்களே ஒரு காலத்தில் பூசாரிகளாக இருந்ததாகவும், அக்கோயில்களின் புரவலர்களுக்கும், தங்களுக்கும் ஏற்பட்ட பிணக்கால் அத்தகைய கோயில்களின் பூசாரிப் பொறுப்புப் பிராமணர்களிடம் ஒப்படைக்கப்பட்டதாகவும் பாண்டிய வேளார் மக்கள் கூறுகிறார்கள். அதிலும் குறிப்பாக, மதுரை மீனாட்சி அம்மன் கோயிலின் பூசாரிப் பொறுப்பு தங்களிடம் இருந்து பிராமணர்கள் கைகளுக்கு மாறிவிட்டதாகப் பாண்டிய வேளார்கள் மனக்குறையுடன் கூறுகிறார்கள். தாங்கள் பின்னுக்குத் தள்ளப்பட்டதற்கு ஈடுசெய்யும் வகையிலேயே மதுரை மீனாட்சி அம்மன் கோயிலின் மூன்று பெரும் விழாக்களில் முதல் படையலிடும் உரிமையும், மரியாதையும் இவர்களுக்கு இன்றுவரையில் தரப்படுவதாகக் கூறுகிறார்கள்.

ஒரு குறிப்பிட்ட பகுதியில் வாழும் வேளார் குயவர்கள் அந்த இடத்திலிருந்து வெளியேறும்போது அல்லது வெளியேற்றப்படும்போது தாங்கள் வழிபட்ட உள்ளூர் தெய்வங்களைத் தங்களுடன் எடுத்துச்செல்ல அனுமதிக்கப்படுகிறார்கள். அந்தவகையில் பாண்டிய வேளார் இடம்பெயர்ந்து போகும் இடங்களுக்கெல்லாம் அவர்களின் தெய்வங்களும் பயணிப்பதாக இங்லிஸ் தனது ஆய்வில் குறிப்பிடுகிறார். வழிபடும் தெய்வங்களுக்கும் பாண்டி வேளார் மக்களுக்கும் இடையிலான நெருங்கிய உறவை இது காட்டுகிறது. குயவர்கள் கடவுளின் சுடுமண் உருவங்களைச் செய்பவர்களாகவும் இருக்கிறார்கள். அந்த உருவங்களுக்கான படையல்கள் மற்றும் வழிபாட்டுச் சடங்குகளை நடத்தும் பூசாரிகளாகவும் இருக்கிறார்கள். இந்தவகையில் படைப்பாளி, பூசாரி என்ற இரண்டு பொறுப்புகளையும் வேளார் குயவர்கள் ஒருசேர வகிக்கிறார்கள். காலப்போக்கில் செல்வச் செழிப்புமிக்க பெரும்கோயில்களில் செம்பு, பித்தளை, வெண்கலம், வெள்ளி, பொன் என்று பல்வேறு உலோகப் பாண்டங்களின் பயன்பாடுகள் அதிகரித்துவிட்டாலும் மதுரை மாவட்டப் பகுதிகளில் பல கோயில்களில் இன்றுவரை மட்பாண்டங்கள் தொடர்ந்து பயன்படுத்தப்படுவது குறிப்பிடத்தக்கது.

அகத்திய முனிவர் தமிழ் முனிவர்களின் முன்னோடி என்று ஒரு கதைமரபு உள்ளது. இம்முனிவர் பானையிலிருந்து தோன்றியதாகவும், ஊழிப்பெருவெள்ளத்தின் போது ஒரு பானையின் உதவியோடு மீண்டதாகவும் அதன் தொடர்ச்சியாக ஒரு பண்பாட்டுக்கு வித்திட்டதாகவும் இந்தக் கதைமரபு சொல்கிறது. இந்நிகழ்வுகள் மதுரையில் நடந்ததாகவும், தாங்கள் அகத்திய முனிவரின் வழித்தோன்றல்கள் என்றும் பாண்டிய வேளார்கள் கருதுகிறார்கள்.

வேளிர் குடியினர் ‘துவரை’ என்ற இடத்திலிருந்து புலம்பெயர்ந்த தொன்மத்தைப் பற்றி புறநானூறு குறிப்பிடுகிறது. இதைப்பற்றி பின்வரும் இயல்களில் நாம் விரிவாகப் பார்ப்போம். இந்த இயலில் நாம் கருத்தில் கொள்ளவேண்டிய சில விஷயங்கள்: புறநானூறு குறிப்பிடும் துவரை என்ற இடம் தற்போது மேற்கு இந்தியாவில் குஜராத்தில் உள்ள துவாரகையோடு அடையாளம் காணப்படுகிறது. இந்தத் தொன்மமரபிலும் வடபால் முனிவன் என்ற பானையில் தோன்றிய ஒரு முனிவரோடு வேளிர்கள் தொடர்புபடுத்தப்படுகிறார்கள். வடபால் முனிவன் என்பது அகத்தியரையே குறிப்பதாகப் பல ஆய்வாளர்கள் கருதுகிறார்கள்.

புறநானூற்றின் 201ஆம் பாடலில் இருங்கோவேள் என்ற வேளிர் குடிநிலத் தலைவனின் முன்னோர்கள் துவரை என்ற இடத்திலிருந்து புலம்பெயர்ந்ததாகக் கூறப்படுகிறது. பல்வேறு ஆய்வாளர்களும் இந்தப் புறநானூற்றுக் குறிப்பைத் தற்கால வேளாளர் சமூகத்தோடு தொடர்புபடுத்துகிறார்களே தவிர பாண்டிய வேளார் சொல்லும் அகத்தியர் கதைமரபை அவர்கள் ஏற்றுக்கொள்வதில்லை.

ஒரு மொழியைப் பேசும் மக்களின் பொதுச்சிந்தனைக்குள் குடியேறிவிட்ட தொன்மநிகழ்வு அல்லது நடந்ததாகக் கருதப்படும் ஒரு நிகழ்வு குறித்த மீள்நினைவுகளை அம்மொழி பேசும் பல்வேறு குடியினரும் தங்களோடு தொடர்புபடுத்தி பார்ப்பதில் வியப்பு எதுவும் இல்லை. இது ஒருவகையில் அம்மக்கள் அனைவருக்குமான பொதுவான ஒரு கடந்தகாலத்தை நினைவுபடுத்துவதாகவும் எடுத்துக்கொள்ளலாம். புறநானூறு குறிப்பிடும் வேளிர்

மரபு எந்த அளவுக்குக் கொங்குப்பகுதி வேளாளர்களுக்குப் பொருந்துமோ அந்த அளவுக்குச் சங்க இலக்கியத்தால் வேட்கோ என்று அழைக்கப்பட்ட வேளார் மக்களுக்கும், குறிப்பாகப் பாண்டிய வேளார் மக்களுக்கும் பொருந்தும்.

இந்தக் கருத்துகளின் அடிப்படையிலேயே இந்நூல் முன்வைக்கும் சிந்துவெளி நிலப்பகுதியில் உள்ள கொற்கை-வஞ்சி-தொண்டி வளாகம் என்ற பெயர் தொகுதியைப் பல்வேறு தமிழ்க் குடியினருக்கும் பொதுவான ஒரு மீள்நினைவு என்று கருதவேண்டிய தேவை இருக்கிறது. அது ஒரு குறிப்பிட்ட நிலப்பகுதியின் அல்லது ஒரு குறிப்பிட்ட சமூகத்தின் தனிவுடமை அல்ல, தமிழ் மக்களின் பொதுவுடமை. அந்தவகையில் பாண்டிய மன்னர்களைப் புரவலர்களாகக் கொண்ட சங்க இலக்கியங்கள் சேர, சோழ, பாண்டியர் ஆகிய மூவேந்தர், கடையேழு வள்ளல்களாகிய மலைநிலத் தலைவர்கள் மற்றும் பல்வேறு திணைகுடித் தலைவர்களின் பெருமையையும் சேர்த்துத்தானே பேசுகிறது.

முரண்பாட்டின் உருவங்கள்

தென்னிந்திய வழிபாட்டு மரபுகளில் சுடுமண் சிற்பங்கள் மற்றும் தெய்வ உருவ பொம்மைகளுக்கு உள்ள தனிச் சிறப்பிடம் பற்றி ஆய்வுலகம் மிகக் குறைவாகவே பேசியிருக்கிறது. அந்தச் சுடுமண் சிற்ப மரபு, தெய்வ உருவபொம்மை ஆகியவை இந்தியச் செவ்வியல் மரபுகளின் விதிமுறைகளுக்கு முரணாக நிற்பதே அதற்குக் காரணம். ஆகம விதிமுறைகள் சுடுமண் உருவங்களுக்கு இடம் அளிப்பதில்லை. அப்படியே களிமண் உருவங்கள் ஏதேனும் பயன்படுத்தப்பட்டால் அது அழிவுநோக்கிய எதிர்மறையான சடங்கு முறை என்றே கருதப்படுகிறது. வேதமரபுகளில் பானை செய்வது 'அசுரனின் கைவரிசை' என்று எதிர்மறையாகச் சித்தரிக்கப்பட்டதைப் பற்றி இந்த இயலில் ஏற்கெனவே குறிப்பிட்டிருக்கிறோம்.

ஆனால் தமிழ்நாட்டைப் பொறுத்தவரை நடைமுறை எதார்த்தம் வேறு. ஆகம விதிகள் அனுமதிக்கிறதோ இல்லையோ தமிழ்நாட்டின் கிராமப் பகுதிகளில் சுடுமண்ணால் செய்யப்பட்ட ஆண்-பெண் தெய்வங்களின் உருவபொம்மைகளுக்குக் குறையே இல்லை. இதுபற்றி ஆய்வாளர் இங்லிஸ் பின்வருமாறு கூறுகிறார். "வழிபாட்டு மரபுகளில் ஏராளமாகச் சுடுமண் உருவங்கள் பயன்படுத்தப்படுவது வழிபாட்டு மரபுகள் தொடர்பான இந்து-ஆகம முறைகளோடு முரண்பட்டு நிற்பதோடு வியப்பையும் அளிக்கிறது". *(Inglis 1984: 223)*. மேலும் இந்த முரண்பாடு "கடவுளர்களின் உருவச்சிலைகள் நிலைபேறு தன்மையுடைய உலோகங்களால் செய்யப்பட வேண்டும் என்ற பிராமண விதிமுறைக்கும், சுடுமண் உருவங்கள் மிகுந்த உள்ளூர் சிறு தெய்வ வழிபாட்டு மரபுக்கும் இடையே நிலவும் பதற்றநிலைமையைக் காட்டுகிறது" என்கிறார் இங்லிஸ். *(Inglis 1984: 224)*

படைப்பாளிகள், பூசாரிகள் மற்றும் 'உயர் குருக்கள்'

மதுரைப் பகுதியில் வேளார் குயவர்கள் தெய்வங்களின் உருவங்களையும், சுடுமண் கலங்களையும் மட்டும் செய்வதில்லை. அந்த உருவங்களில் தெய்வத்தன்மையை ஏற்றும் சடங்கு நிகழ்வுகளுக்கும் தலைமைப் பொறுப்பேற்கிறார்கள். தெய்வத்தன்மையை ஏற்றும் சடங்கு என்பது உருவப் படைப்பு சார்ந்த கைவினைக் கலையின் உள்ளீடான, மிக முக்கியமான அங்கம். ஆனால், பெருந்தெய்வ வழிபாட்டில் உருவச்சிலைக்கு உயிர்கொடுத்துத் தெய்வத் தன்மை ஏற்றும் பொறுப்பைப் பிராமணர்களே நடத்துகிறார்கள். சிற்பிகளின் பணி உருவச் சிலையைச் செய்வதோடு நின்றுவிடுகிறது. தெய்வ உருவச் சிலையைப் பொறுத்தவரையில் அதன் 'கண்திறப்பு' என்ற முக்கியமான கட்டம்தான் சிலைக்கு உயிரூட்டும் நிகழ்வாகும். கற்சிலை மற்றும் உலோகத்தாலான சிலைகளின் கண்கள் ஒருமுறை திறக்கப்பட்டுவிட்டால் அது நூற்றுக்கணக்கான ஆண்டுகள் நிரந்தரமாக அப்படியே இருக்கிறது. ஆனால், மண்சிற்பங்கள் தற்காலிகமானவை. அவை தெய்வத்தன்மையைத் தற்காலிகமாகக் கொண்டிருக்கும் உருவங்கள்தான். எனவே, மண்சிற்பங்கள் ஆண்டுதோறும் அல்லது குறிப்பிட்ட இடைவெளியில் மீண்டும் மீண்டும் புதிதாகச் செய்யப்படுகின்றன. இதன்மூலம் மண் உருவபொம்மைகளைச் செய்யும் குயவருக்கும், கடவுளுக்குமான உறவு தொடர்ந்து நீடிக்கிறது. ஆனால், கருங்கல், உலோகம் போன்றவற்றில் வடிவமைக்கப்படும் சிலைகளில் அந்தச்சிலை நிறுவப்பட்டு சடங்குகள் முடிந்தபின் அச்சிலைக்கும் சிற்பிக்குமான உறவு முடிந்துவிடுகிறது. அதற்குப்பின் அந்தச்சிலைக்குச் சிற்பி ஒரு பார்வையாளன் அல்லது பக்தன் மட்டுமே.

மதுரைப்பகுதியில் நிகழும் முக்கியமான சமூக நிகழ்வுகளான ஜல்லிக்கட்டு, தீமிதி திருவிழா, தீச்சட்டி ஏந்துதல் போன்றவற்றில் வேளார் குயவர்களின் பங்களிப்பு மிக முக்கியமாக இருக்கிறது. முன்னோர்களைத் தெய்வமாக வழிபடும் நாட்டார் வழிபாட்டு மரபில் ஐயனார் வழிபாட்டுக்கு மிக முக்கியமான இடம் உண்டு. மதுரைப் பகுதியில் பாண்டிய வேளார் குயவர்களே ஐயனாரின் பூசாரிகள். இக்கடவுளின் உருவம் குயவர்களால் வடிவமைக்கப்படுகிறது. அதுமட்டுமின்றி மதுரைப்பகுதியில் பல்வேறு சிறுதெய்வ வழிபாடுகளில் பாம்பு, தேள், குளவி போன்ற உருவங்களில் அமைந்த செங்கல் அளவிலான மண் உருவப்பலகைகள் நேர்த்திக்கடனாகச் செலுத்தப்படுவதை இங்லிஸ் தனது ஆய்வில் குறிப்பிட்டுள்ளார். இது பாம்பு கடி, தேள் கடி, தேனி, குளவி கொட்டுதல் போன்ற தாக்குதல்களிலிருந்து தப்பிக்க

விவசாயிகள், விவசாயத் தொழிலாளர்களால் செய்யப்படும் நேர்த்திக்கடன் மரபாகும். இதைப்போலவே கால்நடைகள் பெருகுவதற்காகவும், குளங்களில் மீன்கள் வளமாகக் கிடைப்பதற்காகவும் கால்நடைகளின் உருவங்களையும், மீன்களின் உருவங்களையும் மண் உருவங்களாகச் செய்து நேர்த்திக்கடன் செலுத்தும் வழக்கம் மதுரைப்பகுதியில் இன்றும் உள்ளது.

சமய வழிபாடு தொடர்பான சில சூழல்களின் பின்னணியில் வேளார் சமூகத்தினர் பிராமணர்களைத் தனது போட்டியாளர்களாகவும், ஒருவகையில் எதிரிகளாகவும் கருதுவதை இங்லிஸ் பதிவுசெய்துள்ளார். நடைமுறை வாழ்க்கையில் வேளாருக்கும், பிராமணர்களுக்கும் எந்தவிதத் தொடர்பும் இல்லை. இவர்கள் இருவரின் வழிபாட்டு முறைகளும் ஒன்றோடு ஒன்று தொடர்பற்றவை. இருப்பினும் வேளார் மக்கள் தங்களைப் பிராமணர்களைவிட உயர்ந்தவர்கள் என்று பெருமிதம் கொள்கிறார்கள். நாங்கள்தான் 'ஆதிபிரம்மன்' அதாவது உண்மையான பிரம்மன் என்பது அவர்களின் வாதமாகும்.

அதற்குப் பின்வந்த பூசாரிகள் தங்களிடமிருந்து பிரம்மன் என்ற பட்டத்தையும் அது சார்ந்த உரிமைகளையும் சலுகைகளையும் தட்டிப்பறித்துக்கொண்டதாகப் பாண்டிய வேளார் சமூகத்தினரிடையே ஒரு மனக்குறை இருக்கிறது. குயவர்களின் சமூகவரலாறைப் பற்றி பேசும் குலாலர் புராணம் (பகுதி 1: ப. 8) இதைக் குறிப்பிடுகிறது. பிராமணர்கள் படைப்புக் கடவுளான பிரம்மாவின் முகத்திலிருந்து தோன்றியவர்கள். ஆனால் குயவர்கள் பிரம்மாவின் உச்சிக்குடுமியிலிருந்து தோன்றியவர்கள் என்று குலாலர் புராணம் கூறுகிறது. அதுமட்டுமின்றி பிரம்மா, குலால முனியிடம் ஐயனார்தான் உங்களுடைய குலதெய்வம்; ஐயனாருக்கு நீங்களே பூசாரிகள்; உங்களுடைய எதிரிகள் தோற்றுப்போவார்கள் என்றும் வரம் அளித்ததாக இதில் எழுதப்பட்டிருக்கிறது. இவையெல்லாம் கதைமரபுகள்தான். ஆனால், அந்தக் கதைகளின் ஊடாக வெளிப்படும் சமூகஉளவியலைப் புரிந்துகொள்ள வேண்டிய தேவையும் இருக்கிறது.

திருநீலகண்டரும் வேதச்சக்கரவர்த்தியும்

குலாலர் புராணம் (பகுதி 1: ப. 60) அச்சமூகத்தைச் சேர்ந்த திருநீலகண்டர் என்ற அடியாருக்கும், ஒரு பிராமண முனிவருக்கும் முரண்பாடும் போட்டியும் நிகழ்ந்ததாகக் குறிப்பிடுகிறது. குலாலர் புராணம் சொல்லும் கதை இப்படிப் போகிறது:

பாண்டிய நாட்டில் ஒரு மன்னர் இருந்தார். மன்னரின் அரண்மனைக்குத் திருநீலகண்டர் பானைகள் செய்து வழங்கிவந்தார். அப்போது வேதச்சக்கரவர்த்தி என்று அறியப்பட்ட ஒரு பிராமண முனிவருக்கும், திருநீலகண்டருக்கும் விவாதம் ஏற்படுகிறது. அந்த விவாதம் மந்திர மாயங்கள் நிறைந்த ஒரு போராக மாறிவிடுகிறது. வேதச்சக்கரவர்த்தி ஒரு செடியின் சிறுகிளையைக் கிள்ளி அதை தனது மந்திரத்தால் பாம்பாக மாற்றி திருநீலகண்டர் மீது விட்டெறிகிறார். உடனே திருநீலகண்டர் தனது மந்திரசக்தியால் ஒரு கழுகை வரவழைக்கிறார். அந்தக் கழுகு பாம்பைக் கொன்றுவிடுகிறது. அப்படிச் செத்துப்போன பாம்பைத் திருநீலகண்டர் ஒரு கயிறாக மாற்றித் தன்னுடன் வாக்குவாதம் செய்த வேதச்சக்கரவர்த்தியைக் கட்டிப்போடுகிறார். உடனே இந்தச் செய்கையை ஒரு 'கீழ்ச்சாதி மந்திரவித்தை' என்று நிந்தனை செய்யும் வேதச்சக்கரவர்த்தி நீலகண்ட குயவரின் நடத்தை ஒப்புக்கொள்ளத்தக்கது அல்ல என்று அவையில் முறையிடுகிறார். இந்தக் குயவர் ஒரு பிராமண குருவின் மாணவராக இருந்திருக்க வேண்டும். ஏனெனில் வேதங்களைப் பிராமணர் மட்டுமே கற்க முடியும் என்று சொல்கிறார். இதற்குப் பதில்சொல்லும் திருநீலகண்டர், வேதச்சக்கரவர்த்தி சாதி அடிப்படையில் பிரம்ம குலத்தைச் சேர்ந்தவராக இருக்கலாம், ஆனால் குயவர்களோ ஆதிபிரம்ம குலத்தைச் சேர்ந்தவர்கள். அவர்கள் பிரம்மனுக்கு ஒருபோதும் அடிபணிய மாட்டார்கள் என்கிறார். இப்படி முற்றிப்போகும் வாக்குவாதத்தின் முடிவில் நீலகண்டர் ஓர் அருகம்புல்லை எடுத்து தனது மந்திரத்தால் கத்தியாக்கிப் பறக்கவிடுகிறார். அது அந்த வேதச்சக்கரவர்த்தியின் குடுமியை வெட்டிவிட்டு அவர் அணிந்திருந்த பூணூலையும் அறுத்துவிடுகிறது. இது வேதச்சக்கரவர்த்திக்கு மிகுந்த அவமானமாகிவிடுகிறது.

இவ்வாறு செல்லும் குலாலர் புராணக் கதையைப் பற்றிக் கருத்து தெரிவிக்கும் எஸ். ஆர். இங்லிஸ், வேளார் சமூகத்தினரிடையே தங்களைப் பூசாரிகளாகவும், நிலவுடமை உள்ள அரசுரிமையாளர்களாகவும் கருதிக்கொள்ளும் ஒரு பொது உளவியல் இருக்கிறது. பிராமணர்கள் ஆன்மா, ஒழுக்கநெறி, விதிமுறை என்று செயல்படும்போது அதற்கு நேர்மாறாக வேளார்கள் வாழ்க்கை, இறப்பு என்ற நடைமுறை சார்ந்த உலகில் இயங்குகிறார்கள் என்கிறார். பிராமணர்-குயவர் முரண்பாடு சாலிவாகனன் (குயவர் குல அரசன்), திருநீலகண்டர் (சைவ நெறிகளில் 63 நாயன்மார்களில் ஒருவர்) ஆகிய இரண்டு தொன்மமரபுகளிலும் நினைவுகூரப்படுகிறது. இந்த முரண்பாடும் பதற்றமும் ஒருவகையில் வேளாண் சமூகச் சூழலில் உள்ள சாமியாடி என்ற உள்ளூர் பூசாரிகளுக்கும், பெரும் கோயில்களைச் சேர்ந்த பிராமணர்களுக்கும் இருக்கும் உறவையும் உரசல்களையுமே காட்டுகின்றன.

இது ஒரு கதைதான். இதைப் பெரிய ஆவணச்சான்றாக எடுத்துக்கொள்ள வேண்டிய தேவையில்லை. ஆனால், ஹரப்பா-மொகஞ்சோதாரோ பண்பாட்டுக் காலத்தின்

தலைமைப் பூசாரியாக, தலைமைக் கைவினைஞனாகக் கொடிகட்டிப் பறந்த குயவர்கள் பின்வந்த காலங்களில் சமூகப்படிநிலையில் ஏன் கடைநிலைக்குத் தள்ளப்பட்டார்கள்; சங்க இலக்கியத்தில் கலம்செய் கோ, முதுவாய் குயவ என்றெல்லாம் போற்றப்பட்ட குயவர் சமூகவியலில் காலந்தோறும் ஏற்பட்ட மாற்றங்கள், தாக்கங்கள் என்ன என்ற கேள்விகளுக்கெல்லாம் விடைதேடும்போது இத்தகைய கதைகள் பொத்தாம் பொதுவாகச் சில அனுமானங்களை நமக்கு அளிக்கிறது என்பதில் மாற்றுக்கருத்து இருக்க இயலாது.

நகரத்தாரின் பூசாரிகளாக வேளார்

நகரத்தார் சமுதாயத்தினர் வாழும் நாட்டுக்கோட்டைப் பகுதியில் உள்ள பெரும்பாலான கோயில்களில் குலாலர்களே (குயவர்கள்) பூசாரிகளாக உள்ளனர் என்ற செய்தியைக் குலாலர் புராணம் தெரிவிக்கிறது. பள்ளத்தூர், மூலங்குடி, காரைக்குடி, தேவகோட்டை, நெய்வாசல், தெக்கூர், நெற்குப்பை, துவர் மற்றும் சிங்கம்புணரி ஆகிய இடங்களில் உள்ள கோயில்கள் நாட்டுக்கோட்டை நகரத்தார் சமூகத்தின் உட்பிரிவுகளோடு நேரடியாகத் தொடர்பு கொண்டவை. இச்சமூகத்தின் உட்பிரிவுகள் அவர்கள் கும்பிடும் கோயில்களின் அடிப்படையிலேயே அடையாளம் காட்டப்படுகின்றன. இந்த இடத்தில் வேளிர் புலப்பெயர்வோடு துவரை என்ற பெயரைத் தொடர்புபடுத்தும் சங்க இலக்கியம் நினைவுக்கு வருவதில் வியப்பில்லை.

உள்நாட்டு வெளிநாட்டு வணிகத்தில் நீண்ட நெடும் அனுபவம்மிக்கத் தமிழ் வணிகமரபு சார்ந்த ஒரு சமூகத்திற்குக் குயவர்களே பூசாரிகளாக இருக்கிறார்கள் என்பதைப் புறக்கணித்து கடந்துசெல்ல முடியாது. நகரத்தார் என்ற சமூக அடையாளத்துக்கு நகரத்தைச் சேர்ந்தவர்கள் (*the town folks*) என்று பொருள். நகரத்தார் சமூகவியலில் குயவர்களுக்குக் கொடுக்கப்படும் முன்னுரிமை, சங்க இலக்கியத்தில் நகர் சார்ந்த வாழ்வியல் பின்னணியில் குயவர்கள் பூசாரிகளாகச் சித்தரிக்கப்படுவதை நினைவுபடுத்துகிறது.

V. பானைத்தடம்: கீழடியில் சிந்துவெளி போன்ற கீறல்களுடன் மீண்டும் செழித்த பானைகள்

சிந்துவெளிக் 'கைவினைஞன்-பூசாரி'க்கு நேர்ந்தது என்ன?

சிந்துவெளி எழுத்துக்களை வாசிக்க முடிந்தால் அல்லது சிந்துவெளியில் இலக்கியம் என்று ஏதாவது கிடைத்திருந்தால் அதில் குயவர்களின் சமூகநிலை பற்றி நமக்குப் புலப்பட்டிருக்கும். ஆனால், சிந்துவெளி எழுத்துக்களைத் தற்போது வாசிக்க இயலவில்லை. இந்நிலையில் சிந்துவெளி விட்ட இடமும், சங்க இலக்கியம் தொட்ட இடமும் என்ற முன்மொழிவைப் பின்னோக்கிச் சென்று அனுமானித்தால் சிந்துவெளியின் இலக்கியங்களில் அல்லது வாய்மொழி மரபுகளில் சங்க இலக்கியத் தமிழ் மரபுகளை ஒத்த உணர்வுகளே வெளிப்பட்டிருக்கும் என்று ஊகிக்கலாம். சிந்துவெளிப் பண்பாட்டில் குயவர்கள் மற்றும் கைவினைஞர்கள் போற்றப்பட்டிருப்பார்கள் என்பதை ஊகிப்பதற்குச் சிந்துவெளி இலக்கியம் என்ற ஒன்று தேவையில்லை. அதன் உடல்மொழியே போதுமானது. சிந்துவெளியின் 'ஜாடி' போன்ற குறியீட்டை ஐராவதம் மகாதேவன் 'தலைமைப் பூசாரி' என்றும் 'தலைமைக் கைவினைஞன்' என்றும் அவர்களுடைய குழுக்கள் பற்றிய குறியீடுகள் என்று வாசித்ததும் இங்கே குறிப்பிடத்தக்கது.

அண்மைக்காலங்களில் தமிழ்நாட்டின் பல்வேறு அகழாய்வுகளில் கிடைக்கும் மட்பாண்டங்களும், சமகாலத் தமிழ்நாட்டில் உள்ள குயவர் சமூகவியலும் இந்த நீட்சிக்குச் சாட்சியமாய் தோன்றுகின்றன. அந்தவகையில் சிந்துவெளிக்குள் சிதைந்தாலும், சிந்தைக்குள் சிதையாமல் கலம்செய் கோவின் மட்பாண்ட கலை தென்தமிழ்நாட்டு முதுமக்கள் தாழிகளில் மூச்சுவிட்டது. அதன் தடயங்கள் கீழடி போன்ற இடங்களில் இன்னும் காணக்கிடைக்கின்றன.

குயவர் கீறிய கீறல்கள்

“சிந்துவெளி வரிவடிவத்தின் தொடக்கம் குயவர்களின் பானைக் கீறல்களிலிருந்தே தொடங்கி இருக்கக்கூடும்” என்கிறார் எம். எகே. தவாலிக்கர். இந்த அணுகுமுறை சிந்துவெளி வரிவடிவத்தின் தோற்றத்தைக் கண்டறிவது என்ற நோக்கத்துடன் மட்டும் முடிந்துவிடாமல் அதையும் தாண்டி சிந்துவெளி நலிவு, அதன் மரபின் தொடர்ச்சி, சிந்துவெளி போன்ற குறியீடுகள் தென்தமிழகப் பானைகளில் கிடைப்பதன் சூழலைப் புரிந்து கொள்ளுதல் என்று விரிவடைய வேண்டும். ஹரப்பாவிற்கும், தமிழ்நாட்டிற்கும் உள்ள நில-கால இடைவெளி இந்த அணுகுமுறைக்குத் தடைபோட முடியாது. இந்தியாவில் கிடைக்கும் சிந்துவெளி வரிவடிவத்தை ஒத்த கீறல்கள் பொறிக்கப்பட்ட பெரும்பாலான மட்பாண்டங்கள் தமிழ்நாட்டில்தான் கிடைக்கின்றன. இந்தியாவின் வரலாற்றுக்கு முற்பட்ட காலகட்டங்களில் எழுத்தறிவு பெற்ற சாமானிய மக்களாக சிந்துவெளிக் குயவர்களும், அதைத்தொடர்ந்து தமிழ்நாட்டுக் குயவர்களும் இருந்தார்கள் என்பதில் ஐயமில்லை. இப்போதும்கூட தமிழ்நாட்டில் நில உரிமைகள் பதிவாளர் அலுவலகத்தில் பத்திரம் பதியும்போது போடப்படுகிற கையெழுத்து அல்லது விரல்ரேகை இரண்டுமே கீறல் என்றுதான் அழைக்கப்படுகிறது. கீறல் என்ற வினைச்சொல் கீறுதல் என்ற செயலைக் குறிக்கிறது. அதுவே பெயர்வடிவம் பெறும்போது கையெழுத்தைக் குறிக்கிறது. இந்தச் சொல்லாக்க முறை, ஹரப்பா வரிவடிவத்தின் தோற்றம் பற்றிய தவாலிக்கரின் கருத்தை இன்னொரு வகையில் வலியுறுத்துகிறது.

மட்பாண்டங்களில் பெயர் பொறிக்கும் வழக்கம் இருந்ததற்குச் சங்ககாலத் தொல்லியல் ஆய்வுத்தலங்களில் கிடைக்கும் பொருட்கள் சாட்சியமாக உள்ளன. இந்தப் பழக்கம் இன்று வரை தமிழ்நாட்டில் தொடர்ந்து வருகிறது. தமிழ்நாட்டில் பல பகுதிகளில் வீடுகளில் புழங்குபொருளாக பயன்படுத்தும் பித்தளை, எவர்சில்வர் பாத்திரங்களில் இப்போதும்கூட பெயர்கள் பொறிக்கப்படுகின்றன. திருமண நிகழ்வுகளின்போது சீர் அளிக்கப்படும் பாத்திரங்களிலும் இவ்வாறு பெயர் பொறிக்கப்படுகின்றன. இது ஒரு பண்பாட்டுத் தொடர்ச்சியாகும். வரலாற்றுக்கு முற்பட்ட காலகட்டத்தில் எழுத்தறிவு பெற்ற மக்கள்தொகையில் சிந்துவெளிக் குயவர்களும் அதுபோலவே தொல்தமிழ்த் குயவர்களும் அடங்குவார்கள் என்பதையும் அவர்கள் இந்தியத் துணைக்கண்டத்தின் கல்வி, எழுத்தறிவுப் புலத்தின் முன்னோடியாக இருந்தார்கள் என்பதையும் இச்சான்றுகள் வலுப்படுத்துகின்றன.

குயவர்களின் புலப்பெயர்வும் சிந்துவெளி மரபுகளின் தொடர்ச்சியும், குஜராத், மகாராஷ்டிரா என்ற இடைநிலங்கள்

ஹரப்பா பண்பாட்டின் மட்பாண்ட மரபுகள், சமூகவியல் தொடர்ச்சி வடமேற்குப் பகுதியிலிருந்து வடக்கு நோக்கிப் பரவவில்லை மாறாக மத்திய இந்தியாவை நோக்கிப் பரவியிருக்கிறது என்ற முடிவுக்கு வருகிறார் சரஸ்வதி. இதை நிறுவும் வகையில் சில தகவல்களையும் அவர் கண்டறிகிறார். மகாராஷ்டிராவில் வடஇந்தியப் பானைமரபுகளின் தாக்கம் மட்டுமின்றி தென்னிந்தியப் பானை மரபுகளின் தாக்கமும் காணப்படுவதாக அவர் குறிப்பிடுகிறார். மராத்தி மொழி அடிப்படையில் இந்தோ-ஆரிய மொழிதான் என்றாலும், அங்குள்ள குயவர்கள் பயன்படுத்தும் பல்வேறு உறவுப் பெயர்கள் மற்றும் சொல்லாக்கங்கள் தென்னிந்தியாவோடு ஒற்றுமை காட்டுகின்றன. வடமேற்கு இந்தியா, வடக்கு இந்தியா போன்ற பகுதிகளில் வாழும் குயவர்களின் சமூகவியலில் மிகுந்த ஒற்றுமை இருப்பது உண்மைதான். ஆனாலும், மகாராஷ்டிரா மற்றும் கோவா பகுதிகளில் வசிக்கும் குயவர் சமூகத்தினரின் சமூகவியல் மற்றும் சடங்கு முறைகளில் தென்னிந்தியாவின் தாக்கம் அதிகமாக இருக்கிறது. மகாராஷ்டிராவின் குயவர் சமூகவியலை அண்டை மாநிலங்களான மத்தியப்பிரதேசம், குஜராத் ஆகியவற்றோடு ஒப்பிட்டால் இது குஜராத்துடனேயே அதிக நெருக்கம் காட்டுகிறது. இத்தகைய தரவுகளின் அடிப்படையில் வடஇந்தியக் குயவர் சமூகவியலை இரண்டு பண்பாட்டுப் பிரிவுகளாக சரஸ்வதி பிரிக்கிறார். ஒன்று, வடஇந்திய மற்றும் வடமேற்கு இந்தியக் குயவர்களால் உருவாக்கப்பட்டது. இரண்டாவது மத்திய இந்தியாவின் குயவர்களால் உருவாக்கப்பட்டது. *(Saraswati 1979: 78)*

வடஇந்திய மற்றும் மேற்குஇந்திய மட்பாண்ட மரபுகளைப் பற்றிய புரிதல், குஜராத் மற்றும் மகாராஷ்டிரா குயவர் பண்பாடு வடஇந்தியக் குயவர் பண்பாட்டிலிருந்து எப்படி வேறுபடுகிறது, தென்னிந்தியாவுடன் பெரும் வகையில் எப்படி இணக்கம் காட்டுகிறது என்பதை உணர்த்துகிறது.

தென்னிந்தியப் பெருங்கற்காலப் பண்பாட்டின் தோற்றம்: சுர்கோட்டடாவில் கிடைக்கும் தொடர்புச் சங்கிலி

குஜராத்தில் கட்ச் மாவட்டத்தில் சுர்கோட்டடா என்ற இடத்தை அகழாய்வு செய்த ஆய்வாளர் ஜே. பி. ஜோஷி, இக்குடியிருப்பின் வடமேற்குப் பகுதியில் ஒரு புதைவிடம் அமைந்துள்ளதைச் சுட்டிக்காட்டுகிறார். அங்கே மனிதர்களைப் புதைத்த இடத்தில் சில பானைகளை வைத்திருப்பதுடன் அது ஒரு கற்பதுக்கையாலும் மூடப்பட்டுள்ளது. புதைவிடத்தின் பக்கவாட்டுப் பகுதிகளில் பதுக்கைகள் காணப்படுகின்றன. இவை பிற்காலப் பெருங்கற்கால அகழாய்வு தலங்களில் கிடைத்த கற்பதுக்கைகள் போலவே இருக்கின்றன. இதுபற்றி ஜே. பி. ஜோஷி கூறுவது வருமாறு, "இவ்வாறு, புதைகுழிகளில் முழுவதுமாக எரிந்த/எரியாத எலும்புகளைப் போட்டு அவற்றை கல் மூடிகள், தொப்பிக்கல் *(Capstone)* மற்றும் கற்குவை *(Cairns)* போன்றவற்றால் மூடியிருப்பதைப் பார்க்கும்போது இத்தகைய புதைக்கும் முறை பொதுவாக ஹரப்பா பண்பாட்டில் பயன்படுத்தப்பட்ட முறையிலிருந்து சற்று வேறுபட்டு இருக்கிறது. சுர்கோட்டடாவில் காணப்படும் இந்தப் புதைவிடங்கள் இதேபோன்ற அடையாளங்கள் மற்றும் முறைகள் பின்னர் உருவான பெருங்கற்காலப் புதைக்கும் முறைகளுக்கு முன்னோடியாக இருந்திருக்கக்கூடுமோ?" என்று வினா எழுப்புகிறார் ஜே. பி. ஜோஷி.

அதுமட்டுமின்றித் தோலாவிராவில் காணப்படும் புதைவிடங்கள் பற்றியும் கருத்து தெரிவிக்கிறார் ஜே. பி. ஜோஷி. "தோலாவிரா புதைவிடங்களில் சாதாரண ஹரப்பா பண்பாட்டு முறையோடு தொடர்புடைய ஒரேயொரு புதைகுழியைத்தான் காணமுடிகிறது. மற்ற அனைத்துப் புதை குழிகளிலும் கற்குவைகள், கற்பதுக்கைகள், துமிலி *(tumuli)* போன்ற பின்னர் வந்த பெருங்கற்காலப் புதைவிடங்களை நினைவுபடுத்தும் அடையாளங்களே கிடைக்கின்றன. அவற்றில் மட்பாண்டங்கள் வைக்கப்பட்டிருந்தன. ஒரே ஒரு பானையில் மட்டும் எலும்புகளோடு செம்பு, தாமிரத்தால் செய்யப்பட்ட ஒரு முகம் பார்க்கும் கண்ணாடியும் இருந்தது. இதில், புதைகுழியின் வடக்குப் பகுதியில் நிறுத்தப்பட்டிருந்த பதுக்கைக் கல்லில் இரண்டு இடைவெளிகள் விடப்பட்டிருந்தன. இது படையல் செய்வதற்குப் பயன்படும் திறப்புடன் கூடிய பதுக்கைக் கல்லின் அடையாளமாகும்."

இந்தக் கருத்துகள் மட்பாண்டப் பண்பாடுகளின் ஊடாகத் தென்னிந்தியப் பெருங்கல் புதைவிடங்களின் முன்மாதிரிகளைப் புரிந்துகொள்ள உதவுகிறது. தோலாவிரா புதைவிடங்களுக்கும் தென்னிந்தியப் பெருங்கற்காலப் புதைவிடங்களுக்கும் தொடர்பு இருந்திருக்கக்கூடும் என்ற ஐயம் இங்கே எழுகிறது. தோலாவிரா கருப்பு-சிவப்புப் பானை பண்பாட்டுத் தலம் என்பதையும் தென்னிந்தியப் பெருங்கற்காலப் பண்பாட்டின் முக்கிய அடையாளம் கருப்பு-சிவப்புப் பாண்டம் என்பதையும் கவனிக்காமல் கடந்துசெல்ல முடியாது.

பாண்டிய நாட்டு வேளார் மரபின் அடிச்சுவடுகள்: சமுதாய வம்சாவளிகள், சமூக நிலப்பிரிவுகள்

மீண்டும் தென்னிந்திய மட்பாண்டச் சமூகங்கள் அதிலும் குறிப்பாகப் பாண்டிய வேளார் பற்றிய தகவல்களுக்கு வருவோம். அவர்களின் சமூக ஆவணங்களும், செவிவழிச் செய்திகளும் அகத்திய முனிவர் மற்றும் சாலிவாகன அரசன் ஆகியோரோடு அச்சமூகத்தினரின் தொல்பழங்காலத்தைத் தொடர்புபடுத்துவது பற்றி ஏற்கெனவே பார்த்தோம். சங்க இலக்கியப் புலவர்களான வெண்ணிக் குயத்தியார் மற்றும் கம்பர் ஆகியோரோடு தங்களது சமூகத்தைத் தொடர்புபடுத்திப் பேசுவதில் பாண்டிய வேளார்களின் மொழி அடையாளம் மற்றும் பெருமிதம் வெளிப்படுகிறது. மதுரை நகரோடு தொடக்கம் முதல் தொடர்புடையோர் என்றும், மீனாட்சி அம்மன் கோயிலின்

ஆதி பூசாரிகள் தாங்களே என்றும் அவர்கள் கூறிவருகிறார்கள். பண்டைய புலப்பெயர்வுகளின் உறைந்துபோன பாதச்சுவடுகளாக இடப்பெயர்கள் விளங்குகின்றன. புலம்பெயரும் சமூகத்தினருடன் அவர்களின் இடப்பெயர்கள், குலப்பெயர்கள், குடிப்பெயர்கள், தெய்வங்களின் பெயர்கள் ஆகியவையும் சேர்ந்தே புலம்பெயர்ந்து புது இடங்களுக்குச் செல்கின்றன.

பாண்டிய வேளார் மக்களின் சாதிப் பெயர்கள், குடிப்பெயர்கள் மற்றும் குடிகள் சார்ந்த நிலப்பகுதிகளின் அடையாளங்கள் ஆகியவற்றைச் சிந்துவெளி நிலப்பகுதிகளில் காணமுடிவது மட்டுமின்றி அவர்களின் புலப்பெயர்வுகளின் பாதைக்குச் சான்றளிக்கும் வகையில் இணைப்புச் சங்கிலியாக விளங்கும் மகாராஷ்டிரா போன்ற பகுதிகளில் இந்த இடப்பெயர்கள் உள்ளன. புலம்பெயரும் மக்களுடன் அவர்தம் பெயர் அடையாளங்களும் பயணிக்கின்றன. அம்மக்கள் வழிபடும் கடவுள்களும் அவர்களோடு கைகோர்த்து நடக்கின்றனர். இதனால்தான் இன்று மலேசியாவிலும், ஃபிஜி தீவுகளிலும் முருகன் கோயில்கள்; தென்ஆப்பரிக்காவிலும், ரீயூனியன் தீவிலும் மாரியம்மன் திருவிழாக்கள் நடக்கின்றன. இதைப்போலவே தெற்குநோக்கிய சிந்துவெளிக் குயவர்களின் புலப்பெயர்வுப் பாதைகளை மகாராஷ்டிராவின் ஊடாக வைகைக் கரையில் உள்ள கீழடி வரை காணமுடிகின்றன. பாண்டிய வேளார் சமுதாயத்துடன் தொடர்புடைய பேச்சி, பாடலி, தீராயி, கொடைச்சி, கருப்பாயி, ஐயனார் போன்ற தெய்வங்களின் பெயர்களையும், அகத்தி மற்றும் குலாலன் ஆகிய குல மூதாதையர்களின் பெயர்களையும் நினைவுபடுத்தும் இடப்பெயர்கள் இந்த ஆய்வோடு தொடர்புடைய நிலப்பகுதிகளில் காணப்படுகின்றன. அதன் பட்டியல் வருமாறு:

சாதி, பரம்பரைப் பெயர்கள் மற்றும் நிலப்பகுதிகளின் அடையாளங்கள்	சிந்துவெளி இடப்பெயர்கள்
வேளார்	வேலண், வேலண்கர்வாடி, வேலண் *(Welan, Welankarwadi, Velan)*
குயவர்	குயால, குயாலு, குசவாடி, குசவாலி *(Kuyala, Kuyalu, Kusawadi, Kusapur, Kusavali)*
வேட்கோ	வேட்கோண்ட் *(Vetkond)*
பாண்டி	பாண்டி, பாண்டியண்வாலா, பாண்டியண்வாலி, பாண்டியர், பாண்டிமலா, பாண்டிய புரா *(Pandi, Pandianwala, Pandianwali, Pandiar, Pandimala, Pandiya Pura)*
மதுரை	மத்ரை, மத்ரேவாடி *(Matrai, Matrewadi)*
கோச்சடை	கோசடா, கோட்சட்டு *(Kochada, Kotchaddu)*
பொன்மேனி	பொண் *(Bhon)*
விளாங்குடி	விலண், விலம், விலங்கி *(Wilan, Vilam, Vilangi)*
கீரைசெட்டி	கீரா, கீரை *(Khira, Khirai)*
வயல்சேரி	வயல், *(Vayal)*
பாப்பாகுடி	பாபால் *(Papal)*
தஞ்சாகூர்	தாண்ச், தாண்ச்சா *(Tanch, Tanchha)*
மங்கலகுடி	மங்கல், மங்கல, மங்கலி, *(Mangal, Mangalai, Mangali)*
ஏனடி	ஏணட, ஏணட், ஏணாவ் *(Yenada, Yenad, Enaw)*
நிலையூர்	நிலை *(Nilai)*
கீரனூர்	கிரண் *(Kiran)*
மணக்குடி	மண *(Mana)*

கீழடி அகழாய்வுச் சான்றுகள்

கீழடியில் இதுவரை எட்டு கட்ட அகழாய்வுகள் முடிவடைந்துள்ளன. கீழடி, அகரம், கொந்தகை ஆகிய இடங்களில் கிடைத்த பல்வேறு தடயங்களும், அக்காலகட்ட பண்பாட்டு மக்களின் பொருட்புலப் பண்பாட்டுக்கும், சிந்துவெளிப் பண்பாட்டு வாழ்வியலுக்கும் இருந்திருக்கக்கூடிய தொடர்ச்சியைக் கோடிட்டுக் காட்டுவதாக உள்ளன. செங்கல் கட்டுமானங்கள், சுடுமண் உருவபொம்மைகளின் மேலதிகப் பயன்பாடு, வடிகால் வசதிகள், தொன்மையான அடி அடுக்குகளில் கிடைக்கும் சிறப்பான கருப்பு-சிவப்புப் பாண்டங்கள், சிந்துவெளி வரிவடிவத்தை நினைவுறுத்தும் பானைக் கீறல்கள் என்று ஒப்புமை பட்டியல் நீள்கிறது. வைகை நதிக் கரைக்கும், சிந்துவெளிப் பண்பாட்டுக்கும் இருந்திருக்கக்கூடிய நீட்சியை, அதுதொடர்பான ஒற்றுமைகளைப் பின்வரும் இயலில் விவாதிப்போம்.

பானைத்தடம் என்பது ஒரு நிறுவத்தக்க உருவகம்

ஹரப்பாவிலிருந்து 1200 கி.மீ. தொலைவிலும் மொகஞ்சோதாரோவிலிருந்து 1900 கி.மீ. தொலைவிலும், தற்போதைய ஆப்கானிஸ்தானின் வடக்குப் பகுதியில் இருக்கும் இடம் சார்த்துகை (*Shortugai*). ஹரப்பா பண்பாட்டின் மையப் பகுதியிலிருந்து வெகு தொலைவில் இந்த இடம் இருந்தாலும் இது ஹரப்பா பண்பாட்டுப் பகுதியாகவே கருதப்படுகிறது. இதற்குக் காரணம், ஹரப்பா பண்பாட்டோடு அச்சுஅசலாகப் பொருந்திப்போகும் மட்பாண்ட வகைகளும், களிமண்ணால் செய்யப்பட்ட மாட்டுவண்டி மாதிரிகள், அணிமணிகள், ஆபரணங்கள், மாக்கல்லில் செய்த எழுத்து பொறிக்கப்பட்ட முத்திரைத் தாயத்துகள் என்று இதன் பொருள் பண்பாடு ஒன்று போலவே இருக்கிறது. சார்த்துகை, ஹரப்பா-மொகஞ்சோதாரோவிலிருந்து வெகுதொலைவில் தனித்து இருக்கிறது. இந்த இடத்தைச் சுற்றி ஹரப்பா பண்பாட்டின் அடையாளமுடைய வேறு இடங்கள் இதுவரை கண்டுபிடிக்கப்படவில்லை. அந்தவகையில் 'ஹரப்பாவின் சமூகப் பொருளாதார வாழ்வியல்' வெகு தொலைவில் சார்த்துகையில் புலம்பெயர்ந்து கட்டமைக்கப்பட்டுள்ளது. சார்த்துகை பகுதியில் நீலநிற மணிக்கல் (*Lapis Lazuli*), வெள்ளீயம் போன்ற பொருட்கள் கிடைத்ததே இப்புலப்பெயர்வுக்கான உந்துதல் என்கிறார்கள் ஆய்வாளர்கள்.

சிந்துவெளிப் பண்பாட்டு வணிகப்பொருள்களில் நீலநிற வைடூரிய ஆபரணக் கற்கள் மிக முக்கியமானவை. சிந்துவெளி மக்கள் கச்சாப்பொருள்களைத் தேடி மிகக்கடினமான மலைப் பகுதிகளைக் கடந்து 1900 கி.மீ. பயணம் செய்து வடக்கு ஆப்கானிஸ்தான் சென்று ஒரு குடியிருப்பை ஏற்படுத்தமுடியும் என்றால் பயணம் செய்ய எளிதான இந்தியாவின் மேற்கு கடற்கரை மற்றும் தீபகற்பப் பகுதிகளுக்கு ஏன் பயணித்திருக்க மாட்டார்கள்? சார்த்துகைக்கும், மொகஞ்சோதாரோவுக்குமான தொடர்பை மட்பாண்டங்கள் உறுதிசெய்யும் என்றால், லோத்தலுக்கும், தைமாபாத்துக்கும், கீழடிக்கும், வைகைக் கரைக்கும் இடையிலான தொடர்பை மட்பாண்டங்கள் ஏன் உறுதிசெய்ய இயலாது?

பானைத்தடம் சொல்வது என்ன?

பண்டைய உலகில் தொழில்நுட்பத்தால், ஆற்றலால், அறிவால் வழிநடத்தப்பட்ட நகர்மய வாழ்வியலின் உச்சகட்டம் சிந்துவெளிப் பண்பாடு. இத்தகையப் பொருளாதாரத்தின் முக்கியக் கூறு தொலைதூரத் தொடர்புகள். குயவர்கள், செங்கல் செய்பவர்கள், கைவினைஞர்கள் மற்றும் வணிகர்கள் என்ற அடித்தளத்தில் கட்டியெழுப்பப்பட்டதுதான் சிந்துவெளி காலகட்ட சமூகப் பொருளாதாரம். வணிகக்குழுக்கள் போல கைவினைஞர்களும் குழுக்களாக ஒருங்கிணைந்து செயல்பட்டு சிந்துவெளிப் பண்பாட்டின் சமூகப் பொருளாதாரத்தைக் கட்டமைத்துள்ளார்கள். ஆகையால் சங்க இலக்கியங்களில் கலம்செய்கோ என்றும் வேட்கோ என்றும் அழைக்கப்படுவதைப் போல சிந்துவெளியின் தலைமைக் குயவர்கள் (*Potter-chiefs*) அதன் சமூகவியலில் பெரும்பங்காற்றி விழாக்களிலும், சடங்குகளிலும் செல்வாக்குடன் இருந்திருக்கவேண்டும்.

ஹரப்பா மட்பாண்ட வடிவமைப்பு மற்றும் செய்முறைகள் ராஜஸ்தான், குஜராத் பகுதிகளில் இன்றும் தொடர்வது பற்றி விவாதித்தோம். குஜராத், மகாராஷ்டிரா மட்பாண்ட குயவர்களின் சமூகவியல் அப்பண்பாட்டின் தென்னிந்திய நீட்சி மற்றும் தொடர்ச்சிக்கான 'களிமண் இணைப்புக் கயிறு' போல இந்தப் 'பானைத்தடம்' என்ற உருவகத்தில் உள்ளீடாக இருக்கிறது. ஹரப்பா மட்பாண்டம், கருப்பு-சிவப்புப் பாண்டம் மற்றும் சாம்பல் வண்ணம் தீட்டிய பாண்டம் ஆகியவற்றின் நில-கால பரவல் நிரல்முறை வடஇந்தியாவின் வரலாற்றுக்கு முற்பட்ட ஒரு காலகட்டத்தில் மூன்று புறமும் கருப்பு-சிவப்புப் பாண்டங்களால் சூழப்பட்ட ஒரு தனித்தீவு போல சாம்பல் வண்ணம் தீட்டிய பாண்டப் பண்பாடு இருந்ததைக் காட்டுகிறது.

அதற்கு பின் வந்த கலப்புப் பண்பாட்டுச்சூழலில் சமூகத்தில் உயர்ந்த நிலையில் இருந்த ஹரப்பா குயவர்கள் கீழ்நிலைக்குத் தள்ளப்பட்டார்கள். கருப்பு-சிவப்புப் பாண்டங்கள் புழக்கத்தில் இருந்த கிழக்கிந்திய நிலப்பகுதிகள் 'ஆரியர்கள் பயணம் செய்ய உகந்த நிலப்பகுதிகள் இல்லை' என்று கருதப்பட்டது என்பது மேற்சொன்ன கருத்தை இன்னொரு வகையில் உறுதிசெய்கிறது. எனவே, இந்தியத் துணைக்கண்டப் பெருவெளியில் பல்வேறு காலகட்டங்களில் தோன்றி மறைந்த பானை வகைகளின் வடிவமைப்பு, தொழில்நுட்பம், கால-நில நிரல்வரிசை ஆகியவற்றைப் பற்றிய பாரபட்சமற்ற

ஓர் ஒட்டுமொத்தப் பார்வை தேவைப்படுகிறது. பானை செய்யும் பண்பாடுகளின் ஊடாக இந்திய நாகரிகத்தின் கடந்தகாலத்தை மீட்டுருவாக்கம் செய்யும் எந்த முயற்சியும் தென்னிந்திய, கிழக்கிந்தியப் பானைமரபுகளைக் கணக்கில் கொள்ளாமல் முழுமைபெறாது என்பதுதான் இந்த இயல் அழுத்தமாக அடிக்கோடிட்டு சொல்ல விரும்பும் செய்தி.

சிந்துவெளி விட்ட இடமும் சங்க இலக்கியம் தொட்ட இடமும்

தொலைதூரக் கடல்வணிகம், கைவினைஞர்களுக்கான முன்னுரிமை, கட்டுமானத் தொழில்நுட்பம், கல்விப்பரவல், தாய்த்தெய்வ வழிபாடு, நகர மக்களின் பரவலான பங்களிப்புடன் கூடிய விழாக்கள், பொழுதுபோக்குச் செயல்பாடுகள், விளையாட்டுப் பொம்மைகள், சமய நம்பிக்கையைப் பெரிதும் மையப்படுத்தாத வாழ்வியல் முன்னுரிமை, பொதுக்குளியல், பொதுத் தூய்மை மற்றும் வடிகால் வசதிகள், இயற்கை சார்ந்த சித்தரிப்புகள், கீறல் பொறிப்புகள், எழுத்தறிவு என சிந்துவெளியின் முத்திரை அடையாளங்களும் சிந்துவெளிப் பண்பாட்டோடு ஒப்பிடத்தக்க நகர்மய வாழ்வியலின் ஏனைய கூறுகளையும் விரிவாக ஆவணப்படுத்தும் செவ்வியல் பரப்பு தொல்தமிழ்ச் சங்க இலக்கியங்கள் மட்டுமே.

செங்கல் சூளைகளாலும் குயவர்களின் ஆற்றலாலும் கட்டமைக்கப்பட்ட சிந்துவெளிப் பண்பாடு நலிவடைந்த பின்னர்தான் அதிலும் குறிப்பாக வரலாற்றுக் காலத்தின் தொடக்கத்தில்தான் குயவர் பண்பாட்டினர் சமூக படிநிலை அடுக்கில் கடைசி கட்டத்திற்குத் தள்ளப்படுகிறார்கள். இவை இரரண்டும் தொடர் நிகழ்வுபோலவே தோன்றுகிறது. கங்கைச் சமவெளி நிலப்பகுதி புவியியல் அடிப்படையில் சிந்துவெளிப் பண்பாட்டுப் பகுதிக்கு அருகாமையில் இருக்கலாம். ஆனால் இந்த இரண்டு நிலப்பகுதிகளும் இடையே அடிப்படையான பண்பாட்டுக் கருத்தியலில் ஒரு ‘துருவ இடைவெளி’ இருப்பது போலவே தோன்றுகிறது. இதற்கு மாறாகத் தொல்தமிழ்ச் சங்க இலக்கியங்கள் சிந்துவெளிப் பண்பாட்டு நிலப்பகுதிகளிலிருந்து தொலைதூரத்தில் உள்ள வைகை நதிக்கரையில் தொகுக்கப்பட்டதாக இருக்கலாம். ஆனால் கருத்தியல் அடிப்படையில் அது சிந்துவெளிப் புவியியலுடன் நெருக்கம் காட்டுகிறது. இந்த முரணைக் கூர்ந்து கவனித்தால் ‘தூரத்திற்கும் இடைவெளிக்கும்’ இடையே உள்ள நுட்பமான வேறுபாடு புலப்படும். இன்னும் சொல்லப்போனால் அந்த நுட்பத்தில்தான் இந்தியத் துணைக்கண்டத்தின் தேதிகள் அற்ற, இன்னும் வாசிக்கப்படாத கடந்தகாலம் பொதிந்திருக்கிறது.

கருப்பு-சிவப்புப் பாண்டம் ஒருவகையில் இந்தியாவின் நாடுதழுவிய மட்பாண்டம் என்றால் சங்க இலக்கியம் இந்தியாவின் நாடு தழுவிய செவ்வியல் இலக்கியம். சிந்துவெளிக்கும், வைகைக் கரைக்கும் பாலம் போடும் இந்தப் ‘பானைத்தடம்’ களிமண்ணால் ஆனது, சுட்டச் செங்கற்களால் நிரம்பியது, செம்பால் அணி செய்யப்பட்டது. ஒருவகையில் தமிழின் தொன்மைக்குச் சான்றாக நிற்கும் செந்நிறமான, செம்மையான சாலை அது. அதன் நிறம் ஆழமான திராவிடச் சிவப்பு.

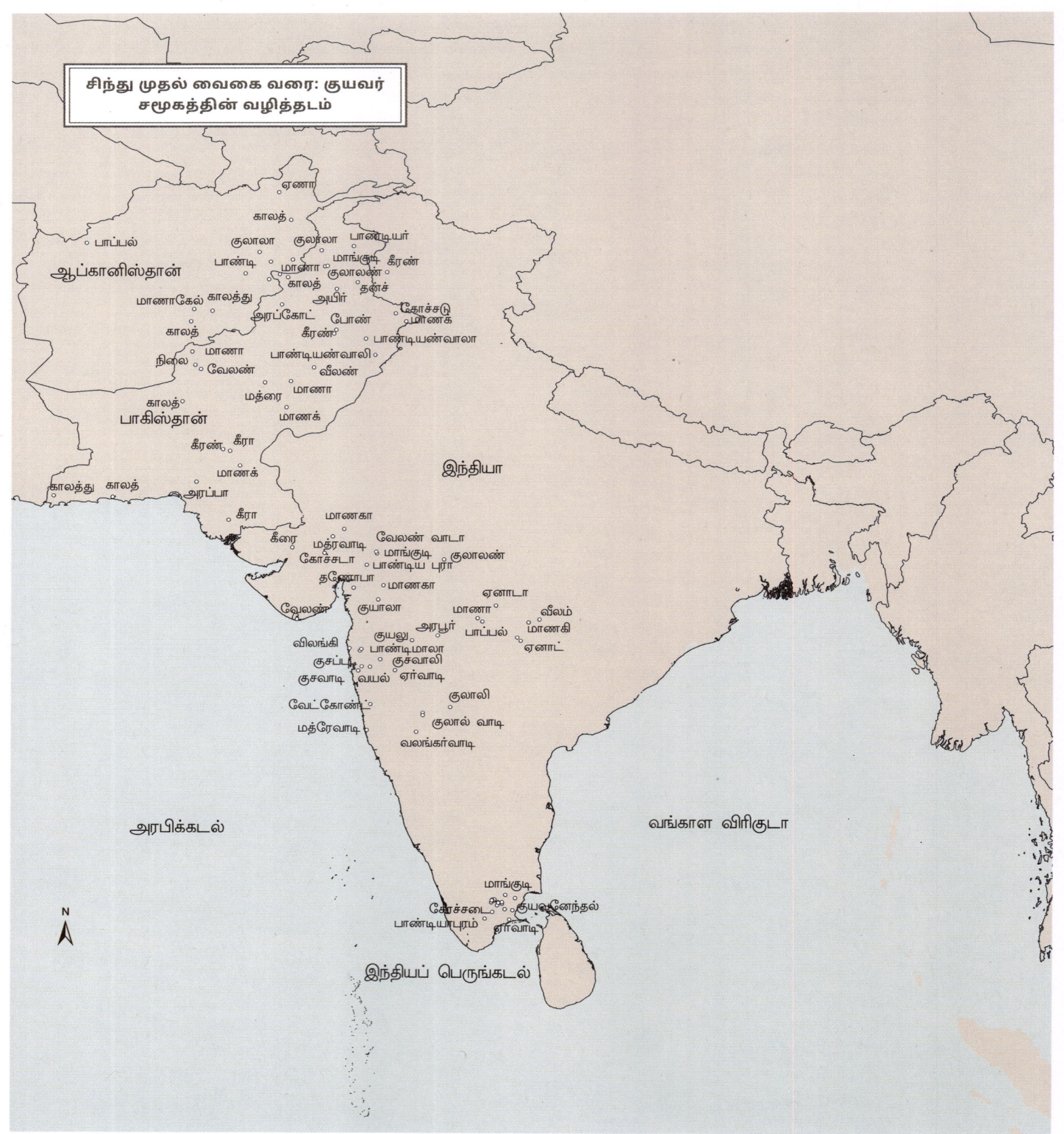

சிந்து முதல் வைகை வரை: குயவர் சமூகத்தின் வழித்தடம்
ஏணா
காலத்
பாப்பல்
குலாலா
குலாலா
பாண்டியர்
பாண்டி
மாணா
மாங்குடி
கீரண்
ஆப்கானிஸ்தான்
காலத்
குலாலண்
தனச்
அயிர்
மாணாகேல்
காலத்து
அரப்கோட்
போண்
கோச்சடு
மாணக்
காலத்
கீரண்
பாண்டியண்வாலா
மாணா
பாண்டியண்வாலி
நிலை
வேலண்
வீலண்
மாணா
மத்ரை
காலத்
பாகிஸ்தான்
மாணக்
கீரண்
கீரா
மாணக்
இந்தியா
காலத்து
காலத்
அரப்பா
கீரா
மாணகா
கீரை
மத்ரவாடி
வேலண் வாடா
கோச்சடா
மாங்குடி
குலாலண்
பாண்டிய புரா
தணோபா
மாணகா
ஏனாடா
வேலண்
குயாலா
மாணா
வீலம்
அரபூர்
பாப்பல்
மாணகி
குயலு
விலங்கி
பாண்டிமாலா
ஏனாட்
குசப்ப
குசவாலி
குசவாடி
வயல்
ஏர்வாடி
குலாலி
வேட்கோண்
குலால் வாடி
மத்ரேவாடி
வலங்கர்வாடி
அரபிக்கடல்
வங்காள விரிகுடா
மாங்குடி
வேச்சடை
குயவனேந்தல்
பாண்டியாபுரம்
ஏர்வாடி
N
இந்தியப் பெருங்கடல்

நிலவரைபடம் 9.2

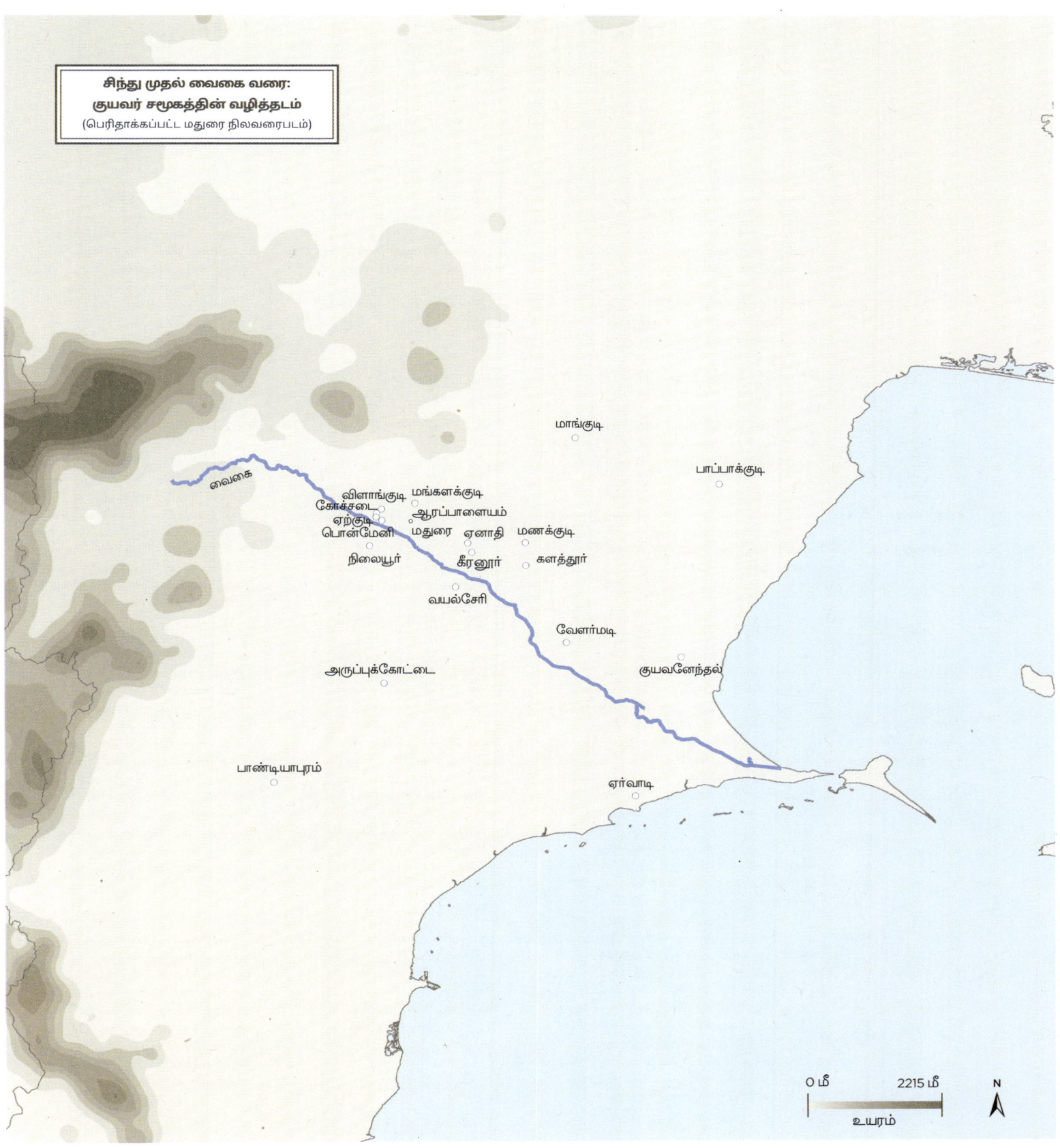

சிந்து முதல் வைகை வரை:
குயவர் சமூகத்தின் வழித்தடம்
(பெரிதாக்கப்பட்ட மதுரை நிலவரைபடம்)
மாங்குடி
பாப்பாக்குடி
வைகை
விளாங்குடி
மங்களக்குடி
கோச்சடை
ஆரப்பாளையம்
ஏற்குடி
பொன்மேனி
மதுரை
ஏனாதி
மணக்குடி
நிலையூர்
கீரனூர்
களத்தூர்
வயல்சேரி
வேளர்மடி
குயவனேந்தல்
அருப்புக்கோட்டை
பாண்டியாபுரம்
ஏர்வாடி
0 மீ
2215 மீ
உயரம்
N

நிலவரைபடம் 9.3

திராவிடச் சிவப்பு: செங்கல், மட்பாண்டங்கள், செம்பு உணர்த்தும் நிற மொழி

மட்பாண்டங்கள்

ஆய்வுப் பொருள்	குறியீடு	சிந்துவெளி	திராவிடம்	இந்தோ-ஆரியம்
பானை	பொருட் பண்பாட்டில் பானைகளின் முக்கியத்துவம்	சிந்துவெளிப் பண்பாட்டின் நகர்மய வாழ்க்கை சுடுமண்ணால் கட்டமைக்கப்பட்டது. சிந்துவெளி நகரங்கள் எழுச்சி பெறுவதற்கு ஆயிரம் ஆண்டுகளுக்கு முன்பே குயவர்களின் பானை வனையும் சக்கரம் பயன்பாட்டில் இருந்துள்ளது. ஆயினும் பெரும் எண்ணிக்கையிலான உற்பத்தி என்பது நகர்மய காலகட்டத்தில்தான் சாத்தியமானது. ஆர். ஹெச். மெடோ பட்டியலிடும் பல்வேறு ஹரப்பா காலத்து மட்பாண்டங்கள் மற்றும் ஒப்பற்ற கைவினை பொருட்கள்: பானைகள், கலயங்கள், கிண்ணங்கள், சுடுமண் உருவங்கள், கலைப்பொருட்கள், மென்கற்களால் செய்யப்பட்ட வளையல்கள் ஆகியவை அடங்கும். இதர பல்வேறு சூழல்கள்: வீடு, நகர திட்டமிடல், பொது வசதிகள், பொம்மைகள், ஈமச்சடங்கு மற்றும் பிற சடங்குகள்	பழந்தமிழ் இலக்கியங்களில் குறிப்பிடப்பட்டுள்ள மட்பாண்டங்களின் பல்வேறு பயன்பாடு (வீட்டு உபயோகம், மதுபானம், தண்ணீர் கொள்கலன்கள், ஈமச்சடங்கு, புதைவிட பொருள் மற்றும் ஆன்மீகம்)	இந்தச் சமூகத்தில் மட்பாண்டங்களின் பயன்பாடு முக்கியத்துவம் வாய்ந்ததாக இல்லை மற்றும் அது பல்வேறு சூழ்நிலைகளுக்குப் பயன்பட்டதாகத் தெரியவில்லை வேதகால ஈமச்சடங்கில் பானையின் பங்கு இல்லை. வேத இலக்கியங்களில் பானை நகரச்சூழலில் பயன்பட்டதற்கான சான்றுகள் இல்லை. ஒரு குறிப்பிட்ட பானை செய்யும் முறை "அசுரர்களின் கைவரிசை" என்று கூறப்படுகிறது இந்தச் சித்தரிப்புகள் சிந்துவெளியில் மட்பாண்டங்களின் முக்கியத்துவம் பற்றிய ஊகத்திற்கு முற்றிலும் நேர்மாறானது
பானைக் கீறல்கள்	பானைக் கீறல்களின் இருப்பு மற்றும் அதன் முக்கியத்துவம்	பானைக் கீறல்கள் அல்லது எழுத்துகள் பொறிக்கப்பட்ட பானைகள் மொகஞ்சோதாரோ, ஹரப்பா, சாங்குதாரோ, காலிபங்கன் மற்றும் லோத்தல் ஆகிய இடங்களில் கண்டெடுக்கப்பட்டுள்ளன	எழுத்துகள் அல்லது குறியீடுகள் பொறிக்கப்பட்டுள்ள பானைகள் பெரும்பாலும் தென்னிந்தியாவில் அதிலும் தமிழ்நாட்டில் அதிகமாகக் கிடைத்துள்ளன. சிந்துவெளிக் குறியீடுகள் போன்ற பானைக் கீறல்களும் இங்குதான் கிடைத்துள்ளன	வடமொழி ஆவணங்களில் கீறல் பொறிக்கப்பட்ட பானைகள் பற்றிய எந்தத் தகவலும் இல்லை. தென்னிந்தியாவில் கிடைத்ததைப் போல சிந்துவெளிக் குறியீடுகள் அல்லது பொறிப்புகளுடன் ஒப்பிடக்கூடிய பானைக் கீறல்கள் வடஇந்தியாவில் கிடைக்கவில்லை.
பானையின் நிறம்	குறிப்பிட்ட நிறம், கழுத்துப் பகுதியின் வடிவமைப்பு மற்றும் இதர அம்சங்களுக்கான விருப்பமும், முன்னுரிமைகளும்	ஹரப்பாவிலும், ஏனைய அகழாய்வுத் தலங்களிலும் கிடைத்த தொல்லியல் பொருட்களின் உருவமும் நிறமும் ஒன்றை உரத்துப் பேசுகின்றன. ஹரப்பா பண்பாட்டுப் பொருட்களின் நிறமொழி' தெளிவாகத் தெரிகிறது. எங்கெங்குக் காணினும் பானைகளும், சிவப்பும். கருப்பு-சிவப்புப் பாண்டம் ஹரப்பா பண்பாட்டின் முத்திரை மட்பாண்ட வகை. சுடுமண் பொம்மைகளிலும், கிலுகிலுப்பைகளிலும் சிந்துவெளிக் கைவினைஞர்களின் சிவப்பு நிறத்திற்கான விருப்பம் புலப்படுகிறது. பானைகளில் மெருகேற்றி வண்ணம் பூசி அழகுபடுத்தியுள்ள பகுதிகளில் பெரும்பாலும் சிவப்பு நிறமே அதிகமாகப் பயன்படுத்தப்பட்டுள்ளது.	தமிழ்நாட்டில் அகழாய்வில் முக்கியமானதாகக் கிடைப்பது கருப்பு-சிவப்புப் பானைகள்; ஆதிச்சநல்லூர் புதைவிடங்களில் கிடைத்த 80 விழுக்காடு பானைகள் சிவப்பு நிறமானவை; சிவப்பு நிறம் கொண்டச் செந்தாழி என்ற பாண்ட வகை பற்றிப் புறநானூறு 238 குறிப்பிடுகிறது; சிவப்பு நிறச் செவி கொண்ட சேவலும், பொகுவல் என்ற பறவையும் செந்தாழியின் முனை/ மூக்கு பக்கமாக அமர்ந்திருந்தன	கங்கைச் சமவெளி பண்பாடு சாம்பல் வண்ணம் தீட்டியப் பாண்டத்தால் அடையாளப்படுத்தப்படுகிறது. கருப்பு-சிவப்புப் பாண்ட மக்களுக்கு சாம்பல் வண்ணம் தீட்டிய பாண்ட மக்களுக்கும் பிற்காலத்தில் ஏற்பட்ட சந்திப்பு பற்றி பல்வேறு ஆய்வாளர்கள் குறிப்பிட்டுள்ளார்கள். கருப்பு சிவப்புப் பாண்டம் சிந்துவெளி மக்களுடன் தொடர்புடைய, அவர்களின் பூர்வீகதிறனாக அடையாளம் காணப்படுகிறது.
குயவர் சமூகவியல்	குயவர்களின் சமூக நிலை (தொல் பழங்காலத்தில்)	மட்பாண்டங்களுக்கான முன்னுரிமை மட்பாண்டத் தயாரிப்பாளர்களின் முக்கியத்துவத்தை உணர்த்துகிறது; மொகஞ்சோதாரோவில் உள்ள கீழ்நகரத்தின் சில பகுதிகள் மட்பாண்டத் தொழில் உட்பட குறிப்பிட்ட சில தொழில்களுக்காக ஒதுக்கப்பட்டுள்ளன; செங்கல் தயாரிக்கும் நெறிமுறைகள் மற்றும் தனித்துவமான மட்பாண்டம் செய்யும் நுட்பங்களின் பின்னணியில் சிந்துவெளியின் சமூகப் பொருளாதாரத்தில் குயவர்களின் பின்னணியை ஊகிக்கலாம்	குயவர்கள் 'கோவேள்', 'வேட்கோ ' (தலைவன்) என்றும் 'முதுவாய் குயவ' (தொன்மையான அறிவுநுட்பம் கொண்டவர்) என்றும் மிகுந்த மதிப்புடன் குறிப்பிடப்படுகிறார்கள்.	'புருஷசூக்தம்' பிரிவில் குயவர்கள் நால்வகை வர்ண கோட்பாட்டில் சூத்திரர் என்ற கடைநிலையில் வைக்கப்படுகிறார்கள். கௌடில்யரும், மனுவும் தொழில்கள் படிநிலை அமைப்பில் நிர்ணயிக்கப்படுவதாகவும் அதை ஒருவர் எப்போதும் மாற்றிக்கொள்ள முடியாது என்பதையும் தெளிவாக விளக்குகிறார்கள்.

ஆய்வுப் பொருள்	குறியீடு	சிந்துவெளி	திராவிடம்	இந்தோ-ஆரியம்
	குயவர்களின் சமூகநிலை (இடைக்காலம் மற்றும் தற்போது)		குயவர்களில் உட்குழுக்களுக்கு இடையிலான வேறுபாடுகள் கூர்மையாகக் கவனிக்கக்கூடிய அளவில் இல்லை. வேட்கோ என்ற சொல் எட்டாம் நூற்றாண்டில் பக்தி இலக்கியத்திலும், இடைக்காலக் கல்வெட்டுகளிலும் குறிப்பிடப்படுகிறது நாயன்மார்களில் ஒருவரான திருநீலகண்டர் ஒரு குயவர். வேட்கோ என்றும் இவர் குறிப்பிடப்படுகிறார். தமிழ்நாட்டின் தற்காலக் குயவர்கள் போதிய செல்வாக்கு மிக்கவர்களாகவும், குயவர் குழுக்களின் தலைவர் 'பெரியதனக்காரர்' என்றும் அழைக்கப்படுகிறார். (நில உடைமைக்கும் இந்த அடையாளத்திற்கும் நேரடி தொடர்பில்லை. மிக முக்கியமான உறவினர், பெரிய மனிதர் என்ற பொருளில் வழங்கப்படுகிறது). அனைத்து துணைக்குழுக்களிலும் உள்ள 'விவசாயக் குயவர்களுக்குப் பூசாரி என்ற மரியாதை அளிக்கப்படுகிறது.	உட்குழுக்களில் உள்ள வேறுபாடுகள் கடுமையானதாக இருக்கின்றன. சுத்தம், அசுத்தம் என்று இரு பிரிவுகளாக பிரித்து பாகுபாடோடு நடத்தப்படுகிறார்கள். கன்னோஜ், மிதிலா போன்றவை மதிப்புமிக்க பகுதிகளாகவும், மகதம் குறைந்த மதிப்பு மிக்க பகுதியாகவும் இதன் அடிப்படையில் கருதப்படுகிறது. மட்பாண்டத்திற்கு எந்தவிதத் தொடர்பும் இல்லாத சார்புநிலையோடு நிர்வகிக்கப்படுகிறது. கன்னோஜ் குயவர்களுடன் ஒப்பிடும்போது மகதக் குயவர்களை கீழ்நிலையில் பார்ப்பது வேதகாலத்திற்குப் பிந்தைய நூல்கள் மகத பகுதிகளை அவமதித்ததன் நீட்சி. "குயவர்களைக் கடைநிலையில் வைப்பதற்கு இன்னொரு காரணமாகச் சொல்லப்படுவது அவர்கள் தலையை வெட்டும் 'கசாப்புக்கடைக்காரர்' போன்றவர்கள். அதாவது குயவர்கள் பானையைச் சக்கரத்தில் இருந்து எடுக்கும்போது ஒரு நூலால் அதன் கழுத்தை அறுப்பார்கள் என்பதைக் கருத்தில் வைத்து இந்த பகடி பேசப்படுகிறது. இது ஒரு நகைப்பிற்குரிய காரணம் என்றாலும் புந்தேல்கண்ட் பகுதியில் இக்கருத்து மிக ஆழமாக வேரூன்றியுள்ளது. இதனால், அப்பகுதியில் உள்ள மற்ற சாதிக்காரர்கள் குயவர்களைத் 'தலையை வெட்டி தலையை ஒட்டும்' ராஜபுத்திரர்கள் *(Mudkatta Mudjora Rajput)* என்று அழைக்கின்றனர். தங்களை ராஜபுத்திரர் என்று சொல்லிக்கொள்ளும் குயவர்களை 'வேறுவிதமான ராஜபுத்திரர்கள்' என்று சித்தரித்து காட்டும் இந்த சொற்றொடர்களில் இருக்கும் கிண்டலும் கேலியுமான தொனியைக் கவனிக்கவேண்டும்." *(Saraswati 1979: 48)*
பானைத்தடம்: குயவர்களின் புலப்பெயர்வு (அ)	சிந்துவெளி மட்பாண்ட நுட்பங்களின் தொடர்ச்சி	சிந்துமுதல் வைகைவரை பானை வழித்தடம் முன்மொழிவு ஹரப்பா மட்பாண்டத் தொடர்ச்சி குஜராத்திலும், மகாராஷ்டிராவிலும் காணப்படுவது மட்டுமின்றி இந்த மட்பாண்டங்கள் வடஇந்திய மட்பாண்டத் தொழில்நுட்பம் மற்றும் பானை செய்யும் முறைகளிலிருந்து மாறுபட்டுத் தென்னிந்திய மட்பாண்ட முறைகளுடன் ஒற்றுமை காட்டுகின்றன. இதுவே ஹரப்பா-குஜராத்-மகாராஷ்டிரா-தென்னிந்தியா-தமிழ்நாடு என பானையும், தனித்துவமான பானை செய்யும் முறைகளும் பயணித்த தடத்தை விளக்குகிறது. சிந்துவெளியின் வடமேற்கிற்கும், தென்கோடி தமிழ்நாட்டிற்கும் உள்ள இடைவழிப் பாலமாக மகாராஷ்டிரா இருக்கிறது.	தமிழ்நாட்டில் உள்ள குயவர்கள் அவர்களது கூட்டுநினைவில் தங்களை சாலிவாகன மன்னனுடன் தொடர்புபடுத்திக் கொள்கிறார்கள். கொங்குப் பகுதியில் குயவர்களுக்குக் கொடுக்கப்படும் மரியாதையை குஜராத்தில் வழங்கப்படும் 'சேத்தியா' அடையாளத்துடன் ஒப்பிடலாம். குயவர் சாதி/குழுவின் தலைவர், அந்தச் சமூகத்தில் பெரிய மனிதர் என்ற 'மகாசேத்தி' பட்டமும் கொங்குப் பகுதியின் 'பெரியதனக்காரர்' பட்டமும் சங்க இலக்கியத்தின் கலம் செய்கோவே', 'வேட்கோ' என்பதை எதிரொலிக்கிறது	வடஇந்திய பானைப் பண்பாடு தென்னிந்தியாவுடன் ஒற்றுமை காட்டும் குஜராத், மகாராஷ்டிரா போன்றவற்றிலிருந்து வேறானது. ஒருசில வேறுபாடுகளைத் தவிர்த்துவிட்டு பார்த்தால் குஜராத், ராஜஸ்தான் ஆகிய பகுதிகளில் ஹரப்பா பானைப் பண்பாடு இன்றளவும் அழியாமல் உள்ளது. மிதிலா பகுதி மட்பாண்டங்களில் ஒரு 'அலட்சியப்போக்கும், அவசரகதியான நுட்பம் இல்லாத துரித அலங்காரமும்' *(careless and hurried decorations)* காணப்படுகிறது. ஹரப்பா பண்பாட்டின் மிகநுட்பமான வடிவமைப்பு, அழகுணர்ச்சியைத் தூண்டும் அணியூட்டுதல், தூரிகை உதவியால் வரையப்பட்ட வடிவங்கள் ஆகியன வடமேற்கு இந்தியாவின் மட்பாண்டங்களில் இன்றுவரை தொடர்கின்றன

ஆய்வுப் பொருள்	குறியீடு	சிந்துவெளி	திராவிடம்	இந்தோ-ஆரியம்
குயவர்களின் புலப்பெயர்வு (ஆ)	ஹரப்பா மட்பாண்டத் தொழில்நுட்பம் மற்றும் மரபின் தொடர்ச்சியும், நீட்சியும்	ராஜஸ்தான் மற்றும் குஜராத் மாநிலங்களிலும் சிந்துவெளி மட்பாண்ட மரபு இன்றும் தொடர்வதை ஆய்வாளர்கள் நிறுவியுள்ளனர். பாகிஸ்தானிலும், தென்னிந்தியாவிலும் குயவரைக் குறிக்க குலால் என்ற சொல் தற்போதும் பயன்படுத்தப்படுகிறது.	சரஸ்வதியின் ஆய்வில் தென்னிந்தியா முழுவதும் மற்றும் அசாம், வங்காளம், ஒடிசா ஆகிய கிழக்கு மாநிலங்களும் கணக்கில் எடுத்துக்கொள்ளப்படவில்லை. ஆனால், இவ்விரண்டிற்கும் இடையிலான தொடர்புகள் அதில் சுட்டிக்காட்டப்படுகின்றன. வடக்கு, கிழக்கு இந்தியப் பகுதிகளான கிழக்கு உத்திரப் பிரதேசம், பீகார், ஒடிசா மற்றும் வங்காளப் பகுதிகளில் பொ.யு. மு. முதல் ஆயிரம் ஆண்டுகளில் கருப்பு-சிவப்புப் பாண்டம் புழக்கத்தில் இருந்தது. பின்னர் வடக்கு மெருகு கரும்பாண்டத்தின் பரவலால் அது மறைந்தது	வடக்கு பகுதியில் குயவர் குழு மற்றும் உட்குழுக்களுக்கிடையே இடப்பெயர்வுகள் அதிகமாக நடைபெற்றுள்ளன. மிதலா, கனோஜியா போன்ற குயவர் உட்பிரிவுகளின் தோற்றத்தை இடப்பெயர் அடையாளங்களின்மூலம் குறிக்கமுடிகிறது
குயவர்களின் கழுதை	குயவர்கள் கழுதையைச் சுமைதூக்கும் விலங்காகப் பயன்படுத்தியதன் சமூகப்பொருளாதாரப் பின்புலம்	சிந்துவெளிப் பண்பாட்டைப் பொறுத்தவரை கழுதை வீட்டு விலங்குகளில் ஒன்று. ஆகையால் சுமைதூக்கும் விலங்காகப் பயன்பட்டிருக்கும் என்பதில் ஐயமில்லை	சங்க இலக்கியத்தில் கழுதை வணிகர்கள் மற்றும் உமணர்களால் உப்பு தயாரிப்பாளர்களிடையே சுமைதூக்கும் விலங்காகப் பயன்படுத்தப்பட்டதற்கான பல்வேறு சான்றுகள் உள்ளன	கழுதை சமூக வேறுபாட்டிற்கான ஓர் அடையாளமாக இருந்துள்ளது. கழுதையைப் பயன்படுத்திய குயவர்கள் தாழ்வானவர்களாகப் பார்க்கப்பட்டது மட்டுமின்றி அவர்கள் சுத்தமற்றவர்களாக (*unclean*) கருதப்பட்டார்கள்

"அகழாய்வு செய்யப்பட்ட சிந்துவெளியின் பெரும் நகரங்களிலும் சிறு குடியிருப்புகளிலும் உலோகப் பொருட்கள் கண்டுபிடிக்கப்பட்டுள்ளன. களிமண்ணுக்கு அடுத்தபடியாகப் பல்வேறு வடிவங்களில் விதவிதமான புழங்குபொருட்களைச் செய்வதற்குப் பயன்படுத்தப்பட்ட கச்சாப்பொருள் உலோகத்தைத் தவிர வேறெதுவுமில்லை."

- ப்ரெட் சி. ஹாஃப்மேன்

செம்பு

ஹரப்பா பண்பாட்டுப் பகுதிகளில் நடைபெற்ற அகழாய்வுகளில் பல செம்புப் பொருட்கள் கண்டுபிடிக்கப்பட்டுள்ளன. செம்பை உருக்கி வெண்கலம் மற்றும் ஏனைய செம்பு கலப்பு உலோகங்களைத் தயாரிப்பதில் ஹரப்பா பண்பாட்டு மக்கள் நுட்பமான ஆற்றல் கொண்டிருந்தனர். செம்பு, வெண்கலம் ஆகியற்றின் பண்புகள் குறித்த தெளிவான அறிவு அவர்களுக்கு இருந்திருக்கிறது. சிந்துவெளி நிலப்பகுதியில் வெள்ளீயத் தாது *(Tin)* கிடையாது. செம்பை வெண்கலம் என்ற கலப்பு உலோகமாக மாற்ற வெள்ளீயம் தேவை. அதைச் சிந்துவெளி மக்கள் வெகு தொலைவிலிருந்து தருவித்தார்கள். அம்மக்களின் உலோகவியல் அறிவை இது புலப்படுத்துகிறது.

சிந்துவெளித் தொல்பொருள் ஆய்வுகளில் கிடைத்துள்ள செம்பு, வெண்கலப் பாத்திரங்கள், கருவிகள், ஆயுதங்கள் மற்றும் அணிகலன்கள் முக்கியமானவை. கூர்மையான செம்பு அருப்பான்கள், வெண்கலத்தால் செய்த ரம்பம், செம்பு வாள், வேல், கத்தி, அம்புக் கூர்முனை, செதுக்குக் கோடாரி, தூண்டில்கள், உளிகள், பானைகள், தட்டுகள், சிறு சிலைகள், வளையல்கள், அணிமணிகள், மணிமுடி போன்ற பொருட்கள் கண்டுபிடிக்கப்பட்டன. ஹரப்பா மக்களின் விருப்ப உலோகம் செம்பு என்பதில் ஐயமில்லை. ஹரப்பா நிலப்பகுதியில் வெள்ளீயத் தாதுக்களின் பற்றாக்குறை இருந்திருக்க வேண்டும். இதனால் கருவிகள், கூர்மென்கத்தி, அணிகலன்கள் போன்ற ஒரு சில சிறப்புப் பயன்பாட்டுப் பொருட்களைச் செய்ய மட்டுமே வெண்கலத்தை பயன்படுத்தியிருக்க வேண்டும். ஹரப்பாவில் ஒரு சூளையின் கழிவுக் குவியலுக்கு அருகே கீழ்அடுக்கில் செம்பால் செய்யப்பட்ட கூர்மையான மென்கத்தி *(Razor)* ஒன்று கிடைத்துள்ளது. இந்தக் கத்தியின் மீது நூல் போன்ற நார் இழை சுற்றப்பட்ட அடையாளத் தடங்கள் எஞ்சியிருக்கிறது. எனவே, இது துணிகள் அல்லது துணி விரிப்புகளைத் தயாரிக்கும் தொழிலில் பயன்படுத்தப்பட்டிருக்கலாம் என்று தொல்பொருள் ஆராய்ச்சியாளர்கள் ஊகிக்கிறார்கள். சிந்துவெளியில் கிடைத்துள்ள கலவை உலோகப் பொருள்களில் ஆர்செனிக் *(Arsenic)* எனப்படும் கனிம வேதிப்பொருள் ஒரு குறிப்பிட்ட விகிதத்தில் கலந்திருக்கிறது. இது திட்டமிட்டு செய்யப்பட்டதா அல்லது தாதுப் பொருளிலேயே ஆர்செனிக் இயற்கையாக இருந்ததா என்பது தெரியவில்லை. செம்புத்தாதுவை ராஜபுதனம், பலூசிஸ்தான், ஆப்கானிஸ்தான், பாரசீகம் ஆகிய பகுதிகளிலிருந்து இறக்குமதி செய்திருக்க வேண்டும். ஹரப்பா சிதைவிடங்களில் கண்டெடுக்கப்பட்டுள்ள கலவை உலோகங்களில் செம்புடன் மற்ற உலோகங்கள் கலந்துள்ள விகிதத்தை பின்வரும் பட்டியலில் அறியலாம்.

அகழாய்வு இடம்	வெள்ளீயம்	ஆர்செனிக்	ஈயம்	நிக்கல்
மொகஞ்சோதாரோ	1.04-26.9	1.30-4.42	1.08-2.20	1.04-9.38
ஹரப்பா	1.02-10.45	1.19-1.40		
காலிபங்கன்	2.21-3.48			
லோத்தல்	1.09-13.80		1.30-3.60	1.5-2.48
ரங்பூர்	2.69-6.94			
ரோஜ்தி	1.23-11.00			
சாங்குதாரோ	1.42-10.74	1.27-3.24		
சுர்கோட்டடா	1.26-4.68	1.0-1.87	1.12-20.23	

வெண்கலச் சிலை வார்க்கும் தொழில்முறை

ஹரப்பா மக்கள் வெண்கலத்தைப் பயன்படுத்தி மனித உருவங்கள், விலங்குகள் மற்றும் மாட்டுவண்டிகளின் சிறு உருவ மாதிரிகளைச் செய்தார்கள். மொகஞ்சோதாரோவில் கிடைத்த 'நடனப்பெண்' சிற்பம் மெழுகு இழப்புச் செயல்முறையில் *(Lost wax process)* வார்க்கப்பட்டுள்ளது. இந்தத் தொழில்நுட்பம் உலோகவியல் வரலாற்றில் மிக முக்கியமான கண்டுபிடிப்புகளில் ஒன்று. இதை மத்திய இந்தியாவிலும், கிழக்கு இந்தியாவிலும் வசிக்கும் சில பழங்குடி மக்கள் இன்றுவரை பயன்படுத்துவது குறிப்பிடத்தக்கது. இத்தகைய தொழில்நுட்ப அறிவு திடீரென தோன்றியதல்ல. இதற்கான வேர்கள் மிகத்தொன்மையானவை. பலூசிஸ்தானில் மெஹர்கர் பகுதியில் செய்யப்பட்ட அகழாய்வுகள் இந்தத் தொழில்நுட்பத்தின் தொன்மைக்குச் சான்றாகும். அங்கே செம்பால் செய்யப்பட்ட 6000 ஆண்டு பழமையான சக்கரவடிவத் தாயத்து ஒன்று கிடைத்திருக்கிறது. மெழுகு இழப்புச் செயல்முறைக்குத் தொன்மையான தடயம் இதுவே. சிந்துவெளியின் பழமையான குறியீடுகளில் ஒன்று இந்தச் சக்கர அடையாளம்.

இந்தியாவைப் பொறுத்தவரையில் இந்தத் தொழில்நுட்பம் தற்போது சத்தீஸ்கர், ஜார்கண்ட், ஒடிசா ஆகிய மாநிலங்களில் டோக்ரா உலோக வார்ப்பு *(Dokra metal works)* என்ற பெயரில் இன்றும் செயல்முறையில் உள்ளது. தமிழ்நாட்டின் உலகப்புகழ்பெற்ற சோழர் வெண்கலச் சிலைகளும் இந்தத் தொழில்நுட்ப மரபின் உச்சகட்டமான தொடர்ச்சிதான். "இந்தத் தொழில்நுட்பம் பழங்காலச் சமூகங்களைக் கற்காலத்தில் இருந்து செம்பு மற்றும் வெண்கலக் காலத்திற்கு நகர்த்தியதுடன் புதிய வலுவான பண்பாட்டுக் கட்டமைப்புகளுக்கும் வழிகோலியது" என்று நன்டைன் ஜூபயர் கூறுகிறார். *(www.harappa.com).*

படம் 9.19 - மொகஞ்சோதாரோ செம்பு வளையல்கள்

படம் 9.20 - வெண்கலப் பாத்திரம்

இதுபற்றி கெனோயர், "புதிய கற்காலத்திலும், கல்-செம்பு காலகட்டங்களிலும் நேர்ந்த வெப்பவியல் மற்றும் உலோகவியல் தொழில்நுட்பப் புதுமைகள் ஹரப்பா பண்பாட்டுக் காலகட்டத்தின் நுட்பமான உலோகவியல் திறனுக்குப் பின்புலமாக அமைந்ததை மெஹர்கர் மற்றும் ஏனைய மிகத்தொன்மையான குடியிருப்புப் பகுதிகளில் செய்யப்பட்ட அகழாய்வுகள் நிறுவுகின்றன. செம்பு உலோகத் தொழில்நுட்பத்தின் தோற்றமும் வளர்ச்சியும் அக்கால வாழ்வியலில் ஏனைய துறைகளில் நேர்ந்த தொழில்நுட்ப வளர்ச்சிகளுடன் கைகோர்த்து இணையாக வளர்ந்தன" என்று கூறுகிறார். *(Kenoyer 1991: 111)*

செம்பு-வெண்கலப் பயன்பாடுகளின் சான்றாதாரங்கள்

சிந்துவெளியில் பல இடங்களில் செம்பு வில்லைகள் கிடைத்துள்ளன. மொகஞ்சோதாரோ செம்பு வில்லைகளைக் கூர்மையான வெண்கலத்தால் செய்யப்பட்ட அரத்தால் அறுத்துள்ளார்கள். சிந்துவெளிப் பண்பாட்டில் செம்பு பெருமிதத்தைக் குறிக்கும் உலோகம் *(Prestigious Metal)* என்று ஊகிக்கமுடிகிறது. செம்பில் செய்யப்பட்ட சில சிறப்புப் பொருட்கள் சடங்கு முறைகளில் சமூகப் பொருளாதார நிலையை வெளிப்படுத்தும் குறியீட்டுப் பொருளாக இருந்திருக்கக்கூடும். இதுபற்றி வசந்த் ஷிண்டே பின்வருமாறு கூறுகிறார்.

"செம்புப் பொருட்கள் பெரிய மற்றும் பொருளாதாரச் செழிப்பு மிக்க குடியிருப்புகளில் காணப்படுகின்றன. சில இடங்களில் செம்புப் பாத்திரங்களும், மணிகளும் புதையல் போல மறைத்து வைக்கப்பட்டுள்ளன. ஒப்பீட்டு அளவில் அரிதாகக்

படம் 9.21 - சிந்துவெளிச் செம்புக் கருவிகள்

கிடைத்தாலும் தங்கம், வெள்ளி போன்ற மற்ற உலோகங்களைப் போலின்றி 75 விழுக்காடு செம்புப் பொருட்கள் பாதுகாக்கப்பட்ட பொருளாக இல்லாமல் சாதாரணப் புழங்கு பொருட்களாகவும், ஈமச்சடங்குகளில் புதைக்கும் பொருட்களாகவும் உள்ளன. செம்புத் தாதுவின் பற்றாக்குறை அல்லது செம்புப் பொருட்கள் செழிப்பையும், சமூகப் படிநிலையையும் காட்டும் பெருமித அடையாளமாக இருந்ததாலும் இவை பரவலாகப் பயன்படுத்தப்படவில்லை." *(Shinde 2016: 132).*

உருவப்பொறிப்புகள் மற்றும் எழுத்துப்பொறிப்புகளோடு கூடிய செம்பு வில்லைகள் கவனத்துக்குரியவை. பொதுவாகச் சிந்துவெளி முத்திரைகள் மாக்கல் எனப்படும் வெண்ணிற மென்கற்களில் பொறிக்கப்பட்டுள்ளன. எனவே, சில முத்திரைகள் மட்டும் செம்பு வில்லைகளில் இருப்பதற்கு ஏதாவது ஒரு நோக்கம் இருந்திருக்கக்கூடும். பாகிஸ்தானில் ஒரு தனிநபரின் சேகரிப்பில் கிடைத்த சிந்துவெளி முத்திரைகள் மற்றும் நீண்ட எழுத்துப் பொறிப்புகள் கூடிய ஒன்பது பெரிய செம்பு வில்லைகளை வசந்த் ஷிண்டே மற்றும் ரிக். ஜே. வில்லிஸ் ஆராய்ந்துள்ளனர். இந்தச் செம்பு வில்லைகளில் இருக்கும் உருவப்பொறிப்புகளும் ஹரப்பா முத்திரைகளும் துல்லியமாக ஒத்துப்போகின்றன என்று பர்போலாவின் ஆய்வை மேற்கோள் காட்டுகிறார்கள். இவ்வில்லைகளிலுள்ள எழுத்துகளும் பிம்பப் படிமம் போல அச்சுஅசலாக முத்திரைகளில் உள்ளதை ஒத்திருக்கின்றன. சிந்துவெளி மக்கள் ஒரு முன்மாதிரியை வைத்து அதேபோல பெரிய அளவில் செய்யும் ஓர் அச்சுக்கலையின் தொடக்கப்புள்ளி போல இது இருக்கிறது என்ற கருத்தைத் தெரிவித்துள்ளனர்.

இந்த இயலில் தொடர்ந்து இந்தோ-ஆரிய மற்றும் திராவிடப் பண்பாடுகளில் செம்பு உலோகங்களின் முக்கியத்துவம் எத்தகையது என்று ஒப்பிட்டு அவற்றைச் சிந்துவெளிப் பண்பாட்டின் செம்பு/வெண்கலப் பயன்பாடுகளுடன் பொருத்திப் பார்ப்போம்.

இந்தோ-ஆரிய மொழிகளில் செம்பு

சமஸ்கிருதத்தில் 'அயஸ்' என்ற சொல் உலோகத்தைக் குறிக்கும் பொதுச்சொல்லாகவும், குறிப்பாக இரும்பு என்ற உலோகத்தைக் குறிப்பதாகவும் பயன்படுகிறது *(CDIAL 590).* இச்சொல்

ரிக் வேதத்தில் உலோகம், இரும்பு என்ற இரு பொருளிலும் காணப்படுகிறது. பாலி - அயோ, அய (இரும்பு); பிராகிருதம் - அயா; சிங்களம் - யா என்ற சொற்கள் இங்கு ஒப்பிடத்தக்கவை. அயஸ் சூரனா, அயஸ்கந்தா (இரும்பின் அளவு, சிறந்த இரும்பு); அயஸ்குட (இரும்புச் சுத்தியல்) ஆகியன அயஸ் என்ற சொல்லுக்கும் இரும்புக்குமான தொடர்பை விளக்கும் சொற்களாகும் *(CDIAL 591)*.

சிவப்பு, செம்பு நிறத்திலான என்று குறிப்பிட இந்தோ-ஆரிய மொழிகளில் 'லோஹா' என்ற சொல் வழங்கப்படுகிறது *(CDIAL 11158)*. லோஹா என்ற சொல் மேலும் பல்வேறு இலக்கியங்களில் சூழ்நிலைக்கு ஏற்றபடி செம்பு, வெண்கலம் மற்றும் இரும்பினால் செய்யப்பட்ட உலோகப் பொருள்களைக் குறிப்பிட பயன்பட்டுள்ளது.

தாம்ரா-தற்காலச் செம்புக்கான இந்தோ-ஆரியச் சொல்

தாம்ரம், தாம்ரகம் போன்ற சொற்கள் இந்தோ-ஆரிய மொழிகளில் செம்பு என்ற உலோகத்தைக் குறிப்பிட பயன்படுகின்றன. 'தாம்ரபாத்ரம்' என்பது செம்புப் பாத்திரத்தைக் குறிப்பிடுகிறது. தாம்ரவர்ணா, தாம்ரமுக்கா போன்ற சொல்லாடல்கள் 'செம்பு நிறத்தை உடைய' என்ற பொருளில் வருகிறது. ரிக் வேதத்தில் செம்பு குறிப்பிடப்படவில்லை; செம்பைக் குறிக்கும் லோஹா (செந்நிற உலோகம்) என்ற சொல் முதன்முதலில் 'சுக்ல யஜூர் வேதத்தில்தான்' இடம்பெறுகிறது என்று பஞ்சனன் நியோகி தனது *Copper in Ancient India* நூலில் சுட்டிக்காட்டுகிறார். மேலும், தைத்ரீய சம்ஹிதா செம்பைக் குறிக்க லோஹா என்ற சொல்லையும், மைத்ராயனி சம்ஹிதா லோஹித அயஸ் (செந்நிறமான உலோகம்) என்ற சொற்பதத்தையும் பயன்படுத்துவதைப் பஞ்சனன் நியோகி சுட்டிக்காட்டுகிறார்.

நான்காவது வேதமான அதர்வண வேதத்தில் செம்பு என்பது செந்நிற உலோகம் (லோஹிதா) என்ற பொருளில் அழைக்கப்படுகிறது. அதர்வண வேதத்தில் *(XI, 3, 7)* ஷ்யாம மாயா என்று அழைக்கப்பட்ட கருப்பு உலோகமான இரும்பிலிருந்து செம்பை, நிறத்தின் அடிப்படையில் வேறுபடுத்திக் காட்டும் வகையில் லோஹித மாயஹஸ் என்ற சொற்பதம் பயன்படுத்தப்படுகிறது. இவ்வாறு, செம்பைக் குறிக்க இலக்கியங்களில் பயன்படுத்தப்பட்ட லோஹிதா என்ற சொல்லோடு தற்கால இந்தோ-ஆரிய மொழிகளில் தாம்ர என்ற சொல் பயன்படுத்தப்படுகிறது. இச்சொல்லும் பழமையானது (அதர்வன வேதம் *X, 2, 11*). இதில் பயன்படுத்தப்பட்டுள்ள தாமிர என்ற சொல்லை டபில்யூ. டி. விட்னி *(W. D. Witney)* 'சிவப்பு' என்கிறார். ஆனால், ஆர். டி. எச். க்ரிஃபித் *(R. T. H. Griffith)* 'செம்பு-சாயல்' என்றும் மொழிபெயர்த்துள்ளார். அதர்வண வேதத்தில் குறிப்பிடப்படும் சொல் உண்மையிலேயே செம்பு என்ற உலோகத்தைக் குறிக்கிறதா என்ற ஐயத்தை நியோகி எழுப்புகிறார். அதர்வண வேதத்திற்குப் பின்னர் எழுதப்பட்ட பிராமண இலக்கியங்கள் *(Brahmanas)* செம்பைக் குறிப்பிட லோஹிதா அல்லது லோஹிதயஸ் என்ற சொல்லைப் பயன்படுத்துவதை அடிப்படையாக வைத்தே நியோகி இந்த ஐயத்தை எழுப்புகிறார். தாம்ரா என்ற சொல் சரக்கா, சுஷ்ருதா போன்ற பண்டைய மருத்துவ நூல்களிலும் கௌடில்யரின் அர்த்த சாஸ்திரத்திலும் பயன்படுத்தப்படுவதை வைத்து இச்சொல் பொ.யு.மு. மூன்றாம் நூற்றாண்டு வாக்கில் பரவலாகப் புழக்கத்தில் வந்திருக்கும் என்பது இவரது கருத்தாகும் *(Neogi 1918)*. தைத்ரிய பிராமணத்தில் *(III, 62, 65)* 'கருப்பு உலோகம்' அல்லது இரும்பு என்று பொருள்படும் 'கிருஷ்ணயாஸ்' என்ற சொல்லுக்கு எதிர்மறையாகத் தாமிரா என்ற சொல் பயன்படுகிறது.

இந்தோ-ஆரிய இலக்கியங்களிலும் மரபுகளிலும் செம்பின் பயன்பாடு

ஹரப்பா பண்பாட்டு நிலப்பகுதிகளுக்கு வெளியே கிடைக்கும் புதிய கற்கால மற்றும் கல்-செம்பு காலகட்ட உலோகவியல் தகவல்கள் குறைவாகவே உள்ளன. இவ்வாறு போதிய தகவல் இல்லாததால் அப்பகுதிகளில் செம்புப் பயன்பாடு பற்றிய தெளிவான புரிதல்களுக்கு வாய்ப்பில்லாமல் போய்விடுகிறது என்கிறார் நயன்ஜோத் லஹிரி. "பிராமண மூலங்கள் பெரும்பாலும் சமயச் சடங்குகள் சார்ந்தவை. மந்திரங்களைப்போல விதிமுறைகளாகக் கூறப்படுபவை. எனவே மக்களின் அன்றாட வாழ்க்கை மற்றும் உலோகப் பயன்பாடு பற்றிய விவரங்கள் அம்மூலங்களில் கிட்டுவதில்லை." *(Lahiri 1995: 132)*.

செம்பு அல்லது அதன் கலப்பு உலோகங்கள் பிந்தைய வேதகால மக்களால் சமயம் சார்ந்த நிகழ்வுகளில் மட்டுமே பயன்படுத்தப்பட்டுள்ளன. அயஸ் மற்றும் லோஹிதா ஆகிய சொற்கள் உலோகத்தைக் குறிக்கிறது. இதைச் செம்பின் கலப்பு உலோகம் என்று விளக்குகிறார் லஹிரி. அய்ஸ் என்று யஜுர் வேதத்தில் (தைத்ரிய சம்ஹிதா *4.7.5*) வரும் ஓர் அரிதான குறிப்பு செம்பின் கலப்பு உலோகத்தின் குறிப்பு என்று லஹிரி கருதுகிறார். பிராமணர்கள் கலப்பு உலோகங்களை அதிகம் பயன்படுத்துவதில்லை. எனினும் அதற்கு விதிவிலக்காகச் சதபாத பிராமணம் ஒரு செம்பு கூர்மென்கத்தியின் பயன்பாட்டை 'வைஸ்வ தேவ', 'வருண பிரக்ஹச்', 'சக்கமேதா' படையல் நிகழ்வுகளிலும், செம்பு ஊசி மற்றும் பலியிடும் கத்தியின் பயன்பாட்டை 'அஸ்வமேத யக்ஞத்திலும்' (வேள்வியிலும்) குறிப்பிடுவதை லஹிரி சுட்டிக்காட்டுகிறார்.

இந்தோ-ஆரியப் பண்பாடு செம்பு உலோகம் பற்றி கொண்டிருந்த மதிப்பீட்டைச் சமஸ்கிருத இலக்கியங்களில் வரும் 'ம்லேச்சா' (*mleccha*) என்ற சொல்மூலம் விவாதிக்கலாம். ம்லேச்சா என்பது பொதுவாக இழிவு என்ற பொருளைத் தரும் சொல். ம்லேச்சர் என்ற சொல் இழிவானவர்கள், தீயவர்கள், காட்டுமிராண்டிகள், ஆரியர் அல்லாதவர், சாதியில் இருந்து நீக்கப்பட்டவர் மற்றும் செம்பு என்ற பொருள்களைத் தருகிறது. இதிலிருந்து செம்பு, இந்தோ-ஆரியப் பண்பாட்டின் ஊடாகச் சமஸ்கிருதத்தில் வேர்விட்ட சொல் அல்ல; அது அந்நியமானதும் என்றும் தெரிகிறது.

இந்தியத் துணைக்கண்டத்தின் பழங்காலத்தின் ஓர் உன்னதமான நகர்மயப் பண்பாட்டின் மிக முக்கியமான உலோகத்தைச் சமஸ்கிருதத் தொல்இலக்கியங்கள் எதிர்மறையான பொருளில் குறிப்பது வியப்பை அளிக்கலாம். மேலும், செம்பைக் குறிக்கப் பயன்படும் இன்னொரு சொல்லான 'ஷப்ரா' (*Shabra*) என்பது சமஸ்கிருதத்தில் வஞ்சகம், தீமை, இருண்மை போன்றவற்றையும் குறிக்கிறது. தாம்ரா, ம்லேச்சா, ஷப்ரா ஆகிய மூன்று சொற்களிலுமே செந்நிறம் என்ற பொருண்மை முதன்மையானதாக இல்லை. செம்பும், வெண்கலமும் பெருமித உலோகமாக விளங்கிய சிந்துவெளிப் பண்பாட்டின் உலோகவியல் கோட்பாட்டிலிருந்து இது முரண்படுகிறது.

திராவிட மொழிகளில் செம்பு குறித்த சொல்லாக்கம்

செம்பு என்ற சொல்லின் பொருள் விரிவாக்கம் (*Lexical encoding*) தமிழ் மொழியில் தொடர்ச்சியாக நிகழ்ந்திருக்கிறது. இது தமிழ்ப் பண்பாட்டுப் பரப்பில் செம்பு என்ற சொல்லின் முக்கியத்துவத்தை வெளிப்படுத்துவதாகவும் உள்ளது.

திராவிட மொழிகளில் 'செம்பு' சார்ந்த சொற்கள் பட்டியலிடப்படுகின்றன (*DEDR 2775*). இதில் தாம்ரா என்ற சமஸ்கிருதச் சொல்லும், தம்பா என்ற பிராக்ரித சொல்லும் சில திராவிட மொழிகளில் இணையாகப் பயன்படுவதும் சுட்டிக்காட்டப்படுகிறது. செம்பு என்ற திராவிடச் சொல்லைச் சாபு (கோப்பை, குவளை) என்ற மராத்தியச் சொல்லோடு திராவிட வேர்ச்சொல் அகராதியில் ஒப்பிடுகிறார்கள். இந்தப்பதிவு இப்படி ஒரு கேள்வியோடு முடிகிறது: செம்பு என்ற திராவிட மொழிச்சொல், சமஸ்கிருத தாம்ரா, பிராக்ரித தம்பா போன்ற சொற்களின் செல்வாக்கால் உருவானதா?

இவ்வியலில் இனிவரும் சான்றுகள்மூலம் செம்பு என்ற சொல்லோடு தொடர்புடைய திராவிடச் சொற்கள் தாம்ரா (சமஸ்கிருதம்), தம்பா (பிராக்ரிதம்) என்ற சொற்களிலிருந்து உருவாகி இருக்கமுடியுமா அல்லது இந்த சமஸ்கிருத, பிராக்ரித சொற்கள் திராவிட சொல்லிலிருந்து ஆக்கம் பெற்றிருக்கிறதா என்பதை விவாதிப்போம்.

தமிழ்ப் பேரகராதி (*1595*), செம்பு என்ற சொல் செம்பு உலோகம், செந்நிறம், பொன், செம்பால் ஆன பாத்திரம், திரவங்களை அளப்பதற்கான அளவு (முக்கால் சேர் = *216* கன அங்குலம்) என்ற பொருள்களை அளிக்கிறது. செம்புத்தாது இருக்கும் பொதியம் எனும் மலை செம்பிற்பொருப்பு (செம்பு கொண்ட மலை), செம்பு மலை, செம்பு வரை போன்ற சொல்லாடல்களோடு பயன்படுத்தப்பட்டுள்ளது. கல்லாடம் என்ற இடைக்காலத் தமிழ் இலக்கியம் செம்புத்தாது நிறைந்த பொதிய மலையை 'தென்கால் விடுக்குஞ் செம்பிற்பொருப்பு' அதாவது தென்றல் காற்று புறப்படும் செம்பு நிறைந்த மலை என்று விளக்குகிறது.

அதேபோல் செம்புத்தாது கலந்த மணல் செம்பு மணல் என்றும், தங்கத்தையும், செம்பையும் கலந்து செய்யும் உலோகக்கலவை செம்புப்பற்று என்றும் அழைக்கப்படுகிறது. செம்பு என்ற சொல்லின் ஆக்கமுறை செம், செம்மை என்ற சொற்களோடு தொடர்புடையது. ஒழுங்கான, நேர்த்தியான, வளமான யாவும் செம், செம்மை போன்ற அடைமொழியோடு அழைக்கப்படுகிறது. ஆகையால் செம்பு என்ற உலோகத்தைக் குறிக்கும் சொல் சிவப்பானது

என்றும் சிவப்பு நிறத்தோடு தொடர்புடைய குருதி, அதனுடன் தொடர்புடைய உருவகங்களாக வீரம், வளமை, தியாகம் என்றும் விரிவடைகிறது. தமிழ்மொழியில் செம்புலம் என்ற சொல் 'வளமான நிலப்பகுதி', 'போர்க்களம்' மற்றும் 'ஈமச்சடங்கு நடைபெறும் இடம்' என்ற மூன்று பொருள்களையும் ஒருசேர விளக்குவது இந்தக் கருத்தின் பின்னணியைத் தெளிவாக்குகிறது.

'செப்பு' என்ற தமிழ்ச்சொல்

செப்பு என்ற சொல்லின் உருவாக்கமும் அதன் அகன்ட சொற்பொருண்மையும் அச்சொல்லின் ஆழமான பண்பாட்டுப் பரிமாணங்களைக் காட்டுகிறது. செப்பு என்பது ஒரு பெயர்ச்சொல்லாகச் செம்பு, சிறிய உலோகப் பெட்டி, ஒருவகையான தண்ணீர்க் குவளை மற்றும் விளையாட்டுப் பாத்திரங்கள் என பலபொருள்களைத் தருகிறது. செப்பு என்பது பொம்மை உருவங்களைக் குறிக்கிறது. ஒருகாலத்தில் அவை செம்பு அல்லது அதன் கலவை உலோகத்தில் செய்யப்பட்டதாக இருக்கலாம். பிற்காலங்களில் இத்தகைய விளையாட்டுச் சாமான்கள் மரத்தில் செய்யப்பட்டாலும் செப்பு என்ற அதன்பெயர் ஒரு பொதுச் சொல்லாக மாறி இவை 'மரச்செப்பு' என்று அழைக்கப்படுகிறது. இதன் நேரடிப்பொருள் மரத்தால் செய்யப்பட்ட செம்பு அல்லது மரபொம்மை என்பதாகும். இதைப்போலவே தண்ணீர் ஊற்றும் சிறிய பாத்திரத்தைச் செம்பு என்று பொதுவாக அழைக்கிறார்கள். தொடக்கத்தில் இப்பாத்திரம் செம்பில் செய்யப்பட்டதே இதற்கும் காரணமாக இருக்கும். இப்போது பித்தளை, அலுமினியம், எவர்சில்வர் என்று எந்த உலோகத்தில் செய்திருந்தாலும் செம்பு என்றே அழைக்கிறார்கள். தற்காலத்தில் மரம், சுடுமண் போன்றவற்றில் செய்த விளையாட்டுப் பொருட்கள் செப்பு அல்லது சொப்பு என்று வழங்கப்படுகிறது.

செப்பு என்ற இந்தச்சொல் வினைச்சொல்லாகக் 'கூறு, சொல்லு, சொல்லுதல்' என்ற பொருண்மையைத் தருகிறது. செப்பு ஓர் அடைச்சொல்லாக 'நல்லது', 'சிறப்பானது' என்ற பொருளைத் தருகிறது. செப்பமாக, நேர்த்தியாக அமைந்த ஒரு நகரத்தைச் 'செப்பூர்' என்று சங்க இலக்கியம் சொல்கிறது. அந்த ஊரின் செம்புத் தொடர்பால் செப்பூர் பெயர் பெற்றதா அல்லது செம்பு உலோகத்தின் சிறப்புத் தன்மையால் அது செம்பு, செப்பு என்று பெயர் பெற்றதா என்பதை உறுதியாகக் கூறமுடியாது.

கையில் அணியும் பொன் ஆபரணங்களின் உள்ளீடான வெற்றிடப் பகுதிகளில் பொருத்தப்படும் செம்புத் தண்டு செப்புக்கட்டளை என்று அழைக்கப்படுகிறது. செப்புக்குடம், செப்புச்சிலை போன்ற சொற்கள் நேரடியான பொருள் அனைவருக்கும் புரியும். ஆயினும், 'செப்புக்கல் திருச்சிற்றம்பலம் உடையான்' என்ற சொல்லாடல் நெல்லை அளப்பதற்கான ஒரு பண்டைய அளவு முறையைக் குறிக்கிறது. இதற்கான பின்னணி ஆய்வுக்குரியது.

இதைப்போலவே இறந்தவர்களைப் புதைக்கும் இடுகாட்டைச் செப்புத்துறை என்று அழைப்பதுண்டு. செப்பு என்பது செம்பு என்ற உலோகம் செந்நிறம் போன்ற பொருண்மைகளை விளக்குவதால் அச்சொல்லை இடுகாட்டோடு தொடர்புபடுத்துவதன் சொல்லாக்கப் பின்னணி ஆய்வுக்குரியது. பழந்தமிழர்கள் வரலாற்றுக்கு முந்தைய காலகட்டங்களில் ஈமச்சடங்கில் சிவப்பு நிற முதுமக்கள் தாழிகளையும், செம்பால் ஆன பொருட்களையும் புதைத்தார்கள் என்பதை இங்கே கருத்தில் கொள்ள வேண்டும்.

தமிழ்ப் பேரகராதி, 'செப்புக்கோட்டை' (செம்பால் ஆன கோட்டை) என்ற சொல்பதத்திற்கு 'ராவணனின் கோட்டை' என்று யாழ்ப்பாண அகராதியை அடிப்படையாகக் கொண்டு பொருள் வழங்குகிறது. இங்கே செம்புக் கோட்டையை ஆரியர்களுடன் முரண்பட்ட அல்லது ஆரியர் அல்லாத ஒரு பண்பாட்டுப் பகுதியில் நிறுத்துவதன் காரணங்கள் வெளிப்படையானவை.

சங்க இலக்கியத்தில் செம்பு

சங்க இலக்கியங்களில் பல்வேறு இடங்களில் செம்பு என்ற சொல்லின் பயன்பாட்டில் செம்பு உலோகமும் அதன் செந்நிறமும் ஒருசேர வலியுறுத்தப்படுகிறது. நெடுநல்வாடையில் அரசியின் மாளிகை பற்றிய சித்தரிப்பு இடம்பெறுகிறது.

> வரை கண்டன்ன தோன்றல, வரை சேர்பு
> வில் கிடந்தன்ன கொடிய பல் வயின்
> வெள்ளி அன்ன விளங்கும் சுதை உரீஇ,
> மணி கண்டன்ன மாத்திரள் திண் காழ்ச்
> செம்பு இயன்றன்ன செய்வுறு நெடுஞ்சுவர்
> உருவப் பல் பூ ஒருகொடி வளைஇ...
> (நெடுநல். *108-113*)

இதில் நீண்ட அணிசெய்யப்பட்ட மதில்சுவரைப் பற்றிக் குறிப்பிடும்போது அது செம்பால் அணி செய்யப்பட்டதாகக் கூறப்படுகிறது. மிக நேர்த்தியாகக் கட்டப்பட்டுள்ள கோட்டைச் சுவர்களைச் 'செம்பால் செய்யப்பட்டது போன்ற' என்று சங்க இலக்கியப் புலவர் வர்ணிக்கிறார்.

மதுரைக்காஞ்சியில் மதுரை நகரம் பற்றிய நீண்ட சித்தரிப்பில் செம்பால் செய்யப்பட்ட சுவர் என்று குறிப்பிடும்போது

அந்தச்சுவர் செந்நிறமாக இருந்தது என்பதைப் புலப்படுத்த செஞ்சுவர்' என்ற சொல்லாடல் கையாளப்பட்டுள்ளது.

> செம்பு இயன்றன்ன செஞ்சுவர் புனைந்து
> (மதுரைக். 485)

செம்பு ஓர் அரிய வகை உலோகம், ஒரு நகரின் கோட்டைச்சுவர் முழுவதும் செம்பால் உருவானது என்பது நடைமுறைக்கு ஒவ்வாதது. ஆயினும் நகரத்தின் சுவர்களையும் வளமான இடங்களின் சுவர்களையும் சித்தரிக்கும்போது செம்பால் செய்தது போன்ற என்ற உவமையைச் சங்க இலக்கியம் பயன்படுத்தும் காரணம் என்ன? செஞ்சுவர் என்ற சித்தரிப்பு, செந்நிறத்தைக் குறிப்பதாக இருக்கலாம் அல்லது செம்மையான, நேர்த்தியான, செங்குத்தாக நீண்டு உயர்ந்த தன்மையைக் குறிக்கும் சித்தரிப்பாக இருக்கலாம். செம்பால் செய்தது போன்று உறுதியானதாகவும், செந்நிறத் தோற்றத்துடன் விளங்கியது என்ற உருவகத்துக்குப் பொருந்தக்கூடிய ஒரே கட்டுமானப்பொருள் சுட்ட செங்கல் மட்டுமே.

'சுடுமண் ஓங்கிய நெடுநகர் வரைப்பின்' (பெரும்பா. 405) என்ற சித்தரிப்பு வழியாக சங்க இலக்கியம் பேசுவது சுட்ட செங்கற்களால் ஆன சுவர்களைப் பற்றியதுதான் என்பதை உணரலாம். செங்கற்களால் ஆன சுவர்களைச் செம்பால் செய்யப்பட்ட சுவர் என்று சித்தரிக்கும் காரணம் சுட்ட செங்கல் சுவரின் உறுதியான தன்மையும், நேர்த்தியான பொலிவும், செந்நிறமும்தான் என்பதில் ஐயமே இல்லை. இத்தகைய சித்தரிப்புகள் சங்க இலக்கியச் சமுதாயத்தின் நகர்மய வாழ்வியலுக்குச் சான்றாகத் திகழ்கின்றன.

வேளிர் மரபினரின் முன்னோர்களோடு தொடர்புடைய துவரை என்ற நகர் பற்றி மீள்நினைவாகக் குறிப்பிடும்போது அந்நகரின் கோட்டைச் சுவர் செம்பால் செய்யப்பட்ட பொலிவுடன் நீண்ட மதில்சுவராக விளங்கியதை சித்தரிக்கிறார் கபிலர் (புறம். 201).

> செம்பு புனைந்து இயற்றிய சேண்
> நெடும் புரிசை (புறம். 201)

அகநானூற்றில் பாழி என்ற நகரத்தின் கோட்டை செம்புடன் தொடர்புபடுத்தப்படுகிறது.

> செம்பு உறழ் புரிசைப் பாழி நூறி (அகம். 375).

புகழ்பெற்ற பண்டைய நகரம் பற்றிச் சித்தரிக்கும் புறநானூறு மற்றும் நற்றிணைப் பாடல்கள் பின்வருமாறு.

> செம்பு உறழ் புரிசைச் செம்மல் மூதூர் (புறம். 37)

> செம்பு சொரி பானையின் மின்னி,
> எவ்வாயும் (நற். 153).

இவ்வாறு தொல்தமிழர்களின் வரலாற்றுக்கு முற்பட்ட காலகட்டம், செம்புப் பயன்பாட்டாலும், செம்பை நினைவுபடுத்தும் செங்கல் சுவர்களாலும் கட்டமைக்கப்பட்டிருந்த மனத்தோற்றத்தைச் சங்க இலக்கியங்கள் நிறுவுகின்றன.

செம்பும் இரும்பும்: தமிழ், சமஸ்கிருத மொழிகளில் சொல்லாக்கம் பெற்ற முறை

ஒரு குறிப்பிட்ட பண்பாட்டில் உலோகங்களுக்கான முக்கியத்துவத்தை அறிந்துகொள்ள அந்தப் பண்பாட்டின் மொழியில் உலோகம் தொடர்பான சொற்களின் ஆதிக்கத்தை ஆராயலாம்.

தமிழ் மொழியில் 'பொன்' என்ற சொல் தங்கம் என்ற உலோகத்தைக் குறிக்க பயன்படும் சொல் என்று பொதுவாகக் கருதப்படுகிறது. பொன்னை உருக்கி அணிகலன் செய்யும் கைவினைஞர் பொற்கொல்லர் எனப்படுகிறார். ஆனால் பொன் என்ற சொல் உலோகம் என்ற பொருண்மையை வழங்கும் மிகத்தொன்மையான பொதுச்சொல்லாக இருக்கலாம். கரிய நிறத்தில் உள்ள இரும்பைக் 'கரும்பொன்' என்றும், வெந்நிறமான வெள்ளியை 'வெண்பொன்' என்றும் அழைப்பதிலிருந்து 'பொன்' ஒரு பொதுச் சொல்லாகப் பயன்படுவதை அறியலாம். கரு, வெண் என்ற அடைச்சொற்கள் இல்லாமல் 'பொன்' என்று குறிப்பிட்டால் அது தங்கத்தைக் குறிப்பதாக அமைகிறது. அதிலும், சிறந்த பொன் 'செம்பொன்' என்று அழைக்கப்படுகிறது.

சமஸ்கிருதத்தில் 'பஞ்சலோஹ' என்ற சொல்லாக்கம் பொன், வெள்ளி, செம்பு, இரும்பு, ஈயம் ஆகிய ஐந்து உலோகங்களைக் குறிக்கிறது. எனினும், இந்தப் பஞ்சலோகக் கலவையில் எந்தெந்த ஐந்து உலோகங்களைச் சேர்க்க வேண்டும் என்பதில் தெளிவான வரையறை இல்லை. இது பற்றி மாறுபட்ட கருத்துகள் உள்ளன. ஐந்து உலோகங்களில் பொன், வெள்ளி, செம்பு ஆகியவை கட்டாயமாக இடம்பெறுகின்றன. ஆனால், இரும்பு மற்றும் ஈயம் ஆகியவற்றின் பயன்பாட்டில் வேறுபாடு உள்ளது. சில இடங்களில் இரும்பு, ஈயம் ஆகியவற்றுக்குப் பதிலாகத் துத்தநாகம் மற்றும் வெள்ளீயம் பயன்படுவதாகத் தெரிகிறது. பஞ்சலோக என்ற இந்த கலவை உலோகம் கடவுள் சிலைகளை வார்க்கும் சூழலில் மட்டுமே பயன்படுகிறது.

வடமாநிலங்களில் பயன்படுத்தப்படும் 'அஷ்டதாது' என்ற கலவை எட்டு உலோகங்கள் சேர்ந்ததாகும். இதில், செம்பு, ஈயம், துத்தநாகம், வெள்ளீயம், இரும்பு, பாதரசம், வெள்ளி மற்றும் தங்கம் ஆகியவை பயன்படுத்தப்படுகின்றன. ஆனால்,

தென்மாநிலங்களில் கடவுள் உருவச் சிலைகளைச் செய்ய செம்பு, பித்தளை, வெள்ளீயம் இத்துடன் சிறு விழுக்காடு வெள்ளியும் தங்கமும் பயன்படுத்தப்படுகின்றன.

உலோகங்களைக் குறிக்கும் உலோகம் சார்ந்த சொற்களின் சொல்லாக்க முறையில் மொழியியல் மற்றும் பண்பாட்டு மரபு சார்ந்த கருத்தாக்கங்கள் தாக்கம் புரிகின்றன. தென்பகுதியில் பயன்படுத்தப்படும் பஞ்சலோகக் கலவை பற்றி தயா ராம் தாப்பர் குறிப்பிடுகிறார். இதில் தாமிரம், பித்தளை, வெள்ளீயம், வெள்ளி, தங்கம் போன்றவை கலக்கப்படும் விகிதங்கள் காலந்தோறும் மாறியிருக்கிறது என்றும் வெவ்வேறு சிற்ப மரபுகளில் இது வெவ்வேறு விகிதத்தில் உள்ளது என்பதையும் அவர் சுட்டிக்காட்டுகிறார். பின்வந்த காலங்களில் இந்தக் கலவையில் செம்பு முக்கியமான உலோகமாக இடம்பெறுகிறது. மேலும் கவனிக்க வேண்டியது தென்னிந்தியாவின் பஞ்சலோக முறையில் இரும்பு இடம்பெறவில்லை. எனினும் இந்தக் கலவை உலோகம் பஞ்சலோஹ என்றே அழைக்கப்படுகிறது. பஞ்சலோக என்ற சொல்லில் லோஹா என்பது இரும்பைக் குறிக்கிறது. பஞ்சலோக என்பதன் நேரடியாக மொழி பெயர்ப்பு 'ஐந்து இரும்பு' என்பதுதான். ஆனால் தென்னிந்திய ஐந்து உலோக மரபில் இரும்பு இடம்பெறவில்லை.

சங்க இலக்கியங்களில் செம்பும், இரும்பும்

சங்க இலக்கியங்களில் பொன், வெள்ளி, இரும்பு மற்றும் செம்பு போன்ற உலோகங்கள் விரிவாகப் பேசப்பட்டுள்ளன. இவற்றில் செம்பின் பல்வேறு பயன்பாடுகளும் முக்கியத்துவமும் தெளிவாகப் புலனாகிறது. சங்க இலக்கியங்களில் செம்பு எத்தனைமுறை பேசப்படுகிறது என்பதைவிட முக்கியமானது எந்தெந்த சூழல்களில் பேசப்படுகிறது என்பதுதான். இரும்பு என்ற உலோகம் பெரும்பாலும் ஆயுதங்கள், அங்குசங்கள் போன்ற பொருள்களின் பயன்பாட்டுப் பின்னணியில் பேசப்படும்போது செம்பின் உபயோகம் அன்றாட நடைமுறை மற்றும் வாழ்வியல் சார்ந்த புழங்கு பொருளாகவும், பெருமிதத்துக்குரிய உலோகமாகவும் பேசப்படுகிறது. செம்பு என்ற சொல் செம்பு என்ற உலோகத்தை மட்டுமே குறிக்கப் பயன்படுகிறது. ஆனால், இரும்பு என்ற சொல் இரும்பையும், எஃகு என்ற உருக்கு இரும்பையும் குறிக்கப் பயன்படுகிறது.

> ...அருங்குறும்பு உடுத்த கானப்பேர் எயில்,
> கருங்கைக் கொல்லன் செந்தீ மாட்டிய
> இரும்பு உண் நீரினும் மீட்டற்கு அரிது...
> (புறம். 21: 6-8)

புறநானூற்றின் 150ஆம் பாடல் கண்டீரக்கோ நள்ளி என்ற குடி நிலத்தலைவனின் ஆட்சிக்கு உட்பட்ட தோட்டி மலையைப் பற்றிக் குறிப்பிடுகிறது. இப்பாடலில் தோட்டி எனப்படுவது மலைதான் என்றும் அது இரும்பால் செய்யப்பட்ட தோட்டி என்ற கருவி (யானைகளை கட்டுப்படுத்தவும் வழிநடத்தவும் பயன்படுத்தப்படும் அங்குசம் போன்ற கருவி) அல்ல என்றும் வேறுபடுத்திக் காட்டியுள்ளார் இதன் புலவர்.

> ...இரும்பு புனைந்து இயற்றாப்
> பெரும் பெயர்த் தோட்டி
> அம்மலை காக்கும் அணி நெடுங்குன்றின்
> பளிங்கு வகுத்தன்ன தீ நீர்,
> நளி மலை நாடன் நள்ளி அவன் எனவே.
> (புறம். 150: 25-28)

தோட்டி என்ற சொல் இரும்பில் செய்யப்பட்ட கூர்மையான கருவி என்பதைப் புறநானூற்றின் 14-வது பாடலும் உறுதிசெய்கிறது. இந்தப் பாடலில், முட்கோள் போன்ற அந்த இரும்புக் கருவி மற்றுமொரு ஒளிரும் உலோகத்தால் புனைந்து அணி செய்யப்பட்டுள்ளது என்று கூறுவதைக் காணலாம்.

> கடுங்கண்ண கொல் களிற்றால்
> காப்புடைய எழு முருக்கிப்
> பொன் இயல் புனை தோட்டியால்
> முன்பு துரந்து சமந் தாங்கவும்... (புறம். 14)

இதில் "பொன் இயல் புனை தோட்டி" என்ற வரி இரும்பால் செய்த அந்த அங்குசத்துக்குப் பொன்னால் செய்யப்பட்ட பூண் பொருத்தப்பட்டிருக்கிறது என்பது பொருள். இதில், பொன் என்று சொல்லப்படும் உலோகம் தங்கமாகவோ அல்லது செம்பு போன்ற உலோகமாகவோ இருக்கலாம். பொன் என்ற சொல், அழகு, வனப்பு, பொலிவு என்ற பொருளின் அடிப்படையில் வழங்கும் 'பொல்' என்ற வேர்ச்சொல்லிலிருந்து பிறந்ததாகும்.

தமிழில் ஐம்பொன் என்ற சொற்பயன்பாட்டில் இரும்பு இல்லை. இதிலிருந்து, இப்பாடலில் குறிப்பிடப்படும் முட்கோள் அல்லது அங்குசம் இரும்பால் செய்யப்பட்டது என்பதும், அதனுடைய கைப்பிடி இரும்பு இல்லாத ஒரு பொலிவுடைய உலோகத்தால் செய்யப்பட்டது என்பதும் புலனாகும். இந்தக் கருவிக்குப் போர் சார்ந்த பயன்பாடு மேலதிகமாக இருந்ததால் இதன் கைப்பிடியில் தங்கம் போன்ற அரிதான, மிகவிலையுயர்ந்த உலோகத்தைக் கைப்பிடியில் பயன்படுத்துவது நடைமுறை சார்ந்தது அல்ல. ஆனால், அக்காலத்தில் பொலிவு, உறுதி மற்றும் பெருமித உலோகம் என்ற அளவுகோலுக்குச் செம்பு பொருத்தமாக இருந்திருக்கிறது.

தென்னிந்தியா தனது புதிய கற்காலப் பண்பாட்டிலிருந்து நேரடியாக இரும்புக் காலத்துக்கு வந்துவிட்டது என்ற கருத்து நெடுங்காலமாகத் தொல்லியல் வட்டாரத்தில் நிலவுகிறது. அண்மையில் தமிழ்நாட்டில் நடைபெற்ற தொல்பொருள்

ஆய்வுகளில் கிடைத்துள்ள செம்புப் பொருட்கள் மேற்கண்ட கருத்தை மீண்டும் மீளாய்வு வேண்டிய தேவையை ஏற்படுத்தியுள்ளது. சங்க இலக்கியங்களில் செம்பு ஒரு பெருமித உலோகமாகப் பல்வேறு வாழ்வியல் சூழ்நிலைகளில் அதிலும் குறிப்பாகச் செங்கற்சுவர் கட்டுமானங்களுக்கு உவமையாகக் கூறப்பட்டுள்ளதைக் கவனத்தில் கொள்ளும்போது சங்க இலக்கியப் பண்பாட்டுக்கும் செம்புப் பயன்பாட்டுக்கும் இடையிலான நெருங்கிய தொடர்பு புலனாகிறது. தமிழ்நாட்டு நிலப்பகுதிகளில் நடைபெறும் அகழாய்வுகள் மற்றும் சங்க இலக்கிய மீள்நினைவுகள் என்ற இருகோட்டுப் பயணத்தின் ஊடாக மீள்வாசிப்பு செய்வது காலத்தின் கட்டாயமாக உள்ளது.

ஆதிச்சநல்லூர்: தமிழகத்தின் செம்பு பயன்பாட்டிற்கான தொல்லியல் சான்று

திருநெல்வேலியின் தென்கிழக்காக 24 கி.மீ. தொலைவில் தாமிரபரணி நதிக்கரையில் அமைந்துள்ள இடம் ஆதிச்சநல்லூர். ஜெர்மனியைச் சேர்ந்த ஆண்ட்ரூ ஜாகோர் என்ற அகழாய்வாளர் 1876இல் இங்கே முதன் முதலில் அகழாய்வு செய்து தடயங்களைக் கண்டறிந்தார். அதன்பிறகு 1899 முதல் 1915 என்ற காலகட்டம் வரை இந்தியத் தொல்லியல் கழகத்தைச் சேர்ந்த அலெக்ஸாண்டர் ரீ மற்றும் சில அகழாய்வாளர்கள் முறையான அகழாய்வு மேற்கொண்டு பல

படம் 9.22 - ஆதிச்சநல்லூர் தாய்த் தெய்வம்

புதிய தடயங்களைக் கண்டறிந்தார்கள். இந்த ஆய்வின்போது ஏராளமான முதுமக்கள் தாழிகளும், எலும்புத்துண்டுகளும், இரும்பு, செம்புப் பயன்பாட்டுப் பொருள்களும் கிடைத்ததால் ஆதிச்சநல்லூர் அகழாய்வுத் தளம் ஒரு புதைவிடம் என்று அடையாளப்படுத்தப்பட்டது. இவற்றில் அலெக்ஸாண்டர் ரீ கண்டறிந்த செம்பு, தங்கம் போன்ற உலோகங்களால் செய்யப்பட்ட பல்வேறு பொருள்களும், இரும்பால் செய்த ஆயுதங்களும் மிக முக்கியமான தடயங்கள்.

ஆண்ட்ரூ ஜகோர் மற்றும் அலெக்ஸாண்டர் ரீ கண்டுபிடித்த மொத்தத் தடயங்களும், "இந்தியாவின் வேறு எந்த இரும்புக் காலத் தொல்லியல் தலங்களிலும் தோண்டி எடுக்கப்பட்ட இரும்பு மற்றும் செம்புப் பொருட்களைவிடவும் எண்ணிக்கையில் பெரியது." *(Sasisekaran 2010: 375)*

ஆதிச்சநல்லூரில் நடைபெற்ற இந்தத் தொடக்கநிலை அகழாய்வுக்குப் பின்னர் கிட்டத்தட்ட 100 ஆண்டுகாலம் ஆதிச்சநல்லூரில் எந்தவித அகழாய்வும் நடைபெறவில்லை. 2004ஆம் ஆண்டு, இந்தியத் தொல்லியல் கழகத்தின் கோரிக்கையின் அடிப்படையில் சென்னை தேசியக் கடல்சார் தொழில்நுட்ப நிறுவனத்தைச் *(NIOT)* சேர்ந்த புவியியலாளர்கள் இங்கே அகழாய்வு மேற்கொண்டார்கள். இந்த அகழாய்வுத் தொடர்பான இந்தியத் தொல்லியல் கழகத்தின் ஆய்வறிக்கை வெளிவராத நிலையில் *NIOT* விஞ்ஞானிகள் தங்களது ஆய்வுமுடிவுகளை ஓர் ஆய்வுக்கட்டுரையாக வெளியிட்டார்கள். இதில் கிருஷ்ணாபுரம் (திருநெல்வேலியிலிருந்து 15 கி.மீ. தொலைவில் உள்ள இடம்) மற்றும் ஆதிச்சநல்லூர் ஆகிய இரு இடங்களிலுமே வரலாற்றுக்கு முற்பட்ட காலகட்டத்தில் திறந்தவெளிக் கனிமச்சுரங்கம் இருந்ததாகவும் அங்குச் செம்பு, தங்கம் மற்றும் இரும்பு போன்ற உலோகங்கள் தயாரிக்கப்பட்டன என்றும் கிருஷ்ணாபுரத்தில் இரும்பு மட்டுமே தயாரிக்கப்பட்டுள்ளதாகவும் இந்த ஆய்வுக்கட்டுரை கூறுகிறது. இந்த இரு இடங்களும் பண்டைய காலத்தின் மிகப்பெரிய திறந்தவெளிக் கனிமவளச் சுரங்கம் என்று இந்தக் கட்டுரை குறிப்பிடுகிறது.

கனிமப்பொருட்களை எடுப்பதற்காகத் தோண்டப்பட்ட மேம்போக்கான சுரங்கக்குழிகளே பின்னர் இறந்தவர்களைப் புதைக்கும் புதைவிடமாக மாறியது என்று *Adichanallur a prehistoric mining site* என்று தலைப்பிடப்பட்ட ஆய்வுக்கட்டுரையில் ஆய்வாளர்கள் குறிப்பிடுகின்றனர். இவ்வாறு தோண்டப்பட்ட குழிகள் பெரும்பாலும் 6x3 மீட்டர் என்ற அளவு கொண்டவை. அலெக்ஸாண்டர் ரீ செய்த ஆய்வுகளும் அதற்குப்பின் 100 ஆண்டுகள் கழித்து செய்யப்பட்ட தற்போதைய ஆய்வுகளில் சேகரிக்கப்பட்ட

தரவுகளையும், தடயங்களையும் ஒருங்கிணைத்துப் பார்ப்பதன்மூலம் ஆதிச்சநல்லூர் பகுதியில் நிலவிய வாழ்வியலைப் புரிந்துகொள்ள முடிகிறது. இப்பகுதிகள் இரும்புக்காலத்தோடு தொடர்புபடுத்தப்பட்டாலும் தற்போது கிடைக்கும் தரவுகள் இந்தத்தலத்தின் தொன்மையை மறுகட்டமைப்பு செய்ய உதவுகின்றன. இங்கே கிடைத்திருக்கும் உலோகப்பொருட்கள் இவ்விடத்தில் உலோகங்களை உருக்குவது, வார்த்தெடுத்தல் மற்றும் உலோகப்பொருட்கள் தயாரிப்பது போன்ற பல்வேறு பணிகள் நடந்ததை உறுதிசெய்கின்றன.

தாமிரபரணி கரையில் “செப்புத் துறை”

பழந்தமிழ்ச் சமுதாயம் செம்பு மற்றும் இரும்பு ஆகிய இரண்டு முக்கியமான உலோகங்களைப் பார்த்தவிதம், பயன்படுத்திய விதம் ஆகியவற்றை அறிந்துகொள்வதே இப்பகுதியின் மையப் பொருள். இதற்கு ஆதிச்சநல்லூர், கிருஷ்ணாபுரம் ஆகிய இடங்களைப் புதைவிடங்களாகப் பயன்படுத்தியுள்ளார்கள் என்ற தரவு மிகவும் முக்கியத்துவம் வாய்ந்தது. தமிழில் ‘செப்புத்துறை’ என்ற சொற்பதம் இறந்தவர்களைப் புதைக்கும் இடத்தைக் குறிக்கிறது. பழந்தமிழர்களின் ஈமச்சடங்குகளில் செந்நிறத் தாழிகளும், செம்பும் முக்கிய இடம்பெற்றது என்பதை ஏற்கெனவே பார்த்தோம். இதன் பின்னணியில் ஆதிச்சநல்லூரில் செம்பு கனிமத்திலிருந்து உலோகத்தை உருக்கி எடுக்கும் குழிகளில் முதுமக்கள் தாழிகள் புதைக்கப்பட்டிருக்கிறது என்பது ‘செப்புத்துறை’ என்ற சொல் எப்படி பயன்பாட்டுக்கு வந்தது என்ற புரிதலுக்கான புதிய திறப்பைத் தருகிறது.

புதைவிடங்களின் தொன்மை

ஆதிச்சநல்லூர், வரலாற்றுக்கு முற்பட்ட கனிமவளச்சுரங்கம் என்ற ஆய்வுக்கட்டுரையில் மேலும் மிக முக்கியமான காலக்கணிப்புத் தரவுகள் கிடைக்கின்றன. ஆதிச்சநல்லூர் புதைவிடத்தின் காலத்தை அங்கு கிடைத்த பானைத்துண்டுகள் மூலம் *Thermo-luminescence* மற்றும் *Optically Stimulated Luminescence* ஆகிய முறைகளின்படி காலக்கணிப்பு செய்தார்கள். இதில் *OSL* காலக்கணிப்பின்படி ஆதிச்சநல்லூரில் செம்பு உலோகப்பொருட்கள் கிடைத்த புதைவிடங்களின் காலம் பொதுயுகத்திற்கு 1500 ஆண்டுகள் முற்பட்டது; ஆதிச்சநல்லூரில் கனிமப்பணிகள் நடைபெற்ற காலகட்டம் இதற்குப் பல ஆண்டுகளுக்கு முன்பாகவே தொடங்கியிருக்க வேண்டும் என்பதை இந்த ஆய்வு நிறுவியுள்ளது. ஆதிச்சநல்லூரின் புதைவிடத்தின் காலகட்டம் 2000 ஆண்டுகள் பழமையானது என்று பொதுவாகக் கருதப்பட்டது. ஆனால், இந்தப் புதிய ஆய்வு முடிவுகள் இப்பழமையை மேலும் பின்னோக்கி நகர்த்தி உள்ளது. செப்புத்துறை என்ற சொல்லின் காலமும் சேர்ந்தே நகர்ந்துள்ளது. கிருஷ்ணாபுரத்தைப் பொறுத்தவரை அலெக்ஸாண்டர் ரீ குறிப்பிட்ட இடத்தில் 2004இல் தொடக்கநிலை ஆய்வுகளே நடைபெற்றன. கிருஷ்ணாபுரத்தின் கனிமச்சுரங்கத்தின் பயன்பாட்டைப் புரிந்துகொள்ள மேலும் அகழாய்வு செய்யவேண்டும் என்று *NIOT* குழுவினர் வலியுறுத்தியுள்ளனர்.

> “ஆதிச்சநல்லூரில் புதைவிடங்களின் காலகட்டம் பொதுயுகத்திற்கு 1500 ஆண்டுகள் ±23% என்பது அந்த இடத்தில் வாழ்ந்த இரும்பு காலத்தைச் சேர்ந்தவர்கள் நெடுங்காலமாக கனிமம் சார்ந்த தொழில்களைச் செய்துவந்துள்ளனர் என்பதைக் காட்டுகிறது. இவ்வாறு கனிமங்களைத் தோண்டுவது ஆதிச்சநல்லூரில் மட்டும் நிகழவில்லை. கிருஷ்ணாபுரத்திலும் (8.680694N, 77.80644444E to 8.681306N, 77.80738889E) கனிமப் பணிகள் நடைபெற்றுள்ளன. இப்பகுதியில் செய்யப்பட்ட கனிமப் பொருள்களின் தன்மை, தொழில்நுட்பம் போன்றவற்றைப் புரிந்துகொள்ள மேலும் அகழாய்வுகள் தேவைப்படுகின்றன.” *(Sasisekaran, et al. 2010: 392).*

ஹரப்பா தொடர்புகள்

ஆதிச்சநல்லூரில் கண்டுபிடிக்கப்பட்ட செம்புக் கலவை பயன்பாட்டுப் பொருட்களில் மூன்று பொருட்களை ஆய்வுக்கு உட்படுத்தி அவற்றில் எந்தெந்த உலோகங்கள் எத்தகைய விகிதத்தில் கலந்துள்ளன என்பதை ஆராய்ச்சி செய்துள்ளார்கள். இந்த ஆய்வின் முடிவில் அந்தக்கலவை பொருட்களில் செம்பு (87.48%), ஆர்செனிக் (4.6%), ஈயம் (2.68%) மற்றும் மிகக் குறைவான அளவில் இரும்பு, வெள்ளீயம், தங்கம், ஈயம், நிக்கல் போன்றவை கலந்திருப்பதைக் கண்டுபிடித்தனர். இந்த உலோகக்கலவையில் உள்ள ஆர்செனிக் இந்தியாவில் நிலவிய கல்செம்பு பண்பாடுகள் எவற்றிலும் கண்டுபிடிக்கப்படவில்லை. ஆனால் உலோகக்கலவையில் அர்செனிக் பயன்பாடு ஹரப்பா பண்பாட்டில் கண்டுபிடிக்கப்பட்டுள்ளது. *NIOT* ஆய்வுக்குழுவின் இந்தக் கண்டுபிடிப்பு தமிழகத்துக்கும், ஹரப்பா பண்பாட்டுக்கும் இடையிலான தொடர்பு மற்றும் அதன் நீட்சியை அடிப்படையாகக் கொண்ட திராவிடக் கருதுகோளை மெய்ப்பிக்கும் முக்கியமான தரவாகும்.

> “சமீபத்திய ஆய்வுகளில் (2004-06) கிடைத்த செம்புக்கலவை உலோகத்தில் அதிகப்படியான ஆர்செனிக் பயன்பாடு கனிம தோண்டல்களுக்காக இந்தியாவின் பிறபகுதிகளிலிருந்து உலோகவியலாளர்கள் தென்பகுதிகளுக்குப் புலம்பெயர்ந்ததற்கான வாய்ப்புகளைச் சுட்டிக்காட்டுகிறது.” *(Sasisekaran, et al. 2010: 385)*

NIOT ஆய்வுக்குழுவினர் ஆதிச்சநல்லூரில் கிடைத்த மனித மண்டையோடுகளை ஆராய்ந்து அவற்றில் ஆஸ்ட்ரலாய்டு, ஆர்மெனாய்டு மற்றும் மத்தியத் தரைக்கடல் பகுதி

மண்டையோட்டின் தன்மைகள் இருப்பதைக் குறிப்பிட்டுள்ளனர். ஆதிச்சநல்லூர் மண்டையோடுகள் வேடர் (Vedda) குழுவைவிடவும் ஹரப்பா பண்பாட்டு மக்களின் மண்டை ஓடுகளோடு பொருந்திப் போனதாகக் கூறப்பட்ட முந்தைய ஆய்வுகளையும் அவர்கள் சுட்டிக்காட்டுகிறார்கள்.

ஹரப்பா பண்பாட்டு உலோகவியலுடன் ஒப்பிடத்தக்கத் தொழில்நுட்ப அறிவுகொண்ட மனிதர்கள் ஆதிச்சநல்லூர் பகுதியில் வாழ்ந்தார்கள். அவர்களைப் பற்றிய தகவல்களைத் தரக்கூடிய எலும்புக்கூடுகளும், பல்வேறு தரவுகளும் இப்பகுதியில் கிடைத்திருக்கின்றன என்பது இந்த நூல் முன்வைக்கும் 'சிந்துவெளி முதல் வைகை' என்ற பண்பாட்டின் பயணத்துக்கு ஊக்கம் அளிக்கும் பின்னணியாக திகழ்கிறது. தொல்லியல் ஆய்வுலகைப் பொருத்தவரை தென்னிந்தியா என்பது செம்புகாலத்தைத் தொடாமல் புதிய கற்காலத்திலிருந்து நேரடியாக இரும்புக்காலத்திற்குச் சென்றுவிட்டது என்ற சித்தரிப்பு பிரபலமானதாக இருக்கிறது. ஒருபுறம் செம்புகாலத்துக்கான தரவுகள் கிடைக்கவில்லை என்று கூறப்படும் அதேசூழலில் மற்றொருபுறம் செம்பு மற்றும் தாமிரம் உலோகம் பற்றிய ஏராளமான தகவல்கள் சங்க இலக்கியங்களில் கிடைக்கின்றன. இந்தத் தரவுகளை வரலாற்றாளர்கள் தீவிரமாகக் கணக்கில் எடுத்துக்கொள்ளவில்லை என்பதுதான் உண்மை. இலக்கியச்சொல்லாடல்களை, நம்பிக்கைமரபுகளை, வரலாற்று உண்மைகள் போல அறிவியல் தொழில்நுட்ப நிறுவனங்களே முன்னிறுத்தும் சூழலில் சங்க இலக்கியம் போன்ற ஒரு வாழ்வியல் இலக்கியம் முன்வைக்கும் இயல்பான சித்தரிப்புகளைக் கருத்தில் கொள்ளாதது முரணே ஆகும்.

செம்பு பற்றிய, செம்பால் செய்தது எனும்படியான சங்க இலக்கியச் சொற்சித்திரங்கள் அதற்கு முற்பட்ட காலகட்ட நிலப்பகுதிகளின் மீள்நினைவாகவும் இருக்கக்கூடும் என்பது ஒரு புறமிருக்க தமிழ்நாட்டில் இன்னும் தோண்டப்பட வேண்டிய தொன்மங்கள் ஏராளமாக இருக்கின்றன என்ற உண்மையையும் இந்த முரண்பாடு அடிக்கோடிட்டு காட்டுகிறது.

தென்னிந்தியாவில் அண்மைக் காலங்களில் நடைபெற்ற அகழாய்வுகள் சங்க இலக்கிய வாழ்வியல் சித்தரிப்புகளும், நகர்மய வாழ்வியல் கூறுகளும் கற்பனையானவை அல்ல; அவற்றுக்கான சான்றாதாரங்கள் பூமிக்கு அடியில் புதைந்து கிடக்கின்றன என்பதைக் கூறுகின்றன. இது சங்க இலக்கியத்தின் நம்பகத்தன்மையை அதிகரித்துள்ளது என்பதில் ஐயமே இல்லை. இதற்கிடையே ஆதிச்சநல்லூரில் 2004-05 காலகட்டத்தில் எடுக்கப்பட்ட அகழாய்வு முடிவு இன்றுவரை முழுமையாக வெளியிடப்படவில்லை என்ற அவச்சூழலைச் சென்னை உயர்நீதிமன்றத்தின் மதுரை அமர்வு கணக்கில் எடுத்து இந்த அறிக்கையை விரைவில் வெளியிடுமாறு ஆணையிட்டது. ஆதிச்சநல்லூர் அகழாய்வு பற்றிய மேலும் விரிவான தகவல்கள் இந்நூலின் பின்வரும் இயல்களில் பேசப்படும்.

திராவிடச் சிவப்பு: செங்கல், மட்பாண்டங்கள், செம்பு உணர்த்தும் நிற மொழி

செம்பு

ஆய்வுப் பொருள்	குறியீடு	சிந்துவெளி	திராவிடம்	இந்தோ-ஆரியம்
செம்பு	பொருட்பண்பாட்டில் வெண்கலத்தின் முக்கியத்துவம்	சிந்துவெளிக் கைவினைஞர்கள் பல்வேறு வடிவங்களிலும் வகைகளிலும் கலைப்பொருட்களைச் செய்வதற்குக் களிமண்ணைத் தவிர பயன்படுத்திய இன்னொரு பொருள் செம்பு. அதனால்தான் சிந்துவெளிப் பண்பாடு செம்பு-வெண்கலப் பண்பாடு என்றழைக்கப்படுகிறது. கருவிகள், ஆயுதங்கள், அலங்காரப் பொருட்கள், தட்டுமுட்டுச் சாமான்கள் மட்டுமின்றி பொருளாதாரம், சமயம் சார்ந்த பொருட்கள் ஆகியவற்றையும் உருவாக்கியுள்ளார்கள்	தமிழ்நாடு கற்காலத்திலிருந்து நேரடியாக இரும்பு காலத்திற்கு வந்ததாக நம்பப்படுகிறது. ஆனால், சமீபத்திய கண்டுபிடிப்புகள் இரும்பும் செம்பும் ஒரே காலகட்டத்தில் நிலவியதற்கான சான்றுகளை அளிக்கின்றன. ஆதிச்சநல்லூர், கிருஷ்ணாபுரம் புதைவிடங்கள் ஒருகாலத்தில் சுரங்கங்களாக இருந்தன. அவற்றில் முதலில் செம்பு, இரும்பு, தங்கம் ஆகிய உலோகங்கள் தோண்டப்பட்டுள்ளன பிற்காலத்தில் இரும்பு மட்டுமே தோண்டப்பட்டுள்ளது. தமிழ்நாட்டின் வரலாற்றுக் காலகட்டத்தில் உள்ள அசாத்தியமான செப்புச்சிலைகள் திடீரென்று வந்துவிடவில்லை. இச்சிலைகளுக்கான மூலப்பொருள் மிகுதியாகக் கிடைத்ததும், உயர்குடிகளுக்கான சந்தை இருந்ததற்குமான வெளிச்சத்திலேயே இதைத் தொடர்புபடுத்திப் பார்க்கவேண்டும். சங்க இலக்கியங்களில் குறிப்பிடப்படும் உவமைகளின்மூலம் செம்பு என்ற உலோகம் பழந்தமிழர்களின் வாழ்வியலில் முக்கியத்துவம் பொருந்தியதாகவும், அவர்களின் கடந்தகாலத்தில் ஆதிக்கம் செலுத்திய உலோகமாகவும் இருந்திருக்கவேண்டும். தமிழ்நாட்டில் அகழாய்வுகளில் கிடைக்கப்பெறும் செம்புப் பொருட்களுக்கும், சங்க இலக்கியங்களில் கூறப்படும் செம்புப்பொருட்களுக்கும் வேறுபாடு உள்ளது. இந்த வேறுபாட்டைச் சங்க இலக்கிய மீள்நினைவுகள் பேசுகின்றன; ஒரு பரந்த புவியியலில் நின்று, ஆழமான தொன்மங்களையும், தொடர்ச்சியையும் பேசுகிறது என்ற இருகோட்டுப் பயணத்தின் ஊடாகப் புரிந்துகொள்ளலாம்.	ரிக் வேதத்தில் குறிப்புகள் இல்லை. செம்பு பற்றிய பழமையான குறிப்பு யஜுர் வேதம், தைத்ரிய பிராமணம் (நியோகி) ஹரப்பா பண்பாட்டு நிலப்பகுதிகளுக்கு வெளியே கிடைக்கும் புதியகற்கால, கல்செம்பு காலகட்ட உலோகவியல் தகவல்கள் குறைவாகவே உள்ளன. இவ்வாறு போதிய தகவல் இல்லாததால் அப்பகுதிகளில் செம்புப் பயன்பாடு பற்றிய தெளிவான புரிதல்களுக்கு வாய்ப்பில்லாமல் போய்விடுகிறது
வெண்கலச் சிலைகள்	பாணைக் கிறல்களின் இருப்பு மற்றும் அதன் முக்கியத்துவம்	மொகஞ்சோதாரோவில் கிடைத்த 'நடனப்பெண் 'சிற்பம் மெழுகு இழப்புச் செயல்முறையில் *(lost wax process)* வார்க்கப்பட்டுள்ளது. இந்தத் தொழில்நுட்பம் உலோகவியல் வரலாற்றில் மிகமுக்கியமான கண்டுபிடிப்புகளில் ஒன்று.	கலைத்தன்மை கொண்ட வளைவுகளும் சாய்வுகளும், நேர்த்தியும் தமிழ்நாட்டு வெண்கலச்சிலைகளுக்கு இணையாக எதுவுமில்லை *(Thapar)* தென்னிந்திய சிலைவார்ப்பில் ஐம்பொன் எனப்படும் செம்பு, வெண்கலம், ஈயம், வெள்ளி மற்றும் தங்கம் ஆகிய உலோகங்கள் கலவையாய் பயன்படுத்தப்பட்டுள்ளன. இரும்பு இதில் இல்லை தற்போது சத்திஸ்கர், ஜார்கண்டு, ஒடிசா ஆகிய மாநிலங்களில் டோக்ரா உலோக வார்ப்பு *(Dokra metal works)* என்ற பெயரில் இன்றும் செயல்முறையில் உள்ளது. தமிழ்நாட்டின் உலகப் புகழ்பெற்ற சோழர் செப்புச் சிலைகள்.	வடமாநிலங்களில் பயன்படுத்தப்படும் அஷ்டதாது என்ற கலவை எட்டு உலோகங்கள் சேர்ந்ததாகும். இதில், செம்பு, ஈயம், துத்தநாகம், வெள்ளீயம், இரும்பு, பாதரசம், வெள்ளி மற்றும் தங்கம் ஆகியவை பயன்படுத்தப்படுகின்றன. உலோகத்தைக் குறிக்கும் பொதுச்சொல்லான லோஹா இரும்பையே குறிக்கிறது. *D R Thapar* பஞ்சலோஹா என்பது ஐந்து இரும்பு என்று மொழிபெயர்க்கிறார்.
செம்பு/ வெண்கலம் உலோகம்	செம்பு/வெண்கல கலவையின் கலவை கூறுகள்	செம்புக் கலவையில் ஆர்செனிக் எனும் தாதுப்பொருளின் கலப்பு கண்டுபிடிக்கப்பட்டுள்ளது.	ஆதிச்சநல்லூரில் கண்டெடுக்கப்பட்ட செம்புப்பொருளில் உள்ள ஆர்செனிக் தாதுவின் அளவு ஹரப்பாவில் கண்டுபிடிக்கப்பட்டதைப் போலவே இருக்கிறது.	
செம்பு சொல்லாக்கம்		சிந்துவெளி வரிவடிவம் இன்னும் வாசிக்கப்படவில்லை. ஆனால், செம்பு தொடர்பான சொல் அல்லது சொற்கள்	சங்க இலக்கியங்களில் செம்பு பல்வேறு இடங்களில் பல்வேறு முக்கியமான சூழல்களில் பேசப்படுகிறது. செம்பின் உபயோகம் அன்றாட நடைமுறை மற்றும் வாழ்வியல் சார்ந்த புழங்குபொருளாகவும்,	தாம்ரா என்ற சொல்லோடு ம்லேசா என்ற சொல்லும் சமஸ்கிருதத்தில் பயன்படுத்தப்படுகிறது.

ஆய்வுப் பொருள்	குறியீடு	சிந்துவெளி	திராவிடம்	இந்தோ-ஆரியம்
		மீண்டும் மீண்டும் பயன்படுத்தப்பட்டிருக்க வேண்டும். இது ஓர் ஊகம்தான். ஆனால் நியாயமானது.	பெருமிதத்துக்குரிய உலோகமாகவும் பேசப்படுகிறது. அதிலும் குறிப்பாக கோட்டைச் சுவர்/மதில், கதவுகள், நகரக் கட்டுமானங்கள், சடங்குகள் மட்டுமின்றி ஈமச்சடங்கிலும் புதைவிடங்களிலும்கூட செம்பு இருக்கிறது. இது பெருங்கற்கால பண்பாட்டின் ஒரு தொடர்ச்சியே. செம்பின் செந்நிறமும் அதன் உறுதியும் கொண்டாடப்படுகிறது	ம்லேச்சா என்பது பொதுவாக இழிவு என்ற பொருளைத் தரும் சொல். ம்லேச்சர் என்ற சொல் இழிவானவர்கள், தீயவர்கள், காட்டு மிராண்டிகள், ஆரியர் அல்லாதவர், சாதியில் இருந்து நீக்கப்பட்டவர் மற்றும் செம்பு என்ற பொருள்களை தருகிறது.இதிலிருந்து செம்பு, இந்தோ-ஆரிய பண்பாட்டின் ஊடாக சமஸ்கிருதத்தில் வேர்விட்ட சொல் அல்ல அது அந்நியமானது என்பது தெரிகிறது.
செம்பு விரும்பும் இலக்கியம்	செவ்வியல் இலக்கியத்திலும், தற்காலப் பண்பாட்டிலும் செம்புக்கான இடம்	தொல்பொருள் ஆய்வுகளின்மூலம் செம்பு சிந்துவெளியில் ஒரு மதிப்புமிக்கப் பொருள் என்று அனுமானிக்கமுடிகிறது. அதைத் தவிர வேறு எந்தத் தகவலும் இல்லை.	பழந்தமிழ் இலக்கியங்கள் செம்பு என்ற உலோகத்தை கொண்டாடுகின்றன. செம்பு இயன்றன்ன செய்வுறு நெடுஞ்சுவர் (நெடுநல். *112*) செம்பு இயன்றன்ன செஞ்சுவர் புனைந்து, (மதுரைக். *485*) செம்பு புனைந்து இயற்றிய சேண் நெடும் புரிசை (புறம். *201*) செம்பு உறழ் புரிசைப் பாழி நூறி (அகம். *375*) செம்பு உறழ் புரிசைச் செம்மல் மூதூர் (புறம். *37*) செம்பு சொரி பானையின் மின்னி, எவ்வாயும் (நற். *153*)	தொன்மையான சமஸ்கிருதத்தில் செம்பு கொண்டாடப்படவில்லை. பின்னர் வந்த மரபுகளிலேயே செம்பு ஒரு சடங்கு சார்ந்த பொருளாக குறிக்கப்படுகிறது
செம்பு ஓர் உவமையாக	செம்பு என்ற பொருளில் சொற்-பொருள் விரிவாக்கமும் அது உவமையாக பயன்படும் விதமும்	ஆராய்வதற்கான சான்றுகள் இல்லை. ஆனால் செப்புமுத்திரைகள், செப்புத்தகடுகள், கருவிகள், வெண்கலச் சிலைகள் போன்றவை செம்பு/வெண்கலப் பொருட்களுக்கு முக்கிய இடம் இருந்திருக்கவேண்டும் என்பதை உணர்த்துகிறது	செப்புத்திருமேனி-செம்பில் செய்யப்பட்ட கடவுள் சிலைகள் செப்புப்பட்டயம், செப்பேடு-செம்புத் தகட்டில் எழுதப்பட்ட அரசு ஆவணங்கள் செப்புக்கோட்டை-செம்பால் செய்யப்பட்ட கோட்டை ராவணனின் கோட்டைச் செம்பால் செய்யப்பட்டது என்று யாழ்ப்பாண அகராதியில் இருப்பது செம்பின் தென்தொடர்பை வலுவாக்குகிறது. செப்புத்துறை-இடுகாடு அல்லது புதைவிடம் (ஆதிச்சநல்லூரில் செம்பு சுரங்கத்தில் நூற்றுக்கணக்கான புதைவிடங்கள் கண்டெடுக்கப்பட்டது மேலும் இதை முக்கியமான கருத்தாக வலுபடுத்துகிறது) செம்பு என்பதற்கு இணைகரமான சொல்லான செப்பு என்பதற்கு ‘ஒழுங்கு’, ‘சிறப்பு’ (செப்பம்) போன்ற சொற்களுக்கும் நெருங்கிய தொடர்பு உள்ளது. இது பண்பாட்டின் வழியாக வேரூண்றிய ஒரு சொல்லின் உருவக நீட்சியையே குறிக்கிறது.	செப்புத்துறை பற்றி இந்தோ-ஆரிய மக்கள் அறிந்திருக்கவில்லை.
செம்பும் இரும்பும்	செம்பு, இரும்பு ஆகிய உலோகங்கள் பயன்படுத்தப்படும் சூழல்	சிந்துவெளிக் குறியீடு இன்னும் வாசித்து அறியப்படாததால் இங்கே பொருள்கொள்ளத்தக்க மதிப்பீடுகளைச் செய்ய இயலாது	செம்பு மிகுந்த மதிப்புடைய பொருளாக, அலங்காரப் பொருளாக, கோட்டைகளிலும், வாயில்களிலும் பயன்படுத்தப்படும் உயர் குடியின் உலோகமாகப் பார்க்கப்பட்டுள்ளது.	சமஸ்கிருத இலக்கியங்களில் இரும்பே அதிகம் காணப்படுகின்றன. சமஸ்கிருதத்தில் ‘ஆயஸ்’ என்ற சொல் உலோகத்தைக் குறிக்கும் பொதுச்சொல்லாகவும், குறிப்பாக இரும்பு என்ற உலோகத்தைக் குறிப்பதாகவும் பயன்படுகிறது (*CDIAL 590*).

இயல் பத்து

திராவிட குஜராத்

வேளிரின் நெடுவாயில்

"...பொதுயுகத்திற்கு முற்பட்ட முதல் ஆயிரம் ஆண்டுகளின் தொடக்கத்தில் குஜராத், மகாராஷ்டிராவின் கடல்சார்ந்த பகுதிகள், தெற்கு மகாராஷ்டிரா ஆகிய விரிவான நிலப்பகுதிகளில் ஒரு திராவிட மொழியைத் தங்களது அன்றாட வாழ்க்கையில் - வீட்டில் பேசும் மொழியாகவும் அல்லது பொதுவான தொடர்பு மொழியாகவும் பயன்படுத்திய ஒரு மக்கள் கூட்டத்தினர் வசித்துள்ளனர்."

- ஃபிராங்க்லின் சி. சவுத்வொர்த்

திராவிட குஜராத்: வேளிரின் நெடுவாயில்

ஆப்கானிஸ்தான், பாகிஸ்தான், இந்தியாவின் குஜராத், மகாராஷ்டிரா மாநிலங்கள் ஆகியவற்றில் சிந்துவெளிப் பண்பாடு பரவியிருந்தது என்பதை அறிவோம். வடக்கே ராஜஸ்தான், வடமேற்கில் பாகிஸ்தான், தெற்கே மகாராஷ்டிரா என்று அரபிக்கடல் ஓரத்தில் அமைந்துள்ளது குஜராத். இங்கே ஹரப்பா பண்பாட்டுக் காலகட்ட அகழாய்வுத் தலங்கள் பல கண்டறியப்பட்டுள்ளதால் முதிர்ச்சியடைந்த ஹரப்பா பண்பாட்டு நாகரிகத்தின் வரைபடத்தில் குஜராத் முக்கிய இடம்வகிக்கிறது. திராவிட மொழிபேசும் மக்கள் குறிப்பாகச் சங்ககாலத் தமிழர்களின் மூதாதையர்கள் ஒருகாலத்தில் இப்போதுள்ள குஜராத் நிலப்பகுதிகளில் வாழ்ந்தார்கள் என்பதற்கான புதிய சான்றுகளை அளிப்பதே இந்த இயலின் மையநோக்கம். இதற்காகத் தற்கால குஜராத் இடப்பெயர்களைத் தமிழ்த் தொன்மங்களோடு தொடர்புடைய இடப்பெயர்களுடன் ஒப்பிடுதல்; சங்க இலக்கியப் பாடல்களில் இடம்பெறும் சில மீள்நினைவுகளின் ஊடாக குஜராத் நிலப்பகுதிகளோடு தொடர்புடைய தமிழ்த்தொன்மங்களின் ஆழ அகலங்களை அடையாளம் காட்டி மதிப்பிடுதல் என்ற இருவழி அணுகுமுறையை இந்த இயல் கையாள்கிறது.

ராஜஸ்தானில் உள்ள தார் பாலைவனப் புவிச்சூழல் இந்தியாவுக்கும், பாகிஸ்தானுக்கும் இடையிலான இயற்கை எல்லையாக அமைந்துள்ளது. இப்பாலைவனம் குஜராத் வரையிலும், அதற்கு இணையாக உள்ள பாகிஸ்தான் பகுதிகளுக்குள்ளும் விரிவடைகிறது. இத்தகைய பாலைவனப் புவிசூழல் திராவிட குஜராத் என்ற இந்த இயலின் தரவு சாரந்த முன்மொழிவுகளுக்கான புவியியல் பின்புலமாக அமைகிறது.

குஜராத்தில் லோத்தல், தோலாவிரா, ரங்பூர், தேசல்பூர் மற்றும் பேட் துவாரகா ஆகிய இடங்களில் ஹரப்பா பண்பாட்டு வாழிடங்கள் அகழாய்வுகள்மூலம் கண்டுபிடிக்கப்பட்டுள்ளன. இவற்றில் பெரும்பாலான குடியிருப்புகள் ஹரப்பா பண்பாட்டின் முதிர்ச்சிபெற்ற காலகட்டத்திலும், பிந்தைய ஹரப்பா காலகட்டத்திலும் உருவானவை.

குஜராத்தில் கண்டறியப்பட்டுள்ள ஹரப்பா பண்பாட்டு இடங்கள் மொகஞ்சோதாரோ, ஹரப்பா போன்ற மிக விரிவான நகரங்கள் அல்ல; ஒப்பீட்டு அளவில் இவை சிறிய குடியிருப்புகளே. இங்கே பல்வேறு தயாரிப்புப் பணிகள் நடந்த தொழிற்சாலைகள் இயங்கியதற்கான தரவுகள் கிடைத்துள்ளன. இதைக் கணக்கில்கொண்டு ஹரப்பா, மொகஞ்சோதாரோ போன்ற பெருநகரங்களில் மையம் கொண்ட ஹரப்பா மக்கள் மேற்கில் உள்ள வெளிப்பண்பாட்டு மக்களுடன் வணிகம் செய்யவும், அதற்குத் தேவையான தொழில்நுட்பம் சார்ந்த பொருள்களை தயாரிப்பதற்கும் குஜராத்தில் உள்ள இந்தக் குடியிருப்புகளைப் பயன்படுத்தியிருக்கக்கூடும் என்ற கருத்தை ஆய்வாளர்கள் முன்வைக்கின்றனர். குஜராத்தில் கண்டறியப்பட்டுள்ள ஹரப்பா பண்பாட்டுத் தளங்களில் லோத்தல், தோலாவிரா போன்ற இடங்கள் மிக முக்கியமானவை. அவைபற்றி முதலில் காண்போம்.

திராவிட குஜராத்: லோத்தலும், தோலாவிராவும்

இந்தியத் தொல்லியல் கழகத்தைச் சேர்ந்த எஸ். ஆர். ராவ், லோத்தல் என்ற ஹரப்பா துறைமுக நகரத்தை **1955-62** என்ற காலகட்டத்தில் அகழாய்வு செய்தார். லோத்தல் என்ற இந்த இடம், கம்பாட் வளைகுடாவுக்கு மிக அருகே சபர்மதி நதியின் கிளை நதியான போகவா நதிக்கரையில் அமைந்துள்ளது. ஹரப்பா பண்பாட்டு மக்கள் லோத்தலுக்கு வந்தடைவதற்கு முன் இப்பகுதிகளில் அந்நிலத்தின் பூர்வ குடிகள் வசித்ததாகத் தெரிகிறது. இப்பூர்வகுடி மக்களைக் காக்கைப்பொன் (*Mica*) கலந்த செந்நிறப் பாண்டங்கள், கருப்பு-சிவப்புப் பாண்டங்கள் மற்றும் சொரசொரப்பான சாம்பல்நிறப் பாண்டம் ஆகியவற்றைப் பயன்படுத்திய மக்கள் என்று அடையாளப்படுத்துகின்றனர். லோத்தலில் செய்த ஆய்வுகளின் அடிப்படையில் *Lothal - A Harappan Port Town* என்ற நூலை எழுதிய எஸ். ஆர். ராவ், ஹரப்பா பண்பாட்டு மக்கள் லோத்தல் பகுதியில் குடியேறிய நிகழ்வு காலப்போக்கில் கொஞ்சம் கொஞ்சமாக நடந்தது என்று கருதுகிறார். ஹரப்பா பண்பாட்டு மக்கள் லோத்தலுக்கு வந்தடைந்ததற்குப் பின் அங்கிருந்த கிராமம் வெள்ளத்தால் அழிந்தது. இந்தப் பேரிடரை ஒரு வாய்ப்பாகப் பயன்படுத்திக்கொண்டு அந்த இடத்தில் ஒரு புதிய நகர்மயக் குடியிருப்பு ஒன்றை ஹரப்பா மக்கள் உருவாக்கினார்கள். இக்குடியிருப்பைப் பொதுக்கிணறுகள், தெருக்கள், வடிகால்கள், பொதுமேடைகள் மற்றும் ஒழுங்கோடு கட்டப்பட்ட வீடுகள் போன்ற வசதிகளோடு கூடியதாக இந்த நகரத்தை அமைத்தார்கள்.

லோத்தலில் உள்ள கட்டுமானங்களில் மிகவும் முக்கியமானது அங்குள்ள கப்பல்துறை முற்றம். இது ஓர் இயற்கை துறைமுகம் அல்ல. இது முக்கியத்துவம் வாய்ந்த துறைமுகமாகப் பயன்பட்டுள்ளது. இக்குடியிருப்பின் கிழக்கு எல்லைப்பகுதியில் 710/100அடி அளவிலான செங்கல் சுவர் கட்டுமானம் ஒன்றை அகழாய்வில் கண்டுபிடித்துள்ளார் ராவ். இந்தப் படுகை அமைப்பு (*Basin Structure*) போன்ற கட்டுமானம் லோத்தல் நகரின் கப்பல்துறை என்று கண்டறியப்பட்டுள்ளது. கடல்நீரின் மட்டத்தில் காலப்போக்கில் மாற்றங்கள் நேர்ந்ததால் கடல் உள்வாங்கி ஒரு பழைய ஓடை மட்டும் ஓடியுள்ளது. பொ.யு.மு. **2350** என்ற காலகட்டத்தில் கட்டப்பட்ட இந்தத் துறைமுகம், செம்பு காலத்தின் ஆகச்சிறந்த கடல்சார் தொழில்நுட்பக் கட்டுமானம் ஆகும். "லோத்தல் நகரத்தின் தலைவர்" என்று கருதக்கூடிய ஆட்சியாளரின் குடியிருப்பு, நகரின் தென்மேற்குப் பகுதியில் துறைமுகத்தில் நடைபெறும் நிகழ்வுகளை எளிதாகக் கண்காணிக்கும் வகையில் ஒரு மேட்டுப்பகுதியில் அமைந்துள்ளது. லோத்தலின் அமைப்பு முறை, அதன் பொருளியல் நோக்கம் ஆகியவற்றைக் கருத்தில்கொண்டு முகம்தெரியாத அந்த நகரத்தின் தலைவனை 'அறிவார்ந்த தலைவன்' (*Leader Genius*) என்றழைக்கிறார் ராவ். இதைப்போலவே வணிகர்களும், கைவினைக் கலைஞர்களும், ஏனையோரும் வாழும் கீழ்நகரம் ஒன்றும் அமைந்திருந்தது. ஹரப்பா பண்பாட்டின் உச்சகட்டத்தில் லோத்தலை மையமாகக் கொண்டு வெளிநாட்டு வணிகம் செழித்திருந்தது. லோத்தல் துறைமுகத்தின் வழியே ஏற்றுமதியும், இறக்குமதியும்

படம் 10.1 - லோத்தல் கப்பல்துறை

நிகழ்ந்தன. செம்பு, வெந்நிற மாக்கல், படிகப்பாறை, பொன், அகேட் மணிக்கல் ஆகிய கச்சாப் பொருள்கள் பல பகுதிகளில் இருந்தும் லோத்தலுக்கு வரவழைக்கப்பட்டன. அவற்றில் செய்யப்பட்ட அணிகலன்களும், ஆபரணங்களும் யூப்ரடிஸ்-டைகிரிஸ் நதிக்கரையில் அமைந்த மெசபொடேமியாவுக்கும், பாரசீகத்துக்கும் ஏற்றுமதி செய்யப்பட்டன. கப்பல்துறை முற்றம், பொருள் புழங்கு மேடை மற்றும் மிகப்பெரிய பண்டகச் சாலை ஆகிய தளவாட வசதிகள் லோத்தலின் கடல்வணிகத்துக்கு மிகவும் உதவியாக இருந்தன.

லோத்தலில் கிடைத்த சான்றுகளின் அடிப்படையில் அங்கு வாழ்ந்திருக்கக்கூடிய மக்கள் பற்றிய ஓர் ஊகம் கலந்த கருத்தை அகழாய்வாளர் ராவ் தெரிவிக்கிறார். "லோத்தல் மக்கள் இனிது கூடி வாழும் தன்மை கொண்டவர்கள். அவர்கள் தொல் ஆஸ்ட்ரலாய்டு, ஆல்பைன் மற்றும் மத்தியத் தரைக்கடல் இனவகையைச் சேர்ந்தவர்கள். அவர்கள் அனைவரும் இணக்கமாக வாழ்ந்து லோத்தல் நகரின் வளர்ச்சிக்கு உறுதுணையாக நின்றனர். (Rao 1979: 25). லோத்தல் நகரம் பொருளாதாரச் செழிப்போடு ஓங்கி வளரும் காலகட்டத்தில் ஹரப்பாவில் சிந்துவெளிப் பண்பாடு கிட்டத்தட்ட நலிவடைந்து முடிவுக்கு வந்துவிட்டது என்பதைக் கவனிக்கவேண்டும்.

குஜராத்தில் அகழாய்வு செய்யப்பட்ட ஹரப்பா பண்பாட்டு நகரங்களில் மற்றொரு முக்கியமான இடம் தோலாவிரா. ஹரப்பா பண்பாட்டு நகரங்களில் இது ஐந்தாவது பெரிய நகரமாகக் கருதப்படுகிறது. தோலாவிரா குடியிருப்பின் வலது நுழைவாயில் பகுதியில் கிடைத்த மரத்தால் ஆன பெயர்ப்பலகை மிக முக்கியமான அகழாய்வுப் பொருளாகக் கருதப்படுவது. இந்தப் பெயர்ப்பலகையில் 10 சிந்துவெளிக் குறியீடுகள் உள்ளன. இதுவரை கிடைத்துள்ள சிந்துவெளிப் பொறிப்புகளில், எழுத்துகளின் எண்ணிக்கை அடிப்படையில் நீளமான பொறிப்புகளில் ஒன்றாக இது கருதப்படுகிறது. இப்பொறிப்பில் ஒரு குறியீடு நான்கு முறை இடம்பெற்றுள்ளது. சிந்துவெளிப் பொறிப்புகள் அம்மக்களின் பரவலான எழுத்தறிவுக்குச் சாட்சியம் என்ற ஆய்வாளர்கள் கருத்துக்கு இந்தப் பெயர்ப்பலகையின் பெரிய அளவு, அது பொதுவாசிப்புக்காக வைக்கப்பட்ட பெயர்ப்பலகையாக இருக்கக்கூடும் என்ற அனுமானம் ஆகியவை முக்கிய சான்றாக அமைகிறது. தோலாவிரா நகரம் லோத்தலைவிட பழமையானதாகக் கருதப்படுகிறது. இந்த நகரின் வடிவமைப்பு மூன்று பிரிவுகளாக உள்ளது. பொதுவாகச் சிந்துவெளியின் நகரமைப்பு கோட்டைப் பகுதி, குடியிருப்பு கீழ்நகரம் என்று இரு பிரிவாக அமைந்திருக்கும். ஆனால், தோலாவிராவில் கோட்டைப் பகுதி, குடியிருப்புப் பகுதியான கீழ்ப்பகுதி ஆகிய இரண்டுக்கும் இடையே ஒரு நடுப்பகுதியும் அமைந்துள்ளது. இந்தக் குடியிருப்பு மிகச்சிறப்பான கோட்டை மதில் சுவர்களால் சூழப்பட்டுள்ளது. இந்த அகழாய்விடத்தை இப்போதும் உள்ளூர் மக்கள் கோட்டடா என்று அழைக்கிறார்கள். இப்பெயரில் உள்ள 'கோட்' என்ற முன்னொட்டு கோட்டை என்ற பொருள்படும் தமிழ்ச்சொல்லை நினைவுபடுத்துகிறது. இந்தக் குடியிருப்பில் மேற்குப் பகுதி உயரமான இடத்திலும்,

படம் 10.2 - தோலாவிரா சந்தைப்பகுதி

கிழக்குப்பகுதி உயரம் குறைவான இடத்திலும் இருப்பது சிந்துவெளி நகர வடிவமைப்பின் மேல்-மேற்கு, கீழ்-கிழக்கு கோட்பாட்டைக் காட்டுகிறது. இதுபற்றி நாம் எற்கெனவே விவாதித்திருக்கிறோம். அதுமட்டுமின்றி தோலாவிராவில் ஒரு தனித்துவச் சிறப்புமிக்க நீர் சேமிப்பு அமைப்பு காணப்படுகிறது. இதில், பல்வேறு நீர்தேக்கங்கள் ஒன்றோடு ஒன்று தொடர்புடையதாக இணைக்கப்பட்டுள்ளன. இது, இப்பகுதியில் உள்ள நீர்ப் பற்றாக்குறையை மனதில் கொண்ட அமைப்பு முறையாகும்.

தோலாவிராவில் ஹரப்பா பண்பாட்டின் தொடக்க காலத்திலிருந்து ஹரப்பா பண்பாட்டுக்குப் பிற்பட்ட காலம் வரை தொடர்ந்து மக்கள் வசித்து வந்திருக்கிறார்கள். அந்தவகையில் ஹரப்பா பண்பாட்டின் தொடக்கத்துக்கும், முடிவுக்கும் சாட்சியமாகவும் அதன் பின் நேர்ந்த தொடர்ச்சிக்குச் சான்றாகவும் தோலாவிரா விளங்குகிறது. ஹரப்பா பண்பாட்டின் முதிர்ந்த நிலையில் இந்தக் குடியிருப்பை விரிவுபடுத்தவேண்டிய தேவை ஏற்பட்டிருக்கிறது. மக்கள்தொகைப் பெருக்கம் இதற்குக் காரணமாக இருந்திருக்கக்கூடும். அப்போது இந்த நகரத்தை எந்த அளவுக்கு விரிவுபடுத்தமுடியுமோ அந்த அளவுக்கு நீள-அகலம் விரிவுபடுத்தப்பட்டு, கோட்டைச் சுவர்களைக் கட்டியெழுப்பி, பெரிய நுழைவாயில்களைக் கொண்டதாக வடிவமைத்துள்ளார்கள். பிந்தைய காலகட்டங்களில் இந்நகரத்தை ஹரப்பா மக்கள் கைவிட்டுச் சென்று சிறிது காலத்துக்குப் பிறகு மீண்டும் வந்து குடியேறியதற்கான தடயங்கள் இருப்பதாக ஆய்வாளர்கள் கூறுகிறார்கள். ஆனால், மீள்குடியேற்றம் நிகழ்ந்தபோது அந்த நகரின் அளவு சுருங்கிச் சிறிதாகிவிட்டது. நூறு ஆண்டுகளுக்குப் பின் ஹரப்பா மக்கள் தோலாவிரா பகுதியை முற்றிலும் கைவிட்டு நகர்ந்து சென்றுவிட்டார்கள்.

லோத்தலைப் போலவே தோலாவிராவும் ஒரு வணிக மற்றும் தொழில்நுட்ப மையமாகத் திகழ்ந்திருக்கிறது. கோலா தோரோ போன்ற மேலும் சில துறைமுகப் பகுதிகளும் இங்கே காணப்படுகின்றன. இவை ஏதோ ஒருவகையில் துறைமுகம் சார்ந்த கடல்வணிகத்தோடு தொடர்புடையதாகத் தோன்றுகிறது. தோலாவிராவிலிருந்து தொலைதூரப் பகுதிகளுக்குப் பல்வேறு தயாரிப்புப் பொருள்களைப் படகில் கொண்டுசெல்ல கட்ச் பாலைவனத்தின் உவர் சதுப்பு நிலம், இருங்கழிகள் உதவியாக இருந்தன. தோலாவிரா மக்கள் ஹரப்பா பண்பாட்டின் ஏனைய நகரங்களோடும், வெளிநாடுகளோடும் வணிகத்தொடர்பு வைத்திருந்தனர். மெசபொடேமியர்கள் ஹரப்பா மக்களை மெலுகன் என்று அழைத்தார்கள் என்பதும், சிந்துவெளிப் பண்பாட்டுப் பகுதிகளிலிருந்து சூதுபவளக் கற்கள், மரக்கட்டைகள் மற்றும் இதரப் பொருள்கள் மட்டுமின்றி மயில்களையும் இறக்குமதி செய்தார்கள் என்பதும் குறிப்பிடத்தக்கது.

சிந்துவெளிப் பண்பாடு நலிவடைந்த காலகட்டத்தில் அப்பண்பாட்டு மக்கள் தங்களது மொழி, பண்பாட்டு மரபுகள் மற்றும் சடங்கு முறைகள் ஆகியவற்றைத் தங்களோடு எடுத்துக்கொண்டு தெற்குநோக்கிப் புலம்பெயர்ந்தார்கள் என்ற கருதுகோளின் அடிப்படையிலேயே இந்த நூலின் கருத்துகள் முன்வைக்கப்படுகின்றன. அவ்வாறாயின் அதற்கான துணைநிலைச் சான்றுகளை 'இருமுறை பரிசோதனைக்கு' உள்ளாக்க வேண்டிய தேவையும் கடப்பாடும் நமக்கு இருக்கின்றன. அதாவது, ஏதேனும் ஒரு பொதுச்சான்று, சிந்துவெளி ஹரப்பா மக்களின் பண்பாட்டின் துவக்கப்புள்ளியிலும், முடிவுப்புள்ளியிலும் அடையாளம் காணும்படியாக இருக்கவேண்டும். இந்த நூலின் நிலைப்பாட்டின்படி, இந்தப்பயணத்தில் சிந்துவெளிப் பண்பாட்டுப் பகுதி தோற்றப்புள்ளி என்றால் வைகை, தாமிரபரணி கரைகள் முடிவுப்புள்ளியாக கருதப்பட வேண்டும். அவ்வாறாயின் இந்தப் பண்பாட்டுப்பயணத்தின் இணைப்புச் சங்கிலிகளாகச் சில இடைநிலப் பகுதிகள் இருந்தாக வேண்டும்.

சிந்துவெளிப் பண்பாட்டின் மரபின் தொடர்ச்சி வடமேற்குப் பகுதிகளில் இருந்து இந்தியப் பண்பாட்டின் தென்பகுதிகளுக்கு வானத்தில் பறந்து சென்று குதித்திருக்க முடியாது. அது ஓர் இரவில் நடந்த திடீர் நிகழ்வாகவும் இருக்கமுடியாது. எனவே, தென்கோடித் தமிழகத்துக்கும், ஹரப்பா, மொகஞ்சோதாரோ ஆகிய சிந்துவெளிப் பண்பாட்டு மையங்களுக்கு இடைப்பட்ட நிலப்பகுதியில், இரண்டு முக்கியமான ஹரப்பா அகழாய்வுத் தலங்களைக் கொண்ட குஜராத்தை நாம் உன்னிப்பாகக் கவனிக்க வேண்டும். இதைக் கருத்தில்கொண்டு குஜராத்துக்கும், மூன்றாம் தமிழ்ச்சங்கம் தழைத்த வைகைக் கரைக்கும் இடையே உள்ள தொடர்புகளை நாம் இப்போது ஆராயப்போகிறோம்.

சங்க இலக்கியமும் குஜராத்தும்

சங்க இலக்கியம் நம் கண்முன் படைக்கும் வாழ்வியலில் கடல்வணிகம் என்பது மிகமுக்கியமான சமூகஅரசியல் மற்றும் பொருளியல் கூறாகத் திகழ்கிறது. சங்க இலக்கிய அகப்பாடல்களில் காதலரும் கணவருமாகிய ஆடவர்கள் பொருள் தேடுவதற்காகத் தொலைதூர நிலப்பகுதிகளுக்குப் பயணம் செல்வதாக அடிக்கடி குறிப்பிடப்படுவது சங்க காலத் தமிழ் வாழ்வியலில் வணிகம் என்பது மிக முக்கியமான இடத்தைப் பெற்றிருந்ததை உணர்த்துகிறது.

சங்க இலக்கியங்களில் துறைமுகங்களும், வணிகப் பொருட்களும் சுங்கச் சாவடிகளும், பண்டக சாலைகளும், வெளிநாட்டவர்கள் தங்கும் குடியிருப்புகளும், பலமொழி

பேசுவோர் கூடிவாழ்ந்த துறைமுக நகரவாழ்க்கை பற்றியும் குறிப்புகள் கிடைப்பது பற்றி நாம் ஏற்கெனவே விவாதித்து இருக்கிறோம். தமிழ்மொழியின் முழுமுதற்காப்பியமான சிலப்பதிகாரம் கடல்வணிகம் செய்து கிட்டும் செல்வத்தைக் "கலந்தரு திரு" என்று குறிப்பிடுகிறது. கதைநாயகியும் அவளது கணவனும் வணிகர்குடியைச் சேர்ந்தவர்கள்.

லோத்தல் போன்ற துறைமுக நகரத்துக்கு ஈடான அகழாய்வுத் தடயம் எதுவும் தமிழ்நாட்டில் இதுவரை கிடைக்கவில்லை. ஆனால், வருங்கால அகழ்வாராய்ச்சி நமக்காக எந்தவிதமான புதிய தரவுகளை அடைகாத்து வைத்திருக்கிறது என்று நமக்குத் தெரியாது. சங்க இலக்கியங்களில் கடல்வணிகமும், வெளிநாட்டு வணிகத்தொடர்புகளும் முக்கியமான இடம்பெறுகின்றன என்பதையும் அதற்கு நேர்மாறாக வடஇந்திய (இந்தோ-ஆரிய மொழி) இலக்கியங்களில் அத்தகைய ஆழமான கடல்வணிக மரபின் தெளிவான வாழ்வியல் சித்தரிப்புகள் இல்லை என்பதையும் கருத்தில்கொள்ள வேண்டும். வடமொழி, தமிழ் ஆகிய இரு செவ்வியல் இலக்கியங்களில் எது சிந்துவெளிப் பண்பாட்டின் வணிகமையங்கள், துறைமுகங்கள் மற்றும் கடல்வணிக மரபுகளின் தொடர்ச்சியை வாழ்வியலாகச் சித்தரிக்கிறது என்ற கேள்வி தவிர்க்க இயலாதது.

எனவே, பழந்தமிழ் இலக்கியங்களுக்கும் சிந்துவெளிப் பண்பாட்டின் பயணத்தின் இடைவரிப் புள்ளியான குஜராத் நிலப்பகுதிக்கும் இடையே உள்ள தொடர்புகளை நிறுவும் சான்றுகளைத் திரட்டி முன்வைப்பது திராவிட மக்களின் தெற்குநோக்கிய புலப்பெயர்வுகளுக்குச் சான்றாக அமையும்.

வெள்ளம் பற்றிய மீள்நினைவுகள்: குஜராத்தும் பண்டைய தமிழகமும்

எஸ். ஆர். ராவ், லோத்தல் பற்றி தனது புத்தகத்தில் அந்தநகரில் அடுத்தடுத்து ஐந்து வெள்ளங்களால் பேரழிவு நேர்ந்ததாகவும் அதனால் அங்கு வசித்த மக்கள் வேறு இடங்களுக்கு, குறிப்பாக இந்தியாவின் தீபகற்பப் பகுதிகளை நோக்கிப் புலம்பெயர்ந்திருக்க வேண்டும் என்று குறிப்பிடுகிறார். பொ.யு.மு. 1500 ஆண்டுவாக்கில் குஜராத்தில் மாபெரும் வெள்ளப் பேரழிவுகள் நேர்ந்து அவற்றில் ரங்பூர், தேசல்பூர், லோத்தல் போன்ற இடங்கள் பாதிக்கப்பட்டதாகவும் அவர் குறிப்பிடுகிறார். தொடக்கத்தில் வெள்ளத்தால் பாதிக்கப்பட்டபோது அம்மக்கள் அதற்கான முன்னெச்சரிக்கை நடவடிக்கைகளை எடுத்திருக்கிறார்கள். இருந்தாலும், அதையெல்லாம் மீறி பெரும் வெள்ளத்தால் பேரழிவு நேர்ந்தபோது அம்மக்கள் பாதுகாப்பான இடத்துக்குப் புலம்பெயர்ந்திருக்க வேண்டும் என்று எஸ். ஆர். ராவ் குறிப்பிடுகிறார்.

லோத்தல் பற்றி ராவ் குறிப்பிடும் அனுமானம் ஏதோவொரு விதத்தில் சங்க இலக்கியங்களில் மீள்நினைவாகச் சொல்கிற கடல்கோள் (ஆழிப்பேரலை) நிகழ்வை நினைவுபடுத்துகிறது. குஜராத்தில் உள்ள துவாரகை என்ற இடத்தோடு ஆய்வாளர்களால் தொடர்புபடுத்தப்படும் துவரை என்ற நகரத்திலிருந்து வேளிர் மரபினர் தெற்குநோக்கிப் புலம்பெயர்ந்ததைக் குறிப்பிடும் புறநானூறு (201); கடல்நீர் கரைநோக்கி ஊர்ந்து நிலப்பகுதிகளை அபகரித்துக் கொண்டதால் பாண்டிய மன்னன் மற்ற அரசுகளின் நிலப்பகுதிகளைக் கையகப்படுத்தித் தனது நிலத்தை ஈடுசெய்துகொண்டதாகக் கூறும் கலித்தொகை (104); கடல்கோளால் அழிந்த பஃறுளி ஆறு, குமரிக்கோடு நிலப்பகுதிகளைப் பற்றி குறிப்பிடும் சிலப்பதிகாரம் ஆகிய அனைத்தும் தேதியிட்டு நிறுவத்தக்க வரலாற்றுத் தரவுகள் இல்லையென்றாலும் இவற்றைத் தொல் பழங்காலத்தில் நிகழ்ந்த சில இயற்கைப் பேரழிவுகளின் மங்கலான மீள்நினைவு என்று கருதுவதில் தவறேதும் இல்லை. இத்தகைய பொது மீள்நினைவுகளுக்கு எந்தவித முக்கியத்துவமும் கொடுக்காமல் முற்றிலுமாகக் கட்டுக்கதை, புராணம் என்று சொல்லி வரலாற்றாளர்கள் புறக்கணித்து வருகிறார்கள். இம்மீள்நினைவுகள் சொல்வதை வார்த்தைக்கு வார்த்தை உண்மை என்று எடுத்துக்கொள்ளாவிட்டாலும் இவை தருகிற பண்பாட்டுப் பார்வையை உள்வாங்கிக்கொண்டு சோதித்து அறியக்கூடிய புறநிலைச் சான்றுகளைத் தேடுவதுதான் ஒரு நடுநிலையான அணுகுமுறையாக இருக்கமுடியும்.

வேளிர் குடியினரின் புலப்பெயர்வுகள் பற்றி ஏற்கெனவே (நான்காம் மற்றும் ஆறாம் இயலில்) விவாதித்த மு. இராகவையங்கார், ஐராவதம் மகாதேவன் ஆகியோரின் கருத்துகளோடு குஜராத் பகுதியுடன் இருந்திருக்கக்கூடிய திராவிடத் தொடர்புகளைப் பல்துறை ஆய்வுகளின் ஊடாக ஆராயவேண்டும். திராவிட குஜராத் என்ற கருத்தியலைத் தொல்லியல் ஆய்வுகள், இடப்பெயர் ஆய்வுகள் மற்றும், இலக்கியச் சான்றுகள் உறுதிசெய்யக்கூடும். குஜராத் நிலப்பகுதிகளுக்கே உரித்தான சில தனித்துவமான விலங்குகளைப் பற்றிச் சங்க இலக்கியம் நுட்பமாகப் பதிவுசெய்கிற தகவல்கள் நமக்குப் புதிய புரிதலை அளிக்கக்கூடும்.

துவரையும் கபாடபுரமும்: வேளிர் நிலத்தின் நுழைவுவாயில்கள்

இறையனார் அகப்பொருள் என்ற நூலிற்கு நக்கீரர் எழுதியதாகச் சொல்லப்படும் உரையில் கபாடபுரம் பற்றி குறிப்பிடப்படுகிறது. பாண்டிய மன்னர்களின் பண்டைய தலைநகரான கபாடபுரம் வெள்ளத்தில் அழிந்ததாக இந்த நூல் குறிப்பிடுகிறது. அதுமட்டுமின்றி இந்தக் கபாடபுரத்தில் தமிழ்ப் புலவர்களின் இடைச்சங்கம் நடைபெற்றதாகவும் கபாடபுரம் வெள்ளத்தில்

அழிந்ததால் பாண்டியர்கள் தற்போதுள்ள மதுரைக்குப் புலம்பெயர்ந்ததாகவும் மரபுகள் கூறுகின்றன. தொல் பழங்காலத்தில் நேர்ந்த வெள்ளப் பேரழிவுகள் மற்றும் அதன் விளைவான புலப்பெயர்வுகளின் மீள்நினைவுகள் வாய்மொழி மரபாக ஒரு தலைமுறையிலிருந்து இன்னொரு தலைமுறைக்குக் கடத்தப்பட்டு ஒருகாலகட்டத்தில் ஆவணப்பதிவு செய்யப்பட்டுள்ளது என்பதையே இது காட்டுகிறது.

சங்க இலக்கியம் குறிப்பிடும் துவரை என்ற தொல்நகரைத் தற்போதைய குஜராத்தில் உள்ள துவாரகையோடு ஆய்வாளர்கள் தொடர்புபடுத்தியுள்ளனர். இந்தோ-ஆரிய மொழிவழக்கில் துவார் என்பது கதவு அல்லது வாயில் என்பதைக் குறிக்கும். கவாடம் என்ற சொல்லுக்கும் அதே பொருள்தான். துவரை, கபாடபுரம் ஆகிய இரண்டு பெயர்களுமே தமிழ்ப் புலப்பெயர்வுகளோடு தொடர்புடையதாக உள்ளன. துவரை, கபாடபுரம் ஆகிய இரண்டு பெயர்களுக்கும் பொதுவாக உள்ள கதவு/வாயில் என்ற உருவகமான காட்சிப்படிமம் நம்மை இதுபற்றிய சிந்தனைக்குள் இழுத்துச் செல்கிறது.

இறையனார் அகப்பொருளில் கவாடபுரத்தில் 3700 புலவர்களுடன் கூடிய இடைச்சங்கம் நிகழ்ந்ததாகவும் அதற்குத் துவரைக்கோமன் மற்றும் சில மன்னர்கள் தலைமை தாங்கியதாகவும் குறிப்பிடப்படுகிறது. அவ்வாறாயின் கவாடபுரத்தில் இடைச்சங்கத்துக்குத் தலைமைதாங்கிய துவரைக் கோமான் யார்? துவரையில் இருந்து தெற்கு நோக்கிப் புலம்பெயர்ந்து வந்தது பற்றிய வேளிர் மரபுக்கும், துவரைக் கோமானுக்கும் தொடர்பு இருக்கிறதா? துவார் *(Dwar/Diwar)* என்ற சொல்லோடு இந்தோ-ஐரோப்பிய *(Door)*, இந்தோ-ஆரிய *(Dwar)* மொழிக்குடும்பச் சொற்களும் உள்ளன. பண்டைய தமிழ் இலக்கியங்கள் நெடுங்கதவுகளை அடையா நெடுங்கதவம் என்றும் ஓங்கு நிலை வாயில் என்றும் தெளிவாக வேறுபடுத்திக் காட்டுகின்றன. எனவே துவரை, கவாடம் போன்ற சொற்கள் வாயில் என்ற பெயர்ச்சொல்லின் வடமொழி, பிராகிருத மொழிபெயர்ப்பின் விளைவோ என்றுகூட எண்ணத்தோன்றுகிறது. நம் கண்ணெதிரில் சிலம்பாறு நூபுர கங்கையாகவும், பன்னியாறு வராக நதியாகவும் பெயர்மாற்றம் பெறும்போது வாயில்-கவாடம்-துவார்/துவரை தொடர்புகளை ஒரு சாத்தியமாக முன்னிறுத்துவதில் தவறென்ன இருக்கமுடியும்?

வெள்வளை: லோத்தல், கொடுமணல், கீழடிச் சங்கு வளையல்கள்

கடலில் கிடைக்கும் சங்குகளை வளையல்களாக அறுப்பது சிந்துவெளிப் பண்பாட்டின் முக்கியமான கைவினை மற்றும் வணிகப் பயன்பாடுகளில் ஒன்றாகும். குஜராத்தில் உள்ள லோத்தல், கோலதோரா மற்றும் சில இடங்களில் சங்கு வளையல் செய்யும் தொழிற்கூடங்கள் இருந்ததற்கான தடயங்கள் கிடைத்துள்ளன. பாதி அறுத்த நிலையில் ஏராளமான சங்கு வளையல்கள் அங்கே கண்டெடுக்கப்பட்டுள்ளன. பண்டைய காலச் சங்கு வளையல் தொழிற்கூடங்களுக்கான தொல்லியல் தடயங்கள் தமிழ்நாட்டின் பொருந்தல், கொடுமணல், கீழடி ஆகிய இடங்களிலும் கிடைத்துள்ளன. கொடுமணலில் சங்கு வளையல் செய்யப் பயன்படுத்தப்பட்ட தொழில்நுட்பமே குஜராத்திலும், இலங்கையிலும் பயன்படுத்தப்பட்டுள்ளது என்று தொல்லியல் ஆய்வாளர் கா. ராஜன் குறிப்பிடுகிறார். குஜராத், ராஜஸ்தான் போன்ற மாநிலங்களில் இப்போதும்கூட பெண்கள் சங்கு வளையல்களையும் சங்கு வளையல்களின் தோற்றத்தில் இருக்கும் நெகிழி வளையல்களையும் அணிகிறார்கள். ஆனால், தற்காலத் தமிழ்நாட்டில் இவ்வழக்கம் இல்லை.

மொகஞ்சோதாரோவில் கிடைத்த நடனப்பெண் உருவச் சிலையில் சங்கு வளையல்கள் அணிந்த தோற்றம் காணப்படுவதால் குஜராத், ராஜஸ்தான் ஆகிய இடங்களில் ஹரப்பா பண்பாட்டுக் காலத்திலிருந்தே சங்கு வளையல் அணியும் வழக்கம் தொடர்வது புலனாகிறது. சங்கு வளையல் அணியும் வழக்கம் தமிழ்நாட்டில் தற்காலத்தில் இல்லையென்றாலும் சங்க இலக்கியத்தில், சங்கு வளையல் அணிந்த பெண்கள் பற்றிய குறிப்புகள் கிடைக்கின்றன. கூர்மையான அரத்தால் சங்கை அறுத்து வளையல் செய்வது பற்றி அகம். 24ஆம் பாடல் குறிப்பிடப்படுகிறது.

கதவு, நுழைவாயில் என்ற பொருளுடைய 'வாயில்' என்ற சொல் இடப்பெயர் விகுதியாக விளங்கியது. இதற்குச் சங்க இலக்கியமே சான்று. குடவாயில் கீரத்தனார் (நற். 27) என்ற புலவரின் பெயரும் காண்டவாயில் (நற். 38) என்ற இடப்பெயரும் கருதத்தக்கன. வாயில் என்ற இடப்பெயர் விகுதி தற்காலத்திலும் பயன்படுத்தப்படுகிறது. வாயில் என்ற சொல் யகர, சகர மயக்க விதிகளின்படி வாயில் என்றும் வாசல் என்றும் இருவிதமாக வழங்குகிறது. குடவாயில், திருமுல்லைவாயில், மதுரவாயில், நெடுவாசல், கழனிவாசல் போன்ற இடப்பெயர்கள் எடுத்துக்காட்டு. தமிழ்நாட்டில் தற்போது வாசல் என்ற இடப்பெயர் விகுதி 82 இடப்பெயர்களில் பயன்படுத்தப்படுகிறது. ய என்ற ஒலியும், ச என்ற ஒலியும் மயங்கும் என்பதை வியாழக்கிழமை/விசாழக்கிழமை, குயவன்/குசவன் போன்ற பயன்பாடுகளால் அறியலாம். இது தமிழ் ஒலி இலக்கண மரபுகளுக்கு உட்பட்டதே. பாகிஸ்தானில் வாயில் என்ற இடப்பெயர் முன்னொட்டு, பின்னொட்டு எதுவுமின்றி ஒருசொல் இடப்பெயராக வழங்குவது குறிப்பிடத்தக்கது.

தமிழ்மரபு நக்கீரர் என்ற புலவரைச் சங்கறுக்கும் குலத்தோடு தொடர்புபடுத்துகிறது. இடைக்காலப் பாண்டியர்களின் சின்னமனூர் செப்பேட்டில் பெண்களின் வெள்ளைநிறச் சங்கு வளையல் அணியும் வழக்கம் பற்றி குறிப்பிடப்படுகிறது. "மணிமுடி ஒடு சங்க வெள்வளைத் தரத்தும்" (*SII Vol. III, (Part III & IV) 1987: 456*).

நெடுநல்வாடையில் தனது கணவனை பிரிந்து காத்திருக்கும் அரசியைப் பற்றிய சித்தரிப்பில் அவள் வலம்புரிச் சங்கால் செய்யப்பட்ட வளையல் அணிந்திருப்பது இடம்பெறுகிறது.

> பொலந்தொடி தின்ற மயிர் வார் முன் கை
> வலம்புரி வளையொடு கடிகை நூல் யாத்து
> (நெடுநல். 141-142)

சிலப்பதிகாரத்தில் சங்கு வளையல்கள் தெருக்களில் விற்கப்படுவதைப் பற்றி குறிப்பு வருகிறது.

> ...திருமணி குயிற்றுநர் சிறந்த கொள்கையொ
> டணிவளை போழுநர் அகன்பெரு
> வீதியும்... (சிலம்பு. 5: 46-47)

சங்க இலக்கியங்களில் ஒன்றான அம்மூவனார் எழுதிய ஐங்குறுநூறில் 'வளைப் பத்து' என்று தனியாகப் பத்துப் பாடல்கள் காணப்படுகின்றன. நெய்தல் திணைச் சார்ந்த பாடல்களாக அமைந்த இப்பாடல்கள் சங்கு வளையல்களை மையமிட்டுக் காணப்படுகின்றன. வளைப் பத்து பாடல்களில் ஒன்றில் தலைவனின் நிலம் குறித்தும் பேசப்பட்டுள்ளது. தலைவனின் நிலம் தெளிந்த உப்பங்கழியில் நல்ல இறா மீன்கள் மேயும் நிலமாக அமைந்துள்ளதெனக் குறிப்பிடப்படுகிறது. தோழிக் கூற்றாக அமைந்த அப்பாடல் பின்வருமாறு,

> கோடு ஈர் எல் வளை, கொழும் பல் கூந்தல்,
> ஆய் தொடி, மடவரல் வேண்டுதி ஆயின்
> தெண் கழிச் சேயிறாப் படூஉம்
> தண் கடல் சேர்ப்ப! வரைந்தனை
> கொண்மோ. (196)

'சங்கில் அறுத்த ஒளி வீசும் வளையல், கொழுமையான செறிந்த கூந்தல், நுட்பமான தோளணி தொடி ஆகியவற்றை உடையவள் என் தலைவி. நீ தெளிந்த உப்பங்கழியில் நல்ல இறா மீன்கள் மேயும் கடல்சேர் நேர்ப்பு நிலத்தவன். உனக்கு என் தலைவி வேண்டடுமாயின் திருமணம் செய்துகொண்டு அழைத்துச் செல்'. இப்பாடலில் சங்கினால் செய்யப்பட்ட வளையல் அணிந்த பெண்ணைக் குறித்தும் தலைவனின் நிலமான குறிப்பிடப்படும் இறா மீன்கள் மேயும் உப்பங்கழி குறித்தும் குறிப்பிடப்படுவது கவனிக்கத்தக்கது.

கால, நில இடைவெளிகளுக்கு அப்பால்: பழந்தமிழின் 'வெளி' விலங்குகள்

பாலைவனமும், கடலும் சேர்ந்து வழங்குகிற புவியியல், சங்க இலக்கியம் குறிப்பிடும் சில விலங்குகள் ஆகியவற்றை பற்றிய குறிப்புகளை மேலும் ஆராய்வதன்மூலம் சங்க இலக்கியத்துக்கும் குஜராத் நிலப்பகுதிகளுக்கும் இடையிலான தொடர்பை வலுப்படுத்த முடியும். சங்க இலக்கியம் குறிப்பிடும் சில துல்லியமான புவியியல் சித்தரிப்புகள் இந்தியத் துணைக்கண்டத்தில் சிந்துவெளிப் பண்பாட்டின் ஒரு பகுதியான குஜராத் நிலப்பகுதியைத் தவிர வேறு எந்த இடத்திற்கும் பொருந்தாது.

இயற்கையின் இயல்புகளை, அதன் கூறுகளைத் துல்லியமாகச் சித்தரிப்பதில் சங்க இலக்கியப் புலவர்கள் தனித்திறன்

படம் 10.3 - கோலதோரா சங்கு வளையல் பட்டறை

படம் 10.4 - கொடுமணல் அகழாய்வுத் தளத்தில் கண்டெடுக்கப்பட்ட சங்குகள்

படம் 10.5 - சங்கு வளையல் போன்று நெகிழியாலான வெள்ளை வளையல்கள் அணிந்த குஜராத் பெண்கள்

கொண்டவர்கள் என்பதை மு. வரதராசன் தனது The Treatment of Nature in Sangam Literature என்ற ஆய்வு நூலில் பின்வருமாறு விளக்குகிறார்,

சங்க இலக்கியப் புலவர்கள் "தமிழ்நாட்டின் குன்றுகள், ஏரிகள், ஆறுகள், மண்மணம் மாறாத மனிதர்கள் பற்றியத் துல்லியமான காட்சிகளை வர்ணிக்கிறார்கள்". "மிக உன்னிப்பான அவதானிப்பின்மூலம் இயற்கை பற்றிய விவரங்களை ஒரு தாவரவியலாளர் தமிழ்நாட்டின் தாவிரங்களின் இயல்பைப் புரிந்துகொள்ளும் அளவுக்குத் துல்லியமாகச்" சித்தரிக்கிறார்கள். "புலனுணர்வு சார்ந்து... தீவிரமான உணர்வுகளுடன் பல்வகையான நிறங்களின் சாயல்களையும், மெல்லிசைகளையும், மென்மையான மேனி அமைப்பையும், கனிகளின் சுவையையும், இயற்கை கொடை அளிக்கும் மலர்களின் நறுமணத்தையும் கவனித்து, செவிமடுத்து, உணர்ந்து, சுவைத்து நுகர்கிறார்கள். இயற்கையின் மீது இப்புலவர்களுக்கு இருக்கும் அன்பு 'காதல்', 'போர்' என்ற இரண்டு கருப்பொருள்களையும் ஊடுருவிச்செல்லும் ஆற்றல்மிக்கது." (Varadarajan 1969: 2)

ஒட்டகமும் அதன் கன்றும்

செய்யுள்களில் பயன்படுத்தப்படும் சொற்கள் சார்ந்த மரபுகளைத் தொல்காப்பியத்தின் மரபியல் விளக்குகிறது. தொன்றுதொட்டு வழங்கும் இந்த மரபுகள் மாற்றுவதற்கு அரிதானவை என தொல்காப்பியர் விளக்குகிறார். இதில் ஒட்டகத்தின் ஆண், பெண் மற்றும் அதன் கன்றைக் குறிப்பிட எத்தகைய சொற்களைப் பயன்படுத்த வேண்டும் என்பதைத் தொல்காப்பியர் ஒரு மரபியல் விதியாக வரையறுக்கிறார்.

> யானையும் குதிரையும் கழுதையும் கடமையும்
> மானோ டைந்தும் கன்றெனற் குரிய.
> எருமையும் மரையும் வரையா ராண்டே.

கவரியும் கராமும் நிகரவற் றுள்ளே.
ஒட்டகம் அவற்றோ டொருவழி நிலையும்.
(தொல். பொருள். மரபியல் 15-18)

அதாவது யானை, குதிரை, எருமை, கழுதை, மான், கவரிமா மற்றும் ஒட்டகம் ஆகியவற்றின் குட்டிகள் கன்று என்ற பொதுப்பெயரால் வழங்கப்படும் என்பதைத் தொல்காப்பியம் குறிப்பிடுகிறது. ஒட்டகம் என்னும் விலங்கு பாலைவனத்தில் மட்டும் வசிப்பது. இந்தியத் துணைக்கண்டத்தைப் பொறுத்தவரையில் பாகிஸ்தானின் சில பகுதிகளிலும், இந்தியாவில் ராஜஸ்தானிலும், குஜராத்திலும் மட்டுமே இயற்கைச் சூழலில் ஒட்டகத்தைக் காணஇயலும். எனவே ஒட்டகம் பற்றிய தொல்காப்பிய, சங்க இலக்கியத் தரவுகளை எளிதில் போகிறபோக்கில் கடந்துசெல்ல இயலாது. வரலாற்றுக்கு முற்பட்ட தமிழ்த்தொன்மங்களுக்கும், அத்தொன்மங்கள் சார்ந்த மானுடப் புவியியல் சூழலுக்கும் ஒட்டகத்திற்கும் தொடர்பு இல்லை என்றால், மாற்றுவதற்கு அரிதான மரபியலில் ஒட்டகம் பற்றி தொல்காப்பியம் ஏன் இலக்கணம் வகுக்க வேண்டும்?

ஒட்டகம் துயில் மடிந்தன்ன: தூங்கும் ஒட்டகம் பற்றிய உருவகக் காட்சி

சிறுபாணாற்றுப்படை கடல் அலைகளால் அடித்துவரப்பட்ட அகில் மரக்கட்டை கடற்கரை மணற்பரப்பில் ஒதுங்கிக் கிடப்பதைக் காட்சிப்படுத்துகிறது. அந்த மரக்கட்டைகளைத் தூரத்தில் இருந்து பார்க்கும்போது உயரமான ஓர் ஒட்டகம் மணலில் படுத்துறங்குவது போல இருப்பதாகப் புலவர் குறிப்பிடுகிறார். ஒரு சமூகத்தின் அன்றாட வாழ்வியல் சார்ந்த அனுபவத்தின் ஒரு பகுதியாக ஒட்டகங்கள் இடம்பெறவில்லை என்றால் கடற்கரையில் ஒதுங்கிக் கிடக்கும் அகில் மரக்கட்டையைப் பார்க்கும்போது படுத்துத் தூங்கும் ஒட்டகத்தின் காட்சி ஒரு புலவனின் நினைவுக்குள் எப்படி வரமுடியும்? சிறுபாணாற்றுப்படையின் அந்த வரிகள் வருமாறு:

...ஓங்கு நிலை ஒட்டகம் துயில் மடிந்தன்ன,
வீங்கு திரை கொணர்ந்த விரை மர விறகின்
கரும் புகைச் செந்தீ மாட்டிப் பெருந்தோள்
மதி ஏக்கறூஉம் மாசு அறு திருமுகத்து,
நுதி வேல் நோக்கின் நுளைமகள்
அரித்த (சிறுபா. 154-158)

இந்தியத் துணைக்கண்டத்தைப் பொறுத்தவரையில் கடல் அலைகள் அடித்து வந்த மரக்கட்டை போல கடற்கரை மணலில் ஒட்டகம் படுத்துறங்கும் காட்சி குஜராத்தில் மட்டுமே சாத்தியம். சங்க இலக்கியப் புலவர்கள் அளிக்கும் இயற்கை பற்றிய சொற்சிக்கனத்தோடு கூடிய துல்லிய வர்ணனைகளையும் அவற்றின் நம்பகத்தன்மையையும் கருத்தில் கொண்டால் சிறுபாணாற்றுப்படையின் இந்தக் காட்சிப்படிமத்தின் முக்கியத்துவம் விளங்கும்.

எலும்பு தின்னும் ஒட்டகம்

அகநானூற்றில் (245) எலும்பு தின்னும் ஒட்டகம் பற்றிய குறிப்பு உள்ளது. இந்த பாலைத்திணைப் பாடலில் பரந்த வறண்ட வெளியில் வணிகர்களின் வணிகப் பொருட்களைச்

படம் 10.6 - ஓங்குநிலை ஒட்டகம் துயில் மடிந்தன்ன | வீங்கு திரை கொணர்ந்த விரை மர விறகின் (சிறுபா. 154-155)

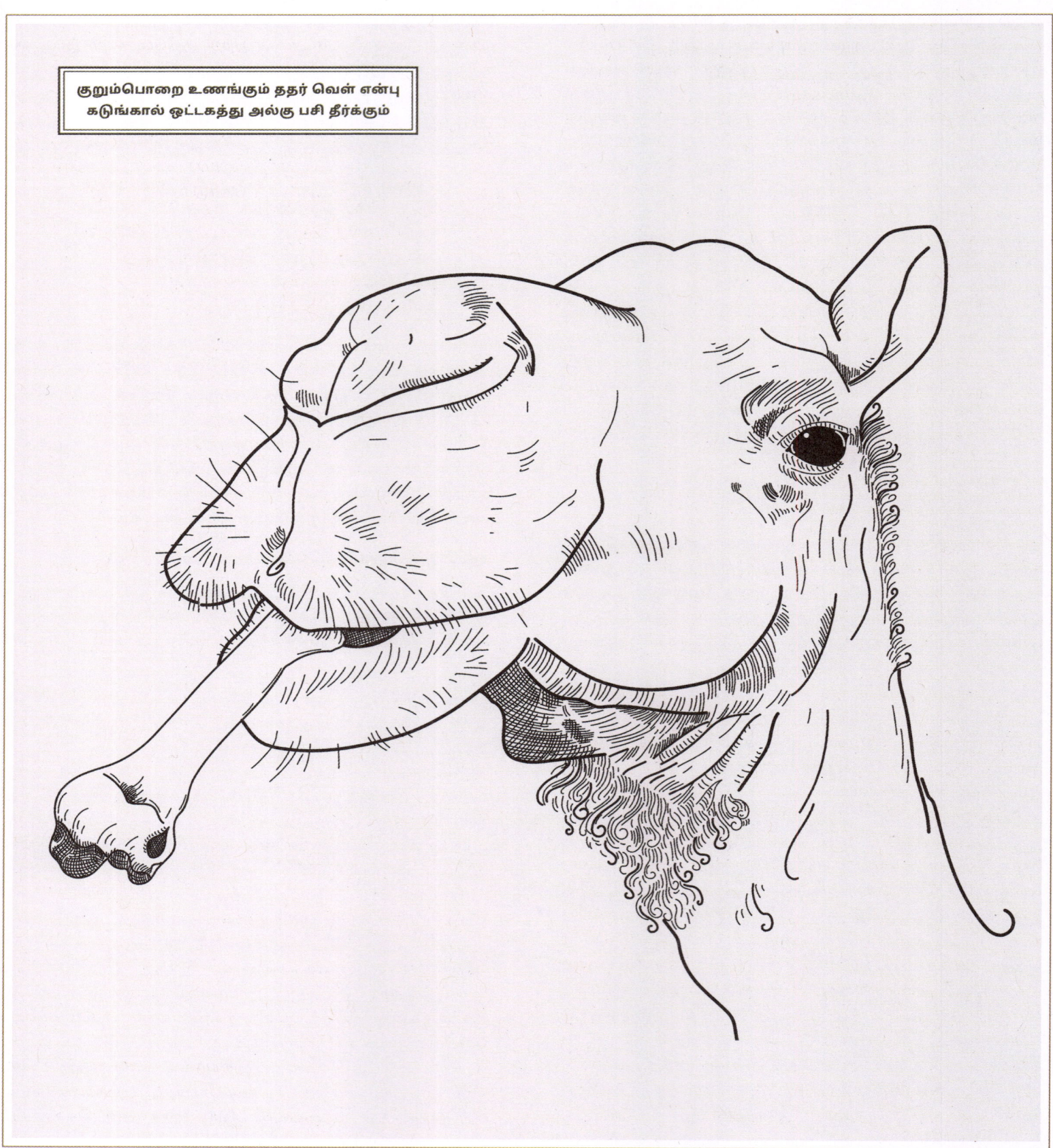

படம் 10.7

சுமந்து செல்கிறது அந்த ஒட்டகம். உண்பதற்கு எதுவும் கிடைக்காமல், பசி தாங்கமுடியாமல் அந்தப் பாலை வழிப்பாதையில் சிதறிக்கிடந்த, இறந்த விலங்குகளின் வெண்மை நிறமான எலும்புகளை அந்த ஒட்டகம் கடித்துக் கொறித்துத் தின்று பசியாறியதாக இந்தப் பாடல் கூறுகிறது.

> குறும்பொறை உணங்கும் ததர் வெள் என்பு
> கடுங்கால் ஒட்டகத்து அல்கு பசி தீர்க்கும்
> கல் நெடுங்கவலைய கானம் நீந்தி. (அகம். 245)

பாலைவன ஒட்டகங்களின் உணவுப்பழக்கங்கள் சார்ந்த பட்டறிவு இருந்தால் மட்டுமே இத்தகைய காட்சிகள் ஒரு பண்டைய செவ்வியல் இலக்கியத்தில் ஆவணமாக முடியும். ஒட்டகம் உண்மையில் எலும்புதின்னுமா? இதற்கான தெளிவானவிடை பாகிஸ்தானிலுள்ள சிந்து மாகாணத்திலிருந்து கிடைக்கிறது.

கடுமையான தொடர் வறட்சியின் காரணமாக ஏற்பட்ட உணவுப் பற்றாக்குறையால் பாலைவன ஒட்டகங்கள் எலும்பு தின்னும் நிலைமை அதிகரித்துள்ளது என்ற செய்தியை *The News* நிறுவனத்தைச் சேர்ந்த *Jan Khaskheli* தெரிவிக்கிறார். *(https://www.thenews.com.pk/print/386280-burnt-vegetation-forcing-camels-to-eat-dead-animal-bones-for-survival-in-thar)* பொதுவாகத் தாவரவுண்ணிகள் ஆஸ்ட்ரோபகி எனப்படும் பாஸ்பேட் பற்றாக்குறையால் எலும்புகளைத் தின்னுவதை நவீன விலங்கியல் குறிப்பிடுகிறது. இந்த நூலைப் பொறுத்தவரையில் ஒட்டகம் எலும்பு தின்னுமா தின்னாதா என்ற கேள்வியைவிட முக்கியமானது மருதன் இளநாகனார் என்ற சங்க இலக்கியப் புலவருக்கு 2000 ஆண்டுகளுக்கு முன் இந்த நிலைமை எப்படி தெரியும் என்பதுதான். ஒட்டகங்கள் பற்றிய இத்தகைய துல்லியமான தரவுகளை வடமொழி இலக்கியங்கள் எதுவும் கூறவில்லை என்ற உண்மையையும் நாம் மனதில்கொள்ள வேண்டும்.

ஒட்டகம் ஐந்தாறு நாட்கள் எந்த உணவும் கிடைக்காமல் கொலைப் பட்டினியாக இருந்தால் மட்டுமே எலும்பு போன்றவற்றைத் தின்னும் நிலைக்குத் தள்ளப்படும். அதிலும், இந்தப் பாடலில் வருவது வணிகப்பொருளை தூக்கிச்செல்லும் ஒட்டகம். ஒட்டகங்கள் ஒரு சுமைதூக்கி விலங்காக *(Beast of Burden)* பயன்படுத்தப்படுவது இந்தியத் துணைக்கண்டத்தைப் பொறுத்தவரையில் ராஜஸ்தான் அல்லது குஜராத் பகுதிகளில் மட்டுமே சாத்தியம். தீபகற்ப இந்தியாவில் சுமைதூக்கும் விலங்காக ஒட்டகங்களைப் பயன்படுத்தும் வாய்ப்பு இல்லை. அவ்வாறாயின் ஒட்டகங்களின் மரபுப்பெயர்கள் பற்றி இலக்கண விதிமுறைகளும், துல்லியமான இலக்கியச் சித்தரிப்புகளும் தொல்தமிழ் இலக்கண இலக்கியங்களில் எவ்வாறு இடம்பெற்றன என்ற கேள்வி முக்கியமானதாகும். பாலைத் திணைப் பாடல்கள் பற்றி குறிப்பாகவும் இயற்கை மற்றும் விலங்கினச் சித்தரிப்புகள் பற்றிப் பொதுவாகவும் விவாதிக்கப்பட்டிருந்தாலும் ஒட்டகம் எலும்பு தின்பதன் பின்னணி குறித்துக் கேள்வி எழுப்பப்படவுமில்லை, விடை தேடப்படவுமில்லை. மாறாகச் சங்க இலக்கியம் 'வெள் என்பு' என்று குறிப்பிட்டது வெள்ளை எலும்பு அல்ல வெண்மையான ஒரு மலர் என்று விளக்கம் கொடுக்கப்பட்டது. ஆனால் உண்மை அதுவல்ல.

நெடுங்காலமாக வாய்மொழிப் பாடல்களில் நினைவு கூரப்பட்ட மீள்நினைவுகள் ஒருகாலகட்டத்தில் சங்க இலக்கியமாக ஆவணப்படுத்தப்பட்டபோது ஒட்டகங்கள் தொல்தமிழ் இலக்கண, இலக்கியங்களில் வந்திருக்கக்கூடும். பழந்தமிழ் இலக்கியத்தில் எலும்பு தின்னும் ஒட்டகம் வந்தது இவ்வாறாகத்தான் இருக்கமுடியும். மற்றபடி தொல்தமிழ்த் தொன்மங்களுக்கும், ஒட்டகங்கள் வாழ்ந்த பகுதிகளுக்கும் ஏதோ ஒருவகையில் நேரடித் தொடர்பு இல்லாமல் தென்கோடியில் தொகுக்கப்பட்ட ஒரு செவ்வியல் இலக்கியத்தில் எலும்பு தின்னும் ஒட்டகம் இடம்பெற வாய்ப்பே இல்லை. இந்த இடத்தில் வேளிர் புலப்பெயர்வு மரபுகள், குஜராத் பகுதியில் உள்ள துவாரகையோடு அடையாளப்படுத்தப்படும் துவரை என்ற தொல்நகரம் ஆகியவற்றை மனதில் கொள்ளலாம்.

யானைகளும், சிங்கங்களும்: மேலும் ஒரு புவியியல் புதிர்

ஆசியச் சிங்கம் *(Panthera Leopersica)* என்று அறியப்படும் இந்தியச் சிங்கம் இப்போது குஜராத்தில் மட்டுமே காணப்படுகிறது. ஒருகாலத்தில் மேற்கில் பாரசீகம், மெசபொடேமியா, பலூசிஸ்தான், சிந்து பகுதிகளிலிருந்து கிழக்கில் வங்காளம் வரையிலும்; வடக்கில் ராம்பூர், ரோகில்கண்ட் பகுதியிலிருந்து தெற்கில் நர்மதா நதிக்கரை வரையும் வாழ்ந்த சிங்கங்கள் இப்போது குஜராத்தில் உள்ள கீர் காடுகளில் மட்டும் தனித்து வாழ்கின்றன. இந்தியாவில் வங்காளம் வரை உலவித் திரிந்த சிங்கங்கள் வேட்டையாடப்பட்டுவிட்டன. இந்த ஆசியச் சிங்கங்கள் பற்றி மிக விரிவாக ஆராய்ந்த திவ்யபானுசிங், இவை நர்மதா நதியின் வடக்குக்கரையைத் தாண்டி ஒருபோதும் தெற்காகப் பயணித்ததே இல்லை என்று கூறுகிறார். நர்மதா நதிக்கரையின் தெற்குக்கரையில் இருந்து தென்னிந்தியா முழுவதுமான தீபகற்ப இந்தியாவைப் பொறுத்தவரையில் சிங்கம் என்பது அரசர்களின் அரியாசனத்தின் குறியீடாகவும், ஓவியங்களிலும் மட்டும் பரவிய ஓர் அந்நிய விலங்கு தான். சிங்கம் ஒருபோதும் தீபகற்ப இந்தியாவில் கால்வைத்ததில்லை. இது ஒருபுறம் இருக்க விலங்குகளையும், பறவைகளையும், செடிகொடி மரங்களையும், இயற்கைக் காட்சிகளையும்

துல்லியமாகப் படம்பிடித்து விளக்குகிற சங்க இலக்கியங்களில் சிங்கம் பற்றிய துல்லியமான வர்ணனை இடம்பெறுவது ஆய்வுக்குரியது. பதிற்றுப்பத்தின் 12ஆம் பாடல் சிங்கத்தின் உடல் அமைப்பின் மிகமுக்கியமான கூறுகளை விவரிக்கிறது.

> தார் அணி எருத்தின் வாரல் வள் உகிர்
> அரிமான் வழங்கும் சாரல் பிறமான்
> தோடு கொள் இன நிரை நெஞ்சு
> அதிர்ந்தாங்கு, (பதிற்று. 12: 3-6)

இந்தப் பாடலில் சிங்கத்தின் கழுத்துப்பகுதி, பிடரி மற்றும் வளைந்த நகம் ஆகிய உடல் கூறுகள் தெளிவாகச் சித்தரிக்கப்படுகின்றன. அகநானூற்றின் முதல் பாடலில் சிங்கத்தை யானை விரட்டியடிக்கும் ஒரு நிகழ்வு இடம்பெறுகிறது. அதுமட்டுமின்றி நிகழ்வு நடப்பது ஒரு மலை என்றும், அதன் பெயர் பொதினி, அதை ஆட்சி செய்வது ஆய்வேள் என்ற தலைவன் எனத் தெளிவான புவி அடையாளங்களும் சுட்டப்பட்டுள்ளன.

> ...முருகன் நற்போர் நெடுவேள் ஆவி
> அறு கோட்டு யானைப் பொதினி யாங்கண்...
> (அகம். 1)

> ...அரும்பு அற மலர்ந்த கருங்கால் வேங்கைச்
> சுரும்பு இமிர் அடுக்கம் புலம்பக் களிறு அட்டு,
> உரும்பு இல் உள்ளத்து அரிமா வழங்கும்...
> (நற். 112)

நர்மதை நதியைத் தாண்டி சிங்கம் வரவில்லை என்ற உண்மை ஒருபக்கம் இருக்க, குஜராத் காட்டுப்பகுதியில் ஒருகாலத்தில் யானைகளும் வசித்தன என்பதும் உண்மை. இதைப்போலவே நற்றிணையின் 112ஆம் பாடல் ஒரு யானையைக் கொன்ற பின் ஒரு சிங்கம் எழுப்பிய கர்ஜனையால் மற்ற மிருகங்கள் பயமுற்றதைக் குறிக்கிறது. இந்தச் சித்தரிப்புகளை எப்படி விளக்குவது. வடவேங்கடம் தென்குமரி ஆயிடை தமிழ்கூறும் நல்லுலகம் என்ற வரையறைக்குள் சிங்கமும் யானையும் எவ்வாறு சந்தித்திருக்க முடியும்?

வரலாற்றுக்கு முற்பட்ட தமிழ்த் தொன்மங்களைச் சங்க இலக்கியம் ஆவணப்படுத்தப்பட்டக் காலகட்டத்தின் தமிழ் அரசியல் எல்லைகளுக்குள் அடக்கிப்பார்க்க முடியாது என்பதையும் சங்க இலக்கியப் பதிவுகளில் இடம்பெறும் நிலப்பகுதி மிக விரிவானது என்பதையும் அத்தகைய காலகட்டங்களின் மீள்நினைவுகளும் சங்க இலக்கியத்தில் ஆவணமாகியுள்ளன என்பதையும் நாம் கருத்தில்கொள்ள வேண்டும்.

கலித்தொகையின் 103ஆம் பாடல் சிங்கங்கள், யானைகள், முதலைகள் போன்ற காட்டுவிலங்குகள் ஒரு மழைக்காலத்தில் ஒரு குகைப்பகுதியில் தஞ்சம் புகுந்ததைக் குறிப்பிடுகிறது.

> ...பொரு முரண் முன்பின் புகல் ஏறு பல பெய்து,
> அரிமாவும், பரிமாவும், களிறும், கராமும்
> பெரு மலை விடர் அகத்து ஒருங்கு உடன் குழீஇ,
> படுமழை ஆடும் வரை அகம் போலும் (கலி. 103)

சங்க இலக்கிய உரையாசிரியர்களும், ஆய்வாளர்களும் பொதினி மலையைப் பழனிமலையுடன் தொடர்புபடுத்தி எழுதியுள்ளார்கள். இப்போதுள்ள பழனி மலைப்பகுதியில் சிங்கங்கள் வாழ்ந்திருக்கக் கூடிய வாய்ப்பு அறவே இல்லை. மேலும். சிங்கங்களும், யானைகளும், முதலைகளும், குகைக்குள் ஒன்றாக மழைக்கு ஒதுங்கக்கூடிய காட்டுப்பகுதி தற்காலத் தமிழ்நாட்டு நிலப்பகுதிக்குள் இல்லை. அதேநேரத்தில்

படம் 10.8 - கலித்தொகை 103ஆம் பாடலில் இடம்பெறும் நிலச்சூழலின் சித்தரிப்பு

படம் 10.9 - குஜராத் காட்டுக்கழுதை

சங்க இலக்கியம் ஓர் இயற்கைக் காட்சியை முற்றிலும் கற்பனையாகப் புனைந்துரைக்கிறது என்று சொல்வதற்கும் இடமில்லை. எனவே, சங்க இலக்கியம் சொல்லும் வரலாற்றுக்கு முந்தைய தமிழ் நிலப்பகுதி குஜராத் உட்பட வடமேற்கு இந்தியா மற்றும் பாகிஸ்தானின் ஒரு பகுதியை உள்ளடக்கியதாக இருக்கும் என்று கருதுவதற்கு வாய்ப்பு இருக்கிறது. சிந்துவெளிப் பொறிப்புகளில் புலி, யானை போன்ற விலங்குகள் இருந்தாலும் குதிரையும் சிங்கமும் இல்லவே இல்லை. எனவே சங்க இலக்கியம் சித்தரிக்கும் சிங்கத்தின் இயற்கைச் சூழல் புவியியல் அடிப்படையில் குஜராத்தோடு தொடர்புடையது என்றே தோன்றுகிறது.

இந்தியக் காட்டுக்கழுதை: 'நெய்தல் நில' குஜராத்தின் சுமைதாங்கி விலங்கு

இந்தியக் காட்டுக்கழுதை (*Equus asinus*) என்ற விலங்கானது ஆசிய காட்டுக்கழுதையின் (*Equus hemionus*) ஒரு துணைப்பிரிவு. இது ஆப்பிரிக்கக் காட்டுக்கழுதையிலிருந்து (*Equus africanus*) வேறுபட்ட ஒரு விலங்கினம். ஒருகாலத்தில் தெற்குப் பாகிஸ்தான், ஆப்கானிஸ்தான் மற்றும் தென்கிழக்கு ஈரான் பகுதிகளை உள்ளடக்கிய இந்தியத் துணைக்கண்டத்தின் வடமேற்குப் பகுதிகளில் இந்தியக் காட்டுக்கழுதை வாழ்ந்து வந்தது. தற்போது, இது குஜராத்தின் ரான் ஆப் கட்ச் எனப்படும் கட்ச் சதுப்புநிலப் பகுதிகளில் மட்டும் வாழ்கிறது. ஒனகர் (*Onager*) என்ற ஆசியக் கலப்புக்கழுதைதான் மேற்கு ஆசியாவின் முதல் சுமைதாங்கி விலங்கு என்று ஷெரீன் ரத்னாகர் *Encounters: The Westerly Trade of the Harappa Civilization* என்ற நூலில் குறிப்பிடுகிறார். இந்தியாவைப் பொறுத்தவரையில் ஒனகர் என்ற விலங்கிற்கு நிகரானதுதான் கழுதை (*Equus Asinus*). இந்தக் கழுதையின் தொல் எச்சங்கள் குஜராத்தில் உள்ள ஹரப்பா பண்பாட்டுப் பகுதிகளான ரங்பூர், சுர்கோட்டடா மற்றும் இதர இடங்களான ஹரப்பா, ரூப்பர் ஆகிய இடங்களிலும் கிடைத்துள்ளன. தற்காலக் கழுதையின் மூதாதையரான காட்டு விலங்கு ஆசியக் காட்டுக்கழுதை (*Equus Heminos*). இது இன்று வரை கட்ச் பகுதியில் இருப்பதாகவும் குட்டியாக இருக்கும் போது பிடித்துவிட்டால் அதைப் பழக்கப்படுத்திவிடலாம் என்றும் ரத்னாகர் குறிப்பிடுகிறார். சிந்துவெளி மக்கள் குதிரையை அறிந்திருக்கவில்லை. ஆனால், காட்டுக்கழுதை அவர்களுக்குத் தெரிந்த விலங்காகும். ஹரப்பா அகழ்வாராய்ச்சியில் கிடைத்த எலும்புகளின் மூலமும், முத்திரைகளின் மூலமும் இது புலனாகிறது. இந்த வகை கழுதைகள்தான் ஒட்டகத்துக்கு அடுத்தபடியாகச் சிறந்த சுமைதாங்கி விலங்குகள் என்று சர்தேஷ் பாண்டே தனது நூலில் *Pugal, The Desert Bastion* குறிப்பிடுகிறார்.

இந்தக் காட்டுக்கழுதை இந்தியாவின் தெற்குப் பகுதியில் ஒருபோதும் வாழ்ந்ததில்லை. ஆயினும் சங்க இலக்கியத்தில் பலமுறை குறிப்பிடப்படுகிறது. சிலப்பதிகாரத்தில், இந்திர விழாவுக்குப் பிறகு கோவலன் காட்டுக்கழுதையில் வருவதாக உள்ளது. தமிழில் இது கோவேறு கழுதை என்று அழைக்கப்படுகிறது. கோவேறு கழுதையைச் சங்க இலக்கியம் அத்திரி என்ற பெயரிலும் அழைக்கிறது.

சங்க இலக்கியத்தில் அத்திரி என்ற விலங்கு கடல்சார்ந்த நெய்தல் நிலப்பின்னணியில், கடற்கரையை ஒட்டிய இருங்கழிகளில் பயணிக்கும் விலங்காகவே சித்தரிக்கப்படுகிறது. அத்திரி என்ற கழுதையின் கால்கள் கனமான கருத்த கால்களாகவும், சதுப்புநில இருங்கழிப் பகுதிகளில் எளிதாகப் பயணிக்கக் கூடியது என்றும் விவரிக்கிறார்கள்.

படம் 10.10 - காட்டுக்கழுதையைக் குறிக்கும் சிந்துவெளி முத்திரை M-290

நற்றிணை 278ஆம் பாடலில் காட்டுக்கழுதை கணைக் கால் அத்திரி என்று குறிப்பிடப்படுகிறது. இப்பாடலில் தலைவன் பயணிக்கும் அத்திரி கழிமுகப் பகுதியில் ஓடும்போது அந்த இருங்கழி நீரில் இருந்த இறால் மீன்களைத் தனது குளம்புகளால் மிதித்துச் செல்வதாகக் காட்சி அமைந்துள்ளது.

> கழிச் சேறு ஆடிய கணைக் கால் அத்திரி
> குளம்பினும் சேயிறா ஒடுங்கின,
> கோதையும் எல்லாம் ஊதை வெண்மணலே.
> (நற். 278: 7-9)

அகநானூற்றில் (120) அத்திரி மீண்டும் குறிப்பிடப்படுகிறது. இந்தப் பாடலில் தலைவியைச் சந்திக்க தலைவன் விரைந்து கொண்டிருக்கிறான். அவன் அத்திரி பூட்டிய வண்டியில் பயணிக்கிறான். இருங்கழியில் செல்லும் அத்திரியின் கால் சுறாமீன் கடித்ததால் காயம்பட்டிருக்கிறது. இருந்தாலும் அந்த அத்திரி வலியைப் பொறுத்துகொண்டு வண்டியை விரைந்து இழுத்துச் செல்கிறது என்று இந்தப் பாடல் குறிப்பிடுகிறது.

> மதர் எழில் மழைக் கண் கலுழ, இவளே,
> பெரு நாண் அணிந்த நறுமென் சாயல்
> மாண் நலம் சிதைய ஏங்கி, ஆனாது
> அழல் தொடங்கினளே பெரும, அதனால்
> கழிச் சுறா எறிந்த புண் தாள் அத்திரி
> நெடுநீர் இருங்கழி பரி மெலிந்து அசைஇ,
> வல் வில் இளையரொடு எல்லிச் செல்லாது
> சேர்ந்தனை செலினே சிதைகுவது உண்டோ
> (அகம். 120: 6-13)

ஒரு சுறாவும், காட்டுக்கழுதையும் ஒருசேர இடம்பெறும் இந்தக் காட்சி வியப்பானது. குஜராத் கடற்கரையில் திமிங்கலச் சுறா *(Whale shark)* என்று அறியப்படும் அரியவகை சுறாமீன்கள் இனப்பெருக்கம் செய்கின்றன. இந்தியத் துணைக்கண்டத்தில் காட்டுக்கழுதையும், சுறாவும் ஒன்றாகச் சந்திக்கும் வாயப்புள்ள ஒரே நிலப்பரப்பு குஜராத் மட்டுமே. இங்குள்ள ரான் ஆப் கட்ச் பகுதியின் உவர்நிலம் மட்டும்தான் இச்சம்பவம் நிகழ்வதற்கான சரியான பின்புலம் ஆகும். ஹரப்பா பண்பாடு செழித்திருந்த தோலாவிரா ஒருகாலத்தில் கடல்நீர் சூழ்ந்த பகுதியாகவும், பிறகு வற்றிப் போனதாகவும் தொல்பொருள் ஆய்வாளர்கள் குறிப்பிடுவதை இங்கே நினைவுகூறலாம். இப்பகுதியின் இருங்கழி வற்றிய பின்பு அந்தப்பகுதி முழுவதும் உப்பளமாக ஆகிவிட்டது. குஜராத் நிலப்பகுதியில் திராவிட மொழி பேசியோர் வாழ்ந்தார்கள் என்ற கருத்தை நிறுவமுற்படும் இந்த ஆய்வுக்கு அத்திரியும் அதன் காலைக் கடித்த சுறாவும் ஆவணப்படுத்தப்பட்டுள்ள சங்க இலக்கியமும் மிகமுக்கியமான ஒரு மீள்நினைவுத் தரவை முன்வைக்கின்றன.

தொல்திராவிடத்தில் கழுதை

சிந்துவெளி முத்திரையில் உள்ள காட்டுக்கழுதையின் உருவப்பொறிப்பைப் பற்றி ஆய்வுசெய்த அஸ்கோ பர்போலா, இதைப் 'பின்னங்கால்' என்று பொருள்படும் 'தாள்' என்ற தமிழ்ச்சொல்லுடன் தொடர்புபடுத்தி விளக்குகிறார். கழுதை என்னும் தமிழ்ச்சொல் மலையாளம், கோட்டா, தோடா, கன்னடம், குடகு, துளு, தெலுங்கு, கொலாமி, நாய்கி, பார்ஜி, குவி மற்றும் கோண்டி மொழிகளோடு சொல்லாக்கத் தொடர்பு கொண்டிருப்பதை அவர் சுட்டிக்காட்டுகிறார்.

திராவிட மொழியியல் ஆய்வாளர் பத்ரி ராஜூ கிருஷ்ணமூர்த்தி, கழுதை என்ற சொல்லை மீட்டுருவாக்கம் செய்து அதன்மூலம் தொல்திராவிட மொழியைப் பேசியவர்கள் கழுதையை அறிந்திருந்தார்கள் என்று உறுதிபடக் கூறுகிறார். அநேகமாக, மீட்டுருவாக்கம் செய்யப்பட்ட ஹரப்பா திராவிட மொழியில் கழுதை என்ற சொல் காட்டுக்கழுதையைக் குறிப்பதற்குப் பயன்படுத்தப்பட்டிருக்க வேண்டும். இப்போது வளர்ப்புப் பிராணியாக இருக்கும் கழுதை சிந்துவெளி வழியாகத் தெற்கு ஆசியாவுக்கு வந்தபோது திராவிடர்கள் ஏற்கெனவே காட்டுக்கழுதையைக் குறிக்க பயன்படுத்திய கழுதை என்ற சொல்லை இதற்கும் பயன்படுத்தி இருக்க வேண்டும். இவ்விரண்டு விலங்குகளுக்கும் இடையிலான உருவ ஒற்றுமை இதற்குக் காரணமாக இருந்திருக்கக்கூடும்.

அஸ்கோ பர்போலா கழுதையை, 'உப்புப் பாலையின் உதை விலங்கு' *(Kicker of the salt desert)* என்று சொல் பொருள் பிரித்து விளக்குகிறார்- **kaZ(i) / *kaLLar 'saline soil' and *utay 'to kick'*. காட்டுக்கழுதைகள் உப்புப் பாலையில் வசிக்கின்றன; கடுமையாகப் பின்னங்காலால் உதைக்கக் கூடியவை. *(Parpola 2010)*

சங்க இலக்கியத்தில் வணிகர்களின் சுமைகளைச் சுமந்து செல்லும் விலங்காக அல்லது உப்புப் படுகையில் சுமை தூக்கும் விலங்காகக் கழுதை சித்தரிக்கப்படுகிறது. காட்டு அத்திரியும், கழுதையும் இதுபோன்ற குறிப்பிட்ட பணிகளுக்காகப் பழக்கி வளர்க்கப்பட்டிருக்க வேண்டும். பிங்கல நிகண்டு கழுதையை ஒரு குதிரை இனமாகக் குறிப்பிடுகிறது. திவாகர நிகண்டு அதைக் கழுதை *(Ass)* என்றே விளக்குகிறது. சிலப்பதிகாரத்தில் அத்திரி 'கோவேறு கழுதை' அல்லது கழுதை என்ற சொல்லால் விளக்கப்படுகிறது. காட்டுக்கழுதை மற்றும் நாட்டுக் கழுதைகளுக்கான சொற்பயன்பாட்டு வரலாற்றில் காலந்தோறும் குழப்பம் இருந்துள்ளது. இந்த இரண்டு கழுதைகளுக்கும் இடையிலான மிக நெருக்கமான உருவ ஒற்றுமையே இதற்குக் காரணம் என்பதையும் ஒப்புக்கொள்ள வேண்டும்.

குஜராத் இடப்பெயர்களில் பழைய பயணங்களின் பாதச்சுவடுகள்

இந்த இயலில் நாம் விவாதித்த செய்திகளை இன்னொரு நோக்கில் வலியுறுத்தும் வகையில் குஜராத்தின் வரலாற்றுக் கால மற்றும் தற்கால நிலப்பகுதிகளில் உள்ள இடப்பெயர் சான்றுகளை இப்போது காணலாம். இப்பகுதிகளில் திராவிட மொழி/மொழிகளைப் பேசிய மக்கள் ஒருகாலத்தில் வாழ்ந்தார்கள் என்பதை இச்சான்றுகள் வலியுறுத்தும்.

ஒருசொல் இடப்பெயர்கள்

குஜராத், மகாராஷ்டிரா போன்ற மேற்கு இந்திய மாநிலங்களின் இடப்பெயர்களில் எஞ்சியுள்ள திராவிடக் கூறுகள் பற்றி சங்காலியாவும், சவுத்வொர்த்தும் விரிவாக விளக்கியுள்ளனர். இதுபற்றி முந்தைய இயல்களில் நாம் பேசியிருக்கிறோம். எடுத்துக்காட்டாக Vali, Bavali, Bavaliya, Jamvali, Savali, Devaliya, Karvali ஆகிய இடங்களைச் சவுத்வொர்த் அடையாளப்படுத்துகிறார். இப்பெயர்களில் இடம்பெறும் 'Vali' என்ற சொல்லிற்குச் சிற்றூர் அல்லது கிராமம் என்று பொருள். இதை ஒரு திராவிட மொழிக் கூறு என்று சவுத்வொர்த் விளக்குகிறார். தற்போதைய குஜராத்தில் இந்த இடப்பெயர் விகுதி வலி, வலியா எனப் பயன்படுத்தப்படுகிறது.

குஜராத்தில் காணப்படும் மலை, பள்ளி, படி போன்ற ஒருசொல் இடப்பெயர்கள் இப்பகுதிகளில் திராவிட மொழி மக்கள் ஒருகாலத்தில் வாழ்ந்தார்கள் என்பதை ஆணித்தரமாக வலியுறுத்துகிறது. ஏனெனில் இடங்களின் கூறுகளின் அடிப்படையில் வழங்கப்படும் ஒருசொல் இடப்பெயர்கள் தொன்மையின் அடையாளமாகும். தமிழ்நாட்டில் மலை, பள்ளி போன்ற பொதுப்பெயர்கள் இன்றளவில் விகுதிகளாக இடம்பெறுகின்றனவே தவிர, ஒருசொல் இடப்பெயர்களாக இடம்பெறுவது இல்லை. எனவே, குஜராத் நிலப்பகுதிகளில் இப்பெயர்கள் ஒருசொல் இடப்பெயர்களாக வழங்குவதை இப்பயன்பாட்டின் தொன்மைக்கான சான்றாக எடுத்துக்கொள்ளலாம்.

சங்க இலக்கியத்தில் 'போர்' என்ற இடப்பெயர் இடம்பெறுகிறது. இச்சொல் போர்க்களம், சண்டை என்ற பொருளுடன் வழங்கும் அதே சொல்லுடன் (போர்) குழப்பமாகப் புரிந்து கொள்ளப்படும். எனவே, போர் என்ற ஊர் தற்காலத் தமிழ்நாட்டில் போரூர் என்று அறியப்படுகிறது. காலப்போக்கில் போரூர் என்ற பெயரும் திரு என்ற முன்னொட்டு சேர்ந்து திருப்போரூர் என்றும் அழைக்கப்படுகிறது. இதிலிருந்து போர் என்ற ஒருசொல் இடப்பெயரின் தொன்மையையும், சங்க இலக்கியக் காலத்திலிருந்து இன்றுவரை அதன் தொடர்ச்சியையும் புரிந்துகொள்ளலாம். இந்நிலையில் குஜராத்தில் போர் என்ற இடப்பெயர் ஒருசொல் இடப்பெயராக இன்றுவரை வழங்கப்படுவதை நாம் புறக்கணித்துக் கடந்து செல்ல இயலாது. குஜராத்தில் வழங்கும் போர் என்ற சொல்லை ஓர் எதேச்சையான நிகழ்வு என்றும் சொல்ல முடியாது. ஏனெனில் சங்க இலக்கியத்தோடு தொடர்புடைய இன்னும் பல இடப்பெயர்கள் குஜராத்தில் உள்ளன.

வேளிர்/துவரை இடப்பெயர்கள்

வேளிர், பாண்டியர்கள் மற்றும் தமிழ்த் தொன்மங்களோடு பொதுவாகத் தொடர்புடைய துவரை, கபாடபுரம் போன்ற இடப்பெயர்கள் பற்றி நாம் ஏற்கெனவே விவாதித்துள்ளோம். அதைத்தவிர கட்ச் பகுதியில் பாண்டியா என்ற இடப்பெயரும், சௌராஷ்டிர பகுதியில் கொர்க்கி என்ற இடப்பெயரும் வழங்குவது குறிப்பிடத்தக்கது.

வேளிர் புலப்பெயர்வும், அகத்தியர் மரபுக்கதையும் புறநானூற்றுப் பாடலில் பேசப்படுகிறது. குஜராத்தில் இடம்பெறும் மேரு, அகத்தியா, துவர், வேலாலா, வேள்புரா, வேள்பரி, விந், காவெரியா மற்றும் பொதியா என்ற இடப்பெயர்கள் வேளிர் புலப்பெயர்வுகள் மற்றும் அகத்தியர் பற்றிய மரபுக்கதைகள் அனைத்தையும் கொத்தாக நினைவுபடுத்துகின்றன. அகத்தியர் மரபு பற்றிய உரிமைகோரல் மதுரைப் பகுதியில் உள்ள பாண்டிய வேளார் மரபுகளிலும் காணப்படுவதை நாம் ஏற்கெனவே சுட்டிக்காட்டியுள்ளோம்.

எனினும், வேளிர் புலப்பெயர்வு பற்றி இவ்விடத்தில் பேசுவதால் வேளிர் தொடர்பான பெயர்களை ஒப்பிட்டு ஆராய்வது பொருத்தமாக இருக்கும். குஜராத் பகுதியில் வேள் என்ற முன்னொட்டுடன் கூடிய 38 இடப்பெயர்கள் உள்ளன. வேளுகாம், வேள்கோட்டார், வேளகோட், வேள்வாட், வேளவடர் போன்ற சில இடப்பெயர்களை எடுத்துக்காட்டாகக் கூறலாம். குஜராத்தில் இடம்பெறும் வீரை, போர், மாங்குடி, பாலி, துவர், கச்ச், குரால், பட்டன், கடியாலி மற்றும் பக்ரோல் ஆகிய இடப்பெயர்கள் சங்க இலக்கியங்களில் ஆவணப்படுத்தப்பட்டுள்ள வீரை, போர், மாங்குடி, பாலி, துவரை, கச்சி, குராலம், பட்டினம், கடியலூர் ஆகிய இடப்பெயர்களையும் பஃறுளி என்ற ஆற்றின் பெயரையும் நினைவுபடுத்துகின்றன. இந்த இடப்பெயர்கள் சங்க இலக்கிய இடப்பெயர்களோடு ஒலி/எழுத்து அடிப்படையில் ஒற்றுமை காட்டுகின்றன என்பது மட்டும் இங்கே முக்கியம் இல்லை. இந்தப் பெயர்கள் சங்கத் தமிழ் மரபுகளுக்கு எவ்வளவு முக்கியம் என்பதோடு, இந்தப் பெயர்கள் குஜராத் மற்றும் மேற்கு, வடமேற்குப் பகுதிகளில் இன்று முக்கியமாக இல்லை என்பதுதான் அதன் பின்னால் உள்ள வரலாற்று முடிச்சுகளைப் புலப்படுத்தும்.

சங்க இலக்கியத்தில் வீரை என்ற இடப்பெயர் வேளிர் தலைவனான தித்தன் வெளியனோடு தொடர்பு கொள்கிறது. தற்கால அகழாய்வாளர்கள் அரிக்கமேடு அகழாய்வுத் தளத்துக்கு அருகே உள்ள வீராம்பட்டினம் என்ற இடத்தைச் சங்ககால வீரையோடு தொடர்புபடுத்துகின்றனர். அரிக்கமேட்டில் சங்க காலத்தோடு தொடர்புடைய அகழாய்வுத் தடயங்கள் கிடைத்திருப்பது இதற்குக் காரணமாக இருக்கக்கூடும். சங்க இலக்கியத்தில் மாங்குடி மருதன் என்ற சங்ககாலப் புலவர் முக்கியமானவர் என்பதை "மாங்குடி மருதன் தலைவன் ஆக" (புறம். 72) என்ற சங்க இலக்கிய பாடலால் அறிந்துகொள்ளலாம். இவரின் பெயரில் உள்ள மாங்குடி என்பது இடப்பெயர். இப்பெயர் குஜராத்தில் இன்னும் எஞ்சியிருக்கிறது. துவரை என்ற வேளிர் புலப்பெயர்வுகளோடு தொடர்புடைய நகரின் பெயர் துவர் என்ற பெயரில் வடமேற்கில் எஞ்சியிருப்பதை நாம் கருத்தில்கொள்ள வேண்டிய தேவை இருக்கிறது.

சிங்கத்தையும் ஒட்டகத்தையும் பற்றி பேசும் பாடல்களில் தகடூர் மற்றும் ஆவி என்ற பெயர்கள் இடம்பெறுகின்றன (பதிற்று. 12, 78; அகம். 01, 245). இப்பெயர்களை குஜராத்தின் தகட் *(Thagad)*, ஆவிதா *(Avidha)* ஆகியவற்றுடன் ஒப்பிடலாம். யானையைக் கொன்ற சிங்கம் பற்றிய சங்கப் பாடலை எழுதியவர் பெருங்குன்றூர் கிழார் என்ற புலவர். பெருங்குன்றூர் என்ற இடத்தினுடைய கிழார் என்பதுதான் அப்பெயரின் பொருள். அவருடைய பெயரில் பெரு என்ற அடைமொழியும், ஊர் என்ற விகுதியையும், கிழார் என்ற விகுதியையும் நீக்கிவிட்டுப் பார்த்தால் எஞ்சியிருக்கும் இடப்பெயர் சொல் குன்று என்பது மட்டுமே. குஜராத்தில் குண்ட் *(Kund)* அல்லது குண்றி *(Kunri)* போன்ற இடப்பெயர்கள் இடம்பெறுவது கவனிக்கத்தக்கது. அதுமட்டுமின்றி குஜராத்தில் இருமுறை இடம்பெறும் ஓரி *(Ori)* என்ற ஒருசொல் இடப்பெயர் ஓரி என்ற தலைவனின் பெயரை நினைவுபடுத்துகிறது.

குஜராத்தில் உள்ள மலை, பண்றி, குட, வேனா போன்ற இடப்பெயர்கள் பழந்தமிழ் இலக்கியங்களில், உரையாசிரியர்களின் உரைகளில் இடம்பெற்றுள்ள நிலப்பிரிவுகளை நினைவுபடுத்துகின்றன. குஜராத்தில் இன்றுவரை வழக்கில் உள்ள பல ஒருசொல் இடப்பெயர்களும், இடப்பெயர் விகுதிகளும் சங்க இலக்கியங்களில் ஆவணப்படுத்தப்பட்டுள்ள இடப்பெயர்களோடு மட்டுமின்றி நிகழ்காலத் தமிழகத்தில் பழைய மரபுகளின் தொடர்ச்சியாக இன்றுவரை எஞ்சியுள்ள பெயர்களோடும் ஒப்பிடத்தக்கவை.

தலையாலங்கானத்து செருவென்ற பாண்டியன் நெடுஞ்செழியன் என்பவன் தனது புறநானூறு 72ஆம் பாடலில் புலவர் அவையின் தலைவனான மாங்குடி மருதனார் என்ற புலவரைப் பற்றி வாழ்த்துகிறார். பாண்டிய மன்னர் ஒருவரால் சுட்டப்படுவது என்பது அவரது முக்கியத்துவத்தைக் காட்டுகிறது. இந்தப் பெயரில் மருதன் என்பது இயற்பெயர், ஆர் என்பது மரியாதை விகுதி, மாங்குடி என்பது இடப்பெயர். இதற்காக மாங்குடி மருதனார் என்ற புலவர் சங்ககாலத் தமிழ் நிலப்பகுதியில் வாழ்ந்திருக்கவில்லை என்று கருதத் தேவையில்லை. பூர்வீக இடப்பெயர்கள் தலைமுறைகளாக தொடர்வது உலகெங்கும் காணப்படும் ஒரு நடைமுறைதான். இந்த மாங்குடி மருதனார் என்ற பெயர் ஒருவேளை அந்தப் புலவரின் தொன்மையை நினைவுகூரச் செய்திருக்கலாம். அல்லது மாங்குடி என்ற இடப்பெயர் மருதனார் என்ற சங்கப்புலவரின் குடியுரிமைப் பெயராகத் தலைமுறைகளாக தொடர்ந்து வந்திருக்கலாம். இதில் உண்மை எதுவாக இருந்தாலும், குஜராத்தில் மாங்குடி என்ற பெயர் வேளிர் புலப்பெயர்வுகளோடு தொடர்புடைய துவரை என்று ஒப்பிடத்தக்க துவர் என்ற இடப்பெயரோடு சேர்ந்து வழங்குகிறது. அதுமட்டுமின்றி மலை, பன்றி, குட, வீரை போன்ற பல்வேறு இடப்பெயர்களும் அப்பகுதிகளில் வழங்குகின்றன என்பதை ஒருசேர பார்க்க வேண்டிய தேவை இருக்கிறது. மாங்குடி என்பது தமிழ்நாட்டைப் பொறுத்தவரையில் இன்றுவரை வழங்கும் ஒரு பெயர் என்பதால் இந்தப் பெயரின் தொடர்ச்சியை விளக்க வேறு சான்று தேவையில்லை. குஜராத் கடற்கரைப் பகுதிகளில் உள்ள அலங் *(Alang)* என்ற இடத்தின் பெயர் மாங்குடி மருதனார் பற்றிய பாடலை எழுதிய புலவனும் அரசனுமான பாண்டியனின் ஆலங்கானம் என்ற இடப்பெயரை நினைவுபடுத்துகிறது.

இந்த இயலில் சான்றுகளாகக் கொடுக்கப்பட்டுள்ள திராவிட மொழியின் தொன்மையான இலக்கியச் சான்றுகள் சங்க இலக்கியத்தில் மீள்நினைவுகளுடன் தொடர்புடைய புவியியலைத் தெளிவாக மறுவரையறை செய்கின்றன. சங்க இலக்கியத்தில் வரும் சில கூறுகள் குஜராத் நிலப்பகுதியைத் தவிர வேறு எந்த நிலப்பகுதிக்கும் பொருந்தாது. அடுத்த இயலில் திராவிட மகாராஷ்டிரா பற்றி பேசலாம்.

திராவிட குஜராத்
துவர்
பாட்டண்
பாலி
மேரு
ரங்பூர்
குண்ரியா
தோலவிரா
சுர்கோட்டடா
கச்
அகத்தியா
வீரை
காவேரியா
மாங்குடி
பல்லி
விண்த்
பாண்டியா
கோல தோரா
பாவலி
வேணா
மலை
பெட் துவாரகா
லோத்தல்
பக்ரோல்
பொதியா
தகடி
துவாரகா
ஜம்வலி
போர்
குரால்
வலி
அவிதா
குண்த்
குடா
பொதியபடா
ஆலங்
பாடி
கொர்கி
கர்வலி
கண்காய்
கடியாலி
பழந்தமிழ் இலக்கியங்களில் இடம்பெறும் பெயர்கள் குஜராத் நிலபகுதியில் இடப்பெயர்களாக
சிந்துவெளி பகுதிகள்
ஒருசொல் பொதுப்பெயர்கள் இடப்பெயர்களாக
அரபிக்கடல்
0 மீ
1224 மீ
உயரம்
N

நிலவரைபடம் 10.1

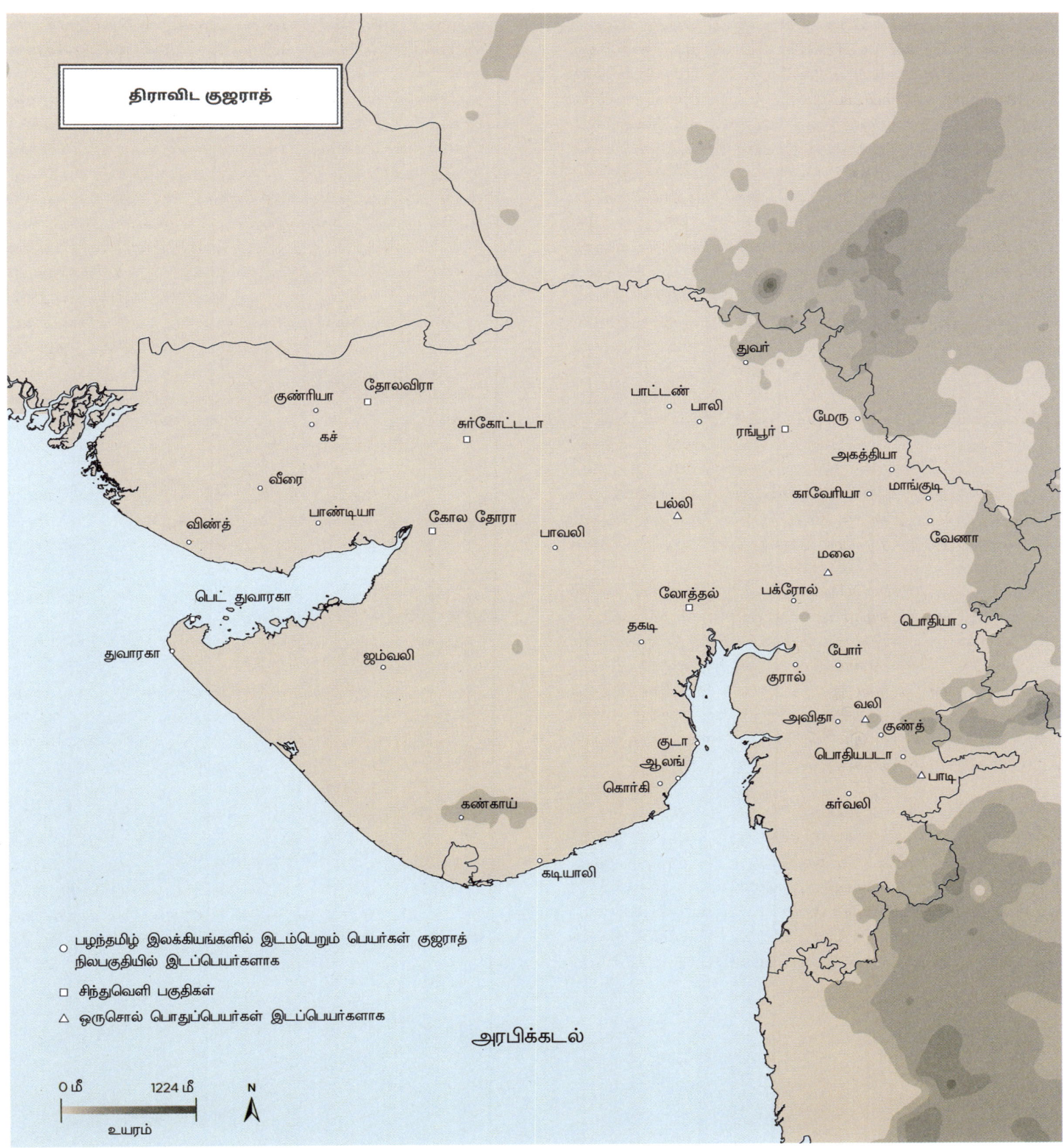

குஜராத்திலும் தமிழ்நாட்டிலும்
ஒற்றுமையான இடப்பெயர்கள்
சாரல்
துவர்
துவர்
குக்கடி
கலரி
மண்டலி
வீராணி
தாரா
வாணி
காரை
திம்பாடி
வாடி
பலையா
பரலி
துவா
ஜம்புடி
சாணி
சூரை
அணியாலா
குண்டல்
குரால்
காண்தாரி
சங்காணி
வீரவாடி
யால்
காணாட்
தாணா
அம்பாடி
செஞ்சல்
பாடி
காரோட்
பாலி
கணை
காரண்
காஞ்சி
கரடி
டோலி
பாலவாடி
ஆம்பூர்
அரபிக்கடல்
0 மீ
1224 மீ
உயரம்
N

நிலவரைபடம் 10.2

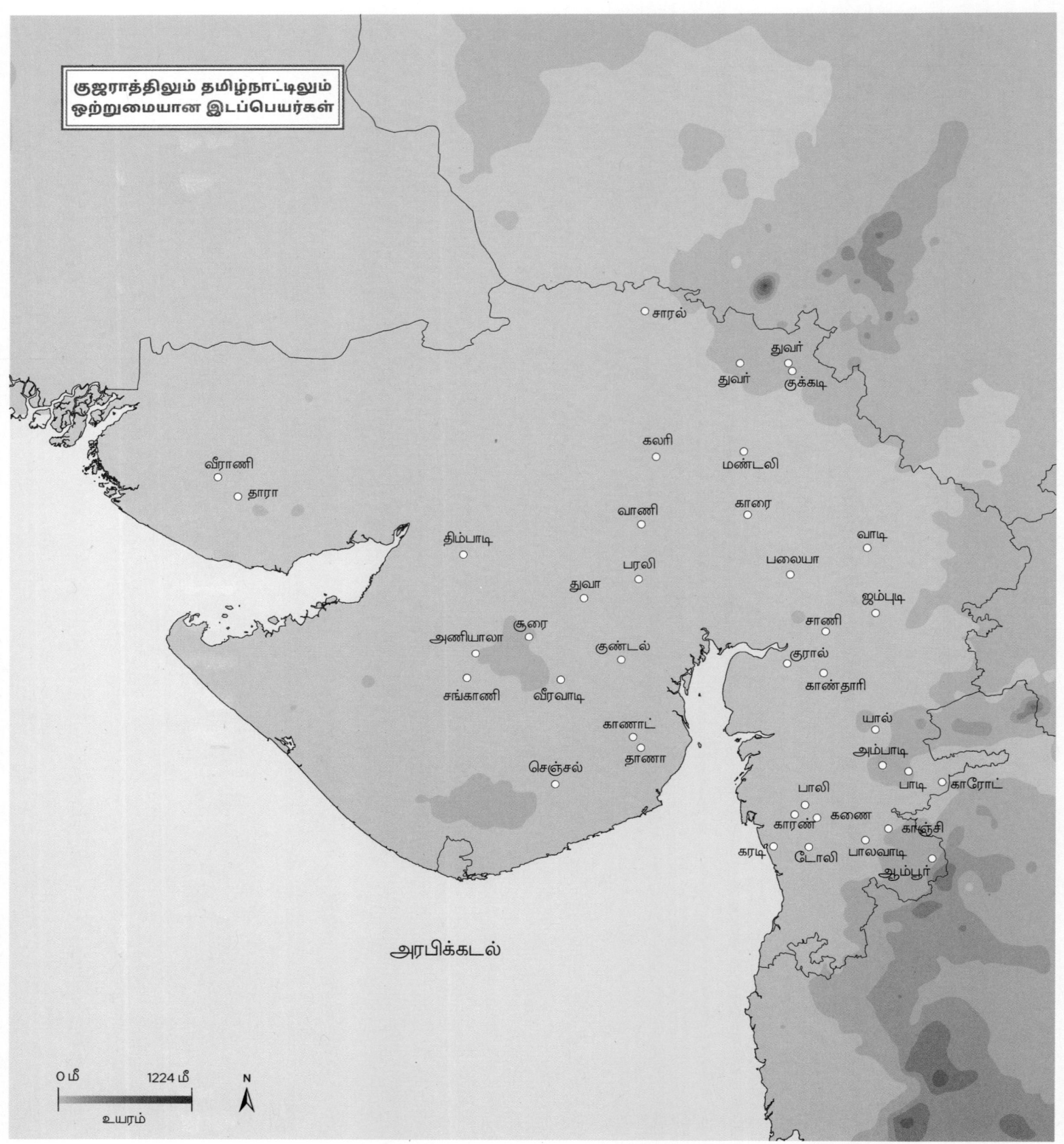

குஜராத்தில் 'வேல்' என்ற
முன்னொட்டுடன் கூடிய இடப்பெயர்கள்
வேலவாஸ்
வேலவபுரா
வேல்வாடா
வேலடா
வேலணியா
வேல்புரா
வேலண் வாடா
வேலவாட்
வேல் கோடார்
வேலாலா
வேல்பூர்
வேலரி
வேலுகம்
வேல்வாடர்
வேலச்சண்டி
வேலரியா
வேலச்சா
வேலவி
வேலடா
வேலுக்
வேலண்சா
வேலண்பூர்
வேல்போர்
வேல்வா
வேல்கோட்
வேலன்
அரபிக்கடல்
0 மீ
1224 மீ
உயரம்
N

நிலவரைபடம் 10.3

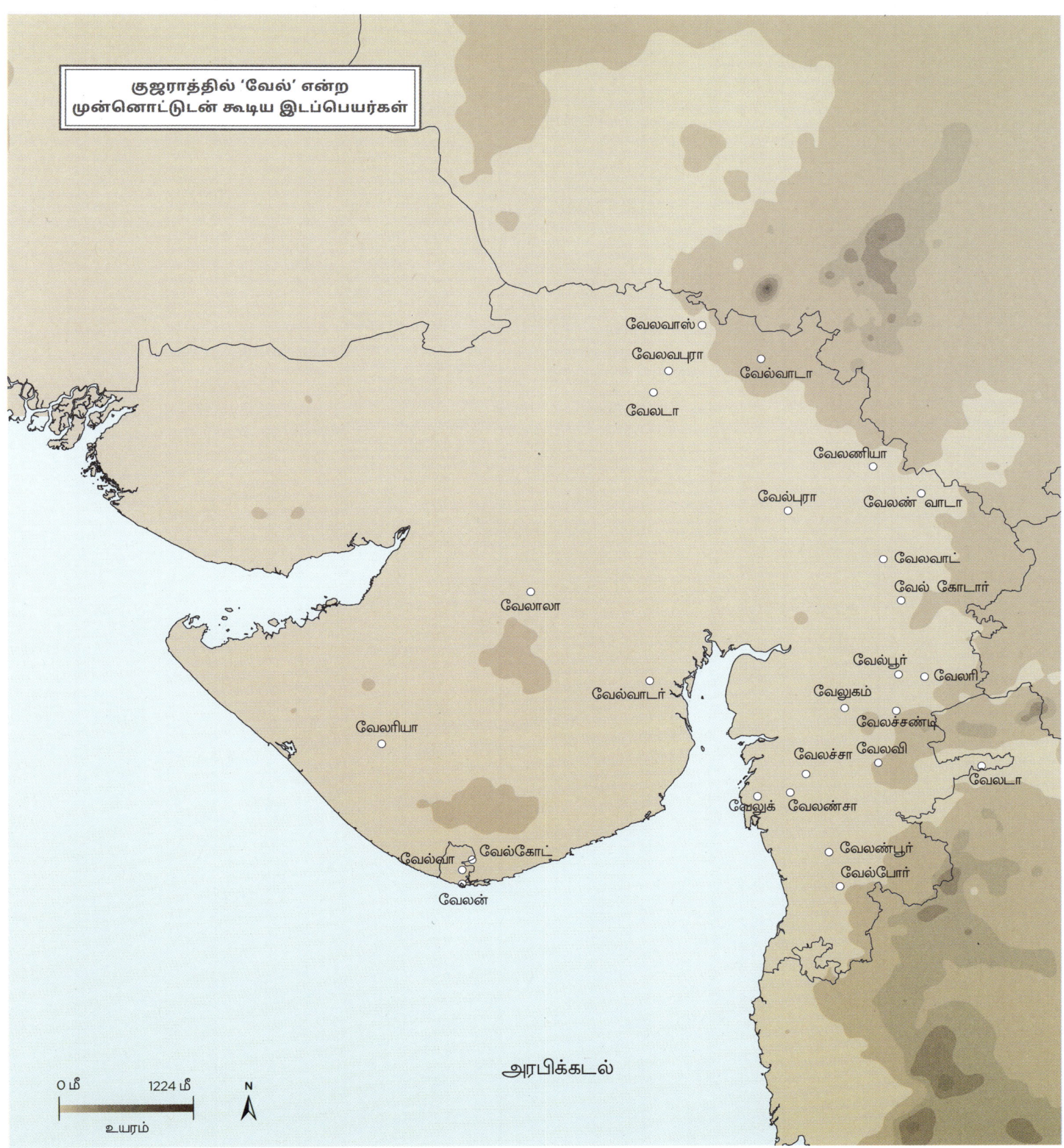

இயல் பதினொன்று

திராவிட மகாராஷ்டிரா

நன்னனின் பொன்நிலம்

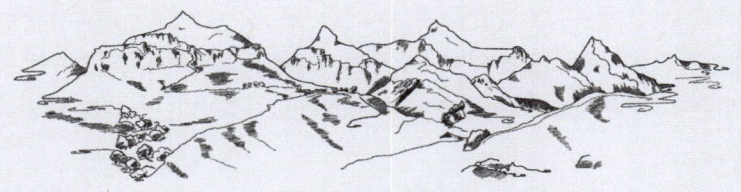

“காளிதாசர், சத்தசஈ என்ற இலக்கியத் தொகுப்பை அறியாமல் இருந்திருக்க முடியாது (அவரே அபிஞான சாகுந்தலத்தில் ஒரு பாடலை மகாராஷ்ட்ரி மொழியில் எழுதியுள்ளார்). அவர் எழுதிய காதல் உணர்வு சார்ந்த சமஸ்கிருதக் கவிதைகளில் சத்தசஈ கவிதைகளின் காதல் இலக்கிய அணுகுமுறையைத் தயக்கமின்றிக் கையாண்டுள்ளார். இப்படியாக காளிதாசர் தன்னையும் அறியாமல் சங்க இலக்கியங்களின் அகப்பாடல் இலக்கிய உத்தியைச் சமஸ்கிருத மொழிக்குள் கொண்டுசேர்த்துவிடுகிறார். தற்போது தெற்கு ஆசியாவில் சமஸ்கிருதத்திற்கு முற்பட்ட மொழியியல் அடிஅடுக்கின் தாக்கங்களைத் திராவிட மொழிக் குடும்பத்தைச் சேர்ந்த தமிழ்மொழி மற்றும் இந்தோ-ஆரிய மொழிக் குடும்பத்தைச் சேர்ந்த பிராகிருத வட்டார வழக்குகள் ஆகியவற்றின் ஊடாக மட்டுமே புரிந்துகொள்ள முடியும் என்பது மேலும் விவாதித்து அறியப் பொருத்தமான களமாகும்.”

- இந்திரா பார்த்தசாரதி

திராவிட மகாராஷ்டிரா: நன்னனின் பொன்னிலம்

சங்க இலக்கியங்களில் குறிப்பிடப்படும் தமிழ்த் தொன்மங்களின் முக்கியமான ஆளுமை நன்னன். பண்டையத் தமிழ் மரபுகளில் மிக ஆழமாக வேரூன்றியவன் அவன். அதுமட்டுமின்றி அந்த நன்னனோடு இந்தியாவில் வேறு எந்த மொழிக்குடும்பமும் இலக்கிய ஆவணப்பதிவும் சொந்தம் கொண்டாடவில்லை.

நன்னனின் நிலப்பகுதியான ஏழில் குன்றம் சங்க இலக்கியங்களில் அகநானூறு, மலைபடுகடாம், புறநானூறு, நற்றிணை, குறுந்தொகை, பதிற்றுப்பத்து ஆகிய ஆறு இலக்கியங்களில் 20 பாடல்களில் குறிப்பிடப்படுகிறது. நற்றிணையின் 391ஆம் பாடல் நன்னனைப் 'பொன்படு கொண்கான நன்னன்' என்று சிறப்பிக்கிறது. தற்காலப் புவிச்சூழலில் கொண்கானம் என்ற நிலப்பகுதியின் பெயரை நாம் உச்சரித்துமே மேற்குக்கடற்கரைப் பகுதியில் உள்ள கோவா மற்றும் மகாராஷ்டிரா மாநிலங்களின் கடற்கரையும் அதை ஒட்டிய பகுதிகளும்தான் நினைவுக்குவரும். ஆயினும், மிகத்தொன்மையான சங்க இலக்கியங்கள் குறிப்பிடுகிற இந்த நன்னன்-கொண்கான உறவை எப்படி உறுதிசெய்வது என்ற கேள்வியோடு மகாராஷ்டிரா மாநிலத்தின் இடப்பெயர்களை ஆய்வுசெய்தபோது நம்பமுடியாத பல தரவுகள் கிடைத்தன.

சங்க இலக்கியங்களில் குறிப்பிடப்படுகிற பல்வேறு இடங்களின் பெயர்கள், குன்றுகளின் பெயர்கள், நதிகளின் பெயர்கள் மகாராஷ்டிராவில் இன்றுவரை எஞ்சியுள்ளன என்ற சான்றாதாரம் வியப்பை அளிக்கிறது. அதுமட்டுமின்றி, கூகுள் எர்த் (Google earth) செயலியின் துணைகொண்டு மகாராஷ்டிரா நிலப்பகுதிகளை ஆராய்ந்தபோது சங்க இலக்கியம் குறிப்பிடும் நன்னனோடு தொடர்புடைய பல இடங்களின், மலை, குன்று, நதிகளின் பெயர்களாகவே உள்ளன. சங்க இலக்கியம் குறிப்பிடும் புன நாடு, வல்லம், அரையம், ஏழில் குன்றம், பறம்பு, மாந்தரம், நேரி போன்ற இடப்பெயர்களோடு இணையாக ஒப்பிட்டு ஆய்வு செய்யத்தக்க பல இடப்பெயர்களும் கிடைத்துள்ளன. புனே, வால்ஹே, அரேய், சப்தஸ்ருங்க, பரம்பி, மாந்தர், நேரி ஆகிய பெயர்கள் எவ்வகையில் இந்த இடப்பெயர்களோடு ஒப்பிடத்தக்கன என்பதைப் பற்றி விவாதிப்போம். அதுமட்டுமின்றி இவ்வாறு ஒப்பிடத்தக்க பல பெயர்களும் நதிக்கரையை ஒட்டியே அமைந்திருப்பது குறிப்பிடத்தக்கது.

ஏழு என்ற எண்ணின் சிறப்பு

ஏழில் குன்றம் என்ற இடப்பெயரைப் பற்றி விவாதிப்பதற்கு முன்பாக அப்பெயரில் இடம்பெறும் ஏழு என்ற எண்ணின் சிறப்பிடத்தைப் பேசுவது பொருத்தமாகும். ஏழு என்ற எண் உலகின் பல்வேறு பண்பாடுகளில் முக்கியத்துவம் வாய்ந்த எண்ணாகக் கருதப்படுகிறது. ஏழு மலைகள், ஏழு குன்றங்கள், ஏழு வீடுகள், ஏழு நிறங்கள், இசையில் பயன்படுத்தப்படும் ஏழு சுரங்கள், ஏழு கன்னியர் என ஏழு என்ற எண்ணின் முக்கியத்துவம் பண்பாட்டின் பல களங்களையும் சார்ந்து இயங்குகிறது. பழந்தமிழ்ப் பண்பாட்டிலும் ஏழு என்ற எண் சிறப்பிடம் பெருகிறது. ஏழு என்ற எண்ணின் தொன்ம முக்கியத்துவத்தை விளக்கும் பல தொல்மரபுகள் தமிழ் மொழியில் உண்டு. எடுத்துக்காட்டாக:

- சங்க இலக்கியங்கள் குறிப்பிடும் கடையெழு வள்ளல்கள்
- ஏழு அரசர்கள் (சிறுபா. 113, அகம். 209, புறம். 99)
- சடங்கில் படைக்கப்படும் ஏழு கலம் (குறு. 210)
- ஏழ் ஊர்ப் பொது வினைக்கு (குறு. 172) என்பதில் ஏழு என்ற எண்மப்பெயர் ஏழு என்ற எண்ணைக் குறிப்பது மட்டுமில்லாமல் பொதுவாக எண்ணிக்கைப் பெருக்கம் என்ற பொருளையும் குறிப்பதாகத் தோன்றுகிறது.
- ஏழின் மீது ஏழு அடுக்கிய என்ற கருத்தாக்கத்தை மூஏழ் உலகம் (பரி. 3: 9); மூவேழ் துறைபும் (புறம். 166: 8); ஈர் ஏழின் இடம் முட்டாது (புறம். 166: 20); ஈர் எழு வேளிர் இயந்து ஒருங்கு எறிந்த (அகம். 135: 12) ஆகியவை சுட்டுகின்றன.

ஏழில், ஏழு குன்றம், ஏழு எயில் பற்றிய குறிப்புகள்

ஏழில் என்பது இடப்பெயராக சங்க இலக்கியங்களில் இடம்பெறுகிறது

> எம் இல் அயலது ஏழில் உம்பர் (குறு. 138: 2)
>
> ஏழில் நெடு வரை பாழி சிலம்பில் (அகம். 152: 13)
>
> இன மழை தவழும் ஏழில் குன்றத்து (அகம். 345: 7)
>
> ஏழ் எயில் கதவம் எறிந்து கைக்கொண்டு
> நின் (புறம். 33: 8)

ஏழ் என்ற எண்ணுப்பெயர், இடப்பெயர் முன்னொட்டாகத் தற்காலத் தமிழ்நாட்டில் பல இடங்களில் வழங்கப்படுகிறது. தமிழ்நாட்டில் ஏழூர் என்ற இடப்பெயர் ஐந்து இடங்களில் பயன்படுத்தப்படுகிறது. எழுமாத்தூர் என்ற பெயர் இருமுறை பயன்படுத்தப்படுகிறது. இவை தவிர ஏழுமலை, ஏழுமேடு, ஏழுதேசம், எழுவன் கோட்டை போன்ற இடப்பெயர்களும் உள்ளன. இவற்றில் எழுமாத்தூர் என்ற பெயர் ஒன்பதாம் நூற்றாண்டின் கல்வெட்டு ஒன்றிலும் பயன்படுத்தப்பட்டிருப்பதால் இது முக்கியமான பெயராகக் கருதப்படுகிறது. கொங்குப்பகுதி மக்களின் மரபுசார்ந்த நாட்டுப்பிரிவுகளாகக் கருதப்படும் பிரிவுகளில் ஒன்று மேல்கரை பூந்துறைநாடு. இப்பகுதியில் எழுமாத்தூர் என்ற ஊர் உள்ளது. இப்பகுதியில் உள்ள மலை எழுமாத்தூர் மலை என்று அழைக்கப்படுகிறது. தமிழ்நாட்டில் உள்ள செங்கம் என்ற இடத்தில் உள்ள கல்வெட்டில் கொங்குப்பகுதியில் எழுமாத்தூர் என்ற இடத்தில் வாழ்ந்த "சாகாடச்சிற்றன்" என்ற குறிப்பு உள்ளது.

படம் 11.1 - ஏழு கோடுகள் கொண்ட சிந்துவெளி முத்திரைகள்

கர்நாடக மாநிலத்திலும் ஏழ் என்ற இடப்பெயர் முன்னொட்டு பல இடங்களில் பயன்படுத்தப்படுகிறது. எலுகர், எலஹர், எலகோடு, எலநாடு, எலகொண்டனஹள்ளி, எல்லூர் போன்ற பெயர்கள் இதற்கு எடுத்துக்காட்டு. கர்நாடகாவில் கிடைத்துள்ள ஆறாம் நூற்றாண்டைச் சேர்ந்த கல்வெட்டில் தமிழ் வட்டெழுத்தில் ஏழூர் என்ற பெயர் இடம்பெறுகிறது.

ஆறாம் நூற்றாண்டைச் சேர்ந்த இந்தத் தமிழ் வட்டெழுத்து கல்வெட்டு கர்நாடகத்தில் உள்ள சித்திரதுர்கா என்ற இடத்தில் கண்டுபிடிக்கப்பட்டுள்ளது. இதில் மோநலஞ் சாத்தன் என்ற பெயர் கொண்ட ஒருவர் ஏழூரைச் சேர்ந்தவர் என்ற குறிப்பு கிடைக்கிறது. இதைப்பற்றி ஐராவதம் மகாதேவனும் தனது நூலில் குறிப்பிட்டுள்ளார் (Mahadevan 2003: 480).

நன்னனின் ஏழில் குன்றம்

சங்க இலக்கியங்கள், பொன்வளம் மிக்க கொண்கானத்தில் உள்ள ஏழில் என்ற குன்று சூழ்ந்த பகுதியை ஆண்டதாகப்

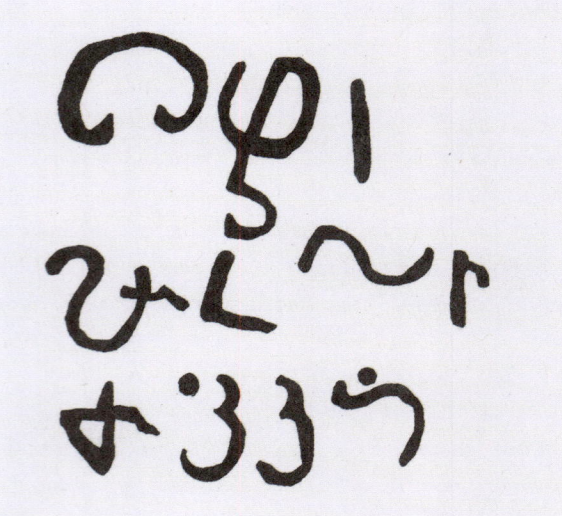

படம் 11.2 - வட்டெழுத்தில் ஏழூர் என்ற பெயர் இடம்பெறும் ஆறாம் நூற்றாண்டைச் சேர்ந்த சித்திரதுர்கா கல்வெட்டு, கர்நாடகம்

பெருமிதத்துடன் குறிப்பிடும் நன்னன் பற்றிய விவாதத்திற்குத் திரும்புவோம்.

நன்னன் பற்றிய குறிப்பு சங்க இலக்கியங்களில் 24 முறை இடம்பெறுகிறது. இதில், நன்னன் சேய் நன்னன் (மலைபடு. 64) என்ற குறிப்பின்மூலம் நன்னன் என்ற பெயரில் இருவர் இருப்பதை அறிகிறோம். இந்த இரண்டு நன்னன்களும் தந்தை-மகன் ஆவர். நன்னனின் நிலப்பகுதியாகக் கொண்கானம் அடையாளப்படுத்தப்படுவதுடன், அவனின் நிலப்பகுதியோடு தொடர்புடைய பாழி, பாரம், ஏழில் நெடுவரை, புனநாடு போன்ற இடப்பெயர்கள் குறிப்பிடப்படுகின்றன. சங்க இலக்கியங்கள் நன்னனைச் சிறந்த கொடையாளனாகவும், வீரம்மிக்க ஆட்சித் தலைவனாகவும் குறிப்பிடுகிறது.

நன்னனின் தந்தையான மூத்த நன்னன் கொடுங்கோலன் என்றும் கருதப்படுகிறான். அந்நன்னனைச் சங்க இலக்கியப் புலவர் பரணர் 'பெண் கொலை புரிந்த நன்னன்' (குறு. 292) என்று குற்றம்சாட்டுகிறார். இந்தப் பாடலில் பெண் கொலை புரிந்த நன்னன் பற்றிய ஒரு தொன்மக் கதையும் உவமையாகக் கூறப்பட்டுள்ளது. நன்னனின் அரசத் தோட்டத்திலிருந்து அடித்துவரப்பட்ட மாங்காயை நதியில் நீராடிக்கொண்டிருந்த ஒரு பெண் எடுத்துத் தின்றதால் அவளுக்கு நன்னன் மரண தண்டனை அளித்தான். அந்தப் பெண்ணின் எடைக்கு எடை சமமாகப் பொன்னால் செய்யப்பட்ட பொற்சிலையையும், 81 யானைகளையும் நஷ்டஈடாகக் கொடுப்பதாக அவளது உறவினர்கள் கூறிய பின்பும் ஒப்புக்கொள்ளாமல் அந்தப் பெண்ணுக்கு நன்னன் மரண தண்டனையை நிறைவேற்றியதாகக் குறிப்பிடுகிறார் பரணர்.

தமிழ்நாட்டில் பொள்ளாச்சி அருகே ஆனைமலை என்ற ஊரில் மாசாணியம்மன் கோயில் இருக்கிறது. நன்னனால் கொலை செய்யப்பட்ட அந்தப் பெண்ணின் நினைவாகக் கட்டப்பட்ட கோயில்தான் மாசாணியம்மன் கோயில் என்று அப்பகுதியில் நம்பப்படுவது இந்தக் கதைமரபு தமிழ்ச் சமுதாயத்தில் இன்றுவரை தொடர்கிறது என்பதற்கானச் சான்று. இவ்வாறு, பெண் கொலை புரிந்த நன்னனின் தவறை இன்றுவரை மன்னிக்காத தமிழ்த் தொன்ம மரபுகள், மீள்நினைவுகள் அவனது மகனான நன்னன் என்ற நல்லவனைப் பற்றி மிகவும் உயர்வாகப் பாராட்டுகின்றன. நன்னன் சேய் ஆகிய இந்த இளைய நன்னனைச் சங்க இலக்கியங்களில் ஒன்றான மலைபடுகடாம் நன்னன் வேண்மான் என்று குறிப்பிட்டுப் பாடுகிறது. இந்த நன்னனை மிகச்சிறந்த கொடையாளியாகவும், வீரனாகவும், ஈர நெஞ்சம் கொண்டவனாகவும் மலைபடுகடாம் சித்தரிக்கிறது. இவ்வாறு, புலவர்களால் தூற்றப்படும் ஒரு நன்னனையும், போற்றப்படும் ஒரு நன்னனையும் சங்க இலக்கியம் அறிமுகம் செய்கிறது. சங்க இலக்கியம் போற்றிப் புகழும் நன்னன் என்ற பெயரை தமிழ்ச் சமூகம் இன்றுவரை மறக்காமல் பயன்படுத்துவதை ஒரு தற்காலத் தரவின்மூலம் அறியவோம்.

தமிழ்நாட்டில் 2019ஆம் ஆண்டு வாக்காளர் பட்டியலின்படி 53 பேர் நன்னன் என்ற பெயரைக் கொண்டிருக்கிறார்கள். கடவுள்களின் பெயர்களையும், நவநாகரிகம் கருதி புதுமையான பெயர்களையும் சூட்டிக்கொள்ளும் காலகட்டத்தில் நன்னன் என்ற சங்க இலக்கியப் பெயர் இன்றுவரை ஆங்காங்கே தமிழர்களின் பொதுச்சிந்தனைக்குள் தொடர்வது வியப்பை அளிக்கிறது. இவ்வாறு நன்னன் என்ற பெயரும் அந்தப்பெயர் சார்ந்த நேர்மறையான, எதிர்மறையான இரண்டு மீள்நினைவுகளும் தமிழ்த் தொன்மங்களின் தொடர்ச்சியாக இன்றுவரை தொடர்வதைக் கவனத்தில்கொள்ள வேண்டும்.

சப்தஷ்ரிங்கி: மகாராஷ்டிராவில் கொற்றவையின் ஏழில் குன்றம்

நன்னனின் ஏழில் குன்றம் இன்றைய மகாராஷ்டிரா நிலப்பகுதிகளோடு தொடர்புடையது என்ற முன்மொழிவு இந்த ஆய்வின் மையக்கருத்துக்கு முக்கியமானது. சிந்துவெளி முத்திரைப்பொறிப்புகள், பழந்தமிழ்ச் சங்க இலக்கியங்கள் மற்றும் ஹரப்பா பண்பாடு நிலவிய நிலப்பகுதிகளின் இடப்பெயர்கள் என்ற பன்முகத் தரவுகளைக் கொண்டு இதை நிறுவலாம். சிந்துவெளி முத்திரைகள் மற்றும் குறியீடுகளை ஆய்வு செய்துள்ள ஐராவதம் மகாதேவன் மற்றும் என்ற சிந்துவெளிக் குறியீடுகளை ஏழு மதில்களைக் கொண்ட நகரங்கள் என்று விளக்கியுள்ளார். அதுமட்டுமின்றிப் பழந்தமிழ் இலக்கியங்களில் குறிப்பிடப்படும் ஏழில், ஏழு வீடுகள், ஏழ் எயில் - ஏழு அல்லது உயர்ந்து எழுந்த நகரம் என்ற பொருள்படும் சொல் பயன்பாடுகள் ஹரப்பா பண்பாடு சார்ந்த ஏழு நகரங்களின் கூட்டமைப்பை உணர்த்தும் சாத்தியம் இருக்கிறது என்று ஐராவதம் மகாதேவன் குறிப்பிடுகிறார்.

மகாராஷ்டிரா மாநிலத்தில் தற்போது சப்தஷ்ரிங்கி, சாத்புரா, சாத்கலா, சாத்மலா, சாத்கீர் போன்ற இடப்பெயர்கள், மலைப்பெயர்கள் இன்றும் வழங்குகின்றன. இவை அனைத்தும் ஏழு என்ற எண்ணை அடிப்படையாகக் கொண்டவை. எனவே, ஏழுமலை என்ற பொருள் வழங்கும் பெயர்கள் மகாராஷ்டிராவில் பயன்படுத்தப்படுவது சிந்துவெளிப் பண்பாட்டையும், தென்கோடி சங்க இலக்கியத்தையும் இணைக்கும் மையப்புள்ளியாக நன்னனின் நிலப்பகுதிகளை அடையாளம் காட்டுகின்றன. ஏழில் என்று சங்க இலக்கியம் குறிப்பிடும் இடம் நன்னனின் பொன் விளையும் கொண்கானம் என்ற நிலப்பகுதியோடு மட்டும்தான் தொடர்புபடுத்தப்படுகிறது. ஏழ் எயில் என்ற இடப்பெயர் புறநானூற்றின் 33ஆம் பாடலில் சோழன் நலங்கிள்ளியோடு தொடர்புபடுத்தப்படுகிறது.

படம் 11.3 - சப்தஷ்ரிங்கி, மகாராஷ்டிரா

படம் 11.4 - சப்தஷ்ரிங்கியின் செயற்கைக்கோள் காட்சி

ஏழ் எயில் என்ற பெயரைக் கொங்குப்பகுதியோடு தொடர்புபடுத்தினாலும் இந்தத் தொடர்பே சங்க இலக்கியத்துக்கு முற்பட்ட கால கட்டங்களில் கொண்கான பகுதிகளிலிருந்து கொங்குப்பகுதிக்கு நிகழ்ந்த புலப்பெயர்வுகள் மற்றும் அதன் விளைவான இடப்பெயர் நகர்வுகள் பற்றிய மங்கலான ஒரு பொதுநினைவின் விளைவு என்று கொள்வதற்கு வாய்ப்பு இருக்கிறது. அவ்வாறாயின், சங்க இலக்கியத்தின் 'வேளிருள் வேளே' என்ற புறநானூற்றுப் பாடலை (201) மேற்கோள் காட்டி மகாதேவன் போன்ற அறிஞர்கள் முன்நிறுத்தும் வேளிர் புலப்பெயர்வுத் தொன்மங்களை வேறொரு வகையில் உறுதிசெய்வதாக இருக்கிறது.

மகாராஷ்டிராவில் நாசிக் அருகே, சப்தஷ்ரிங்கி என்ற இடம் இருக்கிறது. சப்தஷ்ரிங்கி என்றால் ஏழுமலை. இந்தப் பகுதியில் வாழும் மராட்டியர்களும், பழங்குடி மக்களும் துர்கை என்ற பெண் தெய்வத்தைத் தொன்றுதொட்டு வழிபடுகிறார்கள். இந்த இடமே துர்கை என்ற தெய்வத்தின் பூர்வீக இடம் என்று கருதப்படுகிறது. இன்றைய தேதியில் துர்கை, சமஸ்கிருத மரபுகளோடு தொடர்புபடுத்தப்பட்டாலும் சங்க இலக்கியங்களை வாசித்தவர்களுக்கு ஏழில் குன்றத்தின் கொற்றவைதான் இங்கே நினைவுக்கு வரும். தமிழ்மரபில், முருகனின் தாயாகக் கருதப்படும் கொற்றவை என்ற பெண் தெய்வம் 'வெல் போர் கொற்றவை' (திருமுருகு. 258) என்றும், நெற்றியில் கண் கொண்டவர் என்றும் குறிப்பிடப்படுகிறார். துர்கை என்ற பெண் தெய்வமும் மூன்று கண் கொண்டவர். துர்கை வழிபாட்டுமரபில் மகிஷாசூரன் எனப்படும் எருமை அசுரனை நேரடியாக வதம் செய்கிறார் துர்கை. ஆனால், பெரும்பாணாற்றுப்படை குறிப்பின்படி கொற்றவை மரபில் சூரனைக் கொற்றவையின் மகனாகிய முருகன் வதைக்கிறார்.

துர்கை, கொற்றவை ஆகிய இரு பெண் தெய்வங்களும் மிகவும் சினம்கொண்ட தெய்வங்களாகச் சித்தரிக்கப்படுகிறார்கள். வடமேற்கு மற்றும் மேற்கு இந்தியப் பகுதிகளில் நிலவிய ஹரப்பா பண்பாட்டுக்கும், தொல்தமிழ் பண்பாட்டுக்கும் இடையிலான தொடர்ச்சியின் குறியீடுதான் கொற்றவை, துர்கை வழிபாடு. தாய்த் தெய்வ வழிபாடு சமஸ்கிருத மரபுக்குள் நுழைவது ஹரப்பா பண்பாட்டின் காலத்திற்குப் பின்நிகழ்ந்த பண்பாட்டு உறவுகளின் விளைவே. பழந்தமிழ் மரபுகள் தாய்த்தெய்வ வழிபாட்டின் அடையாளத்தைக் கொற்றவை வழிபாடாகத் தொடர்ந்த நிலையில் வடமாநிலங்களில் அது துர்கை வழிபாட்டு மரபாக மாறிவிட்டது. இந்தியத் துணைக்கண்டத்தின் கடந்த காலங்களைப் பற்றிய ஆராய்ச்சியில் இத்தகைய பல்வேறு அடுக்கு நிலைகளை, அவ்வடுக்கு நிலைகளுக்கு இடையிலான தொடர்புகள், உடன்பாடுகள் மற்றும் முரண்பாடுகளைக் கணக்கில் எடுத்துக்கொள்வது முக்கியத் தேவையாகிறது.

கொற்றவை-துர்கை மரபின் அடையாளங்கள் பற்றி ஆர். மகாலக்ஷ்மி ஆய்வு செய்துள்ளார். ஆரியர்களுக்கு முற்பட்ட (*Pre-Aryan*), ஆரியர்களுக்குத் தொடர்பற்ற (*Non-Aryan*) தொன்மையான தாய்த்தெய்வ வழிபாட்டுடன் இம்மரபை அவர் தொடர்புபடுத்துகிறார் (*The Making of the Goddess: Korr̲avai-Durgā in the Tamil Traditions*). பதிற்றுப்பத்து (88) பாடலில் மகாராஷ்டிராவில் உள்ள விந்திய மலைப் பகுதிகளில் கொற்றவை-துர்கை வழிபாடு இணைவதை அவர் சுட்டிக்காட்டுகிறார்.

"சேர அரசர்களில் முக்கியமானவர் பெருஞ்சேரல் இரும்பொறை இவர் விந்தாநவி (விந்திய மலைகளில் உறைபவள்) என்று அழைக்கப்பட்ட கொற்றவை தெய்வத்தை அயிரை மலையின் உச்சியில் உள்ள கோயிலில் வழிபட்டுவிட்டுத் தனது வெற்றிப் பயணத்தைத் தொடங்கினார். இது துர்கை உறைவிடமான விந்திய மலையை இம்மலையோடு (அயிரை) தொடர்புபடுத்தும் முயற்சியாகும்." (*Mahalakshmi 2011: 51*).

காலப்போக்கில் மகாராஷ்டிராவிலும் சரி, தமிழ்நாட்டிலும் சரி இந்தக் கொற்றவை, துர்கை வழிபாட்டின் பூர்வமரபு மறக்கப்பட்டுப் புதிய கதைகளே நினைவில் வைக்கப்பட்டுள்ளன. ஆயினும் ஏழுகுன்றுகள் என்று பொருள்படும் சப்தஷ்ரிங்கி என்ற நிலப்பகுதிக்கும் கொற்றவை வழிபாட்டுக்கும் உள்ள தொடர்பின் மூலமாகத் திராவிட மகாராஷ்டிராவின் தொல்பழங்காலம் பற்றிய மீட்டுருவாக்கத்தில் தென்கோடியில் ஆவணப்பதிவு செய்யப்பட்ட சங்க இலக்கியம் துணைபுரிகிறது என்பது வியக்கத்தக்கது.

சங்க இலக்கியத்தையும், மகாராஷ்டிரா நிலப்பகுதியையும் இடப்பெயர்த் தரவுகளின்மூலம் தொல்தமிழ்த் தொன்மங்களோடு தொடர்புபடுத்துவது சரிதானா என்ற கேள்வியை இன்னொரு வகையில் ஆராயலாம். சங்க இலக்கியங்கள் குறிப்பிடும் ஏழில், பறம்பு, புனநாடு போன்ற இடப்பெயர்கள் சமஸ்கிருத இலக்கியங்களில், மராத்திய மொழி இலக்கியங்களில் இல்லை. சப்தஷ்ரிங்கி என்ற இடப்பெயர் ஏழில் குன்றம் என்பதன் வடிவம் என அறியமுடிகிறது.

ஆயினும், திராவிட வேர்களின் சுவடுகளை மராத்திய இலக்கியங்களில் தேடும் முயற்சியில் ஒரு வலுவான சங்கிலித் தொடர்பு ஹாலா என்ற சாதவாஹன மன்னர் தொகுத்த சத்தசஈ என்ற இலக்கியத்தின் வடிவில் கிடைக்கிறது. சத்தசஈ என்பது எழுநூறு காதல் கவிதைகள் அடங்கிய தொகுப்பாகும். இப்பாடல்கள் கிட்டத்தட்ட சங்க இலக்கியத்தின் அணுகுமுறையில் அகப்பாடல்களாகத் தொகுக்கப்பட்டுள்ளன. இவற்றைத் தமிழின் அகநானூறு போல 'அகம் எழுநூறு' என்று கருதலாம்.

சத்தசஈ: நன்னனின் நிலப்பகுதியில் "அகம் எழுநூறு"

சாதவாஹன அரசர் ஹாலாவால் பொதுயுகத்தின் இரண்டாம் நூற்றாண்டில் தொகுக்கப்பட்டது என்று கருதப்படும் காஹா சத்தசஈ நூல் பிராகிருத மொழியில் கிடைக்கும் மிகத் தொன்மையான இலக்கிய நூலாகும். அதிலும் குறிப்பாகச் சமயச்சார்பற்ற, வாழ்வியல் சார்ந்த தொன்மையான இந்தோ-ஆரிய நூல் இது. விவசாயி, ஏர் உழவன் என்ற பொருள்படும் ஹாலியா என்ற சொல்லிலிருந்து ஹாலா என்ற பெயர் மருவியதாகக் கருதப்படுகிறது. ஹாலியா என்ற இச்சொல் இந்தப் பாடல்களில் பல இடங்களில் இடம்பெறுகிறது. காஹா சத்தசஈயில் இடம்பெறும் கிராமப்புறச் சமுதாயப் படிநிலையில் ஹாலியா, கஹவாய், கமனி, போன்ற சொற்கள் இடம்பெறுகின்றன. இதில் ஹாலியா என்போர் தாழ்ந்த நிலையில் சித்தரிக்கப்படுகிறார்கள் என பீட்டர் கொரோச்சி, ஹெர்மான் டைக்கன் ஆகிய ஆய்வாளர்கள் குறிப்பிடுகிறார்கள். இதற்கு இணையான சொற்பயன்பாடு தமிழ் இலக்கியங்களிலும் உண்டு. ஏர் உழவன் என்று பொருள்படும் ஹாலியா, ஹாலா போன்ற சொற்கள் தமிழில் இடம்பெறும் உழவன், கிழான்/ கிழார் போன்ற சொற்களோடு ஒப்பிடத்தக்கது. இவை வேளாண் மக்களையும், குறிப்பாக நிலவுடமையாளர்கள், வயல்களின் தலைவர்களைக் குறிக்கின்றன. புலவர்களும், வயது முதிர்ந்தவர்களும்கூட கிழான், கிழவர் என்று அழைக்கப்படுகிறார்கள். கிழவன், கிழத்தி என்ற சொற்கள் அகப்பாடலில் இடம்பெறும் தலைவன், தலைவி என்பவர்களைக் குறிப்பிடுவதாகத் தொல்காப்பியம் எடுத்துரைக்கிறது.

சங்கப் புலவர்களில் 45 பேர் கிழார் என்ற சிறப்புப்பெயர் கொண்டவர்களாக இருக்கிறார்கள். சங்க இலக்கியப் புலவர்களின் ஆவணப்பதிவில்கூட இத்தகைய வேளாண்மை மற்றும் அது சார்ந்த வாழ்வியல் முன்னுரிமை பெறுகிறது. சத்தசஈ கவிதைகளை ஆய்வு செய்துள்ள டைகன், ஹாலா என்ற பெயரைப் பேருழவன் அல்லது மதிப்பிற்குரிய உழவன் (*Super-ploughman*) என்று விளக்குகிறார். இவ்வாறு கூறும்போது டைகன் சங்க இலக்கியத்தின் கிழார், கிழவன் மரபைத் தொடர்புபடுத்திப் பார்க்காவிட்டாலும், கிட்டத்தட்ட 30 சாதவாஹன மன்னர்களின் வரிசையில் ஹாலா என்ற சத்தசஈ நூலைத் தொகுத்த மன்னனைப் பேருழவன் என்று குறிப்பிடுகிறார்.

சமஸ்கிருதச் சாஸ்திரங்கள் உழவர்களை நால்வகை வர்ணப்பாகுபாட்டில் கடைநிலையில் வைத்துள்ளது. தற்போதும் வடக்கு மற்றும் கிழக்கு இந்திய மாநிலங்களில் பிராமணர்கள் மற்றும் சத்ரியர்களின் பிரிவுகளுக்குள் எது உயர்ந்தது, எது தாழ்ந்தது என்று மதிப்பிட உழவுத் தொழிலோடு உள்ள தொடர்பு அல்லது தொடர்பின்மையை அளவுகோலாகப் பயன்படுகிறார்கள். உழவுத் தொழிலோடு தொடர்புடைய பிராமணர்கள் ஹாலுவா பிராமணர் அதாவது 'கலப்பையைத் தொட்ட பிராமணர்கள்' என்று அழைக்கப்படுகிறார்கள். சமூகப்படிநிலையில் வைதீக பிராமணர்களைவிட இவர்கள் தாழ்வானவர்கள் என்று கருதப்படுகிறார்கள். இத்தகைய சமூகப்பின்னணியில் சத்தசஈ இலக்கியத்தைத் தொகுத்த, பேருழவன் என்றழைக்கப்பட்ட சாதவாஹன மன்னன் தனித்து உயர்ந்து நிற்கிறான். வடஇந்தியச் சமூக நடைமுறை ஒருவகையில் இருக்கும்போது, சத்தசஈ மற்றும் பேருழவன் மரபு இதற்கு மாறாக இருக்கிறது. இத்தகைய வேற்றுமையின் அடித்தளங்களைத் திராவிட மொழிக் குடும்பத்தின் தொன்மையான தமிழ் இலக்கியமாகிய சங்க இலக்கியங்கள், திருக்குறள் ஆகியவற்றின் துணையுடன் மட்டும்தான் புரிந்துகொள்ளமுடியும். வேளாண்மையை, உழவர்களை, ஏர், கலப்பை, நுகத்தடி போன்ற உழுபடை கருவிகளை உச்சியில் வைத்துக் கொண்டாடும் இலக்கியங்கள் இவை.

சாதவாஹன மன்னர்கள் மகாராஷ்டிரா, தெலங்கானா, ஆந்திராவில் சில பகுதிகளை உள்ளடக்கிய நிலப்பகுதியைப் பொதுயுகத்திற்கு முந்தைய முதலாம் நூற்றாண்டிலிருந்து பொதுயுகத்தின் இரண்டாம் நூற்றாண்டு வரை ஆட்சி செய்ததாகக் கருதப்படுகிறது. இம்மன்னர்கள் பிரத்திஸ்தானா (மகாராஷ்டிரா), அமராவதி (ஆந்திரா) ஆகிய இடங்களைத் தலைநகராகக் கொண்டு ஆட்சிசெய்தார்கள். இப்பேரரசில் இந்தோ-ஆரியம், திராவிடம்

ஆகிய இரண்டு மொழிக்குடும்ப மொழிகள் பேசப்பட்டன. பொ.யு. 170ஆம் ஆண்டுவாக்கில் வெளியிடப்பட்டதாகக் கருதப்படும் சாதவாஹனர் நாணயம் ஒன்று ஹைதராபாத்தில் கண்டுபிடிக்கப்பட்டுள்ளது (*Nagaswamy, Bilingual coins of Satavahanas, 1981*). இந்த நாணயத்தில் பிராகிருதம், பழந்தமிழ் ஆகிய இருமொழிகளும் பயன்படுத்தப்பட்டுள்ளன. இதிலிருந்து தக்காணப் பகுதியில் குறிப்பாகச் சாதவாஹனரின் ஆட்சிக்கு உட்பட்ட பகுதியில் தமிழ் மற்றும் பிராகிருதம் ஆகிய இருமொழிகளும் ஒரு காலகட்டத்தில் முக்கியத்துவம் பெற்றிருந்தன என்பது தெளிவாகிறது. சேரன் செங்குட்டுவன் நட்பு பாராட்டிய சாதவாஹனர்களை 'நூற்றுவர் கன்னர்' என்று சிலப்பதிகாரம் குறிப்பிடுகிறது.

சாதவாஹனர்கள் ஆண்ட பகுதியை நன்னன் தொன்மங்களோடு எப்படி தொடர்புபடுத்துவது? இவ்விருவரும் அதாவது சாதவாஹனர்களும், நன்னன் மரபினரும் ஒரே எல்லையைப் பகிர்ந்துகொள்ளும் இரு வெவ்வேறு பகுதிகளை ஆட்சி செய்திருக்கக்கூடும். நன்னன் தொன்மங்களின் காலம் சாதவாஹனர் காலத்தைவிட முந்தையதாக இருந்திருக்கும் வாய்ப்பும் உள்ளது. சங்க இலக்கியம் நன்னனின் நிலப்பகுதிகளைப் பற்றி பேசும்போது கொண்கானம், துளு நாடு, பூழி நாடு போன்ற இடப்பெயர் அடையாளங்களையும் தருகிறது. நன்னனின் நிலப்பகுதி கொண்கான பகுதியை விட விரிவடைந்ததாகவும், இந்தோ-ஆரிய மொழிகள் பேசப்படும் மகாராஷ்டிரப் பகுதிகளை உள்ளடக்கியதாகவும் இருந்திருக்கக்கூடும். இத்தொடர்பை மேலும் வலியுறுத்தும் வகையில் தென்கோடி தமிழ் இலக்கிய மரபுகளுக்கும், தக்காணப் பகுதியின் இலக்கிய மரபுக்கும் நிலவிய பொதுவான தொன்ம உறவையும் இவ்விரு நிலப்பகுதிகளுக்கும் இடையே விட்டகுறை தொட்டகுறையாகத் தொடரும் இடப்பெயர் பொதுக்கூறுகளையும் புத்தொளிச் சான்றுகளை முன்வைப்பதன்மூலம் சிந்துவெளிப் பண்பாட்டின் திராவிடக் கருதுகோளை மேலும் வலுப்படுத்த முடியும்.

படம் 11.5 - சாதவாகனர் நாணயம்

தக்காணப் பகுதியின் பொது இலக்கிய மரபு

ஹாலாவின் சத்தசஈ தொகுப்பில் இடம்பெறும் 700 பாடல்கள் 'கத்தாஸ்' (*Gathas*) என்று அழைக்கப்படுகின்றன. இவை 'ஆர்யா' என்று அழைக்கப்படும் யாப்பில் அமைந்த கவிதைத் துணுக்குகள் ஆகும். இதைத் தொகுத்து ஆவண வடிவம் கொடுக்கும் பணியைச் சாதவாஹன அரசர் ஹாலா முன்னெடுத்திருக்கலாம். இப்பாடல்களில் காதலர்களின் பிரிவு, தனிமை, துயரம் மற்றும் ஒருதலைக்காதல் அல்லது காதல் மிகுதி ஆகிய உணர்வுகள் பெரும்பாலும் மேய்ச்சல்நிலப் பின்னணியில் சித்தரிக்கப்பட்டுள்ளன. சத்தசஈ பாடல்களின் மையப்பொருள், அவற்றின் நடைமுறை சார்ந்த எதார்த்தம், பாடல்களின் தன்மை ஆகிய பல்வேறு கூறுகள் சங்க இலக்கிய அகப்பொருள் மரபுகளை, குறிப்பாகப் பாலை மற்றும் முல்லைத்திணை மரபுகளை நினைவுபடுத்துகின்றன.

இத்தொகுப்பின் ஒவ்வொரு பாடலும் ஒரு தனிமொழியாகும் (*Monologue*). ஒவ்வொரு கவிதையும் ஒரு குறிப்பிட்ட சூழலை, உணர்வை முன்னிலைப்படுத்துகிறது. பெரும்பாலும் இக்கவிதைகள் பெண்ணின் கூற்றாக அமைந்துள்ளன. திருமணமான அல்லது திருமணம் ஆகாத இப்பெண்கள் தங்களது உணர்வுகளைத் தோழி, காதலன், கணவன், தாய் ஆகியோரிடம் கூறுவது போலவும் அல்லது சில இடங்களில் தனக்குள்ளேயே நெஞ்சோடு கிளத்தலாகவும் அமைந்துள்ளன. சங்க இலக்கியப் பாலைத்திணைப் பாடல்களைப் போல பிரிவின் மேலோங்கிய உணர்வு, ஏக்கம், விரக்தி போன்ற உணர்ச்சிகள் இப்பாடல்களில் மிக ஆழமாகப் பதிவுசெய்யப்பட்டுள்ளன. சங்க இலக்கியத்திற்கு நன்கு அறிமுகமான எவரும் சத்தசஈ கவிதைகளைப் படிக்க நேர்ந்தால் அவர்களையும் அறியாமல் சங்க இலக்கியச் சமூக மற்றும் புவிச்சூழல்களுக்கும், உருவகங்களுக்கும், தலைமை மாந்தர்களின் உணர்வுகளுக்குள்ளும் பயணிப்பதாக உணர்வார்கள்.

சத்தசஈ பாடல்களை எழுதியவர்கள், தொகுத்தவர்கள் அந்த நிலப்பகுதியின் புவிச்சூழல், தாவரங்கள் மற்றும் விலங்குகள் பற்றிய சித்தரிப்பில் காட்டும் நுன்கவனிப்பு உடனடியாகச் சங்க இலக்கியங்களை நினைவுபடுத்தும். கவிதைகளில் பெண்களுக்கான இடம், புவிச்சூழல் பற்றிய துல்லியமான கவனிப்பும் அறிவும், பாடல்கள் வெளிப்படுத்தும் மையப்பொருளுக்கு அடித்தளமாக, பின்புலமாக இடம்பெறும் உருவகங்கள் என சங்க இலக்கியப் பாடல்களும், சத்தசஈ பாடல்களும் ஏதோ ஒரு பொதுப்புள்ளியில் சந்திக்கின்றன.

சத்தசஈ, காளிதாசர் கவிதைகள் மற்றும் சங்க இலக்கியங்கள் ஆகிய மூன்றுக்கும் இடையிலான ஒற்றுமைகள் பற்றி ஜார்ஜ் எல். ஹார்ட் விரிவாக ஆராய்ந்துள்ளார். இவ்விலக்கியங்களுக்கு இடையில் தென்படும் சில பொதுக்கூறுகள் காளிதாசருக்கு

முன்பாகச் சமஸ்கிருத இலக்கியத்தில் இடம்பெறவே இல்லை என்பதும் காளிதாசரின் எழுத்துகளின்மூலம் இவை சமஸ்கிருத இலக்கியத்தை அடைவதற்கு மகாராஷ்டிர பிராகிருத நூலான சத்தசஈ அளித்த தாக்கங்கள் காரணம் என்றும் ஹார்ட் முன்மொழிகிறார்.

சத்தசஈ கவிதைகளின் மண்சார்ந்த இயல்புகள் பற்றி டைக்கன் மற்றும் கோலோச் *(Tieken and Khoroche)* சுட்டிக்காட்டுகின்றனர். இவை பிராகிருதம் மற்றும் தமிழ் இலக்கியங்களுக்கு இடையிலான பொதுவான இயல்பு. சமஸ்கிருத இலக்கியங்கள் நிலம்சார்ந்தும், அந்த நிலத்தின் கருப்பொருள்கள் சார்ந்தும் இயங்குபவை அல்ல. அந்த வகையில் சத்தசஈ இலக்கியத்தில் தென்படும் மகாராஷ்டிர நிலம் சார்ந்த, நடைமுறை எதார்த்தங்கள் நிரம்பிய இலக்கிய அணுகுமுறை சமஸ்கிருத இலக்கிய முறையிலிருந்து தனித்து விலகி சங்க இலக்கியத்துடன் நெருக்கம் காட்டுகிறது.

புவியியல் சார்ந்த நெருக்கம், இலக்கியங்களின் மொழியியல் மற்றும் கருப்பொருள் சார்ந்த ஒப்புமை ஆகியவற்றைக் கருத்தில்கொண்டு இக்கவிதையில் ஆரியர்களுக்கு முற்பட்ட ஒரு மொழியியல் அடிஅடுக்கு நிலவியதையும் அது பொதுயுகத்திற்கு முற்பட்ட 10 நூற்றாண்டுகளில் நிலவிய திராவிட தக்காணப் பெருங்கல் பண்பாடு சார்ந்தது என்பதையும் ஹார்ட் சுட்டிக்காட்டுகிறார். ஹார்ட்டின் இந்த ஒப்பீட்டு ஆய்வு குறித்துத் தமிழ் எழுத்தாளர் இந்திரா பார்த்தசாரதி தனது கருத்தைத் தெளிவாக முன்வைக்கிறார்.

"காளிதாசர், சத்தசஈ என்ற இலக்கியத் தொகுப்பை அறியாமல் இருந்திருக்க முடியாது (அவரே அபிஞான சாகுந்தலத்தில் ஒரு பாடலை மகாராஷ்ட்ரி மொழியில் எழுதியுள்ளார்). அவர் எழுதிய காதல் உணர்வு சார்ந்த சமஸ்கிருதக் கவிதைகளில் சத்தசஈ கவிதைகளின் காதல் இலக்கிய அணுகுமுறையைத் தயக்கமின்றிக் கையாண்டுள்ளார். இப்படியாக காளிதாசர் தன்னையும் அறியாமல் சங்க இலக்கியங்களின் அகப்பாடல் இலக்கிய உத்தியைச் சமஸ்கிருத மொழிக்குள் கொண்டுசேர்த்துவிடுகிறார். தற்போது தெற்கு ஆசியாவில் சமஸ்கிருதத்திற்கு முற்பட்ட மொழியியல் அடிஅடுக்கின் தாக்கங்களை திராவிட மொழிக் குடும்பத்தைச் சேர்ந்த தமிழ்மொழி மற்றும் இந்தோ-ஆரிய மொழிக் குடும்பத்தைச் சேர்ந்த பிராகிருத வட்டார வழக்குகள் ஆகியவற்றின் ஊடாக மட்டுமே புரிந்துகொள்ள முடியும் என்பது மேலும் விவாதித்து அறியப் பொருத்தமான களமாகும்." *(Parthasarathy 2009)*

பெருங்கற் காலத்தைச் சேர்ந்த தொன்மையான திராவிட இலக்கியம் என்பது சங்க இலக்கியத்தைத் தவிர வேறொன்றும் இல்லை. சங்க இலக்கியத்தின் இலக்கியத் தொகுப்புகள் ஒப்பீட்டு அளவில் மிகத்தொன்மையானவை என்பதையும் ஹார்ட் குறிப்பிடுகிறார். தொல்காப்பியத்தின் மிகத்தொன்மையான சில இலக்கணக் கோட்பாடுகள் பொதுயுகத்திற்கு முற்பட்ட மூன்றாம் நூற்றாண்டைச் சேர்ந்ததாகக் கருதப்படுகிறது. தொல்காப்பியம் திடீரென வெற்றிடத்திலிருந்து முளைத்திருக்க முடியாது. அதற்கு முந்தைய நீண்ட நெடிய இலக்கிய, இலக்கண மரபுகளே தொல்காப்பியத்திற்கு அடித்தளமாக இருந்திருக்க வேண்டும்.

அவ்வாறாயின் தக்காண இலக்கிய மரபின் தோற்றுவாய் பழந்தமிழ் இலக்கியங்கள்தானா? இந்தக் கேள்விக்கு, தரவு சார்ந்து இயங்கும் ஆய்வாளர் அறுதியிட்டுப் பதில் கூறுவது எளிதல்ல. ஆயினும், இந்திய இலக்கிய மரபில் பழந்தமிழ் ஆற்றி இருக்கக்கூடிய தாக்கம் குறித்து முன்பு நிலவிய புரிதல்கள் காலப்போக்கில் மாறிக்கொண்டே வருகின்றன என்பதுதான் உண்மை. ஹார்ட் போன்ற ஆய்வாளர்களின் முன்மொழிவுகள் பழந்தமிழ் இலக்கியங்களின் பங்களிப்பை அடிக்கோடிடுகின்றன. இத்தகைய புரிதலே தமிழின் செம்மொழித் தகுதிக்கு ஆணித்தரமான வாதங்களை முன்வைக்க ஜி.எல். ஹார்ட்டைத் தூண்டியிருக்கக்கூடும். இன்றுவரை தக்காண இலக்கிய மரபின் மிகத்தொன்மையான சான்றாகச் சங்க இலக்கியங்களே தனிச்சிறப்புடன் திகழ்கின்றன. இதில் ஐயமில்லை. விஸ்வநாத் கைரே *(Vishwanath Khaire)* தனது நூலில் *(Tamil, the Language of Pre-historic Maharashtra)* வரலாற்றுக்கு முற்பட்ட மகாராஷ்டிராவின் மொழி தமிழ்தான் என்று வாதிடுகிறார். தக்காணப் பகுதியின் வரலாற்றுக்கு முந்தைய காலகட்டங்கள் பற்றிய தெளிவான மதிப்பீட்டிற்கு நுட்பமான ஆய்வுகள் தேவைப்படுகிறது என்றும் அவர் குறிப்பிடுகிறார். இந்த ஆய்வாளர் மகாராஷ்டிர மாநிலத்தைச் சேர்ந்தவர் என்பது குறிப்பிடத்தக்கது.

இந்தோ-ஆரியம், திராவிடம் ஆகிய மொழிக் குடும்பங்கள் மற்றும் பண்பாடுகளுக்கு இடையிலான ஓர் இணைப்புப் பாலமாக மகாராஷ்டிர நிலப்பகுதி திகழ்கிறது. வடஇந்திய, தென்னிந்தியப் பிராமணர்களின் உட்பிரிவுகளோடு தொடர்புடைய பஞ்ச கௌட, பஞ்ச திராவிட ஆகிய இரண்டு குழு அடையாளங்களுமே மகாராஷ்டிரா நிலப்பகுதியோடு தொடர்புடையதாக இருக்கிறது. இத்தகைய குழு அடையாளம் பொதுயுகத்திற்கு முந்தைய முதலாம் நூற்றாண்டின் இறுதியில் தோற்றம் பெற்றதாகக் கருதப்படுகிறது. இந்தக் குழு அடையாளங்களுக்கும், திராவிடர்களின் தோற்றம், தமிழர்களின் தொன்மை போன்ற கருத்தாக்கங்களுக்கும் தொடர்பில்லை என்றாலும் திராவிடம் என்ற அடையாளம் எந்த நிலப்பகுதியை, எந்த மொழிகளைச் சார்ந்து பயன்படுத்தப்பட்டது என்பதைப் புரிந்துகொள்ள உதவுகிறது. எடுத்துக்காட்டாகப் பஞ்ச திராவிட மரபில் திராவிட என்ற சொல் தமிழைக் குறிப்பதாக வழங்குகிறது. விந்தியமலைக்குத் தெற்காக அமைந்துள்ள திராவிடப் பண்பாடுகளாக அடையாளம் காட்டப்படும் பஞ்ச திராவிட மரபில் தமிழ், கன்னடம், ஆந்திரம் ஆகியவற்றுடன் சேர்த்து குஜராத், மகாராஷ்டிரா கணக்கிடப்படுவது இந்தத் தொடர்பைத் தெளிவுபடுத்தும். தக்காணப் பகுதிகளில் இந்தோ-ஆரிய மொழிகள் வழக்கத்திற்கு வருவதற்கு முன்பு அப்பகுதிகளில் திராவிடப் பண்பாடுகளே நிலைபெற்றிருந்திருக்க வேண்டும் என்ற கருத்தைக் கைரே முன்வைக்கிறார். மகாராஷ்டிராவின் சில பகுதிகளில் திராவிட மொழிகளின் எச்சங்கள் இன்றுவரை இருப்பதை அவர் சுட்டிக்காட்டுகிறார். டி. டி. கோசம்பியின் *Myth and Reality: Studies in the Formation of Indian Culture* என்ற ஆய்வை மேற்கோள்காட்டி கைரே ஒரு புதிய கருத்தைத் தெரிவிக்கிறார்.

டி. டி. கோசம்பி தமிழ்ப் பண்பாட்டு மரபுகளைச் சிறப்பாக அறிந்தவர் அல்ல என்பதால் இந்தியப் பண்பாட்டின் திராவிட அடித்தளம் பற்றிய தெளிவான கண்ணோட்டம் எதுவும் அவரது ஆய்வில் இடம்பெறவில்லை என்பதையும்

படம் 11.6 - சங்க இலக்கியப் பாடலில் வளையல் நழுவுவதையும், சுவற்றில் கோடுகள் இழுப்பதையும் சித்தரிக்கும் படம்

கைரே சுட்டிக்காட்டுகிறார். இந்தக் குறைபாட்டை நீக்கும் வகையில் மராத்தி/சமஸ்கிருதம் அடிப்படையில் கோசம்பி அளிக்கும் வேர்ச்சொல் விளக்கங்களிலிருந்து முரண்பட்டு மராத்தி மொழியில் இடம்பெறும் பல்வேறு சொற்களின் தமிழ் மூலங்களைக் கைரே விளக்குகிறார். புவியியல் கூறுகளின் வரலாற்றுக்கு முற்பட்ட பெயர்கள், நாட்டுப்புறப் பண்பாடுகளில் இடம்பெறும் கடவுள்கள் மற்றும் பெண் தெய்வங்களின் பெயர்கள், வீரக்கல் மரபு ஆகியவற்றைத் தமிழ்நாட்டுக்கும், மகாராஷ்டிராவுக்குமான பொதுக்கூறுகளாகக் கைரே கருதுகிறார். சிறுதெய்வ வழிபாட்டில் தோய்ந்த இந்த நாட்டுப்புறப் பண்பாடுகளின் ஊற்றுகண் தமிழ் அல்லது வரலாற்றுக்கு முற்பட்ட காலகட்டத்தைச் சேர்ந்த தொல்தமிழ் வடிவம்தான் என்று கைரே கூறும் இந்தப் பகுதியில்தான் ஹரப்பா பண்பாட்டின் தென்கோடி எல்லையான தைமாபாத் அமைந்துள்ளது.

கைரே முன்வைக்கும் சில கருத்துகள் பற்றி ஒரு தீர்க்கமான முடிவிற்கு வர இயலாது என்றாலும் இதுவரை கிடைத்துள்ள சான்றாதாரங்களின் அடிப்படையில் தெளிவாக ஒன்றைச் சொல்ல முடியும். பொதுயுகத்திற்கு முற்பட்ட முதல் பத்து நூற்றாண்டுகளில் மகாராஷ்டிரா நிலப்பகுதியில் திராவிட மொழிகள் ஆதிக்கம் பெற்றிருந்தன; பிராகிருத மொழிகளின் தென்கோடி வட்டார வழக்குகளை, அக்காலத்து மகாராஷ்டிரி மொழியைப் பேசியவர்களுடன் தமிழர்கள் தங்களுடைய தக்காணத் திராவிட மரபுகளை பகிர்ந்திருக்கலாம். சத்தசஈ என்ற அகம் எழுநூறு, தொல்தமிழர்களின் நீண்ட நெடும் பண்பாட்டுப் பயணத்தின் பாதையில் எஞ்சிய வாய்மொழி மரபுகளின் மீள்நினைவுச் சுவடுகள். செவ்வியல் இலக்கண, இலக்கிய மரபுகள் வேரூன்றிய சங்க இலக்கியம், இந்தப் பயணத்தின் உச்சகட்ட சாதனையான நிறுவன அமைப்பு சார்ந்த ஆவணமுயற்சி என்றும் தோன்றுகிறது. சிந்துவெளி விட்ட இடமும் சங்க இலக்கியம் தொட்ட இடமும் ஒன்று என்ற கருத்திற்குப் புவியியல் அடிப்படையில் மகாராஷ்டிரமும் வாழ்வியல் அடிப்படையில் சத்தசஈ இலக்கியமும் முக்கியமான இணைப்புப் புள்ளியாகத் திகழ்கின்றன.

சங்க இலக்கியமும் சத்தசஈ கவிதைகளும்: இலக்கிய மரபுகளும் உருவகங்களும்

சங்க இலக்கிய அகப்பாடல்களுக்கும், சத்தசஈ காதல் கவிதைகளுக்கும் இடையிலான இலக்கிய மரபுகள் சார்ந்த பொதுமைகளைப் புரிந்துகொள்வதற்கு இவ்விரு இலக்கியங்களிலும் பயன்படுத்தப்படும் சில இலக்கிய உத்திகளையும், உருவகங்களையும் உணர்வுச் சித்தரிப்புகளையும் நுட்பமாகக் கவனித்து ஒப்பிடுவது பயனளிக்கும்.

சங்க இலக்கியங்களுக்கும், சத்தசஈ கவிதைகளுக்கும் பாடுபொருள் குறித்த பல ஒற்றுமைகள் இருந்தாலும், காதல் உணர்ச்சிகளை வெளிப்படுத்துவதில் சங்க இலக்கியம் மிகநுட்பமான உளவியல் சார்ந்து பட்டும் படாமல் நளினமாக இயங்கும்போது சத்தசஈ அத்தகைய உணர்வுகளை எந்தவிதத் தயக்கமும் இன்றி வெளிப்படையாக பேசுகிறது. இன்னும் சொல்லப்போனால் புலன் இன்பம் சார்ந்த சித்தரிப்புகள் மேலோங்கியிருப்பதாக அமைந்துள்ளது. ஒப்பீட்டளவில் சங்க இலக்கியம் மரபு சார்ந்த இலக்கணக் கட்டமைப்புகள் மற்றும் எல்லைகளுக்குள் இயங்குவதாகவும், சத்தசஈ கட்டற்ற சுதந்திரத்தோடு உணர்ச்சிகளை வெளிப்படுத்துவதாகவும் உள்ளது. சங்கப்பலகை என்பது அறிவார்ந்த புலவர்கள் நிறைந்த அவை என்பதற்கான குறியீடு. சங்க இலக்கியத் தொகுதிகளில் இடம்பெற்ற பாடல்கள் இந்தப் புலவர் அவையில் விவாதிக்கப்பட்டுத் தேர்ந்தெடுக்கப்பட்டதாகத் தமிழ்மரபுகள் கூறுகின்றன. இதுவே, நமது கையில் கிடைக்கும் சங்க இலக்கியப் பாடல்கள் மரபு சார்ந்த கட்டமைப்புக்குள் அமையக் காரணமாக இருக்கலாம். ஏனெனில் சங்க இலக்கியம் ஒரு நிறுவன அமைப்பு சார்ந்த தொகுப்பு முயற்சி.

சிவபெருமான் தான் எழுதிய கவிதை ஒன்றைப் பாண்டியர் அவையில் பாடியதாகவும் அதை நக்கீரர் என்ற தமிழ்ப்புலவர் திறனாய்வு செய்து பொருட்குற்றம் கண்டுபிடித்ததாகவும் அதனால், சிவபெருமான் சினம் கொண்டு தனது நெற்றிக்கண்ணால் (மூன்றாவது கண்) அவரைச் சுட்டெரித்ததாகவும் இது தமிழின்பால் நக்கீரருக்கு இருக்கும் ஈடுபாட்டை நிறுவும் வகையில் நடந்த இறைவனின் திருவிளையாடல் என்றும் தமிழ் மரபுகள் கூறுகின்றன. இது ஒரு கதைமரபாக இருக்கலாம். ஆயினும், பண்டைய தமிழ் கவிதைகள் அறிவார்ந்த அவையில் திறனாய்வுக்கு உட்படுத்தப்பட்டன என்பதை உணர்த்தும் குறியீடாக இந்தத் தொன்மமரபு விளங்குகிறது. சங்க இலக்கியப் பாடலும் இந்த நிறுவனம் சார்ந்த முன்னெடுப்பைத் தெளிவாக முன்னிறுத்துகிறது.

> மாங்குடி மருதன் தலைவன் ஆக,
> உலகமொடு நிலைஇய பலர் புகழ் சிறப்பின்
> புலவர் பாடாது வரைக என் நிலவரை (புறம். 72)

சத்தசஈ தொகுப்பைப் பொறுத்தவரையில் எழுநூறு கவிதைகளைத் தேர்ந்தெடுத்த முறையில் இத்தகைய அமைப்பு சார்ந்த அணுகுமுறை பயன்படுத்தப்பட்டதாக மகாராஷ்ட்ரி பிராகிருத மரபுகளில் சான்று எதுவும் இல்லை. ஏற்கெனவே வாய்மொழி மரபாக மக்களிடைய புழக்கத்தில் இருந்த பாடல் மரபுகளை மன்னர் ஒருவர் ஆவணப்பதிவு செய்ததாக இதை எடுத்துக்கொள்ளலாம்.

சத்தசஈ பாடல்கள் சங்க இலக்கியத்துடன் நெருக்கம் காட்டுகிறது. சங்கப் பாடலும், சத்தசஈ பாடலும் பெண்களின் கண்களைக் குவளை மலருடன் ஒப்பிடுகின்றன. ஆனால், சமஸ்கிருத மரபுகளில் பெண்களின் கண்கள் தாமரை மலரோடுதான் ஒப்பிடப்படுகின்றன. இதைப்போலவே சங்க இலக்கியங்களிலும், சத்தசஈ தொகுப்பிலும் பெண்களின் கண்களுக்குப் பெண் மானின் கண்கள் உவமையாகக் கூறப்படுகின்றன. சத்தசஈ பாடல்களை நுட்பமாக ஒப்பிடுவதின்மூலம் இப்பாடல்களை அகம் எழுநூறு என்று அழைக்க விரும்புவதன் காரணம் புலப்படும். இதுபற்றி விரிவாக வாசிக்க ஜார்ஜ் ஹார்ட் எழுதியுள்ள நூலின் துணையை நாடலாம்.

கழன்று விழுந்த கை வளையலும் இடை நாணும்!

கணவனைப் பிரிந்து வீட்டில் காத்திருக்கும் மனைவியின் பிரிவுத் துயரத்தைச் சித்தரிக்கும்போது அவளது உடல்மெலிந்ததால் கைகளில் அணிந்திருக்கும் வளையல்கள் கழன்று விழுவதாகவும், இடையில் அணிந்திருக்கும் இடைநாண் கழன்று விழுவதாகவும் சித்தரிப்பது தக்காணத் திராவிட இலக்கிய மரபின் பொதுத்தன்மையாகும். தன் கணவனைக் காண்பதற்கு அந்தப் பெண் ஏங்குகிறாள். அவனையே நினைத்துக் கொண்டிருக்கும் அவள் உரியநேரத்தில் உணவு உண்பதும் இல்லை; உறங்குவதும் இல்லை. அதனால், அவள் எடை குறைந்து இடை மெலிந்து பசலை நோய்க்கு ஆளாகிறாள். இதுபோன்ற பிரிவுச்சூழலில் பெண்ணின் இடை மெலிந்து இடைநாண் நழுவி விழுவதைச் சத்தசஈ மூன்று இடங்களில் குறிப்பிடுகிறது.

> தோழியே உண்மையைச் சொல் உன்னை
> நான் மன்றாடிக் கேட்கிறேன்
> அயலூருக்குச் சென்ற கணவனைப் பிரிந்து
> வாடியிருக்கும் பெண்களின் ஒட்டியாணங்கள்
> பெரிதாக வளர்வது எல்லா பெண்களுக்கும்
> நடக்கும் விஷயம் தானா? (சத்தசஈ. 453)

> அவள் கணவன் வெளியூர் சென்று நெடுங்காலம்
> ஆகிவிட்டது. பிரிவுத்துயரில் மெலிந்து போகிறாள்
> அவள். துயரம் தாளாது தனது மாமியார் கால்களில்
> விழுந்து அழுகிறாள். அப்போது மெலிந்த அவளது
> கைகளிலிருந்து வளையல்கள் கழன்று தரையில்
> விழுகின்றன. அந்தக் கோபக்கார மாமியாரின்
> கண்கள்கூட குளமாகிவிடுகின்றன. (சத்தசஈ. 493)

> அவளது தோள்கள் மெலிந்துவிட்டன, அதனால்
> அவளது வளையல்கள் கழன்று விழுகின்றன.
> ஆயினும் அவள் படுக்கையில் கண்களை மூடி
> தனது கணவனை அணைத்துக் கொள்வது போல
> கற்பனையில் ஆழ்ந்திருக்கிறாள் (சத்தசஈ. 133)

இத்தகைய காட்சிப் படிமங்கள் சங்க இலக்கியங்களிலும் உள்ளன.

> தொடி பழி மறைத்தலின் தோள்
> உய்ந்தனவே... (நற். 23)

> ...நோகோ யானே, நெகிழ்ந்தன
> வளையே... (நற். 26)

> ...கோதை மயங்கினும் குறுந்தொடி நெகிழினும்,
> காழ் பெயல் அல்குல் காசு முறை திரியினும்,
> மாண் நலம் கையறக் கலுழும் என்
> மாயக் குறுமகள் மலர் ஏர் கண்ணே... (நற். 66)

இவ்வாறு காதலனை/கணவனைப் பிரிந்திருக்கும் பெண்கள் உடல்மெலிந்து அதனால் கைவளையல் மற்றும் இடைநாண் போன்ற அணிகலன்கள் நழுவிவிழுவது என்ற காட்சிப்படிமம் தமிழ் இலக்கிய மரபில் மிக முக்கியமாக இடம்பெறுகிறது.

> தோளே தொடி நெகிழ்ந்தனவே, நுதலே
> பீர் இவர் மலரின் பசப்பு ஊர்ந்தன்றே,
> கண்ணும் தண் பனி வைகின, அன்னோ
> தெளிந்தனம் மன்ற தேயர் என் உயிர்' என
> ஆழல், வாழி தோழி... (நற். 197)

என்ற பாடலில் கைகளிலிருந்து வளையல்கள் நழுவிவிழும் அளவுக்கு உடல் மெலிந்து துயர் அடைந்துள்ள தலைவியைத் தோழி தேற்றுகிறாள். சத்தசஈ மற்றும் அகப்பாடல்களில் காதலன், காதலி, கணவன், மனைவி என்ற உறவுநிலைகளுக்கு வெளியே உள்ள உறவுகள் பற்றிப் பேசப்படுகின்றன.

கோபமாகப் பேசும் மாமியார்கூட தனது மருமகளின் கைகளிலிருந்து வளையல்கள் நழுவிவிழுந்ததைப் பார்த்து கலங்கும் காட்சியை சத்தசஈ 493 பாடலில் பார்த்தோம். இந்த மரபின் தொடர்ச்சியைத் திருக்குறளின் இன்பத்துப்பாலில் திருவள்ளுவர் இன்னும் சிறப்பாக நாடக அழகியலுடன் படம் பிடிக்கிறார். கையிலிருந்து நழுவும் வளையல் தலைவியின் துயரத்தைத் பேசாதோ என்கிறார் திருவள்ளுவர்.

> துறைவன் துறந்தமை தூற்றாகொல் முன்கை
> இறைஇறவா நின்ற வளை. (குறள். 1157)

இவ்வாறு சங்க இலக்கியத்திலும் திருக்குறளிலும் காட்சிப்படுத்தப்பட்ட இந்தப் படிமம் இன்று சமகாலம் வரை ஒரு மரபின் தொடர்ச்சியாகத் தொடர்கிறது. அண்மையில் திருக்குறள் காமத்துப்பால் குறள்கள் தழுவி நாட்டுப்புற

வடிவில் எழுதி நூலாகவும், ஒலிப்பேழையாகவும் வெளியிடப்பட்ட நாட்டுக்குறளில் இப்படியொரு காட்சி சித்தரிக்கப்படுகிறது.

கைமெலிஞ்ச காரணத்தால்
கழன்டு விழுந்திருச்சு
பரிசத்தில் நீ போட்ட
பாங்கான வளவி.
வளவி உருண்ட சத்தம்
வாச வரை கேட்டுருச்சு...
வாசப்படி தாண்டி
வழிப்பேச்சு ஆகிருச்சு (பாலகிருஷ்ணன் 2016)

சுவரில் இழுத்த கோடுகள்

சத்தசஈ தொகுப்பில் பாடலொன்று இப்படிச்செல்கிறது:

"இன்று அவன் சென்றான்"
"இன்று அவன் சென்றான்"
"இன்று அவன் சென்றான்"
என்று அவன் பிரிந்து சென்ற முதல் நாள் காலையிலேயே சுவர்
முழுவதும் கோடிழுத்து மறைத்துவிட்டாள் இவள் (சத்தசஈ. 208)

இவ்வாறு கணவன் பிரிந்து சென்ற நாட்களைக் கணக்கெடுக்கும் காட்சியை அகநானூற்றின் 289ஆம் பாடலிலும் பார்க்கலாம். தலைவன் பிரிவை நினைத்து அவன் பிரிந்து சென்ற நாளிலிருந்து ஒவ்வொரு நாளும் அவள் சுவரில் தினமும் ஒரு கோடு இழுக்கிறாள். இதைத் தலைவன் தன் நெஞ்சுக்குச் சொல்வதாகக் காட்சிப்படுத்தி தலைவியின் துயரத்தை விளக்குகிறது இந்தப் பாடல்.

சிலை ஏறட்ட கணை வீழ் வம்பலர்
உயர் பதுக்கு இவர்ந்த ததர் கொடி அதிரல்
நெடுநிலை நடுகல் நாள் பலிக் கூட்டும்
சுரனிடை விலங்கிய மரன் ஓங்கு இயவின்,
வந்து வினை வலித்த நம்வயின் என்றும்
தெருமரல் உள்ளமொடு வருந்தல் ஆனாது,
நெகிழா மென்பிணி வீங்கிய கை சிறிது
அவிழினும் உயவும் ஆய் மடத் தகுவி,
சேண் உறை புலம்பின் நாள் முறை இழைத்த
திண்சுவர் நோக்கி நினைந்து கண் பனி,
நெகிழ் நூல் முத்தின் முகிழ் முலைத் தெறிப்ப,
மை அற விரிந்த படை அமை சேக்கை
ஐ மென் தூவி அணை சேர்பு அசைஇ
மையல் கொண்ட மதன்அழி இருக்கையள்
பகுவாய்ப் பல்லி படுதொறும் பரவி,
நல்ல கூறு என நடுங்கிப்,
புல்லென் மாலையொடு பொரும் கொல் தானே. (அகம். 289)

இவ்வாறு, தலைவனைப் பிரிந்த தலைவி சுவரில் கோடு இழுத்து வருந்திக் காத்திருக்கும் காட்சியைத் திருக்குறள் மீண்டும் முன்னெடுத்து நகர்கிறது.

வாளற்றுப் புற்கென்ற கண்ணும் அவர்சென்ற
நாளொற்றித் தேய்ந்த விரல். (குறள். 1261)

வழிபார்த்துக் காத்திருந்து விழிகளும் ஒளியிழந்தன; பிரிந்து சென்றுள்ள நாட்களைச் சுவரில் குறியிட்டு எண்ணிப் பார்த்து விரல்களும் தேய்ந்தன.

இந்த மரபு 2000 ஆண்டுகளுக்கு முன்னாள் எழுதப்பட்ட சங்க இலக்கியம், திருக்குறள் என்று முடிந்துவிடவில்லை. 'நாளொற்றித் தேயும் விரல்' என்ற காட்சிப் படிமம், தமிழ் அழகியலில், கவிதை மரபில் உள்ளூர ஊறிவிட்டது. இந்த மரபின் தொடர்ச்சி நிகழ்காலப் புதுக்கவிதைகளிலும் தொடர்கிறது. குறள் தழுவிய காதல் கவிதைகளின் தொகுப்பாக வெளிவந்த 'பன்மாயக் கள்வன்' என்ற கவிதைத் தொகுப்பில் தனது காதலனைப் பிரிந்து தனியாக வாடும் ஒரு சமகாலப் பெண் வாட்சாப்பிலும், முகநூல் சுவரிலும், மெசஞ்சர் செயலியிலும் காதலனின் செய்திகளையும், படங்களையும், குறுந்தகவல்களையும் எழுதியும், தேடியும் தேய்ந்து போகிற விரல்களை வாட்சாப்பில் தேய்ந்த விரல் என்ற கவிதை காட்சிப்படுத்துகிறது.

வாட்சாப்பில் தேய்ந்த விரல்

காலம்தான்
மாறியிருக்கிறது
காத்திருப்பவளின்
விரல்களுக்கு
விடுதலை இல்லை...

முகநூல் சுவரில்
கிறுக்கிக் கிறுக்கி
கிறுக்குபிடிக்கிறது

'வாட்சாப்'பில்
அவனது காலைக்கு
காலை வணக்கம்
அவனது மாலைக்கு
மாலை வணக்கம்
அவனது இரவுக்கு
நல் இரவு...

ஆனால்
எப்போது
தூங்கினாள்..
இவள்..? (பாலகிருஷ்ணன் 2018)

சங்க இலக்கியம், சத்தசஈ ஆகிய இரண்டு அகப்பாடல்களுக்கும் பொதுவான இலக்கிய மரபுகள் மற்றும் உருவகங்களை ஜார்ஜ் ஹார்ட் *The Poems of Ancient Tamil* என்ற நூலில் பட்டியலிடுகிறார். இந்தத் தொடர்பை விளக்கும் வகையில் அவற்றில் சில இங்கே தரப்படுகின்றன.

- ஓர் அரசன் அல்லது நிலக்குடித் தலைவனின் மகளை மணம்புரிய போர் தொடுப்பது
- தலைவி தினைப்புனம் காக்கும்போது காதலன் வந்து அவளைப் பகல் நேரத்தில் சந்திப்பது
- காதலில் விழுந்த தலைவியை வீட்டைவிட்டு வெளியே செல்லாதபடி வீட்டுக் காவலில் வைத்திருப்பது
- பொருள் தேடிப் பயணம் செய்பவன் தனது காதலியை நினைத்து ஆறுதல் அடைவது
- பொருள் தேடிப் பயணம் செய்பவன் தனது காதலியைப் பிரிந்து செல்ல மனமின்றித் தவிப்பது
- தனது காதலன்/காதலிக்கான அன்பு உணர்ச்சியின் மேலீட்டால் காதல்வயப்பட்ட நெஞ்சு பரிதவிப்பது
- மகிழ்வான மணவாழ்க்கையில் இல்லத்தலைவி உணவு சமைப்பது
- திருமணம் முடிந்த மகளின் மகிழ்வான வாழ்க்கையை நினைத்து அவளது தாய் நெஞ்சம் மகிழ்வது
- கணவனும், மனைவியும் தனது குழந்தையுடன் மகிழ்ந்திருப்பது
- பொருள் தேடுவதற்காகப் பயணம் செல்ல நினைக்கும் கணவன் மீது மனைவி சினமுறுவது
- கணவனுக்கும், மனைவிக்கும் இடையிலான ஊடல் குழந்தையால் தீர்வது
- பூச்சூடிய தலைவியுடன் தலைவன் புனல் நீராடுவது
- சிங்கம் அல்லது புலி யானையை வெல்வது
- சிங்கத்தைப் பார்த்து அஞ்சாத யானைகள்
- இணையோடு மகிழ்ந்திருக்கும் விலங்கை வேட்டையாட மனமின்றி வேட்டுவன் திண்டாடுவது
- காதலனுக்கு உதவ காதலி முயற்சி செய்யும் நிகழ்வு தனது இணைக்கு உதவ முயற்சி செய்யும் விலங்கோடு ஒப்பிடப்படுவது
- நீர் அருவியைப் பாம்புடன் ஒப்பிடுவது
- அகப்பாடல்களில் இடம்பெறும் தலைவன், தலைவி, தோழி, தாய் போன்ற கதைமாந்தர்கள்
- காதலர்கள் இரவு நேரத்தில் மழைக்காலத்தில் சந்தித்துக் கொள்வது.

- ஒரு கணவன் இல்வாழ்க்கையின் நலம்கருதி பொருள் தேடுவதற்காகப் பிரிந்து செல்வது.
- பொருள்தேட சென்ற கணவன் வாக்குறுதி தந்த நாளில் பொதுவாக மழைகாலத்தில், திரும்பி வராமல் நீட்டிப்பது. அவனுக்காகக் காத்திருக்கும் மனைவி பிரிந்த நாட்களை எண்ணித் துயரப்படுவது.
- பொருள்தேடிப் பிரிந்து சென்ற தலைவன் மழைக்காலத்தில் தனது மனைவியை நினைத்து வருந்துவது.
- வசந்தகாலத்தில் வாட்டமுற்ற மனைவியின் நிலை.
- பிரிவுத்துயரில் வாடும் தலைவியின் முடிவற்ற நீளும் நெடிய இரவு.

திராவிட மகாராஷ்டிரா: இணைப்புக் கண்ணிகள்

தென் மாநிலங்களுக்கும், வடமேற்கு நிலப்பகுதிகளுக்கும் பொதுக்கூறுகளாக உள்ள இடப்பெயர் ஒற்றுமைகளை நாம் ஏற்கெனவே சுட்டிக்காட்டியிருந்தோம். இந்த ஒற்றுமை ஏதோ ஒன்றோடு ஒன்று தொடர்பற்ற இரண்டு புள்ளிகளாக இந்தியத் துணைக்கண்ட வரைபடத்தில் அந்தரத்தில் ஊசலாடவில்லை. இந்த இரு புள்ளிகளையும் இணைக்கும் இணைப்புக்கண்ணிகள் வழிதோறும் உள்ளன. இந்த இணைப்புக்கண்ணிகளை குஜராத், மகாராஷ்டிரா மாநிலங்களின் இடப்பெயர்கள் உறுதிசெய்கின்றன.

குஜராத், மகாராஷ்டிரா போன்ற மாநிலங்களின் இடப்பெயர்களின் உள்ளீடான அடிஅடுக்காகத் திராவிட மொழிக்குடும்பத்தின் தாக்கம் இருப்பதைப் பல ஆய்வாளர்கள் ஏற்கெனவே சுட்டிக்காட்டியுள்ளார்கள். மகாராஷ்டிராவின் இடப்பெயர்களில் உள்ள திராவிடக் கூறுகள் பற்றி அல்சின்ஸ் *(Allchins)* குறிப்பிட்டுள்ளார். பழங்கல்வெட்டுகளைச் சான்றாகக் கொண்டு குஜராத்தில் உள்ள திராவிட இடப்பெயர் விகுதிகளைச் சங்காலியா அடையாளம் காட்டினார். இப்பகுதிகளில் உள்ள இடப்பெயர்களில் காணப்படும் பல விகுதிகள் திராவிட மொழிக் குடும்பத்தைச் சார்ந்தது என்பதைச் சுட்டிக்காட்டும் சவுத்வொர்த் ஒரு காலத்தில் மேற்கு இந்தியாவில் திராவிட மொழி பேசும் மக்கள் வாழ்ந்தார்கள் என்பதற்கு இது சான்றாகும் என்று கூறுகிறார்.

படம் 11.7 - ஆண் மான் தனது இணையுடன், நீர் அருந்துவதைப் போலச்செய்வதன் சித்தரிப்பு

மகாராஷ்டிராவின் இடப்பெயர்களுக்கும், தென்னிந்திய இடப்பெயர்களுக்கும் அதிலும் குறிப்பாக தமிழ்நாட்டு இடப்பெயர்களுக்கும் உள்ள ஒற்றுமைக் கூறுகளை இடப்பெயர்களுக்கே உரித்தான பொதுப்பெயர்களின் துணைகொண்டு தெளிவாக அறியலாம். எடுத்துக்காட்டாக பள்ளி, ஊர், வேலி, சேரி, பட்டி போன்ற இடப்பெயர் பொதுப்பெயர்களைக் குறிப்பிடலாம். இத்தகைய பொதுப்பெயர்கள் சிந்துவெளி நிலப்பகுதிகளில் ஒருசொல் இடப்பெயர்களாக இடம்பெறுவதை முந்தைய இயல்களில் விளக்கியிருக்கிறோம்.

தக்காணப் பகுதியில் நிலவிய ஆரியருக்கு முற்பட்ட பண்பாடு ஒரு திராவிடப் பண்பாடே என்ற முடிவை விஸ்வநாத் கைரே என்ற ஆய்வாளர் முன்வைப்பதை நாம் ஏற்கெனவே சுட்டிக்காட்டியிருந்தோம். மகாராஷ்டிராவின் இடப்பெயரைப் பற்றி கைரே நெடுங்காலமாக ஆய்வு செய்துள்ளார். அதன்விளைவாக அவருக்குக் கிடைத்த இடப்பெயர் ஆய்வுகளை அவர் *Place-names in Maharashtra* என்ற நூலில் தொகுத்து வழங்கியுள்ளார். அவரது இந்தத் தரவுகள் திராவிட மகாராஷ்டிரா என்ற இந்த இயலின் தலைப்பை அடிக்கோடிடுவது போல இருக்கிறது. இந்த இடப்பெயர்களின் பொருள்கள் இயற்கை மற்றும் பண்பாடு சார்ந்ததாக இருப்பதை மேலும் ஆராயும் விஷ்வநாத் கைரே, இது தென்னிந்திய மொழிகளின் அணுகுமுறையோடு பொருந்திப்போகுமே அன்றி, சமஸ்கிருதப் பண்பாட்டு அணுகுமுறையுடன் பொருந்தாது என்று விளக்குகிறார். மகாராஷ்டிரா இடப்பெயர்களில் காணப்படும் சமஸ்கிருத, மராத்தி மற்றும் தமிழ்க் கூறுகளை ஒருங்கிணைத்து *SAMMATA (Sanskrit - Marathi - Tamil Unity)* என்ற கருதுகோளை முன்வைத்துள்ளார்.

ஹரப்பா, மொகஞ்சோதாரோ ஆகிய சிந்துவெளிப் பண்பாட்டு நிலங்களுக்கும், தற்காலத் தமிழ்நாட்டின் எல்லைக்கும் இடையே உள்ள தூரம் சுமார் 2000 கி.மீ. லோத்தலுக்கும், தமிழ்நாட்டு எல்லைக்கும் சுமார் 1800 கி.மீ. தூரம். ஹரப்பா பண்பாட்டின் தென்கோடி எல்லையாகக் கருதப்படும் தைமாபாத்துக்கும் தமிழ்நாட்டு எல்லைக்கும் இடையிலான தூரம் சுமார் 1200 கி.மீ. ஹரப்பா பண்பாடு நலிவடைந்து, முடிவடைந்த காலமாகக் கருதப்படுவது பொ.யு.மு. 1900.

அகழாய்வுச் சான்றுகள் சங்க காலம் என்று அடையாளம் காட்டும் தொல்தமிழ்ப் பண்பாட்டுக் காலகட்டத்துக்கும் இதற்குமிடையே 1300 ஆண்டுகால இடைவெளி உள்ளது. இந்த கால, நில இடைவெளிகளைப் பார்த்ததும் சிந்துவெளிப் பண்பாட்டுக்கும், தென்னிந்தியாவுக்கும் இடையிலான தொடர்பு பொதுவாக ஒரு மலைப்பைப் தோற்றுவிப்பதில் வியப்பில்லை. ஆனால், இந்தக் கால, நில இடைவெளியைச் சங்க இலக்கியங்களில் காணக்கிடைக்கும் சிந்துவெளிப் பண்பாட்டின் மரபின் தொடர்ச்சி பற்றிய புரிதல்கள் நிரப்பும். சவுத்வொர்த் போன்ற மொழியியல் அறிஞர்களுக்கும், சங்காலியா போன்ற தொல்லியல் அறிஞர்களுக்கும் சங்க இலக்கிய ஆவணங்களை நுட்பமாக ஆராயும் வாய்ப்பும் வசதியும் இல்லாமல் போனதால் கைரே அடிக்கோடிட முயலும் திராவிட மகாராஷ்டிரா என்ற முன்மொழிவை அத்தகைய ஆய்வாளர்கள் மேலும் ஆழமாக ஆராயமுடியாமல் போய்விட்டது. சங்க இலக்கியக் கவிதைகள் ஆங்கிலம் போன்ற உலக மொழிகளிலும், ஏனைய இந்திய மொழிகளிலும் குறிப்பிடத்தக்க அளவிற்கு மொழிபெயர்க்கப்படாததும் இதற்குக் காரணமாகும்.

வை மற்றும் வையை

தமிழ் வையையும், வை என்ற மகாராஷ்டிரா இடப்பெயரும் கவனிக்க வேண்டிய முக்கியமான அடையாளங்கள். மதுரையில் ஓடும் வையை (தற்கால வைகை) நதி 'தமிழ் வையை' என்றே அழைக்கப்படுகிறது. மகாராஷ்டிரா மாநிலத்தில் வை என்ற ஒருசொல் இடப்பெயர் பல இடங்களில் இடம்பெறுவது கவனத்துக்குரியது. மகாராஷ்டிராவில் கிருஷ்ணா நதியின் கரையை ஒட்டிய சமவெளிப் பகுதியில் 'வை' என்ற ஒரு நகரம் இருக்கிறது. இந்நகரம் பிற்காலத்தில் வந்த பேஷ்வாக்களின் தொடர்புடைய வரலாற்றுச் சிறப்புமிக்க இடமாகும். அதுமட்டுமின்றி, மகாராஷ்டிராவில் வை என்ற சொல் 22 இடங்களில் இடப்பெயராகப் பயன்படுகிறது. இந்த இடங்கள் பெரும்பாலும் நதி, கால்வாய், நீர்த்தேக்கம் போன்ற நீர்நிலைகளை ஒட்டியே இடம்பெறுகின்றன என்பதும் கவனிக்கத்தக்கது.

வை என்ற ஒருசொல் இடப்பெயர் ஆந்திராவிலும் ஓரிடத்தில் பயன்படுத்தப்படுகிறது. மகாராஷ்டிராவில் வைக்கர்மலா என்ற பெயரில் இரண்டு இடங்கள் (*Vaikarmala, Waikarmala*) உள்ளன. இந்த இடப்பெயர் தமிழ்நாட்டில் கொங்கு மண்டல மரபு சார்ந்த நாட்டுப் பிரிவுகளில் ஒன்றான வைக்காவூரை நினைவுபடுத்துகிறது. கொங்கு மண்டல நாட்டுப் பிரிவுகளில் ஒன்றான தலைமலையுடன் ஒப்பிடத்தக்க தலைமலா என்ற இடப்பெயர் மகாராஷ்டிராவில் உள்ளது. இத்தகைய ஒற்றுமைகள் எதேச்சையாக நேர்ந்திருக்க இயலாது.

தமிழ்நாட்டில் வை (*Vai, Wai*) என்பதை முன்னொட்டாகக் கொண்ட பல இடப்பெயர்கள் உள்ளன. வையூர், வையாவூர், வைப்பூர், வையச்சேரி போன்ற சில பெயர்களை எடுத்துக்காட்டாகக் கூறலாம். வையை என்ற சங்க இலக்கியப் பெயரோடு தொடர்புடைய கள்ளூர் (*Kallur*), செல்லூர் (*Sellur*) போன்ற இடப்பெயர்களும் மகாராஷ்டிரத்துக்கும், தமிழ்நாட்டுக்கும் பொதுவாக உள்ளன. கல்லூர்/கள்ளூர் என்பது 'தொல்பெயர் கள்ளூர்' என்று தொன்மையான புகழ்பெற்ற ஓர் ஊராகக் குறிப்பிடப்படும் வேளையில் செல்லூர் என்பது சங்க இலக்கியம் எழுதிய செல்லூர் கிழார் மகனார் பெரும்பூதங்கொற்றனார், செல்லூர்க் கோசிகன் கண்ணனார் என்ற இரண்டு புலவர்களின் பெயர்களின் ஒருபகுதியாக அவர்களின் சொந்த ஊர்களை அடையாளப்படுத்தும் வகையில் அமைந்துள்ளது.

தைமாபாத் இளைப்பாறிய இடைப்புள்ளிகள்?

மகாராஷ்டிராவில் உள்ள தைமாபாத்தில் 1958ஆம் ஆண்டு கண்டுபிடிக்கப்பட்ட அகழாய்வுதலமே இதுவரை கண்டுபிடிக்கப்பட்டுள்ள சிந்துவெளிப் பண்பாட்டு வாழ்விடங்களின் தெற்குப்புள்ளியாகக் கருதப்படுகிறது. அதாவது, இந்த இடத்திற்குத் தெற்கில், சிந்துவெளிப்

பண்பாட்டோடு நேரடியாக அல்லது சிந்துவெளிப் பண்பாட்டின் உடனடித் தொடர்ச்சியாகக் கருதப்படக்கூடிய அகழாய்வு தலங்கள் எதுவும் தோண்டப்படவில்லை என்பதால் இந்தக் கருத்து நிலவுகிறது. 1976 முதல் 1979 வரை நடைபெற்ற அகழ்வாராய்ச்சிகளில் தைமாபாத் வாழ்விடம் பற்றிய மேலும் பல தகவல்கள் கிடைத்தன. இவ்விடத்தில் பிந்தைய-ஹரப்பா பண்பாட்டுக் காலகட்டம் உட்பட ஐந்து கல்செம்பு பண்பாட்டுக் காலகட்டங்களின் சான்றுகள் கிடைத்துள்ளன. சல்வாடா பண்பாட்டினர் என்று அடையாளப்படுத்தப்படும் மக்களே இங்கு முதன்முதலில் குடியிருப்பு அமைத்து வாழ்ந்தனர் என்று இந்தியத் தொல்லியல் கழகத்தின் அறிக்கை கூறுகிறது. சல்வடா பண்பாட்டினர் பெரும்பாலும் வேளாண்மை செய்பவர்கள். இந்தப் படிநிலை அடுக்கு தைமாபாத்தின் முதல் காலகட்டமாகக் கருதப்படுகிறது. இதையடுத்து அதே இடத்தில் தோன்றிய குடியிருப்பு பின்-ஹரப்பா பண்பாட்டைச் சேர்ந்ததாகக் கருதப்படுகிறது. இக்காலகட்டத்தில் வாழ்ந்த மக்கள் சால்வடா பண்பாட்டு மக்களைவிட தொழில்நுட்பத்திலும், பண்பாட்டுக் கூறுகளிலும் மிகவும் வளர்ச்சி அடைந்தவர்கள். இம்மக்கள், முதிர்ச்சியடைந்த ஹரப்பா பண்பாட்டு மக்களின் சமகாலத்தவராக இருக்கலாம் அல்லது அந்த ஹரப்பா மக்களின் வழித்தோன்றல்களாக இருக்கலாம். தைமாபாத்தில் கிடைத்திருக்கும் சுடுமண் வில்லைகள், சுடுமண் முத்திரைகள், சிந்துவெளி வரிவடிவக் கீறல்கள் கொண்ட பானைச் சில்லுகள், செம்புப் பொருட்கள், மட்பாண்டங்கள், கட்டுமானப் பொருட்கள், ஈமப்பொருட்கள், நுண்கற் கருவிகள், மணிகள், சங்கு, சங்குவளையல்கள் போன்ற அகழாய்வுப் பொருள்கள் தைமாபாத்தின் ஹரப்பா பண்பாட்டுத் தொடர்புக்குச் சான்றளிக்கின்றன.

நடு தாப்பி வடிநிலத்தின் (Central Tapi Basin) வழியாக ஹரப்பா மக்கள் தைமாபாத்தை வந்தடைந்திருக்க வேண்டும். அங்கிருக்கும் சல்வாடா பண்பாட்டு மக்களை அங்கிருந்து அகற்றிவிட்டு 24 ஹெக்டேர் பரப்பளவில் ஒரு சிறிய குடியிருப்பை ஏற்படுத்தியிருக்கிறார்கள். இவர்களின் இந்த வருகையே மேல் கோதாவரி வடிநிலத்தின் நகர்மையப் பண்பாட்டின் தோற்றப்புள்ளி என்றுகூடச் சொல்லலாம். சிந்து முதல் வைகை வரையிலான இந்தப் பண்பாட்டின் வழித்தடத்தில் மிக முக்கியமான மைல்கல் தைமாபாத்.

இதற்கு வடக்கே, வடமேற்கே ஹரப்பா பண்பாடு பரவலாக நிலவி இருந்தது என்பதில் யாருக்கும் ஐயமில்லை. ஆனால், இந்த தைமாபாத்தான் உண்மையிலேயே ஹரப்பா பண்பாட்டுத் தொடர்ச்சியின் தென்விளிம்பா, புறப்புள்ளியா என்ற கேள்வி எழுகிறது. இதற்கு, எதிர்கால அகழாய்வுகள்தான் விடைசொல்ல வேண்டும்.

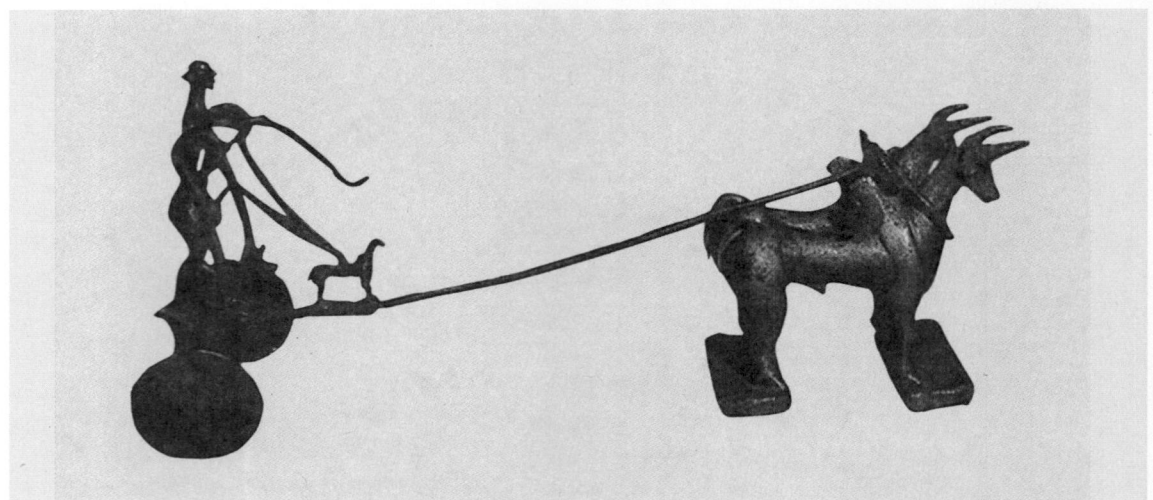

படம் 11.8 - தைமாபாத்தில் கண்டெடுக்கப்பட்ட பிந்தைய ஹரப்பா காலகட்டத்து வெண்கலச் சிலை

பொது இடப்பெயர் விகுதிகள்

இடப்பெயர் விகுதி	மகாராஷ்டிர இடப்பெயர்கள்	தமிழ்நாடு இடப்பெயர்கள்
பள்ளி *(Palli)*	அர்கா பள்ளி, கடபா பள்ளி, குரு பள்ளி, குதிரம் பள்ளி, குரம் பள்ளி, மரம் பள்ளி, ராய் பள்ளி, ராவன் பள்ளி, சாத்பள்ளி, சிங்கம்பள்ளி, சார்பள்ளி, சோமன்பள்ளி, தேக்கம்பள்ளி, தும்பர் பள்ளி, வாமன் பள்ளி, யாதவ் பள்ளி	கொத்தப்பள்ளி, மடாப்பள்ளி, நல்லம்பள்ளி, பீடம்பள்ளி, சிந்தப்பள்ளி, திருச்சிராப்பள்ளி
ஊர் *(Ur)*	அடூர், அகூர், அலூர், அன்டூர், அஞ்சூர், அன்னூர், பதூர், பல்லூர், பன்னூர், பரூர், பலூர், சிம்மூர், தானூர், திந்தூர், கொண்டூர், ஹரூர், அசூர், ஒசூர், இலூர், இரூர், கல்லூர், கண்டூர், கானூர், கரூர், கேரூர், கூசூர், மதூர், மகூர், மனூர், முலூர், நாகூர், நிதூர், பகூர், பன்டூர், பர்கூர், பட்டூர், பென்டூர், பேனூர், போகூர், சாகூர், சாத்னூர், செல்லூர், சிறூர், சிவூர், சிந்தூர், சின்னூர், சரூர், தம்லூர், தெலூர், திரூர், திதூர், உட்டூர், வலூர், வாஹனூர், வின்சூர், வயஹுர், வானூர், வாரூர், யேலூர், யேரூர்	அரசூர், ஹரூர், ஒசூர், கடம்பூர், கல்லூர், கரூர், குன்னத்தூர், நாலூர், போரூர், சூலூர், வேலூர், செல்லூர், நாகூர்
வேலி *(Veli)*	அந்தர்வேலி, சார்வேலி, கோவேலி, மடவேலி, நரவேலி, நிவேலி, வேலி	ஐவேலி, இருவேலி, கொடுவேலி, குடுவேலி, நெய்வேலி, நெல்வேலி, பொன்வேலி
சேரி *(Cheri/Chery)*	பாச்சேரி, இதல்சேரி	வேளச்சேரி, புதுச்சேரி
பட்டி *(Patti)*	அக்கர்பட்டி, ஜம்பட்டி, சுந்தரபட்டி, இனம்பட்டி	கொட்டாம்பட்டி, புதுப்பட்டி, சேவல்பட்டி, செம்பட்டி
குப்ப/குப்பம் *(Kuppa/ Kuppam)*	குப்ப	மொடிகுப்பம், கீழ்குப்பம், சிந்தலகுப்பம், செல்லங்குப்பம்
பாடி *(Padi)*	அட்பாடி, சோர்கோபாடி, கார்பாடி, லால்பாடி, கோகபாடி, முசுபாடி	காட்பாடி, புங்கம்பாடி, வானாபாடி, வெப்பாடி, கவுந்தப்பாடி
நேரி *(Neri)*	நேரி, அஞ்சநேரி, பிம்பலநேரி, சிவநேரி	அழகநேரி, பொன்னேரி, தென்னேரி
வயல் *(Vayal)*	வயல், நிமகோன் வயல், சாவர்கோவன் வயல், தக்கர்கேத் வயல்	காரவயல், நெய்தவயல், புலவயல், சிராவயல்
வானி *(Vani/Wani)*	வானி, அம்பேவானி, பலாவானி, பவானி, கோந்தாவானி, கனிஷிவானி, பவானி, சிந்வானி, தன்டுல்வானி	பவானி, மேவானி, நாவானி, பூவானி, சிறுவானி

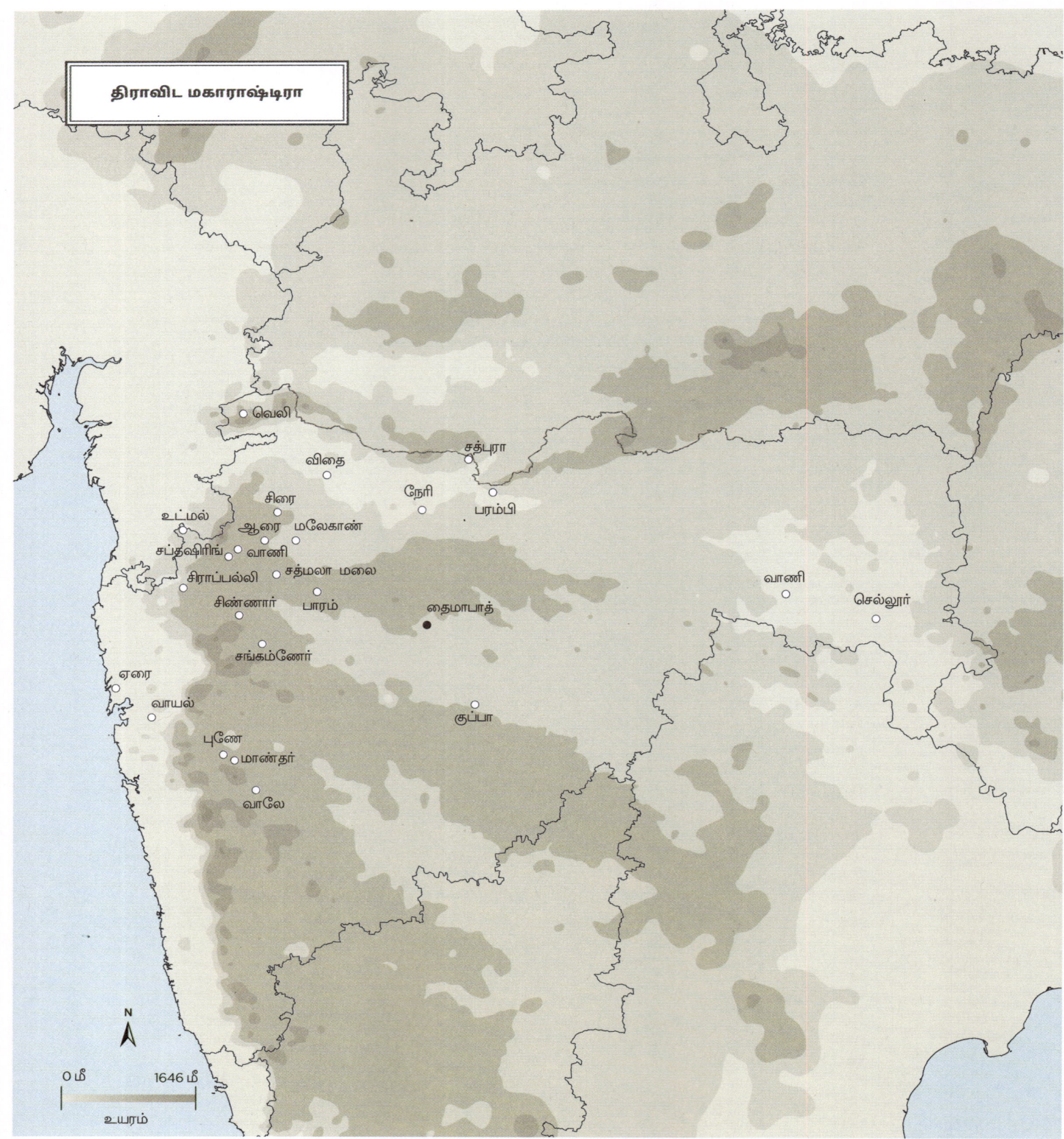

திராவிட மகாராஷ்டிரா
வெலி
சத்புரா
விதை
நேரி
பரம்பி
சிரை
உட்மல்
ஆரை
மலேகாண்
சப்தஷிரிங்
வாணி
சிராப்பல்லி
சத்மலா மலை
சிண்ணார்
பாரம்
தைமாபாத்
வாணி
செல்லூர்
சங்கம்னேர்
ஏரை
வாயல்
குப்பா
புணே
மாண்தர்
வாலே
N
0 மீ
1646 மீ
உயரம்

நிலவரைபடம் 11.1

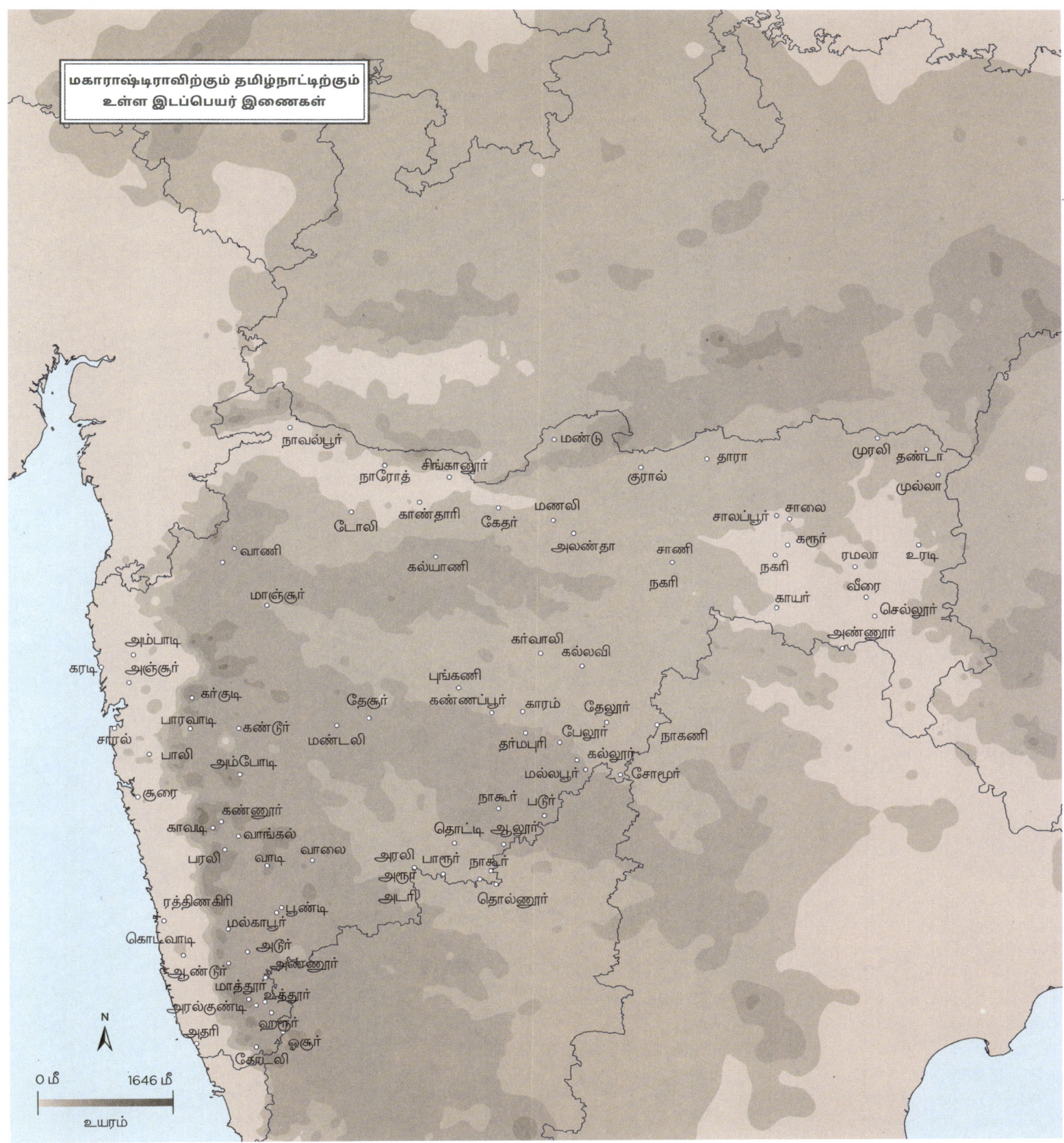

மகாராஷ்டிராவிற்கும் தமிழ்நாட்டிற்கும்
உள்ள இடப்பெயர் இணைகள்
நாவல்பூர்
மண்டு
சிங்கானூர்
நாரோத்
தாரா
குரால்
முரலி
தண்டா
முல்லா
காண்தாரி
கேதர்
மணலி
சாலப்பூர்
சாலை
டோலி
அலண்தா
கரூர்
வாணி
சாணி
ரமலா
உரடி
கல்யாணி
நகரி
நகரி
மாஞ்சூர்
காயர்
வீரை
செல்லூர்
அண்ணூர்
அம்பாடி
கர்வாலி
கல்லவி
கரடி
அஞ்சூர்
புங்கணி
கர்குடி
தேசூர்
கண்ணப்பூர்
காரம்
தேலூர்
பாரவாடி
கண்டூர்
பேலூர்
நாகணி
சாரல்
மண்டலி
தர்மபுரி
பாலி
கல்லூர்
அம்போடி
மல்லபூர்
சோமூர்
சூரை
நாகூர்
படூர்
கண்ணூர்
காவடி
தொட்டி
ஆலூர்
வாங்கல்
வாலை
அரலி
பாரூர்
பரலி
வாடி
நாகூர்
அரூர்
அடரி
தொல்னூர்
ரத்திணகிரி
பூண்டி
மல்காபூர்
கொடிவாடி
அடூர்
அண்ணூர்
ஆண்டூர்
மாத்தூர்
உத்தூர்
அரல்குண்டி
ஹரூர்
அதரி
ஒசூர்
கோடலி
N
0 மீ
1646 மீ
உயரம்

நிலவரைபடம் 11.2

இயல் பன்னிரண்டு

கொங்கு மற்றும் நகரத்தார் மரபுகளில் சிந்துவெளிச் சுவடுகள்

இருகுடிகள், ஒருசெய்தி

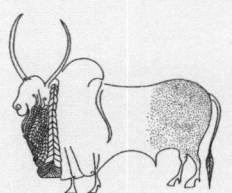

"எங்கிருந்து நீங்கினோம் என்பதைவிட எங்கே வந்து சேர்ந்தோம் என்பதே நினைவு. மறக்கப்பட்டது எதுவோ அது இன்மை அல்ல, சிதைந்து சிதறிப்போனதன் இயக்கம் ஒன்றுதான் தோற்றப்புள்ளி ஒன்றை உருவாக்குகிறது. வேறுவிதமாகச் சொல்வதென்றால், நினைவு என்பது கால ஓட்டத்திலும் அழிப்பிலிருந்துமே உருவெடுக்கிறது."

- ஜூலியா க்ரீட்

கொங்கு மற்றும் நகரத்தார் மரபுகளில் சிந்துவெளிச் சுவடுகள்:
இருகுடிகள், ஒரு செய்தி

கொங்கு மக்கள்

சிந்துவெளிப் பண்பாடு ஒரு திராவிடப் பண்பாடு; அப்பண்பாட்டு மரபின் தொடர்ச்சியை இந்தியத் துணைக்கண்டத்தின் தென்கோடியில் இப்போதும் கண்டறிய முடியும் என்பது குறித்த நமது கருத்தாக்கத்தை உரசிப்பார்க்க ஓர் உரைகல் தேவைப்படுகிறது. அதற்குத் தற்போதைய தமிழ்ப் பண்பாட்டுச் சூழலில் வாழும் கொங்கு வேளாளர்கள் மற்றும் நாட்டுக்கோட்டை நகரத்தார் ஆகிய இரண்டு சமூகங்கள் பற்றிய நேர்வு ஆய்வு (Case Study) நமக்கு உதவும். ஏற்கெனவே திராவிடச் சிவப்பு என்ற இயலில் பானைத்தடம் பற்றி பாண்டிய வேளார் எனப்படும் குயவர் சமூகம் தொடர்பான நேர்வு ஆய்வை நாம் விவாதித்துவிட்டோம்.

கொங்கு வேளாளர் மற்றும் நாட்டுக்கோட்டை நகரத்தார் ஆகிய இரண்டு சமூகப் பிரிவுகளை இந்த நேர்வு ஆய்வுக்காகத் தேர்வு செய்ததற்கு இரண்டு முக்கியக் காரணங்கள் உண்டு. முதலாவது, சிந்துவெளிப் பண்பாட்டின் வாழ்வியலோடு தொடர்புடைய அடிப்படை சமூகப் பொருளாதாரக் கூறுகளான வேளாண்மை, வேளாண்மை சார்ந்த கால்நடை வளர்ப்பு, உள்நாட்டு வணிகம், கடல்கடந்த வணிக ஆற்றல் ஆகியவற்றின் தொடர்ச்சியை அவதானிக்க இது உதவும். இரண்டாவது, இந்த இரு சமூகங்கள் சார்ந்த குலமரபுக்கதைகள் புலம்பெயர்ந்த தங்களது கடந்தகாலத்தை பொதுநினைவாக மீண்டும் ஆவணப்படுத்தும் வகையில் அமைந்துள்ளன.

இவ்விரண்டு சமூகங்களின் பொதுநினைவுக்குள் கடந்தகாலப் புலப்பெயர்வு என்பது ஒப்புக்கொள்ளப்பட்ட, அங்கீகரிக்கப்பட்ட 'தன்வரலாறாக' இருப்பதால் கடந்தகாலப் புலப்பெயர்வுகள் பற்றிய இந்த நூலின் மையக்கருத்தை இவ்விரு சமூகங்களோடு தொடர்புடைய செய்திகளோடு ஒப்பிட்டு உரசிப்பார்ப்பது பொருத்தமாக இருக்கும்.

கொங்கு வேளாளர்கள் தமிழ்நாட்டின் மேற்குப் பகுதியில் கொங்கு மண்டலம் என்று அறியப்படுகிற மாவட்டங்களில் தற்போது பெருமளவில் வசிக்கிறார்கள். இம்மக்களின் தொன்மையைப் பல்வேறு தரவுகளின் ஊடாகப் பின்னோக்கிச் சென்று சங்க இலக்கியங்கள், பழந்தமிழ்க் கல்வெட்டுகள் மூலம் மீட்டுருவாக்கம் செய்ய முடியும். இதைப்போலவே தற்போதைய தமிழ்நாட்டின் தென்கிழக்குப் பகுதியில், பொதுவாகச் செட்டிநாடு என்று அழைக்கப்படும் பகுதியில் நாட்டுக்கோட்டை நகரத்தார் சமூகத்தினர் வாழ்கிறார்கள். இந்த இரண்டு சமூகங்களும் தங்களைப் பற்றி ஆவணப்படுத்தியுள்ள தொன்மக்கதைகளை துல்லியமான ஒரு வரலாறு என்று எடுத்துக்கொள்ளவேண்டிய தேவையில்லை. இந்த நூலைப் பொறுத்தவரையில் இம்மரபுகள் ஒரு வழிகாட்டுதல் மட்டுமே. முக்கியமாக ஒப்புமை இடப்பெயர்கள் என்ற ஆய்வுக்களத்தின் ஊடாகச் சிந்துவெளி நிலப்பகுதிகளுக்கும், பழந்தமிழ் நிலப்பகுதிகளுக்கும் தற்காலத் தமிழ்நிலத்திற்கும் இடையிலான தொடர்புகளையும் இணைப்புப் புள்ளிகளையும் அடையாளம் காணுவதற்கு இந்த மரபுக்கதைகள் உதவுகின்றன என்பதை மறுக்கமுடியாது.

ஜூலியா க்ரீட் சொல்வதைப்போல "எங்கிருந்து நீங்கினோம் என்பதைவிட எங்கே வந்து சேர்ந்தோம் என்பதே நினைவு. மறக்கப்பட்டது எதுவோ அது இன்மை அல்ல, சிதைந்து சிதறிப்போனதன் இயக்கம் ஒன்றுதான் தோற்றப்புள்ளி

ஒன்றை உருவாக்குகிறது. வேறுவிதமாகச் சொல்வதென்றால், நினைவு என்பது கால ஓட்டத்திலும் அழிப்பிலிருந்துமே உருவெடுக்கிறது."

கொங்கு நாட்டின் எல்லைகள்

பொதுயுகத்தின் 12ஆம் நூற்றாண்டில் எழுதப்பட்ட கொங்கு மண்டல சதகம் என்ற நூல் கொங்குப் பகுதி மக்களின் வரலாறு பற்றி சில குறிப்புகளைத் தருகிறது. கொங்கு மக்கள் வாழ்ந்த நிலப்பகுதிகளின் எல்லைகளாக வடக்கில் தலை மலை, தெற்கில் வைகாவூர், மேற்கில் வெள்ளி பொருப்பு மலை, கிழக்கில் காவிரி என்று இந்நூல் வரையறை செய்கிறது.

இன்றைய தமிழ்நாட்டில் கோயம்புத்தூர், ஈரோடு, சேலம், நாமக்கல், திருப்பூர், கரூர், நீலகிரி மற்றும் திண்டுக்கல் மாவட்டத்தின் சில பகுதிகள், மேற்கில் மேற்குத் தொடர்ச்சி மலை ஆகிய பகுதிகள் பொதுவாகக் கொங்கு மண்டலத்தோடு தொடர்புடைய பகுதிகளாகக் கருதப்படுகின்றன.

அமராவதி, நொய்யல், பவானி ஆகிய கிளைநதிகளோடு காவிரி நதியும் இந்த நிலப்பகுதியின் ஊடாகப் பாய்கின்றன. நொய்யல் ஆற்றங்கரையில் பல அகழாய்வுகள் நடைபெற்றுள்ளன. இவ்வாற்றின் கரையில் கொடுமணலில் நடைபெற்றுள்ள அகழாய்வு மிகமுக்கியமானதாகும். இது பொதுயுகத்திற்கு நான்கு நூற்றாண்டுகள் முந்தைய தடயங்களுடன் கொங்குப் பகுதியின் பழங்காலத்தைப் புரிந்துகொள்ள உதவுகிறது.

கொங்கு நாட்டின் தொன்மை

கொங்கு நிலப் பகுதியைச் சேர்ந்தவர்கள் என்று பொருள்படும் கொங்கர் என்ற குடிப்பெயர் சங்க இலக்கிய காலத்திலிருந்தே ஆவணப்பதிவாகியுள்ளது. பதிற்றுப்பத்து, நற்றிணை, அகநானூறு ஆகிய இலக்கியங்களில் கொங்கர் பற்றிய குறிப்புகள் உள்ளன. பதிற்றுப்பத்தின் 88ஆம் பாடலில் 'நார் அரி நறவின் கொங்கர் கோவே!' என்ற பாடலடி இடம்பெறுகிறது. பதிற்றுப்பத்தின் 22ஆம் பாடலில் கொங்கர் நாடு என்று குறிப்பிடப்படுகிறது. கொங்கு நாட்டுப் பகுதியைச் சேர்ந்தவர்கள் மிகக் கடினமான பாறைகள் நிறைந்த கட்டாந்தரைப் பகுதிகளில், கிணறுகள் வெட்டும் திறன் படைத்தவர்கள் என்பதும் கிணறுகளில் நீர் அருந்துவதற்கு மேய்ச்சல் மாடுகள் வருவது பற்றியும் அகநானூற்றின் 79ஆம் பாடல் தெரிவிக்கிறது.

> தோள் பதன் அமைத்த கருங்கை ஆடவர்
> கனை பொறி பிறப்ப நூறி வினைப் படர்ந்து,
> கல் உறுத்து இயற்றிய வல் உவர்ப் படுவில்,
> பார் உடை மருங்கின் ஊறல் மண்டிய
> வன்புலம் துமியப் போகிக், கொங்கர்
> படுமணி ஆயம் நீர்க்கு நிமிர்ந்து
> செல்லும் (அகம். 79: 1-6)

தற்காலத்திலும்கூட கொங்குப் பகுதியில் நிலத்தடி நீர் அறியும் திறன்; கிணறுவெட்டும் திறன் பரவலாக அறியப்படுகிறது. இன்றும்கூட, கொங்குப் பகுதியைச் சேர்ந்தவர்கள் இந்தியா முழுவதும் பல்வேறு பகுதிகளுக்குச் சென்று ஆழ்துளைக் கிணறுகள் தோண்டும் தொழிலில் ஈடுபட்டு வருகிறார்கள்.

கொங்கு வேளாளர்

கொங்கு வேளாளர் என்ற சமூகத்தின் பெயர் சங்க இலக்கியம் குறிப்பிடும் கொங்கு என்ற நிலப்பகுதியை அடிப்படையாகக் கொண்டதாகும். கொங்கர் என்ற பெயர் எப்படித் தோன்றியது என்பது பற்றி பல்வேறு கருத்துக்கள் உள்ளன. கொங்கர் என்பது தேன் அல்லது மகரந்தம் தொடர்புடையதாகச் சில ஆய்வாளர்கள் கூறுகின்றனர். கொங்கர் என்ற பெயர் கொங்கம் என்ற மலரின் பெயரிலிருந்து வந்ததாகவும் சிலர் ஊகிக்கிறார்கள். கொங்கர் நிலப்பகுதியில் கொங்கம் மலர்கள் மிகுதியாக இருந்ததாகவும், இம்மலரை கொங்கர் மக்கள் அணிந்ததாகவும், கொங்கு மக்களின் மரபுசார்ந்த சமூக ஆவணங்கள் கூறுகின்றன. கங்க நாடு என்ற நிலப்பகுதியின் பெயரிலிருந்து கொங்கு என்ற பெயர் மருவியதாகவும் ஒரு கருத்து உண்டு. கொங்கு அல்லது கொங்கர் என்ற பெயரின் விளக்கம் இந்நூல் முன்வைக்கும் வாதத்திற்கு முக்கியமல்ல. கொங்கு என்பதை ஒரு நில அடையாளமாகவும், கொங்கர் என்பதை அந்த நிலம் சார்ந்த சமூக மக்கள் அடையாளமாகவும், நேரடியாக எடுத்துக்கொண்டு மேற்செல்வது பொருத்தமாக இருக்கும்.

சங்க காலத்தில் கொங்கு நிலத்தைப் பெரும்பாலும் சேர மன்னர்கள் ஆண்டனர். அப்போது கருவூர் எனப்படும் கரூர் அப்பகுதியின் தலைநகரமாக இருந்ததாகவும் கருதப்படுகிறது. சங்க இலக்கியங்களில் கொங்குப் பகுதி மக்கள் நிலக்குடித் தலைவர்கள், அமைச்சர்கள், படைத் தலைவர்கள், புலவர்கள் என்று பல்வேறு வகைகளில் அடையாளப்படுத்தப்படுகின்றனர். கொங்கு வேளாளர்கள் சங்க இலக்கியம் குறிப்பிடும் வேளிர் மரபினர்களின் வழித்தோன்றலாக இருக்கக்கூடும் என்ற கருத்தை வி. ராமமூர்த்தி முன்வைக்கிறார். எனவே வேளாளர் என்ற பெயர் வேளிர் என்ற பெயர்ச்சொல்லோடு தொடர்புடையது என்ற கருத்து உள்ளது. தமிழ் மொழியில் வேளாண்மை என்பது உழவுத்தொழிலைக் குறிப்பிடுவதாகும். இதன் அடிப்படையில், வேளாண்மைத் தொழில் செய்யும் மக்கள் வேளாண் என்று அறியப்பட்டனர். தொல்காப்பிய குறிப்பின்படி (இளம்பூரணர் உரை) வேளாண் மக்கள் உழவுத் தொழில் செய்பவர்கள் என்பது புலனாகிறது. திருக்குறளில் வேளாண்மை என்பது

உழவு செய்தல் என்ற பொருளில் வழங்கப்படுகிறது (குறள். 81, 212, 613). எதுவாயினும் வேளாண், வேளாளர் ஆகிய அடையாள பெயர்களை உழவுத்தொழில் என்ற தொழில் சார்ந்ததாகக் கருதுவது தவறாகாது.

கொங்கு வேளாளர்கள் தங்களது குலக்குடி அடையாளத்தைச் சங்க இலக்கியங்கள் குறிப்பிடும் கொங்கர் என்ற பெயருடன் தொடர்புபடுத்துகிறார்கள். தாய்த் தெய்வ வழிபாடு, முன்னோர் வழிபாட்டின் முன்னுரிமை, கோயில் சடங்குகளில் வேளாளர் பூசாரிகளின் பங்கு, திருமணம் போன்ற சடங்குகளில் இதர கொங்குப் பிரிவினரின் பங்கு ஆகியவைக் கொங்கு வேளாளர் என்ற நில அடையாளம் சார்ந்த கருத்தாக்கத்தில் முக்கிய இடம் பெறும் தனித்துவக் கூறுகளாக உள்ளன. மரபுசார்ந்த கொங்கு வேளாளர் திருமணங்களில் வைதீகச் சடங்குமுறைகளுக்கு இடமில்லை. கொங்கு என்ற நிலப்பகுதி சார்ந்த சமூகக் கட்டமைப்புக்குள் கொங்கு கவுண்டர் எனப்படும் குடிப்பிரிவினர் மட்டுமின்றி கொங்கு வண்ணார், கொங்கு நாவிதர், கொங்கு குயவர், கொங்கு பண்டாரம் என்று பல்வேறு குடிப் பிரிவினரும் கொங்கு என்ற முன்னொட்டு அடையாளத்தைக் கொண்டிருக்கிறார்கள். எனவே, கொங்கு என்ற கூட்டு அடையாளம் பல்வேறு குடியினரை உள்ளடக்கிய ஒரு பொது அடையாளமாகத் தோன்றுகிறது. காணிப்புலவர் (காணிக் குடியிருப்பு பகுதிகளின் புலவர்) என்பது கொங்கு மக்களின் ஒரு தனித்துவமான வகைமுறையாகும். கல்விக்கும் புலமைக்கும் அளிக்கும் சிறப்பிடத்தைக் காணிப் புலவர் என்ற நெறிமுறை காட்டுகிறது. அதுமட்டுமின்றி, 11ஆம் நூற்றாண்டில் கவிச்சக்கரவர்த்தி கம்பரை ஆதரித்த சடையப்ப வள்ளல் கொங்குப் பகுதியைச் சேர்ந்தவராகக் கருதப்படுகிறார். பெருங்கதை என்ற இலக்கியத்தை எழுதிய நூலாசிரியரின் பெயர் கொங்குவேளிர்.

கொங்கு வேளாளர் மீள்நினைவுகளும் புலப்பெயர்வுகளும்

தமிழ்ப் பண்பாட்டு வரலாற்றில் கொங்கு மக்களின் தொன்மையைத் தமிழ் பிராமி (தமிழி) வரிவடிவத்தில் எழுதப்பட்ட தொல்தமிழ்க் கல்வெட்டுகளில் இடம்பெற்றுள்ள கொங்கு கூட்டங்களின் பெயர்கள் (*Clan names*) மூலம் அறியலாம். கொங்கு, கொங்கர், அந்துவன், சாத்தந்தை போன்ற அடையாளப் பெயர்கள் சங்க இலக்கியங்கள், தொல்தமிழ்க் கல்வெட்டுகள், பானைக் கீறல்கள், செப்பேடுகள் என்று பல்வேறு வடிவங்களில் ஆவணப்படுத்தப்பட்டுள்ளன. ஆயினும், கொங்கு மக்களின் ஒருபிரிவினர் இப்போதுள்ள கொங்கு நிலப்பகுதிகளுக்குப் புலம்பெயர்ந்து வந்தவர்கள் என்று கொங்கு வேளாளர்களின் குலமரபுக்கதைகள் மீள்நினைவாகக் குறிப்பிடுகின்றன. இந்தத் தொன்ம மரபுகளின் அடிப்படையில் பார்த்தால் கொங்கு வேளாளர் மக்கள் முதலில் தொண்டை மண்டலத்திலிருந்து சோழ மண்டலத்துக்கும் பின்னர் சோழ நாட்டிலிருந்து கொங்குப் பகுதிகளுக்கும் புலம்பெயர்ந்தவர்கள் என்று சொல்லப்படுகிறது. அதிலும் குறிப்பாக, சோழர் இளவரசியைச் சேர மன்னன் ஒருவன் திருமணம் செய்தபோது அந்த இளவரசியோடு அனுப்பப்பட்ட சீர்வரிசைகளில் 48,000 கொங்கு வேளாளர் குடும்பங்களும் அடங்கும் என்று இந்த மரபுக்கதைகள் கூறுகின்றன. இவ்வாறு சோழ நாட்டிலிருந்து புலம்பெயர்ந்தவர்கள் புதிய நிலப்பகுதிகளில் வேளாண்மைத் தொழிலில் ஈடுபட்டனர். இத்தகைய புலப்பெயர்வு சங்க காலத்தில் நிகழ்ந்ததாக ஒரு கருத்து நிலவுகிறது. இவ்வாறு கொங்கு மக்களைப் பொறுத்தவரையில் புலம்பெயர்தல் பொதுநினைவுகளின் ஊடாகப் பல்வேறு அடுக்குகளைக் கொண்டதாகத் தோன்றுகிறது.

இப்போது குஜராத்திலுள்ள துவாரகையுடன் அடையாளப்படுத்தப்படும் துவரை என்ற இடத்திலிருந்து வேளிர் குடியினரின் மூதாதையர்கள் தென்புலத்திற்குப் புலம்பெயர்ந்தனர் என்று இராகவையங்கார் குறிப்பிடுவதையும், புறநானூற்றின் 201ஆம் பாடலின் அடிப்படையில் ஐராவதம் மகாதேவன் இதுபற்றி மேலும் தெரிவித்துள்ள கருத்தையும் நாம் ஏற்கெனவே பதிவுசெய்துள்ளோம். கொங்கு கூட்டங்களில் ஒன்றான தூரன் கூட்டத்தினர் பற்றிய மீள்நினைவு மரபில் அவர்கள் தங்களை 'வடக்கிலிருந்து வந்தவர்' என்று குறிப்பிடுகின்றனர். ஆந்தைப்பாடி நாடு, ஈஞ்சை நாடு, கூரை நாடு போன்ற இடங்களிலிருந்து வேளாளர்கள் கொங்கு நாட்டிற்கு இடம் பெயர்ந்ததாகவும், அவ்வாறு வந்த இடத்தில் தங்களது பழைய நிலப்பகுதிகளின் நினைவாகத் தங்களின் கூட்டங்களின் பெயர்களை ஆந்தை, ஈஞ்சை, கூரை என்று அமைத்துக்கொண்டதாகவும் குடி வரலாற்றுக் கதைகள் கூறுகின்றன.

இந்தத் தொன்ம மீள்நினைவு முந்தைய இடப்பெயர்களுக்கும், புலம்பெயர்ந்தவர்கள் சூட்டிக்கொண்ட இடங்களுக்கும் இடையிலான தொடர்பை விளக்குவதோடு இத்தகைய இடப்பெயர், குடிப்பெயர் தொடர்பைக் கருவியாகப் பயன்படுத்தி கடந்தகால இடப்பெயர்வுகளின் பாதச்சுவடுகளை நாம் மீட்டுருவாக்கம் செய்ய முடியும் என்பதையும் உறுதிசெய்கிறது.

கொங்கு வேளாளர் சமூகத்தினரின் சமய, சடங்கு நிகழ்வுகளில் ஒரு பாடல் பாடப்படுவது உண்டு. அதில், "ஊரைவிட்டு நாங்கள் வந்தோம்" என்று அவலம் தொனிக்கும் வகையில் ஒருவர் பாடுவதாக அமையும். இவை புலப்பெயர்வால் கட்டமைக்கப்பட்ட கடந்தகாலத்தின் மீள்நினைவுகளே அன்றி வேறு எதுவும் இல்லை. ஏற்கெனவே நாம் சுட்டிக்காட்டியபடி ஒவ்வொருவரும் தனியாகவோ, கூட்டாகவோ ஒரு மங்கலான துல்லியமற்ற வரலாற்றையும் சுமந்து கொண்டிருக்கிறார்கள்.

இப்பாடல், ஈரோடு அருகில் உள்ள குட்டப்பாளையம் பகுதியில் வாழும் பயிரன் கூட்டத்தினரிடையே நடந்த கள ஆய்வின்போது திரட்டப்பட்டது. இத்தகைய பாடல்களில் இடம்பெறும் ஒவ்வொரு வரியையும் ஒரு வரலாற்று உண்மை போல எடுத்துக்கொள்ளத் தேவையில்லை. பொதுவாகக் கடந்தகாலம் என்பது புலப்பெயர்வுகளால் கட்டமைக்கப்பட்டது. அதற்கு யாரும் விதிவிலக்கல்ல.

கொங்கு வேளாளர் பற்றிய வேட்டுவர்களின் மீள்நினைவு

கொங்குப் பகுதியில் வேட்டுவக் கவுண்டர்கள், வேளாளக் கவுண்டர்கள் என்ற இருபிரிவினர் உண்டு. கொங்கு வேளாளர்களுக்கும், வேட்டுவர்களுக்கும் இடையிலான கடந்தகால முரண்கள், உரசல்களின் எச்சமிச்சமான மீள்நினைவுகளை இன்றுவரை மீட்டுருவாக்கம் செய்ய முடியும். இதுபற்றி வேட்டுவப் பிரிவினர் தங்களது கோயில் தொடர்பான கூட்டங்களில் அடிக்கடி மீள்நினைவாகக் குறிப்பிடுவது உண்டு. கொங்குப் பகுதியில் மண்சார்ந்த இயல்பான குடியினர் தாங்களே என்பது வேட்டுவரின் கருத்தாகும். அதன்பிறகு அப்பகுதிக்குக் குடியேறிய வேளாளர்கள் அரசர்களின் ஆதரவால் முக்கியத்துவம் பெற்றார்கள் என்று கூறப்படுகிறது. அதையொட்டி, வேட்டுவர்கள் அரசனிடம் முறையிட்டனர். அரசனுக்குத் தேவையான தேன் முதலான இதர மலைப்பொருட்களை வழங்குவதோடு, சேர அரசனுக்கு மிகவும் விசுவாசத்துடன் காலம்காலமாக ஆதரவளித்து வந்ததை அவர்கள் சுட்டிக்காட்டுகிறார்கள்.

வேட்டுவரின் மனக்குறையைக் கேட்ட அரசர், வேளாளர்களுக்கு தான் கொடுத்த வாக்கிலிருந்து பின்வாங்க முடியாது என்றும், எனினும் வேட்டுவர்களும் கொங்கு வேளாளர்கள் போலவே கவுண்டர் என்ற பட்டத்தைப் பயன்படுத்த உரிமை வழங்குவதாகவும் சேர அரசர் கூறினாராம். இதனால் வேட்டுவர்கள் மன நிறைவடைந்தாலும் தங்களது பூர்வீக இடத்தில் கொங்கு வேளாளர்கள் புலம்பெயர்ந்து வந்து குடியேறியது பற்றிய ஒரு மனக்குறை இருந்து கொண்டே இருப்பதாகத் தோன்றுகிறது. வேட்டுவரின் கூட்டுநினைவில் இந்த மனக்குறை இன்றுவரை இருக்கிறது. அது அவர்களது மரபுக்கதைகளிலும் எதிரொலிக்கிறது.

"இழந்த பெருமையை மீட்டெடுப்போம்" என்று இன்றுவரை வேட்டுவக் கவுண்டர்கள் சார்பில் குரல் எழுப்பி வருகிறார்கள். வேட்டுவர்கள் மன்னரிடம் முறையிட்ட இந்த மீள்நினைவு பற்றி பின்வரும் வரிகளால் அறியலாம்.

> வடக்கிருந்து வந்தவரை மதித்தவரை மந்திரராய்
> தடக்கிரிசூழ் உலகமதில் தனிக்காணி தந்தளித்தல்
> எங்கள் குலத்தவர் தமக்கு இழிவாகும்

வேட்டுவர்களிடையே ஆண்டுதோறும் நிகழும் சடங்கு நிகழ்வொன்றில், வேளாளர்களின் நிலங்களில், வயல்களில் இறங்கித் தங்களது பூர்வீக உரிமையை நிலைநாட்டுவது போல நடந்துகொள்வார்கள். இது ஒரு குறியீட்டு நிகழ்வுதான். இதை வேளாளர்களும் பொதுவாக மறுத்து எதிர்க்க மாட்டார்கள். இதுபற்றி இளையதலைமுறை கோபப்பட்டாலும், பெரியவர்கள் அவர்களைச் சமாதானப்படுத்துவதாகக் கூறப்படுகிறது. இதற்கு எழுத்துப்பூர்வமான ஆவணம் எதுவும் இல்லை. கொங்கு நாட்டு வாழ்வியல் தெரிந்தவர்களுக்கு இது தெரிந்த செய்திதான். இவ்வாறு கொங்கு வேளாளர்கள் மற்றும் வேட்டுவர்கள் ஆகிய இரு பிரிவினர் தொடர்பான மீள்நினைவுக் கதைகள் மற்றும் கதை மரபுகளை ஒட்டுமொத்தமாகப் படித்தால் கொங்கு வேளாளர்கள் இன்னொரு நிலப்பகுதியிலிருந்து இப்பகுதிக்குப் புலம்பெயர்ந்தவர்கள் என்ற வரலாறு ஒப்புக்கொள்ளப்பட்டது தெளிவாகப் புலப்படும். இவ்வாறு புலம்பெயரும் போது அவர்கள் ஒரு தனிக் குடியாகப் புலம்பெயராமல் தங்களோடு தொடர்புடைய இதர பிரிவினர்கள், கூட்டப் பெயர்கள், நாட்டுப்பிரிவுப் பெயர்கள், மற்றும் நம்பிக்கை மரபுகள், கால்நடைகள் ஆகியவற்றோடு ஒட்டுமொத்த நகர்வையே செய்திருக்கிறார்கள் என்பது புலனாகும்.

வேட்டுவர், வேளாளர் ஆகியோரிடையே புலனாகும் இந்த முரணும், உரசலும் அது தொடர்பான மீள்நினைவுகளும்

> "புலப்பெயர்வுகள் பற்றிய நினைவு என்பது மூன்று வகையில் செயல்படுகிறது: தங்களது இயல்பான தொன்ம அடையாளங்களைத் தொடர்ந்து தக்கவைப்பதின்மூலம் ஒரு குழுவினர் தங்களுக்கென்று ஓர் அடையாளக் கட்டமைப்பைச் செய்துகொள்ள உதவுகிறது; ஓர் இடத்திலிருந்து புலம்பெயர்ந்தவர்கள் அந்தப் புலப்பெயர்வு ஊடாகச் சந்திக்கும் இடர்பாடுகள், இழப்புணர்வு, புதிய பண்பாட்டுச் சூழலில் தங்களைத் தங்களது அடையாளத்தோடு மீண்டும் தகவமைத்துக்கொள்ள உதவும் ஒரு மருந்தாகவும் செயல்படுகிறது; மூன்றாவதாக அத்தகைய பொதுவான நினைவுகளை மீண்டும் மீண்டும் நினைவுபடுத்தி மீள்நினைவாக ஏற்பதன்மூலம் தங்களது பொதுவான சமூக அடையாளத்தை மீட்டுருவாக்கம் செய்யவும் உதவுகிறது."
>
> - ஜோஃபியா ரோஷிஸ்கா 2011: 39

கடந்தகாலம் பற்றிய நினைவூட்டலாகவும், மலை சார்ந்த வேட்டை வாழ்வியலிலிருந்து வேளாண்மை, கால்நடை வளர்ப்பு வாழ்வியலுக்கு இப்பகுதி மாற்றம்பெற்ற காலகட்டம் பற்றிய மீள்நினைவாகவும் இருக்கிறது. இவ்வாறு கால்நடை வளர்ப்பு, வேளாண்மைப் பெருக்கம் ஆகியவற்றின் நிகழ்வாக இப்பகுதிகளில் அடுக்கடுக்காகத் தொடர்ந்து புலப்பெயர்வுகள் அதன் விளைவான முரண்பாடுகள், பிறகு ஏற்படுகிற சமரசம் எனப் பல்வேறு உணர்வுகளும், நடைமுறைகளும், எதார்த்தங்களும் கொங்குப் பகுதியின் கூட்டுச்சிந்தனைக்குள் குடியேறியிருக்கின்றன. வேட்டுவர்/வேளாளர் ஆகியோரின் மீள்நினைவுகள் கடந்தகாலம் மற்றும் நிகழ்காலம் குறித்த மானுடவியல் ஆய்விற்கு ஏற்றதாகும்.

கொங்குக் காணிகள்

கொங்கு மண்டலச் சதகம் கூறும் 24 முக்கியமான நிலப்பிரிவுகள் பட்டியல் வருமாறு: ஆறைநாடு, ஒடுவங்க நாடு, வாரக்க நாடு, பொங்கலூர் நாடு, காங்கேய நாடு, குறும்பு நாடு, காஞ்சிக்கோயில் நாடு, வடகரைநாடு, பூந்துறை நாடு, அரய நாடு, தென்கரை நாடு, மண நாடு, வெங்கால நாடு, தட்டய நாடு, கிழங்கு நாடு, தலைய நாடு, அண்ட நாடு, வையாபுரி நாடு, நல்லுருக்கா நாடு, காவடிக்க நாடு, ஆனைமலை நாடு, பூவாணிய நாடு, வாழவந்தி நாடு, இராசிபுர நாடு.

இந்த நாட்டுப் பிரிவுக்குள் பல்வேறு கொங்கு வேளாளர் கூட்டத்தினரும் தங்களுக்கென்று காணியூர் அமைத்துள்ளார்கள். காணியூர் என்பது முதன்முதலில் ஒரு கூட்டத்தினரால் நிறுவப்பட்ட குடியிருப்பாகும். காணி என்ற தமிழ் சொல்லுக்கு நூறு குழி அளவுள்ள நிலம் என்று தமிழ்ப் பேரகராதி பொருள் உரைக்கிறது. அதுமட்டுமின்றி காணியாட்சி என்ற சொல், மரபு வழியாக நிலவுடைமையைக் குறிக்கும் சொல்லாகும். நிலத்தின் மீது விதிக்கப்படும் வரியை இடைக்காலத்தில் காணிக்கடன் என்று கல்வெட்டுகள் கூறுகின்றன. இவ்வாறு ஒரு கூட்டத்தினரால் முதன்முதலில் உருவாக்கப்பட்ட காணியூர் முதல் காணி, அதாவது பூர்விகமாக முதன் முதலில் நிறுவப்பட்ட ஊர் என்று பொருள். சில சூழல்களில் ஒரே காணியூருடன் ஒன்றுக்கும் மேற்பட்ட கூட்டத்தினர் தொடர்புடையவராக இருப்பார்கள். அதாவது ஒவ்வொரு கூட்டத்தினருக்கும் ஒரு காணி இருக்க வேண்டிய தேவையில்லை. அதேநேரத்தில் ஒரே கூட்டத்திற்கு ஒன்றுக்கு மேற்பட்ட காணியூர்கள் இருக்கலாம். கொங்கு மண்டல சதகத்தின்படி ஆறு முதல் 78 காணியூர்கள் வரை கொண்டவர்கள் குறிப்பிடப்படுகிறார்கள். காணியாள கவுண்டர் என்ற பட்டப்பெயர் காணி என்ற வேளாண்மைக் குடியிருப்பு என்பதன் அடிப்படையில் உருவாக்கப்பட்ட சொல்லாக்கம் ஆகும். எனவே, இந்தக் காணியூர்களின் பெயர்கள் கொங்கு மக்களின் கடந்தகாலப் புலப்பெயர்வுகளை மீட்டுருவாக்கம் செய்வதில் முக்கியப் பங்களிக்கும் என்பது இந்த ஆய்வாளரின் கருத்தாகும். ஏனெனில், காணியூர்கள் என்பது கொங்கு கூட்டத்தின் பெயர்களுடன் தொடர்புடைய முக்கியமான குறியீடாகவும், நடைமுறை எதார்த்தமாகவும் இருக்கின்றன.

புலம்பெயரும் மக்கள் இத்தகைய நில அடையாளப் பெயர்களைத் தங்களுடன் எடுத்துச்சென்று மீண்டும் பயன்படுத்துவது உலகமெங்கும் காணப்படும் நடைமுறையாகும். இதற்குக் கொங்கு மக்கள் விதிவிலக்காக இருக்க முடியாது. கொங்குப் பகுதியில் ஒரு குறிப்பிட்ட கூட்டத்தைச் சேர்ந்தவராகக் கருதப்படுபவர்கள் தங்களது கூட்டத்திற்கான காணியூர் பெயர் என்ன என்பதைப் பெரும்பாலும் தெரிந்து வைத்திருக்கிறார்கள். அவர்கள் அந்தக் காணியூரில் வசிக்க வேண்டும் அல்லது வாழ வேண்டும் என்பது இதன் பொருள் அல்ல. ஒரு கூட்டத்தைச் சேர்ந்த ஒருவர் உலகின் எந்தப் பகுதிக்குச் சென்றாலும் தன் கூட்டம், காணியூர் என்ற ஒரு தொடர்பைத் தங்களது நினைவில் சுமந்து கொண்டிருப்பதாகவே தோன்றுகிறது.

ஒவ்வொரு காணியூருக்கும் ஒரு தெய்வம் இருக்கிறது. அத்தெய்வத்தின் கோயிலைக் காணியூர் கோயில் என்று சொல்கிறார்கள். அந்தக் காணியூர் தொடர்புடைய எல்லா கூட்டத்தினருக்கும் அது ஒரு குலக்கடவுள். ஒவ்வொரு காணியும் கொங்குப் பகுதியின் ஏதோ ஒரு நாட்டுப் பிரிவுக்குள் வரும் என்பதால் கொங்கு நிலம் மற்றும் மக்கள் அடையாளம் என்பது நிலப்பிரிவு>காணியூர் பெயர்கள் (அதனோடு சேர்ந்த கோயில்களின் பெயர்களும்)>கூட்ட பெயர்கள் என்று குறியீட்டு அளவிலான ஒரு தொகுப்பு முடிச்சாக இன்றும் தோற்றம் தருகிறது. கொங்கு வேளாளர் மக்கள் உலகின் எப்பகுதியில் வசித்தாலும் தத்தம் கூட்டங்களின் பெயரின் அடிப்படையில் ஒருவருக்கொருவர் அண்ணன் தம்பி முறை அல்லது மாமன் மச்சான் முறை கொண்டாடுவதை இப்போதும்கூட பார்க்க முடிகிறது.

தமிழ்த் தொன்மங்களோடு தொடர்புடைய மக்கள் ஒரு காலத்தில் சிந்துவெளிப் பண்பாட்டுத் தொடர்புடையவர்களாக இருந்து பின்னர் அப்பகுதிகளிலிருந்து தெற்குநோக்கிப் புலம்பெயர்ந்தவர்கள் என்ற கருதுகோள் உண்மையென்றால், தமிழ்த் தொன்மங்களோடு தொடர்புடைய இத்தகைய நிலப்பகுதிகளின் மக்களோடு தொடர்புடைய முக்கியமான இடப்பெயர்கள் சிந்துவெளி நிலப்பகுதிகளில் இன்றுவரை எஞ்சியிருக்க வேண்டும் என்ற எதிர்பார்ப்பு நியாயமானதே. அதுமட்டுமின்றி அப்படிப்பட்ட இருவழிப் பரிசோதனையின் மூலம்தான் இந்த நூல் முன்வைக்க விரும்பும் மிக முக்கியமான

கருத்தாக்கத்துக்கு வலு இருப்பதாக நம்ப முடியும். இத்தகைய முன் நிபந்தனையோடு சிந்துவெளி நிலப்பகுதிகளில் இடம்பெறும் இடப்பெயர்களை ஒப்பிட்டு ஆய்வு செய்தபோது கொங்குப் பகுதிகளில் உள்ள முளசை, கொக்கலை, கோட்டூர், ஆழியார், கல்யாணி, பழனி போன்ற பல காணிப்பெயர்களுடன் தொடர்புபடுத்தக்கூடிய அல்லது ஒருமித்து ஒலிக்கும் இடப்பெயர்களாக எஞ்சியிருப்பது ஏதோ எதேச்சை நிகழ்வு என்று புறக்கணித்துக் கடந்து செல்ல முடியாது.

கொங்கு மானுடவியல்

கொங்கு வேளாளர் சமூகவியலின் குறுக்குநெடுக்கு எல்லைக் கோடுகளை விவரிக்க அச்சமூகத்தின் பல்வேறு கூட்டங்களின் பெயர்கள் உதவியாக இருக்கும். மரபுசார்ந்த ஆவணங்களின் அடிப்படையில் வேளாளர் என்பது ஒரு பொதுவான அடையாளம் ஆகும். 113 வகையான வேளாளர்களுள் ஒரு வகையினர் கொங்கு வேளாளர். கொங்கு வேளாளர்களின் குலமரபு ஆவணங்கள் 142 கூட்டத்தின் பெயர்களைக் குறிப்பிடுகிறது. இந்தக் கூட்டங்களின் பெயர்களுக்குத் தாங்கள் அறிந்த சொற்களிலிருந்து பொருள் கூறுவதற்கு எத்தனையோ பேர் முயன்றுள்ளனர். இக்கூட்டங்களின் பெயர்களைத் தொகுப்பதில் புலவர் செ. இராசு முக்கியப் பங்காற்றியுள்ளார். 96 கீர்த்தி பாடல்கள், அழகுமலை குறவஞ்சி, வேளாளர் கும்மி, கொடுமணல் இலக்கியம், கல்வெட்டுகள், செப்பேடுகள் மற்றும் கொங்கு மண்டல சதகம் ஆகிய சான்றுகளைப் பயன்படுத்தி புலவர் இராசு 214 கூட்டங்களின் பெயர்களைப் பட்டியலிடுகிறார். ஆனால் இந்தக் கூட்டங்களின் பெயர்கள் பற்றி கருத்து ஒற்றுமை இல்லை. பல்வேறு வகையான பட்டியல்கள் பொதுவெளியில், இணையத்தில் காணக் கிடைக்கின்றன. புலவர் இராசு குறிப்பிடும் கூட்டப் பெயர்களில் பல பெயர்கள் எல்லாப் பட்டியல்களிலும் இடம்பெறுகின்றன. பாதிக்கும் மேற்பட்ட கூட்டப் பெயர்கள் பிற்காலத்தில் சேர்க்கப்பட்டவையாகத் தோன்றுகின்றன. இச்சூழலில் அனைத்துப் பட்டியல்களிலும், பல்வேறு இலக்கிய, கல்வெட்டு ஆவணங்களிலும் இடம்பெற்றுள்ள அந்துவன், சாத்தந்தை மற்றும் ஆந்தை போன்ற சில கூட்டங்களின் பெயர்கள் இங்கே விரிவான விவாதத்துக்கு எடுத்துக்கொள்ளப்படுகின்றன.

தொல்லியல் தடயங்களில் அந்துவன்

கொங்கு வேளாளர் பற்றிய இந்த நேர்வு ஆய்வில் மேலும் நுட்பமாக இந்த நுண் ஆய்வைச் செய்வதற்குக் காரணம் அந்துவன் என்ற பெயர் அடையாளங்கள் சங்க இலக்கியக் காலத்திலிருந்து இன்றுவரை தொடர்ந்து புழக்கத்தில் இருப்பதே ஆகும். எடுத்துக்காட்டாகச் சங்க இலக்கியங்களில் அந்துவன் என்ற பெயர் அந்துவன் சேரல் என்ற சேர மன்னன்; அந்துவன் கீரன் என்ற நிலக்குடித் தலைவன்; நல்லந்துவனார் என்ற சங்க இலக்கியத் தமிழ்ப் புலவர் ஆகியோரது பெயர்களுடன் தொடர்புடையதாக உள்ளது. நல் அந்துவனார் என்ற புலவர் சங்க இலக்கியங்களில் 39 பாடல்களை இயற்றியுள்ளார் என்பது குறிப்பிடத்தக்கது. அந்துவன் என்ற பெயர் தமிழ்த் தொன்மங்களோடு மிகத்தொன்மையான தொடர்பு கொண்டிருந்தால் மட்டுமே ஒரு சேர மன்னன், ஒரு நிலக்குடி தலைவன் மற்றும் ஒரு புலவர் என்று வெவ்வேறு சமூகவியல் சூழல் சார்ந்த மனிதர்களின் பெயர்களோடு தொடர்புடையதாக இருந்திருக்க முடியும். கீழ்வரும் புறநானூற்றுப் பாடலில் சில பெயர்கள் குறிப்பிடப்படுகின்றன.

> ...மலி புகழ்
> வையை சூழ்ந்த வளங்கெழு வைப்பின்
> பொய்யா யாணர் மையல் கோமான்
> மாவனும் மன் எயில் ஆந்தையும், உரை சால்
> அந்துவஞ்சாத்தனும் ஆதன் அழிசியும்,
> வெஞ்சின இயக்கனும் உளப்படப் பிறரும்,
> கண் போல் நண்பிற் கேளிரொடு கலந்த
> இன் களி மகிழ்நகை இழுக்கியான் ஒன்றோ,...
> (புறம். 71: 9-16)

இந்தப் பாடலில் வஞ்சினத்துடன் தன்னை எதிர்த்து போரிட வரும் மன்னர்களை வென்று அழிப்பேன் என்று சூளுரைக்கும் ஒல்லையூர் தந்த பூதப்பாண்டியன் என்ற மன்னன் தனது நண்பர்களாக மாவன், ஆந்தை, அந்துவன், சாத்தன், ஆதன், அழிசி, இயக்கன் என்று எழுவரின் பெயர்களைக் குறிப்பிடுகிறார். இந்தப் பெயர்கள் கொங்கு கூட்டப் பெயர்களோடு பொருந்திப்போவதை எதேச்சையான நிகழ்வு என்று கடந்து செல்ல முடியாது.

ஐராவதம் மகாதேவன் தனது தொல்தமிழ்க் கல்வெட்டுகள் குறித்த தொகுப்பில் தமிழ் பிராமி கல்வெட்டுகள் பலவற்றைப் பட்டியலிட்டுள்ளார். இந்தக் கல்வெட்டுகளிலிருந்து அறியலாகும் மனிதர்களின் பெயர்களையும், குடிப்பெயர்களையும் அவர் பின்னிணைப்பாகத் தந்திருக்கிறார். அந்த நூலில் இடம்பெறும் திருப்பரங்குன்றம் கல்வெட்டில் அந்துவன் கொடுப்பித்தவன்' என்ற தொடர் இடம்பெறுகிறது. இதில் அந்துவன் என்ற பெயர் கவனிக்கத்தக்கது. இதைப்போலவே அந்துவன், ஆந்தை, சாத்தந்தை, பாணன், கண்ணன், மணியன், வண்ணக்கண் போன்ற கூட்டங்களின் பெயர்களை நினைவுறுத்தும் பெயர்கள் ஆறுநாட்டார் மலைக் கல்வெட்டுகள், அரசனூர் மலைக் கல்வெட்டு மற்றும் கொடுமணல் மட்பாண்டங்களில் பொறிக்கப்பட்டுள்ளன. அதுமட்டுமின்றி கொங்குப் பகுதி தொடர்பான கூட்டப் பெயர்கள் மற்றும் மனிதர்களின் பெயர்கள் வெளிநாட்டில்

படம் 12.1 - கொடுமணலில் கிடைத்துள்ள பானைகளில் உள்ள எழுத்துப்பொறிப்புகள்

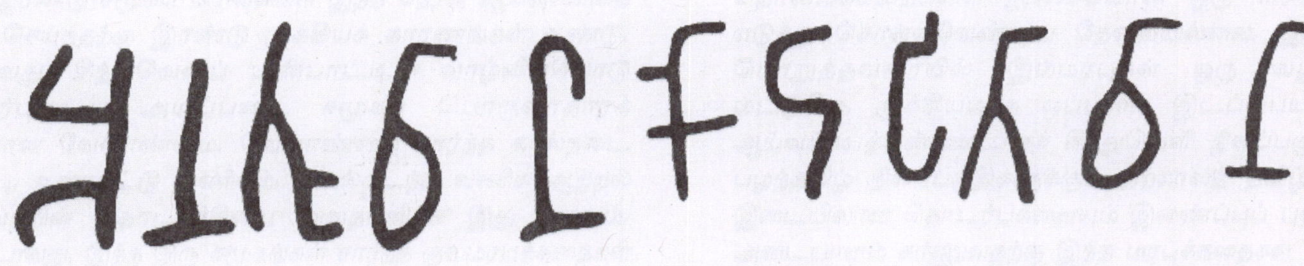

படம் 12.2 - 'அந்துவன் கொடுப்பித்தவன்' என்று குறிப்பிடப்பட்டுள்ள திருப்பரங்குன்றம் தமிழ் பிராமி கல்வெட்டு

கிடைத்த அகழாய்வுத் தடயங்களில்கூடக் கிடைத்திருப்பது வியப்புக்குரிய உண்மையாகும்.

ஓமன் நாட்டில், தமிழ் பிராமியில் நந்தை கீரன் என்று பொறிக்கப்பட்ட ஒரு பானைத்துண்டு கிடைத்துள்ளது. இந்த உடைந்த பானையில் இருக்கும் பெயர் அந்தக் காலகட்டத்தில் முக்கியமான வணிகராகக் கருதப்பட்டு சமூகத்தில் மிக மரியாதைக்குரிய ஒருவரின் இயற்பெயராக இருக்கக்கூடும் என்ற கருத்தைத் தொல்லியல் ஆய்வாளர் கா. ராஜன் முன்வைத்துள்ளார். இதில் இரண்டு சாத்தியக்கூறுகள் உள்ளன. கீரன் என்பது ஒரு கூட்டத்தின் பெயராக இருக்கலாம்; அவ்வாறாயின் நந்தை கீரன் என்பதில் முதல்சொல் இயற்பெயராகவும், கீரன் என்பது கூட்டத்தின் பெயராகவும் இருக்கக்கூடும். இரண்டாவது சாத்தியம் கீரன் என்பதை ராஜன் சொல்வதைப் போல தனிமனிதரின் பெயராக எடுத்துக்கொள்வது. அவ்வாறாயின் இந்த உடைந்த மட்பாண்டத்தில் படிக்கமுடியாமல் பாதியில் விடுபட்டுப்போன நந்தை கீரன் என்பது கண்ணந்தை கீரன் என்பதாகவும் இருக்கக்கூடும். அவ்வாறாயின் கண்ணந்தை என்பது கூட்டப் பெயராகவும், கீரன் என்பது தனிமனிதனின் பெயராகவும் அமையும். இவற்றில் எது உண்மையானாலும் கடல்கடந்து கிடைத்த ஒரு தமிழ் பிராமி பொறிப்பில் சங்க இலக்கியக் காலகட்டத்தோடு தொடர்புடைய கீரன் என்ற பெயர் இடம்பெற்றிருக்கிறது. கீரன் என்பது கொங்கு மக்களைப் பொறுத்தவரையில் ஒரு கூட்டத்தின் பெயராகும்.

சங்கப்புலவர்களின் பெயர்களும் கொங்கு கூட்டத்தின் பெயர்களும்

சங்க இலக்கியங்களில் பல்வேறு பாடல்களை எழுதிய புலவர்களின் பெயர்களின்மூலம் பல்வேறு இடப்பெயர்களும், குடிப்பெயர்களும் புலனாகின்றன. இப்பெயர்கள் கொங்குப் பகுதியைச் சேர்ந்த இடப்பகுதிகளோடும், கூட்டத்தின் பெயர்களோடும் ஒப்பிடத்தக்கனவாக அமைந்துள்ளன. புலவர்களின் பெயர்களும், அப்பெயர்கள் நினைவுறுத்தும் கூட்டப் பெயர்களும் வருமாறு:

அஞ்சில் ஆந்தையார், ஆதிமந்தையார், ஆவூர் கிழார், மூலங்கிழார், கணக்காயனார், கண்ணங் கொற்றனார், கண்ணனார், காரிகிழார், கொற்றனார், மலையனார், மாமூலனார், ஒருசிறைப் பெரியனார், சாத்தந்தையார், செங்கண்ணனார். அதுமட்டுமின்றி கொங்குப் பகுதியில் உள்ள பல இடப்பெயர்களையும் சங்க இலக்கியப் புலவர்களின் பெயர்களில் அடையாளம் காட்டப்படும் இடப்பெயர்களோடு ஒப்பிடலாம். ஆலத்தூர் கிழார், அண்டர் நடும் கல்லினார், அந்தி இளங்கீரனார், எருமை வெளியனார், இற்றையனார், கருவூர் கலிங்கத்தார், கடம்பனூர் சாண்டிலியனார், கீரங்கீரனார், கூடலூர் பல்கண்ணனார், மாற்றூர் கிழார் மகனார் கொற்றங் கொற்றனார், மதுரைக் கூத்தனார்.

தமிழில் ராமாயணத்தை எழுதிய கம்பரைக் கொங்கு வேளாளர் குலப்பிரிவைச் சேர்ந்த சடையப்ப வள்ளல் ஆதரித்ததாகக் கூறப்படுகிறது. கம்பர் எழுதியதாகக் கருதப்படும் ஏர் எழுபது, திருக்கை வழக்கம் போன்ற நூல்களும் அதை உறுதிசெய்யும் குறிப்புகளைத் தருகின்றன. இவ்வாறு தமிழ்ப்புலவர்களுக்கு நிலக்குடித் தலைவர்கள் புரவலர்களாய் இருந்து ஆதரிப்பதற்குச் சங்க காலத்திலிருந்தே மரபுவழித் தொடர்ச்சி இருக்கிறது.

பட்டக்காரர்

கொங்குப் பகுதியில் பட்டக்காரர் என்ற மரபு மிகவும் முக்கியமானதாகக் கருதப்படுகிறது. காங்கயம், சங்கரண்டாம்பாளையம், பழையக்கோட்டை, புதூர் ஆகிய இடங்களில் பட்டக்காரர் மரபு இருந்தது. சிலர் இந்தப் பட்டப் பெயர்களை இன்றும்கூட கடைபிடிக்கிறார்கள். கொங்கு நிலக்குடி மற்றும் குலப்பிரிவுத் தலைவர்கள் சிலருக்குச் சோழ, பாண்டிய மன்னர்கள் இத்தகைய பட்டங்களைக் கொடுத்ததாகக் கூறப்படுகிறது. இந்தப் பட்டக்காரர்கள் பேரரசுகளுக்கு வரிசெலுத்தியதுடன் போர்க்காலங்களில் உதவியும் செய்துவந்தனர். இவ்வாறு, வேளாண்மை சார்ந்த நிலக்குடிகள் மன்னர்களுக்குப் போர்க்காலத்தில் உதவும் வேளாண்-வீரர்கள் மரபு (*Peasant Militia system*) இந்தியாவின் பிறபகுதிகளிலும் காணப்படுகிறது. இத்தகைய பட்டக்காரர்கள் புலவர்களை ஆதரித்து வந்தனர். இதற்குக் கைமாறாகப் புலவர்களும் பட்டக்காரர் பெருமைகளை ஆவணப்படுத்திப் சிறப்புச் செய்தனர்.

கொங்குப் பகுதியில் நீர் மேலாண்மை:

தொல்பழங்காலத்திலிருந்தே தமிழர்கள் நீர் மேலாண்மையிலும், பல்வேறு வகையான பாசனவசதி மேம்பாட்டிலும் ஆற்றல்பெற்றவர்களாகத் திகழ்ந்தனர். தமிழ்ச் சமூகவியலில் வேளாண்மை முன்நிறுத்தப்பட்டு கொண்டாடப்படுவதற்கு இதுவே முக்கியக் காரணம். இதனாலேயே தமிழ்ச் சமூகவியல் பிற பகுதிகளிலிருந்து தனித்துவமாக வேறுபட்டு நின்றது.

சங்கப்புலவர் குடபுலவியனார் என்பவர் பாண்டிய அரசன் தலையானங்கானத்து செருவென்ற நெடுஞ்செழியனைப் பார்த்து ஓர் அறிவுரை வழங்குகிறார். ஒரு மன்னனின் பேரரசில் வானம் பார்க்கும் பூமியான புஞ்சை நிலங்கள் எவ்வளவு இருந்தாலும் அதனால் அவருக்குப் பெரிய பயன் இருக்காது. எனவே, இந்த உலகில் நீடித்த புகழைப் பெற விரும்பும் மன்னர்கள் ஆற்றின் குறுக்கே அணை கட்டி அந்த நீரைப் பாசனத்துக்கு

அளிக்கும் தொலைநோக்குச் சிந்தனை கொண்டவர்களாக இருக்கவேண்டும். அவ்வாறு செய்யத் தவறியவர்களைக் காலம் மறந்துவிடும் என்று கூறுகிறார். அதனால்,

அடு போர்ச் செழிய! இகழாது வல்லே
நிலன் நெளி மருங்கின் நீர்நிலை பெருகத்
தட்டோர் அம்ம, இவண் தட்டோரே
தள்ளாதோர் இவண் தள்ளாதோரே
(புறம். 18: 26-30)

என்று பாடுகிறார். இதைப்போலவே நாடுகளை உருவாக்கி, குளங்களை ஏற்படுத்தி வளம் பெருக்குவதைப் பற்றி

காடுகொன்று நாடாக்கிக்
குளந்தொட்டு வளம்பெருக்கிக் (பட்டின. 283-284)

என்று பட்டினப்பாலையும் விளக்குகிறது. இவை வேளாண்மை பெருக்கத்துக்கான இலக்கியச் சான்றுகளாகும்.

நிலத்தடி நீர் வளத்தைக் கணித்து அறியும் ஆற்றல் தமிழ்ச் சமூகத்தின் மிகத்தொன்மையான திறன்களில் ஒன்றாகும் என்று ச. வே. சுப்பிரமணியம் குறிப்பிடுகிறார்.

நெடுஞ்சாலையில் பயணிகளுக்குப் பயன்படும் வகையில் கிணறுகள் தோண்டப்பட்டதை நற்றிணை (240) தெரிவிக்கிறது. இதைப்போலவே கிணறு வெட்டுதல் மற்றும் நிலத்தடி நீர்வளம் அறிதல் ஆகியவை பற்றி சங்க இலக்கியங்களில் குறிப்புகள் உள்ளன. இந்த இயலின் அறிமுகப்பகுதிகளில் குறிப்பிட்டதைப் போல, தமிழ்நாட்டைப் பொறுத்தவரையில் நிலத்தடி நீர் அறியும் கலையில் கொங்குப் பகுதி மக்கள் மிகவும் தேர்ச்சிப்பெற்றவர்களாக இருந்தனர். கிணறு வெட்டும் திறனில் கொங்கு மக்களுக்கு இருக்கும் திறமை பற்றி அகநானூற்றுப் பாடல் குறிப்பிடுவதைப் பற்றி நாம் ஏற்கெனவே சுட்டிக்காட்டியிருந்தோம். கடினமான பாறைப் பகுதியில் கிணறுகளை வெட்ட அவர்கள் பயன்படுத்தும் கருவிகள் பற்றியும் அப்பாடல் குறிப்பிடுகிறது. இந்த ஆற்றலைத் தொடர்ந்து வளர்த்தெடுத்து வந்ததால் கொங்குப் பகுதி மக்கள் இன்று இந்தியா மட்டுமின்றி ஆப்பிரிக்கா கண்டத்தில் உள்ள சில நாடுகளிலும் ஆழ்துளைக் கிணறுகள் வெட்டும் பணியில் ஈடுபட்டுள்ளனர்.

பண்டைய நாகரிகங்களைப் பொறுத்தவரையில் எகிப்து, மெசபொடேமியா பண்பாடுகள் நீர்வளம் மிக்க நதிக்கரைப் பண்பாடுகள் ஆகும். ஆனால், ஈரானில் பல பகுதிகள் மிதமான வறட்சி நிலவும் நிலப்பகுதிகள் ஆகும். அப்பகுதிகளில் பண்டைய ஈரான் (பண்டைய பாரசீகம்) மக்கள் ஒரு தனித்துவமான நீர் மேலாண்மை உத்தியைக் கண்டறிந்து கடைபிடித்தார்கள். தனது நிலப்பகுதியில் பெரிய ஆறுகள் எதுவும் இல்லாவிட்டாலும் மிகப்பெரிய பேரரசுகளை வளர்த்தெடுத்து கட்டிக் காப்பாற்றிய ஒரே பண்பாடு உலகத்திலேயே ஈரான் மட்டும்தான் என்று சையத் ஹமீத் குறிப்பிடுகிறார்.

பண்டைய பாரசீக மக்கள் குவானட் (*Quanat*) என்று அறியப்படும் ஒரு நீர் மேலாண்மை தொழில்நுட்பத்தைப் பயன்படுத்தினார்கள். இந்த முறையைப் பயன்படுத்தி நிலத்தின் வெகு ஆழத்தில் உள்ள நீர் வளத்தை அவர்கள் பாசனத்துக்குப் பயன்படுத்தினார்கள். இந்த முறை இப்போதும்கூட உலகின் பல பகுதிகளில் குறிப்பாக ஈரான், ஆப்கானிஸ்தான், பாகிஸ்தான், இந்தியா போன்ற நாடுகளில் பயன்படுத்தப்படுகிறது. ஒருவகையில் குவானட் தொழில்நுட்பம் ஈரான் உலகுக்கு அளித்த கொடை. இந்தியத் துணைக்கண்டத்தைப் பொறுத்தவரையில் இத்தகைய ஒரு நீர் மேலாண்மை முனைப்பை அடையாளம் காட்ட வேண்டும் எனில் அதைச் சங்க இலக்கியங்களின் துணையின்றி செய்வது இயலாது என்று தோன்றுகிறது.

தமிழ்நாட்டின் பெரும் பகுதிகள் தென்மேற்குப் பருவக்காற்றால் மழை பெறுவதில்லை. ஏனெனில் அது மேற்குத் தொடர்ச்சி மலையால் மழை மறைவுப் பகுதிகளாக உள்ளன. வடகிழக்குப் பருவக்காற்று மழைதான் தமிழ்நாட்டில் மிக முக்கியமான மழைவளம் ஆகும். இது தவிர ஆண்டு முழுவதும் ஓடும் வற்றாத ஜீவ நதிகள் என்று தமிழ்நாட்டில் எதுவும் இல்லை. கங்கை, பிரமபுத்திரா போன்ற ஆயிரக்கணக்கான மைல்கள் நீளமுள்ள பெரிய நதிகள் இல்லை. இத்தகைய புவிச்சூழல் குளங்கள், ஏரிகள், கிணறுகள், கால்வாய், கண்மாய்கள் என்று பல்வேறு வழிமுறைகளுக்கான தேவையை உருவாக்குகிறது.

கொங்குப் பகுதியைப் பொறுத்தவரையில் அத்தகைய நீர் மேலாண்மை முன்னெடுப்பில் காலிங்கராயன் கால்வாய் மிக முக்கியமானதாகும். பவானியிலிருந்து சுமார் 90 கி.மீ தூரம்வரை சென்று இந்தக் கால்வாய் நொய்யலில் கலக்கிறது. கொங்குப் பகுதியைச் சேர்ந்த ஒரு நிலக்குடித் தலைவரான காலிங்கராயன் இந்தக் கால்வாயைக் கட்டியதாகக் கூறப்படுகிறது. இவர் சாத்தந்தை கூட்டத்தைச் சேர்ந்தவர். இந்தக் கால்வாய் நேர்கோடாக வெட்டப்பட்டால் பாசன வசதி பெறும் பகுதிகள் குறைவாக இருக்கும் என்று வளைந்து நெளிந்து ஒரு பாம்பு செல்வதைப் போல வடிவமைத்திருக்கிறார். இந்தக் கால்வாய்த் திட்டம் 800 ஆண்டுகளுக்கு முன் பொதுயுகம் 1283இல் செயல்படுத்தப்பட்டதாகக் கருதப்படுகிறது. இந்தக் கால்வாய் வளைந்து நெளிந்து செல்வதற்கான அறிவியல் சார்ந்த காரணங்கள் இப்போது அறியப்பட்டுள்ளன. எனினும் இக்கால்வாய் வெட்டப்பட்ட காலத்தில் இந்த நுட்பம் பற்றிய

பல்வேறு கேள்விகளும் அவை சார்ந்த மரபுக்கதைகளும் நிலவியதாகத் தெரிகிறது. நதிநீர் இணைப்பு தொடர்பான திட்டங்களுக்கு இதை ஒரு முன்னோடி என்று கூட சொல்லலாம். இக்கால்வாய் வெட்டப்பட்டதின் நோக்கம் பற்றி சந்தேகங்கள் எழுப்பட்டதால் தனது பொதுநல நோக்கை நிறுவும் வண்ணம் தனது சாத்தந்தை கூட்டத்தைச் சேர்ந்த எவரும் இந்தக் கால்வாயிலிருந்து நீர்வளம், பாசனவளம் பெற மாட்டார்கள் என்று காலிங்கராயன் அறிவித்ததாகவும் அந்த வாக்குறுதியை அக்கூட்டத்தின் வழி வந்த மக்கள் இன்றுவரை கடைபிடித்து வருவதாகவும் கொங்குப் பகுதி மக்கள் கூறுகிறார்கள். நீர் மேலாண்மை என்பது சங்க காலத்திலிருந்து தொடர்ந்து இயங்கும் ஒரு சமூக முன்னுரிமை என்பது இதிலிருந்து புலனாகிறது.

கொங்கு மக்களின் மேழிச்செல்வம், வணிகத்தொடர்பு

கொங்கு மக்கள் அடிப்படையில் வேளாண்மை, கால்நடை வளர்ப்பு ஆகிய இரு தடங்களிலும் ஒருங்கே இயங்கியவர்கள் (Agro-pastrolist). எனவே கால்நடைப் பெருக்கத்தில் இம்மக்களுக்குத் தனிக்கவனம் உண்டு. புகழ்பெற்ற காங்கயம் காளை இப்பகுதியைச் சேர்ந்தது. திமில் கொண்ட காங்கயம் காளைகளின் கம்பீரமான தோற்றப்பொலிவைப் பார்த்தவுடன் சிந்துவெளியின் கம்பீரமான காளையும் அதன் கவித்துவமான திமிலும் நினைவுக்கு வரும். கிழக்குக் கடற்கரையில் உள்ள பூம்புகார் போன்ற துறைமுக நகரங்களையும், மேற்குக் கரையில் உள்ள தொண்டி மற்றும் முசிறி போன்ற துறைமுகங்களையும் இணைக்கும் பண்டைய பெருவழிப்பாதையில் இப்போதும்கூட காங்கயம் என்ற ஊர் உள்ளது. கோயம்புத்தூரிலிருந்து 70 கி.மீ. தூரத்தில் திருச்சி செல்லும் வழியில் இந்த ஊர் உள்ளது.

கிழக்குக் கடற்கரையையும், மேற்குக் கடற்கரையையும் இணைக்கும் வணிகப் பெருவழியில் பாரவண்டிகளை இழுக்கும் எருதுகள் பெரும் பங்களிப்பு செய்திருக்கக்கூடும். இத்தகைய வணிகச்சாத்துகள், மாட்டுவண்டிகள் பற்றிய குறிப்பு சங்க இலக்கியத்தில் பல இடங்களில் காணப்படுகிறது. அடிப்படையில், வேளாண்மை-கால்நடை வளர்ப்பு என்று கொங்கு பொருளாதாரம் இயங்கினாலும், தொடக்கத்திலிருந்தே இப்பகுதிகளில் வணிகம் சார்ந்த செயல்பாடுகள் நிகழ்ந்துள்ளன என்பதை இப்பகுதியில் உள்ள பொருந்தல், கொடுமணல் போன்ற இடங்களில் நடைபெற்றுள்ள அகழாய்வுகள் தெரிவிக்கின்றன. வரலாற்றுக்கு முற்பட்ட காலகட்டங்களிலிருந்து கொங்குப் பகுதி வணிகப் போக்குவரத்தில் மிக முக்கியமான இணைப்புப் புள்ளியாகவும், பங்களிப்பு செய்யும் பகுதியாகவும் திகழ்ந்துள்ளது.

கொடுமணல் அகழாய்வு

ஈரோடு மாவட்டத்தில் நொய்யல் ஆற்றங்கரையில் கொடுமணல் அமைந்துள்ளது. இது ஒரு பெருங்கற்கால வாழ்விடமும், புதைவிடமும் ஆகும். கொடுமணலில் நடைபெற்ற அகழாய்வுகள் இப்பகுதியில் நிகழ்ந்த வணிகம் சார்ந்த முன்னெடுப்புகள் பற்றி விரிவான தகவல்களை அளிக்கின்றன. அகழாய்வாளர் கா. ராஜன் இப்பகுதியில் விரிவாக ஆய்வு செய்துள்ளார். இப்பகுதியில் விலையுயர்ந்த ஆபரணக் கற்களை அணிகலனாக்கும் தொழிற்சாலை, நெசவுத் தொழில், சங்கு அறுக்கும் தொழில் போன்ற தொழில்கள் நடைபெற்றதாகத் தெரிகின்றன. அதுமட்டுமின்றி இங்குள்ள புதைவிடங்களில் அக்கால ஈமச்சடங்குகள் தொடர்பான பல சான்றாதாரங்களும், கீறல் பொறிப்புகளுடன் கூடிய பானைத்

படம் 12.3 - காங்கயம் காளையைக் கொண்டாடும் அஞ்சல்தலை

படம் 12.4 - சிந்துவெளி முத்திரையில் காணப்படும் திமில் காளையை ஒத்த இளம் காங்கயம் காளை

துண்டுகளும், பிராமி எழுத்துடன் கூடிய பொறிப்புகளும் கிடைத்துள்ளன. கொங்குப் பகுதி மக்களின் தொல்காலத் தடயங்களைச் சிந்துவெளிப் பண்பாட்டுடன் இணைத்து மீட்டுருவாக்கம் செய்யும் இந்த இயலின் மையக்கருத்துக்குக் கொடுமணலில் கிடைத்திருக்கும் சில அகழாய்வுத் தடயங்கள் பெரும் உதவி செய்யும்.

நீல மாணிக்கம் (Sapphire), பச்சைக்கல் (Beryl), அகேட் மணிக்கல் (Agate), சூதுபவளம் (Carnelian), செவ்வந்திக்கல் (Amethyst), நீலநிற மணிக்கல் (Lapis Lazuli), ஜாஸ்பர் மணிக்கல் (Jasper), கார்னெட், நுரைக்கல் (Soapstone) மற்றும் குவார்ட்ஸ் போன்ற விலையுயர்ந்த ஆபரணக் கற்களை கொடுமணல் அகழாய்வின்போது கண்டுபிடித்துள்ளனர். சூதுபவளம் செய்யும் ஆபரணத் தொழிற்சாலை கொடுமணலில் இயங்கியதாகக் கூறப்படுகிறது. குறிப்பாக மிக நுணுக்கமாகப் புனையப்பட்ட சூதுபவள ஆபரணங்களும், அகேட் மணிக்கற்களும் இங்குள்ள இடங்களில் கிடைத்துள்ளன. இவற்றில் பச்சைக்கல், நீலமாணிக்கம், குவார்ட்ஸ் போன்ற கற்கள் கொடுமணலைச் சுற்றியுள்ள பகுதிகளிலேயே கிடைக்கின்றன. ஆனால், சூதுபவளம், நீலநிற மணிக்கல் ஆகிய கற்கள் தென்னிந்தியப் பகுதிகளில் ஒருபோதும் கிடைத்ததில்லை. இக்கற்கள் குஜராத் மற்றும் ஆப்கானிஸ்தான் போன்ற பகுதிகளிலிருந்து வரவழைக்கப்பட்டிருக்க வேண்டும். கொடுமணலில் கிடைத்த கைவினைப் பொருட்களில் மிக முக்கியமானது சூதுபவளம் மற்றும் நீல வைடூரியக் கற்கள் பதித்த புலி உருவம். கொடுமணலின் கைவினைத் திறனின் உச்சகட்ட அடையாளம் என்று இதனை ராஜன், அதியமான் போன்ற ஆய்வாளர்கள் அடையாளப் படுத்துகிறார்கள். ஆபரணக் கற்களை மிக நுணுக்கமாகப் பதிக்கும் கைவினைஞர்கள் இப்பகுதியில் வாழ்ந்திருக்கக்கூடும். அதுமட்டுமின்றி, பதுக்கை கற்கள், மென்ஹிர் போன்ற புதைவிடங்களில் சூதுபவளக் கற்களின் மேலதிகமான பயன்பாடு கவனிக்கத்தக்கது. கொடுமணலில் ஒரு புதைவிடத்தில் 2220 சூதுபவள கல்மணிகள் கிடைத்தது இந்தியாவில் வேறு எங்கும் நிகழாத தனித்துவமான தொல்லியல் அற்புதம் என்று ராஜன் கருதுகிறார். இப்போதும்கூட கொங்குப் பகுதியில் திருப்பூர், காங்கயம் போன்ற இடங்களில் இத்தகைய ஆபரணக்கல் கைவினைத் தொழில் நடைபெறுகிறது. இவ்விடங்கள் கொடுமணலுக்கு அருகே உள்ளன. இங்குச் செய்யப்படும் ஆபரணக் கற்கள் குஜராத், ராஜஸ்தான் போன்ற இடங்களுக்கு இன்று வரை அனுப்பப்படுகின்றன.

கொங்கு வேளாளர்களின் மானுடப் புவியியல், (கூட்டங்கள், நிலப்பகுதிகள் மற்றும் குடியிருப்புகள்) சிந்துவெளி இடப்பெயர்கள்

கொங்குப் பகுதி மக்களின் கூட்டப் பெயர்கள், நிலப்பிரிவுகள், தொன்மையான காணியூர்கள் ஆகியவற்றின் பெயர்களைத் தற்காலத் தமிழ்நாட்டு இடப்பெயர்களுடனும் சிந்துவெளி நிலப்பகுதிகளில் உள்ள இடப்பெயர்களுடனும் ஒப்பாய்வு செய்வதன்மூலம் இந்தக் கூட்டப் பெயர்கள் உண்மையில் இடப்பெயர்கள் சார்ந்தவை என்ற உண்மைக்கும், இந்த ஒப்பாய்வு கொங்கு மக்களின் கடந்தகாலப் புலப்பெயர்வுகள் பற்றிய மரபுகளுக்குப் புதிய சான்றுகளை அளிக்கும் என்றும் தோன்றுகிறது. பல இடங்களில் இடப்பெயர்கள் கொங்கு கூட்டப் பெயர்கள், நாட்டுப் பெயர்கள் மற்றும் காணியூர் பெயர்கள் அச்சு அசலாகப் பொருந்துவது வியப்பளிக்கிறது.

சிந்துவெளிப் பகுதிகளில் கொங்கு வேளாளர் கூட்டப் பெயர்கள்

கொங்கு கூட்டப் பெயர்கள் என்று அடையாளப்படுத்தப்படும் 50-க்கும் மேற்பட்ட பெயர்களை வடமேற்கு நிலப்பகுதிகளில்

படம் 12.5 - கொடுமணலில் கண்டுபிடிக்கப்பட்ட சூதுபவளம், நீலநிற மணிக்கல் உட்பொதிந்த புலி உருவம்

படம் 12.6 - கொடுமணலில் கண்டெடுக்கப்பட்ட சூதுபவள மணிகள்

வழங்கும் இடப்பெயர்களுடன் ஒப்பிடலாம். எடுத்துக்காட்டாக அந்துவன், ஆந்தை, பயிரன், ஆழி, கணக்கன் போன்ற கூட்டப் பெயர்கள் ஆப்கானிஸ்தானில் உள்ள அந்துவன், ஆந்தகர், பயிரா, பயிர்கன், ஆதி போன்ற இடப்பெயர்களுடனும், ஆப்கானிஸ்தானில் உள்ள கனக் என்ற இடப்பெயரோடும் ஒப்பிடத்தக்கவை.

சிந்துவெளிப் பகுதியில் கொங்கு நாட்டுப் பெயர்கள்

கொங்கு நாட்டுப் பிரிவுகளின் பெயர்கள் சிந்துவெளிப் பகுதிகளில் காணப்படுகின்றன. ஆரை, வெங்கல, அரைய, மண, அண்ட, ஆகிய கொங்கு நிலப்பிரிவுப் பெயர்களை பாகிஸ்தானில், ஆப்கானிஸ்தானில் உள்ள ஆரை, வங்கரா, அரையா, மணா, அண்ட போன்ற இடப்பெயர்களுடன் ஒப்பிடலாம்.

கொங்கு காணியூர் பெயர்கள்

வடமேற்கு நிலப்பகுதிகளில் வழங்கும் பாப்பின், கோக்கல்யா, குன்ன, அதானி, கத்தியாரி போன்ற இடப்பெயர்கள் பாப்பினி, கோக்கலை, அத்தானி, குன்னம், கத்தேரி போன்ற கொங்கு காணியூர் பெயர்களுடன் ஒப்பிடலாம்.

வடமேற்கு நிலப் பகுதிகளுக்கும், கொங்குப் பகுதி கூட்டப் பெயர்கள், நாட்டுப்பிரிவுப் பெயர்கள், காணியூர் பெயர்களை வடமேற்கு நிலப்பகுதிகளில் உள்ள இடப்பெயர்களோடு ஒப்பிட்டுத் தயாரிக்கப்பட்ட வரைபடங்களை இவ்வியலின் அடுத்தடுத்த பக்கங்களில் காணலாம்.

இந்த இயலைப் பொறுத்தவரையில் நாம் முக்கியமாகக் கவனிக்கவேண்டியது சிந்துவெளி நிலப்பகுதிகளுக்கும், கொங்கு நிலப்பகுதியின் கூட்டப் பெயர்கள், நாட்டுப் பெயர்கள் மற்றும் காணியூர் பெயர்களுக்கும், சங்க இலக்கியம் குறிப்பிடும் மன்னர்கள் மற்றும் புலவர்களின் பெயர்களுக்கும் தொல்தமிழ்க் கல்வெட்டுகளில் காணப்படும் சில பெயர்களுக்கும் இடையிலான ஒப்புமை முக்கியமானது. இவ்வாறு பல்வேறு தரவு ஆதாரங்கள் ஒரு நிலப்பகுதியின் இடப்பெயரோடு பொருந்திப்போவதை அதிலும் குறிப்பாகத் தொல்லியல் சான்றுகளின் பின்னணியில் பார்க்கும்போது எதேச்சையான நிகழ்வென்று கடந்துசெல்ல முடியாது. இத்தொடர்பு எப்போது நிகழ்ந்தது எவ்வாறு நிகழ்ந்தது என்ற கேள்விகளை எழுப்பி விடைகாண முயல்வது அவசியமானது.

சிந்துவெளி நிலப்பகுதிகளில் கொங்கு மலைகளும், குன்றுகளும்

மலை, கோடு, வரை போன்ற இடப்பெயர் விகுதிகள் கொங்கு நிலப்பகுதியில் பல இடங்களில் நிலத்தின் தன்மையை விளக்கும் பொதுப்பெயராகப் பயன்படுத்தப்படுகின்றன. பெரும்பாலான இந்த மலைகளும், குன்றுகளும் தமிழ்க் கடவுளாகிய முருகன், மற்றும் சிவன் வழிபாட்டோடு தொடர்புடையதாக இருக்கின்றன. இந்த மலைகள், குன்றுகளின் பெயர்களைச் சிந்துவெளி நிலப்பகுதியில் உள்ள இடப்பெயர்களோடு ஒப்பிட்டுப் பார்த்த போது அவற்றில் பல பெயர்கள் கடல்மட்டத்துக்கு மேல் குறிப்பிடத்தக்க உயரத்தில் மலைகள் மற்றும் மலைப்பாங்கான பகுதிகளில் அமைந்திருப்பதைக் காணலாம். கொங்குப் பகுதியில் உள்ள அழகுமலை, சேரன்கோடு, கஞ்சமலை போன்ற மலை, குன்று என்ற நில இயல்பை உணர்த்தும் 180 இடப்பெயர்களைச் சிந்துவெளி நிலப்பகுதிகளில் உள்ள இடப்பெயர்களோடு ஒப்பிட்டபோது 127 பெயர்கள் இவ்விடப்பெயர்களோடு ஒப்பிடத்தக்கதாக உள்ளன.

கொங்குப் பகுதியில் மலை, குன்று என்ற விகுதியோடு வருகிற சிறப்பு முன்னொட்டுகள் சிந்துவெளி நிலப்பகுதிகளில் ஒருசொல் இடப்பெயராக வருவது கவனிக்கத்தக்கது. எடுத்துக்காட்டாக திருப்பூர் மாவட்டத்தில் இருக்கும் அழகுமலை என்ற பெயரை வடமேற்கு நிலப்பகுதிகளில் உள்ள இடப்பெயர்களோடு ஒப்பிட்டபோது ‘அலகு’ என்ற ஒருசொல் இடப்பெயர் (ஆப்கானிஸ்தான்) நமது கவனத்தை ஈர்க்கிறது. இந்த இடம் கடல்மட்டத்துக்கு மேல் 8542 அடி உயரத்தில் இருப்பது குறிப்பிடத்தக்கது. இதைப்போலவே, சேலம் மாவட்டத்தில் உள்ள கஞ்சமலை, பாகிஸ்தானில் 1655 அடி உயரத்தில் உள்ள ‘கஞ்ச’ என்ற இடத்தோடும், நீலகிரி மாவட்டத்தில் உள்ள ‘ஊர்’ மலை என்ற பெயர் ஆப்கானிஸ்தானில் 10800 அடி உயரத்தில் அமைந்துள்ள ஊர் என்ற இடப்பெயரோடும் ஒப்பிடத்தக்கவை. சென்னிமலை/சென்னி (பாகிஸ்தான்), திருச்செங்கோடு/செங் (ஆப்கானிஸ்தான்) போன்ற ஒப்புமை கவனிக்கத்தக்கது. திருச்செங்கோடு என்ற இடப்பெயரில் உள்ள இடப்பெயர் ‘சென்’ மட்டுமே. கோடு என்ற பொதுப்பெயர் மலை என்ற பொருளையும், திரு என்பது மரியாதை உணர்த்தும் ஒரு மேன்மைச் சொல்லாகவும் பிற்காலத்தில் சேர்க்கப்பட்டது. ஆகவே, ‘செங்க’ என்ற இடப்பெயர் கூறு ‘செங்கோடு’ என்றாகி பின்னர் ‘திருச்செங்கோடு’ என்று அறியப்படுவதில் இடப்பெயர் ஆக்கமுறையின் வரலாறு பொதிந்திருக்கிறது.

சிந்துவெளியின் தொல்தமிழ்த்தொடர்புகள்: மகாராஷ்டிரா என்ற இடை வழிப்புள்ளியும் காவிரி என்ற பெயரும்

திராவிட மகாராஷ்டிரா என்ற இயலில் வரலாற்றுக்கு முற்பட்ட தமிழ்த் தொன்மங்களுக்கும், மகாராஷ்டிர நிலப்பகுதிகளுக்கும் உள்ள தொடர்பை விவாதித்ததுடன் சங்க இலக்கியம் குறிப்பிடும் நன்னனின் நிலப்பகுதியான பொன்படு கொண்கானம் பற்றியும் நாம் பேசியிருந்தோம். அந்த நிலைப்பாடு கொங்குப் பகுதி பற்றிய இந்த நேர்வு ஆய்வில் மேலும் வலுப்பெறுகிறது. கொங்குச்

சமூகத்தினரின் மரபுசார்ந்த தொன்மங்களில் தலைமலை, வைக்காவூர், வெள்ளிபொருப்பு, காவிரி போன்ற இடங்கள் எல்லைகளாகக் குறிப்பிடப்படுகின்றன. மகாராஷ்டிரா மாநிலத்தில் உள்ள தலைமலா என்பது கொங்குப் பகுதியின் மரபு சார்ந்த எல்லையான தலைமலையை நேரடியாக நினைவுபடுத்துகிறது. அதுவன்றி வைக்கமலா, வேலே மற்றும் காவிரி ஆகிய இடப்பெயர்கள் கவனத்துக்குரியவை.

கொங்குச் சமூகத்தில் சில பிரிவினர் ஆந்தை, ஈஞ்சன் மற்றும் கூறை ஆகிய நிலப்பகுதிகளைத் தாங்கள் முன்னொரு காலத்தில் விட்டுவிட்டு புலம்பெயர்ந்து வந்த தாயகமாக இன்றுவரை நினைவுகூர்ந்து வருகிறார்கள். இப்பின்னணியில் மகாராஷ்டிரா மாநிலத்தில் உள்ள ஆந்தை, கூரை, ஈஞ்சன் கோன் போன்ற இடப்பெயர்கள் கொங்கு மக்களிடையே உள்ள பொதுநினைவு புனைகதை இல்லை என்பதை வலியுறுத்துகிறது. மகாராஷ்டிராவில் உள்ள ஆரை, மணி, காவ, வாரக், மண, வெங்காலே, தட்டே, தலை ஆகிய இடப்பெயர்கள் கொங்கு நிலப்பிரிவு பெயர்களான ஆரை, மன்னி, காவன், வாரக்க, மன, வெங்கல, தட்ட, தலை ஆகிய நிலப்பிரிவுகளை அச்சு அசலாக அப்படியே நினைவுபடுத்துகின்றன. அதுமட்டுமின்றி, பல்வேறு கொங்கு கூட்டங்களின் பெயர்கள் மகாராஷ்டிரா இடப்பெயர்களோடு முற்றிலும் பொருந்துகின்றன அல்லது அப்பெயர்களை நினைவுபடுத்துபவையாக அமைந்துள்ளன.

மகாராஷ்டிராவில் உள்ள பின்வரும் இடப்பெயர்களை அப்பெயர்களுக்குப் பின் அடைப்புக்குறிக்குள் தரப்பட்டுள்ள கொங்கு கூட்டங்களின் பெயர்களுடன் ஒப்பிடலாம். ஆந்தை (ஆந்தை), ஓதா (ஓதாளன்), மணி (மணியன்), மூலனே (மூலன்), முத்தா (முத்தன்). இந்த இடத்தில் சங்க இலக்கியத்தின் புறநானூறு **201**ஆம் பாடல் குறிப்பிடும் வேளிர் புலப்பெயர்வு பற்றிய மீள்நினைவை மீண்டும் ஒருமுறை நினைவுபடுத்திக் கொள்ளலாம்.

இடப்பெயர்கள் சாகாவரம் பெற்றவை. மனிதர்களின் கடந்தகாலப் பயணங்களுக்குச் சாட்சியமான மொழியியல் மைல்கற்களாக அவை ஓர் இடத்தில் உறைந்தும், இன்னொரு

படம் 12.7 - கரூர் மஞ்சநாயக்கன்பட்டி நடுகல்

படம் 12.8 - இரண்டு புலிகளுடன் ஒரு வீரர் சண்டையிடுதல், முத்திரை *M308*

இடத்தில் அதேநேரத்தில் புலம்பெயர்ந்தும் கடந்தகாலத்திற்குச் சாட்சியமாய் நிற்கின்றன. இந்த ஒற்றுமைப் பெயர்கள் சிந்துவெளிப் பண்பாட்டின் தமிழ் தொடர்புக்கு வலுசேர்க்கும் இடைவழிப் புள்ளிகளாகத் திகழ்கின்றன.

தமிழ் மொழி, பண்பாடு, தமிழ் மரபுகள் ஆகியவற்றில் கொங்கு மக்களின் ஈடுபாடு, பங்களிப்பு சங்க காலத்திலிருந்தே ஆவணப்பதிவானவை. தமிழ்நாட்டில் காணப்படும் தொல்தமிழ்க் கல்வெட்டுகளும் இவற்றை உறுதிசெய்கின்றன. தொல்லியல் தடயங்கள் இப்பகுதி மக்களின் தொன்மையை விளக்குகின்றன. அத்தகைய ஒரு நிலப்பகுதி சார்ந்த ஒரு குடிப்பிரிவினர் தொடர்பான அடையாளங்கள் மகாராஷ்டிரா போன்ற இடைவழிப் புள்ளிகளிலும், சிந்துவெளி நிலப்பகுதிகளிலும் இன்றுவரை காணப்படுகின்றன என்றால் அதற்கு என்ன பொருள்? சங்க இலக்கியக் காலத்திலேயே 49 தலைமுறைக்கு முன்னாள் புலம்பெயர்ந்ததாகக் கூறப்படும் வேளிர் மரபின் புலப்பெயர்வு மேற்கு இந்தியப் பகுதிகளில் உள்ள இடப்பெயர் சான்றுகளால் நிறுவப்படும் எனில் அத்தகைய மக்கள் வரலாற்றுக்கு முற்பட்ட அந்தக் காலகட்டத்தில், அந்தப் பகுதிகளில் என்ன செய்துகொண்டிருந்தார்கள் என்ற கேள்வி எழுவது நியாயமானதே. சங்க இலக்கியங்களில் பல்வேறு புலவர்களால் பாடப்பட்டுள்ள நன்னன் போன்ற மலை நிலத்தலைவனைத் தமிழ்த் தொன்மங்களுடன் தொடர்பற்ற ஒரு நிலக்குடித் தலைவர் என்று எந்த வகையிலேனும் கருத முடியுமா? நன்னன் தமிழ்த் தொன்மங்களோடு தொடர்புடைய மலைநிலத் தலைவன் என்றால் அந்த மன்னனின் பொன்படு கொண்கானத்தோடு தொடர்புடைய மகாராஷ்டிரா இடப்பெயர்களை, தொன்மத்தின் பாதச்சுவடுகள் என்று மதிப்பிடாமல் வேறு எந்த வகையில் புரிந்துகொள்ளமுடியும்? சிந்துவெளி எழுத்துகள் இன்னும் வாசிக்கப்படாத நிலையில் இத்தகைய சான்றுகளை சிந்துவெளிப் பண்பாட்டின் திராவிட மொழிக்குடும்பத் தொடர்புக்கு, குறிப்பாகத் தொல்தமிழ்த் தொடர்புக்கான துணைநிலைச் சான்றாக முன்வைக்கலாம்.

கொங்குப் புலப்பெயர்வின் வழித்தடம்
தோளூர்
கோட்டூர்
காரை
புன்னமலை
தொண்டை மண்டலம்
மானூர்
கணக்கன்குப்பம்
நாரையூர்
கணக்கனூர்
தோளூர்
கோட்டூர்
நாரைக்கிணறு
மானூர்
புண்ணம்
காரையூர்
கொங்கு மண்டலம்
காரை
தோளூர்ப்பட்டி
நாரையனூர்
புண்ணம்பாளையம்
கணக்கன்குடி
கோட்டூர்
சோழ மண்டலம்
மானூர்
வங்காள விரிகுடா
அரபிக்கடல்
இலங்கை
0 மீ
2695 மீ
உயரம்
N
இந்தியப் பெருங்கடல்

நிலவரைபடம் 12.1

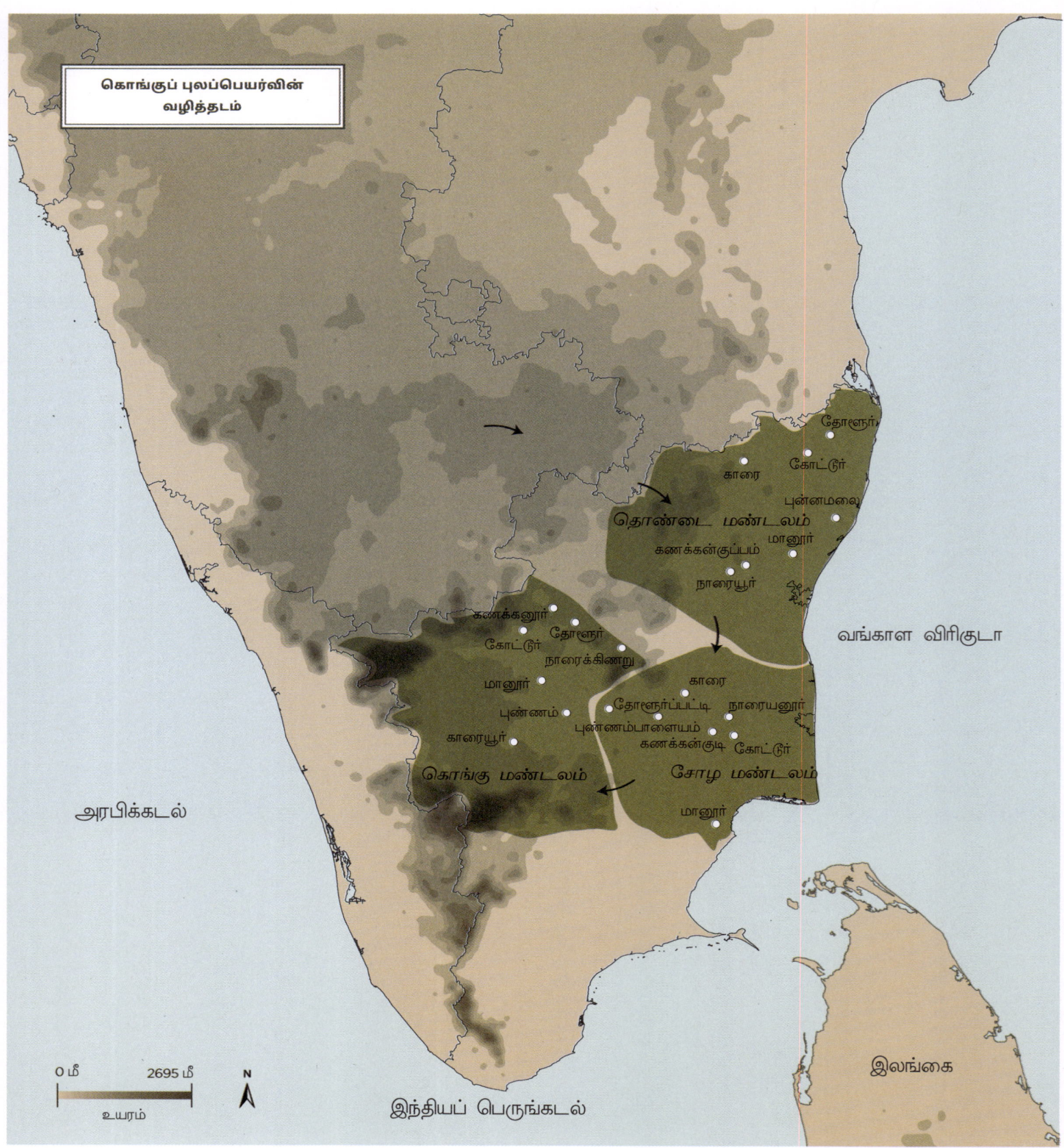

கொங்கு மகாராஷ்டிரா
தலை
மணா
ஆரை
ஆண்தை
பலணா
மணி
மூலணே
கூரை
ஓதா
மேதி
தட்டே
ஈஞ்சணகோண்
காடா
சேரா
வாரக்
மூத்தா
காரி
வெங்காலே
ஆதி
காவ
கொங்கு கூட்டங்களுடன் பொருந்தும் ஊர் பெயர்கள்
கொங்கு காணிகளுடன் பொருந்தும் ஊர் பெயர்கள்
N
0 மீ
1646 மீ
உயரம்

நிலவரைபடம் 12.2

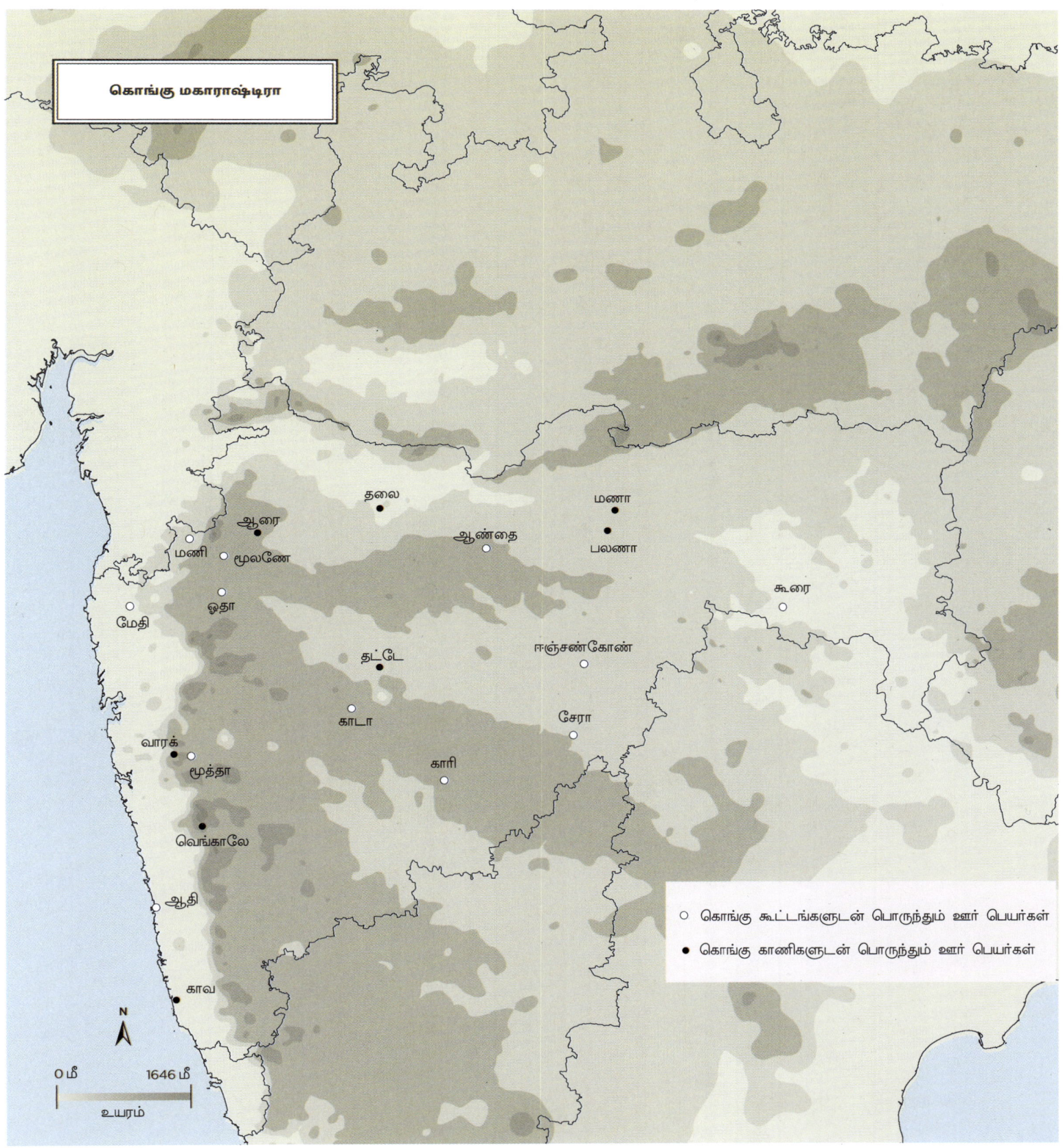

சிந்துவெளியில் எஞ்சியுள்ள
கொங்கு மண்டல இடப்பெயர்கள்
தட்டே
நவண்
மோஞ்சண் குஹே
அதாணி
கோக்கயில்
தூரண்
மாணா
மாணூர்
பாப்பிண்
தோதலி
தனக்கி
தட்டையா
கோக்கலியா
குறும்பை
கல்யாண்
தனக்கோட்
காட்யாரி
பலணா
பலணி
ஆப்கானிஸ்தான்
வையண்வாலி
அண்டா
பொங்
நவண்
மங்கல்
கூஹல்
பட்டால்
வங்காரா
பாடி
கல்யாணா
புண்ணா
மாணா
ஆரையா
தனக்
பாகிஸ்தான்
முலசை
கதலி
நவணி ரிவர்
மோர்
இந்தியா
மண்
அரபிக்கடல்
0 மீ
7492 மீ
உயரம்
N
காணி
குடியிருப்பு

நிலவரைபடம் 12.3

கொங்கு மண்டல
இடப்பெயர்களின் பரவல்
அத்தாணி
கூகலூர்
மோரூர்
கல்யாணி
கோக்கலை
பாப்பினி
நவணி
பொங்குபாளையம்
குரும்பபாளையம்
புன்னம்
அந்தபுரம்
மங்களம்
படியூர்
பொங்கலூர்
வாங்கல்
மொஞ்சனூர்
நவனாரி
தூரம்பாடி
கொங்கூர்
மணக்கடவு
குரும்பப்பட்டி
பழநி
வங்காள விரிகுடா
அரபிக்கடல்
இலங்கை
இந்தியப் பெருங்கடல்
காணி
குடியிருப்பு
0 மீ
2695 மீ
உயரம்
N

நிலவரைபடம் 12.4

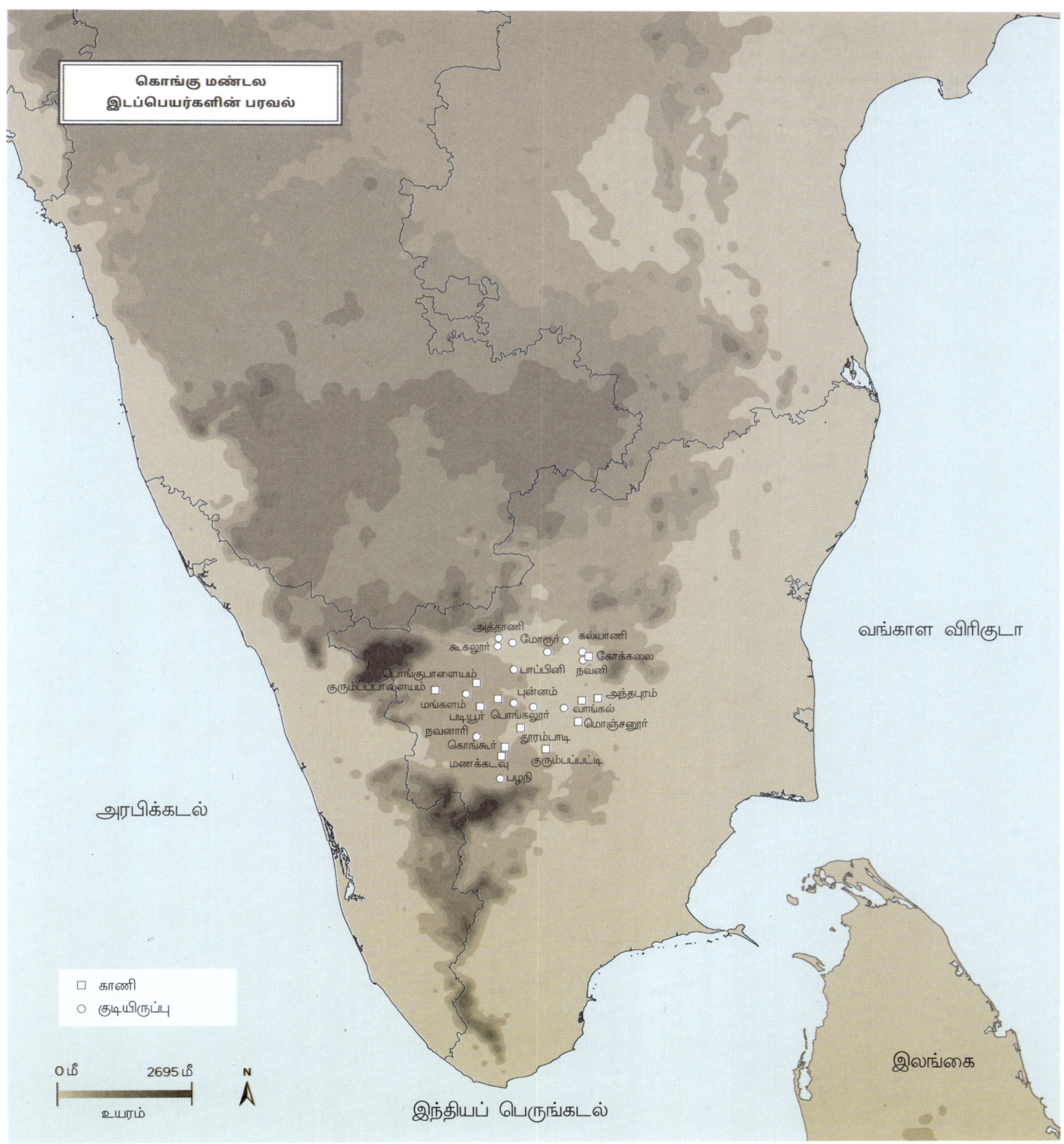

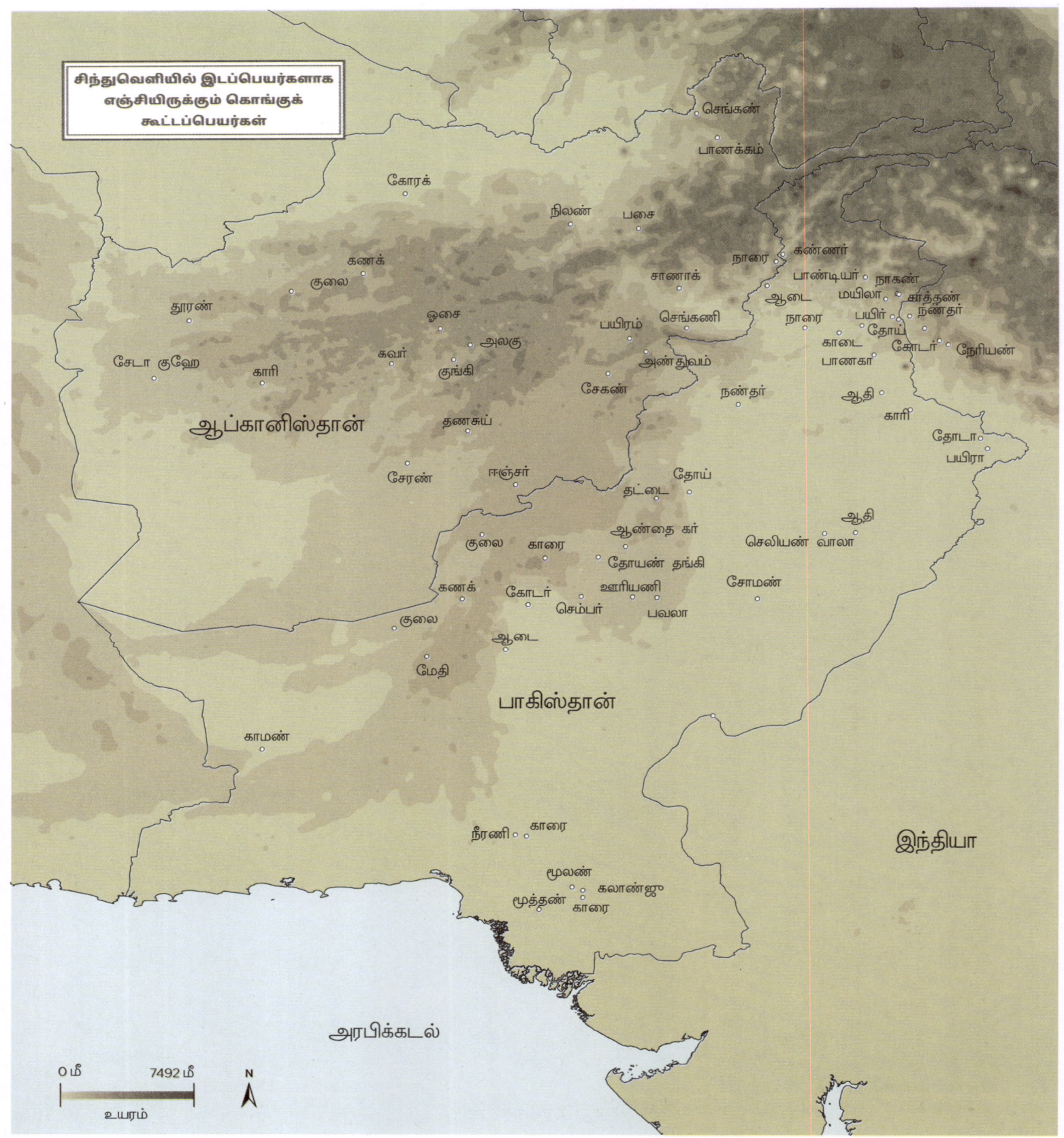

நிலவரைபடம் 12.5

ஒரு பண்பாட்டின் பயணம்

இடப்பெயர்களாக கொங்குக்
கூட்டப்பெயர்களின் பரவல்
களஞ்சி
தோடூர்
பைரப்பள்ளி
செம்பரம்பாக்கம்
அதியனூர்
மூதனூர்
உரிகம்
காரை
மயிலம்
ஆடையூர்
காரிப்பட்டி
வங்காள விரிகுடா
பவழங்குடி
சாத்தனூர்
கண்ணாரகுடி
காடையூர்
ஆந்தகுடி
மூலனூர்
நாகனூர்
கணக்கன்காடு
காமனூர்
அரபிக்கடல்
சேம்பார்
குலையநேரி
இலங்கை
0 மீ
2695 மீ
உயரம்
N
இந்தியப் பெருங்கடல்

நிலவரைபடம் 12.6

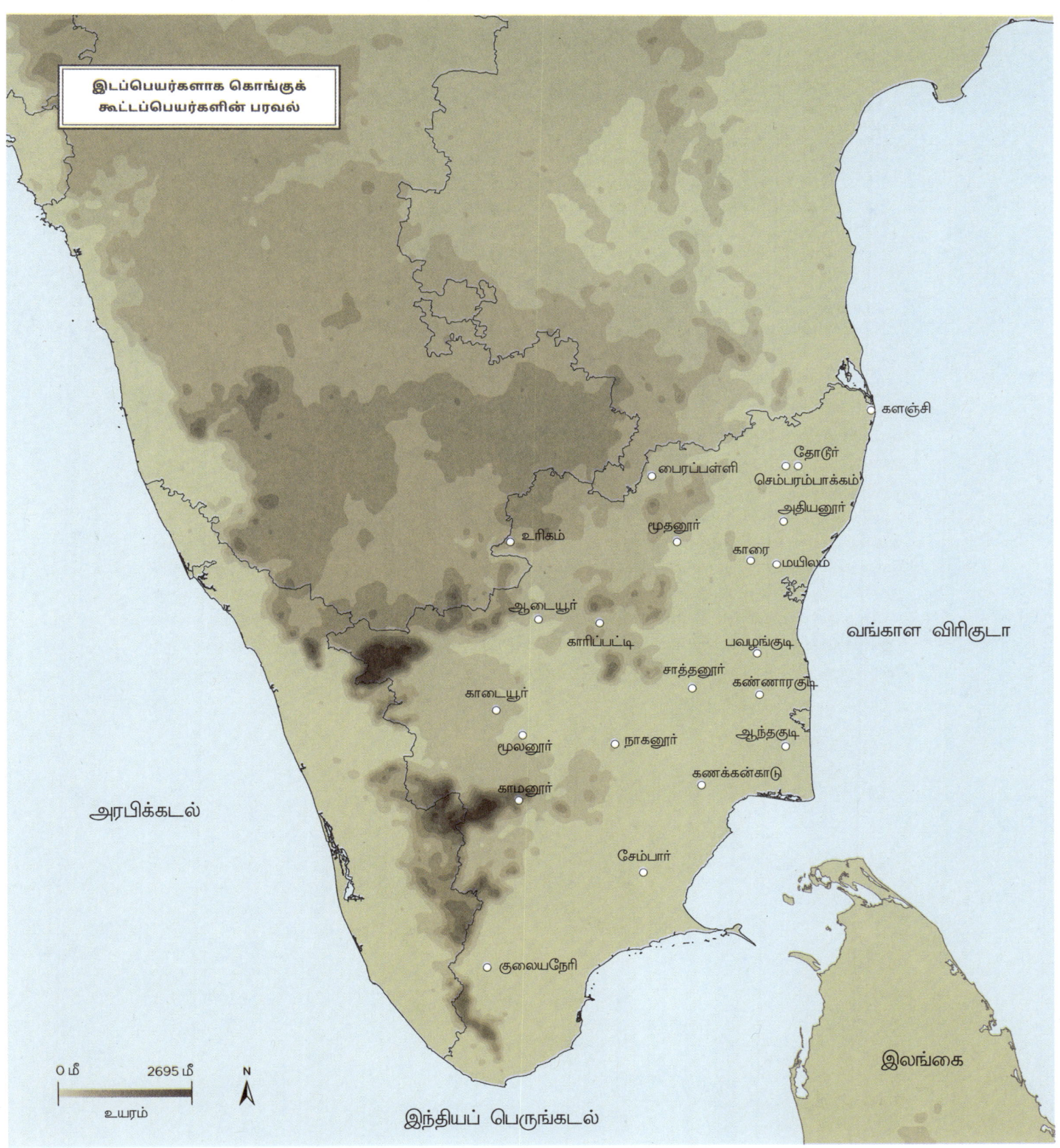

“நாட்டுக்கோட்டை என்று எடுத்துக்கொண்டாலும் சரி, எங்கோ நாட்டுப்புறத்தில் இருக்கும் கோட்டை என்று எடுத்துக்கொண்டாலும் சரி நாட்டுக்கோட்டை அரண்மனை போன்ற வீடுகளின் அளவும், தோற்றமும் அவற்றை நாட்டுக்கோட்டை என்று விளக்குவது பொருத்தம் என்பதைப் புரிய வைக்கிறது. இந்த வீடுகளின் தொகுப்பான அமைப்பு முறைகள் கிட்டத்தட்ட துல்லியமாக வடிவமைக்கப்பட்ட நகர் வடிவமைப்பு முறையைப் பின்பற்றுகிறது. இந்த வீடுகளின் தொகுப்புகள் ஒவ்வொன்றும் செவ்வியல் நகரமைப்பு முறையான கம்பிச்சட்ட வடிவமைப்பு போல அமைந்திருப்பதால் இவற்றை நகரம் என்றழைப்பது பொருந்தும். இந்த ‘நகரங்களில்’ ஒவ்வொரு வீடும் பிரமாண்டம். ஒன்றுக்கு அருகே இன்னொன்று; வீட்டின் முன்வாயில் ஒரு தெருவென்றால், கடைவாசல் பின் உள்ள தெருவில் முடிகிறது. இவ்வாறு தெருக்களை இணைக்கும் பெரிய வீடுகள். முன்புறமும், பின்புறமும் ஒரு தெருவிலிருந்து இன்னொரு தெருவுக்கு இணையாக நீள்வதால் இந்த வீடுகளின் அமைப்பு முறை குறுக்கும்நெடுக்குமாக வெட்டப்பட்ட கம்பிச் சட்டம் போல் தோன்றுகின்றன.”

- எஸ். முத்தையா

நகரத்தார்

'நகர மக்களின்' புலப்பெயர்வுகள்: நகரத்தார் நேர்வு ஆய்வு

தமிழ்நாட்டில், தலைமுறை தலைமுறையாக வணிகத்தொழிலில் ஈடுபட்டுள்ள சமூகப்பிரிவினர் நகரத்தார் ஆவர். இம்மக்களுக்கு நாட்டுக்கோட்டைச் செட்டியார் என்ற பொது அடையாளப் பெயரும் உள்ளது. மக்கள்தொகை அளவில் நாட்டுக்கோட்டைச் செட்டியார்களின் எண்ணிக்கை அளவு அவர்களின் கோட்டை வீடுகளைப் போல பிரமாண்டமானது அல்ல. ஒருவகையில் வாழ்வியல் அடிப்படையில் இம்மக்களை மேற்கு இந்தியாவில் வசிக்கும் பார்சி மக்களுடன் ஒப்பிடலாம். இவர்கள் முழுக்க முழுக்க வணிகத் தொழிலுடன் தொடர்புடையவர்கள். கொங்கு மக்களின் தாயகம் கொங்கு நாடு என்று அழைக்கப்படுவது போல நகரத்தார் பெருமளவில் வசிக்கும் ஊர்கள் செட்டிநாடு என்று அழைக்கப்படுகிறது. நகரத்தார் மக்கள் மரபுக்கதைகள் மற்றும் பொது மீள்நினைவு ஆவணங்களின் அடிப்படையில் நகரத்தாரின் பூர்வீக ஊர்கள், குடியிருப்புகள் என்று 96 இடங்கள் குறிப்பிடப்படுகின்றன. இவற்றில் 75 இடங்களை அடையாளம் காணமுடிகின்றன.

செட்டிநாடு பகுதி

பொதுவாகச் செட்டிநாடு பற்றிய சொல்லாடல்கள் அவர்களின் தற்போதைய நிலப்பகுதி எல்லையைப் பின்வருமாறு வரையறுக்கிறது. கிழக்கே வங்காள விரிகுடா, தெற்கே வைகை நதி, மேற்கே பிரான்மலை உச்சி, வடக்கே வெள்ளாறு நதி. செட்டிநாடு நிலப்பகுதியின் மையப்பகுதியில் இம்மக்களின் புனிதக் குன்றான குன்றக்குடி இருக்கிறது. இந்த விவரங்களைத் தனவைசியர் ஆகிய நாட்டுக்கோட்டை நகரத்தார் சரித்திரம் என்ற நூல் தெரிவிக்கிறது. தனவைசியர் என்பது வணிகர் சமுதாயம் என்பதன் சமஸ்கிருத அல்லது வர்ணாசிரமம் சார்ந்த அடையாளம்தான். ஆயினும் இந்த நாட்டுக்கோட்டைச் செட்டியார்கள் தங்களை நகரத்தார் என்று அழைத்துக் கொள்கிறார்கள். நகரத்தார் என்றால் நகரத்து மக்கள் (Town People) என்று பொருள். இது வெளிப்படை.

வாணியச் செட்டியார், கோமுட்டிச் செட்டியார் போன்ற பல செட்டியார் சமூகப் பிரிவுகள் இருந்தாலும் நாட்டுக்கோட்டை நகரத்தார் தங்களை ஒரு தனித்த அடையாளம் கொண்ட வணிக மரபினர் என்று அடையாளப்படுத்திக் கொள்கின்றனர். இப்பகுதிகளில் கிடைத்த பல்வேறு பழங்கால நாணயங்கள்மூலம் ரோம், கிரேக்க நாடுகளுடன் வணிகத் தொடர்புகள் இருந்தது புலனாகின்றன. இந்த வகையான வணிக உபரியின் பின்புலமாக வேளாண்மை சார்ந்த செழித்த பொருளாதார நிலை இருந்திருக்க வேண்டும்.

நகரத்தாரின் கதை

நகரத்தார் மக்கள் வணிகர்கள் என்பதால் ஆவணப்பதிவு அவர்களின் சமூகத்தில் ஓர் உள்ளீடான பண்பியல்பாக இருக்கிறது. தங்களது சமூகத்தின் புலப்பெயர்வு சார்ந்த வரலாறுகளைக் கொங்கு வேளாளர்கள் போலவே நகரத்தாரும் ஆவணப்பதிவு செய்திருக்கிறார்கள். நகரத்தார் குலமரபுக் கதைகளின்படி இம்மக்களின் தாயகம் நாக நாட்டில் இருக்கும் சந்தியா என்ற நகரமாகும். நாக நாட்டின் அரசன் கொடுங்கோல் ஆட்சி புரிந்தான். அதனால், நகரத்தார்

கலியுகம் 204இல் (இது ஒரு துல்லியமான காலக்கணக்காக இருக்க வாய்ப்பில்லை. ஒரு குத்துமதிப்பான கால மீள்நினைவு என்று வைத்துக்கொள்ளலாம்) புலம்பெயர்ந்து தொண்டை மண்டலத்தில் உள்ள காஞ்சி நகருக்கு வருகிறார்கள். காஞ்சி நகரில் 2108 ஆண்டுகள் வாழ்ந்தார்களாம். கலியுகத்தின் 2312 ஆண்டில் காஞ்சியிலிருந்து புலம்பெயர்ந்து சோழர்களுடைய ஆட்சியிலிருந்த காவிரிப்பூம்பட்டினம் என்ற துறைமுகத்துக்கு வந்து 1463 ஆண்டுகள் வாழ்ந்தார்கள். அங்கும் மன்னனின் கொடுங்கோல் துன்புறுத்தலுக்கு மீண்டும் ஆளாகிறார்கள். இந்தக் கொடுமையைத் தாங்க முடியாமல் 8000 நகரத்தார் தங்கள் குடும்பத்தோடு தற்கொலை செய்துகொண்டார்கள். இந்தத் துயரநிகழ்வில் ஒரு சில நகரத்தார் இளைஞர்கள் மட்டும் தப்பிப்பிழைத்தார்கள். அவர்கள் பாண்டிய அரசனின் ஆட்சிப் பகுதிகளுக்குக் குடிபெயர்ந்ததாக இந்தக் கதைமரபு கூறுகிறது.

இவ்வாறு பாண்டியனின் அழைப்பின் பெயரில் குடிபெயர்ந்த நகரத்தார் இளைஞர்கள் வேளாளர் பெண்களைத் திருமணம் செய்துகொண்டு நான்கு ஊர்களில் தங்களது புதிய வாழ்க்கையைத் தொடங்கினார்கள். இந்தக் கிராமங்கள் இளையாத்தாங்குடி என்ற ஊரில் உள்ள ஒரு கோயிலைச் சுற்றி அமைந்தன. இந்த ஊர் செட்டிநாட்டின் மிக முக்கியமான ஊரான காரைக்குடி நகரில் இருந்து 25 கி.மீ. மேற்குத் திசையில் அமைந்துள்ளது. ஏற்கெனவே சொன்னபடி இந்த மரபுக் கதையில் குறிப்பிடப்படும் காலக்கணக்கு சார்ந்த புள்ளி விவரங்களை அறிவியல் சார்ந்த, நடைமுறை சார்ந்த நம்பத்தகுந்த தகவல்களாக எடுத்துக்கொள்ள தேவையில்லை. இதில் நாம் புரிந்துகொள்ள வேண்டியது ஒன்று மட்டும்தான். நகரத்தார் மக்களின் கடந்தகாலம் அடுத்து அடுத்து நிகழ்ந்த புலப்பெயர்வுகளால் கட்டமைக்கப்பட்டது. அப்புலப்பெயர்வின் மீள்நினைவுகள் நகரத்தார் மரபுக்கதைகளில் தோராயமாகத் தக்கவைக்கப்பட்டுள்ளன. இதில் சொல்லப்படும் ஆண்டுக்கணக்கைவிட முக்கியமானது இப்புலப்பெயர்வுகளின் தோற்றம், தொடர்ச்சி ஆகிய நிகழ்வுகளோடு தொடர்புடைய நாடு, நகரங்கள், மற்றும் ஊர்களின் பெயர்தான்.

மரபணு ஆய்வாளர் பேராசிரியர் பிச்சப்பன் நகரத்தார் மக்கள் கடல்வணிகத்தில் ஈடுபட்டவர்கள்; இந்தோனேசியா, பர்மா, மியான்மர், இலங்கை போன்ற இடங்களுக்குச் சென்று வணிகம் செய்தவர்கள் என்று குறிப்பிடுகிறார். அவர்கள் அவ்வாறு வணிகம் செய்ய சென்ற இடங்களுக்கெல்லாம் செட்டி முருகன் என்று அழைக்கப்படுகிற ஒரு புதிய கற்காலக் கடவுளைக் கொண்டு சென்றதாகக் கூறப்படுகிறது. இந்தச் செட்டி முருகனின் வழிபாட்டு மரபை, கம்போடியா, பாலி, தாய்லாந்து, மலேசியா போன்ற நகரத்தார் சென்ற இடங்கள் அனைத்திலும் காணமுடிகிறது. அண்மைக் காலங்களில் நகரத்தார் மக்கள் புலம்பெயர்ந்துள்ள மேற்கு உலக நாடுகளுக்கும் இந்தச் செட்டி முருகன் பயணித்துவிட்டார் என்று குறிப்பிடும் பிச்சப்பன், இந்த முருகன்-கந்தன் வழிபாடு முதலில் பாகிஸ்தானில் உள்ள ஸ்வாட் பள்ளத்தாக்குப் பகுதியில்தான் இருந்தது என்ற தகவலையும் குறிப்பிடுகிறார்.

நகரத்தாரின் சமூக அமைப்பு

கொங்கு வேளாளர்களின் சமூகக் கட்டமைப்பில் கூட்டம் என்ற அடையாளம் எப்படி கட்டமைக்கப்பட்டதோ அதைப்போலவே நகரத்தாரின் சமூகவியல் குறிப்பிட்ட கோயில்கள் சார்ந்தவையாக உள்ளன. நகரத்தார் சமூக அமைப்பைப் பொறுத்தவரையில் அம்மக்களின் குடிப்பிரிவுகள் ஒன்பது கோயில்களின் பெயர்கள்மூலம் அறியப்படுகின்றன. கொங்கு மக்களிடையே ஒரு கூட்டத்தைச் சேர்ந்த ஒருவர் அதே கூட்டத்தைச் சேர்ந்த ஒருவரைத் திருமணம் செய்து கொள்ள முடியாது; அதைப்போலவே நகரத்தார் சமூகத்தில் ஒரே கோயிலைக் கும்பிடும் மக்கள் அண்ணன் தம்பியாக, பங்காளியாகக் கருதப்படுகிறார்கள். அவர்கள் ஒரே கோயில் உறவுமுறைக்குள் திருமணங்கள் செய்துகொள்வதில்லை. ஒரு கோயில் உறவுமுறையினருக்கும், இன்னொரு கோயில் உறவுமுறையினருக்கும் இடையே திருமணம் நடக்கும்.

நகரத்தார் மக்களின் உறவுமுறை சார்ந்த சமூகக் கட்டமைப்புப் பற்றி டேவிட் ரட்னர் தெளிவாக ஆராய்ந்துள்ளார். நகரத்தார் மக்களின் ஒவ்வொரு தனி குடும்பமும் புள்ளிகள் என்றும் கூட்டுக்குடும்பங்கள் வளவு என்றும், உறவுமுறைகள் 'குடிக்கிற பங்காளிகள்' என்றும், குடியிருக்கும் இடங்கள் ஊர்கள் என்றும், குலமரபு அல்லது கோயில் பிரிவுகள் நகரக் கோயில்கள் என்றும் இத்தகைய பிரிவுகள் தொடர்புடைய உறவு வட்டங்கள் மற்றும் நிலப்பகுதியில் பிணைக்கப்பட்ட சிறு சமூகப்பிரிவுகள் வட்டகை என்றும் அழைக்கப்படுகின்றன. இவ்வாறு நகரத்தார் சமூகவியல் பல்வேறு வரையறுக்கப்பட்ட உள்ளமைப்புகள் ஊடாகக் கட்டமைக்கப்பட்டுள்ளது.

நகரக் கோயில்கள்: ஒன்பது கோயில்களின் உருவாக்கம்

கொங்கு வேளாளர்களின் காணியூர் போல நகரத்தார் 75 இடங்களில் வாழ்விடங்களை அமைத்துள்ளார்கள். இவை ஏழு வட்டகைப் பிரிவுகளாகப் பிரிக்கப்படுகின்றன. இந்த வட்டகைப் பிரிவுகளைக் கொங்குப் பகுதியில் உள்ள மரபுசார்ந்த நாட்டுப் பிரிவுகளுடன் ஒப்பிடலாம். நகரத்தார் குலமரபுக் கதைகளின்படி நகரத்தார் மக்கள் சோழ நாட்டில் உள்ள காவிரிப்பூம்பட்டினத்தில் இருந்து வேறு வழியில்லாமல் வெளியேறிய போது அந்நகரில் மூன்று தெருக்களில் வசித்தார்கள். அந்த மூன்று தெருக்களில் வசித்தவர்கள்

பாண்டியர் நிலப்பகுதிக்குப் புலம்பெயர்ந்தபோது அவர்கள் இளையாத்தாங்குடி, அரியூர், சுந்தரப்பட்டினம் என்ற மூன்று இடங்களில் குடியேறினார்கள். இம்மூன்று பிரிவினரில் இளையாத்தாங்குடியில் குடியேறியவர்கள் நாட்டுக்கோட்டை நகரத்தார் என்று அழைக்கப்படுகிறார்கள். மீண்டும் இந்த இளையாத்தாங்குடி மக்கள் ஏழு புறமணப் பிரிவுகளாகப் *(Exogamous Groups)* பிரிக்கப்பட்டு அந்த ஏழு பிரிவுகள் 23 உட்பிரிவுகளாகப் பிரிக்கப்பட்டன. மேலே குறிப்பிட்ட இந்த ஏழு புறமணப் பிரிவினரும் தங்களுக்கென்று தனித்தனியாகக் கோயில்களை அமைத்துக்கொண்டார்கள். இதில் இளையாத்தாங்குடி கோயிலும் அடங்கும்.

இவ்வாறு கோயில் சார்ந்த புறமணப் பிரிவுகள் நகரத்தார் இடையே உருவானது. அதன்பிறகு இளையாத்தாங்குடி கோயில் வகையறாவைச் சேர்ந்தவர்கள் இடையே பிளவு ஏற்பட்டு இரணியூர், பிள்ளையார்பட்டி ஆகிய இடங்களில் தனித்தனியாக இரண்டு கோயில்களை உருவாக்கினார்கள். நகரத்தார் இடையே ஒன்பது கோயில்களைச் சார்ந்த புறமணப் பிரிவுகள் உருவாகின. நமது நேர்வு ஆய்வின் நடைமுறை சார்ந்த வசதிக்காக ஒரு நுட்பமான ஆய்வை ஏதுவாக்கும் வகையில் இந்த ஒன்பது பிரிவுகளில் மூத்த பிரிவாகக் கருதப்படுகிற இளையாத்தாங்குடி கோயில் பிரிவை நாம் மேலும் விரிவான ஆய்வுக்கு எடுத்துக்கொள்வது பொருத்தமாக இருக்கும்.

1894இல் எழுதப்பட்ட தனவைசியராகிய நாட்டுக்கோட்டை நகரத்தார் சரித்திரத்தில் கிடைக்கும் பல செய்திகள் பூங்குன்றம் வேலங்குடி கல்வெட்டு மற்றும் துலாவூர் செப்பேடுகளை அடிப்படையாகக் கொண்டு எழுதப்பட்டதாகத் தெரிகிறது.

நகரம்: நகர்மய வாழ்வியல்

நகரத்தார் கிராமம் பற்றி எஸ். முத்தையா பின்வருமாறு எழுதுகிறார். "நகரத்தாரின் ஒரு கிராமத்தை நாம் நெருங்கும்போது புழுதிபடிந்த கெட்டியான செம்மண் சாலையைக் கடந்து செல்வோம். திடீரென்று நம் கண்முன் தோற்றப் பொலிவுடன் கூடிய பிரமாண்டமான வீடுகள், உயர்நிலை மாடங்களுடன் தோன்றுகின்றன. அப்பகுதியை நாட்டுக்கோட்டை, அதாவது நாட்டுப்புறத்தில் அமைந்த கோட்டை என்று அழைப்பதை நியாயப்படுத்தும்." *(Muthiah 2000: 70)*

இவ்வாறு குறுக்கும் நெடுக்குமான கம்பிச்சட்டங்கள் போலத் தெளிவாக வரையறுக்கப்பட்ட அமைப்பில் உருவாக்கப்பட்டுள்ள இந்த வீடுகளின் தெருக்களை நகரங்கள் என்று முத்தையா குறிப்பிடுவது பொருத்தமானது. ஒரு தெருவில் தொடங்கி, பின்புறம் உள்ள இன்னொரு தெருவில் முடிகிற வீடுகள் உண்மையில் அரண்மனை போன்றவைதான். இந்த வீட்டுத் தொகுப்புகளைப் பிரிக்கும் சாலைகள் தெற்கு, வடக்கு, கிழக்கு, மேற்கு என்ற வாக்கில் குறுக்கும் நெடுக்குமாக அமைந்துள்ளன. இந்த அமைப்பை ஒரு 'பறவை நோக்கில் பார்க்கும்போது' கம்பிச்சட்டம் போன்ற வடிவமைப்பின் துல்லியமான நேர்கோடுகள், குறுக்குக் கோடுகள் போன்ற வரையறைகள் நம்மை வியப்பில் ஆழ்த்தும்.

சிலப்பதிகாரம் நகர, வணிகத் தொல்மரபுகளின் எதிரொலிகள்

வேளாண்மை, வேளாண்மை சார்ந்த உபரி, உள்நாட்டு வெளிநாட்டு வணிகமரபுகள் என்று கட்டமைக்கப்பட்ட நமது தொல்பழங்காலத்திற்கான இரண்டு நிகழ்காலச் சான்றுகளாகவே கொங்கு வேளாளர்கள், நகரத்தார் என்ற இரு சமூகத்தினரை நாம் இந்த இயலில் பேசிக்கொண்டிருக்கிறோம். நகரத்தார் மக்கள் தங்கள் மூதாதையர்கள் பூம்புகாரில் வாழ்ந்ததாகக் கூறுகிறார்கள். இன்றுவரை இம்மக்கள் காவிரி நதி வங்காள விரிகுடாவில் கலக்கும் பூம்புகார் என்ற காவிரிப்பூம்பட்டினத்தில் நடைபெறும் ஒரு விழாவில் கலந்து கொள்கிறார்கள். தமிழ் மொழியின் முழுமுதற் காப்பியம் சிலப்பதிகாரம் வணிகர்களின் கதைதான். இக்கதையின் நாயகி கண்ணகி மாநாய்கன் என்ற உள்நாட்டுப் பெருவணிகன் மகளாவாள். இக்கதையின் நாயகன் கண்ணகியின் கணவன் கோவலனின் தந்தை மாசாத்துவான் என்ற கடல்வணிகன். கோவலன்-கண்ணகி திருமணம் மிக சிறப்பாகக் கொண்டாடப்பட்ட திருமணமாகும். இத்திருமணத்தை மணமக்களின் பெற்றோர்கள் பூம்புகார் நகரத்திற்கு அறிவித்த முறையே பிரமாண்டமானது. தகவலாளர்கள் யானை மீது அமர்ந்து முரசறைந்து மணச் செய்தியை நகர மக்களுக்கு அறிவிக்கிறார்கள். அப்போது யானையின் முன் இசைக்கருவிகளை வாசித்துக்கொண்டு பலர் முன்னே செல்கிறார்கள். இதை இளங்கோவடிகள் 'மாநகர்க்கு ஈந்தார் மணம்' என்று சிறப்பாக உரைக்கிறார்.

அரசர்கள் ஆண்ட முடியரசு காலத்தில் ஒரு வணிகர் குடும்பத்தின் திருமணம் இவ்வாறு ஒரு நகரம் முழுவதும் கொண்டாடப்பட்டதுமூலம் புலனாவது என்ன? வணிகர்களின் செல்வபெருக்கும், செல்வாக்கும்தான். செல்வச்செழிப்பால் வணிகமரபினருக்கு ஒரு சமூகத்தில் கிடைத்த முக்கியத்துவம் புலனாகும். சங்க இலக்கியம் இத்தகைய செல்வத்தைக் 'கலந்தரு செல்வம்' என்று குறிப்பிடுகிறது. நகரம் முழுவதும் கொண்டாடும் கண்ணகி-கோவலன் திருமணத்தின்போது தெருக்கள் வெண்ணிறக் குடைகளால் அலங்கரிக்கப்பட்டிருந்தன. இத்திருமணம் பற்றிய மிகத்துல்லியமான சித்தரிப்பு எந்த அளவிற்கு எதார்த்தமானது, அதில் எவ்வளவு புனைந்துரை என்பதெல்லாம் முக்கியமில்லை. தமிழில் எழுதப்பட்ட

படம் 12.9 - பள்ளத்தூர் நகரத்தின் கம்பிச்சட்டக வடிவமைப்பைக் காட்டும் வான்வழிப் படம்

ஒரு பண்பாட்டின் பயணம்

முதல் காப்பியத்தின் தலைவன்-தலைவி ஒரு பேரரசன் அல்ல வணிகர் குடும்பத்தைச் சேர்ந்த ஓர் ஆணும், பெண்ணும் என்பது போதுமானது.

நகரத்தார் ஆண்கள் வேளாளர் குலப் பெண்களைத் திருமணம் செய்துகொண்டனர் என்ற தகவல் நகரத்தார் ஆவணங்கள்மூலம் தெரியவருகிறது. அதுமட்டுமின்றி இவ்வாறு திருமணம் செய்துகொண்ட பெண்கள் துலாவூர் மடம் என்ற கோயிலில் வழிபடும் தங்கள் தனியுரிமையைத் தக்கவைத்துக் கொண்டதாகவும் தெரிகிறது. சங்க இலக்கியத்தில் பல்வேறு பாடல்கள் வழியாக நகர வாழ்க்கை, வணிகமரபு, பல்வேறு மொழி பேசுவோர் ஒன்றுகூடி இணக்கமாக வாழும் சூழல், கலை நிகழ்வுகள் மற்றும் பொழுதுபோக்குகள் ஆதரிக்கப்பட்டன என்பதையும் அறிகிறோம். ஏற்கெனவே இந்நூலின் ஓர் இயலில் குறிப்பிடப்பட்ட பட்டினப்பாலைப் பாடலை மீண்டும் இங்கே நினைவுகூர்வது பொருத்தமாகும்.

பல் ஆயமொடு பதி பழகி,
வேறு வேறு உயர்ந்த முதுவாய் ஒக்கல்,
சாறு அயர் மூதூர் சென்று தொக்காங்கு,
மொழி பல பெருகிய பழி தீர் தேஎத்துப்
புலம்பெயர் மாக்கள் கலந்து இனிது உறையும்,
முட்டாச் சிறப்பின் பட்டினம் (பட்டின, *213-218*)

சிலப்பதிகாரத்தின் மங்கல வாழ்த்துப் பாடலே நகர்மய வாழ்க்கைக்கு, குறிப்பாகப் பூம்புகார் நகரத்துக்குத் தரப்பட்ட முக்கியத்துவத்தை உணர்த்துகிறது. இந்த மங்கல வாழ்த்துப் பாடலில் குறிப்பிட்ட எந்தப் பெரும்தெய்வமோ, கடவுளோ போற்றப்படவில்லை. இந்த மங்கல வாழ்த்தில் ஞாயிறு, திங்கள், மலை போன்ற இயற்கைக் கூறுகள் போற்றப்பட்டபின் பூம்புகார் என்ற நகரமும் போற்றப்படுகிறது. இதன்மூலம் நகர்மய வாழ்வு என்பது தமிழ்ப் பண்பாட்டின் மையக்கூறு என்பது தெளிவாகிறது.

புகார், பூம்புகார், காவிரிப்பூம்பட்டினம் என்று பல்வேறு பெயர்களில் அழைக்கப்பட்ட இந்த நகரம் பட்டினப்பாலை, புறநானூறு போன்ற சங்க இலக்கியத்திலும், சிலப்பதிகாரத்திலும் சித்தரிக்கப்படுகிறது. பல்வேறு நாடுகளிலிருந்து கொண்டுவரப்பட்ட வணிகப் பண்டங்கள் புகார் நகரின் துறைமுகக் கடல், மணல்வெளியில் குவிக்கப்பட்டு இருப்பதை விளக்குகிறது. அதுமட்டுமின்றி பெரிய ஓங்குநிலை மாடங்களையும், அரண்மனை போன்ற வீடுகளையும் இந்த இலக்கியங்கள் பேசுகின்றன.

பட்டினப்பாலை பெரு வணிகர்களின், உள்நகர வணிகர்களின் வணிக உறவு பற்றி விளக்குகிறது.

வான் முகந்த நீர் மலைப் பொழியவும்,
மலைப் பொழிந்த நீர் கடல் பரப்பவும்,
மாரி பெய்யும் பருவம் போல,
நீரினின்றும் நிலத்து ஏற்றவும்,
நிலத்தினின்று நீர்ப் பரப்பவும்,
அளந்து அறியாப் பல பண்டம்
வரம்பு அறியாமை வந்து ஈண்டி,
அருங்கடிப் பெருங்காப்பின்
வலிவுடை வல் அணங்கினோன்,
புலி பொறித்து புறம் போக்கி,
மதி நிறைந்த மலி பண்டம்
பொதி மூடைப் போர் ஏறி,
மழை ஆடு சிமைய மால் வரைக் கவாஅன்,
வரை ஆடு வருடைத் தோற்றம் போலக்,
கூர் உகிர் ஞமலிக் கொடுந் தாள் ஏற்றை
ஏழகத் தகரோடு உகளும் முன்றில் (பட்டின. *126-141*)

பட்டினப்பாலை புகார் நகர வணிகர்களைப் பற்றி மேலும் சில தகவல்களைப் பதிவு செய்கிறது.

நெடு நுகத்துப் பகல் போல,
நடுவு நின்ற நல் நெஞ்சினோர்
வடு அஞ்சி வாய்மொழிந்து,
தமவும் பிறவும் ஒப்ப நாடிக்,
கொள்வதூஉம் மிகை கொடாது,
கொடுப்பதூஉம் குறைகொடாது,
பல் பண்டம் பகர்ந்து வீசும்,
தொல் கொண்டி துவன்று இருக்கை
(பட்டின. *206-212*)

தமிழ் இலக்கியப் பண்பாட்டு வரலாற்றின் இடைக்காலத்தில் பட்டினத்தார் என்ற ஒரு தமிழ்த் துறவியைப் பற்றி அறிகிறோம். பட்டினத்தார் என்ற பெயரை விளக்குவது எனில் அதைப் பட்டினம் அல்லது நகரத்தைச் சேர்ந்தவர் என்றுதான் விளக்கமுடியும். நகரத்தார் சமூகத்தினர், பட்டினத்தார் ஒரு நகரத்தார் என்றும் அவர் கடல்வணிகம் செய்தவர் என்றும், அதன்பிறகு தொழில், செல்வம் அனைத்தையும் துறந்து மெய்ஞான வாழ்க்கைக்கு மாறியவர் என்றும் கூறுகிறார்கள். பூம்புகார் நகரத்தில் ஒவ்வொரு ஆண்டும் நடத்தப்படும் விழா பட்டினத்தாருக்குக் காணிக்கை ஆக்கப்படுகிறது. கேரளாவில் பட்டணம் என்ற இடத்தில் அண்மையில் அகழாய்வுகள் நடைபெற்று வருகின்றன. இவ்விடத்தில் பொ.யு.மு. இரண்டாம் நூற்றாண்டு முதல் பொ.யு. 10ஆம் நூற்றாண்டு வரையிலான அகழாய்வுத் தடயங்கள் கிடைத்துள்ளன. 63 சைவ நாயன்மார்களில் மூவர் மட்டும் பெண்கள். அவர்களில் முதன்மையானவர் காரைக்கால் அம்மையார்.

தமிழ் பக்தி இலக்கிய மரபின் மிக முக்கியமான ஆளுமை காரைக்கால் அம்மையார்.

பொ.யு. ஆறாம் நூற்றாண்டில் சோழ நாட்டில் உள்ள காரைக்கால் என்ற இடத்தில் ஒரு வணிகர் குடும்பத்தில் பிறந்தவர் காரைக்கால் அம்மையார். நகரத்தார் சமூகத்தினர் காரைக்கால் அம்மையார் தங்கள் சமூகத்தைச் சேர்ந்தவர் என்பதைக் குறிப்பிடுகிறார்கள். தமிழ்நாட்டு வணிகர்கள் நெருக்கமான வணிகத் தொடர்பு கொண்டிருந்த கம்போடியாவில் அங்கோர்வாட் என்ற இடத்தில் உள்ள பெரும் கோயிலில் காரைக்கால் அம்மையார் சிற்பம் காணப்படுகிறது. இந்தச் சிற்பம், தமிழ்நாட்டில் கும்பகோணம் அருகே உள்ள கங்கை கொண்ட சோழபுரத்தில் காணப்படும் காரைக்கால் அம்மையார் சிற்பத்தைவிட காலத்தால் முந்தையது என்று கூறப்படுகிறது.

தமிழ் பக்தி இலக்கிய மரபின் தொடக்ககால ஆளுமையான காரைக்கால் அம்மையாருக்குக் கடல் கடந்த நாட்டில், சிற்பம் செதுக்கப்பட்டிருக்கிறது என்பது நகரத்தார் வணிக மரபின் நெடிய தொடர்புகளை உறுதிசெய்யும் சான்றாகத் தோன்றுகிறது.

நகரத்தார் தொன்மரபுக் கதைகள், இடப்பெயர்கள் மற்றும் சிந்துவெளி நிலப்பகுதித் தொடர்புகள்

இந்த நூலின் மையக் கருத்தைப் பொறுத்தவரையில் வேறு எதையும்விட முக்கியமானது நகரத்தார் மக்களின் தொன்மரபுக் கதைகள் குறிப்பிடுகிற இடங்களின் பெயர்கள் ஆகும். அதிலும் நகரத்தார் இடங்களின் புலப்பெயர்வுகளோடு தொடர்புடைய, திருமண உறவுமுறை அடையாளப் பிரிவுகளுடன் தொடர்புடைய கோயில்கள் அமைந்த இடங்களின் பெயர்கள் மிகவும் முக்கியமானவை. இத்தகைய பெயர்களை நினைவுறுத்தும் பல பெயர்களும் சிந்துவெளிப் பண்பாட்டு நிலப்பகுதிகளில் இன்றுவரை காணமுடிவது வியப்பில் ஆழ்த்துகின்றன. நகரத்தார் புலப்பெயர்வு தொடர்பான தொன்மங்களை இடப்பெயர்களின் ஊடாக ஓர் இணைப்புச் சங்கிலியாகத் தொகுத்தால் அதில் நாகா, சந்தியா, நகரத்தார், நாட்டுக்கோட்டை, செட்டி/செட்டியார் போன்ற பெயர்கள் உறுதியாக இடம்பெறும்.

நகரத்தார் தங்களின் பூர்வீகமாக குறிப்பிடுவது நாக நாட்டில் உள்ள சந்தியா எனும் நகரம்தான். இந்நகரை அசாம், நாகாலாந்து, இலங்கை போன்ற பல்வேறு பகுதிகளோடு ஏற்கெனவே தொடர்புபடுத்திப் பார்த்துவிட்டார்கள். ஆனால், இந்தப் பகுதிகள் எவற்றிலும் சந்தியா என்ற இடத்திற்கான எந்தத் தடயமும் இல்லை. ஆனால், பாகிஸ்தானில் உள்ள சந்தி என்ற இடப்பெயரும், குஜராத்தில் உள்ள சந்தியா என்ற இடப்பெயரும் நம் கவனத்தைக் கவர்கின்றன. பாகிஸ்தானில் நாகா என்ற இடப்பெயர் மூன்று முறையும், இதைப்போலவே குஜராத்தில் நாகா என்பது ஒருசொல் இடப்பெயராகவும் இடம்பெறுகிறது. நாகா என்ற பெயரும், சந்தியா என்ற பெயரும் ஒருங்கே பயன்படுகிற இந்த நிலப்பகுதியைச் சார்ந்த இடப்பெயர் உண்மையை எதேச்சையான நிகழ்வு என்று கடந்துசெல்ல இயலாது. ஒரு சமூகத்தின் தொன்மரபுக் கதைகளை அறிவியல்பூர்வமான உண்மை என்று ஏற்றுக்கொள்ளத் தேவையில்லை. அதேநேரத்தில் அதை முற்றிலும் புறக்கணிக்கும் தேவையும் இல்லை. நாட்டுக்கோட்டை நகரத்தார் மக்களின் தொன்மம் குறித்த யுகங்களின், ஆண்டுகளின் காலண்டர் கணக்கைத் துல்லியம் என்று எடுத்துக்கொள்ளத் தேவையில்லை. ஏனெனில், அந்தக் காலக்கணக்கை நிறுவமுடியாது. ஆனால், அதேநேரத்தில் இடப்பெயர்கள் சாகாவரம் பெற்றவை, அவை கடந்தகாலப் பயணங்களின் மீள்நினைவுகளின் அடிப்படை உண்மை பற்றிய தடயங்களாக உள்ளன என்பதைக் கருத்தில்கொள்ள வேண்டும்.

நகரத்தார் மக்கள் நாட்டுக்கோட்டைச் செட்டியார் என்றும் அழைக்கப்படுகிறார்கள். சிந்துவெளிப் பண்பாட்டின் நிலப்பகுதிகளாகக் கருதப்படும் குஜராத், மகாராஷ்டிரா போன்ற மாநிலங்களில் இதன் தொடர்ச்சியைக் காணலாம். குஜராத், மகாராஷ்டிராவில் நகரா என்ற இடப்பெயர் காணப்படுகிறது. பாகிஸ்தானில் நாட்டுக்கோட் மற்றும் செட்டி என்ற இடப்பெயர்கள் இன்றும் எஞ்சியுள்ளன. நாட்டுக்கோட்டை நகரத்தார் வசிக்கும் இடப்பெயர்களுடன் தொடர்புடைய இடப்பெயர் பின்னொட்டுகள் சிந்துவெளி இடப்பெயர்களுடன் ஒப்பிடத்தக்கவை. இதைப்போலவே வடமேற்குப் பகுதிகளில் உள்ள சில இடப்பெயர் விகுதிகளை இணைப்பதன்மூலம் செட்டிநாடு பகுதிகளில் உள்ள இடப்பெயர்களை மீட்டுருவாக்கம் செய்யலாம். அதைவிட முக்கியமானது, நகரத்தார் தொன்மரபு மீள்நினைவுகளில் இடம்பெறும் சில இடப்பெயர்கள் இப்போதுள்ள செட்டிநாட்டுப் பகுதிகளில்கூட கிடைக்காத நிலையில் சிந்துவெளி நிலப்பகுதிகளில் எஞ்சியுள்ளன.

நகரத்தாரின் குலமரபுக் கதைகள் சொல்லும் புலப்பெயர்வுகளில் ஒரு மீள்நினைவான உண்மை எங்கோ பொதிந்திருக்கிறது என்று நாம் கருதுவோமானால் அந்தப் புலப்பெயர்வுகளின் தடயங்களை நகரத்தாரின் குலமரபு வரலாற்றோடு தொடர்புடைய இடப்பெயர்கள் மற்றும் இலக்கியங்களில் இடம்பெற்றுள்ள வணிகத் தொடர்பான இடப்பெயர்கள் ஆகியவற்றை வடமேற்கு நிலப்பகுதிகளின் இடப்பெயர்களோடும், அத்துடன் தொடர்புடைய இந்தியாவின் ஏனைய சில பகுதிகளில் உள்ள இடப்பெயர்களோடும் ஒப்பிடுவது பொருத்தமாக இருக்கும். இப்போதுள்ள தமிழ்

படம் 12.10 - காரைக்கால் அம்மையார் உருவம், கங்கை கொண்ட சோழபுரம்

படம் 12.11 - காரைக்கால் அம்மையார் உருவம், அங்கோர் வாட்

நிலத்துக்குள் அவர்களது முதல் வருகை இடமாக நகரத்தார் குலமரபுக் கதைகள் குறிப்பிடும் ஊர் காஞ்சிபுரம். முதலில் நகரத்தார் இடப்பெயர்களை வடமேற்கு இடப்பெயர்களோடு ஒப்பிடுவோம்.

தற்போதைய தமிழ்நாட்டில் நகரத்தார் மக்களோடு தொடர்புடைய 133 இடப்பெயர்களைத் தேர்வுசெய்து அவற்றை வடமேற்கு இடப்பெயர்களோடு ஒப்பிடும்போது வியப்பு காத்திருந்தது. நகரத்தார் தொடர்புடைய அனைத்து இடப்பெயர்களோடும் ஒப்பிடக்கூடிய இடப்பெயர்கள் இன்னும் அங்கே எஞ்சியுள்ளன. அவற்றில் சில அச்சுஅசலான ஒப்புமைகள். வேறு சில நகரத்தார் இடப்பெயர்களில் பயன்படுத்தப்படும் குடி, கோட்டை மற்றும் ஊர் போன்ற இடப்பெயர்களில் தனி இடப்பெயராக அல்லது இடப்பெயர் பின்னொட்டாகப் பயன்படுத்தப்படுகிறது.

சாக்கந்தி என்பது தமிழ்நாட்டில் நகரத்தார் இடப்பெயர்களில் ஒன்றாகும். பாகிஸ்தானிலும் சாக்கந்தி என்ற பெயர் இடப்பெயராக உள்ளது. இதைப்போலவே பாகிஸ்தானிலுள்ள சாந்தூர் (*Sandhur*), ஆப்கானிஸ்தானில் உள்ள பட்டன (*Pattana*) ஆகியவை நகரத்தார் இடப்பெயர்களை நினைவுபடுத்துகின்றன. நகரத்தார் இடப்பெயர்களில் இடம்பெறும் ஊர், கோட்டை, குடி போன்ற பொதுவான இடப்பெயர் விகுதிகளை நீக்கிவிட்டால் எஞ்சியுள்ள இடப்பெயர் பொருண்மை அப்படியே வடமேற்குப் பகுதிகளில் இன்றுவரை எஞ்சியிருப்பது புலப்படும். எடுத்துக்காட்டாகத் தமிழ்நாட்டில் உள்ள நகரத்தார் இடப்பெயர்களான மாற்றூர், உறையூர், பார்க்கூர், மணலூர், மண்ணூர், கண்ணூர், குளத்தூர் ஆகியவற்றை வடமேற்குப் பகுதிகளில் உள்ள மாற்று, உறை, மணல், மன், கண், குளத் என்ற இடப்பெயர்களுடன் ஒப்பிடலாம். நகரத்தார் பகுதி இடப்பெயர்களில் இடம்பெறும் ஊர், புரம், வயல், குடி, கோட்டை, புரி, பட்டி ஆகிய இடப்பெயர் விகுதிகள் வடமேற்குப் பகுதிகளில் காணப்படுகின்றன. ஆப்கானிஸ்தானில் 'ஊர்' என்பதே ஓர் இடப்பெயர். இதைப்போலவே பாகிஸ்தானில் பட்டி, கோட்டை, குடி போன்ற இடப்பெயர்கள் வழங்குகின்றன.

இளையாத்தாங்குடிப் பெயர் தொகுப்பு

பாண்டிய நாட்டில் நகரத்தார் குடியேறியபோது இளையாத்தாங்குடிப் பிரிவினர் ஏற்படுத்திய ஏழு பிரிவுகள் தொடர்புடைய உட்பிரிவுகளின் பெயர்களை முதலில் பார்ப்போம். இந்த உட்பிரிவுகள் வருமாறு:

ஒக்கூருடையார், அரும்பார்க்கிளையார், பெருமருதூருடையார், கழனிவாசக்குடியார், கிங்கிருக்கூனிடையார், பேரசெந்தூருடையார், சிறுசேத்தூருடையாளர், திருவேட்பூருடையார், சிறு குளத்தூருடையார், உறையூருடையார், அரும்பாக்கூருடையார், மணலூருடையார், மண்ணூருடையார், கண்ணூருடையார், குளத்தூருடையார், கருப்பூருடையார், கழனிவாசலுடையார், மருதேந்திரபுரமுடையார், இளநாளமுடியார், கூடாமணிபுரமுடையார், கழனிநல்லுடையார், புகழ்வேண்டியபாக்கமுடையார்.

இந்த உட்பிரிவுகளைக் கவனித்தால் இவை அனைத்தும் ஓர் இடப்பெயரின் அடிப்படையில் ஏற்பட்டுள்ளன என்பது புலப்படும். உதாரணமாக ஒக்கூர் என்ற ஊரில் வசித்தவர்கள் அல்லது அந்த ஒக்கூருக்கு உடமையானவர்கள் ஒக்கூருடையார் என்று அழைக்கப்படுகிறார்கள். ஒக்கூர் என்ற இடப்பெயர்

சங்க இலக்கியப் புலவர்களான ஒக்கூர் மாசாத்தனார், ஒக்கூர் மாசாத்தியார் என்ற பெயர்களை நினைவுக்குக் கொண்டுவருகின்றன. மாசாத்து, மாசாத்தி ஆகிய பெயர்களே வணிக மரபோடு தொடர்புடையவைதான். எனவே இடப்பெயர்கள் என்ற புள்ளிகளைத் தொட்டு சமூகப் பண்பாட்டு வரலாறுகளின் வாசிக்கப்படாத பக்கங்களை ஓரளவு உய்த்தறிய முடியும் என்பதற்கு இது ஒரு சோற்றுப் பதம். நகரத்தாரின் எல்லா உட்பிரிவுகளுக்கும் இடப்பெயர்களே அடிப்படையானது என்பது தெளிவாகும். ஒருவேளை இப்போது நவீன அறிவியலின் துணையோடு பரவலாகப் பேசப்படுகிற மரபணுவியல் இந்த வழித்தடங்களைத் தெளிவாகக் கண்டறிய உதவக்கூடும். மக்களைச் சார்ந்து, புலப்பெயர்வுகளின் ஊடாகப் புலம்பெயர்கின்ற இடப்பெயர்களே ஒருவகையில் மொழியியல் மரபணுத் தடயங்கள் என்று கூட சொல்லலாம்.

இதைப்போலவே நகரத்தார் இடப்பெயர்களைத் தற்கால இந்திய நிலப்பகுதியில் சிந்துவெளிப் பண்பாட்டுடன் தொடர்புடைய நிலப்பகுதிகள் உள்ள இடப்பெயர்களுடன் ஒப்பிட்டுப் பார்ப்பதன்மூலம் நகரத்தாரின் புலப்பெயர்வு பாதைகளின் மைல்கற்கள் போன்ற வழித்தடச் சான்றுகளை நம்மால் அடையாளம் காணமுடியும்.

1. ஏற்கெனவே குறிப்பிட்டபடி 'நாக' என்ற நிலப்பகுதியைச் சேர்ந்த சந்தியா என்ற இடம் நகரத்தாரின் பூர்வீகத் தாயகம் என்று கருதப்படுகிறது. இப்பெயர்களைப் பாகிஸ்தானிலுள்ள சந்தி மற்றும் நாக என்ற இடப்பெயர்கள்; குஜராத்தில் உள்ள சந்தியா *(Sandhiya, Sandhia)* மற்றும் நாக *(Naka)* என்ற இடப்பெயர்களுடன் ஒப்பிடலாம்.

2. நகரத்தார் முதலில் காஞ்சியில் குடியேறியதாகக் கூறப்படுகிறது. இதை, பாகிஸ்தானிலுள்ள காஞ்சி *(Kanchhi)* என்ற இடப்பெயரோடு ஒப்பிடும் போது நமக்கு வியப்பு மேலிடுகிறது. இன்னும் சொல்லப்போனால் நகரத்தார் குலமரபுகள் நினைவில் வைத்திருக்கும் காஞ்சி இங்கே இருக்கும் காஞ்சியா, அல்லது அங்கே இருக்கும் காஞ்சியா என்ற கேள்வி எழுவது நியாயமானதே. காஞ்சி என்ற பெயரின் தொடர்ச்சியை குஜராத் மற்றும் மகாராஷ்டிராவில் உள்ள காஞ்சலி *(Kanchli, Kanchali)*, ஆந்திராவிலுள்ள காஞ்சிபுரம் *(Kanchipuram)*, கர்நாடகாவிலுள்ள காஞ்சிபுரா *(Kanchipura)*, தமிழகத்தில் உள்ள காஞ்சிபுரம் என்று அடுக்கிக்கொண்டே செல்லலாம். தென்னிந்தியாவுக்கு வரும்போது அது புரா, புரம் என்ற விகுதியைச் சேர்த்துக்கொள்கிறதே தவிர காஞ்சியின் வேர்கள் சிந்துவெளியில் இருந்ததற்கான தடயங்களை நிலைத்திருக்கின்றன. காஞ்சி என்ற இந்தப் பெயரை மட்டும் வைத்துப் பார்த்தால் குஜராத், மகாராஷ்டிரா போன்ற பகுதிகள் சிந்துவெளிக்கும், தென்னகத்துக்குமான இணைப்புப் பாலமாக இருந்தது புலப்படும்.

3. நகரத்தார் புலப்பெயர்வுக் கதைகளின் அடுத்த நிறுத்தம் புகார். இந்நகருக்குப் பூம்புகார் என்றும் காவிரிப்பூம்பட்டினம் என்றும் பெயர் உண்டு. ஆப்கானிஸ்தானிலுள்ள நிலப்பகுதியில் உள்ள புகார் *(Bukar)* பூம்பகார் *(Pumbakar)* மற்றும் இமாச்சலப் பிரதேசத்தில் உள்ள புகார் *(Pukhar)* போன்ற பெயர்கள் கவனத்திற்குரியன.

4. மூன்றாவது புலப்பெயர்வில் பூம்புகாரில் இருந்து இளையாத்தாங்குடி, அங்கிருந்து மாற்றூர், வைரவன்பட்டி, அரியூர் என்று தொடர்ந்து புலம்பெயர்ந்ததாக மீள்நினைவுகள். இளையாத்தாங்குடி என்ற இடப்பெயரில் உள்ள சொற்களைப் பிரித்துப் பார்த்தால் அதில் இளை+ஆதன்+குடி என்ற மூன்று உறுப்புகள் கிடைக்கும். இதில் குடி என்பது பொதுவான இடப்பெயர் விகுதி. எஞ்சியிருப்பது இளை மற்றும் ஆதன் என்ற இரு கூறுகள் ஆகும். இவ்வாறு ஒன்றுக்கும் மேற்பட்ட இடப்பெயர்கள் ஒருங்கிணைந்து ஓர் இடப்பெயர் அமைவதற்கு ஏராளமான எடுத்துக்காட்டுகள் தமிழகம் முழுவதும் கிடைக்கின்றன. எனவே, இந்த இளையாத்தாங்குடி என்ற இடப்பெயரில் உள்ள இளையாத்தான் என்பதைப் பாகிஸ்தானில் இடம்பெறும் இளை *(Ilai)* என்ற ஒருசொல் இடப்பெயர்; ஆப்கானிஸ்தானின் ஆதன் *(Atan)* போன்ற இடப்பெயர்கள் இரண்டும் ஒருசொல் இடப்பெயராக இடம்பெறுவதைக் குறிப்பிடலாம். பாகிஸ்தானில் மாற *(Mar)*

என்ற இடப்பெயர் வேறு எந்த விகுதியும் இல்லாமல் ஐந்து முறை இடம்பெறுகிறது. இந்தப் பெயர் ஆந்திரப் பிரதேசத்தில் மாற்றூர் (*Marrur*), கர்நாடகத்தில் மாத்தூர் (*Mathur*) என்று அழைக்கப்படுகிறது. இதன் தொடர்ச்சியாகவே தமிழ்நாட்டில் நகரத்தார் புலப்பெயர்வுகளோடு தொடர்புடைய மாற்றூரைப் பார்க்கவேண்டும். பாகிஸ்தானிலுள்ள வைரவல் (*Wairawol*), கர்நாடகத்திலுள்ள அரியூர் (*Ariyur*) ஆகிய இடப்பெயர்களும், நகரத்தார் இடப்பெயர்களை நினைவுறுத்துகின்றன.

5. செட்டிநாடு பகுதிகளிலிருந்து நகரத்தார் மக்கள் கோட்டாறு, பாதரக்குடி போன்ற இடங்களுக்கு இடம்பெயர்ந்ததாகக் கூறப்படுகிறது. பாகிஸ்தானிலுள்ள கோத்தார் (*Kotar*) என்ற பெயரும், பாதர் (*Padhar*) என்ற பெயரும், குஜராத்தில் உள்ள பாதர் (*Padhar*), பாதர (*Padhara*) என்ற பெயர்களும் நினைவில் கொள்ளத்தக்கன. பழந்தமிழ் இலக்கியங்களில் வணிகர் குழுவினர் சாத்து என்றும் வணிகர் குழுவின் தலைவன் மாசாத்து என்றும் அழைக்கப்படுகின்றனர். இந்த மாசாத்து என்ற மரபு குஜராத்தில் வழங்கும் மஹாசேத்தி என்ற மரபோடு பண்பாட்டு அளவில் ஒப்பிடத்தக்கதாகும். குஜராத்தில்தான் சந்தியா என்ற நகரத்தார் மீள்நினைவான தொல் இடப்பெயர் இருக்கிறது என்பதை நாம் நினைவில் கொள்ளவேண்டும்.

சிந்துவெளிப் பண்பாடு வந்து சேர்ந்த இடமும் நகரத்தார் புலப்பெயர்வுக் கதைகள் வரவு வைத்த தொன்மங்களும்

சிந்துவெளிப் பண்பாடு எப்படி நலிவடைந்தது; ஏன் முடிவடைந்தது என்பது பற்றி உறுதியாகக் கூறும் நிலையில் எவரும் இல்லை. சிந்துவெளி முடிவுற்றதற்குப் பல்வேறு காரணங்கள் கூறப்படுகின்றன. நகரத்தாரைப் பொறுத்தவரையில் அவர்களது புலப்பெயர்வுகளுக்கான காரணத்தைத் தொடர்ந்து மீள்நினைவாக நினைவுகூர்ந்து வந்திருக்கிறார்கள். சிந்துவெளிப் பண்பாட்டின் நலிவு, நகரத்தாரின் மீள்நினைவு ஆகியவற்றின் அடிப்படையான காரணம் எது என்பதைவிட முக்கியமானது அந்த நலிவின் பின்விளைவு.

அதாவது நகரங்களை மையமாகக் கொண்டு இயங்கிய சிந்துவெளிச் சமூகப்பொருளாதாரம் மீண்டும் வேளாண்மையை நோக்கி, கால்நடை வளர்ப்பை நோக்கி நகர்கிறது. அந்தச் சூழ்நிலையில் நகர வாழ்க்கை என்பது கிட்டத்தட்ட பழங்கதையாகி வருகிறது. அதனால்தான் சிந்துவெளிப் பண்பாடு கண்டுபிடிக்கப்படும் வரை நகர் வாழ்க்கைக்கான சிறந்த துல்லியமான சித்தரிப்புகள் வடஇந்திய இலக்கியங்களிலும், ஆவணங்களிலும் அத்தனை சிறப்பாக இல்லாமல் போனதற்குக் காரணமாகும். பொதுயுகத்தின் ஆறாம் நூற்றாண்டை ஒட்டிய வரலாற்றுக் காலம் வரை கோட்டை, குடியிருப்புக்கான தொல்லியல் சான்றுகள் கிடைக்காமல் போனதற்கும் இதுவே காரணமாகும். சிந்துவெளிப் பண்பாடு கண்டுபிடிக்கப்படும் வரை பீகாரில் உள்ள ராஜ்கீர் போன்ற பகுதிகளில் கிடைத்த கோட்டைச் சுவர்களைத்தான் நகர் வாழ்வின் தோற்றம்போலக் கொண்டாடி வந்தனர். ஆனால், சிந்துவெளிப் பண்பாட்டின் கண்டுபிடிப்பு இந்தப் புரிதலைப் புரட்டிப்போட்டது. எனவே, கங்கைக் கரையில் பொ.யு.மு. ஆறாம் நூற்றாண்டுவாக்கில் ஏற்பட்ட கட்டுமான நிகழ்வுகளை இரண்டாம் நகரமயமாக்கல் (*Second urbanisation*) அல்லது மறுநகரமயமாக்கல் (*re-urbanisation*) என்றும் தற்போது சொல்லி வருகிறோம்.

நகரத்தார் புலப்பெயர்வுக் கதைகளை நாம் கூர்ந்து கவனித்தால் ஒன்று புலப்படும். அது அவர்கள் பெரிய நகரங்களில் வாழ்ந்து அதன் பின்னர் ஏதோ ஒரு காரணத்தால் அந்த நகரங்களை விட்டு வெளியேறி மீள்நினைவாகக் கோட்டை போன்ற வீடுகளைக் கட்டியிருக்கலாம்.

இத்தகைய புலப்பெயர்வுகளுக்கு ஆளான மக்களின் கூட்டு நினைவில் எப்போதும் தங்களது கடந்தகாலத்தைப் பற்றிய ஓர் ஏக்கம் கலந்த மனத்தாங்கல் இருக்கும். தங்களுடைய

கடந்தகாலம் மிக வளமான ஒரு பொற்காலமாக இருந்தது என்ற உணர்வு எப்போதும் இருக்கும். காவிரிப்பூம்பட்டினத்தில் வெள்ளம் வந்தபோது ஒவ்வொரு வீட்டிலிருந்தும் ஓர் ஆண் வெள்ளத்தைத் தடுக்க ஒரு மூட்டை மணல் கொண்டுவந்து போடும்படியாக அரசன் ஆணை விதித்தபோது மற்றவர்கள் எல்லாம் மணல் மூட்டையைக் கொட்டினார்கள். பூம்புகார் நகரத்தின் பெரும் வணிகர்கள் முத்து போன்ற ஆபரணத்தைக் கொட்டினார்கள் என்றும் இதனால் பூம்புகார் மன்னன் அவர்கள் மீது பொறாமையோடு கொடுமைப்படுத்தினான் என்றும் கூறப்படுகிறது.

இந்தக்கதை உண்மையாக இருக்கவேண்டும் என்ற தேவையில்லை. ஆனால், அது சிறந்த நகரங்களிலிருந்து நகர்புறங்களுக்குக் குடியேறும் கட்டாயத்துக்கு ஆளான எந்தச் சமூகத்திற்கும் ஏற்படக்கூடிய ஒருகூட்டு உணர்வே ஆகும். ஒருவகையில் இந்தியத் துணைக்கண்டத்தில் சிந்துவெளி நகரங்களில் நேர்ந்த புலப்பெயர்வுக்கு ஏதோ ஓர் இடத்தில் மீள்நினைவுகளால் கட்டப்பட்ட அதுவும் வணிகர் சார்ந்த ஒரு குலமரபுக் கதை இருக்கிறது என்றால் அது நகரத்தார் கதைதான். இந்த நகரத்தார் மக்களின் அரண்மனை போன்ற வீடுகளின் கட்டுமானமும், கம்பிச்சட்டம் போன்ற நகரமைப்பும், சிந்துவெளி நகரமைப்பை நினைவுபடுத்துவதும் அவர்கள் தங்களை நகர மக்கள் என்று அழைத்துக் கொண்டதும் எதேச்சையானவை அல்ல. குறியீடுகளால் நிரப்பப்பட்ட தொன்மவரலாற்றின் தொப்புள்கொடி. கடந்தகாலம்தான் நம்மைக் கடந்து செல்கிறது மீண்டும் மீண்டும்.

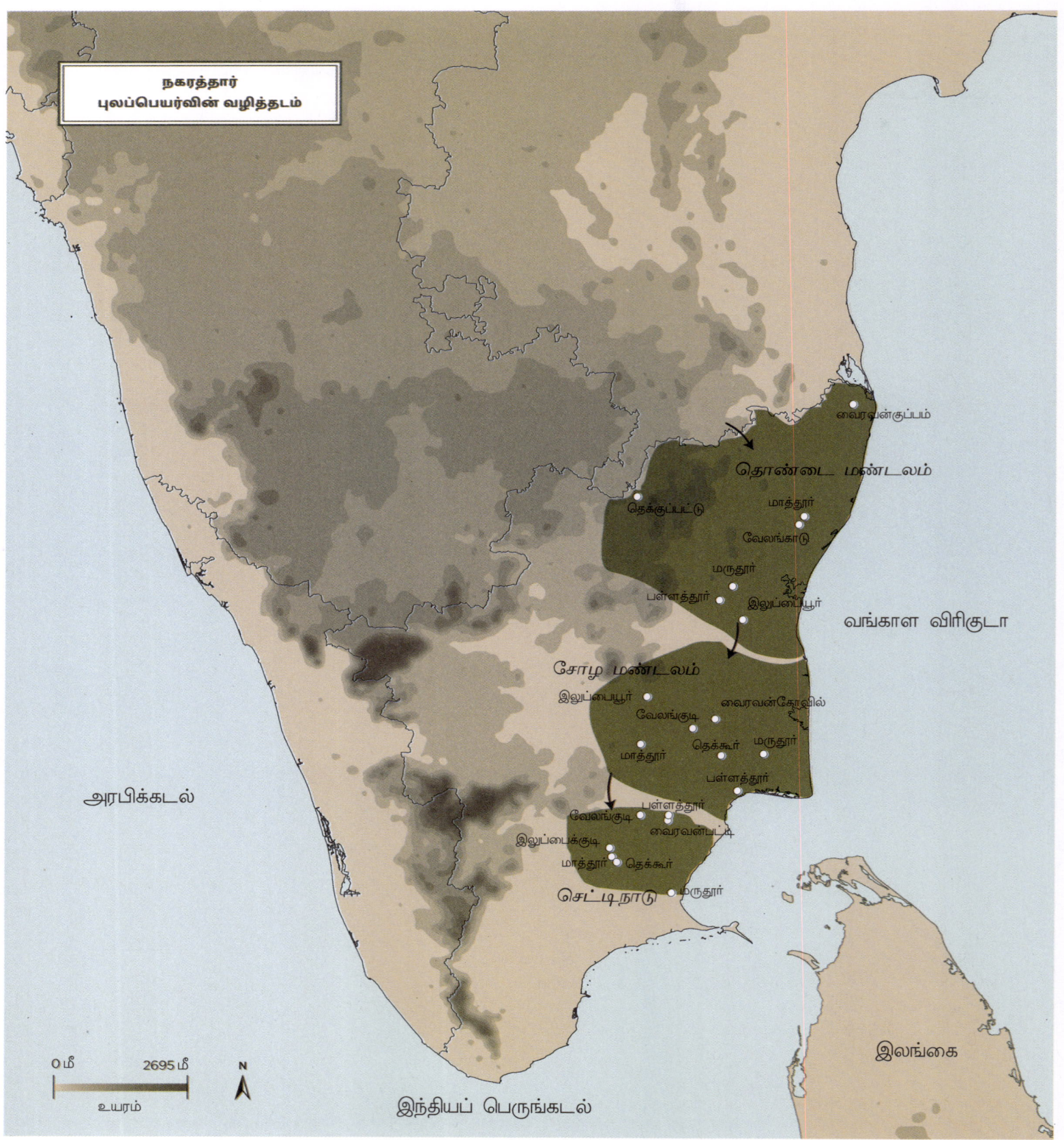

நகரத்தார்
புலப்பெயர்வின் வழித்தடம்
வைரவன்குப்பம்
தொண்டை மண்டலம்
தெக்குப்பட்டு
மாத்தூர்
வேலங்காடு
மருதூர்
பள்ளத்தூர்
இலுப்பையூர்
வங்காள விரிகுடா
சோழ மண்டலம்
இலுப்பையூர்
வைரவன்கோவில்
வேலங்குடி
மாத்தூர்
தெக்கூர்
மருதூர்
பள்ளத்தூர்
பள்ளத்தூர்
வேலங்குடி
வைரவன்பட்டி
இலுப்பைக்குடி
மாத்தூர்
தெக்கூர்
செட்டிநாடு
மருதூர்
அரபிக்கடல்
இலங்கை
0 மீ
2695 மீ
உயரம்
N
இந்தியப் பெருங்கடல்

நிலவரைபடம் 12.7

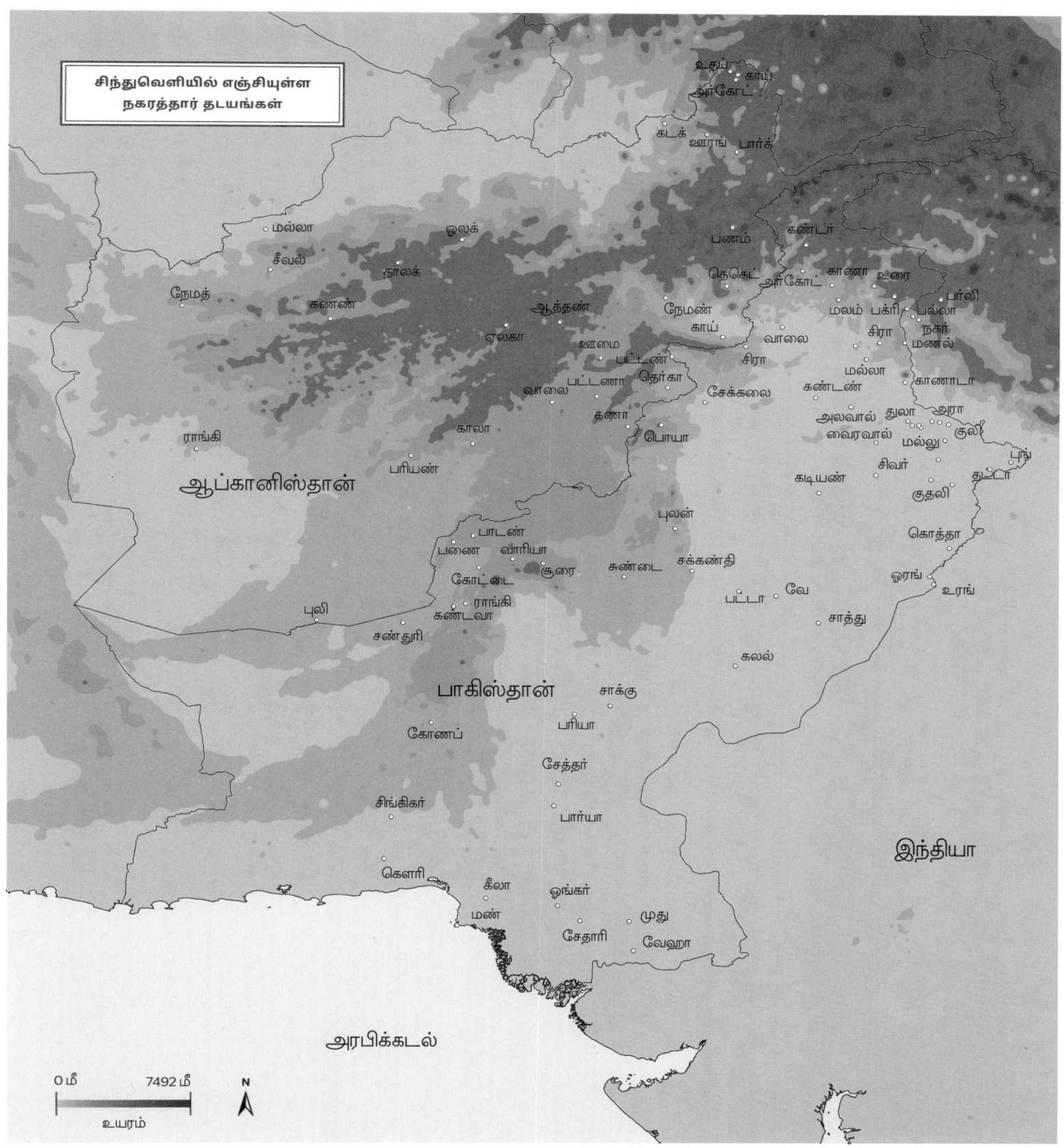

சிந்துவெளியில் எஞ்சியுள்ள
நகரத்தார் தடயங்கள்
உதுப்
காய்
அர்கோட்
கடக்
ஊரங்
பார்க்
மல்லா
ஓலக்
சீவல்
தாலக்
நேமத்
கணண்
ஆத்தன்
ஏலகா
பணம்
கண்டர்
தெகெட்
அர்கோட்
காணா
உரை
பர்லி
நேமண்
மலம்
பக்ரி
பல்லா
காய்
வாலை
சிரா
நகர்
மணல்
ஊமை
பட்டண்
சிரா
மல்லா
பட்டணா
தெர்கா
வாலை
சேக்கலை
கண்டண்
காணாடா
கணா
அலவால்
துலா
அரா
காலா
பொயா
வைரவால்
மல்லு
குலி
ராங்கி
பரியண்
சிவர்
புந்
கடியண்
துட்டா
குதலி
ஆப்கானிஸ்தான்
புலன்
பாடண்
கொத்தா
பணை
வாரியா
சூரை
சுண்டை
சக்கண்தி
கோட்டை
ஓரங்
உரங்
பட்டா
வே
ராங்கி
புலி
கண்டவா
சாத்து
சண்தூரி
கலல்
பாகிஸ்தான்
சாக்கு
பரியா
கோணப்
சேத்தர்
சிங்கிகர்
பார்யா
இந்தியா
கௌரி
கீலா
ஓங்கர்
மண்
முது
சேதாரி
வேஹா
அரபிக்கடல்
0 மீ
7492 மீ
உயரம்
N

நிலவரைபடம் 12.8

இயல் பதின்மூன்று

சிலம்பு: சிந்து முதல் வைகை வரை
திராவிடப் பெருவெளியில் தாய்த் தெய்வங்கள்

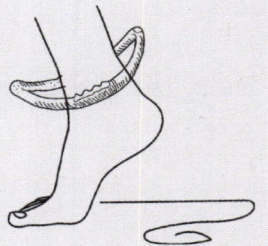

"ஆரியர்களுக்கு முற்பட்ட சில தொல்குடிகள் இந்து மதத்திற்குள் ஒருபோதும் வந்து சேரவில்லை. அத்தகைய தொல்குடியினரிடையே தாய்த் தெய்வ வழிபாடு, குறிப்பாகப் பூமித்தாய் எனப்படும் தாய்த் தெய்வத்தின் வழிபாடு மிக வலுவானது; மிக ஆழமாக வேரூன்றியது. தொல்பழங்காலத்தில் ஆரியர்கள் வாழ்ந்த எந்த இடத்திலும் பெண் தெய்வங்கள் தாய்த் தெய்வமாக முதல் நிலைக்கு உயர்த்தப்பட்டதற்குச் சான்றுகள் எதுவுமில்லை."

- சர் ஜான் மார்ஷல்

சிலம்பு: சிந்து முதல் வைகை வரை

திராவிடப் பெருவெளியில் தாய்த் தெய்வங்கள்

சிலம்பு என்பது பெண்கள் மற்றும் ஆண்கள் தங்களது கணுக்காலில் அணியும் அணிகலன். சமணராகக் கருதப்படும் சிலப்பதிகாரத்தின் ஆசிரியர் இளங்கோவடிகள், சேர மரபில் வந்த இளவரசர். வணிகக்குடியைச் சேர்ந்த கண்ணகி, கோவலன் என்ற இரு கதைமாந்தர்களைச் சுற்றிச் சுழல்கிறது சிலப்பதிகாரக் கதை. தமிழ்ப் பண்பாடு-மொழி-அரசியல் கட்டமைப்பில் சிலப்பதிகாரம் மிக முக்கியமான ஒரு பங்களிப்பைச் செய்கிறது. நிலப்பகுதி சார்ந்த ஆட்சி உரிமை, அரசியல் எல்லை ஆகியவற்றிற்கு அப்பால் தமிழ்மொழி என்ற பொது அடையாளம் சேரர், சோழர், பாண்டியர் என்ற மூன்று அரசமரபினருக்கும் உரியது என்று சங்க இலக்கியத்தில் பதிவு செய்யப்பட்டிருக்கிறது. இதற்குக் காப்பிய வடிவம் கொடுக்கிறது சிலப்பதிகாரக் கதை. சோழ மன்னர்களின் பூம்புகார் நகரில் தொடங்கி பாண்டியர்களின் மதுரை வழியாகச் சேரர்களின் வஞ்சியில் சென்றுமுடிகிறது இக்காப்பியம்.

சிலப்பதிகாரப் பதிகத்தின்மூலம் இந்தக் காப்பியம் தமிழ் வேந்தர்கள் மூவருக்கும் பொதுவானது என்ற கருத்தாக்கத்தை நூலாசிரியர் தெளிவுபடுத்துகிறார். சோழரின் பூம்புகாரில் வணிகக்குடியில் பிறந்த ஒரு பெண், பாண்டியரின் மதுரையில் மன்னனை எதிர்த்து நீதிகேட்டு, சேரர் பூமியில் எவ்வாறு கடவுள் தன்மைக்கு உயர்த்தப்படுகிறார் என்பதை விளக்கும் கதையின் போக்கில் இந்த மூன்று தமிழரசுகளின் பெருமை பேசப்படுகிறது.

இந்த மரபின் தொடர்ச்சியாகக் கேரளாவில் கண்ணகி வழிபாடு ஓர் அம்மன் வழிபாடாக இன்றுவரை தொடர்கிறது. இலங்கையில் கண்ணகி வழிபாடு மிகவும் வலுவான வழிபாட்டு மரபாக இருக்கிறது. சேரர், சோழர், பாண்டியர் ஆகிய மூவேந்தர்களும் தங்களுடைய ஆதிக்க அரசியலில் ஒருவரோடு ஒருவர் சண்டையிட்டுக் கொண்டாலும் அவ்வரசர்களின் மொழிசார்ந்த பொதுவுணர்வைச் சிலப்பதிகாரம் அடிக்கோடிடுகிறது. தமிழகத்துக்கு வெளியே வேறு மொழி பேசப்படும் இடங்களிலும் தமிழ் மூவேந்தர்கள் கூட்டணியாக ஆட்சிபுரிந்ததாகச் சங்க இலக்கியத்தில் வரும் குறிப்பை இங்கே நினைவுகூரலாம்.

காவிரிப்பூம்பட்டினத்தில் செல்வச்செழிப்பான வணிகக் குடும்பத்தில் பிறந்த கோவலனும் கண்ணகியும் மணம் புரிகிறார்கள். பூம்புகார் நகரில் இவர்களின் திருமண நிகழ்வு மிகச் சிறப்பாகக் கொண்டாடப்படுகிறது. பின்னர், மாதவி எனும் நடனப்பெண்ணின் மீது கோவலன் காதல் வயப்படுகிறான். இதனால் கண்ணகியைக் கோவலன் பிரிகிறான். கோவலனுக்கும், மாதவிக்கும் மணிமேகலை என்ற மகள் பிறக்கிறாள். ஒரு சூழலில் கோவலனுக்கும், மாதவிக்கும் பிணக்கு ஏற்படுகிறது. கண்ணகியுடன் மீண்டும் சேர்ந்து வாழ கோவலன் இல்லம் திரும்புகிறான். நடந்ததை மறந்து அவனை வரவேற்கிறாள் கண்ணகி. ஒரு புதிய வாழ்வைத் தொடங்கும் நோக்கத்துடன் கோவலனும் கண்ணகியும் மதுரைக்குச் செல்கிறார்கள். கோவலன் தொழில் செய்ய முதலீட்டுக்காகக் கண்ணகி அணிந்திருந்த இரண்டு கால்சிலம்புகளில் ஒன்றை விற்பதற்காக நகரத்துக்குள் செல்கிறான். அச்சிலம்பைப் பொற்கொல்லன் ஒருவனிடம் விலைபேசுகிறான். இந்நிலையில், பாண்டிய அரசியின் கால்சிலம்பு காணாமல் போயிருந்த சூழலில் கோவலன்தான் அந்தச் சிலம்பைத் திருடியவன் என்று அரண்மனைப் பொற்கொல்லன் பாண்டிய

மன்னனுக்குத் தவறான தகவல் அளிக்கிறான். பாண்டிய அரசன் அதை முறைப்படி விசாரிக்காமல் சிலம்பைத் திருடியவன் தலையை வெட்டிக் கொன்றுவிட்டுச் சிலம்பைக் கொண்டுவருமாறு ஆணையிடுகிறான். அதன்படி கோவலன் கொலை செய்யப்படுகிறான். சிலம்பு அரண்மனையை அடைகிறது. இதை அறிந்த கண்ணகி, கண்ணீர்க் கோலத்துடன் அரண்மனைக்குச் சென்று சினத்துடன் நீதி கேட்கிறாள். கோவலன் விற்றது தனது கால்சிலம்பு என்பதை அவள் பாண்டியன் அவையில் நிறுவியதும் முறைதவறிவிட்டோம் என்று மன்னன் அதிர்ச்சியடைகிறான். இதனால், தனது செங்கோல் வளைந்துவிட்டதாக வருந்தி அதே இடத்தில் உயிரை விட்டுவிடுகிறான் பாண்டிய அரசன். கணவனை இழந்து நின்ற கண்ணகி மதுரை நகரத் தெருக்களில் கண்ணீரும் கம்பலையுமாக அலைந்து தனது இடது மார்பைத் திருகி எரிந்து மதுரை நகர் எரியும்படி சாபம் இடுகிறாள். இந்தச் சாபத்தால் மதுரை நகரம் முழுவதும் எரிகிறது. அதன்பின்னர் கண்ணகி மேற்கு நோக்கிப் பயணித்துச் சேரர் நிலப்பகுதியை அடைகிறாள். அங்கு தேவர்கள் புடைசூழ வந்த தனது கணவன் கோவலனுடன் சேர்ந்து வானுலகை அடைகிறாள். அதைச் சேரநாட்டு மலைப்பகுதிகளில் வசித்த மலைநிலப் பழங்குடிகள் பார்த்து அதிசயித்து தலை வணங்குகிறார்கள் என்று இந்தக் கதை செல்கிறது.

தனது ஆட்சிக்கு உட்பட்ட மலைப் பகுதிக்குப் பயணம் செய்த சேரன் செங்குட்டுவனிடம் இந்தக் கதையை மலைக் குடிமக்கள் சொல்கிறார்கள். அப்போது செங்குட்டுவன் அருகில் இருந்த பட்டத்து அரசி வேண்மாள், கண்ணகிக்குக் கோயில் எழுப்ப வேண்டும் என்ற யோசனையைத் தெரிவிக்கிறாள். இந்நிலையில் இந்தக் கதையின் மிக முக்கியமான மையக்கருத்தாகவும், காப்பியத்தின் பெயர் காரணமாகவும் இருக்கும் சிலம்பு பற்றி நாம் தெரிந்துகொள்வது பொருத்தமாக இருக்கும்.

சிலம்பு என்பது வட்ட வடிவில் அல்லது நீள்வட்ட வடிவில் உள்ளீடற்று செய்யப்படும் ஓர் உலோக அணிகலனாகும். இது தங்கம், வெள்ளி, செம்பு போன்ற உலோகங்களில் செய்யப்படுவது உண்டு. இந்த அணிகலனுக்குள் முத்து, மணி போன்ற விலையுயர்ந்த ஆபரணப் பொருட்கள் இடப்படும். இதனால், இந்தச் சிலம்பை அணிந்து ஒரு பெண் நடக்கும் போது அவள் காலிலிருந்து சிலம்பொலி கேட்கும். அக்காலகட்டத்தில், பெண்கள் தங்களது தோள்களிலும், இடுப்பிலும், கணுக்கால்களிலும் கைச்சிலம்பு, இடைச்சிலம்பு, கால்சிலம்பாக அணிவது உண்டு. இந்தச் சிலம்புக்குள் பொருத்தப்படும் கற்கள் மற்றும் அணிகலன்களைப் பொறுத்து ஒவ்வொரு சிலம்பின் ஓசையும் மாறுபடுவது உண்டு. பொதுவாக இத்தகைய ஓசை எழுப்பும் சிலம்புகளை நடனப்பெண்கள் அணிவார்கள். இது இசைக்கேற்ற தாள லயத்தைக் கால்சிலம்பில் எழுப்பி நடனமாட ஏதுவாக இருக்கும்.

தமிழில் சிலம்பு

சில்/சிலை என்ற வேர்ச்சொல்லின் அடிப்படையில், உருவான சொல் சிலம்பு (*DEDR 1574*). தென்திராவிட மொழிகள், நடுதிராவிட மொழிகள் பலவற்றிலும் சிலம்பு சார்ந்த சொற்கள் இருப்பது இச்சொல்லின் தொன்மையான திராவிட மொழிக்குடும்பத் தொடர்பைக் காட்டுகிறது. சத்தீஸ்கர், ஒடிசா போன்ற மாநிலங்களில் தற்போது வாழும் திராவிடப் பழங்குடியினர் சிலம்பு என்ற அணிகலனைப் பயன்படுத்துகிறார்கள். சிலம்பு என்ற சொல்லும், சிலம்பு என்ற அணிகலனை அணியும் பண்பாட்டு மரபும் பழந்தமிழ்

படம் *13.1* - ஒடிசா திராவிடப் பழங்குடிகளின் சிலம்பு

இலக்கியங்களில் தெளிவாகப் பதிவாகியுள்ளன. தமிழ்நாட்டில் தற்போது வரை சிலம்பம் என்ற ஒரு வீரவிளையாட்டு வழக்கத்தில் உள்ளது.

இந்த விளையாட்டைக் கவனித்தால் சிலம்பு என்ற சொல்லுக்குத் திராவிட மொழிக் குடும்ப மொழிகளின் ஊடாகப் புலப்படும் பல்வேறு பொருண்மையின் பரிமாணங்கள் விளங்கும். சிலம்ப விளையாட்டில் பயன்படுத்தப்படும் சிலம்பக் கம்பத்திலிருந்து ஒலி உண்டாகிறது. அதனால் அந்தக் கம்பு சிலம்பம் என்று அழைக்கப்படுகிறது.

இதைப்போலவே காலில் அணியும் அணிகலனிலிருந்து ஒலி உண்டாவதால் அது சிலம்பு எனப்படுகிறது. ஒலியை உண்டாக்கும் சிலம்பம், சிலம்பு என்ற இரண்டு சொற்களும் தமிழில் இன்றுவரை தொடர்ந்து பயன்படுத்தப்படுகிறது. சிலம்பு கழி நோன்பு என்ற ஒரு சடங்கு முறை பற்றி சங்க இலக்கியங்கள் குறிப்பிடுகின்றன. ஒரு பெண் பூப்பெய்தியதும், அவள் காலில் அணிந்திருந்த சிலம்பைக் கழற்றுவது சிலம்பு கழி நோன்பு என்று அழைக்கப்படுகிறது. இந்தச் சடங்கு திருமணத்துக்கு முன் நிகழும் ஒரு நிகழ்வு என்று தமிழ்ப் பேரகராதி குறிப்பிடுகிறது. சங்க இலக்கியங்களில் இது பற்றிய குறிப்பு உள்ளது. இந்தச் சடங்கு பற்றி அகநானூற்றின் 369ஆம் பாடலும், 385ஆம் பாடலும் குறிப்பிடுகின்றன.

> ...நல்கூர் பெண்டின் புல் வேய் குரம்பை
> ஓர் ஆ யாத்த ஒரு தூண் முன்றில்
> ஏதில் வறுமனைச் சிலம்புடன் கழீஇ
> மேயினள் கொல் என நோவல் யானே (அகம். 369)

> ...உள்ளாது கழிந்த முள் எயிற்றுத் துவர்வாய்ச்
> சிறு வன்கண்ணி சிலம்பு கழீஇ
> அறியாத் தேஎத்தள் ஆகுதல் கொடிதே (அகம். 385)

இந்தோ-ஆரிய மொழிகளில் 'சிலம்பு' என்ற அணிகலன்

பெண்கள் தோள்களில் அணியும் ஓர் அணிகலன் கேயூரா என்று அழைக்கப்பட்டதாக CDIAL 3466 பதிவு தெரிவிக்கிறது. மகாபாரதத்தில் இச்சொல் வழங்கப்பட்டிருப்பதையும் காணலாம். பிராகிருதம், பாலி, சிங்களம் போன்ற மொழிகளிலும் இது வழக்கத்தில் உள்ளது. இச்சொல் திராவிட மொழியிலிருந்து கடன் பெறப்பட்ட சொல்லாக இருக்கக்கூடும் என்றும் குறிப்பிடுகிறார் டர்னர். கேயூரா என்ற இச்சொல்லை மலையாளத்தில் உள்ள கெயுர (கையுறை) என்ற சொல்லோடு அவர் ஒப்பிடப்படுகிறது.

சமஸ்கிருதத்தில் சிலம்பு (*Anklet*) என்ற அணிகலனைக் குறிப்பிட நூபுர என்ற சொல் பயன்படுத்தப்படுகிறது. இச்சொல்லின் தோற்றத்தைக் கெயுர என்ற சொல்லுடன் CDIAL 7577 நேரடியாகத் தொடர்புபடுத்திக் காட்டுகிறது. நுப்ரா என்ற சொல்லைக் கெயுர என்ற சொல்லோடு அகராதி ஒப்பிடுகிறது. கையில் அணியும் அணிகலனைக் குறிக்கும் இந்தச் சொல் காலில் அணியும் அணிகளுக்கும் பொருந்துவதாகப் பொருள் விரிவாக்கம் செய்யப்பட்டுள்ளது. அவ்வகையில் மகாபாரதத்தில் நூபுரா என்ற சொல்லும் கெயுர என்ற சொல்லும் பயன்படுத்தப்பட்டுள்ளன. பிராகுயி மொழியில் உள்ள நூபபா, பிராகிருதத்தில் உள்ள நூப்பா என்ற சொல்லின்மூலம் நூப்ரா என்ற சொல் உருவாக்கம் நிகழ்ந்திருக்கக்கூடும்.

நூஉரா என்ற பிராகிருத சொல்லை நூ + உரா என்ற பிரித்தால் தமிழ் மொழியில் உள்ள உரை என்ற சொல் எஞ்சுவதுடன், கை என்ற முன்னொட்டில் நூ என்பது இணைக்கப்பட்டு கையுரை என்பது நூப்ரா என்றாகி இருப்பதற்கான வாய்ப்பு புலனாகிறது. இந்தோ-ஆரிய மொழிகளின் ஒப்பீட்டு அகராதி அடிக்கோடிடும் இந்த வேர்ச்சொல் சாத்தியம் உண்மையா, இல்லையா என்பது முக்கியம் இல்லை. அதைவிட, இந்த இரண்டு மொழிகளிலும் இந்த அணிகளுக்கான சொல்லாக்கத்தில் உள்ளீடான பொருண்மைகளில் உள்ள வேறுபாடே முக்கியமாகும். அதுமட்டுமின்றி இந்தச் சிலம்பு என்ற சொல்லாடல் தமிழ்ப் பண்பாட்டில் பெறும் மிக முக்கியமான இடமும் கருதத்தக்கது. மதுரை அருகே அழகர் கோயிலில் ஓடும் சிலம்பாறு என்ற சிற்றாறு பற்றி தமிழ் இலக்கியங்கள் கூறுகின்றன. பின்னர் நேர்ந்த வடமொழித் தாக்கத்தால் இந்த ஆற்றின் பெயரை நூபுர கங்கை என்று அழைப்பதை நாம் இங்கே நினைவுகூரலாம்.

கண்ணகி அம்மன்

மீண்டும் கண்ணகியின் கதைக்கு வருவோம். தமிழ்மரபில் கண்ணகி, பத்தினித் தெய்வமாகக் கண்ணகி அம்மன் என்ற பெயரில் தமிழ்நாட்டிலும் கேரளாவிலும் பல இடங்களில் வழிபடப்படுகிறாள். கேரளாவில் கண்ணகி வழிபாடு பகவதி அம்மன், தேவி வழிபாடாக உருமாற்றம் பெற்றுள்ளது. சில கோயில்களில் கண்ணகியின் சிலையில் இரண்டு மார்பகங்களில் ஒன்று மட்டுமே உள்ளதாக சித்தரிக்கப்பட்டுள்ளது. கேரள மாநிலத்தில் நெல்லிசேரி என்ற இடத்தில் (மாகே அருகில் உள்ள) செட்டியார் என்று அறியப்படும் சமூகப்பிரிவினர் வாழ்கிறார்கள். ஆண்டுதோறும் நடைபெறும் விசாரிக்காவு என்ற திருவிழாவின்போது செட்டியார் பிரிவினர் கண்ணகிக் கதை முழுவதையும் தமிழில் பாடலாகப் படிக்கின்றனர். இந்தப் பாடலில் இம்மக்கள் பகவதி அம்மனைக் கண்ணகி அம்மன் என்று குறிப்பிடுகின்றனர். கொடுங்கல்லூர் கோயில் பூசாரிகள் கண்ணகியைக் குறிப்பிடும் சில பாடல்களைப் பாடுகின்றனர். பாலக்காட்டிலும், சித்தூரிலும் பகவதி அம்மன்

படம் 13.2 - காவிரிப்பூம்பட்டினத்தில் உள்ள கண்ணகி சிலை

கண்ணகி அம்மன் என்ற பெயரிலேயே வழிபடப்படுகிறாள். திருவனந்தபுரத்தில் ஆற்றுங்கால் கோயிலில் ஆண்டுதோறும் நடைபெறும் திருவிழாவில் கண்ணகி தெய்வமாக வழிபடப்படுகிறாள். தமிழ்நாடு, கேரளா எல்லையில் மேற்குத் தொடர்ச்சி மலைப் பகுதியில் மங்களாதேவி மலைகள் என்ற இடத்தில் கண்ணகிக்கு ஒரு கோயில் இருக்கிறது. இந்தக் கோயிலைச் சேரன் செங்குட்டுவன் கட்டியதாக நம்பப்படுகிறது. ஆண்டுமுழுவதும் மூடப்பட்டிருக்கும் இந்தக் கோயில் சித்திரை மாதப் பௌர்ணமி விழாவின்போது மட்டும் திறக்கப்படுகிறது. இதைப்போலவே, கர்நாடக மாநிலத்தின் மங்களூரில் ஒரு மங்களாதேவி கோயில் இருக்கிறது. ஆனால், அக்கோயிலைக் கண்ணகித் தொன்மங்களோடு இணைக்கும் கதைமரபு எதுவும் வழக்கில் இல்லை. ஏற்கெனவே குறிப்பிட்டபடி கண்ணகியின் கதை சேர, சோழ, பாண்டியர் ஆகிய தமிழ் மூவேந்தர்களின் நிலப் பகுதிகளை ஒருங்கிணைத்து எழுதப்பட்டது மட்டுமின்றிச் சங்க இலக்கியங்களில் புலனாகும் வடக்கு-தெற்கு, ஆரியர்-தமிழர் என்ற இருமைப் பாகுபாடுகளைத் தெளிவாக அடிக்கோடிடுகிறது.

தமிழ் மன்னர்களை இழிவாகப் பேசிய கனக, விஜயர் என்ற இரு வடநாட்டு மன்னர்களை முறியடித்து இமயமலையில் கல் எடுத்து அக்கல்லை கங்கையில் நீராட்டி அம்மன்னர்களைச் சுமக்கும்படி செய்து சேர நாட்டுக்குக் கொண்டு வந்து கண்ணகிக்குச் சிலை எழுப்பியதாகக் கதைச் செல்கிறது.

சமண மதத்தைச் சேர்ந்தவராகக் கருதப்படும் சிலப்பதிகார ஆசிரியர் இளங்கோவடிகள் சமண மதத்தின் சில சிறப்பியல்புகளை இக்காப்பியத்துக்குள் கொண்டுவருகிறார். பெண்கள் வஞ்சிக்கப்படுவது குறித்து நாட்டார் மரபுக் கதைகளும், கதைப்பாடல்களும் தமிழ்த் தொன்மங்களில் ஏற்கெனவே புழக்கத்தில் இருந்திருக்க வேண்டும். அப்படிப்பட்ட ஒரு கதை மரபைத்தான் இளங்கோவடிகள் தான் வாழ்ந்த காலத்தின் சமூகஅரசியல் சூழலுக்குத் தக்கபடி ஒரு காப்பியமாக வடிவமைத்திருக்க வேண்டும்.

சங்க இலக்கியத்தின் சில பாடல்களில் கண்ணகி என்ற பெயர் குறிப்பிடப்படுகிறது. சங்க இலக்கியம் குறிப்பிடும் கண்ணகி, கடையெழு வள்ளல்களில் ஒருவனாகிய பேகனின் மனைவி. வாட்டும் குளிரில் வாடிய மயிலின் மீது கருணை கொண்டு தனது போர்வையை மயிலுக்குப் போர்த்திவிடும் அளவுக்குக் 'கொடைமடம்' கொண்ட வள்ளலாகிய பேகன் சொந்த வாழ்க்கையில் தனது மனைவியான கண்ணகி மனம் வருந்தும்படி நடந்துகொள்கிறான். பேகனின் சொந்த வாழ்க்கை பற்றி குறிப்பிடும் புறநானூறு 143 பாடலுக்கு உரை எழுதிய உரையாசிரியர்கள் பேகனின் மனைவியின் பெயர் கண்ணகி என்று குறிப்பிடுகின்றனர். நற்றிணையின் 216ஆம் பாடலில் தனது கணவனால் கைவிடப்பட்ட திருமாவுண்ணி என்ற பெண் தனிமை தந்த விரக்தியால், கோபத்தால் தனது மார்பகங்களில் ஒன்றை வெட்டி வீசி எறிந்ததாகக் கூறப்படுகிறது. இந்த நற்றிணைப் பாடலுக்கு உரை எழுதிய உரையாசிரியர்கள் இது கண்ணகிக் கதை மரபோடு தொடர்புடையதாக இருக்கக்கூடும் என்று கூறுகிறார்கள். இதிலிருந்து இளங்கோவடிகள் கண்ணகிக் கதையைச் சிலப்பதிகாரம் என்ற முழுமுதற் காப்பியமாகப் படைக்கும் முன்பே கண்ணகிக் கதை தமிழ்த் தொன்மங்களில் வாய்மொழி மரபாக, நாட்டுப்புறக் கதைமரபாக நெடுங்காலம் வேரூன்றியிருக்க வேண்டும்.

சிலப்பதிகாரம் எழுதப்பட்டு ஏறத்தாழ 2000 ஆண்டுகள் ஆகிவிட்டது. ஆயினும் மதுரை மாநகரின் கூட்டு நினைவில் கண்ணகிக் கதைமரபு இன்றும் ஆழமாக வேரூன்றியிருக்கிறது. மதுரையிலுள்ள செல்லத்தம்மன் கோயில் கண்ணகி

படம் 13.3 - மங்களாதேவி கோயில், இடுக்கி

நினைவைப்போற்றும் கோயில் ஆகும். இக்கோயிலில் கண்ணகியின் சிலையும் இருக்கிறது. தூத்துக்குடி மாவட்டத்தில் பண்டைய துறைமுகம் இருந்ததாகக் கருதப்படும் கொற்கை என்ற இடத்தில் வெற்றிவேல் அம்மன் என்ற பெயரில் கண்ணகிக்குக் கோயில் அமைந்துள்ளது. 2015இல் மதுரையில் உள்ள சில இளம் வரலாற்று ஆர்வலர்கள் கண்ணகி ஆய்வு வட்டம் (Kannagi Study Circle) என்ற பெயரில் சில செயல்பாடுகளைத் தொடங்கியுள்ளனர். கண்ணகித் தொன்மம் குறித்த கதைமரபு தமிழ் மக்களிடையே இன்றும் மீள்நினைவாக பல வகைகளிலும் வெளிப்படுகிறது.

தமிழ் மக்களின் கூட்டுச்சிந்தனையில் நிரந்தரமாகக் குடியேறிவிட்ட ஒரு குறியீடு கண்ணகி. அநீதி இழைக்கப்பட்ட, அதிகாரத்தை எதிர்த்து நிற்கும் அறச்சீற்றத்தின் பெண் குரலாகக் கண்ணகி என்ற 'பிம்பம்' தமிழ்ச் சிந்தனைக்குள் நீக்கமற நிறைந்திருக்கிறது. நாட்டுப்புறக் கதைப் பாடல்களாகவும், நாடகங்களாகவும் நடிக்கப்பட்ட கண்ணகிக் கதை திரைப்படங்களாகவும் மாறிவிட்டது. 1942இல் கண்ணகி என்ற பெயரிலும், 1964இல் பூம்புகார் என்ற பெயரிலும் கண்ணகியின் வாழ்க்கை தமிழ் மொழியில் திரைப்படங்களாக மாற்றப்பட்டுள்ளன. 1968இல் கொடுங்கல்லூர் அம்மா என்ற பெயரில் கண்ணகி வாழ்க்கை ஒரு மலையாளத் திரைப்படமாக வெளிவந்துள்ளது. கண்ணகிக் கதையை அடிப்படையாகக் கொண்டு தூர்தர்ஷன் தொலைக்காட்சியில் (1990களில்) உபாசனா என்ற தொடரும், சிங்கள மொழியில் பத்தினி (2016) என்ற திரைப்படமும் வெளியாகியுள்ளன.

சிந்துவெளிப் பண்பாட்டின் தாய்த் தெய்வ வழிபாடு: மொகஞ்சோதாரோவின் சிலம்பும், அரசமரத் தெய்வமும்

மொகஞ்சோதாரோவில் வாழ்ந்த பெண்கள் சிலம்பு அணிந்திருந்தார்கள். அந்நகரில் வாழ்ந்த சமூகத்தின் பல நிலைகளைச் சார்ந்த மக்களின் அணிகலன்கள் பட்டியலைத் தருகிறார் சர் ஜான் மார்ஷல். அதில் கழுத்துச் சங்கிலிகள், தோள் அணிகள், தலையில் அணியும் பட்டிகள், மோதிரங்கள், காதணிகள், இடுப்பணிகலன்கள், கால்சிலம்புகள் அடங்கும். ஒவ்வொரு கணுக்காலிலும் இரண்டு சுருள்கள் அமைந்த சிலம்புகள் அணியப்பட்டதாகத் தெரிகிறது. இச்சிலம்புகள் உலோகத்தால் ஆனவை. மொகஞ்சோதாரோ நடனப்பெண் சிலையில் சிலம்பு போன்ற அணிகலனைக் காணலாம். இது போன்ற ஓர் அணிகலனை இமாச்சலப் பிரதேசத்தில் சிம்லாவைச் சுற்றி வசிக்கும் மலைக்குடிப் பெண்கள் இன்றும்

அணிவதாக எர்னெஸ்ட் மக்காய் சுட்டிக்காட்டுகிறார். பொதுவாக இத்தகைய கால்சிலம்புகள் செம்பால் செய்யப்பட்டவை. சிந்துவெளியில் மட்டுமின்றி எகிப்து, சுமேரிய நாகரிகங்களிலும் சிலம்பு போன்ற அணிகலன்கள் பயன்படுத்தப்பட்டதாகத் தெரிகிறது.

ஹரப்பாவின் புதைவிடங்களில் பொதுவாகக் காணப்படும் சிலம்பு போன்ற அணிகலன்கள் பேஸ்ட் பீட்ஸ் *(Paste Beads)* என்ற பொருளில் செய்யப்பட்டதாக அகழாய்வாளர் வட்ஸ் தெரிவிக்கிறார். ஹரப்பா மக்களின் அன்றாட அணிகலனாக சிலம்பு இருந்துள்ளது. அவர்கள் பயன்படுத்திய பொம்மைகள், உலோக, சுடுமண் சிற்பங்களில் சிலம்புகள் சித்தரிக்கப்பட்டுள்ளன. முதிர்ந்த சிந்துவெளிப் பண்பாட்டுக் காலத்திற்கு முன்பே மெஹர்கரில் புதிய கற்காலம் மற்றும் கல்செம்பு காலத்தில் வசித்த மக்கள் மணிகள் இட்ட சிலம்பு போன்ற அணிகலன்களை பயன்படுத்தியதாகக் கெனோயர் தெரிவிக்கிறார். இவ்வாறு ஹரப்பா பண்பாட்டில் சிலம்பின் பயன்பாட்டை அறிந்த நாம் இப்போது சிந்துவெளிப் பண்பாட்டின் பின்வந்த காலகட்டங்களில் தாய்த் தெய்வ வழிபாட்டின் தொடர்ச்சி குறிப்பாக அந்த நிலப்பகுதிகளில் எப்படித் தொடர்கிறது என்பதைக் காணலாம்.

கடவுள்களுக்கும், பெண் தெய்வங்களுக்கும் படையலிட்டு வழிபடுவது பல்வேறு பண்பாடுகளில் காணப்படும் பொதுக்கூறு ஆகும். இதற்குச் சிந்துவெளிப் பண்பாடு ஒரு விதிவிலக்கு அல்ல. மொகஞ்சோதாரோவில் கிடைத்த முத்திரைப்பொறிப்பு ஒன்றில் *(M1186)* ஓர் அரசமரத்தில் நிர்வாணமாக ஒரு பெண் உருவம் நிற்பது போலவும் அதன் அருகில் படையலிடும் பூசாரி போன்ற ஒருவன் படையலிட்டு வழிபடுவதாகவும் சித்தரிக்கப்பட்டுள்ளது. அவ்வாறு வழிபடும் பூசாரியின் கையில் பலியிடப்பட்ட ஒரு மனிதத் தலை இருக்கிறது. ஒருவேளை இது அந்த அரசமரத் தெய்வத்துக்கு அளிக்கப்பட்ட பலியாக இருக்கக்கூடும். இப்பொறிப்பில் கீழாடை அணிந்த வினோதத்தோற்றம் கொண்ட ஏழு பெண் உருவங்கள் நிற்கின்றன. இப்பொறிப்பில் எழுதப்பட்டுள்ள எழுத்துகள் இன்னும் வாசித்து அறியப்படவில்லை. அரசமரத்தின் உள்ளே வசிக்கும் ஒரு தெய்வத்திற்குப் படையலிட்டு வழிபடுவதை இந்த முத்திரை சித்தரிக்கிறது என்று கொள்வதற்கு வாய்ப்பு இருக்கிறது.

அரசமரத்தை ஒரு குலமரபின் குடியுரிமையாக அஸ்கோ பர்போலா கருதுகிறார். பழந்தமிழ் இலக்கியங்கள் குறிப்பிடும் வாழ்வியலில் தென்னிந்தியாவின் பண்டைய அரசர்கள் தங்களது அரண்மனைகளின் முற்றத்தில் தங்களது குலமரபுச் சின்னமான காவல் மரங்களை மிகுந்த எச்சரிக்கையுடன் காவல் அமைத்துக் காத்தார்கள் என்ற செய்தி கிடைக்கிறது. இது ஒரு குலக் குறியீட்டு வழிபாட்டு முறையாகும். இந்தக் காவல் மரங்கள் அக்காலத் தலைநகரங்கள் மற்றும் பெரிய நகரங்களைக் காக்கும் தெய்வத்தின் உறைவிடமாகவும், குறியீடாகவும் கருதப்பட்டிருக்க வேண்டும். இந்தக் காவல் மரங்களுக்கு ஏதேனும் சேதம் நேர்ந்தால் அது அரசருக்கும் அந்த நாட்டுக்கும் மிகுந்த பாதிப்பை உருவாக்கும் என்று நம்பப்பட்டது. ஒரு நாட்டின் மீது படையெடுக்கும் மன்னர்கள் அந்த நாட்டை வெற்றி கொண்டதற்குக் குறியீடாகக் காவல் மரங்களை வெட்டிச் சாய்ப்பது; அம்மரங்களைக் கொண்டு முரசுகள் செய்வது; அம்மரத்தில் தங்களது யானைகளைக் கட்டிப் போடுவது போன்ற செயல்களைச் செய்தார்கள் என்பது சங்க இலக்கியங்களில் புலனாகின்றன.

அரசமரங்கள் வளமை சார்ந்த வழிபாட்டுடன் *(Fertility cult)* தொடர்புடையதாகும். இப்போதும்கூட குழந்தைப்பேறு இல்லாத பெண்கள் அரசமரத்தைச் சுற்றி வருவது வழக்கமாக உள்ளது. இதைக் கருத்தில் கொண்டு மேற்சொன்ன பொறிப்பில் சித்தரிக்கப்படும் பலி படையல் பிற்காலத்தில் அறியப்பட்ட துர்கை என்ற பெண் தெய்வத்தின் முந்தைய வடிவமாக இருந்திருக்கக்கூடும் என்று அஸ்கோ பர்போலா கருதுகிறார்.

பழந்தமிழ் இலக்கியங்களில் நீர்ச்சுனைகள், மரங்கள், காடுகள், கடல் போன்ற இயற்கைக் கூறுகளில் உறைந்துள்ள கடவுள் தன்மைகள் பற்றி குறிப்புகள் உள்ளன. குறுந்தொகை 87ஆம்

படம் 13.4 - பலியிடும் நிகழ்வைக் குறிப்பிடும் சிந்துவெளி முத்திரை *M1186*

பாடலில் கடம்ப மரத்தில் உறைந்துள்ள கடவுள் பற்றி குறிப்பிடப்படுகிறது.

> மன்ற மராஅத்த பேஎம் முதிர் கடவுள்
> கொடியோர் தெறூஉம் என்ப யாவதும்
> கொடியர் அல்லர் எம் குன்று கெழு நாடர்
> பசைஇய பசந்தன்று நுதலே
> ஞெகிழ ஞெகிழ்ந்தன்று தட மென் தோளே
> (குறு. 87)

குஜராத்திலும் மகாராஷ்டிராவிலும் தாய்த் தெய்வ வழிபாடு

தெற்கு ஆசியாவின் பல்வேறு பண்பாடுகளில் தாய்த் தெய்வ வழிபாட்டின் தொன்மங்கள் குறித்து பல்வேறு ஆய்வாளர்கள் ஆய்வு செய்துள்ளனர். சிந்துவெளி நிலப்பகுதிகளுக்கும், தென்னிந்திய நிலப்பகுதிகளுக்கும் இடையிலான குஜராத், மகாராஷ்டிரா போன்ற பகுதிகளில் தாய்த் தெய்வ வழிபாடு வேரூன்றிய விதம் மற்றும் அம்மரபு தொடர்பான தொன்மக் கூறுகள் கவனிக்கத்தக்கவை. குஜராத், மகாராஷ்டிரா ஆகிய பகுதிகளில் நிலவும் தாய்த் தெய்வ வழிபாடு தமிழ்நாட்டின் கண்ணகி/பத்தினி தெய்வ மரபோடு ஒப்பிடத்தக்க அளவுக்குப் பொதுக்கூறுகள் கொண்டதாக இருக்கிறது.

கண்கை என்ற பெண் தெய்வம்

குஜராத்தில் உள்ள சௌராஷ்டிரா பகுதியில் உள்ள கண்கை கோயில் மிக முக்கியமானதாகும். இக்கோயில் கண்கேஸ்வரி என்ற தாய்த் தெய்வத்துக்கு உரியது. கண்கை என்ற இடம் ஜூனாகாத் என்ற இடத்திலிருந்து 75 கி.மீ. தொலைவில் உள்ளது. இந்தக் கோயில் அமைந்துள்ள இயற்கைச்சூழல் எழில்வாய்ந்ததாகும். குஜராத்தில் உள்ள பல்வேறு சமூகத்தினர் இப்பெண் தெய்வத்தை வணங்குகின்றனர். உனேவால் பிராமணர், நகர், கர்டியா, ஸ்ரீகௌட் பிராமணர் மற்றும் மகாராஷ்டிராவைச் சேர்ந்த கர்ட்டிக்கர் பிராமணர் ஆகியோர் கண்கை என்ற பெண் தெய்வத்தைத் தங்கள் குலதெய்வமாக வழிபடுகின்றனர்.

கண்கை தெய்வம் பற்றிய மரபுக் கதைகள் பின்வருமாறு செல்கிறது: ஒரு காலத்தில் வள்ளிபூரின் மைத்திரக் அரசமரபைத் தோற்றுவித்த கனக்சென் அயோத்தியாவின் அரசராக இருந்தார். 800 ஆண்டுகளுக்கு முன்பு கனக்சென் கண்காவதி அரசைச் சௌராஷ்டிரத்தில் தோற்றுவித்தார். இப்போது கனக்சென்னின் நகரம் எங்கும் காணப்படவில்லை. இருந்தாலும், கண்கை கோயில் அருகே சில தொல்லியல் தடயங்கள் கிடைத்துள்ளன. அப்பகுதியில் வசிக்கும் மக்கள் கண்கை கோயில் தொன்மையானது என்று கூறுகிறார்கள். இந்தக் கோயில் 1864ஆம் ஆண்டு, புதுப்பிக்கப்பட்டதாகவும், 1952ஆம் ஆண்டு கண்கை தெய்வத்தின் புதிய உருவச்சிலை நிறுவப்பட்டதாகவும் சொல்கிறார்கள். அந்தச் சிலைக்குப் பின்புறம் பௌதாஜி என்ற கடவுளுக்கும் கோயில் இருக்கிறது. இங்கு பொ.யு. 1477ஆம் ஆண்டைச்சேர்ந்த கல்வெட்டு ஒன்று காணப்படுகிறது. அதையடுத்து 1587ஆம் ஆண்டைச் சேர்ந்த நடுகற்கள்-நினைவுக்கற்கள் காணப்படுகின்றன. 1866இல் இந்த இடத்தில் அகழாய்வு செய்தபோது 12 அங்குல நீளம், 9 அங்குல அகலம், 7 அங்குல பருமன் கொண்ட செங்கற்கள் தோண்டி எடுக்கப்பட்டன.

இப்பகுதியில் வழங்கும் கதைமரபின்படி கனக்சென் ஒரு போரில் தோற்றுவிட்டான். அப்போது அந்த மன்னன் தாய்த் தெய்வத்தை வழிபடும்போது கண்கை தெய்வம் அவன் கண்முன் தோன்றியது. கனக்சென் காட்டும் இடத்தில் வசிக்கப் போவதாக கூறிய பெண் தெய்வம் அந்த மன்னனிடம் திரும்பிப்பார்க்காமல் முன்னால் நடந்து செல்லும்படியும், தான் பின்னால் தொடர்ந்து வருவதாகவும் கூறியதாம். அதேபோல மன்னன் முன்னே செல்ல கண்கை மாதா பின்தொடர்ந்து காட்டுக்குள் சென்றது. அப்போது கண்கை மாதா தனது கால்களில் சிலம்பு அணிந்திருந்ததாக கூறப்படுகிறது. அந்த அம்மனின் சிலம்பொலி அந்த அடர்ந்த காட்டின் மௌனத்தின் ஊடாக ஒலித்து நிறைந்தது. சிறிதுதூரத்தில் அந்தச் சிலம்பொலி நின்றுவிட்டது. திரும்பிப் பார்க்க மாட்டேன் என்று வாக்குறுதி கொடுத்திருந்த மன்னன் கனக்சென் திரும்பிப்பார்த்துவிட்டான். கண்கை மாதா தனது நடைபயணத்தை அங்கேயே நிறுத்திவிட்டு மாயமாக மறைந்துவிட்டது. இவ்வாறு கண்கை மாதா கால்வைத்து மறைந்ததாகக் கூறப்படும் இடம் சிங்கோடா நதிக்கரையில் மிக அழகான சூழலில் உள்ளது. இவ்விடத்தில் ஆர்ப்பரித்து ஓடும் சிங்கோடா நதி அப்பகுதியில் வாழும் சிங்கங்களின் கர்ஜனையை எதிரொலிப்பதாக அப்பகுதி மக்கள் கருதுகிறார்கள். அந்த இடத்திலேயே கண்கேஸ்வரியின் கோயில் எழுப்பப்பட்டதாக இப்பகுதியில் நிலவும் கதைமரபுகள் கூறுகின்றன.

ஒவ்வொரு பௌர்ணமி நாளன்றும் இப்பகுதியில் வசித்த வணிகன் ஒருவன் கீர் காடுகளில் உள்ள இந்தக் கண்கை மாதா கோயிலுக்கு ஆலிதார் என்ற கிராமத்தின் வழியாக வருவானாம். ஒருமுறை, அவ்வாறு வரும்போது ஆலிதார் கிராமம் அருகே நதியின் வெள்ளப்பெருக்கில் மூழ்கவிருந்த அந்த வணிகனைக் கண்கை அன்னை காப்பாற்றினாராம். அதனால் நன்றிப்பெருக்குடன் அந்த வணிகன் அந்த இடத்திலேயே உறைவிடமாகக் கொள்ளும்படி மாதாவை வேண்டிக்கொண்டான். அதைத்தொடர்ந்து இத்தாய்த் தெய்வம் பேட்டானி கங்கை என்று அழைக்கப்படுவதாக

இப்பகுதி மக்கள் கருதுகின்றனர். இவ்வாறு கண்கை மாதா என்ற இந்தத் தெய்வம் குறித்த வழிபாடு வணிகர் சமூகத்தினரோடும் அந்தணர் சமூகத்தின் ஒரு பிரிவினரோடும் தொடர்புடையதாக இருக்கிறது. குஜராத்தில் உள்ள பிராமணர்கள் (அந்தணர்கள்) இடையே இந்தக் கண்கை அன்னையை வழிபடும் பிராமணர்கள் படிநிலை தகுதியில் குறைந்தவர்களாக மதிப்பிடப்படுகிறார்கள். இந்த இடத்தில் வட இந்திய மரபுகளில் குஜராத் (கூர்ஜர்), மகாராஷ்டிரா (மாளுவம்) ஆகிய இரு பகுதிகளைச் சேர்ந்த பிராமணர்கள் தென்னிந்தியப் பிராமணர்களாகிய ஆந்திர, கன்னட, திராவிட (தமிழ்) பிராமணர்களுடன் சேர்த்து பஞ்ச திராவிடர்கள் என்று அழைக்கப்படுவதன் பின்னணியை நினைவுகூரலாம். வடஇந்தியப் பிராமணர்களின் கண்ணோட்டத்தில் இந்தப் பஞ்ச திராவிட மரபு வேறுபடுத்தி மதிப்பிடப்படுகிறது. ஒருவேளை மகாராஷ்டிரா, கூர்ஜரம் மற்றும் மாளுவத்தைச் சேர்ந்த அந்தணர்களில் சில பிரிவினர் கண்கை மாதா போன்ற பெண்தெய்வ வழிபாட்டில் ஈடுபட்டிருப்பது ஒரு காரணமாகக்கூட இருக்கக்கூடும். தாய்த்தெய்வ வழிபாட்டில் கோயில் குருக்களாக இருப்பதில்லை. தாய்த் தெய்வ வழிபாட்டில் பிராமணர் அல்லாத சாதிப் பிரிவினரிடமே அதிகம் காணப்படுவது ஆய்விற்குரியது.

குஜராத்தைப் பொறுத்தவரையில் கண்கை அன்னைக்கான கோயில்கள் பல இடங்களில் காணப்படுகின்றன. ஆலிதார், டையூர், தேல்வாடா, உனா, சம்தியாலா, கனெக், வதோதரா, ஜஹாலா ஆகிய இடங்கள் குறிப்பிடத்தக்கவை. ஜூனாகாட் மாவட்டத்தில் வணிக ஹத்தினா என்ற இடத்தில் கண்கை அன்னையின் ஒரு பழமையான சிலை காணப்படுகிறது. இதுமட்டுமின்றி மகாராஷ்டிராவிலும் சில இடங்களில் கண்கை அன்னைக்குச் சிலைகள் உள்ளன. கண்கை மாதா என்ற பெண் தெய்வம் எல்லா இடங்களிலும் சிலம்பு அணிந்திருப்பது குறிப்பிடத்தக்கது.

பகுசர மாதா

குஜராத்தில் வசிக்கும் பாணர் மரபைச் சேர்ந்த 18 சமூகப் பிரிவுகளில் பாட், சரண் என்ற இரண்டு பிரிவுகள் உள்ளன. இவர்களுடைய பாடல் வடிவிலான கதைகளின் உள்ளடக்கம் பெரும்பாலும் அக்கால மன்னர்களின் போர்க்களங்கள், வெற்றிகள், திறமைகளைப் பற்றி பாடுவதே ஆகும். இவர்களின் தொழில் ஊரூராகச் சென்று கதை சொல்வதுதான். இவர்கள், பல்வேறு மக்களின் குல, குடிப்பிரிவுகளின் தொன்மங்கள் குறித்த குறிப்புகளை வைத்திருப்பதாகவும், இத்தொழிலை நினைவுகூர முடியாத தொல் பழங்காலத்திலிருந்து தலைமுறைத் தலைமுறையாகச் செய்து வருவதாகவும் இந்தப் பாணர் மரபினர் கூறுகின்றனர். இத்தொழிலில் ஈடுபட்டுள்ள பட் அல்லது சரண் பிரிவினர் பெண் தெய்வத்தின் மகன் என்ற பொருள்படும்படி தேவி புத்திரா என்று அழைக்கப்படுகிறார்கள். இந்த அம்மன் வழிபாடு வைதீக முறைப்படியும், வைதீகம் அற்ற புற மரபுகளின் வழியும் நிகழ்கின்றன. சமஸ்கிருத மரபுக்குள் வராத சில பெண் தெய்வங்கள் கொடியார், மேலடி, ஹடக்குவை என்ற பெயர்களால் அழைக்கப்படுகிறார்கள். இந்தப் பெண் தெய்வங்களின் பெயர்கள் கிராமங்கள், நகரங்கள், தெருக்கள், சமயப்பிரிவுகள் மற்றும் ஏதோ ஒரு சூழலில் தங்களின் உயிரைத் தியாகம் செய்த பெண்கள் ஆகியோரின் பெயர்களை அடிப்படையாகக் கொண்டு உருவாகியுள்ளன என்று தெரிகிறது. பட், சரண் ஆகிய கதைசொல்லிகள் புனித சடங்கு வழிபாட்டு முறைகள் குறிப்பாகத் திராகு என்ற ஒரு வஞ்சின வழிபாட்டோடு தொடர்புடையவர்கள். யாரேனும் ஒருவரால் வஞ்சிக்கப்பட்டவர் தனது வஞ்சினத்தைச் சூளுரைக்கும் வகையில் தனது உடலிலிருந்து அல்லது தனது குடும்பத்தைச் சேர்ந்த ஒருவரின் உடலிலிருந்து இரத்தம் சிந்தி சூளுரைப்பது இச்சடங்கின் முறையாகும். பட், சரண் ஆகிய இந்தக் கதைசொல்லிகள் ரத்தம் சிந்திச் சூளுரைத்தால் அதற்குக் காரணமானவர்களைப் பகுசர மாதா தண்டிப்பார் என்று நம்பப்படுகிறது.

இப்பகுதிகளில் வழிபடப்படும் பகுசர மாதா ஒரு சேவல் மீது அமர்ந்து காட்சி தருகிறார். சரண் சமூகப்பிரிவைச் சேர்ந்த பகுசர என்ற பெண் காட்டு வழியே ஒரு மாட்டுவண்டியில் பயணம் செய்யும்போது பாப்பியா என்ற தீயவன் அவளைப் பாலியல் அத்துமீற முயன்றான். இதனால் சினமுற்ற பகுசர மாதா தனது மார்பகங்களை அறுத்தெறிந்து ரத்தம் சிந்தி உயிர் நீத்தாளாம். பகுசர மாதாவிடம் அத்துமீற முயற்சி செய்த பாப்பியா, ஆண்மையற்றவனாகும்படி சபிக்கப்பட்டான். அகமதாபாத்திலிருந்து 82 கி.மீ. தொலைவில் மேசனா மாவட்ட தலைநகரான 38 கி.மீ. மேற்கில் பகுசராஜி என்ற நகரில் பகுசராஜி கோயில் அமைந்துள்ளது. இங்கிருந்த கோயில் பொ.யு. 1152இல் சங்கல்ராஜ் என்பவரால் கட்டப்பட்டதாகும். இதைப்பற்றி 1280ஆம் ஆண்டை சேர்ந்த ஒரு கல்வெட்டில் குறிப்பு இருப்பதாகத் தெரிகிறது. இந்தக் கோயிலுக்கு குஜராத், மகாராஷ்டிரா மற்றும் அண்டை மாநிலங்களிலிருந்து ஒவ்வொரு ஆண்டும் 15 லட்சம் பக்தர்கள் வந்து வழிபடுகிறார்கள். குஜராத்தில் உள்ள சௌராஷ்டிரா மற்றும் கட்ச் பகுதிகளில் பட், சரண் சமூகப் பிரிவினர் வாழ்கின்றார்கள். இவ்வாறு, பல்வேறு சூழல்களில் ரத்தம் சிந்தி உயிர் தியாகம் செய்த பட், சரண் மக்களின் நினைவாகப் பல இடங்களில் நினைவுக்கற்கள் எழுப்பப்பட்டுள்ளன.

இந்தக் கதைசொல்லிப் பாணர்கள் பற்றி ஜேம்ஸ் டோட் பின்வருமாறு கூறுகிறார்:

"இந்தப் பாணர்கள் உண்மைகளை வெளிப்படுத்தத் தயங்காதவர்கள், சில சமயங்களில் தங்கள் எஜமானர்களால் செரிக்க முடியாத உண்மைகளையும் சொல்லிவிடுபவர்கள்... தங்களது அங்கதத்தின் நையாண்டியின் வீச்சில் நிறையத் தீர்மானங்களை மூழ்கடித்துவிடக்கூடியவர்கள்." *(Tod 1873: xi)*

பட், சரண் ஆகிய பாடி, கதை சொல்லும் தொழில் மரபைத் தமிழ் இலக்கியத்தில் வரக்கூடிய பாணர் மரபோடு ஒப்பிடலாம். மேற்கண்டவாறு குஜராத் பகுதியில் நடைமுறையில் உள்ள தாய்த் தெய்வ வழிபாட்டில் காலில் சிலம்பு அணிந்த பெண் தெய்வம், அப்பெண் தெய்வத்துக்கு வணிகர் சமூகத்தினருடன் உள்ள நெருங்கிய தொடர்பு, துன்பத்திற்கு ஆளான பெண்கள் தங்களது மார்பகத்தை அறுத்து எறிதல், அவ்வாறு மார்பகத்தை அறுத்து எறிந்த பெண்ணைத் தெய்வமாக்கி வழிபடுதல், நினைவு நடுகற்களை நட்டு வைத்தல் ஆகிய கூறுகள் இந்நிலப்பகுதியில் ஒரு காலத்தில் வாழ்ந்திருந்த திராவிட மக்களின் பண்பாட்டின் அடி அடுக்கு எச்சங்களாக இருக்கக்கூடும் என்ற உணர்வைத் தோற்றுவிக்கிறது.

பூமியின் வளத்திற்காக அளிக்கப்படும் பலிக்கொடைகள்

கிழக்கு இந்திய மாநிலமான ஒடிசாவில் குய், குவி போன்ற திராவிட மொழிகளைப் பேசும் கோண்டு பழங்குடிகள் வாழ்கிறார்கள். கந்தமால் எனும் மலைப்பகுதியில் வாழும் குட்டியா கோண்டுகள் ஒரு காலத்தில் மனிதர்களைப் பலி கொடுக்கும் வழக்கத்தைக் கொண்டவர்களாக இருந்துள்ளனர். தங்களது நிலங்கள் வளம்சிறக்க வேண்டும், பயிர்செழிக்க வேண்டும் என்பதற்காகத் 'தரைப்பெண்ணு' எனப்படும் பூமித்தாய்க்கு இப்பழங்குடி மக்கள் நரபலி கொடுத்ததாகத் தெரிகிறது. விளை நிலங்களில் விளைச்சல் அதிகரிப்பதோடு அம்மலைகளில் விளைவிக்கப்படும் மஞ்சள் கிழங்கில் சிவப்புநிறம் அதிகரிக்க வேண்டும் என்பதற்காகவும், இத்தகைய குருதிப்பலி அளிக்கப்பட்டதாகக் கூறப்படுகிறது. கிழக்கிந்தியக் கம்பெனியின் ஆட்சியின்போது இந்த நரபலி வழக்கம் தடைசெய்யப்பட்டது. எனினும், நரபலிக்குப் பதிலாக எருமைகளைப் பலியிடும் வழக்கம் இன்றும் தொடர்கிறது.

கோண்டு பழங்குடிகளைப் பற்றி மிக விரிவாக ஆராய்ந்த பார்பரா எம். போல், கோண்டு மக்களுக்கும், அவர்களது நிலத்துக்குமான உறவு வெறும் பொருளாதாரத்தை மையமாகக் கொண்டது இல்லை; அது ஆழமானது என்றும் குறிப்பிடுகிறார். குருதிப்பலி கொடுக்கத் தவறினால் நிலம் தனது வளமையை இழந்துவிடும் என்ற நம்பிக்கை இம்மக்களிடையே இருக்கிறது. கிழக்கிந்தியக் கம்பெனியின் ஆட்சிக் காலத்தில் லெஃப்டினன்ட் மெக்பர்சன் இப்பகுதிகளுக்குச் சென்று இந்தக் குருதிப் பலி நடைமுறையைப் பற்றி அளித்த அறிக்கையை அடிப்படையாகக் கொண்டு மேலும் தனது கள ஆய்வின்மூலம் பார்பரா தனது கருத்துகளை வடிவமைக்கிறார். அவர் ஆவணப்பதிவு செய்துள்ள கோண்டு மரபு பின்வருமாறு செல்கிறது.

முழுமுதல் கடவுளான புடாபெனு (*Bura Penu*) தனது துணைவியான தரிபெனுவை (*Tari*) படைக்கிறார். இந்த உலகைத் தீமைகள் அற்றதாக மாற்றவே தரிபெனு உருவாக்கப்பட்டதாக அவர்கள் நம்புகின்றனர். பூமித்தாயைக் குறிக்கும் இந்தத் தரிபெனு/தரைபெணு என்ற சொல்லாக்கத்தைத் தரை (*Earth floor*), பெணு (*nursing*, பேணுதல்) என்ற திராவிடச் சொல்மரபுகளோடு குறிப்பாகத் தொல்தமிழ்ச் சொற்களோடு ஒப்பிடலாம். வறுமை, அச்சம், மகப்பேறின்மை, பாம்பு, புலியால் வரும் அபாயம், காலில் முள்குத்துவது ஆகியவற்றிலிருந்து விடுவிப்பதற்காக இத்தகைய குருதிப்பலி மரபைத் தரிப்பெணு தோற்றுவித்ததாகக் கூறப்படுகிறது. இதுபற்றி மெக்பர்சன் தனது அறிக்கையில் பின்வருமாறு கூறுகிறார்.

"இந்த பூமி ஆதியில் தரிசாகவும், விளைச்சலுக்குத் தகுதியில்லாததாகவும் இருந்தது. மனிதனுக்கு உகந்த குடியிருப்பாகவும் இல்லை. பூமித்தாய் உரைத்தால், 'மனித ரத்தம் என் மீது தெறிக்கட்டும்.' ஒரு குழந்தை பலியிடப்பட்டது. அதன்பின்னர் மண் உறுதியாகவும் உற்பத்தித்திறன் வாய்ந்ததாகவும் மாறியது. இந்தச் சடங்கைத் தொடர்ந்து செய்து வாழும்படி பூமித்தாய் உத்தரவிட்டாள்." *(Macpherson 1842: 62)*

கோண்டு மக்கள் குருதிப் பலிக்கு ஆளாகப்போகும் எருமையைப் பார்த்துப் பாடுவதாகப் பின்வரும் பாடல் அமைகிறது.

எருமையே, உனது வாலிப நாட்களில்
நுகத்தடியில் பூட்டப்பட்டு நீ
இந்த வயல்களை உழுதாய்,
சிறு நீரோடைகளால் பாசனம் பெற்ற
இந்தப் பயிர் வயல்களில்
உன் உழைப்பால் பயிர்கள் விளைந்தன,
இப்போது இந்த சாகிப்புகளுக்கு
(ஐரோப்பியர்களுக்கு)
நாங்கள் அஞ்சுகிறோம்.
அதனால்தான் உனது தோளிலிருந்து
தசையை நாங்கள் எடுக்கிறோம்.
பதான் (வடஇந்திய முகலாய வீரர்கள்)
படைகளுக்கு அஞ்சுகிறோம்
அதனால் உனது தாடையிலிருந்து
தசையை நாங்கள் எடுக்கிறோம்.
எங்கள் நாடுகளில் முன்பெல்லாம் ஒரு மனிதனை
நரபலியாய் தரைபெணுக்குத் தந்தோம் இப்போது நீ.

எனது அருமை எருமையே நீ அழாதே,
வளைந்த கொம்புடைய வனப்பான
எருமையே நீ அழாதே
உன் கண்களிலிருந்து வழியும் கண்ணீர்
இந்த மழைப் பருவத்தில்
மழையாகக் கொட்டட்டும்.
உனது மூக்கிலிருந்து வழியும் சளி
நீர் தூறல்களாகட்டும்
உனது உடலிலிருந்து வழிந்தோடும்
செங்குருதி பயிர்களாக முளை விடட்டும்
உனது உடலிலிருந்து ஒழுகும் இரத்தத் துளிகள்
உறைந்து நெற்கதிர்கள் விளையட்டும்
நெல் பொழியட்டும்.
எங்கள் தானியக் குளுமைகள் நிறையட்டும்
எங்களது நெற்கூடைகள் நிறைந்து வழியட்டும்
(Boal 1984: 82)

உலகெங்கிலும் பல்வேறு பழங்குடிப் பண்பாடுகளில் நரபலி எவ்வாறு தோன்றி வளர்ந்தது என்பதைப் பற்றி சர். ஜேம்ஸ் ஜார்ஜ் ஃப்ரேஸர் தனது *The Golden Bough* என்ற நூலில் விரிவாக விளக்கியுள்ளார். இந்நூல் 1922இல் வெளியிடப்பட்டது. இதன் 47ஆம் அத்தியாயத்தில் மனிதர்கள் வேளாண்மைப் பெருக்கத்துக்காக நரபலி தருவது பற்றி குறிப்பிடுகிறார். பொதுவாக நரபலி என்பது நிறைந்த விளைச்சல் மற்றும் வளமை ஆகியவற்றை நோக்கமாகக் கொண்டு நடைபெற்றுள்ளதாக ஃப்ரேஸர் குறிப்பிடுகிறார்.

"பயிர் வளத்தை உறுதிப்படுத்த குறிப்பிட்ட ஐதீகத்தில் நரபலி கொடுக்கப்பட்டதற்கான சிறந்த உதாரணமாக உள்ளனர் வங்காளத்தின் இன்னொரு திராவிடக் குடிகளான கோண்டுகள். பத்தொன்பதாம் நூற்றாண்டின் மத்தியில் இந்த நரபலி முறையைத் தடுக்கும் பணியில் ஈடுபட்டிருந்த பிரிட்டிஷ் அதிகாரிகள் எழுதிய குறிப்புகளிலிருந்து இது தெரியவருகிறது. தரிபெனு அல்லது பெரா பெண்ணு என்றழைக்கப்படும் பூமித்தாய்க்கு இந்த நரபலிகள் அளிக்கப்பட்டன. நல்ல விளைச்சலுக்கும், நோய்களிலிருந்தும் விபத்துகளிலிருந்தும் பயிர்கள் காப்பாற்றப்படுவதற்கும் இந்த நரபலிகள் அளிக்கப்பட்டன. குறிப்பாக மஞ்சள் விளைச்சலில் இந்த நரபலி முக்கியமாகக் கருதப்பட்டிருக்கிறது. ரத்தம் சிந்தாமல் மஞ்சள் கிழங்கு ஆழ்ந்த சிவப்பு நிறத்தை அடையாது என்று கோண்டுகள் உறுதியாக நம்பினார்கள்." *(Frazer 1922: 434)*

ஒடிசாவில் உள்ள கந்தமால் பகுதியில் கோண்டு பழங்குடிகள் பயிர் செய்யும் மஞ்சள் ஒரு தனித்துவச் சிறப்பு கொண்டது. உளராத நிலையில் இந்தவகை பசும் மஞ்சளை நறுக்கிப் பார்த்தால் அதன் உள்ளீடான வண்ணம் ரத்தச் சிவப்பாக இருக்கும்.

கண்ணகித் தொன்மத்தின் சுவடுகள்

தாய்த் தெய்வ வழிபாடு குறித்து நாம் மேற்கண்ட விவரங்களின் அடிப்படையில் தென்கோடித் தமிழகத்திற்கும் குஜராத், மகாராஷ்டிரா போன்ற இடைநிலப்பகுதிகளுக்கும் பொதுவான சில பண்பாட்டுக் கூறுகளைக் கண்டறிய முடியும்.

சிலப்பதிகாரம் எழுதப்பட்டு நூற்றாண்டுகள் கழிந்தபின்னரும் மதுரை மாநகரின் கூட்டுநினைவில் அது இன்றும் தொடரும் மரபாக இருக்கிறது. கண்ணகியின் கோபம் தணிக்கும் வழிபாட்டுச் சடங்குகள் இன்றும் தொடர்கின்றன. இத்தகைய துயரம் மிக்க கண்ணகியின் வாழ்க்கையையும் அவள் தனது கோபத்தை வெளிப்படுத்திய விதத்தையும் குஜராத்தின் பட் மற்றும் சரண், பாணர் மரபினரின் மரபுக்கதையோடு ஒப்பிடலாம். இதில், ஆண்களின் துன்புறுத்தலுக்கு ஆளாகிய ஒரு பழங்குடிப் பெண் தனது மார்பை அறுத்து எரிந்து உயிர்த் தியாகம் செய்கிறாள். பின்னர் அவளே மாதா (அன்னை) என்று பெண் தெய்வமாக வழிபடப்படுகிறாள். இதைப்போலவே, குஜராத்தின் கண்கை மாதாவின் கதையைப் பொறுத்தவரையில் அத்தெய்வம் காலில் அணிந்திருந்த சிலம்பு என்ற அணிகலன் முக்கிய கவனம் பெறுகிறது. இந்த இரு கதைகளிலும் தொடர்புடைய சமூகப் பிரிவினர்களைப் பார்த்தால் அவர்கள் வணிகச் சமூகத்தினராகவும், கதை சொல்லிகளாகவும் இருக்கிறார்கள். பட் மற்றும் சரண் கதை மரபில் பெண்ணுக்கு இழைக்கப்பட்ட அநீதி வினா குறியாக முன்னிறுத்தப்படுகிறது. சிலப்பதிகாரக் கண்ணகியின் கதை ஒருவகையில் புலப்பெயர்வுக் கதைதான். சோழ நாட்டில் பிறந்தவள், பாண்டிய நாட்டில் வஞ்சிக்கப்பட்டு, சேர நாட்டுக்குச் செல்கிறாள். அங்கிருந்தவர்களுக்கு அவளை யார் என்று தெரியாது, ஆனால் அந்த இடத்தில் அவளின் தெய்வத்தன்மை உணரப்பட்டு உள்ளூர் பழங்குடிகளால் வணங்கப்படுகிறாள். இந்நிலையில் கண்ணகியே ஒரு புலம்பெயர்ந்த தெய்வம்தான்.

கண்ணகியின் கதை மரபுப்படி, பாண்டியர் வழிமரபில் வந்த செழியன் தனது முன்னோர் செய்த தவறுக்காகக் கண்ணகியின் சாபத்தைத் தீர்க்கும் வகையில் 1000 பொற்கொல்லர்களை உயிர்ப்பலி கொடுத்ததாக ஒரு மரபு இருக்கிறது. இத்தகைய குருதிப்பலிகளின் குறியீடாகத்தான் இப்போதும்கூடத் தென்னிந்திய வழிபாட்டு மரபுகளில் பூசணிக்காய், தேங்காய் மற்றும் எலுமிச்சம் பழத்தில் குங்குமத்தைக் கலந்து வீசியெறிவது ஒரு குறியீடாகத் தொடர்கிறது. பழங்குடிகளைப் பொறுத்தவரையில் குருதிப்பலியின் நோக்கம் பூமிக்கடவுளை வழிபட்டு வளமும், நலமும் பெறுவதே ஆகும்.

தமிழ் இலக்கிய மரபுகளிலும் இத்தகைய குருதிப்பலிகளை காணமுடியும். சேரர்களைப் பற்றி பாடப்பட்ட பதிற்றுப்பத்தில்

(88) இரும்பொறை என்ற சேர மன்னன் தனது போர் வெற்றிக்குப் பின்னர் இறந்த வீரர்களின் குருதி கலந்த அரிசியைத் தனது தெய்வத்திற்கு படையல் செய்வது பற்றி குறிப்பிடப்படுகிறது. பதிற்றுப்பத்து 79ஆம் பாடலில் தன்னை வழிபடும் பக்தனின் குருதிகலந்த அரிசியைப் படையலாக ஏற்றுக்கொள்ளும் பெண் தெய்வம் பற்றிய குறிப்பு உள்ளது. வெற்றிக் கடவுளாகக் கருதப்படும் கொற்றவை போருக்கு முன்னும், பின்னும் வழிபடப்படுகிறாள். கொற்றவையே காடுகளின் காவல் தெய்வம். குறுந்தொகை 89ஆம் பாடலில் மேற்குத் தொடர்ச்சி மலையில் உள்ள கொல்லிமலையில் வசிக்கும் சினம்கொண்ட கடவுளாகக் கொல்லிப்பாவை சித்தரிக்கப்படுகிறாள். சிலப்பதிகாரத்தில் கொல்லிப்பாவை பற்றி குறிப்பிடப்படுகிறது. தற்போதும் எட்டுக்கை என்ற அம்மன் வழிபடப்படுகிறது. கொல்லிமலை தெய்வம் பற்றி ஜார்ஜ் ஹார்ட் பின்வருமாறு குறிப்பிடுகிறார்:

"கொல்லிமலைப் பகுதியில் வசிப்பதாகச் சித்தரிக்கப்படும் பெண் தெய்வம் அத்தெய்வத்தை ஏறெடுத்துப் பார்க்கும் எவரையும் நெஞ்சம் மருளச்செய்து வருத்தி இறுதியில் அவர்களை உயிரற்றவர்களாக ஆக்கிவிடும் தன்மை கொண்டது." (*Hart 1975: 25*). இதைப்போலவே இறந்துபோன முக்கியமானவர்களின் நினைவாக எழுப்பப்படும் இயற்கைச் சின்னங்கள் மற்றும் நினைவுச் சின்னங்களில் ஆவிகள் உலவுவதாகக் கருதப்பட்டது. இறந்து போனவர்களின் ஆன்மா அந்த நடுகல்லில் உறைந்திருப்பதாகவும் நம்பப்படுகிறது. வீரமிக்க ஒருவன் தனது செயலால் நடுகல் ஆகிவிட்டான் என்ற குறிப்பு சங்க இலக்கியத்தில் அடிக்கடிப் பேசப்படுகிறது. (புறம். 221, 264, 265).

மலைவாழ் தெய்வங்களைத் தவிர சங்க இலக்கியங்களில் கடல்வாழ் தேவி என்று கடலில் வாழும் தெய்வம் பற்றியும் காட்டில் வாழும் கான் அமர் செல்வி பற்றியும் குறிப்புகள் வருகின்றன.

19ஆம் நூற்றாண்டில் கேரளாவில் உள்ள திருவிதாங்கூர் சமஸ்தானப் பகுதியில் சினமுற்ற ஒரு பெண் தனது மார்பகத்தை அறுத்து எறிந்த நிகழ்வு ஒன்று நடந்ததாகக் கூறப்படுகிறது. அப்போது, சாதிய அடிப்படையிலான சுரண்டலும், கொடுமையும் உச்சகட்டத்தில் இருந்தது. குறிப்பிட்ட ஒரு சமூகத்தைச் சேர்ந்த பெண்களின் மார்பகங்களுக்கு முலைவரி விதிக்கப்பட்டது. அப்போது ஈழவர் பெண் நங்கேலி அவ்வாறு தனது மார்புக்கு வரி செலுத்த பணம் இல்லாததால் வரி வசூலிக்க வந்தவர்களிடம் சினம் கொண்டு தனது மார்பை அறுத்து இலையில் வைத்துக்

படம் 13.5 - பூம்புகார் கண்ணகி அருங்காட்சியகம்

படம் 13.6 - சென்னை மெரினா கடற்கரையில் உள்ள கண்ணகி சிலை

படம் 13.7 - நங்கேலி ஓவியம்

கொடுத்ததாகவும் தனது மார்பகத்தை இழந்துவிட்டதால் இப்போது வரி கட்டத் தேவையில்லை என்று கூறியதாகவும் ஒரு நிகழ்வு கேரள மக்களிடையே நினைவுகூரப்படுகிறது. அநீதிக்கு எதிரான குருதிப்பலி என்ற குறியீட்டின் உருவமாகக் கருதப்படும் நங்கேலியின் கதை கேரள மக்களின் பொது நினைவுக்குள் பதிவாகியிருக்கிறது. இந்நிகழ்வைத் தற்கால ஓவியர் ஒருவர் ஓவியமாகச் சித்தரித்துள்ளார்.

தமிழ்நாட்டைப் பொறுத்தவரையில் கண்ணகி தமிழ் மக்களின் பொது நினைவில் நிரந்தரமாகக் குடியேறிவிட்ட ஒரு குறியீடுதான். 1968இல் உலகத் தமிழ் மாநாடு சென்னையில் நடந்தது. சிலம்பை ஏந்தியபடி நீதிகேட்கும் கண்ணகியின் உருவச்சிலை அப்போது சென்னையில் அமைக்கப்பட்டது. இதைப்போலவே தமிழ்நாட்டில் உள்ள பூம்புகாரில் கண்ணகிக்குச் சிலை அமைக்கப்பட்டுள்ளது.

இலங்கைக்குப் புலம்பெயரும் கண்ணகி மரபு

கண்ணகியின் புலப்பெயர்வு சோழ நாட்டில் தொடங்கி பாண்டிய நாட்டின் வழியாகச் சேர நாட்டில் முடிந்ததாகச் சிலப்பதிகாரம் கூறினாலும் கள நிலவரம் வேறு. கண்ணகிக் கதைமரபு இலங்கைக்கும் பயணிக்கிறது. சிலப்பதிகாரத்தில் கண்ணகி தனது கணவனுடன் வானுலகம் அடைந்ததைக் கண்கூடாகப் பார்த்ததாகப் பழங்குடி மக்கள் சேர மன்னனிடம் கூறுவதோடு கதை முடிகிறது. ஆனால் இலங்கையில் அந்தக் கதையின் நீட்சியைக் காண முடிகிறது. இலங்கையின் வடக்குப் பகுதியில் கண்ணகிக்குப் பல கோயில்கள் உள்ளன. குறிப்பாக மட்டக்களப்பு, யாழ்ப்பாணம் பகுதிகளில் இக்கோயில்கள் உள்ளன. முல்லைத்தீவில் உள்ள வற்றாப்பாளை கண்ணகி அம்மன் கோயில் மிக முக்கியமானது ஆகும். கண்ணகி வழக்குக் காவியம் என்ற பெயரில் கண்ணகியின் கதை இலங்கையில் எழுதப்பட்டுள்ளது. இளங்கோவடிகளின் சிலப்பதிகாரம், மதுரையை எரித்த கண்ணகி சேர நாட்டுக்குச் செல்வதாகக் கூறினாலும், இலங்கையில் வட்டார மரபுப்படி

படம் 13.8 - யாழ்ப்பாணம் காரைதீவு கண்ணகி அம்மன் கோயில் புடைப்புச்சிற்பம்

படம் 13.9 - மட்டக்களப்பு திருக்குளித்தி விழா ஊர்வலம்

மதுரையை எரித்த கண்ணகி தனது சினம் தணிய நேராக இலங்கைக்குச் சென்றதாகவும் அங்கே பத்து இடங்களில் தங்கியதாகவும் குறிப்பிடப்படுகிறது. இந்த இடங்கள் அனைத்திலும் கண்ணகிக்குக் கோயில்கள் உண்டு.

தமிழ் மாதம் வைகாசியில் கண்ணகி அம்மனுக்குத் திருவிழாக்கள் ஆண்டுதோறும் நிகழ்கின்றன. வைகாசி மாதம் தொடங்குவதற்குச் சில நாட்களுக்கு முன்பு கண்ணகிக் கோயில்களில் கதவு திறத்தல் என்ற சடங்கு நிகழ்கிறது. குளித்தி பாடல்கள் (குளிர்ச்சிபடுத்தும் பாடல்கள்) என்ற பெயரில் கண்ணகியின் சினம்தணிக்கும் பாடல்கள் பாடப்படுகின்றன. கொம்பு விளையாட்டு, உடுக்கை அடித்தல், சிந்துப்பாட்டு போன்றவற்றைப் பக்தர்கள் கண்ணகி அம்மன் முன் நிகழ்த்துகிறார்கள். இலங்கையைப் பொறுத்தவரையில் கண்ணகி வழிபாடு தமிழ் சமூகங்களுக்கு மத்தியில் மட்டுமின்றி சிங்கள மக்களிடையிலும் உள்ளது. ஆயினும் தமிழர்களும், சிங்களர்களும் கண்ணகி வழிபாட்டை வெவ்வேறு முறையில் செய்கிறார்கள். எதுவாயினும், மக்கள் புலம்பெயரும்போது அவர்களோடு சேர்ந்து அவர்களது கதை மரபுகளும் புலம்பெயரும் மக்களின் கைகளைப் பிடித்துக்கொண்டே நடந்துசென்று புதிய மண்ணில் பதியம் ஆகிவிடுகின்றன என்பதற்கு இந்தக் கண்ணகியின் கதையும் ஓர் எடுத்துக்காட்டாகும். சேர நாட்டுக்குச் சென்றுவிட்டதாகக் கருதப்பட்ட கண்ணகி, இலங்கைக்குச் சென்றதாக இலங்கைக்குப் புலம்பெயர்ந்த மக்கள் கருதமுடியுமெனில், கண்ணகிக் கதையின் தொடக்கத்தை ஆராய வேண்டிய தேவை உள்ளது.

படம் 13.10 - யாழ்ப்பாணம் காரைதீவு கண்ணகி அம்மன் சிலை

'பெயர்' எனும் தொடர் சங்கிலி

கண்ணகியின் கதை துயரம் நிறைந்தது. ஆனாலும், சாதாரண குடிமகளாகிய அவள் தனக்கு அநீதி இழைக்கப்பட்டதும் ஒரு மாமன்னனிடம் சென்று அவனது அரசவையில் கேள்வி கேட்கத் தயங்கவில்லை. கண்ணகி துயரத்தின் குறியீடாக இல்லாமல் அநீதிக்கு எதிரான குரலின் குறியீடாகவே தமிழ்ப் பொதுசிந்தனைக்குள் கட்டமைக்கப்பட்டுள்ளாள். கண்ணகிக்கு பிரத்தியேகமாக கோயில்கள் தமிழ்நாட்டில் அதிகம் இல்லை. 2018ஆம் ஆண்டு தமிழ்நாடு வாக்காளர் பட்டியலில் கண்ணகி என்ற பெயர் கொண்ட 24,710 பெண்கள் வாழ்கிறார்கள். தமிழ்நாட்டு வாக்காளர் பட்டியலை அடிப்படையாகக் கொண்டு தயாரிக்கப்பட்ட GIS வரைபடத்தை இந்த இயலில் காணலாம். கண்ணகி என்ற பெயர் கொண்டவர்கள் நாகப்பட்டினம், தஞ்சாவூர், அரியலூர், திருவாரூர் மற்றும் வடமாவட்டங்களில் அதிகமாக இருப்பதும், தமிழ்நாட்டில் மற்ற பகுதிகளில் அந்தப்பெயர் இன்னும் பெண் குழந்தைகளுக்குச் சூட்டப்படுவதையும் காணலாம். கண்ணகித் தொன்மத்தை நினைவுறுத்தும் இடப்பெயர்களை சிந்துவெளி நிலப்பகுதிகளிலும் அதற்கு அப்பாலும் காணமுடிகின்றன. அவை வருமாறு, பாகிஸ்தான்: *Kannyaki, Kovalan Machat, Machchat, Machchath, Matrai, Chelianwala, Kutwannala, Vanji.* ஆப்கானிஸ்தான்: *Bukhar, Pumbakar.* சிலப்பதிகாரக் கதையின் முக்கியமான இடப்பெயர்கள் கதைமாந்தர்கள் பெயர்களை நினைவுறுத்தும் இடப்பெயர்கள் சிந்துவெளி நிலப்பகுதியில் உள்ளன. அதிலும் குறிப்பாக பூம்புகார், மதுரை, வஞ்சி என்ற முக்கியமான மூன்று நகரங்களின் பெயர்களின் தடங்கள் அந்நிலப்பகுதியில் இருப்பது கவனிக்கத்தக்கது.

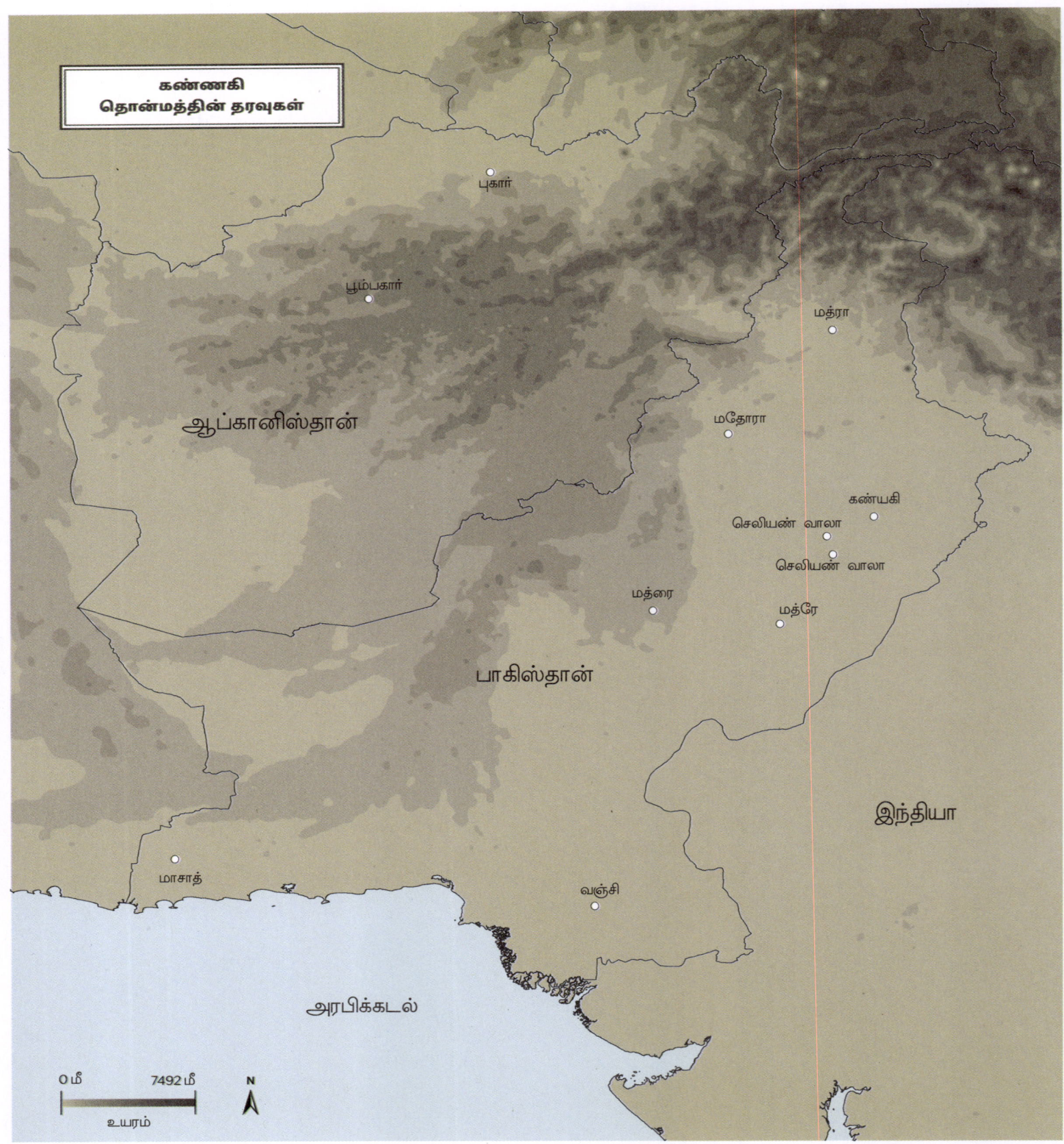

கண்ணகி
தொன்மத்தின் தரவுகள்
புகார்
பூம்பகார்
மத்ரா
ஆப்கானிஸ்தான்
மதோரா
கண்யகி
செலியண் வாலா
செலியண் வாலா
மத்ரை
மத்ரே
பாகிஸ்தான்
இந்தியா
மாசாத்
வஞ்சி
அரபிக்கடல்
0 மீ
7492 மீ
உயரம்
N

நிலவரைபடம் 13.1

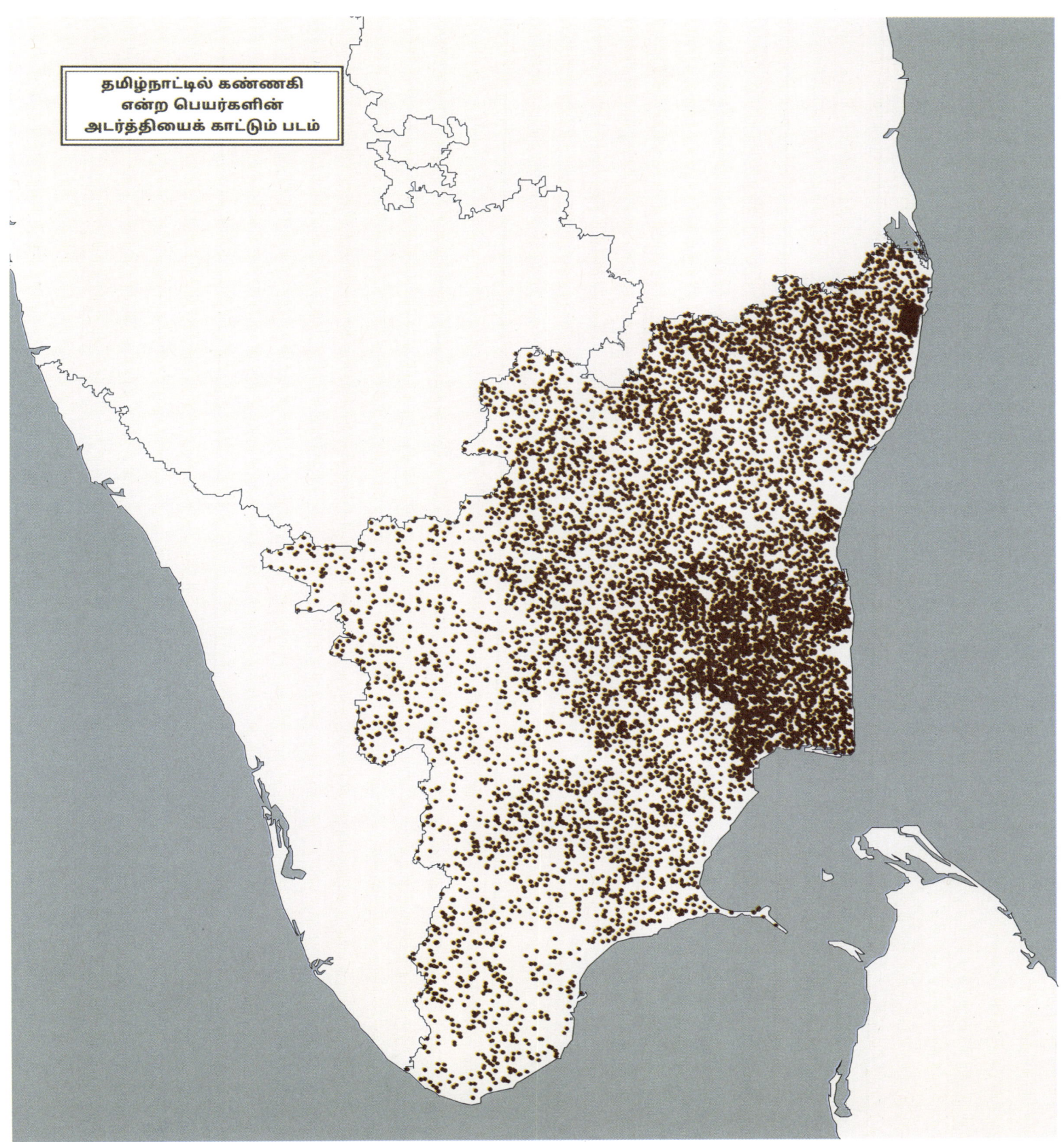

நிலவரைபடம் 13.2

ஒரு பண்பாட்டின் பயணம்

இயல் பதினான்கு

வன்னியின் வேர்கள்

வாழ்வின் மரம்

ஒரு பண்பாட்டின் பயணம்

"மரங்களைப் புனிதத்தன்மை பொருந்திய இடங்களாகவும் குறியீடுகளாகவும் கருதி வழிபடும் பழக்கம் மனிதகுல வரலாற்றின் தொடக்கத்திலேயே தோன்றியிருக்க வேண்டும். அப்போது மரங்களே மனிதர்களின் புகலிடம், வாழ்வாதாரம்."

- ஜெ. எம். கெனோயர்

வன்னியின் வேர்கள்: வாழ்வின் மரம்

தமிழ்நாட்டிலும், இலங்கையிலும் வன்னி என்றும், கர்நாடகத்தில் பன்னி என்றும் அறியப்படும் *Prosopis cineraria* என்ற தாவரம் இந்தியாவின் பல பகுதிகளில் காணப்படுகிறது. ராஜஸ்தானில் கேஜ்ரி, சமி; பஞ்சாபில் ஜண்ட்; சிந்து மாகாணத்தில் கண்டி; குஜராத்தில் செமி; ஒடிசாவில் ஷமி; தெலங்கானா மற்றும் ஆந்திரப் பிரதேசத்தில் ஜம்மி என்று பல பெயர்களில் இந்த மரம் அழைக்கப்படுகிறது.

வன்னி மரம் நீர்வளமற்ற வறண்ட பகுதிகளிலும் வளரக்கூடிய நடுத்தரமான உயரம் கொண்ட மரமாகும். இம்மரத்தின் இலைகள் மற்றும் நெற்றுக்காய்கள் ஒட்டகம், ஆடு, கழுதை போன்ற விலங்குகளுக்கு உணவாகின்றன. மிகவும் வறண்ட நிலப்பகுதிகளிலும் வன்னி மரம் பசுமை மாறாமல் வளர்வதால் நிலத்தடி நீரின் இருப்புக்கு இம்மரத்தை ஓர் உயிரியல் அறிகுறியாகக் கருதுகிறார்கள். வன்னி மரம் அடிப்படையில் ஒரு பருப்பு வகை *(Leguminous)* தாவரமாகும். இவ்வகைத் தாவரங்கள் மண்வளத்தை அதிகரிக்கும் தன்மை கொண்டவை. ராஜஸ்தான் பாலைவனப் பகுதிகளில் கேஜ்ரி என்றும் சமி என்றும் அறியப்படும் வன்னி மரத்தின் நெற்றுக்காய்களை சமைத்து உண்கிறார்கள்; ஊறுகாய் தயாரிக்கவும் பயன்படுத்துகிறார்கள்.

வன்னிக் காய்கள் மருந்தாகவும் பயன்படுகின்றன. இந்த மரத்தின் பட்டைகளை மூல வியாதி, தசை மற்றும் மூட்டு வலி சிகிச்சைக்கும், வயிற்றுப் புழுக்களை அகற்றவும் பயன்படுத்துகிறார்கள். இம்மரத்திலிருந்து தயாரிக்கப்படும் மூலிகை மருந்தை பாம்பு, தேள்கடி விஷமுறிவாகவும், கருச்சிதைவைத் தடுக்கும் மருந்தாகவும் பயன்படுத்துகிறார்கள். ராஜஸ்தான், தெலங்கானா ஆகிய இரண்டு மாநிலங்களிலும் அரசாங்க மரமாக *(State Tree)* வன்னி அறிவிக்கப்பட்டுள்ளது. இதைப்போலவே ஐக்கிய அமீரகத்தில் *(UAE)* கஃப் *(Gaf)* என்று அழைக்கப்படும் வன்னி மரமே தேசிய மரம். அங்கே இம்மரத்தை வெட்டுவது குற்றமாகும். இதைப்போலவே ராஜஸ்தானிலும், தெலங்கானாவிலும் இம்மரம் தொடர்பான உணர்வுப்பூர்வமான பிணைப்பை மக்கள் கொண்டிருக்கின்றனர். ஐக்கிய அமீரகத்தில் இது தேசிய மரமாகக் கொண்டாடப்பட்டாலும் இம்மரம் இப்பகுதியில் இயற்கையாக வளரவில்லை. வேறு எங்கிருந்தோ நெடுங்காலத்துக்கு முன்பு அப்பகுதிக்கும் கொண்டு செல்லப்பட்டு வளர்க்கப்பட்டிருக்க வேண்டும் என்று கூறப்படுகிறது. *(Agroforestry Database 4.0)*

சிந்து முதல் வைகை வரையிலான பண்பாட்டுப் பயணத்தைப் ஆராயும் இந்த நூலில் வன்னியின் வேர்களைத் தேடும் தேவை இருக்கிறது. சிந்துவெளிப் பொறிப்புகள் முதல் சங்க இலக்கியக் குறிப்புகள் வரை வன்னி ஒரு தொடர் மரபின் சாட்சியம் என்று தோன்றுகிறது. முதலில் வன்னி என்ற மரத்தைக் குறிக்கும் சொற்களின் சொற்பொருள் ஆக்க முறையைக் கண்டறிவோம். அதன் பின்னர் இம்மரம் தொடர்பான தொன்மக் கதைகள், நம்பிக்கைகள், இம்மரத்துக்கும் பழந்தமிழ் இலக்கியத்துக்கும் உள்ள தொடர்பு ஆகியவற்றையும் ஆராயலாம். இறுதியாக இம்மரத்தின் பெயர், இடப்பெயர்களின் பயன்பாடு, இந்தியத் துணைக்கண்டத்தில் வழங்கப்படும் விதம் பற்றி கண்டறியலாம்.

படம் 14.1 - வன்னி மரம் (*Prosopis cineraria*)

வன்னி என்ற சொல்லின் உருவாக்கம்

தமிழ்ப் பேரகராதி (*TL 3565*) மற்றும் திராவிட வேர்ச்சொல் அகராதி (*DEDR 5330*) வன்னி மரத்தை நெருப்பு மற்றும் வன்னியர் என்ற சமூகப்பிரிவினருடன் தொடர்புபடுத்துகிறது.

வன்னி என்ற மரம் இந்தியாவின் பல பகுதிகளில் காணப்படுவதால் ஏனைய மொழிகளில் இம்மரம் குறித்த சொல்லாக்கம் எவ்வாறு உருவாகியிருக்கக்கூடும் என்பதைக் காணலாம். வன்னி மரம் சார்ந்த இந்தோ-ஆரிய சொற்களில் சமி என்றச் சொல் அதர்வண வேதத்தில் (*6/11/1*) பயன்படுத்தப்படுகிறது. ராஜஸ்தானில் வழங்கப்படும் கேஜ்ரி என்ற சொல் பிற்காலத்தில் ஏற்பட்டதாக இருக்கக்கூடும். இதைப்போலவே, வன்னி மரத்தைக் குறிக்கும் ஜாட் மற்றும் ஜம்மி போன்ற சொற்களும் ஒப்பீட்டு அகராதியில் இடம்பெறவில்லை. எனவே, வடஇந்தியாவில் பெரும்பாலும் பயன்படுத்தப்படும் சமி என்ற பெயரின் வேற்று வடிவங்களே ஜமி, ஜம்மி என்று எடுத்துக்கொள்ளலாம் (CDIAL 12308, 12309, 12310, 5092).

வன்னி மரத்தின் புனிதத்தன்மை

இந்தியத் துணைக் கண்டத்தின் பல்வேறு பகுதிகளில் வன்னி மரம் புனிதமரமாகக் கருதப்படுகிறது. அரசு, வில்வம் போன்ற மரங்களைப் போல வன்னி மரமும் வழிபாட்டுத் தொடர்புடையது. இதைப்போலவே மா, பலா ஆகிய பால் போன்ற திரவம் சுரக்கும் மரங்களும் சடங்குகளில் பயன்படுத்தப்படுகின்றன. தமிழ்நாட்டில் சில முக்கியமான வழிபாட்டுத் தலங்களில் உள்ள வன்னி மரங்கள் மிகவும் பழமையானவை, அதாவது முதுமரங்களாகக் கருதப்படுகின்றன.

மதுரை மீனாட்சி அம்மன் கோயில், கொற்கை, சென்னை திருவான்மியூரில் உள்ள மருந்தீஸ்வரர் கோயில், விருத்தாச்சலம் விருத்தகிரீஸ்வரர் கோயில், திருப்பூந்துருத்தி, திருச்சாட்டியக்குடி ஆகிய இடங்களில் உள்ள வன்னி மரங்களை எடுத்துக்காட்டாகக் கூறலாம். கொற்கையில் உள்ள வன்னி மரம் 2000 ஆண்டுகள் பழமையானதாகக் கூறப்படுகிறது.

தென்னிந்தியாவில் வன்னி மரம் பல சமூகப்பிரிவினரால் வழிபடப்படுகிறது. *Caste and Tribes of southern India* என்ற நூலில் எட்வர்ட் தர்ஸ்டன் மற்றும் ரங்காச்சாரி வன்னி மர வழிபாட்டுடன் தொடர்புடைய பல சமூகப்பிரிவுகள் பற்றி குறிப்பிடுகின்றனர். குரும்பர், கர்னி, வன்னியர், லிங்காயத்து, மாடிகா, தேவாங்கர் மற்றும் கனிகா ஆகிய சமூகப்பிரிவினரைத் தர்ஸ்டன் வன்னி மரத்துடன் தொடர்புபடுத்தி தகவல் அளிக்கிறார். ராஜஸ்தானில் வசிக்கும் பிஷ்னோய் சமூகப்பிரிவினர் போலவே தென்னிந்தியாவில் குரும்பர்கள் (*Kuruba*) வன்னி மரத்தைப் புனிதமரமாகக் கருதி வெட்டுவதில்லை. தசரா பண்டிகையின் போது தசமி நாளன்று கர்நாடகாவில் வசிக்கும் லிங்காயத்துகள் வன்னி மரத்தை வழிபடுகிறார்கள். இதைப்போலவே வன்னியர்களின் திருமணச் சடங்குகளில் வன்னி மரம் இடம்பெறுகிறது. திருமணச் சடங்குகளில் வன்னி மரத்திற்கு உள்ள தொடர்பை மாடிகா மற்றும் கனிகா போன்ற சமூகப்பிரிவுகளிலும் காணமுடிகிறது.

வன்னியர்களின் திருமணத்தின்போது பந்தற்கால் நடுவதற்கு வன்னி மரத்தைப் பயன்படுத்துகிறார்கள். திருச்சி, கடலூர் போன்ற பகுதிகளில் வன்னியர் சமூகப்பிரிவினர் இறந்தவர்களை எரிக்கும் ஈமச்சடங்குகளில் வன்னி மரக்குச்சிகளைப் பயன்படுத்துகிறார்கள். கனிகா பழங்குடியைப் பொறுத்தவரையில் திருமணம் முடிந்த மூன்றாவது நாள் மணமகனும், மணமகளும் வன்னி மரத்தை வழிபடுகிறார்கள். தேவாங்கர் சமூகப்பிரிவினைச் சேர்ந்தவர்கள் திருமண நாளன்று வன்னி மரத்தை நோக்கி ஊர்வலமாகச் சென்று அலங்கரிக்கப்பட்ட பானையை வழிபடுகிறார்கள். தென்னிந்தியாவைப் பொறுத்தவரை வன்னி மரத்தின் புனிதத்தன்மை மற்றும் வழிபாட்டுத் தொடர்பு குறித்த தொன்ம மரபுகளும் மீள்நினைவுகளும் பல்வேறு சமூகப்பிரிவுகளில் காணப்படுகின்றன. ஆந்திராவைச் சேர்ந்த ஓர் ஆயர்குடியில் ஒரு தொன்மக் கதை இருக்கிறது.

ஒருமுறை ஆயர்குடி மன்னர் ஒருவர் தனது ஆயுதங்களை எதிரிகளின் கண்ணில்படாமல் மறைத்து வைக்க விரும்பினார். அவர் ஐம் எனப்படும் வன்னி மரம் ஒன்றை அணுகி, தனது ஆயுதங்களைப் பாதுகாப்பாக வைத்திருக்கும்படி கேட்டுக்கொண்டார். அதற்காக சடலம் ஒன்றைக் கொண்டுவந்து அந்தச் சடலத்தைத் தோலுரித்து அதற்குள் ஆயுதங்களை வைத்து வன்னி மரத்தோடு சேர்த்து கட்டிவிட்டார்களாம். அவ்வாறு மறைத்து வைக்கப்பட்ட ஆயுதங்கள் அந்த ஆயர்குடி மன்னன் கண்களுக்கு மட்டும்தான் தெரியுமாம். மற்றவர்கள் அந்த மரத்தைப் பார்க்கும்போது பாம்புகளும், பேய்களும், பூதங்களும்தான் கண்ணில் படுமாம். இக்காரணத்தால் அச்சமூகப்பிரிவினர் வன்னி மரத்தைத் தங்கள் சமூகத்தைக் காத்த புனிதமரமாகக் கருதுகிறார்கள்.

இந்தக் கதை மகாபாரதத்தில் இடம்பெறும் ஒரு தொன்மக்கதையுடன் ஒப்பிடத்தக்கது. மகாபாரதத்தில் பாண்டவ இளவரசர்கள் ஐவரும் தங்களது ஆயுதங்களை வனவாசத்தின்போது சமி எனப்படும் வன்னி மரத்தில்தான் பாதுகாப்பாக மறைத்து வைக்கின்றனர். இந்தக் கதைமரபைத் தென்னிந்தியாவில் வேறுசில சமூகப்பிரிவுகள் தங்கள் கதைகளாக்கி பின்பற்றி இருக்கக்கூடும். வன்னியர் என்ற சமூகப்பிரிவின் பெயர் நெருப்பு, தீ என்று பொருள்படும் வாஹ்னி என்ற சமஸ்கிருதச் சொல்லிலிருந்து சொல்லாக்கம் பெற்றதாக ஒரு கருத்து நிலவுகிறது. இதனால்தான், இச்சமூகப்பிரிவைச் சேர்ந்தவர்கள் தங்களை வன்னி குல சத்திரியர் என்றும் அக்னி குல சத்திரியர் என்றும் குறிப்பிடுகின்றனர். இதில் வன்னி என்பதும், அக்னி என்பதும் தீ, நெருப்பு என்ற ஒரே பொருளை வழங்கும் இரண்டு சொற்களாகத் திகழ்வது புலனாகும்.

படம் 14.2 - வன்னி மரம்

ஆனால், இந்தியத் துணைக்கண்டம் முழுவதும் பல்வேறு பெயர்களில் அழைக்கப்படும் வன்னி என்ற மரத்தையே தங்களது தொன்மங்களோடு நேரடியாகத் தொடர்புபடுத்தி அதைப் புனிதமரமாகக் கருதுகிறார்கள். ப்ன்னி, ஜம்மி ஆகிய பிரிவினர் தங்கள் தொன்மங்களை அக்னி அல்லது நெருப்பு என்ற பொருண்மையோடு தொடர்புபடுத்துவதில்லை. அதுமட்டுமின்றி வன்னியர் சமூகத்தினரைப் பொறுத்தவரையில் ஏற்கெனவே கூறியபடி திருமணம் போன்ற சடங்குகளில் வன்னி மரம் முக்கிய இடம்பெறுவதைக் கருத்தில்கொள்ள வேண்டும். எனவே, வன்னியர் என்ற சமூகப் பெயர் வன்னி என்ற மரத்திலிருந்து தோன்றியதாகக் கருதவாய்ப்புள்ளது. இந்தப்பெயரை வன்னி என்ற மரத்தோடு நேரடியாகத் தொடர்புபடுத்தாமல் அக்னியோடு தொடர்புபடுத்துவது பின்னர் வந்த வைதீக மரபுகளின் தாக்கத்தால் ஏற்பட்டிருக்கக்கூடும்.

நெருப்பு வளர்த்து செய்யும் பல்வேறு சடங்கு முறைகளிலும் வன்னி மரக்குச்சி பயன்படுகிறது. எனவே, வன்னியின் இந்த நெருப்பு தொடர்பே வஹ்னி என்ற சொல்லின் உருவாக்கத்துக்குக் காரணமாக இருந்திருக்க வேண்டும்.

மேலே குறிப்பிட்டபடி *Prosopis cineraria* என்ற மரம் பல்வேறு பெயர்களில் அழைக்கப்படுகிறது. தென்னிந்தியாவைப் பொறுத்தவரையில் இம்மரத்தைக் குறிக்கும் ஜம்மி, பன்னி போன்ற பெயர்கள் சமூகப்பிரிவு அல்லது சமூக உட்பிரிவுகள் பெயராக இருப்பது கவனிக்கத்தக்கது. குரும்பர் மற்றும் கர்னி சமூகத்தின் திருமண உறவுமுறைப் பிரிவுகளில் *(Exogamous sept)* வன்னி என்பதும் ஒன்றாகும். இது பன்னி என்றழைக்கப்படும் வன்னி மரத்தை நேரடியாகத் தொடர்புபடுத்துவதில் ஐயமில்லை. இதைப்போலவே கொல்லா *(Golla)* மற்றும் செம்பாடி *(Chembadi)* சமூகப்பிரிவுகளில் ஜம்மி என்பது ஒரு கோத்திரப் பெயராகும். வன்னியர்கள் மட்டுமின்றி தமிழ்நாட்டில் அம்பலக்காரர்கள், இருளர்கள் (தென் வன்னியன்), கொறவர்கள் (குடை கட்டி வன்னியர்) ஆகிய சமூகப்பிரிவுகளும் வன்னி, வன்னியர் போன்ற அடையாளங்களைப் பயன்படுத்துவதாகத் தெரிகிறது.

ராஜஸ்தானில் ரா்ணா என்றழைக்கப்படுபவர் அரசராகவும், தலைமைப் பூசாரியாகவும் கருதப்படுகிறார். இந்த ராணா பிரிவினர் கேஜ்ரி எனும் வன்னி மரத்தை வழிபடுவதுடன் சில சடங்கு முறைகளும் செய்கிறார்கள். இதை மைசூர் உடையார்களின் மரபுடன் ஒப்பிடலாம். அரசுரிமை மரபைச் சேர்ந்த மைசூர் உடையார்களின் புனிதமரம் வன்னி. தமிழ்நாட்டில் குலாலர் என்று அழைக்கப்படும் குயவர் சமூகத்தில் உடையார் என்ற உட்பிரிவு உள்ளது. இந்தக் குலாலர் மரபினரும் வன்னி மரத்தை வணங்குபவர்கள் என்பது குறிப்பிடத்தக்கது.

வடமாநிலங்களில் உத்திரப் பிரதேசத்தின் மேற்குப் பகுதி, ஹரியானா போன்ற வடமேற்கு இந்தியாவை ஒட்டிய பகுதிகளில் ஜாட் என்ற சமூகப்பிரிவினர் வாழ்கின்றனர். அவர்களின் திருமணச் சடங்குகளில் கேஜ்ரி எனப்படும் வன்னி மரம் முக்கிய இடம் பெறுகிறது. இச்சடங்கு முறையில் கேஜ்ரி மரத்தின் பசுமையான மற்றும் காய்ந்த குச்சிகள் ஒரு வண்டியில் எடுத்து வரப்பட்டு மணமகன், மணமகளின் அன்னை அல்லது சகோதரியால் வழிபடப்படுகிறது. இந்தச் சடங்குக்கு ‘முக்தணா’ என்று பெயர். இதைப்போலவே திருமண நிகழ்வின்போது கேஜ்ரி மரத்தின் கம்பை நட்டு வழிபடும் சடங்குக்கு மாண்டா என்று பெயர். தமிழ்நாட்டில் வன்னியர் சமூகம் பின்பற்றும் சடங்குடன் இதை ஒப்பிடலாம். மராத்தியர்கள் தசரா பண்டிகையின் பத்தாவது நாளன்று ஒரு சடங்கைப் பின்பற்றுகிறார்கள். அம்மக்கள் வன்னி மரத்தின் மீது அம்பு எய்து கீழே விழும் வன்னி மரத்து இலைகளைத் தங்களது தலைப்பாகையில் வைத்துக் கட்டிக்கொள்கிறார்கள். பஞ்சாபில் இந்த மரம் ஜண்ட் என்று அழைக்கப்படுகிறது. அங்கு வசிக்கும் ஜாட் சமூகப்பிரிவில் ஜண்ட் என்பது ஓர் உட்பிரிவாகும்.

இந்த ஜண்ட் உட்பிரிவு ராஜஸ்தான், ஹரியானா, மத்தியப் பிரதேசம் ஆகிய இந்திய நிலப்பகுதிகளில் மட்டுமின்றி பலுசிஸ்தானில்கூட வசிக்கிறார்கள். இவர்கள் அனைவரும் ஜண்ட் எனப்படும் வன்னி மரத்தை வழிபடுபவர்கள். பஞ்சாபில், சீக்கியர்களின் குருத்வாராக்களுக்கும் வன்னி மரத்தின் பெயர் சூட்டப்பட்டுள்ளது. அத்தகைய குருத்வாராக்கள் ஜண்ட் சாகிப் என்று அழைக்கப்படுகின்றன. கர்நாடகாவில் தசரா பண்டிகையின் போது இந்த மரம் முக்கியமாகப் பயன்படுத்தப்படுகிறது. அதன் இலைகளும் சடங்குகளில் பயன்படுத்தப்படுகின்றன. ஆந்திர மாநிலம் ஓங்கோலில் சில வழிபாட்டின்போது சாமி சிலைகள் ஊர்வலமாக எடுத்துச்செல்லப்பட்டு வன்னி மரத்தைச் சுற்றும் மரபு உள்ளது. கர்நாடகத்தில் "பன்னி கொட்டினே, பங்கார ஹாகலி" என்ற ஒரு சொல் வழக்கு உள்ளது. "நான் வன்னி மரத்து இலைகளைத் தருகிறேன்; அது உனக்குப் பொன் தரட்டும்" என்பது இதன் பொருளாகும். மொத்தத்தில் வன்னி மரம் வீரம், அமைதி மற்றும் செழிப்பு, வளம் ஆகியவற்றின் குறியீடாகக் கருதப்படுகிறது.

தமிழ்நாட்டிலும் வன்னி மர இலை பொன்னாக மாறும் என்ற நம்பிக்கைமரபு காணப்படுகிறது. திருப்பூந்துருத்தி கோயில் வேலைகள் நடைபெறும்போது அதில் வேலை

பார்த்தவர்களுக்குச் சம்பளத்துக்குப் பதிலாக வன்னி இலையைப் பறித்து கொடுத்தனர் என்று ஒரு கதை உள்ளது.

கேஜ்ரி (வன்னி): ராஜஸ்தானின் புனிதமரம்

பொதுவாக ராஜஸ்தான் மக்களின், குறிப்பாக பிஸ்னோய் என்ற சமூகப்பிரிவினரின் புனிதமரமாக கேஜ்ரி என்ற வன்னி மரம் அழைக்கப்படுகிறது. இந்தக் கேஜ்ரி மரத்திற்கு பிஸ்னோய் சமூகத்தினர் எந்த அளவுக்கு முக்கியத்துவம் தருகிறார்கள் என்பது குறித்து பொ.யு. 1730ஆம் ஆண்டு நடந்ததாகக் கருதப்படும் ஒரு நிகழ்வு சுட்டிக்காட்டப்படுகிறது. அப்போது, ஜோத்பூரை ஆட்சி செய்த ராஜபுத்திரர் ஒருவர் சாலையில் இருந்த கேஜ்ரி மரங்களை ஏதோ ஒரு காரணத்துக்காக வெட்டச் சொன்னாராம். அப்போது அந்த மரங்களைப் படை வீரர்கள் வெட்ட முடியாத அளவுக்குப் பிஸ்னோய் மக்கள், குறிப்பாகப் பெண்கள் போராடினார்கள். படை வீரர்கள் அந்த மரங்களை வெட்ட முயன்றபோது, அப்பெண்கள் அம்மரங்களைச் சுற்றி நின்று கட்டியணைத்து மரத்தைக் காக்க முயன்றார்களாம். அதில் சிலர் கொல்லப்பட்டார்களாம்.

இந்த நிகழ்வால் தனது தவறை உணர்ந்த அரசன் இனிமேல் எவரும் கேஜ்ரி மரத்தை வெட்டக்கூடாது என்று உத்தரவிட்டதாகக் கூறப்படுகிறது. கேஜ்ரி மரம் தற்போது ராஜஸ்தானின் மாநிலச் சின்னம் ஆகும். 1988இல் கேஜ்ரி மரத்தைச் சிறப்பிக்கும் வகையில் இந்திய அஞ்சல் துறை ஒரு சிறப்பு அஞ்சல் தலையை வெளியிட்டது. கேஜ்ரி மரத்தைக் காப்பாற்ற சில நூற்றாண்டுகளுக்கு முன் நடந்த இந்த நிகழ்வு அச்சமூகத்தில் அதிர்வுகளை ஏற்படுத்தி இருக்கிறது. இந்நிகழ்வின் விளைவாக அப்பகுதியில் இறந்தவர்களை எரிக்காமல் புதைக்கும் வழக்கத்திற்கு ஆதரவு பெருகியதாகவும் கூறப்படுகிறது. பிணங்களை எரிப்பதற்கு மரங்களை வெட்ட வேண்டிய தேவை இருக்கும் என்பதைக் கருத்தில் கொண்ட முன்னெடுப்பாக இது இருந்திருக்க வேண்டும். 1974ஆம் ஆண்டு உத்தராகாண்ட் (அப்போது உத்திரப் பிரதேசத்தின் ஒரு பகுதியாக இருந்தது) பகுதியில் சுந்தர்லால் பகுகுனாவால் முன்னெடுக்கப்பட்ட நவீன சிப்கோ இயக்கத்திற்கு மேற்சொன்ன பிஸ்னோய் பெண்கள்/ வன்னி மர நிகழ்வே முன்னுதாரணமாக இருந்தது. 1974இல் உத்தராகாண்ட் மலைப்பகுதியில் ஒரு கிராமத்தில் வனத்துறை ஒப்பந்தக்காரர்கள் மரங்களை வெட்ட முயன்றபோது அக்கிராம மக்கள் கேஜ்ரி கிராமத்தில் நடந்தது போலவே மரங்களைச் சுற்றி நின்று தழுவிப் போராட்டம் நடத்தி மரங்கள் வெட்டப்படாமல் காத்தனர். இந்த நிகழ்விலிருந்து புதிய சிப்கோ இயக்கம் தொடங்கி இந்தியாவில் மட்டுமின்றி உலகம் முழுவதும் சுற்றுப்புறச்சூழல் பாதுகாப்பு குறித்த சொல்லாடல்களில் முக்கிய இடம்பெற்றது.

ராஜஸ்தானில் இந்த நிகழ்ச்சி நிகழ்ந்ததாகக் கூறப்படும் கேஜ்ரி என்ற கிராமம் ஜோத்பூரிலிருந்து 26 கி.மீ. தொலைவில் உள்ளது. இந்த இடத்திலிருந்து சிந்துவெளிப் பண்பாட்டின் மிக முக்கியமான இடங்களான மொகஞ்சோதாரோவும் (பாகிஸ்தான்), தோலாவிரா (குஜராத்), காலிபங்கன் (ராஜஸ்தான்) ஆகிய இடங்கள் வெகு தொலைவில் இல்லை என்பதைக் கருத்தில்கொள்ள வேண்டும். கேஜ்ரி என்ற பெயரை முன்னொட்டாகவோ, பின்னொட்டாகவோ கொண்ட ஒன்பது இடப்பெயர்கள் இந்தியாவிலும், இரண்டு இடப்பெயர்கள் பாகிஸ்தானிலும் உள்ளன.

வன்னி மரம் தொடர்பான மரபுக் கதைகள்

இந்து சமய வழிபாட்டு மரபுகளில் துர்கா, பார்வதி போன்ற பெண் தெய்வங்களுடன் தொடர்புடைய மரம் வன்னி மரம். 'அரசமரத்தின் கிளை ஒன்றும் வன்னி மரத்தின் கிளை ஒன்றும் உரசி உலகின் முதல் தீ உருவாக்கப்பட்டதாக ஒரு மரபுக்கதை இருக்கிறது. இதை ஆண்-பெண் சேர்ந்த படைப்பு உருவாக்கம் அல்லது ஆண்தெய்வங்கள் தாய் தெய்வங்கள் இடையிலான முரண்பாடு, உடன்பாடு போன்ற நிலைகளின் ஒரு குறியீடாகக்கூட எடுத்துக்கொள்ளலாம். தாய்வழி மரபிலிருந்து தந்தைவழி மரபிற்கு மாறிய தொல்பழங்கால மீள்நினைவுகளின் குறியீடாகவும் இதை எடுத்துக்கொள்ளலாம்.

சம்மி மரம் தொடர்பாக இன்னொரு புராணக் கதை மரபும் இருக்கிறது. தாரகாசுரன் தேவர்களைத் துன்புறுத்தி வந்தானாம் அந்த அசுரன் ஒரு பெண் தெய்வத்திடம் வரம் வாங்கி வைத்திருந்ததால் தேவர்களாலோ அல்லது அவர்களின் வாரிசுகளாலோ அந்த அசுரனைக் கொல்வதற்கு இயலவில்லை. அதனால், அக்னிதேவன் சம்மி மரத்துக்குள் சென்று ஒளிந்துகொண்டு ஸ்கந்தா எனப்படும் தனது ஒரு வாரிசைப் பெற்றெடுத்தான். இறுதியில் தாரகா என்ற அசுரன் ஸ்கந்தனால் கொல்லப்படுகிறான். இதைப்போலவே ராவணனைக் கொன்ற பின் ராமனும் சம்மி மரத்தையே வழிபட்டதாகக் கூறப்படுகிறது.

இந்தியாவின் பல பகுதிகளில் புனிதமரச் சோலைகள் (Sacred grooves) இருக்கின்றன. குறிப்பாகக் கிராமப்புறங்களில் மலை நிலங்களில், காட்டுப்பகுதிகளில், பழங்குடி மக்கள் வாழும் பகுதிகளில் இத்தகைய புனிதமரச் சோலைகளைப் பார்க்க முடியும். இத்தகைய புனிதமரச் சோலைகள் கோயில் என்ற அமைப்பின் தொடக்கப்புள்ளியாக இருந்திருக்கின்றன. இத்தகைய இறைத்தன்மை வாய்ந்த புனிதச் சோலைகள் உள்ள மரங்களை யாரும் வெட்டுவதில்லை. இந்த மரங்கள் உள்ளூர் காவல் தெய்வங்களுக்கு, மூதாதையர்களின் ஆவிகளுக்கு அர்ப்பணிக்கப்பட்டன. சங்க இலக்கியங்களிலும்

மரனுறை கடவுள், கானுறை செல்வி ஆகிய மரத்தில் வசிக்கும் கடவுள்கள் பற்றிய குறிப்புகள் உள்ளன. இத்தகைய பண்பாட்டு மரபுகள், சமய நம்பிக்கைகள் ஒருவகையில் காடுகள் அழிக்கப்படாமல் சுற்றுப்புறச் சூழல் காக்கப்படுவதற்குக் காரணமாகவும் அமைந்தன. இதற்கான தடயங்கள் சிந்துவெளிப் பொறிப்புகளில் காணப்படுவதால் நம்பிக்கை மரபுகள் வேத காலத்துக்கு முந்தியதாக இருக்க வேண்டும். வேட்டையாடியும், இயற்கையில் விளையும் காய்கனிகளையும் நம்பி வாழ்ந்த உணவுத் தேடல் சமுதாய நிலையில் இத்தகைய நம்பிக்கைகள் நிலை பெற்றிருக்க வேண்டும் என்றும் அமிர்தலிங்கம் கூறுகிறார். இந்தியாவின் பல்வேறு பகுதிகளில் 13,270 புனிதமரச் சோலைகள் உள்ளன என்று ஒரு புள்ளிவிவரம் கூறுகிறது.

பல்வேறு பழங்குடியினர் வாழும் ஒடிசா மாநிலத்தில் மட்டும் 4481 புனிதமரச் சோலைகள் மாநில அரசால் கண்டறியப்பட்டு ஒரு சிறப்புத் திட்டம்மூலம் பாதுகாக்கப்படுகின்றன. தமிழ்நாட்டில் 1262 புனிதமரச் சோலைகள் இருப்பதாக 2011இல் தமிழ்நாடு அரசு வனத்துறை மேற்கொண்ட கணக்கெடுப்பு தெரிவிக்கிறது.

ராஜஸ்தான், மகாராஷ்டிரா, தமிழ்நாடு, கர்நாடகா, ஆந்திரப் பிரதேசம், தெலங்கானா ஆகிய மாநிலங்களில் இந்தப் புனிதமரச் சோலைகள் அதிகம் உள்ளன. இந்திய வரைபடத்தில் இந்த மாநிலங்களின் புவியியல் தொடர்ச்சி கவனிக்கத்தக்கது. இந்தப் புவியியல் இணைப்புச் சங்கிலி சிந்துவெளியையும், தென்னிந்தியாவையும் இணைக்கும் பாதை. இந்த மாநிலங்கள் அனைத்திலும் வன்னி மரம் மிக முக்கியமான நம்பிக்கை மரபின் ஒரு பகுதியாக, முக்கியக் கூறாக இருப்பது குறிப்பிடத்தக்கது. இதைப்போலவே பழங்குடி மக்கள் அதிகம் வாழும் வடகிழக்கு இந்தியாவில், கிழக்கு இந்தியாவில்கூட இத்தகைய புனிதமரச் சோலைகள் உள்ளன. இந்த நம்பிக்கை மரபு பெருங்கற்காலத்திலிருந்து தொடர்வதாகக் காட்கில் (Gadgil) கூறுகிறார்.

"மற்ற பெரிய மதங்களைப் போல அல்லாமல், இந்து மதம் அதீத நெகிழ்வுத்தன்மையுடன் பல பழங்குடி, உள்ளூர் வழிபாட்டு முறைகளை உள்வாங்கிக் கொண்டு வளர்ச்சியடைந்துள்ளது. இதனால், இன்னும் ஏராளமான புனிதமரச் சோலைகள் நாட்டில் எஞ்சியுள்ளன." (Gadgil 1992: 185)

வன்னி மரத்துடன் கூடிய துர்கை வழிபாட்டிற்கு முந்தைய சின்னமாக ஒரு வன்னி மரம், ஒரு பெண், ஒரு புலி உருவப்பொறிப்பு கொண்ட சிந்துவெளி முத்திரையைக் கருதலாம். அவ்வாறாயின் வன்னி மரம், பல்வேறுச் சூழலில் பாதுகாப்பு அளிக்கும் ஒரு மரமாக பாண்டவர் கதைகளிலும், பழங்குடி மக்களின் நம்பிக்கைகளிலும் இடம்பெற்றிருக்கின்றன.

வன்னி மரத்துடன் பொறிக்கப்பட்டிருக்கும் விலங்கின் உருவம் சிங்கமோ குதிரையோ அல்ல புலி என்பது இன்னொரு கோணத்தில் ஒரு புதிய புரிதலை அளிக்கிறது. சிந்துவெளி காலகட்டத்திற்கு பின்பு அரசுரிமை மரபுகளில், இலக்கிய ஆவண மரபுகளில் வன்னி மரம் சோழர்களின் குலமரமாகக் கருதப்படுகிறது. தொடக்ககாலம் முதல் புலிச் சின்னம்தான் சோழர்களின் அரசுரிமைச் சின்னமாக இருந்து வந்துள்ளது. இவ்வாறு வன்னி மரம், தாய்த்தெய்வம், புலி என்ற மூன்று புள்ளிகளையும் கருத்தில்கொண்டு சிந்துவெளிப் பண்பாடு சார்ந்த பண்பாட்டின் தொடர்ச்சியை மீட்டுருவாக்கம் செய்யும்போது சிந்துவெளி விட்ட இடமும் சங்க இலக்கியம் தொட்ட இடமும் ஒன்றே என்ற இந்த நூல் வலியுறுத்தும் முன்மொழிவு மேலும் வலுப்பெறுகிறது.

வாழ்வின் மரம்: வன்னி மரம் பற்றிய நாட்டுப்புறக் கதைகள்

வன்னி மரங்கள் தொடர்பான பல்வேறு கதைமரபுகள் கிராமப்பகுதிகளில் நிலவுகின்றன. மதுரைப் பகுதியில் இப்போதும் ஒரு கதை சில கிராமங்களில் கூறப்படுகிறது. மதுரை அருகே புதுத்தாமரைப்பட்டி எனும் கிராமத்தில் வசிக்கும் 200 குடும்பங்கள் பற்றியது. அவர்களின் மூதாதையர்கள் திருச்சி மாவட்டத்தில் உள்ள குண்டூர் என்ற இடத்தில் வாழ்ந்தார்களாம். அப்போது இளைஞன் ஒருவன் வேறொரு சமூகப்பிரிவைச் சேர்ந்த ஒரு பெண்ணைக் காதலித்தான். இதை அந்தச் சமூகத்தினர் ஏற்றுக்கொள்ளவில்லை. அதனால், அச்சமூகப்பிரிவினர் காதலன், காதலி இருவரையும் கொல்ல முயன்றார்கள். உயிரைக் காப்பாற்றிக்கொள்ள இருவரும் தப்பித்து ஓடும்போது வெள்ளம் பெருக்கெடுத்து ஓடும் ஒரு நதியைக் கடந்துச்செல்ல வேண்டிய சூழல் ஏற்பட்டது. அப்போது, அந்த நதியின் தெற்குக் கரையில் இருந்த ஒரு

படம் 14.3 - கேஜ்ரி (Khejri) மரத்தைக் கொண்டாடும் அஞ்சல்தலை

வன்னி மரம் அப்படியே நதியின் மீது குனிந்து ஒரு பாலம் போல உதவியது. அந்த மரத்தின் கிளைகளைப் பிடித்து நடந்து அந்த இருவரும் தப்பித்தார்கள். அதுமட்டுமின்றி தங்களது கால்நடைகளையும் அதே வழியாகக் காப்பாற்றி நதியின் தென்கரையை அடைந்தார்கள். இவ்வாறு அவர்கள் கடந்தபின்னர் அந்த மரம் மீண்டும் நிமிர்ந்துகொண்டதால் அவர்களைத் துரத்தி வந்தவர்கள் நதியைக் கடந்துவந்து தாக்க முடியவில்லை. இவ்வாறு அவர்கள் தப்பித்து வராகனேரி என்ற இடத்திற்கும் அங்கிருந்து ஆண்டிப்பட்டி, அதைத்தொடர்ந்து கருவேப்பிலை என்ற இடத்திற்கும் புலம்பெயர்ந்து கடைசியாகப் புதுத்தாமரைப்பட்டி வந்து சேர்ந்தார்களாம். தங்களது மூதாதையரைக் காப்பாற்றியதால் இந்தக் குடும்பங்கள் வன்னி மரத்தை இன்றும் வழிபடுவதாகக் கூறப்படுகிறது.

இம்மக்கள் தங்களது குடியிருப்பை மாற்றி புலம்பெயரும் போதெல்லாம் கால்நடைகளையும் அழைத்துச் செல்வது மட்டுமல்லாமல் வன்னி மரத்தையும் வழிபடுகிறார்கள். அன்றாட உரையாடல்களில் வன்னி மரம் என்ற பெயரைக்கூட அவர்கள் குறிப்பிடுவதில்லை. அவர்கள் வழிபடும் கோயில்களில் வன்னி மரம் காப்பாற்றிய கதையை சாமியாடும்போது பூசாரி நினைவு கூறுகிறார். இந்தச் சாமியாடி தனது அருள் நிலையில் "வன்னி மரம் சாய்ந்து புறஞ்சாஞ்சு வந்த மக்கா" என்ற தொடரைப் பயன்படுத்துகிறார். இந்தக் கதையைக் களப்பணியின்போது மதுரை மாவட்டம் புதுத்தாமரைப்பட்டியைச் சேர்ந்த வெள்ளையன் மகன் போஸ் தெரிவித்துள்ளார்.

திண்டுக்கல் மாவட்டம் முத்தாலகிரி பகுதியைச் சேர்ந்த ராமசாமி என்பவரிடமிருந்து இன்னொரு கதை சேகரிக்கப்பட்டுள்ளது. கோசுகுறிச்சி கிராமத்துக்கு வடக்குப் பகுதியில் வசித்த இரண்டு சகோதரர்கள் ஒரே பெண்ணை விரும்பியிருக்கிறார்கள். இதில் ஒரு சகோதரன் அந்தப் பெண்ணுடன் ஊரை விட்டு ஓடி விடுகிறான். அப்போது அந்த ஊர் மக்கள் இருவரையும் விரட்டி வருகிறார்கள். குறுக்கே ஒரு நதி வருகிறது. தெற்குக் கரையிலிருந்து வடக்குக் கரையை நோக்கி ஒரு வன்னி மரம் குனிந்து பாலம் போல உதவுகிறது. அதைப் பயன்படுத்தி இவர்கள் தப்பித்து விடுகிறார்கள். ஏற்கெனவே பதிவு செய்த புதுத்தாமரைப்பட்டி கதையைப் போலவே இதிலும் வன்னி மரம் நிமிர்ந்து நின்று அவர்களைக் காப்பாற்றுகிறது.

இந்த ஆணும் பெண்ணும், திண்டுக்கல் மாவட்டம் நத்தம் அருகே ஒரு கிராமத்தில் குடியேறுகிறார்கள். இந்த இருவருக்கும் பிறந்த வாரிசுகள் மேலும் தெற்கு நோக்கியும், மேற்கு நோக்கியும் புலம்பெயர்ந்து கொண்டே இருக்கிறார்கள். அவர்கள் அவ்வாறு எங்குப் புலம்பெயர்ந்து சென்றாலும் அவர்கள் வன்னி மரத்தை வழிபடுகிறார்கள். இந்த இரண்டு கதைகளிலும் பொதுவான செய்திகள் தாங்கள் வசித்த பகுதியிலிருந்து தப்பித்து செல்பவர்களை வன்னி மரம் காப்பாற்றியது. இந்தப் புலப்பெயர்வுகள் அனைத்தும் வடக்குப் பகுதியிலிருந்து தெற்குத் திசை நோக்கியே இருக்கிறது. அதுமட்டுமின்றி அவ்வளவு ஆபத்தில் தப்பித்துச் செல்லும்போதும் தங்களது கால்நடைகளையும் ஓட்டிச்செல்கிறார்கள். இந்தப் புலப்பெயர்வு நடந்த காலகட்டம் குறித்து ஆதாரம் எதுவுமில்லை. ஆனால், இது ஒரு தோராயமான மீள்நினைவுதான். இந்தச் சம்பவங்கள் குறித்த தர்க்கரீதியான கேள்விகள் எதுவும் தேவையில்லை. காரணம் எதுவாயினும் அம்மக்கள் வடக்கிலிருந்து தெற்குநோக்கித் தொடர்ந்து புலம்பெயர்ந்திருக்கிறார்கள். அப்போது அம்மக்களின் வாழ்வாதாரம் கால்நடை வளர்ப்பு சார்ந்திருந்தது. வன்னி மரம் ஏதோ ஒருவகையில் அவர்களது நம்பிக்கை மரபோடு தொடர்புடைய மரமாக இருந்துவந்திருக்கிறது. அம்மரமே அவர்களைக் காக்கும் குறியீடாகக் கருதப்பட்டது. அதனால், புலம்பெயரும் இடங்களுக்கெல்லாம் வன்னி மர வழிபாட்டு மரபும் அவர்களுடன் புலம்பெயர்கிறது.

சிந்துவெளிப் பண்பாட்டில் வன்னி

சிந்துவெளிப் பண்பாட்டில் வன்னி மரத்தின் உருவப்பொறிப்பைத் தாங்கிய சுடுமண் முத்திரைகள் கிடைத்துள்ளன. சிந்துவெளியில் கிடைத்த சுடுமண் பாண்டங்களில் வரையப்பட்டுள்ள உருவப்பொறிப்புகள், சித்திரங்களில் இருந்து அந்தக் காலகட்டத்தில் மர வழிபாடு மிகத் தொன்மையான ஒரு மரபாகப் பின்பற்றப்பட்டது என்பது புலனாகும். நௌஷாரோ என்ற இடத்தில் 1988இல் ஜரிங்கே என்ற அகழாய்வாளர் செய்த ஆய்வின்போது 'வழவழப்பான செந்நிறப் பாண்டம்' *(Reddish buff ware)* கிடைத்தது. இந்தப் பாண்டம், ஹரப்பா பண்பாட்டின் தொடக்ககாலத்தைச் சேர்ந்தது என்று ஜரிங்கே கருதுகிறார். அஸ்கோ பர்போலா இந்த மட்பாண்டம் பொ.யு.மு. 2600 முதல் 2550 என்ற ஹரப்பாவின் இடைப்பட்ட வளர்ச்சிக்காலகட்டத்தின் பண்பம்சம் என்று மதிப்பிடுகிறார். இந்த மட்பாண்டத்தில் திமிலுடைய மூன்று காளைகள் மரங்களில் கட்டப்பட்டுள்ளன. முதலில் உள்ள மரத்தை அரசமரம் என்று அடையாளம் காண்பது எளிதாக உள்ளது. மீதி இரண்டு மரங்களில் ஒரு மரத்தை வில்வம் என்றும், மற்றொன்றை வன்னி மரம் என்றும் சிந்துவெளி ஆய்வாளர் ஜெயக்குமார் ராமசாமி குறிப்பிட்டுள்ளார். இந்தியத் துணைக்கண்டத்தைப் பொறுத்தவரையில் இந்த மூன்று மரங்களும் தற்போது புனிதத்தன்மையோடு போற்றப்படுபவைதான். ஆயினும், மரங்களின் சித்திரப் பொறிப்பை மிக நுட்பமாகக் கவனித்தால் வன்னி, வில்வம் என்று ஜெயக்குமார் அடையாளம் காட்டும் மரங்களை வேறுவகையாக அடையாளம் காண்பதற்கு வாய்ப்பு உள்ளது.

படம் 14.4 - மூன்று திமில் (*zebu*) காளைகள் மூன்று வெவ்வேறு மரங்களில் கட்டப்பட்டிருப்பதைச் சித்தரிக்கும் நௌஷாரோ பானை ஓவியம்

வன்னி, வில்வம், வேம்பு ஆகியவற்றை ஒப்பிடும்போது ஜெயக்குமார் வில்வமரம் என்று குறிப்பிடுவது உண்மையில் வில்வமரம் அல்ல அது வன்னி மரம் என்பதும், வன்னி மரம் என்று குறிப்பிடுவது வேப்பமரம் என்பதும் புலனாகும்.

ஹரப்பாவில் கிடைத்த ஒரு சுடுமண் வில்லையில் உள்ள மரத்தின் உருவப்பொறிப்புப் பற்றி குறிப்பிடும் கெனோயர், 'மரத்தின் வகையை விளக்காவிட்டாலும் அந்த மரத்தின் இலைகள் மெல்லிய வளைந்த தன்மை கொண்டவை என்றும் குட்டையானவை' என்றும் விளக்குவதுடன், ஒரு புனிதமரமாக இருந்திருக்க வேண்டும் என்றும் குறிப்பிடுகிறார். மொகஞ்சோதாரோவில் கிடைத்த ஒரு முத்திரையில் வன்னி மரத்தின் கிளையில் ஒரு பெண் அமர்ந்திருப்பது போல சித்தரிக்கப்பட்டுள்ளது. அந்தப் பெண்ணின் ஒரு கை மரத்தைப் பிடித்துக்கொண்டும், இன்னொரு கை முன்னோக்கி நீண்டும் இருக்கிறது. அந்த உருவம் கால்களை மடக்கி அந்த மரத்தின் கிளையில் உட்கார்ந்திருப்பது போல் தோன்றுகிறது. இவ்வாறு பெண் உருவத்துடன் கூடிய அந்த மரத்தின் கீழே ஒரு புலியின் உருவம் பொறிக்கப்பட்டுள்ளது. அந்தப் புலி மரத்தில் அமர்ந்திருக்கும் பெண் உருவத்தைத் திரும்பிப் பார்ப்பது போலப் பொறிக்கப்பட்டுள்ளது. அந்தப் புலியின் வாய் திறந்து அதன் நாக்கு தெரியும்படியாக உள்ளது. எனவே இந்தப் புலி அந்தப் பெண்ணை அச்சுறுத்தும் வகையில் நிற்கிறது என்று எடுத்துக்கொள்ளலாம். அவ்வாறாயின் அந்தப் பெண் உருவம் வன்னி மரம் என்ற புனிதமரத்தின் துணையால் அடைக்கலம் புகுந்து தப்பித்த ஏதோ ஒரு தொன்மத்தின் மீள்சித்தரிப்பா என்ற வினா எழுவதில் வியப்பில்லை. இந்தப் பெண் உருவத்தை ஒரு சாதாரண பெண்ணாக எடுத்துக்கொள்ளாமல் மரத்தில் வசிக்கும் பெண் தெய்வம்

படம் 14.5 - ஹரப்பாவில் கண்டெடுக்கப்பட்ட வன்னி மர உருவம் கொண்ட சுடுமண் வில்லை

படம் 14.6 - வன்னி மரத்தின் கிளையில் ஒரு பெண் அமர்ந்திருப்பதைக் காட்டும் மொகஞ்சோதாரோ முத்திரை

என்று கருதுவதற்கு வாய்ப்பு இருக்கிறதா என்ற கேள்வியும் எழுகிறது. ஏனெனில் தெய்வத் தன்மை பொருந்திய மரத்தில் வசிக்கும் அணங்கு அல்லது தெய்வம் பற்றிய பண்பாட்டு மரபின் தொடர்ச்சியை இலக்கிய மரபுகளில் காணமுடிகிறது.

பழந்தமிழ் இலக்கியங்களில் வன்னி

வன்னி மரம் பற்றி சங்க இலக்கியங்கள் என்ன சொல்கின்றன? சங்க இலக்கியத்தில் இரண்டு பாடல்களில் வன்னி மரம் குறிப்பிடப்படுகிறது. புறநானூற்றின் 372ஆம் பாடலில் போர் வெற்றிக்குப் பின் நடத்தப்படும் போர்க்களச் சடங்கின் பின்னணியில் வன்னி மரம் பேசப்படுகிறது.

விசி பிணித் தடாரி விம்மென ஒற்றி,
ஏத்தி வந்ததெல்லாம் முழுத்த
இலங்கு வாள் அவிர் ஒளி வலம் பட மின்னிக்,
கணைத் துளி பொழிந்த கண் கூடு பாசறைப்
பொருந்தாத் தெவ்வர் அருந்தலை அடுப்பின்,
கூவிள விறகின் ஆக்கு வரி நுடங்கல்
ஆனா மண்டை வன்னியந் துடுப்பின்,
ஈனா வேண்மாள் இடந்துழந்து அட்ட
மா மறி பிண்டம் வாலுவன் ஏந்த,
"வதுவை விழவின் புதுவோர்க்கு எல்லாம்
வெவ்வாய்ப் பெய்த புது நீர் சால்க" எனப்
புலவுக் களம் பொலிய வேட்டோய்! நின்
நிலவுத் திகழ் ஆரம் முகக்குவம் எனவே (புறம். 372)

போர்க்கள வெற்றிக்குப் பின்னால் நடத்தப்படும் பலி நிகழ்வில் போரில் கொல்லப்பட்ட எதிரிகளின் உடலுறுப்புகளைச் சமைப்பதாக ஒரு சடங்கு இடம்பெறுகிறது. அதில் வன்னி மரக்கட்டைகள் கரண்டியாக பயன்படுத்தப்படுவதை இந்தப் பாடல் தெரிவிக்கிறது. வேளிர் மரபைச் சேர்ந்த மகப்பேறு அடையாத பெண் பூசாரி ஒருவர் இந்தச் சடங்கில் ஈடுபடுவதாகவும் இந்தப் பாடல் குறிப்பிடுகிறது.

சங்க இலக்கியத்தில் போர்க்களத்தோடு கொற்றவையும், இடுகாட்டுடன் சிவனும் தொடர்புபடுத்தப்படுகிறார்கள். போர்க்களம் மற்றும் வெற்றியுடன் கொற்றவை குறிப்பிடப்படுவதும், புறநானூற்றின் மேற்கண்ட களப்பலிச் சடங்கில் பெண் பூசாரி இடம்பெறுவதும் பெண் தெய்வ வழிபாட்டின் மிக முக்கியமான குறியீடு எனலாம்.இன்றுவரை தென்னிந்தியாவில் தாய்த்தெய்வ வழிபாட்டில் பெண் பூசாரிகளின் முக்கியத்துவம் தொடர்வது பற்றி ஆய்வாளர்கள் குறிப்பிட்டுள்ளனர்.

வன்னி மரத்தைப் புதைவிடத்தின் பின்னணியில் குறிப்பிடும் பதிற்றுப்பத்து 44ஆம் பாடல் வருமாறு,

...புலம் பெயர்ந்து ஒளித்த களையாப் பூசற்கு,
அரண்கள் தாவுறீஇ அணங்கு நிகழ்ந்தன்ன
மோகூர் மன்னன் முரசம் கொண்டு,
நெடுமொழி பணித்து அவன் வேம்பு முதல் தடிந்து,
முரசு செய முரச்சிக் களிறு பல பூட்டி,
ஒழுகை உய்த்த கொழு இல் பைந்துணி
வைத்தலை மறந்த துய்த்தலைக் கூகை
கவலை கவற்றும் குராலம் பறந்தலை
முரசுடைத் தாயத்து அரசு பல ஓட்டித்,
துளங்கு நீர் வியல் அகம் ஆண்டு இனிது கழிந்த
மன்னர் மறைத்த தாழி,
வன்னி மன்றத்து விளங்கிய காடே
(பதிற்று. 44: 12-23)

இந்தப் பாடலில் பயன்படுத்தப்படும் வன்னி மன்றம் என்ற சித்தரிப்பு கவனிக்கத்தக்கது. மன்றம் என்ற சொல் பொதுவாக மனிதர்கள் சில குறிப்பிட்ட பொது விஷயங்களுக்காகக் கூடிப் பேசும் இடமாகும். அந்தவகையில் மன்றம் என்ற சொல் வழக்கு சங்க காலத்திலிருந்து இன்றுவரை தொடர்கிறது. முக்கியமான பொதுச் சடங்குகள், சமூகப் பிரச்சினைகள் பற்றி பேசும் மரத்தடி பொது இடங்கள் 'மன்றம்' என்று அழைக்கப்படுகின்றன. இவ்வகையில் வன்னி மன்றம் என்ற சொல்லாடல் கவனிக்கத்தக்கதாகும்.

சிலப்பதிகாரத்தின் வஞ்சினமாலையில் பாண்டியன் அவையில் நீதி கேட்கும் கண்ணகி பாண்டியன் அரசியை நோக்கிப் பேசுகையில் கற்புத்திறன் மிக்க பத்தினிப் பெண்களின் புனிதத்தன்மை மற்றும் மிகை ஆற்றல் குறித்த சில கடந்தகால நிகழ்வுகளைக் குறிப்பிடுவதாக இளங்கோவடிகள் சித்தரிக்கிறார். இத்தகைய நிகழ்வு ஒன்றில் கற்புடைய பெண் ஒருத்தி வன்னி மரத்தையும், மடப்பள்ளியையும் (சமையல் செய்யும் இடம்), தனது கற்பை நிறுவும் வகையில் சான்றாக அழைக்கிறாள். சிலப்பதிகாரம் குறிப்பிடும் கண்ணகியின் கூற்று வருமாறு,

> ...நல் பகலே,
> வன்னி மரமும் மடைப்பளியும் சான்றாக
> முன் நிறுத்திக் காட்டிய மொய்
> குழலாள்; பொன்னிக்
> கரையில், மணல் பாவை நின் கணவன்
> ஆம்... (சிலம்பு. வஞ்சின மாலை. 5-7)

மீள்நினைவான இந்த நிகழ்வு பின்னர் திருவிளையாடல் புராணம் உள்ளிட்ட வேறு ஆவணங்களிலும் நினைவு கூறப்படுகிறது. திருப்புறம்பியம் மற்றும் திருமருகல் போன்ற இடங்களில் நடந்ததாகக் கூறப்படும் சில தொன்மநிகழ்வுகளில் பத்தினிப் பெண்களின் கற்புக்கு வன்னி மரம் சான்று பகர்கிறது.

மணிமேகலையிலும் வன்னி மன்றம் குறிப்பிடப்படுகிறது. இந்த வன்னி மன்றத்தில் காபாலிகர்கள் எனப்படுவோர் தங்கள் உணவைச் சமைப்பதாகக் குறிப்பிடப்படுகிறது. காபாலிகர்கள் தங்களது கழுத்தைச் சுற்றி மனித மண்டை ஓடுகளை மாலையாக அணிந்து திரிபவர்கள். எனவே, வன்னி மரம் என்பது போர்க்களம், இறந்தவர்களைப் புதைக்கும் இடம் சார்ந்தது; நடந்த உண்மைக்குச் சாட்சியமாய் நிற்பது என்ற மரபு சார்ந்த நம்பிக்கைகள் புலனாகின்றன. வன்னி மன்றத்தைப் பற்றி பேசும் மணிமேகலை சித்தரிப்பு வருமாறு.

> கான்றையும் கூரையும் கள்ளியும் அடர்ந்து
> காய்பசிக் கடும்பேய் கணங்கொண்டு ஈண்டும்
> மால்அமர் பெருஞ்சினை வாகை மன்றமும்,
> வெள்நிணம் தடியொடு மாந்தி மகிழ்சிறந்து
>
> புள்இறை கூரும் வெள்ளில் மன்றமும்,
> சுடலை நோன்பிகள் ஒடியா உள்ளமொடு
> மடைதீ யுறுக்கும் வன்னி மன்றமும்,
> விரத யாக்கையர் உடைதலை தொகுத்துஆங்கு
> இருந்தொடர்ப் படுக்கும் இரத்தி மன்றமும்
>
> பிணம்தின் மாக்கள் நிணம்படு குழிசியில்
> விருந்தாட்டு அயரும் வெள்ளிடை மன்றமும்
> அழல்பெய் குழிசியும் புழல்பெய் மண்டையும்
> வெள்ளில் பாடையும் உள்ளீட்டு அறுவையும்
> பரிந்த மாலையும் உடைந்த கும்பமும்
>
> நெல்லும் பொரியும் சிம்பலி அரிசியும்
> யாங்கணும் பரந்த ஓங்குஇரும் பறந்தலை (மேகலை. சக்கரவாளக் கோட்டம் உரைத்த காதை. 81-96)

வன்னியின் வேர்கள்: இடப்பெயர் சான்றுகள்

புவியியல் கூறுகள், மரங்கள் உள்ளிட்ட தாவரங்களின், விலங்குகளின் பெயர்கள் இடப்பெயர்களில் பயன்படுத்தப்படுவது உலகெங்கிலும் உள்ள நடைமுறை ஆகும். மரங்களின் பெயர்கள் இடப்பெயர்களாக அமைந்திருப்பதற்கு இந்தியத் துணைக்கண்டம் முழுவதிலும் ஏராளமான சான்றுகள் உள்ளன. சிந்துவெளியில் தொடங்கி இந்தியத் துணைக்கண்டத்தின் பல்வேறு பகுதிகளிலும் பண்பாடு மற்றும் தொன்மத் தொடர்புகளின் ஊடாகப் புனிதமரமாகவும், அரசுரிமைச் சின்னமாகவும் காலம்தோறும் கருதப்பட்டு வரும் வன்னி மரத்தின் பெயர்கள் இடப்பெயர்களில் பயன்படுத்தப்படுகிறதா என்பதை ஆராய்வது பொருத்தமாகும்.

- பாகிஸ்தானில் வன்னி, பன்னி, ஜண்ட் ஆகிய ஒருசொல் இடப்பெயர்கள் பயன்பாட்டில் உள்ளன. இம்மூன்று சொற்களுமே வன்னி என்ற மரத்துடன் தொடர்புடைய சொற்கள்.
- பாகிஸ்தானில் உள்ள ஜண்ட் என்ற இடப்பெயரின் தொடர்ச்சியை இமாச்சலப் பிரதேசத்திலும் மத்தியப் பிரதேசத்திலும் காணமுடிகிறது. இப்பெயர் பஞ்சாபிலும் ஜண்ட் என்று வழங்குகிறது. கண்டி என்பது வடமேற்குப் பகுதிகளில் வன்னி மரத்தின் இன்னொரு பெயராகும். இப்பெயர் இடப்பெயராக வழங்குவதைப் பாகிஸ்தான், ஆப்கானிஸ்தான் மட்டுமின்றி இந்தியாவில் ராஜஸ்தான், இமாச்சலப் பிரதேசம், மத்தியப் பிரதேசம், உத்தராகாண்ட், ஜம்மு, பீகார், அசாம், மகாராஷ்டிரா, தெலங்கானா ஆகிய இடங்களிலும் காணமுடிகிறது. கண்டி என்பது இலங்கையிலும் இடப்பெயராகும்.
- வன்னி மரத்தைக் குறிக்கும் இன்னொரு சொல்லான ஷம்மி என்பது ஆப்கானிஸ்தானிலும், இந்தியாவில் இமாச்சலப் பிரதேசத்திலும் இடப்பெயராக காணப்படுகிறது. பீகார், உத்திரப் பிரதேசம், ராஜஸ்தான், ஜம்மு காஷ்மீர் ஆகிய பகுதிகளில் பன்னி என்ற இடப்பெயரும், ராஜஸ்தானில் வன்னி என்ற இடப்பெயரும் காணப்படுகிறது.

- வன்னி மரத்தைத் மாநில சின்னமாக மரமாகக் கொண்ட ராஜஸ்தானில் அம்மரம் தற்போது கேஜ்ரி, ஷம்மி என்ற பெயர்களில் அறியப்பட்டாலும் அங்கு வன்னி என்ற இடப்பெயரும் ஒருசொல் இடப்பெயராக இருப்பதைக் கணக்கில் கொள்ளவேண்டும்.
- வன்னி மரம் கேஜ்ரி என்ற பெயரில் அறியப்பட்டாலும், கேஜ்ரி என்ற ஒருசொல் இடப்பெயர் எங்கும் இல்லை என்பது குறிப்பிடத்தக்கது.
- வன்னி மரத்தின் பெயர் கர்நாடகத்தில் பன்னி என்ற பெயரில் அழைக்கப்படுகிறது. கர்நாடகாவில் மட்டும் பன்னி என்று 42 இடப்பெயர்கள் வழங்குகின்றன. இது தவிர பன்னி என்ற பெயர் உத்திரப் பிரதேசம், மத்தியப் பிரதேசம், சத்தீஸ்கர், அசாம், இமாச்சலப் பிரதேசம், ராஜஸ்தான், பீகார் ஆகிய இடங்களிலும் வழங்கப்படுகிறது. தமிழ்நாட்டில் குறிப்பாக கர்நாடக எல்லையை ஒட்டிய தர்மபுரி, கிருஷ்ணகிரி, நீலகிரி போன்ற பகுதிகளில் பன்னி என்ற முன்னொட்டோடு கூடிய பல இடப்பெயர்கள் காணப்படுகின்றன. இந்தியா முழுவதும் பன்னி என்ற பெயரில் மொத்தம் 71 இடப்பெயர்கள் முன்னொட்டாக உள்ளன. பன்னி என்பது பீகார், உத்தரப் பிரதேசம், இமாச்சலப் பிரதேசத்தில் இடப்பெயர் பின்னொட்டாக வழங்கப்படுகிறது.
- வன்னி மரத்தைக் குறிக்கும் வன்னி, பன்னி, ஷமி, ஜண்ட், ஷம்மி ஆகிய ஒருசொல் இடப்பெயர்கள் மற்றும் முன்னொட்டு பின்னொட்டாக அமைந்த இடப்பெயர்கள் இந்தியாவிலும், குறிப்பாகச் சிந்துவெளிப் பகுதிகளிலும் தற்காலத்தில் பயன்படுத்தப்படுவது ஒரு பட்டியலாக இந்த இயலில் தரப்படுகிறது.
- சிந்துவெளிப் பகுதிகளில் வன்னி, பன்னி, வன்னி ஆகிய இடப்பெயர்கள் வழங்குகின்றன. இப்பகுதிகளில் இந்தப் பெயர் ஒருசொல் இடப்பெயராக வழங்குகிறது. இந்தப் பெயரே தென்மாநிலங்களான தமிழ்நாடு, கர்நாடகா போன்ற இடங்களில் வரும்போது இடப்பெயர் முன்னொட்டாக அல்லது பட்டி, கோட்டை என்ற பெயர்களோடு இடப்பெயர் பின்னொட்டாக வழங்கப்படுகிறது. வன்னி என்ற தமிழ்ச் சொல்லுக்கு வஹ்னி என்ற சமஸ்கிருத சொல்லிலிருந்து பொருள் பெறுவது பொருத்தமாக இருக்காது என்பதை நாம் ஏற்கெனவே குறிப்பிட்டிருந்தோம். வன்னி என்ற மரத்தின் பெயர் அக்னி என்ற தீயோடு தொடர்புபடுத்தப்படுவதை இடப்பெயர் சான்றுகளின் மூலமாகவும் அறியலாம்.

இந்தியத் துணைக்கண்டம் முழுவதும் தேடிப் பார்த்ததில் அக்னி என்ற இடப்பெயர் நான்கு முறை மட்டும் பயன்படுத்தப்படுவது தெரிகிறது. பாகிஸ்தான், ஆப்கானிஸ்தான் போன்ற பகுதிகளில் அப்பெயர் இடப்பெயராக இடம்பெறவே இல்லை. எனவே, வன்னி, பன்னி போன்ற பெயர்களுடன் அடையாளப்படுத்தப்படும் சமூகப்பிரிவினரின் பெயராக்க வரலாற்றை அக்னியுடன் தொடர்புபடுத்துவது பொருத்தமாக இருக்காது என்பதை இவ்வியல் மீண்டும் வலியுறுத்துகிறது. ஆனால், வன்னி அல்லது அதோடு மிக நெருங்கிய தொடர்புடைய இதரப்பெயர்கள் மரத்தின் பெயருடனும் அதன்மூலம் மக்களின் பெயருடனும், மரவழிபாடு போன்ற தொன்மங்களுடனும், சடங்கு முறைகளின் ஊடாகவும் இணைப்பது பொருத்தமாகத் தோன்றுகிறது.

எனவே, தமிழ்நாட்டில் வன்னி, கர்நாடகாவில் பன்னி, தெலுங்கு மொழி பேசப்படும் பகுதிகளில் ஜம்மி, வடஇந்தியாவிலும், பாகிஸ்தான், ஆப்கானிஸ்தானிலும் வழங்கப்படும் ஷம்மி, பஞ்சாபில் உள்ள ஜண்ட், ராஜஸ்தானில் உள்ள கேஜ்ரி, கேஜர், சிந்துவெளிப் பகுதியில் உள்ள கண்டி ஆகிய அனைத்து பெயர்களுமே வன்னி *(Prosopis cineraria)* என்ற மரத்தின் பெயரோடு தொடர்புடையதாக இருக்கிறது. இந்த இடப்பெயர் தரவுகளை மேலும் ஆராயும்போது வன்னி, பன்னி ஆகிய சொற் பயன்பாடுகள் திராவிட மொழிகள் பேசப்படும் பகுதிகளிலேயே பெரும்பாலும் பயன்படுத்தப்படுகின்றன என்பது புலனாகும். அதேநேரத்தில் வன்னி, பன்னி என்ற இடப்பெயர்கள் ராஜஸ்தானிலும் பயன்படுத்தப்படுவதைக் கருத்தில்கொள்ள வேண்டியுள்ளது.

சிந்துவெளிப் பகுதியில் உள்ள வன்னி, கண்டி ஆகிய இரு இடப்பெயர்கள் ஒருசொல் இடப்பெயராக இலங்கையிலும் இருப்பதைக் கருத்தில்கொள்ள வேண்டும். வன்னியின் வேர்கள் இந்தியத் துணைக்கண்டம் முழுவதிலும், இலங்கையிலும் பரவியிருக்கின்றன. வன்னி, நொச்சி, ஈழம், கண்டி போன்ற இடப்பெயர்கள் இலங்கையில் தொகுப்பாக இந்தப் பெயர்கள் கிடைக்கின்றன, இப்பெயர்கள் ஒரு தொகுப்பாகச் சிந்துவெளி நிலப்பரப்பிலும் கிடைக்கின்றன. இந்த ஒப்புமை இடப்பெயர்கள் எதேச்சையாக நிகழ்ந்திருக்க வாய்ப்பே இல்லை. அவை, ஒரு காலத்தில் அம்மக்கள் வாழ்ந்த பகுதிகளிலிருந்து புலப்பெயர்வின் ஊடாக இடம்பெயர்ந்திருக்க வேண்டும். அதனாலேயே புலப்பெயர்வு நடந்த தடம் முழுவதும் இந்தப் பெயர்களின் பாதச்சுவடுகள் உறைந்துவிட்டன. இதைக் கருத்தில்கொண்டு வன்னியின் வேர்களை இந்தியத் துணைக்கண்டத்தில் சிந்துவெளி மக்களின் மரபுகளின் எச்சமாகக் கருதமுடியும்.

அக்னியோடு அடையாளப்படுத்திக் கொள்ள சமூகங்கள் விரும்பியதற்கான காரணங்களை இப்படிப் புரிந்துகொள்ளலாம். உயிர் காப்பதாக, சாட்சியாக, முக்கியமான முடிவுகளை எடுக்கும் இடமாக வன்னி மரம் இருந்துள்ளது. வன்னி மரத்தின் சுள்ளிகள் எரிக்கப்பட்டு திருமணச் சடங்குகள் நடத்தப்பட்டிருக்க வேண்டும். மரபான பூசாரிகளாக இருந்த குயவர்களும் தங்கள் சூளைகளுக்கு, வன்னி மரத்தின் விறகுகளையே பயன்படுத்த உகந்ததாகக் கருதியிருக்க வேண்டும். வன்னியுடன் அக்னியின் சம்பந்தம் இப்படித்தான் நிகழ்ந்திருக்கவேண்டும். அதனால்தான் வன்னியுடன் ஒரு சமூகம் தன்னை அடையாளப்படுத்திக் கொள்ளாமல் அக்னியுடன் அடையாளம் காண்பதும் நிகழ்ந்திருக்கிறது.

எனவே, வன்னி என்பதை அக்னி என்பதுடன் தொடர்புபடுத்துவது சிந்துவெளிப் பண்பாட்டுக்குப் பின்னர் காலப்போக்கில் நேர்ந்த ஒரு தொடர்பு என்று தோன்றுகிறது. வன்னி மரத்தைப் பல்வேறு பெயர்களில் அழைக்கும், பல்வேறு பகுதிகளைச் சேர்ந்த பல்வேறு சமூகக்குடிகளும் தங்களது தொன்மமரபுகளை வன்னி என்ற மரத்தோடு இன்றுவரை தொடர்புபடுத்துகிறார்கள். சிந்துவெளிப் பண்பாட்டுக் காலம், அதைத்தொடர்ந்த காலகட்டங்கள், அதற்கும் பின்வந்த பண்பாட்டு மரபுகள் ஆகிய அனைத்தின் கூட்டு விளைவின் அடையாளமாக வன்னி மரம் வளர்ந்து நிற்கிறது. அந்தவகையில் வன்னியின் வேர்கள் இந்தியப் பண்பாட்டின் வேர்களையும் விழுதுகளையும் பற்றிய தேடலுக்கும், புரிதலுக்கும் இன்னொரு தடமாகும்.

வன்னி தொடர்பான இடப்பெயர் தரவு

	இந்தியா				சிந்துவெளி			
	ஒருசொல் இடப்பெயர்	முன்னொட்டு	பின்னொட்டு	மொத்தம்	ஒருசொல் இடப்பெயர்	முன்னொட்டு	பின்னொட்டு	மொத்தம்
பன்னி *(Banni)*	26	71	12	109	3	2	1	6
ஜம்மி *(Jammi)*	0	15	0	15	0	0	0	0
ஜண்ட் *(Jand)*	4	262	4	270	0	0	0	0
ஜந்த் *(Jhand)*	2	146	1	149	3	91	3	97
கண்டி *(Kandi)*	66	376	255	697	21	83	35	139
கண்டி *(Kandy)*	0	0	9	9	0	0	0	0
கேஜ்ரி *(Khejri)*	0	7	2	9	0	0	2	2
கேஜர் *(Khejar)*	0	24	0	24	0	0	0	0
ஷமி *(Shami)*	1	13	2	16	1	35	3	39
வன்னி *(Vanni)*	1	107	0	108	0	0	0	0
வன்னி *(Wanni)*	0	0	0	0	2	0	2	4
மொத்தம்	**100**	**1021**	**285**		**30**	**211**	**46**	

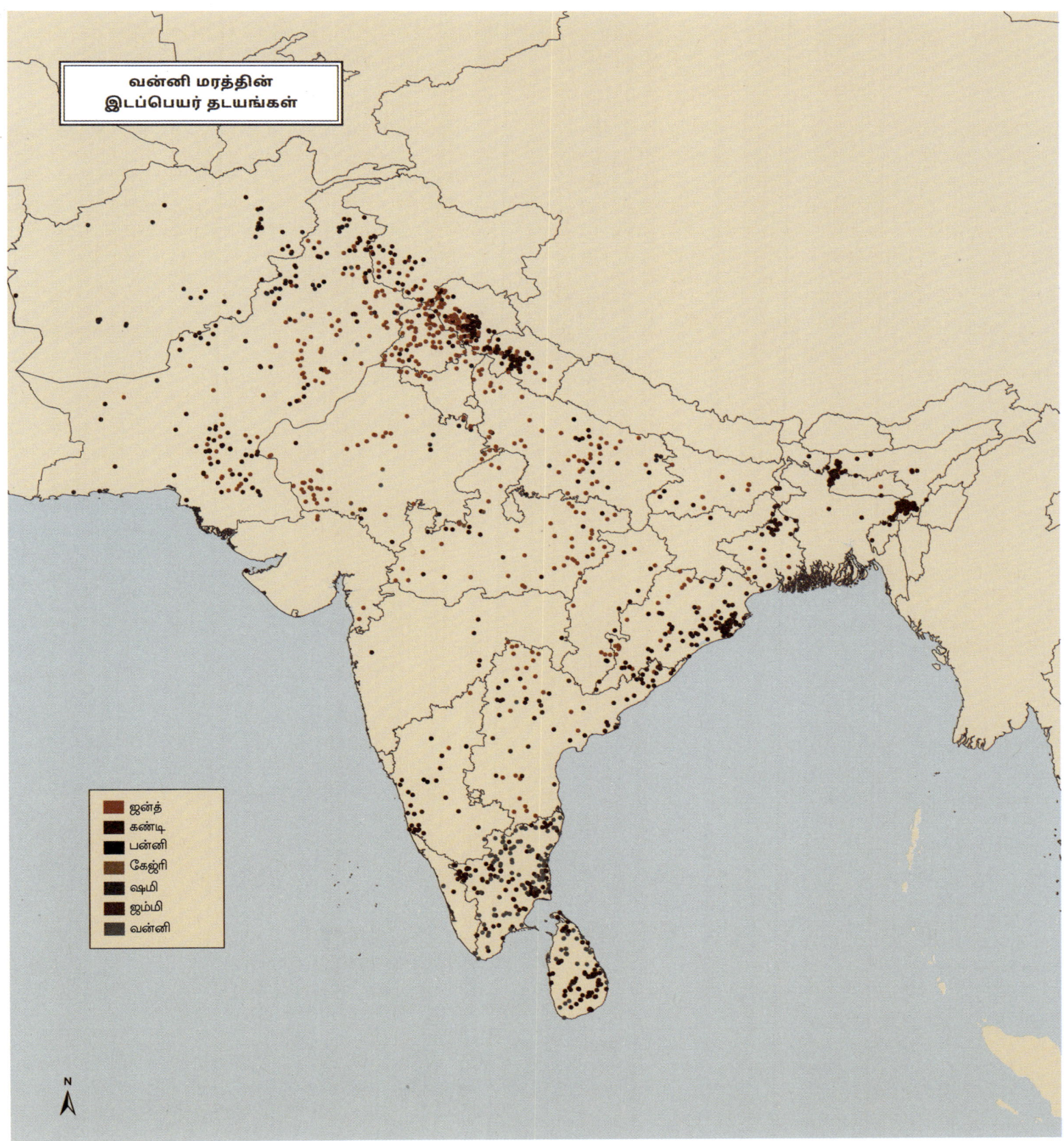

நிலவரைபடம் 14.1

ஒரு பண்பாட்டின் பயணம்

இயல் பதினைந்து

ஆடுகளம்
விளையாட்டு எனும் வாழ்வியல்

"வரலாற்றின் பெருவிசை என்பது நமக்குள் அதைச் சுமப்பதனாலேயே வருகிறது. பலவகைகளிலும் வரலாற்றினால் நமக்குத் தெரியாமலேயே கட்டுப்படுத்தப்படுகிறோம். அத்துடன் நாம் செய்யும் எல்லாவற்றிலும் வரலாறு அப்பட்டமாக இருந்துகொண்டிருக்கிறது."

- ஜேம்ஸ் பால்ட்வின்

ஆடுகளம்: விளையாட்டு எனும் வாழ்வியல்

"வாடிவாசல் திறக்கும்வரை வீடு வாசல் செல்லமாட்டோம்" என்பது சென்னை மெரினா கடற்கரையில் 2017, ஜனவரியில் நடந்த ஜல்லிக்கட்டு ஆதரவுப் போராட்டத்தின்போது ஓங்கி ஒலித்த முழக்கம்.

தமிழர் திருநாள் என்று அழைக்கப்படும் பொங்கல் பண்டிகை தமிழர்களின் கூட்டுச் சிந்தனைக்குள் சிறப்பிடம் வகிக்கும் திருநாள். ஒவ்வொரு ஆண்டும் பொங்கல் தினத்தையொட்டி தமிழ்ப் பண்பாட்டின் தொன்மை, தொடர்ச்சி மற்றும் அதன் சிறப்பியல்புகளைப் பல்வேறு குறியீடுகளால் நினைவுறுத்தும் பல்வேறு நிகழ்ச்சிகள் நடைபெறுகின்றன. பொங்கல் அடிப்படையில் ஓர் அறுவடைத் திருநாள் ஆகும். தமிழ் மாதங்களில் தை மாதத்தின் முதல் நாளை (ஜனவரி 14) தமிழ்நாடு அரசு தமிழ்ப் புத்தாண்டாக அறிவித்திருக்கிறது.

"தை பிறந்தால் வழி பிறக்கும்" என்ற பொது வழக்கு நம்பிக்கையின் மொழி. நல்ல விளைச்சல், சாகுபடி, அறுவடை, செல்வச் செழிப்பு குறித்த எதிர்பார்ப்பு, நம்பிக்கை ஆகியவற்றின் ஒரு குறியீடாக இருக்கிறது தை முதல் நாளும், பொங்கல் பண்டிகையும். புத்தரிசி, பால், வெல்லம், நெய் கலந்து புதுப்பானையில் பொங்கல் இடுவது பொங்கலின் பெயரும், வினையுமான நிகழ்வு. பொங்கல் என்ற சொல் பெருக்கம், நிறைவு, வளம், மிகுதல் போன்ற அர்த்தங்களை வழங்குகிறது. வளத்தையும், செழிப்பையும், விளைச்சலையும் கொண்டாடும் பொங்கல் பண்டிகையின் மையக்கருத்து நன்றி தெரிவிப்பதாகும்.

தை முதல்நாள் கொண்டாடப்படும் பொங்கல் நிகழ்வோடு மாட்டுப் பொங்கல், காணும் பொங்கல் ஆகிய நிகழ்வுகள் கொண்டாடப்படுகின்றன. பொங்கலை அடுத்த மறுநாள் (ஜனவரி, 15) திருவள்ளுவர் தினமாகக் கொண்டாடப்படுகிறது. திருவள்ளுவர் தினம் என்பது அண்மைக்காலக் உருவாக்கம் எனினும், தமிழர் திருநாள் ஆகிய பொங்கலையொட்டி தமிழ்ப் பண்பாட்டின் ஆகச்சிறந்த அடையாளமான திருக்குறளை எழுதிய திருவள்ளுவர் நினைவைப் போற்றும் வகையில் திருவள்ளுவர் தினத்தைக் கொண்டாடுவது மிகவும் பொருத்தமானதாகும்.

தைப்பொங்கல் ஒருவகையில் தாவர விழா. கரும்பு, காய்கறிகள், மஞ்சள் கிழங்கு, கூரைப்பூ என்று அழைக்கப்படும் சிறுபீளைப் பூ என்று தைப்பொங்கல் பண்டிகையில் பல்வேறு தாவரங்கள், காய்கறிகள் முன்னிலை பெறுகின்றன.

மாட்டுப் பொங்கலன்று மாடுகள் அலங்கரித்துக் கொண்டாடப்படுவதால் தைப்பொங்கலும், மாட்டுப் பொங்கலும் சேர்ந்து ஒரு வேளாண்மை, மேய்ச்சல் நிலச் சூழலின் *(Agro-pastoral ecosystem)* குறியீடாக இருக்கிறது. ஒவ்வொரு ஆண்டும் வெவ்வேறு பருவங்களில் விளைகிற புதிய பயிர்களைக் கொண்டாடுவது இந்தியாவின் பல்வேறு பகுதிகளில் வசிக்கும் பழங்குடி மக்களிடையே காணப்படுகிறது. புதிய பயிர்களை உண்ணும் விழாவிற்கு ஒடிசாவில் 'நுவாகாய்' *(Nuakhai)* என்று பெயர். நெல், பலா, மா என்று ஒவ்வொரு புது விளைச்சலுக்கும் தனித்தனித் திருவிழா உண்டு.

தைப்பொங்கல் எனும் அறுவடை விழாவின் வேர்கள் ஆழமானவை. பொங்கல் பண்டிகை பற்றிய சடங்கு முறை சார்ந்த குறிப்பு சிலப்பதிகாரத்தில் (5: 68-69) இடம்பெறுகிறது. புதுப்பானையில் பால் பொங்கல் வைப்பது பற்றிய குறிப்பு சீவகசிந்தாமணியில் காணப்படுகிறது.

சங்க இலக்கியங்களில் தை மாதத்தில் புனல்நீராடுவது 'தை நீராடல்' என்று குறிப்பிடப்படுகிறது. இந்தியாவின் பல்வேறு பகுதிகளில் அறுவடைத் திருநாள் பல்வேறு பெயர்களில் கொண்டாடப்படுகிறது. தமிழ்நாட்டைப் போலவே ஆந்திராவிலும் சில பகுதிகளில் பொங்கல் என்ற பெயரிலேயே இப்பண்டிகை கொண்டாடப்படுகிறது. மற்ற மாநிலங்களில் பொங்கல் 'மகர சங்கராந்தி' என்று அழைக்கப்படுகிறது. தமிழ்நாட்டைப் பொறுத்தவரையில் இப்பண்டிகை உழவுத் தொழிலுடன் மிக நெருக்கமானது. அதனால் இது உழவர் திருநாள்.

ஜல்லிக்கட்டு

பொங்கல் பண்டிகையின் முக்கியமான நிகழ்வுகளில் ஒன்று ஜல்லிக்கட்டு. மதுரை மாவட்டத்தில் உள்ள அலங்காநல்லூர், ஜல்லிக்கட்டு விழாவுக்கு உலகப் புகழ்பெற்றது. பாலமேடு, அவனியாபுரம், சூரியூர், விராலிமலை உள்ளிட்ட பல்வேறு இடங்களிலும் ஜல்லிக்கட்டு மிகுந்த உற்சாகத்துடன் கொண்டாடப்படுகிறது. குறிப்பாக மதுரையின் சுற்றுவட்டாரத்தைப் பொறுத்தவரையில் ஜல்லிக்கட்டு நிகழ்ச்சி முதலில் அவனியாபுரத்தில் தொடங்கி, அடுத்தடுத்த நாட்களில் முறையே பாலமேட்டில், அலங்காநல்லூரிலும் நடைபெறுகின்றன. இந்த மூன்று இடங்களில் நடைபெறும் ஜல்லிக்கட்டு சிறப்பானதாகக் கருதப்படுகிறது.

ஜல்லிக்கட்டு என்ற நிகழ்வோடு ஏதோ ஒருவகையில் தமிழ்த் தொன்மங்களின் மீள்நினைவுகளும், அத்தொன்மங்களின் தொடர்ச்சியும் மொத்தமாக முடிந்து வைக்கப்பட்டிருப்பதை உணரலாம். ஜல்லிக்கட்டு அப்படி எதைத்தான் கொண்டாடுகிறது? ஜல்லிக்கட்டு என்ற விழாவின்மூலம் கொண்டாடப்படுவது வீரம்மிக்க காளைகளா, அந்தக்காளை மாடுகளை வளர்ப்போரின் பெருமிதமா அல்லது அவற்றை அணையும் இளைஞர்களின் துணிச்சலா? ஜல்லிக்கட்டு நிகழ்ச்சிகளை நுட்பமாகக் கவனித்தால் இந்த மூன்று அம்சங்களும் ஓரிடத்தின் இணையும் திருவிழாவாக இதைப் பார்க்கலாம். ஒரு மரபு பின்னர் வந்த நூற்றுக்கணக்கான ஆண்டுகளில் பல்வேறு அரசியல் பண்பாட்டுச் சூழல்களில் வழக்கொழிந்து போகாமல் தொடர்ந்து கடைபிடிக்கப்பட்டு நவீனயுகத்திலும் தமிழ் மக்களின் கூட்டு உணர்வின், குறியீடாகத் திகழ முடியும் என்பதுதான் ஜல்லிக்கட்டு விளையாட்டின் தனித்துவமாகும்.

ஜல்லிக்கட்டு நிகழ்வை நேரடியாகக் கண்டுகளிக்கும் மக்கள், அடங்காத காளைகள், அவற்றை அணைந்து காட்டும் காளையர்கள் என்ற இரண்டு விசையையும் ஆரவாரம் செய்து கொண்டாடுகின்றனர். ஈடுபாடில்லாத பார்வையாளர் ஒருவருக்கு கூட்டம் காளைகளை ஆதரித்து ஆரவாரிக்கிறதா, அணையும் இளைஞர்களுக்கு ஆதரவாக ஆரவாரிக்கிறதா என்று புரிந்துகொள்வதில் சிரமம் இருக்கும். காளையை அணையும் இளைஞர்களையும் காளையர் என்று அழைக்கும் வழக்கம் உள்ளது. காளை என்பது ஆற்றலின், வீரத்தின், எழுச்சியின் குறியீடாகவே இருக்கிறது அது மாடு ஆயினும் மனிதர் ஆயினும்.

அடக்கமுடியாத ஜல்லிக்கட்டு காளையை வளர்ப்பவரும் பெருமிதத்திற்குரியவராகக் கருதப்படுகிறார். ஜல்லிக்கட்டில் ஒரு காளை பிடிபட்டுவிட்டால் அதன் உரிமையாளர்கள் தங்களுக்கு வந்த இழுக்காகக் கருதுகிறார்கள். ஒரு ஜல்லிக்கட்டு காளையின் வெற்றியில் அதன் உரிமையாளரின் கௌரவம் மட்டுமின்றி அந்தக் கிராமம் முழுவதற்குமான கௌரவமும் இணைந்துள்ளது. காளையின் வெற்றி தோல்வி அந்தக் கிராமம் முழுவதையும் பாதிக்கிறது. ஜல்லிக்கட்டுக் களத்தில் காளையை அறிமுகப்படுத்தும்போது உரிமையாளரின் பெயருடன் அதன் ஊர்ப்பெயரும் அறிவிக்கப்படுகிறது. இதைப்போலவே, காளையை அணைந்து வெற்றிபெறும் இளைஞரின் பெயரும், அவரின் ஊர்ப் பெயரோடு சேர்த்தே அறிவிக்கப்படுகிறது. இந்த வகையில் இருதரப்பிலும் ஊர்ப்பெருமை என்பது மையப்புள்ளியாக இருக்கிறது.

இவ்வகையில் ஜல்லிக்கட்டு என்பது காளையை வளர்ப்பவர்கள், காளையை அடக்குபவர்கள், ஜல்லிக்கட்டை ஏற்பாடு செய்யும் கிராமத்து மக்கள், பார்வையாளர்கள், இந்நிகழ்வில் சம்மந்தப்பட்ட உள்ளூர் தெய்வங்களின் கோவில்கள் என்று பல்வேறு பரிமாணங்களைக் கொண்ட சமூக மரபாகவே தோற்றம் தருகிறது.

ஜல்லிக்கட்டின் தனித்துவமே அதன் சமூகம் சார்ந்த உணர்வுக் கலவையான உள்ளடக்கம்தான். இது, மெட்டடார் *(Metador)* என்று அழைக்கப்படும் ஸ்பானிஷ் நாட்டு காளைச் சண்டையைப் போன்றதல்ல. அச்சண்டையின் இறுதியில் பெரும்பாலும் தனது கையில் ஒரு திரைச்சீலையுடன், நீண்ட வாள் ஏந்தி விளையாடும் வீரனின் கையால் காளை குத்தி கொல்லப்படும். ஆனால், ஜல்லிக்கட்டு அப்படிப்பட்டதல்ல. இமாச்சலப் பிரதேசத்தில் சையர் என்ற பண்டிகையின் போது இரண்டு மாடுகள் முட்டி மோதிச் சண்டை போடும் விளையாட்டு போன்றதும் அல்ல. வேளாண்மை, கால்நடை வளர்ப்பு, சமூகப் பொருளியல் காலகட்டத்தில் தோன்றிய ஓர் ஆழமான மரபின் தொடர்ச்சி ஜல்லிக்கட்டு ஆகும்.

2017ஆம் ஆண்டு ஜனவரி மாதத்தில் சென்னையில் நடைபெற்ற ஜல்லிக்கட்டுக்கான ஆதரவுப் போராட்டம் உலகுக்குப் புதிய புரிதலை அளித்தது. ஸ்பெயின், மெக்சிகோ போன்ற நாடுகளில் வெவ்வேறு நகரங்களின் காளைச் சண்டைகள்

படம் 15.1 - ஜல்லிக்கட்டு போட்டியில் வீரர் ஒருவர் காளையின் திமிலைப் பிடித்துக்கொண்டிருக்கிறார்

ஒரு பண்பாட்டின் பயணம்

நிறுத்தப்பட்டு வந்தன. இதைப்போலவே தமிழ்நாட்டில் நடைபெறும் ஜல்லிக்கட்டு நிகழ்வையும் தடைசெய்ய வேண்டும் என்று விலங்குகள் நல அமைப்புகளைச் சேர்ந்த சிலர் வலியுறுத்தி வந்தனர். இதைத்தொடர்ந்து 2014ஆம் ஆண்டு, ஜல்லிக்கட்டுக்கு தடைவிதிக்கப்பட்டது. ஒவ்வொரு ஆண்டும் ஜல்லிக்கட்டு தொடர்பாக நீதிமன்றங்களில் வழக்கு நடைபெறுவதும், முறையீடு செய்வதும் அதையொட்டி பல முன்நிபந்தனைகளோடு தொடர்வதுமாக இருந்தது. இந்நிலையில் 2017இல் ஜல்லிக்கட்டு நிகழ்வுக்கான தடையை எதிர்த்துத் தமிழ்நாடு முழுவதும் பெரிய போராட்டம் வெடித்தது. ஆயிரக்கணக்கான மக்கள், குறிப்பாக இளைஞர்கள் ஆண்-பெண் இருபாலரும் இப் போராட்டத்தில் கலந்துகொண்டு சென்னை மெரினா கடற்கரையை முற்றுகையிட்டனர். இவர்களில் பலர் நவீன தொழிற்துறைகளில் பணியாற்றும் படித்த இளைஞர்கள். இவர்களில் பெரும்பாலானோர் தென்தமிழ்நாட்டில் நடைபெறும் ஜல்லிக்கட்டு நிகழ்வோடு நேரடியாகத் தொடர்பில்லாத நகரத்து இளைஞர்கள். இரவு பகலாகக் கூடியிருந்த போராட்டக்காரர்களுக்குப் பொதுமக்களின் ஆதரவும் பெருகியது.

சங்க இலக்கியத்திலேயே மிகத் தெளிவாக ஆவணப் பதிவு செய்யப்பட்டு இன்றுவரை தொடர்கிற ஜல்லிக்கட்டு நிகழ்வின் வரலாற்றில் இந்த மெரினா எழுச்சி முக்கியமான மைல்கல்லாகக் கருதப்படும். இதைப்போன்ற எழுச்சிமிக்கப் போராட்டமாக 1960களில் மாணவர்கள் முன்னெடுத்த இந்தி எதிர்ப்புப் போராட்டத்தை நினைவுகூரலாம். அதற்குப்பின் இளைஞர்கள் பங்கெடுத்துக்கொண்ட மிக முக்கியமான போராட்டம் இது. அமெரிக்கா, ஐரோப்பா, ஆஸ்திரேலியா போன்ற இடங்களில் பெரும் எண்ணிக்கையில் வாழும் தமிழர்கள் ஜல்லிக்கட்டுக்கு ஆதரவாகக் கூடினார்கள். இந்தப் போராட்டத்தின்போது ஜல்லிக்கட்டுக்கு ஆதரவாகக் கவிதைகள் எழுதப்பட்டன, பாடல்கள் பாடப்பட்டன, உரைகள் நிகழ்த்தப்பட்டன. ஆவணப்படங்கள் உருவாகின.

இவ்வாறு பொதுமக்கள் ஆதரவு கரைபுரண்டதால் தமிழ்நாடு சட்டமன்றத்தில் ஆளும் கட்சி மற்றும் எதிர்க் கட்சிகள் சார்பில் முன்வைக்கப்பட்ட இருதரப்பு மசோதா சட்டமன்றத்தில் நிறைவேற்றப்பட்டு இந்தியக் குடியரசுத் தலைவரின் உடனடி ஒப்புதலையும் பெற்றது. இதன்மூலம் விலங்கு வதைத்தடுப்புச் சட்டம், 1960இல் இருந்து ஜல்லிக்கட்டுக்கு விதிவிலக்கு அளிக்கப்பட்டது. ஜல்லிக்கட்டு ஏன் தமிழர்களுக்கு இவ்வளவு முக்கியமானது?

இதற்கான விடையைத் தமிழ்ப் பண்பாட்டுப் பரப்பில் ஏறுதழுவுதல் என்று அழைக்கப்படும் பொதுநிகழ்வின் தொடக்க வேர்கள், தொன்மை, தொடர்ச்சி ஆகியவற்றைப் புரிந்துகொள்வதன் மூலமே பெறமுடியும். இந்தப் பண்பாட்டு மரபின் தொடர்புள்ளிகளைத் தொட்டு நடந்தால் அது நம்மைச் சங்க இலக்கியத்தின் பல்வேறு காலகட்டங்களின் ஊடாகவும் சிந்துவெளித் தொன்மங்களுக்கும் கொண்டு செல்கிறது. இந்த மீள்நினைவுப் பயணம், காலம்-இடம் என்ற இரு தளங்களிலும் நம்மைப் பின்னோக்கி எடுத்துச்செல்கிறது. முதலில் சிந்துவெளித் திமில் காளைகள்பற்றி பேசுவோம்.

அலங்காநல்லூர் ஜல்லிக்கட்டு (2019): சிறந்த காளை விருது

காளையின் வயது நான்கு ஆண்டுகள். இந்தக் காளையை மதுரை அருகே உள்ள பரம்புபட்டி என்ற கிராமத்தைச் சேர்ந்த 20 இளைஞர்கள் கூட்டாக வளர்க்கிறார்கள். நான்கு ஆண்டுகளுக்கு முன்னால் அந்த கிராமத்தில் உள்ள செல்லியம்மன் கோயில் அருகே ஓர் இளம்கன்று அனாதையாக நின்றுகொண்டிருந்தது. அது ஓர் ஆண் கன்று என்றாலும் அந்தக் கிராமத்தின் பெண் தெய்வமான செல்லியம்மன் கோயில் அருகே அந்தக்கன்று நின்று கொண்டிருந்ததால் அதற்கு ‘செல்லியம்மா’ என்றே கிராமத்தினர் பெயர் வைக்கிறார்கள். செல்லியம்மாவைப் பாதுகாக்கும் பொறுப்பை அந்தக் கிராமத்தைச் சேர்ந்த இளைஞர்கள் ஏற்றுக்கொள்கிறார்கள். நாளடைவில் அது ஜல்லிக்கட்டுக்குப் பழக்கப்படுத்தப்படுகிறது. அந்தக் காளை சில ஆண்டுகளில் வளர்ந்து உலகப் புகழ்பெற்ற அலங்காநல்லூர் ஜல்லிக்கட்டின் 2019ஆம் ஆண்டின் சிறந்த காளை விருதைப் பெற்று பரம்புபட்டி கிராமத்தின் பெயரை நிலைநாட்டும் என்று அந்த இளைஞர்களுக்குத் தெரியாது. 2017, 2018 எனத் தொடர்ந்து செல்லியம்மா காளை, 15 ஜல்லிக்கட்டு நிகழ்வுகளில் பரிசு பெற்றிருக்கிறது. 2019இல் அலங்காநல்லூர் ஜல்லிக்கட்டில் சிறந்த காளை விருதைச் செல்லியம்மா பெற்றபோது அதை வளர்த்த கிராமத்து இளைஞர்களுக்குச் சிறப்புப் பரிசாக ஒரு கார் வழங்கப்பட்டது. கைவிடப்பட்ட ஒரு காளைக் கன்று, ஒரு கிராமத்தின் பெண் தெய்வத்தின் பெயரால் வளர்க்கப்பட்டுச் சிறந்த காளையாக மகுடம் சூடுவது ஏதோ ஒன்றை உணர்த்துகிறது. இந்த நூலில் பேசப்படும் பல்வேறு தரவுகளின் பின்னணியில் சிந்துவெளியின் திமில் காளையும், பெண் தெய்வங்களும் ஜல்லிக்கட்டு போன்ற காளை, காளையர் மோதல் பொறிப்பு முத்திரையும் நம் மனத்திரையில் நிழலாடும்.

> "சிந்துவெளிப் பண்பாட்டின் மிக முக்கியமான கூறுகளில் ஒன்று அம்மக்களின் காளை விளையாட்டு நிகழ்வாகும். சிந்துவெளியின் முத்திரை ஒன்றில் ஒரு மனிதன் ஒரு காளையை நோக்கி ஓடி அதன் கொம்புகளைப் பிடித்துப் போராடி காளையின் முதுகில் குட்டிக்கரணம் அடித்துத் தாவிக் காளையின் பின் பகுதியில் போய் விழுவது பொறிக்கப்பட்டுள்ளது. இப்போதும்கூட விளையாட்டுப் போட்டிகளில் தென்திராவிடப் பகுதியில் ஏறு தழுவுதல், மஞ்சுவிரட்டு போட்டிகள் பொதுவாகக் காணப்படுகின்றன... சிந்துவெளியையும் தென் திராவிடத்தையும் இணைக்கும் தனிக்கூறுகளில் இதுவும் ஒன்றாக இருக்கக்கூடும்."
>
> - ஐராவதம் மகாதேவன் (harappa.com வளைத்தளத்திற்கு கொடுத்த நேர்காணலிலிருந்து)

சிந்துவெளிப் பண்பாடும் திமில் காளையும்

சிந்துவெளிப் பண்பாட்டின் சிதைவிடங்களில் கிடைத்துள்ள முத்திரைகளில், உருவப் பொறிப்புகளில் அந்தத் திமில் காளையைவிட கம்பீரமான தோற்றப் பொலிவுடன் கூடிய வேறு எதுவும் கிடைத்திருக்கிறதா? அந்தத் திமில் காளையின் நேர்கொண்ட பார்வையும், தன்னம்பிக்கையோடு கூடிய நிமிர்ந்த செருக்கிற்கும் இணையாக வேறு எதுவும் இருக்கிறதா? இல்லை என்பதுதான் இதற்கான பதில். சிந்துவெளிப் பண்பாட்டு முத்திரையில் காணப்படும் திமில் காளை, சிந்துவெளி மக்களின் தன்னம்பிக்கை, தன்னிறைவு, செல்வச்செழிப்பு, இறையாண்மை ஆகிய அனைத்திற்குமான ஒற்றைக் குறியீடாகும்.

பண்டைய சமஸ்கிருதம், தமிழ் இலக்கிய மரபுகள், சிந்துவெளி முத்திரைகளில் உள்ள விலங்குகள், இல்லாத விலங்குகளைத் தெரிந்துகொள்வதன் மூலம் சிந்துவெளிப் பண்பாட்டைக் கட்டியெழுப்பியவர்கள் பற்றிய சில துப்புகள் கிடைக்கக்கூடும். அவர்கள் விட்டுச்சென்ற எச்சங்களை சமகால வட்டார மொழியியல் கலாச்சார பண்பாட்டுப் பரப்புகளின் ஊடாக ஆராயும்போது அது மேலும் சரியாக இருக்கும். இந்தப் பின்னணியில் கீழ்க்கண்ட ஐராவதம் மகாதேவனின் கருத்துகள் ஒரு திசைவழியைக் காட்டுகின்றன.

- சிந்துவெளி முத்திரைகள் பல்வேறு விலங்குகளைச் சித்தரிக்கின்றன. ஆனால், குதிரை இல்லை. குதிரையும், ஆரக்கால் சக்கரங்கள் பொருத்திய தேர்களும்தான் ஆரிய மொழிகள் பேசும் சமூகங்களின் தனித்துவ அடையாளம் ஆகும். மேற்கு தக்காணப் பகுதியில், மகாராஷ்டிராவில் கிடைத்த அகழாய்வுச் சிதைவுகளே சிந்துவெளிப் பண்பாட்டின் தெற்கு நோக்கிய நகர்வுக்கான சான்றாகக் கருதப்படுகிறது. மகாராஷ்டிராவில் உள்ள தைமாபாத்தில் ஆரக்கால் இல்லாத தட்டைச் சக்கரங்கள் (*solid wheels*) பொருத்திய வண்டியைத் திமில் உள்ள காளைகள் இழுத்துச் செல்லும் உருவப்பொறிப்பு கிடைத்துள்ளது. ஹரப்பா, மொகஞ்சோதாரோ போன்ற ஏனைய இடங்களைப் போலவே தைமாபாத்திலும் குதிரைக்கான தடயங்கள் இல்லை.
- சிந்துவெளி முத்திரைகளில் புலி முக்கியமான இடம்பெறுகிறது. ஆனால், ரிக் வேதத்தில் புலி பற்றிய குறிப்பு இல்லை.

ஐராவதம் மகாதேவனின் மேற்சொன்ன இரண்டு கருத்துகளையும் மனதில்கொண்டு இந்த இயலின் மையப்பொருளான திமில் காளை, ஏறு தழுவுதல் எனப்படும் ஜல்லிக்கட்டு விளையாட்டின் மீது கவனம் குவிப்போம்.

ஜே. எம். கெனோயர் குறிப்பிடுவதுபோலத் "திரண்டு தொங்கும் தாடை, அகன்று வளைந்த கொம்புகளுடன்" கம்பீரமாக நிற்கும் திமில் காளைதான் ஆகச்சிறந்த சிந்துவெளி அடையாள முத்திரையாகும். இந்தத் திமில் காளைப் பொறிப்பு பெரும்பாலும் பெரிய முத்திரைகளில் மிக

படம் 15.2 - திமில் காளை (*zebu*) முத்திரை

சுருக்கமான எழுத்துப் பொறிப்புகளுடன் கிடைத்துள்ளன. இந்தத் திமில் காளை முத்திரை மொகஞ்சோதாரோ மற்றும் ஹரப்பா ஆகிய பெருநகரங்களில் மட்டுமே கிடைத்துள்ளன என்பது குறிப்பிடத்தக்கது. இவ்விடங்களில் திமில் காளை என்பது பரவலாகப் பயன்படுத்தப்படும் ஒரு முத்திரையாகும். சிந்துவெளிப் பண்பாட்டுப் பகுதியில் பெரிய நகரங்கள் வளர்வதற்கு முந்தைய காலகட்டங்களில் பயன்படுத்தப்பட்ட மட்பாண்டங்களில், சடங்குகள் வழிபாடுகள் சார்ந்த அலங்கரிப்பு ஓவியங்களில் திமில் காளை இடம்பெறுவதைக் கெனோயர் சுட்டிக்காட்டுகிறார். இந்தத் திமில் காளை மரபு சிந்துவெளி நகரங்களின் உருவாக்கத்தின்போதே வழக்கத்திலிருந்து அதன் பின்னர் சிந்துவெளிப் பண்பாட்டின் நலிவிற்குப் பிறகு வந்த வரலாற்று காலங்களிலும் தொடர்வதைக் கெனோயர் சுட்டிக்காட்டுகிறார். திமில் காளை தலைமைத் தன்மையின் அடையாளம். காளை மாட்டு மந்தையின் தலைவன் என்ற பெருமிதத்தைக் குறிக்கும் உருவப்பொறிப்பு இது. இதன் வலுவும், அடங்காத ஆற்றலும் அம்மந்தையின் பாதுகாப்புக்கும், இனப்பெருக்கத்துக்கும் அடையாளமான குறியீடு; வழிபாட்டு முறையில் பலியிடப்படும் விலங்கின் புனித அடையாளம். இந்தத் திமில் காளை முத்திரை மொகஞ்சோதாரோ மற்றும் ஹரப்பா ஆகிய பெருநகரங்களின் மிக முக்கியமான குலப்பிரிவு அல்லது தலைமை மாந்தர் போன்ற அடையாளத்தைக் குறிக்கும் குறியீடாகவும் இருந்திருக்கக்கூடும் என்பது கெனோயரின் கருத்து. *(Kenoyer 1998: 84)*

ஹரப்பாவில் மெருகூட்டப்பட்ட மாக்கல்லில் *(Faience)* செய்த வில்லை ஒன்று 2000ஆம் ஆண்டு கிடைத்தது. அதன் ஒருபுறத்தில் முள் மரத்தின் கீழே இரண்டு காளைகள் மோதிக்கொள்ளும் உருவப்பொறிப்பும், மறுபுறத்தில் ஒரு செவ்வகக் கட்டத்தின் அடியில் 24 புள்ளிகளுடன் கூடிய சிறிய எழுத்துப் பொறிப்பும் காணப்படுகிறது.

திமில் காளைகள் பொறிக்கப்பட்ட முத்திரைகள் நன்கு பாதுகாக்கப்பட்டிருக்க வேண்டுமென்று ஜான் மார்ஷல் அவதானிக்கிறார். இந்த விலங்கைச் சித்தரிப்பதில் கூடுதல் கவனம் செலுத்தப்பட்டிருக்கிறது என்றும் குறிப்பாகச் சொல்கிறார். முத்திரை எண் 337இல் கவனமாக தாடை சித்தரிக்கப்பட்டுள்ளதையும், 333 மற்றும் 339ஆம் எண் கொண்ட முத்திரைகளில் கனத்த சுருக்கங்களைக் கொண்ட தாடைத் தசைகள் தொங்குவது குறித்தும் தனது பிரமிப்பை வெளிப்படுத்துகிறார். இதில் முக்கியத்துவமான அவதானிப்பாக முத்திரை எண் 337இல் பூமாலை போன்ற ஒன்று காளையின் தோள்களை அலங்கரிப்பது குறிப்பிடத்தகுந்தது. அத்துடன் முத்திரை எண் 333இல் திமிலுடன் கூடிய தோளை ஏதோ ஒரு பொருள் அலங்கரிக்கிறது. சிந்துவெளி நாகரிகத்தில் திமில் காளைக்குச் செய்யப்படும் மரியாதை அல்லது

படம் 15.3 - வன்னி மரத்தின் முன் இரண்டு காளைகள் மோதிக்கொள்ளும் காட்சி

கொண்டாட்டம் என்ற எண்ணத்தை இது ஏற்படுத்துகிறது. *(Marshall 1931: 387)*

காளைச்சண்டை போன்ற விளையாட்டைக் குறிப்பிடும் படியான முத்திரை *(M312)* மொகஞ்சோதாரோவில் கிடைத்துள்ளது. எருமை ஒன்று "பல மனிதர்களைத் தாக்கியுள்ளது. தாக்கப்பட்டவர்கள் அதைச்சுற்றிலும் பல்வேறு கோணங்களில் வீசி எறியப்பட்டு தரையில் கிடக்கிறார்கள்" என்று இந்த முத்திரையை எர்னெஸ்ட் மக்காய் விளக்குகிறார். இந்தப் பொறிப்பில் காணப்படும் எருமை ஒரு காட்டெருமையாக இருக்கும் என்பது அவரது ஊகம். சிந்துப் பகுதியில் பழங்காலத்தில் எருமை மாடுகளை வேட்டையாடியிருப்பார்கள் என்பதன் அடிப்படையில், "இந்த முத்திரையில் இடம்பெறும் காட்சி மொகஞ்சோதாரோ மக்கள் சிலருக்கு நேர்ந்த ஒரு நேரடி அனுபவத்தின் காட்சிப்பொறிப்பாக இருக்கக்கூடும்" என்றும் அவர் குறிப்பிடுகிறார். ஆயினும், மக்காய் இந்த முத்திரை பற்றி இன்னொரு கருத்தையும் தெரிவித்துள்ளார். இந்தக் காட்சி, மிருகத்தை இளைஞர்கள் அடக்க முயன்று விளையாடும் ஒரு விளையாட்டின் காட்சி பொறிப்பாகவும் இருக்கக்கூடும் என்கிறார். *(Mackay 1938)*

அதுமட்டுமின்றி பண்டைய க்ரீட் பகுதியில் நிலவிய எருது விளையாட்டையும், தென்னிந்தியாவில் வழக்கத்தில் உள்ள மாடு அணையும் விளையாட்டையும் இதோடு மக்காய்

ஒப்பிடுகிறார் (1938: 336). மக்காய் தென்னிந்திய விளையாட்டு என்று ஒப்பிடுவது ஜல்லிக்கட்டைத்தான் என்று நாம் கருதலாம். ஏனெனில் மொகஞ்சோதாரோவின் பொறிப்பில் உள்ளது போல மாடு அணையும் வீர விளையாட்டு தமிழ்நாட்டில் மட்டும் நடைபெறுகிறது. மொகஞ்சோதாரோவில் சிந்துவெளிப் பண்பாடு இன்றிலிருந்து 4500 ஆண்டுகளுக்கு முன் உச்சகட்டத்தில் இருந்தது. அப்பண்பாடு நலிவடைந்து முடிவுக்கு வந்து கிட்டத்தட்ட 4000 ஆண்டுகள் ஆகிவிட்டன. இவ்வளவு நீண்ட கால, நில இடைவெளிக்குப் பின்னரும் இந்தியத் துணைக்கண்டத்தின் தென்கோடியில் இன்றுவரை தமிழ்ப் பண்பாட்டின் அடையாளமாகக் கருதப்படுகிற ஒரு வீர விளையாட்டை மொகஞ்சோதாரோவின் முத்திரையுடன் (எண் 312) நம்மால் ஒப்பிட்டுப் பேசமுடிகிறது என்பதே வியப்பிற்குரிய வெளிச்சமாகும். சிந்துவெளிப் பொறிப்புகளை வாசிக்க முடியாவிட்டாலும் சில தனித்துவமான பண்பாட்டுக் கூறுகளின் தடம்பற்றி ஆராய்வதன்மூலம், அப்பண்பாட்டின் படைப்பாளர்கள், வழித்தோன்றல்கள் பற்றிய கருத்தாக்கங்களை நம்மால் கூர்மையாக்க முடியும் என்ற நம்பிக்கை பிறக்கிறது.

ஹரப்பாவில் அகழி எண் 11இல் கிடைத்த அச்சு வில்லை ஒன்றில் குட்டையான கொம்புடைய விலங்கு ஒன்றுடன் ஒரு மனிதன் போராடுவது போன்ற காட்சி உள்ளது. அகழி 54இல் கிடைத்த அச்சு வில்லை ஒருபுறம் ஒரு முள்மரத்தின் கீழே இரண்டு காளைகள் மோதிக் கொள்வதைப் போன்ற காட்சி இருக்கிறது. சேவல் சண்டை போல இரண்டு காளைகளை மோதவிட்டுப் பார்க்கும் ஒருவகையான பொழுதுபோக்கு அல்லது விளையாட்டு மரபு இருந்திருக்கக்கூடும் என்று ஊகிக்கலாம்.

H95-2486 என்று அடையாளப்படுத்தப்படும் பலகையில் நீர் எருமையை ஒரு மனிதன் நீண்ட வேல் கொண்டு குத்துவதைப் போல ஒரு காட்சி அமைந்துள்ளது. இச்சித்தரிப்பின் சூழலைப் பார்க்கும்போது அந்த விலங்கு பலியிடப்படுவதாகத் தோன்றுகிறது. இவ்வாறு சிந்துவெளிப் பண்பாட்டுச் சிதைவிடங்களில் கிடைத்துள்ள விலங்கு, மனிதன், உறவு, உரசல் என்ற தொடர்புகளை நான்கு வகைகளாகப் பிரிக்கலாம். 1. இப்போதுள்ள ஜல்லிக்கட்டு போன்ற ஏறுதழுவுதல், 2. ஒரு மனிதனுக்கும், மாட்டுக்கும் இடையிலான நேரடி மோதல், 3. இரண்டு காளைகள் ஒன்றோடு ஒன்று மோதிக் கொள்வது. 4. எருமை மாட்டைப் பலியிடும் சடங்கு.

படம் 15.4 - நீர் எருமை ஒன்றை ஈட்டியால் குத்துவது போன்று சித்தரிக்கப்பட்டுள்ள சிந்துவெளிப் பலகை *H95-2468*

திராவிட மொழிகளில் ஏறு

கால்நடைகள், காளை, கால்நடைத் தொழுவங்கள் குறித்த சொல்லாட்சிகளைப் பல்வேறு திராவிட மொழிகளில் காணமுடிகின்றன. வேளாண்மை மற்றும் கால்நடை வளர்ப்பு (*Agro-Pastoral*) தோன்றி வளர்ந்த பண்பாட்டுச் சூழலில் இச்சொல்லாக்கங்கள் நேர்ந்திருக்க வேண்டும். காளை மாடுகளின் சடங்கியல் சார்ந்த முக்கியத்துவமும் ஏறு தழுவுதல் போன்ற சமூகப் பண்பாட்டுப் பொது நிகழ்வுகளும் மேற்சொன்ன சமூகப் பொருளாதாரச் சூழலில் ஆக்கம் பெற்றிருக்க வேண்டும்.

ஏறு என்பது வினையும், பெயரும் ஆன தமிழ்ச்சொல். இச்சொல்லோடு தொடர்புடைய ஏனைய திராவிட மொழிச் சொற்கள் தமிழ், மலையாளம் போன்ற தென் திராவிட மொழிகளிலிருந்து சிந்துவெளிப் பண்பாட்டின் தலைவாசலில் பேசப்படும் பிராகுயி மொழி வரை ஒற்றுமை காட்டுவது குறிப்பிடத்தக்கது.

இதைத் திராவிட வேர்ச்சொல் அகராதிப் பதிவுகள் *DEDR 916, 917, 904, 1501, 1502, 4540, 2115, 220, 4700 (a) - (b), 4777, 5093* ஆகியவற்றின்மூலம் அறியலாம்.

தமிழில் 'மாடு' என்றால் செல்வம்

மாடு என்ற தமிழ்ச்சொல் பொதுவாகப் பசு, எருமை ஆகிய கால்நடைகளைக் குறிக்கிறது. அதுமட்டுமின்றி மாடு என்ற சொல்லுக்குச் செல்வம் என்ற பொருளும் உள்ளது. வேளாண்மை, கால்நடை வளர்ப்பு என்ற சமூகப் பொருளாதாரச் சூழலில் மாடுகளின் எண்ணிக்கை ஒருவரின் பொருளாதார நிலைக்கு அளவுகோலாக இருந்திருக்க வேண்டும். பகைவர்களின் வளர்ப்பு மாடுகளைக் (ஆநிரைகளை) கவர்ந்து வருதல் வெட்சித்திணை என்றும் கவர்ந்து செல்லப்பட்ட மாடுகளை மீட்டு வருதல் கரந்தைத் திணை என்றும் சங்க இலக்கியப் புறத்திணை மரபுகள் கூறுகின்றன. வெட்சிதானே குறிஞ்சியது புறனே (தொல். பொருள். 2-1) என்ற தொல்காப்பிய நூற்பாவை இங்கே நினைவுகூரலாம். சங்க இலக்கியப் பாடல்களில் இந்த ஆநிரை

படம் 15.5 - ஏறு தழுவுதல் போட்டியில் ஆண் எருமை ஒன்று வீரர்களைத் தூக்கி எறிவது போன்ற சிந்துவெளி முத்திரை

கவர்தல் மற்றும் ஆநிரை மீட்டல் போன்ற சமூகப் பண்பாடு பல இடங்களில் பேசப்படுகின்றன.

சங்க இலக்கியத்தில் ஏறு தழுவுதல்

அடங்காத முரட்டு காளைகளை அடக்குவது என்பது ஓர் ஆண்மகனின் வீரத்திற்குக் குறியீடாகக் கருதப்பட்டது. அத்தகைய வீரம்மிக்க இளைஞர்களை ஆயர்குலப் பெண்கள் விரும்பி மணம்புரிந்ததைச் சங்க இலக்கியம் குறிப்பிடுகிறது. சங்க இலக்கியப் பாடல்களும், சிலப்பதிகாரமும் இந்தப் பண்பாட்டிற்கான பண்டைய ஆவணப்பதிவுகள்.

ஏறுதழுவுதல் என்ற பொது விளையாட்டு நிகழ்வைத் திட்டமிட்டு ஏற்பாடு செய்தல், காளைமாடுகளின் வீரம், காளைகளை அடக்கமுயலும் இளைஞர்களின் துணிச்சல், இந்த நிகழ்வில் ஊர்மக்களின் பங்களிப்பு, குடும்பத்தினர் மற்றும் தோழியர் புடைசூழ இளம்பெண்கள் இந்நிகழ்வை கண்டுமகிழ்வது, இந்த விளையாட்டுடன் தொடர்புடைய பல்வேறு தரப்பினரின் உணர்ச்சி வெளிப்பாடு ஆகிய மிகத்துல்லியமான வாழ்வியல் படப்பிடிப்பைக் கலித்தொகை நமக்கு வழங்குகிறது. கலித்தொகை நமக்கு அளிக்கும் இந்தத் தெளிவான சித்தரிப்பு சங்க கால ஏறுகோள் நிகழ்வு ஒன்றை நாம் நேரில் காண்பது போன்ற ஓர் உணர்வைத் தருகிறது. அத்தகைய காட்சிகள் சில வருமாறு:

...அணி கொள மலைந்த கண்ணியர் தொகுபு உடன்
மாறு எதிர்கொண்ட தம் மைந்துடன் நிறுமார்,
சீறு அரு முன்பினோன் கணிச்சி போல் கோடு சீஇ,
ஏறு தொழூஉப் புகுத்தனர் இயைபு உடன் ஒருங்கு.
அவ்வழி முழக்கு என இடி என முன்
சமத்து ஆர்ப்ப... (கலி. 101)

...தகை வகை மிசை மிசைப் பாயியர் ஆர்த்து,
உடன் எதிர் எதிர் சென்றார் பலர்.
கொலை மலி சிலை செறி செயிர்
அயர் சினஞ் சிறந்து,
உருத்து எழுந்து ஓடின்று மேல். எழுந்தது துகள்,
ஏற்றனர் மார்பு,
கவிழ்ந்தன மருப்பு,
கலங்கினர் பலர்... (கலி. 102)

...கொல் ஏற்றுக் கோடு அஞ்சுவானை மறுமையும்
புல்லாளே ஆயமகள்.
அஞ்சார் கொலை ஏறு கொள்பவர் அல்லதை,
நெஞ்சு இலார் தோய்தற்கு அரிய, உயிர் துறந்து,
நைவாரா ஆயமகள் தோள்.
வளியா அறியா உயிர் காவல் கொண்டு
நளிவாய் மருப்பு அஞ்சும் நெஞ்சினார் தோய்தற்கு
எளியவோ ஆயமகள் தோள்?
விலை வேண்டார் எம் இனத்து ஆயர் மகளிர்,
கொலை ஏற்றுக் கோட்டு இடைத்
தாம் வீழ்வார் மார்பின்
முலை இடைப் போலப் புகின்... (கலி. 103)

சங்க காலத்தில் ஏறு தழுவுதல் என்ற வீர விளையாட்டு நிகழ்வுகளை நடத்தும்போது அக்கால ஊர் மக்கள் ஏறுகோட்பறை என்ற பறை இசைக்கருவி முழக்கி ஆர்ப்பரித்துள்ளனர். இவ்வாறு, ஏறு தழுவுதல் நிகழ்ச்சிக்கு என்று ஒரு சிறப்புப் பறை இசை ஒலிக்கப்பட்டது என்பது இந்த வீர விளையாட்டு, தொல்தமிழர் பண்பாட்டில் எவ்வளவு ஆழமாக வேரூன்றி இருந்தது என்பதை விளக்குகிறது. வேளாண்மைக்கும் கால்நடை வளர்ப்புக்கும் உள்ள நெருங்கிய உறவைத் தமிழ்ச் செவ்வியல் இலக்கியம் நுட்பமாக வரவு வைத்துள்ளது. ஏறுஉழவன் என்ற சொல்லாக்கம் படைவீரன் என்பதைக் குறிப்பதாகும். ஏறு என்பது காளை அல்லது ஏறு என்று பொருள் கொண்டால் ஏறுழவன் என்ற சொல்லாக்கத்தைக் காளை உழவன் என்றுதான் விளக்க முடியும். அதேநேரத்தில் ஏர்உழவன் என்ற சொல்லாக்கம் ஏர் மற்றும் கலப்பை கொண்டு உழவு செய்கின்ற விவசாயியைக் குறிப்பிடும். இந்த இரண்டு நிலைகளிலும் ஏர், ஏறு, உழவன் என்ற சொற்கள் பொருத்தமாகப் பயன்படுத்தப்பட்டிருப்பது

படம் 15.6 - பல்வேறு ஜல்லிக்கட்டு போட்டிகளில் வீரர்களைக் காளைகள் முட்டி எறியும் காட்சி

கவனிக்கத்தக்கது. ஏறு என்ற சொல் தமிழ்ப் பெருவெளியில் ஒரு குறியீடாகவே தொடர்ந்து வளர்ந்து வந்துள்ளது. தற்காலத்தில்கூட தமிழ்க் கவிஞர் பெருஞ்சித்திரனார் பாவலரேறு பெருஞ்சித்திரனார் என்ற அடைமொழியுடன் அழைக்கப்படுகிறார். ஆகவே, ஏறு, ஏறு வளர்த்தல், ஏறு தழுவுதல் என்பது வெறும் பொழுதுபோக்கு நிகழ்வு மட்டுமல்லாமல், பண்பாட்டு வாழ்வியலாக, அன்று முதல் இன்றுவரை சங்கிலியைப் போலத் தொடர்ந்து வருகிறது.

ஏறு தொடர்பான தமிழ் மக்களின் தொடர்ந்த பண்பாட்டு உரையாடலை நாம் வளமைச் சடங்கு அல்லது வழிபாட்டு மரபின் (Fertility cult) ஊடாகப் புரிந்துகொள்ள வேண்டும். ஏறுதழுவுதல் எனப்படும் ஜல்லிக்கட்டு நிகழ்வில் பங்கேற்கும் காளைகள் அந்தந்தப் பகுதிகளில் மாடுகளின் இனப்பெருக்கத்துக்குப் பயன்படுத்தப்படுகின்றன. இத்தகைய காளைகளைப் பொலிகாளை என்றழைப்பது வழக்கம். இதைப்போலவே அறுவடைக்குப் பின்னர் போர் அடிக்கும் அதாவது சூடடிக்கும் களத்தில் முன்னே நடக்கும் எருது 'பொலி எருது' என்று அழைக்கப்படுகிறது. தமிழ் மொழியில் நாட்டுப்புறச் சொல்வழக்கில் பசு மாடு சினையாவதைப் பயிர்தல் என்று அழைக்கிறார்கள். இதை நேரடியாக மொழிபெயர்த்தால் 'பசு மாடு பயிர் ஆகியிருக்கிறது' அல்லது 'முளை விட்டிருக்கிறது' என்பது பொருளாகும். அதேநேரத்தில் ஒரு வயலில் பயிர்கள் செழிப்பாக வளர்வதைப் பயிர் ஏறுதல் என்று அழைக்கிறார்கள். இந்த இரண்டு சொல்லாக்கங்களுக்கும்

படம் 15.7 - பாலமேடு ஜல்லிக்கட்டு மைதானத்தின் வான்வழிப் படம்

ஒரு பண்பாட்டின் பயணம்

ஒரு பண்பாட்டின் பயணம்

இடையில் இருக்கும் சொல்லாக்க நுட்பத்தைக் கவனித்தால் ஏறு என்ற சொல் வினையாகவும், பெயராகவும் வேளாண்மை கால்நடை வளர்ப்பு என்ற சமூகப் பொருளியல் பண்பாட்டுச் சூழலில் எவ்வாறு ஆக்கம் பெற்று வளர்ந்திருக்கிறது என்ற வாழ்வியல், அழகியல் உண்மைகள் புலப்படும்.

ஏறு என்ற சொல்லின் பொருண்மையின் அழகான நுட்பத்தை 'ஏ' என்ற ஓரசைச் சொல்லில் நாம் மீட்டெடுக்கலாம். தமிழ் உயிர் எழுத்து வரிசையில் ஏ என்ற நெடில் ஆறாவது எழுத்தாகும். தொல்காப்பியத்தில் 'ஏ' என்ற ஓரசைச்சொல் பெருக்கம், வளம் போன்ற பொருண்மையில் வழங்குவதை 'மல்லல் வளனே யேபெற் றாகும்' என்று தொல்காப்பியச் சொல்லதிகார நூற்பா விளக்குகிறது. (தொல். சொல். 7). நற்றிணை **116**ஆம் பாடல் இதை உறுதிசெய்கிறது. 'ஏ' என்ற சொல் பெருகுதல், பெருமிதம் போன்ற பொருண்மைகளை வழங்குவது பெற்றம் என்ற சொல்லின்மூலம் பெறப்படுகிறது. பெற்றம் என்ற பழந்தமிழ்ச் சொல் பசு மாடு அல்லது எருமை மாடு மற்றும் பெருமிதம் என்ற பொருளில் வழங்குகிறது.

இந்தோ-ஆரிய மொழிகளில் காளை

திமிறிப் புடைத்த திமிலுடன் நிற்கும் கம்பீரமான காளை பற்றிய கண்கூடான காட்சி சித்தரிப்பு ரிக் வேதத்தில் இல்லை. இதுபற்றிய முக்கியமான கருத்தை *The Civilized Demons: The Harappans in Rigveda* என்ற தனது நூலில் மாலதி ஜெ. ஷெங்டே தெரிவிக்கிறார்.

ஓங்கிய திமில் மற்றும் கனத்துத் தொங்கும் தாடை கொண்ட காளை *(Bos indicus)* ஜெபு *(Zebu)* வகையைச் சார்ந்தது. சிந்துவெளிப் பொறிப்புகளில் இந்தத் திமில் காளை பல இடங்களில் காணப்படுகிறது. அதேநேரத்தில் இந்தத் திமில் காளை ரிக் வேதத்தில் குறிப்பிடப்படவில்லை. சிந்துவெளிப் பொறிப்புகளில் குட்டையான கொம்பு கொண்ட இந்தியக் காட்டெருது *(Gaur)* உருவமும் காணப்படுகிறது. ரிக் வேதத்தில் குறிப்பிடப்படுவது இந்த வகையான குட்டைக் கொம்பு காட்டெருதுதான் என்று மாலதி ஜெ. ஷெங்டே குறிப்பிடுகிறார். ரிக் வேதத்தில் குறிப்பிடப்படும் கவயா எனப்படும் இன்னொரு மாட்டுவகை சிந்துவெளிப் பொறிப்புகளில் காணப்படவில்லை என்பதையும் அவர் சுட்டிக்காட்டுகிறார். இவ்வாறு சிந்துவெளியின் காளைக்கும் ரிக் வேதத்தின் காளைக்கும் பின்னணி சார்ந்து அடிப்படையான வேறுபாடுகள் உள்ளன.

காளை உலகின் மிகத்தொன்மையான மூதாதையான காளையை ரிக் வேதம் 'அசுரா' என்று அடையாளப்படுத்துகிறது *(Rig Veda X, 56.6)*. அந்தத் தொல்காளையில் இருந்தே வாரிசுகள் உருவாகி உலகம் விரிவடைந்ததாக ரிக் வேதம் குறிப்பிடுவதை ஷெங்டே எடுத்துக்காட்டுகிறார். ஆனால், சிந்துவெளிப் பண்பாட்டில் காளைகளின் உலகம் மக்களின் அன்றாட வாழ்வியல் நடைமுறையோடு சேர்ந்தது. மாறாக ரிக் வேதம் தீட்டுகிற காளை மற்றும் பசுவின் சூழலியல் குழப்பம் அளிப்பதாக உள்ளது. ரிக் வேதத்தின் துதிப்பாடலில் *(II.16 (207))* வேள்விப் பலிக்கான எருது இந்திரனாக அடையாளப்படுத்துகிறது. அந்தப் பலி நிகழ்வின் முக்கியக் கூறுகள் அனைத்திலுமே இந்திரன்-எருது உருவகம் வெளிப்படுகிறது (4-6 வரிகள்). இந்த பலி எருது துதிப்பாடல் பற்றி ஸ்டெபனி டபிள்யூ ஜேமிசன் *(Stephanie W Jamison)* என்ற ஆய்வாளர் தனது நூலில் குறிப்பிடுகிறார். *Rigveda: The Earliest Religious Poetry of India* என்ற நூலில் வேள்விப் பலி காளையை இந்திரன் என்று அடையாளப்படுத்துவதில் ஒரு முரண்பாடு இருப்பதாகக் கூறுகிறார். இதே மண்டலத்தில் 8ஆம் துதிப்பாடல் இந்திரனைப் பசுவுடன் ஒப்பிடுவதையும் அவர் சுட்டிக்காட்டுகிறார். சிந்துவெளியில் மிக காத்திரமாக, கம்பீரமாகச் சித்தரிக்கப்பட்டுள்ள காளைகள், அவை தொடர்பான வீர விளையாட்டுகள் ஆகியவற்றின் மரபு வழியான தொடர்ச்சியை மறுவாசிப்பு செய்வதற்கான இலக்கியச் சான்றாதாரங்களைத் தேடிக் கண்டறிவதுதான் நமது நோக்கம்.

இந்தப் பின்னணியில் ஆய்வறிஞர் ஆர். ஏ. க்ராஸலேண்ட் *(R. A. Crossland)* கூறும் கருத்து கவனிக்கத்தக்கது. "ரிக் வேதத்தைப் பொறுத்தவரை பூமியில் நடக்கும் எதார்த்த நிகழ்வுகளைத் தொன்மக்கதைகளிலிருந்து வேறுபடுத்திக் காட்டும் எல்லைக்கோடுகள் தெளிவாக இல்லை. இந்த இரண்டுக்கும் இடையிலான வேறுபாடுகள்கூட ரிக் வேதத்தில் தர்க்கரீதியில் கட்டமைக்கப்படவில்லை." *(Crossland 1967: 30)*.

ரிக் வேதத் துதிப்பாடல்களில் காளைகள் குறிப்பிடப்படுகின்றன என்பதில் ஐயமில்லை. ஆனால், பசுக்களின் மீது அவர்களுக்கு இருக்கும் அதீத அக்கறை, ஈடுபாடு கவனிக்கத்தக்கது. ரிக் வேதத்தில் காளை ஆண்மைத்தன்மையின் பொருத்தமான உருவகமாக இருக்கிறது. அதிலும், பல வேதக்கடவுள்கள் காளைகளாகச் சித்தரிக்கப்படுகிறார்கள்.

காளை என்ற கருத்தாக்கத்தின் உள்ளீடான அர்த்தங்களைப் புரிந்துகொள்வதற்கு ரிக் வேதம் மற்றும் பின்வந்த வடமொழி இலக்கியங்களில் பயன்படும் சில சொல்லாக்கங்கள் நமக்குத் துணைபுரியக்கூடும். ரிக் வேதத்தில் காளையைக் குறிப்பிட ரிஷப *(Rsabha)* என்ற சொல் பயன்படுகிறது. பாலி மற்றும் பிராகிருத மொழியில் உஷப *(Usabha)* என்ற சொல் பயன்படுகிறது. ரிக் வேதத்தில் எருமையைக் குறிக்கும் உஸ்த்ரா *(Ustra)* என்ற சொல் மகாபாரதத்தில் ஒட்டகத்தைக் குறிக்கிறது. நிலத்தை உழும் ஏர் கலப்பையை இழுத்துச்செல்லும் காளையை ரிக் வேதம் உஸ்த்ர *(Ustra)*

என்று குறிப்பிடுகிறது. ரிக் வேதத்தில் சிகரம் என்ற பொருளில் வழங்கும் கக்கூட் (*Kakud*) என்ற சொல் அதர்வண வேதத்தில், பின்வரும் சமஸ்கிருத இலக்கியங்களில் காளையின் திமிலைக் குறிக்கப் பயன்படுகிறது. ரிக் வேதம் காலத்தால் முற்பட்டதும் வேத இலக்கியங்களில் தொன்மையானதுமாகும். அதர்வண வேதம் நான்காவது வேதமாகும். சதுர்வேதம் எனப்படும் நான்மறை வரிசையில் அதுவே கடைசி. ரிக், யஜுர், சாம ஆகிய மூன்று வேதங்களை மட்டும் உள்ளடக்கிய த்ரிவேத் (*Trived*) என்ற கோட்பாடு உண்டு. காளை மாட்டின் திமில் தெளிவாகக் குறிப்பிடப்படுவது அதர்வண வேதத்தில்தான் என்பதையும், சிந்துவெளிப் பண்பாட்டைப் பொறுத்தவரையில் அதே திமில் காளைதான் பெருமித அடையாளச் சின்னம் என்பதையும் ஒரேநேரத்தில் ஒப்பிட்டுப் பார்க்கவேண்டிய தேவை இருக்கிறது.

ரிக் வேதம் காட்டுப்பசுவை கவயா என்றழைக்கிறது. அத்துடன், சண்டை, போர் என்ற பொருளில் காவிஸ்ட்டி என்றச் சொல் பயன்படுத்தப்படுகிறது. இப்போது, இந்தோ-ஆரிய மொழிகளில் எருது மற்றும் பசு ஆகிய கால்நடைகளைக் குறிக்கப் பயன்படுத்தப்படும் கோ (*Go*) என்ற சொல்லின் உருவாக்கத்தை ரிக் வேதத்திலிருந்து மீட்டுருவாக்கம் செய்யமுடியும். அதுமட்டுமின்றி பின்னர் சிவனின் வாகனமாகக் குறிக்கப்படும் நந்தின் (நந்தி) என்ற சொல்லாக்கம் முதலில் மகாபாரதத்தில்தான் பயன்படுத்தப்படுகிறது.

தொன்மையான சமஸ்கிருத இலக்கியங்களில் காளை தொடர்பான சொற்கள் பயன்படும் விதத்தைப் பற்றி ஆராயும்போது மகாபாரதத்தில் பயன்படுத்தப்படும் போத்தா (*pota*) என்ற சொல் நமது கவனத்தை ஈர்க்கிறது. மகாபாரதத்தில் இளங்கன்று (விலங்கின் கன்று, மரத்தின் கன்று) என்ற பொருளில் போத்தா என்ற சொல் வருகிறது (*CDIAL 8399*). இந்தச் சொல் போத்தாலா, போத்தாலட்டா (இளம் விலங்கு), கோ போத்தாலிக்கா (கிடாரி) என்ற பொருள்களில் சொல்லாக்கம் பெறுகிறது. இச்சொற்கள் வழங்கும் முறையை மனதில்கொண்டு டர்னர் (*R. L. Turner*) இது ஓர் ஆரிய மொழிச் சொல் அல்ல; ஆரிய மரபோடு தொடர்பற்ற சொல் என்று குறிப்பிடுகிறார். அதுமட்டுமின்றி, திராவிட வேர்ச்சொல் அகராதியின் ஆசிரியர்களில் ஒருவரான பர்ரோவை அவர் மேற்கோள் காட்டுகிறார். போத்தா என்று மகாபாரதம் குறிப்பிடும் சொல் போத்து (*DEDR 3748*) என்ற தமிழ்ச் சொல்லிலிருந்து கடனாகப் பெறப்பட்டது என்ற கருத்தையும் டர்னர் முன்வைக்கிறார்.

போத்து: வேளாண்-கால்நடைப் பொருளாதாரத்தின் திராவிட வேர்கள்

விலங்குகளின் ஆண்பால் பெயராக ஏறு, ஏற்றை என்ற சொற்களோடு போத்து என்ற சொல்லையும் தொல்காப்பியம் (மரபியல். 546) பட்டியலிடுகிறது. அதுமட்டுமின்றி நிலத்திலும், நீரிலும் வாழும் விலங்குகள், பறவைகள் என 13 வகையான உயிரினங்களின் ஆண்பாலைக் குறிப்பிடும் சொல்லாகப் போத்து என்ற சொல்லைத் தொல்காப்பியம் அடையாளப்படுத்துகிறது. நிலத்தில் வாழும் கால்நடைகளான புலி, கடமான், மான்; நீர்வாழ் உயிரினங்களான சுறா, முதலை உள்ளிட்ட 6 உயிரினங்கள்; மயில், எழால் (சதுப்பு நிலக் கொக்கு) போன்ற பறவைகள் ஆகியவற்றின் ஆண் பாலினத்தைக் குறிக்க போத்து என்ற சொல் தொல்காப்பிய மரபியலில் பரிந்துரைக்கப்படுகிறது. அதுமட்டுமின்றி மரம், செடி போன்ற தாவரங்களின் கன்று, இளம் கிளை போன்றவற்றைக் குறிக்கும் பிள்ளை, குழவி, கன்று போன்ற சொற்களுடன் போத்து என்ற சொல்லையும் தொல்காப்பியர் மரபியலில் குறிப்பிடுகிறார். உதாரணமாகத் தென்னங்கன்று, மாம்போத்து, தென்னம்போத்து, தென்னம்பிள்ளை, மாங்கன்று போன்றவற்றை நினைவுகூரலாம். இவற்றில் கன்று, போத்து ஆகிய இரண்டு சொற்களும் காளை, எருமை ஆகியவற்றின் இளமைப் பெயர்களைக் குறிப்பதுடன் (காளைக்கன்று, எருமைக்கன்று, எருமைப்போத்து) தாவரங்களின் இளமைப் பெயர்கள் (தென்னங்கன்று, தென்னம்போத்து) என்ற இரண்டையும் குறிப்பிடப் பயன்படுத்தப்படுகிறது. இங்குதான் போத்து என்ற சொல் மிக முக்கியமான கவனம் பெறுகிறது.

திராவிட வேர்ச்சொல் அகராதி (DEDR 4586, 4587) போத்து என்ற சொல் நிலம்வாழ், நீர்வாழ் உயிரினங்கள், பறவைகள், தாவரங்கள் ஆகியவற்றுடன் உள்ள தொடர்பு தமிழில் மட்டுமின்றி பல்வேறு திராவிட மொழிகளிலும் இடம்பெறுவதைச் சுட்டிக்காட்டுகிறது.

போத்து என்ற பெயர்ச் சொல்லை இளமையான விலங்குகள், இளம் தாவரங்கள் ஆகிய இரு வகைகளையும் குறிக்கும் சொல்லாக (விலங்கு உலகம், தாவர உலகம் இரண்டையும் உள்ளடக்கியது) பயன்படுத்துவது தென்திராவிட மொழிகளுக்கு மட்டுமானது அல்ல. இந்த இருவழிப் பயன்பாடு மத்திய இந்தியாவில் பேசப்படும் குய், குவி, கோண்டி, கோண்டா போன்ற திராவிடப் பழங்குடி மக்களின் மொழிகளிலும் அவ்வாறே உள்ளது. அதனால், இச்சொல் ஒரு தொல்திராவிடச் சொல் என்பதும் திராவிட மானுடவியலின் மிகத்தொன்மையான காலகட்டங்களில் இச்சொல்லாக்கம் நேர்ந்திருக்கலாம் என்பதையும் சுட்டிக்காட்டுகிறது. தாவரங்கள், விலங்குகள் ஆகிய இரண்டையும் குறிக்கும் இச்சொல் வேளாண்மையுடன் கூடிய கால்நடை வளர்ப்பு என்ற சமூகப் பொருளியல் காலகட்டத்தில் (Agro-Pastoralism) தோன்றியிருக்க வேண்டும். எனவே, சமஸ்கிருத மொழியில் இளம் விலங்கு, இளம் தாவரம் ஆகிய இரண்டையும் குறிப்பதற்குப் பயன்படும் போத்த என்ற சொல் திராவிட மொழிகளிலிருந்து கடன்பெற்ற சொல் என்று டர்னர் சுட்டிக்காட்டுவது முற்றிலும் சரியான கருத்தாகும். சமஸ்கிருதம் போன்ற செவ்வியல் மொழியிலிருந்து விலங்குகள், பறவைகள், தாவரங்கள் தொடர்பான அடிப்படைச் சொல்லை கோண்டி, குய், குவி போன்ற மொழிகளைப் பேசும் பழங்குடி மக்கள் கடன் வாங்கியிருக்க வாய்ப்பில்லை.

போத்து ராஜா: எருமை அரசன்

தமிழ்நாட்டின் சில பகுதிகளில், குறிப்பாக வடமாவட்டங்களில் திரௌபதி வழிபாடு என்ற ஒரு பண்பாட்டு மரபு (Draupadi Cult) வழக்கத்தில் இருக்கிறது. இந்த வழிபாட்டு மரபைப் பற்றி ஆல்ஃப் ஹில்ட்டேபிடல் (Alf Hiltebeitel) என்ற ஆய்வாளர் The Cult of Draupadi என்ற தலைப்பில் ஒரு நூலை எழுதியுள்ளார். இந்நூலில் அவர் போத்து ராஜா என்ற அரசனைக் கொம்புகளுடன் கூடிய எருமை அரசன் என்று அழைக்கிறார். வடஇந்தியப் புராண மரபுகள் குறிப்பிடும் மகிஷாசுர என்ற எருமை அசுரனுடன் இந்தப் போத்து ராஜாவைத் தொடர்புபடுத்தி இவர் ஆராய்கிறார்.

மகிஷா என்பது எருமை என்ற தமிழ்ச் சொல்லுக்கு இணையான சமஸ்கிருதச் சொல்லாகும். எருமை அசுரன், மகிஷாசுரன் என்றழைக்கப்படுகிறான். கர்நாடகாவில் உள்ள மைசூர் என்ற நகரத்தின் பெயர் மகிஷாசுர என்ற பெயருடன் தொடர்புபடுத்தப்படுகிறது. வீர வன்னியன் (வன்னி ராஜா) போன்ற கதைகளில் வருகிற கதைத் தலைவர்களைப் போலவே போத்து ராஜாவும் தீயுடன் (அக்னி) தொடர்புடைய ஒரு வீரக்கதை மாந்தராகக் கருதப்படுகிறார். இங்கே போத்து ராஜா என்பது ஒருவகையில் எருமை அரசனைக் குறிக்கிறது. அதுவே, துர்கை கதையில் மகிஷாசுரன் என்பது எருமை அசுரனைக் குறிப்பதாகப் பயன்படுகிறது. போத்து ராஜா, மகிஷாசுரன் என்ற இரண்டு சொல்லாக்கங்கள் இரு வெவ்வேறு மொழிக் குடும்பங்களின் இருவேறு பண்பாட்டு உலகத்தைச் சித்தரிக்கும் குறியீடுகள்.

எருமை என்ற சொல் சங்க இலக்கியத்தில் 39 முறை பயன்படுத்தப்படுகிறது. எருமை தொடர்பான வழிபாடு மற்றும் பண்பாட்டு முறைகளைச் சங்க இலக்கியம் ஆவணப்படுத்துகிறது. எருமையை வர்ணிக்கும்போது அணிநடை எருமை, அண்ணல் எருமை போன்ற மதிப்பான சொற்களைச் சங்க இலக்கியம் கையாள்கிறது.

புறநானூற்றில் எருமையைக் குறியீடாகக் கொண்ட ஒரு பாடல் வகை 'எருமை மறம்' என்று அழைக்கப்படுகிறது. எருமை மறம் என்பதற்கு எருமை வீரம் என்று பொருள். போர்க்களத்தில் தனது பக்கத்தைச் சார்ந்த மற்ற வீரர்கள் எல்லாம் அஞ்சி ஓடியதற்குப் பின்னால் ஒருவன் தனது எதிரிகளுடன் தொடர்ந்து சண்டையிடும் வீரப்பண்பைச் சங்க இலக்கியம் எருமை மறம் என்று அழைக்கிறது. ஐங்குறுநூற்றில் நீர்நிலைகளிலும், சேற்றிலும் வசிக்கும் எருமை மாடுகளைக் குறியீடாகவும், பின்னணியாகவும் கொண்ட 10 பாடல்கள் உள்ளன. இவை எருமைப் பத்து என்று அழைக்கப்படுகின்றன. இந்தப் பாடல்களை எழுதிய ஓரம்போகியார் எருமையின் செயல்களின் ஊடாக மனித உளவியலைக் குறியீடாகச் சித்தரித்துக் காட்டுகிறார். அன்றாட வாழ்வில் எருமைகள் மிக முக்கியமான இடம்பெறும் ஒரு சமூகப்பண்பாட்டுப் பின்னணியில்தான் பழங்கால செவ்வியல் இலக்கியம் ஒன்றில் எருமை இத்தகைய சிறப்பிடத்தைப் பெறமுடியும். பாண்டிய அரசனை எதிர்த்துப் போரிட்ட ஒரு குறுநிலத் தலைவன் சங்க இலக்கியத்தில் எருமையூரன் என்று அழைக்கப்படுகிறான். எருமையூரன் என்பதை எருமை நாட்டுத் தலைவன் என்று புரிந்துகொள்ளலாம் (Chieftain of Buffalo country).

பண்டைய தமிழர்களின் சடங்குகளில் எருமையின் கொம்புகளுக்குச் சிறப்பிடம் இருந்தது என்பது இன்றைய தமிழர்களுக்கு வியப்பான செய்தியாக இருக்கலாம்.

கலித்தொகையில் (116) ஒரு திருமணச் சடங்கு முறை சித்தரிக்கப்படுகிறது. இதில், திருமணத்துக்கு முன்பு புதிய மணல் தூவப்பட்டு அதன் மீது பந்தல் உருவாக்கப்படுகிறது. வீட்டின் தரையில், சுவர்களில் செம்மண் பூசப்படுகிறது. திருமணம் நடக்கும் இடத்தில் பெண் எருமையின் கொம்புகள் நட்டு வைக்கப்படுகின்றன. திருமணம் போன்ற வாழ்வியல் சடங்கில் எருமையின் கொம்பு இடம்பெறுவதை வளமைப் பண்பாட்டின் (*Fertility culture*) குறியீடாகக் கருதலாம்.

ஐங்குறுநூற்றின் 94ஆம் பாடலில் திரண்ட கூர்மையான கொம்புகளுடன் கூடிய ஓர் ஆண் எருமை தனது துணையுடன் மகிழ்ந்து திரிகிறது. இதை ஓர் இளம் வீரன் தனது காதலியுடன் சேர்ந்திருப்பதற்கு இணை நிகழ்வாக இப்பாடல் வர்ணிக்கிறது. இத்தகைய ஆண் எருமை, பெண் எருமை, வீரன், அவனது காதலி, எருமை மறம் என்ற புறப்பாடல் துறை, எருமைப் பத்து என்ற அகப்பாடல் மரபு, திருமணங்களில் எருமைக் கொம்பு என்ற எல்லா செய்திகளையும் ஒருங்கிணைத்துப் பார்த்தால் நமக்குள் எருமை பற்றிய ஒரு புதிய புரிதல் தோன்றும். வளமைப் பண்பாடு, இனப்பெருக்கம் ஆகியவற்றின் அடையாளக் குறியீடாக எருமை, ஏறு சார்ந்த மரபுகளைக் கருதலாம். எருமை உலகைப் பொறுத்தவரையில் ஆண் எருமை இனப்பெருக்கத்தின் குறியீடாக இருக்கிறதே தவிர எருமைக் கன்றுகளைப் பேணிப் பாதுகாக்கும் பொறுப்பு முழுக்க முழுக்கப் பெண் எருமை சார்ந்ததாக இருக்கிறது.

இந்தியாவில் பழங்குடி மக்களின் பண்பாடுகளில், வழிபாட்டு மரபுகளில், எருமை மாடுகளும், கொம்புகளும் முக்கிய இடம்பெறுகின்றன. ஒடிசா, சத்தீஸ்கர் ஆகிய மாநிலங்களில் வாழும் பழங்குடிகளின் சடங்கு முறைகளில் எருமைக்கும் அதன் கொம்புக்கும் முக்கிய இடமுண்டு. சிந்துவெளிப் பொறிப்புகளில் காணப்படும் கொம்பு அணிந்த உருவப் பொறிப்பை நினைவுபடுத்தும் பழங்குடி ஆடல் மரபுகள் இன்றுவரை தொடர்கின்றன.

நீலகிரியில் வசிக்கும் தோடர்களின் வாழ்வில் எருமை சார்ந்த பண்பாடு, அது சார்ந்த சமய வழிபாட்டு முறைகள் உள்ளது. தோடர்களின் தோற்றத் தொன்மங்கள் குறித்த கதைமரபுகளில் (*primordial creation myths*) தோடர்களின் கடவுளாகிய 'ஒன்', 1800 எருமைகளை முதலில் படைத்ததாகவும் 1800ஆம் எருமையின் வாலைப் பிடித்துக் கொண்டு, முதல் தோடர் தோன்றியதாகவும் கூறப்படுகிறது.

சிந்துவெளிப் பொறிப்புகளில் எருமை உருவம் மிகமுக்கிய இடம்பெறுகிறது. எருமைக் கொம்புகளும் இடம்பெறுகின்றன. சிந்துவெளிப் பகுதிகளில்தான் இந்திய நீர் எருமை (*Indian water buffalo*) எனப்படும் எருமை இனம் முதன்முதலில் வளர்ப்புப் பிராணியாகப் பழக்கப்பட்டதாகவும், அங்கிருந்து இந்த வகை எருமைகள் சுமேரியாவுக்கும்கூட ஏற்றுமதி செய்யப்பட்டதாகவும் ஆய்வுகள் கூறுகின்றன. ஆனால், சிந்துவெளியில் தொடங்கிப் பழங்குடி வாழ்வியலில் இன்றுவரை முக்கிய இடம்பெறும் எருமையும், எருமைப் பண்பாடும், சங்க இலக்கியத்தில் திருமணச் சடங்கில் முன்னிறுத்தப்பட்ட எருமை தொடர்பான பண்பாட்டுக் குறியீடுகளும் காலப்போக்கில் திசை திரும்பித் தலைகீழானது எப்படி? அந்த மாற்றத்தின் சமூகப் பண்பாட்டு வரலாற்றுக் காரணிகள் எவை? இது தனித்த ஆய்விற்குரிய களமாகும்.

பின்வந்த காலங்களில் எமனின் வாகனமாக எருமைச் சித்தரிக்கப்பட்டு இந்தியப் பண்பாட்டு மரபில் அதுகுறித்த ஓர் எதிர்மறையான கருத்தாக்கம் வளர்ந்தது. ஒருவகையில் சிந்துவெளியில் சிறப்பிடம் பெற்ற எருமையின் வீழ்ச்சியும், சிந்துவெளிப் பொறிப்புகளில் இடம்பெறாத பசு மாட்டின் எழுச்சியும் இந்தியப் பண்பாட்டு வரலாற்றில் படிப்படியாக நேர்ந்த புதிய தாக்கங்களோடு தொடர்புடைய குறியீட்டு நிகழ்வுகளாகும்.

இந்தியத் துணைக்கண்டத்தில் காளை விளையாட்டு

பாகிஸ்தானில் இஸ்லாமாபாத்திலிருந்து 80 கி.மீ. தூரத்தில் உள்ள பிண்டு சுல்தானி என்ற கிராமம் ஏறு பந்தயத்திற்கு மிகவும் புகழ்பெற்றது. குளிர் காலத்தில் பயிர்களை அறுவடை செய்தபின் இந்த விளையாட்டு நிகழ்வு நடைபெறுகிறது. வலுவான பெரிய கட்டைகள் பொருத்தப்பட்ட ஒவ்வொரு ஏறின் மீதும் ஒரு பந்தய வீரர் நின்றுகொள்வார். ஒரு கோட்டிலிருந்து இன்னொரு கோட்டிற்கு இந்த ஏறு பாயும். ஏறுகளின் உரிமையாளர்கள் பந்தய வீரர்களை வாடகைக்கு அமர்த்திக் கொள்கிறார்கள். இந்தப் பந்தய வீரர்கள் நழுவி நிலைகுலைந்து விழுந்தால் எருமைகள் பார்வையாளர் கூட்டத்தை நோக்கிப் பாய்ந்துவிடும் அபாயம் உள்ளது. பாகிஸ்தானின் சில பகுதிகளில் இந்த விளையாட்டு மரபு இன்றுவரை தொடர்கிறது. இந்தப் பந்தயத்திற்காகத் தனியாகக் கால்நடைகள் வளர்க்கப்படுகின்றன.

கேரள மாநிலத்தின் தென்பகுதியில் அறுவடைக்குப் பின் காளை ஓட்டும் விளையாட்டு நடைபெறுகிறது. இந்த விளையாட்டில் நுகத்தடியில் பூட்டப்பட்ட இரண்டு காளைகள் முழங்கால் ஆழத்துக்கு நீர் நிறைக்கப்பட்ட நெல் வயலில் விரைந்து ஓட்டப்படுகின்றன. இந்த விளையாட்டில் கலந்துகொள்பவர்கள் மாட்டோடு பொருத்தப்பட்ட மரப்பலகையில் நின்றுகொள்வார்கள். இதுபோன்ற ஒரு நிகழ்ச்சி மேற்கு வங்காளத்திலும் நடத்தப்படுகிறது. கர்நாடகாவில் கம்பலா என்ற பெயரில் நடைபெறும் எருமை மாட்டுப் பந்தயம் மிகவும் புகழ்பெற்றது. இம்மாநிலத்தில் மாட்டு வண்டிப் பந்தயங்களும் நடத்தப்படுகின்றன. ஆந்திரா, மகாராஷ்டிரா, பஞ்சாப், ஹரியானா போன்ற மாநிலங்களிலும் இத்தகைய ஏறு சார்ந்த பந்தயங்கள் நிகழ்கின்றன.

பண்பாட்டு மரபுகளின் தோற்றமும் அவை நெடுங்காலம் கடந்து நிலைபெற்று தொடரும் தொடர்ச்சியும் வியப்பூட்டுகிறது. மதுரை அருகே உள்ள அலங்காநல்லூரில், பாலமேட்டில், அவனியாபுரத்தில் ஜல்லிக்கட்டு நிகழ்வுகளின்போது எடுக்கப்பட்ட புகைப்படங்களும் காணொளிகளும் மொகஞ்சோதாரோவில் கிடைத்த M312 என்ற முத்திரையை அப்படியே நினைவுபடுத்துகின்றன. இன்றிலிருந்து 4500 ஆண்டுகளுக்கு முன் இந்தியத் துணைக்கண்டத்தின் வடமேற்குப் பகுதியில் முத்திரைப் பொறிப்பாக ஆவணப்படுத்தப்பட்ட ஒரு செம்புக்கால நிகழ்வு, காலத்தை வென்று, பூகோள இடைவெளியைப் பொருளற்றதாக்கித் தென்கோடி இந்தியாவில் இன்றுவரை ஒரு நிகழ்காலப் பண்பாடாக நிலைபெற்றுத் தொடர்கிறது என்பது வியப்பிற்குரிய உண்மை. கடந்தகாலம்தான் நம்மை மீண்டும் மீண்டும் கடந்து செல்கிறது.

சென்னையின் பழைய மகாபலிபுரம் சாலையில், கணிப்பொறி மென்பொருள் நிறுவனங்களின் தொழில்நுட்ப வளாகங்கள், அலங்காநல்லூர் ஜல்லிக்கட்டு கொண்டாட்டத்தின் தாரைத் தப்பட்டை இசை முழக்கத்திற்கு அதிர்கின்றன. 'பண்பாட்டு அசைவுகள்' என்பது வேறென்ன?

இயல் பதினாறு

உருளும் பகடைகள்

கடந்தகாலமும் பொழுதுபோக்கும்

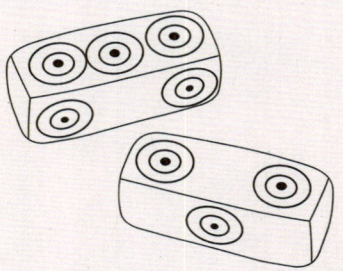

விளையாடு ஆயமொடு ஓரை ஆடாது,
இளையோர் இல்லிடத்து இற்செறிந்திருத்தல்
அறனும் அன்றே, ஆக்கமும் தேய்ம்

- நற்றிணை 68: 1-3

உருளும் பகடைகள்: கடந்தகாலமும் பொழுதுபோக்கும்

விளையாட்டுகள் மனித வாழ்வின் அங்கமாகும். நிலவியல், பண்பாட்டு எல்லைகளைக் கடந்து மனிதர்களின் அடிப்படையான பொதுப்பண்புகளில் ஒன்றாக விளையாட்டு திகழ்கிறது. ஆண், பெண் என்ற தனிமனிதர்களைத் தங்களது குடி மற்றும் சமூகப் பிரிவுகளின் அங்கமாக மாற்றும் இணக்கத்தை உருவாக்கி வளரவைக்கும் ஒரு பயிற்சிக்களம் விளையாட்டு.

ஆதியிலிருந்து விளையாட்டு என்ற மன மகிழ் நினைவுகள் மனிதப் பண்பாட்டின் ஊடாக வளர்ந்து வந்திருக்கிறது. எல்லாச் சமூகங்களிலும் அன்றாட வாழ்க்கையில் மக்கள் பயன்படுத்தும் பண்டபாத்திரங்கள், வண்டிவாகனங்கள், வீட்டு விலங்குகள் ஆகியவற்றை விளையாடும் பொம்மை வடிவமாக்கிக் குழந்தைகளின் கையில் கொடுப்பது ஒருவகையில் அவர்களின் சமூகப் பொருளாதாரச் சுற்றுச்சூழலுக்கு அவர்களைப் பழக்கும் முறையாகக்கூடப் பயன்படுகிறது. சில நேரங்களில் இந்த விளையாட்டு முறைகள், பொழுதுபோக்குச் சாதனங்கள், மனிதர்களின் சமய நம்பிக்கைகள் மற்றும் வழிபாட்டு மரபுகளை அறிமுகம் செய்யும் ஊடகமாகவும் திகழ்கின்றன. பண்டைய தமிழ் இலக்கியங்களில் மக்களின் சமூக வாழ்க்கையில் விளையாட்டும், உடல்நலமும் முன்னுரிமை பெற்றன.

சீரான உடல்நலம் என்பது ஓர் அறக்கோட்பாடு என்று வலியுறுத்தும் சங்க இலக்கியம் ஒருவகையில் உடல், மனம் சார்ந்த ஆக்கப்பூர்வமான வாழ்வியலை *(physical-mental wellbeing culture)* சுட்டிக்காட்டுவதாகத் தோன்றுகிறது. நற்றிணையின் 68ஆம் பாடல் இப்படிச் சொல்கிறது.

விளையாடு ஆயமொடு ஓரை ஆடாது,
இளையோர் இல்லிடத்து இற்செறிந்திருத்தல்
அறனும் அன்றே, ஆக்கமும் தேய்ம்... *(நற். 68: 1-3)*

விளையாட வேண்டிய நேரத்தில் தோழியரோடு வெளியே சென்று ஓரை விளையாட்டில் பங்கேற்காமல் வீட்டுக்குள் முடங்கிக்கிடப்பது அறநெறி ஆகாது. இவ்வாறு விளையாடாமல் இருந்தால் உடல்நலம் குன்றும் என்று தலைவியைப் பார்த்துத் தோழி சொல்வது போல் அமைகிறது இந்தப் பாடல்.

தொல்பழங்காலத்தில் மனிதர்கள் தங்களது குடிப்பிறப்பின் அடிப்படையில் *(clan based)* கூடிவாழ முற்பட்ட காலகட்டத்தில் அத்தகைய குடிகளின் நெறிமுறைகள், ஒற்றுமை, இணக்கம் ஆகிய பண்புகளுடன் அக்குடி சார்ந்த மக்களை வளர்த்தெடுப்பதற்கு விளையாட்டுகள் உதவியிருக்கும். குடி, குடியினர், கூடுதல், கூட்டம், குடில், கூடு போன்ற அடிப்படையான சொற்களின் பொருண்மைகளைக் கூர்ந்து கவனித்தால் ஒன்று புலப்படும். மனிதகுல வரலாற்றின் படிநிலைகள் தொன்மையும், தொடர்ச்சியுமாகத் தொடர்ந்து இயங்கும் ஒரு மொழியில் எவ்வாறு சொல்லாக்கம் பெறுகின்றன என்பதே அது.

குழந்தைப் பருவத்தின் தொல்லியல் *(Archaeology of Childhood)* கடந்தகாலங்களிலிருந்த பொழுதுபோக்குகள் *(Pastimes of the Past)* போன்ற கருத்தாக்கங்கள் ஆய்வாளர்கள் மத்தியில் அண்மைக்காலங்களில் மிகவும் பேசப்படுகின்றன.

கடந்தகாலத்தின் பொழுதுபோக்குகள்: சிந்துவெளிப் பண்பாட்டில் ஓய்வு நேரமும் மன மகிழ்வும்

சிந்துவெளிப் பண்பாட்டுப் பகுதியில் நடைபெற்றுள்ள பல்வேறு அகழாய்வுகளும், அப்பண்பாட்டு மக்களின் ஓய்வு நேரப் பொழுதுபோக்கு நிகழ்வுகள் மற்றும் அதற்கான சாதனங்கள் பற்றிய புரிதலை நமக்கு அளிக்கின்றன. உடல்நலம் சார்ந்த பண்பாடு *(Physical culture)* என்பது சிந்துவெளிப் பண்பாட்டில் மிக முக்கியமான இடம்பெற்றிருந்தது என்று தோன்றுகிறது. அங்குக் கிடைத்த அகழாய்வுத் தடயங்களில் சுடுமண்ணால் செய்யப்பட்ட பல்வேறு விளையாட்டுக் கருவிகள், பொம்மைகள் குறிப்பிடத்தக்கவை. இந்தச் சுடுமண் பொம்மைகளில் விலங்கு உருவங்கள் அதிகம் இடம்பெறுகின்றன. பகடை விளையாடுவதும் அக்கால மனிதர்களின் பொழுதுபோக்கில் முக்கியமான ஒன்றாக இருந்திருக்கிறது.

சிந்துவெளிப் பண்பாட்டின் சிதைவிடங்களில் காணப்படும் அன்றாடப் புழங்குபொருட்கள், பயன்பாட்டுக் கருவிகள்மூலம் சிந்துவெளிப் பண்பாட்டின் கைவினைத் திறன் மற்றும் படைப்பாற்றல் புலனாகின்றன. எத்தனையோ கருவிகளும், புழங்குபொருட்களும் சிந்துவெளியில் ஏராளமாகக் கிடைத்தாலும் அப்பண்பாட்டின் உன்னதத்திற்கு எடுத்துக்காட்டு அக்காலத்து விளையாட்டுப் பொம்மைகள்தான் என்பது ஆய்வாளர் பர்ஜோர் ஆவரியின் *(Burjor Avari)* கருத்தாகும். நகரமைப்பு, கட்டுமானம், உலோகவியல், கூர்நுட்பக் கருவிகள் என்று பல்வேறு தொழில்நுட்பங்கள் சிறந்து விளங்கிய ஒரு செம்புக்காலப் பண்பாட்டில் விளையாட்டுப் பொருட்கள்தான் அதன் உன்னதத்தின் உச்சகட்ட சான்று என்பது சில வினாக்களை நமக்குள் எழுப்புகிறது. சிந்துவெளிப் பொம்மைகளில் அப்படி என்னதான் இருக்கிறது?

இதற்கு மார்க் கெனோயர் விடை அளிக்கிறார். "சிந்துவெளிப் பண்பாட்டின் பொம்மை உருவங்களைப் பார்க்கும்போது அக்கால மக்களின் பொழுதுபோக்கு விளையாட்டுகளில் வளர்ப்பு விலங்குகளின் பங்களிப்பு இருந்ததாகத் தோன்றுகிறது" என்கிறார். *(Kenoyer 1998: 138)*. சுற்றி வளைக்காமல் நேரடியாகச் சொல்வதென்றால் சிந்துவெளிகாலச் சுடுமண் பொம்மைகள் மற்றும் விளையாட்டுச் சாதனங்கள் அந்தக்காலத்தில் அன்றாட வாழ்வில் நடைபெற்ற நிகழ்வுகளைக் காட்சிப்படுத்தும் கையடக்கக் கருவிகள் என்கிறார் கெனோயர். அதுமட்டுமின்றி மனமகிழ்வு, கேளிக்கைகளில் ஆர்வம் கொண்ட சிந்துவெளி மக்களின் மனப்போக்கையும் இந்த விளையாட்டுச் சாதனங்கள் தெரிவிக்கின்றன. சிந்துவெளிப் பண்பாட்டுச் சிதைவிடங்களில் கிடைத்துள்ள ஏராளமான பொம்மைகள் மற்றும் விளையாட்டுச் சாதனங்கள் அப் பண்பாடு தொடர்பான கண்டுபிடிப்புத் தடயங்களில் "மிகவும் ஆர்வமூட்டும் அடையாளம்" என்று மக்காய் கருதுகிறார். *(Mackay 1935: 176)*

போற்றுதலுக்குரிய பொம்மை வண்டி

சிந்துவெளி மக்கள் விரும்பி நேசித்த விளையாட்டுச் சாதனம் எது? அவர்களின் சமூகப் பொருளாதார, பண்பாட்டுப் பின்புலங்களை மீட்டுருவாக்கம் செய்யும் முயற்சிகளில் இந்தக் கேள்வி மிகவும் அவசியமானது. மொகஞ்சோதாரோ, சாங்குதாரோ ஆகிய இடங்களில் அகழாய்வு செய்த எர்னெஸ்ட் மக்காய் இதற்கு விடையளிக்கிறார். சிந்துவெளி மக்களின் மிக முக்கியமான, நெருக்கத்துக்குரிய, போற்றுதலுக்குரிய விளையாட்டுப் பொம்மை சாதனம் களிமண்ணால் செய்த மாட்டு வண்டி என்பது அவர் கருத்து. "களிமண்ணால் செய்த இந்தச் சுடுகளிமண் வண்டிகள் ஒரே மாதிரியான அளவில் உள்ளன. அவற்றின் தோற்றப்பொலிவு, புறக்கூறுகள் அனைத்தும் சீராக உள்ளன. அன்றாட வாழ்க்கையில் பயன்படுத்தும் மாட்டு வண்டியின் ஒரு சிறு மாதிரி *(Miniature)* போன்றவை இந்தப் பொம்மைகள். இந்தப் பொம்மை வண்டிகளைப் போலவே வடிவமைப்பும், தோற்றமும் கொண்ட மாட்டுவண்டிகள் மொகஞ்சோதாரோ பகுதிகளில் இன்றும் கூடப் பயன்படுத்தப்படுகின்றன" என்று வியப்புடன் சுட்டிக்காட்டுகிறார். *(Mackay 1935: 176)*

சுமார் 4500 ஆண்டுகளுக்கு முன்பு செய்யப்பட்ட பொம்மை வடிவங்களாகத் தொல்லியல் ஆய்வுத் தலங்களில் கண்டெடுக்கப்பட்டுள்ள பொம்மைகள் போன்ற வடிவமைப்பு கொண்ட வண்டிகள் இன்றுவரை அதே பகுதியில் பயன்பாட்டில் இருக்கிறது என்பதை அவ்வளவு எளிதாக நாம் கடந்துசெல்ல முடியாது. அதே இடம், அதே வடிவம். தொன்மைக்கும், தொடர்ச்சிக்கும் சான்றாக வேறென்ன வேண்டும்? அதுமட்டுமின்றி சிந்துவெளிப் பண்பாட்டின் சில அடிப்படையான கூறுகளை, மன இயல்புகளை அடையாளம் காண்பதற்கும் இந்தப் பொழுதுபோக்குச் சாதனங்கள், பொம்மைகள் உதவுகின்றன. ஏனெனில் பொம்மைகள் பொது மன ஓட்டத்தின் வெளிப்பாடுகள்தானே.

போர்க்களங்களில் பயன்படுத்தும் தேர்களை நினைவு படுத்தக்கூடிய சுடுமண் பொம்மைகள் அல்லது மாதிரி வடிவங்கள் சிந்துவெளிப் பண்பாட்டில் கிடைக்கவில்லை. சிந்துவெளி மக்கள் போர் வெறி பிடித்துத் திரிந்தவர்கள் அல்ல. அந்தப் பண்பாடு நலிவடைந்து ஒரு முடிவுக்கு வந்த காலகட்டத்தில்தான் அவர்கள் தங்களது எதிரிகளால் அச்சுறுத்தப்படும் சூழல் வந்திருக்கும் என்றும் மக்காய் கருத்து தெரிவிக்கிறார். சிந்துவெளிப் பண்பாட்டு மக்களின் மன

இயல்பு, வாழ்வியல் அணுகுமுறை மற்றும் அந்தப் பண்பாடு எவ்வாறு முடிவடைந்து இருக்கக்கூடும் என்பது பற்றிய பல முக்கியமான கேள்விகளை மக்காய் போன்ற ஆய்வாளர்கள் இந்தச் சுடுமண் பொம்மைகள் மற்றும் மாதிரி வடிவங்களின் ஊடாகத் தெரிந்துகொள்ள முயல்வது கவனிக்கத்தக்கது ஆகும்.

சிந்துவெளிப் பண்பாட்டுச் சிதைவிடங்களில், குதிரைகளின் உருவ பொம்மைகள், அல்லது குதிரைகளைத் தொடர்புபடுத்தும் விளையாட்டுச் சாதனங்கள் கிடைக்கவில்லை என்பது மிகவும் முக்கியமான ஒரு குறிப்பாகும். இப்பின்னணியில் சர்ரி ஆர். கிளார்க் (Sharri R. Clark) எழுதியுள்ள நூல் மிகவும் கவனத்துக்குரியது. பொம்மை உருவங்களின் சமூக வாழ்க்கை பொ.யு.மு. 3000 ஹரப்பா பொம்மைகளின் மீட்டுருவாக்கம் என்பது அந்நூலின் தலைப்பு. இந்த நூல் மிக முக்கியமான சில கேள்விகளை எழுப்பி விடையையும் தருகிறது. ஹரப்பா பண்பாட்டு உருவ பொம்மைகளில் குதிரை கிடைத்திருக்கிறதா என்பதுதான் கேள்வி. இதை உறுதியாக மறுக்கிறார் சர்ரி ஆர். கிளார்க். "வேறு சில சிந்துவெளி தலங்களிலிருந்து குதிரைகள் என்று சித்தரிக்கப்பட்ட உருவங்களின் படங்களை, வடிவரீதியான ஒற்றுமைகளை வைத்துப் பார்க்கும்போது அவை மாடுகளின் உடைந்த உருவங்களை ஒத்திருப்பதாகவே தோன்றுகிறது." (Clark 2017: 308)

சிந்துவெளிப் பண்பாட்டுக் காலத்தில் சுடுமண் பொம்மைகள் செய்யப்பட்டது ஒரு தொழிற்சாலையில் நிகழும் தொடர் சங்கிலி (Chaîne opératoire) போன்ற உருவாக்க முறையோடு ஒப்பிடலாம் என்பது அவரது கருத்தாகும். இந்தப் பொம்மைகள் வெறும் பொம்மைகள் அல்ல; இவற்றின் ஊடாக எப்படித் தொடங்கி, எப்படித் தொடர்ந்து, எப்படி முடிப்பது என்ற செய்முறை ஒழுங்கும், நேர்த்தியும், பாங்கும் தயாரிப்பு நிரல் முறையும் உள்ளடங்கி இருக்கிறது. ஒரு குறிப்பிட்ட நிரல் முறையில் இந்த உருவப் பொம்மைகள் உருவாக்கப்பட்டன என்றும் அவர் கூறுகிறார்.

சிந்துவெளிப் பண்பாட்டின் களிமண் பொம்மை உருவாக்க முறையில் தெற்கு ஆசியாவிற்கே உரிய தனித்துவச் செயல்முறை இருந்ததாக அவர் கருதுகிறார். இரண்டு களிமண் உருண்டைகளை எடுத்து ஒன்றோடு ஒன்று ஒட்டவைத்து

படம் 16.1 - சிந்துவெளியின் பொம்மை வண்டி

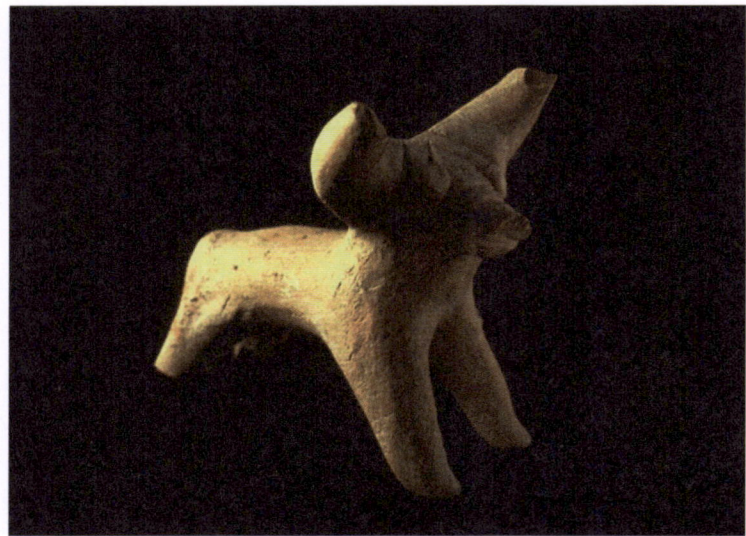

படம் 16.2 - ஹரப்பா காளை பொம்மை

Early Indus Civilization என்ற நூலில் எர்னெஸ்ட் மக்காய் அம்மக்களின் பழக்கவழக்கங்கள் மற்றும் பொழுதுபோக்கு பற்றி ஓர் இயலில் விவாதிக்கிறார். அதில், சிந்துவெளிப் பண்பாட்டில் கண்டெடுக்கப்பட்ட பொம்மைகள், சுடுமண் உருவங்கள், விளையாட்டு மற்றும் பொழுதுபோக்கு மனமகிழ் செயல்பாடுகள் ஆகியவற்றை ஆராய்கிறார். சிந்துவெளியின் உருவ பொம்மை உலகம் பற்றிய புரிதலுக்கு மக்காயின் பின்வரும் தகவல்கள் நமக்குத் துணைபுரியும்.

- தற்காலக் குழந்தைகள் களிமண் அல்லது களிமண் போன்ற செய்ப்பொருட்களைப் பயன்படுத்தி சில மாதிரி உருவங்கள் செய்ய முயல்வது போலச் சிந்துவெளிப் பண்பாட்டுக் காலகட்டத்துக் குழந்தைகளும் களிமண் உருண்டைகளை வைத்து உருவ பொம்மைகள் செய்து மகிழ்ந்திருக்கிறார்கள்.

- ஹரப்பாவில் கிடைக்கும் சில சுடுமண் பொம்மைகள் செய்நேர்த்தி இல்லாமல் குத்துமதிப்பாகச் செய்யப்பட்ட பொம்மைகளாக உள்ளன. இது சிறுபிள்ளைகள் விளையாட்டில் உருவான பொம்மைகள்தான்.

- களிமண்ணால் செய்யப்பட்ட வெற்றிடப் பந்து குடுவைகளுக்குள், சிறு குண்டுமணிகள் போன்ற களிமண் உருண்டைகளை வைத்து செய்யப்பட்ட கிலுகிலுப்பைகள் மிக முக்கியமானவை. குறிப்பாக இத்தகைய கிலுகிலுப்பைகள் சாங்குதரோ என்ற இடத்தில் அதிகமாகக் கிடைத்துள்ளன. சாங்குதரோ

அதிலிருந்து கைவிரல்களால் நேர்த்தியாகப் பொம்மையின் உருவங்கள் உருவாக்கப்படுவதைச் சுட்டிக்காட்டுகிறார். முத்திரைகள் போன்ற பொருட்களைச் செய்வதற்கு அவர்கள் அச்சுகளைப் பயன்படுத்தினாலும் பொம்மைகளை செய்வதற்கு அச்சுகளை அரிதாகவே பயன்படுத்தினார்கள். அந்த உருவ பொம்மைகள் பெரும்பாலும் விலங்கு வடிவங்களாகவே இருந்திருக்கின்றன. வழக்கத்தில் இல்லாத இந்த உற்பத்தித் தேர்வுகள் நடைமுறை வழக்கமானதாகத் தெரியவில்லை; அவர்களது கருத்தியலையே தெரிவிப்பதாக உள்ளன.

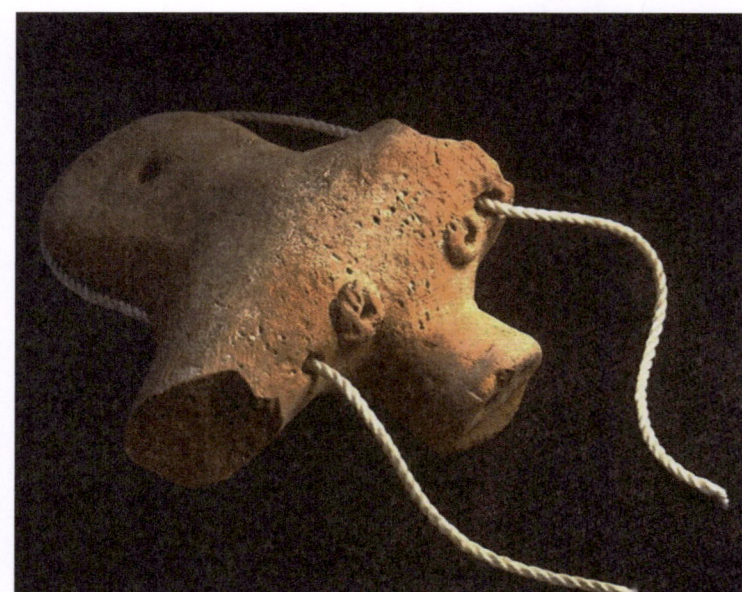

படம் 16.3 - ஹரப்பா களிமண் பொம்மை

படம் 16.4 - மொகஞ்சோதாரோ களிமண் பந்து

என்ற இடம் இத்தகைய பொம்மை தயாரிப்புக்கு முக்கியமானதாக இருந்திருக்க வேண்டும்.

- சில பொம்மைகள் உடல் உறுப்புகள் தனித்தனியாக ஆடுவது போல வடிவமைக்கப்பட்டுள்ளன. ஒரு காளை மாட்டின் தலைமட்டும் தனியாக ஆடுவது போலச் செய்யப்பட்ட பொம்மைகள் தேர்ச்சிபெற்ற கலைஞர்களால் செய்யப்பட்டிருக்கக் கூடும்.
- பகடைக் காய்களை வைத்து விளையாடும் விளையாட்டு பரவலாக இருந்துள்ளது. அவற்றுள் கனசதுரப் பகடைகள் குறிப்பிடத்தக்கவை.
- சிந்துவெளி நகரங்களில் கோலி குண்டு விளையாடும் பழக்கம் இருந்திருக்கிறது. ஆயினும், இவற்றில் ஜாஸ்பர், அகேட் கல் குண்டுகளைச் சிறுவர்கள் பயன்படுத்தியிருக்க முடியாது.
- சிந்துவெளி மக்கள் கூழாங்கற்கள் மற்றும் சில விதைகளைப் பயன்படுத்தி வல்லப் பலகையில் ஆடிய தாய விளையாட்டு சில ஆப்பிரிக்கப் பழங்குடிகளின் விளையாட்டை நினைவுபடுத்துகிறது.
- பறை, கஞ்சிரா போன்ற இசைக்கருவிகளின் பொம்மை மாதிரிகளும், தடயங்களும் கிடைத்துள்ளன. இவ்வாறு இசைக்கருவி மாதிரிகள் கிடைத்திருப்பதால் அதோடு சேர்த்து நடனம் போன்ற பொழுதுபோக்கு நிகழ்ச்சிகள் நடந்திருக்கக்கூடும் என்ற ஊகத்திற்கு இடம் அளிக்கின்றன.
- சேவல் சண்டை மிக முக்கியமான விளையாட்டு. இரண்டு சேவல்கள் சண்டைப்போடும் தோரணையில் காட்சியளிக்கும் ஒரு முத்திரைப்பொறிப்பு மூலம் இது புலனாகும்.

ஹரப்பா மற்றும் மொகஞ்சதாரோ ஆகிய சிதைவிடங்களில் கிடைத்த சுடுமண் வண்டிகள் போலவே தோற்றம் கொண்ட வண்டிகள் தற்காலப் பாகிஸ்தானிலும், இந்தியாவிலும் பயன்பாட்டில் உள்ளன. அதுமட்டுமின்றி ஹரப்பா சிதைவிடங்களில் படகுகள் மற்றும் படகுகளின் சுடுமண் மாதிரிகள் மற்றும் சுடுமண் பம்பரங்கள் ஆகியவையும் கிடைத்துள்ளன.

சிந்துவெளிப் பண்பாட்டில் பொம்மைத் தயாரிப்பு செய்நேர்த்தியடைந்த கலையாக இருந்திருக்க வேண்டும். தலை மட்டும் தனியாக ஆடும் வகையில் செய்யப்பட்ட மாடு போன்ற விலங்கு பொம்மைகள் தனித்தனியாகச் செய்யப்பட்டு பின்னர் ஒரு தண்டு அல்லது வடம் போன்ற இணைப்பு ஊடகத்தில் பொருத்தப்பட்டிருக்க வேண்டும். அதுமட்டுமின்றி, சில பெரிய பானை வயிறு கொண்ட விலங்குகளின் உருவங்கள் தனித்தனியாகப் பொருத்தப்பட்டு ஆடும் தோள்கள், கைகள், கால்கள் ஆகியவற்றுடன் செய்யப்பட்டுள்ளன. இந்த உடல் உறுப்புகள் பொம்மையின் உடல்பகுதியில் துளையிட்டு இணைக்கப்பட்டுள்ளன. இவை விளையாட்டுப் பொம்மைகளாகவும் பொம்மலாட்ட சாதனங்களாகவும் பயன்பட்டு இருக்கக்கூடும் என்று மெடோஸ் கூறுகிறார்.

சிந்துவெளிப் பகுதியில் கிடைத்த சுடுமண் கூம்புகள் பற்றி சில கருத்துகள் நிலவுகின்றன. இந்தச் சுடுமண் கூம்புகள் தச்சு வேலை செய்பவர்கள் அல்லது கொத்தனார்கள் 'மட்டம்' பார்ப்பதற்குப் பயன்படுத்தும் கூம்புகளாக இருந்திருக்கக்கூடும் என்று ஒரு கருத்து நிலவுகிறது. இந்தக் கூம்பு வடிவச் சுடுமண் வடிவங்கள் எழுத்தாணிபோலப் பயன்படுத்தப்பட்டிருக்கலாம் என்ற கருத்தும் நிலவுகிறது. சிந்துவெளிப் பண்பாட்டுச் சிதைவிடங்களில் கிடைத்துள்ள விலங்குகளின் உருவங்கள் மற்றும் மாட்டுவண்டி மாதிரிகள் அக்காலக் குழந்தைகளின் 'போலச் செய்யும்' (*Roleplay*) விளையாட்டில் பயன்பட்டிருக்கலாம்; இதை இப்போதுள்ள சமையல் விளையாட்டு போன்றவற்றோடு ஒப்பிடலாம் என்ற கருத்தை ரீட்டா ரைட் முன்வைக்கிறார்.

சிந்துவெளிப் பொம்மைகளைப் பற்றி ஆய்வு செய்துள்ள கிளார்க் தனது நூலில் சிந்துவெளிப் பண்பாட்டுப் பகுதிகளில் கிடைத்துள்ள ஏராளமான சுடுமண் உருவங்கள், தெய்வ உருவங்கள் மற்றும் மாதிரி உருவங்கள், பண்டைய சிந்துவெளி உலகத்தின் கதாபாத்திரங்களை நம் கண்முன் நிறுத்துகின்றன என்று கூறுகிறார். இந்தப் பொம்மைகள் சிந்துவெளி மக்கள் பேசிய மொழி எதுவென்பதை நமக்கு அடையாளம் காட்டாமல் மௌனமாக இருக்கலாம். ஆனால், இந்தப் பொம்மைகள் சிந்துவெளி மக்களின் உடல்மொழியை, பண்பாட்டு அசைவுகளை நமக்குச் சொல்கின்றன. நெடுங்காலத்துக்குப் பின்னும் இந்த உருவ பொம்மைகள் காட்டுகிற சில மாதிரி வடிவங்கள் மற்றும் பண்பாட்டின் தொடர்ச்சியைச் சிந்துவெளியை ஒட்டிய நிலப்பகுதிகளில் மட்டுமின்றி சிந்துவெளியிலிருந்து தொலை தூரங்களில் உள்ள பகுதிகளில் நிலவும் தற்காலச் சமூகங்களிலும் மீட்டுருவாக்கம் செய்யமுடியும்.

சிந்துவெளிக் காலகட்டத்தில் செய்யப்பட்ட இந்தப் பொம்மைகளின் உலகம் நம் கண்முன் நிறுத்தும் சமூக வாழ்க்கை, அவற்றின் பொருள் சார்ந்த அடையாளங்கள், அப்பண்பாடு நலிவடைந்து முடிவுற்று மண்ணோடு மண்ணாகி மீண்டும் அகழ்ந்தெடுக்கப்படும் வரை முகம்காட்டாமல் மறைந்திருக்கலாம். ஆனால், அச்சிதைவிடங்களுக்கு வெளியே சிந்துவெளிப் பண்பாட்டின் பொம்மைகள் ஊடாகப் புலனாகும் சமூகக் கருத்தியல் மரபுகள் இந்தியத் துணைக்கண்டத்தின்

இலக்கிய ஆவணங்களில் தொடர்கின்றன. இன்றைய சமூக வாழ்வியலிலும் அதன் எச்சங்களைக் காணமுடிவதை இந்தப் பொம்மைத் தடயங்கள் நமக்கு உணர்த்துகின்றன.

பண்டைய இந்தியாவின் வெவ்வேறு விளையாட்டுகள்

பண்டைய இந்தியாவில் வீட்டிலும், வீட்டைச் சுற்றிலும் விளையாடப்பட்ட உள் விளையாட்டுகள் பற்றியும் திறந்தவெளிகளில் விளையாடப்பட்ட வெளி விளையாட்டுகள் பற்றியும் த்ரிதிப் நாத் ரே என்ற ஆய்வாளர் 1939ஆம் ஆண்டு விரிவான கட்டுரை ஒன்றை எழுதினார். அவர் இந்தக் கட்டுரையை எழுதுவதற்கு 15 ஆண்டுகளுக்கு முன்பே சிந்துவெளிப் பண்பாடு பற்றிய கண்டுபிடிப்பு அறிவிக்கப்பட்டுவிட்டது. எனவே ஹரப்பா மொகஞ்சோதாரோ போன்ற இடங்களில் கிடைத்த சுடுமண் உருவ பொம்மைகள், விளையாட்டுப் பொருட்கள், பகடைகள் பற்றிய செய்திகளும் இக்கட்டுரையில் இடம்பெறுகின்றன. சிந்துவெளிப் பண்பாடு அறிவிக்கப்பட்ட பின்னர் பண்டைய இந்தியாவின் விளையாட்டுகள் குறித்து எழுதப்பட்ட முதல் கட்டுரை இதுதான் என்று தோன்றுகிறது.

த்ரிதிப் நாத் ரே தனது ஆய்வுகளில், விளையாட்டு, கேளிக்கை போன்ற பொது நிகழ்வுகள் பற்றி ரிக் வேதத்தில் சில குறிப்புகள் கிடைப்பதாகக் கூறுகிறார். வேத இலக்கியங்களில் ரிக் வேதம், அதர்வண வேதம், யஜுர் வேதம், வாஜசனஹி சம்ஹிதா ஆகியவற்றில் விளையாட்டு நிகழ்வுகள் பற்றி குறிப்பிடப்படுகின்றன. இடைக்காலத்தைச் சேர்ந்த சயனாச்சாரியார் என்ற உரையாசிரியர் சமணா என்ற சொல் போர், பலியிடுதல், விழாவைக் குறிக்கும் என்று கூறியுள்ளார். ‘சமணா’ என்பது சமயச் சடங்குகளின் பின்னணியில் நிகழும் ஒரு விழா. ரிக் வேதத்தில் குறிப்பிடப்படும் சமணா என்ற நிகழ்வில் வில்வித்தை, தேர்ப் பந்தயம், குதிரைப் பந்தயம் போன்றவைகளும் குறிப்பிடப்படுகின்றன என்கிறார்.

வாத்சாயனரின் காமசூத்ராவில் பொதுமக்கள் ஓர் இடத்தில் கூடி மகிழ்ச்சியாகப் பொழுதுபோக்கும் நிகழ்வுகள் சமஸ்ய கிரீடா என்று அழைக்கப்படுகின்றன. உயரிய நோக்கம் மற்றும் அனைவரையும் கவரக்கூடிய அம்சம் கொண்ட விளையாட்டுகள் மஹிமானி என்று அழைக்கப்பட்டது. பிற விளையாட்டுகள் தேஸ்யா அல்லது மண்டல விளையாட்டு எனப்படுகிறது. பொதுமக்கள் கொண்டாடும் எல்லா விழாக்களும் இரண்டாவது பிரிவைச் சேர்ந்தது.

தற்போது வடஇந்தியாவில் உற்சாகமாகக் கொண்டாடப்படும் ஹோலி பண்டிகை, பாகவதம் குறிப்பிடும் உடக்க கேஸ்திகா என்ற விளையாட்டோடு தொடர்புபடுத்தப்படுகிறது. ஆயினும், பஞ்சலநுயநா என்ற விளையாட்டு குறித்த விவாதம் உள்ளது. இந்த விளையாட்டு பல்வேறு பறவைகள் மற்றும் விலங்குகளின் குரல்களை எழுப்பும் (*Mimicry*) விளையாட்டு என்று யசோதரா விளக்குகிறார். ஆனால், வீரபத்திரா இந்தக் கருத்திலிருந்து மாறுபடுகிறார். அவரைப் பொறுத்தவரையில் பஞ்சலநுயநா என்பது பொம்மைகள் வைத்து விளையாடும் ஒரு விளையாட்டு. தாமோதர சாஸ்திரி இந்த விளையாட்டைப் புட்டாலிவிவாகா என்று அடையாளப்படுத்துகிறார். ஆனால், புட்டாலிவிவாகா என்பது பாவைக்கூத்து வகையைச் சேர்ந்ததாகும் என்று ரே கருதுகிறார். (*Ray 1939*)

பண்டைய இந்தியாவின் திறந்தவெளி விளையாட்டுகள் பற்றி ரே பின்வருமாறு கூறுகிறார்: குதிரைப் பந்தயம், தேர்ப் பந்தயம் போன்ற தடகள விளையாட்டுகள் போர் மோகம் கொண்ட ஆரிய இளைஞர்களின் தலையாய மனமகிழ் விளையாட்டாகும் (*Ray 1939: 256*). பாணினியின் படைப்பு, இதிகாசங்கள், பௌத்த இலக்கியங்கள் மற்றும் பின்வந்த இலக்கியங்களின் சான்றுகளைக் கொண்டு பண்டைய இந்தியாவின் சண்டை விளையாட்டுகள் பற்றிக் குறிப்பிடுகிறார். இவற்றில் மல்யுத்தம், சிலம்பம், குதிரைப் பந்தயம், தேர்ப் பந்தயம், யானைப் பந்தயம், வில்வித்தை, வாள் சண்டை, மல்யுத்தம், குத்துச்சண்டை போன்றவை அடங்கும் என்று அவர் பட்டியலிடுகிறார்.

பண்டைய சமஸ்கிருத இலக்கியத்தில் ஏறு தழுவுதல் இல்லை

பாகவதத்தில் (பகுதி 10), கிருஷ்ணரின் மாடு மேய்க்கும் தோழர்கள் விளையாடிய வாஹிய வாஹக (*Vahya-vahaka*), சேதுபந்த் (*Setubandh*), நிலாயனா (*Nilayana*) போன்ற விளையாட்டுகள் பற்றி குறிப்பிடப்படுகிறது. சிந்துவெளி முத்திரைகள் சித்தரிக்கும் ஏறு தழுவுதல் பற்றிய எந்தக் குறிப்பும் சமஸ்கிருத இலக்கியங்களில் இல்லை என்பது கவனத்துக்குரியது. இதற்கு மாறாக சங்க இலக்கியங்களில் ஏறு தழுவுதல் ஒரு நேர்முக வர்ணனை போல மிகுந்த ஈடுபாட்டுடன் சித்தரிக்கப்பட்டுள்ளது. அது இன்றுவரை தொடர்கிறது என்பது இங்கே கவனிக்கத்தக்கது. பாகவதத்தின் 13ஆம் அத்தியாயத்தில் பொம்மைகள் பற்றிய குறிப்பு உள்ளது. களிமண் பொம்மைகள், மரத்தால் செய்த பொம்மைகள், உறுப்புகளைத் தனித்தனியாகக் கழற்றி மாட்டும் வகையில் செய்யப்பட்ட பொம்மைகள் ஆகியவற்றைப் பற்றி பாகவதத்திலும் (*I, 13.43*), ராமாயணத்திலும், மகாபாரதத்திலும் அதன் பிறகு வந்த கதாசரிதச் சாகரம், ரகுவம்சம், வாத்சாயனம் ஆகிய படைப்புகளிலும் குறிப்புகள் உள்ளன.

தொல்லியல் கண்ணோட்டத்தில் இதை அணுகினால் சிந்துவெளிப் பண்பாட்டு நிலப்பகுதிக்கு வெளியே வடஇந்தியாவில் பொம்மை மற்றும் பல்வேறு விளையாட்டுகளைக் குறிக்கக்கூடிய அகழாய்வுத் தடயங்கள் பெரிதாக எதுவும் கிடைத்துவிடவில்லை.

பொதுயுகத்தின் இரண்டாம் நூற்றாண்டு காலகட்டத்தைச் சேர்ந்த களிமண்ணால் செய்த காளைமாட்டின் உருவம் ஒன்று உத்திரப் பிரதேசத்தில் உள்ள கோஷம் என்ற இடத்தில் கிடைத்துள்ளது. இந்தக் களிமண் காளை உருவம் தற்போது அமெரிக்காவில் கலிஃபோர்னியாவின் சாண்டா பார்பரா கலை அருங்காட்சியகத்தில் வைக்கப்பட்டுள்ளது. இந்தக் களிமண் காளை உருவத்தைக் குழந்தைகளின் விளையாட்டுப் பொம்மை என்றோ அல்லது சிவ வழிபாட்டுடன் தொடர்புடைய ஒரு வழிபாட்டுப் பொருளாகவோ எடுத்துக்கொள்ளலாம்.

பண்டைய இந்தியாவில் நடைபெற்ற பல்வேறு விழாக்கள், விளையாட்டுகள் மற்றும் பொழுதுபோக்கு நடவடிக்கைகள் பற்றி வி. ராகவன் விரிவாக எழுதியுள்ளார். காஷ்யபசம்ஹிதா அல்லது விருத்த ஜீவகியா என்ற ஆயுர்வேத ஆவணத்தில் ஆண் குழந்தைகள், பெண் குழந்தைகள் விளையாட பயன்படுத்திய விலங்கு உருவ பொம்மைகள், பொம்மைத் தேர்கள், பொம்மை வண்டிகள், பந்து வகைகள் ஆகிய பல்வேறு விளையாட்டுப் பொருட்களைப் (பால-கிருடானகனி) பற்றி அவர் குறிப்பிடுகிறார். பண்டைய இந்தியாவின் விளையாட்டுகள் பற்றிய ஆய்வுக் கட்டுரைகள், நூல்கள் எழுதியுள்ள பெரும்பாலான அறிஞர்கள் சமஸ்கிருத இலக்கியங்களை மட்டும் பார்வையிட்டிருக்கிறார்கள். இந்தியாவின் செவ்வியல் இலக்கியமான தொல்தமிழ்ச் சங்க இலக்கியங்களை அவர்கள் சான்றுக்குப் பரிசீலிக்கவே இல்லை.

சங்க இலக்கியங்களில் உள்ள விளையாட்டுச் செய்திகளைப் பற்றி தமிழ்நாட்டைச் சேர்ந்த பல்வேறு ஆய்வாளர்கள் கட்டுரைகள், நூல்கள் எழுதியுள்ளார்கள். இந்தியவியலைப் பொறுத்தவரையில் இது ஒரு பெரிய குறைபாடாக ஒரு நோயாகவே இருக்கிறது. இந்தியவியல் குறித்து எழுத முற்படும் ஆய்வாளர்கள் சமஸ்கிருதம் அல்லாத வேறு மொழிகளில் தடயங்கள் உள்ளதா என்று தேடிப்பார்ப்பதில்லை.

ஆனால், சிந்துவெளிப் பண்பாட்டுப் பரப்பிற்கு வெளியே பொம்மைகள் இருந்ததற்கான தடயங்கள் மிகத் தொலைவிலும், அரிதாகவும் வட இந்தியாவில் கிடைக்கின்றன என்பதுதான் மறுக்கமுடியாத உண்மை. இந்தப் பின்னணியில்தான் சங்க இலக்கியங்களில் வரும் விளையாட்டுகளிலும் பொம்மைகளிலும் மதுரைக்கு அருகே கீழடியில் கிடைத்த அகழாய்வுப் பொருட்களிலும் தெற்கில் சிந்துவெளி மரபின் குறிப்பிட்ட அம்சங்களின் தொடர்ச்சி முக்கியத்துவம் பெறுகிறது. இப்போது நாம் சங்க இலக்கியங்களை ஆராய்வோம்.

தமிழ்ப் பண்பாட்டில் விளையாட்டும், பொம்மைகளும்

பண்டைய தமிழ் இலக்கியங்கள் மற்றும் தொல்லியல் சான்றுகளின் அடிப்படையில் பார்த்தால் தொல்தமிழ்ப் பண்பாட்டில் பல்வேறு வழிபாட்டு முறைகள் இருந்தாலும் சமயம் என்பது சங்ககால வாழ்வியலில் ஒரு மையப்புள்ளி அல்ல. நடைமுறை சார்ந்த எதார்த்தமான அன்றாட வாழ்வியலை மையமாகக் கொண்டு பொழுதுபோக்கு மற்றும் மனமகிழ் நிகழ்வுகளுக்கு முக்கியத்துவம் கொடுக்கும் பண்பாடு அது. பண்டைய தமிழர் பண்பாடு பற்றி மிக விரிவான ஆராய்ச்சிகள் செய்துள்ள கே. கே. பிள்ளை, *A Social History of the Tamils* என்ற தனது நூலில் தமிழர்களின் பொழுதுபோக்கு விளையாட்டுகள் பற்றி பின்வருமாறு கூறுகிறார்.

"ஒரு சமூகம் தனது ஓய்வு நேரத்தை எப்படிப் பயன்படுத்துகிறது என்பது அந்தப் பண்பாட்டிற்கான உரை கல்லாகும். பண்டைத் தமிழர்கள் பல்வேறு பொழுதுபோக்கு நடவடிக்கைகளில் ஈடுபட்டார்கள். அத்தகைய பொழுதுபோக்கு விளையாட்டுகள் எந்தவித ஆடம்பரமும் இன்றி எளிமையானதாக, சூழல் சார்ந்து இயங்குவதாக அதேநேரத்தில் மிக நுட்பமான பண்பாட்டுப் புரிதலின் ஊடாகச் செயல்படுவதாகத் தோன்றுகிறது." *(Pillay 1969: 326-327)*

தமிழின் முழுமுதற் இலக்கணமாகிய தொல்காப்பியத்தில் விளையாட்டு என்ற சொல் கையாளப்படுகிறது. தொல்காப்பியத்திலேயே பயன்படுத்தப்பட்ட இச்சொல் இன்றுவரை வழக்கில் பயன்படுத்தப்படுகிறது என்பது இச்சொல்லின் பயன்பாட்டுத் தொடர்ச்சி மட்டுமல்லாமல் பண்பாட்டுத் தொடர்ச்சிக்கும் சாட்சியமாக இருக்கிறது.

விளையாட்டை அல்லல் தீர்க்கும் நான்கு வழிகளில் ஒன்றாக அடையாளம் காட்டுகிறது தொல்காப்பியம். 'செல்வம் புலனே உணர்வு விளையாட்டு என, அல்லல் நீத்த உவகை நான்கே' (தொல். பொருள். 255) என்ற நூற்பா விளையாட்டு குறித்த ஒட்டுமொத்த கருத்தியலையும் ஒற்றை வரியில் சொல்லிவிடுகிறது. மேலும், தொல்காப்பியர் கெடவரல், பண்ணை ஆகிய மேலும் இரண்டு சொற்களையும் தொல்தமிழர் விளையாட்டுக் கலைச்சொல்லாக்கப் பட்டியலில் அறிமுகம் செய்கிறார். உரையாசிரியர்கள் பண்ணை, கெடவரல் ஆகிய இரு சொற்களையும் விளையாட்டு என்ற சொல்லுக்கு நேர்நிகரான மாற்றுச்சொல் போலக் குறிப்பிட்டுக் கடந்து செல்கிறார்கள். ஆனால், இச்சொற்களின் பயன்பாட்டுச் சூழலை அணுகி நோக்கினால் பண்ணை என்பது பெரும்பாலும் பெண்கள் குழுவாகச் சேர்ந்து விளையாடும் குழு விளையாட்டு என்ற பொருளிலும், கெடவரல் என்பது அநேகமாக ஒருவகையான சாகச விளையாட்டு என்ற பொருளிலும் பயன்படுவது புலனாகும்.

கெடவரல் என்பதில் உள்ள கெடு என்ற வினையடியின் மூலம் சாகச விளையாட்டுகளின் உள்ளீடான அபாயக்கூறு

உணர்த்தப்படுகிறது என்று ஆய்வாளர் சு. சிவகாமசுந்தரி 'சங்க இலக்கிய விளையாட்டுக் களஞ்சியம்' என்ற நூலில் குறிப்பிடுகிறார். 37 வகையான விளையாட்டுகள், பொழுதுபோக்கு நிகழ்ச்சிகளின் பட்டியல், ஒவ்வொரு விளையாட்டின் சூழல், விளையாடும் முறை ஆகியவற்றைக் குறிப்பிடுவதோடு இந்த விளையாட்டுகளை ஆண்களுக்குரிய விளையாட்டு, பெண்களுக்குரிய விளையாட்டு, ஆண்-பெண் இருபாலருக்கும் பொதுவான விளையாட்டு என்று பிரித்து ஆராய்கிறார். அதுமட்டுமின்றி வீட்டில், உள் அரங்கில் விளையாடக்கூடிய விளையாட்டு, திறந்தவெளியில் விளையாடக்கூடிய விளையாட்டு என்ற பகுப்பையும் அவர் கையாள்கிறார்.

சங்க இலக்கியம் நம் கண்முன் நிறுத்தும் வாழ்வியலில் விளையாட்டு போன்ற பொழுதுபோக்கு நிகழ்வுகள் பெற்றிருந்த முக்கியத்துவத்தை அக்காலகட்டத்தின் சமூகப் பண்பாட்டு முன்னுரிமைகள் பற்றிய புரிதல்களுடன் அணுகுவது பொருத்தமாக இருக்கும். சங்க இலக்கியச் சமூகம் கல்விக்கு முன்னுரிமை கொடுத்தது. கல்விப் பரவலாக்கத்தின் மீது நம்பிக்கை வைத்திருந்தது. சமூகப் பிரிவுகளின் மீது திணிக்கப்பட்ட மேல், கீழ் என்ற படிநிலை வர்ணப் பாகுபாடுகள் கல்வியின் குறுக்கே வரக்கூடாது என்ற அக்கறையும் சங்க இலக்கியச் சமூகத்துக்கு இருந்தது. இது ஆரியப்படை கடந்த நெடுஞ்செழியன் என்ற மன்னனின் புறநானூற்றுப் பாடலில் புலனாகிறது. பாண்டிய மன்னனின் நேரடிக் கூற்றாக வரும் இந்தப் பாடலைப் பண்டைத் தமிழ் மக்களின் கல்விக் கொள்கை என்று கூறலாம்.

> உற்றுழி உதவியும், உறுபொருள் கொடுத்தும்,
> பிற்றை நிலை முனியாது கற்றல் நன்றே,
> பிறப்பு ஓரன்ன உடன்வயிற்று உள்ளும்,
> சிறப்பின் பாலால் தாயும் மனம் திரியும்,
> ஒரு குடிப் பிறந்த பல்லோருள்ளும்,
> 'மூத்தோன் வருக என்னாது' அவருள்
> அறிவுடையோன் ஆறு அரசும் செல்லும்,
> வேற்றுமை தெரிந்த நாற்பால் உள்ளும்,
> கீழ்ப்பால் ஒருவன் கற்பின்,
> மேற்பால் ஒருவனும் அவன்கண் படுமே (புறம். 183)

ஒரே குடும்பத்தில் உள்ள பலரில் மூத்தவன் ஆயினும், இளையவன் ஆயினும் யார் அறிவுடையவனாக இருக்கிறானோ அவனை அரசன் தேடிச்செல்வான் என்றும், மேல் குலம், கீழ் குலம் என்று பாகுபாடு இருக்கும் நான்கு பிரிவுகளிலும் கீழ் குலத்தில் உள்ள ஒருவன் கல்வி கற்றவனாக இருந்தால் மேல் குலத்தில் இருக்கும் ஒருவன் அவனிடம் செல்ல வேண்டும் என்ற மிக முக்கியமான வாழ்வியல் கருத்தை இந்தப் பாண்டிய மன்னன் முன்வைக்கிறான். சங்க இலக்கியச் சமூகவியலில் ஒருவன் புகழ் அடைவது; தனது பெயரை நிலைநாட்டுவது அவனது செயல்களுக்கான மிக முக்கியமான உந்து விசையாக அறியப்படுகிறது. வீரயுகப் பாடல்கள் இத்தகைய புகழ் குறித்த நிலைப்பாடுகளைப் போற்றுகின்றன. நிலையில்லாத உலகில் நிலைபெற விரும்புபவர்கள் தங்களது அரிய செயல்கள்மூலம் தங்களது புகழை நிறுவிவிட்டு இறந்து போகிறார்கள் என்று புறநானூறு 165 கூறுகிறது.

வேளாண்மை-கால்நடை வளர்ப்பு என்ற சமூகப் பொருளாதாரப் பின்னணியில் வீரவிளையாட்டுகள் முன்னுரிமை பெற்றிருக்க வேண்டும். சங்க இலக்கியம் குறிப்பிடும் ஏறு தழுவுதல் போன்ற வீரவிளையாட்டுகளில் சமூகப் பண்பாட்டுப் பின்னணியை இப்புரிதலுடன் மதிப்பிட வேண்டும். பாசனவசதியுடன் கூடிய வேளாண்மை, கால்நடை வளம் மற்றும் வணிகம் ஆகியவற்றால் உபரிப்பொருளாதாரம் சாத்தியமாகிறது. அதைத்தொடர்ந்து பொழுதுபோக்கு நிகழ்வுகள், மனமகிழ் ஈடுபாடுகள் பெருகுகிறது.

சங்க இலக்கியம் வாழ்க்கையைக் கொண்டாடுகிறது. அகம் (காதல்), புறம் (வீரம்) என்ற வாழ்வியலின் ஊடாக நிலம், பொழுது என்ற சூழலின் பின்னணியில் வாழ்க்கையைக் காட்சிப்படுத்துகிறது. சங்க இலக்கியத்தில் கடவுள்கள் உலகைப் படைத்தவையாக அல்லாமல் குறிப்பிட்ட திணையின் கருப்பொருள்களில் ஒன்றாகவே கருதப்படுகின்றன. மீமெய்யியல் (*metaphysical*), ஆன்மிக (*spiritual*) விவாதங்களுக்குள் போகாமல் மக்களின் அன்றாடச் செயல்பாடுகள், அடிப்படை அறங்கள் மற்றும் உலகியல் விவேகத்துக்கு சங்க இலக்கியம் கூடுதல் கவனம் தருகிறது. இந்தப் பின்னணியில் அக்காலத்திய தமிழ் சமூகத்தின் ஓய்வுநேர நடவடிக்கைகளுக்கு தரப்பட்டிருக்கும் முக்கியத்துவத்தை மதிப்பிடும்போது சங்கத் தமிழர்களின் அடிப்படையான வாழ்வியல் கண்ணோட்டத்தை மதிப்பிட முடியும். இதன் துவக்கச் சுவடுகளை சிந்துவெளிப் பண்பாட்டின் அகழாய்வுப் பொருட்கள் வழியாக மீள் உருவாக்கம் செய்யமுடியும்.

சங்க இலக்கிய விளையாட்டுகள்

சங்க இலக்கியம் குறிப்பிடும் 37 வகையான பொழுதுபோக்கு விளையாட்டுகளில் பெண்களுக்கானவை 15, ஆண்களுக்கானவை 10, இருபாலருக்கும் ஆனவை 12 என்று பட்டியலிடுகிறார் ஆய்வாளர் சிவகாமசுந்தரி. இவ்வகையில் பெண்கள் மட்டும் விளையாடக்கூடிய 15, பெண்களும் விளையாடக்கூடிய 12 என்று மொத்தம் 27 விளையாட்டுகளில் பெண்களின் பங்கேற்பு இருந்தன.

சங்க இலக்கியம் குறிப்பிடும் விளையாட்டுகளில் சில: ஊஞ்சல், ஒளிந்து விளையாடுதல், பந்து, கழங்கு, கவண்,

வட்டு, வில்-அம்பு, மற்போர், ஏறுதழுவுதல், சிறுமுரசு அறைதல், பொம்மைத் தேர் இழுத்தல், மணல் வீடு கட்டுதல், சமையல் விளையாட்டு, குதிரை ஏற்றம், யானை ஏற்றம், மணலில் விதை போன்ற பொருளை ஒளித்து வைத்துக் கண்டுபிடித்தல், வேட்டையாடுதல், பாவை எனப்படும் பொம்மை விளையாட்டு, பறவைகள் மற்றும் விலங்குகள் போல பாவித்து குரல் எழுப்புதல், புனல் விளையாட்டு, செல்லப்பிராணிகளை வளர்ப்பது, புதிர் அல்லது விடுகதை போட்டு விளையாட்டு, சூதாடுதல், எண்களை எண்ணி விளையாடுதல், குரவைக்கூத்து விளையாட்டு, ஒளிந்திருந்து பயமுறுத்துதல், மலர் செடிகள் வளர்ப்பு, வண்ணம் சுண்ணம் எனும் துகள்களை ஒருவர் மீது ஒருவர் வீசுதல் என்று பல்வேறுவிதமான விளையாட்டுகள் பற்றி சங்க இலக்கியம் குறிப்பிடுகிறது.

இத்தகைய விளையாட்டுகளை ஏற்பாடு செய்யும் நிறுவனங்கள் சார்ந்த குறிப்பு எதுவும் இல்லை. ஆயினும் இத்தகைய விளையாட்டுகளில் சமூகப் பங்களிப்பு இருந்திருக்கும் என்பதற்கு சான்றுகள் கிடைத்திருக்கின்றன. ஒரு குறிப்பிட்ட விளையாட்டில் குறிப்பிட்ட எவரும் பங்கேற்கக் கூடாது என்று தடுக்கப்பட்டதற்குக் குறிப்பு எதுவுமில்லை. தோழியருடன் வெளியே சென்று விளையாட அனுமதிக்காமல் வீட்டிலேயே முடங்கி இருக்கும்படி செய்வது அறம் அல்ல என்பதையும் சங்க இலக்கியம் முன்வைக்கிறது. ஓடி, ஆடி விளையாடாவிட்டால் உடல் நலம் கெடும் என்ற எண்ணம் அக்காலத்தில் இருந்தது.

விளையாட்டு நிகழ்ச்சிகளில் பங்கேற்பது இளைஞர்கள் தங்களை நடைமுறை வாழ்க்கை பற்றிய புரிதலை ஏற்படுத்தும் என்று கருதப்பட்டிருக்கிறது. சமூகத்தில் இளைஞர்கள் முதல் முதியவர்கள் வரை ஏதோ ஒரு விளையாட்டில் ஈடுபட்டிருந்தது புலனாகிறது. குழந்தைகள் விளையாட்டு (நற். 3, பட்டின. 24-25); இளைஞர்கள் விளையாட்டு (கலி. 102); முதியவர்களின் பொழுதுபோக்கு விளையாட்டு (அகம். 377) என்று பல்வேறு பருவத்தினரின் பொழுதுபோக்கிற்குப் பல சான்றுகள் உள்ளன. கைவிடப்பட்ட நகர் மன்றங்கள், வல்லாட்டம் என்ற பகடை விளையாட்டு நடைபெறும் இடங்கள், வல்லாட்டக் கருவிகள், பலகைகள் என்று மீள்நினைவாக ஒரு காட்சிச் சித்திரத்தைப் பதிவு செய்கிறது சங்க இலக்கியம். (அகம். 377)

ஒரு கைவிடப்பட்ட பழைய நகரத்தில் சிதைந்துகிடந்த பகடை விளையாட்டுக் கருவிகளை மிகத்துல்லியமாக ஆவணப்பதிவு செய்யும் இந்தச் சங்க இலக்கியப் பாடல் மிக முந்தைய ஒரு காலகட்டத்திற்கு அழைத்துச் செல்கிறது. பல்வேறு விளையாட்டுகள் தொடர்பான கருவிகள், சாதனங்கள், பொருட்கள் தேவைப்படுகின்றன. சங்க இலக்கியத்தில் பந்துகள், வட்டுகள், வல்லப் பலகை, பகடை, பொம்மைகள், பொம்மை வண்டிகள், கவண், விளையாட்டில் பயன்படுத்தும் புழங்குபொருட்கள், பாவைகள் போன்ற விளையாட்டுச் சாதனங்கள் குறிப்பிடப்படுகின்றன.

சோலைகள், குன்றுகள், திறந்தவெளி, நதிக்கரை, கடற்கரை, நகர்மன்றம், சதுக்கங்கள், முற்றங்கள், மாடங்கள், தெருக்கள், வீடுகளின் கொல்லைப்புறங்கள் என்ற பல்வேறு இடங்களைப் பல்வேறு விளையாட்டுகள் நிகழும் இடமாகச் சங்க இலக்கியம் முன்னிறுத்துகிறது.

சங்ககாலத்தில் உடற்பயிற்சி மற்றும் வீர விளையாட்டுகளுக்குப் பயிற்சியளிக்கும் பேரவை, முரண்களரி போன்ற ஒருங்கிணைக்கப்பட்ட பகுதிகள் இருந்ததாகத் தெரிகிறது. காவிரிப்பூம்பட்டினம் என்ற நகரத்தின் பட்டினப்பாக்கம், மருவூர்ப்பாக்கம் என்ற இரண்டு பகுதிகளைச் சேர்ந்த இளைஞர்கள் போட்டியிட்டு மோதிக்கொண்ட முரண் களரி பற்றிய குறிப்பு வருகிறது. (பட்டின. 59-74). இது அநேகமாக ஓர் அணி சார்ந்த போட்டியாக இருந்திருக்கக்கூடும். வில் விளையாட்டு போன்ற விளையாட்டுப் பயிற்சிகளை இளம்பருவத்தினருக்குக் கற்றுக்கொடுப்பதை முறையாகத் தொடங்குவது பூந்தொடை விழாவாகக் கொண்டாடப்பட்டது. (அகம். 187)

தனிமனிதர்களின் விளையாட்டு, அணி விளையாட்டுகள் மட்டுமின்றி காளை, ஆட்டுக்கிடாய், சேவல், யானை ஆகியவற்றை மோதவிட்டு வேடிக்கை பார்த்து மகிழும் விளையாட்டு வகைகளும் இருந்திருக்கின்றன. யானையும், யானையும் மோதிக்கொள்ளும் அபாயகரமான விளையாட்டைப் பாதுகாப்பாக நின்று பார்க்க செயற்கையான குன்றுகள் போன்ற மேடுகள் உருவாக்கப்பட்டதாகத் தெரிகிறது. மதுரைக்காஞ்சி (594-596), திருக்குறள் (758) இதை உறுதிசெய்கின்றன. சங்க இலக்கியம் குறிப்பிடும் பல்வேறு விளையாட்டுகளில் சில சிந்துவெளிப் பண்பாட்டு மரபுக்கும் தமிழகத்தின் பண்பாட்டு மரபுக்கும் இடையிலான தொடர்புக்கும் தொடர்ச்சிக்கும் சான்றளிக்க கூடியவை.

பாவை விளையாட்டு

சங்க இலக்கியங்களில் பாவை எனப்படும் உருவ பொம்மைகள் செய்வது பற்றியும் பாவை விளையாட்டு பற்றியும் பல்வேறு குறிப்புகள் உள்ளன. மிகவும் வேலைப்பாடுடன் கூடிய பாவை பற்றிச் சங்க இலக்கியங்கள் குறிப்பிடுகின்றன. பாவை போலச் செய்து விளையாடுகிற பாவை விளையாட்டு பற்றி நற்றிணை (191), ஐங்குறுநூறு (124), அகநானூறு (320, 269, 330)

ஆகிய நூல்கள் குறிப்பிடுகின்றன. பொன்னால் செய்யப்பட்ட பாவை அகநானூற்றில் வருகிறது.

வல்லோன் தைஇய வரி புனை பாவை (மதுரைக். 723)

வினை மாண் பாவை (நற். 185)

நல் இயல் பாவை (குறு. 89)

செய்வு உறு பாவை (குறு. 195)

பாவை என்பது 'ஒருசொல் பலபொருள்' *(Polysemy)* சொல்லாகும். இதற்கு உருவ பொம்மை, தோற்பாவை, அழகிய பெண் ஆகிய பொருள்களும் உண்டு. பாவை என்ற சொல்லாக்கத்தில் காட்சிப்படிமம் எவ்வளவு ஆழமாக வேரூன்றி உள்ளது என்பதைப் பூமிக்குக் கீழ் விளையும் இஞ்சியை 'செய்யாப் பாவை' என்று மலைபடுகடாம் (125) வர்ணிப்பதுமூலம் உணரலாம். பல்வேறு வடிவங்களில் விளைகிற இஞ்சி மனித உருவத்தைப் போல் தோன்றுவதால் இவ்வாறு இஞ்சியை செய்யாப் பாவை என்று இப்பாடல் வர்ணித்திருக்க வேண்டும். பாவை என்ற வடிவம் மிக ஆழமாக வேரூன்றி இருந்ததால் இந்த உவமை சாத்தியமாகியிருக்கிறது. இஞ்சி இயற்கையாக விளைவது என்பதால் அது மனிதனால் செய்யப்பட்டது அல்ல என்ற பொருள்படும் வகையில் செய்யாப் பாவை என்ற சொல்லாடல் பயன்பட்டுள்ளது. செய்யாப் பாவை என்பது மனிதனால் செய்யப்படாத பொம்மை என்று பொருள்படும். சங்க இலக்கியங்கள் வெவ்வேறு வகையான பாவை உருவங்கள் பற்றி குறிப்பிடுகின்றன. உலோகம் (மதுரைக். 410), மலர் (குறு. 48), வண்டல் (ஐங்குறு. 124) ஆகியவற்றை குறிப்பிடலாம். இதன் தொடர்ச்சியாக பின்வந்த திருக்குறளில் (1020) மரத்தால் செய்யப்பட்ட பாவை அதாவது மரப்பாவை பற்றி குறிப்பிடப்படுகிறது.

படம் 16.5 - மரப்பாச்சி பொம்மை

சிந்துவெளி அகழாய்வில் ஏராளமான சுடுமண் உருவ பொம்மைகள், குறிப்பாகப் பெண் உருவ பொம்மைகள் கிடைத்துள்ளன. சங்க இலக்கியத்தைப் பொறுத்தவரை பாவை, உருவ பொம்மை பற்றி பல்வேறு இடங்களில் குறிப்பிடப்படுகிறது என்பதைவிட முக்கியமானது பாவை என்ற கருத்தாக்கத்துக்குத் தரப்பட்டுள்ள முக்கியத்துவமாகும். பாவை என்ற சொல் அழகிய இளம்பெண் என்ற பொருளில் வழங்குவது ஏதோ ஒருவகையில் மொகஞ்சோதாரோ நடனப்பெண்ணின் செம்புச்சிலையைக் கண்முன் நிறுத்துகிறது.

நெடுநல்வாடை, முல்லைப்பாட்டு நூல்கள் குறிப்பிடும் பாவை விளக்கு இன்றுவரை தொடர்கிறது. கடவுள் எழுதிய பாவை என்ற சித்தரிப்பு பெண் உருவங்களின் வழிபாட்டுத் தொடர்பையும் அடிக்கோடிடுகிறது. இத்தகைய உருவ பொம்மைகளைச் செய்வதில் ஒருவகையான பொறியியல் நேர்த்தியும், நுட்பமும் உள்ளன என்ற எண்ணத்தை நற்றிணை 308, அகநானூறு 98 ஆகிய பாடல்கள் தோற்றுவிக்கின்றன.

சிந்துவெளிப் பண்பாட்டிலும் சங்க இலக்கியங்களிலும் பொழுதுபோக்கு விளையாட்டுகள், நீர்சார்ந்த செயல்பாடுகள் குறித்த சான்றுகளை இனி பேசலாம்.

பெருங்குளியலிடம்

சிந்துவெளிப் பண்பாட்டின் மிக முக்கியமான கூறுகளில் ஒன்று மொகஞ்சோதாரோ பெருங்குளியலிடம் *(The Great Bath)*. பண்டைய உலகின் மிகத்தொன்மையான பொதுக்குளியல் கட்டுமானம் இதுதான் என்று ஜே. எம். கெனோயர் கூறுகிறார். நீச்சல் குளம் போன்ற இந்தப் பெருங்குளியலிடம் சுமார் 40 அடி நீளம், 23 அடி அகலம், 8 அடி ஆழம் கொண்டது. இக்குளியலிடத்தின் இரண்டு பகுதிகளிலும் அகன்ற படிக்கட்டுகள் உள்ளன. இந்தப் படிக்கட்டுகள் வழியாகக் குளத்தை அடைய முடியும். இந்தப் படிக்கட்டில் இறங்குபவர்கள் நேரடியாகக் குளத்துக்குள் இறங்காமல் பக்கவாட்டில் குளத்தைச் சுற்றி நடப்பதற்கு ஏதுவாகப் பாதை அமைக்கப்பட்டுள்ளது. இந்தக் குளத்திலிருந்து நீர் கசிந்து செல்லாமல் இருக்கும் வகையில் இதன் தரைப்பகுதியில், பக்கவாட்டுச் சுவரில் ஜிப்சம் பூச்சு மற்றும் தார் போன்ற கலவையால் பூசப்பட்டு நீர் கசியாத அளவுக்கு *(Watertight)* வடிவமைக்கப்பட்டுள்ளது. இந்தக் குளியலிடத்தைச் சுற்றி பல அறைகள் உள்ளன. அநேகமாக இந்த அறைகள் உடைமாற்றப் பயன்பட்டிருக்கக்கூடும். அவற்றில் ஓர் அறையில் கிணறு அமைந்துள்ளது. இக்குளத்தில் நீர் நிரப்ப இக்கிணறு பயன்பட்டிருக்கும். இக்கிணற்றில் மழைத்தண்ணீர் தேங்கும்படி வசதி செய்யப்பட்டிருக்கிறது. இந்தக் குளியலிடம் ஒருவகையான சடங்குமுறை சார்ந்த நீராடலுக்குப் பயன்படுத்தப்பட்டிருக்கலாம் என்று கெனோயர் கூறினாலும் அது ஓர் ஊகமே தவிர இந்த நீராடும் இடத்தின் பயன்பாடு பற்றி ஒருமித்த கருத்து இல்லை.

சங்க இலக்கியத்தில் இத்தகைய பொது நீராடுதல், புனல் நீராடுதல், கடல் நீராடுதல் போன்ற குளியல் சார்ந்த

செயல்பாடுகள் ஒரு பொழுதுபோக்கு நிகழ்வாக, மனமகிழ் நிகழ்வாக, ஆண்-பெண் இருபாலரும் ஒருங்கே பங்கேற்கும் ஒன்றாகச் சித்தரிக்கப்பட்டுள்ளது.

சங்க இலக்கியத்தில் நீர் விளையாட்டு

சங்க இலக்கியங்களில் காணப்படும் புனலாடுதல் போன்ற நிகழ்வுகள் அனைத்திலும் ஒரு கொண்டாட்ட உணர்வு மேலதிகமாகக் காணப்படுகிறது. மகிழ்வாகப் பொழுதைக் கழிப்பதே புனலாடுதல், கடலாடுதல் போன்ற பொது நீராடல் நிகழ்வுகளின் நோக்கமாகத் தெரிகிறது. ஆண்-பெண் இருபாலரும் சேர்ந்து குளிக்கும் இத்தகைய நிகழ்வுகளில் சமயம் சார்ந்த நோக்கம் எதையும்விட கேளிக்கையே குறிக்கோளாக இருக்கிறது.

ஆண்களும் பெண்களும் நதியில் நீந்தி விளையாடி மகிழ்வது அன்றாட வாழ்வியலின் ஓர் அங்கமாக இருந்தது என்பதைத் தமிழ் 'வையைத் தண்ணம் புனல்' என்று போற்றப்படும் வைகை நதி பற்றிய பரிபாடல் சித்தரிப்புகளில் புலனாகிறது.

மழை வெள்ளப் பெருக்கால் வைகை நதி தடுப்பணை உடைந்து கரைகளை உடைத்துப் பாய்ந்து வருவதை விருப்பத்தால் ஒன்றுபட்ட காதலர் இருவரின் தயக்க உணர்வு உடைபட்டுக் காதல் மேலோங்குவதற்கு உவமையாகக் கூறுகிறது பரிபாடல்.

> விருப்பு ஒன்றுபட்டவர் உளம் நிறை உடைத்தென,
> வரைச்சிறை உடைத்ததை வையை; வையைத்
> திரைச்சிறை உடைத்தன்று கரைச்சிறை; அறைக
> (பரி. 6: 21-23)

வைகையைத் தமிழ்நதியாகச் சித்தரிக்கும் சங்க இலக்கியம் அதைக் காதல் வளரும் இடமாகவும் முன்னிறுத்துகிறது. "வைகை நதியே உன்னுள் இறங்கி நீராடுவோர் இதயத்தில் எல்லாம் காதலை நீ பொங்கி வழியச் செய்கிறாய், உனது இந்த இனிய தன்மை வாடாமல் தொடரட்டும்" என்று ஒரு பெண் வைகை நதியை வாழ்த்துவதாகப் பரிபாடல் கூறுகிறது. வைகை நதியின் வருகையைச் சங்க இலக்கியப் புலவர் மையோடக் கோவனார் பரிபாடலில் கொண்டாடும் விதம் புனலாடுதல் என்பது சங்ககால வாழ்வியலில் முக்கியத்துவம் பெற்றிருந்தை என்பதை விளக்கும்.

> ஆடுவார் நெஞ்சத்து அலர்ந்து அமைந்த காமம்
> வாடற்க, வையை நினக்கு. (பரி. 6: 105-106)

> ஊடி ஊடி உணர்த்தப் புகன்று

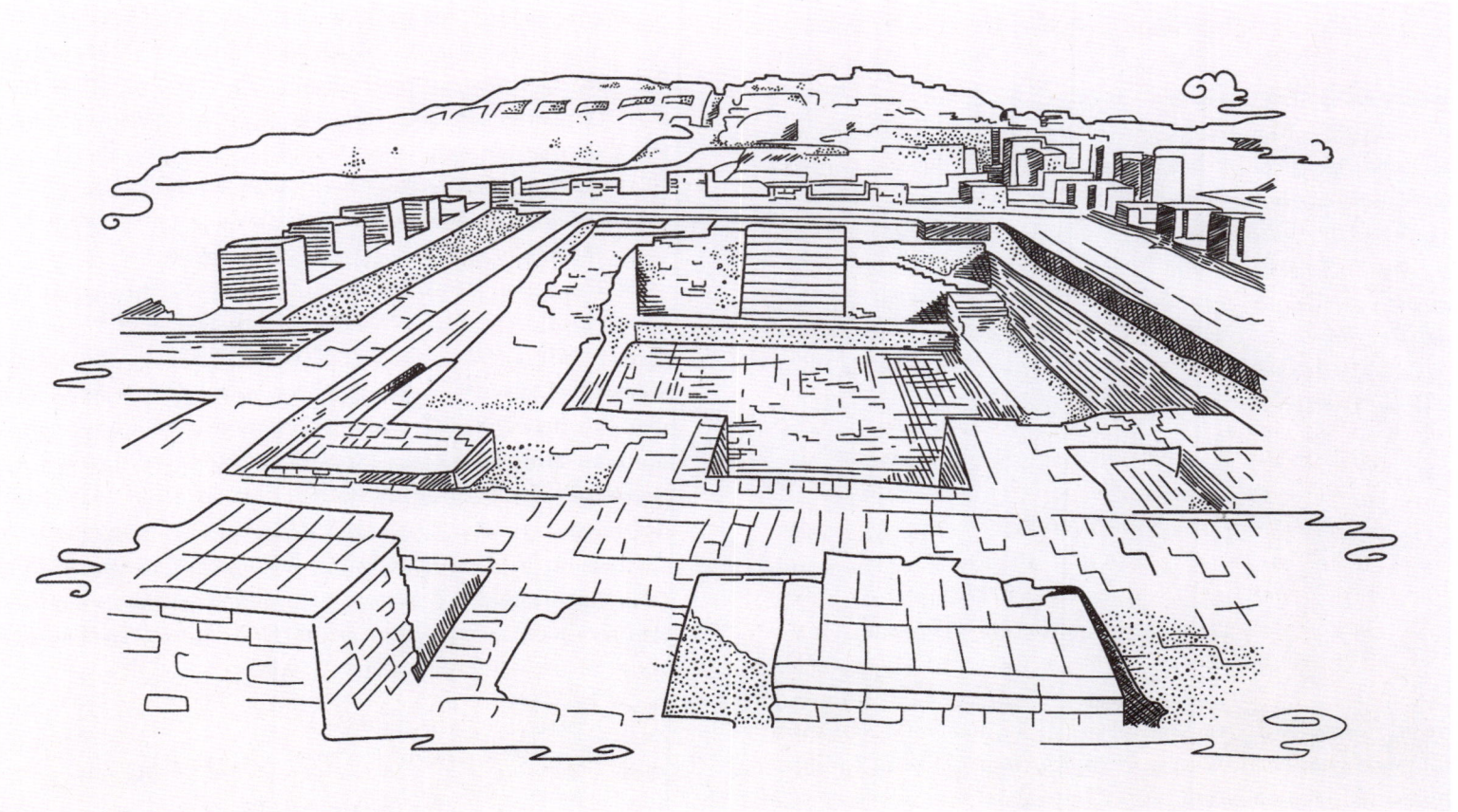

படம் 16.6 - மொகஞ்சோதாரோ பெருங்குளியலிடம்

> கூடிக் கூடி, மகிழ்பு மகிழ்பு,
> தேடித் தேடி, சிதைபு சிதைபு,
> சூடிச் சூடி, தொழுது தொழுது,
> மழுபொடு நின்ற மலி புனல் வையை
> விழு தகை நல்லாரும் மைந்தரும் ஆடி,
> இமிழ்வது போன்றது, இந் நீர்; குணக்குச் சான்றீர்
> முழுவதும் மிச்சிலா உண்டு (பரி. திரட்டு. 2: 76-83)

பரிபாடலின் ஆறாம் பாடலில் உடல்வலிமைக் கொண்ட இளைஞர்கள் ஆற்று வெள்ளத்தில் நீந்திக் குளிப்பதையும், மற்றவர்கள் கரையோரத்தில் குளிப்பதையும் விளக்குகிறது.

> சேரி இளையர் செல அரு நிலையர்
> வலியர் அல்லோர் துறை துறை அயர,
> மெலியர் அல்லோர் விருந்து புனல் அயர,
> (பரி. 6: 38-40)

> அதுவன்றி வையை புனல் எதிர்கொள் கூடல்...
> வருந்தாது வரும்புனல் விருந்து அயர் கூடல்
> (பரி. 10: 40, 129)

புதுப்புனலாடுவதை பெரும் விழாவாகச் சங்ககாலத் தமிழ்ச் சமூகம் கொண்டாடுவது பரிபாடல் பாடலடிகளில் புலனாகும்.

> நகை அமர் காதலரை நாளணிக் கூட்டும்
> வகை சாலும் வையை வரவு (பரி. 6: 12-13)

வைகையில் புதுவெள்ளம் வந்தவுடன் இளம்பெண்களும், ஆண்களும் போர்க்களத்துக்குத் தயாராகும் ஆண்களிறுகள் போலவும், நீராடத் தயாராக இருக்கும் பெண்களிறுகள் போலவும் ஆர்வத்தோடு வெள்ள நீரை நோக்கிச் சென்றார்கள். ஆண்களும், பெண்களும் அழகிய உடை அணிந்திருந்தார்கள். உற்சாக மிகுதியால் நீர்ப்போர் தொடங்கிவிட்டது என்று அவர்கள் முழங்குகிறார்கள். இவ்வாறு நீரில் இறங்கி விளையாடும் ஆண், பெண் அணிகள் போர்க்களத்தில் இறங்கும் போர் வீரர்களைப் போல உற்சாகமாக இருந்தார்கள் என்பதைப் பரிபாடலின் ஆறாம் பாடல் தெரிவிக்கிறது.

> அன்று, போர் அணியின் புகர் முகம் சிறந்தென,
> நீரணி அணியின் நிரை நிரை பிடி செல;
> ஏரணி அணியின் இளையரும் இனியரும்,
> ஈரணி அணியின் இகல் மிக நவின்று,
> தணி புனல் ஆடும் தகை மிகு போர்க்கண்
> துணி புனல் ஆக துறை வேண்டும் மைந்தின்
> (பரி. 6: 25-30)

முதல் அணியில் ஈர உடையுடன் வெள்ளப்பெருக்கைக் கிழித்து முன்னேறி செல்லும் ஆர்வலர்கள் போர்க்களத்தின் முன்னணி வீரர்களைப் போலத் தோன்றினார்கள் என்று இந்தப் பரிபாடலின் வர்ணனை நீள்கிறது. பரிபாடல் நம் கண்முன் நிறுத்தும் புனலாடு வாழ்வியல் மகிழ்ச்சி கரைபுரளும் ஒரு காட்சிப்படிமம் ஆகும்.

> கள்ளொடு காமம் கலந்து, கரை வாங்கும்
> வெள்ளம் தரும் இப் புனல் (பரி. 10: 69-70)

இது போன்ற புனலாடும் கவிதை, பண்டைய செவ்வியல் இலக்கிய மரபில் உறுதியாக ஒரு புதுமைதான். இதுவே, தொல்தமிழர் பண்பாட்டின் அகம் சார்ந்த வாழ்வியலை அடிக்கோடிட்ட வரிகள் எனலாம். அதிலும் குறிப்பாக அச்சமூட்டும் வெள்ளப்பெருக்கில் இளம் மகளிர் ஆண்களுக்கு இணையாக நீர் விளையாட்டில் ஈடுபடுவது குறித்த சங்க இலக்கியக் காட்சிச் சித்தரிப்பு அக்கால வாழ்வியல் பற்றிய மிக முக்கியமான குறிப்பாகும்.

நதிநீரில் விளையாடுவது மட்டுமின்றிச் சங்ககால வாழ்வியலில் கடல் நீராடுதலும் இருந்தது என்பதைப் பட்டினப்பாலையின் மூலம் அறியலாம்.

> புலவு மணல் பூங்கானல்,
> மா மலை அணைந்த கொண்மூ போலவும்,
> தாய் முலை தழுவிய குழவி போலவும்,
> தேறு நீர்ப் புணரியோடு யாறு தலைமணக்கும்
> மலி ஓதத்து ஒலி கூடல்
> தீது நீங்க கடலால் ஆடியும்,
> மாசு போக புனல் படிந்தும்,
> அலவன் ஆட்டியும் உரவுத் திரை உழக்கியும்,
> பாவை சூழ்ந்தும் பல் பொறி மருண்டும்,
> அகலாக் காதலொடு பகல் விளையாடிப்
> பெறற்கு அரும் புலம்பெயர்வுசீர்த் துறக்கம் ஏய்க்கும்,
> பொய்யா மரபின் பூ மலி பெருந்துறை
> (பட்டின. 94-105)

இப்பாடலடிகளில் கடல் ஆடல், புனல் ஆடல் போன்ற நீர் விளையாட்டுகள் மட்டுமின்றி கடற்கரையில் நண்டுகளை விரட்டி விளையாடுதல், வண்டல் பாவை விளையாடுவது ஆகிய பல்வேறு விளையாட்டுகளைப் பற்றியும் குறிப்பிடப்படுகின்றன. பெண்களும் கடல் நீரில் விளையாடினார்கள் என்பதைக் 'கடலாடு மகளிர்' (அகம். 216) என்ற அருமையான சொல்லாடல் உணர்த்துகிறது. இதைப்போலவே காவிரி நீரில் ஆண்களும், பெண்களும் புனலாடி மகிழ்வது பற்றிய செய்தியை அகநானூற்றுப் பாடல் (166) நமக்கு அளிக்கிறது.

> ...நம்மொடு
> புதுவது வந்த காவிரிக்
> கோடு தோய் மலிர் நிறை ஆடியோரே
> (அகம். 166: 13-15)

பண்டைய இந்தியாவின் பகடைகள்

பண்டைய இந்தியாவில் மக்கள் பரவலாக விளையாடிய முக்கியமான விளையாட்டு எது? பகடை விளையாட்டு என்கிறார் டி. என். ரே. வேதகாலத்துக்கு முன்பே இந்தியத் துணைக்கண்டத்தில் பகடை விளையாடப்பட்டது; அதற்கான சான்றுகள் சிந்துவெளி அகழாய்வுகள்மூலம் கிடைத்துள்ளன என்கிறார். இந்தியாவின் வரலாறு மற்றும் வரலாற்றுக்கு முற்பட்ட சித்தரிப்புகளில் பகடை விளையாட்டு முக்கிய இடம்பெறுகிறது. இந்தியா முழுவதும் பரவலாக அறியப்படும் இதிகாசங்களில் ஒன்றான மகாபாரதத்தின் அடிப்படையே பகடை விளையாட்டும் அதன் அரசியலும்தான்.

சிந்துவெளிப் பகடை

ஹரப்பாவில் அகழாய்வாளர்கள் செம்புரைக்கல்லால் (Sandstone), சுட்ட களிமண்ணால் செய்யப்பட்ட கனசதுரப் பகடைகளைக் கண்டெடுத்துள்ளார்கள். சிந்துவெளி மக்கள்தான் முதல் முறையாக ஆறு பக்கங்களிலும் புள்ளிகள் வைக்கப்பட்ட கனசதுரப் பகடைகளைப் பயன்படுத்தினார்கள் என்று கருதப்படுகிறது. இந்தப் பகடைகள் தற்காலத்தில் பயன்படுத்தப்படும் பகடையோடு ஒப்பிடத்தக்கது. 1995 முதல் 2001 வரை ஹரப்பாவில் நடைபெற்ற புதிய அகழாய்வுகளின் போது ஒரு சிதைவு குவியலிலிருந்து ஒரு கனசதுரப் பகடை கண்டுபிடிக்கப்பட்டது. இதில் 1 முதல் 6 புள்ளிகள் இடப்பட்டிருந்தன. மொகஞ்சோதாரோவில் பகடைக்காய்கள் பல கிடைத்ததால் அந்நகரில் அது ஒரு பரவலான விளையாட்டாக இருந்திருக்கக்கூடும் என்பது ஜான் மார்ஷல் கருத்து. மொகஞ்சோதாரோவில் கிடைத்த பகடைகள் சுடுமண்ணால் செய்யப்பட்டவை. அவை பெரும்பாலும் கனசதுரப் பகடைகள். அவற்றின் அளவுகள் 1.2x1.2x1.2 அங்குலத்திலிருந்து 1.5 அங்குலம் வரையிலான கனசதுரங்களாக உள்ளன. இப்பகடைகள் பற்றி ஜான் மார்ஷல் பின்வருமாறு கூறுகிறார்.

"இப்போதுள்ள பகடைகளில் எந்த இரண்டு எதிர் எதிர் பக்கங்களில் குறிக்கப்பட்டுள்ள எண்களைக் கூட்டினாலும் ஏழு என்ற கூட்டுத் தொகை கிடைக்கும். ஆனால், மொகஞ்சோதாரோ பகடை இதிலிருந்து மாறுபட்டது. மொகஞ்சோதாரோ பகடையில் ஒன்று என்ற எண்ணிற்கு நேர் எதிர் பக்கத்தில் இரண்டும். மூன்று என்ற எண்ணிற்கு நேர் எதிர் பக்கத்தில் நான்கும், ஐந்துக்கு நேர் எதிராக ஆறும் இடம்பெற்றுள்ளன. இந்தப் பகடைகள் அனைத்தும் நேர்த்தியாகச் செய்யப்பட்டுள்ளன. அவற்றின் பக்க விளிம்புகள் சீராக உள்ளன. இதன் பக்கங்களில் உள்ள புள்ளிகள் சுமாராக 0.1 விட்டம் கொண்ட வட்டப் பொறிப்புகளாக உள்ளன. பகடை செய்ய பயன்படுத்தப்பட்ட களிமண் செம்மண் நிறம் கொண்டது. பகடைக்காய்கள் நன்றாகச் சுடப்பட்டுள்ளன. சில நேரங்களில் இவ்வாறு சுடப்பட்ட பகடையின் மீது சிவப்பு வண்ணச் சாயம் பூசப்பட்டுள்ளது. இந்தப் பகடைகளை ஒரு துணி விரிப்பு அல்லது மணல் பரப்பின் மீது உருட்டி விளையாடி இருக்க வேண்டும். ஏனெனில் இந்தப் பகடைகளில் பக்க விளிம்பில் பெருத்த சேதம் எதுவும் இல்லை. கடினமான தரையில் இப்பகடைகளை உருட்டி இருந்தால் பக்கங்கள் உறுதியாகத் தேய்ந்திருக்கும். சிந்துவெளி மக்களின் இந்த விளையாட்டுகளில் இரு பகடைக் காய்கள் இணையாக உருட்டப்பட்டனவா அல்லது ஒரு பகடை மட்டும்தான் பயன்படுத்தப்பட்டதா என்பது தெரியவில்லை. ஆயினும் மொகஞ்சோதாரோவின் DK பகுதியில் அருகருகே மிக நெருக்கமான இரண்டு இடங்களில் ஒரே அளவான இரண்டு பகடைகள் கிடைத்திருக்கின்றன என்பது குறிப்பிடத்தக்கது." *(Marshall 1931: 551)*

குஜராத் மாநிலத்தில் லோத்தல் என்ற இடத்தில் சிந்துவெளிப் பண்பாட்டின் சிதைவுகள் அகழ்ந்து எடுக்கப்பட்டுள்ளன. இந்த இடத்தில் அகழாய்வு செய்த எஸ். ஆர். ராவ் அங்கே கிடைத்த பகடைக்காய்கள் பற்றிக் கூறுகிறார். லோத்தலில் கிடைத்த பகடைக்காயில் ஒன்று என்ற எண்ணைக் குறிக்கும் ஒரு குழி பதிவுக்கு நேர்எதிர் பக்கத்தில் இரண்டாம் எண்ணும், மூன்றுக்கு எதிராக நான்கும், ஐந்துக்கு எதிராக ஆறாம் எண்ணும் அமைந்துள்ளன. அதேநேரத்தில் பெரும்பாலான ஹரப்பா பண்பாட்டு இடங்களில் இப்போது உள்ள பகடைக்காய்கள் போலவே ஒன்றுக்கு எதிராக 6, இரண்டுக்கு எதிராக 5, மூன்றுக்கு எதிராக 4 என்ற வகையில் பகடைக் காய்கள் அமைந்துள்ளன. லோத்தலில் சுடுமண் பகடை ஒன்றும், செங்கல்லால் செய்யப்பட்ட வில்லைப் பகடையும் கிடைத்துள்ளன.

வேதகாலப் பண்பாட்டின் பகடை

வேதகால மக்கள் பிபிதகா என்று அழைக்கப்படும் தான்றிக் கொட்டைகளை *(Terminalia Bellirica)* பகடைக் காய்களாகப் பயன்படுத்தி விளையாடினர்; இது சிந்துவெளிப் பகடை பண்பாட்டிலிருந்து வேறுபட்டது என்று டி.என்.ரே குறிப்பிடுகிறார். வேதகால மக்கள் தந்தத்தில் செய்யப்பட்ட நாற்கோண அல்லது அறுகோண கனசதுரப் பகடைகளைப் பயன்படுத்தியதற்கு உறுதியான ஆதாரம் எதுவும் கிடைக்கவில்லை. ஆனால், அத்தகைய பகடைகள் சிந்துவெளிப் பண்பாட்டில் பயன்படுத்தப்பட்டுள்ளன என்று சுட்டிக்காட்டுகிறார் டி. என். ரே. *(Ray 1939: 245)*

தொன்மையான சமஸ்கிருத இலக்கண ஆசிரியர் பாணினி, அஸ்கசாலகா என்ற கூட்டுச்சொல்லைக் குறிப்பிடுகிறார். சாலகா என்பதை யானையின் தந்தத்தால் செய்யப்பட்ட

ஒரு நாற்கோணப் பகடை என்று நாரத ஸ்மிருதியின் (6.1) உரையாசிரியர் விளக்குகிறார். இதன் அடிப்படையில் பாணினியின் நூலில் இடம்பெறும் சாலகா என்பது பகடை விளையாட்டைக் குறிப்பிடுகிறது என்று ரே முடிவு செய்கிறார். மொகஞ்சோதாரோவின் அறுகோணப் பகடை மற்றும் நாற்கோணப் பகடைகளையும், கிடைக்கும் சான்றுகளையும் பாணினியில் இடம்பெறும் சாலகா என்ற பகடையையும் ஒப்பிடும் ரே, சிந்துவெளிப் பகடைகளும், வேத காலப் பகடைகளும் வெவ்வேறானவை என்ற முடிவுக்கு வருகிறார். பகடை விளையாடும் முறை பற்றி வேத இலக்கியங்களில் விரிவான செய்தி எதுவும் இல்லை. குறைவான செய்திகளே நமக்குக் கிடைக்கின்றன. பொதுவாகப் பகடை விளையாட்டில் நான்கு பகடைகள் பயன்படுத்தப்பட்டதாகத் தெரிகிறது. தைத்ரீய பிராமணம் (1.7.10) என்ற சமஸ்கிருத நூல் ஐந்து பகடைகளை வைத்து விளையாடும் பகடை விளையாட்டு பற்றித் தெரிவிக்கிறது. எனினும், வேத இலக்கியங்கள் எதிலும் பகடை விளையாட்டில் பயன்படுத்தப்படும் பலகை பற்றிய தகவல் இல்லை. சூதாட்டப் பலகையைக் கொண்டு பகடை விளையாடும் முறை பற்றி மகாபாரதத்தில் குறிப்பிடப்படுகிறது.

வட இந்தியாவிலும், மேற்கு இந்தியாவிலும் பகடைக்கான தொல்லியல் சான்றுகள்

எலும்பால், தந்தத்தால் செய்யப்பட்ட பகடைகள் ஆலங்கிர்பூர், தேசல்பூர், காலிபங்கன், லோத்தல் மற்றும் ரோப்பர் ஆகிய ஹரப்பா பண்பாட்டு இடங்களில் கிடைத்துள்ளன. இப்பகடைகள் சதுர வடிவில், நீள வடிவில், நீள்சதுர வடிவில் ஒன்றிலிருந்து ஆறு வரையிலான புள்ளிகள் பக்கங்களில் பொறிக்கப்பட்டதாக உள்ளன. பொ.யு.மு. ஒன்றாம் நூற்றாண்டிலிருந்து பொதுயுகத்தின் தொடக்க நூற்றாண்டு வரை எலும்பு மற்றும் தந்தம் மட்டுமின்றி கல், சங்கு, சுடுமண் ஆகியவற்றிலும் பகடைகள் செய்யப்பட்டதாகத் தெரிகின்றன. பெரும்பாலும் பகடைகள் தட்டையாகவும், செவ்வக வடிவத்திலும், நீள்சதுர வடிவத்திலும் நான்கு பக்கங்கள் கொண்டுள்ளன. இத்தகைய பகடைகளில் ஒன்றுக்கு அடுத்து இரண்டு, இரண்டுக்கு அடுத்து மூன்று, மூன்றுக்கு அடுத்து நான்கு என்ற நிரல்வரிசையில் புள்ளிகள் வைக்கப்பட்டன. இப்புள்ளிகளைச் சுற்றி ஒன்று அல்லது இரண்டு வளையங்கள் வரையப்பட்டு நேர்க்கோடுகளால் ஓரங்கள் அமைக்கப்பட்டிருந்தன.

வரலாற்றுக் காலத்தைப் பொறுத்தவரையில் மத்திய இந்தியாவில், தக்காணப் பீடபூமியின் வடக்குப்பகுதியில் (ஈரான், நாசிக், உஜ்ஜயினி), கங்கைச் சமவெளியில் (சிராந், சோன்பூர், ராஜ்கட், அசிச்சத்ரா), சந்திகட் மற்றும் வடமேற்குப் பகுதியில் (தக்சசீலம்) எலும்பாலும், தந்தத்தாலும் செய்யப்பட்ட பகடைகள் கிடைத்தன.

கனசெவ்வகப் பகடைகள் அரிதானவை. சுடுமண்ணால் செய்யப்பட்ட சில கனசெவ்வகப் பகடைகள் குஷானர் காலம் மற்றும் அதற்குப் பிந்தைய கால அடுக்குகளில் கும்ரஹர், ரங்கமகால், சாம்பார் போன்ற இடங்களில் கிடைத்துள்ளன. இவற்றில் ஒன்றிலிருந்து ஆறு எண்கள் எதிர் எதிர்ப் பக்கங்களைக் கூட்டினால் எப்போதும் 7 வரும்படியாக அமைக்கப்பட்டுள்ளன. அந்தவகையில் இது ஹரப்பன் பண்பாட்டுப் பகுதியில் கிடைத்த சில பகடைகளுடன் ஒப்பிடத்தக்கவை. இடைக்காலத்தின் தொடக்க நிலையைச் சேர்ந்ததாகக் கருதப்படும் அடுக்குகளில் சிராந் மற்றும் பாடலிபுத்திரம் ஆகிய இடங்களில் சில பகடைகள் கிடைத்துள்ளன. கல்லில் செய்யப்பட்ட சூதாட்டப் பலகைகள் வரலாற்றுக் காலத்தின் தொடக்க கால அடுக்குகளிலிருந்து கிடைக்கின்றன.

தொல்காப்பியத்தில், பண்டைய தமிழ் இலக்கியங்களில் பகடை

பண்டைய தமிழ்ச் சமூகத்தில் பகடை விளையாட்டு மிக ஆழமாக வேரூன்றி இருந்தது. தற்போது தமிழ் மொழியில் கிடைக்கும் இலக்கண நூல்களில் மிகத்தொன்மையான தொல்காப்பியத்தில் பகடை விளையாட்டுக்கான சான்று உள்ளது. அதுமட்டுமின்றிப் பகடை விளையாட்டுத் தொடர்பான கலைச் சொற்களையும் தொல்காப்பியம் இலக்கணப் புணர்ச்சி விதிகளின் அடிப்படையில் அறிமுகம் செய்கிறது.

தொல்காப்பியத்தின் எழுத்ததிகாரத்தில் புள்ளி மயங்கியலில் "வல் என் கிளவி தொழில்பெயர் இயற்றே" (தொல். எழுத்து. 374) என்று ஒரு நூற்பா இடம்பெறுகிறது. இதில் வல் எனும் சொல் தொழில்பெயராகக் (*Verbal Noun*) குறிப்பிடப்படுகிறது. அதற்கு அடுத்த நூற்பாவில் இந்த வல் என்ற சொல்லோடு நாய் என்ற சொல்லும் பலகை என்ற சொல்லும் வரும்போது மெய்யீறுகளின் புணர்ச்சி இலக்கணப்படி ஏற்படும் மாற்றங்களைத் தொல்காப்பியம் குறிப்பிடுகிறது. இதில், நம்மைப் பொறுத்தவரையில் முக்கியமான செய்தி வல் என்ற சொல் பகடை விளையாட்டைக் குறிக்கும் என்பதும் வல் என்ற சொல்லுடன் நாய் என்ற சொல் வரும்போது அது பகடை விளையாட்டில் பயன்படுத்தப்படும் நகர்த்துக் காய்களைக் குறிக்கும் என்பதும் வல் என்ற சொல்லுடன் வரும் பலகை என்பது பகடை விளையாட்டில் பயன்படுத்தப்படும் பலகையைக் குறிக்கும் என்பதும், குறிப்பாக வல் என்ற சொல்லோடு நாய் என்ற சொல் வரும்போது அது வல்லநாய் என்று சொல்லப்படும் என்றும் வல்+பலகை என்பது வல்லப்பலகை என்று குறிப்பிடப்படும் என்றும் தொல்காப்பியம் கூறுகிறது. இதில் நாம் கவனிக்கவேண்டியது பகடை எனப்படும் விளையாட்டு, அது சார்ந்த சொற்கள் வேறு எந்த மொழியிலிருந்தும் கடன் பெறப்படாத

தொல்தமிழ்ச் சொல் ஆகும். இவ்விளையாட்டு தொடர்பான தெளிவான கலைச்சொற்கள் தமிழ் இலக்கணத்திலும், சங்க இலக்கியங்களிலும் பயன்பட்டுள்ளன.

நாயும் பலகையும் வரூஉம் காலை
(தொல். எழுத்து. 375)

அகம். 377ஆம் பாடலில் தலைவன் தன் நெஞ்சிடம் பேசும் பாவனையில் மீள்நினைவாக ஒரு வாழ்வியல் சித்திரம் கண்முன் நிறுத்தப்படுகிறது. இப்பாடலில் மக்களால் கைவிடப்பட்ட ஊர் ஒன்றில் பாழடைந்த மன்றத்தில் ஒரு காலத்தில் வயதான முதியவர்கள் பகடை ஆட்டம் விளையாடப் பயன்படுத்திய வல்லப்பலகை வனப்பை இழந்து சிதைந்து கிடப்பது சித்தரிக்கப்படுகிறது. அக்காலத்தில் வயதான முதியவர்கள் ஊரில் பொதுவான ஓர் இடத்தில் கூடி அமர்ந்து வல்லப்பலகை வைத்துப் பகடை விளையாடினார்கள் என்ற தகவல் தெளிவாகக் கிடைக்கிறது.

கொழுங்குடி போகிய பெரும் பாழ் மன்றத்து
நரை மூதாளர் அதிர்தலை இறக்கிக்
கவை மனத்து இருத்தும் வல்லு வனப்பு அழிய,
வரி நிறச் சிதலை அரித்தலின் புல்லென்று
பெரு நலம் சிதைந்த பேஎம் முதிர் பொதியில்...
(அகம். 377: 6-10)

இப்பாடலில் வல்லப்பலகை சிதைந்துக் கிடந்ததைப் பற்றி குறிப்பிடுவதால் இது அழியக்கூடிய பொருளால் செய்யப்பட்டது புலனாகிறது. அதுமட்டுமின்றி பகடை விளையாட்டை வயதானவர்களின் பொழுதுபோக்காக சங்க இலக்கியம் நினைவுகூர்கிறது.

அகநானூற்றில் (135) சங்குகளில் துளையிட்டு செய்யப்பட்ட பகடைகள் பற்றி குறிப்பு வருகிறது. புறநானூற்றில் (43) தாமப்பல் கண்ணனார் என்ற புலவர், சோழ மன்னன் நலங்கிள்ளியின் தம்பியான அரசன் மாவளத்தானுடன் பகடைக்காய் விளையாடியதைக் குறிப்பிடுகிறார். அந்த விளையாட்டில் அரசனுக்கும், புலவருக்கும் கருத்துவேறுபாடு ஏற்பட்டதாகவும் ஆனாலும் அரசன் புலவரின் மீது கோபம் கொள்ளாமல் பெருந்தன்மையோடு நடந்து கொண்டதாகவும் புலவரின் கூற்றாகவே இப்பாடல் குறிப்பிடுகிறது. இந்தப்பாடலில் இருந்து கிடைக்கும் கருத்து, பகடை விளையாட்டு என்பது சாமானியர்களின் விளையாட்டாகவும், அரசகுலத்தவரின் விளையாட்டாகவும் இருந்தது. அதுமட்டுமின்றி அரசரும் புலவரும் சரிசமமாக அமர்ந்து பகடை விளையாடிய சூழலும் இருந்திருக்கிறது என்பதாகும்.

ஆயினும், சங்க இலக்கியத்தில் குறிப்பிடப்படும் பகடை விளையாட்டு பற்றிய செய்திகளில் மிகவும் முக்கியமானது, பல விளையாட்டு நுட்பங்களை உள்ளடக்கிய கலித்தொகை (136) பாடல் ஆகும். இப்பாடலில் காதலன், காதலி சந்தித்துக்கொள்ளும் போது ஏற்படும் மகிழ்ச்சியும், சந்திக்கத் தாமதமாகும்போது ஏற்படுகிற வருத்தமும் பகடை விளையாட்டில் விரும்பிய எண் கிடைத்தல், கிடைத்த எண்ணையே மீண்டும் வேண்டி மறுமுறையும் பெறுதல், பத்து என்ற எண் பெறுவதால் கிடைக்கும் பெருமகிழ்ச்சி, சிறு எண் கிடைப்பதால் கிடைக்கும் வருத்த உணர்வு, பகடை விளையாட்டில் பொருள் இழந்தால் தோன்றுகிற உணர்வு ஆகியவை ஒன்றோடு ஒன்று ஒப்பிடப்பட்டு இணையாகப் பார்க்கப்படுகிறது. பகடை விளையாட்டு என்பது அன்றாட வாழ்வின் ஒரு பகுதியாக மிக ஆழமாக வேரூன்றி இருந்தால்

படம் 16.7 - லோத்தலில் கண்டெடுக்கப்பட்ட சுடுமண் பகடை மற்றும் விளையாட்டுப் பலகை

மட்டுமே காதல் தொடர்பான உணர்வுகளின் பின்னணியில் பகடை விளையாட்டு தொடர்பான நுட்பங்கள் உவமையாகக் கையாளப்பட்டு இருக்கக்கூடும்.

இவர் திமில் எறி திரை ஈண்டி
வந்து அலைத்தக்கால்
உவறு நீர் உயர் எக்கர் அலவன் ஆடு அளை வரித்
தவல் இல் தண் கழகத்துத் தவிராது வட்டிப்பக்
கவறு உற்ற வடு ஏய்க்கும் காமரு பூங்கடல் சேர்ப்ப!

முத்து உறழ் மணல் எக்கர்
அளித்தக்கால், முன் ஆயம்
பத்து உருவம் பெற்றவன் மனம் போல, நந்தியாள்
அத் திறத்து நீ நீங்க அணி வாடி, அவ் ஆயம்
வித்தத்தால் தோற்றான் போல்,
வெய் துயர் உழப்பவோ?

முடத் தாழை முடுக்கருள் அளித்தக்கால் வித்தாயம்
இடைத் தங்கக் கண்டவன் மனம் போல, நந்தியாள்
கொடைத் தக்காய் நீ ஆயின்,
நெறி அல்லாக் கதி ஓடி
உடைப் பொதி இழந்தான் போல்,
உறு துயர் உழப்பவோ?

நறு வீ தாழ் புன்னைக் கீழ் நயந்து நீ அளித்தக்கால்
மறு வித்தம் இட்டவன் மனம் போல, நந்தியாள்
அறிவித்து நீ நீங்கக் கருதியாய்க்கு, அப் பொருள்
சிறு வித்தம் இட்டான் போல், செறி
துயர் உழப்பவோ? ஆங்கு,
கொண்டு பலர் தூற்றும் கௌவை அஞ்சாய்,
தீண்டற்கு அருளித், திறன் அறிந்து, எழீஇப்
பாண்டியம் செய்வான் பொருளினும்
ஈண்டுக இவள் நலம், ஏறுக தேரே (கலி. 136)

கீழடியில் பகடை

தமிழ்நாட்டில் மதுரை அருகே கீழடியில் கடந்த சில ஆண்டுகளாக நடைபெறும் அகழ்வாராய்ச்சிகளில் பல புதிய தரவுகள் கிடைத்துள்ளன. சுடுமண் மற்றும் தந்தத்தாலான கனசதுர, செவ்வகப் பகடைகள் கவனத்திற்குரியவை. 2014-15 ஆண்டுகளில் இந்தியத் தொல்லியல் கழகத்தின் அகழாய்வாளர் அமர்நாத் ராமகிருஷ்ணன் தலைமையில் செய்யப்பட்ட அகழாய்வில் சுடுமண் கனசதுரப் பகடை ஒன்று கிடைத்தது. இந்தப் பகடையில் ஆறு பக்கங்களிலும் ஒன்றிலிருந்து ஆறு வரையிலான புள்ளிகள் குறிக்கப்பட்டு அதைச்சுற்றி வட்டமிடப்பட்டுள்ளது. இந்த எண்குறிப்பு நிரல்வரிசை வருமாறு. ஒன்று என்ற எண் வரும் பக்கத்துக்கு நேர் எதிராக ஐந்து, இரண்டுக்கு எதிராக நான்கு, மூன்றுக்கு எதிராக ஆறு. இக்குழுவினர் தந்தத்தால் செய்யப்பட்ட ஒரு செவ்வகப் பகடையையும் கண்டுபிடித்தனர். இப்பகடையின் புள்ளிக்குறி நிரல்வரிசை வருமாறு: ஒன்றுக்கு நேர் எதிராக மூன்று, இரண்டுக்கு நேர் எதிராக நான்கு. இது ஒரு செவ்வகப் பகடை என்பதால் இதில் ஒன்றிலிருந்து நான்கு வரையிலான எண்களை மட்டும் குறிப்பிட முடியும். இதில், எண்களின் பக்க வாரியான நிரல்வரிசை (கடிகாரமுள் சுழலும் வகையில்): ஒன்றுக்கு இடதுபுறம் இரண்டு, வலதுபுறம் நான்கு, நேர் எதிர்புறம் மூன்று. இந்தப் பகடையில் குழிவுப் புள்ளியையும், அதைச்சுற்றி இரண்டு வட்டங்களையும் ஏற்படுத்துவதற்கு ஏதோ ஒரு கருவி பயன்படுத்தப்பட்டுள்ளதாகத் தோன்றுகிறது. ஏனெனில் இந்தப் புள்ளிகள் மற்றும் வட்டங்கள் ஒரே அளவில் உள்ளன. இதைப்போலவே சுடுமண் பகடையிலும் துல்லியமான வட்டம் காணப்படுகிறது. தந்தப் பகடையில் புள்ளியைச் சுற்றி மிக நெருக்கமான இரண்டு வட்டங்கள் உள்ளன. சுடுமண் பகடையில் ஒரேயொரு வட்டம் இருக்கிறது.

இந்தியத் தொல்லியல் கழகத்தின் ஆய்வுகளைத் தொடர்ந்து 2018ஆம் ஆண்டு தமிழ்நாடு அரசின் தொல்லியல் துறை, கீழடியில் அகழ்வாராய்ச்சி மேற்கொண்டது. அப்போது 51-செ.மீ ஆழத்தில் இன்னொரு தந்தப் பகடை கிடைத்தது. இதில் 6 பக்கமும் ஒன்றிலிருந்து 6 வரை குழிவுப் புள்ளி வட்டங்கள் ஏற்படுத்தப்பட்டுள்ளன. இதன் நிரல்வரிசை வருமாறு: ஒன்றுக்கு நேர் எதிராக ஆறு, இரண்டுக்கு எதிராக ஐந்து, மூன்றுக்கு எதிராக நான்கு. 2022, பிப்ரவரி மாதம் நடந்த தமிழக அரசு தொல்பொருள் துறை அகழாய்வின்போது செவ்வக வடிவிலான ஒரு தந்தப் பகடை கிடைத்துள்ளது. 4.5 செ.மீ. நீளம், 0.9 செ.மீ. அகலம், 0.9 செ.மீ. உயரம் கொண்ட நீள்செவ்வகப் பகடை *(Elongated Rectangular Dice)* கிடைத்துள்ளது.

ஒன்று என்ற எண்ணிற்கு நேர் எதிர் பக்கம் மூன்று, இரண்டுக்கு நேர் எதிர் பக்கம் நான்கு. இதன் பக்க வாரியாக நிரல்வரிசை (கடிகாரமுள் சுழலும் வகையில்): ஒன்றுக்கு இடதுபுறம் இரண்டு, வலதுபுறம் நான்கு, நேர் எதிர்ப்புறம் மூன்று.

கீழடியில் சுடுமண், தந்தம் ஆகிய இரு வகையான பகடைகள் கிடைப்பதால் இந்தப் பகடை விளையாட்டைச் சாமானியர்கள், செல்வந்தர்கள் ஆகிய அனைத்து மக்களும் விளையாடி இருக்க வேண்டும் என்று தோன்றுகிறது. கீழடியில் கிடைத்த சில தடயங்கள் கரிம ஆய்வுகளின் அடிப்படையில் காலக்கணிப்பு செய்யப்பட்டுள்ளன. பொ.யு.மு. ஆறாம் நூற்றாண்டு காலகட்டத்தைச் சேர்ந்ததாகவும், சங்ககால வாழ்வியலைச் சித்தரிக்கும் அகழாய்வுத் தலமாகவும் கீழடி கருதப்படுகிறது.

வல்லாடுதல் என்று சங்க இலக்கியங்கள் ஆவணப் பதிவு செய்யும் பகடை விளையாட்டு தொடர்பான அகழாய்வுச் சான்றுகளைக் கீழடி கண்முன்னே நிறுத்துகிறது என்பது மிகவும் முக்கியமானது. அதுமட்டுமின்றி மேற் குறிப்பிட்ட கலித்தொகைப் பாடல் பகடை ஆட்டத்தில் பத்து உருவம் பெறுதல் என்று குறிப்பிடும் சித்தரிப்புக்குக் கண்கூடான தடயத்தைக் கீழடி நமக்கு அளித்திருக்கிறது. செவ்வகப் பகடைகளில் அதிகபட்சம் பகடை ஒவ்வொன்றிலும் நான்கு என்ற எண் வரைதான் குறிக்க முடியும் என்பதால் இரண்டு பகடைகளை உருட்டி விளையாடும்போது அதிகபட்சமாக எட்டு என்ற எண் மட்டுமே பெறமுடியும். கலித்தொகை குறிப்பிடும் சிறுவித்தம் (குறைந்த எண்ணிக்கை பெறுதல்), மறுவித்தம் (ஒரே எண்ணை அடுத்தடுத்து பெறுதல்) ஆகியவை கனசதுரப் பகடை, செவ்வகப் பகடை ஆகிய இரண்டிலும் சாத்தியமாகும். ஆனால், பத்து என்ற எண்ணைப் பெறுவது கனசதுரப் பகடையில் மட்டுமே சாத்தியம். அதாவது இரண்டு பகடைகளிலும் ஐந்து அல்லது ஒரு பகடையில் ஆறு மற்றொன்றில் நான்கு என்ற எண்களைப் பெறுவதன்மூலம் கலித்தொகை குறிப்பிடுவது போலப் பத்து உருவம் என்ற இலக்கைப் பெறமுடியும்.

இவ்வாறு பத்து உருவம் பெறுவதைச் சாத்தியமாக்கும் கனசதுரப் பகடைகள் சிந்துவெளிப் பண்பாட்டுடன் தொடர்புடைய ஹரப்பா, மொகஞ்சோதாரோ, லோத்தல் (குஜராத்) ஆகிய இடங்களில் கிடைத்துள்ளன. இந்தப் பகடைகள் சுடுமண்ணால் ஆனவை. இவ்வகையில் பத்து உருவம் பெறும் வாய்ப்பு கொண்ட கனசதுரப் பகடை பற்றிய துல்லியமான சித்தரிப்பு இந்தியத் துணைக்கண்டத்தில் சங்க இலக்கியத்தில்தான் கிடைக்கிறது. இதைப்போலவே சங்க இலக்கியம் தொகுக்கப்பட்ட இடமாகக் கருதப்படும் மதுரைக்கு அருகில் கீழடியில் அதே போன்ற கனசதுரப் பகடை கிடைத்துள்ளது. பத்து உருவம் பெறுதல் என்பது பகடை விளையாட்டின் உச்சகட்ட மகிழ்ச்சி என்றால் அந்த மகிழ்ச்சியின் ஊடாகக் கனசதுரப் பகடை என்ற அகழாய்வுத் தடயங்கள் சிந்துவெளிப் பண்பாட்டிலும், கீழடியிலும் கிடைப்பதோடு மட்டுமல்லாமல் கால, நில இடைவெளிகளைக் கடந்து இவ்விரண்டு இடங்களையும் இணைக்கும் பாலமாகச் சங்க இலக்கியம் ஒளிர்கிறது. இந்தியவியலின் இரு முக்கிய புதிர்கள்: 1. சிந்துவெளிப் பண்பாட்டை உருவாக்கியவர்கள் யார்? அவர்கள் பேசிய மொழி எது? 2. தொல்தமிழர் பண்பாட்டின் தோற்றுவாய் எது?

இந்த இரண்டு புதிர்களும் வெவ்வேறாகத் தோன்றினாலும் ஒருவகையில் அவை ஒரே நாணயத்தின் இரண்டு பக்கங்களே என்ற இந்த நூலாசிரியரின் முன்மொழிவு கீழடியில் மேலும் வலுப்பெறுகிறது. சிந்துவெளிப் பண்பாட்டுக் காலத்தில் பகடை விளையாட்டில் பத்து உருவம் பெற்றவன் மனம் அடைந்த மகிழ்ச்சியும், சங்க இலக்கியத்தில் பகடை விளையாட்டில் பத்து உருவம் பெற்றவன் மனம் அடைந்த மகிழ்ச்சியும், கீழடியில் பகடை விளையாடிய ஒருவனின் மனம் பத்து உருவம் பெற்று அடைந்த மகிழ்ச்சியும் வெவ்வேறு அல்ல.

கீழடியில் விளையாட்டுப் பொருட்கள்

கீழடியில் இதுவரையில் கிடைத்துள்ள அகழாய்வுகளில் சில சுடுமண் உருவ பொம்மைகள், அத்தகைய உருவங்களைச் செய்வதற்குப் பயன்படுத்தப்படும் அச்சுகள், பாண்டி ஆட்டம் விளையாடும் வட்டுகள், விலங்கு உருவங்கள், பொம்மை சக்கரங்களும் அடங்கும். விளையாட்டின் முக்கியத்துவம் பற்றி சங்க இலக்கியம் நமக்குத் தரும் புரிதல்; கீழடியில் இதுவரை அகழாய்வின்மூலம் கிடைத்திருக்கும் தரவுகள்; சிந்துவெளிப் பண்பாட்டில் பொழுதுபோக்கு நிகழ்வுகள், விளையாட்டுச் சாதனங்கள், பொம்மை உருவங்கள் மற்றும் ஓய்வு நேரப் பயன்பாடு ஆகியவற்றுக்கு அளிக்கப்பட்ட முக்கியத்துவம் ஆகியவற்றை ஒருசேரப் பார்க்கும்போது விளையாட்டு என்ற கருத்தியல் தொடர்பான ஒரு தொன்மையான மரபின் தொடர்ச்சியைக் காணமுடிகிறது.

சங்க இலக்கியம் முன்னிறுத்தும் உடல்வளம் சார்ந்த வாழ்வியல் (*Physical culture*), அனைவரது பங்களிப்பையும் உறுதி செய்கிற (*Inclusive and participatory*) ஓர் ஆக்கப்பூர்வமான

படம் 16.8 - கீழடியில் கண்டெடுக்கப்பட்ட சுடுமண் கனசதுரப் பகடையின் ஆறு பக்கங்கள்

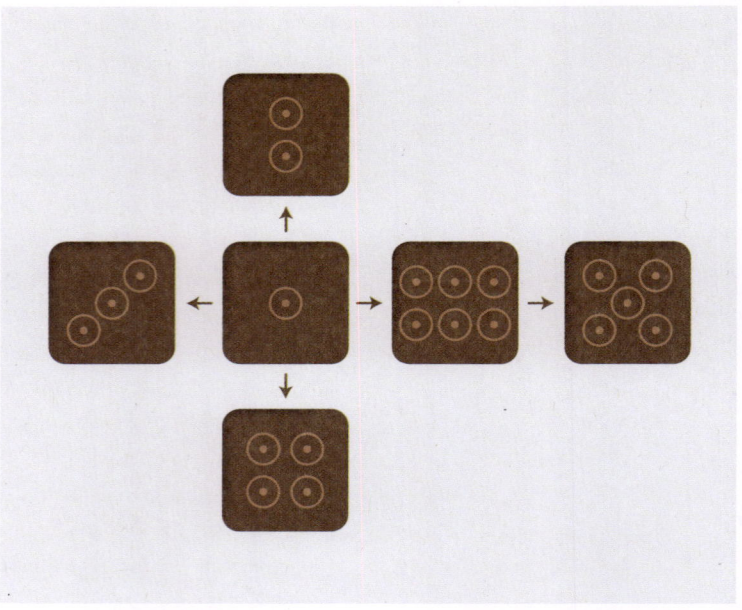

படம் 16.9 - சுடுமண் கனசதுரப் பகடையின் வெவ்வேறு பக்கங்களைக் காட்டும் வரைபடம்

படம் 16.10 - கீழடியில் கண்டெடுக்கப்பட்ட தந்தத்தாலான கனசதுரப் பகடையின் ஆறு பக்கங்கள்

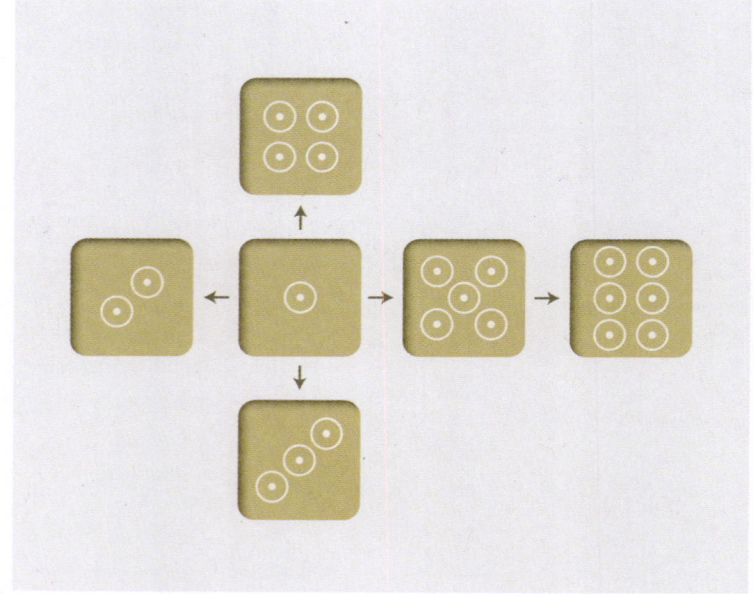

படம் 16.11 - தந்தத்தாலான கனசதுரப் பகடையின் பக்கங்களை விவரிக்கும் வரைபடம்

ஒரு பண்பாட்டின் பயணம்

படம் 16.12 - கீழடியில் கண்டெடுக்கப்பட்ட தந்தத்தாலான நீள்வட்டப் பகடையின் வெவ்வேறு பக்கங்கள்

படம் 16.13 - பொருந்தலில் கண்டெடுக்கப்பட்ட தந்தத்தாலான நீள்வட்டப் பகடை

பண்பாட்டிற்கு அடையாளமாக இருக்கிறது. ஆண்களும், பெண்களும் சேர்ந்து நீராடி மகிழும் சங்கத்தமிழ் வாழ்வியல், வேதமரபுகள் சார்ந்த வாழ்வியலிலிருந்து முரண்பட்டது என்பதைப் பரிபாடல் பதிவு செய்வது நினைவுக்கு வருகிறது.

மொத்தத்தில், விளையாட்டு குறித்த கருத்தியல், பொழுதுபோக்குக் கருவிகளுக்கான சான்றாதாரங்கள் ஆகியவற்றை பேசும் இந்த இயல் ஒருசோற்றுப் பதமே ஆகும். இத்தகைய பல்துறைச் சான்றுகளைச் சிந்துவெளி அகழாய்வுத் தரவுகள், வரலாற்றுக் காலத்தில் இந்தியத் துணைக்கண்டம் முழுவதும் கிடைக்கிற அகழாய்வுச் சான்றாதாரங்கள், இந்தியாவின் இரண்டு செவ்வியல் மரபுகளான வடமொழி மரபு, பழந்தமிழ் மரபு ஆகிய இரு இலக்கிய மரபுகளிலும் விளையாட்டு என்ற கருத்தியல் முன்வைக்கப்படும் முறை அதன் கருத்தியல் நிலைப்பாடுகள் ஆகிய அனைத்தையும் ஒட்டுமொத்தமாக மீள்பரிசீலனை செய்யும் தேவை இந்தியவியல் ஆய்வாளர்களுக்கு உள்ளது. அத்தகைய ஒருமித்த மதிப்பீடு நிகழும்போது இந்தியாவின் பண்பாட்டு வரலாறு பற்றிய புரிதல்களும், இந்தியத் துணைக்கண்டத்தின் தேதியிடப்படாத வரலாற்றுக்கு முற்பட்ட தொன்மங்கள் பற்றிய புரிதல்களும் புது வெளிச்சம் பெறலாம். இதற்கு, இந்தியத் துணைக்கண்டம் முழுவதும் குறிப்பாக தென்னிந்தியாவில் அகழாய்வுகள் தீவிரப்படுத்தப்பட வேண்டும். பல்துறை தரவுகளின் ஊடாக அகழாய்வுத் தடயங்கள் மதிப்பிடப்பட வேண்டும். உண்மையில், கீழடி ஒரு பழைய பகடையை உருட்டிவிட்டு பல புதிய புரிதல்களுக்கு வழிகாட்டியுள்ளது.

இயல் பதினேழு

ஆதிச்சநல்லூரும் கீழடியும்

தொப்புள்கொடி

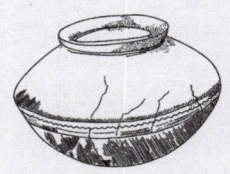

“அறிவியல் சார்ந்து இயங்கும் இந்திய வரலாற்று ஆசிரியர்கள், இந்திய வரலாற்றைக் கங்கைச் சமவெளியில் தொடங்குவது நெடுங்கால வாடிக்கையாகிவிட்டது. உண்மையில் அவர்கள் வரலாற்று ஆய்வை கிருஷ்ணா, காவிரி, வைகை போன்ற நதிக்கரைகளில்தான் தொடங்க வேண்டும்.”

- சுந்தரம் பிள்ளை, வின்சென்ட் ஸ்மித்தின் நூலில் மேற்கோள் காட்டியபடி

ஆதிச்சநல்லூரும் கீழடியும்: தொப்புள்கொடி

ஆதிச்சநல்லூர்

இந்த நூலின் தொடக்க இயல்களில் குறிப்பிட்டதுபோல், இந்தியாவின் வரலாற்றுக்கு முந்தைய, தொல்வரலாற்று காலகட்டம் மற்றும் வரலாற்று காலம் குறித்து இன்னும் விடுபடாமல் இருக்கும் இரண்டு புதிர்களில் ஒன்று, திராவிட மொழிக்குடும்பத்தின் தோற்றம் குறிப்பாக தமிழ் நாகரிகத்தின் தோற்றமும் தொடர்ச்சியும் பற்றியது ஆகும்.

தமிழர்கள் தொன்மையான, செழுமையான இலக்கிய மரபுடையவர்கள். இழந்த தாயகங்கள் குறித்த அவர்களது மீள்நினைவுகள், தமிழ்ச் சங்கங்களின் இடமாறுதல்கள் மற்றும் கடல்வணிகத்தில் பெற்றிருந்த மேன்மை ஆகியவற்றோடு தங்களுடைய பண்பாடு மற்றும் நாகரிகத்தின் தனித்துவம் குறித்தும் எப்போதும் விழிப்புணர்வு கொண்டவர்களாக இருந்திருக்கின்றனர். இருப்பினும், தமிழ் மொழிக்கும் பண்பாட்டுக்கும் கொடுக்கப்பட வேண்டிய இடம் இந்திய சமூக பண்பாட்டு வரலாற்றில் கொடுக்கப்படவில்லை என்ற தீராத ஆற்றாமையும் அவர்களுக்கு இருக்கிறது. இந்திய வரலாற்றை எழுதுவதில் திராவிடப் பண்பாட்டின் பொருத்தப்பாடு குறித்த வின்சென்ட் ஸ்மித்தின் குறிப்புகளைக் கவனிப்பது இங்கே பொருத்தமானது.

"ஆதிகால திராவிட சமூக அமைப்புகள் குறித்துக் கிடைக்கும் தரவுகள் இன்னும் சரியாக ஆராயப்படவில்லை. அத்துடன் வரலாற்றாசிரியர்களின் கவனம் இந்தோ-ஆரிய சமூக அமைப்புகள் நோக்கியே குவிந்துள்ளதால், அவையே ஆவணப்பதிவு பெற்றுள்ளது. தென்னகத்தைச் சேர்ந்த ஆர்வம் கொண்ட ஓர் அறிஞர் தனது கருத்தை இவ்வாறு பதிவுசெய்கிறார். 'அறிவியல் சார்ந்து இயங்கும் இந்திய வரலாற்று ஆசிரியர்கள், இந்திய வரலாற்றைக் கங்கைச் சமவெளியில் தொடங்குவது நெடுங்கால வாடிக்கையாகிவிட்டது. உண்மையில் அவர்கள் வரலாற்று ஆய்வை கிருஷ்ணா, காவிரி, வைகை போன்ற நதிக்கரைகளில்தான் தொடங்க வேண்டும்' என்கிறார். இந்த அறிவுரை ஏற்புடையதாகத் தோன்றலாம். ஆனால் இப்போதைக்கு அதை நடைமுறையில் பின்பற்ற முடியாது. இந்திய வரலாற்றை தற்போது அப்படி எழுதுவது நடைமுறை சாத்தியமற்றது." (Smith 1924: 8)

இந்திய வரலாற்றைப் பற்றிய தனது நூலில் வின்சென்ட் ஸ்மித் மேற்சொன்னவாறு பதிவிட்டுக் கிட்டத்தட்ட 100 ஆண்டுகள் ஆகிவிட்டன. இதில், வின்சென்ட் ஸ்மித் குறிப்பிடும் அந்த 'ஆர்வமிக்க' தென்னிந்திய அறிஞரின் பெயர் சுந்தரம் பிள்ளை. அந்த முன்மொழிவு பற்றி வின்சென்ட் ஸ்மித் இவ்வாறு கூறிவிட்டாரே என்று வருத்தப்படுவதில் பயன் இல்லை. ஏனெனில் அன்றைய தேதியில் அதுதான் களநிலவரம். அந்தக் காலகட்டத்தில் வரலாற்று ஆசிரியர்களின் கைகளில் எந்த வகையான ஆவணங்கள் கிடைத்தன என்பதை வைத்துத்தான் வரலாற்றை எழுத முடியும். மேற்கத்திய அறிஞர்களின் கவனம் வடமொழி சார்ந்த இலக்கியங்களிலும், வடஇந்தியக் கல்வெட்டு மற்றும் ஆவணங்கள் சார்ந்ததாகவே இருந்தது. 1784இல் கொல்கத்தாவில் தொடங்கப்பட்ட The Asiatic Society of India தென்னிந்திய வரலாறு, தொல்தமிழ்க் கல்வெட்டுகள், பழந்தமிழ் இலக்கிய ஆவணங்கள் ஆகிய களங்களில் கவனம் செலுத்தியதாகத் தெரியவில்லை. வின்சென்ட் ஸ்மித் இந்த நூலை எழுதிய ஆண்டில்தான் (1924) சிந்துவெளி பற்றிய அதிகாரப்பூர்வமான முதல் அறிவிப்பு வெளியானது. அநேகமாக வின்சென்ட் ஸ்மித் அவரது நூலை

எழுதியபோது, சிந்துவெளிப் பண்பாடு பற்றிய முழுவிவரம் அவருக்குத் தெரிந்திருக்க வாய்ப்பில்லை. சிந்துவெளி அறிவிப்பு 1924இல் வெளியானாலும், அதுபற்றிய சர் ஜான் மார்ஷலின் விரிவான அறிக்கை 1931இல்தான் வெளிவந்தது.

ஆவணம் சார்ந்த வரலாறு என்பது இந்தியாவைப் பொறுத்தவரையில் கடந்த ஒரிரு நூற்றாண்டுகளில் நடைமுறைக்கு வந்த புது வழக்கம்தான். மற்றபடி இந்தியத் துணைக்கண்ட வரலாற்றில் பேரரசர் அசோகர் என்ற ஒருவர் வாழ்ந்தார் என்ற தகவல்கூட தெரியாமல்தான் மரபுசார்ந்த இந்திய வரலாறு வாடிக்கையாகக் கட்டமைக்கப்பட்டு வந்தது.

மொத்தத்தில் அறிவியல் சார்ந்த அகழாய்வுக் கண்டுபிடிப்புகள் எல்லாம் வெளிவருவதற்கு முன், கல்வெட்டுகள் முறைப்படி வாசித்து அறியப்படுவதற்கு முன், இந்திய வரலாறு என்று கற்பிதம் செய்யப்பட்டவை இதிகாசங்களும், புனைகதைகளும்தான். ஆகவே, தென்னிந்தியாவைப் பற்றி போதுமான தகவல்கள் இல்லை என்று வின்செண்ட் ஸ்மித் அந்தக் காலகட்டத்தில் குறிப்பிட்டதில் தவறு எதுவுமில்லை. ஆனால், அதற்குப்பின் இந்த இடைப்பட்ட 100 ஆண்டுகளில் எத்தனையோ நிகழ்வுகள் நடந்தேறிவிட்டன. பல்துறை ஆய்வுகள் இந்தியாவின் வரலாற்றுக்கு முற்பட்ட காலகட்டங்கள் பற்றிய புதிய புரிதல்களை அளித்து வருகின்றன. இந்த இடைப்பட்ட காலத்தில் கிடைத்துள்ள தரவுகளின் துணையோடு சுந்தரம் பிள்ளையின் விருப்பத்தை பரிசீலித்தால் ஒரு தென்தமிழ் நாட்டு அறிஞரின் உள்ளுணர்வில் ஊறிய மனக்குறை என்ன புரிந்துகொள்ள முடியும்.

இன்னும் சொல்லப்போனால், இந்திய வரலாற்றைக் கங்கைச் சமவெளியில் தொடங்குவதா அல்லது சிந்து நதிக்கரையில் தொடங்குவதா அல்லது இந்தியாவின் வேறு எந்த நதிக்கரையிலும் தொடங்குவதா என்பது பிரச்சினை அல்ல. அதைவிட முக்கியமானது சிந்துவெளிப் பண்பாடு போன்ற மிகத்தொன்மையான, உன்னதமான நகரப் பண்பாட்டின் எச்சம் மிச்சங்களை, அதன் தொடர்ச்சியைச் சமகால இந்தியப் பண்பாட்டில் எப்படி மீள்வாசிப்பு செய்வது என்பதே. அதைப் பொறுத்துதான் இந்திய வரலாற்றியல் கூர்மையடையும். தொடக்கப்புள்ளி போலவே முக்கியமானதாகத் தோன்றுகின்றன தொடர்ச்சியின் மைல்கற்கள்.

இந்தியாவின் வரலாற்றுக்காலம் என்று நாம் புரிந்துகொள்ளும் காலகட்டத்தின் பின்னணியாக நமக்குத் தெளிவாகத் தெரிவது சிந்துவெளிப் பண்பாடும் அதன் நலிவும் அதற்குப்பின் ஏற்பட்ட பல்வேறு தாக்கங்களும், அதனால் ஏற்படும் விளைவுகளும்தான். இந்திய வரலாற்றின் தொடக்ககாலத்தை ஒருபோதும் சிந்துவெளிப் பண்பாட்டுக் காலத்தின் தாக்கத்திலிருந்து பிரித்துப் பார்க்க இயலாது. இவை இரண்டும் ஒன்றோடு ஒன்று தொடர்புடையவை. இதை ஒப்புக்கொண்டால் இந்திய வரலாற்றுக் காலத்தின் தொடக்கப்புள்ளி என்பது இந்த நூலில் நாம் ஆய்வு செய்யும் இரண்டு புதிர்களுடனும் தொடர்புடையது என்பது புலனாகும்.

இந்தப் புதிர்கள் குறித்த தேடலில் தென்தமிழ் நாட்டில் ஆதிச்சநல்லூரில் 20ஆம் நூற்றாண்டின் தொடக்கத்திலும், அண்மையிலும் நடைபெற்ற அகழாய்வுகளும் மதுரை அருகே கீழடியில் தற்போது நடைபெற்று வரும் அகழாய்வுகளும் நெருங்கிய தொடர்புடையவை. தமிழ்நாட்டில் காவிரி, நொய்யல், செய்யாறு, பாலாறு, பெண்ணாறு ஆகிய நதிகளின் கரையில் பல்வேறு அகழாய்வுகள் நடைபெற்றுள்ளன. இருப்பினும் இந்த இயலில் நாம் ஆதிச்சநல்லூர், கீழடி அகழ்வாராய்ச்சி ஆகிய இரண்டையும் ஒரு சோற்றுப் பதமாக நேர்வு ஆய்வை செய்யப்போகிறோம்.

சங்க இலக்கியத் தொகுப்பிலிருந்து மேலதிகமாக கிடைக்கும் குறிப்புகளையும் தொடக்கக்கால தமிழ் கல்வெட்டழுத்து குறிப்புகளையும் கருத்தில் எடுத்துக்கொண்டால் ஆதிச்சநல்லூர் மற்றும் கீழடியை சிந்துவெளிப் பண்பாட்டின் மகத்துவத்தோடு கூடிய வரலாற்றுக்கு முற்பட்ட காலத்தோடு இணைக்கும் தொப்புள் கொடியாக கருதலாம். தெற்குப்பகுதியில் இருந்த பண்பாட்டு நடைமுறைகளின் தொடர்ச்சியையும் இதில் காணமுடியும். நாம் இப்போது ஆதிச்சநல்லூரிலிருந்து தொடங்குவோம்.

ஆதிச்சநல்லூர்

மேற்குதொடர்ச்சி மலையின் ஒரு பகுதியான பொதிகை மலையில் தோன்றும் தாமிரபரணி தூத்துக்குடி மாவட்டத்தில் உள்ள ஆதிச்சநல்லூர் (8°37’16”N; 77°51’48”E) வழியாகப் பாய்ந்து புன்னைக்காயல் என்ற இடத்தில் வங்காள விரிகுடாவில் கலக்கிறது. ஆதிச்சநல்லூர் அகழாய்வுத் தலத்தை ஜெர்மனியைச் சேர்ந்த ஜகோர் 1876இல் கண்டறிந்தார்.

அதைத்தொடர்ந்து பிரான்ஸ் நாட்டைச் சேர்ந்த லூயிஸ் லப்பிக் அவ்விடத்தில் கிடைத்த அகழாய்வுப் பொருட்களின் தன்மையை மேலும் ஆய்வு செய்தார். அதன்பிறகு 1903-04இல் இந்தியத் தொல்லியல் நிறுவனத்தின் கண்காணிப்பாளராகப் பணியாற்றிய அலெக்ஸாண்டர் ரீ இப்பகுதியில் விரிவான அகழ்வாராய்ச்சி செய்தார். ஆதிச்சநல்லூர் உட்பட 38 இடங்களில் அகழாய்வுக்குச் சாத்தியம் உள்ளதாக அலெக்ஸாண்டர் ரீ கண்டறிந்தார். 60 ஏக்கர் நிலத்தில் அகழாய்வு செய்தபோது ஏராளமான முதுமக்கள் தாழிகள், உருண்டை பானைகள், செந்நிற மற்றும் கருப்பு-சிவப்புப்

பாண்டங்கள் கிடைத்தன. இதுபற்றி அலெக்ஸாண்டர் ரீ செய்த பதிவைத் தொல்பொருள் ஆய்வாளர் தி. சத்தியமூர்த்தி பின்வருமாறு மேற்கோள் காட்டுகிறார்.

“பெரும்பாலானவை தட்டையான அடிப்பக்கமும், கூம்பு வடிவ மூடியும் கொண்ட தாழிகள். உடைந்திருந்த தாழிகளில் மண், கற்கள் நிரம்பிக் கிடந்தன. உடையாமல் இருந்த தாழியில் புதைக்கப்பட்ட ஈமப்பொருட்கள் மட்டும் இருந்தன. சில தாழிகளில் உள்விளிம்பின் பக்கம் ஒரு கொக்கி போன்ற வடிவமைப்புடன் காணப்பட்டது. முதுமக்கள் தாழிக்குள் சிறிய பானைகள், அல்லது வேறு சில பொருட்களைத் தொங்கவிடுவதற்கு இந்த உள்விளிம்புக் கொக்கிகள் பயன்பட்டு இருக்க வேண்டும். பெரும்பாலான தாழிகளில் மறு ஈமம் (*Secondary burial*), முதல் ஈமம் (*Primary burial*) ஆகிய இரு வகையான ஈமப்பொருட்கள் காணப்பட்டன. ஆயினும், பெரும்பாலானவை மறு ஈமப்பொருட்கள்தான். பெரும் தாழிகளில் மட்டும்தான் புதைக்கப்பட்டவரின் முழு எலும்புக்கூடும் காணப்பட்டது. இறந்தவரின் உடலை உட்கார்ந்திருக்கும் தோரணையில் வைத்துப் புதைத்ததாகத் தெரிகிறது.” (*Satyamurthy 2009: 248*)

முதுமக்கள் தாழிகளின் உள்ளும் புறமும் பல்வேறு மட்பாண்டங்களும், ஈமச்சடங்கு தொடர்புடைய உலோகப் பொருட்களும் இருந்தன. எலும்புகளைத் தவிர மட்பாண்டங்கள், புழங்கு பொருட்கள், இரும்பாயுதங்கள், செம்பு அணிகலன்கள், தங்கத்தால் செய்யப்பட்ட தலைச்சுட்டி (*Diadem*) ஆகியவற்றைத் தனது அகழாய்வின்போது ரீ கண்டுபிடித்தார். ஆதிச்சநல்லூரில் கிடைத்த பல அகழாய்வுத் தடயங்கள் இந்தியத் துணைக்கண்டத்தின் வடமேற்குப் பகுதியில் உள்ள தட்சசீலம், பீகாரில் உள்ள ராஜ்கீர் போன்ற இடங்களில் கிடைத்த பல தடயங்களை நினைவுபடுத்தியது. அவற்றுள் உலோகத்தால் ஆன கண்ணாடியை உதாரணமாகக் குறிப்பிடலாம்.

1903-04ஆம் ஆண்டுகளில் அலெக்ஸாண்டர் ரீ இந்த அகழாய்வுகளைச் செய்தபோது சிந்துவெளிப் பண்பாடு என்ற ஒரு பண்பாட்டின் சுவடுகளை உலகம் அறிந்திருக்கவில்லை. எனவே, ஆதிச்சநல்லூரில் கிடைத்த சில தடயங்கள் தட்சசீலத்தின் தடயங்களை நினைவுபடுத்தியதைச் சிந்துவெளிப் பண்பாடு / தொல்தமிழர் பண்பாடு என்ற கோணத்தில் பார்த்திருக்க வாய்ப்பில்லை. ஆனால், 1924இல் சிந்துவெளிப் பண்பாடு பற்றிய அறிவிப்பு வெளிவந்ததற்குப் பின்னால், 1931இல் சிந்துவெளிப் பண்பாடு பற்றிய மேலதிகமான விவரங்கள் கிடைத்த பின்னால் இந்திய மற்றும் தென்னிந்திய அகழாய்வாளர்கள் ஆதிச்சநல்லூரையும் அருகில் உள்ள இடங்களையும் அந்தக் கோணத்தில் மேலும் தோண்டித் துருவிப் பார்த்திருக்க வேண்டும். ஆனால், அது நடைபெறவில்லை. நூறு ஆண்டுகள் தொல்பொருள் ஆய்வாளர்கள் எவரும் ஆதிச்சநல்லூர் பக்கம் தங்கள் கவனத்தை திருப்பவேயில்லை. 2004-05ஆம் ஆண்டுகளில் இந்தியத் தொல்லியல் நிறுவனத்தின் சென்னை வட்டத்தின் கண்காணிப்பாளர் தி. சத்தியமூர்த்தி ஆதிச்சநல்லூரில் மீண்டும் அகழாய்வுகள் நடத்தினார்.

ஆதிச்சநல்லூரில் அண்மை அகழாய்வுகள்

சத்தியமூர்த்தி தனது அகழாய்வின்போது, அப்பகுதியில் மூன்று காலகட்டங்களில் மக்கள் வாழ்ந்ததற்கான தடயங்களைக் கண்டறிந்தார். முதல் ஈமம், மறு ஈமம் ஆகிய இருமுறைகளில் அடங்கும் 130 முதுமக்கள் தாழிகள் கண்டுபிடிக்கப்பட்டன. இவற்றில் 60 விழுக்காடு முதுமக்கள் தாழிகள் இரண்டாம்கட்டக் குடியிருப்புக் காலகட்டத்தைச் சேர்ந்தவை. இத்தாழிகள் செம்மண் மற்றும் கருப்பு-சிவப்புப் பாண்ட வகைகளைச் சேர்ந்தவை. இரண்டு வகையான பாண்டங்களிலும் முதல் ஈமம், மறுஈமம் ஆகிய இருவகைப் புதைவு எலும்புகளும் கிடைத்துள்ளன. இந்தத் தாழிகளோடு கிடைத்த மட்பாண்டங்கள் பெரும்பாலும் கருப்பு-சிவப்பு வகையையும், பளபளப்பான மட்பாண்ட வகையையும் சேர்ந்தவை. இக்காலகட்டத்தில் இரும்பு, செம்பு ஆகிய இருவகைப் பொருட்கள் கிடைத்தன. கருப்பு, சிவப்பு பாண்டங்கள் பெரும்பான்மையாகக் கிடைத்தாலும் பளபளப்பான கருப்புப் பாண்டம், செந்நிற வகைப் பாண்டங்கள் ஆகியவையும் கண்டறியப்பட்டன. இந்த கருப்பு சிவப்பு, பளபளப்பான கருப்புப் பாண்டம் ஆகிய இருவகைப் பாண்டங்களின் வெளிப்புறத்தில் வெந்நிறப் புள்ளிகளால் தீட்டப்பட்ட பல்வேறு அலங்காரங்கள் காணப்பட்டன. அம்புகள், வேல் நுனிகள், கோடாரிகள், உளிகள் போன்ற கூர்மையான ஆயுதங்கள், மற்றும் செம்பால் செய்யப்பட்ட ஆபரணங்கள் கிடைத்துள்ளன.

ஈமக்காட்டில் புதைக்கப்பட்டிருந்த மக்களின் தொடக்ககாலக் குடியேற்றத்தையும் வாழ்வியலையும் கண்டறியும் நோக்கில் 2019ஆம் ஆண்டு தமிழ்நாடு அரசு தொல்லியல் துறை அகழாய்வுகள் மேற்கொண்டன. இந்த அகழாய்வில் இரும்புக்காலம், வரலாற்றுத் தொடக்ககாலம் ஆகிய இரண்டு காலகட்டத்தைச் சேர்ந்த வாழ்விடங்கள் கண்டறியப்பட்டுள்ளன. 847 தொல்பொருட்களும் பல்வேறு வகையான மட்பாண்டங்களும் கிடைத்துள்ளன. கற்காலத்தைச் சார்ந்த நுண்கற்காலக் கருவிகள் கண்டெடுக்கப்பட்டுள்ளன. இதன்மூலம் இப்பகுதி மக்களின் குடியேற்றத்தையும் இரும்புக் காலத்திற்கு முற்பட்ட மக்கள் இங்கு வாழ்ந்திருந்ததையும் அறியமுடிகிறது.

படம் 17.1 - ஆதிச்சநல்லூரில் தாமிரபரணி ஆற்றின் வான்வழிப் படம்

ஒரு பண்பாட்டின் பயணம்

ஒரு பண்பாட்டின் பயணம்

தமிழி எழுத்துக்களைக் கொண்ட பானை ஓடுகளும் 500க்கும் மேற்பட்ட குறியீடுகள் கொண்ட பானை ஓடுகளும் கிடைத்துள்ளதை வைத்து வரலாற்றுத் தொடக்ககாலத்தை சேர்ந்த மக்கள் இங்கே வாழ்ந்திருந்ததை உறுதி செய்யமுடிகிறது. தொல்பொருட்களில் வற்றிச்சில்லுகள் எண்ணிக்கையில் அதிகமாகக் கிடைக்கின்றன. தண்பொருநை ஆற்றங்கரையில் வாழ்ந்த மக்களின் அணிகலன்களான செம்பு மோதிரங்கள், இரும்பு மோதிரங்கள், கண்ணாடி மணிகள், தந்தத்தினாலான மணிகள், வளையல் துண்டுகள், எலும்பு மணிகள், சுடுமண்ணாலான மணிகள், வளையல்கள் கண்டெடுக்கப்பட்டுள்ளன. வீடுகளில் பயன்படுத்தப்பட்ட அரவைக்கற்கள், கருவிகளைத் தீட்டும் கற்கள் கிடைத்துள்ளன. அவர்களின் கைவினைத் திறனை அறியும் வகையில் சுடுமண்ணாலான மனித உருவங்களும் பறவை உருவங்களும் கண்டெடுக்கப்பட்டுள்ளன. நீர் மேலாண்மைக்குச் சான்றாக 21 சுடுமண் குழாய்கள் கிடைமட்டத்தில் பொருத்தப்பட்டுள்ள நிலையில் கண்டுப்பிடிக்கப்பட்டுள்ளன.

படம் 17.2 - ஆதிச்சநல்லூரில் கண்டெடுக்கப்பட்ட கருப்பு-சிவப்புப் பானை

ஆதிச்சநல்லூரில் வசிப்பிடம்

2004-05ஆம் ஆண்டுகளில் நடைபெற்ற அகழாய்வின்மூலம் பழங்கால வசிப்பிடம் கண்டுபிடிக்கப்பட்டது. அகழாய்வு செய்யப்பட்ட மேட்டின் ஒரு பகுதி வசிப்பிடமாகக் கண்டறியப்பட்டது. ஆதிச்சநல்லூரைக் கடந்த 100 ஆண்டுகளுக்கு மேலாக ஒரு புதைவிடமாக (*Burial site*) மட்டுமே கருதி வந்திருக்கிறோம். வசிப்பிடங்களில் குயவர்களின் வட்டவடிவ கலம் சுடும் சூளைகள் கண்டறியப்பட்டன. அங்குள்ள சூளை ஒன்றில் (சூளை எண். 1) கருப்பு-சிவப்புப் பெருங்கற்கால மட்பாண்டங்கள், தாழிகள் கிடைத்தன.

இந்தச் சூளையில் கிடைத்த தரவுகளின் அடிப்படையில் சத்தியமூர்த்தி மிக முக்கியமான ஒரு தகவலை முன்வைத்தார். இரும்புக்காலப் பாண்ட வகையாகக் கருதப்படும் கருப்பு-சிவப்புப் பாண்டம் மற்ற வகை பானைகளைச் சுடும் தொழில்நுட்பத்திலிருந்து எந்த வகையில் வேறுபட்டது என்பதை அறிய இந்தச் சூளைத்தரவுகள் உதவுவதாகச் சத்தியமூர்த்தி குறிப்பிட்டார். அதுமட்டுமின்றி, ஒரு கைவினைக் கலைஞரின் வீடுபோல் இருந்த இடத்தில் மணிகள் செய்ததற்கான பணி நடைபெற்றதாகச் சத்தியமூர்த்தி தெரிவிக்கிறார். இந்த அகழாய்வின்போது நுண்துளையிட்ட ஒரு மணிவகை கண்டுபிடிக்கப்பட்டது.

ஆதிச்சநல்லூரில் ஒருகாலத்தில் இரும்பு, செம்பு ஆகிய கனிம தாதுக்கள் தோண்டி எடுக்கப்பட்டதாகத் தெரிகிறது. ஆதிச்சநல்லூரில் கிடைத்துள்ள செம்புக் கலவை உலோகத்துக்கும், சிந்துவெளிப் பகுதிகளில் கிடைத்துள்ள செம்பு உலோகத்தின் வேதியல் தன்மைக்கும் இடையிலான ஒற்றுமை பற்றி திராவிடச் சிவப்பு என்ற இயலில் நாம் ஏற்கெனவே பேசியிருக்கிறோம். தென்னிந்தியாவின் பல்வேறு அகழாய்வுத் தலங்களில் கிடைத்த பல்வேறு பொருட்களும் ஆதிச்சநல்லூரில் கிடைத்த பொருட்களோடு பொருந்திப் போவதைக் கருத்தில்கொண்டு தென்னிந்தியாவின் பொருள்சார் பண்பாட்டின் (*Material culture*) தொட்டில் என்று ஆதிச்சநல்லூரைக் குறிப்பிடலாம்.

சிந்துவெளிப் பண்பாட்டுக்கும், ஆதிச்சநல்லூர் பண்பாட்டுக்கும் அடிப்படையான பொதுக்கூறுகள் உள்ளன. இவை இரண்டும் நதியின் கரையில் அமைந்தவை. நதியின் கரையில் தனியான ஒரு வசிப்பிடப் பகுதியும், அரியவகை புதைவிடமும் இருந்தது இரண்டு விதமான குடியிருப்புகள் இருந்ததைத் தெரிவிக்கின்றன; கனிமத் தாது தொடர்பான சுரங்கத் தொழில்நுட்பம், உலோகங்களைச் சூடாக்கி வளைத்து ஆபரணங்கள் செய்தல் போன்ற பல்வேறு ஒருமைப்பண்புகள் காணப்படுகின்றன.

பல்வேறு வகையான ஆயுதங்கள் கிடைப்பது அக்காலகட்டத்தின் பொருள்சார் பண்பாட்டில் பல்வகையான மாற்றங்கள், புதுமைகள் நிகழ்ந்ததை உறுதி செய்கின்றன. பானை செய்வதில் உயர் தொழில்நுட்பம் கையாளப்பட்டதாக சத்தியமூர்த்தி கூறுகிறார். சிறிய பானைகளின் வெளிப்புறங்களில் வெண்ணிறப் புள்ளிகளால் அலங்கரித்து பல்வேறு வடிவங்களை வரையும் முறை தென்னிந்தியாவின் பல்வேறு அகழாய்வுத் தலங்களிலும் காணப்படுகிறது. தமிழ்நாடு அரசின் தொல்லியல் துறை 2007ஆம் ஆண்டு "சிந்துவெளிப் பண்பாடும், தமிழ் மொழியும்" என்ற தலைப்பில் நடத்திய கருத்தரங்கில் மேற்சொன்ன கருத்துகளை சத்தியமூர்த்தி பதிவு செய்தார். "இங்கே அறிவியல்பூர்வமான காலக்கணிப்பின்மூலம் பொருள்சார் பண்பாட்டின் கூறுகளைப் பார்க்கும்போது சிந்துவெளிக் கரையில் கண்டறியப்பட்டுள்ள அகழாய்வு இடங்கள் போலத் தென்னிந்தியப் பண்பாட்டின் ஒரு மையப் புள்ளியாக ஆதிச்சநல்லூர் இருந்திருக்கக்கூடும்" என்பது சத்தியமூர்த்தியின் கருத்து. *(Satyamurthy 2009: 257)*

சத்தியமூர்த்தியின் அறிக்கை வெளியிடப்படாமல் காலதாமதம் ஏற்பட்ட நிலையில், சென்னை உயர்நீதிமன்ற மதுரைக் கிளையில் எஸ். காமராஜ் என்பவர் வழக்கு தொடர்ந்தார். இதைத்தொடர்ந்து 2004-05 அகழாய்வின்போது கிடைத்த தடயங்களை கரிம காலக் கணிப்புக்கு அனுப்பும்படி உயர்நீதிமன்றம் 2019, பிப்ரவரி மாதம் ஆணை பிறப்பித்தது. இதன் விளைவாக அகழாய்வுத் தடயங்கள் அமெரிக்காவில் உள்ள ஆய்வு கூடத்திற்கு *(Beta Analytic Testing Laboratory)* அனுப்பப்பட்டு ஆய்வின் முடிவுகள் உயர்நீதிமன்றத்தில் சமர்ப்பிக்கப்பட்டன. இந்தக் காலக்கணிப்புமூலம் ஆதிச்சநல்லூரில் கிடைத்த சில தடயங்களின் காலம் பொ.யு.மு. *905* மற்றும் பொ.யு.மு. *696* ஆகிய காலகட்டத்தைச் சேர்ந்தவை என்ற செய்தி பத்திரிகைகளில் வெளியானது.

இதைத்தொடர்ந்து இந்நூலாசிரியர் சென்னையில் உள்ள இந்தியத் தொல்லியல் நிறுவனத்தைத் தொடர்புகொண்டபோது ஆதிச்சநல்லூரில் கிடைத்த பெருங்கற்கால புதைவிட மட்பாண்டங்களில் கிடைத்த நெல் உமியைக் கொண்டு கரிமப் பொருள் ஆய்வு செய்யப்பட்டது. இதன்மூலம் முதுமக்கள் தாழி எண் *58*இன் காலகட்டம் பொ.யு.மு. *640-680 (+/- 10)* ஆண்டுகள் என்றும், முதுமக்கள் தாழி *105*-ன் காலகட்டம் பொ.யு.மு. *850 (+/- 10)* ஆண்டுகள் என்றும் ஆய்வறிக்கை கூறுவதாகத் தகவல் பெறப்பட்டது. இறுதியாக, *2004*இல் சத்தியமூர்த்தியால் நடத்தப்பட்ட அகழாய்வின் அறிக்கை *17* ஆண்டுகள் கடந்து *2021*இல் வெளியிடப்பட்டது. டாக்டர் சத்தியபாமா பத்திரிநாத்தின் பெயரில் வெளியான இந்த அறிக்கை இணையத்திலும் கிடைக்கிறது.

படம் 17.3 - ஆதிச்சநல்லூர் செங்கற்சூளை

ஆதிச்சநல்லூர் அலமாரியில் எலும்புக்கூடு

ஆங்கிலத்தில் அலமாரியில் எலும்புக்கூடு *(skeleton in closet)* என்ற சொற்றொடர் உண்டு. 'வெளியே தெரியாமல் மறைத்து வைக்கப்பட்ட தர்மசங்கடமான விஷயம்' என்ற பொருளில் இந்தச் சொற்றொடர் பயன்படுத்தப்படுகிறது. இது ஆதிச்சநல்லூருக்கும் ஒருவகையில் பொருந்தும் போல இருக்கிறது. 2004-05 அகழ்வாராய்ச்சியின் போது 100க்கும் மேற்பட்ட முதுமக்கள் தாழிகள் கண்டுபிடிக்கப்பட்டன. ஒரே பண்பாட்டுச் சூழலில் மூன்று காலகட்ட முதுமக்கள் தாழிகள் கண்டுபிடிக்கப்பட்டன. முதுமக்கள் தாழியின் வடிவமைப்பு, மூடிகள், ஒவ்வொரு அடுக்கும் மூடப்பட்ட விதம் மற்றும் ஈமச்சடங்கோடு தொடர்புடைய பொருட்கள் ஆகியவற்றின் அடிப்படையில் இந்தப் பண்பாட்டுக் காலம் மூன்று வகையாகப் பிரிக்கப்பட்டுள்ளது.

தொன்மையான முதல் அடுக்கில் எலும்புக்கூடுகள் சிதைவின்றி முழுமையாகவும், இதர அடுக்குகளில் துண்டு துண்டாகவும் கிடைத்தன. இந்த எலும்புக்கூடுகள் அறிவியல் பூர்வமாக ஆராய்ச்சி செய்யப்பட்டு இந்தியத் தொல்லியல் நிறுவனத்துக்கு அறிக்கை அளிக்கப்பட்டுள்ளது என்று அகழாய்வாளர் சத்தியமூர்த்தி தெரிவித்துள்ளார். இந்த அகழாய்வின்போது முழுமையான ஓர் எலும்புக்கூடு கிடைத்திருக்கிறது. இதை முறைப்படிக் கையாள வேண்டும் என்ற அக்கறையுடன் இந்திய மானுடவியல் கழகத்தின் உதவி நாடப்பட்டது. அதன்படி மைசூரில் உள்ள அந்நிறுவனத்தின் தென்னிந்தியப் பிரிவிலிருந்து வந்த மானிடவியல் நிபுணர்கள் மிகவும் கவனத்துடன் அந்த எலும்புக்கூட்டைப் பத்திரப்படுத்தி மைசூரில் உள்ள ஆய்வகத்துக்கு எடுத்துச் சென்றார்கள். அதன்பிறகு இந்த எலும்புக்கூடு பரிசோதனைக்கு உள்ளாக்கப்பட்டதா, அதன் முடிவுகள் என்னவென்பது இதுவரை (2019) யாருக்கும் தெரியவில்லை.

தென்னிந்தியாவின் தாமிரபரணி நதிக்கரையில் ஒரு முக்கியமான அகழாய்வுத் தளத்தில் ஒரு முழு எலும்புக்கூடு கிடைத்தது என்பது முக்கியமான நிகழ்வும் தடயமும் ஆகும். எனவே இந்த எலும்புக்கூடு பற்றிய முழு ஆய்வுவிவரமும் பொதுவெளிக்கு வருவது பல்வேறு வினாக்களுக்கு விடைதரும். இப்பின்னணியில் 80 ஆண்டுகளுக்கு முன் சென்னைக்கு வருகை தந்த இந்தியத் தொல்லியல் கழகத்தின் தலைவர் கே. என். தீட்சித் சென்னை பல்கலைக்கழகத்தில் உரையாற்றும்போது தெரிவித்த கருத்து நினைவுக்கு வருகிறது.

"திருநெல்வேலி மாவட்டத்தில் அதை ஒட்டிய பகுதிகளில், பண்டைய துறைமுகமான கொற்கை பகுதிகளில் முழுமையான அகழாய்வுகள் செய்யப்பட வேண்டும். அத்தகைய அகழாய்வுகள் சிந்துச் சமவெளிச் பண்பாட்டின் சமகாலப் பண்பாடு அல்லது அதற்குச் சற்று பிந்தைய காலகட்டப் பண்பாடு என்று கருதத்தக்க ஒரு பண்பாட்டிற்கான தடயங்களை அளிக்கக்கூடும்." *(Dikshit 1939: 12)*

கே. என். தீட்சித் சொல்லிச்சென்ற இந்த வார்த்தைகள் நூற்றுக்கு நூறு உண்மை என்று காலம் இப்போது மெல்ல மெல்லக் காட்டிவருகிறது. ஆனால், அவர் இந்தக் கருத்தைச் சொல்லிச் சென்று 65 ஆண்டுகள் வரை அங்கு தீவிரமான அகழாய்வு எதுவும் நடைபெறவில்லை என்பதும், நடைபெற்ற அகழ்வாராய்ச்சியின் தடயங்களை ஆய்வுக் கூடத்திற்கு அனுப்பவும், அறிக்கையைப் பெறவும் வரலாற்று ஆர்வலர் ஒருவர் நீதிமன்றத்தை அணுகவேண்டியிருந்தது என்பதும் வருத்தத்திற்குரியது. ஆதிச்சநல்லூர் அலமாரின் எலும்புக்கூடுகள் எதையோ சொல்வதற்கு முயல்கின்றன.

அண்மை ஆண்டுகளில் தமிழ்நாட்டில் அகழாய்வுகள் பற்றி ஏற்பட்டுள்ள புதிய விழிப்புணர்வின் விளைவாக இந்தியத் தொல்லியல் நிறுவனத்தின் கிளைக் கண்காணிப்பு அலுவலகம் ஒன்று திருச்சியில் தொடங்கப்பட்டுள்ளது. ஆதிச்சநல்லூரிலும் 2021ஆம் ஆண்டு இந்தியத் தொல்லியல் கழகம் மேலும் ஒரு புதிய அகழாய்வை மேற்கொண்டுள்ளது.

சிவகளை அகழாய்வு

தூத்துக்குடியிலிருந்து 31 கி.மீ. தொலைவில் தாமிரபரணி ஆற்றின் வடக்குக் கரையில் சிவகளை அமைந்துள்ளது. இந்த அகழாய்வில் கண்டெடுக்கப்பட்ட நெல்லினுடைய கரிமப் பகுப்பாய்வுமூலம் காலம் பொ.யு.மு. 1155 என வரையறை செய்யப்பட்டுள்ளது. வெந்நிறத்தால் அலங்கரிக்கப்பட்ட கருப்பு-சிவப்புப் பாண்டங்கள், குடுவைகள், பானை மூடிகள் ஆகியவை பழங்காலத்தில் வாழ்ந்த சமூகங்களின் கைநேர்த்தியைக் காட்டுகின்றன. சிவகளையில் செம்பு மற்றும் தங்கத்திலான பொருட்கள் கிடைக்கவில்லை. ஆதிச்சநல்லூர், கொற்கை, சிவகளை ஆகிய ஊர்களை உள்ளடக்கிய பொருநை ஆற்றங்கரை நாகரிகம் 3200 ஆண்டுகளுக்கு முற்பட்டது என்று சிவகளையில் கண்டெடுக்கப்பட்ட நெல்லின் கரிமப் பகுப்பாய்வு உறுதிசெய்கிறது.

கொற்கை அகழாய்வு

கொற்கையில் தமிழ்நாடு அரசு தொல்லியல் துறை அகழாய்வு மேற்கொண்டதில் சங்கு வளையல்கள் தயாரிக்கும் தொழில் நடைபெற்றதற்கான சான்றுகள் கிடைத்துள்ளன. 29 அடுக்குகளைக் கொண்ட 2.35 மீ. உயரமுள்ள செங்கல் கட்டுமானம் கிடைத்துள்ளது. இவற்றின் நடுவில் கொள்கலன் ஒன்று தனித்துவமாக அமைக்கப்பட்டுள்ளது சிறப்புக்குரியது. தரைப்பகுதியானது சுக்கான் பாறைக்கற்களை அடுக்கி

படம் 17.4 - மட்பாண்ட மூடி மீது உள்ள அலங்கார வடிவமைப்பு

அதன்மேல் மணல் பரப்பி செங்கல் கட்டுமானம் எழுப்பப்பட்டுள்ளது. மேலும் இதனருகே துளையுடன் ஒன்பது அடுக்குகளைக் கொண்ட வடிகட்டும் குழாய் ஒன்றும், மேற்கத்திய நாட்டுப் பானையோடும் கிடைத்துள்ளன. பொ.யு.மு. எட்டாம் நூற்றாண்டுக்கு முற்பட்ட கங்கைச் சமவெளியைச் சார்ந்த கருப்பு வண்ணம் தீட்டப்பட்ட பானையோடுகள், வெள்ளி முத்திரைக் காசுகள், வடஇந்திய மெருகூட்டப்பட்ட கருப்புப் பானை ஓடுகள் கிடைத்துள்ளன. இது பொ.யு.மு. எட்டாம் நூற்றாண்டு வாக்கிலேயே இந்தியாவின் பிற பகுதியுடன் வணிகத்தொடர்பு நடைபெற்றதற்கான சான்றளிக்கிறது.

கீழடி

கீழடி அகழாய்வுகள்

மதுரையிலிருந்து தென்கிழக்கே 12 கி.மீ. தூரத்தில் மானாமதுரை செல்லும் வழியில் அமைந்துள்ள ஒரு சிற்றூர் கீழடி. வைகை ஆற்றின் தென்கரையில் உள்ள கீழடியைப் பற்றி கேள்விப்படாத உலகத் தமிழர்கள் எவரும் இல்லை. கடந்த சில ஆண்டுகளாகக் கீழடியில் நடைபெற்று வரும் அகழாய்வுகளும், அங்கே கண்டுபிடிக்கப்பட்ட தடயங்களின் முக்கியத்துவமும் இதற்குக் காரணம்.

கீழடியின் அருகே கொந்தகை, மணலூர், பள்ளிச்சந்தை, அகரம் போன்ற அகழாய்வுத் தலங்களும் அமைந்திருப்பதால் இதை ஒரு பண்டைய குடியிருப்பு வளாகத்தின் ஒருபகுதி என்றே கருத வேண்டும். இப்பகுதியில் பண்டைய காலத்திலிருந்து பல்வேறு காலகட்டத் தடயங்கள் கிடைத்திருப்பதால் இங்கே மக்கள் தொடர்ந்து வசித்திருக்க வேண்டும் என்பது புலனாகிறது.

பொதுவாகத் தொல்பொருள் ஆய்வுகள் வெகுமக்களின் கவனத்தைக் கவர்வதில்லை. ஆனால், கீழடி இதற்கு ஒரு விதிவிலக்கு. அதன் அகழ்வாராய்ச்சித் தடயங்கள் பற்றி ஊடகங்களில் விரிவான செய்திகள் வெளியானதால் தொல்பொருள் ஆராய்ச்சிகள் பற்றிய புதிய எழுச்சியும், விழிப்புணர்வும் தமிழ்ச் சமூகத்தில் ஏற்பட்டிருக்கிறது.

கீழடியில் கிடைத்த தடயங்களின் முக்கியத்துவம் போக, அங்கு நடைபெற்று வந்த அகழ்வாராய்ச்சி தொடர்வது, அல்லது தொடராமல் நிறுத்துவது பற்றி ஏற்பட்ட விவாதங்களும், சர்ச்சைகளும் கூடுதல் கவனக்குவிப்பிற்குக் காரணமாகும். இதன் தொடர் விளைவாக ஏற்கெனவே அகழாய்வு நடைபெற்றுள்ள ஆதிச்சநல்லூர், கொடுமணல், பொருந்தல், அழகன்குளம், கொற்கை போன்ற அகழாய்வுத் தலங்களின் மீதும் தமிழ்ச் சமூகத்தின் ஒட்டுமொத்த கவனம் திரும்பியிருக்கிறது. சிவகளை, மயிலாடும்பாறை, கங்கைகொண்டசோழபுரம், வெம்பக்கோட்டை, துலுக்கர்பட்டி, பெரும்பாலை எனப் பல்வேறு இடங்களில் மேலும் அகழாய்வுகள் தொடங்கியுள்ளன. கீழடி அகழாய்வு தமிழ்நாட்டில் ஒரு திருப்புமுனை.

கீழடி அகழாய்வுகளின் மிக முக்கியமான தடயம் அங்கே கிடைத்த செங்கல் கட்டுமானங்கள். நகர்ப்புற வாழ்வியலுக்கான ஆணித்தரமான முதல் தடயம் இது. சங்க இலக்கியங்களில் நகர்ப்புற வாழ்வியல் பற்றிய சிறந்த ஆவணப்பதிவுகள் உள்ளன. மதுரைக்காஞ்சி, பட்டினப்பாலை போன்ற இலக்கியத் தலைப்புகள் இதற்குச் சான்றாகும். ஆனால், அந்த வாழ்வியலைத் தொல்பொருள் தடயங்களுடன் நிறுவத்தக்க அல்லது குறைந்தபட்சம் நினைவுகூரத்தக்க எந்தத் தடயங்களும் கிடைக்கவில்லை என்ற குறையைக் கீழடி போக்கியது. கீழடியில் கிடைத்துள்ள தடயங்கள் தமிழ்ப் பண்பாட்டின் தொன்மங்களை மீள் கட்டமைப்பு செய்வதற்கு உதவும் விதம், கீழடித் தடயங்களைச் சிந்துவெளிப் பண்பாட்டுடன் ஒப்பிட்டுப் பேசுவதற்கான அடிப்படையான தரவுகள், அதை வலியுறுத்தும் இடப்பெயர்ச் சான்றுகள் மற்றும் இலக்கியச் சான்றுகள் ஆகியவற்றை இந்த இயலில் விவாதிப்போம். இந்தியத் துணைக்கண்டத்தின் தொன்மையான பண்பாட்டு வரலாற்றை தென்கோடியிலிருந்து மீண்டும் வாசிக்கும் இடம் இது.

படம் 17.5 - கீழடி அகழாய்வுத் தளத்தின் வான்வழிப் படம்

ஒரு பண்பாட்டின் பயணம்

ஒரு பண்பாட்டின் பயணம்

கீழடி: இதுவரை

பிரிட்டிஷ் ஆட்சிக்காலத்தில் அலெக்ஸாண்டர் ரீ தமிழ்நாட்டின் தென்பகுதியில் அகழ்வாராய்ச்சி செய்தபோது மதுரைக்கு அருகே உள்ள பரவை, அனுப்பானடி (1888) ஆகிய இடங்களில் சில முதுமக்கள் தாழிகள் கிடைத்தன. 1950-களின் இறுதியில் மதுரை, திருமங்கலம், மேலூர், பெரியகுளம் ஆகிய பகுதிகளில் இந்தியத் தொல்லியல் கழகத்தைச் சேர்ந்த கே.வி. ராமன் விரிவான கள ஆய்வை மேற்கொண்டார். அப்போது அகழாய்வுக்குச் சாத்தியம் உள்ள பல இடங்கள் மற்றும் அவ்விடங்களில் கிடைக்கக்கூடிய சான்றுகளின் தன்மைகள் குறித்து தகவல்கள் கிடைத்தன. அதன் பின்னர் 50 ஆண்டுகள் கழித்து அகழாய்வாளர் கா.ராஜன் வைகை நதிக்கரைப் பகுதியில் உள்ள பல இடங்களுக்குத் தனது குழுவினருடன் பயணித்துப் பல அகழாய்வு தடங்களைக் கண்டறிந்தார். அப்போது அவரது கவனம் வைகை நதியின் மேற்பகுதிகளில் இருந்தது. அதைத் தொடர்ந்து அவரது குழுவினர் திண்டுக்கல் மாவட்டம் தாதப்பட்டி, தேனி மாவட்டம் புலிமான் கோம்பை போன்ற இடங்களில் எழுத்துப்பொறிப்புகளுடன் கூடிய நடுகற்களைக் கண்டுபிடித்தனர்.

இதற்கிடையே தமிழகத் தொல்லியல் துறையும் அங்கும் இங்கும் சில அகழாய்வுகள் செய்தது. ஆயினும், 2013-14இல் இந்தியத் தொல்லியல் கழகத்தின் அமர்நாத் ராமகிருஷ்ணா குழுவினர் செய்த அகழ்வாராய்ச்சி பெரிய திருப்புமுனையாக அமைந்தது. இந்த அகழாய்வின்போதுதான் சங்க காலம் என்று சொல்லப்படும் காலகட்டத்தின் நகர்மயம் சார்ந்த வாழ்வியலுக்கான தொல்லியல் சான்று கிடைத்தது.

"கீழடி என்பது வைகை நதிக்கரை சார்ந்த தொல்தமிழர் பண்பாட்டுப் புவியியலில் ஒரு பகுதியே ஆகும்; தனியொரு இடமல்ல. வைகையின் இரு கரைப் பகுதிகளிலும் அகழாய்வுக்குச் சாத்தியமுள்ள 293 இடங்களை இந்தியத் தொல்லியல் கழகம் கண்டறிந்துள்ளது. இவற்றில் நூற்றுக்கும் மேற்பட்டவை குடியிருப்புகள் (*Habitat sites*). இதனால் வைகை நதிக்கரைப் பகுதி முழுவதுமே விரிவான அகழ்வாராய்ச்சிகளுக்கான சாத்தியங்கள் கொண்டதாகத் திகழ்கிறது."
(Ramakrishna, et al. 2017: 170-183)

சங்க இலக்கியம் வைகை ஆற்றைத் 'தமிழ் வையைத் தண்ணம் புனல்' (பரி. 6: 60) என்று தமிழ் மொழியோடு நேரடியாகத் தொடர்புபடுத்துகிறது. நான்மாடக்கூடல் என்று அறியப்பட்ட மதுரை நகரம் பாண்டியர்களின் தலைநகரம். தமிழ்ச் சங்கங்களில் மூன்றாவதான கடைச் சங்கம் இயங்கியதாக கருதப்படும் நகரம் மதுரை. பாண்டியர்களே தமிழ்ச் சங்கம் என்ற நிறுவனம் சார்ந்த அமைப்பின்மூலம் தமிழ்ச் சங்கப் பாடல்களை ஆவணப்படுத்திய பெருமைக்குரியவர்கள் என்ற ஒட்டுமொத்தச் செய்திகளையும் உள்வாங்கிக்கொண்டு கீழடி மற்றும் இப்பகுதியில் கிடைக்கும் அகழாய்வுத் தடயங்களை நுட்பமாக ஆராய்ந்தால் இதுவரை தெளிவுபெறாத பல கேள்விகளுக்கு விடைகிடைக்கும். பழமைச் சிறப்பு வாய்ந்த மதுரை இன்றும் பெருநகரமாக இயங்குகிறது. கீழடி, கொந்தகை, அகரம், மணலூர், பள்ளிச்சந்தை வளாகம் மதுரைக்கு மிக அருகில் அமைந்திருப்பது இதன் முக்கியத்துவத்தை மேலும் அதிகமாக்குகிறது.

கீழடி அகழாய்வுத் தலம் சுமார் 110 ஏக்கர் பரப்பளவும் 4.5 கி.மீ. சுற்றளவும் கொண்டது. கீழடியில் 2014-17இல் இந்தியத் தொல்லியல் கழகம் நடத்திய முதலாம், இரண்டாம், மூன்றாம் கட்ட அகழாய்வுகளில் பல முக்கியமான செய்திகள் வெளியாகின. இருப்பினும் இந்த அகழாய்வு குறித்த விரிவான அறிக்கை இன்னும் வெளியாகவில்லை. கீழடியின் முக்கியத்துவம் அறிந்த தமிழக அரசின் தொல்லியல் துறை 2017 தொடங்கி இதுவரை ஐந்து கட்டங்களாக அகழாய்வுகளை (4,5,6,7,8) நடத்தியுள்ளது. 2021ஆம் ஆண்டு தமிழ்நாடு அரசு தொல்லியல் துறை கீழடியின் நான்கு, ஐந்து, ஆறாம் கட்ட அகழாய்வின் முக்கியமான தடயங்களை 24 மொழிகளில் வெளியிட்டுள்ளது. தமிழ், ஹிந்தி, சமஸ்கிருதம், குஜராத்தி, தெலுங்கு, மலையாளம், கன்னடம்

படம் 17.6 - கிழடி உறைகிணறு

ஒரு பண்பாட்டின் பயணம்

போன்ற பெரும்பாலான இந்திய மொழிகளும் ரஷிய, ஸ்பானிய, சீன, ஃபிரெஞ்சு, ஜப்பானிய உலக மொழிகளும் அடங்கும்.

கீழடியில் கிடைத்தது என்ன?

கீழடி அகழாய்வில் பல செங்கல் கட்டுமானங்கள், மூடியுடன் கூடிய/மூடியில்லாத சுடுமண் வடிகால்கள், செங்கல் பதிக்கப்பட்ட தரைகள், மழைநீர் வழிந்தோடும் வகையில் வடிவமைக்கப்பட்ட கூரை ஓடுகள், சுடுமண் உறை கிணறுகள் கீழடியில் கிடைத்துள்ளன. தமிழ்நாட்டைப் பொறுத்தவரையில் வரலாற்றுக் காலத்தின் தொடக்க காலகட்டத்தைச் சேர்ந்த இத்தகைய செங்கல் கட்டுமானங்கள் கண்டுபிடிக்கப்பட்டுள்ளது ஓர் அரிதான நிகழ்வாகும். இதுபற்றி அகழ்வாராய்ச்சியாளர் ராமகிருஷ்ணா இவ்வாறு கூறுகிறார்,

"கீழடி கட்டுமானங்களில் பயன்படுத்தப்பட்டுள்ள செங்கற்கள் தயாரிப்பு முறையில் சில குறிப்பிடத்தக்க கூறுகள் உள்ளன. செங்கற்களை நேர்த்தியாக அறுக்கும் வகையில் செங்கல் கட்டளைகள் (செங்கல் அச்சுகள்) பயன்படுத்தப்பட்டுள்ளன, செங்கற்களைச் சுடுவதற்கு முன் பச்சை களிமண், வைக்கோல், உமி, சிறு தாவரத் துணுக்குகள், புல் போன்றவற்றில் புரட்டி எடுத்து அதற்குப் பின் சூளையில் சுடுவதன்மூலம் செங்கற்கள் மிகச் சிறப்பான தரம் மிக்க செங்கற்களைத் தயாரித்திருக்கிறார்கள். இவ்வாறு உமி, புல் போன்றவற்றில் புரட்டி எடுக்கப்பட்ட செங்கற்கள் திறந்தவெளியில் காய வைக்கப்பட்டு அதன் பின் சுடப்பட்டதால் வைக்கோல், புல், செடி, போன்றவற்றின் பதிவுகளும் சுடப்பட்ட செங்கற்களில் காணப்படுகின்றன. இதனால், செங்கல் சிறப்பான முறையில் சுடப்படுவதுடன் இச்செங்கற்களைச் சுவராக வைத்துக் கட்டும்போது நல்ல பிடிமானத்தையும் கொடுத்திருக்கிறது." *(Ramakrishna 2018: 58)*

கீழடியில் கிடைத்த மட்பாண்ட வகைகள்:

கீழடியில் சொரசொரப்பான செம்மண் பாண்டம், செந்நிற விளிம்பு பாண்டம், கருப்பு சிவப்பு பாண்டம், கருப்பு பாண்டம், வெண்ணிறக் கோடுகள் வரைந்த செந்நிறப் பாண்டங்கள், செம்பழுப்பு பூசப்பட்ட கருப்பு சிவப்பு பாண்டம், சிறு துளையிடப்பட்ட பாண்டங்கள், மெருகற்ற மட்டிப் பானைகள் மற்றும் ரோமானியப் பானைகள் கிடைத்துள்ளன. மட்பாண்டங்களில் 60 விழுக்காடு சொரசொரப்பான பாண்டங்கள். அதுமட்டுமின்றிப் பல்வேறு அடுக்குகளிலும் இப்பானைகள் காணப்படுகின்றன. அதிலும் குறிப்பாகச் சொரசொரப்பான இந்தச் செந்நிறப் பாண்டங்கள் இடை அடுக்கு மற்றும் மேல் அடுக்குகளில் கிடைக்கின்றன. செம்பழுப்பு பூசப்பட்ட கருப்பு சிவப்பு பாண்டம், ரோமானியப் பாண்டம் ஆகியவை வெளிப் பண்பாட்டில் இருந்து வந்ததாகத் தோன்றுகிறது. மெருகற்ற மட்டிப் பாண்டங்கள் அரிக்கமேடு (புதுச்சேரி), பட்டணம் (கேரளா), கோட்டபட்டினம் (ஆந்திரா) மற்றும் இதர இடங்களிலும் கிடைத்திருப்பது குறிப்பிடத்தக்கது. இது இப்பாண்ட வகையின் தென்னிந்தியப் பரவலைச் சுட்டிக்காட்டுகிறது. செந்நிற விளிம்பு பானைகள் மேல் அடுக்குகளில் மட்டும் குறைந்த அளவில் கிடைக்கின்றன. *(Ramakrishna 2018)*

மேற்சொன்ன பானை வகைகளைத் தவிர நாம் விவாதிப்பதற்காக எஞ்சியுள்ள முக்கியமான பானை வகை கருப்பு-சிவப்புப் பாண்டம்தான். தமிழ்நாட்டைப் பொறுத்தவரையில் இரும்புக்காலம் என்றும் வரலாற்றின் தொடக்ககாலம் என்றும் அறியப்படும் காலகட்டத்தோடு தொடர்புடைய அனைத்து அகழாய்வுத் தலங்களிலும் பெருமளவில் கிடைக்கும் பாண்டம் கருப்பு-சிவப்புப் பாண்டம்தான். இதைத் தமிழ்நாட்டின் அடையாளமான முத்திரைப் பாண்டமாக *(diagnostic pottery)* கருதலாம். கருப்பு-சிவப்புப் பாண்டம் இல்லாமல் தமிழ்த் தொன்மங்களைக் கட்டமைக்க முடியாது. கீழடியைப் பொறுத்தவரையில் கருப்பு-சிவப்பு எல்லா படிநிலை அடுக்குகளிலும் கிடைக்கிறது. குறிப்பாக இடை அடுக்கிலும், மிக ஆழமான முதல் அடுக்கிலும் இது பெருமளவில் கிடைப்பதால் காலநிரல் வரிசையில் கருப்பு-சிவப்புப் பாண்டத்தின் தொன்மை புலப்படும்.

படம் 17.7 - கீழடி அகழாய்வில் கிடைத்த பொருட்கள்

அகழாய்வுத் தலத்தின் மேல் அடுக்கிற்கு வரும்போது கருப்பு-சிவப்புப் பாண்டத்தின் தரம் சிறிது குறைந்து சொரசொரப்பான செந்நிறப் பாண்டங்களோடு சேர்ந்து கிடைக்கிறது. இடை அடுக்கினைப் பொறுத்தவரையில் கருப்பு-சிவப்புப் பாண்டம் ஒரு குறிப்பிட்ட அளவுக்குக் கிடைக்கிறது என்றுதான் சொல்ல முடியும். ஆனால், அடி அடுக்கில் கருப்பு-சிவப்புப் பாண்டம் அதிக அளவில் கிடைக்கிறது. களிமண்ணை நீரில் கலந்து, அதில் உள்ள தேவையற்ற குப்பைக்கூளங்களை அகற்றி, படிந்திறங்கிய மிருதுவான களிமண்ணைப் *(Levigated clay)* பயன்படுத்தி உயர்தரமான பானை வனையும் முறை இந்தக் கருப்பு-சிவப்புப் பாண்டங்களின் தயாரிப்பில் பயன்படுத்தப்பட்டிருக்கிறது என்பது அகழாய்வாளர்கள் கருத்து.

கீழடியில் கிடைத்த மட்பாண்டங்கள் வெவ்வேறு வகையானவை, வடிவத்திலானவை. இவற்றில் மிகக் குழிவான கிண்ணங்கள், நடுத்தர அளவிலான நடுப்பகுதி அகன்ற குமிழ் வடிவச் சாடிகள், பானைகள், சிறிய தட்டுகள், பெரிய தட்டுகள், கோப்பைகள், குவளைகள், சின்னஞ்சிறு பண்டம் பாத்திரங்கள் ஆகியவையும் அடங்கும். கிண்ணங்களில் கூர்மையான விளிம்பு உள்ளவை, விளிம்பு அற்றவை ஆகிய இரண்டு வகைகளையும் காண முடிகிறது. இப்பாண்டங்களில் கீழ்ப் புறத்தில் வடிவங்களும், வண்ணங்களும் தீட்டப்பட்டுள்ளன. சில பாண்டங்களில் கழுத்துப் பகுதியை ஒட்டி இயற்கையான வெண்ணிறம் மெல்லியதாகத் தீட்டப்பட்டுள்ளன. சில பானைகளில் அடிப்பகுதியிலிருந்து நடுப்பகுதிக்கு மேலே வரையிலும்கூட வடிவங்கள் வரையப்பட்டுள்ளன.

இத்தகைய வடிவங்கள் பெரும்பாலும் சிறிய மற்றும் நடுத்தர அளவிலான கிண்ணங்களில், பானைகளில் தீட்டப்பட்டுள்ளன. எனவே, இத்தகைய அலங்கரிக்கப்பட்ட பாண்டங்கள் விலையுயர்ந்த, மதிப்புயர்ந்த பாண்ட *(deluxe pottery)* வகையாக இருந்திருக்க வேண்டும் என்று தோன்றுகிறது. இவ்வகையான பாண்டங்களில் புள்ளிகளாலும், கோடுகளாலும் வடிவச் சித்திரங்கள் வரையப்பட்டுள்ளன. கீழடியைப் பொறுத்தவரையில் கருப்பு-சிவப்புப் பாண்டங்கள் மிகுதியாகப் பல்வேறு கீழ் அடுக்குகளில் கிடைப்பதால் கீழடியின் முத்திரைப் பாண்டம் என்று அழைக்கப்படும் தகுதி கருப்பு-சிவப்புப் பாண்டத்திற்கே உரியது.

தமிழ்நாடு அரசின் தொல்லியல் துறை கீழடியில் செய்த நான்காவது முதல் எட்டாவது கட்ட அகழாய்வின் போது கிடைத்த பல்வேறு தடயங்களில் முக்கியமானவை இங்கே பட்டியலிடப்படுகின்றன.

கட்டுமான நடவடிக்கைகள்	செங்கல் கட்டுமானங்கள், சுடுமண் கிணறுகள், மழைநீர் வடிகால் கொண்ட கூரைகள்
தொல்பொருட்கள்	தங்க ஆபரணங்களின் துண்டுகள், செம்புப் பொருட்கள், இரும்புக் கருவிகள், சுடுமண் விளையாட்டு காய்கள், நொண்டி விளையாடப் பயன்படுத்தப்படும் சுடுமண் வட்டு, மதிப்பு மிக்க கற்கள் (*agate, carnelian, crystal, etc.*), பகடை, மனிதர்கள், மிருகங்களின் உருவங்கள், உரல்-உலக்கை, தந்தத்தால் செய்யப்பட்ட சீப்பு
மட்பாண்டங்கள்	கருப்பு-சிவப்புப் பாண்டம், கருப்புப் பாண்டம், மெருகேற்றப்பட்ட கருப்புப்பாண்டம், சிவப்புப் பாண்டம், ரோமானியப் பானை, அரிட்டைன் மட்கல துண்டுகள்
பானைச்சில்லுகள்	கீறல்களுடன் கூடிய சுடப்பட்ட, சுடப்படாத பானைகளின் சில்லுகள், தமிழி எழுத்துகள்
விலங்குகளின் எச்சங்கள்	எருது/பசு (*Bos indicus*),. எருமை (*Bubalus bubalis*), செம்மறியாடு (*Ovis aries*), வெள்ளாடு (*Capra hircus*), நீலான் (*Boselaphus tragocamelus*), கரும்புலி (*Antelope cervicapra*), காட்டுப்பன்றி (*Sus scrofa*), மயில் (*Pavo cristatus*)

மற்ற பொருட்கள்	வற்றிச்சில்லுகள் (Spindle Whorl), கலைப்பொருட்கள் செய்ய பயன்படுத்தப்படுவது போன்ற கூரான எலும்புக்கருவிகள், நூலில் தொங்கும் கற்கள், சுடுமண் பந்துகள், செம்பு ஊசி, திரவப் பொருட்களை சேமிக்கப் பயன்படும் கலன்கள், சூளைகள் மற்றும் இரும்புக் கசடு. இதுவரை உலோகத்தை உருக்கும் இடமோ, உலையோ கண்டுபிடிக்கப்படவில்லை.

பானை ஓடுகளில் தமிழ் பிராமி

இந்தியத் தொல்லியல் கழகமும், தமிழ்நாடு தொல்லியல் துறையும் கீழடியில் நடத்திய அகழ்வாராய்ச்சிகளில் தமிழ் பிராமி (தமிழி) எழுத்துகள் பொறிக்கப்பட்ட ஏராளமான பானை ஓடுகள் கிடைத்தன. இப்பானை ஓடுகளில் காணப்படும் தனி மனிதப் பெயர்கள் சில பின்வருமாறு: வனனை, ஆதன், குவிரன் ஆதன், ஆதன் நெடுங்கா, கோத்திர, திர, அன், ஓய், அதன், திசன், உதிரன், இயனை, வேந்தன், சாம்பன், பேரயன், குவிரன், குறவன்.

இத்தகைய பெயர்கள் பெரும்பாலும் செந்நிறப் பாண்டங்களிலும், கருப்பு-சிவப்பு வகை பாண்டங்களிலும் எழுதப்பட்டுள்ளன. இப்பெயர்கள் பெரும்பாலும் தனிநபர்களின் பெயர்களே. தொல்தமிழ்ச் சமூகத்தில் பெயர் என்ற கருத்தாக்கம் மிக முக்கியமாக இடம்பெற்றிருந்தது; பல்வகையான பெயர்கள் மிகத்தெளிவாகக் குறிப்பிடப்படுவதால் சங்க இலக்கியம் ஒருவகையில் ஒரு பெயர்க் களஞ்சியம் போலத் தோன்றுகிறது என்ற கருத்தை இந்த நூலில் முற்பகுதியில் நாம் முன்வைத்திருக்கிறோம். கீழடியில் கிடைத்துள்ள தமிழ் பிராமி எழுத்துப் பொறிப்புடன் கூடிய மட்பாண்டங்களில் பெரும்பாலும் தனிநபர்களின் பெயர்கள் இடம்பெற்றிருப்பது மேற்சொன்ன கருத்தை நிறுவுவதாக அமைந்துள்ளது. மட்பாண்டம் என்பது அன்றாட வாழ்வியலில் சாமானிய மக்களால் பயன்படுத்தப்படும் ஒரு புழங்குபொருள் ஆகும். இதில் பெயர்களைப் பொறித்தது பானை செய்யும் குயவர் என்றாலும் அல்லது அப்பானையை விலை கொடுத்து வாங்கியவர் என்றாலும் எந்த வகையிலும் அது அக்காலக்கட்டத்தில் எழுத்தறிவு பரவலாக இருந்திருக்கக்கூடும் என்ற அனுமானத்தைத் தருகிறது. சங்க இலக்கியங்கள் கல்விக்கும் எழுத்தறிவிற்கும் அளிக்கும் முக்கியத்துவம் இங்கே நினைவுகூரத்தக்கது.

சங்க இலக்கிய வீரயுகக் காலத்தில் இறந்தவர்களின் நினைவாக அவர்களின் பெயரை நடுகற்களில் எழுதி வைக்கும் மரபு எழுத்து பரவலாக்கத்திற்குச் சிறந்த சான்றாகும். "எழுத்து உடை நடுகல்" (ஐங்குறு. 352, அகம். 53), "பெயரும் பீடும் எழுதி" (அகம். 67, 131) போன்ற எடுத்துக்காட்டுகளைக் கூறலாம். நடுகற்களில் கூர்மையான உளியால் எழுத்துகளைப் பொறிக்கும் முறையை "கூர் உளி குயின்ற கோடு மாய் எழுத்து" (அகம். 343) விளக்குகிறது. கீழடியில் கிடைத்த பானையில் எழுத்துப் பொறிப்புகள் இருப்பதில் வியப்பில்லை.

கீழடியில் எராளமான அணிகலன்கள், கண்ணாடி, முத்து, படிகக் கற்கள், மணிகள், விலைமதிப்புள்ள கற்கள், தந்தத்தால் செய்த பொருட்கள், பகடைகள், சீப்புகள், கூர்மையான எலும்பு ஊசிகள், சுடுமண் பொம்மை உருவங்கள், உலக்கை, பல்வேறு செம்பு மற்றும் கலவை உலோகப் பொருட்கள், மோதிரங்கள், இரும்புப் பொருட்கள் கிடைத்துள்ளன. இவற்றில் சுடுமண் உருவங்கள், சுடுமண் பொருட்கள் சிறப்பு கவனம் பெறுகின்றன. சுடுமண் உருவ பொம்மை தவிர பகடை, பகடை வட்டுகள், சுடுமண் மணிகள், காதணிகள், பகடை விளையாட்டில் பயன்படுத்தும் நகர்த்துக் காய்கள், நூல் நூற்கப் பயன்படும் தக்கிளி, வற்றிச் சில்லுகள் (spindle whorls), சக்கரங்கள், விளக்குகள், காதணிகள், வளையல், கழுத்தில் அணியும் சங்கிலிப் பதக்கம், பந்துகள், எடை பொருட்கள், சுடுமண் முட்டுக் கற்கள், வலை அழுத்திகள், சுடுமண் கூம்புகள் போன்றவற்றைக் குறிப்பிடலாம்.

தமிழ்நாட்டில் இன்றும் கூட வேந்தன், ஆதன், சாத்தன், சாம்பன், பேரயன், அந்துவன், குறவன், தீசன் போன்ற பெயர்கள் குழந்தைகளுக்குச் சூட்டப்படுகின்றன. இத்தகைய பெயர்களைக் கொண்டவர்கள் தமிழ்நாட்டில் வாழ்கிறார்கள் என்பதை இந்தியத் தேர்தல் ஆணையத்தின் வலைதளத்தில் உள்ள வாக்காளர் பட்டியலில் நம்மால் தேடித் தெரிந்துகொள்ளமுடியும். எடுத்துக்காட்டாகத் தமிழ்நாட்டில் 18 வயதிற்கு மேற்பட்டவர்களில் வேந்தன் என்ற பெயரில் 11,973, அந்துவன் 53, ஆதன் 103, சாத்தன் 471 என்ற எண்ணிக்கையில் இருக்கிறார்கள் என்பது தெரிகிறது. கீழடி அகழாய்வுக்குப் பின் உலகம் எங்கிலும் இருக்கும் தமிழ் மக்களில் பலர் தங்களது குழந்தைகளுக்கு ஆதன் போன்ற பல தொன்மையான பெயர்களைச் சூட்டும் வழக்கம் புத்தெழுச்சி பெற்றுள்ளது என்பதைச் சமூக ஊடகங்களின் மூலம் தெரிந்துகொள்ள முடிகிறது. ஆதன், அந்துவன், சாத்தன் போன்ற பழமையான பெயர்கள் தொல்தமிழ்க் கல்வெட்டுகளிலும் இடம்பெற்றுள்ளன, சங்க இலக்கியங்களிலும் காணப்படுகின்றன. கீழடி, ஆலங்குளம், பொருந்தல், கொடுமணல் மற்றும் ஏனைய அகழாய்வு இடங்களில் பானை எழுத்துப் பொறிப்புகள் உள்ளிட்ட எல்லா தடயங்களையும் ஒருங்கிணைத்துப் பார்த்தால் இப்பெயர்களின் தோற்றத் தொன்மையும் அவை நிகழ்காலம் வரை நிலைத்துள்ள தொடர்ச்சியும் நமக்குப் புலனாகும்.

கீழடியில் சுடுமண்ணாலான தக்கிளிகள் கிடைத்துள்ளன. இவை இரும்பு ஊசிகளால் துளையிடப்பட்டவை. பருத்தியிலிருந்து பிரித்து எடுத்த பஞ்சினை நூலாக்கி, நெசவு செய்யும் நெசவுத் தொழில் சார்ந்த தொடர் செயல்பாடுகள் இங்கு நடந்திருக்கக்கூடும். கீழடியில் கிடைக்கும் மனித உருவங்கள் சில மிக நுட்பமாகச் செய்யப்பட்டுள்ளன. சில பொம்மைகள் ஏனோ தானோ என்று செய்யப்பட்டுள்ளன. இவ்வுருவ பொம்மைகளில் தெளிவாகக் கோடிழுத்துப் பிரித்த உதடுகள், நுண்துளை புள்ளிகளால் அணிகலன்களால் செய்யப்பட்ட தலை அலங்காரம் உள்ளிட்ட உறுப்பு நலன்களை அகழாய்வாளர்கள் சுட்டிக்காட்டுகின்றனர். அதுமட்டுமின்றி இங்கு ஒரு முத்திரையும் கிடைத்துள்ளது. அதில் ஒரு புறம் உருண்டையான கைப்பிடியும், தட்டையான அடிப்பகுதியும் கொண்டவை. அந்த அடிப்பகுதியில் இரண்டு வரிசையில் சிறிய மற்றும் நடுத்தர அளவுடைய ஈரடுக்கு வட்டங்கள் பொறிக்கப்பட்டுள்ளன. இந்த முத்திரைகள் துணி அல்லது ஓலை போன்ற பரப்பில் சாயம் தடவி அழுத்திப் பெறப்பட்டு இருக்கக்கூடும்.

கீறல் குறிகளுடன் கூடிய பானைச் சில்லுகள்

கீழடியில் ஏழாவது கட்ட அகழாய்வுகள் வரை சுமார் 1700 கீறல் குறிகளுடன் கூடிய பானைத் துண்டுகள் கிடைத்துள்ளன. பெரும்பாலான பானைத் துண்டுகளில் பானையின் வெளிப்புறத்தில்தான் இந்தக் கீறல் குறிகள் உள்ளன. ஆயினும், சில பானைத் துண்டுகளில் உட்புறத்திலும் கீறல்கள் உள்ளன. பெரும்பாலும் செந்நிறப் பாண்டங்கள், கருப்பு-சிவப்புப் பாண்டங்கள், செம்பழுப்பு பூச்சுப் பாண்டங்களில் கீறல் குறிகள் அதிகமாகக் காணப்படுகின்றன. இத்தகைய அடையாளங்களில் மிகவும் முக்கியமானது அம்புக்குறி. அம்புக்குறி தனியாகவும் மற்ற கீறல் குறிகளுடன் சேர்ந்தும் இடம்பெறுகிறது. அம்பு தவிர மீன், ஏணி, வண்டி, சூரியன், இலை, சூலாயுதம் ஆகிய வடிவங்கள் அதிகம் இடம்பெறுகின்றன.

தமிழ்நாடு அரசின் தொல்லியல் துறை கீழடி அகழாய்வுகள் பற்றி வெளியிட்ட அறிக்கை சிந்துவெளிக் குறியீடுகளுக்கும், கீழடி பானைக் கீறல்களுக்கும் இடையிலான உருவ ஒற்றுமை பற்றிய சில புதிய தரவுகளை அளித்தது. தமிழகப் பானைக் கீறல்களுக்கும், சிந்துவெளிக் குறியீடுகளுக்கும் இடையிலான ஒற்றுமை ஆய்வுலகம் ஏற்கெனவே அறிந்த செய்தியே. இருப்பினும் கீழடி அகழாய்வுகள் அந்த ஒற்றுமையைப் பொதுவெளியின் கவனத்திற்கு மிக வலுவாகக் கொண்டுவந்து சேர்த்தது என்பது குறிப்பிடத்தக்கது.

*1959*இல் தமிழ்நாட்டில் சானூர் என்ற இடத்தில் நடந்த அகழாய்வில் சில கீறல் குறியீடுகள் கிடைத்தன. அவற்றின் வடிவமைப்பு சிந்துவெளிக் குறியீட்டை ஒத்திருந்தன. ஐராவதம் மகாதேவன் *2009*-இல் வெளியிட்ட *Vestiges of Indus Civilization in Old Tamil* என்ற கட்டுரையில் சானூர் கீறல்களுக்கும், சிந்துவெளிக் குறியீடுகளுக்கும் இடையிலான ஒப்புமை பற்றி குறிப்பிடுகிறார். *1960*ஆம் ஆண்டு பி. பி. லால் என்ற அகழாய்வாளர் கல்செம்பு மற்றும் பெருங்கற்காலப் பானைக் கீறல்களுக்கும், ஹரப்பா பண்பாட்டின் குறியீடுகளுக்கும் இடையிலான ஒற்றுமை பற்றி கருத்துத் தெரிவித்துள்ளார். குறிப்பாகச் சானூரில் கிடைத்த கீறல்களைச் சிந்துவெளிப் பொறிப்புகளுடன் அவர் ஒப்பிட்டிருந்தார். அதுமட்டுமின்றிச் சூலூரில் கிடைத்த ஒரு பாண்டத்திலும் செம்பியன் கண்டியூரில் கிடைத்த புதிய கற்காலக் கற்கோடாரி ஒன்றிலும் சிந்துவெளிக் குறியீடுகள் போன்ற கீறல்கள் பொறிக்கப்பட்டிருப்பதை ஐராவதம் மகாதேவன் சுட்டிக்காட்டினார். இந்த ஒப்புமை எதேச்சையாக நிகழ்ந்திருக்கக்கூடும் என்று அஸ்கோ பர்போலா கருத்துத் தெரிவித்தார். ஆனால், ஐராவதம் மகாதேவன் இது எதேச்சையாக நேர்ந்த ஒப்புமையல்ல என்று தனது கருத்தை வலியுறுத்தும் வகையில் பல சான்றுகளை முன்வைக்கிறார். *(Mahadevan 2009)*

படம் 17.8 - கீறல் குறிகளும் தமிழ் பிராமி எழுத்துகளும் கொண்ட பானைச் சில்லுகள்

இந்தப் பின்னணியில் பார்த்தால் கீழடியில் கிடைத்திருக்கும் பானைக் கீறல்கள் மகாதேவன் கருத்தை உறுதிசெய்வதாக உள்ளன. சிந்துவெளி எழுத்துகள் இன்னும் வாசித்து அறியப்படாத சூழலில் தமிழ்நாட்டின் பானைக் கீறல்களுக்கும், சிந்துவெளிக் குறியீடுகளுக்கும் இடையிலான உருவ ஒற்றுமை நம் கவனத்தை மேலும் ஈர்க்கிறது. சிந்துவெளிக் குறியீடுகளோடு ஒப்பிடத்தக்க கீறல்களோடு கூடிய பானைச்சில்லுகள் தமிழ்நாட்டில் மட்டும் ஏராளமாக ஏன் கிடைக்கின்றன? என்ற கேள்வி ஆய்வுலகத்தை உந்துவிசையாக வழிநடத்த வேண்டும். இரும்புக்காலத்தில் கிடைத்த இத்தகைய கீறல் குறியீடுகள் சிந்துவெளிப் பண்பாட்டுக்கும், தென்னிந்தியாவுக்கும் இடையிலான முக்கியமான இணைப்பாகத் தோன்றுகிறது என்ற கருத்தை அகழாய்வாளர் கா. ராஜன் தெரிவிக்கிறார். எதிர்காலத்தில் ஒருவேளை சிந்துவெளி எழுத்துப் பொறிப்புகளையும், தென்னிந்தியப் பானைக் கீறல்களையும் வாசித்தறிய முடியும் என்றால் இந்தியப் பண்பாட்டின் வேர்கள் மற்றும் விழுதுகள் பற்றிய மாயத்திரைகள் விலகும்.

கீழடி காலக்கணிப்பு

இந்தியத் தொல்லியல் கழகம் நடத்திய அகழ்வாராய்ச்சியில் (ஒன்று முதல் மூன்றாம் கட்ட ஆய்வுவரை) கிடைத்த இரண்டு கரிமத் தடயங்கள் காலக்கணிப்பு ஆய்வுக்காகப் ஃபுளோரிடா மாகாணத்தில் (USA) உள்ள பீட்டா அனாலிடிக் என்ற உலகப்புகழ் பெற்ற நிறுவனத்திற்கு இந்தியத் தொல்லியல் கழகத்தால் அனுப்பப்பட்டது. இந்த இரண்டு தடய மாதிரிகளும் கீழ் அடுக்குகளிலிருந்து எடுக்கப்பட்டவை. தகவு அளவு செய்யப்பட்ட (Calibrated) காலநிர்ணயம் பொ.யு.மு. 200 முதல் 195 என்று உறுதி செய்யப்பட்டுள்ளது. ஆயினும் இந்தத் தடய மாதிரிகள் பற்றி அமர்நாத் ராமகிருஷ்ணா குறிப்பிட்டுள்ள கருத்தை நாம் பரிசீலிக்க வேண்டும். எந்த ஆழத்தில் இந்த மாதிரித் தடயம் எடுக்கப்பட்டதோ அதற்கும் கீழே ஆழமாக அகழ்வாராய்ச்சி செய்து அதில் கிடைக்கும் தடயங்களைக் காலக்கணிப்புச் சோதனைக்கு உள்ளாக்கி முடிவுகளைப் பெற்ற பின்புதான், கீழடி தொல்குடியிருப்பின் தொடக்கநிலை மற்றும் வளர்ச்சி பற்றிய காலநிர்ணயத்தைத் தெளிவாகக் கூறமுடியும் என்கிறார்.

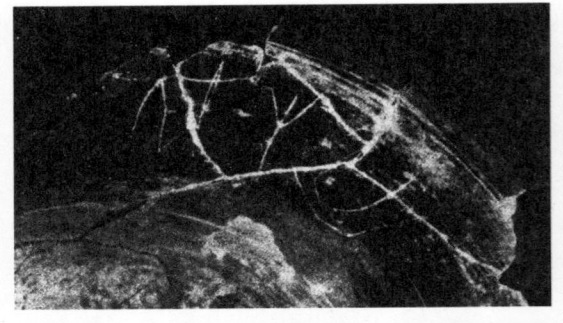

படம் 17.9 - சானூர்க் கல்வெட்டு (மேல்),
சிந்துவெளி வரிவடிவம் (கீழ்)

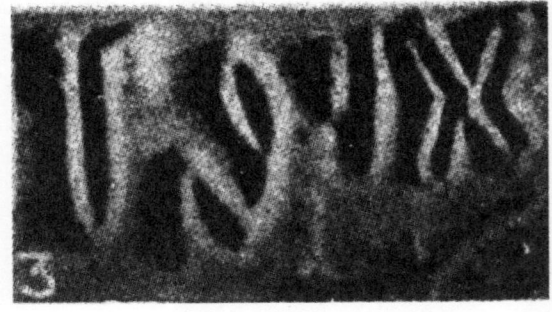

படம் 17.10 - சிந்துவெளி வரிவடிவத்தை ஒத்த குறியீடுகள்
கொண்ட செம்பியன் கண்டியூர் கற்கோடாரி

படம் 17.11 - சிந்துவெளி வரிவடிவத்தை ஒத்த
குறியீடுகள் கொண்ட சூலூர் கிண்ணம்

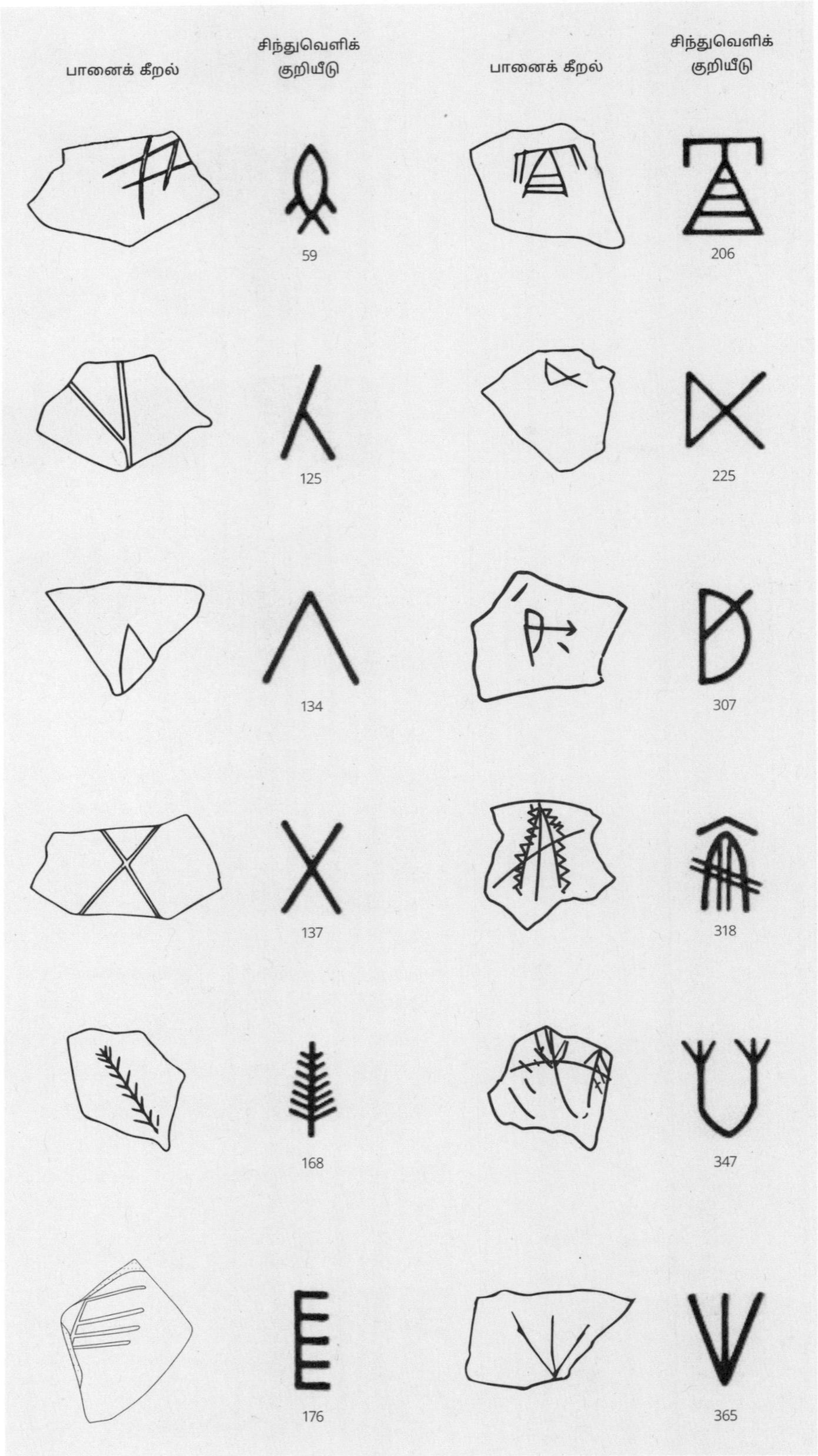

படம் 17.12 - சிந்துவெளிக் குறியீடுகளுக்கும் கீழடி, கொடுமணல்,
துலுக்கர்பட்டி பானைக் கீறல்களுக்கும் இடையிலான ஒற்றுமை

படம் 17.13 - கீழடி சுடுமண் குழாய்

படம் 17.14 - கீழடி பானை

படம் 17.15 - கீழடி அகழாய்வில் கிடைத்த துளையிடப்பட்ட சுடுமண் மூடி

இதையடுத்து 2018-19ஆம் ஆண்டுகளில் தமிழ்நாடு அரசின் அப்போதைய தொல்லியல் துறை ஆணையர் த. உதயச்சந்திரனின் முன்னெடுப்பில், முனைவர் ஆர். சிவானந்தம் தலைமையிலான குழுவினர் இரண்டு கட்டமாக அகழ்வாராய்ச்சி செய்தனர். 2017-18இல் நடைபெற்ற நான்காம் கட்ட அகழாய்வின் போது ஆறு தடய மாதிரிகளைச் சேகரித்துக் கதிர்வீச்சு அளவியல் (*Radiometric*) சோதனைக்காக அனுப்பிவைத்தனர். இந்தச் சோதனைகளின்மூலம் பெறப்பட்ட *AMS* முடிவுகள் தமிழகத்தின் மூத்த கள அகழாய்வாளர் கா. ராஜன் அவர்களுக்கு அனுப்பிவைக்கப்பட்டன. சோதனைக்கூடத்தில் பெறப்பட்ட கதிர்வீச்சு அளவு காலஅளவு, தடய மாதிரிகள் கிடைத்த ஆழம் அல்லது அடுக்கு எண், மற்றும் மேல் அடுக்கில் உள்ள கட்டுமானங்கள், கட்டுமானங்களின் இறங்கிய அடித்தளங்கள் ஆகிய தகவல்களைக் கருத்தில்கொண்டு தனது கருத்தைத் தெரிவித்தார்.

சோதனைக்கு அனுப்பப்பட்ட ஐந்து தர மாதிரிகளில் பெறப்பட்ட கால நிர்ணயம் ஒன்றுக்கொன்று பொருந்துவதாக ராஜன் கூறுகிறார். "இந்த ஐந்து மாதிரிகளும் தரைமட்டத்தில் இருந்து 200 செ.மீ. முதல் 350 செ.மீ. வரையிலான பண்பாட்டு பொருள் அடுக்கில் பெறப்பட்டுள்ளன. இந்த மாதிரிகள் அடிப்படையில் பொ.யு.மு. 580 மற்றும் பொ.யு.மு. 190 காலகட்டத்தைச் சேர்ந்தவை. இந்த அகழாய்வில் கிடைத்துள்ள தொன்மையான அடுக்கு பொ.யு.மு. 6ஆம் நூற்றாண்டு மற்றும் பொ.யு.மு. மூன்றாம் நூற்றாண்டு என்ற காலவரைக்குள் அமைகின்றன. (வரலாற்று காலத்தின் ஆரம்பநிலையில் முதல் கட்டம் (*Phase I*)). அதற்குப் பின்வந்த பண்பாட்டு நிலையில் (வரலாற்று காலத்தின் ஆரம்ப நிலையில் 2ஆம் கட்டம் (*Phase II*)), பொ.யு.மு. மூன்றாம் நூற்றாண்டு மற்றும் பொதுயுகத்தின் முதல் இரண்டு நூற்றாண்டு என்ற வரையறைக்குள் பெறப்படுகிறது. பெரும்பாலான கட்டுமான நிகழ்வுகள் வரலாற்றுக் காலத்தின் ஆரம்ப நிலையில் இரண்டாம் கட்டத்தில் நடைபெற்றதாகத் தோன்றுகிறது." (கீழடி அறிக்கை 2019)

கீழடி அகழாய்வின்மூலம் பெறப்பட்ட காலநிர்ணயத்தின் இரண்டு பயன்பாடுகளை ராஜன் சுட்டிக்காட்டுகிறார். ஒன்று தமிழ்நாட்டின் நகர்மயக் காலம் பற்றிய தீர்வு பெறாத கருத்தாக்கத்தைப் பற்றிய தெளிவு. இரண்டாவதாகத் தமிழ் பிராமி (தமிழி) எழுத்தின் காலநிர்ணயத்திற்கு இந்தத் தரவுகள் உதவுகின்றன. தற்போதுவரை கிடைத்துள்ள சான்றுகளின் அடிப்படையில் தமிழ்நாட்டில் நகர்மய வாழ்வியலின் தொடக்கம் கங்கைச் சமவெளிப் பகுதிகளில் நேர்ந்ததைப் போலவே கிட்டத்தட்ட பொ.யு.மு. ஆறாம் நூற்றாண்டு என்று கருதப்படுகிறது. இரண்டாவதாக ஏற்கெனவே அழகன்குளம், கொடுமணல், பொருந்தல் ஆகிய இடங்களில் கிடைத்த தடய மாதிரிகளின் கதிர்வீச்சு அளவு தரவுகளின் அடிப்படையில் நிர்ணயிக்கப்பட்ட காலஅளவைக் கீழடி தரவுகள் இன்னும் பின்னோக்கி எடுத்துச்சென்று பொ.யு.மு. ஆறாம் நூற்றாண்டில் நிலைநிறுத்துகின்றன. கீழடியில் கிடைத்துள்ள தரவுகள் தமிழ் பிராமி எழுத்துக்களின் காலத்தைப் பொ.யு.மு. ஆறாம் நூற்றாண்டு என்று நகர்த்தியிருக்கிறது. தமிழ்நாட்டின் இரும்புக்காலம் என்பது கருப்பு-சிவப்புப் பாண்டம் மற்றும் பெருங்கற்கால நினைவுச் சின்னங்கள் ஆகிய இரண்டின் அடிப்படையில் குத்துமதிப்பாக மதிப்பிடப்பட்டதேயன்றி கரிம அறிவியல் பரிசோதனையின் அடிப்படையில் நிர்ணயிக்கப்படவில்லை. இந்தக் குறையைக் கீழடி காலநிர்ணயம் போக்கியுள்ளது.

கீழடியின் காலகட்டம் பொ.யு.மு. ஆறாம் நூற்றாண்டு என்று நிர்ணயிக்கப்படுவதால் தமிழ்நாட்டின் இரும்புக்காலமும் பொ.யு.மு. ஆறாம் நூற்றாண்டு என்று பின்னோக்கி நகர்கிறது. தமிழ்நாட்டின் வரலாற்றுக் காலத்தின் தொடக்கநிலை பொ.யு.மு. ஆறாம் நூற்றாண்டிலிருந்து பொ.யு.மு. மூன்றாம் நூற்றாண்டு வரையிலான காலகட்டத்தைச் சேர்ந்தது என்றும் அந்தக் காலகட்டத்தின் அடுத்தநிலை பொ.யு.மு. மூன்றாம் நூற்றாண்டிலிருந்து பொ.யு.மு. முதலாம் நூற்றாண்டுக்கு இடையிலான காலகட்டத்தில் அமைந்தது என்றும் கூறலாம். தமிழ்நாட்டின் வரலாற்றுக் காலத்தின் ஆரம்பநிலையைப் பொறுத்தவரையில் இது முக்கியமான காலநிரல் நகர்வு என்று ராஜன் குறிப்பிடுகிறார்.

மேற்சொன்ன முடிவுகள் நான்காம்கட்ட அகழ்வாராய்ச்சி வரை கிடைத்த தடயங்களின் அடிப்படையில் பெறப்பட்டவை. கீழடியில் தொடர்ந்து அகழாய்வுகள் நடைபெற்று வருகின்றன. தற்போது எட்டாம் கட்ட அகழாய்வு வரை முடிவுபெற்றுள்ள நிலையில் அகழாய்வில் கிடைத்துள்ள தரவுகள் அனைத்தையும் தொகுத்துப் பார்த்தால் பொதுவாகச் சங்ககாலம் என்று அறியப்படும் காலகட்டம் பற்றிய கூடுதல் தெளிவு கிடைக்கும்.

கீழடி, கொந்தகை, அகரம், மணலூர் வளாகத்தில் கிடைக்கும் வெவ்வேறு கால நிர்ணயத் தரவுகளைப் பெறுவதும், அக்காலகட்டத்தின் பண்பாட்டு நிலைகள் பற்றி அறிவதும் தொடர்ந்து நடைபெற வேண்டிய பணியாகும். வைகை நதியின் இருகரையிலும் கண்டறியப்பட்டுள்ள அகழாய்வுக்குச் சாத்தியமான இடங்களில் இதுவரை தோண்டப்பட்டுள்ளது பனை அளவில் தினை அளவு போன்றதுதான்.

கொந்தகையில் இரும்புக்காலம்

கீழடியிலிருந்து தெற்காக 2.5 கி.மீ. தூரத்தில் அமைந்துள்ள தொன்மையான அகழாய்வுத் தலம் கொந்தகை. கொந்தகையில் ஒரு புதைவிடத்தில் கிடைத்துள்ள ஏராளமான முதுமக்கள்

தொல்லியல் பார்வையில் சிந்துவெளி-கீழடித் தொடர்புகள்

சிந்துவெளிக்கும் கீழடிக்கும் மட்டுமல்ல கங்கைச் சமவெளிப் பகுதியில் உள்ள வரலாற்றுச் சிறப்புமிக்க ராஜ்கீர் ஆகிய மூன்று இடங்களுக்கும் ஒரு பொதுத்தன்மை உண்டு என்றால் அது செங்கல் கட்டுமானங்கள்தான். எனவே, சிந்துவெளி, கீழடி, ராஜ்கீர் ஆகிய மூன்று இடங்களிலும் வெவ்வேறு காலகட்டங்களில் கிடைத்துள்ள செங்கற்களின் நீள- அகல- உயரப் பரிமாணங்களில் வேறுபாடு உண்டு எனினும் இவை ஒப்பிடத்தக்கவையே.

செங்கல் அளவுகள்

சிந்துவெளி - 28 x 14 x 7 செ.மீ.

கீழடி - 36 x 24 x 6, 34 x 24 x 7 செ.மீ.

ராஜ்கீர் - 52 x 25 x 7, 42 x 27 x 6 செ.மீ.

தமிழ்நாட்டில் இப்போது பயன்படுத்தப்படும் செங்கல் 19 x 9 x 9 செ.மீ. அளவு கொண்டது. இதில் வட்டார வேறுபாடுகள் உண்டு.

இந்த இடத்தில் கே. என். தீட்சித் கூறியது நினைவுக்கு வருகிறது. “அசோகர் காலத்தில், செங்கல் கட்டுமானங்கள் மீண்டும் தொடங்கியபோது அந்தச் செங்கற்களின் நீள-அகலம் சிந்துவெளிச் செங்கற்களின் நீள-அகலத்தைவிட இரண்டு மடங்கு அதிகமாக இருந்தது.” மேலும், அந்தச் செங்கல்லின் அளவு குஷானர், புத்தர் காலங்களிலும், இடைக்காலத்திலும் படிப்படியாகக் குறைந்து வந்தாலும் சிந்துவெளிக் காலத்தின் சிறப்பான முத்திரை அளவாகிய 1:1/2:¼ (நீள-அகல-உயரம்) என்ற விகிதத்தை ஒருபோதும் எட்டவில்லை. சிந்துவெளியின் இந்த விகிதம்தான் கட்டுமானத்துக்கு மிகவும் உகந்தது. அதுவே சிந்துவெளிப் பண்பாட்டின் செங்கல் தரச்சான்று. (Dikshit 1939: 14)

சிந்துவெளி அகழாய்வுத் தலங்களைப் போலவே கீழடியில் சுடுமண் பொருட்கள், உருவங்கள் ஏராளமாகக் கிடைத்துள்ளன. சங்கு வளையல்கள், சூதுபவள மணிகள், பகடைகள், பகடை விளையாட்டு நகர்த்துக் காய்கள் ஆகியவை இரு பகுதிகளிலும் கிடைத்துள்ளன. சிந்துவெளிப் பொறிப்புகள் போலவே தோன்றும் பானைக் கீறல்கள் கீழடி மட்பாண்டத் துண்டுகளில் கிடைத்துள்ளன. இந்தக் கீறல்கள் உடைந்த மட்பாண்டத் துண்டுகளில் கிடைப்பதாலும் ஒரு முழுப்பானையில் அந்தக் கீறல்களை இன்னும் முழுமையாகக் கண்டறிய முடியாததால் இந்தக் கீறல்களின் நிரல் வரிசையை நம்மால் கணிக்க இயலவில்லை. எதிர்கால அகழாய்வுகள் கீழடியின் சிந்துவெளிப் பண்பாட்டுத் தொடர்புக்கு மேலும் வெளிச்சம் அளிக்கக்கூடும். கீழடி என்ற இடப்பெயர்கூட சிந்துவெளி நகரங்களின் மேல்-மேற்கு, கீழ்-கிழக்கு என்ற இருமையான நகரமைப்பையும், ‘இருபால் பெயரிய உருகெழு மூதூர்’ (புறம். 202) என்ற சங்க இலக்கியப் பாடல் அடியையும் ஒரேநேரத்தில் நினைவுபடுத்துகிறது. வைகை நதிக்கரையின் இருபுறமும் இவ்வாறு மேல், கீழ் என்ற இருமையில் இணை இணையாக இடப்பெயர்கள் பல வழங்கப்படுவதும் அவற்றில் பல இணைகள் அகழாய்வுக்குச் சாத்தியமான இடங்களாக கண்டறியப்பட்டுள்ளன என்பதும் எதிர்கால அகழாய்வுகள் குறித்த நமது எதிர்பார்ப்பை மேலும் தீவிரமாக்குகின்றன.

தாழிகளின் அடிப்படையில் இவ்விடத்தில் இரும்புக் காலப் பண்பாடு நிலவியதாகக் கருதப்படுகிறது. பொதுவாக இரும்புக் காலத்தையும், பெருங்கற்காலத்தையும் இணைத்துப் பேசுவது தமிழக அகழாய்வுத் துறையில இதுவரை வாடிக்கையாக இருந்து வருகிறது. கொந்தகையில் குழிகளில் மூடியுடன் கூடிய அல்லது மூடியற்ற முதுமக்கள் தாழிகள் நேரடியாகத் தரையிறக்கப்பட்டு மூடப்பட்டதாகத் தெரிகிறது. இத்தகைய ஈமப்பொருட்களில் கருப்பு-சிவப்புப் பாண்டங்கள், கருப்புப் பாண்டங்கள், செந்நிறப் பாண்டங்கள், இறந்தவரின் எலும்புகள் மற்றும் பற்கள் காணப்படுகின்றன. ஈமப் புதைப்பிற்குப் பயன்படுத்தப்பட்ட கருப்பு-சிவப்புப் பாண்டங்களில் வெண்ணிறத்தில் வடிவங்கள் வரையப்பட்டு இருப்பதும் செந்நிறப் பாண்டத்தில் கருப்பு வண்ணத்தில் தீட்டப்பட்டுள்ளதும் குறிப்பிடத்தக்கது. கீழடியின் மேட்டுப்புஞ்சை என்று குடியிருப்பாக அடையாளம் காணப்படும் பகுதியிலிருந்து தெற்குமுகமாக மிக அருகாமையில் கொந்தகை புதைவிடம் அமைந்திருப்பதால் கீழடி என்ற குடியிருப்புப் பகுதியுடன் தொடர்புடைய புதைவிடமாக, இடுகாட்டுப் பகுதியாகக் கொந்தகை இருந்தது என்று கருதுவதற்கு இடமிருக்கிறது. கீழடி அகழாய்வுகள் தொடர்ந்து நடைபெற்றால் இந்த இரண்டு அகழாய்வுத் தலங்களுக்கு இடையிலான துல்லியமான தூரமும், தொடர்பும் மேலும் வெளிச்சம்பெறும். கீழடி அகழாய்வு பற்றி எழுதியுள்ள அமர்நாத் ராமகிருஷ்ணன்கூட கொந்தகை என்பது குந்திதேவி சதுர்வேதி மங்கலம் என்ற தொன்மையான பெயரின் திரிபடைந்த மறுபெயர் என்று கருத்துத் தெரிவித்துள்ளார். ஆனால், அது உண்மையல்ல என்பதை முன்பே பார்த்தோம். தமிழ்நாட்டில் கொந்தகை என்ற பெயர் கொண்ட ஊர் கீழடிக்கு அருகே உள்ள இந்தக் கொந்தகை மட்டும் அல்ல. தஞ்சாவூர் மாவட்டத்தில் இன்னொரு கொந்தகை (09° 50’ 39” N, 078° 11’ 03” E) இருக்கிறது. கீழடிக்கு அருகே உள்ள கொந்தகை குந்திதேவி சதுர்வேதி மங்கலத்தின் திரிபடைந்த பெயர் என்றால் தஞ்சாவூரில் உள்ள கொந்தகை எதன் திரிபு? அதுமட்டுமின்றி தமிழ்நாட்டில் ‘கை’ என்ற விகுதியுடன் முடிவடையும் 52 இடப்பெயர்கள் வழங்குவதை இந்த நூலின்

படம் 17.16 - குவிரன் ஆதன், ஆதன்

படம் 17.17 - பல்வேறு வகையான மணிகள்

ஒரு பண்பாட்டின் பயணம்

படம் 17.18 - கொந்தகையில் கிடைத்த சூதுபவள மணிகள்

படம் 17.19 - கீழடியில் கிடைத்த செப்பு தொங்கட்டான்

ஏழாம் இயலில் குறிப்பிட்டுள்ளோம். இதில் இந்த இரண்டு கொந்தகைகளும் அடங்கும்.

சதுர்வேதி மங்கலம் என்ற கருத்தாக்கம் இடைக்காலத்தில் வழங்கப்பட்ட இறையிலி நிலங்களுக்கான பொதுப் பெயராகும். இறையிலி நிலங்களை அரசமரபினரிடம் இருந்து தானம் பெற்றவர்கள் வரி எதுவும் கட்டத் தேவையில்லை. அதனால்தான் அது இறை (வரி) இலி (அற்ற) என்று அழைக்கப்படுகிறது. கொந்தகை என்ற பெயர் எப்படி உருவானது, அதன் வேர்ச்சொல் என்ன, எப்படிப் பரவியது என்பதைப் பற்றி தெளிவாகக் கூறமுடியாது. எனினும், கீழடிக்கு அருகே அமைந்துள்ள இரும்புக் காலத்தோடு தொடர்புபடுத்தப்பட்ட ஓர் அகழாய்வுத் தலத்தின் பெயரான கொந்தகை என்பதை இடைக்காலத்தில் வழங்கப்பட்டதாகக் கூறப்படும் குந்திதேவி சதுர்வேதி மங்கலம் என்ற இடைக்காலக் கோட்பாட்டோடு பொருத்திப் பேசுவது தரவு சார்ந்தது அல்ல.

வரலாற்றுக்கு முற்பட்ட தமிழ்த் தொன்மங்களும் கீழடியும், வைகையும்

வைகை நதிப் பண்பாடு என்ற கருத்தாக்கம் பற்றி இப்போதும்கூட ஒரு துல்லியமான முடிவுக்கு வந்துவிட முடியாது. ஆனால், இதுவரை கிடைத்துள்ள தரவுகளின் அடிப்படையில் இப்பகுதியில் நிலவிய வாழ்வியலுக்கு ஒரு தற்காலிகமான சித்திரத்தை நம்மால் அளிக்கமுடியும். எதிர்கால அகழாய்வுகளில் இச்சித்தரிப்பு மேலும் கூர்மை அடையும். இப்போதைக்கு நாம் முக்கியமாகக் கருத்தில்கொள்ள வேண்டியது சங்க இலக்கியங்கள் சொல்லும் பல செய்திகளையும் கீழடி அகழாய்வுத் தடயங்கள் நினைவுக்குக் கொண்டு வருகின்றன என்பதுதான்.

நான்மாடக்கூடல் (தற்போதைய மதுரை நகரின் இன்னொரு பெயர்) என்று அறியப்பட்ட ஒரு நகர்மய வாழ்வியல் நிலவிய ஒரு நகருக்கு அருகே, கீழடி என்ற இடத்தில் கிடைத்திருக்கும் தடயங்கள், பண்டைக்கால நான்மாடக் கூடலாகிய மதுரைக்கும், கீழடிக்கும் இருந்திருக்கக்கூடிய சமூக, பொருளாதார, பண்பாட்டு உறவுகளைப் புரிந்துகொள்ள உதவும். மதுரை நகரையும் அதைச் சுற்றியுள்ள பகுதிகளையும் வரலாற்றின் தொடக்ககாலம் என்ற காலச்சாளரத்தில் கீழடி தெளிவாகப் பொருத்துகிறது.

மதுரை நகரையும், வைகை நதியையும் மையமாக வைத்துச் சங்க இலக்கியம் விளக்குகிற வாழ்வியல் செய்திகள் புனைகதைகள் அல்ல, நம்பத்தகுந்த ஆவணப்பதிவுகள்தான் என்பதைக் கீழடி உறுதி செய்கிறது. இப்பகுதியில் நிலவிய வாழ்வியலில் வழிபாட்டு மரபுகள் இருந்திருக்கக்கூடும் என்பதில் ஐயமில்லை. ஆனால், சமயம் என்பது வாழ்வியலின் மையப்புள்ளி அல்ல என்ற உணர்வைக் கீழடித் தரவுகள் அளித்துள்ளன. அத்தகைய உணர்வைத்தான் சங்க இலக்கியமும் நமக்கு அளிக்கிறது.

பொழுதுபோக்கு விளையாட்டு, நெடுந்தூர வணிகம் மற்றும் மக்களின் கைவினைத் திறன்களுக்குக் கீழடி சான்றளிக்கிறது. அக்காலகட்டத்தின் சமய நம்பிக்கைகள் குறித்து இப்போது முடிவாக எதுவும் கூறமுடியாது என்பதும் உண்மையே. கீழடி அகழாய்வு சங்க இலக்கியத்திற்கான உரைகல் போலத் தோன்றுகிறது. கீழடியில் இதுவரை கிடைத்திருக்கும் அகழாய்வுப் பொருட்களை நம்முன்னே பரப்பிவைத்துச் சங்க இலக்கியத்தைக் கையில் வைத்துக்கொண்டு ஒப்பிட்டுப் பார்த்தால், சங்க இலக்கியம் என்பது இன்னும் முழுவதுமாக வாசிக்கப்படாத கீழடி என்று புலப்படும். கீழடி என்பது இன்னும் முழுமையாகத் தோண்டப்படாத சங்க இலக்கியம் என்ற உணர்வு நமக்குள் தோன்றுவதையும் தவிர்க்க இயலாது.

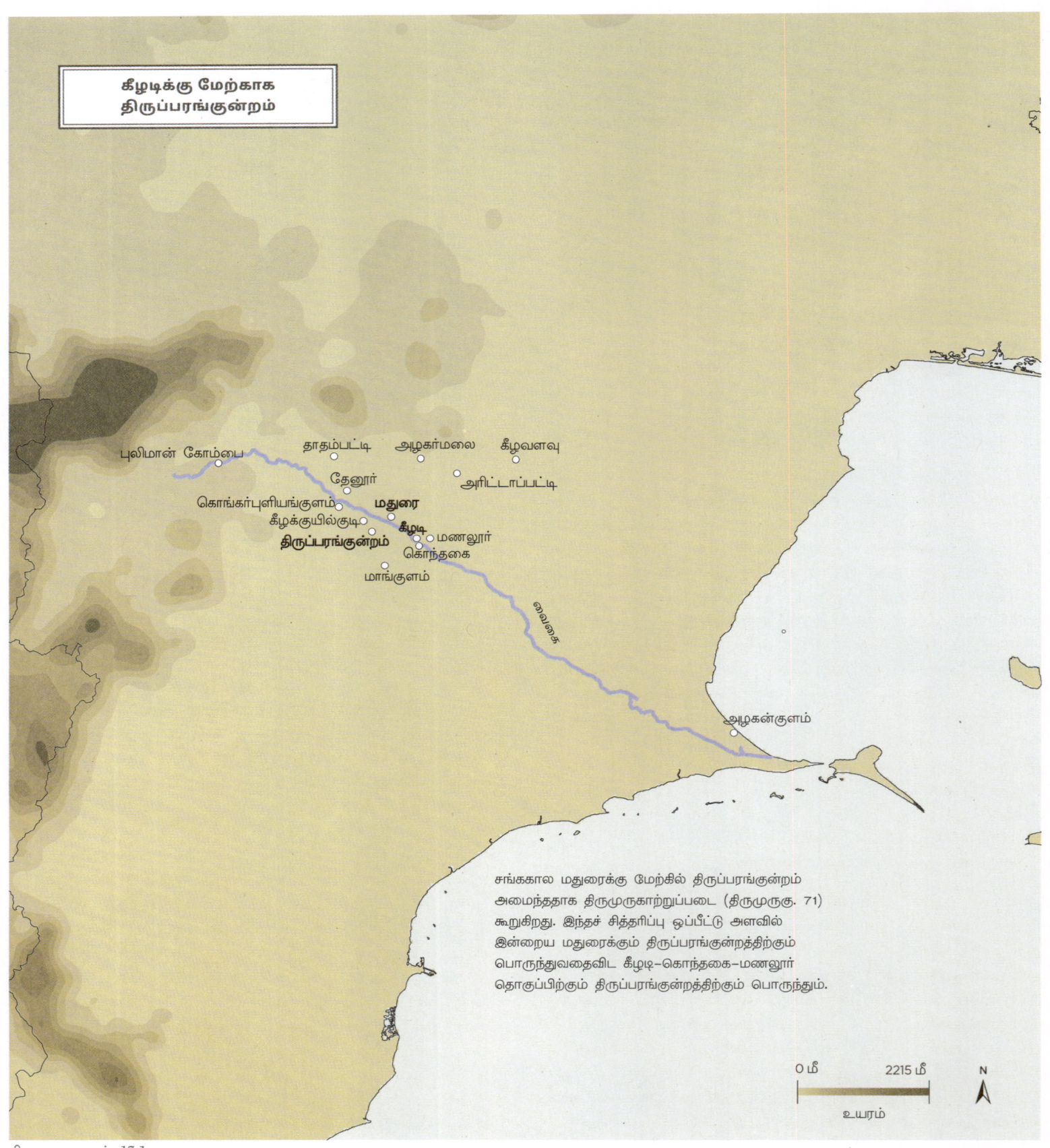

கீழடிக்கு மேற்காக
திருப்பரங்குன்றம்
புலிமான் கோம்பை
தாதம்பட்டி
அழகர்மலை
கீழவளவு
தேனூர்
அரிட்டாப்பட்டி
கொங்கர்புளியங்குளம்
மதுரை
கீழக்குயில்குடி
கீழடி
மணலூர்
திருப்பரங்குன்றம்
கொந்தகை
மாங்குளம்
வைகை
அழகன்குளம்
சங்ககால மதுரைக்கு மேற்கில் திருப்பரங்குன்றம்
அமைந்ததாக திருமுருகாற்றுப்படை (திருமுருகு. 71)
கூறுகிறது. இந்தச் சித்தரிப்பு ஒப்பீட்டு அளவில்
இன்றைய மதுரைக்கும் திருப்பரங்குன்றத்திற்கும்
பொருந்துவதைவிட கீழடி-கொந்தகை-மணலூர்
தொகுப்பிற்கும் திருப்பரங்குன்றத்திற்கும் பொருந்தும்.
0 மீ
2215 மீ
உயரம்
N

நிலவரைபடம் 17.1

கீழடி கண்டுபிடிப்புகள்	சங்கப் பாடல்கள்
உயர்வகை மணிகள், கற்கள், ஆபரணங்கள், தங்கம், அகேட், சூதுபவள மணிகள்	குறும்பல் குழுவிற் குன்றுகண் டன்ன பருந்திருந் துகக்கும் பன்மா ணல்லிற் பல்வேறு பண்டமொ டூண்மலிந்து கவினி மலையவு நிலத்தவு நீரவும் பிறவும் பல்வேறு திருமணி முத்தமொடு பொன்கொண்டு... (மதுரைக். 501-505)
உடைந்த மட்பாண்டத்தில் தமிழ்-பிராமியில் எழுதப்பட்ட ஆதன் என்ற பெயர்	அறன்நிலை திரிய அன்பின் அவையத்துத், திறன்இல் ஒருவனை நாட்டி, முறை திரிந்து மெலிகோல் செய்தேன் ஆகுக; மலி புகழ் வையை சூழ்ந்த வலங்கெழு வைப்பின் பொய்யா யாணர் மையற் கோமான் மாவனும், மன்எயில் ஆந்தையும், உரைசால் அந்துவஞ் சாத்தனும், ஆதன் அழிசியும், வெஞ்சின இயக்கனும், உளப்படப் பிறரும்... (புறம். 71)
சங்கு வளையல்கள்	வெள்ளி வள்ளி வீங்கு இறைப் பணைத்தோள், மெத்தென் சாயல் முத்து உறழ் முறுவல், பூங்குழைக்கு அமர்ந்த ஏந்து எழில் மழைக்கண் மடவரல் மகளிர் பிடகைப் பெய்த செவ்வி அரும்பின் பைங்கால் பித்திகத்து... (நெடுநல். 36-40)
இரும்பு ஆணிகளின் பயன்பாடு	நூல் அறி புலவர் நுண்ணிதின் கயிறு இட்டு, தேஎம் கொண்டு தெய்வம் நோக்கி, பெரும் பெயர் மன்னர்க்கு ஒப்ப மனை வகுத்து... ஒருங்கு உடன் வளைஇ, ஓங்கு நிலை வரைப்பின் பரு இரும்பு பிணித்து, செவ்வரக்கு உரீஇ... (நெடுநல். 72-80)
செங்கல் சுவர்கள், சுட்ட செங்கல் கட்டமைப்புகள்	எழூஉத் திணி தோள், சோழர் பெரு மகன் விளங்கு புகழ் நிறுத்த இளம் பெருஞ் சென்னி குடிக் கடன் ஆகலின், குறைவினை முடிமார், செம்பு உறழ் புரிசைப் பாழி நூறி, வம்ப வடுகர் பைந் தலை சவட்டி, கொன்ற யானைக் கோட்டின் தோன்றும், (அகம். 375)
சுடுமண் மற்றும் தந்தத்தினால் செய்யப்பட்ட பகடைகள் (சதுரம் மற்றும் செவ்வக வடிவங்கள்)	முத்து உறழ் மணல் எக்கர் அளித்தக்கால், முன் ஆயம் பத்து உருவம் பெற்றவன் மனம் போல, நந்தியாள் அத் திறத்து நீ நீங்க, அணி வாடி, அவ் ஆயம் வித்தத்தால் தோற்றான் போல், வெய் துயர் உழப்பவோ?... நறு வீ தாழ் புன்னைக் கீழ் நயந்து நீ அளித்தக்கால், மறுவித்தம் இட்டவன் மனம் போல, நந்தியாள் அறிவித்து நீ நீங்கக் கருதியாய்க்கு, அப் பொருள் சிறுவித்தம் இட்டான் போல், செறிதுயர் உழப்பவோ (கலி. 136)

இந்தியத் துணைக்கண்டத்தின் தென்கோடிப் பகுதிகள் பற்றிய அகழாய்வில் வைகை நதியின் இருகரைகளும் முக்கியமானவை என்பதில் ஐயமில்லை. மேற்குத் தொடர்ச்சி மலையில்

படம் 17.20 - வைகை நதியின் வான்வழிப் படம்

ஒரு பண்பாட்டின் பயணம்

ஒரு பண்பாட்டின் பயணம்

வெள்ளிமலை அருகே சில காட்டு அருவிகளில் ஊற்றெடுத்து, மெல்ல மெல்லப் பெரிதாகி 250 கி.மீ. நீளமுள்ள நதியாக ஓடுகிறது வைகை. ஒருவகையில் நதி என்பது வெறும் நீள அகலம் பற்றியதல்ல என்பதற்கு வைகை நதி ஓர் எடுத்துக்காட்டு. வைகை நதியின் அகழாய்வுப் பின்னணிகள் மற்றும் வைகை நதி சார்ந்த பண்பாட்டுத் தொன்மங்கள் குறித்த உரையாடலில் இந்த நதி கங்கை, யமுனை போல நீளமானது அல்ல என்பது போன்ற வாதம் ஒரு பொருட்டல்ல.

வைகை நதி தமிழ்நாட்டில் உள்ள தேனி, திண்டுக்கல் மாவட்டத்தின் சில பகுதிகள், மதுரை, சிவகங்கை மற்றும் ராமநாதபுரம் ஆகிய மாவட்டங்கள் வழியாகப் பாய்கிறது. தென்தமிழ்நாட்டின் வேளாண்மை மற்றும் பண்பாடு சார்ந்த வாழ்வியலின் உயிரோட்டமாக இன்றும்கூடத் திகழும் இந்த நதி சுருளியாறு, கொட்டக்குடி, வராக நதி, மஞ்சளாறு, மருநதி, உப்பாறு போன்ற சிறிய கிளை நதிகள் ஆங்காங்கே கலந்து பெருகி வைகை நதியாக விரிகிறது. இவ்வாறு சமவெளியில் விரிவடையும் வைகை, மீண்டும் சுருங்கிச் சிறு நதியாகி இறுதியில் ராமநாதபுரம் கண்மாயைச் சேர்ந்து ஆத்தங்கரை என்ற இடத்தில் வங்காள விரிகுடாவில் கலக்கிறது. இவ்வாறு வரலாற்றுச் சிறப்புமிக்க வைகை நதி வங்காள விரிகுடாவைச் சந்திக்கும் இந்த இடம் முன்னர், துறைமுக நகரமாகத் திகழ்ந்த தொல்லியல் தலமான ஆலங்குளத்திற்கு அருகில் அமைந்துள்ளது என்பது கவனிக்கத்தக்கது. வைகை நதிக்கும் தமிழ்மொழிக்கும் இடையிலான இணைப்பும், பிணைப்பும் மிகத் தொன்மையானது.

பரிபாடலில் வைகை நதி, தமிழ் மொழி, மதுரை நகரம் என்ற முப்பரிமாணத்தின் ஊடாக வெளிப்படும் மிக ஆழமான உணர்ச்சிப்பூர்வமான ஒரு தொடர்பைச் சங்க இலக்கியம் நம் கண்முன் நிறுத்துகிறது. இந்தத் தமிழ், வைகை, மதுரை என்ற அடையாளம் தமிழர்களின் பொதுச் சிந்தனையில் இன்றுவரை தொடர்கிறது. பரிபாடல் மட்டுமின்றிக் கலித்தொகை, மதுரைக்காஞ்சி, அகநானூறு (256, 296), புறநானூறு (71) போன்ற பாடல்களில் வைகை சிறப்பாகக் குறிப்பிடப்படுகிறது.

சங்க இலக்கியத்தில் வையை என்ற பெயர் 72 முறை இடம்பெறுகிறது. வையை நதியின் வளத்தைப் புறநானூறு, மதுரைக்காஞ்சி ஆகியவை பின்வருமாறு போற்றுகின்றன.

மலி புகழ்
வையை சூழ்ந்த வளங்கெழு வைப்பின் (புறம். 71)

...அவிர் அறல் வையைத் துறை துறை தோறும்,
பல்வேறு பூத்திரள் தண்டலை சுற்றி
அழுந்துபட்டிருந்த பெரும்பாண்
இருக்கையும்... (மதுரைக். 340-342)

சிந்து-வைகை: இடப்பெயர்த் தொடர்புகள்

கீழடி அகழாய்வையும் அங்கிருந்த பண்பாட்டையும் பற்றிப் புரிந்துகொள்வதற்கு இடப்பெயர் ஆய்வுகள் பெரிதும் துணைபுரிகின்றன. சிந்துவெளியின் இடப்பெயர்கள் வைகை நதிப்படுகையின் பெயர்களுடன், குறிப்பாகக் கீழடியின் பெயர்களுடன் பொருந்திப் போகின்றன. அந்தப் பெயர்களுக்கிடையிலான பொருத்தத்தைப் பார்ப்பது மிகவும் பொருத்தமானது. சிந்துவெளிப் புவியியலைப் பற்றிப் பேசும்போது பாகிஸ்தானின் மேற்குப் பகுதியிலிருந்து குஜராத், மகாராஷ்டிரா வரை இங்கே கருத்தில்கொள்கிறோம்.

இந்தியத் தொல்லியல் கழகம், வைகை நதி சார்ந்த பகுதிகளில் அகழ்வாராய்ச்சிக்குச் சாத்தியம் உள்ள 293 இடங்களை அடையாளம் கண்டுள்ளது. இவற்றில் 122 இடப்பெயர்களின் அடிப்படையான மூலப்பெயர்கள் சிந்துவெளி இடப்பெயர்களுடன் ஒத்துப்போகின்றன. இவற்றில் 90 இடப்பெயர்கள் இன்றைய பாகிஸ்தானிலும் 32 இடப்பெயர்கள் ஆப்கானிஸ்தானிலும் இருப்பது தெரியவருகிறது. எடுத்துக்காட்டாக அச்சன்குளம், அழகன்குளம், கானூர் போன்ற இடப்பெயர்களைப் பாகிஸ்தானில் உள்ள அச்சன், ஆப்கானிஸ்தானில் உள்ள அலகன் ஆகிய இடப்பெயர்களோடு (வைகைக்கரையில் குளம் என்ற இடப்பெயர் விகுதியுடன் சேர்ந்து வழங்குகிறது)

கீழடியில் திமில் காளை (Bos indicus)

2018ஆம் ஆண்டு தமிழ்நாடு அரசின் தொல்லியல் துறை செய்த கீழடி அகழாய்வின்போது சில விலங்குகளின் எலும்புத் துண்டுகள் கிடைத்துள்ளன. இந்த எலும்புத்துண்டுகள் மகாராஷ்டிர மாநிலம் புனேயில் உள்ள டெக்கான் பல்கலைக்கழகத்தில் இயங்கும் தொல்விலங்கியல் சோதனைக் கூடத்திற்கு அனுப்பி வைக்கப்பட்டன. இந்த ஆராய்ச்சியின்மூலம் கீழடியில் பல்வேறு விலங்குகள் வளர்க்கப்பட்டது தெரியவந்தது. திமில் காளை, பசு, எருமை, செம்மறியாடு, வெள்ளாடு, காட்டுப்பன்றி, புல்வாய் எனும் மான் போன்ற விலங்குகள் அடையாளம் காணப்பட்டுள்ளன. விலங்குகளின் கொம்புகளும் கிடைத்துள்ளன. சிந்துவெளி முத்திரைகளில் திமில் காளைகளின் தனித்துவமான கம்பீரம் அனைவரும் அறிந்ததே. அத்தகைய திமில் காளைகள் பற்றிய பதிவுகள் சங்க இலக்கியங்களிலும் ஏராளமாகக் காணப்படுகின்றன. கீழடியில் திமில் காளைக்கான தடயம் கிடைத்துள்ளது கவனத்தைப் பெறுகிறது.

ஒப்பிடலாம். வைகை நதிக்கரையில் உள்ள கானூர் என்ற பெயர் பாகிஸ்தானிலும் இருக்கிறது.

கீழடி என்ற இடப்பெயரே கவனத்தை ஈர்க்கிறது. கீழடி என்ற பெயரில் 'கீழ்' என்பது முன்னொட்டு. 'அடி' என்பதே இடப்பெயரின் வேர்ச்சொல். கீழடி என்பதில் உள்ள கீழ், தாழ்வான அல்லது கிழக்கு என்ற பொருளில் எடுத்துக்கொண்டால் கீழான (தாழ்வான அல்லது கிழக்கான) அடி என்பது அர்த்தமாகும். பாகிஸ்தானில் கீழ் என்பது ஒரு தனி இடப்பெயராக வருவதைப் போலவே அடி என்பதும் தனி இடப்பெயர்தான். கீழடி அகழாய்வுப் பகுதியை ஒட்டிய மேட்டுப்பகுதியை உள்ளூர் மக்கள் மேலப்புஞ்சை என்று அழைப்பதால் கீழடி, மேலடி என்ற இடப்பெயர்கள் சிந்துவெளியின் கீழ், மேல் என்ற இணை இடப்பெயர் கோட்பாட்டை நினைவுபடுத்துகின்றன.

அகழாய்வு நடைபெறும் கீழடி, அகரம், மணலூர், கொந்தகை போன்ற இடங்களை ஒன்றோடு ஒன்று தொடர்புடைய பண்பாட்டு வளாகமாக பார்ப்பதே பொருத்தமாக இருக்கும். இந்த அகழாய்வுப் பகுதிகளை ஒன்றோடொன்று தொடர்புடைய வளாகமாகப் பார்க்கும்போது இப்பகுதியின் பண்பாட்டுக் கூறுகள் புலனாகும். இதுமட்டுமின்றித் தேனி மாவட்டத்தில் தொடங்கி ராமநாதபுரம் வரை வைகையின் இருபக்கம் கண்டுபிடிக்கப்பட்ட அகழாய்வுத் தலங்களை ஒரே நதி சார்ந்த பண்பாட்டின் தொடர்ச்சியாக அணுகவேண்டியுள்ளது. சிந்துவெளிப் பகுதியையும், வைகை நதிப் பகுதிகளையும் தொடர்புபடுத்தும் இந்த ஒப்பிடத்தக்க இடப்பெயர்கள் வானத்திலிருந்து வந்து குதித்தவை அல்ல. இவற்றின் சங்கிலிகளை இவ்விரு நிலப்பகுதிகளையும் இணைக்கும் இடைநிலைப் பகுதிகளான ராஜஸ்தான், குஜராத், மகாராஷ்டிரா போன்ற தற்கால இந்தியாவின் மாநிலங்களில் அடையாளம் காட்ட முடிகிறது. வைகைக்கரைப் பகுதிகளில் உள்ள அடிக்கரை, அணைப்பட்டி, அர்த்தாபட்டி போன்ற இடங்கள் மகாராஷ்டிராவில் உள்ள அடி மற்றும் அணை ஆகிய ஒருசொல் இடப்பெயரோடும் குஜராத்தில் உள்ள அரித்தா என்ற ஒருசொல் இடப்பெயரோடும் ஒப்பிடத்தக்கன. இவற்றுடன் கரை, பட்டி போன்ற இடப்பெயர் விகுதிகளைச் சேர்த்தால் இந்த ஒப்பாய்வு நிறைவுபெறும்.

தமிழ்நாட்டின் தென்பகுதியில் நிகழும் அகழாய்வுகள் அனைத்தும் தமிழ்ப் பண்பாட்டின் தொன்மைகள் பற்றிய புரிதலுக்கு உதவும் முக்கியத்துவம் கொண்டவை. அந்த வகையில் மதுரை, சிவகங்கை, ராமநாதபுரம், விருதுநகர், தேனி, திண்டுக்கல், தூத்துக்குடி, திருநெல்வேலி, கன்னியாகுமரி ஆகிய ஒன்பது தென்மாவட்டங்களின் இடப்பெயர்களைத் தரவாகத் தொகுத்து சிந்துவெளி நிலப்பகுதிகளில் இப்போது வழங்கும் இடப்பெயர்களோடு ஒப்பிட்டுப் பார்த்தோம். இதில் பாகிஸ்தானில் - 131, ஆப்கானிஸ்தானில் - 24, இந்தியாவில் உள்ள சிந்துவெளிப் பகுதிகளில் - 133 என்ற எண்ணிக்கையில் இடப்பெயர்கள் பொருத்தம் காட்டுகின்றன. ஆலூர், ஏறல், காமூர், மாஞ்சூர், தேனூர், தெலூர், வாணி ஆகிய இடப்பெயர்கள் இவ்விருநிலப் பகுதிகளுக்கும் அச்சு அசலாகப் பொருந்திப்போகும் சில இடப்பெயர்கள் ஆகும்.

அதிலும் குறிப்பாக இந்த இடங்கள் அகழ்வாராய்ச்சிக்கு உகந்த இடங்கள் என்பதும் கவனிக்கத்தக்கது. தென்தமிழ்நாட்டின் புவியியல் அமைப்பு மேற்கு-கிழக்கு வாக்கில் சரிந்து சமவெளியாவது (அதாவது மேற்குப் பகுதியில் உயரமான மலைப்பகுதிகளும், வங்காள விரிகுடாவை நோக்கிய சமவெளி கொஞ்சம் கொஞ்சமாகத் தாழ்வாகிக் கடலைத்தொடும் மேல்-மேற்கு, கீழ்-கிழக்கு என்ற இயற்கைச் சாய்மானம்) அகழாய்வுக்கு உகந்தது. இப்பகுதியில் குடியிருப்புகள் தோன்றும்போது அக்குடியிருப்புகளை மேல்-கீழ் என்ற முன்னொட்டுகளால் சிறப்பு அடையாளம் காட்டுவது இடப்பெயர் ஆக்கமுறைகளில் காணப்படும் ஓர் உலகளாவிய நடைமுறையாகும். மேலான மேற்குப்பகுதி, உயரம் குறைந்த பள்ளமான கிழக்குப்பகுதி என்று சிந்துவெளியில் தொடங்கும் குடியிருப்பு அமைப்பு இருபால் பெயரிய ஒருகெழு மூதூர் என்று சங்க இலக்கியத்தில் வரவு வைக்கப்பட்டு, ஆவணப்படுத்தப்பட்டுக் கீழச்சேரி சேவல், மேலச்சேரி சேவல் என்று கல்வெட்டுகளில் பதியப்பட்டு, கிழக்கு மேற்கான வாயில்களைக் கொண்ட நகரம் மதுரை என்று சிலப்பதிகாரத்தில் குறிக்கப்பட்டு இன்று கீழடியில் நடைபெறும் அகழாய்வுவரை, இந்த மரபின் தொடர்ச்சி நம்மைத் தொடர்ந்து வழிநடத்திக்கொண்டே இருக்கிறது.

கீழடியின் முக்கியத்துவம்

மொழியியல் ரீதியான, பண்பாட்டு ரீதியான சமூகங்களின் உரிமைகோரல்கள் என்பது தலைமுறைகளாகச் சுமந்துவரப்பட்ட நினைவுகளின், வாய்மொழி வரலாறுகள் மற்றும் இன்னபிற புலப்படாத மரபுகளின் அடிப்படையிலானது. ஆனால், வரலாற்று உருவாக்கம் நடைபெறும்போது இவையெல்லாம் பின்னுக்குத் தள்ளப்பட்டு எழுதப்பட்ட, கண்டெடுக்கப்பட்ட அல்லது வாசிக்கப்பட்டவற்றைக் கூடுதலாகச் சார்ந்திருக்கிறது. இந்தச் செயல்முறையில் பண்டபாத்திரங்கள், குவளைகள் மற்றும் கிண்ணங்கள் அல்லது விபத்தாகக் கண்டறியப்பட்ட வடிகால் ஆகியவை பெரும் தொகுப்புகளாகக் கிடைக்கும் இலக்கிய நூல்களை விட கூடுதலான மதிப்பைப் பெறுபவை. கீழடியைப் பொருத்தவரை நமக்கு இப்போது இலக்கியம், தொல்லியல் என இரண்டு கண்டுபிடிப்புகளும் தரவுகளாக கையில் உள்ளன.

வைகை நதிக்கரையில்
அகழாய்வுக்குச் சாத்தியமுள்ளதாகக்
கருதப்படும் இடங்கள்
தாதப்பட்டி
சித்தர்நத்தம்
புலிமான் கோம்பை
குருவித்துறை
வைகை
தேனூர்
தென்கரை
அகரம்
குன்னாத்தூர்
கீழடி
சக்குடி
கொந்தகை
மணலூர்
வெம்பத்தூர்
மாங்குடி
மாங்குடி
வேலூர்
ராஜகம்பீரம்
பழையனூர்
மாரநாடு
உருளி
தையனூர்
உத்தமபாளையம்
வெம்பூர்
மாங்குடி
வன்னிக்குடி
கமுதக்குடி
வலசை
கொல்லனூர்
காமன்கோட்டை
அழகன்குளம்
0 மீ
2215 மீ
உயரம்
N

நிலவரைபடம் 17.2

வைகை பகுதியில்
மேல்-கீழ் இடப்பெயர்கள்
மேலவளவு
கீழவ்வளவு
வைகை
மேலக்கால்
மேலக்குயில்குடி
கீழக்குயில்குடி
மேல்வேலூர்
கீழடி
மேல்ராங்கியம்
கீழ்ராங்கியம்
மேல்மேல்குடி
கீழமேல்குடி
மேல்பசலை
கீழ்பசலை
மேல்நெட்டூர்
கீழ்நெட்டூர்
கீழ்பார்த்திபனூர்
மேல்பெருங்கரை
கீழ்பெருங்காரை
கீழயக்குடி
மேலைக்குடி
கீழ காவனூர்
கீழக்குளம்
கீழக்கோட்டை
கீழம்பாழ்
0 மீ
2215 மீ
உயரம்
N

நிலவரைபடம் 17.3

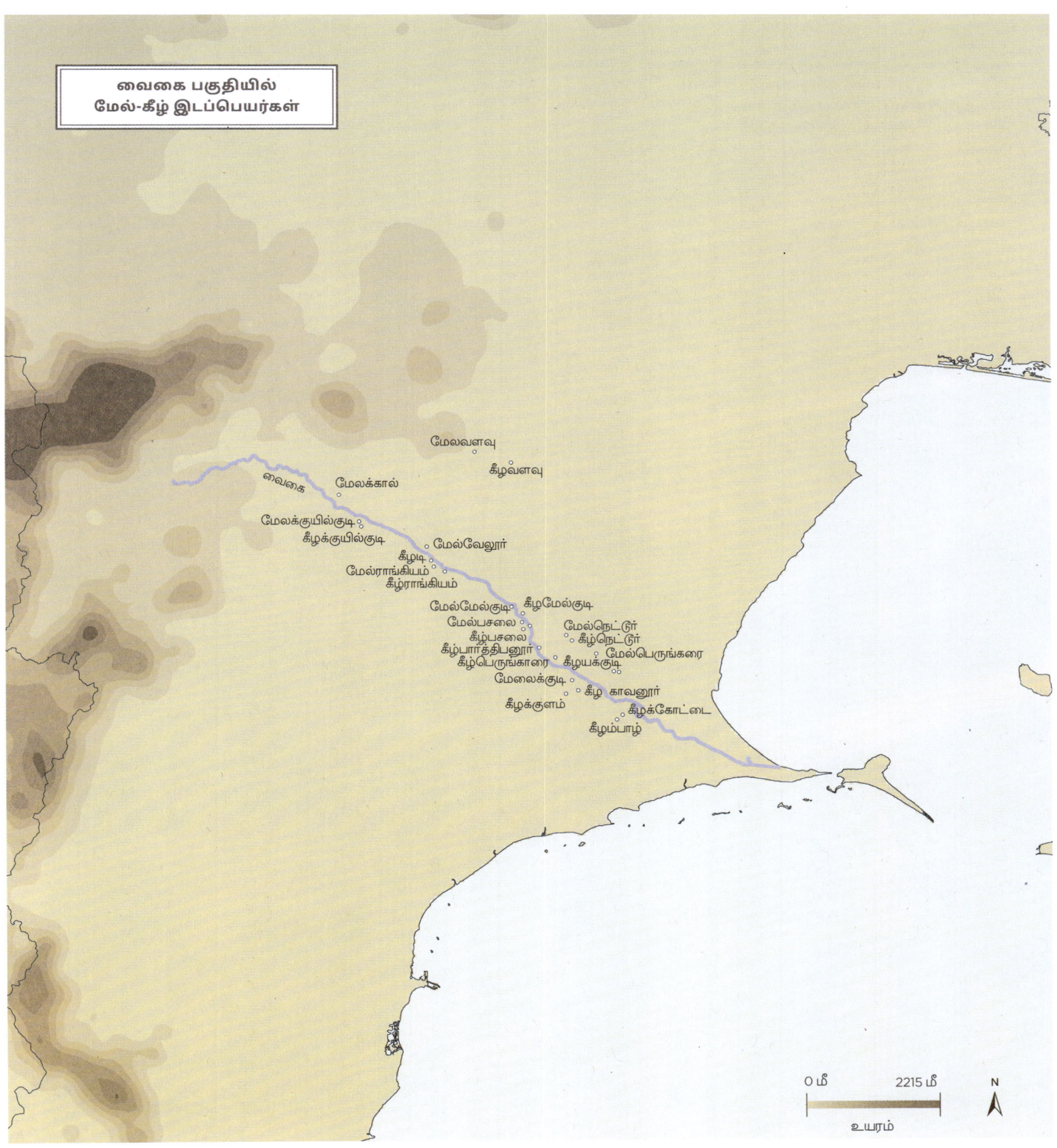

சிந்துவெளி-வைகை
தொடர்புக்கான இடப்பெயர்கள்
செய்
சாமா
அலகண்
அலகண்
வரிச்சி
வரிச்சி
மஞ்சூர் குஹே
கமுதே
பணை
மாரா
கச்சூர்
மாரண்
சித்தூர் சண்டை
கச்ரி
தணூர்
கீல்
மாங்குலி
மஞ்சகோட்
பட்டாண்
கரேண்தா
கல்லர்ணர்
தசா
ஜம்புல்
குல்லா
அணை
மேலா
காவண்
பனை
பாண்டி
லண்டை
வண்ணி
காவண்
இடை
பாரா
கும்பை
லண்டை
தொர்வால்
காமணகர்
மரிகை
பாலை
கல்லூர்
ராங்கி
ஆண்தா
கொங்கர்
பாகை
தெட்டுவண்
காக்கா
நட்
துடி
சிலை
சிரகை
தட்டா
வண்ணி
தட்டா
வலகண்
காண்ஜண்
கஞ்சண்
வாணி
தியர்
கலியண்
ஆப்கானிஸ்தான்
அடி
பணை
கொங்கர்
மாரா
தொரு
கட்டி
ஊரக்
விலண்
துத்தே
அயண்
ஊரக்
ராங்கி
செம்பார்
கச்சூர்
சுண்டா
கோண்டி
கும்பை
கீல்
சாமா
காமண்
பாகிஸ்தான்
அச்சண்
கல்லர்கோட்
ஆதண
நேதார்
மடக்கோ
இந்தியா
சிரக்
அல்லி
கீல்
கரை
கலயோ
மேல்
சிரகி
வாணி
அடி
கல்லர்பூர்
மொச்சி
முது
வீரவா
அரபிக்கடல்
0 மீ
7492 மீ
உயரம்
N

நிலவரைபடம் 17.4

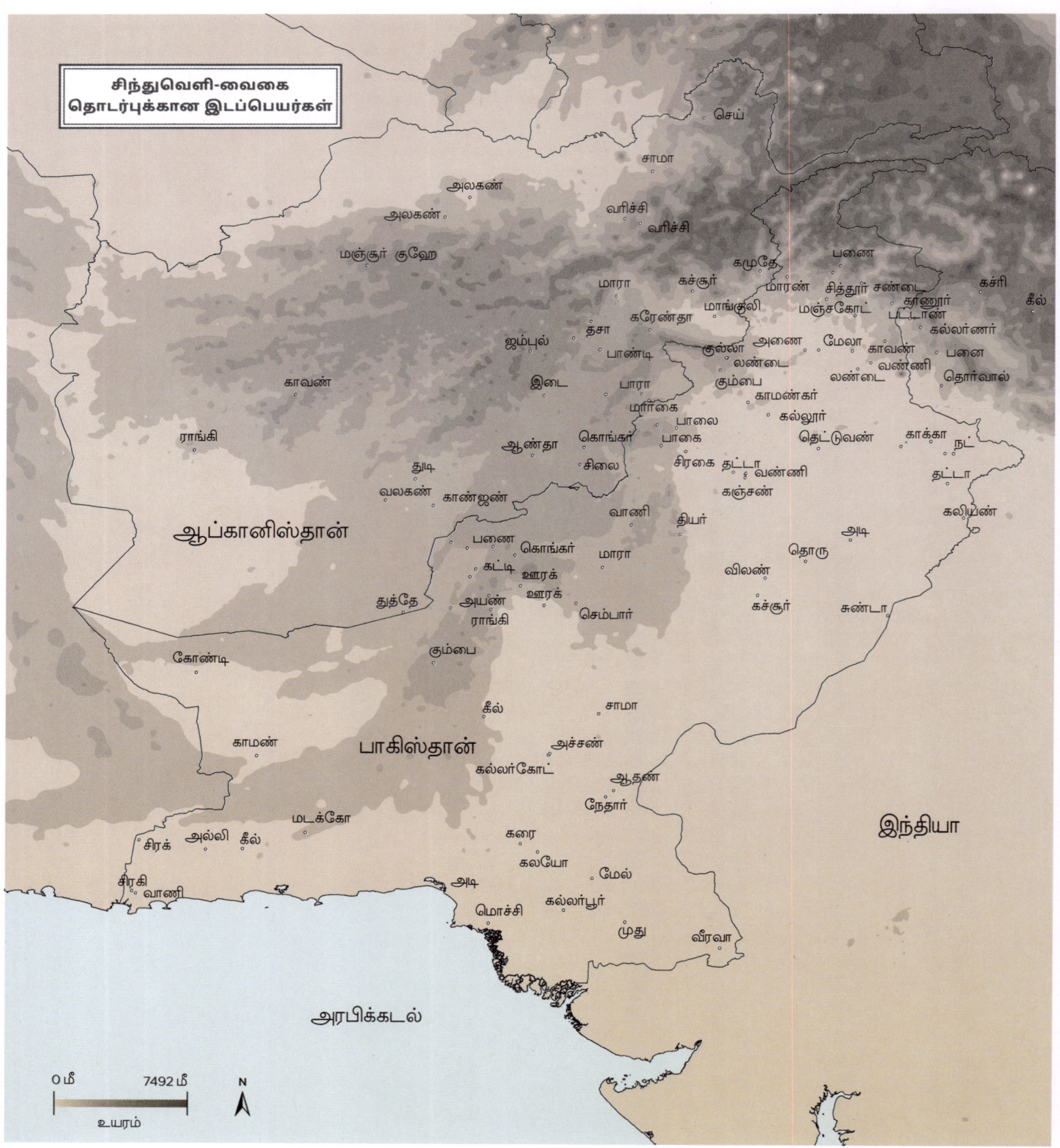

சிந்துவெளி-வைகை
தொடர்புக்கான இடப்பெயர்கள்
கும்பக்கரை
குள்ளப்புரம்
சந்தையூர்
அணைக்கரைப்பட்டி
வைகை
தென்கரை
தேனூர்
அரிட்டாபட்டி
கீழவளவு
திருவாதவூர்
விளாங்குடி
கரடிப்பட்டி
சிலையாம்பட்டி
ஏனாதி
பட்டம்
கானூர்
மாரநாடு
உருளி
ஜம்புலிபுத்தூர்
வாலிப்பாறை
ஆதனூர்
தீயனூர்
சூடியூர்
வாணி
கரிசல்குளம்
லண்டை
கலையூர்
காவனூர்
மாஞ்சூர்
வீரவனூர்
அழகன்குளம்
0 மீ
2215 மீ
உயரம்
N

நிலவரைபடம் 17.5

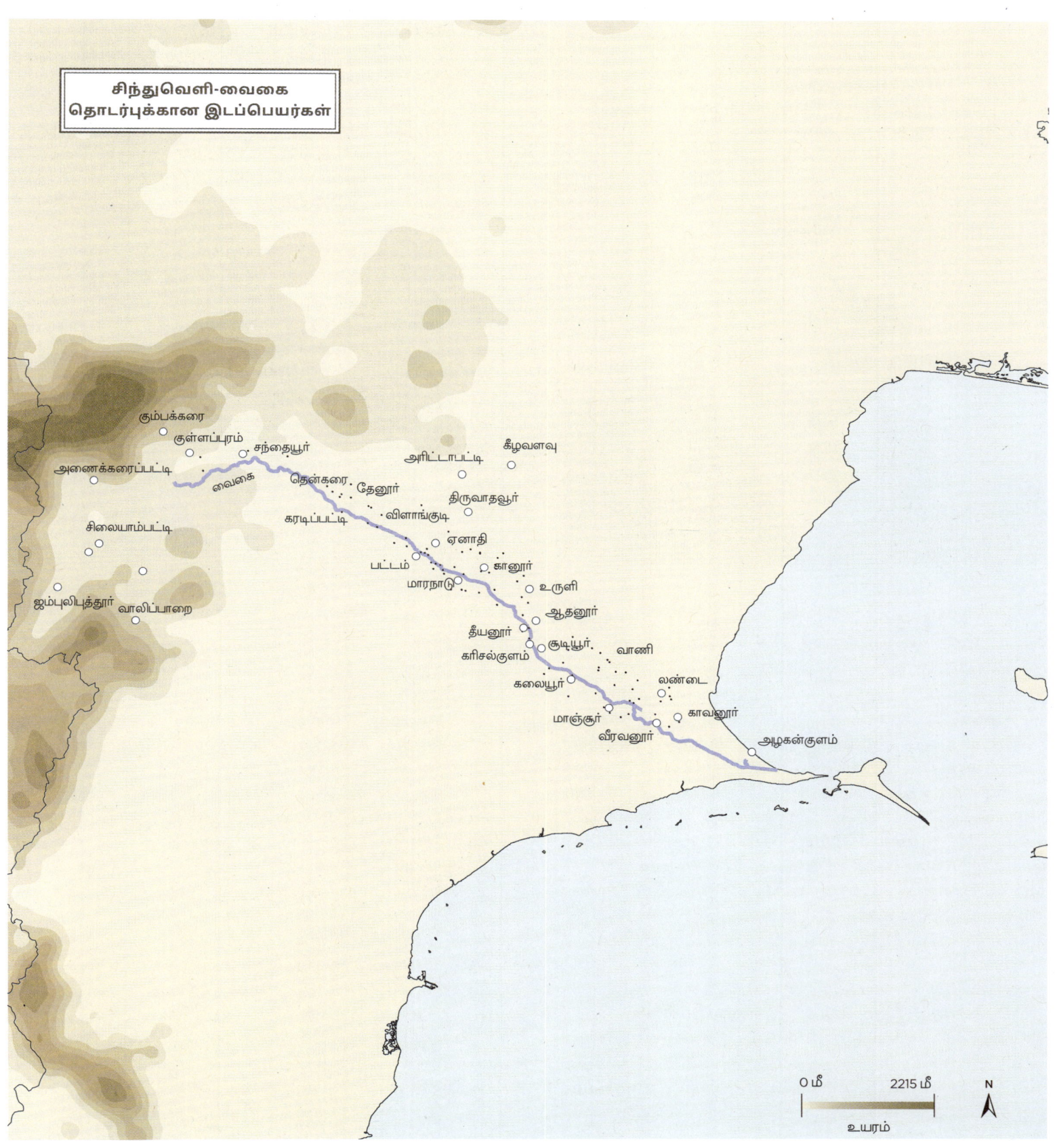

படம் 17.21 - கே. என். தீட்சித்

கீழடி ஏன் முக்கியமானது என்ற கேள்வியைச் சங்க இலக்கியத்தின் துணை இல்லாமல் அணுக முடியாது. தொல்பொருள் ஆராய்ச்சியும், தொல் இலக்கியமும் கைகுலுக்கிக்கொள்ளும் புள்ளியாகக் கீழடி இருக்கிறது. பண்டைய தமிழக வாழ்வியல் பற்றிய எண்ணற்ற செய்திகளை உள்ளடக்கியதாக இருக்கிறது சங்க இலக்கியம். இந்தியத் துணைக்கண்ட வரலாற்றில் தமிழ் மக்களின் பங்களிப்பை வரையறை செய்ய நினைக்கும்போது ஒரு தொல்லியல் வெற்றிடம் (*Archaeological Void*) உறுத்திக்கொண்டு இருக்கிறது. சங்க இலக்கியம் மிகத் துல்லியமாக முன்வைக்கும் நகர் வாழ்வியலுக்கும், அகழாய்வாளர்கள் இதுவரை தோண்டி எடுத்து நம்முன் வைத்திருக்கும் தரவுகளுக்கும் இடையே ஒரு நீண்ட இடைவெளி இருப்பதையும் நம்மால் உணர முடிகிறது.

இந்த இடைவெளி நம்பத்தகுந்ததற்கும், நம்பத்தகாததற்குமான இடையிலான இடைவெளி அல்ல. ஏனெனில் சங்க இலக்கியங்கள் புராணங்கள் அல்ல. எதார்த்தமான வாழ்வியலை அது படம் பிடித்துள்ளது. இந்தப் பின்னணியில்தான் கீழடி போன்ற அகழாய்வு தமிழ்நாட்டின் நகர்மய வாழ்வியல், எழுத்தறிவு ஆகியவற்றின் தொன்மையைப் பின்னோக்கிக் கொண்டு செல்வதோடு மட்டுமின்றி இதுவரை கருத்தியலின் அடிப்படையில் முன்மொழியப்பட்ட சிந்துவெளியின் திராவிடக் கருதுகோளுக்கு புதிய சான்றுகளை அளிக்கக்கூடிய தொல்லியல் தலமாகவும் கீழடி தோற்றம் அளிக்கிறது. சங்க இலக்கியம் குறிப்பிடும் வாழ்வியலுக்கும் அதில் இடம்பெறும் பல்வேறு வகையான இடப்பெயர்களுக்கும் நாம் கண்டறிந்துள்ள கொற்கை-வஞ்சி-தொண்டி வளாகத்திற்கும் ஒரு தொப்புள்கொடி உறவு இருப்பதைக் கீழடி நமக்கு உறுதிசெய்கிறது.

கீழடியில், ஆய்வுசெய்த அமர்நாத் ராமகிருஷ்ணா தனது நேர்காணல் ஒன்றில் குறிப்பிடும் செய்தி கவனத்திற்குரியது. கீழடியில் இரண்டாம்கட்ட அகழாய்வில் செங்கல் கட்டுமானங்கள், சுடுமண் குழாய்களுடன் கூடிய வடிகால் வசதிகள், அகலமான செங்கல் மேடைகள் ஆகிய தரவுகளின்மூலம் அங்கே தொழில் நடவடிக்கைகள் நிகழ்ந்திருக்கக் கூடும் என்ற கருத்து முன்னிலை பெற்றது. கீழடி ஏன் சிந்துவெளிப் பண்பாட்டோடு ஒப்பிடவேண்டும் என்ற கேள்விக்கு அவரின் பதில்,

"சிந்து நதி, கங்கை நதிப் பண்பாடுகள் போலவே வைகை நதிப் பண்பாடும் பன்முகத்தன்மை கொண்ட பண்பாடாகும். கீழடி அகழ்வாராய்ச்சி முழுமைபெற்று காலநிர்ணயம் செய்யப்படும்வரை இது சிந்துநதி, கங்கை நதிப் பண்பாடுகளைவிட காலத்தால் மூத்தது என்றெல்லாம் சொல்ல இயலாது."

"அதேநேரத்தில், சங்ககாலத்தைச் சார்ந்தது என்று கருதப்படும் கீழடி பண்பாடு சில முக்கியமான கூறுகள் அடிப்படையில் சிந்து நதி, கங்கைப் பண்பாடுகளைப் போன்றிருப்பதை மறுத்துவிடவும் முடியாது." (*'Sangam-era site at Keeladi is as complex as Indus Valley, proof of a glorious Tamil Civilization', Scroll.in)*

தென் தமிழ்நாட்டில் கிடைத்த அகழாய்வுத் தடயங்களைச் சிந்துவெளிப் பண்பாட்டுடன் ஒப்பிடுவது ஒரு புதிதல்ல. இதன் சாத்தியம் பற்றி 1939ஆம் ஆண்டே கே. என். தீட்சித் குறிப்பிட்டிருக்கிறார். வைகை நதிப் பண்பாடு, சிந்துவெளிப் பண்பாட்டின் சமகாலப் பண்பாடா, மூத்ததா, பிந்தையதா என்ற கேள்விகள் எழுவது நியாயமே. இதற்குத் தெளிவான பதிலை எதிர்கால அகழாய்வுகள் சொல்லக்கூடும். சிந்துவெளிப் பண்பாட்டை படைத்தவர்கள் பற்றியும், தென்கோடியில் பண்டைய தமிழில் அதன் தடயங்கள் கிடைப்பதும், அதன்வழியாக திராவிட பண்பாட்டின் துவக்கம் மற்றும் வரலாற்றுக்கு முந்தைய தமிழ் பண்பாட்டின் உருவவரையைப் பார்க்கும் இரண்டு புதிர்களுக்கான விடையைத் தேடுவதே இந்த நூலின் நோக்கமாகும். அந்த அடிப்படையில், கீழடி அகழாய்வுகளில் கிடைத்தவற்றின் முக்கியத்துவத்தை கரிமக்

காலக்கணிப்புமூலம் மட்டும் முழுமையாக நிர்ணயம் செய்ய இயலாது. கீழடி மற்றும் அதன் சுற்றுவட்டாரத்தில் மட்டுமின்றி வைகை நதியின் இரு கரைகளிலும் தாமிரபரணிப் பகுதியிலும் தமிழ்நாட்டின் ஏனைய இடங்களிலும் விரிவான அகழாய்வுகள் நடத்தப்பட்டு அறிவியல் சார்ந்த புதிய தரவுகள் மேலும் மேலும் வெளியாகும் போது இந்தியாவின் வடமேற்குப் பகுதியில் நிலவிய சிந்துவெளிப் பண்பாட்டுக்கும், தொல்தமிழ்ப் பண்பாட்டுக்கும் இடையிலான கால இடைவெளி மேலும் சுருங்கிப் புதிய புரிதல்களைத் தரும் என்பதில் ஐயமில்லை. அதை நோக்கிய முக்கியமான நகர்வு கீழடி.

எல்லாவற்றையும்விட கீழடி அகழ்வாராய்ச்சி சங்க இலக்கியத்திற்குத் தொல்பொருள் தரவுகளை அளித்து அதன் நம்பகத்தன்மையை அதிகரித்துள்ளது. சங்க இலக்கியம் அதன் சமகாலத்திய பதிவு மட்டுமல்ல அதில் பல்லடுக்கு மீள்நினைவுகள் ஆவணப்பதிவாக அடங்கியுள்ளன என்பதும் உண்மை. இந்த மீள்நினைவுகள் தொல்தமிழர்களின் மொழியியல், அரசியல் பண்பாட்டு எல்லைகளை வேங்கட மலைக்கு வடக்கிலும், மேற்கிலும் வெகுதூரத்துக்கு எடுத்துச்செல்கிறது. எனவே, தமிழ்த் தொன்மங்கள் குறித்த தெளிவான புரிதலுக்கு அகழ்வாராய்ச்சிகளும், சங்க இலக்கியம் சார்ந்த புரிதல்களும் முக்கியமானதாகும்.

இதைப்போலவே, இந்தியத் துணைக்கண்டத்தில் எழுதப்பட்டுள்ள திராவிட மொழிக்குடும்ப இலக்கியங்களில் சங்க இலக்கியங்களின் துணை இல்லாமல் சிந்துவெளிப் பண்பாட்டின் தனித்துவமான கூறுகளின் தொடர்ச்சியைப் புரிந்துகொள்ள முயற்சி செய்வது பயனற்றது.

நிலத்திற்கடியில் புதைந்து காலப்போக்கில் கண்டுபிடிக்கப்பட்ட அகழாய்வு தடயங்களுக்கும், நிலப்பரப்பில் பண்பாடு மற்றும் வரலாற்றின் தடங்களை சுமக்கும் இலக்கியங்களுக்கும் இடையே உள்ள இடைவெளியையும், இடைவெளி இன்மையையும் புரிந்துகொள்வதில்தான் மக்கள் வரலாற்றின் இயக்கம் அடங்கியிருக்கிறது.

சிந்துவெளி நிலப்பகுதிகளுக்கும், தொல்தமிழர்களின் வரலாற்றுக்கு முற்பட்ட தொன்மங்களுக்கும் நேரடித் தொடர்பு இருந்தது என்று நிறுவப்பட்டால் இந்தியப் பண்பாட்டின் நிரல்வரிசை பற்றிய புரிதல் தலைகீழாக மாறும். சங்ககாலத் தமிழ் மக்களின் தொல்மூதாதையர்கள் இந்தியத் துணைக்கண்டத்தின் வடமேற்குப் பகுதிகளிலும் ஒரு காலத்தில் வாழ்ந்தனர்; அப்போது அம்மக்கள் பயன்படுத்தியிருக்கக்கூடிய முக்கியமான இடப்பெயர்களை, அம்மக்களின் தனித்துவமான பண்பாட்டுக் கூறுகளை வேத மரபினரும், ஏனைய வடமொழி இலக்கியங்களும் அறிந்திருக்கவில்லை. இந்த இடைவெளியை, இந்த முரண்பாட்டை நேர் செய்யக்கூடிய தீர்வு திராவிடக் கருதுகோளில்தான் அடங்கியிருக்கிறது. இல்லையெனில், சங்க இலக்கியத்தோடு தொடர்புடைய தொல்தமிழர்களின் மூதாதையர்கள் சிந்துவெளிப் பகுதிகளில் வாழ்ந்தார்கள் என்ற புரிதலை, சான்றுகளை எப்படி விளக்கமுடியும்? இந்த நூல் கையாளும் இந்தியவியலின் இரண்டு புதிர்களும் வெவ்வேறானவை அல்ல. ஒன்றோடு ஒன்று தொடர்புடையது. அந்தவகையில் கீழடி போன்ற இடங்களில் நடைபெறும் அகழாய்வுகளின்மூலம் கிடைக்கும் தடயங்கள் சிந்துவெளிப் பண்பாட்டுக்கும், தென்கோடித் தமிழ்ப் பண்பாட்டுக்கும் இடையிலான கால இடைவெளியைச் சுருங்கச் செய்யும். ஒருவகையில் தோற்றம் எவ்வளவு முக்கியமானதோ அந்த அளவிற்கு முக்கியமானது தொடர்ச்சியும்.

மொகஞ்சோதாரோ, ஹரப்பா போன்ற சிந்துவெளிப் பண்பாட்டு நகரங்களும் அதைச் சார்ந்த இடங்களில் வாழ்ந்த மக்களும் திட்டமிட்டோ திட்டமிடாமலோ தென்திசை நோக்கி நகர்ந்துள்ளனர். அதை நிறுவும் அகழ்வாராய்ச்சித் தடயங்கள் குஜராத்தில் உள்ள லோத்தல், தோலாவிரா, கோலதோரா, சுர்கோட்டடா போன்ற இடங்களில் கிடைத்துள்ளன. இந்தப் பயணத்தின் திசை வடக்கிலிருந்து தெற்கு முகமானது என்பது தரவுசார்ந்தது. இந்த நகர்வின் கால நிரல்வரிசை தொல்லியல் அடிப்படையில் ஏற்கெனவே நிறுவப்பட்டுள்ளது.

ஒரு பண்பாட்டின் பயணம்

ஒரு பொதுப் பண்பாட்டை பகிரும் முதிர்ச்சியான காலகட்டம் வரை, ஹரப்பாவில் மக்கள் வாழ்ந்திருக்க வேண்டும். அந்தகாலகட்டத்தை ஒட்டி அவர்கள் உடனடியாக மகாராஷ்டிரத்துக்கு நகர்ந்துள்ளனர். பானைகள், பொம்மைகள் மற்றும் பிற பண்பாட்டு ரீதியான அம்சங்களை அவர்கள் விட்டுச்சென்றனர். சிந்துவெளி நாகரிகத்தின் வீழ்ச்சிக்குப் பின்னர், அவர்கள் தெற்குக்கும் கிழக்குநோக்கியும் நகர்ந்திருக்க வேண்டும்.

கீழடியில் கிடைத்த அகழாய்வுப் பொருட்கள் வரலாற்றுக்கு முந்தைய காலக்கட்டதைச் சேர்ந்தது என்று தொல்லியல் தரவுகள் கூறினாலும், அதன் காலகட்டத்துக்கும் சிந்துவெளியின் வீழ்ச்சியின் காலகட்டத்துக்கும் மிகப்பெரிய இடைவெளி உள்ளது. சிந்துவெளியின் நகர்மயப் பண்பாடு, இன்னபிறத் தொழில்நுட்பங்களும் கீழடியின் பாணியும் பொருந்திப்போகின்றன. இந்த இரண்டு பண்பாடுகளுக்கும் பொதுத்தன்மையாக இடப்பெயர்கள் உள்ளன. இவை ரகசியமான குறிப்பான்கள் அல்ல; திட்டவட்டமாக களத்தில் கிடைக்கும் சாட்சியங்கள். எங்கே அவர்கள் தொடங்கினார்கள், எங்கே பயணத்தை நிறுத்தினார்கள், எங்கே நகர்ந்தார்கள், எங்கே விரைந்தார்கள், இறுதியாக தற்போதிருக்கும் பகுதியில் எப்படியாக நிலைகொண்டனர் என்பதையெல்லாம் சொல்லும் சாட்சியங்கள் அவை. புலம்பெயர்ந்த மக்கள் புதிதாகக் குடியேறிய பகுதிகளில் தங்களது பழைய இடப்பெயர்களை மீண்டும் பயன்படுத்தியுள்ளார்கள். காலப்போக்கில் முன்னொட்டு, பின்னொட்டு என்று மாற்றங்களுக்கு உள்ளானாலும் இந்த இடப்பெயர்களின் வியக்கத்தக்க ஒற்றுமை ஐயத்திற்கு அப்பாற்பட்டது.

இத்தகைய புலப்பெயர்வுகளைப் புரிந்துகொள்ள நமக்குத் துணையாக இருக்கும் ஆகச்சிறந்த தரவு சங்க இலக்கியங்கள். பொதுச்சிந்தனையில் சேமித்து வைக்கப்பட்ட மீள்நினைவுகள், பின்னர் ஆவணப்படுத்தப்பட்ட தொன்மையான வாய்மொழி மரபுகள், ஆவணப் பதிவு பெற்ற இடப்பெயர்கள் மற்றும் பண்பாட்டுக் கூறுகளால் சங்க இலக்கியம் இந்த இடைவெளியை நிறைவு செய்கிறது. இந்தப் புள்ளிகளை இணைத்துப் பார்க்கும்போது பழைய பயணங்களின் பாதச்சுவடுகள் நம் கண்முன் தோன்றுகின்றன. தமிழில் ஆறு என்ற சொல்லுக்கு 'வழி' என்றும் ஒரு பொருள் உண்டு. ஒருவகையில் வந்த வழிதான் வரலாறு. புவியின் ஓரிடத்தில் தேங்கி உறைந்து தேய்ந்து போனதல்ல மனித வரலாற்றின் கூட்டு அனுபவம்; அது ஓடும் நதி; புதிய தடங்களில், இடங்களில் தொடர்ந்து பதிவாகின்றன பழைய நினைவுகளின் சுவடுகள். இந்தப் பயணம் ஒரு தொடர் பயணம்.

முடிவுரையும் முன்நகர்வும்

"...திருத்திக்கொண்டேயிருப்பதுதான் வரலாற்று ஆய்வின் உயிரோட்டம். வரலாறு என்பது நிகழ்காலத்திற்கும், கடந்த காலத்திற்கும் இடையிலான ஒரு தொடர் உரையாடல். கடந்த காலம் பற்றிய புரிதல்கள், கற்பிதங்கள் புதிய சான்றுகளின் வெளிச்சத்தில் மீள் மதிப்பீடு செய்யப்படுகின்றன; புதிய தரவுகள்மூலம் புதிய கேள்விகள் எழுகின்றன. காலப்போக்கில் புதிய தெளிவுகள் உருவாகின்றன. கடந்த கால நிகழ்வுகள் பற்றியும் அவற்றின் பொருள் பற்றியும் எப்போதும் மாறாத, நிரந்தரமான ஒற்றை உண்மை என்று எதுவும் இல்லை."

- ஜேம்ஸ் எம். மெக்பர்சன்

முடிவுரையும் முன்நகர்வும்

இந்தியா எனும் கருத்தாக்கம்

உத்தராஞ்சல் மாநிலத்தில் மசூரி என்ற எழில்மிக்க மலை நகரில் அமைந்துள்ள லால் பகதூர் சாஸ்திரி தேசிய ஆட்சிப்பணிப் பயிற்சி நிறுவனத்தின் விருந்தினர் விடுதியில் நான் இதை எழுதிக் கொண்டிருக்கிறேன். ஓர் இலக்கிய விழாவிற்கு (12-13 ஏப்ரல் 2019) சிறப்பு விருந்தினராக வந்திருக்கிறேன். அகாடமிக்கு வரும்போது எல்லாம் ஓர் இனம்புரியாத புத்துணர்ச்சி தொற்றிக்கொள்ளும். இது ஒரு வினோத வேதியியல். "இந்தியா எனும் கருத்தாக்கம்" *(The Idea of India)*, "தக்காணத்தின் வளமான இலக்கிய மரபுகள்" *(The Rich Deccan Literary Tradition)* ஆகிய இரு அமர்வுகளில் எனது உரை ஏற்பாடாகியுள்ளது. இந்த இரண்டு தலைப்புகளும் இந்த நூலின் மையக் கருத்துடன் தொடர்புடையன என்பதை உணர்ந்த போது சற்று வியப்பு, கூடுதல் உற்சாகம்.

அகாடமியின் காந்தி விருந்தினர் விடுதியில், எனது அறையில், இந்த வரிகளை எனது மடிக்கணினியில் தட்டச்சு செய்துகொண்டிருக்கும் போது, எனது மனம் 35 ஆண்டுகள் பின்னோக்கிச் செல்கிறது. இங்குதான் ஐராவதம் மகாதேவனை நான் முதல்முறையாகச் சந்தித்தேன். சிந்துவெளி வரிவடிவம் பற்றி உரை நிகழ்த்த வந்திருந்தார். சிந்துவெளி பற்றிய முதல் அறிமுகமும் ஐராவதம் மகாதேவன் மூலம் எனக்கு இங்கேதான் கிடைத்தது. சொற்பொழிவு முடிந்த பின்னர் விருந்தினர் விடுதியில் அவரைச் சந்தித்துப் பேசினேன். ஆட்சிப்பணியில் இருந்து கொண்டே ஆராய்ச்சி செய்தால் எப்படி இருக்கும் என்ற எண்ணம் எனக்குள் அன்றுதான் முளைவிட்டிருக்க வேண்டும். அந்த எண்ணம் மெல்ல வளர்ந்து எனது வாழ்வின் ஒரு முக்கிய நோக்கமாக, செயல் வடிவம் எடுக்கும் என்று அப்போது எனக்கு தெரிந்திருக்கவில்லை.

இந்த நூலின் முடிவுரையைப் பயணங்களின் மத்தியிலேயே எழுதி வருகிறேன். ராஞ்சி, புவனேஸ்வர், சென்னை, கொச்சி, திருச்சி என்று அங்கும் இங்குமாய் எழுதி இப்போது மசூரியில் இந்த முடிவுரையின் இந்தப் பக்கங்களை எழுதிக்கொண்டிருக்கிறேன்.

இந்த ஆண்டு ஜனவரி மாதத்தில் ஜார்க்கண்ட் மாநிலத் தலைநகர் ராஞ்சிக்கு சென்றிருந்தேன். ஆளுநர் மாளிகை விருந்தினர் விடுதியில் அன்றைய நாளிதழில் *(Times of India, 18 Jan 2019)* வெளியான ஒரு செய்தி கண்ணில்பட்டது. ராஞ்சியில் உள்ள பழங்குடி மக்கள் ஆய்வு நிறுவனத்தில் நடந்த டோக்ரா சிற்பக்கலைப் பயிலரங்கம் பற்றிய செய்தி அது. பூபேந்திர ஜெய்தேவ் பாஹே என்ற புகழ்பெற்ற சிற்பி தெரிவித்திருந்த கருத்து என்னை கவர்ந்தது. மொகஞ்சோதாரோவின் நடனப்பெண் சிற்பத்தைப் பழங்குடி மக்களின் டோக்ரா சிற்பக்கலை வடிவத்துடன் ஒப்பிட்டு அவர் பேசியிருந்தார். "நமது டோக்ரா சிற்பக் கலையின் அச்சு அசலான வடிவம்தான் மொகஞ்சோதாரோவின் நடனப்பெண் சிற்பம். நமது பழங்குடிக் கலைவடிவம் மிகத் தொன்மையானது என்பதற்கு இதைவிட வேறு என்ன சான்று வேண்டும்?" என்பது அவர் கேள்வி.

கிழக்கு இந்தியாவின் ஜார்க்கண்ட், ஒடிசா, சத்தீஸ்கர், மேற்கு வங்கம் ஆகிய மாநிலங்களில் டோக்ரா தாமர் என்ற பழங்குடி

மக்கள் வசிக்கிறார்கள். இம்மக்கள் மரபு சார்ந்த உலோகக் கலைகளில் தேர்ச்சி பெற்றவர்கள். 4500 ஆண்டுகள் தொன்மையான, சிந்துவெளிப் பண்பாட்டின் அழகியல் என்று கருதப்படும் நடனப்பெண்ணின் செம்புச் சிலையின் கலை தங்களுடையது என்று இந்தியாவின் பழங்குடிப் பகுதியில் இருந்து ஓர் உரிமைக்குரல் எழுவதை அவ்வளவு எளிதாகப் புறக்கணித்துவிட முடியாது. இந்த உரிமைக்குரலை நான் முழுமையாக மதிக்கிறேன். இதில் ஓர் அடிப்படையான உண்மை, நியாயம் பொதிந்திருப்பதாக எனக்குள் உணர்கிறேன். புள்ளிகளை இணைத்தால் கோடாகும். கோடுகளை இணைத்தால் கோலமாகும். அதுதான் வரலாறு.

இந்தியத் துணைக்கண்டத்தில் வசிக்கும் யாரை வேண்டுமானாலும் உரசிப் பாருங்கள். அவருக்குள் ஹரப்பாவின் ஏதோ ஒரு சாயல் துளியேனும் ஒளிந்திருக்கும். இன்றும் கூட சத்தீஸ்கர், ஒடிசா மாநிலங்களில் வசிக்கும் கோண்டு மற்றும் கோயா பழங்குடியினர் தங்கள் சடங்குகளில், நடனங்களில் அணியும் 'எருமைக் கொம்புத் தலைப்பாகை', ஒடிசாவின் டோங்கிரியா கோண்டு திராவிடப் பழங்குடி ஆண், பெண்களின் சிகையலங்காரம் சிந்துவெளி முத்திரைகளைக் காட்சிப் படிமமாக கண்முன் நிறுத்துகிறது. சிந்துவெளியின் மையப்புள்ளியில் இருந்து இந்தியத் துணைக்கண்டத்துக்குள் எவ்வளவு தூரம் விலகி செல்கிறோமோ, அந்த அளவுக்கு சிந்துவெளி என்ற தொன்மையான பண்பாட்டின் சில மாறாத அடையாளங்கள் நிகழ்காலப் பண்பாட்டின் கூறாக இன்னும் மிச்சம் இருப்பதாகத் தோன்றுகிறது. ஒருவகையில் தூரத்தின் மிகுதியும், எஞ்சிய பண்பாட்டுக் கூறுகளின் மிகுதியும் நேரடி விகிதம் போலத் தோன்றுகிறது.

வடமேற்கு இந்தியாவும், அங்கிருக்கும் மலைப்பகுதிகளும் கணவாய்களும் வெளித்தாக்கங்களுக்கான நுழைவாயிலாக இருக்கின்றன. வரலாற்றுக்கு முற்பட்ட காலகட்டங்களில், வரலாற்றுக் காலங்களில் நேர்ந்த புலப்பெயர்வுகள், படையெடுப்புகள், பண்பாட்டுத் தாக்கங்கள், பெரும்பாலும் வடமேற்கு, வடக்குத் திசைகளில் இருந்து நேர்ந்துள்ளன. சிந்துவெளிப் பண்பாட்டின் நகர்மய வாழ்வியலின் நலிவுக்குப் பின்னர் அப்பகுதியில் வசித்த மக்கள் தங்களது மொழியையும், பண்பாட்டு அடையாளங்களையும் மறந்து, இழந்திருப்பதற்கான வாய்ப்புகள் அதிகமாக உள்ளன. அம்மக்களின் மொழியும் பண்பாடும் புதிய பண்பாடுகளின் மீதும் தாக்கம் புரிந்தன. பண்பாட்டுத் தாக்கங்கள் முற்றிலும் ஒருவழிப்பாதை அல்ல. அது ஒரு கொடுக்கல் வாங்கல். அதனால்தான் ரிக்வேத மொழியில் திராவிட மொழிக் குடும்பத்தின் அடியடுக்குத் தாக்கம் காணக்கிடைக்கிறது. இந்தியப் பண்பாட்டில் சிந்துவெளி, திராவிட தாய்த் தெய்வங்களின் மீள் எழுச்சியும் தொடர்ச்சியும் உள்ளது.

சிந்துவெளிப் பண்பாட்டின் நிலப்பகுதிகளில் இருந்து படிப்படியான, தொடர் புலப்பெயர்வுகள் மூலம் இந்தியத் துணைக்கண்டத்தின் தொலைதூரப் பகுதிகளைச் சென்றடைந்திருக்கக் கூடிய மக்கள், சிந்துவெளிப் பண்பாட்டின் இயல்புகள், மொழிக்கூறுகள் வடஇந்தியாவில் சந்தித்த புதிய தாக்கங்களிலிருந்து விலகி நின்று அல்லது தாக்கங்களை ஒப்பீட்டு அளவில் குறைவாகப் பெற்று சிந்துவெளிப் பண்பாட்டின் அடிப்படை அடையாளக் கூறுகளை கூடிய மட்டும் தக்கவைத்து இன்றுவரை வாழ்ந்து வருவதற்கான வாய்ப்புகள் உள்ளன. அப்படியாக சிந்துவெளிப் பண்பாட்டின் தனித்துவ இயல்புகள் சிலவற்றை தோண்டித் துருவிப் பார்ப்பதற்கு ஏற்ற பகுதிகளாக தென்னிந்தியாவும், கிழக்கு இந்தியாவும் விளங்குகின்றன. இந்த நூலின் பானைத் தடம் பற்றிய இயலில் கருப்பு-சிவப்புப் பாண்டத்தின் பரவல், பானை செய்யும் குயவர்கள் வாழ்வியல் ஊடாக நாம் முன்வைத்த புதிய புரிதல்களை இங்கே நினைவுகூரலாம்.

இந்த முன்மொழிவுக்கு அடிப்படையாக ஓர் ஊகம் இருக்கிறது. அந்த ஊகம் சரியானதா என்பதைப் பொறுத்தே இந்த நூல் முன்வைக்கும் புதிய தரவுகளின் நம்பகத்தன்மை அமையும். இப்போது தென்கோடிப் பகுதிகளிலும் கிழக்கு இந்தியாவின் சிலபகுதிகளிலும் வாழும் மக்களின் மூதாதையர்கள் ஒருகாலத்தில், சிந்துவெளிப் பண்பாட்டின் நிலப்பகுதியில் உண்மையாகவே

வாழ்ந்தார்கள்; ஏதோ ஒரு காரணத்துக்காக அவர்கள் தெற்கு நோக்கியும், கிழக்கு நோக்கியும் புலம்பெயர்ந்து சென்றார்கள் என்பதுதான் அந்த ஊகம். இது ஒருவகையில் ஒரு முன்நிபந்தனையாகும். தென்கோடி தமிழகத்தில் ஆதிச்சநல்லூரில் கிடைத்திருக்கும் செம்பு, வெண்கல உலோகக் கலவைகள் பற்றிய தடயங்கள், உலோகக் கைவினைச் சிற்பங்கள் மற்றும் தொழில்நுட்பம் பற்றி கிடைக்கும் தரவுகள், கீழடி போன்ற இடங்களில் கிடைக்கும் சிந்துவெளிக் குறியீடுகள் போன்ற பானைக் கீறல்கள் இந்தத் தொடர்ச்சியை உறுதிசெய்கின்றன. மொகஞ்சோதாரோ நடனப்பெண்ணின் அதே இயல்பு மாறாத மண் வாசனையின் தொடர்ச்சி டோக்ரா சிலை என்றால், அதன் உன்னத உச்சம் சோழர் செப்புச் சிலைகள்.

அண்மைக்காலங்களில், சமூக ஊடகங்களில் பவன் ஷ்யாம் கோண்டு என்பவரின் பதிவுகளை நான் படித்து வருகிறேன். சிந்துவெளிப் பண்பாட்டுக்கும், கோண்டு பழங்குடியினருக்கும் இடையில் உள்ள தொடர்புகளை நிறுவுவதற்கு அவர் முயற்சித்து வருகிறார். கோண்டு மற்றும் கோயா என்ற திராவிடப் பழங்குடி மக்களின் பண்பாட்டுக் குறியீடுகள் ஊடாக சிந்துவெளி எழுத்துக்களை வாசித்துக் காட்டுவதற்கு அவர் முயற்சி செய்கிறார். சிந்துவெளி முத்திரைகள் மற்றும் பொறிப்புகளில் உள்ள பல்வேறு குறியீடுகளை, கோண்டு, கோயா பழங்குடி மக்களின் பண்பாட்டுக் கூறுகளுடன் ஒப்பிடுகிறார்.

பவன் ஷ்யாம் கோண்டு, சிந்துவெளி எழுத்துக்களை இந்த அணுகுமுறையின்மூலம் வாசித்து விட்டாரா என்பது இங்கே முக்கியமில்லை. அப்படிப் பார்க்கப் போனால் திராவிடக் கருதுகோளின் ஊடாகவும், இந்தோ-ஆரியக் கருதுகோளின் ஊடாகவும் பல்வேறு ஆய்வாளர்களும் சிந்துவெளி எழுத்துக்களை வாசித்தறிய ஏற்கெனவே முயற்சி செய்துள்ளார்கள், செய்துகொண்டிருக்கிறார்கள். இத்தகைய முயற்சியில் ஒன்றுதான் இதுவும். ஆனால், சமஸ்கிருதத்தை முன்னிறுத்தும் இந்தோ-ஆரிய அணுகுமுறை, தொல்தமிழை முன்னிறுத்தும் திராவிட அணுகுமுறை ஆகிய இரண்டு உரிமை கோரல்களுக்கு வெளியே திராவிடப் பழங்குடியினர் பக்கம் இருந்து இப்படிப்பட்ட ஒரு வாசிப்பு முயற்சி நடைபெறுகிறது என்பது கவனத்துக்குரியது. திராவிட மொழிக் குடும்பத்தின் செவ்வியல் உச்சத்தில் 2000 ஆண்டுகளுக்கு முன்பே இலக்கியங்கள் படைத்த தமிழ் மொழியின் பின்னணியில் பேசும் ஆய்வாளர்களும் இன்றுவரை கிழக்கு இந்தியாவின் மலைப்பகுதிகளில் வசிக்கும் திராவிடப் பழங்குடியைச் சேர்ந்த ஓர் ஆய்வாளரும் ஒரே உணர்வால் உந்தப்படுகிறார்கள் என்பது, திராவிடக் கருதுகோளை மேலும் வலுப்படுத்துகிறது.

படம் 18.1 - தலையில் கொம்பு அணிந்த கோயா பழங்குடி

சிந்துவெளிப் பண்பாடு ஓர் ஒற்றைப் பரிமாணப் பண்பாடாக இருந்திருக்கவே முடியாது. சிந்துவெளிப் பண்பாடு ஒரு திராவிடப் பண்பாடு என்று எடுத்துக் கொண்டாலும் கூட மொழியியல் அடிப்படையில் பரந்துவிரிந்த சிந்துவெளிப் பண்பாட்டு நிலப்பகுதிகளில் பல்வேறு திராவிட மொழிகளும் வட்டார வழக்குகளும், கிளைமொழிகளும் பேசப்பட்டிருக்கும் என்பதில் ஐயமில்லை. நிலப்பரப்பைப் பொறுத்தவரையில் சிந்துவெளிப் பண்பாடு பண்டைய உலகின் மிகப்பெரிய பண்பாடாகும். அங்கே மலைகளும், காடுகளும், சமவெளிகளும், கடற்கரைகளும், பாலைவனங்களும் இருந்தன. பலூசிஸ்தான் மலைப்பகுதிகளின் தென்விளிம்பில் இருந்து அரபிக் கடலின் நெய்தல் நிலம் வெகுதூரம் இல்லை. தார் பாலைவனம் கூட சிந்துவெளிப் பகுதியில் இருந்து வெகுதொலைவில் இல்லை. இவ்வாறு, வெவ்வேறு புவிச்சூழல்களில் வாழ்ந்த, மக்கள் அனைவரும் ஒரே மொழியை ஒரேமாதிரியாக வேறுபாடு இன்றி பேசிக்கொண்டு இருந்திருப்பார்கள் என்று நினைக்கத் தேவையில்லை. அவர்களின் மொழி, ஒரே மொழிக் குடும்பத்தைச் சேர்ந்ததாக இருந்திருந்தால் கூட, அதில் பல்வேறு கிளைகள், வட்டார மொழிகள் இருந்திருக்க நடைமுறை சாத்தியம் இருக்கிறது. பொதுயுகத்திற்குப் பின்பு 2000 ஆண்டுகள் கடந்து, பல்வேறு வரலாற்று நிகழ்வுகளைச் சந்தித்து வந்திருக்கும் நமது சமகாலத்திலேயே இந்தியாவின் மலை இடுக்குகளில், காடுகளில், தனித்துவமான பல்வேறு மொழிகள் பேசப்படுகின்றன என்றால் 4500 ஆண்டுகளுக்கு முன்பு கள நிலவரம் எப்படி இருந்திருக்கக்கூடும்?

ஆனால், அதேநேரத்தில் ஒரே மாதிரியான எடைக்கற்கள், ஒரே அளவான செங்கல்கள், தரக்கட்டுப்பாடுகள் மிக்க உலோகத் தொழில்நுட்பம், வெளிநாட்டு வணிகம், மிகப்பரந்த நிலப்பரப்பில் ஒரே மாதிரியான எழுத்து வரிவடிவங்கள் என்று சிந்துவெளிப் பண்பாடு இயங்கி இருப்பதைப் பார்க்கும்போது அப்பண்பாட்டிற்கு, தேர்ந்த எழுத்து முறையுடன் கூடிய ஒரு பொதுத்தொடர்பு மொழி *(Common lingua franca)* இருந்திருக்க வேண்டும் என்று தோன்றுகிறது. அது ஓர் உயர் பண்பாட்டின், சமூகப் பொருளாதாரம் சார்ந்த நடைமுறைத் தேவையாகும். ஏனெனில் சிறு சிறு வட்டார வழக்குகளை வைத்துக் கொண்டு ஒரு பெரிய பண்பாட்டைத் தரக்கட்டுப்பாடுகளுடன் நிர்வகிக்க இயலாது. வணிகம் மற்றும் அலுவலகக் காரணங்களுக்காக பரந்துபட்ட ஒரு பொதுதொடர்பு மொழி சிந்துவெளிப் பண்பாட்டில் இருந்திருக்க வேண்டும்.

அதற்காக சிந்துவெளியின் வெண்கலக் காலப் பண்பாடு முழுவதும் பெரிய நகரங்களால், வெண்கலப் பயன்பாட்டால், கடல்கடந்த வெளிநாட்டு வணிகத் தொடர்பால் மட்டுமே கட்டமைக்கப்பட்டது என்பதல்ல. சிந்துவெளிப் பண்பாடு பல்வேறு நில அமைப்புகளைக் கொண்டிருந்ததால் அக்கால வாழ்வியலில் வேறுபட்ட புவிச்சூழல் சார்ந்த பன்முகக் கூறுகள் இருந்திருக்கும். சிந்துவெளி அகழாய்வில் கிடைத்திருக்கும் பல்வேறு உருவப்பொறிப்புகளும் இந்தப் பன்முகத்தன்மையை உறுதிசெய்கின்றன.

சிந்துவெளிப் பண்பாட்டின் இந்தப் பன்முகத்தன்மை 21ஆம் நூற்றாண்டின் சமகால இந்தியாவிற்கும் கூட பொருத்தமானது. ஒருபுறம் பெரிய நகரங்கள் மிக வேகமாக விரிவடைகின்றன. புதிய புதிய சிறு நகரங்கள் உருவாகின்றன. நகரங்களில் வாழும் மக்கள்தொகை பெருகிக்கொண்டே போகிறது. பல்வேறு மொழிகள் பேசும் மக்கள் பெருநகரங்களில் ஒருங்கே வாழ்கிறார்கள். புதிய தொழில்நுட்பங்கள், அறிவியல் வளர்ச்சி, புதிய சாத்தியங்களை உருவாக்குகின்றன. ஆனால், அதேநேரத்தில் இந்தியத் துணைக்கண்டத்தில் பல்வேறு மொழிக் குடும்பங்களைச் சேர்ந்த நூற்றுக்கணக்கான பழங்குடிகள், பல்வேறு சமூகப் பொருளாதாரச் சூழல்களில் வாழ்கிறார்கள். பல்வேறு மொழிகளும் வட்டார வழக்குகளும் புழக்கத்தில் உள்ளன. இந்த மொழிகள் ஒன்றிலிருந்து ஒன்று வேறுபட்டவை என்பது மட்டுமல்ல; பல்வேறு மொழிக்குடும்பங்களைச் சேர்ந்தவையாகவும் உள்ளன.

பழங்குடிகளின் பண்பாட்டு வேர்களும், நகர்மயப் பண்பாட்டின் உச்சமும் இணைந்து இயங்கும் இச்சூழலைச் சிந்துவெளிப் பண்பாட்டு காலத்துடன் பொருத்திப் பார்க்கும்போது மிகச் சிறப்பாகத் திட்டமிட்டு வடிவமைக்கப்பட்ட நகரங்கள், பரவலான வரிவடிவப் பயன்பாடு, எடை மற்றும் அளவைகளின் துல்லியமான தரக்கோட்பாடு, சுட்ட செங்கற்கள், தொலைதூர வணிகத்தொடர்பு, உயர்ந்த உலோகத் தொழில்நுட்பம், நுட்பமான அணிகலன்கள் செய்யும் கைவினைத் திறன், சுடுமண் பொம்மைகள், பெண் உருவங்கள் எண்ணிக்கையளவில் அதிகம், பொழுதுபோக்கு நிகழ்வுகளில் நாட்டம், பொதுக்குளியலிடம் என்று இயங்கிய ஒரு பண்பாடு கண்முன்னே விரிகிறது. இத்தகைய பண்பாட்டு வளர்ச்சி ஒரு குறுகிய நிலப்பரப்புக்குள், குறிப்பிட்ட ஒரு சூழலில் மட்டும் நிகழ்ந்திருக்க வாய்ப்பில்லை. இவையே இந்தியாவின் சிறப்பம்சம் என்று நாம் கொண்டாடும் பன்மிய வேர்களின் தொடக்கம் என்று கருதலாம்.

பொதுச் சிந்தனையில் நினைவுகூரப்படும் நெடிய கடந்த காலங்கள் அனைத்தும், ஒரு குறிப்பிட்ட கடந்த காலத்தில் மொத்தமாக முடிச்சு போட்டு முடிந்துவைக்கப்படுகிறது. அந்தவகையில் தெளிவற்ற, தேதியற்ற கடந்த காலங்கள், தெரிந்த ஒரு கடந்த காலத்தோடு இணைந்துவிடுகின்றன. அல்லது "முன்னொரு காலத்தில்" என்று குத்துமதிப்பாகக் குறிப்பிடப்படுகின்றன. இந்தியாவின் செவ்வியல்

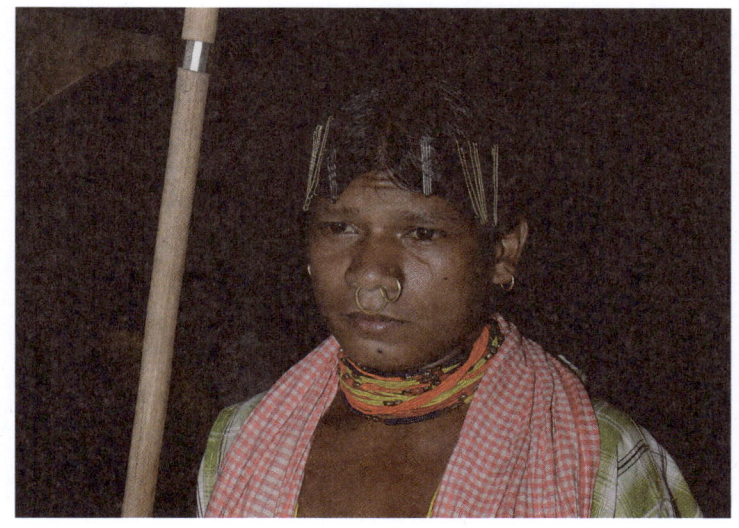

படம் 18.2 - டோங்கிரியா கோண்டு பழங்குடி

இலக்கியங்கள், குறிப்பிட்ட சில நிலப்பகுதிகளில் நிலவிய, நிலவும் பண்பாடுகள், குறிப்பிட்ட சில மொழிகள் பேசப்படும் இன்றைய பண்பாட்டுப் புவிச்சூழல்கள் ஆகியவற்றில் காணக்கிடைக்கும் தரவுகளைத் திறந்த மனதோடு உள்வாங்காமல் சிந்துவெளி பற்றிய புதிர்களுக்கு தீர்வுகாண முடியாது. சிந்துவெளிப் பண்பாட்டின் திராவிடக் கருதுகோள் உள்ளபடியே செல்லுபடி ஆகுமா அல்லது ஆகாதா என்ற கேள்விக்கான விடை, தொல்தமிழ் மரபுகளின்மூலம், இலக்கியச் சான்றுகள்மூலம் உய்த்துணரக் கூடிய, வரலாற்றுக்கு முற்பட்ட தமிழ்த் தொன்மங்கள் பற்றிய புரிதலில் பொதிந்திருக்கிறது.

இந்நூலில் ஏற்கெனவே பல்வேறு இடங்களில் குறிப்பிட்டபடி சங்க இலக்கியம் தனித்துவம் மிக்க புவிச்சூழல்கள் பற்றியதும் பல்வேறு நிலங்களில் வசித்த குடிகளின் திணை சார்ந்த வாழ்வியல் பற்றியதுமாகும். அந்தவகையில் சங்க இலக்கியம் தொல்தமிழர்களின் திணை சார்ந்த சமூகக் கட்டமைப்பு, அரசியல், பண்பாட்டு மரபுகள், இணக்கமான, பன்மியம் சார்ந்த நகர்ப்புற வாழ்வியல் கருத்தாக்கம் ஆகியவற்றின் ஆவணக் களஞ்சியமாகத் திகழ்கிறது.

ஹரப்பா, மொகஞ்சோதாரோ போன்ற ஆகச்சிறந்த நகர்மய வாழ்வியலை உள்ளடக்கிய ஒரு பண்பாட்டிற்கான நேரடி இலக்கிய ஆவணப்பதிவுகள் எதுவும் வடமேற்கு நிலப்பகுதிகளில், பண்டைய வடமொழி ஆவணங்களில் கிடைக்கவில்லை. அந்தவகையில் 1924 வரை பூமிக்கு அடியில் புதைந்திருப்பது கூடத் தெரியாமல் இருந்த சிந்துவெளிப் பண்பாட்டிற்கான இலக்கியச் சான்று இல்லவே இல்லை. அதேநேரத்தில் இந்தியத் துணைக்கண்டத்தின் தென்கோடிப் பகுதியில் எழுதப்பட்ட, ஆவணப்படுத்தப்பட்ட சங்க இலக்கியம் தான், பண்டைய இந்தியாவின் ஆகச்சிறந்த நகர்மய இலக்கியம் என்ற பெருமிதத்திற்கு உகந்ததாகத் திகழ்கிறது. நகர்மய வாழ்வியலின் பல்வேறு பரிமாணங்கள் மிகத்துல்லியமாகச் சித்தரிக்கப்பட்டாலும் அண்மைக்காலம் வரை அச்சித்தரிப்புக்கான அகழாய்வுத் தடயங்கள் கிடைக்காமல் இருந்தது. இந்தியத் துணைக்கண்டப் பண்பாட்டு வரலாற்றைப் பொறுத்தவரையில் இது ஒருவகை முரண்பாடே ஆகும். சிந்துவெளிப் பண்பாட்டின் சிதைவுகளுக்கும், அகழாய்வுத் தடயங்களுக்கும் தரைக்கு வெளியே ஓர் 'இலக்கிய வெற்றிடம்' இருந்தது; இருக்கிறது. தென்கோடி தமிழ் மண்ணைப் பொறுத்தவரையில் பண்டைய இலக்கிய சித்தரிப்புக்கு ஈடு கொடுக்கக் கூடிய அகழாய்வுச் சான்றுகள் கிடைக்கவில்லை என்ற 'தொல்லியல் வெற்றிடம்' இருந்து வந்தது. இப்போதுதான் அந்த வெற்றிடம் விலகத் தொடங்கியிருக்கிறது.

சிந்துவெளிப் பண்பாட்டின் தனித்துவமான கூறுகள் என்பதை மையப்புள்ளியாக வைத்து வேத இலக்கியம் மற்றும் வடமொழி இலக்கியப் பண்பாட்டு மரபுகளை ஒருபுறமும், சங்க இலக்கியங்கள் முன்நிறுத்தும் நகர்மய வாழ்வியலின் ஆழமான புரிதல்களை, பண்பாட்டு மரபுகளை இன்னொரு புறமும் வைத்துக்கொண்டு ஒப்பிட்டும், வேறுபடுத்தியும் விவாதித்தால் சிந்துவெளியின் பன்மியம் சார்ந்த, போர் ஆயுதங்கள் ஏந்தாத இணக்கமான வாழ்வியல் கூறுகள், திணை நிலம் சார்ந்து இயங்கும் சங்க இலக்கியத்தின் வாழ்வியல் மரபுடன் தான் பெரிதும் ஒத்துப் போகிறது என்பது புலப்படும்.

கலந்து இனிது உறையும் இந்தியா எனும் மாபெரும் மழைக்காடு

மசூரி ஐஏஎஸ் அகாடமியில் இந்தியா என்கிற கருத்தாக்கம் பற்றிய அமர்வில் (12 ஏப்ரல், 2019) பேசிக்கொண்டிருக்கிறேன். இந்தியாவைப் பற்றி பேசும்போதெல்லாம் 'வேற்றுமையில் ஒற்றுமை' (*Unity in Diversity*) என்று பெருமிதப்படுவதும், வேற்றுமைகள் எல்லாம் உருகிக் கலந்து ஒன்றாகும் 'உருக்குப்பானை' (*Melting Pot*) என்று உருவகப்படுத்திக் கொண்டாடுவதும் நமக்கு வாடிக்கையாகிவிட்டது. ஆனால், இதில் எனக்கு உடன்பாடு இல்லை. உருக்குப்பானை பன்மையை உருக்கி ஒன்றாக்கும் இடம்; ஒருவகையில் தனித்தன்மைகளை உருக்குலைக்கும் இடமும்கூட. உருக்குப்பானையில் உருகிக் கலவையான இந்தப் புதிய 'ஒன்றில்' வேர்களின் அடையாளம் பெரும்பாலும் விழுங்கப்படும். அமெரிக்கா போன்ற நாடுகளில், இப்போதெல்லாம் பன்முகப் பண்பாட்டுச் சமூகங்களைச் சித்தரிப்பதற்கு 'சாலட் கிண்ணம்' (*Salad Bowl*) என்ற உருவகம் புழக்கத்தில் உள்ளது. உருக்குப்பானையை விட 'சாலட் கிண்ணம்' ஒப்பீட்டில் சிறந்தது என்றாலும் இந்தியா ஒரு சாலட் கிண்ணம் என்றும் தோன்றவில்லை. சாலட் கிண்ணத்தில் இடம்பெறுவதற்கு ஒருவகையான 'நுழைவுத்தேர்வு' உண்டு. சாலட் கிண்ணத்தில் எல்லா காய்களுக்கும் இடமிருக்கிறதா என்று நாட்டுக்காய்கறிகள் கேட்பதில் நியாயம் இருக்கிறது.

இந்தியாவின் பன்முகத்தன்மையைச் சித்தரிக்க இந்த 'உருக்குப்பானை', 'சாலட் கிண்ணம்' போன்ற உருவகச் சொல்லாடல்கள் போதுமானவை அல்ல என்று ஐ.ஏ.எஸ் அகாடெமி அமர்வில் குறிப்பிட்டேன். இதற்கு மாற்றாக இந்தியப் பண்பாட்டை ஒரு 'மழைக்காடு' (*Rainforest*) என்று சித்தரிப்பது பொருத்தமாக இருக்கும் என்ற கருத்தை முன்வைத்தேன். மழைக்காடுகள் உயிர்களின் ஊற்றுக்கண்ணாகத் திகழக்கூடியவை. மழைக்காட்டில் பல்வேறு அடுக்குகள் ஒரேநேரத்தில் தனித்தனியாகவும், சேர்ந்தும் உயிர்ப்புடன் இயங்குகின்றன. ஒவ்வொரு அடுக்கிற்கும் ஓர் அடையாளம் இருக்கிறது. ஒவ்வொரு அடுக்கிலும் அந்த அடுக்குக்கே உரித்தான தாவரங்கள், பூச்சிகள், பறவைகள், விலங்குகள் வசிக்கின்றன. இந்த பல் அடுக்குப் பரிமாணத்தின் உச்சியில் வெப்பமண்டல மழைக்காடுகளின் விதானம் (*Canopy*) பரந்து விரிகிறது. அதையும் தாண்டி தலைதூக்கி துருத்தி நிற்கும் உயரமான அடுக்கு எழுச்சி அடுக்கு (*Emergent*) என்று அழைக்கப்படுகின்றது. வெப்பமண்டல மழைக்காட்டின் விதானத்தின் கீழ் இருக்கும் பரப்பு கீழடுக்கு (*Understory*). அதற்கும் கீழே இருக்கும் வேர்பிடித்து நிற்கும் காட்டுத்தரை (*Forest Floor*) வெப்பமண்டல மழைக்காட்டின் அடித்தளமாக எப்போதும் ஈரமாய் இருக்கிறது.

சூரிய ஒளி கூட புக முடியாத அடர்மரக் குடையின் தடை உடைத்து மேல் எழும்பும் எழுச்சி நுனிகள் ஓர் உச்சகட்டம் என்றால், அந்த மழைக்காட்டின் தரை சின்னஞ்சிறு செடிகள், புல் பூண்டுகள், பூஞ்சைக் காளான்கள் மண்டி நிரம்பிய உயிர் பெருக்கத்தின் காரணியாக இருக்கிறது. மழைக்காட்டின் ஓங்கிய உயர்ந்த உச்சி நிலை, ஓர் இயற்கையின் எழுச்சிமிக்க முன்னெடுப்பின், உயர்ந்த குறியீடு என்றால் அதன் வேர்கள் மழைக்காட்டின் அடித்தளத்தில் ஆழமாக எப்போதும் பதிந்திருக்கின்றன. இந்த உச்சத்தின் மேல்நுனிக்கும், வேரடி மண்ணுக்கும் இடையே ஒரு நுட்பமான தொடர்ச்சி இருக்கிறது. இந்த ஓங்கி உயர்ந்த நுனியை ஒரு பறவையின் பார்வையில் பார்த்தால் புல் பூண்டுகள், பூஞ்சைக் காளான்கள் நிரம்பிய அடித்தளமும், அதன் வேர்களும் கண்ணுக்குப் புலப்படாது. ஆனால் அந்த மழைக்காட்டின் மாபெரும் பசுங்குடையின் கீழடுக்கும், காட்டுத்தரையும் அடித்தளமாகயிருக்கும் பேருண்மைகள் ஆகும். மழைக்காட்டை உருவகப்படுத்திப் பார்த்தால் தனித்துவங்கள் சேர்ந்தியங்கும் ஒரு கூட்டியக்கம் என்பது புலப்படும். மழைக்காட்டு வாழ்வியல் ஒற்றைச் சித்தரிப்புகளுக்கு, அத்துமீறல்களுக்கு எதிர்மறையானது. இதுதான் சங்க இலக்கியம் குறிப்பிடும் கலந்து இனிது உறைதல். பன்மியப் பண்பாட்டுக்கு பொருத்தமான உருவகம் மழைக்காடுதான்; உருக்குப்பானையும், சாலட் கிண்ணமும் அல்ல.

அண்மையில் நடைபெற்ற பல்துறை ஆய்வுகள், குறிப்பாக மரபணு ஆராய்ச்சிகள் புதிய புரிதல்களைத் தருகின்றன. பழங்கால மரபணுத் தரவுகளை நிகழ்கால மரபணுத் தரவுகளுடன்

ஒப்பிட்டு இந்தியாவின் பன்முகத்தன்மை கொண்ட மக்கள்தொகை ஒன்றின்பின் ஒன்றாக நிகழ்ந்த அடுக்கடுக்கான புலப்பெயர்வுகள்மூலம் எவ்வாறு வளர்ந்து பெருகியது என்ற உண்மை அறிவியல் பூர்வமாக நிறுவப்பட்டு வருகிறது. தென்னிந்திய தொல்மூதாதையர்களும் (*Ancient Ancestral South India- AASI*), ஈரான் வேளாண் குடிகள் மற்றும் வேட்டையாடி உணவு தேடுவோரும் (*Iranian Farmers/ hunter-gatherers*) கலந்து உருவான மக்கள்தொகை சிந்துவெளிப் பண்பாட்டின் மக்கள்தொகை என்று கருதப்படுகிறது. அந்தவகையில் பன்மியம் என்பது சிந்துவெளிப் பண்பாட்டின் உயர்நிலை விழுது அல்ல; மாறாக அடிநிலை வேர் என்பது தெளிவாகும். ஆனால், அதற்குப்பின் இந்தியத் துணைக்கண்டத்தில் உருப்பெற்ற இந்தியப் பண்பாடு, இந்திய மக்கள்தொகைப் பெருக்கம் ஸ்டெப் புல்வெளிப் பகுதிகளிலிருந்து புலம்பெயர்ந்து வந்ததாகக் கருதப்படும் மக்கள்தொகையின் தாக்கத்தையும் உள்வாங்கி உருவாகியது. இதை மரபணுச் சான்றுகளும் நிறுவுகின்றன. அந்தவகையில் ஹரப்பா பண்பாட்டின் நலிவுக்குப் பின்னால் ஏற்பட்ட வெளித்தாக்கங்கள் ஏற்கெனவே பன்மிய வேர்களுடன் இந்தியத் துணைக்கண்டத்தில் நிலவிய பண்பாடுகள் ஆகியவை அனைத்தும் சேர்ந்து உருவான கூட்டுப் பண்பாடு தான் இப்போது இந்தியப் பண்பாடு என்ற பெயரில் அறியப்படுகிறது.

இப்போது மழைக்காடு என்ற உருவகத்தை சிந்துவெளிப் பண்பாட்டின் மீது பொருத்திப் பார்ப்போம். ஹரப்பா, மொகஞ்சோதாரோ போன்ற நேர்த்தியாக திட்டமிடப்பட்ட நகரங்கள்; உயர்ந்த மேட்டுப்பகுதியில், மேற்குத் திசையில் அமைந்த கோட்டைப் பகுதி, அப்பகுதியில் அமைந்த பொதுக்கட்டடங்கள், தானியக் களஞ்சியங்கள், பெருங்குளியலிடம் போன்ற கட்டமைப்புகள் மழைக்காட்டின் ஓங்கி உயர்ந்த எழுச்சி அடுக்கின் குறியீடு என்றால் சிந்துவெளிப் பண்பாட்டின் பல்திறன் கொண்ட பெருவாரியான மக்கள்தொகை கீழ் நகரம் (*Lower Town*) என்று கிழக்குத் திசையில் வடிவமைக்கப்பட்ட பெரிய குடியிருப்புப் பகுதியில் வாழ்ந்துள்ளனர். இப்பகுதியில்தான் வணிகர்கள், கைவினைஞர்களின் வீடுகள், தொழிற்கூடங்கள், பொதுமக்கள் குடியிருப்புகள் அமைந்திருந்தன.

உள்நாட்டு, வெளிநாட்டு வணிகம் அபரிமிதமாக இருந்திருந்தாலும் வேளாண்மை, கால்நடை வளர்ப்புப் பொருளாதாரம் மற்றும் அதன் உபரி என்ற வலுவை அடிப்படையாகக் கொண்டே சிந்துவெளி நகர்மய சமூக, பொருளாதார, பண்பாட்டுக் கட்டமைப்பு இயங்கி இருக்க வேண்டும். இந்த இரண்டு அடுக்குகள் சற்று இடைவெளியில் தனித்து இயங்கினாலும் இவை ஒரு கட்டமைப்பின் இரண்டு பிரிக்கமுடியாத உள்ளீடான கூறுகளே என்பதில் ஐயமில்லை. கோட்டைப் பகுதியில் காணக்கிடைக்கிற எல்லா வகையான வாழ்வியல் வசதிகள், வடிகால்கள், பொதுச் சுகாதார வசதிகளும், குடிநீர் வசதிகள், நேர்த்தியான தெருக்கள் கீழ் நகரத்திலும் இருந்தன என்பது கவனிக்கத்தக்கது. சிந்துவெளி நகர வாழ்வியல் ஒன்றின் தலையில் மற்றொன்று உட்காரும் படிநிலையாக இல்லாமல்; ஒன்றில் ஒன்று கலந்து ஒன்றாகி உருக்குலைந்து போகும் உருக்குப்பானையாகவும் இல்லாமல் சேர்ந்தியங்கும் மழைக்காடு போன்ற உருவக நிலையில் இயங்கியிருக்கிறது என்றே தோன்றுகிறது.

கீழ் நகரின் ஊடாக உருவம் பெறும் பண்பாட்டிற்கான தடயங்கள் பெரும் மழைக்காட்டின் கீழடுக்கையும், ஈரம் கசியும் காட்டுத்தரையையும் நினைவுபடுத்துகின்றன. இதையெல்லாம் மீறி இரண்டுக்கும் பொதுவாக பெருமழைக்காட்டின் பொதுக்குடை போல சிந்துவெளிப் பண்பாட்டின் வாழ்வியல், இணக்கமான இசைவுடன் இயங்கியதாகத் தோன்றுகிறது. அதனால்தான் கோட்டைப் பகுதியையும் கீழ் நகரத்தையும் பிரிக்கும் இடைவெளிகளில் காணப்படும் பொது இடங்கள் இரண்டு பகுதிகளில் உள்ள மக்களும் உறவாடும் இடம் போல காட்சியளிக்கின்றன. சிந்துவெளி பொறிப்புகளின், முத்திரைகளின் பல்வேறு வகையான காட்சிப் படிமங்கள் நம் கண் முன்னால் வருகின்றன. தாய்த் தெய்வ வழிபாடு, மர வழிபாடு, தெய்வத்துக்குப் பலியிடுதல், அழகிய இளம் பெண்ணின் செப்புச் சிலை, பூசாரித் தலைவன் என்று அழைக்கப்படும் தலைவனின் கம்பீரம், ஏறுதழுவல் போல காளையுடன் மோதும் இளைஞர்கள், உருவபொம்மைகள், பொம்மை வண்டிகள், அழகிய பானை ஓவியங்கள் என்று காணும் பொருட்களின்மூலம் கிடைக்கும் அனுபவத்தில் இந்த மழைக்காட்டின் பன்முகத் தன்மையை நம்மால் உணர முடிகிறது.

சிந்துவெளியில் மாபெரும் வழிபாட்டுத் தலங்கள், ஆயுதக் கிடங்குகள் இல்லை; தானியக் களஞ்சியம், பெருங்குளியலிடம் இருந்தன. இது சிந்துவெளிப் பண்பாட்டை ஓர் அமைதியான மழைக்காடாகவே முன்னிறுத்துகிறது. பண்டைய செம்பு காலத்தின் எகிப்திய, சுமேரிய, மெசபொடேமியா பண்பாடுகளுடன் ஒப்பிட்டுப் பார்த்தால் சிந்துவெளிப் பண்பாடு பரவலானது. எகிப்து பண்பாட்டின் மாபெரும் பிரமிடுகளின் ஊடாக முன்னுரிமை பெறும் ஆளும் வர்க்கத்தின், அரசர்களின் ஆடம்பரம், இறப்புக்கு பின்னான வாழ்க்கைப் பற்றிய கோட்பாடுகள், சுமேரிய மெசபொடேமியா பண்பாடுகளில் முன்னுரிமை பெறும் கோயில்கள், அரண்மனைகள் ஆகிய அடையாளங்களில் இருந்தும் சிந்துவெளிப் பண்பாடு தூரம் விலகி தனது வாழ்வியலின் தனித்துவத்தை வெளிப்படுத்துகிறது.

சிந்துவெளிப் பண்பாட்டின் மையப் புள்ளியான நகர் வாழ்வியல் ஒரு துணிச்சலான முன்னெடுப்பு. பன்மியத்தின் நோக்கத்தையும், பயனையும் புரிந்துகொண்ட, கலந்து இனிது உறையும் ஒரு பண்பாட்டு எழுச்சி அது.

சிந்துவெளி நகரப் பண்பாடு இவ்வாறு ஒத்திசைவுடன் இயங்கினாலும் ஒருகட்டத்தில் அது நலிவடைந்தது. சுற்றுச்சூழல், பேரிடர், சமூகப் பொருளாதார அரசியல் கட்டமைப்பு கட்டுபடியாகாமல் போனது என்ற எதிர்மறையான தாக்கங்கள் நேர்ந்திருக்கலாம். ஒருவகையில், மிக நேர்த்தியாகத் திட்டமிட்டுச் செயல் வடிவம் தரப்பட்ட இந்தச் சார்பு இயக்க வாழ்வியலில் ஒருகட்டத்தில் நேர்ந்த சமச்சீரின்மை *(imbalance)* கூட ஒருவேளை சிந்துவெளிப் பண்பாட்டின் வீழ்ச்சிக்கான காரணங்களில் ஒன்றாக இருந்திருக்கக்கூடும்.

சிந்துவெளியின் ‘மாபெரும் மழைக்காட்டு’ சமூகப் பொருளாதாரக் கட்டமைப்பில் பல்வேறு காரணங்களால் நேர்ந்த சீர்குலைவால் அதிகம் பாதிக்கப்பட்டது அந்த மழைக்காட்டின் உச்சாணிக் கொம்புகளாகத் தான் இருந்திருக்க வேண்டும். ஏனெனில், வெளிநாட்டு வணிகம் என்ற அச்சாணி முறிந்த போது சிந்துவெளி வணிகர்களும், ஏற்றுமதி பொருட்களை உற்பத்தி செய்த கைவினைஞர்களும் தான் பெரும் பாதிப்புக்கு உள்ளாகி இருக்க வேண்டும். அதனால்தான் சிந்துவெளிப் பண்பாட்டின் நலிவுக்கு பின்னால் வந்த காலகட்டங்களில் ஓங்குநிலை மாடங்களுக்கான தடயங்கள் இல்லை. அது ஒரு ‘வாழ்ந்து கெட்ட’ காலம். இந்தச் சீர்குலைவால் நகர்மய வாழ்வு நலிவடைந்து நாட்டுப்புற வாழ்வியலை நோக்கி நகர்ந்த போது, நேர்ந்த பின்னடைவு காலத்தை இந்தியாவின் வரலாற்றுக்கு முற்பட்ட காலகட்டத்தின் நகர்மய நலிவுக் காலகட்டம் *(De Urbanization Phase)* என்று அழைக்கிறோம். இவ்வாறு நகர்மய வாழ்வு நாட்டுப்புறங்கள் நோக்கி நகர்ந்ததால் கைவிடப்பட்ட ஆளரவமற்ற நகர்ப்புற சிதைவுகள் அந்த நிலப்பகுதிக்குப் புதிதாக வந்து சேர்ந்த பண்பாட்டினருக்கு மிகுந்த வியப்பை அளித்திருக்க வேண்டும். இந்த இடத்தில் சிதைவடைந்த வாழ்வியலையும் அங்கிருந்து புலம்பெயர்ந்தவர்களைப் பற்றியும் தைத்திரிய பிராமணம் *(II 4, 6, 8)* வியப்புடன் குறிப்பிடுவது நினைவுக்கு வருகிறது.

"ஓ வைஸ்வானர இந்த மக்கள் உன்னால் விரட்டப்பட்டார்கள் அவர்கள் இப்போது வேறு எந்த நிலத்துக்கோ புலம்பெயர்ந்து போய்விட்டார்கள்." *(Burrow 1992: 163)*

மிகச் செழிப்போடும் செல்வாக்கோடும் விளங்கிய சிந்துவெளிப் பண்பாடு நலிவடைந்த போது அப்பண்பாட்டின் உச்சிக்கொம்புகளும், கிளைகளும் பாதிக்கப்பட்டாலும் அதன் உள்ளடுக்கும், மண்ணுடன் வேரூன்றிய அடித்தளமும் அவ்வளவு அதிகமாகப் பாதிக்கப்படவில்லை என்று தோன்றுகிறது. அந்த அடித்தளம் தான் வேளாண்மை, கால்நடை வளர்ப்பு என்று சிந்துவெளியின் நகர்மய எழுச்சிக்கு முன்பிருந்தே இயங்கிவந்த யதார்த்த வாழ்வியல் ஆகும். நகர நாகரிகத்தின் எழுச்சியும் வீழ்ச்சியும் வேளாண்மை சார்ந்த வாழ்வியலில் குறைவான தாக்கத்தை ஏற்படுத்தி இருக்க வேண்டும். இது எல்லா காலகட்டத்துக்கும் எல்லா சமூக பொருளாதார வாழ்வியலுக்கும் பொருந்தும். இன்றும்கூட செழித்திருக்கும் ஒரு பொருளாதாரத்தில் திடீர் வீழ்ச்சி ஏற்படும் போது கிராமப்புற வாழ்வியல் அதிர்வலைகளுக்கு உள்ளானாலும் மீண்டுவந்து தொடர்கிறது. ஆனால், மிகச் சுறுசுறுப்பாக இயங்கும் பெரிய நகரங்கள்தான் முடங்கிப் போகின்றன.

வேளாண்மையை அடிப்படையாகக் கொண்ட வாழ்வியல் மற்ற பொருளியல் சூழல்களைவிட அதிகமான நிலைப்புத் தன்மை கொண்டது. அரசியல், பண்பாட்டு, மொழிச் சூழல்களில் மாற்றங்கள் நேர்ந்தாலும் நிலம் சார்ந்த வாழ்வியல் தனது போக்கில் தொடர்கிறது. படிப்படியாக புதிய அரசியல், மொழி, பண்பாட்டுச் சூழல்களின் கொடுக்கல் வாங்கல்களின் ஊடாக இயல்பு வாழ்க்கை தொடர்கிறது. இத்தகைய ஒரு சூழல்தான் சிந்துவெளி நகரங்களின் வீழ்ச்சிக்குப் பின்னால் வடமேற்கு மற்றும் வட இந்திய நிலப்பகுதிகளில் ஏற்பட்டிருக்க வேண்டும். அதுமட்டுமின்றி செழிப்புள்ள வணிகர்கள் வேறு இடங்களுக்கு புலம்பெயர்ந்து செல்லும் வாய்ப்புகள் அதிகம். ‘அக்கரைப் பச்சை’ செல்வ வணிகர்களின் கண்களுக்கு தான் முதலில் தெரியும்; ஏனெனில் ஏற்றுமதிக்கான மூலப்பொருட்கள் கிடைக்கும் இடங்கள் *(raw material sources)*, மதிப்புக் கூட்டும் இடங்கள் *(value adding locations)*, அவற்றை விற்கும் சந்தைகள் *(markets)* என்று பல்வேறு தளங்களில் இயங்குபவர்கள் வணிகர்கள். கைவினைஞர்களும் மற்றவர்களும் புதிய இடங்களில் சென்று தொழில் செய்யலாம். ஆனால், நிலத்தை நம்பி வாழும் பெரும் மழைக்காட்டின் தரைத்தள வாழ்க்கை எங்கு நகர்ந்து செல்ல முடியும்? வேளாண்மை சார்ந்த புலப்பெயர்வுகள் விரைவாக நிகழ்வதில்லை. அவை காலப்போக்கில் மெல்ல மெல்ல நிகழ்ந்திருக்க வேண்டும்.

சிந்துவெளிப் பண்பாட்டின் மேட்டுக்குடி மக்கள், விரைவாக வேறு இடங்களுக்கு இடம் பெயர்ந்து செல்லும் திறனும், வாய்ப்பு கொண்டவர்களாக இருந்திருக்க வேண்டும். தொல்தமிழ்த் தொன்மங்களில் இயற்கைப் பேரிடர்களின் பின்னணியில் நினைவுகூரப்படும் பாண்டியர் புலப்பெயர்வுகள், புதிய தலைநகரங்கள், தமிழ்ச்சங்கங்களின் இடமாற்றங்கள், கொங்கு மக்களின் தொன்மக் கதை மரபுகளில் மீண்டும் மீண்டும் நினைவுகூரப்படும் வேளாண்மை சார்ந்த புலப்பெயர்வுகள், செட்டிநாடு பகுதியில் வசிக்கும்

நகரத்தாரின் தொன்மக் கதைகள் நினைவுகூரும் அடுத்தடுத்து நிகழும் தொடர் புலப்பெயர்வுகள் என்று தமிழர் சார்ந்த தொன்மங்கள் முழுவதும் காணப்படும் பொதுக்கூறு, புலப்பெயர்வு தான். இவற்றை ஆய்வுசெய்வதன்மூலம் சிந்துவெளிப் பண்பாட்டின் புலப்பெயர்வைப் பற்றிய புரிதல்கள் கிடைக்கும் வாய்ப்பிருக்கிறது.

இவ்வாறு சிந்துவெளிப் பண்பாட்டின் உருவகமாக நாம் முன்னிறுத்தும் மழைக்காட்டின் சில அடுக்குகள் புலம்பெயர்ந்து சென்ற போது அதன் சிறப்பு இயல்புகளை தங்களது வாழ்வியலின் ஒருபகுதியாக கொண்டு சென்றிருக்க வேண்டும். அதேநேரத்தில் முற்றிலும் எடுத்துச் செல்ல முடியாத சில கூறுகளை தங்களது தாயகத்தில் விட்டு சென்றிருக்கவேண்டும். அந்தவகையில் சிந்துவெளிப் பண்பாட்டின் சில நினைவுகள் அந்த மக்கள் புலம்பெயர்ந்த புதிய நிலப்பகுதிகளில் மறுபதியம் செய்யப்பட்டது.

சிந்துவெளிப் பண்பாட்டின் பெருநகரங்களில் உச்சகட்டச் செழிப்பில் வாழ்ந்த அந்த மக்களுக்கு ஏற்பட்ட பின்னடைவு, அதைத் தொடர்ந்த புலப்பெயர்வு வலிமிகுந்த ஒரு கூட்டு அனுபவமாகத்தான் இருந்திருக்க வேண்டும். பாதுகாப்பான புதிய இடங்களுக்கு இடம்பெயர்ந்தாலும் சிந்துவெளிப் பண்பாட்டின் மிக முக்கியமான ஆளுமை அடுக்குகளான எழுச்சி மற்றும் குடை அடுக்குகளின் கூறுகள், வாய்மொழி மரபுமூலம் புதிய இடங்களுக்கு நகர்த்தப்பட்டு, மக்களின் மொழியில், மரபுகளில், வாழ்வியல் கூறுகளில், பின்னர் ஆவணப்பதிவு செய்யப்பட்ட இலக்கியங்களில் தொடர்ந்து கடந்தகாலத்தின் எச்சமாக நீடித்து நிலைத்திருக்க கூடும். ஒரு காலகட்டத்தில் புதிய தாயகம் நிகழ்காலத்தின், இருப்பின் மையப்புள்ளி ஆகிவிடுகிறது. விட்டு வந்த பூமிகள் ஒரு மங்கலான மீள்நினைவில் தொலைதூரப் புள்ளிகளாய் இருந்து மறந்து, மறைந்து விடுகின்றன. பழைய இடங்களில் தங்கி விட்டவர்கள் புதிய எதார்த்தத்துக்குப் பழகிப் போகிறார்கள். புதிய மொழிகள், புதிய சித்தாந்தங்கள், கொண்டு வந்த தாக்கங்களை உள்வாங்கி ஒரு புதிய கலவையாக அவர்களின் பழைய வாழ்க்கை தொடர்கிறது. இவ்வாறு மனிதர்களின் வரலாறு, பயணங்களின் இருப்பாலும், மறுப்பாலும் கட்டமைக்கப்படுகிறது.

சிந்துவெளிப் பண்பாட்டின் அடித்தளக் கோட்பாடுகள் இந்தியத் துணைக்கண்டப் பெருவெளியில் மிக அழுத்தமாக ஆவணப்பதிவு பெறுவது சங்க இலக்கியங்களில் மட்டும்தான் என்று தோன்றுகிறது. சங்க இலக்கியங்கள் தான் திராவிட மொழிக் குடும்பத்தின் இலக்கியங்களிலேயே மிகத் தொன்மையானது. நமது கைகளில் வைத்திருக்கும் சங்க இலக்கியங்கள் கால வெள்ளத்தின் இடர்களை, தடைகளை, கரையான்களை மட்டும் அல்ல, ஒழிப்பு முயற்சிகளையும் மீறி மிச்சம் இருப்பவைதான்.

இந்தியத் துணைக்கண்ட பெருவெளியில் காலக்கணிப்பின் அடிப்படையில் வடமொழியில் உள்ள சில இலக்கியங்கள் சங்கத் தமிழ் இலக்கியங்களை விட காலத்தால் முந்தையதாகக் கூட இருக்கலாம். ஆனால், அது சிந்துவெளிக்கும், சங்க இலக்கியத்துக்கும் இடையிலான தொடர்பை, நெருக்கத்தை எந்த வகையிலும் பாதிக்கப் போவதில்லை. ஏனெனில், வடமொழி இலக்கியங்களில் சங்க இலக்கியங்களில் காணப்படும் அளவுக்கு நகர்மய வாழ்வியலின் உயிர்த்துடிப்பான துல்லியமான படப்பிடிப்பு இல்லை. கடல்களை, கடற்கரைகளை, கடல் அனுபவங்களை அறியாத எந்த இலக்கியமும் சிந்துவெளிப் பண்பாட்டிற்கு நெருக்கம் காட்ட முடியாது. அவ்வகையில் வடமொழி இலக்கியங்கள் சிந்துவெளிப் பண்பாட்டின் உண்மை முகங்களில் இருந்து வேறுபட்டதாக இருக்கிறது. ஆனால், வடமேற்கு இந்தியாவில் இருந்து வெகு தூரத்தில் ஆவணமான சங்க இலக்கியம் சிந்துவெளிக்கு நெருக்கமாக இருக்கிறது. இந்த அடிப்படை உண்மையை புரிந்து கொள்ளும் வரையில் இந்தியவியல் பற்றிய புரிதல் முழுமை பெறாது.

தொல்காப்பியத்தில், அதற்கு முற்பட்ட காலத்தைச் சேர்ந்த இலக்கண, இலக்கிய மரபு பற்றிய ஏராளமான குறிப்புகள் உள்ளன. எனவே, தொல்காப்பியம் இப்போது கிடைக்கும் இலக்கணங்களில் தொன்மையானது என்றாலும் அது தமிழின் முதல் இலக்கணப் படைப்பு இல்லை என்பதற்கு தொல்காப்பியமே அகச்சான்று அளிக்கிறது. தொல்காப்பியத்திற்கு முற்பட்ட காலகட்டத்தில் இத்தகைய இலக்கண மரபுகள் தோன்றுவதற்கு நீண்ட நெடிய காலம் தேவைப்பட்டிருக்கும். அந்தக் காலகட்டத்துக்கு இதுவரை முகவரியும், தேதிகளும் தரப்படவில்லை. ஆனாலும் அது அக்காலகட்டத்தின் இருப்பை மறுக்க இயலாது.

இந்தியாவின் வடமேற்கு மற்றும் வடக்கு பகுதிகள் வரலாற்றுக்கு முற்பட்ட காலகட்டங்களில், வரலாற்றுக் காலங்களில் அந்நியப் படையெடுப்புகள், புதிய பண்பாடுகளின் வருகை, ஊடுருவல்கள், குருதிக் கலப்பு என்று தொடர் தாக்கங்களுக்கு ஆளாகி வந்ததால் அந்த நிலப்பகுதிகளும் அதன் விளைவாக அங்கு நிலவிய பண்பாடுகளும் தொடர்ந்து மாறுதல்களுக்கு ஆளாகி வந்தன. ஆனால், இந்தியாவின் கிழக்குப்பகுதி ஒரு மாறுபட்ட உணர்வைத் தருகிறது. ஒடிசா, சத்தீஸ்கர் போன்ற மாநிலங்கள், மக்கள்தொகையின் அடிப்படையில் பன்மியத்தின் சோதனைக்கூடங்களாகவே இன்றும் கூட விளங்குகின்றன. ஒடிசாவில் ஆஸ்ட்ரோ ஆசியாட்டிக் (முண்டா பழங்குடிகள்), திராவிடம், இந்தோ-ஆரியம் என்ற மூன்று மொழிக் குடும்பங்களைச் சேர்ந்த மொழிகளைப்

பேசுபவர்கள் அருகருகே வாழ்வது பன்மியத்தின் உச்சமாகும். ஒடிசாவின் தெற்குப் பகுதியில் உள்ள கோராபுட் பகுதி இதற்கு எடுத்துக்காட்டாகும்.

கிழக்குக் கடல் ஓர் எல்லையாக அமைந்துவிடுவதால் கிழக்கு இந்தியாவில் அனைவரும் இணக்கமாகக் கூடி வாழ்வது என்பது புவியியல் கட்டமைத்த ஒரு தேவையாகவே மாறிவிடுகிறது. அதனால்தான் வடமேற்கு இந்தியாவில், வடக்கு இந்தியாவில் உள்ளதைவிட அதிகமான பன்மியக் கூறுகள் கிழக்கு இந்தியாவில் உள்ளன. கிழக்கு இந்தியப் பகுதியில் எவ்வளவு தூரம் பயணிக்கிறோமோ அந்த அளவுக்கு ஆழமாக தென்னிந்திய பண்பாடு, குறிப்பாக மட்பாண்ட மரபுகள், பெருங்கற்கால எச்சங்கள், உணவு பழக்கவழக்கங்கள், நம்பிக்கை மரபுகள் என்ற ஒரு தொடர்புச் சங்கிலியை பார்க்க முடிகிறது. சிந்துவெளி வணிகர்களைப் பொறுத்தவரையில் அவர்கள் ஏற்கெனவே கடல் வணிகத்தில் தேர்ச்சி பெற்றிருந்தார்கள். லோத்தல் போன்ற துறைமுகம் மேற்கு கரையில் உள்ளது. சிந்துவெளி பொருளாதாரம் நலிவடையும் போது சிந்துவெளி கடல் வணிகர்களின் கவனம் மேற்குக் கரையை ஒட்டி, தெற்கு நோக்கி நகர்வதாக இருந்திருக்குமே தவிர கங்கைச் சமவெளியின் வழியாக கிழக்கு நோக்கி நகர்ந்திருக்க அதிகம் வாய்ப்புகள் இல்லை. அதனால்தான் இந்தியப் பண்பாட்டு மரபின் ஆகச்சிறந்த கடல் வணிகம் சார்ந்த பண்பாட்டு இலக்கியமாக சங்க இலக்கியம் மிளிர்கிறது.

ஆனால், மலைச் சூழல்களிலும், வேளாண்மையிலும் ஈடுபட்டிருந்த மக்கள் கிழக்கு உட்பட எல்லா திசைகளிலும் பரவியிருக்க வாய்ப்பு இருக்கிறது. வணிகம், கைவினைத் திறன் ஆகியவை வெற்றிடத்தில் வளர்வதில்லை. செழிப்பான வேளாண்மை மற்றும் கால்நடை வளர்ப்புப் பொருளாதாரத்தின் பின்னணியில் உபரிச்சூழலில் வணிகம் மற்ற கைவினைத் திறன்கள் முன்னுரிமை பெறுகின்றன. எனவே கடந்த காலங்களில் கூட்டாகப் புலப்பெயர்வு என்பது ஒரு சமூகப் பொருளாதார தேவையாக இருந்திருக்கிறது. அது ஒரு கூட்டு நடவடிக்கையும் கூட. சமூகக் குழுக்களின் பல்வேறு தொழில்திறன், கைவினைத்திறன் கொண்ட ஒரு சமூகமாக அவர்கள் நகர்ந்திருக்கிறார்கள். இத்தகையப் புலப்பெயர்வுக்கு கொங்கு வாழ்வியல் ஒரு சிறந்த உதாரணமாக இருக்கிறது. கொங்குப் புலப்பெயர்வு பல்வேறு பிரிவினரை உள்ளடக்கியதாகவே நேர்ந்திருக்கிறது.

மழைக்காடு என்ற உருவகமே இந்திய பண்பாட்டிற்கு கூடுதல் பொருத்தமாக இருக்கிறது என்ற வாதத்தை ஹரப்பா பண்பாட்டுக்கு முற்பட்ட காலகட்டத்திலிருந்து பொருத்திப் பார்க்க முடிகிறது. ஹரப்பா பண்பாட்டுக்கு முற்பட்ட காலங்கள், ஹரப்பா பண்பாட்டு காலம், அதன்பின் நேர்ந்த புலப்பெயர்வுகள் என்ற எதனோடும் மழைக்காட்டு உருவகத்தை பொருத்திப் பார்க்கலாம். இந்தியப் பண்பாட்டில் அடியாழமாக உள்ள பழங்குடிப் பண்பாடுகள், கிராமப்புறப் பண்பாடுகள் வேத பண்பாட்டுக்கு தொடர்பற்ற ஓர் அடியடுக்காகத் திகழ்வதை மழைக்காட்டு உருவகம் மூலமாகத்தான் தெளிவாக விளக்க முடியும்.

பண்டைய வடமொழி இலக்கியங்களில் கிழக்கு இந்திய அரசுகள் பற்றியும், தென்னிந்திய அரசுகள் பற்றியும் கிடைக்கும் தகவல்கள், கல்வெட்டுச் செய்திகள் இதை உறுதிசெய்கின்றன. சிந்துவெளிப் பண்பாட்டிற்கு உரித்தான சில கூறுகள் சங்க இலக்கியத்தில் எப்படி ஆவணப்பதிவு பெற்றன என்ற கேள்வியை இந்த புரிதலின் ஊடாகத்தான் அணுகமுடியும். இந்தியா என்ற கருத்தியலின் (Idea of India) அடிப்படைக் கூறுகளைத் திறந்த மனத்தோடு சீராய்வு செய்ய வேண்டிய தேவை இருக்கிறது. இந்தியாவின் பன்மியம் என்பது அதன் தலையில் சூடிய மகுடமோ, தலைப்பாகையோ அல்ல. பன்மியம் இந்தியாவின் வேராக இருக்கிறது. இந்தியப் பண்பாட்டின் பெரும் மழைக்காட்டுப் பண்பு சிந்துவெளியில் இருந்து கிழக்கில் மகாநதி மற்றும் பைத்தரணி வரையும் தெற்கில் வைகை, தண்பொருநை வரை இன்றும்கூட இனம் காணத்தக்க எதார்த்தம் ஆகும்.

இவ்வாறு இந்திய பண்பாட்டின் பெரும் மழைக்காட்டுப் பெருமிதத்தை மீள்வாசிப்பு செய்யும் முயற்சியில் சங்க இலக்கியம் ஒரு முக்கியமான தகவல் களஞ்சியமாக அங்கீகரிக்கப்பட்டு கணக்கில் கொள்ளப்பட வேண்டும். சங்க இலக்கியம், இந்தியா பற்றிய புரிதலுக்கான துணை நிலைச் சான்று அல்ல; மாறாக ஒரு முதல் நிலைச் சான்று. அத்தகைய புரிதல் இந்தியா என்ற கருத்தியல் பற்றியும் அதன் பன்மிய வேர்கள் பற்றியும் ஆகச்சிறந்த புரிதலை நமக்கு அளிக்கும்.

இந்தப் புரிதலின் பின்னணியில் ஒரு பண்பாட்டுப் பயணம்: சிந்து முதல் வைகை வரை என்ற இந்த நூல் அடையாளப்படுத்தும் சில பிரச்சினைகள், அவை குறித்த விவாதங்கள், இந்த நூல் கண்டறிந்து முன்மொழியும் சில புதிய புரிதல்களை இனி வரும் பகுதியில் தொகுத்துச் சொல்வது பொருத்தமான முடிவுரையாக இருக்கும்.

பகுதி - 2

சில வினாக்களும் விடைகளுக்கான தேடலும்

திராவிட மொழி பேசியவர்களும் சங்க காலத் தமிழர்களின் மூதாதையர்களும் இந்தியத் துணைக்கண்டத்தின் வடமேற்குப் பகுதிகளில் வாழ்ந்தார்களா?

ஆம். இந்தியாவின் வடமேற்குப் பகுதிகளில் மட்டுமல்ல, மேலும் பல்வேறு பகுதிகளில் குறிப்பாக ஹரப்பா பண்பாடு செழித்திருந்த குஜராத், மகாராஷ்டிரா நிலப்பகுதிகளிலும் திராவிட மொழிகளைப் பேசிய மக்கள் வாழ்ந்தார்கள். சிந்துவெளிப் பண்பாட்டின் நலிவையடுத்த காலகட்டத்தில் மக்கள்தொகையின் ஒரு பகுதியினர் அங்கிருந்து பெருமளவு புலம்பெயர்ந்தனர். ஏராளமானோர் அதே பகுதிகளில் தொடர்ந்து தங்கிவிட்டனர். அவ்வாறு தங்கியவர்கள் புதிய மொழி மற்றும் பண்பாட்டு மாற்றங்களுக்கு உள்ளாகினர்.

இந்த இரண்டு சாத்தியங்களில் 'புலம்பெயர்ந்தார்கள்' என்ற சாத்தியத்தை மையமாகக் கொண்டு அதற்கான தரவுகளைப் பார்த்தோம். கொற்கை-வஞ்சி-தொண்டி வளாகம் என்ற ஒப்புமை இடப்பெயர்த் தரவுகள் இதில் முதன்மையானவை. கொற்கை-வஞ்சி-தொண்டி வளாகத்தின் முக்கியச் சான்றுகளாக, இந்நூல் முன்னிறுத்தும் பெயர்கள் வேத இலக்கியங்களோ, பண்டைய வடமொழி இலக்கியங்களோ கேள்விப்படாதவை. இதற்கு நேர்மாறாக கொற்கை-வஞ்சி-தொண்டி வளாகத்தில் இடம்பெறும் இடங்கள், மலைகள், குடிகள், மன்னர்கள், நிலக்குடித் தலைவர்களின் பெயர்கள் போன்ற பெயர்களை உச்சரிக்காமல் தமிழ்த் தொன்மங்களின் அடையாளங்களைக் கட்டமைக்க முடியாது. இந்தப் பெயர்கள் சங்க இலக்கியங்களில் மட்டுமல்லாமல் தொல்தமிழ்க் கல்வெட்டுகளிலும் இடம்பெற்றுள்ளன. பரந்துவிரிந்த சிந்துவெளிப் பண்பாட்டின் எல்லைக்குள் திராவிட மொழியின் அட்சரேகை, தீர்க்கரேகைகளை அடையாளம் காட்டுகின்றன இந்தப் பெயர்கள்.

பாகிஸ்தானிலும், இந்தியாவின் வடமேற்குப் பகுதிகளிலும் இன்றுவரை புழக்கத்தில் இருக்கும் அதேநேரத்தில் அங்கிருக்கும் சமகால மக்களின் புரிதலுக்கு எட்டாத கொற்கை-வஞ்சி-தொண்டி வளாகம் சிந்துவெளிப் பண்பாட்டின் 'உறைந்துபோன பாதச்சுவடுகள்' என்றால் சங்க இலக்கியங்களில், தமிழ் பிராமி கல்வெட்டுகளில் இடம்பெறும் அதே கொற்கை-வஞ்சி-தொண்டி வளாகம் 'தமிழ்த்தொன்மங்களால் சுமந்து வரப்பட்ட மைல்கற்கள் எனலாம்.

இவ்வாறு புலம்பெயர்ந்த சிந்துவெளி இடப்பெயர்கள் அம்மக்களின் பொதுநினைவிலும் வாய்மொழி மரபுகளிலும் ஒரு தலைமுறையிலிருந்து, இன்னொரு தலைமுறைக்குக் கடத்தப்பட்டு, இறுதியில் சங்க இலக்கியங்களில் ஆவணப்பதிவு செய்யப்பட்டிருக்க வேண்டும். அதுமட்டுமின்றி சிந்துவெளி நிலப்பகுதிகளிலும், சங்க இலக்கியங்களிலும் இடம்பெறும் இந்த கொற்கை-வஞ்சி-தொண்டி வளாகத்தின் சில பெயர்கள் அச்சு அசலாக சமகால தமிழ்நாட்டில் இன்று வரை எஞ்சியுள்ளன என்பது இடப்பெயர்கள் சாகாவரம் பெற்றவை என்பதற்கான உரைகல். தோற்றத் தொன்மையும் தொடரும் இளமையுமாக இயங்கும் மொழிச்சூழல்களில், பண்பாடுகளில் இது சாத்தியமாகிறது.

சிந்துவெளிப் பகுதியையும், தென்னிந்தியாவையும் இணைக்கும் பல இடப்பெயர்கள் குஜராத், மகாராஷ்டிரா

போன்ற பகுதிகளில் உள்ளன. இந்த இடப்பெயர்கள் ஒரு 'பெயர் பாலம்' போலச் செயல்படுகின்றன. இந்தத் தொடர்ச்சியில் விடுபட்டுப்போன கண்ணிகள் என்று எதுவும் இல்லை. ஆனால் இடம், காலம் என்ற பரிமாணத்தில் தொல்பொருள் சான்றுகளில் ஓர் இடைவெளி இருக்கிறது. இந்த இடைவெளிக்கு ஒருவகையில் இந்தியாவில் பரவலாக காணப்படும் 'அகழாய்வு மெத்தனம்' (*Archeological Apathy*) காரணம் என்பது வருத்தத்திற்குரிய உண்மை. இந்தத் துயரத்தை தோண்டித்தான் தீர்க்க வேண்டும்.

சிந்துவெளிப் பண்பாட்டின் தோற்றம் விவாதத்திற்குரிய பன்முகப் பரிமாணங்கள் கொண்ட ஆய்வுத்தளம். இதில் பழங்காலப் புலப்பெயர்வுகளை நிறுவுவதற்கு இடப்பெயர்த் தரவுகள் எந்த அளவிற்கு நம்பகமானவை?

இடப்பெயர்த் தரவுகளின் நம்பகத்தன்மை ஐயங்களுக்கு அப்பாற்பட்டது. புலப்பெயர்வுத் தடங்களை அடையாளம் காண, இடப்பெயர்த் தரவுகளின் துணையை நாடுவது புதிய அணுகுமுறை அல்ல. ஏற்கெனவே உலகளவில் பல ஆய்வாளர்கள் கையாண்டிருக்கும் நடைமுறைதான். ஆயினும், அங்கும் இங்குமாக காணப்படுகிற ஒத்தொலிக்கும் இடப்பெயர்களை மட்டுமே முழுமையான தரவு என்று நம்பத் தேவையில்லை. குறிப்பிட்ட குடி, மொழி அடையாளம் சார்ந்த கருத்தியல் தொடர்புடைய தொகுப்புச் சான்றுகளை (*Thematic clusters*) இடப்பெயர் தரவுகளாக முன்னிறுத்துவதால் எதேச்சையான நிகழ்வுகளின் வாய்ப்பு குறைந்து அதன் நம்பகத்தன்மை அதிகரிக்கிறது. அதேநேரத்தில் இந்த இடப்பெயர்ச் சான்றுகளை மட்டும் பயன்படுத்தி புலப்பெயர்வுகளின் காலகட்டம் பற்றிய தீர்மானமான முடிவுக்கு வரஇயலாது.

சேரர், சோழர், பாண்டியர், பாரி, கொற்கை, வஞ்சி, தொண்டி, முருகன், கண்ணகி, பூம்புகார், மதுரை, வைகை, பொதிகை போன்ற பெயர்கள் இல்லாமல் தமிழ்த்தொன்ம அடையாளங்களை கட்டமைக்க முடியாது. இதைக் கருத்தில் கொண்டே, கொற்கை-வஞ்சி-தொண்டி வளாகம் என்ற குறியீட்டை ஒரு தேடலின் செயல்முறையாகவும் (*process*), அதே தேடலின் விளைவாகவும் (*outcome*) கருதுகிறோம்.

பல்துறை சான்றுகளின் கூட்டு அடித்தளம் சார்ந்தே இந்த நூலின் மையக்கருத்து நிற்கிறது. எடுத்துக்காட்டாக, எட்டாவது இயலில் விரிவாகப் பேசப்பட்டுள்ள மேல்-மேற்கு, கீழ்-கிழக்கு என்ற சிந்துவெளி நகரங்களின் இருமையான வடிவமைப்பையும் அதன் ஊடாகப் புலப்படும் திராவிடச் சொல்லாக்க முறைகளையும், நெடுவீச்சு சிந்தனைகளையும் மதிப்பிடலாம். மேல், கீழ் என்ற இணைபெயர்களாக வழங்கும் இடப்பெயர்களின் துணைகொண்டு சிந்துவெளிப் பண்பாட்டின் வீழ்ச்சிக்குப்பின் நேர்ந்த புலப்பெயர்வின் தடங்களை ஆராயமுடியும்.

இதை 'ஒரு பண்பாட்டின் பயணம்' என்று ஏன் சொல்கிறோம்? பண்பாடு என்ற சொல் ஏன்?

ஒரு குடியின் அல்லது குழுவின் தனித்துவ அடையாளங்கள் அனைத்தும் ஒட்டுமொத்தமாக இடம்பெயர்ந்து வேறொரு இடத்தில் மறுபதியம் செய்யப்பட்டது என்பதை ஒரு பண்பாட்டின் பயணம் என்று குறிப்பிடுவதன்மூலம் மட்டுமே நியாயப்படுத்த முடியும்.

ஒருவேளை சிந்துவெளிப் பண்பாட்டின் பரவல் மற்றும் தொடர்ச்சிக்கான அகழாய்வுத்தடயங்கள் தைமாபாத்திற்கு தெற்காக கர்நாடகம், தெலங்கானா, ஆந்திரப் பிரதேசம், தமிழ்நாடு, கேரளம் ஆகிய மாநிலங்களில் முனைப்புடன் தேடப்பட்டு கண்டறியப்பட்டிருந்தால் ஒரு பண்பாட்டின் பயணம் என்ற சொல்லாடல் தேவைப்பட்டிருக்காது. சிந்துவெளிப் பண்பாடு வடமேற்கு சமூகத்தின் தனித்துவ முன்னெடுப்பு என்ற உணர்வும் தோன்றியிருக்காது. சிந்துவெளி மற்றும் இன்றைய திராவிட மொழிக்குடும்ப நில இடைவெளிக்கு பெரிதாக விளக்கம் கொடுக்கும் தேவை இருந்திருக்காது.

1904ஆம் ஆண்டு வாக்கிலேயே ஆதிச்சநல்லூரில் சில தடயங்கள் கிட்டியும், பிறகு 1939இல் கே.என். தீட்சித் போன்ற அகழாய்வு வல்லுநர்கள் அறிவுறுத்தியும் கூட தென்னக அகழாய்வுகளில் தீவிர அக்கறை காட்டப்படவில்லை. இதன் விளைவாக சிந்துவெளிப் பண்பாட்டிற்கும், இந்திய துணைக்கண்டத்தின் தென்கோடியில் உள்ள வைகை-தாமிரபரணி பண்பாட்டிற்கும் உள்ள கால-நில இடைவெளி நிரப்பப்படவில்லை. அதனால், 'பயணம்' என்ற சொல்லாடல் தவிர்க்கமுடியாத முன்நிபந்தனை ஆகிறது. எனவே சிந்துவெளிப் பண்பாட்டின் திராவிடத் தொடர்பை நிறுவ முன்னெடுக்கப்படும் எந்த முயற்சியும் புலப்பெயர்வு, பயணங்கள் என்ற சொற்களை உள்ளடக்கியதாக இருக்கும்.

இந்த இடைவெளியை நிரப்ப இந்த நூல் கையாளும் இரண்டு வழிகள்: தொல்தமிழர்களின் வரலாற்றுக்கு முற்பட்ட காலகட்டங்கள் தொடர்பான தடயங்கள் சிலவற்றை குஜராத், மகாராஷ்டிரா ஆகிய இந்தோ-ஆரிய மொழிபேசும் நிலப்பகுதிகளில் மீட்டெடுக்க முடியும் என்று நிறுவுவது மற்றும் திராவிட மொழிக்குடும்பத்தின் தொன்மையான இலக்கியப்பதிவான சங்க இலக்கியங்களில் இந்தத் தொடர்புகள் பற்றிய தரவுகள் மீள்நினைவாக எஞ்சியுள்ளன என்பதை நிறுவுவதும் ஆகும்.

குஜராத் மகாராஷ்டிரா போன்ற மாநிலங்களில் தற்போது வழக்கில் உள்ள பல இடப்பெயர்களும் அதனோடு ஒப்புமை காட்டும் சங்க இலக்கியங்கள் மற்றும் தொல்தமிழ்க் கல்வெட்டுக்களில் ஆவணப்பதிவு செய்யப்பட்டுள்ள இடப்பெயர்களும் இந்தப் பயணத்தின் பாதச்சுவடுகளைக் கண்டறிய சிறந்த வழிகாட்டுதலைத் தருகிறது.

இந்த ஒப்புமை இடப்பெயர்களில் பல பெயர்கள், தற்காலத் தமிழ்நாட்டில் புழக்கத்தில் உள்ளன என்பது தோற்றமும் தொடர்ச்சியுமாக இயங்கும் ஒரு தொடர் ஓட்டத்தின் இணைப்புச் சங்கிலிகளை நம் கண்முன்னர் நிறுத்துகிறது. இந்த நூலின் பல்வேறு இயல்களில் அத்தகைய சான்றாதாரங்களை நாம் பேசியிருக்கிறோம். நன்னனின் நிலப்பகுதி, ஒட்டகங்களைச் சுமைதூக்கும் விலங்காக பயன்படுத்தும் வணிகமரபு, குறிப்பிட்ட காட்டுப்பகுதியில் வசிக்கும் சிங்கங்கள், அத்திரி எனப்படும் கோவேறு கழுதையின் காலை சுறாக்குஞ்சு கடித்த கழிமுகம், குறிப்பிட்ட பருவகாலத்தில் வெவ்வேறு திசையில் இருந்து வீசும் காற்றின் பண்புகள், மகாராஷ்டிர பிராகிருத மொழியில் எழுதப்பட்ட சத்தசஈ கவிதை தொகுப்பிற்கும், சங்க இலக்கியத்திற்கும் உள்ள மிக ஆழமான ஒற்றுமை என்று சான்றாதாரங்களை அடுக்கிக்கொண்டே போகலாம்.

இவ்வாறு இந்தியத் துணைக்கண்டத்தின் இருவேறு பகுதிகளைப் போகிற போக்கில் பொருத்திவிட்டுப் போகிற இந்த மீள்நினைவுகளின் ஊடாக பண்டைய பயணங்களின் பாதச்சுவடுகளைப் பார்க்கமுடிகிறது. இடம்-காலம் என்ற இருபரிமாணத்தில் இயங்கும் இந்தப் பயணத்தின் ஊடாக மட்டுமே சிந்துவெளியின் தெற்கு எல்லைக்கும், தென்னிந்தியாவின் சங்க இலக்கிய நில எல்லைக்கும் இடையிலான தூரத்தை விளக்கி நேர்செய்ய முடியும்.

இந்தப் பயணம் சில தனிமனிதர்கள், குடும்பங்கள், குடியிருப்புகள் மேற்கொண்ட பயணம் அல்ல. இது ஒரு நாகரிகத்தின் பயணம். ஓர் ஒட்டுமொத்தப் பண்பாட்டின் பயணம். மிக உன்னதமான நிலையில் இருந்த ஒரு நகர்மய நாகரிகம், ஏதோ ஒரு காரணத்தினால் சிதையும்போது அந்த நகர்மயப் பண்பாட்டின் இயக்கம் நிறைந்த மீள்நினைவுகள், அதற்குப்பின் வந்த பண்பாடுகளில் வாய்மொழிப் பாடல்களாகவும், ஆவணப்படுத்தப்பட்ட இலக்கியங்களாகவும் ஏதோ ஒருவகையில் தன் கடந்தகாலத்தை மீள்நினைவாக அசைபோட்டுக் கொண்டேதான் இருக்கும். அதைத்தான் சங்க இலக்கியம் ஒருவகையில் செய்திருக்கிறது.

இந்தப் பண்பாட்டின் பயணத்தில் 'சேரும் இடம்' (destination) என்று நாம் அடையாளப்படுத்தும் நிலப்பகுதிகளில் அந்த நகர்மயப் பண்பாட்டின் மிக முக்கியமான கூறுகள் ஏதோ ஒருவகையில் தலைதூக்கி, தமது இருப்பைச் சொல்லிக் கொண்டுதான் இருக்கும். சிந்துவெளிப் பண்பாட்டின் முக்கியமான பண்புகள் என்று கருதத்தக்க கருத்தாக்கங்களையும், அறிகுறிகளையும் சங்க இலக்கியம் தனக்குள் கூடுமானவரை பாதுகாத்து வைத்திருக்கிறது என்றுதான் சொல்ல வேண்டும். தமிழ் மக்களின் வரலாற்றுக்கு முற்பட்ட தொன்மங்களை வாசித்தறிய சங்க இலக்கியம் எந்த அளவுக்குத் துணைபுரியக் கூடும் என்பதை தமிழ்நாட்டில் அண்மையில் நடைபெற்ற, நடைபெற்று வருகின்ற அகழாய்வுகள் விளக்குகின்றன.

ஆதிச்சநல்லூரில் கிடைத்திருக்கிற உலோகத்தரவுகள், கீழடியின் மட்பாண்டங்கள், விளையாட்டுக் கருவிகள், பானைக் கீறல்கள், பகடைகள், பொம்மைகள், கட்டுமானத் தடயங்கள் என்று விரிகிற புதிய தரவுகள் அனைத்தும் சிந்துவெளிப் பண்பாட்டுக்கும், தொல்தமிழ்ப் பண்பாட்டுக்கும் இடையிலான மிக நெருக்கமான உறவை அடிக்கோடிடுகின்றன. இந்தப் பயணம் ஒரு 'முழுமையான

படம் 18.3 - தமிளி மைல்கல்

பயணம்'. இதன் ஊடாக பயணித்தது மனிதர்கள் மட்டுமல்ல அவர்களின் தனித்துவமான கோட்பாடுகள், தாய்த் தெய்வ வழிபாட்டு முறை, கடல் வணிக ஆற்றல்கள், நகர்மய வாழ்வைக் கொண்டாடும் மனநிலை, பொழுதுபோக்குக்குத் தரப்பட்ட முக்கியத்துவம், அன்றாடத்தில் வேரூன்றிய வாழ்வியல், கல்விப் பரவலாக்கம், இடப்பெயர்கள்/குடிப்பெயர்கள்/மனிதப் பெயர்களின் புலப்பெயர்வு என்று பன்முகத்தன்மை கொண்ட ஒரு கூட்டுப் பயணமாகத் தோன்றுகிறது. இந்த நூலுக்கு 'ஒரு பண்பாட்டின் பயணம்' என்று பெயர் வைத்தது காரணம் கருதியது மட்டுமின்றி நியாயமானதும்கூட.

சிந்துவெளி நலிவுக்குப் பிந்தைய இந்தியா பற்றிய ஆகச்சிறந்த ஆவணப்பதிவு சங்க இலக்கியம்

இந்தியத் துணைக்கண்டத்தின் பரந்த நிலப்பரப்பிலுள்ள பனிமலைகள், பாலைவனங்கள், கடல்களின் இயல்பைத் துல்லியமாக அறிந்திருக்கும் செவ்வியல் இலக்கியத் தொகுப்பு சங்க இலக்கியமாகும். சிந்துவெளிப் பண்பாடு நலிவடைந்த காலத்திற்கும், சங்ககாலம் என்று அறியப்படும் காலகட்டத்திற்கும் இடையே நீண்ட 'கால' இடைவெளி இருக்கிறது. சிந்துவெளிப் பண்பாட்டின் தொடர்ச்சியை அறிந்துகொள்ள சங்க இலக்கியம் துணைபுரியும் என்ற சாத்தியத்திற்கு இந்த இடைவெளி தடையல்ல.

முதல், இடை, கடை என்ற மூன்று தமிழ்ச்சங்க மரபுகளோடு நேரடித் தொடர்புடைய அரசகுலத்தினர் பாண்டியர் மட்டுமே. ஆனால், சங்க இலக்கியங்களில் சேரர், சோழர், பாண்டியர் என்ற மூன்று தமிழ் வேந்தர்களின் வெற்றிகள், பெருமிதங்கள் அனைத்தும் கொண்டாடப்படுகின்றன. சேரர், சோழர், பாண்டியர் ஆகிய மூன்று அரச மரபினரும் சங்க இலக்கியக் கவிதைகளை எழுதியுள்ளனர். சங்க இலக்கியம் தனது சமகால நிகழ்வுகளை மட்டும் கவிதையாக்கினால் இது சாத்தியம் ஆகாது. போர்க்களத்தில் மோதும் சமகாலச் சேரர், சோழர் பெருமையை பாண்டியர் ஏன் ஆவணப்படுத்த வேண்டும்? சங்க இலக்கியம் குறிப்பிடும் நிகழ்வுகள் மீள்நினைவு சார்ந்தவை; ஆவண முயற்சிக் காலத்திற்கும் முற்பட்ட நிகழ்வுகள் என்றால் மட்டுமே இது நடைமுறையில் சாத்தியம். அதுமட்டுமின்றி சேரர், சோழர், பாண்டியர் என்ற அரசியல் எல்லைகளை, அடையாளங்களைத் தாண்டிய ஒரு மொழி அடையாளம், பண்பாட்டு அடையாளம், அனைவருக்கும் பொதுவான கருத்தியல் வேரூன்றி இருந்தால் மட்டுமே இது சாத்தியமாக முடியும்.

கடையெழு வள்ளல்கள் என்ற பெருமிதத்திற்கு உரியவர்களாகப் போற்றப்படுவது மலைநிலத் தலைவர்களான பாரி, ஓரி, காரி போன்றவர்களே. இந்தப் பெயர்களில் மூவேந்தர்களில் ஒருவர் கூட வரவில்லை. சங்க இலக்கிய ஆவணப்பதிவு முறையில் ஒரு நிறுவனம் சார்ந்த அமைப்பு முறை இருந்தது என்பதில் ஐயமில்லை. சங்க இலக்கியத்திலேயே இதற்கு அகச்சான்று உள்ளது. மாங்குடி மருதனாரைத் தலைவராக கொண்டு இயங்கிய புலவர்களின் அவை பற்றிய குறிப்பு, பாண்டிய மன்னர் ஒருவர் பாடிய சங்க இலக்கியப் பாடலில் உள்ளது.

இலக்கியம் சார்ந்த இந்த முன்னெடுப்பில் பல்வேறு சமூகப் பொருளாதார பின்னணியை சேர்ந்த புலவர்கள் பங்களித்துள்ளனர். சங்கப் புலவர்களின் பெயர்களிலிருந்து அவர்களின் ஊர், தொழில் விவரங்கள் நமக்குக் கிடைக்கின்றன. அவர்களின் பன்முகப் பின்னணியை இந்தப் பெயர்களே பறைசாற்றுகின்றன. நிலம், பொழுது, கருப்பொருள் என்று சூழலியல் சார்ந்து இயங்கும் சங்க இலக்கியத்தில் வழிபாட்டு முறைகளும் தெய்வங்களும் இருந்தாலும் அதன் மையப்புள்ளி சமயம் அல்ல, சமூகமே என்பதையும் சங்க இலக்கியக் கவிதைகள் உறுதிசெய்கின்றன.

பண்டைய உலகின் செம்புக்கால, நகர்மயப் பண்பாடுகளில் உன்னதமானது சிந்துவெளிப் பண்பாடு எனில், அந்தப் பண்பாட்டை எதிரொலிக்கும் வளமான வாய்மொழி இலக்கிய மரபு இருந்திருக்க வேண்டும். சிந்துவெளி முத்திரைகளிலும், அகழாய்வுத் தடயங்கள் மூலமாகவும்

சிந்துவெளி மக்களின் சிற்பத்திறன், ஓவியத்திறன், கைவினைத்திறன் போன்ற பல்வேறு அழகியல் சார்ந்த படைப்பாற்றலுக்கான சான்றுகள் கிடைக்கின்றன. காலத்தால் அழியாத மாவுக்கல்லில் (*steatite*) கீறப்பட்ட எழுத்துக்கள் அல்லது சிறிய சொற்றொடர்கள் பேன்றவை பூமிக்கு அடியில் புதைந்திருந்தாலும் அழிந்து போகாமல் நம் கைகளுக்குக் கிடைத்துள்ளன. ஓலைகள், துணிகள் போன்ற பொருட்களில் எழுதியிருக்கக்கூடிய எழுத்துகள் அழிந்து போகக்கூடியவை. ஆனால், அங்கிருந்த சிந்துவெளி-திராவிட வாய்மொழிப் பாடல், கதைமரபுகள் ஒரு தலைமுறையிலிருந்து இன்னொரு தலைமுறைக்குக் கடத்தப்பட்டு பின்னொரு காலத்தில் இலக்கிய வடிவில் ஆவணப்படுத்தப்பட்டிருக்க வேண்டும் என்று எதிர்பார்க்கலாம். சிந்துவெளிப் பண்பாட்டின் மொழி அடையாளத்தை திராவிடக் கருதுகோளின் ஊடாக அணுகும்போது அத்தகைய வாய்மொழி மரபுகள், திராவிட மொழிக்குடும்பத்தின் மிகத்தொன்மையான தொல்தமிழ்ச் சங்க இலக்கியங்களில் மீள்நினைவாகப் பதிவு செய்யப்பட்டிருக்க வேண்டும் என்ற எதிர்பார்ப்பு நியாயமானதும் புரிந்துகொள்ளத்தக்கதும் ஆகும்.

சங்க இலக்கியங்களை ஆவணப்பதிவு செய்த மக்களின் மூதாதையர்கள் சிந்துவெளிப் பகுதியிலிருந்து புலம்பெயர்ந்தபோது இந்த மீள்நினைவுகளைச் சுமந்துவந்து சங்க இலக்கியத்தில் பதிவு செய்தார்கள். அதன்பின்னர், பூகோள இடைவெளியின் காரணமாக அவர்களுக்கு வட இந்தியத் தொடர்புகள் மிகக் குறைவாகவே இருந்திருக்க வேண்டும். வரலாற்றுக் காலத்திலும் மௌரியர் போன்ற பேரரசுகளும் ஆதிக்கம் செலுத்தமுடியாத தொலைதூரத் தனித்துவமாக சங்ககாலத் தமிழகம் விளங்கியிருக்கிறது.

வடஇந்தியப் பண்பாட்டுத் தாக்கங்கள், சங்ககாலம் தொட்டே தமிழ் நிலத்தில் ஓரளவு நேர்ந்திருந்தாலும் அவற்றின் தாக்கம் தீவிரமானது அல்ல. ஒருவகையில் பழங்கன்னடம், பழந்தெலுங்கு போன்ற மொழிகள் பேசப்பட்ட, இன்றைய கர்நாடகா, தெலுங்கானா, ஆந்திர பிரதேசம் போன்ற நிலப்பகுதிகளே இந்தோ-ஆரிய மொழி, பண்பாட்டு தாக்கங்களை அதிகம் உள்வாங்கிய நிலப்பகுதிகள் ஆகும். ஏனெனில் அவைதான் இந்தோ-ஆரிய மொழிக்குடும்ப நிலங்களோடு எல்லைகளைப் பகிர்ந்துள்ளன. அந்தவகையில் தமிழகத்தைச் சுற்றிலும் பிற திராவிட மொழிக்குடும்பப் பகுதிகளே அமைந்துள்ளன. முதிர்ச்சியடைந்த சிந்துவெளிப் பண்பாடு நிலவிய இன்றைய குஜராத் பகுதியிலும் சிந்துவெளிப் பண்பாட்டின் தொடர்ச்சி நிறுவப்பட்டுள்ள இன்றைய மகாராஷ்டிரத்திலும் ஒருகாலத்தில் தொல்திராவிட மொழி பேசப்பட்டது; பிறகு, அங்கு இந்தோ-ஆரிய மொழிகள் பரவின என்ற சாத்தியம் பற்றி ஏற்கெனவே விவாதித்திருக்கிறோம். மக்கள் வரலாறு வரைபடங்களில் இல்லை; வழித்தடங்களில் இருக்கிறது. பண்பாடு என்பது தேங்கிய குட்டை அல்ல; ஓடும் நதி.

தமிழ்மொழியில் நமக்குக் கிடைக்கும் முதல் இலக்கணமான தொல்காப்பியம் தனது காலத்திற்கு முந்தைய பல்வேறு இலக்கண, இலக்கிய மரபுகளைச் சுட்டிக்காட்டுகிறது. ஆனால் அவை நமக்குக் கிடைக்கவில்லை. சங்க இலக்கியங்களில் மீள்நினைவாக குறிப்பிடப்படுகிற நிகழ்வுகள், பழங்கால ஊர்கள், நகரங்கள், துறைமுகங்கள், மலைகள், காடுகள், விலங்குகள், தாவரங்கள் அனைத்தையும் வடவேங்கடம், தென்குமரி என்ற எல்லைக்குள் அடங்கிய தமிழ் அரசியல் நிலப்பகுதிக்குள் வலுக்கட்டாயமாகப் பொருத்தவேண்டிய தேவையில்லை. சங்க இலக்கியங்களின் ஊடாக புலனாகும் பல தொன்ம நிகழ்வுகளின் நிகழ்விடம் வேங்கட மலைக்கும் அப்பால் வடக்கிலும், வடமேற்கிலும் அமைந்திருக்கும் சாத்தியங்கள் உள்ளன.

வடமொழி இலக்கியங்களில் தென்னிந்தியாவைப் பற்றி மிகக்குறைவான செய்திகளே கிடைக்கின்றன. அக்குறிப்புகளும் குத்துமதிப்பானவையே. சிந்துவெளி வாழ்வியலோடு நெருங்கிய தொடர்புகொண்ட கடல்சார்ந்த தொலைதூர வணிகத்தை இந்தியச் செவ்வியல் இலக்கியங்களில் சங்க இலக்கியம்தான் கொண்டாடுகிறது.

இதைப்போலவே காலம் என்ற நோக்கில் சங்க இலக்கியங்கள், மீள்நினைவாகச் சொல்கிற தொன்மங்களை, சங்க இலக்கியங்களை ஆவணப்படுத்திய காலத்தோடு குழப்பிக்கொள்ளக்கூடாது. சங்க இலக்கியம் குறிப்பிடும் எல்லா நினைவுகளும் அதன் சமகால நிகழ்வுகள் அல்ல. சங்க இலக்கியங்களில் தேதிகள் குறிப்பிடப்படாத எண்ணற்ற கடந்த காலங்கள், மீள்நினைவாகச் சேமித்து வைக்கப்பட்டுள்ளன. ஆயினும், இந்தியவியல் ஆய்வாளர்கள், வடமொழி இலக்கியங்களுக்குக் கொடுத்த முக்கியத்துவத்தில் சிறுபகுதியைக்கூட சங்க இலக்கியங்களுக்கு அளிக்கவில்லை என்பது இந்தியவியலின் பேரிழப்பாகும். சங்க இலக்கியங்களை ஆங்கிலம் போன்ற உலகமொழிகளிலும் பிற இந்திய மொழிகளிலும் மொழிபெயர்த்துப் பரவலாகக் கொண்டுசேர்க்கும் பணியில் தமிழ் அறிவுலகம் மெத்தனம் காட்டியிருக்கிறது என்பதையும் ஒப்புக்கொள்ள வேண்டும். இதை நேர்செய்வது காலத்தின் கட்டாயம்.

ஆரியம்-திராவிடம், ஆரியம்-தமிழ், வடக்கு-தெற்கு இருமைகள்

ஆரியம்-திராவிடம், ஆரியம்-தமிழ், வடக்கு-தெற்கு என்ற இருமைகளை மொழியியல் அடிப்படையிலும் தனித்துவமான

கருத்தியல் அணுகுமுறைகளின் அடிப்படையிலும் புரிந்துகொள்ளும் தேவை உள்ளது. இவற்றைத் துல்லியமான இனம்சார்ந்த இருமைகளாகக் கட்டமைப்பது இன்றைய நிலையில் நடைமுறை சாத்தியம் அல்ல. குருதிவகை மற்றும் மரபணுக்களின் தனிக்கூறுகளின் அடிப்படையில் இந்தியத் துணைக்கண்ட மக்களை திராவிடர்கள், ஆரியர்கள் என்று திட்டவட்டமாக வரையறுத்து அறிவது இயலாது. இந்தியா முழுவதும் வெவ்வேறு விகிதங்களில் நெடுங்காலமாக தொடர் குருதிக்கலப்பு நேர்ந்துள்ளது என்பதை மரபணு ஆய்வுகள் சுட்டிக்காட்டுகின்றன. சில தனித்துவமான குருதிக்கலப்புகளின் விகிதாச்சாரங்களின் அடிப்படையில் சில மதிப்பீடுகளைச் செய்வது சாத்தியம் எனினும் பெருமளவில் இந்தியத் துணைக்கண்டம் மொழிக்குடும்பங்களால் பகுத்து அறியத்தக்க நிலப்பகுதியாக இருக்கிறதே தவிர, துல்லியமாக குருதி வகைசார்ந்து சாதி, இன அடையாளங்களால் கட்டமைக்கத்தக்கது அல்ல.

பண்பாடுகளின் நெடும் பயணம், நிலைத்து நீடிக்கும் அட்சரேகை-தீர்க்கரேகை என்ற எல்லைக் கோடுகளைக் கொண்டு இயங்கவில்லை. மனிதர்கள் தங்களின் பயணங்களின் ஊடாக எங்கிருந்து பார்க்கிறார்கள் என்பதன் (*locational view point*) அடிப்படையில் வாழ்விடங்களின் தெற்கும் வடக்கும் நகர்ந்து கொண்டே இருக்கின்றன. தற்கால புவியியல்/அரசியல் அடிப்படையில் 'வடக்கு-தெற்கு' என்று இருமைப்படுத்த முடியுமே தவிர இனம் சார்ந்து இருமைபடுத்த இயலாது. சமகால இந்திய வரலாற்றில் மிகவும் சர்ச்சைக்குரிய ஒரு களமாக இந்த வடக்கு-தெற்கு இருமை திகழ்கிறது. இதற்கு பண்பாட்டு அரசியல் சித்தரிப்புகள் காரணமாக உள்ளன.

இந்த இருமைகளை இரண்டு முனைகளில் இருந்தும் அணுகவேண்டும். இந்தோ-ஆரியம் என்ற மொழிக்குடும்பத்தின் பார்வையில் சில கேள்விகளைக் கேட்டு அதற்கான விடைகளை நாம் அறிதல் வேண்டும்.

ஆரியர்கள்-திராவிடர்கள் என்ற இருமைச் சித்தரிப்பை, திராவிடம் என்ற சொல்லாட்சியை கருத்தியலை. மேற்கத்திய ஆய்வாளர்களோடும் அதைத்தொடர்ந்து திராவிட இயக்கம் மற்றும் திராவிட அரசியலோடு மட்டும் தொடர்புபடுத்திப் பார்க்கும் ஓர் அணுகுமுறை இருக்கிறது. ஆனால், இந்த இருமைக்கும் திராவிடம் என்ற சொல்லாட்சிக்கும் ஒரு நீண்ட நெடிய வரலாறு இருக்கிறது.

திராவிட மொழிகளில் மிகவும் தொன்மையான இலக்கியமான சங்க இலக்கியங்களில் ஆரியர்கள், தமிழ் அரசர்கள், ஆரிய நிலம், தமிழ் நிலம், வடக்கு - தெற்கு என்ற இருமைகளின் அடிப்படைகளும், தனித்துவமான தத்துவ வேறுபாடுகளும் தெளிவாக முன்னிறுத்தப்படுகின்றன.

திராவிடர்கள் பற்றிய வடமொழி இலக்கியங்களின் பார்வை இணக்கமானதாக இல்லை. தொல்வடமொழி இலக்கியங்கள் மற்றும் கல்வெட்டுகள் திராவிட மொழி பேசும் மக்களை இந்தியாவின் தென்பகுதிகளில் அடையாளம் காண்பதோடு அவர்களை ஆரியர் அல்லாதவர்கள் என்றும், சமய நெறிமுறைகளைப் பின்பற்றாதவர்கள் (*Irreligious*) என்றும் குறிப்பிடுகிறது. திராவிடர்களின் நம்பிக்கை மரபுகள் ஆரியர்களின் சமயமரபுகளிலிருந்து வேறுபட்டது என்பதன் அடிப்படையில் இதைப் புரிந்துகொள்ளலாம். எடுத்துக்காட்டாக, திராவிடப் பண்பாடுகளில் பரவலாக காணப்படும் தாய்த் தெய்வ வழிபாடு; சமூகவியலில், சடங்குகளில் எருமையின் இடம் ஆகியவை இதற்குச் சான்று.

அதுமட்டுமின்றி தென்பகுதியிலும் (தமிழ் நிலங்களில்) கிழக்கு இந்தியாவிலும் ஆட்சிபுரிந்த அரசமரபினரை "தடம் மாறிய சத்திரியர்கள்" என்று வடமொழி சாஸ்திர நூல் குறிப்பிடுகிறது. தென்னிந்திய அரசமரபினர் மற்றும் தமிழ் மக்கள் பற்றிய கனிவற்ற சொல்லாடல்கள் நேர்ந்தது ஏன் என்பதற்கான காரணத்தை பண்டைத்தமிழ் சங்க இலக்கியங்களின் ஊடாகப் புரிந்துகொள்ள முடிகிறது.

திணைக் கோட்பாட்டின் அடிப்படையில் புவியியல் சார்ந்து கட்டமைக்கப்பட்ட இலக்கிய மரபின் ஊடாக நமக்குப் புலனாகும் வாழ்வியலுக்கும் வேதப் பண்பாடு மற்றும் ஏனைய வடமொழி சாஸ்திர நூல்கள் முன்வைக்கும் வாழ்வியலுக்கும் அடிப்படையிலேயே ஒரு முரண்பாடு உள்ளது. இதைப் புரிந்துகொள்வதன் மூலமாகவே இந்த இருமைகளின் பின்னணியைப் புரிந்துகொள்ள முடியும்.

சங்க இலக்கிய வாழ்வியல் நடைமுறை சார்ந்ததாகவும், பொருள்முதல்வாத வாழ்வியலாகவுமே நமக்குத் தோற்றமளிக்கிறது. அன்றாடத் தேவைகளும், தேடல்களும், செயல்பாடுகளும் சங்க இலக்கிய வாழ்வியலின் மையப்பொருளாக இருக்கிறது. மொத்தத்தில் சங்க இலக்கியம் அன்றாட வாழ்வியலை முன்னிறுத்தும் நடைமுறைசார் இலக்கியமாக இருக்கிறது. இது, வடமொழி வேத இலக்கியம் மற்றும் சடங்குகள் சார்ந்த வடமொழி இலக்கியங்களிலிருந்து வேறுபட்டதாகும்.

இந்தியக் கல்வெட்டுகளில் மிகத்தொன்மையானதாகக் கருதப்படும் அசோகரின் கல்வெட்டுகளில், சமஸ்கிருத இலக்கியங்களில் சேரர், சோழர், பாண்டியர் போன்ற அரசமரபினர் பற்றிக் குறிப்புகள் உள்ளன. ஆனால், இந்தத்

தமிழ் மன்னர்களுக்கும் வட இந்தியப் பேரரசர்களுக்கும் நேரடியாக பெரும் மோதல்கள், போர்கள் எதுவும் நிகழ்ந்ததாக குறிப்புகள் எதுவுமில்லை.

பொதுயுகத்திற்கு முன் இரண்டாம் நூற்றாண்டில் கலிங்கத்தை ஆண்ட காரவேலன் என்ற மன்னனின் ஹதிகும்பா கல்வெட்டில் தமிழ் மன்னர்கள் கூட்டணி பற்றி 'த்ரமிர தேக சங்காத்தம்' என்ற குறிப்பு உள்ளது. ஆனால், கலிங்க நிலப்பகுதியே ஆரிய நிலப்பகுதிக்கு வெளியில் அமைந்த பகுதியாகவும் கலிங்க மன்னர்களும், திராவிடர்களைப் போலவே தடம் மாறிய சத்திரியர்களாகவும் சித்தரிக்கப்பட்ட காலகட்டம் அது. அதுமட்டுமின்றி தொல்தமிழ் இலக்கியங்கள், ஆரியர்கள் வாழ்ந்த இடம் இமயமலைப் பகுதி என்று தெளிவாகக் குறிப்பிடுவதோடு ஆரியர்களுக்கும் தமிழர்களுக்கும் இடையிலான முரண்பாடுகள் பற்றிய குறிப்புகளையும் தருகிறது. வடக்கு-தெற்கு, ஆரியம்-தமிழ் என்ற இருமைகளின் பின்னணியாக ஆட்சியுரிமை குறித்த அரசியல் காரணங்களும், அதற்கும் அப்பால் அடிப்படையான ஒரு கருத்தியல் முரண்பாடும் நிலவியதாகத் தோன்றுகிறது.

ஆரியர் பற்றிய சங்கத்தமிழ்க் கண்ணோட்டம்

வேல்களையும், கேடயங்களையும் தாங்கிய வீரம் மிக்க சோழர் படை, ஆரியர் படையை வல்லம் என்ற இடத்தில் முறியடித்தது.

> ...வென் வேல்
> மாரி அம்பின் மழைத் தோற் சோழர்
> வில் ஈண்டு குறும்பின் வல்லத்துப் புற மிளை,
> ஆரியர் படையின் உடைக... (அகம். 336: 19-22)

வஞ்சியைத் தலைநகராகக் கொண்ட சேர மன்னன், ஆரியர்கள் அலறியோடும்படி தாக்கி, அவர்களது அரசனைச் சிறைப்பிடித்து இமயமலையில் தங்களது வில் சின்னத்தைப் பொறித்தான்.

> ஆரியர் அலறத் தாக்கி, பேர் இசைத்
> தொன்று முதிர் வடவரை வணங்கு வில் பொறித்து,
> வெஞ் சின வேந்தரைப் பிணித்தோன்
> வஞ்சி அன்ன... (அகம். 396: 16-19)

புகழ்பெற்ற முள்ளூர் நகரத்தை மலையமான் காரி தனது படையினருடன் தாக்கியபோது அங்கிருந்த ஆரியப் படையினர் அஞ்சி ஓடி ஒளிந்தனர்.

> ...ஆரியர் துவன்றிய பேர் இசை முள்ளூர்
> பலர் உடன் கழித்த ஒள் வாள் மலையனது
> ஒரு வேற்கு ஓடியாங்கு... (நற். 170: 6-8)

வடவர் என்று அறியப்பட்ட ஆரியர்கள் குடவர் என்று அறியப்பட்ட சேரர்களைக் கண்டு அஞ்சினார்கள். சேர மன்னன் கடல் பிறக்கோட்டிய செங்குட்டுவன் ஆரிய மன்னன் ஒருவனைத் தோற்கடித்து பத்தினிக் கடவுளுக்கு சிலை எடுப்பதற்காக, அங்கிருந்து கல்லெடுத்து கங்கையில் நீராட்டிக் கொண்டுவந்தான். அத்துடன் ஆரியர்களின் பசு மாடுகளையும், கன்றுக்குட்டிகளோடு கவர்ந்து கொண்டு வந்தான்.

> வடவர் உட்கும் வான் தோய் வெல் கொடிக்
> குடவர் கோமான்...

> ...கடவுள் பத்தினிக் கற்கோள் வேண்டிக்
> கான் நவில் கானம் கணையின் போகி,
> ஆரிய அண்ணலை வீட்டிப் பேரிசை
> இன் பல் அருவிக் கங்கை மண்ணி,
> இனம் தெரி பல் ஆன் கன்றொடு கொண்டு...
> (பதிற்று. ஐந்தாம் பத்து பதிகம்)

ஆரியர்கள் இமயமலைப் பகுதியில் வாழ்ந்தார்கள். சேர மன்னன் ஆரியர்களின் இமயமலைக்கும், தெற்கே உள்ள குமரிக்கும் இடையிலான நிலப்பகுதிகளை ஆண்ட ஆணவம் மிக்க அரசர்களை வலுவிழக்கச்செய்தான்.

> ஆரியர் பொன்படு நெடுவரை (அகம்.398)

> ஆரியர் துவன்றிய பேரிசை இமயம்
> தென்னங் குமரியொடு ஆயிடை
> மன் மீக் கூறுநர் மறம் தபக் கடந்தே (பதிற்று. 11)

ஆரிய நிலப்பகுதியை சேர்ந்த மல்யுத்த வீரன் ஒருவனை பாணன் என்ற மல்யுத்த வீரன், கணையன் என்பவன் முன் நடந்த மற்போரில் கொன்று வென்றான்.

> ...பாணன் மல்லடு மார்பின் வலியுற வருந்தி,
> எதிர் தலைக்கொண்ட ஆரியப்
> பொருநன்... (அகம். 386)

மேற்கண்ட சங்க இலக்கியச் செய்திகளில் பெரும்பாலான குறிப்புகள் அகநானூறு, நற்றிணை போன்ற அகத்திணை இலக்கியங்களில் கிடைப்பது வியப்பைத் தருகிறது. அகத்திணைப் பாடல்களின் நோக்கம் குறிப்பிட்ட எந்த அரசனையும் புகழ்ந்து பாடுவது அல்ல. அப்பாடல்களில் இடம்பெறும் தலைவன், தலைவியாகிய கதைமாந்தர்களின் பெயர்கள் கூடக் குறிப்பிடப்படுவதில்லை. ஆயினும், இந்த அகப்பாடல்களில் மீள்நினைவாக நினைவுகூரப்படும் நிகழ்வுகளின் மூலமாகவும், உவமைகளின் மூலமாகவும் மட்டுமே இந்தச் செய்திகள் கிடைப்பது இதன் நம்பகத்தன்மையை அதிகரிக்கிறது. ஆரியர்களோடு

கொண்ட முரண்பாடுகள்/மோதல்கள் பற்றிய தொன்ம நினைவுகள், தொல்தமிழ் மக்களின் பொதுச்சிந்தனைக்குள் ஒரு மீள்நினைவாக ஊறிப்போய் இருந்தால் மட்டுமே காதலைப் பேசவந்த கவிஞர்கள் ஆரியர்களுக்கும், தமிழ் மன்னர்களுக்கும் இடையில் நடந்த மோதல்களையும் நினைவுகூர முடியும். இதுவன்றி, ஆரியப்படை கடந்த நெடுஞ்செழியன் என்ற பாண்டிய மன்னனின் பெயரே கவனத்திற்குரியது.

'திராவிடர்கள்' பற்றிய ஆரியர்களின் கண்ணோட்டம்:

- வேத இலக்கியங்களில் திராவிட மொழிகளைப் பேசிய மக்களைப் பற்றி தனியாக எந்தக் குறிப்பும் இல்லை.

- மானவ தர்ம சாஸ்திரா என்ற நூல் திராவிடர்களை "நிலைதாழ்ந்த சத்திரியர்கள்" (degraded Kshatriyas) பட்டியலில் வைத்திருக்கிறது. ஒரு காலத்தில் திராவிடர்கள் சத்திரியர்களாக இருந்து காலப்போக்கில் தங்களது புனிதச் சடங்குகளை செய்யத் தவறியதால் மெல்ல நலிவடைந்து நால்வகை வர்ணக் கட்டமைப்பில் கடைசி நிலையான சூத்திர நிலையை அடைந்தார்கள் என்று குறிப்பிடுகிறது.

- இந்தப் பட்டியலில் திராவிரர்களுடன் (திராவிடர்கள்) சேர்ந்து பவுற்றர்கள், ஒட்ரர்கள், காம்போஜர்கள், யவனர்கள், சாக்கிரர்கள் ஆகிய குடியினரும் பட்டியலிடப்படுகின்றனர். (மானவ தர்ம சாஸ்திரா சர் வில்லியம் ஜோன்ஸ் 1836: 279)

- வியாசர் எழுதிய மகாபாரதத்தில் (கே.எம். கங்குலியின் ஆங்கில மொழிபெயர்ப்பு) திராவிட என்ற சொல் 17 முறை வெவ்வேறு பொருள்களில் இடம்பெருகிறது. சில இடங்களில் திராவிடப் படை கேரளர்கள், சோழ, பாண்டிய படையைச் சேர்ந்ததாக குறிப்பிடப்படுகிறது. திராவிடர்களும், ஆந்திரர்களும், கர்நாடகத்தவரும் திராவிடர்; ஆந்திரர்கள், காஞ்சியர்கள், திராவிடர்கள் ஆகியவர்கள் சேர்ந்து வந்ததாக சில இடங்களில் குறிப்பிடப்படுகிறது. தமிழ் என்ற தெளிவான பெயர் அடையாளம் மகாபாரதத்தில் குறிப்பிடப்படவில்லை. அதேநேரத்தில் ஆந்திர, கேரள, கர்நாடக என்பது போன்ற பெயர்கள் குறிப்பிடப்படுகின்றன. இதிலிருந்து திராவிட என்ற மகாபாரதச்சொல் தமிழ் என்பதை குறிப்பதற்காகவே பயன்படுத்தப்பட்டதாகத் தோன்றுகிறது.

- மகாபாரதத்தில் திராவிட என்ற சொல் இரண்டுமுறை திராவிடர்களின் நிலப்பகுதியைக் குறிக்கிறது. அர்ஜுனன் திராவிடர்களைத் தோற்கடித்ததாக ஓர் இடத்திலும், கர்ணனுடன் போரிடும்படி திராவிடர்கள் கேட்டுக்கொள்ளப்பட்டதாக இன்னொரு இடத்திலும் குறிப்பு வருகிறது. பாண்டவர்களின் வெற்றிவிழாவில் திராவிட மன்னர்கள் மற்றவர்களோடு சேர்ந்து கலந்து கொண்டதாகவும் கூறப்படுகிறது. மகாபாரதத்தில் வரும் இந்தச் செய்திகள் அனைத்தையும் ஒருங்கே பார்த்தால் திராவிடம், திராவிட என்ற சொல்லின் தெளிவான பொருள் என்னவென்ற கேள்வியும் எழுகிறது. அதுமட்டுமின்றி மகாபாரதம் திராவிடர்களை பாண்டவர்களின் எதிரியாகக் கருதுகிறதா அல்லது கூட்டணியாகக் கருதுகிறதா என்ற கேள்வியும் எழுகிறது. அதுமட்டுமின்றி தென்னிந்தியாவில் அக்காலகட்டத்தில் வாழ்ந்த மக்கள், ஆட்சியாளர்கள், நிலப்பகுதிகள், மொழி அடையாளங்கள் ஆகியவை குறித்து வடமொழி இலக்கியங்களில் துல்லியமான, தெளிவான குறிப்புகள் இல்லை. திராவிடர்கள் பற்றிய ஒரு குத்துமதிப்பான கண்ணோட்டமே இருந்திருக்கிறது.

- மகாபாரதம் பொதுவாக கேரளர், சோழர், ஆந்திரர், கர்நாடகத்தவர் ஆகியவற்றோடு திராவிடர் என்பதையும் சேர்த்து வழங்குவதால் ஆரியர்களின் பார்வையில் திராவிடர் என்பது தென்னிந்தியா முழுவதையும் உட்படுத்திய கூட்டு அடையாளமோ என்ற ஐயத்தைத் தோற்றுவிக்கிறது. அதேநேரத்தில் திராவிட என்ற அடையாளம்

மகாபாரதத்தின் பார்வையில், அரசியல் மற்றும் நிலப்பகுதி சார்ந்த அடையாளமாகப் பயன்படுத்தப்பட்டிருக்கலாம். தமிழ், தெலுங்கு, கன்னடம் ஆகிய மொழிகளின் பெயர்கள் குறிப்பிடப்படவில்லை. அதேநேரத்தில் சோழர், பாண்டியர் என்ற பெயர்களோடு திராவிட என்ற பெயரையும் மகாபாரதம் குறிப்பிடுவது மேலும் குழப்பத்தை அதிகமாக்குகிறது. சோழரும், பாண்டியரும் தமிழர்தானே. மேலும் வசிஷ்டா என்ற பசுவின் காம்பிலிருந்து கேரளர், காஞ்சியர் ஆகியோருடன் திராவிடர்களும் தோன்றினார்கள் என்பது இந்தக் குழப்பத்தை பலமடங்காக்குகிறது. திராவிடர்களை பசுமாட்டின் காம்பிலிருந்து தோன்றியவர்கள் என்ற சொல்லும் ஆரியர்களின் கதை, மற்ற புனைகதைகளோடு திராவிடர்களையும் சேர்த்துக் குழப்பிவிட்டது போலவே தோன்றுகிறது.

- குஜராத், மகாராஷ்டிரா, ஆந்திரா, கர்நாடகா, தமிழ்நாடு போன்ற பகுதிகளைச் சேர்ந்த திராவிடர்கள் பஞ்ச திராவிடர் எனும் கூட்டு அடையாளத்தால் குறிப்பிடப்படுகிறார்கள். இந்த பஞ்சதிராவிடர் பட்டியலில் குஜராத் பிராமணர்கள் கூர்ஜர,மாகாராஷ்டிரா, தமிழ் பிராமணர்கள், கேரள பிராமணர்கள், திராவிடர்கள் என்று தனி அடையாளத்தால் குறிப்பிடப்படுகிறார்கள். எனவே, திராவிட என்ற சொல் இந்த இடத்தில் சேர, சோழ, பாண்டியர் ஆகியவர்களின் பகுதிகளை உள்ளடக்கிய பழந்தமிழகத்தையே குறிக்கிறது.
- பொ.யு. மூன்றாம் நூற்றாண்டைச் சேர்ந்த அமராவதி கல்வெட்டில் தமிழ் வணிகர் ஒருவர் ‘தமிள வணிக’ என்று குறிப்பிடப்படுகிறார்.
- கனேரி குகையில் உள்ள கல்வெட்டு ஒன்றில் ‘தமிள கரிணி’ என்ற பெயரும் அகிதி ஜாதகம் என்ற புத்த ஜாதக கதையில் தமிழ் அரச வழியினர் ‘தமிள ரத்தா’ என்றும் குறிப்பிடப்பட்டுள்ளனர்.
- தமிழ் என்ற சொல் பிராகிருதத்தில் தமில (*Paia-sadda-mahannavo P. 456*) என்றும் த்ரமிர என்றும் (*Hathigumpha inscription*) குறிப்பிடப்படுகிறது.

எனவே, ஒப்பீட்டு அளவில் வடமொழி இலக்கியங்களில் தென்னிந்திய பகுதிகளைப் பற்றி, திராவிட என்ற சொல்லின் பொருண்மை பற்றி, அது யாரை அல்லது எந்த மொழியை அல்லது நிலத்தை குறிக்கிறது என்பது பற்றிய தெளிவான கண்ணோட்டம் இல்லை. இதற்கு மாறாக பழந்தமிழ் இலக்கியங்களில் வடபுலங்கள் பற்றியும், இமயமலை பற்றியும், ஆரியர்களின் நிலப்பகுதிகள் பற்றியும், ஆரியர்களோடு அவர்கள் கொண்டிருந்த முரண்பாடுகள், எதிர்ப்புணர்வு, ஆரியர்களை வெற்றிக் கொண்டதாக கூறும் பெருமிதம், ஆரிய மொழிகளைப் பேசுபவர்கள் (அநேகமாக பிராகிருத மொழிகளாக இருக்கலாம்) தமிழ் வாழ்வியல் சூழலில் கயிற்றின் மீது நடந்து ஆடுபவர்கள், யானைகளைப் பழக்குதல் போன்ற தொழில்களிலும் ஈடுபட்டார்கள் என்பது தெளிவாகப் புலனாகிறது.

இமயவரம்பன் நெடுஞ்சேரலாதன் என்ற சேர அரசன் இமயம் முதல் குமரி வரை உள்ள மன்னர்களின் செருக்கை அடக்கினான் என்று சங்க இலக்கியம் கூறுகிறது. இமயவரம்பன் என்ற அடைமொழியே இங்கே கவனிக்கத்தக்கது. இதற்கு இமயமலையை எல்லையாக கொண்டவன் அல்லது இமயமலை வரை சென்றவன் என்பது பொருள். இந்த வெற்றிப் பெருமிதத்தை ஒரு வரலாற்று நிகழ்வாக அல்லது ஆவணச் சான்றாக நாம் எடுத்துக்கொள்ளவேண்டிய தேவையில்லை.

இவ்வாறு குறிப்பிடப்படும் நிகழ்ச்சிகளின் காலம் அல்லது துல்லியமான நம்பகத்தன்மையைவிட முக்கியமானது ஆரியர் - தமிழர், வடக்கு - தெற்கு என்ற இருமை பற்றி தொல்தமிழர்கள் கொண்டிருந்த கண்ணோட்டமும் பொதுச் சிந்தனை பற்றிய புரிதலும்தான்.

சமயச் சார்புடைய காப்பியமான மகாபாரதத்தில் வரும் செய்திகளை அதிலும் குறிப்பாக, தொலைதூரத்தில் உள்ள தென்கோடித் தமிழகம் தொடர்பான செய்திகளை வரலாறு என்று

எடுத்துக்கொள்ள முடியாது. ஆரிய மன்னர்களோடு தமிழ் மன்னர்கள் / குடித்தலைவர்கள் செய்த போர்கள், மோதல்கள் பற்றி சங்க இலக்கியம் குறிப்பிடும் செய்திகள் வேறுவிதமானவை. வல்லம் என்ற இடத்தில் போர் நடந்ததாகக் குறிப்பாக சங்க இலக்கியம் ஏன் சொல்ல வேண்டும்? தற்காலத் தமிழகத்தில் வல்லம் என்ற பெயர் கொண்ட இடங்கள் 17 உள்ளன. இவற்றில் சங்க இலக்கியம் கூறுவது எந்த வல்லம்? அல்லது இவற்றில் எதுவும் இல்லையா? ஆந்திரப் பிரதேசம், தெலுங்கானா பகுதிகளில் உள்ள வல்லம் என்ற முன்னொட்டு கொண்ட இடப்பெயர்களும் குஜராத்திலுள்ள வலம், வல்ல, வலம்புரி என்ற இடப்பெயர்களும் மகாராஷ்டிரத்தில் உள்ள வலன், வல் போன்ற இடப்பெயர்களும் எதை உணர்த்துகின்றன?

சங்க இலக்கியங்களில் குறிப்பிடப்படுகிற ஆரியர், தமிழர் மோதல்களின் விளைவுகள், வெற்றி தோல்வி பற்றிய செய்திகள் மிகையாகக்கூட இருக்கலாம். ஆனால் அது முக்கியமல்ல. அந்த மோதல்கள் உண்மையாக இருந்திருக்கக்கூடும் என்ற சாத்தியத்தை அது எத்தவகையிலும் நீர்த்துப்போகச் செய்யவில்லை. சங்க இலக்கியத்தில் யாதும் ஊரே, யாவரும் கேளிர்; எத்திசைச் செலினும் அத்திசை சோறே: பெரிதே உலகம் பேணுநர் பலரே; மொழிபல பெருகிய பழிதீர் தேயத்து புலம்பெயர் மாக்கள்; என்றெல்லாம் இணக்கமான பெருநகர வாழ்வும், பல மொழிகளைப் பேசும் மக்கள் இசைவுடன் வாழும் வாழ்வியலும் பேசப்படுகிறது. வெளிநாட்டிலிருந்து வந்த யவனர்களின் குடியிருப்பு கூட சங்க இலக்கியத்தில் குறிப்பிடப்படுகிறது. அவ்வாறாயின் ஆரியருடன் மட்டும் தொல்தமிழ் இலக்கியம் ஏன் பகைமை பாராட்டவேண்டும். நெருப்பில்லாமல் புகையாது என்பது உண்மையென்றால், அந்த நெருப்பின் மையப்புள்ளி எது என்பதை ஆய்ந்தறிய வேண்டிய தேவை இருக்கிறது. இத்தகைய கேள்விகளை எழுப்பாமல் இந்தியத் துணைக்கண்டத்தின் பண்பாட்டு வரலாற்றைப் புரிந்துகொள்ள முடியாது. சங்க இலக்கியங்கள் மீண்டும் மீண்டும் சேர, சோழ, பாண்டிய மன்னர்கள் தங்களது அரசுரிமைச் சின்னங்களான வில், புலி, மீன் போன்றவற்றை இமயமலையில் பொறித்து வந்ததாக ஏன் சொல்கிறார்கள்? திருப்பரங்குன்றத்தைப் பற்றிப் பேசும்போதுகூட 'பரங்குன்றம் இமயமலைக்கு நிகரானது' என்ற மிகை நிலைப்பாட்டை தமிழ் இலக்கியம் ஏன் முன்வைக்கிறது. அதன் உள்ளீடான காரணம் என்ன?

வடக்கில் உயர்ந்து விளங்கும் இமயமலை வானம் தொட்டு வடதிசையைத் தாங்கி நிற்பதைப் போல தென்திசையை ஆய் என்ற குடிமரபினர் தாங்கி நிற்பதாக தமிழ் இலக்கியம் ஏன் சொல்லவேண்டும்? ஏதோ ஒருவகையில் தொல்தமிழ்ப் பொதுச்சிந்தனைக்குள் வடக்கு, இமயமலை, ஆரியர்கள் தொடர்பான ஓர் அனுபவம் புதைந்திருக்கிறது. அந்த அனுபவம்தான் இந்த இருமையின் தோற்றப்புள்ளி என்று தோன்றுகிறது. இந்த முரண்பாட்டை நியாயப்படுத்தும் போர்கள் நாம் அறிந்த தமிழ்நாட்டில் நிகழவில்லை என்றால் அவை எங்கே நிகழ்ந்தன என்ற கேள்வியையும் நாம் எழுப்பவேண்டிய தேவை இருக்கிறது. இது அரசியல் மோதலா, அல்லது பண்பாட்டு அரசியலா அல்லது இரண்டுமா என்ற வினாவும் எழுகிறது.

சங்க இலக்கியங்களை எழுதிய புலவர்கள் பலரும் தொல்தமிழ் பண்பாட்டின் தனித்துவமான அடையாளங்கள் பற்றியும் அந்தப் பண்பாட்டின் அடிப்படைகள் வடமொழி சார்ந்த கருத்தியல்களில் இருந்து வேறுபட்டது என்பதையும் ஏதோ ஒருவகையில் தொடர்ந்து முன்நிறுத்தி வந்திருக்கிறார்கள் அவற்றில் சிலவற்றை நாம் அங்குமிங்கும் ஏற்கெனவே தொட்டுச்சென்றிருந்தாலும் இந்த முடிவுரையில் நினைவுகூர்வது பொருத்தம்.

சங்க இலக்கியம் சித்தரிக்கும் வாழ்வியல் அன்றாட நடைமுறை அடிப்படையிலானது, இணக்கமானது. சமூகப் படிநிலைகள், வர்ணப் பாகுபாடுகளெல்லாம் தொல்காப்பியம், சங்க இலக்கியக் காலத்திலேயே தமிழ்நிலத்தில் அறிமுகமாகிவிட்டன அல்லது காலூன்றத் தொடங்கிவிட்டன என்பதும் உண்மைதான். ஆனால், தமிழ்ப் பண்பாட்டுக் கருத்தியலின் அடித்தளம் எது என்பதை ஐயத்திற்கு இடமில்லாமல் தெளிவுபடுத்தும் அணுகுமுறைகளும் நிலைப்பாடுகளும் சங்க இலக்கியத்தில் ஏராளமாக உள்ளன. பிறப்பின் அடிப்படையில் பேதம் கற்பிக்காத. கல்விப் பரவலாக்கத்தை ஓர் உரிமையாக முன்நிறுத்தும் அறிவுசார்ந்த சமூகத்தின் இருப்பிற்கு ஆரியப்படை கடந்த நெடுஞ்செழியன் என்ற பாண்டிய மன்னன் எழுதிய சங்க இலக்கியப் பாடல் ஒரு சோற்றுப்பதமாகத் திகழ்கிறது. கவிஞனாகிய இம்மன்னனின் பெயரில் இருக்கும் ஆரியப்படை கடந்த என்ற பெயரே ஆரியப் படைகளுடனான முரண்பாட்டையும், மோதல் உணர்வையும் அறியலாம்.

> உற்றுழி உதவியும், உறுபொருள் கொடுத்தும்,
> பிற்றை நிலை முனியாது கற்றல் நன்றே,
> பிறப்பு ஓரன்ன உடன் வயிற்று உள்ளும்,
> சிறப்பின் பாலால் தாயும் மனம் திரியும்,
> ஒரு குடிப் பிறந்த பல்லோருள்ளும்,
> மூத்தோன் வருக என்னாது அவருள்
> அறிவுடையோன் ஆறு அரசும் செல்லும்,
> வேற்றுமை தெரிந்த நாற்பால் உள்ளும்,
> கீழ்ப்பால் ஒருவன் கற்பின்,
> மேற்பால் ஒருவனும் அவன்கண் படுமே (புறம். 183)

வேற்றுமை தெரிந்த நாற்பால் என்ற சித்தரிப்பு நால்வகை வர்ணக்கோட்பாட்டைத்தான் சுட்டிக்காட்டுகிறது என்பதில் ஐயமில்லை. மூத்தவனுக்கே மேலதிகமான முன்னுரிமை என்பது பொதுவாகக் கருதப்படுகிற சமூக நடைமுறையாகும். இதை மனு நீதியும் (9.117) வலியுறுத்துகிறது. ஆனால், மேற்குறிப்பிட்ட புறநானூற்றுப் பாடல் முன்வைக்கும் வாழ்வியலில் வயதில் மூத்தவன், இளையவன் என்பதைத் தாண்டி கல்விக்கும், அறிவிற்கும் முன்னுரிமை கொடுக்கும் கோட்பாடு தெளிவாகிறது. அதுமட்டுமின்றி உயர்வு - தாழ்வு கற்பிக்கப்பட்ட நான்கு வகைப் பாகுபாடுகளில் கீழானவன் என்று கருதப்படுகிற ஒருவன் கல்வி கற்றுத் தேர்ந்தால் மேட்டுக்குடியினரும் அவன் சொல்படிதான் நடக்கவேண்டும்; அரசும் அவனது அறிவுரையை கேட்கும் என்ற நிலைப்பாடு 2000 ஆண்டுகளுக்கு முன்னால் இந்தியத் துணைக்கண்டத்தில் வேரூன்றியிருந்த நால்வகை வர்ணக் கோட்பாட்டிற்கு முற்றிலும் முரணானது. இதைச் சங்க இலக்கிய காலத்துத் தமிழர்களின் முதல் கல்விக்கொள்கை என்றோ, சங்க கால மக்களின் திறன் பாராட்டும் அரசியல் அணுகுமுறை என்றோ கருதலாம்.

வடமொழி இலக்கியங்களில் பிராமணர்களும், புரோகிதர்களும் அரசு மற்றும் ஆட்சிக் கட்டமைப்பில் மிக முக்கியமானவர்களாக முன்னிறுத்தப்படுகிறார்கள். அரசன் மூன்று வேதங்களையும் கற்றுத்தேர்ந்த பிராமணர்களை வழிபடவேண்டும்; அவர்களின் அறிவுறுத்தல்களின்படி நடக்கவேண்டும் என்று மனுநீதி கூறுகிறது (7:37). அவ்வாறு பிராமணர்களை வழிபட்டால், அந்த அரசனை ராட்சதர்களும் கூட வழிபடுவார்கள் (7:38).

மனுநீதி குறிப்பிடும் அரசனின் கடமைகளில் மிகப்புனிதமானவை வருமாறு: போரிடும் விருப்பம், குடிமக்களைக் காப்பாற்றுதல், பிராமணர்களுக்கு அடிபணிந்து நடத்தல் (மனு 88.88). அதுமட்டுமின்றி ஆட்சி நிர்வாகம் பற்றிய மிக முக்கியமான விஷயங்கள் அனைத்தையும் கற்றுத்தேர்ந்த பிராமணரிடம் விவாதித்துத் தெளிவு பெறவேண்டும் என்று அரசனுக்கு அறிவுறுத்துகிறது மனுநீதி. (7:58)

இதற்கு நேர்மாறான சங்க இலக்கிய வாழ்வியலையும், முன்னுரிமைகளையும் புரிந்துகொள்ள சங்க இலக்கியப் புலவர்களின் பட்டியல் மட்டுமே போதுமானது. சங்க இலக்கியப் புலவர்கள் ஒரு குறிப்பிட்ட சமூகப் பிரிவையோ அல்லது தொழில்பிரிவையோ சேர்ந்தவர்கள் அல்ல. இது சங்க இலக்கியச் சமூகத்தின் பன்முகத்தன்மையைக் காட்டுகிறது. கல்வி ஒருபிரிவினருக்கு மட்டுமானது என்று சொல்லப்படவில்லை. சங்கப் புலவர்களில் அரசர்கள், நிலக்குடித் தலைவர்கள், வணிகர்கள், கணக்காயர்கள், ஆசிரியர்கள், கைவினைஞர்கள், கொல்லர்கள், மருத்துவர்கள், மலைக்குடி மற்றும் குயவர் குலத்தை சார்ந்த பெண்களும் அடங்குவர். பெண் கல்வி, பெண் படைப்பாளர்கள் என்ற நோக்கில் பார்த்தால் 473 சங்கப்புலவர்களில் 30-க்கும் மேற்பட்டோர் பெண்கள். 2000 ஆண்டுகளுக்கு முற்பட்ட காலகட்டத்தில் இத்தகைய அறிவார்ந்த ஒரு சமூகத்திற்கு இன்னொரு எடுத்துக்காட்டு, இந்தியத் துணைக்கண்டத்தில் இல்லை என்பதுதான் உண்மை.

மாங்குடி கிழார் எழுதிய புறநானூற்றுப் பாடல் (335) இன்னொரு முக்கியமான எடுத்துக்காட்டு. இந்த பாடல் வருமாறு:

> அடல் அருந் துப்பின்...
> ...குருந்தே முல்லை என்று
> இந் நான்கு அல்லது பூவும் இல்லை;
> கருங் கால் வரகே, இருங் கதிர்த் தினையே,
> சிறு கொடிக் கொள்ளே, பொறி
> கிளர் அவரையொடு,
> இந் நான்கு அல்லது உணாவும் இல்லை;
> துடியன், பாணன், பறையன், கடம்பன், என்று
> இந் நான்கு அல்லது குடியும் இல்லை;
> ஒன்னாத் தெவ்வர் முன் நின்று விலங்கி,
> ஒளிறு ஏந்து மருப்பின் களிறு எறிந்து வீழ்ந்தென,
> கல்லே பரவின் அல்லது,
> நெல் உகுத்துப் பரவும் கடவுளும் இலவே.

இந்தப் பாடல் தமிழ்க் கருத்தியல் சார்ந்த நான்கு பூக்கள், நான்கு உணவுப்பயிர்கள், நான்கு குடிகள் எவை என்ற கேள்வியை தானே எழுப்பி அதற்கு விடைசொல்கிறது. இது ஒரு முன்யோசனையுடன கூடிய சித்தாந்த நிலைப்பாடு, ஒரு பண்பாட்டு அரசியலின் தெளிவான வெளிப்பாடு என்றே தோன்றுகிறது. மிகக் குறிப்பாக இந்த பாடல் பட்டியலிடும் நான்கு உணவுப்பயிர்களில் நெல் இடம்பெறவில்லை. மாறாக வரகு, தினை, கொள்ளு, அவரை போன்ற மலைநில மற்றும் புன்செய் பயிர்களே குறிப்பிடப்படுகின்றன.

பேரரசுகள், பெருவணிகர்கள், கல்வியாளர்கள் நிரம்பிய வாழ்வியலில் செல்வாக்குப் பொருந்திய ஏனைய அனைவரையும் விட்டுவிட்டு இந்தப்பாடல் முன்நிறுத்தும் நான்கு குடிகள் துடியன், பாணன், பறையன், கடம்பன் என்பது சிந்தனைக்குரியது. இந்தப் பாடலை எழுதிய புலவரின் பெயரிலிருந்து அவர் நிலவுடைமை சார்ந்த ஒரு கிழார் என்பது தெளிவாகிறது. ஆனாலும், அவர் இந்த மண்ணின் வேர்களாகக் குறிப்பிடும் பயிர்களும், குடிகளும் வேறாக இருக்கிறது. இதைப்போலவே நீத்தார் நினைவான நடுகல்தான், தமிழ் நம்பிக்கை மரபின் அடித்தளம் என்பதையும் அதைத்தாண்டிய நெல் உகுத்து வணங்கும் கடவுள் வேறு

எவரும் இல்லை என்பதும் ஒரு முக்கியமான கருத்தியல் நிலைப்பாடாகத் தோன்றுகிறது. தமிழர், ஆரியர், வடக்கு, தெற்கு என்ற முரண்பாடான இருமைகளின் அடித்தளப் பொருண்மைகளைப் புரிந்துகொள்ள இந்தப் பாடல் மிகவும் உதவுகிறது.

தமிழர்களின் அகக்கோட்பாடு

தமிழ் இலக்கியத்தின், அதன் பண்பாட்டு மரபின் தனித்துவச் சிறப்பாக கருதப்படுவது அகத்திணை கோட்பாடுகளாகும். திருமணத்திற்கு முந்தைய காதல் வாழ்வை உயர்த்திக் கொண்டாடும் சங்க இலக்கிய மரபுகள், வழிபாட்டு மரபுகள் சார்ந்த வேத இலக்கியங்கள் மற்றும் ஏனைய சமஸ்கிருத இலக்கிய மரபுகளிலிருந்து மிகத்தெளிவாக வேறுபட்டு நிற்கிறது.

இந்த வேறுபாட்டை தொல்காப்பியத்தின் புரிதலோடு தொடங்குவது சரியாக இருக்கும். வடமொழி மரபுகள் குறிப்பிடும் எட்டு வகையான திருமண முறைகள் பற்றி தொல்காப்பியம் அறிந்திருக்கிறது. ஆயினும், அந்த எட்டு வகைத் திருமண முறைகளில் தமிழ் மரபாகிய களவுக் காதல் மணம் எந்த வகைப்படும் என்பதையும், தமிழ் மரபிற்கும் வடமொழி மரபிற்கும் உள்ள வேறுபாட்டையும் தொல்காப்பியமும், உரையாசிரியர்களின் உரையும் தெளிவுபடுத்துகின்றன.

மறையோர் தேஎத்து மன்றல் எட்டு

தொல்காப்பியத்தின் பொருளதிகாரம் காதல் வாழ்வு பற்றி விரிவாகப் பேசுகிறது. "இன்பமும் பொருளும் அறனும் என்றாங்கு" (களவியல் 01) என்று தொல்காப்பியர் தெளிவாகச் சுட்டுகிறார். அறம், பொருள், இன்பம் என்று திருக்குறள் வரிசைப்படுத்துகிறது. ஆனால் தொல்காப்பியம் இன்பம், பொருள், அறம் என்கிறது. காதல் பற்றி பேசும்போது இன்பம்தானே முன்னுரிமை பெறும்!

அகத்திணை இலக்கிய மரபில் களவு, காதல், கற்பு, உடன்போக்கு, மகட்பாற்காஞ்சி, பாங்கர் கூட்டம், பாங்கியர் கூட்டம் என பல்வேறு நிலைகள் உள்ளன. களவு என்று திருமணத்திற்கு முற்பட்ட காதல் வாழ்க்கையும் கற்பு என்று இல்வாழ்க்கையும் வகைப்படுத்தப்பட்டாலும் திருமணத்திற்கு முன்னான வாழ்க்கை நிலை, களவுக்காதலின் ஊடாகவே இருக்கிறது. காதல் பற்றி அறிந்து பெற்றோர்கள் மணம் முடித்துவைத்தல் அல்லது காதலர்கள் உடன்போக்கு செல்வது நிகழ்கிறது.

தொல்காப்பியர் குறிப்பிடும் 'மறையோர் தேஎத்து மன்றல் எட்டனுள்' என்பது வேதத்துடன் தொடர்புடைய வடபகுதி, வடதேசம் என்று உரையாசிரியர்கள் எழுதுகின்றனர். அங்கே எட்டு வகையான திருமண முறைகள் காணப்படுகின்றன. அவை 1) அசுரம், 2) இராக்கதம், 3) பைசாசம், 4) காந்திருவம், 5) பிரமம், 6) பிரசாபத்தியம், 7) ஆரிடம், 8) தெய்வம் ஆகியனவாம்.

இதில் முதல் மூன்றும் கைக்கிளை ஆகும். கைக்கிளை என்பது ஒருதலைக் காமம். பெருந்திணை என்பது பொருந்தாக் காமம். இவற்றையெல்லாம் அன்பின் ஐந்திணை என்று தொல்காப்பியம் ஒப்புக்கொள்ளவில்லை. இந்த எட்டில் முதல் மூன்றும் கைக்கிளையுடன் ஒப்பிடத்தக்கது. ஏனென்றால் அதில் இருமணம் சேரும் இணக்கம், ஒப்புதல் இல்லை. இறுதி நான்கும் பெருந்திணை என்று சொல்கிறார் தொல்காப்பியர்.

வேத இலக்கியங்களிலும் மகாபாரதத்திலும் பெண்ணைக் கடத்திச் சென்று திருமணம் செய்வது என்பது காணப்படுகிறது. ரிக் வேதத்தில் விமதா என்பவன் புருமித்ர என்பவரின் மகளான காமத்யுவை கடத்திச் சென்று திருமணம் செய்துகொள்கிறான். (ரிக்வேதம் 1-112-19, 1-116-1; 1-117-20; 10-39-7; 10-65-12).

கிருஷ்ணர், அவர்மீது காதல் கொண்ட ருக்மணியைக் கடத்திச் சென்று திருமணம் முடித்தார். கிருஷ்ணரின் தங்கை சுபத்திரையை அர்ஜுனன் கடத்திச் சென்று திருமணம் செய்துகொள்ள கிருஷ்ணரே உதவினார்.

மகாபாரதத்தில் பீஷ்மர், காசிராஜனின் புதல்விகளான அம்பா, அம்பிகா, அம்பாலிகா ஆகிய மூவரையும் கடத்திச்சென்று அவர்களில் இருவரை தனது சகோதரர் விசித்ரவீரியனுக்கு மணமுடித்து வைத்தார்.

தொல்காப்பியம் சுட்டும் 'துறையமை நல்யாழ்த் துணைமையோர் இயல்பே' என்பது மட்டும் வடபகுதியில் சொல்லப்படும் காந்தருவம் என்பதுடன் ஒப்பிடலாம் என்று சொல்லப்படுகிறது.

> பொய்யும் வழுவும் தோன்றிய பின்னர்.
> ஐயர் யாத்தனர் கரணம் என்ப.
> (தொல். பொருள். 143)

பொய்யும் குற்றங்களும் தோன்றிய பின்னர் பெரியோரைச் சாட்சியை வைத்துத் திருமணம் செய்ய வேண்டும். சடங்கு முறைப்படி திருமணம் செய்ய வேண்டும் என்று குறிப்பிட்டனர்.

> கொடுப்போர் இன்றியும் கரணம் உண்டே
> புணர்ந்துடன் போகிய காலை யான
> (தொல். பொருள். 141)

இரண்டுபேர் சேர்ந்து உடன்போக்கு சென்றுவிட்டால் அங்கே இதுபோன்ற கொடுப்போர் இன்றியும், கரணம் உண்டு என்று சொல்கிறார். பொய்யும் வழுவும் தோன்றிய பின்னர்தான் கரணம் என்பபடும் சடங்குகள் தோன்றின என்பது தொல்காப்பியச் செய்தி.

பரிபாடலில் வடமொழி வாழ்வியலுக்கும், தமிழ் வாழ்வியலுக்கும் இடையிலான வேறுபாடு மிக வெளிப்படையாகச் சுட்டிக்காட்டப்படுகிறது. தமிழ் மரபான களவுக்காதல்தான் சிறந்தது; இதன் அருமையும் பெருமையும் வேதம் படித்தவர்களுக்குப் புரியாது என்பதுதான் இந்தப் பாடலின் மையக்கருத்து.

நான்மறை விரித்து, நல் இசை விளக்கும்
வாய்மொழிப் புலவீர்! கேண்மின் சிறந்தது!
காதற் காமம், காமத்துச் சிறந்தது;
விருப்போர் ஒத்து மெய்யுறு புணர்ச்சி...

...இத்தள்ளாப் பொருள் இயல்பின் தண் தமிழ் ஆய் வந்திலார்
கொள்ளார், இக்குன்று பயன் (பரி. 9)

தொல்தமிழ்ச் சமூகத்தின் கூட்டுச்சிந்தனையில் தனக்கேயுரித்தான வாழ்வியல் மரபுகளுக்கும், வேதங்கள் மற்றும் வடமொழி இலக்கியங்கள் முன்வைக்கும் வாழ்வியலுக்கும் இடையில் அடிப்படையான சித்தாந்த வேறுபாடுகள் குறித்த புரிதல் இருந்திருக்கிறது. அத்தகைய புரிதல் இருந்திருந்தால் மட்டுமே சங்க இலக்கியத்தில் மேற்சொன்ன பாடல் சொல்வடிவம் பெற்றிருக்க முடியும். களவுக்காதல் என்பது அன்பின் ஐந்திணைகளில் ஒன்றான குறிஞ்சித்திணையைப் பின்புலமாகக் கொண்டது. தமிழ்ச் சமூக வாழ்வியலின் அடித்தளமாகக் கருதப்படுவது கூடலும், கூடல் நிமித்தமுமான இந்தக் குறிஞ்சிநிலப் பண்பாடே ஆகும். திராவிடர்களின், குறிப்பாக தொல்தமிழர்களின் மலைப்பெருமை பற்றி எட்டாம் இயலில் நாம் விரிவாகப் பேசியிருப்பதை இங்கே நினைவுகூரலாம்.

எனவே, வடக்கு-தெற்கு, ஆரியர்-தமிழ் என்ற இருமை பற்றிய கண்ணோட்டம் இன்று-நேற்று தோன்றியதல்ல. இந்த இருமை அண்மைக்காலத்தில் தோன்றிய அரசியல் சொல்லாடல் அல்ல. தமிழின் வரலாற்றுக்கு முற்பட்ட தொன்மங்களுக்கூடாகவே பண்பாட்டுக்களத்திலும் இந்த இருமை உணரப்பட்டிருக்கிறது. அவை சங்க இலக்கிய மீள்நினைவுகளின் ஊடாகவும், பிற சான்றுகளின் ஊடாகவும் நம்மைப் பின்னோக்கி இந்தியத் துணைக்கண்டத்தின் வடமேற்கு நிலப்பகுதிகளுக்குக் கொண்டு செல்கிறது. பின்னோக்கிய இந்த மீள்நினைவுப் பயணமே சிந்துவெளிப் பண்பாட்டுக்கும், சங்க இலக்கிய பண்பாட்டுக்கும் இடையிலான கால-நில இடைவெளிகளை ஒருவகையில் "பொருளற்றதாக" ஆக்குகிறது. எனவே, சிந்துவெளிப் பண்பாட்டின் மொழி, பண்பாட்டு அடையாளங்கள், தமிழர்களின் வரலாற்றுக்கு முற்பட்ட தொன்மங்களின் தோற்றம் ஆகிய இரண்டு புதிர்களுக்கான விடை இப்புரிதல்களில்தான் அடங்கியிருக்கிறது.

தொன்மையும் தொடர்ச்சியும்

இந்த நூலின் முதலாவது இயலில் அண்மைக்காலங்களில் வெளிவந்துள்ள மரபணு சார்ந்த ஆய்வுகள் சிந்துவெளிப் பண்பாட்டின் பன்மிய வேர்கள் குறித்து புதிய வெளிச்சங்களைப் பாய்ச்சி வருகின்றன என்பதைச் சுட்டிக்காட்டியுள்ளோம்.

தெற்கு மற்றும் மத்திய ஆசியாவின் மரபணுக்களின் உருவாக்கம் பற்றி 2018ஆம் ஆண்டு *The genomic formation of south and central asia* என்ற கட்டுரையில், இந்தியாவிற்கு முதன்முதலில் வந்தடைந்த தொல்குடியினர் அதாவது ‘முதல் இந்தியர்கள்’ என்று கருதப்படுபவர்கள்

தொல்தென்னிந்திய மூதாதையர்கள் (AASI). இவர்கள் இந்தியா முழுவதும் பரவியிருந்தாலும் இவர்களின் மரபணுவின் தனிக்கூறுகள் இப்போது தென்னிந்திய பகுதிகளில்தான் மிகுதியாக இருக்கிறது என்பதால்தான் தொல்தென்னிந்திய மூதாதையர் என்ற இந்த அடையாளம் தரப்படுகிறது. இந்த மக்கள், இந்தியத் துணைக்கண்டத்தின் வடமேற்குப் பகுதியிலும் அக்காலத்தில் வாழ்ந்துவந்தார்கள் என்று மரபணு ஆராய்ச்சியாளர்கள் கூறுகிறார்கள். எனவே, வடமேற்கு நிலப்பகுதிகளில் வாழ்ந்த தொல்மக்களுக்கும் சேர்த்து தொல்தென்னிந்திய மூதாதையர்கள் என்று மரபணு அடையாளம் கொடுக்கப்படுவதைப் பற்றி யாரும் குழப்பம் அடைவதற்குத் தேவையில்லை. மரபணுக்கள், திசைகளின் பெயர் அறிந்து பரவுவதில்லை. இவ்வாறு, இந்தியத் துணைக்கண்டத்தின் வடமேற்குப் பகுதிகளில் வாழ்ந்த அந்தத் தொல்தென்னிந்திய மூதாதையர்கள், ஈரானியப் பகுதிகளிலிருந்து புலம்பெயர்ந்த வேளாண்/வேட்டை மேய்ச்சல்குடி மக்களோடு உறவாடியதன் விளைவாக சிந்துவெளியின் விளிம்பு எல்லைப் (Indus periphery) பகுதிகளில் மரபணு சார்ந்த கூட்டுருவாக்கம் நேர்ந்தது என்பது ஆராய்ச்சியாளர்கள் கருத்து.

நான்காயிரம், ஐந்தாயிரம் ஆண்டுகளுக்கு முன் உருவான புதிய குருதி கலப்பின் விளைவாகத்தான் சிந்து நிலப்பகுதியில் வசித்த மக்கள்தொகையில் மிக முக்கியமான ஒரு மரபணு வம்சாவளி உருவானது என்பது இந்த ஆராய்ச்சிகள் நமக்கு காட்டும் வெளிச்சமாகும். எனவே, சிந்துவெளிப் பண்பாட்டின் மரபணு அடித்தளத்தை ஒற்றை அடையாளத்தால் கட்டமைக்க முடியாது. சிந்துவெளியின் மக்கள்தொகையே பன்மியத்தின் வேர்களில் முளைத்து பின்னர் விரிந்து பரந்த ஒரு பண்பாடாகும். அவ்வாறாயின் 1000 ஆண்டுகால நீட்சியில் ஒருவரோடொருவர் கலந்து உருவான ஒரு பன்மியப்பண்பாட்டின் தொடர்ச்சியை சிந்துவெளி முத்திரைகளிலும், சிற்பங்களிலும், ஓவியங்களிலும் கண்டறிய முடியுமா என்பதே கேள்வி.

"பொ.யு.மு. 4000 ஆண்டுகளுக்கு முன்னர் திராவிட மக்கள் வடகிழக்கு ஈரானில் கரடுமுரடான மலைப்பகுதிகளில் 'வசித்தார்கள்'. அந்த மக்கள் சிந்துவெளிப் பண்பாட்டு மக்களின் இன, மொழிக் கட்டமைப்பின் உருவாக்கத்தில் ஒரு பெரும் பங்காற்றியுள்ளார்கள்" என்ற கமில் சுவலபிலின் கருத்தை மீண்டும் ஒருமுறை இங்கே நினைவுகூரலாம். மரபணு சார்ந்த புத்தறிவியல் ஆய்வு முடிவுகள் எல்லாம் வருவதற்கு முன்பு மொழியியல் சார்ந்து, அகழாய்வுத் தகவல்களின் பின்னணியில் ஓர் ஆய்வாளர் இவ்வளவு தெளிவாக திராவிட மக்களின் மலைப்பெருமையின் தோற்றப் பின்னணியையும், அவர்களின் சிந்துவெளித் தொடர்பையும் ஒருசில வரிகளில் சொல்லியிருக்கிறார். அவர் ஓர் உருவகம் போல, காட்சிப்படிமம் போல நம் முன் வைத்த கருத்தைத்தான் இப்போது மரபணுக்கள் அறிவியல் மொழியில் பேசுகின்றன. கமில் சுவலபல் சுட்டிக்காட்டிய அந்த வடகிழக்கு ஈரானிய மக்களைத்தான் மரபணுவின் அடிப்படையில் ஈரானிய வேளாண்/வேட்டை மேய்ச்சல்குடி மக்கள் தொடர்புடைய மூதாதையர் மரபணு என்று இப்போது பேசிவருகிறோம். இந்த மக்களைதான் தொடக்ககால விவசாயிகள் (Early Farmers) என்று டோனி ஜோசப் அடையாளம் காட்டுகிறார்.

சிந்துவெளிச் சிதைவுகளில் கிடைத்திருக்கும் மனித உருவ பொம்மைகள், சிலைகள், உருவப்பொறிப்புகள், முத்திரைகள் மற்றும் வரிவடிவங்கள் ஆகியவற்றில் சிந்துவெளிப் பண்பாட்டின் பன்மியத்திற்கான அறிகுறிகள் தெளிவுபடும். இந்த எல்லா உருவப்பொறிப்புகளையும் ஒரு நீண்ட மேசையில் பரப்பி வைத்துப்பார்த்தால் சிந்துவெளிப் பண்பாட்டை ஒற்றை அடையாளத்தால் கட்டமைக்க முடியாது என்பது தெளிவாகப் புரியும். அது ஒரு பன்மியப் பண்பாடு; அப்பண்பாட்டுக்குள் பல்வேறு நிலப்பகுதிகளை சேர்ந்த பல்வேறு சமூகப்பண்பாட்டு சூழல்களில் மக்கள் வாழ்ந்தார்கள் என்ற தெளிவு நமக்கு கிடைக்கும்.

சுமேரியாவிலும், மெசபொடேமியாவிலும், பாக்டீரியா மார்ஜியானா அகழாய்வுப் பகுதிகளிலும் (BMAC), கடினமான மலைகளை தாண்டி ஆப்கானிஸ்தானில் அமைந்திருக்கிற சார்த்துகை என்ற இடத்திலும் ஹரப்பா பண்பாட்டுக் குடியிருப்புகள் இருந்ததை கருத்தில் கொண்டு பார்த்தால் சிந்துவெளி மக்கள் தொலைதூரத்தில் வசிக்கும் வேற்று மொழிபேசும் பல்வேறு வகையான மக்களோடு நேரடி தொடர்பு கொண்டிருந்தார்கள் என்பது புலப்படும்.

சிந்துவெளியின் நகர்மயப் பண்பாடு, தொலைதூர வணிகம் மிக முக்கிய பங்களிப்பு செய்த ஒரு சமூகப் பொருளாதாரத்தால் கட்டமைக்கப்பட்டது. கொடுக்கல் வாங்கல்களால் வரையறுக்கப்படுகிற, மிகத்தெளிவான அழகுணர்ச்சியுடன் கூடிய பக்குவமான பண்பாட்டு இயல்புகள், நுகர்வோர், வணிகர், கைவினைக் கலைஞர், கச்சாப்பொருள்களை வழங்குவோர் என்ற பல்வேறு தரப்பினரும் ஒன்றிணைந்து இயங்கும் இணக்கமான பண்பாட்டின் செயல்வடிவத்தை இதில் காணமுடியும். "புலம்பெயர் மாக்கள் கலந்து இனிது உறையும் முட்டாச் சிறப்பின் பட்டினம்" என்ற பட்டினப்பாலை வரிகள், (217, 218) சிந்துவெளிப் பண்பாட்டிற்கு பின்னர் நெடுங்காலம் கழித்து எழுதப்பட்டதுதான். ஆனாலும், இவ்வரிகள் மின்னல் கீற்றாய் மனதிற்குள் வந்துபோவதைத் தவிர்க்க இயலவில்லை. ஏனெனில் அத்தகைய பெருநகர

வாழ்வியலின் ஒத்திசைவான இணக்க வரிகளை இந்தியத் துணைக்கண்டத்தில் வேறு எந்த மொழியும் அதற்கு முன்பு பதிவுசெய்யவில்லை.

சிந்துவெளிப் பண்பாட்டு நகர் அமைப்பு, கோட்டைப்பகுதி, கீழ்நகரம் என்ற முக்கியமான இருபகுதிகளால் கட்டமைக்கப்பட்டு இயங்கிய வாழ்வியல் இயக்கத்தின் ஊடாக, சமூக பொருளாதார மற்றும் நிர்வாக அமைப்பு சார்ந்த படிநிலைகளையும், வேற்றுமைகளுக்குரிய அடையாளங்களையும் கண்டறியமுடியும் என்பதை மறுக்க இயலாது. மேல்மேற்கு, கீழ் கிழக்கு என்ற நகர் அமைப்புக் குறியீட்டின் ஊடாக ஒரு நெடுவீச்சு சிந்தனை இருக்கிறது என்பதை நாம் ஏற்கெனவே பேசியிருக்கிறோம். ஆனால், சிந்துவெளிப் பண்பாட்டின் பன்மியத்தை பற்றிப் பேசும்போது நாம் கவனிக்கவேண்டியது அதன் பரந்துவிரிந்த பன்முகத்தன்மைகளும், அதனூடாக முன்னிறுத்தப்படுகிற ஓர் இணக்கம் சார்ந்த பண்பாடும்தான். சிந்துவெளிச் சிதைவுகளில் போர்க்கருவிகள் இல்லை; கைவினைப் பொருட்கள் இருந்தன. தானியக்கிடங்கு இருந்ததே தவிர ஆயுதக்கிடங்கு அங்கு இல்லை.

ஒருபுறம் சுமேரியா, மெசபொடேமியா வரை சென்று அங்கே குடியிருப்பு அமைத்து வணிகம் செய்கிற வணிகர்கள்; அவர்களின் நகர்மய வாழ்வியல், அவற்றின் அடையாளங்கள்; மறுபுறம் ஏறு தழுவி தங்கள் வீரத்தை நிலைநாட்ட முயலும் காளையர்களும் கால்நடை வளர்ப்பு சார்ந்த வேளாண்மை சூழலும்; இவை அனைத்தையும் ஒருசேர மதிப்பிட்டால் சிந்துவெளிப் பண்பாடு பல்வேறு புவியியல்கள் சார்ந்து பன்முகத்தன்மையோடு இயங்கியது என்பதில் ஐயமில்லை. எனவே, சிந்துவெளிப் பண்பாடு பல அடையாளங்கள் தத்தம் தனித்துவங்களை இழந்து ஒற்றையான கலவை அடையாளம் பெறும் 'உருக்குப்பானையோ' *(Melting pot)* அல்லது தேர்ந்தெடுக்கப்பட்ட முன்னுரிமைகளால் வழிநடத்தப்படும் 'சாலட் கிண்ணமோ' *(Salad Bowl)* அல்ல என்பதும் அதன் பன்மியம், ஒரு மழைக்காட்டுப் பன்மியமே *(Rain forest pluralism)* என்பதும் புலப்படும். இந்த மழைக்காட்டுப் பன்மியமே இன்றுவரை இந்தியத் துணைக்கண்டத்தில் தொடர்கிறது.

ஒருவகையில் சிந்துவெளிப் பண்பாட்டின் மழைக்காட்டு பன்மியத்தைத் தொடரும் பண்பாட்டு ஆவணம்தான் சங்க இலக்கியம். தங்களுடைய மொழி-பண்பாட்டு அடையாளங்களை இன்றுவரை தக்கவைத்துக்கொண்டு வாழ்கிற இந்தியப் பழங்குடிகளும் இந்த பன்முகத் தொடர்ச்சியின் அடித்தளமான சான்றுகளாக உள்ளனர்.

சிந்துவெளிப் பண்பாட்டின் பன்முகத் தன்மையின் தொடர்ச்சி: வேதப்பண்பாட்டுக்கும் சங்கத்தமிழ் பண்பாட்டுக்குமான ஒப்பீடு

சிந்துவெளிப் பண்பாட்டின் அடித்தளம் என்று உய்த்து உணரத்தக்க கோட்பாடுகளை வேத மற்றும் தொல்வடமொழி இலக்கியங்கள் முன்னிறுத்தும் கோட்பாடுகளோடு ஒப்பிடுவது; பிறகு அவற்றை திராவிட மொழிகளில் மிகத் தொன்மையான தொல்காப்பியம், சங்க இலக்கியம் ஆகியவற்றுடன் ஒப்பிடுவது என்ற அணுகுமுறையை இந்த நூல் பின்பற்றுகிறது.

வேத இலக்கியங்களில் பெருநகரங்கள் இல்லை. உயர்ந்த மதில்சுவர்களால் சூழப்பட்ட நகர்மய வாழ்வியல் கொண்டாடப்படவில்லை. தாய்த் தெய்வங்களின் பெருக்கம் இல்லை. கடல்கடந்த வணிகத்தின் தடயமும் இல்லை. பிற நிலப்பகுதிகளில் வாழ்பவர்கள், பிற மொழிகள் பேசுவோர் குறித்த இணக்கமான அணுகுமுறையும் பழமையான வடமொழிச் சாத்திரங்களில் இல்லை. வேத இலக்கியங்கள் சடங்குகள் மற்றும் வழிபாட்டு முறைகளால் நிரம்பிய ஆவணமாகும். அதற்குப்பின் வந்த வடமொழி இலக்கியங்களில் நகரங்களைப் பற்றிய குறிப்பு இருக்கிறது; கடல்வணிகம் பற்றிய குறிப்பு இருக்கிறது என்பது உண்மைதான். ஆனால், நகர்மயப் பண்பாடு ஒரு வாழ்வியலின் மையமா, விளிம்பா என்பது முக்கியமாகும். பெண்களின் அழகை நகரங்களின்

வளப்போடு ஒப்பிட்ட சங்க இலக்கியத்திற்கும், மங்கல வாழ்த்தில் பூம்புகாரைத் தொழுத சிலப்பதிகாரத்திற்கும் இணையான நகர்மய உளவியல் வேறு எந்த இலக்கியத்திலும் அவ்வளவு அழுத்தமாக இடம்பெறவில்லை.

சமஸ்கிருத இலக்கியங்கள் எழுதப்பட்ட காலகட்டங்களிலேயே கங்கைச் சமவெளிப் பகுதியில் கருப்பு-சிவப்புநிறப் பண்பாடும், பழுப்புநிறப் பாண்டப் பண்பாடும் சிலகாலம் அருகருகே நிலைபெற்றிருந்தாலும் ஒன்றோடொன்று தொடர்பற்று இருந்ததையும், பின்னர் கலந்துறவாடியதையும் பல்வேறு ஆய்வாளர்களும் குறிப்பிட்டிருக்கிறார்கள். கருப்பு-சிவப்பு மட்பாண்ட மக்கள் சிந்துவெளிப் பண்பாட்டு மக்களின் தொடர்ச்சியான மரபினர் என்பது உண்மையெனில் (லோத்தல், தேசல்பூர்) சிந்துவெளிப் பண்பாட்டின் சித்தாந்தங்கள், அணுகுமுறைகள், கருப்பு-சிவப்பு மட்பாண்ட மக்களின் மூலமாகப் புதிதாக வந்த பண்பாட்டோடு கலந்திருக்கும் சாத்தியம் இருக்குமானால், அதன்பின் எழுதப்பட்ட வடமொழி இலக்கியங்களை இந்தத் தாக்கங்களின் சாத்தியங்களினூடாகத்தான மதிப்பிடவேண்டும்.

ரிக்வேதத்திலேயே மொழியியல் அடிப்படையில் திராவிட மொழிகள் மிக அடிப்படையான சில தாக்கங்களை ஏற்படுத்தியிருப்பதை மொழியியல் அறிஞர்கள் சுட்டிக்காட்டியுள்ளனர். வேத இலக்கியங்கள், திராவிட மொழிகளிலிருந்து, சில சொற்களைக் கடன்பெற்றிருப்பதையும் நாம் ஏற்கெனவே சுட்டிக்காட்டியிருக்கிறோம்.

ரிக், யஜுர், சாம வேதங்களுக்குப் பின்னால் அதர்வண வேதம் எழுதப்பட்ட காலகட்டத்திலேயே, வேதமரபினர் பூர்வகுடி மக்களோடு தொடர்பு ஏற்படுத்திக்கொண்டார்கள். அதன் தொடர்ச்சி அதர்வண வேதத்தில் காணப்படுகிறது என்று ராஜேஷ் கோச்சர் போன்ற ஆய்வாளர்கள் கருதுகிறார்கள். இதுமட்டுமின்றி யஜுர் வேதத்தில் கருப்பு-சிவப்பு மட்பாண்ட மக்களுடன் ஏற்பட்ட தொடர்பை நினைவுபடுத்தக்கூடிய அக்னிசயனா சடங்கு பற்றிக் குறிப்பிடப்படுவதைப் ‘பானைத்தடம்’ என்ற இயலில் நாம் ஏற்கெனவே பேசியிருக்கிறோம்.

இவை அனைத்தையும் கருத்தில் கொண்டால் தொல்வடஇந்திய மக்கள்தொகை (*ANI*) என்பது ஏற்கெனவே ஹரப்பா பண்பாட்டு நிலப்பகுதி மற்றும் வடஇந்தியப் பகுதிகளில் வாழ்ந்த மக்களுடன் பிற்காலத்தில் வந்த வெளிப்பண்பாட்டினர் கலந்து உருவானதே என்று மரபணு ஆராய்ச்சியாளர்கள் கூறுவதன் பின்னணி புலப்படும். அந்தக் கலப்பால் வடஇந்திய மக்கள்தொகை உருவானது என்றால், அந்த பண்பாட்டு சூழலில் எழுதப்பட்ட இலக்கியங்களை, இந்தப் புதிய அறிவியல் உண்மையின் ஊடாகத்தான் எடைபோட வேண்டும். எனவே, சிந்துவெளி மக்கள் பேசிய மொழி எது, அப்பண்பாட்டின் தொடர்ச்சியை இந்தியத் துணைக்கண்டத்திற்குள் எந்த மொழிப்பண்பாட்டிற்குள் மிகுதியாகக் கண்டறிய முடியும் என்ற கேள்விக்கு விடைதேடும் முயற்சி இது. இந்தோ-ஆரிய மற்றும் திராவிட மொழிக்குடும்பங்களில் எந்த இலக்கியம் மிகத்தொன்மையானதாகக் கருதப்படுகிறதோ அந்த இலக்கியங்களுக்கு முக்கியத்துவம் கொடுத்து ஆராய வேண்டிய தேவை இருக்கிறது.

வேத இலக்கியம் முன்வைக்கும் வாழ்வியலிலிருந்து சங்க இலக்கியம் சித்தரிக்கும் வாழ்வியல் பெருமளவில் வேறுபடுகிறது. அதேநேரத்தில் வேத மரபுகளின் தாக்கம், அந்தக் காலகட்டத்திலேயே தொடங்கிவிட்டதற்கான தடயங்களும் சங்க இலக்கியத்தில் காணக்கிடைக்கின்றன. சங்க இலக்கியத்தில் காணப்படும் வேதமரபுச் செய்திகள் வடஇந்தியப் பண்பாட்டு வரவுகளின் தாக்கத்தால் நேர்ந்தது என்றால், சங்க இலக்கியத்தின் தனித்துவமான வாழ்வியலின் வேர்களை எப்படி மதிப்பிடுவது? எதனுடன் ஒப்பிடுவது?

சங்க இலக்கியம் நகர்மய வாழ்வியலைக் கொண்டாடுகிறது. கடல்கடந்த வணிகம் சிறப்பிடம் பெறுகிறது. இந்தியப் பண்பாட்டு மரபுகளை, கடல் பற்றிய அறிவு என்ற அளவுகோலால் மதிப்பிட்டால் சங்க இலக்கியம் ஈடுஇணையற்ற கடலறிவு சார்ந்த இலக்கியமாகக் காட்சியளிக்கிறது. சங்கத்தமிழ்த் தொன்மங்களில் பூமியை மொத்தமாக படைக்கும், காக்கும், அழிக்கும் கடவுள் என்று எதுவும் இல்லை. மாறாகச் சங்க இலக்கிய கடவுள்கள் ஐந்திணைகள் சார்ந்த திணைக்கோட்பாட்டில் ஒரு கருப்பொருளாகவே கருதப்பட்டனர். சங்க இலக்கியம் மண் சார்ந்து இயங்குகிறது; பல்வேறு மொழிகளைப் பேசுவோர் கலந்துவாழும் நகர்மய வாழ்வியலைப் போற்றுகிறது. கடலின் இயல்பை, காற்றின் போக்கை நுட்பமாக அறியாதவர்கள் சிந்துவெளிப் பண்பாட்டின் கடல்வணிக மரபுடன் தொடர்புடையவர்களாக இருந்திருக்க முடியாது. அதைப்போலவே கடல் பற்றிய மிக நுட்பமான அறிவு இல்லாத ஒரு சமூகம், சங்க இலக்கியத்தை கற்பனை செய்துகூட பார்த்திருக்க முடியாது.

சங்க இலக்கியம் ஆவணமாகிய தென் தமிழ்நாட்டிற்கும் சிந்துவெளிப் பண்பாட்டு நிலப்பகுதிகளுக்குமிடையே நில இடைவெளி இருக்கிறது. இந்த இரண்டு பண்பாடுகளுக்கும் இடையே கால இடைவெளியும் இருக்கிறது. இந்த இடைவெளி அனைவரும் அறிந்ததே. ஆனால், இந்த இடைவெளியைக் காரணம் காட்டி இந்தியத் துணைக்கண்டப் பண்பாட்டு வரலாற்றின் காணாமல் போன பக்கங்களைத் தேடும் முயற்சியைக் கைவிட்டு, கடந்துசெல்லும் தேவை இல்லை

என்பதுதான் இந்த நூல் முன்வைக்கும் முக்கியமான வாதம். மொகஞ்சோதாரோவில் பௌத்த ஸ்தூபி என்று கருதப்பட்ட ஒரு மேட்டின் கீழிருந்து சிந்துவெளிப் பண்பாட்டின் தடயங்கள் வெளிப்படவில்லையா? அசோகர் என்ற ஒரு பேரரசர் இந்த மண்ணில் வாழ்ந்தார்கள் என்பதுகூட தெரியாமல் நாம் வாழ்ந்திருக்கவில்லையா? வரலாறு என்பது உறைபனி அல்ல; ஓடும் நதி.

கால-நில இடைவெளியை விட முக்கியமானது கருத்தியலின் தொடர்ச்சிதான். சங்க இலக்கியம் எழுதப்பட்ட காலத்தில் வடமொழியில் எழுதப்பட்ட சில இலக்கியங்களில் சிந்துவெளிப் பண்பாட்டிற்கு இணக்கமான அணுகுமுறை இல்லை என்பதை நாம் கருத்தில்கொள்ளவேண்டும். அதாவது தொலைதூரத்தில் தொகுக்கப்பட்ட சங்க இலக்கியம் சிந்துவெளிப் பண்பாட்டிற்கு நெருக்கமாக இருக்கிறது. ஆனால், வடஇந்தியாவில் எழுதப்பட்ட வடமொழி இலக்கியங்களின் கருத்தியல்கள் சிந்துவெளியின் அடித்தளங்களிலிருந்து விலகி நிற்கிறது.

சங்க இலக்கியத்திலும் அதைத் தொடர்ந்து எழுதப்பட்ட திருக்குறளிலும் உழவுத்தொழில் உச்சத்தில் வைத்துக் கொண்டாடப்படுகிறது. உழவுத்தொழிலை சமூக-பொருளாதாரப் பண்பாட்டு நிலைக்களனாக தொல்தமிழ் மரபுகள் முன்னிறுத்துகின்றன. ஆனால், வடமொழி இலக்கிய, வாழ்வியல் மரபுகளில் வேளாண்குடிகளின் இடம் முன்வரிசையில் இல்லை. இதைப்போலவே கைவினைக் கலைஞர்களை சங்க இலக்கியம் போற்றுகிறது. பானை செய்யும் குயவனை 'கலம் செய் கோ' என்றும், 'முதுவாய்க் குயவன்' என்றும் போற்றுகிறது. ஆனால், வடமொழி இலக்கிய வாழ்வியல் மரபுகளில் அத்தகைய குயவர்களும், கைவினைஞர்களும் கடைநிலைக்குத் தள்ளப்படுகிறார்கள்.

எனவே, சிந்துவெளிப் பண்பாட்டு மரபின் கைவினைத் தொழில்நுட்பத்தின், ஆற்றலின், செல்வச் செழிப்பின், நகர்மய வாழ்வியலின், தாய்த் தெய்வ வழிபாட்டு முன்னுரிமையின் தொடர்ச்சிக்கான சான்றாக சங்க இலக்கியம் மட்டும்தான் நிற்கிறது. சங்க இலக்கியத்தில்தான் 'யாதும் ஊரே, யாவரும் கேளிர்' என்ற ஆகச்சிறந்த பண்பாட்டுப் புரிதல் வெளிப்படுகிறது. பயணங்கள் ஊக்குவிக்கப்படுகின்றன. 'எத்திசைச் செலினும் அத்திசைச் சோறே' என்பது போன்ற சொல்லாடல்களை சங்க இலக்கியத்தில் தான் காணமுடிகிறது. பயணங்களால் பட்டை தீட்டப்பட்ட ஓர் உயர் நாகரிகத்தின் ஒட்டுமொத்தத் திரள் சங்க இலக்கியம். அந்தவகையில் சங்க இலக்கியம் சிந்துவெளி விட்ட இடத்தை தொட்ட இடமாக இருப்பதோடு இந்தியத் துணைக்கண்டம் முழுவதற்குமான இலக்கியமாகவும், இந்தியாவின் முதல் நகர்மய இலக்கியமாகவும் திகழ்கிறது.

தொல்காப்பியத்திலும் சங்க இலக்கியத்திலும் வடமொழி மரபுகளின் தாக்கம் இருந்தாலும் அவை மிகச்சிலவே ஆகும். அது சங்க இலக்கியத்தின், தொல்காப்பிய இலக்கிய மரபின் மையக்கருத்தும் அல்ல. இன்னும் சொல்லப்போனால் இத்தகைய வடமொழித் தாக்கங்கள் மற்றும் மரபுகளை புரிந்து வைத்துக்கொண்டே சங்க இலக்கியம் தமிழ்த் தொன்மங்களின் தனிமரபை ஒப்பிட்டும், வேறுபடுத்தியும் பேசியது. இது தமிழ் மொழியின் தனித்துவமான சித்தாந்த மரபின் முக்கியத்துவத்தை அடிக்கோடிட்டுக் காட்டுகிறது.

வடமொழி மற்றும் வட இந்தியப் பண்பாட்டின் தாக்கங்கள் சங்கத்தமிழ்ச் சமூகத்தில் தலைதூக்கிய பின்னும் தொல்காப்பியமும், சங்க இலக்கியமும் அதிலிருந்து வேறுபட்ட தனித்துவமான கூறுகளைக் கொண்டாடுகிறது. சிந்துவெளிப் பண்பாடு, வேதப்பண்பாடு,தொல்தமிழ் பண்பாடு என்ற முப்பரிமாணங்களின் ஒற்றுமை, வேற்றுமை சார்ந்த ஆய்வுக்கு இது மேலும் வலுசேர்க்கிறது என்றுதான் சொல்ல வேண்டும்.

தோற்றப் பழமை, தொன்மைக்கான சான்று என்றால் தொடர்ச்சிதான் ஒரு மொழியின், பண்பாட்டின் தொடரும் இளமைக்கான சான்றாகும். ஒரு தொன்மையான மொழி, இன்றுவரை இளமையாகவும் இருக்கிறது. தன்னைக் காலம்தோறும் புதுப்பித்தும் கொள்கிறது என்பது அத்தொடர்ச்சியின் ஊடாகத்தான் நிகழமுடியும். அதனால்தான் சிந்துவெளி முத்திரை நம் கண்முன் நிறுத்தும் ஒரு காட்சியை அலங்காநல்லூரும், பாலமேடும், அவனியாபுரமும் இன்றும் நம் கண்முன் கொண்டு வருகின்றன. அங்கு நடைபெறும் ஜல்லிக்கட்டு நிகழ்ச்சிகளை நேரலை தொலைகாட்சிகளில் பார்க்கும்போது கலித்தொகைப் பாடல்கள் நினைவுக்கு வருகின்றன. தோற்றத்துக்கும், தொடர்ச்சிக்கும் சான்றான காட்சிப்படிமம் இது. சேவல் சண்டை மரபுக்கும் இது பொருந்தும். 'சிந்துவெளி முதல் ஹரப்பா வரை' என்ற இயலில் குறிப்பிடப்படும் ஹரப்பா முதல் ஆடுகளம் வரையிலான சேவல் சண்டை மரபின் தொடர்ச்சியை இங்கே நினைவுகூரலாம்.

ஒரு மொழியும் அதனோடு தொடர்புடைய ஒரு பண்பாடும் 'ஒரு பண்பாட்டுப் பயணமாக' புலம்பெயரும்போது காலம், நிலம் என்ற இரண்டு பரிமாணங்களின் ஊடாக, தொடர்ச்சி இல்லாமல் இந்த மரபின் நீட்சி நிகழமுடியாது. இந்தத் தொடர்ச்சியை, நீட்சியை இந்தியத் துணைக்கண்டத்தின் இருவேறு நிலப்பகுதிகளில் நின்று, இருவேறு

காலகட்டங்களினூடாகப் பன்முகத் தரவுகளைக் கொண்டு இந்த நூல் புலனாய்வு செய்திருக்கிறது. சங்க இலக்கியம் எந்தக் காலகட்டத்தில் தொகுக்கப்பட்டது என்பதைவிட முக்கியமானது துணைக்கண்டம் தழுவிய அதன் உள்ளடக்கம்.

தமிழ் பண்பாட்டு கட்டமைப்பின் வேர்கள்: நாடு, குடி மற்றும் ஊர்

தமிழ் மக்கள் ஏன் தங்களது கடந்தகாலம் பற்றித் தொடர்ந்து உரையாடிக்கொண்டே இருக்கிறார்கள்? "கல் தோன்றி மண் தோன்றா காலத்தே முன்தோன்றிய மூத்தகுடி" என்ற முழக்கங்களை எல்லாம் ஏன் தொடர்ந்து எழுப்புகிறார்கள். தங்களது கடந்த காலங்களைப் பற்றிப் பேசும்போது ஓர் இனம்புரியாத பதற்றம் கலந்த எழுச்சியும் கிளர்ச்சியும் அம்மக்களின் கூட்டுணர்வாக ஏன் தலைதூக்குகிறது? ஒன்றுக்கு பின் ஒன்றாக அழிந்து, இடம்பெயர்ந்தது என்று கருதப்படும் மூன்று தமிழ்ச் சங்கங்கள் பற்றிய சொல்லாடல், தமிழர்களின் கூட்டுச் சிந்தனையை எவ்வாறு இவ்வளவு தீவிரமாக ஆக்கிரமித்துள்ளது? தமிழர்களின் மீள்நினைவில் பேரிடர்கள், கடந்தகாலப் புலப்பெயர்வுகள், புதிய தலைநகரங்களின் மீள்கட்டமைப்புகள், பழைய பெயரை மீண்டும் சூட்டுகிற தொடர்ச்சி ஆகியவை எவ்வாறு நேர்ந்தன?

தொன்மையான மொழி ஒன்றைப் பேசுவதற்கான மக்கள்தொகை இல்லை என்றால் அது மெல்ல, அருகி, மறைந்து அழிந்துபோகும். அதன்பின் அது பேசும் மொழியாக இல்லாமல் ஆவணக்காப்பகங்களில் உறைந்துவிடும். அம்மொழியைப் பேசுவதற்குப் புதியவர்கள் பிறக்க மாட்டார்கள். ஆயினும், அது ஆய்வாளர்களின் ஆய்வுப்புலமாக நீடிக்கக்கூடும். லத்தீன் மொழி இதற்கு சிறந்த எடுத்துக்காட்டாகும். ஆனாலும், லத்தீன் மொழியின் தோற்றம், அதுதான் மூத்த மொழி என்ற பரபரப்பு போன்றவை எந்த மக்கள் கூட்டத்தினருக்கும் கூட்டுணர்வாக இருப்பது போலத் தோன்றவில்லை. வடமொழி என்று அழைக்கப்படும் சமஸ்கிருதத்தில் பல்வேறு அறிவுப்புலங்களுக்கான அருமையான ஆவணங்கள் பல உள்ளன. ஆனாலும், அம்மொழி எந்த ஒரு நிலப்பகுதியிலும் அங்குள்ள அனைத்து மக்களாலும் பேசப்படுகிற மக்கள் மொழியாக ஒருபோதும் இருந்தது இல்லை; இப்போதும் இல்லை. ஆனால், தமிழ் மொழியோ தொடர்ந்து மக்கள் மொழியாகவே இருந்து வருகிறது.

சேர, சோழ, பாண்டியர் என்ற மூன்று பேரரசுகளின் இடையில் நிகழ்ந்த போர்கள், அரசியல் முரண்பாடுகள் ஆகிய அனைத்தையும் தாண்டி அவர்களை ஒரு குடைக்குள், ஒரு கூட்டு அடையாளத்துக்குள் கட்டிப்போட்டது தமிழ் என்ற மொழி அடையாளம்தான். இந்த மொழி அடையாளமே சங்ககாலத் தமிழ் அரசியலை தீர்மானித்தது. தமிழ், தமிழர் அடையாளம், அதை எப்படி வரையறுப்பது என்பது குறித்த தீவிரமான சொல்லாடல்கள் காலம்தோறும் நடைபெற்றுக்கொண்டிருக்கின்றன. இப்போதும் நடைபெற்று வருகிறது. எனவே, தோற்றம்-தொடர்ச்சி என்ற நீள்கோட்டுப் பயணத்தின் ஊடாக ஒரு மொழியின் நெடிய பயணத்தை, பண்பாட்டு மற்றும் அரசியல் களங்களில் அது நிகழ்த்தும் தாக்கங்களை பற்றிப் பேசுவதற்கு 'தமிழ்' ஒரு பொருத்தமான களமாகும். இந்தியத் துணைக்கண்டத்தைப் பொறுத்தவரையில் தமிழ் மக்களின் கூட்டுநினைவில் குடியிருக்கும் கடந்தகாலம் குறித்த பதற்றம்; புலப்பெயர்வுகளால் கட்டமைக்கப்பட்ட மீள்நினைவுகள் ஆகியவற்றுக்கு ஈடான ஓர் உணர்ச்சிகரமான எதிர்பாராத திருப்பம், 'நாடகத்தன்மை' வாய்ந்த நிகழ்வு ஏதாவது இந்திய துணைக்கண்டத்தில் நிகழ்ந்திருக்க கூடும் என்றால் அது சிந்துவெளி என்ற உன்னதமான நகர்மய நாகரிகம் 'காணாமல் போனது'தான். அதற்கு எந்தவகையிலும் குறைந்தது அல்ல, சிந்துவெளிப் பண்பாடு பற்றிய கண்டுபிடிப்பும் அறிவிப்பும்.

இந்தத் 'திடீர் மறைவு', 'திடீர்த் தோற்றம்' என்ற இரண்டு புள்ளிகளுக்கிடையில்தான் இந்தியப் பண்பாட்டு வரலாற்றின் அறியப்படாத பக்கங்கள் பல அடங்கியுள்ளன. சிந்துவெளிப் பண்பாட்டு நிலப்பகுதி மிகவும் பரந்து விரிந்தது. அந்தப் பண்பாட்டுப் பகுதிக்குள் மலைகள், காடுகள், ஆற்றங்கரைகள், சமவெளிகள், பாலைவனம், கடற்கரை ஆகிய ஐந்திணை நிலப்பகுதிகளும்

இடம்பெற்றிருந்தன. இப்பகுதிகள் அனைத்திலும் ஒரே சமூகப்பிரிவைச் சேர்ந்த, அதாவது ஒரே குடிப்பிரிவைச் சேர்ந்த மக்கள் வாழ்ந்தார்கள் என்று ஒருபோதும் நம்ப முடியாது. கடல்சார்ந்த வாழ்க்கை வேறு, மலைசார்ந்த வாழ்க்கை வேறு. அங்கு வசிக்கும் மக்கள் வெவ்வேறு சமூகப் பின்னணிகளைக் கொண்டவர்கள். ஆகவே, அத்தகைய மக்கள் வெவ்வேறு மொழிகளை அல்லது ஒரே மொழிக் குடும்பத்தை சேர்ந்த பல மொழிகளை அல்லது வட்டார வழக்குகளைப் பேசியிருக்க வேண்டும் என்பதில் ஐயமில்லை. ஆனால், சிந்துவெளிப் பண்பாட்டில் பல்வேறு நிலப்பகுதிகளில் சில தரக்கட்டுப்பாடுகள், செய்முறைகள், முத்திரைகள், வரிவடிவங்கள் ஆகியவை ஒரேமாதிரியாக இருப்பதால், பல்வேறு சமூகப்பிரிவுகளைக் கொண்ட சிந்துவெளிப் பண்பாட்டை ஒருங்கிணைக்கும் ஒரு தொடர்புமொழி இருந்திருக்க வேண்டும். இத்தகைய தொடர்புமொழியின் மூலம்தான் அத்தகைய பரந்துவிரிந்த நாகரிகத்தின் பொதுத்தன்மை, தரக்கோட்பாடுகளை, செம்மையைக் கட்டிக் காப்பாற்றியிருக்க முடியும்.

சிந்துவெளி போன்ற பரந்துவிரிந்த நகர்மய நாகரிகத்தை ஒரு பண்பட்ட வளர்ந்த மொழியோடுதான் தொடர்புபடுத்த முடியும். மலை உச்சிகளிலும், அடர்ந்த காடுகளின் உள்ளிடுக்குகளிலும் பேசப்படுகிற பழங்குடி மொழிகளும், வட்டார வழக்குகளும் ஒரு நாகரிகத்தின் உள்கட்டமைப்புக்கான தொடர்புமொழியாக இருக்கவே முடியாது. அவ்வாறாயின் அத்தகைய பண்பாட்டு பட்டறிவு கொண்ட மிக வளர்ச்சி பெற்ற இந்திய மொழி, திராவிட மொழி குடும்பத்துக்குள் எதுவென்ற கேள்வி எழுகிறது. திராவிட மொழிகளில் மிக தொன்மையான சங்க இலக்கியம் தமிழ் மொழிக்குரியது. எனவே, சிந்துவெளிப் பண்பாட்டின் வழித்தோன்றல் இலக்கியமாக சங்க இலக்கியமே நம் கண்முன் விரிகிறது. பொதுவாக இந்தியத் துணைக்கண்டத்தில் திராவிட மொழிகளின் பரவல் குறித்துப் பேசும்போது திராவிட மொழிகளின் தோற்றம், வளர்ச்சி ஆகிய அனைத்தையும் ஹரப்பா பண்பாட்டு காலகட்டத்துக்குப் பின்னர் நிகழ்ந்த ஒரு நிகழ்ச்சியாகவே காணும் அணுகுமுறை ஆய்வாளர்களிடம் உள்ளது. சிந்துவெளி வரிவடிவங்களை வாசிக்க முயன்றால் அதில் எழுதப்பட்ட மொழி மொழியியல் அடிப்படையில் எத்தகையது என்பது தெளிவாகிவிடும். ஆனால், அந்த வரிவடிவம் இன்னும் வாசிக்கப்படவில்லை என்பதால் சிந்துவெளி மக்கள் பயன்படுத்திய மொழி, அதன் தன்மை இன்னும் ஊகத்திற்கு இடமாக இருக்கிறது. அதனால்தான், அதை திராவிட மொழி என்று எடுத்துக் கொண்டாலும் அதை தொல்திராவிடம் என்று சொல்வதா, வேறு எப்படி அழைப்பது என்றெல்லாம் நமக்கு ஐயம் ஏற்படுகிறது.

சிந்துவெளி நகரப் பண்பாடு வடமேற்கு நிலப்பகுதிகளில் எவ்வாறு படிப்படியாக வளர்ச்சி பெற்றது என்பதை அகழாய்வுத் தடயங்கள் உறுதிசெய்கின்றன. இவ்வாறு, மெல்ல மெல்ல வளர்ந்த இந்தப் பண்பாட்டு வளர்ச்சியையும், மக்கள்தொகைப் பெருக்கத்தையும் அண்மையில் நடைபெற்ற மரபணு ஆராய்ச்சிகளும் உறுதிசெய்கின்றன. இது உண்மையெனில் இந்தியத் துணைக்கண்ட நிலப்பகுதிக்குள் திராவிட மொழிக்குடும்பத்தில் நேர்ந்த மாற்றங்கள், பல்வேறு கிளைகளாகவும், மொழிகளாகவும் பிரிந்த தொடர்நிகழ்வு அனைத்தையும் ஹரப்பா பண்பாட்டின் வீழ்ச்சிக்குப் பின்னர் நிகழ்ந்ததாகக் கட்டமைக்க வேண்டிய அவசியம் எதுவும் இல்லை. மரபணு ஆராய்ச்சியாளர்களால் தொல்தென்னிந்திய மூதாதையர்கள் (AASI) என்று அழைக்கப்படும் 'முதல் இந்தியர்கள்' இந்தியாவின் வடமேற்குப் பகுதிகளில் மட்டும் வாழ்ந்தார்கள் என்றால் அவர்களை மரபணு ஆராய்ச்சியாளர்கள் தொல்தென்னிந்திய மூதாதையர்கள் என்று பெயரிட்டு அழைக்க மாட்டார்கள். இவ்வாறு இந்தியத் துணைக்கண்டத்துக்குள் முதலில் புலம்பெயர்ந்து வந்தவர்களாகிய இந்த முதல் இந்தியர்களின் மரபணுக் கூறுகள், வட இந்தியாவைவிட தென்னிந்தியப் பகுதியில் வாழும் மக்களின் மரபணுக் கூறுகளை மிகுதியாக ஒத்திருப்பதால்தான், அம்மக்களை தொல்தென்னிந்திய மூதாதையர் என்ற பெயரில் தென்னிந்திய என்ற அடைமொழி சேர்த்து ஆய்வாளர்கள் அழைக்கின்றனர். அப்போது, இந்தியாவின் பல்வேறு பகுதிகளிலும் பேசப்பட்ட மொழிகள் பற்றிய தெளிவு இன்னும் கிடைக்கவில்லை. இருப்பினும், திராவிட மொழிக்குடும்ப வரைபடத்தை (Linguistic family tree) வடமேற்கு இந்தியாவில் தொடங்கி வடக்கு திராவிட மொழிகள், நடுதிராவிட மொழிகள், தென்திராவிட மொழிகள் என்று கட்டமைக்கும்போது ஹரப்பா பண்பாட்டுக்குப் பிந்தைய காலநிரல் வரிசையை வலுக்கட்டாயமாகப் பின்பற்றுவது என்பது சரியான அணுகுமுறை இல்லை என்றும் தோன்றுகிறது.

இந்தியாவில் திராவிட மொழிகள் பரவியது, ஹரப்பா பண்பாட்டின் தோற்றத்துக்கு முன்பே தொடங்கிய, ஹரப்பா பண்பாட்டின் வளர்ச்சியினூடாகவும் நிகழ்ந்த தொடர் நிகழ்வாகத் தோன்றுகிறது. அப்பண்பாட்டின் வீழ்ச்சிக்குப் பின்னர் நீடித்த நிகழ்வாகவும் இருக்கலாம். இதுவும்கூட ஓர் அனுமானம்தான். சிந்துவெளி நிலப்பகுதிக்கும், தென்னிந்தியாவுக்குமிடையிலான தனித்துவமான பண்பாட்டு அடிப்படையிலான மரபின் தொடர்ச்சிக்கு ஏராளமான தடயங்கள் உள்ளன. தென்னிந்திய மக்கள்தொகையை மொழியியல் அடிப்படையில் மட்டுமின்றி பண்பாட்டு அடிப்படையிலும் மத்திய இந்திய, நடு இந்திய, கிழக்கு

இந்தியப் பழங்குடிகளின் வாழ்வியலோடு இணைக்கும் பல தடயங்கள் உள்ளன. இன்னும் சொல்லப்போனால் சங்க இலக்கியத்தில் இடம்பெறும் குறிஞ்சிநில மலை வாழ்வியலின் நிகழ்காலச் சோதனைக் கூடங்களாக, ஒடிசா மற்றும் சத்தீஸ்கர் பழங்குடி மக்களின் வாழ்வியல், இன்றுவரை தொடர்கிறது. தென்திராவிட மொழிகளில் சிந்துவெளிப் பண்பாட்டின் பெயர் தெரியாத மொழிக்கும், அதன் பண்பாட்டுக்கும் வழித்தோன்றல் என்று அழைக்கப்படக்கூடிய பொருத்தப்பாடும், தகுதியும் பழந்தமிழ் மொழிக்கு இருப்பதாகத் தோன்றுகிறது. சிந்துவெளி வரிவடிவத்தை திராவிடக் கருதுகோள் அடிப்படையில் வாசித்தறியும் அல்லது விளக்கும் முயற்சியில் பழந்தமிழ் இலக்கிய ஆவணங்கள் துணைபுரியக்கூடும் என்ற கருத்தை ஆய்வாளர்கள் அஸ்கோ பர்போலா, ஐராவதம் மகாதேவன் போன்றவர்கள் ஏற்கெனவே முன்வைத்துள்ளார்கள். இத்தகைய தொன்மையான தோற்றம், தொடர்ச்சி என்ற இந்தச் சிறப்பு மிகக்குறுகிய வரலாறு, மிகச்சிறிய வரலாற்றுக்கு முற்பட்ட காலகட்டம் என்று இயங்கும் எந்தச் சமூகத்திற்கும் வாய்க்காது.

இந்தத் தொன்மையை, தொடர்ச்சியைப் புரிந்துகொள்ள குடியிருப்புகள், ஊர்கள், நகரங்கள், நிலப்பகுதிகள் ஆகியவற்றைக் குறிப்பிடுவதற்கு பயன்படுத்தப்படும் பொதுச்சொற்களின் ஆக்கமுறை வரலாற்றைப் புரிந்துகொள்வது உதவியாக இருக்கும். ஏனெனில், வேட்டையாடித் திரிந்த மனிதன் ஓரிடத்தில் நிலையாகக் குடியிருப்புகளை அமைத்து வசிக்கத் தொடங்கியதுதான் நாகரிக வளர்ச்சிக்கு அவன் ஊன்றிய முதல் அடிக்கல்லாகும். எனவே, இத்தகைய சொல்லாட்சிகளின் ஆக்க வரலாற்றை புரிந்து கொள்ள முயற்சிப்போம்.

நாடு: நடுதலும், நாடுதலும்

மதராஸ் என்று அறியப்பட்ட தென்னிந்தியப்பகுதி **1969**-ல்தான் முறைப்படி தமிழ்நாடு அதாவது தமிழர்களின் நாடு என்று பெயர் சூட்டப்பட்டது. தற்கால தமிழ்மொழியின் புரிதலில் நாடு என்ற சொல் ஆங்கிலத்தில் வழங்கப்படும் *Country* என்ற சொல்லுக்கு இணையாக வழங்கப்படுகிறது. தேஷ் என்ற வடமொழிச் சொல்லின் அடிப்படையில் பிறந்த தேசம் என்ற சொல்லையும் நாடு என்ற சொல்லோடு ஒப்பிடலாம். ஆனால், தற்கால இந்திய நாட்டில் தமிழ்நாடு என்பது தமிழ் மொழி பேசும் மக்கள் வசிக்கும் ஒரு மாநிலம்தான். சங்க இலக்கியங்களில் நாடு என்ற சொல் 'இடம், ஊர், நிலப்பகுதி' போன்ற வெவ்வேறு பொருண்மைகளைக் குறிக்கும் பெயர்ச் சொல்லாக வழங்கியுள்ளதை நாம் அறிவோம்.

தமிழ் மொழி பேசும் சமூகம் தனது தொடர் இயக்கத்தின் மூலமாக எவ்வாறு காலம்தோறும் நாடு என்ற சொல்லுக்கு பல்வேறு பொருண்மைகளை, பொருள் விரிவாக்கங்களைத் தொடர்ந்து செய்து கொண்டே இருக்கிறதென்பதை, நாடு என்ற பெயர்ச்சொல் பற்றிய நேர்வு ஆய்வின்மூலம் அறிந்துகொள்ளலாம். நாடு என்ற சொல் சிந்தனைக்குரியது. தமிழ்நாட்டில் நாடு என்ற விகுதியில் முடியும் **45** ஊர்கள் உள்ளன. ஒரத்தநாடு, பைங்காநாடு, நன்னாடு, கொடநாடு, நாஞ்சில் நாடு, சேந்தன்நாடு, திருநாடு, இரும்பநாடு, வளநாடு, மறியூர்நாடு, காணாடு போன்ற சில பெயர்களை எடுத்துக்காட்டாக கூறலாம். இந்த இடங்கள் எல்லாம் சிறு ஊர்கள் தான். ஆனால், அவை நாடு என்ற விகுதியைப் பெற்றுள்ளன. ஒரத்தநாடு என்பது ஊர்தான், அது தமிழ்நாட்டை போல, இந்திய நாட்டைப் போல ஒரு நாடு அல்ல. இவ்வாறு ஒருமுனையில் பைங்காநாடு என்பது ஓர் ஊர்ப்பெயர் எனறால் இச்சொல்லின் பொருள் விரிவாக்கம் வெவ்வேறு அடைமொழிகளுடன் சேர்ந்து உள்நாடு, வெளிநாடு, தாய்நாடு, பன்னாடு, ஐக்கிய நாடுகள் என்று பொருள்விரிவு பெற்றுக்கொண்டே செல்கிறது. பைங்கா நாட்டிற்கும், பாரத நாட்டிற்கும், ஐக்கிய நாடுகளுக்கும் உள்ள பொருள் விரிவாக்கத்தைத் தொடர்ந்து இயங்கும் ஒரு சமூகத்தின் பட்டறிவின் ஊடாகத்தான் புரிந்துகொள்ளமுடியும். அதேநேரத்தில் இந்த 'நாடு' என்ற சொல் ஒரு தொன்மையான திராவிட மொழிக்குடும்பச் சொல் என்பதும், அது வெவ்வேறு மொழிகளில் இடம், குடியிருப்பு தொடர்பான பொருண்மையில் இன்றுவரை வழங்கப்படுகிறது என்பதும் குறிப்பிடத்தக்கது.

தொன்மையான பழங்குடி மொழி ஒன்றில் நடப்பட்ட கல்லாக குறிக்கப்படுகிற நாடு என்ற சொல், இன்னொரு திராவிட மொழியில் ஊர் என்பதை மட்டும் குறிப்பதாகவும் விரிவுபடுகிறது. ஆனால், நடப்பட்ட கல்லில் இருந்து ஊர், பகுதி, மாநிலம், நாடு, ஐக்கிய நாடு என்று பொருள் விரிவாக்கம் பெறுவது, ஒரு மொழியின் தொன்மை, தொடர்ந்து இயங்கும் தன்மை ஆகிய இரண்டையும் சார்ந்து இருக்கிறது. திராவிட மொழிக் குடும்பத்தினூடாக நாடு என்ற சொல்லின் பொருள் விரிவாக்கம் எப்படி இயங்கினாலும் அதன் உள்ளீடாக ஒரு நோக்கம் இருக்கிறது. அது ஓரிடத்தில் தங்கள் இருப்பை நிலைநாட்டிக் குடியிருப்பாக மாற்றி, குடியிருக்கும் நோக்கம்தான். இத்தகைய நிலைத்த வாழ்க்கை நோக்கிய நாட்டமும், விருப்பமும் செயலும்தான் இந்தச் சொல்லின் பயணத்தைக் கட்டமைக்கிறது.

நாடு என்ற சொல்லில் உள்ளீடாகப் பொதிந்துள்ள ஒரு சமூகப் பண்பாட்டின் தோற்றமும், தொடர்ச்சியும், வீச்சும், விரிவும் பண்டைய காலத்தில் இருந்தே புரிந்துகொள்ளப்பட்டுள்ளது. நாடு என்ற கட்டமைப்பை, அதன் உள்ளீடான பொருண்மையை விளக்குவதற்கு பத்து குறட்பாக்களை வள்ளுவர் எழுதியுள்ளார் **(731-740)**. குறிப்பாக,

> நாடென்ப நாடா வளத்தன நாடல்ல
> நாட வளந்தரு நாடு. (குறள். 739)

என்ற குறளில் நாடு என்ற சொல்லை பெயர்ச்சொல்லாகவும், அதன் அடிப்படையான வினையாகவும் பயன்படுத்தி மிகுந்த பொருளாழம் மிக்க ஒரு புரிதலை திருவள்ளுவர் தந்திருக்கிறார். இதன் பொருள் வருமாறு, முயற்சி செய்து தேடாமலேயே, நாடிச் செல்லாமலேயே இயற்கையாக வளம்தரும் நாடுகளைச் சிறந்த நாடுகள் என்று கூறுவர். நாடி முயன்றால் வளம் தரும் நாடுகள் சிறந்த நாடுகள் அல்ல.

இதில் நாடு>நாடுதல் என்பது நாடுதல், தேடுதல், விருப்பத்துடன் முயற்சி செய்தல் என்ற வினைப் பொருண்மையில். நாடு என்பது பல ஊர்கள் அடங்கிய மக்கள் வாழும் ஆட்சிப்பகுதி என்ற பெயர்ப் பொருண்மையுடன் பொருத்தப்பட்டுள்ளது.

'நாடு' என்ற சொல்லின் வேர்ச்சொல் மற்றும் சொல்லாக்க முறைகள் பற்றிய புரிதலுக்கு நடு, நாடு என்ற இருசொற்களை வினை மற்றும் பெயர் ஆகிய இரு நிலைகளிலும் துருவி பார்க்கும் தேவை இருக்கிறது.

நடு (வினை) - நடுதல், ஊன்றுதல், நிறுவுதல்
நடு (பெயர்) - நடுவில் (அதாவது மையம், நடுவான இடத்தில்)
நாடு (வினை) - நாடிச்செல்லுதல், கோருதல், விழைதல், விரும்புதல்
நாடு (பெயர்) - நாடு எனும் நிலப்பகுதி, ஆட்சிப்பகுதி.

அதுமட்டுமின்றி குடியிருப்புகள் கொண்ட நாடு என்ற நிலப்பகுதி காடு என்ற நிலப்பகுதியோடு முரணாக ஒப்பிடப்படுகிற, இணையாகப் பயன்படுத்தப்படுகிற சொல்லாக்கமாக இருக்கிறது. இதை ஆங்கிலத்தில் உள்ள *Wild* என்ற சொல்லின் பயன்பாட்டோடு ஒப்பிடலாம். மனிதர்கள் நிலைத்து வாழ்வதற்கு ஏதுவான வேளாண்மை நிலங்களைப் பெறுவதற்கும், குடியிருப்புகளை அமைப்பதற்கும் காடுகளை வெட்டிச் சமப்படுத்தி அங்கு வேளாண்மை மற்றும் குடியிருப்புகளை ஏற்படுத்துவது உலகளாவிய நடைமுறையாகும். இயற்கையில் அமைந்துள்ள நீர் தேங்குவதற்குரிய சூழல்களையும், குளம், குட்டை, ஏரி போன்ற சூழல்களையும், மனித முயற்சியால் உருவான அணைகள், தடுப்புகள் போன்றவற்றை உள்ளடக்கிய நிலப்பகுதியையும் குறிப்பதற்கு நாடு என்ற சொல் பயன்படுத்தப்படுகிறது.

இவ்வாறு காடு கொன்று, நாடாக்கும் முயற்சி மற்றும் முன்னெடுப்பு பற்றி சங்க இலக்கியம் குறிப்பிடுகிறது.

> காடு கொன்று நாடாக்கிக்,
> குளம் தொட்டு வளம் பெருக்கிப்,
> பிறங்கு நிலை மாடத்து உறந்தை போக்கிக்,
> கோயிலொடு குடிநிறீஇ,
> வாயிலொடு புழையமைத்து,
> ஞாயில்தொறும் புதை நிறீஇப்,
> பொருவேம் எனப் பெயர் கொடுத்து,
> ஒருவேம் எனப் புறக்கொடாது,
> திரு நிலைஇய பெரு மன் எயில்
> மின் ஒளி எறிப்ப, (பட்டின. 283-292)

இந்த நாட்டு உருவாக்க முயற்சியில் குகைகளிலும், காடுகளிலும் வாழ்ந்த மனிதன் தனது வரையறுக்கப்பட்ட எல்லைகளைக் கடந்து, நடந்து நிலையான வாழ்க்கையை உருவாக்கிக்கொள்ளும் ஒரு நாட்டமும், விழைவும், விருப்பமும் மிகத்தெளிவாகப் புலப்படுகிறது. இதுதான், சொல்லே பொருளாய் செயலாய் தெளிவு தரும் நிலை. நாட்டத்துடன் நாடி உருவாக்குவதே நாடு. நாட்டுருவாக்கத்தில் நாடுதலும், நாட்டமும்தான் முதல் படி. முதலில், வேட்டையாடி உணவு சேகரித்து உண்டு வாழ்ந்த மனிதர்கள் ஏதோ ஓர் இடத்தில் தங்களை நிலைநிறுத்திக்கொள்ள, 'நட்டுவைத்துக்கொள்ள' விரும்பியிருக்கிறார்கள். இந்த நிலைப்பை நோக்கிய நகர்வே வேளாண்மை சார்ந்த குடியிருப்புகளுக்கும், கால்நடைகளைப் பழக்கி வீட்டு விலங்குகளாக்கும் முயற்சிக்கும் அடிப்படையாக அமைந்திருக்கிறது. எனவே, நாடுதல்-நாட்டுதல் என்ற வினைப்பெயர் வடிவங்களின் ஊடாகப் புலப்படும் இந்த உளவியல் சார்ந்த, நடைமுறை சார்ந்த செயல்பாடே தமிழ்மக்களின் சமூகம், பண்பாடு, ஆட்சிநிலப்பகுதி, அரசியல், முறைசெய்தல் ஆகிய அனைத்துத் தளங்களிலும் உருவகம்போல் சொற்பொருள் விரிவாக்கமாய் விரிந்து தொடர்கிறது. விட்டு அறுபடாத இத்தொடர்ச்சிதான் தமிழ்மொழியின் தோற்றத்தையும், தொடர்ச்சியையும் பற்றிய புரிதலைத் தருகிறது.

நிலைத்து வாழும் குடியிருப்பு, குடிப்பெருக்கம் சார்ந்த இந்த நாட்டமே, காலப்போக்கில் வளர்ந்து, தமிழ்ப் பண்பாட்டின் நாகரிக உச்சங்களைத் தாண்டி நிகழ்காலம் வரை பல்வேறு தாக்கங்களை உள்ளடக்கியதாக பொருள்நீட்சி பெற்றிருக்கிறது.

திராவிட மொழிக்குடும்பத்தைச் சேர்ந்த பல்வேறு மொழிகளிலும் அம்மொழிபேசும் மக்களின் சமூக, அரசாட்சி, பண்பாட்டுப் பின்னணிகளின் அடிப்படையில், இந்தச் சொல்லின் பொருள் ஒரு குறுகிய எல்லைக்குள் அல்லது அதைவிட விரிவான பொருண்மைகளை உள்ளடக்கிப் பயன்படுத்தப்படுகிறது. எடுத்துக்காட்டாக, பீகாரில் சுந்தர் பகாட் என்ற மலைப்பகுதியில் வசிக்கும் மால் பகடியா என்ற மக்கள் மால்ட்டோ எனப்படும் வடதிராவிட மொழியைப் பேசுகிறார்கள்.. இம்மொழியிலும், இம்மொழியைப் பேசும்

பண்பாட்டிலும் 'நாட்' (*Nad*) என்ற சொல் நீத்தாரின் நினைவாக நட்டு வைக்கப்பட்ட நடுகல்லைக் குறிப்பதாக உள்ளது.

ஒடிசாவில் வசிக்கும் டேங்கிரியா கோண்ட் இனமக்கள் பேசும் மொழியின் பெயர் குவி. இதில் நாஜூ என்ற சொல்லுக்கு ஊர் அல்லது குடியிருக்கும் இடம் என்று பொருள். பெயர்ச்சொல் வடிவில் இது நாஜூ என்று உச்சரிக்கப்பட்டாலும் தொடரில் இது வேற்றுமை உருபேற்று இட வேற்றுமையாக வழங்கும் இடத்தில் இதன் அடிப்படையான ஒலி வடிவம் தெளிவு பெறுகிறது. இக்குவி மொழியில் 'நாட்டோ' என்ற சொல் 'ஊரில்', 'ஊரின்' என்ற பொருளில் வருகிறது. ஆகவே, இதன் மூலவேர் ஒலிவடிவம் 'நாட்' என்பது புலனாகும். எனவே நாஜூ என்பது வேறொன்றுமில்லை. தமிழில் நாடு என்ற சொல்லப்படும் குற்றியலுகரம் ஏற்ற நாடு என்ற சொல்லிற்கு இணையான சொல்லே.

ஆனால், இந்த வேர்ச்சொல்லின் அடிப்படையாக பிறந்த நாடு என்ற சொல் திராவிட மொழிக்குடும்பத்தை சார்ந்த மொழிகளில் இரண்டு வெவ்வேறு பொருள் முனைகளில் நிற்கிறது. ஒரு முனையில் ஓர் இடத்தில் நீத்தார் நினைவாக நட்டு வைக்கப்பட்ட நடுகல் மட்டும்தான். இன்னொரு முனையில் தமிழ் போன்ற மிக வளர்ந்த, பட்டறிவு கொண்ட பண்பாட்டின் ஊடாக நாடு என்ற சொல், ஊர் என்ற பொருளில் தொடங்கி ஊர்கள் அடங்கிய நிலப்பகுதி, மாநிலம், நாடு, உள்நாடு, வெளிநாடு என்று விரிவடைந்து ஐக்கிய நாடுகள் வரை செல்கிறது.

இதற்குக் காரணம் தமிழ்மொழி நீண்ட நெடுங்காலமாக, வரலாற்றுக்கு முற்பட்ட காலங்களில், வரலாற்றுக் காலங்களில் சமூக, பண்பாட்டு, அரசியல் களங்களில் தொடர்ந்து இயங்கித் தன்னை விரிவாக்கிக் கொண்டே செல்கிறது. இவ்வாறு, மால்ட்டோ, தமிழ் ஆகிய இருமொழிகளிலும் இச்சொல்லின் மூலவடிவத்தின் அடிப்படையில் சொல்லாக்கங்கள் வெவ்வேறு நீட்சிகளை அடைந்திருந்தாலும் தமிழ், மால்ட்டோ மற்றும் குவி போன்ற திராவிட மொழிகள் அனைத்திற்கும் இச்சொல்லின் ஊடாக ஒரு பொதுக்கூறு இருக்கிறது. இதுதான் 'நாடுதல், விழைதல், விருப்பம்' என்பதாகும்.

மால்ட்டோ பேசும் மால் பகடியா பழங்குடி, நீத்தார் நினைவாக நடுகல்லை நாட்டி நிறுவுதல், டோங்கிரியா பழங்குடிகள் தங்களது ஊராகிய நாட்டை நாடி நிறுவுதல், தமிழ் மொழியில் காடு கொன்று நாடாக்கும் செயல் அனைத்திற்கும் அடிப்படைக் காரணியாக நடுதல், நாடுதல் என்ற வியப்பிற்குரிய பொருண்மைகள் பொதிந்துள்ளன. சத்தீஸ்கரில் உள்ள ஒருங்கிணைந்த பஸ்தர் பகுதியில் மட்டும் 'நாட்' (*Nad*) என்ற விகுதியுடன் முடியும் 235 ஊர்கள் உள்ளன. கோண்டி மொழியில் 'நாட்' என்பதற்கு ஊர், குடியிருக்கும் இடம் என்பது பொருளாகும்.

நாடு என்ற சொல்லைப்போலவே குடி மற்றும் ஊர் போன்ற திராவிட மொழிக்குடும்பச் சொற்களும், திராவிட மொழிகளின் தொன்மையையும், தமிழ் மொழியின் தொடர் இயக்கத்தையும், பண்பாட்டு வளர்ச்சியையும் புரிந்துகொள்ள உதவுகின்றன. குடி என்ற சொல் கூடு, கூடுதல், குவிதல் போன்ற பொருண்மைகளை அடிப்படையாகக் கொண்டது. பறவைகள் கூடு எனப்படும் கூட்டில் வந்து அடைகின்றன. குடி என்பது ஒரு பெயர்ச்சொல்லின் அடிப்படையில் குடியிருக்கும் இடத்தை மட்டும் குறிப்பதில்லை; அடிப்படையில் அது ஓர் இனக்குழுவைக் குறிப்பதாக இருக்கிறது. குடி என்ற இனக்குழு சார்ந்த சொல்லின் அடிப்படையே வளர்ச்சிபெற்று குடியானவர், குடியினர், குடிமக்கள் என்று பொருள் விரிவாக்கம் பெற்றிருக்கிறது.

பறவைகள் கூடும் இடம் கூடு என்றால் மனிதர்கள் கூடி வசிக்கும் இடம் தான் குடில், குடிசை, குடியிருப்பு என்று நீட்சி பெறுகிறது. அதேநேரத்தில் குடி என்ற வினைவடிவத்துக்கு நீர் போன்றவற்றைக் குடித்தல் என்ற பொருள் உண்டு. குடி என்ற இந்தச் சொல் திராவிட மொழிகளிலிருந்து சமஸ்கிருதத்திற்குக் கடன் வாங்கப்பட்டிருப்பதை இந்தோ-ஆரிய மொழிகளின் ஒப்பீட்டு அகராதி குறிப்பிடுகிறது.

சமூகவியல் அடிப்படையிலான நோக்கமும் செயலும் சேர்ந்ததுதான் மானுடவியல் ஆகும். இயற்கை சார்ந்த வாழ்க்கையில் அவ்வாறு கூடிக் குடியிருப்பவர்கள் ஏதேனும் ஒரு நீர்நிலையை, அருவியை, ஓடையை, நீர் பருகும் இடத்தை பொதுவானதாகக் கொண்டிருப்பார்கள். அந்தவகையில் குடியிருக்கும் இடத்தைத் தேர்வு செய்வதை, குடிக்கும் நீர் இருக்குமிடம்தான் தீர்மானிக்கிறது. அதுமட்டுமின்றி திராவிட மொழிகளில் குடி என்ற சொல்லானது, கடவுள் குடியிருக்கும் கோயிலையும் குறிப்பதாக வழங்குவது இச்சொல்லின் தொல்வழிபாட்டு மரபுகள் சார்ந்த தொடக்கத்தையும், தொடர்பையும் நமக்குப் புலப்படுத்துகிறது.

ஊர்: ஊரும் குடிகள்

ஒரு பண்பாட்டின் கதை ஒரு குடியிருப்பில், ஓர் ஊரில் தான் தொடங்க முடியும். நிலைத்த வாழ்க்கையே முறையான வேளாண்மை, கால்நடைகளை, காட்டு விலங்குகளைப் பழக்கி வீட்டுவிலங்குகளாக, வளர்ப்பு விலங்குகளாக மாற்றுதல், உபரி உற்பத்தி, வணிகம் என்று வளர்ந்து இறுதியில் ஒரு பண்பாட்டுத் தொகுதியாக, நாகரிகமாக உருப்பெறுகிறது. தமிழில் பல்வேறு அளவிலான குடியிருப்பு இடங்களோடும் தொடர்புடைய, ஒரு பழமையான சொல்லும், பரவலாகப்

பயன்படுத்தப்படும் ஒரு சொல்லும் இருக்கிறதென்றால் அது ஊர் என்ற சொல்தான். ஊர் என்ற சொல் அதன் அடிப்படைப் பொருள் மாறாமல் ஆயிரக்கணக்கான ஆண்டுகளாக இன்றுவரை தொடர்ந்து இயங்கும் சொல்லாக உள்ளது. (DEDR 752).

குடியிருக்கும் இடம், குடியிருப்புப் பகுதி என்ற பொருளில் வழங்கப்படும் பெயர்ச்சொல்லான ஊர் அதன் வினைவடிவத்தில் ஊர்ந்து செல்லுதல், நகர்ந்து செல்லுதல் என்ற பொருளில் வழங்குகிறது. இந்த வினை வடிவத்தின் அடிப்படையாக பல்வேறு சொல்லாக்கங்களைத் தமிழில் பார்க்கமுடியும். ஊர்ந்து செல்லும் விலங்குகள் - ஊர்வன; பயணம் செய்யும் வாகனம் - ஊர்தி. இலக்கண அடிப்படையில் ஊர் என்பது ஆகுபெயராக அங்கு வசிக்கும் மக்களைக் குறிக்கிறது. ஊர் கூடியது என்பது ஊர்மக்கள் கூடியதைக் குறிக்கும். இதில் ஊர்தல், நகர்தல் என்பது சமூக, பண்பாட்டு, பொருளியல் தேவையாக இருக்கிறது. ஊர் என்பது ஓர் இடமோ, வீடுகளின் தொகுதியோ மட்டுமல்ல அங்கு வசிக்கும் மக்களும்தான். இந்தக் கூட்டு உளவியலை தொல்தமிழ் இலக்கணங்களும், இலக்கியங்களும், மிக நுட்பமாக புரிந்துவைத்திருக்கின்றன.

ஊர் என்ற திராவிடச்சொல்

திராவிட மொழிகளில் ஊர்ப்பெயர்கள் என்று வரும்போது ஊர் என்ற பொதுச்சொல் அடையாளமே மிகத் தொன்மையானதாக, பரவலாகப் பயன்படுத்தப்படுகிறது. குறிப்பாகத் தென்திராவிட மொழிகளில் இது அதிகமாகப் புழங்குகிறது. இச்சொல் பல்வேறு திராவிட மொழிகளினூடாக வீடு, குடியிருப்பு, வாழிடம், சிற்றூர், பேரூர், நகரம் என்று பல்வேறு படிநிலை வளர்ச்சிகளை உணர்த்துகிறது. அந்தவகையில் ஊர் என்ற இடப்பெயர் விகுதி சிந்து முதல் வைகை வரையிலான ஒரு பண்பாட்டின் பயணத்துக்கு மொழியியல் சாட்சியாகத் திகழ்கிறது. ஊர் என்ற சொல் இந்தியத் துணைக்கண்டத்தின் வடமேற்குப் பகுதியில் சிந்துவெளிக்கும் அப்பால் பேசப்படும் பிராகுயி மொழியில் வீடு, மனை, மனைவி என்ற பொருளை மட்டும் தருகிறது. தென்திராவிட மொழிகளில் அது சமூக, பொருளாதார, பண்பாட்டு வளர்ச்சிக்குத் தக்கபடி குடியிருக்கும் வாழிடம், ஊர், பேரூர் என்று சொற்பொருள் ஆக்கம் பெற்றுள்ளது.

'உரா' என்ற பிராகுயி மொழிச்சொல்லை 'உள்' என்ற திராவிட வேர்ச்சொல்லோடு திராவிட மொழிகளின் வேர்ச்சொல் அகராதி தொடர்புபடுத்துகிறது (DEDR 698). இதன் அடிப்படையிலேயே மனை, வீடு, மனைவி என்று பொருள்படும் உரா; நெஞ்சு, எண்ணம், நடு, அகம் என்று பொருள்படும் உஸ்ட் ஆகிய பிராகுயி சொற்களை DEDR ஒப்பிடுகிறது. அந்தவகையில் ஊர் என்ற இடப்பெயர் உள், அகம், வீடு, வாழிடம், போன்ற சொற்பொள்களுடன் தொடர்புடையதாக இருக்கிறது. ஊர் என்ற சொல் பல்வேறு திராவிட நிலப்பகுதிகளில் வாழிடம், குடியிருப்பு, நகரம் போன்ற பொருள்களைத் தரும் (பெரிய ஊர்) பேரூர், பழைய நகரம் (மூதூர்), தொன்மையான நகரம் (தொல்லூர்), புதிய நகரம் (புதூர்), மேல் நகரம் (மேலூர்), கீழ் நகரம் (கீழூர்), நல்ல நகரம் (நல்லூர்) என்ற பல்வேறு வகைகளிலும் அடைமொழிச் சொற்களுடன் சேர்ந்து ஆக்கம் பெறுகிறது. சங்க இலக்கியத்தில் வாழிடம், குடியிருப்பு என்ற பொருள் வரும் வகையில் 357 முறை ஊர் பயன்படுத்தப்படுகிறது. இதில் மூதூர் - 63, சீறூர் - 48, பேரூர் - 7, சிற்றூர் - 1 ஆகியவை அடங்கும்.

சங்க காலத்துக்கு முன்பு மிக நெடுங்காலமாக தமிழ் மொழி பேசுவோரின் நிலைத்த வாழ்வியல் வேரூன்றி இருந்ததை மூதூர் என்ற சொல்லாட்சிமூலம் அறியலாம். ஊர் என்ற பொதுப்பெயர் பயன்பாடு, மக்கள்தொகைப் பெருக்கம், புதிய குடியிருப்புகள் உருவாக்கம் ஆகிய பின்னணியில் தொடர்ந்து வளர்ந்து வருகிறது. இன்றைய தேதியில் தமிழ்நாட்டில் ஊர் என்ற இடப்பெயர் விகுதி கொண்ட ஊர்கள் 8479 உள்ளன என்பது குறிப்பிடத்தக்கது. ஊர் என்ற இடப்பெயர் விகுதி, பிற தென்னிந்திய மாநிலங்களின் பொதுப்பண்பு என்பதைப் புள்ளிவிவரங்கள் உணர்த்துகின்றன.

ஆந்திர மாநிலம்: ஊர்- 539, ஊரு- 1237
தெலங்கானா: ஊர்- 2128, ஊரு- 66
கர்நாடகா: ஊர்- 2664, ஊரு- 559
கேரளா: ஊர்- 189

யாதும் ஊரே, யாவரும் கேளிர் என்ற கருத்தில் நில எல்லை சார்ந்த அணுகுமுறையைவிடத் தொடர்ந்து இயங்குதல், பலரோடும் தொடர்புகொள்ளுதல், இணக்கமுறச் சேர்ந்து வாழ்தல் என்ற பண்பியல் ஓங்கி ஒலிக்கிறது. 'குத்தவைத்து உட்கார்ந்து குளிர்காய்ந்தவர்கள் இன்னும் குகைகளில் தான் இருக்கிறார்கள். நகர்ந்து வந்தவர்கள்தான் நாகரிகம் படைத்தார்கள்' என்ற உலகியல் உண்மையைத்தான் இந்த ஒற்றை வரி இலக்கியம் சொல்கிறது.

சங்க இலக்கியங்களில் மீள்நினைவாகக் குறிப்பிடப்படும் கைவிடப்பட்ட, சிதைந்த பழைய நகரங்கள் ஒரு காலத்தில், தொல்புகழ் பெற்றிருந்த நகரங்களாக இருந்துள்ளன. இவை தொன்மையை மட்டும் சுட்டுவன அல்ல. கூடவே அம்மக்களின் நகரும் திறன், புதிய சூழல்களோடு போராடி நிலைபெறும் ஆற்றல் ஆகியவற்றையும் அடிக்கோடிடுகிறது.

திராவிட குஜராத்தும் திராவிட மகாராஷ்டிராவும்

சிந்துவெளிக்கும், வைகைக் கரைக்குமான இந்தப் பண்பாட்டின் பயணத்தில் குஜராத், மகாராஷ்டிர நிலப்பகுதிகள் இடைவழி நிறுத்தங்கள். மக்கள்தொகை அடிப்படையில் இந்தியாவின் மிகப்பெரிய பழங்குடி 'பில்' (*Bhil*). குஜராத், ராஜஸ்தான், மத்தியப் பிரதேசம், சத்தீஸ்கர், மகாராஷ்டிரா போன்ற பகுதிகளில் வசிக்கும் இந்தப் பழங்குடியினரின் பெயரே 'வில்' என்ற திராவிட மொழிக்குடும்பச் சொல்லை அடிப்படையாகக் கொண்டது என்று கருதப்படுகிறது. இம்மக்கள் தற்போது பில்லி (*Bhili*) என்ற வட்டார மொழியையும் குஜராத்தி, மராத்தி போன்ற அந்தந்த மாநில மொழிகளையும் பேசுகிறார்கள். இந்த மொழிகள் இந்தோ- ஆரிய மொழிக் குடும்பத்தைச் சேர்ந்தவை. அதேநேரத்தில் மகாராஷ்டிரா போன்ற மராத்தி மொழி, பெரும்பான்மையாக இருக்கும் சில பகுதிகளில் கோண்டு என்ற திராவிட மொழிபேசும் பழங்குடி மக்களும் இன்னும் பெருமளவில் வசித்து வருகிறார்கள். குஜராத், மகாராஷ்டிரா போன்ற நிலப்பகுதிகளில் இன்றும் வாழும் சில குடியினரின் திருமண உறவுமுறை அமைப்புகளும் (*Kinship System*) உறவுமுறைச் சொற்களும் (*Kinship Terms*) திராவிட திருமண உறவுமுறைக் கட்டமைப்பு மற்றும் சொற்பயன்பாட்டுடன் தொடர்புடையதாக இருக்கிறது. சிந்து முதல் வைகை வரையிலான பண்பாட்டுப் பயணத்தின், காலத்தால் முற்றிலும் மாறாமல் தொடரும் இணைப்புக் கண்ணிகள் இவை.

இதுவரை தோண்டப்பட்ட தடயங்களின் அடிப்படையில் தைமாபாத் ஹரப்பா பண்பாட்டின் தெற்கு எல்லையாகக் கருதப்படுகிறது. இது நிரந்தரமான எல்லை என்று கருதத் தேவையில்லை. 2015-16 வரை கீழடியை யார் எதிர்பார்த்தார்கள்? 1924 வரை சிந்துவெளிப் பண்பாடு பற்றி யாருக்காவது தெரியுமா? தோண்டத்தோண்டத்தான் துலங்கும் என்பது வேறு எதற்கு பொருந்துகிறதோ இல்லையோ தொல்லியல் ஆய்வுகளுக்கு முற்றிலும் பொருந்தும்.

சங்க இலக்கியம் குறிப்பிடும் துவரை என்ற நகர் தற்போதைய குஜராத்திலுள்ள துவாரகைதான் என்று பல்வேறு ஆய்வாளர்களும் தொடர்புபடுத்தி எழுதியிருப்பதை ஏற்கெனவே இந்நூலில் குறிப்பிட்டிருக்கிறோம். இதன் அடிப்படையிலேயே வேளிர் வழித்தடத்தில் (*The Velir Corridor*) கிடைக்கிற ஒப்பீட்டு இடப்பெயர்களையும், ஏனைய சான்றுகளையும் வைத்து வேளிர் என்று சங்க இலக்கியம் அழைக்கும் குடியினரின் மூதாதையர்கள் ஒரு காலத்தில் வடமேற்கு, மேற்குப் பகுதிகளில் வசித்தார்களென்றும், பின்னர் தெற்கு நோக்கிப் புலம்பெயர்ந்தார்கள் என்றும் கருத இடமிருக்கிறது. குஜராத்தில் உள்ள சிந்துவெளிச் சிதைவிடமாகிய லோத்தலில் பல்வேறு பெருவெள்ளப் பேரிடர்கள் நேர்ந்துள்ளது என்று ஆய்வாளர்கள் கண்டறிந்துள்ளனர். குஜராத் நிலப்பகுதிக்கேயுரிய விலங்குகள் பற்றி சங்க இலக்கியம் துல்லியமாகப் பேசுகிறது. சங்க இலக்கியம் குறிப்பிடும் காற்றின் திசைகளும், தன்மைகளும் இதைத்தான் சொல்கின்றன. இதனால்தான் திராவிட குஜராத் என்ற தலைப்பு.

இந்நூல் பொன்படு கொண்கானத்து நன்னனின் ஆட்சிப்பகுதியாக குறிப்பிடும் நிலப்பகுதியை மகாராஷ்டிரா மாநிலத்துடன் தொடர்புபடுத்தி அறிமுகம் செய்கிறது. இதனை மகாராஷ்டிராவின் இடப்பெயர்களும் உறுதிசெய்கின்றன. தொல்தமிழ்த் தொன்மங்களோடு தொடர்புடைய மூதாதையர்கள் ஒருகாலத்தில் மகாராஷ்டிரப் பகுதியிலும் வாழ்ந்தார்கள் என்ற கருதுகோளை வலுப்படுத்துகிறது. நன்னனின் ஏழில் குன்றத்துடன் தொடர்புடைய ஏழு என்ற எண் திராவிட மகாராஷ்டிராவின் ஒவ்வொரு திசையிலும் பல்வேறு இடப்பெயர்களில் இடம்பெறுகிறது. நன்னனின் ஏழில் குன்றத்துடன் இந்நூல் அடையாளப்படுத்தும் சப்தசிருங்கி மலைப்பகுதியில் காணப்படும் தாய்த் தெய்வ வழிபாடு சங்க இலக்கியக் கொற்றவையை நினைவுபடுத்துகிறது.

ஹாலா என்ற சாதவாகன மன்னனால் தொகுக்கப்பட்டதாகக் கருதப்படும் சத்தசஈ என்ற 'அகம் எழுநூறு' காதல் கவிதைகளின் தன்மையும், உத்திகளும் சங்க இலக்கியத்துடன் ஒப்பிடத்தக்க ஒரு பொதுவான இலக்கிய மரபை மனதிற்கு கொண்டுவருகிறது.

சங்க இலக்கியத்தையும், சத்தசஈ தொகுதியையும் பொதுயுகத்திற்கு முந்தைய முதலாம் நூற்றாண்டில் தக்காண நிலப்பகுதியில் நிலவிய இலக்கிய மரபின் அறிகுறியாக ஜார்ஜ் ஹார்ட் அடையாளப்படுத்துகிறார். இரண்டாம் நூற்றாண்டு வாக்கில் வெளியிடப்பட்ட சாதவாகனர் நாணயத்தில் ஒருபுறம் பிராகிருதமும், மறுபுறம் தமிழ் பிராமி (தமிழி) எழுத்துகளும் காணப்படுகின்றன. தமிழ்நிலத்திற்கும் மேற்கு மற்றும் வடமேற்கு நிலப்பகுதிகளுக்கும் இருந்த மொழியியல் மற்றும் பண்பாடு சார்ந்த பழந்தொடர்பை இச்சான்றுகள் உறுதிசெய்கின்றன.

அதேநேரத்தில் இருங்கோவேள் என்ற வேளிர் அரசனின் மூதாதையர்கள் துவரை எனும் பகுதியை ஆண்டதாக சங்க இலக்கியம் குறிப்பிடும் அகச்சான்றையும் கருத்தில் கொள்ள வேண்டும். இவற்றின்மூலம் துவரையை ஆண்ட வேளிர் மூதாதையர் துவரையை ஆண்டதாகக் கூறப்படும் தொன்மக்கதையையும் சத்தசஈ கவிதைகளில் கண்கூடாக தென்படும் அகப்பாடல் மரபையும் ஒரு தொடர்சங்கிலியின் கண்ணிகளாகப் பார்க்கமுடியும்.

சிந்துவெளியில் பல்வேறு வட்டார மொழிகள் வழங்கியிருக்கக்கூடும். ஒரு பொதுத் தொடர்புமொழி வழங்கியிருப்பதற்கான தேவையும் வாய்ப்பும் தென்படுகின்றன. அத்தகைய ஒரு பண்பாட்டுச் சூழலின் பிந்தைய பதிவாகத்தான், தமிழ்மரபுகள் மீள்நினைவாக முன்னிறுத்தும் செந்தமிழ் சேர்ந்த பன்னிரு நிலம் மற்றும் இலக்கண உரை மரபுகள் குறிப்பிடும் வட்டார வழக்குகள் ஆகியவற்றின் நில எல்லைகளை நாம் மதிப்பிடவேண்டும்.

செந்தமிழ், கொடுந்தமிழ், பன்னிருநிலம் ஆகிய சொல்லாடல்கள் நமக்குத் தருகிற புரிதல்களை உள்வாங்கிக்கொண்டு, சிந்துவெளி அகழாய்வுத் தடயங்களைப் பார்க்கும்போது இந்த இரண்டிற்கும் இடையிலான உறவை மற்றொரு கோணத்தில் புரிந்துகொள்ள முடியும். இந்தியத் துணைக்கண்டத்தின் தேதியற்ற தொன்மங்கள் பற்றிய மீள்வாசிப்பு சங்க இலக்கியங்களின் துணை இல்லாமல் கைகூடாது. அந்தவகையில் திராவிட குஜராத்தும், திராவிட மகாராஷ்டிராவும் முக்கியமான இடைநிறுத்த மைல்கற்கள்.

சங்க இலக்கியத்தில் மானுடப்பெயர்கள்

அண்மைக் காலங்களில் தொல்தமிழ் வரலாறு, பண்பாடு, நிகழ்கால அரசியல் ஆகிய பல்வேறு தளங்களில் தமிழ், திராவிடம் என்ற பெயர் அடையாளங்களின் பயன்பாடு குறித்த விவாதங்கள் நடைபெறுகின்றன. பண்பாட்டு நுண்ணரசியல், நிகழ்காலத் தேர்தல் அரசியலில் ஏற்படுத்தக்கூடிய தாக்கம் என்ற அடிப்படையில் அணுகும்போது இந்த விவாதங்களின் காரணிகளை எளிதாகப் புரிந்துகொள்ள முடிகிறது. ஆனால் இதே விவாதம், இந்தியத் துணைக்கண்டம் என்ற பரந்த நிலப்பரப்பின் பின்னணியில் சிந்துவெளியின் தோற்றம், வளர்ச்சி, நலிவு, அதன்பின்னர் நிகழ்ந்திருக்கக்கூடிய துணைக்கண்டப் புலப்பெயர்வுகள் ஆகியவற்றை உள்ளடக்கிய ஓர் ஆய்வுக்களத்தில் விவாதப் பொருளாகும் போது தெளிவுடன் அணுகவேண்டிய பொறுப்பும், கடமையும் இருக்கிறது.

சிந்துவெளி மக்களின் மொழி எது, அம்மொழியின் தன்மை என்ன போன்ற கேள்விகளுக்கு எவராலும் இன்றைய தேதியில் தெளிவாக விடையளிக்க முடியாது. சிந்துவெளிப் பண்பாடு ஒரு திராவிடப் பண்பாடாக இருக்கவேண்டும் என்ற கருத்தாக்கத்தின் பின்னணியில் இந்த நூலின் முன்மொழிவுகள் கட்டமைக்கப் பட்டிருக்கின்றன. திராவிட மொழிக் குடும்பம் என்ற கட்டமைப்பிற்கு வெளியே சென்று முன்வைக்கப்படும் எந்த முன்மொழிவும் புதிய குழப்பங்களை ஏற்படுத்திவிடும் என்ற முன்னெச்சரிக்கை இந்நூலாசிரியருக்கு இருக்கிறது.

சிந்துவெளியின் மொழி பற்றி ஆய்வுசெய்த பல்வேறு ஆய்வாளர்களும் அது ஒரு தொல்திராவிட மொழியாக இருந்திருக்கக்கூடும் என்ற கருத்தின் அடிப்படையிலேயே அணுகுகிறார்கள். பிராகுயி எனப்படும் திராவிட மொழி பலூசிஸ்தான் பகுதியில் பேசப்படுகிறது என்பதை மட்டும் வைத்து அந்தப் பண்பாடு ஒரு திராவிடப் பண்பாடு என்ற முடிவுக்கு வரமுடியாதென்றாலும் அம்மொழி அப்பகுதியில் இன்றுவரை பேசப்படுவதை முற்றிலும் புறக்கணிக்கவும் முடியாது.

சிந்துவெளியின் வரிவடிவம் வாசிக்கப்படும் வரையில் துணைநிலைச் சான்றுகளால் சிந்துவெளியின் மொழி ஒரு திராவிட மொழியாகத்தான் இருந்திருக்கவேண்டும் என்று நிறுவ இந்தியத் துணைக்கண்டத்தில் எஞ்சியிருக்கும் ஒரே தொல் ஆவணம் சங்க இலக்கியம் மட்டும்தான் என்ற நிலைப்பாட்டை இந்த நூல் வலியுறுத்துகிறது. இந்தியவியல், திராவிடவியல், தொல்தமிழ்த் தொன்மங்கள் ஆகியவற்றை ஒன்றோடொன்று தொடர்புபடுத்தி ஆய்வுகளை முன்னெடுத்துச் செல்வதுதான் நடைமுறை சார்ந்த அணுகுமுறையாக இருக்கமுடியும்.

இந்தச்சூழலில் ஒருகாலத்தில் திராவிட மொழிகள் பேசப்பட்டதாகக் கருதப்படும் குஜராத், மகாராஷ்டிரா போன்ற நிலப்பகுதிகளில் கிடைக்கும் தரவுகளை உள்ளடக்கி, இந்நூலில் திராவிடக் கருதுகோள் எடுத்துவைக்கப்பட்டுள்ளது. சிந்துவெளி வரிவடிவம் வாசித்து தெளிவாக அறியப்படாத வரையில் திராவிட மொழிக் குடும்பத்தில் இருந்து ஒரு மொழியின் தனி அடையாளத்தைச் சிந்துவெளிப் பண்பாட்டிற்குச் சூட்டுவது சாத்தியமில்லை.

பரந்துவிரிந்த சிந்துவெளிப் பண்பாட்டில் திராவிட மொழிக்குடும்பத்தைச் சேர்ந்த பல்வேறு மொழிகள், வட்டார வழக்குகள் பேசப்பட்டிருக்கும் வாய்ப்பும் இருக்கிறது. அதேநேரத்தில் உன்னதமான நகரப்பண்பாடு, கடல்வணிகம், ஒரேமாதிரியான தரக்கட்டுப்பாடுகள் ஆகியவற்றின் அடிப்படையில் சிந்துவெளிப் பண்பாட்டில் ஒரு பொதுவான தொடர்புமொழி, ஆட்சிமொழி இருந்திருக்கும் வாய்ப்பையும் மறுக்க இயலாது. சிந்துவெளிப் பண்பாட்டின் முக்கியமான கோட்பாடுகளின் தொடர்ச்சியை எதிரொலிக்கும் இலக்கியமாக தொல்தமிழ் சங்க இலக்கியங்கள் மட்டுமே திகழ்கின்றன.

சிந்துவெளிப் பண்பாட்டின் முத்திரை அடையாளங்களான நகர்மய வாழ்வியல், வெளிநாட்டு வணிகம், தரக்கட்டுப்பாடுகள், பொதுத் தொடர்புமொழி, கடலோர நகரங்கள், தாய்த் தெய்வ வழிபாடு என்ற பல்வேறு கூறுகளோடும் ஒப்பிடத்தக்க தரவுகளை நமக்கு அளிக்கும் செவ்வியல் இலக்கியம் சங்க இலக்கியம் மட்டுமே. ஏனைய திராவிட மொழிகளில் எழுதப்பட்ட எந்த இலக்கியங்களிலும் அத்தகைய மீள்நினைவுகளோ, ஒப்பிடத்தக்க வாழ்வியலோ முன்நிறுத்தப்படவில்லை. அந்தவகையில் சிந்துவெளிக்கும், வைகை, பொருநைக்குமான தொடர்பை நிறுவும் தொப்புள்கொடி போன்றது சங்க இலக்கியம். ஆனால், இந்தப் பண்பாட்டுப் பயணத்தை ஒரு குறிப்பிட்ட காலகட்டத்தின் பின்னணியில் அணுகும்போது ஏற்கெனவே ஆய்வுலகில் வழக்கிலுள்ள 'திராவிடக் கருதுகோள்' என்ற சொல்லாக்கமே பயன்படுத்தப்பட்டுள்ளது. மழைக்காட்டுப் பன்மியம் என்று முன்நிறுத்துகிற இந்தியப் பண்பாட்டுக்கான உருவகப் பெருமிதம் அதன் சிந்துவெளி வேர்களில் இருந்தே தொடங்கிவிடுகிறது. சிந்துவெளி மக்களின் மொழியை/மொழிகளைக் குறிப்பாகச் சிந்துவெளி வரிவடிவங்களை இதுவரை வாசித்து அறியமுடியாத சூழலில் பல்வேறு ஆராய்ச்சியாளர்களும் தொடர்ந்து பயன்படுத்திவருவதைப்போல திராவிட மொழிக்குடும்பத்தைச் சேர்ந்த மொழி என்ற பொது அடையாளத்தின்மூலம் குறிப்பிடுவது பொருத்தமானதாகவே தோன்றுகிறது.

ஒருவேளை சிந்துவெளி எழுத்துக்களை வாசித்து அறியும் வகையில் இருமொழிப் பொறிப்பு கிடைத்து, அதன்மூலம் சிந்துவெளிப் பொறிப்புகளில் இடம்பெறக்கூடிய பெயர்கள், சொற்கள், அவற்றின் மொழிநடை ஆகியவற்றிற்கும் சங்க இலக்கியத்திற்கும் நேரடியான உறவு இருப்பதை உறுதிசெய்ய முடிந்தால் அப்போது சிந்துவெளிப் பண்பாட்டைத் தொல்தமிழ்ப் பண்பாடு எனலாம். அதுவரை திராவிடக் கருதுகோள் என்பதே நடைமுறைச் சார்ந்தது. அண்மையில் தமிழ்நாட்டில் நடைபெற்றுள்ள அகழாய்வுகளில் கீழடுக்குகளில் கிடைத்துள்ள தமிழி எழுத்துகள் பொறிக்கப்பட்ட மட்பாண்டங்கள், அகழாய்வுத் தடயங்கள், அவ்வெழுத்தின் தொன்மையைப் பொதுயுகத்திற்கு முன் ஆறாம் நூற்றாண்டு என்ற காலகட்டத்துக்குப் பின்நோக்கி எடுத்துச்சென்றிருக்கிறது. இதில் காலகட்டத்தைவிட முக்கியமானது இந்த அகழாய்வுகள் சங்க இலக்கியத்துக்குக் கொடுத்திருக்கிற நம்பகத்தன்மைதான். இது சங்க இலக்கியத்தின் ஊடாகவும், தொல்லியலின் ஊடாகவும், தமிழர்களின் வரலாற்றுக்கு முற்பட்ட தொன்மையை மதிப்பிடுவதற்குத் துணையாக இருக்கிறது.

இதுவரை கிடைக்கும் தமிழ் நூல்களில் தொன்மையானதாகக் கருதப்படும் தொல்காப்பியத்தில் 'என்மனார் புலவர்', 'நூலறி புலவர்' என்று அந்நூலுக்கு முற்பட்ட பல்வேறு நூலாசிரியர்கள் பற்றி குறிப்பிடப்படுகிறது. இவ்வாறு இலக்கணம், இலக்கியம், கல்வெட்டுச் சான்றுகள், பானை எழுத்துகள் மற்றும் தொல்லியல் அடிப்படையில் சங்க காலம் பற்றிய சான்றுகள் தெளிவாக வெளிப்படுவதால் இந்த நூலின் உட்கருத்தைத் தென்முனையில் இருந்து பேசும்போது தொல்தமிழ்ப் பண்பாடு என்று பெருமிதத்தோடு குறிப்பிடலாம்.

திராவிட என்ற சொல் இடைக்காலத்தில் எழுதப்பட்ட தமிழ் பக்தி இலக்கியங்களிலும், சமஸ்கிருத ஆவணங்களிலும் இடம்பெறுகிறது என்பதைச் சுட்டிக்காட்ட வேண்டும். சௌந்தர்ய லஹரியில் (சுலோகம் 75) ஆதி சங்கரர் "திராவிட சிசு" என்ற சொல்லாடலைப் பயன்படுத்துகிறார். தமிழ் சைவ நாயன்மார்களில் ஒருவரான திருஞான சம்பந்தரை இப்படி அழைத்ததாகக் கருதப்படுகிறது. இதைப்போலவே நாலாயிர திவ்ய பிரபந்தம் 'திராவிட வேதம்' என்றும் 'திராவிடப் பிரபந்தம்' என்றும் அறியப்படுகிறது.

இடைக்காலத்தில் வடமொழியின் தாக்கம் உச்சநிலையில் இருந்தபோது சமஸ்கிருதத்தில் தமிழ்மொழியைத் திராவிடம் என்று அழைத்துள்ளனர். அதன் பின்னணியிலேயே திராவிடம் என்ற சொல், தமிழில் எழுதப்பட்ட ஒருசில பக்தி இலக்கியங்களில் கையாளப்பட்டிருக்க வேண்டும்.

அதற்கு முன்பு சமஸ்கிருதத்தில் திராவிடம் என்ற சொல் குழப்பமான வகையில் தமிழ், தென்னிந்திய மக்கள், தமிழ்நிலம், அந்தணர்களில் ஒருபிரிவு என முதலிய பல்வேறு பொருள்களில் பயன்படுத்தப்பட்டுள்ளது. பத்தொன்பதாம் நூற்றாண்டின் இறுதியில் மனோன்மணியம் சுந்தரனார் இயற்றிய தமிழ்த்தாய் வாழ்த்தில் திராவிடம் என்ற சொல் பயன்படுத்தப்படுவதையும் கவனிக்கவேண்டும்.

எனவே திராவிடம், தமிழ் என்ற இரண்டு சொற்கள் உணர்த்தும் பொருள், பின்னணிகள்ஆகியவற்றில்

நுழையாமல், இந்நூலில் உள்ள கருத்துகள் தேவை கருதிய சொல்லாட்சிகளுடன் பேசப்பட்டுள்ளன. சிந்துவெளி, வைகை நதி என்ற பண்பாட்டுத் தொடர்ச்சியை இருமுனைகளில் இருந்தும் பேசுவதற்கு தமிழ், திராவிடம் என்ற இரண்டு சொல்லாட்சிகளும் தேவைப்படுகின்றன.

இங்கிருந்து எங்கே?

விரைவாகவும், தொடர்ந்தும் தோண்ட வேண்டும்

இந்தியத் தொல்லியல் ஆய்வுகளைப் பொறுத்தவரையில் இருபதாம் நூற்றாண்டு ஒரு பொற்காலமாகும். சிந்துவெளிப் பண்பாடு அகழ்ந்து அறியப்பட்டு உலகத்தின் பார்வைக்கு வந்தது இருபதாம் நூற்றாண்டின் சாதனை. பிரிட்டிஷ் இந்தியா இரண்டு நாடுகளாகப் பிரிக்கப்பட்ட பின்னர், விடுதலை பெற்ற இந்தியாவில் அகழாய்வுகள் முழுவீச்சில் நடைபெற்றன. அதன் விளைவாக சிந்துவெளிப் பண்பாடு தொடர்பான நூற்றுக்கணக்கான புதிய அகழாய்வுத் தலங்கள் கண்டறியப்பட்டன. இந்த தலங்களில் பல பொதுக்கூறுகள் காணப்படுவதால் அனைத்து இடங்களிலும் கிடைத்த பண்பாட்டுத் தரவுகள் ஹரப்பா பண்பாடு எனக் குறிப்பிடப்படுகிறது.

இருபதாம் நூற்றாண்டின் தொடக்கத்தில், இன்னும் குறிப்பாக ஹரப்பா-மொகஞ்சோதாரோ பண்பாடுகள் கண்டறியப்படுவதற்கு முன்னரே இந்தியாவின் தென்கோடிப் பகுதியான ஆதிச்சநல்லூரில் ஒரு முக்கியமான அகழாய்வு நடந்தது. 1903-04ஆம் ஆண்டில் இந்தியத் தொல்லியல் கழகத்தின் தெற்கு வட்டத்தின் (மெட்ராஸ்) கண்காணிப்பாளராக இருந்த அலெக்ஸாண்டர் ரீ, ஆதிச்சநல்லூர் மற்றும் அதைச் சுற்றியுள்ள பகுதிகளில் பல அகழாய்வுத் தடயங்களைக் கண்டறிந்தார். தாமிரபரணி நதிக்கரையையொட்டி 38 இடங்களில் தொல்லியல் தலங்களுக்கான சாத்தியக்கூறுகள் இருப்பதை அவர் பட்டியலிட்டார். வடமேற்குப் பகுதிகளில் உள்ள தொல்லியல் இடங்களான தட்சசீலம், ராஜஸ்தானில் உள்ள ரயிர் (Rairh) முதலிய இடங்களில் கிடைத்த தொல்பொருள்களுடன் ஆதிச்சநல்லூர் தடயங்கள் ஒத்துப்போவதைக் குறிப்பிட்டார். சிந்துவெளிப் பண்பாடு பற்றிய அறிதலுக்குப் பின்னால் அந்த புதிய தடயங்களின் வெளிச்சத்துடன் தொல்பொருள் ஆய்வாளர்கள் ஆதிச்சநல்லூர் பகுதியை மீண்டும் அணுகியிருக்கவேண்டும். ஆனால், யாரும் அத்தகைய கவனத்தை செலுத்தவில்லை என்பது உண்மையில் ஒரு வரலாற்று அவலம். இதுபற்றி இந்நூல் விரிவாகப் பேசியுள்ளது.

ஜான் மார்ஷலுடன் பணியாற்றிய அனுபவம் கொண்ட கே. என். தீட்சித், இந்தியத் தொல்லியல் கழகத்தின் தலைவராக பதவி உயர்வு பெற்று சென்னைக்கு வந்து உரைநிகழ்த்தியபோது, திருநெல்வேலி தாமிரபரணி பகுதிகளில் அகழாய்வு செய்தால் சிந்துவெளிப் பண்பாட்டு தொடர்புகள் வெளிச்சம் பெறக்கூடும் என்று கூறிச்சென்றார். அப்போதாவது, தமிழகத்தில் தொல்பொருள் ஆய்வுகளைத் தீவிரப்படுத்தியிருக்கலாம். ஆனால், அவ்வாறு எதுவும் நிகழவில்லை. 'புதைவிடம்' என்று முத்திரை குத்தப்பட்ட ஆதிச்சநல்லூர் பற்றிய உண்மைகள் புதைந்தே கிடந்தன.

ஆதிச்சநல்லூரில் அலெக்ஸாண்டர் ரீ ஆய்வுசெய்து சரியாக நூறு ஆண்டுகளுக்குப்பின், அகழாய்வாளர் சத்தியமூர்த்தி மீண்டும் ஆதிச்சநல்லூர் அகழாய்வைத் தொடங்கினார். ஆதிச்சநல்லூர் அகழாய்வுத் தலம் ஒரு புதைவிடம் மட்டுமா? அதோடு தொடர்புடைய குடியிருப்புப் பகுதிகள் அருகில் இருந்தனவா? என்று அறியும் நோக்கத்துடன் ஆய்வு நடைபெற்றது. இதிலிருந்து புதிய தடயங்களும் புதிய புரிதல்களும் கிடைத்தன. 2004-05ஆம் ஆண்டுகளில் நடைபெற்ற ஆய்வின்போது கிடைத்த தடயங்களை வைத்து உலோகவியல் மற்றும் அறிவியல்துறை சார்ந்த ஆய்வாளர்கள் ஆய்வுக் கட்டுரைகள் வெளியிட்டனர்.

இந்த அகழாய்வு நடைபெற்று 15 ஆண்டுகளுக்குப் பின்னரும் அதன் முழுமையான அறிக்கை வெளியிடப்படவில்லை. இறுதியாக, தூத்துக்குடியைச் சேர்ந்த சமூக ஆர்வலர் முத்தாலங்குறிச்சி காமராஜ் என்பவர் சென்னை உயர்நீதிமன்ற மதுரைக் கிளையில் வழக்கு தொடர்ந்த பின்னரே உயர்நீதிமன்றத்தின் ஆணையின்படி 2004-05ஆம் ஆண்டுகளில் கிடைத்த தடயங்கள் கரிம ஆய்வுக்கு அனுப்பப்பட்டன. இந்த ஆய்வின் முடிவுகள் நீதிமன்றத்தில் சமர்பிக்கப்பட்ட பிறகு 2020ஆம் ஆண்டு ஆதிச்சநல்லூர் அகழாய்வு அறிக்கை வெளியானது. இந்த நிகழ்வுகளை ஒட்டுமொத்தமாகப் பார்த்தால் தென்னிந்தியாவில் அகழாய்வு முயற்சிகள் அவ்வளவு முனைப்போடும் தீவிரமாகவும் செயல்படுத்தப்படவில்லை என்று தோன்றுகிறது. சிந்துவெளி முதல் தாமிரபரணி வரை என்ற ஆங்கிலக் கட்டுரையில் அகழாய்வாளர் சத்தியமூர்த்தி பின்வருமாறு குறிப்பிடுகிறார்.

"இந்திய விடுதலைக்குப்பின் வடமாநிலங்களில் நடந்த தொல்லியல் கள ஆய்வுகளை ஒப்பிடும்போது, தென்னிந்தியாவில் நடைபெற்ற அகழாய்வுகள் குறைவே. தென்பகுதிகளில் நடந்த அகழாய்வுகள், அதன் இரும்புக்காலப் பண்பாட்டின் தோற்றத்தைக் கண்டறிவதிலும் அதன் விளைவுகளை ஆவணப்படுத்துவதிலும்தான் கவனம் செலுத்தின. தென்னிந்திய அகழாய்வுத் தடங்களில் இரும்பு, செம்பு உபயோகப்பொருட்கள் ஒரே நிலையில் கிடைப்பது, இரண்டு வெவ்வேறு உலோகக் காலங்களின் காலநிரல் வரிசையைத் தெளிவாகக் கண்டறியும் முயற்சியைச் சிக்கலுக்குரியதாக ஆக்கியது."
(Satyamurthy 2009: 247)

சத்தியமூர்த்தி சுட்டிக்காட்டும் இந்தச் சிக்கலை விடுவிப்பதற்குப் தேவையான முயற்சிகள் மேற்கொள்ளப்படவில்லை. ஆதிச்சநல்லூரை ஒரு பெருங்கற்கால அகழாய்வுத்தளம் என்று முத்திரை குத்திவிட்டதால் கருப்பு-சிவப்புப் பாண்டங்கள் தென்னிந்தியாவுக்கு வெளியே சுட்டிக்காட்டுகிற பண்பாட்டுத் தொடர்ச்சியை மேலும் ஆய்வுசெய்வதில் கவனம் செலுத்தப்படவில்லை.

கீழடி அகழாய்வும் பல்வேறு தடைகளைத் தாண்டி நடைபெற்றுள்ளது. கீழடியில் கிடைக்கும் அகழாய்வுத் தடயங்களை ஏதோ எதேச்சையாகக் கிடைத்ததுபோல தனித்த நோக்கில் பார்க்கக்கூடாது. வைகைக் கரையையொட்டி தொல்பொருள் ஆய்வுத்துறை 293 இடங்களில் அகழாய்வுக்கான சாத்தியக்கூறுகள் இருப்பதாகப் பட்டியலிட்டுள்ளது. வைகை நதியும், மதுரை நகரும் தமிழ் என்ற அடையாளத்தோடு பழங்காலத்திலிருந்தே தொடர்புபடுத்தப்படுவதால் இந்த இடங்கள் பற்றிய விரிவான ஆய்வும் ஒருமித்தப் பார்வையும் தேவைப்படுகிறது.

சிந்துவெளிப் பண்பாட்டுக்கும் காவிரி, நொய்யல், அமராவதி, வைகை மற்றும் தாமிரபரணி நதிக்கரையில் செழித்த தமிழ்ப் பண்பாட்டுக்கும் இடையே சில பொதுக்கூறுகள் இருக்கின்றன. இவற்றைக் கருத்தில்கொண்டு இதுவரை கிடைத்துள்ள தரவுகளை மேலும் ஆழமாக ஆய்வுக்கு உட்படுத்தவேண்டும். ஒருவகையில் இப்பகுதிகளில் நடைபெற்றுவரும் அகழாய்வுகள் தொல்தமிழர்களின் வரலாற்றுக்கு முந்தைய காலகட்டங்களைப் பற்றிய புரிதல்களை மட்டுமின்றி சிந்துவெளிப் பண்பாட்டின் நலிவிற்குப்பின் நிகழ்ந்த புலப்பெயர்வுகளையும், அந்த மரபின் தொடர்ச்சியையும் கண்டறிய உதவக்கூடும்.

வடக்கும் தெற்கும் நகர்ந்துகொண்டே இருக்கின்றன

"அறிவியல்பூர்வமாக இந்திய வரலாற்றை அணுகும் வரலாற்றாளர்கள் கங்கைச் சமவெளியில் இருந்து தங்கள் வரலாற்று ஆய்வுகளைத் தொடங்காமல் கிருஷ்ணா, காவேரி மற்றும் வைகை நதிக்கரையில் இருந்து தொடங்க வேண்டும்" என்று சுந்தரம்பிள்ளை அறைகூவல் விடுத்தார். சுந்தரம் பிள்ளையின் இந்த வேண்டுகோளை மேற்கோள் காட்டி எழுதிய வரலாற்று ஆய்வாளர் வின்சென்ட் ஸ்மித், "இந்தக் கருத்து, கொள்கை அடிப்படையில் எவ்வளவு வலுவானதாக இருந்தாலும் அதை நடைமுறைபடுத்துவது இப்போது சாத்தியம் இல்லை" என்று பதிலளித்தார். ஆனால், இப்போது காலம் மாறிவிட்டது. சிந்துவெளி பற்றிய பல்வேறு புதிய தரவுகள் கிடைத்தவண்ணம் இருக்கின்றன. ஆதிச்சநல்லூர், கீழடி, சிவகளை, கொற்கை, அழகன்குளம், கொடுமணல், மயிலாடும்பாறை என்று அடுக்கடுக்காகத் தரவுகள் குவிந்தவண்ணம் உள்ளன. சங்க இலக்கியங்களும் எளிய உரைகளும் ஆங்கிய மொழிப்பெயர்ப்புகளும் சங்க இலக்கியச் சொல் தொடரடைவுகளும் இணையத்தில் எளிதாகக் கிடைக்கின்றன. எனவே, வின்சென்ட் ஸ்மித்தின் தயக்கம் இனியும் தொடரத் தேவையில்லை.

தெற்கிலிருந்து வரலாற்றைத் தொடங்குவது என்பது நடந்துமுடிந்த தொல்பழங்கால நிகழ்வுகளின் காலநிரல்களை மாற்றியமைப்பது என்பதோ அல்லது தொல்நிகழ்வுகள் நடந்த இடங்களைப் புரட்டிப் போடுவதோ அல்ல. ஒருவகையில் இந்தியப் பன்மியத்தின் மழைக்காட்டு உருவகத்தை இன்னொரு முனையின் பார்வையிலிருந்து புரிந்துகொள்ளும் முயற்சிதான். வரலாற்றை புவியியலின் அடிப்படையிலும் அணுகலாம். மக்களின் பண்பாட்டு அசைவுகளின், மீள்நினைவுகளின் ஊடாகவும் அணுகலாம்.

மனிதர்களின் புலப்பெயர்வுகளின் ஊடாக, ஒரு பண்பாட்டின் தனித்துவமான அசைவுகள் தொடர்ந்து பயணித்து, அங்கொரு காலத்தில் இங்கொரு காலத்தில் எனத் தொடர்ந்து வளர்ந்து நிலைபெறும்போது, ஒருவகையில் அந்தக் குறிப்பிட்ட பண்பாட்டின் மனிதப்புவியியலின் மையப்புள்ளிகள் மாறினாலும், அதன் இணைப்புச் சங்கிலிகள் ஏதோ ஒருவகையில் இன்னும் காணக்கிடைக்கின்றன. பூமியின் அட்சரேகைகளும், தீர்க்கரேகைகளும் நிரந்தரமானவைகளாக இருக்கலாம். ஆனால், பண்பாட்டு வரலாற்றின் அட்சரேகைகளும் தீர்க்கரேகைகளும் தொடர்ந்து மாறிக்கொண்டே இருக்கின்றன. மனிதர்களின் மீள்நினைவுகளின் ஊடாக கடந்தகாலத்தைத் திரும்பிப்பார்க்கும்போது நிகழ்காலத்தின் புள்ளியில் இருந்துதான் மதிப்பிடவேண்டியிருக்கிறது. வரலாற்றைத் தெற்கிலிருந்து எழுதவேண்டும் என்ற கருத்தை வெறும் புவியியல் தொடர்பான முன்மொழிவு என்று கருதவேண்டியதில்லை. இந்தியத் துணைக்கண்டப் பண்பாட்டு வரலாற்றின் ஆவணப்படுத்தப்பட்ட மீள்நினைவுகள், தொடரும் மரபுகள் ஆகியவற்றை கருத்தில்கொண்ட முன்மொழிவு என்றே எடுத்துக்கொள்ளவேண்டும்.

மானிடப் புவியியல் என்ற பரந்த பெருவெளியில் திசைகள் என்பது ஒப்பீட்டு அடிப்படையிலான புரிதல்தான். திசைகள் என்பவை நேற்று வந்தவை. தேடல்கள் மனிதரின் உடன்பிறந்தவை. நிரந்தர வடக்கு என்றும் நிரந்தரத் தெற்கு என்றும் எதுவுமில்லை. வடக்கும் தெற்கும் நகர்ந்து கொண்டே இருக்கின்றன. ஒரு கணம் கற்பனை செய்து பாருங்கள். ஹரப்பா பண்பாட்டின் சிதைவுகளின் அதன் பிரமாண்டமான செங்கல் குவியல்களின் அருகே நீங்கள் நின்றுகொண்டிருக்கிறீர்கள். அங்கிருந்தபடி மேற்கே திரும்பிப்பார்த்தால் சுலைமான் மலைகள் மேல் மேற்கு, கீழ் கிழக்கு என்ற புவியியல் அமைப்புடன் கம்பீரமாக

நிற்கிறது. அங்கிருந்தபடியே வடக்கில் உள்ள இமயமலைப் பகுதியைப் பார்த்தால் ஹரப்பாவில் நிற்கும் நீங்கள் ஒரு தெற்கத்திக்காரர். ஹரப்பாவில் இருந்து புறப்பட்டு அதன் தெற்கே உள்ள மொகஞ்சோதாரோவுக்கு வந்து நில்லுங்கள். இப்போது நீங்கள் முன்பு நின்றுகொண்டிருந்த ஹரப்பா உங்களது வடக்காகிவிட்டது. மொகஞ்சோதாரோவில் நிற்கும் நீங்கள் மீண்டும் ஒரு தெற்கத்திக்காரர். நீங்கள் ஹரப்பாவில் நின்றபோதும், மொகஞ்சோதாரோவில் நின்றபோதும் கடல் என்னவோ உங்களுக்கு தெற்காகவே இருக்கிறது. இதே பயணத்தைத் தர்க்கவியல் அடிப்படையில் குஜராத்தில் உள்ள லோத்தல், மகாராஷ்டிராவில் உள்ள தைமாபாத் போன்ற இடங்கள் ஒவ்வொன்றிலும் நின்று பார்த்தால் உங்கள் வடக்கும், தெற்கும் தொடர்ந்து நகர்ந்து கொண்டே இருப்பது உங்களுக்கு புரியும். இடங்கள் இருந்த இடத்தில்தான் இருக்கின்றன. நகர்வது என்னவோ நாம்தான். எப்படிப் பார்த்தாலும் நீங்கள் தெற்கத்திக்காரராகவே இருக்கிறீர்கள். வடக்கும், தெற்கும் இப்படித் தொடர்ந்து நகர்வது இன்னும் தொடர்ந்து கொண்டுதான் இருக்கிறது.

சிலப்பதிகாரத்தில் சோழநாட்டு பூம்புகாரில் பிறந்த கண்ணகி பாண்டியர் தலைநகர் மதுரைக்கு வருகிறாள், அங்கு சினமுற்று மதுரையை எரித்த கண்ணகி அதன் மேற்கு வாயில் வழியாக வெளியேறி சேர நாட்டை அடைகிறாள். அங்கு பத்தினித் தெய்வம் என்று கொண்டாடப்படுகிறாள். சிலப்பதிகாரம் எழுதிவைத்த கண்ணகியின் பயணதிசை இறுதியானதோ முடிவானதோ அல்ல. இலங்கையில் உள்ள மக்களின் பார்வையில் கண்ணகி வடக்கிலிருந்து அதாவது மதுரையிலிருந்து இருந்து இலங்கையின் மலைப் பகுதிகளுக்கு வந்து சேர்கிறாள். இதில் எது உண்மை?

மனிதர்கள் ஒரு நிலப்பகுதியில் இருந்து இன்னொரு நிலப்பகுதிக்கு புலம்பெயரும்போது தங்களுக்கு ஏற்கெனவே பழக்கமான நிலப்பகுதிகளின் பெயர்களை புதிய இடங்களில் மீட்டுருவாக்கம் செய்துகொள்கிறார்கள். இடம்பெயர்ந்தது போலவும் இருக்கிறது; பெயராதது போலவும் இருக்கிறது. உண்மையிலேயே நகர்ந்தவர்கள் மனிதர்கள்தான். அவர்களோடு நடந்துசென்றவை நினைவுகளும், பெயர்களும்தான். பாலைவனத்தில் வணிகர்களின் வணிகப்பொருள்களைச் சுமந்தபடி பசிதாங்காமல் எலும்புத்துண்டுகளைக் கொறித்துத்தின்ற ஒட்டகங்கள், உண்மையிலேய நடந்து தென்கோடி இந்தியாவை அடைந்திருக்கமுடியாது. ஆனால், மனிதர்களின் கூட்டு அனுபவங்கள், வாய்மொழிப் பாடல்கள், பொது நினைவுகளின் ஊடாக ஆவணங்களாகவும் புலம்பெயரும் மனிதர்களோடு தொடர்ந்து புலம்பெயர்ந்து கொண்டே இருக்கின்றன.

அதனால்தான் சங்க இலக்கியங்களில் ஒட்டகங்கள் எலும்பைத் தின்றபடி உலவுகின்றன. தொல்காப்பியம், ஆண் ஒட்டகத்தையும், பெண் ஒட்டகத்தையும், ஒட்டகக் கன்றையும் எப்படி அழைப்பது என்று மரபியல் இலக்கணம் கூறுகிறது. இந்தப் பண்பாட்டு இலக்கிய மரபோடு தொடர்புடைய மனிதர்களின் கடந்தகாலம் ஒட்டகங்கள் தொடர்புடைய ஒரு நிலப்பரப்புடன் தொடர்பு கொண்டிருந்தது என்று மட்டும்தான் இதை எடுத்துக்கொள்ள வேண்டும்.

சிந்துவெளி முதல் வைகை வரையிலான இந்தப் பயணம் பற்றிய உரையாடலை பின்வருமாறு முடித்துக்கொள்ளலாம்:

இந்தியாவின் பன்முகத்தன்மையைப் பற்றிப் பேசுவது மட்டும் போதுமானது அல்ல. பழங்குடிகள், நகர்மயப் பண்பாடுகள், ஆவணப்பதிவுகள், தொல்பொருள் தடயங்கள், மொழிகளின் தாக்கம், சமயமரபுகளின் தாக்கம் ஆகியவை இந்தப் பன்முகத்தன்மையில் ஆற்றிய பங்களிப்பைத் திறந்த மனதோடு மதிப்பிட வேண்டும். அப்போதுதான் இந்த மழைக்காட்டுப் பன்மியத்தின் வேர்கள் எவை, விழுதுகள் எவை என்ற தெளிவு கிடைக்கும். ஹரப்பாவுக்கு முன்பும், பின்பும் ஒரு கதை இருந்தது. கீழடிக்கு முன்பும், பின்பும் ஒரு கதை இருக்கிறது. இந்தப் பண்பாட்டின் பயணம், ஒரு புள்ளியில் தொடங்கி இன்னொரு புள்ளியில் முடியும் பயணம் அல்ல.

யாதும் ஊரே யாவரும் கேளிர்

துணைநூற் பட்டியல், பொருளடைவு, பின்னிணைப்பு

துணைநூற் பட்டியல்

தமிழ்

ஆறுமுக நாவலர். *1914.* திருத்தொண்டர் பெரியபுராணம். *10*ஆம் பதிப்பு. சென்னபட்டணம்: வித்தியாநுபாலனயந்திரசாலை.

இராகவையங்கார், மு. *1916.* வேளிர் வரலாறு. *2*ஆம் பதிப்பு. மதுரை: தமிழ்ச்சங்க முத்திராசாலை.

இராசு, செ. *2012.* கொங்கு வேளாளர் குல வரலாறு. *2* பாகங்கள். கோயம்புத்தூர்: கொங்கு மண்டலம் பதிப்பகம்.

இளங்கோவடிகள், உ. வே. சாமிநாதையர் (பதி.). *1892.* இளங்கோவடிகளருளிச்செய்த சிலப்பதிகாரமூலமும் அடியார்க்குநல்லாருரையும். சென்னை: வெ. நா. ஜூபிலி அச்சுக்கூடம்.

ஐயனாரிதனார், பொ. வே. சோமசுந்தரனார் (பதி.). *1955.* புறப்பொருள் வெண்பாமாலை. சென்னை: திருநெல்வேலித் தென்னிந்திய சைவசித்தாந்த நூற்பதிப்பு கழகம்.

கார்மேகக் கவிஞர். *1923.* கொங்குமண்டல சதகம். சென்னை: சாது அச்சுக்கூடம்.

சாத்தனார், உ. வே. சாமிநாதையர் (பதி.). *1898.* கடைச் சங்கப்புலவருள் ஒருவராகிய மதுரைக் கூலவாணிகன் சீத்தலைச் சாத்தனார் அருளிச்செய்த மணிமேகலை. சென்னை: வெ. நா. ஜூபிலி அச்சுக்கூடம்.

சாத்தனார், உ. வே. சாமிநாதையர் (பதி.). *1949.* கடைச் சங்கப்புலவருள் ஒருவராகிய மதுரைக் கூலவாணிகன் சீத்தலைச் சாத்தனார் அருளிச்செய்த மணிமேகலை. *4*ஆம் பதிப்பு. சென்னை: புரசபாக்கம் வீனஸ் அச்சுக்கூடம்.

சாமி, பி. எல். *1970.* சங்க இலக்கியத்தில் விலங்கின விளக்கம். சென்னை: திருநெல்வேலித் தென்னிந்திய சைவசித்தாந்த நூற்பதிப்புக் கழகம்.

சாமி, பி. எல். *1984.* தமிழ் நாட்டில் சிந்துவெளி எழுத்தோவியம். சென்னை: சேகர் பதிப்பகம்.

சாமி, பி. எல். *1993.* சங்கநூல்களில் சில உயிரினங்கள். சென்னை: சேகர் பதிப்பகம்.

சிவகாமசுந்தரி, சு. *1995.* சங்க இலக்கிய விளையாட்டு களஞ்சியம். சென்னை: நியூ செஞ்சுரி புக் ஹவுஸ் (பி) லிட்.

சீனிவாச ஐயங்கார், சேட்லூர் அ. கு. *1925.* காரைக்கால் அம்மையார். சென்னை: மாடர்ன் பப்ளிஷிங் ஹவுஸ்.

சுந்தர் காளி, பரிமளம் சுந்தர் (மொழி.). *2018.* காஹா சத்தசஈ. தஞ்சாவூர்: அன்னம்.

சுப்பிரமணியம், ச. வே (பதி.). *2006.* சங்க இலக்கியம் அகநானூறு. சென்னை: மணிவாசகர் பதிப்பகம்.

சுப்பிரமணியம், ச. வே (பதி.). 2006. சங்க இலக்கியம் சிறுபாணாற்றுப்படை. சென்னை: மணிவாசகர் பதிப்பகம்.

சுப்பிரமணியம், ச. வே (பதி.). 2006. சங்க இலக்கியம் கலித்தொகை. சென்னை: மணிவாசகர் பதிப்பகம்.

சுப்பிரமணியம், ச. வே (பதி.). 2006. சங்க இலக்கியம் குறுந்தொகை. சென்னை: மணிவாசகர் பதிப்பகம்.

சுப்பிரமணியம், ச. வே (பதி.). 2006. சங்க இலக்கியம் மலைபடுகடாம். சென்னை: மணிவாசகர் பதிப்பகம்.

சுப்பிரமணியம், ச. வே (பதி.). 2006. சங்க இலக்கியம் மதுரைக்காஞ்சி. சென்னை: மணிவாசகர் பதிப்பகம்.

சுப்பிரமணியம், ச. வே (பதி.). 2006. சங்க இலக்கியம் நற்றிணை. சென்னை: மணிவாசகர் பதிப்பகம்.

சுப்பிரமணியம், ச. வே (பதி.). 2006. சங்க இலக்கியம் நெடுநெல்வாடை. சென்னை: மணிவாசகர் பதிப்பகம்.

சுப்பிரமணியம், ச. வே (பதி.). 2006. சங்க இலக்கியம் பரிபாடல். சென்னை: மணிவாசகர் பதிப்பகம்.

சுப்பிரமணியம், ச. வே (பதி.). 2006. சங்க இலக்கியம் பதிற்றுப்பத்து. சென்னை: மணிவாசகர் பதிப்பகம்.

சுப்பிரமணியம், ச. வே (பதி.). 2006. சங்க இலக்கியம் பெரும்பாணாற்றுப்படை. சென்னை: மணிவாசகர் பதிப்பகம்.

சுப்பிரமணியம், ச. வே (பதி.). 2006. சங்க இலக்கியம் புறநானூறு. சென்னை: மணிவாசகர் பதிப்பகம்.

சுப்பிரமணியம், எஸ். ஆர். 2014. கொங்கு வேளிர் மரபு. சென்னை: பழனியப்பா பிரதர்ஸ்.

சுப்புராயலு, ஒய் (பதி.). 2002. தமிழ்க் கல்வெட்டுச் சொல்லகராதி. 2 தொகுதிகள். சென்னை: சாந்தி சாதனா.

சுப்ரமணியம், தி. 2000. தமிழகத்தில் பெருங்கற்காலப் பண்பாடு. சென்னை: நியூ செஞ்சுரி புக்ஸ் ஹவுஸ்.

தனவைசியராகிய நாட்டுக்கோட்டை நகரத்தார் சரித்திரம். 1904. தேவகோட்டை: கலாதர அச்சுக்கூடம்.

திருத்தக்கதேவர். 1907. சீவகசிந்தாமணி மூலமும். சென்னை: ப்ரெஸிடென்ஸி அச்சுக்கூடம்.

தெய்வசிகாமணிப் புலவர். 1860. குலால புராணசரித்திரம். சென்னை: இலக்கணக்களஞ்சிய அச்சுக்கூடம்.

தெய்வசிகாமணிப் புலவர், இர. அருள்நிதி. 2013. குலாலபுராணம். சென்னை: கீதா பப்ளிகேஷன்ஸ்.

தொல்காப்பியர். 1973. தொல்காப்பியம்: சொல்லதிகாரம், இளம்பூரணர் உரை. சென்னை: திருநெல்வேலித் தென்னிந்திய சைவசித்தாந்த நூற்பதிப்பு கழகம்.

தொல்காப்பியர். 1975. தொல்காப்பியம்: சொல்லதிகாரம், பேராசிரியருரை. சென்னை: திருநெல்வேலித் தென்னிந்திய சைவசித்தாந்த நூற்பதிப்பு கழகம்.

பரஞ்சோதி முனிவர். 1921. திருவிளையாடற்புராணம். சென்னை: பூமகள்விலாச அச்சுக்கூடம்.

பவணந்தி. 1889. நன்னூல். சென்னை: அமெரிக்கன் அச்சுக்கூடம்.

பாலகிருஷ்ணன், ஆர். 2011. சிந்துசமவெளி நாகரிகமும் சங்க இலக்கியமும். சென்னை: உலகத் தமிழாராய்ச்சி நிறுவனம்.

பாலகிருஷ்ணன், ஆர். 2016a. சிந்துவெளிப் பண்பாட்டின் திராவிட அடித்தளம். சென்னை: சிந்துவெளி ஆய்வு மையம், ரோஜா முத்தையா ஆராய்ச்சி நூலகம்.

பாலகிருஷ்ணன், ஆர். 2016b. நாட்டுக்குறள்: திருக்குறள் இன்பத்துப்பால் தழுவிய நாட்டுப்புறப் பாடல்கள். சென்னை: பாரதி புத்தகாலயம்.

மாணிக்கம், வே. 2001. கொங்கு நாடு (கி.பி. 1400 வரை). சென்னை: மக்கள் வெளியீடு.

ராஜன், க. 2004. தொல்லியல் நோக்கில் சங்க காலம். சென்னை: உலகத் தமிழாராய்ச்சி நிறுவனம்.

ஜெயகரன், சு. கி. 2002. குமரி நிலநீட்சி: குமரிக்கண்டம் (லெமூரியா): ஓர் ஆய்வு. நாகர்கோவில்: காலச்சுவடு பதிப்பகம்.

English

Allchin, Bridget, and F. Raymond Allchin. 1982. *The Rise of Civilization in India and Pakistan*. Cambridge: Cambridge University Press.

Amirthalingam, M. 2005. *Sacred Trees of Tamilnadu*. Chennai: C.P.R. Environmental Education Centre.

Avari, Burjor. 2016. India the ancient past : a history of the Indian subcontinent from c. 7000 BCE to CE 1200. London: Routledge.

Balakrishnan, R. 1997. "The Term Tamil: A Toponymical Probe" *Journal of the Institute of Asian Studies XIV, No. 2 (March 1997)*

———. 2006. "Nadu: The Place Name Generic" *Studies in Indian Place Names xxvi: 124-148 and xxvii: 40-66.*

———. 2010a. "Tamil Indus?: Korkay, Vanji, Tondi in the North-West and a 'Bone eating Camel' in the Sangam Text." *Journal of Tamil Studies* 77 (2010): 191-206.

———. 2010b. "Remnants of Dravidian Name-Heritage in Indus Valley and Beyond:The Journey of Names" *World Classical Tamil Conference, 2010.*

———. 2012. "The 'High-West: Low-East' Dichotomy of Indus Cities: A Dravidian Paradigm" *Bulletin of the Indus Research Centre 3 (December 2012)*

Baldwin, James. 1998. *Collected Essays, The White Man's Guilt*. New York: The Library of America.

Beck, Brenda E. F. 1972. *Peasant Society in Koṅku: A Study of Right and Left Subcastes in South India*. Vancouver: University of British Columbia Press.

Behura, Nab Kishore. 1978. *Peasant Potters of Orissa: A Sociological Study*. New Delhi: Sterling.

Bellwood, Peter. 2014. *First Migrants: Ancient Migration in Global Perspective*. Chichester, West Sussex: John Wiley & Sons.

Bisht, R. S. 1982. "Excavations at Banawalai: 1974-77." In *Harappan Civilization: a Contemporary Perspective*, edited by Gregory L. Possehl. New Delhi: IBH Pub. Co.

Boal, Barbara M. 1984. *The Konds: Human Sacrifice and Religious Change*. Bhubaneswar: Modern Book Depot.

Borić, Dušan. 2002. "Apotropaism and the Temporality of Colours: Colourful Mesolithic-Neolithic Seasons in the Danube Gorges." In *Colouring the Past: The Significance of Colour in Archaeological Research*, edited by Andrew Jones and Gavin MacGregor. New York: Berg.

Bray, Denys. 1986. *Brahui Language: Introduction and Grammar*. New Delhi: Asian Educational Services.

Breasted, James Henry. 1916. *Ancient Times: A History of the Early World, an Introduction to the Study of Ancient History and the Career of Early Man*. Boston: Ginn and Company.

Brown, Cecil H. 1983. "Where do Cardinal Direction Terms Come From?" *Anthropological Linguistics* 25, no. 2 (1983): 121-61. http://www.jstor.org/stable/30027665.

Brubaker, Richard L. 1979. "Barbers, Washerman, and Other Priests: Servants of the South Indian Village and its Goddess." *History of Religions* 19, no. 2. (Nov. 1979): 128-52. http://www.jstor.org/stable/1062270.

Buck, Carl Darling. 1949. *A Dictionary of Selected Synonyms in the Principal Indo-European Languages: A Contribution to the History of Ideas*. Chicago: University of Chicago Press.

Burrow, T. 1963. "On the Significance of the Term Arma-Armaka-

in Early Sanskrit Literature." *Journal of Indian History*.

Burrow, T., and M. B. Emeneau, ed. 1984. *A Dravidian Etymological Dictionary*. 2nd ed. Oxford: Clarendon Press.

Caldwell, Robert. 1856. *A Comparative Grammar of the Dravidian or South-Indian Family of Languages*. London: Harrison Publisher.

———. (1856) 1974. *A Comparative Grammar of the Dravidian or South-Indian Family of Languages*. Reprint. New Delhi: Oriental Books Reprint Corp.

Carr, Tarini. 2014. "The Harappan Civilization." *Archaeology Online*. https://www.archaeologyonline.net/artifacts/harappa-mohenjodaro.html

Cāttaṉār. 1989. *Cattanar's Manimekalai*. Translated by P. Pandian. Madras: South India Saiva Siddhanta Works Publishing Society.

Cēkkiḻār. 1990. *St. Sekkizhar's Periya Puranam*. Translated by T. N. Ramachandran. Thanjavur: Tamil University.

Chakrabarti, Dilip K. 1997. *Colonial Indology: Sociopolitics of the Ancient Indian Past*. New Delhi: Munshiram Manoharlal Publishers.

———. 2008. *The Battle for Ancient India: An Essay in the Sociopolitics of Indian Archaeology*. New Delhi: Aryan Books International.

Champakalakshmi. R. 2003. "A Magnum Opus on Tamil-Brahmi Inscriptions." *Frontline* 20, no. 13 (June 21-July 4, 2003). https://frontline.thehindu.com/static/html/fl2013/stories/20030704000207100.htm.

Chanda, Ramaprasad. 1926. *The Indus Valley in the Vedic Period*. Calcutta: Government of India, Central Publication Branch.

Chatterji, Suniti Kumar. 1924. "Dravidian Origin and the Beginnings of Indian Civilization." *The Modern Review* 29 (Dec. 1924): 665-79.

Choksi, Archana. 2010. "Ethnography of Harappan Painted Motif." In *Harappan Potteries*, edited by D.P. Sharma. Delhi: Bharatiya Kala Prakashan.

Cīṉivāca Aiyaṅkār, Cēṭlūr A. Ku. 1925. *Kāraikkāl Ammaiyār*. Ceṉṉai: Māṭarṉ Papliṣiṅ Havus.

Civakāmacuntari, Cu. 1995. *Caṅkallakkiya Viḷaiyāṭṭu Kaḷañciyam*. Ceṉṉai: Niyū Ceñcuri Puk Havus.

Clark, Sharri R. 2017. *The Social Lives of Figurines: Recontextualizing the Third-millennium-BC Terracotta Figurines from Harappa (Pakistan)*. Cambridge, Massachusetts: Harvard University Press.

Converse, Hyla Stuntz. 1974. "The Agnicayana Rite: Indigenous Origin?" *History of Religions* 14, no. 2 (1974): 81–95. http://www.jstor.org/stable/1062002.

Cousens, Henry. 1926. *The Architectural Antiquities of Western India*. London: India Society.

Creet, Julia, and Andreas Kitzmann. 2011. *Memory and Migration: Multidisciplinary Approaches to Memory Studies*. Toronto: University of Toronto Press.

Crossland, Ronald Arthur. 1967. *Immigrants from the North*. Cambridge: Cambridge University Press.

Cuntar Kāḷi and Parimaḷam Cuntar, trans. 2018. *Kāhā Cattaca'ī*. Tañcāvūr: Aṉṉam.

Dales, G. F. 1964. "The Mythical Massacre at Mohenjo-Daro." *Expedition* 6, issue 3 (1964): 36-43.

Dales, G. F. 1991. "Some Specialized Ceramic Studies at Harappa." In *Harappa Excavations, 1986-1990: A Multidisciplinary Approach to Third Millennium Urbanism*, edited by Richard H Meadow. Madison, Wis: Prehistory Press.

Daniel, Glyn. 1964. *The Idea of Prehistory*. Harmondsworth, Middlesex: Penguin Books.

Deo, S. B. 1985. "The Megaliths: Their Culture and Ecology, Economy and Technology." In *Recent Advances in Indian Archaeoloy*, edited by S. B. Deo and K. Paddayya. Pune: Deccan College Postgraduate and Reasearch Institute.

Department of Archaeology. 2019. *Keeladi, an Urban Settlement of Sangam Age on the Bank of Vaigai River*. Chennai: Department of Archaeology.

Dey, Sruti Kona. 2003. "Black and Red Ware: A Metrical Analysis of Two Different Cultures (Chalcolithic Culture and Megalithic Culture of India)." *The Anthropologist* 5, 2 :131-36.

Dhavalikar, Madhukar Keshav. 2014. *Socio-economic Archaeology of India*. New Delhi: Archaeological survey of India.

Dikshit, K. N. 1939. *Prehistoric Civilization of the Indus Valley*.

Madras: University of Madras.

Divyabhanusinh. 2005. *The Story of Asia's Lions*. Mumbai: Marg Publications.

Drewal, Henry John, and John Mason. 1998. *Beads, Body, and Soul: Art and Light in the Yorùbá Universe*. Los Angeles: UCLA Fowler Museum of Cultural History.

Drewal, Henry John. 1998. "Yorùbá Beadwork in Africa." *African Arts* 31, no. 1 (1998): 18-94. www.jstor.org/stable/3337620.

Fairservis, Walter Ashlin. 1971. *The Roots of Ancient India: The Archaeology of Early Indian Civilization*. New York: Macmillan.

Farmer, Steve, Richard Sproat and Michael Witzel. 2004. "The Collapse of the Indus-Script Thesis: The Myth of a Literate Harappan Civilization." *Electronic Journal of Vedic Studies* 11, no. 2 (2004). https://doi.org/10.11588/ejvs.2004.2.620

Francis, Peter. 2002. *Asia's Maritime Bead Trade: 300 B.C. to the Present*. Honolulu: University of Hawaii Press.

Frazer, James George. 1922. T*he Golden Bough: A Study in Magic and Religion*. New York: Macmillan.

Friese, Kai. 2018. "The Explosive Truth." *India Today* (10 September 2018).

"Front Matter." 1995. *World Archaeology* 27, no. 1 (1995). http://www.jstor.org/stable/124773.

Gadgil, Madhav, and M. D. Subash Chandran. 1992. "Sacred Groves." *India International Centre Quarterly* 19, no. 1/2 (1992): 183-87. http://www.jstor.org/stable/23002228.

Ghosh, A. 1990. *An Encyclopaedia of Indian Archaeology*. Leiden: E.J. Brill. Gogte, V.D., et al. "Classification of Pottery Types By Ferrous/Ferric Ratio and Elemental Carbon in Pottery." *Bulletin of the Deccan College Research Institute* 41 (1982): 72–76. http://www.jstor.org/stable/42931411.

Gordon, Douglas Hamilton. 1958. T*he Pre-historic Background of Indian Culture*. Bombay: Madhuri Dhirajlal Desai for Bhulabhai Memorial Institute.

Gupta, S. P. 1995. T*he "Lost" Sarasvati and the Indus Civilization*. Jodhpur: Kusumanjali Prakashan.

Habib, Irfan. 2002. *The Indus Civilization: Including Other Copper Age Cultures and History of Language Change Till c. 1500 BC*. New Delhi: Tulika Books.

Hadley, G. 1997. "Lexis and Culture: Bound and Determined?" *Journal of Psycholinguistic Research* 26, 4 (1997): 483-496.

Hamed, Alemohammad, and Shervan Gharari. 2010. "Qanat: an Ancient Invention for Water Management in Iran." In *Water History Conference* Delft, The Netherlands.

Harari, Yuval Noah. 2014. *Sapiens: A Brief History of Humankind*. London: Harvell Secker.

Hart, George L. 1975. *The Poems of Ancient Tamil: Their Milieu and Their Sanskrit Counterparts*. Berkeley: University of California Press.

Heras, Henry. 1953. *Studies in Proto-Indo-Mediterranean Culture*. Bombay: Indian Historical Research Institute.

Herbert, Vaidehi. "Learn Sangam Tamil." Accessed November 2018. https://learnsangamtamil.com/.

Herbert, Vaidehi. "Sangam Tamil Literature." Accessed June 2018. https://sangamtamilliterature.wordpress.com/.

Hiltebeitel, Alf. 1988. *The Cult of Draupadī: From Gingee to Kurukṣetra*. Chicago: University of Chicago Press.

Hoffman, C. Brett, and Heather M.-L. Miller. 2009. "Production and Consumption of Copper-Base Metals in the Indus Civilization." *Journal of World Prehistory* 22, issue 3 (September 2009): 237-64.https://www.academia.edu/25651400/Tree_gods_of_Indus_valley_civilization

Iḷaṅkōvaṭikaḷ. 1997. *The Cilappathikaram*. Translated by V. R. Ramachandra Dikshitar. Chennai: International Institute of Tamil Studies.

Indian Archaeology: A review. New Delhi: Archaeological Survey of India. 1992.

Inglis, Stephen Robert. 1984. "Creators and Consecrators: A Potter Community of India" PhD diss., The University of British Columbia.

International Symposium on Indus Civilization and Tamil Language. 2009. *Proceedings of the International Symposium Indus Civilization and Tamil Language*. Chennai: Department of Archaeology.

Israel, M. 1979. *A Grammar of the Kuvi Language: With Texts and Vocabulary*. Trivandrum: Dravidian Linguistics Association.

Jamison, Stephanie W., and Brereton Joel P. 2014. *The Rigveda:*

The Earliest Religious Poetry of India. New York: Oxford University Press.

Jansen, Michael. 1985. "Mohenjo-Daro, City of the Indus Valley." In *Endeavour New Series*. 9, 4 (1985)

Jeyakaran, Cu. Ki. 2002. *Kumari Nilanīṭci: Kumarikkaṇṭam, Lemūriyā: ōr āyvu*. Nākarkōvil: Kālaccuvaṭu Patippakam.

Jones, Andrew, and Gavin MacGregor. 2002. *Colouring the Past: The Significance of Colour in Archaeological Research*. New York: Berg.

Joshi, Jagat Pati, R. S. Bisht, and Rachel Maxwell-Hyslop. 1994. *India and the Indus Civilization*. New Delhi: V. C. National Museum Institute.

Joshi, Jagat Pati. 1990. *Excavations at Surkotada, 1971-72 and Exploration in Kutch*. New Delhi: Archaeological Survey of India.

Joyce, P. W. 1913. *The Origin and History of Irish Names of Places*. 3 vols. Dublin: Gill.

Kaganoff, Benzion C. 1977. *A Dictionary of Jewish Names and Their History*. London: Routledge and Kegan Paul.

Kailasapathy, K. 1968. *Tamil Heroic Poetry*. Oxford: Clarendon Press.

Kala Narendran. 1999. "A Study of Temple Centred Community Nattukottai Chettiyar of Tamilnadu" Ph.D. thesis. University of Madras.

Karashima, Noboru, Y. Subbarayalu, and Toru Matsui. 1978. *A Concordance of the Names in the Cōḻa Inscriptions*. Madurai: Sarvodaya Ilakkiya Pannai.

Kārmēkak Kaviñar. 1923. *Koṅkumaṇṭala Catakam*. Ceṉṉai: Cātu Accukkūṭam.

Keats, Stephen. 2002. "The Flashing Blade: Copper, Colour and Luminosity in North Indian Copper Age Society." In *Colouring the Past: The Significance of Colour in Archaeological Research*, edited by Andrew Jones and Gavin MacGregor. New York: Berg.

Keith, Arthur Berriedale. 1920. *A History of Sanskrit Literature*. London: Oxford University Press.

Kennedy, Kenneth. A. R. 1986. "Hauntings at Adittanalur: An Anthropological Ghost Story." In *Studies in the Archaeology of India and Pakistan*, edited by Jerome Jacobson. New Delhi: IBH Publishing Co.

Kenoyer, J. M. 1992."The Indus Valley Tradition of Pakistan and Western India." *Journal of World Prehistory* 5, no. 4 (1991): 331-85. http://www.jstor.org/stable/25800603.

———. 1995. "Interaction Systems, Specialized Crafts and Culture Change: The Indus Valley Tradition and the Indo-Gangetic Tradition in South Asia" In *The Indo-Aryans of Ancient South Asia*, edited by George Erdosy. Berlin: Walter de Gruyter.

———. 1998. *Ancient Cities of the Indus Valley Civilization*: Karachi: Oxford University Press.

Khaire, Vishvanath. 1977. *Dravida Maharashtra*. Pune: Sadhana Prakashan.

———. 1984. "Tamil, the Language of Pre-historic Maharashtra." *Journal of Tamil Studies* 15 (1984)

———. 2011. *Place-names in Maharashtra*. http://www.newindology.in/Docs/Place%20names%20in%20Maharashtra.pdf.

Khan, Omar. "Parpola's Work." Accessed June 2018. https://www.harappa.com/content/parpolas-work.

Khoroche, Peter, and Herman Tieken. 2009. *Poems on Life and Love in Ancient India: Hala's Sattasai.* Albany: State University of New York Press.

Kosambi, D. D. 1965. *Ancient India: A History of its Culture and Civilization*. New York: Pantheon Books.

———. 2005. *Myth and Reality: Studies in the Formation of Indian Culture*. Bombay: Popular Prakashan.

Krishna Sastri, H. 1987. *South-Indian Inscriptions. 3 (3/4).* New Delhi: Director General, Archaeological Survey of India.

Krishnamurti, Bhadriraju. 2003. *The Dravidian Languages*. Cambridge: Cambridge University Press.

Lahiri, Nayanjot. 1995. "Symbolic Aspects of Early Technologies" *World Archaeology* 27, no. 1 (June 1995): 116-32.

———. 2005. *Finding Forgotten Cities: How the Indus Civilization was Discovered*. Delhi: Permanent Black.

Lahovary, Nicolas. 1963. *Dravidian Origins and the West*. Bombay: Orient Longmans.

Lal, B. B. 1997. *The Earliest Civilization of South Asia: Rise,*

Maturity, and Decline. New Delhi: Aryan Books International.

Lehmann, Thomas and Thomas Malter. 1993. *A Word Index for Caṅkam Literature*. Madras: Institute of Asian Studies.

MacCarthy, Michael J. 1994. *Vocabulary*. Oxford: Oxford University Press.

Mackay, Ernest John Henry, and Dorothy Mackay. 1976. *Early Indus Civilisation*. New Delhi: Indological Book Corp.

Mackay, Ernest John Henry. 1935. *The Indus Civilization*. London: Lovat Dickson.

———. 1938. *Further Excavations at Mohenjo-Daro*. Volume 1. Delhi: Manager of Publications.

MacKenzie, Donald A. "Colour Symbolism." *Folklore* 33, no. 2 (1922): 136-69. http://www.jstor.org/stable/1254892.

MacLaury, Robert E., Galina V. Paramei, and Don Dedrick. ed. 2007. *Anthropology of Color Interdisciplinary Multilevel Modeling*. Philadelphia: J. Benjamins Publishing Co.

Macpherson, Samuel Charters. 1842. *Report upon the Khonds of the Districts of Ganjam and Cuttack*. Calcutta: G.H. Huttmann.

Madhava Menon, T. 1996. *The Encyclopaedia of Dravidian Tribes*. 3 vols. Thiruvananthapuram: International School of Dravidian Linguistics.

Mahadevan, Iravatham. 1977. *The Indus Script: Texts, Concordance, and Tables*. New Delhi: Archaeological Survey of India.

———. 1981. "Place Signs in the Indus Script." *A paper presented in the V International Conference-Seminar of Tamil Studies, Madurai, India*. Jan. 1981.

———. 1986. "Agastya Legend and the Indus Civilisation." *Journal of Tamil Studies* 30 (Dec. 1986): 24- 37.

———. 1999. "Murukaṉ in the Indus Script." *Journal of the Institute of Asian Studies* (1999): 21-39.

———. 2002 "Aryan or Dravidian or Neither?A Study of Recent Attempts to Decipher the Indus Script (1995-2000)." *Electronic Journal of Vedic Studies* 8, issue 1 (2002).

———. 2003. *Early Tamil Epigraphy: From the Earliest Times to the Sixth Century A.D*. Chennai: Cre-A

———. 2009a. "The Indus 'Non-script' is a Non-issue." *The Hindu* (May 3, 2009) https://www.thehindu.com/todays-paper/tp-features/tp-sundaymagazine/The-Indus-lsquonon-scriptrsquo-is-a-non-issue/article15941367.ece

———. 2009b. *Vestiges of Indus Civilisation in Old Tamil*. Trichy: Tamilnadu History Congress.

———. 2010. "Akam and Puṟam: 'Address' Signs of the Indus Script." *International Journal of Dravidian Linguistics* 40, 1 (2010): 81-94.

Mahadevan, Iravatham, and M. V. Bhaskar. 2018. "Toponyms, Directions and Tribal Names in the Indus Script." In *Walking with the Unicorn: Social Organization and Material Culture in Ancient South Asia*, edited by DennysFrenez, et al. Oxford: Archaeopress Publishing Ltd.

Mahalakshmi, R. 1995. "The Crystallization of the Goddess Koṟṟavai-Durgā in Tamiḻakam, c. 300 BC – AD 900." M.Phil. Thesis. Jawaharlal Nehru University.

———. 2011. *The Making of the Goddess: Koṟṟavai-Durga in the Tamil Traditions*. New Delhi: Penguin Books India.

Mahtab, Harekrushna. 1981. *The History of Orissa*. Cuttack: Cuttack Student's Store.

Malik, S. C. 1968. *Indian Civilization: The Formative Period; a Study of Archaeology as Anthropology*. Simla: Indian Institute of Advanced Study.

Maloney, Clarence. 1970. "The Beginnings of Civilization in South India." *Journal of Asian Studies* 29, no. 3 (May 1970): 603-16.

———. 1975. "Archaeology in South India: Accomplishments and Prospects." In *Essays on South India*, edited by Burton Stein. Hawaii: Uuiversity Press of Hawaii.

Marshall, John. 1924. "First Light on a Long-Forgotten Civilization: New Discoveries of an Unknown Prehistoric Past in India." *The Illustrated London News*, 165, no. 4457 (September 20, 1924): 528-532.

———. 1931. *Mohenjo-Daro and the Indus Civilization: Being an Official Account of Archaeological Excavations at Mohenjo-Daro Carried Out by the Government of India Between the Years 1922 and 1927*. London: Arthur Probsthain.

Masson, Charles. 1842. *Narrative of Various Journeys in*

Balochistan, Afghanistan and the Panjab Including a Residence in Those Countries from 1826 to 1838. London: Bentley.

McCown, Donald Eugene. 1942. *The Comparative Stratigraphy of Early Iran*. Chicago: University of Chicago Press.

Meadow, Richard H. 1991. *Harappa Excavations: 1986-1990 : a Multidisciplinary Approach to Third Millennium Urbanism.* Madison, Wisc: Prehistory Press.

Misra, Virendra Nath, and M. S. Mate, ed. 1965. *Indian Prehistory: 1964*. Poona: Deccan College Postgraduate and Research Institute.

Mitchell, Kenneth. 1987. "Landscape and Literature." In *Geography and Literature: A Meeting of the Disciplines*, edited by William E Mallory and Paul Simpson-Housley. New York: Syracuse University Press.

Monier-Williams, Monier. (1899) 1979. *A Sanskrit-English Dictionary*. Reprint. Oxford: Clarendon Press.

Monnet, Jérôme. 2011. "The Symbolism of Place: a Geography of Relationship Between Space, Power and Identity." *Cybergeo: European Journal of Geography* [online], Politique, Culture, Représentations, document 562. http://journals.openedition.org/cybergeo/24747

Moorjani, Priya, et al. 2013. "Genetic Evidence for Recent Population Mixture in India." *American Journal of Human Genetics* 93, 3 (September 2013): 422-38. https://doi.org/10.1016/j.ajhg.2013.07.006

Muthiah, S., Meenakshi Meyappan, Vaisalakshi Ramswamy, and V. Muthuraman. 2000. *The Chettiar Heritage*. Chennai: Chettiar Heritage.

Narasimhan, Vagheesh M., et al. "The Genome Formation of South and Central Asia." *bioRxiv* (March 31, 2018): 15. https://doi.org/10.1101/292581

Neogi, Panchanan. 1914. Iron in Ancient India. Calcutta: Indian Association for the Cultivation of Science.

———. 1918. *Copper in Ancient India*. Indian Association for the Cultivation of Science series. Calcutta: S.C. Roy.

———. 1979. *Copper in Ancient India*. Patna: Janaki Prakashan.

Orton, Clive, Paul Tyers, and Alan G. Vince. 1993. *Pottery in Archaeology*. Cambridge: Cambridge University Press.

Pal, Pratapaditya. 2016. "Reflections on Early Indian Terracotta Objects" *Sutra Journal* (July 2016). http://www.sutrajournal.com/reflections-on-early-indian-terracotta-objects-by-pratapaditya-pal.

Parpola, Asko. 1988. "Religion Reflected in the Iconic Signs of the Indus Script: Penetrating into Long-forgotten Picto+graphic Messages." *Visible Religion* 6: 114-35

———. 1994. *Deciphering the Indus Script*. Cambridge: Cambridge University Press.

———. 2000. *Deciphering the Indus Script*. Cambridge: Cambridge University Press.

———. 2008. "Is the Indus Script Indeed not a Writing System?" In *Airāvati: Felicitation volume in honour of Iravatham Mahadevan*. Chennai: Varalaaru.com.

Parthasarathy, Indira. 2009. "The Meeting of the 'Twain'." *The Hindu* (September 29, 2009). https://www.thehindu.com/books/The-meeting-of-the-lsquotwainrsquo/article16883905.ece

Pillay, K. K. 1969. *A Social History of the Tamils*. Madras: University of Madras.

Pitchappan, R. M. 2016. "Dravidian-a Turning Point in the History of Mankind." In *Tamilnadu Foundation National Convention*, March 28-29, 2016. Washington D.C.

———. 2018. "Arrival of Nattukottai Nagarathar in Chettinaad Expanse." In *Shanmuganathapuram Nagara Sivan Kovil Thirukuda Nanneeraatu Sirapu Malar*.

Possehl, Gregory L., ed. 1979. *Ancient Cities of the Indus*. New Delhi: Vikas Publishing House.

———. 2002. *The Indus Civilization: A Contemporary Perspective*. New Delhi: Vistaar Publications.

———. 2003. *The Indus Civilization: A Contemporary Perspective*. New Delhi: Vistaar Publications.

Raghavan, V. 1979. *Festivals, Sports, and Pastimes of India*. Ahmedabad: B.J. Institute of Learning and Research.

———. 2015. *Early Writing System: A Journey from Graffiti to Brāhmī*. Madurai: Pandya Nadu Centre for Historical Research.

Ramakrishna, Amarnath. 2017. "Sangam-era Site at Keezhadi is as Complex as Indus Valley, Proof of a Glorious Tamil Civilisation: Interview with Amarnath Ramakrishna." By

Sruthisagar Yamunan. *Scroll.in* (May 11, 2017). https://scroll.in/article/836427/sangam-era-site-at-keezhadi-is-as-complex-as-indus-valley-proof-of-a-glorious-tamil-civilization.

Ramakrishna, Amarnath, et al. 2018. "Excavations at Keeladi, Sivaganga District, Tamil Nadu (2014 - 2015 and 2015 - 16)" *Heritage: Journal of Multidisciplinary Studies in Archaeology* 6 (2018): 30-72.

Ramamurthy, V. 1986. *History of Kongu*. Madras: International Society for the Investigation of Ancient Civilization.

Ramanujan, A. K. 1996. *The Interior Landscape: Classical Tamil Love Poems*. Delhi: Oxford University Press.

Ramasami, Jayakumar. *Tree Gods of Indus Civilization*. https://www.academia.edu/25651400/Tree_gods_of_Indus_valley_civilization

Ramaswamy, Sumathi. 2005. *Fabulous Geographies Catastropic Histories: The Lost Land of Lemuria*. New Delhi: Permanent Black.

Randall, Richard R. 2001. *Place Names: How They Define the World-and More*. Lanham, Md: Scarecrow Press.

Rao, S. R. 1973. *Lothal and the Indus Civilization*. New York: Asia Pub. House.

———. 1979. *Lothal, a Harappan Port Town (1955-62)*. New Delhi: Archaeological Survey of India.

Ratnagar, Shereen. 1981. *Encounters: The Westerly Trade of the Harappa Civilization*. New Delhi: Oxford University.

Ray, Tridib Nath. 1939. "The Indoor and Outdoor Games in Ancient India." In *Proceedings of the Indian History Congress* 3 (1939): 241–61. http://www.jstor.org/stable/44252379.

Renfrew, Colin. 2008. *Prehistory: The Making of the Human Mind*. New York: Modern Library.

Rudner, David West. 1994. *Caste and Capitalism in Colonial India: the NattukottaiChettiars*. Berkeley: University of California Press.

Sasisekaran, B., et al. 2010. "Adichanallur: A Prehistoric Mining Site." *Indian Journal of History of Science* 45.3 (2010): 369-394.

Sali, S. A. 1986. *Daimabad, 1976-79*. New Delhi: Archaeological Survey of India.

Sankalia, Hasmukhlal Dhirajlal. 1941. *The Archaeology of Gujarat (including Kathiawar)*. Bombay: Natwarlal & Co.

Saparov, Arseny. 2003. "The Alteration of Place Names and Construction of National Identity in Soviet Armenia." *Cahiers Du Monde Russe* 44, no 1 (2003): 179-98. http://www.jstor.org/stable/20174766.

Sapir, E. 1929. "The Status of Linguistics as a Science." In *Culture, language and personality: Selected Essays*, edited by David Goodman Mandelbaum. Berkeley: University of California Press.

Saraswati, Baidyanath. 1978. *Pottery Making Cultures and Indian Civilization*. New Delhi: Abhinav Publications.

———. 1979. *Pottery Making Cultures and Indian Civilization*. New Delhi: Abhinav Publications.

Sardeshpande, S. C. 1989. *Pugal, the Desert Bastion*. New Delhi: Lancer Publisher.

Sarkar, Sikha. 2001. *Mother-Goddess in Pre-mediaeval Bengal: A Study of the Evolution of Concept & Forms of Female Divinities*. Burdwan: Niharendu Aditya.

Satyamurthy, T. 2009. "Indus to Tamaraparani" In I*ndus Civilization and Tamil Language : Proceedings of the International Symposium*. Chennai: Dept. of Archaeology.

Sergent, Bernard. 1997. "On the African Origins of Dravidians." In *Genèse de l'inde*. Paris: Payot. http://www.svabhinava.org/aitvsoit/Sergent-AfroDravidian-frame.php.

Sharma, I. K. 1997. "Megalithic Pottery: Cultural Impacts." In *Ancient Ceramics: Historical Enquiries and Scientific Approaches*, edited by P.C. Pant and Vidula Jayaswal. Delhi: Agam Kala Prakashan

Shendge, Malati Janardan. 1977. *The Civilized Demons: the Harappans in Rgveda*. New Delhi: Abhinav Publications.

Shinde, Vasant. 2016. "Current Perspectives on the Harappan Civilization." In *A Companion to South Asia in the Past*, edited by Subhash R Walimbe and Gwen Robbins Schug. West Sussex: John Wiley.

Shulman, David. 2016. *Tamil: A Biography*. England: The Belknap Press of Harvard University Press.

Sinha, B. P. 1969. *Potteries in Ancient India*. Patna: Department of Ancient Indian History & Archaeology, Patna University.

Sircar, D. C. 1957. *Inscriptions of Aśoka*. New Delhi: Publications Division, Ministry of Information and Broadcasting.

Sivanantham, R. and Sundar Ganesan. 2019. "Excavations at Keeladi Open a New Window into Old Times." *Frontline* 36, no. 21 (October 2019). https://frontline.thehindu.com/arts-and-culture/heritage/article29635522.ece.

Smith, Vincent A. 1919. *The Oxford Student's History of India*. 8th ed. Oxford: The Clarendon Press

———. 1924. *The Early History of India*. Oxford: Clarendon Press.

Southworth, Franklin C. 1995. "Reconstructing Social Context from Language: Indo-Aryan and Dravidian Prehistory." In *The Indo-Aryans of Ancient South Asia: Language, Material Culture and Ethnicity*, edited by George Erdosy. Berlin: Walter de Gruyter.

———. 2005. *Linguistic Archaeology of South Asia*. London: RoutledgeCurzon.

Srinivas Iyengar, P. T. 1929. *History of the Tamils from the Earliest Times to 600 A.D.* Madras: Coomaraswamy Naidu and Sons.

Staal, Frits, Cherumukku Vaidikan Somayajipad, and M. Itti Ravi Nambudiri. 1983. *Agni: the Vedic Ritual of the Fire Altar*. Berkeley: Asian Humanities Press.

Stahl, Abraham, Gila Portnoy, and Blair Portnoy. 1989. *Jewish Family Names: Material for Discussion and Work in the School and Community Center*. Tel Aviv: Society for Jewish Family Heritage.

Starr, Richard F. S. 1941. *Indus Valley Painted Pottery; a Comparative Study of the Designs on the Painted Wares of the Harappa Culture*. London: Oxford University Press.

Stein, Aurel, Robert Beresford Seymour Sewell, and B. S. Guha. 1931. *An Archaeological Tour in Gedrosia*. Calcutta: Government of India, Central Publication Branch.

Stewart, George Rippey. 1975. *Names on the Globe*. New York: Oxford University Press.

Subbarayalu, Y., ed. 2002. *Tamiḻk Kalveṭṭuc Collakarāti: Glossary of Tamil Inscriptions*. 2 vols. Chennai: Santi Sadhana.

Subramanian, T. S. 2012. "Potsherd with Tamil-Brahmi Script Found in Oman." *The Hindu* (October 28, 2012). https://www.thehindu.com/news/national/potsherd-with-tamilbrahmi-script-found-in-oman/article4038866.ece

Taylor, C., A. Clifford and A. Franklin. 2013. "Color Preferences are not Universal." *Journal of Experimental Psychology: General* 142 (4): 1015-1027.

Thakran, R. C. 2000. *Dynamics of Settlement Archaeology, Haryana*. New Delhi: Gyan Pub. House.

Thani Nayagam, Xavier S. 1997. *Landscape and Poetry: A Study of Nature in Classical Tamil Poetry*. Chennai: International Institute of Tamil Studies.

Thapar, Daya Ram. 1961. *Icons in Bronze*. Bombay: Asia Publ. House.

Thapar, Romila, and Percival Spear. 1966. *A History of India*. Harmondsworth: Penguin Books.

Thapar, Romila. 1983. "The Archaeological Background to the Agnicayana Ritual." In *Agni: The Vedic Ritual of the Fire Alter*, vol. 2, edited by Frits Staal, et al. Berkeley: Asian Humanities Press.

Thiagarajah, Siva. 2011. *Peoples and Cultures of Early Sri Lanka: A Study based on Genetics and Archaeology*. Kingston: A Tamil Information Centre Publication.

Thurston, Edgar, and K. Rangachari. (1909) 1975. *Castes and Tribes of Southern India*. 7 vols. Reprint. Delhi: Cosmo.

Tilley, Christopher. 1999. *Metaphor and Material Culture*. Oxford: Blackwell.

Tirunāvukkaracu, K. D. 1994. *Chieftains of the Sangam Age*. Madras: International Institute of Tamil Studies.

Tiruvaḷḷuvar. 1981. *Tirukkural*. Translated by G. U. Pope, et al. 7th ed. Madras: South India Saiva Siddhanta Works Publishing Society.

Tod, James. 1873. *Annals and Antiquities of Rajasthan, or the Central and Western Rajpoot States of India*. Madras. Higginbotham and Co.

Toynbee, Arnold, and Jane Caplan. 1995. *A Study of History*. Bombay: Strand Book Stall.

Turai Araṅkacāmi, Mo. A. 1968. *The Surnames of the Cankam Age, Literary & Tribal*. Madras: University of Madras.

Turner, R. L. 1969. *A Comparative Dictionary of the Indo-Aryan*

Languages. London: Oxford University Press.

Tyler, Stephen A. 1968. "Dravidian and Uralian: The Lexical Evidence." *Language* 44, no. 4 (1968): 798-812. www.jstor.org/stable/411899.

Uesugi, Akinori . 2002. "Re-evaluation of the Pottery Sequence in North India During the First Millennium B.C." In *Puraratna: Emerging Trends in Archaeology, Art, Anthropology, Conservation, and History*, edited by Jagat Pati Joshi. Delhi: Agam Kala Prakashan.

University of Madras.1982. *Tamil Lexicon*. 7 vols. Madras: University of Madras.

Vaidyanathan, K. S. 1983. *The Ancient Geography of the Koṅgu Country, from Original Sources*. Banglore: Prabha Printing House.

Varadarajan, M. 1969. *The Treatment of Nature in Sangam Literature*. Madras: South India Saiva Siddhanta Works Pub. Society.

———. 2007. "Ettuthogai." *Tamilnation.org* (24 July 2007) http://tamilnation.co/literature/anthologies.html.

Varāhamihira. 1940. *Vārāhī (Bṛhat) Saṃhitā*. Bambaī: "Śrīveṅkaṭeśvara" Stīm-Presa.

Vats, Madho Sarup. (1940) 1999. *Excavations at Harappa: Being an Account of Archaeological Excavations at Harappa Carried Out Between the Years 1920-21 and 1933-34*. 2 vols. Reprint. New Delhi: Director General, Archaeological Survey of India.

Wainwright, Frederick Threlfall, and Frank Stenton. 1962. *Archaelogy and Place-names and History: an Essay on Problems of Co-ordination*. London: Routledge & K. Paul.

Wells, Spencer, and Mark Read. 2002. *The Journey of Man: A Genetic Odyssey*. London: Penguin Books.

Wheeler, Mortimer. 1960. *The Indus Civilization. Cambridge History of India*. 2nd ed. Cambridge: Cambridge University Press.

———. 1966. *Civilizations of the Indus Valley and Beyond*. New York: McGraw-Hill.

———. 1968. *The Indus Civilization*. 3rd ed. Cambridge: Cambridge University Press.

Whorf, Benjamin Lee. 1956. "Science and Linguistics." In *Language, Thought, and Reality*, edited by Benjamin Lee Whorf. Cambridge, MA: The M.I.T. Press.

Winters, Clyde. 2014. "The Ancestors of the Dravidians Spoke a Niger-Congo Language." *Ancient African Writing Systems and Knowledge* (blog). September 28, 2014. http://bafsudralam.blogspot.com/2014/09/the-ancestors-of-dravidians-spoke-niger.html.

Wright, Rita P. 2010. *The Ancient Indus: Urbanism, Economy, and Society*. Cambridge: Cambridge University Press.

Zerubavel Yael. 1995. *Recovered Roots : Collective Memory and the Making of Israeli National Tradition*. Chicago: University of Chicago Press.

Zvelebil, Kamil, and Jan Gonda., ed. 1974. *A History of Indian Literature*. Wiesbaden: Harrassowitz.

Zvelebil, Kamil. 1972. "The Descent of the Dravidians." *International Journal of Dravidian Linguistics* 1, no. 2 (1972): 57-65.

———. 1973. *The Smile of Murugan on Tamil Literature of South India*. Leiden: Brill.

———. 1992. *Companion Studies to the History of Tamil Literature*. Leiden: Brill.

Digital Sources:

Concordance for Tamil Literature, *http://tamilconcordance.in*

Digital Dictionaries of South Asia, *https://dsal.uchicago.edu/dictionaries*

Geographic Names Server, *http://geonames.nga.mil/gns/html/namefiles.html*

Internet Archive, *https://archive.org*

Learn Sangam Tamil, *https://learnsangamtamil.com*

Monier-Williams Sanskrit-English Dictionary, 1872, *https://www.sanskrit-lexicon.uni-koeln.de/scans/MW72Scan/2020/web/webtc/indexcaller.php*

windrose, *https://www.wcc.nrcs.usda.gov/ftpref/downloads/climate/windrose*

பொருளடைவு

அகத்திணை, 119, 214

அகத்தியர், 89, 90, 391

அகநானூறு, 135, 138, 140-141, 151, 157, 198, 203, 336-337, 339, 341, 399, 403, 422, 523-524, 568

அகப்பொருள், 118

அகரம், 345, 352, 547, 550, 560, 569

அகேட் மணிக்கல், 431, 519, 565

அக்னிசயனா, 304-305, 319, 321, 327

அங்கோர்வாட், 449

அடிப்படை திசைகள், 251

அதர்வண வேதம், 326, 364, 479, 520

அதியமான் நெடுமான் அஞ்சி, 133-134, 203, 208

அதியர் மரபு, 133, 203-204

அத்திரி, 389-390

அம்புக்குறி, 91, 556

அம்போரா, 315

அம்ரி, 48, 239

அம்ரி-நல், 48

அரசமரம், 54, 464, 482, 484

அரசலாபுரம், 280-281

அரிக்கமேடு, 129, 223, 315, 392, 552

அர்சா மேஜர், 87, 251

அர்த்தசாஸ்திரம், 126, 131, 329, 364

அலங்காநல்லூர், 496, 498, 510

அலெக்ஸாண்டர் கன்னிங்காம், 46, 241

அலெக்ஸாண்டர் ரீ, 369

அவனியாபுரம், 496, 510

அழகன்குளம், 223, 547, 560, 568

அறிவார்ந்த தலைவன், 244, 311, 378

அன்பின் ஐந்திணை, 119, 604-605

அஸ்கோ பர்போலா, 61, 79, 83-87, 91, 464, 484

அஷ்டதாது, 367, 372

ஆசியச் சிங்கம், 387

ஆதிச்சநல்லூர், 60, 73, 80, 181, 213, 216, 223, 294, 308, 326, 341, 356, 369-373, 537-539, 542-544, 547

ஆதிமனிதர், 25, 33

ஆப்கானிஸ்தான், 377, 389, 471

ஆரக்கால் சக்கரம், 344

ஆரமற்ற சக்கரம், 88

ஆரியப் பண்பாடு, 80, 88, 326

ஆரியர்கள், 80-82, 84, 89, 152, 256, 304, 310, 352

ஆர்.டி. பானர்ஜி, 81

ஆஸ்ட்ரோ=-ஆசியாட்டிக், 71, 79, 85, 327

இடப்பெயராய்வு, 110

இடப்பெயரியல், 99

இடப்பெயர் தரவுகள், 106-107

இடப்பெயர்கள், 93, 95, 106-107, 110, 157, 161-167, 170, 172, 175-176, 179, 182, 185, 198, 200, 204, 206-208, 210-214, 216, 224, 401, 403, 412, 471, 482, 487-489, 561, 568-569

இந்திய நீர் எருமை, 509

இந்தியக் காட்டுக்கழுதை, 389-390

இந்தியக் காட்டெருது, 506

இந்தோ -ஈரானிய மொழிகள், 84-85

இந்தோ-ஆரிய மொழிகள், 84-89, 91-92, 290, 293-294, 327, 329, 336-337, 349, 364, 406-407, 507

இந்தோ-ஆரியப் பண்பா
டு, 80, 305, 365

இந்தோ-ஆரியம், 79, 407

இந்தோ-சுமேரியன் பண்பாடு, 79

இமயமலை, 142-143, 147-150, 172-173, 207, 209

இமயவரம்பன் நெடுஞ்சேரலாதன், 206-207

இருமை இடப்பெயர்கள், 237

இரும்பு, 325, 336, 363-364, 367-370, 372-373, 539, 542, 556, 565

இரும்புக்காலம், 319, 323-324, 369-371, 539, 552, 557, 561, 563

இனக்குழுப் பெயர்கள், 266

ஈமச்சடங்குப் பானைகள், 288, 316, 338

ஈமத்தாழி, 90, 341

ஈரான், 35, 49, 51, 73, 389, 429, 528

உடமைப் பெயர்கள், 101-102, 192

உரிப்பொருள், 118

உருண்டை பானைகள், 538

உலோகவியல், 51, 181, 362, 364-365, 516

உறைந்துபோன எச்சங்கள், 95

உறையூர் ஏணிச்சேரி முடமோசியார், 149, 210

ஊர், 92, 105-106, 125, 155-156, 170, 181-182, 204, 207, 224, 263, 279-280, 412, 433, 450, 502

எகிப்திய கருத்துருவங்கள், 93

எகிப்திய சித்திர எழுத்துகள், 93

எகிப்திய நாகரிகம், 41, 44

எகிப்து, 41, 44, 51, 85, 429, 464

எட்ருஸ்கர்கள், 82

எருது, 51, 430, 500, 503, 506-507

எலமைட், 41

எலும்புக்கூடு, 30, 63, 544

ஏ.கே ராமானுஜம், 117

ஏறு தழுவுதல், 499, 501-503, 520

ஐங்குறுநூறு, 523

ஐந்திணை, 138, 175

ஐபிரியர்கள், 82

ஐம்பொன், 368

ஐராவதம் மகாதேவன், 90, 223, 401, 403

ஒட்டகம், 151

ஒரு சித்திர எழுத்து, 86, 90

ஒருசொல் இடப்பெயர்கள், 170

ஒருசொல் பல பொருள், 250-251, 305, 524

ஒருபான் ஒலிச்சொற்கள், 86

ஒற்றைக் கொம்பு விலங்கு, 51

ஒனகர், 389

க.ப. அறவாணன், 73

கக்ஹர்-ஹக்ரா, 65

ஒரு பண்பாட்டின் பயணம்

பொருளடைவு

கடல் வணிகம், 51, 65, 125-129, 163, 251, 379-381, 448

கடையெழு வள்ளல்கள், 139, 400

கண்டீரம், 180, 196, 204

கண்ணகி அம்மன், 461-462, 470-471

கண்ணகி, 207, 255, 445, 459-463, 468, 470-471

கபாடபுரம், 126, 154, 381-382, 391

கமில் சுவலபில், 72-73, 172, 216, 266

கரிகாலன், 157, 209-210

கரிமப் பகுப்பாய்வு, 544

கருப்புக் கன்னிகள் வழிபாட்டு, 74

கருப்பு-சிவப்புப் பாண்டங்கள், 73, 292, 296, 304, 317, 319, 321-327, 334, 341, 350, 352-353, 378, 538-539, 542, 544, 552, 554, 556, 560-561

கருப்பும்-சிவப்பும், 291-292

கலம் செய்கோவே, 338, 341, 343, 348, 352

கலித்தொகை, 17, 154, 157, 381, 388, 502, 509

கவயா, 506-507

கவரி, 149-151

கவரிமா, 149, 385

கழுதை, 151, 331, 334-335, 389-390, 477

களிமண், 48, 51, 53, 294, 296, 301, 304, 306, 331, 346, 352-353, 516-518, 520-521, 527

கள்ளூர், 157, 170, 182, 206, 413

கனசதுரப் பகடை, 519, 527, 530-531

காங்கயம் காளை, 430

காணியூர், 425, 431-432

காண்டாமிருகம், 51

காலிபங்கன், 240-242, 528

கால்நடை, 54, 347, 424, 430, 484, 501, 507, 522

காவிரி, 155, 208, 210, 257, 422, 434, 526

காவிரிப்பூம்பட்டினம், 123, 128, 157, 208, 210, 341, 459, 523

காளை விளையாட்டு, 510

காளை, 51, 88, 288, 484, 496, 498-499, 500-503, 506-507, 510, 519, 521, 523

கிரெகரி எல். போசல், 44, 63, 65

கிர்னார் கல்வெட்டு, 205

கிழக்கு, மேற்கு என்ற இருமை, 236, 256

கீழடி, 223, 308-309, 315, 333, 344-345, 348, 351-352, 382, 521, 530-531, 533, 538, 547, 550, 552, 554-557, 560-561, 563, 568-569, 574-575

கீழ்ச்சேரி, 281-282

கீழ்நகரம், 49, 378, 379, 607

குக்குடர்மா, 278

குடக்கு, 137, 140-141, 255

குடிப்பெயர்கள், 100

குடியிருப்புப் பகுதி, 49-50, 93, 129, 239-241, 379, 561

குடியிருப்புப் பெயர்கள், 99, 263, 281

குணக்கு, 137, 292, 305, 526

குதிரை, 51, 80, 83, 84, 85, 88, 204, 384, 385, 389, 390, 483, 499, 517, 520 523

குந்திதேவி சதுர்வேதி மங்கலம், 102, 561, 563

குமட்டூர்க் கண்ணனார், 149

குமரிக்கண்டம், 74, 76

குமரிக்கோடு, 14

குமிழ் பாண்டங்கள், 317

குயவர்கள், 313, 329-331, 334-339, 342-348, 352, 356-358

குலக்குறி, 205

குலாலர் புராணம், 347-348

குவானட், 429

குறி அசை வரிவடிவம், 85

குறிஞ்சி, 172, 193

குறுநிலத் தலைவர்கள், 133

குறுந்தொகை, 138, 140, 142, 145, 254, 399, 464, 469

குஜராத், 106, 243, 269, 394-395

கூட்டங்களின் மற்றும் குடும்பங்களின் பெயர்கள், 191

கே.என். தீட்சித், 301, 303, 309, 311, 317, 544, 561, 574

கேஜ்ரி, 477, 479, 481-483, 488, 490

கொங்கு கூட்டங்களின் பெயர்கள், 423, 426, 434

கொங்கு வேளாளர்கள், 421, 423, 424, 443, 445

கொடுமணல், 223, 382, 383, 426, 430, 431, 448

கொண்கானம், 199, 200, 433

கொண்டல் காற்று, 137, 138, 141

கொந்தகை, 102, 172, 223, 345, 352, 547, 550, 560, 561

கொப்பன் வகைமை, 143

கொல்லிப்பாவை, 469

கொற்கை, 110, 122, 126, 127, 131, 162-164, 172, 181, 210, 212, 213, 309, 326, 346, 463, 479, 544, 547, 574, 593, 594, 620

கொற்கை-வஞ்சி-தொண்டி வளாகம், 110, 162-164, 210, 213, 346, 574, 593, 594

கொற்றவை, 401, 403, 469, 486, 616

கொற்றவை, துர்கை வழிபாடு, 403

கோடைக்காற்று, 137-141, 145

கோட் டிஜி, 49, 239, 288

கோட்டைப் பகுதி, 49, 93, 239-243, 245, 246, 288, 348, 379, 587

கோண்டு பழங்குடிகள், 467-468

கோலர்கள், 80

கோவலன், 389, 445, 459-460

கோழிச்சண்டை, 278-282

சக்பிர்-உர்ஸ்ப் கருதுகோள், 236, 250

சங்க இலக்கியங்கள், 4, 10, 13, 116, 124-125, 129-130, 138-139, 145, 147, 150, 153-154, 156, 163-164, 182, 185, 192, 198, 205, 211, 399-401, 403, 405, 421, 423, 461, 486, 523-524, 531, 555, 563, 574

சங்ககால நாணயங்கள், 129

சங்கு வளையல், 131, 309, 382-383, 544, 561

சதுர்வேதம், 507

சத்தசா, 403-406, 408-411, 595, 616-617

சப்தஷ்ரிங்கி, 401, 403

சமஸ்கிருத இலக்கியங்கள், 185, 308, 313, 327, 329, 406

சமஸ்கிருதம், 163, 260, 321, 499, 508

சர் ஜான் மார்ஷல், 46, 59-60, 79, 289, 308, 463, 500, 527

சாதவாஹன மன்னன், 403-405

சாம்பல் நிற மட்பாண்டப் பண்பாடு, 319

சாம்பல் நிறப் பாண்டம், 319, 334

சாம்பல் வண்ணம் தீட்டிய பாண்டம், 319, 324-325, 327, 352

சார்த்துகை, 131, 352, 606

சாலிவாகனன், 342-343, 347

சானூர், 90, 556

சிங்கம், 151, 387-388, 392, 411

சிதிக்-துராணியம், 74

சித்திர எழுத்து, 83, 86, 90, 93

சித்திர ஒலிவடிவம், 83

சித்திரக் குறியீடுகள், 46, 85-86, 287

சிந்து விளிம்பு மக்கள், 35, 37

சிந்துவெளி அலமாரியில், 63

சிந்துவெளி எழுத்துகள், 61, 90, 93, 557

சிந்துவெளி நகரங்கள், 49, 60, 236, 239, 247, 315

சிந்துவெளி நாகரிகம், 263, 500, 576

சிந்துவெளி முத்திரைகள், 363, 401, 499, 520

சிந்துவெளி வணிகம், 131, 151

சிந்துவெளி வணிகர்கள், 125, 131

சிந்துவெளி வரிவடிவம், 83-84, 87-88, 91

சிந்துவெளிக் கருத்துருவம், 94

சிந்துவெளிக் குறியீடுகளின் நிரல்வரிசை, 84, 90

சிந்துவெளிப் பண்பாடு, 76-77, 79, 81, 83, 88-89, 107, 116, 125, 131, 161-162, 193, 209, 235, 247, 279, 309, 352-353, 377, 379, 421, 452, 464, 483, 501, 520, 538-539, 584, 588, 597

சிந்துவெளிப் பண்பியல்பு, 91

சிந்துவெளிப் பொறிப்புகள், 61, 63, 81, 83, 90-91, 379, 477, 561

சிபி, 208-209

சிப்ரியர்கள், 82

சிலம்பு, 459-471, 487

சிவகளை, 181, 223, 544, 547, 620

சிவப்பு, 10-11, 285, 287-296, 298-299, 302-311, 314-319, 321-327, 329-331, 334-353, 356, 359, 362-373, 539, 542, 552, 554-555

சிறுபாணாற்றுப்படை, 147, 151, 385

சின்னமனூர் செப்பேடுகள், 212, 383

சுடுமண் கல், 305

சுடுமண் பாண்டம், 90

சுடுமண் பொம்மை, 51, 60, 115, 161, 317, 516-518, 555, 584

சுடுமண் முத்திரைகள், 414, 484

சுடுமண் வில்லை, 54, 414, 485

சுமேரிய நாகரிகம், 41

சுனிதி குமார் சாட்டர்ஜி, 60, 80

சூட்டப்பட்ட பெயர்கள், 100

சூதுபவள அணிகலன்கள், 288, 309, 431

சூதுபவளம், 51, 431

சூலார், 90, 223

செங்கல், 161, 239, 244, 296, 301-306, 343, 346, 352, 527, 545, 547, 552, 574, 561

பொருளடைவு

செட்டிநாடு, 421, 443, 449, 452, 588

செந்நிற மாணிக்கக் கல் (ரூபி), 293

செந்நிறப் பாண்டங்கள், 319, 323-324, 378, 484, 539, 552, 554

செந்நிறம், 288, 292, 294, 365-366

செப்பு, 216, 290, 366

செம்பழுப்பு பூசப்பட்ட கருப்பு சிவப்பு பாண்டம், 552

செம்பழுப்புப் பூச்சு பாண்டங்கள், 324, 552, 556

செம்பியன் கண்டியூர், 90

செம்பு வில்லை, 362-363

செம்பு, 101, 125, 223, 272, 288, 293-296, 307, 336, 339, 345, 350, 361-371, 378, 460, 539, 542, 544, 555

செம்புக் காலம், 319, 325, 362, 371, 464, 510

செம்புக்காலப் பண்பாடு, 516

செம்புரைக்கல், 527

செம்மண், 291, 445, 509, 539, 552

செவ்வகப் பகடை, 528, 530-531

செவ்வந்திக்கல், 431

சேயோன், 267, 287, 290, 292

சொல்லின் பொருள் விரிவாக்கம், 365

சோதி-சிஸ்வால், 48

டெமோனிம், 165

தட்டைச் சக்கரங்கள், 499

தந்தைவழி மரபு, 31, 482

தமிழி, 223, 307, 310, 344, 423, 542, 554-555, 560, 617-618

தமிழ் மரபு, 5, 76, 126, 149, 348, 391, 408, 435,

தமிழ்ச்சங்கம், 116, 139, 380

தர்ஷன் போரிக், 295

தலைமைக் குயவர்கள், 352

தாமிரபரணி, 126, 155, 181, 295, 369, 370, 380, 538, 540, 544, 575, 594, 619-620

தாம்ரா, 293, 364-365, 372

தாய்த் தெய்வ வழிபாடு, 54, 289, 403, 423, 458, 463, 465, 468, 587, 598, 616, 618

தாய்த் தெய்வம், 54, 369, 465

தாய்வழி மரபு, 31, 482

தாலமி, 92, 126, 129, 205

தாழிகள், 53, 339, 343, 370, 538-539, 542, 544, 550, 561

திமில் காளை, 278, 430, 498-500, 506-507, 568

திராவிட தக்காணப் பெருங்கல் பண்பாடு, 406

திராவிட நாகரிகம், 80, 126

திராவிடக் கருதுகோள், 66, 72, 77, 79-80, 89, 91, 107, 165, 585, 612, 617-618

திராவிடச் சிவப்பு, 288-296, 298-299, 302-311, 314-319, 321-327, 329-331, 334-353, 356, 359, 362-373, 421, 542

திராவிடப் பண்பாடு, 161, 296, 363, 407, 421, 584, 598, 617

திராவிடப் பெயர்ப்புலம், 263

திராவிடர்கள், 13, 80, 82-83, 88, 92-93, 124, 161, 266, 269, 276, 326, 390, 466, 598, 600-601,

திருவள்ளுவர், 149, 409, 495, 613

திரௌபதி வழிபாட்டு மரபு, 508

தென் பெருங்கற்கால மட்பாண்டம், 324

தென்றல் காற்று, 137-138, 142, 365

தென்னிந்திய மூதாதையர்கள், 34-35, 606, 611

தைமாபாத் 5, 8, 49, 77, 88, 163, 352, 408, 412, 414, 499, 594, 616, 621

தொடர்ப்புப் பெயர்கள், 101

தொண்டி, 110, 162-164, 205, 210, 213, 224, 346, 430, 574, 593-594

தொண்டை மண்டலம், 423, 444

தொல்தென்னிந்திய மூதாதையர் (AASI), 35

தொல்பழங்காலம், 12, 14, 154, 162, 403

தொல்மரபணு ஆய்வுகள், 35

தொல்லியல் சான்றுகள், 23, 90, 129-130, 308, 452, 528

தொல்லியல், 3, 5, 6-7, 23, 26-27, 30, 33, 46, 60-61, 64, 73-74, 79-80, 90, 102, 106-107, 110, 124-125, 129-130, 152, 164, 181, 213, 288, 298, 308, 313-314, 317, 322-324, 327, 339, 349, 356, 368-369, 371, 378, 381-382, 413-414, 426, 428, 431, 433, 435, 452, 465, 515-516, 520-521, 528, 530, 538-539, 543-544, 550, 554-557, 560, 568-569, 574-576, 561, 568, 585, 616, 619

தொன்மரபுக் கதைகள், 449

தோடர்கள், 267, 509

தோலாவிரா, 9, 49-50, 240, 242, 246, 350, 377-380, 390, 482, 575

நகரத்தார், 348, 421, 443-445, 448-453

நகரத்து மக்கள், 122, 443

நங்கேலி, 469-470

நடுகல், 154, 157, 192, 280-281, 341, 410, 469, 555, 603, 614

நந்தர்கள், 135

நம்பிக்கை சார்ந்த கடவுள்களின் பெயர்கள், 214

நரந்தை, 148-149

நற்றிணை, 134, 138, 141-142, 145, 148, 337, 339, 367, 388, 390, 398, 422, 429, 462, 506, 515, 523-524, 599

நன்னனின் ஏழில் குன்றம், 400-401

நன்னன் சேய் நன்னன், 157, 199, 401

நாடோடிக் குழுக்கள், 25

நாட்டுக்கோட்டை நகரத்தார், 348, 422, 443, 445, 449

நாட்டுப்புறக் கதைமரபு, 287, 462

நிகழ்வுப் பெயர்கள், 101-102

நிலவியல், 27, 76-77, 164, 290, 515

நிறங்கள், 261, 287-288, 290, 292, 295-296, 299, 399

நினைவைப் போற்றும் பெயர்கள், 102, 192

நீர் மேலாண்மை, 429-431, 542

நீர் விளையாட்டு, 525-526

நீர்நிலைகளின் பெயர்கள், 104

நீல மாணிக்கம், 131, 431

நுண் கற்கருவிகள், 26

நுரைக்கல், 431

நெடுஞ்செழியன், 12, 126, 153, 212-213, 392, 522, 600, 602

நெடுஞ்சேரலாதன், 149, 206, 601

நெடுநல்வாடை, 138, 142, 153, 311, 366, 383, 524

நெய்தல், 118, 139, 141, 172, 175, 193, 264, 383, 389, 584

நெல், 127, 181, 366, 461, 468, 487, 495, 510, 543, 603

நௌருசி, 106

பஃறுளி, 14, 74, 76, 101, 157, 162, 176, 381, 391

பகடை, 309, 516, 519-520, 523, 527-531, 533

பகவதி அம்மன், 461

பகுசர மாதா, 466

பச்சைக்கல், 305, 431

பஞ்சலோஹா, 372

பட்டினப்பாலை, 119, 123, 131, 157, 429, 448, 526, 547, 606

பண்டைய தமிழர் பண்பாடு, 521

பண்டைய தமிழர்கள், 119

பண்பாட்டு முன்மாதிரிகள், 236, 250

பண்பாட்டுப் புவிச்சுழல், 585

பதிற்றுப்பத்து, 131, 151-152, 156, 199, 205, 254, 292, 339, 399, 403, 422, 499, 486

பத்துப்பாட்டு, 116

பத்ரிராஜு கிருஷ்ணமூர்த்தி, 73-74

பரம்பரைப் பெயர்கள், 106, 158, 191, 351

பரிபாடல், 13, 287, 309, 525-526, 533, 550, 568

பலுரிஸிஸ்தான், 46, 48, 85, 247, 361, 390, 584, 617

பழங்கற்காலம், 23

பழனி மலை, 198, 215, 265, 388

பனாவலி, 49, 243

பனிக்காலம், 26

பன்முக நகர வாழ்க்கை, 123

பாகிஸ்தான், 6, 49, 60, 164-165, 167, 172-173, 175-176, 183-184, 195, 197, 199, 204, 206-208, 210, 212, 215-216, 237, 268, 271-272, 294, 377, 389, 429, 433, 471, 482, 487-488

பாண்டிய வேளார், 344-347, 350-351, 391, 421

பாண்டியர்கள், 77, 126-127, 153-155, 205, 211-212, 382, 391

பாபுல் மந்தபு, 25

பாலமேடு, 496, 609

பாலாகோட், 49, 246

பாலை, 64, 118, 139-140, 387, 405

பானைக் கிறல்கள், 73, 77, 352, 356, 423, 557, 561, 583, 595

பானைத்தடம், 305, 313-314, 348, 352-353, 357, 421, 608

பிரவர்க்கியா, 321

பிராகிருதம், 364, 405-406, 461

பிராகுயி, 8, 10, 14, 60, 71, 80, 82, 85, 106, 165, 167, 173, 290, 294, 299, 322, 335, 461, 501, 615, 617

புதைவிடம், 350, 369, 373, 561, 619

புலப்பெயர்வுகள், 9, 11, 14-15, 17, 31, 33, 35, 77, 79, 104-105, 107, 153, 155, 162, 164, 185, 191, 235, 314, 319, 381, 391, 403, 421, 424-425, 431, 443, 484, 582, 587-590, 610, 617,

புலி, 8, 13, 51, 128-129, 205, 389, 411, 431, 434, 448, 483, 485, 499, 507, 602

புவி மொழியியல், 265

பொருளடைவு

புவியியல் தகவல் அமைப்பு, 110, 237, 263

புறத்திணை, 119, 175, 192, 205, 501

புறநானூறு, 124, 149, 153, 156, 205, 338-339, 341, 345, 356, 367, 381, 392, 399, 434, 448, 462, 522, 568

புனிதப் புவிச்சூழல், 267

பூம்புகார், 119, 123, 126, 129, 210, 430, 445, 448, 451, 453, 459, 463, 471, 594

பெயராய்வுத் தடயங்கள், 107

பெயரியல் முறை, 122

பெயர்ப்பரப்புகள், 110

பெயர்-மரபு வளாகம், 110

பெருங்கற்காலம், 325

பெருங்குளியலிடம், 524

பெருநகர வாழ்க்கை, 123

பேகன், 139, 194-195, 198, 462

பொதிகை, 89, 142, 182, 295, 538, 594

பொதினி, 139, 182, 198, 215, 388

பொம்மை வண்டி, 516, 521, 523, 587

பொரிவலி, 92

பொருந்தல், 382, 430, 547, 556, 560

பொற்கொல்லர், 367, 468

போத்து ராஜா, 508

போற்றுதல் பெயர்கள், 102

மகாவீரா கலம், 321

மகிஷாசுரன், 508

மட்பாண்டங்கள், 11, 30, 51, 53-55, 73, 223, 288, 294, 296, 298-299, 310, 313-318, 323-325, 335, 341, 345, 349-350, 352, 356-357, 372, 414, 539, 542, 554, 595, 618

மதுரை, 17-18, 33, 73, 76, 94, 119, 124, 126, 150, 154-155, 157, 162-164, 176, 185, 200, 205, 211, 215, 217, 223, 254-255, 307-309, 324, 338, 343-347, 350-351, 355, 366, 371, 382, 391, 413, 428, 459-463, 468, 470-471, 479, 483-484, 496, 498, 510, 521, 530-531, 538, 543, 547, 550, 563, 568-569, 594, 619-621

மதுரைக்காஞ்சி, 119, 122, 124, 126-127, 153, 213, 307-308, 366, 523, 547, 568

மத்திய தரைக்கடல் பண்பாடு, 81

மத்தியத் தரைக்கடல், 72, 74, 76, 81-82, 128, 370, 379

மயில், 139, 380, 507, 554

மர வழிபாடு, 11, 484, 587

மரபணு, 7, 11, 25, 27, 30-31, 33-37, 206, 444, 451, 586-587, 598, 605-606, 608, 611

மலை மக்கள், 72, 172, 276

மலை, 25-27, 30

மலைநாடு, 204

மலைபடுகடாம், 156-157, 199, 399, 401, 524

மனிதடல் உருவச்சிலை, 289

மாக்கல், 51, 53

மானிடப் புவியியல், 237, 620

மானிடப்பெயரியல், 100

மான், 289, 298, 317, 366, 372

மிலேச்சர்கள், 326

மினோயர்கள், 82

முசிறிஸ், 128

முதலை, 388, 507

முதுமக்கள் தாழிகள், 339, 343, 370, 538-539, 544, 550, 561

முருகன், 18, 73, 126, 214-216, 265, 267, 277, 287, 290, 292, 298, 351, 388, 403, 433, 444, 594

முன்னோடிக் கலைஞன், 330

மெசபொடேமியா பண்பாடு, 429, 587

மெசபொடேமியா, 41, 51, 65, 73-74, 81-82, 85, 125, 129, 131, 379, 387, 606

மெருகூட்டப்பட்ட வடக்கு கரும்பாண்டம், 319, 321-322, 326, 331, 334

மெலுகா, 84, 125, 282

மெழுகு படிவ வார்ப்பு, 53

மெஹர்கர், 48, 60, 239, 271, 362

மேய்ச்சல் நிலச் சூழல், 495

மேலச்சேரி, 192, 280-282, 569

மேல் நகரம், 49, 124, 239, 276, 615

மேல்வாரம்: கீழ்வாரம், 257

மேற்குத் தொடர்ச்சி மலை, 141, 145, 147, 255, 422, 429, 462, 469, 565

மொகஞ்சோதாரோ, 46, 49-50, 53, 60-61, 64, 81, 82, 115, 239-241, 246-247, 268, 278, 281, 288, 301-302, 317, 347, 352, 362, 377, 380, 382, 412, 463-464, 499, 500-501, 510, 516, 520, 524, 527-528, 531, 575, 581, 585. 587, 609, 619

மொழிச்சார்பியல், 250, 296

மொழிநியதி வாதம், 250

மொழியின் பெயர், 106, 265, 614

மோரியர்கள், 135

யவனர்கள், 315, 326, 600

யஜூர் வேதம், 372, 520

யானை, 151, 208, 280-281, 338, 385, 388-389, 392, 401, 445, 464, 523, 601

யூராலிக் மொழிகள், 72

ராக்கிகரி, 36, 49

ராபர்ட் கால்டுவெல், 71, 74, 181

ரான் ஆஃப் கட்ச், 389-390

ரிக் வேதம், 63, 72, 84-85, 88, 91, 293, 308, 329, 364, 506-507, 520, 604

ரொசெட்டா கல்வெட்டு, 59

லெமூரியா கண்டம், 76

லெமூரியா கோட்பாடு, 74, 76-77

லோத்தல், 73, 163, 243, 317, 377-379, 381-382, 527-528, 531, 575

வஞ்சி, 159, 161, 471, 574

வடஇந்திய மூதாதையர்கள் (ANI), 34-36

வணிகர்கள், 352, 587-588

வரிவடிவ எழுத்து, 83

வளமைப் பண்பாடு, 509

வளைநா ஒலிகள், 85, 88

வளையல்கள், 288, 316, 361, 409, 542

வன்னி மரம், 477, 479, 480-489

வன்னி, 477-491

வன்னியர், 479-481

வாடைக்காற்று, 137-139, 145

விளக்கப் பெயர்கள், 101-102

வீரக்கல் மரபு, 281, 408

வெண்கலம், 41, 51, 53, 336, 345, 361, 364

வெண்ணிக் குயத்தியார், 128, 342, 350

வெள்ளந்தி வேர்ச்சொற்கள், 102

வேடர், 371

வேட்டுவர், 193, 424-425

வேளாண்மை, 26, 342, 421-423, 425, 428-430, 443, 445, 452, 468, 495-496, 501, 506, 522, 568, 587-588, 590, 613-614

வேளாண்-வீரர்கள் மரபு, 428

வேளாளர், 345-346, 421-426, 428, 448

வேளிர் புலப்பெயர்வு, 89, 348, 387, 391-392, 403, 434-435, 617

வேளிர், 89, 94, 133, 153, 185, 193-194, 343, 367, 391, 400, 422-423, 486, 616

வைகை, 525-526, 537, 547, 550, 560, 563, 565, 568-569, 575

ஐகோர், 538

ஜல்லிக்கட்டு, 496, 498, 501, 503, 510

ஜாஸ்பர் மணிக்கல், 431

ஹாதிகும்பா கல்வெட்டு, 599

ஹரப்பா காலகட்டம், 323

ஹரப்பா பண்பாடு, 64-65, 316-317, 323, 390, 401, 412, 414, 593, 619

ஹரப்பா, 46, 49-50, 54, 61, 64, 80, 81-82, 87, 92-93, 115, 124, 240-241, 246, 288-289, 317, 320, 349, 352, 377-380, 389, 412, 499-500, 517-520, 527, 531, 575, 585, 587,

ஹென்றி ஹீராஸ், 74, 81-82

ஹேப்ளோ குழுக்கள், 31, 33

ஹோமோ ஆஸ்ரலோபிதகஸ், 23

ஹோமோ சேப்பியன்ஸ், 23, 26

ஹோமோ ஹெய்டல்பர்கென்சிஸ், 23

பின்னிணைப்பு

சிந்துவெளியையும் தமிழ்நாட்டையும் இணைக்கும் இடப்பெயர் தரவுகள்

சிந்துவெளி

சிந்துவெளி இடப்பெயர் (தமிழ் | ஆங்கிலம்) | அடிப்படைத் தரவு | அட்சரேகை, தீர்க்கரேகை

நிலவரைபடம் 7.1 - சிந்துவெளியில் இடப்பெயர்களாக விளங்கும் திராவிட மொழிகளின் பெயர்கள்

கத்பா | *Gadbah* | கதபா | ***35.516667, 71.878056***

கர்ணடா | *Karnada* | கன்னடம் | ***34.716667, 72.75***

குடக் | *Kudak* | குடகு | ***32.633333, 66.783333***

குடா | *Kudah* | குடகு | ***32.99167, 68.24639***

குயி | *Kui* | குயி | ***37.108889, 70.515833; 32.739444, 70.385833; 34.575, 72.70694***

குரும்ப் | *Kurumb* | குறும்பா | ***26.1075, 61.885278***

குரூக் | *Kuruk* | குரூக் | ***37.154444, 69.384444***

கொடகி | *Kodagi* | குடகு | ***34.813611, 71.506389***

கொரகா் | *Koragah* | கொரகா | ***35.628889, 68.385***

கொரகி | *Koraghi* | கொரகா | ***36.289722, 64.886389***

கோட்டா | *Kota* | கோட்டா | ***32.683333, 68.283333; 35.43444, 67.14278; 35.33444, 69.14056; 34.905, 70.10278***

கோண்டி | *Gondi* | கோண்டி | ***25.233333, 63.383333***

கோண்டி | *Kondi* | கோண்டி | ***28.819722, 62.765; 27.25, 66.68333***

தங்கர் | *Dhangar* | தங்கர் | ***34.1, 73.165278; 25.95, 70.016667***

தமுலா | *Tamulah* | தமிழ் | ***34.968889, 70.028889***

தமுல் | *Tamul* | தமிழ் | ***31.144444, 66.9125***

தோடா | *Thoda* | தோடா | ***32.416667, 74.644444; 34.083333, 71.616667***

நாய்க் | *Naik* | நாய்க்கி | ***30.758611, 67.785278; 34.73333, 66.95***

படகல் | *Badagal* | படகா | ***33.69583, 66.64611***

படகா | *Badagh* | படகா | ***34.306389, 62.139444***

பார்ஜிணா | *Parjina* | பார்ஜி | ***34.3125, 69.857222***

பிராஹுய் | *Brahui* | பிராகுயி | ***29.333333, 66.916667***

பிராஹுய்கோட் | *Brahuikot* | பிராகுயி | ***29.963889, 68.533333***

பெங்கா | *Penga* | பெங்கோ | ***33.063889, 74.208333***

பேலார் | *Belar* | பேலார் | ***25.533333, 62.616667; 27.15, 66.272222***

பொர்தமில் | *Portamil* | தமிழ் | ***31.25, 66.116667***

மண்டா | *Manda* | மண்டா | ***27.833333, 64.683333; 33.92444, 65.35361; 32.59889, 67.43639; 34.66389, 73.26667; 30.85278, 67.77083***

மரியா | *Maria* | மரியா | ***34.813889, 73.336111***

மலார் | *Malar* | மலார் | ***26.033333, 70.05; 26.33, 64.919444***

நிலவரைபடம் 7.5 - சிந்துவெளியில் எஞ்சியுள்ள சங்க இலக்கியப் பொதுப்பெயர்கள்

அலக்கர் | *Alakar* | அளக்கர் | ***33.451389, 73.969444***

ஏணல் | *Enal* | ஏனல் | ***35.615556, 69.067222***

ஏரி | *Eri* | ஏரி | ***25.561944, 67.896111; 29.311111, 67.783333***

கடை | *Kadai* | கடை | ***34.083333, 72.483333***

கரை | *Karai* | கரை | ***30.544167, 67.998611; 32.265278, 69.547222; 34.904167, 72.9875; 32.940278, 70.481389; 26.133333, 67.716667***

கலம் | *Kalam* | களம் | ***34.316667, 72.55***

கலரி | *Kalari* | களரி | ***35.275278, 69.124722; 33.516667, 73.05***

கல் | *Kal* | கல் | ***36.194444, 69.166667; 28.663889, 66.7; 36.194444, 69.166667***

கல் | *Khal* | கல் | ***32.95, 73.8***

காடு | *Kadu* | காடு | ***31.724167, 66.360278; 32.168056, 67.661389; 33.168333, 67.171111; 28.677778, 69.741667***

காட் | *Kad* | காடு | ***26.150833, 64.212778; 34.895556, 71.856111; 34.765278, 72.525; 33.652778, 70.65***

காணம் | *Kanam* | கானம் | ***37.150278, 68.8425***

காணல் | *Kanal* | கானல் | ***30.083333, 69.75; 31.216667, 73.529167***

குண்ரு | *Kunru* | குன்று | ***26.875, 66.204444***

குண்ரோ | *Kunro* | குன்று | ***26.383333, 68.15***

குரும்பை | *Kurumbai* | குறும்பு | ***33.633333, 70.741667***

கோடு | *Kodu* | கோடு | ***34.754444, 71.038889***

சுணை | *Sunai* | சுனை | ***35.074167, 71.593056***

சுரம் | *Suram* | சுரம் | ***24.994444, 69.955556***

ஒரு பண்பாட்டின் பயணம்

செரு | *Cheru* | செறு | 25.6, 66.566667

சோலே | *Colay* | சோலை | 32.333333, 68.316667

தண்டலி | *Tandali* | தண்டலை | 34.305556, 73.536111

தண்டல் | *Tandal* | தண்டலை | 35.3, 75.516667

தரை | *Tarai* | தரை | 30.644722, 67.732778

திட்டை | *Titai* | திட்டை | 32.678056, 70.062778

துரை | *Turai* | துறை | 29.816667, 66.6; 30.3625, 67.052778; 29.725, 66.577778

தெரு | *Teru* | தெரு | 36.183333, 72.75

நிலம் | *Nilam* | நிலம் | 34.659722, 73.940278

நிலை | *Nilai* | நிலை | 30.432222, 67.063333

பாரை | *Parai* | பாறை | 33.288889, 73.865278

பாலை | *Palai* | பாலை | 32.743333, 69.780833

புரை | *Purai* | புரை | 26.05, 69.3

புலே | *Pulay* | புழை | 32.203056, 66.475833

புலை | *Pulai* | புழை | 35.016667, 71.805556; 32.194444, 74.719444

மணல் | *Manal* | மணல் | 34.022222, 73.272222

மணை | *Manai* | மனை | 29.883333, 64.616667; 33.907778, 72.078889

மலை | *Malai* | மலை | 29.715278, 64.841944; 34.867222, 71.9925; 30.845833, 67.320833; 30.565833, 67.557222

யாரு | *Yaru* | யாறு | 26.753611, 54.843889; 33.488056, 68.224722; 30.505556, 66.958333; 30.022222, 66.736944; 30.263889, 66.475; 25.041667, 68.552778; 30.175833, 70.623333

வண்டல் | *Wandala* | வண்டல் | 31.913333, 74.060278

வரை | *Warai* | வரை | 34.596111, 71.625556; 35.016667, 72.033333; 34.213889, 72; 30.313889, 67.315278; 24.266667, 67.991667; 34.584722, 73.055556; 24.25, 68.016667

வலி | *Vali* | வளி | 36.044444, 68.6675

நிலவரைபடம் 7.6 - செந்தமிழ் சேர்ந்த பன்னிரு நிலம்

அர்வாலே | *Arwale* | அருவா | 30.89472222, 67.82138889

கர்கா | *Karka* | கற்கா | 34.45, 73.54166667

குடம் | *Kudam* | குட | 30.62888889, 67.92555556

குட்டா | *Kutta* | குட்ட | 26.16666667, 67.36666667

சீதா | *Sidha* | சீத | 31.21666667, 72.1

தலை | *Talai* | தலை | 34.81083333, 71.55138889

பாண்டி | *Pandi* | தென்பாண்டி | 33.91972222, 68.89861111

பூலி | *Puli* | பூழி | 29.63888889, 64.55861111

பொங்கர் வாலி | *Pongar Wali* | பொங்கர் | 29.87916667, 71.05416667

மலை | *Malai* | மலை | 34.86722222, 71.9925

வேண் | *Wen* | வேண் | 25.72083333, 68.15

நிலவரைபடம் 7.9 - சிந்துவெளிக்கும் சங்க இலக்கியத்திற்கும் தமிழ்நாட்டிற்கும் உள்ள இடப்பெயர் இணைகள்

ஆமூர் | *Amur* | ஆமூர் | 26.765278, 68.166667

கல்லூர் | *Kallur* | கள்ளூர் | 32.7425, 71.265; 34.241667, 73.272222; 31.95, 73.016667

கொர்கே | *Korgay* | கொற்கை | 33.285833, 69.579444; 32.683333, 66.8

கொர்கை | *Gorkai* | கொற்கை | 28, 64.65; 28.793333, 64.6025

தொண்டி | *Tondi* | தொண்டி | 32.216667, 75.016667

நிலவரைபடம் 7.11 - சிந்துவெளியில் இருக்கும் தமிழ் நிலக்குடித் தலைவர்களின் பெயர்கள்

அஞ்சி | *Anji* | அஞ்சி | 37.481111, 69.903056

அண்த்வம் | *Andwam* | அந்துவன் | 33.797222, 69.5375

அலிசே | *Alise* | அழிசி | 34.269722, 69.712222

ஆதண் | *Atan* | ஆதன் | 34.35, 68.233333

உதியண் | *Udian* | உதியன் | 32.133333, 73.266667

கட்டி | *kati* | கட்டி | 30.345278, 66.932222

கில்லி | *Killi* | கிள்ளி | 30.916667, 73.15

கிரண் | *Kiran* | கீரன் | 33.972222, 74.113889

கோடண் | *Kodan* | கோடன் | 31.3375, 72.683333

சாத்தண் | *Chatan* | பெரும்சாத்தன் | 33.039444, 68.0725

திதியண் | *Titian* | திதியன் | 25.589167, 66.434444

தித்தண் | *Titan* | தித்தன் | 33.692222, 63.859167

நல்லி | *Nalli* | நள்ளி | 29.233333, 66.383333

பண்ணி | *Panni* | பண்ணி | 29.666667, 67.666667

பாரி | *Pari* | பாரி | 33.407778, 72.664167; 33.467778, 62.686111

பிட்டண் | *Pittan* | பிட்டன் | 30.0375, 71.158333

பிண்டண் | *Pindan* | பிண்டன் | 33.9075, 72.951389

மத்தி | *Matti* | மத்தி | 30.5, 70.616667

மூவண் | *Muwan* | மூவன் | 31.888889, 73.575

நிலவரைபடம் 7.13 - சங்கத் தமிழ் அரசியல் எல்லைகளுக்கும் சிந்துவெளிக்கும் பொதுவான இடப்பெயர்கள்

அம்பர் | *Ambar* | அம்பர் | 73.366667, 32.25; 65.716667, 31.401111

அரங் | *Arang* | அரங்கம் | 71.686667, 34.732778

அரையண் | *Araiyan* | அரையம் | 73.116667, 30.716667

ஈலம் | *Ilam* | ஈழம் | 72.333333, 34.618056

உரை | *Urai* | உறையூர் | 62.083333, 26.083333

ஏரை | *Aerai* | ஏறை | 72.241944, 34.992222

ஐயா | *Aiya* | ஐயாதி | 73.952222, 31.928889

கச்சி | *Kachi* | கச்சி | 72.95, 34.133333; 70.279167, 34.736389

கண்டீர் | *Kandir* | கண்டீரம் | 68.066667, 25.683333

கலார் | *Kalar* | கழார் | 67.833333, 27.516667; 70.616389, 37.289444

கலுமலண் | *Kalumalhan* | கழுமலம் | 69.465278, 28.091667

கவிரா | *Kavira* | கவிரம் | 73.3875, 31.070833

காக்கை | *Kakai* | காக்கை | 66.634722, 30.848611

குராலா | *Kurala* | குராலம் | 73, 31.683333; 67.739167, 33.852778

குரால் | *Kural* | குராலம் | 69.833333, 24.416667

கூடல் கர் | *Kudal Garh* | கூடல் | 73.430278, 30.945556

கொங் | *Kong* | கொங்கு | 74.694444, 32.126389

கொர்கே | *Gorkay* | கொற்கை | 70.045833, 33.520833

கொர்கே | *Korgay* | கொற்கை | 33.285833, 69.579444; 32.683333, 66.8

கொர்கை | *Gorkhai* | கொற்கை | 69.115278, 30.572222

கொர்கை | *Gorkai* | கொற்கை | 64.65, 28

கோலி | *Koli* | கோழி | 66.769722, 30.017778

சாய் | *Chai* | சாய்க்காடு | 63.266667, 25.408333

தொண்டி | *Tondi* | தொண்டி | 75.016667, 32.233333

தோட்டி | *Toti* | தோட்டி | 70.554167, 32.865556

தோண்ரி | *Tonri* | தோன்றி | 68.259722, 27.143056

நரவா | *Narawah* | நறவு | 67.683333, 27.033333

நரா | *Naraw* | நறவு | 65.024444, 32.727222

நாலை | *Nalai* | நாலை கிழவன் | 69.861111, 30.994444

நீலல் | *Nilawl* | நீழல் | 71.516667, 34.166667

நேரி | *Neri* | நேரி | 73.594444, 34.331944

பாலி | *Pali* | பாழி | 72.009167, 35.717222

பிசி | *Pisi* | பிசிர் | 66.633333, 28.316667

பூம்பகார் | *Pumbakar* | பூம்புகார் | 65.315278, 34.689722

பொத்தி | *Pothi* | பொத்தி | 73.383333, 32.85

பொத்தே | *Potey* | பொத்தி | 66.516667, 31.451944

போர் | *Por* | போர் | 73.538889, 34.836111

மத்ரை | *Matrai* | மதுரை | 69.619444, 29.766667

மல்லி | *Malli* | மல்லி | 64.246111, 25.654444

மாந்தரம் | *Manthar* | மாந்தரம் | 69.505556, 25.384722

மாந்தோய் | *Mantoi* | மாந்தை | 69.6, 32.538889

மிலை | *Milai* | மிளை | 72.575, 34.4

மையல் | *Maial Pind* | மையல் | 73.001389, 32.7625

மையூர் | *Mai* | மையூர் | 74.011111, 33.172222

மோஷே | *Moshe* | மோசி | 67.068056, 30.844444

வஞ்சி | *Vanji* | வஞ்சி | 68.733333, 25.116389

வண்ணி | *Wanni* | வன்னி | 72.8325, 33.6225

வல்லார் | *Wallar* | வல்லார் | 73.026944, 29.255278

வாகை | *Wakai* | வாகை | 62.498333, 26.324722

வெண் | *Wen* | வெண்ணி | 68.15, 25.720833

நிலவரைபடம் 7.15 - சிந்துவெளிக்கும் சங்கத் தமிழ் அரசமரபுகளுக்கும் பொதுவான இடப்பெயர்கள்

ஆதண் | *Adan* | ஆதன் | 26.966667, 69.133333; 30.083333, 65.866667

உதியண் | *Udian* | உதியன் | 32.133333, 73.266667

உதியர் | *Udhiar* | உதியன் | 34.583333, 73.4

கில்லி | *Killi* | கிள்ளி | 30.916667, 73.15

குட்வண் நலா | *Kutwan Nala* | குட்டுவன் | 32.818056, 71.89

கோதை | *Koday* | கோக்கோதை மார்பன் | 33.95, 68.45

கோதை | *Kotai* | கோக்கோதை மார்பன் | 30.469444, 67.016667

செலியண் வாலா | *Chelian Wala* | செழியன் | 30.916667, 72.261111

சேரண் | *Ceran* | சேரன் | 32.039722, 65.9

சேரண் வாலி | *Seran Wali* | சேரன் | 29.814444, 71.856944

நிலவரைபடம் 7.19 - சிந்துவெளியில் இடப்பெயர்களாக இருக்கும் தொல்தமிழ்க் கல்வெட்டுகளில் இடம்பெறும் தனிமனிதப் பெயர்கள்

அஞ்சி | *Anji* | அஞ்சி | 37.48111, 69.90306

அண்த்வம் | *Andwam* | அந்துவன் | 33.79722, 69.5375

அதியண் | *Atian* | அதியன் | 33.34028, 74.10556

அதிர் | *Atir* | அத்திரன் | 34.59444, 73.01111

அந்தை | *Anday* | அந்தை | 30.34333, 64.13861

ஆதண் | *Atan* | ஆதன் | 34.35, 68.23333; 30.08333, 65.86667; 26.96667, 69.13333

கசபா | *Kasaba* | கஸபன் | 34.70306, 71.47111

கசப் | *Kasab* | கஸபன் | 32.71111, 74.30417

கச்சவர் | *Kacawar* | கச்சவநு| 35.39556, 69.6975

கலுமெரா | *Kalumera* | கழுமாற | 34.05, 73.1

காடண் | *Katan* | காதன் | 34.80833, 72.71944

காத்தண் | *Kathan* | காதன் | 34.4625, 73.75556; 27.81389, 66.61944

காய்வண் | *Kayvan* | காய்வன் | 33.57111, 68.56444

கிரண் | *Kiran* | கிரன் | 33.97222, 74.11389; 27.15556, 68.34167

குசல் | *Kucal* | குசலன் | 32.58722, 67.76444; 30.20278, 68.85

கொர்ரி | *Korri* | கொற்றி | 33.68333, 73.18333; 33.95722, 69.88056

கோடண் | *Kodan* | கோடன் | 31.3375, 72.68333

கோபண் | *Koban* | கோபன் | 32.4, 71.10833

சத்தி | *Chatti* | சத்தி | 25.28833, 62.12694; 34.66944, 73.40833

சந்தண் | *Chandan* | சந்தன் | 28.21667, 68.75

சலியண் | *Chalian* | சழியன் | 33.44167, 73.78889

சலியண் | *Salian* | சழியன் | 31.49111, 61.56528; 29.68333, 64.15

சாதண் | *Catan* | சாத்தன் | 33.03944, 68.0725

சாத்தண் | *Sathan* | சாத்தன் | 34.61389, 73.19722

சிலிஹண் | *Chilihan* | சிழிவன் | 35.64167, 71.96667

செல் | *Chel* | செல் | 34.23333, 71.98333

சேரா | *Chera* | சேர | 34.21667, 73.1

தண்டண் | *Tandan* | தண்டன் | 33.92667, 68.98667

தத்தகர் | *Tatagar* | தாத்த காரி | 28.63333, 64.93333

தாட்டா | *Tatta* | தாத்த | 32.33611, 70.17806; 24.74694, 67.92417

தோடா | *Thoda* | தோடா | 32.41667, 74.64444

நக்கா | *Nakka* | நக்கன் | 32.93333, 73.3; 34.425, 72.89167

நத்தி | *Nathe* | நத்தி | 33.15, 73.78056

நாகண் | *Nagan* | நாகன் | 34.68889, 73.4; 27.06389, 67.72222

பரசோ | *Paracho* | பர்அசு | 27.21667, 67.83472

பிகண் | *Bikan* | பிகன் | 34.65833, 72.49583

பிட்டண் | *Pittan* | பிடன் | 30.0375, 71.15833; 25.835, 62.98722

புரை | *Purai* | புரை | 26.05, 69.3

பொரை | *Porai* | பொறை | 34.62222, 73.00278

பொலாடை | *Poladai* | பொலாலையன் | 34.66111, 72.70278

மலண் | *Malan* | மலன் | 34.22139, 62.15861; 25.42083, 65.33139

மோஷே | *Moshe* | மோசி | 30.84444, 67.06806

வெண் | *Wen* | வென் | 25.72083, 68.15

வெஸ் | *Wes* | வெஸன் | 30.95556, 66.43056; 34.73222, 71.6975

நிலவரைபடம் 7.21 - சிந்துவெளியில் காணப்படும் தொல்தமிழ்க் கல்வெட்டுகளில் உள்ள இடப்பெயர்கள்

அகர் | *Akar* | அகரம் | 34.34444, 73.02361

அஹல் | *Ahal* | அகழ் | 34.55, 73.15

எழை | *Ilai* | எழைய்ஊர் | 34.5, 72.43333

ஏரி | *Eri* | ஏரி | 25.56194, 67.89611

ஏழகர் | *Elukghar* | ஏழூர் | 34.68194, 70.56639

கண்டிகை | *Kandikai* | கண்டிகை | 33.08944, 70.655

கரு | *Karu* | கருஊர் | 34.13333, 62.73333

கருரோ | *Karuro* | கருஊர் | 25.30556, 69.77639

காபி | *Kapi* | காபி | 31.59417, 74.00944

குணா | *Kuna* | குணா | 34.40278, 73.56389

கும்லி | *Kumli* | குமுழ் | 36.0575, 65.51306

கோக் | *Kok* | கோகூர் | 33.38611, 68.51667

சேரி | *Cheri* | சேரி | 27.76667, 66.61667; 29.24167, 66.00417

தலை | *Talai* | தலை | 33.70833, 70.70417; 31.50583, 70.58

திட் | *Tit* | திடி | 33.18306, 69.54472

தித் | *Tith* | திடி | 34.06389, 73.25556

துரை | *Turai* | துறை | 29.81667, 66.6; 30.3625, 67.05278

தெண் | *Dhen* | தென்கு | 32.98333, 74.28333

தொண்டி | *Tondi* | தொண்டி | 32.21667, 75.01667

நலி | *Nali* | நலி | 32.285, 66.46944; 26.61667, 67.40833; 29.24722, 64.72778; 35.0125, 72.46667

நல்லி | *Nalli* | நள்ளி | 29.23333, 66.38333; 28.91389, 66.03472

நாகா | *Naka* | நாக | 33.19, 69.27278; 26.21556, 66.23583

பணை | *Panai* | பனை | 30.88333, 66.63611; 35.12917, 72.44583

பாகண் | *Bagan* | பாகன் | 34.03333, 73.35; 30.91806, 66.59444

பாண் | *Pan* | பாணாட்டு | 30.15833, 68.10833

புல்புலி | *Bulbuli* | பல்புலி | 33.03333, 71.43333

பொகல் | *Pokal* | பொகழ் | 34.82222, 73.08056

பொசி | *Pocey* | பொசில் | 31.61917, 66.44889

மத்ரே | *Matre* | மதிர | 29.55, 71.55

மாசாக் | *Masak* | மாசகோடு | 33.84583, 66.93861

மாசாக்கோல் | *Macaqole* | மாசகோடு | 34.41667, 68.11667

முகையரா | *Mokaiyara* | முகையுரு | 30.74556, 67.49444

முல்தி | *Muzhdi* | குமுழ் | 35.49889, 71.79056

யாரு | *Yaru* | யாறு | 33.48806, 68.22472

விண்தரிவர் | *Vindarriver* | விந்தைஊர் | 25.40417, 66.58361

விண்த்ர் | *Windar* | விந்தைஊர் | 25.40417, 66.58361

விண்த்வா | *Windwah* | விந்தைஊர் | 28.49028, 70.02222

வெண் | *Wen* | வென் | 25.72083, 68.15

நிலவரைபடம் 7.23 - சிந்துவெளிக்கும் தொல்தமிழ்க் கல்வெட்டுகளுக்கும் பொதுவான ஒருசொல் இடப்பெயர்கள்

ஆரை | *Arai* | அறை | 28.09166667, 69.06666667

ஊர் | *Ur* | ஊர் | 34.91666667, 68.06666667

ஏரி | *Eri* | ஏரி | 25.56194444, 67.89611111; 29.31111111, 67.78333333

காடு | *Kadu* | காடு | 31.72416667, 66.36027778; 32.16805556, 67.66138889; 33.16833333, 67.17111111; 28.67777778, 69.74166667

கில் | *Kil* | கீழ் | 34.51944444, 75.5; 28.13333333, 67.15; 26.04222222, 63.47694444

குண்ரு | *Kunru* | குன்று | 26.875, 66.20444444

சேரி | *Cheri* | சேரி | 27.76666667, 66.61666667; 29.24166667, 66.00416667

தலை | *Talai* | தலை | 34.81083333, 71.55138889; 33.70833333, 70.70416667; 31.50583333, 70.58

திட் | *Tit* | திடி | 33.18305556, 69.54472222

துரை | *Turai* | துறை | 29.81666667, 66.6; 30.3625, 67.05277778

தொண்டி | *Tondi* | தொண்டி | 32.21666667, 75.01666667

பாலி | *Pali* | பாழி | 35.71722222, 72.00916667; 25.7, 68.8

பேட் | *Bed* | பேடு | 33.43277778, 68.12111111; 34.91666667, 68.43333333; 27.95555556, 68.59583333

பொகல் | *Pokal* | பொகழ் | 34.82222222, 73.08055556

மலை | *Malai* | மலை | 29.71527778, 64.84194444; 30.56583333, 67.55722222

மேல் | *Mel* | மேல் | 25.6, 68.81666667

யாரு | *Yaru* | ஆறு | 33.48805556, 68.22472222; 30.50555556, 66.95833333; 30.02222222, 66.73694444; 30.26388889, 66.475; 25.04166667, 68.55277778; 30.17583333, 70.62333333

வெலி | *Weley* | வெளி | 32.86916667, 69.30583333

நிலவரைபடம் 7.24 - சிந்துவெளியில் இருக்கும் சங்க தமிழ்ப் புலவர் பெயரில் உள்ள இடப்பெயர்கள்

அலகர் | *Alakar* | அளக்கர் | 33.45138889, 73.96944444

கடியலா | *Kadiala* | கடியலூர் உருத்திரங்கண்ணனார் | 33.08194444, 74.0625

கண்யகி | *Kannyaki* | கண்ணகி | 31.22916667, 72.98055556

கபில் | *Kabil* | கபிலர் | 33.12638889, 73.20416667

கலாதலி | *Kalatali* | கழாத்தலையார் | 34.84555556, 69.80833333

கலார் | *Kalar* | கழார்க்கீரன் | 37.28944444, 70.61638889; 34.45361111, 62.28833333; 27.51666667, 67.83333333; 33.825, 73.95833333; 29.01388889, 70.42222222; 32.96666667, 73.76666667; 32.33333333, 74.1; 31.68138889, 74.23027778; 35.31944444, 72.74166667

காக்கை | *Kakai* | காக்கை பாடினியார் நச்செள்ளையார் | 30.84861111, 66.63472222; 34.61666667, 72.16666667

காப்பி | *Kapi* | காப்பியாற்றுக் காப்பியனார் | 31.59416667, 74.00944444

கிரண் | *Kiran* | நக்கீரர் | 33.97222222, 74.11388889; 31.63333333, 72.16666667; 27.15555556, 68.34166667

கோலியண் | *Kolian* | கோழிக் கொற்றனார் | 33.08333333, 73.2; 33.78611111, 72.80083333; 32.81666667, 73.55277778; 32.91388889, 73.75277778

சாத்தண் | *Chatan* | சாத்தனார் | 33.03944444, 68.0725

ததங் | *Tatang* | தத்தங்கண்ணனார் | 34.36444444, 70.075; 33.68777778, 70.47027778

துரை | *Turai* | துறையூர் ஓடை கிழார் | 29.81666667, 66.6; 30.3625, 67.05277778; 29.725, 66.57777778

நாகை | *Nakai* | நாகையார் | 34.77277778, 71.5275; 34.85416667, 71.59305556; 34.94555556, 71.61333333; 33.90555556, 70.60833333; 33.82222222, 70.58333333; 33.77777778, 70.7125; 33.79722222, 70.68888889; 33.90555556, 71.06388889; 33.58472222, 70.83888889

பாத்தி | *Pathi* | பதுமனார் | 33.90888889, 72.47388889; 33.79722222, 74.01805556

பாலை | *Palai* | பாலைக் கௌதமனார் | 32.74333333, 69.78083333; 34.50833333, 72.06388889; 35.65, 71.94444444

பொத்தே | *Potey* | பொத்தியார் | 31.45194444, 66.51666667

போதி | *Pothi* | இளம்போதியார் | 32.85, 73.38333333; 32.98333333, 74.03333333; 33.36666667, 73.2; 34.24305556, 73.50555556; 33.81944444, 73.88055556; 33.76388889, 73.76111111; 33.11388889, 73.76666667; 33.67777778, 73.91666667

மாங்குலி | *Manguli* | மாங்குடி மருதனார் | **34.44388889, 70.64194444**

மாசாத் | *Machat* | மாசாத்தனார் | **25.86305556, 62.34833333**

மாமூல் | *Mamul* | மாமூலனார் | **33.27222222, 74.01666667**

மாரோகண் | *Marokhan* | மாறோகத்து நப்பசலையார் | **32.62555556, 67.67305556**

மிலை | *Milai* | மிளைக் கந்தனார் | **34.4, 72.575**

மூலண் | *Mulan* | மாமூலனார் | **25.28333333, 68.58333333**

மோஷே | *Moshe* | மோசி கீரனார் | **30.84444444, 67.06805556**

விரூரி | *Wiruri* | விற்றூற்று வண்ணக்கன் தத்தனார் | **25.16666667, 67.01666667**

தமிழ்நாடு

தமிழ்நாட்டு இடப்பெயர் (தமிழ் | ஆங்கிலம்) |
அடிப்படைத் தரவு | அட்சரேகை, தீர்க்கரேகை

நிலவரைபடம் 7.10 - சிந்துவெளிக்கும் சங்க இலக்கியத்திற்கும் தமிழ்நாட்டிற்கும் உள்ள இடப்பெயர் இணைகள்

ஆமூர் | *Amur* | ஆமூர் | **10.7994, 79.7187; 11.8363, 79.3119; 10.9134, 78.5508; 9.95929, 78.2781; 12.6645, 80.1465; 13.2975, 80.1858; 12.1638, 79.551**

கல்லூரர் | *Kallur* | கள்ளூர் | **10.9743, 79.0989; 11.4867, 79.0594; 11.02, 79.387; 10.1512, 78.8488; 10.9109, 78.5734; 9.78414, 78.9025; 11.6909, 78.634; 11.7339, 77.9233; 12.1115, 78.4123; 13.4828, 80.2224**

கொற்கை | *Korkai* | கொற்கை | **8.6384, 78.0603**

தொண்டி | *Tondi* | தொண்டி | **9.74061, 79.0195**

நிலவரைபடம் 7.12 - தமிழ்நாட்டில் இடப்பெயர்களாக தமிழ் நிலக்குடித் தலைவர்களின் பெயர்கள்

அஞ்சிப்பாளையம் | *Anjipalaiyam* | அஞ்சி, அதியமான் நெடுமானஞ்சி | **11.9453, 79.537**

அழிசிக்குடி | *Alisikudi* | அழிசி | **11.433, 79.601**

ஆதனூர் | *Adanur* | ஆதன் | **11.024, 79.2096; 10.377, 79.8031; 10.7879, 78.4024**

கட்டிமேடு | *Kattimedu* | கட்டி | **10.5032, 79.6603**

கட்டியனூர் | *Kattiyannur* | கட்டி | **12.4308, 78.5892**

கட்டிவயல் | *Kattivayal* | கட்டி | **9.83336, 79.0126**

கிள்ளிகோணம் | *Killikonam* | கிள்ளி | **8.40973, 77.3284**

கிரங்குடி | *Kirangudi* | அந்துவன் கீரன் | **10.8729, 79.6691; 10.8729, 79.6691**

கிரணி | *Kirani* | அந்துவன் கீரன் | **9.9204, 78.9032**

கிரந்தை | *Kirandai* | அந்துவன் கீரன் | **9.1793, 78.4377**

கிரனூர் | *Kiranur* | அந்துவன் கீரன் | **11.3421, 79.1238; 10.0605, 79.1759; 8.6038, 78.0782; 10.7844, 78.283**

கிரன்குளம் | *Kirangulam* | அந்துவன் கீரன் | **8.50321, 77.8097**

சாத்தனூர் | *Sattanur* | பெரும்சாத்தன் | **10.6906, 79.5478; 11.6536, 79.232; 9.46944, 78.5244; 9.60169, 78.7876; 11.4208, 77.1995; 12.628, 77.7055; 12.2045, 78.8912**

திட்டங்குளம் | *Thittangulam* | தித்தன் | **9.19594, 78.4312**

நள்ளி | *Nalli* | நள்ளி | **9.23495, 77.9064**

பன்னிமங்கலம் | *Pannimangalam* | பண்ணி | **10.7941, 79.3887**

பன்னியான் | *Panniyan* | பண்ணி | **9.96841, 77.968**

பன்னியூர் | *Panniyur* | பண்ணி | **10.0739, 79.017**

மத்தி | *Mathi* | மத்தி | **10.9435, 79.3827**

மூவனூர் | *Muvanur* | மூவன் | **10.9859, 78.6008; 9.99613, 79.131**

மூவன்பட்டி | *Muvanpatti* | மூவன் | **10.1571, 78.4522**

நிலவரைபடம் 7.14 - தமிழ்நாட்டு இடப்பெயர்களில் தொடரும் சங்கத் தமிழ் அரசியல்

அய்யநேரி | *Ayyaneri* | ஐயாதி | **10.914, 78.3865**

அய்யம்பட்டி | *Ayyampatti* | ஐயாதி | **10.0632, 78.2352**

அய்யலூர் | *Ayyalur* | ஐயாதி | **10.4817, 78.1595**

அய்யவயல் | *Ayyavayal* | ஐயாதி | **10.4247, 78.8446**

அய்யவாடி | *Ayyavadi* | ஐயாதி | **10.9522, 79.4352**

அய்யனூர் | *Ayyanur* | ஐயாதி | **10.8679, 78.3996**

அரங்கம் | *Arangam* | அரங்கம் | **11.8019, 78.3007; 13.5412, 80.2739**

அரையனூர் | *Araiyanur* | அரையம் | **9.43617, 78.7144**

அரையாணி | *Araiyani* | அரையம் | **9.87023, 78.8668**

அரையாளம் | *Araiyalam* | அரையம் | **12.6049, 79.2741**

அழகநேரி | *Alaganeri* | நேரி | **8.2386, 77.6094**

உறையூர் | *Uraiyur* | உறையூர் | **10.8253, 78.6767**

கச்சிக்குப்பம் | *Kachchikuppam* | கச்சி | **11.9116, 79.2156**

கச்சிப்பள்ளி | *Kachchippalli* | கச்சி | **11.5938, 77.9201**

களர் | *Kalar* | கழார் | **12.8819, 79.3319; 12.3196, 79.0561**

காக்கைகுளம் | *Kakkaikulam* | காக்கை | **8.49929, 77.7182**

காக்கையனூர் | *Kakkaiyanur* | காக்கை | **8.90384, 77.35; 11.6643, 77.5582**

காக்கையாடி | *Kakkaiyadi* | காக்கை | **10.6923, 79.5521**

குரால் | *Kural* | குராலம் | **11.565, 78.8559**

கூடலூர் | *Gudalur* | கூடல் | **11.3894, 79.2006; 10.9334, 79.1991; 11.8884, 79.065; 11.0528, 79.7609; 10.7807, 78.4245; 10.97, 78.8901; 9.72683, 78.8533; 11.4981, 76.4846**

கூடலூர் | *Kudallur* | கூடல் | **10.8978, 78.4359**

கொங்கஹல்லி | *Kongahalli* | கொங்கு | **11.6594, 76.8822**

பின்னிணைப்பு 644

கொங்குபட்டி | *Kongupatti* | கொங்கு | 10.2909, 77.7346

கொங்கூர் | *Kongur* | கொங்கு | 10.6439, 77.5152

கொருக்கை | *Korukkai* | கொற்கை | 10.5294, 79.7076; 11.1526, 79.6116

கொற்கை | *Korkai* | கொற்கை | 8.6384, 78.0603

கோழிக்கரை | *Kolikkarai* | கோழி | 11.3603, 76.6363

கோழிக்குடி | *Kolikkudi* | கோழி | 9.89746, 78.2128

கோழிபுலியூர் | *Kolippuliyur* | கோழி | 12.4796, 79.428

கோழிபோர்விளை | *Kolipporvilai* | கோழி | 8.24634, 77.2898

கோழியனூர் | *Koliyanur* | கோழி | 11.928, 79.5457

கோழியூர் | *Koliyur* | கோழி | 11.3989, 79.1394

சாயாவனம் | *Sayavanam* | சாய்க்காடு | 11.1453, 79.8373

சாயல்குடி | *Sayalkudi* | சாய்க்கானம் | 9.16785, 78.4461

தொண்டி | *Tondi* | தொண்டி | 9.74061, 79.0195

தொண்டிப்பட்டி | *Tondippatti* | தொண்டி | 11.3396, 78.0753

தொண்டிப்பாளையம் | *Tondipalaiyam* | தொண்டி | 11.5865, 77.9158

தொண்டியூர் | *Tondiyur* | தொண்டி | 9.71518, 78.687

தோட்டி | *Totti* | தோட்டி | 11.7474, 79.6303; 11.9173, 79.5709; 12.5086, 77.7109

நரவலூர் | *Naravalur* | நரவு | 11.2456, 78.0532

பாகனேரி | *Paganeri* | பாழி | 9.95959, 78.5872

பாலி | *Pali* | பாழி | 11.6384, 79.2405; 12.7134, 79.4296

பிசின்டி | *Pisindi* | பிசிர் | 9.64213, 78.0604

பூம்புகார் | *Pumpukar* | பூம்புகார் | 11.1438, 79.8575

பொன்னேரி | *Ponneri* | நேரி | 11.3993, 79.2248

போரூர் | *Porur* | போர் | 12.0476, 79.3894; 12.35, 79.9116

போர்குடி | *Porkudi* | போர் | 10.0236, 78.9879

மதுரை | *Madurai* | மதுரை | 9.91082, 78.0976; 12.6419, 79.4775; 12.5261, 79.8214

மல்லி | *Malli* | மல்லி | 9.49377, 77.691

மோசுகுடி | *Mosukudi* | மோசி | 9.54959, 78.4385

மோசூர் | *Mosur* | மோசி | 12.774, 79.3118

வஞ்சி | *Vanji* | வஞ்சி | 12.1671, 79.8438

வஞ்சிபுரம் | *Vanjipm* | வஞ்சி | 11.1163, 77.269

வஞ்சியூர் | *Vanjiyur* | வஞ்சி | 10.7262, 79.6527

வஞ்சிவாழி | *Vanjivazhi* | வஞ்சி | 10.8846, 79.2271

வல்லார்குளம் | *Vallarkulam* | வல்லார் | 8.26142, 77.6813

வன்னிக்குடி | *Vannikkudi* | வன்னி | 9.77393, 78.704

வன்னிப்பேர் | *Vannipper* | வன்னி | 12.1814, 79.7918

வன்னியூர் | *Vanniyur* | வன்னி | 8.34573, 77.1841

வன்னிவயல் | *Vannivayal* | வன்னி | 9.40089, 78.7969

வாகைகுடி | *Vaigaikkudi* | வாகை | 9.68926, 78.8987

வெண்ணியூர் | *Venniyur* | வெண்ணி | 9.82078, 78.818; 8.9111, 77.3648

வெண்ணிவயல் | *Vennivayal* | வெண்ணி | 10.0301, 79.0405

நிலவரைபடம் 7.16 - தமிழ்நாட்டு இடப்பெயர்களில்
சங்கத் தமிழ் அரசமரபு பெயர்கள்

ஆதனூர் | *Adanur* | ஆதன் | 11.024, 79.2096; 10.7879, 78.4024; 10.0678, 78.1168; 12.872, 80.0478

கிள்ளிகோணம் | *Killikonam* | கிள்ளி | 8.40973, 77.3284

கிள்ளியூர் | *Killiyur* | கிள்ளி | 10.9583, 79.6249; 11.0667, 79.7739; 8.26475, 77.2161

குட்டுவன்குளம் | *Kuttuvankulam* | குட்டுவன் | 8.47445, 77.5719

கோதையாறு | *Kodaiyar* | கோக்கோதை மார்பன் | 8.5291, 77.3307

செழியநல்லூர் | *Seliyanallur* | செழியன் | 8.90145, 77.7113

சேரங்கோட் | *Cherankod* | சேரன் | 11.5246, 76.2465

சேரனூர் | *Seranur* | சேரன் | 10.4028, 78.6608

சேரன்குளம் | *Serangulam* | சேரன் | 10.6448, 79.4675

சேரன்தனூர் | *Serandanur* | சேரன் | 11.8693, 79.5312

சேரன்தாங்கல் | *Serantangal* | சேரன் | 11.8735, 79.0652

சேரன்மகாதேவி | *Cheranmahadevi* | சேரன் | 8.68429, 77.5672

சோழக்கோட்டை | *Cholakottai* | சோழன் | 12.0904, 78.4418

சோழபுரம் | *Cholapuram* | சோழன் | 10.6293, 79.1925

சோழமாதேவி | *Cholamadevi* | சோழன் | 10.7584, 78.7712

சோழவந்தான் | *Cholavandan* | சோழன் | 10.0181, 77.9553

சோழவரம் | *Cholavaram* | சோழன் | 13.2414, 80.1614

சோழன்குளம் | *Cholankulam* | சோழன் | 9.76441, 78.4255

சோழன்குறிச்சி | *Cholankurichchi* | சோழன் | 11.1994, 79.1899

சோழன்தாங்கல் | *Cholantangal* | சோழன் | 12.2667, 79.2877

பாண்டி | *Pandi* | பாண்டியன் | 10.4873, 79.6246

பாண்டிக்குடி | *Pandikkudi* | பாண்டியன் | 10.2576, 79.0717

பாண்டிக்குப்பம் | *Pandikuppam* | பாண்டியன் | 13.1951, 79.6022

பாண்டிச்சேரி | *Pandicheri* | பாண்டியன் | 8.39914, 77.7348

பாண்டியநல்லூர் | *Pandidanallur* | பாண்டியன் | 10.8668, 79.4182

பாண்டியநல்லூர் | *Pandiyanellur* | பாண்டியன் | 13.1081, 79.4393

பாண்டியனூர் | *Pandiyanur* | பாண்டியன் | 10.4018, 78.1597

பாண்டியன்கோட்டை | *Pandiyankottai* | பாண்டியன் | 9.91853, 78.1801

பாண்டியூர் | *Pandiyur* | பாண்டியன் | 9.48025, 78.7278

பொறையூர் | *Poraiyur* | மாந்தரஞ்சேரல் இரும்பொறை | 11.6887, 79.148; 11.8287, 77.8538

மாரங்குடி | *Marangudi* | மாறன் | 10.6641, 79.6164

மாறனூர் | *Maranur* | மாறன் | 11.468, 77.2058

மாறனேரி | *Maraneri* | மாறன் | 9.37282, 78.6156

மாறன்குளம் | *Marankulam* | மாறன் | 8.20141, 77.6101

மாறன்கோட்டை | *Marankottai* | மாறன் | 12.2891, 78.5445

நிலவரைபடம் 7.20 - தமிழ்நாட்டில் இடப்பெயர்களாக இருக்கும்
தொல்தமிழ்க் கல்வெட்டுகளில் உள்ள தனிமனிதப் பெயர்கள்

அதிராம்பட்டினம் | *Atirampattinam* | அத்திரன் | 10.3399, 79.3829

ஆதனக்கோட்டை | *Adanakkottai* | ஆதன் | 10.593, 79.1707

ஆதனூர் | *Adanur* | ஆதன் | 11.024, 79.2096

கச்சான் | *Kachan* | கச்சவு | 9.54717, 78.7277

கச்சராயனூர் | *Kacharayanur* | கச்சவு | 11.8702, 77.9552

கழுமலம் | *Kalumalam* | கழுமாற | 11.9668, 79.1366

காத்தன்வயல் | *Kathanvayal* | காதன் | 10.0208, 78.8329

கிரந்தை | *Kirandai* | கீரன் | 9.1793, 78.4377

கிரங்குடி | *Kirangudi* | கீரன் | 10.6602, 79.702

கீரன்குளம் | *Kirangulam* | கீரன் | 9.87851, 78.5447

கிரனூர் | *Kiranur* | கிரன் | **11.3421, 79.1238**

கிரநல்லூர் | *Kiranallur* | கிரன் | **11.2401, 79.7725**

குசால்பேட்டை | *Kuchelappettai* | குசலன் | **12.3811, 79.1117**

கொடங்கல் | *Kodankal* | கோடன் | **8.98435, 77.8672**

கோடங்குடி | *Kodangudi* | கோடன் | **11.408, 79.1541**

கோடனூர் | *Kodanur* | கோடன் | **9.80235, 78.9543**

சத்திரக்குடி | *Chattirakkudi* | சத்தி | **9.40449, 78.7068**

சத்திரம் | *Chattiram* | சத்தி | **10.2366, 78.1794**

சந்தனகொடிக்கல் | *Santhanakodikkal* | சந்தன் | **11.9662, 77.8239**

சாத்தான்கொள்விளை | *Sathankollvilai* | சாத்தன் | **8.48339, 77.9612**

சாலியன்திடல் | *Saliyantidal* | சழியன் | **9.673, 78.6848**

சிலிபிலிமங்களம் | *Chilipilimangalam* | சிழிவன் | **12.5756, 77.709**

சீலியூர் | *Siliyur* | சிழிவன் | **11.1979, 76.8662**

செல்லஞ்சேரி | *Chellancheri* | செல் | **11.8559, 79.7339**

செல்லம்பட்டி | *Chellampatti* | செல் | **10.5098, 78.5289**

செல்லிபாளையம் | *Chellipalaiyam* | சிழிவன் | **11.3698, 77.3577**

சேரங்கோடு | *Cherangodu* | சேர | **11.5139, 76.3119**

சேரன்மாதேவி | *Cheranmahadevi* | சேர | **8.68429, 77.5672**

சேரையம்பாளையம் | *Cheraiyampalaiyam* | சேர | **11.2973, 77.8632**

தட்டக்கல் | *Tattakkal* | தாத்த காரி | **12.3726, 78.2934**

தட்டாங்குடி | *Tattakkudi* | தாத்த காரி | **10.0995, 78.9375**

தாண்டனூர் | *Tandanur* | தண்டன் | **11.7215, 78.4672**

தோடனேரி | *Todaneri* | தோடன் | **9.98937, 78.0365**

நக்கனேரி | *Nakkaneri* | நக்கன் | **8.21652, 77.67**

நாகனூர் | *Naganur* | நாகன் | **10.7385, 78.3836**

நாகனேந்தல் | *Naganendal* | நாகன் | **9.59923, 78.9084**

நாகன்பட்டி | *Naganpatti* | நாகன் | **10.5176, 77.9396**

நாதேகவுண்டனூர் | *Nathekavundanur* | நத்தி | **10.678, 76.9186**

பரசநல்லூர் | *Parasunallur* | பர்அசு | **12.4809, 80.0703**

பாராசூர் | *Parasur* | பர்அசு | **12.6402, 79.4874**

புறையூர் | *Puraiyur* | புரை | **8.58485, 78.0268**

மலங்காடு | *Malankadu* | மலன் | **11.3639, 78.6006**

மோசூர் | *Mosur* | மோசி | **13.2097, 79.5103**

மோசிவாக்கம் | *Mosiyakkam* | மோசி | **12.6312, 79.9968**

நிலவரைபடம் 7.22 - தமிழ்நாட்டில் தொல்தமிழ்க் கல்வெட்டுகளில் உள்ள இடப்பெயர்களின் தொடர்ச்சி

அகரக்கட்டு | *Akarakkattu* | அகரம் | **8.99906, 77.3321**

அகரம் | *Agaram* | அகரம் | **11.2346, 79.1638; 11.4761, 79.1776; 11.6059, 79.0094; 11.9327, 79.7392; 8.65542, 78.0754; 11.4103, 78.941; 9.49918, 78.8096; 9.85022, 78.2113; 8.71679, 77.8386; 8.91312, 77.5041; 10.4439, 77.9485; 12.5201, 78.125; 12.3856, 77.9699; 12.225, 78.9939; 12.481, 78.6175; 12.2558, 79.4191; 12.848, 79.865; 12.9676, 79.8965; 12.5156, 79.6698; 12.0826, 79.536; 12.751, 80.1024; 11.3816, 78.0258; 13.0766, 79.8501; 12.82, 78.892**

அகலங்கண் | *Akalankan* | அகழ் | **10.6967, 79.7929**

அரூர் | *Arur* | அரூர் | **11.232, 79.6906; 11.8821, 78.9478; 12.675, 79.4221; 11.0957, 78.2122**

அரூர் புதூர் | *Arur Pudur* | அரூர் | **11.099, 78.2206**

அரூர்பட்டி | *Arurpatti* | அரூர் | **11.7131, 77.9501**

இலை | *Elai* | எழைய்ஊர் | **9.29663, 78.6147; 12.0712, 79.5725**

இலைத்தாம்பூர் | *Elaittampur* | எழைய்ஊர் | **12.8632, 78.8175**

இளையாண்டிபட்டு | *Elaiyandapattu* | எழைய்ஊர் | **12.0175, 79.6084**

இளையாம்பாளையம் | *Elaiyampalaiyam* | எழைய்ஊர் | **11.3567, 77.5621; 11.2898, 77.8169**

எரிகோடி | *Erikodi* | ஏரி | **12.2435, 79.8116**

ஏரி | *Eri* | ஏரி | **10.8863, 79.308**

ஏரிக்கரை | *Erikkarai* | ஏரி | **10.4869, 79.5073; 12.0041, 78.7953**

ஏரிக்காடு | *Erikkadu* | ஏரி | **11.2526, 78.6353; 11.6608, 77.6392; 11.3809, 78.2347; 11.6561, 78.2551**

ஏரிக்குளம் | *Erikkulam* | ஏரி | **10.9837, 78.3645**

ஏரிசத்திரம் | *Erichattram* | ஏரி | **10.919, 79.4841**

ஏரிமலை | *Erimalai* | ஏரி | **12.305, 77.906**

ஏரியூர் | *Eriyur* | ஏரி | **10.0403, 78.5132; 11.6248, 77.3388; 12.6438, 78.9936; 12.0113, 77.8021; 12.9989, 78.9889**

ஏலூர்பட்டி | *Elurpatti* | ஏழூர் | **11.0236, 78.2858**

ஏழூர் | *Elur* | ஏழூர் | **9.71987, 78.9258; 10.8409, 77.0078; 11.3241, 77.2038; 11.3486, 78.1096; 11.4971, 77.3264**

கண்டிகைப்பேரி | *Kandikaipperi* | கண்டிகை | **9.22024, 77.5009**

கப்பிவாக்கம் | *Kappivakkam* | காபி | **12.2787, 79.9875**

கரூர் | *Karur* | கருஊர் | **10.8382, 79.1057; 12.93, 79.876**

காப்பூர் | *Kapur* | காபி | **11.6158, 76.4854**

குமிழங்குளம் | *Kumilangulam* | குமுழ் | **9.25467, 78.4476**

குமிழி | *Kumili* | குமுழ் | **12.3088, 79.8723**

குமிழியேந்தல் | *Kumaliyendal* | குமுழ் | **9.46823, 78.448**

குமிளம்பரப்பு | *Kumilamparappu* | குமுழ் | **11.3781, 77.6637**

குனமங்கலம் | *Kunamangalam* | குணா | **10.7938, 79.0133; 11.4327, 79.3845; 11.6895, 79.2534**

குனாம்பட்டி | *Kunampatti* | குணா | **10.6978, 78.9464; 10.9663, 77.8238; 10.9597, 77.8129; 11.2535, 77.6054; 12.351, 78.4977; 9.51906, 77.7116; 11.2379, 77.4654**

கூனம்பாடி | *Kunambadi* | குணா | **12.4196, 79.5306**

கொக்கூர் | *Kokkur* | கோகூர் | **11.0275, 79.5674; 8.79704, 78.1161**

சேரி | *Cheri* | சேரி | **10.8703, 79.3356; 10.6421, 79.5236; 8.50418, 77.7337; 11.4386, 77.4174; 10.8703, 79.3356; 8.50418, 77.7337**

சேரிகாரன்பட்டி | *Cherikaranpatti* | சேரி | **12.9395, 78.7953**

சேரியாம்பாளையம் | *Cheriyampalaiyam* | சேரி | **11.1008, 77.0846**

திட்டகுடி | *Tittagudi* | திடி | **11.3994, 79.1203; 10.4716, 79.3362**

திட்டச்சேரி | *Tittachcheri* | திடி | **11.4367, 78.7622**

திட்டை | *Tittai* | திடி | **10.836, 79.1719; 11.2259, 79.7558**

துறையூர் | *Turaiyur* | துறை | **10.8395, 79.7601; 10.9206, 79.3851; 10.7021, 79.2146; 10.2522, 79.2624; 10.866, 79.4489; 11.2186, 79.7143; 10.8102, 78.0807; 10.1958, 78.9216; 10.8998, 78.7515; 11.1491, 78.5976; 10.5549, 77.017; 12.2965, 79.8555; 12.5673, 79.6496; 12.9548, 79.5636; 9.0947, 77.9191**

தேனூர் | *Tenur* | தேனூர் | **11.2821, 79.1022; 11.2317, 79.6717; 10.331, 78.5728; 10.2983, 78.3948; 10.4643, 78.5145; 9.98486, 78.0106; 11.3424, 78.3856; 11.0863, 78.716; 9.63492, 78.2226; 12.6909, 80.0095**

தொண்டி | *Tondi* | தொண்டி | **9.74061, 79.0195**

தொண்டிப்பட்டி | *Tondippatti* | தொண்டி | **11.3396, 78.0753**

தொண்டியாளம் | *Tondialam* | தொண்டி | 11.5006, 76.3404

தொண்டியூர் | *Tondiyur* | தொண்டி | 9.71518, 78.687

நல்லிகவுண்டன் | *Nallikavunda* | நலி| 10.8977, 77.2296; 10.7947, 77.6331

நல்லிக்குடி | *Nallikkudi* | நலி | 10.035, 78.9856; 10.035, 78.9856

நல்லிக்கோட்டை | *Nallikkottai* | நலி | 10.601, 79.3633

நல்லிசெட்டிப்பாளையம் | *Nallichettipalaiyam* | நலி | 11.2323, 77.0753

நள்ளி | *Nalli* | நலி | 9.23495, 77.9064

பனங்காடு | *Panangadu* | பனை | 11.1697, 77.648

பனை | *Panai* | பனை | 12.3947, 77.7143

பனைக்குடி | *Panaikkudi* | பனை | 9.62398, 78.2691

பனைக்குளம் | *Panaikkulam* | பனை | 9.94671, 78.2517; 9.35902, 78.739; 9.3676, 78.9498; 9.66098, 78.5745; 9.63787, 78.5872; 8.50544, 77.8543; 8.5112, 77.8625

பனைமரத்தூர் | *Panaimarattu* | பனை | 10.6034, 77.1283

பனையூர் | *Panaiyur* | பனை | 10.8798, 79.0663; 11.1394, 79.5889; 8.98777, 78.1967; 10.8337, 78.5467; 10.3206, 78.6806; 9.87422, 78.1586; 9.47106, 78.7938; 9.85245, 78.4311; 9.84796, 78.4261; 9.50392, 78.2367; 12.6941, 79.3745; 12.0347, 79.1258; 12.2767, 79.7934; 9.25833, 77.4932

பனைவயல் | *Panaivayal* | பனை| 10.0909, 79.0483

பனைவிளை | *Panaivilai* | பனை | 8.212, 77.6871

பாகநேரி | *Paganeri* | பாகன் | 9.95959, 78.5872

பாகனூர் | *Paganur* | பாகன் | 10.7403, 78.6028

பொக்கலாப்பட்டி | *Pokkalappatti* | பொகழ் | 9.70916, 77.7832

பொசியம்பட்டி | *Posiyampatti* | பொசில் | 10.7511, 78.2789

மதுரை | *Madurai* | மதிர | 9.91082, 78.0976; 12.6419, 79.4775; 12.5261, 79.8214

முகையூர் | *Mugaiyur* | முகையுரு | 11.9749, 79.3113; 11.3573, 79.6129; 11.3619, 79.6098; 12.4007, 80.0961

முசிறி | *Musiri* | முசிறி | 10.4933, 79.3751; 10.9472, 78.4455; 12.9371, 79.4176; 11.3198, 78.0964

மேச்சேரி | *Mechcheri* | மேல், சேரி | 11.8322, 77.9469; 11.8254, 77.9346; 12.7996, 79.4589

மேலச்சேரி | *Melachcheri* | மேல், சேரி | 12.4614, 79.4199; 12.2819, 79.3949

மேலச்சேரி | *Melacheri* | சேரி | 8.1898, 77.4422; 12.7719, 79.8963

விந்தன்கோட்டை | *Vindankottai* | விந்தைஊர் | 8.98265, 77.3734

வெங்கோடு | *Venkodu* | வென் | 12.5812, 79.7045